ಪರ್ವ

ಭೈರಪ್ಪನವರು ಮಹಾಭಾರತವನ್ನು 'ಪರ್ವ'ದಲ್ಲಿ ಸೃಜನಾತ್ಮಕ ಕಾದಂಬರಿ ಯಾಗಿ ಪುನರ್ಸೃಷ್ಟಿಸಿದ್ದಾರೆ. ಈ ಮೂಲಕ ಅವರು ಪಂಪ, ಕುಮಾರವ್ಯಾಸ ರಂಥ ಮಹಾಕವಿಗಳ ಸಾಲಿಗೆ ಸೇರಿದ್ದಾರೆ. ಜನಪ್ರಿಯತೆಯಲ್ಲಿಯಂತೂ ಅವರನ್ನು ಶರಚ್ಚಂದ್ರ, ಪ್ರೇಮಚಂದ್‌ರಂಥ ಮಹಾಕಾದಂಬರಿಕಾರರ ಜೊತೆ ಮಾತ್ರ ಹೋಲಿಸಬಹುದು.

ಡಾ॥ ಎನ್.ಎಸ್. ಲಕ್ಷ್ಮೀನಾರಾಯಣ ಭಟ್ಟ

ಪರ್ವ

ವ್ಯಾಸ ಮಹರ್ಷಿಗಳ 'ಮಹಾಭಾರತ'ವನ್ನು ಆಧಾರವಾಗಿಟ್ಟು ಕೊಂಡು ರಚಿತವಾಗಿರುವ ಕಾದಂಬರಿ 'ಪರ್ವ.' ಇದೊಂದು ಮರುಸೃಷ್ಟಿ. ಕಾವ್ಯ ಇತಿಹಾಸ ಪುರಾಣಗಳ ಮಿಶ್ರಣವಾದ ಪ್ರಾಚೀನ ಮಹಾಕೃತಿಯೊಂದನ್ನು ಆಧುನಿಕ ಸಾಹಿತ್ಯಪ್ರಕಾರವಾದ ಕಾದಂಬರಿಯನ್ನಾಗಿ ನಿರ್ಮಿಸುವ ಪ್ರಕ್ರಿಯೆಯಲ್ಲಿ, ಶ್ರೇಷ್ಠ ಕಾದಂಬರಿಕಾರರೊಬ್ಬರ ಪಕ್ವವಾದ ಮನಸ್ಸು ಕಾಲ ದೇಶಗಳನ್ನು ದಾಟಿ ಹೇಗೆ ಕೆಲಸ ಮಾಡಿದೆ ಎಂಬುದನ್ನು ಇಲ್ಲಿ ನೋಡ ಬಹುದು. ಸೃಜನಶೀಲ ಪ್ರತಿಭೆಯ ಸಾಹಸ ಈ ಬೃಹತ್ಕಾ ದಂಬರಿಯ ಪುಟಪುಟಗಳಲ್ಲಿ ಸ್ಫುಟಗೊಂಡಿದೆ. ಮೂಲಕೃತಿಯ ಅಲೌಕಿಕ ಅಂಶಗಳಿಂದ ಪಾರಾಗಿ, ಸಾಮಾನ್ಯರನ್ನೂ ಅಸಾಮಾನ್ಯ ರನ್ನೂ ಒಂದೇ ದೃಷ್ಟಿಯಿಂದ ನೋಡಿ, ಆದರ್ಶ ವಾಸ್ತವತೆಗಳನ್ನು ಮೇಳವಿಸಿ, ಯಾವುದೋ ಕಾಲದ ವ್ಯಕ್ತಿ ಸಂಗತಿಗಳು ನಮ್ಮ ಕಾಲದವಾಗಿ, ನಮಗೆ ತೀರ ಹತ್ತಿರದವಾಗಿ ಮಾರ್ಪಡುವ ಕಲಾ ಕೌಶಲವನ್ನು ಈ ಕಾದಂಬರಿ ತೋರಿಸುತ್ತದೆ. ಕಾದಂಬರಿಕಾರ ರಿಗಿರುವ ಮಾನವಸ್ವಭಾವದ ನಿಕಟ ಪರಿಚಯ, ಈ ಪರಿಚಯ ವನ್ನು ತೋರುವಲ್ಲಿ ಅವರು ಮೆರೆಯುವ ಸಂಯಮ ಹಾಗೂ ಅಲಿಪ್ತತೆಗಳು ವ್ಯಾಸಗುಣಗಳೇ ಆಗಿವೆ. ಫಲವಾಗಿ 'ಪರ್ವ' ನಮ್ಮ ಕಾಲದ ಒಂದು ಶ್ರೇಷ್ಠ ಕಲಾಕೃತಿಯಾಗಿದೆ.

'ಸಾಹಿತ್ಯ ಭಂಡಾರ'ದ ೬೨ನೇ ವರುಷದ ಪ್ರಕಟಣೆ

ಭೈರಪ್ಪನವರ ಕೃತಿಗಳು

ಕತೆ, ಕಾದಂಬರಿಗಳು

ಗತಜನ್ಮ (೧೯೫೫) ಮತ್ತೆರಡು ಕತೆಗಳು
ಭೀಮಕಾಯ: ೧೯೫೮
ಬೆಳಕು ಮೂಡಿತು: ೧೯೫೯
ಧರ್ಮಶ್ರೀ: ೧೯೬೧
ದೂರ ಸರಿದರು: ೧೯೬೨
ಮತದಾನ: ೧೯೬೫
ವಂಶವೃಕ್ಷ: ೧೯೬೫
ಜಲಪಾತ: ೧೯೬೭
ನಾಯಿ–ನೆರಳು: ೧೯೬೮
ತಬ್ಬಲಿಯು ನೀನಾದೆ ಮಗನೆ: ೧೯೬೮
ಗೃಹಭಂಗ: ೧೯೭೦
ನಿರಾಕರಣ: ೧೯೭೧
ಗ್ರಹಣ: ೧೯೭೨
ದಾಟು: ೧೯೭೩
ಅನ್ವೇಷಣ: ೧೯೭೬
ಪರ್ವ: ೧೯೭೯
ನೆಲೆ: ೧೯೮೩
ಸಾಕ್ಷಿ: ೧೯೮೬
ಅಂಚು: ೧೯೯೦
ತಂತು: ೧೯೯೩
ಸಾರ್ಥ: ೧೯೯೮
ಮಂದ್ರ: ೨೦೦೨
ಆವರಣ: ೨೦೦೭
ಕವಲು: ೨೦೧೦
ಯಾನ: ೨೦೧೪
ಉತ್ತರ ಕಾಂಡ: ೨೦೧೭

ಆತ್ಮವೃತ್ತಾಂತ

ಭಿತ್ತಿ: ೧೯೯೬

ಸಾಹಿತ್ಯ ಚಿಂತನ ಗ್ರಂಥಗಳು

ಸಾಹಿತ್ಯ ಮತ್ತು ಪ್ರತೀಕ: ೧೯೬೬
ಸತ್ಯ ಮತ್ತು ಸೌಂದರ್ಯ: ೧೯೬೭
ಕಥೆ ಮತ್ತು ಕಥಾವಸ್ತು: ೧೯೬೯
ನಾನೇಕೆ ಬರೆಯುತ್ತೇನೆ?: ೧೯೮೦
ಸಂದರ್ಭ : ಸಂವಾದ: ೨೦೧೧
ಸಾಕ್ಷಿ ಪರ್ವ: ೨೦೧೯
ಚಿಂತನ ಮಂಥನ: ೨೦೧೯

ಎಂಬತ್ತಮೂರನೇ ಪ್ರಕಟಣೆ:

ಪರ್ವ

ಎಸ್.ಎಲ್. ಭೈರಪ್ಪ

ಸಾ ಹಿ ತ್ಯ ಭಂ ಡಾ ರ
ಜಂಗಮಮೇಸ್ತ್ರಿ ಗಲ್ಲಿ, ಬಳೇಪೇಟೆ
ಬೆಂಗಳೂರು: ೫೬೦ ೦೫೩
೦೮೦-೨೨೮೭ ೭೬೧೮

ಸಾಹಿತ್ಯ ಭಂಡಾರ ಪ್ರಕಾಶನ
'ಗೋ-ಸತ್ಯ', ೧೭೪/೭೫, ೧ನೇ ಮೇನ್,
ಸಾರ್ವಭೌಮನಗರ, ಚಿಕ್ಕಲ್ಲಸಂದ್ರ,
ಬೆಂಗಳೂರು: ೫೬೦ ೦೬೧
೯೪೮೧೬ ೦೪೪೩೫
www.sahithyabhandara.com

ಮೊದಲನೇ ಮುದ್ರಣ: ೧೯೭೯
ಎರಡನೇ ಮುದ್ರಣ: ೧೯೮೧
ಮೂರನೇ ಮುದ್ರಣ: ೧೯೮೯
ನಾಲ್ಕನೇ ಮುದ್ರಣ: ೧೯೯೫
ಐದನೇ ಮುದ್ರಣ: ೨೦೦೧
ಆರನೇ ಮುದ್ರಣ: ೨೦೦೪
ಏಳನೇ ಮುದ್ರಣ: ೨೦೦೬
ಎಂಟನೇ ಮುದ್ರಣ: ೨೦೦೭
ಒಂಬತ್ತನೇ ಮುದ್ರಣ: ೨೦೦೮
ಹತ್ತನೇ ಮುದ್ರಣ: ೨೦೦೯
ಹನ್ನೊಂದನೇ ಮುದ್ರಣ: ೨೦೧೦
ಹನ್ನೆರಡನೇ ಮುದ್ರಣ: ೨೦೧೧
ಹದಿಮೂರನೇ ಮುದ್ರಣ: ೨೦೧೨
ಹದಿನಾಲ್ಕನೇ ಮುದ್ರಣ: ೨೦೧೩
ಹದಿನೈದನೇ ಮುದ್ರಣ: ೨೦೧೪
ಹದಿನಾರನೇ ಮುದ್ರಣ: ೨೦೧೪
ಹದಿನೇಳನೇ ಮುದ್ರಣ: ೨೦೧೫
ಹದಿನೆಂಟನೇ ಮುದ್ರಣ: ೨೦೧೬
ಹತ್ತೊಂಬತ್ತನೇ ಮುದ್ರಣ: ೨೦೧೭
ಇಪ್ಪತ್ತನೇ ಮುದ್ರಣ: ೨೦೧೮
ಇಪ್ಪತ್ತೊಂದನೇ ಮುದ್ರಣ: ೨೦೧೯
ಇಪ್ಪತ್ತೆರಡನೇ ಮುದ್ರಣ: ೨೦೨೦
ಇಪ್ಪತ್‌ಮೂರನೇ ಮುದ್ರಣ: ೨೦೨೦
ಇಪ್ಪತ್‌ನಾಲ್ಕನೇ ಮುದ್ರಣ: ೨೦೨೧
ಇಪ್ಪತ್ತೈದನೇ ಮುದ್ರಣ: ೨೦೨೧
ಇಪ್ಪತ್ತಾರನೇ ಮುದ್ರಣ: ೨೦೨೧
ಇಪ್ಪತ್ತೇಳನೇ ಮುದ್ರಣ: ೨೦೨೧
ಇಪ್ಪತ್ತೆಂಟನೇ ಮುದ್ರಣ: ೨೦೨೨
ಇಪ್ಪತ್ತೊಂಬತ್ತನೇ ಮುದ್ರಣ: ೨೦೨೨
ಮೂವತ್ತನೇ ಮುದ್ರಣ: ೨೦೨೨
ಮೂವತ್ತೊಂದನೇ ಮುದ್ರಣ: ೨೦೨೩
ಮೂವತ್ತೆರಡನೇ ಮುದ್ರಣ: ೨೦೨೩
ಮೂವತ್‌ಮೂರನೇ ಮುದ್ರಣ: ೨೦೨೩
ಮೂವತ್‌ನಾಲ್ಕನೇ ಮುದ್ರಣ: ೨೦೨೪
ಮೂವತ್‌ಐದನೇ ಮುದ್ರಣ: ೨೦೨೪
ಮೂವತ್ತಾರನೇ ಮುದ್ರಣ: ೨೦೨೫
ಮೂವತ್ತೇಳನೇ ಮುದ್ರಣ: ೨೦೨೫

ಮುಖಚಿತ್ರ: ಚಂದ್ರನಾಥ ಆಚಾರ್ಯ
ಅಕ್ಷರ: ಸಾಹಿತ್ಯ ಡಿ.ಟಿ.ಪಿ. ಬೆಂಗಳೂರು. ಮೊಬೈಲ್: ೯೪೪೯೬ ೯೫೫೮೬

ಲಕ್ಷ್ಮೀ ಮುದ್ರಣಾಲಯ
LAKSHMI MUDRANALAYA
ISO 9001-2000
ಚಾಮರಾಜಪೇಟೆ, ಬೆಂಗಳೂರು-೧೮
ದೂರವಾಣಿ : ೨೬೬೧ ೩೧೨೩, ೨೬೬೧ ೮೭೫೨

ಬೆಳಗಿನ ಜಾವ ರಾಗಿ ಬೀಸುವಾಗ
ಜೈಮಿನಿ ಗದಗುಗಳನ್ನು ಹಾಡಿ
ನನ್ನನ್ನು ಎಚ್ಚರಿಸಿ
ರೊಟ್ಟಿ ತಿನ್ನಿಸುವಾಗ ಅರ್ಥ ವಿವರಿಸಿ
ಅಪರೂಪದ ಬಿಡುವಿನಲ್ಲಿ ಸ್ವತಃ ಹಾಡು ಬರೆದು
ಅನಂತರ ನಾನೂ ಭಾಗಿಯಾಗುವಂತೆ ಓದಿ ಹೇಳಿ
ನನ್ನ ತಿದ್ದುಪಡಿಗಳನ್ನು ಮೆಚ್ಚಿ
ನನ್ನನ್ನು ಬೆಳೆಸಿ
ನನ್ನ ಹನ್ನೊಂದರ ಹೊತ್ತಿಗೆ ನೆನಪಾಗಿ ಹೋದ
ನನ್ನಮ್ಮ
ಗೌರಮ್ಮನಿಗೆ
ಅಲ್ಲ, ನನ್ನ ಭಾವಶಕ್ತಿಯ ಮೂಲಕ್ಕೆ

ಅರಿಕೆ

ಸುಮಾರು ಇಪ್ಪತ್ತು ವರ್ಷದ ಹಿಂದೆ ಆರಂಭವಾದ ಮಹಾಭಾರತ ಕಥೆಯ ವಾಸ್ತವತೆಯ ಬಗೆಗೆ ನನ್ನದೇ ಆದ ಕಲ್ಪನೆ ೧೯೬೬ರಲ್ಲಿ ಚಿಕ್ಕಮಗಳೂರಿನ ಡಾ. ನಾರಾಯಣಪ್ಪನ ಸಂಗಡ ಚರ್ಚಿಸುವಾಗ ಒಂದು ಅರೆಸ್ಪಷ್ಟ ರೂಪ ತಾಳಿತು. ಇದನ್ನು ಕಾದಂಬರಿಯಾಗಿ ಬರೆಯುವಂತೆ ಸೂಚಿಸಿ ಅವನು ಹಲವು ಬಾರಿ ಒತ್ತಾಯಿಸಿದ್ದ. ಮುಂದಿನ ವರ್ಷ ಆಶ್ವಯುಜ ಕಾರ್ತೀಕದಲ್ಲಿ ಗಡವಾಲ್ ಭಾಗದ ಹಿಮಾಲಯದಲ್ಲಿ ಸಂಚರಿಸುತ್ತಿದ್ದಾಗ ಬಹುಪತೀ ಪದ್ಧತಿಯುಳ್ಳ ಒಂದು ಕಿರುಹಳ್ಳಿಯಲ್ಲಿ ತಂಗುವ ಪ್ರಸಂಗ ಬಂತು. ಈ ಪದ್ಧತಿ ದ್ರೌಪದಿಯ ಕಾಲದಿಂದ ಬಂದದ್ದೆಂದು ಹೇಳುವ ಈ ಜನರು ಸುಮಾರು ಎರಡು ತಾಲ್ಲೂಕುಗಳ ಹಳ್ಳಿಗಳ ತುಂಬ ಇರುವುದನ್ನು ಕಂಡಾಗ ಮತ್ತು ಬದರಿ ಜ್ಯೋತಿರ್ಮಠಗಳ ನಡುವಿನ ತಪ್ಪಲಿನಲ್ಲಿರುವ ಪಾಂಡುಕೇಶ್ವರಕ್ಕೆ ಹೋಗಿ ಸ್ಥಳದ ಐತಿಹ್ಯ ಕೇಳಿದಾಗ ಮಹಾಭಾರತದ ಹಲವು ಪಾತ್ರಗಳ ಬಗೆಗೆ ಕಲ್ಪನೆ ಗರಿ ಕೆದರಿತು. ೧೯೭೧ರಿಂದ ಈ ಬಗೆಗೆ ಗಂಭೀರವಾಗಿ ಸಂಶೋಧಿಸತೊಡಗಿದೆ. ವ್ಯಾಸಭಾರತವನ್ನು ಮೂಲದಲ್ಲಿ ಆಮೂಲಾಗ್ರ ಓದಿದ ನಂತರ ವೇದಸಂಸ್ಕೃತಿಯ ಕೊನೆಯ ಅವಧಿಯ ಆರ್ಥಿಕ, ರಾಜಕೀಯ, ಧಾರ್ಮಿಕ, ಸಾಮಾಜಿಕ ಮೊದಲಾದ ಹಲವು ಮುಖಗಳನ್ನು ಆಳವಾಗಿ ಅಭ್ಯಸಿಸತೊಡಗಿದೆ. ಸುಮಾರು ಐದು ವರ್ಷ ಹೀಗೆ ವ್ಯಾಸಂಗ ಮಾಡುತ್ತಾ ೧೯೭೪ರಲ್ಲಿ, ಮಹಾಭಾರತದ ಘಟನೆಗಳು ನಡೆದ ಹಿಮಾಲಯ ಪರ್ವತದ ಕೆಲವು ಭಾಗಗಳಲ್ಲಿ ಪ್ರವಾಸ ಮಾಡಿದೆ. ಅನಂತರ ೧೯೭೮ರಲ್ಲಿ ದ್ವಾರಕೆ, ಅರಾವಲಿ ಪರ್ವತಶ್ರೇಣಿ, ವಿರಾಟನಗರ, ಮಥುರೆ, ದಿಲ್ಲಿ, ಕುರುಕ್ಷೇತ್ರ, ಹಸ್ತಿನಾವತಿ, ಬರ್ನಾವಾ, ಚಕ್ರನಗರ, ರಾಜಗೀರ್ ಮೊದಲಾದ ಸ್ಥಳಗಳಿಗೆ ಹೋಗಿ ಪರಿಶೀಲಿಸಿದೆ. ಈ ಪ್ರವಾಸಕ್ಕೆ ಬೇಕಾದ ಪೂರ್ವಸೂಚನೆಗಳನ್ನು ಮೈಸೂರಿನಲ್ಲಿರುವ ಕೇಂದ್ರ ಶಾಸನ ತಜ್ಞರ ಇಲಾಖೆಯ ಡಾ. ರಮೇಶರು ನೀಡಿದರು. ಮೈಸೂರು ವಿಶ್ವವಿದ್ಯಾನಿಲಯ ಗ್ರಂಥಾಲಯದಲ್ಲಿ ಆಗ ಇದ್ದ ಶ್ರೀಮತಿ ಲೀಲಾ (ಎ.ಆರ್. ಕೃಷ್ಣಶಾಸ್ತ್ರಿಗಳ ಮೊಮ್ಮಗಳು) ನನ್ನ ಸಂಶೋಧನೆಗೆ ಬೇಕಾದ ಪುಸ್ತಕ ಹಾಗೂ ಲೇಖನಗಳನ್ನು ಹುಡುಕಿ ಕೊಡುವಲ್ಲಿ ತುಂಬ ಸಹಾಯ ಮಾಡಿದರು. ನನ್ನ ವ್ಯಾಸಂಗದುದ್ದಕ್ಕೂ ಶ್ರೀ ಎನ್. ಬಾಲಸುಬ್ರಹ್ಮಣ್ಯ ಅವರು ಚರ್ಚೆಯಲ್ಲಿ ಭಾಗಿಗಳಾಗಿ ನನ್ನ ಗ್ರಹಿಕೆಯು ಸ್ಫುಟವಾಗಲು ನೆರವಾದರು. ಒಂದು ಘಟ್ಟದಲ್ಲಿ ಇಂಥ ಸಹಾಯ ಶ್ರೀ ಪಾ.ವೆಂ. ಆಚಾರ್ಯರಿಂದ ಕೂಡ ದೊರೆಯಿತು. ಪ್ರವಾಸದಲ್ಲಿ ಸ್ಥಳದ ಐತಿಹ್ಯಗಳನ್ನು ಅಭ್ಯಾಸಪೂರ್ಣವಾಗಿ ತಿಳಿದಿದ್ದ ದ್ವಾರಕೆಯ ಡಾ. ಜೆ.ಜೆ. ಥಾಕರ್, ವಿರಾಟ

ನಗರದ ಆಚಾರ್ಯ ದೇವೇಂದ್ರಜೀಶರ್ಮ, ಕುರುಕ್ಷೇತ್ರ ವಿಶ್ವವಿದ್ಯಾನಿಲಯದ ಇತಿಹಾಸ ವಿಭಾಗದ ಡಾ. ಎಚ್.ಎ. ಫಡಕೆ ಇವರುಗಳು ನನ್ನೊಡನೆ ಸಂಚರಿಸಿ ವಿವರಿಸಿದರು. ದಿಲ್ಲಿಯ ರಾಷ್ಟ್ರೀಯ ವಿಜ್ಞಾನ ಐತಿಹಾಸಿಕ ಮಂಡಳಿಯಲ್ಲಿ ಪ್ರಧಾನ ಸಂಪಾದಕರಾದ ಡಾ. ಬಿ.ವಿ. ಸುಬ್ಬರಾಯಪ್ಪನವರಿಂದಲೂ ಹಲವು ಉಪಯುಕ್ತ ಮಾಹಿತಿ ದೊರೆತವು.

೧೨-೧೦-೭೫ರಿಂದ ೨೭-೧೨-೭೬ರ ಒಂದು ವರ್ಷ ಎರಡು ತಿಂಗಳ ಅವಧಿಯಲ್ಲಿ ಈ ಕಾದಂಬರಿಯನ್ನು ಬರೆದೆ. ಮೊದಲ ಕೆಲವು ಭಾಗಗಳ ಬರಹ ನಡೆದದ್ದು ಮೈಸೂರಿನ ರಾಮಕೃಷ್ಣಾಶ್ರಮದ ವೇದಾಂತ ಕಾಲೇಜಿನ ಒಂದು ಕೋಣೆಯಲ್ಲಿ. ಅನಂತರ ಎಂ.ಎಸ್.ಕೆ. ಪ್ರಭು, ಪ್ರಭುಶಂಕರ ಮತ್ತು ಎನ್. ಬಾಲಸುಬ್ರಹ್ಮಣ್ಯರು ಹಸ್ತಪ್ರತಿಯನ್ನು ಓದಿದರು. ಈ ಮಿತ್ರರು ಓದಿ ಚರ್ಚಿಸಿದುದರಿಂದ ಕಾದಂಬರಿಯನ್ನು ವಿಮರ್ಶಾತ್ಮಕವಾಗಿ ನೋಡಲು ನನಗೆ ಸಹಾಯವಾಯಿತು. ಹೆಸರು ನಿಶ್ಚಯಿಸಲಾರದೆ ಒದ್ದಾಡುತ್ತಿದ್ದಾಗ ಹಾ.ಮಾ. ನಾಯಕರು 'ಪರ್ವ' ಎಂಬುದನ್ನು ಗಟ್ಟಿಮಾಡಿದ್ದಲ್ಲದೆ ಮುದ್ರಣ ವಿನ್ಯಾಸವನ್ನು ನೋಡಿ ಕೊಂಡರು. ಈ ಎಲ್ಲ ಸ್ನೇಹಿತರಿಗೂ ನಾನು ಕೃತಜ್ಞ.

ಸಿದ್ಧತೆ ಹಾಗೂ ರಚನೆಯ ದೀರ್ಘಾವಧಿಯಲ್ಲಿ ನನಗೆ ಪ್ರತ್ಯಕ್ಷ ಹಾಗೂ ಪರೋಕ್ಷ ಸಹಾಯ ಮಾಡಿದ ಅನೇಕ ಹಿತೈಷಿಗಳಿದ್ದಾರೆ. ಈ ಕಾದಂಬರಿಗೆ ತೊಡಗಿದ, ಬರೆದ, ತಿದ್ದುವ, ಹಲವು ಹಂತಗಳಲ್ಲಿ ನನ್ನ ಮನಸ್ಸಿನಲ್ಲಿ ಮೂಡಿ ನಿರ್ದೇಶಿಸಿದ ವಿಚಾರಗಳು, ನನ್ನ ಸಿದ್ಧತೆ, ಪ್ರವಾಸ, ಬರವಣಿಗೆಗಳ ವಿವರವನ್ನೊಳಗೊಂಡ ಒಂದು ದೀರ್ಘಲೇಖನ ಬರೆದಿದ್ದೇನೆ. ಕಾದಂಬರಿಯ ಓದುಗರ ಮೇಲೆ ಈ ಐವತ್ತು ಅರವತ್ತು ಪುಟದ ಲೇಖನವನ್ನು ಹೇರುವುದು ಸಾಧುವಲ್ಲವಾದುದರಿಂದ ಅದನ್ನು ಸದ್ಯದಲ್ಲೇ ಪ್ರಕಟವಾಗುವ 'ನಾನೇಕೆ ಬರೆಯುತ್ತೇನೆ?' ಎಂಬ ನನ್ನ ಲೇಖನ ಸಂಗ್ರಹದಲ್ಲಿ ಪ್ರಕಟಿಸುತ್ತೇನೆ. ಅದರಿಂದ ಆಯ್ದ ಕೆಲವು ಅಂಶಗಳನ್ನು ಇಲ್ಲಿ ಕೊಡುವುದು ಉಚಿತವೆಂದು ಭಾವಿಸಿದ್ದೇನೆ:

"ಡಾ. ಥಾಕರ್ ಹೇಳುವ ಕೃಷ್ಣನ ದ್ವಾರಕೆ ನಿಜವೆನ್ನುವುದಕ್ಕಾಗಲಿ ಅಲ್ಲವೆನ್ನುವುದಕ್ಕಾಗಲಿ ಸಾಕಷ್ಟು ಐತಿಹಾಸಿಕ ಆಧಾರಗಳು ನನ್ನಲ್ಲಿ ಅಂತರ್ಗತವಾಗಿರಲಿಲ್ಲ. ಅದು ನನ್ನ ಉದ್ದೇಶವೂ ಅಲ್ಲ. ಲೋಥಲ್, ಹರಪ್ಪ, ಮೊಹೆಂಜೋದಾರೋ ಮೊದಲಾದ ನಾಗರಿಕತೆಗಳ ಉತ್ಖನನದ ಬಗೆಗೆ ನಾನು ಓದಿದ ವಿವರಗಳನ್ನು ಹಿನ್ನೆಲೆಗೆ ತೆಗೆದುಕೊಂಡರೆ ಕೃಷ್ಣದ್ವಾರಕೆ ಅಸಂಭವವಲ್ಲ. ಅದಕ್ಕಿಂತ ಹೆಚ್ಚಾಗಿ ಈ ಪ್ರದೇಶದಲ್ಲಿ ತಿರುಗುವಾಗ, ಈ ಸಮುದ್ರದಡದ ಲೈಟ್‌ಹೌಸ್ ಎತ್ತರದಲ್ಲಿ ನಿಂತು ನೋಡುವಾಗ ನನ್ನ ಮನಸ್ಸು ಸಾವಿರದೊಂಭೈನೂರ ಎಪ್ಪತ್ತೈದರಿಂದ ಸಂಪೂರ್ಣ ಬಿಡುಗಡೆ ಹೊಂದಿ ಯಾದವರ ಕಾಲಕ್ಕೆ ಹೋಗಿತ್ತು. ಆಗಿನ ಊರು, ಸಮುದ್ರ, ಜನಜೀವನ, ಸುತ್ತಮುತ್ತಣ ಭೌಗೋಳಿಕ ವಿವರಗಳೆಲ್ಲ ನನ್ನ ಅನುಭವದಲ್ಲಿ ಕಲಸಿಹೋಗಿತ್ತು. ಸಮಕಾಲೀನ ವಸ್ತುವನ್ನು ಕುರಿತು ಬರೆಯುವಾಗ ಲೇಖಕನು ವಿವರ ಗಳಿಗಾಗಿ ತಡಕಬೇಕಿಲ್ಲ. ಅವನಿಗೆ ಗೊತ್ತಿಲ್ಲದಂತೆ ಅವನ ಅನುಭವವು ಹೀರಿಕೊಂಡಿದ್ದ ವಿವರಗಳು ಲೇಖನದ ಅಗತ್ಯಕ್ಕೆ ತಕ್ಕ ರೂಪದಲ್ಲಿ ಹೊಮ್ಮಿಬರುತ್ತವೆ. ಐತಿಹಾಸಿಕ ವಿವರಗಳು ಅವನ ಅನುಭವಕ್ಕೆ ಸಿಕ್ಕದೆ ಬರೀ ಸಂಶೋಧಕಬುದ್ಧಿಗೆ ಮಾತ್ರ ಗೋಚರವಾಗುವುದರಿಂದ

ಬರವಣಿಗೆಯ ಹದದ ದ್ರವದಲ್ಲಿ ಬರಲಾರವು. ಆದರೆ ಈಗ ದ್ವಾರಕೆಯು ನನ್ನ ಅನುಭವವೇ ಆದ ಭಾವ ಬಂದಿತ್ತು.....ಯಾದವರ ದ್ವಾರಕೆಯನ್ನು ನಾನು ಪ್ರವೇಶಿಸಿದ್ದೆ. ಬೇಕಾದಾಗ ಪ್ರವೇಶಿಸಬಲ್ಲ ಶಕ್ತಿ ಮತ್ತು ದಾರಿಯ ತಿಳಿವಳಿಕೆ ಬಂದಿತ್ತು.

"ಜಯಪುರ ಜಿಲ್ಲೆಯಲ್ಲಿರುವ ವಿರಾಟನಗರದ ಪಕ್ಕದಲ್ಲಿ ಛೋಟಾ ಕುರುಕ್ಷೇತ್ರ ಅಥವಾ ಗೋಗ್ರಹಣ ಯುದ್ಧವಾದ ಸ್ಥಳದ ಹತ್ತಿರವೇ ಭೀಮನ ಹೆಸರಿನಿಂದ ಕರೆಯುವ ಒಂದು ಗುಹೆ ಇದೆ.....ನವದಂಪತಿಗಳು ಇಂದಿಗೂ ಭೀಮನ ಗುಹೆಗೆ ಹೋಗಿ ಪೂಜೆ ಮಾಡುತ್ತಾರೆ. ನಾನು ಹೋದಾಗ ಒಂದು ಜೋಡಿ ಬಂದಿತ್ತು. ನಾನು ವರನನ್ನು ಮಾತ ನಾಡಿಸಿ ಅವನ ಪೂಜೆಯ ಉದ್ದೇಶವನ್ನು ಕೇಳಿದೆ. 'ನನ್ನ ಹೆಂಡತಿಯ ಮೇಲೆ ಯಾರಾದರೂ ಕಣ್ಣು ಹಾಕಿದರೆ ಅವನನ್ನು ಕೊಂದು ಮಲಗಿಸುವುದಕ್ಕೆ ಭೀಮದೇವ ಶಕ್ತಿ ಕೊಡುತ್ತಾನೆ' ಅವನು ಉತ್ತರಿಸಿದ.....ಇಲ್ಲಂತೂ ಭಾರತದ ಲಿಖಿತ ಕಥೆಗೆ ಜನರ ನಂಬಿಕೆಯೂ ಸೇರಿ ನಿಂತಿದೆ. ಕೀಚಕನನ್ನು ಕೊಂದ ಘಟನೆ ನಿಜವಲ್ಲದಿದ್ದರೂ ಜನಮನದಲ್ಲಿ ಅದು ಮೂಡಿಸಿ ರುವ ಭಾವ ಸುಳ್ಳಲ್ಲ. ಇಲ್ಲಿ ಸಾಹಿತಿಗೆ ಬೇಕಾದ ಸತ್ಯ ಯಾವುದು? ಹೆಂಡಿರನ್ನು ಕೆಣಕಬಂದವ ನನ್ನು ಕೊಂದು ಮುಗಿಸಬೇಕೆಂಬ ಪ್ರಥಮ ಪ್ರವೃತ್ತಿ ನಮಗೆಲ್ಲ ಇಲ್ಲವೆ? ಪಾಶ್ಚಿಮಾತ್ಯ ಗಂಡಸರಿಗೂ ಇಲ್ಲವೆ? ಈ ಸಾರ್ವಕಾಲಿಕ ಸಾರ್ವತ್ರಿಕ ಪುರುಷಭಾವ, ಅಥವಾ ಪುರುಷ ಅಹಂಕಾರ, ಪುರುಷ ಯಾಜಮಾನ್ಯವು ಸಾಹಿತ್ಯದ ಸತ್ಯವಸ್ತುವಲ್ಲವೆ?

"ಹದಿನೆಂಟು ಅಕ್ಷೌಹಿಣಿ ಎಂದರೆ ಎಷ್ಟು? ಎಲ್ಲೂ ಖಚಿತ ಸಂಖ್ಯೆ ದೊರೆಯುವುದಿಲ್ಲ. 'ಒಟ್ಟಿನಲ್ಲಿ ಈ ಸಂಖ್ಯಾಗೊಂದಲಕ್ಕೆ ಸಿಕ್ಕದೆ ಮಹಾಭಾರತ ಯುದ್ಧದಲ್ಲಿ ಭಾಗವಹಿಸಿದ ಸೇನೆಯ ಸಂಖ್ಯೆಯನ್ನು ಯುದ್ಧಕ್ಷೇತ್ರದ ವೈಶಾಲ್ಯದಿಂದ ನಾನು ಊಹಿಸಿದೆ. ಆರ್ಯರ ನೆನಪು ಅದುವರೆಗೆ ಕಾಣದ ಗಾತ್ರ ಅದು.....ಆರ್ಯಾವರ್ತದ ಸಮಸ್ತರಾಜರೂ ಭಾಗವಹಿ ಸಿದ ಕಾರಣವಾದರೂ ಏನಿತ್ತು? ಸಂಪ್ರದಾಯದ ಮಹಾಭಾರತವೇನೋ ಈ ಯುದ್ಧವನ್ನು ಧರ್ಮಯುದ್ಧವೆನ್ನುತ್ತದೆ. ಆದರೆ ಧರ್ಮದ (ಪಾಂಡವರ) ವಿರುದ್ಧವಾಗಿಯೇ ಬಹುಸಂಖ್ಯಾತ ರಿದ್ದರಲ್ಲ! ತೀಟೆ ಹತ್ತಿದವರು ಯುದ್ಧಮಾಡಿಕೊಳ್ಳಲಿ, ನಮಗೇಕೆ ಅದರ ಉಸಾಬರಿ ಎಂದು ಅನೇಕರು ಸುಮ್ಮನಿರಬೇಕಿತ್ತಲ್ಲ. ಆರ್ಯರಾಜರ ಜಾಯಮಾನ ಅಂಥದಲ್ಲ. ಜೂಜು, ಯುದ್ಧ, ಹುಡುಗಿ ಸಿಕ್ಕುವ ಸ್ವಯಂವರವೆಂದರೆ ಓಡಿಬರುವ ಜಾತಿ ಅದು. ಡಾ. ಘಡ್ಕೆಯವರೊಡನೆ ರಿಕ್ಷಾದಲ್ಲಿ ಕುಳಿತು ಕುರುಕ್ಷೇತ್ರ ಪ್ರದೇಶದಲ್ಲಿ ರಸ್ತೆ ಇರುವಲ್ಲೆಲ್ಲ ಓಡಾಡುವಾಗ ಈ ವಿಚಾರಗಳು ಬಂದವು. ಅಂದರೆ ಇದು ಇಡೀ ಆರ್ಯಜನಾಂಗದ ಹಾಗೆಯೇ ಅವರ ಸಂಪರ್ಕಕ್ಕೆ ಬಂದ ಆರ್ಯೇತರ ಜನಾಂಗದ ಜೀವನ ಮತ್ತು ಸ್ವಭಾವವನ್ನು ಸೂಚಿಸುವ ಯುದ್ಧವಾಗಬೇಕು ನನ್ನ ಬರವಣಿಗೆಯಲ್ಲಿ ಎಂಬ ಟಿಪ್ಪಣಿ ಮನಸ್ಸಿನಲ್ಲಿ ಮೂಡಿತು.'

"೧೨-೧೦-೭೫ರಿಂದ ಬರವಣಿಗೆ ಆರಂಭಿಸಿದ, 'ಮೊದಲ ದಿನ ಒಂದು ಪುಟ ಬರೆಯುವುದರಲ್ಲಿ ಸಾಕಾಯಿತು. ಎರಡನೆಯ ದಿನ ಮೂರು ಪುಟ. ಒಟ್ಟಿನಲ್ಲಿ ಎಂಟು ಹತ್ತು ಪುಟ ಬರೆಯುವ ವೇಳೆಗೆ ಹಿಡಿತ ಬಂತು. ಸಾಹಿತ್ಯಸೃಷ್ಟಿಯಲ್ಲಿ ಪ್ರತ್ಯಕ್ಷ ಪರೋಕ್ಷಗಳೆಂದು

ಅನುಭವವನ್ನು ವಿಂಗಡಿಸುವುದೇ ತಪ್ಪು. ನಾನು ಬರೆಯುವ ದ್ರವ್ಯವೆಲ್ಲ ಪ್ರತ್ಯಕ್ಷವೇ. ಒಂದೆರಡು ವಿವರದಲ್ಲೋ ಶಬ್ದಗಳಲ್ಲೋ ಅರಕೆ ಉಳಿಯಬಹುದು. ಆದರೆ ಮೂಲದ್ರವ್ಯ ನನ್ನ ಅನುಭವದಿಂದ ಒಸರಿ ಬರುತ್ತಿದೆ. ಅದಕ್ಕೆ ಆ ಕಾಲ ಈ ಕಾಲವೆಂಬ ಭೇದವಿಲ್ಲ ಎಂಬ ಭಾವ ಬಲಿಯಿತು.'

"ನಾನು ಬರೆಯುತ್ತಿರುವುದು ಭಾರತದ ಪಾತ್ರಗಳ ಕಥೆಯನ್ನಲ್ಲ. ಮಾನವ ಅನುಭವದ ವಿವಿಧ ಮುಖ, ರೂಪ, ಮಾನವಸಂಬಂಧ ಸ್ವರೂಪ, ಮತ್ತು ವಿವೇಚನೆಗಳನ್ನು ಎಂಬ ಪ್ರಜ್ಞೆ ನನಗೆ ಉದ್ದಕ್ಕೂ ಇತ್ತು. ಒಂದೊಂದು ಹೊಸ ಪಾತ್ರ ಅಥವಾ ಸನ್ನಿವೇಶವನ್ನು ಬರೆಯುವಾಗಲೂ ಇವುಗಳ ಹೊಸ ಹೊಸ ಆಯಾಮಗಳು ಗೋಚರಿಸುತ್ತಿದ್ದವು.

"ಸಿದ್ಧತೆಯ ಹಲವು ಮಜಲುಗಳಲ್ಲಿ ನನ್ನ ಕಲ್ಪನೆಗೆ ಗೋಚರಿಸಿದ್ದುದಕ್ಕಿಂತ ಅಭಿವ್ಯಕ್ತ ಕಾದಂಬರಿಯಾಗಿ ಇದು ತಾಳಿರುವ ಸ್ವರೂಪ ಮತ್ತು ಒಟ್ಟಂದದ ಅರ್ಥಗಳು ಸಂಪೂರ್ಣ ಬೇರೆಯಾಗಿವೆ..... ಪರ್ವ ಬರೆದ ಅನುಭವವು ನನ್ನಲ್ಲಿ ಹೊಸ ಭಾವ ತಂದಿತ್ತು. ನನಗೆ ಹೊಸ ಹುಟ್ಟು ಕೊಟ್ಟಿತ್ತು. ರೂಢಿಯೇ ನಮ್ಮ ಬಹುತೇಕ ನಂಬಿಕೆಗಳ ಮೂಲ. ಇವನ್ನೆಲ್ಲ ಬಿಟ್ಟು ಜೀವನದ ಕೊನೆಯ ಸಾವಿನ ದೃಷ್ಟಿಯಿಂದ ಜೀವನವನ್ನು ನೋಡಿದರೆ ಹೊಸ ಅರಿವು ಹುಟ್ಟಬಹುದು ಎಂಬ ಭಾವ ಬೆಳೆದಿತ್ತು. ನನಗಾಗಿರುವ ವಯಸ್ಸೆಷ್ಟು? ಉಳಿದಿರುವ ಆಯುಃಪ್ರಮಾಣದ ಅಂದಾಜೆಷ್ಟು? ಅಷ್ಟರಲ್ಲಿ ಕಾಣಬಹುದಾದ ಏನಾದರೂ ಅರ್ಥವುಂಟೆ? ಎಂಬ ಮೂರುಮೀಟಿನ ಶ್ರುತಿ ಮನಸ್ಸಿನ ಆಳದಲ್ಲಿ ಸದಾ ರಣಿಸುವಂತೆ ಮಾಡಿತ್ತು."

ಪ್ರಾದೇಶಿಕ ಶಿಕ್ಷಣ ಕಾಲೇಜು
ಮೈಸೂರು–೫೭೦ ೦೦೬ **ಎಸ್.ಎಲ್. ಭೈರಪ್ಪ**

ಇದೀಗ ಬಿಡುಗಡೆಯಾಗಿದೆ

ಸಹನಾ ವಿಜಯಕುಮಾರ್
ಮಾಗಧ
(ಅಶೋಕನ ವಾಸ್ತವ ಚಿತ್ರಣ)

ಡಾ। ಉಮಾ ರಾಮರಾವ್
ಬಹು ನೆಲೆಗಳ ಬೆರಗು

ಎಲ್.ವಿ. ಶಾಂತಕುಮಾರಿ
ಭೈರಪ್ಪನವರ ಕೃತಿಗಳಲ್ಲಿ ತಾಯ್ತನದ ತೆರೆಗಳು

ವೆಂಕಟಗಿರಿ ಕಡೇಕಾರ್
ಕಪ್ಪೆಟ್ಟಜ್ಜನ ಮನೆಯ ಪಡ್ಡೆಕೋಣೆ...

ಡಿ.ಎಸ್.ಶ್ರೀಧರ್
ವೀರತಪಸ್ವಿ ಪರಶುರಾಮ

ಶಶಿಧರ ವಿಶ್ವಾಮಿತ್ರ
ನೆರಳಹಾಸು

ವಸಂತ ಅನಂತ ದಿವಾಣಜಿ
ನಕ್ಷೆಗೆ ಎಟುಕದ ಕಡಲು
(ಸಮೀಕ್ಷೆ)

ವಸಂತ ಅನಂತ ದಿವಾಣಜಿ
ಕ್ರಾಂತ ದರ್ಶನ
(ಬೇಂದ್ರೆ ಕಾವ್ಯ–ವ್ಯಕ್ತಿತ್ವ ದರ್ಶನ)

ಸಂ॥ ವಿಜಯಾ ಹರನ್
ವಿಶ್ವಸಾಹಿತಿ ಭೈರಪ್ಪ

ಭೈರಪ್ಪನವರ ಬಗ್ಗೆ ಹೆಚ್ಚಿನ ಮಾಹಿತಿಗಾಗಿ
ಸಂದರ್ಶಿಸಿ:

www.slbhyrappa.in

ಅಮೆರಿಕದಲ್ಲಿ ಕನ್ನಡ ಪುಸ್ತಕಗಳಿಗಾಗಿ
ಶುಭಾ ಯಂಗ್
E-mail: sahityabna@gmail.com
Phone: 505 288 2427

ಪರ್ವ

ಇರಾವತೀ ಮತ್ತು ಚಂದ್ರಭಾಗಾ ನದಿಗಳ ನಡುವಣ ಸೀಮೆಯ ಜನಗಳನ್ನು ಮದ್ರರು ಎನ್ನುತ್ತಿದ್ದರು. ಅದರ ರಾಜನ ಹೆಸರು ಶಲ್ಯ. ಈಗ ಮುದುಕ. ಮೊಮ್ಮಗಳನ್ನು ಹತ್ತಿರ ಕೂರಿಸಿಕೊಂಡು ಕೇಳಿದ: 'ನನಗೆ ಎಷ್ಟು ವರ್ಷ ಅಂತೀಯ?'

'ಅಜ್ಜ, ನಿನಗಿಂತ ದೊಡ್ಡವರೇ ಇಲ್ಲ' ಎಂದಳು ಇಪ್ಪತ್ತರ ಹರೆಯದ ಹುಡುಗಿ.

'ಆದರೂ ನಡೆಯುವಾಗ ಸೊಂಟ ಕುಸುಕಾಗುಲ್ಲ, ಬೆನ್ನು ಬಗ್ಗುಲ್ಲ. ಯಾಕೆ ಗೊತ್ತೆ?'

'ನೀನು ಬಹಳ ಗಟ್ಟಿ' ಹುಡುಗಿ ಹೆಮ್ಮೆಯಿಂದ ಮುಗುಳ್ನಕ್ಕಳು.

'ಹಾಗಲ್ಲ. ನಾವು ಹಿಂದಿನ ಕಾಲದವರು' ಮುಖದ ತುಂಬ ಇಳಿಯುತ್ತಿದ್ದು ಈಗ ವಿರಳವಾಗುತ್ತಿರುವ ಗಡ್ಡ ಕುಲುಕುವಂತೆ ನಗುತ್ತಾ ಎಂದ.

'ಹಿಂದಿನ ಕಾಲದೋರು ಅನ್ನುವಾಗಲೆಲ್ಲ ನಾವು ಅಂತೀರ್ಯ. ಅಂದರೆ ಎಷ್ಟು ಜನ?'

'ಇಷ್ಟು ಜನ ಅಂತ ಲೆಕ್ಕವೆ? ನನ್ನಷ್ಟು ವಯಸ್ಸಾದೋರೆಲ್ಲ.'

'ನಿನ್ನಷ್ಟು ವಯಸ್ಸಾದ ಬೇರೆ ಜನವೇ ಇಲ್ಲವಲ್ಲ ನಮ್ಮ ಅರಮನೆಯಲ್ಲಿ.'

'ಬೇರೆ ರಾಜ್ಯಗಳ ಅರಮನೇಲಿ ಇದಾರೆ. ಅರಮನೆ ಹೊರಗೆ ಇರುವ ಸಾಧಾರಣ ಜನರು ಕೂಡ ಅಷ್ಟೆ. ಹಿಂದಿನ ಕಾಲದೋರು ಅಂದರೆ ಗಟ್ಟಿ.'

'ಅದ್ಯಾಕೆ ಹಾಗೆ?'

'ಅವರ ಪದ್ಧತಿಯೇ ಹಾಗೆ. ಜೀವನ ಮಾಡ್ತಿದ್ದ ರೀತಿಯೇ ಹಾಗೆ. ನಿಮ್ಮ ಹಾಗಲ್ಲ. ದೇಶಾಚಾರ ಕುಲಾಚಾರಗಳನ್ನೆಲ್ಲ ಬಿಟ್ಟು, ಬೇರೆಯೋರ ರೀತಿ ನಾವು ಇರಬೇಕು ಅಂತ ಹೊರಟು.....'

ಎನ್ನುತ್ತಿರುವಾಗ ಮೊಮ್ಮಗಳು ನಡುವೆ ಬಾಯಿಹಾಕಿ, 'ಅಜ್ಜ, ಮತ್ತೆ ಆ ಮಾತು ಆಡಕೂಡದು ಅಂತ ನನಗೂ ನಿನಗೂ ಒಪ್ಪಂದವಾಗಿರೂದನ್ನ ಮರೆತುಬಿಟ್ಟೆಯಲ್ಲ ಇಷ್ಟು ಬೇಗ' ಎಂದಳು.

'ನಿಜ, ನಿನ್ನ ಕೈಲಿ ಯಾಕೆ ಇಲ್ಲದ ಮಾತು. ನಿಮ್ಮಪ್ಪ ಬರಲಿ, ಜೂಜಿಗೆ ಹೋಗಿದಾನಂತೆ. ಅವನ ಕೈಲೇ ಆಡ್‌ತೀನಿ. ಯಾವತ್ತು ಹಿಂತಿರುಗ್‌ತಾನೋ! ಊಹೂಂ. ನೂರು ಸಲ ಆಡಿ ಆಯಿತಲ್ಲ. ಬೆನ್ನಿನ ನರ ಗಂಟುಹಾಕಿಕೊಳ್ಳೊ ಹಾಗೆ ಎರಡು ಬಿಗಿದು ಹೇಳ್‌ತೀನಿ.' ಎರಡು ಕ್ಷಣದ ಹಿಂದೆ ಗಡ್ಡ ಕುಲುಕುವಂತೆ ನಗುತ್ತಿದ್ದ ಅಜ್ಜ ತಕ್ಷಣ ಗಂಭೀರವಾಗಿಬಿಟ್ಟ: 'ಇಷ್ಟು ಹೊತ್ತಿಗೆ ಮದುವೆಯಾಗಿ ನೀನು ಒಂದೋ ಎರಡೋ ಗಂಡುಮಕ್ಕಳ ತಾಯಿಯಾಗಿರ

ಬೇಕಾಗಿತ್ತು. ನಿಮ್ಮಪ್ಪನ ಮಾತೇ ಸರಿ ಅಂತ ನೀನೂ ಕುಣಿದು ಇನ್ನೂ ಕನ್ಯೆಯಾಗಿ ಉಳಿದಿದೀಯ. ಯಾವ ಚಂದ?'

ಈ ಮಾತು ಬಂದಾಗ ಎದುರುತ್ತರ ಕೊಟ್ಟರೆ ಅಜ್ಜ ರೇಗುತ್ತಾನೆಂಬುದು ಹಿರಣ್ಯವತಿಗೆ ಗೊತ್ತು. ಕೈ ಎತ್ತಿ ಬೆನ್ನಿನ ಮೇಲೆ ಥಪ್ ಎಂದು ಹೊಡೆದರೂ ಹೊಡೆದನೇ. ದಪ್ಪಗೆ ಅಗಲವಾದ ಅಂಗೈ. ಆದರೆ ಅಪ್ಪನ ಮಾತೇ ತನ್ನ ಮನಸ್ಸಿಗೆ ಹಿತವಾಗಿದೆ. ಜೂಜಿಗೆ ಹೋಗಿದಾನೆ ಅಂತ ತಿಳಿದುಕೊಂಡಿದಾನೆ. ನಿಜಸಂಗತಿ ನನಗೆ ತಿಳಿದಿದೆ. ತಾಯಿ ನೆನ್ನೆ ರಾತ್ರಿ ಗುಟ್ಟಿನಲ್ಲಿ ಹೇಳಿದಳು. ಹೋದ ಕೆಲಸ ಆಗಲಿ. ಈ ಸಂಜೆಯ ಹೋಮದಲ್ಲಿ ಅಗ್ನಿದೇವನಿಗೆ ಮತ್ತೆರಡು ಹವಿಸ್ಸು. 'ಇಪ್ಪತ್ತು ಗಾಡಿ ತಾಮ್ರ, ಹಿತ್ತಾಳೆ, ವಸ್ತ್ರ, ಒಡವೆ ಬರುತ್ತಿತ್ತು. ಅಷ್ಟು ಲಕ್ಷಣವಾದ ಹುಡುಗಿ ನೀನು' ಅಜ್ಜ ಅಂದ ತನಗೆ ತಾನೇ ಹೇಳಿಕೊಳ್ಳುವಂತೆ. ಹುಡುಗಿಗೆ ಇನ್ನಷ್ಟು ಸಿಟ್ಟು ಬಂತು. ಲಕ್ಷಣವಾಗಿ ಏನೋ ಇದೀನಿ. ನಮ್ಮ ದೇಶದ ಹೆಣ್ಣುಗಳೇ ಹಾಗಂತೆ. ಹುಣ್ಣಿಮೆಯಾದ ಮರುದಿನ ಕಾಣುವ ಚಂದ್ರನ ರೀತಿ ದುಂಡುಮುಖ. ಉಜ್ಜಿ ಹೊಳೆಯುವಂತೆ ಮಾಡಿದ ಲೋಹಗನ್ನಡಿಯಲ್ಲಿ ತನ್ನ ಮುಖ ಕಾಣುತ್ತಿದ್ದ ನೆನಪು ಬಂತು. ಹಾಗಂತ ಶುಲ್ಕ ತೆಗೆದುಕೊಂಡು ಹೆಣ್ಣುಮಕ್ಕಳನ್ನ ಮಾರಬಹುದೆ? ಅದಕ್ಕೆ ಕುರು ಪಾಂಚಾಲ ಶೂರಸೇನ ಚೇದಿ ಕಾಶೀಯ ವಿರಾಟ, ಇನ್ನೂ ಆ ಕಡೆಯ ಈಶಾನ್ಯ ದಿಕ್ಕಿನ ಜನರೆಲ್ಲ ನಮ್ಮನ್ನು ಕೀಳಾಗಿ ಕಾಣುತ್ತಾರೆ. ಅಪ್ಪ ಹೇಳುವುದು ಸರಿ. ಪೂರ್ವದೇಶದವರು, ದಕ್ಷಿಣದ ಕಡೆಯವರು ಮಾಡುವ ಹಾಗೆ ಸ್ವಯಂವರ ಏರ್ಪಡಿಸಿ, ಗೆದ್ದ ಗಂಡಿಗೆ ಹೆಣ್ಣಿನವರೇ ಗಾಡಿಗಾಡಿ ಉಡುಗೊರೆ ತುಂಬಿ ಮದುವೆ ಮಾಡಿಕೊಟ್ಟರೆ ಮುಂದೆ ಗಂಡನ ಮನೆಯಲ್ಲಿ ತನಗೂ ಸ್ಥಾನಮಾನ, ತನ್ನ ಕುಲಕ್ಕೂ ಮರ್ಯಾದೆ. ಅಥವಾ ಒಳ್ಳೆಯ ರಾಜ್ಯದ ಕ್ಷತ್ರಿಯ ಕುಮಾರ ರಥದ ಮೇಲೆ ಬಂದು ತನ್ನನ್ನು ಮೋಹಿಸಿ, ತಾನು ಅವನನ್ನು ಮೋಹಿಸಿ ಅವನು ತನ್ನನ್ನು ಅಪಹರಿಸಿ ರಥದ ಮೇಲೆ ಕೂರಿಸಿ ಗೆದ್ದು ಹೋದರೆ, ಕುಲುಕುವ ಗಾಲಿ, ಗೊರಸಿನ ಶಬ್ದ, ಧೂಳು, ಕೈಗೆ ಸಿಕ್ಕದ ಓಟ, ಕೊನೆಗೆ ಬೆನ್ನಟ್ಟಿ ಬರುವವರನ್ನು ಸೋಲಿಸಿ ಅಪ್ಪ, ಅಜ್ಜ, ಅಜ್ಜನಿಗೆ ಬೆನ್ನಟ್ಟಿ ಹೋಗುವ ಶಕ್ತಿ ಇದೆಯೆ? ನಡೆಯುವಾಗ ಸೊಂಟ ಕುಗ್ಗುವುದಿಲ್ಲ, ಬೆನ್ನು ಬಗ್ಗುವುದಿಲ್ಲ. 'ಅಜ್ಜ, ನಿನಗೆಷ್ಟು ವರ್ಷ?'

'ಆ, ಜಾಣೆ ನೀನು ಮಾತು ಮರೆಸುಕ್ಕೆ, ಇದೇ ಪ್ರಶ್ನೆ ಮತ್ತೆ ಕೇಳ್ತಿದೀಯ?'

'ಇಲ್ಲ. ಇಷ್ಟು ವರ್ಷ ಅಂತ ನೀನು ಯಾವತ್ತೂ ಖಚಿತವಾಗಿ ಹೇಳಿಯೇ ಇಲ್ಲ.'

'ಇವತ್ತು ಹೇಳ್ತೀನಿ ಕೇಳು. ಎಂಬತ್ತನಾಲ್ಕು.'

'ಹ್ಯಾಗೆ ಲೆಕ್ಕ ಇಟ್‌ಕಂಡಿರ್ತೀಯ?'

'ಹ್ಯಾಗೆ? ಊಂ' ಎಂದು ತಲೆ ಎತ್ತಿ, ಹೊನ್ನೆಮರದ ಚಪ್ಪೆ ಹಲಗೆಗಳಿಂದ ಮಾಡಿದ ಮೇಲುಚಾವಣಿ ನೋಡುತ್ತಾ ಹೇಳಿದ: 'ಭೀಷ್ಮನಿಗಿಂತ ನಾನು ಮೂವತ್ತಾರು ವರ್ಷಕ್ಕೆ ಚಿಕ್ಕೋನು. ಈಗ ಅವನಿಗೆ ನೂರ ಇಪ್ಪತ್ತಂತೆ. ಅಂದರೆ ನನಗೆ? ಬೆರಳು ಮಡಿಸಿ ಎಣಿಸು.'

ಕೆಂಪಗೆ ನೀಳವಾದ ಬೆರಳುಗಳನ್ನು ಸ್ಪಷ್ಟಗೆರೆಗಳ ಅಂಗೈಗೆ ತಗಲುವಂತೆ ಮಡಿಸಿ

ಕೊಳ್ಳುತ್ತಾ ಹುಡುಗಿ ಎಣಿಸಿಕೊಂಡಳು. ಉತ್ತರ ಸಿಕ್ಕುವ ಮೊದಲೇ ಮನಸ್ಸಿನೊಳಗಿನಿಂದ ಒಂದು ಪ್ರಶ್ನೆ ಚಿಮ್ಮಿತು: 'ಭೀಷ್ಮನಿಗೆ ನೂರ ಇಪ್ಪತ್ತು ಅಂತ ಹ್ಯಾಗೆ ಗೊತ್ತು ನಿನಗೆ?' ಕತ್ತೆತ್ತಿದಾಗ ಅಜ್ಜನ ಮುಖ ಅಪ್ರಸನ್ನವಾಗಿದ್ದುದು ಕಾಣಿಸಿತು. 'ನಾನು ಯಾಕೆ ಕೇಳಿದೆ ಅಂದರೆ ಆ ಭೀಷ್ಮ ಯಾವತ್ತೂ ನಮ್ಮ ಊರಿಗೆ, ನಮ್ಮ ದೇಶಕ್ಕೆ ಬಂದಿಲ್ಲ. ನೀನು ಕೂಡ ಅಲ್ಲಿಗೆ ಹೋಗಿಲ್ಲ.'

ಮುದುಕನ ಮನಸ್ಸು ಇನ್ನೂ ಗಂಭೀರವಾಯಿತು. ಶುಭ್ರವಾದ ಆದರೆ ಸೂಕ್ಷ್ಮ ಸುಕ್ಕುಗಳ ಮುಖದಲ್ಲಿ ಅದನ್ನು ಕಂಡ ಹುಡುಗಿ ಮುಂದೆ ಪ್ರಶ್ನಿಸಲಿಲ್ಲ. ಮೂವತ್ತಾರು ಕಡಮೆ ನೂರ ಇಪ್ಪತ್ತೆಂದರೆ ಎಷ್ಟಾಯಿತೆಂದು ಈಗ ಅವಳ ಲೆಕ್ಕಕ್ಕೆ ಸಿಕ್ಕಿತು. ಎಷ್ಟು ದೊಡ್ಡವನು ನಮ್ಮಜ್ಜ! ಎನ್ನಿಸಿತು. ಆದರೆ ಅಜ್ಜನಿಗಿಂತ ಎಷ್ಟು?, ಮೂವತ್ತಾರು, ದೊಡ್ಡ ಭೀಷ್ಮ ಇನ್ನೆಷ್ಟು ದೊಡ್ಡವನಿರಬೇಕು! ಈಗ ತಕ್ಷಣ ನೆನಪಾಗಿ ಎಂದಳು: 'ಸಿಟ್ಟು ಮಾಡಿಕೋಬೇಡಜ್ಜ. ನನಗೂ ಗೊತ್ತಿದೆ ಹಿಂದೆ ಅಜ್ಜಿಯನ್ನ ಅವನ ತಮ್ಮನ ಮಗನಿಗೆ ಕೇಳುಕ್ಕೆ ಅಂತ ಭೀಷ್ಮನೇ ಬಂದಿದ್ದನಂತೆ ನಮ್ಮರಮನೆಗೆ. ಆಗ ನಾನಂತೂ ಹುಟ್ಟಿರಲಿಲ್ಲ. ಅಪ್ಪ ಹುಟ್ಟಿದ್ನಾ?'

ಅಜ್ಜ ಇನ್ನೂ ಮಾತನಾಡಲಿಲ್ಲ. ಯಾಕೆಂಬುದು ಹುಡುಗಿಗೆ ತಿಳಿಯಲಿಲ್ಲ. ಅಜ್ಜ ಎದ್ದು ಬಾಗಿಲಿನಿಂದ ಹೊರಗೆ ನಡೆದ. ಬೇಸಿಗೆಯ ದಗೆಗೆ ಉದ್ಯಾನದ ಗಿಡಗಳು ಕೂಡ ಸೊರಗಿದ್ದವು. ಶಾಕಲ ಪಟ್ಟಣದಲ್ಲಿ, ಬರೀ ಶಾಕಲ ಪಟ್ಟಣವೇನು, ಇಡೀ ಮದ್ರದೇಶದಲ್ಲಿ ನೀರಿಗೆ ಬರವಿಲ್ಲ. ಆದರೆ ಉರಿಯುವ ಬೇಸಿಗೆಯಲ್ಲಿ ಉದ್ಯಾನದ ಗಿಡಗಳಿಗೆ ಉಣಿಸುವಷ್ಟು ನೀರು ಎಲ್ಲಿ ಬರಬೇಕು? ಉದ್ಯಾನದ ಆಚೆಯ ಮರಗಳು ಕೂಡ ಒಣಗಿ ನಿಂತಿವೆ ಮಳೆ ಬೀಳುವ ತನಕ ಎಷ್ಟು ತಿಂಗಳು? ಸಂಜೆಯಾಗಿ ಸೂರ್ಯ ಮರೆಯಾಗಿದ್ದರೂ ಸಣ್ಣ ಬಂಡೆಗಲ್ಲು ಬಿಸಿಯಾಗಿದೆ. ರಾಜನಾದ ತಾನು ಬರೀ ನೆಲದ ಮೇಲೆ ಕೂಡಬಾರದು. ಸೇವಕನು ದರ್ಭೆಯ ಹಾಸು ಹಿಡಿದು ಹಿಂದೆಯೇ ಬರುತ್ತಿದ್ದಾನೆ. ಅದನ್ನು ಹಾಕಿಸಿಕೊಂಡ ಮೇಲೆ ವೃದ್ಧ ಶಲ್ಯರಾಜನು ದೂರ ಹೋಗುವಂತೆ ಸೇವಕನಿಗೆ ಹೇಳಿದ. ತಾನು ಒಂಟಿಯಾಗಿ ಕುಳಿತ, ಹಾರುವ ಹುಳುಹುಪ್ಪಟೆಗಳನ್ನು ಕೂಡ ಸ್ತಬ್ಧವಾಗಿಸುವಂತೆ ಸ್ಥಗಿತಗೊಂಡ ಗಾಳಿಯಲ್ಲಿ. ಕುತ್ತಿಗೆ, ಹಣೆ, ಎದೆಗಳೆಲ್ಲ ಬೆವರಿನ ಅಂಟು. ಈ ತಿಂಗಳೇ ಬರಬೇಕು, ಮಳೆ, ಓ ಪರ್ಜನ್ಯ:

ಮಹಾಂತಂ ಕೋಶಂ ಉದ ಚಾ ನಿಷಿಂಚ
ಸ್ಯಂದಂತಾಂ ಕುಲ್ಯಾವಿಷಿತಾಂ ಪುರಸ್ತಾತ್ ।
ಘೃತೇನ ದ್ಯಾವಾಪೃಥಿವೀ ವ್ಯುಂಧಿ
ಸುಪ್ರಪಾಣಂ ಭವಂತ್ವಘ್ನ್ಯಾಭ್ಯಃ ।

ಧೋ ಧೋ ಅಂತ ಮಳೆ ಸುರಿದು ಮೊದಲ ಮಳೆಗೆ ನೆತ್ತಿ ಭುಜ ತೋಳುಗಳನ್ನು ಕೊಟ್ಟು ಮೈಮೇಲೆ ಎದ್ದು ಉಬ್ಬಿರುವ ಶಾಖದ ಗುಳ್ಳೆಗಳೆಲ್ಲ ಶಮನವಾಗಿ ಇಂಗುವ ತನಕ ನೆನೆದು ಶಾಂತಿಃ ಶಾಂತಿಃ ಶಾಂತಿಃ. ಅವನು ಬಂದು ನನ್ನ ತಂಗಿಯನ್ನು ಕೊಂಡೊಯ್ದು ಸಂವತ್ಸರ ಚಕ್ರ ಒಂದು ಸುತ್ತು ಪೂರ್ಣ ತಿರುಗುವಷ್ಟು ಕಾಲ. ಒಮ್ಮೆಯೂ ಅವನು ಬರ

ಲಿಲ್ಲ ನಂಟು ಹುಡುಕಿಕೊಂಡು. ಸೈನ್ಯದ ಸೊಕ್ಕನ್ನು ಊರ ಹೊರಗೆ ನಿಲ್ಲಿಸಿ ದರ್ಪದ ಮುಖದಲ್ಲಿ ವಿಶ್ವಾಸವನ್ನು ಕರುಣಿಸುವವನಂತೆ ಅರಮನೆಗೆ ಬಂದು ತಮ್ಮ ವಿಚಿತ್ರವೀರ್ಯನ ಮಗನಿಗೆ ಹೆಣ್ಣು ಕೊಡು ಅಂತ ಕೇಳಿ ಒಯ್ದನಂತರ. ಭೀಷ್ಮ, ಕುರುಕುಲಕ್ಕೆ ತಂಗಿಯನ್ನು ಕೊಡುವುದು ಭಾಗ್ಯವೆಂತ ಭಾವಿಸುತ್ತೇನೆ. ಆದರೆ ಕುನ್ತಿಭೋಜನ ಸಾಕುಮಗಳು, ಶೂರರಾಜನ ಮಗಳೊಡನೆ ನಿನ್ನ ತಮ್ಮ ಪಾಂಡುವಿನ ವಿವಾಹವಾಯಿತು ಅಂತ ನಾನು ಕೇಳಿಬಲ್ಲೆ. ಹಿರಿಯ ಹೆಂಡತಿ ಇರುವಾಗ ನನ್ನ ತಂಗಿಗೆ ಯಾವ ಸುಖ? ಎತ್ತರವಾದ ಮೈಕಟ್ಟಿನ ಅಗಲ ಮುಖದ ದೃಢತೆ ಅವನ ಕಂಠಕ್ಕೂ ಇತ್ತು. 'ಮದ್ರರಾಜ, ಮದುವೆಯಾಗಿ ಮೂರು ವರ್ಷವಾದರೂ ಗರ್ಭಿಣಿಯಾಗದವಳಿಗೆ ಹಿರಿಯ ಹೆಂಡತಿಯ ಪಟ್ಟ ಹೇಗೆ ದಕ್ಕೀತು? ತಾನು ಹೆರುವಮಕ್ಕಳ, ಗಂಡುಮಕ್ಕಳ ಸಂಖ್ಯೆಯನ್ನವಲಂಬಿಸಿಯಲ್ಲವೆ ಶುದ್ಧ ಆರ್ಯ ಕುಟುಂಬದಲ್ಲಿ ಹೆಂಡತಿಗೆ ಸ್ಥಾನ ಸಿಕ್ಕುವುದು? ನಿಮ್ಮ ದೇಶದ ಹೆಣ್ಣುಗಳು ಅಂದರೆ ನಿಶ್ಚಿತ ವಾದ, ದಶಪುತ್ರಮಾತೃವಾಗುವ ಗರ್ಭಶಕ್ತಿ. ರೂಪದಲ್ಲಂತೂ ಹೇಳಬೇಕಿಲ್ಲ.' ತನಗೂ ಹೆಮ್ಮೆ ಎನಿಸಿತು. ಅವಳ ರೂಪ ಮರೆತೇಹೋಯಿತಲ್ಲ. ಸಂವತ್ಸರ ಚಕ್ರ ಉರುಳುವಷ್ಟು ಕಾಲ. ಆದರೂ ಸುಂದರಿ, ಮದ್ರರಾಜ್ಯದ ಯಾವ ಹೆಂಗಸಾದರೂ ಸುಂದರಿಯೇ. ಉಟ್ಟಿದ್ದ ಹತ್ತಿಯ ಅರಿವೆಯಿಂದ ಶಲ್ಯನು ಎದೆಯ ಬೆವರನ್ನು ಒರೆಸಿಕೊಂಡ. ಭೀಷ್ಮ, ನಮ್ಮ ದೇಶದ ಪದ್ಧತಿ ಗೊತ್ತಿದೆಯೆ? 'ಓಹೋ! ನಮ್ಮ ಕುರುನಾಡಿನ ಪಶ್ಚಿಮಕ್ಕೆ ಹೋದಂತೆಲ್ಲ ಕನ್ಯಾಶುಲ್ಕವಿಲ್ಲದೆ ಹೆಣ್ಣು ಕೊಡುವುದಿಲ್ಲ ಅಂತ ನನಗೆ ಗೊತ್ತಿದೆ. ಕನ್ಯೆಯ ಲಕ್ಷಣಕ್ಕೆ ತಕ್ಕಂತೆ ಶುಲ್ಕದ ಮೊತ್ತ ನಿಶ್ಚಯವಾಗಬೇಕೊ? ಇಪ್ಪತ್ತು ಗಾಡಿಗಳ ಭರ್ತಿ ತಂದಿದೀನಿ. ತಾಮ್ರದ ಪಾತ್ರೆಗಳು, ಹತ್ತಿ, ರೇಶ್ಮೆ, ಉಣ್ಣೆಯವಸ್ತ್ರಗಳು, ಒಂದು ತಟ್ಟೆಯ ತುಂಬ ನಿಷ್ಕ, ಕುರುಗಳ ನಿಷ್ಕ ಅಂದರೆ ಗೊತ್ತಿದೆಯೆ, ಶುದ್ಧ ಸುವರ್ಣ, ನಿಮ್ಮ ಪಶ್ಚಿಮನಾಡುಗಳ ರೀತಿಯದಲ್ಲ.' ಏನು ಐಶ್ವರ್ಯ ಕುರುಗಳದು! ಹಸ್ತಿನಾವತಿಯಲ್ಲಿರುವಷ್ಟು ಸಿರಿ ಬೇರೆಲ್ಲೂ ಇಲ್ಲವಂತೆ, ಎಲ್ಲೂ. ಅಂತಹ ಕುಟುಂಬದೊಡನೆ ಸಂಬಂಧವೇನೋ ಆಯಿತು. ಆಮೇಲೆ ಒಮ್ಮೆ ಕೂಡ ಭೀಷ್ಮ ಇಲ್ಲಿಗೆ ಬರಲಿಲ್ಲ. ನನ್ನನ್ನು ಸಮಾನಸ್ಕನಂತೆ ಕರೆಯಲಿಲ್ಲ. ಕನ್ಯೆಯನ್ನು ಕರೆದೊಯ್ದು. ಮುಂದೆ ತಂಗಿ ಒಮ್ಮೆಯೂ ಊರಿಗೆ ಬರಲಿಲ್ಲ ಕರೆಯ ಕಳಿಸಿದರೂ, ಷಂಡ ಗಂಡನಿಗೆ ಕಟ್ಟಿದೆ ಎಂಬ ಸಿಟ್ಟಿಗೆ. ಸಮೃದ್ಧ ವೀರ್ಯದ ಗಂಡನಲ್ಲದಿದ್ದರೆ ನಮ್ಮ ಯಾವ ಮದ್ರ ಹೆಂಗಸು ಸಿಟ್ಟುಮಾಡಿಕೊಳ್ಳುವುದಿಲ್ಲ! ಥೋ ಥೋ ಅಂತ ಸುರಿಯಬೇಕು, ಶಾಖ ಶಮನವಾಗಿ ಇಂಗಿ ನೆನೆದು ಶಾಂತಿಃ ಶಾಂತಿಃ ಶಾಂತಿಃ.

ಅಷ್ಟರಲ್ಲಿ ಸುಂದರಿಯರಾದ ಹೆಣ್ಣಾಳುಗಳು ದಪ್ಪ ದಪ್ಪ ಮಣ್ಣಿನ ಗಡಿಗೆಗಳಲ್ಲಿ ನೀರು ಹೊತ್ತು ಹತ್ತಿರ ಬಂದರು. ಉದ್ಯಾನದ ನೆಲದ ಮೇಲೆಲ್ಲ ದಟ್ಟವಾಗಿ ಚಿಮುಕಿಸಿದರು. ನೆಲವು ನೀರನ್ನು ಒಂದೇ ಕ್ಷಣಕ್ಕೆ ಹೀರಿಕೊಂಡಿತು. ಮತ್ತೆ ತಂದರು. ಚಿಮುಕಿಸಿದರು. ಮತ್ತೆ ತಂದರು. 'ಸೇವಕಿಯರೇ, ಥೋ ಥೋ ಅಂತ ಸುರಿಯಿರಿ' ರಾಜ ಕೂಗಿ ಹೇಳಿದ. ನೆಲ ಕೆಸರಾಗುತ್ತದೆ ಪ್ರಮುಖಳು ಎಂದಳು. 'ಆಗಲಿ, ಭೂಮಿ ನೆನೆಯಲಿ' ಅವನು ಹೇಳುತ್ತಿರುವಾಗ ಅವರು ಬಲ ಅಂಗೈಯನ್ನು ಗಡಿಗೆಯ ಬಾಯಿಗೆ ಅಡ್ಡ ಕೊಟ್ಟು

ಸುತ್ತಲೂ ಎರಚಿದರು. ಹಾಯ್ ಎನ್ನುವಂತೆ ಶಖೆ ಕಡಮೆಯಾಯಿತು. ಅವರೆಲ್ಲ ಹೊರಟು ಹೋದಮೇಲೆ ರಾಜನ ಮನಸ್ಸು ಮತ್ತೆ ಕುರುಕುಲದ ಸಂಪತ್ತನ್ನು ಕಲ್ಪಿಸಿಕೊಳ್ಳತೊಡಗಿತು. ಅದೆಷ್ಟು ಆನೆಗಳು, ಹಸುಗಳು, ರಥ ಕುದುರೆ, ಪಾತ್ರೆ ಅಂದರೆ ಮಣ್ಣೇ ಇಲ್ಲವಂತೆ, ಬರೀ ತಾಮ್ರವಂತೆ. ಸುವರ್ಣವಂತೂ ಬೇರೆ ಎಲ್ಲೂ ಕಾಣದಷ್ಟು. ಎಷ್ಟು ತಲೆಮಾರಿನಿಂದ ಕೂಡಿದೆಯೋ: ಭೀಷ್ಮ, ಶಂತನು, ಋಷ್ಟಿಸೇನ, ಬೆರಳ ಗೆರೆಗಳನ್ನು ಮುಟ್ಟಿ ಎಣಿಸಿಕೊಳ್ಳುತ್ತಾ ನೆನಪನ್ನು ಕೆದಕಿಕೆದಕಿ ಹೊರತೆಗೆಯಲು ಶುರುಮಾಡಿದ, ಹೂಂ. ಋಷ್ಟಿಸೇನ, ಪ್ರತಾಪ, ದಿಲೀಪ, ಭೀಮಸೇನ, ಋಕ್ಷ, ದೇವಾತಿಥಿ, ಅಕ್ರೋಧನ, ಅಕ್ರೋಧನ, ಅಕ್ರೋಧನ, ನೆನಪಿನ ಆಳದಲ್ಲಿ ದಪ್ಪ ಬಂಡೆ ಅಡ್ಡ ನಿಂತಿತು. ಹಿಂದೆ ಇನ್ನೂ ಎಷ್ಟೋ ತಲೆಗಳು. ಒಬ್ಬ ಸೂತ ಬಂದಿದ್ದನಲ್ಲ ಕುರುದೇಶದವನು, ಅವನು ಹೇಳಿದ ರೀತಿ ಹಸ್ತಿನಾವತಿಯನ್ನು ಸ್ಥಾಪಿಸಿದ ಹಸ್ತಿನನು ಈ ಭೀಷ್ಮನಿಗಿಂತ ನಲವತ್ತು ತಲೆ ಹಿಂದಿನವನಂತೆ. ಎಷ್ಟು ಸಂಪತ್ತು ಶೇಖರವಾಗಿರಬಹುದು ಆ ಪಟ್ಟಣದಲ್ಲಿ. ನಾವು ಕೂಡ ಸರಿಯಾದ ಸೂತರನ್ನು ಹುಡುಕಿ ಮದ್ರ ಕುಲಾವಳಿಯನ್ನು ಹಾಡಿಸಬೇಕು. ನೆಲಕ್ಕೆ ನೀರು ಬಿದ್ದು ತಂಪಾದಮೇಲೆ ಗಾಳಿಯಲ್ಲಿ ಗುಂಯ್‌ಗುಟ್ಟುತ್ತಾ ಮೈ ಚಿವುಟುವ ಹುಳುಗಳು ಕಡಮೆಯಾದವು. ಶಲ್ಯನು ಒಮ್ಮೆ ಆಕಳಿಸಿ ಎರಡು ತೋಳುಗಳನ್ನೂ ಎತ್ತಿ ಮೈ ಮುರಿಯುತ್ತಿರುವಾಗ ಮೊಮ್ಮಗಳು ಬಂದಳು. ಅಜ್ಜ, ಅಪ್ಪ ಬಂದಿದಾನೆ ಸುದ್ದಿ ಹೇಳಿದಳು. 'ಕಳಿಸು ಇಲ್ಲಿ' ಅಜ್ಜ ಎಂದ.

ಸ್ವಲ್ಪ ಹೊತ್ತಿಗೆ ಮಗ ರುಕ್ಮರಥ ಬಂದ. ಐವತ್ತು ಸಮೀಪಿಸುತ್ತಿದ್ದರೂ ಪ್ರಾಯದವನಂತೆ ಕಾಣುತ್ತಿದ್ದ ಅವನು, ಹೆಗಲಿನ ಉತ್ತರೀಯ ಸರಿಮಾಡಿಕೊಂಡು ತಂದೆಯ ಎದುರು ನಿಂತು ಬಾಗಿ ನೆಲ ಮುಟ್ಟಿ ನಮಸ್ಕರಿಸಿದ. ಅಪ್ಪ ತನ್ನ ನೆತ್ತಿ ಮೂಸಿದನಂತರ ಎರಡು ಹೆಜ್ಜೆ ಹಿಂದೆ ಸರಿದು ಕುಳಿತ. 'ನೀನು ಹೋಗಿ ಒಂದು ಪಕ್ಷವಾಯಿತಲ್ಲವೆ, ರುಕ್ಮರಥ?'

'ಹೌದು ಅಪ್ಪ.'

'ಎಷ್ಟು ಕಳೆದೆ? ಏನೇನು ಕಳೆದೆ?'

'ನಾನು ಹಾಗೆ ಕಳೆಯುವ ಜೂಜುಗಾರನಲ್ಲ. ಹೆಚ್ಚೇನೂ ಬರಲೂ ಇಲ್ಲ. ನಾನು ಹೋಗಿದ್ದುದು ಜೂಜಿನ ನೆಪದಲ್ಲಿ ಅಷ್ಟೆ.'

'ಮತ್ತೇನು ರಾಜಕಾರಣ?'

'ನಾ ಹೇಳಿದರೆ ಕುಲಪದ್ಧತಿ ನಷ್ಟವಾಗುತ್ತೆ ಅಂತ ನೀನು ಸಿಟ್ಟಾಗ್ತೀಯ.'

'ಮಗಳಿಗೆ ಸ್ವಯಂವರ ಏರ್ಪಡಿಸುವ ಪ್ರಯತ್ನ ತಾನೆ?'

'ನನ್ನ ಅಪ್ಪನಿಗೆ ಎಲ್ಲವೂ ಗೊತ್ತಿದೆ.'

'ಆಯಿತು. ಈಗ ನಮಗೂ ಸಾಕಷ್ಟು ಅನುಕೂಲವಿದೆ. ಸ್ವಯಂವರ ಅಂತ ಮಾಡಿ ಉಡುಗೊರೇನೇ ಕೊಟ್ಟುಕಳಿಸು. ಆದರೆ ನೋಡು, ಬೇಗ ಆಗಬೇಕು. ಹುಡುಗಿ ಋತುಮತಿ ಯಾಗಿ ಈಗಾಗಲೇ ಐವತ್ತು ಸಲ ಬಹಿಷ್ಠೆಯಾಗಿರಬಹುದು. ಗರ್ಭದಲ್ಲಿ ಋತುಚಕ್ರ ಬಂದಾಗ ವೀರ್ಯ ಸೇರಿ ಗರ್ಭಕಟ್ಟದೆ ನಷ್ಟವಾದರೆ ಎಷ್ಟು ಪಾಪ! ಈ ಐವತ್ತು ಸಲದ ನಷ್ಟಕ್ಕೆ ನೀನು ನಾನು ನಿಮ್ಮಜ್ಜ, ಮೂರು ಜನವೂ ನರಕವಾಸ ಮಾಡಬೇಕೋ ಏನೋ!'

'ಅಪ್ಪ, ನಿನ್ನ ಮಾತು ನಿಜ. ಆದರೆ ಸ್ವಯಂವರ ಅಂದರೆ ಸಂಪತ್ತು ಬೇಕು. ದೇಶ ದೇಶಗಳಿಂದ ರಾಜ, ರಾಜಕುಮಾರರನ್ನು ಕರೆಸಬೇಕು. ಅವರ ಆತಿಥ್ಯ, ಉಡುಗೊರೆ, ಮದುವೆಯ ಉಡುಗೊರೆ, ಇವೆಲ್ಲ ಕಡಮೆ ಖರ್ಚೇ? ಅದೆಲ್ಲ ಹೊಂದಿಸಿಕೊಬೇಕಾದರೆ ಇಷ್ಟು ದಿನ ಆಯಿತು. ನಾವೇನು ಕುರು ಪಾಂಚಾಲ ದೇಶದವರೆ, ಕಾಶಿ ಮಗಧರೆ, ಬೇಕಾದಾಗ ಭಂಡಾರದಿಂದ ಎತ್ತಿ ಕೊಡಲು?'

'ಅವರ ಸಂಪತ್ತು ಇಲ್ಲದ ಮೇಲೆ ಅವರ ಪದ್ಧತಿ ಯಾಕೆ ಬೇಕು? ಕನ್ಯಾಶುಲ್ಕವನ್ನೇ ತೆಗೆದುಕೊಳ್ಳೋಣ. ಸಂಪತ್ತೂ ಬರುತ್ತಿತ್ತು. ಹುಡುಗಿಯ ಋತುನಷ್ಟದ ಪಾಪವೂ ತಪ್ಪುತ್ತಿತ್ತು. ಕಾನೀನ ಶಿಶು ಹುಟ್ಟಿಬಿಟ್ಟರೆ ಅವಮಾನ ಅಂತ ನೀನು ಹುಡುಗಿಯನ್ನು ಕಟ್ಟಿನಲ್ಲಿ ಹಾಕಿದೀಯ. ಇದೆಲ್ಲ ಏನು ಅವಿವೇಕ?'

ಮಗ ಉತ್ತರ ಹೇಳಲಿಲ್ಲ. ಅವನಲ್ಲಿ ಉತ್ತರವಿಲ್ಲವೆಂದು ಭಾವಿಸಿದ ಅಪ್ಪ ಇನ್ನೂ ಜೋರು ಮಾಡಿದ: 'ಋತುನಷ್ಟವಾದರೆ ಮಹಾ ಪಾಪ ಅನ್ನುವುದು ಮೂಲ ಧರ್ಮ. ಅದನ್ನು ಉಲ್ಲಂಘಿಸಿದ ಯಾವ ಕೃತ್ಯವನ್ನೂ ನಾನು ಸಹಿಸುವುದಿಲ್ಲ.'

'ಅಪ್ಪ, ನೀನು ಮದ್ರರಾಜ್ಯದಿಂದ ಆಚೆಗೆ ಹೋಗಿ ನೋಡಿಲ್ಲ. ನಮ್ಮ ಮದ್ರದೇಶದ ಹೆಂಗಸರ ರೂಪ ಎಲ್ಲೆಲ್ಲೂ ಪ್ರಸಿದ್ಧವಾಗಿದೆ. ಆದರೆ ಇವರ ರತಿಸ್ವಾತಂತ್ರ್ಯಕ್ಕೆ ಎಲ್ಲೆಯೇ ಇಲ್ಲ ಅನ್ನುವ ಮಾತೂ ವಿಪರೀತವಾಗಿದೆ. ಪೂರ್ವ ದೇಶಗಳಿಗೆ ಹೋಗಿ ಯಾವ ತರುಣನ ಸಂಗಡವಾದರೂ ನನ್ನದು ಮದ್ರದೇಶ ಅನ್ನಲಿ. ನಿನ್ನದೇ?, ಮಿತ್ರ, ನನ್ನನ್ನು ನಿನ್ನ ದೇಶಕ್ಕೆ ಕರೆದುಕೊಂಡು ಹೋಗು, ಸ್ವರ್ಗ ಕಾಣುವ ಆಶೆ ಇದೆ ಅಂತ ಮಾರ್ಮಿಕವಾಗಿ ಕೇಳುತ್ತಾನೆ. ಇವಕ್ಕೆಲ್ಲ ಸ್ವಲ್ಪ ಕಟ್ಟು ಹಾಕಬೇಕು.'

'ಅದು ನಮ್ಮ ದೇಶಾಚಾರ. ಅದೆಲ್ಲ ತಪ್ಪು ಅನ್ನಬಾರದು' ಅಪ್ಪ ಗಟ್ಟಿಯಾಗಿ ಗದ್ದರಿಸು ವವನಂತೆ ಹೇಳಿದ. ಆದರೆ ಧ್ವನಿಯಲ್ಲಿ ಕೋಪವಿರಲಿಲ್ಲ. ಮಗ ಪ್ರತಿಹೇಳಲಿಲ್ಲ. ಅಪ್ಪನ ವಿರೋಧ ಈಗ ಮೊದಲಿನಷ್ಟಿಲ್ಲವೆಂದು ಅವನಿಗೆ ಎರಡು ವರ್ಷದಿಂದಲೇ ಅರ್ಥವಾಗಿದೆ. ಸ್ವಯಂವರವೇ ಆಗಲಿ, ಆದರೆ ಬೇಗ ಆಗಬೇಕು. ಒಂದೊಂದು ಸಲ ಮೊಮ್ಮಗಳು ಬಹಿಷ್ಠೆಯಾದರೂ ಒಂದೊಂದು ಜನ್ಮದ ನರಕವಾಸ ಹೆಚ್ಚಿದಂತೆ ಅಪ್ಪ ನೊಂದುಕೊಳ್ಳುತ್ತಾನೆ; ಕೋಪಗೊಳ್ಳುತ್ತಾನೆ; ಭಯಪಡುತ್ತಾನೆ. ತನಗೂ ಆ ಭಯವಿದೆ. ಹಾಗೆಂದು ಸ್ವಯಂವರ ಮಾಡದೆ ಕನ್ಯಾಶುಲ್ಕ ಪಡೆದೋ ಹಾಗೆಯೋ ಅಂತೂ ಅದ್ಧೂರಿಯಿಲ್ಲದೆ ಮಗಳನ್ನು ಕಳಿಸಿಬಿಟ್ಟರೆ ನಮ್ಮ ಕುಲಕ್ಕೆ ಹಿರಿತನದ ಹೆಸರು ಬಂದೀತು ಹೇಗೆ?

'ಆಯಿತು. ಜೂಜಿಗೆ ಅಂತ ಹೇಳಿ ಸ್ವಯಂವರದ ಏರ್ಪಾಟಿಗೆ ಹೋಗಿದ್ದೆ ಅಂದೆಯಲ್ಲ, ಏನೇನು ಆಯಿತು ಹೇಳು.'

'ಸದ್ಯಕ್ಕೆ ಸ್ವಯಂವರ ಏರ್ಪಡಿಸುವ ಸ್ಥಿತಿ ಇಲ್ಲ.'

'ನಾನು ಹೇಳ್ತಿಲ್ಲವೇ ಕುಲಾಚಾರ ಮೀರಲು ಹೊರಟರೆ ನೂರು ವಿಘ್ನ ಅಂತ. ಏನು ಸ್ಥಿತಿ ಇಲ್ಲ ಅಂದರೆ?' ಅಪ್ಪನ ಧ್ವನಿ ಮತ್ತೆ ಬಿರುಸಾಯಿತು. ಈ ಸಲ ಧ್ವನಿಯಲ್ಲಿ ಕೋಪವೂ ಚುರುಕಾಗುತ್ತಿತ್ತು.

ಮಗ ಶಾಂತವಾಗಿ ಹೇಳಿದ: 'ರಥ, ಕುದುರೆ, ಐವತ್ತು ಜನ ಬಿಲ್ಲುಗಾರರನ್ನು ಬೆಂಗಾವಲಿಗೆ ಇಟ್ಟುಕೊಂಡು ತ್ರಿಗರ್ತ ದೇಶಕ್ಕೆ ಹೋಗಿದ್ದೆ. ಅದರ ರಾಜ ಸುಶರ್ಮ ನನಗೆ ಮೊದಲಿನಿಂದ ಗೆಳೆಯ. ಸ್ವಯಂವರ ಮಾಡುವುದೇನೋ ಸರಿ. ಬರೀ ನಮ್ಮ ಈ ಪಶ್ಚಿಮದ ನಾಡುಗಳ ರಾಜರು ಸೇರಿದರೆ ಹೆಚ್ಚಿನ ಘನತೆ ಬರುವುದಿಲ್ಲ. ಕುರು ಪಾಂಚಾಲ ಕಾಶಿ ಮಗಧ ಚೇದಿ, ಅತ್ತ ವಿದರ್ಭ, ಈಗ ಯಾದವರಿರುವ ದ್ವಾರಕೆ, ಹೀಗೆ ಇಂದ್ರ ಅಗ್ನಿ ಯಮ ವಾಯವ್ಯ ಭಾಗದವರೆಲ್ಲ ಬರಬೇಕು. ಕುರುಪಾಂಚಾಲ ಭಾಗದ ಬ್ರಾಹ್ಮಣರು, ಋತ್ವಿಜರುಗಳೆಲ್ಲ ಸೇರಬೇಕು. ಆಗ ಸ್ವಯಂವರಕ್ಕೆ ಘನತೆ ಬರುತ್ತೆ. ನೀನು ಏರ್ಪಡಿಸು. ಅತಿಥಿಸತ್ಕಾರ ಅದ್ದೂರಿಯಾಗುವ ಹಾಗೆ ನಾನೂ ಸಾಮಾನು ಸರಂಜಾಮು ಕಳಿಸ್ತೀನಿ. ಆದರೆ ಸದ್ಯಕ್ಕೆ ಪೂರ್ವದೇಶದ ಯಾರೂ ಸ್ವಯಂವರಕ್ಕೆ ಬರುವ ಸ್ಥಿತಿಯಲ್ಲಿಲ್ಲ, ಅಂದ.'

'ಯಾಕೆ ಏನಾಗಿದೆ?' ಮುದುಕ ರಾಜ ಕೇಳಿದ.

'ಹಸ್ತಿನಾವತಿಯ ಹಳೇ ಜಗಳವಿಲ್ಲವೇ ಧೃತರಾಷ್ಟ್ರನ ಮಕ್ಕಳಿಗೂ ಪಾಂಡುವಿನ ಮಕ್ಕಳಿಗೂ? ಪಾಂಡುವಿನ ಮಕ್ಕಳು ಹನ್ನೆರಡು ವರ್ಷ ವನವಾಸ ಒಂದು ವರ್ಷ ಅಜ್ಞಾತವಾಸ ಮುಗಿಸಿಯಾಯಿತು.....ಇಬ್ಬರಿಗೂ.....'

ಎಂಬುದನ್ನು ಮಧ್ಯದಲ್ಲಿ ತಡೆದು ಅಪ್ಪ ಕೇಳಿದ: 'ಅಂದ ಹಾಗೆ ಅಜ್ಞಾತವಾಸ ಎಲ್ಲಿ ಮಾಡಿದರಂತೆ?'

'ಅಲ್ಲೇ ಹತ್ತಿರ ವಿರಾಟನಗರದಲ್ಲಿ.'

'ಕಳ್ಳ ಯಾವತ್ತೂ ಬಾಗಿಲಿನ ಹಿಂದೇ ಅವಿತಿರ್ತಾನೆ ಅನ್ನೂದು ಸುಳ್ಳಲ್ಲ.'

'ಎಲ್ಲೋ ದೂರ ಹೋಗಿದಾರೆ ಅಂತ ದುರ್ಯೋಧನ ಊಹೆ ಮಾಡಿದ. ಅವರ ಬೀಗರು ದ್ರುಪದನ ರಾಜ್ಯದಲ್ಲೋ ಅಥವಾ ಸ್ನೇಹಿತ ಕೃಷ್ಣನ ದ್ವಾರಕೆಯಲ್ಲೋ ಇರಬೇಕು ಅಂತ ಅವನು ಅಲ್ಲಿಗೆಲ್ಲ ಗೂಢಚಾರರನ್ನ ಕಳಿಸಿದ್ದನಂತೆ. ಅತ್ತ ಹಿಮಾಲಯದ ಕಡೇಲೂ ಹುಡುಕಿಸಿದನಂತೆ. ಈಗ ಅವರು ಹದಿಮೂರು ವರ್ಷ ಕಳೀತು, ನಮ್ಮ ರಾಜ್ಯ ನಮಗೆ ಬಿಟ್ಟುಕೊಡು ಅಂತ ಹೇಳಿಕಳಿಸಿದರೆ ಇವನು ಕೊಡೂದಿಲ್ಲ ಅಂತ ಖಡಾಖಂಡಿತ ಹೇಳಿದ ನಂತೆ.'

'ಭೂಮಿ, ಹೆಂಗಸು, ಒಂದು ಸಲ ಅನುಭವಕ್ಕೆ ಸಿಕ್ಕಿದರೆ ಯಾರು ಬಿಟ್ಟುಕೊಡ್ತಾರೆ?' ಮುದುಕ ಹಲ್ಲು ಬಿದ್ದ ಬಾಯಿಯಿಂದ ಪುಸ್ ಎಂದು ನಕ್ಕ.

'ಬರೀ ಅನುಭವಕ್ಕೆ ಬಂತು ಅಂತ ಮಾತ್ರವಲ್ಲ. ದುರ್ಯೋಧನ ಇನ್ನೂ ಮೂಲದ ಪ್ರಶ್ನೆ ಹಿಡಿದು ಮಾತಾಡಿದನಂತೆ. ಕುರುವಂಶಕ್ಕೆ ಹುಟ್ಟಿದೋನು ತಾನು. ಅಂದರೆ ಅಪ್ಪ ಧೃತರಾಷ್ಟ್ರನ ಬೀಜಕ್ಕೆ ತಾನು ಜನಿಸಿದೀನಿ. ತನ್ನ ಹದಿಮೂರು ಜನ ತಮ್ಮಂದಿರು, ಒಬ್ಬ ತಂಗಿ. ಆ ಐದು ಜನ ಅಪ್ಪನ ಬೀಜಕ್ಕೆ ಹುಟ್ಟಲೇ ಇಲ್ಲವಲ್ಲ. ಪಾಂಡುವಿನ ಹೆಂಡತೀರು ಯಾರ ಯಾರನ್ನೋ ಕರಕಂಡು ಬಸುರಾಗಿ ಅವರು ಹುಟ್ಟಿದರು. ಆದ್ದರಿಂದ ಅವರು ಕೌರವರೇ ಅಲ್ಲ. ಮೊದಲು ಅವರಿಗೆ ಖಾಂಡವಪ್ರಸ್ಥ ಕೊಟ್ಟದ್ದೇ ತಪ್ಪು. ಆ ತಪ್ಪನ್ನ ನಾನು ಜೂಜಿನ ಮೂಲಕ ಸರಿಮಾಡಿದೀನಿ. ಅದನ್ನ ನೀವು ಮತ್ತೆ ಕೆಡಿಸುಕ್ಕೆ ಬರಬೇಡಿ

ಅಂತ ಹಿರಿಯರಿಗೆ ಹೇಳಿಬಿಟ್ಟನಂತೆ.'

'ಏನಂದನಂತೆ?' ತಂದೆಗೆ ಸಿಟ್ಟೂ ಬಂತು, ಪೂರ್ತಿ ಅರ್ಥವೂ ಆಗಲಿಲ್ಲ.

'ಆ ಐದು ಜನ ಅಪ್ಪನ ಬೀಜಕ್ಕೆ ಹುಟ್ಟಲೇ ಇಲ್ಲ. ಅವರ ತಾಯಂದಿರು ಯಾರ ಯಾರನ್ನೋ ಕರಕೊಂಡು ಬಸುರಾಗಿ ಹೆತ್ತರು. ಆದ್ದರಿಂದ ಅವರು ಕೌರವರೇ ಅಲ್ಲ. ಅವರಿಗೆ ಕೌರವ ರಾಜ್ಯದಲ್ಲಿ ಅಧಿಕಾರವೇ ಇಲ್ಲ ಅಂದನಂತೆ.'

ವೃದ್ಧನ ಮೆದುಳು ಕ್ಷಣಕಾಲ ಸ್ಥಗಿತವಾಯಿತು. ಒಳಗೆಲ್ಲ ಜುಂಯ್‌ಗುಡುವ ಕತ್ತಲು. ಹೊರಗೇನೋ ಸಣ್ಣಗೆ ಬೆಳದಿಂಗಳು ಬೆರೆತಿತ್ತು. ಯಾವ ತಿಥಿ ಇವತ್ತು? ಶುಕ್ಲ ಪಂಚಮಿ. ನಿಧಾನವಾಗಿ ಕಣ್ಣುಗತ್ತಲನ್ನು ಶಮನ ಮಾಡಿಕೊಂಡು ವಸ್ತ್ರದಿಂದ ಮುಖ ಒರೆಸಿಕೊಳ್ಳುತ್ತಾ ಎಂದ: 'ಕಂಡಕಂಡೋರನ್ನ ಕರಕೊಂಡು ವ್ಯಭಿಚಾರದಿಂದ ಹೆರಲಿಲ್ಲ. ಶಾಸ್ತ್ರಸಮ್ಮತ ನಿಯೋಗ ದಿಂದ ಪಾಂಡುವಿನ ಮಕ್ಕಳಿಗೇ ಜನನವಿತ್ತರು. ವಂಶಾಭಿವೃದ್ಧಿಗಾಗಿ ನಿಯೋಗ ಮಾಡಿಸಿ ಕೊಳ್ಳುವಂತೆ ಪಾಂಡುವೇ ಹೆಂಡಂದಿರಿಗೆ ಅಪ್ಪಣೆ ಮಾಡಿದ. ಅವನ ಆಜ್ಞೆಯಂತೆ ಅವನ ಹೆಸರಿನಲ್ಲಿ ಇವರು ಧಾರಣೆ ಮಾಡಿ, ಅವನು ಮೋಸಗಾರ. ರಾಜ್ಯ ವಾಪಸು ಕೊಡಲಾರದ ಸಂಕಟಕ್ಕೆ ಇವೆಲ್ಲ ಅಧರ್ಮದ ಮಾತು. ನಮ್ಮ ಸೈನ್ಯ ಕಳಿಸು. ಪಾಂಡವರ ಕಡೆಗೆ ಹೋಗಿ ಅವನನ್ನು ಕೊಂದು ಧರ್ಮಸ್ಥಾಪನೆ ಮಾಡೋಣ.'

'ಅಪ್ಪ, ಇತ್ತೀಚೆಗೆ ನೀನು ಸುಮ್ಮಸುಮ್ಮನೆ ಯಾಕೆ ಕಿರುಚಿ ಮಾತಾಡ್‌ತೀಯ?'

'ಧರ್ಮವನ್ನ ಅಧರ್ಮ ಅಂದರೆ ಅಧರ್ಮವನ್ನ ಧರ್ಮ ಅಂದರೆ ಸಿಟ್ಟು ಬರುಲ್ಲ ವೇನು? ಶಾಂತವಾಗಿಯೇ ಇದೀಯಲ್ಲ, ದುರ್ಯೋಧನನ ಮಾತು ಸಮ್ಮತವೋ ನಿನಗೆ?'

'ರಾಜ್ಯ ವಾಪಸು ಕೊಡಲಾರದ ಸಂಕಟಕ್ಕೆ ಅವನು ಹೀಗೆ ವಾದ ತಂದಿರೂದೇನೋ ನಿಜ. ಆದರೆ ಸ್ವಂತ ಬೀಜಕ್ಕೆ ಹುಟ್ಟುವುದಕ್ಕೂ ಗಂಡನ ಅನುಮತಿಯಿಂದಲೇ ಆಗಲಿ, ಬೇರೆ ಯಾರದಕ್ಕೋ ಹುಟ್ಟೂದಕ್ಕೂ ವ್ಯತ್ಯಾಸವಿಲ್ಲವೋ?'

'ಧರ್ಮದ ಪ್ರಕಾರ ಯಾವ ವ್ಯತ್ಯಾಸವೂ ಇಲ್ಲ. ಧರ್ಮದಲ್ಲಿ ಶ್ರದ್ಧೆ ಇಡಬೇಕು.'

ಮಗನಿಗೆ ತಕ್ಷಣ ಪ್ರತಿಯಾಗಿ ಹೊಳೆಯಲಿಲ್ಲ. ತಂದೆಯ ತುಟಿಗಳು ಕೋಪದಿಂದ ಅದುರುತ್ತಿದ್ದವು. ಎದುರಿಗೆ ಕುಳಿತಿರುವವನೇ ದುರ್ಯೋಧನನೆಂದು ಭಾವಿಸಿ ಕೈ ಎತ್ತಿದವನು ಅರ್ಧಕ್ಕೆ ಅರಿವಾಗಿ ವಾಪಸು ತೆಗೆದುಕೊಂಡ. ಒಂದು ಸಲ ಹಾಯ್ ಎನ್ನುವಷ್ಟೇ ಗಾಳಿ ಬೀಸಿ ತನ್ನ ಕುತ್ತಿಗೆ ಎದೆ ಬೆನ್ನುಗಳೆಲ್ಲ ಬೆವರಿ ಅಂಟಿರುವುದು ತಿಳಿಯಿತು. ವಸ್ತ್ರದಿಂದ ಉಜ್ಜಿ ಉಜ್ಜಿ ಒರೆಸಿಕೊಳ್ಳುವಾಗ ತಕ್ಷಣ ಹೊಳೆಯಿತು: 'ಹಾಗಾದರೆ ದುರ್ಯೋಧನನ ಅಪ್ಪ ಧೃತರಾಷ್ಟ್ರ, ಪಾಂಡವರ ಅಪ್ಪ ಪಾಂಡು, ಇಬ್ಬರೂ ಹುಟ್ಟಿದ್ದೇ ನಿಯೋಗದಿಂದ. ಅದೂ ಅಪ್ಪ ಸತ್ತಮೇಲೆ ಅವನ ಅನುಮತಿಯೂ ಇಲ್ಲದೆ. ಬರೀ ಅವನ ಹೆಸರು ಹೇಳಿ ಹೆಂಡತಿಯರು ಬೀಜಸ್ವೀಕಾರ ಮಾಡಿದ್ದರಿಂದ, ದುರ್ಯೋಧನನೂ ಕುರುವಂಶಕ್ಕೆ ಸೇರಿದವ ನಲ್ಲ ಅನ್ನಬಹುದೇನು?'

ಅದೇ ಕ್ಷಣಕ್ಕೆ ಮಗನೂ ಮರುಪ್ರಶ್ನಿಸಿದ: 'ಬರೀ ಶ್ರದ್ಧೆಯಿಂದ ಒಬ್ಬನು ಇನ್ನೊಬ್ಬನ ಮಗನಾಗುಕ್ಕೆ ಸಾಧ್ಯವೇನು?'

ಇಬ್ಬರ ಮಾತುಗಳೂ ಒಂದಕ್ಕೊಂದು ತಗುಲಿ ಒಡೆದು ಹುಡಿಯಾದವು. ಒಬ್ಬರ ಪ್ರಶ್ನೆಯು ಇನ್ನೊಬ್ಬರ ಬುದ್ಧಿಗೆ ತಗುಲಲಿಲ್ಲ. ಆದ್ದರಿಂದ ಯಾರು ಯಾರಿಗೂ ಉತ್ತರ ಹೇಳಲಿಲ್ಲ. ಇಬ್ಬರೂ ಸ್ವಲ್ಪ ಹೊತ್ತು ನಿಶ್ಶಬ್ದವಾಗಿ ಕುಳಿತಿದ್ದರು. ಅರಮನೆಯ ಒಳಗೆ ಎಳ್ಳೆಣ್ಣೆಯ ದೀಪ ಮೌನವಾಗಿ ಉರಿಯುತ್ತಿದ್ದುದು ಕಾಣಿಸಿತು. ರುಕ್ಮರಥನಿಗೆ ಮೂರು ಸಲ ಒಂದಾದಮೇಲೆ ಒಂದರಂತೆ ಆಕಳಿಕೆ ಬಂತು. ಪ್ರಯಾಣ ಮಾಡಿ ಆಯಾಸವಾಗಿದೆ, ಈಗ ಹೋಗು ಅಪ್ಪ ಹೇಳಿದ. ಮಗ ಎದ್ದು ಅಪ್ಪನ ಅರಮನೆಯ ಒಳಗಿನಿಂದ ನಡೆದು ಪಕ್ಕದಲ್ಲಿಯೇ ಇದ್ದ ತನ್ನ ಅರಮನೆಗೆ ನಡೆದ. ಹಾಲಿನಲ್ಲಿ ಬೇಯಿಸಿದ ಅನ್ನ ಉಂಡು ಹೊರಗೆ ಅಂಗಳದಲ್ಲಿ ತಣ್ಣಗೆ ನೆನೆದ ನೆಲದ ಮೇಲೆ ಹಾಸಿದ ಹಲಗೆ, ದರ್ಭೆಯ ಮಂದಲಿಗೆ, ಹತ್ತಿಯ ಹಾಸಿಗೆಯ ಮೇಲೆ ಶಲ್ಯರಾಜ ಮಲಗಿದ. ಹೆಂಡತಿ ಸತ್ತಿದ್ದಳು. ಸುಂದರಿಯರಾದ ಸೇವಕಿಯರಿದ್ದರೂ ಅವನು ಅವರನ್ನು ಕರೆಯುವುದು ಬಿಟ್ಟು ಎಷ್ಟೋ ವರ್ಷಗಳಾಗಿದ್ದವು. ಬರೀ ಸ್ಪರ್ಶ ಕೂಡ ಮಾಡುತ್ತಿರಲಿಲ್ಲ. ಎತ್ತರಕ್ಕೆ ಬಾಗಿ ವಿಸ್ತರಿಸಿದ ನೀಲಿಯಲ್ಲಿ ಥಳಾಗಿ ಹೊಳೆಯುವ ಹರಡಿದ್ದ ನಕ್ಷತ್ರಗಳನ್ನು ನೋಡುತ್ತಾ ಅಂಗಾತ ಮಲಗಿರುವಾಗ ಭೀಷ್ಮನ ನೆನಪಾಯಿತು. ಪೂರ್ವಪಶ್ಚಿಮ ದಕ್ಷಿಣೋತ್ತರಗಳ ಕ್ಷತ್ರಿಯ ಸಮೂಹದಲ್ಲೆಲ್ಲ ಧರ್ಮಜ್ಞನೆಂದರೆ ಅವನ ಸಮ ಬೇರೊಬ್ಬನಿಲ್ಲ. ಅವನೇ ಮುಂದೆ ನಿಂತು, ಸತ್ತ ತಮ್ಮನ ಹೆಂಡರಿಗೆ ನಿಯೋಗ ಮಾಡಿಸಿ ವಂಶ ಬೆಳೆಸಿದ. ಪಾಂಡುವಿನ ಮಕ್ಕಳನ್ನು ಮರುಮಾತಿಲ್ಲದೆ ಮೊಮ್ಮಕ್ಕಳೆಂದು ಒಪ್ಪಿಕೊಂಡನಂತೆ. ಈ ದುರ್ಯೋಧನ ವಾಪಸು ಕೊಡಲಾರದ ಸಂಕಟಕ್ಕೆ ಧರ್ಮದ ಅಪವ್ಯಾಖ್ಯೆ ಮಾಡುಕ್ಕೆ ಹೊರಟಿದಾನೆ. ಮೂರ್ಖ, ಮೂರ್ಖ. ಎತ್ತರದ ನಕ್ಷತ್ರಗಳ ಸಮ್ಮುಖದಲ್ಲಿ ತನ್ನ ಧರ್ಮಶ್ರದ್ಧೆ ಇನ್ನೂ ಆಳವಾದಂತೆ ಎನ್ನಿಸಿತು. ಪಕ್ಕಕ್ಕೆ ಹೊರಳಿ ಮಲಗಿದಾಗ ಮಗನ ಮೇಲೆ ಸಿಟ್ಟು ಬಂತು. ಕನ್ಯಾಶುಲ್ಕ ಅಪಮಾನವಂತೆ. ಮದುವೆಗೆ ಮೊದಲು ಹುಡುಗಿಗೆ ಮಗುವಾಗುವುದೂ ತಪ್ಪಂತೆ, ನಿಯೋಗವೂ ಸರಿಯಲ್ಲವಂತೆ, ಹಿರಿಯರ ಪದ್ಧತಿಯೇ ತಪ್ಪೆ? ಮೂರ್ಖ, ಮೂರ್ಖ. ಇನ್ನು ಸ್ವಯಂವರ ನಡೆಸುಕ್ಕೆ ಏನು ಅಡ್ಡಿ ಈಗ? ಅಲ್ಲಿ ಪಾಂಡವರು ಧಾರ್ತ ರಾಷ್ಟ್ರರು ಯುದ್ಧ ಮಾಡಿದರೆ ಇಲ್ಲಿ ನಾವ್ಯಾಕೆ ಸ್ವಯಂವರ ಮಾಡಬಾರದು? ಬೆಳಗ್ಗೆ ಕರೆಸಿ ಕೇಳಬೇಕು. ನಿದ್ದೆಬಂತು. ಶಲ್ಯರಾಜನಿಗೆ ಯಾವಾಗಲೂ ಅಷ್ಟೆ, ನಿದ್ದೆ ಎಂದೂ ಬರದೆ ಕಾಡಿಲ್ಲ. ಆದರೆ ವಯಸ್ಸಾದಮೇಲೆ ನಡುರಾತ್ರಿಗೆ ಸರಿಯಾಗಿ ಎಚ್ಚರಾಗಿ ಮತ್ತೆ ನಾಲ್ಕಾರು ಘಳಿಗೆ ಮಾಯವಾಗಿ ಮತ್ತೆ ಒಂದೆರಡು ಮುಹೂರ್ತ ಗಾಢವಾಗಿ ಬರುತ್ತಿತ್ತು. ನಡುರಾತ್ರಿಯ ಎಚ್ಚರದ ವೇಳೆಯಲ್ಲಿ ನೀಲಿಯ ಎತ್ತರ, ಚುಕ್ಕೆಗಳ ಜಾಗಗಳನ್ನು ಗಮನಿಸಿ ಗುರುತಿಸುತ್ತಾ ಮಲಗುವುದು ಬೇಸರವೆನಿಸುತ್ತಿರಲಿಲ್ಲ. ಮನೆಯ ಒಳಗೆ ಮುಸುಕು ಹೊದ್ದು ಮಲಗುವ ಶೀತಕಾಲದಲ್ಲಿ ಮಾತ್ರ ಈ ಎಚ್ಚರವು ಹಿಂದೆ ಜಗ್ಗುವ ಭಾರದ ಕಾಲವಾಗುತ್ತಿತ್ತು.

ಮನೆಯ ಮಾಳಿಗೆಯ ಮೇಲೆ ತಣ್ಣಗೆ ಬೀಸುವ ಗಾಳಿಗೆ ಮೈ ಚೆಲ್ಲಿ ಮಲಗಿರುವ ಮೊಮ್ಮಗಳು ಹಿರಣ್ಯವತಿಗೂ ನಿದ್ದೆಯಿಲ್ಲ. ತ್ರಿಗರ್ತದಿಂದ ಹಿಂತಿರುಗಿದ ಅಪ್ಪ ತಾಯಿಗೆ ಹೇಳಿದನಂತೆ. ಅಲ್ಲಿ ಕುರುಗಳ ದೇಶದಲ್ಲಿ ಯುದ್ಧವಾಗುತ್ತದಂತೆ. ಆಗಲೇ ಎಷ್ಟೋ ಜನ

ರಥ, ಕುದುರೆ, ಕಾಲಾಳುಗಳ ಸಂಗಡ ತಮ್ಮ ಊರುಗಳಿಂದ ಪಯಣ ಬೆಳೆಸಿದಾರಂತೆ. ಇಂಥಾ ಸ್ಥಿತಿಯಲ್ಲಿ ಸ್ವಯಂವರಕ್ಕೆ ಕರೆದರೆ ಯಾರು ಬರುತ್ತಾರೆ? ಪೂರ್ವ ದಕ್ಷಿಣಗಳ ಕಡೆಯ ರಾಜರನ್ನು ಬಿಟ್ಟು ಬರೀ ಪಂಚನದ, ಕೇಕಯ, ಗಾಂಧಾರ ದೇಶಗಳ ರಾಜರನ್ನೇ ಕರೆದು ಸ್ವಯಂವರ ಮಾಡುವುದು ದೊಡ್ಡ ಘನತೆಯಾಗುವುದಿಲ್ಲವಂತೆ ಅಪ್ಪನಿಗೆ. ತಾಯಿಯೂ ಖಿನ್ನಳಾಗಿದ್ದಾಳೆ. ಆದರೆ ನನ್ನಷ್ಟು ದುಃಖವಾಗಿದೆಯೇ ಅವಳಿಗೆ? ಈ ಬೇಸಿಗೆಯ ಶಖೆಯಲ್ಲಿ ಕೂಡ ಊರಿಗೆ ಬಂದ ಅಪ್ಪನ ಜೊತೆ ಕೆಳಗೆ ಮನೆಯ ಒಳಗೆ ಮಲಗಿದ್ದಾಳೆ. ಇಲ್ಲಿ ನನ್ನ ಕಾವಲು ಕಾಯಲು ಮುದಿ ದಾಸಿಯರು. ನಕ್ಷತ್ರಗಳು ಹೊಳಪನ್ನು ಜಿನುಗಿಸುತ್ತಾ ನೀಲಿಯಿಂದ ಹೊರ ಬಂದಿವೆ. ಬಲಿಷ್ಠ ಯುವಕ ನನ್ನನ್ನು ಬೆನ್ನಿಗೆ ಕಟ್ಟಿಕೊಂಡು ಕುದುರೆಯ ಮೇಲೆ ಧೂಳು, ಎರಡು ಎದೆಗಳೂ ಬಗ್ಗಿ ಒತ್ತಿ ಊಹೂಂ ದೊಡ್ಡ ಮಂಟಪದಲ್ಲಿ ದೇಶದೇಶಗಳ ರಾಜರು, ನನಗೆ ಬೇಕಾದವನನ್ನು ಆಯ್ದು ವರಿಸುವ ಸ್ವಾತಂತ್ರ್ಯ! ಅಪ್ಪ ಹೇಳುವುದೇ ಸರಿ. ಧರ್ಮ ಅಂದರೆ ಅಜ್ಜನಷ್ಟು ಅಪ್ಪನಿಗೆ ಏನು ಗೊತ್ತು? ಮದುವೆಗೆ ಮುನ್ನ ಮಕ್ಕಳಾಗಿದ್ದರೆ ತಪ್ಪೇನು? ಹೆಂಡತಿಯ ಜೊತೆಗೆ ಮಕ್ಕಳೂ ಬಂದರೆ ಲಾಭವೆ ಅಲ್ಲವೆ? ದಾಸಿಯರೆಲ್ಲ ಅದೇ ಹೇಳುತ್ತಾರೆ. ನಮ್ಮ ಅರಮನೆಯಲ್ಲಿ ಮಾತ್ರ ಬೇರೆ ಥರ ಮಾಡಬೇಕು ಅಂತ ಅಪ್ಪನ ಹಟ. ನನ್ನ ಮೇಲೆ ಕಾವಲು. ಮತ್ತೆ ಹೊರಳಿದಳು. ದಢಕ್ಕನೆ ಎದ್ದು ಕುಳಿತಳು. ಮೆಟ್ಟಲಿನ ಹತ್ತಿರ ಕೂತು ಕಾಯುತ್ತಿದ್ದ ಮುದಿ ದಾಸಿ ಓಡಿ ಬಂದು ಹತ್ತಿರ ನಿಂತಳು. 'ಹೆದರಿಕೊಬೇಡ. ನಾನು ಯಾರ ಜೊತೆಯೂ ಓಡಿಹೋಗುಕ್ಕೆ ಏಳಲಿಲ್ಲ. ನೀರು ಕೊಡು.' ಮಣ್ಣಿನ ಮೊಗೆಯಲ್ಲಿ ತುಂಬಿಟ್ಟಿದ್ದ ತಣ್ಣನೆಯ ನೀರನ್ನು ದಾಸಿ ತಂದು ಹಿಡಿದ ತಕ್ಷಣ ಗಟಗಟನೆ ಕುಡಿದಳು. ಕಾಯ್ದ ಮೈ ಎಲ್ಲ ನೀರು ಬಿದ್ದ ತಕ್ಷಣ ಬುಸ್ಸನೆ ಬೆವರಿ ಒದ್ದೆಯಾಯಿತು. ಹಾಗೆಯೇ ಕಳಲಿ ಮಲಗಿದಳು. ಮೊಗೆಯನ್ನು ಹತ್ತಿರ ಇಟ್ಟು ತಲೆ ಸವರುತ್ತಾ ದಾಸಿ ಎಂದಳು: 'ನಿದ್ದೆ ಬರ್ತಿಲ್ಲವೆ? ನಿನ್ನ ವಯಸ್ಸಿಗೆ ನನಗೆ ಎರಡು ಮಕ್ಕಳಾಗಿದ್ದವು.' ಹಿರಣ್ಯವತಿ ಮಾತನಾಡದೆ ಕಣ್ಣು ಮುಚ್ಚಿ ಮಲಗಿದಳು. ದಾಸಿ ತಾನಾಗಿಯೇ ಮೆದು ಧ್ವನಿಯಲ್ಲಿ ಹೇಳಿದಳು: 'ಹೆಂಗಸು ಹೀಗೆ ನಿದ್ದೆ ಇಲ್ಲದೆ ಹೊರಳಿದರೆ ದೇವರು ಹವಿಸ್ಸು ಕೂಡ ಸ್ವೀಕರಿಸುವುದಿಲ್ಲ. ರಾಜರೇ ಧರ್ಮವಿರುದ್ಧ ಮಾಡಹೊರಟರೆ ಮಳೆ ಬೆಳೆಯಾಗೂದು ಹೇಗೆ? ಹಸುಗಳ ಕೆಚ್ಚಲು ಹಾಲು ತುಂಬಿ ಜಿಗಿಯೂದು ಹೇಗೆ? ಹೆಂಗಸು ಗರ್ಭಿಣಿಯಾಗಿ ಜನರು ಒಂದಕ್ಕೆ ಹತ್ತಾಗಿ ಹತ್ತು ನೂರಾಗಿ ನೂರು ಸಾವಿರವಾಗಿ ಬೆಳೆಯೂದು ಹೇಗೆ? ಕುದುರೆಗಳು.....' ಅಷ್ಟರಲ್ಲಿ ಮಾಳಿಗೆಯ ಮರದ ಮೆಟ್ಟಲನ್ನು ಹತ್ತುವ ಸದ್ದು ಕೇಳಿ ಅವಳು ನಿಲ್ಲಿಸಿದಳು. ಸದ್ದಿನ ತೂಕದಿಂದಲೇ ಇಬ್ಬರಿಗೂ ತಿಳಿಯಿತು. ಹಿರಣ್ಯವತಿಯ ತಾಯಿ ಮೇಲೆ ಬರುತ್ತಿದ್ದಾಳೆ, ಮಾಳಿಗೆಯ ಮೇಲೆ ಮಗಳ ಹತ್ತಿರ ಮಲಗಲು ಕಾವಲಾಗಿ. ದಾಸಿ ಎದ್ದು ಮೊದಲಿನಂತೆ ಮೆಟ್ಟಲಿನ ಹತ್ತಿರ ಕುಳಿತಳು. ಒಳಗೆ ಬೇಯಿಸುವಷ್ಟು ಶಖೆ ಎನ್ನುತ್ತಾ ರಾಣಿ ಮಗಳ ಪಕ್ಕದ ಹಾಸಿಗೆಯ ಮೇಲೆ ಮಲಗಿದಳು. ಸ್ವಲ್ಪ ಹೊತ್ತಿಗೆ ಅವಳಿಗೆ ನಿದ್ದೆ ಹೊತ್ತಿತು. ಇನ್ನು ಸ್ವಲ್ಪ ಹೊತ್ತಿಗೆ ಗೊರಕೆ ಏರಿತು. ಮಗಳು ಹೊರಳುತ್ತಲೇ ಇದ್ದಳು.

ಶಲ್ಯರಾಜನಿಗೆ ಎರಡನೆ ಬಾರಿ ಹೊತ್ತುವ ನಿದ್ದೆ ಹೆಚ್ಚು ಸಮಯ ಇರುತ್ತಿರಲಿಲ್ಲ. ಬ್ರಾಹ್ಮೀ ಮುಹೂರ್ತಕ್ಕೆ ಸರಿಯಾಗಿ ಎಚ್ಚರವಾಗುತ್ತಿತ್ತು. ಎದ್ದವನೇ ಶಾಕಲಪಟ್ಟಣದ ಪೂರ್ವ ಭಾಗಕ್ಕೆ ನಡೆಯುತ್ತಿದ್ದ. ನಾಲ್ವರು ಬೆಂಗಾವಲಿನವರು ಅನುಸರಿಸುತ್ತಿದ್ದರು. ಬೆಳಗಿನ ವಿಧಿ ಮುಗಿಸಿ ಊರಿನಾಚೆ ಹರಿಯುವ ನದಿಯಲ್ಲಿ ಮಿಂದು ಶುಭ್ರ ಬಟ್ಟೆಯುಟ್ಟು ಅರಮನೆಗೆ ಹಿಂತಿರುಗುತ್ತಿದ್ದ. ಅರಮನೆಯ ಪುರೋಹಿತ ಹೋಮದತ್ತನು ಮಾಡಿಸುವಂತೆ ದಿನವೂ ಶ್ರದ್ಧೆಯಿಂದ ಹೋಮ ಮಾಡುತ್ತಿದ್ದ. ಮಂತ್ರ, ವಿಧಿ, ಕರ್ಮಗಳೆಲ್ಲ ಅವನಿಗೆ ಚನ್ನಾಗಿ ಗೊತ್ತಿತ್ತು. ಆದರೂ ಬ್ರಹ್ಮಪೀಠದಲ್ಲಿ ಕುಲಪುರೋಹಿತನನ್ನು ಕೂರಿಸಿ ಅವನ ಹೇಳಿಕೆಯಂತೆ ಮಾಡುತ್ತಿದ್ದ. ಈ ಬ್ರಾಹ್ಮಣನಿಗೂ ಅವನಿಗೂ ತುಂಬ ಸ್ನೇಹ. ಎಷ್ಟೋ ದಿನ ಸಂಜೆಯ ವೇಳೆ ಇಬ್ಬರೂ ಕುದುರೆಗಳ ಮೇಲೆ ಕೂತು ಜೊತೆಯಲ್ಲಿ ಹೋಗುತ್ತಿದ್ದರು. ಈ ದಿನ ಮಗ ಸೊಸೆ ಮೊಮ್ಮಗಳು ಇತರ ಮೊಮ್ಮಕ್ಕಳೆಲ್ಲ ಸೇರಿ ಹೋಮ ಮಾಡಿದಮೇಲೆ ಊಟಕ್ಕೆ ಕೂತರು. ವಯಸ್ಸಾದಮೇಲೆ ಶಲ್ಯರಾಜನಿಗೆ ಸಕ್ತುವೆಂದರೆ ತುಂಬ ಇಷ್ಟ. ಬರೀ ರುಚಿಯಿಂದಲ್ಲ, ಅರಗುವುದು ಸುಲಭ ಎಂಬ ಕಾರಣವೂ. ಅರಳುಹಿಟ್ಟನ್ನು ಮೊಸರಿನಲ್ಲಿ ಕಲಸಿ ಮೇಲೆ ಮಧುವನ್ನು ಬೆರೆಸಿ, ಮೊದಲು ಅದಾಗಬೇಕು. ಹಾಗೆಂದು ಉಳಿದ ಪದಾರ್ಥಗಳನ್ನು ಪೂರ್ತಿ ಬಿಟ್ಟಿರಲಿಲ್ಲ.

ಊಟ ಮಾಡುವಾಗ ಮಗ ಹೇಳಿದ: 'ಅಪ್ಪ, ನಮ್ಮ ದೇಶದಲ್ಲಿ ಆಗುವ ಹಾಗೆ ಕರಂಭವು ಬೇರೆ ಯಾವ ದೇಶದಲ್ಲೂ ಆಗುಲ್ಲ.'

'ಆದರೆ ಮತ್ಸ್ಯದೇಶದ ಹಸುಗಳು ಕೊಡುವಷ್ಟು ಗಟ್ಟಿಯಾದ, ಜಿಡ್ಡುಳ್ಳ ಹಾಲನ್ನ ಬೇರೆ ಯಾವ ಹಸುಗಳೂ ಕೊಡುಲ್ಲ ಅಂತ ನಾನು ಕೇಳಿದೀನಿ.' ಪುರೋಹಿತ ಬಾಯಿ ಹಾಕಿದ.

'ಹಾಗಂತ ಅವರು ಹೇಳಿಕೊತ್ತಾರೆ. ಆದರೆ ಒಳ್ಳೇ ಜವೆ ಇಲ್ಲದೆ ಕರಂಭ ಮಾಡೂದು ಹೇಗೆ? ನಮ್ಮಲ್ಲಿ ಬೆಳೆಯುವ ಜವೆಯ ರುಚಿಯೇ ಬೇರೆ. ಅಂದಹಾಗೆ ನಾವು ಮಾಡೂ ರೀತಿ ಯಾವುದು?'

ಬಡಿಸುತ್ತಿದ್ದ ಅಡುಗೆಯವನು ತಕ್ಷಣ ವಿವರಿಸಿದ: 'ಜವೆಯನ್ನು ತುಪ್ಪದಲ್ಲಿ ಹುರಿದು ಧಾನಾ ಮಾಡಿ ಅದನ್ನ ಬೀಸಿ ಹಿಟ್ಟು ಮಾಡಿ ಮತ್ತೆ ತುಪ್ಪದಲ್ಲಿ ಬೇಯಿಸಬೇಕು. ಬರೀ ಹೇಳಿದರೆ ಆಗುಲ್ಲ. ಮಾಡುವ ಹದ ತಿಳಿದಿರಬೇಕು.'

'ಹಸ್ತಿನಾಪುರದೋರದ್ದಕ್ಕಿಂತ ನಮ್ಮ ಕರಂಭ ಶ್ರೇಷ್ಠವೇ?' ಶಲ್ಯರಾಜ ಕೇಳಿದ.

'ಅಪ್ಪ, ನೀನು ಪ್ರತಿಯೊಂದಕ್ಕೂ ಹಸ್ತಿನಾವತಿಯ ಹೋಲಿಕೆ ತರ್ತೀಯ. ಅವರ ಕರಂಭ ಶ್ರೇಷ್ಠ. ಅವರ ಪರಿವಾಪ ಶ್ರೇಷ್ಠ. ಅವರ ಪುರೋಡಾಶ ಶ್ರೇಷ್ಠ. ಇಷ್ಟು ಮಾತ್ರವಲ್ಲ, ಅವರ ಐಶ್ವರ್ಯ ಶ್ರೇಷ್ಠ. ಅವರ ರಾಜ್ಯ ಶ್ರೇಷ್ಠ. ಇನ್ನು ಅವರ ಮುದುಕ ಭೀಷ್ಮ ಸರ್ವಶ್ರೇಷ್ಠ. ಯಾಕೆ ನಿನಗೆ ಮೊದಲಿನಿಂದ ಹೀಗೆ?'

'ಅಲ್ಲವೋ ಇರೂ ವಿಷಯ ಹೇಳಿದರೆ ನಿನಗ್ಯಾಕೆ ಸಿಟ್ಟು? ನಮ್ಮ ಆರ್ಯಾವರ್ತದಲ್ಲೆಲ್ಲ ಇವತ್ತಿಗೆ ಕುರುಪಾಂಚಾಲರು ಶ್ರೇಷ್ಠರು ಅಂತ ಎಲ್ಲಾ ಒಪ್ಪಿಕೊಂಡಿರೂ ಮಾತು. ಆಯಿತು. ಹೋಮದತ್ತ ಶಾಸ್ತ್ರಸಂಪ್ರದಾಯಗಳ ವಿಷಯದಲ್ಲಿ ಯಾರು ಶ್ರೇಷ್ಠ ಅಂತ ನೀನು ಕೇಳಿ ಬಲ್ಲೆ, ಹೇಳು.'

ಬೆಂಕಿಯಲ್ಲಿ ಬೇಯಿಸಿದ ಅಕ್ಕಿಯ ರೊಟ್ಟಿ ಪುರೋಡಾಶವನ್ನು ಅಗಿಯುತ್ತಿದ್ದ ಹೋಮ ಬೇಗಬೇಗ ಅಗಿದು ನುಂಗಿ ಬಾಯಿಯ ಅಂಗಳ ಮತ್ತು ನಾಲಗೆಯ ಜಾಗಗಳನ್ನು ಖಾಲಿ ಮಾಡಿಕೊಂಡು ಹೇಳಿದ: 'ವೇದವಿದ್ಯೆ, ಕರ್ಮಭಾಗ, ಭಾಷಾಶುದ್ಧಿಯ ವಿಷಯದಲ್ಲಿ ಕುರುಪಾಂಚಾಲಗಳ ಬ್ರಾಹ್ಮಣರು ತಾವು ಶ್ರೇಷ್ಠರು ಅಂತ ಹೇಳ್ತಾರೆ.'

'ಅವರು ಹೇಳಿಕೊತ್ತಾರೆ ಅಲ್ಲವೆ?' ರುಕ್ಮರಥ ಸ್ಪಷ್ಟನೆ ಮಾಡಿದ.

'ಬರೀ ಹೇಳಿಕೊಳ್ಳೂದಲ್ಲ. ಅದರಲ್ಲೆಲ್ಲ ಘಟಾನುಘಟಿಗಳು ಆ ದೇಶಗಳಲ್ಲಿದ್ದಾರೆ. ಅಲ್ಲಿ ರಾಜರುಗಳೂ ಅಷ್ಟೆ. ಬೇಕಾದಷ್ಟು ಯಜ್ಞಯಾಗಾದಿಗಳನ್ನ ಮಾಡಿಸುತ್ತಾರೆ. ವೇದವಿದರನ್ನ ಪೋಷಿಸುತ್ತಾರೆ. ಪಾಂಡುವಿನ ಮಗ ಧರ್ಮರಾಜನನ್ನ ನೋಡು, ಮೂವತ್ತೇಳು ಮೂವತ್ತೆಂಟನೇ ವಯಸ್ಸಿಗೆ ರಾಜಸೂಯ ಮಾಡಿದ. ಆ ವಯಸ್ಸಿಗೆ ಅಂಥದು ಮಾಡೂ ಬುದ್ಧಿ ಉಳಿದ ರಾಜರುಗಳಿಗೆ ಯಾಕೆ ಬರುಲ್ಲ? ಆದ್ದರಿಂದಲೇ ವಿದ್ವಾಂಸರು ಅಲ್ಲಿ ಸೇರ್ತಾರೆ. ಸೇರಿದಮೇಲೆ ಅನುಕೂಲ ಕಂಡರೆ ನೆಲೆಸ್ತಾರೆ. ಸ್ವತಃ ಭೀಷ್ಮ ವೇದವಿದ್ಯಾಪಾರಂಗತ. ಕೃಷ್ಣದ್ವೈಪಾಯನನಂತೂ, ಕುರುವಂಶ ಬೆಳೆಯುಕ್ಕೆ ವೀರ್ಯದಾನ ಮಾಡಿದನಲ್ಲ, ಇತ್ತೀಚೆಗೆ ಆ ರಾಜ್ಯದಲ್ಲೇ ನೆಲೆಸಿದಾನೆ. ದ್ರೋಣ, ಅಶ್ವತ್ಥಾಮ, ಕೃಪ ಇವರೆಲ್ಲ ಸಾಮಾನ್ಯ ಪಂಡಿತರೆ? ಇನ್ನು ಪಾಂಚಾಲ ರಾಜರೂ ಹಾಗೆಯೇ. ಅದೆಲ್ಲ ಬೇಕಾದರೆ ಒಂದು ಇಡೀ ದಿನ ಹೇಳಬಲ್ಲೆ.' ಎಂದವನು ಎದುರಿಗೆ ಹಾಲು ಮೊಸರುಗಳನ್ನು ಬೆರೆಸಿ ಮಾಡಿ ತಂದಿಟ್ಟ ಸಾನ್ನಾಯ್ಯವನ್ನು ಎತ್ತಿ ಹೀರಿಹೀರಿ ಕುಡಿದು ಮುಗಿಸಿದ.

'ಬರೀ ಈಗಿನೋರಲ್ಲ. ವಂಶಾವಳಿ ನೋಡಿದರೆ, ಕುರುಪಾಂಚಾಲರಲ್ಲಿ ಹಿಂದೆ ಎಷ್ಟೋ ತಲೆಗಳು ಮಹಾಮಹಾ ಯಾಗ ಮಾಡಿದೋರು. ಒಂದು ಯಾಗ ಮಾಡೂದು ಅಂದ್ರೆ ಹುಡುಗಾಟವೆ? ಕುಬೇರನ ಭಂಡಾರವೇ ಬೇಕು.'

ರುಕ್ಮರಥ ಮಾತನಾಡಲಿಲ್ಲ. ಅವನಿಗೆ ಪೆಚ್ಚಾಯಿತು. ಅಪ್ಪನಾಗಲಿ ಹೋಮನಾಗಲಿ ತನ್ನನ್ನು ಹೀಯಾಳಿಸಬೇಕೆಂದು ಹೀಗೆ ಹೇಳಲಿಲ್ಲವೆಂದು ಅವನಿಗೆ ಗೊತ್ತು. ಆದ್ದರಿಂದ ಶಾಂತವಾಗಿ ಕುಳಿತಿದ್ದ. ಹೋಮ ಎಂದ: 'ಯಾಗ ಅಂದ್ರೆ ಈಗ ಬರ್ತಾಬರ್ತಾ ಕಷ್ಟವಾಗ್ತಿದೆ. ಮಂತ್ರಶಕ್ತಿ ಹೆಚ್ಚಾಗಿ ತಿಳೀತಾ ತಿಳೀತಾ ಹೆಚ್ಚುಹೆಚ್ಚು ಜನ ಪುರೋಹಿತರು ಬೇಕಾಗ್ತಿದಾರೆ. ಮೊದಲು ಒಬ್ಬ ಸಾಕಾಗಿತ್ತು. ಆಮೇಲೆ ಬ್ರಹ್ಮಸ್ಥಾನಕ್ಕೆ ಒಬ್ಬ, ಹೋತೃವಾಗಿ ಒಬ್ಬ, ಉದ್ಗಾತೃವಾಗಿ ಒಬ್ಬ, ಅಧ್ವರ್ಯುವಾಗಿ ಒಬ್ಬ, ಒಟ್ಟು ನಾಲ್ಕು ಜನ ಬೇಕಾಯಿತು. ಇತ್ತೀಚೆಗೆ ಪಾಂಡವರು ಕಾಡಿಗೆ ಹೋದಮೇಲೆ ದುರ್ಯೋಧನ ಒಂದು ಯಜ್ಞ ಮಾಡಿದನಲ್ಲ, – ಹೋತೃವಾಗಿ ನಾಲ್ಕು ಉದ್ಗಾತೃವಾಗಿ ನಾಲ್ಕು ಅಧ್ವರ್ಯುವಾಗಿ ನಾಲ್ಕು ಬ್ರಹ್ಮಗಣದಲ್ಲಿ ನಾಲ್ವರು ಒಟ್ಟು ಹದಿನಾರು ಜನ ವೇದವಿದರೇ ನಿಂತಿದ್ದರು. ಇನ್ನು ಅವರ ಶಿಷ್ಯರು. ಒಟ್ಟಿ

ನಲ್ಲಿ ಸರಿಯಾದ ಕರ್ಮಮಾಡಬೇಕಾದರೆ ಸಾಧಾರಣ ಜನಗಳ ಕೈಲಿ ಆಗುಲ್ಲ.'

ರುಕ್ಮರಥನ ಮನಸ್ಸು ಒಳತಿರುಗಿತು. ಯಾಗ ಅಂದರೆ ಖರ್ಚು ಎಂಬುದು ಅವನಿಗೆ ಗೊತ್ತಿತ್ತು. ಆದರೆ ಇಷ್ಟೊಂದು ಅಂತ ಕಲ್ಪನೆ ಇರಲಿಲ್ಲ. ತಕ್ಷಣ ಮನಸ್ಸು ಸ್ವಯಂವರದ ಖರ್ಚಿನ ಲೆಕ್ಕ ಹಾಕಿತು. ಎಷ್ಟು ಜನ ರಾಜರು, ಅವರ ಪರಿವಾರ, ಅವರಿಗೆಲ್ಲ ಭೋಜನಾದಿ ಗಳು, ವಸತಿ, ಅವರ ಕುದುರೆಗಳಿಗೆ ಮೇವು, ಕಾಳು, ದೊಡ್ಡ ವಿವಾಹಮಂಟಪ, ಉಡುಗೊರೆ, ತನಗೆ ಸಾಧ್ಯವೆ? ಆ ಕಡೆಯ ರಾಜರುಗಳಿಗೆ ಎಲ್ಲಿಂದ ಬರುತ್ತೆ? ಅಷ್ಟೊಂದು ಯಜ್ಞಮಾಡುವ ಕುರುಪಾಂಚಾಲದವರಿಗೆ ಹೇಗೆ ದೊರೆಯುತ್ತೆ? ಮೂವತ್ತೇಳು ಮೂವತ್ತೆಂಟನೇ ವಯಸ್ಸಿಗೆ ಧರ್ಮರಾಜ ರಾಜಸೂಯ ಮಾಡಿದ್ದು ಈಗಲೂ ತನಗೆ ನೆನಪಿದೆ. ಈಗ ಹದಿನೈದು ವರ್ಷದ ಹಿಂದೆ ತನ್ನ ಸೋದರತ್ತೆಯ ಮಗನೇ ಅಂತೆ ನಕುಲ, ಬಿಳೀ ಕುದುರೆ ಓಡಿಸಿಕೊಂಡು ಬಂದ, ರಥ ಅಶ್ವಗಳ ಸೈನ್ಯಸಮೇತ. ಹೇಳಿಕೇಳಿ ನನ್ನ ತಂಗಿಯ ಮಕ್ಕಳು, ಯಜ್ಞಕಾರ್ಯ, ಅವನನ್ನು ಕರೆದು ಸತ್ಕರಿಸಿ ಒಂದಿಷ್ಟು ಕಂಬಳಿ, ಧಾನ್ಯ, ಹತ್ತು ರಥ, ಇಪ್ಪತ್ತು ಕುದುರೆ ಕೊಡೋಣ ಎಂದು ಅಪ್ಪನೇ ಹೇಳಿಕಳಿಸಿದ. ನಕುಲ ಅಪ್ಪನಿಗೆ ತುಂಬ ಭಯಭಕ್ತಿಯಿಂದ ನಮಸ್ಕಾರ ಮಾಡಿದ. ಇನ್ನು ಕೆಲವು ಕಡೆ ಯುದ್ಧವೂ ಮಾಡಿ ಗೆದ್ದನಂತೆ. ಜೊತೆಗೆ ಇಬ್ಬರು ಅಣ್ಣಂದಿರು ಒಬ್ಬ ತಮ್ಮ ಬೇರೆ ಬೇರೆ ದಿಕ್ಕುಗಳಿಗೆ ಹೀಗೆಯೇ ಹೋಗಿ ತಂದರು. ತಕ್ಷಣ ಬಾಯಿ ಬಿಟ್ಟು ಹೇಳಿದ: 'ಹತ್ತು ಕಡೆಯಿಂದ ದೋಚಿ ತಂದು ತಾನೇ ಯಜ್ಞ ಮಾಡಿ ದೊಡ್ಡೋರು ಅನ್ನಿಸಿಕೊಳ್ಳೂದು?'

'ದೋಚುಕ್ಕೂ ಶಕ್ತಿ ಬೇಕು ಮಗು, ನೀನು ಮಾಡಬಲ್ಲೆಯ?' ಅಪ್ಪ ಬೊಚ್ಚುಬಾಯಿ ಯಿಂದ ನಗುತ್ತಾ ಕೇಳಿದ.

ಮಗ ಮರುಮಾತನಾಡಲಿಲ್ಲ. ಇಷ್ಟು ದಿನ ಊರಿನಲ್ಲಿಲ್ಲದ ತಾನು ಹಿಂತಿರುಗಿದ ನಿಮಿತ್ತವಿರಬಹುದು, ವಿಶೇಷವಾಗಿ ಮಾಡಿದ್ದ ಎತ್ತಿನ ಮಾಂಸದ ಚೂರನ್ನು ಅಗಿಯುತ್ತಾ ಸುಮ್ಮನಿದ್ದ. 'ಎತ್ತಿನ ಮಾಂಸದ ಮುಂದೆ ಆಡಿನ ಮಾಂಸ ಸಪ್ಪೆ ಅಲ್ಲವೆ?' ಎಂಬ ಹೋಮದತ್ತನ ಮಾತಿಗೆ ಉತ್ತರ ಹೇಳಲಿಲ್ಲ. ಸ್ವಲ್ಪ ಹೊತ್ತು ಯಾರೂ ಮಾತನಾಡಲಿಲ್ಲ. ಮುದುಕ ರಾಜ ಸೊರ್‌ಸೊರ್ ಎಂದು ಜೇನು ಬೆರೆಸಿದ ಹಾಲನ್ನು ಕುಡಿಯಲು ತೊಡಗಿದ್ದ.

ಊಟವಾದಮೇಲೆ ಶಲ್ಯ ಮಲಗಲು ಹೋದ. ಬಾಗಿಲು, ಕಿಟಿಕಿ, ಗೋಡೆಗಳಿಗೆಲ್ಲ ಲಾವಂಚದ ಮಂದಲಿಗೆ ಕಟ್ಟಿ ನೀರು ಎರಚಿ ಆಳುಗಳು ಕೋಣೆಯನ್ನು ತಂಪು ಮಾಡಿದ್ದರು. ಊಟವಾದಮೇಲೆ ಎರಡು ಘಳಿಗೆಯ ನಿದ್ರೆಯಿಂದ ಅವನು ರಾತ್ರಿಯ ಎಚ್ಚರವನ್ನು ತುಂಬಿಕೊಳ್ಳುತ್ತಿದ್ದ. ತನ್ನ ವಾಸದ ಭಾಗದಲ್ಲಿ ಮಗ ರುಕ್ಮರಥನೂ ಮಲಗಿದ. ಆದರೆ ನಿದ್ರೆ ಬರಲಿಲ್ಲ. ತಾನು ಸ್ವಯಂವರ ಏರ್ಪಡಿಸಲು ಸಾಧ್ಯವೆ? ಅಥವಾ ಸುಮ್ಮನೆ ಅಪ್ಪ ಹೇಳಿದ ಹಾಗೆ ಕನ್ಯಾಶುಲ್ಕ ಪಡೆದು, ಶುಲ್ಕ ಕೊಟ್ಟ ಎಂಥವನಿಗಾದರೂ ಕೊಡುವುದು ಹೇಗೆ? ಸರಿ ಯಲ್ಲ. ನಾವೇ ಆರಿಸಿ ಕೊಡಬೇಕು ಅಂದರೆ ಸ್ವಯಂವರವೇ ಸರಿ, ತ್ರಿಗರ್ತದವರು ಬೆಂಬಲ ಕೊಡುವುದಾಗಿ ಹೇಳಿದಾರಲ್ಲ ಎಂಬ ಸಮಾಧಾನ ಮನಸ್ಸಿಗೆ ಬಂತು. ಆದರೆ ಕುರುಗಳ ಯುದ್ಧವಾಗಿ ಸಾಕಷ್ಟು ರಾಜರೇ ಬರದೆ ಇದ್ದರೆ ಏನು ಫಲ? ಎಂದು ಬರಿದೇ

ಕಣ್ಣುರೆಪ್ಪೆ ಆಡಿಸುತ್ತಿರುವಾಗ ಹೆಂಡತಿ ಹತ್ತಿರ ಬಂದು ಹೇಳಿದಳು: 'ಹಿರಣ್ಯವತಿ ಬಹಿಷ್ಠೆಯಾದಳು. ಈಗ ಸ್ವಲ್ಪ ಹೊತ್ತಿನಲ್ಲಿ ಸ್ರಾವ ಕಾಣಿಸಿತಂತೆ.'

ರುಕ್ಮರಥನಿಗೆ ಮತ್ತೆ ಚಿಂತೆ ಹೊತ್ತಿತು. ಅವನ ಇಡೀ ಮನಸ್ಸಿಗೆ ಕಂದುಬಣ್ಣದ ಪಾಪವು ಬಳಿದಂತೆ ಆಗಿ ಸುಮ್ಮನೆ ಕಣ್ಣು ಮುಚ್ಚಿದ. ಹೆಂಗಸಿನ ಒಂದೊಂದು ಋತುಚಕ್ರದಲ್ಲಿಯೂ ಬೀಜ ಬಿತ್ತದೆ ಹಾಳುಬಿಟ್ಟರೆ ಭೂಮಿಯನ್ನು ಬರಡು ಮಾಡಿದಷ್ಟು ಪಾಪ. ಅಪ್ಪ ಹೇಳುತ್ತಲೇ ಇರುತ್ತಾನೆ. ಅಪ್ಪ ಮಾತ್ರವಲ್ಲ, ನಮ್ಮ ಆರ್ಯ ಧರ್ಮವೇ ಹಾಗೆ ಹೇಳುತ್ತದೆ. ಹಿರಣ್ಯವತಿಗೆ ಇದು ಐವತ್ತೊಂದನೆಯ ನಷ್ಟಚಕ್ರ. ಮೊದಲು ಕನ್ಯಾಶುಲ್ಕ ಬೇಡವೆಂದು ನಿಧಾನ ಮಾಡಿದೆ. ಅನಂತರ ಸ್ವಯಂವರದ ಯೋಚನೆಯಲ್ಲೇ ಹನ್ನೆರಡು ಚಕ್ರ ಕಳೆದಿದೆ. ಈಗ ಕುರುಗಳ ಯುದ್ಧದ ಗದ್ದಲದಲ್ಲಿ ನನ್ನ ಮಗಳ ಗರ್ಭವು ಬೀಜವಿಲ್ಲದೆ ಬರಡಾಗುವ ಸ್ಥಿತಿಗೆ ಬಂದಿದೆ. ಹಾಗೆಯೇ ಕಣ್ಣು ಮುಚ್ಚಿದ. ಕಂದುಬಣ್ಣದ ಪಾಪವು ಕತ್ತಲಿನಲ್ಲಿ ಇನ್ನೂ ಭಯಾನಕವಾಗಿ ಕಂಡಿತು. ಸ್ರಾವ ಮುಗಿದು ಸ್ನಾನ ಮಾಡಿದ ದಿನ ಗಂಡ ಊರಿನಲ್ಲಿಲ್ಲದಿದ್ದರೆ ಗಂಡನ ಶಿಷ್ಯನನ್ನೇ ಕರೆದ ಗುರುಪತ್ನಿಯರ ಕಥೆಯಿದೆ. ಅವರಿಗೆ ಧರ್ಮ ತಿಳಿದಿಲ್ಲವೆ? ಪತಿಭಕ್ತಿ ಇರಲಿಲ್ಲವೆ? ನನ್ನ ಮನೆಯಲ್ಲೇ ಎಂಥಾ ಪಾತಕ ನಡೆಯುತ್ತಿದೆ, ಎಂದುಕೊಳ್ಳುವಾಗ ಹತ್ತಿರ ಕುಳಿತ ಹೆಂಡತಿ ಮೆಲ್ಲಗೆ ಕೇಳಿದಳು: 'ನಿದ್ದೆ ಬಂದಿದೆಯೆ?'

'ಇಲ್ಲ' ಎಂದು ರೆಪ್ಪೆ ತೆರೆದ.

'ಕಾನೀನಪುತ್ರನೋ ಪುತ್ರಿಯೋ ಆಗಲಿ, ತಪ್ಪೇನು?'

ಅವನು ಊಂ ಎಂದ. ಏನು ತಪ್ಪು ಎಂದು ಪಟ್ಟುಹಿಡಿದು ಕೇಳಿದರೆ ತನಗೆ ಉತ್ತರ ತಿಳಿಯುವುದಿಲ್ಲವೆಂಬುದು ತನಗೇ ಗೊತ್ತಿದೆ. ಹೆಂಡತಿ ಮತ್ತೆ ಅದೇ ಪ್ರಶ್ನೆ ಕೇಳಿಯಾಳೆಂದು ಕಣ್ಣು ಮುಚ್ಚಿಕೊಂಡ. ಆದರೆ ಸ್ವಲ್ಪ ಹೊತ್ತಿನ ಮೇಲೆ ಅವಳು ಕೇಳಿದಳು: 'ನಮ್ಮ ಮದುವೆಗೆ ಮೊದಲು ನನಗೊಂದು ಗಂಡುಮಗು ಇತ್ತಲ್ಲ. ನನ್ನ ತೌರಿನಲ್ಲಿ ಹುಟ್ಟಿದ ಮಗು. ನಮಗೆ ಬೇಕು, ನೀನು ಬರೀ ಹುಡುಗಿಯನ್ನ ಕರೆದುಕೊಂಡು ಹೋಗು ಅಂತ ನಮ್ಮ ಅಪ್ಪ ಅಂದದ್ದಕ್ಕೆ ನೀನೇ ವಾದಮಾಡಲಿಲ್ಲವೇ, ಹುಡುಗಿ ನನ್ನವಳಾದಮೇಲೆ ಅವಳ ಹೊಟ್ಟೆಯಲ್ಲಿ ಹುಟ್ಟಿದ ಮಗುವೂ ನನ್ನದೇ, ನಿಮಗೆ ಬಿಡೂದಿಲ್ಲ ಅಂತ. ಕೊನೆಗೆ ಇಂಥಾ ಹತ್ತು ಮಕ್ಕಳನ್ನ ಹೆತ್ತುಕೊಡ್ತೀನಿ, ಇದರ ಮೇಲೆ ಅಪ್ಪನಿಗೆ ಪ್ರೀತಿ ಇದೆ, ಬಿಟ್ಟುಬಿಡು ಅಂತ ನಾನು ಬೇಡಿಕೊಂಡಮೇಲಲ್ಲವೇ ನೀನು ಬಿಟ್ಟುಬಂದದ್ದು. ಈಗ ಯಾಕೆ ಇಷ್ಟು ಬದಲಾಯಿಸಿಬಿಟ್ಟೆ? ಏನಾಯಿತು ನಿನಗೆ?'

ಏನಾಯಿತು ನನಗೆ? ಅವನು ಕಣ್ಣು ಬಿಟ್ಟ. ಹೊರಳಿ ಹೆಂಡತಿಯ ಮುಖ ನೋಡಿದ. ಇತ್ತೀಚೆಗೆ ಒಮ್ಮೊಮ್ಮೆ ತನಗೆ ಇವಳ ಮೇಲೂ ಆ ಕಾರಣಕ್ಕಾಗಿ ತಿರಸ್ಕಾರ ಹುಟ್ಟಿದೆ, ಮದುವೆಯಾಗಿ ಇಷ್ಟು ಮಕ್ಕಳಾದಮೇಲೆ, ಇವಳ ತಪ್ಪಿಲ್ಲವೆಂದು ಗೊತ್ತಿದ್ದರೂ, ನಾನೇ ಅಲ್ಲವೇ ಇವಳನ್ನು ಕಂಡು ಮೋಹಿಸಿ ಕೈಹಿಡಿದು ಆ ಮಗುವನ್ನೂ ಕೇಳಿ ಇಷ್ಟು ವರ್ಷವಾದ ಮೇಲೆ. ಹಾಗೆಂದು ಒಂದು ಸಲವೂ ಅವಳ ಕೈಲಿ ಬಾಯಿಬಿಟ್ಟು ಹೇಳಿಲ್ಲ. ಈಗ ತನ್ನ

ಕಣ್ಣುಗಳನ್ನು ದಿಟ್ಟಿಸಿ ಕೇಳುತ್ತಿದ್ದಾಳೆ ಏನಾಯಿತು ನಿನಗೆ? ಮಗಳ ಪರವಾಗಿ ಅಲ್ಲ ಋತುನಷ್ಟ ದಿಂದ ನಮಗೆಲ್ಲ ಲೇಪವಾಗುವ ಪಾಪನಿವಾರಣೆಯ ಸಲುವಾಗಿ. ಅವನು ಉತ್ತರಿಸಲಿಲ್ಲ. ಅವಳ ಮುಖವನ್ನೇ ನೋಡಿದ. ಅವಳು ಅವನ ಕಣ್ಣುಗಳನ್ನು ದಿಟ್ಟಿಸುತ್ತಿದ್ದಾಳೆ.

ಕೊನೆಗೆ ದಢಕ್ಕನೆ ಎದ್ದುಕುಳಿತು ಮಾತನಾಡಿದ: 'ಕುರು ಪಾಂಚಾಲ ಕಾಶಿ ಮೊದಲಾಗಿ ಪೂರ್ವ ದೇಶಗಳಲ್ಲಿ, ವಿರಾಟ, ಚೇದಿ, ವಿದರ್ಭಾದಿ ದಕ್ಷಿಣ ದೇಶಗಳಲ್ಲಿ ಕಾನೀನ ಅಂದರೆ ಹೀನಾಯಪಡುತ್ತಾರೆ. ಇನ್ನು ಕೆಲವರಂತೂ ಪಾಪ ಅನ್ನುತ್ತಾರೆ. ಜನಸಾಮಾನ್ಯರ ಮಾತು ಬೇಡ. ರಾಜಕುಟುಂಬಗಳಲ್ಲಿ ಮಾತ್ರ ನಾಚಿಕೆಯಿಂದ ತಲೆತಗ್ಗಿಸುವ ಕೆಲಸ ಅಂತ ಭಾವಿಸುತ್ತಾರೆ. ಇದೇ ರಾಜಸೂಯ ಯಾಗಕ್ಕೆ ಹೋಗಿದ್ದೆನಲ್ಲ ನಾನು, ಹದಿನೈದು ವರ್ಷದ ಕೆಳಗೆ ನಮ್ಮತ್ತೆಯ ಮಕ್ಕಳು ಪಾಂಡವರು ಮಾಡಿದ್ದಕ್ಕೆ, ಆಗ ದೇಶಾಚಾರಗಳನ್ನ ವಿಚಾರಿಸಿದೆ. ದೇಶಾಟನೆಗೆ ನಮ್ಮ ಆಸ್ಥಾನಕ್ಕೆ ಬರುವ ಬ್ರಾಹ್ಮಣರಿಂದಲೂ ಕೇಳ್ತಿದೀನಿ. ಹಳೇ ಪದ್ಧತಿ ಮಾನ್ಯ ಮಾಡ್ತಿರೂ ನಮ್ಮನ್ನ ಅವರೆಲ್ಲ ಕೀಳು ಅಂತ ಭಾವಿಸ್ತಾ ಇದಾರೆ. ನಮ್ಮ ಮನೇಲೇ ನನ್ನ ಮಗಳಿಗೆ ಹೀಗಾದರೆ ಆರ್ಯಾವರ್ತದಲ್ಲಿ ನಾವು ತಲೆ ಎತ್ತಬೇಕೋ ಬೇಡವೊ!'

ಘನತೆಯಲ್ಲಿ, ವೈಭವದಲ್ಲಿ, ಆರ್ಯಾವರ್ತದ ರಾಜರುಗಳಿಗಿಂತ ಬ್ರಹ್ಮಾವರ್ತದ ತಾವು ಕಡಮೆ ಎಂಬುದು ಅವಳಿಗೂ ಗೊತ್ತು. ಪೂರ್ತಿ ಆ ಸಮಕ್ಕಲ್ಲದಿದ್ದರೂ ಅವರ ಹತ್ತಿರಕ್ಕಾದರೂ ತಾವು ಏರಬೇಕೆಂಬ ಬಯಕೆ ಅವಳಿಗೆ ಇಲ್ಲದಿಲ್ಲ. ಆದರೆ ತಾವಾದರೂ ಸುಮ್ಮಸುಮ್ಮನೆ ಧರ್ಮವನ್ನು ಬದಲಾಯಿಸಿಕೊಳ್ಳುತ್ತಾ ಯಾಕೆ ನಡೆಯಬೇಕು? ಆರ್ಷೇಯ ಧರ್ಮವನ್ನು ಅವಹೇಳನ ಮಾಡಿಕೊಂಡು ತಮಗೆ ತೋಚಿದಂತೆ ನಡೆಯತೊಡಗಿದರೆ ತಾವು ಉತ್ತಮರಾಗಿಬಿಡುತ್ತಾರೆಯೆ? ನಾವು ಅವರನ್ನು ಅನುಸರಿಸಬೇಕೆ? ಗಂಡನಿಗೆ ತನಗಿಂತ ಹೆಚ್ಚು ದೇಶ ಗೊತ್ತಿದೆ. ಅವನು ತನಗಿಂತ ಹೆಚ್ಚು ತಿಳಿದವನು ಎಂದು ಅರಿತಿದ್ದ ಳಾದರೂ, ಎಲ್ಲದಕ್ಕೂ ಆರ್ಯಾವರ್ತದವರ ಹಾಗೆ ಕುಣಿಯುವ ಈ ಬುದ್ಧಿ ಅವಳಿಗೆ ಹಿಡಿಸಲಿಲ್ಲ: 'ಕುರುದೇಶದ ಭೀಷ್ಮ ಇದಾನಲ್ಲ ಯಾವಾಗಲೂ ಅಪ್ಪ ಹೇಳ್‌ತಿರ್‌ತಾನೆ ನೋಡು ಆತ, ಅವನ ಚಿಕ್ಕಮ್ಮನಿಗೆ ಕಾನೀನಪುತ್ರ ಇದ್ದನಂತೆ. ಈಗ ಪರಮವೇದಜ್ಞ ಅಂತ ಆರ್ಯಾವರ್ತ ಬ್ರಹ್ಮಾವರ್ತದವರೆಲ್ಲ ಪೂಜಿಸುವ ಕೃಷ್ಣದ್ವೈಪಾಯನ ಆ ಕಾನೀನನಂತೆ. ಕುರುಗಳ ಮನೇಲೇ ಅಂಥದು ನಡೆದಿದೆಯಲ್ಲ.'

'ಅದು ನಡೆದು ಶತಮಾನ ಕಳೆಯಿತು. ಈಗ ಅವರೆಲ್ಲ ಬದಲಾಯಿಸಿದಾರೆ. ಇತ್ತೀಚೆ ಗಂತೂ ತುಂಬ ವಿಷಯದಲ್ಲಿ ಬದಲಾಯಿಸುತ್ತಿದಾರೆ.'

ಅವಳು ಮತ್ತೆ ಏನೂ ಹೇಳಲಿಲ್ಲ. ದುಡ್ಡಿನ ಮುಖ ನೋಡಿ ಸಲ್ಲದವನಿಗೆ ಹೆಣ್ಣುಕೊಡು ವುದಕ್ಕಿಂತ, ಗಂಡುಗಳನ್ನೆಲ್ಲ ಕರೆಸಿ ಹುಡುಗಿಯೇ ನೋಡಿ ಆರಿಸುವುದು ಉತ್ತಮವೆಂದು ಅವಳೂ ಒಪ್ಪಿದ್ದಳು. ಇದು ಗಂಡನಿಂದಲೇ ಬಂದ ವಿಚಾರ. ಕಾನೀನಿನ ವಿಷಯದಲ್ಲೂ ಗಂಡನಿಂದಲೇ ಹೊಸ ವಿಚಾರ ಬಂದಿದೆ. ಆದ್ದರಿಂದ ಅದು ಸರಿಯಾದುದೋ ಏನೋ! ಆದರೆ ಋತುನಷ್ಟದ ವಿಷಯದಲ್ಲಿ ಅವನಿಗೂ ತಿಳಿಯುತ್ತಿಲ್ಲ. ಈ ಪಾಪಕ್ಕೆ ಪರಿಹಾರವೇನು

ಎಂದು ಯೋಚಿಸುತ್ತಾ ಕುಳಿತ ಅವಳ ಕಣ್ಣುಗಳೂ ಮಧ್ಯಾಹ್ನದ ದಗೆಗೆ ಎಳೆದುಕೊಂಡು ಹೋದವು. ಎದ್ದು ತನ್ನ ಒಳ ಅಂಗಳಕ್ಕೆ ನಡೆದಳು. ಬಹಿಷ್ಠೆಯಾದ ಮಗಳು ನಡುವಸ್ತ್ರವಿಲ್ಲದೆ ಉಟ್ಟ ಸೀರೆಯನ್ನು ಎದೆ ಭುಜಗಳಿಗೂ ಹೊದೆದು ಮಂಕಾಗಿ ಕುಳಿತಿದ್ದಳು.

ಇದಾದ ಮರುದಿನ ಶಲ್ಯಮಹಾರಾಜನನ್ನು ಕಾಣಲು ಒಬ್ಬ ದೂತ ಬಂದ. ಐವರು ಕುದುರೆಯಾಳುಗಳ ಸಂಗಡ ಬಂದ ಆತನನ್ನು ನೋಡಿದರೆ ರಾಜದೂತ ಬ್ರಾಹ್ಮಣನೆಂದು ಸ್ಪಷ್ಟವಾಗಿ ಕಾಣುತ್ತಿತ್ತು. ಮಹಾರಾಜನು ಆತನನ್ನು ಸಭಾಭವನದಲ್ಲಿ ಸ್ವಾಗತಿಸಿದ. ಜೊತೆಯಲ್ಲಿ ಹಿರಿಯ ಮಗ ರುಕ್ಮರಥ, ಅವನ ತಮ್ಮಂದಿರಾದ ವಜ್ರ ಮತ್ತು ಅಜಯರು. ಪುರೋಹಿತ ಹೋಮದತ್ತನೂ ಉಪಸ್ಥಿತನಿದ್ದ. ದೂತನಾಗಿ ರಾಜನನ್ನು ಅಭಿವಾದಿಸಿ, ಬ್ರಾಹ್ಮಣನಾಗಿ ಆಶೀರ್ವದಿಸಿ ಮಧುಪರ್ಕಾದಿಗಳನ್ನು ಸ್ವೀಕರಿಸಿ ಆಸನದಲ್ಲಿ ಮಂಡಿಸಿದ ಮೇಲೆ ಅವನು ತನ್ನ ಪರಿಚಯದ ವಿವರ ಹೇಳಿದ. ವಿರಾಟನ ಊರಿನಲ್ಲಿ ಅಜ್ಞಾತವಾಸ ಮುಗಿದಮೇಲೆ ಪಾಂಡವರಲ್ಲಿ ಮೂರನೆಯವನಾದ ಅರ್ಜುನನ ಮಗನಿಗೆ ವಿರಾಟನ ಕಿರಿಮಗಳನ್ನು ಕೊಟ್ಟು ಮದುವೆಯಾಗಿದೆ. ಈಗ ಸದ್ಯಕ್ಕೆ ಅವರೆಲ್ಲ ವಿರಾಟರಾಜ್ಯದ ಉತ್ತರಭಾಗಕ್ಕಿರುವ ಉಪಪ್ಲಾವ್ಯ ಪಟ್ಟಣದಲ್ಲಿ ಬೀಡಾರ ಹೂಡಿ ತಮ್ಮ ಕಾರ್ಯಾಗಾರ ಮಾಡಿಕೊಂಡಿದ್ದಾರೆ. ಅವರ ಪಾಲಿನ ರಾಜ್ಯ ಕೊಡುವುದಿಲ್ಲವೆಂದು ದುರ್ಯೋಧನ ಖಡಾಖಂಡಿತ ಹೇಳಿದ್ದಾನೆ. ಅವನು ಎಂಥಾ ಅಧರ್ಮಿ ಅಂತ ಮತ್ತೆ ಬಿಡಿಸಿ ಹೇಳಬೇಕಾಗಿಲ್ಲ. ಪಾಂಡವರು ಹೇಗೂ ಶಲ್ಯರಾಜನಿಗೆ ಸೋದರಳಿಯಂದಿರು. ಅವರೇ ಸ್ವತಃ ಬಂದು ಮಾವನ ಚರಣಗಳನ್ನು ಸ್ಪರ್ಶಿಸಿ ಅಭಯ ಯಾಚನೆ ಮಾಡಲು ಹೊರಟಿದ್ದರು. ಆದರೆ ಯುದ್ಧಸಿದ್ಧತೆಯ ಇತರ ಕೆಲಸಗಳಿಂದ, ಅಲ್ಲದೆ ಹೇಗೂ ನಮ್ಮ ಮಾವ, ಅವನು ಎಂದೂ ನಮ್ಮಿಂದ ಬರಿಯ ಸಂಪ್ರದಾಯದ ನಡತೆ ಬಯಸುವುದಿಲ್ಲ ಎಂಬ ಕಾರಣದಿಂದ ಸ್ವತಃ ಬರಲಾಗದೆ ನನ್ನನ್ನು ಕಳಿಸಿಕೊಟ್ಟಿದ್ದಾರೆ. ನಿಮ್ಮ ಕಾಲಾಳು, ಅಶ್ವ, ರಥಗಳ ವೀರರು, ಆನೆಗಳಲ್ಲದೆ ಸ್ವತಃ ನೀವೇ ಬಂದು ರಣದ ನಾಯಕತ್ವ ವಹಿಸಿ ಗೆಲ್ಲಿಸಬೇಕು ಎಂದು ಬಿನ್ನವಿಸಿದ.

'ಬ್ರಾಹ್ಮಣ, ನಿನ್ನ ಮೂಲಸ್ಥಳವಾವುದು?' ಹೋಮದತ್ತ ಪ್ರಶ್ನಿಸಿದ.

'ಕಾಂಪಿಲ್ಯ.'

ದಕ್ಷಿಣ ಪಾಂಚಾಲದ ದ್ರುಪದನ ಊರು. ಪಾಂಡವರ ಬೀಗರ ಕಡೆಯವನು ಎಂದು ಶಲ್ಯ ಮತ್ತು ಅವನ ಮಕ್ಕಳು ತಕ್ಷಣ ಗ್ರಹಿಸಿದರು. ಆತನ ಭಾಷೆ, ಆತ್ಮಗೌರವಕ್ಕೆ ಊನ ಬರದಂತೆ ಪ್ರಕಟಿಸಿದ ಮಾತಿನ ವಿನಯ, ನಡುವೆ ಸಂಬಂಧವನ್ನು ಜಿನುಗಿಸಿದ ರೀತಿಗಳಿಗೆ ತಲೆದೂಗಿದ ಹೋಮದತ್ತನು ಕುರುಪಾಂಚಾಲ ನಾಡಿನ ಉಚ್ಚಭಾಷೆ ಮತ್ತು ಸಂಸ್ಕೃತಿಯನ್ನು ಮೆಚ್ಚುವುದರಲ್ಲಿ ಮಗ್ನನಾದ.

'ಯಾವ ಯಾವ ರಾಜರು ನಿಮ್ಮ ಸಹಾಯಕ್ಕೆ ಇದ್ದಾರೆ?' ರುಕ್ಮರಥ ಕೇಳಿದ.

'ಪಾಂಚಾಲರು, ಮತ್ಸ್ಯರಂತೂ ಪಾಂಡವರ ಬೀಗರು. ಯಾದವರು ನಮ್ಮ ಕಡೆಯೇ.

ಐದು ಜನ ಕೇಕಯರು, ಚಿತ್ರಾಯುಧ, ಚೇಕಿತಾನ, ಸತ್ಯಧೃತಿ, ವ್ಯಾಘ್ರದತ್ತ, ಚಂದ್ರಸೇನ, ಮಹಾರಥಿ ಕಾಶೀರಾಜ, ಸೋದರಮಾವ ಮತ್ತು ಅವನ ಮಕ್ಕಳಾದ ನೀವು, ವಿವರಿಸಿ ಹೇಳುವುದೇನು, ಇಡೀ ಆರ್ಯಾವರ್ತ ಬ್ರಹ್ಮಾವರ್ತಗಳೆಲ್ಲ ಪಾಂಡವರ ಪರ ಇವೆ. ಪಾಂಡವರ ಪರ ಅಂತ ಮಾತ್ರವಲ್ಲ, ಧರ್ಮದ ಪರ; ರಾಜಸೂಯ ಮಾಡಿದ ಪುಣ್ಯದ ಪರ. ವೇದಜ್ಞರು, ಧರ್ಮಾಭಿಲಾಷಿಗಳೆಲ್ಲರೂ ಪಾಂಡವರ ಪರವೇ. ಹಸ್ತಿನಾವತಿಯಲ್ಲಿ ಕೂಡ ಆಚಾರ್ಯ ದ್ರೋಣ ಕೃಪಾದಿಗಳು, ಸ್ವಯಂ ಭೀಷ್ಮರು ಯಾವಾಗಲೂ ಪಾಂಡವರನ್ನು ಆಶೀರ್ವದಿಸುತ್ತಿರುವ ಸಂಗತಿಯನ್ನ ಸೂಕ್ಷ್ಮಮತಿಗಳಾದ ನಿಮಗೆ ನಾನು ಅರಿಕೆ ಮಾಡುವ ಅಗತ್ಯವಿಲ್ಲ.'

ಈ ಮಾತಿಗೆ ಶಲ್ಯ ಸಂತೋಷಪಟ್ಟ. ಹೋಮದತ್ತ ಮಾತಿನ ರೀತಿಯನ್ನು ಮೆಚ್ಚಿದ. ರುಕ್ಮರಥ ಕೂಡ ಮೆಚ್ಚಿದ. ಆದರೆ ಒಂದು ನಿಮಿಷದನಂತರ ಕೇಳಿದ: 'ಅಂದರೆ ಇಷ್ಟು ಜನರನ್ನು ಬಿಟ್ಟು ಉಳಿದವರೆಲ್ಲ ಧಾರ್ತರಾಷ್ಟ್ರನ ಕಡೆ ಅಂದಹಾಗಾಯಿತು. ವಿರಾಟನಗರದ ಉತ್ತರಗೋಗ್ರಹಣದಲ್ಲಿ ದುರ್ಯೋಧನನ ಕಡೆಗಿದ್ದ ತ್ರಿಗರ್ತದ ಐವರು ಸೋದರರು, ಕೋಸಲದ ರಾಜ ಬೃಹದ್ಬಲ, ಸೋದರಮಾವ ಶಕುನಿ, ಗಾಂಧಾರದ ಕಡೆಯ ಎಲ್ಲ ರಾಜರುಗಳು, ರಾಜ ಪೌರವ, ಜಲಸಂಧ, ಬಾಹ್ಲೀಕದ ರಾಜರುಗಳು, ಅಲಂಬುಷ, ಪ್ರಾಗ್ಜ್ಯೋತಿಷಪುರದ ಭಗದತ್ತ, ಅಚಲ, ವೃಷಕ, ಇಷ್ಟು ಮಾತ್ರವಲ್ಲ, ಹಸ್ತಿನಾವತಿಯಲ್ಲಿರುವ ಆಚಾರ್ಯ ದ್ರೋಣ ಕೃಪಾದಿಗಳಿಗೆ ಪಾಂಡವರ ಮೇಲೆ ಪ್ರೀತಿ ಇದೆಯಾದರೂ ಯುದ್ಧವೇ ಆಗುವುದಾದರೆ ಅವರು ತಮ್ಮ ದಣಿ ದುರ್ಯೋಧನನ ವಿರುದ್ಧ ಹೋಗುವ ಭರವಸೆ ಇಲ್ಲ. ಕರ್ಣನಂತೂ ಅತಿರಥಿ. ಅವನ ಮಗ ವೃಷಸೇನನೇನೂ ಕಡಮೆಯವನಲ್ಲ.'

ಪಾಂಡವರ ದೂತನ ಮುಖವು ಸ್ವಲ್ಪ ಖಿನ್ನವಾಯಿತು. ಆದರೆ ತಕ್ಷಣ ಅದನ್ನು ಸರಿಪಡಿಸಿಕೊಂಡು ಹೇಳಿದ: 'ರಾಜ, ನೀನು ಹೇಳುವ ಇವರೆಲ್ಲ ಇನ್ನೂ ಪಾಂಡವರ ಕಡೆ ಸೇರಿಲ್ಲ ನಿಜ. ಹಾಗೆಂದು ದುರ್ಯೋಧನನ ಕಡೆಯೂ ವಾಲಿಲ್ಲ. ದುರ್ಯೋಧನನ ಜೀತದ ಆಳು ಕರ್ಣನನ್ನು ಬಿಟ್ಟರೆ ನೀನು ಹೇಳಿದ ಉಳಿದವರೆಲ್ಲ ಪಾಂಡವರ ಕಡೆ ಸೇರಿಯೇ ಸೇರುತ್ತಾರೆ. ಮೀನು ನೀರಿಗೆ ನೆಗೆಯುತ್ತದೆಯೋ ಮರಳಿಗೆ ನೆಗೆಯುತ್ತದೆಯೊ? ಆರ್ಯರು ಧರ್ಮವನ್ನನುಸರಿಸುವರೋ ಅಧರ್ಮವನ್ನೊ? ಶಲ್ಯಮಹಾರಾಜ, ವೃತ್ತಿಯಲ್ಲಿ ನಾನು ಬ್ರಾಹ್ಮಣನಾದರೂ ಜ್ಞಾನದಲ್ಲಿ ನೀನು ಹಿರಿಯ. ಆರ್ಯಧರ್ಮವನ್ನು ಕುರಿತು ನೀನು ಹೇಳು.'

ಶಲ್ಯನು ಗಂಟಲನ್ನು ಕೊಸರಿದ. ಏನೋ ಉತ್ತರ ಕೊಡಲು ಹೊರಟಿದ್ದ ರುಕ್ಮರಥನು ಅಷ್ಟಕ್ಕೇ ತಡೆದುಕೊಂಡ. ಶಲ್ಯ ಎಂದ: 'ದುರ್ಯೋಧನ ಪಾಂಡವರಿಗೆ ಅವರ ರಾಜ್ಯ ಹಿಂತಿರುಗಿಸದಿದ್ದರೆ ಈ ಶಲ್ಯನ ತೋಳು, ಗದೆ, ರಥ ತುರುಗ, ಆನೆ, ಕಾಲಾಳುಗಳೆಲ್ಲ ದುರ್ಯೋಧನನ ಮೇಲೆ ಬೀಳುತ್ತವೆ. ಹೆಚ್ಚು ಮಾತಿಲ್ಲ.'

'ನಿನ್ನ ಸೋದರಳಿಯಂದಿರು ಕೃತಾರ್ಥರು. ನಿನ್ನ ಆಶೀರ್ವಾದವೊಂದೇ ಧರ್ಮವನ್ನು ಗೆಲ್ಲಿಸುತ್ತದೆ.'

ರುಕ್ಮರಥ ಮತ್ತೆ ಮಾತನಾಡಲು ಪ್ರಯತ್ನಿಸಿದ. ಮಹಾರಾಜ ತನ್ನ ಬಲಗೈ ಎತ್ತಿ ಅಡ್ಡ ಹಿಡಿದು, 'ನಾನು ಮಾತು ಕೊಟ್ಟು ಆಯಿತು' ಎಂದ. ಅನಂತರ ತಾನೇ, 'ಪುರೋಹಿತ, ಹೋಗಿ ನನ್ನ ಅಳಿಯಂದಿರಿಗೆ ಹೇಳು. ಯಾವ ದಿನ ಇಲ್ಲಿಂದ ಹೊರಡಬೇಕು ಎಲ್ಲಿಗೆ ತಲುಪಬೇಕು ಅಂತ ಅವರು ಹೇಳಿಕಳಿಸುತ್ತಾರೋ, ಅವತ್ತು ನಾನು ನನ್ನ ಮಕ್ಕಳು ಸೈನ್ಯ ಒಟ್ಟಾಗಿ ಹೊರಡುತ್ತೇವೆ.'

ಬ್ರಾಹ್ಮಣನು ಆ ಮಾತನ್ನು ಅಲ್ಲಿಗೆ ನಿಲ್ಲಿಸಿದ. ಸೋದರಮಾವನ ಗೃಹಕೃತ್ಯದ ಕುಶಲ ವಿಚಾರಿಸಿದ. 'ಮೊಮ್ಮಗಳಿಗೆ ಸ್ವಯಂವರ ಮಾಡುತ್ತೀಯಂತೆ. ಪಾಂಡವರಿಗೇ ಐವರು ವೀರಾಧಿವೀರ ಪುತ್ರರಿದ್ದಾರೆ. ಅವರಲ್ಲಿ ಹಿರಿಯನಿಗೆ ನಿನ್ನ ಮೊಮ್ಮಗಳು ಮಾಲೆ ಹಾಕಿದರೆ ಅವನು ಪುಣ್ಯವಂತ. ನಾನೇ ಅವನಿಗೆ ವೇದಾಧ್ಯಯನ ಮಾಡಿಸಿ ಬಿಲ್ಲುವಿದ್ಯೆ ಕಲಿಸಿದ್ದೇನೆ. ಹೇಗೂ ಸ್ವಯಂವರಕ್ಕೆ ಎಲ್ಲರೂ ಬರುತ್ತೇವಲ್ಲ,' ಎಂದದ್ದಕ್ಕೆ ರುಕ್ಮರಥನೂ ಸ್ವಲ್ಪ ಪ್ರಸನ್ನನಾದ. ಮದ್ರದ ಇತರ ರಾಜ್ಯಗಳಿಗೂ ದೌತ್ಯನಿಮಿತ್ತ ಹೋಗಬೇಕಾಗಿದ್ದುದರಿಂದ ಬ್ರಾಹ್ಮಣ ಮರುದಿನವೇ ತಂಪುಹೊತ್ತಿನಲ್ಲಿ ಬೆಂಗಾವಲಿನವರೊಡನೆ ಹೊರಟುಹೋದ.

ಪಾಂಚಾಲ ದೇಶದ ಪುರೋಹಿತನು ಪಾಂಡವರ ಪರವಾಗಿ ಬಂದು ಶಲ್ಯನ ಮನಸ್ಸು ಸೈನ್ಯದ ಸಹಾಯ ಗೆದ್ದುಕೊಂಡು ಹೋದ. ಯುದ್ಧವಾಗುವುದು ಖಂಡಿತ. ಯಾವಾಗ, ಖಚಿತವಾಗಿ ಹೇಳಲಾಗುವುದಿಲ್ಲ. ದೊಡ್ಡ ಯುದ್ಧವೇ ನಡೆಯುತ್ತದೆ. ಎರಡು ಕಡೆಗಳವರೂ ಸಹಾಯ ಯಾಚಿಸಿ ಆರ್ಯಜಗತ್ತಿನ ಎಲ್ಲ ರಾಜರುಗಳಲ್ಲಿಯೂ ತಮ್ಮ ದೂತರನ್ನು ಕಳಿಸುತ್ತಿದ್ದಾರೆ. ಸಹಾಯದ ಆಶ್ವಾಸನೆಯಾಗಬೇಕು. ಸೈನ್ಯ ಸೇನಾಸಾಮಗ್ರಿಗಳ ಸಿದ್ಧತೆಯಾಗಬೇಕು. ಇನ್ನು ಎರಡು ಮೂರು ವಾರಗಳಲ್ಲಿ ಮಳೆಗಾಲ ಆರಂಭವಾಗುತ್ತದೆ. ಹಳ್ಳಕೊಳ್ಳಗಳು ತುಂಬಿ ಹರಿಯುತ್ತವೆ. ಝರಿ, ಹೊಳೆ ನದಿಗಳಲ್ಲಿ ನೆರೆ ಬರುತ್ತದೆ. ಉಕ್ಕಿ ಹರಡುವ ನೀರು ಹಳ್ಳಿಪಟ್ಟಣಗಳಿಗೆ ನುಗ್ಗಿ ಸುತ್ತುವರಿಯುತ್ತದೆ. ಆರ್ಯಜನಗಳ ವಸತಿಗಳೆಲ್ಲ ಹೊಳೆ ನದಿಗಳ ದಡದಲ್ಲಿಯೇ, ಮಳೆಗಾಲದಲ್ಲಿ ಸಂಚಾರವಂತೂ ಸಾಧ್ಯವಿಲ್ಲ. ನಡೆಗಳಿಗೇ ಕಷ್ಟವಾಗುವಾಗ ರಥಗಳ ಗಾಲಿ ಹೂತುಹೋಗುತ್ತವೆ. ಆನೆಗಳು ಜಾರುತ್ತವೆ. ಸೈನ್ಯ ಬೀಡು ಬಿಡುವ ಒಣನೆಲವೆಲ್ಲಿ, ಬೀಡಿನಲ್ಲಿ ಅಡುಗೆ ಮಾಡುವ ಒಣಕಟ್ಟಿಗೆ ಎಲ್ಲಿಂದ ಹೊಂದಿಸುವುದು? ಒಟ್ಟಿನಲ್ಲಿ ಯುದ್ಧ ಆಗುವುದೇ ಇದ್ದರೆ ಮಳೆಗಾಲ ಕಳೆದ ನಂತರ; ಭಾದ್ರಪದ ಆಶ್ವಯುಜದ ನಂತರ. ಅಲ್ಲಿಯ ತನಕ ಸಿದ್ಧತೆ ನಡೆಯಬಹುದು. ಹೀಗೆಯೇ ದೂತರು ರಾಜ್ಯರಾಜ್ಯಗಳಿಗೆ ಸಂಚರಿಸಿ ಕುದುರೆ ಏರಿ, ಹರಿಗೋಲು ಮೀಟಿ, ಈಜಿ, ನಡುವೆ ಸುಳಿಗೆ ಸಿಕ್ಕಿ – ಅದೂ ಪೂರ್ತಿ ಸಾಧ್ಯವಿಲ್ಲ.

ಶಲ್ಯರಾಜನೇನೋ ಸಿದ್ಧವಾಗಿರುವಂತೆ ತನ್ನ ಸೇನೆಗೆ ಅಪ್ಪಣೆ ಮಾಡಿದ. ಬಡಗಿಗಳು ರಥಗಳ ಭಾಗಗಳನ್ನು ಕುಟ್ಟಿ ಪರೀಕ್ಷಿಸಿದರು. ಗಾಲಿ, ಗುಂಬ, ಇರಚಿ, ಆಸನ, ಮೂಕಿಗಳಲ್ಲಿ ಟೊಳ್ಳು ಬಂದಿದ್ದುವನ್ನು ತೆಗೆದು ಬೇರೆ ಹಾಕಿದರು. ಹೊಸ ಹಗ್ಗ ಹೊಸೆದರು. ಲೋಹಕಾರರು

ಬಾಣದ ತುದಿಯ ಮೊನಚುಗಳನ್ನು ತಯಾರಿಸಿ ಮಸೆಮಸೆದು ತುಂಬಲು ಆರಂಭಿಸಿದರು. ಚಮ್ಮಾರರು ಚಕ್ಕಳದ ಮೈಅಂಗಿ, ಗುರಾಣಿಗಳ ಸಿದ್ಧತೆಯಲ್ಲಿ ತೊಡಗಿದರು. ಮಾವುತರು ತಮ್ಮಟೆ, ಶಂಖ, ನಗಾರಿಗಳ ಸದ್ದನ್ನು ಆನೆಗಳಿಗೆ ಪುನಃ ಅಭ್ಯಾಸ ಮಾಡಿಸಿದರು. ಮದ್ರವು ಯುದ್ಧಕ್ಕೆ ಹೆಸರುವಾಸಿಯಾದ ದೇಶವಲ್ಲ. ಇತ್ತೀಚೆಗೆ ಅಂತಹ ದೊಡ್ಡ ಯುದ್ಧ ನಡೆದೇ ಇಲ್ಲ. ಸೈನಿಕರಿಗೆಲ್ಲ ವಿಶೇಷ ತರಬೇತಿಯಾಗಬೇಕು. ಎಂಭತ್ತರ ಮೇಲೆ ನಾಲ್ಕು ಕಳೆದ ಶಲ್ಯರಾಜನೇ ಮುಂದೆ ನಿಂತು ಎಲ್ಲ ಸಿದ್ಧತೆಗಳ ಉಸ್ತುವಾರಿಯನ್ನೂ ನೋಡಿಕೊಳ್ಳುತ್ತಿದ್ದ. ಕೆಲಸಕ್ಕೆ ಬಳಸದ ಲೋಹದಂತೆ ಯುದ್ಧವಿಲ್ಲದ ಕ್ಷತ್ರಿಯರು ತುಕ್ಕುಹಿಡಿದು ಹೋಗುತ್ತಾರೆಂದು ತನಗೆ ತಾನೇ ಹೇಳಿಕೊಳ್ಳುತ್ತಿದ್ದ. ದಿನಾ ಬೆಳಗ್ಗೆ ಸಂಜೆ ಎರಡು ಹೊತ್ತೂ ರಥವೇರಿ ತಾನೇ ಕುದುರೆಗಳ ಕಡಿವಾಣ ಹಿಡಿದು ಓಡಿಸುತ್ತಿದ್ದ. ಅಶ್ವರಹಸ್ಯ ಬಲ್ಲವನೆಂಬ ತನ್ನ ಹಳೇ ಖ್ಯಾತಿಯನ್ನು ಉಜ್ಜಿ ತೊಳೆದು ಮತ್ತೆ ಬೆಳಗುವ ಉತ್ಸಾಹದಲ್ಲಿದ್ದ. ಯುದ್ಧವಾಗುತ್ತೆ, ತಾವೆಲ್ಲ ಹೋ ಎಂದು ಗಟ್ಟಿಯಾಗಿ ಸಮೂಹದಲ್ಲಿ ಮೊಳಗಿಕೊಂಡು ಮುನ್ನುಗ್ಗುತ್ತೇವೆ ಎಂಬ ಉತ್ಸಾಹ ಸೈನಿಕರಲ್ಲೂ ಉಕ್ಕಿತ್ತು; ಬೇಸಿಗೆಯಾದ್ದರಿಂದ ಹೊಲಗೆಲಸವಿರಲಿಲ್ಲ. ಕೃಷಿಕ ವೃತ್ತಿಯ ವೈಶ್ಯರು ಕೂಡ ಬಿಲ್ಲುಗುರಿಯ ಅಭ್ಯಾಸ ಮಾಡಿಕೊಳ್ಳುತ್ತಿದ್ದರು.

ಪಾಂಚಾಲದ ಪುರೋಹಿತ ಬಂದು ರುಕ್ಮರಥನನ್ನೂ ಗೆದ್ದುಕೊಂಡು ಹೋಗಿದ್ದ. ಅವನ ಮನಸ್ಸಿನಲ್ಲಿದ್ದ ಸ್ವಯಂವರದ ವಿಚಾರವನ್ನು ಅನುಮೋದಿಸಿದ್ದ. ಅದಕ್ಕೆ ತಾವೆಲ್ಲ ಬರುವುದಾಗಿ ಪಾಂಚಾಲರೇ ಅಲ್ಲದೆ ಪಾಂಡವರ ಪರವಾಗಿ ಹೇಳಿದ್ದ. ತಾನೇ ವೇದ ಮತ್ತು ಯುದ್ಧವಿದ್ಯೆಯನ್ನು ಕಲಿಸಿದ್ದ ಪಾಂಡವರ ಹಿರೀಮಗನಿಗೆ ಮಾಲೆ ಹಾಕಿದರೆ ಅವನು ಪುಣ್ಯವಂತನೆಂದು ಸೂಚಿಸಿದ್ದ. ರುಕ್ಮರಥನ ಮನಸ್ಸು ಈಗ ಪಾಂಡವರ ಪರ ತಿರುಗಿತು. ರಾಜಸೂಯ ಮಾಡಿ ಆರ್ಯಜಗತ್ತಿನಲ್ಲೆಲ್ಲ ವೈಭವ ಖ್ಯಾತಿಗಳನ್ನು ಗಳಿಸಿಕೊಂಡವರು. ಅಂಥವರ ಹಿರಿಯ ಮಗನಿಗೆ ತನ್ನ ಮಗಳು ಹಿರಿಯರಸಿಯಾದರೆ! ಹೆಂಡತಿಯ ಕೈಲಿ ಹೇಳಿದ. ಅವಳೂ ಒಪ್ಪಿದಳು, ಉಬ್ಬಿದಳು. ಮಗಳನ್ನು ಕರೆದು ಹೇಳಿದ: 'ನಿನ್ನ ಅಜ್ಜನ ತಂಗಿಯ ಮೊಮ್ಮಗ. ಅವನಿಗೇ ಮಾಲೆ ಹಾಕು. ಮುಂದೆ ರಾಜಸೂಯಕ್ಕೋ ಅಶ್ವಮೇಧಕ್ಕೋ ಕಂಕಣ ಕಟ್ಟಿಸಿಕೊಳ್ಳುವ ಭಾಗ್ಯ ನಿನ್ನದು' ಎಂದ.

'ಹುಡುಗ ಸುದೃಢನಾಗಿ ಸುಂದರನಾಗಿದ್ದಾನಾ? ನೀನು ನೋಡಿದ್ದೀಯ ಅಪ್ಪ?' ಮಗಳು ಕೇಳಿದಳು.

'ಪಾಂಡವರ ಮಗ ಸುದೃಢನಾಗಿರದೆ ಉಂಟೆ?'

ಮಗಳ ಮುಖವು ತೆಳು ಬಿರಿಯಿತು.

ರುಕ್ಮರಥನು ತಮ್ಮಂದಿರಾದ ವಜ್ರ ಅಜಯರೇ ಅಲ್ಲದೆ ತನ್ನ ಗಂಡುಮಕ್ಕಳನ್ನೂ ಯುದ್ಧಾಭ್ಯಾಸದಲ್ಲಿ ತೊಡಗಿಸಿದ. ಇವರು ನಿರೀಕ್ಷಿಸಿದಂತೆ ಬಾನಿನಲ್ಲಿ ಮೋಡಗಳು ಕವಿದುವು. ಮೈಬೆವರು ಕಿತ್ತು ಸುರಿಯಿತು. ದಗೆಯ ಶಖೆಯು ಬೆವರಿನ ಕಾವಾಯಿತು. ಒಂದು ರಾತ್ರಿ ಎಲ್ಲರೂ ಮಾಳಿಗೆಯ ಮೇಲೆ, ಉದ್ಯಾನದಲ್ಲಿ, ಹೊರ ಅಂಗಳದಲ್ಲಿ ಮಲಗಿದ್ದಾಗ ಪಟಪಟನೆ ಮಳೆ ಬಿದ್ದಿತು. ಎಲ್ಲರೂ ಎದ್ದು ಕುಳಿತರು....

ಯೋ ವರ್ಧನ ಓಷಧೀನಾಂ ಯೋ ಅಪಾಂ । ಯೋ ವಿಶ್ವಸ್ಯ ಜಗತೋ ದೇವ ಈಶೇ, ಹೇಳಿಕೊಳ್ಳತೊಡಗಿದರು. ಸ್ವಲ್ಪ ಹೊತ್ತು ಪಟಗುಟ್ಟುತ್ತಿದ್ದ ಹನಿಗಳು ಅನಂತರ ಧೋಧೋ ಸುರಿಯತೊಡಗಿತು. ತನ್ನ ಅರಮನೆಯ ಉದ್ಯಾನದಲ್ಲಿದ್ದ ವೃದ್ಧರಾಜನು ಮಲಗಿದ್ದಲ್ಲಿಗೆ ಎಲ್ಲರೂ ಓಡಿಹೋದರು. ಮನೆಯ ಪುರೋಹಿತ ಹೋಮದತ್ತನೂ ತನ್ನ ಹೆಂಡತಿಯ ಸಮೇತ ಬಂದ. ರುಕ್ಮರಥ, ವಜ್ರ, ಅಜಯರ ಹೆಂಡತಿಯರು ಮಕ್ಕಳೆಲ್ಲ ಕೂಡಿದರು. ಹೋಮದತ್ತನ ಗಟ್ಟಿಕಂಠವನ್ನನುಸರಿಸಿ ಎಲ್ಲರೂ ಗಟ್ಟಿಯಾಗಿ ಮಳೆಯ ಅಧಿಪತಿ ಪರ್ಜನ್ಯನ ಸ್ತುತಿ ಹಾಡಿದರು. ಸುರುಗುಟ್ಟುವ ಹನಿಗಳ ಸದ್ದನ್ನು ಭೇದಿಸಿಕೊಂಡು ಮೋಡಕ್ಕೆ ಏರಿ ಕೇಳಿಸುವಂತೆ:

ಇದಂ ವಚಃ ಪರ್ಜನ್ಯಾಯ ಸ್ವರಾಜೇ
ಹೃದೋ ಅಸ್ತ್ವಂತರಂ ತಜ್ಜ ಜೋಷತ್
ಮಯೋ ಭುವಃ ವೃಷ್ಟಯಃ ಸೂತ್ವಸ್ಮೇ
ಸುಪಿಪ್ಪಲಾ ಓಷಧೀರ್ದೇವ ಗೋಪಾಃ

ಸ್ತುತಿ ಮುಗಿದ ಮೇಲೆ ವೃದ್ಧ, ಬಾಲ, ಗಂಡುಹೆಣ್ಣುಗಳೆಲ್ಲರೂ ತಮ್ಮ ಮೇಲುವಸ್ತ್ರಗಳನ್ನು ತೆಗೆದೆಸೆದು ಬೇಸಿಗೆಯ ಗುಳ್ಳೆಗಳೆದ್ದಿದ್ದ ಬೆನ್ನು ಭುಜ ಎದೆಗಳನ್ನು ವರ್ಷದ ಮೊದಲ ಮಳೆಗೆ ಆನಿಸಿ ಚದುರಿದರು. ಪರ್ಜನ್ಯ ಮಂತ್ರವನ್ನು ತಮಗೆ ಇಷ್ಟ ಬಂದ ಲಯದಲ್ಲಿ ಹೇಳಿಕೊಂಡು ಕುಣಿಯಲು ಆರಂಭಿಸಿದರು. ಮಳೆಯೂ ನಿಲ್ಲಲಿಲ್ಲ. ಯಾರೂ ಒಳಗೆ ಹೋಗಲಿಲ್ಲ. ಬಿಚ್ಚಿದ ತಲೆಯ ಕೂದಲಿನಿಂದ ಮೈಮೇಲೆಲ್ಲ, ಕಣ್ಣು ಮೂಗು ತುಟಿಗಳ ಮೇಲೆಲ್ಲ ಹರಿಯುವ ನೀರಿನ ಉತ್ಸಾಹದಿಂದ ಶಲ್ಯರಾಜನೂ ಗಟ್ಟಿಯಾಗಿ ಹಾಡಿದ. ಗಟ್ಟಿಯಾಗಿ ಕುಣಿದ.

ಮಳೆ ಬಿದ್ದಮೇಲೆ ವೈಶ್ಯರೆಲ್ಲ ಕೃಷಿಗೆಲಸಕ್ಕೆ ತಿರುಗಿದರು. ಆದರೆ ರಾಜವಂಶದವರು ಮಾತ್ರ ಅಭ್ಯಾಸ ನಿಲ್ಲಿಸಲಿಲ್ಲ. ಒಂದು ವಾರಕ್ಕೂ ಮೀರಿ ದಿನಾ ಮೂರು ನಾಲ್ಕು ಬಾರಿ ಮಳೆ ಸುರಿಯಿತು. ಕಾಯ್ದ ಭೂಮಿ ನೀರು ಕುಡಿದು ಕಾವು ಹೊರಗೆ ಬಂದು ಮತ್ತೆ ಒಳಗೆ ತಂಪು ತಿರುಗಿ ಮತ್ತೆ ಸೇದಿಕೊಂಡು ಮತ್ತೆ ಮಳೆಯನ್ನು ಹೀರಿ ಕುಡಿದು ನೆಲ ಹದವಾಯಿತು. ವೈಶ್ಯರಿಗೆ ಹಿಗ್ಗೋ ಹಿಗ್ಗು. ಜನರ ಮನಸ್ಸಿನಿಂದ ಯುದ್ಧದ ಉತ್ಸಾಹ ಕಡಮೆಯಾಯಿತು.

ಮಳೆ ನಿಂತು ಮತ್ತೆ ಬಿಸಿಲಿನ ಬೆವರು ಕಾವು ಏರುತ್ತಿರುವಾಗ ಒಂದು ದಿನ ತ್ರಿಗರ್ತದ ಐವರು ದೊರೆಗಳಲ್ಲಿ ಒಬ್ಬನಾದ ಸುಶರ್ಮ ಶಾಕಲಪಟ್ಟಣಕ್ಕೆ ಬಂದ. ಮಹಾರಾಜ ಶಲ್ಯನಿಗೆ ಗೌರವದಿಂದ ನಮಸ್ಕರಿಸಿ ಮಧುಪರ್ಕಗಳನ್ನು ಸ್ವೀಕರಿಸಿದ. ಅವನು ತನ್ನ ಮಗ ರುಕ್ಮರಥನ ಸ್ನೇಹಿತ, ಅವನ ಸಮವಯಸ್ಕನೆಂಬುದು ಶಲ್ಯನಿಗೆ ಗೊತ್ತು. ಬೆಂಗಾವಲಿನವರಿಗೆ ಊಟ, ಕುದುರೆಗಳಿಗೆ ಮೇವುಗಳನ್ನು ಕೊಡುವಂತೆ ಆಳುಗಳಿಗೆ ಹೇಳಿದ ಮೇಲೆ ಅವನು ಎಂದ: 'ರುಕ್ಮರಥ ಈಗ ಅಭ್ಯಾಸಕಣದಲ್ಲಿದ್ದಾನೆ. ಕರೆಸ್ತೀನಿ. ಅಲ್ಲಿಯವರೆಗೆ ವಿಶ್ರಮಿಸಿಕೊ.'

ರುಕ್ಮರಥನ ಮನೆಗೆ ಹೊಂದಿಕೊಂಡ ಅತಿಥಿಗೃಹದಲ್ಲಿ ಸುಶರ್ಮ ಸ್ನಾನಾದಿಗಳನ್ನು

ಮುಗಿಸಿ ವಿಶ್ರಮಿಸಿಕೊಳ್ಳುತ್ತಿರುವಾಗ ರುಕ್ಮರಥ ಬಂದ. ಗೆಳೆಯರು ಒಬ್ಬರನ್ನೊಬ್ಬರು ತಬ್ಬಿಕೊಂಡರು. ಅಲ್ಲಿಗೇ ತರಿಸಿಕೊಂಡು ಊಟಮಾಡಿದರು. 'ನೀನು ಬರುವ ಹೊತ್ತಿಗಾಗಲೇ ಅಡುಗೆಯಾಗಿತ್ತು. ನಿನ್ನ ಗೌರವಕ್ಕೆಂದು ರಾತ್ರಿಗೆ ದೊಡ್ಡ ಹೋರಿಯನ್ನೇ ಕಡಿದು ಮಾಡುತ್ತಾರೆ. ಕಡೆಗಣಿಸಿದರು ಅಂತ ಸಿಟ್ಟುಮಾಡಿಕೊಬೇಡ' ರುಕ್ಮರಥ ಉಪಚಾರ ಹೇಳಿದ. ಸುಶರ್ಮ ಆಡಿನ ಮಾಂಸದ ಚೂರನ್ನು ಕೈಲಿ ಹಿಡಿದು ಚೀಪುತ್ತಿರುವಾಗ ರುಕ್ಮರಥ ಕೇಳಿದ: 'ಎಲ್ಲಿಂದ ಬಂದೆ?'

'ನಮ್ಮ ಊರಿಂದ.'

'ಸುಳ್ಳು. ನಿನ್ನ ಊರಿಂದ ಬಂದಿದ್ದರೆ ಚಂದ್ರಭಾಗಾ ನದಿಯ ಕಡೆಯಿಂದ ಬರಬೇಕಿತ್ತು. ನೀನು ಬಂದದ್ದು ಶತದ್ರು ಕಡೆಯಿಂದ.'

'ನಿನ್ನ ಗೂಢಚರ್ಯ ವ್ಯವಸ್ಥೆ ತುಂಬ ಚುರುಕಾಗಿದೆ.'

'ಅಂದರೆ ಹಸ್ತಿನಾವತಿಗೆ ಹೋಗಿದ್ದೆಯಾ?'

'ನಿನ್ನಿಂದ ಏನೂ ಮುಚ್ಚಿಡುಕ್ಕೆ ಆಗುಲ್ಲ. ಸ್ನೇಹಿತನ ಹತ್ತಿರ ಮುಚ್ಚುಮರೆ ಏನಿಲ್ಲ. ಊಟವಾಗಲಿ' ಎಂದ.

ಬಡಿಸುತ್ತಿದ್ದ ಚಿಕ್ಕ ವಯಸ್ಸಿನ ಸುಂದರಿಯರೆದುರು ಮಾತನಾಡದಂತಹ ವಿಷಯವೆಂದು ರುಕ್ಮರಥ ಅರ್ಥಮಾಡಿಕೊಂಡು ತ್ರಿಗರ್ತದ ಕಡೆಯ ಮಳೆಯ ವಿಷಯ ಕೇಳಿದ. ಊಟವಾದ ನಂತರ, 'ಬಡಿಸುತ್ತಿದ್ದ ಈ ಹೆಂಗಸರಲ್ಲಿ ಈಗ ನಿನ್ನ ವಿಶ್ರಾಂತಿಗೆ ಯಾರು ಬೇಕು?' ಎಂದು ಕೇಳಿದ.

'ಅದೆಲ್ಲ ರಾತ್ರಿಗೆ. ಈಗ ಮಾತಾಡೋಣ.'

ದಾಸಿಯರನ್ನೆಲ್ಲ ಕಳಿಸಿ ಒಳಭಾಗದಲ್ಲಿ ನಯವಾದ ಹಲಗೆಯ ಅಟ್ಟಣೆಯ ಮೇಲೆ ಹಾಕಿದ್ದ ಅಗಲವಾದ ಹಾಸಿಗೆ ದಿಂಬುಗಳ ಹತ್ತಿರಕ್ಕೆ ಅತಿಥಿಯನ್ನು ಕರೆದೊಯ್ದ. ಹತ್ತಿರವೇ ಜೂಜಿನ ದಾಳಗಳಿದ್ದುವು.

'ಆಟ ಶುರು ಮಾಡಿದರೆ ನಾನು ಬಂದ ಮಾತು ಮರೆತುಹೋದೀತು. ಅದೂ ನಿನ್ನ ಕೈಲಿ ಆಡುವಾಗ' ಸುಶರ್ಮ ಹಾಸಿಗೆಯ ಮೇಲೆ ಕೂತು ಬಲತೋಳಿನಿಂದ ದಿಂಬು ಒರಗಿ ಹೇಳಿದ: 'ನೋಡು, ನಾನು ನೀನು ಸ್ನೇಹಿತರು. ಇದುವರೆಗೆ ಯಾವ ವಿಷಯದಲ್ಲೂ ಜಗಳವಲ್ಲ; ಜಗಳದ ಭಾವ ಕೂಡ ಮನಸ್ಸಿನಲ್ಲಿ ಹುಟ್ಟಿಲ್ಲ ಆಟದಲ್ಲಿ, ಬೇಟೆಯಲ್ಲಿ, ಜೂಜಿನಲ್ಲಿ, ಹೆಂಗಸರ ವಿಷಯದಲ್ಲಿ, ಯಾವುದರಲ್ಲೂ. ಈಗ ನೋಡು ಅದೃಷ್ಟ ಒಬ್ಬರ ವಿರುದ್ಧ ಒಬ್ಬರನ್ನು ನಿಲ್ಲಿಸುತ್ತಿರುವ ಹಾಗೆ ಕಾಣುತ್ತಿದೆ. ಮನುಷ್ಯಪ್ರಯತ್ನವನ್ನೆಲ್ಲ ಮುಗಿಸದೆ ಅದೃಷ್ಟದ ಮೇಲೆ ತಪ್ಪುಹಾಕಬಾರದು ಅಲ್ಲವೆ?'

ರುಕ್ಮರಥ ನಾಲ್ಕು ಬಾರಿ ಉಸಿರೆಳೆದು ಬಿಡುವತನಕ ಸುಮ್ಮನಿದ್ದ. ಅಷ್ಟರಲ್ಲಿ ಅವನಿಗೆ ಸ್ನೇಹಿತನ ಮಾತಿನ ಆಶಯ ಅರ್ಥವಾಯಿತು. ಮತ್ತೆ ಎಂಟು ಹತ್ತು ಸಲ ಉಸಿರೆಳೆದು ಬಿಟ್ಟ ನಂತರ ನಿಧಾನವಾಗಿ ಎಂದ: 'ಪಾಂಡವರ ಪರವಾಗಿ ಪಾಂಚಾಲದಿಂದ ಒಬ್ಬ ಪುರೋಹಿತ ಬಂದಿದ್ದ.'

'ಗೊತ್ತಾಯಿತು. ಅವರು ಎಲ್ಲೆಲ್ಲಿಗೆ ಯಾರು ಯಾರನ್ನು ಕಳಿಸುತ್ತಾರೆ ಎನ್ನುವುದೆಲ್ಲ ದುರ್ಯೋಧನನಿಗೆ ತಿಳಿಯುತ್ತೆ.'

'ನಮ್ಮಪ್ಪನಿಗೆ ಅವರು ತಂಗಿಯ ಮಕ್ಕಳು ಅಂತ ವಿಶೇಷ ಮೋಹವಿದೆ. ಮೊಮ್ಮಗಳಿಗೆ ಸ್ವಯಂವರ ಮಾಡಿ, ನಾವೆಲ್ಲ ಬರ್‌ತೀವಿ. ಪಾಂಡವರ ಹಿರಿಯ ಮಗನಿಗೆ ನಿಮ್ಮ ಹುಡುಗಿ ಮಾಲೆ ಹಾಕಿದರೆ ಅವನು ಅದೃಷ್ಟವಂತ ಅಂದ. ತಕ್ಷಣ, ಅಪ್ಪ, ನಾನು ನನ್ನ ಮಕ್ಕಳು ನನ್ನ ಸೈನ್ಯ ಪಾಂಡವರಿಗೆ ಮೀಸಲು ಅಂದುಬಿಟ್ಟ. ನನಗೆ ಮಾತಾಡುಕ್ಕೇ ಅವಕಾಶ ಕೊಡಲಿಲ್ಲ. ಅವನ ಸ್ವಭಾವ ಎಂಥದು ಅಂತ ನಿನಗೇ ಗೊತ್ತಿದೆ.'

ಸ್ವಲ್ಪ ಹೊತ್ತು ಯಾರೂ ಮಾತನಾಡಲಿಲ್ಲ. ಅನಂತರ ಸುಶರ್ಮ ಕೇಳಿದ: 'ಹಾಗಂತ ನಾನು ನೀನು ಒಬ್ಬರ ಮೇಲೊಬ್ಬರು ಕಾಯವುದು ನ್ಯಾಯವೆ?'

'ಛೆ, ಛೆ. ಅದನ್ನ ತಪ್ಪಿಸಬೇಕು. ನನಗೆ ಒಂದು ಹೊಳೆಯುತ್ತೆ. ಅಪ್ಪ ಮಾತ್ರ ಅವನ ಹಟ ಬಿಡೂದಿಲ್ಲ. ಬಿಡದಿದ್ದರೆ ತಾನೆ ಏನು, ತೊಂಬತ್ತು ಹತ್ತಿರವಾಗುತ್ತಿರುವ ಮುದುಕ ಒಂದಿಷ್ಟು ಸೈನ್ಯದ ಜೊತೆಗೆ ಹೋಗಲಿ. ನಾನು ಏನೋ ಒಂದು ನೆಪ ಒಡ್ಡಿ ತಪ್ಪಿಸಿಕೊತ್ತೀನಿ. ತಮ್ಮಂದಿರೂ ತಪ್ಪಿಸಿಕೊಳ್ಳೂ ಹಾಗೆ ಮಾಡ್‌ತೀನಿ. ಹಾಗೆಯೇ ನೀನೂ ಹೊರಳಿಕೊಂಡು ಬಿಡು. ಯಾರ ಯಾರದೋ ಜಗಳದಲ್ಲಿ ನಮಗೇನು ಭಾಗ?'

'ಪಾಂಡವರ ವಿರುದ್ಧ ಯುದ್ಧವಾಗುತ್ತಿರುವಾಗ ನಾನು ಬಿಟ್ಟರೆ ಕ್ಷತ್ರಿಯ ಧರ್ಮಕ್ಕೆ ಎರಡು ಬಗೆದ ಹಾಗೆ. ನಿನಗೇ ಗೊತ್ತಲ್ಲ, ವಿರಾಟನಗರದ ಉತ್ತರ ಭಾಗದಲ್ಲಿ ಅವನ ಹಸುಗಳ ಹಿಂಡನ್ನು ದೋಚಿ ತರುಕ್ಕೆ ನಾನು ಹೋಗಿದ್ದೆ. ಹಾಳು ಪಾಂಡವರು ಅಲ್ಲೇ ಇದ್ದರು. ಇಲ್ಲದಿದ್ದರೆ ಅಷ್ಟೊಂದು ಹಸುಗಳು ನನಗೆ ಸಿಕ್ಕುತ್ತಿದ್ದುವು. ಸಿಕ್ಕದಿದ್ದರೆ ಬೇಡ, ಅವರಿಂದ ಸೋತ ಅಪಮಾನವಾಯಿತು ನನಗೆ. ಅವರು ಅಲ್ಲಿರುತ್ತಾರೆ ಅಂತ ಗೊತ್ತಿದ್ದರೆ ಜಾಸ್ತಿ ಸೈನ್ಯದೊಡನೆ ಹೋಗುತ್ತಿದ್ದೆ. ಒಟ್ಟಿನಲ್ಲಿ ಅಪಮಾನಕ್ಕೆ ಪ್ರತೀಕಾರ ಮಾಡದವನು ಕ್ಷತ್ರಿಯ ಹೇಗಾಗ್‌ತಾನೆ?'

ಮತ್ತೆ ಸ್ವಲ್ಪ ಹೊತ್ತು ಇಬ್ಬರೂ ಸುಮ್ಮನಿದ್ದರು. ರುಕ್ಮರಥ ಕೇಳಿದ: 'ಪಾಂಡವರನ್ನು ದ್ವೇಷಿಸಲು ನಿನಗೆ ಈ ಕಾರಣವಿದೆ. ನಾನು ಹೇಗೆ ಅವರನ್ನ ದ್ವೇಷಿಸಲಿ, ಅದೂ ತಂಗಿಯ ಮಕ್ಕಳು ಅಂತ ನಮ್ಮಪ್ಪ ಎದೆಗೆ ಅವಚಿಕೊಳ್ಳಲು ಹೊರಟಿರುವಾಗ?'

'ನಿನ್ನ ಸ್ನೇಹಿತನಾದ ನಾನು ಅವರನ್ನು ದ್ವೇಷಿಸುವುದಕ್ಕಿಂತ ಬೇರೆ ಕಾರಣ ಬೇಕೆ ನಿನಗೆ?'

ರುಕ್ಮರಥನಿಗೆ ತುಂಬ ಇಕ್ಕಟ್ಟಾಯಿತು. ಬೇಕು ಎಂದು ಸ್ನೇಹಿತನ ಎದುರಿಗೆ ಹೋಗಲಿ, ತನ್ನ ಮನಸ್ಸಿನಲ್ಲಿ ಕೂಡ ಹೇಳಿಕೊಳ್ಳಲಾರ. ಸಮವಯಸ್ಕ. ಅಲ್ಲದೆ ಆರ್ಯಾವರ್ತದ ಜನರ ಸಮಕ್ಕೆ ತಮ್ಮ ಮಾನಮರ್ಯಾದೆ ಆಚಾರವಿಚಾರಗಳನ್ನು ಏರಿಸಿಕೊಳ್ಳಬೇಕೆಂದು ಜೊತೆಯಲ್ಲಿ ಕನಸು ಕಂಡಿರುವ ಗೆಳೆಯ. ಮಗಳ ಸ್ವಯಂವರದ ಅದ್ದೂರಿಗೆ ಬೇಕಾದ ಸಹಾಯ ಮಾಡುವುದಾಗಿ ತಾನಾಗಿಯೇ ಆಶ್ವಾಸನೆ ಇತ್ತಿದ್ದಾನೆ. ಅವನ ದ್ವೇಷಿಯು ತನ್ನ ದ್ವೇಷಿಯೂ ಆಗದೆ ಇರುವುದು ಹೇಗೆ? ಇದ್ದಕ್ಕಿದ್ದಂತೆಯೇ ಅಪ್ಪನ ಮೇಲೆ ಸಿಟ್ಟು ಬಂತು.

ರಾಜ್ಯಾಡಳಿತದ ಹೊಣೆಯನ್ನು ತನ್ನ ಮೇಲೆ ಬಿಟ್ಟು ಪಟ್ಟಾಭಿಷೇಕವನ್ನೂ ಮಾಡಿರುವ ಅಪ್ಪ ಇಂತಹ ಮುಖ್ಯ ವಿಷಯದಲ್ಲಿ ಇನ್ನೂ ಯಾಕೆ ತಲೆಹಾಕುತ್ತಾನೆ, ಎನ್ನಿಸಿತು. ಹಾಗೆಂದು ಅವನ ಎದುರು ನಿಂತು ಕೇಳುವ ಮನಸ್ಸಾಗಲಿ ಧೈರ್ಯವಾಗಲಿ ಇಲ್ಲ. ಇಷ್ಟು ಯೋಚಿಸುವಲ್ಲಿ ಸುಶರ್ಮನೇ ಎಂದ: 'ಅವರವರ ಜಗಳ ನಮಗೇನು ಅಂತ ನಾವು, ಅಂದರೆ ಮದ್ರರು, ತ್ರಿಗರ್ತರು, ಹೀಗೇ ಇನ್ನು ಕೆಲವರು ಸುಮ್ಮನೆ ಯಾಕಿರಬಾರದು ಅಂತ ನೀನು ಕೇಳಬಹುದು. ಕೇಕಯರು ಪಾಂಡವರ ಕಡೆಗೆ ಸೇರುತ್ತಾರೆಂಬ ಸುದ್ದಿ. ಗಾಂಧಾರರು ಮಾತ್ರ ದುರ್ಯೋಧನನ ಕಡೆಯೇ. ಈ ಯುದ್ಧದಲ್ಲಿ ಹೆಚ್ಚು ಕಡಮೆ ಆರ್ಯ ಪ್ರಪಂಚದ ಎಲ್ಲರೂ ಒಂದಲ್ಲ ಒಂದು ಪಕ್ಷ ವಹಿಸಿಯೇ ವಹಿಸುತ್ತಾರೆ. ನಾವು ಯಾವ ಪಕ್ಷವೂ ಬೇಡ ಅಂತ ಸುಮ್ಮನಿದ್ದುಬಿಟ್ಟರೆ ಹೇಡಿಗಳು ಅನ್ನಿಸಿಕೊಳ್ಳುವುದಿಲ್ಲವೆ? ಅಲ್ಲಿ ಯುದ್ಧವಾಗುವಾಗ ಇಲ್ಲಿ ಸುಮ್ಮನೆ ಸುಂದರಿ ದಾಸಿಯರ ತೋಳಿನಲ್ಲೋ, ಸೋಮದ ಅಮಲಿನಲ್ಲೋ ಅಥವಾ ದಾಳದ ಉರುಟಿನಲ್ಲೋ ಇರಲು ಹೇಗೆ ಸಾಧ್ಯ ಈ ಕ್ಷತ್ರಿಯ ರಕ್ತಕ್ಕೆ?.....'

ರುಕ್ಮರಥ ಮಧ್ಯದಲ್ಲಿ ನಿಲ್ಲಿಸಿ ಕೇಳಿದ: 'ಈ ಯುದ್ಧದಲ್ಲಿ ಯಾರು ಗೆಲ್‌ತಾರೆ ಅಂತೀಯ ನೀನು?'

'ದುರ್ಯೋಧನ. ಸಂಶಯ ಬೇಡ ನಿನಗೆ' ಎಂದು ಸಿದ್ಧಪಡಿಸಿಟ್ಟಂತೆ ಹೇಳಿದ ನಂತರ, ಸ್ವಲ್ಪ ಯೋಚಿಸಿ ನಿಧಾನವಾಗಿ ಎಂದ: 'ಹೇಗೆ ಅಂತೀಯೊ? ಒಂದು, ಪಾಂಡವರು ಹೊಟ್ಟೆಬಟ್ಟೆಗಿಲ್ಲದೆ ಹದಿಮೂರು ವರ್ಷ ಹಣ್ಣಾಗಿದ್ದಾರೆ. ಎರಡು, ದುರ್ಯೋಧನನ ಕಡೆಗೆ ಬರುವಷ್ಟು ದೊರೆಗಳು ಪಾಂಡವರ ಕಡೆಗೆ ಬರುವುದಿಲ್ಲ. ಅವನೆಷ್ಟಾದರೂ ಅಧಿಕಾರದಲ್ಲಿರುವ ರಾಜ. ರಾಜಭಂಡಾರ ಕೈಲಿದೆ. ಸೈನ್ಯಕ್ಕೆ ಎಷ್ಟಾದರೂ ಖರ್ಚುಮಾಡಬಲ್ಲ. ಕಾಡಿನಲ್ಲಿ ಇಷ್ಟು ದಿನ ತೀರ್ಥಯಾತ್ರೆ, ಸತ್ಸಂಗ ಅಂತ ಇದ್ದು ತರಕಲು ಗಡ್ಡ ಬೆಳೆಸಿರುವ ಪಾಂಡವರಿಗೆ ಯಾರಾದರೂ ನಮಸ್ಕಾರ ಮಾಡಬಹುದು. ಬಲ, ಬೆಂಬಲ ಕೊಡುವುದಿಲ್ಲ.'

'ಹಿಂದೆ ರಾಜಸೂಯ ಮಾಡಿದ ದೊಡ್ಡ ದೊರೆಗಳಲ್ಲವೆ ಅವರು?'

'ಹಿಂದಿನ ವೈಭವದ ನೆನಪಿನಿಂದಲ್ಲ ರಾಜಕಾರಣದ ಶಕ್ತಿ ಬರೂದು. ಇವತ್ತಿನ ಅಧಿಕಾರ ಸೂತ್ರದಿಂದ. ಕಳೆದ ಹದಿಮೂರು ವರ್ಷದಿಂದ ದುರ್ಯೋಧನ ಅಧಿಕಾರ ಗಟ್ಟಿಮಾಡಿಕೊಂಡು ಪಾಂಡವರ ಹೆಸರೇ ಮರೆಯುವ ಹಾಗೆ ಮಾಡಿದಾನೆ. ಅವರು ಕಟ್ಟಿದ ಇಂದ್ರಪ್ರಸ್ಥದ ಪ್ರದೇಶದಲ್ಲಿ ಕೂಡ ಮರೆಯುವ ಹಾಗೆ. ಪಾಂಚಾಲರ ದಾಕ್ಷಿಣ್ಯಕ್ಕೆ ಅಲ್ಲೊಬ್ಬರು ಇಲ್ಲೊಬ್ಬರು ಇವರ ಕಡೆ ಬಂದ ಶಾಸ್ತ್ರ ಮಾಡಬಹುದು. ಸೋಲುವ ಎತ್ತಿನ ಬಾಲ ನೀನೇಕೆ ಹಿಡೀತೀಯ. ಬಲಶಾಲಿಯಾದ ಎತ್ತು ಗೆದ್ದನಂತರ ನಿನ್ನ ಮೇಲೆ ನುಗ್ಗಿ ಮುಗಿಸದೆ ಇರುತ್ತೆಯೆ? ನಿನ್ನ ತಂದೆ ವಿವೇಕಿ. ಆದರೆ ವೃದ್ಧಾಪ್ಯ.'

ಇಬ್ಬರೂ ಸಂಜೆಯ ತನಕ ಮಾತನಾಡುತ್ತಿದ್ದರು. ಅಷ್ಟು ಹೊತ್ತಿಗೆ ಮಳೆ ಬಂತು. ಎಲ್ಲೂ ಹೊರಗೆ ಹೊರಡಲಿಲ್ಲ. ರುಕ್ಮರಥ ತನ್ನ ತಮ್ಮಂದಿರನ್ನು ಕರೆಸಿದ. ಅವರೊಡನೆಯೂ ಸುಶರ್ಮ ಕೌರವರ ಪರವಾಗಿ ಮಾತನಾಡಿದ. ರಾತ್ರಿ ಪ್ರಾಯದ ಹೋರಿ ಕಡಿದು ಔತಣ

ಮಾಡಿದ್ದರು. ಊಟವಾದ ಮೇಲೆ ತನಗಾಗಿ ಸಿದ್ಧಪಡಿಸಿದ್ದ ಹಾಸಿಗೆಯ ಮೇಲೆ ಕುಳಿತು ಸುಶರ್ಮ ರುಕ್ಮರಥನನ್ನು ಕೇಳಿದ: 'ನಿನ್ನ ಮಗಳನ್ನು ಪಾಂಡವರ ಹಿರಿಯ ಮಗನಿಗೆ ತಂದುಕೊಳ್ಳುವುದಾಗಿ ಪಾಂಚಾಲದ ಚಾಣಾಕ್ಷ ಪುರೋಹಿತ ಅಂದ ಅಂತೀಯ. ನಿನ್ನ ಮಗಳಿಗೆ ಐದು ಜನ ಗಂಡಂದಿರಾಗುತ್ತಾರೆ. ಇದು ಆರ್ಯಧರ್ಮವೋ ಗುಡ್ಡಗಾಡು ಜನದ ಪದ್ಧತಿಯೊ? ಆರ್ಯ ಜನಾಂಗದಿಂದ ಬಹಿಷ್ಕೃತನಾಗಬೇಕಷ್ಟೆ.'

'ಹ್ಯಾಗೆ?'

'ಪಾಂಡವರು ಐದು ಜನ ಕೂಡಿ ತಾನೆ ದ್ರೌಪದಿಯನ್ನು ಮದುವೆಯಾದದ್ದು? ಅವಳ ಹೊಟ್ಟೆಯಲ್ಲಿ ಹುಟ್ಟಿದ ಯಾವ ಮಗು ಯಾರಿಗೆ ಆಯ್ತು ಅಂತ ಅವರಿಗೂ ಗೊತ್ತಿಲ್ಲ. ಅವಳಿಗೂ ಗೊತ್ತಿಲ್ಲ. ಒಟ್ಟಿನಲ್ಲಿ ಹಿರಿಯನ ಹೆಸರು. ನಿನ್ನ ಮಗಳನ್ನು ಮಾಡಿ ಕೊಂಡರೂ ನಮ್ಮ ಮನೆಯ ಪದ್ಧತಿ, ಐದು ಜನವೂ ನಿನ್ನನ್ನು ಹಂಚಿಕೊತ್ತೀವಿ ಅಂತ ಬಲವಂತ ಮಾಡಿದರೆ ನಿನ್ನ ಮಗಳು ಏನು ಮಾಡಬೇಕು? ನೀನೇನು ಮಾಡ್‌ತೀಯ?'

ರುಕ್ಮರಥನಿಗೆ ಇದು ಹೊಳೆದೇ ಇರಲಿಲ್ಲ. ಈಗ ಬುದ್ಧಿಗತ್ತಲೆ ಹಿಡಿದಂತಾಯಿತು. ಅಪ್ಪನಿಗೆ ವೃದ್ಧಾಪ್ಯ ಎಂದು ಖಚಿತವಾಯಿತು. ಗೆಳೆಯನಿಗೆ ಉತ್ತರ ಹೇಳಲಾರದೆ ಸುಮ್ಮನೆ ಕುಳಿತ. ಮೂರು ಸಲ ಆಕಳಿಸಿದ ಮೇಲೆ ಸುಶರ್ಮ ತಾನಾಗಿಯೇ ಹೇಳಿದ: 'ನಿನ್ನ ಮಗಳು ದೊಡ್ಡ ರಾಜ್ಯದ ರಾಜ್ಞಿಯಾಗಬೇಕು ಅಂತ ನನಗೂ ಬಯಕೆ ಇದೆ. ದುರ್ಯೋಧನನ ಹಿರೀಮಗ ಸ್ವಯಂವರಕ್ಕೆ ಬರುವ ಹಾಗೆ ನಾನು ಮಾಡ್‌ತೀನಿ. ಯುದ್ಧ ಕಳೀಲಿ ಸುಮ್ಮನಿರು.'

ರುಕ್ಮರಥ ಎದ್ದುನಿಂತ. ನೀನು ಮಲಗು ಎಂದು ಹೇಳಿ ಅಲ್ಲಿಂದ ಹೊರಕೋಣೆಗೆ ಬಂದಾಗ, ಮೈಗೆ ಶ್ರೀಗಂಧ ಲೇಪಿಸಿಕೊಂಡು ಬಣ್ಣಬಣ್ಣದ ಹೂವಿನ ಹಾರ ಧರಿಸಿದ ಎಳೆಪ್ರಾಯದ ಹತ್ತು ಜನ ದಾಸಿಯರು ನಿಂತಿದ್ದರು. ನಡುವೆ ನಿಂತವಳ ಕೈಯಲ್ಲಿ ಅಕ್ಕಿಯಿಂದ ಮಾಡಿದ ಮದ್ಯದ ಪಾತ್ರೆಯಿತ್ತು. ಅವನಿಗೆ ಮರೆತೇಹೋಗಿತ್ತು. ಒಳಗೆ ನಡೆದು ಸ್ನೇಹಿತನಿಗೆ ಹೇಳಿದ: 'ಎದ್ದು ನೋಡು. ನಿನ್ನ ಸೇವೆಗೆ ಹತ್ತು ಜನ ಇದ್ದಾರೆ. ಎಷ್ಟು ಜನ ಬೇಕಾದರೂ ಅಥವಾ ಯಾರನ್ನು ಬೇಕಾದರೂ ಆರಿಸು. ಆದರೆ ಎಚ್ಚರಿಕೆ. ನಮ್ಮ ಮದ್ರ ದೇಶದ ಹೆಂಗಸರು ಎಂಥ ಗಂಡಸನ್ನೂ ಬಳಲಿಸಿಬಿಡುತ್ತಾರೆ. ನಿನಗೂ ಐವತ್ತು ವರ್ಷವಾಗಿದೆ ಯಲ್ಲವೆ?'

ಸ್ನೇಹಿತರು ಜೊತೆಯಲ್ಲಿ ಕುಳಿತರು. ಹೆಂಗಸರು ಕೊಟ್ಟ ಮದ್ಯವನ್ನು ಇಬ್ಬರೂ ಕುಡಿದರು. ಸ್ವಲ್ಪ ಹೊತ್ತಿನ ನಂತರ ರುಕ್ಮರಥ ಎದ್ದು ತನ್ನ ನಿವಾಸಕ್ಕೆ ನಡೆದ. ಒಬ್ಬ ಸುಂದರಿಯು ಅವನ ತೋಳು ಹಿಡಿದು ನಡೆಸಿ ರಾಣಿಯ ಹಾಸಿಗೆಗೆ ತಂದು ಬಿಟ್ಟು ಹಿಂತಿರುಗಿದಳು.

ಹೊರಗೆ ಮಳೆ ಸುರಿಯುತ್ತಿತ್ತು. ಮದ್ಯ ಸೇವಿಸಿದ್ದ ರಾಣಿಗೆ ಮಬ್ಬು ಬಂದಿತ್ತು. ಪಕ್ಕ ದಲ್ಲಿ ಗಂಡ ಬಂದು ಮಲಗಿದ ಅರಿವೂ ಆಗಲಿಲ್ಲ. ರುಕ್ಮರಥನಿಗೆ ಪಾನದಿಂದ ಬರಬೇಕಾದ ನಿದ್ದೆ ಬರಲಿಲ್ಲ. ದ್ರೌಪದಿಗೂ ಹೀಗೆಯೇ ಆಯಿತಂತೆ. ಸ್ವಯಂವರದಲ್ಲಿ ಅರ್ಜುನನೇನೋ ಗೆದ್ದ. ಅನಂತರ ಹಿರಿಯನಾದ ಧರ್ಮನು ದ್ರುಪದನ ಹತ್ತಿರ, ನಾವು ಗೆದ್ದ ಮೇಲೆ

ಹೆಣ್ಣನ್ನು ಹೇಗಾದರೂ ಹಂಚಿಕೊಳ್ಳುತ್ತೇವೆ, ಕೇಳುವ ಅಧಿಕಾರ ನಿನಗೇನಿದೆ ಅಂದನಂತೆ. ಹಿರಣ್ಯವತಿಗೂ ನಾಳೆ ಹೀಗೆಯೇ ಹೇಳಿದರೆ! ಭಯವಾಯಿತು. ಆರ್ಯಧರ್ಮವನ್ನು ಕಡೆಗಣಿಸಿದ ಇವರಿಗೆ ಯಾರೂ ಸಹಾಯ ಮಾಡುವುದಿಲ್ಲ ಎನ್ನಿಸಿತು. ಮಾಡಕೂಡದು ಎಂದು ನಿಶ್ಚಯಿಸಿದ. ಸ್ನೇಹಿತ ಸುಶರ್ಮನ ವಿಷಯದಲ್ಲಿ ಕೃತಜ್ಞತೆ ಹುಟ್ಟಿತು. ಎಷ್ಟು ಹೊರಳಿದರೂ ನಿದ್ದೆ ಬಾರದು. ಅಪ್ಪನದು ಅವಿವೇಕ. ಅವನಿಗೆ ತಿಳಿಯಹೇಳಬೇಕು. ಅಷ್ಟರಲ್ಲಿ ಯಾರ ಸಂಗಡವಾದರೂ ಮಾತನಾಡುವ ಬಯಕೆ. ಪಕ್ಕದಲ್ಲಿ ಗಟ್ಟಿಯಾಗಿ ಉಸಿರೆಳೆದುಬಿಡುತ್ತಿದ್ದ ಹೆಂಡತಿಯ ಭುಜ ಅಲುಗಿಸಿದ. ಅವಳು ಆ ಎಂದಳು. ಮತ್ತೆ ಉಸಿರೆಳೆಯಲು ಶುರುಮಾಡಿದಳು. ನಾಲ್ಕಾರು ಸಲ ಹೊರಳಿಸಿದಮೇಲೆ ಎಚ್ಚರಗೊಂಡಳು. 'ನೋಡು, ನಾವು ಯೋಚಿಸಿಯೇ ಇರಲಿಲ್ಲ. ಹಿರಣ್ಯವತಿಯನ್ನು ಪಾಂಡವರ ಮಗನಿಗೆ ಕೊಟ್ಟಿದ್ದರೆ ಹೀಗಾಗುತ್ತಿತ್ತು.' ಎಂದು ಬಿಡಿಸಿ ಹೇಳಿದ: 'ಎಂತಹ ಅನಾಹುತ!'

ಅವಳು ಮತ್ತೆ ಮಂಪರಿಗೆ ಇಳಿದಿದ್ದಳು. 'ನೋಡು, ಎಷ್ಟು ಗಂಭೀರ ವಿಷಯ ಹೇಳ್ತಿದೀನಿ. ನೀನು ನಿದ್ದೆ ಮಾಡ್ತಿದೀಯ. ಮಾತಾಡು.' ಅವಳು ಮಾತನಾಡಲಿಲ್ಲ. ಪುನಃ ಭುಜ ಅಲುಗಿಸಿ ಎಚ್ಚರ ಮಾಡಿ ಮೊದಲಿನಿಂದ ಎಲ್ಲವನ್ನೂ ವಿವರಿಸಿ, ಮಾತಾಡುವಂತೆ ಬಲವಂತ ಮಾಡಿದ.

'ಐದು ಜನರನ್ನು ಕರೆದುಕೊಳ್ಳುವ ಶಕ್ತಿ ಅವಳಿಗಿದ್ದರೆ ಮಾಡಿಕೊಳ್ಳಲಿ' ಎಂದು ತೊದಲಿದಳು. ಏನಂದೆ? ಎಂದು ಅವನು ಕೇಳುವ ಹೊತ್ತಿಗೆ ಅವಳು ನಿದ್ದೆಯ ಉಸಿರೆಳೆಯು ತ್ತಿದ್ದಳು.

ಸುಶರ್ಮ ಮರುದಿನವೇ ಪ್ರಯಾಣ ಮಾಡಿದ. ತಾನೂ ಬೆಂಗಾವಲಿನವರೊಡನೆ ನದಿಯ ತನಕ ಹೋಗಿ ಗೌರವದಿಂದ ಕಳಿಸಿ ಹಿಂತಿರುಗಿದ ತಕ್ಷಣ ರುಕ್ಮರಥ ಅಪ್ಪನ ಅರಮನೆಗೆ ಹೋದ. ಉದ್ಯಾನದಲ್ಲಿ ಸಂಜೆಯ ವಾಲುಬಿಸಿಲಿಗೆ ಮಿನುಗುವ ಬಿಳಿಗೂದಲಿನ ತಲೆಯನ್ನು ಬಗ್ಗಿಸಿಕೊಂಡು ಹೊಸದಾಗಿ ಒಡೆಯುತ್ತಿದ್ದ ನೆಲಸಂಪಿಗೆಯ ಹೂವನ್ನು ನೋಡುತ್ತಿದ್ದ ಶಲ್ಯರಾಜ, ಸುಖ ಪ್ರಸ್ಥಾನವಾಯಿತೊ? ಎಂದು ಕೇಳಿದ. ಹೊರಡುವ ಮುನ್ನ ಸುಶರ್ಮ ಹಿರಿಯನಲ್ಲಿಗೆ ಬಂದು ನಮಸ್ಕರಿಸಿ ಹೋಗಿದ್ದ. ರುಕ್ಮರಥ ನೇರವಾಗಿ ಅಪ್ಪನಲ್ಲಿ ಪ್ರಸ್ತಾಪಿಸಿದ. ಐವರಿಗೆ ಒಬ್ಬ ಹೆಂಡತಿ. ಅಂಥವರ ಹಿರಿಯ ಮಗನಿಗೆ ನಮ್ಮ ಹುಡುಗಿ ಕೊಟ್ಟರೆ ಅವರು ದ್ರುಪದನಿಗೆ ಹೇಳಿದ ಉತ್ತರವನ್ನೇ ಹೇಳಬಹುದಲ್ಲವೆ? ನಮ್ಮ ಆರ್ಯಧರ್ಮವೇ ಇದು?

ವೃದ್ಧರಾಜನಿಗೂ ಇದು ಸರಿ ಎನ್ನಿಸಲಿಲ್ಲ. ಇದೆಲ್ಲವನ್ನೂ ಮಗನಿಗೆ ಹೇಳಿಕೊಡುವವನು ಆ ತ್ರಿಗರ್ತದವನು ಎಂದು ಅವನಿಗೆ ಗೊತ್ತಿತ್ತು. ನಡೆದಿರುವುದನ್ನೆಲ್ಲ ತಪ್ಪೆಂದು ಕರೆದು ತಾವು ಹೊಸತು ಮಾಡಬೇಕೆಂದು ಈ ಗೆಳೆಯರಿಬ್ಬರೂ ಮಾತನಾಡಿಕೊಳ್ಳುತ್ತಿದ್ದಾರೆ. ತಕ್ಷಣ ಹೊಳೆದದ್ದನ್ನು ಮುದುಕ ಹೇಳಿದ: 'ಅದು ಅಧರ್ಮವೇ ಆಗಿದ್ದರೆ ಭೀಷ್ಮ ಒಪ್ಪುತ್ತಿದ್ದನೆ? ಆರ್ಯಧರ್ಮವನ್ನು ಭೀಷ್ಮನಿಗಿಂತ ಹೆಚ್ಚು ತಿಳಿದ ಯಾರಿದ್ದಾರೆ?'

ಮಗನ ಬಾಯಿ ಕಟ್ಟಿತು. ಹೌದು. ಭೀಷ್ಮ ದ್ರೋಣ ಇವರೆಲ್ಲ ಒಪ್ಪಿಕೊಂಡಿದ್ದಾರೆ. ಅಷ್ಟು ಮಾತ್ರವಲ್ಲ, ಇಂಥ ಮದುವೆಯಾದ ಪಾಂಡವರ ರಾಜಸೂಯಕ್ಕೆ ಸಮಸ್ತ ಆರ್ಯ ರಾಜರೂ, ಆರ್ಯ ಪುರೋಹಿತರೂ ಹೋಗಿದ್ದಾರೆ. ಬೇಡದಿದ್ದರೆ ತನ್ನ ಮಗಳನ್ನು ಆ ಮನೆಗೆ ಕೊಡುವುದು ಬೇಡ, ಆದರೆ ಪಾಂಡವರ ಮದುವೆಯನ್ನು ತಪ್ಪು ಎನ್ನುವಂತಿಲ್ಲ. ಅವನು ಹೇಳಿಕೊಟ್ಟನೋ ಈ ಸಿಗುರನ್ನ ನಿನ್ನ ಸ್ನೇಹಿತ? ಅಪ್ಪ ಕೇಳಿದ. ಗೆಳೆಯನಿಗೆ ನಿಂದೆಯನ್ನು ತಗುಲಿಸಿದ್ದಕ್ಕೆ ರುಕ್ಮರಥನಿಗೆ ಸಿಟ್ಟೇನೋ ಬಂತು. ಆದರೆ ಮೂಲಪ್ರಶ್ನೆಯನ್ನು ಕುರುಪಾಂಚಾಲರಾದಿಯಾಗಿ ಸಮಸ್ತರೂ ಒಪ್ಪಿಕೊಂಡಿರುವಾಗ, ತನಗೆ ಹೇಳಿಕೊಟ್ಟವನು ಗೆಳೆಯನೇ ಅಲ್ಲವೆ, ತಲೆಯಲ್ಲಿ ಗೊಂದಲವಾಯಿತು. 'ಆದರೆ ಇದುವರೆಗೆ ನಮ್ಮ ಆರ್ಯರಲ್ಲಿ ಎಲ್ಲಾದರೂ ನಡೆದಿದೆಯೆ ಇಂಥಾ ಮದುವೆ, ನಡೆದಿತ್ತೆ?' ಎಂದು ಮರುಪ್ರಶ್ನೆ ಹಾಕಿದ. ಅಪ್ಪನಿಗೂ ತಕ್ಷಣ ಹೊಳೆಯಲಿಲ್ಲ. ಅಲ್ಲಿ ನಿಂತು ಮಾತನ್ನು ಮುಂದುವರಿಸುವುದು ಬೇಡವಾಗಿದ್ದುದರಿಂದ ಮಗನು ತನ್ನ ನಿವಾಸಕ್ಕೆ ನಡೆದ. ರಾತ್ರಿ ನಿದ್ರೆಯಲ್ಲಿ ಏನೋ ಹೇಳಿದಳು, ಈಗ ಹೆಂಡತಿಯ ಕೈಲಿ ನಿಧಾನವಾಗಿ ಮಾತನಾಡಬೇಕು ಎನ್ನಿಸಿತು.

ಆರ್ಯರ ರೀತಿ ನೀತಿಗಳನ್ನು ಶಲ್ಯನು ತಿಳಿಯದವನಲ್ಲ. ಆದರೆ ಒಬ್ಬ ಹೆಂಗಸನ್ನು ಅಣ್ಣ ತಮ್ಮಂದಿರೆಲ್ಲ ಒಟ್ಟಿಗೆ ಮದುವೆಯಾಗುವುದನ್ನು ಅವನು ಕೇಳಿಯೂ ಅರಿಯ. ಅಧರ್ಮವೇ ಆಗಿದ್ದಲ್ಲಿ ಭೀಷ್ಮಾದಿಗಳು ಹೇಗೆ ಒಪ್ಪಿಕೊಂಡರು, ಇತರ ರಾಜರು, ದೇಶದೇಶಗಳ ಆಚಾರ ವಿಚಾರಗಳ ಪಂಡಿತರು ಹೇಗೆ ರಾಜಸೂಯಕ್ಕೆ ಬಂದರು? ಆದ್ದರಿಂದ ಆ ಮದುವೆ ಧರ್ಮದ್ದೇ, ಹೇಗೆ ಎಂಬುದು ಮಾತ್ರ ತನಗೆ ಗೊತ್ತಿಲ್ಲ, ಗೊತ್ತಾಗದಿದ್ದರೆ ಏನಾಗಬೇಕು ಎಂದು ಮನಸ್ಸನ್ನು ಸಮಾಧಾನಪಡಿಸಿಕೊಂಡು ಬೆಂಗಾವಲಿನವನೊಡನೆ ರಥವೇರಿ ಶಸ್ತ್ರಾಭ್ಯಾಸದ ಅಂಗಳಕ್ಕೆ ಹೋದ. ಮಳೆ ಶುರುವಾದ ಮೇಲೆ ಅಭ್ಯಾಸದ ಬಿರುಸು ಕಡಮೆಯಾಗಿತ್ತು. ತಾನು ಕೂಡ ಇತ್ತ ಕಡೆ ಬಂದಿಲ್ಲ. ರಥದ ಗಾಲಿ ನೆಲದಲ್ಲಿ ಹೂತುಕೊಳ್ಳುತ್ತಿದೆ. ಕುದುರೆಗಳು ಬಿಚ್ಚುಧೈರ್ಯದಿಂದ ಓಟದ ಹೆಜ್ಜೆ ಎಸೆಯುತ್ತಿಲ್ಲ. ಒಟ್ಟು ಐವತ್ತು ಕ್ಷತ್ರಿಯ ಯುವಕರು ಬಿಲ್ಲಿನ ಗುರಿ ಅಭ್ಯಾಸ ಮಾಡಿಕೊಳ್ಳುತ್ತಿದ್ದರು. ಉಳಿದ ಸುಮಾರು ಇಪ್ಪತ್ತು ಜನರು ಭರ್ಜಿ ಎಸೆಯುತ್ತಿದ್ದರು. ದೊಡ್ಡ ರಾಜ ಬಂದದ್ದರಿಂದ ಅವರು ಪರಸ್ಪರ ಮಾತನಾಡಿಕೊಳ್ಳುವುದನ್ನು ನಿಲ್ಲಿಸಿ ಶಿಸ್ತಿನಿಂದ ಅಭ್ಯಾಸದಲ್ಲಿ ತೊಡಗಿದರು. ಎಲ್ಲರ ಬೆವರಿದ ಮೈಗಳೂ ಎಣ್ಣೆ ಬಳಿದಂತೆ ಹೊಳೆಯುತ್ತಿದ್ದುವು. ಶಲ್ಯರಾಜನಿಗೆ ದಾಸಿಯಲ್ಲಿ ಹುಟ್ಟಿದ ಶಲಾಕನು ಅಭ್ಯಾಸದ ಮೇಲ್ವಿಚಾರಕನಾಗಿದ್ದ.

ಅವನು ಹತ್ತಿರ ಬಂದು ಕೇಳಿದ: 'ಅಪ್ಪ, ಯುದ್ಧಕ್ಕೆ ಹೊರಡುವುದೆಂದು?'

'ಇನ್ನೂ ಗೊತ್ತಿಲ್ಲ ಮಗು. ಅವರು ಹೇಳಿಕಳಿಸುತ್ತಾರೆ.'

'ನಾನು ಯಾಕೆ ಕೇಳಿದೆ ಅಂದರೆ ಯುದ್ಧ ಯಾವತ್ತು ನಡೆಯುತ್ತೋ, ನಡೆಯುತ್ತೋ–ಇಲ್ಲವೋ, ಅದಕ್ಕೆ ನಾವು ಯಾಕೆ ಸುಮ್ಮಸುಮ್ಮನೆ ದಿನಾ ಅದನ್ನೇ ಅಭ್ಯಾಸ ಮಾಡಿ ಮಾಡಿ ದಣಿದು ಬೇಸರ ತಂದುಕೊಬೇಕು ಅಂತ ಇವರೆಲ್ಲ ಗೊಣಗ್'ತಾರೆ?'

'ಯುದ್ಧವಿರಲಿ ಇಲ್ಲದಿರಲಿ, ಅಭ್ಯಾಸ ನಿಲ್ಲಿಸಕೂಡದು ಅಂತ ನಿನಗೆ ಗೊತ್ತಿಲ್ಲವೆ?'

'ಆದರೆ ಇಷ್ಟೊಂದು ಯಾಕೆ ಅಂತ ಇವರು ಕೇಳೂದು.'

ಮಹಾರಾಜ ಉತ್ತರ ಹೇಳಲಿಲ್ಲ. ಮಳೆಗಾಲ ಕಳೆಯುವ ತನಕವಂತೂ ಯುದ್ಧವಿಲ್ಲ. ಅದು ಅವರಿಗೂ ಗೊತ್ತಿದೆ. ಬಾಯಿ ಬಿಟ್ಟು ಹೇಳದೆ ಅವನೇ ರಥ ನಡೆಸಿಕೊಂಡು ಮುಂದೆ ನಡೆದ. ಬಯಲಿನಲ್ಲಿ ಜೋರಿನಿಂದ ಓಡಿಸಿದ. ಗಕ್ಕನೆ ನಿಲ್ಲಿಸಿದ. ಸರಕ್ಕನೆ ತಿರುಗಿಸಿದ. ಹೊಸ ಕುದುರೆಗಳು. ಕೆಸರು ನೆಲ. ಆದರೂ ತನಗೆ ಬಗ್ಗುತ್ತವೆ, ಶಲ್ಯನಲ್ಲವೆ ನಾನು ಎಂದುಕೊಂಡು ಒಂದು ಮೂಲೆಗೆ ಹೋಗಿ ರಥವನ್ನು ನಿಲ್ಲಿಸುವಾಗ ಅಕ್ಕತಂಗಿಯರನ್ನೆಲ್ಲ ಒಬ್ಬ ಮಾಡಿಕೊಳ್ಳುವುದೇನೋ ಕೇಳಿಬಲ್ಲೆ, ಆದರೆ ಅಣ್ಣತಮ್ಮಂದಿರನ್ನೆಲ್ಲ ಒಬ್ಬಳು ಮಾಡಿಕೊಳ್ಳುವುದನ್ನು ಎಲ್ಲಿಯೂ ಕೇಳಿಲ್ಲವಲ್ಲ ಎನ್ನಿಸಿತು. ಸ್ವಲ್ಪಹೊತ್ತು ರಥದ ಮೇಲೆಯೇ ಕುಳಿತ. ಸಂಜೆಯಾಗುತ್ತಿತ್ತು. ಮಳೆ ಬರುವ ಸೂಚನೆ ಕಂಡಿತು. ತಾನೇ ನಡೆಸಿಕೊಂಡು ಅರಮನೆಗೆ ವಾಪಸಾದಾಗ ಅಗ್ನಿಗೆ ತುಪ್ಪ ಸುರಿಯುವ ಹೋಮದ ವಾಸನೆ ಅಡರಿತ್ತು. ಸ್ನಾನಮಾಡಿ ತಾನೂ ಹೋಗಿ ಹೋಮದಲ್ಲಿ ಪಾಲುಗೊಂಡ. ಅನಂತರ ಪುರೋಹಿತನನ್ನು ಹತ್ತಿರ ಕರೆದು ತನ್ನ ಸಮಸ್ಯೆಯನ್ನು ಕೇಳಿದ.

'ಪಾಂಚಾಲ ಹಸ್ತಿನಾವತಿಗಳ ವೇದಜ್ಞರೆಲ್ಲ ಒಪ್ಪಿದರೆಂದರೆ ಧರ್ಮಸಮ್ಮತವೇ ಅಲ್ಲವೆ?'

ಅವನು ಉತ್ತರ ಹೇಳಿದ. ರಾಜನಿಗೆ ಮತ್ತೆ ಪ್ರಶ್ನಿಸುವುದೇನೂ ಕಾಣಲಿಲ್ಲ.

ಅಪ್ಪ ಮಗನಲ್ಲಿ ಸ್ವಲ್ಪ ವಾಗ್ವಾದ ನಡೆಯಿತು. ಭೀಷ್ಮಾದಿಗಳೇ ಒಪ್ಪಿದ್ದಾರೆ ಎಂಬುದಕ್ಕಿಂತ ಹೆಚ್ಚಿನದನ್ನು ಅಪ್ಪ ಹೇಳಲಿಲ್ಲ. ದುರ್ಯೋಧನ ಮೊದಲಾಗಿ ಹಸ್ತಿನಾವತಿಯವರು, ಇತ್ತ ತ್ರಿಗರ್ತರು ಅತ್ತ ದುರ್ಯೋಧನನನ್ನು ಸಮರ್ಥಿಸುವ ಎಲ್ಲ ದೊರೆಗಳೂ ಅದನ್ನು ಅಪಹಾಸ್ಯ ಮಾಡುತ್ತಿದ್ದಾರೆಂದು ಮಗ ಹೇಳಿದ. ಅಣ್ಣತಮ್ಮಂದಿರೆಲ್ಲ ಒಬ್ಬಳನ್ನೇ ಹಂಚಿಕೊಳ್ಳುವುದು ಕೆಲವು ಕಾಡುಜನರ ಪದ್ಧತಿ ಎಂದು ಅವರು ಕೇಳಿದ್ದರು. ಕಾಡಿನಲ್ಲೇ ಹುಟ್ಟಿ ಬೆಳೆದು ಪ್ರಾಯದಲ್ಲೂ ಆ ಜನಗಳ ಒಡನಾಡಿದ ಪಾಂಡವರು ಆರ್ಯಧರ್ಮವನ್ನೇ ನೀರುಪಾಲು ಮಾಡಿದ್ದಾರೆಂದು ಮಗ ವಾದಿಸಿದ. ನನ್ನ ಮಗಳನ್ನು ಅವರಿಗೆ ಕೊಡುವುದಂತೂ ಸಾಧ್ಯವಿಲ್ಲ, ಇನ್ನು ಅವರಿಗೆ ಸಹಾಯ ಏಕೆ ಮಾಡಬೇಕು ದುರ್ಯೋಧನನಂತಹ ಸಿರಿವಂತ ರಾಜನ ವಿರೋಧ ಕಟ್ಟಿಕೊಂಡು, ಎಂದ. ಮಳೆಗಾಲ ಮುಗಿದು ಸಂಚಾರ ಸುಗಮವಾದ ಮೇಲೆ ಅವನ ಗೂಢಚಾರರೂ ಸುದ್ದಿ ತರತೊಡಗಿದರು. ಯುದ್ಧವಾಗುವುದು ಖಚಿತ. ಭೀಷ್ಮ ದ್ರೋಣರು ದುರ್ಯೋಧನನ ಪರ ನಿಂತು ಕಾದುತ್ತಾರಂತೆ. ಆರ್ಯಾವರ್ತದ ಬಹುತೇಕ ಇತರ ರಾಜರು ಕೂಡ. ಯಾದವರ ಕೃಷ್ಣನೊಬ್ಬ ಪಾಂಡವರ ಕಡೆಗಂತೆ. ಉಳಿದವರೆಲ್ಲ, ಕೃಷ್ಣನ ಅಣ್ಣ ಬಲರಾಮ ಕೂಡ, ದುರ್ಯೋಧನನಿಗೆ ಸಹಾಯ ಮಾಡಲು ದೂರದ ದ್ವಾರಕೆಯಿಂದ ಹೊರಟಿದ್ದಾರೆ. 'ಅಪ್ಪ, ಭೀಷ್ಮನಿಗಿಂತ ಧರ್ಮವನ್ನು ಬಲ್ಲವರಿಲ್ಲ ಅಂತ ನೀನೇ ದಿನಕ್ಕೆ ಹತ್ತು ಬಾರಿ ಅನ್ತೀಯ. ಈಗ ಅವನೇ ದುರ್ಯೋಧನನ ಪರ ಅಂದರೆ ಧರ್ಮ ಎತ್ತ ಇದೆ ಅರ್ಥಮಾಡಿಕೊ.'

'ಪಾಂಡವರಿಗೆ ಮಾತು ಕೊಟ್ಟಾಯಿತಲ್ಲ ನಾನು.'

ಅಪ್ಪನ ಮನಸ್ಸು ಫಜೀತಿಯಲ್ಲಿದೆ ಎಂಬುದು ಮಗನಿಗೆ ಗೊತ್ತು. ವಜ್ರ ಮತ್ತು ಅಜಯರು ಒಂದು ಪರಿಹಾರ ಸೂಚಿಸಿದರು: 'ಅವರೇನು ನಮ್ಮನ್ನು ಕೇಳಿ ಜೂಜಾಡಲಿಲ್ಲ. ಈಗ ನಮ್ಮನ್ನು ಕೇಳಿ ಯುದ್ಧನಿಶ್ಚಯ ಮಾಡಲಿಲ್ಲ. ನಾವು ಯಾರ ಪರ ಸೇರುವುದೂ ಬೇಡ. ತಟಸ್ಥರಾಗಿದ್ದುಬಿಡೋಣ.' ಆ ಕ್ಷಣಕ್ಕೆ ಅದೇ ಸರಿ ಎಂದು ರುಕ್ಮರಥನಿಗೂ ಕಂಡಿತು. ಶಲ್ಯನೂ ಒಪ್ಪಿಕೊಂಡ. ಎಲ್ಲರಿಗೂ ಮನಸ್ಸು ಹಗುರವಾಯಿತು.

ಕೃಷಿಕರು ಬಿಲ್ಲುಬಾಣಗಳ ಅಭ್ಯಾಸಕ್ಕೆ ಬರಬೇಕಿಲ್ಲವೆಂದು ರುಕ್ಮರಥನು ಹಳ್ಳಿಹಳ್ಳಿಗೆಲ್ಲ ಸುದ್ದಿಕಳಿಸಿದ. ಜನರು ಸಮಾಧಾನದ ನಿಟ್ಟುಸಿರಿಟ್ಟರು. ಆ ಬಾರಿಯ ಮೊಳಕೆ ಚನ್ನಾಗಿ ಒಡೆದಿತ್ತು. ಕಳೆ ಕೀಳುವುದು ಬೇಲಿ ಹಾಕುವುದು ದನಕರುಗಳ ಪೋಷಣೆಗಳಲ್ಲಿ ಎಲ್ಲರೂ ನಿರತರಾದರು. ರುಕ್ಮರಥನಿಗಂತೂ ಆಡಳಿತದಲ್ಲಿ ಹೊತ್ತು ಕಳೆಯುತ್ತಿತ್ತು. ಸೈನಿಕರ ಸಿದ್ಧತೆಯ ಹೊಣೆ ಬಿದ್ದಿದ್ದ ವಜ್ರ ಅಜಯರಿಗೆ ಈಗ ಅದೂ ತಪ್ಪಿತು. ಸಮೃದ್ಧವಾಗಿ ಅಕ್ಕಿಯ ಮದ್ಯವಿತ್ತು. ಹಾಸಿಗೆಯಲ್ಲಿ ಮೇಲೆ ಬಿದ್ದು ಸೆಣೆಸುವ ಸುಂದರಿಯರಾದ ರಸಿಕ ದಾಸಿಯರಿದ್ದರು. ಆದರೆ ನಾಲ್ಕಾರು ದಿನಗಳಲ್ಲಿಯೇ ಅವರಿಗೆ ಲಂಪಟತೆಯು ಬೇಸರ ತಂದಿತು. ಬಿಲ್ಲುಹುರಿಯನ್ನು ಠೇಂಕರಿಸುತ್ತಾ ಓಡುವುದು, ಓಡುವ ರಥದಿಂದ ಗುರಿಯಿಟ್ಟು ಹೊಡೆಯುವುದು, ಆನೆಯ ಮೇಲೆ ಕುಳಿತು ಕಾಡುಗಳ ಮುಳ್ಳುಗಂಟಿಗಳನ್ನು ಸವರಿ ನುಗ್ಗಿ ದುಷ್ಟಮೃಗಗಳಿಗೆ ಗುರಿ ಇಟ್ಟು ಕೊಲ್ಲುವ ರೋಮಾಂಚದ ಮುಂದೆ ಹಾಸಿಗೆಯದು ಸಪ್ಪೆ ಸುಖವೆನಿಸಿತು. ಒಂದು ದಿನ ಇಬ್ಬರೂ ಮಾತನಾಡಿಕೊಂಡು ರಥ ಹತ್ತಿ ಅಭ್ಯಾಸದ ಬಯಲಿಗೆ ಹೋದರು. ಆದರೆ ಅಲ್ಲಿ ಯಾರೂ ಇಲ್ಲ. ಕ್ಷತ್ರಿಯರು ಕೂಡ. ಸಿಟ್ಟಿನಿಂದ ಯೋಧರಿಗೆ ಹೇಳಿಕಳಿಸಿದರು. ಒಬ್ಬೊಬ್ಬರಾಗಿ ಬಂದ ಸೈನಿಕರು ಗೌರವದಿಂದ ಕೈಮುಗಿದು ಬಿನ್ನವಿಸಿಕೊಂಡರು:

'ಯುದ್ಧವೇ ಇಲ್ಲದ ಮೇಲೆ ಬರೀ ಅಭ್ಯಾಸವನ್ನ ಎಷ್ಟು ದಿನ ಮಾಡಿದರೂ ಅಷ್ಟೇಯೇ. ಬೇಟೆಗೀಟೆಯಾದರೆ ಆಡಬಹುದು.'

ಅವರ ಮಾತು ನಿಜವೆನಿಸಿತು. ಆನೆಗಳನ್ನು ಕರೆದುಕೊಂಡು ಬಿಲ್ಲು ಬಾಣ, ಭರ್ಜಿ ಕತ್ತಿ ಬಲೆಗಳೊಡನೆ ಕಾಡಿಗೆ ನುಗ್ಗಿದರು. ಮಳೆಯನ್ನು ತುಂಬಿಕೊಂಡ ಕಾಡು ಹಸುರಿನಿಂದ ಸಮೃದ್ಧವಾಗಿತ್ತು. ಜಿಂಕೆ ಮೊಲ ಮೊದಲಾಗಿ ಮಾಂಸದ ಪ್ರಾಣಿಗಳೂ ಸಿಕ್ಕಿದವು. ಎರಡು ಚಿರತೆ, ಒಂದು ಹುಲಿಯೂ ಬಿದ್ದವು. ಎಲ್ಲರಿಗೂ ರೋಮಾಂಚದ ಸುಖ ಸಿಕ್ಕಿತು. ಮರು ದಿನ ಮುಂದಿನ ಕಾಡು, ಇನ್ನೊಂದು ದಿನ ಅದರ ಪಕ್ಕದ್ದು, ಹೀಗೆ ಹದಿನೈದು ದಿನದಲ್ಲಿ ಮದ್ರದೇಶಕ್ಕೆ ಸೇರಿದ ಕಾಡುಗಳನ್ನೆಲ್ಲ ಶೋಧಿಸಿಯಾಯಿತು. ಇನ್ನು ಮುಂದೆ ಒಂದು ತಿಂಗಳಾದರೂ ಯಾವ ಬೇಟೆಯೂ ಸಿಕ್ಕುವುದಿಲ್ಲ. ಮುಂದೆ ಏನು ಮಾಡಬೇಕೆಂದು ತಿಳಿಯಲಿಲ್ಲ. ಸೈನಿಕರು ಕೂಡ ಮರದಿಂದ ಇಳುಕಿದ ಹೆಂಡ ಮತ್ತು ತಮಗಾಗಿಯೇ ನಿಯೋಜಿತರಾಗಿದ್ದ ಹೆಂಗಸರಲ್ಲಿ ಮಗ್ನರಾದರು. ವಜ್ರ ಅಜಯರಂತೂ ಸರಿಯೇ ಸರಿ. ಆದರೆ ಮತ್ತೆ ಬೇಸರ. ಕಸುಬಿನ ಬೇಸರ ಕಳೆದುಕೊಳ್ಳಲು ಹೆಂಗಸರಿದ್ದರೆ ಚನ್ನ: ಹೆಂಗಸರೇ ಕಸುಬಿನ ಕೇಂದ್ರವಾದರೆ ಅದಕ್ಕಿಂತ ಹೆಚ್ಚಿನ ಬೇಸರವಿಲ್ಲವೆಂದು ಅವರು ಬಹುಬೇಗ

ಅರ್ಥಮಾಡಿಕೊಂಡರು. ಮತ್ತೆ ಬೇಟೆಗೆ ನುಗ್ಗಿದರು. ಬೇರೆ ದೇಶಗಳ ದೂರದ ಕಾಡುಗಳಿಗೆ ಓಡಿಹೋಗಿರುವ ಮೃಗಾದಿಗಳು ಇನ್ನೂ ಹಿಂತಿರುಗಿಲ್ಲವೆಂಬುದು ಗೊತ್ತಿದ್ದರೂ. ನಿರಾಶರಾಗಿ ಹಿಂತಿರುಗಿದರು.

ಅಜಯ ವಜ್ರನಿಗೆ ಹೇಳಿದ: 'ಅಣ್ಣ, ಶಸ್ತ್ರಾಭ್ಯಾಸ ಮಾಡಿ ಉಳಿದಂತೆ ನಮಗೂ ಕೃಷಿ ಕೆಲಸವಿದ್ದರೆ ಚನ್ನ ಅಲ್ಲವೆ?'

'ಕೃಷಿ ಮಾಡುವುದಾದರೆ ನಾವು ಸೈನಿಕರು ಹೇಗಾದೇವು? ಶಸ್ತ್ರಾಭ್ಯಾಸ, ಯುದ್ಧ, ಉಳಿದಂತೆ ಸುಖ. ಇದಿಷ್ಟೇ ಸೈನಿಕನಿಗೆ ಇರಬೇಕಾದುದು.'

'ಯುದ್ಧ ನಡೆಯುತ್ತಿದ್ದರೆ ಸರಿ. ಇಲ್ಲದಿದ್ದರೆ, ಮೈ ಪರಚಿಕೊಳ್ಳುವ ಹಾಗಾಗುತ್ತೆ ನೋಡು.'

'ಅದಕ್ಕೆ ಯುದ್ಧ ಆಗುವ ಹಾಗೆ ಮಾಡಬೇಕು. ಇಲ್ಲದಿದ್ದರೆ ನಮಗೆ ಸುಖವೂ ಇಲ್ಲ. ಇನ್ನೊಂದು ವಿಷಯ ನೋಡು. ಆಗಾಗ್ಗೆ ಯುದ್ಧ ಆಗದೆ ಇದ್ದರೆ ರಾಜನು ನಮ್ಮನ್ನು ಯಾಕೆ ಸುಖವಾಗಿ ಸಾಕಿಯಾನು? ನಿಮ್ಮದೇನು ಹೆಚ್ಚು, ನೀವೂ ಕೃಷಿಕರ್ಮ ಮಾಡಿ ಅಂತ ಇಳಿಸಿ ಕಳಿಸುತಾನೆ. ಮಣ್ಣು ಮುಟ್ಟಿ ನಾವು ಕೂಡ, ಅಷ್ಟೇ ಅಲ್ಲ, ಯೋಧ ಅನ್ನೂ ಗೌರವ ಕೂಡ ಇಲ್ಲದ ಹಾಗಾಗುತ್ತೆ.'

ಅಜಯ ಸುಮ್ಮನಾದ: ಅಣ್ಣನ ಮಾತನ್ನು ಒಪ್ಪಿಕೊಂಡ. ಇದಕ್ಕೆ ಬೇರೆ ಏನು ದಾರಿ ಎಂದು ಇಬ್ಬರೂ ಮೌನವಾಗಿ ಯೋಚಿಸತೊಡಗಿದರು. ವಜ್ರ ಹೊಸತೊಂದನ್ನು ಕಂಡುಹಿಡಿದವನಂತೆ ಧ್ವನಿ ತಗ್ಗಿಸಿ ಹೇಳಿದ: 'ಮಿತವಾಗಿದ್ದರೆ ಹೆಂಗಸರನ್ನು ಸೋಲಿಸುತ್ತಿರಬಹುದು. ಅತಿಗೆ ಹೋದರೆ ನಾವೇ ಸೋಲಬೇಕಾಗುತ್ತೆ. ವೀರನಿಗೆ ಈ ಅವಮಾನಕ್ಕಿಂತ ಯುದ್ಧದಲ್ಲಿ ಸಾಯುವುದು ಮೇಲು ಅಲ್ಲವೆ?'

ಅಜಯ ಸೂಕ್ಷ್ಮವಾಗಿ ಕತ್ತು ಹಾಕಿ ಎಂದ: 'ಸೈನಿಕರೂ ಇದೇ ಹೇಳುತ್ತಾರೆ.'

ರುಕ್ಮರಥನಿಗೆ ಈ ತೆರನಾದ ಸಮಸ್ಯೆ ಇರಲಿಲ್ಲ. ಆಡಳಿತವೇ ಸಾಕಷ್ಟು ಸಮಯ ತಿನ್ನುತ್ತಿತ್ತು. ತೀರ ಕೆಲಸವೇ ಇಲ್ಲದಾಗ ಬೇಟೆಗೆ ಹೋಗುತ್ತಿದ್ದ. ನೆರೆಯ ಯಾವುದಾದರೂ ರಾಜರೊಡನೆ ಜೂಜಾಡುತ್ತಿದ್ದ. ಹೆಂಗಸರ ಕಡೆಗೆ ಮನಸ್ಸು ಹರಿಯುವ ವ್ಯವಧಾನವೇ ಕಡಮೆ. ಅಲ್ಲದೆ ಅವನಿಗಾಗಲೇ ಐವತ್ತಕ್ಕೆ ಹತ್ತಿರ ಹತ್ತಿರದ ವಯಸ್ಸು. ಯುದ್ಧದಲ್ಲಿ ತಟಸ್ಥರಾಗಿರುವುದೆಂದು ತಂದೆ ಮಗ ತಮ್ಮಂದಿರು ತೀರ್ಮಾನಿಸಿದ್ದರೂ ರುಕ್ಮರಥನ ಮನಸ್ಸು ಅಲಿಪ್ತವಾಗಿರಲಿಲ್ಲ. ರಾಜನಾಗಿದ್ದುದರಿಂದ ದೇಶದೇಶಗಳ ಸುದ್ದಿ ಸಂಗ್ರಹಿಸುವುದು ಅವನಿಗೆ ಅಗತ್ಯವಾಗಿತ್ತು. ಗೂಢಚಾರರು ಒಬ್ಬರಾದ ಮೇಲೆ ಒಬ್ಬರಂತೆ ಸುದ್ದಿ ತರುತ್ತಲೇ ಇದ್ದರು. ಬೇಸಗೆಯಲ್ಲಿ ಹೊರಗೆ ಹೋದ ಎಷ್ಟೋ ಜನ ಮಳೆಗಾಲದಲ್ಲಿ ಹೊರಗೆ ಉಳಿದಿದ್ದರು. ಈಗ ಒಬ್ಬೊಬ್ಬರಾಗಿ ಹಿಂತಿರುಗುತ್ತಿದ್ದಾರೆ. ಹಸ್ತಿನಾವತಿಯಿಂದಲೂ ಬಂದಿದ್ದಾರೆ. ಪಾಂಡವರು ಬೀಡಾರ ಹೂಡಿ ಯುದ್ಧಸಿದ್ಧತೆಯ ಕೇಂದ್ರ ಮಾಡಿಕೊಂಡಿದ್ದ ಉಪಪ್ಲಾವ್ಯದಿಂದಲೂ ಹಿಂತಿರುಗಿದ್ದಾರೆ. ದೂರದ ಕಾಶಿಯತನಕ ಹೋಗಿ ಬಂದವರಿದ್ದಾರೆ. ಕೆಲವರು ಆ ಕಡೆಗೆ ಕೆಲವರು ಈ ಕಡೆಗೆ ಇರಬಹುದು. ಆದರೆ ಈ ಯುದ್ಧದಲ್ಲಿ ಯಾವ ಕಡೆಗೂ

ಸೇರದೆ ತಟಸ್ಥವಾಗಿರುವ ಯಾವ ರಾಜ್ಯವೂ ಇಲ್ಲ. ಕಿರಾತ, ರಾಕ್ಷಸ, ನಾಗ ಮುಂತಾದ ಎಷ್ಟೋ ಆರ್ಯೇತರ ಜನಗಳು ಕೂಡ ಈ ಯುದ್ಧಕ್ಕೆ ಧುಮುಕುತ್ತಾರಂತೆ. ಬಕ, ಹಿಡಿಂಬ ಮೊದಲಾಗಿ ಭೀಮನು ಕೆಲವು ರಾಕ್ಷಸರನ್ನು ಕೊಂದಿದ್ದನಂತೆ. ಸೇಡು ತೀರಿಸಿಕೊಳ್ಳುವ ಸಲುವಾಗಿ ಈ ಇಬ್ಬರ ಸಂಬಂಧಿಗಳು ಈಗ ದುರ್ಯೋಧನನ ಕಡೆಗೆ ಬಂದಿದ್ದಾರಂತೆ. ನೀವು ಹೇಗೆ ಬೇಕಾದರೂ ಅಭಿವೃದ್ಧಿಪಡಿಸಿಕೊಂಡು ಬದುಕಿ ಎಂದು ಧೃತರಾಷ್ಟ್ರ ಪಾಂಡವರಿಗೆ ಖಾಂಡವಪ್ರಸ್ಥವೆಂಬ ಹಳ್ಳಿಯ ಪ್ರದೇಶವನ್ನು ಕೊಟ್ಟು ಕಳಿಸಿದ್ದನಲ್ಲ, ಅದರ ಸುತ್ತಿನ ಕಾಡುಗಳನ್ನು ಕಡಿದು ಕೃಷಿಯ ಭೂಮಿಯನ್ನಾಗಿ ಪರಿವರ್ತಿಸಿಕೊಳ್ಳುವಾಗ ಆ ಕಾಡುಗಳಲ್ಲಿದ್ದ ನಾಗರು ವಿರೋಧಿಸಿದ್ದರಂತೆ. ಸಿಟ್ಟಿನಿಂದ ಅರ್ಜುನನು ಬೇಸಗೆಯಲ್ಲಿ ಆ ಕಾಡುಗಳಿಗೆಲ್ಲ ಸುತ್ತಲೂ ಒಂದೇ ಸಲಕ್ಕೆ ಬೆಂಕಿ ಹಾಕಿಸಿದ್ದನಂತೆ. ಎಷ್ಟೋ ನಾಗರು ಸತ್ತು, ಉಳಿದವರು ತಪ್ಪಿಸಿಕೊಂಡು ಹೋಗಿದ್ದರು. ಈಗ ಅವರನ್ನು, ಇತ್ತ ತ್ರಿಗರ್ತ ಗಾಂಧಾರಗಳ ಕಡೆಯ ನಾಗರುಗಳನ್ನೆಲ್ಲ ಕರೆಸಿ, ಅರ್ಜುನನನ್ನು ಕೊಲ್ಲಲು ನಿಮಗೆ ಸುಸಂಧಿ ಎಂದು ದುರ್ಯೋಧನನು ಹೇಳಿದನಂತೆ. ಅವರೆಲ್ಲ ತಮ್ಮದೇ ಆದ ಒಂದು ಸೈನ್ಯ ರಚಿಸಿಕೊಂಡು ದುರ್ಯೋಧನನ ಪರ ಬೀಡುಬಿಟ್ಟಿದ್ದಾರಂತೆ. ಹಿಡಿಂಬನ ತಂಗಿಯ ಹೊಟ್ಟೆಯಲ್ಲಿ ಭೀಮನಿಗೆ ಹುಟ್ಟಿದ ಘಟೋತ್ಕಚ ಎಂಬ ರಾಕ್ಷಸನಿದ್ದಾನಂತೆ. ಅವನ ಸಹಾಯ ಕೇಳಲು ಪಾಂಡವರು ಭೀಮನನ್ನೇ ಕಳಿಸಿದ್ದರಂತೆ. ಒಂದೇ ವರ್ಷ ತನ್ನೊಡನಿದ್ದು ಬಿಟ್ಟು ಹೋಗಿದ್ದರೂ ಹಿಡಿಂಬೆಗೆ ಭೀಮನ ಮೇಲಿನ ಮಮತೆ ಹೋಗಿಲ್ಲವಂತೆ. ತನ್ನ ರಾಕ್ಷಸ ಅನುಯಾಯಿಗಳೊಡನೆ ಘಟೋತ್ಕಚ ಬಂದಿದ್ದಾನಂತೆ. ಬಕ ಹಿಡಿಂಬರ ಸಾವಿನ ಸೇಡಿಗೆ ದುರ್ಯೋಧನನ ಕಡೆ ಬಂದ ರಾಕ್ಷಸರಿಗೆ ಪ್ರತಿಯಾಗಿ ಪಾಂಡವರು ಈ ಘಟೋತ್ಕಚನನ್ನು ತಂದು ನಿಲ್ಲಿಸಿದ್ದಾರೆ.

ಒಬ್ಬೊಬ್ಬರೂ ತಂದ ಸುದ್ದಿಗಳನ್ನು ಜೋಡಿಸಿ ರುಕ್ಮರಥನು ಕಟ್ಟುವ ಚಿತ್ರ ದೊಡ್ಡದಾಗಿ ಬೆಳೆಯುತ್ತಿದೆ. ವಿವರಗಳು ಸ್ಫುಟಗೊಂಡು ಅವುಗಳ ಒಳಸಂದುಗಳು ಕಲ್ಪನೆಗೆ ಹೊಳೆಯುತ್ತವೆ. ಒಟ್ಟಿನಲ್ಲಿ ಇದುವರೆಗೆ ಇಷ್ಟು ದೊಡ್ಡ ಪ್ರಮಾಣದ ಯುದ್ಧ ಎಂದೂ ನಡೆದಿಲ್ಲ. ಎಲ್ಲಿಯೂ ಕೇಳಿದ ನೆನಪು ಯಾರಿಗೂ ಇಲ್ಲ. ರುಕ್ಮರಥನಿಗೆ ಈ ಚಿತ್ರದಲ್ಲಿ ಆಸಕ್ತಿ ಹುಟ್ಟಿದೆ. ಎಷ್ಟೊಂದು ಸೈನಿಕರು, ಎಷ್ಟು ರಥಗಳು, ಎಷ್ಟು ಕುದುರೆಗಳು, ಎಂತೆಂತಹ ಕೈಚಳಕ, ಯುದ್ಧವ್ಯೂಹಗಳು. ಅಲ್ಲಿ ಕುದುರೆಯ ಮೇಲೆ ಕೂತು ಓಡಿಸಿದರೆ ಐದು ಪಯಣದ ಹತ್ತಿರದಲ್ಲಿ ಇಂತಹ ಭಾರಿ ಯುದ್ಧ, ಸಮಸ್ತ ಆರ್ಯರು ಹಲವು ಆರ್ಯೇತರರು ಸೇರಿ ಮಾಡುವ ಯುದ್ಧ ನಡೆಯುವಾಗ ತಾನು ತಟಸ್ಥನಾಗಿ ಬಾಗಿಲು ಬಡಿದುಕೊಂಡು ಕೂರುವುದೆಂದರೆ ಏನು ಸಾರ್ಥಕ? ಈ ಯುದ್ಧ ಹೀಗೆ ನಡೆಯಿತಂತೆ ಎಂದು ಮುದಿವಯಸ್ಸಿನಲ್ಲಿ ಮರಿಮಕ್ಕಳಿಗೆ ಹೇಳುವಾಗ, ನೀನೇಕೆ ಹೋಗಲಿಲ್ಲ ಎಂದು ಅವು ಕೇಳಿದರೆ ಏನು ಉತ್ತರ ಕೊಡುವುದು ಎನ್ನಿಸಿತು. ತಾನು ಭಾಗವಹಿಸುವುದಿಲ್ಲವೆಂದು ಅಪ್ಪನೊಡನೆ ಮಾತಾಗಿದೆ. ಬರೀ ನೋಟ ನೋಡುವ ಜಾಗವಲ್ಲ ರಣರಂಗ. ಪ್ರೇಕ್ಷಕನಿಗೆ ಅಲ್ಲಿ ಮರ್ಯಾದೆಯೂ ಇರುವುದಿಲ್ಲ ಎಂಬ ಪುನಃಪುನಃ ಆಲೋಚನೆಯಿಂದ ಉತ್ಸುಕತೆಯನ್ನು ಕಡಮೆ ಮಾಡಿಕೊಂಡ.

ಒಂದು ದಿನ ಸಭೆಯಲ್ಲಿ ಕುಳಿತು ಆಡಳಿತಕಾರ್ಯ ಮಾಡುತ್ತಿರುವಾಗ ಬಡಗಿಗಳ

ಮುಖ್ಯನಾದ ನಂದಕ ಬಂದ: 'ಯುದ್ಧಕ್ಕೆ ಅಂತ, ಸಡಿಲಾದ ರಥಗಳನ್ನೆಲ್ಲ ಸರಿ ಮಾಡಬೇಕು, ಹೊಸತಾಗಿ ಇನ್ನೂರು ಯುದ್ಧರಥ ಮಾಡಬೇಕು, ಸಾಮಾನು ಸಾಗಿಸುವ ಐನೂರು ಹೊಸ ಗಾಡಿ ಬೇಕು ಎಂದು ಅಪ್ಪಣೆಯಾಗಿತ್ತು. ಹಳ್ಳಿಹಳ್ಳಿಗಳಿಂದ ಬಡಗಿಗಳನ್ನು ಕರೆಸಿದ್ದೆ. ಈಗ ಯುದ್ಧಕ್ಕೆ ಹೋಗುವುದೇ ಇಲ್ಲ, ಸುಮ್ಮನೆ ಅವೆಲ್ಲ ಯಾಕೆ ಅಂತ ಮಂತ್ರಿಗಳು ಹೇಳಿದರು. ಹಳ್ಳಿಗಳಲ್ಲಿ ಸಿಕ್ಕುವ ಬೇರೆ ಕೆಲಸವನ್ನೆಲ್ಲ ಬಿಟ್ಟು ಬಂದಿದೀವಿ. ಇಡೀ ವರ್ಷದ ಕೆಲಸದ ಕಾಲ ನಷ್ಟವಾಗಿದೆ. ನೀವು ಕೆಲಸ ಮಾಡಿಸದಿದ್ದರೂ ನಮ್ಮ ಕೂಲಿ ಕೊಡಿ ಅಂತ ಅವರೆಲ್ಲ ಕೇಳುತ್ತಿದಾರೆ.'

ಕೊಡುವುದಿಲ್ಲವೆನ್ನುವಂತಿಲ್ಲ. ಕೊಟ್ಟ ಮೇಲೆ ಕೆಲಸ ಮಾಡಿಸಿಡಬೇಕು. ಮಾಡಿಸಿಟ್ಟರೆ ಹಳೆಯದಾಗಿ ಕುಟ್ಟೆ ಹಿಡಿಯುತ್ತವೆ. ಅವರ ಕೂಲಿ ಎಂದು ಭಂಡಾರದ ದಿನಸಿ ಕಂಬಳಿಗಳನ್ನು ಹಂಚಿದರೆ ಕೃಷಿಕರಿಗೆ ಇನ್ನಷ್ಟು ತೆರಿಗೆ ಹಾಕಬೇಕು. ನಾಳೆ ತೀರ್ಮಾನ ಹೇಳುವುದಾಗಿ ಅವನಿಗೆ ಹೇಳಿಕಳಿಸಿದ. ಅದೇ ದಿನ ಮಧ್ಯಾಹ್ನ ಕಮ್ಮಾರ ಬಂದ. ಅವನದೂ ಇದೇ ಸಮಸ್ಯೆ. ಬಾಣಕ್ಕೆ ಲೋಹದ ಚುಚ್ಚುಮೂತಿ, ಖಡ್ಗ, ಭರ್ಜಿಯ ಮೊನೆ, ಮೊದಲಾದ ಕೆಲಸ ಆರಂಭವಾಗಿದೆ. ಎಷ್ಟು ಮಾಡಿಸಬೇಕು, ಇನ್ನಷ್ಟು ಜನ ಕಮ್ಮಾರರನ್ನು ಕರೆಸಲೆ, ಎಂದು ಕೇಳುತ್ತಿದ್ದಾನೆ. ಅವನಿಗೆ ಕೂಡ ನಾಳೆ ಬರುವಂತೆ ಹೇಳಿ ಕಳಿಸಿದ.

ಭೂಮಿಯಲ್ಲಿ ಚನ್ನಾದ ಬೆಳೆ ಬಂದಿದೆ. ಭತ್ತದ ಸಸಿಗಳು ತೆನೆಯೊಡೆದಿವೆ. ಇತರ ಕಾಳುಗಿಡಗಳೂ ಹೂಬಿಟ್ಟಿವೆ. ಹೊಲಗಳಲ್ಲೆಲ್ಲ ಸುಂಕು. ನೀಳವಾಗಿ ಉಸಿರೆಳೆದುಕೊಳ್ಳುವ ಬಯಕೆಯಾಗುವ ಸುಂಕು. ಧಾನ್ಯವು ಬಲಿಯುವ ಚುರುಕು ಬಿಸಿಲು. ಶಲ್ಯರಾಜ ಕುದುರೆ ಏರಿ ಪಟ್ಟಣದ ಹೊರಗೆ ಹೋಗುತ್ತಾನೆ. ಜೊತೆಗೆ ನಾಲ್ವರು ಬೆಂಗಾವಲಿನವರು. ಯಾವುದೋ ಒಂದು ಹೊಲದ ಬದುವಿನ ಹುಲ್ಲಿನ ಮೇಲೆ ಕಾಲು ನೀಡಿ ಕೂರುತ್ತಾನೆ. ಚಿಕ್ಕ ಹುಡುಗನಿಂದ ತಾನು ಪ್ರೀತಿಸಿದ ಸುಂಕು ಹಸಿರುವಾಸನೆ ಇದು. ಹಸಿದವನಂತೆ ಅದನ್ನು ಮೂಸಿ ಮೂಸಿ ಎಳೆದುಕೊಳ್ಳುತ್ತಾನೆ. ಹೀಗೆ ಎಷ್ಟು ಸಂವತ್ಸರ ಕಳೆದಿದೆಯೋ! ಒಂದು ತೆರನಾದ ಆಕರ್ಷಣೆ – ಒಂದು ತೆರನಾದ ವಿಕರ್ಷಣೆ. ಈ ಹಸಿರುವಾಸನೆಯನ್ನು ಮೂಸುವಾಗ ಎಷ್ಟು ವರ್ಷವಾದರೂ ಬದುಕಬೇಕೆನಿಸುತ್ತದೆ. ಆದರೆ ಅದಕ್ಕೆ ಹೊಂದಿಕೊಂಡೇ ತಾನು ಬದುಕಿರುವ ಇಷ್ಟು ವರ್ಷದ ನೆನಪಾಗುತ್ತದೆ. ಸುಂಕು ವಾಸನೆಯು ನಿಂತ ನೀರಿನ ನೆನಪು ತರಿಸುತ್ತದೆ. ಯಾಕೆಂಬುದು ತಿಳಿಯುತ್ತಿಲ್ಲ. ಉತ್ಸಾಹವೇ ಹೊರಟುಹೋಗಿದೆ. ಅರಮನೆ, ರುಚಿಯಾದ ಭೋಜನ, ಸೇವೆಮಾಡುವ ದಾಸಿಯರು, ಮಕ್ಕಳು ಮೊಮ್ಮಕ್ಕಳು – ಇವೆಲ್ಲ ನಿಂತ ನೀರಾಗಿ ಭಾಸವಾಗುತ್ತವೆ. ಇನ್ನೆಷ್ಟು ವರ್ಷ ಬದುಕಬಹುದು ತಾನು? ಭೀಷ್ಮನಿಗೆ ನೂರ ಇಪ್ಪತ್ತಂತೆ. ತಾನೂ ಅಷ್ಟು ವರ್ಷ ಬದುಕಬಹುದು. ಆದರೆ ಅವನು ಆಜನ್ಮ ಬ್ರಹ್ಮಚಾರಿ. ಬ್ರಹ್ಮಚಾರಿಗೆ ಆಯುಷ್ಯ ಹೆಚ್ಚೆ? ಎಂದು ತನ್ನನ್ನು ತಾನು ಕೇಳಿಕೊಳ್ಳುತ್ತಾನೆ. ಆಯುಷ್ಯ ಹೆಚ್ಚಾಗಲಿ ಅಂತಲೇನೂ ಅವನು ಬ್ರಹ್ಮಚರ್ಯದ ಶಪಥ ಮಾಡಲಿಲ್ಲವಂತೆ.

ತಾನೂ ಅಷ್ಟು ವರ್ಷ ಬದುಕಬಹುದು. ಬದುಕಿ ಮಾಡುವುದೇನು? ರಾಜ್ಯದ ಹೊಣೆ ಹೊರುವ ಅಗತ್ಯವಿಲ್ಲ, ಮನಸ್ಸೂ ಇಲ್ಲ. ಮದ್ಯದ ಸೆಳೆತವಿಲ್ಲ. ಹೆಂಗಸಿನ ಆಕರ್ಷಣೆ, ಆಕರ್ಷಣೆಗೆ ಬೇಕಾದ ಮೂಲಶಕ್ತಿ ಬತ್ತಿ ಎಷ್ಟೋ ವರ್ಷಗಳಾದುವು. ಈ ನಡುವೆ ಯುದ್ಧದ ಉತ್ಸುಕತೆ ಹುಟ್ಟಿತ್ತು. ಅದಕ್ಕೆ ಹೋಗಕೂಡದೆಂದು ತೀರ್ಮಾನವೂ ಆಯಿತಲ್ಲ. ಕಾಳು ಒಡೆಯುವ ಚುರುಕು ಬಿಸಿಲಿನ ಸುಂಕು ವಾಸನೆಯನ್ನು ದೀರ್ಘವಾಗಿ ಎಳೆದುಕೊಳ್ಳುತ್ತಾನೆ. ಕುದುರೆ ಹತ್ತಿ ಖಡ್ಗ ಹಿಡಿದು, ರಥ ಏರಿ ಬಿಲ್ಲು ಹೊಡೆದು, ಕ್ಷತ್ರಿಯನಿಗೆ ಧಾನ್ಯ ಬಲಿಯುವ ವಾಸನೆ ಎಂಥದು ಎಂದುಕೊಂಡು ಹಾಗೆಯೇ ಬದುವಿನ ಮೇಲೆ ಅಂಗಾತ ಮಲಗುತ್ತಾನೆ. ಬೆಂಗಾವಲಿನ ಸೇವಕರು ವಸ್ತ್ರ ಹಾಸಲು ಬರುತ್ತಾರೆ. ಬೇಡವೆಂದು ಅವರಿಗೆ ಸನ್ನೆ ಮಾಡಿ ಹಾಗೆಯೇ ಮಲಗುತ್ತಾನೆ ನಿಂತ ಬಿಸಿಲಿಗೆ ಮುಖ ಕೊಟ್ಟು. ಭೀಷ್ಮನೇ ದುರ್ಯೋಧನನ ಕಡೆಯ ಸೇನಾಪತಿಯಂತೆ. ವೀರ ಅಂದರೆ ವೀರ. ಎಷ್ಟು ವಿಶಾಲವಾದ ಎದೆಕಟ್ಟು. ಈ ವಯಸ್ಸಿನ ನನಗೆಂಥ ಸೇನಾಪತ್ಯ, ಕಾಡಿಗೆ ಹೋಗಿ ತಪಸ್ಸು ಮಾಡುತ್ತೇನೆ ಅಂತ ಯಾಕೆ ಅನ್ನಲಿಲ್ಲ? ತಪಸ್ಸಿಗೂ ಪ್ರಸಿದ್ಧವಾದ ವಂಶ ಅದು. ಹಾಗೆಯೇ ಕಣ್ಣು ಮುಚ್ಚುತ್ತಾನೆ. ಪ್ರಪಂಚವೆಲ್ಲ ನಸುಕೆಂಪು ಬಣ್ಣದ ಮಬ್ಬಾಗುತ್ತದೆ. ರೆಪ್ಪೆಯ ಸಂದು ತೆರೆದಾಗ ಏಳು ಬಣ್ಣದ ಬೆಳಕಿನ ಕಿರಣಗಳು ಯುದ್ಧದ ಬಾಣಗಳಂತೆ ಓಡಿಬಂದು ಚುಚ್ಚುತ್ತವೆ. ಶಲ್ಯರಾಜ ತಕ್ಷಣ ಎದ್ದು ಕೂರುತ್ತಾನೆ. ಎದ್ದು ನಡೆದು ದಾರಿಯ ಹತ್ತಿರವಿರುವ ತನ್ನ ಕುದುರೆಯನ್ನು ನಿಧಾನವಾಗಿ ಹತ್ತಿ ಸರಿಯಾಗಿ ಕುಳಿತು ಊರ ಹೊರದಿಕ್ಕಿಗೆ ಓಡಿಸುತ್ತಾನೆ. ಆಳುಗಳ ಕುದುರೆಗಳನ್ನು ಹಿಂದೆ ಹಾಕಿ ಓಡುತ್ತದೆ ಅವನ ಬಿಳಿಗುದುರೆ. ಹಿಡಿತ ತಪ್ಪದೆ, ಬೀಳದೆ, ಆಯಾಸವೂ ಆಗದೆ ಓಡಿಸುತ್ತಾನೆ. ಆಳುಗಳಿಗೆ ಧೂಳು ಮಾತ್ರ ಕಾಣುತ್ತದೆ. ಕುದುರೆ ಕಾಣುವುದಿಲ್ಲ. ರಾಜನಿಗೆ ಉತ್ಸಾಹ ಹುಟ್ಟುತ್ತದೆ, ಸ್ವಲ್ಪ ಹೊತ್ತಿಗೆ ಕುದುರೆಯೂ ಬೆವರುತ್ತದೆ, ಅವನೂ ಬೆವರುತ್ತಾನೆ. ಬೇಸರ ನೀಗುತ್ತದೆ.

ರುಕ್ಮರಥ ಜೂಜಾದರೂ ಆಡೋಣವೆಂದು ಯೋಚಿಸುತ್ತಾನೆ. ತಮ್ಮಂದಿರಾದ ವಜ್ರ ಅಜಯರೊಡನೆ ಆಡಿದರೆ ತೃಪ್ತಿ ಸಿಗುವುದಿಲ್ಲ. ತನ್ನದೇ ವಸ್ತುಗಳನ್ನು ತಮ್ಮಂದಿರಿಂದ ಗೆದ್ದುಕೊಂಡರೂ ಅಷ್ಟೆ, ತನ್ನ ಮನೆಯವರಾದ ಅವರಿಗೆ ಸೋತರೂ ಅಷ್ಟೆ. ತನ್ನದೇ ಆದ ಕಾಡುಗಳಲ್ಲಿ ಬೇಟೆಯಾಡಹೊರಟರೂ ಉತ್ಸಾಹ ಹುಟ್ಟುವುದಿಲ್ಲ. ಆಡಳಿತದ ಮೇಲ್ವಿಚಾರಣೆ ಕಳೆದ ಹತ್ತು ವರ್ಷದಿಂದ ಮಾಡುತ್ತಿದ್ದೇನೆ. ಅದಕ್ಕೆ ಮುನ್ನ ಅಪ್ಪನ ಸಹಾಯಕನಾಗಿ ಮಾಡಿದ್ದೇನೆ. ಉತ್ಸಾಹವಿಲ್ಲ. ಸ್ನೇಹದ ನೆರೆ ರಾಜರೊಡನೆ ಜೂಜಾಡಿದರೆ ಆಟದ ರುಚಿ ಹೊತ್ತುತ್ತದೆ. ದಾಳಗಳು ಉರುಳಿ ನಿಂತಾಗ ಉಸಿರು ಹಿಡಿದು ನೋಡುವಂತಾಗುತ್ತದೆ. ಆದರೆ ಈಗ ಎಲ್ಲರೂ ಯುದ್ಧಸಿದ್ಧತೆಯಲ್ಲಿದ್ದಾರೆ. ಯುದ್ಧದ ಮಾತೇ ಆಡುತ್ತಾರೆ. ಯಾರಿಗೂ ಜೂಜಿನಲ್ಲಿ ಲಹರಿ ಇಲ್ಲ. ತಾವು ದುರ್ಯೋಧನನ ಪರವೋ ಪಾಂಡವರ ಪರವೋ ಎಂಬುದರ ಮೇಲೆ ಎಲ್ಲ ರಾಜರೂ ಪರಸ್ಪರ ಶತ್ರು ಅಥವಾ ಮಿತ್ರರಾಗಿ ವಿಂಗಡಿಸಿಹೋಗಿ

ದ್ದಾರೆ. ಶತ್ರುವೂ ಅಲ್ಲದೆ ಮಿತ್ರನೂ ಅಲ್ಲದೆ ಸಂಬಂಧ ಇಟ್ಟುಕೊಳ್ಳುವುದು ಕ್ಷತ್ರಿಯನಿಗೆ ಸಾಧ್ಯವಿಲ್ಲವೆಂದು ತನಗೆ ತಾನೆ ಹೇಳಿಕೊಳ್ಳುತ್ತಾನೆ. ಸುಶರ್ಮನೊಡನೆ ವಿರೋಧ ತಪ್ಪಿಸಿ ಕೊಂಡಂತಾಯಿತು. ಆದರೆ ಮೊದಲಿನ ನಿಕಟ ಸ್ನೇಹ ಈಗ ಒಣಗುತ್ತಿದೆ ಎಂದು ಅವನ ಮನಸ್ಸೇ ಹೇಳುತ್ತಿದೆ. ಕೊನೆಗೆ ಪಾಂಡವರ ಕಡೆಯೇ ಆಗಲಿ, ಯುದ್ಧಕ್ಕೆ ಹೋಗಿಬಿಡಬೇಕೆಂದು ಮನಸ್ಸಿನ ಆಳದ ಒಂದು ಮೂಲೆಯು ಸೂಚಿಸುತ್ತದೆ.

ಒಂದು ದಿನ ದುರ್ಯೋಧನ ಚಕ್ರವರ್ತಿಯ ತಮ್ಮ ದುಶ್ಯಾಸನನೇ ಬಂದ. ಪಟ್ಟಣದ ಹೊರಗೆ ಇಳಿದು ತನ್ನ ಆಗಮನವನ್ನು ದೂತರ ಸಂಗಡ ಹೇಳಿಕಳಿಸಿದ. ರುಕ್ಮರಥನು ತಮ್ಮ ವಜ್ರನನ್ನು ರಥದೊಡನೆ ಕಳಿಸಿ ರಾಜಗೌರವದಿಂದ ಸ್ವಾಗತಿಸಿ ಸತ್ಕರಿಸಿದ. ಮೊದಲು ಶಲ್ಯರಾಜನ ಪಾದ ಮುಟ್ಟಿ ನಮಸ್ಕರಿಸಿ ಮಾವ ಎಂದು ಸಂಬೋಧಿಸಿ ಆಶೀರ್ವಾದ ಪಡೆದ ನಂತರ ದುಶ್ಯಾಸನನು ತನಗೆ ಹೆಚ್ಚು ಸಮಯವಿಲ್ಲವೆಂಬ ಪೀಠಿಕೆಯೊಡನೆ ಮಾತನ್ನು ಆರಂಭಿಸಿದ. 'ಮಾವ, ಪಾಂಡವರು ನಿನಗೆ ಸೋದರಳಿಯರು ನಿಜ. ಆದರೆ ನಾವೂ ಸೋದರಳಿಯರು ತಾನೆ. ಪಾಂಡುವಿಗೆ ಕೊಟ್ಟ ನಿನ್ನ ತಂಗಿ ಯಾವ ಸುಖಪಟ್ಟಳು ಹೇಳು. ಅವಳ ಸಾವಿಗೆ ನಾವು ಕಾರಣರಲ್ಲ. ಅವಳು ಕಾಡಿಗೆ ಹೋಗಲು ನಾವು ಕಾರಣರಲ್ಲ. ನಿನ್ನ ತಂಗಿಯ ಮಕ್ಕಳಿಗೆ ರಾಜ್ಯ ಬೇಕು ಅಂತ ನೀನು ಬಯಸಿದರೆ ಬೇರೆಯ ಮಾತು. ನಾವು ಅವರಿಗೆ ಅಂತ ಬಿಟ್ಟುಕೊಟ್ಟರೂ ಅವರಿಗೆ ಮಾತ್ರ ಕುದುರೆ ಉಜ್ಜುವ ಹಣೆಬರಹ ತಪ್ಪುವುದಿಲ್ಲ. ಹಿರಿ ಹೆಂಡತಿಯ ಮಕ್ಕಳು ಏರುವ ಕುದುರೆಯ ಲದ್ದಿ ಬಾಚುವುದು ಅವರ ಪಾಡಾಗಿರುವಾಗ ನೀನು ಆ ಹಿರಿ ಹೆಂಡತಿಯ ಮಕ್ಕಳಿಗೆ ಯಾಕೆ ಸಹಾಯ ಮಾಡಬೇಕು? ಯುದ್ಧದಲ್ಲಿ ನಾವು ಗೆದ್ದರೆ ನಿನ್ನ ತಂಗಿಯ ಇಬ್ಬರೂ ಮಕ್ಕಳಿಗೂ ಖಂಡಿತ ಆ ರಾಜ್ಯ ಕೊಡುತ್ತೇವೆ. ಇದು ದುರ್ಯೋಧನನ ಆಣೆ ಮಾತು ಅಂತ ತಿಳಿದುಕೊ. ನಮಗೆ ಜಗಳವಿರುವುದು ಹಿರಿಯ ಮೂವರಲ್ಲಿ. ಕಿರಿಯ ಸಾಧುಗಳೊಡನೆಯಲ್ಲ.'

ಶಲ್ಯರಾಜನಿಗೆ ಪಾಂಡವಪಂಚರೊಡನೆ ಇದ್ದ ಸಮಷ್ಟಿಸ್ನೇಹ ಒಡೆದಂತಾಯಿತು. ದುಶ್ಯಾಸನ ರುಕ್ಮರಥನಿಗೆ ಹೇಳಿದ: 'ಯುದ್ಧ ಅಂದರೆ ಹಣ ಬೇಕು. ಸೈನಿಕರಿಗೆ ವಸ್ತ್ರ, ಆಹಾರ, ಇತರ ಸುಖಗಳನ್ನು ಕಲ್ಪಿಸಬೇಕು. ಇಲ್ಲದಿದ್ದರೆ ಸುಮ್ಮಸುಮ್ಮನೆ ಜೀವ ಕೊಟ್ಟು ಕಾಯುತ್ತಾರೆಯೆ? ನನ್ನ ಸಂಗಡ ಸಾವಿರ ಕಂಬಳಿ, ಸಾವಿರ ಜೋಡಿ ಮೇಲ್ವಾಸು, ಒಂದು ತಪ್ಪಲೆ ನಿಷ್ಕಗಳನ್ನು ತಂದಿದ್ದೇನೆ. ನಿನ್ನ ಸೈನ್ಯಕ್ಕೆ ಬಹುಮಾನ ಅಂತ ಅಲ್ಲ, ಹಿರೀಕನಾದ ಮಾವನಿಗೆ ಸಲ್ಲಿಸಬೇಕಾದ ಕಪ್ಪ ಅಂತ. ನೀನು ಹೊರಟ ದಿನದಿಂದ ಅಲ್ಲಿಗೆ ತಲುಪಿ ಯುದ್ಧ ಮುಗಿದು ಹಿಂತಿರುಗಿ ಊರು ಸೇರುವ ತನಕ ನಿನ್ನ ಸಮಸ್ತ ಸೈನ್ಯಕ್ಕೂ ವಸತಿಯ ಚಪ್ಪರ, ಸುಗ್ರಾಸ ಭೋಜನ, ಆನೆ ಕುದುರೆಗಳ ಮೇವು ನಮ್ಮ ಹೊಣೆ. ಎಷ್ಟು ಹಾಲು, ತುಪ್ಪ, ಹಿಟ್ಟು, ಅಕ್ಕಿ ಬೇಕು ಈಗಲೇ ಹೇಳಿಬಿಡು. ಅದರ ಎರಡರಷ್ಟು ಸರಬರಾಜು ಆಗುತ್ತದೆ. ಹಸ್ತಿನಾಪುರದ ಅರಸರ ಪ್ರೀತಿ ದೊಡ್ಡದಾಗಿರುವಂತೆ ಅಡುಗೆಯವರ ಕೈಯೂ ದೊಡ್ಡದು.'

ಶಲ್ಯ ಮಾತನಾಡಲಿಲ್ಲ. ರುಕ್ಮರಥನ ಮುಖ ನೋಡಿಯೇ ಅವನ ಮನಸ್ಸನ್ನು

ದುಶ್ಶಾಸನ ಗ್ರಹಿಸಿದ. ತಾನೇ ಎಂದ: 'ಇನ್ನೂ ಒಂದು ಮಾತು. ಈ ಯುದ್ಧ ಆಗಿಯೇ
ಆಗುತ್ತೆ ಅಂತ ತಿಳಿಯಬೇಡ. ಪಾಂಡವರು ಆ ಕೃಷ್ಣನ ಮಾತು ಕೇಳಿಕೊಂಡು ನಮ್ಮನ್ನು
ಬೆದರಿಸಿದರು. ನಮಗೆ ಅವರ ಬೆಂಬಲವಿದೆ ಇವರ ಬೆಂಬಲವಿದೆ ಅಂತ ಜೋರು
ಮಾಡಿದರು. ನಮಗೂ ಬೆಂಬಲಿಗರಿದ್ದಾರೆ ತೋರಿಸ್ತೀವಿ ಬನ್ನಿ ಅಂದೆವು. ಈಗ ಅವರ
ಕಡೆಯವರು ಬರುತ್ತಾರಂತೆ. ನಾವೆಲ್ಲ ಒಂದು ಕಡೆ ಸೇರಿ ಅವರ ಎದುರುಗೊಳ್ಳೋಣ.
ಬಲವನ್ನು ಪ್ರಯೋಗಿಸುವ ಬದಲು ಪ್ರದರ್ಶಿಸೋಣ. ಆಗ ಅವರು ನ್ಯಾಯಕ್ಕೆ ಬರುತ್ತಾರೆ.
ಧರ್ಮ ಇದ್ದಂತೆ ತೀರ್ಮಾನವಾಗಲಿ. ರಾಜ್ಯಪೀಠದಲ್ಲಿ ನಾವು ಮುಂದುವರಿಯುವುದು,
ಬಿಡುವುದು ಮುಖ್ಯವಲ್ಲ. ಧರ್ಮ ಗೆಲ್ಲುವುದು ಮುಖ್ಯ. ಧರ್ಮ ಸೋತರೆ ಪ್ರಜೆಗಳ
ಹಿತಸಾಧನೆಯಾಗುತ್ತೆಯೆ? ದುರ್ಯೋಧನ ರಾಜ್ಯ ಆಳುತ್ತಿರುವುದು ಪ್ರಜೆಗಳಿಗಾಗಿ. ನೀನೇ
ಹಸ್ತಿನಾವತಿಗೆ ಬಂದು ನೋಡು.'

ಪಟ್ಟಣದ ಪೂರ್ವ ದಿಕ್ಕಿಗೆ ನದಿಯ ದಡದಲ್ಲಿ ವಿದುರನ ಮನೆ. ಸೂರ್ಯ ಹುಟ್ಟುವ ಕಡೆಗೆ ಮುಂಬಾಗಿಲು. ಬಾಗಿಲಿನಿಂದ ಮುಂದೆ ಕಲ್ಲು, ಗಾರೆ ಕಟ್ಟಡದ ಅಗಲವಾದ ಅಂಗಳ. ಮೂವತ್ತು ಮೆಟ್ಟಿಲು ಕೆಳಗೆ ಗಂಗಾನದಿ. ಹರಿಯುವ ನೀರಿನ ದಡದಲ್ಲಿ ಕುಳಿತಿರುವುದು ಕುಂತಿಯ ಅಭ್ಯಾಸ. ನೀರಿನ ಮೇಲಿನ ಪ್ರೀತಿಯೋ ಅಥವಾ ಹೊತ್ತು ಹೋಗದ ಬವಣೆಯೋ, ಮಧ್ಯಾಹ್ನದ ಬಿಸಿಲಿನಲ್ಲಿ ಮರದ ಕೆಳಗೆ ಕುಳಿತಿದ್ದಳು. ಎರಡು ಪಾದಗಳೂ ಮೀನು ಆಟವಾಡುವ ನೀರಿನಲ್ಲಿ. ಕೊಳೆ ಇಲ್ಲದಿದ್ದರೂ ಬಂದು ಬಂದು ಕೆರೆಯುತ್ತವೆ. ಮೀನು ಮೇಲೆ ನೆಗೆದು ನೀರನ್ನು ಕಲಕದಿದ್ದಾಗ ತನ್ನ ಬಿಂಬ ಸ್ಪಷ್ಟವಾಗಿ ಕಾಣುತ್ತದೆ. ಎತ್ತರಕ್ಕೆ ಅಗಲವಾದ ಶರೀರ. ಸುಕ್ಕುಮುಖ. ಬಿಳಿಗೂದಲು. ಈ ಬಿಂಬವನ್ನೇ ನೋಡಿ ನೋಡಿ ಬೇಸರವಾಗಿದೆ. ನೀರಿನ ಮುಂದೆ ಕೂತರೆ ಬೇರೆ ಏನೂ ಕಾಣುವುದಿಲ್ಲವಲ್ಲ. ಸಂಧಿಯ ಮಾತನಾಡಲು ಕೃಷ್ಣ ಹೋಗಿದಾನೆ. ಆಗದ ಕೆಲಸಕ್ಕೆ ಇವನೇಕೆ ಬಂದ, ಎನಿಸುತ್ತಿದೆ ತನಗೆ. ಅಲ್ಲಿ ಇನ್ನೂ ಏನೇನು ಮಾತು ನಡೆಯುತ್ತಿದೆಯೋ! ಎಂದುಕೊಳ್ಳುತ್ತಿರುವಲ್ಲಿ ವಿದುರ ಬಂದ. ಆಸ್ಥಾನಕ್ಕೆ ಕೃಷ್ಣನ ಜೊತೆಯೇ ಹೋಗಿದ್ದವನು. ಕುಂತಿ ತಿರುಗಿ ನೋಡಿದಳು. ಹತ್ತಿರ ಬಂದು ಸುತ್ತ ತಿರುಗಿ ಯಾರೂ ಇಲ್ಲದ್ದನ್ನು ಖಾತ್ರಿ ಮಾಡಿಕೊಂಡು ಕುಳಿತ, ಆಸ್ಥಾನದ ವೇಷ ಮೇಲುಹೊದಿಕೆಯನ್ನು ತೆಗೆದು ಎದೆಭುಜಗಳನ್ನು ತಣ್ಣಗೆ ಮಾಡಿಕೊಳ್ಳುತ್ತಾ.

'ಕೃಷ್ಣ ಎಲ್ಲಿ?'

'ದುರ್ಯೋಧನ ಅವನನ್ನು ಹಿಡಿದು ಕಟ್ಟಿಹಾಕಿಸುವ ಹವಣಿಕೆ ಮಾಡಿದ. ನೀನು ನನ್ನ ಊರಿಗೆ ಬಂದು ಒಬ್ಬೊಬ್ಬರ ಮನೆಗೂ ಹೋಗಿ ನನ್ನ ಬೆಂಬಲಿಗರ ಮನಸ್ಸನ್ನು ಒಡೆಯುವ ಕೆಲಸ ಮಾಡ್ತೀಯಾ ಅಂತ. ತನ್ನ ಅಂಗರಕ್ಷಕರ ಮುನ್ನೆಚ್ಚರಿಕೆಯಿಂದ ಪಾರಾದ. ನೀನು ಇನ್ನು ಇಲ್ಲಿರುವುದು ಕ್ಷೇಮವಲ್ಲ ಅಂತ ನಾನೂ ಹೇಳಿದೆ. ಅವನು ಆಗಲೇ ಹೊರಟುಹೋದ. ನಿನ್ನ ಕರ್ತವ್ಯವೇನು ಅಂತ ನಿನಗೆ ನೆನ್ನೆ ರಾತ್ರಿಯೇ ಹೇಳಿದ್ದನಂತಲ್ಲ, ಜ್ಞಾಪಿಸು ಅಂದ ಆತುರಾತುರದಲ್ಲಿ.'

'ಹೂಂ' ಅಂದಳು ಕುಂತಿ. ಮಂಕು ಹಿಡಿದಂತೆ ಎದುರಿಗೆ ಕುಳಿತ ವಿದುರನನ್ನು ಕೇಳಿದಳು: 'ಏನಾಯಿತು ಅಲ್ಲಿ?'

'ದೂತ ಕೃಷ್ಣನನ್ನೇ ಕಟ್ಟಿಹಾಕಲು ಹೊರಟ ಅಂತೀನಿ. ಏನಾಯಿತು ಅಂತ ಹೇಳೂದೇನಿದೆ?'

'ಗೊತ್ತೇ ಇತ್ತಲ್ಲ. ಮತ್ತೆ ಯಾಕೆ ಕಳಿಸಿದರು ಇವರು? ಭ್ರಮೆಯಲ್ಲವೆ?'

'ಇನ್ನೊಂದು ಮಾತಾಡಿದ ದುರ್ಯೋಧನ. ಪಿತಾಮಹರು ಕೇಳಿ ನಿಬ್ಬೆರಗಾದರು. ಧೃತರಾಷ್ಟ್ರನ ಮುಖ ನೋಡಿದರೆ ಒಳಗೊಳಗೇ ಸಂತೋಷವಾಗಿದೆ ಈ ಮಾತು ಕೇಳಿ ಅಂತ ನನಗೆ ಅನ್ನಿಸಿತು. ಪಾಂಡವರ್ಯಾರೂ ಅಪ್ಪನಿಗೆ ಹುಟ್ಟಿದವರಲ್ಲ. ಅವರನ್ನು ಪಾಂಡವರು ಅಂತ ಕೂಡ ನಾನು ಕರೆಯಲೊಪ್ಪುವುದಿಲ್ಲ. ಈ ವಂಶಕ್ಕೇ ಸೇರದ ಅವರಿಗೆ ನೀವು ಅನ್ಯಾಯವಾಗಿ ಪಾಲು ಕೊಡಿಸಿದ್ದಿರಿ. ಆ ಅನ್ಯಾಯವನ್ನು ನಾನು ಜೂಜಾಡಿ ಸರಿಪಡಿಸಿದೆ. ಈಗ ಮತ್ತೆ.....'

'ಅಂದರೆ ಕುಂತಿ ಹಾದರಗಿತ್ತಿ ಅಂದನೆ?'

'ಅದಲ್ಲ ಅವನ ಅರ್ಥ. ನಿಯೋಗದ ಮಕ್ಕಳು ಧರ್ಮವಾಗಿ ಸಂತತಿಯಲ್ಲ ಅಂತ. ಸನಾತನ ನಡೆವಳಿಕೆಯನ್ನೇ ಅಲ್ಲಗಳೆಯುವ ಮಾತನಾಡಿದ; ಅವನ ತಮ್ಮಂದಿರ, ಕರ್ಣ ಶಕುನಿಯರ ಅನುಮೋದನೆ ಇದೆ ಇದಕ್ಕೆ.'

'ರಾಜ್ಯ ಬಿಡಲಾರದ ಸಂಕಟಕ್ಕೆ.....'

'ಹೌದು ಹೌದು. ಅಧರ್ಮದ ಮಾತು' ವಿದುರ ಅರ್ಧಕ್ಕೆ ಪೂರ್ತಿಮಾಡಿದ.

ಕುಂತಿ ಮತ್ತೆ ಮಾತನಾಡಲಿಲ್ಲ. ಪಾದಗಳು ಮುಳುಗಿದ್ದ ನೀರನ್ನು ನೋಡುತ್ತಾ ಮೂಕಳಾದಳು, ಸ್ಪಷ್ಟವಾಗಿ ಕಾಣುವ ತನ್ನ ಬಿಂಬವನ್ನು. ಎತ್ತರಕ್ಕೆ ಅಗಲವಾದ ಶರೀರ. ಪೃಥಾ ಅಂತ ಹೆಸರಿಟ್ಟದ್ದೇ ಅದಕ್ಕೆ. ಸುಕ್ಕುಮುಖದ ಬಿಳಿಗೂದಲಿನ, 'ನೊಂದುಕೋ ಬೇಡ. ಅವನಂದದ್ದನ್ನ ನಿನಗೆ ವರದಿ ಮಾಡ್ತಿದೀನಿ,' ವಿದುರ ತಲೆ ತಗ್ಗಿಸಿ ಹೇಳಿದ. 'ಇವತ್ತಿನ ಮಾತಿನಲ್ಲಿ ನಾನು ಉದ್ದಕ್ಕೂ ಗಮನಿಸಿದೆ. ಕುಂತಿಯ ಮಕ್ಕಳು ಅಂದ. ಪಾಂಡವರು ಅನ್ನುವ ಶಬ್ದವನ್ನು ಒಂದು ಸಲ ಕೂಡ ನುಡಿಯಲಿಲ್ಲ.' ಹೂಂ, ಈ ಸುಕ್ಕುಮುಖದ ಬಿಳಿಗೂದಲ ಹೆಂಗಸಿನ ಮಕ್ಕಳು ಪಾಂಡವರಲ್ಲ, ಕೌರವ ವಂಶಕ್ಕೆ ಸೇರಿದವರೇ ಅಲ್ಲ. ಮನಸ್ಸಿನಲ್ಲೇ ಅಂದುಕೊಂಡಳು. ಪೃಥೆಯ ಮನಸ್ಸಿನ ಶಕ್ತಿ ಏನು ಅಂತ ಗೊತ್ತಿಲ್ಲ ಈ ನಾಯಿಮರಿಗಳಿಗೆ. ಬಿಂಬವನ್ನು ಕದಲಿಸದ ನೀರಿನ ಕೆಳಭಾಗದಲ್ಲಿ ಮೀನುಗಳು ಆಡುತ್ತಿವೆ. ಒಂದು ಎರಡು ಮೂರು ನಾಲ್ಕು.

'ವಿದುರ, ಊಟ ಮಾಡು ಹೋಗು. ಎಷ್ಟಾಯಿತು ಹೊತ್ತು' ಎನ್ನುತ್ತಾ ಕತ್ತೆತ್ತಿ ಮೇಲೆ ನೋಡಿದಳು. ನೆತ್ತಿಯಿಂದ ಮೇಲೆ ವಾಲಿತ್ತು ಸೂರ್ಯ ಮರದ ಎಲೆಗಳ ಸಂದಿಯಲ್ಲಿ.

'ಏಳು, ನೀನೂ.'

ವಿದುರನ ಹೆಂಡತಿ ಪಾರಸವಿ ಕಾಯುತ್ತಿದ್ದಳು. ಅವನ ಮಕ್ಕಳು ಮೊಮ್ಮಕ್ಕಳು ಮರಿ ಮಕ್ಕಳೆಲ್ಲ ಆಗಲೇ ಮುಗಿಸಿದ್ದರು. ಈ ಮೂವರಿಗೂ ಬಾಣಸಿಗ ಬಡಿಸಿದ. ಹಲ್ಲಿಲ್ಲದೆ ನವಣಿಸುವ ಮೆತ್ತನೆಯ ಅನ್ನ. ನುಂಗುವ ಗಟ್ಟಿ ಪಾಯಸ. ಊಟವಾದ ಮೇಲೆ ಕುಂತಿ ಮಲಗಲಿಲ್ಲ. ಮೆಟ್ಟಿಲುಗಳನ್ನಿಳಿದು ನದಿಯ ದಡಕ್ಕೆ ಬಂದು ನೀರಿನ ಪಕ್ಕದ ಕಲ್ಲುಚಪ್ಪಡಿಯ ಮೇಲೆ ಕುಳಿತಳು. ಕುಂತಿಯ ಮಕ್ಕಳು, ಸಿಟ್ಟು ಬಂತು, ಅಲ್ಲ ಸಿಟ್ಟಿನ ನೆನಪು ಬಂತು. ಹೆತ್ತ ಸೊಸೆಯ ಮಕ್ಕಳಲ್ಲದೆ ಹುಟ್ಟಿಸಿದವನ ಮಕ್ಕಳಾಗುತಾರೆಯೇ ಈ ವಂಶಕ್ಕೆ ಸೇರಿದ

ಮೇಲೆ. ಇವನ ಅಪ್ಪ ಕುರುಡ. ಮದುವೆಗೆ ಮುಂಚೆ ಅವ್ವೆ ಎಂದರೇನಂತ ತಿಳಿದಿರಲಿಲ್ಲ. ಹೆಂಡತಿ ಬಸುರಾಗಿ ರುಚಿ ಹೊತ್ತಿದ ಮೇಲೆ ದಾಸಿಯರನ್ನು ಮೇಯಲು ಶುರುಮಾಡಿದ. ಇಲ್ಲದಿದ್ದರೆ ಇವನು? ಗಾಂಧಾರಿಯ ಮಗನಾಗುತ್ತಿದ್ದ, ಇವನ ಅಪ್ಪ ಅಂಬಿಕೆಯ ಮಗನಲ್ಲವೇ ಹಾಗೆ. ಸಿಟ್ಟು ಬಂತು. ಆದರೆ ಸನಾತನ ಧರ್ಮವನ್ನು, ತಾನು ಸೊಸೆಯಾಗಿ ಸೇರಿರುವ ಕುರುವಂಶದ ಪಿತೃಗಳನ್ನು ಬಯ್ಯಬಾರದೆಂದು ತಾಳ್ಮೆ ತಂದುಕೊಂಡಳು. ವಂಶ ಬೆಳೆಸುಕ್ಕೆ ಅಂತಲೇ ಜಾತ್ರೆಯಲ್ಲಿ ದಷ್ಟಪುಷ್ಟ ಮೊಳಕ ತರುವ ಹಾಗೆ ಸೊಸೆಯನ್ನು ತಂದರು. ನಮ್ಮತ್ತೆಯವರ ಕೈಲಿ ನನ್ನ ಗಂಡ, ಇವನಪ್ಪರನ್ನು ಹೆರಿಸಿದ ಹಾಗೆ ನನ್ನ ಕೈಲಿ ಈ ಮಕ್ಕಳನ್ನು ಹೆರಿಸಿದರು. ಈಗ ಪಾಂಡವರಲ್ಲವಂತೆ. ಕುರುಡ ಮುದುಕನಿಗೆ ಒಳಗೊಳಗೇ ಸಂತೋಷವಾಯಿತಂತೆ ಈ ಮಾತು ಕೇಳಿ. ಥುತ್ ಉಗಿಯಬೇಕೆನ್ನಿಸಿತು. ಋಷಿಗಳೇ ಇಟ್ಟ ಹೆಸರು ಧರ್ಮ ಅಂತ, ಹಿರಿಯನು ಹುಟ್ಟಿದಾಗ. ಹಿಮವತ್‌ಪರ್ವತದಲ್ಲಿ, ಬದರಿಕಾ ಶ್ರಮದ ಪಾದದಲ್ಲಿ ತಪಸ್ಸುಮಾಡುವ ಋಷಿಗಳ ಅನುಮೋದನೆಯನ್ನು ಅಲ್ಲಗಳೆಯುವ ಈ ಅಧರ್ಮಿ ಹೆಚ್ಚು ದಿನ ಬದುಕುವುದಿಲ್ಲವೆಂದು ಮನಸ್ಸು ಶಾಪಹಾಕಿತು. ನನ್ನ ಹಿರಿಯ ಮಗ ಎಂದೂ ಅಧರ್ಮದ ದಾರಿಯಲ್ಲಿ ಹೋಗಿಲ್ಲ. ಇತರ ಮಕ್ಕಳೂ ಅಷ್ಟೆ. ಧರ್ಮಕ್ಕೇ ಜಯವಾಗುತ್ತೆ, ತನಗೆ ತಾನೇ ಸಮಾಧಾನ ಮಾಡಿಕೊಂಡಳು. ಮನಸ್ಸು ಸ್ವಲ್ಪ ಶಾಂತ ವಾಯಿತು. ಹಾಗೆಯೇ ಕಲ್ಲುಚಪ್ಪಡಿಯ ಮೇಲೆ ಮಲಗಿದಳು. ಸ್ವಲ್ಪ ಮಂಪರು ಬರುವಂತಾ ಯಿತು. ಕಳೆದ ಹದಿಮೂರು ಅಲ್ಲ ಹದಿಮೂರುವರೆ ವರ್ಷದಿಂದ ಮಧ್ಯಾಹ್ನದ ಹೊತ್ತು ಈ ಚಪ್ಪಡಿ ತನ್ನ ಹಾಸಿಗೆಯಾಗಿದೆ ಎಂಬ ನೆನಪಾಯಿತು. ಸ್ವಲ್ಪ ಕಣ್ಣು ಹೊತ್ತಿಕೊಂಡು ಬಂದು ಜಳಜಳ ಸದ್ದು. ಏನು ಈ ಕುರುವಂಶದ ಹೆಸರು! ದುಷ್ಯಂತ, ಭರತ, ಹಸ್ತಿನ, ಅಜಮಿಳ, ಮಹಾಭೌಮ, ದಿಲೀಪ, ಹಿಂದಕ್ಕೆ ನೂರು ತಲೆ ವಂಶಾವಳಿ ಇದೆಯಂತೆ. ಸದ್ಯಕ್ಕೆ ಭೀಷ್ಮ. ಪಾಂಡುವೇನು ಕಡಮೆಯೆ? ಅಮ್ಮಾ, ಪೃಥಾ, ಅಲ್ಲಿ ಕೂತಿದಾನೆ ನೋಡು, ಗಂಭೀರ ಪದ್ಮಾಸನದಲ್ಲಿ, ಕುಡಿಮೀಸೆ ಚಿಗುರು ಗಡ್ಡದ ಯುವಕ, ಎದ್ದುಕಾಣುವ ಒಣಗು ಬಿಳಿಯ ಬಣ್ಣ, ಈ ವಯಸ್ಸಿಗೇ ಸುತ್ತ ರಾಜ್ಯಗಳನ್ನು ಒತ್ತರಿಸಿರುವ ವೀರ, ನೇರವಾಗಿ ಹೋಗಿ ಅವನಿಗೆ ಮಾಲೆ ಹಾಕು. ಅಪ್ಪನ ಸೂಚನೆಗೆ ಅಮ್ಮನದೂ ಅನುಮೋದನೆ: ಅವನಣ್ಣ ಕುರುಡ. ಮುಂದೆ ಸಿಂಹಾಸನ ಏರುವವನು ಇವನೇ ಅಂತೆ. ರಾಜಸೂಯವೋ ಅಶ್ವಮೇಧವೋ ಮಾಡುವ ದೊರೆಯ ಪಟ್ಟಮಹಿಷಿಯಾಗ್‌ತೀಯ. ನಿನ್ನದೇ ಮೊದಲನೆಯ ಮದುವೆ ಅವನಿಗೆ: ಪಟ್ಟಮಹಿಷಿ. ಸಖಿಯ ಮನಸ್ಸೂ ಅತ್ತ ಕಡೆಗೇ: ಪೃಥಾ, ನಿನ್ನ ಎತ್ತರ ಅಗಲಗಳಿಗೆ ತಕ್ಕ ಮೈಕಟ್ಟು ಅವನದು. ಗಂಡಸು ಅಂದರೆ ಹಸಿದು ಮೇಲೆ ಬೀಳುವ ಸಿಂಹದ ಹಾಗಿರಬೇಕು. ನಿನಗೆ ಜೋಡಿಯಾಗುವ ಮೈಕಟ್ಟಿನ ದೊರೆಗಳು ನನ್ನ ಕಣ್ಣಿಗೆ ಬೇರೆ ಯಾರೂ ಕಾಣುತ್ತಿಲ್ಲ. ಅವನಾದರೆ, ನೀನು ಮೊದಲ ರಾತ್ರಿಗೇ ಹಿಸುಕಿಹೋಗ್‌ತೀಯ, ಎಂದು ಕಣ್ಣು ಮಿಟುಕಿಸಿ ಎಡಪಕ್ಕೆಯನ್ನು ಜಿಗುಟಿ, ಸ್ವಲ್ಪ ಒಣಗಿದ ಬಿಳಿಬಣ್ಣ. ಆದರೆ ಎಂಥ ಮೈಕಟ್ಟು. ಚಿಕ್ಕ ವಯಸ್ಸು, ನನ್ನಷ್ಟೆಯಂತೆ ಹೆಚ್ಚು ಕಡಮೆ. ಹದಿನೆಂಟೋ ಹತ್ತೊಂಬತ್ತೋ. ಸಭೆಯ ಮಧ್ಯೆ ನಡೆಯುವಾಗ ಎಲ್ಲ ಕಣ್ಣುಗಳೂ ನನ್ನ ಅಂಗಾಂಗಗಳನ್ನು

ಮೆತ್ತಿಕೊಂಡಂತಹ ಇರಸುಮುರುಸು. ಗಡ್ಡ ಬಲಿತವರು, ನೆರೆಗೂದಲು ಕಾಣಿಸಿಕೊಂಡವರು, ನೀಳದಾಡಿಯವರು, ಹೊಳೆಯುವ ಕೆಂದುಗೂದಲಿನವರು, ಎಂತೆಂತಹ ಅರಸರ ಗುಂಪು. ಒಬ್ಬೊಬ್ಬರನ್ನಾಗಿ ನೋಡಿಕೊಂಡು ಹೋಗುವಾಗ ಸಖಿಯ ಮಾತು ನಿಜವೆನ್ನಿಸಿತು. ಹಾರಿ ಮೇಲೆ ಬೀಳುವ ಸಿಂಹದಂತಹ ಎದೆಕಟ್ಟು. ಭಾರವಾದ ಬಿಲ್ಲನ್ನು ಬಗ್ಗಿಸಿ ಬಗ್ಗಿಸಿ ಹೊಡೆದ ಉಬ್ಬುಮಾಂಸದ ತೋಳು. ಬಿಲ್ಲಿನ ಚಕ್ಕಳದ ಹುರಿ ಪುಟವಿಟ್ಟು ಹೊಡೆದು ಊದಿ ಗಾಯವಾಗಿ ಒಣಗಿ ಕಲೆಗಟ್ಟಿದ ಭುಜ. ಬೇರೆ ಯೋಚನೆ ಬರಲಿಲ್ಲ. ನನ್ನ ದೊಡ್ಡ ತೋಳುಗಳು ತಮಗೆ ತಾವೇ ಮುಂದೆ ಹೋದವು. ಹೆಮ್ಮೆಯಿಂದ ಮುಖವೆತ್ತಿ ತನ್ನ ದೃಷ್ಟಿಯನ್ನು ಸಂಧಿಸಿ ಜಯಮಾಲೆಗೆಂದು ತಲೆಬಾಗಿದ. ಈ ಪೃಥೆಯನ್ನು ಗೆದ್ದ. ಬೇರೆ ಯಾವುದಾದರೂ ರಾಜನು ಎದ್ದು ನಿಂತು ಛಲ ಸಾಧಿಸಿ ಸವಾಲು ಹಾಕಿ ನನ್ನನ್ನೇಕೆ ಹೊತ್ತುಕೊಂಡು ಹೋಗಲಿಲ್ಲ!

ಏನು ವೈಭವದ ಮದುವೆ! ವೈಭವದ ಕುರುಗಳ ಮನೆಯ ಪಟ್ಟದರಸಿಯಾಗುತ್ತಾಳೆ ಮಗಳು ಎಂಬ ಉಬ್ಬು ಬೇರೆ. ಹೆಣ್ಣುಮಕ್ಕಳಿಲ್ಲವೆಂದು ಬಯಸಿ ಬಯಸಿ ದತ್ತು ಪಡೆದ ಮಗಳ ಮೇಲಿನ ಪ್ರೀತಿ. ಅದೆಷ್ಟು ಗಾಡಿಗಟ್ಟಳೆ ತುಂಬಿ ಕಳಿಸಿದ ಕುರುಗಳ ಅರಮನೆಯನ್ನು ತುಂಬಲು. ನನ್ನ ಜೊತೆಗೆ ಹತ್ತು ಜನ ಸುಂದರಿ ದಾಸಿಯರು, ಈ ಗಂಡುಸಿಂಹದ ವ್ಯಂಜನಕ್ಕೆ. ಮೊದಲ ರಾತ್ರಿಯೇ ಅನ್ನಿಸಿತು. ತಿಳಿಯಲಿಲ್ಲ. ಎದೆ ತೋಳುಗಳ ಗಟ್ಟಿಯಾದ ಬಿಗಿ ತಬ್ಬು. ನಡುವಯಸ್ಸಿನ ಎದೆಯ ತುಂಬೆಲ್ಲ ಬೆವರು ಕೂದಲಿನ ಮೃದುತೋಳಿನ ಋಷಿಯ ಮಾಗುಮೃದುವಲ್ಲ. ಕುಂತಿ, ನಿನ್ನ ಮುಖ ಚಂದ, ನಿನ್ನ ಕುಡಿಹುಬ್ಬು ಚಂದ, ನಿನ್ನ ದೊಡ್ಡ ಎದೆಗಟ್ಟು ಚಂದ ಎಂದು ಉಬ್ಬಿಸಿ ಉಬ್ಬಿಸಿ ಮನತಣಿಸುವ ಮಾತುಗಳೆಷ್ಟು. ಆದರೆ ಸಖಿ ಹೇಳಿದ್ದುದು ನಾನು ಬಯಸಿದ್ದುದು ನನಗೆ ಗೊತ್ತಿದ್ದುದು ಆಗಲಿಲ್ಲ. ಸ್ವಲ್ಪ ಹೊತ್ತಿಗೆ ಮಲಗಿಬಿಟ್ಟನಲ್ಲ, ಸೋತ ಎತ್ತಿನಂತೆ. ಒಂದೇಸಮನೆ ಪ್ರಯಾಣ ಮಾಡಿ ಆಯಾಸ ವಾಗಿದೆ, ನಿದ್ರೆ ಬರುತ್ತಿದೆ ಎಂದು ಅತ್ತ ತಿರುಗಿ, ಮುಖದಲ್ಲಿ ಚಿಂತೆ ತುಂಬಿಕೊಂಡು, ನನಗೆ ತಿಳಿಯಲಿಲ್ಲ. ನಾಚಿಕೆ ಬಿಡುವ ಕ್ಷಣ ಮುಂದೆ ಹೋಯಿತೆಂಬ ಸಮಾಧಾನ. ನಿದ್ದೆ ಮಾಡಿದ. ಮಾಡಿದನೋ ಇಲ್ಲವೋ, ಕಣ್ಣು ಮುಚ್ಚಿ ಮಲಗಿದ. ನನಗೆ ಹೇಗೆ ನಿದ್ದೆ ಬರ ಬೇಕು, ಆಶೆ, ನಾಚಿಕೆ, ಪಟ್ಟಮಹಿಷಿಯಾಗುವ ಕನಸು.

ಬೆಳಗ್ಗೆ ಸಖಿ ಚುಚ್ಚಿಚುಚ್ಚಿ ಕೇಳಿದರೂ ಯಾಕೆ ನಿಜ ಹೇಳಲಿಲ್ಲ ನಾನು? ಹಾಗೆ ಮಾಡಿದರಾ ಹೀಗೆ ಮಾಡಿದರಾ ಆಗ ನೀನೇನು ಮಾಡಿದೆ, ಏನಂದೆ ಅಂತ ಅವಳು ಕೇಳಿದ್ದಕ್ಕೆಲ್ಲ ತಲೆ ಬಗ್ಗಿಸಿ ಹೂಂ ಅಂದುಬಿಟ್ಟೆನಲ್ಲ. ಪೂರ್ತಿ ತಿಳಿಯಲಿಲ್ಲವೊ! ಗಂಡನ ಮರ್ಯಾದೆ ಕಾಪಾಡುವ ಬಯಕೆಯೋ, ಅದೇನು ಹೇಳೇ ಅಂತ ಅವಳು ತಿವಿದು ತಿವಿದು ಕೇಳಿದ್ದಕ್ಕೆ, ನಾನೇ ಕಲ್ಪಿಸಿಕೊಂಡು, ಅಲ್ಲ ಹಿಂದಿನದನ್ನು ಜ್ಞಾಪಿಸಿಕೊಂಡು ಒಂದೊಂದು ಮಾತಿನಲ್ಲಿ ವರ್ಣನೆಯನ್ನೂ ಕೊಟ್ಟೆನಲ್ಲ. ಅದೃಷ್ಟ ತನಗೆ ಮೋಸ ಮಾಡಿತೆಂದು ಸಕಾಲದಲ್ಲಿ ಬಾಯಿ ಬಿಡದೆ ನನಗೆ ನಾನೇ ಮೋಸಮಾಡಿಕೊಂಡೆನಲ್ಲ. ಆ ಒಂದು ದಿನ ವಲ್ಲ, ಊರಿನಿಂದ ಇದೇ ಹಸ್ತಿನಾವತಿಗೆ ಪಯಣ ಮಾಡಿ ಬಂದು ತಿಂಗಳುಗಳುರುಳಿದಂತೆಲ್ಲ

ಸಖಿಯ ಕೈಲಿ ಸುಳ್ಳನ್ನು ಹೆಚ್ಚು ಹೆಚ್ಚು ಬೆಳೆಸುತ್ತಲೇ ಹೋದೆನಲ್ಲ. ಊರಿನಲ್ಲೇ ಸಖಿಯ ಕೈಲಿ ನಿಜ ಹೇಳಿದ್ದರೆ ಅವಳು ಅಮ್ಮನಿಗೆ ಹೇಳಿ ಅಮ್ಮನಿಂದ ಅಪ್ಪನಿಗೆ ತಿಳಿದು ಇವನ ಮಾನ ಹೊರಗೆ ಹಾಕಿ ಮಗಳಿಗೆ ಬೇರೆ ಮದುವೆ ಮಾಡುತ್ತಿದ್ದರು. ಆಹಾ, ಹೊರನೋಟಕ್ಕೆ ಎಂತಹ ಗಂಡು!

ಭೀಷ್ಮನಿಗೋ ಮಹಾ ಆತುರ. ಸೊಸೆ ಬಂದ ಮೇಲೆ ಮೊದಲ ಸಲ ಮುಟ್ಟಾದದ್ದು ತಿಳಿದಾಗ ಕಸಿವಿಸಿಪಟ್ಟನಂತೆ, ಕುರುವಂಶದ ಬೀಜ ಮೊಳೆಯದೆ ಕೊಚ್ಚಿಹೋಯಿತೆಂದು. ಎರಡನೆಯ ಮುಟ್ಟಾದಾಗ ಹಾರಾಡಿದನಂತೆ. ಮೂರನೆಯದು ಕಳೆಯುವಾಗ ತಪ್ಪನ್ನೆಲ್ಲ ಸೊಸೆಯ ಮೇಲೆ ಹಾಕಿ ತನ್ನ ವೀರಾಧಿವೀರ ಮಗನಿಗೆ ತಕ್ಕ ಕ್ಷೇತ್ರ ದೊರಕಲಿಲ್ಲವೆಂದನಂತೆ. ಇಷ್ಟಾದರೂ ನಾನೇಕೆ ನಿಜ ಹೇಳಲಿಲ್ಲ? ಸಖಿಯಿಂದ ಕೂಡ ಮುಚ್ಚಿಟ್ಟು ಗಂಡನ ವೀರ್ಯ ವನ್ನು ಉತ್ಪ್ರೇಕ್ಷಿಸಿ ಕತೆಕಟ್ಟುತ್ತಿದ್ದೆನಲ್ಲ. ನನ್ನ ಸಂಗಡ ಬಂದಿದ್ದ ಯಾವ ದಾಸಿಯ ತೋಳನ್ನೂ ಅವನು ಒಂದು ದಿನವೂ ಮಿಸುಕಿದವನಲ್ಲವಂತೆ. ಅವನ ಮೋಹ ವೀರ್ಯಗಳನ್ನೆಲ್ಲ ಒಳಗೊಳ್ಳುವ ಸಾಮರ್ಥ್ಯದ ಹೆಂಡತಿ ಸಿಕ್ಕಿರುವಾಗ ದಾಸಿಯರ ಕಡೆ ಏಕೆ ಹರಿಯಬೇಕು ಅವನ ಚಪಲ ಎಂದು ಅರ್ಥಮಾಡಿಕೊಂಡಳಂತೆ ಸಖಿ.

'ಧೃತರಾಷ್ಟ್ರ ತನಗೆ ತಾನೇ ಮೋಸಮಾಡಿಕೊಳ್ಳುತ್ತಿದಾನೆ' ವಿದುರನ ಧ್ವನಿ.

ಕುಂತಿಗೆ ದಢಕ್ಕನೆ ಹೊರ ಅರಿವು ಬಂತು. ಕಣ್ಣು ಬಿಟ್ಟಳು. ವಿದುರ ಹತ್ತಿರ ಕುಳಿತು ಕೊಳ್ಳುತ್ತಿದ್ದ. ಅವಳು ಎದ್ದು ಕುಳಿತಳು. 'ನೀನು ಮಲಗು, ಆಯಾಸವಾದರೆ' ಎಂದ. ಇಲ್ಲ ಸುಮ್ಮನೆ ಮಲಗಿದ್ದೆ ಎಂದಳು.

'ಈ ಐವರು ಬರೀ ಕುಂತಿ ಮಾದ್ರಿಯರ ಮಕ್ಕಳು ಅಂತ ಸಮಾಧಾನಪಟ್ಟುಕೊಳ್ಳುವ ಅವನು, ಅದೇ ಲೆಕ್ಕದಲ್ಲಿ ತಾನು ಬರೀ ಅಂಬೆಯ ಮಗನಾಗ್ತೀನಿ ಅನ್ನುವುದನ್ನು ಕಾಣಲಾರದ ಕುರುಡನಾಗುತ್ತಿದಾನೆ.'

'ಭೀಮನಿಗೆ ಹೇಳಿ ಅವನ ಎರಡು ಕಣ್ಣುಗಳಿಗೂ ಎರಡು ಬಾಣ ಹೊಡೆಸಿದರೆ ದೃಷ್ಟಿ ತೆರೆಯುತ್ತೆ' ಎನ್ನುತ್ತಾ ಅವಳು ಬಗ್ಗಿ ಎರಡು ಬೊಗಸೆ ಹರಿಯುವ ನೀರು ತೆಗೆದು ಕುಡಿದಳು.

'ಮುಕ್ತಾಯ ಅಲ್ಲಿಗೇ ಬರುತ್ತೆ' ವಿದುರ ಅನ್ನುತ್ತಿರುವಾಗ ಆಳು ಮೆಟ್ಟಿಲಿಳಿದು ಬಂದ. ಪಿತಾಮಹರು ಹೇಳಿಕಳಿಸಿದ್ದಾರೆಂದು ಅಲ್ಲಿಯೇ ನಿಂತ. ವಿದುರ ಅವರೊಡನೆ ಮೆಟ್ಟಿಲು ಹತ್ತಿ ನಿಧಾನವಾಗಿ ಹೋದ.

ಕುಂತಿ ಒಂದು ಶಾರೆ ನೀರಿನಲ್ಲಿ ಬೆವರಿಗೆ ಅಂಟುವ ತನ್ನ ಮುಖ ತೊಳೆದಳು. ಬಿಳೀ ಸೀರೆಯ ಸೆರಗಿನಲ್ಲಿ ಒರೆಸಿಕೊಂಡು ಕುಳಿತಳು. ಧೃತರಾಷ್ಟ್ರನೂ ತನಗೆ ತಾನೇ ಮೋಸ ಮಾಡಿಕೊಳ್ಳುತ್ತಿದಾನೆ, ನಿಜ ಗೊತ್ತಿದ್ದೂ. ತಾನೂ ಹಾಗೆಯೇ ಮಾಡಿಕೊಂಡೆ ಬವಣೆಗೆ ಬಿದ್ದೆ ಎಂದುಕೊಳ್ಳುವಾಗ ನೆನಪು ಹರಿಯಿತು: ಜೀವನದುದ್ದಕ್ಕೂ ಹಿಂಸೆ, ಬವಣೆ, ಸುಖಪಟ್ಟದ್ದು ಯಾವತ್ತು? ಮದುವೆಯಾದ ಹೊಸತರಲ್ಲಿ ಎಲ್ಲರೂ ಗಂಡನ ಸುಖಪಟ್ಟರೆ ನನಗೆ ಗಂಡನ ಹಿಂಸೆ. ಸುಮ್ಮನಾದರೂ ಬಿಡುತ್ತಿರಲಿಲ್ಲ ಮಹಾರಾಯ.

ಮೇಲೆ ಬೀಳುವುದು, ಪೌರುಷ ತೋರಿಸುವುದು, ಲೇ ಕುಂತಿ ಹೀಗೆ ಬಾ, ಲೇ ಕುಂತಿ ಹಾಗೆ ಬಾ, ನೋಡು ಹೀಗೆ ಮಾಡು, ಹಾಗೆ ಮಾಡು, ಏನೇನೋ ವಿಕೃತ ಕರ್ಮಗಳಿಗೆ ನನ್ನನ್ನು ಹಚ್ಚಿ ತಾನೂ ಮುಲುಕಿ ಮುಲುಕಿ ಕೊನೆಗೂ ಏರಲಾರದ ಹೋರಿಯಂತೆ ಸೋತು ತನಗೆ ತಾನೇ ಅವಮಾನಿತನಾಗಿ ಕೊನೆಗೆ ವಿನಾಕಾರಣ ನನ್ನ ಮೇಲೆ ಸಿಟ್ಟಾಗಿ ನೀನು ನನಗೆ ತಕ್ಕ ಹೆಂಡತಿಯಲ್ಲವೆಂದು ಬೈದು ತಪ್ಪನ್ನೆಲ್ಲ ನನ್ನ ಮೇಲೆ ಹಾಕಿ. ಈ ಮಧ್ಯೆ ಅವನ ಚೇಷ್ಟೆಗಳಿಂದ ಉದ್ರಿಕ್ತಳಾದ ನಾನು ಶಮನವಿಲ್ಲದೆ ಬೇಯಲೋ ಅವನ ದೋಷಾರೋಪಣೆಯಿಂದ ಸುಟ್ಟುಹೋಗಲೋ! ರಾತ್ರಿಯಾದರೆ ಇದೇ ಹಿಂಸೆ, ಬೇರೆ ಕಡೆಯಾದರೂ ಬಿದ್ದುಕೊಬಾರದೆ ಈ ಷಂಡ ಎಂಬ ಮೂಕ ತಿರಸ್ಕಾರ. ಆಗಲಾದರೂ ಸಖಿಗೆ ಹೇಳಿದೆನೆ ನಾನು!

ಒಂದು ದಿನ ತಿರುಗಿಬಿದ್ದೆ: 'ಆರ್ಯಪುತ್ರ, ತಕ್ಕ ಹೆಂಡತಿಯಲ್ಲ ಅಂತ ಬೈಯ್‌ತೀಯಲ್ಲ, ಬೇರೆ ಯಾವ ಹೆಂಗಸಿನಲ್ಲಿ ಇನ್ನೇನಿರುತ್ತೆ? ನಿನ್ನಲ್ಲಿ ಶಕ್ತಿಯಿದ್ದರೆ ನಾನು ತಕ್ಕವಳೇ ಆಗುತ್ತಿದ್ದೆ.'

ಅವನ ಕೋಪ ಮಿತಿ ಮೀರಿತ್ತು. ಫಟ್ಟನೆ ಕೆನ್ನೆಗೆ ಹೊಡೆದು ಅಂದುಬಿಟ್ಟ: 'ಶಕ್ತಿ ಇಲ್ಲ ಅನ್ನುವ ಮಾತು ನಿನ್ನ ಬಾಯಲ್ಲಿ ಬಂತೇನು? ನನ್ನರಮನೆಯ ಯಾವ ದಾಸಿಯನ್ನೂ ನಾನು ಬಿಟ್ಟವನಲ್ಲ. ಈಗ ಒಂದು ವರ್ಷದಿಂದ ಬ್ರಹ್ಮಚರ್ಯೆಯಲ್ಲಿದ್ದೆ ತಿಳಿದುಕೊ. ನೂರು ದಾಸಿಯರನ್ನು ಸೋಲಿಸಿ ಕೆಡವಿರಬಹುದು ಒಟ್ಟಿನಲ್ಲಿ.'

ಆ ರಾತ್ರಿ ಎಲ್ಲ ಅತ್ತೆ ನಾನು. ಗಂಡ ನೂರು ದಾಸಿಯರನ್ನು ಮುಟ್ಟಿದ್ದನೆಂದಲ್ಲ. ಸುಳ್ಳು ಪ್ರತಾಪ ಕೊಚ್ಚಿಕೊಳ್ಳುತ್ತಾ ನನ್ನನ್ನು ಹೊಡೆದ ಅಂತ. ಆ ದಿನದಿಂದ ಅವನ ಸಿಟ್ಟಿಗೆ ಮಿತಿ ಇರಲಿಲ್ಲ. ದಿನಾ ಹತ್ತಿರ ಮಲಗುವನು. ವಿನಾಕಾರಣ ಬೈಯುವನು. ನನ್ನ ಸಾಕುತಂದೆ ಭೋಜರು, ಹೆತ್ತ ತಂದೆ ಶೂರಸೇನರನ್ನೆಲ್ಲ ಕೀಳಾಡುವನು. ಸದ್ಯ ನನಗೆ ಅವನ ಚೇಷ್ಟೆ ತಪ್ಪಿತ್ತು. ಕ್ರಮೇಣ ನಾನೇ ಸಮಾಧಾನಪಡಿಸಿ ಎಲ್ಲವನ್ನೂ ಕೇಳಿದೆ. ಬಾಯಿಬಿಟ್ಟ, ಪ್ರತಾಪ ಕೊಚ್ಚಿಕೊಳ್ಳುವಂತೆ. ನನಗೆ ಅರ್ಥವಾಯಿತು: ಹದಿನೈದನೇ ವಯಸ್ಸಿಗೆ ದಾಸಿಯರನ್ನು ಕೆಣಕಿದನಂತೆ. ರಾಜಕುಮಾರನ ಪ್ರೇಮವನ್ನು ಗೆದ್ದುಕೊಳ್ಳಲು ಒಬ್ಬರಿಗಿಂತ ಒಬ್ಬರು ಮೇಲೆ ಬಿದ್ದು ಕಾಮದ ಸಕಲ ಕಲೆಗಳನ್ನೂ ಪ್ರಯೋಗಿಸಿ ಇವನನ್ನು ರಂಜಿಸಿದ್ದರು. ಇವನ ಶಕ್ತಿ ಸಾಮರ್ಥ್ಯಗಳನ್ನು ಹೊಗಳಿ ಉಬ್ಬಿಸಿ ಉತ್ತೇಜಿಸಿ ದುಡಿಸಿದ್ದರು. ಮೂರು ವರ್ಷದಲ್ಲಿ ಇವನಿಗೇ ಆಸ್ಥೆ ಕಡಮೆಯಾಯಿತಂತೆ. ಕೊನೆ ಕೊನೆಗೆ ಏನೂ ಸಾಧ್ಯವಾಗದಂತಾಯಿತಂತೆ. ಈ ವೀರ್ಯನಷ್ಟನೊಡನೆ ನಾನು ಏನು ಮಾಡುವುದು? ಆಗ ಸಖಿಯೊಡನೆ ಬಾಯಿ ಬಿಟ್ಟೆ ಗಂಡನ ಮನೆಗೆ ಬಂದ ಎರಡು ವರ್ಷದ ನಂತರ ಅಳುತ್ತಾ.

ಸಖಿ ಎಂದಳು: 'ಪಟ್ಟಮಹಿಷಿ, ಕೆಲವು ದಿನದಿಂದ ಯುವರಾಜರು ನಮ್ಮೂರಿನ ದಾಸಿಯರನ್ನು ಬೇರೆ ಕಡೆ ಕರೆಯುತ್ತಿದ್ದಾರಂತೆ. ಅವರ ಹತ್ತಿರವೂ ಇದೇ. ಯುದ್ಧವಿಲ್ಲದ ವಿಜೃಂಭಣೆಯನ್ನು ಕಂಡು ಶತ್ರುವಿಗೆ ತಿರಸ್ಕಾರ ಹುಟ್ಟುವಂತೆ ಅವರಿಗೂ ಆಗಿದೆ. ಯುದ್ಧವೇನಿದ್ದರೂ ಪಟ್ಟಮಹಿಷಿಯೊಡನೆ ಮಾತ್ರ ಇರಬಹುದು ಎಂದು ಭಾವಿಸಿ ನಾನು ಸುಮ್ಮನಿದ್ದೆ.'

'ಸಖೀ, ಇಷ್ಟು ದಿನ ನಾನು ನಿನಗೆ ಹೇಳಿದ್ದೆಲ್ಲ ಸುಳ್ಳು. ಬರೀ ಸುಳ್ಳು. ಆತ್ಮವಂಚನೆಯ

ಸುಳ್ಳು' ಎಂದು ಬಿಕ್ಕಿ ಬಿಕ್ಕಿ ಅತ್ತೆ ತಬ್ಬಿಕೊಂಡು.

'ಯಾಕೆ ಅಂಥಾ ಆತ್ಮವಂಚನೆ ಮಾಡಿಕೊಂಡೆ? ಮೊದಲೇ ಯಾಕೆ ನನ್ನ ಕೈಲಿ ಹೇಳಲಿಲ್ಲ?'

'ಗೊತ್ತಿಲ್ಲ. ಗಂಡನ ವೀರ್ಯವನ್ನು ಕಲ್ಪಿಸಿಕೊಂಡು ಹೇಳಿಕೊಳ್ಳುವುದರಲ್ಲೇ ಒಂದು ಥರಾ ಸುಖ ಸಿಕ್ಕುತ್ತಿತ್ತೇನೋ! ಅಲ್ಲದೆ ಪ್ರಸಿದ್ಧ ಕುರುವಂಶದ ಯುವರಾಜ.'

'ನೋಡು, ನನಗೆ ಅನ್ನಿಸುತ್ತೆ. ಈ ರಾಜರುಗಳೇ ಹಾಗೆ. ನಷ್ಟವೀರ್ಯರು, ಗತಪುಂಗವರು. ಇವರಿಗಿಂತ ಬ್ರಹ್ಮಚರ್ಯದಿಂದ ವೀರ್ಯಸಂಚಯ ಮಾಡಿ ತಪೋನಿರತರಾಗಿರುವ ಋಷಿಗಳ ಹೆಂಡತಿಯಾಗುವುದು ಮೇಲು. ಅವರ ಗಮನ ಇತ್ತ ತಿರುಗಿದಾಗ ಎಷ್ಟು ಗಟ್ಟಿಗರು ಕೇಳಿದ್ದೀಯಾ?'

ನಾನು ಹೂಂ ಅನ್ನಲಿಲ್ಲ. ಅವಳ ಮಾತನ್ನು ನೆನಪು ನಿಜವಾಗಿಸಿತು. ಅದು ಅವಳಿಗೂ ಗೊತ್ತಿತ್ತು. ಮುದುಕಿ ಕುಂತಿಯ ಮನಸ್ಸು ಒಂದು ನಿಮಿಷ ಸ್ತಬ್ಧವಾಯಿತು. ಗಮನ ನೀರಿನೊಳಗಣ ಬಿಂಬದ ಕಡೆಗೆ ಹರಿಯಿತು. ಇದೆಲ್ಲ ಜ್ಞಾಪಕಕ್ಕೆ ಬರುತ್ತಿದೆ. ಇದೇ ಮೊದಲ ಸಲವೇನಲ್ಲ. ಆದರೆ ಇಷ್ಟು ವಿವರವಾಗಿ ಬರುತ್ತಿರಲಿಲ್ಲ. ಯಾಕೆ ಬರುತ್ತಿದೆ? ಎಂದುಕೊಂಡಳು ತನಗೇ ತಾನೇ. ಯಾರಿಗೋ ಹೇಳುತ್ತಿರುವಂತೆ, ಕೇಳುವ ಅವರು ಹೂಂ ಹೂಂ ಅನ್ನುವಂತೆ ಆಗುತ್ತಿದೆ. ಯಾರು ಕೇಳುವವರು? ಸಖಿ ಸತ್ತ ಮೇಲೆ ಅಂತಹ ಆಪ್ತಳು ಮತ್ತೆ ಯಾರೂ ಸಿಗಲಿಲ್ಲ. ಒಂದು ಜೀವಮಾನದಲ್ಲಿ ಒಬ್ಬಳು ತಾನೇ ಸ್ನೇಹಿತೆ ಸಿಕ್ಕುವುದು! ಮುಂದೆ ಮೂರು ವರ್ಷ ಇದ್ದಳು. ನನ್ನ ಜೊತೆಗೆ ಹಿಮವತ್‌ಪರ್ವತದ ನಡುವಿಗೆ ಬಂದಳು. ಚಳಿ ತಡೆಯಲಾರದೆ ಸತ್ತಳು. ಇಂಥ ವಿಷಯವನ್ನು ಯಾರ ಕೈಲಿ ಹೇಳಿಕೊಳ್ಳುವುದು! ಸೊಸೆ ದ್ರೌಪದಿಯ ಜೊತೆಗಿದ್ದಾಗ ಅಲ್ಪಸ್ವಲ್ಪ ಹೇಳುತ್ತಿದ್ದೆ. ಅವಳೂ ಕಷ್ಟಪಟ್ಟಳು. ಹನ್ನೆರಡು ವರ್ಷ ವನವಾಸ, ಒಂದು ವರ್ಷ ಊಳಿಗ. ಆದರೆ ನಾನು ಪಟ್ಟಂತಹ ಕಷ್ಟವಲ್ಲ. ಐವರು ಗಂಡಂದಿರು. ಒಬ್ಬೊಬ್ಬರೂ ನಾಲ್ವರು ಹೆಂಡಂದಿರನ್ನಾಳಬಲ್ಲ ವೀರ್ಯವಂತರು. ಆಳಬಲ್ಲ ಗಂಡನಿದ್ದರೆ ಸಾಕು, ಉಳಿದ ಯಾವುದೂ ಕಷ್ಟವಲ್ಲ.

ಈ ಮಧ್ಯೆ ಇನ್ನೊಂದು ಸುದ್ದಿ ತಲೆಯ ಮೇಲೆರಗಿತು. ಮುದುಕ ಮಾವ ಭೀಷ್ಮ ಸೈನ್ಯ, ಜೊತಗೆ ಇಪ್ಪತ್ತು ಗಾಡಿ ವಸ್ತ್ರ, ಪಾತ್ರೆ, ಕಂಬಳಿ, ಒಡವೆ ಮೊದಲಾದುವನ್ನು ಹೇರಿಸಿಕೊಂಡು ಮದ್ರದೇಶಕ್ಕೆ ಹೋದ. ಈ ಕುಂತೀಭೋಜನ ಮಗಳಿಂದ ತನ್ನ ವಂಶ ಬೆಳೆಯಲಿಲ್ಲ, ತನ್ನ ವೀರ್ಯವಾನ್ ಮಗನಿಗೆ ಸರಿಯಾದ ಗರ್ಭಶಕ್ತಿಯುಳ್ಳ ಇನ್ನೊಬ್ಬಳನ್ನು ತರಬೇಕೆಂದು. ನನಗೆ ನಗುಬಂತು. ಹೆದರಿಕೆಯೂ ಆಯಿತು. ಈತ ಯಾರಲ್ಲಿಯೂ ಮಕ್ಕಳನ್ನು ಸೃಷ್ಟಿಸಲಾರ. ಆದರೆ ಬಂದವಳು ಬಾಳ್ವೆ ಮಾಡಿ ಇವನ ಮನಸ್ಸನ್ನು ವಶಪಡಿಸಿಕೊಂಡರೆ ನನ್ನ ಬಾಳು ಇನ್ನಷ್ಟು ನರಕವಾಗುತ್ತದೆ. ಸಖಿಯೂ ಅದೇ ಅಂದಳು. ಈ ಕ್ಷತ್ರಿಯರು ಎಷ್ಟು ಹೆಂಡಿರನ್ನಾದರೂ ತರಬಹುದು, ಎಷ್ಟು ದಾಸಿಯರನ್ನಾದರೂ ಇಡಬಹುದು, ಬೇಡ ಅನ್ನುವವರಾರು? ಈತ ನನ್ನನ್ನು ಸಂಧಿಸುವುದನ್ನೇ ಬಿಟ್ಟುಬಿಟ್ಟಿದ್ದ. ನನ್ನ ಮುಖತಪ್ಪಿಸಿ ದೂರವಿರುತ್ತಿದ್ದ. ಆದರೂ ಒಮ್ಮೆ ನಾನೇ ಹತ್ತಿರ ಹೋಗಿ ಕೇಳಿದೆ? 'ಇದೇನು ಹೀಗಂತೆ?'

'ದೊಡ್ಡಪ್ಪ ಮನೆಗೆ ಯಜಮಾನ. ಅವನು ಮಾಡುವುದನ್ನು ನಾನು ಹೇಗೆ ಬೇಡ ಅನ್ನಲಿ?'

'ಸುಮ್ಮಸುಮ್ಮನೆ ಬೇರೆ ಹೆಂಡತಿ ಯಾಕೆ, ಇವಳದೇನೂ ತಪ್ಪಿಲ್ಲ, ಅನ್ನು.'

'ಇನ್ನೇನು ನನ್ನದು ಅಂತೀಯ? ನೂರು ದಾಸಿಯರನ್ನು ಆಳಿದ್ದೆ ನಾನು' ಎಂದು ಕಣ್ಣು ಮರಳಿಸಿದ.

ನಾನು ಸುಮ್ಮನೆ ಹಿಂತಿರುಗಿದೆ ತಿರಸ್ಕಾರದಿಂದ.

ಮಾದ್ರಿಯನ್ನು ಕರೆತಂದು ಕುರುವಂಶ ಬೆಳೆಸುವ ಸಂಕಲ್ಪಶಕ್ತಿಯ ಭೀಷ್ಮ. ನನಗಿಂತ ತೆಳ್ಳಗೆ ಎರಡು ವರ್ಷಕ್ಕೆ ಚಿಕ್ಕವಳು. ನನ್ನ ಮೈಕಟ್ಟಿಲ್ಲ. ಆದರೆ ಆಕರ್ಷಕ ಮಾಟ. ಚಬುಕು ಕಣ್ಣುಗಳು. ಅರಮನೆಯವರೆಲ್ಲ ವಾಹ್‌ವಾಹ್ ಎಂದರು ಅವಳ ರೂಪ ನೋಡಿ. ಮದುವೆಯ ಶಾಸ್ತ್ರವನ್ನಷ್ಟೇ ನೋಡಿ ನಾನು ನನ್ನರಮನೆಗೆ ಹಿಂತಿರುಗಿದೆ. ಇನ್ನೂ ನಾನೇ ಪಟ್ಟದರಸಿ, ಬೇಕಿದ್ದರೆ ಅವಳು ಬಂದು ನನ್ನನ್ನು ನೋಡಬಹುದು, ಇಲ್ಲದಿದ್ದರೆ ನನ್ನ ದಾಸಿ ದೂರವೇ ಇರಬಹುದು ಎಂಬ ಬಿಗಿಮನಸ್ಸಿನಿಂದ. ಅವನೂ ಇತ್ತ ಸುಳಿಯಲಿಲ್ಲ. ಅವಳ ಹೊಸ ಪುಟ್ಟ ಅರಮನೆಯಲ್ಲೇ ಇದ್ದ. ಒಂದು ತಿಂಗಳಾಯಿತು. ಮಾದ್ರಿ ಮುಟ್ಟಾದಳು. ಭಾರವಾಗಿದ್ದ ನನ್ನ ಮನಸ್ಸು ಹಗುರವಾಯಿತು. ನಾನಂತೂ ತಪ್ಪದೆ ಆಗುತ್ತಿದ್ದೆ, ಇಪ್ಪತ್ತೊಂಬತ್ತನೆಯ ದಿನ ಚಂದ್ರನು ಕ್ರಮತಪ್ಪದೆ ಪೂರ್ಣವಾಗಿ ತೋರಿಸಿಕೊಳ್ಳುವಂತೆ. ಸ್ನಾನಮಾಡಿದ ಮೇಲೆ ಅವಳೇ ನನ್ನ ಅರಮನೆಯನ್ನು ಹುಡುಕಿಕೊಂಡು ಬಂದಳು. ಮಾತಿನಲ್ಲೂ ಜಾಣೆ. 'ಅಕ್ಕ' ಎಂದಳು ಮೊದಲ ಮಾತಿಗೇ. 'ನಿನ್ನ ಮನೆಯಲ್ಲಿ ಸಾಲುಗಾಡಿಗಳ ತುಂಬ ಹೊರಿಸಿ ಕಳಿಸಿದರಂತೆ. ಸ್ವಯಂವರಮಾಡಿ ಕಳಿಸಿದರಂತೆ. ನಿನ್ನ ಸಮ ನಾನಲ್ಲ. ನಮ್ಮ ಕಡೆ ಕನ್ಯಾಶುಲ್ಕ ತೆಗೆದುಕೊಂಡು ಹೆಣ್ಣು ಮಾರುತ್ತಾರೆ. ಮದುವೆಯನ್ನೂ ಹೆಣ್ಣಿನ ಮನೆಯಲ್ಲಿ ಮಾಡಿಕೊಡುವುದಿಲ್ಲ. ಆ ಕಡೆಯ ಪದ್ಧತಿ ಅದು. ನನಗೆ ನೀನೇ ದಿಕ್ಕು. ಕನಿಕರದಿಂದ ನಡೆಸಿಕೊಳ್ಳಬೇಕು' ಎಂದಳು.

'ಕನಿಕರವೇನು ಬಂತು?' ನನಗೆ ನಾನೇ ಹೇಳಿಕೊಂಡೆ. ಮನಸ್ಸು ತಡೆಯದೆ ಕೇಳಿಬಿಟ್ಟೆ: 'ಮುಟ್ಟಾದೆಯಂತೆ?'

'ಇನ್ನೇನು ಮಾಡಲಿ?' ನನ್ನ ಕಣ್ಣನ್ನು ದಿಟ್ಟಿಸಿದಳು: 'ನೀನೂ ಆಗುತ್ತಿಲ್ಲವೆ ಹಾಗೆಯೆ?'

ಒಂದು ತಿಂಗಳಿಗೆ ಎಲ್ಲವನ್ನೂ ತಿಳಿದುಕೊಂಡಿದ್ದಾಳೆ. ನನ್ನಂತೆ ತನಗೆ ತಾನು ಮೋಸಮಾಡಿಕೊಳ್ಳುತ್ತಿಲ್ಲ.

ಇಬ್ಬರಿಗೂ ದ್ವೇಷ ತಪ್ಪಿತು. ಹೊಟ್ಟೆಕಿಚ್ಚಿಗೆ ಅವಕಾಶವೇ ಇಲ್ಲವಲ್ಲ. ಅವಳ ಊರು, ರಾಜ್ಯ, ಹುಟ್ಟಿದ್ದು ಬೆಳೆದದ್ದು ಮೊದಲಾಗಿ ಎಲ್ಲವನ್ನೂ ಹೇಳಿದಳು. ನನ್ನ ತಂದೆ ತಾಯಿ ಮೊದಲಾಗಿ ವಿಚಾರಿಸಿದಳು. 'ಅಕ್ಕ, ನಾನು ನೀನಾದರೂ ಆಗಾಗ್ಗೆ ಕೂತು ಮಾತನಾಡಬೇಕು. ಇಲ್ಲದಿದ್ದರೆ ಬೇರೆ ದಿಕ್ಕಾರು?' ಎಂದಳು. ಇದಾದ ಮರುದಿನ ಆತ ನನ್ನ ನಿವಾಸಕ್ಕೆ ಬಂದ. ಏನೋ ವಿಜಯದ ದರ್ಪ ಮುಖದಲ್ಲಿ. ಎಷ್ಟು ದಿನವಾಯಿತು ಈ ಕುಂತಿಯ ನೆನಪು ಬಂದು? ಎಂದೆ.

'ನಿನಗಿಂತ ಅವಳು ಹೆಣ್ಣು. ನೀನು ಹೇಗೆ ಹೆಣ್ಣಾಗಿ ಹುಟ್ಟಿದೆಯೋ ನಾ ಬೇರೆ ಕಾಣೆ' ಎಂದ ಛೇಡಿಸುತ್ತಾ.

'ಅವಳೂ ಮುಟ್ಟಾಗಿದ್ದಾಳಲ್ಲ' ನಾನೆಂದೆ. ಆತ ಕೂಡ ತಪ್ಪನ್ನು ನನ್ನ ಮೇಲೆ ಹಾಕುವ ಭರದಲ್ಲಿ ಸುಳ್ಳು ಹೇಳುತ್ತಿದ್ದಾನೆ: ತನಗೆ ತಾನೇ ಮೋಸಮಾಡಿಕೊಳ್ಳುತ್ತಿದ್ದಾನೆಯೆ? ಇದುವರೆಗೆ ನನ್ನಲ್ಲಿ ಆತನ ಬಗೆಗೆ ಒಂದು ತೆರನಾದ ಮರುಕವೂ ಇತ್ತು. ಈಗ ಅದು ಹೋಗಿ ಪೂರ್ತಿ ತಿರಸ್ಕಾರ ತುಂಬಿತು. ಮುಖ ನೋಡಲು ಕೂಡ ಅಸಹ್ಯ. ಬಿಲ್ಲಿನ ಚರ್ಮದ ಹುರಿ ಹೊಡೆದು ಹೊಡೆದು ಕಪ್ಪಗೆ ಗಟ್ಟಿಕಟ್ಟಿದ ಕಲೆಯ ತುಂಬುಭುಜ. ಉಬ್ಬಿದ ಮಾಂಸ ಖಂಡದ ತೋಳು. ದಿಟ್ಟಿಸಿ ಆತನ ಕಣ್ಣುಗಳನ್ನು ನೋಡಿದೆ. ನನ್ನ ದೃಷ್ಟಿಯಲ್ಲಿ ಅಷ್ಟೊಂದು ಶಕ್ತಿ ಇದೆ ಅಂತ ಅದುವರೆಗೆ ನನಗೆ ಗೊತ್ತಿರಲಿಲ್ಲ. ನಿಜ ತಿಳಿದಿರುವವನು ಸುಳ್ಳುಗಾರನನ್ನು ಬರೀ ದೃಷ್ಟಿಯಲ್ಲೇ ಒಡೆದು ಇಲ್ಲವಾಗಿಸಬಹುದೆಂಬುದು ಆ ದಿನ ತಿಳಿಯಿತು. ಅವನ ಕಣ್ಣುಗಳಲ್ಲಿ ಈರ್ಷ್ಯೆ ತುಂಬಿತ್ತು. ಅನಂತರ ಸಿಟ್ಟು. ಸೋತವನು ಗೆದ್ದವನ ಮೇಲೆ ಉರಿಹಾಯಿ ಸುವ ನಿಸ್ಸಹಾಯಕ ಸಿಟ್ಟು. ನಾನು ದೃಷ್ಟಿ ಕದಲಿಸಲಿಲ್ಲ. ಅವನ ನೋಟವೇ ಕಂಪಿಸಲು ಶುರುವಾಯಿತು. 'ಅವಳಲ್ಲ, ಇನ್ನು ನಾಲ್ವರು ಹೆಂಡಿರನ್ನು ತಂದರೂ ಮುಟ್ಟಿನ ರಕ್ತವನ್ನು ನೀನು ನಿಲ್ಲಿಸಲಾರೆ. ಒಂದೊಂದು ಸಲ ಆ ರಕ್ತ ನೆಲಕ್ಕೆ ಬಿದ್ದಾಗಲೂ ನಿನ್ನ ಜನ್ಮಜನ್ಮಾಂತರಕ್ಕೂ ಪಾಪ ಸಂಚಯವಾಗುತ್ತಿರುತ್ತೆ. ಅದನ್ನು ಮುಚ್ಚಿಕೊಂಡು ಹಿರಿಯ ಹೆಂಡತಿಯ ಕೈಲಿ ಸುಳ್ಳು ಹೇಳುವುದು ಇನ್ನಷ್ಟು ಪಾಪ.' ನೋಟ ಕುಸಿಯಿತು. ನೆಲವನ್ನು ಕೊರೆದು ಅಡಗಿ ಕೊಳ್ಳಲು ಹವಣಿಸಿತು. ಮುಖ ಬೆವೆತು ಹಣೆಯ ಮೇಲೆ ಸಣ್ಣ ಹನಿಗಳು ಮೂಡಿದವು. ಕುತ್ತಿಗೆಯ ಮೇಲಿದ್ದ ತೆಳುವಸ್ತ್ರ ಅಂಟಿಕೊಂಡಿತು. ನಾನು ಎದ್ದು ಒರೆಸಲಿಲ್ಲ. ಎದುರಿಗೇ ಕುಳಿತಿದ್ದೆ ಬೆನ್ನುಹುರಿ ಸಡಲಿಸದೆ. ಆತ ಮತ್ತೆ ಮಾತನಾಡಲೇ ಇಲ್ಲ. ಇಡೀ ಕೋಣೆ ಜಡದ ಮುದ್ದೆಯಾಗಿತ್ತು. ಕಿಟಿಕಿಯಿಂದ ಬರುವ ಬಿಸಿಲು, ಕೋಣೆಯಲ್ಲಿ ಹರಡಿದ್ದ ಸುಗಂಧ, ಇಬ್ಬರೂ ಕುಳಿತಿದ್ದ ಮೆತ್ತೆ, ಎಲ್ಲವೂ ಗೆಡ್ಡೆ ಕಟ್ಟಿದ ಲೋಹವಾಗಿದ್ದವು. ಆತ ಮೇಲೆ ಎದ್ದ. ದಡ್ಡ ದಡ್ಡ ದಡ್ಡ ಹೆಜ್ಜೆ ಹಾಕಿಕೊಂಡು ಹೊರಗೆ ಹೊರಟುಹೋದ. ನನಗೆ ಒಂದು ತೆರನಾಗಿ ಗೆದ್ದ ಭಾವ.

ಮರುದಿನ ಮಧ್ಯಾಹ್ನ ಸುದ್ದಿ ಬಂತು. ಆ ದಿನ ಬೆಳಗ್ಗೆಯೇ ಆತ ಅಶ್ವ, ರಥ, ಕಾಲಾಳುಗಳ ಪಡೆಯೊಡನೆ ದಿಗ್ವಿಜಯಕ್ಕೆ ಹೋದನಂತೆ. ಸುತ್ತ ರಾಜ್ಯಗಳನ್ನು ಗೆದ್ದು, ಕಾಡು ಜನರನ್ನು ಓಡಿಸಿ, ಕುರುನಾಡನ್ನು ವಿಸ್ತರಿಸಿ ಸ್ವರ್ಗದಲ್ಲಿರುವ ಕುರುಪಿತೃಗಳಿಗೆ ಆನಂದವುಂಟುಮಾಡುವ ಸಲುವಾಗಿ ಕ್ಷತ್ರಿಯೋಚಿತ ವೀರ್ಯವಿಜೃಂಭಣೆಗೆ ಹೋದನಂತೆ. ಪುರಜನರಿಗೆ ಹಿಗ್ಗೋ ಹಿಗ್ಗು. ತಮ್ಮ ಊರಿನ ಕೀರ್ತಿ ಮೆರೆಯುತ್ತದೆ. ತಮ್ಮ ರಾಜ್ಯದ ಎಲ್ಲೆ ಅರಳುತ್ತದೆ. ಭೀಷ್ಮನು ತಲೆಸವರಿ ಬೆನ್ನು ತಟ್ಟಿ ತಬ್ಬಿ ಆಶೀರ್ವದಿಸಿದನಂತೆ. ಮಂತ್ರಿಗಳು, ಮಾಗಧರು, ಸೂತರು ಸುತ್ತುವರಿದರಂತೆ. ಪುರೋಹಿತರು ಬಲವೀರ್ಯಕೀರ್ತಿವೃದ್ಧಿಗಳ ಮಂತ್ರವನ್ನು ಆಕಾಶಕ್ಕೂ ಕೇಳುವಂತೆ ಘೋಷಿಸಿದರಂತೆ. ಯುವರಾಜ ದಿಗ್ವಿಜಯಕ್ಕೆ ಹೊರಡುವಾಗ ಅವನ ಅರಸಿಯರು ಮಾತ್ರ ಹೊರಗೆ ಬರಲಿಲ್ಲವೆಂದು ಕೆಲವರು ಆಕ್ಷೇಪಿಸಿದ

ರಂತೆ. ಇನ್ನೂ ಹೊಸ ಪ್ರಾಯ. ಗಂಡ ಈಗಲೇ ತಮ್ಮನ್ನು ಅಗಲಿ ಯುದ್ಧಕ್ಕೆ ಹೋಗುವುದು ಅವರಿಗೆ ಇಷ್ಟವಿಲ್ಲವೆಂದು ಕೆಲವರು ವ್ಯಾಖ್ಯೆ ಮಾಡಿದರೆ, ಇದು ಕ್ಷತ್ರಿಯೋಚಿತ ರೀತಿಯಲ್ಲ ವೆಂದು ಇತರರು ನಮ್ಮನ್ನು, ವಿಶೇಷವಾಗಿ ನನ್ನನ್ನು, ಆಡಿಕೊಂಡರಂತೆ.

ದಿಗ್ವಿಜಯ ಸುಮಾರು ಆರು ಚಾಂದ್ರಮಾಸಗಳು ನಡೆಯಿತು. ಒಂದು ಕಾಡು ನಮ್ಮ ವಶವಾಯಿತಂತೆ. ಅದರ ವಾಸಿಗಳು ಹೆದರಿ ಕಾಲ್ತೆಗೆದರಂತೆ. ಇನ್ನೊಂದು ನೆರೆರಾಜ್ಯದ ಅರಸು ಸೋತು ಹೊಳೆಯಿಂದೀಚೆಗೆ ತನ್ನ ಅಧಿಕಾರವಿಲ್ಲವೆಂದು ಒಪ್ಪಿಕೊಂಡನಂತೆ. ಅವನು ಒಪ್ಪಿಸಿದ ಕುದುರೆ, ರಥ, ಆಭರಣಾದಿಗಳು ಹಸ್ತಿನಾವತಿಗೆ ಬಂದವು. ಪುರಜನರು ಮೆರವಣಿಗೆ ಮಾಡಿ ಅವನ್ನು ಸ್ವಾಗತಿಸಿದರು. ಇನ್ನೊಂದು ಕಡೆ ಗುಡ್ಡಗಾಡಿನ ಜನರು ಸೋತು ಒಂದು ನೂರು ಕಂಬಳಿ ಅರ್ಪಿಸಿದರು. ಕುರುನಾಡಿನ ವೀರ್ಯದ ಕೀರ್ತಿ ಆರ್ಯಾವರ್ತದಲ್ಲೆಲ್ಲ ಹರಡಿದೆಯಂತೆ. ಪಾಂಡುರಾಜ ದಿಗ್ವಿಜಯ ಮಾಡುತ್ತಾ ಹೊರಗೇ ಸುತ್ತುವರಿಯುತ್ತಿದ್ದಾನೆ. ನಡುವೆ ಒಂದು ದಿನವೂ ಊರಿಗೆ ಬಂದು ಹೋಗಿಲ್ಲ. ಕುದುರೆ ಏರಿ ವೇಗವಾಗಿ ಹೊರಟರೆ ಒಂದು ಹಗಲಿನಲ್ಲಿ ಮುಟ್ಟಬಹುದಾದ ದೂರ. ಆದರೂ ಬಂದಿಲ್ಲ. ಅವನ ರಥದ ಹಿಂದೆಯೇ ಹತ್ತು ಜನ ಸುಂದರಿದಾಸಿಯರಂತೆ. ಸೋತ ದೊರೆಗಳು ತಮ್ಮ ತಮ್ಮ ಹಿಡುವಳಿಯ ಇಬ್ಬರೋ ಮೂವರೋ ನಾಲ್ವರೋ ಯುವತಿ ಯರನ್ನು ಕಾಣಿಕೆಯಾಗಿ ಒಪ್ಪಿಸುತ್ತಿದ್ದಾರಂತೆ. ಯುವರಾಜನಿಗೆ ಹೆಂಡಿರನ್ನು ನೆನಸಿಕೊಂಡು ಊರಿಗೆ ಬರುವ ಅಗತ್ಯವೇನು? ಪುರಜನರು ಹೆಮ್ಮೆಯಿಂದ ಆಡಿಕೊಳ್ಳುತ್ತಿದ್ದುದು ಅರ ಮನೆಯ ದಾಸಿಯರಿಂದ ಸಖಿಗೆ ತಿಳಿದು ನನಗೆ ಮುಟ್ಟುತ್ತಿತ್ತು. ಇತ್ತ ಬಡಗಣಕ್ಕೆ ಹಿಮ ಪರ್ವತದ ಗಂಗಾದ್ವಾರದ ಆಚೆ ಒಬ್ಬ ಗಂಧರ್ವನನ್ನು ಸೋಲಿಸಿ ಯುವರಾಜರು ಹಾಡು ಕುಣಿತ ಅಲಂಕಾರಗಳಲ್ಲಿ ಚತುರೆಯರಾದ ಐವರು ಗಂಧರ್ವ ಸುಂದರಿಯರನ್ನು ಪಡೆದರಂತೆ. ಮೇಲೆ ಅಪ್ಪಟ ಕೆಂಪು ಆಡಿನ ಉಣ್ಣೆಯ ಚಿತ್ರಚಿತ್ರದ ಕಸೂತಿಯ ಹತ್ತು ತೆಳುಗಂಬಳಿಗಳು.

ಮಾದ್ರಿ ದಿನಾ ನನ್ನಲ್ಲಿಗೆ ಬರುತ್ತಿದ್ದಳು. ಇಬ್ಬರಿಗೂ ಆಗಿರುವ ಒಂದೇ ಅದೃಷ್ಟವನ್ನು ಮಾತನಾಡುತ್ತಿದ್ದಳು. ನಾನು ಬರಿದೇ ಅವಳು ಹೇಳುವುದನ್ನು ಕೇಳುತ್ತಿದ್ದೆ. ಗುಡ್ಡಗಾಡಿನ ಗಂಧರ್ವ ಸುಂದರಿಯರನ್ನು ಯುವರಾಜನು ಸೋಲುಕಾಣಿಕೆಯಾಗಿ ಪಡೆದನೆಂದು ತಿಳಿದಾಗ ಅವಳು ಸ್ವಲ್ಪ ಅಂಜಿದಳು. 'ಎಂಥಾ ಸುಂದರಿ ಸಿಕ್ಕಿದರೆ ತಾನೆ ಏನು, ಯಾಕೆ ಹೆದರ್‌ತೀಯ ಸುಮ್ಮನೆ?' ನಾನು ಕೇಳಿದೆ.

'ಹಾಗಲ್ಲ. ಆ ಗಂಧರ್ವಜಾತಿಯ ಹೆಂಗಸರಿಗೆ ತುಂಬ ರಹಸ್ಯದ ಕಾಮಕಲೆ ಗೊತ್ತಿರು ತ್ತಂತೆ. ಮನಸ್ಸಿಲ್ಲದ ಗಂಡಸರನ್ನು ಕೂಡ ಪ್ರಚೋದಿಸಿ, ಹೆದೆ ಏರಿಸಿ ಸಿದ್ಧಗೊಳಿಸಿದ ಬಿಲ್ಲಿ ನಂತೆ ಮಾಡಬಲ್ಲರಂತೆ.'

'ಬಿಲ್ಲಿನಲ್ಲಿ ಸಹಜಶಕ್ತಿ ಇಲ್ಲದಿದ್ದರೆ ಹೆದೆ ಏನು ಮಾಡುತ್ತೆ?'

'ಅಕ್ಕ, ನಿನಗೆ ಗೊತ್ತಿಲ್ಲ. ನಮ್ಮ ಕಡೆ ಬಿಲ್ಲನ್ನೂ ಹದ ಮಾಡುತ್ತಾರೆ!' ಎಂದು ನಕ್ಕಳು.

'ಹಾಗಾದರೆ ಇಷ್ಟು ದಿನ ನೀನು ಹದಮಾಡದೆ ಯಾಕೆ ಸುಮ್ಮನಿದ್ದೆ?'

'ನನ್ನ ತಿಳಿವಳಿಕೆ ಇದ್ದಷ್ಟು ಮಾಡಿದೆ. ಅದರಿಂದ ಮಹಾರಾಜನಿಗೂ ಸಂತೋಷವಾಗು

ತ್ತಿತ್ತು. ಫಲವಾಗಲಿಲ್ಲ ಅಷ್ಟೆ. ವೈದ್ಯರ ಔಷಧಿಯನ್ನು ರೋಗಿ ತುಂಬ ಮೆಚ್ಚಿದರೂ ರೋಗ ಗುಣವಾಗಲಿಲ್ಲ ಅನ್ನುವ ಹಾಗೆ.'

'ಏನೇನು ಮಾಡಿದೆ?'

ಮಾದ್ರಿ ನಾಚುತ್ತಾ ನಾಚುತ್ತಾ ವರ್ಣಿಸತೊಡಗಿದಳು. ನಾನು ಕಲ್ಪಿಸಿಕೊಳ್ಳಲು ಕೂಡ ಆಗದ ವಿಧಾನಗಳು! ಆಮೇಲೆ ಅದನ್ನು ಕೇಳಿದ ನನ್ನ ಸಖಿ ಕೂಡ ಆಶ್ಚರ್ಯಪಟ್ಟಳು.

'ಮಾದ್ರಿ, ಇದೆಲ್ಲ ನಿನಗೆ ಹೇಗೆ ಗೊತ್ತಾಯಿತು?'

'ನಮ್ಮ ದೇಶದಲ್ಲಿ ಹಿರಿಯ ಹೆಂಗಸರು ಕಿರಿಯರಿಗೆ ಹೇಳಿಕೊಡುತ್ತಾರೆ. ಯಾಕೆ, ನಿನ್ನ ತಾಯಿಯ ಮನೆಯಲ್ಲಿ ಯಾರೂ ಏನೂ ಕಲಿಸಲಿಲ್ಲವೆ ನಿನಗೆ?' ಸಹಜವಾಗಿ ಕೇಳಿದಳು.

ನನ್ನ ಅಜ್ಞಾನಕ್ಕೆ ನಾನೇ ತಡೆದು ತಡೆದು ನಿಟ್ಟುಸಿರಿಟ್ಟೆ. ಮಾದ್ರಿಯ ಮೇಲೆ ಮತ್ಸರ ಹುಟ್ಟಿತು. ಒಂದಲ್ಲೊಂದು ದಿನ ಇವಳು ಗಂಡನ ರೋಗ ಗುಣಪಡಿಸಿ ಅದರ ಫಲ ತಾನು ದೊರಕಿಸಿಕೊಂಡುಬಿಟ್ಟರೆ! ನನಗಿಂತ ಮೊದಲು ಬಸುರಾಗಿ ಗಂಡು ಹೆತ್ತು ನನ್ನ ಪಟ್ಟಮಹಿಷಿಯ ಪದ ಸುಲಭವಾಗಿ ಜಾರಿಸಿಕೊಂಡರೆ! ಉಪಾಯದಿಂದ ಅವಳನ್ನು ಬಿಡಿಸಿ ಬಿಡಿಸಿ ಕೇಳಿದೆ. ತನಗೆ ತಿಳಿದದ್ದನ್ನೆಲ್ಲ ವಿವರಿಸಿದಳು. ಆ ದಿನದಿಂದ ದಿನಾ ನಾವಿಬ್ಬರೂ ಏಕಾಂತದಲ್ಲಿ ಕೂರುವುದು. ಅವಳು ಗುರುವಾಗಿ ಮಾತಿಗೆ ತೊಡಗುವುದು. ನಾನು ಅದನ್ನೆಲ್ಲ ಕಲ್ಪಿಸಿಕೊಂಡು ಗ್ರಹಿಸುವುದು. ಷಂಡ ಗಂಡನ ಜೊತೆಗಿರುವ ಯಾವ ಹೆಂಗಸಿಗೆ ತಾನೇ ಹಿಂಸೆ ಇರುವುದಿಲ್ಲ! ಆದರೆ ಮಾದ್ರಿಯಿಂದ ಕಲೆಗಳನ್ನು ಕೇಳಿ ತಿಳಿದ ಮೇಲೆ ಕೂತಲ್ಲಿ ನಿಂತಲ್ಲಿ ಉದ್ರಿಕ್ತಳಾಗಿ ಹುಚ್ಚು ಹಿಡಿದವಳಾದೆ. ಕೊನೆಕೊನೆಗೆ ಈ ಸುಂದರ ಕಾಯದ ತರುಣ ಯುವರಾಜನ ಚಿತ್ರವೇ ಮನಸ್ಸಿನಿಂದ ಮರೆಯಾಗಿ, ಮದುವೆಗೆ ಮುನ್ನ ರುಚಿಯು ಜಾಗ್ರತವಾಗುವ ಮೊದಲೇ ತಣಿಸಿ ತುಂಬಿಸಿದ್ದ ಆ ಋಷಿಯ ನೆನಪಿನೊಡನೆ ಕಲೆಗಳನ್ನು ಪ್ರಯೋಗಿಸಿ, ಆ ಋಷಿಗೆ ಯಾವ ಕಲೆಯ ಅಗತ್ಯವೂ ಇಲ್ಲ, ಅವನಾದರೂ ಇತ್ತ ಸುಳಿಯಬಾರದೆ, ಎಂಬ ಬಯಕೆಯಿಂದ ಬೇಯುತ್ತಿದ್ದೆ.

ಆರು ತಿಂಗಳಾದ ಮೇಲೆ ದಿಗ್ವಿಜೇತ ಯುವರಾಜ ನಗರಕ್ಕೆ ಹಿಂತಿರುಗಿದ. ಊರಿಗೆ ಊರೇ ಅಲಂಕೃತವಾಯಿತು. ಮನೆಗಳ ಹೊರಭಾಗಕ್ಕೆಲ್ಲ ಕೆಮ್ಮಣ್ಣಿನ ಪಟ್ಟೆ ಪಟ್ಟೆ ಬಳಿದು, ಬೀದಿಗಳಿಗೆ ನೀರು ಎರಚಿ ಧೂಳು ಅಡಗಿಸಿ, ಎಲ್ಲೆಲ್ಲೂ ಹಸುರು ಚಪ್ಪರ ತೋರಣ ಕಟ್ಟಿ, ಆನೆ ಕುದುರೆಗಳನ್ನು ಅಲಂಕರಿಸಿ, ಮುದುಕ ಭೀಷ್ಮನೇ ಹೆಬ್ಬಾಗಿಲಿಗೆ ಹೋಗಿ ನಿಂತು, ಬೇಡವೆಂದರೂ ಸಂಭ್ರಮದಲ್ಲಿ ನನ್ನ ಮನಸ್ಸೂ ಪಾಲುಗೊಳ್ಳುತ್ತಿತ್ತು. ಸಜ್ಜೆಯಲ್ಲಿ ನಿಂತು ನಾನೂ ನೋಡಿದೆ. ಮಾದ್ರಿಯೂ ನೋಡಿದಳು. ಅವನು ಗೆದ್ದ ವಸ್ತುಗಳೆಲ್ಲ ಗಾಡಿಗಾಡಿಗಳ ಮೇಲೆ ಮೊದಲೇ ಮೆರವಣಿಗೆಯಲ್ಲಿ ಬಂದುವು. ಗೆದ್ದ ಸುಂದರಿಯರೆಲ್ಲ ರಥಗಳಲ್ಲಿ. ಕೊನೆಗೆ ಅವನು. ಯುವರಾಜ ಸೊರಗಿದ್ದ. ಚಿಂತೆಯಲ್ಲಿರುವಂತೆ ಕಾಣುತ್ತಿದ್ದ.

ಊರಿಗೆ ಬಂದ ಎರಡನೆಯ ದಿನ ನನ್ನರಮನೆಗೆ ಬಂದ. ಹಿಂದಿನ ದಿನವೆಲ್ಲ ನನಗೆ ಕನಸುಗಳು. ಹೊಸ ಔಷಧಿಯನ್ನು ಸಿದ್ಧಪಡಿಸಿಕೊಂಡ ವೈದ್ಯನ ಕನಸು. ಹತ್ತಿರ

ಬಂದ. ಎದುರಿಗೆ ಕುಳಿತ. ಮುಖದಲ್ಲಿ ಅಹಂಕಾರವಿದೆ. ಅಂದು ಒಡೆದ ಸುಳ್ಳಿನ ಪೊರೆ ಮತ್ತೆ ಬೆಳೆದಿದೆ. ನನಗೆ ಅಸಹ್ಯವೆನಿಸಿತು. ನನ್ನ ದೃಷ್ಟಿಯನ್ನು ಸಂಧಿಸದೆ ಉಪೇಕ್ಷಿಸುವವನಂತೆ ಎತ್ತಲೋ ನೋಡುತ್ತಾ ಕುಳಿತ. ನಾನು ಕೂಡ ಸುಮ್ಮನಿದ್ದೆ. ಕೊನೆಗೆ ಅವನೇ ಎಂದ: 'ಕುಂತೀ, ಆರು ಮಾಸಗಳಾದವು ನಾನು ದಿಗ್ವಿಜಯಕ್ಕೆ ಹೊರಟು.'

ನನಗೆ ಇನ್ನಷ್ಟು ಅಸಹ್ಯವಾಯಿತು. ಸುಮ್ಮನೆ ಇದ್ದೆ. ಸ್ವಲ್ಪ ಹೊತ್ತಿನ ಮೇಲೆ ಅವನೇ ಮತ್ತೆ ಅಂದ: 'ಕೇಳಿತೇ ಕುಂತಿ, ಆರು ಮಾಸಗಳು ದಿಗ್ವಿಜಯ ಮಾಡಿದೆ.'

'ಆರು ಸಲ ನನಗೆ ಋತುಸ್ರಾವವಾಯಿತು,' ನನ್ನ ಬಾಯಿಂದ ತನಗೆ ತಾನೇ ಬಂತು.

ಅವನು ಕತ್ತು ತಿರುಗಿಸಿ ನನ್ನ ಕಡೆಗೆ ನೋಡಿದ. ಬಲಗೈ ಎತ್ತಿ ಛಟಾರನೆ ನನ್ನ ಕೆನ್ನೆಗೆ ಹೊಡೆದ, ಬಿಸಿಯಾಗಿ ಊದುವಂತೆ. ಬಲಿತ ಗಟ್ಟಿ ಕ್ಷತ್ರಿಯ ಬೆರಳುಗಳು. ನಾನು ಮಾತನಾಡಲಿಲ್ಲ. ಅಳಲಿಲ್ಲ. ಪ್ರತಿ ಆಡಲಿಲ್ಲ. ನನ್ನ ಕಣ್ಣಿನಲ್ಲಿ ನೀರಾದರೂ ಜಿನುಗಿತೋ ಇಲ್ಲವೋ. ನೀರಿನ ಬಿಂಬದಲ್ಲಿ ಕುಂತಿ ನೋಡಿಕೊಂಡಳು. ಒಂದು ಸಂವತ್ಸರಚಕ್ರ, ಅರವತ್ತು ವರ್ಷ ಕಳೆದಿದೆ. ಯಾರಿಗೆ ನೆನಪಿದ್ದೀತು! ಆದರೆ ಇಷ್ಟು ಮಾತ್ರ ಸ್ಪಷ್ಟವಾಗಿ ಜ್ಞಾಪಕವಿದೆ: ನನ್ನ ದೃಷ್ಟಿ ಚಲಿಸದೆ ಅವನ ಕೋಪದ ನೋಟವನ್ನು ಎದುರಿಸಿದೆ. ಅವನ ಕೋಪಕ್ಕೆ ತುಪ್ಪ ಹುಯ್ದಂತಾಯಿತು. ಆ ನೋಟ ಹೊಗೆಯಾಡಿತು. ಹೊತ್ತಿಕೊಂಡಿತು. ಉರಿಯಿತು. ಉರಿದು ಉರಿದು ಕೆಳಬಾಗಿ ಕರುಕಾಗಿ ಬಿದ್ದುಹೋಯಿತು. ಹಣೆಯ ಮೇಲೆ ಬೆವರ ಹನಿಗಳು, ಕುತ್ತಿಗೆಯ ಸುತ್ತೆಲ್ಲ ಒದ್ದೆ ಒದ್ದೆ. ನನಗೇ ನಾಚಿಕೆ ಎನಿಸಿತು. ಮಹಾರಾಜಾ, ಶಖೆಯಾಗುತ್ತಿದೆ ಎಂದು ಮೇಲೆ ಎದ್ದು ನನ್ನ ಸೆರಗಿನಿಂದ ಅವನ ಕುತ್ತಿಗೆ ಎದೆ ಬೆನ್ನುಗಳನ್ನು ಸವರಿ ಒರೆಸಿದೆ. ಅವನಿಗೆ ಬಿಕ್ಕಿ ಅಳು ಬಂದಂತಾಯಿತು. ಕುಂತೀ, ಎಂದು ಕೈಹಿಡಿದ. ಹತ್ತಿರ ಕೂತ ನನ್ನ ಎದೆಗೆ ಮುಖವಿಟ್ಟ, ಮಗುವಿನಂತೆ. ಮಾತನಾಡಲಿಲ್ಲ. ನನಗೂ ನನ್ನ ಮೇಲೆಯೇ ಕೋಪ ಬಂತು. ತಬ್ಬಿ ಹಿಡಿದುಕೊಂಡೆ. ಆ ಕ್ಷಣದಲ್ಲಿ ಅನ್ನಿಸಿತು: ಈ ಪೃಥೆಗೆ ಇರುವ ಅಗಲವಾದ ಎದೆಕಟ್ಟು, ಭುಜ, ದೊಡ್ಡ ಮೈ, ಇವನನ್ನು ತಬ್ಬಿಕೊಳ್ಳುವ ಹರಹು ಮಾದ್ರಿಗಿಲ್ಲ, ಬೇರೆ ಯಾವ ಹೆಂಗಸಿಗೂ ಇಲ್ಲ. ತಬ್ಬಿ ಮುಚ್ಚಿಕೊಂಡೆ ಬೆಚ್ಚಗೆ. ನನಗೂ ಬೆಚ್ಚಗೆನಿಸಿತು. ಒತ್ತುವರೆದ ನನ್ನ ಮೊಲೆಗಳ ಮಧ್ಯಕ್ಕೆ ಗಟ್ಟಿಯಾಗಿ ಮೂಕ ಉಸಿರು ಬಿಡುತ್ತಾ ಬಿಸಿಬಿಸಿ ಕಣ್ಣೀರಿನಿಂದ ನೆನೆಸಿ ಅತ್ತುಬಿಟ್ಟ. ನನಗೂ ಅಳು ಬಂತು ಉದ್ದ ಕೂದಲಿನ ಅವನ ನೆತ್ತಿಬಟ್ಟಿನ ಮೇಲೆ. ದಿಗ್ವಿಜಯದ ಬಾಣಗಳು ಚುಚ್ಚಿ ಎದೆ ಭುಜಗಳಲ್ಲೆಲ್ಲ ಗಾಯದ ಕಲೆಗಳಾಗಿದ್ದವು. ಇನ್ನೂ ಪೂರ ಮಾಯದ ಕೆಲವು ಊದುಗಾಯಗಳು.

ಸಂಜೆಯ ತನಕ ಹೀಗೆಯೇ ಮೌನದಲ್ಲಿ ಇದ್ದು ಹೋದವನು ಮತ್ತೆ ಒಂದು ಮಾಸ ಇತ್ತ ತಿರುಗಲಿಲ್ಲ. ನಾನು ಹೇಳಿ ಕಳಿಸಿದೆ. ಬರಲಿಲ್ಲ. ಮಾದ್ರಿಯ ಹತ್ತಿರವೂ ಹೋಗಿಲ್ಲವಂತೆ. ದಿಗ್ವಿಜಯ ಮುಗಿಸಿ ಬಂದ ಮೇಲೆ ಅವಳನ್ನು ನೋಡಿಯೇ ಇಲ್ಲವಂತೆ. ಗಂಗಾನದಿಯ ಆಚೆ ಪರ್ಣಕುಟಿ ಕಟ್ಟಿಸಿಕೊಂಡು ಇರುತ್ತಿದ್ದನಂತೆ. ಕುಂತಿ ತಲೆ ಎತ್ತಿ ನೋಡಿದಳು. ನದಿಯ ಆಚೆ, ಪ್ರವಾಹಕಾಲದಲ್ಲಿ ಕೊಚ್ಚಿ ಮಟ್ಟಸವಾದ ಜಾಗ ಈಗಲೂ

ಗುರುತು ಸಿಕ್ಕುತ್ತದೆ ಅರವತ್ತು ಸಂವತ್ಸರಗಳ ಒಂದು ಚಕ್ರ ಕಳೆದರೂ. ದಿಗ್ವಿಜಯ ಮಾಡಿದ ಯುವರಾಜ ಇಬ್ಬರು ಹೆಂಡಿರನ್ನು, ಹತ್ತಾರು ಸುಂದರಿದಾಸಿಯರನ್ನು, ಗಂಧರ್ವಮೋಹಿನಿಯರನ್ನು ಬಿಟ್ಟು ಪರ್ಣಕುಟಿಯಲ್ಲಿ ವಾಸಿಸುತ್ತಿದ್ದಾನೆ. ವೇದ ಪಾಠ. ಪುರೋಹಿತರು. ಇಲ್ಲಿ ನನ್ನ ಋತುಚಕ್ರ ತಿರುಗುತ್ತಿದೆ. ನನಗೆ ಅವನ ಮೇಲಿನ ಸಿಟ್ಟು ತಿರಸ್ಕಾರಗಳೆಲ್ಲ ಹೋಗಿವೆ. ಅವನು ಈಗ ನನಗೆ ಮೋಸಮಾಡುತ್ತಿಲ್ಲ. ತನಗೂ ಮಾಡಿಕೊಳ್ಳುತ್ತಿಲ್ಲ. ನಾನು ಅವನ ಹೆಂಡತಿಯಾಗಿದ್ದೇನೆ ನಿಜವಾಗಿಯೂ. ಈಗ ಏಕೆ ಇದ್ದಕ್ಕಿದ್ದಂತೆ ಪರ್ಣಕುಟಿ ಕಟ್ಟಿಕೊಂಡು ಕುಳಿತ? ಇದ್ದಕ್ಕಿದ್ದಂತೆಯೇ ದಿಗ್ವಿಜಯಕ್ಕೆ ಹೋದ, ಇದ್ದಕ್ಕಿದ್ದಂತೆಯೇ ಆತ್ಮ ವಿಜಯಕ್ಕೆ ಕುಳಿತ. ಎಲ್ಲೆಲ್ಲಿ ನೋಡಿದರೂ ಈ ಕ್ಷತ್ರಿಯರೇ ಹೀಗೆ. ಅತಿ. ದಿಕ್ಕುಗಾಣದ ಅತಿ.

ಒಂದು ದಿನ, ತಾನೇ ನನ್ನಲ್ಲಿ ಬಂದ. ಬಿಸಿಲು ಬಾಗಿ ನುಸುಳುವ ಸಂಜೆ. ನನಗೆ ಸ್ರಾವ ಕಳೆದು ಎರಡೋ ಮೂರೋ ದಿನವಾಗಿತ್ತು. ಒಳಗೆ ಬಂದ. ಹತ್ತಿರ ಬಂದ. ಕುಳಿತ. ನನ್ನ ಅಗಲವಾದ ಕೈಯೊಳಗೆ ಕೈ ಇಟ್ಟ. ಮುಖದಲ್ಲಿ ಅಹಂಕಾರವಿಲ್ಲ. ನನಗೆ ಅಸಹ್ಯತರುವ ಸುಳ್ಳಿನ ಪೊರೆ ಮತ್ತೆ ಬೆಳೆದಿಲ್ಲ. ನೋಟದಲ್ಲಿ ನನ್ನನ್ನು ಉಪೇಕ್ಷಿಸಿ ತಪ್ಪಿಸಿಕೊಳ್ಳುವ ಪ್ರಯತ್ನವಿಲ್ಲ. ನೇರವಾಗಿ ಮುಖ ನೋಡಿ ದೃಷ್ಟಿಯನ್ನು ಸಂಧಿಸಿ ಶಾಂತ ದೃಢಸ್ವರದಲ್ಲಿ ಹೇಳಿದ: 'ಕುಂತಿ, ರಾಜ್ಯ ಬೇಡ. ರಾಜಪದವಿ ಬೇಡ. ಹಿಮಾಲಯಕ್ಕೆ ಹೋಗಿ ತಪಸ್ಸಿನಲ್ಲಿ ನನ್ನ ಜೀವನದ ಉಳಿದ ಭಾಗ ಕಳೆಯುವ ನಿಶ್ಚಯ ಮಾಡಿದೀನಿ. ನನಗೇನೂ ಹೆಚ್ಚು ವಯಸ್ಸಾಗಿಲ್ಲ. ಇಪ್ಪತ್ತನಾಲ್ಕು. ನಿನ್ನಷ್ಟೇ. ಆದರೆ ಇನ್ನು ಹೆಚ್ಚು ದಿನ ಬದುಕುವುದಿಲ್ಲ ಅಂತ ಮನಸ್ಸು ಹೇಳುತ್ತಿದೆ. ನಿನ್ನ ಅನುಮತಿ ಬೇಕು. ಅದಿಲ್ಲದೆ ಹೊರಡುವುದು ಧರ್ಮವಿರುದ್ಧ.'

ನನ್ನ ಹರಹು, ಎತ್ತರ, ಗಾತ್ರಗಳೆಲ್ಲ ಕುಸಿದು ಭೂಗತವಾದಂತೆನಿಸಿತು. ಗಂಡನ ಆತ್ಮಸಮ್ಮಾನವನ್ನು ಈ ಮಟ್ಟಿಗೆ ಹುಡಿಗೊಳಿಸಬಾರದಾಗಿತ್ತು ನಾನು ಎನ್ನಿಸಿತು. ಆದರೆ, ಆದರೆ, ಅವನ ಎರಡು ಕೈಗಳನ್ನೂ ಜೋಡಿಸಿ ಹಿಡಿದು, 'ಕ್ಷಮೆ ಇರಲಿ ನಿನ್ನ ಈ ಹೆಂಡತಿಯ ಮೇಲೆ' ಎಂದೆ.

'ನಿನ್ನ ತಪ್ಪೇನೂ ಇಲ್ಲ. ನಾನೆಲ್ಲ ಆಲೋಚಿಸಿದ್ದೇನೆ.' ಎಂದ ಆತ್ಮಪರೀಕ್ಷಣದ ಒಳಸರಿದ ಧ್ವನಿಯಲ್ಲಿ.

'ತಪಸ್ಸಿಗೆ ಹೋಗದಿದ್ದರೆ ಏನು?'

'ಇಲ್ಲಿದ್ದು ತಾನೆ ಮಾಡುವುದೇನು, ಒಂದೊಂದು ಮಾಸ ಮುಂದೆ ಸುತ್ತುವಾಗಲೂ ಆಗುವ ಋತುಸ್ರಾವವನ್ನು ತಡೆದು ಬೆಳೆಸಲಾಗದ ಮೇಲೆ?'

ನನಗೂ ಉತ್ತರ ಹೊಳೆಯಲಿಲ್ಲ. ಪಾಪದ ಭಯ ನನ್ನನ್ನೂ ಲೇಪಿಸಿತು. ಸುಮ್ಮನೆ ಕುಳಿತೆ.

'ಸ್ವಯಂವರದಲ್ಲಿ ಮೆಚ್ಚಿ ಕೈಹಿಡಿದು ಬಂದವಳು. ಮೊದಲ ಹೆಂಡತಿಯೇ ಧರ್ಮಪತ್ನಿ. ಅಲ್ಲದೆ ಬೇಕಾದಷ್ಟು ಉಡುಗೊರೆ ಹೇರಿಸಿ ತಂದವಳು. ನಿನ್ನ ಅನುಮತಿ ಮುಖ್ಯ.'

ನನಗೆ ಸಂತೋಷವಾಯಿತು. ಮತ್ಸರದ ಸಂತೋಷ.

'ನಾಳೆ ಬರುತ್ತೇನೆ.' ಹೇಳಿ ಯುವರಾಜ ಹೊರಟುಹೋದ. ನೇರವಾಗಿ ನದಿ ದಾಟಿ, ಇದೇ ನದಿ ದಾಟಿ ಪರ್ಣಕುಟಿಗೆ, ಅಲ್ಲಿ ಎದುರಿನ ಮಟ್ಟಸವಾದ ಜಾಗದ ಮೇಲೆ ಕಟ್ಟಿಸಿದ್ದ ಪರ್ಣಕುಟಿಗೆ ಹೊರಟುಹೋದ.

ಈಗ ನನಗೆ ಅವನಿಲ್ಲದೆ ಇರುವುದು ಅಸಾಧ್ಯವೆನಿಸಿತು. ಒಂದು ಮಾಸದ ಹಿಂದೆ ಅವನು ಕಟ್ಟಿಕೊಂಡಿದ್ದ ಮೋಸವು ಒಡೆದು ನಾವಿಬ್ಬರೂ ಒಂದಾದ ಮೇಲೆ ಅವನನ್ನು ಬಿಟ್ಟಿರುವುದು ಅಸಾಧ್ಯವೆನಿಸಿತು. ತಪಸ್ಸಿಗೆ ಹೋಗುವ ಗಂಡನನ್ನು ಅನುಸರಿಸುವುದು. ಅನುಸರಿಸದೆ ಇಲ್ಲಿದ್ದು ಏನು ಮಾಡಬೇಕು? ಅವನಿಗೆ ತಟ್ಟುವ ಋತುಸ್ರಾವದ ಪಾಪದ ಕಿಂಚಿದಂಶವಾದರೂ ನನಗೆ ತಟ್ಟದೆ ಇದ್ದೀತೆ? ಅವನಂತೂ ಅದನ್ನು ತಪಸ್ಸಿನಿಂದ ಕಳೆದುಕೊಳ್ಳುವ ನಿಶ್ಚಯಮಾಡಿದ್ದಾನೆ. ಇಲ್ಲಿದ್ದು ತಾನೆ ಮಾಡುವುದೇನು ಒಂದೊಂದು ಮಾಸ ಮುಂದೆ ಸುತ್ತುವಾಗಲೂ ಆಗುವ ಸ್ರಾವವನ್ನು ತಡೆದು ಬೆಳೆಸಲಾಗದ ಮೇಲೆ? ನಾನೂ ಸ್ವಲ್ಪ ತಪಸ್ಸು ಗಿಪಸ್ಸು ಮಾಡಿ, ತಪಸ್ಸೆಂದರೇನೆಂದು ನನಗೆ ಪೂರ್ತಿ ಗೊತ್ತಿಲ್ಲ. ಆದರೆ ಪಾಪದ ಭಯ ಮಾತ್ರ ಮನಸ್ಸನ್ನು ಹಿಡಿದುಬಿಟ್ಟಿತ್ತು. ನನ್ನ ಊರಿಗೆ ಹೊರಟು ಹೋಗುವ ಅಥವಾ ಇಲ್ಲೇ ಇರುವ ವಿಚಾರಗಳಿಗಿಂತ ಅವನೊಡನೆ ಹೋಗುವ ಚಿತ್ರವೇ ಕಣ್ಣಮುಂದೆ ಸುಳಿಸುಳಿದು ನಿಲ್ಲುತ್ತಿತ್ತು. ಮರುದಿನ ಅವನು ಬಂದಾಗ ನನ್ನ ಮನಸ್ಸನ್ನು ಹೇಳಿದೆ. ಕುಂತೀ, ನೀನು ರಾಜಕುಮಾರಿ. ಅದು ಕಷ್ಟದ ಜೀವನ ಎಂದೆಲ್ಲ ಹೇಳಿದ: ಸಾಧಾರಣವಾಗಿ ಹೆಂಡತಿಯರಿಗೆ ಗಂಡಂದಿರು ಹೇಳುವ ಮಾತುಗಳು. ಆದರೆ ನನ್ನ ನಿಶ್ಚಯದಿಂದ ಅವನ ಮುಖದ ಮೇಲೆ ಸಮಾಧಾನ ಕಂಡಿತ್ತು. ನೀನು ಬರಬೇಡ ಎಂಬುದು ಉಪಚಾರವೋ ಅಥವಾ ಹಾಗೆ ಹೇಳದೆ ತಕ್ಷಣ ಒಪ್ಪಿಕೊಂಡರೆ ತನ್ನ ಗಂಡಸು ತನಕ್ಕೆ ಕಡಮೆ ಎಂದೋ ಅವನಲ್ಲಿ ಹುಟ್ಟಿರುವಂತೆ ತೋರಿತು. ನನಗೆ ಸಿಟ್ಟು ಬಂತು.

ಮಾದ್ರಿಯೂ ಹೊರಟಳು. ನಿನಗ್ಯಾಕೆ ತಪೋಜೀವಿಗಳ ಕಷ್ಟ, ನೀನು ಸುಕುಮಾರಿ ಎಂದು ನಾನೇ ಅವಳ ಮನಸ್ಸನ್ನು ತಿರುಗಿಸುವ ಪ್ರಯತ್ನ ಮಾಡಿದೆ. ಇಲ್ಲಿದ್ದು ನಾನು ಮಾಡುವುದೇನು, ಇರುವುದಾದರೂ ಹೇಗೆ, ಎಂದಳು. ಕೊನೆಗೆ ಬಾಯಿ ತೆರೆದೇ ಅಂದು ಬಿಟ್ಟಳು. ಅಕ್ಕ, ಗಾಡಿಗಟ್ಟಳೆ ಉಡುಗೊರೆ ಹೊರೆಸಿತಂದ ನೀನೇ ಹೊರಟಿದೀಯ. ಗಾಡಿಗಟ್ಟಳೆ ಕನ್ಯಾಶುಲ್ಕ ಕೊಟ್ಟು ತಂದ ನಾನು ಇಲ್ಲಿ ಉಳಿದರೆ ಜನ ಏನಂದಾರು? ನನಗೆ ಅವಳ ಮೇಲೆ ಕನಿಕರವೆನಿಸಿತು. ಬಲಗೈಯಿಂದ ಬಳಸಿ ತಬ್ಬಿಕೊಂಡೆ. ಕತ್ತು ಬಗ್ಗಿಸಿ ಕಣ್ಣೀರು ಹಾಕಿದಳು. ಮಾಟವಾದ ಮೈಕಟ್ಟು. ಸೋತು ಗೆಲ್ಲುವ ಮುಖದ ಮೃದು ಲಕ್ಷಣ. ಕಣ್ಣಿನಲ್ಲಿ ಜಿನುಗಿ ರೆಪ್ಪೆಯ ಕೂದಲಿನ ಸಂದಿಗಳಲ್ಲೆಲ್ಲ ತುಂತುರುನಿಂತ ಕಪ್ಪು ಹೊಳಪು ಅವಳನ್ನು ಇನ್ನೂ ಆಕರ್ಷಕವಾಗಿ ಮಾಡಿತ್ತು. ಬಿಗಿಯಾಗಿ ತಬ್ಬಿಹಿಡಿದುಕೊಂಡೆ, ಬೆಚ್ಚಗೆ. 'ಅಕ್ಕಾ, ಯುವರಾಜ ಪೂರ್ತಿ ನಿನ್ನ ವಶದಲ್ಲಿದ್ದಾನೆ. ನಿನ್ನನ್ನು ಕೇಳದೆ ಏನೂ ಮಾಡುವುದಿಲ್ಲ ಅನ್ನಿಸುತ್ತೆ. ನನ್ನನ್ನೂ ಕರಕಂಡು ಹೋಗಲು, ಅಲ್ಲ, ನೀನು ಕರಕಂಡು ಹೋಗು.'

'ಅದು ನಿನಗೆ ಹೇಗೆ ಗೊತ್ತು?'

'ಅಷ್ಟು ಗೊತ್ತಾಗುವುದಿಲ್ಲವೇ ನನಗೆ?'

ತಪಸ್ಸಿಗೆ ಹೊರಟಿದ್ದರಿಂದ ತುಂಬ ಚಿಂತೆಯಾದದ್ದು ಭೀಷ್ಮನಿಗೆ. ದಿಗ್ವಿಜಯ ಮಾಡಿದಂತಹ ಮುಂದೆ ಇನ್ನೂ ವಿಸ್ತೃತ ದಿಗ್ವಿಜಯ ಯಾಗಾದಿ ಮಾಡಿ ಕುರುಕುಲದ ಕೀರ್ತಿ ಮೆರೆಸಬಲ್ಲಂತಹ ರಾಜ ಹೀಗೆ ರಾಜ್ಯ ಬಿಟ್ಟು ಹೊರಟುನಿಂತಿರುವಾಗ ರಾಜ್ಯದ ಭಾರ ಹೊತ್ತ ಮುದುಕದೊಡ್ಡಪ್ಪನಿಗೆ ಚಿಂತೆಯಾಗುವುದು ಸಹಜವೇ. ಆದರೆ ಮಗ ಗಟ್ಟಿಯಾಗಿ ಪಟ್ಟು ಹಿಡಿದಿದ್ದಾನೆ. ದೊಡ್ಡಪ್ಪ ಮಗನಲ್ಲಿ ಚರ್ಚೆ ನಡೆಯಿತು. 'ನಾನೇನೂ ಆಜೀವಪರ್ಯಂತ ಹೋಗುತ್ತಿಲ್ಲ. ಅಲ್ಲಿ ಸಿದ್ಧರಿದ್ದಾರೆ. ಸಾಧುಗಳಿದ್ದಾರೆ. ವಿಶೇಷ ಮೂಲಿಕೆಗಳ ಆಗರ ಅದು. ಮಹಾಮಹಾ ವೈದ್ಯರಹಸ್ಯಗಳನ್ನು ಬಲ್ಲ ಯೋಗಿಗಳಿದ್ದಾರೆ. ಮಕ್ಕಳನ್ನು ಪಡೆದೇ ಹಿಂತಿರುಗುತ್ತೇನೆ ನಾನು. ಅಲ್ಲಿಯವರೆಗೆ ರಾಜ್ಯದ ಹೊರೆ ಹೊತ್ತಿರು,' ಮಗ ವಾದಿಸಿದ. ದೊಡ್ಡಪ್ಪ ಒಪ್ಪಲೇಬೇಕಾಯಿತು. ನಮ್ಮ ಪಾಂಡುರಾಜನ ಅಣ್ಣ ಧೃತರಾಷ್ಟ್ರ ಕೂಡ, ಇದೇ ದುರ್ಯೋಧನನ ಅಪ್ಪ ಧೃತರಾಷ್ಟ್ರ, ಆಗ ತಮ್ಮನ ಹತ್ತಿರ ಬಂದು ತಡಕಿತಡಕಿ ಕೈಹಿಡಿದು ನನ್ನೆದುರಿಗೇ ಕುರುಡು ಕಣ್ಣುಗಳಲ್ಲಿ ನೀರು ಸುರಿಸುತ್ತಾ ಹೇಳಿದ: 'ನೀನು ಹೋದರೆ ರಾಜ್ಯದ ಗತಿ ಏನು? ನನ್ನ ಗತಿ ಏನು? ಕುರುಕುಲದ ಭಾರವೆಲ್ಲ ನಿನ್ನ ಮೇಲಿದೆ. ಹೊರಟೇ ಇದ್ದೀಯಾದ್ದರಿಂದ ನಾನು ಅಡ್ಡನಿಲ್ಲುವುದಿಲ್ಲ. ಬೇಗ ಹಿಂತಿರುಗಿಬಿಡು.' ತಮ್ಮನಿಗಿಂತ ಅಣ್ಣ ಹತ್ತು ಹದಿನೈದು ದಿನಕ್ಕೆ ದೊಡ್ಡವನಂತೆ.

ಅತ್ತೆಯರಿಗೂ ಅಜ್ಜಿಗೂ ನನಗೂ ಹೆಚ್ಚು ಸಂಪರ್ಕವೇ ಇಲ್ಲ. ಅಜ್ಜಿ ಸತ್ಯವತಿ ತನ್ನದೇ ಮನೆಯಲ್ಲಿದ್ದರೂ ಯಾರೊಡನೆಯೂ ಸೇರುತ್ತಿಲ್ಲ. ತಾನಾಯಿತು ತನ್ನ ಧ್ಯಾನವಾಯಿತು. ಅದನ್ನು ಧ್ಯಾನವೆನ್ನಬೇಕೋ ತಪಸ್ಸೆನ್ನಬೇಕೋ ತಿಳಿಯದು. ಮೊದಲು ಮೀನುಗಾರ ಹೆಣ್ಣಂತೆ. ಈಗ ನಿಜವಾದ ಕ್ಷತ್ರಿಯ ವಿಧವೆಗಿಂತ ಹೆಚ್ಚಾಗಿ ಪರಮಾರ್ಥದೆಡೆಗೆ ತಿರುಗಿದ್ದಾಳೆ. ನಮ್ಮತ್ತೆ ಅಂಬಾಲಿಕೆ, ಧೃತರಾಷ್ಟ್ರನ ತಾಯಿ ಅಂಬಿಕೆಯೂ ಅಷ್ಟೆ. ತಮ್ಮ ಅತ್ತೆಯದೇ ಮಾರ್ಗ. ಅವರದೇ ಸಾನ್ನಿಧ್ಯ, ಸೇವೆಯಲ್ಲಿರುತ್ತಾರೆ. ಗೃಹಕೃತ್ಯದಲ್ಲಿ ಮನಸ್ಸಿಲ್ಲ. ಸೊಸೆಯರನ್ನು ಕೂಡ ಹೆಚ್ಚು ಮಾತನಾಡಿಸುವುದಿಲ್ಲ. ಸದಾ ನಿವೃತ್ತರು. ಮಗ ತಪಸ್ಸಿಗೆ ಹೊರಟಿದ್ದು ಕೇಳಿ ಯಾರೂ ಖಿನ್ನರಾಗಲಿಲ್ಲ. ಆದರೆ ಮುಂದೆ ರಾಜ್ಯಕ್ಕೆ ದಿಕ್ಕಿಲ್ಲವೆಂದು ವ್ಯಥೆಪಟ್ಟರು. ಜೊತೆಯಲ್ಲಿ ಹೆಂಡತಿಯರೂ ಹೋಗುತ್ತಾರೆ. ಅಲ್ಲಿ ವೈದ್ಯರು, ವೈದ್ಯಮೂಲಿಕೆಗಳಿವೆ ಎಂದು ಕೇಳಿ ಸಮಾಧಾನವನ್ನೂ ಪಟ್ಟರು.

ನಾವು ಹೊರಟು ನಿಂತಾಗ ಪುರಜನರಿಗೆಲ್ಲ ಶೋಕ. ಇನ್ನೂ ಇಪ್ಪತ್ತನಾಲ್ಕು ವರ್ಷದ, ದೃಢಕಾಯದ ತರುಣ ರಾಜ. ದಿಗ್ವಿಜಯ ಮಾಡಿದವನು. ತಮ್ಮೂರಿನ ಹೆಮ್ಮೆ ಹೆಚ್ಚಿಸಿದವನು. ರಾಜನ ಶೌರ್ಯವನ್ನು ತಮ್ಮದೇ ಎಂದು ಬಗೆದು ಎಲ್ಲರೂ ಉಬ್ಬಿ ಕೊಚ್ಚಿಕೊಳ್ಳುತ್ತಿದ್ದರು. ಇನ್ನು ಮುಂದೆ ಬೇರೆ ಯಾರಾದರೂ ಬಂದು ತಮ್ಮ ಊರನ್ನು ಗೆದ್ದರೆ ತಮ್ಮ ಹೆಮ್ಮೆ ಹಾಳಾಗುತ್ತದಲ್ಲ. ಬೇಗ ಹಿಂತಿರುಗುವಂತೆ ಹರಸಿ ಎಲ್ಲರೂ ನದಿ ದಾಟುವ ತನಕ ಬಂದು ಕಳಿಸಿಕೊಟ್ಟರು. ಬೇಗ ಹಿಂತಿರುಗಿ ಮತ್ತೆ ವಿಶಾಲ ದಿಗ್ವಿಜಯ ಮಾಡುವಂತೆ ಕೇಳಿಕೊಂಡರು.

ಹಿಮಾಲಯಕ್ಕೆ ಹೋದ ಮೇಲೆ ತಾನೆ ನನಗೂ ಅವನಿಗೂ ದಾಂಪತ್ಯಭಾವ ಹುಟ್ಟಿದ್ದು. ಕಾಮವನ್ನು ವರ್ಜಿಸಿ ಗಂಡಹೆಂಡಿರಿಬ್ಬರೂ ಅನ್ಯೋನ್ಯವಾಗಿ ಪರಮಾರ್ಥ ಸಾಧನೆಯಲ್ಲಿ ತೊಡಗುವ ಅವಸ್ಥೆ ಇದು ಎಂದು ಇಬ್ಬರೂ ಭಾವಿಸಿದ್ದೆವು. ನಾನು ಅವನು ಒಂದೇ ಪರ್ಣಕುಟಿಯಲ್ಲಿ ಮರದ ಹಲಗೆಗಳನ್ನು ಕೂಡಿಸಿ ಮೇಲೆ ಹುಲ್ಲುಹಾಕಿ ಜೊಂಡಿನ ಮಂದಲಿಗೆ ಹಾಸಿ ಕಂಬಳಿಯಿಂದ ಮಾಡಿದ ಒಂದೇ ಹಾಸಿಗೆಯ ಮೇಲೆ ಮಲಗುತ್ತಿದ್ದೆವು. ಸದಾ ಮುಂದಿನ ಜನ್ಮದ ಕನಸು. ಮಾದ್ರಿ ಹಿಂಬದಿಯ ಪ್ರತ್ಯೇಕ ಗುಡಿಸಿಲಿನ ಒಂಟಿ ಹಾಸಿಗೆಯಲ್ಲಿ. ಗಂಡನ ಸುಖ ಇಬ್ಬರಲ್ಲಿ ಯಾರಿಗೂ ಇಲ್ಲದಿದ್ದರೂ ಸಾನ್ನಿಧ್ಯ ಮಾತ್ರ ಸ್ವಯಂವರದಲ್ಲಿ ಕೈಹಿಡಿದ ಪಟ್ಟಮಹಿಷಿಗೆ. ಗಂಡನ ವೀರ್ಯಹೀನತೆಯು ನನ್ನ ಮನಸ್ಸಿನಿಂದ ಹೆಚ್ಚು ಕಡಮೆ ಮರೆಯಾಗುತ್ತಿತ್ತು. ಮಗುವಿನಂತೆ ವಶನಾಗಿ ಎಲ್ಲವನ್ನೂ ಒಪ್ಪಿಸಿಕೊಟ್ಟಿರುವ ಗಂಡನ ಈ ನ್ಯೂನತೆಯು ಅರಿವಿನಿಂದ ಮರೆಯಾಗದಿದ್ದರೆ ಹೇಗೆ? ಈ ನ್ಯೂನತೆಯಿಂದಲೇ ಅಲ್ಲವೆ ನಾವು ಇಲ್ಲಿಗೆ ಬಂದು ನಿಂತಿರುವುದು. ಅದು ಹೇಗೋ, ಸಂಪೂರ್ಣವಾಗಿ ಇಲ್ಲಿ ನಾನೇ ಯಜಮಾನಿ. ನಾನು ಹೇಳಿದಂತೆ ಅವನು. ಮಾದ್ರಿ ಕೂಡ ಇದನ್ನು ಗುರುತಿಸಿದ್ದಳು. ಎಂದೂ ಎದುರಾಡುತ್ತಿರಲಿಲ್ಲ. ಅಪ್ಪಣೆಯನ್ನು ಅಲ್ಲಗಳೆಯುತ್ತಿರಲಿಲ್ಲ. ನಾನು ಕೂಡ ಅವಳ ಮೇಲೆ ದರ್ಪ ಮಾಡುತ್ತಿರಲಿಲ್ಲ. ಒಂದು ಥರಕ್ಕೆ ಜೀವನ ಸುಖವಾಗಿತ್ತು. ಊರಿನಿಂದ ಭೀಷ್ಮ ಆಗಾಗ್ಗೆ ಕತ್ತೆಗಳ ಎರಡೂ ಕಡೆಗೆ ಜಗಿಯುವಂತೆ ಹೇರಿ ಹೇರಿ ಕಳಿಸುತ್ತಿದ್ದ ಅಕ್ಕಿ ಗೋಧಿ ಬೆಲ್ಲ ಎಳ್ಳು ತುಪ್ಪ ಕಂಬಳಿ, ಸೀರೆ, ಧೋತ್ರ. ಅರಮನೆಯಷ್ಟಲ್ಲದಿದ್ದರೂ ಅಡುಗೆ ಉಪಚಾರಗಳಿಗೆ ಆಳುಗಳು. ಹೋಮದ ಅಗ್ನಿ ನಂದದಂತೆ ಸದಾ ನೋಡಿಕೊಳ್ಳುವ ಮಂತ್ರಜ್ಞ ಪುರೋಹಿತ.

ಹಸ್ತಿನಾವತಿಯಿಂದ ಹೊರಟ ನಾಲ್ಕನೆಯ ದಿನ ಗಂಗಾದ್ವಾರ. ಗಂಡನ ಸಮಕ್ಕೂ ನಡೆದರೂ ನನಗೆ ಆಯಾಸವೆನಿಸಲಿಲ್ಲ. ಮಾದ್ರಿ ಬಳಲಿದಳು. 'ಅಕ್ಕ, ನೀನು ಗಂಡಸು.' ನೀನು ಕುದುರೆ ಹತ್ತಿ ಬಾ ಎಂದೆ. ನಾವಿಬ್ಬರೂ ನಡೆಯುವಾಗ ತಾನು ಕುದುರೆ ಏರಿದರೆ ಸೋತಂತೆ ಎನ್ನಿಸಿರಬೇಕು ಅವಳಿಗೆ, ನಾಚಿದಳು. 'ಕುಂತಿ ಹೇಳಿದ ಹಾಗೆ ಕೇಳು,' ಮಹಾರಾಜ ಎಂದ. ಕಾಲಿನ ಉದ್ದ, ವೇಗಗಳು ಒಂದೇ ಆದರೆ ನಡಗೆಯ ಗತಿಯೂ ಒಂದೇ ಆಗಬೇಕಲ್ಲ. ಸಮ ಎಂದರೆ ಗಂಡನ ಸಮವೇ ನನ್ನ ಮೈಕಟ್ಟು. 'ಕುಂತೀ, ಅಪ್ಪನ ದೇಶದ ಹೆಸರಿನಿಂದ ಹೆಂಡತಿಯನ್ನು ಕರೆಯುವುದು ಆರ್ಯರಾಜರ ಪದ್ಧತಿ. ಇನ್ನು ಮೇಲೆ ನಿನ್ನ ಹುಟ್ಟುಹೆಸರಿನಿಂದಲೇ ಕರೀತೀನಿ, ಪೃಥಾ ಅಂತ. ನಿನ್ನ ಮೈಕಟ್ಟು ನೋಡಿದರೆ ನನಗೆ ಹೆಮ್ಮೆಯಾಗುತ್ತೆ,' ನಡೆಯುವಾಗ ಕೈ ಹಿಡಿದು ಯುವರಾಜ ಎಂದ. ನನಗೆ ನಾಚಿಕೆಯಾಯಿತು. ಶರೀರವನ್ನು ತಗ್ಗಿಸಿಕೊಂಡು ಹೆಜ್ಜೆಹಾಕಿದೆ. ಗಂಗಾದ್ವಾರ ದೂರವಿದೆ ಎನ್ನುವಾಗಲೇ ನೀಲ ಎತ್ತರದ ಸಾಲುಗಳು. ನೋಡಿ ಮೂಕಳಾದೆ. ಹುಟ್ಟಿದೂರಿನ, ಗಂಡನೂರಿನ ಆಚೆ ಈಚೆ ಇರುವ ಹಸಿರು ಕಾಡಲ್ಲ. ಆಕಾಶದ ನೀಲಿಯನ್ನು ಹೋಲುವ, ಆಕಾಶದ ನೀಲಿಯನ್ನು ಮುಟ್ಟಿ ಬೆರೆಯುವ ಏರು. 'ಇದೇಯಾ?' ನಾನು ಕೇಳಿದೆ.

'ಇದು ಆರಂಭ. ಇದನ್ನು ಹತ್ತಿ, ಆಚೆಗೆ ಇನ್ನೂ ಆಚೆಆಚೆಗೆ ಶಿಖರಶಿಖರದಾಚೆಗೆ

ಹತ್ತು ಹದಿನೈದು ದಿನ ಏರಿ ಇಳಿದು ಏರಿ ದೇವಲೋಕ ಆರಂಭವಾಗುವ ಪರ್ವತದ ತಪ್ಪಲು' ಪಾಂಡು ಎಂದ.

ನನ್ನ ಉತ್ಸಾಹ ಏರಿತು. ಹೊಸಲೋಕವನ್ನು ಹೊಕ್ಕು ಬದುಕುವ ಉತ್ಸಾಹ. ಗಟ್ಟಿಯಾಗಿ ಕಿರುಚುವ ಆಶೆ. ಅಪ್ಪನ ಮನೆಯ ಬಾಲ್ಯ, ಗಂಡನ ಮನೆಯ ಭಾರ ಎಲ್ಲದರಿಂದಲೂ ಮುಕ್ತವಾಗಿ ಬದುಕುವ ಹೊಸಜೀವನದ ಉತ್ಸಾಹ. ನಿಜವಾಗಿಯೂ ಸುಖದ ರಾಜ್ಯ ಇದು ಎಂಬ ಭಾವ ಮನಸ್ಸಿನಲ್ಲಿ ಹುಟ್ಟಿತು: ಏಕೆ, ಏನು ತಿಳಿಯದೆ. ಆಗಾಗ್ಗೆ ಹತ್ತಿರ ಬರುತ್ತಿದ್ದ ಸಖಿ ಹೇಳುತ್ತಿದ್ದಳು: 'ಪೃಥಾ, ಎಷ್ಟು ಸಂತೋಷ ಕಾಣುತ್ತಿದೆ ಗೊತ್ತಾ ನಿನ್ನ ಮುಖದಲ್ಲಿ?' ಅದನ್ನು ಅವಳು ಹೇಳಬೇಕೇ, ಒಂದೊಂದು ಬೆಟ್ಟದ ತುದಿಯ ದಾರಿಯನ್ನೂ ಏರಿಸುತ್ತ, ಹಿಂದೆ ಮುಂದೆ, ಅತ್ತ ಇತ್ತ ಕಾಣುವ ಇತರ ನೀಲ ತುದಿಗಳನ್ನು ಕಾಣುವಾಗ ನನಗೇ ಅರಿವಾಗುತ್ತಿತ್ತು. ಊರುದೊಣ್ಣೆಯನ್ನೆತ್ತಿ ಆಕಾಶಕ್ಕೆ ತಿವಿದು ಸುಖವನ್ನು ಇನ್ನಷ್ಟು ಸುರಿಸಲೇ ಎನ್ನಿಸುತ್ತಿತ್ತು. ಎರಡು ಅಥವಾ ಮೂರು ದಿನ. ಅನಂತರ ಮನಸ್ಸು ಮ್ಲಾನವಾಗಲು ಶುರುವಾಯಿತು. ಉತ್ಸಾಹ ಇಳಿಯಿತು. ಬಿದಿರ ದೊಣ್ಣೆಯನ್ನೂರಿ ಹತ್ತುವ ಒಂದೊಂದು ಹೆಜ್ಜೆಯೂ ಭಾವದ ಭಾರವನ್ನು ಹೆಚ್ಚಿಸುತ್ತಿತ್ತು. ಶರೀರದ ದಣಿವಲ್ಲ: ಏಕೆ ಏನು ಮಾತ್ರ ಗೊತ್ತಿಲ್ಲ. ಪರ್ವತಗಳೇ ಹಾಗೆ, ಕಾರಣವಿಲ್ಲದೆ ಸುಖ ಉಕ್ಕಿಸುತ್ತವೆ; ದುಃಖವನ್ನು ಮರುಕಳಿಸುತ್ತವೆ; ಏಕೆ ಏನುಗಳು ಗೊತ್ತಾಗುವುದಿಲ್ಲ.

ಹತ್ತಿ ಇಳಿಯಲು ಶುರುವಾದ ಹದಿಮೂರನೆಯ ದಿನಕ್ಕೋ ಹದಿನಾಲ್ಕನೆಯ ದಿನಕ್ಕೋ ಅಲ್ಲವೆ ನಾವು ತಲುಪಿದುದು. ಮೊದಲೇ ಹೋದ ಚಾರರು ಆಶ್ರಮ ನಿರ್ಮಿಸಿದ್ದರು. ದಕ್ಷಿಣಕ್ಕೆ ಒಂದು ಪರ್ವತ. ಉತ್ತರಕ್ಕೆ ಎತ್ತರವಾದ ಪ್ರಚಂಡ ಪರ್ವತ. ನಡುವಣ ತಪ್ಪಲಿನ ಅತ್ತಲೂ ಬೆಟ್ಟದ ಇಳಿವು ಏರುಗಳು. ಇತ್ತಲೂ ಅದೇ ಏರಿಳಿವುಗಳು. ನಡುವೆ ಒಂದಿಷ್ಟು ಮಟ್ಟಸವಾದ ಜಾಗ. ಎಲ್ಲೆಲ್ಲೂ ಏಲಚಿ ಗಿಡಗಳು. ಗಮಗಮಿಸುವ ಹೂವು. ನೆನಪನ್ನು ಉಕ್ಕಿಸಿ ಉಕ್ಕಿಸಿ ಹುಚ್ಚು ಹಿಡಿಸುವ, ಕುಳಿತ ಪರ್ವತಗಳ ಹೊಟ್ಟೆಗಳನ್ನೆಲ್ಲ ಸುತ್ತಿಕೊಂಡಿರುವ ದವನದ ವಾಸನೆ. ಎಷ್ಟು ವಿಧವಾದ ಬಣ್ಣಬಣ್ಣದ ಹೂವುಗಳು! 'ಇಲ್ಲೇ ನಾವು ಇರುವುದು,' ಪಾಂಡುರಾಜ ಎಂದ.

'ಮಹಾರಾಜ, ಜಾಗವೇನೋ ಹುಚ್ಚು ಹಿಡಿಸುವಷ್ಟು ಸುಂದರವಾಗಿದೆ. ಹೂವು ದವನಗಳು ದಾರಿಯುದ್ದಕ್ಕೂ ಇದ್ದವು ಇಷ್ಟಲ್ಲದಿದ್ದರೂ. ನೀನು ಇದೇ ಜಾಗ ಆರಿಸಿದ ಕಾರಣವೇನು, ಊರಿನಿಂದ ಹತ್ತೊಂಬತ್ತು ದಿನಗಳ ಸತತ ಬೆವರು, ಕಾಲು ಮೀನಖಂಡಗಳ ನೋವು, ಏದುಸಿರು ಪಡುವ ದೂರದಲ್ಲಿ?'

'ಪೃಥೇ, ನೀನೇ ಆಲೋಚಿಸು.' ಮಹಾರಾಜನಿಗೂ ದಣಿವಾಗಿತ್ತು. ಊರುದೊಣ್ಣೆಯ ಮೇಲೆ ಭಾರವೂರಿ ಉಸಿರು ಬಿಟ್ಟು ಹೇಳಿದ.

ಆಲೋಚಿಸಿದೆ. ಹೊಳೆಯಲಿಲ್ಲ. 'ನೀನೇ ಹೇಳು' ಎಂದೆ. ಸ್ವಲ್ಪ ದೊಡ್ಡದಾದ ಒಂದು ಗುಡಿಸಲು, ಮಳೆಯ ನೀರು ಸ್ವಲ್ಪವೂ ಇಳಿಯದಂತೆ ಕೊಚ್ಚಿ ಹರಿಯುವ ಕಡಿದಾದ ಚಾವಣಿ. ಒಳಗೆ ಬೆಚ್ಚಗಾಗುವಷ್ಟು ಮಂದವಾಗಿ ಒಟ್ಟಿದ ಜೊಂಡಿನ ಹೊದಿಕೆ. ಅದರ

ಹಿಂಬದಿಗೆ ಇನ್ನೊಂದು ಗುಡಿಸಲು. ಸ್ವಲ್ಪ ಸಣ್ಣದು. ಪಕ್ಕದ್ದು ಯಜ್ಞಶಾಲೆ ಎಂದು ನೋಡಿದರೇ ತಿಳಿಯುತ್ತಿತ್ತು. ಹತ್ತಿರದಲ್ಲೇ ಪಾಕಶಾಲೆ. ಆಳುಗಳ ಗುಡಿಸಲು. ಅದರ ಹಿಂದೆ ಕುದುರೆ ಲಾಯ. ಇವೆಲ್ಲ ಒಂದೇ ಸಮತಟ್ಟಿನಲ್ಲಿರಲಿಲ್ಲ. ಏರು ಇಳಿವುಗಳಲ್ಲಿ ಹಂಚಿಹೋಗಿದ್ದುವು. ನಡುವೆ ಸಣ್ಣ ಸಣ್ಣ ಕಲ್ಲು ಹದಿದು ಮಾಡಿದ ಮೆಟ್ಟಿಲುಗಳು.

'ನಾನು ಕೇಳಿದ್ದಕ್ಕೆ ಉತ್ತರ ಹೇಳಲಿಲ್ಲವಲ್ಲ.'

'ಏನು?'

'ಈ ಜಾಗವನ್ನೇ ಏಕೆ ಆರಿಸಿದೆ ಅನ್ನುವುದನ್ನ ನೀನೇ ಆಲೋಚಿಸಿ ಹೇಳು ಅಂತ.'

'ನಾನೇ ಕೇಳಿದ ಪ್ರಶ್ನೆ ನನಗೇ ಮರೆತುಹೋಯಿತು. ಈ ಜಾಗವೇ ಅಂಥದು. ಯಾಕೆ ಆರಿಸಿದ್ದು?'

'ಎದುರಿಗೆ ಕಾಣುವ ಪರ್ವತವಿದೆ ನೋಡು,' ಊರುದೊಣ್ಣೆಯನ್ನು ಎತ್ತಿ ಗುರಿಮಾಡಿ ತೋರಿಸಿ ಹೇಳಿದ: 'ಅಲ್ಲಿಂದ ದೇವಲೋಕ ಆರಂಭವಾಗುತ್ತೆ. ಮೇಲೆಲ್ಲ ಅದೇ.....'

'ಏನು ಹಾಗಂದರೆ?' ನಡುವೆಯೇ ನಾನು ಕೇಳಿದೆ.

'ನಾವು ಕುರುಗಳು, ನೀವು ಯಾದವರು, ಅವರು ಮಾದ್ರರು ಅಂತ ಇಲ್ಲವೇ ಪ್ರಭೇದ. ಹಾಗೆ ದೇವ ಅನ್ನುವ ಜನದ ರಾಜ್ಯ ಈ ಪರ್ವತದಿಂದ ಮೇಲಕ್ಕೆ ಶುರುವಾಗುತ್ತದೆ. ನಮ್ಮ ಆರ್ಯರ ಮೂಲರೇ ಅವರಂತೆ. ಈಗಲೂ ಅವರ ರಾಜನ ಹೆಸರು ಇಂದ್ರ. ಪುರೋಹಿತನ ಹೆಸರು ಬೃಹಸ್ಪತಿ. ಅಗ್ನಿ, ವಾಯು, ಅಂತ ಮಂತ್ರದಲ್ಲಿ ಹೇಳುಲ್ಲವೇ ಅವೇ ಹೆಸರುಗಳು. ಅದೇ ರೀತಿ ರಾಜ್ಯವ್ಯವಸ್ಥೆ. ಔಷಧಿ, ಮೂಲಿಕೆಗಳು ಅವರಿಗೆ ಗೊತ್ತಿರುವಷ್ಟು ಕೆಳಗೆ ಬಯಲಿನ ಆರ್ಯಾವರ್ತದವರಿಗೆ ಗೊತ್ತಿಲ್ಲ. ಅಮೃತದ ರಹಸ್ಯವೇ ಗೊತ್ತಂತೆ ಅವರಿಗೆ. ಪ್ರಾಯವನ್ನು ಮತ್ತೆ ಗಳಿಸಿಕೊಡುವ ಮೂಲಿಕೆಗಳನ್ನು ಬಲ್ಲರು ಅವರು. ಅವೆಲ್ಲ ಸಿಕ್ಕುವ ಜಾಗ ಇದು. ನಮ್ಮ ಕಡೆಯ ಗೋಧಿ, ಅಕ್ಕಿ, ಕಾಳುಗಳು ಇಲ್ಲಿ ಇವರಿಗೆ ಅಪೂರ್ವ. ಕಂಡರೆ ಬಾಯಿಬಿಡುತ್ತಾರೆ. ಒಂದಿಷ್ಟು ಆಗಾಗ್ಗೆ ಅವರಿಗೆ ಕೊಟ್ಟು, ಔಷಧಿ ತೆಗೆದುಕೊಂಡು ನನ್ನ ಕಾಹಿಲೆ ಗುಣವಾಗಿ ಮಕ್ಕಳಾದರೆ.....' ಎನ್ನುತ್ತಾ ಧ್ವನಿಯನ್ನು ಕ್ಷೀಣಿಸಿಕೊಂಡ.

ನನಗೆ ಆಧಾರ ಕುಸಿದಂತಾಯಿತು. ತಪಸ್ಸೆಂದು ಇಲ್ಲಿಗೆ ಹೊರಟ ಮೇಲೆ ಮನಸ್ಸು ಒಂದು ತೆರನಾದ ಸಮಾಧಾನಕ್ಕೆ ಬಂದಿತ್ತು. ಗಂಡ, ದಾಂಪತ್ಯ, ಮಕ್ಕಳು ಮೊದಲಾಗಿ ಎಲ್ಲ ಸುಖಗಳನ್ನೂ ವರ್ಜಿಸಿದ, ವ್ಯರ್ಥಋತುವಿನ ಪಾಪಕ್ಕೆ ಪ್ರಾಯಶ್ಚಿತ್ತ ರೂಪದ ತಪಸ್ಸೊಂದೇ ಮನಸ್ಸಿನಲ್ಲಿ ಸುಳಿಯುತ್ತಿತ್ತು. ಆ ವಿಚಾರ ಹುಟ್ಟಿದ್ದೂ ಈತನಿಂದಲೇ. ಈಗ ಇವನೇ ಮತ್ತೆ ಆಶೆ ಚಿಗುರಿಸುತ್ತಿದ್ದಾನೆ. 'ಬೇಡ ಬೇಡ. ಅವೆಲ್ಲ ಬೇಡ' ಅಂದೆ.

'ಯಾಕೆ, ತಾಯಿಯಾಗಲು ಇಷ್ಟವಿಲ್ಲವೆ ನಿನಗೆ?'

'ಇಲ್ಲ.'

'ಕುರುಕುಲ ಬೆಳೆಯಬೇಡವೆ? ಈ ವಂಶಕ್ಕೆ ಸೊಸೆಯಾಗಿ ಬಂದ ನೀನು ಹೀಗನ್ನ ಬಹುದೆ?' ಈತನಿಗೆ ಹೇಗೆ ಬಿಡಿಸಿ ಹೇಳುವುದು? ಇಲ್ಲಾ ಆ ದಾರಿ ಬೇಕು, ಅಥವಾ ಈ ದಾರಿ ಖಚಿತವಾಗಿರಬೇಕು. ಯಾವುದೋ ಪರ್ವತಸೀಮೆಯ ಜನ ಔಷಧಿ ಕೊಡುತ್ತಾರೆಂಬ

ಭರವಸೆಯಿಂದ ಆಶೆಯನ್ನು ಚಿಗುರಿಸಿಕೊಂಡು ನರಳಿ ನರಳಿ, ನರಳಿಕೆ ಹೆಚ್ಚಾದಷ್ಟೂ
ಗಂಡನ ಮೇಲೆ ಕೋಪ ತಿರಸ್ಕಾರಗಳು ಹೆಚ್ಚಾಗಿ, ಯಾಕೆ ಈ ಎಲ್ಲ ಹಿಂಸೆ? ಆದರೆ
ಇದನ್ನು ಈತನಿಗೆ ಬಿಡಿಸಿ ಹೇಳಿದರೆ ನೊಂದುಕೊಳ್ಳುತ್ತಾನೆ. ಕುರುವಂಶವನ್ನು ಮುಂದೆ
ಸಾಗಿಸುವ ಭಾರ ಹೊತ್ತ ಈತ ದುಃಖಿಸಿ ಕಣ್ಣೀರು ಹಾಕುತ್ತಾನೆ ನನ್ನ ಎದೆ ನೆನೆದು ಒದ್ದೆ
ಯಾಗುವಂತೆ. ನನ್ನಲ್ಲಿ ನಾನು ನಿಷ್ಕಾಮಿಯಾಗಿರಬೇಕು. ಈತನ ಆಶೆಯನ್ನು ಚಿವುಟಬಾರದು.
ಉತ್ಸಾಹವನ್ನು ಮುರುಟಿಸಬಾರದು, ನಿಶ್ಚಯಿಸಿದೆ. ನಿಶ್ಚಯ ಸುಲಭ, ಕುರುವಂಶಕ್ಕೆ ಸೊಸೆ
ಯಾಗಿ ಬಂದು ಇಂತಹ ನಿಷ್ಕಾಮಭಾವವಿಲ್ಲದೆ ಬದುಕುವುದು ಹೇಗೆ? ಆ ಐವರು
ಕುರುಕುಲಕ್ಕೆ ಸೇರಿದವರೇ ಅಲ್ಲ, ಅವರನ್ನು ನಾನು ಪಾಂಡವರು ಅನ್ನುವುದಿಲ್ಲ, ಕುಂತಿಯ
ಮಕ್ಕಳು ಅನ್ನುತ್ತೀನಿ ಬೇಕಾದರೆ ಅಂದನಂತಲ್ಲ. ಮನಸ್ಸನ್ನು ಮುರಿದು ಮುರಿದು ಮುರಿದು
ನನ್ನ ಬಯಕೆಯನ್ನು ಹತ್ತಿಕ್ಕಿ ಅವನ ಆಶೆಯನ್ನು ಒಣಗಿಸದಂತೆ ಜತನ ವಹಿಸಿ ಈ
ವಂಶದ ಸೊಸೆಯಾಗಿದ್ದೀನಿ ನಾನು! ಕುಂತಿ ಅವಡುಗಳನ್ನು ಬಿಗಿ ಮಾಡಿ ತನ್ನನ್ನು
ತಾನು ನೋಡಿಕೊಂಡಳು. ಇಷ್ಟು ದಿನ ಈ ವಂಶದ ಸೊಸೆಯಾಗಿಯೇ ಬದುಕಿದೀನಿ.
ಸೊಸೆಯ ಮಕ್ಕಳು ಮಗನ ಮಕ್ಕಳೇಕೆ ಆಗುವುದಿಲ್ಲ? ಅಧರ್ಮ ನಾಲಗೆಯಲ್ಲಿ ಗೆಲ್ಲಬಹುದು.
ಯುದ್ಧದಲ್ಲಿ ಗೆಲ್ಲಲಾರದು. ಕುಂತಿ ಸೋಲುವುದಿಲ್ಲ, ಎಂದುಕೊಂಡಳು. ನೀರಿನೊಳಗೆ
ಕಾಣುವ ಎರಡು ಶುಭ್ರ ಕಣ್ಣುಗಳು ನಿಶ್ಚಲವಾಗಿದ್ದವು ಉಳಿದೆಲ್ಲವನ್ನೂ ಅತ್ತ ದೂಡಿ ತನ್ನ
ಆಳವನ್ನೇ ದಿಟ್ಟಿಸುತ್ತಾ. ಮರದ ಎಲೆಗಳ ಸಂದಿನಿಂದ ವಾಲಿದ ಬಿಸಿಲು ಬಿದ್ದು ತನ್ನ
ಬಿಂಬವು ಒಡೆದು ಹೋಳಾದಂತೆ ಕಂಡಿತು. ತಲೆ ಎತ್ತಿ ತಿರುಗಿ ನೋಡಿದಳು. ನೆತ್ತಿಯಿಂದ
ಎಷ್ಟೋ ಕೆಳಗೆ ವಾಲಿದೆ. ಹೀಗೆ ವಾಲಿ ವಾಲಿ ಇಳಿದು ಮರೆಯಾಗಿ ನಾಳೆ ಬೆಳಗ್ಗೆ
ಹುಟ್ಟುವ ಹೊತ್ತಿಗೆ, ಕೃಷ್ಣ ನಾಳೆಯೇ ಹೋಗು ತಡ ಮಾಡಬೇಡ ಅಂದಿದ್ದನಲ್ಲ. ಬೆಳಗ್ಗೆ
ಸೂರ್ಯ ಹುಟ್ಟುವ ಎಷ್ಟೋ ಮೊದಲು ನದಿಯ ದಡಕ್ಕೆ ಬರುತ್ತಾನೆ ಒಬ್ಬನೇ. ಹರಿಯುವ
ಇದೇ ನೀರಿನಲ್ಲಿ, ಇಲ್ಲಿಗಿಂತ ಕೆಳಭಾಗದಲ್ಲಿ ಮಿಂದು ಉದಿಸುವ ಸೂರ್ಯನಿಗೆ ಕೈಮುಗಿದು
ಕಣ್ಣುಮುಚ್ಚಿ ಧ್ಯಾನಿಸುತ್ತಾನೆ. 'ಆಗ ಒಬ್ಬಳೇ ಹೋಗು. ಅವನಿಗೆ ನಾನೆಲ್ಲ ಹೇಳಿದೀನಿ.
ನೀನು ಸುಮ್ಮನೆ ಹತ್ತಿರ ನಿಂತುಕೊ. ಮಗು ಕರ್ಣ, ಅನ್ನು. ಪಾಂಡವರು ನಿನ್ನ ತಮ್ಮಂದಿರು,
ಮರೆಯಬೇಡ. ನಾನಿನ್ನೇನೂ ಕೇಳುವುದಿಲ್ಲ ಅನ್ನು ಸಾಕು.' ನಿಧಾನವಾಗಿ ಕತ್ತು ತಿರುಗಿಸಿದಳು.
ಬಿಂಬ ಅಲ್ಲೇ ಇತ್ತು ನೀರಿನಲ್ಲಿ. ಆದರೆ ಕಾಲು, ತೊಡೆ, ಹೊಟ್ಟೆ ಎದೆಗಳೆಲ್ಲ ನಡುಗುತ್ತಿದ್ದವು.
ಕುರುವಂಶದ ಸೊಸೆಯ ಈ ಮಗ ಏಕೆ ಕೌರವನಾಗಲಿಲ್ಲ, ಎಂದು ಮನಸ್ಸು ಕೇಳಿಕೊಂಡಿತು.
ಕುಂತಿ ಸೋಲಬೇಕು ಹೆತ್ತ ಮಗನೆದುರಿಗೆ ಎಂದು ಎಲ್ಲೋ ನುಡಿದಂತಾಯಿತು. ಬಿಂಬ
ಗಡಗಡನೆ ನಡುಗಲು ಶುರುವಾಯಿತು. ಕಣ್ಣು ಮುಚ್ಚಿಕೊಂಡಳು. ಸ್ವಲ್ಪ ಹಿಡಿತಕ್ಕೆ ಬಂತು.
ಕುರುವಂಶದ ಹಿರಿಯ ಸೊಸೆಯ ಹಿರಿಯ ಮಗ ಹಿರಿಯ ಕೌರವನಾಗಿದ್ದರೆ ಕುಂತಿಗೆ
ಈ ಬವಣೆ ಇರುತ್ತಿರಲಿಲ್ಲ. ಪರ್ವತಗಳೇ ಹಾಗೆ, ಕಾರಣವಿಲ್ಲದೆ ದುಃಖವನ್ನು ಮರುಕಳಿಸು
ತ್ತವೆ. ಏಕೆ ಏನು ಎಂಬುದು ಮೊದಲು ಗೊತ್ತಾಗಲಿಲ್ಲ. ಅನಂತರ ಸ್ಪಷ್ಟವಾಗಿ ತೇಲಿ ತೇಲಿ
ಬರುತ್ತಿತ್ತು. ಎದುರಿಗೆ ದೇವಲೋಕವು ಆರಂಭವಾಗುವ ಪರ್ವತದ ಎತ್ತರವನ್ನು ನೋಡಿದರೆ,

ಹರಿಯುವ ಕಿರುಹೊಳೆಯ ನೀರಿನಲ್ಲಿ ಮೀಯಲು ಇಳಿದರೆ, ಹೂವುಗಳನ್ನು ಬಿಡಿಸಿ ಕಟ್ಟಿ ಮಾಲೆ ಮಾಡುತ್ತಿದ್ದರೆ ಅದೇ ನೆನಪು, ಏನೆಂದು ಅರಿವಾಗುವ ಮೊದಲೇ ಮೊಳೆತು ಬೆಳೆದು ಮೂಡಿ ಬಚ್ಚಿಟ್ಟುಕೊಂಡದ್ದು. ಈಗ ತಿಳಿವಳಿಕೆ ಬೇಕಾದಷ್ಟಿದೆ! ಆದರೆ ಮೊಳೆಯುತ್ತಿಲ್ಲ. ದಾರಿದ್ರ್ಯ ಸಹಿಸಿಕೊಳ್ಳಲು ನಿಷ್ಕಾಮಭಾವವನ್ನು ಸಾಧಿಸಿಕೊಳ್ಳಬೇಕು. ಹದಗೆಟ್ಟ ಕ್ಷತ್ರಿಯನಿಗಿಂತ ಹದಹಿಡಿದ ಋಷಿ ಮೇಲು ಎಂದು ಈಗಲೂ ಮನಸ್ಸು ಹೇಳುತ್ತಿದೆ. ಮೊಟ್ಟಮೊದಲು ರಹಸ್ಯ ಭೇದಿಸಿದವನ ನೆನಪನ್ನು ಯಾರು ತಾನೇ ಮುಚ್ಚಬಲ್ಲರು? ಅದೂ ರಹಸ್ಯಭೇದನ ಶಕ್ತಿಯೇ ಇಲ್ಲದ ಸಂಗಡಿಗನೊಡನೆ. ರಹಸ್ಯವನ್ನು ಅನುಭವಿಸಿ ಅರಿಯಬೇಕು. ಬರೀ ಅರಿಯಲೆಳಸುವುದು ಷಂಡನ ಪೌರುಷವಿದ್ದಂತೆ. ಚಿಕ್ಕ ಹುಡುಗಿಯಿಂದಲೂ ಕುತೂಹಲ. ಜೀವನಿರ್ಮಾಣ ಹೇಗೆ ಆಗುತ್ತೆ? ಎಲ್ಲಿ ಹುಟ್ಟಿ ಹೇಗೆ ಬರುತ್ತೆ ಅಳುವ ನಗುವ ಕೈಕಾಲು ಬಡಿದು ಕೇಕೆ ಹಾಕುವ ಜೀವದ ಗೊಂಬೆ? ತೀರ ಚಿಕ್ಕವಳಿದ್ದಾಗ, ಹೆತ್ತ ತಾಯಿಯನ್ನು ಒಮ್ಮೆ ಕೇಳಿದಾಗ ನಕ್ಕಿದ್ದಳು, ನನಗೇ ಅವಮಾನವೆನಿಸುವಂತೆ. ಅಪ್ಪನನ್ನು ಕೇಳಿದ್ದಕ್ಕೆ ಅವನ ದೃಷ್ಟಿ ಹತ್ತಿರವಿದ್ದ ದಾಸಿಯ ಕಡೆಗೆ ಹರಿಯಿತು. ಮತ್ತೆ ಯಾರನ್ನೂ ಕೇಳಲಿಲ್ಲ. ಸಾಕು ಅಪ್ಪನ ಮನೆಗೆ ಬಂದಾಗಲೂ ಪಟಿಪಟಿ ಮಾತನಾಡುತ್ತಿದ್ದೆ. ಎಲ್ಲಿ ಯಾರ ಮನೆಯಲ್ಲಿ ಮಕ್ಕಳಾಯಿತೆಂದರೂ ಹೋಗಿ ನೋಡುವ ಹುರುಪು, ಹುಚ್ಚು. ಹುಟ್ಟಿತು ಅಂದರೆ ಏನು, ಎಲ್ಲಿರುತ್ತೆ. ಹೇಗೆ ಬರುತ್ತೆ. ಹೆಂಗಸಿನಹೊಟ್ಟೆಯಿಂದ ಎಂಬುದು ಕ್ರಮೇಣ ತಿಳಿದರೂ ನಂಬಿಕೆ ಹುಟ್ಟಲಿಲ್ಲ. ಅದನ್ನು ಹೊಟ್ಟೆಯೊಳಗೆ ಇಡುವವರಾರು? ವಯಸ್ಸು ಬೆಳೆಯುತ್ತಿತ್ತು. ಯಾರನ್ನೂ ಕೇಳಬಾರದೆಂಬ ನಾಚಿಕೆಯೂ ಅದು ಹೇಗೋ ಬೆಳೆದುಕೊಂಡಿತ್ತು. ಆದರೆ ಕುತೂಹಲ ಹೋಗಲಿಲ್ಲ. ಸಾಕುತಂದೆಯ ಅರಮನೆಗೆ ದುರ್ವಾಸ ಋಷಿ ಬಂದಾಗ, ಋಷಿಸೇವೆಗೆ ಮನೆಯಲ್ಲೊಬ್ಬ ಮಗಳಿರುವುದು ಅಪ್ಪನಿಗೆ ಸಂತೋಷವೋ ಸಂತೋಷ. 'ರಾಜನ್, ಮಗಳಿಗೆ ವಯಸ್ಸೆಷ್ಟು?' ಹದಿನೈದು. 'ಏನು ಬೆಳವಣಿಗೆ! ಪುಣ್ಯವಂತ ನೀನು. ಮಹಾವೀರರ ತಾಯಿಯಾಗಬಲ್ಲ ಹೆಣ್ಣಾಗುತ್ತಾಳೆ ಇವಳು.' ಅಪ್ಪನಿಗಂತೂ ಸಂತೋಷ. ನನಗೆ ಎಷ್ಟು ಹಿಗ್ಗು! ತಾಯಿಯಾಗುವ, ಮಹಾವೀರರ ತಾಯಿಯಾಗುವ, ನನಗೂ ಕೈ ಕಾಲು ಬಡಿದು ಕೇಕೆ ಹಾಕುವ. ಮಗೂ, ಇಂತಹ ಮುನಿಗಳು ಬಂದಾಗ ಮನೆಯ ಮಗಳೇ ಅವರ ಶುಶ್ರೂಷೆಗೆ ನಿಲ್ಲಬೇಕು. ಪದ್ಧತಿ ನಿನಗೆ ಗೊತ್ತಿದೆಯಲ್ಲ. ಅವರಿಗೆ ಯಾವ ವಿಷಯದಲ್ಲೂ ಅಸಮಾಧಾನವಾಗಬಾರದು, ಅಪ್ಪನ ಆಜ್ಞಾಪನೆ. ಸ್ವಲ್ಪ ಮುಂಗೋಪಿ, ಆದರೆ ಒಳ್ಳೆಯ ಋಷಿ. ಕೆದರಿದ ಕೂದಲನ್ನು ಗಂಟುಹಾಕಿ ಕಿರೀಟವಿಟ್ಟರೆ ಎಷ್ಟು ಚನ್ನಾಗಿ ಕಾಣಬಹುದು! ಎಂಬ ಕಲ್ಪನೆ ನನಗೆ. ಶ್ರದ್ಧೆಯಿಂದ ಅವರ ಸೇವೆ ಮಾಡಿದೆ. ತುಂಬ ಸಲಿಗೆ ಬೆಳೆಯಿತು. ಅದೇನೋ ಅವರನ್ನು ಕೇಳುವ ಕುತೂಹಲ, ಅಲ್ಲ, ಬಯಕೆಯಾಯಿತು. ಒಂದು ದಿನ ಕೇಳಿಬಿಟ್ಟೆ: ಮುನಿ, ಮಗು ಹೇಗೆ ಆಗುತ್ತೆ? ಅವರು ತಿರುಗಿ ನೋಡಿದರು. ಈ ಪ್ರಶ್ನೆಯನ್ನು ನಾನು ಕೇಳಿದ್ದನ್ನೇ ನಂಬದವರಂತೆ. ಸುಮ್ಮನಾದರು. ಅಲ್ಲೇ ನಿಂತೆ ನಾನು. 'ಯಾಕೆ ಕೇಳುತ್ತೀಯ?' ಎಂದರು.

'ಮಹಾವೀರರ ತಾಯಿಯಾಗುತ್ತೀಯ ಅಂದಿರಲ್ಲ ಅವೊತ್ತು, ಹೇಗಾಗ್ತೀನಿ ಅಂತ

ತಿಳಿದುಕೊಬೇಕು ಅನ್ನಿಸಿದೆ.'

'ಅದು ಆಗುವಾಗ ಆಗುತ್ತೆ. ಈಗ ಯಾಕೆ?'

ನಾನು ಮಾತನಾಡಲಿಲ್ಲ. ಆದರೆ ಅಲ್ಲೇ ನಿಂತಿದ್ದೆ. ಉತ್ತರ ಬೇಕೇ ಬೇಕು ಎಂದು ಹಟಹಿಡಿದವಳಂತೆ.

'ಮಗು ಅಂದರೆ ತುಂಬ ಆಸೆಯೆ?'

'ಹೂಂ.'

ಅವರು ಮತ್ತೆ ಮಾತನಾಡಲಿಲ್ಲ. ನಾನೂ ಅಲ್ಲಿಂದ ಕದಲಲಿಲ್ಲ. ಕುಂತಿ ನಿಟ್ಟುಸಿರಿಟ್ಟಳು. ನಡುಗುತ್ತಿದ್ದ ಬಿಂಬ ನಿಶ್ಚಲವಾಗಿತ್ತು. ಆದರೆ ಸೂಕ್ಷ್ಮವಾಗಿ ತೂಗುತ್ತಿತ್ತು. ತೂಗಿ ತೂಗಿ ನೋಡುತ್ತಿತ್ತು. ಹೆಚ್ಚೇನೂ ಅರ್ಥ ಹುದುಗಿಸದೆ ಕೇಳಿದ ಪ್ರಶ್ನೆ. ಅವರೇ ಇತ್ತ ಬಾ ಅಂದರು. ಹತ್ತಿರ ಕೂರಿಸಿಕೊಂಡು ಕೇಳಿದರು. ಸುಮ್ಮನೆ ನಡೆದೆ. ಕೂದಲು ತುಂಬಿದ ಎದೆ. ಗಡ್ಡ ಇಳಿಯುವ ಮುಖ. ಬಲಗೈ ನೀಡಿ ನನ್ನ ಕೈ ಹಿಡಿದರು. ಹತ್ತಿರ ಬಾ, ಇನ್ನೂ ಹತ್ತಿರ ಎಂದರು. ಹತ್ತಿರ ಕೂರಿಸಿಕೊಂಡು ಕೇಳಿದರು, 'ತುಂಬ ಆಸೆಯೆ ಮಗು ಅಂದರೆ?' ಎಂದು ಮುಖ ನೋಡಿದರು. ತಬ್ಬಿ ಹಿಡಿದುಕೊಂಡರು. ನನಗೆ ಏನಾಯಿತು? ಉದ್ರೇಕವಿಲ್ಲ. ನಾಚಿಕೆ. ನಾಚಿಕೆಯನ್ನು ಮೆಟ್ಟಿ ನಿಲ್ಲುವ ಕುತೂಹಲ. ಒಂದು ತೆರನಾದ ಸುಖ. ಗಾಬರಿ. ಪೃಥಾ, ಪೃಥಾ ಎಂದು ಚಪ್ಪರಿಸಿದರು. ಅನಂತರ ಮುಖ ನೋಡಿ ಮುಗುಳ್ನಕ್ಕರು.

ಮರುದಿನ ಅವರೇ ಮತ್ತೆ ಹತ್ತಿರ ಕರೆದರು. ನನಗೆ ಹೆಚ್ಚು ತಿಳಿಯಲಿಲ್ಲ. ಆದರೆ ಮತ್ತೆ ಅನುಭವಿಸುವ ಆಶೆ. ರಾತ್ರಿ ಎಲ್ಲ ನಿದ್ದೆ ಮಾಡಿರಲಿಲ್ಲ. ಪೃಥಾ, ಪೃಥಾ ಎಂದು ಮುದ್ದಿಸಿ ಮುದ್ದಿಸಿ ಹಿತವಾದ ಗಡ್ಡ. ಮರುದಿನವೂ ಹೀಗೆ ಆಯಿತು. ಪ್ರತಿದಿನವೂ ಹೀಗೆ. ಅವರು ಕರೆಯುತ್ತಾರೆಂದು ನನಗೆ ಗೊತ್ತು. ಕರೆಯಲೆಂದು ನಾನೇ ಹತ್ತಿರ ಹತ್ತಿರ ಹೋಗಿ ನಿಲ್ಲುತ್ತಿದ್ದೆ. ನನ್ನ ಋತುವಿನ ಲೆಕ್ಕ ನನಗೆ ಗೊತ್ತಿತ್ತು. ಆ ದಿನ ಹತ್ತಿರ ಬರುವಾಗಲೇ ಒಂದು ದಿನ ಅವರ ಸಮ್ಮುಖದಲ್ಲಿ ಕುಳಿತಿದ್ದವಳು ಓಡಿ ಹೋಗಿ ಓಕರಿಸಿ ಬಂದೆ. ಅವರು ನಕ್ಕು ಹತ್ತಿರ ಕರೆದು ತಲೆ ಸವರಿ ಎಂದರು: 'ನಿನಗೆ ಮಗು ಆಗುವುದು ಖಂಡಿತ.'

'ಹೇಗೆ?' ನಾನು ಕೇಳಿದೆ.

'ನಿಧಾನವಾಗಿ ನಿನಗೇ ತಿಳಿಯುತ್ತೆ' ಎಂದರು. ಸಂಜೆ ಹೋಮದಲ್ಲಿ ಭಾಗಿಯಾಗಲು ಅಪ್ಪ ಬಂದಿದ್ದಾಗ ಅವರೇ ಹೇಳಿದರು: 'ಕುಂತೀಭೋಜ, ನಿನಗೊಂದು ಮೊಮ್ಮಗು ಹುಟ್ಟುತ್ತದೆ. ಕಾನೀನ.' ಅಪ್ಪನ ಮುಖದಲ್ಲಿ ಮೊದಲು ಸಂತೋಷ ಕಂಡಿತು. ಅನಂತರ ಖಿನ್ನತೆ. ಇದಾದ ಎರಡು ದಿನಕ್ಕೆ ಮುನಿಗಳು ಹೊರಟುಹೋದರು. ಹೋಗುವ ಮುನ್ನ ಆಶೀರ್ವದಿಸಿ ಹೇಳಿದರು: 'ಪೃಥಾ, ನಾನು ಒಂದು ಪಕ್ಷ ಮೊದಲೇ ಹೋಗಬೇಕಿತ್ತು. ಆದರೆ ನಿನ್ನ ಆಶೆಯನ್ನು ಪೂರ್ಣ ಮಾಡಿಯೇ ಹೋಗಬೇಕೆಂದು ಉಳಿದೆ. ನಿನಗೆ ಗಂಡುಮಗುವಾದರೆ ಲೋಕೋತ್ತರ ವೀರನಾಗುತ್ತಾನೆ. ಹೆಣ್ಣಾದರೆ ನಿನ್ನಂತೆಯೇ ಸುಂದರಿ ಯಾಗುತ್ತಾಳೆ.' ಅಪ್ಪನ ಎದುರಿಗೇ ಹೀಗೆ ಹೇಳಿ ರಾಜಮರ್ಯಾದೆ ಪಡೆದು ಹೊರಟು ಹೋದರು.

ನನಗಿನ್ನೂ ಕುತೂಹಲ. ಅಮ್ಮನ ಸಖಿ ಒಬ್ಬಳೇ ಇದ್ದಾಗ ಹತ್ತಿರ ಕರೆದು ಕೇಳಿದೆ. ಬಿಡಿಸಿ ಹೇಳಿದಳು. ಋಷಿಯಿಂದ ಹೀಗೆ ಹೀಗೆ ಆಯಿತಲ್ಲವೇ. ಅದೇ ನಿನ್ನ ಹೊಟ್ಟೆಯಲ್ಲಿ ಮಗುವಾಗಿ ಚಿಗುರಿದೆ. ಬೆಳೆಯುತ್ತಿದೆ. ಒಂಬತ್ತು ತಿಂಗಳಿಗೆ ಕೈಕಾಲು ಕಣ್ಣು ಮೂಗುಗಳ ಮಗು ಹೊರಬರುತ್ತೆ ಆ ಮಾರ್ಗವಾಗಿಯೇ. ಅಷ್ಟರಲ್ಲಿ ಅದು ನಿಜವೆಂದು ನನಗೂ ಅನ್ನಿಸಿತ್ತು. ಆದರೆ ಹೇಗೆ, ಎಂಬ ರಹಸ್ಯಪೂರ್ಣ ಕುತೂಹಲ ಮಾತ್ರ ತಣಿದಿರಲಿಲ್ಲ. ಒಂದು ತೆರನಾದ ಉತ್ಸಾಹ. ಸುಮ್ಮಸುಮ್ಮನೆ ಓಡಿಯಾಡುವ, ಮರ ಹತ್ತಿ ಕೊಂಬೆಯ ಮೇಲೆ ಜಗ್ಗುವ, ಮರದ ಕೊಂಬೆಗೆ ಹಗ್ಗ ಕಟ್ಟಿ ಉಯ್ಯಾಲೆ ತೂಗಿಕೊಳ್ಳುವ ಉತ್ಸಾಹ. ನನ್ನ ಸಖಿಯರನ್ನೆಲ್ಲ ಕಟ್ಟಿಕೊಂಡು ಇದೇ ಮಾಡುತ್ತಿದ್ದೆ. ನಡುನಡುವೆ ಓಕರಿಕೆ ಇರಸು ಮುರುಸು. ಲೆಕ್ಕ ಹಾಕುತ್ತಿದ್ದೆ. ಒಂದು ಎರಡು ಮೂರು ನಾಲ್ಕು ತಿಂಗಳು. ಅಮ್ಮನ ಸಖಿ ಹೇಳಿದ್ದು ನಿಜ. ನನ್ನ ಹೊಟ್ಟೆಯಲ್ಲೇ ಏನೋ ಬೆಳೆಯುತ್ತಿದೆ. ಉಬ್ಬು. ಆಶ್ಚರ್ಯ. ಸಂತೋಷ. ಒಂದು ದಿನ ಅಪ್ಪ ನನ್ನನ್ನು ಕರೆದು ಹೇಳಿದ, ಅಮ್ಮನ ಎದುರಿಗೇ: 'ಪೃಥಾ, ಮಗೂ, ಇನ್ನು ಮೇಲೆ ನೀನು ಅರಮನೆಯ ಒಳಾಯದಿಂದ ಹೊರಗೆ ಹೋಗಬೇಡ. ಮದುವೆ ಯಾಗದೆ ತಾಯಿಯಾಗುತ್ತಿದೀಯ. ಮುಚ್ಚಿಡದಿದ್ದರೆ ನಮ್ಮ ರಾಜಕುಟುಂಬದ ಮರ್ಯಾದೆ ಉಳಿಯುವುದಿಲ್ಲ.'

'ಯಾಕೆ ಉಳಿಯುವುದಿಲ್ಲ? ಏನಾಗುತ್ತೆ?' ನಾನು ಕೇಳಿದೆ.

ಯಾಕೆ ಉಳಿಯುವುದಿಲ್ಲ? ಏನಾಗುತ್ತೆ? ನೀರಿನೊಳಗಣ ಬಿಂಬ ಕೂಡ ನಿಟ್ಟುಸಿರಿಟ್ಟಿತು. ಪರ್ವತಗಳೇ ಹಾಗೆ, ದುಃಖವನ್ನು ಮರುಕಳಿಸುತ್ತವೆ. ಇದೇ ನೆನಪು ಕಾಡುತ್ತದೆ. ಎಲ್ಲವನ್ನೂ ಮೊದಲೇ ನಿಶ್ಚಯಿಸಿದ್ದರು. 'ಮಗೂ, ದುಃಖಪಡಬೇಡ. ಋಷಿಗಳು ಯಾವತ್ತೂ ಹಿಂದಿನ ಕಾಲದ ಆಚಾರ ವಿಚಾರದವರು. ನಮ್ಮ ಕಡೆ ಕ್ಷತ್ರಿಯರೆಲ್ಲ ಬಹಳ ಮುಂದುವರಿಯುತ್ತಿದಾರೆ. ಮದುವೆಗೆ ಮೊದಲು ಹೆಣ್ಣುಮಗಳು ತಾಯಿಯಾದರೆ ಅವಮಾನ. ಅವಳನ್ನು ಮದುವೆ ಯಾಗುವುದಕ್ಕೆ ಕೂಡ ಒಪ್ಪುವುದಿಲ್ಲ. ನೀನೊಬ್ಬ ಸರಿಯಾದ ರಾಜನ ಹೆಂಡತಿಯಾಗಬೇಕೆಂದು ನಮ್ಮ ಆಶೆ' ಅಂತ ಬೇಕಾದಷ್ಟು ಸಮಾಧಾನ ಹೇಳಿ ಸಿದ್ಧಪಡಿಸಿದ್ದರು. ಹುಟ್ಟಿದ ಮಗು ಅತ್ತಿತು. ಕಣ್ಣು ಮೂಗು ಬಾಯಿಗಳ ಜೀವಂತ ಮಗು. ಕೈಕಾಲು ಆಡಿಸಿತು. ನನ್ನ ಕುತೂ ಹಲ ತಣಿಯಿತು. ಆದರೆ ಹೊಸ ವಿಸ್ಮಯವನ್ನು ಕೊಂಡೊಯ್ದರು. ಅಮ್ಮನ ನಂಬಿಕಸ್ಥಳಾದ ಸಖಿ ನನಗೆ ಮಗು ಹುಟ್ಟುವ ರಹಸ್ಯವನ್ನು ಬಿಡಿಸಿ ಹೇಳಿದ, ಸ್ವತಃ ಮಕ್ಕಳಿಲ್ಲದ ರಾಧೆಗೆ ತೌರಿನಲ್ಲಿ ಯಾರೋ ಹೆತ್ತುಕೊಟ್ಟರು ಎಂದು ಗಂಡನ ಮನೆಗೆ ಒಯ್ಯುವಂತೆ ಕಳಿಸಿ ನನ್ನ ಹೊಟ್ಟೆ ಖಾಲಿಯಾಯಿತು. ನಾಳೆ ಈ ಮಗುವಿನ ಹತ್ತಿರ ಹೋಗಿ ಭಿಕ್ಷೆ ಕೇಳಬೇಕು. ಬಿಂಬವು ಮತ್ತೆ ನಡುಗಲು ಶುರುವಾಯಿತು.

ಪರ್ವತಗಳು ನೆನಪನ್ನು ಮರುಕಳಿಸುತ್ತಿರುವಾಗ ದೇವಲೋಕದ ಇಬ್ಬರು ವೈದ್ಯರು ಬಂದರು. ಒಂದೇ ತರದ ಮೈಕಟ್ಟು. ಲಕ್ಷಣ. ಅವಳಿ ಸೋದರರಂತೆ. ಹತ್ತಿಯ ಬಟ್ಟೆ ಇಲ್ಲ. ಸದಾ ಕುರಿ ಅಥವಾ ಮೇಕೆಯ ತುಪ್ಪಟದ ಕಂಬಳಿಯ ಬಟ್ಟೆ. ಯಾವಾಗಲೂ ಜೋಡಿಯಾಗಿ ಬರುತ್ತಾರೆ. ರೋಗಿಗೆ ಕೈಕಾಲು ನೋವಿದ್ದರೆ, ಮೂಳೆ ಜರುಗಿದ್ದರೆ ಒಬ್ಬ

ಹಿಡಿದುಕೊಳ್ಳುತ್ತಾನೆ, ಒಬ್ಬ ಕಟ್ಟುತ್ತಾನೆ. ಇಬ್ಬರೂ ಕೂಡಿ ಮೂಲಿಕೆಗಳನ್ನು ಹುಡುಕಿ ತರುತ್ತಾರೆ. ಒಬ್ಬ ಅರೆಯುತ್ತಾನೆ. ಇನ್ನೊಬ್ಬ ಹಿಂಡುತ್ತಾನೆ. ಅಕ್ಕಿ ಗೋಧಿ ಅಂದರೆ ಬಾಯಿಬಿಡುತ್ತಾರೆ. ಪಾಂಡುರಾಜ ಕತ್ತೆಕತ್ತೆಗಟ್ಟಳೆ ಹೇರಿಸಿಕೊಡುತ್ತಾನೆ. ಅವರು ಔಷಧಿ ಪ್ರಾರಂಭಿಸಿದರು. ರಾಜನಿಗೆ ಮತ್ತೆ ವೀರ್ಯ ಹುಟ್ಟಿ ಮಕ್ಕಳಾಗುವಂತಹ ಔಷಧಿ. ನಿನ್ನ ಹೊಟ್ಟೆಯಲ್ಲಿ ಮಗುವಾಗುತ್ತದೆ, ದಪ್ಪ ಮಗು ಎಂದು ಬಂದಾಗಲೆಲ್ಲ ನನಗೆ ಹೇಳುತ್ತಿದ್ದರು. ನನ್ನ ಹೊಟ್ಟೆಯನ್ನು ಮುಟ್ಟಿ ನಗುತ್ತಿದ್ದರು. ಗಂಡು ಹೆಣ್ಣುಗಳ ಸಂಪರ್ಕದಲ್ಲಿ ನಮ್ಮ ಕಡೆಯಂತೆ ಸಂಕೋಚವಿಲ್ಲ ಈ ದೇವಲೋಕದವರಿಗೆ. ಮಹಾರಾಜ ಭಕ್ತಿಯಿಂದ ಔಷಧಿ ಸೇವಿಸುತ್ತಾನೆ. ನನಗೂ ಭಕ್ತಿ ಹುಟ್ಟಿದೆ. ಹೊಸ ಕನಸು ಆರಂಭವಾಗಿದೆ. ಹೊಟ್ಟೆಯಲ್ಲಿ ಹೊಸತು ಚಿಗುರಿ ಮೊದಲ ಸಲ ಆದಂತೆಯೇ ಬೆಳೆದು ಉಬ್ಬಿ, ಪರ್ವತದ ಗಾಳಿಯನ್ನೆಲ್ಲ ಉಸಿರಿನಲ್ಲಿ ಒಳಗೆ ಎಳೆದುಕೊಳ್ಳುವಂತಹ ಆಶೆ. ಪೃಥೆಗೆ ಮಕ್ಕಳೆಂದರೆ ಯಾವಾಗಲೂ ಆಶೆ, ಹತ್ತು ಹದಿನೈದು ಇಪ್ಪತ್ತು. ದೇವಲೋಕದಿಂದ ಕೆಳಗೆ ಹರಿಯುವ ನೀರು, ದವನ ಏಲಚಿ ನಾನಾ ವಿಧದ ಲತೆ ಪುಷ್ಪಗಳ ಮೇಲಿಂದ ಬೀಸುವ ಪರ್ವತಗಾಳಿ, ಈ ದೇವವೈದ್ಯರ ಮೂಲಿಕೆಯ ಔಷಧಿ, ಪಾಂಡುವಿನ ವೀರ್ಯ ಬನಿಯೊಡೆದು ಪೃಥೆಯು ಮಕ್ಕಳನ್ನು ಪಡೆಯಲಾರಳೆ, ಮೇಲೆ ಮೇಲೆ ಏರುವಂತೆ ಕೈಕಾಲು ಕುಣಿಸಿ ಕೇಕೆಹಾಕುವ ಮಕ್ಕಳನ್ನು? ಅಲ್ಲಿಯ ಶೀತದ ಹವೆ ನನಗಂತೂ ಹಿಡಿಸಿತು. ಆದರೆ ನನ್ನ ಸಖಿಗೆ ಕೆಮ್ಮು ಶುರುವಾಯಿತು. ಉಬ್ಬುಸಕ್ಕೆ ತಿರುಗಿತು. ನೀನು ಊರಿಗೆ ಹೋಗೆಂದರೂ ಕೇಳದೆ ಉಳಿದಳು. ದೇವವೈದ್ಯರು ಮೂಲಿಕೆ ತಿನ್ನಿಸಿದರೂ ಗುಣವಾಗದೆ ಸತ್ತಳು. ಅವಳ ಸಾವಿನ ದುಃಖದಲ್ಲಿ ನಾನು ಬೇಯುತ್ತಿರುವಾಗ ಹಸ್ತಿನಾವತಿಯಿಂದ ಸುದ್ದಿ ಬಂತು. ಒಂದು ನೂರು ಕತ್ತೆಗಳ ಮೇಲೆ ದಿನಸಿ ಧಾನ್ಯ ಕಂಬಳಿಗಳನ್ನು ಹೊರೆಸಿಕೊಂಡು ಬಂದ ಸೂತ ಮೊದಲಿನಿಂದ ಪಾಂಡುರಾಜನಲ್ಲಿ ವಿಶ್ವಾಸವಿಟ್ಟವನು. ಇದನ್ನು ಹೇಳುವುದಕ್ಕೆಂದೇ ಈ ಸಲ ತಾನೇ ಸಾಮಾನುಗಳ ಜೊತೆ ಹೊರಟುಬಂದಿದ್ದಾನೆ. ನಾವು ಇತ್ತ ಬಂದು ಒಂದು ವರ್ಷವಾಯಿತಲ್ಲ. ಇನ್ನು ಹಿಂತಿರುಗುತ್ತೇವೆಂಬ ನಿರೀಕ್ಷೆಯನ್ನು ಭೀಷ್ಮನು ಬಿಟ್ಟು ಆರು ತಿಂಗಳಾಯಿತಂತೆ. ತಾನು ಬೆಳೆಸಿದ ಕುರುವಂಶ ಮತ್ತು ಹಸ್ತಿನಾವತಿ ಮತ್ತೆ ಸುರುಟಿ ನಿಂತಿವೆ. ಇವನ್ನು ಹೇಗಾದರೂ ಬೆಳೆಸಲೇಬೇಕೆಂದು ನಿರ್ಧರಿಸಿ ಈಗ ಧೃತರಾಷ್ಟ್ರನಿಗೆ ಮದುವೆ ಮಾಡಿದ್ದಾನಂತೆ.

'ಹೆಣ್ಣು ಎಲ್ಲಿಯದು?' ಪಾಂಡುರಾಜ ಕೇಳಿದ.

'ಗಾಂಧಾರ ದೇಶದ್ದು. ಯಾತಕ್ಕೂ ಬಾರದ ಕುರುಡನಿಗೆ ನಮ್ಮ ಕಡೆಯ ಯಾವ ರಾಜವಂಶದವರು ಕೊಡುತ್ತಾರೆ? ಗಾಂಧಾರದ ಕಡೆ ಶುಲ್ಕ ಪಡೆದು ಮಾರುತ್ತಾರಂತೆ. ಮದ್ರ ದೇಶಕ್ಕೆ ಹೋಗಿ ನಿನಗೆ ಎರಡನೇ ಹೆಣ್ಣು ತರಲಿಲ್ಲವೇ. ಹಾಗೆಯೇ ಮಾಡಿದರು. ರಥ ಕುದುರೆಗಳ ಮೇಲೆ ಸೈನ್ಯ, ಗಾಡಿಗಳ ತುಂಬ ಐಶ್ವರ್ಯ ತುಂಬಿಕೊಂಡು ಹೋದರು. ಹೆಣ್ಣಂತೂ ಕೊಟ್ಟರು ಅವರು.'

'ಗಾಂಧಾರದ ಕಡೆಯ ಹೆಂಗಸರು ನಮ್ಮ ಆರ್ಯಾವರ್ತದ ಕಡೆಯ ಹಾಗೆ ಗಂಡ ಹೇಳಿದ ಹಾಗೆ ಕೇಳುವುದಿಲ್ಲವಂತೆ ಹೌದೆ?' ಪಾಂಡುರಾಜ ಕೇಳಿದ. ಪಕ್ಕದಲ್ಲಿ ನಾನೂ

ಇದ್ದೆ. ಮತ್ತೆ ಯಾರೂ ಇರಲಿಲ್ಲ.

'ಹಾಗೇನೋ ಹೇಳುತಾರೆ. ಆದರೆ ಈಕೆ ನಮ್ಮ ಕಡೆಯ ಹೆಂಗಸರಿಗಿಂತ ಮೀರಿದ ಪತಿಭಕ್ತೆ. ಗಂಡ ಕುರುಡ ಅಂತ ತಿಳಿದ ದಿನವೇ ಒಂದು ಅರಿವೆಬಳಲಿನಲ್ಲಿ ತನ್ನ ಎರಡು ಕಣ್ಣುಗಳನ್ನೂ ಕಟ್ಟಿಕೊಂಡಳಂತೆ. ಮತ್ತೆ ಈ ಪ್ರಪಂಚದ ಯಾವ ವಸ್ತುವನ್ನೂ ಕಣ್ಣು ಬಿಟ್ಟು ನೋಡಲಿಲ್ಲ. ಹಾಗೆಯೇ ಅಣ್ಣನ ಜೊತೆ ರಥದಲ್ಲಿ ಕೂತು ಹೊರಟಳಂತೆ. ಹಸ್ತಿನಾವತಿಯಲ್ಲಿ ವಿವಾಹವೇದಿಕೆಯಲ್ಲಿ ಕೂಡ ಹಾಗೆಯೇ ನಿಂತಿದ್ದಳು ಕಣ್ಣು ಕಟ್ಟಿಕೊಂಡು. ಸಪ್ತಪದಿಯನ್ನೂ ಹಾಗೆಯೇ ಇಟ್ಟಳು ಕುರುಡಿಯಂತೆ. ಗಂಡನೇನೋ ಹುಟ್ಟುಕುರುಡ. ಆದರೆ ಈಕೆ ಯಾಕೆ ಹೀಗೆ ಮಾಡಬೇಕು? ಹಸ್ತಿನಾವತಿಯ ಪ್ರಜೆಗಳೆಲ್ಲ, ಮಹಾಸಾಧ್ವಿ ಮಹಾಪತಿಭಕ್ತೆ ಅಂತ ಅವಳ ಕಾಲಿಗೆ ಬೀಳುತ್ತಾರೆ, ಗುಣಗಾನ ಮಾಡುತ್ತಾರೆ.'

'ಅಣ್ಣನ ಪುಣ್ಯ ದೊಡ್ಡದು' ಪಾಂಡು ಅಂದ.

ನನಗೂ ಹಾಗೆನ್ನಿಸಿತು. ಮೈಕಟ್ಟಿನಲ್ಲಿ ಅಣ್ಣ ತಮ್ಮ ಇಬ್ಬರೂ ಒಂದೇ. ಆದರೆ ಕಣ್ಣೇ ಇಲ್ಲದವನು ಏನನ್ನು ತಾನೆ ಸಾಧಿಸಬಲ್ಲ? ಗುರಿ ಇಟ್ಟು ಬಾಣ ಹೊಡೆಯದ ಮೇಲೆ ಕ್ಷತ್ರಿಯ ಹೇಗಾದಾನು? ಅಂಥವನಿಗೆ ಹೀಗೆ ಭಕ್ತಿಯಿಟ್ಟ ಹೆಂಡತಿ. ಕುಂತಿಗಿಂತ ಗಾಂಧಾರಿ ಹಸ್ತಿನಾವತಿಯಲ್ಲಿ ಪೂಜ್ಯಸ್ಥಾನ ಗಳಿಸಿದ್ದಾಳೆ. ಪೂಜ್ಯತೆ ಗಳಿಸುವ ಅವಕಾಶವೇ ನನಗೆ ಆಗಿಲ್ಲ, ಗಂಡನೊಡನೆ ಹೊರಟು ಇಲ್ಲಿಗೆ ತಪಸ್ಸಿಗೆ ಬಂದೆ ಎಂಬುದನ್ನು ಬಿಟ್ಟರೆ. ಗಂಡ ಕುರುಡೆಂದು ತಾನೂ ಕಣ್ಣಿಗೆ ಪಟ್ಟಿ ಕಟ್ಟಿಕೊಂಡು ಪಟ್ಟಣದ ಜನಗಳ ಮಧ್ಯದಲ್ಲೇ ಇರುವ ಅವಳು ಮಹಾಸಾಧ್ವಿ ಎನಿಸಿಕೊಳ್ಳುವುದು ನನಗೆ ನಿಜ ಅಂದರೆ ಮತ್ಸರವಾಯಿತು. ಹೌದು, ಈ ಕುಂತಿಗೆ ಮತ್ಸರವಾಯಿತು. ಆಗಬಾರದೇನು?

ಸೂತ ಗುಟ್ಟಿನಲ್ಲೆಂಬಂತೆ ಧ್ವನಿ ತಗ್ಗಿಸಿ ಹೇಳಿದ: 'ಭೀಷ್ಮರು ಸ್ವತಃ ಸಿಂಹಾಸನ ಏರುವುದಿಲ್ಲ. ನೀವು ಇತ್ತ ಬಂದುಬಿಟ್ಟಿರಿ. ಅಲ್ಲಿ ವಿಧ್ಯುಕ್ತವಾಗಿ ಆಡಳಿತಕ್ಕೆ ಮುದ್ರೆ ಒತ್ತುವವರೊಬ್ಬರು ಬೇಕಲ್ಲ. ಸದ್ಯಕ್ಕೆ ಭೀಷ್ಮರು ಧೃತರಾಷ್ಟ್ರನನ್ನೇ ಸಿಂಹಾಸನದ ಮೇಲೆ ಕೂರಿಸಿದ್ದಾರೆ.'

'ದೃಷ್ಟಿಹೀನನನ್ನು?' ಪಾಂಡು ಆಶ್ಚರ್ಯದಿಂದ ಕೇಳಿದ.

'ಆಪದ್ಧರ್ಮ. ವಾಸ್ತವವಾಗಿ ಆಳುವವರಂತೂ ಭೀಷ್ಮರೇ ತಾನೆ.'

ಇದರಿಂದ ನನಗೆ ಹೆಚ್ಚೇನೂ ಅನ್ನಿಸಲಿಲ್ಲ. ರಾಜಪುತ್ರ ಧೃತರಾಷ್ಟ್ರನಿಗೆ ಬೇಕೆಂದರೆ ಅರಮನೆಯಲ್ಲಿ ದಾಸಿಯರಿಗೇನೂ ಬರವಿರಲಿಲ್ಲ. ಅವನು ಸೇವೆಗೆ ಈಗಾಗಲೇ ದಾಸಿಯರನ್ನು ಕರೆಯುತ್ತಿದ್ದನೋ ಇಲ್ಲವೋ ನಾನು ಕಾಣೆ. ಈಗ ಒಂದು ಮದುವೆಯೂ ಆಗಿದೆ. ನನ್ನ ಮನಸ್ಸು ಎಂದಿನಂತೆ ನೆನಪಿನಲ್ಲಿ, ಕನಸಿನಲ್ಲಿ, ನೆನಪು ಕನಸುಗಳಲ್ಲಿ ಮಗ್ನವಾಯಿತು. ಈ ನಡುವೆ ಚಳಿಗಾಲ ಬಂತು. ಚಳಿ ಅಂದರೆ ಏನು, ಹಸ್ತಿನಾವತಿಯಲ್ಲಾಗಲಿ, ಭೋಜನಗರದಲ್ಲಾಗಲಿ ಕುಳಿತು ಕಲ್ಪಿಸಿಕೊಳ್ಳಲಾಗದ ಚಳಿ. ಬಾನಿನಿಂದ ಮುರಿದು ಮುರಿದು ಉದುರಿ ಪರ್ವತವನ್ನೆಲ್ಲ ಮುಚ್ಚಿಹಾಕುವ ಬೆಳ್ಳನೆಯ ಚಳಿ. ದಕ್ಷಿಣದ ಪರ್ವತ, ಉತ್ತರದ ದೇವಲೋಕದ ಪರ್ವತಗಳೆಲ್ಲ ಬಿಳುಪಿನಿಂದ ಮುಚ್ಚಿಹೋದವು. ನಾವಿದ್ದ ತಪ್ಪಲಿಗೆ ಕೂಡ ಬಿಳಿಯ ಮೊರೆಗಟ್ಟಿತು. ಚಳಿಯಾದರೂ ಒಂದು ತೆರನಾದ ಸೊಗಸು. ಹೊರಗೆ ಬಿಳಿದಾದ ಪರ್ವತ

ಗಳನ್ನು ನೋಡಿದರೆ ಹೋ ಎಂದು ಕೂಗಿಕೊಳ್ಳುವ ಹುರುಪು. ಆಗ ದೇವಲೋಕದ ಎಷ್ಟೋ ಜನರು ಮೇಲಿನಿಂದ ಕೆಳಗೆ ಇಳಿದು ಬಂದರು, ತಮ್ಮ ಮೇಕೆ, ಕುದುರೆ ಕತ್ತೆಗಳ ಮೇಲೆ ಸಾಮಾನು ಹೇರಿಕೊಂಡು. ಮೇಲೆ ಸಹಿಸಲಸಾಧ್ಯ ಚಳಿಯಂತೆ. ಈ ತಪ್ಪಲು ಇದ್ದುದರಲ್ಲಿ ಬೆಚ್ಚಗಂತೆ. ಪ್ರತಿ ಚಳಿಗಾಲದಲ್ಲೂ ಅವರಲ್ಲಿ ಕೆಲವರು ಕೆಳಗೆ ಇಳಿದು ಬರುತ್ತಾರಂತೆ. ಇನ್ನು ಕೆಲವರು ಇನ್ನೊಂದು ಕಡೆಯಿಂದ ಇಳಿದಿರುತ್ತಾರಂತೆ. ನಮ್ಮ ಕಡೆ ಇಳಿದವರು ನಮ್ಮಿಂದ ಸ್ವಲ್ಪ ದೂರ ನಡೆದರೆ ಏಳು ಎಂಟು ಘಳಿಗೆಯ ದೂರದಲ್ಲಿ ಗುಡಿಸಲು ಕಟ್ಟಿ ಬೀಡುಬಿಟ್ಟರು. ನಮ್ಮ ವೈದ್ಯರೂ ಈ ಗುಂಪಿನಲ್ಲೇ ಬಂದಿದ್ದರು. ಆಗಾಗ್ಗೆ ಅವರೆಲ್ಲ ಬೇಟೆಯ ಪ್ರಾಣಿಗಳನ್ನೋ ಗೆಡ್ಡೆ ಗೆಣಸುಗಳನ್ನೋ ಹುಡುಕಿಕೊಂಡು ನಮ್ಮ ಕಡೆಗೆ ಬರುತ್ತಿದ್ದರು. ನಾವು ಒಮ್ಮೊಮ್ಮೆ ಬೀಸಿದ ಹಿಟ್ಟು ರೊಟ್ಟಿಗಳನ್ನು ಕೊಟ್ಟರೆ ಅದೆಷ್ಟು ಸಂತೋಷ ಅವರಿಗೆ! ಅವರಿಗೂ ನಮಗೂ ಮಾತಿನಲ್ಲಿ ಸ್ವಲ್ಪ ವ್ಯತ್ಯಾಸ. ಅವರ ಭಾಷೆ ನಮಗೆ ತಿಳಿಯದೆ ಇಲ್ಲ. ವೇದದಂತಹ ಭಾಷೆ. ಆಕಾಶದಲ್ಲಿರುವ ದೇವರಿಗೆ ಕೇಳಿಸುವಂತೆ ಗಟ್ಟಿಯಾದ ಉಚ್ಚಾರ ಅವರದು. ಎಷ್ಟಾದರೂ ದೇವಜನರು. ಅವರಲ್ಲಿ ಒಟ್ಟು ಮೂವತ್ತೆರಡು ಗಣಗಳಂತೆ. ಒಂದೊಂದು ಗಣದಲ್ಲಿರುವ ಗಂಡಸರು ಹೆಂಗಸರೆಲ್ಲ ಪರಸ್ಪರ ಗಂಡಹೆಂಡಿರಂತೆ. ಒಂದು ಗಣಕ್ಕೆ ಸೇರಿದ ಯಾವ ಹೆಂಗಸು ತನ್ನ ಗಣದ ಯಾವ ಗಂಡಸನ್ನಾದರೂ ಕೂಡಬಹುದು. ಗಂಡಸೇ ಆಗಲಿ, ಹೆಂಗಸೇ ಆಗಲಿ ಯಾರು ಯಾರನ್ನು ಕರೆದರೂ ನಿರಾಕರಿಸುವಂತಿಲ್ಲ. ಗಂಡಸು ಹೆಂಗಸು ಇಬ್ಬರಿಗೂ ಸಮಾನ ಅಧಿಕಾರ. ಹುಟ್ಟುವ ಮಕ್ಕಳು ಇಡೀ ಗಣಕ್ಕೆ ಸೇರಿದವು. ಎಲ್ಲರಿಗೆ ಎಲ್ಲರೂ ಗಂಡಂದಿರು, ಎಲ್ಲರಿಗೆ ಎಲ್ಲರೂ ಹೆಂಡತಿಯರು. ಸಂಕೋಚವಿಲ್ಲ, ನಾಚಿಕೆಯಿಲ್ಲ. ಈ ವಿಷಯದಲ್ಲಿ ಯಾರೂ ಭೇದ ಮಾಡುವಂತಿಲ್ಲ. ಮಾಡಿದರೆ ಗಣಮುಖ್ಯನು ಶಿಕ್ಷಿಸುತ್ತಾನೆ. 'ಒಂದು ಥರಕ್ಕೆ ಅವರದೇ ಚನ್ನ ಅಲ್ಲವೆ?' ಮಾದ್ರಿ ನನ್ನ ಕೈಲಿ ಅಂದಳು: 'ಅವರಲ್ಲಿ ನೋಡು, ಎಲ್ಲ ಹೆಂಗಸೂ ಬೆನ್ನ ಮೇಲೆ ಮಗು ಹೊತ್ತುಕೊಂಡೇ ತಿರುಗುತಾರೆ. ನಮ್ಮ ಹಾಗೆ ಯಾರೂ ಬಂಜೆಯರಿಲ್ಲ.' ಹೌದೆನಿಸಿತು. ಹತ್ತಿಯ ಬಟ್ಟೆಯಿಲ್ಲ. ಹೆಂಗಸು ಗಂಡಸು ಆದಿಯಾಗಿ ದಪ್ಪ ಕಂಬಳಿಯ ವಸ್ತ್ರ. ಕವಿಚಿಕೊಂಡಾಗ ಗುಡ್ಡದ ಜನರಂತೆ ಕಾಣುತ್ತಾರೆ. ತೆರೆದರೆ ಸಾಕು ಎಷ್ಟು ಸುಂದರ ಮೈಕಟ್ಟು! ಸುಂದರ ಬಿಳಿಬಣ್ಣ. ನಮ್ಮಂತೆ ಕಪ್ಪು ಕೆಂದುಗಳ ಮಿಶ್ರ ಆರ್ಯರಲ್ಲ. ಅವರೇ ಮೂಲ ಆರ್ಯರಂತೆ. ನಮಗಿಂತ ಶುದ್ಧರಂತೆ. ಅವರದೇ ಮೂಲ ಕುಲಾಚಾರವಂತೆ. ಕೆಳಗೆ ಬಯಲಿನ ಆರ್ಯಾವರ್ತದ ಆಚಾರಗಳು ಅವರಲ್ಲಿ ಎಷ್ಟೋ ಜನಕ್ಕೆ ಗೊತ್ತಿಲ್ಲ. ಗೊತ್ತಿರುವವರು ಮಾತ್ರ, ನಮ್ಮದನ್ನು ಮೂಲಧರ್ಮ ಬಿಟ್ಟದ್ದೆಂಬ ಹೀನಭಾವದಿಂದ ಕಾಣುತ್ತಾರೆ. ಆ ಜನರಲ್ಲಿ ಯಾರಾದರೂ ಇತ್ತ ಬಂದರೆ ಸಾಕು, ಕರೆದು ಕೂರಿಸಿ ಮಾತ ನಾಡುವುದೇ ನನಗೆ ಬೇರೆ ಜನಸಂಪರ್ಕವಿಲ್ಲದಿದ್ದ ಅಲ್ಲಿ ಒಂದು ಸಂತೋಷ. ಮಾದ್ರಿ ಕೂಡ ಅದನ್ನೇ ಕಾಯುತ್ತಿದ್ದಳು. ಅವರಂತೂ ನಮ್ಮ ದಿನಸಿ ಧಾನ್ಯಗಳಿಂದ ಮಾಡಿದ ಊಟವೆಂದರೆ ಬಾಯಿ ಬಿಡುತ್ತಿದ್ದರು. ಅವರ ಲೋಕದಲ್ಲಿ ಇವೆಲ್ಲ ಬೆಳೆಯುವುದಿಲ್ಲವಂತೆ.

ಸೂತ ಬಂದು ಹೋದ ಮೇಲೆ ಪಾಂಡು ನನ್ನ ಕೈಲಿ ಕೂಡ ಹೆಚ್ಚು ಮಾತನಾಡುವುದಿಲ್ಲ.

ತನ್ನಲ್ಲೇ ಯೋಚಿಸುತ್ತಾ ಮಲಗಿರುತ್ತಾನೆ. ನೀರು ಗೆಡ್ಡೆಕಟ್ಟುವ ಚಳಿ. ರಾತ್ರಿಯ ವೇಳೆ ನನ್ನನ್ನು ಹೆಚ್ಚು ಹೆಚ್ಚು ತಬ್ಬಿಕೊಂಡಿರುತ್ತಾನೆ. ತಾಯಿಯ ಬೆಚ್ಚನೆಯ ಮೈಯನ್ನು ಮಗು ತಬ್ಬಿಕೊಳ್ಳುವಂತೆ. ಮೊದಮೊದಲು ಎಷ್ಟೋ ಮಾತನಾಡುತ್ತಿದ್ದ. ಈಗ ತೀರ ಮೌನಿ. ನಾನು ಹಗಲು ಹೊತ್ತು ಹಿಮ ಮುಚ್ಚಿದ ಪರ್ವತದ ಬೇರೆ ಬೇರೆ ಮಗ್ಗುಲುಗಳನ್ನು ನೋಡಲು ಹೋಗುತ್ತಿದ್ದೆ. ಜೊತೆಗೆ ಮಾದ್ರಿಯೂ ಇರುತ್ತಿದ್ದಳು. ಯಾರಾದರೂ ದೇವಜನರು ಸಿಕ್ಕಿದರೆ ಸಾಕು ಅವರೊಡನೆ ಮಾತನಾಡುವುದು. ಅವರ ಆಚಾರ ವಿಚಾರ ಊಟ ತಿಂಡಿ ಇತ್ಯಾದಿ. ನಮ್ಮದನ್ನು ಹೇಳುವುದು. ಒಮ್ಮೊಮ್ಮೆ ನಮ್ಮ ತಪ್ಪಲಿನಲ್ಲೇ ಪಶ್ಚಿಮದ ಕಡೆಗೆ ನಡೆದರೆ ಎರಡು ಘಳಿಗೆ ದೂರದಲ್ಲಿ ಒಂದು ಹಳ್ಳಿ. ಕಡಿದಾದ ಪರ್ವತಮಾರ್ಗದಲ್ಲಿ ಕಟ್ಟಿದ ಆರು ಗುಡಿಸಲುಗಳು. ಕೆಳಗಿನ ನದಿ ದಾಟುವ ಬಿದಿರುಸೇತುವೆ. ಮಾತಿಗೆ ಆ ಹಳ್ಳಿಯ ಹೆಂಗಸರು ಸಿಕ್ಕುತ್ತಿದ್ದರು. ಕೆಲವೊಮ್ಮೆ ಅವರೇ ನಮ್ಮನ್ನು ಹುಡುಕಿಕೊಂಡು ಬರುತ್ತಿದ್ದರು. ಅವರೂ ಅಷ್ಟೆ, ನಮ್ಮ ದಿನಸಿ, ಅಡುಗೆ ಅಂದರೆ ಚಪ್ಪರಿಸುತ್ತಾರೆ. ಅವರಲ್ಲಿ ಇನ್ನೊಂದು ಆಚಾರ. ಕುಟುಂಬದಲ್ಲಿರುವ ಅಣ್ಣತಮ್ಮಂದಿರಿಗೆಲ್ಲ ಒಟ್ಟಿಗೆ ಮದುವೆ. ನಾಲ್ಕು ಅಣ್ಣತಮ್ಮಂದಿರಿದ್ದರೆ ಅವರಿಗೆ ಒಬ್ಬಳೋ ಇಬ್ಬರೋ ನಾಲ್ವರೋ ಐವರೋ ಹೆಂಡಂದಿರನ್ನು ತರುತ್ತಾರೆ. ಅವರೆಲ್ಲರೂ ಎಲ್ಲ ಸೋದರರಿಗೂ ಒಟ್ಟಿಗೆ ಹೆಂಡಿರಾಗುತ್ತಾರೆ. ಯಾವ ಹೆಂಡತಿಯ ಹೊಟ್ಟೆಯಲ್ಲಿ ಮಗುವಾದರೂ ಸೋದರರಲ್ಲಿ ಹಿರಿಯನ ಹೆಸರಿನಿಂದ ನಾಮಕರಣ. 'ಇದೂ ಒಂದು ಥರಕ್ಕೆ ಚಂದವಲ್ಲವೆ?' ಮಾದ್ರಿ ಅಂದಳು. ನಾನು ಬಾಯಿಬಿಟ್ಟು ಹೂಂ ಅನ್ನಲಿಲ್ಲ. ಅಯ್ಯಾ ನಿನಗೆಷ್ಟು ಜನ ಹೆಂಡತಿಯರು ಎಂದು ಒಬ್ಬನನ್ನು ಕೇಳಿದರೆ ಅವನು ನಾಲ್ಕು ಬೆರಳುಗಳನ್ನು ಎತ್ತಿ ತೋರಿಸುತ್ತಿದ್ದ. ನಿನಗೆ ಗಂಡಂದಿರೆಷ್ಟು ಎಂದು ಪಕ್ಕದಲ್ಲಿದ್ದ ಅವನ ಒಬ್ಬ ಹೆಂಡತಿಯನ್ನು ಕೇಳಿದರೆ ಆರು ಜನ ಎನ್ನುತ್ತಿದ್ದಳು. ಅಂದರೆ ಆರು ಜನ ಸೋದರರು, ನಾಲ್ವರು ಹೆಂಡಂದಿರು. ನಾನು ಮಾದ್ರಿ ಪರಸ್ಪರ ಮುಖ ನೋಡಿಕೊಳ್ಳುತ್ತಿದ್ದೆವು. ಮಾದ್ರಿ ತಲೆ ಬಗ್ಗಿಸಿ, 'ಅಕ್ಕ, ನಮ್ಮ ಆಶ್ರಮಕ್ಕೆ ಹೋಗೋಣ ಬಾ' ಎನ್ನುತ್ತಿದ್ದಳು.

ಚಳಿಗಾಲ ಕಳೆಯುತ್ತಾ ಬಂದಿತ್ತು. ನಮ್ಮ ತಪ್ಪಲಿನಲ್ಲಿ ಆಗಲೇ ಹಿಮ ಕರಗಿ ನೀರು ಹರಿಯಲು ಶುರುವಾಗಿತ್ತು. ಪರ್ವತಗಳು ಮಾತ್ರ ಇನ್ನೂ ಬೆಳ್ಳಗೆ, ಆದರೆ ನಡುನಡುವೆ ಹಿಮ ಕರಗಿದ ಭಾಗದಲ್ಲಿ ಕಪ್ಪಗೆ ಕಾಣುತ್ತಿದ್ದವು. ಒಂದು ರಾತ್ರಿ ಮಲಗಿದ್ದಾಗ ಪಾಂಡುರಾಜ ಕತ್ತಲೆಯಲ್ಲಿ ನನ್ನ ತೋಳು ಹಿಡಿದು ಎಂದ: 'ಕುಂತೀ, ನಾನು ಇಲ್ಲಿಗೆ ಬರಲೇಬಾರದಾಗಿತ್ತು.'

'ಯಾಕೆ, ಇನ್ನೂ ಔಷಧಿ ಫಲ ಕೊಟ್ಟಿಲ್ಲ ಅಂತಲೆ?'

'ಬರೀ ಅಷ್ಟೆ ಅಲ್ಲ. ನಾನು ಬಂದದ್ದರಿಂದ ದೊಡ್ಡಪ್ಪ ಧೃತರಾಷ್ಟ್ರನಿಗೆ ಮದುವೆ ಮಾಡಿದ. ಅವನ ಹೆಂಡತಿ ಬಸುರಿಯೂ ಆಗಬಹುದು, ಇಷ್ಟರಲ್ಲಿ ಆಗಿಯೂ ಇರಬಹುದು. ಹೇಗೂ ಅವನನ್ನು ಸಿಂಹಾಸನದ ಮೇಲೆ ಕೂರಿಸಿದಾರೆ. ಮುಂದೆ ಕುರು ರಾಜ್ಯ ಅವನ ಮಕ್ಕಳಿಗೆ. ಮೊದಲು ಪಟ್ಟಕ್ಕೆ ಕೂತ, ದಿಗ್ವಿಜಯ ಮಾಡಿ ರಾಜ್ಯ ವಿಸ್ತರಿಸಿದ ನಾನು ಈ ಪರ್ವತದ ತಪ್ಪಲಿನಲ್ಲೇ ಉಳಿಯಬೇಕಾದೀತೇನೋ!'

ನನಗೆ ಇದು ಹೊಳೆದೇ ಇರಲಿಲ್ಲ. ಗಾಬರಿಯಾಯಿತು. ಅಲ್ಲಿಂದ ದಿನಸಿ ಧಾನ್ಯ

ಬಟ್ಟೆಬರೆಗಳೆಲ್ಲ ಸರಬರಾಜಾಗುತ್ತಿರುವುದರಿಂದ ಇಲ್ಲಿ ನೆಮ್ಮದಿಯಿಂದಿದ್ದೇವೆ. ನಾಳೆ ಅವರು ಅದನ್ನೂ ನಿಲ್ಲಿಸಿಬಿಟ್ಟರೆ ಈ ದೇವಜನರಂತೆ ಅಥವಾ ಕೆಳಗಿನ ಬೆಟ್ಟಗಾಡಿನವರಂತೆ ಬರೀ ಬೇಟೆ ಗೆಡ್ಡೆಗೆಣಸುಗಳಲ್ಲಿರಬೇಕು ಸ್ವತಃ ಆಡುಮೇಕೆಗಳ ಕೂದಲು ಕತ್ತರಿಸಿ ನೇಯ್ದು ಕಂಬಳಿ ಸುತ್ತಿಕೊಂಡು. ಮಹಾರಾಜ ನಿಟ್ಟುಸಿರುಬಿಟ್ಟದ್ದು ಕೇಳಿಸಿತು. 'ವಾಪಸು ಹೊರಟು ಹೋಗೋಣ' ಎಂದೆ.

'ಅದನ್ನೂ ಯೋಚಿಸಿ ನೋಡಿದೆ. ತಪಸ್ಸಿಗೆ ಅಂತ ಹೇಳಿ ಇಲ್ಲಿಗೆ ಬಂದಾಗಿದೆ. ತಪಸ್ಸಿನ ಫಲವೇನು? ಏನಾದರೂ ಸಾಧನೆ ಮಾಡಿಕೊಂಡರೆ ಹೋಗುವ ಮುಖ ಇರುತ್ತೆ. ಜನಗಳ ಎದುರಿಗೂ ಅಷ್ಟೆ. ದೊಡ್ಡಪ್ಪನ ಎದುರಿಗೂ ಅಷ್ಟೆ. ಒಂದು ಮಗುವಾದರೂ ಆಗಿದ್ದರೆ' ಎಂದು ಮತ್ತೆ ತೋಳನ್ನು ಹಿಸುಕಿದ.

'ಔಷಧಿ ಫಲಿಸಲಿಲ್ಲವಲ್ಲ ಇನ್ನೂ' ಎಂದೆ.

'ಬೇರೇನೂ ದಾರಿ ಇಲ್ಲವೆ?' ನನ್ನನ್ನೇ ಕೇಳಿದ. ಕೇಳಿ ಸುಮ್ಮನಾದ.

ಬೇರೆ ಯಾವ ದಾರಿಯುಂಟು? ಈ ಪರ್ವತಗಳು ನನ್ನಲ್ಲಿ ಮರುಕಳಿಸುತ್ತಿದ್ದುದು ತಕ್ಷಣ ಮನಸ್ಸಿಗೆ ಬಂತು. ಸಖಿ ಸತ್ತಮೇಲೆ ಅದನ್ನು ತಿಳಿದವರು ಇಲ್ಲಿ ಯಾರೂ ಇಲ್ಲ. ಗಂಡನೊಡನೆ ಹೇಳಿಬಿಡಬೇಕೆಂಬ ಬಯಕೆ ಹಲವು ಸಲ ಹುಟ್ಟಿತ್ತು. ಆದರೆ ಮುಚ್ಚಿಯೇ ಇಟ್ಟಿದ್ದೆ. ಈಗ ಹೇಳಬೇಕೆಂಬ, ಹೇಳಬಹುದೆಂಬ ಮನಸ್ಸು ಬಂತು. 'ನಿನಗೆ ಗೊತ್ತಿಲ್ಲ. ಹಾಗೆ ನೋಡಿದರೆ ನಮಗೊಬ್ಬ ಮಗ ಇದಾನೆ, ಈಗ ಒಂಬತ್ತು ಹತ್ತು ವರ್ಷದವನು' ಎಂದೆ.

'ಹೇಗೆ?'

'ಕಾನೀನ' ಎಂದು ಸುಮ್ಮನಾದೆ.

ಮಹಾರಾಜ ಮಾತನಾಡಲಿಲ್ಲ. ಸಿಟ್ಟೋ ತಿರಸ್ಕಾರವೋ ಏನೋ ನನಗೆ ತಿಳಿಯಲಿಲ್ಲ. ನನ್ನ ಮನಸ್ಸಂತೂ ಹಗುರವಾಯಿತು. ಒಂದು ಘಳಿಗೆಯೇ ಕಳೆದ ಮೇಲೆ ಕೇಳಿದ: 'ಹೇಗೆ ಆಯಿತು? ಈಗ ಎಲ್ಲಿದೆ?'

ಆದ ರೀತಿಯನ್ನು ವಿವರಿಸಿದೆ. ಅಪ್ಪ ಅಮ್ಮ ಗುಟ್ಟು ಮಾಡಿದ್ದನ್ನೂ ಹೇಳಿ, 'ಈಗ ಎಲ್ಲಿದೆಯೋ, ಆ ಸೂತ ಹೆಂಗಸು ಎಲ್ಲಿಗೆ ಕರೆದೊಯ್ದಳೋ ಕಾಣೆ. ನಾವಿಬ್ಬರೂ ನನ್ನ ತಂದೆಯ ಊರಿಗೆ ಹೋಗಿ ಕೇಳಿದರೆ ಅವರು ಹುಡುಕಿಸಿ ಕೊಡದೆ ಇರುವುದಿಲ್ಲ' ಎಂದೆ. ಎಲ್ಲವನ್ನೂ ಹೇಳುತ್ತಾ ಹೇಳುತ್ತಾ ಉತ್ಸಾಹ ಹುಟ್ಟಿತು. ನನ್ನ ಮಗುವನ್ನು ವಾಪಸು ತಂದು ನಾವಿಬ್ಬರೂ ತಬ್ಬಿ ಸಾಕುವ ಸುಖ ಮೈಕೈಗಳಲ್ಲೆಲ್ಲ ಜಿನುಗುತ್ತಿತ್ತು. ಮಹಾರಾಜ ಮಾತನಾಡಲಿಲ್ಲ. ಹೊರಗೆ ಪರ್ವತದ ಗಾಳಿ ಬೀಸುತ್ತಿತ್ತು. ಎರಡು ಪರ್ವತಗಳ ನಡುವಣ ತಪ್ಪಲಿನಲ್ಲಿ ಹರಿಯುವ ಗಾಳಿ. 'ಕುಂತಿ' ಎಂದು ಅವನು ಹತ್ತಿರ ಬಂದು ಬಲಗೈಯನ್ನು ನನ್ನ ದಟ್ಟದೊಳಗೆ ಸರಿಸಿ ವಸ್ತ್ರದೊಳಗೆ ಹಾಯಿಸಿ ನನ್ನ ಹೊಟ್ಟೆಯನ್ನು ಒತ್ತಿ ಒತ್ತಿ ಸವರಿ ಹೇಳಿದ: 'ಕುಂತೀ, ನಿನ್ನದು ಸದಾ ಮೊಳೆತು ಚಿಗುರಿ ಬೆಳೆಸುವಂತಹ ಹೊಟ್ಟೆ. ಆದರೆ ಬೀಜಶಕ್ತಿಯೇ ಇಲ್ಲವಾಯಿತಲ್ಲ.' ಅನಂತರ ಹಾಗೆಯೇ ತಬ್ಬಿಕೊಂಡು ಮುಖವನ್ನು

ನನ್ನೆರಡು ಮೊಲೆಗಳ ನಡುವಣ ಎದೆಗೆ ಹುದುಗಿಸಿ ನಿಟ್ಟುಸಿರಿಡತೊಡಗಿದ ಬಿಸಿಯ ಹಿತ ಏರುವಂತೆ. ನನ್ನ ಮನಸ್ಸು ಆ ಮಗುವನ್ನು ಕಲ್ಪಿಸಿಕೊಳ್ಳುತ್ತಿತ್ತು. ಕೈಗಳು ಮಹಾರಾಜನ ತಲೆಯನ್ನು ಬಿಗಿಯಾಗಿ ತಬ್ಬಿ ಹಿಡಿದಿದ್ದವು. ತಪ್ಪಲಿನ ಗಾಳಿ ಒಂದೇ ಹದಕ್ಕೆ ಹರಿಯುತ್ತಿತ್ತು. ಹಿಂದಿನಿಂದ ಮುಂದಕ್ಕೋ ಮುಂದಿನಿಂದ ಹಿಂದಕ್ಕೋ ತಿಳಿಯುತ್ತಿರಲಿಲ್ಲ. ಹಸ್ತಿನಾವತಿಗೆ ಬಂದ ಮೇಲೆ ತಿಳಿದಿತ್ತು. ಮಹಾರಾಜನ ಅಜ್ಜಿ ಸತ್ಯವತಿಗೂ ಕಾನೀನ ಪುತ್ರನಿದ್ದಾನೆ. ದೊಡ್ಡ ವೇದಜ್ಞನೆನಿಸಿದ್ದಾನೆ ಈಗ. ನನ್ನ ಇಬ್ಬರು ವಿಧವೆ ಅತ್ತೆಯರಿಗೂ ನಿಯೋಗ ಮಾಡಿ ನನ್ನ ಗಂಡ, ಧೃತರಾಷ್ಟ್ರರನ್ನು ಹುಟ್ಟಿಸಿದವನು ಆ ಕಾನೀನ ಪುತ್ರನೇ. ಹಸ್ತಿನಾವತಿಗೆ ಬಂದನೆಂದರೆ ಪ್ರಜಾಸ್ತೋಮವೇ ಅವನ ಕಾಲಿಗೆರಗುತ್ತದೆ. ನನ್ನ ಮಗನನ್ನೇಕೆ ನನ್ನ ಅಪ್ಪ ಮುಚ್ಚಿಬಿಟ್ಟರು, ಗುಟ್ಟು ಮಾಡಿ ನನ್ನನ್ನೂ ಮುಚ್ಚಿಟ್ಟಿದ್ದರು? ಸತ್ಯವತಿ ಮೀನುಗಾರಳಂತೆ. ಅವರಲ್ಲಿ ಯಾವ ಸಂಕೋಚವೂ ಇಲ್ಲದೆ ಕಾನೀನನೊಡನೆಯೇ ವಧುವನ್ನು ಮದುವೆಯಾಗುತ್ತಾರೆ. ಈ ಕ್ಷತ್ರಿಯರೇಕೆ ನಾಚಿಕೆಪಟ್ಟುಕೊಳ್ಳಲು ಶುರುಮಾಡಿದ್ದಾರೆ? ಗಾಳಿಯ ಸದ್ದು ಕಡಮೆಯಾಯಿತು. ಭಾರಿ ಪರ್ವತಗಳು ಸದ್ದಿಲ್ಲದೆ ನಿಂತಿವೆ. ಬೆಳದಿಂಗಳಿದೆಯೋ, ಮೋಡ ಮುಚ್ಚಿದೆಯೋ! ಹಸ್ತಿನಾವತಿಯವರಿಗಿಲ್ಲದ ಸಂಕೋಚ ನಮ್ಮ ಕಡೆ ಯಾಕೆ ಶುರುವಾಗಿದೆ, ಎನ್ನಿಸಿತ್ತು.

'ಮಹಾರಾಜ' ಎಂದೆ: 'ನನ್ನನ್ನು ನಿನಗೆ ಹೆಂಡತಿಯಾಗಿ ಕೊಟ್ಟ ಮೇಲೆ ನನ್ನ ಮಗುವೂ ನಿನ್ನದೇ ಅಲ್ಲವೆ?'

'ಹಿಂದಿನ ಶಾಸ್ತ್ರ ನನಗೆ ಗೊತ್ತಿದೆ. ಆದರೆ ಈಗ ಆ ಮಗುವನ್ನು ಹುಡುಕಿತಂದು ಹಸ್ತಿನಾವತಿಗೆ ಕರೆದೊಯ್ದರೂ ಜನ ಒಪ್ಪುವುದಿಲ್ಲ. ಕಾನೀನನ ಸ್ವೀಕಾರ ಮದುವೆಯಲ್ಲೇ ಆಗಬೇಕಾಗಿತ್ತು ಅಲ್ಲವೆ?'

ಮನಸ್ಸು ನನ್ನ ಮದುವೆಯನ್ನು ಚಿತ್ರಿಸಿಕೊಳ್ಳುತ್ತಿತ್ತು. ಒಂದು ವರ್ಷದ ಮಗುವನ್ನು ಕಂಕುಳಲ್ಲಿ ಎತ್ತಿಕೊಂಡು ಅಥವಾ ಹೆಜ್ಜೆ ಹಾಕುವ ಹುಡುಗ ಅಥವಾ ಹುಡುಗಿಯನ್ನು ಪಕ್ಕದಲ್ಲಿ ನಿಲ್ಲಿಸಿಕೊಂಡು ಆ ಮಗುವಿನೊಡನೆ ವರನ ಕೊರಳಿಗೆ ಮಾಲೆ ಹಾಕಿ ಅವನು ತಾಯಿ ಮಗುವನ್ನು ಹೆಂಡತಿ ಮಗು ಎಂದು ಸ್ವೀಕರಿಸಿ, ಎಷ್ಟು ಚನ್ನ ಎನ್ನಿಸಿತು. 'ಇತ್ತೀಚೆಗೆ ಗಂಡುಗಳು ಅಂತಹ ಹೆಣ್ಣುಗಳನ್ನು ಒಲ್ಲೆ ಅನ್ನುತ್ತಾರೆ. ಇಲ್ಲದಿದ್ದರೆ ನಾವ್ಯಾಕೆ ಇದನ್ನು ಮುಚ್ಚಿಡಬೇಕಾಗಿತ್ತು? ಮಗಳು ಅಳುತ್ತಾಳೆ ಅಂತ ನನಗೆ ಗೊತ್ತಿಲ್ಲವೆ?' ಅಪ್ಪ ತಾಯಿಗೆ ಸಮಾಧಾನ ಹೇಳುತ್ತಿದ್ದ ಮಾತು ನೆನಪಿಗೆ ಬಂತು. ಇದೇನು ತೊಡಕು ಎನ್ನಿಸಿ, ಎಲ್ಲವನ್ನೂ ಕಿತ್ತು ಹೋಗಬೇಕೆನ್ನಿಸಿತು. ಎಲ್ಲಿಗೆ ಹೋಗುವುದು? ಎದೆಗೆ ಮುಖವಿಟ್ಟು ನಿಟ್ಟುಸಿರಿಡುತ್ತಿದ್ದ ನಿಸ್ಸಹಾಯಕ ಗಂಡನ ತಲೆಯನ್ನು ತಬ್ಬಿ ಹಿಡಿದು ನಿಸ್ಸಹಾಯಕಳಾಗಿ ಮಲಗಿದ್ದೆ.

ಮಹಾರಾಜ ಮತ್ತೆ ಮತ್ತೆ ನನ್ನ ಹೊಟ್ಟೆಯನ್ನು ಸವರುತ್ತಿದ್ದ, ಮೆಚ್ಚುಗೆಯಿಂದ ಎನ್ನಿಸುವಂತೆ. ಏನೋ ಹೇಳಲು ಯತ್ನಿಸುತ್ತಿದ್ದಾನೆ. ಏನು ಹೇಳುತ್ತಾನೆಂದು ನನಗಾಗಲೇ ಅರ್ಥ ಅರಿವಾಗಿದೆ. ಅವನನ್ನು ಬಿಗಿಯಾಗಿ ತಬ್ಬಿ ಮುದ್ದಿಸಿ ಕಿವಿಯಲ್ಲಿ ಉಸುರಿದೆ: 'ಹೇಳು ಮಹಾರಾಜ, ಹೇಳು.'

'ನಮಗಿಂತ ಮೊದಲು ಧೃತರಾಷ್ಟ್ರನಿಗೆ ಮಕ್ಕಳಾದರೆ ನಾವು ಕೆಟ್ಟೆವು.'

'ನಾನೇನು ಮಾಡಲಿ ಹೇಳು. ನೀನು ಹೇಳಿದಂತೆ ಕೇಳ್ತೀನಿ.'

'ನಿನ್ನ ಹೊಟ್ಟೆ ಎಂದಿಗೂ ಹಾಕಿದ ಬೀಜ ಒಣಗಿಸುವುದಿಲ್ಲ. ನನಗೊಂದು ಮಗು ಕೊಡು. ಬೇಗ, ಅರ್ಥವಾಯಿತೆ?'

ಶಾಸ್ತ್ರ ಸಂಗತಿ ನಮಗೆ ಚನ್ನಾಗಿ ಗೊತ್ತಿತ್ತು. ಸ್ವಂತ ಪುರೋಹಿತನೇ ಬೀಜದಾನಿ. ಆದರೆ ಹಸ್ತಿನಾವತಿಯಿಂದ ನಮ್ಮೊಡನೆ ಬಂದ ಪುರೋಹಿತ ಇಲ್ಲಿಯ ಮೂಳೆ ಮುರುಟುವ ಚಳಿ ತಡೆಯದೆ ಊರಿಗೆ ಹೋಗಿದ್ದ. ಹೋಮವನ್ನು ಮಹಾರಾಜನೇ ಮಾಡುತ್ತಿದ್ದ. ಶೀತಕಾಲ ಪೂರ್ತಿ ಮುಗಿದು ಹವ ಹಿತಕರವಾದನಂತರವೇ ಅವನು ಬರುವುದು. ಕಾಯಲು ವ್ಯವಧಾನವಿಲ್ಲ. ಮಹಾರಾಜ ಎಲ್ಲವನ್ನೂ ಮೊದಲೇ ಆಲೋಚಿಸಿದ್ದನೆಂದು ನನಗೆ ಆನಂತರ ಅರ್ಥವಾಯಿತು. ದೇವಲೋಕದ ಬ್ರಾಹ್ಮಣಮುಖ್ಯನಿಗೆ ಹೇಳಿಕಳಿಸಿದ. ಸನಾತನ ಧರ್ಮವನ್ನೆಲ್ಲ ತಿಳಿದು ಜನರ ನ್ಯಾಯ ತಪ್ಪುಗಳನ್ನು ವಿಚಾರಿಸಿ ಶಿಕ್ಷೆ ವಿಧಿಸುವ ನಿಯಂತೃವೇ ಬಂದ. ನೋಡಿದ ತಕ್ಷಣ ನನಗೆ ದುರ್ವಾಸನ ನೆನಪಾಯಿತು. ಹಾಗೆಯೇ ಗಡ್ಡ, ಅಂಥದೇ ಮುಖ. ಆದರೆ ಮೈಕೈಗಳೆಲ್ಲಕ್ಕೂ ಭಾರವಾದ ಕಂಬಳಿಯ ನಿಲುವಂಗಿ ಹಾಕಿಕೊಂಡಿದ್ದಾನೆ. ನಡುವಯಸ್ಸು. ನೇರವಾಗಿ ಆಕಾಶಕ್ಕೆಲ್ಲ ಕೇಳಿಸುವಂಥ ಧ್ವನಿ. ನಮ್ಮ ಭೋಜನವನ್ನು ತುಂಬ ಮೆಚ್ಚಿಕೊಂಡ. ನನ್ನಲ್ಲಿ ಬಯಕೆ, ಆತುರ. ದುರ್ವಾಸರೊಡನೆ ಆದಾಗ ತಿಳಿವಳಿಕೆಯೇ ಇಲ್ಲದ ಕುತೂಹಲವಿತ್ತು. ಈಗ ತಿಳಿವಳಿಕೆಯಿದೆ. ಆಶೆಯಿದೆ. ಗುರಿ ಗೊತ್ತಿದೆ. ಇಷ್ಟುದಿನ ಸೊರಗಿ ನರಳಿರುವ ನೆನಪಿದೆ. ಆದರೆ ಈಗ ನನ್ನ ಪತಿಯ ಪ್ರಾರ್ಥನೆಯಂತೆ ಬಂದಿರುವ ಯಮನಲ್ಲಿ ಆತುರವೇನೂ ಕಾಣಲಿಲ್ಲ. ಆತ ನಿತ್ಯತೃಪ್ತ. ಹೊಸ ಹೆಂಗಸೆಂಬ ವಿಶೇಷವೂ ಅವನಿಗೆ ಇದ್ದಂತಿಲ್ಲ. ಅವನ ಗಣದಲ್ಲಿ ಎಷ್ಟು ಹೆಂಗಸರನ್ನು ಅವನು ಇದುವರೆಗೂ ರಮಿಸಿದ್ದಾನೋ!

ಕೇಳಿದ: 'ಮಹಾರಾಜ, ನಿಯೋಗ ಅನ್ನುತೀರಲ್ಲ ಅದಕ್ಕೆ ಯಾವ ಶಾಸ್ತ್ರಧಾರವಿದೆ?'

'ಪತಿಯು ಅಶಕ್ತನಾದರೆ, ಅಥವಾ ಮಕ್ಕಳಿಲ್ಲದೆ ಸತ್ತರೆ ಅವನ ವಂಶಾಭಿವೃದ್ಧಿಗಾಗಿ ಅವನ ಹೆಂಡತಿಗೆ.....'

'ಓಹೋ ಹೋ ಹೋ!' ಆಕಾಶದಲ್ಲೆಲ್ಲ ಹರಡುವಂತೆ ನಕ್ಕು ಅವನು ಹೇಳಿದ: 'ಮೂಲ ಧರ್ಮವನ್ನು ನೀವು ಹೇಗೆ ಹೇಗೋ ಬಳಸಿ ಎಲ್ಲೆಲ್ಲಿಗೋ ಒಯ್ದಿದ್ದೀರ. ಗಣದಲ್ಲಿ ಒಬ್ಬ ಸತ್ತರೆ ಉಳಿದ ನೂರಾರು ಜನ ಇಲ್ಲವೆ? ಒಬ್ಬಳು ಸತ್ತರೂ ಉಳಿದ ನೂರಾರು ಜನ ಇರುವುದಿಲ್ಲವೆ? ನಮ್ಮಲ್ಲಿ ಇಂಥ ಪದ್ಧತಿಯೂ ಇಲ್ಲ, ಅದರ ಅಗತ್ಯವೂ ಇಲ್ಲ. ಧರ್ಮದ ಜ್ಞಾನ ನನಗೆ ಸ್ಪಷ್ಟವಾಗಿದೆ. ಅದಕ್ಕೇ ನನ್ನನ್ನು ಧರ್ಮಾಧಿಕಾರಿಯಾಗಿ ನೇಮಿಸಿರುವುದು.'

'ಧರ್ಮರಾಜ, ಧರ್ಮಕ್ಕೆ ದೇಶಾಚಾರ ಅಂತ ಬೇರೆ ಒಂದು ಮುಖವುಂಟು. ನಮ್ಮ

ಕಡೆಯ ಆಚಾರ ಹೀಗೆ. ಒಬ್ಬನಿಗೆ ಒಬ್ಬಳೇ ಪಟ್ಟಮಹಿಷಿ. ಇನ್ನಷ್ಟು ಜನರೂ ಇರಬಹುದು. ಆದರೆ ಒಬ್ಬ ಹೆಂಗಸಿಗೆ ಒಬ್ಬನೇ ಗಂಡ. ಹಲವು ಜನ ಸಾಧ್ಯವಿಲ್ಲ. ನಮ್ಮ ಪದ್ಧತಿಗೆ ಅನು ಗುಣವಾಗಿ ನೀನು ನಿಯೋಗ ಮಾಡಬೇಕೆಂದು ನನ್ನ ಪ್ರಾರ್ಥನೆ' ಮಹಾರಾಜ ವಿನೀತನಾಗಿ ಕೇಳಿಕೊಂಡ.

'ಆಗಬಹುದು. ಪದ್ಧತಿಯೇ ಇಲ್ಲವಾದ್ದರಿಂದ ನಮ್ಮ ಆಚಾರದಲ್ಲಿ ನಿಷೇಧವನ್ನೇನೂ ಹೇಳಿಲ್ಲ. ಹೆಂಡತಿ ಅಂದರೆ ಪೂರ್ತಿ ಸ್ವಂತದ, ವೈಯಕ್ತಿಕ ಆಸ್ತಿ ಎಂದು ಭಾವಿಸುವುದು ಅಧರ್ಮ ಅಂತ ಮಾತ್ರ ನಮ್ಮ ಧರ್ಮ. ಇವಳನ್ನು ನಾನೇನು ಮದುವೆಯಾಗುವುದಿಲ್ಲವಾದ್ದ ರಿಂದ ನಿನ್ನ ಕೋರಿಕೆ ನನಗೆ ನಿಷಿದ್ಧವಲ್ಲ.'

ಪಾಂಡು ಮಹಾರಾಜ ನನ್ನಿಂದ ಪ್ರಮಾಣ ಮಾಡಿಸಿಕೊಂಡ: ಈ ಪುರುಷನೊಡನೆ ನಾನು ಮೋಹಗೊಳ್ಳುವುದಿಲ್ಲ. ಅವನು ಸಮೀಪಸ್ಥನಾಗಿರುವಾಗ ನನ್ನ ಮನಸ್ಸೆಲ್ಲ ಪತಿಯಲ್ಲಿ ಲೀನವಾಗಿರುತ್ತದೆ. ಸಂತಾನಾಪೇಕ್ಷೆಯ ವಿನಾ ನನ್ನಲ್ಲಿ ಬೇರೆ ಬಯಕೆ ಇರುವುದಿಲ್ಲ. ಗರ್ಭಕಟ್ಟಿದುದು ಖಚಿತವಾದ ತಕ್ಷಣ ನಾನು ಈತನನ್ನು ಪಿತೃಸಮಾನನೆಂದು ಭಾವಿಸಿ ದೂರವಾಗುತ್ತೇನೆ....

ಪ್ರಮಾಣ ಮಾಡಿದೆ, ಸುಕ್ಕು ಮುಖದ, ಅಗಲ ಕಣ್ಣಿನ, ಬಿಳಿಗೂದಲಿನ ಬಿಂಬ ಹೇಳಿತು. ಗರ್ಭಕಟ್ಟಿದುದು ಖಚಿತವಾದ ತಕ್ಷಣ ನಾನು ಆತನಿಂದ ದೂರವಾದೆ ಎಂಬ ಭಾಗದ ಪ್ರಮಾಣ ಉಳಿಯಿತು. ಪಾಂಡುವಿಗೆ ಅನ್ಯಾಯ ಮಾಡುವ ಮನಸ್ಸು ಇರಲಿಲ್ಲ. ಆದರೆ ಪ್ರಮಾಣವು ಅಸಾಧ್ಯವಾದುದನ್ನು ಬೇಡಿತ್ತು. ಇದುವರೆಗೆ ನಿಯೋಗ ಮಾಡಿಸಿಕೊಂಡ ಯಾವ ಹೆಂಗಸು ತಾನೆ, ನಮ್ಮತ್ತೆ ಅಂಬಾಲಿಕಾ ಅಂಬಿಕೆಯರು ಕೂಡ, ನಿಯೋಗಿಯನ್ನು ಪಿತೃವೆಂದು ಭಾವಿಸಿದ್ದಾರು? ಕೃಷ್ಣದ್ವೈಪಾಯನನು ಕೂಡ ಇವರನ್ನು ಪುತ್ರಿಯರೆಂದು ಭಾವಿಸಿದ್ದನೆ? ಆ ಭಾವನೆ ಬಂದರೆ ನಿಯೋಗಕ್ರಿಯೆಯೇ ಅಸಾಧ್ಯವಲ್ಲವೆ? ಬಿಂಬದ ಸುಕ್ಕುಗಳು ಸಂಕುಚಿಸಿ ನೋಟ ಅರೆಮುಚ್ಚಿತು. ಆ ದಿನದಿಂದ ಪಾಂಡುರಾಜ ಹಿಂಬದಿಯ ಮಾದ್ರಿಯ ಗುಡಿಸಲಿನಲ್ಲಿರುತ್ತಿದ್ದ. ದೇವಧರ್ಮಾಧಿಕಾರಿ ನಮ್ಮ ಗುಡಿಸಲಿನ ಪಾಂಡುರಾಜನ ಸ್ಥಾನದಲ್ಲಿ. ನಾನು ಅವನ ಸೇವೆಮಾಡುತ್ತಿದ್ದೆ. ಬಿಸಿ ಬಿಸಿ ಕಾಯಿಸಿದ ನೀರಿನಲ್ಲಿ ಎರೆದು ಮೈ ಒರೆಸಿ ಬೆಚ್ಚಗೆ ತೊಡಿಸುತ್ತಿದ್ದೆ. ಮೃಷ್ಟಾನ್ನ ಮಾಡಿ ಸ್ವತಃ ಕೈಗಳಿಂದ ಇಕ್ಕಿ ಉಣ್ಣಿಸುತ್ತಿದ್ದೆ. ಅಗ್ನಿಗೆ ಹಾಕುವುದಕ್ಕಿಂತ ಹೆಚ್ಚು ತುಪ್ಪವನ್ನು ಅವನ ಬಿಸಿ ಅನ್ನದ ಮೇಲೆ ಹರಿಯುವಂತೆ ಹಾಕುತ್ತಿದ್ದೆ. ರಾಜಕುಮಾರಿಯಾಗಿ ಹುಟ್ಟಿದ್ದ ನಾನು ಸೇವೆ ಮಾಡಿಸಿಕೊಂಡೇ ಬೆಳೆದಿದ್ದೆ. ನಾನೇ ಮಾಡಿದ್ದುದು ದುರ್ವಾಸ ಮುನಿಗೆ ಮಾತ್ರ. ಗಂಡ ಪಾಂಡುರಾಜನಿಗೆ ಮಾಡುವ ಬಯಕೆಯಿತ್ತು. ಆದರೆ ಅವನು ಎಂದೂ ಅರ್ಹನಾಗಲಿಲ್ಲ. ಅವನ ಬಗೆಗೆ ಅನುಕಂಪ ಬೆಳೆದಿತ್ತು. ಕರುಣೆಯಿತ್ತು. ಆದರೆ ಪಾದ ಒತ್ತಿ ದಾಸಿಯಂತೆ ಎಲ್ಲವನ್ನೂ ಮಾಡುವ ಸ್ವಯಂಪ್ರೇರಣೆ ಎಂದೂ ಆಗಲಿಲ್ಲ. ಈ ದೇವಧರ್ಮಾಧಿಕಾರಿಗೆ ಹೀಗೆ ಮಾಡುವ ಮನಸ್ಸು

ತನಗೆ ತಾನೇ ಹುಟ್ಟಿತು. ಅವನು ಕೇಳಿದ್ದಲ್ಲ. ಬಯಸಿದ್ದೂ ಅಲ್ಲ.

ಒಂದು ದಿನ ಅವನೇ ಎಂದ: 'ಕುಂತೀ, ನಿಮ್ಮ ಲೋಕದಲ್ಲಿ ಎಲ್ಲ ಹೆಂಡತಿಯರೂ ಗಂಡನಿಗೆ ಹೀಗೆಯೇ ಮಾಡುತ್ತಾರೆಯೆ?'

'ನಿಮ್ಮಲ್ಲಿ?'

'ಒಬ್ಬನೇ ಗಂಡ ಅಂತ ನೀವು ಹೀಗೆ ಮಾಡುತ್ತೀರಿ ಅಲ್ಲವೆ? ರಾತ್ರಿಗೆ ತನಗೆ ಯಾವ ಗಂಡ ಬರುತ್ತಾನೊ, ಯಾವ ಹೆಂಡತಿ ಬರುತ್ತಾಳೋ ನಮ್ಮಲ್ಲಿ ಯಾರಿಗೂ ಗೊತ್ತಿರುವುದಿಲ್ಲ. ನಮ್ಮ ಹೆಂಗಸರು ಸುಖಕ್ಕೆ ತಗಾದೆ ಮಾಡುತ್ತಾರೆ. ನಿನ್ನ ಹಾಗೆ ಸೇವೆ ಮಾಡುವುದಿಲ್ಲ' ಅಂದ. ಬರೀ ಅಂದದ್ದಲ್ಲ. ಅವನ ಪ್ರೀತಿ ಉತ್ಕಟವಾಯಿತು. 'ನಿನ್ನ ಜೊತೆ ಇರುವಷ್ಟು ದಿನ ಮಾತ್ರ ನನ್ನ ಜೀವನದ ಪುಣ್ಯಕಾಲ' ಎಂದು ಪ್ರತಿ ಸಲ್ಲಿಸಿದ.

ಓಕರಿಕೆ ಶುರುವಾಯಿತು. ಎಷ್ಟು ಹಿಗ್ಗು ನನಗೆ. ಒಂದು ಬೆಳಗಿನ ಜಾವವೇ ಹಾಗಾಯಿತು. ಎದ್ದು ಚಳಿಯಲ್ಲೇ ಹೊರಗೆ ಹೋದೆ. ಎತ್ತರಗಳೆಲ್ಲ ಚಂದ್ರನಿಗಿಂತ ಪ್ರಕಾಶಮಾನವಾಗಿ ಹೊಳೆಯುತ್ತಿದ್ದವು, ಶಾಂತ, ಸೌಮ್ಯ ಪ್ರಕಾಶದಿಂದ. ನೋಡುತ್ತಾ ನಿಂತೆ ಮೈ ಮರೆತು. ಮರುಕಳಿಸಿದ ನೆನಪು. ಆಗ ತಿಳಿಯಲಿಲ್ಲ. ಈಗ ತಿಳಿಯುತ್ತಿದೆ. ಖಚಿತವಾಗಿ ತಿಳಿದಿದೆ. ತುಂಬ ಹೊತ್ತು ಹಾಗೆಯೇ ನಿಂತಿದ್ದು ಒಳಗೆ ಹೋಗಿ ಬಾಗಿಲು ಮುಚ್ಚಿ ಮತ್ತೆ ಹೋಗಿ ಮಲಗಿದೆ. ಬೆಚ್ಚಗೆ ಅಪ್ಪಿಕೊಂಡು ಅವನು ಹೇಳಿದ: 'ಓಕರಿಸಿದೆಯಲ್ಲ. ಕೂತಿದೆ.'

ನಾನು ಅವನ ಕಿವಿಯಲ್ಲಿ ಉಸುರಿದೆ: 'ಹಾಗಂತ ಬಾಯಿ ಬಿಟ್ಟು ಅನ್ನಬೇಡ. ಸೂಚನೆ ತಿಳಿದರೆ ಸಾಕು, ನಿನ್ನನ್ನು ವಾಪಸು ಹೋಗು ಅನ್ನುತ್ತಾನೆ ನಮ್ಮ ಮಹಾರಾಜ.' ಅವನು ನಿಟ್ಟುಸಿರಿಟ್ಟು ಇನ್ನೂ ಬಿಗಿಯಾಗಿ ಅಪ್ಪಿಕೊಂಡ.

ಓಕರಿಕೆಯನ್ನು ತಡೆಯುವುದು, ಅದೂ ಈ ಓಕರಿಕೆಯನ್ನು, ಸುಲಭದ ಮಾತಲ್ಲ. ಮಾದ್ರಿಗೆ ತಿಳಿವಳಿಕೆ ಹೆಚ್ಚು. ಹಿಂದಿನ ಗುಡಿಸಲಿನಲ್ಲೇ ಇರುತ್ತಾಳೆ. ಬಲು ಎಚ್ಚರಿಕೆಯಿಂದ ಮೈ ಎಲ್ಲ ಕಣ್ಣು ಕಿವಿ ಮೂಗಾಗಿ ಕಾಯುತ್ತಿದ್ದಾಳೆ. ಮತ್ಸರವಿಲ್ಲದೆ ಇರುತ್ತದೆಯೆ! ಸಾಧ್ಯವಾದಷ್ಟು ತಡೆಯುತ್ತಿದ್ದೆ. ಒಂದೊಂದು ದಿನ ಮುಂದೆ ಸಾಗಿಸಿದರೂ ಪುಣ್ಯಕಾಲವನ್ನು ವಿಸ್ತರಿಸಿದ ಸಾಧನೆ. ಕುಂತೀ, ಸೂಚನೆಯುಂಟೇ, ಉಂಟೇ ಎಂದು, ಪಾಂಡು ಮಧ್ಯಾಹ್ನದ ವೇಳೆಯಲ್ಲಿ ಕಾತರನಾಗಿ ಕೇಳುತ್ತಿದ್ದ. ಇನ್ನೂ ಕಾಲವಿದೆಯಲ್ಲವೇ ಎನ್ನುತ್ತಿದ್ದೆ. ಆದರೆ ಎಷ್ಟು ದಿನ ಹೀಗೆ ತಡೆಯಲು ಸಾಧ್ಯ? ಒಂದು ಬೆಳಗ್ಗೆ ನನ್ನ ಹಿಡಿತವನ್ನೆಲ್ಲ ಕಿತ್ತು ಕೊಸರಿ ನುಗ್ಗಿ ಬಂತು, ಮಾದ್ರಿಯ ಗುಡಿಸಲಿಗೆ ಮಾತ್ರವಲ್ಲ ನಮ್ಮ ಇಡೀ ನಿವೇಶದಲ್ಲಿ ಹರಡುವಂತೆ, ಪರ್ವತಗಳಲ್ಲಿ ಮಾರ್ದನಿಗೊಳ್ಳುವಂತೆ. ಮಾದ್ರಿಯೇ ಹತ್ತಿರ ಬಂದು ಹೇಳಿದಳು: 'ಅಕ್ಕ, ನಮಗೆ ರಾಜ್ಯ ಉಳಿಯಿತು.' ಅವಳ ಮನಸ್ಸಿನಲ್ಲಿ ಶುದ್ಧ ಸಂತೋಷವಿತ್ತೋ, ನನ್ನ ಸುಖವನ್ನು ಆ ದಿನವೇ ಕೊನೆಗೊಳಿಸುವ ಕಿಚ್ಚಿತ್ತೋ ಹೊಟ್ಟೆಯೊಳಗೆ ಮರಳಿಸುವ ಸಂಕಟದಲ್ಲಿ ನನಗೆ ತಿಳಿಯಲಿಲ್ಲ. ಮಹಾರಾಜನಿಗೆ ಸುದ್ದಿ ಹೇಳಿದವಳೂ ಅವಳೇ. ಅವನು ಓಡಿಬಂದ. ನನ್ನ ಕೈಹಿಡಿದ. ಓಡಿ ಹೋಗಿ ಧರ್ಮಾಧಿಕಾರಿಯ ಕೈಯನ್ನೂ ಹಿಡಿದ. ಅದೇ ದಿನ ಒಂದು ಹೋರಿ ಕಡಿಸಿ ಧರ್ಮಾಧಿಕಾರಿಗೆ ಭಾರಿ ಔತಣವೇರ್ಪಡಿಸಿ ಕೃತಜ್ಞತೆ ಸಲ್ಲಿಸಿದ.

ಊಟವಾಗುವ ವೇಳೆಗೆ ಸಂಜೆಯಾಗಿತ್ತು. ಅತಿಥಿ ಹೊರಡಲು ವೇಳೆ ಉಳಿದಿರಲಿಲ್ಲ. ರಾತ್ರಿ ಉಳಿದು ಬೆಳಗ್ಗೆ ಹೊರಡುವುದೆಂದು ನಿಶ್ಚಯವಾಯಿತು. ಆದರೆ ಅವನು ಪುರೋಹಿತನಿ ಗೆಂದು ಕಟ್ಟಿದ ಗುಡಿಸಲಿನಲ್ಲಿ ಮಲಗಲು ಮಹಾರಾಜ ವ್ಯವಸ್ಥೆ ಮಾಡಿದ್ದ. ತಾನು ನನ್ನ ಪಕ್ಕಕ್ಕೆ ಬಂದ, ತನ್ನ ವಂಶದ ಮೊಳಕೆಯ ಹೊಟ್ಟೆಯನ್ನು ತನ್ನ ಕೈಯಿಂದ ಸವರಿ ಸವರಿ ಹಿಗ್ಗುವುದಕ್ಕೆ. ನನ್ನ ದುಃಖ, ದುಮ್ಮಾನ ತಿರಸ್ಕಾರಗಳನ್ನು ಯಾರು ಅರಿಯಬೇಕು? ಬೆಳಗೆದ್ದು, ಅತಿಥಿ ಹೊರಡುವಾಗ ಗಟ್ಟಿಯಾಗಿ ಕಾಲು ಹಿಸುಕಿ ನಮಸ್ಕರಿಸಿದೆ. 'ಧರ್ಮಾ ಧಿಕಾರಿ, ನಿನ್ನ ಮಗಳಿಗೆ ಆಶೀರ್ವದಿಸು' ಮಹಾರಾಜ ಕೇಳಿಕೊಂಡ.

ಕನಸು ಕಳೆಯಿತು. ಹೊಸ ಕನಸು ಆರಂಭವಾಯಿತು. ಕೈ ಕಾಲು ಬಡಿಯುತ್ತಾ ಆಕಾಶದ ಎತ್ತರಕ್ಕೆ ಎತ್ತಿಕೊಳ್ಳೆಂದು ಕೇಕೆ ಹಾಕುವ ಜೀವದ ಕನಸು. ಗಿಡ ಮರ ತಪ್ಪಲು ಬೆಟ್ಟ ಪರ್ವತಗಳೆಲ್ಲ ಕೈಕಾಲು ಬಡಿಯುತ್ತಿರುವಂತೆ, ಕೇಕೆ ಹಾಕುತ್ತಿರುವಂತೆ ಭಾಸವಾಗುತ್ತಿತ್ತು. ನಡುನಡುವೆ ಸಂಕಟ. ಹಿಮ ಕರಗಿ ಹರಿದು ಪರ್ವತದ ಮೈ ಎಲ್ಲ ಪ್ರಕಾಶಮಾನವಾದ ಹಸಿರಾಯಿತು. ಶೀತವಿಲ್ಲದ ಹಿತಕರ ಹವ. ಹಸ್ತಿನಾವತಿಯಿಂದ ಸರಬರಾಜು ಹೊತ್ತ ಕತ್ತೆ ಗಳ ಸಾಲೇ ಬಂದಿತು. ಈ ಸಲ ಅದೇ ಸೂತ ಬಂದ. ಪುರೋಹಿತ ಕಾಹಿಲೆ ಮಲಗಿದ್ದಾನೆ. ಮತ್ತೆ ಈ ಶೀತದ ಜಾಗಕ್ಕೆ ಬರಲಾರನಂತೆ. ಅಲ್ಲಿ ಗಾಂಧಾರಿ ಇನ್ನೂ ಗರ್ಭಿಣಿಯಾಗಿಲ್ಲ. ಬೇಗ ಆಗಬೇಕೆಂಬ ಬಯಕೆ ಅವಳಿಗೂ ಅವಳ ಅಣ್ಣನಿಗೂ ಇದೆ ಎಂದು ಅರಮನೆಯ ದಾಸಿಯರಲ್ಲಿ ಗುಸುಗುಸು. ಅವಳ ಊರಿನ ಪದ್ಧತಿಯೇ ಬೇರೆಯಂತೆ. ತಂಗಿ ಅಥವಾ ಮಕ್ಕಳ ಪಾಲನೆಯ ಹೊಣೆ ಅವಳ ಸೋದರನದಂತೆ. ಅವಳ ಅಣ್ಣ ಶಕುನಿ ಎಂಬುವವನು ಇಲ್ಲೇ ಬಂದು ಇದ್ದಾನಂತೆ. ಬಡ ಗುಡ್ಡಗಾಡು ದೇಶದ ಜನ, ಇಲ್ಲಿ ಇಷ್ಟೊಂದು ಸುಖವಿದೆ ಅಂತ ಬಂದಿದ್ದರೂ ಇರಬಹುದು, ಸೂತ ಅಭಿಪ್ರಾಯಪಟ್ಟ. ಶೀತಕಾಲ ಮುಗಿಯುತ್ತಿ ದ್ದಂತೆಯೇ ದೇವಜನರೆಲ್ಲ ಕತ್ತೆಗಳ ಮೇಲೆ ತಮ್ಮ ಗುಡಾರದ ಸಾಮಾನು ಹೇರಿಕೊಂಡು ಮೇಲೆ ಹೊರಟುಹೋದರು. ಕೆಳಗಿನ ತಪ್ಪಲಿನಲ್ಲಿ ನಾವು ನಾವೇ, ಹತ್ತಿರದ ಹಳ್ಳಿಗಳನ್ನು ಬಿಟ್ಟರೆ. ಮತ್ತೆ ಅರಳಿದ ಹೂವುಗಳು. ಮರಗಿಡಗಳ ಬೇರಿನ ಹತ್ತಿರ ಜಿನುಗಿ ಹರಿಯುವ ನೀರು. ಮೃದುವಾದ ಹಸಿರು. ಶಖೆ ಇಲ್ಲದ ಅತಿ ಚಳಿ ಇಲ್ಲದ ಬೇಸಿಗೆ. ಕೊಚ್ಚುವ ಮಳೆ ಗಾಲ. ನುಗ್ಗಿ ಹರಿಯುವ ಪರ್ವತದ ನೀರು. ಮಳೆ ಕಳೆದು ಭಾರವಾದ ಕಪ್ಪು ಹಸಿರು ತೂಗಿ ಹಿತದ ಹವೆ ಜಾರುತ್ತಾ ಚಳಿಗಾಲ ಪ್ರಾರಂಭವಾದಾಗ ಮಗು ಹುಟ್ಟಿತು. ಬಯಸಿದ ಗಂಡು ಮಗು. ಹಿಮದಂತೆ ಶಾಂತ ಮುಖ, ಬಿಳಿ ಬಣ್ಣ, ಭೂಮಿಯನ್ನು ಮುಟ್ಟಿ ಅತ್ತ ತಕ್ಷಣವೇ ನನಗೆ ನೋಡುವ ಬಯಕೆಯಾಯಿತು. ಕೆಲಸಕ್ಕೆ ಆಳುಗಳಿದ್ದರೂ ಸಹಾಯಕ್ಕೆ ಮಾದ್ರಿ ಇದ್ದರೂ ಬಾಣಂತಿತನ ಮಾಡಿದವನು ಪಾಂಡು ಮಹಾರಾಜನೇ. ಎರಡೂ ಕಡೆ ಸದಾ ಬೆಚ್ಚಗೆ ಉರಿಯುವ ಕೊರಡು ಬೆಂಕಿ ಆರದಂತೆ ನೋಡಿಕೊಂಡು, ಮಗು ಅತ್ತಾಗ ಎತ್ತಿ ಪಕ್ಕಕ್ಕೆ ಮಲಗಿಸಿ ಮುದ್ದಿನಿಂದ ತಟ್ಟಿ ಓಸರಿಸಿ ಮಾಡಿದವನು ಅವನೇ. ಎಲ್ಲ ಮಂತ್ರ ಗಳನ್ನೂ ಹೇಳುವ ಪುರೋಹಿತನಂತೂ ಇರಲಿಲ್ಲ. ಮಹಾರಾಜನೇ ಒಂದು ಹೋಮ ಮಾಡಿದ. ಮಗುವಿಗೆ ಹೆಸರಿಡುವ ಬಗೆಗೆ ಚರ್ಚೆಯಾಯಿತು. ಕುರುವಂಶದ ಹಿಂದಿನ

ಭಾರಿ ಭಾರಿ ಹೆಸರುಗಳನ್ನೆಲ್ಲ ಜ್ಞಾಪಿಸಿಕೊಂಡ. ಕೊನೆಗೆ ಧರ್ಮ ಎಂದು ನಿಷ್ಕರ್ಷೆಯಾಯಿತು. ದೇವಧರ್ಮಾಧಿಕಾರಿಯ ಕೃಪೆಯಿಂದ ಹುಟ್ಟಿದುದು ಎಂದು ಮಾತ್ರವಲ್ಲ, ಪಾಂಡು ಮಹಾರಾಜನಿಗೆ ಪಿತೃತ್ವವನ್ನು ಕೊಟ್ಟ ಮಗು. ಸನಾತನ ಧರ್ಮಕ್ಕನುಗುಣವಾಗಿ ಹುಟ್ಟಿದುದು ಎಂಬ ಅರ್ಥಗಳನ್ನೆಲ್ಲ ಮಹಾರಾಜನೇ ಬಿಡಿಸಿ ಹೇಳಿ ಇದೇ ಸೂಕ್ತ ಹೆಸರೆಂದು ನಿಶ್ಚಯಿಸಿದುದನ್ನು ಬದರಿಕಾಶ್ರಮಕ್ಕೆ ಹೋಗುವ ದಾರಿಯ ನಮ್ಮಲ್ಲಿ ತಂಗಿದ್ದ ಋಷಿಗಳೇ ಅನುಮೋದಿಸಿದರು.

ಇಡೀ ಶೀತಕಾಲ ಬೆಚ್ಚಗೆ ಬಾಣಂತಿತನವಾಯಿತು. ಮಗುವಿನ ಬಾಯಿ ತುಂಬಿ ಹರಿಯುವಷ್ಟು ಹಾಲು ಹಿಂಡಿತು. ಆಗಾಗ ಕಂಬಳಿಯಲ್ಲಿ ಸುತ್ತಿ ಎತ್ತಿ ತೊಡೆಯ ಮೇಲೆ ಮಲಗಿಸಿಕೊಂಡು ಮುದ್ದಿಸುತ್ತಿದ್ದ ಮಹಾರಾಜ ಒಂದು ದಿನ ಹೇಳಿದ: 'ಕುಂತೀ, ಈ ಮಗು ಲಕ್ಷಣವಾಗಿದೆ. ಸ್ವಭಾವವೂ ಶಾಂತ. ಒಂದು ದಿನವೂ ಅಳುವುದಿಲ್ಲ.'

'ಹೌದು. ಕೈಕಾಲು ಬಡಿಯುತ್ತಾ ಕೇಕೆ ಹಾಕಬೇಕು, ಅಳಬೇಕು ಮಕ್ಕಳು. ಆಗ ಚಂದ.'

'ಇದಂತೂ ತುಂಬ ಗಂಭೀರ. ಅಲ್ಲದೆ ಮೈಕಟ್ಟು ಕೂಡ ಸಣ್ಣದು. ನಿನ್ನಂತಹ ದೊಡ್ಡ ಹೆಂಗಸಿನ ಹೊಟ್ಟೆಯಲ್ಲಿ ಇಷ್ಟು ಸಾಮಾನ್ಯ ಕಟ್ಟಿನ ಮಗು ಹುಟ್ಟಿದರೆ ಕಾರಣ ವೀರ್ಯದ್ದೇ. ಎಷ್ಟಾದರೂ ಧರ್ಮಾಧಿಕಾರಿ ಶಾಸ್ತ್ರನಿಪುಣ. ಯೋಧನಲ್ಲ.' ನಾನು ಮಾತನಾಡಲಿಲ್ಲ. ಅವನ ಮನಸ್ಸಿನಲ್ಲಿ ಏನಿದೆ ಎಂದು ತಿಳಿಯುವ ಕುತೂಹಲವಾಯಿತು. ಅವನೇ ಎಂದ: 'ನೋಡು, ಕ್ಷತ್ರಿಯನಿಗೆ ಕೀರ್ತಿ ಬರುವುದು ವೀರಪುತ್ರನಿಂದ. ಇದು ಪರಮಾರ್ಥ ಪ್ರವೃತ್ತಿಯ ಶಿಶು ಎನ್ನಿಸುತ್ತದೆ. ಸರಿಯಾದ ವೀರ್ಯವಂತನಿಂದ ಸ್ವೀಕರಿಸಿ ನೀನು ಒಬ್ಬ ಬಲಶಾಲಿ ಮಗನನ್ನು ಹೆತ್ತುಕೊಟ್ಟರೆ ನನಗೆ ಸಮಾಧಾನ.'

ಅನಿರೀಕ್ಷಿತವಾಗಿತ್ತು. ಜೀವನದಲ್ಲಿ ಒಂದು ಬಾರಿ ಮಾತ್ರ ಲಭಿಸಿದ ಅವಕಾಶವನ್ನು ಮಹಾರಾಜನು ತಾನಾಗಿಯೇ ಇನ್ನೊಂದು ಬಾರಿ ಅನುಗ್ರಹಿಸುತ್ತಿದ್ದಾನೆ. ಈ ಕುಂತಿ ಅಂತಹ ಹತ್ತಲ್ಲ ಇಪ್ಪತ್ತು ಮಕ್ಕಳನ್ನು ಹೆತ್ತುಕೊಡಲು ಉತ್ಸುಕಳಾಗಿದ್ದಾಳೆಂಬುದು ಈತನಿಗೆ ತಿಳಿದಿಲ್ಲ. ಧರ್ಮನನ್ನು ಎತ್ತಿ ತಬ್ಬಿ ಮುದ್ದಿಸಿದೆ. 'ಮಹಾರಾಜಾ, ಕ್ಷತ್ರಿಯನ ಅಗತ್ಯ ನಿನಗಿಂತ ಬೇರೆ ಯಾರಿಗೆ ಗೊತ್ತು? ಅದನ್ನು ಪೂರೈಸುವುದು ಪಟ್ಟಮಹಿಷಿಯ ಕರ್ತವ್ಯ. ಹೇಳಲು ಸಂಕೋಚಪಡಬೇಡ' ಎಂದೆ.

ಈ ಮಾತನಾಡಿದ ಹದಿನೈದು ದಿನವಾದ ಮೇಲೆ ವೈದ್ಯರ ಜೋಡಿ ಬಂತು. ಪಾಂಡುರಾಜನನ್ನು ಇಬ್ಬರೂ ಪರೀಕ್ಷಿಸಿದರು. ಹೊತ್ತು ತಂದಿದ್ದ ಹೊಸ ಮೂಲಿಕೆಗಳನ್ನು ಕೊಟ್ಟು ಹೇಳಿದರು: 'ಶಕ್ತಿ ಕೂಡುತ್ತಿದೆ. ಇನ್ನು ಒಂದು ವರ್ಷದಲ್ಲಿ ಪುತ್ರೋತ್ಪತ್ತಿಯ ಶಕ್ತಿ ಜಾಗ್ರತವಾಗುತ್ತದೆ.'

ಮಹಾರಾಜನಿಗೆ ಸಂತೋಷವಾಯಿತು. ಈ ವೈದ್ಯಜೋಡಿಯಲ್ಲಿ ಅವನಿಗಿದ್ದ ಶ್ರದ್ಧೆ ಎಷ್ಟು ದಿನ, ಎಷ್ಟು ಮಾಸ, ವರ್ಷಗಳು ಕಾಯ್ದರೂ ಕ್ಷೀಣಿಸುವಂಥದಲ್ಲ, ನನಗೆ ಎನ್ನಿಸಿತು. ಮಹಾರಾಜನೇ ಅವರಲ್ಲಿ ಮಾತು ತೆಗೆದ: 'ನಿಮ್ಮ ಧರ್ಮಾಧಿಕಾರಿಯಿಂದ ನನಗೆ ಹಿರೀ

ಮಗನೇನೋ ಹುಟ್ಟಿದ. ಆದರೆ ನಾನು ಬಯಸಿದಷ್ಟು ಶಕ್ತಿಯಾಗಿಲ್ಲ ಇದು. ತುಂಬ ಶಕ್ತಿಶಾಲಿಯಾದ ಒಬ್ಬಾತ ಬೇಕು. ಯಾರು ಅವನು?'

ವೈದ್ಯರು ಯೋಚಿಸಿ ಹೇಳಿದರು: 'ನಮ್ಮ ಸೈನ್ಯಗಣದ ಮುಖ್ಯ. ಸೈನ್ಯಕ್ಕೆ ನಾವು ಮರುತ್ ಗಣ ಅನ್ನುತ್ತೇವೆ. ದೇವಲೋಕದಲ್ಲಿರುವ ಅತ್ಯಂತ ಬಲಶಾಲಿಯನ್ನೇ ನಾವು ಸೇನಾಮುಖ್ಯನನ್ನಾಗಿ ಆರಿಸುವುದು.'

'ನನ್ನ ಬೇಡಿಕೆಗೆ ಅವನು ಒಪ್ಪಿಯಾನೇ?'

'ನಾವು ಹೇಳಿದರೆ ಒಪ್ಪಬಹುದು. ದೇವಲೋಕಕ್ಕೆ ಬೇರೆಲ್ಲೂ ಶತ್ರುಗಳ ಕಾಟವಿಲ್ಲದ ದಿನಗಳಾದರೆ ಸರಿ. ಇವಳನ್ನೇ ಅಲ್ಲಿಗೆ ಕಳಿಸಿಕೊಟ್ಟರೆ ಅವನಿಗೂ ಕಾರ್ಯಗೌರವದ ತೊಂದರೆ ಇರುವುದಿಲ್ಲ.'

ಮಹಾರಾಜ ಕ್ಷಣಕಾಲ ಯೋಚಿಸಿ, 'ಇವಳನ್ನು ಕಳಿಸಲಾಗುವುದಿಲ್ಲ. ಅವನೇ ಬರುವಂತೆ ಮಾಡಿ. ಅವನು ಕೇಳಿದ ಕಾಣಿಕೆ ಕೊಡುತ್ತೇನೆ' ಎಂದ.

'ಹಾಗಾದರೆ ನಮ್ಮ ಜೊತೆ ನೀನೂ ಬಾ ಮಾತನಾಡೋಣ' ಎಂದರು.

ಜೊತೆಗೆ ಇಬ್ಬರು ಆಳುಗಳನ್ನು ಕರೆದುಕೊಂಡು ಮಹಾರಾಜನೂ ಅವರೊಂದಿಗೆ ಉತ್ತರದ ಪರ್ವತವನ್ನು ಏರಿ ಹೋದ. ಕೆಳಗೆ ಬರಲು ಹದಿನೈದು ದಿನವಾಯಿತು. ಆಗ ಮಾದ್ರಿ ಹೇಳಿದಳು. ಈ ಸಲದ ಶೀತಕಾಲದಲ್ಲೂ ಮೇಲಿಂದ ದೇವಜನರ ಒಂದು ಗುಂಪು ಬಂದಿತ್ತಂತೆ. ಹೋದ ಸಲ ಬಂದ ಗುಂಪಲ್ಲ. ಇವರಲ್ಲಿ ಕೂಡ ಎಲ್ಲ ಒಟ್ಟಿಗೆ ಗಂಡಹೆಂಡಿರಂತೆ, ಎಂದು ಅದನ್ನೇ ವರ್ಣಿಸಿದಳು. ಮಹಾರಾಜ ಹದಿನೈದನೆಯ ದಿನ ಕೋಲು ಊರಿಕೊಂಡು ಬಂದ. ಹೋದ ಕೆಲಸವಾಗಿತ್ತು. ಸೇನಾಪತಿಯು ಇನ್ನು ಏಳನೆಯ ದಿನ ಬರುವುದಾಗಿ ಹೇಳಿದನಂತೆ. 'ಕುಂತೀ, ಎಂಥ ಬಲಶಾಲಿ ಅಂತೀಯ ಅವನು! ನಮ್ಮ ಆರ್ಯಾವರ್ತದಲ್ಲಿ ಎಲ್ಲೂ ನಾನು ಅಂಥವನನ್ನು ಕಾಣಲಿಲ್ಲ. ನಾನು ನೆಟ್ಟಗೆ ನಿಂತು ನೆತ್ತಿಯ ಕಡೆಗೆ ತೋಳು ಎತ್ತಬೇಕು, ಅಷ್ಟು ಎತ್ತರ. ಅದಕ್ಕೆ ತಕ್ಕ ಮೈಕಟ್ಟು, ಭುಜದ ಸುತ್ತುಗಳು. ಪಾದ ಹಸ್ತಗಳ ಹರಹು. ಅಂತಹ ವೀರ್ಯವಾನನ ಗರ್ಭಧರಿಸುವುದು ನಿನಗೂ ಕಷ್ಟದ ಕೆಲಸವೇ.'

'ಕುರುವಂಶದ ವೀರರ ತಾಯಿಯಾಗಬೇಡವೆ ನಾನು?'

ಮಹಾರಾಜನಿಗೆ ಸಂತೋಷವಾಯಿತು. ಬಳಲಿಕೆಯನ್ನು ಮುಚ್ಚುವ ನಗೆ ಮುಖದಲ್ಲಿ ಬಿರಿಯಿತು. 'ಯಾಕೆ ಇಷ್ಟು ಬಳಲಿದ್ದೀ?' ಎಂದೆ ಬೆನ್ನು ಸವರುತ್ತಾ. ನನ್ನ ತೊಡೆಯ ಮೇಲೆ ತಲೆಯಿಟ್ಟು ಮಲಗಿದ. ತಬ್ಬಿ ಹಿಡಿದು ಬೆನ್ನು ನೇವರಿಸಿದೆ. ಮಗುವಿನಂತೆ ಕಾಲು ಮುದುರಿ ಮುಖವನ್ನು ತೊಡೆಗಳಲ್ಲಿ ಹುದುಗಿಸಿ ಕಣ್ಣು ಮುಚ್ಚಿಕೊಂಡ. ನಿಮಿಷಕ್ಕೊಮ್ಮೆ ನಿಟ್ಟುಸಿರು. 'ಯಾಕಿಷ್ಟು ಆಯಾಸ?' ಎಂದು ರಮಿಸಿದೆ.

'ದೇವಲೋಕ ನಮಗೆ ಸಾಧ್ಯವಲ್ಲದ್ದು. ಎದುರಿನ ಪರ್ವತವಿದೆ ನೋಡು. ಅದನ್ನು ಹತ್ತಿ ಹೋದಾಗಲೇ ಬಳಲಿಕೆ ಕಂಡಿತು. ನಡೆಯುವುದು ಹೋಗಲಿ, ಸುಮ್ಮನೆ ಕೂತಿದ್ದರೂ ಏದುಸಿರು. ಮೇಲೆ ಏಳಲಾರದೆ ಕಾಲುಚಾಚಿ ಮಲಗಿಬಿಟ್ಟೆ. ಸಂಗಡ ವೈದ್ಯರಿರದಿದ್ದರೆ

ಸತ್ತೇಹೋಗುತ್ತಿದ್ದೇನೋ! ತಕ್ಷಣ ಹತ್ತಿರವಿದ್ದ ಹಸುರನ್ನು ತಿಕ್ಕಿ ಕುಡಿಸಿದರು. ವಿಶ್ರಮಿಸಿಕೊಂಡ ನಂತರ ನಿಧಾನವಾಗಿ ನಡೆದೆವು. ಬರೀ ನನಗಲ್ಲ ಜೊತೆಗೆ ಬಂದ ಈ ಇಬ್ಬರು ಆಳುಗಳಿಗೂ ಸುಸ್ತು. ಮೇಲೆ ಹೇಗಿದೆ ಅಂತೀಯ? ಶೀತಕಾಲದಲ್ಲಿ ಹಿಮಪಾತವಾದಾಗ ಈ ಪರ್ವತಗಳು ಇಲ್ಲಿಗೆ ಕಾಣುತ್ತವೆಯಲ್ಲ, ಅಲ್ಲಿ ಬೇಸಿಗೆಯಲ್ಲಿ ಕೂಡ ಹಾಗೆ ಕಾಣುತ್ತವೆ. ಪರ್ವತಗಳೋ ಪರ್ವತಗಳು. ಥಳ ಥಳ ಬಿಳುಪು ಶಿಖರಗಳು. ಚಳಿಯಂತೂ ಅಸಾಧ್ಯ. ನಡೆದೆವು. ನಡೆದೆವು. ಯಾವ ದಿಕ್ಕೋ ಯಾವ ದಾರಿಯೋ ದೇವಜನರಿಗೆ ಮಾತ್ರ ಗೊತ್ತು. ಈ ದೇವ ಲೋಕಕ್ಕೆ ಬಂದು ನಮ್ಮನ್ನು ಜಯಿಸುವುದು ಯಾರಿಗೂ ಸಾಧ್ಯವಿಲ್ಲ ಅಂದರು ವೈದ್ಯರು. ಸತ್ಯವಾದ ಮಾತು. ಅಲ್ಲಿಗೆ ಹತ್ತಿದರೆ ಸಾಕು ನನ್ನಂಥ ವೀರನಿಗೇ ಸುಮ್ಮಸುಮ್ಮನೆ ಬಳಲಿಕೆ ಯಾಗುತ್ತೆ. ಇನ್ನು ಅವರನ್ನು ಜಯಿಸುವುದು ಎಲ್ಲಿಯ ಮಾತು? ವಾಸ್ತವವಾಗಿ ಅವರ ಪಟ್ಟಣವನ್ನು ತಲುಪಿದ ಮೇಲೆ ವೈದ್ಯರ ಮನೆಯಲ್ಲೇ ವಿಶ್ರಾಂತಿ ಎಂದು ಮೂರು ದಿನ ಮಲಗಿದ್ದೆ. ಆದರೂ ಎದೆಯ ಬಡಿತ ನಿಲ್ಲಲಿಲ್ಲ. ಇನ್ನಷ್ಟು ದಿನ ಇರುವ ಮನಸ್ಸಾದರೂ ಬೇಗ ಮರುತ್ತನೊಡನೆ ಮಾತನಾಡಿ ಹಿಂತಿರುಗಿಬಿಟ್ಟೆ. ಈಗ ಪರ್ವತ ಇಳಿದರೂ ಸುಸ್ತು. ಎದೆಯ ಹೊಡೆತ ಕಡಮೆಯಾಗಿಲ್ಲ. ಸಂಪೂರ್ಣವಾಗಿ ವಿಶ್ರಾಂತಿ ಪಡೆದುಕೊ ಸರಿಯಾಗುತ್ತೆ ಅಂತ ಹೇಳಿದ್ದಾರೆ ವೈದ್ಯರು.'

ನಾನೂ ಅದೇ ಹೇಳಿದೆ. ಒಂದು ಪಕ್ಕಕ್ಕೆ ಮಗು ಧರ್ಮನನ್ನು ಮಲಗಿಸಿಕೊಂಡು ಇನ್ನೊಂದು ಪಕ್ಕದಲ್ಲಿ ಮಹಾರಾಜನನ್ನು ತಬ್ಬಿ ಹಿಡಿದು ಮೈ ಕೈ ನೀವಿ ಕೈ ಕಾಲುಗಳನ್ನು ಒತ್ತಿ ಹಿಸುಕಿ ಹಿಸುಕಿ ಸೇವೆ ಮಾಡಿದೆ. 'ಕುಂತೀ, ರಾಜಕುಮಾರೀ, ಹಿಂದೆಂದೂ ನೀನು ನನಗೆ ಹೀಗೆ ಸೇವೆ ಮಾಡಿರಲಿಲ್ಲ,' ಮಹಾರಾಜ ಹಿತದಿಂದ ನರಳಿದ. ಇನ್ನು ಮೇಲೆ ಮಾಡ್ತೀನಿ ಮಹಾರಾಜ, ಎಂದೆ. ಮಗುವಿನಂತೆ ಅಲ್ಲ, ರೋಗಿಯಂತೆ ಮಲಗಿದ್ದ. ನನಗೆ ಕನಿಕರ, ವಾತ್ಸಲ್ಯ. ಇನ್ನು ಮೇಲೆ ಈತನ ಸೇವೆ ಮಾಡಬೇಕೆನ್ನಿಸಿತು. ಅವನು ರಾತ್ರಿ ಚನ್ನಾಗಿ ನಿದ್ದೆ ಮಾಡಿದ. ನಡುವೆ ಎರಡು ಸಲ ಸುಮ್ಮನೆ ಕನವರಿಸಿಕೊಂಡ, ಅದೂ ಕುಂತೀ ಎಂದು ಮಾತ್ರ. ಐದು ಆರು ದಿನದಲ್ಲಿ ಬಳಲಿಕೆ ಇಳಿಯಿತು. ಮುಖದಲ್ಲಿ ಗೆಲುವು ಮೂಡಿತು. ಆದರೆ ಬೆಟ್ಟವನ್ನು ಸ್ವಲ್ಪ ಹತ್ತಿದರೂ ಉಸಿರು ಹತ್ತಿಬರುತ್ತಿತ್ತು. ಪರ್ವತಗಳ ನಡುವಿನ ಆ ಇಳುಕಲಿನಲ್ಲಿ ಹತ್ತುವ ಅಥವಾ ಇಳಿಯುವುದನ್ನು ಬಿಟ್ಟು ಸಮತಟ್ಟು ಭೂಮಿ ಎಲ್ಲಿದೆ? ಹೊರಗೆ ಎಲ್ಲೂ ಹೋಗದೆ ಸುಮ್ಮನೆ ಗುಡಿಸಲಿನಲ್ಲಿರುತ್ತಿದ್ದ.

ಏಳನೆಯ ದಿನ ಸರಿಯಾಗಿ ಮಧ್ಯಾಹ್ನ ಇಳಿಯುವಾಗ ದೇವಜನರ ಸೇನಾಪತಿ ಬಂದ. ಜೊತೆಗೆ ಹತ್ತು ಮಂದಿ ಬೆಂಗಾವಲಿನ ಭಟರು. ಇಂಥವನಿಗೆ ಬೆಂಗಾವಲಿನವರು ಯಾಕೆ ಎನ್ನಿಸಿತು ನನಗೆ. ಎದುರು ನಿಂತರೆ ನನ್ನಂಥ ದೊಡ್ಡ ಹೆಂಗಸೇ ಕತ್ತೆತ್ತಿ ನೋಡಬೇಕಾದ ಎತ್ತರ. ಪಾಂಡುರಾಜ ವರ್ಣಿಸಿದ ರೀತಿಯ ಬಲಿಷ್ಠ ಮೈಕಟ್ಟು, ಭುಜದ ಸುತ್ತುಗಳು. ಮುಖದಲ್ಲಿ ಸ್ವಲ್ಪ ಒರಟು. ಕ್ರೌರ್ಯವಲ್ಲ, ಶಾಂತಭಾವ. ನಾನು ಎದುರು ನಿಂತಿದ್ದೆ. ಇವಳೆಯೋ ನಿನ್ನ ಹೆಂಡತಿ? ಎಂದು ನನ್ನನ್ನು ನೋಡಿದ. ನೋಡುವಾಗಲೇ ಕಣ್ಣಿನಲ್ಲಿ ಆಶೆಯಿತ್ತು. ಪರ್ವತಗಳ ಕಣಿವೆಯಲ್ಲಿ ಮೊರೆಯುವ ವಾಯುವಿನಂತಹ ಗಂಟಲು.

ಮಹಾರಾಜ ಉಪಚಾರ ಹೇಳಿದ. ಸ್ವಾಗತ ನುಡಿದ. ಸ್ನಾನಕ್ಕೆ ಬಿಸಿನೀರು ಕಾಯಿಸಿಸಿದ. ರಾತ್ರಿ ಭೋಜನಕ್ಕೆ ಒಂದು ಹೋತ ಕಡಿಯುವಂತೆ ಬಾಣಸಿಗನಿಗೆ ಸೂಚಿಸಿದ. ಮೇಲಿನ ಲೋಕದಲ್ಲಿ ತಾನು ಕಂಡು ಗುರುತು ಮಾಡಿಕೊಂಡಿದ್ದವರ ಕುಶಲವನ್ನೆಲ್ಲ ವಿಚಾರಿಸಿದ. ಮನೆಯ ಯಜಮಾನಿ ನಾನೇ ಮುಂದೆ ನಿಂತು ಅತಿಥಿಯ ಉಪಚಾರ ಮಾಡಿದೆ. ಮಾದ್ರಿ ತನ್ನ ಗುಡಿಸಲಿನಲ್ಲಿ ಉಳಿದುಬಿಟ್ಟಳು. ಮಹಾರಾಜ ಹೋಗಿ ಮಗುವನ್ನು ಅವಳ ಕೈಲಿ ಕೊಟ್ಟು ಬಂದ.

ರಾತ್ರಿ ಊಟವಾದ ಮೇಲೆ ಮಹಾರಾಜ ನನ್ನಿಂದ ಹಿಂದಿನ ಸಲದಂತೆಯೇ ಪ್ರಮಾಣ ಮಾಡಿಸಿಕೊಂಡ: ಈ ಪುರುಷನೊಡನೆ ನಾನು ಮೋಹಗೊಳ್ಳುವುದಿಲ್ಲ. ಅವನು ಸಮೀಪಸ್ಥನಾಗಿರುವಾಗ ನನ್ನ ಮನಸ್ಸೆಲ್ಲ ಪತಿಯಲ್ಲಿ.....ಸಂತಾನಾಪೇಕ್ಷೆಯ ವಿನಾ ನನ್ನಲ್ಲಿ ಬೇರೆ ಬಯಕೆ.....ಖಚಿತವಾದ ತಕ್ಷಣ ನಾನು ಈತನನ್ನು ಪಿತೃಸಮಾನನೆಂದು ಭಾವಿಸಿ....

ಈ ಮರುತ್ತನ ದೇಹಸೌಷ್ಠವವಂತೂ ನನ್ನ ಕಲ್ಪನೆಗೇ ಮೀರಿತ್ತು. ಎರಡು ತೋಳುಗಳನ್ನು ನೀಡಿ ತಬ್ಬಿದರೂ ನನ್ನ ಎಡಗೈ ಬೆರಳುಗಳಿಗೆ ಬಲಗೈ ಬೆರಳುಗಳನ್ನು ಜೋಡಿಸಲಾಗಲಿಲ್ಲ. ಕಲ್ಲಿನಂತೆ ಗಟ್ಟಿ. ನಾನೇ ಸಾಲದೇನೋ ಎಂಬ ಭಾವ. ಅಷ್ಟು ದಿನಗಳೂ, ಪೃಥಾ ಎಂಬ ಹೆಸರು ಹೊತ್ತ ನನ್ನ ಎತ್ತರ, ಮೈಕಟ್ಟುಗಳ ಹೆಮ್ಮೆಯಿತ್ತು. ಈಗ ಅದೆಲ್ಲ ಕರಗಿ ಮುಚ್ಚಿ ಹೋಯಿತು. 'ನಿನ್ನ ಹೆಸರೇನು?' ಅವನು ಕೇಳಿದ. ಪೃಥಾ ಎಂದು ಉಸುರಿದೆ. 'ಓಹೋ! ದೊಡ್ಡ ಮೈಕಟ್ಟಿನವಳು ಅಂತಲೋ? ನಿಮ್ಮ ಲೋಕದಲ್ಲಿ ನಿನ್ನದು ದೊಡ್ಡ ಮೈಕಟ್ಟೊ?' ನಿನ್ನದರಷ್ಟಲ್ಲ ಎಂದೆ.

'ನಮ್ಮ ಕಡೆ ಹೆಂಗಸರನ್ನು ನೋಡಿದೀಯಾ?'

'ಚಳಿಗಾಲದಲ್ಲಿ ಒಂದು ಗುಂಪು ಇತ್ತ ಬರುತ್ತಲ್ಲ, ಆಗ ನೋಡಿದೀನಿ.'

'ನಮ್ಮ ಕಡೆಯೂ ನಿನ್ನಷ್ಟು ದೊಡ್ಡ ಹೆಂಗಸಿಲ್ಲ. ಪೃಥಾ ಎಂಬ ಹೆಸರೇ ಸರಿ ನಿನಗೆ' ಎಂದು ಅಕರಾಸ್ಥೆ ಹುಟ್ಟಿದಂತೆ ಬಲಿಷ್ಠನಾದ. ನನಗೆ ಪಾಂಡುರಾಜನಲ್ಲಿ ಕೃತಜ್ಞತೆ ಹುಟ್ಟಿತು. ಎಂತಹ ಆಯ್ಕೆ! ಮಾಂಸಖಂಡಗಳು ಹಿಸುಕಿ ಮುದ್ದೆಯಾಗಿ ಮೂಳೆಗಳೆಲ್ಲ ಬಯಕೆಗೆ ತಕ್ಕಂತೆ ಬಗ್ಗಿ ನುಲಿದು ಸೇವಿಸಬೇಕು, ಹಿಂದೆಂದೂ ಹುಟ್ಟದ ಭಾವದಿಂದ ಈತನ ದಾಸಿಯಾಗಿ ಚರಣದಾಸಿಯಾಗಿ ಸೇವಿಸಬೇಕು. ಮರುದಿನ ಗುಡಾಣ ಗುಡಾಣ ಬಿಸಿನೀರು ಕುದಿಸುವಂತೆ ಹೇಳಿದೆ. ನಾನೇ ಇವನನ್ನು ಬಚ್ಚಲಲ್ಲಿ ಕೂರಿಸಿ ಹದ ಮಾಡಿದ ನೀರನ್ನು ತುಂಬಿ ತುಂಬಿ ಹಾಕಿ ಮೀಯಿಸಿದೆ. ಬೆಣಚುಕಲ್ಲಿನಿಂದ ಬೆನ್ನಿನ ಕೊಳೆ ಹೋಗುವಂತೆ ಉಜ್ಜಿ ಕೈ ಹಿಡಿದು ತಂದು ಬೆಚ್ಚಗೆ ಮಲಗಿಸಿದೆ. ನಾನೇ ಅಡುಗೆ ಮಾಡಬೇಕು, ನಾನೇ ಎದುರು ಕೂತು ಬಡಿಸಬೇಕು. ಊಟ ಮಾಡಿದ ಕೈ ತೊಳೆಯಬೇಕೆಂಬ ಆಶೆ. ಆದರೆ ಹೆಚ್ಚು ಮಲಗುವ ಪ್ರವೃತ್ತಿಯಲ್ಲ ಇದು. ಬೆಳಗಿನ ಊಟ ಮಾಡಿ ತನ್ನ ಬೆಂಗಾವಲಿನವರನ್ನು ಕರೆದುಕೊಂಡು ಬೇಟೆಗೆಂದು ಹೊರಟ. ಹೋದದ್ದೊಂದು ನೋಡಿದೆ. ಅಷ್ಟು ದೊಡ್ಡ ಮೈಕಟ್ಟು. ಆದರೆ ಕಡಿದಾದ ಪರ್ವತದ ಮಗ್ಗುಲನ್ನು ಮೊಲದಂತೆ ಸರಸರನೆ ಹತ್ತಿ ಮುಗಿಸುತ್ತಾನೆ. ಆಯಾಸವೂ ಇಲ್ಲ. ವಿಶ್ರಾಂತಿಯೂ ಇಲ್ಲ. ಹೆಗಲಿಗೆ ಬಿಲ್ಲನ್ನು ಸಿಕ್ಕಿಸಿಕೊಂಡು

ಕೈಲಿ ಕತ್ತಿ ಹಿಡಿದು ಅವನು ದೇವಲೋಕದ ಎದುರಿನ ಸಣ್ಣ ಪರ್ವತ ಏರಿದುದನ್ನು ನೋಡುತ್ತಾ ನಿಂತುಬಿಟ್ಟೆ. ಬೇಟೆಯಲ್ಲಿ ಕೊಂದ ಒಂದು ಹುಲಿಯನ್ನು ಹೆಗಲ ಮೇಲೆ ಹೊತ್ತು ಸಂಜೆಯ ಹೊತ್ತಿಗೆ ಹಿಂತಿರುಗಿದ. ಸಂಗಡಿಗರು, ಕಡಿದ ಮಾಂಸದ ಮುದ್ದೆಯನ್ನು ಹೊತ್ತು ತಂದಿದ್ದರು. ಒಂದು ಕಾಡುಕೋಣ, ನಾಲ್ಕು ಜಿಂಕೆಗಳು ಸಿಕ್ಕಿದವಂತೆ. ಅವನೇ ಕುಳಿತು ಹುಲಿಯ ಚರ್ಮ ಸಿಗಿದು ಒಣಗಲು ಹಾಕಿದ. ಪಾಂಡುರಾಜನಿಗೂ ಸಂತಸ. ಹುಲಿ ಯಾವ ಕಡೆಗಿತ್ತು, ನೀನು ಹೇಗೆ ಕೊಂದೆ ಎಂದೆಲ್ಲ ವಿವರಗಳನ್ನು ಕೇಳುತ್ತಿದ್ದ. ನಾನೇ ಪಾಕಶಾಲೆ ಸೇರಿ ಅಡುಗೆಯ ಮೇಲ್ವಿಚಾರಣೆ ನಡೆಸಿದೆ.

ಆ ರಾತ್ರಿಯ ವೇಳೆಗೆ ನನ್ನಲ್ಲಿ ಆತ್ಮವಿಶ್ವಾಸ ಮೂಡಿತ್ತು. ಮಾದ್ರಿ ಹೇಳಿದ ಕಲೆಗಳೆಲ್ಲ ನೆನಪಿಗೆ ಬಂದವು. ಪ್ರಯೋಗಿಸಿ ನಾನು ಅವನ ಸಮಳೆನಿಸಿದೆ. ಸಮಳೆನಿಸಿದೆನೆಂದು ನನಗೂ ಅನ್ನಿಸಿತು. ನಡುರಾತ್ರಿಯಲ್ಲಿ ಹೇಳಿದ: 'ಪೃಥಾ, ಹೆಂಗಸಿನ ತೋಳಿನಲ್ಲಿರುವಾಗ ಇಂತಹ ಕ್ಷೇಮಭಾವ ಇರುತ್ತದೆಂದು ಇವತ್ತಿನ ತನಕ ಗೊತ್ತೇ ಇರಲಿಲ್ಲ. ಮಗುವಿನಂತೆ ರಕ್ಷಣೆ ಬಯಸಿ ಗಂಡಸಿನ ತೋಳಿನಲ್ಲಿ ಹುದುಗಿಕೊಳ್ಳುವ ಹೆಂಗಸಿನಿಂದ ಏನು ಸಿಕ್ಕುತ್ತೆ ಹುಡಿಮಣ್ಣು?'

ನನಗೆ ತಕ್ಷಣ ಅರ್ಥವಾಗಲಿಲ್ಲ. ಕ್ರಮೇಣ ಹೊಳೆಯಿತು. ಅಳು ಬಂದು ಕಣ್ಣು ತುಂಬಿಕೊಂಡಿತು. ಇವನ ಮುಖವನ್ನು ಎದೆಗೆ ಅವಚಿಕೊಳ್ಳಬೇಕೋ, ತಲೆಯನ್ನು ತೊಡೆಯಲ್ಲಿಟ್ಟುಕೊಳ್ಳಬೇಕೋ ಅಥವಾ ಕಾಲುಗಳನ್ನು ಕೈಲಿ ಹಿಡಿದು ಒತ್ತಬೇಕೋ ತಿಳಿಯಲಿಲ್ಲ. 'ದೇವಲೋಕದ ಯಾವ ಹೆಂಗಸಿಗೂ ನಿನ್ನ ದಾಸಿಯಾಗುವ ಅರ್ಹತೆಯೂ ಇಲ್ಲ' ಎಂದ. ನನಗೆ ಸಾರ್ಥಕತೆಯ ಭಾವ. ನನ್ನ ಶಕ್ತಿ ನನಗೆ ಅರ್ಥವಾಯಿತು. ಅವನು ಏನು ಹೇಳುತ್ತಿದ್ದಾನೆಂಬುದು ಪೂರ್ತಿ ತಿಳಿಯಿತು. ಪ್ರಚಂಡ ಬಲಶಾಲಿ, ಹುಲಿಯನ್ನು ಕೊಂದು ಹೊತ್ತು ತರುವ ವೀರನಿಗೆ ಕ್ಷೇಮಭಾವ ಕೊಡುವ ನಾನು. ನನ್ನ ತೋಳುಗಳೇ? ಎದೆಯೆ? ಮೈಕಟ್ಟೆ? ಸಾಧಾರಣ ಮೈಕಟ್ಟಿನ ಗಂಡಸಿಗೆ ಇವುಗಳು ನಿಜವೆನ್ನಿಸಬಹುದು. ನನ್ನಂಥವಳೇ ತೋಳೆತ್ತಿ ಎಟುಕಿಸಬೇಕಾದ ಇವನಿಗೆ ಇವೆಲ್ಲ ನಿಜವಲ್ಲ. ನನ್ನ ಶಕ್ತಿ ನನಗೆ ಅರ್ಥವಾಯಿತು. ಆ ರಾತ್ರಿ ಎಲ್ಲ ಅದೇ ಸೊಗಸಿನ ಸಂತೋಷದಲ್ಲಿ ಮಂಪರಿಸುತ್ತಿದ್ದೆ.

ಬೆಳಗ್ಗೆ ಎದ್ದ ಅವನಿಗೆ ಮತ್ತೆ ಬಿಸಿ ನೀರೆರೆದೆ. ಸೇವೆ ಮಾಡಿದೆ. ಉಪಚರಿಸಿದೆ. ಅವನು ಬೇಟೆಗೆ ಹೋಗಲಿಲ್ಲ. ನನ್ನನ್ನೂ ಕೂರಿಸಿಕೊಂಡು ಗುಡಿಸಿಲಿನಲ್ಲಿ ಕುಳಿತು ಕೈ ಹಿಡಿದ, ಮುಖವನ್ನು ದಿಟ್ಟಿಸುತ್ತಾ. ನನಗೆ ಲಜ್ಜೆಯಿಂದ ತಲೆ ತಗ್ಗಿಸುವಂತಾಯಿತು. ಕೈನೀಡಿ ಅಗಲವಾದ ಹಸ್ತಗಳಿಂದ ನನ್ನ ಮುಖವನ್ನು ಹಿಡಿದು ಕೇಳಿದ: 'ಪೃಥಾ, ನೀನು ನನ್ನ ಜೊತೆಗೆ ದೇವಲೋಕಕ್ಕೆ ಬಂದುಬಿಡು. ಗಣಮುಖ್ಯರಿಗೆ ಸ್ವಂತ ಹೆಂಡತಿಯನ್ನು ಮಾಡಿಕೊಳ್ಳುವ ಅವಕಾಶವೂ ಇದೆ. ನಮ್ಮ ಆಚಾರದಲ್ಲಿ ನೀನು ನನ್ನ ಹೆಂಡತಿಯಾಗಿದ್ದುಬಿಡು.' ನಾನು ಅವನ ಮುಖವನ್ನು ದಿಟ್ಟಿಸಿದೆ. ವಿನೀತನಾಗಿದ್ದ. ನನಗೆ ಅವನಲ್ಲಿ ಹುಟ್ಟಿದ್ದಕ್ಕಿಂತ ಹೆಚ್ಚಿನ ಸಮರ್ಪಣಭಾವವು ಅವನ ಕಣ್ಣಿನಲ್ಲಿತ್ತು.

'ನಮ್ಮ ನಿಮ್ಮ ವಿವಾಹದ ಆಚಾರಗಳೇ ಬೇರೆ ಬೇರೆ' ಎಂದೆ.

ಅವನು ತಕ್ಷಣ ಉತ್ತರ ಹೇಳಲಿಲ್ಲ. ಸ್ವಲ್ಪ ಹೊತ್ತಿನ ಮೇಲೆ ಏನು ಅರ್ಥಮಾಡಿಕೊಂಡನೋ, 'ನೀನು ಬೇಡ ಅಂದರೆ ನಮ್ಮ ಗಣಿಕೆಯರ ಸಂಗ ಮಾಡುವುದಿಲ್ಲ. ನೀನೊಬ್ಬಳೇ ನನಗೆ. ಭಾಷೆ ಇಡುತ್ತೇನೆ' ಎಂದು ಕೈ ಹಿಡಿದ. ನಾನು ತಲೆಯನ್ನು ಕೆಳಗೆ ಮಾಡಿದೆ. 'ಇನ್ನೂ ದೊಡ್ಡ ವೀರನಾಗಬೇಕೆಂದು ನನ್ನ ಬಯಕೆ. ನಿನ್ನ ರಕ್ಷಣೆಯಲ್ಲಿ ಆಗಬಲ್ಲೆ.' ತಲೆ ಎತ್ತಿ ಕಿರುಗಣ್ಣಿನಿಂದ ಅವನ ಮುಖ ನೋಡಿದೆ. 'ಇನ್ನೂ ಸಮಯವಿರುತ್ತಲ್ಲ ಯೋಚನೆ ಮಾಡು' ಎಂದ. ನಾನು ಮಾತನಾಡಲಿಲ್ಲ. ಮೌನ ಕಟ್ಟಿಕೊಂಡಿತ್ತು. ಅಲ್ಲಿ ಕುಳಿತಿರುವುದು ಇರುಸುಮುರಸೆಂಬಂತೆ ಅವನು ಎದ್ದು ನಮ್ಮ ಮನೆಯಲ್ಲಿಯೇ ಇಟ್ಟಿದ್ದ ಅವನ ಬಿಲ್ಲು ಕತ್ತಿಗಳನ್ನು ಹಿಡಿದು ಹೊರಗೆ ನಡೆದ. ಪುಷ್ಕಳ ಊಟ ಮಾಡಿ ನಿದ್ರೆ ಮಾಡುತ್ತಿದ್ದ ಅವನ ಬೆಂಗಾವಲಿನವರನ್ನು ಕರೆಯಲಿಲ್ಲ. ನನ್ನಲ್ಲಿ ಉಕ್ಕಿ ಒಡೆಯುವಂತಹ ಸಾರ್ಥಕಭಾವ. ಸ್ವಯಂವರದಲ್ಲಿ ನನ್ನ ಕೈಹಿಡಿಯಲೆಂದು ನೂರು ಜನ ರಾಜ, ರಾಜ ಕುಮಾರರು ಸೇರಿದ್ದರು. ಆಗಲೂ ನನ್ನಲ್ಲಿ ಪ್ರಾಮುಖ್ಯದ ಭಾವ ಹುಟ್ಟಿತ್ತು. ಆದರೆ ಈಗ ಅರ್ಥವಾಗುತ್ತಿತ್ತು. ಸ್ವಯಂವರಕ್ಕೆ ಬೇಕಾದವರು ಬೇಡವಾದವರು ಎಲ್ಲರೂ ಬಂದಿರುತ್ತಾರೆ. ಎಲ್ಲ ರಾಜರೂ ಒಟ್ಟು ಸೇರುವ ಸಮಾರಂಭವಾದುದರಿಂದ ಜೂಜಾಡುವವರು, ಮದ್ಯಪಾನಕ್ಕೆ ಜೊತೆ ಬಯಸುವವರೆಲ್ಲರೂ ತುಂಬುತ್ತಾರೆ. ಇವಳ ಕೈ ಹಿಡಿದರೆ ತಾನು ಸಾರ್ಥಕನೆಂಬ ಅನನ್ಯ ಉತ್ಕಟತೆಯಿಂದ ಯಾರೂ ಬಂದಿರುವುದಿಲ್ಲ. ಈಗ ಅವರನ್ನೆಲ್ಲ ಮೀರಿಸಿರುವ ಈ ವೀರ್ಯವಂತನು ಪರಮಭಕ್ತಿಯಿಂದ ನನ್ನ ಹಸ್ತವನ್ನು ಯಾಚಿಸುತ್ತಿದ್ದಾನೆ. ತನ್ನ ಗಣದ ಇತರ ಸ್ತ್ರೀಸಂಗವನ್ನು ವರ್ಜಿಸುವುದಾಗಿ ಭಾಷೆ ಇಡಲು ಸಿದ್ಧನಾಗಿದ್ದಾನೆ. ಇತರ ಸ್ತ್ರೀಸಂಗವ್ಯಸನವು ನಮ್ಮ ಆರ್ಯಾವರ್ತದ ಯಾವ ಕ್ಷತ್ರಿಯನಿಗಿಲ್ಲ? ಪೃಥೆ ಧನ್ಯಳು ಎನ್ನಿಸಿತು. ಈ ಅರಕೆ, ಪುರುಷಶಕ್ತಿಯ ದಾರಿದ್ರ್ಯವಿಲ್ಲದೆ ಇವನಂಥವೇ ಹತ್ತು ಮಕ್ಕಳನ್ನು ಹೊಟ್ಟೆ ತುಂಬ ಹೊತ್ತು ತೃಪ್ತಿಯಿಂದ ಬಾಳುವ ಮನಸ್ಸಾಯಿತು. ಪಾಂಡುರಾಜ, ನಾನು ಹೋಗುತ್ತೇನೆ. ನಿನಗಾಗಿ ಹೆತ್ತ ಮಗುವನ್ನು ನಿನಗೆ ದಾನ ಕೊಡುತ್ತೇನೆ. ಬೇಡವಾದರೆ ಮಾದ್ರಿಗೆ ಯಾರಿಂದಲಾದರೂ ನಿಯೋಗ ಮಾಡಿಸಿಕೊ ಎನ್ನುವ ಪರಿಹಾರ ಕಾಣಿಸಿತು. ಹೂಂ ಅಂದರೆ ಸಾಕು ನನ್ನನ್ನು ಹೆಗಲಮೇಲೆ ಕೂರಿಸಿಕೊಂಡು ದೇವಲೋಕದ ಪರ್ವತವನ್ನು ಹುಲಿಯಂತೆ ಕುಪ್ಪಳಿಸಿ ಏರಿಬಿಡುತ್ತಾನೆ. ಗುಡಿಸಲಿನಲ್ಲಿ ಒಬ್ಬಳೇ ಕುಳಿತಿದ್ದೆ. ಅನಂತರ ಭಾರವನ್ನು ತಡೆಯಲಾರದೆ ಎದ್ದು ಹೊರಗೆ ಬಂದೆ. ಯಾವಾಗಲೂ ಅಳದ ಸೌಮ್ಯಮುಖದ ಧರ್ಮನನ್ನು ಎತ್ತಿಕೊಂಡು ಮಾದ್ರಿ ಕೆಳಗಿನ ಹಳ್ಳದ ಹತ್ತಿರ ನಿಂತಿದ್ದಳು. ಅದು ಮಾದ್ರಿಯ ಕಂಕುಳಿಗೆ ಒಪ್ಪುವ ಮಗು, ನನ್ನ ಎತ್ತರ ಗಾತ್ರಗಳಿಗೆ ಸಾಲದು ಎನ್ನಿಸಿತು. ಇಳಿದು ಹಳ್ಳದ ಹತ್ತಿರಕ್ಕೆ ಹೋದೆ. ಮಗು ಮಣಿಕಟ್ಟನ್ನು ತಿರುಗಿಸಿ ಕೈ ಮಾಡಿತು. ಹೋಗಿ ಎತ್ತಿಕೊಂಡೆ. ಜಜ್ಜಿಹೋಗುವ ಮೈಕಟ್ಟಲ್ಲವೆ? ಎನ್ನುತ್ತಾ ಮಾದ್ರಿ ನನ್ನ ಮುಖ ನೋಡಿ ನಕ್ಕಳು. ನಾನು ಪರವಶಳಾಗಿದ್ದೆ.

ಆ ರಾತ್ರಿಯೂ ಅವನು ಬೇಡಿಕೊಂಡ: 'ಏನು ನಿಶ್ಚಯಿಸಿದೆ? ಇಲ್ಲಿ ನೋಡು. ನೀನು ಬೇಡವೆಂದರೂ ಎತ್ತಿ ಹೆಗಲಮೇಲೆ ಹಾಕಿಕೊಂಡು ದೇವಲೋಕಕ್ಕೆ ಒಯ್ಯುವ

ಶಕ್ತಿ ನನಗಿದೆ. ರೋಗಿಷ್ಠ ಪಾಂಡುರಾಜ ನನ್ನನ್ನು ಹಿಡಿಯಲಾರ. ನಿಮ್ಮ ಆಳುಗಳಿಗೆ ನನ್ನನ್ನು ತಡೆಯುವ ಶಕ್ತಿಯುಂಟೆ? ನನ್ನ ಹತ್ತು ಜನ ಬೆಂಗಾವಲಿನವರು ಬೇರೆ ಇದ್ದಾರೆ. ಆದರೆ ನಿನ್ನನ್ನು ಹೊತ್ತುಕೊಂಡು ಹೋಗುವುದು ಸಾಧ್ಯವಿಲ್ಲ ಅಂತ ನನಗೆ ಅರ್ಥವಾಗಿದೆ. ಹೊತ್ತೊಯ್ಯಲು ಸಾಧ್ಯವಾದ ಯಾವ ಹೆಂಗಸೂ ಇನ್ನು ಮೇಲೆ ನನಗೆ ತುಚ್ಛಳು, ನಿನ್ನನ್ನು ಸ್ಪರ್ಶಿಸಿ ಅರಿತ ಮೇಲೆ.'

ನನ್ನ ಮಾತಿನ ಶಕ್ತಿ ಹೊರಟುಹೋಗಿತ್ತು. ಮಾತಾಡು ಎಂದು ಮತ್ತೆ ಮತ್ತೆ ಕೇಳಿದ. ತೀರ ಬಳಲಿದವನಂತೆ ನಿಟ್ಟುಸಿರಿಟ್ಟ. ಅನಂತರ, 'ನೀನು ಯೋಚಿಸಲು ಇನ್ನೂ ದಿನಗಳಿವೆಯಲ್ಲ' ಎಂದು ನನಗೂ ತನಗೂ ಒಂದೇ ಮಾತಿನಲ್ಲಿ ಸಮಾಧಾನ ಹೇಳಿದ. ಇಬ್ಬರೂ ಮೌನವಾಗಿ ನಿಶ್ಚಲವಾಗಿ ಮಲಗಿದ್ದೆವು. ಗುಡಿಸಲಿನ ಹೊರಗೆ ಪರ್ವತದ ಗಾಳಿ. ಒಮ್ಮೊಮ್ಮೆ ದೂರದಲ್ಲೆಲ್ಲೋ ಕರಡಿಯ ಕೂಗು. ನನಗೆ ನಿದ್ರೆಬಂದಾಗ ಬೆಳಕು ಹರಿಯುತ್ತಿತ್ತು. ಅವನೂ ಹೆಚ್ಚುಕಡಮೆ ಹೊರಳುತ್ತಲೇ ಇದ್ದ.

ನಾನು ಬೆಳಗ್ಗೆ ಎದ್ದಾಗ ಅವನು ಇರಲಿಲ್ಲ. ಬಿಲ್ಲು ಕತ್ತಿಗಳೂ ಇರಲಿಲ್ಲ. ಎದ್ದು ಸ್ನಾನ ಮಾಡಿದೆ. ಅವನ ಆಳುಗಳು ಹಿಂಬದಿಯ ಬಂಡೆಯ ಮೇಲೆ ನಿಂತು ಅದೇನನ್ನೋ ಬೆರಳಿನಿಂದ ತೋರಿಸುತ್ತಿದ್ದರು. ಒಬ್ಬ ಬಿಲ್ಲು ಹಿಡಿದು ಬಾಣ ಹೊಡೆಯುತ್ತಿದ್ದ. ಹುಡುಗಾಟಿಕೆಗೆ ಎಂಬಂತೆ. ನನಗೆ ಮಂಕು ಕವಿದಂತಾಗಿತ್ತು. ಹಿಂದಿನ ಗುಡಿಸಲಿಗೆ ಹೋಗಲಿಲ್ಲ. ಧರ್ಮನನ್ನು ಎತ್ತಿಕೊಳ್ಳಲಿಲ್ಲ. ಮಾದ್ರಿಯನ್ನು ಮಾತನಾಡಿಸಲಿಲ್ಲ. ಸುಮ್ಮನೆ ನನ್ನ ಗುಡಿಸಲಿಗೆ ಬಂದು ಕುಳಿತೆ. ಅದೇ ಮರದ ಹಲಗೆಯ ಮೇಲೆ ಹರವಿದ್ದ ಮೆತ್ತನೆಯ ಒಣ ದರ್ಭೆ, ಜೊಂಡಿನ ಚಾಪೆ, ದಟ್ಟಿ, ಕಂಬಳಿಗಳ ಬೆಚ್ಚನೆಯ ಹಾಸಿಗೆಯ ಮೇಲೆ. ಸ್ವಲ್ಪ ಹೊತ್ತಿಗೆ ಪಾಂಡುರಾಜ ಬಂದ. ಮುಖ ಮ್ಲಾನವಾಗಿತ್ತು. ನನ್ನ ಹತ್ತಿರ ಹಾಸಿಗೆಯ ಕೆಳಗೆ ಕುಳಿತ, ಸಿಂಹಾಸನದ ಹತ್ತಿರ ನಿಲ್ಲುವ ಪ್ರಜೆಯಂತೆ. ನಾನು ಬರಿದೇ ಅವನ ಮುಖ ನೋಡಿದೆ. ಮಾತನಾಡಲು ಕಷ್ಟಪಡುವಂತಿತ್ತು ಅವನು. ಹೆಣಗಿ ಹೆಣಗಿ ಹೇಳಿದ: 'ಕುಂತಿ, ನೆನ್ನೆ ಬೆಳಗ್ಗೆ, ಈ ರಾತ್ರಿ, ಅವನು ನಿನ್ನನ್ನು ಕೇಳುತ್ತಿರುವುದು ನನಗೂ ಕೇಳಿಸಿತು. ಅವನ ಧ್ವನಿಯೇ ಗಟ್ಟಿ. ನಾನು ಕೂಡ ಈ ಗುಡಿಸಲಿನ ಹಿಂಬದಿಯಲ್ಲೇ ನಿಂತು ಆಲಿಸುತ್ತಿದ್ದೆ.'

ನನಗೆ ಗಾಬರಿ ಎನಿಸಲಿಲ್ಲ. ಭಯ, ವಿಹ್ವಲ, ಕೋಪ ಮೊದಲಾದ ಭಾವಗಳಿಗಿಂತ ಆಳವಾದ ಮಡುವಿನಲ್ಲಿ ಕಡೆಯುತ್ತಿತ್ತು ಮನಸ್ಸು. ಅವನು ಹೇಳಿದುದು ಮಾತ್ರ ಕಿವಿಗೆ ಕೇಳಿತು. ಮನಸ್ಸೆಲ್ಲ ಇಳಿದು ಕಲಕುತ್ತಿತ್ತು, ಏನೆಂಬುದು ಮಾತ್ರ ತಿಳಿಯದ ಆಳದಲ್ಲಿ. ಮೂಕಳಾಗಿ ಅರ್ಥಹೀನವಾಗಿ ಅವನ ಮುಖ ನೋಡಿದೆ. ನನ್ನ ಕೈ ಹಿಡಿದುಕೊಂಡ. ಅವನ ಹಸ್ತವು ದುರ್ಬಲವೆನಿಸಿತು. 'ನೀನು ಮಾಡಿರುವ ಪ್ರಮಾಣದ ನೆನಪು ಮಾಡಿಕೊ. ಕುರುವಂಶಕ್ಕೆ ಒಬ್ಬ ವೀರಪುತ್ರನನ್ನು ಹೆರುವುದಕ್ಕಾಗಿ ಮಾತ್ರ ನೀನು ನನ್ನಪ್ಪಣೆಯ ಮೇರೆಗೆ....' ಎನ್ನುವಾಗ ಅವನ ಕಂಠ ಗದ್ಗದವಾಯಿತು. ಈ ವಂಶಕ್ಕೆ ನಾನು ಮಾಡಿರುವ ತ್ಯಾಗ, ಸ್ವಸುಖದ ಬಲಿ ಇವರಾರಿಗೆ ತಿಳಿದೀತು! ಪ್ರಮಾಣ ಮಾಡಿದ ಪತ್ನೀಧರ್ಮವನ್ನು ಮುಂದು ಮಾಡಿ ತನ್ನ ಇಡೀ ಸುಖದ ಬಲಿಬೇಡಿದ ಗಂಡ ಒಬ್ಬ ಬದುಕಿದ್ದರೆ ತಿಳಿದುಕೊಳ್ಳುತ್ತಿದ್ದ

ನೇನೋ! ಧರ್ಮದ ಹೊಸ ವ್ಯಾಖ್ಯೆ ಮಾಡಿದನಂತೆ ದುರ್ಯೋಧನ, ಅವರು ಬರೀ ಕುಂತಿಯ ಮಕ್ಕಳು ಪಾಂಡವರಲ್ಲ ಅಂತ. ಹಲ್ಲಿಲ್ಲದ ದವಡೆಗಳು ಸಿಟ್ಟಿನಿಂದ ಬಿಗಿಯಾದವು. ಧರ್ಮ ಅಂದರೇನು? ಈ ಕುಂತಿ ತನಗೆ ತಿಳಿದ ಧರ್ಮದಲ್ಲಿ ಎಂದೂ ಸೋತಿಲ್ಲ ಎಂದು ಪ್ರಯತ್ನಪೂರ್ವಕವಾಗಿ, ನೆನಪಿನ ಪದರಗಳು ಕಲಸಿಹೋಗದಂತೆ ಬಿಡಿಸಲು ಆರಂಭಿಸಿದಳು. ಹೊತ್ತು ಇನ್ನೂ ಕೆಳಗಿಳಿಯುತ್ತಿತ್ತು. ನಡುವೆ ಏರಿದ್ದ ಸೊಂಟದ ನೋವು ಕೂಡ ಎಲ್ಲೋ ಕೆಳಗಿಳಿದಿತ್ತು. ಅಂತಹ ವೀರಾಧಿವೀರ ಆ ದಿನ ಏಕಾಂಗಿಯಾಗಿ ಕರಡಿಯ ಬೇಟೆಯಾಡಿ ಬಂದವನು ನನ್ನ ಕೈ ಹಿಡಿದು ಪಾಂಡುವಿಗಿಂತ ಹೆಚ್ಚು ಗದ್ಗದನಾಗಿ ಬೇಡಿಕೊಂಡ. ಪಾಂಡುವಿನಂತೆ ನಿಸ್ಸಹಾಯಕತೆಯಿಂದ ಹುಟ್ಟಿದ ಗದ್ಗತೆಯಲ್ಲ ಅವನದು. ಪ್ರತಿರಾತ್ರಿಯೂ ಕಣ್ಣೀರು ಹಾಕಿ ಬೇಡುತ್ತಿದ್ದ, ನಾನು ಕೂಡ ಅದೆಷ್ಟು ಕೊಡ ದುಃಖದ ಬಿಸಿನೀರು ಸುರಿಸಿದ್ದೇನೆ ಅವನೆದೆಯ ಮೇಲೆ! ಆದರೂ ಗರ್ಭಕಟ್ಟಿದುದು ಖಚಿತವೆನಿಸಿದ ಮೇಲೆ ನಾನಾಗಿಯೇ ಪಾಂಡುವಿಗೆ ಹೇಳಿ ಮರುತ್ತನಿಗೆ ಸಮಾಧಾನ ಹೇಳಿ ದೂರವಾದೆನಲ್ಲ ಅಂಗಲಾಚುತ್ತಾ ಅವನು ಮತ್ತೆ ಎಂಟು ದಿನ ಉಳಿದರೂ ಅವನ ಹಾಸಿಗೆಯನ್ನು ಸೇರದೆ! ಧರ್ಮನಿಷ್ಠೆ ಕುಂತಿಗಿಲ್ಲವೋ, ಅವಳ ಮನಸ್ಸೇ ನೆನಪನ್ನು ವ್ಯಾಖ್ಯಾನಿಸಿತು. ಎಂತಹ ಪ್ರಚಂಡ ಮಗು ಭೀಮ ಅಂದರೆ. ಪೃಥಾ, ಕ್ಷೇಮಭಾವ ತುಂಬಿದ ನೀನು; ಬಲ ವೀರ್ಯಗಳ ನಾನು: ಎಂತಹ ಮಗುವಾಗುತ್ತೆ ಬಲ್ಲೆಯ, ನಮ್ಮ ದೇವಲೋಕ ಸೇರಿದರೆ ಜನವೆಲ್ಲ ಅವನನ್ನೇ ಸೇನಾಪತಿಯಾಗಿ ಆರಿಸದೆ ಬಿಡುವುದಿಲ್ಲ ಎಂದಿದ್ದ. ಅಂಥವನೇ ವೀರ ನನ್ನ ಮಗು. ವನವಾಸಕ್ಕೆ ಹೊರಡುವ ಮುನ್ನ ದ್ರೌಪದಿಗೆ ಹೇಳಿದ್ದೆ ಅವನ ಹೊಟ್ಟೆಗೆ ಮಾತ್ರ ಕಮ್ಮಿ ಮಾಡಬೇಡ. ಅವನ ಬಲ ಕುಂದಿದರೆ ನಾವೆಲ್ಲ ನಾಶವಾದೇವು ಅಂತ. ಕಾಡಿನ ಗೆಡ್ಡೆಗೆಣಸು ಹಣ್ಣು, ಬೇಟೆಯಾಡಿ ಸುಟ್ಟ ಮಾಂಸಗಳ ಹನ್ನೆರಡು ವರ್ಷದ ಕಾರ್ಪಣ್ಯದಲ್ಲಿ ಅವಳಾದರೂ ಯಾವ ಪುಷ್ಟಿಯಿಂದ ಸಾಕಿದ್ದಾಳು ಅವನನ್ನು! ವಿರಾಟನಗರದಲ್ಲಿ ಅಡುಗೆಯವನಾಗಿ ಸೇರಿ ಪುಷ್ಟಿ ಮಾಡಿಕೊಂಡಿದ್ದಾನಂತೆ, ಕೃಷ್ಣ ಹೇಳಿದ. ಮಗು ಅಂದರೆ ಅವನು, ಸೊಂಟ ಭಾರವಾಗುವಂತೆ ಅಡ್ಡಗಾಲು ಹಾಕಿ ಅದರಿ ಕಂಕುಳು ತುಂಬ ಎತ್ತಿಕೊಂಡು ಹತ್ತು ಹೆಜ್ಜೆ ನಡೆಯುವುದರಲ್ಲಿ ಮಾದ್ರಿ ಸುಸ್ತಾಗುತ್ತಿದ್ದಳಲ್ಲ, ಅಪ್ಪ ಪಾಂಡುವಿಗೆ ದಮ್ಮು ಬಂದುಬಿಡುತ್ತಿತ್ತು. ಪ್ರೀತಿ ಅಂದರೂ ಅವನೇ, ಅಪ್ಪ ಮರುತ್ತನ ಅಖಂಡ ನಿರ್ವ್ಯಾಜ ಪ್ರೇಮ. ಈಗ ಐವತ್ತಮೂರೋ ನಾಲ್ಕೋ, ಹದಿಮೂರು ವರ್ಷದಲ್ಲಿ ಬೆನ್ನೂ ಸ್ವಲ್ಪ ಕುಗ್ಗಿದೆಯಂತೆ, ಎಷ್ಟು ಕುಗ್ಗಿದರೂ ಹುಟ್ಟು ಕಡಮೆಯಾಗುತ್ತೆಯೆ? ಒಂದು ಆಳು ತೋಳನ್ನು ಮೇಲೆತ್ತಿ ನಿಂತರೆ ಆಗುವ ಎತ್ತರ, ದ್ರೌಪದಿ ಅವನ ಭುಜಕ್ಕೂ ಇಲ್ಲ ಎದೆಯ ಮಟ್ಟ ಅಷ್ಟೆ. ಆದರೂ ಅವಳ ವಶಾನುವರ್ತಿ. ಅಂತಹ ಸೊಸೆ ಕಾಡುಜನರಂತೆ ಹನ್ನೆರಡು ವರ್ಷ ಕಳೆದು ಒಂದು ವರ್ಷ ಊಳಿಗ ಮಾಡಿದಳಂತೆ. ಶಾಂತ ಗುಣದ ಹಿರೀಮಗು, ಮುಖ ನೋಡಿದರೆ ಧೈರ್ಯ ಹುಟ್ಟುವಂತಹ ಎರಡನೆಯ ಮಗು ಹುಟ್ಟಿದ ಮೇಲೆ ಸುಖವಾಗಿ ಊರಿಗೆ ಹಿಂತಿರುಗೋಣವೆಂದರೆ ಯಾಕೆ ಕೇಳಲಿಲ್ಲ ಮಹಾರಾಜ? ಅವನಿಗೊಂದು ಹುಚ್ಚು, ದೇವಲೋಕದ ಜನರ ವೈದ್ಯಶಕ್ತಿ ರಹಸ್ಯಗಳಲ್ಲಿ ಕುರುಡುಭಕ್ತಿ. ತನಗೆ ಪುಂಶಕ್ತಿ

ಬಂದೇ ಬರುತ್ತದೆಂಬ ನಂಬಿಕೆ, ಅಥವಾ ತನ್ನ ಬೀಜಕ್ಕೇ ಮಕ್ಕಳನ್ನು ಹುಟ್ಟಿಸುವ ಆಂತರ್ಯದ ಬಯಕೆಯೋ! ಹಾಗೇನಾದರೂ ಹುಟ್ಟಿದ್ದರೆ ಈ ನಿಯೋಗದ ಮಕ್ಕಳನ್ನು ಕಡೆಗಣಿಸುತ್ತಿದ್ದನೋ! ಕೈಯನ್ನಲ್ಲ, ಮೂಗು ಹಿಡಿದು ಕೇಳುತ್ತಿದ್ದೆ ಧರ್ಮನಿಷ್ಠೆಯನ್ನು, ಅದೇ ಬಯಕೆ ಇರಬೇಕು ಇಲ್ಲದಿದ್ದರೆ ಏಕೆ ಅಲ್ಲೇ ಉಳಿದ, ಮತ್ತೆ ಮತ್ತೆ ಆ ವೈದ್ಯರನ್ನು ಪುಸಲಾಯಿಸಿ ಬಂದಾಗಲೆಲ್ಲ ತಿಂಗಳುಗಟ್ಟಳೆ ಉಪಚರಿಸಿ ದಿನಸಿ ಧಾನ್ಯಗಳನ್ನು ಹೊರೆಸಿ ಹೊರೆಸಿ, ಯಾಕೆ ಉಳಿದನೋ, ದೇವಲೋಕಕ್ಕೆ ಹೋಗಿ ಬಂದನಂತರ ಕಾಣಿಸಿಕೊಂಡ ಬಳಲಿಕೆ ಎದೆಬಡಿತ ದೇವವೈದ್ಯರು ಔಷಧಿ ಕೊಟ್ಟರೂ ಪೂರ್ತಿ ಗುಣವಾಗಲಿಲ್ಲ, ಬೆಟ್ಟ ಹತ್ತುವ ಶಕ್ತಿ ಕೂಡಲೇ ಇಲ್ಲ, ಆಗಲೇ ಹಿಂತಿರುಗಿ ತಾನೇ ಸಿಂಹಾಸನ ಹಿಡಿದು ಕೂತಿದ್ದರೆ ದಾರಿಯೇ ಬದಲಿಸುತ್ತಿತ್ತು. ಈ ಬವಣೆ ಇರುತ್ತಿರಲಿಲ್ಲ, ಎಂದು ನೀರನ್ನು ದಿಟ್ಟಿಸಿದಳು. ಬಿಂಬ ಕಾಣುತ್ತಿದ್ದರೂ ನೀರು ಹರಿಯುತ್ತಿದೆ. ಆಶ್ಚರ್ಯವಾಯಿತು. ಹರಿಯುವ ನೀರಿಯಲ್ಲಿ ನಿಶ್ಚಲವೆನಿಸುವ ಬಿಂಬ ಹೇಗೆ ಕಾಣುತ್ತಿದೆ! ಸ್ವಲ್ಪ ಹೊತ್ತು ಈ ವಿಸ್ಮಯದಲ್ಲಿ ಮನಸ್ಸು ಮರೆಯಿತು. ಪರ್ವತದಲ್ಲಿ ಹರಿಯುವಾಗ ಈ ಶಾಂತತೆ ಎಲ್ಲಿ ಬರಬೇಕು? ಒಂದು ವರ್ಷದ ಮಗು ಭೀಮನನ್ನು, ಅಬ್ಬಾ ಎತ್ತಿಕೊಂಡು ತಿರುಗುವುದೂ ಕಷ್ಟ, ನಡೆಯುವುದು ಇನ್ನೂ ಬರುತ್ತಿರಲಿಲ್ಲ, ಗುಡಿಸಲಿನಿಂದ ಎರಡು ಕೂಗುದೂರದಲ್ಲಿ ಧುಮುಕು ನೀರಿನಲ್ಲಿ ಮೀಯಿಸುವುದೆಂದರೆ ಏನು ಹಿಗ್ಗು ಇನ್ನೂ ಮಾತುಗಾಣದ ಮಗುವಿಗೆ. ಶೀತದ ಭಯವಿಲ್ಲ, ಉಷ್ಣದ ಬಳಲಿಕೆ ಇಲ್ಲ, ಆಗಲೇ ಅಲ್ಲವೇ ಇಂದ್ರ ಬಂದದ್ದು. ಹೌದು ಆಗಲೇ, ನೆನಪನ್ನು ಸರಿಯಾಗಿ ಬಿಡಿಸಿಕೊಂಡಳು. ಹೌದು ಆಗಲೇ. ಅದೆಂತಹ ಸುಂದರ ರೂಪ! ಉದ್ದವಾದ ಮೊನಚು ಮೂಗು. ತೆಳು ಹುಬ್ಬು, ಹಿಮದ ಬಣ್ಣ, ನನ್ನಷ್ಟೇ ಎತ್ತರ, ನವಿಲುಗರಿಗಳನ್ನು ಅಂಟಿಸಿ ಕಸೂತಿ ಮಾಡಿದ ಉಣ್ಣೆಯ ಮೇಲ್ವಾಸ. ಮಗುವಿಗೆ ಸ್ನಾನ ಮಾಡಿಸುವ ಜಾಗಕ್ಕೇ ಬಂದು ನಿಂತ. ಮೇಲೆ ಸ್ವಲ್ಪ ದೂರದಲ್ಲಿ ಹಲವು ಬಿಲ್ಲಾಳುಗಳು. ನನ್ನನ್ನು ಹೊತ್ತುಕೊಂಡು ಹೋಗಲು ಬಂದಂತೆ ಕಂಡ. ಆದರೆ ಮುಖದಲ್ಲಿ ಶಾಂತಭಾವ.

'ನೀನೇ ಅಲ್ಲವೆ ಪೃಥೆ?' ಎಂದ ಪರಿಚಯವಿರುವವನಂತೆ.

'ನೀನು ಯಾರು?' ಎಂದೆ ಒದ್ದೆಯಾಗಿ ಮೈಗೆ ಅಂಟಿದ್ದ ಅರಿವೆಯನ್ನು ಸರಿಪಡಿಸಿಕೊಳ್ಳುತ್ತಾ.

'ನಮ್ಮ ಮರುತ್ತನ ಮಗುವಲ್ಲವೆ ಇದು, ನೋಡಿದ ತಕ್ಷಣ ತಿಳಿಯಿತು. ನಮ್ಮ ಜನರ ಕಳೆ ಇದೆ.'

ದೇವಲೋಕದವನೆಂದು ಅರ್ಥವಾಯಿತು. ತಮ್ಮ ಲೋಕದ ಮುಖ್ಯ ಮುಖ್ಯ ಜನರ ವೇಷ ಭೂಷಣಗಳನ್ನು ಹಿಂದೆ ಧರ್ಮಾಧಿಕಾರಿ, ಇತ್ತೀಚೆಗೆ ಮರುತ್ತು ಆಗಾಗ್ಗೆ ಹೇಳುತ್ತಿದ್ದ ನೆನಪಾಯಿತು. ಆದರೂ ಕೇಳಿದೆ: 'ನೀನಾರು ಹೇಳಲೇ ಇಲ್ಲ.'

'ಇಂದ್ರ.'

'ಅಂದರೆ?'

'ಓಹ್. ಗೊತ್ತಿದ್ದೂ ಕೇಳ್ತೀಯ. ದೇವಲೋಕದ ದೊರೆಯನ್ನು ಇಂದ್ರ ಅನ್ನುತ್ತಾರೆ.

ನಾನು ಈ ಪದವಿಗೆ ಆಯ್ಕೆಯಾಗಿ ಐದು ವರ್ಷವಾಯ್ತು.'

'ಹೌದೆ?' ಎಂದೆ ಬೇರೆ ಮಾತು ತಿಳಿಯದ್ದಕ್ಕೆ. ಸಂಕೋಚವೆನಿಸಿತು. ತಲೆ ತಗ್ಗಿಸಿದೆ. ತಲೆ ತಗ್ಗಿಸಿ ಸಂಕೋಚ ತೋರ್ಪಡಿಸಿಕೊಂಡಿದ್ದಕ್ಕೆ ಇರುಸುಮುರುಸಾಯಿತು. ತಲೆ ಎತ್ತಿ ನೋಡಿದೆ. ಬಿಲ್ಲು ಹಿಡಿದಿದ್ದವರು ಕಾಣಿಸಲಿಲ್ಲ. ಅವನು ಹತ್ತಿರ ಬಂದ. ಕೈನೀಡಿ ಮಗುವನ್ನು ಕೇಳಿದ. ಹೊಸಬರ ಹತ್ತಿರಕ್ಕೆ ಹೋಗಲು ಭೀಮ ಎಂದೂ ಅಳುತ್ತಿರಲಿಲ್ಲ. ಹೊಸ ಮುಖ, ಹೊಳೆಯುವ ಹಸಿರು ನೀಲಿ ನವಿಲುಗರಿಗಳ ಬಟ್ಟೆ. ಹತ್ತಿರ ಹೋಗಿ ಬಿಗಿಯಾಗಿ ಹಿಡಿದು ಕೊಂಡಿತು ಮಗು. ಅವನು ತಬ್ಬಿ ಮುದ್ದಾಡಿದ. ಧುಮುಕು ನೀರು ಮೊರೆಯುತ್ತಿತ್ತು. ಮಗುವನ್ನು ತೊಡೆಯ ಮೇಲೆ ಕೂರಿಸಿಕೊಂಡು ಬಂಡೆಯ ಮೇಲೆ ಕುಳಿತು ನನಗೆ ಹೇಳಿದ: 'ಸ್ವಲ್ಪ ಕೂತುಕೋ. ಮಾತಾಡಬೇಕು.'

ನನಗೆ ಲಜ್ಜೆ ಎನಿಸಿತು. 'ನಿನ್ನೊಡನೆ ನನಗೆಂಥ ಮಾತು?'

ಅವನಿಗೆ ಕೋಪ ಬರಲಿಲ್ಲ. ಮುಗುಳ್ನಕ್ಕ. ಮಗುವನ್ನು ಇನ್ನಷ್ಟು ಮುದ್ದಿಸಿ ಹೇಳಿದ: 'ಪೃಥೇ, ನಮ್ಮ ಲೋಕದಲ್ಲಿ ಮೂವತ್ತೆರಡು ಗಣಗಳಿವೆಯಲ್ಲ. ಒಂದೊಂದು ಗಣದಲ್ಲೂ ಎಲ್ಲರೂ ಎಲ್ಲರಿಗೂ ಸವತಿಯರು. ಇದು ನಿನಗೆ ಗೊತ್ತಿರಬಹುದು. ಆದರೆ ಒಂದು ಗಣದ ಗಂಡಸು ಇನ್ನೊಂದು ಗಣದ ಯಾವ ಹೆಂಗಸನ್ನೂ ಮುಟ್ಟಬಾರದು. ಇಂದ್ರ ಮಾತ್ರ ಯಾವ ಗಣದ ಯಾವ ಹೆಂಗಸನ್ನಾದರೂ ಸಮೀಪಿಸಬಹುದು. ಇಂದ್ರ ತನ್ನಲ್ಲಿ ಬಂದ ಎಂಬುದಕ್ಕಿಂತ ಬೇರೆ ಸಾರ್ಥಕತೆ ನಮ್ಮ ಲೋಕದ ಹೆಂಗಸರಿಗಿಲ್ಲ.'

'ಆದರೆ ನಾನು ನಿಮ್ಮ ಲೋಕದ ಹೆಂಗಸಲ್ಲ.'

'ಪೂರ್ತಿ ಅಲ್ಲದೆಯೂ ಇಲ್ಲ. ಅದು ಹೋಗಲಿ. ನಿನ್ನ ಕೃಪೆ ಗಳಿಸುವತನಕ ಕ್ಷೇಮಭಾವ ವೆಂದರೆ ಏನೆಂದು ಯಾವ ವೀರನಿಗೂ ತಿಳಿಯುವುದಿಲ್ಲವೆಂದು ನನ್ನ ಸೇನಾಪತಿ ಮರುತ್ ಹೇಳಿದ. ನೀನು ಅವನ ಹೆಂಡತಿಯಾಗಲು ಒಲ್ಲೆ ಅಂದೆಯಂತೆ. ನಿನ್ನ ಕಷ್ಟ ಅವನಿಗೂ ಅರ್ಥವಾಗಿದೆ. ಗಣಮುಖ್ಯರು ಮತ್ತು ಇಂದ್ರ ಮಾತ್ರ ಸ್ವಂತ ಹೆಂಡತಿ ಮಾಡಿಕೊಳ್ಳಬಹುದು. ನಾನಾಗಲೇ ಮದುವೆಯಾದವನು. ಬೇರೆ ಮದುವೆ ಮಾಡಿಕೊಳ್ಳುವಂತಿಲ್ಲ. ಆದರೆ ನಿನ್ನಲ್ಲಿ ಭಿಕ್ಷೆ ಬೇಡಲು ಬಂದಿದ್ದೇನೆ. ನಿನ್ನನ್ನು ನೋಡಿದ ಮೇಲೆ ಮರುತ್ತನ ಮಾತು ನಿಜವೆನ್ನಿಸಿದೆ.'

ಅವನು ನೇರವಾಗಿ ಆಡಿದ ಮಾತಿಗೆ ನನ್ನ ಉಸಿರು ಕಟ್ಟಿಹೋಯಿತು. ಎಷ್ಟೇ ಪ್ರಯತ್ನಿಸಿದರೂ ಕುತ್ತಿಗೆ ಕುಸಿದು ಕೆಳಗಾಯಿತು. ಮಗು ಅವನ ತೊಡೆಯ ಮೇಲೆ ಕುಳಿತು ಕೇಕೆಹಾಕುತ್ತಿತ್ತು. ಅನಿರೀಕ್ಷಿತವಾಗಿ ನಾನು ಕನಸಿನಲ್ಲೂ ಕಾಣದ ಈತನ ಕೈಲಿ ಸಿಕ್ಕಿಹಾಕಿಕೊಂಡಿರುವಂತೆ ಆಯಿತು. ಜೇನಿನಲ್ಲಿ ಅಂಟಿಕೊಂಡ ನೊಣದಂತೆ.

ಅವನು ನಿಧಾನವಾಗಿ ಮಾತನಾಡಿದ: 'ಅಗತ್ಯಬಿದ್ದರೆ ಇರಲಿ ಅಂತ ಇಪ್ಪತ್ತು ಜನ ವೀರ ಬಿಲ್ಲಾಳುಗಳನ್ನು ಕರೆತಂದೆ. ಹೊತ್ತುಕೊಂಡು ಹೋಗುವುದೇನೂ ಕಷ್ಟದ್ದಲ್ಲ. ಅದು ಅಸಾಧ್ಯ ಅಂತ ಮರುತ್ತು ಹೇಳಿದ ಮಾತು ಈಗ ನಿನ್ನನ್ನು ನೋಡಿದ ಮೇಲೆ ನಿಜವೆನ್ನಿಸಿದೆ.'

ಮಾತನಾಡದೆ ಕುಳಿತಿರುವುದು ಮುಜುಗರವೆನಿಸಿತು. ನನ್ನ ಮುಖದ ಭಾವದಿಂದಲೇ ಇವನು ನನ್ನ ಒಳಗನ್ನು ಅರ್ಥಮಾಡಿಕೊಳ್ಳುತ್ತಿದಾನೆ ಎನ್ನಿಸಿತು. ಸುಳ್ಳು ಹೇಳಬಾರದೆಂದು

ನಿರ್ಧರಿಸಿದೆ. ಅವನ ಮುಖ ನೋಡುತ್ತಾ ಮಾತನಾಡುವುದು ಕಷ್ಟವಾಯಿತು. ಧುಮುಕುವ ನೀರನ್ನು ನೋಡುತ್ತಾ ಎಂದೆ: 'ನಮ್ಮ ಲೋಕದಲ್ಲಿ ಮದುವೆಯಾದ ಹೆಂಗಸು ಪರಪುರುಷನಿಗೆ ಆಸ್ಪದ ಕೊಡಬಾರದು.'

'ನಮ್ಮ ಲೋಕದಲ್ಲೂ ಹಾಗೆಯೇ. ಆದರೆ ನೀನು ನಮ್ಮ ಧರ್ಮಾಧಿಕಾರಿ, ಸೇನಾಪತಿಯರನ್ನು ನಿಯೋಗ ಅನ್ನುವ ನಿಮ್ಮ ಲೋಕದ ಪದ್ಧತಿಯಂತೆಯೇ ಆಹ್ವಾನಿಸಲಿಲ್ಲವೆ? ಹಾಗೆ ನನ್ನನ್ನೂ ಸ್ವೀಕರಿಸು.'

'ವಿಧವೆಯಾದರೆ ಬೇರೆ ಮಾತು. ಗಂಡನಿರುವಾಗ ನಿಯೋಗದ ನಿಶ್ಚಯ ಮಾಡುವವನು ಅವನೇ. ಅಲ್ಲದೆ ನಮಗೆ ಆಗಲೇ ಎರಡು ಗಂಡುಮಕ್ಕಳಿದ್ದಾರೆ. ಇನ್ನೂ ನಿಯೋಗವೆಂದರೆ ಲಂಪಟತನವಾಗುತ್ತದೆ.' ಅಷ್ಟರಲ್ಲಿ ಅವನ ಮುಖ ನೋಡುತ್ತಾ ಮಾತನಾಡುವಷ್ಟು ಸಲಿಗೆ ನನ್ನಲ್ಲಿ ಬೆಳೆದಿತ್ತು. ಅವನ ಮುಖವನ್ನೇ ನೋಡುತ್ತಿದ್ದೆ ಸೋತು ಕರಗಿ ಹರಿಯುವ ದೃಷ್ಟಿಯಿಂದ. ಎಷ್ಟಾದರೂ ರಾಜ್ಯವಾಳುವ ದೊರೆ, ಸಮಸ್ಯೆಗೆ ಪರಿಹಾರ ಹೊಳೆಯುವುದು ಕಷ್ಟವಾಗಲಿಲ್ಲ. ಅವನ ಮುಖವೇ ಅದನ್ನು ಸೂಚಿಸಿತು.

ಹೇಳಿದ: 'ಅಂದರೆ ನಿನ್ನ ಒಪ್ಪಿಗೆ ಇದೆ. ನಾನು ಕೃತಾರ್ಥ. ನೀನು ಈಗ ಮನೆಗೆ ಹೋಗು. ಸ್ವಲ್ಪ ಹೊತ್ತಿಗೆ ನಾನೇ ಬಂದು ನಿನ್ನ ಗಂಡನೊಡನೆ ಮಾತನಾಡುತ್ತೇನೆ. ಅವನು ಒಪ್ಪಿಯೇ ಒಪ್ಪುತ್ತಾನೆ. ಹೆಂಡತಿಯಾಗಿ ನಿನ್ನ ಅನುಕೂಲಾಭಿಪ್ರಾಯ ಕೊಟ್ಟು ಒಪ್ಪಿಸು. ಒಪ್ಪಿಸುತ್ತೀ ಅಲ್ಲವೆ?' ಎಂದು ಮೇಲೆ ಎದ್ದು ಭಾಷೆ ಕೇಳುವವನಂತೆ ನನ್ನ ಕೈಹಿಡಿದ.

ಲಜ್ಜೆಯಿಂದ ನನ್ನ ತಲೆ ಕೆಳಮುಖವಾಗಿತ್ತು. ಅವನೇ ಮಗುವನ್ನು ನನ್ನ ಕಂಕುಳಿಗೆ ಕೂರಿಸಿದ. ನಾನು ಬೇಗ ಬೇಗ ನೀರಿನ ದಡದಿಂದ ಹತ್ತಿ ತಿರುಗಿದೆ. ಧುಮುಕುನೀರಿನ ಸ್ಥಳ ಮರೆಯಾಯಿತು. ಮನಸ್ಸಿನಲ್ಲಿ ಕಳವಳ, ಉಲ್ಲಾಸ, ಹಗುರ, ಭಾರ, ಮೊದಲಾಗಿ ತೊಳಸುತ್ತಿದ್ದವು. ಮಹಾರಾಜ ಹಾಸಿಗೆಯನ್ನೊರಗಿ ಧರ್ಮನನ್ನು ಆಡಿಸುತ್ತಿದ್ದ. ನನ್ನ ಸೊಂಟದಲ್ಲಿ ಕೇಕೆ ಹಾಕುತ್ತಿದ್ದ ಭೀಮ ಬಿಸಿಲಿನ ಪ್ರಕಾಶದಿಂದ ನೆರಳಿನ ಮಂಕಿಗೆ ಹೋದದ್ದರಿಂದ ಅಳತೊಡಗಿದ. ಸುಮ್ಮನೆ ತಂದೆಯ ಮಗ್ಗುಲಿಗೆ ಕೂರಿಸಿದೆ. ನಾನು ಮತ್ತೆ ಬಿಸಿಲಿಗೆ ಹೋಗಿ ಒದ್ದೆಬಟ್ಟೆ ಬದಲಿಸಿ ತಲೆ ತಿಕ್ಕಿಕೊಳ್ಳುತ್ತಿದ್ದೆ. ಇಂದ್ರನ ರೂಪ ಕಣ್ಣಿನಲ್ಲಿ ನಟ್ಟಿತ್ತು. ಪರ್ವತಗಳನ್ನೆಲ್ಲ ಚಿತ್ರರೂಪದಲ್ಲಿ ಹಿಡಿದಿಡುವಂತಹ ಚುರುಕು ದೃಷ್ಟಿಯ ನೀಲ ಕಣ್ಣುಗಳು. ಮೊನಚು ಮೂಗು, ಗದ್ದ, ಮುಖಕಟ್ಟು. ಸ್ವಲ್ಪವೇ ಹೊತ್ತಿಗೆ ಐವರು ಬಿಲ್ಲಾಳುಗಳು ಬಂದರು. ಮಹಾರಾಜ ಪಾಂಡುವನ್ನು ಕಾಣಬೇಕೆಂದು ನನ್ನೊಡನೆಯೇ ಕೇಳಿದರು. ಮಹಾರಾಜ ಎದ್ದು ಹೊರಗೆ ಬಂದ. ದೇವಲೋಕದ ಅಧಿಪತಿ ಇಂದ್ರನು ಬಂದು ನೀರು ಧುಮುಕುವ ಜಾಗದಲ್ಲಿ ಇರುವುದಾಗಿ ಅವರು ಹೇಳಿದರು. ಮಹಾರಾಜನಿಗೆ ಸಂಭ್ರಮವಾಯಿತು. 'ನಾನೇ ಬಂದು ಎದುರುಗೊಳ್ಳುತ್ತಿದ್ದೆ. ಆದರೆ ಅಲ್ಲಿಗೆ ಇಳಿದರೆ ಮೇಲೆ ಹತ್ತಲು ಬಳಲಿಕೆಯಾಗುತ್ತದೆ. ಇಲ್ಲಿಗೆ ಚಿತ್ತೈಸುವಂತೆ ಇಂದ್ರನಿಗೆ ಹೇಳಿ' ಎಂದ.

ಇಂದ್ರ ಬಂದ, ರಾಜಠೀವಿಯಿಂದ, ವೀರರಿಂದ ಸುತ್ತುವರೆದು. ಮಧುಪರ್ಕದ

ಪರಿಕರಗಳನ್ನು ಅಣಿಮಾಡುವಂತೆ ಮಹಾರಾಜನು ನನಗೆ ಹೇಳಿದ. ದರ್ಭೆಯ ಚಾಪೆಯ
ಮೇಲೆ ಕೂರಿಸಿ ಅತಿಥಿಗೆ ಸ್ವಾಗತ ಕೋರಿದ. ಮಹಾರಾಜನಿಗೆ ಇಂದ್ರನ ಪರಿಚಯವಿತ್ತು.
ಇಬ್ಬರೂ ಪರಸ್ಪರ ಕುಶಲ ವಿಚಾರಿಸಿಕೊಂಡರು. ಬೆಂಗಾವಲಿನವರು ದೂರ ಹೋಗಿ
ಬೆಟ್ಟದ ಕಡಿದಿನಲ್ಲಿ ಕುಳಿತರು. ನಾನು ಇಬ್ಬರು ಮಕ್ಕಳನ್ನೂ ಎತ್ತಿಕೊಂಡು ಗುಡಿಸಲಿನ
ಹೊರಗೆ ಬಿಸಿಲಿನಲ್ಲಿ ಕುಳಿತೆ ಇಂದ್ರನ ವಚನಕೌಶಲವನ್ನು ಆಲಿಸುತ್ತಾ:

'ಇಂದ್ರ, ನೀನಿಲ್ಲಿಗೆ ಬಂದದ್ದು ನನ್ನ ಸೌಭಾಗ್ಯ. ಹಸ್ತಿನಾವತಿಗೆ ಬಂದಿದ್ದರೆ ರಾಜೋಚಿತ
ವಾಗಿ ಸತ್ಕರಿಸುತ್ತಿದ್ದೆ. ಈ ಪರ್ಣಕುಟಿಯ ಬಡತನವನ್ನು ಮನಸ್ಸಿನ ದಾರಿದ್ರ್ಯವೆಂದು
ಭಾವಿಸಬಾರದು. ನಿನ್ನ ಆಗಮನಕ್ಕೆ ವಿಶೇಷ ಕಾರಣವುಂಟೆ?'

'ನಿನ್ನ ಅಣ್ಣ ಧೃತರಾಷ್ಟ್ರನಿಗೆ ಗಂಡುಮಗುವಾಗಿದೆಯಂತೆ, ನಿನ್ನ ಎರಡನೇ ಮಗುವಿನ
ವಯಸ್ಸಿನದು.'

'ಹೌದು ಸುದ್ದಿ ಬಂತು.'

'ಅಂದರೆ ರಾಜ್ಯಕ್ಕಾಗಿ ನಿನ್ನ ಮಕ್ಕಳಿಗೂ ಅಣ್ಣನ ಮಕ್ಕಳಿಗೂ ತಿಕ್ಕಾಟ ತಪ್ಪಿದ್ದಲ್ಲ.'

'ಹಾಗೆನಿಸುತ್ತದೆ.'

'ಇಷ್ಟು ದಿನ ಸ್ವಂತ ಊರಿನಲ್ಲಿದ್ದು ಆಳುತ್ತಿರುವ ನಿಮ್ಮಣ್ಣ ರಾಜಭಂಡಾರದ ಹಣ
ಖರ್ಚುಮಾಡಿ ಪ್ರಜೆಗಳ, ಸೈನಿಕರ ಬೆಂಬಲ ಗಳಿಸಿಕೊಂಡಿರುತ್ತಾನೆ. ನಾಳೆ ಯುದ್ಧವಾದರೆ
ನಿನ್ನ ಮತ್ತು ನಿನ್ನ ಮಕ್ಕಳ ಕಡೆಗೆ ಯಾರು?'

ಮಹಾರಾಜ ಮಾತನಾಡಲಿಲ್ಲ. ಅವನ ಮುಖದಲ್ಲಿ ಎಂತಹ ಚಿಂತೆ ಮೂಡಿರಬಹು
ದೆಂದು ನನಗೆ ತಿಳಿಯಿತು.

'ನಿನ್ನ ಎರಡು ಮಕ್ಕಳೂ ದೇವಜನರ ಕೃಪೆಯಿಂದ ಆದವು. ಇನ್ನೂ ಒಬ್ಬ ವೀರ
ಮಗನನ್ನು ನಿನಗೆ ಕೊಡಬೇಕೆಂದು ನಮ್ಮ ಜನರ ಆಶೆ. ಅದಕ್ಕಾಗಿ ನನ್ನನ್ನು ಕಳಿಸಿದ್ದಾರೆ.
ಮರುತ್ತನು ನಿನ್ನ ಪರವಾಗಿ ನನ್ನನ್ನು ಬೇಡಿಕೊಂಡ.'

'ದೇವರಾಜ, ಮಕ್ಕಳಿಲ್ಲದವನು ಒಂದು ಅಥವಾ ಎರಡರ ತನಕ ತನ್ನ ಹೆಂಡತಿಗೆ
ನಿಯೋಗ ಮಾಡಿಸಬಹುದು. ನನಗಾಗಲೇ ಎರಡು ಆಗಿವೆಯಲ್ಲ.'

'ನಿನ್ನ ಹಿರಿಯನಂತೂ ಯೋಧನಾಗುವ ಲಕ್ಷಣವಿಲ್ಲ. ಉಳಿದವನು ಇನ್ನೊಬ್ಬನೇ'
ಎಂದ ಇಂದ್ರ ಸುಮ್ಮನಾದ. ಸ್ವಲ್ಪ ಹೊತ್ತಿನನಂತರ ಅವನೇ ಹೇಳಿದ: 'ದೇವಲೋಕದ
ಸಕಲ ಗಣಗಳ ಹೆಂಡತಿಯರ ಮೇಲೂ ಇಂದ್ರನಿಗೆ ಹಕ್ಕಿದೆ. ಜೊತೆಗೆ ನಮ್ಮ ನರ್ತಕಿಯರನ್ನು
ನೀನೇ ನೋಡಿರುವೆಯಲ್ಲ, ಅವರ ಮೊದಲ ಸೇವೆ ಇಂದ್ರನಿಗೆ. ಹೆಂಗಸೆಂದರೆ ಬೇಸರ
ನನಗೆ. ಆದರೂ ಮುಂದೆ ಹಸ್ತಿನಾವತಿಯಲ್ಲಿ ನಿನ್ನ ರಾಜ್ಯ ಸ್ಥಾಪನೆಯಾಗಬೇಕು, ನಿನ್ನ
ಮತ್ತು ದೇವಜನರ ಸ್ನೇಹ ನಿಕಟವಾಗಬೇಕು ಎಂದು ನಿನ್ನನ್ನು ಹರಸಲು ನಮ್ಮವರು
ನನ್ನನ್ನು ಪ್ರಾರ್ಥಿಸಿದರು, ಬಂದೆ. ನಿನಗೆ ಬೇಡವಾದರೆ ಹೋಗುತ್ತೇನೆ.'

ಮತ್ತೆ ಮೌನ. ಪಾಂಡುರಾಜ ಎಂದ: 'ದೇವಜನರಿಗೆ ನಾನು ಕೃತಜ್ಞ, ನಿಮ್ಮವರನ್ನು
ನಾನು ನಿರಾಕರಿಸಲಾರೆ. ನಿಯೋಗ ಮಾಡೆಂದು ನಿನ್ನನ್ನು ಪ್ರಾರ್ಥಿಸಿಕೊಳ್ಳುತ್ತೇನೆ.'

ಇಂದ್ರ ತಥಾಸ್ತು ಎಂದ. ಸ್ವಲ್ಪ ಹೊತ್ತಿನ ನಂತರ ಪಾಂಡು ಪ್ರಾರ್ಥಿಸಿದ: 'ಇಂದ್ರ, ನನಗೆ ಇಬ್ಬರು ಹೆಂಡಿರು. ಹಿರಿಯಳಿಗೇನೋ ಇಬ್ಬರು ಮಕ್ಕಳಿದ್ದಾರೆ. ಕಿರಿಯಳನ್ನು ಉಪೇಕ್ಷಿಸುವುದು ನ್ಯಾಯವಲ್ಲ. ಹಿರಿಯಳ ಅನುಮತಿಯಿಲ್ಲದೆ ಕಿರಿಯಳಿಗೆ ನಿಯೋಗ ಮಾಡಿಸುವಂತಿಲ್ಲ. ಹಿರಿಯಳನ್ನು ಕೇಳುತ್ತೇನೆ. ನೀನು ಕೃಪೆ ಮಾಡಿ ಕಿರಿಯಳನ್ನು ಆಶೀರ್ವದಿಸಬೇಕು.'

'ನಾನು ವರ ಕೊಡಲು ಬಂದಿರುವವನು. ನೀನು ಯಾರ ಮೂಲಕ ಸ್ವೀಕರಿಸಿದರೂ ಸರಿಯೇ. ಆದರೆ ನಿನ್ನ ಹಿರಿಯಳು ದೇವಧರ್ಮಾಧಿಕಾರಿ, ದೇವಸೇನಾವೀರರ ವೀರ್ಯವನ್ನು ಧರಿಸಿ ಬೆಳೆಸಿದ ಗರ್ಭಶಕ್ತಿಯವಳೆಂದು ಆಗಲೇ ಸಿದ್ಧವಾಗಿದೆ. ಇಂದ್ರನ ವೀರ್ಯವನ್ನು ಸಿದ್ಧಶಕ್ತಿಯ ಗರ್ಭವು ಸ್ವೀಕರಿಸಿದರೆ ಒಳ್ಳೆಯದಲ್ಲವೆ? ನಿನ್ನ ಅಭ್ಯುದಯವನ್ನು ನೀನೇ ಆಲೋಚಿಸಿ ನಿಶ್ಚಯಿಸು.'

ಅತಿಥಿಯನ್ನು ವಿಶ್ರಮಿಸಲು ಹೇಳಿದ ಮಹಾರಾಜ ಹೊರಗೆ ಬಂದ. ಅಷ್ಟರಲ್ಲಿ ನಾನು ಸ್ವಲ್ಪ ದೂರ ನಡೆದಿದ್ದೆ. ಎದುರಿನ ಮರದ ಹತ್ತಿರಕ್ಕೆ ಕರೆದೊಯ್ದು ಮತ್ತೆ ನಿಯೋಗಕ್ಕೆ ಸಿದ್ಧಳಾಗುವಂತೆ ನನ್ನನ್ನು ಪ್ರಾರ್ಥಿಸಿಕೊಂಡ. ಇಂದ್ರನಿಗೆ ಔತಣವಾಯಿತು. ಆ ರಾತ್ರಿ ಮಹಾರಾಜ ನನ್ನಿಂದ ಪುನಃ ಶಾಸ್ತ್ರದಂತೆ ಪ್ರಮಾಣವಚನ ತೆಗೆದುಕೊಂಡ. ಈ ಪುರುಷನಲ್ಲಿ ನಾನು ಮೋಹಗೊಳ್ಳುವುದಿಲ್ಲ.....ಗರ್ಭಕಟ್ಟಿದುದು ಖಚಿತವಾದ ತಕ್ಷಣ ನಾನು ಈತನನ್ನು ಪಿತೃಸಮಾನನೆಂದು ಭಾವಿಸಿ.....

ಈ ಇಂದ್ರ ಚಲುವನಷ್ಟೇ ಅಲ್ಲ, ಚತುರ ಕೂಡ. ಬರೀ ಶರೀರಶಕ್ತಿಯಲ್ಲ, ಕಲಾಪ್ರಪೂರ್ಣ. ರಾತ್ರಿಯ ಕತ್ತಲಿನಲ್ಲಿ ಮನಸ್ಸು ದೇಹಗಳು ತಮಗೆ ತಾವೇ ಅರಿಯುವ ಸಮಾಗಮವಷ್ಟೇ ಅಲ್ಲ, ಉರಿಯುವ ದೀಪದ ಬೆಳಕಿನಲ್ಲಿ ಕೂಡ ನೋಡಿ ಸವಿಯಬೇಕಾದ ಕಲೆಗಳನ್ನು ನಿರ್ಮಿಸಿದ. ಅವನ ಮಾತು, ಮುಖಭಾವ, ಭಂಗಿ, ಕೃತಿ ಮತ್ತು ಚತುರತೆಯಲ್ಲಿ ಮರುತ್ತನ ಗಾಢಸಮರ್ಪಣೆ ಇರಲಿಲ್ಲವೆಂಬುದು ನನಗೂ ಗೊತ್ತು. ಆದರೆ ಗಾಢತೆಯಲ್ಲಿ ಮುಳುಗದೆಯೇ ರತಿಯ ಮಾಧುರ್ಯವನ್ನು ಸೃಷ್ಟಿಸಿ ಸೃಷ್ಟಿಸಿ ಕೊನೆಯಿಲ್ಲದಂತೆ ಸೃಷ್ಟಿಸಿ ಪರಸ್ಪರರಿಗೆ ಉಣಿಸಬಹುದೆಂಬ ಅರಿವನ್ನು ನನ್ನಲ್ಲಿ ಹುಟ್ಟಿಸಿದ. ಇವನು ಬರೀ ಲಂಪಟನೋ ಎಂದು ನನಗೆ ಒಮ್ಮೊಮ್ಮೆ ಸಿಟ್ಟು ಬರುತ್ತಿತ್ತು. ಆದರೆ ಆ ಸೊಗಸುಗಾರನ ಲಂಪಟತೆಯು ಮೈ ಮನಸ್ಸುಗಳನ್ನು ಪರ್ವತಶಿಖರಗಳಾಚೆಯ ಆಕಾಶಕ್ಕೆ ಹಾರಿಸುತ್ತಿತ್ತು. ಹಗಲು ರಾತ್ರಿಗಳ ವ್ಯತ್ಯಾಸವೇ ಇಲ್ಲ ಈ ದೇವದೊರೆಗೆ. ಹಗುರತೆಗೆ ಗರಿಗಟ್ಟಿಸಲು ಅವನ ಬೆಂಗಾವಲಿನವರು ತಂದು ಒದಗಿಸುತ್ತಿದ್ದ ವೃಕ್ಷಮದ್ಯ. ನಾನೂ ಪಾಲ್ಗೊಳ್ಳುವ ತನಕ ಬಿಡುತ್ತಿರಲಿಲ್ಲ. ತನ್ನ ಲೋಕದ ನರ್ತನಭಂಗಿಯಲ್ಲಿ ಕುಣಿದು ನನ್ನನ್ನೂ ಕುಣಿಯಲು ಪ್ರೇರಿಸುತ್ತಿದ್ದ. ಪ್ರಿಯೇ, ನಾ ನಿನ್ನ ದಾಸ ಎಂದು ಮತ್ತೆ ಮತ್ತೆ ಗೆಲ್ಲುತ್ತಿದ್ದ. ಬಲವಂತ ಮಾಡಿ ಕೈ ಹಿಡಿದು ಬೆಟ್ಟದ ಭುಜಗಳಲ್ಲಿ ಅಲೆಯಲು ಕರೆದೊಯ್ಯುತ್ತಿದ್ದ.

ಇಂದ್ರ ಎಷ್ಟು ದಿನವಿದ್ದನೋ ಲೆಕ್ಕವಿಟ್ಟವರಾರು? ಪಾಂಡು ಮಾದ್ರಿಯರು ಮಾತ್ರ. ಪರ್ವತದ ಕಣಿವೆಯ ನೀರಸ ವರ್ಷಗಳಲ್ಲಿ ರಸ ತುಂಬಿದ, ನನ್ನ ಮೈ ನನಗೇ ಹೂವಿನಂತೆ

ಹಗುರವೆನಿಸಿದ ದಿನಗಳು ಅವು. ತನ್ನ ಹೆಂಡತಿಯಾಗೆಂದು ಕೇಳಲಿಲ್ಲ. ಭಾವನೆಯ ಭಾರದಲ್ಲಿ ಕಟ್ಟಿಹಾಕಲಿಲ್ಲ. ಸಂಗಡ ಬಾ ಎಂಬ ಧರ್ಮಸಂಕಟಕ್ಕೆ ಎಳೆಯಲಿಲ್ಲ. ಗರ್ಭಕಟ್ಟಿದ ಸೂಚನೆ ಆರಂಭವಾದಾಗ ಅದನ್ನು ಮುಚ್ಚಿ ಅವನ ನಿರ್ಗಮನವನ್ನು ಮುಂದೂಡಬೇಕೆಂಬ ಕಾತರತೆಯೂ ಹುಟ್ಟದಂತಹ ಉಲ್ಲಾಸದಲ್ಲಿ ನನ್ನನ್ನು ತೇಲಿಸಿ ತೇಲಿಸಿ ಪಾಂಡುರಾಜನು ಅವನಿಗೆ ನಿಯೋಗಾವಧಿಯ ಮಿತಿಯನ್ನು ಹೇಳಿದ ದಿನವೇ ಖೇದವಿಲ್ಲದೆ ಎಲ್ಲರಿಂದಲೂ ಬೀಳ್ಕೊಂಡ. ಮುಖದಲ್ಲಿ ಸಂತೃಪ್ತಭಾವ. 'ಪಾಂಡುರಾಜ, ಇಂದ್ರಪುತ್ರನು ನಿನ್ನ ಮಗನಾಗಿರುತ್ತಾನೆ. ಮುಂದೆ ಯಾವನೇ ಇಂದ್ರನಾಗಲಿ ಅಗತ್ಯ ಬಿದ್ದಾಗ ದೇವಸೈನ್ಯವನ್ನು ನಿನ್ನ ಪರ ಕಾದಲು ಕಳಿಸುತ್ತಾನೆ. ಮರೆಯಬೇಡ.' ಎಂದು ಮಿತ್ರಭಾವದಿಂದ ಆಲಿಂಗಿಸಿ ಹೊರಟು ಹೋದ.

ಅರ್ಜುನನದು ಅದೇ ರೂಪ. ಚುರುಕು ದೃಷ್ಟಿ. ನೀಲ ಕಣ್ಣುಗಳು. ಮೊನಚು ಮೂಗು, ಗದ್ದ, ಮುಖಕಟ್ಟು. ಸ್ವಭಾವವೂ ಹಾಗೆಯೇ. ಸುಟಿ, ಚುರುಕು, ಚಟುವಟಿಕೆ, ಉಲ್ಲಾಸ, ಸುಖಪ್ರೀತಿ. ಕುಂತಿಯ ಗರ್ಭವು ಎಂದೂ ಬೀಜದ ಗುಣವನ್ನು ಬದಲಿಸಿ ಊನ ಮಾಡಿಲ್ಲ. ಮಗು ಹುಟ್ಟಿದಾಗಲೇ ನನಗೆ ಥಟ್ಟನೆ ಅನ್ನಿಸಿತು. ಹೆಂಗಸನ್ನು ವಶಪಡಿಸಿ ಕೊಳ್ಳುವ ಆ ನೀಲ ಕಣ್ಣುಗಳೇ ಸಾಕು ಅವನ ತಂದೆಯ ಗುರುತಿಗೆ. ಮಗುವಿನಲ್ಲಿ ಅವನನ್ನು ಎತ್ತಿಕೊಳ್ಳಲು ಆಶೆಪಡದವರಾರು? ಅಷ್ಟು ಹೊತ್ತಿಗಾಗಲೇ ಮಾದ್ರಿಗೆ ಸಾಕಷ್ಟು ಹೊಟ್ಟೆಕಿಚ್ಚು ಬೆಳೆದಿತ್ತಲ್ಲ. ಅವಳು ಕೂಡ ಅವನನ್ನು ತನ್ನ ಒಡಲ ಮಗುವಿನಂತೆಯೇ ತಬ್ಬಿ ತಬ್ಬಿ ಮುದ್ದಿಸುತ್ತಿದ್ದಳಲ್ಲ. ಹೊಟ್ಟೆಕಿಚ್ಚು ಹುಟ್ಟುವುದು ಸಹಜವೇ. ಇಷ್ಟು ದಿನ ನಾನು ಅವಳ ಮನಸ್ಸನ್ನರಿಯಲು ಹೆಚ್ಚು ಪ್ರಯತ್ನಿಸಿಯೇ ಇರಲಿಲ್ಲ. ಧರ್ಮ ಹುಟ್ಟಿದುದು ಪಾಂಡುರಾಜನ ಬಯಕೆಯಂತೆ. ಮರುತ್ತನ್ನು ಕರೆತಂದುದೂ ಅವನ ಆಯ್ಕೆಯಂತೆ. ಇಂದ್ರ ಕೂಡ ಬಯಸಿದುದು ನನ್ನನ್ನು. ಇದರಲ್ಲಿ ನನ್ನ ತಪ್ಪುಂಟೆ? ಆದರೆ ನಾನು ಮೂರು ಸಲ ಆನಂದಿಸಿದೆ. ಮೂರು ಸಲ ಹಸಿರು ತುಂಬಿದೆ. ತೆಳುಮೈಯಿಯ ಅವಳು ತೆಳುವಾಗುತ್ತಲೇ ಇದ್ದಾಳೆ. ಒಂದು ದಿನ ಅವಳು ತನ್ನ ಗುಡಿಸಲಿನಲ್ಲಿ ಮಹಾರಾಜನನ್ನು ಕೇಳಿಕೊಳ್ಳುತ್ತಿದ್ದುದು ನನ್ನ ಕಿವಿಗೇ ಬಿತ್ತು: 'ಪ್ರಭು, ನಮಗೀಗ ಮೂರು ಗಂಡುಮಕ್ಕಳಾದವು. ಅಕ್ಕನೇ ಮೂರಕ್ಕೂ ಬಸರು ಹೊತ್ತು ಕಷ್ಟಪಟ್ಟಿದ್ದಾಳೆ. ನಿನ್ನ ಕೈ ಹಿಡಿದದ್ದಕ್ಕೆ ನಾನಷ್ಟು ಕಷ್ಟ ಪಟ್ಟರೆ ಮನಸ್ಸಿಗೆ ಸಮಾಧಾನ. ಇಷ್ಟು ದಿನ ನನ್ನ ಋತುವೂ ನಷ್ಟವಾಗಿದೆ. ಒಮ್ಮೆ ಯಾದರೂ.....'

ನನಗೆ ಅಯ್ಯೋ ಎನಿಸಿತು. ಮಹಾರಾಜನು ಯಜಮಾನತಿಯಾದ ನನ್ನನ್ನು ಕೇಳಿದ. ಆಗಲಿ, ಬೇಗ ಆಗಲಿ ಎಂದೆ. ವೀರ್ಯದಾನಕ್ಕೆ ಯಾರನ್ನು ಹೊಂದಿಸುವುದು? ಅಷ್ಟರಲ್ಲಿ ಮಹಾರಾಜನಿಗೆ ಈ ವೈದ್ಯರಲ್ಲಿ ಚನ್ನಾಗಿ ಶ್ರದ್ಧೆ ಬೆಳೆದಿತ್ತು. ಅವನಲ್ಲಿಯೇ ವೀರ್ಯ ಒಸರುವ ಸೂಚನೆ ಕಾಣುತ್ತಿತ್ತಂತೆ. ಅದೊಂದು ಸಾಕಾಯಿತು ಅವನಿಗೆ ಅವರನ್ನು ಮಹಾ ಪುರುಷರೆಂದು ಬಗೆಯಲು. ಮುಂದಿನ ಸಲ ಬಂದಾಗ ಅವರಲ್ಲಿ ಒಬ್ಬರನ್ನು ಕೇಳಿಕೊಂಡ. 'ಮಹಾರಾಜ, ನಾವು ಅವಳಿಗಳು. ಅಲ್ಲದೆ ಒಬ್ಬರನ್ನು ಬಿಟ್ಟು ಒಬ್ಬರು ವೈದ್ಯ ಮಾಡುವುದಿಲ್ಲ.

ನೀನು ನಮ್ಮನ್ನು ವೈದ್ಯಸ್ವರೂಪರಾಗಿ ದಾನ ಮಾಡುವಂತೆ ಕೇಳುತ್ತಿರುವುದರಿಂದ ಇಬ್ಬರೂ ಭಾಗವಹಿಸುತ್ತೇವೆ.'

ಮಹಾರಾಜ ನನ್ನನ್ನು ಕೇಳಿದ. ನನಗೆ ತಪ್ಪೆನಿಸಲಿಲ್ಲ. ದೇವಜನರಲ್ಲಿ ಗಣದ ಪುರುಷರೆಲ್ಲ ಸಹೋದರರಾಗಿ ಭಾಗವಹಿಸುತ್ತಾರೆ. ನಮ್ಮ ಕಣಿವೆಯ ಹಳ್ಳಿಗಳ ಕುಟುಂಬದ ಸಹೋದರರೆಲ್ಲ ಕೂಡಿ ವಿವಾಹಜೀವನ ಮಾಡುತ್ತಾರೆ. ಈ ವೈದ್ಯರು ಹೇಗೂ ಸೋದರರು. ಅವಳಿಗಳು. ಮಾದ್ರಿ ನಸುನಕ್ಕಳು. ಗಂಡನ ಪರವಾಗಿ ಅವಳಿಂದ ನಾನೇ ಪ್ರಮಾಣಮಾಡಿಸಿದೆ. ಅಷ್ಟು ವರ್ಷ ಒಣಗಿಹೋಗಿದ್ದ ಮಾದ್ರಿ ತೇವವಾದಳು. ಚಿಗುರಿದಳು. ಅವಳ ಮುಖದಲ್ಲಿ ಮಾರ್ದವತೆ ಜಿನುಗಿತು. ನನಗೇ ತಬ್ಬಿ ಮುದ್ದಿಸುವಷ್ಟು ಆಶೆಯಾಗುವಂತಹ ಹೆಣ್ಣಾದಳು. ಧರ್ಮನಿಗೆ ಆರು, ಭೀಮನಿಗೆ ನಾಲ್ಕು, ಅರ್ಜುನನಿಗೆ ಎರಡು ನಡೆಯುತ್ತಿತ್ತು. ಮಾದ್ರಿಯ ಹೊಟ್ಟೆ ಅವಳ ಗಾತ್ರಕ್ಕೆ ಮೀರಿದಷ್ಟು ದಪ್ಪಕ್ಕೆ ಬೆಳೆಯುತ್ತಿತ್ತು. ನನಗೋ ಮಕ್ಕಳೆಂದರೆ ಇನ್ನೂ ಬೇಕೆಂಬ ಹುಚ್ಚು. ಬೆಳೆದ ಮಕ್ಕಳಲ್ಲ. ಎಳೆಬೊಮ್ಮಟೆ. ಮಾದ್ರಿಯ ಹೊಟ್ಟೆಯಲ್ಲಿ ಹುಟ್ಟುವ ಮಗುವನ್ನೇ ಕಾಯುತ್ತಿದ್ದೆ. ಹೆರಿಗೆ ಮಾಡಿಸಿದವಳು ನಾನೇ. ಸಂತೋಷವಾಯಿತು. ಅವಳಿಜವಳಿ ಗಂಡು. ಮಹಾರಾಜನ ವಂಶವನ್ನು ಐದು ಕವಲಾಗಿ ವಿಸ್ತರಿಸುವ ಮಕ್ಕಳು.

'ಅಕ್ಕ, ನನಗೇನೋ ಇವು ಗಂಡಾದದ್ದರಿಂದ ನಿರಾಶೆಯೇ ಆಗಿದೆ. ಹೆಣ್ಣನ್ನು ಬಯಸುತ್ತಿದ್ದೆ ನಾನು,' ಮಾದ್ರಿ ಎಂದಳು.

ಇಬ್ಬರು ಸೇರಿದ್ದರಿಂದ ಇವಳಿಗೆ ಅವಳಿಯಾಯಿತೆ? ಸುಳ್ಳಿರಬೇಕು. ಇಲ್ಲಿಯ ಹಳ್ಳಿಗಳಲ್ಲಿ ನಾಲ್ವರು, ಐವರು ಸೇರಿರುತ್ತಾರಲ್ಲ. ಆದರೂ ಒಂದು ಸಲಕ್ಕೆ ಒಂದೇ ಮಗು ಆಗುತ್ತದೆ. ದೇವಸ್ತ್ರೀಯರಿಗೂ ಹಾಗೆಯೇ. ಜೋಡಿಯಾಗುವುದು ಅಪೂರ್ವ. ಆದರೂ ನನ್ನಲ್ಲಿ ಮತ್ಸರ ಜಾಗ್ರತವಾಯಿತು. ಜಾಗೃತಿಯೂ ಹುಟ್ಟಿತು. ಒಂದೇ ಸಲಕ್ಕೆ ಎರಡು ಗಂಡಾದವು. ಇವಳ ಹೊಟ್ಟೆ ನನ್ನದಕ್ಕಿಂತ ಹೆಚ್ಚು ಶಕ್ತಿಯುತವಾದುದೆ? ಇನ್ನೊಮ್ಮೆ ಅವಕಾಶ ಕೊಟ್ಟು ಆಗಲೂ ಅವಳು ಅವಳಿ ಬೆಳೆಸಿಕೊಂಡರೆ, ಕಿರಿಯಳಾದರೂ ಅವಳ ಸ್ಥಾನ ನನ್ನದನ್ನು ಮೀರುತ್ತದೆ. ಒಂದು ಗರ್ಭದಲ್ಲಿ ಒಂದೇ ಮಗು ಹುಟ್ಟಿದರೂ ಒಟ್ಟಿನಲ್ಲಿ ಮೂರು ಮಕ್ಕಳಾಗಿ ನನ್ನ ಸಮಳಾಗುತ್ತಾಳೆ. ಮಹಾರಾಜನಿಗೆ ಹೇಳಿದೆ: 'ನನಗೆ ಕೂಡ ಭೀಮ ಹುಟ್ಟಿದ ಮೇಲೆ ಮತ್ತೆ ನಿಯೋಗ ಬೇಡವಾಗಿತ್ತು. ದೇವಜನರ ಸಂಬಂಧವು ಹೆಚ್ಚು ನಿಕಟವಾಗಿ ಬೆಂಬಲ ದೊರೆಯಲೆಂದು ನೀನೇ ನನ್ನನ್ನು ಬಲವಂತ ಮಾಡಿ ಇಂದ್ರನನ್ನು ಕೂಡಿಸಿದೆ. ಈಗ ಮಾದ್ರಿಗೂ ಎರಡು ಆಯಿತಲ್ಲ. ಇನ್ನು ಅವಳು ಕೇಳಿದರೂ ಸಮ್ಮತಿಸಕೂಡದು. ಧರ್ಮವು ಲಂಪಟತನವಾಗಬಾರದು. ನಿನಗೇ ಸಾಮರ್ಥ್ಯವಿದ್ದರೆ ಬೇರೆ ಮಾತು. ಇಬ್ಬರಿಗೂ ಒಂದು ಋತುವೂ ನಷ್ಟವಾಗದಷ್ಟು ಆಗಬಹುದು.'

ಈ ಮಾತನ್ನು ಮಹಾರಾಜ ಅನುಮೋದಿಸಿದುದು ಮಾತ್ರವಲ್ಲ, ಮೆಚ್ಚಿಕೊಂಡ.

ನಾವು ಹಸ್ತಿನಾವತಿಯನ್ನು ಬಿಟ್ಟು ಒಂಬತ್ತು ವರ್ಷವಾಗಿತ್ತು. ಅಲ್ಲಿ ಗಾಂಧಾರಿಗೂ ಒಂದರ ಹಿಂದೆ ಒಂದರಂತೆ ಮಕ್ಕಳಾಗುತ್ತಿದ್ದವು. ಇಂದ್ರನ ಮಾತು ಬರೀ ನನ್ನನ್ನು ದೊರಕಿಸಿಕೊಳ್ಳಲು ಆಡಿದುದಲ್ಲ. ರಾಜ್ಯಕ್ಕಾಗಿ ಹೊಡೆದಾಡಲು ಇಲ್ಲಿ ನಮ್ಮ, ಅಲ್ಲಿ ಅವಳ

ಮಕ್ಕಳು ಬೆಳೆಯುತ್ತಿದ್ದಾರೆ ಎಂದು ನನಗೆ ಖಚಿತವಾಗಿ ಅನ್ನಿಸುತ್ತಿತ್ತು. ಈಗಲಾದರೂ ನಾವು ಹಿಂತಿರುಗಿದ್ದರೆ! ಹಿಂತಿರುಗುವುದು ತುಂಬ ವಿವೇಕವಾಗಿತ್ತು. ಸೂಚಿಸಿದೆ. ಕೇಳಿದೆ. ಆದರೆ ಮಹಾರಾಜ ಕೇಳಲಿಲ್ಲ. ಔಷಧಿಯು ಇನ್ನೂ ಹೆಚ್ಚು ಪರಿಣಾಮ ಮಾಡಿದೆ. ತನಗೆ ಸಾಮರ್ಥ್ಯ ಕೊಡುತ್ತಿದೆ. ಅದನ್ನು ಪೂರ್ಣವಾಗಿ ಗಳಿಸದೆ ಯಾಕೆ ಊರಿಗೆ ಹೋಗಬೇಕು? ಎನ್ನುತ್ತಿದ್ದ. ಐವರು ಮಕ್ಕಳಿದ್ದಾರಲ್ಲ, ಎಂದೆ ಒಂದು ದಿನ. 'ಇದ್ದಾರೆ. ಇನ್ನೂ ಐದ್ಯೆದು ಜನ ಆದರೆ ನಷ್ಟವೇ?' ಎಂದ. ನಿಯೋಗದಿಂದಲ್ಲ ಎಂಬ ಅರ್ಥವು ಅವನ ಧ್ವನಿಯಲ್ಲೇ ಇತ್ತು. ಹೆಚ್ಚು ವಾದಿಸಿ ಅವನನ್ನು ನೋಯಿಸುವುದು ನನಗೆ ಬೇಡವಾಗಿತ್ತು. ನಿಯೋಗ ದಿಂದಲಾದರೂ ನಾನು, ಮಾದ್ರಿ ಸುಖಪಟ್ಟಿದ್ದೇವೆ. ಮಹಾರಾಜ ದಿಕ್ತನಾಗಿ ಮನಸ್ಸಿನಲ್ಲೇ ಎಷ್ಟು ನರಳಿದ್ದಾನೋ! ಅವನಲ್ಲಿ ಶಕ್ತಿ ಬೆಳೆಯಲಿ ಎಂದು ನಾನೂ ಪ್ರಾರ್ಥಿಸಿದೆ. ಆದರೆ ಅವನ ನಿಶ್ಶಕ್ತಿ ಹೆಚ್ಚಾಗುತ್ತಿತ್ತು. ಪರ್ವತದ ಕಣಿವೆಯಲ್ಲಿ ಹತ್ತಿ ಇಳಿಯುವುದು ಹೊರತು ಓಡಿಯಾಡುವ ಮಟ್ಟಸ ಜಾಗವೇ ಇರಲಿಲ್ಲ. ಹತ್ತಿ ಇಳಿದರೆ ಬಲು ಬೇಗ ಏದುಸಿರು ಬಂದು ಸುಸ್ತಾಗುತ್ತಿತ್ತು.

ಈಗ ನನಗೆ ಐದು ಮಕ್ಕಳು. ಮಾದ್ರಿಯ ಹೊಟ್ಟೆಯ ನಕುಲ ಸಹದೇವರು ಕೂಡ ನನ್ನ ತೊಡೆಯನ್ನು ಬಿಟ್ಟು ಕದಲುತ್ತಿರಲಿಲ್ಲ. ಇಬ್ಬರೂ ಒಟ್ಟಿಗೆ ಬೆಚ್ಚಗೆ ಮಲಗಬಹುದಾದ ತೊಡೆಗಳು. ತಂದೆಯರಂತೆಯೇ ಸುಂದರವಾದ ಆದರೆ ಮಟ್ಟಸವಾದ ಮೈಕಟ್ಟು. ಧರ್ಮನಂತೆ ಶಾಂತ ಸ್ವಭಾವ. ಭೀಮನ ಹಾಗೆ ಬಂಡೆಗಳು ಮರು ನುಡಿಯುವಂತೆ ಕೇಕೆ ಹಾಕುವುದಿಲ್ಲ. ಎತ್ತಿ ಒದೆಯುವುದಿಲ್ಲ. ಹಾಗೆಂದು ನಿಶ್ಚೇಷ್ಟಿತವೂ ಅಲ್ಲ. ಮುಗುಳ್ನಗೆ. ದೊಡ್ಡಮ್ಮನ ತೊಡೆಗಳಿಗೆ ಎಲ್ಲಿ ನೋವಾದೀತೋ ಎಂಬಂತೆ ಹದವರಿತು ಹಿತವಾಗುವಂತೆ ಬಡಿಯುವ ಕೈಕಾಲುಗಳು.

ವರ್ಷಗಳು ಕಳೆದಂತೆ ಆಳುಗಳ ಸಂಖ್ಯೆಯೂ ಕಡಮೆಯಾಗಿತ್ತು. ಇಲ್ಲಿಯ ಚಳಿ ಮತ್ತು ನಿರ್ಜನ ಬೇಸರವನ್ನು ಕಳೆಯಲಾರದೆ ಕೆಲವರು ಹಿಂತಿರುಗಿದರು. ಇತ್ತೀಚೆಗೆ ಊರಿನಿಂದ ಬರುತ್ತಿದ್ದ ಸರಬರಾಜೂ ಕಡಮೆಯಾಗಿತ್ತು. ಮಕ್ಕಳ ಜವಾಬ್ದಾರಿ ಎಲ್ಲ ತನಗೆ ತಾನೇ ನನ್ನದಾಯಿತು. ನಿಶ್ಶಕ್ತನಾಗುತ್ತಿದ್ದ ಗಂಡನ ಉಪಚಾರ ಸಹಜವಾಗಿ ಮಾದ್ರಿಯ ದಾಯಿತು. ನಾನು ಸೇವೆ ಮಾಡಿದರೆ ಮಹಾರಾಜ ಮುಜುಗರಪಡುತ್ತಿದ್ದ. ಅವನ ಮುಖ ಆಶೆ, ಭರವಸೆ, ನಿಶ್ಶಕ್ತಿ, ಸ್ವಲ್ಪ ಸ್ಥೂಲ ಮೈ ಮೂವತ್ತಮೂರು ಮೂವತ್ತನಾಲ್ಕಕ್ಕೇ ನೀರಿನೊಳಗೇ ಆಕಾರ ಕಾಣಲು ಶುರುವಾಯಿತು ಅದಾಗಿ ನಲವತ್ತಾರು ನಲವತ್ತೇಳು ವರ್ಷ ಉರುಳಿದ್ದರೂ ಸ್ಪಷ್ಟವಾಗಿ. ತನಗೆ ತಾನೇ ಮರಣ ತಂದುಕೊಂಡ, ಮಕ್ಕಳ ಪಾಲನೆಯಲ್ಲಿದ್ದ ಈ ಕುಂತಿಗೆ ತಿಳಿಯಲಿಲ್ಲ ಎಂದುಕೊಳ್ಳುತ್ತಿರುವಾಗ ಹಿಂಬದಿಯಿಂದ ಹೆಜ್ಜೆಯ ಸಪ್ಪಳವಾಯಿತು. ನಿಧಾನ ವಾಗಿ ತಿರುಗಿ ನೋಡಿದಳು. ಮೆಟ್ಟಿಲಿಳಿದು ಹತ್ತಿರ ಬರುತ್ತಿರುವ ವಿದುರ. 'ಆಗಿನಿಂದ ಇಲ್ಲೇ ಕೂತಿದೀಯಾ?' ಅವಳು ಸುಮ್ಮನೆ ಕೊರಳಿನಿಂದ ಸನ್ನೆ ಮಾಡಿದಳು. 'ಏನು ಯೋಚಿಸುತ್ತಿದೀಯ ಆಗಿನಿಂದ?' ಎನ್ನುತ್ತಾ ಹತ್ತಿರ ಕುಳಿತ.

'ಪಾಂಡವರೇ ಅಲ್ಲ ಅಂದನಲ್ಲ ಹ್ಯಾಗೆ ಅಲ್ಲ ಅಂತ.'

'ಯೋಚಿಸಿದರೆ ಬಗೆಹರಿಯುವುದಿಲ್ಲ ಇದು.'

ಅವಳಿಗೂ ಹಾಗೆಯೇ ಅನ್ನಿಸಿತು. 'ಭೀಷ್ಮರು ಹೇಳಿಕಳಿಸಿದ್ದರಲ್ಲ ಏನು ಮಾತಾಡಿದರು?'

'ಇಷ್ಟು ಹೊತ್ತಿನ ತನಕ ಅವರೂ ಕೊರಗಿದರು. ಸನಾತನ ಧರ್ಮವನ್ನೇ ಅಲ್ಲಗಳೆದರೆ ಪ್ರಪಂಚ ಉಳಿದೀತೇ ಅಂತ ಭಯ. ಆದರೆ ಬರೀ ಕೊರಗಾಟ ಅನ್ನಿಸಿತು. ನಡೆಯಿರಿ, ನೀವು, ದ್ರೋಣರು ಕೃಪಾಚಾರ್ಯರು, ನಾನು, ಕೂಡಿ ದುರ್ಯೋಧನನಲ್ಲಿ ಹೋಗಿ ಹೇಳೋಣ. ನೀನು ಇಂಥ ಮಾತನಾಡಿದರೆ, ಪಾಂಡವರು ಪಾಂಡವರೇ ಅಲ್ಲ ಅಂತ ಭಾವಿಸಿದರೆ ನಾವು ಯಾರೂ ಈ ಊರಿನಲ್ಲಿರುವುದಿಲ್ಲ. ಅವರಿರುವ ಕಡೆಗೇ ಹೊರಟು ಹೋಗ್‌ತೀವಿ ಅನ್ನೋಣ ಅಂದೆ.'

'ಏನಂದರು?'

'ಹಸ್ತಿನಾಪುರ ಅಂದರೆ ಮೋಹ ಅವರಿಗೆ. ನನಗನ್ನಿಸುತ್ತೆ' ಎಂದ ವಿದುರ ಅಲ್ಲಿಗೇ ಸುಮ್ಮನಾದ.

'ಹೇಳು ಹೇಳು' ಕುಂತಿ ಒತ್ತಾಯ ಮಾಡಿದಳು.

'ಸನಾತನ ಧರ್ಮ ಅಂತ ಎಷ್ಟೇ ಹೇಳಿದರೂ ಅವರಿಗೆ ದುರ್ಯೋಧನಾದಿಗಳ ಮೇಲೆ ವಿಶೇಷ ಮಮತೆ ಇದೆ. ಯಾಕೆ ಹಾಗೆ ಅಂತ ನಾನೂ ಬಹಳ ದಿನದಿಂದ ಯೋಚಿಸ್‌ತಿದೀನಿ. ಅವರು ಸ್ವತಃ ಧೃತರಾಷ್ಟ್ರನಿಗೆ ಹುಟ್ಟಿದವರು ಅಂತ ಇದ್ದೀತೇ? ಇದು ಬರೀ ನನ್ನ ಊಹೆ.'

ಕುಂತಿಯ ಆಧಾರದ ಒಂದು ಮೆಟ್ಟಿಲು ಕುಸಿದಂತಾಯಿತು. ಈ ಮುದುಕರ ಮನಸ್ಸಿನಲ್ಲಿ ನಿಜವಾಗಿಯೂ ಏನಿದೆಯೋ ತಾನು ನೇರವಾಗಿ ಕಾಣೆ. ತಾನೆಂದೂ ಅವರೆದುರು ಕೂತು ನೇರವಾಗಿ ಮಾತನಾಡಿಲ್ಲ. ಮೊದಲಿನಿಂದ ಅಷ್ಟು ಭಯ, ಗೌರವ. ಆದರೆ ಸನಾತನ ಧರ್ಮದ ವಿಷಯದಲ್ಲಿ ಅವರಂತಹ ಶ್ರದ್ಧಾವಂತರೇ ಇಲ್ಲ ಅನ್ನುತ್ತಾರಲ್ಲ ಎಂಬ ಅನುಮಾನವೂ ಹುಟ್ಟಿತು.

'ನೋಡು, ಇನ್ನೊಂದು ವಿಷಯ. ನಿನ್ನನ್ನು ಜೊತೆಗೆ ಕರೆತರುವುದಕ್ಕೆ ಕೃಷ್ಣನ ಕೈಲಿ ಹೇಳಿಕಳಿಸಿದ್ದರಲ್ಲ ನಿನ್ನ ಮಕ್ಕಳು, ಕೃಷ್ಣ ಹೀಗೆ ತಪ್ಪಿಸಿಕೊಂಡು ಹೋಗಬೇಕಾಯಿತು. ಪ್ರತ್ಯೇಕ ರಥ ಮಾಡಿ ನಿನ್ನನ್ನು ಕಳಿಸಿಕೊಡುವಂತೆ ಸಂದೇಶ ಕಳಿಸಿದ್ದಾನೆ. ಆ ಆಳು ನನಗೆ ಈಗ ಬಂದು ಹೇಳಿದ.'

ಹದಿಮೂರು ವರ್ಷವಾಗಿ ನಾಲ್ಕು ತಿಂಗಳು ಕಳೆದಿದೆ. ಮಕ್ಕಳನ್ನು ದ್ರೌಪದಿಯನ್ನು ನೋಡುವ ಹಂಬಲವಾಗುತ್ತಿದೆ. ಕೃಷ್ಣನ ಜೊತೆಯೇ ಪ್ರಯಾಣ ಮಾಡಬೇಕಿತ್ತು ಎಂದು ನೆನಸಿಕೊಂಡಳು. 'ಸೂರ್ಯಾಸ್ತವಾಗುತ್ತಿದೆ. ನಡಿ ಹೋಗೋಣ' ಎಂದು ವಿದುರ ಮೇಲೆ ಎದ್ದ. ನೀನು ನಡಿ, ನಾನು ಸ್ವಲ್ಪ ಹೊತ್ತಿಗೆ ಬರುತ್ತೇನೆ ಎಂದಳು. ಗಂಗೆಯಲ್ಲಿ ಕೈ ಕಾಲು ತೊಳೆದ ಅವನು ನಿಧಾನವಾಗಿ ಮೆಟ್ಟಿಲುಗಳನ್ನು ಹತ್ತಿ ನಡೆದ. ಭೀಷ್ಮರಿಗೆ ದುರ್ಯೋಧನಾದಿಗಳ ಮೇಲೆ ವಿಶೇಷ ಮಮತೆ ಇದೆ ಅಂತ ಗೊತ್ತು. ಆದರೆ ಸ್ವತಃ ಧೃತರಾಷ್ಟ್ರನಿಗೆ ಹುಟ್ಟಿದವರು ಅನ್ನುವ ಕಾರಣಕ್ಕಾಗಿಯೆ? ಎಂಬ ಯೋಚನೆ ತಲೆಯನ್ನು ಹೊಕ್ಕಿತು. ನಂಬಿಕೆ

ಬರಲಿಲ್ಲ. ಆದರೆ ತುಂಬ ವಿಚಾರ ಮಾಡದೆ ಮಾತನಾಡುವ ಸ್ವಭಾವವಲ್ಲ ವಿದುರನದು, ಎಂದುಕೊಳ್ಳುತ್ತಾ ಸ್ವಲ್ಪ ಹೊತ್ತು ಕುಳಿತಳು. ಸೂರ್ಯ ಮುಳುಗಿದ. ನೀರಿನಲ್ಲಿ ತನ್ನ ಬಿಂಬ ಮಬ್ಬುಮಬ್ಬಾಗುತ್ತಿತ್ತು. ದಿಟ್ಟಿಸಿ ನೋಡಿದರೆ ಮಾತ್ರ ಸ್ಪಷ್ಟವಾಗಿ ಕಾಣುತ್ತಿತ್ತು. ಎಂಥ ತ್ತೊಂದು ತುಂಬುತ್ತಿದೆ, ಕಣ್ಣು ಕೂಡ ಮಂಜಾಗುತ್ತಿದೆ. ಇನ್ನೇನು ಕಂಡೀತು ಎನ್ನಿಸಿತು. ಮೂವತ್ತೈದಕ್ಕೆ ವಿಧವೆಯಾದೆ. ಕುಂತಿ ಮೂವತ್ತೈದಕ್ಕೆ ವಿಧವೆಯಾದಳು, ಐದು ಮಕ್ಕಳನ್ನು ಕಟ್ಟಿಕೊಂಡು. ಮುಂದೆ ಇಂಥದೆಲ್ಲ ಕೇಳಬೇಕು ಅಂತಲೇ ಏನೋ ಮಾದ್ರಿ ಹೊರಟು ಹೋದಳು. ಅವಳಿಗೆ ನನಗಿಂತ ತಿಳಿವಳಿಕೆ ಇತ್ತೆ? ಸಿಟ್ಟು ಬಂತು ಅವಳ ಮೇಲೆ, ಗಂಡನ ಮೇಲೆ. ನಿಶ್ಶಕ್ತನಾಗುತ್ತಿದ್ದ ಗಂಡನ ಉಪಚಾರ ಅವಳೇ ಮಾಡುತ್ತಿದ್ದಳು. ನಾನು ಸೇವೆ ಮಾಡಿದರೆ ಅವನು ಮುಜುಗರಪಡುತ್ತಿದ್ದನಲ್ಲ. ಯಾಕೆ? ಆಮೇಲೆ ತಿಳಿಯಿತು. ನಾನು ಅಂದರೆ ಯಜಮಾನಿ. ಬಲಿಷ್ಠ ತಾಯಿಯನ್ನು ಕಂಡರೆ ಹೆದರುವ ಮಗುವಿನಂತೆ ಹೆದರುತ್ತಿದ್ದ ನೇನೋ. ನನಗೆ ತಿಳಿಯಲಿಲ್ಲ. ತಿಳಿಯುವ ಮೊದಲೇ, ಒಂದು ದಿನ ಮಧ್ಯಾಹ್ನವಾಗಿತ್ತು. ಶೀತಕಾಲ ಕಳೆಯುತ್ತಾ ಬರುತ್ತಿತ್ತಲ್ಲವೇ? ಹೌದು, ಬಿಸಿಲಿನಲ್ಲಿ ಮಾದ್ರಿ ಓಡಿಬಂದಳಲ್ಲ ಅಕ್ಕಾ ಅಕ್ಕಾ ಅಂತ ಅಳುತ್ತಾ. ಯಾವುದಾದರೂ ಮಗು ನೀರಿಗೆ ಬಿದ್ದೋ, ಮೃಗ ಕಚ್ಚಿ ತಿಂದೋ, ತಕ್ಷಣ ಗುಡಿಸಲಿನ ಸುತ್ತ ನೋಡಿದೆ. ನಕುಲ ಸಹದೇವರು ಆಡುತ್ತಿದ್ದರು. ಅರ್ಜುನ ಮರದ ಹಣ್ಣಿಗೆ ಬಾಣ ಹೊಡೆಯುತ್ತಿದ್ದ. ಧರ್ಮ ಭೀಮರು ನನಗೆ ಹೇಳಿಯೇ ಕೊಳ್ಳದ ಹತ್ತಿರದ ಹಳ್ಳಿಗೆ ಹೋಗಿದ್ದರು. ಏನು, ಏನು? ಅಂದೆ. ಮಹಾರಾಜ ಎನ್ನುತ್ತಾ ಬಿಕ್ಕಿ ಬಿಕ್ಕಿ ನನ್ನ ಎದೆಯಲ್ಲಿ ಮುಖ ಮುಚ್ಚಿಕೊಂಡಳು. ಎಲ್ಲಿ, ಏನು, ಎಂದು ಕೇಳುವಾಗಲೇ ನನಗೆ ಅರಿವಾಗಿಹೋಯಿತು. ಅವಳು ಕೈ ಹಿಡಿದು ಮುಂದೆ ಓಡಿದಳು. ಬೆಟ್ಟದ ಮಗ್ಗುಲು ಗಳೆಲ್ಲ ಹಿಮದಿಂದ ಮುಚ್ಚಿಹೋಗಿದ್ದವು. ಹಳ್ಳದ ನೀರು ಕೂಡ ಗೆಡ್ಡೆ ಕಟ್ಟಿ ಮೊಸರಿನಂತೆ ಜಾರುತ್ತಿತ್ತು. ಕಡಿದಾದ ದಾರಿಯಲ್ಲಿ ಅವಳೊಡನೆ ಹತ್ತಿ ತಿರುಗಿ ತಿರುಗಿ ನಡೆದರೆ ಹೊಳೆಯುವ ಬಿಸಿಲಿನ ಬಂಡೆಗಳ ಮರೆಯಲ್ಲಿ ಪಾಂಡುರಾಜ ಅಂಗಾತ ಮಲಗಿ ಸತ್ತಿದ್ದಾನೆ. ಮುಖವನ್ನು ಹಿಂಡುವ ನೋವು ಇನ್ನೂ ವಿಕಾರವಾಗಿ ಮೂಡಿ ನಿಂತಿದೆ. ಏನಾಯಿತು? ಎಂದು ಕೇಳಿದೆ. ಏದುಸಿರು ಎಂದಳು. ಇಷ್ಟು ದೂರ ಯಾಕೆ ನಡೆಸಿಕೊಂಡು ಬಂದೆ ಎಂದದ್ದಕ್ಕೆ ಮತ್ತೆ ಬಿಕ್ಕಿದಳು. ಎರಡೂ ಕಡೆಯ ಪರ್ವತಗಳಿಗೂ ಕೇಳುವಂತೆ ಗಟ್ಟಿಯಾಗಿ ಉಯಿಲಿಟ್ಟಳು. ನನಗೆ ಬಂದ ಅಳು ಗಂಟಲಿನಲ್ಲೇ ಕಟ್ಟಿಕೊಂಡಿತು. ಮಹಾರಾಜನ ಎದೆ ಮೈ ಕೈ ಮೊದ ಲಾಗಿ ಕುತ್ತಿಗೆಯಿಂದ ಕಾಲಿನತನಕ ತಡವಿ ನೋಡಿದೆ. ಒಳವಸ್ತ್ರ ಇರಲಿಲ್ಲ. ಸ್ನಾನಕ್ಕೆ ಇಳಿದವನಂತೆ ಇದ್ದ. ಅಷ್ಟರಲ್ಲಿ ಮಾದ್ರಿಯ ಕಡೆಗೆ ಗಮನ ಹೋಯಿತು. ತಕ್ಷಣ ಅರ್ಥ ವಾಯಿತು. ಗಂಡನನ್ನು ಕೊಂದೆ, ಪಾಪಿ ನೀನು. ಇಲ್ಲಿಯತನಕ ನಡೆಸಿಕೊಂಡು ಬಂದಿದ್ದೆಯಾ ಅದಕ್ಕಾಗಿ? ಎಂದವಳೇ ಬೀಸಿ ಅವಳ ಕೆನ್ನೆಗೆ ಹೊಡೆದಾಗ ನನಗೇ ಜ್ಞಾನವಿರಲಿಲ್ಲ. ಇನ್ನು ಪ್ರಜ್ಞೆ ತಪ್ಪಿ ಬಿದ್ದ ಅವಳ ಮೈಮುಖ ಅಂಗಾಲು ಅಂಗೈಗಳನ್ನು ಉಟ್ಟ ಕಂಬಳಿಯಿಂದ ತಿಕ್ಕಿ ತಿಕ್ಕಿ ಎಚ್ಚರಿಸುವ ಗಾಬರಿಯಲ್ಲಿ ಮಹಾರಾಜನ ಸಾವು ಮನಸ್ಸಿನ ಹೊರಬದಿಯಲ್ಲಿ ನಿಂತಿತ್ತು. ಮಹಾರಾಜನ ಹೆಣ ಮತ್ತು ಆ ಸ್ಥಿತಿಯ ಅವಳನ್ನು ಅಲ್ಲಿ ಬಿಟ್ಟು ಆಳುಗಳನ್ನು

ಕರೆಯಲು ಹೋಗುವಂತಿಲ್ಲ. ಮೇಲಿನ ಚಳಿ ತಡೆಯಲಾರದೆ ಈ ಕಾಲದಲ್ಲಿ ಕೆಳಗಿಳಿದು ಬಂದ ತೋಳಗಳು ಇಬ್ಬರನ್ನೂ ಕಿತ್ತು ತಿನ್ನಬಹುದು. ಅವಳ ಮೈ ಕೈಗಳಿಗೆ ಶಾಖ ಬರುವಂತೆ ಉಜ್ಜುವುದು, ಆಗಲೇ ಶೀತಗಟ್ಟಿರುವ ಮಹಾರಾಜನ ಶರೀರಕ್ಕೆ ಸರಿಯಾಗಿ ಹೊದ್ದಿಸುವುದನ್ನು ಬಿಟ್ಟರೆ ಬೇರೆ ಏನೂ ತಿಳಿಯುತ್ತಿರಲಿಲ್ಲ. ಅವಳಿಗೆ ಜೀವವಿತ್ತು. ತುಟಿಯಾಡಿಸುತ್ತಿದ್ದಳು. ನಡುವೆ ಕನವರಿಸುತ್ತಿದ್ದಳು. ತಲೆ ಎತ್ತಿ ತೊಡೆಯ ಮೇಲೆ ಹಾಕಿಕೊಂಡೆ. ಹಾಲುಣಿಸುವವಳಂತೆ ತಬ್ಬಿ ಬೆಚ್ಚಗೆ ಮಾಡಿದೆ. ಮಾದ್ರಿ, ಮಾದ್ರೀ, ಆದದ್ದಾಯಿತು. ಇಲ್ಲಿ ಕೇಳು, ಚಿಕ್ಕ ಮಕ್ಕಳು ಗುಡಿಸಲಿನ ಹೊರಗೆ ಆಡುತ್ತಿವೆ. ಆಳುಗಳಿಗೂ ಹೇಳಿ ಬಂದಿಲ್ಲ, ನೋಡು ಎಂದು ಕಿವಿಯಲ್ಲಿ ಉಸುರುವುದು. ಬೇರೆ ಏನೂ ತಿಳಿಯಲಿಲ್ಲ.

ಎಷ್ಟೋ ಹೊತ್ತಿನ ಮೇಲೆ ಅವಳಿಗೆ ಜ್ಞಾನ ಬಂತು. ಕಣ್ಣು ಬಿಟ್ಟಳು. ಬೇಡವೆಂದರೂ ಎದ್ದು ಕುಳಿತಳು. ತಗ್ಗಿಸಿದ ತಲೆಯನ್ನು ಎತ್ತಲಿಲ್ಲ. 'ಆಳುಗಳನ್ನು ಕೂಗ್‌ತೀನಿ. ಮಹಾರಾಜನನ್ನು ನೋಡಿಕೊ' ಎಂದು ಹೇಳಿ ಓಡಿ ಹೋದೆ. ಮಕ್ಕಳನ್ನು ನೋಡಿಕೊಳ್ಳುವಂತೆ ಒಬ್ಬನಿಗೆ ಹೇಳಿ ಇನ್ನಿಬ್ಬರೊಡನೆ ಹಿಂತಿರುಗಿ ಬರುವ ಹೊತ್ತಿಗೆ ನನಗೆ ಏದುಸಿರು ಒತ್ತುತ್ತಿತ್ತು. ಮಾದ್ರಿ ಮಹಾರಾಜನ ತಲೆಯನ್ನು ತೊಡೆಯ ಮೇಲೆ ಎತ್ತಿ ಇಟ್ಟುಕೊಂಡು ಕುಳಿತಿದ್ದಳು. ಅವಳ ಮುಖದ ಒಳಗೆಲ್ಲ ನೀರು ತುಂಬಿಕೊಂಡಿತ್ತು. ಕಣ್ಣು ಮಾತ್ರ ಖಾಲಿ. ಏನಾಯಿತು? ಆಳುಗಳು ಕೇಳಿದರು. ಕೇಳಬೇಡವೆಂದು ಮಾದ್ರಿ ಕೈಸನ್ನೆ ಮಾಡಿದಳು.

ಶವಸಂಸ್ಕಾರ ಮುಂದಿನ ಕೆಲಸ. ಆದರೆ ಅದನ್ನು ಮಾಡಬೇಕೆಂಬುದು ಯಾರಿಗೂ ಹೊಳೆಯಲಿಲ್ಲ. ಮಾದ್ರಿಯಂತೂ ಈ ಲೋಕದಲ್ಲಿದ್ದಂತೆ ಕಾಣಲಿಲ್ಲ. ಹೆಣವನ್ನು ಸುಟ್ಟು ಮುಗಿಸಿದರೆ ಏನೂ ಉಳಿಯುವುದಿಲ್ಲ ಎನ್ನುವ ಶೂನ್ಯದ ಭಯ ನನ್ನನ್ನಾವರಿಸಿತು. ನಾನೂ ಸುಮ್ಮನೆ ಕುಳಿತೆ. ಆಳುಗಳು ನಿಂತೇ ಇದ್ದರು. ಎಷ್ಟೋ ಹೊತ್ತಿನ ಮೇಲೆ ನಾನೇ ಎಂದೆ: 'ಕೊಳ್ಳದ ಹಳ್ಳಿಗೆ ಇಬ್ಬರು ಹೋಗಿ ಧರ್ಮ ಭೀಮರನ್ನು ಕರೆದುಕೊಂಡು ಬನ್ನಿ.' ಚಿಕ್ಕ ಆಳು ತಕ್ಷಣ ಓಡಿದ.

'ಅವ್ವಾ, ಹೀಗೆ ಸುಮ್ಮನೆ ಕೂತರೆ ಏನು ಬಂತು? ಮುಂದಿನ ಕೆಲಸ ಮಾಡಬೇಕು. ಹೆಣ ಮರಗಟ್ಟುತ್ತಿದೆ. ಶೀತಕಾಲ ಬೇರೆ,' ಮುದುಕ ಆಳು ಸೂಚಿಸಿದ. ನಾನು ಬರಿದೇ ಮಾದ್ರಿಯ ಮುಖ ನೋಡಿದೆ. ಆ ಮಾತು ತನಗೆ ಕೇಳಿಸಲಿಲ್ಲವೆಂಬಂತೆ ಅವಳು ಕುಳಿತಿದ್ದಳು. ನಾನೂ ಅಲುಗಾಡಲಿಲ್ಲ. ಸ್ವಲ್ಪ ಹೊತ್ತಿಗೆ ಚಿಕ್ಕ ಆಳು ಧರ್ಮ ಭೀಮರೊಡನೆ ಓಡಿ ಓಡಿ ಬಂದ. 'ಅಮ್ಮ, ಅಪ್ಪನಿಗೆ ಏನಾಗಿತ್ತು?' ಧರ್ಮ ನನ್ನನ್ನು ಕೇಳಿದ. 'ಅಮ್ಮಾ, ಅಪ್ಪ ಸತ್ತನಂತಲ್ಲ. ಏನು ಹಾಗಂದರೆ?' ಎನ್ನುತ್ತಾ ಎಂಟು ವರ್ಷದ ಭೀಮ ಮಾದ್ರಿಯ ಭುಜವನ್ನು ತಬ್ಬಿ ಹಿಸುಕಿದ. ಅಷ್ಟರಲ್ಲಿ ಕೊಳ್ಳದ ಹಳ್ಳಿಯ ಎಂಟು ಹತ್ತು ಗಂಡಸರು ಓಡಿ ಓಡಿ ಬಂದರು. ಅವರ ಹಿಂದೆ ಹೆಂಡಂದಿರು, ಮಕ್ಕಳು, ಮುದುಕರು, ಬಂದು ಹೆಣದ ಸುತ್ತ ನಿಂತುಕೊಂಡು. ಮಾದ್ರಿ ನಿಧಾನವಾಗಿ ಹೆಣದ ತಲೆಯನ್ನು ಎತ್ತಿ ಕೆಳಗೆ ಇಟ್ಟಳು. ಆಗಲೇ, ಅಲುಗಾಡದಂತೆ ಕುತ್ತಿಗೆಯೂ ಗಟ್ಟಿಕಟ್ಟಿತ್ತು. ಎದ್ದು ನನ್ನ ಹತ್ತಿರ ಬಂದು ಕೈ ಹಿಡಿದು ಹೇಳಿದಳು: 'ಮುಂದಿನ ಕೆಲಸ ಮಾಡಿಸು. ನಾನು ನಿರ್ಧರಿಸಿದೀನಿ. ಶವವನ್ನು ತಬ್ಬಿ

ಮಲಗಿ ಬೆಂಕಿಯಲ್ಲಿ ಹೊರಟುಹೋಗ್ತೀನಿ.'

ನನಗೆ ಅರ್ಥವೇ ಆಗಲಿಲ್ಲ. ಏನು ನೀನು ಎನ್ನುವುದು ಎಂದದ್ದಕ್ಕೆ, ನಿಶ್ಚಯ ಮಾಡಿದೀನಿ ಎಂದಷ್ಟೇ ಹೇಳಿದಳು. 'ನಾನು ಹೊಡೆದೆ ಅಂತ ಸಿಟ್ಟೆ? ಆದದ್ದಾಯಿತು. ಇನ್ನು ನೀನು ಹೀಗೆ ಮಾಡಿದರೆ ಮಕ್ಕಳ ಗತಿ? ನನಗೆ ಕೂಡ ಜೊತೆ?'

ನಿಶ್ಚಯವನ್ನು ಕದಲಿಸಲಿಲ್ಲ ಮಾದ್ರಿ. ಆಳುಗಳು ಹೇಳಿದರು. ಹಳ್ಳಿಯವರು ಹೇಳಿದರು. ಧರ್ಮ ಭೀಮಾರ್ಜುನರು ತಬ್ಬಿ ಹಿಡಿದು ಬೇಡಿದರು. ನಾನು ನಕುಲ ಸಹದೇವರನ್ನು ತೊಡೆಯ ಮೇಲೆ ಮಲಗಿಸಿ ಅಂಗಲಾಚಿದೆ, ಕದಲಲಿಲ್ಲ. ಮನಸ್ಸು ಬದಲಾಯಿಸಲೆಂದು ಸಂಸ್ಕಾರವನ್ನು ನಿಧಾನ ಮಾಡಿದೆ. ಹಳ್ಳಿಗರಿಂದ ಹೊರಿಸಿಕೊಂಡು ಶವವನ್ನು ಗುಡಿಸಲಿಗೆ ತಂದು ಕಂಬಳಿಯ ಮೇಲೆ ಬೆಚ್ಚಗೆ ಮಲಗಿಸಿದೆ. ಸಂಸ್ಕಾರ ನಾಳೆ ಎಂದೆ. ಅವಳು ಶವದ ಪಕ್ಕದಲ್ಲೇ ಕುಳಿತಳು. ಸುದ್ದಿ ತಿಳಿದು ಹತ್ತಿರದ ಕೊಳ್ಳಗಳ ಇನ್ನಷ್ಟು ಹಳ್ಳಿಗರು ಬಂದರು. ಅವರು ಹೇಳಿದರು. ಅವಳು ಮಾತ್ರ ಅಲುಗಾಡಲಿಲ್ಲ. ಯಾರೂ ಒಳಗೆ ಬರದಂತೆ ಗುಡಿಸಲಿನ ಬಾಗಿಲು ಹಾಕಿಕೊಂಡುಬಿಟ್ಟಳು. ರಾತ್ರಿ ಗುಡಿಸಲಿನೊಳಗೆ ನಾನು-ಹೆಣ-ಅವಳು-ಉರಿಯುವ ದೀಪ.

ಮಧ್ಯರಾತ್ರಿಯತನಕ ಮೌನವಾಗಿದ್ದ ಅವಳು ಇದ್ದಕ್ಕಿದ್ದಹಾಗೆಯೇ ಮಾತನಾಡಿದಳು: 'ನೋಡು, ನಾನು ಸಾಯುವುದಂತೂ ಖಂಡಿತ. ಅದಕ್ಕೆ ಮೊದಲು ಎಲ್ಲವನ್ನೂ ನಿನ್ನ ಕೈಲಿ ಹೇಳಿಬಿಡ್ತೀನಿ. ನನ್ನ ಮಕ್ಕಳಿಗೆ ನೀನು ಹೇಗೂ ತಾಯಿಯಾಗಿದೀಯ. ನಿನಗೆ ನನ್ನ ಮೇಲೆ ಮತ್ಸರವಿದೆ. ಮಕ್ಕಳ ಮೇಲಿಲ್ಲ ಅಂತ ನನಗೆ ಗೊತ್ತಿದೆ. ಅವನ್ನೂ ನೀನೇ ಹೆರಬೇಕು ಅಂತ ಆಶೆ ಇತ್ತು ಅಲ್ಲವೆ?'

ನಾನು ಮಾತನಾಡಲಿಲ್ಲ. ಸುಮ್ಮನೆ ಅವಳ ಮುಖ ನೋಡಿದೆ. ನನ್ನ ಉತ್ತರಕ್ಕೆ ಕಾಯದೆ ಮುಂದುವರಿಸಿದಳು: 'ಮಹಾರಾಜನಿಗೆ ಸಾಮರ್ಥ್ಯ ಜಾಗ್ರತವಾಗಿ ಐದಾರು ತಿಂಗಳಾಯಿತು. ಆದರೆ ನಿನ್ನ ಭಯ. ಯಾಕೆ ಅಂತ ತಿಳಿಯದು. ನನಗೂ ನಿನ್ನ ಭಯ. ತಿರುಗಾಡುವ ನೆಪಮಾಡಿ ಅಷ್ಟು ದೂರ ಕರೆದೊಯ್ಯುತ್ತಿದ್ದ. ನಾನಂತೂ ಹಸಿದಿರುತ್ತಿದ್ದೆ. ಹಸಿವು ಅಂದರೆ ಎಷ್ಟು ಅಂತೀಯ? ಇದಕ್ಕಿಂತ ಕ್ರೂರ ಶಿಕ್ಷೆ ಬೇರೆ ಇಲ್ಲ. ಆ ಮುದುಕ ಭೀಷ್ಮ ಸೈನ್ಯಬಲ, ಸಂಪತ್ತಿನ ಬಲ ಎರಡನ್ನೂ ಮುಂದೆ ಮಾಡಿ ನನ್ನನ್ನು ಕೊಂಡುತಂದು ಈ ಕೊನೆಗಾಣದ ಹಸಿವಿಗೆ ನೂಕಿ ಹೊರಗಿನಿಂದ ಬಾಗಿಲು ಮುಚ್ಚಿಕೊಂಡನಲ್ಲ. ಅವನಿಗೆ ರೌರವ ನರಕವಲ್ಲದೆ ಸದ್ಗತಿ ಸಾಧ್ಯವಿಲ್ಲ. ಸಾಯುವ ಮುನ್ನ ಅವನನ್ನೇಕೆ ಶಪಿಸಲಿ! ನಾನು ಏನಂತಿದ್ದೆ?' ಎಂದು ನೆನಸಿಕೊಳ್ಳುವಂತೆ ನಿಲ್ಲಿಸಿದಳು. ನಿನಗೂ ನನ್ನ ಭಯ ಅಂದೆ. "ಹೂಂ. ಮಹಾರಾಜನಿಗೆ ನಿನ್ನನ್ನು ಆಳುವ ಆಶೆ. ಆದರೆ ಸಮೀಪಿಸುವ ಧೈರ್ಯ ವಿಲ್ಲ. ನನ್ನ ಕೈಲೆ ಒಂದು ದಿನ, 'ಕುಂತಿ ಅಂದರೆ ಭಾರೀ ಸುಂದರ ಹೆಣ್ಣಾನೆ. ಕಂಡರೆ ಮನಸ್ಸು ಸೋತು ದಾಸವಾಗುತ್ತದೆ. ಆದರೆ ಅವಳನ್ನು ಸವಾರಿ ಮಾಡಲು ಸಾಧ್ಯವಿಲ್ಲ. ನೀನೇ ನನಗೆ ತಕ್ಕವಳು' ಅಂದ. ನಿನ್ನ ಮೇಲೆ ನನಗಿದ್ದ ಮತ್ಸರ ಶಮನವಾಯಿತು. ಇದನ್ನು ಕೇಳಿ ಶಮನವಾಯಿತು. ಕೇಳಿದೆಯಾ?" ಎಂದು ಮಾತು ನಿಲ್ಲಿಸಿ ನನ್ನ ಮುಖವನ್ನು

ದಿಟ್ಟಿಸಿದಳು. ನಾನು ಕೇಳುತ್ತಾ ಕುಳಿತಿದ್ದೆ. ಅವಳೇ ಮಾತನಾಡಿದಳು. 'ಹಸಿವು ಅಂದೆನಲ್ಲ. ಐದಾರು ತಿಂಗಳಿನಿಂದ ಮಹಾರಾಜನ ಸಂಗಡ ಹೊರಗೆ ಹೋಗುತ್ತಿದ್ದೆನಲ್ಲ. ಮರ ಗಿಡ ಬಂಡೆಗಳ ಮರೆಗೆ. ಅವನು ನನ್ನನ್ನು ಕೆರಳಿಸುತ್ತಿದ್ದ. ಆದರೆ ಪೂರ್ಣ ಶಕ್ತಿಯಿಲ್ಲ. ಬಹು ಬೇಗ ಸೋತು ವಿಶ್ರಾಂತಿಗೆಂದು ಮಲಗಿಬಿಡುತ್ತಿದ್ದ. ಮಹಾರಾಜ, ಏಕಿಷ್ಟು ಆತುರ. ಔಷಧಿ ಇನ್ನೂ ಕೆಲಸ ಮಾಡಲಿ. ವೀರ್ಯವು ಗಟ್ಟಿಕಟ್ಟಲಿ ಎಂದರೂ ಕೇಳುತ್ತಿರಲಿಲ್ಲ. ಕೆರಳಿದ ಅತೃಪ್ತಿಯಲ್ಲಿ ನಾನು ಇನ್ನಷ್ಟು ನರಳುತ್ತಿದ್ದೆ. ಅವನು ಯಾಕೆ ತಾಳುತ್ತಿರಲಿಲ್ಲ ಗೊತ್ತೆ? ಬೇಗ ಒಂದು ಮಗು ಹುಟ್ಟಿಸಬೇಕು. ತನ್ನದೇ ಒಂದು ಮಗು ಹುಟ್ಟಿಸಿ ನೋಡಿ ಎತ್ತಿ ತಬ್ಬಿ ಸಂತೋಷಪಡಬೇಕು ಅನ್ನುವ ಆತುರ ಅವನನ್ನು ಹಿಡಿದುಬಿಟ್ಟಿತ್ತು. ಮಹಾರಾಜನ ಸ್ವಂತ ವೀರ್ಯದ ಮಗು ನನ್ನ ಗರ್ಭದಲ್ಲಿ ಹುಟ್ಟುತ್ತದೆಂಬ ಲೋಭ ನನಗೆ. ನಿನ್ನ ಮೇಲಿನ ಮತ್ಸರ ಕೂಡ.' ನನಗೆ ಬಳಲಿಕೆ ಬಂತು. ಕಳಲಿಕೆ ಬರುವಂತಾಯಿತು. ಎದುರಿಗಿದ್ದ ಹೆಣದ ಮೇಲೆ ತಲೆಯಿಟ್ಟು ಒರಗಿದೆ. ತಣ್ಣಗೆ ಕಲ್ಲುಗಟ್ಟಿದ ಹೆಣ. ಇಡೀ ಪರ್ವತದ ತಪ್ಪಲು ಘುಂಯ್ ಎಂಬ ನಿಶ್ಶಬ್ದದಲ್ಲಿ ನನ್ನ ಆಧಾರನಾಡಿಯನ್ನೇ ಹೆಪ್ಪುಗಟ್ಟಿಸುತ್ತಿತ್ತು. ಸ್ವಲ್ಪ ಹೊತ್ತಿಗೆ ಕಳಲಿಕೆ ಕಳೆದು ತಲೆ ಎತ್ತಿ ಕುಳಿತೆ. ಮಾದ್ರಿ ನನ್ನನ್ನೇ ನೋಡುತ್ತಿದ್ದಳು. ಅವಳೇ ಮುಂದುವರಿಸಿದಳು: "ಈ ಮಧ್ಯಾಹ್ನ ಏನಾಯಿತು ಗೊತ್ತೆ? ನಾನು ಕೆರಳಿದ್ದೆ. ಮಹಾರಾಜ ಚೇಷ್ಟೆ ಮಾಡಿ ಮಾಡಿ ಕೆರಳಿಸಿದ್ದ. ಅವನು ಮಾತ್ರ ಬಲು ಬೇಗ ಸೋತು ನೀರೊಡೆದ. ಎಂತಹ ಹಿಂಸೆ ನನಗೆ! ತಬ್ಬಿ ಹಿಡಿದೆ. ಬಿಡಿಸಿಕೊಳ್ಳಲು ಅವನಿಗೆ ಆಸ್ಪದ ಕೊಡಲಿಲ್ಲ. ಮಹಾರಾಜ, ನನಗೆ ಸಾಲದು, ಇಷ್ಟೆಯೇ ನಿನ್ನ ಶಕ್ತಿ? ಎಂದೆ. ಭುಜ ಹಿಡಿದು ಹಿಸುಕಿದೆ. ಹಿಂದೆ ಹಸ್ತಿನಾಪುರದಲ್ಲಿ ನಿನಗೆ ಹೇಳುತ್ತಿದ್ದೆನಲ್ಲ, ನಮ್ಮ ಕಡೆಯ ಹೆಂಗಸರು ಹೇಳಿ ಕೊಡುತ್ತಾರೆ ಅಂತ, ಆ ಕಲೆಗಳನ್ನೆಲ್ಲ ಜ್ಞಾಪಿಸಿಕೊಂಡು ಅವನನ್ನು ಪ್ರಚೋದಿಸಿದೆ. ಮೊದಲು ಮೊದಲು ಅವನಿಗೂ ಹಿಂಸೆಯಾಯಿತು. ಕ್ರಮೇಣ ಉತ್ತೇಜಿತ ನಾದ. 'ಮಾದ್ರಿ, ನಿನ್ನಿಂದ ನನ್ನ ಸಾಮರ್ಥ್ಯ ಹೊರಹೊಮ್ಮಿದೆ. ಇಂಥ ಶಕ್ತಿ ಇದುವರೆಗೆ ಆಗಿರಲಿಲ್ಲ' ಎಂದು ಮೋಹ ತುಂಬಿ ವಿಜೃಂಭಿಸಿದ. ರೋಗ ಕಳೆಯಿತು, ಇನ್ನು ಅವನು ಗಂಡು. ಪೂರ್ಣಪ್ರಮಾಣದ ಗಂಡು ಎಂಬ ಸಂತೋಷದ ಭರದಲ್ಲಿ ನಾನು ಮೈಮರೆತೆ. ಉತ್ತೇಜಿತನಾದ ಅವನ ಮುಖದಲ್ಲಿ ಎಂತಹ ಉನ್ಮಾದ, ಸುಖ! ನನಗೆ ಕೂಡ ಸುಖದ ಮೊದಲ ಮೆಟ್ಟಿಲು ಜಾಗ್ರತವಾಗಿತ್ತು. ಅಷ್ಟರಲ್ಲಿ ಅವನ ಮುಖದಲ್ಲಿ ವಿಕಾರ ಕಾಣಿಸಿತು. ನೋವಿನ ಗಂಟುಗಳು. ಹಾಗೆಯೇ ಕೆಳಗೆ ಒರಗಿದ ನನ್ನ ಹಣೆಯ ಮೇಲೆ. ತೊದಲಿದ. ಎದೆಯ ಹೊಡೆತ ನಿಂತುಹೋಗಿತ್ತು. ನನಗೆ ತಿಳಿದದ್ದು ಸ್ವಲ್ಪ ಹೊತ್ತಿನ ಮೇಲೆ."

ನನಗೆ ಇದ್ದಕ್ಕಿದ್ದಂತೆಯೇ ಅವಳ ಮೇಲೆ ಕನಿಕರ ಹುಟ್ಟಿತು. ಅವಳು ನನ್ನ ಹೊಟ್ಟೆಯಲ್ಲಿ ಹುಟ್ಟಿದ ಮಗಳಂತೆ ಕಂಡಳು. ನತದೃಷ್ಟ ಮಗಳಂತೆ. ಮೇಲೆ ಎದ್ದು ಹೆಣವನ್ನು ಬಳಸಿ ನಡೆದು ಅವಳ ಪಕ್ಕದಲ್ಲಿ ಕುಳಿತೆ. ಎರಡು ಕೈಗಳನ್ನೂ ಬಳಸಿ ತಬ್ಬಿ ಹಿಡಿದುಕೊಂಡೆ. ನನ್ನ ಅಪ್ಪುಗೆ ತನಗೆ ಬೇಡವೆಂಬಂತೆ ಸುಮ್ಮನೆ ಕುಳಿತಿದ್ದಳು, ನಿಶ್ಚೇಷ್ಟಿತಳಾಗಿ, ಎದುರಿಗೆ ಮಲಗಿರುವ ಹೆಣದಂತೆ. ನನ್ನ ಕಣ್ಣು ಜಿನುಗಿತು. ಅವಳದ್ದು ಹೆಪ್ಪುಗಟ್ಟಿದ ಹಿಮದಂತೆ ಒಣಗಿತ್ತು.

ಎಷ್ಟೋ ಹೊತ್ತು ಹಾಗೆ ತಬ್ಬಿ ಕೂತಿದ್ದೆ. ಅವಳು ಅಲುಗಾಡದ ಮರದ ಕೊಂಬೆಯಾಗಿದ್ದಳು. ಕೊನೆಗೆ ಅವಳ ಮನಸ್ಸನ್ನು ಬದಲಾಯಿಸಲು ಕೇಳಿದೆ: 'ನೋಡು, ಗಂಡನ ಚಿತೆಯಲ್ಲಿ ಸಾಯಬಹುದು. ಆದರೆ ನೀನೇ ಹೇಳಿದೆಯಲ್ಲ ಐದು ಆರು ತಿಂಗಳಿನಿಂದ ಮಹಾರಾಜನ ಶಕ್ತಿ ಚಿಗುರಿತ್ತು ಅಂತ. ಇಷ್ಟು ದಿನದಲ್ಲಿ ನೀನು ಅಕಸ್ಮಾತ್ ಗರ್ಭಿಣಿಯಾಗಿದ್ದರೆ, ಅಕಸ್ಮಾತ್ ಇವತ್ತೇ ಬೀಜಸ್ಪರ್ಶವಾಗಿದ್ದರೆ ಭ್ರೂಣಹತ್ಯಾ ಪಾತಕಕ್ಕೆ ಒಳಗಾಗಬೇಡ. ಬೆಳಗ್ಗೆ ಶವಸಂಸ್ಕಾರ ಮಾಡೋಣ.'

ಅವಳು ತಕ್ಷಣ ಉತ್ತರ ಹೇಳಲಿಲ್ಲ. ನನ್ನ ಮನಸ್ಸಿನಲ್ಲಿ ಭರವಸೆ ಹುಟ್ಟಿತು. ಆದರೆ ಸ್ವಲ್ಪ ಹೊತ್ತಿನ ನಂತರ ಎಂದಳು: 'ಮರೆತುಬಿಟ್ಟೆಯಾ, ನಕುಲ ಸಹದೇವರು ಹುಟ್ಟಿದ ಮೇಲೆ ನನ್ನಲ್ಲಿ ಋತುಸ್ರಾವವೇ ಕಾಣಿಸಿಕೊಂಡಿಲ್ಲ. ಗರ್ಭಕಟ್ಟಿದೆಯೋ ಇಲ್ಲವೋ ನನಗಂತೂ ಗೊತ್ತಾಗುತ್ತಿಲ್ಲ. ಆದರೂ ನಾನು ಸಾಯ್ತೀನಿ.'

'ಅಕಸ್ಮಾತ್ ಕಟ್ಟಿದ್ದರೆ?'

'ಕಟ್ಟಿದ್ದರೂ ಅಷ್ಟೆ, ಮುದುಕ ರೋಗಿಷ್ಠ ಶಂತನುವಿಗೆ ನಮ್ಮ ಮಾವ ವಿಚಿತ್ರವೀರ್ಯ ಹುಟ್ಟಿ ಆ ಮೇಲೆ ಅವನಿಗೆ ಆದ ಕತೆ ಕೇಳಿಲ್ಲವೆ? ರೋಗಿಷ್ಠ ಮಗು ನನ್ನ ಹೊಟ್ಟೆಯಲ್ಲಿ ಹುಟ್ಟಿ ಹೆಳವನೋ ಹೇಡಿಯೋ ಆಗುವುದು ಬೇಡ. ನಕುಲ ಸಹದೇವರು ಆರೋಗ್ಯವಾಗಿ ಶಕ್ತಿಶಾಲಿಗಳಾಗಿದ್ದಾರೆ.'

ನಾನು ಮತ್ತೆ ಮಾತನಾಡಲಿಲ್ಲ. ಅವಳ ಸಂಕಲ್ಪವನ್ನು ಕದಲಿಸುವುದು ಸಾಧ್ಯವಿಲ್ಲವೆಂದು ನನ್ನ ಅಂತರಂಗವೇ ಹೇಳಿತು. ಅವಳೇ ಎಂದಳು: 'ಮತ್ತೆ ಯಾವ ಲೋಭವನ್ನೂ ಒಡ್ಡುವ ಮಾತಾಡಬೇಡ. ಸತ್ತರೆ ನಿನಗೇನು ಬರುತ್ತೆ ಅಂತ ಕೇಳಬಹುದು ನೀನು. ಇದ್ದರೆ ಏನು ಉಳಿಯುತ್ತೆ ಹೇಳು. ಇಷ್ಟು ವರ್ಷದತನಕ ವಿಧವೆಯಂತೆ ಇದ್ದೆ ಆಶೆಯನ್ನೆಲ್ಲ ಅದುಮಿಕೊಂಡು. ಮುಂದೆ ಕೂಡ ಹಾಗೆಯೇ ಇರಬೇಕು. ಹಸ್ತಿನಾವತಿಗಲ್ಲವೇ ನಾವೆಲ್ಲ ಹೋಗಬೇಕಾದುದು? ಗಂಡನನ್ನು ಕೊಂದವಳು ಅನ್ನುವ ನಿಂದೆಯಲ್ಲಿ ಮುಳುಗಿಸಿ ಮುಳುಗಿಸಿ ಕೊಲ್ಲುತ್ತಾರೆ ಎಲ್ಲರೂ.'

ಮಾದ್ರಿ ಹೋಗಿಬಿಟ್ಟಳು. ಚಳಿಗಾಲವೆಂದು ಕೆಳಗೆ ಬಂದಿದ್ದ ಒಂದು ಗಣ ದೇವಜನರಿಗೆಲ್ಲ ಸುದ್ದಿ ತಿಳಿದು ಅವರು ಸೇರಿದ್ದರು. ಹತ್ತಿರದ ಕೊಳ್ಳಗಳ ಹಳ್ಳಿಗರು, ಸುತ್ತ ಜನ. ಅಳುವ ಮಕ್ಕಳನ್ನು ಮಾತ್ರ ಆಳುಗಳು ಮನೆಯಲ್ಲೇ ಇಟ್ಟುಕೊಂಡಿದ್ದರು. ಮಾದ್ರಿ ಚಿತೆ ಏರಿದಳು. ಶವವನ್ನು ತಬ್ಬಿ ಮಲಗಿದಳು. ಮಾದ್ರೀ, ಮಾದ್ರೀ, ಎದ್ದು ಬಾ ಎಂದು ನಾನು ತಡೆಯಲಾರದೆ ಮತ್ತೆ ಕೂಗಿಕೊಂಡರೂ ಬಿಡದೆ ಚಿಟಚಿಟನೆ ಕೆದರಿಕೊಳ್ಳುವ ಬೆಂಕಿಯಲ್ಲಿ ನರಳಿದಳು. ಕಿರುಚಿದಳು. ಆದರೆ ಇಳಿಯಲಿಲ್ಲ. ಮುಂದಿನ ಬವಣೆಯನ್ನೆಲ್ಲ ನನಗೆ ಹೊರಿಸಿ ಹೋಗಿ ಬಿಟ್ಟಳು.

ಮುಂದಿನ ಬವಣೆಯನ್ನೆಲ್ಲ ನನಗೆ ಹೊರಿಸಿ ಹೋಗಿಬಿಟ್ಟಳು. ಆದರೆ ನಾನು ಅಲ್ಲಿಂದ ಹಸ್ತಿನಾವತಿಗೆ ಹೊರಟುಬಂದೆನಲ್ಲ, ಬವಣೆಯನ್ನು ಹೊತ್ತುಕೊಂಡೋ, ಸೃಷ್ಟಿಸಿಕೊಂಡೋ! ಮಹಾರಾಜ ಸತ್ತ ಸುದ್ದಿ ತಿಳಿದು ದೇವಲೋಕದವರೆಲ್ಲ ಬಂದರಲ್ಲ. ಧರ್ಮಾಧಿಕಾರಿ,

ಮರುತ್, ಇಂದ್ರ, ವೈದ್ಯಸಹೋದರರು. 'ಪೃಥಾ, ಯಾಕೆ ಹೋಗುತ್ತಿ? ಇವರೆಲ್ಲ ನಮ್ಮ ಮಕ್ಕಳು, ನೀನು ನಮ್ಮ ಹೆಂಡತಿ. ದೇವಲೋಕದವಳಾಗಿಬಿಡು. ಇವರು ದೇವಮಕ್ಕಳಾಗುತ್ತಾರೆ' ಎಂದು ಪ್ರೀತಿಯಿಂದ ಬೇಡಿದರಲ್ಲ. ಮರುತ್ತನಂತೂ ಭೀಮನನ್ನು ತಬ್ಬಿ ಹಿಡಿದುಕೊಂಡ. ಇಂದ್ರ ಕೂಡ ಅರ್ಜುನನಲ್ಲಿ ಮೋಹಗೊಂಡ. ವೈದ್ಯರಿಗೆ ನಕುಲ ಸಹದೇವರಲ್ಲಿ ಎಂತಹ ಗಾಢ ವಾತ್ಸಲ್ಯ! ಮೂವತ್ತೈದರತನಕ ಪಟ್ಟ ಬವಣೆಯ ಪಾಠವನ್ನು ನಿರಾಕರಿಸಿ, ಅನಂತರವೂ ದೇವಲೋಕದ ವೈಧವ್ಯರಹಿತ ಜೀವನವನ್ನು ತ್ಯಜಿಸಿ, ಹಸ್ತಿನಾವತಿಯ ವೈಧವ್ಯಜೀವನಕ್ಕೆ ನನ್ನನ್ನು ನಾನು ಅರ್ಪಿಸಿಕೊಂಡು ಆಳುಗಳ ರಕ್ಷಣೆಯಲ್ಲಿ ನಕುಲ ಸಹದೇವರನ್ನು ಒಬ್ಬರಾದ ಮೇಲೆ ಒಬ್ಬರಂತೆ ಎತ್ತಿಕೊಂಡು ಬೆಟ್ಟಸಾಲುಗಳನ್ನು ಏರಿ ಇಳಿದು ಬಳಸಿ ಸುತ್ತಿ ಈ ಹಸ್ತಿನಾವತಿಗೆ ಬಂದುಬಿಟ್ಟೆನಲ್ಲ. ಆಗ ಐವರು ಮೊಮ್ಮಕ್ಕಳನ್ನೂ ಒಟ್ಟಿಗೆ ಬಾಚಿ ತಬ್ಬಿಕೊಂಡ ಭೀಷ್ಮ ಮನಸ್ಸಿನಲ್ಲೇ ಭೇದವೆಣಿಸಬಹುದೆ? ಕುಂತಿ ನಿಟ್ಟುಸಿರುಬಿಟ್ಟಳು. ಕತ್ತಲು ಕವಿದು ನದಿಯ ನೀರು ಬರಿದೇ ಕೇಳುತ್ತಿತ್ತು. ಕಾಣುತ್ತಿರಲಿಲ್ಲ. ಅವಳು ಕಣ್ಣು ಬಿಟ್ಟು ಕುಳಿತಿದ್ದಳು. ಆದರೂ ಬಿಂಬವಿರಲಿಲ್ಲ. ಸ್ವಲ್ಪ ಹೊತ್ತಿಗೆ ವಿದುರ ಮೇಲಿನಿಂದ ಕೂಗಿದ. ಎದ್ದು ಗಾರೆಯ ಗಚ್ಚಿನ ಮೇಲೆ ನಡೆದು ನಿಧಾನವಾಗಿ ಮೆಟ್ಟಿಲು ಹತ್ತಿದಳು. ಮೇಲೆ ಮನೆಯಲ್ಲಿ ಹೋಮದ ವಾಸನೆ ಬರುತ್ತಿತ್ತು.

ವಿದುರನೊಡನೆ ಊಟಕ್ಕೆ ಕುಳಿತಳು. ಮೆತ್ತಗೆ ಹಾಲಿನಲ್ಲಿ ಬೇಯಿಸಿದ ಅನ್ನ. ಮರದ ಬೋಗುಣಿಯನ್ನು ಎತ್ತಿ ಆರಿಸಿ ಕುಡಿದಳು. ಜೊತೆಗೆ ವಿದುರ, ರೋಗಿಷ್ಠೆಯಾದ ಅವನ ಹೆಂಡತಿ. ಅವನ ಮಕ್ಕಳು ಮೊಮ್ಮಕ್ಕಳೆಲ್ಲ ಹಿಂಬದಿಯ ಉದ್ಯಾನ, ಮಹಡಿ ಮೊದಲಾಗಿ ಮಲಗಲು ಹೋಗಿದ್ದರು. ಕುಂತಿಗೆ ನೆನಪಾಯಿತು. ನಾಳೆ ತಾನು ಬೇಗ ಏಳಬೇಕು. ಅರುಣೋದಯಕ್ಕೆ ಮುನ್ನವೇ ನದಿಗೆ ಬರುವ ಕರ್ಣನನ್ನು ಕಾಣಬೇಕು. ಮನಸ್ಸಿಗೆ ದುಃಖವಾಯಿತು. ಮುಳ್ಳು ಮುರಿದಂತಾಯಿತು. ಊಟವಾದ ನಂತರ ಹೊರಗೆ ಬಂದು ಗಾರೆಯ ಗಚ್ಚಿನ ಮೇಲೆ ಕುಳಿತಳು. ಸ್ವಲ್ಪ ಹೊತ್ತಿಗೆ ವಿದುರನೂ ಅಲ್ಲಿಗೆ ಬಂದ. ಇಬ್ಬರೂ ಮಾತನಾಡದೆ ಸುಮ್ಮನೆ ಕುಳಿತಿದ್ದರು. ಮೊದಲಿನಿಂದಲೂ ಹಾಗೆಯೇ. ಇಬ್ಬರಿಗೂ ಜೊತೆ. ಮಾತಿಲ್ಲದ ಮೌನದ ಜೊತೆ. ಎಷ್ಟೋ ಹೊತ್ತು ಕಳೆದು, 'ಕುಂತೀ ಮಲಗುವುದಿಲ್ಲವೇ?' ಎಂದು ವಿದುರ ಕೇಳಿದ.

'ಮಲಗ್‌ತೀನಿ. ನೋಡು ಒಂದು ಮಾತು. ಆಗ ಈ ಭೀಷ್ಮನೇ ನ್ಯಾಯ ಮಾಡಿ ಜಗಳ ಬೇಡ ಅಂತ ಆ ಮೂಲೆಯ ಖಾಂಡವಪ್ರಸ್ಥವನ್ನ ನನ್ನ ಮಕ್ಕಳಿಗೆ ಕೊಡಿಸಿದ. ಮೂಲ ರಾಜಧಾನಿ ಹಸ್ತಿನಾವತಿಯನ್ನು ದುರ್ಯೋಧನನಿಗೆ ಉಳಿಸಿದ. ಈಗ ನನ್ನ ಮಕ್ಕಳಿಗೆ ನೀನು ಒಂದು ಸಂದೇಶ ಕಳಿಸಬೇಕು: ಕುಂತಿ ಹಸ್ತಿನಾವತಿಗೆ ಬಂದು ಕುಳಿತಿದ್ದಾಳೆ. ಇಲ್ಲಿಂದ ಕದಲುವುದಿಲ್ಲ. ಯುದ್ಧ ಮಾಡಿ ಅವರು ಹಸ್ತಿನಾವತಿಯನ್ನೇ ಗೆಲ್ಲಬೇಕು. ಇಲ್ಲಿಯೇ ಪಟ್ಟಾಭಿಷಿಕ್ತರಾಗಬೇಕು.'

ವಿದುರ ಕಕ್ಕಾಬಿಕ್ಕಿಯಾದ. 'ಇದೇನು ನೀನು ಹೇಳುವುದು?' ಎಂದ.

'ಕುರುಡನಿಗಿಂತ ಮುಂಚೆ ನನ್ನ ಗಂಡನಿಗೆ ರಾಜ್ಯಾಭಿಷೇಕವಾಗಿರಲಿಲ್ಲವೇನು? ದುರ್ಯೋ‌

ಧನನಿಗಿಂತ ಎರಡು ವರ್ಷಕ್ಕೆ ಧರ್ಮ ದೊಡ್ಡವನಲ್ಲವೇನು? ನನ್ನ ಮಕ್ಕಳೇ ಕೌರವವಂಶದ ಮೂಲಪಟ್ಟಣದಲ್ಲಿ ಆಳಬೇಕು. ಧರ್ಮದ ಮಾತು ನಾನು ಹೇಳುತ್ತಿರುವುದು. ಇದನ್ನು ಸರಿಯಾಗಿ ಅರ್ಥಮಾಡಿಕೊಂಡು ಅವರಿಗೆ ತಿಳಿಸುವಂಥಾ ದೂತನನ್ನು ಕಳಿಸು. ಸೈನ್ಯಸಮೇತ ಜಯಶೀಲರಾಗಿ ಬಂದು ಅವರು ನನ್ನನ್ನು ಇಲ್ಲಿಯೇ ಕಾಣಬೇಕು. ನಾನು ಮಾತ್ರ ಇಲ್ಲಿಂದ ಅಲ್ಲಾಡುವವಳಲ್ಲ.'

'ಅಕಸ್ಮಾತ್ ಮತ್ತೆ ಸಂಧಾನ ನಡೆದರೆ?'

'ದುರ್ಯೋಧನ ಇಂದ್ರಪ್ರಸ್ಥಕ್ಕೆ ಹೋಗಲಿ.'

ಕೃಷ್ಣನೂ ಉಪಪ್ಲಾವ್ಯ ನಗರದಲ್ಲಿಯೇ ಬೀಡಾರ ಮಾಡಿದ್ದ. ಪಾಂಡವರಿಗೆ ಯುದ್ಧ ಸಿದ್ಧತೆಯ ಕೇಂದ್ರವಾಗಿತ್ತು ಅದು. ತೀರ ಸಣ್ಣ ಊರಲ್ಲ. ಆದರೆ ರಾಜಧಾನಿ ವಿರಾಟನಗರದ ಅರ್ಧದಷ್ಟೂ ಇಲ್ಲ. ಯುದ್ಧಯೋಜನಾಕೇಂದ್ರವಾಗಿರಲೆಂದು ವಿರಾಟರಾಜನು ಹೊಸದಾಗಿ ಬೀಗರಾದ ಪಾಂಡವರಿಗೆ ಸದ್ಯಕ್ಕೆ ಬಿಟ್ಟುಕೊಟ್ಟಿದ್ದ. ಐವರು ಪಾಂಡವರಿಗೆ ಮಾತ್ರವಲ್ಲದೆ ಅತಿಥಿ ರಾಜರುಗಳಿಗೂ ಪ್ರತ್ಯೇಕ ವಸತಿ ಒದಗಿಸುವಷ್ಟು ಮನೆಗಳನ್ನು ಖಾಲಿ ಮಾಡಿಸಿ ಕೊಟ್ಟಿದ್ದ.

ಮಧ್ಯಾಹ್ನದ ಬಿಸಿಲ ದಗೆಗೆ ಒದ್ದಾಡುತ್ತಾ ಭೀಮ ತಣ್ಣನೆಯ ಗಾರೆನೆಲದ ಮೇಲೆ ಮಲಗಿದ್ದ. ಕಿಟಿಕಿ ಬಾಗಿಲುಗಳಿಗೆ ಲಾವಂಚದ ಚಾಪೆ ಇಳಿಬಿಟ್ಟು ಸೇವಕರು ನೀರು ಎರಚುತ್ತಿದ್ದರು. ಭೀಮನಿಗೆ ಅರೆಮಂಪರು. ಕಡಮೆ ತಿನ್ನುವೆನೆಂದು ನಿಶ್ಚಯಿಸಿ ಕೂತರೂ ಕರಂಭ ಮತ್ತು ಹೋತದ ಮಾಂಸದ ರುಚಿಯಿರುವಾಗ ಬರೀ ಮನೋನಿಶ್ಚಯದಿಂದ ಊಟ ಮುಗಿಸುವುದು ಹೇಗೆ? ಇವತ್ತು ಕೂಡ ಹೊಟ್ಟೆ ಭಾರವಾಗಿತ್ತು. ಜೊತೆಗೆ ಈ ಕಟುಶಖೆ. ಇನ್ನು ಆರೇಳು ಘಳಿಗೆ. ಸಂಜೆ ಇಳಿದ ಹಾಗೆ ಗಾಳಿ ಬೀಸುತ್ತದೆ. ಝಳ ಕಡಮೆಯಾಗುತ್ತದೆ. ಹೊರಗೆ ಮರದ ಕೆಳಗೆ, ಈ ಲಾವಂಚದ ತಂಪಿಗಿಂತ ಮರದ ಕೆಳಗೇ ಜೀವಕ್ಕೆ ಹಿತ ಎಂದು ಮಗ್ಗುಲು ಹೊರಳುವಾಗ ಸೇವಕ ಒಳಗೆ ಬಂದು ಹೇಳಿದ: 'ಯಾದವಕೃಷ್ಣಮಹಾರಾಜ ಬಂದಿದ್ದಾನೆ.'

ಭೀಮ ಎದ್ದು ಕೂತ. ರೇಶ್ಮೆವಸ್ತ್ರ ಹಾಸಿದ್ದ ಮರದ ಮಣೆಯನ್ನು ಎಳೆದುಕೊಟ್ಟರೂ, ಕೇಳದೆ, ಕೃಷ್ಣನು ಭೀಮನ ಪಕ್ಕದಲ್ಲಿ ಗಾರೆನೆಲದ ಹಿತದ ಮೇಲೆ ಕುಳಿತ. ಅವನು ಈಗ ಮತ್ತೆ ಯಾಕೆ ಬಂದಿದ್ದಾನೆಂಬುದು ಭೀಮನಿಗೆ ಗೊತ್ತು. ಆದ್ದರಿಂದ ಮನಸ್ಸಿನಿಂದ ಸ್ವಲ್ಪ ಮರೆಯಾಗಿದ್ದ ಕಸಿವಿಸಿ ಮತ್ತೆ ಕದಡಿಕೊಂಡಿತು. ತನ್ನ ಮೇಲ್ವಾಸನ್ನು ತೆಗೆದಿಟ್ಟು ಕುತ್ತಿಗೆ ಎದೆ ಪಕ್ಕೆಗಳ ಬೆವರನ್ನು ಒರೆಸಿಕೊಳ್ಳುತ್ತಾ ಕೃಷ್ಣ ಕೇಳಿದ: 'ಎಷ್ಟಾದರೂ ಈ ಮತ್ಸ್ಯದೇಶದ್ದು ಜಾತಿಹಸುಗಳು. ಈ ಹಾಲಿನ ಬನಿ ಮಥುರೆಯ ಹಸುಗಳನ್ನು ಬಿಟ್ಟರೆ ಬೇರೆ ಯಾವುದಕ್ಕೂ ಇಲ್ಲ. ಅದಕ್ಕೇ ಇಲ್ಲಿ ಎಷ್ಟು ದಿನ ತಿಂದರೂ ಕರಂಭದ ಮೇಲೆ ಬೇಸರ ಹುಟ್ಟುವುದಿಲ್ಲ. ಅಲ್ಲವೆ?'

ಭೀಮ ಮಾತನಾಡಲಿಲ್ಲ. ಕೃಷ್ಣನು ಅವನ ಮುಖದಿಂದ ಒಳಗನ್ನು ಗುರುತಿಸಿದ. 'ಅಲ್ಲವೆ?'

'ನಿನ್ನ ಮಥುರೆಯ ಹಾಲಿನ ರುಚಿ ನಾನು ಕಾಣೆ. ಈ ವಿರಾಟ ಹಸುಗಳ ರುಚಿಯೇನೋ

ಅದ್ಭುತವಾದದ್ದು. ಬೆಟ್ಟ ಗುಡ್ಡಗಳ ಸೊಂಪು ಹುಲ್ಲು ತಿಂದರೆ ಹಾಲೂ ಸಮೃದ್ಧ. ಆದರೆ ಗುಡ್ಡಗಳಲ್ಲಿ ಮೇಯುವಾಗ ಹತ್ತಿ ಇಳಿದು ಸುಸ್ತಾಗಿ ಹಾಲಿನ ಕರೆತ ಸ್ವಲ್ಪ ಕಮ್ಮಿಯೇ. ನೀರೆಲ್ಲ ಬೆವರಾಗಿ ಹರಿದು ಭಟ್ಟಿ ಹಾಲು ಮಾತ್ರ ಉಳಕೊಳ್ಳುತ್ತೇನೋ.'

'ಭೇಷ್ ಭೀಮ, ಹಸುಗಳ ವಿಷಯದಲ್ಲಿ ನಿನಗಿರುವ ತಿಳಿವಳಿಕೆ ನನಗೇ ಇಲ್ಲ.' ಎಂದು ಕೃಷ್ಣ ಹತ್ತಿರ ಸರಿದು ಅವನ ಭುಜವನ್ನು ತನ್ನ ಬಲಗೈಯಿಂದ ಸವರಿದ.

'ಕೃಷ್ಣ, ಹಸು, ಹಾಲು, ಮೊಸರು, ತುಪ್ಪ, ಒಟ್ಟಿನಲ್ಲಿ ಊಟದ ವಿಷಯದಲ್ಲಿ ನಿನಗಿಂತ ನನ್ನ ತಿಳಿವಳಿಕೆ ಹೆಚ್ಚಿನದು. ನೀನು ಸುಳ್ಳು ಸುಳ್ಳೇ ಹೊಗಳ್ತಿದಿ ಅಂತ ನಾನೇನೂ ಭಾವಿಸುವುದಿಲ್ಲ. ಈಗ ನೀನು ಬರೀ ಮೆಚ್ಚುಗೆ ಹೇಳುಕ್ಕೆ ಇಲ್ಲಿಗೆ ಬಂದಿಲ್ಲ. ನನ್ನನ್ನು ಹೊಗಳಿ ಸುಪ್ರೀತನನ್ನಾಗಿಸಿ ಅಲ್ಲಿಗೆ ಹೋಗಲು ಒಪ್ಪಿಸಬೇಕು ಅಂತ ಬಂದಿದೀಯ ಈ ಬಿಸಿಲಿನಲ್ಲಿ ಸ್ವಲ್ಪ ಮಲಗಿ ವಿಶ್ರಮಿಸುವುದನ್ನೂ ಬಿಟ್ಟು. ದಪ್ಪ ಶರೀರದವರಿಗೆ ಮೈಬೆವರು ಜಾಸ್ತಿ. ನಿನ್ನಂಥ ತೆಳುಗಾತ್ರದವರದ್ದೇ ಒಂದು ಥರಕ್ಕೆ ಸುಖ.' ಎಂದು ಹತ್ತಿರವಿದ್ದ ಲಾವಂಚದ ಬೀಸಣಿಗೆಯಿಂದ ರಪರಪನೆ ನಾಲ್ಕು ಸಲ ಬೀಸಿಕೊಂಡು ಎಂದ: 'ಸವಾರಿ ಕುದುರೆಗಳಿಗೂ ಆಯಾಸವಿಲ್ಲ.'

'ನಿನಗೊಬ್ಬನಿಗೇ ಬೀಸಿಕೊಳ್ಳುತ್ತಿಯಲ್ಲ! ನನ್ನ ಕಡೆಗಷ್ಟು ಬರಲಿ ಗಾಳಿ' ಎಂದ ಕೃಷ್ಣ. ಭೀಮನ ಬೀಸಣಿಗೆಗೆ ತನ್ನ ಎದೆಯನ್ನು ಆನಿಸಿದ. ಸ್ವಲ್ಪ ಹಾ ಎನಿಸಿದ ನಂತರ ಎಂದ: 'ಅಲ್ಲಿಗೆ ಅಂದೆಯಲ್ಲ, ಎಲ್ಲಿಗೆ? ಬಾಯಿಬಿಟ್ಟು ಹೇಳು. ಎಷ್ಟಾದರೂ ಮೊದಲ ಹೆಂಡತಿ. ಎಳೆಹೃದಯ ಗೆದ್ದು ಇಟ್ಟುಕೊಂಡವಳು. ಹೆಸರು ಹೇಳುಕ್ಕೂ ನಾಚಿಕೆ. ಒಳಗೇ ಪ್ರೀತಿ ಇಟ್ಟುಕೊಂಡು ನನ್ನ ಹತ್ತಿರ ಯಾಕೆ ಮೊಂಡಾಟ ಮಾಡ್ತಿಯ?'

ಭೀಮನಿಗೆ ರೇಗಿತು, ಕೃಷ್ಣನಲ್ಲದೆ ಬೇರೆ ಯಾರಾದರೂ ಆಗಿದ್ದರೆ ಎತ್ತಿ ಎರಡು ಕೊಡುವಷ್ಟು ರೇಗಿತು. ಸಮಾಧಾನ ತಂದುಕೊಂಡು ಹೇಳಿದ: 'ನನಗೂ ಐವತ್ತಮೂರೋ ಐವತ್ತನಾಲ್ಕೋ, ಅಮ್ಮ ಇಲ್ಲಿದ್ದರೆ ಸರಿಯಾಗಿ ನೆನಪಿಟ್ಟು ಹೇಳುತ್ತಿದ್ದಳು. ಅಲ್ಲದೆ ಹನ್ನೆರಡು ವರ್ಷ ವನವಾಸದ ಬ್ರಹ್ಮಚರ್ಯ. ಒಂದು ವರ್ಷದ ಊಳಿಗ. ಹೆಂಗಸು, ಪ್ರೀತಿ ಅಂಥದೆಲ್ಲ ಉಳಿದಿಲ್ಲ.'

'ನಿನಗೆ ಬೇರೆ ಹೆಂಗಸಿನ ಆಶೆ ಎಂದೂ ಇಲ್ಲ ಅಂತ ನನಗೆ ಗೊತ್ತು. ಆದರೆ ಪ್ರೀತಿಯಿಂದ ಮೇಲೆ ಬಿದ್ದು ಬಂದು ಕೈಹಿಡಿದವಳು, ನೀನು ಕೂಡ ಬಯಸಿ ಕರಗಿ ಹರಿದ ಮೊದಲ ಹೆಂಡತಿ. ಅದಕ್ಕೆ ವಯಸ್ಸು ಏನು ಮಾಡೀತು?'

'ಅಲ್ಲ ನಾನು ಹೇಳುವುದು. ಐವತ್ತು ದಾಟಿಹೋಗಿದ್ದರೂ ಕಾಡಿನಲ್ಲಿ ಆಹಾರ ಸಾಲದೆ ಬಳಲಿದ್ದರೂ ಈ ಭೀಮನ ತೋಳಿನ ಶಕ್ತಿ ಏನೂ ಕಮ್ಮಿಯಾಗಿಲ್ಲ. ಪೃಥೆಯ ಮಗ ಇವನು. ದೇವಸೇನಾನಿಯ ವೀರ್ಯವಂತೆ. ಎಂಥ ಸೈನ್ಯ ಬಂದರೂ ಇವನೇ ಹೊಡೆಯುವಾಗ ಇನ್ನು ಬೇರೊಬ್ಬರ ಸಹಾಯ ಕೇಳುವುದು ಯಾಕೆ? ಭಿಕ್ಷೆಗೂ ಭೀಮನಿಗೂ ದೂರ. ನಾನಂತೂ ಹೋಗುವುದಿಲ್ಲ. ಅದನ್ನು ಬಿಟ್ಟು ಬೇರೆ ಮಾತನಾಡು.'

'ಯುದ್ಧವಾಗುತ್ತೆ ಬಾ ಅಂತ ಕರೆಯುವುದು ಭಿಕ್ಷೆ ಹೇಗಾಗುತ್ತೆ? ಹೀಗೆ ಎಷ್ಟೋ

ರಾಜರುಗಳಿಗೆ ಹೇಳಿ ಕಳಿಸ್ತಿದೀವಿ. ದುರ್ಯೋಧನನೂ ಕರೆಯಕಳಿಸುತ್ತಿದಾನೆ. ಅದೆಲ್ಲ ಭಿಕ್ಷೆಯೆ? ಅಲ್ಲದೆ ಇಂಥ ಸ್ಥಿತಿಯಲ್ಲಿ ಹೊರಗಿನ ರಾಜರುಗಳೇ ಬಂದು ಸಹಾಯ ಮಾಡುತ್ತಿರುವಾಗ, ಬೆಳೆದು ಬಲಶಾಲಿಯಾಗಿರುವ, ನೀನು ಹುಟ್ಟಿಸಿದ ಮಗ ಬಂದು ಮಾಡಬೇಡವೆ? ಅವನಿಗೆ ವಿಷಯ ತಿಳಿಯದೆ ಹೇಗೆ ಬಂದಾನು? ಹೋಗಿ ಹೇಳಿ ಬರುವ ಕೆಲಸ ನಿನ್ನದೇ. ಹಾಗೆಯೇ ಹೆಂಡತೀನೂ ನೋಡಿದ ಹಾಗಾಯಿತು.'

ಕೃಷ್ಣ ಗಂಭಿರವಾಗಿ ಆತ್ಮೀಯ ಧ್ವನಿಯಲ್ಲಿ ಹೇಳಿದ. ಭೀಮನ ಕೆಂಪು ಮುಖ ಕೆಂಚ ಗಾಗಿತ್ತು. ಆದರೆ ಮಾತು ಕಟ್ಟಿದಂತಾಗಿ ಕೈಲಿ ಹಿಡಿದಿದ್ದ ಬೀಸಣಿಗೆಯನ್ನು ನೋಡುತ್ತಿದ್ದ. ಗೋಡೆಯ ದಡದಲ್ಲಿ ಒಂದು ದಪ್ಪ ಬೇಸಿಗೆಯ ನೊಣವು ಗೋಡೆಗೆ ತಗುಲಿ ತಗುಲಿ ವಾಪಸು ಹಾರುತ್ತಿತ್ತು. ಸ್ವಲ್ಪ ಹೊತ್ತಾದ ಮೇಲೆ ಕೃಷ್ಣ ಮುಂದುವರಿಸಿದ: 'ಮದುವೆಯಾದ ಮೇಲೆ ಮತ್ತೆ ಒಂದು ಸಲವೂ ಹೋಗಲಿಲ್ಲ. ಹುಡುಗನನ್ನು ಎತ್ತಿ ಸಾಕಿ ಬೆಳೆಸಲಿಲ್ಲ. ಹೆಂಡತಿಯನ್ನು ತಿರುಗಿ ನೋಡಲಿಲ್ಲ. ಈಗ ನಿನ್ನ ರಾಕ್ಷಸ ಜನದ ಸೈನ್ಯದೊಡನೆ ಬಾ ಅಂತ ಕರೆಯಿಕ್ಕೆ ನಾಚಿಕೆಯಾಗುವುದಿಲ್ಲವೆ ಅಂತ ನೀನು ಕೇಳಬಹುದು. ಮೊದಲನೆಯದಾಗಿ ಅವರವರ ಕುಲಾಚಾರ ಬೇರೆ ಇರುತ್ತೆ. ಹುಟ್ಟಿಸಿದವನ ಜವಾಬ್ದಾರಿಯೇ ಇಲ್ಲದೆ ತಾಯಿಯೇ ಮಕ್ಕಳನ್ನು ಸಾಕಿ ಬೆಳೆಸುವ ಜನಾಂಗಗಳು ಎಷ್ಟಿಲ್ಲ? ನೀನೇಕೆ ಸಾಕಲಿಲ್ಲ ಅಂತ ಅಪ್ಪನನ್ನು ಕೇಳುವುದೇ ಅವರಿಗೆ ಗೊತ್ತಿಲ್ಲ. ನೀನೇಕೆ ಮತ್ತೆ ಬರಲಿಲ್ಲ ಅಂತ ಅವಳು ನಿನ್ನನ್ನು ಆಕ್ಷೇಪಿಸದಿದ್ದರೂ ಇರಬಹುದು. ಇಷ್ಟಕ್ಕೂ ನಿಮಗೆ ಉದ್ದಕ್ಕೂ ವನವಾಸ ಅಜ್ಞಾತವಾಸವೇ ಆಯಿತು. ಇನ್ನು ಅವಳನ್ನು ಕರೆದು ಕಳಿಸುವ ಸ್ಥಿತಿ ಎಲ್ಲಿತ್ತು? ಹೀಗೆ ಹೀಗೆ ಆಯಿತು ನೋಡು ಅಂತ ಹೇಳಿದರೆ ಅವಳು ಅರ್ಥಮಾಡಿಕೊಳ್ಳುವುದಿಲ್ಲವೆ? ನಿನ್ನ ಮನಸ್ಸಿನ ಕಷ್ಟ ನನಗೆ ತಿಳಿಯುತ್ತೆ.'

ಕೃಷ್ಣ ನಿಲ್ಲಿಸಿದ. ಭೀಮನಿಗೆ ತಕ್ಷಣ ಮಾತು ಹೊಳೆಯಿತು: 'ಎಲ್ಲರ ಮನಸ್ಸೂ ನಿನಗೆ ತಿಳಿಯುತ್ತೆ. ಮಹಾ ಬುದ್ಧಿವಂತ ನೀನು!' ಧ್ವನಿ ಮಾತ್ರವಲ್ಲ, ಮುಖ, ಕಣ್ಣು ಮೂಗುಗಳಲ್ಲೂ ಸಿಟ್ಟು ಒಡೆದು ಕಾಣುತ್ತಿತ್ತು. ಅಲ್ಲಿಯತನಕ ನಿಲ್ಲಿಸಿದ್ದ ಬಲಗೈ ಬೀಸಣಿಗೆಯಿಂದ ರಪರಪನೆ ಗಾಳಿ ಹೊಡೆಯಲು ಆರಂಭಿಸಿತು. ಗೋಡೆಗೆ ತಗಲುತ್ತಿದ್ದ ಬೇಸಿಗೆಯ ನೊಣಕ್ಕೆ ಆಯ ತಪ್ಪಿ ದೂಡಿದಂತೆ ಆಯಿತು.

ಕೃಷ್ಣ ಮತ್ತೆ ಸ್ವಲ್ಪ ಹೊತ್ತು ಸುಮ್ಮನಿದ್ದ. ಮತ್ತೆ ನಿಧಾನವಾಗಿ ಹೇಳಿದ: 'ತೋಳುಬಲ ವೇನಿದ್ದರೂ ದ್ವಂದ್ವಯುದ್ಧದಲ್ಲಿ ಪ್ರಯೋಜನಕ್ಕೆ ಬರುತ್ತೆ. ದುರ್ಯೋಧನ ಜರಾಸಂಧನಷ್ಟು ಮೂರ್ಖನಲ್ಲ. ಭೀಮನ ಜೊತೆ ದ್ವಂಧ್ವ ಕಾಳಗ ಮಾಡು ಬಾ, ನೀನು ಗೆದ್ದರೆ ರಾಜ್ಯ ನಿನಗೇ, ಇಲ್ಲದಿದ್ದರೆ ಪಾಂಡವರಿಗೆ ಅಂತ ಕರೆದರೆ ಅವನು ಬರುವುದಿಲ್ಲ. ಇಂದ್ರಪ್ರಸ್ಥದಲ್ಲಿ ನೀವು ಕೂಡಿಸಿಟ್ಟಿದ್ದ ಸಂಪತ್ತು ಕೂಡ ಈಗ ಅವನ ಭಂಡಾರದಲ್ಲಿದೆ. ಅಂದರೆ ಅವನ ಕಡೆಗೆ ಹೆಚ್ಚು ರಾಜರು, ಹೆಚ್ಚು ಸೈನ್ಯ, ರಥ, ಕುದುರೆ ಆನೆಗಳು ಸೇರುತ್ತವೆ. ನಿನ್ನೊಬ್ಬನ ತೋಳ್ಬಲ ಏನು ಮಾಡೀತು? ಯಾವ ಯಾವ ಕಡೆಯಿಂದ ಯೋಧರು ಸಿಕ್ಕಿದರೂ ನೀವು ಸೇರಿಸಬೇಕು. ಅಲ್ಲದೆ ಇನ್ನೊಂದು ವಿಷಯ ಜ್ಞಾಪಿಸಿಕೊ.' ಅಷ್ಟರಲ್ಲಿ ಭೀಮನ

ಬಲಗೈ ಬೀಸಣಿಗೆ ಹೊಡೆಯುವುದನ್ನು ನಿಲ್ಲಿಸಿತ್ತು. ನೆಲದ ಕಡೆಗಿದ್ದ ಕಣ್ಣುಗಳು ಮೇಲೆ ಎದ್ದು ಕೃಷ್ಣನ ದೃಷ್ಟಿಯನ್ನು ಸಂಧಿಸಿದ್ದವು. 'ನೀನು ಕೊಂದ ಹಿಡಿಂಬ, ಬಕ, ಕಿಮ್ಮೀರ, ಮೊದಲಾದ ರಾಕ್ಷಸರ ಕಡೆಯವರ ಹತ್ತಿರಕ್ಕೆ ದುರ್ಯೋಧನನು ಚಾಣಾಕ್ಷ ದೂತರನ್ನು ಕಳಿಸಿದ್ದಾನಂತೆ. ನಿನ್ನ ಮೇಲೆ ಸೇಡು ತೀರಿಸಿಕೊಳ್ಳುವ ಆಶೆ ಅವರಿಗೆ ಇರುವುದಿಲ್ಲವೇ? ಯುದ್ಧದಲ್ಲಿ ರಾಕ್ಷಸಜನದ್ದೇ ಒಂದು ವಿಶೇಷ ವೈಖರಿಯುಂಟು. ಅದು ನಿನಗೂ ಗೊತ್ತು. ರಾತ್ರಿಯ ವೇಳೆ ಕತ್ತಲಲ್ಲಿ ನುಗ್ಗಿ ಕಾಯುವ ಅಭ್ಯಾಸ ಅವರದು. ಅಲ್ಲದೆ, ಕಾಡುಮೃಗಗಳಂತೆ ಜೀವಾಪಾಯದ ಅರಿವೇ ಇಲ್ಲದೆ ಮೇಲೆ ಬೀಳುವುದರಲ್ಲಿ ಅವರನ್ನು ಸರಿಗಟ್ಟಬಲ್ಲರೇ ನಮ್ಮ ಆರ್ಯ ಜನ? ದುರ್ಯೋಧನನ ಕಡೆ ಸೇರುವ ರಾಕ್ಷಸರಿಗೆ ಪ್ರತಿತೂಗಬಲ್ಲ ಕೆಲವರಾದರೂ ಜೊತೆಗಿಲ್ಲದೆ ನೀನೊಬ್ಬ ಏನು ಮಾಡೀಯ?'

ಕಣ್ಣುಗಳು ಕೃಷ್ಣನ ದೃಷ್ಟಿಗೆ ತಾಕಿ ತೋಲನದಲ್ಲಿ ನಿಂತಿದ್ದವು. ನೊಣವು ಗೋಡೆಯ ಹತ್ತಿರ ಇರಲಿಲ್ಲ. ಎತ್ತ ಹಾರಿಹೋಗಿದೆ ಎಂಬುದನ್ನು ಭೀಮನು ಕತ್ತು ತಿರುಗಿಸಿ ನೋಡಲಿಲ್ಲ. ಆಳು ಹೊರಗಿನಿಂದ ಲಾವಂಚದ ಚಾಪೆಗಳಿಗೆ ಮತ್ತೆ ನೀರು ಹುಯ್ಯುತ್ತಿದ್ದ. ಈ ಊರು ಪರವಾಗಿಲ್ಲ. ಬೇಸಿಗೆಯಾದರೂ ನೀರಿಗೆ ತೊಂದರೆ ಇಲ್ಲ, ಭೀಮ ಎಂದುಕೊಳ್ಳುತ್ತಿರುವಾಗ ಕೃಷ್ಣ ಕೇಳಿದ: 'ಘಟೋತ್ಕಚನಲ್ಲಿಗೆ ನಿನ್ನನ್ನು ಬಿಟ್ಟು ಬೇರೆ ಯಾರು ಹೋಗುವುದು ಉಚಿತವಾಗುತ್ತೆ ನೀನೇ ಹೇಳು?'

ಎಲ್ಲೋ ದೂರದಲ್ಲಿ ಠಣ್ ಠಣ್ ಠಣ್ ಎಂಬ ಸದ್ದು ಕೇಳಿಸಿತು. ಸುತ್ತಿಗೆಯಿಂದ ಲೋಹವನ್ನು ಬಡಿಯುತ್ತಿರುವಂತಹ ಸದ್ದು. ಅಷ್ಟರಲ್ಲಿ ಹೊರಗೆ ಮರಗಿಡಗಳ ಸದ್ದೂ ಆಯಿತು. ಗಾಳಿ ಬೀಸಿದೆ. ಅಲ್ಲ ಬಿರುಗಾಳಿ ಎದ್ದಿದೆ. ಧೂಳಿನ ಗಾಳಿ ಒಂದಷ್ಟು ಹೊತ್ತು ಎದ್ದು ಬೀಸಿ ಆಕಾಶದಿಂದ ಭೂಮಿಯ ತನಕ ಹರಡಿರುವ ಶಖೆಯನ್ನು ಆವರಿಸಿ ಇಳಿಸುತ್ತದೆ. ಒದ್ದೆ ಲಾವಂಚದ ಒಳಕ್ಕೆ ಧೂಳು ನುಗ್ಗುವುದಿಲ್ಲ. ಅಂಟುಮೈಗೆ ಮೆತ್ತಿ ಕೊಳ್ಳುವುದಿಲ್ಲ. ಹನ್ನೆರಡು ವರ್ಷ ಕಾಡಿನ ವನವಾಸದಲ್ಲಿ, ಹನ್ನೆರಡು ಪೂರ್ತಿ ಅಲ್ಲ, ನಡುವೆ ನಾಲ್ಕು ವರ್ಷ ಹಿಮಾಲಯದಲ್ಲಿದ್ದೆವಲ್ಲ, ಉಳಿದ ಎಂಟು ಬೇಸಿಗೆಗಳಲ್ಲಿ ಅಂಟುಮೈಗೆ ಧೂಳಿನ ಸ್ನಾನದ ನರಕ. ಆದರೂ ಧೂಳು ಗಾಳಿ ಶಾಂತವಾದ ನಂತರ ತೊರೆಯಲ್ಲೋ ಹೊಳೆಯಲ್ಲೋ ಮಿಂದು ಮೈ ತಿಕ್ಕಿಕೊಂಡರೆ ಹಾಯ್ ಎನ್ನುವಂತಹ ಹಿತ ಎಂಬ ನೆನಪು ಬಂತು. 'ಕೃಷ್ಣ, ಹೊರಗೆ ಹೋಗೋಣ ಬಾ, ಬಿರುಗಾಳಿ ನೋಡುಕ್ಕೆ ಚಂದ' ಭೀಮ ಮೇಲೆ ಎದ್ದ. ಕೃಷ್ಣನೂ ಎದ್ದು ಹಿಂಬಾಲಿಸಿದ. ತುಂಬ ಜೋರಿನ ಗಾಳಿ. ಅವರು ವಾಸವಾಗಿರುತ್ತಿದ್ದ ಕಾಡುಗಳಲ್ಲಿ ಗಿಡ ಮರಗಳು ತೂಗಿ ನಡುಗುತ್ತಿದ್ದವು. ಬಿದಿರು ಕಟಿ ಕಟಿ ಬಾಗುತ್ತಿದ್ದವು. ಒಣ ಬಿದಿರು ಒಂದಕ್ಕೊಂದು ಗಿರಗಿರ ಮಸೆದು ಕಿಡಿ ಹೊತ್ತಿ ಕಾಳ್ಕಿಚ್ಚು ಒಡೆಯುತ್ತಿತ್ತು. ಜೊತೆಗೆ ಉರಿಯನ್ನು ಎಳೆದೆಳೆದು ಅಗಲಿಸುವ ಬಿಸಿಗಾಳಿ. ಆದರೆ ಬಾನನ್ನು ಮುಚ್ಚುವ ಧೂಳಿಲ್ಲ. ಈ ಉಪಪ್ಲಾವ್ಯ ನಗರದಲ್ಲಿ ಮಾತ್ರ ಚಳಿಗಾಲದ ಮಂಜಿನಂತೆ ಅಟ್ಟ ಆಕಾಶಗಳೆಲ್ಲ ಧೂಳಿನಿಂದ ತುಂಬಿಹೋಗಿವೆ. ಎಲೆ ತರಗು ಕಡ್ಡಿಗಳು ಧೂಳಿನ ಹಿಡಿತದಲ್ಲಿ ಬೆರೆತು ಏರಿಳಿಯುತ್ತಿವೆ. ಚದುರಿ ಮರಳುತ್ತಿವೆ. ಜಗುಲಿಯ ಮೇಲೆ

ಕೃಷ್ಣ ಭೀಮರಿಬ್ಬರೂ ಜೊತೆಯಲ್ಲಿ ನಿಂತು ನೋಡುತ್ತಿದ್ದರು. ಭೀಮನ ಭುಜದ ಎತ್ತರಕ್ಕೆ ನಿಂತಿದ್ದ ಕೃಷ್ಣ. ಕೃಷ್ಣ ನಿಂತು ಕೈ ಎತ್ತಿದರೆ ಆಗುವ ಎತ್ತರದ ಭೀಮ ಬಿರುಗಾಳಿಯನ್ನು ನೋಡುವುದರಲ್ಲಿ ಮಗ್ನನಾದ. ಕೃಷ್ಣನಿಗೂ ಅದರಲ್ಲಿ ಮಗ್ನತೆ ಬಂತು. ಚಿಕ್ಕವನಾಗಿದ್ದಾಗ ಮಥುರೆ–ಬೃಂದಾವನದಲ್ಲಿ ಇಂತಹ ಬಿರುಗಾಳಿಯನ್ನು ನೋಡಿದ್ದ ನೆನಪು ಕದಲಿ ಮೇಲೇಳಲು ಶುರುವಾಯಿತು. ಬಿರುಗಾಳಿಯ ನಡುವೆಯೂ ಆಗಾಗ್ಗೆ ಠಣ್ ಠಣ್ ಸದ್ದು, ಪೂರ್ತಿ ಕಲಸಿ ಹೋಗದೆ ಬರುತ್ತಿತ್ತು. ಸುಮಾರು ಎರಡು ಘಳಿಗೆಯ ನಂತರ ಗಾಳಿ ಶಾಂತವಾಯಿತು. ಅನಂತರ ಬೀಸುವುದು ಹಿತಕರ ತಂಗಾಳಿ. ಭೀಮನಿಗೆ ಇದ್ದಕ್ಕಿದ್ದಂತೆಯೇ ಉಲ್ಲಾಸ ಬಂತು. ಅಷ್ಟರಲ್ಲಿ ಕೃಷ್ಣ ತನ್ನ ಬೀಡಾರಕ್ಕೆ ಹಿಂತಿರುಗಿದ್ದ. ಭೀಮ ಒಬ್ಬನೇ ಊರ ಹಿಂಬದಿಯ ಕೊಳಕ್ಕೆ ನಡೆದ. ಮರಗಳ ನಡುವೆ ಇದ್ದ ಕಲ್ಲು ಕಟ್ಟಡದ ಕೊಳಕ್ಕೆ ಧೊಪ್ ಎಂದು ನೆಗೆದ. ಸ್ವಲ್ಪ ಹೊತ್ತು ಈಜಿದ. ನೀರಿನ ಹರಹು ಸಾಲದು. ಈಜಿಗೆ ಗಂಗಾನದಿಯೇ ಚಂದ ಎನ್ನಿಸಿತು. ಹಸ್ತಿನಾವತಿಯ ನೆನಪು ಬಂತು. ನದಿಯ ದಡದಲ್ಲಿ ಎತ್ತರಕ್ಕೆ ಬೆಳೆದು ನಿಂತ ಬಿಳಿಯ ಸೂಲಂಗಿ, ಅಗಲವಾದ ಎಲೆಯ ದರ್ಭೆಯ ಪೊದೆಗಳು. ಬೇಸಿಗೆಯಲ್ಲೂ ತಣ್ಣಗಿರುವ ನೀರು. ಹಿಮವತ್‌ಪರ್ವತದಿಂದ ಬಯಲಿಗೆ ಇಳಿಯುವ ಗಂಗಾದ್ವಾರದಿಂದ ಅಷ್ಟು ಹತ್ತಿರ, ನನಗೆ ಒಂದು ದಿನದ ನಡಿಗೆ, ಬೇಸಿಗೆಯಲ್ಲೂ ಶೀತ ಕಳೆದಿರುವುದಿಲ್ಲ. ಯಮುನೆ ಹೇಗೆ, ನಮ್ಮ ಇಂದ್ರಪ್ರಸ್ಥದ ದಡದಲ್ಲಿ? ಯಾಕೋ ಗಂಗೆಯಲ್ಲಿ ಹುಟ್ಟುವ ಪ್ರೀತಿ ತನಗೆ ಯಮುನೆಯಲ್ಲಿ ಹುಟ್ಟುವುದಿಲ್ಲ. ಚಿಕ್ಕ ವಯಸ್ಸಿನಲ್ಲಿ ಈಜಿದ ಜಾಗಕ್ಕಿಂತ ಬೇರೆ ಯಾವುದರ ಮೇಲೂ ಹೆಚ್ಚು ಪ್ರೀತಿ ಬೆಳೆಯಲು ಸಾಧ್ಯವಿಲ್ಲ ಎನಿಸಿತು. ಅಲ್ಲಿಯೇ ಅಲ್ಲವೇ ನನಗೆ ಮತ್ತುಬರುವ ಉಂಡೆ ತಿನ್ನಿಸಿ ನೀರಿನಲ್ಲಿ ಮುಳುಗಿಸಿ ಸಾಯಿಸುವ ತಂತ್ರ ಮಾಡಿದುದು ಆ ಕುರುಡನ ಮಗ? ಅದಕ್ಕೆ ನದಿಯ ತಪ್ಪೇನು? ಗಂಗೆಯ ಮೇಲೆಯೇ ತನ್ನ ಪ್ರೀತಿ ಹೆಚ್ಚು ಎಂದುಕೊಂಡು ಅಂಗಾತ ಮಲಗಿ ಬಾಯಿಗೆ ತುಂಬಿಕೊಂಡ ನೀರನ್ನು ಕಾರಂಜಿಯಂತೆ ಚಿಲ್ ಎಂದು ತುಟಿಗಳ ಸಂದಿನಿಂದ ಆಕಾಶಕ್ಕೆ ಒತ್ತುವಾಗ ಹಾಯ್ ಎನಿಸಿತು. ನೀರು ತುಂಬಿದ ಕಣ್ಣಿನ ಅಂಗಳವು ಎಣ್ಣೆ ಸವರಿದಂತೆ ಮಬ್ಬಾಯಿತು. ಈಜುವುದಕ್ಕಿಂತ ಎತ್ತರದಿಂದ ನೀರಿಗೆ ನೆಗೆಯುವುದು, ಹಿಂಕಣ್ಣು ಮುಂಕಣ್ಣು ಗೋತ ಹಾಕುವುದರಲ್ಲೇ ಹುಡುಗನಾಗಿದ್ದಾಗ ಖುಷಿ. ಭೀಮ ನೀರಿಗೆ ಬಿದ್ದ ಅಲೆಯಲ್ಲಿ ಉಳಿದ ಈಜುಗಾರರು ಕೊಚ್ಚಿ ಮುಳುಗಿ ನೀರು ಕುಡಿದು, ಹೇಯ್, ಕೆನ್ನೆಯಿಂದ ನಗು ಒಡೆದು ಕಾರಂಜಿ ನಿಂತುಹೋಯಿತು. ಈಗ ಅಂತಹ ಆಟದ ಮೇಲೆ ಮನಸ್ಸೇ ಇಲ್ಲ. ಬರೀ ಈಜುವುದು, ಹಾಯಾಗಿ ತೇಲುವುದರಲ್ಲೇ ಸಮಾಧಾನ. ತಲೆಗೆ ಕೊಳದ ದಡ ಬಡಿಯಿತು. ಥತ್ ಇದು ತೀರ ಸಣ್ಣ ಕೊಳ. ಮೀಯಬಹುದು, ಈಜುವುದಕ್ಕಲ್ಲ ಎಂದು ಕೊಂಡು ಮೇಲೆ ಬಂದ. ಮೈ ಒಣಗುವ ತನಕ ದಡದಲ್ಲಿ ನಿಂತಿದ್ದು ಕಳಚಿಟ್ಟಿದ್ದ ಬಟ್ಟೆ ತೊಟ್ಟು ತನ್ನ ಮನೆಗೆ ನಡೆದ. ಶಖೆ ಸಹ್ಯವಾಗಿತ್ತು. ಮೈ ಹಗುರವಾಗಿತ್ತು. ಆಕಾಶ ಉರಿಯುತ್ತಿರಲಿಲ್ಲ. ಸೂರ್ಯ ಮುಳುಗುವ ವೇಳೆ.

ಮನೆಗೆ ಹೋದ ತಕ್ಷಣ ಸೇವಕ ನಿವೇದಿಸಿದ: 'ಪಟ್ಟಮಹಿಷಿ ಬಂದಿದ್ದಾರೆ. ಮಾಳಿಗೆಯ

ಮೇಲೆ ಕೂತಿದ್ದಾರೆ, ತಂಗಾಳಿಯಲ್ಲಿ.'

ಭೀಮ ನೇರವಾಗಿ ಮೆಟ್ಟಿಲುಗಳನ್ನು ಹತ್ತಿದ. ಈಗ ದ್ರೌಪದಿ ಬಂದದ್ದು ಒಳ್ಳೆಯದಾಯಿತು. ಹಾಯಾಗಿ ಮಾತಾಡಬಹುದು ಎಂದುಕೊಳ್ಳುತ್ತಾ ಮಾಳಿಗೆ ತಲುಪಿದಾಗ ಅವಳ ಜೊತೆಗಿದ್ದ ಇಬ್ಬರು ದಾಸಿಯರು ಎದ್ದುನಿಂತರು. ಭೀಮ ಮೆಟ್ಟಿಲಿನಿಂದ ಮುಂದೆ ನಡೆದ ತಕ್ಷಣ ಅವರು ಇತ್ತ ಬಂದು ಕೆಳಗೆ ಇಳಿದುಹೋದರು. ಮಿದುವಾದ ಜೊಂಡಿನ ಚಾಪೆಯ ಮೇಲೆ ಕೂತಿದ್ದ ದ್ರೌಪದಿ ಎದ್ದುನಿಂತಳು. ಹತ್ತಿರ ಬಂದ ಗಂಡನ ಕೈಗೆ ತನ್ನ ಕೈ ಹಾಕಿ ನಿಂತಳು. ಆಕಾಶ ತಾಮ್ರದ ಬಣ್ಣಕ್ಕೆ ವಿಶಾಲವಾಗಿ ಹರಡಿಹೋಗಿತ್ತು. ಆರ್ಯರ ಸಾಧಾರಣ ಬಣ್ಣಕ್ಕೆ ಹೋಲಿಸಿದರೆ ಸ್ವಲ್ಪ ಕಪ್ಪೆನಿಸುವ ದ್ರೌಪದಿಯ ಕಂದು ಬಣ್ಣದ ಮುಖದಲ್ಲಿ ಚಿಂತೆ ಕಾಣುತ್ತಿತ್ತು. ತುಂಬಿದ ತಲೆಯಲ್ಲಿ ಬೆರೆತುಕೊಂಡಿದ್ದ ಬಿಳಿಗೂದಲುಗಳು ಅವಳಿಗೆ ಪ್ರೌಢಕಳೆ ಕೊಟ್ಟಿದ್ದವು. ತನ್ನ ಎದೆಯ ಎತ್ತರಕ್ಕಿದ್ದ ಅವಳ ನೆತ್ತಿಯನ್ನು ದಿಟ್ಟಿಸಿದ ಭೀಮ ಎಂದ: 'ಕೃಷ್ಣೆ, ನಿನಗೆ ಇಷ್ಟೊಂದು ಬಿಳಿ ಕೂದಲಾಗಿರುವುದನ್ನು ನಾನು ನೋಡಿರಲೇ ಇಲ್ಲ.'

'ಈಗ ನೋಡಿದೆಯಲ್ಲ, ಮಿಣಮಿಣನೆ ಹೊಳೆಯುವ ಎಳೆಯ ಕರಿಕೂದಲಿನ ಒಬ್ಬ ರಾಜಕುಮಾರಿ ತಂದು ಮದುವೆ ಮಾಡಲೆ?'

ಭೀಮ ಕೆಳಗೆ ಕುಳಿತ. ಕೈ ಹಿಡಿದು ಅವಳನ್ನು ಹತ್ತಿರ ಕೂಡಿಸಿಕೊಂಡ. ಅವಳು ಸುಮ್ಮನೆ ಕುಳಿತಳು. ಅವನು ಆಕಾಶದ ಕಡೆಗೆ ನೋಡುತ್ತಿದ್ದ. ಸ್ವಲ್ಪ ಹೊತ್ತಾದಮೇಲೆ ಇದ್ದಕ್ಕಿದ್ದಂತೆ ಮಾತನಾಡಿದ: 'ಈಜುಕ್ಕೆ ಅಂತ ಹೋಗಿದ್ದೆ. ಸಣ್ಣ ಕೊಳ, ನೋಡಿದೀಯಲ್ಲ. ಗಂಗಾನದಿಯ ನೆನಪು ಬಂತು. ಹಾಗೆಯೇ ತೀರ್ಮಾನ ಮಾಡಿದೆ. ಇನ್ನು ಮುಂದೆ ಈ ಭೀಮ ಗಂಗೆಯಲ್ಲಿ ಈಜುವುದು, ಯಮುನೆಯಲ್ಲಲ್ಲ ಅಂತ.'

ಪಾಂಚಾಲಿ ಮಾತನಾಡಲಿಲ್ಲ. ಇಂತಹ ವಿಚಾರ ಬಂದಾಗ ಅವನಿಗೆ ಮಾತಿನ ಸಂಗಾತಿ ಅವಳು ಒಬ್ಬಳೇ. ಅವನು ಎಂದೂ, ಅರ್ಜುನನೊಡನೆ ಮುಕ್ತವಾಗಿ ಕೂತು ಕನಸು ಕಾಣುವ ಮಾತನಾಡುತ್ತಿರಲಿಲ್ಲ. ಅವರಿಬ್ಬರ ಕನಸುಗಳು ಬೇರೆ ಬೇರೆಯಾಗಿದ್ದವು. ಅಣ್ಣ ಧರ್ಮರಾಜನಂತೂ ಹಿರಿಯ. ತೀರ ಮೊದಲು ಸಲಿಗೆ ಇತ್ತು. ಇಂದ್ರಪ್ರಸ್ಥದಲ್ಲಿ ಅಭಿಷಿಕ್ತ ನಾದಮೇಲೆ ಅವನಿಗೆ ರಾಜಗಾಂಭೀರ್ಯ ಬಂತು. ಭೀಮನಂತೂ ಮೊದಲಿನ ಸಾಹಸ ಹುಡುಗಾಟಿಕೆ ಕಳೆದುಕೊಳ್ಳಲಿಲ್ಲ. ರಾಜಸೂಯವಾಗಿ, ಧರ್ಮಜನು ಜೂಜಿನಲ್ಲಿ ಎಲ್ಲವನ್ನೂ ಕಳೆದು ಹೆಂಡತಿ ಮತ್ತು ತಮ್ಮಂದಿರನ್ನು ನಿರ್ಗತಿಕ ವನವಾಸಿಗಳನ್ನಾಗಿ ಮಾಡಿದಾಗ ಭೀಮ ಅವನ ಎರಡು ಕೈಗಳನ್ನೂ ಬೆಂಕಿಯಲ್ಲಿ ಸುಡಲು ಎದ್ದುನಿಂತಿದ್ದ. ಅರ್ಜುನ ತಡೆಯದಿದ್ದರೆ ಸುಟ್ಟೇಬಿಡುತ್ತಿದ್ದ. ಕಾಡಿನಲ್ಲಿದ್ದ ಹನ್ನೆರಡು ವರ್ಷಗಳೂ ಆಗಾಗ್ಗೆ ಧರ್ಮಜನ ಮೇಲೆ ರೇಗುತ್ತಿದ್ದ. ಇಂದ್ರಪ್ರಸ್ಥದಲ್ಲಿ ರಾಜ್ಯವಾಳಿದಷ್ಟು ವರ್ಷಗಳು ಮಾತ್ರ ತುಂಬ ವಿಧೇಯತೆ ಯಿಂದ ನಡೆದುಕೊಂಡ ಭೀಮ ಮತ್ತು ಧರ್ಮಜರ ನಡುವೆ ಒಂದು ತೆರನಾದ ಸಂಬಂಧ ಬೆಳೆದಿತ್ತು. ಜೂಜಾಡಿ ರಾಜ್ಯ ನೀಗಿದ ಮೇಲೆ ಭೀಮ ಅವನ ಮೇಲೆ ತೋರಿದ ತಿರಸ್ಕಾರದಿಂದ ಆ ಸಂಬಂಧ ಒಡೆದದ್ದು ಮಾತ್ರವಲ್ಲ, ಬೇರೆ ಯಾವ ರೀತಿಯ ಆತ್ಮೀಯತೆ ಬೆಳೆಯುವುದೂ ಸಾಧ್ಯವಾಗಲಿಲ್ಲ. ಇನ್ನು ನಕುಲ ಸಹದೇವರನ್ನು ಅವನು ಎಷ್ಟು ಸಲಿಗೆಯಿಂದ ಕಂಡರೂ

ಅವರು ಅವನೊಡನೆ ಭಯಭಕ್ತಿಗಳಿಂದಲೇ ನಡೆದುಕೊಳ್ಳುತ್ತಾರೆ. ಹೀಗಾಗಿ ಅವನೊಡನೆ ಆತ್ಮೀಯವಾಗಿ ಮಾತನಾಡಲು, ಹರಟಲು, ಕನಸು ಕಾಣಲು ಪಾಂಚಾಲಿಯನ್ನು ಬಿಟ್ಟರೆ ಬೇರೆ ಯಾರೂ ಇಲ್ಲ. ಅಲ್ಲದೆ ತೌರಿನ ಹೆಸರಾದ ಕೃಷ್ಣೆ ಎಂದು ಭೀಮನನ್ನು ಬಿಟ್ಟರೆ ಯಾವ ಗಂಡಂದಿರೂ ಕರೆಯುತ್ತಿರಲಿಲ್ಲ.

'ಕೇಳಿತೇ ಹೇಳಿದ್ದು?' ಎಂದ.

'ಹಿರಿಯಣ್ಣನ ನಿಶ್ಚಯ ಮುಖ್ಯವಲ್ಲವೆ? ಸಂಧಿಗೆ ಕೃಷ್ಣನನ್ನೇ ಕಳಿಸಬೇಕು ಅನ್ನುತ್ತಿದ್ದನಂತೆ ಮಹಾರಾಜ.'

'ಕೃಷ್ಣ ಹೋಗಲಿ, ಆದರೆ ಸಂಧಿ ಖಂಡಿತ ಆಗುವುದಿಲ್ಲ.'

'ಮುದುಕರು ಹೇಳಿ ಅಕಸ್ಮಾತ್ ದುರ್ಯೋಧನ ಒಪ್ಪಿಕೊಂಡರೆ?'

'ಮುದುಕರು ಹೇಳುವುದು ನಿಜ. ಅವನು ಒಪ್ಪಿಕೊಳ್ಳುವುದು ಸುಳ್ಳು. ಅವನ ಮನಸ್ಸು ನನಗಿಂತ ಬೇರೆ ಯಾರಿಗೂ ಅರ್ಥವಾಗುವುದಿಲ್ಲ. ಪರಸ್ಪರ ಜಗಳಕ್ಕೆ ನಿಂತ ಎರಡು ಸಲಗಗಳನ್ನು ನೋಡಿದ್ದೀಯಾ? ಇದರ ಮನಸ್ಸು ಅದಕ್ಕೆ ಅದರ ಮನಸ್ಸು ಇದಕ್ಕೆ ಗೊತ್ತಿರುವಷ್ಟು ಹೊರಗಿನವರಿಗೆ ತಿಳಿಯುವುದಿಲ್ಲ. ಸಲಗ ಅನ್ನುವ ಹೋಲಿಕೆಯನ್ನು ಅವನಿಗೆ ಅನ್ವಯಿಸಬಾರದು ಅಷ್ಟೆ. ಹೆಚ್ಚೆಂದರೆ ನಾಯಿ ಅನ್ನಬಹುದು.'

'ನಾಯಿಯು ಸಲಗಕ್ಕೆ ಹೆದರಿ ಸಂಧಿಗೆ ಒಪ್ಪುವುದು ಅಸಂಭವವಲ್ಲವಲ್ಲ.'

'ಕೃಷ್ಣೆ, ಇಲ್ಲಿ ನೋಡು' ಎಂದು ತನ್ನ ಎದೆಯನ್ನು ಬಿಚ್ಚಿತೋರಿಸುವವನಂತೆ ಕೈ ಮಾಡಿ ಹೇಳಿದ: 'ಮತ್ತೆ ರಾಜನಾಗಬೇಕು ಅನ್ನುವ ಆಶೆ ಧರ್ಮಜನಿಗಿದೆ. ಅರ್ಜುನನಿಗಿದೆ. ನಕುಲ ಸಹದೇವರಿಗೆ ಇಲ್ಲ ಅನ್ನಲಾರೆ. ಆದರೆ ನನಗೇನೂ ಇಲ್ಲ. ಹನ್ನೆರಡು ವರ್ಷ ಕಾಡಿನಲ್ಲಿ ಗೆಡ್ಡೆ ಗೆಣಸು ಬೇಟೆಯ ಮಾಂಸ ತಿಂದು ಸಂಕಟಪಟ್ಟು, ಒಂದು ವರ್ಷ ಬೇರೊಬ್ಬರ ಮನೆಯಲ್ಲಿ ಪರಿಚಾರಿಕೆ ಮಾಡಿ, ಸುಖವನ್ನನುಭವಿಸಲು ಶಕ್ತಿಯಿರುವ ವಯಸ್ಸನ್ನು ಕಳೆದಮೇಲೆ ಮತ್ತೆ ಅರಮನೆಯಲ್ಲಿದ್ದರೇನು ಕಾಡಿನಲ್ಲಿದ್ದರೇನು? ಈಗಾಗಲೇ ನನಗೆ ಕಾಡಿನ ಜೀವನದಲ್ಲಿ ಕೂಡ ಪ್ರೀತಿ ಹುಟ್ಟಿದೆ. ನನಗಿರುವ ಒಂದೇ ಆಶೆಯೆಂದರೆ ದುರ್ಯೋಧನ ದುಶ್ಶಾಸನ ಕರ್ಣ, ಶಕುನಿ ಉಳಿದ ಕೌರವ ಸಮಸ್ತರನ್ನೂ, ಅವರನ್ನು ಹುಟ್ಟಿಸಿದ ಕುರುಡನನ್ನೂ ಕೊಲ್ಲುವುದು; ನಾನು ಜೀವಂತವಿದ್ದೂ ದ್ಯೂತಸಭೆಯಲ್ಲಿ ನನಗೆ ಅವಮಾನದ ಮಾತನಾಡಿದ, ನನ್ನ ಹೆಂಡತಿಯನ್ನು ತೊತ್ತಿನಂತೆ ಕೆಣಕಿದ ಅವರನ್ನೆಲ್ಲ. ಅಕಸ್ಮಾತ್ ಸಂಧಿಯಾಗಿ ಇಂದ್ರಪ್ರಸ್ಥವನ್ನು ನಮಗೆ ಕೊಟ್ಟರೂ ಹೇಗೂ ನಾನೇ ಸೇನಾಮುಖ್ಯನಾಗುತ್ತೇನೆ. ದಂಡೆತ್ತಿ ಹೋಗಿ ಅವರನ್ನೆಲ್ಲ ಕೊಂದು ಶಾಂತನಾಗುತ್ತೇನೆ. ಈ ಮಾತನ್ನು ನಾನು ಯಾರ ಮುಂದೂ ಇಷ್ಟು ಸ್ಪಷ್ಟವಾಗಿ ಅಂದು ತೋರಿಸಿಲ್ಲ. ಆದರೆ ದುರ್ಯೋಧನನಿಗೆ ಸ್ಪಷ್ಟವಾಗಿ ಗೊತ್ತಿದೆ. ಗೊತ್ತಿರದಷ್ಟು ದಡ್ಡನಲ್ಲ ಅವ. ನಾಯಿಗೆ ವಾಸನೆ ತಿಳಿಯುಲ್ಲವೆ.'

ದ್ರೌಪದಿ ನಟ್ಟದೃಷ್ಟಿಯಿಂದ ಅವನ ಮುಖವನ್ನೇ ನೋಡುತ್ತಿದ್ದಳು. ಈಗಲೂ ಅವಳ ಕಣ್ಣು ಆಗ ತಾನೇ ಅರಳಿದ ತಾವರೆಯಂತಿದ್ದವು. ಭೀಮ ಅವಳ ಕಣ್ಣನ್ನು ದೃಷ್ಟಿಸಿದ. ಮೌನದಲ್ಲಿ ಇಬ್ಬರ ಮನಸ್ಸೂ ಬೆರೆತಿರುವುದು ಇಬ್ಬರಿಗೂ ತಿಳಿಯುತ್ತಿತ್ತು. ಇದ್ದಕ್ಕಿದ್ದಂತೆ

ಅವಳ ಕಣ್ಣುಗಳಲ್ಲಿ ನೀರು ತುಂಬಿಕೊಂಡಿತು. ಈಗ ಇನ್ನೇನು ಬಿಕ್ಕಿ ಅಳುತ್ತಾಳೆಂದು ಭೀಮನಿಗೆ ಅನ್ನಿಸಿತು. ಅಷ್ಟರಲ್ಲಿ ಅವಳು ತಡೆದುಕೊಂಡಳು. ಅವನಿಗೆ ಕಸಿವಿಸಿಯಾಯಿತು. ಅಂದ: 'ಕೃಷ್ಣೆ, ನೀನು ಅತ್ತರೆ ನನಗೂ ಹೆಂಗಸಿನಂತೆ ಅಳುವ ಹಾಗಾಗುತ್ತೆ. ನೀನು ಅಳದೆ ಒಳಗೇ ತಡೆದುಕೊಂಡರೆ ನನಗೆ ಸಿಟ್ಟು ಬರುತ್ತೆ. ನನ್ನ ಹತ್ತಿರ ನಿನಗೆ ಜಂಬವಿರ ಕೂಡದು.'

ಈಗ ಅವಳಿಗೆ ತಡೆಯಲಾಗಲಿಲ್ಲ. ಅವಳೇ ತಡೆಯನ್ನು ತೆಗೆದುಹಾಕಿದಳು. ತಾನೇ ಮುಂದೆ ಸರಿದು ಅವನ ತೊಡೆಯ ಮೇಲೆ ಮುಖವಿಟ್ಟು ಬಿಕ್ಕಿದಳು. ಭೀಮ ಮಗುವನ್ನು ತಬ್ಬುವಂತೆ ಹಿಡಿದುಕೊಂಡ. ಅವಳು ಅಸ್ಪಷ್ಟವಾಗಿ ಉಸುರುತ್ತಿದ್ದಳು: 'ನಿನ್ನ ಹತ್ತಿರವಲ್ಲದೆ ಇನ್ನೆಲ್ಲಿ ಅಳಲಿ?' ಬೆಚ್ಚಗೆ ತೋಳು ತುಂಬ ಸಿಕ್ಕುವ ಅವನ ತೊಡೆಗಳನ್ನು ತಬ್ಬಿ ಮಕಾಡೆ ಬಾಗಿ ಕುಳಿತಿದ್ದ ಅವಳು ಕತ್ತೆತ್ತಿ ನೋಡಿದಾಗ ಅವನ ಕಣ್ಣುಗಳಲ್ಲೂ ನೀರು ತುಂಬಿತ್ತು. ತುಂಬಿರುತ್ತದೆಂದು ಅವಳಿಗೂ ತಿಳಿದಿತ್ತು. 'ಭೀಮ ಗಂಡಸರ ಕಣ್ಣಿನಲ್ಲಿ ನೀರು ಬರಬಾರದು. ಅಕಸ್ಮಾತ್ ಒಂದು ಹನಿ ಬಂದರೆ ಅದು ಗಂಗಾನದಿಗೆ ಸಮ. ಇಷ್ಟು ದಿನ ನನಗಾಗಿ ನಿನ್ನ ಕಣ್ಣಿನಲ್ಲಿ ಎಷ್ಟು ನೀರು ತುಂಬಿ ತುಳುಕಿದೆ ಅಂತ ನನಗೆ ಗೊತ್ತು. ಇನ್ನು ಯಾರ ಕಣ್ಣಿನಲ್ಲೂ ಒಂದು ಹನಿಯೂ ದ್ರವಿಸುವುದಿಲ್ಲ,' ಎಂದು ತಾನೇ ಸೆರಗಿನಿಂದ ಅವನ ಕಣ್ಣುಗಳನ್ನು ಒರೆಸುವಾಗ ಅವಳಿಗೆ ಸಮಾಧಾನವಾಯಿತು. ಅವನು ಮೌನಿಯಾಗಿ ಕುಳಿತಿದ್ದ. ಸಂಜೆ ಕಳೆದು ಕತ್ತಲಾಗಿತ್ತು. ಧೂಳಿನ ಕಣಗಳ ಮರೆಯಲ್ಲಿ ನಕ್ಷತ್ರಗಳು ಮಂಕಾಗಿ ಕಾಣುತ್ತಿದ್ದವು.

ಕೃಷ್ಣೆ ಏನೋ ಹೇಳಲು ಹೆಣಗುತ್ತಿದ್ದಳು. ಭೀಮನಿಗೆ ಅದು ತಿಳಿಯಲಿಲ್ಲ. ಕತ್ತಲೆಯಲ್ಲಿ ಅವಳ ಅಸ್ಪಷ್ಟ ಮುಖ ನೋಡುತ್ತಾ ಕುಳಿತಿದ್ದ ಅವನ ಮನಸ್ಸಿಗೆ ದುರ್ಯೋಧನನ ಕುರುಡ ಅಪ್ಪನ ಬಿಳೀಗಡ್ಡದ ನೆನಪು ಬರುತ್ತಿತ್ತು. ಹದಿಮೂರೂವರೆ ವರ್ಷದ ಹಿಂದೆ ಹಾಗಿತ್ತು. ಈಗ ಹೇಗಿದೆಯೊ, ಎಂದುಕೊಳ್ಳುತ್ತಿದ್ದ.

ಅವಳು ಕೇಳಿದಳು: 'ಅಲ್ಲಿಗೆ ಹೊರಟಿದೀಯಂತೆ?'

'ಎಲ್ಲಿಗೆ?'

'ರಾಕ್ಷಸ ಸೈನ್ಯ ಕಳಿಸಿ ಅಂತ ಕೇಳುಕ್ಕೆ.'

'ಕೃಷ್ಣ ಹೇಳಿದ. ಅವನ ಮಾತು ಸರಿ ಅನ್ನಿಸುತ್ತೆ.' ಹದಿಮೂರೂವರೆ ವರ್ಷಕ್ಕೆ ಹಳೆಯದಾದ ಬಿಳಿಗಡ್ಡದ ಸ್ಪಷ್ಟ ಕಲ್ಪನೆಗಾಗಿ ಅವನ ಮನಸ್ಸು ಇನ್ನೂ ತಡಕುತ್ತಿತ್ತು.

'ಆ ಸೈನ್ಯ ಇಲ್ಲದೆ ಗೆಲ್ಲುಕ್ಕೆ ಆಗುಲ್ಲವೆ ಈ ಭೀಮನಿಗೆ?' ಎಂದು ಅವನ ಎರಡು ಬಾಹುಗಳನ್ನೂ ಸವರುತ್ತಾ ಕೇಳಿದಳು.

'ದುರ್ಯೋಧನ ನಮ್ಮ ಶತ್ರು ರಾಕ್ಷಸರನ್ನು ಗುಡ್ಡೆ ಹಾಕಿಕೊಂಡಿದಾನಂತೆ. ಅವರ ಪ್ರತಿಶಕ್ತಿ ಇಲ್ಲದಿದ್ದರೆ ನಮಗೆ ಕಷ್ಟವೇ. ಕೃಷ್ಣನ ಆಲೋಚನೆ ಸರಿಯಾದದ್ದು. ಅಲ್ಲದೆ ಎಷ್ಟಾದರೂ ಮಗ. ಬಂದು ತಂದೆಗೆ ಸಹಾಯಮಾಡಲಿ.'

ಅವಳು ಮತ್ತೆ ಮೌನಿಯಾದಳು. ಸ್ವಲ್ಪ ಹೊತ್ತಿನ ಮೇಲೆ ಅವನು 'ಅಲ್ಲವೆ?' ಅಂದಾಗ, ಹೂಂ ಎಂದಳು. ಧ್ವನಿ ಭಾರವಾಗಿದ್ದುದು ಅವನಿಗೆ ತಿಳಿಯಿತು. 'ಯಾಕೆ ದುಃಖ?'

ಎಂದು ಅವಳ ಎರಡು ಭುಜಗಳನ್ನೂ ಹಿಡಿದು ಕುಲುಕಿ ಕೇಳಿದ: ದುಃಖವೇನಿಲ್ಲವಲ್ಲ, ಕಿಲಕಿಲನೆ ನಕ್ಕಳು. ಆದರೆ ಅದು ಕೃತಕವೆಂಬುದು ಅವನಿಗೆ ತಿಳಿಯಿತು. 'ಕೃಷ್ಣೆ, ಅದೇನು ನಿನ್ನ ಮನಸ್ಸನ್ನು ಕಾಡುತ್ತಿರುವುದು, ಹೇಳು. ಬೇಗ ಹೇಳು, ನನಗೆ ಸಿಟ್ಟು ಬರಿಸಬೇಡ' ಎಂದ. ಅವನಿಗೆ ಸಿಟ್ಟು ಬಂದಿದ್ದುದು ಅವನ ಧ್ವನಿಯಿಂದ ಮಾತ್ರವಲ್ಲ, ತನ್ನ ಭುಜಗಳನ್ನು ಹಿಡಿದಿದ್ದ ಬೆರಳುಗಳ ಬಿಗಿಯಿಂದಲೂ ಅವಳಿಗೆ ತಿಳಿಯಿತು.

'ನೀನೊಬ್ಬನೇ ನನಗೆ ದಿಕ್ಕು ಅಂತ ನಿನಗೂ ಗೊತ್ತಿದೆ. ಅದು ಯಾವಾಗಲೂ ನಿನ್ನ ಮನಸ್ಸಿನಲ್ಲಿದ್ದರೆ ಸಾಕು.'

'ಏನು ಹಾಗಂದರೆ?'

'ಅರ್ಥಮಾಡಿಕೊಳ್ಳಕ್ಕೆ ತಿಳಿಯದಿದ್ದರೆ ಹೇಳಿಯೂ ಪ್ರಯೋಜನವಿಲ್ಲ. ನೀನು ಕೇಳಲೂ ಬೇಡ. ನಾನು ಗಂಟಲು ಒಣಗಿಸಿಕೊಳ್ಳುವುದೂ ಇಲ್ಲ,' ಅವಳು ಖಡಾಖಂಡಿತವಾದ ರೀತಿಯಲ್ಲಿ ಹೇಳಿ ವಿಗ್ರಹದಂತೆ ಕುಳಿತುಬಿಟ್ಟಳು.

ಭೀಮ ಆಲೋಚಿಸಿದ. ಏನೂ ಹೊಳೆಯಲಿಲ್ಲ. ಸ್ವಲ್ಪ ಹೊತ್ತು ತನ್ನಲ್ಲಿ ತಾನೇ ಹೆಣಗುವುದರಲ್ಲಿ ಸಿಟ್ಟು ಬಂತು. 'ನೋಡು, ಇದು ಯುದ್ಧದ ಕಾಲ. ಹೆಂಗಸಿನ ಒಗಟು ಬಿಡಿಸಿಕೊಂಡು ಕೂಡಲು ಸಮಯವಿಲ್ಲ. ಬೇಗ ಹೇಳಿಬಿಡು. ಹೂಂ' ಎಂದು ಎರಡು ಭುಜಗಳನ್ನೂ ಹಿಸುಕಿ ಅಲುಗಿಸಿದ.

ಅವನಿಂದ ಹೀಗೆ ಹಿಸುಕಿಸಿಕೊಂಡು ಅವಳ ಭುಜ ಗಟ್ಟಿಕಟ್ಟಿತ್ತು. ಅಷ್ಟರಲ್ಲಿ ಅವಳೂ ಮನಸ್ಸನ್ನು ನಿಶ್ಚಯಮಾಡಿಕೊಂಡಿದ್ದಳು. ಮತ್ತೆ ಖಡಾಖಂಡಿತವಾದ ರೀತಿಯಲ್ಲಿ ಹೇಳಿದಳು: 'ನೀನೇ ಅರ್ಥಮಾಡಿಕೊಬೇಕು. ನಾನು ಹೇಳುವುದಿಲ್ಲ. ಇನ್ನೂ ರೇಗಿದರೆ ನೀನು ಮುಂದೆ ಏನಂತೀಯ ಅಂತ ನನಗೆ ಗೊತ್ತಿದೆ. ಶತ್ರುವಿನ ಮೂಳೆ ಮುರಿಯಲು ಕೈಲಿ ಹರಿಯದೆ ಭೀಮ ಹೆಂಡತಿಯ ಮೂಳೆ ಮುರಿದ ಅಂತ ನಿನಗೇ ಅಪಖ್ಯಾತಿ ಬರುತ್ತೆ ಹಾಗೇನಾದರೂ ಮಾಡಿದರೆ?'

ಅವನಿಗೆ ಇನ್ನಷ್ಟು ಸಿಟ್ಟು ಬಂತು. ಎಷ್ಟೋ ಸಲ ನೇರವಾಗಿ ಮಾತನಾಡುವುದಿಲ್ಲ. ಒಗಟು ಒಗಟು. ಸುಮ್ಮನೆ ಗೋಳುಹೊಯ್ದುಕೊಳ್ಳುವುದು. ಎಂತಹ ಹೆಂಡತಿ ಇವಳು? ಬೈಯ್ಯಬೇಕೆನ್ನಿಸಿತು. ಆದರೆ ಸಹಜವಾಗಿಯೇ ತನ್ನ ನಾಲಗೆಗೆ ಬಂದು ಅಭ್ಯಾಸವಾಗಿದ್ದ ಬೈಗುಳಕ್ಕೆ ತಕ್ಕ ಉತ್ತರ ಅವಳು ಆಗಲೇ ಹೇಳಿ ಮುಗಿಸಿಬಿಟ್ಟಿದ್ದಾಳೆ ಎಂದುಕೊಂಡು ಅಸಹಾಯಕನಾಗಿ ಕುಳಿತಾಗ, ಹದಿಮೂರೂವರೆ ವರ್ಷದ ನಂತರ ಕುರುಡ ಮುದುಕನ ಗಡ್ಡ ಅಲ್ಲ ಮುಖವು ಮೊದಲಿನ ಹಾಗೆಯೇ ಇರುತ್ತದೆಯೇ ಅಥವಾ ಜೋಲುಬಿದ್ದಿರುತ್ತದೆಯೇ ಎಂಬ ಆಲೋಚನೆ ಮತ್ತೆ ಸುಳಿಯಿತು. ಅಪ್ಪ ಸತ್ತು ಚಿಕ್ಕಮ್ಮ ಅಪ್ಪನ ಶವದೊಡನೆ ಚಿತೆ ಏರಿ ದಿಕ್ಕಿಲ್ಲದೆ ಅಮ್ಮನ ಹಿಂದೆ ಪರ್ವತಗಳನ್ನು ಏರಿ ಇಳಿದು ನಡೆದು ದಣಿದು ಊರು ತಲುಪಿ ದೊಡ್ಡಪ್ಪನ ಚರಣಸ್ಪರ್ಶ ಮಾಡೆಂದ ತಕ್ಷಣ ಇವನೇ ಅಪ್ಪ ಎಂಬ ಭಾವದಿಂದ ಗಟ್ಟಿಯಾಗಿ ಕಾಲು ಹಿಡಿದು: ಕುರುಡ, ಕುರುಡ, ಕಣ್ಣು ಬಿಡಿಸ್‌ತೀನಿ, ಅವನು ಹೇಗೂ ಯುದ್ಧಕ್ಕೆ ಬರುವುದಿಲ್ಲವಲ್ಲ, ಒಳಗಿನಿಂದ ಕಣ್ಣು ಬಿಡಿಸ್‌ತೀನಿ, ಎಂದುಕೊಳ್ಳು

ತ್ತಿರುವಾಗ ದ್ರೌಪದಿ ಎದ್ದು ನಿಂತಳು. 'ಯಾಕೆ?' ಎಂದು ಕೇಳಿದ.

'ನನ್ನ ಬೀಡಾರಕ್ಕೆ.'

'ಇಲ್ಲೇ ಇರು.'

ಅವಳು ಮಾತನಾಡಲಿಲ್ಲ. ಅವನು ಅವಳ ಕೈ ಹಿಡಿದು ಜಗ್ಗಿ ಕೂರಿಸಿದ. ಅವಳು ಮೌನವಾಗಿ ಕುಳಿತಳು.

'ಯಾಕೆ?' ಅವನು ಕೇಳಿದ.

'ಆ ವಿಷಯ ಮಾತನಾಡುವುದಕ್ಕೂ ಬೇಡ. ಹದಿಮೂರೂವರೆ ವರ್ಷವಾಯಿತಲ್ಲ ಬಿಟ್ಟು.'

'ಈಗ ಕಳೆದಿದೆಯಲ್ಲ ಆ ನಿಯಮ.'

'ಕಳೆದಿದೆ. ನಿಯಮ, ಯಾರು, ಯಾರ ಅವಧಿ ಅನ್ನುವುದು ನಿಶ್ಚಯವಾಗಬೇಕು. ನಿಶ್ಚಯವೇನು ಆಗುವುದು ನನಗೂ ಮುಟ್ಟು ನಿಲ್ಲುವ ಕಾಲ ಹತ್ತಿರ ಬರುತ್ತಿದೆ.'

'ಅಜ್ಞಾತ ಕಳೆದಮೇಲೆ ಧರ್ಮಜನ ಜೊತೆ ಇದ್ದೀಯ ಅಲ್ಲವೆ?'

'ಇದೀನಿ ಅಷ್ಟೇ, ಅವನು ಮೊದಲಿನಿಂದಲೂ ನಿವೃತ್ತ ಸ್ವಭಾವದವನು. ಆದರೂ ನಿಯಮವನ್ನು ನಿಷ್ಠೆಯಿಂದ ಪಾಲಿಸಬೇಕಷ್ಟೆ. ಇನ್ನು ಆರು ತಿಂಗಳು ಭೀಮನಿಗೆ ನಿಷೇಧ. ಕೃಷ್ಣೆಗೂ ಅಷ್ಟೆ.' ಎಂದು ನಕ್ಕಳು ವಿಷಾದದಿಂದ.

ಭೀಮ ನಗಲಿಲ್ಲ. ಸ್ವಲ್ಪ ಹೊತ್ತಿನ ನಂತರ ಅವಳ ತುಂಬುಗೂದಲನ್ನು ಎರಡು ಕೈಗಳಿಂದಲೂ ಸವರಿ ನೇವರಿಸಿದ. ತಾನೇ, 'ನೀನಿನ್ನು ಹೋಗು. ದಾಸಿಯರು ಕೆಳಗೆ ಕಾಯುತ್ತಿದ್ದಾರೆ ತಾನೆ?' ಎಂದ.

ಸುತ್ತುಸುತ್ತಾಗಿ ಕಟ್ಟಿದ ಮನೆಗಳ ಊರು ಅದು. ಕಳ್ಳಕಾಕರಾಗಲಿ ಶತ್ರುಗಳಾಗಲಿ ಸುಲಭವಾಗಿ ಪುರಪ್ರವೇಶ ಮಾಡಲು ಸಾಧ್ಯವಾಗುವಂಥದಲ್ಲ. ಆದರೂ ಭೀಮ ದಾಸಿಯರ ಜೊತೆಗೆ ಹೋಗಿ ತನ್ನದರಿಂದ ಮೂರನೆಯ ಮನೆಯಾದ ಅವಳ ಬೀಡಾರಕ್ಕೆ ತಲುಪಿಸಿ ಬಂದ.

ಸರಿಯಾಗಿ ದಾರಿ ತಿಳಿದ ಇಬ್ಬರು, ಜೊತೆಗೆ ಇಪ್ಪತ್ತು ಜನ ಕುದುರೆ ಸವಾರರನ್ನು ಕರೆದುಕೊಂಡು ಪ್ರಯಾಣ ಮಾಡಿದ ಅವನೇನೋ ಒಬ್ಬನೇ ಹೋಗಿ ಬರುವುದಾಗಿ ಹಟ ಮಾಡಿದ. ಆದರೆ ಧರ್ಮರಾಜ, ಅರ್ಜುನ, ಕೃಷ್ಣ, ದ್ರೌಪದಿ, ಮೊದಲಾಗಿ ಯಾರೂ ಒಪ್ಪಲಿಲ್ಲ. ಉಪಪ್ಲಾವ್ಯನಗರವಿದ್ದುದು ಮತ್ಸ್ಯದೇಶದ ಉತ್ತರಭಾಗಕ್ಕೆ. ಅಲ್ಲಿಂದ ಹಿಡಿಂಬನಾಡಿಗೆ ಕುರುನಾಡನ್ನು ಹಾಯ್ದುಬೇಕಾದರೂ ಹೋಗಬಹುದು. ಪಾಂಚಾಲ ದೇಶದ ಮೂಲಕವಾದರೂ ಹೋಗಬಹುದು. ಕುರುನಾಡಿನ ದಕ್ಷಿಣಭಾಗವಾದ ವಾರಣಾವತದಿಂದ ಒಂದು ರಾತ್ರಿ ಒಂದು ಹಗಲಿನ ಕಾಲ್ನಡಿಗೆಯ ದೂರ. ಅದರ ದಟ್ಟ ಕಾಡುದಾರಿ ಕೂಡ ಭೀಮನಿಗೆ ಮಸುಕುಮಸುಕಾಗಿ ನೆನಪಿದೆ. ದಾರಿ ಎಂದರೆ ಜನಸಂಚಾರಕ್ಕೆ ಬಳಸಿ ಸವೆದ ದಾರಿಯಲ್ಲ.

ಜೀವ ಉಳಿಸಿಕೊಳ್ಳಲು ಈ ಐವರೂ ತಾಯಿಯೊಡನೆ ಹತ್ತಿ ಇಳಿದು ನುಸಿದು ನಡೆದ ಪ್ರದೇಶ. ಹಿಡಿಂಬನಾಡು ಎಂಬುದು ಕೂಡ ಸುತ್ತಮುತ್ತಣ ರಾಜರುಗಳು ಒಪ್ಪಿಕೊಂಡ ಎಲ್ಲೆ ಏನಲ್ಲ. ಇತ್ತ ಕುರುಗಳು ಅತ್ತ ಪಾಂಚಾಲರು ಆಳುತ್ತಿದ್ದರೂ ಯಾರೂ ಪೂರ್ತಿಯಾಗಿ ಒಳಹೊಕ್ಕು ಆಕ್ರಮಿಸಲು ಸಾಧ್ಯವಾಗದಿದ್ದ ದಟ್ಟಡವಿ. ಹುಲಿ ಚಿರತೆ ಮೊದಲಾದ ಅಪಾಯ ಕಾರಿ ಮೃಗಗಳಿಂದ ತುಂಬಿದ ಆ ಪ್ರದೇಶಕ್ಕೆ ಯಾವ ಆರ್ಯಜನರೂ ಹೋಗಿ ನೆಲೆಸಿರಲಿಲ್ಲ. ಕಾಡನ್ನು ಕಡಿಯದೆ ವ್ಯವಸಾಯಕ್ಕೆ ಅನುಕೂಲ ಮಾಡಿಕೊಳ್ಳದೆ ನೆಲೆಸುವುದು ಸಾಧ್ಯವಿರಲಿಲ್ಲ. ಬೇಟೆ, ಕೆಲವು ಗೆಡ್ಡೆಗೆಣಸು ಕಾಡುಹಣ್ಣುಗಳು, ಮತ್ತು ತನಗೆ ತಾನೇ ಬೆಳೆಯುವ ಬಿದಿರ ಅಕ್ಕಿ ಮೊದಲಾದವುಗಳಿಂದ ಜೀವಿಸುವ ರಾಕ್ಷಸ ಜನಾಂಗದವರನ್ನು ಬಿಟ್ಟರೆ, ಅಲ್ಲಿ ಬೇರೆ ಗುಂಪಿನವರ ವಾಸ ಸಾಧ್ಯವಿರಲಿಲ್ಲ. ಬೇರೆಯವರನ್ನು ರಾಕ್ಷಸ ಜನರು ಬಿಡುತ್ತಲೂ ಇರಲಿಲ್ಲ.

ಕುರುನಾಡಿನ ಮೂಲಕ ಹೋಗಬೇಡವೆಂದು ಧರ್ಮ ಅರ್ಜುನಾದಿಗಳು ಭೀಮನಿಗೆ ಕಟ್ಟುನಿಟ್ಟಾಗಿ ಹೇಳಿದ್ದರು. ದುರ್ಯೋಧನನ ಮುಖ್ಯ ಕಣ್ಣಿದ್ದುದು ಅವನ ಮೇಲೆ. ಅವನನ್ನು ಹೇಗಾದರೂ ಮಾಡಿ ಕೊಲೆ ಮಾಡಿಸುವ ಹವಣಿಕೆಯಲ್ಲಿರುವುದು ದುರ್ಯೋಧನನಿಗೆ ಸಹಜ ಮಾತ್ರವಲ್ಲ, ಪ್ರಯತ್ನವನ್ನೂ ಮಾಡುತ್ತಿದ್ದ. ಅವನ ದೇಶದ ಮೂಲಕವೇ ಪ್ರಯಾಣ ಹೊರಟರೆ ಬಿಡುತ್ತಿರಲಿಲ್ಲ. ಆದ್ದರಿಂದ ಎಲ್ಲರೂ ಬಳಸುದಾರಿಯನ್ನೇ ಹಿಡಿದರು. ಭೀಮನ ಮನಸ್ಸಿಗೆ ಬರುತ್ತಿದ್ದುದು ಒಂದೇ ದಾರಿ. ವಾರಣಾವತದಿಂದ ಒಂದು ರಾತ್ರಿ ಒಂದುಹಗಲು ಸರಸರನೆ ನಡೆದು ಹೋದ ದಟ್ಟ ಕಾಡಿನ ಸಂದು. ಈಗ ತನ್ನ ಮುಂದೆ ಶಸ್ತ್ರಾಸ್ತ್ರಸಜ್ಜಿತರಾದ ಹತ್ತು ಕುದುರೆಯವರು ಹಿಂದೆ ಹತ್ತು ಕುದುರೆಯವರು ಬೆಂಗಾವಲಿಗೆ. ನಡುವೆ ಬೇಯಿಸಿ ಕೊಳ್ಳಲು ಅಕ್ಕಿ ಮತ್ತು ಹಿಟ್ಟಿನ ಗಂಟು, ತುಪ್ಪದ ಪಾತ್ರೆ. ತಾನು ಕೂತು, ಮಲಗಿ ವಿಶ್ರಮಿಸುವಾಗ ಪಾಳಿಕಟ್ಟಿ ಕಾಯುವ ವ್ಯವಸ್ಥೆ. ಭಯ ಕಾತರಗಳಿಗೆ ಅವಕಾಶವಿಲ್ಲ. ಆಗ ಹೋಗಿದ್ದಾಗ, ಎಷ್ಟು ವರ್ಷವಾಯಿತು?, ಭೀಮ ಜ್ಞಾಪಿಸಿಕೊಂಡ, ಅಜ್ಞಾತ ಕಳೆದು ಆರು ತಿಂಗಳಾಗಿದೆ. ಅಜ್ಞಾತ ಒಂದು ವರ್ಷ. ವನವಾಸ ಹನ್ನೆರಡು, ಅದರ ಹಿಂದೆ ರಾಜ್ಯವಾಳಿದ್ದು, ಏಕಚಕ್ರ ನಗರದಲ್ಲಿ ಭಿಕ್ಷಾನ್ನದ ಜೀವನ ಒಂದು, ಮಾವ ದ್ರುಪದನ ಮನೆಯಲ್ಲಿ ಆರುತಿಂಗಳು, ಹಿಡಿಂಬೆಯೊಡನೆ ಒಂದು ವರ್ಷ. ಒಟ್ಟು ಎಷ್ಟಾಯಿತು? ಇಪ್ಪತ್ತೇಳು ಇಪ್ಪತ್ತೆಂಟು, ಸರಿಯಾಗಿ ಲೆಕ್ಕ ಸಿಕ್ಕುತ್ತಿಲ್ಲ. ಅಂತೂ ಅಷ್ಟು ಹಿಂದೆ ಹಿಂದೆ, ಓಹ್ ಎಷ್ಟು ಕಾಲ ಕಳೆದುಹೋಗಿದೆ, ಮಧ್ಯೆ ಏನೇನು ನಡೆದುಹೋಗಿದೆ, ಕುದುರೆಯ ಮೇಲೆ ಕೂತು ಸಾಗುತ್ತಿರುವ ಈಗ ಮುಂದೆ ಶಸ್ತ್ರಾಸ್ತ್ರಸಜ್ಜಿತರಾದ ಹತ್ತು ಕುದುರೆಯವರು, ಹಿಂದೆ ಹತ್ತು ಕುದುರೆಯವರು ದುರ್ಯೋಧನನಿಂದ ನಿಯೋಜಿತರಾದ ಕೊಲೆಗಡುಕರಿಂದ ರಕ್ಷಿಸಲು. ಆಗ ಕೂಡ ಅವನ ಕಡೆಯ ಕೊಲೆಗಡುಕರಿಂದ ಜೀವ ಉಳಿಸಿಕೊಳ್ಳಲು ಕದ್ದು ಕಾಡನ್ನು ಪ್ರವೇಶಿಸಿ ತಲೆ ಮರೆಸಿಕೊಂಡು, ವೇಷ ಮರೆಸಿಕೊಂಡು, ಹೆಸರು ಮರೆಸಿಕೊಂಡು; ದುರ್ಯೋಧನ, ನಿನ್ನ ತಲೆ ತೆಗೆದು, ನಿನ್ನ ರಾಜವೇಷ ತೆಗೆದು ನಿನ್ನ ಹೆಸರು ತೆಗೆಯದಿದ್ದರೆ ನನ್ನ ಹೆಸರು ಭೀಮನಲ್ಲ ಎಂದುಕೊಳ್ಳುವಾಗ, ತನ್ನ ಹೆಸರಿನ ಹೊಂದಿಕೆಯ ಮೇಲೆ ಮನಸ್ಸು ಹರಿಯಿತು.

ಎಷ್ಟು ಹೊಂದಿಕೊಳ್ಳುವ ಹೆಸರಿಟ್ಟರು ನನ್ನ ಅಮ್ಮ ಅಪ್ಪ! ಹುಟ್ಟಿದ ಮಗುವಿನಲ್ಲೇ ಅಷ್ಟು ಉದ್ದ ಗಾತ್ರವಂತೆ. ಅಮ್ಮನ ಸೊಂಟ ಕಂಕುಳುಗಳು ತುಂಬಿ ಮುಚ್ಚಿಹೋಗುತ್ತಿದ್ದುವಂತೆ. ಅಮ್ಮನಂಥ ಹೆಂಗಸಿಗೆ ನನ್ನನ್ನು ಎತ್ತಿ ನಡೆಯುವಾಗ ಏದುಸಿರು ಬರುತ್ತಿತ್ತಂತೆ. ಗಮನವು ತನ್ನನ್ನು ಹೊತ್ತಿದ್ದ ಕುದುರೆಯ ಕಡೆಗೆ ಹೋಯಿತು. ತನ್ನ ಸವಾರಿಗಾಗಿಯೇ ಹುಡುಕಿ ಕಳಿಸಿರುವ ಗಂಡು ಕುದುರೆಗಳು, ಬಾಹ್ಲೀಕ ಜಾತಿಯವು. ಆದರೂ ತೂಗುಹೆಜ್ಜೆ ಹಾಕಿಕೊಂಡು ನಡೆಯುತ್ತಿದೆ; ಆಗ ಕುದುರೆಯೂ ಇಲ್ಲ, ನಾಳೆ ಇಷ್ಟು ಹೊತ್ತಿಗೆ ಬದುಕಿರುತ್ತೇವೆಂಬ ಭರವಸೆಯೂ ಇಲ್ಲ. ಜೀವ ಉಳಿಸಿಕೊಳ್ಳಲು ತಲೆ ಮರೆಸಿಕೊಂಡು ಗಿಡಗುಚ್ಚಿಗಳ ಸಂದು ಬಿದ್ದು ಮುಂದೆ ಅರ್ಜುನ, ಬೆನ್ನ ಮೇಲೆ ಬಟ್ಟೆಯ ಜೋಲಿಯಲ್ಲಿ ಅಮ್ಮನನ್ನು ಹೊತ್ತ ನಾನು, ನನ್ನ ಹಿಂದೆ ಧರ್ಮ, ಚಿಕ್ಕವರಿಬ್ಬರು. ಒಂದು ಹಕ್ಕಿ ರೆಕ್ಕೆ ಬಡಿದರೆ, ಚೀಯ್‌ಗುಟ್ಟಿದರೆ ಯಾರೋ ಕೊಲೆಗಡುಕರನ್ನು ಕಂಡು ಹೆದರಿ ಕೂಗಿಕೊಳ್ಳುತ್ತಿದೆ ಎಂಬ ಭಯ ನಮ್ಮೆದೆಯಲ್ಲಿ. ಅತ್ತ ಒಣಮರದ ಮನೆಗೆ ನಾನೇ ಬೆಂಕಿ ಇಟ್ಟು, ಅದಕ್ಕೆ ಸೇರಿಸಿದ್ದ ರಾಳ, ತುಪ್ಪ, ಎಣ್ಣೆ, ಒಣಮರದ ತೆಳು ಚಕ್ಕೆಗಳು. ನಮ್ಮನ್ನು ಸುಡಲೆಂದೇ ದಹ್ಯವಸ್ತುಗಳಿಂದ ಕಟ್ಟಿದ ಮನೆಯಿಂದ ಸುರಂಗದ ಮೂಲಕ ಬಗ್ಗಿ ನುಸುಳಿ ಹೋಗುವ ಮುನ್ನ ನಾನೇ ಬೆಂಕಿ ಹೊತ್ತಿಸಿ, ಒಂದು ನಿಮಿಷಕ್ಕೆ, ಬುಗ್ ಎಂದು ಹೊತ್ತಿ ಹೊಗೆ ಉರಿಗಳು ತುಂಬಿಕೊಳ್ಳುವಂತೆ ಒಳಗೆ ಮಲಗಿದ್ದ ಭೀಲ ಹೆಂಗಸು, ಅವಳ ಐವರು ಮಕ್ಕಳು ಉರಿಗೆ ಸಿಕ್ಕಿ ಸುಟ್ಟು ಒಂದು ನಿಮಿಷದಲ್ಲಿ ಸತ್ತಿರಬೇಕು. ಆ ಸುಟ್ಟ ಹೆಣಗಳನ್ನೇ ದುರ್ಯೋಧನನು ಕುಂತಿ, ಕುಂತಿಯ ಐವರು ಮಕ್ಕಳೆಂದು ತಿಳಿದು ಹಾಲು ಜೇನು ಬೆರೆಸಿದ ಸೋಮರಸ ಕುಡಿದು ಕುಣಿದನಂತೆ ಸಂತೋಷ ತಾಳಲಾರದೆ, ಎರಡು ವರ್ಷದ ಮೇಲೆ ಸ್ವಯಂವರದಲ್ಲಿ ಕೃಷ್ಣೆಯನ್ನು ಗೆದ್ದ ನಮ್ಮ ಗುರುತು ಸಿಕ್ಕಿದಾಗ ನೋಡಬೇಕಿತ್ತು ಅವನ ಮುಖ! ಧರ್ಮನಿಗೆ ಯುವರಾಜ್ಯ ಪಟ್ಟ ಕಟ್ಟಿ ನಿತ್ಯಾಡಳಿತದ ಅಧಿಕಾರ ವಹಿಸಿಕೊಟ್ಟಾಗ ಮುದುಕರೆಲ್ಲ ಮೆಚ್ಚುವಂತೆ, ಯುವಕರೆಲ್ಲ ಮೆಚ್ಚುವಂತೆ, ಜನಗಳೆಲ್ಲ ಮೆಚ್ಚುವಂತೆ ನಿರ್ವಹಿಸುತ್ತಿದ್ದನಲ್ಲ. ಅವನದು ಎಲ್ಲ ಸರಿ, ಆಟ ಬರದಿದ್ದರೂ ಜೂಜಿಗೆ ಏಕೆ ಹೋದ? ಅತ್ಯುತ್ತಮ ಆಡಳಿತಗಾರ. ವಿವೇಕಿ, ಸಹನಾಶೀಲ, ಶಾಂತಗುಣ; ಆದರೆ ಅಧಿಕಾರ, ರಾಜಸೂಯಯಾಗದ ಕೀರ್ತಿ ತಲೆ ತಿರುಗಿಸಿತು. ಅದು ಹೋಗಲಿ ಮುದುಕರನ್ನು ಮೆಚ್ಚಿಸುವುದು ಪಾದಕ್ಕೆ ಬಿದ್ದು ಬಿದ್ದು, ಅವರು ಹೇಳಿದುದೆಲ್ಲ ಮಹಾಪ್ರಸಾದವೆನ್ನುವುದೇ ಅವನ ದೌರ್ಬಲ್ಯ. ಇವತ್ತಿಗೂ ಈ ದೌರ್ಬಲ್ಯವನ್ನು ಬಳಸಿ ಕೊಂಡೇ ಕುರುಡ ಮುದುಕ ನಮ್ಮನ್ನು ಕೆಡವಿದನಲ್ಲ. ದಿನದಿನಕ್ಕೆ ಇವನ ಕೀರ್ತಿ ಬೆಳೆದು ಜನರು ಇವನನ್ನೇ ಬಯಸಿದರೆ ನಾಳೆ ಯುವರಾಜ ಪದವಿಯಲ್ಲಿದ್ದವನನ್ನು ರಾಜಪದವಿಗೆ ಏರಿಸದೆ ನಿರ್ವಾಹವಿಲ್ಲವೆಂದು ಅರ್ಥಮಾಡಿಕೊಂಡ ಕುರುಡ. ಅಪ್ಪ ಮಗ ಹಂಚಿಕೆ ಹಾಕಿದರು. ಏನು ನಯವಾದ ಮಾತುಗಾರಿಕೆ, ಬೆಣ್ಣೆಯಂತಹ ಧ್ವನಿ, ಪ್ರೀತಿಯುಕ್ಕುವ ಗಂಟಲು! 'ನನ್ನ ಪ್ರೀತಿಯ ಮಗನೇ, ಧರ್ಮ, ರಾಜ್ಯಾಡಳಿತದಲ್ಲಿ ನಿನ್ನ ಕರ್ತವ್ಯಪರತೆಯಿಂದ ನಾನು ಸಂತುಷ್ಟನಾಗಿದೀನಿ. ಈ ಚಿಕ್ಕವಯಸ್ಸಿಗೆ ಎಷ್ಟೊಂದು ಭಾರ ಹೊರುತ್ತೀಯಪ್ಪ!'

'ತಂದೆಯೇ, ರಾಜ್ಯ ನಿಮ್ಮದು. ನಿಮ್ಮ ಚರಣಸೇವೆ ಮಾಡುವ ಒಂದು ವಿಧಾನ

ಇದೆಂದು ನಾನು ಭಾವಿಸಿದ್ದೇನೆ.'

'ಹಿರಿಯರಲ್ಲಿ ನೀನು ಇಟ್ಟಿರುವ ಭಕ್ತಿಯೇ ನಿನ್ನನ್ನು ಕಾಪಾಡುತ್ತದೆ. ನೀನು ಆಡಳಿತ ಮಾಡಿ ದಣಿದಿರುವೆ. ಕೆಲವು ದಿನ ವಿಶ್ರಾಂತಿ ತೆಗೆದುಕೊ, ಅಲ್ಲದೆ ಇನ್ನೊಂದು ಮಹತ್ತರ ಕೆಲಸವಿದೆ. ವಾರಣಾವತ ಎಂಬ ನಮ್ಮ ಒಂದು ಊರಿದೆ ನೋಡಿದ್ದೀಯ?'

'ಇಲ್ಲ ತಂದೆ.'

'ನಮ್ಮ ವೈರಿಗಳಾದ ಪಾಂಚಾಲ ದೇಶಕ್ಕೆ ಹತ್ತಿರದ ಪ್ರಾಂತ್ಯ ಅದು. ಆ ಜನಗಳ ನಿಷ್ಠೆ ಪೂರ್ತಿಯಾಗಿ ನಮ್ಮ ಕಡೆ ಇದ್ದಂತಿಲ್ಲ. ಎರಡು ರಾಜ್ಯಗಳು ಕೂಡುವ ಸರಹದ್ದಿನ ಜನಗಳ ರೀತಿ ಯಾವಾಗಲೂ ಹಾಗೆಯೇ ಅಲ್ಲವೆ? ನಿನ್ನಂಥ ಜನಪ್ರಿಯ ಯುವರಾಜ ಒಂದೆರಡು ವರ್ಷ ಅಲ್ಲಿ ಬೀಡಾರ ಮಾಡಿ, ಅಥವಾ ಉಪರಾಜಧಾನಿ ಎಂದು ಭಾವಿಸಿ ಅಲ್ಲಿದ್ದರೆ ಆಡಳಿತ ವಿಚಕ್ಷಣೆ, ನ್ಯಾಯ ನೀತಿಗಳಿಂದ ಜನರ ಮನಸ್ಸನ್ನು ಪೂರ್ತಿ ಗೆದ್ದುಕೊಳ್ಳಬಹುದು. ಸ್ವಲ್ಪ ಸರಿಯಾಗಿ ಜಾಗ ಗಟ್ಟಿಮಾಡಿಕೊಂಡ ಮೇಲೆ ಅತ್ತ ಪಾಂಚಾಲರ ಸೀಮೆಯಲ್ಲಿ ಒಂದಷ್ಟನ್ನು ಗೆದ್ದು ಒತ್ತಲಿಸಿಕೊಳ್ಳಲೂಬಹುದು. ನಿನ್ನ ಪೂಜ್ಯ ಅಪ್ಪ ನಮ್ಮ ನಾಡನ್ನು ವಿಸ್ತರಿಸಿ ಕೀರ್ತಿಭಾಜನನಾದ. ನೀನು ಆ ಕೆಲಸ ಮಾಡಬೇಡವೆ? ಯಾಕೆ ಮಗ ಸುಮ್ಮಗಿದ್ದೀಯ? ಏನನಿಸುತ್ತೆ ನನ್ನ ಮಾತಿನಿಂದ?'

'ನೀವು ಹೇಳುವುದು ಸರಿ, ತಂದೆ.'

'ನಿನಗೂ ನಿನ್ನ ತಾಯಿ ತಮ್ಮಂದಿರಿಗೂ ಸುಖವಾಗಿರುವಂತೆ ಒಂದು ಹೊಸ ಅರಮನೆಯನ್ನೇ ಕಟ್ಟಿಸಿದೀನಿ. ಕುರು ಯುವರಾಜನ ಅಂತಸ್ತಿಗೆ ಸಾಧಾರಣ ಮನೆ ಸಾಕೆ? ಹೊಸದೆಂದರೆ ಹೊಸ ಮನೆ. ಅದಕ್ಕೆ ಹಾಕಿರುವ ಬಣ್ಣಬಣ್ಣದ ಅಲಂಕಾರವಂತೂ ಅಮರಾವತಿಯ ಇಂದ್ರಪ್ರಾಸಾದಕ್ಕೂ ಇಲ್ಲವಂತೆ. ಧರ್ಮ, ಸ್ವಲ್ಪ ಇತ್ತ ಬಾ' ಎಂದು ಹತ್ತಿರ ಕರೆದು ಇವನನ್ನು ತಬ್ಬಿಕೊಂಡು ಎರಡು ಕುರುಡು ಕಣ್ಣುಗಳಿಂದಲೂ ಉಚ್ಚೆ ಸುರಿಸುತ್ತಾ ಅಂದನಂತೆ: 'ಅದನ್ನು ನೋಡಿ ಸಂತೋಷಪಡೋಣ ಅಂದರೆ ದೇವರು ನನಗೆ ಹುಟ್ಟುವ ಮೊದಲೇ ಕಣ್ಣು ಕಿತ್ತುಕೊಂಡ. ನಿನ್ನ ಜೊತೆ ನಾನೂ ಬಂದಿದ್ದು ಅಲ್ಲಿಯೇ ಗಮಗಮಿಸುವ ಹೂವು ದವನಗಳ ವಾಸನೆಯನ್ನು ಸವಿಯೋಣವೆಂದರೆ ಈ ಹಸ್ತಿನಾವತಿಯ ಮೋಹ ಬಿಡುವುದಿಲ್ಲ. ಹುಟ್ಟಿದ ಮೇಲೆ ನಾನು ಈ ನಗರಿಯ ಗಡಿ ದಾಟಿ ಎಲ್ಲೂ ಹೋಗಿಲ್ಲ.'

ಜನಪ್ರಿಯತೆಯ ಬೇರು ಕತ್ತರಿಸುವುದೇ ದೊಡ್ಡಪ್ಪನ ಉದ್ದೇಶ ಅಂದ ಧರ್ಮ ಮನೆಗೆ ಬಂದು. ಅಷ್ಟು ಮಾತ್ರವೇ ಆಗಿತ್ತೆ ಅವನ ಉದ್ದೇಶ? ಭೀಮನ ಮನಸ್ಸು ಮೂಲವನ್ನು ಶೋಧಿಸಲು ತೊಡಗಿತು. ಆದರೆ ಎಷ್ಟು ಸಲ ಯೋಚಿಸಿಲ್ಲ ಈ ವಿಷಯವಾಗಿ. ದುರ್ಯೋಧನನಂತೂ ಕಾರಸ್ಥಾನದ ಮೂಲ ಎಂಬ ಬಗೆಗೆ ಅವನಲ್ಲಿ ಅನುಮಾನ ಉಳಿದಿಲ್ಲ. ಆದರೆ ಅವನಿಗಿಂತ ನೀಚ ಅವನಪ್ಪ ಎಂಬ ಅವನ ವಿಚಾರವನ್ನು ಧರ್ಮ ಅರ್ಜುನರು ಒಪ್ಪುವುದಿಲ್ಲ. ಇಬ್ಬರಿಗೂ ಅಷ್ಟೆ. ಮುದುಕರು ಅಂದರೆ ಮರ್ಯಾದೆ ಹೆಚ್ಚು. ಮರ್ಯಾದೆ ಹೆಚ್ಚಾದಾಗ ಕಣ್ಣು ಕುರುಡಾಗುತ್ತದೆ. ಕೃಷ್ಣೆಯೇ ಸರಿ, ಮಗನಿಗಿಂತ ಅಪ್ಪ ನೀಚ ಅಂತ ಒಪ್ಪುತ್ತಾಳೆ. ಕುರುಡಾಗುವ ಮರ್ಯಾದೆಯನ್ನು ಯಾರ ಬಗೆಗೂ ಇಟ್ಟುಕೊಂಡಿಲ್ಲ.

ಮನಸ್ಸು ಕೃಷ್ಣೆಯ ನೆನಪಿನಿಂದ ತುಂಬಿಹೋಯಿತು.

'ನೀನೊಬ್ಬನೇ ನನಗೆ ದಿಕ್ಕು ಅಂತ ನಿನಗೂ ಗೊತ್ತಿದೆ. ಅದು ಯಾವಾಗಲೂ ನಿನ್ನ ಮನಸ್ಸಿನಲ್ಲಿದ್ದರೆ ಸಾಕು' ಅಂದಳು. ಅನ್ನುವ ಮೊದಲು ಅತ್ತಳು. ಅವಳು ಯಾವತ್ತೂ ಅನ್ನದ ಮಾತಲ್ಲ. ಆದರೆ ನೆನ್ನೆ ಅನ್ನುವ ಮೊದಲು ಹಾಗೆ ಅತ್ತಳಲ್ಲ, ನೇರವಾಗಿ ಕರುಳು ಕಲಕುವ ಹಾಗೆ. ಆಮೇಲೆ ಏನು ಹಾಗಂದರೆ ಅಂತ ಎಷ್ಟು ಕೇಳಿದರೂ ಹೇಳಲಿಲ್ಲ. ನಾನೇನು ಅವಳಿಗೆ ದಿಕ್ಕುತಪ್ಪಿಸುವ ಕೆಲಸ ಮಾಡುತ್ತಿರುವುದು? ಕುದುರೆಯ ನಡಿಗೆ ನಿಧಾನವಾಯಿತು. ಮುಂದೆ ಹಿಂದೆ ಬರುತ್ತಿದ್ದ ಸವಾರರ ಕುದುರೆಗಳೂ ಬಳಲಿದ್ದವು. ಎಷ್ಟು ದೂರ ಬಂದಿದೀವಿ ಎಂಬುದು ತಿಳಿಯಲಿಲ್ಲ. ಮತ್ಸ್ಯದೇಶ ಅಂದರೆ ಗುಡ್ಡಗಳು. ಬೇಸಿಗೆಗೆ ಸುಟ್ಟು ಬೂದಿಯ ಉಂಡೆಗಳಂತೆ ಹಬ್ಬಿರುವ ಗುಡ್ಡಗಳು. ಬಿಸಿಲು ಬೇರೆ. ತೀರ ಮುಂದೆ ಹೋಗುತ್ತಿದ್ದ ಕುದುರೆಯ ನೀಲ ನಿಲ್ಲಿಸಿದ. 'ಮಹಾರಾಜ, ಈ ಏರು ಕಳೆದರೆ ಒಂದು ಹಳ್ಳವಿದೆ. ಸುತ್ತುವರಿದ ತೋಪಿನ ನೆರಳಿನಲ್ಲಿ ತಣ್ಣನೆಯ ನೀರು. ಕುದುರೆಗಳೂ ಬಳಲಿವೆ. ನಾವೂ ವಿಶ್ರಮಿಸಿಕೊಂಡು ಬಿಸಿಲು ಕಂದಿದ ಮೇಲೆ ಹೋಗೋಣ. ನನಗೆ ಜಾಡು ಚನ್ನಾಗಿ ಗೊತ್ತಿದೆ. ಬೆಳದಿಂಗಳಿನಲ್ಲಿ ಚನ್ನಾಗಿ ದಾರಿ ಸವೆಸಬಹುದು.'

ಚನ್ನಾಗಿ ನೀರು ಕುಡಿದು ಕುದುರೆಗಳಿಗೂ ಕುಡಿಸಿ ಅವರು ಒಲೆ ಹೂಡಿ ಅಡುಗೆ ಮಾಡಲು ಶುರು ಮಾಡಿದರು. ಭೀಮ ಮರದ ನೆರಳಿನಲ್ಲಿ ಕುಳಿತ. ಹಾಯ್ ಎನ್ನಿಸುವಂತೆ ಎದೆ ಬೆನ್ನುಗಳಿಗೆ ಬೀಸುವ ಗಾಳಿ. ನೆನೆದ ಲಾವಂಚದ ಮನೆಗಿಂತ ಹಿತ. ಹಾಗೆಯೇ ಅಂಗಾತ ಮಲಗಿದ. ನುರುಗುಟ್ಟುವ ಒಣ ಎಲೆಗಳು. ಹದಿಮೂರುವರೆ ವರ್ಷದನಂತರ ಮುದುಕನ ಮುಖ ಹೇಗಿರುತ್ತೆ? ಅರಮನೆಯ ಸುಖದಿಂದ ಇನ್ನಷ್ಟು ಪುಷ್ಟವಾಗಿ ಉಬ್ಬಿರುತ್ತದೋ, ಅಥವಾ ನನ್ನ ಮಗನನ್ನು ಭೀಮ ಕೊಲ್ಲುವ ಕಾಲ ಹತ್ತಿರ ಬಂತೆಂಬ ಕಳವಳದಿಂದ ಸಿಪ್ಪೆಯಂತೆ ಹಿಂಡಿ ಜೋಲುಬಿದ್ದಿರುತ್ತದೋ? ಜನಪ್ರಿಯತೆಯ ಬೇರು ಕಳೆಯಬೇಕೆಂಬುದಷ್ಟೇ ಮುದುಕನ ಉದ್ದೇಶವಾಗಿತ್ತು. ಅರಗಿನ ಮನೆ ಕಟ್ಟಿಸಿ ಅದರಲ್ಲೇ ಸುಡಿಸಿ ಮುಗಿಸಿಹಾಕುವ ತಂತ್ರವೆಲ್ಲ ಮಗನದು, ಅಪ್ಪನಿಗೆ ಅದೆಲ್ಲ ಗೊತ್ತಿರಲಿಲ್ಲ ಅಂತ ಚಿಕ್ಕಪ್ಪನೇ ನನ್ನ ಕೈಲಿ ಹೇಳಿದ ಆಮೇಲೆ. ಚಿಕ್ಕಪ್ಪನ ತಿಳಿವಳಿಕೆಯೇ ಯಾಕೆ ತಪ್ಪಾಗಿರಬಾರದು? ಕುರುಡನಿಗೂ ಚಿಕ್ಕಪ್ಪನಿಗೂ ವಿಚಿತ್ರ ಸಂಬಂಧ. ಪರಸ್ಪರರನ್ನು ಕಂಡರೆ ಸಿಟ್ಟೂ ಇದೆ. ಬಿಟ್ಟಿರಲಾರದ ಅನ್ಯೋನ್ಯತೆಯೂ ಇದೆ. ಈ ಸೂತ ನನ್ನ ತಾಯಿಯ ದಾಸಿಯ ಮಗ, ನಾನು ಹೇಳಿದ್ದು ಕೇಳುವುದಿಲ್ಲ, ನನಗೇ ವಿವೇಕ ಹೇಳುಕ್ಕೆ ಬರ್ತಾನೆ ಅನ್ನುವ ಸಿಟ್ಟು. ಆದರೆ ಆಳು ಕಾಳುಗಳು, ಹಳ್ಳಿಯ ಜನಗಳು, ಸೂತರು, ವೈಶ್ಯರೆಲ್ಲ ಅವನನ್ನು ಕಂಡರೆ ಗೌರವ ಇಟ್ಟುಕೊಂಡಿದಾರೆ. ಅಲ್ಲದೆ ಕುರುಡನ ಮನಸ್ಸು ಕುಟುಕಕ್ಕೆ ಶುರುವಾದಾಗ ಅದೇ ಸೂತ ತಮ್ಮ ಬೇಕು ಬಂದು ಸಮಾಧಾನ ಹೇಳುಕ್ಕೆ. ಚಿಕ್ಕ ಹುಡುಗನಲ್ಲಿ ಕುರುಡನ ಕೈಹಿಡಕೊಂಡು ಬಚ್ಚಲಮನೆ, ಊಟದಮನೆ, ಅರಮನೆ ಅಂಗಳದಲ್ಲೆಲ್ಲ ತಿರುಗಾಡಿಸಿದ ಸಖ ಅವನೇಯಂತೆ. ನೀನು ಸೂತ, ನಿನ್ನ ಸ್ಥಾನ ಎಲ್ಲಿ ಅಂತ ತಿಳಕೊಂಡು ಇರು ಅಂತ ಬೆಳಗ್ಗೆ ಬೈತಾನೆ. ನಾಳೆ ಹೊತ್ತಿಗೆ ಹೇಳಿಕಳಿಸಿ, ತಮ್ಮಾ, ನನ್ನ ಮೇಲೆ ಸಿಟ್ಟು ಮಾಡಿಕೊಂಡು ಬರದೆ ಇದ್ದರೆ

ನನಗ್ಯಾರು ದಿಕ್ಕು ಅಂತ ತಬ್ಬಿಕೊಂಡು ಕಣ್ಣಿನಲ್ಲಿ ನೀರು ಸುರಿಸುತ್ತಾನೆ. ಅದು ನಿಜವಾದ ನೀರೋ. ಬೇಕಾದಾಗ ಬರಿಸಿಕೊಳ್ಳುವುದೋ? ಈ ಚಿಕ್ಕಪ್ಪನದೂ ಅಷ್ಟೆ: ಒದೆಯಲಿ, ಬೈಯಲಿ, ಯಜಮಾನನಿಂದ ದೂರ ಹೋಗದ ಶುನಕನಿಷ್ಠೆ. ಧೃತರಾಷ್ಟ್ರ ಪಾಪಿ ಅನ್ನುತ್ತಾನೆ. ಆ ಪಾಪಿಯಿಂದ ತಾನು ದೂರವಾಗುವುದಿಲ್ಲ. ತಾನು ಮಾತ್ರ ಪಾಪ ಮಾಡುವುದಿಲ್ಲ. ಇದೆಂಥ ವಿಚಿತ್ರಮೋಹ ಎಂದುಕೊಳ್ಳುವಷ್ಟರಲ್ಲಿ ಐದನೆಯ ಸಲದ್ದೋ ಆರನೆಯ ಸಲದ್ದೋ ಆಕಳಿಕೆ ಎಳೆಯಿತು. ಕಣ್ಣು ಮುಚ್ಚಿದ. ಮರದ ನೆರಳೇನೋ ಸೊಂಪಾಗಿದೆ, ನಡುವೆ ಎಲೆಗಳ ಸಂದಿನಿಂದ ಸಣ್ಣ ಬಿಸಿಲಸೂಜಿ ಕಣ್ಣು ಕುಕ್ಕುತ್ತದೆ. ರೆಪ್ಪೆಯನ್ನು ಚುಚ್ಚಿ ಒಳಗೆಲ್ಲ ಕೆಂಪಗೆ ಬೆಂಕಿ ಹೊತ್ತಿಸುತ್ತದೆ. ಎಲ್ಲವೂ ದಗದಗನೆ ಹೊತ್ತಿಕೊಂಡು, ಇಡೀ ಕಟ್ಟಡ ಮರದ ಕಟ್ಟಡ, ರಾಳ, ತುಪ್ಪ, ಎಣ್ಣೆ, ಒಣಮರದ ತೆಳು ಚಕ್ಕೆಗಳು, ಉರಿ ಹೊಗೆ ಪ್ರಾಣ ಹೋಗುವಂತೆ ನರಳುವ ಸದ್ದು. ಆರು ಹೆಣಗಳ ಕರಕು, ಜೊತೆಗೆ ದುರ್ಯೋಧನನಿಂದ ನಿಯೋಜಿತನಾದ ಹಂತಕ ಪುರೋಚನನ ಸುಟ್ಟ ಹೆಣ. ಅವನು ಸತ್ತದ್ದಂತೂ ಸರಿ. ನಿಷ್ಪಾಪಿ ಹೆಂಗಸು ಅವಳ ಐವರು ಮಕ್ಕಳು ಸತ್ತದ್ದು ಯಾವ ನ್ಯಾಯ? ಆ ರಾತ್ರಿ ಅವರು ಮನೆಯಲ್ಲಿರುವಾಗ ಮನೆ ಉರಿದು ಬೂದಿಯಾದರೆ ಇವು ಕುಂತಿ, ಅವಳ ಮಕ್ಕಳ ಹೆಣವೆಂದು ತಿಳಿದು ದುರ್ಯೋಧನನು ನಮ್ಮನ್ನು ಹುಡುಕಿಸುವ, ಕೊಲೆ ಮಾಡಿಸುವ ಪ್ರಯತ್ನ ಮಾಡುವುದಿಲ್ಲವೆಂಬ ಯೋಚನೆ ಮಾಡಿದವನೂ ನಾನೇ. ಜೀವ ಉಳಿಸಿಕೊಳ್ಳಲು. ಬಿಸಿಲ ಸೂಜಿ ಆಳಆಳಕ್ಕೆ ಚುಚ್ಚಿ ಹಿಂಸಿಸುತ್ತಿತ್ತು. ಮಗ್ಗುಲು ಮಲಗಿದ. ಕಣ್ಣು ಮುಚ್ಚಿಕೊಂಡ. ಹಾಳು ಜೀವ ಉಳಿಸಿಕೊಳ್ಳುವ ಆತಂಕದಲ್ಲಿ ಯಾರನ್ನು ಬೇಕಾದರೂ ಬಲಿ ಕೊಡುವುದೆ? ಥೂ, ಎನ್ನಿಸಿತು. ಕೊಟ್ಟು ಆಗಿಯೇ ಹೋಯಿತಲ್ಲ ಎಂದುಕೊಳ್ಳುವಾಗ ಇನ್ನೊಮ್ಮೆ ಆಕಳಿಕೆ ಎಳೆಯಿತು. ನಿದ್ದೆ ಬಳಸಿತು. ಹದಿಮೂರೂವರೆ ವರ್ಷ ಮಾತ್ರವಲ್ಲ, ಅದಕ್ಕೆ ಹಿಂದೆ ಹತ್ತು ವರ್ಷ, ಅದರ ಹಿಂದಿನ ಎರಡು, ಅದರ ಆಚೆಯದು ಎಲ್ಲ ಅವಧಿಯೂ ಒಂದು ಹಿಸುಕಿದ ಕತ್ತಲೆಯ ಉಂಡೆಯಾಗಿ, ಮಾಂಸ ಖಂಡ, ಅಸ್ಥಿಯ ಗಂಟುಗಳು, ನರಮಂಡಲವೆಲ್ಲ ಸಡಿಲವಾದ ನಡುವೆ ಎಲ್ಲೋ ಒಂದು ಕುದುರೆ ಹೂಂಕರಿಸಿ ಉಳಿದ ನಾಲ್ಕೈದಾರೆಂಟು ಕುದುರೆಗಳು ಒಟ್ಟಿಗೆ ಕೆನೆದು ದಢಕ್ಕನೆ ಎಚ್ಚರವಾದಾಗ ಮೈ ಎಲ್ಲ ಬೆವೆತು ಅಂಟಿ ಅಸಹ್ಯವಾಯಿತು. ಎದ್ದು ಹಳ್ಳಕ್ಕೆ ಹೋಗಿ ಕುತ್ತಿಗೆ, ತೋಳು, ಕಂಕುಳು ಎದೆ ಬೆನ್ನುಗಳನ್ನು ತೊಳೆದು ಒಂದಾದಮೇಲೆ ಒಂದರಂತೆ ಹತ್ತು ಬೊಗಸೆ ನೀರು ಕುಡಿದಾಗ ಹಾ ಎನಿಸಿತು. ಮತ್ತೆ ಬೆವರಲು ಶುರುವಾದ ಮೈಯನ್ನು ಮೇಲ್ವಾಸಿನಿಂದ ಒರೆಸಿಕೊಳ್ಳುತ್ತಾ ಮುಂದೆ ಸರಿದಿದ್ದ ನೆರಳಿನ ಕೆಳಗೆ ಕುಳಿತಾಗ ಮತ್ತೆ ಕೃಷ್ಣೆಯ ನೆನಪು: ನೀನೊಬ್ಬನೇ ನನಗೆ ದಿಕ್ಕು ಅಂತ ನಿನಗೂ ಗೊತ್ತಿದೆ. ಯಾವಾಗಲೂ ನಿನ್ನ ಮನಸ್ಸಿನಲ್ಲಿದ್ದರೆ ಸಾಕು. ಏನು ಇದರ ಅರ್ಥ ಈ ಸಂದರ್ಭದಲ್ಲಿ? ಬಿಡಿಸಿಹೇಳು ಅಂದರೆ ಊಹೂಂ; ಕೃಷ್ಣೆ ಯಾವಾಗಲೂ ಒಗಟು. ನೇರವಾಗಿ ಹೇಳುವುದಿಲ್ಲ. ಅವಳ ಒಳಮನಸ್ಸನ್ನು ಯಾರು ತಾನೆ ಬಗೆದು ತೆಗೆಯಬಹುದು? ಅವಳೊಬ್ಬಳೆಯೋ ಅಥವಾ ಎಲ್ಲ ಹೆಂಗಸರೂ ಹಾಗೆಯೋ? ಎಲ್ಲ ಎಂದರೆ ಇನ್ಯಾರು, ಅಮ್ಮ. ಅಮ್ಮ ಎಂದೂ ಒಗಟಾಡುವುದಿಲ್ಲ. ಅಪ್ಪನ ಕೈಲಿ ಆಡುತ್ತಿದ್ದಳೋ?

ಇನ್ನು ನಮ್ಮ ಮನೆಯಲ್ಲಿ ಯಾರು ಬೇರೆ ಹೆಂಗಸರು? ಸುಭದ್ರೆ. ಅವಳು ಅರ್ಜುನನ ಹೆಂಡತಿ. ನನ್ನ ಕೈಲಿ ಹೆಚ್ಚು ಮಾತನಾಡುವ ಸಲಿಗೆಯೇ ಇಲ್ಲ. ಹೆಂಗಸು ಅಂದರೆ ನಾನು ಕಂಡಿರುವುದು ಕೃಷ್ಣೆಯೊಬ್ಬಳೇ. ಹೆಂಗಸು ಅಂದರೇ ಅಷ್ಟು. ಒಗಟು. ಒಗಟು ಅಂದರೆ ಹೆಂಗಸು ಎಂದುಕೊಳ್ಳುತ್ತಿರುವಾಗ ನೀಲ ಹತ್ತಿರ ಬಂದು ಬಾಗಿ ಊಟ ಸಿದ್ಧವಾಗಿರುವುದಾಗಿ ಹೇಳಿದ. ಅನ್ನ, ಎಳ್ಳು ಬೆರೆತ ಹಿಟ್ಟಿನ ರೊಟ್ಟಿಗಳು. ಬಿಸಿಯಾಗಿ ಬೇಯಿಸಿದ ಮಾಂಸ. ಯಾತರದು, ಭೇಷ್, ಎತ್ತಿನದೇ ರುಚಿ. ನನಗೆಷ್ಟು ಬೇಕಂತ ಇವರಿಗೆ ಗೊತ್ತಿದೆ. ಬೇಯಿಸದೆ ಹಸಿಯಾದರೂ ರುಚಿಯಾಗಿರುತ್ತೆ ಅಂತ ಗೊತ್ತಿಲ್ಲ. ಹಸಿಮಾಂಸ ತಿನ್ನಬಲ್ಲೆ ಅಂದರೆ ಅನಾರ್ಯ, ರಾಕ್ಷಸ ಅನ್ನುತ್ತಾರೆ. ಬೇಯಿಸುವುದರಲ್ಲೇ ಇದೆಯೋ ಆರ್ಯತ್ವ? ಎಂದುಕೊಳ್ಳು ವಾಗ ತಕ್ಷಣ ಹಿಡಿಂಬೆಯ ನೆನಪಾಯಿತು. ಹಸೀ ಮಾಂಸವನ್ನೇ ತಿನ್ನುತ್ತಿದ್ದಳು. ಬೇಯಿಸಿ ತಿಂದರೆ ಒಂದು ಥರ ಹೊಸ ರುಚಿಯುಂಟು. ನಿನಗೆ ಅದರ ಗುಟ್ಟು ಗೊತ್ತಿಲ್ಲ ತಿಂದು ನೋಡು ಎಂದು ಬಲವಂತ ಮಾಡಿ ನಾನೇ ರುಚಿ ಹೊತ್ತಿಸಿದೆನಲ್ಲ. ರುಚಿ ಹೊತ್ತಿತೋ ಅಥವಾ ನನ್ನನ್ನು ಮೆಚ್ಚಿಸಲು ಹಾಗೆ ತೋರಿಸಿಕೊಳ್ಳುತ್ತಿದ್ದಳೋ? ಮೆಚ್ಚಿಸುವುದಕ್ಕೆಂದು ನಟಿಸುವುದು, ಊಹೂಂ, ಅವಳ ಸ್ವಭಾವದಲ್ಲೇ ಇಲ್ಲ; ನೇರ ಅಂದರೆ ನೇರ. ಮಾತಿನಲ್ಲಿ, ವರ್ತನೆಯಲ್ಲಿ. ತನ್ನ ಬೇಕು ಬೇಡಗಳನ್ನು ಹೇಳಿಕೊಳ್ಳುವುದರಲ್ಲಿ ಒಗಟು ಅನ್ನುವುದು ಇಲ್ಲವೇ ಇಲ್ಲ. ಸುರಂಗದಿಂದ ಹಾಯ್ದು ಕಾಡಿನ ಮಧ್ಯಕ್ಕೆ ಬಂದ ತಕ್ಷಣ ನೇರವಾಗಿ ನದಿಯ ದಡಕ್ಕೆ ನಡೆದು ಚಿಕ್ಕಪ್ಪ ನಿಯೋಜಿಸಿದ್ದ ಅಂಬಿಗನ ಸಹಾಯದಿಂದ ನದಿ ದಾಟಿ, ಅಂಬಿಗನೇ ಹೇಳಿದನಲ್ಲ, ತಡಮಾಡಬೇಡಿ, ಸಾಧ್ಯವಾದಷ್ಟು ದೂರ ತಕ್ಷಣ ಪ್ರಯಾಣ ಮಾಡಿ ಮರೆಯಾಗಿ, ಇಲ್ಲದಿದ್ದರೆ ನಿಮ್ಮ ಕೊಲೆಯಾದೀತು ಅಂತ, ಅರ್ಧ ರಾತ್ರಿ ಮುಂದೆ ಇಡೀ ಹಗಲು ಅಂತ ಕಾಡನ್ನು ಹಿಂದೆ ಕಲ್ಪಿಸಿಕೊಂಡಿರಲಿಲ್ಲ ಮುಂದೆ ನೋಡಲಿಲ್ಲ. ಹೆಗಲ ಜೋಲಿಯ ಮೇಲೆ ಅಮ್ಮ, ಮುಂದೆ ಅರ್ಜುನ. ಹಿಂದೆ ಉಳಿದವರು. ಗಟ್ಟಿಯಾಗಿ ಮಾತನಾಡಲೂ ಆತಂಕ, ಹೊಟ್ಟೆಗಿಲ್ಲ, ನೀರಿಲ್ಲ. ಅಲೆದಲೆದಲೆದು ತಿಳಿಯದೆ ಅಲ್ಲಿಯೇ ಸುತ್ತಿಹಾಕಿಯೇವೆಂಬ ಎಚ್ಚರದಿಂದ ದಿಕ್ಕನ್ನು ಗುರುತಿಸಿಕೊಂಡು ನೇರವಾಗಿ ದಕ್ಷಿಣಕ್ಕೆ ಅಲೆದು, ನದಿಯೇ ಕುರುಗಳ ನಾಡಗಡಿ. ಅದರ ದಕ್ಷಿಣದ ಈ ಕಾಡು, ಏನು ಅದರ ಹೆಸರು? ಹಿಡಿಂಬವನ, ನಿಶ್ಚಿತ ಹೆಸರೇ ಇಲ್ಲದ್ದಕ್ಕೆ ನಾವು ಕೊಟ್ಟುಕೊಂಡ ಅಂಕಿತವಷ್ಟೆ ಅದು, ರಾತ್ರಿಯ ಹೊತ್ತಿಗೆ ಮಾಂಸ ಮೂಳೆ ನರಗಳೆಲ್ಲ ಬೆವರಿ ಹಿಡಿತ ತಪ್ಪಿರುವಾಗ ಆ ಕಾಡಿನಲ್ಲಿ ಎಲ್ಲರೂ ನಿದ್ದೆ ಮಾಡುವುದುಂಟೆ? ನೀವು ಮಲಗಿ ನಾನು ಎಚ್ಚರವಾಗಿ ಪಹರೆ ಕಾಯುತ್ತೇನೆನ್ನುವುದೇ ತಡ, ಉಳಿದವರೆಲ್ಲ ಝರಿಯ ನೀರು ಕುಡಿದು ಮಲಗಿದ ತಕ್ಷಣ ಭಯ ಆತಂಕಗಳನ್ನೆಲ್ಲ ಮರೆತು ಹೆಣದಂತೆ ಬಿದ್ದುಕೊಂಡದ್ದೇ, ಉಸಿರಾಡುವ ವ್ಯತ್ಯಾಸ ಒಂದು ಬಿಟ್ಟು, ಹೊಟ್ಟೆಗಿಲ್ಲದ್ದರಿಂದ ಗಟ್ಟಿ ಗೊರಕೆಯೂ ಇಲ್ಲದೆ, ಹುಲಿ ಚಿರತೆಗಳು ಎಲ್ಲಿ ಸಂಚು ಹಾಕಿ ಕುಪ್ಪಳಿಸಿಬಿಡುತ್ತವೆಯೋ ಎಂದು ನಾನು ಸುತ್ತ ತಿರುಗಿ ನೋಡುತ್ತಿರುವಾಗ ಲಲ್ಲವೆ ಅವಳು ಕಾಣಿಸಿಕೊಂಡದ್ದು! ಇದೇನು ಮಾಯೆಯೋ ಅಂತ ನನಗೆ ಭ್ರಮೆಯಾಗು ವಂತಹ ಎತ್ತರ, ನನ್ನ ಭುಜಕ್ಕೆ ಬರುವ ಆರ್ಯಗಂಡಸಿಗಿಂತ ಎತ್ತರ, ತುಂಬಿದ ಹಸುವಿ

ನಂತಹ ಮೈಕಟ್ಟು, ನಡುವಿಗೆ ಮಾತ್ರ ಸುತ್ತಿಕೊಂಡ ಚರ್ಮ, ಸ್ಪಷ್ಟವಾಗಿ ನೆನಪಿದೆ, ಇದೇನು ಮಾಯೆಯೋ ಎಂಬ ಭಯ, ಒಮ್ಮೆ ಕಾಣಿಸಿಕೊಂಡು ಮರೆಯಾಗಿ ನಸು ಬೆಳಕಾಗಿ ನನಗೂ ನಿದ್ದೆ ತಾಳಲಾರದಾದಾಗ ಮತ್ತೆ ಕಾಣಿಸಿಕೊಂಡು ನೇರವಾಗಿ ಹತ್ತಿರಕ್ಕೇ ಬಂದು ಮಾತನಾಡಿಸಿ, ನಮ್ಮ ಆರ್ಯಭಾಷೆಯ ಥರವೇ ರಾಕ್ಷಸಭಾಷೆ, ಹಿಮವತ್ಪರ್ವತದಲ್ಲಿ ದೇವಜನರು ಆಡುವ ರೀತಿ, ಉಚ್ಚಾರವೂ ಹಾಗೆಯೇ. ಎತ್ತಿದ ಧ್ವನಿ. 'ಯಾರು ನೀವು? ಯಾಕೆ ಬಂದಿರಿ ನಮ್ಮ ಕಾಡಿಗೆ?' ಸುಳ್ಳು ಹೆಸರು ಸುಳ್ಳು ಪರಿಚಯ ಹೇಳಿ, ನೀನಾರು, ನೀನೇಕೆ ಇಲ್ಲಿ ಕಾದಿದ್ದೀಯ ಕತ್ತಲೆಯ ರಾತ್ರಿ ಇಡೀ? ಎಂದು ಕೇಳಿದ್ದೇ ತಡ ನೇರವಾಗಿ ಹೇಳಿಬಿಟ್ಟಳಲ್ಲ, ಒಗಟಿಲ್ಲದೆ ಬಿಂಕ ಬಡಿವಾರವಿಲ್ಲದೆ: 'ನನ್ನ ಹೆಸರು ಸಾಲಕಟಂಕಟೀ ಅಂತ. ನಾವು ರಾಕ್ಷಸರು. ನಮ್ಮಣ್ಣ ನಮ್ಮ ರಾಕ್ಷಸಕುಲದ ರಾಜ. ರಾತ್ರಿ ಸಂಚಾರ ಮಾಡುವಾಗ ಅಕಸ್ಮಾತ್ ನೋಡಿದೆ. ನಿನ್ನನ್ನು ನೋಡಿದತಕ್ಷಣ ನಿನ್ನ ಮೇಲೆ ಆಶೆಯಾಗಿದೆ. ಇಲ್ಲಿ ನೆಲದ ಮೇಲೆ ಮಲಗಿರುವವರ ಹಾಗಲ್ಲ, ನೀನು ಸುಂದರ ರಾಕ್ಷಸನ ಹಾಗಿದ್ದೀಯ. ನನ್ನ ಗಂಡನಾಗಿಬಿಡು.' ಎರಡು ರಾತ್ರಿ ಒಂದು ಹಗಲು ಕಾಡಿನಲ್ಲಿ ಹೊಟ್ಟೆಗಿಲ್ಲದೆ ಅಲೆದದ್ದ ರಿಂದ ತೂಗುತ್ತಿದ್ದ ನಿದ್ರೆಯು ತನಗೆ ತಾನೇ ಎದ್ದುಹೋಗುವಂತಹ ನೇರ ಪ್ರಸ್ತಾಪ, ಬೆಳಕು ಹರಿಯುವ ಸ್ಪಷ್ಟತೆಯಲ್ಲಿ ಏನವಳ ರೂಪ ಆ ಎತ್ತರ ಆ ಗಾತ್ರ, ನನಗೆ ಓರಿಗೆ ಎನಿಸಿಕೊಳ್ಳುವ ಬೇರೆ ಯಾವ ಹುಡುಗಿಯನ್ನು ಸೃಷ್ಟಿ ಮಾಡಿಡಲು ಸಾಧ್ಯ ದೇವರು! ಇನ್ನೂ ಎಳೆಪ್ರಾಯ, ನನಗಾದರೂ ಎಷ್ಟು ವಯಸ್ಸು ಇಪ್ಪತ್ತೈದೊ? ಅವಳು ಪ್ರಸ್ತಾಪಿಸಿದ ತಕ್ಷಣ ಎದೆ ಝುಲ್ಲೆಂದಿತು ಜೀವನದಲ್ಲಿ ಮೊಟ್ಟಮೊದಲ ಸಲ. ಆದರೆ ಭಯ. ಅಪರಿಚಿತತನದ ಭಯ.

'ಹುಡುಗೀ, ಈ ನಿನ್ನ ಕಾಡು, ನೀನು, ನಿನ್ನ ಜನ, ಎಲ್ಲರೂ ನನಗೆ ಅಪರಿಚಿತರು. ನಿನ್ನನ್ನು ಹೇಗೆ ನಂಬಲಿ?'

'ನಿನ್ನನ್ನು ಆಶೆ ಪಡದೆ ರಾತ್ರಿ ಇಡೀ ನಿನ್ನನ್ನೇ ನೋಡುತ್ತಾ ಮರದ ಸಂದಿಯಲ್ಲಿ ನಿಲ್ಲುತ್ತಿದ್ದೆನೆ? ನಂಬುವುದೇನಿದೆ ಅದರಲ್ಲಿ? ಆಶೆಯನ್ನು ತಾಳಲಾರೆ. ಬಾ ನನ್ನ ಹತ್ತಿರ, ನಿನ್ನ ಈ ಜನರಿಗೆ ನಿದ್ದೆ ಈಗಲೇ ಕಳೆಯುವಂತೆ ಕಾಣುವುದಿಲ್ಲ' ಎನ್ನುತ್ತಾ ತಬ್ಬಿಕೊಳ್ಳುವ ತೋಳುಚಾಚಿ ಹತ್ತಿರಕ್ಕೇ ಬಂದಳಲ್ಲ, ಯಾವ ಆರ್ಯ ಹೆಂಗಸು ಹೀಗೆ ಮಾಡುತ್ತಿದ್ದಳು ಇಷ್ಟು ನೇರವಾಗಿ? ಇಷ್ಟಕ್ಕೂ ನನಗೆ ಗೊತ್ತಿರುವ ಆರ್ಯ ಹೆಂಗಸು ಅಂದರೆ ಯಾರು? ಮೊದಲ ದಿನ ಧರ್ಮನೊಡನೆ ಮದುವೆಯಾಗಿ ಆ ರಾತ್ರಿ ಅವನೊಡನೆ ಕಳೆದು ಮರುದಿನ ನನ್ನೊಡನೆ ಶಾಸ್ತ್ರವಾಗಿ ಶಯ್ಯೆಗೆ ಬಿಡುವ ಹೊತ್ತಿಗಾಗಲೇ ನಾನು ಆಶೆಯಿಂದ ಸುಟ್ಟು ಸುಟ್ಟು ಹೋಗುತ್ತಿದ್ದೆ. ಸಾಲಕಟಂಕಟಿಯೊಡನೆ ಕಳೆದ ಒಂದು ವರ್ಷದ ನಂತರ ಹೆಂಗಸಿನ ಸಂಗವಿಲ್ಲದ ಒಂದು ವರ್ಷದ ಮೇಲೆ ಮೂರು ತಿಂಗಳ ಹಸಿವು. ಉದ್ದ ಗಾತ್ರದಲ್ಲಿ ಚಿಕ್ಕವಳಾದರೂ ನೋಡಿದ ತಕ್ಷಣ ಸ್ವಯಂವರಕ್ಕೆ ಸೇರಿದ್ದ ಎಲ್ಲ ರಾಜರುಗಳ ಮನಸ್ಸನ್ನೂ ಇರಿದು ಹರಿಸಿದ್ದ ಚುರುಕು ರೂಪ. ಹೆಂಗಸು ಅಂದರೆ ಸಾಲಕಟಂಕಟಿಯ ಹಾಗೆ ನೇರ ಪ್ರವೇಶವೆಂದು ತಿಳಿದ ನಾನು ಮಾತನಾಡಿಸಿಕೊಂಡು ಸಮೀಪಿಸಿ ಉದ್ಯುಕ್ತನಾದರೆ ತಿರುಗಿ

ಮುದುಡಿಕೊಂಡು ನನ್ನ ಕೈಶಕ್ತಿಯನ್ನು ಹೇಗೆ ತಡೆದಾಳು, ಬಿಕ್ಕಿ ಬಿಕ್ಕಿ ಅಳುತ್ತಾ, ಎಂತಹ ಒರಟ ನೀನು, ಅನಾರ್ಯ ಆತುರ ಎಂದುಬಿಟ್ಟಳಲ್ಲ ನಾಚಿಕೆಯಾಗಿ ನಾನು ಸೋತು ಇಡೀ ರಾತ್ರಿ ಕತ್ತು ಬಗ್ಗಿಸಿ ಕೂತಿರುವ ಹಾಗೆ. ಇವಳು ಯಾವತ್ತೂ ಒಗಟು. ಹೀಗಿರಬಾರದು ಎನ್ನುತ್ತಾಳೆ. ಹೇಗಿರಬೇಕೆನ್ನುವುದನ್ನು ಹೇಳುವುದಿಲ್ಲ. ಒಂದು ದಿನ ಮಾತ್ರ ಅಂದಿದ್ದಳು ಕಾಡಿನಲ್ಲಿ ಅವಳು ಬಯಸಿದ ಸೌಗಂಧಿಕ ಪುಷ್ಪವನ್ನು ನಾನು ಹುಡುಕಿ ತಂದುಕೊಟ್ಟ ದಿನ, 'ಭೀಮ, ನೀನು ಹೀಗಿರಬೇಕು, ಹೀಗೆ ಮಾಡಬೇಕು ಅಂತ ಗಂಡನಿಗೆ ಬಿಡಿಸಿ ಹೇಳಿ ಅದರಂತೆ ಅವನು ನಡೆದುಕೊಂಡರೆ ಯಾವ ಸಂತೋಷವಿದ್ದೀತು ಹೆಂಗಸಿಗೆ! ಇವತ್ತು ನೋಡು, ಸೌಗಂಧಿಕ ಪುಷ್ಪದ ವಾಸನೆ ಚಂದ ಅಲ್ಲವೇ, ಅದನ್ನು ನೀನು ನೋಡಿದ್ದೀಯಾ? ಅಂತ ನಾನು ಕೇಳಿದೆ. ನೀನು ಅಷ್ಟಕ್ಕೆ ಅರ್ಥ ಮಾಡಿಕೊಂಡು ಹೋಗಿ ದಿನವೆಲ್ಲ ಹುಡುಕಿ ಹುಡುಕಿ ಸಂಪಾದಿಸಿ ತಂದೆ. ಯಾವಾಗಲೂ ಹೀಗೆಯೇ ಅರ್ಥಮಾಡಿ ಕೊಳ್ಳುತ್ತಿದ್ದರೆ ಎಷ್ಟು ಚನ್ನ!' ಸದಾ ಜಾಗ್ರತಬುದ್ಧಿಬೇಕು ಒಗಟನ್ನು ಅರ್ಥಮಾಡಿಕೊಳ್ಳಲು. ನೀನೊಬ್ಬನೇ ನನಗೆ ದಿಕ್ಕು ಅಂತ ನಿನಗೂ ಗೊತ್ತಿದೆ. ಅದು ಯಾವಾಗಲೂ ನಿನ್ನ ಮನಸ್ಸಿನಲ್ಲಿದ್ದರೆ ಸಾಕು ಅಂದಳಲ್ಲ ನೆನ್ನೆ, ಏನದರ ವಿಶೇಷ ಅರ್ಥ? ಅವಳಂತೂ ಬಿಡಿಸಿ ಹೇಳುವುದಿಲ್ಲ. ಬರೀ ಒಗಟುತನವಲ್ಲ. ಅಷ್ಟೊಂದು ಆತ್ಮಾಭಿಮಾನ. ಅರ್ಥ ಮಾಡಿಕೊಳ್ಳು ವುದು ನಿನಗೇ ಬೇಡವಾದರೆ ಬಿಡಿಸಿ ಬಿಡಿಸಿ ಬೇಡಿಕೊಳ್ಳಬೇಕೆ ನಾನು ಎಂದು ಮುಖ ತಿರುಗಿಸಿ ನಡೆದುಬಿಡುವ ಗರ್ವ. ಎಷ್ಟೋ ಸಲ ಕಣ್ಣೀರು ಒಸರಿದರೂ ತಡೆದು ಮುಚ್ಚಿಹಾಕುವ ಬಿಗುಮಾನ. 'ಭೀಮ, ನಿನ್ನೊಬ್ಬನೆದುರಿಗೆ ನಾನು ಮುಕ್ತವಾಗಿ ಅಳುತ್ತೇನೆ. ಉಳಿದ ನಾಲ್ವರಲ್ಲಿ ಯಾರೆದುರಿಗೂ ಒಂದು ಹನಿ ನೀರು ತೊಟ್ಟಿಕ್ಕಿಸಿದ್ದರೆ ದ್ರುಪದರಾಜನ ಮಗಳಲ್ಲ ನಾನು' ಎಂದಿದ್ದಳು ಒಂದು ದಿನ. ಯಾವಾಗ? ಭೀಮ ನೆನಪನ್ನು ಕೆರೆದು ನೋಡಿಕೊಂಡ. ಯಾವಾಗ ಎನ್ನುವುದು ತಕ್ಷಣ ಜ್ಞಾಪಕಕ್ಕೆ ಬರುತ್ತಿಲ್ಲ. ಯಾವಾಗಲೋ, ಒಟ್ಟಿನಲ್ಲಿ ಅವಳ ಕಣ್ಣೀರಿನಿಂದಲೇ ನನ್ನ ಅವಳ ಮನಸ್ಸುಗಳು ಏಕಪಾಕವಾಗಿವೆ.

ಊಟವಾದ ಮೇಲೆ ನೀಲ ನೆರಳಿನಲ್ಲಿ ಒಂದು ಮೆತ್ತನೆಯ ಚಾಪೆ ಹಾಸಿಕೊಟ್ಟ. ತಲೆಗೆ ಬಟ್ಟೆಗಳ ದಿಂಬು. ಹಿಂಬದಿಗೆ ಕಟ್ಟಿದ್ದ ಕೂದಲಿನಗಂಟನ್ನು ಸಡಿಲ ಮಾಡಿಕೊಂಡು ಮಲಗಿದ ಭೀಮನಿಗೆ ತಕ್ಷಣ ನಿದ್ದೆ ಬಂತು. ಮಧ್ಯಾಹ್ನದ ಊಟ ಮುಗಿದ ತಕ್ಷಣ ಎರಡು ಘಳಿಗೆ ನಿದ್ದೆ ಮಾಡುವುದು ಅವನ ಅಭ್ಯಾಸವೆಂಬುದನ್ನು ನೀಲ ಅರ್ಥಮಾಡಿಕೊಂಡಿದ್ದ. ಅವನಿಗೂ ಭೀಮನಿಗೂ ಒಂದೂವರೆ ವರ್ಷದ ಪರಿಚಯ, ಸ್ನೇಹ. ಹನ್ನೆರಡು ವರ್ಷದ ವನವಾಸ ಮುಗಿಸಿ ಒಂದು ವರ್ಷ ಅಜ್ಞಾತದಲ್ಲಿರಲು ಐವರು ಪಾಂಡವರೂ ದ್ರೌಪದಿ ಯೊಡನೆ ವಿರಾಟನಗರಿಗೆ ಬಂದಾಗ ಭೀಮನು ವಿರಾಟನ ಅಡುಗೆಯ ಪರಿಚಾರಕನಾಗಿ ಸೇರಿಕೊಂಡ. ಹಿರಿಯ ಧರ್ಮರಾಜ ಆಸ್ಥಾನದ ಧರ್ಮಜ್ಞನ ವೇಷದಲ್ಲಿದ್ದ, ನಕುಲನು ದಾಮಗ್ರಂಥಿ ಎಂಬ ಹೆಸರಿಟ್ಟುಕೊಂಡು ವಿರಾಟನ ಅಶ್ವಪಾಲಕನಾಗಿ ಸೇರಿಕೊಂಡ. ಸಹ

ದೇವನು ತಂತ್ರೀಪಾಲನಾಗಿದ್ದ. ದ್ರೌಪದಿ ವಿರಾಟನ ಹೆಂಡತಿಗೆ ಅಲಂಕಾರ ಮಾಡುವ ದಾಸಿಯಾಗಿ ಕಾಲ ಕಳೆದಳು. ಆಗ ನೀಲನಿಗೂ ಭೀಮನಿಗೂ ಸ್ನೇಹ ಬೆಳೆಯಿತು. ವಿರಾಟನ ಅಂಗರಕ್ಷಕನಾದ ನೀಲನಿಗೆ ರಾಜನ ಪಾಕಶಾಲೆಯಲ್ಲೇ ಊಟವಾಗುತ್ತಿತ್ತು. ವಲಲನೆಂಬ ಹೆಸರಿನಲ್ಲಿ ಪರಿಚಾರಕನಾಗಿ ಸೇರಿದ ಭೀಮನ ಅಡುಗೆಯು ರಾಜಪರಿಚಾರದ ಮನಸ್ಸನ್ನು ಗೆದ್ದದ್ದು ಮಾತ್ರವಲ್ಲ, ಅಲ್ಲಿ ತಿನ್ನುತ್ತಿದ್ದ ಉಳಿದವರೂ ಅದಕ್ಕೆ ಮಾರುಹೋಗಿದ್ದರು. ಇಕ್ಕುವುದರಲ್ಲೂ ಅಷ್ಟೆ, ಭೀಮನ ಕೈ ದೊಡ್ಡದು. ಹೀಗಾಗಿ ನೀಲನಿಗೆ ಅವನ ಮೇಲೆ ಪ್ರೀತಿ ಕೃತಜ್ಞತೆ ಬೆಳೆಯಿತು. 'ಬಾಣಸಿಗ, ನಿನ್ನ ಮೈಕಟ್ಟು ಇಷ್ಟು ಚನ್ನಾಗಿದೆ. ಬೆಳಗ್ಗೆ ಸಂಜೆ ನೀನು ಅಂಗಸಾಧನೆಯನ್ನೂ ಮಾಡಿಕೊಳ್ಳುತ್ತೀ ಅಂತ ಕೇಳಿದೀನಿ. ನೀನೇಕೆ ನನ್ನ ಹಾಗೆ ಯೋಧನಾಗಬಾರದು?' ಅವನು ಎರಡು ಮೂರು ಸಲ ಕೇಳಿದ್ದ.

'ಬಾಣಸಿಗನಾದರೆ ಬೇಕಾದಷ್ಟನ್ನು ಬೇಕಾದಂತೆ ಮಾಡಿಕೊಂಡು ತಿನ್ನಬಹುದು. ಬರೀ ಯೋಧನಾದರೆ ಏನುಂಟು ಅಡುಗೆಯವರೆದುರಿಗೆ ಹಲ್ಲು ಕಿರಿಯುವುದು ಬಿಟ್ಟು, ಈಗ ನೀನು ನನ್ನೆದುರಿಗೆ ಮಾಡುವ ಹಾಗೆ.' ಭೀಮ ನಕ್ಕಿದ್ದ.

ಅಜ್ಞಾತ ಕಳೆದು ಇವರು ಪಾಂಡವರು, ಇವನು ಪ್ರಸಿದ್ಧವೀರ ಭೀಮ, ತಮ್ಮ ರಾಜ್ಯದ ಸೇನಾಪತಿ ಜಟ್ಟಿ ಕೀಚಕನನ್ನು ಕೊಂದವನು ಇವನೇ ಎಂಬುದು ತಿಳಿದಾಗ ನೀಲನು ಭೀಮನಿಗೆ ಮುಖ ತೋರಿಸಲು ನಾಚಿ ದೂರವಿದ್ದ. ಆದರೆ ನೀಲನ ಧೈರ್ಯ ಶಕ್ತಿ ಸ್ವಭಾವಗಳು ಗೊತ್ತಿದ್ದುದರಿಂದ ಭೀಮನೇ ಅವನನ್ನು ಕರೆಸಿ ಮಾತನಾಡಿ ಬೆನ್ನು ಸವರಿ ತನ್ನಲ್ಲಿ ಕೆಲಸಮಾಡಲು ಉಪಪ್ಲಾವ್ಯ ನಗರಕ್ಕೆ ಕರೆತಂದಿದ್ದ.

ಮಧ್ಯಾಹ್ನದ ನಿದ್ರೆ ಹೆಚ್ಚು ಹೊತ್ತು ಬರಲಿಲ್ಲ. ಭೀಮ ಬೇಗ ಎದ್ದು ಕುಳಿತ. ಉಳಿದ ಸವಾರರು ಅಲ್ಲಲ್ಲಿ ಮರಗಳ ಕೆಳಗೆ ಮಲಗಿದ್ದರು. ಬಿಸಿಲಿನ ದಗೆಯಲ್ಲಿ ಪ್ರಯಾಣ ಮಾಡುವಂತಿಲ್ಲ. ರಾತ್ರಿ ತುಂಬ ದಾರಿ ಸವೆಸಬೇಕೆಂಬ ನಿಶ್ಚಯವಿತ್ತು. ಅವರು ಆರಾಮವಾಗಿ ನಿದ್ರಿಸುತ್ತಿದ್ದರು. ಭೀಮನ ಕುದುರೆಗೆ ತಾನೇ ನೆನೆದ ಗೋಧಿಯ ನುಚ್ಚು ತಿನ್ನಿಸಿ ನೀರು ಕುಡಿಸಿ ಬಾಯಾಡಿಸಲು ಹುಲ್ಲು ಹಾಕಿದ ಮೇಲೆ ನೀಲ ಚಾಪೆಯ ಹತ್ತಿರ ಬಂದ. ಏನೋ ಕೇಳಲು ಬಂದಿದ್ದಾನೆಂದು ಅರಿತ ಭೀಮ ಕುಳಿತುಕೊಳ್ಳುವಂತೆ ದೃಷ್ಟಿಯಿಂದ ಸೂಚಿಸಿದ.

ಚಾಪೆಯ ಹೊರಗೆ ನೆಲದ ಮೇಲೆ ಕುಳಿತ ನೀಲ ಕೇಳಿದ: 'ಮಹಾರಾಜ, ನೀನು ಅದೆಷ್ಟೋ ಜನ ರಾಕ್ಷಸರನ್ನು ಕಾದಿ ಕೊಂದಿರುವ ಸಂಗತಿ ಕೇಳಿದ್ದೇನೆ. ಈಗ ಅವರ ಸಹಾಯ ಕೇಳುವುದಕ್ಕೆ ನಾವೆಲ್ಲ ಹೋಗುತ್ತಿದೀವಿ. ಏನವರ ಕದನ ವಿಶೇಷ? ನಮಗಿಂತ ಹೆಚ್ಚು ಚಟುಕೋ ಬಿಲ್ಲು ಬಾಣಗಳ ಪ್ರಯೋಗದಲ್ಲಿ?'

'ವಿಶೇಷವೇ?' ಆಗತಾನೇ ನಿದ್ದೆಯಿಂದ ಎದ್ದು ಕುಳಿತ ಭೀಮ ಒಂದು ಸಲ ಅಗಲವಾಗಿ ತುಂಬು ಮೀಸೆಯು ಗೋಪುರದಾಕಾರವಾಗುವಂತೆ ಆಕಳಿಸಿ ಹೇಳಿದ: 'ರಾಕ್ಷಸರು ಸದಾ ಕಾಡಿನಲ್ಲಿರುವ ಜನ, ಹುಲಿ ಕಿರುಬ ಚಿರತೆ ಆನೆಗಳ ನಡುವೆ. ಅವನ್ನು ಕೊಂದು ಜೀವ ಉಳಿಸಿಕೊಳ್ಳಬೇಕು. ಅಂದರೆ ಅವರಿಗೆ ಭಯ ಕಡಮೆ ಇರುತ್ತೆ. ಅಥವಾ ನಮಗೆ ಹೋಲಿಸಿ

ಕೊಂಡರೆ ಇರುವುದೇ ಇಲ್ಲ. ನೀನು ಯಾವ ಶತ್ರುವಿನ ಜೊತೆ ಸದಾ ಹೋರಾಡುವೆಯೋ ಅವನ ಗುಣ ನಿನಗೂ ಬರುವುದಿಲ್ಲವೆ? ಹಾಗೆ ಹುಲಿ ಕಿರುಬಗಳ ಗುಣ ರಾಕ್ಷಸರಿಗಿದೆ. ಯುದ್ಧದಲ್ಲಿ ಅಪಾಯ ಲೆಕ್ಕಿಸದೆ ನೇರವಾಗಿ ನೆಗೆದು ನುಗ್ಗಬಲ್ಲರು. ಮಳೆ ಬಿಸಿಲು ಚಳಿ ಗಳಿಗೆ ಬಗ್ಗದೆ ಗಟ್ಟಿಗೊಂಡ ಮೈಕಟ್ಟು, ಎಂತಹ ಮರವನ್ನಾದರೂ ಹತ್ತಿ ಧುಮುಕುವ, ನೀರಿನಲ್ಲಿ ಮುಳುಗಿ ಅಥವಾ ಈಜಿ ಹೋಗುವ ಅಭ್ಯಾಸ, ಬೇಟೆ ಮಾಂಸವನ್ನೇ ಹೊಟ್ಟೆ ತುಂಬ ತಿಂದು ಅರಗಿಸಿಕೊಂಡ ಕಸುವು, ಇವೆಲ್ಲ ಇರುತ್ತವೆ ಅವರಲ್ಲಿ. ಬೇಟೆಯಾಡುವ ಹುಲಿ ಕಿರುಬಗಳು ಎದುರಿಗೆ ಕಾಣಿಸದಿದ್ದರೂ ಸದ್ದು ಹಿಡಿದು ಬಾಣ ಹೊಡೆಯಬಲ್ಲ ಗುರಿ ಅಭ್ಯಾಸವಾಗಿರುತ್ತದೆ. ವಾಸನೆಯಿಂದಲೇ ಶತ್ರುವನ್ನೂ ಗುರುತಿಸಬಲ್ಲರು.'

'ನೀನು ಅವರ ಜೊತೆ ಎಂಥ ಯುದ್ಧ ಮಾಡಿದೆ? ಬಾಣದಿಂದಲೋ ಮುಷ್ಟಿ ಯಿಂದಲೋ? ಹೆದರಿಕೆಯಾಗಲಿಲ್ಲವೆ ಮೊದಲ ಸಲ ರಾಕ್ಷಸರು ಮೇಲೆಬಿದ್ದಾಗ?'

'ನಾನೆ?' ಭೀಮ ಇನ್ನೊಂದು ಸಲ ಸಣ್ಣದಾಗಿ ಆಕಳಿಸಿದ. ಜ್ಞಾಪಿಸಿಕೊಳ್ಳುವವನಂತೆ ಒಂದು ನಿಮಿಷ ಕಣ್ಣು ಮುಚ್ಚಿ ಜ್ಞಾಪಕವನ್ನು ಹೊರತಂದು ನಿಧಾನವಾಗಿ ಹೇಳಿದ: 'ಕೊನೆಗೆ ಚನ್ನಾಗಿ ಹಿತವಾದ ಮೈಕೈ ನೋವು ಬರದಿದ್ದರೆ ಆ ಕಾದಾಟದಲ್ಲಿ ಯಾವ ಸುಖವಿರುತ್ತೆ? ಹುಲ್ಲೆಕರು ಹೊಡೆದರೆ ಬೇಟೆಯ ಖುಷಿ ಸಿಕ್ಕುತ್ತೆಯೆ? ನನಗೆ ಹೇಳಿ ಕೇಳಿ ಮುಷ್ಟಿ, ಗದೆ, ತೊಲೆ ತುಂಡುಗಳ ಹೊಯ್ದಾಟವೇ ಹೇಳಿಸಿದ್ದು. ದೂರ ನಿಂತು ಬಾಣ ಬಿಡುವುದು ಹೆಂಗಸರ ಕೆಲಸ ಅಂತ ಇವತ್ತಿಗೂ ಅನ್ನಿಸುತ್ತೆ. ನನಗೆ ತಕ್ಕಂತಹ ಮಲ್ಲಯುದ್ಧ ಮಾಡುವವರು ಯಾರಿದ್ದರು? ಆದ್ದರಿಂದ ಹುಳು ಹೊಸಕುವ ಆಟವೇ ಆಗಿತ್ತು ಅಲ್ಲಿಯ ತನಕ. ನಮ್ಮ ದಾಯಾದಿ ದುರ್ಯೋಧನ ನಮ್ಮನ್ನು ಅರಗಿನ ಮನೆಯಲ್ಲಿ ಕೂಡಿ ಸುಡಿಸಿಬಿಡ ಬೇಕು ಅಂತ ತಂತ್ರ ಮಾಡಿದ್ದ. ಅದಕ್ಕೆ ನಾವೇ ಬೆಂಕಿಹಾಕಿ ಸುರಂಗದಿಂದ ತಪ್ಪಿಸಿಕೊಂಡು ಮುಂದೆ ಮರೆಯಾದೆವು.'

'ಕೇಳಿದೀನಿ. ಧರ್ಮಮಹಾರಾಜ ನಮ್ಮ ವಿರಾಟರಾಜನಿಗೆ ಅದೆಲ್ಲ ಹೇಳಿದಾಗ ನಾನು ಹತ್ತಿರವೇ ಇದ್ದೆ. ಅಲ್ಲಿಂದ ಮುಂದೆ ಕಾಡಿನಲ್ಲಿ ನಡೆದು ಉಳಿದವರೆಲ್ಲ ಮಲಗಿದ್ದಾಗ ನಿನ್ನನ್ನು ನೋಡಿದ ಹಿಡಿಂಬಾದೇವಿ ಮೋಹಗೊಂಡಳಂತೆ. ಅವಳ ಅಣ್ಣನನ್ನು ನೀನು ಕೊಂದೆಯಂತೆ. ಹೇಗೆ ನಡೆಯಿತು ಆ ಕಾದಾಟ? ಈಗ ನಾವು ಅಲ್ಲಿಗೆ ಹೋಗುತ್ತಿದೀವಲ್ಲ, ಅಕಸ್ಮಾತ್ ಯಾರಾದರೂ ರಾಕ್ಷಸ ಮೇಲೆ ಬಿದ್ದರೆ ಜೀವರಕ್ಷಣೆ ಹೇಗೆ ಮಾಡಿಕೊಬೇಕು ಅಂತ ತಿಳಿದುಕೊಳ್ಳುವುದಕ್ಕೆ ಕೇಳ್ತಿದೀನಿ.'

ಹಿಡಿಂಬೆ ಮೋಹಗೊಂಡ ವಿಷಯವನ್ನು ಇವನೊಡನೆ ಹೇಳಲು ಭೀಮನಿಗೆ ಮನಸ್ಸು ಬರಲಿಲ್ಲ. ಆದರೆ ಅದನ್ನು ಬಿಟ್ಟರೆ ಹಿಡಿಂಬನೊಡನೆ ಆದ ಹೊಯ್ದಾಟಕ್ಕೆ ಹಿನ್ನೆಲೆ ಇರುವು ದಿಲ್ಲ. ಎಲ್ಲಿಂದ ಶುರುಮಾಡಬೇಕೆಂದು ತಿಳಿಯದೆ ಒಂದು ನಿಮಿಷ ಕಸಿವಿಸಿಪಟ್ಟನಂತರ ಹೇಳತೊಡಗಿದ: 'ಬೆಳಕು ಹರಿಯುತ್ತಿತ್ತು. ನನ್ನ ತಾಯಿ, ಅಣ್ಣತಮ್ಮಂದಿರು ಒಂದು ಶುಭ್ರವಾದ ಸಮತಟ್ಟು ಬಂಡೆಯ ಮೇಲೆ ಮಲಗಿ ಇನ್ನೂ ನಿದ್ರಿಸುತ್ತಿದ್ದಾರೆ. ಸ್ವಲ್ಪ ದೂರದಲ್ಲಿ ಕಾವಲು ನಿಂತಿದ್ದ ನನ್ನ ಹತ್ತಿರ ಅವಳು ನಿಂತಿದ್ದಾಳೆ. ಒಂದು ಸಂದಿನಿಂದ ಹಾರಿ ಬಂದ ಅವಳಣ್ಣ.

ಹಾರಲಿಲ್ಲ, ಹುಲಿಯ ಹಾಗೆ ಕುಪ್ಪಳಿಸಿ ಬಂದ. ಸುಮಾರು ಮೂವತ್ತು ವರ್ಷ ವಯಸ್ಸು. ನನಗೆ ಇಪ್ಪತ್ತನಾಲ್ಕೊ ಇಪ್ಪತ್ತೈದೋ ಸರಿಯಾಗಿ ನೆನಪಿಲ್ಲ. ನನ್ನ ಹಾಗೆಯೇ ಮೈಕಟ್ಟು. ಹುಲಿಯಂತೆ ಅಗಲವಾಗಿ ಶಕ್ತಿಯುತವಾದ ಮುಂಗೈಗಳು. ಮುಂಗೈ ಅನ್ನುವುದಕ್ಕಿಂತ ಪಂಜ ಅಂದರೆ ಸರಿ.'

'ಯಾವ ಬಣ್ಣ ಇರುತ್ತಾರೆ ಅವರು?' ನೀಲ ಅಡ್ಡ ಕೇಳಿದ.

'ನಮ್ಮದೇ ಕೆಂಪು ಬಣ್ಣ. ಪೂರ್ತಿ ಬಟ್ಟೆ ಹಾಕದೆ, ಗಾಳಿ ಬಿಸಿಲಿಗೆ ಮರೆ ಮಾಡಿಕೊಳ್ಳದೆ ಸ್ವಲ್ಪ ಕಂದು ತಿರುಗಿರುತ್ತಾರೆ ಅಷ್ಟೆ. ಒಂದೇ ಹಾರಿಗೆ ನನ್ನ ಎದುರು ಬಂದು ನಿಂತು ಗುಡುಗಿದ: ಯಾರ ಅಪ್ಪಣೆಯಿಂದ ಈ ಹಿಡಿಂಬಾಸುರನ ರಾಜ್ಯ ಅತಿಕ್ರಮಿಸಿದ್ದೀಯ? ಬೊಗುಳು. ಆಕಾಶದಲ್ಲಿರುವ ಸೂರ್ಯನನ್ನು ಮಾತನಾಡಿಸುವಂತಹ ಗಟ್ಟಿ ಧ್ವನಿ. ನನಗೂ ಗಾಭರಿ. ರಾಕ್ಷಸರ ವಿಷಯ ಕೇಳಿದ್ದೆ. ಕಂಡಿರಲಿಲ್ಲ. ತಕ್ಷಣ ತಂಗಿಯ ಕಡೆ ತಿರುಗಿದ. ಸರಹದ್ದಿನ ಸಂಚಾರ ಮಾಡಿ ಬರುತ್ತೇನೆಂದು ಬಂದವಳು ಇಲ್ಲಿ ಹೊರಕುಲದವನ ಹತ್ತಿರ ಏನು ಮಾಡುತ್ತಿದ್ದೆ? ಇಷ್ಟುತನಕ ಕೇಳಿಸಿಕೊಂಡೆ ನಿನ್ನ ಪ್ರೀತಿಯ ಮಾತುಗಳನ್ನು. ನಿನ್ನನ್ನು ಆಮೇಲೆ ವಿಚಾರಿಸಿಕೊಳ್ಳುತ್ತೇನೆ. ನಾನು ಬರೀ ಅಣ್ಣನಲ್ಲ ನಿನಗೆ, ರಾಜ್ಯದ ರಾಜ ಕೂಡ. ಸ್ವಂತ ಮನೆ ಅನ್ನುವ ಹಾಗೆ ನನ್ನ ರಾಜ್ಯದಲ್ಲಿ ಮಲಗಿ ನಿದ್ರಿಸುತ್ತಿದ್ದಾರಲ್ಲ, ಇವರ ಬುರುಡೆಗಳನ್ನು ಮೊದಲು ಪಕ್ಕಳೆ ಮಾಡುತ್ತೀನಿ ಎಂದವನೇ ಬಗ್ಗಿ ಪಕ್ಕದಲ್ಲಿದ್ದ ಒಂದು ಕಲ್ಲುತುಂಡು ಎತ್ತಿಕೊಂಡು, ಗದ್ದಲಕ್ಕೆ ನಿದ್ರೆ ಕತ್ತರಿಸಿ ಗಾಭರಿಯಿಂದ ಕಣ್ಣುಬಿಡುತ್ತಿದ್ದ ಅವರ ಕಡೆಗೆ ತಿರುಗಿದ. ನಾನು ಮುಂದೆ ನುಗ್ಗಿ ಅವನಿಗೆ ತೆಕ್ಕೆಹಾಕಿದೆ. ಇಲ್ಲದಿದ್ದರೆ ಆ ದಪ್ಪ ಕಲ್ಲಿಗೆ ಸಿಕ್ಕಿ ಒಬ್ಬರೋ ಇಬ್ಬರೋ ಜಜ್ಜಿ ಹೋಗುತ್ತಿದ್ದರು.'

'ಮುಂದೆ?' ನೀಲ ಮಗ್ನನಾಗಿ ಕೇಳಿದ.

'ತೆಕ್ಕೆಹಾಕಿ ಹಿಡಿದೆನೋ ಇಲ್ಲವೋ, ಕಲ್ಲು ನನ್ನ ಬೆನ್ನಿನ ಮೇಲಿನಿಂದ ಉರುಳಿ ಕೆಳಗೆ ಬಿತ್ತು. ಮಾಂಸ ತರೆಯಿತು. ಮೂಳೆಗೆ ಏನೂ ಆಗಲಿಲ್ಲ. ಅವನೂ ಬಲವಾದ ಆಳು. ಒಂದು ಸಲ ಕೊಸರಿಕೊಂಡ. ನಾನು ಮುಗ್ಗರಿಸಿದೆ. ಆದರೆ ಅವನು ಅಂಗಾತ ಬಿದ್ದು ಅವನ ಮೇಲೆ ನಾನು ಬಿದ್ದೆ. ಬೆನ್ನಿಗೆ ಪೆಟ್ಟಾದದ್ದು ಅವನಿಗೆ. ನನ್ನ ಮಂಡಿಗೆ ನೋವಾಗಿತ್ತು. ಬಿದ್ದವನು ಹೊರಳಿದ. ಕಿರುಚಿದ. ಕಾಳಗದಲ್ಲಿ ಏನು ಮಾಡಬೇಕು ಅನ್ನುವುದು ಸ್ಪಷ್ಟವಾಗಿ ತಿಳಿದಿದ್ದರೆ ಅವಕಾಶ ಸಿಕ್ಕಿದ ತಕ್ಷಣ ಮಾಡಿ ಮುಗಿಸಿಬಿಡಬಹುದು. ಅವನನ್ನು ಕೊಲ್ಲುವುದು ನನ್ನ ಉದ್ದೇಶ ಅಂತ ನನಗೇ ತಿಳಿದಿರಲಿಲ್ಲ. ತಿಳಿದಿದ್ದರೆ ಅದೇ ಮುಷ್ಟಿಯಲ್ಲಿ ಕುತ್ತಿಗೆ ಹಿಸುಕಿ ಮುಗಿಸಬಹುದಾಗಿತ್ತು. ನಾನು ಬರಿದೇ ಚಿತ್ತು ಮಾಡಲು ತೊಡಗಿದ್ದೆ. ಅವನು ಬಿಡಿಸಿಕೊಂಡ. ಇಷ್ಟೆಲ್ಲ ಆದದ್ದು ಮಟ್ಟಬಂಡೆಯ ಮೇಲೆ. ಇದು ಅಪಾಯ, ಅಕಸ್ಮಾತ್ ನಾನೇ ಬಿದ್ದರೆ ಮೂಳೆ ಮುರಿದೀತು ಎನ್ನಿಸಿ, ಬೇಕಂತಲೇ ಹತ್ತು ಹೆಜ್ಜೆ ಹಿಂದೆ ಓಡಿ ಮಣ್ಣಿನ ನೆಲದ ಮೇಲೆ ನಿಂತೆ. ಅವನು ನುಗ್ಗಿ ಮೇಲೆ ಬಂದ.'

'ಮುಗಿಸಬೇಕು ಅಂತ ಇನ್ನೂ ಹೊಳೆಯಲಿಲ್ಲವೆ?'

'ಅದೇ ಎಡವಟ್ಟು. ನನಗೇನಾಯಿತು ಅಂತೀಯ? ಅವನನ್ನು ತಬ್ಬಿ ಹಿಡಿಯುವಾಗ,

ಕಾಲಿನಿಂದ ತೊಡರುಹಾಕುವಾಗ, ಪಟ್ಟುಹಾಕಿ ತಿರುಚುವಾಗ ಅವನ ಕಲ್ಲುಮೈಸ್ಪರ್ಶದಿಂದ ನನಗೆ ಹಿತವೆನಿಸುತಿತ್ತು. ಹಸ್ತಿನಾಪುರದ ಗರಡಿಯಲ್ಲಿ ಅಭ್ಯಾಸ ಮಾಡುತ್ತಿದ್ದೆನಲ್ಲ, ನನ್ನ ಕಸುವಿಗೆ ತಕ್ಕ ಎದುರಾಳಿಯೇ ಇರಲಿಲ್ಲ ಜೋಡಿ ಕೊಡುಕ್ಕೆ. ಎಷ್ಟೋ ದಿನ ಸಣ್ಣ ಆನೆಯನ್ನು ರೇಗಿಸಿ ಕಾಳಗ ಮಾಡುತ್ತಿದ್ದೆ, ತೀಟೆ ತೀರಿಸಿಕೊಳ್ಳಲು. ಆನೆಯ ಕಾಲು ಸೊಂಡಿಲುಗಳು ನನಗೆ ಹಿತವಾಗುವಷ್ಟು ಕಸುವಾಗಿದ್ದವು. ದಡ್ಡ ಮುಂಡೇದಕ್ಕೆ ಸೊಂಡಿಲಿನಿಂದ ಸುತ್ತಿ ಎತ್ತುವುದನ್ನು ಬಿಟ್ಟರೆ ಬೇರೆ ಏನೂ ತಿಳಿಯುತ್ತಿರಲಿಲ್ಲ. ಅಪಾಯ ಅಂತ ಗೊತ್ತಿದ್ದರೂ ಆಗಾಗ್ಗೆ ಹಾಗೆ ಮಾಡದಿದ್ದರೆ ನನ್ನ ತೀಟೆ ಇಳಿಯುತ್ತಿರಲಿಲ್ಲ. ಈಗ ಅವನು ಸಿಕ್ಕಿದ್ದ. ನಾನು ಕುಸ್ತಿಯ ಸುಖ ಅನುಭವಿಸುತ್ತಿದ್ದೆ. ಎದೆಗೆ ಎದೆಕೊಟ್ಟು, ಕಾಲು ತೊಡೆಗಳನ್ನು ಮಡಿಸಿ ಮುರಿದು, ಗುದಿಮುರಿ ಹಾಕಿ ಚಿತ್ತು ಮಾಡುವ ಕ್ರೀಡೆಯಲ್ಲಿ ತಲ್ಲೀನನಾದೆ. ಆದರೆ ಒಂದು ವಿಷಯ ನೋಡು: ಈ ರಾಕ್ಷಸರಿಗೆ ಶಕ್ತಿ ಹೆಚ್ಚು. ನನ್ನಷ್ಟಲ್ಲ. ನಮ್ಮ ಆರ್ಯರ ಇತರ ಜಟ್ಟಿಗಳಿಗಿಂತ ಶಕ್ತಿ ಹೆಚ್ಚು. ಆದರೆ ಯುದ್ಧಕೌಶಲ, ತಂತ್ರ, ಎಲ್ಲಿಗೆ ಪಟ್ಟು ಹಾಕಿದರೆ ಶರೀರದ ಯಾವ ಭಾಗ ನಿಷ್ಕ್ರಿಯವಾಗುತ್ತದೆ, ತಕ್ಷಣ ಯಾವ ಭಾಗ ಹಿಡಿಯಬೇಕು, ಎಲ್ಲಿ ಒತ್ತಬೇಕು, ಯಾವ ಸೂಕ್ಷ್ಮ ನರದ ಮೇಲೆ ಬೆರಳು ಮಿಡಿದರೆ ಇಡೀ ಪಾರ್ಶ್ವ ಸ್ವಾಧೀನ ತಪ್ಪುತ್ತೆ ಎಂಬ ತಿಳಿವಳಿಕೆ ಇಲ್ಲ. ಅವರದೇನಿದ್ದರೂ ಹುಲಿಯುದ್ಧ: ಮೇಲೆ ನುಗ್ಗಿ ಕುತ್ತಿಗೆಗೆ ಬಾಯನ್ನೋ ಕೈಯನ್ನೋ ಹಾಕಿ ಮುಗಿಸಿಬಿಡುವುದು ಅಥವಾ ಒಂದು ತೊಡೆ ಮೆಟ್ಟಿಕೊಂಡು ಇನ್ನೊಂದನ್ನು ಹಿಗ್ಗಲಿಸಿ ತುಂಡು ಮಾಡಿಬಿಡುವುದು. ಅಷ್ಟರಲ್ಲಿ ಅರ್ಜುನ ಕೂಗಿಕೊಂಡ: ಅಣ್ಣಾ, ನೀನು ಮಲ್ಲಕ್ರೀಡೆಗೆ ಇಳಿದಿದ್ದೀಯ. ಅವನು ನಿನ್ನನ್ನು ಕೊಲ್ಲಲು ಸಂಚು ಹಾಕುತ್ತಿದಾನೆ. ತಡಮಾಡದೆ ತಕ್ಷಣ ಕೊಲ್ಲು. ತಕ್ಷಣ..... ಅಷ್ಟರಲ್ಲಿ ಅವರಿಗೆ ಪೂರ್ತಿ ಎಚ್ಚರವಾಗಿ ಎದ್ದು ಹತ್ತಿರ ಬಂದಿದ್ದರು.'

'ಅವರು ಅವನ ಮೇಲೆ ಬೀಳಲಿಲ್ಲವೆ?'

'ಹೇಳ್ತೀನಿ ತಡಿ. ಈಗ ನನಗೆ ಸುಸ್ತಾಗುತ್ತಿತ್ತು. ಎರಡು ರಾತ್ರಿ ಒಂದು ಹಗಲು ಪೂರ್ತಿ ನಿದ್ರೆ ಇಲ್ಲ. ಎರಡು ದಿನದಿಂದ ಹೊಟ್ಟೆಗಿಲ್ಲ. ಒಂದು ರಾತ್ರಿ ಒಂದು ಹಗಲು ಪೂರ್ತಿ ಕಾಡಿನಲ್ಲಿ ನಡೆದಿದ್ದೆ ನನ್ನ ಅಮ್ಮನನ್ನು ನನ್ನ ಹೆಗಲ ಮೇಲೆ ಹೊತ್ತುಕೊಂಡು. ಏದುಸಿರು ಬರುತ್ತಿತ್ತು. ನಿದ್ದೆ ಒದ್ದು ತೂಗುತ್ತಿತ್ತು. ಅರ್ಜುನಾದಿಗಳಿಗೆ ಅದು ಅರ್ಥವಾಗಿತ್ತು. ಆದರೂ ನನ್ನ ಒಂದು ಸ್ವಭಾವ ಅವರಿಗೆ ಗೊತ್ತು. ನಿನ್ನ ರಾಜ್ಯವನ್ನು ಇನ್ನೊಬ್ಬರು ಅತಿಕ್ರಮಿಸಿದರೆ ತಡೆಯುತ್ತೀಯಾ? ನೀನು ಅನುಸರಿಸುತ್ತಿರುವ ಬೇಟೆಯನ್ನು ಇನ್ನೊಬ್ಬರು ಹೊಡೆದು ಕೊಂದರೆ ಸುಮ್ಮನಿರುತ್ತೀಯಾ? ಹಾಗೆಯೇ ನಿನ್ನ ಎದುರಾಳಿಯನ್ನು ಇನ್ನೊಬ್ಬ ಕೊಂದರೆ ನಿರಾಶೆಯಾಗುವುದಿಲ್ಲವೆ? ಅರ್ಜುನನೇನೋ ಅಣ್ಣಾ, ಅವನನ್ನು ನಾನು ಬಾಣ ಹೊಡೆದು ಕೊಲ್ಲುತ್ತೇನೆ. ಸ್ವಲ್ಪ ದೂರವಿರು ಎಂದ. ನಾನೇ ಬೇಡ ಬೇಡ ಎಂದೆ. ನನ್ನನ್ನು ಮುಗಿಸಬೇಕೆಂದು ಹಿಡಿಂಬ ಗರ್ಜಿಸಿಕೊಂಡು ನುಗ್ಗಿದ. ಏನು ಮಾಡಬೇಕೆಂದು ನನಗೆ ಅಷ್ಟರಲ್ಲಿ ಗೊತ್ತಾಗಿತ್ತು. ಆದರೆ ಮನಸ್ಸಿನಲ್ಲೇ ಒಂದು ತಡೆ ಹಿಡಿಯುತ್ತಿತ್ತು. ಅಲ್ಲಿಯತನಕ ನಾನು ಸಾಧನೆ ಮಾಡಿದ್ದೆ. ಬೇಕಾದಷ್ಟು ಮಲ್ಲಗೆಲಸ ಮಾಡಿದ್ದೆ. ಆದರೆ ಯಾರನ್ನೂ

ಕೊಂದಿರಲಿಲ್ಲ. ದೂರದಲ್ಲಿ ನಿಂತು ಬಾಣ ಹೊಡೆದು ಕೊಲ್ಲುವುದು ಒಂದು ಥರಕ್ಕೆ ಸುಲಭ. ಕತ್ತಿ ಎತ್ತಿ ಕತ್ತರಿಸಿ ಹಾಕುವುದು ಅಷ್ಟು ಸುಲಭವಲ್ಲ. ಮೈಗೆ ಮೈ ತಗುಲಿಸಿ ತಬ್ಬಿ ಬಾಚಿ ಮುರುಟಿ ಜೊತೆಯಲ್ಲಿ ಹೊರಳಿದವನನ್ನು ಕೊಲ್ಲುವುದು ಕಷ್ಟ ಅಲ್ಲವೆ, ಅದೂ ಯಾರನ್ನೂ ಕೊಂದು ಅಭ್ಯಾಸವಿಲ್ಲದವನಿಗೆ? ಅಷ್ಟರಲ್ಲಿ ಅವನು ಹತ್ತಿರವಿದ್ದ ಒಂದು ಆಲದ ತುಂಡನ್ನು ಮುರಿದುಕೊಂಡಿದ್ದ. ನಾನೂ ಒಂದನ್ನು ಮುರಿದುಕೊಂಡೆ. ಎತ್ತಿ ನನ್ನನ್ನು ಹೊಡೆಯಲು ಬಂದ. ಸರಕ್ಕನೆ ಹೊರಳಿದೆ. ಅವನ ಏಟು ನೆಲಕ್ಕೆ ಬಿತ್ತು. ನನ್ನದು ಅವನ ಬುರುಡೆಗೆ ಬಿತ್ತು. ರಕ್ತ ಹರಿಯಿತು. ಪಕ್ಕಳೆಯಾಗಿ ಹೋಗಿತ್ತು. ಕೂಗುವುದಕ್ಕೆ ಬಾಯಿ ತೆಗೆದವನು ಪೂರ್ತಿ ಕೂಗಲೂ ಇಲ್ಲ. ಬಿದ್ದುಬಿಟ್ಟ ನೆಲದ ಮಣ್ಣನ್ನು ಕೆಂಪುರಕ್ತದಿಂದ ನೆನೆಸಿಕೊಂಡು.'

'ಮುಂದೆ? ಅವನ ತಂಗಿ ಸುಮ್ಮನಿದ್ದಳೆ?'

'ಗೋಳೋ ಅಂತ ಊಳಿಡಲು ಶುರುಮಾಡಿದಳು ಅಣ್ಣನ ರಕ್ತ ಹರಿಯುವ ತಲೆಯನ್ನು ಎತ್ತಿ ತೊಡೆಯ ಮೇಲೆ ಹಾಕಿಕೊಂಡು. ಅವಳು ಅಳುವ ಸದ್ದಿಗೆ ಕಾಡಿನ ಗಿಡಬಳ್ಳಿಗಳೆಲ್ಲ ಹೆದರಿ ಮಂಕಾಗಿದ್ದವು. ಯಾರೋ ಇಬ್ಬರು ರಾಕ್ಷಸರು ಓಡಿ ಬಂದರು. ಅವರ ಚಲನೆಯ ಸದ್ದು ಕೇಳಿದುದೇ ತಡ ಅರ್ಜುನ ಒಂದಾದ ಮೇಲೆ ಒಂದರಂತೆ ಏಳು ಎಂಟು ಬಾಣ ಹೊಡೆದಿದ್ದ. ಹಿಡಿಂಬನ ಹೆಣ ನೋಡುವ ಮೊದಲೇ ಅವರು ಊಳಿಡುತ್ತಾ ಕೆಳಗೆ ಬಿದ್ದರು. ತೊಡೆಯ ಮೇಲಿದ್ದ ಅಣ್ಣನ ತಲೆಯನ್ನು ಕೆಳಗೆ ಇಟ್ಟು ರಕ್ತದಿಂದ ಒದ್ದೆಯಾದ ಕಾಲುಗಳಿಂದ ನೆಗೆದು ಅವನ ತಂಗಿ ಹೋಗಿ ನೋಡಿದಳು. ಇಬ್ಬರು ರಾಕ್ಷಸರು ನೋವಿನಿಂದ ಹೊಡೆದುಕೊಳ್ಳುತ್ತಿದ್ದರು. ಬಾಣಗಳು ಅಪಾಯಸ್ಥಳಕ್ಕೆ ತಗುಲಿದ್ದವು. ಒಬ್ಬರೂ ಉಳಿಯಲಿಲ್ಲ. ಅವಳು ಓಡಿ ಮರೆಯಾದಳು. ತನ್ನ ಕಡೆಯವರನ್ನೆಲ್ಲ ಗುಂಪುಕಟ್ಟಿಕೊಂಡು ಬರಲು ಹೋಗಿದ್ದಾಳೆಂದು ನಾವು ಅರ್ಥಮಾಡಿಕೊಂಡೆವು. ಇಲ್ಲಿಂದ ಓಡಿಹೋಗಬೇಕು ಅಥವಾ ಇಲ್ಲೇ ಇದ್ದು ಅವಳು ಕರೆತರುವ ರಾಕ್ಷಸಸಮೂಹವನ್ನು ಎದುರಿಸಬೇಕು. ಎಲ್ಲಿಗೆ ಓಡಿಹೋಗುವುದು? ನಾವು ಬಂದ ದಿಕ್ಕೇ ಮರೆತುಹೋಗಿದೆ. ಹಿಂತಿರುಗಿ ಹೋದರೆ ದುರ್ಯೋಧನನ ಭಯ. ಮುಂದೆ ಅಪಾಯವಿರುವುದು ಖಚಿತವಾಗಿತ್ತು. ಆದರೆ ನನ್ನನ್ನು ನಿದ್ದೆ ಒದೆಯುತ್ತಿತ್ತು. ಧರ್ಮ, ಅರ್ಜುನ, ನಕುಲ, ಸಹದೇವ, ನೀವು ನೋಡಿಕೊಳ್ಳಿ. ಒಂದುಕ್ಷಣ ನಿಂತಿದ್ದರೂ ನಾನು ತಲೆ ತಿರುಗಿ ಬೀಳುವುದು ಖಂಡಿತ ಎಂದವನೇ, ಕೊಂಬೆ ಮುರಿದಿದ್ದೆವಲ್ಲ, ಅದೇ ಆಲದ ಮರದ ಬುಡದಲ್ಲಿ ಮಲಗಿದೆ. ನಾಲ್ಕು ಸಲ ಉಸಿರಾಡಿದ್ದಷ್ಟೇ ನೆನಪು.'

'ಮತ್ತೆ ರಾಕ್ಷಸ ಸಮೂಹ ಬರಲಿಲ್ಲವೋ?'

'ನನಗೆ ಎಚ್ಚರವಾದಾಗ ಮಧ್ಯಾಹ್ನ ಕಳೆದು ಸಂಜೆ ಕಳೆದು ರಾತ್ರಿಯಾಗಿತ್ತು. ಎಚ್ಚರವಾದಾಗ ಅಲ್ಲ, ಅಮ್ಮನು ಭುಜ ನೂಕಿ ನೂಕಿ ಎಬ್ಬಿಸಿದಾಗ. ಎದುರಿಗೆ ಸತ್ತ ಹಿಡಿಂಬನ ತಂಗಿ. ಏಳೆಂಟು ಜನ ಮುದುಕ ರಾಕ್ಷಸರು. ಜಗಳದ ಚಿಹ್ನೆ ಇಲ್ಲ. ನಮ್ಮ ರಾಜನನ್ನು ಕೊಂದ ಈ ವೀರನನ್ನು ನಮ್ಮ ರಾಜಕನ್ಯೆ ಮದುವೆಯಾಗುತ್ತಾಳೆ. ಅವಳ ಕೈಹಿಡಿದು ನೀನು ನಮ್ಮ ರಾಜನಾಗು ಅಂತ ನನಗೆ ಪ್ರಾರ್ಥನೆ. ಅಮ್ಮನ ಅನುಮೋದನೆ.'

'ಮುಂದೆ?'

'ಮುಂದಿನ್ನೇನು, ಅವಳಲ್ಲಿ ಮೋಹ ಬೆಳೆದುಹೋಗಿತ್ತು. ಮೋಹ ಎಂದರೆ ಎಂಥದು!' ಎಂದು ಭೀಮ ತಕ್ಷಣ ಆ ಮಾತನ್ನು ನಿಲ್ಲಿಸಿ, 'ನೀನು ಯೋಧ. ಅವೆಲ್ಲ ನಿನಗ್ಯಾಕೆ? ಯೋಧರು ಏನಿದ್ದರೂ ಯುದ್ಧದ ವಿವರ ತಿಳಕೊಬೇಕು. ಉಳಿದದ್ದಲ್ಲ' ಎಂದ. ಅವನ ಮನಸ್ಸು ಒಳಗೆ ತಿರುಗಿತು. ನೆನಪು ಒತ್ತಿ ಬರುತ್ತಿತ್ತು. ಆದರೆ ಈ ಮೂವತ್ತು ವರ್ಷದ ಯೋಧನ ಕೈಲಿ ಅದನ್ನೆಲ್ಲ ಮಾತನಾಡಲು ಸಂಕೋಚವಾಯಿತು. ಹೆಂಗಸಿನ ವಿಷಯ, ಶೃಂಗಾರದ ವಿಷಯ, ಅವನು ಎಂದೂ ಬೇರೆ ಯಾವ ಗಂಡಸಿನ ಕೈಲೂ ಆಡಿಲ್ಲ. ಇಷ್ಟು ವಯಸ್ಸಾದರೂ ಅದನ್ನು ಆಡುವುದೆಂದರೆ ನಾಲಗೆ ತನಗೆ ತಾನೇ ತಡೆದುಕೊಳ್ಳುತ್ತದೆ. ಅವೆಲ್ಲ ನಿನಗ್ಯಾಕೆ ಎನ್ನಿಸಿಕೊಂಡದ್ದರಿಂದ ನೀಲನಿಗೂ ನಾಚಿಕೆ, ಅವಮಾನವೆನ್ನಿಸಿತು. ಸುಮ್ಮನೆ ಕತ್ತು ಬಗ್ಗಿಸಿ ಕುಳಿತ. ಅನಂತರ ಮೇಲೆ ಎದ್ದ. ಆಕಾಶದ ಕಡೆಗೆ ಕತ್ತೆತ್ತಿ, ಹೊತ್ತು ಬಾಗುತ್ತಿದೆ. ಹೊರಟುಬಿಡೋಣ ಎಂದು ಮಲಗಿ ಗೊರಕೆ ಹೊಡೆಯುತ್ತಿದ್ದವರನ್ನು ಕೂಗಿ ತಿವಿದು ಎಬ್ಬಿಸಲು ಆರಂಭಿಸಿದ.

ಮತ್ತೆ ಪ್ರಯಾಣ ಸಾಗಿತು. ಮುಂದೆ ಕತ್ತಿಯನ್ನು ತಗುಲಿಸಿ ಎಡಹೆಗಲಿಗೆ ಬಿಲ್ಲು, ಬೆನ್ನಿಗೆ ಬತ್ತಳಿಕೆಗಳನ್ನು ಕಟ್ಟಿಕೊಂಡ ನೀಲನ ಕುದುರೆ. ಅವನ ಹಿಂದೆ ಇದೇ ರೀತಿ ಸಜ್ಜಿತರಾದ ಹತ್ತು ಸವಾರರು. ನಡುವೆ ಆಯುಧಶಾಲಿ ಭೀಮ. ಅವನ ಹಿಂದೆ ಹತ್ತು ಸವಾರರು. ಎಲ್ಲ ಕುದುರೆಯ ಮೇಲೂ ಎರಡು ಕಡೆಗೂ ಹಸಿಬೆಚೀಲಗಳಲ್ಲಿ ತೂಗುವ ಅಕ್ಕಿ, ಹಿಟ್ಟು, ಧಾನ್ಯಗಳು. ಕೆಲವರ ಕುದುರೆಯ ಮೇಲೆ ಅಡುಗೆ ಪಾತ್ರೆಗಳು, ನೆಲದ ಮೇಲೆ ಹಾಸುವ ಬಟ್ಟೆಗಳು. ಪೂರ್ವಾಭಿಮುಖವಾಗಿ ಸಾಗುತ್ತಿದ್ದುದರಿಂದ ಇಳಿಬಿಸಿಲು ಬೆನ್ನಿಗೆ ಬಡಿಯುತ್ತಿತ್ತು. ಕುದುರೆಯ ಹೆಜ್ಜೆಯ ಸದ್ದು, ಧೂಳು. ಇನ್ನು ಮೂರು ಅಥವಾ ನಾಲ್ಕು ದಿನದಲ್ಲಿ ಹಿಡಿಂಬನಿದ್ದ ಕಾಡು ತಲುಪುತ್ತೇವೆ. ಮಗ ಘಟೋತ್ಕಚ, ಹೆಂಡತಿ ಸಾಲಕಟಂಕಟಿಯ ಭೇಟಿಯಾಗುತ್ತದೆ. ಭೀಮನ ಮನಸ್ಸು ಮುಜುಗರಕ್ಕೆ ಸಿಕ್ಕಿತು. ಇಷ್ಟು ವರ್ಷಗಳ ಸಂಪರ್ಕವಿಲ್ಲ. ಈಗ ಹೋಗಿ ನಾನು ಭೀಮ, ಒಂದು ವರ್ಷ ನಿನ್ನ ಗಂಡನಾಗಿದ್ದವನು, ನಿನ್ನ ಅಪ್ಪ ನಾನೇ ಎಂದು ಅವರ ಎದುರು ನಿಲ್ಲುವುದು ಹೀನಾಯವೆನಿಸಿತು. ಹೀಗೆಯೇ ವಾಪಸು ತಿರುಗಿ ಹೋಗಲೇ ಎನ್ನಿಸಿತು. ಆದರೆ ಹೊರಟಾಗಿದೆ. ಕೃಷ್ಣನಿಗೆ ಮಾತು ಕೊಟ್ಟಾಗಿದೆ. ದುರ್ಯೋಧನನ ಕಡೆ ಸೇರುವ ರಾಕ್ಷಸರಿಗೆ ಪ್ರತಿಶಕ್ತಿಯಿಲ್ಲದೆ ಅಲ್ಪಸಂಖ್ಯೆಯ ನಮ್ಮ ಸೈನ್ಯವು ನುಚ್ಚಾಗುತ್ತದೆ ಎಂದುಕೊಳ್ಳುವಾಗ ಅವಳು ನನ್ನನ್ನು ಬೈಯಬಹುದು, ಇಷ್ಟು ದಿನ ಯಾಕೆ ಮರೆತೆ ಎಂದು ಬೆನ್ನಿನ ಮೇಲೆ ದಡದಡನೆ ನಾಲ್ಕು ಗುದ್ದು ಹಾಕಬಹುದು, ಆದರೆ ತಿರಸ್ಕರಿಸುವುದಿಲ್ಲವೆಂದು ಮನಸ್ಸಿಗೆ ಸ್ಪಷ್ಟವಾಗಿ ಅನ್ನಿಸಿತು. ಅದೆಂತಹ ಪ್ರೀತಿ ನಾನು ಎಂದರೆ! ನೋಡಿದ ತಕ್ಷಣವೇ ಹುಟ್ಟಿ ಬಲವಂತವಾದ ಪ್ರೀತಿ. ಅಣ್ಣನ ರಕ್ತ ಸೋರುವ ತಲೆಯನ್ನು ತೊಡೆಯ ಮೇಲಿಟ್ಟುಕೊಂಡು ಕಾಡಿನ ಮರಗಿಡಗಳೆಲ್ಲ ಸೊರಗುವಂತೆ ಅತ್ತ ತಂಗಿಯು ತನ್ನೆದುರಿಗೇ ಅಣ್ಣನನ್ನು ಕೊಂದವನನ್ನು ಕೂಡಲು ಭಿಕ್ಷೆ ಬೇಡುವ ಪ್ರೀತಿ. ನಾನು ನಿಜವಾಗಿಯೂ ಒರಟ. ಹೆಂಗಸಿನ ಮನಸ್ಸು ತಿಳಿಯುವುದಿಲ್ಲ. ಅಮ್ಮ

ಇಲ್ಲದಿದ್ದರೆ ನಾನು ಒಪ್ಪುತ್ತಲೇ ಇರಲಿಲ್ಲವೇನೋ! ನನ್ನನ್ನು ಎಬ್ಬಿಸುವ ಹೊತ್ತಿಗಾಗಲೇ ಅಮ್ಮ, ಧರ್ಮ, ಅರ್ಜುನರು ಮಾತನಾಡಿ ನಿಶ್ಚಯಿಸಿಕೊಂಡಿದ್ದರಲ್ಲ. ಧರ್ಮ ಅರ್ಜುನರ ವ್ಯವಹಾರದ ಲೆಕ್ಕಾಚಾರವೇನೋ ಸರಿ: ಸದ್ಯದಲ್ಲಿ ಕೆಲವು ದಿನ ನಾವು ಈ ಅರಣ್ಯದ ಮಧ್ಯಭಾಗದಲ್ಲಿರುವ ಈ ರಾಕ್ಷಸಬೀಡಿನಲ್ಲಿರುವುದೇ ಕ್ಷೇಮ. ದುರ್ಯೋಧನನ ಕಡೆಯವರು ಇದನ್ನು ಪ್ರವೇಶಿಸುವುದಿಲ್ಲ. ಇವಳನ್ನು ಕೈಹಿಡಿದು ಭೀಮ ಇದರ ರಾಜನಾದರೆ ನಾವು ಕ್ಷೇಮವಾಗಿರಬಹುದು. ಇಲ್ಲದಿದ್ದರೆ ಈ ನರಭಕ್ಷಕರು ನಮ್ಮ ಚರ್ಮ ಹರಿದು ತಿನ್ನುತ್ತಾರೆ. ಈ ವ್ಯವಹಾರ ಆ ಸಂದರ್ಭದಲ್ಲಿ ಸಹಜವಾದುದೇ. ಆದರೆ ಅಮ್ಮ ಹೇಳಿದ ಮಾತು: 'ಮಗೂ, ಹೆಂಗಸಿನ ಪ್ರೀತಿ ಅರ್ಥಮಾಡಿಕೊಳ್ಳುವುದಕ್ಕೂ ಅನುಭವ ಪಕ್ವವಾಗಿರಬೇಕು. ನಿನಗಿನ್ನೂ ಹುಡುಗಾಟ. ತಿಳಿವಳಿಕೆಯಿಲ್ಲ. ಹೆಂಗಸು ಮನಸ್ಸನ್ನು ನೈವೇದ್ಯ ಮಾಡಲು ಬಂದಾಗ ಒಲ್ಲೆ ಎನ್ನುವುದು ಮಹಾಪಾಪ. ಅದಕ್ಕೆ ಇವರು ರಾಕ್ಷಸ, ಇವರು ನಾಗ, ಇವರು ನಿಷಾದ, ಇವರು ಕಿರಾತ, ಇವರು ಆರ್ಯ, ಇವರು ದೇವ ಎಂಬ ಯಾವ ಭೇದವೂ ಸಲ್ಲ. ಇವಳು ಅವಿವಾಹಿತೆ. ನಿನ್ನನ್ನು ಬಯಸಿದ್ದಾಳೆ. ಅವಳ ಬಯಕೆಯನ್ನು ಸಮೃದ್ಧವಾಗಿ ತೀರಿಸಬೇಕು. ಮೇಲೆ ಏಳು' ಎಂದು ಎದ್ದು ಕೂರಿಸಿದಳಲ್ಲ. ಅಮ್ಮನ ಆಜ್ಞೆ ಮೀರುವುದು ಹೇಗೆ? ಸಾಲಕಟಂಕಟಿಯ ಪ್ರೀತಿಯ ಆಳವನ್ನು ನಾನು ಅರ್ಥಮಾಡಿಕೊಳ್ಳುವ ಮೊದಲು ಅಮ್ಮ ಮಾಡಿಕೊಂಡಳು. ಪ್ರೀತಿ ಅಂದರೆ ಎಂಥದು! ಆ ರಾತ್ರಿಯೇ ನಮ್ಮನ್ನು ಕಾಡಿನ ಇನ್ನೂ ಒಳಭಾಗಕ್ಕೆ ನಡೆಸಿಕೊಂಡು ಹೋದಳು, ಎಷ್ಟು ದೂರ ನಡುರಾತ್ರಿ ಕಳೆಯುವತನಕ. ನಮಗಾಗಿ ಬೇಯಿಸಿದ ಮಾಂಸ. ಹಸಿವು ಇಂಗುವಷ್ಟು. ಬೆಳಗಾದ ಮೇಲೆ ಮದುವೆ ಎಂದು ಅಮ್ಮ ಹೇಳಿದ ಮೇಲೆ ಅವಳು ಎದುರಿಗಿದ್ದ ಮರ ಹತ್ತಿ ಕಾಂಡವು ಕೊಂಬೆಗಳಾಗಿ ಒಡೆಯುವ ಕವೆಗೆ ಕಟ್ಟಿದ್ದ ದೊಡ್ಡ ಬಿದಿರ ಗೂಡಿನಲ್ಲಿ ಮಲಗಿದಳಲ್ಲ. ನಮಗೂ ಅಂಥವೇ ಗೂಡುಗಳು. ಅಮ್ಮನಿಗೆ ಮರ ಹತ್ತಲು ಭಯ. ಅದರ ಕೆಳಗೆ ಮಲಗಿದರೆ ಹುಲಿ ಕಿರುಬಗಳ ಅಪಾಯ. ಮರುದಿನ ನೀರಿನ ದಡದಲ್ಲಿ ನಿಲ್ಲಿಸಿ ಅಮ್ಮ ಹೇಳಿದಂತೆ ಆರ್ಯಪದ್ಧತಿಯಲ್ಲಿ ಮದುವೆಯ ಶಾಸ್ತ್ರ ಮುಗಿದ ನಂತರ ದೂರದ ಬಂಡೆಗಳ ಮರೆಗೆ ನನ್ನನ್ನು ಕರೆದೊಯ್ದು ಅದೇನು ಪ್ರೀತಿ ಸುರಿಸಿದಳು! ನನ್ನ ಮೈ ಮುಖಗಳನ್ನು ನಾಲಗೆಯಿಂದ ನೆಕ್ಕಿ ಹಲ್ಲಿನಿಂದ ಕೆರೆದು ಎಷ್ಟು ಪ್ರೀತಿಸಿದರೂ ಸಾಲದು. ಎಂತಹ ಮೈಕಟ್ಟು! ಮಲ್ಲಕಾಳಗಕ್ಕೆ ಹಿತವಾಗುವಂತೆ ಗಟ್ಟಿಗೊಂಡ ತೊಡೆ, ಮೀನುಖಂಡ, ತೋಳು, ಎದೆಕಟ್ಟುಗಳು. ಸೋಲರಿಯದ ಸೌಷ್ಠವ. ಮುನಿಸಿ ಮೊಂಡಾಟಕ್ಕೆ ಮಲಗಿದರೆ ನನ್ನನ್ನೇ ಮುದುರಿ ಎತ್ತಿ ತನಗೆ ಬೇಕಾದ ಮೆದುವಾದ ಜಾಗಕ್ಕೆ ಒಯ್ದು ಮಲಗಿಸುವ ದೇಹಶಕ್ತಿ. ಸಿಟ್ಟು ಬಂದರೆ ದಡದಡನೆ ಬೆನ್ನಿಗೆ ನಾಲ್ಕು ಗುದ್ದಿ ಅನಂತರ ತಬ್ಬಿ ಅಳುವ ಬಿಗಿ. ಬೇಟೆಗೆ ಜೊತೆ, ಈಜಲು ಜೊತೆ, ಓಡಲು ಜೊತೆ. ಮರದ ಕೊಂಬೆಯ ಮೇಲಿನ ಬಿದಿರಗೂಡಿನಲ್ಲಿ ಜೊತೆ, ಕಾಡಾನೆ ಬಂದಾಗ ನುಸುಳಿಕೊಳ್ಳುವಾಗಲೂ ಸ್ವಲ್ಪವೂ ಭಯಪಡದ ಜೊತೆ. ಗಂಡನನ್ನು ಮಗುವಿನಂತೆ ಸಂರಕ್ಷಿಸುವ ಶಕ್ತಿ. ರತಿ ಮುಗಿಯುವ ಹೊತ್ತಿಗೆ ಅಗೆದ ಮಣ್ಣಿನ ಮೇಲೆ ಸಮಶಕ್ತಿಯ ಮಲ್ಲನೊಡನೆ ಕಾದಿ ಬಳಲಿದಾಗ ಆಗುವಂತಹ ಹಿತಕರ

ಮೈನೋವು ಬರಿಸುತ್ತಿದ್ದಳಲ್ಲ! ಕೃಷ್ಣೆಯೊಡನೆ ಒಂದು ದಿನವೂ ಹೀಗೆ ಆಗಿಲ್ಲ. ಇವಳು ಸುಕುಮಾರಿ. ಎಲ್ಲಿ ಬಾಡಿಹೋದೀತೋ ಎಂದು ಹಗುರವಾಗಿ ಹಿಡಿದು ಸೂಕ್ಷ್ಮವಾಗಿ ಮೂಸಿ ಸಂತೋಷಿಸಬೇಕಾದ ಹೂವು. ಇವಳ ಚಳಕವೇನಿದ್ದರೂ ಮಾತಿನಲ್ಲಿ, ಹುಬ್ಬುಗಳ ಕೊಂಕಿನಲ್ಲಿ. ಕಣ್ಣಹನಿಗಳ ನಿಶ್ಶಬ್ದತೆಯಲ್ಲಿ. ಸಾಲಕಟಂಕಟಿಯಂತೆ ಇವಳು ಒಂದು ದಿನವೂ ಮೇಲೆ ಬಿದ್ದು ಬಂದಿಲ್ಲ. ಕಣ್ಣಿನ ಹೊಳಪಿನಲ್ಲೇ ಅವಳ ಆಶೆಯನ್ನು ಅರ್ಥಮಾಡಿಕೊಳ್ಳಬೇಕು. ಇಲ್ಲದಿದ್ದರೆ ಏನೂ ಇಲ್ಲ. ಆರ್ಯ ಹೆಂಡತಿ ಅಂದರೆ ಹೀಗೆಯೇ ಇರಬೇಕಂತೆ. ಕೃಷ್ಣೆ, ನೀನೇಕೆ ಹಾಗೆ ಮಾಡುವುದಿಲ್ಲ ಎಂದರೆ ಮುಖ ಸಿಂಡರಿಸಿ ಹುಬ್ಬುಕೊಂಕಿಸಿ ಹೇಳುತ್ತಿದ್ದಳಲ್ಲ, ಅದೆಲ್ಲ ಸರಿ. ಆದರೆ ಕೃಷ್ಣೆಯ ಮಾನಸಂರಕ್ಷಣೆಗೆಂದು ನಾನು ಪಟ್ಟ ಕ್ಲೇಶ ಕಮ್ಮಿಯೆ? ಜೂಜಿನ ನಂತರ ದುಶ್ಯಾಸನ ಅವಳ ಸೀರೆ ಎಳೆದಾಗ, ಕಾಡಿನಲ್ಲಿ ಜಯದ್ರಥ ಅವಳನ್ನು ಹೊತ್ತುಕೊಂಡು ಹೋದಾಗ, ಕೀಚಕ ಅವಳ ಮೇಲೆ ಕಣ್ಣು ಹಾಕಿದಾಗ ಸಾಲಕಟಂಕಟಿಯೇ ಆಗಿದ್ದರೆ ತಾನೇ ದುಶ್ಯಾಸನನ ಕರುಳು ಬಗೆದು ಮಾಲೆ ಎತ್ತುತ್ತಿದ್ದಳು. ಜಯದ್ರಥನ ಎತ್ತರವಾದ ಕುತ್ತಿಗೆ ಮುರಿದು ಬಂಡೆಯ ಮೇಲೆ ಜಜ್ಜುತ್ತಿದ್ದಳು. ಕೀಚಕನ ಪುರುಷಸ್ಥಾನವನ್ನು ಹಿಸುಕಿ ಇಲ್ಲವಾಗಿಸುತ್ತಿದ್ದಳು. ಕೃಷ್ಣೆ ಅಂದರೆ ಅಸಹಾಯಕಳು. ಆರ್ಯಳು. ಆದರೂ ಅವಳ ಮಾತನ್ನು ಮೀರಲಾಗುವುದಿಲ್ಲ. ಅವಳನ್ನು ರಕ್ಷಿಸುವುದೇ ಅವಳ ಅಪಮಾನಕರನ್ನು ಶಿಕ್ಷಿಸುವುದೇ ಅವಳ ಇಚ್ಛೆಯನ್ನರಿತು ಪೂರೈಸುವುದೇ ನನ್ನ ಪುರುಷತ್ವದ ಗುರಿ ಎನ್ನಿಸುತ್ತದೆಯಲ್ಲ. ನನ್ನ ಗಂಡಸುತನವನ್ನು ಸಾರ್ಥಕಪಡಿಸಿಕೊಳ್ಳುವ ಯಾವುದನ್ನೂ ಸಾಲಕಟಂಕಟಿ ಕೇಳಲಿಲ್ಲ. ನಾನು ಪೂರೈಸಲಿಲ್ಲ. ಈಗ ಅವಳ ಸಹಾಯ ಕೇಳುವುದಕ್ಕೆ ಹೋಗುತ್ತಿದ್ದೇನೆ. ಭೀಮನಿಗೆ ಮತ್ತೆ ನಾಚಿಕೆಯಾಯಿತು. ಹಿಂತಿರುಗಿ ಹೋಗಬೇಕೆನ್ನಿಸಿತು.

ಸೂರ್ಯ ಮುಳುಗಿ ಸಂಜೆ ಕಳೆದಿತ್ತು. ಬೆಟ್ಟಗಳ ಸಾಲು ವಿರಳವಾಗುತ್ತಾ ಹೋಗಿ ಇನ್ನು ಮುಂದೆ ಬರೀ ಬಯಲುನಾಡು ಎಂಬುದು ಸ್ಪಷ್ಟವಾಗುತ್ತಿತ್ತು. ನೀಲ ಹೇಳುತ್ತಿದ್ದ: 'ಇನ್ನೇನು ಮತ್ಸ್ಯದೇಶ ಮುಗಿಯುತ್ತಿದೆ. ಸ್ವಲ್ಪ ದೂರ ಹೋದರೆ ಭೋಜರ ದೇಶ. ಅಂದರೆ ಹಿಂದೆ ಯಾದವರಿದ್ದರಲ್ಲ, ಮಥುರೆಯ ದೇಶ. ಬಳಸಿ ಹೋಗಬೇಕಲ್ಲ.' ಮಂದವಾಗಿ ಕತ್ತಲು. ದೂರದಲ್ಲಿ ಒಂದೇ ಒಂದು ಸಣ್ಣ ಬೆಟ್ಟದ ಸಾಲು. ಉಳಿದಂತೆಲ್ಲ ಮಟ್ಟಸವಾದ ಬಯಲು. 'ಸ್ವಲ್ಪ ಹೊತ್ತಿಗೆ ಬೆಳದಿಂಗಳು ಬರುತ್ತೆ. ಇನ್ನು ಐದಾರು ಘಳಿಗೆಗೆ ನೀರು ಸಿಕ್ಕುತ್ತೆ. ನಿಂತು ಆಹಾರ ಮುಗಿಸಿ ಮುಕ್ಕಾಲು ರಾತ್ರಿ ಸಾಗೋಣ,' ನೀಲ ಮತ್ತೆ ಹೇಳಿದ.

ಇನ್ನು ಹಿಂತಿರುಗಿ ಹೋಗದಷ್ಟು ದೂರ ಬಂದುಬಿಟ್ಟಿರುವುದಾಗಿ ಭೀಮನಿಗೆ ಎನ್ನಿಸಿತು. ಒಪ್ಪಿಕೊಂಡು ಹೊರಟಾಗಿದೆ. ಇಷ್ಟು ದೂರ ಬಂದಾಗಿದೆ. ಈಗ ಹಿಂತಿರುಗೆಂದರೆ ಈ ಯೋಧರಾದರೂ ಏನೆಂದುಕೊಂಡಾರು? ಒಂದು ದಿಕ್ಕಿನಲ್ಲಿ ನಡೆದ ಮೇಲೆ ನಿಲ್ಲಿಸುವುದು ಸರಿಯಲ್ಲವೆನ್ನಿಸಿತು. ಹೊರಡಲೇಬಾರದು. ಹೋಗಲೇಬಾರದು. ಹೋದ ಮೇಲೆ ಹೇಗೆ ವಾಪಸಾಗುವುದು? ಇದ್ದಕ್ಕಿದ್ದಂತೆಯೇ ಅಮ್ಮನ ನೆನಪು ಬಂತು. ಸಿಟ್ಟು ಹೊತ್ತಿತು. ಯಾಕೆ ಹೀಗೆ ಮಾಡಿಸಿದಳು ಅವಳು? ಸಾಲಕಟಂಕಟಿಯ ಆಶೆಯನ್ನು ನಿರಾಕರಿಸುವುದು ಪಾಪವೆಂದು ಬೋಧಿಸಿ ಒಪ್ಪುವಂತೆ ಮಾಡಿದವಳೂ ಅವಳೇ. ಏಳೆಂಟು ತಿಂಗಳನಂತರ,

ನಾವಿಲ್ಲಿರುವುದು ಇನ್ನು ಸಾಕು ಹೊರಟುಹೋಗೋಣ. ಯಾವುದಾದರೂ ಆರ್ಯನಾಡಿಗೆ ಹೋಗೋಣ ಎಂದು ತರಾತುರಿ ಮಾಡಿದವಳೂ ಅವಳೇ. ಅಮ್ಮನನ್ನು, ಉಳಿದ ನಾಲ್ವರನ್ನು ಸುಖವಾಗಿರಿಸಲೆಂದು ಸಾಲಕಟಂಕಟಿ ಎಷ್ಟು ಶ್ರಮ ಪಡುತ್ತಿದ್ದಳು! ಅವರಿಗಾಗಿ ಮಾಂಸ ಬೇಯಿಸುವ ಏರ್ಪಾಟು, ಮರದ ಕೊಂಬೆಯ ಮೇಲೆ ಗೂಡಿನಲ್ಲಿ ಮಲಗಲು ಸಾಧ್ಯವಿಲ್ಲ ವೆಂದಾಗ ಪದ್ಧತಿ ಮೀರಿ ನೆಲದ ಮೇಲೆ ಗುಡಿಸಲು ಕಟ್ಟಿಸಿ ಸುತ್ತ ಎತ್ತರವಾದ ಮರದ ಕೊನೆಗಳ ಬೇಲಿ ನೆಡಿಸಿ ರಾತ್ರಿಯ ವೇಳೆ ಕಾಯಲು ರಾಕ್ಷಸ ದಳ ನೇಮಿಸಿ, ಗೆಡ್ಡೆ ಗೆಣಸು ಹಣ್ಣು ಸದಾ ಆಯ್ದು ತಂದಿರಿಸಿಸಿ ಇಷ್ಟು ಮಾಡಿಸಿದರೂ ಅಮ್ಮನಿಗೆ ಅಲ್ಲಿಂದ ಹೊರಡುವ ತರಾತುರಿ. 'ಭೀಮ ಅವಳ ಮೋಹದಲ್ಲಿ ಮುಳುಗಿಹೋಗಿದ್ದಾನೆ. ಇಲ್ಲಿಯೇ ಇದ್ದುಬಿಡೋಣ ಅನ್ನುತ್ತಾನೆ; ಹೇಗಾದರೂ ಮಾಡಿ ಅವನನ್ನು ಹೊರಡಿಸಬೇಕು. ಹೆರಿಗೆಯೊಂದಾಗಲಿ' ಎಂದು ಅಮ್ಮ ಹೇಳುತ್ತಿದ್ದುದನ್ನು ನಾನೇ ಕೇಳಿಕೊಂಡೆನಲ್ಲ. ಏನು ಮೋಹ ಅಂದರೆ? ಎಂತಹ ಮರವನ್ನಾದರೂ ಹತ್ತಿ ಜಿಗಿಯುವ ಸಾಲಕಟಂಕಟಿಯ ಹೊಟ್ಟೆ ಬೆಳೆದು ಭಾರವಾಗಿ ನಡಿಗೆ ನಿಧಾನವಾಗಿ ರಾತ್ರಿ ನನ್ನ ಜೊತೆ ಮಲಗುವ ಮರದ ಗೂಡಿಗೆ ಹತ್ತಲು ಕೂಡ ಬಳಲುವಂತಾದ ಅವಳನ್ನು ಕಂಡರೆ, ಬೇಟೆಗೆ ಹೋದರೆ ಓಡಲಾರದೆ ಆಯಾಸಗೊಂಡು ನನ್ನನ್ನೊರಗಿ ಹಿಡಿದು ಏದುಸಿರು ಶಮನ ಮಾಡಿಕೊಳ್ಳುವ ಅವಳ ಬಗೆಗೆ ಅಯ್ಯೋ ಎನ್ನಿಸಿದ್ದು ಮೋಹವಾಗುತ್ತದೆಯೇ? 'ನನ್ನನ್ನು ಬಿಟ್ಟು ಹೋಗುತ್ತೀಯಾ? ತಮಗೆ ಇಲ್ಲಿರು ವುದು ಸಾಧ್ಯವಾಗುವುದಿಲ್ಲ ಅಂತ ನಿನ್ನಮ್ಮ ನನ್ನ ಕೈಲೂ ಹೇಳಿದಳು. ಅವಳನ್ನು ಸುಖವಾಗಿ ಡಲು ಏನು ಮಾಡಬೇಕು ನೀನೇ ಹೇಳು' ಎಂದು ನನ್ನನ್ನು ಎಷ್ಟು ಅಂಗಲಾಚಿದಳು? ರಾತ್ರಿ ನಾನು ನಿದ್ದೆ ಮಾಡುವಾಗ ನೀನು ಕದ್ದು ಹೊರಟುಹೋದೀಯ ಎಂದು ಬಸಿರು ಹೊಟ್ಟೆಯನ್ನು ಒಂದೇ ಕಡೆಗೆ ಮಾಡಿ ನನ್ನ ತೋಳನ್ನು ತನ್ನ ತೋಳಿಗೆ ಹೆಣೆದುಕೊಂಡೇ ಮಲಗುತ್ತಿದ್ದಳಲ್ಲ. ನಿನ್ನ ಅಣ್ಣತಮ್ಮಂದಿರು ತಮಗೆ ಬೇಕಾದ ರಾಕ್ಷಸ ಹೆಂಗಸರನ್ನು ಆರಿಸಿ ಮದುವೆಯಾಗಲಿ ಎಂದು ನಾಲ್ಕಾರು ಬಾರಿ ಸೂಚಿಸಿದಳಲ್ಲ. ಅಮ್ಮನಿಗೆ ಅವಳೆಂದರೆ ಮೊದಲಿನಿಂದ ಮುಕ್ತ ಪ್ರೀತಿ ಇರಲಿಲ್ಲ. ನನಗೆ ಈಗ ಅರ್ಥವಾಗುತ್ತಿದೆ. ಸಾಲಕಟಂಕಟಿ ಅನ್ನುವ ಹೆಸರು ಬೇಡ, ನಮ್ಮ ಕಡೆಯ ಒಂದು ಹೆಸರು ಇಡೋಣವೆಂದು ಸೂಚಿಸಿದವಳೂ ಇವಳೇ. ಕಮಲಪಾಲಿಕೆ ಎಂದು ಇಟ್ಟವಳೂ ಇವಳೇ. ಹೊಸಹೆಸರನ್ನು ಅವಳು ಎಷ್ಟು ಉತ್ಸಾಹದಿಂದ ಒಪ್ಪಿಕೊಂಡಳು! ಕಮಲಪಾಲಿಕೆ ಎಂದು ಆ ಹೆಸರನ್ನು ತನಗೆ ತಾನೇ ಹತ್ತು ಸಲ ಗಟ್ಟಿಯಾಗಿ ಹೇಳಿಕೊಂಡಳಲ್ಲ. ಇನ್ನುಮುಂದೆ ತನ್ನನ್ನು ಆ ಹೆಸರಿನಿಂದಲೇ ಕರೆಯಬೇಕೆಂದು ತನ್ನವರಿಗೆಲ್ಲ ಅಪ್ಪಣೆ ಮಾಡಿದಳಲ್ಲ. ನನಗೆ ಹೊಳೆದೇ ಇರಲಿಲ್ಲ. ಅಮ್ಮ ಅವಳಿಗೆ ಬರೀ ಕಮಲಪಾಲಿಕೆ ಎಂದು ಹೆಸರಿಟ್ಟಳು. ತಾವರೆಹೂವುಗಳನ್ನು ಕಾಪಾಡು ವವಳು, ನಿಗನೋಡುವವಳು. ಅಷ್ಟೆಯೆ? ಕಮಲಮುಖಿ ಎಂದೇಕೆ ಇಡಲಿಲ್ಲ? ಕಮಲ ಲೋಚನೆ ಎನ್ನಲಿಲ್ಲ ಏಕೆ? ನೆನಪು ಏಕಾಗ್ರವಾಗಿ ಅವಳ ರೂಪನ್ನು ಸ್ಪಷ್ಟಪಡಿಸಿಕೊಳ್ಳಲು ಶುರುವಾಯಿತು. ತುಂಬು ಆಕಾರ, ತುಂಬು ಬೆಳವಣಿಗೆ. ಕಮಲದಂತೆಯೇ ದುಂಡುಮುಖ. ಕೆಂಪು ಬಣ್ಣ. ಅಮ್ಮ ಹೆಸರಿಡುವುದರಲ್ಲೂ ವಂಚನೆ ಮಾಡಿದಳು. ಭೇದ ತೋರಿಸಿದಳು.

'ನಾವಿಲ್ಲಿ ಎಷ್ಟು ನಿರ್ಭಯರಾಗಿದ್ದರೂ ಆರ್ಯ ಜೀವನವಿಲ್ಲ. ಆರ್ಯ ಆಹಾರವಿಲ್ಲ. ಬಟ್ಟೆಬರೆಗಳಿಲ್ಲ. ಇಲ್ಲಿಯೇ ಇದ್ದರೆ ನಾವೂ ಇವರಂತೆ ರಾಕ್ಷಸರೇ ಆಗಿಹೋದೇವು' ಚಡಪಡಿಸಿದಳು. 'ನಿಮ್ಮಮ್ಮ ಅಣ್ಣತಮ್ಮಂದಿರು ಎಲ್ಲಿಗೆ ಬೇಕಾದರೂ ಹೋಗಲಿ. ನೀನು ಮಾತ್ರ ನನ್ನನ್ನು ಬಿಟ್ಟು ಹೋಗಬೇಡ. ಈ ಇಡೀ ರಾಕ್ಷಸ ಜನ ನಿನ್ನನ್ನು ರಾಜನೆಂದು ಒಪ್ಪಿ ಹೇಗೆ ವಿಧೇಯರಾಗಿದ್ದಾರೆ ನೋಡು,' ನನ್ನನ್ನು ಗೋಗರೆದಳಲ್ಲ ಕಮಲಪಾಲಿಕೆ. ಬೇಡ ಆ ಹೆಸರು, ಸಾಲಕಟಂಕಟಿ. ಈ ಮಾತು ಹೇಳಿದಾಗ ಸಿಡಿದುಬಿದ್ದಳು ಅಮ್ಮ: 'ನನ್ನ ಮಗನನ್ನು ನನ್ನಿಂದ, ಅಣ್ಣತಮ್ಮಂದಿರಿಂದ ಬೇರೆ ಮಾಡಲು ಹೊರಟಿದ್ದಾಳೆ ಮಾಯಾವಿನಿ. ಕುಂತಿಯ ಹತ್ತಿರ ಅದೆಲ್ಲ ನಡೆಯುವುದಿಲ್ಲ. ಈ ದಿನವೇ ನಡೆ' ಎಂದು ಹಟ ಹಿಡಿದಳಲ್ಲ, ಕೊನೆಗೆ ಹೆರಿಗೆಯಾಗಿ ಮಗುವಿಗೆ ಮೂರುತಿಂಗಳು ತುಂಬಿದ ತಕ್ಷಣ ಹೊರಡುವುದೆಂದು ಉಭಯತಾಪಿ ನಿಶ್ಚಯವಾಗಲು ಒಂದು ತಿಂಗಳ ಪೂರ್ತಿ ಅತ್ತೆ ಸೊಸೆ ಇಬ್ಬರೂ ಅತ್ತು ಒಬ್ಬರಿಗಿಂತ ಒಬ್ಬರು ಕಡಮೆಯಾಗದಂತೆ ಕಣ್ಣೀರು ಹರಿಸಿದರಲ್ಲ ನನ್ನೆದುರಿಗೆ. ನಾನು ಹಟ ಮಾಡಿ ಅಲ್ಲಿಯೇ ಉಳಿದು ಅವರು ಐವರನ್ನೂ ಕಳಿಸಿಕೊಟ್ಟಿದ್ದರೆ ಏನಾಗುತ್ತಿತ್ತು? ಈ ಆಲೋಚನೆಯಿಂದ ಭೀಮ ಉದ್ವಿಗ್ನನಾದ. ಮನಸ್ಸಿಗೆ ಸಮಾಧಾನವೆನ್ನಿಸಿತು. ಇಷ್ಟು ವರ್ಷ ಬಿಟ್ಟು ಬಂದಿದ್ದ ಹೆಂಡತಿ, ಮಗನ ಸಹಾಯ ಯಾಚಿಸಿ ಹೋಗುವ ಸ್ಥಿತಿ ಬರುತ್ತಿರಲಿಲ್ಲವೆನ್ನಿಸಿ ಹಗುರವಾಯಿತು.

ಅಷ್ಟರಲ್ಲಿ ಕತ್ತಲು ಕಳೆದು ಮಂದ ಬೆಳದಿಂಗಳು ಮೂಡಿತ್ತು. ಗೊರಸುಗಳ ಸದ್ದು ಒಂದರೊಳಗೊಂದು ಬೆರೆತು ಮಳೆ ಬಿದ್ದಂತಹ ಶಬ್ದ ಮಾಡುತ್ತಿತ್ತು. ನೆಲದಿಂದ ಸೊಂಟದೆತ್ತರಕ್ಕೆ ಧೂಳು. ಮುಂದೆ ಸ್ವಲ್ಪ ದೂರದಲ್ಲಿ ನಾಯಿಗಳು ಬೊಗಳಿದುವು. ಕುದುರೆ ಏರಿದ ನಾಲ್ವರು ಯೋಧರು ಹತ್ತಿರ ಬಂದು ದಾರಿಗೆ ಅಡ್ಡವಾಗಿ ನಿಂತರು. ನೀವು ಯಾರು, ಎಲ್ಲಿಗೆ ಹೋಗುತ್ತಿದ್ದೀರಿ ಎಂದು ವಿಚಾರಿಸಿದರು. ನೀಲ ಮೊದಲೇ ನಿಶ್ಚಯಿಸಿಕೊಂಡಿದ್ದಂತೆ ನಾವು ವಿರಾಟರಾಜನ ಕಡೆಯ ಜನ, ಯಜ್ಞ ಮಾಡಲು ದ್ರುಪದರಾಜನ ಆಸ್ಥಾನದಲ್ಲಿರುವ ಋತ್ವಿಜರನ್ನು ಕರೆತರಲು ಹೋಗುತ್ತಿದ್ದೇವೆ, ಎಂದು ಹೇಳಿದ. ಋತ್ವಿಜರನ್ನು ಕರೆತರಲು ಇಷ್ಟು ಜನವೇಕೆ? ಎಂದದ್ದಕ್ಕೆ ರಾಜಗೌರವ ಎಂದ. ಅವರು ಮತ್ತೆ ಏನೂ ಕೇಳಲಿಲ್ಲ. ಮುಂದೆ ಕುಡಿಯುವ ನೀರು ಎಲ್ಲಿದೆ ಎಂಬುದನ್ನು ಅವರನ್ನೇ ಕೇಳಿ ಖಚಿತಮಾಡಿಕೊಂಡ.

ಎಲ್ಲರೂ ಕೊಳದಿಂದ ನೀರು ಮೊಗೆದು ಮೇಲೆ ತಂದು ತಣ್ಣಗೆ ಮೈ ಕೈ ತೊಳೆದುಕೊಂಡ ಮೇಲೆ, ಮಧ್ಯಾಹ್ನ ಮಿಕ್ಕದ್ದನ್ನು ಬೆಳದಿಂಗಳಿನಲ್ಲಿ ಕುಳಿತು ಉಂಡು ನೀರು ಕುಡಿದರು. ಮತ್ತೆ ಪಯಣ ಸಾಗಿತು. ಮೊದಲು ಚುರುಕುಗಾಲು ಎಸೆದ ಕುದುರೆಗಳು ಕ್ರಮೇಣ ಎಳೆದೆಳೆದು ಹಾಕಲು ಶುರುಮಾಡಿದವು. ಬೆಳಕು ಹರಿಯುತ್ತದೆನ್ನುವಾಗ ಒಂದು ದಟ್ಟವಾದ ಮರದ ತೋಪಿಗೆ ಬಂದು ಕುದುರೆಗಳನ್ನು ಕಟ್ಟಿ ಅವುಗಳ ನಿಗನೋಡಲು ಇಬ್ಬರನ್ನು ಬಿಟ್ಟು, ಉಳಿದವರೆಲ್ಲ ಉದುರಿ ಒಣಗಿದ ತರಗು ಎಲೆಗಳ ಮೇಲೆ ಮಲಗಿದರು. ಮಧ್ಯಾಹ್ನದ ತನಕ ನಿದ್ದೆ, ಊಟ. ಮತ್ತೆ ನಿದ್ದೆ. ಸಂಜೆಗೆ ಮತ್ತೆ ಪಯಣ. ಈ ನಡುರಾತ್ರಿಗೆ ತಾವು

ಪಾಂಚಾಲ ದೇಶ ಪ್ರವೇಶಿಸುವುದಾಗಿ ನೀಲ ಹೇಳಿದ್ದ. ಊಟವಾದ ನಂತರ ನಾಲ್ಕು ಘಳಿಗೆ ನಿದ್ದೆ ಮಾಡಿ ಭೀಮ ಎದ್ದು ಕುಳಿತ. ಇನ್ನೂ ಬಿಸಿಲಿತ್ತು. ಅಂಟುವ ಮೈ ತೊಳೆದು ಬರುವ ಹೊತ್ತಿಗೆ ನೀಲನೂ ಎದ್ದು ಬಂದ. ಚಾಪೆಯ ಮೇಲೆ ಕುಳಿತಿದ್ದ ಭೀಮನಿಗೆ ನಾಲ್ಕು ಮೊಳ ದೂರದಲ್ಲಿ ಸುಮ್ಮನೆ ಕುಳಿತ.

'ಏನು ನೀಲ?'

'ಸುಮ್ಮನೆ ಕುಳಿತೆ.'

'ಸುಮ್ಮನೆ ನೀನು ಕುಳಿತುಕೊಳ್ಳುವುದಿಲ್ಲ. ಅದೇನು ಹೇಳು ಅಥವಾ ಕೇಳು.'

'ಮಹಾರಾಜ, ದಿನಾ ಒಂದು ಗಾಡಿ ಊಟ, ಗಾಡಿ ಎಳೆಯುವ ಎರಡು ಪಶು, ಒಬ್ಬ ಮನುಷ್ಯನನ್ನು ತಿನ್ನುವ ಒಬ್ಬ ರಾಕ್ಷಸನನ್ನು ನೀನು ಮುಷ್ಟಿಯಿಂದ ಕೊಂದೆಯಂತೆ. ಅದನ್ನು ನಿನ್ನ ಬಾಯಿಂದಲೇ ಕೇಳುವ ಆಶೆಯಾಗಿದೆ.'

'ಯಾರು ಹೇಳಿದರು ನಿನಗೆ?'

'ಪಾಂಡವರ ಭೀಮ ಅನ್ನುವವನು ಹೀಗೆ ಮಾಡಿದನಂತೆ ಅಂತ ನಮ್ಮೂರಿನಲ್ಲೆಲ್ಲ ಕತೆಯಾಗಿ ಹೋಗಿತ್ತು ಹತ್ತಿಪ್ಪತ್ತು ವರ್ಷದಿಂದ. ಅದಕ್ಕೇ ನೀನೇ ಆ ಭೀಮ ಅಂತ ಗೊತ್ತಾದ ಮೇಲೆ ಊರಿನವರು ಸುತ್ತಮುತ್ತಲಿನವರು ಗುಂಪು ಗುಂಪು ಕಟ್ಟಿಕೊಂಡು ನಿನ್ನನ್ನು ನೋಡಲು ಬರುತ್ತಿದ್ದುದು. ನೀನಂದರೆ ಪುರಾಣಪುರುಷ ಈಗಲೂ.'

'ಒಂದು ಗಾಡಿ ಆಹಾರ, ಅದನ್ನು ಎಳೆಯುವ ಎರಡು ಎತ್ತು ಅಥವಾ ಕೋಣ, ಒಬ್ಬ ಮನುಷ್ಯನನ್ನು ತಿನ್ನುತ್ತಿದ್ದುದು ನಿಜ. ಒಬ್ಬನೇ ಅಲ್ಲ. ಅವನ ಪರಿವಾರ ಮತ್ತು ಅನುಯಾಯಿಗಳು ಒಟ್ಟು ಸೇರಿ. ಆ ಮುಖಂಡನನ್ನು ನಾನು ಮುಷ್ಟಿಯುದ್ಧದಲ್ಲಿ ಕೊಂದು ಅವನ ಕಡೆಯವರನ್ನು ಹೆದರಿಸಿ ಓಡಿಸಿದ್ದು ಮಾತ್ರ ನಿಜ.'

'ಯಾವ ಊರದು? ರಾಜ, ಸೈನ್ಯ ಏನೂ ಇರಲಿಲ್ಲವೇ ಅಂತಹ ನರಭಕ್ಷಕರನ್ನು ಕೊಲ್ಲುವುದಕ್ಕೆ ಅಥವಾ ಓಡಿಸುವುದಕ್ಕೆ?'

'ಎಲ್ಲ ರಾಜರೂ ಶಕ್ತಿವಂತರಾಗಿಯೇ ಇರುತ್ತಾರೇನು? ಅಥವಾ ಶಕ್ತಿವಂತರಿಗೆಲ್ಲ ರಾಜರಾಗಲು ಸಾಧ್ಯವೆ? ನಿಮ್ಮ ವಿರಾಟ ಮಹಾರಾಜ ಶಕ್ತಿವಂತನೇ? ಅಲ್ಲಿ ಒಬ್ಬ ತೋಳ ಸೇರಿಕೊಂಡಿರಲಿಲ್ಲವೆ, ಕೀಚಕ, ಅವನ ಭಾವಮೈದ, ನಾನು ಕೊಂದವನು? ಹಾಗೆಯೇ ಅಲ್ಲೂ ತೋಳ ಸೇರಿಕೊಂಡಿತ್ತು.'

'ಏನು ಊರಿನ ಹೆಸರು?'

'ಏಕಚಕ್ರನಗರ ಅಂತ. ಒಂದು ವರ್ಷ ಹಿಡಿಂಬನ ಕಾಡಿನಲ್ಲಿದ್ದು ನಾವು ದಕ್ಷಿಣದ ಕಡೆಗೆ ನಡೆದೆವು. ಅಂದರೆ ಕುರುಗಳ ದೇಶದಿಂದ ಇನ್ನೂ ದೂರ. ದುರ್ಯೋಧನನ ಕಡೆಯ ಕೊಲೆಗಡುಕರ ಭಯ ಇನ್ನೂ ನಮಗೆ. ಮುಂದೆ ಏನು ಮಾಡಬೇಕಂತ ತಿಳಿಯದು. ದಕ್ಷಿಣಕ್ಕೆ ನಾಲ್ಕು ದಿನ ನಡೆದ ಮೇಲೆ ಕೃಷ್ಣದ್ವೈಪಾಯನ ಮಹರ್ಷಿಗಳು ಸಿಕ್ಕಿದರು. ಕೇಳಿದೀಯಾ ಅವರ ಹೆಸರು?'

'ನೋಡಿದೀನಿ. ನಮ್ಮ ರಾಜ್ಯಕ್ಕೂ ಬಂದಿದ್ದರು ಹದಿನೈದು ವರ್ಷದ ಹಿಂದೆ. ಅವರಷ್ಟು

ವೇದ ತಿಳಿದವರೇ ಇಲ್ಲವಂತೆ. ಊರಿಗೆ ಊರೇ ಅವರಿಗೆ ಅಡ್ಡ ಬಿತ್ತು.'

'ಅವರಿಗೆ ನಮ್ಮ ಗುರುತು ಹೇಳಿಕೊಂಡೆವು. ಒಂದು ತರಕ್ಕೆ ನಮ್ಮ ಅಜ್ಜ ಅವರು. ನಮ್ಮ ಅಜ್ಜ ಮಕ್ಕಳಿಲ್ಲದೆ ಸತ್ತಾಗ ನಮ್ಮ ಅಜ್ಜಿಯರಿಗೆ ನಿಯೋಗ ಮಾಡಿ, ನಮ್ಮಪ್ಪ, ದುರ್ಯೋಧನನ ಅಪ್ಪರನ್ನು ಹುಟ್ಟಿಸಿದವರೇ ಅವರು. ಮೊಮ್ಮಕ್ಕಳು ಅನ್ನುವ ಪ್ರೀತಿ ಬೇರೆ. ಹತ್ತಿರದಲ್ಲೇ ಏಕಚಕ್ರ ಅಂತ ಒಂದು ಊರಿದೆ. ಅಲ್ಲಿಗೆ ಹೋಗಿ ಬ್ರಾಹ್ಮಣರು ಅಂತ ಹೇಳಿಕೊಂಡು ಭಿಕ್ಷೆ ಬೇಡಿ ಜೀವನ ಮಾಡುತ್ತಿರಿ. ಕೆಲವು ದಿನ ಕಳೆಯಲಿ. ನಾನು ಕುರುನಾಡಿಗೆ ಹೋಗುತ್ತಿದೀನಿ. ಇನ್ನು ಏಳೆಂಟು ತಿಂಗಳಿನಲ್ಲಿ ಇತ್ತ ಬರ್‍ತೀನಿ. ಅಷ್ಟರಲ್ಲಿ ವಿದುರನ ಕೈಲಿ ಮಾತನಾಡಿ ಮುಂದೆ ನೀವು ಏನು ಮಾಡಬೇಕು ಅಂತ ಹೇಳ್ತೀನಿ ಅಂದರು. ಹೀಗೆ ಆ ಊರಿಗೆ ಹೋದೆವು. ಅಲ್ಲೊಬ್ಬ ಬ್ರಾಹ್ಮಣನ ಮನೆ. ಹಿಂದೆ ಚನ್ನಾಗಿ ಬದುಕಿದ್ದವರಂತೆ. ದೊಡ್ಡ ಮನೆ. ಸಧ್ಯಕ್ಕೆ ಬಡತನ. ನಮ್ಮಮ್ಮ ಅವನನ್ನು ಕೇಳಿಕೊಂಡಳು. ಮನೆಯ ಒಂದು ಭಾಗದಲ್ಲಿ ನೀವೂ ಇದ್ದುಕೊಳ್ಳಿ ಅಂದ. ಅಲ್ಲಿ ವಾಸ. ಐದು ಮಂದಿಯೂ ಬೇರೆ ಬೇರೆ ಬೀದಿಗಳಲ್ಲಿ ವೇದಮಂತ್ರ ಹೇಳಿಕೊಂಡು ಭಿಕ್ಷೆ ಬೇಡುವುದು. ತಿಳಿಯಿತೆ ಅವಮಾನ? ನೀನು ಕ್ಷತ್ರಿಯ ಅಲ್ಲವೇ?'

'ಹೌದು.'

'ಭಿಕ್ಷಕ್ಕೆ ಹೋದರೆ ಏನಯ್ಯಾ, ನೋಡಿದರೆ ಮಲ್ಲರ ಹಾಗೆ ಕಾಣಿಸ್ತೀಯಾ ಕಡಿದರೆ ನಾಲ್ಕು ಆಳಾಗುವಷ್ಟು, ಭಿಕ್ಷೆ ಬೇಡುಕ್ಕೆ ನಾಚಿಕೆ ಆಗುಲ್ವೆ ಅಂತಿದ್ರು. ಅದೂ ನನಗೆ ಹೆಚ್ಚಾಗಿ. ನನಗೆ ಸಿಟ್ಟು. ಸುಖವಾಗಿ ಆ ಕಾಡಿನಲ್ಲೇ ಇರಬಹುದಾಗಿತ್ತು, ಇಲ್ಲಿ ಈ ಸ್ಥಿತಿಗೆ ಬರುವ ಬದಲು ಅಂತ.'

'ಕಾಡಿನಿಂದ ಯಾಕೆ ಹೊರಟಿರಿ ಹಾಗಾದರೆ?'

'ನಮ್ಮಮ್ಮ ಹೊರಡಿಸಿಕೊಂಡು ಬಂದಳು. ಇಲ್ಲೇ ಇದ್ದರೆ ನನ್ನ ಮಕ್ಕಳು ರಾಕ್ಷಸರ ಹಾಗೆ ಹಸಿಮಾಂಸ ಕಾಡುಮೃಗಗಳ ಸಹವಾಸದಲ್ಲೇ ಇದ್ದುಬಿಡ್‍ತಾರೆ ಅಂತ ಯೋಚಿಸಿ. ಒಟ್ಟಿನಲ್ಲಿ ನನಗೆ ಭಿಕ್ಷೆ ಬೇಡುವುದು ಕಷ್ಟವಾಗುತ್ತಿತ್ತು ಇಷ್ಟು ದೊಡ್ಡ ಶರೀರ ಇಟ್ಟುಕೊಂಡು. ನಾನಂತೂ ಭಿಕ್ಷೆಗೆ ಹೋಗುವುದನ್ನೇ ನಿಲ್ಲಿಸಿದೆ. ಉಳಿದವರನ್ನು ಯಾರೂ ಅಷ್ಟು ಕಟುವಾಗಿ ಅನ್ನುತ್ತಿರಲಿಲ್ಲ. ಅವರು ಯಾಚಿಸಿ ತರುವುದು, ನಾನು ಅದರಲ್ಲಿ ಅರ್ಧಭಾಗ ತಿನ್ನುವುದು, ಬೆಳಗ್ಗೆ ಸಂಜೆ ಮನೆಯ ಒಂದು ಮೂಲೆಯಲ್ಲಿ ಅಂಗಸಾಧನೆ ಮಾಡಿಕೊಳ್ಳುವುದು.'

'ಅಂಗಸಾಧನೆ ಮಾಡಿಕೊಳ್ಳದಿದ್ದರೆ ಮೈ ನೋವು ಬರುತ್ತೆ ಅಲ್ಲವೆ?'

'ಇವನು ಮಲ್ಲ ಅನ್ನುವುದಕ್ಕೆ ಅದೇ ಗುರುತು. ಆ ಬ್ರಾಹ್ಮಣರ ಮನೆಯವರು ಹಾಗಂತಲೇ ಕೇಳಿದರು. ಮಲ್ಲನೂ ಅಲ್ಲ ಗಿಲ್ಲನೂ ಅಲ್ಲ. ಸ್ವಲ್ಪ ಅವರ ಜೊತೆ ಸೇರಿ ಮೈ ಬೆಳೆಸಿದಾನೆ ಅಷ್ಟೆ ಅಂತ ನಮ್ಮಮ್ಮ ಮಾತು ಹಾರಿಸಿಬಿಟ್ಟಳು. ಹೌದು ಅಂದರೆ ಅಕ್ಕಪಕ್ಕದವರಿಗೆ ತಿಳಿಯುತ್ತೆ. ನಾವು ಐದು ಜನ ಸೋದರರು. ವಿಧವೆತಾಯಿ. ಗೂಢಚಾರರಿಂದ ದುರ್ಯೋಧನನಿಗೆ ಸುದ್ದಿ ಹತ್ತಿದರೆ! ಒಟ್ಟಿನಲ್ಲಿ ನಮ್ಮ ಗುರುತು ಯಾರಿಗೂ ಆಗಲಿಲ್ಲ. ಶುರುಶುರುವಿನಲ್ಲಿ ಭಿಕ್ಷೆ ಚನ್ನಾಗಿ ಸಿಕ್ಕುತ್ತಿತ್ತು. ಬೆಳಗೆದ್ದು ಅವೇ ಮನೆಗಳಿಗೆ ಹೋದರೆ ಯಾರು ಒಂದೇ ಸಮ

ಹಾಕುತ್ತಾರೆ? ಒಂದು ಜೋಳಿಗೆ ತುಂಬುತ್ತಿದ್ದುದು ಮುಕ್ಕಾಲು ಜೋಳಿಗೆಗೆ ಇಳಿಯಿತು. ಅಲ್ಲಿಂದ ಅರ್ಧಕ್ಕೆ. ಇನ್ನೂ ಕಡಮೆ. ಧರ್ಮ ಅರ್ಜುನ ನಕುಲ ಸಹದೇವರು ಕೂಡ ಬೇಸರಪಟ್ಟು ಜೋಳಿಗೆ ಹಿಡಿದು ಹೊರಡುತ್ತಿರಲಿಲ್ಲ. ಆದರೆ ತಿನ್ನುಕ್ಕೆ ಬೇರೆ ದಾರಿಯಿಲ್ಲ. ಈ ಊರು ಬಿಟ್ಟು ಬೇರೆ ಕಡೆ ಹೋಗೋಣವೆಂದರೆ ಕೃಷ್ಣದ್ವೈಪಾಯನ ಮಹರ್ಷಿಗಳು ಇತ್ತ ಬರುವುದಾಗಿ ಹೇಳಿದ್ದ ಕಾಲ ಅದು. ಎಷ್ಟೋ ದಿನ ಅರೆಹೊಟ್ಟೆ. ಉಳಿದವರಿಗೆ ಅರೆ ಹೊಟ್ಟೆಯಾದರೆ ನನಗೆ ತಳಹೊಟ್ಟೆ. ಒಂದೊಂದು ದಿನ ಅವರು ಬೇರೆ ಯಾವುದಾದರೂ ಊರಿಗೆ ಹೋಗಿ ಯಾಚನೆಮಾಡಿ ತರುತ್ತಿದ್ದರು. ಊರು ಎನ್ನಿಸಿಕೊಳ್ಳಬಹುದಾದ ದೊಡ್ಡ ಗ್ರಾಮಗಳು ಯಾವುವೂ ಹತ್ತಿರವಿಲ್ಲ. ಯಾರಾದರೂ ಇಬ್ಬರು ಇಲ್ಲಿರೋಣ. ಉಳಿದವರು ಬೇರೆ ದೊಡ್ಡ ಊರಿಗೆ ಹೋಗಿ ಮಹರ್ಷಿಗಳು ಬರುವತನಕ ಜೀವಿಸುತ್ತಿರೋಣ, ಅಲ್ಲಿಂದ ದಿನಸಿ ಧಾನ್ಯಗಳನ್ನು ಇಲ್ಲಿಗೆ ಕಳಿಸೋಣ ಅಂದರೆ ಅಮ್ಮ ಒಪ್ಪುವುದಿಲ್ಲ. ನನ್ನ ಐದು ಮಕ್ಕಳೂ ಒಟ್ಟಿಗೆ ಇರಬೇಕು ಅಂತ ಅವಳ ಹಟ. ಏನು ಮಾಡಬೇಕು ಈ ಸಂದರ್ಭದಲ್ಲಿ? ದೊಡ್ಡ ಊರಾದ್ದರಿಂದ ಮೂರು ನಾಲ್ಕು ಕೋಸು ನಡೆದು ಹೋದರೂ ಒಂದು ಮೊಲ ಕೂಡ ಬೇಟೆಗೆ ಸಿಕ್ಕುತ್ತಿರಲಿಲ್ಲ.'

ನೀಲ ಸುಮ್ಮನೆ ಹೂಂ ಎಂದ. ಏನು ಮಾಡಬಹುದಿತ್ತೆಂದು ಅವನಿಗೆ ಹೊಳೆಯಲಿಲ್ಲ. 'ದಿನಾ ನಮ್ಮ ಅದೃಷ್ಟವನ್ನು ಬೈದುಕೊಳ್ಳುವುದು, ದುರ್ಯೋಧನನನ್ನು ಶಪಿಸುವುದು, ನಿಟ್ಟುಸಿರಿಡುವುದು ಹೊಟ್ಟೆಗೆ ಒದ್ದೆಬಟ್ಟೆ ಹಾಕಿಕೊಂಡು ಮಲಗುವುದು, ಇಷ್ಟನ್ನು ಬಿಟ್ಟು ನಮಗೆ ಬೇರೆ ಕೆಲಸವಿಲ್ಲ. ಇಷ್ಟು ಹೊತ್ತಿಗೆ ನಮಗೆ ಒಂದು ವಿಷಯ ತಿಳಿದಿತ್ತು. ಆ ಏಕ ಚಕ್ರ ಪಟ್ಟಣದ ರಾಜ ವೇತ್ರಕೀಗೃಹ ಎಂಬ ಊರಿನಲ್ಲಿರುತ್ತಾನಂತೆ. ಆ ಜನಪದಕ್ಕೆಲ್ಲ ಅವನೇ ಅಧಿಪತಿ. ಮಹಾಪುಕ್ಕಲ. ಹತ್ತಿರ ಸೈನ್ಯ, ಭಟರು ಇರಲಿಲ್ಲವೆಂದಲ್ಲ. ಇದ್ದರು. ರಾಜನಲ್ಲಿ ಧೈರ್ಯವಿದ್ದರೆ ತಾನೆ ಸೈನ್ಯದಲ್ಲಿ ಇರುವುದು. ಒಟ್ಟಿನಲ್ಲಿ ಏನಾಗಿತ್ತು ಅಂದರೆ ಅವರಪ್ಪ ಶಕ್ತಿಶಾಲಿಯಾದ ರಾಜನಂತೆ. ರಾಜನ ಹಿರೀಮಗನಿಗೆ ಪಟ್ಟಕಟ್ಟುವ ಪರಂಪರೆ. ಈ ಹೇತಲಾಂಡಿಗೆ ಕಟ್ಟಿದರು. ರಾಜನ ಮಗನೇ ರಾಜ ಆಗಬೇಕು ಅಂತ ಏನು? ಶಕ್ತಿ ವಂತನಾದ ಸಾಮಾನ್ಯ ಏಕಾಗಬಾರದು? ಒಟ್ಟಿನಲ್ಲಿ ಹೇತಲಾಂಡಿ ರಾಜನ ಆಳ್ವಿಕೆಯಲ್ಲಿ ಏನಾಗಬೇಕೋ ಅದು ಅಲ್ಲಿಯೂ ಆಗುತ್ತಿತ್ತು. ಏಕಚಕ್ರಿಗೆ ಎರಡು ಕೋಸು ದೂರದಲ್ಲಿ ಯಮುನಾ ನದಿಯ ಹತ್ತಿರ ಒಬ್ಬ ರಾಕ್ಷಸ ಬಂದು ಸೇರಿಕೊಂಡ, ತನ್ನ ಪರಿವಾರ, ಕೆಲವು ಅನುಯಾಯಿಗಳ ಸಂಗಡ. ಅವರು ಒಟ್ಟಿಗೆ ಯಾವುದಾದರೂ ಊರಿಗೆ ನುಗ್ಗುವುದು, ಕೈಗೆ ಸಿಕ್ಕಿದ ಮನುಷ್ಯರನ್ನು ಕೊಂದು ಹಸೀ ಮಾಂಸ ಅಲ್ಲೇ ತಿನ್ನುವುದು. ಧನಧಾನ್ಯ ಪಶುಗಳನ್ನು ಹೊತ್ತುಕೊಂಡು ಹೋಗುವುದು ಜನಗಳಲ್ಲಿ ತಲ್ಲಣ ಹುಟ್ಟಿಬಿಟ್ಟಿತು. ಎಲ್ಲರೂ ರಾಜನ ಹತ್ತಿರ ಹೋದರು. ರಾಜ ಸೈನ್ಯದೊಡನೆ ಬಂದ. ಈ ರಾಕ್ಷಸರು ಒಂದು ಸಲ ಸಾಮೂಹಿಕವಾಗಿ ಗರ್ಜಿಸಿ ನುಗ್ಗಿದರಂತೆ. ರಾಜನ ತೊಡೆ ಮಂಡಿ ಮೊಣಕಾಲುಗಳು ನಡುಗಲು ಶುರುವಾದುವು. ವಾಪಸು ಓಡಲೂ ಶಕ್ತಿಯಿಲ್ಲದೆ ಅಕ್ಕಪಕ್ಕದಲ್ಲಿದ್ದ ಅಂಗರಕ್ಷಕನನ್ನು ತಬ್ಬಿಕೊಂಡುಬಿಟ್ಟ. ಸೈನಿಕರೂ ಹೆದರಿ ನಿಂತರು. ಈ ಸ್ಥಿತಿಯಲ್ಲಿ ರಾಜನಿಗೂ ಆ ರಾಕ್ಷಸನಿಗೂ

– ಬಕಾಸುರ ಅಂತ ಅವನ ಹೆಸರು – ಒಪ್ಪಂದವಾಯಿತು. ಬಕಾಸುರನು ವಾಸವಾಗಿರುವ ಸ್ಥಳಕ್ಕೆ ದಿನಾ ಮಧ್ಯಾಹ್ನದ ಹೊತ್ತಿಗೆ ಒಂದು ಗಾಡಿ ರುಚಿರುಚಿಯಾದ ಆಹಾರ, ಒಳ್ಳೆ ಎಳೆಪ್ರಾಯದ ಗಾಡಿ ಎಳೆಯುವ ಒಂದು ಜೋಡಿ ಎತ್ತು ಅಥವಾ ಎಮ್ಮೆ, ಒಬ್ಬ ಮನುಷ್ಯನನ್ನು ಕಳಿಸುವುದು. ಬಕಾಸುರ ಎಂದೂ ಈ ರಾಜ್ಯದ ಯಾವ ಊರಿಗೂ ನುಗ್ಗಿ ಜನಗಳನ್ನು ಕೊಲ್ಲುವುದಿಲ್ಲ ಮತ್ತು ಹೊರಗಿನ ಯಾವ ಶತ್ರುವಾದರೂ ಈ ರಾಜ್ಯದ ಮೇಲೆ ದಂಡೆತ್ತಿ ಬಂದರೆ ರಾಜ್ಯವನ್ನು ರಾಜನಿಗೆ ರಕ್ಷಿಸಿಕೊಡುವುದು ಬಕಾಸುರನ ಜವಾಬ್ದಾರಿ. ತಿಳಿಯಿತಾ ಈ ಒಪ್ಪಂದದ ಒಳ ಅರ್ಥ?'

'ಏನು?'

"ಮುಠ್ಠಾಳ ರಾಜನಿಗೆ ದೇಶರಕ್ಷಣೆಯ ಕೆಲಸವೂ ಇಲ್ಲ. ರಾಕ್ಷಸರಿಂದ ರಕ್ಷಿಸುವ ಜವಾಬ್ದಾರಿಯೂ ಇಲ್ಲ. ಆದರೆ ಅದೇ ರಾಕ್ಷಸನ ಸಹಾಯದಿಂದ ಗದ್ದುಗೆಯ ಸುಖಪಡ ಬಹುದು. ದಿನಕ್ಕೊಂದೊಂದು ಸಂಸಾರ ರಾಕ್ಷಸನ ತಂಡದವರ ಹೊಟ್ಟೆಗೆ ಒದಗಿಸಬೇಕು. ಯೋಗ್ಯತೆ ಇಲ್ಲದವನು ಗದ್ದುಗೆ ಏರಿದರೆ ಹೀಗೆ ಒಂದರ ವಿರುದ್ಧ ಒಂದನ್ನು ನಿಲ್ಲಿಸಿ ಎರಡೂ ತನ್ನ ರಕ್ಷಣೆಗೆ ನಿಲ್ಲುವಂತೆ ಮಾಡಿ ತಾನು ಸ್ಥಾನ ಉಳಿಸಿಕೊಳ್ಳುವ ಇಂತಹ ತಂತ್ರ ಮಾಡಿಯೇ ಮಾಡುತ್ತಾನೆ. ಜೊತೆಗೆ ಜನಗಳು ರಾಜನಿಗೆ ತೆರಬೇಕಾದ ಕರ ತೆರಲೇಬೇಕು. ಬೇರೆ ಊರುಗಳ ಸಂಸಾರಗಳಿಗೆ ಈ ಸರದಿ ಇತ್ತು. ಒಂದು ದಿನ ರಾಜ ದೂತನೇ ಏಕಚಕ್ರನಗರಿಗೆ ಬಂದು ಹೇಳಿದ. ನಾಳೆಯಿಂದ ನಿಮ್ಮೂರಿನ ಸರದಿ. ಊರನ್ನು ಹೊಕ್ಕರೆ ಮೊದಲ ಮನೆಯೇ ನಮಗೆ ಜಾಗ ಕೊಟ್ಟಿದ್ದ ಬ್ರಾಹ್ಮಣನ ಮನೆ. ಎಂದರೆ ನಾಳೆ ಅವನು ಒಂದು ಗಾಡಿ ಆಹಾರ, ಎರಡು ಪಶುಗಳು ಒಬ್ಬ ಮನುಷ್ಯನನ್ನು ಹೊಂದಿಸಬೇಕು. ಅಷ್ಟು ಬೇಗ ಆಹಾರ ಪಶುಗಳನ್ನು ತರುವುದಾದರೂ ಹೇಗೆ? ಸಾಲವೋ ಸೋಲವೋ ಇದ್ದುದನ್ನು ಮಾರಿಕೇರಿಯೋ ತಂದ ಎಂದಿಟ್ಟುಕೊ. ನರಭಕ್ಷಕನಿಗೆ ಒಬ್ಬ ಮನುಷ್ಯನನ್ನು ಹೇಗೆ ಹೊಂದಿಸುವುದು? ಮನೆಯಲ್ಲಿ ಯಾರನ್ನು ನೂಕುವುದು? ಅನುಕೂಲಸ್ಥರೇನೋ ಕೈತುಂಬ ದುಡ್ಡು ಸುರಿದು ಯಾವುದಾದರೂ ಬಡಕುಟುಂಬದಲ್ಲಿ ಸಾಲಸೋಲಕ್ಕೆ ಸಿಕ್ಕಿದ ಒಬ್ಬ ಆಳನ್ನು ಮೃತ್ಯುವಿಗೆ ಒಪ್ಪಿಸಬಹುದು. ಅಷ್ಟು ಅನುಕೂಲಸ್ಥರು ಎಷ್ಟು ಜನವಿದ್ದಾರು? ಅಂತೂ ನಾಳೆ ನಿಮ್ಮ ಮನೆಯ ಸರದಿ ಅಂತ ಈ ಬೆಳಗ್ಗೆ ರಾಜದೂತ ಬಂದು ಹೇಳಿಹೋದ. ಗಂಡ ಹೆಂಡತಿ, ಮದುವೆಯ ವಯಸ್ಸಿನ ಮಗಳು, ಚಿಕ್ಕ ಮಗ. ಗೋಳೋ ಅಂತ ಅಳುಕ್ಕೆ ಶುರುಮಾಡಿದರು. ನಿಸ್ಸಹಾಯಕ ಗಂಡ, ಹೆಂಡತಿಯನ್ನು ಬೈದ. ಹೆಂಡತಿ ಗಂಡನ ಮೇಲೆ ದೂರು ಹಾಕಿದಳು. ಮಕ್ಕಳಿಬ್ಬರೂ ಅಪ್ಪ ಅಮ್ಮರನ್ನು ತಬ್ಬಿಕೊಂಡರು. ಗಂಡ ಹೆಂಡತಿ ಪರಸ್ಪರ ಕೈ ಹಿಡಿದುಕೊಂಡರು. ಎಲ್ಲರೂ ಒಟ್ಟಿಗೆ ಅತ್ತರು. ನಾಳೆ ತಾನು ಹೋಗುವುದಾಗಿ ಗಂಡ ಹೇಳಿದ. ಅವನು ಹೋಗುವುದೇ ಸರಿ ಅಲ್ಲವೆ? ಆದರೆ ಹೆಂಡತಿ ಹೇಳಿದಳು: 'ನೀನು ಹೋದರೆ ಪರಿಣಾಮ ಏನಾಗುತ್ತೆ ಗೊತ್ತೆ? ವಿಧವೆಯಾದ ನನ್ನ ಮರ್ಯಾದೆ ಯಾರೂ ಉಳಿಸುವುದಿಲ್ಲ. ವಯಸ್ಸಿಗೆ ಬಂದ ಈ ಹುಡುಗಿಯನ್ನು ಪುಂಡರು ಹೊತ್ತುಕೊಂಡು ಹೋಗುತ್ತಾರೆ. ಈ ರಾಜ್ಯದಲ್ಲಿ ಪುಂಡರನ್ನು ಹಿಡಿದು ಶಿಕ್ಷಿಸುವ ಶಕ್ತಿ

ಸ್ಥೈರ್ಯಗಳು ರಾಜನಿಗಿಲ್ಲ. ಆದ್ದರಿಂದ ನಾನು ಹೋಗುತ್ತೇನೆ. ನೀನು ಮಕ್ಕಳನ್ನು ಸಾಕು.' ಹೆಣ್ಣುಹುಡುಗಿ ಪಿಸುಮಾತಿನಲ್ಲಿ ಉಪಾಯ ಹೇಳಿದಳು: 'ನಾವು ನಾಕು ಜನವೂ ಇವತ್ತು ರಾತ್ರಿ ಕದ್ದು ಈ ರಾಜ್ಯದ ಗಡಿಯಿಂದ ಹೊರಗೆ ಹೋಗಿಬಿಡೋಣ.' ಅಪ್ಪ ಅಂದ: 'ಇವತ್ತಿನಿಂದಲೇ ನಮ್ಮ ಮನೆಯ ಹತ್ತಿರ ಗೂಢಚಾರರನ್ನು ಹಾಕಿರುತ್ತಾರೆ. ಮೊದಲೇ ನಾವು ಈ ಕೆಲಸ ಮಾಡಬೇಕಾಗಿತ್ತು. ಹಾಗಂತ ನಾನು ನಿಮ್ಮಮ್ಮನಿಗೆ ನಾಲ್ಕು ವರ್ಷದ ಹಿಂದೆಯೇ ಹೇಳಿದೆ. ಯಾವ ಊರಿನ ಸರದಿಯೋ ಏನೋ, ನಿನ್ನದು ಇಲ್ಲದ ಭಯ. ಹುಟ್ಟಿ ಬೆಳೆದ ಊರು ಬಿಟ್ಟು ನಾನು ಹೊರಡುವುದಿಲ್ಲ ಅಂದಳು. ಇವಳ ಮಾತು ಕೇಳಿ ಹೀಗಾಯಿತು ನೋಡು' ಯಾವ ಉಪಾಯವೂ ಕಾಣಲಿಲ್ಲ. ಮತ್ತೆ ಎಲ್ಲರೂ ಒಟ್ಟಿಗೆ ಅಳಲು ಶುರುಮಾಡಿದರು. ನನಗೆ ಇದೆಲ್ಲ ಗೊತ್ತೇ ಇಲ್ಲ. ಅದೇ ಮನೆಯ ಒಂದು ಭಾಗದ ನಮ್ಮ ಕೋಣೆಯಲ್ಲಿ ಮಲಗಿದ್ದೆ ಬೇರೆ ಕೆಲಸವಿಲ್ಲದೆ. ಉಳಿದ ನಾಲ್ವರು ಹೊರಗೆ ಹೋಗಿದ್ದರು. ನಮ್ಮಮ್ಮ ಅವರ ಮಾತುಗಳನ್ನು ಕೇಳಿಕೊಂಡಳು. ಅವರ ಹತ್ತಿರ ಹೋಗಿ ವಿಚಾರಿಸಿದಳು. ವಿಷಯ ಸ್ಪಷ್ಟವಾಗಿ ತಿಳಿಯಿತು. ಸ್ವಲ್ಪ ಹೊತ್ತು ಅವಳೂ ತಲೆಯ ಮೇಲೆ ಕೈ ಹೊತ್ತು ಕುಳಿತಿದ್ದಳಂತೆ. ಆಮೇಲೆ ನಾವಿದ್ದ ಕೋಣೆಗೆ ಬಂದು ನನ್ನನ್ನು ಎಬ್ಬಿಸಿ ಎಲ್ಲ ವನ್ನೂ ಹೇಳಿ ಕೊನೆಗೆ ಅಂದಳು: 'ಮಗೂ, ನಮಗೆ ಒಂದು ವರ್ಷ ಆಶ್ರಯ ಕೊಟ್ಟಿದಾರೆ. ತೀರ ಉಪವಾಸವಾದ ದಿನ ಹತ್ತಿರ ಇದ್ದದ್ದನ್ನು ಊಟಕ್ಕೆ ಇಕ್ಕಿದಾರೆ. ಸ್ವಲ್ಪವಾದರೂ ಅವರ ಋಣ ತೀರಿಸಬೇಡವೆ ನಾವು?'

"'ಏನು ಮಾಡಬೇಕು ಹೇಳಮ್ಮ.'

"'ಗಾಡಿಯ ಜೊತೆ ನಿನ್ನನ್ನು ಕಳಿಸುವುದಾಗಿ ಹೇಳ್ತೀನಿ. ನೀವೆಲ್ಲ ಒಟ್ಟಿಗೆ ಹೋಗಿ ಏನಾದರೂ ಮಾಡಿ ಆ ರಾಕ್ಷಸನನ್ನು ಕೊಂದು ಬನ್ನಿ. ನಮ್ಮ ಉಪಕಾರ ಋಣ ತೀರುವುದು ಮಾತ್ರವಲ್ಲ, ಒಂದು ನರಭಕ್ಷಕ ತಂಡವನ್ನು ತೊಡೆದುಹಾಕಿದ ಪುಣ್ಯ ಬರುತ್ತೆ. ಆ ನಿನ್ನ ಜೊತೆ ಇದ್ದಳು ನೋಡು, ಕಮಲಪಾಲಿಕೆ, ನಿನ್ನಲ್ಲಿ ಅವಳು ಎಷ್ಟೇ ಮೋಹಗೊಂಡಿರಲಿ, ಆ ನರಭಕ್ಷಕ ಜಾತಿ ಕಂಡರೆ ನನಗೆ ಆಗುವುದಿಲ್ಲ. ಹಸೀ ಮಾಂಸ ತಿನ್ನುವವರು ಮನುಷ್ಯ ಮಾಂಸಕ್ಕೆ ಹೇಸುತ್ತಾರೆಯೆ ಅನಾರ್ಯ ಜನ!'

"ಸಾಲಕಟಂಕಟಿಯನ್ನು ಹೀಗಳೆದದ್ದಕ್ಕೆ ನನಗೆ ಸಿಟ್ಟು ಬಂತು. ಆದರೆ ಈಗ ಈ ರಾಕ್ಷಸನನ್ನು ಕೊಲ್ಲುವ ಮಾತಿನಿಂದ ಪುಳಕವಾಯಿತು. ಅವನ ವಿಷಯ ನನಗೆ ಈ ಮೊದಲು ಗೊತ್ತಿಲ್ಲದೆ ಇರಲಿಲ್ಲ. ನಾನೇ ಹೋಗಿ ನಮ್ಮ ಆಶ್ರಯದಾತನನ್ನು ಕೇಳಿದೆ. ಊರಿಗೆ ಎರಡು ಕೋಸು ದೂರದಲ್ಲಿ ಯಮುನಾನದಿಯ ಹತ್ತಿರದ ಗುಹೆಯಲ್ಲಿ ಅವನ ವಾಸವಂತೆ. ತಾನು, ಹೆಂಡತಿ, ಮಕ್ಕಳು ಮಾತ್ರ ಇರುತ್ತಾರಂತೆ. ಇಷ್ಟು ದಿನದಿಂದ ಅಭ್ಯಾಸವಾಗಿ ಅವನಿಗೆ ಬೇಯಿಸಿದ ಅನ್ನ, ಭಕ್ಷ್ಯಾದಿಗಳ ರುಚಿ ಹತ್ತಿದೆಯಂತೆ. ಜೊತೆಗೆ ಹಸಿಮಾಂಸ, ಮನುಷ್ಯಮಾಂಸದ ವ್ಯಂಜನ. ಅವನ ಉಳಿದ ರಾಕ್ಷಸ ಅನುಚರರು ಸದಾ ಇಲ್ಲಿರುವುದಿಲ್ಲ. ಯಾವ ಯಾವುದೋ ಕಾಡಿನಲ್ಲಿ ಸಂಚರಿಸುತ್ತಿರುತ್ತಾರೆ. ಕುರುನಾಡಿನ ಕಾಡುಗಳ ತನಕ, ಅತ್ತ ಪೂರ್ವದಲ್ಲಿ ಮಗಧದ ಕಾಡುಗಳ ತನಕ ಅವರ ನಂಟರಿದ್ದಾರೆ.

ಗಾಡಿಯ ಸಂಗಡ ಹೋದ ಪಶುಗಳನ್ನು ಹೆಚ್ಚು ಸಂಖ್ಯೆಯಲ್ಲಿ ನಂತರು ಬಂದ ದಿನ ಮಾತ್ರ ಒಟ್ಟಿಗೆ ಕೊಂದು ತಿನ್ನುತ್ತಾರಂತೆ. ಮನುಷ್ಯ ಮತ್ತು ಗಾಡಿಯನ್ನಗಳು ಮರುದಿನ ಮಧ್ಯಾಹ್ನದ ಹೊತ್ತಿಗೆ ಖಾಲಿಯಾಗುತ್ತವೆ. ಇಷ್ಟು ವಿವರ ನನಗೆ ಸಾಕಾಗಿತ್ತು. ಅಷ್ಟರಲ್ಲಿ ಹೊರಗೆ ಹೋಗಿದ್ದ ನಾಲ್ವರು ಬಂದರು. ನಮ್ಮ ಕೋಣೆಯಲ್ಲಿ ನಾವು ಆರು ಜನವೂ ಕೂತು ಆಲೋಚಿಸಿದೆವು. ಈ ಬಕಾಸುರನನ್ನು ಕೊಲ್ಲುವುದು ಸಾಧ್ಯವೆ? ಖಂಡಿತ ಸಾಧ್ಯ, ನಾನು ಚರ್ಚೆ ಬೆಳೆಯಲು ಅವಕಾಶವನ್ನೇ ಕೊಡಲಿಲ್ಲ. ಅವನನ್ನು ಕೊಂದರೆ ನಮ್ಮ ಗುರುತು ಸಿಕ್ಕುವುದಿಲ್ಲವೆ? ಕೊಂದರೂ ಗುರುತು ಮರೆಸಿಕೊಳ್ಳಬಹುದು, ಧರ್ಮ ಹೇಳಿದ. ಇನ್ನು ಹೆಚ್ಚು ಮಾತು ಬೇಡ. ನಾಳೆ ಬೆಳಗ್ಗೆ ಅಲ್ಲಿಗೆ ಹೋಗುವುದು ಎಂಬ ನಿಶ್ಚಯವಾಯಿತು. ಸುಮ್ಮಸುಮ್ಮನೆ ಹೋಗುವುದು ಬೇಡ. ಆಹಾರದ ಗಾಡಿ ಹೊಡೆದುಕೊಂಡೇ ಹೋಗುವುದು ಎಂದು ತೀರ್ಮಾನಿಸಿದೆವು. ಅಮ್ಮ ಹೋಗಿ ನನ್ನ ಎರಡನೆಯ ಮಗನನ್ನು ಕಳಿಸ್ತೀನಿ ಅಂದರೆ ಅವರು ಒಪ್ಪಲಿಲ್ಲ. ಆ ಪಾಪಕ್ಕೆ ನಾವೇಕೆ ಒಳಗಾಗೋಣ ಎಂದರಂತೆ. ಅಮ್ಮ ಸ್ವಲ್ಪ ಬಲವಂತ ಮಾಡಿದಮೇಲೆ ಒಪ್ಪಿಕೊಂಡರು. ಯಾರು ಒಪ್ಪವುದಿಲ್ಲ? ಈ ತಕ್ಷಣ ದಿನಸಿ ಧಾನ್ಯ ತರಿಸಿ ಎಂದು ಹೇಳಿ ಬಂದಳು. ಇದ್ದದ್ದು ಬದ್ದದ್ದು ಮಾರಿ ಅವರು ತಕ್ಷಣ ಅಕ್ಕಿ, ತುಪ್ಪ, ಬೆಲ್ಲ, ಎಣ್ಣೆ, ಗೋಧಿ ಹಿಟ್ಟುಗಳನ್ನು ತರಿಸಿದರು. ನನಗೆ ಹೊಟ್ಟೆಗೆ ಸಾಲದು. ಆ ಮಧ್ಯಾಹ್ನವೇ ಆ ದಿನಸಿಯಿಂದ ಅಡುಗೆ ಮಾಡಿಸಿ ಹೊಟ್ಟೆ ತುಂಬ ಉಂಡೆ. ರಾತ್ರಿಗೆ ಮತ್ತೆ ಪುಷ್ಕಳ ಭೋಜನ ಹೊಡೆದೆ. ಸ್ವಲ್ಪ ಶಕ್ತಿ ಕೂಡಿತು. ಉಳಿದವರೂ ಊಟಮಾಡಿದರು."

ನೀಲನ ಮುಖದಲ್ಲಿ ಗೆಲುವು ತುಂಬಿ ಅಗಲವಾಯಿತು. ಇನ್ನು ಮುಂದಿನದು ರಾಕ್ಷಸ ನೊಡನೆ ಆದ ಕಾಳಗದ ವರ್ಣನೆ ಎಂಬುದು ತಿಳಿದುಹೋಯಿತು. ಎರಡು ಕುಪ್ಪಳಿಕೆ ಮುಂದೆ ಬಂದು ಕುಳಿತ. ಅವನು ಮೊದಲು ಕೂತಿದ್ದ ಜಾಗದಲ್ಲಿ ಬಿಸಿಲು ಬರುತ್ತಿದ್ದುದೂ ಒಂದು ಕಾರಣ.

"ಮಲಗುವ ಮುನ್ನ ಮಂತ್ರಾಲೋಚನೆ ಮಾಡಿದೆವು. ಐದು ಜನವೂ ಹೋಗುವುದು. ನಾನು ರಾಕ್ಷಸಹೊಡೆತ ಪ್ರಾರಂಭಿಸುವುದು. ಉಳಿದವರು ಬಿಲ್ಲುಬಾಣಗಳಿಂದ ಹೊಡೆಯುವುದು, ಧರ್ಮ ಹೇಳಿದ. ಭಿಕ್ಷೆಗೆ ಇಳಿದ ಮೇಲೆ ನನ್ನ ಬಿಲ್ಲನ್ನು ಬಳಸಿಯೇ ಇಲ್ಲ. ನಾಳೆ ಬೆಳಗ್ಗೆ ಸ್ವಲ್ಪ ಹೊತ್ತು ಅಭ್ಯಾಸಮಾಡಿಕೊಂಡು ಬಾಣದ ಅಲುಗುಗಳನ್ನು ಮಸೆದುಕೊಳ್ಳುತ್ತೇನೆ, ಅರ್ಜುನ ಸೇರಿಸಿದ. ಅದೇ ಸರಿ ಎಂದು ನಕುಲ ಸಹದೇವರು ಒಪ್ಪಿದರು. ನನ್ನ ಮನಸ್ಸು ಬೇರೆಯ ತೆರನಾಗಿತ್ತು. ಇದು ನನ್ನ ಬೇಟೆ, ಬೇರೆಯವರ ಜೊತೆ ಕೊಲ್ಲುವುದು ಬೇಡ. ಅಷ್ಟರಲ್ಲಿ ಒಂದು ವರ್ಷ ರಾಕ್ಷಸರ ನಡುವೆಯೇ ಇದ್ದು ಅವರ ಹೋರಾಟದ ಸ್ವಭಾವ ತಿಳಿದುಕೊಂಡಿದ್ದೆ. ನುಗ್ಗಿದರೆ ಹಿಂದುಮುಂದು ನೋಡದೆ ಒಟ್ಟಿಗೆ ನುಗ್ಗುತ್ತಾರೆ. ವನ್ಯಮೃಗಗಳಂತೆ. ಒಂದು ಮೃಗವನ್ನು ಕೊಂದರೆ ಉಳಿದವು ಹೆದರಿ ಕಾಲ್ತೆಗೆಯುವಂತೆ ಅವರೂ ನಾಯಕ ಬಿದ್ದ ತಕ್ಷಣ ಓಡಿಬಿಡುತ್ತಾರೆ. ನಿಧಾನವಾಗಿ ನಿಂತು ಕಾಳಗ ಯಾವ ಘಟ್ಟದಲ್ಲಿದೆ ಎಂದು ತೂಗಿ ನಿರ್ಧರಿಸುವ ತಿಳಿವಳಿಕೆ ಇಲ್ಲ. ಅವರು ನುಗ್ಗುವ ಅಬ್ಬರಕ್ಕೆ, ಕೈಗೆ ಸಿಕ್ಕಿದರೆ ತೋರುವ ಕ್ರೌರ್ಯಕ್ಕೆ ಗುಂಡಿಗೆ ಕಳೆದುಕೊಳ್ಳದೆ ನಿಂತು ಬುದ್ಧಿ ಉಪಯೋಗಿಸಿ

ಕಾದಿದರೆ ಗೆಲ್ಲುವುದು ಕಷ್ಟವಲ್ಲ. ವಿರೋಧವೇ ಇಲ್ಲದೆ ಇಷ್ಟು ವರ್ಷಗಳಿಂದ ಸಕಾಲದಲ್ಲಿ ಆಹಾರದ ಗಾಡಿ ಹೋಗುತ್ತಿರುವುದರಿಂದ ಬಕನನ್ನುಳಿದು ಬೇರೆ ಯಾರೂ ಆಹಾರ ಸ್ವೀಕರಿಸುವ ಜಾಗದಲ್ಲಿ ಇರುವುದಿಲ್ಲ. ಅಲ್ಲದೆ ಒಬ್ಬನೇ ಹೋಗಿ ಸಾಹಸ ಮಾಡುವ ತೀಟೆ ಒಳಗಿನಿಂದ ಹೊತ್ತಿ ಬಲವತ್ತರವಾಗಿ ಕಾಡುತ್ತಿತ್ತು. ನನ್ನ ವಿಚಾರವನ್ನು ಉಳಿದ ನಾಲ್ವರೂ ಒಪ್ಪಿದರು. ಹೇಗಾದರೂ ಸರಿ. ನೀವು ನಾಲ್ವರೂ ಬಿಲ್ಲುಬಾಣ ಹಿಡಿದು ಅಲ್ಲೇ ಎಲ್ಲಾದರೂ ಅವಿತು ಕೂತಿರಿ, ಅಮ್ಮ ಅಪ್ಪಣೆ ಮಾಡಿದಳು. ಬೇಡ ಅನ್ನುವಂತಿರಲಿಲ್ಲ. ನಿದ್ದೆ ಮಾಡಿದೆ. ಕನಸಿನಲ್ಲೂ ಬಕನೊಡನೆ ಹೇಗೆ ಬಡಿದಾಡಬೇಕೆಂಬುದೇ ಬರುತ್ತಿತ್ತು.

"ಊರಿಗೆ ಮೊದಲ ಸಲ ಬಂದ ಪಾಳಿ. ಅಲ್ಲದೆ ಪರದೇಶದವನಾದ ನಾನು ಆ ಊರಿನ ಒಬ್ಬ ಗೃಹಸ್ಥನ ಪ್ರಾಣ ಉಳಿಸುವುದಕ್ಕಾಗಿ ಜೀವ ತೆರುವುದಕ್ಕೆ ಹೊರಟಿದೀನಿ. ಬೆಳಗ್ಗೆ ಊರಿಗೆ ಊರೇ ಸೇರಿತ್ತು ನಾನು ಹೋಗುವುದನ್ನು ನೋಡುವುದಕ್ಕೆ. ನಾಚಿಕೆ ಇಲ್ಲದ ಜನ. ಅಲ್ಲಿ ಸೇರಿದ್ದ ಅರ್ಧದಷ್ಟು ಜನ ಧೈರ್ಯವಾಗಿ ಸೇರಿ ನುಗ್ಗಿದ್ದರೆ ಬಕನನ್ನು ಕೊಂದು, ಆ ರಾಜನನ್ನು ಕೊಂದು ಸರಿಯಾದ ಬೇರೆ ರಾಜನನ್ನು ತರಬಹುದಾಗಿತ್ತು. ಭಾರದ ಗಾಡಿ ಎಳೆದುಕೊಂಡು ಎತ್ತುಗಳು ನಿಧಾನವಾಗಿ ನಡೆದವು. ಜೊತೆಗೆ ನನ್ನ ತೂಕ. ದಾರಿಯ ಉದ್ದಕ್ಕೂ ನಾನೂ ಸ್ವಲ್ಪ ಮೆಲುಕಾಡಿಸುತ್ತಿದ್ದೆ. ದಾರಿಯಲ್ಲಿ ಗಾಡಿ ನಿಲ್ಲಿಸಿ ಬೇಕೆಂತಲೇ ತಡ ಮಾಡಿದೆ. ಬಕನನ್ನು ಕಾಯಿಸಿ ರೇಗಿಸಬೇಕು ಅಂತ. ಒಂದು ಕೊಂಬೆ ಮುರಿದು ಸಿದ್ಧಮಾಡಿಕೊಂಡೇ ಹೋದೆ. ನಾನು ಹೋದ ತಕ್ಷಣ ಯಾಕೆ ತಡ ಅಂತ ಘರ್ಜಿಸಿದ. ನಿಮ್ಮಪ್ಪ ಕೇಳಲಿ ಅಂತ, ಅಂದೆ. ನನಗೆ ಎದುರುತ್ತರ ಕೊಡೋನು ಯಾರು ಅಂತ ನುಗ್ಗಿ ಬಂದ. ಒಬ್ಬನೇ ಇದ್ದ. ಎರಡು ವರ್ಷಕ್ಕೆ ಮೊದಲು ಹಿಡಿಂಬನ ಜೊತೆ ಕಾದಿದೆನಲ್ಲ, ಆಗಿಗೂ ಈಗಿಗೂ ವ್ಯತ್ಯಾಸವಿತ್ತು. ಈಗ ರಾಕ್ಷಸರ ರೀತಿ ದೌರ್ಬಲ್ಯಗಳು ತಿಳಿದಿದ್ದವು. ಅಲ್ಲದೆ ಈಗ ನಾನು ಬಂದಿರುವುದು ಮಲ್ಲಕ್ರೀಡೆಗಲ್ಲ, ಇವನನ್ನು ಮುಗಿಸುವುದಕ್ಕೆ ಅನ್ನುವ ಸ್ಪಷ್ಟ ಉದ್ದೇಶವಿತ್ತು. ಮನುಷ್ಯನನ್ನು ಕೊಂದ ಅಭ್ಯಾಸವಿತ್ತು. ರೇಗಿದ ಕಾಡುಮೃಗ ನುಗ್ಗುತ್ತದೆಯೇ ವಿನಾ ಏಟು ತಪ್ಪಿಸಿಕೊಳ್ಳುವ ವಿವೇಕ ಮಾಡುವುದಿಲ್ಲ. ಬಕ ನುಗ್ಗಿ ಬಂದ. ನಾನು ತಪ್ಪಿಸಿಕೊಂಡೆ. ಮರದ ಕೊಂಬೆಯಿಂದ ಹಾಕಿದೆ ಜಾಗ ನೋಡಿ. ತತ್ತರಿಸಿದ. ತಿರುಗುವುದಕ್ಕೆ ಅವಕಾಶವನ್ನೇ ಕೊಡಲಿಲ್ಲ. ಮತ್ತೆ ಹಾಕಿದೆ. ಮುಗಿದುಹೋದ. ಮುಂದೆ ಏನು ಮಾಡಬೇಕು ಅಂತ ಸ್ವಲ್ಪ ಹೊತ್ತು ಯೋಚಿಸಿದೆ. ಅಷ್ಟರಲ್ಲಿ ಅವನ ಕಿರುಚಾಟ ಕೇಳಿ ಅವನ ಕಡೆಯ ಹೆಂಗಸರು ಮಕ್ಕಳು ಹತ್ತಿರ ಬಂದಿದ್ದರು. ಅವನ ಹೆಣ ಎತ್ತಿ ಹೆಗಲ ಮೇಲೆ ಹಾಕಿಕೊಂಡು ಅವರ ಕಡೆಗೆ ಓಡಿದೆ. ಅವರು ಹೆದರಿ ಓಟಕಿತ್ತರು ತಮ್ಮ ಗುಹೆಯ ಕಡೆಗೆ. ಹಿಂದೆಹಿಂದೆಯೇ ಹೋಗಿ ಹೆಣವನ್ನು ಗುಹೆಯ ಬಾಗಿಲಲ್ಲಿ ಎಸೆದು ಅಷ್ಟರಲ್ಲಿ ಒಳಗೆ ಸೇರಿದ್ದ ಅವರಿಗೆ ರಾಕ್ಷಸ ಭಾಷೆಯಲ್ಲೇ ಕೂಗಿ ಹೇಳಿದೆ, ಒಂದು ವರ್ಷದಲ್ಲಿ ಕಲಿತಿದ್ದೆನಲ್ಲ ಅವರ ಮಾತು ಉಚ್ಚಾರಗಳನ್ನು, 'ಇನ್ನು ಯಾವ ರಾಕ್ಷಸರು ಈ ರಾಜ್ಯಕ್ಕೆ ಬಂದರೂ ಜಜ್ಜಿಹಾಕ್‌ತೀನಿ ಅಂತ ನಿಮ್ಮ ಕಡೆಯವರಿಗೆಲ್ಲ ಹೇಳಿಬಿಡಿ' ಎಂದೆ. ಆ ಹೆಂಗಸರು ಮೇಲೆಬೀಳುತ್ತಾರೆಂದು ನಾನು ನಿರೀಕ್ಷಿಸಿದ್ದೆ. ಯಾಕೆ ಬೀಳಲಿಲ್ಲವೋ,

ಇಷ್ಟು ದಿನ ಕೂತು ಸುಖವಾಗಿ ಬೇಯಿಸಿದ ಅನ್ನ ತಿಂದು ನಮ್ಮ ಹೆಂಗಸರ ಹಾಗಾಗಿದ್ದರೋ ಏನೋ, ನನಗೆ ಇನ್ನೂ ತಿಳಿಯದು. ಬಕಾಸುರ ಪೂರ್ತಿ ರಾಕ್ಷಸನಲ್ಲದೆಯೂ ಇರಬಹುದು. ಅಥವಾ ಯಜಮಾನ ಸತ್ತದ್ದರಿಂದ ಭೀತರಾಗಿ ಓಡಿರಬಹುದು. ವಾಪಸು ಬರುವ ಹೊತ್ತಿಗೆ ಬೆದರಿದ ಎತ್ತುಗಳು ಕಣ್ಣಿ ಹಾಕಿಕೊಂಡು ಗಾಡಿ ಕೆಡವಿಕೊಂಡಿದ್ದವು. ಹಗ್ಗದ ಬಿಗಿ ತಾಳಲಾರದೆ ಚೊಟ್ಟಕುತ್ತಿಗೆ ಮಾಡಿಕೊಂಡು ಉಸಿರನ್ನು ಹಿಡಿದು ಹಿಡಿದು ಬಿಡುತ್ತಿದ್ದವು. ಅನ್ನವೆಲ್ಲ ಮಣ್ಣಾಗಿತ್ತು. ಕಣ್ಣಿ ಬಿಡಿಸಿ ಗಾಡಿ ಹೂಡಿಕೊಂಡು ಕೂತು ಊರಿಗೆ ಬಂದೆ. ನಮ್ಮವರು ಮರೆಯಲ್ಲೇ ನಡೆದು ಕತ್ತಲಾದ ಮೇಲೆ ಬಂದರು. ಅವತ್ತಿನಿಂದ ಯಾವ ರಾಕ್ಷಸನೂ ಆ ರಾಜ್ಯಕ್ಕೆ ನುಗ್ಗಲಿಲ್ಲ. ಮರುದಿನ ನಾನೇ ಹೋಗಿ ಗುಹೆ ನೋಡಿ ಬಂದೆ. ಖಾಲಿಯಾಗಿತ್ತು. ಹಳೆಯ ಒಣಗಿದ ಮೂಳೆ, ಮಾಂಸದ ಮುದ್ದೆಗಳನ್ನು ಬಿಟ್ಟರೆ ಏನೂ ಇರಲಿಲ್ಲ. ಪರಾರಿಯಾಗಿದ್ದರು."

'ಇಷ್ಟೆಯೆ ಕಾಳಗದ ವಿವರ?' ತುಂಬ ಕೇಳುವ ಆಶೆಯಿಂದಿದ್ದ ನೀಲನಿಗೆ ನಿರಾಶೆ ಯಾಯಿತು.

'ಒಂದು ನಿಮಿಷದಲ್ಲಿ ಮುಗೀತು ಅಂದೆನಲ್ಲ,' ಭೀಮ ಸುಮ್ಮನಾದ.

ಬೇಸಿಗೆಯ ಬಿಸಿಯು ಆಕಾಶದ ಸದ್ದನ್ನು ಕರಗಿಸಿತ್ತು. ಮರಗಳ ಕೆಳಗೆ ಮಲಗಿದ್ದವರ ಮೈ ಮುಖಗಳಲ್ಲಿ ಬೆವರು ತೊಟ್ಟಿಕ್ಕುತ್ತಿತ್ತು. ಮೈಮೇಲೆ ಬಿಸಿಲು ಹರಿದ ಕೆಲವರು ಕಣ್ಣು ಮುಚ್ಚಿಕೊಂಡೇ ಎದ್ದು ನೆರಳಿದ್ದ ಕಡೆಯಲ್ಲಿ ಮಲಗಿದರು. ಎಲ್ಲೋ ಒಂದು ಕಾಗೆ ಕೂಗಿರ ದಿದ್ದರೆ ಈ ಜಗತ್ತು ಅರಿವಿಗೆ ಬರುತ್ತಿರಲಿಲ್ಲ.

ಸ್ವಲ್ಪ ಹೊತ್ತಾದ ಮೇಲೆ ನೀಲ ಕೇಳಿದ: 'ಬಕನನ್ನು ಕೊಂದು ರಾಕ್ಷಸರ ಪೀಡೆ ತಪ್ಪಿಸಿ ದವನು ಅಂತ ಜನವೆಲ್ಲ ನಿನಗೆ ಹೆದರಿ ಗೌರವ ತೋರಿಸಿರಬಹುದಲ್ಲವೆ?'

'ಓಹೋ, ಹೆದರಿ ದೂರದೂರವೇ ನಿಂತಿದ್ದರು. ಬೀದಿಯ ತುಂಬ.'

'ಸುದ್ದಿ ತಿಳಿದ ಮೇಲೆ ಆ ರಾಜನೂ ಹೆದರಿರಬಹುದು.'

'ಬಹುದು.'

'ಅವನನ್ನು ಕೊಂದು ನೀನೇ ಆ ರಾಜ್ಯದ ಗದ್ದುಗೆ ಏರಬಹುದಿತ್ತಲ್ಲ. ಜನಗಳೆಲ್ಲ ಸಂತೋಷವಾಗಿ ಒಪ್ಪಿಕೊಳ್ಳುತ್ತಿದ್ದರು.'

'ಏನಂದೆ?'

'ಅವನನ್ನು ಕೊಂದು,' ನೀಲ ಮತ್ತೆ ಅದೇ ಮಾತನ್ನು ಕೇಳಿದ: 'ಯಾಕೆ ಹಾಗೆ ಮಾಡಲಿಲ್ಲ?'

'ಯಾಕೆ ಹಾಗೆ ಮಾಡಲಿಲ್ಲ!' ಭೀಮನಿಗೆ ಉತ್ತರ ಹೊಳೆಯಲಿಲ್ಲ. ಜ್ಞಾಪಿಸಿಕೊಂಡ. ಮಾಡಬಹುದಾಗಿತ್ತಲ್ಲ ಸುಲಭವಾಗಿ ಎನ್ನಿಸಿತು. ಸೋತು ಪೆಚ್ಚಾದವನಂತೆ ಮೌನಿಯಾಗಿಬಿಟ್ಟ. ತಲೆ ಖಾಲಿಯಾಯಿತು. ಒಳಗಿಂದ ಬೆವರಿ ಮೆತ್ತಿಕೊಂಡಿದ್ದ ಅಂಟಿನ ಅರಿವಾಯಿತು. ಎದ್ದು ಕೊಳದ ಹತ್ತಿರ ನಡೆದ. ನೀಲನೇ ಎದ್ದು ಮೊಗೆದು ತಂದು ಕೊಟ್ಟ ನೀರನ್ನು ಬೊಗಸೆಯಲ್ಲಿ ತೆಗೆದು ಅರೆಬೊಕ್ಕವಾಗಿದ್ದ ನೆತ್ತಿ, ಕುತ್ತಿಗೆ, ಮುಖ, ಬೆನ್ನು, ತೋಳು,

ಕಂಕುಳುಗಳನ್ನೆಲ್ಲ ಕೂದಲಿನ ಬುಡ ಕೂಡ ಶುಚಿಯಾಗುವಂತೆ ತಿಕ್ಕಿ ತಿಕ್ಕಿ ತೊಳೆದುಕೊಳ್ಳುವ ಹೊತ್ತಿಗೆ ನೀಲ ಹೋಗಿ ಒಬ್ಬೊಬ್ಬರನ್ನಾಗಿ ಕೂಗಿ ಎಬ್ಬಿಸುತ್ತಿದ್ದ. ಎಲ್ಲರೂ ಎದ್ದರು. ಕುದುರೆಗಳಿಗೆ ಸಾಕು ಎನಿಸುವಷ್ಟು ನೀರು ಕುಡಿಸಿ ತಾವೂ ಮೈ ಮೋರೆ ತೊಳೆದು ತಮ್ಮ ತಮ್ಮ ಕುದುರೆ ಹತ್ತಿದರು.

ಪಯಣ ಶುರುವಾಯಿತು. ನೀಲ ಎಂದಿನಂತೆ ಮುಂದೆ. ವೇತ್ರಕೀಗೃಹ ಜನಪದಕ್ಕೆ ತಾವು ಸುಲಭವಾಗಿ ರಾಜರಾಗಬಹುದಿತ್ತು. ಪ್ರಜೆಗಳು ಬಯಸುತ್ತಿದ್ದರು. ರಾಜನೇ ಹೆದರಿ ಶರಣಾಗತನಾಗುತ್ತಿದ್ದನೇನೋ! ಹಾಳು ದುರ್ಯೋಧನನ ಕೋಟಲೆಯೇ ಇರುತ್ತಿರಲಿಲ್ಲ. ಆದರೆ ಹೊಳೆಯಲೇ ಇಲ್ಲ. ಎರಡು ಕಡೆಗಳಲ್ಲೂ ದೊಡ್ಡ ದೊಡ್ಡ ಮರಗಳ ತೋಪುಗಳು. ನಡುವೆ ತಣ್ಣನೆಯದಾರಿ. ಹಾಯೆನಿಸುತ್ತದೆ. ಯಾವುದೋ ಊರಿರಬಹುದು ಹತ್ತಿರ. ವಾಸ್ತವವಾಗಿ ಏನಾಯಿತು? ಇಂಥ ಶಕ್ತಿ ನಿನ್ನ ಮಗನಿಗೆ ಹೇಗೆ ಬಂತು ಅಂತ ಸುತ್ತಮುತ್ತಲಿನವರೆಲ್ಲ ಅಮ್ಮನನ್ನು ಕೇಳಿದರು. ಅದೊಂದು ದೇವರ ವರ. ದೇವಸೇನಾಪತಿ ಮರುತ್ ದೇವರದು, ಇಲ್ಲದಿದ್ದರೆ ಸಾಧಾರಣ ಮನುಷ್ಯರಿಗೆ ಸಾಧ್ಯವೇ ಈ ಶಕ್ತಿ, ಎಂದಳು ಅಮ್ಮ ಹೆಮ್ಮೆಯಿಂದ. ತನಗೂ ಹೆಮ್ಮೆ ಎನಿಸಿತು. ಅಮ್ಮನನ್ನು ಅಷ್ಟು ದೂರ ಹೆಗಲಿಗೆ ಜೋತುಹಾಕಿ ಹೊತ್ತು ತಂದೆ, ಹಿಡಿಂಬನನ್ನು ಮುಗಿಸಿ, ಇಂದು ಬಕನನ್ನು ಇಲ್ಲವೆನಿಸಿ, ಅನಂತರ ಕೂಡ ಎಂತೆಂತಹವರನ್ನು ಇಲ್ಲವಾಗಿಸಿದೆ! ಜರಾಸಂಧ, ಏಯ್, ಮುದುಕನ ಜೊತೆ ಮಲ್ಲಯುದ್ಧ ಮಾಡಿ ಗೆದ್ದದ್ದೇನೂ ಭಾರೀ ಕೆಲಸವಲ್ಲ. ಆಮೇಲೆ ಪೂರ್ವ ದೇಶದ ರಾಜರೆಲ್ಲ ಒಬ್ಬೊಬ್ಬರಾಗಿ ರಾಜಸೂಯಕ್ಕೆ ಕಾಣಿಕೆ ಕೊಟ್ಟರಲ್ಲ ನನಗೆ ಹೆದರಿ, ದ್ರೌಪದಿಯನ್ನು ಹೊತ್ತುಕೊಂಡು ಹೋಗಲು ಬಂದ ಸೈಂಧವನನ್ನು ಹಿಡಿದು ತಲೆ ಬೋಳಿಸಿ, ಕೀಚಕನ ಮಾಂಸ ಮೂಳೆಗಳನ್ನು ಮಿದ್ದು ಮುದ್ದೆ ಮಾಡಿ, ಈ ಭೀಮನ ಶಕ್ತಿ ಏನೆಂತ ಇನ್ನೂ ಸರಿಯಾಗಿ ಗೊತ್ತಿಲ್ಲ ಆರ್ಯಾವರ್ತಕ್ಕೆ. ದುರ್ಯೋಧನ, ಅವನ ಪರ ನಿಂತವರ ಮಾಂಸ ಮೂಳೆಗಳನ್ನೆಲ್ಲ ಮುದ್ದೆ ಮಾಡದಿದ್ದರೆ ಈ ಭೀಮನನ್ನು ಹುಟ್ಟಿಸಿದ ಆ ದೇವರ ಕೀರ್ತಿಗೆ ಕಳಂಕ. ಅಮ್ಮನೇ ಮತ್ತೆ ಅರ್ಥಮಾಡಿಕೊಳ್ಳಲಿ, ಹುಟ್ಟಿಸಿದ ಬೀಜಕ್ಕೆ ಭೀಮ ಎಂದೂ ಕಳಂಕ ತರುವವನಲ್ಲ ಅಂತ. ನಾನು ಅತ್ತ ಬಕನ ಗುಹೆಯ ಕಡೆಗೆ ಗಾಡಿ ಹೊಡೆದು ಹೋಗುತ್ತಿರುವಾಗ ಇತ್ತ ಪಾಂಚಾಲ ರಾಜನ ಕಡೆಯವರು ಊರಿನಲ್ಲಿ ಸುದ್ದಿ ಹೇಳಿ ಹೋದರಂತೆ, ಮಗಳಿಗೆ ಸ್ವಯಂವರ, ಒಂದು ಆಳು ನೆತ್ತಿಯ ಕಡೆಗೆ ಕೈಎತ್ತಿ ನಿಂತರೆ ಆಗುವಷ್ಟು ಎತ್ತರದ, ತಾಮ್ರದ ಪಟ್ಟಿ ಜೋಡಿಸಿದ ಬಿಲ್ಲಿಗೆ ಗಟ್ಟಿ ಚಕ್ಕಳದ ಹೆದೆ ಏರಿಸಿ ದ್ರುಪದ ರಾಜ ಸಭೆಯಲ್ಲಿ ತಿಳಿಸುವ ಕಷ್ಟದ ಗುರಿ ಹೊಡೆಯುವ ಬಿಲ್ಲುಗಾರನಿಗೆ ಮಗಳು ಮಾಲೆ ಹಾಕುತ್ತಾಳೆ. ನಾನು ಹಿಂತಿರುಗಿ ಬರುವ ಹೊತ್ತಿಗಾಗಲೇ ಅಮ್ಮ ನಿರ್ಧರಿಸಿಬಿಟ್ಟಿದ್ದಳು. ರಾತ್ರಿಯೇ ಪಿಸುಮಾತಿನಲ್ಲಿ ಹೇಳಿದಳಲ್ಲ. 'ನಾವೆಲ್ಲ ಅಲ್ಲಿಗೆ ಹೋಗೋಣ. ನಿಮಗೆ ಬಿಲ್ಲು ಎಳೆಯುವ ಅಭ್ಯಾಸ ತಪ್ಪಿದೆ. ದಿನಾ ಅಭ್ಯಾಸ ಮಾಡಿಕೊಳ್ಳಿ. ಅರ್ಜುನ, ನೀನು ಹೆಚ್ಚು

ಶ್ರದ್ಧೆಯಿಂದ ಮಾಡು. ಪಾಂಚಾಲರಿಗೂ ಕುರುಗಳಿಗೂ ಹೇಗೂ ಮೊದಲಿನಿಂದ ಆಗುವುದಿಲ್ಲ. ಪಾಂಚಾಲನ ಸಂಬಂಧ ಸಿಕ್ಕಿದರೆ ಅವನ ಸೈನ್ಯ ಸಿಕ್ಕಿತು ಅಂತಲೇ. ದುರ್ಯೋಧನನಿಗೆ ಹೆದರುವ ಪ್ರಮೇಯವಿಲ್ಲ. ನಮ್ಮನ್ನು ವಂಚಿಸುವುದು ಅವರಿಗೆ ಎಂದೆಂದಿಗೂ ಸಾಧ್ಯವಾಗುವುದಿಲ್ಲ.' ಅಮ್ಮನ ಬುದ್ಧಿ ಚುರುಕು. ನಮ್ಮಮ್ಮನ ಬುದ್ಧಿ ಚುರುಕು. ನಮ್ಮಮ್ಮ ಅಂದರೆ, ಹದಿಮೂರೂವರೆ ವರ್ಷವಾಯಿತಲ್ಲ ಅವಳನ್ನು ನೋಡಿ. ವನವಾಸದ ಬಿಸಿಲು ಮಳೆ ಚಳಿ ಅಲೆತ ಉಪವಾಸ ಅವಳಿಗೆ ಸಾಧ್ಯವಿಲ್ಲ. ಮೊಮ್ಮಕ್ಕಳೊಡನೆ ಬೀಗರ ಮನೆಯಲ್ಲಿರು ಅಂದರೆ ಕೇಳಲಿಲ್ಲ. ದ್ವಾರಕೆಗೆ ಹೋಗು ಅಂದರೆ ಕೇಳಲಿಲ್ಲ. ಈ ಹಸ್ತಿನಾವತಿಯಲ್ಲೇ ಇರುತ್ತೇನೆ, ಇಲ್ಲಿರುವ ಅಧಿಕಾರ ಕಸಿದುಕೊಳ್ಳಲು ಯಾರಿಗೂ ಸಾಧ್ಯವಿಲ್ಲ ಅಂದಳಲ್ಲ. ನಾವು ಹಸ್ತಿನಾವತಿಯನ್ನು ಆಳಬೇಕೆಂಬ ಆಶೆ ಅವಳಿಗೆ ಮೊದಲಿನಿಂದ ಇತ್ತು. ಖಾಂಡವ ಪ್ರಸ್ಥಕ್ಕೆ ಹೋಗಿ ಅದನ್ನು ಇಂದ್ರಪ್ರಸ್ಥ ಎನಿಸಿಸಿ ರಾಜಸೂಯ ಮಾಡಿ ನಮ್ಮ ವೈಭವದಲ್ಲಿ ಹಸ್ತಿನಾವತಿ ಮುಚ್ಚಿಹೋಗುವಂತೆ ಮಾಡಿದರೂ, ಒಂದು ದಿನ, ಮಗೂ ಎಷ್ಟು ವೈಭವವಿದ್ದರೂ ಮೂಲದಿಂದ ಹೊರಗೆ ಸಂಪಾದಿಸಿದ್ದು ಇದು. ವಾಸ್ತವವಾಗಿ ಹಸ್ತಿನಾವತಿ ನಿಮಗೆ ಬರಬೇಕಾಗಿತ್ತು. ಕುರುಡ ಉಪಾಯವಾಗಿ ನಿಮ್ಮನ್ನು ಮತ್ತೆ ಹೊರಗೆ ಹಾಕಿದ, ಮುದುಕರೆಲ್ಲ ತಿಪ್ಪೆ ಸಾರಿಸಿದರು, ಅಂದಳು. ಹದಿಮೂರೂವರೆ ವರ್ಷ ಹೇಗಿದ್ದೀನಿ ಅಮ್ಮನನ್ನು ಬಿಟ್ಟು, ಹೇಗಿದ್ದಾಳೆ ಈಗ? ಚಿಕ್ಕಪ್ಪನ ದೂತ ಹೇಳಿದರೂ ಎದುರಿಗೆ ನೋಡಿದ ಹಾಗಾಗುವುದಿಲ್ಲ. ತಲೆಗೂದಲೆಲ್ಲ ಬಿಡಿಸಿದ ಹತ್ತಿಯ ಹಾಗೆ, ಬೆಳ್ಳಗೆ, ಮೊದಲಿಗಿಂತ ವಿರಳವಾಗಿದೆಯಂತೆ. ಮುಖ ಮೊದಲಿನಷ್ಟು ಅಗಲವಾಗಿ ಕಾಣುವುದಿಲ್ಲವಂತೆ. ಬೆನ್ನುಬಗ್ಗಿದೆಯಂತೆ, ನಮ್ಮಮ್ಮನ ಬೆನ್ನು. ನಮ್ಮಮ್ಮನ ಬೆನ್ನು ಯಾಕೆ ಬಗ್ಗಬೇಕು? ಎಷ್ಟು ವರ್ಷ ಅವಳಿಗೆ? ಭೀಮ ಲೆಕ್ಕ ಹಾಕಿಕೊಂಡ. ಸರಿಯಾಗಿ ಲೆಕ್ಕ ಸಿಕ್ಕುತ್ತಿಲ್ಲ. ಎಷ್ಟಾದರೂ ಸರಿ, ಎಂಭತ್ತಂತೂ ಕಳೆದಿದೆ. ಯಾಕೆ ಬಗ್ಗಬೇಕು ಅವಳ ಬೆನ್ನು. ನಾನು ಹತ್ತಿರವಿದ್ದರೆ ದಿನಾ ಬೆನ್ನಿಗೆ ಎಣ್ಣೆ ಹಾಕಿ ನೀರು ಹುಯ್ದು ಸರಿಮಾಡುತ್ತಿದ್ದೆ. ವನವಾಸ ಅಜ್ಞಾತವಾಸಗಳು ಕಳೆದಿವೆ. ಮೊಮ್ಮಗ ಅಭಿಮನ್ಯುವಿನ ಮದುವೆ, ಬಾ ಅಂತ ಹೇಳಿಕಳಿಸಿದರೆ ಎಲ್ಲಿಗೆ ಅಂತ ಬರಲಿ, ಕಂಡವರ ಮನೆಗೆ? ಸ್ವಂತ ರಾಜ್ಯ ಸಂಪಾದನೆ ಮಾಡಿ ಕರೆದುಕೊಂಡು ಹೋಗಿ ಅಂತ ಹೇಳಿಕಳಿಸಿದಳಲ್ಲ. ಅಮ್ಮನಿಗಿರುವ ಗಂಡಸುತನ, ಥೂತ್, ಧರ್ಮ ಪುಕ್ಕಲ, ಪುಕ್ಕಲು ತನಕ್ಕೆ ಧರ್ಮದ ಮುಖವಾಡ ಹಾಕಿಕೊಳ್ಳುತ್ತಾನೆಯೇ? ಅಮ್ಮನ ಮಗ ಅನ್ನಿಸಿಕೊಳ್ಳುವ ಧೈರ್ಯವಿದೆಯೆ ಅವನಿಗೆ? ಭೀಮನಿಗೆ ಇದ್ದಕ್ಕಿದ್ದಂತೆಯೇ ನೆನಪು ಬಂತು. ಸೊಂಟ ಕಂಕುಳು ತುಂಬುವಂತಹ ದೊಡ್ಡ ಮಗುವಂತೆ ತಾನು. ಎತ್ತಿಕೊಂಡು ಪರ್ವತದ ಏರಿಳಿವಿನಲ್ಲಿ ನಡೆಯುವಾಗ ಅಮ್ಮನಿಗೇ ಏದುಸಿರು ಬರುತ್ತಿತ್ತಂತೆ. ಆದರೂ ಎತ್ತಿಕೊಳ್ಳದೆ ಬಿಡುತ್ತಿರಲಿಲ್ಲವಂತೆ. ಅಪ್ಪ ಸತ್ತಾಗ ಏಳುವರ್ಷವಲ್ಲವೇ ನನಗೆ? ಎಲ್ಲೋ ಅಸ್ಪಷ್ಟ ನೆನಪು. ಧರ್ಮನನ್ನು ಎತ್ತಿಕೊಂಡಿದ್ದನಂತೆ. ನನ್ನನ್ನು ಎತ್ತಿಕೊಂಡರೆ ಅವನಿಗೆ ಉಸಿರು ಹೊತ್ತಿ ಹೊತ್ತಿ ಬರುತ್ತಿತ್ತಂತೆ. ಬರೀ ಕೈ ಹಿಡಿದುಕೊಳ್ಳುತ್ತಿದ್ದನಂತೆ. ಹೇಗಿದ್ದನೋ ಅಪ್ಪ? ನೆನಪು ಕಲಸಿಹೋಗಿದೆ. ಎಷ್ಟು ವರ್ಷದ ಹಿಂದಿನ ನೆನಪು, ಅದೂ ಏಳು ವರ್ಷದ ಹುಡುಗನಾಗಿದ್ದಾಗ. ತನ್ನ

ಇರಬಾರದು ಅಂತಹ ನಗರ, ಸೌಧಗಳನ್ನು ಕಟ್ಟುವೆಯ?'

ಮಯ ಇಲ್ಲೇ ಉಳಿದ. ಕೃಷ್ಣ ದ್ವಾರಕೆಯಿಂದ ಇನ್ನು ಕೆಲವರು ಶಿಲ್ಪಿಗಳನ್ನು ಕರೆತರಿಸಿದ. ಒಂದು ವರ್ಷದಲ್ಲಿ ಶುರುವಾಯಿತಲ್ಲವೆ ಹೊಸ ನಗರನಿರ್ಮಾಣ? ಸಂದುಗೊಂದುಗಳ ಹಸ್ತಿನಾವತಿಯಲ್ಲ. ಮಹಡಿ ಮನೆಗಳು. ಪ್ರತಿ ಮನೆಗೂ ಸ್ನಾನದ ಕೊಠಡಿ. ಊರ ನಡುವೆ ಅಲ್ಲಲ್ಲಿ ಸ್ನಾನದ ಕೊಳಗಳು. ಕೊಳಗಳ ಸುತ್ತ ಇಟ್ಟಿಗೆಯ ಗೋಡೆ. ಹೊರಸುತ್ತ ಸಮೃದ್ಧ ನೆರಳಿನ ಮರಗಳು. ಮಳೆ ನಿಂತ ಅರ್ಧಘಳಿಗೆಯೂ ಇಲ್ಲ, ನೀರೆಲ್ಲ ಹರಿದು ಊರು ತನಗೆ ತಾನೆ ತೊಳೆದಂತೆ ಸ್ವಚ್ಛವಾಗಿ, ಹಾಯ್, ಹಸ್ತಿನಾವತಿಯನ್ನು ಜ್ಞಾಪಿಸಿಕೊಳ್ಳ ಬೇಕು, ಒಮ್ಮೆ ಮಳೆ ಸುರಿದರೆ ಓಣಿ ಓಣಿಗಳಲ್ಲೆಲ್ಲ ಒಂದು ತಿಂಗಳು ನೀರು ನಿಂತು ಕಪ್ಪೆ ಗಳು ಮನೆಯ ಒಳಗೆಲ್ಲ ನುಗ್ಗುತ್ತಾ ನೊಣ, ಸೊಳ್ಳೆ, ವಾಸನೆ. ಇಂದ್ರಪ್ರಸ್ಥದ ಎಷ್ಟು ಅಗಲ ವಾದ ಬೀದಿಗಳು. ಎದುರು ಬದರಾಗಿ ಎರಡು ದೊಡ್ಡ ಗಾಡಿಗಳು ಏಕಕಾಲದಲ್ಲಿ ಹೋಗಿಯೂ ಎರಡು ಮಾರು ಉಳಿಯುವ ವೈಶಾಲ್ಯ. ಓರೆಕೋರೆಗಳಿಲ್ಲದ ಗೆರೆ ಹಿಡಿದಂತಹ ನೇರ, ಊರ ಆಚೆ ಅದಿರು ಕರಗಿಸಿ ಲೋಹ ಮಾಡುವ ಹೊಸ ಬಗೆಯ ಕುಲುಮೆ. ಲೋಹಕಾರರು ಎಂದುಕೊಳ್ಳುವಾಗ ಉಪಪ್ಲಾವ್ಯದಿಂದ ಹೊರಟ ಹಿಂದಿನ ಸಂಜೆ ಎಲ್ಲ ಠಣ್ ಠಣ್ ಎಂದು ಸುತ್ತಿಗೆಯ ಸದ್ದು ಮಾಡುತ್ತಿದ್ದು ಹೊರಟ ಬೆಳಗ್ಗೆ ದಾರಿಯ ಪಕ್ಕ ದಲ್ಲಿತ್ತಲ್ಲ ಎರಡು ಗಾಡಿಗಳು ಲೋಹಕಾರನ ಗಾಡಿಗಳು ಎಂಬ ಸಂಬಂಧ ತಿಳಿಯದ ಅಡ್ಡ ನೆನಪು. ಭೀಮನಿಗೆ ನಿದ್ದೆ ಬರಲಿಲ್ಲ. ಅದೇನು ಉತ್ಸಾಹದ ವರ್ಷಗಳು ಎನ್ನಿಸಿತು. ಹತ್ತು ವರ್ಷಗಳಲ್ಲಿ ಏನೇನು ನಡೆದುಹೋದವು. ಮಲಗಿದವನು ಎದ್ದು ಕುಳಿತ. ಎಲ್ಲೆಲ್ಲೂ ತಣ್ಣಗೆ ಕಣ್ಣಿಗೆ ಹಿತವಾಗುವಂತಹ ಬೆಳದಿಂಗಳು. ಬಿಳಿಯ ಮರಳು. ನೀರಿನ ಹತ್ತಿರ ಕೂಡುವ ಮನಸ್ಸಾಯಿತು. ಮೇಲೆ ಎದ್ದ. ಸವಾರರೆಲ್ಲ ಮಲಗಿದ್ದರು. ಇಬ್ಬರು ಕಾವಲಿನವರು ಸ್ವಲ್ಪ ದೂರದಲ್ಲಿ ಬೆಂಕಿ ಉರಿಸುತ್ತಿದ್ದರು. ಭೀಮ ಒಬ್ಬನೇ ಮರಳ ಮೇಲೆ ಹೆಜ್ಜೆ ಹಾಕುತ್ತಾ ನಡೆದ. ನೀರು ತಣ್ಣಗಿತ್ತು. ಪಾದ ಮುಳುಗುವಂತೆ ಇಟ್ಟುಕೊಂಡು ದಡದಲ್ಲಿ ಕುಳಿತ. ಸದ್ದಿಲ್ಲದೆ ನಿಂತಂತಹ ನೀರು. ಕುಡಿಯಬೇಕೆನಿಸಿತು. ಎಂಟು ಹತ್ತು ಬೊಗಸೆ ಕುಡಿದು ನೀಳವಾಗಿ ಉಸಿರುಬಿಟ್ಟ. ಇದೇ ನದಿಯ ಮೇಲ್ಭಾಗದಲ್ಲಿ ಒಂದು ಅಥವಾ ಎರಡು ದಿನದ ಹಾದಿ ಸಾಗಿದರೆ ಸಿಕ್ಕುವ ನಗರ. ಏನೇನು ನಡೆಯಿತು? ನಿಧಾನವಾಗಿ ನೆನಸಿಕೊಂಡು ಒಂದಾದಮೇಲೆ ಒಂದರಂತೆ ಜೋಡಿಸಿಕೊಳ್ಳತೊಡಗಿದ. ಒಂದಾದಮೇಲೆ ಒಂದರಂತೆ ಅಲ್ಲ. ಎಷ್ಟೋ ಸಂಗತಿಗಳು ಒಟ್ಟೊಟ್ಟಿಗೆ ನಡೆಯುತ್ತಿದ್ದವು. ಕಾಡು ಸುಟ್ಟು, ನಾಗರನ್ನು ಓಡಿಸಿ, ಹದಿನೈದು ದಿನ ಒಂದೇಸಮನೆ ಬೆಂಕಿ ಕವರಿತಲ್ಲ ಕಾಡಿನಿಂದ, ಹದಿನೈದು ದಿನದ ನಂತರವಲ್ಲವೆ ಆಳುಗಳು ಕೊಡಲಿ ಹಿಡಿದು ಒಳಗೆ ನುಗ್ಗಿ ಇನ್ನೂ ಉಳಿದಿದ್ದ ದಪ್ಪ ಮರಗಳ ಬುಡ ಕಡಿದದ್ದು? ಅವು ಒಣಗಿದ ಮೇಲೆ ಮತ್ತೆ ಬೆಂಕಿ. ಹೊಗೆ, ಬೂದಿ, ಶಖೆ. ಮಳೆ ನಿಧಾನವಾಯಿತು ಆ ವರ್ಷ. ಮಳೆ ಬಿದ್ದರೂ ಅದೇ ವರ್ಷ ಬೆಳೆ ತೆಗೆಯುವುದು ಹೇಗೆ? ಪಾಂಚಾಲದಿಂದ ಸರಬರಾಜಾಗದಿದ್ದರೆ ನಾವು, ನಮ್ಮ ಹೊಸ ವಸತಿಯವರೆಲ್ಲ ಉಪವಾಸ ಬೀಳಬೇಕಿತ್ತು. ಮರುವರ್ಷವಲ್ಲವೆ ಬೆಳೆ ಬಂದದ್ದು? ಅದೂ ಎಂತಹ ಉತ್ಕೃಷ್ಟ

ಬೆಳೆ. ಧಾನ್ಯದ ಗೊನೆಯ ಭಾರಕ್ಕೆ ಗಿಡಗಳು ಬಾಗಿ ಮಲಗುವ ಸುಗ್ಗಿ ಬೆಳೆ. ಸುದ್ದಿ ಹತ್ತಿದ್ದೇ ತಡ, ಮೊದಲು ಬಂದ ಜನರ ನಂಟರಿಷ್ಟರೆಲ್ಲ ವಲಸೆ ಬಂದರು. ಇಂದ್ರಪ್ರಸ್ಥವೆಂದರೆ ತುಂಬಿದ ಊರು. ಊಹೂಂ. ಆಗಿನ್ನೂ ಇಂದ್ರಪ್ರಸ್ಥವೆಂಬ ಹೆಸರಿಟ್ಟಿರಲಿಲ್ಲ. ಖಾಂಡವಪ್ರಸ್ಥ, ಖಾಂಡವಪ್ರಸ್ಥವೆಂದರೆ ತುಂಬಿದ ಊರು. ಬಡಗಿಗಳು, ಕಲ್ಲು ಕುಟಿಕರು, ಇಟ್ಟಿಗೆಯವರು, ಗಾರೆಯವರು, ಕುಂಬಾರರು, ಶಿಲ್ಪಿಗಳು, ರಥಕಾರರು, ಗೋವಲರು, ಕೃಷಿಕರು, ಎಲ್ಲರಿಗೂ ಕೆಲಸವೋ ಕೆಲಸ. ಉತ್ಸಾಹವೋ ಉತ್ಸಾಹ. ಹೊಸತನ್ನು ಕಟ್ಟುವ ಸಡಗರ, ಸಂಭ್ರಮ. ಹಳೆಯ ಊರಿಗೆ ಹೆಸರಿರುತ್ತೆ. ಹೊಸ ಊರಿನಲ್ಲಿ ಅನುಕೂಲವಿರುತ್ತೆ. ಎಲ್ಲರೂ ಇದೇ ಮಾತು ಹೇಳುವವರೇ. ಎಷ್ಟು ವಿಶಾಲ ಬೀದಿಗಳು. ಸ್ನಾನದ ಕೊಳಗಳು. ಸ್ವಚ್ಛ ಮನೆಗಳು, ಮಯಶಿಲ್ಪಿಯ ಅನುಮತಿಯಿಲ್ಲದೆ, ದ್ವಾರಕೆಯ ಶಿಲ್ಪಿಗಳ ಮಾರ್ಗದರ್ಶನವಿಲ್ಲದೆ ಯಾರೂ ಸ್ವಂತ ಮನೆಯ ಪಾಯ ತೆಗೆಯುವಂತಿಲ್ಲ. ಗೋಡೆ ಎಬ್ಬಿಸುವಂತಿಲ್ಲ. ಪ್ರತಿಯೊಂದು ಬೀದಿಯೂ ರಾಜಬೀದಿಯಂತೆ. ಎಲ್ಲ ಮುಗಿದು ಸಭಾಭವನವೂ ಮುಗಿದ ಮೇಲೆ ನಗರಕ್ಕೆ ಖಾಂಡವಪ್ರಸ್ಥವೆಂಬ ಹಳೆಯ ಹೆಸರು ಬೇಡ ಹೊಸ ಹೆಸರಿಡಬೇಕೆಂದು ಎಲ್ಲರೂ ಇಂದ್ರಪ್ರಸ್ಥ ಎಲ್ಲರೂ ಉತ್ಸಾಹದಿಂದ ತಥಾಸ್ತು, ತಥಾಸ್ತು. ಕೃಷ್ಣೆಯ ಹೊಟ್ಟೆಯಲ್ಲಿ ಮಕ್ಕಳು. ಒಂದಾದಮೇಲೆ ಪ್ರತಿಯೊಂದೂ ಗಂಡು. ಒಂದೊಂದು ಹುಟ್ಟಿದಾಗಲೂ ಸಂತೋಷವೋ ಸಂತೋಷ ಅಮ್ಮನಿಗೆ, ಧರ್ಮನಿಗೆ, ನನಗೆ, ಅರ್ಜುನ ನಕುಲ ಸಹದೇವರಿಗೆ, ಹೆರುವ ಕೃಷ್ಣೆಗೆ; ಪ್ರತಿವಿಂಧ್ಯ, ಶ್ರುತಸೋಮ, ಶ್ರುತಕೀರ್ತಿ, ಶತಾನೀಕ, ಶ್ರುತಸೇನ. ಅಮ್ಮನಿಗಂತೂ ಮೊಮ್ಮಕ್ಕಳನ್ನು ಎಷ್ಟು ಎತ್ತಿ ಮುದ್ದಿಸಿದರೂ ಸಾಲದು. ಬಸರಿ ಸೊಸೆಯನ್ನು ಬಾಣಂತಿ ಸೊಸೆಯನ್ನು ಬಾಣಂತಿತನ ಕಳೆದು ಮತ್ತೆ ಗರ್ಭಧಾರಣಕ್ಕೆ ಸಿದ್ಧಳಾಗಿ ಐವರು ಗಂಡಂದಿರೊಡನೆ ಮಲಗಲು ಸಿದ್ಧಳಾಗುವ ಸೊಸೆಯನ್ನು ಎಷ್ಟು ಮೆಚ್ಚಿದರೂ ಸಾಲದು. ಕೃಷ್ಣೆಯ ಗರ್ಭವೆಂದರೆ ಫಲವತ್ತು. ಮದುವೆಯಾದ ಮೇಲೆ ಮತ್ತೆ ಋತುಸ್ರಾವವಾಗಲಿಲ್ಲ. ಹೆರಿಗೆಯಾದ ಮೇಲೆಯೂ ಮತ್ತೆ ಸ್ರಾವ ಒಡೆಯಲಿಲ್ಲ. ಹಿಂದೆಯೇ ಗರ್ಭಕಟ್ಟಿತು. ಮಕ್ಕಳು ನಾನು ಅಂದರೆ ಎಷ್ಟು ಹೊಂದಿಕೊಂಡಿದ್ದವು. ಓಡಿ ಬಂದು ನನ್ನ ತೊಡೆಯ ಮೇಲೆ ಬೀಳುವುವು. ನನ್ನ ಬೆನ್ನು, ನನ್ನ ಹೆಗಲು, ನನ್ನ ತಲೆ. ಅಪ್ಪ ಅಂದರೆ ಅವುಗಳ ಮನಸ್ಸಿನಲ್ಲಿ ನಾನೇ. ಉಳಿದ ನಾಲ್ವರು ಅಪ್ಪಂದಿರೇನೋ ನಿಜ. ಐದು ಮಕ್ಕಳನ್ನೂ ಒಟ್ಟಿಗೆ ಎತ್ತಿಕೊಂಡು ಇದೇ ಯಮುನಾನದಿಗೆ ಹೋಗಿ ಮರಳ ದಂಡೆಯ ನೀರಿನಲ್ಲಿ ಹಾಕಿ ಓಹೋಹೋಹೋ. ಭೀಮನಿಗೆ ನಗು ಬಂತು. ಎರಡು ದವಡೆಗಳನ್ನೂ ಕಿತ್ತುಕೊಂಡು ನುಗ್ಗಿದ ತನ್ನ ನಗು ತನಗೇ ಕೇಳಿಸಿ ಈ ಕಡೆಯ ಜ್ಞಾನ ಬಂತು. ಎಲ್ಲೆಲ್ಲೂ ನಿಶ್ಶಬ್ದ. ಹಕ್ಕಿಪಕ್ಷಿಗಳ ಸದ್ದೂ ಇಲ್ಲ. ಜಿಟ್ಟೆ ಜೀರುಂಡೆಗಳದೂ ಇಲ್ಲ. ತಲೆ ಎತ್ತಿ ಆಕಾಶ ನೋಡಿದ. ಚಂದ್ರ ಪಶ್ಚಿಮಕ್ಕೆ ಬಾಗಿದೆ. ನಡುರಾತ್ರಿ ಕಳೆದು ಎಷ್ಟೋ ಹೊತ್ತಾಗಿದೆ. ಬೆಳಗ್ಗೆ ಬೇಗ ಎದ್ದು ಹೊರಡಬೇಕೆಂದು ಹೇಳಿದ್ದಾನೆ ನೀಲ ಎಂಬ ನೆನಪಾಯಿತು. ಕಾಲುಗಳನ್ನು ನೀರಿನಿಂದ ತೆಗೆದು ಎದ್ದು ಮರಳ ಮೇಲೆ ನುರಿಗುಟ್ಟುವ ಹೆಜ್ಜೆ ಹಾಕಿಕೊಂಡು ಬಂದು ಮಲಗಿದ.

ನಿದ್ದೆ ಮಾಡಬೇಕೆಂದು ಹಟ ಮಾಡಿದರೂ ಮನಸ್ಸು ಇನ್ನೂ ಇಂದ್ರಪ್ರಸ್ಥದ ನೆನಪಿನಲ್ಲೇ

ಸಿಕ್ಕಿಕೊಂಡಿದೆ. ಇಡೀ ಆರ್ಯಾವರ್ತದಲ್ಲೆಲ್ಲೂ ಇಲ್ಲದ ಸುಂದರವಾದ ಹೊಸ ಪಟ್ಟಣ. ಹೊಸ ಸಭಾಭವನ. ಮಯನೇ ಹೇಳಿದನಲ್ಲ. ಹೀಗೆ ಶಿಲ್ಪಕೆಲಸ ಮಾಡುವವರು ಸಿಕ್ಕಬಹುದು. ಆದರೆ ಶಿಲ್ಪಿ ಬಯಸಿದಷ್ಟು ಸಾಮಾನು ಒದಗಿಸುವ ರಾಜರಿಲ್ಲ. ಇಂತಹ ಲೋಕೋತ್ತರ ನಗರ, ಲೋಕೋತ್ತರ ಭವನವನ್ನು ಎಲ್ಲ ರಾಜರೂ ದೂರ ದೂರ ದೇಶದವರೂ, ದೇಶ ದೇಶ ಸಂಚರಿಸಿ ಪ್ರಸಿದ್ಧ ವಸ್ತು, ಸಂಗತಿಗಳನ್ನು ಹೊಗಳಿ ಹರಡುವ ಪುರೋಹಿತರು, ಬ್ರಾಹ್ಮಣರು ಬಂದು ಬಂದು ನೋಡಿ ಪಾಂಡುವಿನ ಮಕ್ಕಳ ಸಾಧನೆಯನ್ನು ಹೊಗಳಬೇಕು, ದುರ್ಯೋಧನನು ಸಾಯಿಸಲು ಹಲವು ಸಲ ಹೊಂಚುಹಾಕಿದ್ದ ಪಾಂಡವರು ಮುಟ್ಟಿರುವ ಸ್ಥಿತಿಯನ್ನು ದೇಶದೇಶಗಳಲ್ಲಿ ಹೇಳಬೇಕು ಎಂಬ ಆಕಾಂಕ್ಷೆ ಹುಟ್ಟಿದುದು ಧರ್ಮನಲ್ಲಿ. ಹೊಸ ರಾಜಪೀಠದಲ್ಲಿ ಕುಳಿತ ಹಿರಿಯ ಮಗ ಧರ್ಮನಲ್ಲಿ. ಉತ್ಸಾಹ ಹುಟ್ಟಿದುದು ನಮ್ಮೆಲ್ಲರಲ್ಲೂ. ನಮ್ಮೂರನ್ನು ದೇಶದೇಶದವರೆಲ್ಲ ನೋಡಿ ಮೆಚ್ಚಬೇಕೆಂಬ ಆಶೆ ಪ್ರಜೆಗಳಲ್ಲಿ. ಅದರ ದಾರಿ? ರಾಜಸೂಯ. ಕೃಷ್ಣನಿಗೆ ಹೇಳಿಕಳಿಸಿ ಕೃಷ್ಣ ಬಂದು ಮೊದಲ ಹೊಡೆತ ಜರಾಸಂಧನ ಮೇಲೆ, ಈ ಭೀಮನಿಂದ ಎಂದುಕೊಳ್ಳುವಾಗ ಮಗ್ಗುಲು ತಿರುಗಬೇಕೆನ್ನಿಸಿತು. ಆಕಳಿಕೆ ಬಂತು. ಈ ಸಲ ಆಕಳಿಕೆಯೊಡನೆ ನಿದ್ದೆಯೂ ಎಳೆಯಿತು. ತಣ್ಣನೆಯ ಗಾಳಿ ಬೀಸುತ್ತಿದೆ. ಕಿವಿಯ ಒಳಗೆ ತನ್ನ ಅರಿವು ತನಗೆ ಆಗುವಂತಹ ನಿಶ್ಶಬ್ದ. ಕಿವಿ, ಮೂಗು, ಕಣ್ಣು ಚರ್ಮಗಳು ಒಳಒಳಗೆ ಇಳಿದು ಮುಳುಗಿದಂತೆ ನಿದ್ದೆ ಮುಳುಗಿಸಿತು.

ಬೆಳಗ್ಗೆ ಎಲ್ಲರೂ ಬೇಗ ಎದ್ದರು. ಅವರು ಎಬ್ಬಿಸದಿದ್ದರೂ ಭೀಮನಿಗೆ ಎಚ್ಚರವಾಯಿತು. ಈ ದಿನ ಹೆಚ್ಚು ದೂರವಿಲ್ಲ. ಕಾಡಿನ ಅಂಚನ್ನು ತಲುಪಿ ವಿಶ್ರಮಿಸಿ ನಾಳೆ ಬೆಳಗ್ಗೆ ಒಳಗೆ ಪ್ರವೇಶಿಸುವುದೆಂದು ನಿಶ್ಚಯವಾಗಿದೆ. ನದಿ ದಾಟಿದ ಮೇಲೆ ದಟ್ಟವಾದ ಮರ ಗಿಡಗಳು. ಕೃಷಿಯ ಭೂಮಿ ಕಡಮೆ. ದೂರದೂರಕ್ಕೆ ಹಳ್ಳಿಗಳು. ಬೆಳಗಿನ ಪ್ರಯಾಣ ಆರಂಭಿಸಿದಾಗಿನಿಂದ ಭೀಮನ ಮನಸ್ಸಿನಲ್ಲಿ ಮಕ್ಕಳು ತುಂಬಿಕೊಂಡಿದ್ದಾರೆ. ಇಂದ್ರಪ್ರಸ್ಥದಲ್ಲಿದ್ದಾಗ ದಿನಾ ಅವರೊಡನೆ ಆಡುವ, ಅವರನ್ನು ಚಳಿಗಾಲದ ನದಿಯ ಮರಳಿನಲ್ಲಿ ಬೇಸಿಗೆಯ ನೀರಿನಲ್ಲಿ ಆಡಿಸುತ್ತಿದ್ದ, ತಾನು ಸಿಕ್ಕಿದಾಗಲೆಲ್ಲ ಅವು ಒಟ್ಟಿಗೆ ಪೈಪೋಟಿಯಿಂದ ಮೈಮೇಲೆ ಹತ್ತಿ ಕುಣಿಯುತ್ತಿದ್ದ, ನೆನಪು. ರಾಜಸೂಯವಾಗುವಾಗ ಪ್ರತಿವಿಂಧ್ಯನಿಗೆ ಒಂಬತ್ತು ತುಂಬಿತ್ತು. ಉಳಿದವರಿಗೆ ಎಂಟು, ಏಳು, ಆರು, ಐದು ತುಂಬುವ ವಯಸ್ಸು. ಹಿರಿಯನಂತೂ ಅಪ್ಪ, ಅಪ್ಪ, ಎಂದು ನನ್ನಿಂದ ಒಂದು ಕ್ಷಣವೂ ದೂರವಿರುತ್ತಿರಲಿಲ್ಲ. ಧರ್ಮನ ಜೂಜಿನಿಂದ ರಾಜ್ಯ ಹೋಗಿ ಮಕ್ಕಳನ್ನು ಕಾಡಿಗೆ ಕರೆದೊಯ್ಯಲು ಕೃಷ್ಣೆ ಒಲ್ಲದೆ ತೌರಿಗೆ ಕಳಿಸುವಾಗ ಎಲ್ಲ ಮಕ್ಕಳೂ ಮೊದಲು ನನ್ನನ್ನು ತಬ್ಬಿಕೊಂಡು ಅಪ್ಪಾ ಎಂದು ಅತ್ತವಲ್ಲ, ಹದಿಮೂರು ವರ್ಷ ಪರಸ್ಪರರನ್ನು ನೋಡುವಂತಿಲ್ಲ. ನಾನು ರಾಜ್ಯ ಹೋದಾಗ ಅಳಲಿಲ್ಲ. ಆಗ ತಡೆಯಲಾಗಲಿಲ್ಲ. ಕತ್ತು ಬಗ್ಗಿಸಿ ನಿಂತಿದ್ದ ಧರ್ಮನ ಮೇಲೆ ಇನ್ನಷ್ಟು ಸಿಟ್ಟು ಬಂತು. ಈಗ ಯಾಕೆ ಒಂದು ಥರಾ ಆಗಿವೆ ಮಕ್ಕಳು? ಉಪಪ್ಲಾವ್ಯಕ್ಕೆ ಬಂದು ನಾಲ್ಕು ತಿಂಗಳೇ ಆಯಿ

ತಲ್ಲ. ಆದರೂ ಮೊದಲಿನ ಸಲಿಗೆ ಇಲ್ಲ. ಕ್ಷತ್ರಿಯ ಕುಮಾರರಿಗಿರಬೇಕಾದ ಉತ್ಸಾಹವಿಲ್ಲ. ಗಾಂಭೀರ್ಯ. ಮ್ಲಾನತೆ ಬೆರೆತ ಮೌನ. ಯಾಕೆ ಹೀಗಾಗಿವೆ? ಪ್ರತಿವಿಂಧ್ಯ, ಅಂತ ಹತ್ತಿರ ಕರೆದು ತಬ್ಬಿಕೊಂಡರೆ ಬಾಗಿ ನಮಸ್ಕರಿಸಿದ. ತಲೆ ತಗ್ಗಿಸಿ ನಿಂತ. ವಿಧೇಯತೆಯಿಂದ. ಮುಖದಲ್ಲಿ ಗೆಲುವು ಅರಳಲಿಲ್ಲ ಇಪ್ಪತ್ತನಾಲ್ಕರ ಯುವಕನಿಗೆ. ಉಳಿದವರೂ ಅಷ್ಟೆ. ಯಾಕೆ ಹೀಗಾಗಿದ್ದಾರೆ? ಧೃಷ್ಟದ್ಯುಮ್ನ ಸರಿಯಾಗಿ ನೋಡಿಕೊಳ್ಳಲಿಲ್ಲವೆ? ಅವನ ಹೆಂಡತಿ ಅಲಕ್ಷ್ಯಿಸಿದಳೆ? ಹೊತ್ತು ಮುಖದ ಕಡೆಯಿಂದ ಎರಡಾಳುದ್ದ ಏರಿದ್ದರೂ ಮರಗಿಡಗಳಿದ್ದುದ ರಿಂದ ಬಿಸಿಲು ಬೀಳುತ್ತಿರಲಿಲ್ಲ. ಕುಲುಕಿಗೆ ಸೂಕ್ಷ್ಮವಾಗಿ ಮೈ ಬೆವರುತ್ತಿತ್ತು. ಆದರೆ ಗಾಳಿ ತಣ್ಣಗೆ ಇದ್ದುದರಿಂದ ಹಿತ ಹಾರಿರಲಿಲ್ಲ. ದೂರದೂರಕ್ಕಾದರೂ ಹೆಮ್ಮರಗಳು. 'ಮುಂದೆ ಯಾವುದೋ ಹಳ್ಳಿ ಸಿಕ್ಕುವ ಹಾಗಿದೆ. ಅಲ್ಲಿ ವಿಚಾರಿಸಬೇಕು,' ನೀಲ ತನ್ನ ಹಿಂದಿನವನಿಗೆ ಹೇಳುತ್ತಿದ್ದುದು ಕೇಳಿಸಿತು. ಮಕ್ಕಳು ಬೆಳೆಯುವಾಗ ತಂದೆಯ ಜೊತೆಯಲ್ಲೇ ಇರಬೇಕು, ಇಲ್ಲದಿದ್ದರೆ ಹೊರಗಿನವರಾಗಿಬಿಡುತ್ತಾರೆ, ಎನ್ನಿಸಿತು. ತನ್ನನ್ನು ಕಾಡುತ್ತಿರುವ ಸಮಸ್ಯೆಗೆ ಉತ್ತರ ಹೊಳೆದಂತಾಗಿ ಮನಸ್ಸು ಅದರಲ್ಲೇ ನಟ್ಟುಹೋಯಿತು. ಇಲ್ಲದಿದ್ದರೆ ಹೊರಗಿನವರಾಗಿ ಬಿಡುತ್ತಾರೆ ಎಂಬುದನ್ನೇ ಪದೇ ಪದೇ ಹೇಳಿಕೊಂಡಿತು. ಧೃಷ್ಟದ್ಯುಮ್ನನೇನೋ ವೀರ. ಮಹಾರಥಿ, ಅತಿರಥಿಯೂ ಇರಬಹುದು. ಆದರೂ ಮಕ್ಕಳಿಗೆ ನಾನೇ ಶಸ್ತ್ರವಿದ್ಯೆ ಕಲಿಸಬೇಕಾ ಗಿತ್ತು. ಜೊತೆಯಲ್ಲಿ ಅಂಗಸಾಧನೆ ಮಾಡಿಸಿ ಬೆವರು ಹರಿಸಿ ಮೈ ಮುರಿಸಿ ಪುಷ್ಟಿ ಆಹಾರ ತಿನ್ನಿಸಿ ಗದೆ ತೋಮರ ಕತ್ತಿ ಕೊಡಲಿ ನಿಷಂಗಗಳ ಪ್ರಯೋಗದಲ್ಲಿ ಪಾರಂಗತ ರನ್ನಾಗಿಸಿ, ಆರೆ, ಗದಾವಿದ್ಯೆಗೆ ತಕ್ಕ ಅಂಗಸೌಷ್ಠವ ಐವರಲ್ಲಿ ಯಾರಿಗೂ ಇಲ್ಲ. ಬೆಳೆಯುವ ವಯಸ್ಸಿನಲ್ಲಿ ಪುಷ್ಟಿಯಾದ ಆಹಾರಕ್ಕೆ ಬಡತನವಿತ್ತೆ ಅಜ್ಜನ ಮನೆಯಲ್ಲಿ? ಭೀಮನಿಗೆ ಸಿಟ್ಟು ಬಂತು. ತಿಂದು ಕಾಣದ ಜನ ಎಂದುಕೊಂಡ. ಈಗ ದಾರಿಯ ದಿಕ್ಕು ಸ್ವಲ್ಪ ಬದ ಲಿಸಿ ಎಡಕ್ಕೆ ತಿರುಗಿತು. ಬಲಕ್ಕೆ ಮರಗಳಿಲ್ಲದ್ದರಿಂದ ಚುರುಕು ಬಿಸಿಲು ಹೊಡೆಯುತ್ತಿತ್ತು. ಬಿಳೀ ಹಸುಗಳ ಒಂದು ದೊಡ್ಡ ಗುಂಪು ಎದುರಿಗೆ ಬರುತ್ತಿತ್ತು. ಅದರ ಕಾವಲಿನ ನಾಯಿಗಳು ತಮ್ಮನ್ನು ಕಂಡು ಬೊಗಳಲು ಮೊದಲು ಮಾಡಿದವು. ಇಷ್ಟೊಂದು ಕುದುರೆಗಳು, ಸವಾರರು. ಬೊಗುಳಿಕೊಂಡು ತಮಗೆ ತಾವೇ ದೂರ ಹೋದವು. ಹಸುಗಳು ಬೆದರಲಿಲ್ಲ. ಗೋವಲರು ಜಾಗ ಬಿಡಿಸಿ ಅರುಗಾಗಿಸಿದರು. ನೀಲ ಅವರನ್ನೇ ಹತ್ತಿರ ಕರೆದು ರಾಕ್ಷಸವನದ ದಾರಿ ವಿಚಾರಿಸಿದ. ಮುಂದೆ ಕಾಣುವ ಹಳ್ಳಿಯಿಂದ ಎಡಕ್ಕೆ ತಿರುಗಿದರೆ ನಾಲ್ಕು ಕೋಸು ದೂರದಿಂದ ಆ ಕಾಡಿನ ಎಲ್ಲೆಯಂತೆ. ಅದಕ್ಕಿಂತ ಹೆಚ್ಚಿನ ವಿವರ ಯಾರಿಗೂ ಗೊತ್ತಿಲ್ಲವಂತೆ. ಅವರ್ಯಾರೂ ದನಕರುಗಳನ್ನು ಮೇಯಿಸಲು ಕೂಡ ಆ ಎಲ್ಲೆಯ ಕಡೆಗೂ ಹೋಗುವುದಿಲ್ಲ ವಂತೆ. ಇದೇ ಕೊನೆಯ ಹಳ್ಳಿ ಎಂದೂ ಅವರು ತಿಳಿಸಿದರು. ಕುದುರೆಗಳ ಸಾಲು ಮತ್ತೆ ಹೊರಟಿತು. ಹಳ್ಳಿ ಕಳೆದು ಮುಂದೆ ನಡೆದಾಗ ಇದ್ದಕ್ಕಿದ್ದಂತೆಯೇ ಅರಿವಿಗೆ ಬಂತು. ದ್ರುಪದನ ಮನೆಯಲ್ಲಿ ಪುಷ್ಟಿಯಾದ ಊಟಕ್ಕೆ ಕೊರತೆ ಇಲ್ಲ. ಮದುವೆಯಾದ ಹೊಸತರಲ್ಲಿ ನಾವೆಲ್ಲ ಇದ್ದಾಗ ಎಷ್ಟು ಚನ್ನಾಗಿ ಇಕ್ಕಿಸುತ್ತಿದ್ದರು. ನನ್ನ ಭೋಜನಸಮೃದ್ಧಿಯನ್ನು ಕಂಡು ಧೃಷ್ಟದ್ಯುಮ್ನ ಎಷ್ಟು ಮೆಚ್ಚುತ್ತಿದ್ದ ಎಂಬ ನೆನಪಾಯಿತು. ಆದರೂ, ಇವರು ಬಿಲ್ಲುಬಾಣಗಳಿಗೆ

ಅಣ್ಣನ ಹಾಗಿದ್ದನೇ? ಥತ್, ಕುರುಡಗಣ್ಣಲ್ಲ ಅಪ್ಪನದು. ಅಕ್ಕತಂಗಿಯರ ಹೊಟ್ಟೆಯಲ್ಲಿ ಹುಟ್ಟಿದವರು. ಬೀಜ ಮಾತ್ರ ಒಂದೇ ನಿಯೋಗ ಪಿತನದು. ಆದರೂ ಒಂದೇ ರೀತಿ ಇರಬೇಕು ಅಂತ ಏನು ನಿಯಮ? ಸೂರ್ಯ ಮುಳುಗುತ್ತಿದ್ದ. ಬೆನ್ನಿನ ಕಡೆಯ ಮರ ಗಿಡಗಳ ಸಂದಿನಲ್ಲಿ ಮುಳುಗಿ ಮರೆಯಾಗುತ್ತಿದ್ದ. ಗಮನ ದಾರಿ ಕಡೆಗೆ ಹೋಯಿತು. ಪಾಂಚಾಲ ಹತ್ತಿರ ಬರುತ್ತಿದೆ. ವಿರಾಟನ ಮತ್ಸ್ಯದೇಶಕ್ಕಿಂತ ಸಮೃದ್ಧ ನಾಡು ಪಾಂಚಾಲ. ಎಲ್ಲ ತರದಲ್ಲೂ ಸಮೃದ್ಧ. ನೀರು, ಸಸ್ಯ, ಮಳೆ ಬೆಳೆ, ಪಶ್ಚಿಮ, ದಕ್ಷಿಣದ ಕಡೆಗೆ ಒಳ್ಳೆಯ ರಸ್ತೆಗಳು. ಪೂರ್ವ, ಉತ್ತರದ ಕಡೆಗೆ ಕಾಡುಗಳು, ಗೊಂಡಾರಣ್ಯ. ಅತ್ತ ಕಡೆಗಂತೂ ಹಿಮವತ್ಪರ್ವತದ ಪಾದ. ಅಪ್ಪ ಬದುಕಿದ್ದರೆ ಪಾಂಚಾಲನ ಮಗಳನ್ನು ತರಲು ಒಪ್ಪುತ್ತಿದ್ದನೆ? ಬಹಳ ಹಿಂದಿನಿಂದ ಬಂದ ಜಗಳವಂತೆ ಎರಡು ಮನೆತನಗಳಿಗೂ. ವೀರನಂತೆ ಅಪ್ಪ, ಕುರುನಾಡನ್ನು ವಿಸ್ತರಿಸಿದವನು. ಅಮ್ಮನೇ ಹೇಳುತ್ತಾಳಲ್ಲ, ಅಪ್ಪ ಬದುಕಿದ್ದರೆ ಅವನ ಹೆಸರಿನಲ್ಲೇ ರಾಜಸೂಯ ಮಾಡಿ, ಐದು ಜನ ವೀರ ಮಕ್ಕಳು, ಅಶ್ವಮೇಧವನ್ನೂ ಮಾಡಿಸಿ ಆರ್ಯಾವರ್ತ ಬ್ರಹ್ಮಾವರ್ತಗಳಲ್ಲೇ ಅತ್ಯಂತ ಕೀರ್ತಿಶಾಲಿ ರಾಜನಾಗಿ ವಿಜೃಂಭಿಸಬಹುದಿತ್ತು. ಯಾಕೆ ಸತ್ತು ಹೋದನೋ ಚಿಕ್ಕವಯಸ್ಸಿಗೇ. ಮೂವತ್ತೈದಂತೆ. ಅಮ್ಮನಿಗೂ ಮೂವತ್ತೈದು, ಐದು ಮಕ್ಕಳನ್ನು ಕಟ್ಟಿಕೊಂಡು ನೀಲಿಯ ಮೋಡ ಹರಿಯುವ, ಬಿಳಿಯ ಶಿಖರಗಳ ಪರ್ವತದ ತಪ್ಪಲುಗಳನ್ನು ಹಾಯ್ದು ಹಸ್ತಿನಾವತಿಗೆ ಬಂದಾಗ. ಚಿಕ್ಕತಾಯಿ ಅಮ್ಮನಿಗಿಂತ ಉದ್ದ ಗಾತ್ರದಲ್ಲಿ ಚಿಕ್ಕವಳು. ಚುರುಕು ಕಣ್ಣುಗಳು ಜಿಂಕೆಯ ಕಣ್ಣಿನಂತೆ. ಗುಡಿಸಲಿಗೆ ಕಳಿಸಿಬಿಟ್ಟರೂ ವಿಷಯ ತಿಳಿಯಿತು ನನಗೂ ಧರ್ಮನಿಗೂ. ಅಪ್ಪನ ಹೆಣದ ಜೊತೆಗೆ ಮಲಗಿ ಬೆಂಕಿಯಲ್ಲಿ ಉರಿದು ಕರುಕಾದಳಂತೆ. ನಕುಲ ಸಹದೇವರಿಗೆ ಏನೂ ಗೊತ್ತಿಲ್ಲ. ನೆನಪೂ ಉಳಿಯದ ವಯಸ್ಸು. ಅಮ್ಮ ನಮ್ಮನ್ನು ಕಟ್ಟಿಕೊಂಡು ಹೊರಡುವಾಗ ದೇವಲೋಕದ ಮುಖ್ಯರೆಲ್ಲ, ನಿಯೋಗ ಮಾಡಿ ನಮ್ಮನ್ನು ಹುಟ್ಟಿಸಿದವರೆಲ್ಲ, ಧರ್ಮನ ತಂದೆ ಧರ್ಮಾಧಿಕಾರಿ, ನನ್ನ ತಂದೆ ಮರುತ, ಅರ್ಜುನನ ತಂದೆ ಸ್ವತಃ ದೇವ ಜನರ ರಾಜ ಇಂದ್ರ, ನಕುಲ ಸಹದೇವರ ತಂದೆಯರಷ್ಟು ಚನ್ನಾಗಿ ಔಷಧಿ ಕೊಡುವ ವೈದ್ಯರೇ ಇಲ್ಲವಂತೆ. ಆದರೂ ಅಷ್ಟು ವರ್ಷ ಔಷಧಿ ಕೊಟ್ಟರೂ ಅಪ್ಪ ಯಾಕೆ ಬದುಕಲಿಲ್ಲ? ಅಮ್ಮನಿಗೆ ಎಲ್ಲ ಗೊತ್ತು. ಅವಳು ಬಾಯಿಬಿಟ್ಟು ಹೇಳುವುದಿಲ್ಲ. ಆದರೆ ಪದೇ ಪದೇ ಹೇಳುತ್ತಿದ್ದಳಲ್ಲ. ಈ ವಂಶದವರ ಹಾಗೆ ಆಗಕೂಡದು ನೀವು. ದಾಸಿಯರ ಬೆನ್ನು ಹತ್ತಕೂಡದು. ಅತಿಕಾಮಕ್ಕೆ ಇಳಿಯಕೂಡದು ಅಂತ ಹೇಳುವುದರ ಜೊತೆಗೆ, ನಮ್ಮ ಚಲನವಲನ ಕಾಯುತ್ತಿದ್ದಳಲ್ಲ ಚಿಕ್ಕವಯಸ್ಸಿನಲ್ಲಿ. ಅಪ್ಪ ಅತಿಕಾಮದಿಂದ ಸತ್ತನೆ? ಕುರುಡನಿಗೆ ನೂರು ಮಕ್ಕಳು. ದಾಸಿಯರ ಹೊಟ್ಟೆಯಲ್ಲಿ ಎಂಭತ್ತಾರು. ಅವರೆಲ್ಲ ನನ್ನ ಮೇಲೆ ಯುದ್ಧಕ್ಕೆ ನಿಲ್ಲುತ್ತಾರೋ ಪಿತೃಋಣ ತೀರಿಸಲು? ಹೊಸಕಿಹಾಕಿ ಬಿಡುತ್ತೇನೆ ಇರುವೆಗಳನ್ನು ಅಂಗಾಲಿನಿಂದ ಹೊಸಕುವ ಹಾಗೆ. ಭೀಮನ ಶಕ್ತಿ ಅಂದರೆ ಏನಂತ ತಿಳಿದುಕೊಂಡಿದಾವೆ ಅವು? ಮರುತ್ತನ ಮಗ. ದೇವಜನರು ಮರುತ್ತನನ್ನಾಗಿ ಆರಿಸಿದ ಬಲಿಷ್ಠನ ವೀರ್ಯಕ್ಕೆ ಹುಟ್ಟಿದ ಪಾಂಡುಪುತ್ರ. ಆರ್ಯಾವರ್ತದಲ್ಲೇ ಪ್ರಸಿದ್ಧ ಮಲ್ಲನೆನಿಸಿಕೊಂಡಿದ್ದ ಕೀಚಕನ ಮಾಂಸ ಮೂಳೆಗಳನ್ನು ಮುದ್ದೆ ಮಾಡಲಿಲ್ಲವೆ? ಅಪ್ಪನ ನೆನಪು

ಸ್ಪಷ್ಟವಾಗಿದೆ. ಒಂದೇ ಸಲಕ್ಕೆ ಎತ್ತಿ ಎಡ ಮೊಣಕೈ ಮೇಲೆ ಕೂರಿಸಿಕೊಂಡನಲ್ಲ. ಎಷ್ಟು ಬಿಗಿಯಾಗಿ ತಬ್ಬಿಕೊಂಡ! ಅಮ್ಮ ನಮಸ್ಕಾರ ಮಾಡಿಸಿದಳು ನನ್ನಿಂದ. ಮರುತ್ತನ ಮಗ ಭೀಮ ಹೊಸಕಿಹಾಕಿಬಿಡುತ್ತಾನೆ ಕುರುಡ ಸಂತಾನವನ್ನೆಲ್ಲ ಒಂದೇ ಎಳೆತಕ್ಕೆ ಎಂದುಕೊಳ್ಳುತ್ತಿರುವಾಗ ಹೊರಗಡೆಯ ಅರಿವಾಯಿತು. ಸೂರ್ಯ ಮುಳುಗಿ ಎಷ್ಟೋ ಹೊತ್ತಾಗಿದೆ. ಸುತ್ತ ಮಬ್ಬುಗತ್ತಲು. ಈ ದಿನ ಬೆಳದಿಂಗಳು ನೆನ್ನೆಗಿಂತ ಸ್ವಲ್ಪ ತಡವಾಗಿ ಬರುತ್ತದೆ. ಮುಂದೆ ಕುದುರೆಗಳು ಹಿಂದೆ ಕುದುರೆಗಳು. ದಾರಿ ಸೂಚಿಸುವ, ಎಡಬಲಕ್ಕೆ ಹೊರಳಿಸುವ, ಜೋರು ಮಾಡಿಸುವ ಅಗತ್ಯವಿಲ್ಲದೆ ತನ್ನನ್ನು ಹೊತ್ತ ಕುದುರೆ ತನ್ನಪಾಡಿಗೆ ತಾನು ಹೋಗುತ್ತಿದೆ. ತೀರ ಮುಂದಿನ ಕುದುರೆಯವನು ಸೂಡಿ ಹಿಡಿದಿದ್ದಾನೆ. ಒಂದೇಸಮ ಸವಾರಿ. ತೊಡೆ, ಆಸನ, ಸೊಂಟಗಳಲ್ಲಿ ನೋವು ಕಾಣಿಸಿದೆ. ಕುದುರೆ ಹತ್ತಿಯೇ ಹದಿಮೂರುವರೆ ವರ್ಷವಾಯಿತಲ್ಲ. ನೀಲ ಹೇಳಿದಂತೆ ನಾನು ರಥದಲ್ಲಿ ಕೂಡಬಹುದಿತ್ತು. ಆದರೆ ರಸ್ತೆಯೇ ಇಲ್ಲದ ರಾಕ್ಷಸ ಕಾಡಿನಲ್ಲಿ ರಥ ಹೋಗುವುದು ಹೇಗೆ? ಇನ್ನೇನು ಒಂದು ದಿನದ ದಾರಿ. ಧೂಳಿನ ಗೊರಸು. ನಯವಾದ ಧೂಳು ತೆಳು ಮಂಜಿನಂತೆ ಎದ್ದು ಹರಡಿ, ಹೌದು ಮಂಜು ಎದ್ದು ಹರಡಿ ಅಸ್ಪಷ್ಟ ನೆನಪು: ಹುಡುಗನಲ್ಲಿ ಉತ್ತರದ ಪರ್ವತದ ಕಡೆಗೆ ನೋಡುತ್ತಾ ಬಂಡೆಗಲ್ಲಿನ ಮೇಲೆ ಕುಳಿತಿರುತ್ತಿದ್ದೆನಲ್ಲ. ಧುಮುಕು ನೀರಿನ ರವ. ನೀಲ ಮುಸುಕು. ಬಿಳಿಯ ಶೀತ ಹೊಗೆಯನ್ನು ಮೈಮೇಲಿನ ಗಿಡ ಮರ ಬಂಡೆಗಳಿಂದ ಉಗುಳುವ ಪರ್ವತ. ಮೇಲೆ ತುದಿಯಲ್ಲಿ ಥಳಥಳನೆ ಆಕಾಶವನ್ನು ನೋಡುವ ಬಿಳಿಶಿಖರ. ಮೇಲೆ ಹೋಗುತ್ತೇನೆಂದು ಹೊರಟರೆ ಅಮ್ಮ ಬಿಡದೆ ಹಿಡಿದು ಹಗ್ಗದಿಂದ ಕಟ್ಟಿ ಹಾಕುತ್ತಿದ್ದಳು. ಅಲ್ಲೆಲ್ಲ ದೇವಜನಗಳಂತೆ. ಒಬ್ಬನೇ ಹೋಗಿ ತಪ್ಪಿಸಿಕೊಂಡು ಅವರಲ್ಲಿ ಸೇರಿಹೋಗಿಬಿಡುತ್ತಾನೆಂಬ ಭಯ. ಜೊತೆಗೆ ನೀನೂ ಬಾ ಅಂದರೆ ಅಮ್ಮನ ಮುಖದಲ್ಲಿ ಸಡಗರ. ಆದರೆ ಅಪ್ಪ ಬೇಡ ಅನ್ನುತ್ತಿದ್ದ. ಅಪ್ಪನನ್ನು ಬಾ ಎಂದು ಹಟ ಮಾಡಿದರೆ ಅವನಿಗೆ ಪರ್ವತ ಏರುವ ಶಕ್ತಿಯಿಲ್ಲ. ಏದುಸಿರು. ದೇವಲೋಕವೆಂದರೆ ಬರೀ ಬಿಳುಪಂತೆ. ನೆನಪು ಬಾಧಿಸುತ್ತೆ. ಹೋಗಬೇಕು ಅಲ್ಲಿಗೆ. ಬಿಳುಪಿನ ಶಿಖರದ, ಬಿಳುಪಿನ ಕೊಳ್ಳದ, ಬಿಳುಪಿನ ಉಬ್ಬುತಗ್ಗುಗಳ ಮೇಲಕ್ಕೆ ಹೋಗಬೇಕು. ವನವಾಸದಲ್ಲಿ ನಾಲ್ಕು ಬೇಸಿಗೆಗಳ ಕಾಲ ಹಿಮವತ್‌ಪರ್ವತದ ಕೆಳನಾಡಿನಲ್ಲಿದ್ದೆವಲ್ಲ. ಆದರೆ ಅದಿನ್ನೂ ಗಂಧರ್ವನಾಡು. ದೇವನಾಡಲ್ಲ. ಅರ್ಜುನನೇ ಪುಣ್ಯವಂತ. ದೇವನಾಡಿನಲ್ಲಿದ್ದ, ಬಿಳಿ ಶಿಖರ ಬಿಳಿ ಕೊಳ್ಳ, ಬಿಳಿ ಉಬ್ಬುತಗ್ಗುಗಳ ನಾಡಿನಲ್ಲಿ.

ಬೆಳದಿಂಗಳು ಬಂದ ಸ್ವಲ್ಪ ಹೊತ್ತಿಗೆ ಒಂದು ದೊಡ್ಡ ನದಿ ಅಡ್ಡ ಬಂತು. ಸಾಕಷ್ಟು ದೊಡ್ಡದು. ನೀರಿನ ಇಳಿವು ಕಾಣುವ ಎಷ್ಟೋ ಮೊದಲು ಮರಳಿನ ಹರಹು ಕಂಡಿತು. ಮೈಯಿಯ ಬೆವರಿನ ಅಂಟು ಅಸಹ್ಯಗಳು ತಮಗೆ ತಾವೇ ಕಡಮೆಯಾದವು. ಗೊರಸಿಗೆ ಸಿಕ್ಕಿದ ಮರಳಿನಿಂದ ಕುದುರೆಗಳ ವೇಗ ಕಡಮೆಯಾಯಿತು. ಆದರೆ ಮುಂದೆ ನೀರಿದೆ ಎಂಬ ಅರಿವು ಹುಟ್ಟಿ ಬೇಗಬೇಗ ಹೆಜ್ಜೆ ಹಾಕಿದವು. ಬೆಳದಿಂಗಳಿದ್ದರೂ ಮುಂದಿನ ಸವಾರ ಸೂಡಿ ಉರಿಸುತ್ತಿದ್ದ. ನೀರು ಇನ್ನೂ ನೂರು ಹೆಜ್ಜೆ ಇರುವಾಗಲೇ ನೀಲ ಕೆಳಗಿಳಿದ. ಎಲ್ಲರಿಗೂ ಇಳಿಯುವಂತೆ ಹೇಳಿದ. 'ಬೇಸಿಗೆಯ ಶಖೆ, ನದಿಯ ದಡ. ಹುಲಿ

ಚಿರತೆಗಳು ನೀರು ಕುಡಿಯಲು ಬರಬಹುದು. ಆನೆಗಳಂತೂ ಇದ್ದೇ ಇರುತ್ತವೆ. ಸೂಡಿ ಆರಿಸಬೇಡಿ. ದಡದಲ್ಲಿ ಒಂದಷ್ಟು ತರಗು, ಪುಳ್ಳೆ, ಸೌದೆಗಳಿದ್ದರೆ ಗುಡ್ಡೆ ಹಾಕಿ ದೊಡ್ಡ ಉರಿ ಎಬ್ಬಿಸಿ' ಎಂದ. ಎಲ್ಲರೂ ಇಳಿದರು. ತಮ್ಮ ಲಗಾಮುಗಳನ್ನು ಜೊತೆಯವರಿಗೆ ಕೊಟ್ಟು ಹದಿನೈದು ಜನರು ಪುಳ್ಳೆ ಸೌದೆಗಳನ್ನು ತರಲು ಹೋದರು.

'ಯಮುನೆಯಲ್ಲವೆ?' ಹತ್ತಿರ ಬಂದ ನೀಲನನ್ನು ಭೀಮ ಕೇಳಿದ.

'ಹೌದು. ನಿನ್ನನ್ನು ಕೇಳೋಣ ಅಂತ ಬಂದೆ. ಬೇಸಿಗೆಯಲ್ಲಿ ಯಮುನೆಯಲ್ಲಿ ಗಂಗೆಯಲ್ಲಿರುವಷ್ಟು ಆಳಸೆಳವುಗಳಿರುವುದಿಲ್ಲ ಅಂತ ಕೇಳಿ ಬಲ್ಲೆ. ಮತ್ಸ್ಯದೇಶದ ನನಗೆ ನದಿಗಳ ವಿಚಾರ ಹೆಚ್ಚು ಗೊತ್ತಿಲ್ಲ. ನೀನಾದರೆ ಯಮುನೆಯ ದಡದಲ್ಲೇ ಇದ್ದವನು. ಇದರ ಗುಣ ಸ್ವಭಾವಗಳು ಗೊತ್ತು. ಯಾಕೆ ಕೇಳುತ್ತಿದೀನಿ ಅಂದ್ರೆ ಈ ರಾತ್ರಿಯಲ್ಲಿ ನದಿ ದಾಟಬಹುದೆ? ಬರೀ ನಾವು ದಾಟುವುದಲ್ಲ. ಬೆನ್ನ ಮೇಲೆ ಸಾಮಾನನ್ನೂ ಹೊತ್ತ ಕುದುರೆಗಳು ದಾಟಬೇಕು. ದಿನಸಿ ಧಾನ್ಯ ಹಿಟ್ಟು ನೆನೆಯಬಾರದು. ಗೊತ್ತಿಲ್ಲದ ದಾರಿಯಲ್ಲಿ ಅಕಸ್ಮಾತ್ ಆಳವಾದ ಮಡುವು ಇದ್ದರೂ ಇರಬಹುದು. ಈ ಜಾಗ ನೋಡಿದರೆ ಉಕ್ಕಡ ಅನ್ನುವುದು ಖಚಿತ. ಆದರೆ ಎಷ್ಟು ಆಳದ ಉಕ್ಕಡ?'

'ಬಿದಿರುಗಣೆ ಕೊಟ್ಟು ಇಬ್ಬರನ್ನು ಕಳಿಸು ಪರೀಕ್ಷೆ ಮಾಡಲಿ.'

'ಅದು ಮಾಡಿಸುತ್ತೇನೆ. ಇನ್ನೊಂದು ಸಂಗತಿ. ನದಿ ದಾಟಿ ಎಂಟು ಹತ್ತು ಘಳಿಗೆ ಸಾಗಿದಮೇಲೆ ಪಾಂಚಾಲದೇಶ ಶುರುವಾಗುತ್ತೆ. ಅಲ್ಲಿಂದ ಎಡಕ್ಕೆ ತಿರುಗಬೇಕು ಅಂತ ಲೆಕ್ಕಾಚಾರ. ತಿರುಗಿದರೆ ನಾವು ಹೋಗಬೇಕಾದ ರಾಕ್ಷಸನಾಡು. ಇವತ್ತು ಪಾಂಚಾಲ ದೇಶ ತಲುಪಿ ನಡುರಾತ್ರಿಯ ನಂತರ ಮಲಗಿದರೂ ಚನ್ನಾಗಿ ವಿಶ್ರಾಂತಿ ಪಡೆದು ಬೆಳಗ್ಗೆ ಏಳುವ ಹೊತ್ತಿಗೆ ಬಿಸಿಲು ಏರಿರುತ್ತೆ. ಮುಂದೆ ಕಾಡಿನಲ್ಲಿ ತಾನೆ ಸಾಗಬೇಕಾದದ್ದು. ದಾರಿದಿಟ್ಟುಗಳಿಲ್ಲ. ಈಗ ನದಿಯ ದಡದಲ್ಲೇ ಮಲಗಿ ವಿಶ್ರಮಿಸಿ ಬೆಳಗ್ಗೆ ಬೇಗ ಎದ್ದು ರಾಕ್ಷಸನಾಡಿನ ಅಂಚನ್ನು ಮುಟ್ಟಿ ಯಾರಿಂದಲಾದರೂ ನಾವು ಹೋಗಬೇಕಾದ ಮಾರ್ಗ ವಿಚಾರಿಸೋಣ. ನಾಡದ್ದು ಬೆಳಗ್ಗೆ ತಂಪಿನಲ್ಲಿ ಪ್ರವೇಶಮಾಡಿದರೆ ಹೇಗೂ ನಿನಗೆ ಒಳಗಿನ ಮರ ಬಂಡೆ ಹಳ್ಳದ ವಿವರಗಳ ಪರಿಚಯವಿದೆ.'

'ಎಷ್ಟು ಕಾಲದ ಹಿಂದಿನ ಹಿಂದಿನ ನೆನಪು!'

'ಆದರೂ ರಾಕ್ಷಸನಾಡು ಸ್ವಲ್ಪವೂ ಬದಲಾಯಿಸಿರುಲ್ಲ ಅಂತ ಕೇಳಿದೀನಿ. ನಮ್ಮ ಆರ್ಯರದ್ದಾದರೆ ಗಿಡ ಮರ ಕಾಡುಗಳನ್ನು ಕಡಿದು ಕೃಷಿ ಭೂಮಿ ಮಾಡಿ ಊರು ಕಟ್ಟಿ, ದನಗಳ ದೊಡ್ಡಿ ಕಟ್ಟಿ ರಸ್ತೆ ಮಾಡಿ. ಗುರುತೇ ಸಿಕ್ಕದಂತೆ ಮಾಡಿರುತ್ತಾರೆ. ಅಲ್ಲವೆ?'

ಭೀಮನಿಗೆ ಬೇರೆ ಏನೋ ಜ್ಞಾಪಕ ಬಂತು. ಗಿಡ ಮರ ಕಾಡುಗಳನ್ನು ಕಡಿದು ಕೃಷಿಗೆ ಸಮತಟ್ಟು ಮಾಡಿ, ಹೊಸ ಊರು ಕಟ್ಟುವ, ಗುರುತೇ ಸಿಕ್ಕದಂತಹ ಹೊಸ ಊರು ಕಟ್ಟುವ ನೆನಪು. ಹೂಂ ಎಂದ.

'ಮಹಾರಾಜ, ಮರೆತಿರುತ್ತೆ ಅಂತ ನಾವು ತಿಳಿದುಕೊಂಡಿರ್‌ತೀವಿ. ಆ ಜಾಗಕ್ಕೆ ಹೋಗಿ ನಿಂತರೆ ಪ್ರತಿಯೊಂದೂ ಜ್ಞಾಪಕಕ್ಕೆ ಬರುತ್ತೆ. ಚಿಕ್ಕ ಹುಡುಗನಾಗಿದ್ದಾಗ ನೋಡಿದ್ದ ನಮ್ಮ

ಅಜ್ಜಿಯ ಊರೆಲ್ಲ ಮಾಸಿಹೋಗಿ ಪೂರ್ತಿ ಮರೆತಿದೀನಿ ಅಂತ ನಾನು ತಿಳ್ಕೊಂಡಿದ್ದೆ. ಹೋದ ವರ್ಷ ಹೋಗಿದ್ದೆ ನೋಡು, ಇಪ್ಪತ್ತು ವರ್ಷದ ಮೇಲೆ, ಊರಿನ ಸಂದಿಗೊಂದಿ ನಾನು ನಾಯಿಮರಿ ಓಡಿಸ್ಯಾಡಿದ ಗುಚ್ಚಿಯ ಜಾಗಗಳು ಕೂಡ ತಕ್ಷಣ ನೆನಪಿಗೆ ಬಂದವು. ನಾವು ಐದಾರು ಮಕ್ಕಳು. ನಮ್ಮ ಮಾವ ಹಿಡಿದು ಈಜು ಕಲಿಸಿದ ಜಾಗ ಕೂಡ ನೆನ್ನೆ ಮೊನ್ನೆ ನೋಡಿದ ಹಾಗೆ ಜ್ಞಾಪಕಕ್ಕೆ ಬಂತು.'

ಭೀಮ ಹೂಂ ಎಂದ.

'ಹಾಗಾದರೆ ಹೇಗೆ ಮಾಡೋಣ?'

'ಹೂಂ.'

ಮಹಾರಾಜನ ಮನಸ್ಸು ಎಲ್ಲೋ ಇದೆ ಎಂದು ನೀಲ ಅರ್ಥಮಾಡಿಕೊಂಡ. ನೀರಿನ ಆಳ ನೋಡಲು, ಚನ್ನಾಗಿ ಈಜುಬಲ್ಲ ಇಬ್ಬರನ್ನು ಕಳಿಸಲು ಮುಂದೆ ನಡೆದ. ಅಷ್ಟರಲ್ಲಿ ಪುಳ್ಳೆ ಸೌದೆ ತರಗುಗಳನ್ನು ಒಂದು ಕಡೆ ಗುಡ್ಡೆ ಹಾಕುತ್ತಿದ್ದರು. ಎಲ್ಲವನ್ನೂ ಒಂದೇ ಸಲ ಉರಿಸುವುದು ಬೇಡವೆಂದು ನೀಲ ಮನಸ್ಸಿನಲ್ಲೇ ನಿಶ್ಚಯಿಸಿದ. ಅವನ ಮನಸ್ಸಿನಲ್ಲಿ ಹುಟ್ಟಿದ್ದು ದನ್ನೇ ಉಳಿದವರೆಲ್ಲರೂ ಅಂದರು: 'ಹವೆ ಇಷ್ಟು ತಣ್ಣಗಿದೆ. ಬೆಳದಿಂಗಳು. ಇಷ್ಟು ವಿಶಾಲ ಮರುಳು, ಇಷ್ಟು ದೊಡ್ಡ ನದಿ, ಬೇಕೆಂದರೆ ನಮ್ಮ ದೇಶದಲ್ಲಿ ಎಲ್ಲಿದೆ? ರಾತ್ರಿ ಇಲ್ಲೇ ಇದ್ದು ಮುಂದೆ ಹೋಗೋಣ.'

ಮಧ್ಯಾಹ್ನ ಬೇಯಿಸಿ ಜೊತೆಯಲ್ಲಿ ತಂದದ್ದನ್ನು ಎಲ್ಲರೂ ಉಂಡರು. ಕಾಡುಮೃಗಗಳನ್ನು ಬೆದರಿಸಲು ಸಣ್ಣದಾಗಿ ಬೆಂಕಿ ಉರಿಸಿಕೊಂಡು ಪಾಳಿಕಟ್ಟಿ ಒಬ್ಬೊಬ್ಬರು ಬಾಣ ಬಿಲ್ಲು ಹಿಡಿದು ನಿಂತಿರುವುದೆಂದು ನೀಲ ನಿಶ್ಚಯಿಸಿದ. ಮೃದುವಾದ ಮರಳಿನ ಮೇಲೆ ಹಾಸಿದ ಚಾಪೆ, ದಪ್ಪ ಅರಿವೆ. ಭೀಮ ಕಾಲು ಚಾಚಿದ. ಬೆಳದಿಂಗಳು. ಸದ್ದಿಲ್ಲದೆ ಹರಿಯುವ ದೊಡ್ಡ ನದಿ. ಗಂಗೆಯನ್ನು ಬಿಟ್ಟರೆ ತಾನು ನೋಡಿರುವುದರಲ್ಲೆಲ್ಲ ದೊಡ್ಡದು. ಇದೇ ನದಿಯ ದಡದಲ್ಲಿ, ಇಲ್ಲಿಗೆ ಎಷ್ಟು ದೂರ ನಮ್ಮ ಇಂದ್ರಪ್ರಸ್ಥ?. ಕುರುನಾಡನ್ನು ಮುಟ್ಟದೆ ಬಳಸಿ ಬಂದಿದ್ದೇವೆ, ಎಂದರೆ ಪೂರ್ತಿ ಒಂದು ಅಥವಾ ಎರಡು ದಿನದ ಕುದುರೆ ಪ್ರಯಾಣದ ದೂರದಲ್ಲಿ ಮೇಲ್ಭಾಗಕ್ಕೆ ಇಂದ್ರಪ್ರಸ್ಥ. ಅಲ್ಲಿದ್ದಾಗ ನದಿಯ ದಡದಲ್ಲಿ ಎಷ್ಟು ಬೆಳದಿಂಗಳುಗಳನ್ನು ಕಳೆದಿದ್ದೇನೆಯೊ? ಬೇಸಿಗೆ ಬೆಳದಿಂಗಳೆಂದರೆ ನಮ್ಮ ನದಿಯ ಮರಳಿನ ಮೇಲೆಯೇ. ಎಷ್ಟೊ ದಿನ ಜೊತೆಗೆ ಕೃಷ್ಣ. ಅವನು ಹುಟ್ಟಿ ಬೆಳೆದದ್ದು ಈ ನದಿಯ ದಡ ದಲ್ಲಿ. ಇದು ಎಂದರೆ ಅವನಿಗೆ ಅದೆಷ್ಟು ಪ್ರೀತಿ, ನನಗೆ ಗಂಗೆಯ ಮೇಲಿದ್ದಷ್ಟು. 'ಭೀಮ, ಗಂಗೆಯ ತಟವನ್ನು ದುರ್ಯೋಧನಾದಿಗಳೇ ಇಟ್ಟುಕೊಳ್ಳಲಿ. ಯಮುನೆ ಕಮ್ಮಿ ಅಂತ ಭಾವಿಸಬೇಡಿ. ಕೆಳಗೆ ಹೋದರೆ ನಾನು ಹುಟ್ಟಿ ಬೆಳೆದ ಮಥುರೆ ಇದೆ. ಈ ಖಾಂಡವವನವನ್ನು ಕಡಿದು ಕೃಷಿಗೆ ತಕ್ಕಂತೆ ಮಟ್ಟ ಮಾಡಿ ಹಸನುಗೊಳಿಸೋಣ. ಸಣ್ಣ ಹಳ್ಳಿ ಇರುವ ಈ ಜಾಗದಲ್ಲಿ ಒಂದು ಮಹಾ ನಗರಿಯನ್ನೇ ಕಟ್ಟೋಣ. ಆರ್ಯಾವರ್ತದಲ್ಲೇ ಸುಂದರವೆನಿಸುವ ನಗರಿ' ಎಂದನಲ್ಲ. ಉತ್ಸಾಹವೆಂದರೆ ಅವನು. ಹೊಸತು ಕಟ್ಟುವ ಅವನ ಬುದ್ಧಿ ಉತ್ಸಾಹಗಳಿಗೆ ಮೇರೆ ಇಲ್ಲ. ನೋಡಿ ದಣಿಯಬೇಕಂತೆ! ಅಂತಹ ಸುಂದರ ನಗರಿ ದ್ವಾರಕೆಯನ್ನು

ನಿರ್ಮಿಸಿದ್ದಾನಂತೆ ಅಲ್ಲಿ. ನಾನು ಮಾತ್ರ ಒಮ್ಮೆಯೂ ಹೋಗಿಯೇ ಇಲ್ಲ. ಈ ಯುದ್ಧ ಮುಗಿದಮೇಲೆ ಹೋಗಬೇಕು. ಖಾಂಡವ ಅಂದರೆ ಸಾಮಾನ್ಯ ಕಾಡೇ! ಹಿಡಿಂಬನ ಕಾಡಿಗಿಂತ, ಥತ್ ಅವನ ಹೆಸರೇಕೆ ಇಡಬೇಕು, ಸಾಲಕಟಂಕಟಿಯ ಕಾಡಿನಷ್ಟೇ ಗೊಂಡಾರಣ್ಯ ಇದೂ. ನಾಗರ ಪಡೆ. ಮಧ್ಯೆ ಒಂದು ಹಳ್ಳಿ ಖಾಂಡವಪ್ರಸ್ಥ ಅಂತ. ಕಾಡುಮೃಗಗಳು. ರೋಗದ ಹವೆ. ದ್ರುಪದರಾಜ ಬೀಗನಾದ ಮೇಲೆ ಪ್ರೀತಿ ತೋರಿಸಿ ಹೇಳಿ ಊರಿಗೆ ಕರೆಸಿಕೊಂಡ ಕುರುಡ, ಉಪಾಯವಾಗಿ ನಮಗೆ ಇದನ್ನು ಹೇಗೆ ಕಟ್ಟಿಹಾಕಿದ! 'ಮಗು, ಧರ್ಮ, ಬೇಸಿಗೆಯ ಬೆಂಕಿಗೆ ಸಿಕ್ಕಿ ನೀವಿದ್ದ ಮನೆ ಸುಟ್ಟುಹೋಯಿತು ಅಂತ ಕೇಳಿದಾಗ ನನ್ನ ಕರುಳೇ ಸುಟ್ಟುಹೋದಷ್ಟು ನೋವಾಯಿತು. ಸ್ವಂತ ಮಕ್ಕಳಿಗಿಂತ ತಮ್ಮನ ಮಕ್ಕಳು ಹೆಚ್ಚು. ನಮ್ಮ ಕುರುವಂಶದ ಪುಣ್ಯವಿಶೇಷದಿಂದಲ್ಲವೇ ನೀವು ಬದುಕಿ ಬಂದದ್ದು. ನನ್ನ ಮಗ ದುರ್ಯೋಧನನೇ ನಿಮ್ಮನ್ನು ಸುಡಿಸಿದ ಅಂತ ಕೆಲವು ಕಿಡಿಗೇಡಿಗಳು ಅಂದುಕೊಂಡರಂತೆ. ಸದ್ಯ, ಲೋಕಾಪವಾದ ತಪ್ಪಿತು,' ನೀರಿಲ್ಲದ ಕಣ್ಣು ಒರೆಸಿಕೊಂಡ ಕುರುಡ. ಅಥವಾ ಒಂದಿಷ್ಟು ಜಿನುಗಿತ್ತೋ. ಅಂಗಳವೇ ಕಾಣದಂತೆ ಸದಾ ಮುಚ್ಚಿರುವ ಕಣ್ಣನ್ನು ಎಳೆದು ಬಿಡಿಸಿದರೆ, ನೋಡುವವರಿಗೆ ದುಃಖ ತೊಟ್ಟಿಕ್ಕುತ್ತಿರುವ ಹಾಗೆ ಕಾಣುತ್ತೆ. 'ದುರ್ಯೋಧನ ಸ್ವಲ್ಪ ತುಂಟ ನಿಜ. ಇನ್ನೂ ಎಳೆತನ. ಆದರೆ ಸ್ವಂತ ಸೋದರರನ್ನು ಕೊಲ್ಲಿಸುವ ಘಾತಕತನ ನಮ್ಮ ಕುರುರಕ್ತದ ಯಾವ ಪಿಳ್ಳೆಗೂ ಇಲ್ಲ. ಹೋಗಲಿ. ಮುಂದೆ ನೀವು ಅಣ್ಣತಮ್ಮಂದಿರೆಲ್ಲ ಒಂದು ಕಡೆ ಇರುವುದು ಬೇಡ ಅಂತ ತೀರ್ಮಾನ ಮಾಡಿದೀನಿ ನಾನು. ನಮ್ಮದೇ ಖಾಂಡವಪ್ರಸ್ಥ ಅಂತ ಇದೆ ನೋಡು ದಕ್ಷಿಣಕ್ಕೆ. ಹಿಂದೆ ಆಯು, ಪುರೂರವ, ನಹುಷರ ಕಾಲದಲ್ಲಿ ಅದೇ ರಾಜಧಾನಿಯೂ ಆಗಿರಲಿಲ್ಲವೆ? ಆಮೇಲೆ ರಾಜವಾಸ ಹಸ್ತಿನಾವತಿಗೆ ಬಂತು. ಅದು ಸ್ವಲ್ಪ ಅವನತಿಗೆ ಬಂದು ಗಿಡಪಡ ಬೆಳೆದುಕೊಂಡಿವೆಯಂತೆ. ನೀವು ಐದು ಜನರೂ ಅಲ್ಲಿಗೆ ಹೋಗಿ ವೈಭವದಿಂದ ರಾಜ್ಯವಾಳಿ. ಕುರುಗಳ ದಕ್ಷಿಣದ ಭಾಗವೂ ಸಮೃದ್ಧವಾಗಿರಬೇಡವೆ? ಖಾಂಡವಪ್ರಸ್ಥದ ಭಾಗವೆಲ್ಲ ನಿಮ್ಮದೇ.'

ಎಷ್ಟು ಉಪಾಯವಾಗಿ ಕಾಡಿಗೆ ಕಳುಹಿಸಿದ! ಕೃಷ್ಣ ಇಲ್ಲದಿದ್ದರೆ ಇದು ಹಸ್ತಿನಾವತಿಯನ್ನು ಮೀರಿಸುವ ನಗರಿಯಾಗುತ್ತಿರಲಿಲ್ಲ. ಅವನ ಉತ್ಸಾಹ. ಹೊಸತು ಎಷ್ಟು ನಿರ್ಮಿಸಿದರೂ ಮುಗಿಯದ ಉತ್ಸಾಹ. ಮುದುಕ ಬೆಣ್ಣೆಯಂತಹ ಮಾತನಾಡಿ ಖಾಂಡವಕಾಡಿಗೆ ಅಟ್ಟಿದ. ರಥ, ಕುದುರೆ, ಹಸು, ಎತ್ತು, ಆಭರಣ, ಪಾತ್ರೆ, ಬಟ್ಟೆ ಕಂಬಳಿಗಳೆಲ್ಲವನ್ನೂ ಮಾವ ದ್ರುಪದ ಕಳಿಸಿದ. ದ್ವಾರಕೆಯಿಂದ ಕೃಷ್ಣ ಕಳಿಸಿದುದು ಕಡಮೆಯೇ! ಸಮುದ್ರದ ದಡದಲ್ಲಿ ನೆಲೆಸಿ ಸಮುದ್ರದಾಚೆಯ ದೇಶಗಳೊಡನೆ ವ್ಯಾಪಾರ ಮಾಡಿ ಬೇಕಾದಷ್ಟು ಶ್ರೀಮಂತರಾಗಿದಾರಂತೆ ಯಾದವರು. ಹಸ್ತಿನಾವತಿಯನ್ನು ಮೀರಿಸುವ ಸಂಪತ್ತಂತೆ. ಉತ್ಸಾಹದಿಂದ ಪಯಣ ಮಾಡಿದೆವು ಐದು ಜನ, ದ್ರೌಪದಿ, ಅಮ್ಮ ಕುಂತಿ. ಜೊತೆಗೆ ಕೃಷ್ಣ. ಬಂದ ದಿನವೇ ಕೃಷ್ಣ ನಾನು ಅರ್ಜುನ ನಕುಲ ಸಹದೇವರು ಕುದುರೆ ಹತ್ತಿ ಸುತ್ತಮುತ್ತ ಕಾಡುಮೇಡುಗಳನ್ನು ತಿರುಗಿ, ಮೊದಲ ನಿಶ್ಚಯ ಕಾಡುಗಳನ್ನು ತೆಗೆದು ನೆಲ ಚೊಕ್ಕಟ ಮಾಡುವುದು. ಕಣ್ಣ ಮುಂದೆ ಕೆಲಸ ಇಟ್ಟುಕೊಂಡು ಸುಮ್ಮನೆ ಕೂತಿರುವುದು ಹೇಗೆ? ಹೇಗೂ ಬೇಸಿಗೆ. ಗಿಡ

ಬಳ್ಳಿಗಳೆಲ್ಲ ಹೀಗೆಯೇ ಒಣಗಿ ನಿಂತಿದೆ. ಒಂದು ಕಡೆಯಿಂದ ಬೆಂಕಿ ತಗುಲಿಸಿದ್ದೇ ತಡ. ಕರಿಯ ಹೊಗೆ, ಚಟಪಟ ಮಂಕು. ಹಳದಿಯ ಉರಿ ರಾಚಿ ರಾಚಿ ಹರಡಿ ಹಕ್ಕಿಪಕ್ಷಿ ಹುಳಹುಪ್ಪಟೆ ಹಾವು ಚೇಳು ಹಲ್ಲಿ ಓತಿಕ್ಯಾತಗಳೆಲ್ಲ ಸುಟ್ಟು ಹುಲಿ ಕಿರುಬಗಳೆಲ್ಲ ಓಡಿ ಅಷ್ಟು ಜೋರಾಗಿ ಹರಡಿದ ಉರಿಯನ್ನು ನೋಡಿಯೇ ಇಲ್ಲ ನಾನು. ಅಡ್ಡಡ್ಡವಾಗಿ ಬೇಸಿಗೆಯ ಧೂಳು ಗಾಳಿ ಬೀಸಿದರೆ ಅದೆಷ್ಟು ವೇಗವಾಗಿ ಹಬ್ಬುತ್ತಿತ್ತು. ಯುದ್ಧ ಅಂದರೆ ಹೀಗಿರಬೇಕು. ದುರ್ಯೋಧನನ ಕಡೆಯ ಸೈನ್ಯ, ರಥ ಕುದುರೆ ಆನೆಗಳೆಲ್ಲ ಒಣಗಿದ ಕಾಡಿನಂತೆ ನೆರೆದಿರಬೇಕು. ಬೆಂಕಿ ಹೊತ್ತಿಸಿದ ಬಾಣ ಬಿಟ್ಟ ತಕ್ಷಣ ಮರದ ರಥಗಳು ಹೊತ್ತಿ ಅಡ್ಡಗಾಳಿಗೆ ಉಳಿದ ರಥಗಳೂ ಹೊತ್ತಿಕೊಂಡು ನಾಲ್ಕು ಕಡೆಗಳಿಂದಲೂ ಬಾಣಗಳ ಉರಿಮಳೆಗರೆದು ಖಾಂಡವವನ ಸುಟ್ಟ ಹಾಗೆ ಸುಡಬೇಕು ಇಡೀ ಸೈನ್ಯವನ್ನ. ಇಡೀ ಸೈನ್ಯ ಖಾಂಡವವನದಂತೆ ಉರಿದು ಕರುಕಾಗಿ ಬಿದ್ದುಬಿಡಬೇಕು. ಉರಿದು ಕರುಕಾಗಿ ಐದು ಜನ ಗಂಡಸರು ಒಬ್ಬ ಭೀಲ ಹೆಂಗಸಿನ ಹೆಣ ಬಿದ್ದ ಹಾಗೆ. ನಡುವೆ ದುರ್ಯೋಧನ ಅತ್ತ, ಇತ್ತ ದುಶ್ಶಾಸನ, ಕರ್ಣ, ಶಕುನಿ, ಉಳಿದ ಅವನ ಬಳಗ. ಕುರುಡ ಮುದುಕನಂತೂ ಯುದ್ಧಭೂಮಿಗೆ ಬರುವುದಿಲ್ಲ. ಬರುವಂತಿಲ್ಲ. ಒಂದು ಸಲ ಆಕಳಿಕೆ ಬಂತು. ಭೀಮ ಮೈ ಮುರಿದ. ಕೆಲವರು ಮಲಗಿದ್ದಾರೆ. ಉಳಿದವರು ನದಿಯ ದಡದ ನೀರಿನಲ್ಲಿ ಕಾಲು ಮುಳುಗಿಸಿ ಕುಳಿತಿದ್ದಾರೆ. ಮಾತನಾಡಿಕೊಂಡು. ಆಕಾಶದಲ್ಲೆಲ್ಲ ಬೆಳದಿಂಗಳನ್ನು ಉಕ್ಕಿಸಿ ಅದರ ಮೇಲೆ ಚಂದ್ರ ತೇಲುತ್ತಿದ್ದಾನೆ. ರಾತ್ರಿ ಅಲ್ಲಿ ತಂಗಿದುದೇ ಸರಿ ಎನ್ನಿಸಿತು. ಇನ್ನೊಂದು ಸಲ ಆಕಳಿಕೆ ಬಂತು. ಆದರೆ ನಿದ್ದೆ ಬರುತ್ತಿಲ್ಲ. ಬರೀ ಇಂದ್ರಪ್ರಸ್ಥದ್ದೇ ನೆನಪು. ಎಷ್ಟು ಕಷ್ಟ ಪಟ್ಟು ಕಟ್ಟಿದ ನಗರ. ಗೊಂಡಾರಣ್ಯವನ್ನು ಕಡಿದು ಬೇಸಾಯಕ್ಕೆ ಅಣಿಮಾಡಿ ನಮ್ಮ ಮೇಲಿನ ಪ್ರೀತಿಯಿಂದ ನಮ್ಮೊಡನೆ ಹಸ್ತಿನಾವತಿಯಿಂದ ಬಂದ ಕೃಷಿಕರಿಗೆಲ್ಲ ಭೂಮಿ ಮಾಡಿಕೊಟ್ಟು ಹೊಸ ಊರು, ಹೊಸ ನಾಡು ಕಟ್ಟಿದ ಕಷ್ಟವೇನು ಕಡಮೆಯೇ? ಸುಮ್ಮಸುಮ್ಮನೆ ಸಿಕ್ಕಲಿಲ್ಲ ಭೂಮಿ, ಕುರುಡ ದಾನವಾಗಿ ಕೊಡಲಿಲ್ಲ. ಹೆಸರಿಗೆ ಕುರುಗಳಿಗೆ ಸೇರಿದ್ದಾದರೂ ವಾಸ್ತವವಾಗಿ ನಾಗರ ಹಿಡಿತದಲ್ಲಿದ್ದ ಕಾಡು. ನಾವು ಬಂದದ್ದು ತಿಳಿದ ಕೂಡಲೇ ಕೆರಳಿದ್ದರಂತೆ ಅವರು. ಇನ್ನು ಬೆಂಕಿ ಬಿದ್ದಾಗ ಯಾಕೆ ಸುಮ್ಮನಿದ್ದಾರು? ಒಟ್ಟಿಗೆ ಕಾಡಿನಿಂದ ಹೊರಗೆ ನುಗ್ಗಿಬಂದರಲ್ಲ. ವಿಷ ಸವರಿದ ತುದಿಯ ಬಾಣಗಳು. ಮೈಗೆ ಚುಚ್ಚಿದರೆ ಸಾಕು, ಕಿತ್ತು ಹಾಕಿದರೂ ಕೂಡ ವಿಷವೇರಿ ಬಿದ್ದು ಸಾಯದೆ ದಾರಿಯಿಲ್ಲ. ಹೆಂಗಸರು ಗಂಡಸರಾದಿಯಾಗಿ ಬಿಲ್ಲು ಬಾಣ ಹಿಡಿದು ಹೊರಬಂದು, ನಮ್ಮಲ್ಲಿ ಸೈನಿಕರಿಲ್ಲ. ನಾವು ಐದು ಜನ, ಕೃಷ್ಣ ಒಬ್ಬ ಜೊತೆಗೆ. ಕುದುರೆ ರಥಗಳ ಬಳುವಳಿ ತಂದ ಕೆಲವು ಪಾಂಚಾಲ ಗಂಡಸರು. ಕೃಷ್ಣನ ಕಡೆಯ ಬಳುವಳಿ ಇನ್ನೂ ತಲುಪಿಲ್ಲ. ನಾವು ಅಂಗರಕ್ಷಣೆಗಳನ್ನೂ ಧರಿಸಿಲ್ಲ. ಒಟ್ಟಿಗೆ ಅವರು ಮೇಲೆ ನುಗ್ಗಿ, ಹೀಗಾಗಿ ಸಾಯಲಿ ಈ ಐವರೂ ಅಂತಲೇ ಖಾಂಡವವನ್ನು ನಮಗೆ ಕೊಡುವ ನಾಟಕ ಮಾಡಿದನೇ ಕುರುಡ? ಕೃಷ್ಣನ ಧೈರ್ಯವೇ ಧೈರ್ಯ. ಕುದುರೆಯನ್ನು ಬೇಗ ಹಿಂತಿರುಗಿಸುವಂತೆ ಹೇಳಿದ. ನಾವೆಲ್ಲ ಅಂಗರಕ್ಷೆ ಧರಿಸಿ ಬಿಲ್ಲುಬಾಣ ಹಿಡಿದು ನುಗ್ಗಿ ಬಂದ ಗುಂಪಿನಿಂದ ತಪ್ಪಿಸಿ ಕಾಡಿನ ಹಿಂಬದಿಗೆ ನುಗ್ಗಿ ನಾಲ್ಕು ಕಡೆಯಿಂದ

ಅಲ್ಲ ಎಂಟು ಕಡೆಯಿಂದ ಅಲ್ಲ ಸುತ್ತಲೂ, ಅಲ್ಲಲ್ಲಿ ಬೆಂಕಿ ಉರಿ ಹೊತ್ತಿಸಿ ಬೇಸಗೆಯ ದಿಕ್ಕುಗೆಟ್ಟ ಅಡ್ಡಗಾಳಿ ಸುತ್ತಲಿಂದಲೂ ಹೋಹೋಹೋ, ಯಾವ ಕಡೆಯಿಂದ ತಪ್ಪಿಸಿಕೊಂಡು ಹೋಗುತ್ತಾರೆ? ಒಳಗೆ ಸಿಕ್ಕಿಕೊಂಡ ತಮ್ಮವರನ್ನು ಬದುಕಿಸಲು ನುಗ್ಗಿ ಉರಿಗೆ ಸಿಕ್ಕಿ ಸತ್ತವರು, ಒಳಗಿನಿಂದ ಭಯ ತುಂಬಿ ಹೊರಕ್ಕೆ ನುಗ್ಗಿ ಬರುವಾಗ ನಮ್ಮ ಬಾಣಕ್ಕೆ ಸಿಕ್ಕಿ ಮುಗಿದವರು, ಎಷ್ಟು ಜನ? ಯಾರಿಗೆ ಸಿಕ್ಕಿದೆ ಲೆಕ್ಕ? ಕೃಷ್ಣನ ಬುದ್ಧಿಯ ಚುರುಕೇ ಚುರುಕು. ಒಂದೇ ಸಲಕ್ಕೆ ಸುತ್ತಲೂ ಬೆಂಕಿ ಹೊತ್ತಿಸದೆ ಇದ್ದರೆ ನಾವು ಉಳಿಯುತ್ತಿರಲಿಲ್ಲ. ನಮ್ಮನ್ನು ಉಳಿಸುತ್ತಿರಲಿಲ್ಲ. ಎಷ್ಟು ಜನವಿದ್ದರೋ ಒಳಗೆ, ಬೆಂಕಿ ತಗುಲಿದ ಜೇನುಗೂಡಿನಿಂದ ಏಳುವ ಸಾವಿರ ಜೇನು ಹುಳಗಳಂತೆ ಬಂದು ನಮ್ಮನ್ನು ಮುತ್ತಿ, ಇಷ್ಟಕ್ಕೂ ನಾವೆಷ್ಟು ಜನ ಇದ್ದವರು? ಆರು, ಮೇಲೆ ಒಂದು ನೂರಿದ್ದರೆ ಹೆಚ್ಚು. ಅಷ್ಟೂ ಗಂಡಸರಿಲ್ಲ. ಕೆಲವರು ತಪ್ಪಿಸಿಕೊಂಡರಂತೆ. ನದಿಯ ಕಡೆ ನಾವು ಉರಿ ಹೊತ್ತಿಸಲಿಲ್ಲವಲ್ಲ. ಅಲ್ಲಿಂದ ಓಡಿ ನೀರನ್ನು ದಾಟಿ ಆಚೆಕಡೆ ಮರೆಯಾಗಿ ಜೀವ ಉಳಿಸಿಕೊಂಡರಂತೆ. ನಾಗರ ಪ್ರಥಮ ವೈರಿ ಅಂದರೆ ಪಾಂಡವರು ಅಂತ ಎಲ್ಲೆಲ್ಲೂ ತಮ್ಮ ಜನಗಳ ಕೈಲೆಲ್ಲ ಹೇಳಿಕೊಂಡು ತಿರುಗುತ್ತಿದ್ದಾರಂತೆ. ಆರ್ಯಾವರ್ತದ ನಡುವೆ ಅಲ್ಲಲ್ಲಿಯ ಕಾಡುಗಳಲ್ಲಿರುವ ನಾಗರ ಹತ್ತಿರಕ್ಕೆ ದುರ್ಯೋಧನ ದೂತರನ್ನು ಕಳಿಸಿದ್ದಾನಂತೆ. 'ನಾನು ಪಾಂಡವರ ಮೇಲೆ ಯುದ್ಧ ಮಾಡ್ತೀನಿ. ನನ್ನ ಪಕ್ಷ ಬನ್ನಿ. ನೀವೆಲ್ಲ ಹಗೆ ತೀರಿಸಿಕೊಳ್ಳಿ. ಅವರ ಶಿರವನ್ನು ನೆಲಕ್ಕುರುಳಿಸುವ ಅವಕಾಶ ನಿಮಗೇ ಕೊಡ್ತೀನಿ' ಅಂತ ಹೇಳಿಕಳಿಸುತ್ತಿದಾನಂತೆ. ಲೋ, ತಂತ್ರ ಮಾಡಿ ನಮ್ಮ ಶತ್ರುಗಳನ್ನೆಲ್ಲ ಒಟ್ಟುಗೂಡಿಸಿ ನಿನ್ನ ಕಡೆಗೆ ಎಳೆದುಕೊಳ್ಳುವ ನಿನ್ನ ತಲೆ ಉರುಳಿಸಿ ಈ ಎಡಗಾಲಿನಿಂದ ಹೊಸಕದಿದ್ದರೆ ನನ್ನ ಹೆಸರನ್ನು ಬಿಟ್ಟು, ಹೆಸರನ್ನು ಬಿಟ್ಟು ಈ ಹೆಸರನ್ನು ಬಿಟ್ಟು ಬೇರೆ ಏನಿಟ್ಟುಕೊಳ್ಳುವುದು? ಹೊಳೆಯಲಿಲ್ಲ. ಭೀಮ ಎಂಬುದನ್ನು ಬಿಟ್ಟರೆ ಬೇರೆ ಹೆಸರೇ ಇಲ್ಲ ತನಗೆ. ಹುಡುಕಿ ಇಟ್ಟಿದ್ದಲ್ಲ. ಹುಟ್ಟಿದ ಮಗುವಿನ ಉದ್ದ ಗಾತ್ರಗಳನ್ನು ನೋಡಿದ ತಕ್ಷಣ ಅಪ್ಪ ಪಾಂಡುವಿನ ಬಾಯಿಯಿಂದ ತನಗೆ ತಾನೇ ಹೊರಬಂದ ಹೆಸರಂತೆ. ಇದನ್ನು ಬಿಡಿಸಲು ಯಾವನಿಗೆ ಸಾಧ್ಯ ಎಂದುಕೊಳ್ಳುವಾಗ ಮೈಮುರಿಯುವಂತೆ ಆಯಿತು. ಎರಡು ಮುಷ್ಟಿಗಳನ್ನೂ ಬಿಗಿ ಮಾಡಿ ಮೊಣಕೈ ಬಗ್ಗಿಸುವಾಗ ದೃಷ್ಟಿಯು ಬಲ ತೋಳಿನ ಕಡೆಗೆ ಹೋಯಿತು. ಭೀಮನಿಗೆ ವಯಸ್ಸಾಯಿತು ಎಂದುಕೊಂಡ. ಪ್ರಾಯದಲ್ಲಿ ಅರೆಯುವ ಕಲ್ಲುಗುಂಡಿನಂತಿದ್ದ ತೋಳಿನ ಬಿಗಿಮಾಂಸಖಂಡದ ಆಕಾರ ಈಗ ಸಡಿಲವಾಗಿದೆ. ಹನ್ನೆರಡು ವರ್ಷದ ವನವಾಸ. ದಿನವೂ ಬೇಟೆ ಸಿಕ್ಕುವ ಖಚಿತತೆ ಇಲ್ಲ. ಜೊತೆಗೆ ಧರ್ಮನೊಡನೆ ವೇದಾರ್ಥ ಚರ್ಚಿಸಲು ಬರುವ ಋಷಿ ಮುನಿಗಳಿಗೂ ಭೋಜನವಾಗಬೇಕು. ಹಾಲು ಮೊಸರಿಲ್ಲ. ಬೆಣ್ಣೆ ತುಪ್ಪವಿಲ್ಲ. ಹುರಿದ ಅರಳು, ಬೆಂದ ರೊಟ್ಟಿ, ಅರಳಿದ ಅನ್ನಗಳಿಲ್ಲ. ಭೀಮ ಸಡಿಲವಾಗದೆ ಏನಾದಾನು? ಅದರಲ್ಲೂ ಕೃಷ್ಣೆ ನಿಗನೋಡಿಕೊಳ್ಳದಿದ್ದರೆ ಹೀಗೂ ಇರುತ್ತಿರಲಿಲ್ಲ. ಅಮ್ಮ ನನ್ನ ಕೈ ತೆಗೆದು ಅವಳ ಕೈಲಿಟ್ಟು ಹೇಳಿದಳಲ್ಲ, 'ಇವನ ಹೊಟ್ಟೆ ಸರಿಯಾಗಿ ನೋಡಿಕೊ. ಉಳಿದದ್ದೆಲ್ಲ ತಾನಾಗಿಯೇ ಬರುತ್ತೆ' ಅಂತ. ವಿರಾಟನಗರದಲ್ಲಿ ಬಾಣಸಿಗನಾಗದಿದ್ದರೆ ಭೀಮ ತನಗೆ ತಾನೇ ಸತ್ತುಹೋಗು

ತ್ತಿದ್ದ. ಧರ್ಮನು ಯುದ್ಧ ಮಾಡುತ್ತಲೇ ಇರಲಿಲ್ಲ. ವಾಪಸು ಕಾಡಿಗೆ ಹೋಗುತ್ತಿದ್ದ. ಅಣ್ಣನ ಭಕ್ತ ಅರ್ಜುನ ಹಿಂಬಾಲಿಸುತ್ತಿದ್ದ. ನಕುಲ ಸಹದೇವರು ಸರಿಯೇ ಸರಿ. ಇನ್ನು ಕೃಷ್ಣೆಯ ಗತಿ. ಕೃಷ್ಣೆ, ಭೀಮ ಬದುಕಿದಾನೆ, ನನಗೂ ನಿನಗೂ ಬೇರೆ ಬೇರೆ ಆಶೆಗಳೆಂಬುದಿಲ್ಲ. ಮತ್ತೆ ಪಟ್ಟಮಹಿಷಿಯಾಗುವ ಮೋಹ ನಿನಗಿಲ್ಲ. ದುರ್ಯೋಧನ, ಅವನ ತಮ್ಮಂದಿರು, ಕರ್ಣ ಶಕುನಿಯರ ತಲೆಗಳನ್ನು ಉರುಳಿಸಿ ಎಡಗಾಲಿನಿಂದ ಹೊಸಕುವುದನ್ನು ನೋಡುವುದಕ್ಕಾಗಿಯೇ ನೀನು ಬದುಕಿದ್ದೀಯ. ಅದನ್ನು ತೋರಿಸದೇ ನಾನೂ ಸಾಯುವುದಿಲ್ಲ. ಯಮ ಬಂದು ಕರೆದರೂ ನಿನ್ನನ್ನು ಕಳುಹಿಸುವುದಿಲ್ಲ, ಎಂದುಕೊಳ್ಳುವಾಗ ಗಟ್ಟಿಯಾಗಿ ಮೈ ಮುರಿದದ್ದು ಮುಗಿದು ಸಡಿಲಬಿಟ್ಟು ಮಲಗಿದ. ನದಿಯ ದಡದಲ್ಲಿ ಕುಳಿತಿದ್ದವರೆಲ್ಲ ಒಬ್ಬೊಬ್ಬರಾಗಿ ಎದ್ದು ಬಂದು ಮಲಗಿದರು. ತನಗಿಂತ ಸ್ವಲ್ಪ ದೂರದಲ್ಲಾದರೂ ಗೊರಕೆಯ ಸದ್ದು ಕೇಳುತ್ತಿದೆ. ಜೊತೆಗೆ ಜೀರುಂಡೆಗಳ ಜಿಟ್ಟು. ಈಗ ಇಂದ್ರಪ್ರಸ್ಥದಲ್ಲಿ ಯಾರೂ ಇಲ್ಲವಂತೆ. ಅದೊಂದು ರಾಜ್ಯವಾಗಿ ಉಳಿದಿಲ್ಲ. ರಾಜಧಾನಿಯಾಗಿಲ್ಲ. ನಾವು ಹೊರಟು ಹೋದಮೇಲೆ ವೇದಜ್ಞರು, ನಟರು, ಸಂಗೀತದವರು, ಮಾವುತರು, ಸೈನಿಕರು, ಯಾರೂ ಇಲ್ಲ. ಮೊದಲಿನ ಹಳ್ಳಿಯೇ ಆಗಿದೆ. ಕಾಡು ಬೆಳೆದು ಮೊದಲಿನಂತೆ ಆಕ್ರಮಿಸಿಕೊಳ್ಳಲು ನಾಗರಿಗೆ ಕೊಡಬಹುದು ದುರ್ಯೋಧನ. ಇಡೀ ಆರ್ಯಾವರ್ತ ಬ್ರಹ್ಮಾವರ್ತಗಳಲ್ಲೇ ಇಲ್ಲದಂತಹ ಸುಂದರ ನಗರ, ಸುಂದರ ಸಭಾಭವನ. ಖಾಂಡವವನದ ಮಾರ್ಗವಾಗಿ ಎಲ್ಲಿಗೆ ಹೋಗುತ್ತಿದ್ದ ಮಯಾಸುರ? ಆ ದೇಶ ಗಾಂಧಾರದ ಆಚೆಯಂತೆ. ಹೊಟ್ಟೆಯ ಪಾಡಿಗಾಗಿ ದೇಶ ಬಿಟ್ಟು ಇತ್ತ ಜರಾಸಂಧನ ಗಿರಿವ್ರಜಕ್ಕೆ ಹೋಗುತ್ತಿದ್ದನಂತೆ, ದೊಡ್ಡ ರಾಜ, ಕೆಲಸ ಕೊಟ್ಟು ಕೈತುಂಬ ಹೊರಿಸಿಕೊಡುತ್ತಾನೆ ಅಂತ. ಕಾಡಿನ ಬೆಂಕಿಯಲ್ಲಿ ಸಿಕ್ಕಿಕೊಳ್ಳಬೇಕೆ? ತಪ್ಪಿಸಿಕೊಂಡು ಕಾಡಿನಿಂದ ಹೊರಗೆ ಓಡಿಬರುವಾಗ ಕೃಷ್ಣ ಬಾಣ ಏರಿಸಿದನಂತೆ. ನೋಡಿದರೆ ನಾಗನಂತೆ ಕಾಣುವುದಿಲ್ಲ. ಅರ್ಜುನ ಕೃಷ್ಣನನ್ನು ತಡೆದನಂತೆ. ಇಲ್ಲದಿದ್ದರೆ ಮಯಶಿಲ್ಪಿ ಸತ್ತು ಹೋಗುತ್ತಿದ್ದ. ಇಂದ್ರಪ್ರಸ್ಥದ ರಚನೆ ವೈಭವದ್ದಾಗುತ್ತಿರಲಿಲ್ಲ. ಸಭಾಭವನ ನಿರ್ಮಾಣವಾಗುತ್ತಿರಲಿಲ್ಲ. ಹತ್ತಿರ ಬಂದು ಅರ್ಜುನನ ಕೈಹಿಡಿದು ಕೇಳಿದನಂತೆ: 'ಜೀವ ಉಳಿಸಿದ್ದೀಯ. ನೀನ್ಯಾರು?'

'ಈ ರಾಜ್ಯದ ದೊರೆಯ ತಮ್ಮ. ಅರ್ಜುನ ಅಂತ ಹೆಸರು.'

'ಜೀವ ಉಳಿಸಿದ್ದಿಯ. ಪ್ರತಿಯಾಗಿ ನಿನಗೆ ಏನು ಮಾಡಲಿ?'

'ಏನು ಮಾಡಬಲ್ಲೆ? ನೀನಾರು? ಇಲ್ಲಿಗೆ ಯಾಕೆ ಬಂದಿದ್ದೆ?'

'ಶಿಲ್ಪಿ. ಈ ದೇಶಗಳಲ್ಲಿ ಕಟ್ಟುವುದಕ್ಕಿಂತ ಉತ್ತಮ ಕಟ್ಟಡ ಕಟ್ಟಬಲ್ಲೆ. ಉತ್ತಮ ನಗರ ನಿಯೋಜಿಸಬಲ್ಲೆ.'

ಕೃಷ್ಣನ ಮನಸ್ಸು ತಕ್ಷಣ ಓಡಿತು. ಅವನಿರುವ ದ್ವಾರಕೆಯ ಕಡೆ ನಗರ ನಿಯೋಜನೆ, ಸೌಧ ಕಟ್ಟುವಿಕೆ, ಈ ಕಡೆಗಿಂತ ಚಂದವಂತೆ. 'ಶಿಲ್ಪಿ, ನಾವು ಒಂದು ಹೊಸ ನಗರ ನಿರ್ಮಿಸಬೇಕು. ಹೊಸ ಭವನಗಳನ್ನು ಕಟ್ಟಬೇಕು. ನೀನು ಕೇಳಿದ ಸಾಮಾನು, ಸಹಾಯಕರನ್ನು ನಾವು ಒದಗಿಸುತ್ತೇವೆ. ನಿನ್ನ ತಿಳಿವಳಿಕೆಯನ್ನೆಲ್ಲ ಉಪಯೋಗಿಸಿ ಇನ್ನೆಲ್ಲಿಯೂ

ಹೇಳಿಸಿದವರು; ಮಲ್ಲಯುದ್ಧ, ಗದಾಯುದ್ಧಕ್ಕೆ ತಕ್ಕ ಮಕ್ಕಳಲ್ಲ; ಭೀಮನ ಹೆಸರಿಗೆ ತಕ್ಕ ಶಕ್ತರಲ್ಲ ಎಂದುಕೊಳ್ಳುವಾಗ ಯಾರೂ ನನ್ನ ಎತ್ತರವಿಲ್ಲ, ನನ್ನ ಭುಜದ ಎತ್ತರ, ಅದಕ್ಕೆ ತಕ್ಕ ಮೈಕಟ್ಟು, ಧರ್ಮನಂತೆ, ಅರ್ಜುನನಂತೆ, ಅಲ್ಲ, ಒಟ್ಟು ಹೋಲಿಕೆಯಲ್ಲಿ ಧರ್ಮಾರ್ಜುನ ನಕುಲ ಸಹದೇವರಂತೆ, ಇವರೆಂಥ ಮಲ್ಲರಾದಾರು ಎಂದು ತನಗೆ ತಾನೇ ಹೇಳಿಕೊಳ್ಳುವಾಗ ಹೊಸತೇನೋ ಅರಿವಾದಂತಾಯಿತು. ಕುದುರೆಯ ವೇಗ ಕಡಮೆಯಾಯಿತು. ಬೀಸುಗಾಲು ಹಾಕುತ್ತಿದ್ದ ತನ್ನ ಕುದುರೆ ಭಾರ ಹೆಚ್ಚಾದಂತೆ ನಿಧಾನವಾಗಿ ನಡೆಯಲು ಶುರುಮಾಡಿತು.

ನೆತ್ತಿಗೆ ಏರಲು ಎರಡಾಳುದ್ದ ಮೊದಲೇ ಅವರು ನಿಂತರು. ದಟ್ಟ ನೆರಳಿನ ಕಾಡು ಶುರುವಾಗಿತ್ತು. ಹೆಚ್ಚು ಶಖೆ ಇಲ್ಲ. ಕತ್ತೆತ್ತಿ ನೋಡುವ ಎತ್ತರಕ್ಕೆ ಚಾಚಿ ಆವರಿಸಿದ ಹೆಮ್ಮರಗಳು. ಅವುಗಳ ಆಶ್ರಯದಲ್ಲಿ ಈ ಕಡು ಬೇಸಿಗೆಯಲ್ಲೂ ಮೃದು ಹಸುರು ಎಲೆಗಳಿಂದ ತುಂಬಿದ ಗಿಡಮರ ಬಳ್ಳಿಗಳು. ಕೋಸು ಕೋಸು ಕೋಸು ದೂರ ಹಸಿರು ಚಪ್ಪರ ಹೆಣೆದಂತಹ ಕಾಡು. ದೂರದ ಕಾಂಡ ಬಳ್ಳಿಗಳ ಸಂದಿಯಲ್ಲಿ ದೊಡ್ಡ ಬಂಡೆಗಳ ಸಾಲು. ಭೀಮನಿಗೆ ನೆನಪಾಯಿತು. ಬಂಡೆಯೇ ರಾಕ್ಷಸನಾಡಿನ ಗಡಿ. ದಕ್ಷಿಣದ್ದೇ? ಹೌದು, ಈ ಕಡೆಯಿಂದಲೇ ತಾವು ಕಾಡಿನಿಂದ ಹೊರಗೆ ಬಂದು ಮುಂದೆ ಎಲ್ಲಿಗೆ ಹೋಗಬೇಕೆಂಬ ಗುರಿಯಿಲ್ಲದೆ ನಡೆದು ನಡೆದು ಕೊನೆಗೆ ಕೃಷ್ಣದ್ವೈಪಾಯನರು ಹೇಳಿದಂತೆ ಏಕಚಕ್ರಪುರಕ್ಕೆ ಹೋದದ್ದು. ಈಗ ಕಾಡಿನ ಒಳ ವಿವರವೆಲ್ಲ ತನಗೆ ತಾನೇ ನೆನಪಾಗುತ್ತಿದೆ. ಬಂಡೆಗಳು, ಹಳ್ಳಗಳು, ಉಬ್ಬುತಗ್ಗುಗಳು, ಆನೆಯ ಬೀಡು ಹಕ್ಕಿಗಳು ಗುಂಪು ಸೇರುವ ತೋಪುಗಳು, ಎಲ್ಲವೂ ನೆನಪಾಗುತ್ತಿವೆ. ಈ ಕಾಡು ಹಾಗೆಯೇ ಇದೆ. ಬೆಂಕಿ ಸುಟ್ಟು, ಕಡಿದು ನೆಲಸಮಮಾಡಿ ಕೃಷಿಗೆ ಇಳಿಸಿಲ್ಲ. ಆದುದರಿಂದ ದಾರಿ ತಪ್ಪುವಂತಿಲ್ಲ. ಇಬ್ಬರು ಅಡುಗೆ ಮಾಡಲು ಸಿದ್ಧರಾದರು. ತಣ್ಣನೆಯ ಹಳ್ಳದ ನೀರಿನಲ್ಲಿ ಮೀಯಲು, ಕುದುರೆಯ ಮೈ ಉಜ್ಜಲು ಉಳಿದವರು ನಿಂತರು. ಭೀಮ ಇದ್ದಕ್ಕಿದ್ದಂತೆಯೇ ಮ್ಲಾನನಾದ. ಈ ದಿನವೆಲ್ಲ ವಿಶ್ರಾಂತಿ. ರಾತ್ರಿ ಅರ್ಧ ಜನ ನಿದ್ರೆ ಮಾಡುವಾಗ ಉಳಿದರ್ಧ ಜನ ಪಾಳಿಕಟ್ಟಿ ಕಾಯುವುದು. ನಡುರಾತ್ರಿಯ ನಂತರ ಮಲಗಿದ್ದವರು ಎದ್ದು ಕಾವಲು ನಿಂತಿದ್ದವರು ನಿದ್ರಿಸುವುದು. ಬೆಳಗ್ಗೆ ತನ್ನ ಮುಂದಾಳ್ತನದಲ್ಲಿ ಪ್ರವೇಶಿಸುವುದು. ಮಧ್ಯಾಹ್ನ ಕಳೆಯುವ ಹೊತ್ತಿಗೇ ತಲುಪಬಹುದು. ಈಗಲೂ ವಾಪಸು ಹೋಗಿಬಿಟ್ಟರೆ ಹೇಗೆ? ಎಂಬ ವಿಚಾರ ಮತ್ತೆ ಸುಳಿಯಿತು. ಸುಳಿದದ್ದೇ ತಡ ಮನಸ್ಸಿಗೆ ನೆಮ್ಮದಿ ಎನಿಸುತ್ತಿತ್ತು. ಆದರೆ ಇಷ್ಟು ದೂರ ಬಂದ ಮೇಲೆ ವಾಪಸು ಹೋಗುವಂತಿಲ್ಲ. ಮನಸ್ಸಿಗೆ ಹಿತವಿರಲಿ ಇಲ್ಲದಿರಲಿ ಕೆಲವು ಕೆಲಸಗಳನ್ನು ಮಾಡಲೇಬೇಕು, ಇಲ್ಲದಿದ್ದರೆ ಗೆಲ್ಲಲಾಗುವುದಿಲ್ಲ ಅನ್ನುತ್ತಾನೆ ಕೃಷ್ಣ. ಧರ್ಮ, ಅರ್ಜುನರೂ ಬಲವಂತ ಮಾಡಿದ್ದಾರೆ. ಈಗ ಬರಿಕೈಯಲ್ಲಿ ಹಿಂತಿರುಗಿದರೆ ಹೇಗೆ? ಅಡುಗೆಯಾಗುವ ತನಕ ಮಲಗಬೇಕೆನ್ನಿಸಿತು. ಸಾಲಕಟಂಕಟಿ ಈಗ ಹೇಗಿದ್ದಿರಬಹುದು? ಹೆಚ್ಚು ಕಡಮೆ ನನ್ನಷ್ಟೇ ವಯಸ್ಸು. ಅವಳ ನಿಜವಾದ ವಯಸ್ಸೆಷ್ಟು? ನಾನು ಕೇಳಲಿಲ್ಲ. ಅವಳು ಹೇಳಲಿಲ್ಲ. ನನ್ನನ್ನು ಮೆಚ್ಚಿದಳು. ಗೋಗರೆದಳು. ಅತ್ತಳು. ನಮಗೆ ಆಶ್ರಯ ಬೇಕಾಗಿತ್ತು. ನಾನು ಅವಳೊಡನೆ ಇದ್ದೆ. ಭೀಮನಿಗೆ ತಕ್ಕ ಹೆಣ್ಣು. ಇಡೀ ಆರ್ಯಾವರ್ತದಲ್ಲೇ ಎಲ್ಲೂ ದೊರಕದ

ಉದ್ದ ಗಾತ್ರ ಸೌಷ್ಠವಗಳ ಹೆಣ್ಣು. ಭೀಮನ ಬೀಜದಿಂದ ಗರ್ಭಿಣಿಯಾದರೂ ಅವಳ ಎತ್ತರಕ್ಕೆ ಹೊಟ್ಟೆಯು ಹವಣಾಗಿಯೇ ಕಾಣುತ್ತಿತ್ತು. ಭಾರಿಯಾಗಿರಲಿಲ್ಲ. ಆದರೆ ಹುಟ್ಟಿದಾಗಲೇ ನನ್ನ ತೊಡೆಯ ಅಡ್ಡಗಲಕ್ಕೂ ತುಂಬಿ ಮಲಗಿದ ಭೀಮಮಗು. ಭೀಮನ ಮಗು. ನಾನು ಹುಟ್ಟಿದಾಗ ಹೀಗೆಯೇ ಇದ್ದೆನಂತೆ. ಈ ಮಗು ನಾನು ಹುಟ್ಟಿದಾಗ ಇದ್ದದ್ದಕ್ಕಿಂತ ದೊಡ್ಡದಂತೆ. ಅಮ್ಮನೇ ಅಂದಳು. ಆದರೂ, ಅಮ್ಮನ ಮೇಲೆ ವಿಪರೀತ ಸಿಟ್ಟು ಬರುತ್ತಿದೆ. ಅಂತಹ ಮಗು, ಬಾಣಂತಿಯನ್ನು ಬಿಡಿಸಿ ಯಾಕೆ ಕರಕೊಂಡು ಹೊರಟಳು? ಇನ್ನು ಹೆಚ್ಚು ದಿನ ಉಳಿದರೆ ನನಗೆ ಮಗುವಿನ ಮೇಲೆ ಮೋಹ ಬೆಳೆದು ಹೊರಡದೆ ಅಲ್ಲೇ ಉಳಿದುಬಿಟ್ಟೇನೆಂದು ಆತುರ ಮಾಡಿದಳೆ? ಆ ಮಗುವನ್ನು ತಾನೂ ಕೂಡ ಹೆಚ್ಚು ಎತ್ತಲಿಲ್ಲ. ಮುದ್ದಿಸಲಿಲ್ಲ. ಅಳುವ ತಾಯಿಯ ಮಡಿಲಿಗೆ ಬಿಡಿಸಿ, ನನ್ನನ್ನು ಈ ನಾಡನ್ನೇ ದಾಟಿಸಿಬಿಟ್ಟಳಲ್ಲ. ಪಾಪಿ, ಎನ್ನಿಸಿತು. ಕಣ್ಣುಮುಚ್ಚಿ ಹಾಗೆಯೇ ಮಲಗಿದ. ಮ್ಲಾನತೆ ಘಳಿಗೆ ಘಳಿಗೆಗೂ ಹೆಚ್ಚಾಗುತ್ತಿತ್ತು. ಹಾಗೆಯೇ ಮಂಪರು ಬಂತು.

ಸ್ವಲ್ಪ ಹೊತ್ತಿನಲ್ಲಿ ನೀಲ ಎಬ್ಬಿಸುತ್ತಿದ್ದ: 'ಮಹಾರಾಜ, ಅಡುಗೆಯಾಗಿದೆ. ನಿನ್ನ ಊಟ ವಾಗದೆ ಉಳಿದವರು ಮಾಡುವುದಿಲ್ಲ. ಎದ್ದು ಸ್ನಾನ ಮಾಡುವುದಿಲ್ಲವೆ?'

ಭೀಮ ದಢಕ್ಕನೆ ಎದ್ದ. ನಿಧಾನವಾಗಿ, ಹರಿಯುವ ಹಳ್ಳಕ್ಕೆ ಹೋದ. ಹಿತವಾಗುವಷ್ಟು ತಣ್ಣಗಿತ್ತು ನೀರು. ಇಳಿದು ಎದೆ ಮುಳುಗುವಂತೆ ಅದರಲ್ಲೇ ಕುಳಿತಾಗ ಆ ಮಗುವಿನದೇ ಜ್ಞಾಪಕ. ಇಂತಹ ನೀರಿನಲ್ಲಿ ಮಗುವನ್ನು ಅದ್ದಿ ಸ್ನಾನ ಮಾಡಿಸಿ, ಬೆಳೆದ ಮೇಲೆ ಸೊಂಟಕ್ಕೆ ಹಗ್ಗಕಟ್ಟಿ ಹಿಡಿದು ಈಜು ಕಲಿಸಿ, ಮೈಮೇಲೆ ಹತ್ತಿಸಿಕೊಂಡು ಕುಣಿಸಿ, ಗುಕ್ಕಿನಲ್ಲಿ ಅರ್ಧ ಉಳಿಸಿ ಮಗುವಿಗೆ ತಿನ್ನಿಸಿ, ಪ್ರತಿವಿಂಧ್ಯ, ಶ್ರುತಸೋಮ, ಶ್ರುತಕೀರ್ತಿ, ಶತಾನೀಕ, ಶ್ರುತಸೇನ, ಯಮುನೆಯ ಮರಳಿನ ಮೇಲೆ, ನೀರಿನಲ್ಲಿ ಎತ್ತಿ ಎತ್ತಿ ಹಾಕಿ ಕುಣಿದು ಕುಪ್ಪಳಿಸಿ ಅಪ್ಪಾ ನಾನು, ಅಪ್ಪಾ ನಾನು ಎಂದು ಭುಜ ಹತ್ತಿ ನೀರಿಗೆ ನೆಗೆದು, ಉದ್ದನೆಯ ಹೊಟ್ಟೆ, ಭೀಮನ ಹೊಟ್ಟೆ ಉದ್ದ, ಬೇಟೆಯಾಡಿದ ಮಾಂಸ, ಬೆಂದ ಗೆಡ್ಡೆಗೆಣಸುಗಳನ್ನು ಈ ಉದ್ದನೆಯ ಹೊಟ್ಟೆ ತುಂಬಿ ಬಿರಿಯುವಂತೆ ಬಾಯಿಗೆ ತುಂಬಿ ತುಂಬಿ ತಿನ್ನಿಸಿ ನಿನ್ನದು ತೋಳದಂತಹ ಹೊಟ್ಟೆ, ನನ್ನ ತೋಳ ನೀನು ನನ್ನ ತೋಳ, ವೃಕ ವೃಕ ಮಮ ವೃಕ ಎಂದು ನನ್ನ ಹೊಟ್ಟೆಯನ್ನೇ ತಬ್ಬಿ ಮುದ್ದಿಸುತ್ತಿದ್ದಳಲ್ಲ. ಅವನಿಗೂ ನನ್ನಷ್ಟೇ ದೊಡ್ಡ ಹೊಟ್ಟೆ ಇರಬಹುದು, ಅವಳು ತಿನ್ನಿಸಿ ಬೆಳೆಸಿರಬಹುದು.

ಭೀಮ ನೀರಿನಲ್ಲೇ ಕುಳಿತಿದ್ದ ಅಲುಗಾಡದೆ, ಮೈಕೈ ತಿಕ್ಕಿಕೊಳ್ಳದೆ. ನೀಲ ಹತ್ತಿರ ಬಂದು ಮತ್ತೆ ಕರೆದ. ಭೀಮ ಎದ್ದು ನಡೆದು ಬಿಸಿಲನ್ನು ಹುಡುಕಿ ಮೈ ಒಣಗಿಸಿಕೊಂಡ. ಊಟ ಮಾಡುವಾಗ ಮತ್ತೆ ಎನ್ನಿಸಿತು. ಸಾಕಲಿಲ್ಲ. ರಕ್ತಮಾಂಸಮಜ್ಜೆಗಳನ್ನು ಬೆಳೆಸಲಿಲ್ಲ. ಈಗ ನನಗಾಗಿ ಬಂದು ಯುದ್ಧದಲ್ಲಿ ಚೆಲ್ಲು ಅನ್ನುವುದಕ್ಕಿಂತ ವಾಪಸು ಹೋಗಿಬಿಡುವುದೇ ಸರಿ ಎನ್ನಿಸಿತು. ಊಟ ಮುಗಿದ ಮೇಲೆ ಕಾವಲಿಗೆ ಇಬ್ಬರನ್ನು ಬಿಟ್ಟು ಉಳಿದವರೆಲ್ಲ ತಣ್ಣನೆಯ ನೆರಳಿನಲ್ಲಿ ಮಲಗಿದರು. ಅರ್ಧಗಳಿಗೆಯಲ್ಲಿ ನಿದ್ದೆ ಮಾಡಲು ಶುರುಮಾಡಿದರು. ಭೀಮನಿಗೆ ಚಾಪೆ, ಬಟ್ಟೆ ಹಾಸಿಕೊಟ್ಟ ನಂತರ ನೀಲ ಕೂಡ ಮಲಗಿದ. ಇಷ್ಟು ಸೊಂಪಾದ

ನೆರಳಿನಲ್ಲಿ ಮಲಗಿ ನಿದ್ರಿಸುವ ಸುಖವನ್ನು ಅವನು ಬೇಡವೆಂದರೂ ಶರೀರ ಕೇಳುತ್ತಿರಲಿಲ್ಲ. ಭೀಮನಿಗೆ ನಿದ್ರೆ ಬರಲಿಲ್ಲ. ಮನಸ್ಸು ಮಾತ್ರ ವಾಪಸು ಹೋಗಬೇಕೆಂದುಕೊಳ್ಳುತ್ತಿತ್ತು. ಆದರೆ ಹಾಗೆಂದು ತನ್ನ ಜೊತೆಯವರಿಗೆ ಹೇಳಲು ಸಾಧ್ಯವಾಗದೆ ಹೆಣಗುವಂತಾಗುತ್ತಿತ್ತು. ಸ್ವಲ್ಪ ಹೊತ್ತಿನನಂತರ ಎದ್ದು ಕುಳಿತ. ಮೇಲೆ ಎದ್ದು ದಟ್ಟವಾಗಿ ಉದುರಿದ್ದ ತರಗಿನ ಮೇಲೆ ಹೆಜ್ಜೆ ಇಡುತ್ತಾ ಉತ್ತರ ದಿಕ್ಕಿನಲ್ಲಿ ಹಬ್ಬಿದ್ದ ಬಂಡೆಯ ಕಡೆಗೆ ನಡೆದ. ಅದೇ ರಾಕ್ಷಸನಾಡಿನ ದಕ್ಷಿಣದ ಗಡಿ. ಬಂಡೆಯನ್ನು ಹತ್ತಿ ಆ ಕಡೆ ನೋಡುತ್ತಾ ಸುಮ್ಮನೆ ಕುಳಿತ. ಆ ಇಡೀ ಕಾಡಿನ ವಿವರಗಳು ನೆನಪಿನಲ್ಲಿ ತಟಕ್ಕನೆ ಸ್ಪಷ್ಟವಾದವು. ಎದುರಿಗೆ ಅಂತರಿಕ್ಷದ ತನಕ ಚಾಚಿರುವ ಗೋಣಿಮರದಿಂದ ಮುಂದೆ ಸಾಗಿದರೆ ಮುಳ್ಳು ಮರಗಳ ಒಂದು ತೋಪು. ಅದನ್ನು ಬಲಕ್ಕೆಬಿಟ್ಟು ಹಳ್ಳ ಇಳಿದು ದಾಟಿ ಹೆಚ್ಚುಕಡಮೆ ಒಂದೇ ದಿಕ್ಕಿಗೆ ನಡೆದರೆ ಸಾಲಕಟಂಕಟಿಯ ವಾಸದ ತೋಪು. ಈಗ ಹೊರಟರೆ ರಾತ್ರಿ ಕತ್ತಲಾಗುವುದ ರಲ್ಲಿ ಮುಟ್ಟಬಹುದೆನ್ನಿಸಿತು. ಅಮ್ಮನ ಮೇಲಿನ ಸಿಟ್ಟು ಪುನಃ ಅರಿವಿಗೆ ಬಂತು. ಅಷ್ಟರಲ್ಲಿ ಇಬ್ಬರು ರಾಕ್ಷಸರು ಕಣ್ಣಿಗೆ ಬಿದ್ದರು. ಭೀಮನಷ್ಟೇ ವಯಸ್ಸು. ಅವರೂ ಭೀಮನನ್ನು ನೋಡಿದರು. ಶತ್ರುವನ್ನು ಕಂಡ ಹುಲಿಗಳಂತೆ ಇವನನ್ನೇ ದೃಷ್ಟಿಸುತ್ತಾ ನಿಂತರು. ಕೈಲಿ ಬಿಲ್ಲು ಬಾಣಗಳು. ತಕ್ಷಣ ಗುರಿಯಿಟ್ಟು ವಿಷದ ಬಾಣ ಹೊಡೆದರೂ ಹೊಡೆಯಬಹುದು. ಭೀಮ ತಕ್ಷಣ ನೆನಪಿಗೆ ಬಂದ ರಾಕ್ಷಸ ಭಾಷೆಯಲ್ಲಿ ಕೂಗಿದ: 'ಯಾರು ನೀವು? ಇಲ್ಲಿ ಬನ್ನಿ.'

ಅವರು ಬರಲಿಲ್ಲ.

'ನಾನು ನಿಮ್ಮ ಕಡೆಯವನೆ. ಸಾಲಕಟಂಕಟಿ ಗೊತ್ತೆ ನಿಮಗೆ?' ಭೀಮ ಮತ್ತೆ ಕೂಗಿದ.

ಅವರ ಮುಖದ ಗಾಬರಿ ಸ್ವಲ್ಪ ಕಡಮೆಯಾಯಿತು. ಭೀಮನೇ ಬಂಡೆ ಇಳಿದು ಅವರ ಕಡೆ ನಡೆದ. ಕೈಲಿ ಬಿಲ್ಲು ಬಾಣ ದೊಣ್ಣೆ, ಮರದ ರೆಂಬೆಗಳಾವುವೂ ಇಲ್ಲದೆ ಸೌಮ್ಯಭಾವದಿಂದ ಬರುವ ಇವನನ್ನು ಕಂಡು ಅವರು ಕದಲದೆ ನಿಂತರು. ಹತ್ತಿರ ಹೋಗಿ ಭೀಮ ಕೇಳಿದ: 'ಯಾರು ನಿಮ್ಮ ರಾಜ?'

'ಘಟೋತ್ಕಚ.' ಅವರಲ್ಲಿ ಒಬ್ಬ ಹೇಳಿದ.

'ಘಟೋತ್ಕಚನ ತಾಯಿ ಸಾಲಕಟಂಕಟಿ ಎಲ್ಲಿದ್ದಾಳೆ?'

'ಅಲ್ಲೇ, ಮಗನ ಮರದ ಹತ್ತಿರದ ಮರದಲ್ಲೇ.'

'ಈಗ ನೀವು ಅಲ್ಲಿಗೆ ಹೋಗಿ ಹೇಳಿ. ಘಟೋತ್ಕಚನ ತಂದೆ ಭೀಮ ಬಂದಿದಾನೆ. ಈ ಬಂಡೆಯ ಆ ಕಡೆ ಬೀಡಾರ ಮಾಡಿದ್ದಾನೆ. ನಿಮ್ಮನ್ನು ಕಾಣಲು ಬಂದಿದ್ದಾನೆ ಅಂತ ಹೇಳಿ.'

'ಓಹೋ,' ಇನ್ನೊಬ್ಬ ಗಟ್ಟಿಯಾಗಿ ಗುರುತಿಸಿದ: 'ನನಗೆ ಗುರುತುಂಟು. ಎಂಟರ ಮೇಲೆ ಇಪ್ಪತ್ತು ವರ್ಷವಾಯಿತಲ್ಲವೆ? ನಾನು ನಿನ್ನನ್ನು ನೋಡಿದೀನಿ. ದಿನವೂ ನಿನಗೆ ಬೇಟೆಯಾಡಿ ಹೊಸ ಮಾಂಸ ಒದಗಿಸುತ್ತಿದ್ದೆ. ನೆನಪುಂಟಾ ರಾಕ ಎಂದು ನನ್ನ ಹೆಸರು.'

ಭೀಮ ಜ್ಞಾಪಿಸಿಕೊಂಡ. ನೆನಪು ಹೊತ್ತಿತು. ಹೌದು. ಈಗ ಅವನ ಅರ್ಧ ಬಾಯಿ

ಬೊಚ್ಚು ಬಿದ್ದಿದೆ.

'ಹೇಗಿದಾಳೆ ಸಾಲಕಟಂಕಟಿ?'

'ಅಯ್ಯಾ, ನೀನು ಹೋದ ಮೇಲೆ ಮಾಂಸ, ಸೆರೆ, ನೀರು, ಗೆಡ್ಡೆ ಗೆಣಸು, ಹಣ್ಣುಗಳನ್ನೆಲ್ಲ ಬಿಟ್ಟು ಕೊರಗುತ್ತಾ ಕೂತಳು. ಮಗುವೊಂದಿಲ್ಲದಿದ್ದರೆ ಸತ್ತೇಹೋಗುತ್ತಿದ್ದಳೇನೋ! ಮಗುವಿಗಾಗಿ ಬದುಕಿದಳು.' ಭೀಮನ ಮನಸ್ಸು ಮರುಗಿತು. ಹೆಮ್ಮೆ ಎನ್ನಿಸಿತು. ತಾನಿಲ್ಲಿ ಬಂದದ್ದು ಸಾರ್ಥಕವೆನ್ನಿಸಿತು. 'ಮತ್ತೆ ಎರಡು ಮೂರು ವರ್ಷ ಯಾವ ಗಂಡಸನ್ನೂ ಹತ್ತಿರ ಸೇರಿಸಿಕೊಳ್ಳಲಿಲ್ಲ.' ರಾಕನ ಈ ಕೊನೆಯ ಮಾತನ್ನು ಕೇಳಿದ ತಕ್ಷಣ ಹೆಮ್ಮೆ ಅನಾಮತ್ ಕುಸಿಯಿತು. ಅಂದರೆ ಆನಂತರ ಸೇರಿಸಿಕೊಂಡಳೆ? ಯಾರು ಆ ಗಂಡಸು? ಎಂಥ ಹೆಂಗಸು ಇವಳು. ಆ ಗಂಡನನ್ನಂತೂ ಹಿಡಿದು ಹೊಸಕಿ..... ಎಂದು ಹಲ್ಲು ಕಡಿಯುತ್ತಿರುವಾಗ ರಾಕ ಹೇಳಿದ: 'ಇವತ್ತೂ ನಿನ್ನನ್ನು ಜ್ಞಾಪಿಸಿಕೊಳ್ಳುತ್ತಾಳೆ. ಅವನ ಅಮ್ಮನ ಮಾತು ಕೇಳಿ ಬಿಟ್ಟು ಹೋದ. ಹೋದವನು ಮತ್ತೆ ಒಂದು ಸಲವೂ ಬರಬಾರದೆ? ಅಂತ ಹೇಳಿ ಹೇಳಿ ಅಳುತ್ತಿದ್ದಳು. ಆಗ ನಾಲ್ಕಾರು ವರ್ಷ. ಈಗ ನೀನು ಬಂದಿದೀಯ ಅಂತ ನಾನು ಹೋಗಿ ಹೇಳುತೀನಿ. ಖಂಡಿತ ನನ್ನ ಕಾಲಿಗೆ ಒಂದು ಬಳೆ ಕೊಡುತ್ತಾಳೆ ಬಹುಮಾನವಾಗಿ,' ಎಂದವನೇ ತನ್ನ ಜೊತೆಯವನನ್ನು ಕರೆದುಕೊಂಡು ಹಿಂತಿರುಗಿ ಒಂದೇ ಉಸಿರಿಗೆ ಓಡಲು ಶುರುಮಾಡಿದ. ಭೀಮ ಜ್ಞಾಪಿಸಿಕೊಂಡ ದಾರಿಯಲ್ಲಿಯೇ. ಅಂತರಿಕ್ಷದ ತನಕ ಚಾಚಿರುವ ಗೋಣಿ ಮರದ ಪಕ್ಕದಲ್ಲಿ ಇಬ್ಬರೂ ಸಾಗಿ ಮರೆಯಾದರು.

ಭೀಮ ಹಿಂತಿರುಗಿ ನಡೆದು ಬಂಡೆ ಹತ್ತಿ ಕುಳಿತ. ಮನಸ್ಸು ತನಗೇ ತಿಳಿಯದ ಸುಳಿಗಳಲ್ಲಿ ಸುತ್ತುತ್ತಿತ್ತು. ಕೋಪ, ಖೇದ, ಅಪಮಾನ, ಅಸಹಾಯಕತೆ. ನಾಲ್ಕಾಳೆತ್ತರದ ಬಂಡೆ. ಬೆಳಗಿನಿಂದ ಸಂಜೆಯವರೆಗೆ ಹೊತ್ತು ಯಾವ ದಿಕ್ಕಿಗೆ ವಾಲಿದರೂ ಬೊಗಸೆಯಗಲ ಬಿಸಿಲು ಬೀಳದ ನೆರಳಿನ ಬಂಡೆ. ಅದರ ಮೇಲೆಯೇ ಅಂಗಾತ ಮಲಗಿದ. ನಿದ್ದೆ ಬಂದಾಗ ಯಾರಾದರೂ ರಾಕ್ಷಸರು ಬಂದು ತಲೆಯ ಮೇಲೆ ಕಲ್ಲು ಎತ್ತಿಹಾಕಿ ಜಜ್ಜಿಯಾರೆಂಬ ಭಯ ಮನಸ್ಸಿಗೆ ಬರಲಿಲ್ಲ. ಸಿಟ್ಟು ಅಮ್ಮನ ಮೇಲೂ ಹೆಚ್ಚಾಗುತ್ತಿತ್ತು; ತನ್ನ ಮೇಲೂ ತಿರುಗುತ್ತಿತ್ತು.

ಆ ರಾತ್ರಿ ಯಾರೂ ಸರಿಯಾಗಿ ನಿದ್ರೆ ಮಾಡಲಿಲ್ಲ. ಕಾಡಿನ ಯಾವುದೋ ಕಡೆ ಆನೆಗಳು ಘೀಳಿಡುವ ಸದ್ದು. ನಡುನಡುವೆ ಹುಲಿಯ ಗುಟ್ಟರು. ನಡುರಾತ್ರಿ ಕಳೆಯುವ ಹೊತ್ತಿಗೆ ಭೀಮನಿಗೆ ಚನ್ನಾಗಿ ನಿದ್ರೆ ಹೊತ್ತಿತು. ಆದರೆ ಸ್ವಲ್ಪ ಹೊತ್ತಿಗೆ ಎಚ್ಚರವಾಯಿತು. ಬಂಡೆಗಳ ಕಡೆಯಿಂದ ಜೋರಾದ ತಮ್ಮಟೆಗಳ ಸದ್ದು. ಎಲ್ಲರೂ ಎದ್ದು ಕುಳಿತರು. ಸದ್ದು ಹತ್ತಿರ ಹತ್ತಿರ ಬರುತ್ತಿತ್ತು. ಅನಂತರ ಸೂಡಿಯ ಉರಿ ಕಾಣಿಸಿತು. ಸೂಡಿ ಹಿಡಿದಿದ್ದವರು ಬಂಡೆಗಳನ್ನು ಹತ್ತಿ ನಿಂತರು. ತಮ್ಮಟೆಯವರು, ಉಳಿದವರು, ಬಿಲ್ಲು ಬಾಣ, ದೊಣ್ಣೆ, ದುಂಡಿ, ಬೀರುವ ಕಲ್ಲುಗಳನ್ನು ಹಿಡಿದ ಹಲವಾರು ಜನ. ಎಲ್ಲರಿಗೂ ಗಾಬರಿ. ಕುದುರೆಗಳು ಬೆದರಿ ನಿಂತಲ್ಲಿಯೇ ನೆಗೆದವು. ಭೀಮ ಧೈರ್ಯ ಹೇಳಿ ಎದ್ದು ನಿಂತ. ಒಬ್ಬನೇ ಬಂಡೆಗಳತ್ತ ನಡೆದ. ಅರ್ಧ ದೂರ ಹೋಗಿ ನಿಂತುಕೊಂಡ. ತಮ್ಮಟೆಯ ಸದ್ದು

ನಿಂತಿತು. ಭೀಮ ಕೂಗಿ ಹೇಳಿದ: 'ನಾನೇ ಭೀಮ, ಘಟೋತ್ಕಚನ ತಂದೆ. ನೀವು ಯಾರು?'

ಭೀಮನ ಅಂಗರಕ್ಷಕರಿಗೆ ಆಶ್ಚರ್ಯ. ತಮ್ಮ ಭಾಷೆಯಂತೆಯೇ ಇದೆ. ಆದರೆ ಎತ್ತರದ ಧ್ವನಿ. ಪದಬಂಧದಲ್ಲಿ ವ್ಯತ್ಯಾಸ.

ಬಂಡೆಯಿಂದ ಒಬ್ಬ ಇಳಿದು ಬಂದ. ಅವನ ಎರಡು ಕಡೆಯಲ್ಲೂ ಸೂಡಿ ಹಿಡಿದವರು ಅನುಸರಿಸಿದರು. ಭೀಮನ ದೃಷ್ಟಿ ಅವನ ಮೇಲೆಯೇ ನಿಂತಿತು. ತನ್ನದೇ ಪ್ರತಿ ರೂಪ. ಇವನ ಪ್ರಾಯದಲ್ಲಿ ತಾನು ಇದ್ದುದಕ್ಕಿಂತ ಎತ್ತರ, ದೊಡ್ಡ ಮೈಕಟ್ಟು. ಮುಖಕಟ್ಟು ಮಾತ್ರ ಅದೇ. ನೆಗೆದು ಮರದ ಕೊಂಬೆಗಳನ್ನು ಹಿಡಿದು ಮುರಿದು ಯಾವ ಮೃಗದ ಮೇಲೆ ಬೇಕಾದರೂ ಬೀಳುವ ಮುಖಭಾವ. ನೀನೇ ಘಟೋತ್ಕಚ, ಭೀಮ ಉಸುರಿದ. ಹತ್ತಿರ ಬಂದ ಅವನು ತನ್ನ ಮೊಣಕಾಲುಗಳಿಗೆ ಮುಟ್ಟುವಂತೆ ತಲೆಯನ್ನು ತಗ್ಗಿಸಿ ನಿಂತ. ಈಗ ನಾಲ್ಕು ಜನ ಯುವಕರು ಬಂಡೆಯಿಂದ ಇಳಿದು ಬಂದರು. ಎಲ್ಲರ ಕೈಲೂ ಒಂದೊಂದು ಸೂಡಿ. ತುಂಬಿದ ರಾಕ್ಷಸ ಮೈಕಟ್ಟು. ಆದರೆ ಘಟೋತ್ಕಚನ ಎತ್ತರವಿಲ್ಲ. ಮರದ ಕೊಂಬೆಗಳನ್ನು ಎಳೆದು ಕಿತ್ತುಹಾಕಬಲ್ಲ ಆನೆಯ ಬಲವಿಲ್ಲ. ಅವರೆಲ್ಲ ಘಟೋತ್ಕಚನಂತೆಯೇ ಭೀಮನ ಮುಂದೆ ಬಾಗಿ ನಿಂತರು. 'ಇವರೆಲ್ಲ ನನ್ನ ತಮ್ಮಂದಿರು,' ಘಟೋತ್ಕಚ ಹೇಳಿದ. ಅನಂತರ ಅವರು ಭೀಮನನ್ನು ಸುತ್ತುವರಿದು ನಿಂತರು.

'ಅಮ್ಮ ತಾನೂ ಹೊರಟಳು. ನಾವೇ ಕರೆತರುತ್ತೇವೆಂದು ಹೇಳಿ ಅವಳನ್ನು ಉಳಿಸಿ ಬಂದೆವು. ಒಂದು ರಾತ್ರಿಯಲ್ಲಿ ನಾಡಿನ ಗಡಿಯ ತನಕ ನಡೆದು ಮತ್ತೆ ಹಿಂತಿರುಗಿದರೆ ಅವಳಿಗೆ ಕಾಲು ನೋವು ಬರುತ್ತೆ. ಈಗ ಅವಳ ಶಕ್ತಿ ಕಮ್ಮಿಯಾಗಿದೆ,' ಘಟೋತ್ಕಚನೆಂದ.

ಭೀಮ ಈಗಲೇ ಹೊರಡುವುದೆಂದು ನಿಶ್ಚಯವಾಯಿತು. ಅವನ ಸಂಗಡಿಗರನ್ನೂ ಕರೆದೊಯ್ಯಲು ನಾಡಿನ ರಾಜ ಘಟೋತ್ಕಚ ಒಪ್ಪಲಿಲ್ಲ: 'ನೀನು ನನ್ನ ತಂದೆ. ನನ್ನಮ್ಮನ ಮೊದಲ ಗಂಡ. ಅಂದರೆ ನಮ್ಮೆಲ್ಲರಿಗೂ ತಂದೆಯೇ. ಆದರೆ ಈ ಹೊರಜನರು ನಮ್ಮ ನಾಡನ್ನು ಪ್ರವೇಶಿಸಲು ಬಿಡುವುದಿಲ್ಲ. ನಮ್ಮ ಪದ್ಧತಿಗೆ ವಿರುದ್ಧ ಅದು. ಅವರು ಇಲ್ಲೇ ಇರಲಿ. ಅವರ ರಕ್ಷಣೆಗೆ ನಮ್ಮ ಕಡೆಯ ಇಪ್ಪತ್ತು ಜನರನ್ನು ಬಿಟ್ಟಿರುತ್ತೇನೆ. ಆದರೆ ಅವ ರ್‍ಯಾರೂ ಬಂಡೆಯಿಂದ ಹೊರಗೆ ಬರುವುದಿಲ್ಲ. ನಮ್ಮ ಕಾಡಿನ ಯಾವ ಪ್ರಾಣಿಯಿಂದಲೂ, ಯಾವ ರಾಕ್ಷಸರಿಂದಲೂ ಅಪಾಯವಾಗದಂತೆ ನೋಡಿಕೊಳ್ಳುತ್ತಾರೆ.'

ನೀಲನಿಗೆ ಹೇಳಿ ಭೀಮ ಅವರೊಡನೆ ಹೊರಟ. ಬಂಡೆ ದಾಟಿದನಂತರ ಘಟೋತ್ಕಚ ಭೀಮನ ಎದುರುಬಂದು ಬೆನ್ನು ತಿರುಗಿಸಿ ಕುಕ್ಕುರುಗಾಲಿನಲ್ಲಿ ಕುಳಿತು, ಹತ್ತಿ ಕುಳಿತುಕೊ ಎಂದ. ಭೀಮನಿಗೆ ಕಸಿವಿಸಿ. ಕುಳಿತುಕೊಳ್ಳಲಿಲ್ಲ. ಹೇಳಿದ: 'ಇದುವರೆಗೆ ನನ್ನ ಹೆಗಲ ಮೇಲೆ ಜನರನ್ನು ಹೊತ್ತು ಒಯ್ದಿದ್ದೇನೆ. ಯಾರ ಹೆಗಲ ಮೇಲೂ ಕುಳಿತಿಲ್ಲ. ಈಗಲೂ ಕೂರುವಂತಹ ನಿಶ್ಶಕ್ತಿ ಬಂದಿಲ್ಲ.'

'ಅಮ್ಮನ ಅಪ್ಪಣೆಯಾಗಿದೆ, ನಿನ್ನ ತಂದೆಯನ್ನು ಹೆಗಲ ಮೇಲೆ ಹೊತ್ತು ತಾ ಅಂತ.' ಭೀಮ ಕೂರಲಿಲ್ಲ. ಘಟೋತ್ಕಚ ಏಳಲಿಲ್ಲ. ಆದರೆ ಮತ್ತೆ ಮಾತನಾಡಲಿಲ್ಲ. ಭೀಮ

ನಿಂತೇ ಇದ್ದ. ಘಟೋತ್ಕಚ ಕುಳಿತೇ ಇದ್ದ. ಭೀಮ ಬೇಡ ಎಂದ. ಅವನು ಮೌನವಾಗಿ ಕುಳಿತಿದ್ದ, ದೊರೆಯನ್ನು ಹತ್ತಿಸಿಕೊಳ್ಳಲು ಅಲುಗಾಡದೆ ಕಾಲು ಮಡಿಸಿ ಕೂರುವ ರಾಜಗಜ ದಂತೆ. ಕೊನೆಗೆ ಭೀಮ ಎರಡು ಹೆಗಲಿಗೂ ಅಡ್ಡಗಾಲು ಹಾಕಿ ಅವನ ನೆತ್ತಿ ಹಿಡಿದು ಕುಳಿತ. ಆಯಾಸವಿಲ್ಲದೆ ಎದ್ದು ನಿಂತ ಘಟೋತ್ಕಚ ದುಡುದುಡುದುಡು ಓಟ ಹಾಕಲು ಆರಂಭಿಸಿದ. ಅವನಿಗಿಂತ ಎರಡು ಮಾರು ಮುಂದೆ ಓಡುವ ನಾಲ್ವರು. ಓಹ್, ಅದೆಷ್ಟು ಜೋರಿನಿಂದ ಓಡುತ್ತಿದ್ದಾನೆ. ಈ ವಯಸ್ಸಿನಲ್ಲಿ ನನಗೂ ಇಷ್ಟು ಶಕ್ತಿ ಇತ್ತೋ ಇಲ್ಲವೋ! ಇರಲಿಲ್ಲ, ಇರಲಿಲ್ಲ. ಭೀಮ ಮನಸ್ಸಿನಲ್ಲೇ ಖಚಿತ ಮಾಡಿಕೊಂಡ. ತನ್ನ ಎತ್ತರ, ಅದರ ಮೇಲೆ ಕೂತಿರುವವರ ಎತ್ತರಗಳ ಅರಿವಿನಿಂದ ಘಟೋತ್ಕಚ ಕೆಳಗೆ ಬಾಗಿರುವ ಮರದ ಕೊಂಬೆಗಳನ್ನು ಬಳಸಿ ಬಳಸಿ ಓಟಹಾಕುತ್ತಿದ್ದ. ಒಣಗಿದ ಮರದಂತಹ ಗಟ್ಟಿ ಭುಜಗಳು, ಮೀನಖಂಡಕ್ಕೆ ಒತ್ತುವ ಎದೆಕಟ್ಟು, ಮಂಡಿಗಳ ಹತ್ತಿರ ಸುತ್ತಿಕೊಂಡ ಉಬ್ಬು ಮೊಣಕೈಗಳ ಬಿಗಿಹಿಡಿತ, ಭೀಮನಲ್ಲಿ ಉಲ್ಲಾಸ ಮೂಡಿತು. ಬೇಸಿಗೆಯ ದೀರ್ಘ ಪ್ರಯಾಣ, ಮುಂಬರುವ ಯುದ್ಧ, ಇಷ್ಟು ದಿನದ ಕ್ಲೇಶಗಳೆಲ್ಲ ಮರೆತುಹೋದವು. ಘಟೋತ್ಕಚ ನಡುವೆ ಎಲ್ಲೂ ಇಳಿಸಲಿಲ್ಲ. ಸುಧಾರಿಸಿಕೊಳ್ಳಲಿಲ್ಲ. ಹೆಗಲ ಮೇಲೆ ಕುಳಿತವನ ಭಾರಸ್ಥಾನವನ್ನು ಒಂದಂಗುಲ ಕೂಡ ಅತ್ತಿತ್ತ ಜರುಗಿಸಲಿಲ್ಲ. ನಾಗಾಲೋಟ ಓಡುವಾಗ ಹುಟ್ಟುವಂತೆ ಮೈ ಕೈ ಕಾಲುಗಳಲ್ಲಿ ಬೆವರು ಜಿನುಗಲು ಶುರುವಾಯಿತು. ಓಡುವ ಘಟೋತ್ಕಚನ ಹೆಗಲು ಎದೆ ತೋಳುಗಳು ಕೂಡ ಬೆವರಿನಿಂದ ಅಂಟುತ್ತಿದ್ದವು. ಕುಳಿತವನ ಮತ್ತು ಹೊತ್ತವನ ಬೆವರುಗಳೆರಡೂ ಬೆರೆತು ಅಂಟಿಕೊಂಡವು. ಭೀಮನಿಗೆ ಶಕ್ತಿಸಂಚಾರವಾಯಿತು. ತನಗೆ ಮತ್ತೆ ಇಪ್ಪತ್ತೆಂಟು ಮೂವತ್ತರ ಪ್ರಾಯ ಬಂದಿರುವಂತಹ ಒಗರು ಹುಟ್ಟಿ ಎದೆ ಉಬ್ಬಿಕೊಂಡಿತು.

ಬೆಳಕು ಹರಿಯುವುದರೊಳಗೆ ಅವರು ವಾಸದ ತೋಪು ತಲುಪಿದರು. ದೂರದಲ್ಲಿ ಇವರ ಆಗಮನದ ಸದ್ದನ್ನು ಆಲಿಸಿದ ತಕ್ಷಣ ತೋಪಿನ ಹತ್ತಿರ ತಮ್ಮಟೆ ಬಡಿದರು. ಎಂಟು ಹತ್ತು ಜನ ಕುಣಿದರು. ಒಂದು ಮರದ ಬುಡದಲ್ಲಿ ಬೆಂಕಿ ಉರಿಯುತ್ತಿತ್ತು. ಭೀಮನಿಗೆ ಗುರುತು ಹತ್ತಿತು. ಅದೇ ಮರ. ತಾನು ಸಾಲಕಟಂಕಟಿ ಇಬ್ಬರೂ ಹತ್ತಿ ದೊಡ್ಡ ಬಿದಿರುಗೂಡಿನಲ್ಲಿ ಒಂದು ವರ್ಷ ರಾತ್ರಿಗಳನ್ನು ಕಳೆಯುತ್ತಿದ್ದ ಮರ. ಹೆಚ್ಚು ಬೆಳೆದಿಲ್ಲ. ಹಾಗೆಯೇ ಇದೆ. ಅಷ್ಟರಲ್ಲಿ ಸಾಲಕಟಂಕಟಿಯೇ ಕಣ್ಣಿಗೆ ಬಿದ್ದಳು. ಮುದುಕಿಯಾಗಿದ್ದಾಳೆ. ಶರೀರ ತಗ್ಗಿದೆ. ಗಟ್ಟಿಮುಟ್ಟಾಗಿದ್ದರೂ ಮುಖದಲ್ಲಿ ಗೆರೆಗಳು. ತಲೆಗೂದಲು ವಿರಳವಾಗಿವೆ. ಆದರೂ ತಕ್ಷಣ ಗುರುತು ಸಿಕ್ಕಿತು. ಘಟೋತ್ಕಚ ತಾಯಿಯ ಎದುರು ನಿಂತ. ಪ್ರಯಾಣ ಮುಗಿದನಂತರ ಕಾಲುಗಳನ್ನು ಮಡಿಸಿ ಬಾಗುವ ಆನೆಯಂತೆ ಕುಕ್ಕುರು ಕುಳಿತು ಮಂಡಿಯ ಹತ್ತಿರ ಸುತ್ತಿ ಹಿಡಿದಿದ್ದ ತನ್ನ ಅಂಟುತೋಳುಗಳನ್ನು ತೆಗೆದುಕೊಂಡ. ನೆಲದ ಮೇಲೆ ನಿಲ್ಲುವ ಮುನ್ನ ಭೀಮ ಕುಳಿತಂತೆಯೇ ಬಾಗಿ ಘಟೋತ್ಕಚನ ನೆತ್ತಿಗೆ ತನ್ನ ಮೂಗನ್ನು ಒತ್ತಿ ಹಿಡಿದು ನೀಳವಾಗಿ ಮೂರು ಸಲ ಉಸಿರೆಳೆದುಕೊಂಡ.

ಭೀಮ ಎದುರಿಗೆ ನಿಂತಾಗ ಸಾಲಕಂಟಕಟಿ ಅವನ ಎರಡು ತೋಳನ್ನೂ ಬಿಗಿಯಾಗಿ ಹಿಡಿದುಕೊಂಡಳು. ಅದೇ ಶಕ್ತಿಯುತವಾದ ಕೈಹಿಡಿತ. ಅನಂತರ ಮೈ ಕೈ ಮುಖಗಳನ್ನು

ತನ್ನ ಎರಡು ಕೈಗಳಿಂದಲೂ ತಡವಿ ಸವರಿ ಇದ್ದಕ್ಕಿದ್ದಂತೆಯೇ ಪಕ್ಕಕ್ಕೆ ಹೆಜ್ಜೆಹಾಕಿ ಜೋರಿನಿಂದ ಬೆನ್ನಿಗೆ ಏಳೆಂಟು ಸಲ ಗುದ್ದಿದಳು. ಮುಖ ಗಡುಸಾಯಿತು. ಕಣ್ಣುಗಳು ಕೆಂಪು ತಿರುಗಿದವು. ಬಾಯಿಯಲ್ಲಿ ಸುಮ್ಮನೆ ಭೀಮ, ಭೀಮ ಎನ್ನುತ್ತಾ ಎರಡು ಕೈಗಳನ್ನೂ ಬಿಗಿ ಮುಷ್ಟಿಮಾಡಿ ಗುದ್ದಿದಳು. ಅವನು ಸುಮ್ಮನೆ ತಲೆ ತಗ್ಗಿಸಿ ನಿಂತಿದ್ದ. ಮುಷ್ಟಿಯನ್ನು ಸಡಲಿಸಿ ಫಟಫಟನೆ ಬೆನ್ನು ತೋಳುಗಳಿಗೆ ಹತ್ತಾರು ಏಟು ಹೊಡೆದಳು ಕೆಂಪಗೆ ಬಾಸುಂಡೆ ಮೂಡುವಂತೆ. ಅವನು ಅಲುಗಾಡಲಿಲ್ಲ. ಕೊನೆಗೆ ಹೊಡೆಯುವುದನ್ನು ನಿಲ್ಲಿಸಿ ಅವನ ಮುಂದೆ ಬಂದು ನಿಂತಳು. ತಾನೇ, ಎರಡು ಕೈಯಿಂದಲೂ, ಬಾಗಿದ್ದ ಅವನ ಮುಖ ಹಿಡಿದು ಮೇಲೆ ಎತ್ತಿ ತನ್ನ ದೃಷ್ಟಿಯನ್ನು ಅವನ ಕಣ್ಣಿಗೆ ಸಂಧಿಸಿದಳು. ಇದ್ದಕ್ಕಿದ್ದಂತೆಯೇ ಅವಳ ಕಣ್ಣಿನಲ್ಲಿ ನೀರು ತುಂಬಿಕೊಂಡಿತು. ಭೀಮ, ಭೀಮ ಎನ್ನುತ್ತಿರುವಾಗ ಅಳು ತುಂಬಿಬಂದು ಅವನ ಬಲತೋಳಿನ ಮೇಲೆ ಮತ್ತೆ ಒಂದು ಗಟ್ಟಿ ಏಟು ಹಾಕಿದಳು.

ಅಷ್ಟರಲ್ಲಿ ಎದುರಿನ ದೊಡ್ಡ ಮರದ ಮೇಲಿನಿಂದ ಒಬ್ಬ ಯುವತಿ ಇಳಿಯುತ್ತಿದ್ದಳು. ರಾಕ್ಷಸ ಹೆಂಗಸಿನಂತೆ ತುಂಬಿದ ಶಕ್ತ ಮೈಯಿಯವಳು. ಆದರೆ ಇತರರಿಗಿಂತ ತಕ್ಕಮಟ್ಟಿಗೆ ದೊಡ್ಡ ಮೈಕಟ್ಟಿನವಳು. ಉಳಿದ ರಾಕ್ಷಸ ಹೆಂಗಸರಂತೆ ನಡುವಿಗೆ ಚರ್ಮ ಸುತ್ತಿದ್ದಾಳೆ. ತುಂಬುಮೊಲೆಗಳಿಗೆ ಯಾವ ಮುಚ್ಚೂ ಇಲ್ಲ. ಕುತ್ತಿಗೆ, ತೋಳು, ಕಾಲುಗಳಿಗೆ ದಂತದ ಬಳೆ, ಹೊಳೆಯುವ ಮಣಿಸರಗಳು. ಕೊರಳಿನಲ್ಲಿ ನೆನ್ನೆ ಹಾಕಿಕೊಂಡಿದ್ದ ಹೂವಿನ ಸರ ಹೊಸಕಿದೆ. ಇಳಿಯುವಾಗ ಎಡ ತೋಳಿನಿಂದ ಒಂದು ಗಂಡು ಮಗುವನ್ನು ತಬ್ಬಿ ಹಿಡಿದಿದ್ದಳು. ನೋಡಿದ ತಕ್ಷಣ ಭೀಮನಿಗೆ ತಿಳಿದುಹೋಯಿತು. ಘಟೋತ್ಕಚನ ಹೆಂಡತಿ, ಮಗು. ಹತ್ತಿರ ಬಂದು ಮಗುವನ್ನು ಅವನ ಕಾಲಿನ ಮೇಲೆ ಮಲಗಿಸಿದ ಅವಳು ತನ್ನ ಮುಖವನ್ನು ಮೊಣಕಾಲುಗಳ ನಡುವಿಗೆ ಮುಟ್ಟಿಸಿಕೊಂಡು ಬಾಗಿ ನಿಂತಳು. 'ನಿನ್ನ ಹೆಸರೇನು?' ಭೀಮ ಕೇಳಿದ.

'ಕಾಮಕಟಂಕಟಾ.'

ಭೀಮ ಮಗುವನ್ನು ಎತ್ತಿಕೊಂಡ. ಕೈ ತುಂಬ ಸಿಕ್ಕುವ ಗಾತ್ರ. ಕೆಂಪು ಬಣ್ಣ. ಅದರ ಅಪ್ಪನ ಮೈಕಟ್ಟು. ಇನ್ನೂ ಮೂರು ನಾಲ್ಕು ತಿಂಗಳಿರಬಹುದು. ಎತ್ತಿ ಎದೆಗೆ ತಬ್ಬಿಕೊಂಡು ಅದರ ಬೆನ್ನನ್ನು ಸವರುತ್ತಾ ಕೇಳಿದ: 'ಏನು ಹೆಸರು?'

'ಬರ್ಬರಕ,' ತಾಯಿ ಹೇಳಿದಳು.

ಭೀಮನಿಗೆ ಬಳಲಿಕೆಯಾಗಿತ್ತು. ಸ್ನಾನ ಮಾಡುವ ಮನಸ್ಸಾಯಿತು. ತೋಪಿನ ಎದುರಿಗೆ ಸ್ವಲ್ಪ ದೂರದಲ್ಲಿ ಒಂದು ಸರಸ್ಸಿರುವುದು ನೆನಪಿಗೆ ಬಂತು. ನಾನು ಸ್ನಾನ ಮಾಡುತ್ತೇನೆ ಎಂದ. 'ನಡಿ ನಾನೂ ಬರುತ್ತೇನೆ,' ಸಾಲಕಟಂಕಟಿ ಜೊತೆಗೆ ಹೊರಟಳು. ದಾರಿಯಲ್ಲಿ ಅವಳು ಮಾತನಾಡಲಿಲ್ಲ. ಚನ್ನಾಗಿ ಬೆಳಕು ಹರಿದಿತ್ತು. ಹೊತ್ತು ಹುಟ್ಟಿತ್ತೋ ಇಲ್ಲವೋ ದಟ್ಟ ಮರಗಳ ಸಂದಿನಲ್ಲಿ ತಿಳಿಯುತ್ತಿರಲಿಲ್ಲ. ಸರಸ್ಸಿನ ಹತ್ತಿರ ಇಪ್ಪತ್ತು ಮೂವತ್ತು ಜನ

ರಾಕ್ಷಸರಿದ್ದರು. ಬೆಳಗ್ಗೆ ಎದ್ದು ಮುಖಮಾರ್ಜನಕ್ಕೆ ಬಂದವರು. ಸಾಲಕಟಂಕಟಿಯನ್ನು ಕಂಡು ಸರಸ್ಸಿನ ಆ ಕಡೆಗೆ ಹೊರಟುಹೋದರು. ಅವಳೇ ಒಂದು ಬೇವಿನ ಕಡ್ಡಿ ಮುರಿದು ಎರಡು ಭಾಗ ಮಾಡಿ ಒಂದನ್ನು ಭೀಮನಿಗೆ ಕೊಟ್ಟು ಇನ್ನೊಂದರಲ್ಲಿ ತಾನು ಹಲ್ಲು ತಿಕ್ಕಿ ಕೊಳ್ಳಲು ಶುರು ಮಾಡಿದಳು. ಭೀಮನಿಗೆ ಒಳಗೇ ಮುಜುಗರವಾಗುತಿತ್ತು.

ಹಲ್ಲು ತಿಕ್ಕುವ ನಡುವೆಯೇ ಕೇಳಿದ: 'ನನ್ನ ಜೊತೆ ಬಂದಿದ್ದೀಯಲ್ಲ, ನಿನ್ನ ಗಂಡ ಸುಮ್ಮನಿರುತ್ತಾನೆಯೇ?'

'ಬೇರೆ ಯಾರು ನನ್ನ ಗಂಡ?'

'ಅಂದರೆ ಮದುವೆಯಾಗಲಿಲ್ಲವೆ? ಇವರು ನನ್ನ ತಮ್ಮಂದಿರು ಅಂತ ನಾಲ್ಕು ಜನರನ್ನು ತೋರಿಸಿದನಲ್ಲ ಘಟೋತ್ಕಚ.'

ಸಾಲಕಟಂಕಟಿ ತಕ್ಷಣ ಉತ್ತರ ಹೇಳಲಿಲ್ಲ. ಉಜ್ಜುತ್ತಿದ್ದ ಬೇವಿನ ಕಡ್ಡಿಯನ್ನು ಎಸೆದು ಬಾಯಿ ಮುಕ್ಕುಳಿಸಿ ನಾಲಗೆ ತಿಕ್ಕಿ ಕ್ಯಾಕರಿಸಿ ಮುಖ ತೊಳೆದು ಅವನ ಹತ್ತಿರ ಬಂದು ಎರಡು ತೋಳುಗಳನ್ನೂ ಬಿಗಿಯಾಗಿ ಹಿಡಿದು ಅವನ ಮುಖವನ್ನೇ ನೋಡುತ್ತ ಎಂದಳು: 'ಗಂಡ ಒಂದು ವರ್ಷ ತಲೆ ತಪ್ಪಿಸಿಕೊಂಡರೆ, ಅವನು ಸತ್ತಿದ್ದಾನೆಂತ ತಿಳಿದು ಬೇರೆ ಮದುವೆಯಾಗುವುದು ನಮ್ಮ ಪದ್ಧತಿ. ನೀನಾದರೂ ವಾಪಸು ಬರ್‍ತೀನಿ ಅಂತ ಹೇಳಿದೆಯ? ಆದರೂ ನಾನು ನಾಲ್ಕು ವರ್ಷ ಕಾದೆ. ಮಹಾರಾಣಿಗೆ ತುಂಬ ಮಕ್ಕಳಿಲ್ಲದಿದ್ದರೆ ರಾಕ್ಷಸ ಕುಲ ಸುಮ್ಮನಿದ್ದೀತೆ? ಆದರೂ ನಾನು ಬೇರೆ ಯಾರನ್ನೂ ಮದುವೆಯಾಗಲಿಲ್ಲ. ಸುಮ್ಮನೆ ಕರೆದುಕೊಂಡೆ. ನಾಲ್ಕು ಮಕ್ಕಳಾದುವು ಅಷ್ಟೆ.'

ಭೀಮ ಕತ್ತು ತಗ್ಗಿಸಿ ಸುಮ್ಮನೆ ನಿಂತ. ಸ್ವಲ್ಪ ಹೊತ್ತಿನ ನಂತರ ಅವಳ ಕೈ ಬಿಡಿಸಿಕೊಂಡು ಕಡ್ಡಿಯನ್ನೆಸೆದು ಬಾಯಿ ತೊಳೆದುಕೊಂಡ. ಹಾಗೆಯೇ ನೀರಿಗೆ ಇಳಿದು ಈಜು ಬಿದ್ದ. ಅವಳ ಕಡೆಗೆ ತಿರುಗಲಿಲ್ಲ. ಸದ್ದು ಮಾಡದಂತೆ ನೀರಿನೊಳಗೇ ಕೈಕಾಲು ಬಗೆಯುತ್ತಾ ಮುಂದೆ ಸಾಗಿದ. ಮೊದಲು ಎದ್ದ ಅಲೆ ನಿಧಾನವಾಗಿ ಅಡಗಿತು. ಸದ್ದಿಲ್ಲದೆ ಅಲೆಯ ಉಬ್ಬುತಗ್ಗುಗಳಿಲ್ಲದೆ ಮಟ್ಟಸವಾದ ನೀರಿನಲ್ಲಿ ತನ್ನ ಪಾಡಿಗೆ ತಾನು ಸಾಗುತ್ತಿದ್ದಾಗ, 'ಸ್ವಲ್ಪ ಇತ್ತ ತಿರುಗು' ಎಂದು ಸಾಲಕಟಂಕಟಿ ಕೂಗಿದುದು ಕೇಳಿಸಿತು. ಅವಳೂ ಸಹ ಈಜಿ ಬರುತ್ತಿದ್ದಳು. ಭೀಮ ನಿಧಾನ ಮಾಡಿದ. ಹತ್ತಿರ ಬಂದನಂತರ ಎಂದಳು: 'ವಾಪಸು ಬರುವುದಾಗಿ ನೀನು ಮಾತುಕೊಟ್ಟಿರಲಿಲ್ಲ. ನಾನೇನೂ ಮಾತಿಗೆ ತಪ್ಪಿಲ್ಲ ಅಂತ ನೀನು ಸುಲಭವಾಗಿ ಹೊರಳಿಕೊಳ್ಳಬಹುದು. ಜೂಜಿನಲ್ಲಿ ಸೋತು ನೀವು ಐದು ಜನವೂ ಹನ್ನೆರಡು ವರ್ಷ ಕಾಡಿನಲ್ಲಿದ್ದಿರಂತೆ. ಕಾಡಿನಲ್ಲೇ ಇರುವ ಪ್ರಸಂಗ ಬಂದಾಗ ಆ ಹನ್ನೆರಡು ವರ್ಷ ನೀವು ಇಲ್ಲಿಗೇ ಬರಬಹುದಿತ್ತು. ಇದು ಕಾಡಲ್ಲವೆ? ಯಾಕೆ ಬರಲಿಲ್ಲ? ನಿಮ್ಮಮ್ಮ ಅಡ್ಡ ಹಾಕಿದಳೆ? ನಿಮ್ಮಮ್ಮನಿಗೆ ನಾನು ಯಾವತ್ತೂ ಪ್ರತಿ ಹೇಳಲಿಲ್ಲ. ಮರ್ಯಾದೆ ತಪ್ಪಿಸ ಲಿಲ್ಲ. ಆದರೂ ನನ್ನನ್ನು ಕಂಡರೆ ಅವಳಿಗೆ ಯಾಕೆ ಆಗಲೇ ಇಲ್ಲ?'

ಹಾಗಾದರೂ ಏಕೆ ಮಾಡಲಿಲ್ಲ? ಭೀಮನ ಮನಸ್ಸು ತಾವು ಈಜುತ್ತಿದ್ದ ನೀರಿನಷ್ಟೇ ನಿಶ್ಶಬ್ದವಾಗಿ ಕೇಳಿಕೊಂಡಿತು. ಅಮ್ಮನ ತಪ್ಪಲ್ಲ. ಆದರೆ ಮತ್ತೆ ಇಲ್ಲಿಗೆ ಬರುವ ವಿಚಾರ

ಒಮ್ಮೆಯೂ ತನ್ನ ತಲೆಯಲ್ಲೇ ಸುಳಿಯಲಿಲ್ಲ. ಕೃಷ್ಣೆಯ ಜೊತೆಯಲ್ಲಿದ್ದಾಗ, ಅಲ್ಲ ಅಲ್ಲ, ಏಕೆ ಸುಳಿಯಲಿಲ್ಲವೆನ್ನಿಸಿ ತಲೆಯಲ್ಲಿ ಹುಳ ಹೊಕ್ಕಂತಾಯಿತು. ನಾಚಿಕೆ ಎನಿಸಿತು. ಅವಳು ಮಾತನಾಡಲಿಲ್ಲ. ಭೀಮ ಸುಮ್ಮನೆ ನೀರು ತುಳಿಯುತ್ತಾ ನಿಲುಈಜು ಹಾಕುತ್ತಿದ್ದ. ಸ್ವಲ್ಪ ಹೊತ್ತಿನ ಮೇಲೆ ಅವಳೇ, 'ನಿನಗೆ ಆಯಾಸವಾಗಿದೆ. ಎಷ್ಟು ದೂರದಿಂದ ಬಂದೆ? ಎಷ್ಟು ದಿನದ ಪಯಣ? ನೀರು ತುಳಿಯುವ ಕಾಲುಗಳು ದೃಢವಿಲ್ಲದೆ ಹೇಗೆ ಹೇಗೋ ಆಡುತ್ತಿವೆ. ದಡಕ್ಕೆ ಬಾ, ಮೈ ಉಜ್ಜುತೀನಿ,' ಎಂದು ಹತ್ತಿರಕ್ಕೆ ಬಂದು ರಟ್ಟೆ ಹಿಡಿದು ದಡದ ಕಡೆಗೆ ಎಳೆದಳು. ಅವನು ಸುಮ್ಮನೆ ಅನುಸರಿಸಿದ. ದಡದಲ್ಲಿ ಒಂದು ಕಲ್ಲಿನ ಮೇಲೆ ಕೂರಿಸಿ ಮೈ ಉಜ್ಜಲೆಂದೇ ಇರಿಸಿದ ಕೆಲವು ಬಟ್ಟಗಲ್ಲುಗಳಲ್ಲಿ ಹಿತವಾಗಿ ತರಿಯಾಗಿರುವ ಒಂದನ್ನು ಆರಿಸಿ ಎದೆ, ಭುಜ, ತೋಳು ಬೆನ್ನುಗಳನ್ನು ಒಂದೊಂದಾಗಿ ನಯವಾಗಿ ತಿಕ್ಕಿ ತಿಕ್ಕಿ ಕೊಳೆ ಹೊರಡಿಸಿ ನೀರು ಎರಚಿಕೊಂಡು ತೊಳೆಯತೊಡಗಿದಳು. ಅನಂತರ ಎಬ್ಬಿಸಿ ನಿಲ್ಲಿಸಿ ತೊಡೆ ಮಂಡಿ ಪಾದಗಳನ್ನೂ ಉಜ್ಜಿದಳು. ಅವಳ ಮೈ ಅಷ್ಟು ಕೊಳೆಯಾಗಿರಲಿಲ್ಲ. ಅವನೊಡನೆ ಅವಳು ಮುಳುಗಿ ಎದ್ದನಂತರ ಒದ್ದೆ ಮೈಯಿಯ ನೀರನ್ನು ಸೋರಿಸಿಕೊಳ್ಳುತ್ತಾ ಅವನೊಡನೆ ತನ್ನ ತೋಪಿಗೆ ನಡೆದಳು. ಈಗ ಸೂರ್ಯ ಹುಟ್ಟಿ ಮೂರಾಳುದ್ದ ಏರಿದ್ದುದು ಕೊಂಬೆಗಳ ಸಂದಿನಿಂದ ಕಾಣುತ್ತಿತ್ತು. ಒಣಗುತ್ತಿದ್ದ ನೀರಿಗೆ ಮೈ ಸಣ್ಣಗೆ ನಡುಗುತ್ತಿತ್ತು.

ತಾನು – ಅವಳು ಮೊದಲು ಮಲಗುತ್ತಿದ್ದ ಗೂಡಿನ ಮರದ ಹತ್ತಿರ ನಿಂತು, 'ಹತ್ತು' ಎಂದಳು. ಭೀಮ ಹತ್ತಿದ. ಆದರೆ ಈಗ ಎನ್ನಿಸಿತು. ತನಗೆ ಸುಲಭವಾಗಿ ಮರ ಹತ್ತುವ ಅಭ್ಯಾಸವೇ ಇಲ್ಲವಾಗಿದೆ. ಸಾಲಕಟಂಕಟಿ ಆಯಾಸವಿಲ್ಲದೆ ಅವನನ್ನು ಅನುಸರಿಸಿದಳು. ಮೂರು ಕವೆ ಎತ್ತರ ಏರಿದಮೇಲೆ ಗೂಡಿನ ಬಾಗಿಲು ನೂಕಿ ಭೀಮ ಒಳಗೆ ತೂರಿಕೊಂಡ. ಮೊದಲಿದ್ದಂತೆಯೇ ಸಾಕಷ್ಟು ಉದ್ದ ಅಗಲ ಎತ್ತರದ ಬಿದಿರಿನ ಗೂಡು, ಮೃದುವಾಗಿ ಹಾಸಿದ್ದ ಜೊಂಡಿನ ಮಂದಲಿಗೆ. ಒಳಭಾಗಕ್ಕೆಲ್ಲ ಅಲಂಕಾರ ರೂಪವಾಗಿ ಹೆಣೆದಿದ್ದ ಜೊಂಡು ಕಡ್ಡಿಗಳು. ಒಂದು ಮೂಲೆಯಲ್ಲಿ ಮುಚ್ಚಿಟ್ಟಿದ್ದ ಒಂದು ಗುಡಾಣ, ಎರಡು ದೊಡ್ಡ ಮಡಿಕೆಗಳು. ಅವನ ಕಣ್ಣು ಅತ್ತ ಹರಿದಿದ್ದನ್ನು ಗಮನಿಸಿದ ಅವಳು, 'ಕಾಡೆಮ್ಮೆಯ ಮಾಂಸ. ಬೇಯಿಸಿದ್ದು. ಬೆಂದ ಗೆಣಸು. ನಿನಗೆ ಅಂತ ಸೊಸೆ ಖುದ್ದು ನಿಂತು ಬೇಯಿಸಿದ್ದಾಳೆ. ಆಗ, ನೀನಿಲ್ಲಿದ್ದಾಗ ಬರೀ ಭೂತಾಳೆಯ ಹೆಂಡವನ್ನು ಇಷ್ಟಪಡುತ್ತಿದ್ದೆಯಲ್ಲವೆ? ಅದಕ್ಕೆ ಘಟೋತ್ಕಚ ಕುಡಿಯಲು ಮೀಸಲಿಡಿಸಿರುವ ಮರದಿಂದ ಇಳಿಸಿ ತರಿಸಿದ್ದಾನೆ. ನಾವು ಸ್ನಾನಕ್ಕೆ ಹೋದಾಗ ಇಲ್ಲಿ ಇದನ್ನ ಏರಿಸಿ ಇಟ್ಟಿದ್ದಾರೆ ನಿನ್ನ ಆರೋಗಣೆಗೆ. ವೃಕೋದರನಲ್ಲವೇ ನೀನು?' ಎಂದು ಹತ್ತಿರ ಬಂದು ಅವನ ಹೊಟ್ಟೆ ಸವರುತ್ತಾ ಎಂದಳು: 'ನನ್ನ ವೃಕೋದರ, ಘಟೋತ್ಕಚನಿಗೂ ನಿನ್ನಂತೆಯೇ ಹಸಿವು. ಉಳಿದ ಮಕ್ಕಳು ಸಪ್ಪೆ.'

'ಅವರೆಲ್ಲ ಎಲ್ಲಿ?'

'ಹತ್ತಿ ಮಲಗಿದ್ದಾರೆ. ರಾತ್ರಿ ಇಲ್ಲಿಂದ ಗಡಿಯತನಕ ಓಡಿ ಮತ್ತೆ ನಿನ್ನನ್ನು ಹೊತ್ತು ಓಡಿ ಬರಲಿಲ್ಲವೆ? ಕಾಮಕಟಂಕಟಿಯೂ ನನ್ನ ಜೊತೆಗೆ ಜಾಗರಣೆ ಮಾಡಿದ್ದಳು, ನಿದ್ದೆ ತಡೆಯುವುದಿಲ್ಲ ಅವಳು. ಇನ್ನು ಸಾಯಂಕಾಲ ಎಲ್ಲ ಒಟ್ಟಿಗೆ ಸೇರೋಣ. ನೀನೀಗ

ಉಣ್ಣು ಬಾ,' ಎಂದು ಮಡಿಕೆಗೆ ಮುಚ್ಚಿದ್ದ ದೊಡ್ಡ ಬೂತಾಳೆಯ ಪಟ್ಟೆ ತೆಗೆದು ಹಾಸಿ ಅದರ ಮೇಲೆ ಎರಡೂ ಬಗೆಯ ಅಡುಗೆಯನ್ನು ಕೈ ತುಂಬ ಹಿಡಿಹಿಡಿದು ಇಕ್ಕಿದಳು. ಹತ್ತಿರವಿದ್ದ ಮರದ ಮೊಗೆಯ ಭರ್ತಿ ಸ್ವಲ್ಪವೂ ಹುಳಿಯಾಗದ ಬೆಳಗಿನ ಸಿಹಿ ಹೆಂಡ ತುಂಬಿ ಇಟ್ಟಳು. ನೀನೂ ಉಣ್ಣು. ಅವನು ಕರೆದನಂತರ ಅದೇ ಪಟ್ಟೆಯಿಂದ ತೆಗೆದು ಊಟ ಮಾಡುತ್ತಾ ಎಂದಳು: 'ನಿನಗೇಕೆ ನಮ್ಮ ರಾಕ್ಷಸಕುಲವೆಂದರೆ ಅಷ್ಟು ದ್ವೇಷ?'

'ಯಾರು ಹೇಳಿದರು ನಿನಗೆ?'

'ಇಲ್ಲಿಂದ ಹೋದ ಮೇಲೆ ನಮ್ಮ ಕುಲದ ಬಕ ಅನ್ನುವವನನ್ನು ಕೊಂದೆಯಂತೆ. ಅದಾದ ಹತ್ತು ಹನ್ನೆರಡು ವರ್ಷದ ಮೇಲೆ ಬಕನ ತಮ್ಮ ಕಿರ್ಮ್ಮೀರನನ್ನು ಕೊಂದೆಯಂತೆ. ಮಾಂಸದ ರುಚಿ ಹತ್ತಿ ನೀನು ಹಾಗೆ ಮಾಡಿದ್ದೀಯ ಅಂದರೆ ನೀನು ಮನುಷ್ಯಮಾಂಸ ತಿನ್ನುವವನಲ್ಲ.'

'ಮನುಷ್ಯಮಾಂಸದ ಚಟ ವಿಪರೀತವಾಗಿ, ಬಕ ಇಡೀ ರಾಜ್ಯವನ್ನೇ ಗೋಳುಹುಯ್ದು ಕೊಳ್ಳುತ್ತಿದ್ದ. ನಮಗೆ ಅನ್ನವಿಟ್ಟವರ ಋಣ ತೀರಿಸುವುದಕ್ಕೆ ಅವನನ್ನು ಕೊಲ್ಲಬೇಕಾಯಿತು. ಅವನನ್ನು ಕೊಂದ ಮುಯ್ಯಿ ತೀರಿಸಿಕೊಳ್ಳುವುದಕ್ಕಾಗಿ ಅವನ ತಮ್ಮ ಕಿರ್ಮ್ಮೀರ, ನಾವು ಕಾಡಿನಲ್ಲಿದ್ದಾಗ ದಿನಾ ರಾತ್ರಿ ಹೊತ್ತು ಬಂದು ನಮ್ಮನ್ನು ಕೊಲ್ಲಲು ಹವಣಿಸುತ್ತಿದ್ದ. ಅಂಥವನನ್ನು ಕೊಲ್ಲದೆ ನಾವು ಜೀವ ಉಳಿಸಿಕೊಳ್ಳುವುದು ಹೇಗೆ?'

ಅವಳು ಮತ್ತೆ ಏನೂ ಹೇಳಲಿಲ್ಲ. ಹೆಚ್ಚು ತಿನ್ನಲೂ ಇಲ್ಲ. ಅವನಿಗೆ ಮತ್ತೆ ತನ್ನ ದೊಡ್ಡ ಕೈಯಿಂದ ತುಂಬಿ ತುಂಬಿ ಇಕ್ಕಿದಳು. ಕೊನೆಗೆ ಎಂದಳು: "ಈಗ ಏನಾಗಿದೆ ಬಲ್ಲೆಯ? ನಿನಗೂ ನಿನ್ನ ಶತ್ರುಗಳಿಗೂ ಕೊಲ್ಲಾಟವಾಗುತ್ತದಂತೆ. ಆಗ ನಿನ್ನನ್ನು ಕೊಲ್ಲಬೇಕಂತ ಎಲ್ಲೆಲ್ಲಿದ್ದಾರೋ, ಆ ಎಲ್ಲ ರಾಕ್ಷಸರೂ ಒಂದಾಗಿದ್ದಾರೆ. ನಿನ್ನೊಬ್ಬನ ಮೇಲೆಯೇ ಅವರ ಸಿಟ್ಟು. ಮೇಲೆ ಬಿದ್ದು ನಿನ್ನ ಹಾಗೆ ರಾಕ್ಷಸರನ್ನು ಸೆಣೆಸುವ ಬೇರೆ ಯಾವನಿದ್ದಾನೆ ನಿಮ್ಮ ಕುಲದಲ್ಲಿ? ಆದ್ದರಿಂದ ನೀನೇ ರಾಕ್ಷಸರೆಲ್ಲರ ಗುರಿ. ನಿನ್ನ ಅಣ್ಣ ತಮ್ಮಂದಿರಲ್ಲ. ಬೇರೆ ಬೇರೆ ಕಾಡುಗಳ ರಾಕ್ಷಸಮುಖ್ಯರೆಲ್ಲ ಇಲ್ಲಿ ಬಂದಿದ್ದರು. ನೀವು ದೊಡ್ಡ ಗುಂಪೇ ಇದ್ದೀರಿ, ಘಟೋತ್ಕಚನಂತೂ ರಾಕ್ಷಸಕುಲಕ್ಕೇ ನಾಯಕನಾಗಬಲ್ಲ ಶಕ್ತಿವಂತ. ನೀವು ನಮ್ಮ ಜೊತೆ ಬನ್ನಿ ಅಂತ ಹಟ ಹಿಡಿದರು. ಇವನೇನೋ ಹುಮ್ಮಸ್ಸಿನಿಂದ ಹೊರಟು ನಿಂತಿದ್ದ. ಆಗ ಅವನನ್ನು ನನ್ನ ಮರದ ಮೇಲಕ್ಕೆ, ಇದೇ ಗೂಡಿಗೆ ಕರೆದು ಬಿಡಿಸಿಹೇಳಿದೆ. 'ನಿನ್ನ ತಂದೆ ಅವನೇ. ನಿನ್ನ ತಮ್ಮಂದಿರು ಬೇರೆಯವರಿಗೆ ಹುಟ್ಟಿದ್ದರೂ ನನ್ನ ಗಂಡ ಅವನೊಬ್ಬನೇ' ಅಂತ. ನನ್ನ ಅಪ್ಪನಾಗಿದ್ದರೆ ನನ್ನನ್ನು ನೋಡುವುದಕ್ಕೆ ಒಂದು ಸಲವೂ ಯಾಕೆ ಬರಲಿಲ್ಲ ಅಂತ ಕೇಳಿದ. ಅವನು ಕೇಳಿದ್ದು ಸರಿಯೋ ತಪ್ಪೋ? ಸರಿಯೋ ತಪ್ಪೋ ನೀನೇ ಹೇಳು."

ಅವಳ ಮುಖ ನೋಡುತ್ತಿದ್ದ ಭೀಮ ದೃಷ್ಟಿಯನ್ನು ತಗ್ಗಿಸಿದ. ಊಟವೂ ನಿಂತು ಹೋಯಿತು. ತಾನಿಲ್ಲಿ ಬರಲೇಬಾರದೆನ್ನಿಸಿತು. ಬಂದದ್ದರಿಂದ ಆಗಿರುವ ಸಂತೋಷವನ್ನು ಇಲ್ಲವೆನ್ನುವಂತಿಲ್ಲ. ಆದರೆ ಬೇರೆ ಬೇರೆ ರೂಪದಲ್ಲಿ ತನ್ನೊಳಗಿನಿಂದಲೇ ಕಾಡುತ್ತಿರುವ

ಈ ಪ್ರಶ್ನೆಗೆ ಏನೆಂದು ಹೇಳುವುದು? ಹತ್ತಿರದ ಒಂದು ಮರದ ಮೇಲೆ ಮಗು ಅತ್ತ ಸದ್ದು ಕೇಳಿಸಿತು. ಭೀಮನ ಕಿವಿ ಅತ್ತ ಹೋಯಿತು. ಅದರೊಡನೆ ಮನಸ್ಸೂ ಅತ್ತ ಹರಿಯಿತು. ಅದನ್ನು ಗಮನಿಸಿದ ಅವಳು ಎಂದಳು: 'ನಿನ್ನ ಮೊಮ್ಮಗ. ಹಾಲು ಕುಡಿಯುವುದಕ್ಕಷ್ಟೇ ಅವನಿಗೆ ಅಮ್ಮ ಬೇಕು. ಉಳಿದಂತೆ ನನ್ನ ತೋಳು ತೊಡೆ ಇಲ್ಲದಿದ್ದರೆ ಎಳೆದ ಬಾಯಿ ನಿಲ್ಲಿಸುವುದಿಲ್ಲ.' ಭೀಮ ಈಗ ಅವಳ ಮುಖದ ಕಡೆಗೆ ತನ್ನ ದೃಷ್ಟಿಯನ್ನು ಏರಿಸಿದ. 'ಊಟ ಏಕೆ ನಿಲ್ಲಿಸಿದೆ? ಹೊಟ್ಟೆ ತುಂಬಿತಾ ಇಷ್ಟಕ್ಕೆ? ಬೇಯಿಸಿದ್ದನ್ನೆಲ್ಲ ಉಳಿಸಿಬಿಟ್ಟರೆ ಈ ಸೊಸೆ ನನ್ನನ್ನ ಅಣಕಿಸದೆ ಸುಮ್ಮನಿದ್ದಾಳೆಯೇ? ನಿನ್ನ ಗಂಡ ಮಹಾ ದೊಡ್ಡ ವೃಕ, ವೃಕ ಅನ್ನುತ್ತಿದ್ದೆ. ಇಷ್ಟೆಯೇ ಅವನ ಹೊಟ್ಟೆ ಅಂತ ನನ್ನ ಮುಸುಡಿಯ ಹತ್ತಿರಕ್ಕೆ ಕೈ ತಂದು ಕೇಳಿಯಾಳು.'

ಅವನು ಮತ್ತೆ ತಿನ್ನಲು ಆರಂಭಿಸಿದ. ಅವಳೆಂದಳು: "ಈಗ ರಾಕ್ಷಸಕುಲವೆಲ್ಲ ಎರಡು ಬಣವಾಗಿದೆ. ನಮ್ಮ ಶತ್ರುವಿಗೆ ಹುಟ್ಟಿದವನು ನೀನು. ನಿನ್ನನ್ನೂ ನಿನ್ನಮ್ಮನನ್ನೂ ಮೊದಲು ತೀರಿಸುತ್ತೀವಿ ಅಂತ ಅವತ್ತೇ ಅವರೆಲ್ಲ ಉರಿದುಬಿದ್ದರು. ಆದರೆ ನಮ್ಮ ಕಾಡಿಗೆ ಬಂದು ಇಷ್ಟು ಸುಲಭವಾಗಿ ನಮ್ಮನ್ನು ಹೊಡೆಯುವುದಕ್ಕೆ ಆಗುವುದಿಲ್ಲ. 'ಅವನು ನಿನ್ನನ್ನು ಹುಟ್ಟಿಸಿರಬಹುದು. ಆದರೆ ಕುಲನಿಷ್ಠೆ ಮುಖ್ಯ. ಧರ್ಮವನ್ನು ಸರಿಯಾಗಿ ತಿಳಿದುಕೊ' ಅಂತ ಘಟೋತ್ಕಚನನ್ನು ಮಾತಿನಲ್ಲಿ ಕಟ್ಟಿಹಾಕಿದರು. ಅವರು ಹೋದಮೇಲೆ ಅವನು ನನ್ನ ಹತ್ತಿರ ಬಂದು ಅಮ್ಮ, ಈಗ ನನಗೆ ಯಾವುದು ಧರ್ಮ ಎನ್ನುವುದು ತಿಳಿಯದಾಗಿದೆ, ನೀನೇ ಹೇಳು ಅಂತ....." ಎನ್ನುತ್ತಿರುವಾಗ ಹತ್ತಿರದ ಮಗುವಿನ ಅಳು ಇನ್ನೂ ಗಟ್ಟಿಯಾಯಿತು. ಹಕ್ಕಿಯ ಮೊಟ್ಟೆಗೆ ಹಾವು ಮರ ಹತ್ತುತ್ತದೆಂದು, ವಾಸ ಮಾಡುವ ಇವರ ಇಡೀ ತೋಪಿನಲ್ಲಿ ಹಕ್ಕಿಗಳು ಗೂಡು ಕಟ್ಟಲು ವಾಸಿಸಲು ಬಿಡುತ್ತಿರಲಿಲ್ಲ. ಬೆಳಗಿನ ನಿಶ್ಶಬ್ದದಲ್ಲಿ ಎಳೆಕೀರಲು ಧ್ವನಿ ಅಂತರಿಕ್ಷಕ್ಕೆ ಏರಲು ಶುರುವಾಯಿತು. ಬಾಯಿಗೆ ತುಂಬಿಕೊಂಡಿದ್ದ ಬೆಂದ ಗೆಣಸು ಗಂಟಲಿಗೆ ಸಿಕ್ಕಿಕೊಂಡಂತಾಯಿತು. 'ಇನ್ನು ಅದು ಅಳು ನಿಲ್ಲಿಸುವುದಿಲ್ಲ. ಇಲ್ಲಿಗೇ ಎತ್ತಿಕೊಂಡು ಬರ್‌ತೀನಿ' ಎನ್ನುತ್ತಾ ಅವಳು ಮೇಲೆ ಎದ್ದು ಬಾಗಿಲಿನ ಹೊರಗಿನ ಕೊಂಬೆಯನ್ನು ಹಿಡಿದು ಹೊರಗೆ ನುಸುಳಿ ಸರಸರನೆ ಇಳಿಯತೊಡಗಿದಳು.

ಬೆಳಗ್ಗೆ ಭೀಮ ಹೊರಡುವ ಮುನ್ನ ಕೃಷ್ಣೆ ಮತ್ತೆ ಅವನ ಮನೆಗೆ ಹೋಗಿ ಬೀಳ್ಕೊಂಡು ಬಂದಳು. ಏಳೆಂಟು ದಿನದಲ್ಲಿ ಹಿಂತಿರುಗಿ ಎಲ್ಲ ಮುಗಿಯುವ ಈ ಪಯಣ, ಅವಳಲ್ಲಿ ಮಾತ್ರ ವರ್ಷಗಟ್ಟಳೆ ಅಗಲಬೇಕಾದಾಗ ಉಂಟಾಗುವ ತಳಮಳವನ್ನು ಹುಟ್ಟಿಸಿತ್ತು. ಆದರೆ ಅಳಲಿಲ್ಲ. ಮುಖವನ್ನು ಇಳಿಬಿಡಲಿಲ್ಲ. ಸಹಜವಾಗಿರಬೇಕಾದುದಕ್ಕಿಂತ ಹೆಚ್ಚಾದ ಗೆಲುವು ನಗೆಗಳನ್ನು ತೋರಿಸಿ ಭೀಮನನ್ನು ತಮಾಷೆ ಮಾಡುತ್ತಿದ್ದಳು. ಕಳಿಸಲು ತಾನೂ ಊರಿನ ಉತ್ತರಭಾಗದ ನೀರಿನ ತನಕ ಬಂದಳು. ಧರ್ಮ, ಕೃಷ್ಣ ಅರ್ಜುನ ನಕುಲ ಸಹದೇವರು ಮತ್ತು ತನ್ನ ಐದು ಮಕ್ಕಳ ಎದುರಿಗೇ ಅವನ ಕೈ ಹಿಡಿದು, 'ಭೀಮ, ನನಗೆ ನೀನೇ ಆಧಾರ ಅಂತ ನಿನಗೂ ಜ್ಞಾಪಕವಿರುತ್ತೆ ತಾನೆ?' ಎಂದು ಮುಗುಳ್ನಕ್ಕಳು. ಧ್ವನಿಯು ತನ್ನ ಬೇರಿನಲ್ಲಿದ್ದ ಮ್ಲಾನತೆಯನ್ನು ಸೂಕ್ಷ್ಮವಾಗಿ ತೋರಿಸಿಕೊಂಡಿತು.

ಅವನು ಕುದುರೆ ಹತ್ತಿ ಇತರ ಸವಾರರ ನಡುವೆ ಸೇರಿ ಮರೆಯಾದ ನಂತರ ಅವಳು ದಾಸಿಯೊಡನೆ ತನ್ನ ಮನೆಗೆ ಹಿಂತಿರುಗಿದಳು. ಜೊತೆಗೆ ಐವರು ಮಕ್ಕಳು. ಅಜ್ಞಾತ ಮುಗಿದ ತಕ್ಷಣ ಇಲ್ಲಿಗೆ ಕರೆಸಿಕೊಂಡ ಮಕ್ಕಳನ್ನು ಪ್ರತ್ಯೇಕ ಭವನದಲ್ಲಿ ಇಟ್ಟಿಲ್ಲ. ತನ್ನ ನಿವಾಸದಲ್ಲೇ ಇರಿಸಿಕೊಂಡಿದ್ದಾಳೆ. ಹದಿಮೂರೂವರೆ ವರ್ಷಗಳನಂತರ ಅವರಿಗೆ ತಾನೇ ಸ್ವತಃ ಕೈಯಿಂದ ಊಟಕ್ಕೆ ಬಡಿಸುತ್ತಾಳೆ. ತನ್ನ ಸುತ್ತ ಕೂರಿಸಿಕೊಂಡು ಅವರ ಮಾವ ಧೃಷ್ಟದ್ಯುಮ್ನ ಅಜ್ಜ ದ್ರುಪದರ ಬಗೆಗೆ ಕೇಳುತ್ತಾಳೆ. ಕಾಡಿನಲ್ಲಿ ತಾನು ಕಳೆದ ವರ್ಷ ಗಳು, ಪಟ್ಟ ಕ್ಲೇಶ, ನಡುನಡುವೆ ಒದಗಿದ ಸಂತೋಷದ ಪ್ರಸಂಗಗಳನ್ನು ಆಗಾಗ್ಗೆ ಹೇಳುತ್ತಾಳೆ. ಈ ಐವರೂ ಸದಾ ಒಂದು ಗುಂಪಾಗಿರುತ್ತಾರೆ, ತಾಯಿಯ ಸುತ್ತ ಕೂತರೂ, ಬೆಳಗ್ಗೆ ಎದ್ದು ಊರಿನ ಹೊರಗೆ ಅಸ್ತ್ರಶಸ್ತ್ರ ಬಿಲ್ಲುಬಾಣಗಳ ಅಭ್ಯಾಸ ಮಾಡಿಕೊಳ್ಳುವಾಗಲೂ, ಮತ್ತೆ ಏನು ಮಾಡುವಾಗಲೂ, ತಮ್ಮದೇ ಒಂದು ಪ್ರತ್ಯೇಕ ಉಪಸಮೂಹ ಎಂಬಂತೆ. ಇಲ್ಲಿ ಉಳಿದವರ ಹೆಚ್ಚು ಪರಿಚಯವಿಲ್ಲದುದಕ್ಕೋ ಓರಗೆಯ ಇತರರು ಇಲ್ಲವೆಂದೋ ಅಥವಾ ಇಲ್ಲಿ ನಡೆಯುತ್ತಿರುವ ಚಟುವಟಿಕೆಗಳ ಪೂರ್ಣಗ್ರಹಿಕೆ ತಮಗಿಲ್ಲವೆಂದೋ. ತಂದೆಯರೆಲ್ಲ ಯುದ್ಧಸಿದ್ಧತೆಯ ಗಡಿಬಿಡಿಯಲ್ಲಿದ್ದಾರೆ. ಸೈನ್ಯಸಹಾಯ ಕೋರಿ ಹಲವು ದೇಶಗಳಿಗೆ ಪ್ರಯಾಣ ಮಾಡುವುದು, ಸಂದೇಶವಾಹಕರನ್ನು ಕಳಿಸುವುದು, ಇಲ್ಲಿಯೇ ಪರಸ್ಪರ ಸಮಾಲೋಚನೆ, ನಾನಾಕಡೆಗಳಿಂದ ಬರುತ್ತಿರುವ ಯುದ್ಧಸಾಮಗ್ರಿಗಳನ್ನು ವ್ಯವಸ್ಥೆ ಮಾಡುವುದು ಮೊದಲಾಗಿ ದೊಡ್ಡವರು ಮಗ್ನರಾಗಿದ್ದಾರೆ. ಈ ಚಿಕ್ಕವರಿಗೆ ಓರಗೆಯವರಲ್ಲಿ ಅವರ ತಮ್ಮ ಅಭಿಮನ್ಯು ಇದ್ದಾನೆ. ಓರಗೆ ಎಂದರೆ ಸಮವಯಸ್ಕನಲ್ಲ. ಈ ಐವರಲ್ಲಿ

ಕೊನೆಯವನಾದ ಶ್ರುತಸೇನಗಿಂತ ಮೂರು ವರ್ಷಕ್ಕೆ ಚಿಕ್ಕವನು. ಆದರೆ ಅವರಲ್ಲಿ ಪರಸ್ಪರ ಬಳಕೆ ತೀರ ಕಡಮೆ. ಜೊತೆಯಲ್ಲಿ ಬೆಳೆಯಲಿಲ್ಲ. ತಂದೆಯರ ವನವಾಸ ಆರಂಭವಾಗಿ ತಾವು ತಮ್ಮ ಮಾವನ ಮನೆಗೆ ಹೋದಾಗ ತಮ್ಮಲ್ಲಿ ಹಿರಿಯನಾದ ಪ್ರತಿವಿಂಧ್ಯನಿಗೆ ಹನ್ನೊಂದು ವರ್ಷ, ಕಿರಿಯನಾದ ಶ್ರುತಸೇನನಿಗೆ ಆರು. ಅಭಿಮನ್ಯುವಿಗೆ ಮೂರು. ಅಭಿಮನ್ಯು ಅವನ ತಾಯಿ ಮತ್ತು ತಂದೆಯ ಪ್ರತ್ಯೇಕ ಭವನದಲ್ಲಿರುತ್ತಿದ್ದ ಮಗು. ಪ್ರತಿವಿಂಧ್ಯ ಶ್ರುತಸೋಮರಿಗೆ ಮಾತ್ರ ಅವನ ಜ್ಞಾಪಕವಿದೆ. ಉಳಿದವರಿಗೆ ಅದೂ ಇಲ್ಲ. ಮೂರು ವರ್ಷದ ಮಗು ಅಭಿಮನ್ಯುವಿಗೆ ಈ ಅಣ್ಣಂದಿರ ತಿಳಿವಿರುವುದೂ ಸಾಧ್ಯವಿಲ್ಲ. ಹೀಗಾಗಿ ಅವನಿಗೂ ಇವರಿಗೂ ಆಗ ಬೆರೆತಿರಲಿಲ್ಲ. ಈಗ ವನವಾಸ ಅಜ್ಞಾತವಾಸ ಮುಗಿದ ತಕ್ಷಣವೇ ಅವನಿಗೆ ವಿರಾಟರಾಜಪುತ್ರಿ ಉತ್ತರೆಯನ್ನು ಕೊಟ್ಟು ಮದುವೆಯಾಗಿದೆ. ಹದಿನಾರು ವರ್ಷದ ಅವನು ಮತ್ತೆ ಅದೇ ವಯಸ್ಸಿನ ಹೆಂಡತಿ ಬೇರೆಯಾಗಿ ಇದೇ ಉಪಪ್ಲಾವ್ಯ ನಗರದಲ್ಲಿ ಒಂದು ಭವನದಲ್ಲಿರುತ್ತಾರೆ. ಅದರ ಪಕ್ಕಕ್ಕೆ ಅವನ ತಾಯಿ ಸುಭದ್ರೆ, ತಂದೆ ಅರ್ಜುನರ ವಾಸ. ಬಿಲ್ಲುಗಾರಿಕೆಯಲ್ಲಿ ಅವನು ತಮಗಿಂತ ಚುರುಕಾಗಿದ್ದಾನೆ. ತಂದೆಯಂತೆಯೇ ಚುರುಕು ಬೆರಳುಗಳು, ಚುರುಕುಗುರಿ. ಈಗ ಕೂಡ ಬೆಳಗಿನ ಅಭ್ಯಾಸದಲ್ಲಿ ಅವನ ತಂದೆ ಆಗಾಗ್ಗೆ ಅವನ ಕಡೆಗೆ ಗಮನ ಕೊಟ್ಟು ಬಿಲ್ಲು ಹಿಡಿಯುವ ರೀತಿ, ಗುರಿ ಕಟ್ಟುವ ಬಗೆ, ಬೇರೆ ಬೇರೆ ಬಾಣಗಳನ್ನು ಬಳಸಬೇಕಾದ ಸ್ಥಿತಿ, ಮೊದಲಾದುವನ್ನು ಬಿಡಿಸಿ ಬಿಡಿಸಿ ವಿವರಿಸುತ್ತಾರೆ. ಹತ್ತಿರವೇ ಇರುವ ತಮಗೂ ಹೇಳಿಕೊಡುತ್ತಾರೆ. ಆದರೆ ತಿಳಿಯದುದನ್ನು ಅವನು ಕೇಳುವಷ್ಟು ಸಲಿಗೆಯಿಂದ ಕೇಳಲು ತಮಗೆ ಆಗುವುದಿಲ್ಲ. ಏಕೆಂಬುದು ತಮಗೇ ತಿಳಿಯುತ್ತಿಲ್ಲ. ಹಾಗೆಂದು ಹಿರಿಯವನಾದ ಪ್ರತಿವಿಂಧ್ಯ ತನ್ನಲ್ಲಿ ತಾನೇ ಅಂದುಕೊಳ್ಳುತ್ತಾನೆ.

ಐವರು ಮಕ್ಕಳನ್ನೂ ಒಟ್ಟಿಗೆ ಕೂರಿಸಿ ತಾನೇ ಉಣಬಡಿಸುವಾಗ ಕೃಷ್ಣೆ ಮನಸ್ಸಿನಲ್ಲೇ ಅಂದುಕೊಳ್ಳುತ್ತಾಳೆ. ಹಿರಿಯನಿಗೆ ಇಪ್ಪತ್ತನಾಲ್ಕು, ಎರಡನೆಯವನಿಗೆ ಇಪ್ಪತ್ತಮೂರು. ಕೊನೆಯ ಪಕ್ಷ ಈ ಇಬ್ಬರಿಗಾದರೂ ಇಷ್ಟರಲ್ಲಿ ಮದುವೆಯಾಗಬೇಕಾಗಿತ್ತು. ಜೊತೆಗೆ ಹೆಂಡತಿ ಬರಬೇಕಾಗಿತ್ತು. ಈ ನಡುವೆ ಎಲ್ಲೂ ಸ್ವಯಂವರ ನಡೆದಿಲ್ಲವಂತೆ. ಅಥವಾ ಯಾವ ರಾಜನೂ ಇವರಿಗೆ ಹೆಣ್ಣು ಕೊಡಲು, ರಾಜ್ಯವಿಲ್ಲದೆ ತಂದೆತಾಯಿಯರು ಕಾಡು ಬಿದ್ದಿರುವಾಗ ಯಾವ ರಾಜ ಕರೆದು ಹೆಣ್ಣು ಕೊಟ್ಟಾನು! ಮಗು, ಪ್ರತಿವಿಂಧ್ಯ, ಯಾಕಿಷ್ಟು ಕಡಮೆ ತಿನ್ನುತೀಯ? ಮಕ್ಕಳು ಹೀಗೆ ಹಕ್ಕಿ ಗುಟುಕು ತಿಂದರೆ ನಿಮ್ಮಪ್ಪ ಭೀಮ ಸುಮ್ಮನಿರುತ್ತಾರೆಯೆ? ಕಂಡರೆ ಬೈದುಬಿಟ್ಟಾರು. ಎಷ್ಟೊಂದು ಸೂಕ್ಷ್ಮರಾಗಿದ್ದಾರೆ! ನಾವಿನ್ನು ಸ್ವಂತ ರಾಜ್ಯ ಗೆದ್ದು ಮಕ್ಕಳಿಗೆ ಮದುವೆ ಮಾಡಿ! ಇಲ್ಲಿ ಕೂಡ ಇವರ ಸೇವೆಗೆ ಇಷ್ಟು ಜನ ದಾಸಿಯರಿದ್ದಾರೆ. ಒಬ್ಬಳನ್ನೂ ಇವರು ಯಾರೂ ಕಣ್ಣೆತ್ತಿ ನೋಡುತ್ತಿಲ್ಲ. ಕೃಷ್ಣೆಗೆ ಸಮಾಧಾನ. ಎಲ್ಲ ರಾಜಪುತ್ರರಂತಲ್ಲ ನನ್ನ ಮಕ್ಕಳು ಎಂಬ ಸಮಾಧಾನ.

ತೀರ ಕಿರಿಯ ಶ್ರುತಸೇನ ಇಲ್ಲಿಗೆ ಬಂದ ದಿನ ನನ್ನ ಹತ್ತಿರವೂ ಬರಲಿಲ್ಲ. ಗುರುತೂ ಹಿಡಿಯಲಿಲ್ಲ. ಹತ್ತಿರ ಹೋಗಿ ಕೈ ಎಳೆದು ತಬ್ಬಿಕೊಂಡರೆ ಬಿಡಿಸಿಕೊಳ್ಳುವವನಂತೆ ಮೈ

ಸಂಕುಚಿಸಿದನಲ್ಲ. ನಾ ನಿನ್ನ ಅಮ್ಮನಲ್ಲವೇನೋ ಅಂತ ಮೂರನೆಯ ಸಲ ಕೇಳಿದ ಮೇಲೆ ಗೊತ್ತು ಎಂದ. ಹಾಗಾದರೆ ಯಾಕೆ ಹತ್ತಿರ ಬರುವುದಿಲ್ಲ ಎಂದದ್ದಕ್ಕೆ ಉತ್ತರವಿಲ್ಲ. ಸುಮ್ಮ ಸುಮ್ಮನೆ ಸಿಟ್ಟು. ಈಗ ಅವನೊಬ್ಬನೇ ಸರಿ ಕೈಮಗುವಿನಂತೆ ಸದಾ ಅಮ್ಮ ಅಮ್ಮ ಅಂತ ಹಿಂದೆ ಮುಂದೆ ಸುತ್ತುತ್ತಿರುತ್ತಾನೆ. ಹತ್ತೊಂಬತ್ತರ ಮಗು. ಹೆಂಡತಿ ಬಂದರೂ ಹೀಗೆಯೇ ಇರುತ್ತಾನೆಯೇ? ಈ ದಡ್ಡನಿಗೆ ಎಂಥ ಹೆಂಡತಿ! ಪುಟ್ಟ ಮಗು, ಉಳಿದವರಿಗೆ ತಿಳಿದದ್ದು ಇವನಿಗೆ ತಿಳಿಯುವುದಿಲ್ಲ. ಎಷ್ಟು ಶಖೆ ಇವತ್ತಂತೂ ಬೆಳಗ್ಗೆ ಇಷ್ಟು ಹೊತ್ತಿಗೆ. ಅರಳು ಹುರಿಯುವ ಓಡಿನಂತೆ ಹುರಿಯುತ್ತಿದೆ. ಈ ಮತ್ಸ್ಯದೇಶವೇ ಹಾಗೆ. ಗುಡ್ಡಗಳು. ಕಾಡು ಕಮ್ಮಿ, ನೀರು ಕಮ್ಮಿ, ಕಾವು ಹೆಚ್ಚು. ಬೆಟ್ಟ ಏರಿಬಿಡಬೇಕು, ಪರ್ವತ ಏರಿಬಿಡಬೇಕು ಬೇಸಿಗೆ ಬಂದರೆ. ನಾಲ್ಕು ಬೇಸಿಗೆ ಹೋಗಿದ್ದೆವಲ್ಲ ಹಿಮವತ್ಪರ್ವತದ ಮೇಲಕ್ಕೆ, ಎಂಬ ನೆನಪಾಯಿತು. 'ಜ್ಯೋತಿಷ್ಮತೀ' ಎಂದು ಕರೆದಳು. ದಾಸಿ ಹತ್ತಿರ ಬಂದು ನಿಂತಳು. 'ಶಖೆ ಉಬ್ಬಿಸುತ್ತಿದೆ. ಲಾವಂಚ ಏರಿಸಿ ನೀರು ಹಾಕು. ಒಂದು ಬೀಸಣಿಗೆ ಕೊಡು.' ಮೂವತ್ತು ವರ್ಷದ ಜ್ಯೋತಿಷ್ಮತಿ ಬಾಗಿಲು ಕಿಟಕಿಗಳಿಗೆ ಲಾವಂಚದ ದಪ್ಪ ಚಾಪೆಗಳನ್ನು ಎತ್ತಿ ನಿಲ್ಲಿಸಿ ನೀರು ಎರಚಲು ಪ್ರಾರಂಭಿಸಿದಳು. ಹಾಯ್, ಜೀವ ಬಂದಂತಾಯಿತು. ಆದರೂ ತಂಪು ಆವರಿಸಿಕೊಳ್ಳಲು ಒಂದು ಘಳಿಗೆಯಾದರೂ ಬೇಕು. ಕಾಡು ಉತ್ತಮ. ಶಖೆ ಯಾದರೂ ಹೀಗೆ ಬಿಸಿಗಾಳಿ ಸುಡುವುದಿಲ್ಲ. ಇಷ್ಟು ಹೊತ್ತಿಗೆ ನಾಲ್ಕು ಕೋಸಾದರೂ ಪ್ರಯಾಣ ಮಾಡಿರುತ್ತಾನೆ. ಇಷ್ಟು ಬೇಗ ನಾಲ್ಕು ಕೋಸು ಯಾವ ಕುದುರೆ ಓಡೀತು? ಸನ್ನೆ ಹಾಕಿ ಓಡಿಸಬಹುದು. ಮೊದಲ ಹೆಂಡತಿಯನ್ನು ಕಾಣುವ ಆತುರದಲ್ಲಿ ಎಂದುಕೊಳ್ಳು ವಾಗ ಅವಳಿಗೇ ನಗು ಬಂತು. ಹಾಗನ್ನಬೇಕಾಗಿತ್ತು. ಅವನಿಗೆ ಎಷ್ಟು ಸಿಟ್ಟು ಬರುತ್ತಿತ್ತೊ! ವಾಪಸು ಬರಲಿ ಅದನ್ನೇ ಅಂದು ರೇಗಿಸಿ, 'ಜ್ಯೋತಿಷ್ಮತೀ, ಮಕ್ಕಳೆಲ್ಲ ಎಲ್ಲಿ?'

'ಶಸ್ತ್ರಾಭ್ಯಾಸಕ್ಕೆ ಹೋಗಿದ್ದಾರಲ್ಲವೆ? ಈಗ ರಥದ ಯುದ್ಧಾಭ್ಯಾಸ ಮಾಡಿಕೊಳ್ಳುತ್ತಿದ್ದಾರೆ.'

'ಇಷ್ಟು ಶಖೆ ಇದೆ. ಹೊರಗೆ ಅಂಥ ಬಿಸಿಲು.'

ಅವಳು ಉತ್ತರ ಹೇಳಲಿಲ್ಲ. ಏನು ಹೇಳಿಯಾಳು. ಯುದ್ಧ ಹತ್ತಿರ ಬರುತ್ತಿದೆ. ನಮ್ಮದೇ ಯುದ್ಧ. ನಮ್ಮ ಮಕ್ಕಳು ಶಖೆ ಬಿಸಿಲು ಅಂತ ಹೆದರಿ ಕೂತರೆ, ಸದ್ಯ ಯಾರೂ ಉತ್ತರಕುಮಾರ ರಲ್ಲ. ಯಾರೂ ತಲೆ ಎತ್ತಿ ತಿರುಗುವ ಹಾಗಿಲ್ಲ ಅಂಥ ಮಕ್ಕಳಿದ್ದರೆ. ಶ್ರುತಸೇನ ಉಳಿದ ವಿಷಯದಲ್ಲಿ ಮಗುವಿನಂತೆ, ಆದರೆ ಬಿಲ್ಲು ಹಿಡಿದರೆ ತಪ್ಪದ ಗುರಿ. ಛುಂಯ್ ಎಂದು ಕಣ್ಣಿಗೆ ಕಾಣದಷ್ಟು ವೇಗವಾಗಿ ಹೋಗುವಂತೆ ಎಳೆಯುವ ತೋಳಶಕ್ತಿ. ನನ್ನಣ್ಣ ಅಂದರೆ ಎಂಥವನು! ಪಾಂಚಾಲರು ಎಂದೂ ಗಂಡು ವಂಶದವರು. ದ್ರುಪದರಾಜನ ಮಗ ನನ್ನಣ್ಣ. ಅವನೇ ಕಲಿಸಿದನೆಂದರೆ ಗುರಿ ಮಾತ್ರವಲ್ಲ, ಧೈರ್ಯಕ್ಕೆ ಕಡಮೆಯೆ? ಜೊತೆಗೆ ಅಪ್ಪಂದಿರಲ್ಲಿ ಯಾರಿಗೂ ಪುಕ್ಕಲೆಂಬುದಿಲ್ಲ. ಹಿರಿಯ ಅಪ್ಪ ಕೂಡ ಪುಕ್ಕಲಲ್ಲ. ಇಷ್ಟು ಹೊತ್ತಿಗೆ ಇನ್ನೂ ಒಂದು ಕೋಸು ಮುಂದೆ ಹೋಗಿರುತ್ತಾನೆ. ದಾರಿಯಲ್ಲಿ ನನ್ನ ನೆನಪು ಬರುತ್ತದೋ ಅಥವಾ ಕೃಷ್ಣೆಯ ಅದೃಷ್ಟವೇ ಕೆಟ್ಟದ್ದು. ಯಾವುದರಲ್ಲಿ ಸುಖವಾಗಿದೆ ನನಗೆ! ಉದ್ದಕ್ಕೂ ಕಷ್ಟ, ಆತಂಕ, ಕ್ಲೇಶ. ಇಂದ್ರಪ್ರಸ್ಥ ಕಟ್ಟಿ ಬೆಳೆಸಿ ರಾಜಸೂಯ ಮಾಡು

ವಾಗಲೂ. ಈ ಕೃಷ್ಣೆಯ ಒಳಗಿನ ಕಷ್ಟ ಯಾರಿಗೆ ತಿಳಿದೀತು? ಅತ್ತೆಗೂ ಅರ್ಥವಾಗುವುದಿಲ್ಲ. ಭೀಮನೊಬ್ಬನೇ ದಿಕ್ಕೆಂದು ಭಾವಿಸಿದ್ದೆ. ಈಗ ಅದೂ ತಪ್ಪುವ ಕಾಲ ಬಂತೋ? ಮನಸ್ಸು ಇಪ್ಪತ್ತಾರು ವರ್ಷದ ದಾಂಪತ್ಯಜೀವನ ನೆನಸಿಕೊಂಡಿತು. ಹೌದು, ಭೀಮನೊಬ್ಬನೇ ನಂಬಿಕೆಗೆ ಅರ್ಹ, ಪ್ರೀತಿಸಬಲ್ಲವ. ಉಳಿದ ಯಾರೂ ಇಲ್ಲ ಎಂಬ ತನ್ನ ನಂಬಿಕೆ ಈ ದಿನದ ತನಕ ಒಡೆಯದೆ ಉಳಿದಿದೆ. ಇನ್ನು ಮುಂದೆಯೂ ಉಳಿಯುತ್ತದೆಯೇ ನೋಡಬೇಕು. ಉಳಿಯದಿದ್ದರೆ.....ಕೃಷ್ಣೆಗೆ ಕಣ್ಣು ತುಂಬಿ ಬಂತು. ಕೃಷ್ಣೆ ಅಳುವುದಿಲ್ಲ ಅತ್ತರೂ ಅವನ ಎದುರಿಗೆ ಅಳುವುದಿಲ್ಲ. ನನಗೆ ಮುಖ ತೋರಿಸಬೇಡ ಅಂದು ಕಳಿಸ್ತೀನಿ ಎಂದು ಕೊಂಡಳು. ಅವನಿಗಿಂತ ನನ್ನ ಹಟ ದೊಡ್ಡದು ಅಂತ. ಅವನಿಗೂ ಗೊತ್ತಿದೆ ಎಂದುಕೊಳ್ಳು ವಾಗ ಆತ್ಮವಿಶ್ವಾಸ ಹೆಚ್ಚಾಯಿತು. ಶಖೆಯನ್ನು ಸಹಿಸುವ ಶಕ್ತಿ ಬಂತು. ಲಾವಂಚಕ್ಕೆ ಎರಚಿದ ನೀರಿನ ತಂಪು ಒಳಗೆಲ್ಲ ನಿಧಾನವಾಗಿ ವ್ಯಾಪಿಸುತ್ತಿದೆ. ಇಪ್ಪತ್ತೆಂಟು ವರ್ಷದ ಹಿಂದಿನ ಸಂಬಂಧವಂತೆ, ಅದೂ ಆಕಸ್ಮಿಕವಾಗಿ ಆದದ್ದು. ಅವಳೇ ಮೇಲೆ ಬಿದ್ದು ಇವನನ್ನು ಮೋಹಿಸಿ, ನಮಗಿಂತ ಎಷ್ಟು ಸ್ವಾತಂತ್ರ್ಯ, ಎನ್ನಿಸಿತು. ಒಂದು ವರ್ಷದ ಸಂಬಂಧ. ಮೊದಲ ಸಂಬಂಧ ಇಪ್ಪತ್ತೆಂಟು ವರ್ಷದ ಹಿಂದೆ. ರಾಕ್ಷಸ ಕುಲ. ಅರಮನೆ ಇಲ್ಲ. ಸಾದಾ ಮನೆಯೂ ಅಲ್ಲ. ನೆಲದ ಮೇಲಿನ ಪರ್ಣಕುಟಿಯೂ ಅಲ್ಲದೆ ಮರದ ಕವೆಗೆ ಕಟ್ಟಿ ನಿಲ್ಲಿಸಿದ ಬಿದಿರಿನ ದೊಡ್ಡ ಗೂಡಿನಲ್ಲಂತೆ. ಎಳೆಪ್ರಾಯದ ಉನ್ಮಾದ. ಆದರೆ ಇಪ್ಪತ್ತಾರು ವರ್ಷ ಕೃಷ್ಣೆಯೊಡನೆ ಸಂಸಾರ ಮಾಡಿದಮೇಲೂ ಮರೆತು ಮರೆಯಾಗಿದ್ದ ಅವಳ ಹಳೆಯ ಸೆಳೆತ ಈಗ ಚಿಗುರಿದರೆ, ಛೇ ಭೀಮ ನಂಬಿಕಸ್ಥ. ಅವನ ನಂಬಿಕೆ ಕುಸಿದುಬಿದ್ದರೆ ಪ್ರಪಂಚದಲ್ಲಿ ಗಾಳಿ ಬೀಸುವುದಿಲ್ಲ. ಮೋಡ ಕಟ್ಟಿ ಮಳೆಯಾಗುವುದಿಲ್ಲ ಎಂದುಕೊಳ್ಳುತ್ತಿರುವಾಗ ಹೊರಗಿನಿಂದ ಗಾಳಿ ಬೀಸಿತು. ಲಾವಂಚದ ತಂಪಿನ ಮೂಲಕ ಹಾಯ್ದು ಒಳಗೆ ತಣ್ಣಗಾಯಿತು. ಗಾಳಿಯಲ್ಲಿ ತೇಲಿ ಬರುವ ಠಣ್ ಠಣ್ ಎಂಬ ಸದ್ದು ಈ ದಗೆಯಲ್ಲಿ ಕುಲುಮೆ ಕಾಸಿ ಕುಟ್ಟುತ್ತಿದಾರೆ. ಎಷ್ಟು ಜನವೋ, ಇಬ್ಬರಾದರೂ ಇರಬೇಕಲ್ಲ ಹಿಡಿದುಕೊಳ್ಳಲು, ಎತ್ತಿ ಬಡಿಯಲು, ಎರಡು ಗಾಡಿಗಳಿದ್ದವು. ಬೆಳಗ್ಗೆ ಭೀಮನನ್ನು ಕಳಿ ಸಲು ಹೋದಾಗ ಹತ್ತಿರವೇ ವಾಂತಿ ಮಾಡಿಕೊಳ್ಳುತ್ತಿದ್ದವಳಿಗೆ ಎಷ್ಟು ವಯಸ್ಸು? ಇಪ್ಪತ್ತೈದಿರ ಬಹುದೆ? ಎಂಬ ನೆನಪಿನೊಡನೆ ತಾನು ವಾಂತಿ ಮಾಡಿಕೊಳ್ಳುತ್ತಿದ್ದ, ಎಷ್ಟು ವರ್ಷಗಳಾದವು, ಎಂದು ಗೋಡೆಗೆ ಒರಗಿ ಕುಳಿತಾಗ ಹಾ ಎನಿಸಿತು. ಗೋಡೆಯೂ ತಣ್ಣಗಾಗಿದೆ. ಇಷ್ಟು ಹೊತ್ತಿಗೆ ಎಷ್ಟು ದೂರ ಹೋಗಿದ್ದಾನೆಯೋ. ಹೊರಗೆ ಪ್ರಚಂಡ ಬಿಸಿಲು. ನೆತ್ತಿ ಬೇರೆ ಬೊಕ್ಕಾಗುತ್ತಿದೆ. ಆದರೂ ಉಷ್ಣೀಷ ಬೇಡ ಅನ್ನುತ್ತಾನೆ. ತಲೆಗೆ ಉಷ್ಣೀಷ ಕಿರೀಟ ಮೊದಲಾಗಿ ಯಾವ ಮುಜುಗರವೂ ಆಗುವುದಿಲ್ಲ. ಹಾಯಾಗಿರಬೇಕು. ಇದನ್ನು ಹೇಳಬೇಕು ಹೇಳ ಬಾರದು ಅನ್ನುವ ಸೂಕ್ಷ್ಮ ಕೂಡ ಗೊತ್ತಿಲ್ಲ. ಮೊದಲ ದಿನ ಅವನ ಅಣ್ಣನ ಜೊತೆ ಮದುವೆಯಾಗಿ ರಾತ್ರಿ ಶಯನ. ಅಣ್ಣನಂತೆ ಸಂಕೋಚವಿಲ್ಲ; ತಿಳಿವಳಿಕೆ ಇಲ್ಲದ ಪೆಚ್ಚು ವರ್ತನೆ ಇಲ್ಲ. ನೇರವಾಗಿ ಮೈಗೆ ಕೈ ಹಾಕಿ ಮಗುವಿನಂತೆ ತಬ್ಬಿ ಎತ್ತಿ ಮೇಲ್ಛಾವಣಿಯ ತನಕ ಎತ್ತಿ ಎಸೆದು ತಕ್ಷಣ ತೋಳುಗಳಿಗೆ ಆತುಕೊಂಡು, ನನಗೆ ಜೀವ ಹೋಗುವ

ಹೆದರಿಕೆ, ನನ್ನನ್ನು ಆಟದ ಮಗುವೆಂದು ಭಾವಿಸಿದನೋ, ಭಯದಿಂದ ಕಿರುಚಿಕೊಂಡದ್ದಕ್ಕೆ ತಬ್ಬಿ ಹಿಡಿದು, 'ಹೆದರಿಕೆಯೆ? ಯಾಕೆ?'

'ಹೀಗೆ ಮಾಡಿದರೆ?' ಮುಖಗಂಟಿಕ್ಕಿಯೇ ಎಂದೆ.

'ಸಾಲಕಟಂಕಟಿಗೆ ಹೀಗೆ ಮಾಡಿದರೆ ಖುಷಿಯಾಗುತ್ತಿದ್ದಳು. ಉಬ್ಬಿಹೋಗಿ ಇನ್ನೊಂದು ಸಲ ಮಾಡು ಅನ್ನುತ್ತಿದ್ದಳು. ನಿನಗಿಂತ ತುಂಬ ತೂಕ. ಹೊಡೆದರೆ ಮುಷ್ಟಿಯೇ ಪುಟನೆಗೆಯುವಷ್ಟು ಗಟ್ಟಿ.'

'ಯಾರು ಸಾಲಕಟಂಕಟಿ ಅಂದರೆ?'

'ನನ್ನ ಹೆಂಡತಿ. ಮೊದಲ ಹೆಂಡತಿ. ರಾಕ್ಷಸ ಕುಲದವಳು,' ಎಂದು ಎಲ್ಲವನ್ನೂ ಹೇಳಿಬಿಟ್ಟನಲ್ಲ. 'ಏನು ಶಕ್ತಿ ಅಂತೀ? ನಮ್ಮ ಯಾವ ಆರ್ಯ ಹೆಂಗಸೂ ಹಾಗೆ ಇರುವುದಿಲ್ಲ. ಇಲ್ಲಿ ನೋಡು ನನ್ನ ತೋಳು, ಬಿಗಿ ಮಾಡಿದರೆ ಉಬ್ಬುತ್ತಲ್ಲಾ ಅಂಥದೇ ತೋಳು, ತಬ್ಬಿ ಹಿಡಿದರೆ ಬಿಡಿಸಿಕೊಳ್ಳಲಾಗದ ಬಿಗಿ, ಬೇಕೆಂದರೆ ನನ್ನಂಥ ಗಂಡನನ್ನೇ ಹೆಗಲ ಮೇಲೆ ಕೂರಿಸಿಕೊಂಡು ಒಂದು ಕೋಸು ಹೊತ್ತು ಇಳುಕುವ ಮೈಕಟ್ಟು. ನನ್ನ ಭುಜದ ಎತ್ತರ, ಅಂದರೆ ನಮ್ಮ ಆರ್ಯ ಗಂಡಸರ ಎತ್ತರ, ನಿನ್ನ ಹಾಗಲ್ಲ.' ಒರಟ. ಹೆಂಗಸಿನ ಮನಸ್ಸಿನ ಸೂಕ್ಷ್ಮ ಅರಿಯುವ ಬುದ್ಧಿ ಎಂದೂ ಇಲ್ಲ. ಅವನ ಅರಿವು ಏನಿದ್ದರೂ ಅಂತಃಕರಣದ ಮಟ್ಟದ್ದು. ಅದೇ ಧಾಟಿಯಲ್ಲೇ ಹೇಳಿದನಲ್ಲ. 'ಆದರೂ ನೋಡು ಕೃಷ್ಣೆ, ನಿನ್ನ ಹೆಸರು ಕೃಷ್ಣೆ ಅಲ್ಲವೇ, ಕೃಷ್ಣೆ ಅಂತಲೇ ಕರೀತೀನಿ, ಪಾಂಚಾಲಿ ಗೀಂಚಾಲಿ ಅನ್ನುವುದು ಬೇಡ. ಹೆಂಡತಿಯನ್ನು ಅವಳಪ್ಪನ ದೇಶದ ಹೆಸರಿನಿಂದ ಕರೆಯುವುದೇನೋ ಒಂದು ಥರಕ್ಕೆ ಸರಿ. ಆದರೆ ಅದು ಯಾಕೋ ದೂರ ಅನ್ನಿಸುತ್ತೆ. ನೋಡೇ ಕೃಷ್ಣೆ, ಸಾಲಕಟಂಕಟಿಗೆ ಮೊದಲು ನನ್ನ ಮೇಲೆ ಮೋಹ ಹುಟ್ಟಿತು. ನನಗೆ ಏನೂ ಹುಟ್ಟಲಿಲ್ಲ. ಅಮ್ಮನ ಒತ್ತಾಯಕ್ಕೆ ಅವಳ ಜೊತೆಗೂಡಿ ರುಚಿ ಹೊತ್ತಿದ ಮೇಲೆ ಅವಳನ್ನು ಬಿಡಲಾರದಂತಹ ಗೀಳು. ಆದರೆ ನಿನ್ನ ವಿಷಯ ಹಾಗಲ್ಲ. ಸ್ವಯಂವರ ಭವನದಲ್ಲಿ ನೋಡಿದ ತಕ್ಷಣ ನನ್ನ ಮನಸ್ಸೇ ಕರಗಿಹೋಯಿತು. ಯಾಕೆ ಅಂತ ಇವತ್ತಿಗೂ ತಿಳಿಯುತ್ತಿಲ್ಲ. ನಿನ್ನ ರೂಪವೇ? ಬಣ್ಣವೇ? ನಿನ್ನದೇನು ಅಂಥಾ ಬೆಳ್ಳಗೆ ಹೊಳೆಯುವ ಬಣ್ಣ ಅಲ್ಲ. ಆದರೂ, ಊಹೂಂ, ನನಗೆ ತಿಳಿಯುವುದಿಲ್ಲ.'

ಮದುವೆಯಾದ ಹೊಸತರಲ್ಲಿ ಅದೆಷ್ಟು ದಿನ ಸಾಲಕಟಂಕಟಿಯ ಹೆಸರು ಹೇಳುತ್ತಿದ್ದ. ಸುಮ್ಮಸುಮ್ಮನೆ ಮಾತಿನ ನಡುವೆ ಅವಳ ಹೋಲಿಕೆ. ಹೋಲಿಕೆ ಅಂದರೆ ಶಕ್ತಮೈಕಟ್ಟು. ಈ ಮಲ್ಲನಿಗೆ ಬೇಕಾದದ್ದು ಹೆಂಗಸಿನ ಶಕ್ತಿ, ಮೈಕಟ್ಟುಗಳೇ. ಆದರೂ ನನ್ನಲ್ಲಿ ಏನೆಂದು ಅರ್ಥವಾಗದ ಆಕರ್ಷಣೆಯಂತೆ. ಹೆಂಗಸಿನ ಕೈಲಿ ಯಾವುದನ್ನು ಮಾತನಾಡಬಾರದೆಂಬುದು ತಿಳಿಯದ ದಡ್ಡತನ. ಮಾತುಗಾರಿಕೆ ಅಂದರೆ ತಮ್ಮ ಅರ್ಜುನನದು. ಬಿಲ್ಲುಗಾರಿಕೆಯಷ್ಟೇ ಗುರಿ. ಒಂದೊಂದು ಮಾತಿಗೂ ಮನಸ್ಸು ಒಂದೊಂದು ಮೆಟ್ಟಿಲು ಅವನತ್ತ ಇಳಿದು ನನಗೇ ತಿಳಿಯದಂತೆ ಅವನಲ್ಲಿ ಬೆರೆತುಹೋಗಬೇಕು, ಅಷ್ಟು ಚತುರ. ಆರ್ಯಾವರ್ತದಲ್ಲೇ ಚತುರ ಬಿಲ್ಲುಗಾರನೆಂದು ಸ್ವಯಂವರ ಮಂಟಪದಲ್ಲಿ ಗೆದ್ದು ನಿಂತ ಗುರಿಕಾರ. ಅಂತಹ

ಲೋಹದ ಬಿಲ್ಲನ್ನು ಬಗ್ಗಿಸಿರುವಾಗಲೂ ಲಕ್ಷ್ಯ ತಪ್ಪಿಸದಿರುವ ಕೈಹಿಡಿತ. ಜೊತೆಗೆ ಅದೆಂತಹ ರೂಪ! ಮೊನಚು ಮೂಗು, ಮೊನಚು ಗಲ್ಲ. ತಿಳಿನೀಲ ಕಣ್ಣುಗಳು. ಶುಭ್ರ ಬಿಳುಪು ಬಣ್ಣ. ಅವನೆದುರಿಗೆ ನಾನು ಕೃಷ್ಣೆಯೇ. ದೃಢವಾಗಿ ನಡೆದರೂ ಸದ್ದಾಗದಂತೆ ಇಡುವ ಹೆಜ್ಜೆಯ ವೈಖರಿ. ಬಿಲ್ಲಿನ ಹೆದೆ ಎಳೆಯುವುದಲ್ಲದೆ ಸಂಗೀತವಾದ್ಯ ಮಿಡಿಯಲು ತಕ್ಕಂತಹ ಮೋಹಕ ಬೆರಳುಗಳು. ಗುರುದಕ್ಷಿಣೆ ಕೊಡಲೆಂದು ಇವರೆಲ್ಲ ಅಪ್ಪನ ಮೇಲೆ ದಂಡೆತ್ತಿ ಬಂದಿದ್ದಾಗ ಇವನನ್ನು ನೋಡಿದ ಅಪ್ಪನೇ ಮೋಹಗೊಂಡಿದ್ದನಲ್ಲ ಇವನ ಧೀರ ಲಲಿತ ಚೆಲುವಿಗೆ, ಶರೀರದ ಯಾವ ಅಂಗದ ಉದ್ದಗಾತ್ರಗಳೂ ತುಸು ಹೆಚ್ಚು ತುಸು ಕಡಮೆ ಎಂದು ಹೇಳಲು ಸಾಧ್ಯವಿಲ್ಲದಂತಹ ಅಪ್ಪಟ ಮೈಕಟ್ಟು. ಅಂಥವನು ಮೂರನೆಯ ರಾತ್ರಿ ಶಯನಗೃಹಕ್ಕೆ ಬಂದು ಸೂಕ್ಷ್ಮವಾಗಿ ನಡುಗುತ್ತಿದ್ದ ಅವನ ಕೈಬೆರಳುಗಳು ಇಂದಿಗೂ ಜ್ಞಾಪಕದಲ್ಲಿವೆ. ಮೃದುವಾಗಿ ನಡುಗುವ ಕೈಗಳಿಂದ ಮೃದುವಾಗಿ ನನ್ನ ಮುಖ ಹಿಡಿದೆತ್ತಿ, 'ನಿನ್ನ ದಾಸನಾಗಲು ಬಂದಿದ್ದಾನೆ ಅರ್ಜುನ, ಕೃಪೆ ಮಾಡುವೆಯಾ ದ್ರುಪದ ರಾಜಕುಮಾರಿ?' ಎಂದ ಧಾಟಿಗೆ ಮೊದಲೇ ಸೋತಿದ್ದ ನಾನು ಮತ್ತೆ ಇಳಿದುಹೋದೆನಲ್ಲ. ಅರ್ಜುನ, ನೀನು ಶುರುವಿನಲ್ಲೇ ನನ್ನನ್ನು ಪೂರ್ತಿ ಗೆದ್ದುಬಿಟ್ಟೆ. ಕೃಷ್ಣೆಯಂತಹ ಭಾಗ್ಯವತಿ ಇಲ್ಲವೆಂಬ ಹಿಗ್ಗನ್ನು ಮೊದಲ ದಿನವೇ ಹುಟ್ಟಿಸಿ ಆ ನಿನ್ನಿಂದಾದ ಹಿಗ್ಗಿನ ತ್ರಾಣದಿಂದಲೇ ನಾನು ಉಳಿದ ನಾಲ್ವರನ್ನೂ ಸಾವಧಾನದಿಂದ ಸಹಿಸಿಕೊಳ್ಳುತ್ತಿದ್ದೆನಲ್ಲ. ಎಂಥ ದಿನಗಳು ಅವು! ನನ್ನೊಡನಿರಲು, ಸಂಗ ಮಾಡಲು, ಮೈಮುಟ್ಟಿ ಕೂತು ಮಾತನಾಡಲು ಐದು ಜನವೂ ಹಾತೊರೆಯುತ್ತಿದ್ದ ದಿನಗಳು. ಅವರಿಗೆಲ್ಲ ಮದುವೆಯಾದ ಹೊಸತು. ಯಾರಿಗೂ ಊನ ವಿಲ್ಲದ ಪ್ರಾಯ. ಹೆಂಡತಿಯ ಜೊತೆ ಬೇಕೆಂಬ ಹಸಿವು, ಆತುರ. ಒಬ್ಬರಾದ ಮೇಲೆ ಒಬ್ಬರು. ಒಂದೊಂದು ರಾತ್ರಿ ಒಬ್ಬೊಬ್ಬರು. ಉಳಿದ ನಾಲ್ಕು ದಿನದ ಹುಲಿಹಸಿವನ್ನೆಲ್ಲ ತಮ್ಮ ಪಾಲಿಗೆ ಬಂದ ಒಂದು ರಾತ್ರಿಯಲ್ಲಿ ತೀರಿಸಿಕೊಳ್ಳುವ ಮೈಬಾಕತನ. ಇಡೀ ರಾತ್ರಿ ಆ ದಿನದ ಗಂಡನ ಮೈಬಾಕತನದಲ್ಲಿ ಪಾಲ್ಗೊಂಡು ಹಗಲೆಲ್ಲ ನಿದ್ರಿಸುವುದು. ನೀನು ಸಾಲಕಟಂಕಟಿಯಂತೆ ಗಟ್ಟಿಯಲ್ಲ ಎಂಬ ಭೀಮನಿಗೆ ತಿಳಿವಳಿಕೆಯಿಲ್ಲ. ಇಷ್ಟು ಗಂಡಂದಿರನ್ನು ತಡೆಯುವ ಶಕ್ತಿ ಸುಕುಮಾರಿ ಕೃಷ್ಣೆಗೆ ಹೇಗೆ ಬಂತು? ತನಗೂ ಆಶ್ಚರ್ಯವಾಗುತ್ತಿತ್ತು. ಎಲ್ಲ ಹೆಂಗಸರಿಗೂ ಈ ಶಕ್ತಿ ಇರುತ್ತದೇನೋ ಎನಿಸುತ್ತಿತ್ತಲ್ಲ. ಹೆಮ್ಮೆಯಾಗುತ್ತಿತ್ತು. ಒಡತೀ, ನಿನ್ನ ಶಕ್ತಿಯೇ ಶಕ್ತಿ ಎನ್ನುತ್ತಿದ್ದಳಲ್ಲ ಸಖಿ. ಆದರೆ ಪ್ರತಿರಾತ್ರಿಯೂ ಮನಸ್ಸು ಬಯಸುತ್ತಿದ್ದುದು ಅರ್ಜುನನನ್ನು. ಉಳಿದವರಲ್ಲೆಲ್ಲ ನಾನು ಹುಡುಕುತ್ತಿದ್ದುದು ಅವನನ್ನು. ಪಾಂಡವರ ನಾಲ್ವರೂ ಅವನ ಮೂಲಕ ಮಾತ್ರವೇ ನನ್ನ ಅರಿವನ್ನು ಮುಟ್ಟುತ್ತಿದ್ದರು, ಇರವನ್ನು ತಟ್ಟುತ್ತಿದ್ದರು. ಅವನ ಸರದಿಯ ರಾತ್ರಿಗಾಗಿ ಕಾಯುವುದೇ ಜೀವನದ ಪರಮ ಗುರಿಯೇನೋ ಎಂಬಂತೆ ಉರುಳುತ್ತಿತ್ತಲ್ಲ ಐದು ಅರೆಕಾಲುಗಳ ಚಕ್ರ. ಹೊರಗೆ ಬೀಸುವ ಗಾಳಿ ನಿಂತಿರ ಬಹುದು. ಲಾವಂಚದ ತಟ್ಟಿಯ ಮೂಲಕ ಗಾಳಿ ಬರುತ್ತಿಲ್ಲ. ಠಣ್‌ಠಣ್ ಸದ್ದು, ಇಲ್ಲ, ಊಹೂಂ, ಗಾಳಿ ಎತ್ತೆತ್ತಲೋ ಬೀಸುತ್ತಿರಬಹುದು, ಸರಿಯಾಗಿ ಕೇಳುವುದಿಲ್ಲ, ಒಳಗೆ ದಗೆ ಅಡಗಿದೆ. ಆದರೆ ಮೈ ಅಂಟುವ ಮೂಕ ಉಬ್ಬಸ. ಜ್ಯೋತಿಷ್ಮತೀ, ಒಂದು ಬೀಸಣಿಗೆ

ತಾ, ಲಾವಂಚದ್ದು ಬೇಡ. ಭಾರ ಹೆಚ್ಚು, ಗಾಳಿ ಕಡಮೆ. ಭೂತಾಳೆ ಎಲೆಯದ್ದು ಚನ್ನ. ದಾಸಿ ಬೀಸಣಿಗೆ ತಂದು ಬೀಸುತ್ತಾ ಪಕ್ಕದಲ್ಲಿ ಕುಳಿತಳು. ಹಾಯ್ ಎನ್ನುವಂತೆ ಹಿತವಾಗುತ್ತದೆ. ಮೇಲುವಸ್ತ್ರ ತೆಗೆದು ಕೂರುವಂತಾಗುತ್ತದೆ. ಸಡಿಲ ಮಾಡಿ ಕೂತಳು. ಹೀಗೆಯೇ ಬೀಸುತ್ತಿದ್ದರೆ ಚನ್ನ. ಇಡೀ ಕೋಣೆ ಖಾಲಿಯಾದಂತಾಯಿತು. ಅವಳು ಹತ್ತಿರ ಬಂದ ತಕ್ಷಣ ನೆನಪು ಹಾರಿಹೋಯಿತು. ಏನು ಯೋಚಿಸುತ್ತಿದ್ದೆ ನಾನು ಅಲ್ಲ ನೆನಸಿಕೊಳ್ಳುತ್ತಿದ್ದೆ. ಥೂ, ಅದೂ ಅಲ್ಲ, ಏನು ನೆನಪಿಗೆ ಬರುತ್ತಿತ್ತು. ಜ್ಯೋತಿಷ್ಮತೀ, ನಾನೇ ಗಾಳಿ ಹಾಕಿಕೊಳ್ಳುತೀನಿ. ಅದನ್ನ ಇಲ್ಲಿ ಕೊಟ್ಟು ಹೋಗು. 'ತಟ್ಟಿಗೆಲ್ಲ ನೆನೆದು ತೊಟ್ಟಿಕ್ಕುವಷ್ಟು ನೀರು ಎರಚಿದ್ದೇನೆ. ಬೇರೇನೂ ಕೆಲಸವಿಲ್ಲ. ನಾನೇ ಬೀಸ್‌ತೀನಿ.' ಬೇಡ ಬೇಡ, ಹೇಳಿದ ಹಾಗೆ ಕೇಳು. ನೀನು ಹೋಗು. ನನಗೆ ಒಬ್ಬಳೇ ಇರಬೇಕೆನ್ನಿಸಿದೆ ಕೈನೀಡಿ ಬೀಸಣಿಗೆ ಕಿತ್ತುಕೊಂಡಳು. ದಾಸಿ ಎದ್ದು ಬೇರೆ ಕೋಣೆಗೆ ಹೋದಳು. ಕೋಣೆ ಎಲ್ಲ ಖಾಲಿ. ನಿಶ್ಶಬ್ದ. ನಿರ್ಜನ. ಬಿಗಿಗೊಂಡು ಸಣ್ಣದಾಗಿ ಅನಂತರ ಸಡಿಲಗೊಂಡು ದೊಡ್ಡವಾಗುವ ಎರಡು ಕಣ್ಣುಗಳು ನಿಶ್ಶಬ್ದ ನಿರ್ಜನ ಕೋಣೆಯನ್ನು ನೋಡುತ್ತವೆ. ಇಷ್ಟು ಹೊತ್ತಿಗೆ ಎಷ್ಟು ಕೋಸು ಹೋಗಿರಬಹುದು? ಹೊರಗೆ ಪ್ರಚಂಡ ಬಿಸಿಲು. ಕುದುರೆಗಳು ಒಂದೇಸಮಕ್ಕೆ ಹೋಗುತ್ತವೆಯೆ? ಪಾಪಿ ದುರ್ಯೋಧನ ದಾರಿಯಲ್ಲಿ ಕೊಲೆಗಡುಕರನ್ನು ಬಿಟ್ಟು, ಬಿಟ್ಟರೇನು ಜೊತೆಗೆ ಇಪ್ಪತ್ತು ಜನ ಬೆಂಗಾವಲಿನವರು, ಯಾವ ಕಾವಲಿನವರೂ ಬೇಡ. ಭೀಮನನ್ನು ಕೊಲ್ಲುವವನು ಹುಟ್ಟಿಲ್ಲ. ಭೀಮನಿಂದ ಕೊಲ್ಲಿಸಿಕೊಳ್ಳುವುದೇ ದುರ್ಯೋಧನನ ಹಣೆಬರಹವಾಗಿರುವಾಗ ಕೊಲೆಗಡುಕರಿಂದ ಏನಾದೀತು! ಎಷ್ಟು ರಾಕ್ಷಸರನ್ನು ಕೊಂದಿದ್ದಾನೆ. ಜಯದ್ರಥನ ಸೆರೆ ಹಿಡಿದು, ಕೀಚಕನನ್ನು ಹೊಸಕಿ ಮುದ್ದೆ ಮಾಡಿ, ಪೂರ್ವದಿಕ್ಕಿನ ರಾಜರುಗಳನ್ನೆಲ್ಲ ಸೋಲಿಸಿ ರಾಜಸೂಯದ ಕಾಣಿಕೆ ತಂದು, ಭೀಮನ ಕೊಲೆ ಅಸಾಧ್ಯದ ಮಾತು. ಸುಳ್ಳುಸುಳ್ಳು ಗಾಬರಿಬೇಡ. ಇಷ್ಟು ಹೊತ್ತಿಗೆ ಐದು ಕೋಸಾದರೂ ಸಾಗಿರುತ್ತಾರೆ. ಮೂರು ನಾಲ್ಕು ದಿನದ ದಾರಿ. ಆಮೇಲೆ ಭೀಮ ಕೃಷ್ಣೆಯನ್ನು ಮರೆತು, ಕೃಷ್ಣೆಯ ದಿಕ್ಕು ತಪ್ಪಿ ಕೃಷ್ಣೆ ಯಾರನ್ನೂ ಅವಲಂಬಿಸುವುದಿಲ್ಲ. ಅವಳಿಗೆ ಯಾರ ದಿಕ್ಕೂ ಬೇಡ. ತನ್ನ ಪಾಡಿಗೆ ತಾನು ಸ್ವತಂತ್ರಳಾಗಿರುತ್ತಾಳೆ. ಬೇಕಾದರೆ ಅವಳ ಮಕ್ಕಳನ್ನವಲಂಬಿಸುತ್ತಾಳೆ. ಅವನು ಬೇಕಾದರೆ ಆ ಸಾಲಕಟಂಕಟಿಯ ಜೊತೆಗೇ ಇರಲಿ, ಅವಳನ್ನು ಕರೆದುಕೊಂಡೇ ಬರಲಿ ಎಂದುಕೊಳ್ಳುವಾಗ ಹೊರಗಿನಿಂದ ಮತ್ತೆ ಗಾಳಿ ಬೀಸಿತು. ಒಳಗೆ ಹಾಯ್ ಎನ್ನಿಸುವ ಹಿತ. ಬೀಸಣಿಗೆ ಬೇಡ. ಇಪ್ಪತ್ತಾರು ವರ್ಷದಿಂದ ಬಲ್ಲೆ, ಕೃಷ್ಣೆಯ ಕೈ ಬಿಡುವುದಿಲ್ಲ. ಬಿಟ್ಟು ಅವನಾದರೂ ಹೇಗೆ ಬದುಕಬಲ್ಲ!

ಕೃಷ್ಣೆಯ ಕೈ ಬಿಟ್ಟು ಹೇಗೆ ಬದುಕಬಲ್ಲ. ನೆಲೆ ಸಿಕ್ಕಿತು. ಭೀಮ, ಹೆಂಗಸಿನ ಮನಸ್ಸು ನಿನಗೆ ಅರ್ಥವಾಗುವುದೇ ಇಲ್ಲವೆ? ಇನ್ನೊಬ್ಬ ಹೆಂಗಸಿನ ವಿಷಯ ಆಡಿದರೆ ಕೈ ಹಿಡಿದವಳಿಗೆ ದುಃಖವಾಗುತ್ತದೆಂಬ ತಿಳಿವಳಿಕೆಯೂ ಇಲ್ಲವೆ? ಎಂದ ದಿನ ಹೇಗೆ ಪೆಚ್ಚಾಗಿ ತಲೆ ತಗ್ಗಿಸಿಬಿಟ್ಟ. 'ಅದಕ್ಕೆ ದುಃಖವೇಕಾಗಬೇಕು?' ಎಂದೇನೋ ಕೇಳಿದ. ಸ್ವಲ್ಪ ಹೊತ್ತಿಗೆ ನನ್ನ ಮಾತಿನ ಅರ್ಥ ನಾಟಿ ಮೌನಿಯಾದವನು ಇಡೀ ರಾತ್ರಿ ಮಾತನಾಡಲಿಲ್ಲ. ಮೈ ಮುಟ್ಟಲಿಲ್ಲ. ಅದೇ ದಿನ ಕೊನೆ. ಮತ್ತೆ ಅವಳ ವಿಷಯ ಅನ್ನಲಿಲ್ಲ. ಅವಳ ವಿಷಯ ಮಾತ್ರವಲ್ಲ.

ಭೀಮನ ಮನಸ್ಸಿನಲ್ಲಿ ಬೇರೊಬ್ಬ ಹೆಂಗಸಿನ ಆಲೋಚನೆ ಎಂದಾದರೂ ಬಂದಿದೆಯೋ ಇಲ್ಲವೋ! ನನಗೆ ಪೂರ್ತಿ ಅಂಟಿದವನು. ಅನಂತರ ದಿನಕ್ಕೊಬ್ಬರನ್ನು ವರ್ಷಕ್ಕೊಬ್ಬರೆಂದು ಕ್ರಮಗೊಳಿಸಿಕೊಂಡಾಗ ನಾಲ್ಕು ವರ್ಷ ಒಂಟಿಯಾಗಿರಬೇಕಿತ್ತಲ್ಲ, ಆಗ ಕೂಡ ಅವನು ಬೇರೆ ಹೆಂಗಸಿನ ಆಲೋಚನೆ ಮಾಡಲಿಲ್ಲ. ಸ್ವಂತಕ್ಕೊಬ್ಬಳು ಹೆಂಡತಿ ತರಲಿಲ್ಲ. ರಾಜಸೂಯಕ್ಕೆ ಕಪ್ಪಕಾಣಿಕೆಯೊಡನೆ ಅದೆಷ್ಟು ಯುವತಿ ದಾಸಿಯರನ್ನು ತಂದ? ಒಬ್ಬಳನ್ನೂ ಮುಟ್ಟಲಿಲ್ಲ. ಏಕಮೇವ ನಿಷ್ಠೆ ಅವನದು. ಕೃಷ್ಣೆಯ ಕೈ ಬಿಟ್ಟು ಬದುಕಲಾರ. ಗಂಡಸಿನ ಚತುರತೆಗೆ ಹೆಂಗಸು ಎಲ್ಲವನ್ನೂ ಒಪ್ಪಿಸಿಕೊಳ್ಳುತ್ತಾಳೆ. ಆದರೆ ಅವನು ತನ್ನ ಅದೇ ಚತುರತೆಯಿಂದ ಇತರ ಹೆಂಗಸರನ್ನೂ ಮರುಳುಗೊಳಿಸಿಯಾನೆಂಬ ವಿವೇಕ ಕಾಣುವುದಿಲ್ಲವಲ್ಲ. ಅರ್ಜುನ, ಚತುರ, ಸತತವಾಗಿ ಐದು ವರ್ಷ ನನ್ನನ್ನು ಮರುಳು ಮಾಡಿ ಹುಚ್ಚು ಹಿಡಿಸಿ ನನ್ನ ಮನಸ್ಸಿನ ಏಕಮೇವ ನಿಷ್ಠೆಯನ್ನು ಸಂಪಾದಿಸಿದ ನೀನು ಐದರಲ್ಲಿ ಒಂದು ವರ್ಷದ ಸರದಿಗಾಗಿ ತಾಳಲಾರದೆ ಮುನಿಸಿಕೊಂಡು ಹೋಗಿ ಅದೆಷ್ಟು ಜನ ಹೆಂಗಸರನ್ನು ಭೋಗಿಸಿ ಬಂದೆ. ಬರುವಾಗ ಸ್ವಂತಕ್ಕೆಂದು ಪ್ರತ್ಯೇಕ ಒಬ್ಬಳು ಹೆಂಡತಿಯನ್ನೂ ತಂದೆಯಲ್ಲ. ಹೆಂಗಸನ್ನು ಮರುಳು ಮಾಡುವುದು ನಿನಗೊಂದು ವಿದ್ಯೆಯಾಯಿತು. ನಿಷ್ಠೆಯಾಗಿ ಉಳಿಯಲಿಲ್ಲ. ಆದರೆ ಐವರು ಪಾಂಡವರನ್ನೂ ಒಂದು ಕೈಯ ಐದು ಬೆರಳುಗಳಂತೆ ಒಟ್ಟಿಗೆ ಹಿಡಿದು ತಾಳುವುದು ಈ ಕೃಷ್ಣೆಗೆ ನಿಷ್ಠೆಯಾಯಿತು. ನಿಷ್ಠೆಯನ್ನುಳಿಸಿಕೊಳ್ಳುವುದರಲ್ಲಿ ನಾನು ಇಂದಿನ ತನಕ ಗೆದ್ದಿದ್ದೀನಿ. ನನಗೆ ಮುಖ ಕೊಟ್ಟು ಮಾತನಾಡುವ ಶಕ್ತಿ ಕಳೆದುಕೊಂಡಿದೀಯ. ಆರ್ಯಾವರ್ತದಲ್ಲೇ ಅತ್ಯಂತ ಸಮರ್ಥನಾದ ಬಿಲ್ಲುಗಾರನಿಗೆ ನನ್ನ ಮಗಳು ಎಂದು ಅಪ್ಪ ನಿರ್ಧರಿಸಿದಾಗ ನನಗೂ ಎಷ್ಟು ಹಿಗ್ಗು! ಅತ್ಯಂತ ವೀರನಿಗಲ್ಲದೆ ಕ್ಷತ್ರಿಯ ಕನ್ಯೆ ಸಿಕ್ಕ ಬಹುದೆ? ದ್ರುಪದರಾಜಕುಮಾರಿ ಸುಲಭದವಳಲ್ಲ. ಅತ್ಯಂತ ಕಷ್ಟದ ಬಿಲ್ಲನ್ನು ಬಗ್ಗಿಸಿ ಅತ್ಯಂತ ಚತುರಗುರಿ ಏರಿಸಿ ಭೇದಿಸುವ ಕಾಣಿಕೆ ತೆತ್ತಲ್ಲದೆ ಸಿಕ್ಕುವವಳಲ್ಲ. ವೀರ್ಯವನ್ನು ಮೆಚ್ಚಿ ಗೌರವಿಸಿ ಪೂಜಿಸುವ ಕ್ಷತ್ರಿಯ ನಮ್ಮಪ್ಪ. ವೈರಿಯಾದರೂ ಸರಿ ಬಿಲ್ವಿದ್ಯೆಯ ಚಳಕ ವನ್ನು ಮನಸಾರ ಮೆಚ್ಚಿ ಅಭಿನಂದಿಸುವ ಶುದ್ಧ ಕ್ಷತ್ರಿಯ. ಕ್ಷತ್ರಿಯನು ಕನ್ಯೆಯನ್ನು ಗೆದ್ದುಕೊಳ್ಳ ಬೇಕು, ದಾನ ಬೇಡುವುದಿಲ್ಲ. ಪುಳಕಿತವಾಗುವ ಮಾತುಗಳು. ನಾನೂ ಅದನ್ನೇ ಮನಸ್ಸಿನ ಮೂಲೆಯಲ್ಲಿ ಮೆಲುಕುಹಾಕುತ್ತಿದ್ದೆನಲ್ಲ.

ಆಯಿತು. ಅರ್ಜುನ ಗೆದ್ದ. ಬಿಲ್ಲನ್ನು ಬಗ್ಗಿಸಿ ಗುರಿಯನ್ನು ಒಂದೇ ಸಲಕ್ಕೆ ಹೊಡೆದುರುಳಿ ಸಿದ. ಕೃಷ್ಣೆ ತನ್ನ ಅಪ್ಪನ ತೊಟ್ಟಿನಿಂದ ಕತ್ತರಿಸಿ ಅವನ ಕುಕ್ಕೆಗೆ ಸರಿಯಾಗಿ ಬಿದ್ದಳು. ಈ ಹಣ್ಣನ್ನು ಹಾರಿಸಲು ಅಲ್ಲಿ ಸೇರಿದ್ದ ಆರ್ಯಾವರ್ತದ ರಾಜರೆಲ್ಲ ನುಗ್ಗಿ ಬಂದರು. ಆಟ ದಲ್ಲಿ ಸೋತಮೇಲೆ ನಗುನಗುತ್ತ ಹಿಂತಿರುಗುವುದು ಯಾವ ಕ್ಷತ್ರಿಯನ ರಕ್ತದಲ್ಲಿದೆ? ಅದೂ ಆರ್ಯಾವರ್ತದ ಕ್ಷತ್ರಿಯನ ರಕ್ತದಲ್ಲಿ? ಜೂಜುಕೋರರು. ಜೂಜಿನಲ್ಲಿ ಗೆದ್ದರೆ ಆಕಾಶವನ್ನೇ ಗೆದ್ದೆವೆಂಬ ಹೆಮ್ಮೆ: ಸೋತರೆ ಮಾತ್ರ ಭಂಡ ಜಗಳ ತೆಗೆದು ರಕ್ತ ಹರಿಸುವುದು, ತಮ್ಮದಾದರೂ ಸರಿ ಗೆದ್ದವನದ್ದಾದರೂ ಸರಿ. ಇಂಥ ಪಂದ್ಯ ನಡೆಯುವಾಗ ಹೀಗಾಗುತ್ತ ದೆಂದು ಅಪ್ಪ ಮೊದಲೇ ಊಹಿಸಿ ಸೈನ್ಯ ಸಿದ್ಧಮಾಡಿಟ್ಟಿಲ್ಲದಿದ್ದರೆ, ಜೊತೆಗೆ ಈ ಐದು

ಜನರು, ಅರ್ಜುನ ಕೆಡವಿ ತನ್ನ ಬುಟ್ಟಿಗೆ ಹಾಕಿಕೊಂಡಿದ್ದ ಈ ಹಣ್ಣನ್ನು ಮತ್ತೆ ಯಾವನು ಹಾರಿಸಿಕೊಂಡು ಹೋಗಿ ಹಲ್ಲು ಊರುತ್ತಿದ್ದನೋ!

ಆಯಿತು. ಅರ್ಜುನ ಗೆದ್ದ. ಮನೆಗೆ ಒಯ್ದ. ಮನೆ ಎಂದರೆ ಎಂಥದು, ನನ್ನ ಜನ್ಮದಲ್ಲೇ ಕಾಲಿಡದ ಜಾಗ. ನಮ್ಮ ಊರಿನ ದಕ್ಷಿಣ ಭಾಗದ ಒಂದು ಕುಂಬಾರನ ಮನೆಯ ಹಿಂದಿನ ಗುಡಿಸಲು. ಸುತ್ತ ಚಕ್ರದ ಮೇಲೆ ತಿರುಗಿಸಿ ತಿರುಗಿಸಿ ತೆಗೆದು ಬಿಸಿಲಿಗಿಟ್ಟ ಮಡಕೆ, ಗಡಿಗೆ, ಸಾವೆಗಳು. ನೆಲದ ಮೇಲೆ ಕೂಡ ಅಲ್ಲಲ್ಲಿ ಮೆತ್ತಿಕೊಂಡ ನಯವಾಗಿ ಮೆದ್ದು ಕಲಿಸಿದ ಮಣ್ಣು. ಗುಡಿಸಲಿನ ಒಳಗೇನೋ ಕಲಸಿದ ಮಣ್ಣಿಲ್ಲ. ಇವರ ವಾಸಕ್ಕೆಂದೇ ಕಟ್ಟಿಕೊಂಡ ಗುಡಿಸಲಂತೆ. ಗೆದ್ದ ರಾಜಕುಮಾರಿಯನ್ನು ಕರೆದೊಯ್ಯಲು ಒಂದು ರಥವೂ ಇಲ್ಲದೆ ನಡೆಸಿಕೊಂಡೇ, ಸ್ವಯಂವರಕ್ಕೆಂದು ಅಲಂಕರಿಸಿದ್ದ ಮಿರಿಮಿರಿ ಮಿಂಚುವ ಒಡವೆ ವಸ್ತ್ರಗಳ ತಮ್ಮ ಊರಿನ ರಾಜಕುಮಾರಿ ಬೀದಿಯಲ್ಲಿ ನಡೆದುಹೋಗುತ್ತಿದ್ದಾಳೆಂದರೆ ಜನ ಕಡಮೆಯೆ? ಮನೆಗಳಿಂದ ಓಡಿ ಓಡಿ ಬೀದಿಗೆ ನುಗ್ಗುವ, ದಢದಢನೆ ತಮ್ಮ ಮನೆಯ ಮಹಡಿ ಹತ್ತಿ ನೋಡುವ ಹೆಂಗಸರು ಗಂಡಸರು ಮುದುಕ ಮುದುಕಿಯರು ಮಕ್ಕಳು. ರಸ್ತೆ ತುಂಬ ನನ್ನ ಹಿಂದೆ ಗುಂಪು ಕಟ್ಟಿಕೊಂಡು ಬಂದ ಜನ. ಜೊತೆಗೆ ಅರ್ಜುನ, ಸುತ್ತ ಈ ನಾಲ್ವರು. ಹಿಂದುಗಡೆಗೆ ಜನರ ಗುಂಪು. ಕುಂಬಾರನ ಮನೆಯ ಹಿಂದಿನ ಗುಡಿಸಲಿಗೆ ತಂದರು. ಅಮ್ಮ ಎಂದ ಅರ್ಜುನ. ಒಳಗೆ ಕರೆದೊಯ್ದ. ಗೆದ್ದು ತಂದಿದೀನಿ ನೋಡು ಎಂದ. ನಿನ್ನ ಲಕ್ಷಣಕ್ಕೆ ತಕ್ಕ ಹೆಣ್ಣೇ ಇಲ್ಲ ಈ ಲೋಕದಲ್ಲಿ ಅನ್ನುತ್ತಿದ್ದೆಯಲ್ಲ. ಇವಳು ಚನ್ನಾಗಿಲ್ಲವೆ? ಕೇಳಿದ. ಅವನ ಅಮ್ಮ ಎರಡು ಕೈಯಿಂದಲೂ ನನ್ನ ಮುಖವೆತ್ತಿ ನೋಡಿ, ಎಷ್ಟು ಅಗಲವಾದ ಕೈಗಳು, ದೊಡ್ಡ ಮೈಕಟ್ಟು, ಸ್ಪಷ್ಟವಾಗಿ ಬಿಳುಪು ತಿರುಗುತ್ತಿದ್ದ ತಲೆಗೂದಲು, ಆತ್ಮವಿಶ್ವಾಸ ತುಂಬಿದ ಮುಖ, ಬಿಳೀ ವಸ್ತ್ರ, ಮೇಲ್ವಾಸು, ಒಡವೆ ಇಲ್ಲದ ಬಡತನದ ವೇಷ. ನನ್ನ ಮುಖ, ತೋಳು, ಬೆನ್ನುಗಳನ್ನು ಸವರಿ, 'ನಿಜವಾಗಿಯೂ ಚನ್ನಾಗಿದ್ದೀಯ. ತಾನೇ ಲಕ್ಷಣವಂತ ಅನ್ನುವ ಜಂಬವಿದೆ ನನ್ನ ಈ ಮಗನಿಗೆ. ಅವನ ಜಂಬ ಇಳಿಸುವಷ್ಟು ಸುಂದರಿ ನೀನು' ಎಂದು ತಬ್ಬಿಕೊಂಡಳಲ್ಲ. ಅತ್ತೆಯ ಮನಸ್ಸು ದೊಡ್ಡದು. ಲಕ್ಷಣವಾದ ಸೊಸೆಯನ್ನು ಕಂಡರೆ ಬೇಗ ಮತ್ಸರ ಹುಟ್ಟಿಬಿಡುತ್ತದಂತೆ ಅತ್ತೆಯರಿಗೆ. ಆದರೆ ಈ ಅತ್ತೆ ಒಂದು ಕ್ಷಣವೂ ನನ್ನನ್ನು ತನ್ನ ಪ್ರತಿಸ್ಪರ್ಧಿ ಎಂದು ಭಾವಿಸಿ ನಡೆಯಲಿಲ್ಲ ಅಲ್ಲಿಂದ ಇಲ್ಲಿಯವರೆಗೆ. ಮುಂದೆ ಕೂಡ ನನ್ನ ಕೃಷ್ಣೆ, ನೀನು ಚನ್ನಾಗಿ ಉಡು, ಚನ್ನಾಗಿ ಉಣ್ಣು, ಚನ್ನಾಗಿ ತಿನ್ನು ಎಂದೇ ಹೇಳುತ್ತಿದ್ದಳು. ರಾಜಸೂಯ ಯಾಗದಲ್ಲಿ ಸಭೆಗೆ ಹೋಗಲು ನಾನು ಅಲಂಕರಿಸಿಕೊಂಡು ಅವಳಿಗೆ ನಮಸ್ಕಾರ ಮಾಡಲು ಹೋದಾಗ, 'ನನ್ನ ಮಗು, ನನ್ನ ಮಕ್ಕಳ ಅಭ್ಯುದಯವೇನಿದ್ದರೂ ನಿನ್ನಿಂದ' ಎಂದು ತಬ್ಬಿ ಕಣ್ಣೀರು ತೊಟ್ಟಿಕ್ಕಿಸಿದಳಲ್ಲ. ನೋಡಿ ಹದಿಮೂರೂವರೆ ವರ್ಷವಾಯಿತು. ಈಗ ಹೇಗಿದ್ದಾಳೋ! ಎಷ್ಟು ಬಳಲಿದ್ದಾಳೋ! ಮಕ್ಕಳು ಸೊಸೆ ಮೊಮ್ಮಕ್ಕಳು, ರಾಜ್ಯದಿಂದ ವಂಚಿತಳಾಗಿ, 'ಆರ್ಯಾವರ್ತದ ಯಾವ ಕ್ಷತ್ರಿಯನೂ ಬಗ್ಗಿಸಲಾಗದಂತಹ ಬಿಲ್ಲನ್ನು ಮಾಡಿಸಿ ಇಡಿಸಿದ್ದ ದ್ರುಪದರಾಜ. ನಾನು ಬಗ್ಗಿಸಿದೆ. ಈ ಹುಡುಗಿಯನ್ನೂ ಬಗ್ಗಿಸಿದೆ ನಿನ್ನ ಅಪೇಕ್ಷೆಯಂತೆ. ಇನ್ನು ಆ ರಾಜ

ನಮ್ಮಲ್ಲಿ ಬಂದು ಗೌರವ ಕಾಣಿಕೆ ಸಲ್ಲಿಸಿ ಮಗಳನ್ನು ಮನೆಗೆ ಕರೆದೊಯ್ದು ಲಗ್ನ ಮಾಡಿ ಕೊಡುವ ತನಕ ನಾನು ಕಾಯುವುದಿಲ್ಲ. ನೀನೇ ಆಶೀರ್ವಾದ ಮಾಡಿ ಮದುವೆಯಾಯಿತು ಅನ್ನು' ಎಂದ ಅರ್ಜುನ.

'ಅಮ್ಮ, ಈ ಅರ್ಜುನ ಬಿಲ್ಲನ್ನು ಬಗ್ಗಿಸಿರಬಹುದು,' ಅವನ ಪಕ್ಕದಲ್ಲಿ ಅವನ ತಲೆಯ ಮೇಲೆ ಒಂದು ಮೊಳ ಎತ್ತರಕ್ಕಿದ್ದ ಮಹಾಮೈಕಟ್ಟಿನ ಭೀಮ ಬಾಯಿ ಹಾಕಿದ: 'ಇಂಥ ಸ್ವಯಂವರದಲ್ಲಿ ಬರೀ ಪಂದ್ಯ ಗೆದ್ದರೆ ಸಾಲದು. ಹುಡುಗಿ ಜಯಮಾಲೆ ಹಾಕಿದರೂ ಸಾಲದು. ಅವಳು ಹಾಕಿದರೂ ಸುತ್ತ ಸೇರಿರುವ ಕ್ಷತ್ರಿಯರು ಸುಮ್ಮನೆ ಬಿಡುತ್ತಾರೆಯೆ? ಬಲಪ್ರಯೋಗ ಮಾಡಿ, ಭಂಡಾಟವಾಡಿ ಹೊತ್ತುಕೊಂಡು ಹೋಗಲು ನುಗ್ಗುತ್ತಾರೆ. ಇವತ್ತು ಹಾಗೆಯೇ ಆಯಿತು. ದುರ್ಯೋಧನಾದಿಗಳೂ ಸ್ವಯಂವರಕ್ಕೆ ಬಂದಿದ್ದರು. ಬಿಲ್ಲು ಬಗ್ಗಿಸಿ ಹೊಡೆದವನು ಅರ್ಜುನ ಅಂತ ತಿಳಿದ ತಕ್ಷಣ ಅವರೆಲ್ಲ ನುಗ್ಗಿದರು ಇವಳನ್ನು ಹೊತ್ತು ಕೊಂಡು ಹೋಗಿ ತಮ್ಮವಳನ್ನಾಗಿ ಮಾಡಿಕೊಳ್ಳಲು. ಬಿಲ್ಲು ಬಗ್ಗಿಸಿ ಗುರಿ ಹೊಡೆದ ಸಂಭ್ರಮದಲ್ಲಿ ಅರ್ಜುನ ಸುತ್ತ ಏನಾಗುತ್ತಿದೆ ಅನ್ನುವುದನ್ನೇ ಮರೆತು ಸಭೆಯ ಸಹಸ್ರ ಕಣ್ಣುಗಳೂ ತನ್ನನ್ನೇ ಹೇಗೆ ನೋಡುತ್ತಿವೆ ಅನ್ನುವ ಉಬ್ಬಿನಿಂದ ಮೈಮರೆತಿದ್ದ. ನಾನು ತಕ್ಷಣ ಮುಂದೆ ನುಗ್ಗಿ ಈ ಹುಡುಗಿಯ ರಟ್ಟೆ ಹಿಡಿದು ನನ್ನ ಹಿಂದಕ್ಕೆಳೆದು ದುರ್ಯೋಧನನ ಮೇಲೆ ಬಿದ್ದೆ. ಸ್ವಯಂವರಮಂಟಪದ ಒಂದು ಕಂಬ ಕಿತ್ತುಕೊಂಡು ಅವನಿಗೆ ಅವನ ಜೊತೆಗಿದ್ದ ಕರ್ಣದುಶ್ಯಾಸನರಿಗೆ ಒಂದೊಂದು ಬಿಗಿದೆ. ಕಂಬ ಕಿತ್ತದ್ದಕ್ಕೆ ಆ ಪಾರ್ಶ್ವದ ಮಂಟಪ ಕುಸಿಯಿತು. ಗೊಂದಲವೆದ್ದಿತು. ಅಷ್ಟರಲ್ಲಿ ದ್ರುಪದನ ಸೈನಿಕರು ಎಚ್ಚರಾದರು. ಒಟ್ಟಿನಲ್ಲಿ ಏನು ನಡೆಯಿತು ಅಂದರೆ: ಬಿಲ್ಲು ಮುರಿದದ್ದೇ ಬೇರೆ. ಹುಡುಗಿಯನ್ನು ಗೆದ್ದು ತಂದದ್ದೇ ಬೇರೆ. ಅರ್ಜುನ ಬಿಲ್ಲಿನ ಚತುರತೆ ಮೆರೆದಿರಬಹುದು. ಆದರೆ ಇವಳನ್ನು ಗೆದ್ದು ತಂದವನು ನಾನು. ಇವಳ ಈ ಎಡತೋಳು ನೋಡು ನಾನು ಕೈಹಾಕಿ ಹಿಡಿದು ನನ್ನ ಹಿಂಬದಿಗೆ ಎಳೆದುಕೊಂಡು ರಕ್ಷಿಸಿದ ಬೆರಳ ಗುರುತು ಇನ್ನೂ ಹೇಗೆ ಕೆಂಪಗೆ ಉಳಿದಿದೆ. ಆದ್ದರಿಂದ ಇವಳು ನನ್ನ ಹೆಂಡತಿಯಾಗಬೇಕು.'

ಯಾರೂ ಮಾತನಾಡಲಿಲ್ಲ. ಸ್ತಬ್ಧ. ಒಂದು ನಿಮಿಷದಲ್ಲಿ ಅರ್ಜುನ ತಿರುಗಿಬಿದ್ದ: 'ನಿನ್ನ ಹೆಂಡತಿಯಾಗಬೇಕಂತೆ, ನಿನ್ನ ಹೆಂಡತಿ. ಬಿಲ್ಲು ಮುರಿದವನಿಗೆ ನನ್ನ ಮಗಳು ಅಂತ ದ್ರುಪದ ರಾಜ ಪಣ ಇಟ್ಟ. ನಾನು ಪಣ ಗೆದ್ದೆ. ನಡುವೆ ಪುಂಡರು ಅಡ್ಡಬಂದರು. ಅಣ್ಣ ಅನ್ನಿಸಿಕೊಂಡ ನೀನು ತಮ್ಮನ ಪದಾರ್ಥ ರಕ್ಷಿಸಿರಬಹುದು. ಹಾಗಂತ ಪದಾರ್ಥವೇ ನನ್ನದು ಅಂದರೆ ನಿನ್ನ ನಾಲಗೆಯಲ್ಲಿ ಹುಳ ಸುರಿದೀತು.'

'ಧರ್ಮಶಾಸ್ತ್ರವೆಲ್ಲ ನಿನ್ನ ನಾಲಗೆಯಲ್ಲೇ ಇದೆ ಅಂತ ತಿಳಕೊಂಡಿದ್ದೀಯೊ? ನಾನಿಲ್ಲದಿದ್ದರೆ ಇಷ್ಟು ಹೊತ್ತಿಗೆ ಪದಾರ್ಥ ಹಸ್ತಿನಾವತಿಯ ದಾರಿಯಲ್ಲಿ ಹೋಗುತ್ತಿತ್ತು. ಮೂರು ನಾಕು ಕೋಸು ದೂರ. ದುರ್ಯೋಧನನಿಗೆ ಸಿಕ್ಕಿದ್ದರೆ ನಿನಗೆ ಸಂತೋಷ. ಸ್ವಂತ ಅಣ್ಣನಿಗೆ ಕೊಡುಕ್ಕೆ ಮಾತ್ರ ಹೊಟ್ಟೆಕಿಚ್ಚು.' ಭೀಮನ ಉತ್ತರ. ನಾನು ಕತ್ತೆತ್ತಿ ಅವನ ಮುಖವನ್ನೂ ನೋಡಿರಲಿಲ್ಲ. ಆಗಲೂ ನೋಡಲಿಲ್ಲ. ಅಷ್ಟು ಎತ್ತರ. ಮುಖವೆತ್ತಿ ನೋಡಲು ನಾಚಿಕೆ

ತಡೆಹಿಡಿದಿತ್ತು. ಅಲ್ಲದೆ ಇಲ್ಲಿ ಈಗ ಹುಟ್ಟುತ್ತಿರುವ ಜಗಳದಿಂದ ಗಾಬರಿಯೂ ಆಗುತ್ತಿತ್ತು.

'ಲೋ. ಹೊಟ್ಟೆಕಿಚ್ಚು ಗಿಟ್ಟೆಕಿಚ್ಚಿನ ಮಾತು ಬೇಡ. ಗುಡಿಸಲಿನಿಂದ ಹೊರಗೆ ಬಾ. ನೀನೂ ಬಿಲ್ಲು ಬಾಣ ಹಿಡಿದು ನಿಲ್ಲು, ನಾನೂ ನಿಲ್ಲುತೀನಿ. ಒಂದೇ ಏಟಿಗೆ ನಾನು ನಿನ್ನನ್ನು ಮುಗಿಸಿದರೆ ಇವಳು ನನಗೆ. ನೀನು ನನ್ನನ್ನು ಮುಗಿಸಿದರೆ ನಿನಗೆ. ಗಂಡಸಾದರೆ ಒಪ್ಪು.'

'ಅರ್ಜುನ, ಅಣ್ಣನ ಮೇಲೆ ಸವಾಲು ಹಾಕುವಷ್ಟು ಗಂಡಸಾದೆಯ? ಎಂದೂ ನನ್ನನ್ನು ಧಿಕ್ಕರಿಸಿ ಮಾತನಾಡುವ ಎದೆ ಇರಲಿಲ್ಲ ನಿನಗೆ. ನೀನು ಹೇಳುವುದು ದ್ವಂದ್ವಯುದ್ಧ. ಯಾರೂ ಬಿಲ್ಲು ಬಾಣ ಹಿಡಿದು ದ್ವಂದ್ವ ಆಡುವುದಿಲ್ಲ. ಅದೇನಿದ್ದರೂ ಮಲ್ಲಯುದ್ಧದಲ್ಲಿ. ಹೊರಗೆ ನಡಿ, ಒಂದೇ ತಬ್ಬಿಗೆ ನಿನ್ನ ಎದೆಯ ಮೂಳೆಗಳನ್ನೆಲ್ಲ ಪುಡಿ ಮಾಡಿ, ಒಲೆ ಉರಿಸಲು ಪುಳ್ಳೆಗಡ್ಡಿಗಳನ್ನು ಪುಡಿಮಾಡುವ ಹಾಗೆ.....'

ಎನ್ನುತ್ತಿರುವಾಗ ಅತ್ತೆ ಕೈ ಎತ್ತಿ ಭೀಮನ ತೋಳಿಗೆ ಅರ್ಜುನನ ಭುಜಕ್ಕೆ ಫಟ್ ಫಟ್ ಎನ್ನುವಂತೆ ಒಂದೊಂದು ಏಟು ಬಿಗಿದು, ಈ ವಯಸ್ಸಿನ ಇಂತಹ ಶಕ್ತಿವಂತ ಗಂಡು ಮಕ್ಕಳಿಗೂ ಏಟುಕೊಡುವ ತಾಯಿ, ನಾನು ನೋಡಿರಲಿಲ್ಲ. ನಮ್ಮಮ್ಮ ಬದುಕಿದ್ದರೆ ಧೃಷ್ಟದ್ಯುಮ್ನ ನಿಗೆ ಹೀಗೆ ಹೊಡೆಯುತ್ತಿದ್ದಳೇ? ಏಟು ತಿಂದ ಇಬ್ಬರೂ ತಕ್ಷಣ ನಾಯಿಮರಿಗಳಂತೆ ಬಾಯಿ ಮುಚ್ಚಿಕೊಂಡು ಇಡೀ ಗುಡಿಸಲು ನಿಶ್ಶಬ್ದ. 'ಬಿಲ್ಲುಯುದ್ಧವಂತೆ ಮಲ್ಲಯುದ್ಧ! ನಾನು ಹೆತ್ತ ಮಕ್ಕಳು ಒಂದು ರಕ್ತ ಭಾಗ ಮಾಡಿಕೊಂಡು ಹುಟ್ಟಿದ ಅಣ್ಣತಮ್ಮಂದಿರು ಒಂದು ಹುಡುಗಿಯ ಮೋಹಕ್ಕೆ ಒಬ್ಬರ ಮೇಲೊಬ್ಬರು ಬಿದ್ದು, ನಾಚಿಕೆಯಾಗಬೇಕು ನಿಮಗೆ. ಬಾಯಿ ಮುಚ್ಚಿಕೊಂಡು ನಿಂತಿರಿ. ನಾನು ವಿಚಾರ ಮಾಡುತ್ತೀನಿ. ಧರ್ಮ, ನೀನು ಸುಳ್ಳು ಹೇಳುವವನಲ್ಲ. ಅಲ್ಲಿ ಏನು ನಡೆಯಿತು ನಿಜ ಹೇಳು.'

ಇವರು ಪಾಂಡವರೆಂದು ನನಗೆ ಅಷ್ಟರಲ್ಲಿ ತಿಳಿದಿತ್ತಲ್ಲ. ಧರ್ಮ ಅಂದರೆ ಹಿರಿಯ. ಶಾಂತ ಮುಖಭಾವ. ಭೀಮನ ಮೈಕಟ್ಟಾಗಲಿ ಅರ್ಜುನನ ಚುರುಕುತನವಾಗಲಿ ಇಲ್ಲದ, ರೆಪ್ಪೆಯನ್ನು ಕೂಡ ನಿಧಾನವಾಗಿ ಆಡಿಸುವ, ಮಟ್ಟಸ, ಹೌದು ಆಗ ಇದ್ದಂತೆಯೇ ಈಗಲೂ ಇದ್ದಾನೆ, ಏನೂ ಹೇಳದೆ ತಲೆತಗ್ಗಿಸಿ ನಿಂತ. ಧರ್ಮ, ನಿಜ ಹೇಳಿಬಿಡು ತಾಯಿ ಅಪ್ಪಣೆ ಮಾಡಿದುದಕ್ಕೆ, ನಾನೇ ಅಷ್ಟರಲ್ಲಿ ಸಂಕೋಚ ಬಿಟ್ಟು ಧೈರ್ಯ ತುಂಬಿಕೊಂಡು ತಲೆ ಎತ್ತಿ ನೋಡಿದೆನಲ್ಲ, ಕಸಿವಿಸಿ ತುಂಬಿದ ಮುಖ, ಗಂಟಲಲ್ಲಿ ಉಗುಳು ಸಿಕ್ಕಿಕೊಂಡ ಧ್ವನಿಯಲ್ಲಿ, 'ಅಮ್ಮ, ಇವಳು ಅರ್ಜುನ ಭೀಮರಲ್ಲಿ ಯಾರನ್ನು ಮದುವೆಯಾದರೂ ಒಂದು ಅಧರ್ಮ ಉಂಟಾಗುತ್ತೆ. ಹಿರಿಯನಿಗೆ ವಿವಾಹವಾಗದೆ ಕಿರಿಯರು ಮಾಡಿಕೊಳ್ಳು ವುದು ಆರ್ಯಪದ್ಧತಿಯೇ?'

'ಹಾಗಾದರೆ?' ಚುರುಕು ಬುದ್ಧಿಯ ಅರ್ಜುನ ತಕ್ಷಣ ಬಾಯಿ ಹಾಕಿದ.

ಧರ್ಮ ಮತ್ತೆ ಮಾತನಾಡಲಿಲ್ಲ. ಆದರೆ ನಡುವೆ ಕದ್ದುಕದ್ದು ನನ್ನ ಕಡೆಗೆ ಕಣ್ಣು ಹೊರಳಿಸುವುದನ್ನು ನಿಲ್ಲಿಸಲಿಲ್ಲ. ನಿಲ್ಲಿಸಲು ಅವನಿಂದ ಆಗಲಿಲ್ಲ. ಅಷ್ಟರಲ್ಲಿ ನನಗೆ ಮೈ ಬೆವರಿತ್ತು. ಗಾಬರಿಯೋ ತಲ್ಲಣವೋ ಏನಾಗಿತ್ತೋ ಈಗ ಏನು ಮಾಡಿದರೂ ಜ್ಞಾಪಕಕ್ಕೆ

ಬರುತ್ತಿಲ್ಲ. ಕೃಷ್ಣೆ ಆಡಿಸುತ್ತಿದ್ದ ಬೀಸಣಿಗೆ ನಿಲ್ಲಿಸಿ ನೆನಪನ್ನು ಇಪ್ಪತ್ತಾರು ವರ್ಷದ ಹಿಂದಿನ ಆ ಕ್ಷಣದ ಮೇಲೆ ಅಲುಗಾಡದಂತೆ ನಿಲ್ಲಿಸಿಕೊಂಡಳು. ಯಾರು ಯಾರು ಏನೇನು ಅಂದರೆಂಬ ನೆನಪು ಬರುತ್ತದೆ. ತನಗೆ ಏನಾಗುತ್ತಿತ್ತೆಂಬ ಸ್ಪಷ್ಟತೆ ಇಲ್ಲ. ಅಂತೂ ನನ್ನ ಶರೀರವನ್ನು ಹೊತ್ತಿದ್ದ ಎರಡು ಪಾದಗಳೂ ಬೆವೆತು ನೆಲಕ್ಕೆ ಅಂಟಿಕೊಂಡಿದ್ದವು.

'ಹಾಗಾದರೆ ಇವಳನ್ನು ಮದುವೆಯಾಗುವ ಆಶೆ ನಿನಗೂ ಇದೆ ಅಂದ ಹಾಗಾಯಿತು. ಅಣ್ಣ, ನೀನು ನ್ಯಾಯ ಬಿಟ್ಟು ಮಾತನಾಡುವವನಲ್ಲ ಅಂತ ಇಲ್ಲಿಯ ತನಕ ನಾನು ತಿಳಿದಿದ್ದೆ. ಹಿರಿಯನನ್ನು ಬಿಟ್ಟು ಕಿರಿಯ ಆಗಬಾರದು ಅಂತ ನಿನ್ನ ಹಕ್ಕು ಹೇಳ್ತೀಯಲ್ಲ, ಹಿಡಿಂಬವನದಲ್ಲಿ ಯಾಕೆ ನಿನಗೆ ಆಶೆ ಹುಟ್ಟಲಿಲ್ಲ? ನಿನ್ನ ಜ್ಯೇಷ್ಠತ್ವದ ಹಕ್ಕನ್ನು ಯಾಕೆ ಬಿಟ್ಟುಕೊಟ್ಟೆ, ಆ ರಾಕ್ಷಸಿ ಎಡಗೈಯಿಂದ ನಿನ್ನ ಜುಟ್ಟು ಹಿಡಿದು ಎತ್ತಿ ಕುಕ್ಕಿಯಾಳು ಅನ್ನುವ ಭಯಕ್ಕೋ?' ಅರ್ಜುನ ತಿರುಗಿ ಆಡಿದುದಕ್ಕೆ ಧರ್ಮ ಮತ್ತೆ ತಲೆ ತಗ್ಗಿಸಿದ. ಅವನ ಮುಖವೆಲ್ಲ ಅತ್ತ ಎಳೆಮಗುವಿನ ಮುಖದಂತೆ ಕೆಂಪು ತಿರುಗಿತ್ತು.

'ಧರ್ಮ, ಏನು ನೀನನ್ನುವುದು?' ತಾಯಿಯ ಧ್ವನಿಯಲ್ಲಿ ಆಶ್ಚರ್ಯ, ಗಾಬರಿ. ಅವಳು ಸುಸ್ತಾಗಿ ಕೆಳಗೆ ಕೂತಳು. 'ನೀನೂ ಕೂತುಕೊ ಮಗಳೇ,' ಕೈ ಹಿಡಿದು ತನ್ನೆದುರಿಗೆ ಕೂರಿಸಿಕೊಂಡಳು. ಗುಡಿಸಲಿನ ಬಾಗಿಲು ತೆರೆದಿತ್ತು. ಕುಂಬಾರನ ಮನೆಯ ಎದುರುಭಾಗದಲ್ಲೆಲ್ಲ ಜನವೋ ಜನ. ನಮ್ಮೂರಿನ ಜನ. 'ಭೀಮ, ಅರ್ಜುನ, ನಕುಲ, ಸಹದೇವ, ಧರ್ಮ, ನೀವೆಲ್ಲ ಹೊರಗೆ ಹೋಗಿ ಅವರ್ಯಾರೂ ನಮ್ಮ ಗುಡಿಸಲಿನ ಹತ್ತಿರ ನಿಲ್ಲಕೂಡದು ಅಂತ ಗದ್ದರಿಸಿ ಬನ್ನಿ. ಯಾರಾದರೂ ನಿಂತರೆ ಬಾಣ ಹೊಡೀತೀವಿ. ಇದು ರಾಜಾಜ್ಞೆ ಅನ್ನಿ' ಎಂದಳು. ಅವರೆಲ್ಲ ಹೊರಗೆ ಹೋದರು. ನನ್ನನ್ನು ಹತ್ತಿರ ಎಳೆದು ಕೂರಿಸಿಕೊಂಡು ಅವರ ತಾಯಿ ನನಗೆ ಹೇಳುವುದೆ: 'ಮಗು, ನೀನು ಬರೀ ಸುಂದರಿಯಲ್ಲ. ಬಿಳುಪು ಕಡಮೆಯಾದರೂ ನಿನ್ನ ಮುಖ ಕಣ್ಣು ಮೂಗು ಬಾಯಿ ಮೈಕಟ್ಟುಗಳ ಆಕರ್ಷಣೆ ಮಾತ್ರ ಅಸಾಧ್ಯ. ಇಲ್ಲದಿದ್ದರೆ ನನ್ನ ಮಕ್ಕಳು ಹೀಗೆ ಒಬ್ಬರೊಡನೊಬ್ಬರು ಜಗಳವಾಡುತ್ತಿದ್ದರೆ? ನಿನ್ನನ್ನು ವಾಪಸು ನಿನ್ನ ತಂದೆಗೆ ಒಪ್ಪಿಸಿ ಬಿಡ್ತೀನಿ. ಜಗಳವನ್ನೇಕೆ ಸೊಸೆಯಾಗಿ ತಂದುಕೊಳ್ಳಲಿ ನಾನು?' ಆಗ ನನಗೆ ಬಂದದ್ದು ಖಂಡಿತವಾಗಿಯೂ ಸಿಟ್ಟು. ನನ್ನ ಆಕರ್ಷಣೆಯನ್ನು ಸಖಿಯರೆಲ್ಲ ಹೇಳುತ್ತಿದ್ದರು, ಅಪ್ಪ ಅಣ್ಣ ಹೆಮ್ಮೆಪಡುತ್ತಿದ್ದರು. ಸ್ವಯಂವರದ ರಾಜರೆಲ್ಲ ಬಾಯಿ ಬಾಯಿ ಬಿಡುತ್ತಿದ್ದರೆಂದು ಸಖಿಯೇ ಹೇಳಿದಳು. ಆದರೆ ಈ ಕುಂತಿ ನನ್ನನ್ನು ಆಪಾದಿಸುತ್ತಿದ್ದಾಳೆ. ಮುಖವೆತ್ತಿ ಅವಳ ಮುಖ ನೋಡಿದೆ. ಮುದುಕಿಯ ಮುಖದಲ್ಲಿ ಕಳವಳ, ನಿಸ್ಸಹಾಯಕತೆ. ಆದರೆ ನನ್ನ ಬಗೆಗೆ ಮೆಚ್ಚುಗೆ. ತನ್ನ ಮಕ್ಕಳಿಗಿಂತ ಹೆಚ್ಚಾಗಿ ತಾನೇ ನನ್ನಲ್ಲಿ ಮೋಹಗೊಂಡಿದ್ದಾಳೋ ಎಂಬಂತಹ ಬೆರಗುನೋಟ. ತಾನೇ ನನ್ನ ಪಾಣಿಗ್ರಹಣ ಮಾಡಿದಂತೆ ಕೈನೀಡಿ ನನ್ನೆರಡು ಕೈಗಳನ್ನೂ ಭದ್ರವಾಗಿ ಹಿಡಿದು ಕುಳಿತಳು. ಎಷ್ಟು ದೊಡ್ಡ ಕೈಗಳು, ಎಷ್ಟು ಬಿಗಿಯಾದ ಬೆಚ್ಚನೆಯ ಹಿಡಿತ! ನಾನು ಸುಮ್ಮನೆ ತಲೆತಗ್ಗಿಸಿ ಕುಳಿತಿದ್ದೆನಲ್ಲ. ಏಯ್, ಯಾರೂ ಇಲ್ಲಿ ಹತ್ತಿರ ನಿಲ್ಲಬಾರದು. ನಿಮ್ಮ ನಿಮ್ಮ ಮನೆಗಳಿಗೆ ಹೊರಟುಹೋಗಬೇಕು. ನಿಮ್ಮ ರಾಜಕುಮಾರಿಯನ್ನು ಬೇಕಾದರೆ

ವಿವಾಹಮಂಟಪದಲ್ಲಿ ನೋಡುವಿರಂತೆ. ಈಗಲೇ ಹಿಂತಿರುಗಿ. ಅಲ್ಲಿ ನೋಡಿ. ನಿಮ್ಮ ರಾಜಭಟರೇ ಬರುತ್ತಿದಾರೆ ನೋಡಿ ನಿಮ್ಮನ್ನೆಲ್ಲ ದೂರ ಅಟ್ಟಲು. ಸ್ವಲ್ಪ ಹೊತ್ತಿಗೆ ಐದು ಜನವೂ ಒಬ್ಬೊಬ್ಬರಾಗಿ ಒಳಗೆ ಬಂದರು. ನನ್ನ, ಅವರಮ್ಮನ, ಸುತ್ತ ಕುಳಿತರು. ನನ್ನ ಮೇಲಿನ ಹಕ್ಕನ್ನು ಪ್ರತಿಯೊಬ್ಬನೂ ಅಮ್ಮನ ಹತ್ತಿರ ಸಾಧಿಸಿಕೊಳ್ಳುವವನಂತೆ; ಅಥವಾ ನನ್ನನ್ನು ಹೊತ್ತುಕೊಂಡು ಹೋಗಲು ಸಿದ್ಧವಾಗಿರುವಂತೆ. ಪ್ರತಿಯೊಬ್ಬನ ಕೈಯಲ್ಲೂ ಬಿಲ್ಲು ಬಾಣ. ಭೀಮ ಒಬ್ಬ ಬರಿಗೈ, ತನಗೇಕೆ ಬೇಕು ಬಿಲ್ಲು ಬಾಣವೆಂಬ ಆಟಿಕೆ ಎಂಬಂತಹ ಹಮ್ಮು. 'ಸಹದೇವ, ಗುಡಿಸಲಿನ ಬಾಗಿಲು ಮುಚ್ಚು,' ಅಮ್ಮ ಎಂದಳು. ಎದ್ದು ಬಾಗಿಲು ಮುಚ್ಚಿದವನೇ ಸಹದೇವ ಎಂದು ನಾನು ಕಿರುನೋಟದಿಂದ ಅರ್ಥಮಾಡಿ ಕೊಂಡೆ. ಸುಂದರವಾದ ಎಳೆ ಮೈ. ನನ್ನ ವಯಸ್ಸೋ ಅಥವಾ ನನಗಿಂತ ಚಿಕ್ಕವನೋ. ಗಂಡಸಿನ ಧೀರ ಮೈಕಟ್ಟಿಗೆ ಹೆಂಗಸಿನ ಮಾರ್ದವತೆಯನ್ನು ಬೆರೆಸಿದ ರೂಪ. ಗಡ್ಡ ಮೀಸೆ ಮೂಡಿಲ್ಲದ ಮುಖ. ಅಲ್ಲಿದ್ದ ಇನ್ನೊಬ್ಬನೂ ಅಂಥವನೇ. ತದ್ವತ್ ಅದೇ ವಯಸ್ಸು. ಅದೇ ಮೈಕಟ್ಟು. ಮೊದಲೇ ಸಂಜೆ. ಕಿಟಿಕಿ ಇಲ್ಲದ ಗುಡಿಸಲಿನ ಬಾಗಿಲು ಮುಚ್ಚಿದಾಗ ಒಳಗೆ ಕತ್ತಲು. ನಾನಲ್ಲದೆ ಉಳಿದ ಆರು ಆಕಾರಗಳು ಮಾತ್ರ. ಗಾತ್ರದ ವ್ಯತ್ಯಾಸವಷ್ಟೇ ತಿಳಿಯುತ್ತಿತ್ತು. ನನ್ನ ಕೈ ಹಿಡಿದು ಕುಳಿತಿದ್ದ ಅವರಮ್ಮ ಎಂದಳು: 'ಸಹದೇವ, ಧರ್ಮನೂ ಇವಳ ಮೋಹದಲ್ಲಿ ಬಿದ್ದಿದ್ದಾನೆ. ಅವನಿಂದ ನ್ಯಾಯದ ಮಾತು ಹುಟ್ಟುವುದಿಲ್ಲ. ಇದರಲ್ಲಿ ನ್ಯಾಯವೇನು ಅಂತ ನೀನು ಹೇಳಿಬಿಡು. ನಾನು ತೀರ್ಮಾನ ಮಾಡ್‌ತೀನಿ. ಈ ಮೂರು ಜನರೂ ಅದಕ್ಕೆ ಬದ್ಧರಾಗಿರಬೇಕು. ಇವಳಿಂದ ನಮ್ಮ ಕ್ಷೇಮಕ್ಕೆ ಹಾನಿ ಎನ್ನಿಸಿದರೆ ಈಗಲೇ ಇವಳನ್ನು ಇವಳ ತಂದೆಗೆ ಒಪ್ಪಿಸಿ ಈ ರಾತ್ರಿಯೇ ನಾವೆಲ್ಲ ಈ ಊರಿನಿಂದ ಹೊರಟುಹೋಗಬೇಕು.'

ಸಹದೇವ ಮಾತನಾಡಲಿಲ್ಲ. ಎಲ್ಲರೂ ಉಸಿರುಕಟ್ಟಿ ಕುಳಿತರು, ನೀರಿನಲ್ಲಿ ಮುಳುಗಿ ಕೂತಿರುವವರಂತೆ. ಅವರಮ್ಮನದೊಂದೇ ಉಸಿರು. ಜೊತೆಗೆ ನನ್ನ ರಕ್ತದ ದಿಕ್ಕು ತಪ್ಪಿದ ಬಡಿತ. 'ಯಾಕೋ, ಸುಮ್ಮನಾದೆ?' ಹೊರಗೆ ರಾಜಭಟರ ಗದ್ದರಿಕೆ: ಹೋಗದಿದ್ದರೆ ಇಲ್ಲೇ ಸೆರೆ ಹಿಡಿಯುತ್ತೇವೆ. 'ಮಗು ಸಹದೇವ, ನೀನು ಸುಳ್ಳು ಹೇಳುವವನಲ್ಲ. ಸರಿಯಾಗಿ ಹೇಳಿಬಿಡು.'

ಸಹದೇವ ಕೆಮ್ಮಿದ. ಕ್ಯಾಕರಿಸಿದ. ಗಂಟಲಲ್ಲೇ ಕಟ್ಟಿ ಹೊರಬರದಂತೆ ಆದ ಧ್ವನಿಯಲ್ಲಿ, ಅದನ್ನೂ ನಡುಗಿಸುತ್ತಾ, 'ಅಮ್ಮಾ, ನಕುಲ ಈ ಕತ್ತಲಲ್ಲೂ ಎತ್ತ ನೋಡುತ್ತಿದಾನೆ ಅಂತ ಗಮನಿಸು.'

ತಕ್ಷಣ ನಕುಲ ಕೂಡಿಸಿದ: 'ಹಾಗೆಯೇ ಸಹದೇವನ ಮನಸ್ಸು ಎತ್ತ ಇದೆ ಅನ್ನುವುದನ್ನೂ ನೀನೇ ಗಮನಿಸಿ ಅರ್ಥ ಮಾಡಿಕೊ.'

ದಿಕ್ಕು ತಪ್ಪಿದ ನನ್ನ ರಕ್ತದ ಬಡಿತ ನಿಂತೇಹೋಯಿತಲ್ಲ. ಅವರಮ್ಮನ ಉಸಿರೂ ಕತ್ತಲೆ ಯಲ್ಲಿ ಮಾಯವಾಯಿತು. ಒಳಗೆಲ್ಲ ಬರೀ ಕತ್ತಲೆ. ಅಸ್ಪಷ್ಟ ಆಕೃತಿಗಳೂ ಇಲ್ಲ. ಅವರಮ್ಮ ತನ್ನ ಕೈಯನ್ನು ಹಿಂದಕ್ಕೆ ತೆಗೆದುಕೊಂಡಳು. ಆ ಕ್ಷಣದಲ್ಲಿ ನನಗೆ ತೀರ ಒಂಟಿ ಎನಿಸಿತು.

ನನ್ನ ಶಕ್ತಿಗೆ ಮೀರಿದ ಮೌನ, ಯಾರೂ ಜೊತೆಗಿಲ್ಲದ ಒಂಟಿತನ. ಐದು ಕಡೆಗಳಿಂದ ತೋನಿಸಿಕೊಂಡು ಅಂತರಿಕ್ಷದಲ್ಲಿ ನಿಂತ ಪಟದ ಏಕಾಂಗಿತನದಂತೆ.

ಸ್ವಲ್ಪ ಹೊತ್ತಿನನಂತರ ಅಮ್ಮ ಎಂದಳು: 'ಕುಂಬಾರನ ಹೆಂಡತಿ ಒಂದಿಷ್ಟು ನುಚ್ಚು ಕೊಟ್ಟಿದ್ದಳು. ಹಾಲಿನೊಡನೆ ಬೆಲ್ಲ ಹಾಕಿ ಬೇಯಿಸಿ ಪಾಯಸ ಮಾಡಿಟ್ಟಿದೀನಿ. ಎಲ್ಲ ಊಟ ಮಾಡೋಣ ಏಳಿ.'

ಸಹದೇವ ಎದ್ದು ಹಣತೆ ಹೊತ್ತಿಸಿದ. ತೇಗದೆಲೆಯ ಜೊಪ್ಪೆಯಲ್ಲಿ ಎಲ್ಲರೂ ಉಂಡರು. ಅವರದ್ದೆಲ್ಲ ಆದಮೇಲೆ ಅಮ್ಮ ಎಂದಳು: 'ನಾನು, ರಾಜಕುಮಾರಿ, ಇಬ್ಬರೂ ಈಗ ಊಟ ಮಾಡಿ ಒಳಗೆ ಮಲಗ್‌ತೀವಿ. ನೀವು ಐವರೂ ಬಿಲ್ಲು ಹಿಡಿದು ಇಡೀ ರಾತ್ರಿ ಹೊರಗೆ ನಿಂತು ಕಾಯಬೇಕು. ದುರ್ಯೋಧನನ ಕಡೆಯವರೋ ಮತ್ತೆ ಯಾರಾದರೋ ರಾತ್ರಿ ಇಲ್ಲಿಗೆ ನುಗ್ಗಿ ಇವಳನ್ನು ಹೊತ್ತು ನಡೆದರೆ ಏನು ಮಾಡುವುದು? ನಾನು ತೀರ್ಮಾನಿಸುವ ತನಕ ಇವಳ ವಿಷಯದಲ್ಲಿ ನೀವಾರೂ ಈರ್ಷ್ಯೆ ಮತ್ಸರಗಳಿಗೆ ಪಕ್ಕಾಗಕೂಡದು. ಭೀಮ, ಅರ್ಜುನ, ನಿಮಗೆ ಎಚ್ಚರಿಕೆ ಹೇಳಿದ್ದೇನೆ.'

ಪಾಯಸದ ರುಚಿ ಯಾರಿಗೆ ತಿಳಿಯಬೇಕು! ಗುಡಿಸಲಿನ ಬಾಗಿಲು ಮುಚ್ಚಿ ಮಂದವಾಗಿ ಉರಿಯುವ ಹಣತೆಯ ಬೆಳಕಿನಲ್ಲಿ ಪಾಂಡವರ ಅಮ್ಮ ನನ್ನ ಪಕ್ಕದಲ್ಲಿ ಕುಳಿತು ಎರಡು ತೋಳುಗಳನ್ನೂ ನೀಡಿ ನನ್ನನ್ನು ತಬ್ಬಿಕೊಂಡು, 'ಮಗಳೇ, ನಿಮ್ಮ ಪಕ್ಕದ ಕುರುನಾಡಿನ ಪಾಂಡುರಾಜನ ಮಕ್ಕಳ ವಿಷಯ ಕೇಳಿಲ್ಲವೇ ನೀನು? ಅರಗಿನ ಮನೆಯಲ್ಲಿ ಕೂಡಿ ಸುಟ್ಟು ಹಾಕಿಸಲಿಲ್ಲವೆ ದುರ್ಯೋಧನ, ಅದರಿಂದ ಬದುಕಿ ಬಂದವರು ನಾವೇ. ಇಲ್ಲಿ ನೋಡು, ನನಗೆ ಬರೀ ಗಂಡುಮಕ್ಕಳು. ನಿನ್ನಂಥ ಮಗಳು ಹುಟ್ಟಲಿಲ್ಲ. ಈಗ ನೀನೇ ನನ್ನ ಮಗಳಾಗಿಬಿಡು.'

ಎಂತಹ ದೊಡ್ಡ ತೋಳುಗಳು. ಬಡಕಲಾಗಿದ್ದರೂ ಅಗಲವಾಗಿ ತುಂಬಿದ ಬೆಚ್ಚನೆಯ ಎದೆ. ಒಂಟಿತನ ನೀಗಿ ಕ್ಷೇಮಭಾವ ಹುಟ್ಟಿಸುವ ಬಿಗಿ ಅಪ್ಪುಗೆ. ನನ್ನ ಅಮ್ಮ ಸಾಯುವ ಮೊದಲು ಹೀಗೆ ತಬ್ಬಿಕೊಳ್ಳುತ್ತಿದ್ದಳು. ಆಮೇಲೆ ಕೃಷ್ಣೆಗೆ ಅಂತಹ ಬಿಸಿಯಪ್ಪುಗೆ ಎಲ್ಲಿಂದ ಬರಬೇಕು? ಪಾಂಡವರ ತಾಯಿ ನನ್ನನ್ನು ಗೆದ್ದುಕೊಂಡಳು. ಅರ್ಜುನ ಬಿಲ್ಲು ಬಗ್ಗಿಸಿ ಮತ್ಸ್ಯಯಂತ್ರದ ಗುರಿ ಹೊಡೆದಿದ್ದ. ಭೀಮ ಮೇಲೆಬಿದ್ದವರನ್ನು ಬಡಿದು ಅಬ್ಬರಿಸಿದ್ದ. ಉಳಿದವರು ಯಥಾಶಕ್ತಿ ಕಾದಾಡಿದ್ದರು. ನನ್ನನ್ನು ಗೆದ್ದುಕೊಂಡವಳು ಪಾಂಡವರ ತಾಯಿ. ರಾತ್ರಿ ಜೊತೆಯಲ್ಲೇ ಮಲಗಿ ಬಲಗೈಯಿಂದ ನನ್ನ ಕೆನ್ನೆ ನೀವುತ್ತಾ ಕುರುಗಳ ಕಥೆ ಹೇಳಿದಳು. ಪಾಂಡವರಿಗಾಗಿರುವ ಅನ್ಯಾಯವನ್ನೆಲ್ಲ ವರ್ಣಿಸಿದಳು. ನನಗೆ ಗೊತ್ತಿದ್ದುದೇ ಅವೆಲ್ಲ. ಕುರುಗಳ ಮನೆಯಲ್ಲಿ ಆಗುತ್ತಿದ್ದ ಪ್ರತಿಯೊಂದು ವಿವರವನ್ನೂ ಅಪ್ಪ ನನ್ನ ಕೈಲಿ ಬಿಡಿಸಿ ಬಿಡಿಸಿ ಹೇಳುತ್ತಿದ್ದನಲ್ಲ, ಸೊಕ್ಕಿನ ದ್ರೋಣನಿಗೆ ಆಶ್ರಯ ಕೊಟ್ಟು ಅಪ್ಪನ ಅವಮಾನದಲ್ಲಿ ಭಾಗಿಯಾದ ಭೀಷ್ಮನ ಮನೆಯ ವಿವರಗಳನ್ನು. ಆದರೂ ಅಪ್ಪನಿಗೆ ಅರ್ಜುನ ಎಂದರೆ ಎಷ್ಟು ಪ್ರೀತಿ. ಅಪ್ಪನ ಬಾಯಿಯಿಂದ ವರ್ಣನೆ ಕೇಳಿ ಕೇಳಿಯೇ ನನಗೆ ಅರ್ಜುನನ ಮೇಲೆ ಪ್ರೀತಿ ಬೆಳೆಯಿತೋ ಏನೋ!

ನಡುರಾತ್ರಿ ಕಳೆದ ಮೇಲೆ, 'ಮಗೂ, ದಾಂಪತ್ಯ ಅಂದರೆ ಏನಂತ ಕೇಳಿ ತಿಳಿದಿದ್ದೀಯ?'

ನನಗಾದರೂ ಏನು ಗೊತ್ತು? ನನ್ನ ಸಖಿ, ಮದುವೆಯಾದ ದಾಸಿಯರು ಗುಟ್ಟಿನಲ್ಲಿ ಹೇಳುತ್ತಿದ್ದುದಷ್ಟೇ, ಹೇಳುವುದನ್ನು ತಲ್ಲೀನತೆಯಿಂದ ಕೇಳಿ ಅನಂತರ ಕಲ್ಪನೆಯಲ್ಲಿ ಮೈಮರೆಯುವುದಷ್ಟೇ. ಹೀಗೆ ಕೇಳಿದ್ದೇನೆಂದು ನಾನು ಹೇಗೆ ಹೇಳಲಿ?

'ದಾಂಪತ್ಯಸುಖ ಪಡೆಯುವುದರಲ್ಲಿ, ಕೊಡುವುದರಲ್ಲಿ ಹೆಂಗಸಿಗೆ ಗಂಡಸಿನ ಐದರಷ್ಟು ಶಕ್ತಿಯುಂಟು. ಮಳೆ ಸುರಿಸಿ ಮೋಡ ಬರಿದಾಗುತ್ತೆ. ಒಂದು ಮೋಡದಿಂದ ಭೂಮಿ ತೃಪ್ತವಾಗುತ್ತೆಯೇ? ಹೊರಗೆ ಹೊಳೆಯಾಗಿ ನದಿಯಾಗಿ ನೆರೆ ಬಂದು ಕೊಚ್ಚಿಹೋದರೂ ಒಳಗೆ ನೆನೆದಿರುವುದಿಲ್ಲ. ಭೂಮಿ ಮತ್ತೊಂದು ಮೋಡವನ್ನು ಎದುರುನೋಡುತ್ತಾ ದಗೆಯ ತಣಿವಿಗಾಗಿ ಬಾಯಿ ಬಿಡುತ್ತಿರುತ್ತೆ. ಮಗು, ಹದಿನೆಂಟು ಹತ್ತೊಂಬತ್ತು ವರ್ಷದ ನಿನಗೆ ಈ ಮಾತು ಅರ್ಥವಾಗುವುದು ಕಷ್ಟವಲ್ಲ. ನನ್ನ ಐದು ಜನ ಮಕ್ಕಳನ್ನೂ ನೀನು ಒಟ್ಟಿಗೆ ಮದುವೆಯಾಗು. ಐದು ಜನರೂ ವೀರ್ಯಸಂಪನ್ನರು. ನಿನಗೆ ಸುಖದ ಸಮೃದ್ಧಿ ಇರಲಿ. ನಿನ್ನಂಥದಾಂಪತ್ಯ ಸುಖದ ಸಮೃದ್ಧಿ ನಮ್ಮ ಆರ್ಯಾವರ್ತದ ಯಾವ ಹೆಂಗಸಿಗೂ ಇಲ್ಲ. ಇದು ನನ್ನ ಆಶೀರ್ವಾದ ಅಂತ ತಿಳಿ.'

'ಏನು ಮಾತು ನೀನು ಹೇಳುವುದು?' ನಾನು ಕಂಪಿಸುತ್ತಾ ಕೇಳಿದೆ. ಯಾಕೆ ಕಂಪಿಸಿದೆ ಎಂಬುದು ಮಾತ್ರ ಇಂದಿಗೂ ಅರ್ಥವಾಗಿಲ್ಲ.

'ಹೆದರಿಕೆಯೆ ನಿನಗೆ? ನನ್ನ ಮಕ್ಕಳನ್ನೆಲ್ಲ ನೀನು ಹೇಳಿದ ಹಾಗೆ ಕೇಳಿಸ್ತೀನಿ. ಇದೇನು ಎಲ್ಲೂ ನಡೆಯದ ಪದ್ಧತಿ ಅನ್ನಬೇಡ. ನಾವಿದ್ದೆವಲ್ಲ ಹಿಮವತ್ಪರ್ವತದಲ್ಲಿ, ಇಂಥದೇ ಪದ್ಧತಿ. ಮದುವೆಯಾದವಳು ಸೋದರರಿಗೆಲ್ಲ ಹೆಂಡತಿ. ಅಲ್ಲದೆ ನಮ್ಮ ಆರ್ಯರ ಮೂಲಸಂಪ್ರದಾಯವನ್ನು ಇಂದಿಗೂ ಆಚರಿಸುವ ದೇವರು ಎಂಬ ಜನಾಂಗವಿದೆ ಹಿಮಾಲಯದಲ್ಲಿ. ಅವರಲ್ಲಿ ಈ ಆಚಾರವಿದೆ.'

'ನಮ್ಮ ರಾಜ್ಯದ ಆರ್ಯೇತರ ಜನಗಳಲ್ಲಿ ಈ ಪದ್ಧತಿಯುಂಟು. ಅರಮನೆಗೆ ಸೌದೆ, ಬೇಟೆಯ ಮಾಂಸ, ಮಂದಲಿಗೆ ಕಂಬಳಿ ಮೊದಲಾದುವನ್ನು ಸರಬರಾಜು ಮಾಡುವವರೆಲ್ಲ ಈ ಪದ್ಧತಿಯವರೇ. ಅಂಥ ಕೆಲವು ಹೆಂಗಸರು ನನ್ನ ದಾಸಿಯರಾಗಿದ್ದಾರೆ. ಆದರೆ ನಾವು ಆರ್ಯರು. ಪಾಂಚಾಲರೆಂದರೆ ಆರ್ಯಾವರ್ತದಲ್ಲೇ ಹೆಸರಾಂತ ಮನೆತನ,' ನಾನು ಕೇಳಿದೆ.

'ಈ ಮಾತನ್ನು ನಿಮ್ಮಪ್ಪ ಕೇಳಬಹುದು. ರಾಜನಾದವನು ಕೇಳಲೇಬೇಕಾದ ಪ್ರಶ್ನೆ. ಅದಕ್ಕೆ ಉತ್ತರವನ್ನು ಧರ್ಮ ಹೇಳುತ್ತಾನೆ. ನಿನ್ನನ್ನು ಹೇಗೂ ಗೆದ್ದಾಗಿದೆ. ನಾವು ಗೆದ್ದ ವಸ್ತುವನ್ನು ಹೇಗಾದರೂ ಅನುಭವಿಸ್ತೀವಿ, ಹಂಚಿಕೊಳ್ತೀವಿ ಅನ್ನುವ ಅಧಿಕಾರ ನಮಗಿದೆ. ನೀನು ಬರಿದೇ ವಿರೋಧಿಸಿ ಸಂತೋಷವನ್ನೇಕೆ ಕಳೆದುಕೊಳ್ಳುತೀಯ? ಸಂತೋಷ ಅಖಂಡ ಪ್ರಮಾಣದಲ್ಲಿ ನಿನ್ನೆಡೆಗೆ ಹರಿದುಬರುತ್ತಿರುವಾಗ ಬೇಡವೆಂದು ಬೆನ್ನು ತಿರುಗಿಸುವುದು ವಿವೇಕವಲ್ಲ. ನನ್ನ ಐದು ಮಕ್ಕಳೂ ನಿನ್ನ ಇಚ್ಛೆಯನ್ನು ಒಂದು ಗೆರೆಯಷ್ಟೂ ಮೀರದಂತೆ ನಾನು ಅಪ್ಪಣೆ ಮಾಡ್ತೀನಿ.'

ಮರುದಿನ ಅಪ್ಪ ಈ ಐವರನ್ನೂ ಅರಮನೆಗೆ ಕರೆಸಿ ಸತ್ಕರಿಸಿ ರಾಜಪುತ್ರರಿಗೆ ತಕ್ಕ ವಸ್ತ್ರ ಭೂಷಣಗಳನ್ನು ಉಡಿಸಿ ತೊಡಿಸಿ ರಾಜೋಚಿತ ಪೀಠದ ಮೇಲೆ ಕೂರಿಸಿ ಮದುವೆಯ ವಿಷಯ ಮಾತನಾಡಿದಾಗ ಧರ್ಮ ಮೊಟ್ಟಮೊದಲು ಅದೇ ಮಾತು ಆಡಿದನಂತೆ: 'ಪೂಜ್ಯ ಪಾಂಚಾಲಾಧಿಪತಿಯೇ, ನೆನ್ನೆ ನಾವು ಗೆದ್ದ ಕನ್ಯೆಯನ್ನು ನಾವು ಐವರೂ ಮದುವೆಯಾಗುತ್ತೇವೆ. ನಾವು ಹೇಳಿದಂತೆ ಮದುವೆ ಮಾಡಿಕೊಡುವ ಮನಸ್ಸಿದ್ದರೆ ಮಾಡಿ ಕೊಡು. ಇಲ್ಲದಿದ್ದರೆ ನಮ್ಮ ಸೌಕರ್ಯಕ್ಕೆ ತಕ್ಕಂತೆ ಮಾಡಿಕೊಳ್ಳುತ್ತೇವೆ. ಯಾಕೆಂದರೆ ಮತ್ಸ್ಯಯಂತ್ರ ಭೇದಿಸಿದವನಿಗೆ ನನ್ನ ಮಗಳು ಎಂದು ನೀನು ಹೇಳಿದ್ದೆ. ಈಗ ನಿನ್ನ ಮಗಳು ನಮ್ಮ ಸ್ವತ್ತು. ಅದರಲ್ಲಿ ಅಡ್ಡ ಬರುವ ಅಧಿಕಾರ ಯಾರಿಗೂ ಇಲ್ಲ.'

'ಆದರೆ ನೀನು ಹೇಳುತ್ತಿರುವುದು ಆರ್ಯೇತರ ಪದ್ಧತಿಯಲ್ಲವೆ?' ಅಪ್ಪ ಕೇಳಿದನಂತೆ.

'ಅದು ಅಧರ್ಮವೇ ಆಗಿದ್ದರೆ ನಿನ್ನ ರಾಜ್ಯದಲ್ಲಿರುವ ಆರ್ಯೇತರರಾದರೂ ಆಚರಿಸಲು ಯಾಕೆ ಬಿಟ್ಟಿದ್ದೀಯ? ಅಲ್ಲದೆ ಇದುವರೆಗೆ ಆರ್ಯರಾಜರು ಎಷ್ಟು ಜನ ಆರ್ಯೇತರ ಕನ್ಯೆಯರನ್ನು ಮದುವೆಯಾಗಿ ಅವರಿಂದ ಹುಟ್ಟಿದ ಮಕ್ಕಳನ್ನು ತಮ್ಮ ಸಿಂಹಾಸನದ ಮೇಲೆ ಕೂರಿಸಿಲ್ಲ? ಹೀಗಿರುವಾಗ ಅವರ ಇದೊಂದು ಪದ್ಧತಿಯನ್ನು ನಾವು ಅನುಸರಿಸಿದರೆ ತಪ್ಪೇನು?'

ಧರ್ಮ ಹಸ್ತಿನಾವತಿಯ ಯುವರಾಜಪಟ್ಟದಲ್ಲಿ ಕೂತು ರಾಜ್ಯಾಡಳಿತ ಮಾಡಿದ್ದನಂತೆ. ವಾದಸೂಕ್ಷ್ಮದಲ್ಲಿ ಅವನನ್ನು ಗೆಲ್ಲುವುದಕ್ಕುಂಟೆ? 'ಮಹಾರಾಜ, ಎಷ್ಟಾದರೂ ನೀನು ಹಿರಿಯ. ನಮಗೆ ಪೂಜ್ಯ. ನಿನ್ನ ಮಗಳನ್ನು ಕರೆತರುತ್ತೇವೆ. ನೀನೇ ನಮ್ಮೆಲ್ಲರಿಗೂ ಅವಳನ್ನು ಧಾರೆ ಎರೆದುಕೊಡು. ನಿನ್ನ ಆಶೀರ್ವಾದವಿಲ್ಲದೆ ನಾವು ಬದುಕುವುದುಂಟೆ? ಇನ್ನು ಎಂದೆಂದಿಗೂ ನಿನ್ನ ಆಶೀರ್ವಾದಬಲವೇ ನಮಗೆ ರಕ್ಷೆ' ಎಂದು ಎದ್ದು ನಮಸ್ಕರಿಸಿದ ನಂತೆ. ಉಳಿದವರೂ ನಮಸ್ಕರಿಸಿದರು. ಅಪ್ಪ ಸೋತ. ಅಲ್ಲ ಗೆದ್ದ. ಕುರುಗಳ ಮನೆಯ ಒಂದು ಶಾಖೆ ತನ್ನ ಆಶೀರ್ವಾದಕ್ಕೆ ಒಳಗಾಯಿತೆಂದು ಹಿಗ್ಗಿದ.

ಮರುದಿನ ನನ್ನನ್ನು ಕುಂತಿಯೊಡನೆ ಅರಮನೆಗೆ ಕರೆದೊಯ್ದು ರಾಜಮಾತೆಗೆ ತಕ್ಕಂತೆ ಅವಳನ್ನು ಸನ್ಮಾನಿಸಿ, ನನ್ನೊಬ್ಬಳನ್ನೇ ಪ್ರತ್ಯೇಕ ಕರೆದು ಅಪ್ಪ ಕೇಳಿದ: 'ಮಗೂ, ಇದರಲ್ಲಿ ನಿನ್ನ ಅಭಿಪ್ರಾಯವೇನು?'

'ನನ್ನ ಅಭಿಪ್ರಾಯ ಯಾಕೆ ಕೇಳ್ತೀಯ? ನಾನು ವಲ್ಲೆ ಎಂದರೆ ಇದನ್ನು ತಪ್ಪಿಸುವುದಕ್ಕಾ ಗುತ್ತೆಯೆ? ನಿನ್ನ ಷರತ್ತಿನಂತೆಯೇ ಅವರು ನನ್ನನ್ನು ಗೆದ್ದದ್ದುಂಟು. ಗೆದ್ದನಂತರ ಅವರಿಗೆ ತೋಚಿದಂತೆ ಹಂಚಿಕೊಳ್ಳುವ ಅಧಿಕಾರವೂ ಉಂಟು. ಗೆದ್ದಿದ್ದರೂ ನಮ್ಮ ಧರ್ಮಕ್ಕೆ ವಿರೋಧವಾಗಿ ಹುಡುಗಿಯನ್ನನುಭವಿಸಲು ನಾನು ಕೊಡುವುದಿಲ್ಲ ಅಂತ ಗಟ್ಟಿಯಾಗಿ ನೀನು ಪಟ್ಟು ಹಿಡಿಯಬಲ್ಲೆಯಾ?'

'ಹಾಗಾದರೆ ನಿನ್ನ ರಾಜ್ಯದ ಮುಕ್ಕಾಲು ಭಾಗಕ್ಕೂ ಮೀರಿದ ಜನರಲ್ಲಿ ಈ ಪದ್ಧತಿಯನ್ನೇಕೆ ಉಳಿಯಕೊಟ್ಟಿದ್ದೀಯ ಎನ್ನುತ್ತಾನಲ್ಲ ಅವರಲ್ಲಿ ಹಿರಿಯವನಾದ ಧರ್ಮ? ಅದು ಅವರ ಕುಲಾಚಾರ ಅಂದೆ. ಕುಲಾಚಾರವೆಂದು ಸಿಕ್ಕಿದುದನ್ನೆಲ್ಲ ಮಾನ್ಯ ಮಾಡಿದರೆ ಅದರ

ಪಾಪದಲ್ಲಿ ರಾಜನು ಭಾಗಿಯಲ್ಲವೆ? ನಿನ್ನ ರಾಜ್ಯದ ಕಾಡುಗಳಲ್ಲಿಯೇ ಇರುವ ರಾಕ್ಷಸರು ಕುಲಾಚಾರವೆಂದು ನರಮಾಂಸಭಕ್ಷಣೆ ಮಾಡುತ್ತಾರೆ. ಅದನ್ನೇಕೆ ಮಾನ್ಯ ಮಾಡಿಲ್ಲ ನೀನು ಎಂದು ಕೇಳಿದ. ಮಗು, ನೆನ್ನೆಯಿಂದ ಧರ್ಮಸೂಕ್ಷ್ಮದ ಬಗೆಗೆ ಚಿಂತಿಸಿ ಚಿಂತಿಸಿ ನನ್ನ ತಲೆ ಸಿಡಿಯುವಂತಾಗಿದೆ. ಅವರ ಕೇಳಿಕೆಯನ್ನು ಒಪ್ಪುವುದೇ ಸರಿ ಎನ್ನುತ್ತದೆ ನನ್ನ ಅಂತರಂಗ. ಇದರ ಮೇಲೆ ನೀನು ಬೇಡವೇ ಬೇಡವೆಂದರೆ ಸೈನ್ಯಕ್ಕೆ ಹೇಳಿ ಅವರನ್ನು ಪಾಂಚಾಲದೇಶದಿಂದ ಹೊರಗೆ ಅಟ್ಟಿಸುತ್ತೇನೆ.'

ಅಪ್ಪ ಹೊಣೆಯನ್ನು ನನ್ನ ಮೇಲೇ ಹಾಕಿದ. ನನ್ನಲ್ಲಿ ಉತ್ಸಾಹ ಉಕ್ಕುತ್ತಿತ್ತು. ಐದು ಜನ ವೀರ್ಯವಂತ ಗಂಡಂದಿರನ್ನು ಆಳುವ ಉತ್ಸಾಹ. ಯಾವ ಆರ್ಯ ಹೆಂಗಸಿಗೂ ಇದುವರೆಗೆ ಲಭ್ಯವಾಗದಿರುವ ಸಮೃದ್ಧ ಸುಖದ ಉತ್ಸಾಹ. ಇದುವರೆಗೆ ಕಲ್ಪನೆಯಲ್ಲಿ ಅಸ್ಪಷ್ಟವಾಗಿ ಮೂಡಿ ಕಾಡಿಸುತ್ತಿದ್ದ ಸುಖವು ಈಗ ನಿಜವಾದ ಐದು ಪ್ರಮಾಣಗಳಲ್ಲಿ ಬಂದು ನನ್ನನ್ನು ಓಲೈಸುತ್ತಿರುವ ಉತ್ಸಾಹ. ಆರ್ಯರ ಮೂಲಪುರುಷರಾದ ದೇವಸಂಪ್ರದಾಯ ಎಂಬ ಸಮಾಧಾನ ಕೂಡ. 'ಅಪ್ಪ, ನಿನ್ನಿಷ್ಟ. ನಾನು ಗೆದ್ದವರ ಆಜ್ಞಾನುವರ್ತಿಯಾಗುವುದೇ ಧರ್ಮ' ಎಂದೆ.

ಅಪ್ಪ ಹೊರಗೆ ವಿವಾಹ ಜೀವನದ ವಿಧಿಗಳ ಬಗೆಗೆ ಅವರೈವರೊಡನೆಯೂ ಮಾತನಾಡಿ ಖಚಿತ ಮಾಡಿಕೊಳ್ಳುತ್ತಿದ್ದ. ನಾನು ಒಳಬಾಗಿಲಿನಲ್ಲಿ ನಿಂತು ಕೇಳಿಕೊಳ್ಳುತ್ತಿದ್ದೆ. ಪದ್ಧತಿಯ ಮೂಲ ಆರ್ಯೇತರರದಾದರೂ ಅನುಸರಣೆ ನಮ್ಮ ಧರ್ಮದ ಜಾಯಮಾನಕ್ಕಿರಬೇಕೆಂದು ಅಪ್ಪ ಹೇಳಿದ. ನಮ್ಮ ಕುಲಪುರೋಹಿತರೂ ಮಾತಿಗೆ ಸೇರಿದರು. ಒಂದು: ರಾಜ್ಯಸಿಂಹಾಸನವು ಹಿರಿಯನಿಗೆ ಮಾತ್ರ ಸೇರುವಂತೆ ನಾನು ಹಿರಿಯ ಧರ್ಮನಿಗೆ ಮಾತ್ರ ವಿವಾಹದಲ್ಲಿ ದಾನವಾಗಿರಬೇಕು. ಎರಡು: ಹಿರಿಯನು ಪಟ್ಟವೇರಿದರೂ ತಮ್ಮಂದಿರಿಗೆ ರಾಜ್ಯಭೋಗದಲ್ಲಿ ಸಮಾನಾಧಿಕಾರವಿರುವಂತೆ ನನ್ನ ಮೇಲೆ ಎಲ್ಲರಿಗೂ ಪೂರ್ಣಾಧಿಕಾರವಿರಬೇಕು. ಮೂರು: ರಾಜ್ಯದ ಬೆಳವಣಿಗೆ ವಿಸ್ತರಣೆ ಅಭಿವೃದ್ಧಿ ಏನಿದ್ದರೂ ರಾಜನ ಹೆಸರಿನಲ್ಲಿ ಆಗುವಂತೆ ನನ್ನಲ್ಲಿ ಹುಟ್ಟುವ ಮಕ್ಕಳಿಗೆಲ್ಲ ಹಿರಿಯನಾದ ಧರ್ಮನ ಹೆಸರಿನಲ್ಲಿ ನಾಮಕರಣವಾಗಬೇಕು. ನಾಲ್ಕು: ಆದರೆ ಮಕ್ಕಳು ಉಳಿದವರನ್ನೆಲ್ಲ ಸಮಾನವಾಗಿ ತಂದೆ ಎಂದು ಕರೆಯಬೇಕು; ಸತ್ತಾಗ ಪ್ರತಿಯೊಬ್ಬರಿಗೂ ಜಲಪ್ರದಾನ ಮಾಡಬೇಕು. ಐದು: ಮುಂದೆ ಯಾವುದಾದರೂ ಸ್ವಯಂವರದಲ್ಲಿ ಬೇರೊಂದು ಕನ್ಯೆಯು ಐವರಲ್ಲಿ ಯಾವ ಸೋದರನಿಗೆ ಸಿಕ್ಕಿದರೂ, ಅಥವಾ ಯುದ್ಧದಲ್ಲಿ ಬೇರೆ ಯಾವ ರಾಜನಾದರೂ ತನ್ನ ಕನ್ಯೆಯನ್ನು ಒಪ್ಪಿಸಿದರೂ ಅವಳು ಇದೇ ವಿಧಿಯನ್ವಯ ಹಿರಿಯನ ಹೆಸರಿಗೇ ವಿವಾಹಿತಳಾಗಿ ಇದೇ ವಿಧಿಗೆ ಒಳಪಟ್ಟು ಇರಬೇಕು. ಅಂತಹ ಹೆಂಡತಿಯ ಸಂಸಾರ ಸುಖ ಭೋಗ ಮೊದಲಾದುವನ್ನು ಕ್ರಮಗೊಳಿಸುವ, ನಿಯಂತ್ರಿಸುವ ಅಧಿಕಾರ ಹಿರಿಯರಸಿಯದು. ಆರು: .....ಯಾರಿಗೆ ಬೇಕು ಈಗ ಅವೆಲ್ಲ ವಿಧಿನಿಯಮಗಳ ನೆನಪು! ಆರ್ಯೇತರ ಅಂಶಗಳಂತೆ. ಆರ್ಯ ಧರ್ಮದ ಜಾಯಮಾನವಂತೆ. ತನಗೆ ಬೇಕೆನಿಸಿದಾಗ ಅರ್ಜುನ ಎಷ್ಟು ಸುಲಭವಾಗಿ ವಿಧಿಯನ್ನೂ ಮುರಿದು ತನಗೇ ಪ್ರತ್ಯೇಕಳಾದ ಒಬ್ಬಳನ್ನು ಮದುವೆಯಾಗಿಬಿಟ್ಟ. ಇಲ್ಲಿ

ನಾನಿದ್ದೀನಿ, ಧರ್ಮದ ಪಟ್ಟಮಹಿಷಿಯಾಗಿ ಅವನ ರಾಜ್ಯದ ಪ್ರತಿರೂಪವಾಗಿ ಅವನ ಜೂಜಿನ ಪಣವಾಗಿ, ಅವಮಾನಿತಳಾಗಿ ಕಾಡುಜನರಂತೆ ಬರೀ ಬೇಟೆಯ ಮಾಂಸ ಗೆಡ್ಡೆ ಗೆಣಸು ತಿಂದು, ಕಂಡವರ ಮನೆಯ ಊಳಿಗ ಮಾಡಿ. ಉಳಿದ ಯಾವ ಆರ್ಯಹೆಂಗಸಿಗೂ ಇಲ್ಲದ ಭಾಗ್ಯವಂತೆ. ಐದು ಪಟ್ಟು ಸುಖವಂತೆ. ಯಾಕಾದರೂ ಮಾಡುತ್ತಾರೆಯೋ ಇಂಥ ವೀರ ಪಂದ್ಯದ ಮದುವೆಯನ್ನು! ಶಕ್ತಿಯಿದ್ದವನು ಗೆದ್ದು, ಗೆದ್ದ ಮೇಲೆ ತನಗೆ ಬೇಕಾದಂತೆ ಅನುಭವಿಸುವ, ಹಂಚಿಕೊಳ್ಳುವ, ಬೇಡಾದಂತೆ ಬಿಸುಡುವ, ಯಾರು ಆರಂಭಿಸಿದರೋ ಈ ಕ್ಷತ್ರಿಯ ಪದ್ಧತಿಯನ್ನು!

ಜ್ಯೋತಿಷ್ಮತಿ ಹತ್ತಿರ ಬಂದಳು. 'ಒಡತೀ, ಮಕ್ಕಳು ಬರುತ್ತಿದಾರೆ, ಐವರೂ ಒಂದೇ ರಥದಲ್ಲಿ. ಏನು ಬಿಸಿಲು ಅಂತ ಹೊರಗೆ.'

ಸ್ವಲ್ಪ ಹೊತ್ತಿಗೆ ಮನೆಯ ಮುಂದೆ ಸದ್ದು. ಮಕ್ಕಳೆಲ್ಲ ಇಳಿದರು. ಕೃಷ್ಣೆ ಎದ್ದು ಬಾಗಿಲಿಗೆ ಹೋದಳು. ಏನು ಬಿಸಿಲ ಝಳ. ರಣರಣರಣ ಹೊಡೆಯುವ ರಾಹು ಝಳ. ಮುಖ ಮೈಗಳನ್ನೆಲ್ಲ ಬೆವರಿನಿಂದ ಮೆತ್ತಿಕೊಂಡಿದ್ದಾರೆ ಮಕ್ಕಳು. ಅದರ ಮೇಲೆ ಕಲಸಿರುವ ಧೂಳಿನ ಪೊರೆ. ಎಲ್ಲ ಒಳಗೆ ಬಂದರು. ಸ್ನಾನ ಮಾಡಿದರು. ಒಂದು ಕಡೆ ಆಗುತ್ತಿದ್ದ ಅಡುಗೆಯನ್ನು ಆಯಾ ಮನೆಗಳ ದಾಸಿಯರು ತಂದು ಇಡುತ್ತಿದ್ದರು. ಜ್ಯೋತಿಷ್ಮತಿ ತಂದಿದ್ದುದನ್ನು ಕೃಷ್ಣೆ ತನ್ನ ಮಕ್ಕಳಿಗೆ, ಸಾಕೆಂದರೂ ಬಿಡದೆ ಇಕ್ಕಿದಳು. ತಾನೂ ಕುಳಿತು ಉಂಡಳು. ಹೊಟ್ಟೆಗೆ ಅನ್ನ ಬಿದ್ದದ್ದೇ ತಡ ಮಕ್ಕಳಿಗೆ ಆಕಳಿಕೆ. ಹೊರಗೆ ಉರಿ ಬಿಸಿಲು. ಲಾವಂಚದ ಕೋಣೆಯ ನಡುವೆ ತಣ್ಣಗೆ ನೀರು ಚಿಮುಕಿಸಿದ್ದ ಮಂದಲಿಗೆಗಳನ್ನು ಜ್ಯೋತಿಷ್ಮತಿ ಹಾಸಿ ಸಿದ್ಧಪಡಿಸಿದಳು. ಐವರು ಸೋದರರೂ ಸಾಲಾಗಿ ಮಲಗಿದರು. ಐದು ತಲೆಗಳೂ ಒಂದೇ ನೇರಕ್ಕೆ ಬರುವಂತೆ. ಕಾಲುಗಳು ಮಾತ್ರ ಸ್ವಲ್ಪ ಮೇಲೆ ಕೆಳಗೆ ಆಗುತ್ತಿವೆ. ಪ್ರತಿವಿಂಧ್ಯನ ಎತ್ತರ ಸ್ವಲ್ಪ ಕಮ್ಮಿ, ಕೊನೆಯ ಶ್ರುತಸೇನ ವಯಸ್ಸಿನಲ್ಲಿ ಚಿಕ್ಕವನಾದರೂ ಎತ್ತರದಲ್ಲಿ ಎಲ್ಲರಿಗಿಂತ ಹೆಚ್ಚು. ಯಾರ ಹಾಗೋ ಇವನು? ಮಾತೂ ಜಾಸ್ತಿ. ಕೃಷ್ಣೆ ಯೋಚಿಸುತ್ತಲೇ ಇರುತ್ತಾಳೆ. ಖಚಿತವಾಗಿ ನಿಶ್ಚಯಿಸಲು ತಿಳಿಯುತ್ತಿಲ್ಲ. ಭೀಮನ ಮೈಕಟ್ಟಂತೂ ಯಾರಿಗೂ ಇಲ್ಲ. ಒಬ್ಬೊಬ್ಬನ ಮುಖ ಮೈಕಟ್ಟನ್ನು ಗಮನಿಸಿದರೂ ಒಬ್ಬನ ಹಣೆ ನಕುಲನಂತೆ ಕಂಡರೆ ಮೂಗು ಅರ್ಜುನನದೋ ಸಹದೇವನದೋ ಅಥವಾ ಧರ್ಮನದೋ ಎನಿಸುತ್ತದೆ. ಯಾವುದನ್ನೂ ಖಾತ್ರಿಯಾಗಿ ಹೇಳುವಂತಿಲ್ಲ. ಒಟ್ಟಿನಲ್ಲಿ ಪಾಂಡವರ ಮಕ್ಕಳು ಇವು. ಶ್ರುತಸೇನನೂ ಅಷ್ಟೆ ಎಂದುಕೊಂಡು ಸುಮ್ಮನಾಗುತ್ತಾಳೆ. ಪ್ರತಿವಿಂಧ್ಯ ಹೆಚ್ಚು ಮಾತನಾಡುವವನಲ್ಲ. ತನ್ನಲ್ಲಿ ತಾನು ಮೌನವಾಗಿ ಏನೋ ಚಿಂತಿಸುತ್ತಿರುತ್ತಾನೆ. ಈಗ ಕೂಡ ಸುಮ್ಮನೆ ಮಲಗಿದ್ದಾನೆ ಅಟ್ಟದ ಜಂತೆಯನ್ನು ನೋಡುತ್ತಾ. ಉಳಿದವರು ಯುದ್ಧ ಮಾಡುವಾಗ ಶತ್ರುವಿನ ಒಂದು ತಂಡವು ಹಿಂದಿನಿಂದ ಬಂದರೆ ಹೇಗೆ ಎರಡು ಕಡೆಗೂ ಬಾಣಪ್ರಯೋಗ ಮಾಡಬೇಕೆಂಬ ಬಗೆಗೆ ಮಾತನಾಡಿಕೊಳ್ಳುತ್ತಿದ್ದರು. ಮೊದಲು ಶ್ರುತಸೇನನಿಗೆ ನಿದ್ದೆ ಬಂತು. ಅವನ ಹಿಂದೆಯೇ ಶ್ರುತಸೋಮ ಮಾತು ನಿಲ್ಲಿಸಿ ಕಣ್ಣು ಮುಚ್ಚಿದ. ಶ್ರುತಕೀರ್ತಿ ಶತಾನೀಕರಿಬ್ಬರೂ ಒಟ್ಟಿಗೆ ಆಕಳಿಸಿ ಮಗ್ಗುಲಾದರು. ಹಿರಿಯನು ಮಾತ್ರ ಮಾತಿನಲ್ಲೂ ಭಾಗವಹಿಸಿರ

ಲಿಲ್ಲ. ಈಗ ನಿದ್ದೆಯಲ್ಲೂ ಪಾಲುಗೊಳ್ಳಲಿಲ್ಲ. ಜಂತೆಯನ್ನು ನೋಡುತ್ತಾ ಅಂಗಾತ ಮಲಗಿದ್ದ. ಅವನಮ್ಮ ಕೃಷ್ಣೆ ಬೀಸಣಿಗೆ ಹಿಡಿದು ಅವನ ತಲೆಯ ಹತ್ತಿರ ಬಂದು ಕೂತಳು. ಎಲ್ಲರಿಗೂ ಬೀಸುವಂತೆ ನೀಳವಾಗಿ ಗಾಳಿಹಾಕುತ್ತ ಅವನನ್ನು ಕೇಳಿದಳು: 'ನಿದ್ದೆ ಬರುವುದಿಲ್ಲವೆ ಮಗು?'

'ನನಗೆ ಬಂದೇ ಬರುತ್ತದೆಂಬ ಖಚಿತವಿಲ್ಲ.'

'ಆಯಾಸವಾಗಿಲ್ಲವೆ ಬಿಸಿಲಿನಲ್ಲಿ ಅಭ್ಯಾಸ ಮಾಡಿ?'

'ಅಂಥ ಹೆಚ್ಚೇನೂ ಇಲ್ಲ.'

ಅವನು ಮಾತೂ ಕಡಮೆ. ತನಗೆ ಅನ್ನಿಸುವುದನ್ನು ಬಾಯಿಬಿಟ್ಟು ಹೇಳುವುದಂತೂ ಇನ್ನೂ ಕಡಮೆ. ಇಲ್ಲಿಗೆ ಬಂದ ಐದು ತಿಂಗಳಿನಲ್ಲಿ ಈಗೀಗ ತಾಯಿಯ ಹತ್ತಿರ ಮಾತ್ರ ಒಮ್ಮೊಮ್ಮೆ ಮನಸ್ಸನ್ನು ಸ್ವಲ್ಪ ಸ್ವಲ್ಪ ತೆರೆಯುತ್ತಾನೆ. ಅದೂ ಯಾರೂ ಇಲ್ಲದೆ ತಾವಿಬ್ಬರೇ ಇದ್ದು, ಅಮ್ಮ ಮೌನವಾಗಿ ಕೂತು ಮನಸ್ಸು ಆ ಕಡೆ ತುಂಬ ತುಡಿದಾಗ.

'ಹಿಂಬದಿಯಿಂದಲೂ ಶತ್ರುವಿನ ತಂಡ ಬಂದರೆ ಏನು ಮಾಡಬೇಕು ಅನ್ನುವುದನ್ನು ಯಾರು ಹೇಳಿಕೊಟ್ಟರು?'

'ಅಭಿಮನ್ಯು.'

'ಮಗು, ಅವನಿಗೆ ಈಗ ಹದಿನಾರು ತುಂಬಿದೆ. ನಿನಗೆ ಇಪ್ಪತ್ತನಾಲ್ಕು ತುಂಬುತ್ತಿದೆ. ಬಿಲ್ಲುವಿದ್ಯೆಯಲ್ಲಿ ಅವನ ಕೈಲಿ ಹೇಳಿಸಿಕೊಳ್ಳುವಷ್ಟು ಹಿಂದೆ ಉಳಿದಿದ್ದೀರ ನೀವು? ನಿಮ್ಮ ಮಾವ ಹೇಳಿಕೊಟ್ಟಿಲ್ಲವೆ?'

'ಹೇಳಿಕೊಟ್ಟಿದ್ದಾನೆ. ಚನ್ನಾಗಿ ಕಲಿಸಿಯೂ ಇದ್ದಾನೆ. ಆದರೆ ಅಭಿಮನ್ಯುವಿಗೆ ಅವನ ತಂದೆ ಹೇಳಿಕೊಡುತ್ತಿದ್ದಾನಲ್ಲ, ಈಗ, ಯುದ್ಧಕೌಶಲ ಅಭಿಮನ್ಯುವಿನ ತಂದೆಗಿರುವಷ್ಟು ಬೇರೆ ಯಾರಿಗಿದೆ?'

ಸಹಜವಾದ ಸಾಧಾರಣ ಮಾತೆಂಬಂತೆ ಪ್ರತಿವಿಂಧ್ಯ ಹೇಳಿದ ಜಂತೆಯ ಕಡೆಗೆ ನೋಡುತ್ತಾ. ಆದರೆ ಇದು ಅವನ ಅಮ್ಮ ಕೃಷ್ಣೆಯ ಮನಸ್ಸನ್ನು ಚುಚ್ಚಿತು. ಅರ್ಜುನ ತನ್ನ ಮಗನಿಗೆ ಯುದ್ಧಕೌಶಲ ಹೇಳಿಕೊಡುತ್ತಿದ್ದಾನೆ. ಹೇಳಿಕೊಡಬೇಕಾದದ್ದೇ. ಆದರೆ ಈ ಐವರು ಅವನ ಮಕ್ಕಳಲ್ಲವೆ? ಅಥವಾ ಇವರೆಲ್ಲ ಹಿರಿಯವನಾದ ಧರ್ಮನ ಮಕ್ಕಳೆಂದು ಅವನ ಲೆಕ್ಕವೋ! ಇದ್ದಕ್ಕಿದ್ದಂತೆಯೇ ಅವಳಿಗೆ ಅರ್ಜುನನು ಇದುವರೆಗೆ ಕಾಣದಿದ್ದ ಹೊಸರೂಪದಲ್ಲಿ ಕಾಣತೊಡಗಿದ. ಚತುರ, ರಸಿಕ, ವೀರ, ಚೆಲುವ, ಅಹಂಕಾರಿ, ಸ್ವಾರ್ಥಿ, ಸ್ವಂತಸುಖಾಕಾಂಕ್ಷಿ ಎನ್ನಿಸಿತು. ಅಭಿಮನ್ಯುವಿನ ಮದುವೆಯನ್ನು ನಿಶ್ಚಯಿಸಿದಾಗಲೇ ಒಳ ಮನಸ್ಸಿನಲ್ಲಿ ಕಲಕುತ್ತಿದ್ದ ಈ ಭಾವ ಈಗ ತಕ್ಷಣ ರೂಪಗೊಂಡು ಅವನ ಬಗೆಗೆ ತಿರಸ್ಕಾರ ಹುಟ್ಟಿತು. ಎದುರಿಗೆ ಬಂದು ನಿಂತರೆ ಮಾತನಾಡಿಸಲು ಕೂಡ ಅನರ್ಹನಾದ ಹೀನ ಎಂಬ ಭಾವವೂ ಬಲಿಯಿತು. ಐದು ಜನ ಮಕ್ಕಳಿಗೂ ನೀಳವಾಗಿ ಗಾಳಿ ಹಾಕುತ್ತಾ ಸುಮ್ಮನೆ ಕುಳಿತಳು. ಪ್ರತಿವಿಂಧ್ಯ ಮಾತ್ರ ಮೇಲುಭಾಗದ ಜಂತೆಯ ಆಚೆಗೆ ನೋಡುವವನಂತೆ ರೆಪ್ಪೆಯನ್ನು ಕೂಡ ಬಲು ವಿರಳವಾಗಿ ಆಡಿಸುತ್ತಾ ಮಲಗಿದ್ದ. ಈ ಹೀನನಿಗೆ ಧರ್ಮದ

ಅಂಜಿಕೆ ಎಂಬುದಿಲ್ಲ ಎಂದು ಅವಳ ಮನಸ್ಸು ತೀರ್ಮಾನಿಸುತ್ತಿತ್ತು. ಧರ್ಮದ ಹೊರೆ ಏನಿದ್ದರೂ ನನ್ನನ್ನು ಜಜ್ಜಬೇಕು. ಅದರ ಕಾವು ನನ್ನನ್ನು ಬೇಯಿಸಬೇಕು. ಉಳಿದವರಿಗೆ ಯಾಕೆ ಬೇಕು, ಅದೂ ಅರ್ಜುನನಿಗೆ! ಒಂದೊಂದು ರಾತ್ರಿ ಒಬ್ಬೊಬ್ಬನೊಡನೆ ಒಟ್ಟಿನಲ್ಲಿ ಐದು ರಾತ್ರಿಗಳಲ್ಲಿ ವಿವಾಹವು ಸಂಪನ್ನವಾದನಂತರ, ಹೌದು ಆರನೆಯ ಮಧ್ಯಾಹ್ನ ಅತ್ತೆ ನನ್ನೊಬ್ಬಳನ್ನೇ ಪ್ರತ್ಯೇಕ ಕರೆದು ಎರಡು ಕೈಗಳನ್ನೂ ಹಿಡಿದು ಹೇಳಿದಳಲ್ಲ, 'ಮಗಳೇ, ನೀನು ಐದು ಜನಕ್ಕೂ ಸಮಾನವಾಗಿ ಸಿಕ್ಕಿದಂತೆ ಆಯಿತು. ಈಗ ನಿನಗೆ ಒಂದು ಪರಮ ಧರ್ಮ ಹೇಳ್ತೀನಿ ಕೇಳು. ಪತಿಯ ಅಭ್ಯುದಯಕ್ಕೆ ತಕ್ಕಂತೆ ನಡೆಯುವುದೇ ಆರ್ಯ ಹೆಂಗಸಿನ ಏಕೈಕಧರ್ಮ ಅನ್ನುವುದು ನಿನಗೂ ಗೊತ್ತಿದೆ. ನಿನ್ನ ಗಂಡಂದಿರು ಒಗ್ಗಟ್ಟಿನಿಂದಿದ್ದರೆ ತಮ್ಮ ರಾಜ್ಯ ಗೆಲ್ಲಬಹುದು. ಸ್ವರಕ್ಷಣೆಯನ್ನೂ ಮಾಡಿಕೊಳ್ಳಬಹುದು. ಅವರಲ್ಲಿ ಯಾವುದೇ ಕಾರಣಕ್ಕಾಗಿ ಒಡಕುಹುಟ್ಟಿತೋ, ಬಿರುಕುಬಿಟ್ಟ ಕಟ್ಟಡ ಬೇಗ ಕುಸಿಯುವಂತೆ ಅವರು ಒಟ್ಟಿಗೆ ನಾಶವಾಗುತ್ತಾರೆ. ಎಂದೂ ಜಗಳವಾಡದವರು ನಿನ್ನ ರೂಪಕ್ಕೆ ಮೋಹಗೊಂಡು ಪರಸ್ಪರ ಜಗಳಕ್ಕೆ ನಿಂತಿದ್ದರು. ಈಗ ಎಂದಿನಂತೆ ಅಣ್ಣತಮ್ಮಂದಿರಾಗಿದ್ದಾರೆ. ನಿನ್ನ ಕಟಾಕ್ಷ ಒಬ್ಬನಿಗೆ ಹೆಚ್ಚು ಒಬ್ಬನಿಗೆ ಕಡಮೆ ಲಭಿಸುತ್ತಿದೆ ಎಂಬ ಭಾವನೆ ಯಾವ ಒಬ್ಬನಲ್ಲಿ ಹುಟ್ಟಿದರೂ ಬಿರುಕು ಆರಂಭವಾಗುತ್ತೆ. ಆದ್ದರಿಂದ ನೀನು ಕಾಯಾವಾಚಾಮನಸಾ ಎಲ್ಲರಲ್ಲೂ ಸಮಾನ ಪ್ರೀತಿ ಬೆಳೆಸಿಕೊಳ್ಳಬೇಕು. ಇದು ನಿನ್ನ ವ್ರತವಾಗಬೇಕು.'

ಸೊಸೆಗೆ ಸತೀಧರ್ಮವನ್ನುಪದೇಶಿಸಿದಳು ಅತ್ತೆ, ತನ್ನ ಮಕ್ಕಳ ಅಭ್ಯುದಯಕ್ಕಾಗಿ. ಒಗ್ಗಟ್ಟಿಗಾಗಿ. ಈ ಧರ್ಮವನ್ನು ಪಾಲಿಸಲು ನಾನೆಷ್ಟು ಕಷ್ಟಪಟ್ಟೆ ಕಾಯೇನ, ವಾಚಾ! ಆದರೆ ಮನಸ್ಸನ್ನು ಸಮಾನವಾಗಿ ಹಂಚುವುದು ನನ್ನ ಕೈಯಲ್ಲಿತ್ತೆ? ಯಾರ ಕೈಯಲ್ಲಿದೆ? ಅತ್ತೆಗೆ ಹೇಗೆ ತಿಳಿಯಬೇಕು ಮನಸ್ಸಿನ ಬಲವಂತಧರ್ಮ. ಒಬ್ಬನೊಡನೆ ಹೆಚ್ಚು ಪ್ರೀತಿಯ ಮಾತನಾಡಲಿಲ್ಲ. ಒಬ್ಬನೊಡನೆ ಕಡಮೆ ಆಡಲಿಲ್ಲ. ಒಬ್ಬನೊಡನೆ ನಕ್ಕು ಮತ್ತೊಬ್ಬನೊಡನೆ ಸಿಂಡರಿಸಲಿಲ್ಲ. ಹಿರಿಯ ಧರ್ಮನಿಗೆ ಹೇಗೋ ನಕುಲ ಸಹದೇವರಿಗೂ ಅದೇ ಬಗೆಯ ಸ್ವಯಂ ಸಮರ್ಪಣೆ. ಆದರೆ ಅರ್ಜುನನನ್ನು ಬಿಟ್ಟು ಬೇರೆ ಯಾರಿಗೆ ಮನಸ್ಸನ್ನು ಸಮರ್ಪಿಸಲು ಸಾಧ್ಯವಾಗಿತ್ತು? ಮನಸ್ಸು ಮಾತಾಗಿ ಹೊರ ಬರುತ್ತಿತ್ತು. ಪ್ರೇಮಕಾರ್ಯದಲ್ಲಿ ಮಾತ್ರವಲ್ಲದೆ ಪ್ರೇಮಸಂಭಾಷಣೆಯಲ್ಲೂ ಚತುರನಾದ ಅವನು ನನ್ನ ಮನಸ್ಸಿನ ಒಳಸತ್ಯವನ್ನೆಲ್ಲ ಮಾತಾಗಿ ಹೊರಹಾಕಿಸುತ್ತಿದ್ದನಲ್ಲ. ಮನಸ್ಸಿನ ಜೊತೆಗೆ ಮಾತೂ ಭೇದ ಮಾಡುತ್ತಿತ್ತು. ಇವೆರಡೂ ಸೇರಿದ ಮೇಲೆ ಶರೀರವು ಅನುಸರಿಸದೆ ಇರುತ್ತದೆಯೆ? ಅರ್ಜುನನ ಸರದಿಯ ರಾತ್ರಿ ಈ ಲೋಕದ್ದೇ ಆಗಿರುತ್ತಿರಲಿಲ್ಲ. ಆದರೂ ಕೃಷ್ಣೆ ಉಳಿದವರಿಗೆ ಮೋಸ ಮಾಡಿಲ್ಲ. ಅರ್ಜುನನಿಗೆ ಪ್ರಯತ್ನವಿಲ್ಲದೆ ಸಹಜೋಲ್ಲಾಸದಿಂದಲೇ ಹೆಚ್ಚು ಸಲ್ಲಿಸಿರಬಹುದು. ಆದರೆ ಉಳಿದವರಿಗೆ ಪ್ರಯತ್ನಪೂರ್ವಕವಾಗಿಯಾದರೂ ದೃಢನಿಶ್ಚಯದಿಂದ ಬರಿಸಿಕೊಂಡ ಉತ್ಸಾಹದಿಂದಲಾದರೂ ಕಡಮೆಯಾಗದಂತೆ ನಡೆದುಕೊಂಡಿದ್ದಾಳೆ. ನವ ವಧು ದ್ರುಪದರಾಜ ಕುಮಾರಿ ಮದುವೆಯಾದ ಆರನೆಯ ದಿನದಿಂದಲೇ ಈ ಹೆಣಗಾಟಕ್ಕೆ ತನ್ನನ್ನು ತಾನು ಸಿಕ್ಕಿಸಿಕೊಂಡು ಸಾಗಿದ್ದಾಳೆ. ಪಾಂಡವಪಂಚರ ಒಗ್ಗಟ್ಟು ಮುರಿಯದಂತೆ ಕಾಪಾಡಿ ಒಂದು

ಮುಷ್ಟಿಯಲ್ಲಿ ಹಿಡಿದಿಟ್ಟಿದ್ದಾಳೆ. ಅದು ತಾನಾಗಿಯೇ ಕವಲುದಾರಿ ಹಿಡಿದು ಹೊರಟರೆ ನಾನೇನು ಮಾಡಬೇಕು ನನ್ನ ಬವಣೆಯು ನಿರರ್ಥಕವಾಯಿತೆಂಬ ಅರಿವಿನಿಂದ ದುಃಖಿಸುವುದನ್ನು ಬಿಟ್ಟು? ಹೊರಗೆ ಗಾಳಿ ಇಲ್ಲ. ಲೋಹಕಾರನ ಚಮ್ಮಟಿಗೆಯ ದೂರದ ಸದ್ದು ಈ ಬಿಸಿಲಲ್ಲೂ. ಇಪ್ಪತ್ತೈದಿರಬಹುದು ಅವಳ ವಯಸ್ಸು. ಎಷ್ಟನೆಯದೊ? ಒಂದಾದಮೇಲೆ ಒಂದರಂತೆ ಐದು ಮಕ್ಕಳು. ಎರಡು ತಿಂಗಳ ಬಾಣಂತಿತನ. ಮತ್ತೆ ರಾತ್ರಿಗೊಬ್ಬರಂತೆ ಹಸಿದ ಹುಲಿಗಳೊಡನೆ ಸಂಸಾರ. ಋತುಸ್ರಾವ ಕಾಣಿಸುವ ಅವಕಾಶವೇ ಇಲ್ಲದಂತೆ ಬಸಿರು. ಮಗು. ಬಾಣಂತಿತನ. ಮತ್ತೆ ಸಂಸಾರ. ಅತ್ತೆಗೆ ಹಿಗ್ಗು. ಒಂದಾದಮೇಲೆ ಒಂದು ಗಂಡಾಗುತ್ತಿದೆ. ಖಾಂಡವವನವು ಕೃಷಿಯ ಭೂಮಿಯಾಗುತ್ತಿದೆ. ಖಾಂಡವಪ್ರಸ್ಥವು ಆರ್ಯಾವರ್ತದಲ್ಲೇ ಇಲ್ಲದ ಹೊಸ ಸುಂದರ ನಗರವಾಗುತ್ತಿದೆ. ಇಂದ್ರಪ್ರಸ್ಥವೆಂಬ ಹೊಸ ಹೆಸರನ್ನು ಹೊತ್ತು ನಿಂತಿದೆ. ಹದಿನೆಂಟನೆ ಪ್ರಾಯದಲ್ಲಿದ್ದ ಹೆಣ್ತನದ ಉತ್ಸಾಹ ಇಪ್ಪತ್ತನಾಲ್ಕರ ಹೊತ್ತಿಗೆ ಇಳಿದು, ಸೋತ ಹಸುವಾಗಿಹೋದೆನಲ್ಲ. ಐದು ಜನ ದೃಢಕಾಯ ಗಂಡಂದಿರು. ಪ್ರತಿಯೊಬ್ಬನಿಗೂ ಐದು ದಿನದ ಹಸಿವನ್ನು ಒಂದು ರಾತ್ರಿಯಲ್ಲಿ ತುಂಬಿಕೊಳ್ಳುವ ಮೈಬಾಕತನ. ಅವರ ಹಸಿವನ್ನು ತುಂಬಿಸಿ ಜೊತೆಗೆ ಮಕ್ಕಳುಗಳನ್ನೂ ಹೆತ್ತು ಸೋತ ನಾನು. ಒಬ್ಬ ಹೆಂಗಸಿಗೆ ಐವರು ಗಂಡಂದಿರ ಶಕ್ತಿಯುಂಟೆಂದು ಅತ್ತೆ ಹೇಳಿದುದು ಸುಳ್ಳೆಂದು ಅರ್ಥವಾಯಿತು. ಋತುಸ್ರಾವವಿಲ್ಲದೆ, ಬಸಿರು ಬಾಣಂತಿತನವಿಲ್ಲದೆ ಮೊಲೆಹಾಲಿನ ರೂಪದಲ್ಲಿ ಮಗುವಿಗೆ ಶಕ್ತಿಯನ್ನು ಹರಿಸದೆ ತಿಂಗಳಿಗೆ ಮೂವತ್ತು ದಿನವೂ ಸಿದ್ಧನಾಗಿರುವ ಒಬ್ಬ ಗಂಡಸಿಗೇ ಹೆಂಗಸು ಸಮನಲ್ಲದಿರುವಾಗ ಐವರಿಗೆ ಹೇಗೆ ಸಮನಾದಾಳು? ಅತ್ತೆ ನನ್ನ ಕೈಲಿ ಸುಳ್ಳು ಹೇಳಿದಳು. ತಿಳಿವಳಿಕೆ ಇಲ್ಲದ ಹದಿನೆಂಟು ವರ್ಷದ ತರುಣಿಯಲ್ಲಿ ಉತ್ಸಾಹವನ್ನುಕ್ಕಿಸಿದಳು. ತನ್ನ ಮಕ್ಕಳ ಒಗ್ಗಟ್ಟು, ಅಭ್ಯುದಯವೊಂದೇ ಅವಳಿಗೆ ಬೇಕಾಗಿತ್ತು! ಹೆಂಗಸಿನ ಆಶೆಯು ಐವರು ಗಂಡಸಿನ ಶಕ್ತಿಗೆ ಸಮವೆಂಬುದು ಅಖಂಡವಾಗಿ ದಾಂಪತ್ಯ ಸುಖ ಕಾಣದೆ ಪ್ರಾಯವನ್ನು ಕಳೆದ ಅವಳ ಭ್ರಮೆಯೊ? ನಾನು ಸೋತ ಹಸುವಾಗಿ, ಜಜ್ಜಿ ರಸತೆಗೆದ ಕಬ್ಬಿನ ಸಿಪ್ಪೆಯಾಗಿ ಅವಳನ್ನೇ ಒಂದು ದಿನ ಕೇಳಿದ ಮೇಲಲ್ಲವೆ ಅವಳು ಹೊಸ ಕ್ರಮವನ್ನು ನಿರೂಪಿಸಿ ಮಕ್ಕಳಿಗೂ ಹೇಳಿ ಜಾರಿಗೆ ತಂದದ್ದು. ದಿನಕ್ಕೊಬ್ಬನ ಸರದಿ ಬೇಡ. ವರ್ಷಕ್ಕೊಬ್ಬನ ಸರದಿ. ಒಬ್ಬೊಬ್ಬನಿಗೂ ನಾಲ್ಕು ವರ್ಷ ಬ್ರಹ್ಮಚರ್ಯ. ಒಂದು ವರ್ಷ ದಾಂಪತ್ಯ. ಎಂದರೆ ಒಬ್ಬ ಹೆಂಗಸು ಒಬ್ಬ ಗಂಡಸಿಗೆ ಸಮನಾದಳು. ನನ್ನ ಕಾಯ ಉಳಿಯಿತು. ಆ ಮೂಲಕ ಜೀವವೂ ಉಳಿಯಿತು. ತಮ್ಮ ಸರದಿ ಇಲ್ಲದಾಗ ಯಾರೂ ಹೆಂಡತಿಯನ್ನು ಸಮೀಪಿಸಕೂಡದು. ನಾನೂ ಸರದಿ ಇಲ್ಲದ ಯಾರನ್ನೂ ಸೇರಿಸಿಕೊಳ್ಳಕೂಡದು: ನಿಷ್ಠುರ ನಿಷ್ಪಕ್ಷಪಾತಿಯಾಗಿರಬೇಕು ನಾನು. 'ಮಗಳೆ, ಈ ಕ್ರಮದಲ್ಲಿ ಕೂಡ ಭೇದವಾಯಿತೆಂದು ಯಾರಿಗೂ ಸಿಟ್ಟು ಬರದಂತೆ ನೀನು ಸಮಾನತೆಯನ್ನಾಚರಿಸಬೇಕು. ಇದು ನಿನ್ನ ವ್ರತ.'

ಹೊಸ ಕ್ರಮ ಶರೀರಕ್ಕೆ ವಿಶ್ರಾಂತಿ ಕೊಟ್ಟಿತು. ಆದರೆ ಮನಸ್ಸಿಗೆ ಎಷ್ಟು ಹಿಂಸೆ? ಕೃಷ್ಣೆಗೆ ಮನಸ್ಸು ಎಂಬುದೊಂದಿದೆ ಎನ್ನುವುದು ಅತ್ತೆಗೆ ತಿಳಿಯುವುದು ಹೇಗೆ? ಎಲ್ಲ ಗಂಡಸರೂ

ಹೇಗೆ ಒಂದೇ ಆಗಿರಲು ಸಾಧ್ಯ? ನನ್ನ ಮನಸ್ಸನ್ನು ಎಂದೂ ಗೆಲ್ಲದ, ಆದರೆ ರಾಜ್ಯವನ್ನು ದಕ್ಷತೆಯಿಂದ ನ್ಯಾಯದಿಂದ ಆಳುವ ಧರ್ಮನದು ಇಡೀ ಮೊದಲ ವರ್ಷ. ಲಲಿತವಾದ ಮಾತಿಲ್ಲ. ಅಂತಃಕರಣ ತಟ್ಟುವ ಕೃತಿ ಇಲ್ಲ. ರಾಜಗಾಂಭೀರ್ಯ. ರಾಜ್ಯದಲ್ಲಿ ಕೃಷಿ ಪಶು ಗಳ ಸಂಪತ್ತು ಹೆಚ್ಚಿ ಹೊಸ ರಾಜಧಾನಿಯ ನಿರ್ಮಾಣವಾದಂತೆ ಹೇಗೆ ಏರುತ್ತಾ ಹೋಯಿತು ಅವನ ಬಿಗಿ, ಬಿಮ್ಮಾನ. ಎಂದೂ ಸರಸಿಯಲ್ಲ. ಹೆಂಡತಿಯ ಸಂಗಡ ಮಾತ್ರವಲ್ಲ, ತಮ್ಮಂದಿರು, ತಾಯಿಯ ಜೊತೆಯಲ್ಲಿ ಕೂಡ. ನಾನು ಉಳಿದವರ ಕೂಡ ಮಾತನಾಡ ಬಹುದು. ಆದರೆ ಶಯನವಿಲ್ಲ. ವಾಸ ಮಾತ್ರ ವರ್ಷದ ಸರದಿ ಯಾರದ್ದೋ ಅವನ ಭವನದಲ್ಲಿ. ಜೊತೆಗೆ ಮಕ್ಕಳಿದ್ದರು ಅಂತ ಹಾಯಾಗಿದ್ದೆ. ಆದರೆ ಮನಸ್ಸೆಲ್ಲ ಅರ್ಜುನನ ಮೇಲೆ. ಅವನ ಅಪ್ಪುಗೆಯನ್ನು ಕಲ್ಪಿಸಿಕೊಳ್ಳುತ್ತಾ, ನಲ್ಮಾತುಗಳನ್ನು ನೆನಸಿಕೊಂಡು ಮೆಲುಕು ಹಾಕುತ್ತಾ ಮುಳುಗಿರುತ್ತಿದ್ದೆ. ಇದೆಂತಹ ಹೊಸ ಕ್ರಮ ಬಂತು. ಇನ್ನು ಎರಡು ವರ್ಷ ಅರ್ಜುನನ ಸ್ಪರ್ಶಸುಖವಿಲ್ಲ. ಅನಂತರ ಮತ್ತೆ ದೊರೆಯುವುದು ನಾಲ್ಕು ವರ್ಷದ ನಂತರ.

ಒಂದು ದಿನ ಅರ್ಜುನ ನಾನಿದ್ದ ಅಂತಃಪುರಕ್ಕೆ ಬಂದ. ಧರ್ಮ ಎಂದಿನಂತೆ ಸಭಾ ಭವನದಲ್ಲಿ ನ್ಯಾಯವಿಚಾರಣೆ ಮಾಡುತ್ತಿದ್ದ ಪೂರ್ವಾಹ್ಣ. ದಾಸಿಯರೆಲ್ಲ ಎದ್ದು ಕೋಣೆ ಯಿಂದ ಹೊರಗೆ ಹೋದರು, ಆಡುತ್ತಿದ್ದ ಮಕ್ಕಳನ್ನೂ ಎತ್ತಿಕೊಂಡು. ಅರ್ಜುನ ನನ್ನೆದುರಿಗೆ ಕುಳಿತ. ನಾನು ತಲೆ ತಗ್ಗಿಸಿ ಕುಳಿತಿದ್ದೆ. ಯಾರೂ ಮಾತನಾಡಲಿಲ್ಲ. ನನ್ನ ಅವನ ನಡುವೆ ಮಾತೊಂದೇ ಬೇಕೆ? ಎಲ್ಲವೂ ಇಬ್ಬರಿಗೂ ಅರ್ಥವಾಗಿತ್ತು. ಕೊನೆಗೆ ಅವನೇ, ಪಾಂಚಾಲೀ ಎಂದ. ನಾನು ಕತ್ತೆತ್ತಿ ಅವನ ಮುಖ ನೋಡಿದೆ. ನನ್ನ ಉಸಿರೂ ನಡುಗುತ್ತಿತ್ತು. ಹಣೆ ಬೆವರುತ್ತಿತ್ತು. ಅವನು ಹತ್ತಿರ ಸರಗಿದ. ನನ್ನ ಮುಖವನ್ನು ತನ್ನ ಬೊಗಸೆ ಕೈಯಿಂದ ಹಿಡಿದ. ಕೇಳಿತೆ? ಎಂದು ಉಸುರಿದ. ನಾನು ತಲೆ ತಗ್ಗಿಸಿದೆ. ತಕ್ಷಣ ಎದ್ದು ಕೋಣೆಯ ಬಾಗಿಲು ಮುಚ್ಚಿ ನನ್ನನ್ನು ಎತ್ತಿ ಹತ್ತಿರದಲ್ಲಿಯೇ ಇದ್ದ ಧರ್ಮನ ಮಂಚಕ್ಕೆ ಒಯ್ದ. ನಾನು ಬೇಡವೆಂದೆ, ಆದರೆ ವಿರೋಧಿಸಲಿಲ್ಲ. ಅವನಿಗೆ ಸಹಜವಾದ ಯಾವ ಕಲೆಗಳೂ ಇಲ್ಲದೆ, ಕವಿತೆಗಳ ಪ್ರಪಂಚ ನಿರ್ಮಿಸದೆ, ನನ್ನನ್ನು ಹೊಗಳಿ ಮೆಚ್ಚಿ ಅಪ್ಸರೆಯನ್ನಾಗಿ ರೂಪಾಂತರಿಸದೆ, ಧನ್ಯತೆಯ ಕಣ್ಣೀರನ್ನು ತುಳುಕಿಸದೆ, ಆತುರಾತುರವಾಗಿ, ನಿಷಿದ್ಧ ಸ್ತ್ರೀ ಯೊಡನೆ ವ್ಯಭಿಚಾರಮಾಡಿ ಓಡಿಹೋಗುವವನಂತೆ ಮುಗಿಸಿ ಸರಸರ ಹೊರಟುಹೋದ. ಅವನು ಹೋದನಂತರ ನನಗೂ ವ್ಯಭಿಚಾರ ಮಾಡಿದ ಭಾವ ಹುಟ್ಟಿತು. ಸ್ವತಃ ಒಪ್ಪಿಕೊಂಡ ನಿಯಮವನ್ನು ಮುರಿದ ದೋಷಭಾವ.

ಕಿರೀಟಧಾರಿಯಾಗಿ ನ್ಯಾಯವಿಚಾರಣೆ ಮುಗಿಸಿ ಮಧ್ಯಾಹ್ನಾನಂತರ ಒಳಗೆ ಬಂದ ಧರ್ಮ. ಅರ್ಜುನ ಹೊರಟುಹೋದನಾ? ಎಂದಿಷ್ಟೇ ಕೇಳಿದ. ನನಗೆ ಭಯ. ಅಪರಾಧಿಭಾವ. ಅದೇನೋ ಅವನನ್ನು ಗಂಡ ಎನ್ನುವುದಕ್ಕಿಂತ ನ್ಯಾಯಾಧೀಶನೆಂದು ಭಾವಿಸುವುದೇ ನನಗೆ ಮೊದಲಿನಿಂದ ಸಹಜವಾಗಿ ಬಂದಿದೆ. ಸುಮ್ಮನೆ ಹೂಂ ಎಂದೆ. ಅವನು ಮತ್ತೆ ಏನೂ ಕೇಳಲಿಲ್ಲ. ಒಳಗೆ ನಡೆದದ್ದು ಗೊತ್ತಿರಲಿಕ್ಕಿಲ್ಲ. ಯಾರು ಹೇಳಬೇಕು? ನನ್ನ ದಾಸಿಯರಲ್ಲಿ

ಯಾರೂ ನನಗೆ ತಪ್ಪಿ ನಡೆಯುವವರಿಲ್ಲ. ಆದರೂ ನಾನು ನಿಶ್ಚಯಿಸಿದೆ. ಮುಂದೆ ಎಂದೂ ಹೀಗೆ ವ್ಯಭಿಚಾರಕ್ಕೆ ಎಡೆಕೊಡಕೂಡದು. ಕೃಷ್ಣೆ ನಷ್ಟವ್ರತಳಾಗಬಾರದು. ಅರ್ಜುನ ಮತ್ತೆ ಬಂದರೆ ತಿಳಿಯ ಹೇಳಬೇಕು. ಬೇಡಿಕೊಳ್ಳಬೇಕು. ಮರುದಿನ ಅದೇ ಹೊತ್ತಿಗೆ ಬಂದ. ದಾಸಿಯರು ಮಕ್ಕಳನ್ನು ಕರೆದುಕೊಂಡು ಕೋಣೆಯಿಂದ ಹೊರಗೆ ಹೋದರು. ಹೇಳಬೇಕಾದುದನ್ನು ಅವನಿಗೆ ಬಿಡಿಸಿ ಹೇಳಿದೆ ನಯವಾಗಿ, ಮೃದುವಾಗಿ. ಅವನೊಡನೆ ಒರಟಾಗಿ ಆಡಬೇಕೆಂದರೂ ನನಗೆ ಸಾಧ್ಯವಿತ್ತೆ? ಅವನು ಕೇಳಲಿಲ್ಲ. ನಾನು ಅವನನ್ನು ನಿರಾಕರಿಸುತ್ತಿರುವುದಾಗಿ ಭಾವಿಸಿದ. ರೇಗಿದ. ಕೆನ್ನೆಗೆ ಹೊಡೆದ. ನಾನೆಂದರೆ ನಿನಗೆ ಅಸಡ್ಡೆ, ಎಂದೆಲ್ಲ ಆಡಿದ. ಕೋಪಿಸಿಕೊಂಡು ಹೊರಟುಹೋದ. ಮೂರು ದಿನದ ನಂತರ ಮತ್ತೆ ಬಂದ. ನಾನು ಮನಸ್ಸನ್ನು ದೃಢಮಾಡಿಕೊಂಡಿದ್ದೆ. ಈ ಸಲ ಹೊಡೆಯಲಿಲ್ಲ. ಬರೀ ಬೈದು ಹೋದ. ಮತ್ತೆ ಒಂದು ವಾರ ಬರಲಿಲ್ಲ. ಆಗ ಕಟಕಿ ಮಾತನಾಡಿದ. ಪಂದ್ಯದಲ್ಲಿ ಬಿಲ್ಲು ಬಗ್ಗಿಸಿ ನಿನ್ನನ್ನು ಗೆದ್ದವನು ನಾನು ಎಂದ.

'ಅರ್ಜುನ, ಅಣ್ಣತಮ್ಮಂದಿರ ನಡುವೆ ನೀನು ಈ ಮಾತನಾಡಬಾರದು. ಉಳಿದ ನಾಲ್ವರಿಗಿಲ್ಲದ ವಿಶೇಷ ಅಧಿಕಾರ ಬಯಸಬಾರದು. ನಿಮ್ಮ ಐಕಮತ್ಯ ಕಾಪಾಡುವ ಭಾಷೆಯನ್ನು ನಿಮ್ಮಮ್ಮನಿಗೆ ಕೊಟ್ಟು ಅದನ್ನು ವ್ರತವೆಂದು ಭಾವಿಸಿ ಹೆಂಡತಿಯಾದ ನಾನು ನಡೆಯುತ್ತಿರುವಾಗ, ನೀನೊಬ್ಬನೇ ಗೆದ್ದು ತಂದೆ ಎಂಬ ಒಗ್ಗಟ್ಟು ಮುರಿಯುವ ಅಹಂಕಾರದ ಮಾತು ಸೋದರನಾದ ನಿನ್ನ ಮನಸ್ಸಿನಲ್ಲಿ ಹುಟ್ಟಬಹುದೆ?' ಎಂದೆ. ಮೃದುವಾಗಿಯೇ ಅಂದೆನಲ್ಲ. ಹೌದು, ಈಗಲೂ ನನಗೆ ಸ್ಪಷ್ಟವಾಗಿ ನೆನಪಿದೆ: ಯಾಚನೆಯ ಮೃದು ಧ್ವನಿಯಲ್ಲಿ ಕೇಳಿದೆ, ಅಲ್ಲ ಬೇಡಿದೆ. ಸ್ವಲ್ಪ ಹೊತ್ತು ನಿಂತಿದ್ದ. ತಲೆ ಬಗ್ಗಿಸಿ ಹೊರಟುಹೋದ. ಕೂತುಕೊ ಎಂದರೂ ತಿರುಗಿನೋಡದೆ.

ಹೋದವನು ಮತ್ತೆ ಬರಲಿಲ್ಲ. ಒಂದು ದಿನ, ನಾಲ್ಕು ದಿನ, ಒಂದು ವಾರ, ಪಕ್ಷ, ತಿಂಗಳು. ನಗರದಲ್ಲೇ ಇಲ್ಲ. ರಾಜ್ಯದಲ್ಲೇ ಇಲ್ಲ. ಜೊತೆಗೆ ಅವನಿಗೆ ಪ್ರಿಯರಾಗಿದ್ದ ಐವತ್ತು ಜನ ಬಿಲ್ಲುಗಾರರು ಐವತ್ತು ಕುದುರೆಗಳು ಇಲ್ಲ. ಎಲ್ಲಿಗೆ ಹೋದ ಇವನು? 'ಪಾಂಚಾಲಿ, ಇಲ್ಲಿಗೆ ಬಂದಿದ್ದನಲ್ಲ, ಇಂಥ ಕಡೆಗೆ ಹೋಗ್'ತೀನಿ ಅಂತ ನಿನ್ನ ಕೈಲೇನಾದರೂ ಹೇಳಿದನೆ?' ಯಜಮಾನ ನನ್ನನ್ನೇ ಕೇಳುತ್ತಾನೆ. ಅತ್ತೆಯೂ ನನ್ನನ್ನೇ ವಿಚಾರಿಸುತ್ತಾಳೆ. ನಾನು ಏನೂ ತಿಳಿಯದವಳಂತೆ ಇದ್ದುಬಿಟ್ಟೆ. ಆದರೆ ನಿಜವಿಷಯ ಖಚಿತವಾಗಿ ನನಗಲ್ಲದೆ ಯಾರಿಗೆ ಗೊತ್ತಿರಬೇಕು! ಅರ್ಜುನ, ನನ್ನ ಮೇಲಿನ ಸಿಟ್ಟಿಗೆ ನೀನು ಎಲ್ಲೋ ಹೋಗಿದ್ದೀಯ. ಪಾಂಚಾಲಿಗೆ ಮನಸ್ಸನ್ನು ನೋಯಿಸುವುದಲ್ಲದೆ ಬೇರೆ ಉದ್ದೇಶವುಂಟೆ ನಿನಗೆ? ನಿನ್ನ ಉದ್ದೇಶ ನೆರವೇರಿದೆ. ನಾನು ನೊಂದಿದ್ದೇನೆ, ಬಾ. ಬೇಗ ಬಾ. ಅತ್ತೆಗೆ ಹೇಳಿ ನಿಯಮವನ್ನು ಬದಲಾಯಿಸೋಣ. ಆದರೆ ಹೇಗೆ ಬದಲಾಯಿಸುವುದು? ಮೊದಲಿನಂತೆ ರಾತ್ರಿಗೊಬ್ಬರ ಸರದಿ ಎಂದರೆ ನಾನು ತಡೆಯಲಾರೆ. ವರ್ಷದ ಸರದಿ ಎಂದರೆ ನೀನೂ ತಾಳಲಾರೆ. ಬೇಡ ತಿಂಗಳ ಸರದಿ ಮಾಡೋಣ. ನನ್ನ ಮನಸ್ಸಿಗೂ ನೆಮ್ಮದಿ ಇರುತ್ತೆ. ಬೇಗ ಬಾ. ನಾನೇ ಅತ್ತೆಯ ಕೈಲಿ ಮಾತನಾಡುತ್ತೇನೆ. ನಾನು ಎಷ್ಟೊಂದು ಬೇಡಿಕೊಳ್ಳುತ್ತಿದ್ದೆ ಮನಸ್ಸಿನಲ್ಲೇ.

ನಿನ್ನ ಮನಸ್ಸಿಗೆ ಕೇಳುತ್ತಿರಲಿಲ್ಲವೇ ಅದು? ಕಿವುಡಾಯಿತೆ ನಿನ್ನ ಅಂತರಂಗ? ನಾನು ಜೀವನದಲ್ಲಿ ಮೊಟ್ಟಮೊದಲ ಸಲ ನರಳಿ ನರಳಿ ಉರಿಯತೊಡಗಿದೆ. ನೀನು ದೇಶ ದೇಶ ತಿರುಗಿ ಇಬ್ಬರು ನಾಗಜನರ ರಾಜಕನ್ಯೆಯರನ್ನು ಮದುವೆಯಾಗಿ ಒಂದೊಂದು ಗಂಡುಮಗು ಹುಟ್ಟಿಸಿ ಅವರನ್ನು ಅಲ್ಲೇ ಬಿಟ್ಟು ಕೊನೆಗೆ ದ್ವಾರಕೆಗೆ ಹೋಗಿ ಕೃಷ್ಣನ ತಂಗಿಯಲ್ಲಿ ಅನುರಕ್ತನಾಗಿ ಮದುವೆಯಾಗಿ, ನಿನಗೇ ಒಬ್ಬ ಪ್ರತ್ಯೇಕ ಹೆಂಡತಿ ಕರೆದುಕೊಂಡೇ ಊರಿಗೆ ಹಿಂತಿರುಗಿದೆ ಮೂರು ವರ್ಷದ ನಂತರ.

ಅರ್ಜುನ, ನೀನು ಚತುರ, ಸುಂದರ, ಹೆಂಗಸರನ್ನು ಮರುಳುಗೊಳಿಸುವ ಮಾತುಗಾರ. ಅರ್ಜುನ, ನೀನು ನನ್ನನ್ನು ಮರುಳುಗೊಳಿಸಿದೆ. ನಂತರ ಮೂವರನ್ನಂತೂ ಮರುಳುಗೊಳಿಸಿ ಮದುವೆಯಾದೆ. ಮದುವೆಯಾಗದೆ ಮರುಳುಗೊಳಿಸಿ ಮುಂದೆ ನಡೆದದ್ದು ಇಲ್ಲವೆ? ಅರ್ಜುನ, ನೀನು ಅಹಂಕಾರಿ. ಹೆಂಗಸೆಂದರೆ ನಿನ್ನ ಅಹಂಕಾರಕ್ಕೆ ಆಭರಣ. ಈ ಪಾಂಚಾಲಿ ನಿನ್ನೊಬ್ಬನ ಆಭರಣವಾಗಲು ಸಾಧ್ಯವಾಗಲಿಲ್ಲ. ಅರ್ಜುನ, ವ್ರತದಲ್ಲಿ ನೀನು ಸೋತೆ. ನಿನಗೆ ಕಾಮಾತುರವಾದಾಗ ಸೇರಿಸಿಕೊಳ್ಳಲಿಲ್ಲವೆಂಬ ಏಕಮಾತ್ರ ಕಾರಣಕ್ಕಾಗಿ ಪಾಂಚಾಲಿಯನ್ನು ಎಡಗಾಲಿನಿಂದ ಹೊಸಕಿ ದೂರವಾದೆ. ಆದರೆ ಆರ್ಯಾವರ್ತದಲ್ಲೇ ವೀರ ಬಿಲ್ಲುಗಾರ, ಸುಭದ್ರೆಯನ್ನು ತಂದ ನಂತರ ನನ್ನ ನೋಟವನ್ನು ಸಂಧಿಸಿ ಮಾತನಾಡುವ ಧೈರ್ಯವನ್ನು ನೀಗಿಕೊಂಡೆ. ಪ್ರತಿವಿಂಧ್ಯ ಪಕ್ಕಕ್ಕೆ ತಿರುಗಿ ಮಲಗಿದ್ದಾನೆ. ರೆಪ್ಪೆಗಳನ್ನು ಮುಚ್ಚಿಕೊಂಡಿದ್ದಾನೆ. ಆದರೆ ನಿದ್ದೆ ಬಂದಿಲ್ಲ. ಬರೀ ಕಣ್ಣು ಮುಚ್ಚಿಕೊಂಡ ಮುಖಕ್ಕೂ ನಿಜವಾಗಿ ನಿದ್ದೆ ಬಂದದ್ದಕ್ಕೂ ವ್ಯತ್ಯಾಸ ತಿಳಿಯುವುದಿಲ್ಲವೆ? ಇವನ ಬುದ್ಧಿ ಸೂಕ್ಷ್ಮ. ಎಲ್ಲವನ್ನೂ ಮನಸ್ಸಿನಲ್ಲೇ ತೂಗುತ್ತಿರುತ್ತಾನೆ. ಎಲ್ಲವನ್ನೂ ಮನಸ್ಸಿನಲ್ಲೇ ತೂಗುವವರಿಗೆ ಬೇಗ ನಿದ್ದೆ ಹೊತ್ತುವುದಿಲ್ಲವಂತೆ. ಯಾರ ಕೈಲಿ ಹೇಳಿಕೊಳ್ಳಲಿ ಇವನ್ನೆಲ್ಲ. ಗಂಡುಮಗನ ಕೈಲಂತೂ ಅಲ್ಲ. ಹೆಣ್ಣುಮಕ್ಕಳಾಗಲಿಲ್ಲ. ಐದಕ್ಕೇ ನಿಂತುಹೋಯಿತು. ಪ್ರತಿರಾತ್ರಿಯ ಸರದಿ ತಪ್ಪಿ ವರ್ಷದ ಸರದಿ ಆರಂಭವಾದ ಮೇಲೆ ಮಕ್ಕಳೇ ನಿಂತುಹೋದವು ಹೆಣ್ಣುಮಕ್ಕಳು ಆಗುವ ಮುಂಚೆಯೇ. ಯಾರ ಕೈಲಿ ಹೇಳಿಕೊಳ್ಳಲಿ ಈ ಪಾಂಡವ ಸಂಸಾರದ ಐಕಮತ್ಯವನ್ನುಳಿಸಲು ನಾನು ಪಟ್ಟ ಬವಣೆಯನ್ನು! ಸುಭದ್ರೆ ಜಾಣೆ. ನನ್ನಂತೆ ತಾಯಿಯಿಲ್ಲದ ಮಗಳಲ್ಲ. ಅವಳ ಮದುವೆಯಲ್ಲಿ, ತನ್ನ ಮಕ್ಕಳ ಐಕಮತ್ಯದ ಗುರಿಯಿಟ್ಟ ಕುಂತಿ ಇರಲಿಲ್ಲ ತಾಯಿಯ ವೇಷದಲ್ಲಿ ಬಂದು ಮನಸ್ಸನ್ನು ಸಿಕ್ಕಿಹಾಕಿಸಲು. ನನ್ನಂತೆ ಐವರನ್ನೂ ಒಟ್ಟಿಗೆ ಆಳುತ್ತೇನೆಂಬ ಹುಚ್ಚು ಕನಸಿಗೆ ಎಡೆಗೊಡುವ ಹುಡುಗಿಯೂ ಅವಳಲ್ಲ. ಅರ್ಜುನನ ರೂಪಕ್ಕೆ, ಮಾತಿಗೆ ಮರುಳಾದಳು ನಿಜ. ಆದರೆ ತನ್ನ ವ್ಯವಹಾರಜ್ಞಾನವನ್ನು ಕೈಲಿಟ್ಟುಕೊಂಡೇ ಅವನು ಮುಂದಿನ ಹೆಜ್ಜೆ ಇಡಲು ಅವಕಾಶ ಕೊಟ್ಟಳು. 'ಕುರುವೀರ, ನಿನ್ನ ಕೈಹಿಡಿಯುವುದೆಂದರೆ ನನ್ನ ಪುಣ್ಯವಿಶೇಷವೆಂದು ಭಾವಿಸುತ್ತೇನೆ. ಆದರೆ ನಾನು ಹಿಡಿಯುವುದು ನಿನ್ನ ಕೈಯನ್ನು' ಎಂದು ಪೀಠಿಕೆಯ ಮಾತು ಹಾಕಿದಳಂತೆ.

'ಹಾಗೆಂದರೇನು ವಾರ್ಷ್ಣೇಯಿ?' ಇವನು ಕೇಳಿದನಂತೆ.

'ಯಾರು ಯಾವ ಹೆಂಡತಿ ಮದುವೆಯಾದರೂ ಹಿರಿಯನ ಹೆಸರಿನಲ್ಲೇ ವಿವಾಹ

ಸಂಪನ್ನವಾಗುತ್ತದೆ, ಉಳಿದ ಎಲ್ಲ ಸೋದರರಿಗೂ ಸಮಾನವಾದ ಉಪಭೋಗದ ಹಕ್ಕುಂಟು ಅಂತ ನಿಮ್ಮ ಸೋದರರಲ್ಲಿ ಒಂದು ನಿಯಮ ಉಂಟಂತೆ. ಹಾಗೆ ನಾನು ಐದು ಜನರನ್ನು ಸ್ಪರ್ಶಿಸಲಾರೆ. ಆರ್ಯ ಹೆಂಗಸಿಗೆ ಒಬ್ಬನೇ ಗಂಡ.'

ಇವನಿಗೆ ಸಂತೋಷವೇ ಆಗಿರಬೇಕು. ಆಗದೆ ಇರುತ್ತೆಯೆ? 'ಯಾದವೀ, ನಿನ್ನ ಅಪೇಕ್ಷೆಯು ನನಗೆ ಮಾನ್ಯ.'

'ನಿನಗೆ ಮಾನ್ಯವಾಗುವುದು ಮುಖ್ಯವಲ್ಲ. ಒಪ್ಪಿಕೊಂಡು ನಮ್ಮ ಮನೆಗೆ ಬಂದ ಮೇಲೆ ನಮ್ಮ ನಿಯಮಕ್ಕೆ ಹೊಂದಿಕೊಳ್ಳಲೇಬೇಕು ಅಂತ ನಿನ್ನಣ್ಣ ಆಜ್ಞೆ ಮಾಡಿದರೆ ನಾನೇನು ಮಾಡಲಿ? ಹಿಂದೆ ದ್ರುಪದರಾಜನನ್ನು ಇದೇ ರೀತಿ ಕೇಳಿದನಂತೆ ನಿಮ್ಮಣ್ಣ.'

'ಈಗ ಏನು ಮಾಡಬೇಕು ಹೇಳು.'

ಇವಳು ಅರ್ಜುನನನ್ನು ಮಾಡಿಕೊಂಡರೆ ಅವನೊಬ್ಬನಿಗೇ ಹೆಂಡತಿ. ನಾವು ಸೋದರರು ಮಾಡಿಕೊಂಡಿರುವ ವಿವಾಹ ಒಡಂಬಡಿಕೆಯು ಇವಳಿಗೆ ಅನ್ವಯಿಸುವುದಿಲ್ಲ. ಈ ಮಾತಿಗೆ ಹಿರಿಯಣ್ಣನಾಗಿ, ರಾಜನಾಗಿ ನಾನು ಹೊಣೆ ಅಂತ ನಿಮ್ಮ ಅಣ್ಣ ಹೇಳಬೇಕು. ಉಳಿದ ಸೋದರರೆಲ್ಲ ಸಮ್ಮತಿಸಬೇಕು. ನಿನ್ನ ತಾಯಿ ಕೂಡ ಈ ಮಾತಿಗೆ ಬದ್ಧಳಾಗಬೇಕು.

ಇವನು ಮಾತಿಲ್ಲದೆ ತಲೆ ತಗ್ಗಿಸಿ ಕುಳಿತನಂತೆ. ಅವಳು ಇನ್ನೊಂದು ಕರಾರನ್ನು ಸೇರಿಸಿದಳಂತೆ: 'ನಾನು ನಿನ್ನನ್ನು ಮದುವೆಯಾದರೆ ನಾನೊಬ್ಬಳೇ ನಿನ್ನ ಆಜೀವಪರ್ಯಂತ ಹೆಂಡತಿಯಾಗಿರಬೇಕು. ನಾನು ಜೀವಂತವಿರುವತನಕ ನೀನು ಬೇರೊಬ್ಬಳನ್ನು ತರಕೂಡದು. ಯಾವುದೇ ಸ್ವಯಂವರದಲ್ಲಿ ಭಾಗವಹಿಸಬಾರದು. ಕಾಣಿಕೆ ಎಂದು ಯಾವ ರಾಜನಿಂದಲೂ ಯಾರಿಂದಲೂ ಕನ್ಯೆಯನ್ನು ಸ್ವೀಕರಿಸಬಾರದು.'

ಎಲ್ಲ ಕಡೆಯಿಂದಲೂ ತನಗೆ ರಕ್ಷೆಯಾಗಿರುವಂತೆ ಎಂತಹ ನಿರ್ಬಂಧಗಳನ್ನು ಹಾಕಿದಳು! ಅವಳಿಗೇ ಇಷ್ಟೆಲ್ಲ ಹೊಳೆಯಿತೋ, ಅಥವಾ ಅವಳಣ್ಣ ಕೃಷ್ಣ ಹೇಳಿಕೊಟ್ಟನೋ, ಅಥವಾ ಗಂಡಸು ತಾನಾಗಿಯೇ ಮೇಲೆಬಿದ್ದು ಯಾಚಿಸುತ್ತಿರುವಾಗ ಇಂತಹ ನಿರ್ಬಂಧಗಳಿಗೆ ಒಪ್ಪಿಸುವುದು ಒಳ್ಳೆಯದೆಂದು ಅವಳ ಅಮ್ಮನೋ ಸಖಿಯರೋ ಹೇಳಿಕೊಟ್ಟಿರಬೇಕು. ಒಟ್ಟಿನಲ್ಲಿ ಜಾಣೆ. ನನಗಿಂತ ಜಾಣೆ. ಮುದ್ದು ಮುಖದ ಸ್ವಂತಸುಖದ ಸುಭದ್ರೆ ಜಾಣೆ. ಗಂಡನ ಅಣ್ಣ ಜೂಜಿನಲ್ಲಿ ರಾಜ್ಯಭ್ರಷ್ಟನಾಗಿ ಅವನೊಡನೆ ಗಂಡನೂ ನಿರ್ಗತಿಕನಾಗಿ ನಿಯಮದಂತೆ ವನವಾಸಕ್ಕೆ ಹೊರಟಾಗ ಜಾಣೆ ಸುಭದ್ರೆ ಮೂರು ವರ್ಷದ ಮಗುವಿನೊಡನೆ ತನ್ನ ತೌರುಮನೆಗೆ ಹೊರಟುಹೋದಳಲ್ಲ. ನನ್ನಂತೆ ಕಾಡಿನ ಮುಳ್ಳು ಕಲ್ಲುಗಳನ್ನು ತುಳಿದು ಮೃಗಗಳಿಗೆ ಹೆದರುತ್ತಾ ರಾತ್ರಿ ಇರುವೆ ಗೊದ್ದ ಕೆಂಜಿಗೆ ಸೊಳ್ಳೆ ಗುಂಗುರುಗಳಿಂದ ಕಚ್ಚಿಸಿ ಕೊಳ್ಳುತ್ತಾ ಉಪವಾಸವೇ ಜೀವನಕ್ರಮವೆಂದು ಭಾವಿಸುತ್ತಾ, ಸುಭದ್ರೆ ಜಾಣೆ. ಹದಿಮೂರು ವರ್ಷ ಕಳೆದ ನಂತರ ಹಿಂತಿರುಗಿ ಬಂದು ಹದಿನಾರರ ತನ್ನ ಮಗನಿಗೆ ವಿರಾಟಪುತ್ರಿಯನ್ನು ಧಾರೆ ಎರೆಸಿಕೊಂಡೂಬಿಟ್ಟಳು ಕೃಷ್ಣೆಯ ಇಪ್ಪತ್ತನಾಲ್ಕರ ಹಿರಿಯ ಮಗ ಇನ್ನೂ ಮದುವೆ ಇಲ್ಲದೆ ನಿಂತಿರುವಾಗ. ಉತ್ತರೆಯನ್ನು ನನ್ನ ಮಗ ಅಭಿಮನ್ಯುವಿಗೆ ಕೊಡು ಎಂದು ಅರ್ಜುನನೇ ವಿರಾಟನನ್ನು ಕೇಳಿದನಂತೆ ಸುಭದ್ರೆ ಇಲ್ಲಿಗೆ ಬರುವ ಮೊದಲೇ. ಯಾದವೀ,

ನಾನು ಸೋತಲ್ಲಿ ನೀನು ಗೆದ್ದೆ. ಗಂಡನನ್ನು ಪೂರ್ತಿ ಅಂಗೈಯಲ್ಲಿ ಹಿಡಿದಿಟ್ಟುಕೊಳ್ಳುವಲ್ಲಿ ನಿನ್ನ ಗೆಲುವು ದೊಡ್ಡದು.

ಸುಭದ್ರೆ ಗೆದ್ದಳು. ಇಲ್ಲಿ ಕುಂತಿ ನನ್ನ ಕೈಬಿಟ್ಟಳು. ಸುಭದ್ರೆ ನನ್ನೊಬ್ಬನಿಗೇ ಪ್ರತ್ಯೇಕ ಹೆಂಡತಿಯಾಗಿರುವುದಕ್ಕೆ ನೀವು ಒಪ್ಪದಿದ್ದರೆ ನಾನು ಇಂದ್ರಪ್ರಸ್ಥಕ್ಕೆ ಹಿಂತಿರುಗುವುದಿಲ್ಲ, ಪಾಂಡವರು ಐವರಲ್ಲ, ನಾಲ್ವರೆಂದು ತಿಳಿಯಿರಿ ಎಂದು ಅರ್ಜುನ ಹೇಳಿಕಳಿಸಿದ್ದಾನೆ ಎಂಬ ದೂತರ ಮಾತನ್ನು ಕೇಳಿದ ತಕ್ಷಣ ಹೆತ್ತ ತಾಯಿಯ ಕರುಳು ಅತ್ತ ತಿರುಗಿತು. ಹೇಳದೆ ಕೇಳದೆ ಹೋಗಿ ಹೆಚ್ಚುಕಡಮೆ ಎರಡು ವರ್ಷ ಕಳೆದು ಮಣಲೂರಿನಿಂದ ಅವನು ಎತ್ತಲೋ ದೇಶಾಂತರ ಹೋದನೆಂದು ಅವನೊಡನೆ ಹೋಗಿದ್ದ ಅಶ್ವಾರೋಹಿಗಳು ಹಿಂತಿರುಗಿ ಹೇಳಿದ್ದರೂ ಮಗ ಸತ್ತಿದ್ದಾನೆಂದೇ ಅಳುತ್ತಿದ್ದ ತಾಯಿ, ದುಃಖಿಸುತ್ತಿದ್ದ ಅಣ್ಣ ತಮ್ಮಂದಿರು. ಸದ್ಯ, ಹಿಂತಿರುಗಿದರೆ ಸಾಕು ಎಂಬ ಕಾತರ. ಒಪ್ಪದೆ ಏನು ಮಾಡಿಯಾರು? ಸುಭದ್ರೆ ಏನು ದ್ರುಪದಕುಮಾರಿಯಂತೆ ಆರ್ಯಾವರ್ತವನ್ನೇ ಚಂಚಲಗೊಳಿಸಿದ ಸುಂದರಿಯೆ? ಅವಳನ್ನು ಇವರಾರೂ ನೋಡಿಯೇ ಇಲ್ಲ. ಅಲ್ಲದೆ ಎಂಟು ವರ್ಷಕ್ಕೂ ಮೀರಿ ಈ ಕೃಷ್ಣೆಯನ್ನು ಹೀರಿ ಯೌವನದ ಹಸಿವು ತೀರಿಸಿಕೊಂಡು ಪ್ರಬುದ್ಧರಾಗುತ್ತಿದ್ದ ಅವಸ್ಥೆ. ನನ್ನನ್ನು ಮದುವೆಯಾದ ಸ್ಥಿತಿಯ ಉಕ್ಕುಪ್ರಾಯದ ವಯಸ್ಸಲ್ಲ. ಒಪ್ಪಿದರು. ಮಗ ಮತ್ತೆ ಮನೆಗೆ ಬಂದರೆ ಸಾಕೆಂಬ ಕಾತರ ಕುಂತಿಗೆ. ತನ್ನ ತೌರಿನ ಕಡೆಯ ಹೆಣ್ಣಲ್ಲವೆ ಸುಭದ್ರೆ. ತೌರಿನ ಬಳ್ಳಿ ಮತ್ತೆ ಕೂಡಿಕೊಳ್ಳುತ್ತದೆ. ಯಾಕೆ ಬಿಟ್ಟಾಳು ಅವಕಾಶವನ್ನು. ಭಿಕ್ಷುಕರಾಗಿ ಕುಂಬಾರರ ಮನೆಯ ಹಿಂಬದಿಯ ಗುಡಿಸಲಿನಲ್ಲಿದ್ದವರನ್ನು ಕೈ ಹಿಡಿದು ಇವರ ಐಕಮತ್ಯ ಕಾಯುವ ವ್ರತ ತೊಟ್ಟು ನಮ್ಮಪ್ಪನ ಸೈನ್ಯಬಲದ ಬೆದರಿಕೆಯಿಂದ ಧೃತ ರಾಷ್ಟ್ರನು ಕರೆಸಿ ರಾಜ್ಯ ಕೊಡಲು ಕಾರಣಳಾದ ಹಿರೀ ಸೊಸೆಯ ಮನಸ್ಸು ಇಂದ್ರಪ್ರಸ್ಥದ ರಾಜಮಾತೆಯ ಶಿಖರವೇರಿದ ಕುಂತಿಗೆ ಹೇಗೆ ಅರ್ಥವಾಗಬೇಕು? ಅರ್ಜುನ ಹೀಗೆ ಹೇಳಿಕಳಿಸಿದ್ದಾನೆ, ಏನೆಂದು ಉತ್ತರ ಕೊಡೋಣವೆಂದು ನನ್ನನ್ನು ಕೇಳಿದಳೆ? ಧರ್ಮರಾಜ ಕೇಳಿದನೆ? ಯಾರು ಕೇಳಿದರು? ಬೀಸಣಿಗೆ ಹಾಕುತ್ತಿದ್ದ ಕೈ ಸುಮ್ಮನಾಯಿತು. ಮಲಗಿದ್ದ ಐವರ ಮುಖ ಕುತ್ತಿಗೆ ಎದೆಗಳಲ್ಲೂ ಜಿನುಗುಬೆವರು. ಲಾವಂಚದ ತಟ್ಟಿಗೆ ತೊಟ್ಟಿಕ್ಕುವಷ್ಟು ನೀರು ಎರಚಿದ್ದಾಳೆ ಜ್ಯೋತಿಷ್ಮತಿ. ಆದರೆ ಅದೆಂತಹ ಬಿಸಿಲು ಹೊರಗೆ. ಕುಲುಮೆ ಉರಿಯುತ್ತಿರಬೇಕು. ಚಮ್ಮಟಿಗೆಯ ಸದ್ದು. ಬರೀ ಇಲ್ಲಿ ಮಾತ್ರ ಹೀಗೆ ಬಿಸಿಲು ಉರಿಯುತ್ತಿ ದೆಯೋ ಕುರುನಾಡಿಗೂ ಇದರ ಬೆಂಕಿ ರಾಚುತ್ತಿದೆಯೋ? ಕಾಡುಕಿಚ್ಚು ಹೊತ್ತುವ ಕಾಲ ಇದೇ. ಹಳ್ಳಿಗಳಲ್ಲಿ ಬಣವೆಗಳಿಗೆ ಗುಡಿಸಲುಗಳಿಗೆ, ಊರು ಊರುಗಳಿಗೆ ಬೆಂಕಿ ಹೊತ್ತುವ ಕಾಲ. ಹಸ್ತಿನಾವತಿಗಾದರೂ ಕಿಡಿ ತಾಕಿ ಉರಿದು ಹರಡಿ ಇಡೀ ಊರು ಅರಮನೆಯ ಸುತ್ತಣ ಭವನಗಳು ಕುರುಡ, ಕುರುಡಿ, ಅವರ ಸಮಸ್ತ ಸಂತಾನವೂ ಉರಿದುಬಿದ್ದ ವಾರ್ತೆ ಬಂದರೆ ಸಾಕು. ಈ ಶಖೆ ಅಡಗುತ್ತದೆ. ಲಾವಂಚ ಬೇಡ, ಬೀಸಣಿಗೆ ಬೇಡ, ಬೆವರು ಒಸರದಷ್ಟು ಶೀತಲವಾಗುತ್ತದೆ ಇಡೀ ಪ್ರಪಂಚ, ಎನ್ನಿಸಿತು. ಕೈ ತನಗೆ ತಾನೇ ಮತ್ತೆ ಗಾಳಿ ಹಾಕತೊಡಗಿತು. ಐವರನ್ನು ಕಟ್ಟಿಕೊಂಡದ್ದರಿಂದಲೇ ಎಲ್ಲರಿಗೂ ಸದರವಾಯಿತು.

ಜೂಜಿನ ಸಭೆಯ ಮಧ್ಯದಲ್ಲಿ ದುರ್ಯೋಧನ, 'ಬಾ, ಬಾರೇ, ನನ್ನ ತೊಡೆಯ ಮೇಲೆ ಕೂತುಕೊ ಬಾ' ಅಂತ ಕರೆದನಲ್ಲ. 'ದುರ್ಯೋಧನ, ಸೋದರಪತ್ನಿಯನ್ನು ಹೀಗನ್ನಬೇಕಾದರೆ ನೀನು ಆರ್ಯನಲ್ಲ' ಎಂದು ಭೀಷ್ಮ ಗದ್ದರಿಸಿದಾಗ, ಯಾರು ಗದ್ದರಿಸಿದ್ದು ಭೀಷ್ಮನೋ ವಿದುರನೋ?, ತಕ್ಷಣ ತಿರುಗಿಸಿ ಅಂದನಲ್ಲ, 'ಧರ್ಮ ಭೀಮ ಅರ್ಜುನಾದಿಗಳಿಗೆ ನಾನೂ ಸೋದರನೇ ಅಲ್ಲವೆ? ನನ್ನ ಸೋದರತ್ವ ಸಾಧಿಸಿಕೊಳ್ಳುತ್ತಿದೀನಿ ಅಷ್ಟೆ.' 'ನಾವು ಹದಿನಾಲ್ಕು ಜನ ಸೋದರರು' ಎಂದು ತಕ್ಷಣ ಬಾಯಿ ಹಾಕಿದವನು ದುಶ್ಶಾಸನ. ಈ ಹದಿನಾಲ್ಕು ಜನರ ಜೊತೆಯೂ ಮಲಗಬೇಕಾಗಿತ್ತೆ ಈ ದ್ರುಪದರಾಜಕುಮಾರಿ ರಾತ್ರಿಗೊಬ್ಬರಂತೆ? ಸೈನಿಕ ಶಿಬಿರದೊಡನೆ ಒಯ್ಯುವ ಸೂಳೆ ಎಂಬಂತೆ ಭಾವಿಸಿದರು. ಸುಭದ್ರೆಗೆ ಅನ್ವಯಿಸಿ ಈ ಮಾತನಾಡಲಿಲ್ಲ ಯಾರೂ.

ಪ್ರತಿವಿಂಧ್ಯ ಅಂಗಾತನಾದ. ಕಣ್ಣುಬಿಟ್ಟ. ಮತ್ತೆ ಮುಚ್ಚಿದ. ಸ್ವಲ್ಪ ಹೊತ್ತಿಗೆ ತಕ್ಷಣ ಎದ್ದು ಕೂತು, ಉಟ್ಟ ಬಟ್ಟೆಯ ಸೆರಗಿನಿಂದ ಮುಖ ಕುತ್ತಿಗೆ ಎದೆ ಬೆನ್ನುಗಳನ್ನು ಒರೆಸಿಕೊಂಡ. ಎಷ್ಟು ಶಖೆ ಅಲ್ಲವೆ? ಬೀಸಣಿಗೆ ಹಾಕುತ್ತಿದ್ದ ಅಮ್ಮ ಅಂದಳು. ಹಿಂತಿರುಗಿ ಕೈ ನೀಡಿ ಅವಳ ಕೈಲಿದ್ದ ಬೀಸಣಿಗೆ ಎಳೆದುಕೊಂಡು ಉಫ್ ಎಂದು ತನ್ನ ಎದೆ ಹೊಟ್ಟೆಗಳಿಗೆ ಸರ ಸರನೆ ಎಂಟು ಹತ್ತು ಸಲ ಆಡಿಸಿಕೊಂಡ ನಂತರ, ಅಮ್ಮನಿಗೂ ಗಾಳಿ ಹಾಕುತ್ತಾ ಹೇಳಿದ: 'ಆಗಿನಿಂದ ಒಂದೇಸಮ ಬೀಸುತ್ತಿದೀಯ. ಇಲ್ಲಿ ಬಂದು ಕೂತುಕೊ. ನಿನಗೂ, ಮಲಗಿರುವ ಇವರೆಲ್ಲರಿಗೂ, ಗಾಳಿ ಬರುವ ಹಾಗೆ ನಾನು ಹಾಕ್‌ತೀನಿ.'

'ಅದನ್ನ ಇಲ್ಲಿ ಕೊಡು. ಗಂಡುಹುಡುಗನ ಕೈಲಿ ನಾನು ಬೀಸಿಸಿಕೊಳ್ಳುವುದೇ?' ಎನ್ನುತ್ತಾ ಅಮ್ಮ ಕೈ ನೀಡಿದಳು.

ಅವನು ಕೊಡಲಿಲ್ಲ. ಅವಳಿಗೂ ತಾಕುವಂತೆ ತಾನೇ ಹಾಕತೊಡಗಿದ. ಅವಳಿಗೆ ತಣ್ಣಗಾಯಿತು. ಶಖೆ ತನಗೆ ತಾನೇ ಇಳಿದಂತಾಯಿತು. ತಾನು ಬೀಸಿದರೆ ಬರೀ ಗಾಳಿ ಬರುತ್ತೆ, ಅವನು ತಣ್ಣನೆಯ ಗಾಳಿಯನ್ನು ಸೃಷ್ಟಿಸಿ ಕಳಿಸುತ್ತಾನೆ ಎನ್ನಿಸಿತು. ಗಂಡುಹುಡುಗ, ಬಿಲ್ಲು ಬಾಣ ಹಿಡಿಯುವ ಕೈ, ಬೀಸಣಿಗೆ ಹಿಡಿಯುವುದು ಹೆಂಗಸಿಗೆ ಮಾತ್ರ ಸರಿ ಎಂದುಕೊಂಡಳು. ರಟ್ಟೆ ಭುಜ ಪಕ್ಕೆಗಳು ಚನ್ನಾಗಿ ಬಲಿತಿವೆ. ಸರಿಯಾಗಿ ಅಂಗಸಾಧನೆ ಮಾಡಿಸಿ ಬೆಳೆಸಿದಾನೆ ನಮ್ಮಣ್ಣ ಎಂದುಕೊಳ್ಳುತ್ತಿದ್ದಾಗ ಇದ್ದಕ್ಕಿದ್ದಂತೆಯೇ ಹೊಳೆಯಿತು, ಇವನ ಮೈಕಟ್ಟು ನಮ್ಮಣ್ಣನದರಂತೆ, ತನ್ನ ಸೋದರಮಾವನದರಂತೆ. ಬರೀ ಇವನೊಬ್ಬನದಲ್ಲ. ಕಣ್ಣು, ಸಾಲಿಗೆ ಮಲಗಿದ್ದ ಉಳಿದ ನಾಲ್ವರ ಕಡೆಗೂ ಹರಿಯಿತು. ಮುಖ ಕಣ್ಣು ಮೂಗು ಮೊದಲಾಗಿ ಒಂದಲ್ಲ ಒಂದರಲ್ಲಿ ಪಾಂಚಾಲರ ಲಕ್ಷಣ ಮೂಡಿದೆ ಎಂಬುದು ಗಮನಕ್ಕೆ ಬಂದು ಒಂದು ತೆರನಾದ ವಿಶೇಷ ನಿಕಟಭಾವ ಹುಟ್ಟಿತು. ಇನ್ನೂ ಗಮನಿಸಿದರೆ ತನ್ನಪ್ಪನಂತೆ ತನ್ನೆಲ್ಲ ಮಕ್ಕಳೂ ಎನ್ನಿಸಲು ಶುರುವಾಯಿತು. ತಾಯಿ ಸತ್ತ ಮಗಳು ಎಂದು ತನ್ನ ಅಂತಃಕರಣವನ್ನೆಲ್ಲ ನನ್ನಲ್ಲೇ ಇಟ್ಟು ಸಾಕಿದ ಅಪ್ಪ ಎಂಬುದೆಲ್ಲ ನೆನಪಿಗೆ ಬಂದು ಮನಸ್ಸು

ನಲವತ್ತು ವರ್ಷ ಹಿಂದಕ್ಕೆ ಹರಿಯಿತು.

'ಮಾವ ಒಂದು ಸಂದೇಶ ಕಳಿಸಿದಾನೆ, ಇವತ್ತು ಬೆಳಗ್ಗೆ ತಾನೇ ಬಂದ ಸಂದೇಶವಾಹಕ ಚೈತ್ರಕ ಅಂತ, ಮಾವನ ಆಸ್ಥಾನದಲ್ಲಿ ತುಂಬ ಬೇಕಾದವನು.'

'ಏನು ಸಂಗತಿ? ನಿಮ್ಮ ತಾತನ ಆರೋಗ್ಯ ಚನ್ನಾಗಿದೆಯೆ?'

'ಚನ್ನಾಗಿದೆ. ದುರ್ಯೋಧನ ಈಗ ದೇಶದೇಶಕ್ಕೆಲ್ಲ ವೇದಪಂಡಿತರನ್ನೂ ಪುರೋಹಿತ ರನ್ನೂ ಕಳಿಸಿ ಹೊಸ ಪ್ರಚಾರ ಶುರುಮಾಡಿದಾನಂತೆ. ಪಾಂಚಾಲರು ಅನಾರ್ಯರು. ಒಬ್ಬ ಹೆಂಡತಿಯನ್ನು ಅಣ್ಣ ತಮ್ಮಂದಿರೆಲ್ಲ ಹಂಚಿಕೊಳ್ಳುವ ಅವರ ರಾಜ್ಯದಲ್ಲಿರುವ ಆರ್ಯೇತರ ಪದ್ಧತಿಯನ್ನು ದ್ರುಪದರಾಜ ತನ್ನ ಮನೆಯಲ್ಲೇ ಅನುಸರಿಸಲು ಶುರುಮಾಡಿ ದಾನೆ. ಪಾಂಡವರೆಲ್ಲ ಹುಟ್ಟಿ ಬೆಳೆದದ್ದು ಪರ್ವತ ಪ್ರದೇಶೀಯರ ನಡುವೆ. ತಮ್ಮ ಈ ಅನಾರ್ಯಪದ್ಧತಿಯನ್ನು ಇಡೀ ಆರ್ಯಜನಾಂಗದ ಮೇಲೆ ಹೇರಬೇಕೆಂದು ಮಾವ ಅಳಿಯಂದಿರು ಕೂಡಿ ಈಗ ಯುದ್ಧ ಹೂಡಿದಾರೆ. ನೀವು ಯಾವ ಪದ್ಧತಿಯ ಪರ ನಿಲ್ಲುತೀರ? ನೀವು ಆರ್ಯರೋ ಅನಾರ್ಯರೋ ಅಂತ ಈ ವೇದಪಂಡಿತರು ಪುರೋ ಹಿತರು ಎಲ್ಲ ಆರ್ಯರಾಜರ ಆಸ್ಥಾನಗಳಿಗೂ ಹೋಗಿ ಕೇಳುತ್ತಿದಾರಂತೆ.'

ಅಲ್ಪಭಾಷಿಯಾದ ಮಗ ಈಗ ತನ್ನೆದುರು ಕೂತು ಇಷ್ಟು ವಾಕ್ಯಗಳನ್ನು ಒಟ್ಟಿಗೆ ಆಡಿ ದ್ದಾನೆ. ದುರ್ಯೋಧನ ಹೀಗೆ ಪ್ರಚಾರ ಮಾಡುವುದರಲ್ಲಿ ಆಶ್ಚರ್ಯವಿಲ್ಲ. ಹೇಳಿ ಕೇಳಿ ಯುದ್ಧ. ಬೆಂಬಲ ಗಳಿಸಿಕೊಳ್ಳಲು ಸುಳ್ಳು ಹೇಳುವುದು ಸಹಜವೇ. ದುರ್ಯೋಧನನಂತೂ ಬೀಜವಿಲ್ಲದೆಯೇ ಸುಳ್ಳಿನ ಸುಗ್ಗಿ ಮಾಡಬಲ್ಲ. ಇದಕ್ಕೆ ತಕ್ಕ ಪ್ರತಿಪ್ರಚಾರ ನಮ್ಮವರು ಮಾಡಬೇಕು. ಆದರೆ ಈ ಮಾತು ಅವಳನ್ನು ಬೇರೆ ದಿಕ್ಕಿನಲ್ಲಿ ಕೊರೆಯಲು ಪ್ರಾರಂಭಿಸಿತು. 'ಆದ್ದರಿಂದ ಈಗ ಆಗುವುದು ಧರ್ಮಯುದ್ಧ. ನೀವು ನಮ್ಮ ಕಡೆ ಬಂದು ಯುದ್ಧ ಮಾಡದಿದ್ದರೆ ಧರ್ಮನಷ್ಟವಾಗುತ್ತೆ, ನಿಮ್ಮ ಪಿತೃಗಳಿಗೆ ನರಕ ಪ್ರಾಪ್ತಿಯಾಗುತ್ತೆ ಅಂತ ಪುರೋಹಿತರು ಹೆದರಿಸುತ್ತಿದಾರಂತೆ.'

'ಮಗು, ಅವರು ಹೆದರಿಸಿಕೊಳ್ಳಲಿ. ಇದರ ನಿಜವಾದ ಧರ್ಮ ನನಗೆ ಗೊತ್ತು. ಧರ್ಮವೇ ಗೆಲ್ಲುವುದಿದ್ದರೆ ನಾವೇ ಗೆಲ್ತೀವಿ. ಆದರೆ ಅಧರ್ಮ ಗೆಲ್ಲುವುದಿಲ್ಲ ಅಂತ ಹೇಗೆ ಹೇಳುವುದು? ಅದು ಹೋಗಲಿ. ನಿನಗೆ ಏನನಿಸುತ್ತೆ ಹೇಳು.'

'ಯಾವುದು?'

ಯಾವುದೆಂದು ಖಚಿತಪಡಿಸಿ ಬಾಯಿ ಬಿಟ್ಟು ಹೇಳಲು ಅವಳಿಗೆ ಒಳಗೇ ಹಿಡಿದಂತಾ ಯಿತು. ಆದರೆ ಈ ಮಾತನ್ನು ಇವನೊಡನೆ ಆಡಬೇಕೆಂಬ ಮನಸ್ಸು ಕಳೆದ ನಾಲ್ಕು ತಿಂಗಳಿನಿಂದ ತನಗಿದೆ. ಇವನಾದರೋ ಮಾತನ್ನೇ ಆಡುವುದಿಲ್ಲ. ಇವತ್ತು ಇಷ್ಟಾದರೂ ಆಡುತ್ತಿದಾನೆ. ಜೊತೆಗೆ ಈ ಮಾತೇ ಬಂದಿದೆ.

ಕೇಳಿಯೇಬಿಡಬೇಕೆಂದು ನಿರ್ಧರಿಸಿ ಎಂದಳು: 'ನಿಮ್ಮ ತಾತ ನನ್ನನ್ನು ಐದು ಜನರಿಗೆ ಮದುವೆ ಮಾಡಿ ಕೊಟ್ಟಿದ್ದು.'

ಅವನು ಉತ್ತರ ಹೇಳಲಿಲ್ಲ. ಮಲಗಿದ್ದ ತನ್ನ ನಾಲ್ಕು ಜನ ತಮ್ಮಂದಿರು ಮತ್ತು

ಅವರ ತಲೆಯ ಹತ್ತಿರ ಕುಳಿತಿದ್ದ ತಾಯಿಗೆ ಮೊದಲಿನಂತೆ ಬೀಸಾಗಿ ಗಾಳಿ ಹಾಕುತ್ತಿದ್ದ. ಜ್ಯೋತಿಷ್ಮತಿ ಅಲ್ಲಿಗೆ ಬಂದಳು. ನೀರು ತುಂಬಿದ ಮಡಕೆಯನ್ನು ತಂದಿಟ್ಟುಕೊಂಡು ಮರದ ಪಾತ್ರೆಯಲ್ಲಿ ಮೊಗೆದು ಮೊಗೆದು ಲಾವಂಚದ ತಟ್ಟಿಗಳಿಗೆ ಎರಚಿದಳು. ಎಷ್ಟು ಬೇಗ ನೀರು ಕುಡಿಯುತ್ತಿದೆ ಇದು! ಒಂದು ದಪ್ಪ ಮಡಕೆ ನೀರನ್ನು ಹೀರಿಬಿಟ್ಟಿತು. ಅವಳು ಹೋದ ಮೇಲೂ ಮಗ ಸುಮ್ಮನೆ ಕುಳಿತಿದ್ದ ಗಾಳಿ ಹಾಕುತ್ತಾ. ಇಷ್ಟು ಹೊತ್ತು ಬೇಕೇ ಈ ಮಾತಿಗೆ ಉತ್ತರ ಕೊಡಲು? ಅಥವಾ ಹೇಳಲು ಕಷ್ಟವಾಗುವ ಭಾವನೆಗಳಿವೆಯೇ ಇವನ ಮನಸ್ಸಿನಲ್ಲಿ? ತಲೆ ಎತ್ತಿ ಅವನ ಮುಖವನ್ನು ದಿಟ್ಟಿಸುತ್ತಾ ಕೇಳಿದಳು: 'ಏನನಿಸುತ್ತೆ ನಿನಗೆ?'

"ಕಾಂಪಿಲ್ಯದಲ್ಲಿದ್ದಾಗ, ಇದರಲ್ಲಿ ಅಸಹಜವಾದದ್ದೇನೂ ಕಾಣಿಸುತ್ತಿರಲಿಲ್ಲ. ಅಮ್ಮಾ, ಮಾವನ ಎಷ್ಟೋ ಪ್ರಜೆಗಳಿಗೆ, ನಾವು ಐದು ಜನ ಅಂದರೆ ಎಷ್ಟು ಇಷ್ಟ ಗೊತ್ತೆ? ಆರ್ಯೇತರರೆಲ್ಲ ನಮ್ಮನ್ನು ತುಂಬ ಪ್ರೀತಿಯಿಂದ ಕಾಣುತ್ತಾರೆ. ನನಗೆ ಅರ್ಥವಾಗುತ್ತಿದೆ: ತಮ್ಮ ಪದ್ಧತಿಯನ್ನು ಒಪ್ಪಿ ಆಚರಿಸುವ ರಾಜನ ಮೇಲೆ ಪ್ರಜೆಗಳ ಪ್ರೀತಿ ಯಾವಾಗಲೂ ಹೆಚ್ಚುತ್ತದೆ. ಅಲ್ಲಿಯ ನಮ್ಮ ಆರ್ಯ ಸಂಬಂಧಿಗಳೂ ಯಾವುದೇ ರೀತಿ ಕೊಂಕು ಮಾತ ನಾಡುತ್ತಿರಲಿಲ್ಲ. ಎಷ್ಟಾದರೂ ಅರಮನೆ ಮಾಡಿದ ಆಚರಣೆ. ಆದರೆ ಈ ಊರಿಗೆ ಬಂದೆವು ನೋಡು ನಾಲ್ಕು ತಿಂಗಳಿನಲ್ಲಿ. ಜನಗಳೆಲ್ಲ ನಮ್ಮನ್ನು ಒಂದು ಥರಾ ಕಾಣುತ್ತಾರೆ. ನಾವೂ ಸಹಜವಾಗಿ ಎಲ್ಲರಂತೆ ಸೋದರರು ಅಥವಾ ರಾಜಕುಮಾರರು ಎಂಬ ಭಾವನೆ ಇಲ್ಲಿಯವ ರಿಗೆ ಇದ್ದಹಾಗಿಲ್ಲ. ಒಂದು ದಿನ ಶ್ರುತಸೇನನ ರಥದ ಇರಚಿ ಮುರಿದುಹೋಯಿತು. ಅದನ್ನು ಸರಿ ಮಾಡಲು ಬಂದ ಬಡಗಿ ಅವನನ್ನು ಕೇಳುತ್ತಿದ್ದ. ಶ್ರುತಸೇನನ ಮಾತು ಯಾವಾಗಲೂ ಹೆಚ್ಚು. ಹೀಗಾಗಿ ಬಡಗಿಗೂ ಸದರ ಸಿಕ್ಕಿರಬೇಕು. 'ರಾಜಪುತ್ರ, ನೀವು ಎಲ್ಲ, ಐದು ಜನರನ್ನೂ ಅಪ್ಪ ಅನ್ನುತೀರೋ, ಅಥವಾ ಹಿರಿಯ ಧರ್ಮರಾಜನನ್ನು ಅಪ್ಪ ಎಂದು, ಉಳಿದವರನ್ನೆಲ್ಲ ಚಿಕ್ಕಪ್ಪ ಅನ್ನುತೀರೋ?' ಎಲ್ಲರನ್ನೂ ಅಪ್ಪ ಅನ್‌ತೀವಿ ಅಂತ ಇವನು ಅಂದ. 'ಎಲ್ಲರ ವಿಷಯದಲ್ಲೂ ಸಮವಾಗಿ ಅಪ್ಪ ಅನ್ನುವ ಭಾವನೆ ನಿಮಗೆ ಬರುತ್ತೆಯೋ, ಅಥವಾ.....' ಎನ್ನುತ್ತಿದ್ದವನು, ಅಷ್ಟರಲ್ಲಿ ಇತ್ತ ತಿರುಗಿ ನಾನು ಹತ್ತಿರ ಇದ್ದುದನ್ನು ನೋಡಿ ನಾಲಗೆ ಕಚ್ಚಿಕೊಂಡವನಂತೆ ಕತ್ತು ತಗ್ಗಿಸಿ ಮರ ಹೆರೆಯಲು ಶುರುಮಾಡಿದ. ಕಾಂಪಿಲ್ಯದಲ್ಲಿ ಯಾರೂ ಇಂಥ ಮಾತು ಕೇಳುವುದೇ ಇಲ್ಲ."

ಇದು ತನಗೂ ಅನ್ನಿಸುತ್ತಿದ್ದ ಭಾವನೆ. ಆದರೆ ಯಾರೂ ತನ್ನೊಡನೆ ಹೀಗೆ ಮಾತನಾಡಿಲ್ಲ. ನಾವು ಪಾಂಡವರೆಂದು ನಿಜಸ್ವರೂಪದಲ್ಲಿ ಪ್ರಕಟವಾದ ಮೇಲೆ ವಿರಾಟನ ಕುಟುಂಬದವರು ಭಯ ಗೌರವಗಳಿಂದಲೇ ಕಾಣತೊಡಗಿದರಲ್ಲ. ರಾಜಸೂಯ ಮಾಡಿದವರು, ಅವರ ಸೇನಾಪತಿ ಹೆಸರಾಂತ ಮಲ್ಲ ಕೀಚಕನನ್ನು ಹೊಸಕಿ ಉಂಡೆಮಾಡಿದವರು, ಅದೇ ತಾನೇ ಹಸುಗಳ ದರೋಡೆಗೆ ಬಂದಿದ್ದ ಕೌರವರನ್ನು ಬಡಿದು ಕಳಿಸಿದವರು ಎಂಬ ಭಯ. ಸುದೇಷ್ಣೆ ತಕ್ಷಣ ನನಗೆ ಕೈಜೋಡಿಸಿ ಬಾಗಿ ಕ್ಷಮೆ ಕೇಳಿದಳು. ಇನ್ನು ಇಂಥ ಮಾತನಾಡಲು ಆಳುಕಾಳುಗಳಿಗೆ ಸಲಿಗೆ ಎಲ್ಲಿ ಬರಬೇಕು? ಮಗ ಹೇಳುವುದು ನಿಜ. ನಮ್ಮ ಪಾಂಚಾಲದಲ್ಲಿ

ಇದು ತೀರ ಅಸಂಗತವಾಗಿ ಕಾಣುವುದಿಲ್ಲ. ಅಲ್ಲಿಂದ ಪಶ್ಚಿಮ ದಕ್ಷಿಣಗಳ ಕಡೆಯ ಅನೇಕರು ಇಂಥ ಆಚಾರವಿರುತ್ತದೆಂಬುದನ್ನು ಕೇಳಿಯೂ ಅರಿಯರು.

'ಅಮ್ಮ, ನಿನ್ನನ್ನೊಂದು ಪ್ರಶ್ನೆ ಕೇಳಬೇಕು ಅಂತ ಹತ್ತಾರು ದಿನದಿಂದ ಮನಸ್ಸಿನಲ್ಲೇ ಯೋಚನೆ ಮಾಡುತ್ತಿದ್ದೆ. ಆಗಿಯೇ ಇರಲಿಲ್ಲ.'

'ನನ್ನನ್ನು ಕೇಳುವುದಕ್ಕೆ ನಿನಗೆ ಯಾವ ಅಡ್ಡಿ, ಮಗು?'

ಅವನು ಮಾತನ್ನು ಒಳಗೇ ನುಂಗಿಕೊಂಡ. ಅವಳು ಹತ್ತಿರ ಸರಗಿ ಬಲಗೈ ಎತ್ತಿ ಅವನ ನೆತ್ತಿಯನ್ನು ಸವರಿ ಎಂದಳು: 'ನೀನು ಮಾತಾಡುವುದೇ ಸ್ವಲ್ಪ. ನನ್ನ ಕೈಲೂ ಹಾಗಿರಬೇಕೆ? ನನಗಾದರೂ ಬೇರೆ ಯಾರಿದಾರೆ ಮಾತಾಡುವುದಕ್ಕೆ ನೀನಲ್ಲದೆ?'

ಅಮ್ಮನ ತೋಳು ಅಡ್ಡ ಬಂದದ್ದರಿಂದ ಅವನು ಬೀಸಣಿಗೆ ಹಾಕುವುದನ್ನು ನಿಲ್ಲಿಸಿದ. ಅವಳು ಕೈ ಇಟ್ಟು ಸವರುತ್ತಿದ್ದ ತಲೆಯನ್ನು ತಗ್ಗಿಸಿದ್ದರಿಂದ ದೃಷ್ಟಿಕ್ಷೇತ್ರದಲ್ಲಿ ತಾನು ಮಲಗಿದ್ದ ದಿಂಬು, ತಲೆಯ ಭಾಗದ ಮಂದಲಿಗೆ, ಶ್ರುತಸೇನನ ತಲೆ ಮತ್ತು ಅಮ್ಮನ ಎರಡು ಕಾಲುಗಳು ಮಾತ್ರ ಇದ್ದವು. 'ತುಂಬ ಕಷ್ಟಪಟ್ಟವಳು, ಹನ್ನೆರಡು ವರ್ಷ ಕಾಡಿನಲ್ಲಿದ್ದವಳು. ಅಲ್ಲಿಗೆ ತುಂಬ ಋಷಿಮುನಿಗಳು ಬರುತ್ತಿದ್ದರಂತೆ. ಆದ್ದರಿಂದ ನಿನಗೆ ಉತ್ತರ ಗೊತ್ತಿರುತ್ತೆ.'

'ಏನು ಕೇಳು, ಮಗು.'

'ನಿಜವಾದ ಆರ್ಯಧರ್ಮ ಎಂದರೇನು?'

ಎರಡು ನಿಮಿಷ ಬೀಸಣಿಗೆ ನಿಲ್ಲಿಸಿದ್ದಕ್ಕೇ ಮೈ ಬೆವರಿತು. ಮಲಗಿದ್ದ ಉಳಿದ ನಾಲ್ವರು ಮಕ್ಕಳ ಹಣೆ ಕುತ್ತಿಗೆಗಳು ಸೋರತೊಡಗಿ ಉಸಿರು ಅಸ್ತವ್ಯಸ್ತಗೊಂಡು ಹೊರಳಿದರು. ಶತಾನೀಕ ಶ್ರುತಸೇನರು ಬಾಯಿಗೆ ಬೇವಿನಕಾಯಿ ಬಿದ್ದಂತೆ ಅಸಹ್ಯದ ಮುಖ ಮಾಡಿ ಕಣ್ಣು ಬಿಟ್ಟು ಮತ್ತೆ ಮುಚ್ಚಿಕೊಂಡರು. ಅವಳು ಪ್ರತಿವಿಂಧ್ಯನ ಕೈಯಿಂದ ಬೀಸಣಿಗೆ ತೆಗೆದುಕೊಂಡು ಐವರಿಗೂ ಆಗುವಂತೆ ಜೋರಿನಿಂದ ಗಾಳಿ ಎರಚತೊಡಗಿದಳು. ಶ್ರುತಕೀರ್ತಿ ಲಘುವಾದ ಗೊರಕೆ ನಿಲ್ಲಿಸಿ ಪಕ್ಕಕ್ಕೆ ಹೊರಳಿದ. ಮತ್ತೆ ಅಂಗಾತನಾದ. ನಿಧಾನವಾಗಿ ಗೊರಕೆ ಆರಂಭಿಸಿದ. ಏನು ನಿಜವಾದ ಆರ್ಯಧರ್ಮವೆಂದರೆ? ಹಾಗೆಂದು ತಾನು ಇದುವರೆಗೆ ನೇರವಾಗಿ ಆಲೋಚಿಸಿಲ್ಲ. ಆದರೆ ಧರ್ಮದ ಮಾತನ್ನು ಕೇಳಿಕೇಳಿ ಕಿವಿ ಕಿವುಡಾಗಿದೆ. ಧರ್ಮರಾಜನಿಗಂತೂ ಬೆಳಗ್ಗೆ ಎದ್ದರೆ ಅದೇ ಮಾತು. ಅರಣ್ಯದಲ್ಲಿ ತಾವಿದ್ದೆಡೆಗೆ ಬರುತ್ತಿದ್ದ ಋಷಿಮುನಿಗಳದೂ ಅದೇ ಚಿಂತೆ. ಭೀಮ ಅರ್ಜುನರೂ ಆಗಾಗ ಈ ಮಾತನಾಡುತ್ತಾರೆ. ಜೂಜಾಡುವ ಸಭೆಯಲ್ಲಿ ತಾನೂ ಈ ಪ್ರಶ್ನೆ ಕೇಳಲಿಲ್ಲವೆ ಮುದುಕರಾದ ಭೀಷ್ಮ, ದ್ರೋಣ, ಕೃಪ, ಕುರುಡ ಮೊದಲಾದರವನ್ನು? ಏನು ಆರ್ಯಧರ್ಮ ಎಂದರೆ? ಪ್ರತಿವಿಂಧ್ಯ ದೃಷ್ಟಿಯನ್ನೆತ್ತಿ ನನ್ನ ಮುಖ ನೋಡುತ್ತಿದಾನೆ. ತಕ್ಷಣ ನೆನಪಿಗೆ ಬಂತು ಕಾಡಿನಲ್ಲಿ ಒಮ್ಮೊಮ್ಮೆ ಧರ್ಮನನ್ನು ಹಂಗಿಸಲು ತಾನು ಅನ್ನುತ್ತಿದ್ದ ಮಾತು. ನೆನಪಿನ ಜೊತೆಯಲ್ಲೇ ನಗು ಬಂತು. ಕಿಲಕಿಲನೆ ನಕ್ಕಳು. ಕಾರಣ ಗೊತ್ತಾಗದಿದ್ದರೂ ಪ್ರತಿವಿಂಧ್ಯನೂ ನಕ್ಕ. ಶ್ರುತಕೀರ್ತಿ ಶತಾನೀಕರಿಗೆ ಎಚ್ಚರವಾಯಿತು. ಕಣ್ಣು ಬಿಟ್ಟು ಅವರು ತಕ್ಷಣ ಎದ್ದು ಕೂರುವ ಭರದಲ್ಲಿ ತೋಳುಗಳು ತಗುಲಿ ಶ್ರುತಸೋಮ ಶ್ರುತಸೇನರಿಗೆ ಕಿವಿಗಳನ್ನು ಬಿಡುವಷ್ಟು

ನಿದ್ದೆ ಹರಿಯಿತು.

'ಯಾಕೆ ನಗುತ್ತಿದೀರಿ?' ಶ್ರುತಕೀರ್ತಿ ಕೇಳಿದ.

'ಆರ್ಯಧರ್ಮ ಅಂದರೇನು ಅಂತ ಅಣ್ಣ ಕೇಳಿದ. ಬೇಟೆ, ಕುಡಿತ, ಹೆಂಗಸಿನ ಗೀಳು, ಜೂಜು ಅಂತ ನನ್ನ ಮನಸ್ಸಿನಲ್ಲಿ ಬಂತು. ನಗುವೂ ಬಂತು.'

ನಿದ್ದೆಯಿಂದ ಎಚ್ಚೆತ್ತ ನಾಲ್ವರೂ ಗಟ್ಟಿಯಾಗಿ ನಕ್ಕರು. ಪ್ರತಿವಿಂಧ್ಯನ ಬಾಯಿ ಅರೆಬಿರಿಯಿತು. ಆದರೆ ನಗಲಿಲ್ಲ. ಅಮ್ಮ ಎಂದಳು: 'ಕಾಡಿನಲ್ಲಿರುವವರು ಹೊಟ್ಟೆಗಿಲ್ಲದೆ ಬೇಟೆಯಾಡುವುದು ಸಹಜ. ಕಾಡುಪ್ರಾಣಿಗಳು ವಿಪರೀತವಾಗಿ, ಊರಿನಲ್ಲಿ ಬದುಕುವುದೇ ಕಷ್ಟವಾದಾಗ ಕೃಷಿಯ ಭೂಮಿ ಹಸು ಎತ್ತು ಕುದುರೆಗಳಿಗೆ ನಷ್ಟವಾದಾಗ ಬೇಟೆಯಾಡುವುದು ಸರಿ. ಹೊತ್ತು ಕಳೆಯಲು ಬೆಳಗೆದ್ದರೆ ಬಿಲ್ಲು ಬಾಣ ಭಲ್ಲೆ ಬಲೆಗಳನ್ನು ಹಿಡಿದು ಕಾಡಿಗೆ ನುಗ್ಗುವ ಚಟ ಆರ್ಯರಲ್ಲಿ ಮಾತ್ರ ಇದೆ. ಕಾಡುಜನರಲ್ಲಿಲ್ಲ. ಕುಡಿತದ ವಿಷಯ ಹೇಳಲೇಬೇಕಿಲ್ಲ. ಕಾಡುಜನರು ಕೆಲವು ಗಿಡಗಳನ್ನು ಕುಕ್ಕಿ ರಸ ಸುರಿಯುವಲ್ಲಿಗೆ ಬಿದಿರಿನದೋ ಮರದ್ದೋ ಪಾತ್ರೆ ಆನಿಸಿ ಕಟ್ಟಿ ಆ ರಸ ಕುಡಿಯುತ್ತಾರೆ. ನಾನು ಕಾಡಿನಲ್ಲಿದ್ದಾಗ ನೋಡಿದ್ದೆನಲ್ಲ, ಅದನ್ನು ಕುಡಿದರೆ ಮತ್ತು ಬರುವುದಿಲ್ಲ ಲವಲವಿಕೆ ಎನಿಸುತ್ತೆ. ಆರೋಗ್ಯ ಹೆಚ್ಚಾಗುತ್ತೆ. ಆದರೆ ಈ ಆರ್ಯರನ್ನು ನೋಡು: ಯಜ್ಞದ ಹೆಸರಿನಲ್ಲೂ ಅದೇ. ಹಬ್ಬ ಹುಣ್ಣಿಮೆ ಎಂದರೂ ಅದೇ. ಅದಿಲ್ಲದೆ ಯಾವ ಸಮಾರಂಭವೂ ಇಲ್ಲ. ಕುಡಿಯದೆ ಯುದ್ಧ ಮಾಡುಲ್ಲ. ಕುಡಿದು ಮತ್ತನಾಗದ ದೇವರಿಲ್ಲ. ಅಕ್ಕಿಯಿಂದ, ಬೆಲ್ಲದಿಂದ, ಸೋಮಲತೆಯಿಂದ ಎಂತೆಂತಹ ಪದಾರ್ಥಗಳಿಂದ ಮಾಡಿದರೆ ಎಷ್ಟು ಹೆಚ್ಚಾಗಿ ಮತ್ತು ಬರುತ್ತದೆಂಬುದನ್ನು ಪ್ರಯೋಗ ಮಾಡಿ ಮಾಡಿ ದೈವಕಾರ್ಯಗಳಲ್ಲೆಲ್ಲ ಸೇರಿಸಿದಾರೆ. ಇನ್ನು ಹೆಂಗಸರು, ಮದುವೆಯಲ್ಲಿ ಮಗಳನ್ನು ಧಾರೆ ಎರೆದು ಕೊಟ್ಟರೆ ಸಾಲದು. ಜೊತೆಗೆ ಹತ್ತು ಜನರಾದರೂ ಸುಂದರಿಯರಾದ ಎಳೆ ವಯಸ್ಸಿನ ದಾಸಿಯರನ್ನು ಕಳಿಸಬೇಕು. ದೊಡ್ಡ ರಾಜನಾದರೆ ನೂರು ಜನರು. ಅವರ ಹೊಟ್ಟೆಯಲ್ಲಿ ಹುಟ್ಟಿ ಹುಟ್ಟಿ ಸೂತಕುಲ ಬೆಳೆಯಬೇಕು.....'

ಎನ್ನುತ್ತಿರುವಾಗ ಪ್ರತಿವಿಂಧ್ಯ, 'ಬರೀ ಕ್ಷತ್ರಿಯರದಲ್ಲವೇ ಈ ಪದ್ಧತಿ?' ಎಂದ.

'ಅವರು ತಾನೇ ಆರ್ಯಧರ್ಮದ ಪ್ರವರ್ತಕರಾಗಿರುವವರು? ಅವರು ಮಾಡುವುದನ್ನು ತಪ್ಪೆಂದು ಯಾವ ಪುರೋಹಿತರು ಹೇಳುತ್ತಿದಾರೆ?'

ಅಮ್ಮ ಹೇಳುತ್ತಿರುವುದು ನಿಜವೆಂಬಂತೆ ಅವನು ಸುಮ್ಮನಾದ. ಮುಖವು ಗಂಭೀರವಾಗಿ ದೃಷ್ಟಿ ಒಳಸರಿಯಿತು. ಅಮ್ಮ ಮುಂದುವರಿಸಿದಳು: "ಇನ್ನು ಜೂಜಿನ ವಿಷಯ ಹೇಳಲೇ ಬೇಕಿಲ್ಲವಲ್ಲ. ಪ್ರವರ್ಧಮಾನಕ್ಕೆ ಬರುತ್ತಿರುವ ನಮ್ಮನ್ನು ಜೂಜಿನಿಂದಲ್ಲದೆ ಬೇರೆ ಯಾವುದ ರಿಂದಲೂ ಮುರಿಯುವುದು ಸಾಧ್ಯವಿಲ್ಲವೆಂದು ದುರ್ಯೋಧನ ನಿಶ್ಚಯಿಸಿದ. ಹಲವಾರು ರಾಜರುಗಳನ್ನು ಸೆರೆಯಲ್ಲಿ ಕೊಳೆಯಿಸುತ್ತಿದ್ದ ಜರಾಸಂಧನಂತಹ ಬಲಾಢ್ಯನನ್ನು ಮುರಿದು ನಾಲ್ಕು ದಿಕ್ಕುಗಳಲ್ಲೂ ದಿಗ್ವಿಜಯ ಮಾಡಿ ರಾಜಸೂಯ ಮಾಡಿದ ನಮ್ಮನ್ನು ಯುದ್ಧದಲ್ಲಿ ಮುರಿಯುವುದಂತೂ ಸಾಧ್ಯವಿಲ್ಲ. ಅಣ್ಣತಮ್ಮಂದಿರಲ್ಲಿ ಜಗಳ ಹಚ್ಚುವ ಪ್ರಯತ್ನ ಸಫಲವಾಗ ಲಿಲ್ಲ. ಜೂಜೊಂದೇ ಉಳಿದ ದಾರಿ. ನ್ಯಾಯಸೂಕ್ಷ್ಮದಲ್ಲಿ ಹೆಸರಾದ ನಿಮ್ಮ ಹಿರಿಯಪ್ಪನಿಗೆ

ಜೂಜಿನ ಚಟವಿದ್ದುದೇನೋ ನಿಜ. ತಮ್ಮಂದಿರೆಲ್ಲ ರಾಜ್ಯದ ಕೆಲಸ ಮಾಡುತ್ತಿದ್ದರು. ಪಟ್ಟದ ಸುಖ ಅನುಭವಿಸುತ್ತಿದ್ದ ಈತನಿಗೆ ಹೊತ್ತು ಹೋಗುವುದು ಹೇಗೆ? ಪಂಡಿತರೊಡನೆ ಧರ್ಮ ನ್ಯಾಯಗಳ ಚರ್ಚೆ. ಆಸ್ಥಾನದಲ್ಲಿ ಹೊಗಳುಭಟ್ಟರಾಗಿರುವವರು ಗರ ಬಿದ್ದರೂ ದಣಿಯನ್ನು ಸೋಲಿಸುತ್ತಾರೆಯೆ? ಸೋಲಿಸಿದರೆ ಸಿಂಹಾಸನಾಧೀಶನ ಅಹಂಕಾರ ಕೆರಳುವು ದಿಲ್ಲವೆ? ಗೆದ್ದದ್ದೂ ಗೆದ್ದದ್ದೇ. ತಾನು ನಿಪುಣ ಆಟಗಾರನೆಂಬ ಭ್ರಮೆ ಈತನಿಗೆ. ದುರ್ಯೋಧನನಿಗೆ ಈ ದೌರ್ಬಲ್ಯ ಗೊತ್ತಾಯಿತು. ಜೂಜಿಗೆಂದೇ ಸ್ಪಷ್ಟವಾಗಿ ಹೇಳಿಕಳಿಸಿದ. ಇಷ್ಟೆಲ್ಲ ನ್ಯಾಯ ಧರ್ಮದ ಮಾತನಾಡುತ್ತಿದ್ದ ಇವನು ಬರುವುದಿಲ್ಲ ಅನ್ನಲಿಲ್ಲ ಏಕೆ? ಜೂಜಿನ ಚಟ, ಅಹಂಕಾರ, ಎರಡೇ ಕಾರಣವೆ? ಯುದ್ಧಕ್ಕೆ, ಜೂಜಿಗೆ ಕರೆದಾಗ ಬರುವುದಿಲ್ಲವೆನ್ನು ವುದು ಆರ್ಯಧರ್ಮಕ್ಕೆ ವಿರುದ್ಧವಂತೆ. ಅಲ್ಲಿಗೆ ಹೋಗಿ ಜೂಜುಕಟ್ಟೆಯಲ್ಲಿ ಕೂತು ಕೌರವ ಹಿರಿಯರು ನೋಡಲು ಕರೆಸಿದ್ದ ಸುತ್ತ ಕೆಲವು ದೇಶಗಳ ರಾಜರುಗಳೆದುರಿಗೆ ಇವನು ಒಂದೊಂದಾಗಿ ಸೋತು ಮಣ್ಣು ಮುಕ್ಕುತ್ತಿದ್ದಾಗ ಹಿರಿಯರು, 'ದುರ್ಯೋಧನ, ಇನ್ನು ಅವನನ್ನು ಮುಂದಿನ ಆಟ ಆಡು ಅನ್ನಬೇಡ, ಸವಾಲು ಹಾಕಿ ಕರೆಯಬೇಡ' ಎಂದು ಅಂಗಲಾಚಿದರಂತೆ. ಬೈದರಂತೆ. ಆದರೆ ಜೂಜಾಡುವುದು ಅಧರ್ಮ, ನೀನು ಎದ್ದು ಹೋಗು ಅಂತ ಯಾಕೆ ಹೇಳಲಿಲ್ಲ? ರಾಜ್ಯವನ್ನೆಲ್ಲ ಸೋತು, ತಮ್ಮಂದಿರನ್ನು ಸೋತು, ತನ್ನನ್ನು ಸೋತು, ನನ್ನನ್ನೂ ಪಣವಾಗಿಟ್ಟು ಸೋತು, ರಜಸ್ವಲೆಯಾಗಿ ಒಂಟಿಬಟ್ಟೆ ಯಲ್ಲಿದ್ದ ನನ್ನನ್ನು ಆ ಭಂಡ ಸಭೆಗೆ ಎಳೆತಂದು ಅತ್ತಿಂದಿತ್ತ ಇತ್ತಿಂದಿತ್ತ ನೂಕಾಡಿ, ಈಗ ನೀನು ನಮ್ಮ ದಾಸಿ, ಬಾ ನಮ್ಮಗಳ ಜೊತೆ ಮಲಗು ಬಾ ಅನ್ನುವಾಗ ಅವನಿಗೆ ಹಾಗ ನ್ನುವ ಧರ್ಮದ ಹಕ್ಕಿದೆ ಎನ್ನುವಂತೆ ಎಲ್ಲರೂ ಕೂತಿದ್ದರಲ್ಲ, ಧರ್ಮರಾಜ ಜೂಜಾಡಿದ್ದೇ ತಪ್ಪು ಅಂತ ಯಾರೂ ಅನ್ನಲಿಲ್ಲ....." ಎನ್ನುತ್ತಿರುವಾಗ ಅವಳ ಕಣ್ಣು ತುಂಬಿಕೊಂಡು ಗಂಟಲು ಬಿಗಿಯಿತು. ಮಾತು ನಿಂತು ಬಿಕ್ಕಿ ಬಿಕ್ಕಿ ಸೆರಗಿನಿಂದ ಎರಡು ಕಣ್ಣುಗಳನ್ನೂ ಒತ್ತಿಕೊಂಡಳು. ಮಕ್ಕಳೆಲ್ಲರಿಗೂ ದುಃಖ ಹತ್ತಿತು. ಕೊನೆಯವನಾದ ಶ್ರುತಸೇನನ ಕಣ್ಣು ಹನಿಗೂಡಿತು..... "ಧರ್ಮವೆಂದರೇನು ಅನ್ನುವುದನ್ನು ತಿಳಿದವನು ಒಬ್ಬನೇ. ನಾವು ಕಾಡಿಗೆ ಹೋದ ಹೆಚ್ಚುಕಡಮೆ ಎರಡು ತಿಂಗಳಿನ ಮೇಲೆ ದ್ವಾರಕೆಯಿಂದ ಕೃಷ್ಣ ಓಡಿಬಂದ. ಬಂದವನೇ ಧರ್ಮರಾಜನಿಗೆ ತಗಲಿಕೊಂಡ ನೋಡಿ, ತಾನೇ ಆರ್ಯಧರ್ಮವನ್ನೆಲ್ಲ ತಿಳಿದು ಅದರಂತೆ ನಡೆಯುವ ಆದರ್ಶಪ್ರಭು ಅನ್ನುವ ಅಹಂಕಾರದಿಂದ ಬೀಗುತ್ತಿದ್ದ ಇವನ ಮುಖದ ನೀರಿಳಿಸಿದ. 'ಯುದ್ಧಕ್ಕಾಗಲಿ ಜೂಜಿಗಾಗಲಿ ಕರೆದರೆ ಬರುವುದಿಲ್ಲ ಎನ್ನುವುದು ಹೇಗೆ ಅಧರ್ಮವಾಗುತ್ತೆ? ಶಕ್ತಿವಂತ ಹುಲಿ ಯುದ್ಧಕ್ಕೆ ಬಾ ಎಂದ ತಕ್ಷಣ ಹುಲ್ಲೆ ಬಂದೇತೀರಬೇಕೆ? ಹುಲ್ಲೆ ಕೂಡ ತನ್ನ ತಂತ್ರ, ಸಮಯ ಸಾಮರ್ಥ್ಯಗಳನ್ನು ಕಾಯ್ದು ಹುಲಿಯನ್ನು ಮಲಗಿಸಬಹುದು. ಬಲಿಷ್ಠ ಜರಾಸಂಧನನ್ನು ನಾನು ತಡೆಯುವ ತನಕ ತಡೆದೆ. ತಡೆಯಲು ಸಾಧ್ಯವಿಲ್ಲವೆನ್ನಿಸಿದಾಗ ಅವನು ನುಗ್ಗಿಬಂದು ಯುದ್ಧಕ್ಕೆ ಕರೆದರೂ ನಾನು ಉಪಾಯವಾಗಿ ತಲೆ ತಪ್ಪಿಸಿಕೊಂಡು ಹೊರಟುಹೋದೆ. ಯಾದವರ ಕೃಷ್ಣ ಹೇಡಿ, ಅನಾರ್ಯ, ಎಂದೆಲ್ಲ ಆಡಿಕೊಂಡರಂತೆ ಈ ಕಡೆಯ ಆರ್ಯರು. ಆದರೆ

ಸಮಯ ಕಾದು ಜರಾಸಂಧನನ್ನು ಮುರಿಸಲಿಲ್ಲವೆ ನಾನು ನಿಮ್ಮ ಕೈಲೆ? ಯುದ್ಧದ ಮಾತು ಬೇರೆ. ಕರೆದರೂ ಬರುಲ್ಲ ಎಂದರೂ ವೈರಿ ಮೇಲೆ ಬಿದ್ದರೆ ಕಾಯದೆ ಇರುವಂತಿಲ್ಲ. ಜೂಜಿಗೆ ಬರುಲ್ಲ ಅಂದರೆ ಅವನು ಮೇಲೆ ಬಿದ್ದು ಹೇಗೆ ಆಡಿಯಾನು? ಇಡೀ ನಮ್ಮ ಆಯುಷ್ಯವನ್ನು ದಾಳದ ಗರಗಳ ಕುರುಡು ಉರುಟಿಗೆ ಒಪ್ಪಿಸಿಕೊಳ್ಳಬೇಕೆ? ಅದಕ್ಕಿಂತ ಹೀನ ಚಟ, ಬುದ್ಧಿ ಇಲ್ಲದ ಕೆಲಸ ಬೇರೆ ಇಲ್ಲ. ಧರ್ಮರಾಜ, ರೂಢಿಯಲ್ಲಿರುವಂತೆ ನಡೆಯುವುದೇ ಧರ್ಮ, ರೂಢಿಯನ್ನು ಬಾಯಿಪಾಠ ಮಾಡುವುದೇ ಧರ್ಮಜ್ಞಾನ ಅಂತ ತಿಳಿದಿದೀಯಾ ನೀನು? ದುರ್ಯೋಧನ ಜೂಜಿಗೆ ಹೇಳಿಕಳಿಸಿ, ನೀನು ಹಸ್ತಿನಾವತಿಗೆ ಹೋದೆ ಅನ್ನುವ ವರ್ತಮಾನ ನನಗೆ ಬೇಗನೇ ಬಂತು. ಖಂಡಿತ ಅನರ್ಥವಾಗುತ್ತದೆಂದು ನನಗೆ ತಕ್ಷಣ ಅನ್ನಿಸಿತು. ನೀವು ಪ್ರವರ್ಧಮಾನರಾಗುತ್ತಿರುವಾಗ ದುರ್ಯೋಧನನಂಥ ದಾಯಾದಿಯ ಮನಸ್ಸು ಹೇಗೆ ಕೆಲಸಮಾಡುತ್ತದೆಂಬುದನ್ನು ತಿಳಿಯಲು ಹೆಚ್ಚಿನ ಬುದ್ಧಿ ಏನೂ ಬೇಡ. ಅಷ್ಟು ಅಲ್ಪಬುದ್ಧಿ ಕೂಡ ನಿನಗೆ ಇಲ್ಲವಾಯಿತು. ನಾನು ತಕ್ಷಣ ಹೊರಡುವವ ನಿದ್ದೆ. ಆದರೆ ಅದೇ ಸಮಯದಲ್ಲಿ ಶಾಲ್ವ ದ್ವಾರಕೆಯನ್ನು ಮುತ್ತಿಬಿಟ್ಟ. ದೊಡ್ಡ ಸೈನ್ಯ ತಂದಿದ್ದ. ನಮ್ಮವರನ್ನು ಒಂದುಗೂಡಿಸಿ ಅವನನ್ನು ಸೋಲಿಸಿ ಕೊಂದು ಮತ್ತೆ ಅವನ ಕಡೆಯ ಯಾರ ಭಯವೂ ಇಲ್ಲವೆಂಬ ಖಾತರಿ ಮಾಡಿಕೊಂಡು ಹೊರಡುವಷ್ಟರಲ್ಲಿ ನೀನು ಸೋತೂ ಆಗಿತ್ತು. ಮಗುವನ್ನು ಕರೆದುಕೊಂಡು ಸುಭದ್ರೆ ದ್ವಾರಕೆಗೇ ಬಂದಳು. ನೇರವಾಗಿ ಹೊರಟು ಇಲ್ಲಿಗೆ ಬಂದೆ. ಜೂಜಾಡುವ ಸಮಯಕ್ಕಾದರೂ ನಾನು ಹಸ್ತಿನಾವತಿಗೆ ಬಂದಿದ್ದರೆ ಅದು ಅಧರ್ಮವೆಂದು ನಿನಗೂ ದುರ್ಯೋಧನನಿಗೂ ತಿಳಿವಳಿಕೆ ಹೇಳುತ್ತಿದ್ದೆ. ಕೇಳದಿದ್ದರೆ ಇಬ್ಬರ ಕೈಗಳನ್ನೂ ಕತ್ತರಿಸಿಹಾಕುತ್ತಿದ್ದೆ. ಜೂಜಾಡುವವರಿಗೆ ಕೊಡಬೇಕಾದ ಶಿಕ್ಷೆ ಅದು. ಮೊದಲು ನಿನ್ನ ಕೈ ಕತ್ತರಿಸುತ್ತಿದ್ದೆ ನಾನು. ಅನಂತರ ದುರ್ಯೋಧನನದು' ಎಂದ."

'ಹಿರಿಯಪ್ಪ ಏನು ಹೇಳಿದ?'

'ಏನು ಹೇಳುತ್ತಾನೆ? ಈ ಬೇಸಿಗೆಯ ಶಖೆಯಲ್ಲಿ ನಿಮ್ಮ ಮುಖ ಬೆವರುತ್ತಿದೆಯಲ್ಲ, ಹೊದೆಯಲು ಬೆಚ್ಚನೆಯ ಕಂಬಳಿಯೂ ಇಲ್ಲದ ನಡುಗಿಸುವ ಚಳಿಯಲ್ಲಿ ಇದಕ್ಕಿಂತ ಹೆಚ್ಚಾಗಿ ಬೆವರು ಸುರಿಸಿಕೊಂಡು ಮುಖ ತಗ್ಗಿಸಿ ಕೂತಿದ್ದ.'

'ಅಮ್ಮ ಜೂಜಾಡುವುದು ಅಧರ್ಮ ಅಂತ ನೀನೇಕೆ ಹೇಳಲಿಲ್ಲ?'

'ಗಂಡಸರು ಮಾಡುವುದು ತಪ್ಪು ಅಂತ ಹೇಳುವ ಧೈರ್ಯ ನನಗೆಲ್ಲಿತ್ತು ಆಗ? ಎರಡನೆಯ ಸಲ ಜೂಜಿಗೆ ಹೋಗಬೇಡವೆಂದು ಬರೀ ತಡೆದೆ. ಗೋಗರೆದೆ. ಕಣ್ಣೀರು ಹಾಕಿದೆ. ಕೃಷ್ಣ ಹೀಗೆ ಬಿಡಿಸಿ ಹೇಳುವ ತನಕ ಧರ್ಮದ ಅರ್ಥ ನನಗಾದರೂ ಎಲ್ಲಿ ಗೊತ್ತಿತ್ತು? ಗೊತ್ತಿದ್ದರೆ ಅವನನ್ನು ವಾದದಲ್ಲೇ ಕಟ್ಟಿನಿಲ್ಲಿಸುತ್ತಿದ್ದೆ, ಬಗ್ಗುತ್ತಿದ್ದನೋ ಅಥವಾ ಮೊಂಡುತನ ಮಾಡುತ್ತಿದ್ದನೋ ಖಚಿತವಿರದಿದ್ದರೂ. ಆಮೇಲೆ ಬೇರೆ ರೀತಿಯಾಗಿ ಆಲೋಚನೆ ಮಾಡುವ ಬುದ್ಧಿ ಬೆಳೆಯಿತು.'

'ಹಾಗಾದರೆ ನಿನಗೆ ಧೈರ್ಯ ಬಂದದ್ದು ಯಾವಾಗ?' ಶ್ರುತಸೋಮ ಬಾಯಿ ಹಾಕಿದ.

'ಧೈರ್ಯವೇ?' ಅವಳು ಜ್ಞಾಪಿಸಿಕೊಳ್ಳತೊಡಗಿದಳು. ಮದುವೆಯಾದಾಗಿನಿಂದ ಧರ್ಮರಾಜನೊಡನೆ, ಕುಂತಿಯೊಡನೆ ತಾನು ನಡೆದುಕೊಳ್ಳುತ್ತಿದ್ದ ಭಕ್ತಿಭಾವಗಳ ಕಾಲವನ್ನೆಲ್ಲ ನೆನಪು ಅವಲೋಕಿಸುತ್ತಿರುವಾಗ ಜ್ಯೋತಿಷ್ಮತಿ ಹತ್ತಿರ ಬಂದು ಕೇಳಿದಳು: 'ತಟ್ಟಿಗಳಿಗೆ ನೀರು ಚುಮುಕಿಸಲೋ ಅಥವಾ ಉದ್ಯಾನಕ್ಕೆ ಬರುತ್ತೀರೋ? ಬಿಸಿಲು ಇಳಿದಿದೆ. ಉದ್ಯಾನದ ಗಿಡ ನೆಲಗಳಿಗೆ ಆಳುಗಳು ನೀರು ಕುಡಿಸಿ ತಣ್ಣಗೆ ಮಾಡಿದಾರೆ.'

'ಇಲ್ಲಿ ಸುಮ್ಮನೆ ಬೆವರು. ಅಲ್ಲಿಗೇ ಹೋಗೋಣ.' ಶ್ರುತಸೇನ ಎದ್ದುನಿಂತ.

ಅವಳಿಗೂ ಮೈ ಕೈ ಎಲ್ಲ ಅಂಟು ಅಂಟು ಎನ್ನಿಸಿತು. ಉಳಿದ ಹುಡುಗರೇನೋ ಅಮ್ಮನ ಉತ್ತರ ಕೇಳಲು ಉತ್ಸುಕರಾಗಿದ್ದರು. ಆದರೆ ತನ್ನಲ್ಲಿ ಯಾವಾಗಿನಿಂದ ಧೈರ್ಯ ಹುಟ್ಟಿತು ಎಂಬುದು ಅವಳಿಗೆ ಸ್ಪಷ್ಟವಾಗಿ ಇನ್ನೂ ಗುರುತು ಸಿಕ್ಕಿರಲಿಲ್ಲ. ನೆನಪನ್ನು ಹಿಡಿದು ಗುರಿ ಮಾಡಿಕೊಳ್ಳುತ್ತಿರುವಾಗ ತನಗೇ ತಿಳಿಯದಂತೆ ಎದ್ದು ನಿಂತಳು. ಎಲ್ಲರೂ ಎದ್ದು ನಿಂತರು. ಸ್ನಾನ ಮಾಡಬೇಕೆನಿಸಿತು. ಮಣ್ಣಿನ ಗುಡಾಣಗಳಲ್ಲಿ ತುಂಬಿಟ್ಟ ತಣ್ಣನೆಯ ನೀರು ಸಿದ್ಧವಾಗಿರುವುದಾಗಿ ಹೇಳಿ ಜ್ಯೋತಿಷ್ಮತಿ ಬಚ್ಚಲಿಗೆ ಕರೆದೊಯ್ದಳು. ಮೈಗೆ ನೀರು ಹಾಕಿ ಬೆವರಿನ ಕೊಳೆ ಉರುಟಿ ಉರುಟಿ ಹೋಗುವಂತೆ ಅವಳು ಬೆಣಚುಕಲ್ಲಿನಿಂದ ಬೆನ್ನು ತೋಳು ಕಾಲು ಮೊದಲಾಗಿ ತಿಕ್ಕಿ, ಮತ್ತೆ ಹಿತವಾಗಿ ಸಾಕೆನಿಸುವಷ್ಟು ನೀರು ಹಾಕಿದಳು. ಉದ್ಯಾನ ತಣ್ಣಗಿತ್ತು. ಮಕ್ಕಳೂ ಸ್ನಾನ ಮುಗಿಸಿ ಬಂದರು. ಅವಳಿಗೆ ಮಾತನಾಡುವ ಲಹರಿ ಹೋಗಿತ್ತು. ಅಲ್ಲದೆ ತನಗೆ ಧೈರ್ಯ ಬಂದ ಕಾಲವು ಇನ್ನೂ ಖಚಿತವಾಗಿ ಗುರುತು ಸಿಕ್ಕಿರಲಿಲ್ಲ. ತಣ್ಣನೆಯ ನೆಲದ ಮೇಲೆ ಹಾಸಿದ್ದ ದಪ್ಪ ಜೊಂಡಿನ ಚಾಪೆಯ ಮೇಲೆ ಸಂಜೆಯ ಆಕಾಶವನ್ನು ನೋಡುತ್ತಾ ಅಂಗಾತ ಮಲಗಿದಳು. ಸುತ್ತ ಐವರು ಮಕ್ಕಳು. ಅವರೂ ಸ್ನಾನ ಮಾಡಿ ಬಂದಿದ್ದರು. ಪ್ರತಿವಿಂಧ್ಯ ಬೀಸಣಿಗೆ ಹಿಡಿದೇ ಬಂದಿದ್ದ. ನೀರು ಕುಡಿದ ಗಿಡ ಬಳ್ಳಿ ನೆಲದ ವಾತಾವರಣ ತಣ್ಣಗಿದ್ದರೂ, ಅವನು, ಮಲಗಿದ್ದ ತಾಯಿಗೆ ನಿಧಾನವಾಗಿ ಗಾಳಿ ಹಾಕುತ್ತಿದ್ದ. ಅವಳಿಗೆ ಈಗ ಕಣ್ಣು ಮುಚ್ಚುವಂತಾಯಿತು. ಹಾಗೆಯೇ ನಿದ್ದೆ ಬಂತು.

ರಾತ್ರಿ ಹಿರಿಯ ಗಂಡ ಧರ್ಮನ ಭವನದ ಮಾಳಿಗೆಯ ಮೇಲೆ ಅವನೊಡನೆ ಮಲಗಿದಾಗ ನಿದ್ದೆ ಹೊತ್ತಲಿಲ್ಲ. ಇಡೀ ಮಾಳಿಗೆಗೆ ನಾಲ್ಕು ವರಸೆ ನೀರು ಹಾಕಿ ಕಾವು ಅಡಗಿಸಿ ಮಲಗಲು ಮೆದುವಾದ ಮಂದಲಿಗೆ ಹಾಸಿತ್ತು. ಕಣ್ಣಿನ ಮೇಲೆ ಹರಡಿ ಹಬ್ಬಿದ್ದ ನೀಲಿ ಆಕಾಶದ ಗೋಳದಲ್ಲಿ ನಕ್ಷತ್ರಗಳು ತಣ್ಣಗೆ ಬೆಳಗುತ್ತಿದ್ದವು. ಪಕ್ಕದಲ್ಲಿ ಗಂಡ. ಹಿರಿಯ ಗಂಡ. ಅವನಿಗೆ ನಿದ್ದೆ ಬಂದಿದೆಯೇ ಇಲ್ಲವೇ ಎನ್ನುವುದೂ ತಿಳಿಯುವುದಿಲ್ಲ. ಸುಮ್ಮನೆ ಮಲಗಿರುತ್ತಾನೆ ಮಾತಿಲ್ಲದೆ ಕತೆಯಿಲ್ಲದೆ. ಮೊದಲಿನಿಂದಲೂ ಹಾಗೆಯೇ. ಜೂಜಾಡಿ ರಾಜ್ಯ ಕಳೆದುಕೊಂಡನಂತರವಂತೂ ತನಗೆ ಮುಖ ಕೊಟ್ಟು ಮಾತನಾಡುವ ಧೈರ್ಯವಿಲ್ಲ. ಅದಕ್ಕೆ ಮೊದಲು ಅವನ ಬಗೆಗೆ ತನಗಿದ್ದ ಅಂಜಿಕೆ ಈಗ ನನ್ನ ವಿಷಯದಲ್ಲಿ ಅವನಿಗೆ

ಬಂದಿದೆ. ಆದರೂ ಅಜ್ಞಾತವಾಸ ಮುಗಿದನಂತರ ತಾನು ಅವನೊಡನೆ ಮಲಗುತ್ತಿದ್ದೇನೆ ಒಂದು ವರ್ಷದ ಸರದಿಯನ್ನು ಹೊಸದಾಗಿ ಆರಂಭಿಸಿ. ಬರೀ ಮಲಗುತ್ತಿದ್ದೇನೆ. ಅವನಿಗೂ ಬೇಡ. ತನಗೂ ಬೇಡ. ಮಲಗಿ ನಿದ್ರಿಸಿ ಬೆಳಗ್ಗೆ ತನ್ನ ಪ್ರತ್ಯೇಕ ಭವನಕ್ಕೆ ಹೋಗುತ್ತಿದ್ದೇನೆ ಮಕ್ಕಳೊಡನೆ ಇರಲು. ಧರ್ಮ ಅಂದರೇನು? ತನಗೆ ಧೈರ್ಯ ಬಂದದ್ದು ಯಾವಾಗಿನಿಂದ? ಮತ್ತೆ ನೆನಪು ತಡಕುತ್ತದೆ. ತಂಪು ಹೊತ್ತೆಂದು ಇನ್ನೂ ಪ್ರಯಾಣ ಮಾಡುತ್ತಿರಬಹುದೋ ಅಥವಾ ತಂಗಿರಬಹುದೋ? ಇಂತಹ ಬಿಸಿಲಿನಲ್ಲಿ ಇಡೀ ದಿನ ಕುದುರೆಯ ಮೇಲೆ ಕೂತು, ಬಿಸಿಲು ಮಳೆ ಚಳಿ ಗಾಳಿಗಳಿಗೆ ಕೆಂದುವ ಶರೀರವೂ ಅಲ್ಲ ಮನಸ್ಸೂ ಅಲ್ಲ. ಗಂಡು ಮೈಯಿ, ಗಂಡು ಮನಸ್ಸು ಅವನೊಬ್ಬನೇ. ನೀನೇ ನನಗೆ ಆಧಾರ ಅಂತ ಬಾಯಿ ಬಿಟ್ಟು ಹೇಳಬಾರದಾಗಿತ್ತೇನೋ! ಹೇಳುವುದೇಕೆ? ಪರಸ್ಪರರ ಅಂತಃಕರಣಕ್ಕೆ ತನಗೆ ತಾನೇ ಅರಿವಾಗಿರುವ ಸಂಗತಿಯನ್ನು ಬಾಯಿಬಿಟ್ಟು ಹೇಳುವುದೇಕೆ? ಒಂದೊಂದು ಸಲ ನನಗೆ ಇಲ್ಲದ ತಳಮಳ. ಅವನಲ್ಲಿ ಮಾತ್ರ ತಳಮಳಗೊಳ್ಳುವ ಸ್ವಭಾವವೇ ಇಲ್ಲ. ರಾತ್ರಿ ಕೀಚಕನನ್ನು ಕೊಲ್ಲಬೇಕೆಂಬ ನಿಶ್ಚಯ ಮಾಡಿಕೊಂಡಮೇಲೆ ಮಧ್ಯಾಹ್ನ ಉಂಡು ಸುಖವಾಗಿ ನಿದ್ರಿಸಿದ ಭೂಪ! ಹೇಗೆ ಬರುತ್ತೆ ನಿದ್ದೆ? ಹೆಬ್ಬಂಡೆ ಅದು. ಪಕ್ಕದ ಧರ್ಮ ಮಗ್ಗುಲಾದ. ಶಕೆಯೆ? ತಲೆಯ ಬದಿಯಲ್ಲಿ ಬೀಸಣಿಗೆ ಇದೆ. ಗಾಳಿ ಬೀಸಲೆ? ಕೇಳಿದಳು. ಹೂಂ ಎನ್ನಲಿಲ್ಲ. ತಾನೇ ಬೀಸಣಿಗೆ ತೆಗೆದುಕೊಂಡು ಗಾಳಿ ಹಾಕತೊಡಗಿದಳು. ತುಂಬಿದ ಸಭೆ, ಆರ್ಯಾವರ್ತ ದಲ್ಲೇ ಅವನಂಥ ಧರ್ಮಜ್ಞನಿಲ್ಲವೆಂಬ ಭೀಷ್ಮ. ನಮ್ಮಪ್ಪನ ವಯಸ್ಸಿನ ದ್ರೋಣ, ಕೃಪ, ಹಲವು ಇತರ ರಾಜರು. ಧರ್ಮ ಯಾವುದು ಎಂಬ ಪ್ರಶ್ನೆಗೆ ಉತ್ತರ ತೋಚದೆ, ತೋಚದೆಯೋ ಅಥವಾ ಸ್ಪಷ್ಟವಾಗಿ ಹೇಳುವ ಧೈರ್ಯವಿಲ್ಲದೆಯೋ ತಲೆ ತಗ್ಗಿಸಿ ಕೂತಿದ್ದರಲ್ಲ. ಜೂಜಾಡಲು ಕರೆಬಂದ ತಕ್ಷಣ ಇವನು ಹೊರಟ. ಜೊತೆಗೆ ನೀನೂ ಬಾ ಎಂದ. ಹಿಂದೆ ತಮ್ಮಂದಿರು. ನೋಡಿ ಎಂತಹ ದೊಡ್ಡ ಯಾಗ ಮಾಡಿದ್ದೇವೆ ಎಂಬ ಹೆಮ್ಮೆಯಿಂದ ಹೊರಟೆವೆ? ದೇಶದೇಶದ ರಾಜರು ಕಾಣಿಕೆ ಕೊಟ್ಟ ಆಭರಣಗಳಲ್ಲಿ ಅತ್ಯಾಕರ್ಷಕವಾದುದನ್ನು ಆರಿಸಿ ಹಾಕಿಕೊಂಡು ನಾನೂ ಹೊರಟೆನಲ್ಲ. ದಾಯಾದಿಗಳ ಹೆಂಡತಿಯರೆದುರಿಗೆ ಹೆಮ್ಮೆ ಮೆರೆಸುವ ಆಶೆ ನನಗೂ ಇತ್ತಲ್ಲ. ಹಸ್ತಿನಾವತಿಯ ಶ್ರೀಮಂತಿಕೆ ಲೋಕಪ್ರಸಿದ್ಧವಾದದ್ದು. ನಮ್ಮಲ್ಲಿರುವ ಆಭರಣಗಳು ಬೇರೆ ಯಾವ ರಾಜಭಂಡಾರದಲ್ಲೂ ಇಲ್ಲವೆಂದು ಇತರ ಸಣ್ಣಪುಟ್ಟ ರಾಜಪರಿವಾರದೊಡನೆ ಆಡಿ ತೋರಿಸಿರಲಿಲ್ಲವೆ ರಾಜಸೂಯಕ್ಕೆ ಬಂದಿದ್ದಾಗ ದುರ್ಯೋಧನ ದುಶ್ಶಾಸನರ ಹೆಂಡತಿಯರು. ಆದರೂ ನಾನು ಹೋದಾಗ ತುಂಬ ಸಡಗರದಿಂದ ಕಂಡರು. ನನ್ನನ್ನು ನೋಡಲು ಹಸ್ತಿನಾವತಿಯ ಹೆಂಗಸರ ತಂಡವೋ ತಂಡ. ರಾಜಸೂಯ ಮಾಡಿದವರ ಹೆಂಡತಿ ಎಂದೋ, ಅಥವಾ ಐವರೊಡನೆ ಸಂಸಾರ ಮಾಡುವ ಹೆಂಗಸೆಂದೋ! ಮುದುಕಿ ಗಾಂಧಾರಿ ಕೂಡ ಎಷ್ಟೊಂದು ಅಕ್ಕರೆಯ ಮಾತನಾಡಿ ದಳು. 'ಅಮ್ಮ, ನೀನು ತುಂಬ ಸುಂದರಿಯಂತೆ. ನನ್ನ ಮಕ್ಕಳ ಕಣ್ಣು ಕೆಟ್ಟದ್ದು. ನೀನು ಬೇಗ ನಿನ್ನ ಗಂಡಂದಿರೊಡನೆ ಖಾಂಡವಪ್ರಸ್ಥಕ್ಕೆ ಹೋಗಿಬಿಡು' ಎಂದು ಕಳಿಸಿದ್ದಳಲ್ಲ ಹತ್ತು ಹನ್ನೊಂದು ವರ್ಷದ ಹಿಂದೆ. ಈಗ ಅಂಥ ಮಾತನಾಡಲಿಲ್ಲ. ಅವರಿಗೆಲ್ಲ ಗೊತ್ತಿತ್ತೆ

ಇನ್ನು ನಾಲ್ಕು ದಿನದಲ್ಲಿ ಜೂಜಿನಲ್ಲಿ ಈ ಪಾಂಚಾಲಿಯ ಒಡವೆ ವಸ್ತ್ರವೆಲ್ಲ ತಮ್ಮದೇ ಆಗುತ್ತೆ ಅಂತ? ಮುದುಕಿಗೆ ಗೊತ್ತಿತ್ತೋ ಇಲ್ಲವೋ, ಸೊಸೆಯರಿಗೆ ತಿಳಿಯದೆ ಇರುತ್ತೆಯೆ? ತಿಳಿದದ್ದೇ ಹಾಗೆ ಸ್ವಾಗತ ನಟಿಸಿದರೆ? ಅಥವಾ ಹೊರಗೆ ಗಂಡಸರು ಏನು ಮಾಡುತ್ತಾರೆಂಬುದು ಅವರಿಗೆ ಹೇಗೆ ಗೊತ್ತಾಗಬೇಕು? ಗೊತ್ತಿಲ್ಲ. ವಾಸ್ತವವಾಗಿ ಗೊತ್ತಿಲ್ಲ. ಗಂಡಸರಂತೂ ದಾಯಾದಿಗಳು. ಬೇರೆ ಮನೆಗಳಿಂದ ಬಂದ ನಾವು ಯಾಕೆ ಜಗಳವಾಡಬೇಕೆಂಬ ಭಾವ ಅವರಲ್ಲಿದ್ದಂತೆ ನನಗೆ ಅನಿಸುತ್ತೆ. ಹಸ್ತಿನಾವತಿಯ ಶ್ರೀಮಂತಿಕೆಯ ಜಂಬದಲ್ಲಿ ಭಾಗಿಯಾಗುವುದೇ ಬೇರೆ. ಅದು ಹೆಂಗಸಿನ ಸ್ವಭಾವ. ಆದರೆ ಅದರ ದ್ವೇಷ ಕುಯುಕ್ತಿಗಳನ್ನು ಅವರು ಮೈಗೂಡಿಸಿಕೊಂಡಿಲ್ಲ. ಮುಟ್ಟಾಗಿ ಒಂಟಿಬಟ್ಟೆಯಲ್ಲಿದ್ದವಳನ್ನು, ದುಶ್ಶಾಸನ ಬಂದು ಮುಟ್ಟಿ ಹಿಡಿದು ಜೂಜುಗುಂಪಿನ ಹತ್ತಿರಕ್ಕೆ ಎಳೆದುಕೊಂಡು ಹೋದಾಗ ಅವರೆಲ್ಲ ಹೇಗೆ ಹೆದರಿ ನಿಂತರು. ನಡತೆಗೆಟ್ಟ ಗಂಡಂದಿರನ್ನು ತಡೆಯುವ ಧೈರ್ಯ ಯಾವ ಆರ್ಯ ಹೆಂಗಸಿಗಿದೆ? ಅವರೆಲ್ಲ ಅತ್ತೆ ಗಾಂಧಾರಿಯ ಹತ್ತಿರಕ್ಕೆ ಓಡಿದರಂತೆ. ನಿಮ್ಮ ಮಗ ದುಶ್ಶಾಸನ ಪಾಂಚಾಲಿಗೆ ಹೀಗೆ ಮಾಡಿದ. ಸರ್ವನಾಶವಾಗುತ್ತೆ ಇದರಿಂದ. ನೀವು ನಿಲ್ಲಿಸಿ ಬನ್ನಿ ಅಂತ ಮೊರೆ ಇಟ್ಟರಂತೆ.

ಅವನ ಮಾತಿಗೇ ಹೆದರಿ ನಾನು ಒಂಟಿಬಟ್ಟೆಯಲ್ಲಿ ಓರಗಿತ್ತಿಯರ ಮರೆಗೆ ಓಡತೊಡಗಿದರೆ ಹಿಂದಿನಿಂದ ಹಾರಿ ಬಂದು ಗಂಟು ಹಾಕಿದ್ದ ತುರುಬು ಹಿಡಿದು, ಸೆರಗೆಳೆದು ಮೈಗೆ ಕೈ ಹಾಕಿ, 'ಒಂಟಿಬಟ್ಟೆಯಲ್ಲಿದೀಯ? ರವಿಕೆ ಕಟ್ಟಿಲ್ಲ. ಮುಟ್ಟಾದ ಹೆಂಗಸು. ಪೂರ್ತಿ ಬೆತ್ತಲೆ ಇದ್ದರೂ ಪರವಾಗಿಲ್ಲ. ದಾಸಿಗೆಂಥ ಬಟ್ಟೆ' ಎಂದು, ಮಾತನಾಡಲು ಬಿಡದೆ ಭುಜ ಹಿಡಿದು ತಬ್ಬಿ ದಬ್ಬಿಕೊಂಡು ಹೋದನಲ್ಲ ಅಷ್ಟು ಜನ ಗಂಡಸರಿರುವ ಸಭೆಗೆ. ನನ್ನ ಸ್ವಯಂವರಮಂಟಪದಲ್ಲಿ ಇವನೂ ನನ್ನನ್ನು ನೋಡಿದ್ದನಂತೆ. ಆಗ ಹುಟ್ಟಿದ ಆಶೆ ಇರಬಹುದು. ಈಗ ಮುಟ್ಟುವುದರಲ್ಲೇ ತೀರಿಸಿಕೊಂಡನೇನೋ! ಎಲ್ಲರೂ ಕತ್ತು ಬಗ್ಗಿಸಿ ಕೂತಿರುವವರೇ: ಭೀಷ್ಮ, ದ್ರೋಣ, ಪಾಂಡವಪಂಚರು. ಕತ್ತೆತ್ತಿದ್ದವರು ಮೂರೇ ಜನ: ದುರ್ಯೋಧನ, ಕರ್ಣ, ಶಕುನಿ. ಕರ್ಣನಂತೂ, ಶಹಬ್ಬಾಸ್ ದುಶ್ಶಾಸನ ಎಂದು ಅಟ್ಟಹಾಸದಿಂದ ನಕ್ಕನಲ್ಲ. ಶಕುನಿಯೂ ನಗುವಿಗೆ ದನಿಗೂಡಿಸಿದ. ಹೌದು, ಈಗ ಜ್ಞಾಪಕ ಬರುತ್ತಿದೆ. ನನಗೆ ಮೊಟ್ಟ ಮೊದಲ ಸಲ ಧೈರ್ಯ ಹುಟ್ಟಿದ್ದು ಆಗ. ಗಂಡಸರ ಸಭ್ಯತೆಯಲ್ಲಿ ವಿಶ್ವಾಸವಿರುವ ತನಕ ಹೆಂಗಸಿಗೆ ಧೈರ್ಯತಾಳುವ ಅಗತ್ಯವಿಲ್ಲ. ಇಡೀ ಸಭೆಯಲ್ಲಿದ್ದ ಯಾರಿಗೂ ಸಭ್ಯತೆ ಇರಲಿಲ್ಲ. ಧರ್ಮಪ್ರಜ್ಞೆ ಇರಲಿಲ್ಲ. ಯಾರಿಗೂ: ಭೀಷ್ಮ, ದ್ರೋಣ, ವಿದುರ, ಯಾರಿಗೂ. 'ಧರ್ಮ ನನ್ನನ್ನು ಹೀಗೆ ಜೂಜಿನಲ್ಲಿಟ್ಟಿದ್ದು ಧರ್ಮವೇ?' ನೇರವಾಗಿ ಭೀಷ್ಮನ ಹತ್ತಿರ ನಡೆದು ಕೇಳಿದ್ದಕ್ಕೆ, ಕುರುಪಿತಾಮಹ, ಸಮಸ್ತ ಆರ್ಯಜನಕ್ಕೇ ಹಿರಿಯ, ಅತ್ಯಂತ ಧರ್ಮಜ್ಞ ನೆನಸಿಕೊಂಡ ಬಿಳೀಗಡ್ಡದ ಬ್ರಹ್ಮಚಾರಿ ಬಡ ಬಡಿಸಿದ್ದೇನು:

'ಸ್ವತಃ ಸ್ವತಂತ್ರನಲ್ಲದ ಮನುಷ್ಯನಿಗೆ ಏನನ್ನೂ ಪಣವಾಗಿಡುವ ಅಧಿಕಾರವಿಲ್ಲ ಅನ್ನುವುದು ನಿಜ. ಆದರೆ ಹೆಂಗಸು ಸದಾ ಗಂಡನ ಅಧೀನ. ಧರ್ಮಸ್ವರೂಪವು ತುಂಬ ಸೂಕ್ಷ್ಮವಾದದ್ದು. ಆದ್ದರಿಂದ ನಾನು ಈ ವಿಷಯದಲ್ಲಿ ಏನೂ ಹೇಳಲಾರೆ. ಈ ಪಾಪಿ ಶಕುನಿ ಕ್ರೀಡಾಧರ್ಮ

ವನ್ನು ದುರುಪಯೋಗಪಡಿಸಿ ಧರ್ಮರಾಜನಿಗೆ ಜೂಜಿನ ಅಮಲು ಏರಿಸಿ.....' ಎಂದು ಶಕುನಿಯನ್ನು ಬೈಯತೊಡಗಿದನಲ್ಲ. ಇಷ್ಟೇ ಈ ಮುದುಕನ ಧರ್ಮಜ್ಞಾನ.

ನಿಜವಾದ ಧರ್ಮ ಹುಟ್ಟಿಬಂದದ್ದು ಭೀಮನ ಮನಸ್ಸಿನಿಂದ. ಭೀಮ ಅಂದರೆ ಏನಂತ ನನಗೆ ಅಲ್ಲಿಯ ತನಕ ತಿಳಿದಿರಲೇ ಇಲ್ಲ. ಸಾಹಸಿ, ಶಕ್ತಿಶಾಲಿ, ಮುಂಗೋಪಿ, ಮಕ್ಕಳೆಂದರೆ ಅಂತಃಕರಣ, ಇಷ್ಟೇ ಇವನ ಗುಣಗಳು ಅಂತ ತಿಳಿದಿದ್ದೆ. ಸಿಟ್ಟಿನಿಂದ ಬುಸುಗುಟ್ಟುತ್ತಾ ಕುಳಿತಿದ್ದ. ಮುದುಕ ಭೀಷ್ಮನು ಧರ್ಮಸ್ವರೂಪವು ಸೂಕ್ಷ್ಮವಾದದ್ದು, ಆದ್ದರಿಂದ ಈ ವಿಷಯದಲ್ಲಿ ಏನೂ ಹೇಳಲಾರೆ ಎಂದು ಕಣ್ಣು ಮುಚ್ಚಿ ಕೂತ ತಕ್ಷಣ ಕೂತಿದ್ದಲ್ಲೇ ಗುಡುಗಿದನಲ್ಲ ಭೀಮ: 'ಲೋ ಧರ್ಮ, ಗೊತ್ತಿದೆ ಏನು ನಿನಗೆ? ಸಾಧಾರಣವಾಗಿ ಜೂಜಿನ ಮನೆಯಲ್ಲಿ ಸೂಳೆಯರೂ ಇರುತ್ತಾರೆ. ಸೂಳೆಯರ ಮನೆಯಲ್ಲೇ ಹೆಚ್ಚಾಗಿ ಜೂಜು ನಡೆಯುವುದು. ಜೂಜುಕೋರ ತನ್ನ ಮೈಮೇಲಿನ ಬಟ್ಟೆಗಳತನಕ ಪಣವಿಟ್ಟು ಆಡುತ್ತಾನೆ. ಆದರೆ ಎಂದೂ ತನ್ನ ಸೂಳೆಯನ್ನು ಒಡ್ಡುವುದಿಲ್ಲ. ಒಡ್ಡಿದರೆ ಅವಳು ಕೂಡ ಕೈಗೆ ಎಕ್ಕಡ ತೆಗೆದುಕೊಳ್ಳುತಾಳೆ. ಅಂಥಾದ್ದರಲ್ಲಿ ನೀನು ಧರ್ಮಪತ್ನಿಯನ್ನು, ಪಟ್ಟಮಹಿಷಿಯನ್ನು ಒಡ್ಡಿ ಆಡಿದೀಯ. ನೀನು ಈಗ ಕಳೆದಿರುವ ರಥ, ತುರಗ, ಆಭರಣಾದಿಗಳೆಲ್ಲ ಯಾವುವು ಗೊತ್ತೆ? ರಾಜಸೂಯಕ್ಕೆಂದು ನಾನು ಪೂರ್ವದೇಶಗಳಿಂದ ಗೆದ್ದು ತಂದದ್ದು. ಇಂದ್ರಪ್ರಸ್ಥನಗರಿ ನಾವೆಲ್ಲ ಬೆವರು ಸುರಿಸಿ ಕಟ್ಟಿದ್ದು. ಹಿರಿಯಣ್ಣನ ಯಜಮಾನಿಕೆಗೆ ಎದುರು ಹೇಳಬಾರದು ಅನ್ನುವ ಧರ್ಮಕ್ಕೆ ಕಟ್ಟುಬಿದ್ದು ನಾನು ಇದಕ್ಕೆ ಏನೂ ಹೇಳುವುದಿಲ್ಲ. ಆದರೆ ನೀನೇ ಸೂಳೆಗಿಂತ ಕಡೆಯಾಗಿ ಹೆಂಡತಿಯನ್ನು ಭಾವಿಸಿ ಒಡ್ಡಿ ಆಡಿರುವಾಗ ಈ ಮುಟ್ಠಾಳರು ಅವಳನ್ನು ತೊತ್ತು ದಾಸಿ ಅಂದೆಲ್ಲ ಕರೆಯುವುದು ಸಹಜವೇ. ಮೊದಲ ಶಿಕ್ಷೆ ನಿನಗೆ ಆಗಬೇಕು. ಸಹದೇವ, ಎದ್ದು ಹೋಗಿ ಒಂದಿಷ್ಟು ಬೆಂಕಿ ತೆಗೊಂಡು ಬಾ. ಇವನ ಎರಡು ಕೈಗಳನ್ನೂ, ಬೆರಳು ಹಸ್ತಪೂರ್ತಿ ಸುಟ್ಟು ಬೂದಿ ಮಾಡಿದ ಮೇಲೆ ಉಳಿದವರನ್ನು ವಿಚಾರಿಸಿಕೊತ್ತೀನಿ.'

ಗುಂಜಿ ಗುಲಗುಂಜಿ ಹಾಕಿ ತೂಗಿದರೆ ಧರ್ಮ ಸಿಕ್ಕುತ್ತೆಯೆ? ಧರ್ಮವನ್ನು ಕೂತಲ್ಲಿಯೇ ನುಗ್ಗಿ ಹಿಡಿಯಬೇಕು. ತಬ್ಬಬೇಕು. ಚತುರ ಅರ್ಜುನನಿಗೆ ಧರ್ಮ ಹೇಗೆ ತಿಳಿದೀತು? ತಕ್ಷಣ ಬಾಯಿ ಹಾಕಿ, ಭೀಮಾ, ಹಿರಿಯಣ್ಣನನ್ನು ಬೈದು ಅವಮಾನ ಮಾಡಬೇಡ. ಯುದ್ಧಕ್ಕೆ, ಜೂಜಿಗೆ ಕರೆದಾಗ ಹೋಗದೆ ಇರುವುದು ಹೇಡಿತನ. ಕ್ಷತ್ರಿಯನಿಗೆ ಶೋಭಿಸುವ ಧರ್ಮವಲ್ಲ, ಹಿರಿಯಣ್ಣನ ತಪ್ಪಿಲ್ಲ ಎಂದು ತಕ್ಷಣ ಭೀಮನ ಎರಡು ಕೈಗಳನ್ನೂ ಹಿಡಿದುಕೊಂಡನಲ್ಲ. ಭೀಮ ಯಾಕೆ ಅಲ್ಲಿಗೆ ಸುಮ್ಮನಾದ? ಅವನು ಆಡಿದುದು ಬರೀ ಸಿಟ್ಟಿನ ಮಾತೆ? ಅಥವಾ ಧರ್ಮದ ಬಗೆಗೆ ಅವನ ತಿಳಿವಳಿಕೆ ಸ್ಪಷ್ಟವಾಗಿರಲಿಲ್ಲವೆ? ಏನಾಗಬೇಕು ಸ್ಪಷ್ಟವಾಗಿ. ಹೆಂಡತಿಯ ಮೈಯನ್ನು ಇನ್ನೊಬ್ಬ ಮುಟ್ಟಿದಾಗ ತೂಗಿ ನೋಡುವ ಹೇಡಿಗಿಂತ, ಮುಂದೆ ನುಗ್ಗಿ ಅವನನ್ನು ಮುಗಿಸುವ ಅಥವಾ ತಾನು ಮುಗಿದುಹೋಗುವ ಗಂಡಸುತನ ವಿಲ್ಲದವನ ತಿಳಿವಳಿಕೆ ಎಷ್ಟಿದ್ದರೆ ತಾನೇ ಏನು? ಅರ್ಜುನ ಭೀಮನ ಮನಸ್ಸಿಗೆ ಧರ್ಮದ ಮಂಕು ಹಿಡಿಸಿ ಕೂರಿಸಿದ. ನಾಯಿಯಂತೆ ಅಣ್ಣನ ಕೆಲಸ ಸಮರ್ಥಿಸಿದ. ಕರ್ಣನಲ್ಲವೆ

ಅಂದದ್ದು. 'ತಮ್ಮನ್ನು ತಾವು ಸೋತು ರಾಜ್ಯ ರಾಜತ್ವಗಳನ್ನು ಕಳೆದುಕೊಂಡು ದಾಸರಾಗಿರುವವರು ರಾಜಭೂಷಣ ಧರಿಸುವುದು ಇಲ್ಲಿರುವ ಸಮಸ್ತ ರಾಜರಿಗೂ ಅಪಮಾನ. ಮೇಲಿನವನ ವೇಷವನ್ನು ಕೆಳಗಿನವನು ಧರಿಸಿದರೆ ಮೇಲಿನವನಿಗೆ ಅಪಮಾನ ಮಾಡಿದಂತೆ ಅಲ್ಲವೆ? ಅವರೆಲ್ಲರಿಗೂ ಹೇಳು, ತಮ್ಮ ರಾಜಸೂಚಕ ಕಿರೀಟ, ಭುಜಕೀರ್ತಿ, ತೋಳುಬಂದಿ, ಕಂಠೀಹಾರಗಳನ್ನು ಕಳಚಿಟ್ಟು ಸಾಧಾರಣ ಉಡುಗೆಯಲ್ಲಿರಿ ಅಂತ.'

ಈ ಮಾತನಾಡಿದ ತಕ್ಷಣ ಹೇಗೆ ಧರ್ಮರಾಜ ತನ್ನ ಕಿರೀಟವನ್ನು ಎರಡು ಕೈಲೂ ಎತ್ತಿ ತೆಗೆದು ದಾಳದ ಮುಂದಿಟ್ಟ! ಕಿರೀಟವಿಲ್ಲದ ಸಣ್ಣ ತಲೆಯಿಂದ ಹಾಯಿಸಿ ಕಂಠೀಹಾರ ತೆಗೆಯುವುದು ಸುಲಭವೇ ಆಯಿತು. ಭುಜಕೀರ್ತಿ ತೋಳುಬಂದಿಗಳನ್ನು ಬಿಚ್ಚಿ ಸಾಮಾನ್ಯನಾದ. ದಾಸನೇ ಆದ. ತಲೆ ತಗ್ಗಿಸಿ ಕುಳಿತ ಮೊದಲಿನಂತೆ. ಅಣ್ಣನನ್ನು ಅರ್ಜುನ ಅನುಸರಿಸಿದ. ಅಣ್ಣನ ನಾಯಿಯಾಗುವುದರಲ್ಲೇ ತನ್ನ ವೀರಾವೇಶವನ್ನು ಮರೆದ. ನಕುಲ ಸಹದೇವರೂ ತೆಗೆದಿಟ್ಟರು. ಆದರೆ ನನಗೆ ಬೆಂಕಿ ತಗುಲಿದಂತೆ ಆದದ್ದು ಭೀಮನೂ ತನ್ನ ಕಿರೀಟಕ್ಕೆ ಕೈ ಹಾಕಿದಾಗ. ಭೀಮನಿಗೆ ನಿಜವಾದ ತಿಳಿವಳಿಕೆ ಇಲ್ಲ. ಧರ್ಮದ ಆಳವನ್ನು ಕೆದಕಿ ತನಗೆ ತಾನು ಅರ್ಥಮಾಡಿಕೊಳ್ಳುವ ಸೂಕ್ಷ್ಮ ಬುದ್ಧಿ ಇಲ್ಲ. ದುರ್ಯೋಧನನಿಗೆ ಹೊಳೆಯದ ಈ ವೇಷಭೇದ ಕರ್ಣನಿಗೆ ಹೊಳೆದು ಅದನ್ನು ಕೊನೆ ಮುಟ್ಟಿಸುವ ತನಕ ತಡೆಯಲಿಲ್ಲವಲ್ಲ. ಅಥವಾ ಈ ನೆಪದಲ್ಲಾದರೂ ನನ್ನ ಮೊಣಕಾಲು ಮಂಡಿ ತೊಡೆಗಳನ್ನು ನೋಡುವ ಕೀಳು ಆಶೆಯೆ! ದುಶ್ಶಾಸನ ಬಿಟ್ಟಾನೆಯೇ, ಹತ್ತಿರ ಬಂದು ನೇರವಾಗಿ ಸೆರಗಿಗೆ ಕೈ ಹಾಕಿ ಎಳೆದೇಬಿಟ್ಟ. ಬೆತ್ತಲೆ ಮಾಡುವುದು ಬಿಟ್ಟು ಬೇರೆ ಯಾವ ಉದ್ದೇಶವಿರಬೇಕು ಅವನಿಗೆ? ಮುಟ್ಟು, ಒಳವಸ್ತ್ರ ಕೂಡ ಇಲ್ಲ. ಐದು ಜನಕ್ಕೂ ಹೆಂಡತಿ ಎಂದು ಇವರು ಎಂದೂ ಒಪ್ಪಿಕೊಂಡಿಲ್ಲ. ಐದು ಜನರು ಇಟ್ಟುಕೊಂಡವಳು ಸೂಳೆ, ಆದ್ದರಿಂದ ಸಮಸ್ತರಿಗೂ ದಕ್ಕಬಲ್ಲವಳು ಎಂಬುದೇ ಅವರ ಅಂತರಂಗ. ತುಂಬಿದ ಸಭೆಯಾದರೇನು, ಸಮಯದಲ್ಲಿ ಧೈರ್ಯ ತನಗೆ ತಾನೇ ಚಿಮ್ಮಿತು. ದ್ರುಪದರಾಜನ ಮಗಳು ನಾನು. ಒಂದು ದಿನವೂ ತಪ್ಪದೆ ಅಗ್ನಿಪೂಜೆ ಮಾಡುತ್ತಿದ್ದೆ. ಇಂದಿಗೂ ಮಾಡುತ್ತಿರುವ ರಾಜನ ಮಗಳು. ಅಗ್ನಿಯ ಅಂಶದವರಲ್ಲಿ ಧೈರ್ಯ ಹುಟ್ಟದೆ ಇರುತ್ತೆಯೇ ಸಮಯದಲ್ಲಿ? ಅಗ್ನಿಂ ಮನ್ಯೇ ಪಿತರಮಗ್ನಿ ಮಾಪಿಂ ಅಗ್ನಿಂ ಭ್ರಾತರ ಸಮಮಿತ್ ಸಖಾಯಂ. ಮರೆತೇಹೋಯಿತು. ಎಡಗೈಲಿ ಗಾಳಿ ಬೀಸುತ್ತಲೇ ಇದೀನಿ. ಕೈ ನೋವು ಬಂದಿದೆ. ಪಕ್ಕದಲ್ಲಿ ಇವನು ಸುಖವಾಗಿ ಮಲಗಿದಾನೆ. ನಿದ್ದೆ ಬಂದಿದೆ. ನಿದ್ದೆ ಬರದೆ ಏನು ಮಾಡೀತು, ತುಂಬಿದ ಸಭೆಯಲ್ಲಿ ದಾಯಾದಿ ಹೆಂಡತಿಯ ಮೈಮುಟ್ಟಿ ಸೆರಗು ಎಳೆಯುತ್ತಿರುವಾಗ ತಲೆ ತಗ್ಗಿಸಿ ಕೂತಿದ್ದವನಿಗೆ ನಿದ್ದೆಯಲ್ಲದೆ ಮತ್ತೇನು ಬಂದೀತು? ಬೀಸಣಿಗೆಯನ್ನು ನೆಲದ ಮೇಲಿಟ್ಟಳು. ಕೈ ನೋಯುತ್ತಿದೆ. ಬಲಗೈಯಿಂದ ಎಡ ಮೊಣಕೈಯನ್ನು ಒತ್ತಿ ಒತ್ತಿ ಹಿಸುಕಿಕೊಂಡಳು. ಆಕಾಶದಲ್ಲಿ ಮಂದವಾಗಿ ಬೆಳದಿಂಗಳು ಹುಟ್ಟಿದೆ, ನೆನಪನ್ನು ಕಾಣಿಸುವಷ್ಟು ಸ್ಪಷ್ಟವಾಗಿ. ಸ್ಪಷ್ಟವಾಗಿ ನೆನಪಿದೆ. ತಕ್ಷಣ ಹೊಳೆಯಿತು. 'ಏ, ನಾಯಿ, ನಾನು ಬರೀ ಈ ಮುಟ್ಠಾಳರ ಹೆಂಡತಿಯಲ್ಲ. ದ್ರುಪದರಾಜನ ಮಗಳು. ಅಗ್ನಿಪೂಜಕ ದ್ರುಪದರಾಜನ ಮಗಳು. ಧೃಷ್ಟ

ದ್ಯುಮ್ನನ ತಂಗಿ. ಸೈನ್ಯದೊಡನೆ ಬಂದು, ಮಗಳ ದಾಸಿತನಕ್ಕೆ ಕಾರಣರಾದವರ ಅರಮನೆಯನ್ನು ಕೆಡವಿ ಉತ್ತು ಕಾಡುಮರಗಳನ್ನು ನೆಟ್ಟು ಹೋಗುತ್ತಾರೆ ನಮ್ಮಪ್ಪ ನಮ್ಮಣ್ಣ. ಎಚ್ಚರವಿರಲಿ.'

'ನಿಮ್ಮಪ್ಪನ ಹೆಡೆಮುರಿ ಕಟ್ಟಿ ನಮ್ಮ ಆಚಾರ್ಯರ ಮಂಚಕ್ಕೆ ಕಟ್ಟಿದ್ದೆವು ಗೊತ್ತೇ? ಹೆಚ್ಚು ಮಾತು ಬೇಡ. ನಾನು ನಿನ್ನನ್ನು ದಾಸಿ ಅನ್ನುವುದಿಲ್ಲ. ರಾಣಿ ಅನ್ನುತ್ತೇನೆ. ನನ್ನ ತೊಡೆಯ ಮೇಲೆ ಕೂರು ಬಾ.'

'ಕಟ್ಟಿದ್ದವನು ನೀನಲ್ಲ ಕರ್ಣೋ, ಅರ್ಜುನ. ಈಗ ನಿನ್ನ ಶತ್ರುವಾಗಿರುವ ಅರ್ಜುನ. ಆಗ ನಮ್ಮಣ್ಣ ವಯಸ್ಸಿಗೆ ಬಂದಿರಲಿಲ್ಲ. ಈಗ ನಮ್ಮಣ್ಣ ಸೇನಾಧಿಪತಿ, ಯುವರಾಜ. ತಿಳಿದುಕೊ.'

ಹೌದು ದುಶ್ಯಾಸನನೇ: 'ಅಣ್ಣಾ, ಈ ಪಾಂಚಾಲರು ಎಂದಿನಿಂದಲೂ ಕುರುಗಳನ್ನು ಬೆದರಿಸುತ್ತಲೇ ಇದ್ದಾರೆ. ನಾವು ಬಲಶಾಲಿಗಳಾದ ಮೇಲೆ ಅವರ ಬೆದರಿಕೆ ನಿಂತಿದೆ. ಈಗ ಇವಳು ಅಪ್ಪನ ಮನೆಯ ಹಳೇ ಬೆದರಿಕೆ ಮತ್ತೆ ಹಾಕುತ್ತಿದಾಳೆ. ಇವಳಿಗೇನು ಹೆದರುವುದು?'

'ಹೆದರುವುದೇನು, ಎಳೆದುಹಾಕು ನಾನಿದೀನಿ,' ಕರ್ಣನ ಒತ್ತಾಸೆ. ಮನೆನಾಯಿಗೆ ಬೀದಿ ನಾಯಿಯ ಒತ್ತಾಸೆ.

ಮುಂದಿನ ಮಾತು ತಕ್ಷಣ ಹೊಳೆಯಿತಲ್ಲ ನನಗೆ: 'ಬರೀ ನಮ್ಮಪ್ಪ ಅಣ್ಣ ಅಂತ ತಿಳಿಯಬೇಡಿ. ಲೇ ನಾಯಿಗಳೇ, ನಮ್ಮ ರಾಜಸೂಯದಲ್ಲಿ ಸಮಸ್ತರೂ ಒಪ್ಪಿ ಅಗ್ರಸ್ಥಾನ ಕೊಟ್ಟರಲ್ಲ, ಒಪ್ಪದ ಶಿಶುಪಾಲನ ಕುತ್ತಿಗೆ ಕತ್ತರಿಸಿದನಲ್ಲ, ಯಾರು ನೆನಪಾಯಿತೆ? ಅವನಿಗೂ ಸುದ್ದಿ ಮುಟ್ಟುತ್ತೆ. ಅವನೂ ಬರುತ್ತಾನೆ ನಿಮ್ಮನ್ನು ವಿಚಾರಿಸಿಕೊಳ್ಳುಕ್ಕೆ. ಈ ಐದು ಜನ ಗಂಡಂದಿರೇನೋ ಷಂಡರು ಅಂತ ನನಗೆ ಅರ್ಥವಾಗಿದೆ. ಆದರೆ ನನ್ನ ಅಪ್ಪ, ಅಣ್ಣಂದಿರು ಷಂಡರಲ್ಲ. ಯಾದವರ ಕೃಷ್ಣನೂ ನನಗೆ ಅಣ್ಣನೇ. ನಿಮಗೆಲ್ಲ ಗಂಡನಾಗುವ ಗಂಡು ಅವನು. ದ್ವಾರಕೆಯ ಸೇನೆಯನ್ನೆಲ್ಲ ನಡೆಸಿಕೊಂಡು ಬರುತ್ತಾನೆ. ದಕ್ಷಿಣದಿಂದ ಪಾಂಚಾಲ ಸೈನ್ಯ. ಈ ಹಸ್ತಿನಾವತಿಯನ್ನು ಅಗೆಸಿ ಗಂಗೆಯ ನೀರು ಹರಿಸಿ ತೋಪು ನೆಡಿಸುತ್ತಾರೆ ಎಚ್ಚರವಿರಲಿ.'

ಎಲ್ಲರೂ ಹೆದರಿದ್ದು ಈಗ. ದುರ್ಯೋಧನನ ಮುಖ ಕಂಗೆಟ್ಟದ್ದು. ತಕ್ಷಣ ಭೀಮ ಎದ್ದು ನಿಂತು ಗುಡುಗಿದ್ದು: 'ಏ. ದುಶ್ಯಾಸನ, ನನ್ನ ಹೆಂಡತಿಯ ಮೈ ಮುಟ್ಟಿದೀಯ. ನಿನ್ನನ್ನು ಅಂಗಾತ ಕೆಡವಿ ನಿನ್ನ ಎದೆಗೂಡನ್ನು ಮುರಿದು ರಕ್ತ ತೆಗೆದು ಕುಡಿಯದಿದ್ದರೆ ನಾನು ಭೀಮನಲ್ಲ. ನಮ್ಮಪ್ಪ ಅಜ್ಜಂದಿರಿಗೆ ಸ್ವರ್ಗ ಸಲ್ಲ.' ಭೀಮನ ಧೈರ್ಯ ಎಂದೂ ಉಡುಗುವುದಿಲ್ಲ. ಆಗಾಗ್ಗೆ ಬುದ್ಧಿ ಮಂಕಾಗುತ್ತೆ. ಇಡೀ ಸಭೆ ನಡುಗಿತು. ಅದೆಂತಹ ಗಂಟಲು ಸಭೆಯಿಂದ ಆಚೆ, ಒಳಗೆ ಹೆಂಗಸರ ಕಿವಿಗೂ ಬಡಿದು ದುಶ್ಯಾಸನನ ಹೆತ್ತವ್ವ ಹೆದರಿ ಓಡಿಬಂದಳಲ್ಲ ಸಭೆಗೆ. ಕಣ್ಣಿದ್ದೂ ಕುರುಡಿಯಾಗಿ ಬಟ್ಟೆಕಟ್ಟಿಕೊಂಡು ದಾಸಿಯ ಕೈ ಹಿಡಿದು ಬಂದು, ಕಣ್ಣಿಲ್ಲದೆ ಕುರುಡನಾದ ಗಂಡನ ಕೈ ಹಿಡಿದು ಒಳಗೆ ಕರೆದೊಯ್ದಳು.

ಭೀಮನ ಗುಡುಗು ಗಾಳಿಯನ್ನು ಬದಲಿಸಿತು. ಮಂಕುಹಿಡಿದ ಮುದುಕರ ತಲೆ ತೂಕಡಿಕೆ ಕೊಡವಿಕೊಂಡಿತು. ವಿದುರ ದುರ್ಯೋಧನನಿಗೆ ನೀತಿ ಹೇಳಲು ಶುರುಮಾಡಿದನಲ್ಲ, ಅದೂ ಎಂಥ ನೀತಿ, ದ್ಯೂತವು ಕ್ಷತ್ರಿಯನಿಗೆ ಹೇಳಿಸಿದ್ದೇ. ಅಂದರೆ ಅತಿದ್ಯೂತ ಕೆಟ್ಟದ್ದು. ಛಲದಿಂದ ಆಡುವುದು ಅಧರ್ಮ. ಅತ್ತಲೂ ಇಲ್ಲ, ಇತ್ತಲೂ ಇಲ್ಲ. ಕೃಷ್ಣನಂತೆ ಹೇಳುವ ಮಾತಿನ ನಿಶ್ಚಯವಿಲ್ಲ. ವಿದುರನೂ ದೊಡ್ಡ ಧರ್ಮಜ್ಞ, ಅವನ ಕೈಲೇ ಅಲ್ಲವೇ ಜೂಜಾಡುಕ್ಕೆ ಇಂದ್ರಪ್ರಸ್ಥಕ್ಕೆ ಹೇಳಿ ಕಳಿಸಿದುದು? ದುಯೋಧನಾದಿಗಳ ಉದ್ದೇಶ ಅವನಿಗೆ ಗೊತ್ತಿರಲಿಲ್ಲವೆ? ತಪ್ಪನ್ನು ತಪ್ಪೆಂದು ಖಚಿತವಾಗಿ ಅರಿಯುವ ಸ್ಪಷ್ಟ ಜ್ಞಾನವಿಲ್ಲದ, ಆದರೆ ಒಳ್ಳೆಯ ಸ್ವಭಾವದ ಮುದುಕ.

ದುರ್ಯೋಧನ ಹೆದರಿದುದೇನೋ ನಿಜ. ಹಾಗೆಂದು ತಕ್ಷಣ ಒಪ್ಪಿಕೊಂಡು ಹಿನ್ನಡೆದರೆ ಗಾಂಭೀರ್ಯ ಉಳಿದೀತೇ? ಎಷ್ಟು ಚತುರತೆಯಿಂದ ನನ್ನನ್ನು ಕೇಳಿದ: 'ಸುಂದರೀ, ನಿನ್ನನ್ನು ಅಪಮಾನಗೊಳಿಸಬೇಕು ಅನ್ನುವ ಉದ್ದೇಶ ನಮ್ಮದಲ್ಲ. ದಾಸಿಯಾದವಳು ದಾಸಿಯರ ಹಾಗಿರಬೇಕು ಹೌದೋ ಅಲ್ಲವೋ? ನಿನ್ನರಮನೆಯಲ್ಲಿ ನಿನ್ನ ದಾಸಿ ನಿನ್ನ ಹಾಗೆ ಕಾಲು ಮುಚ್ಚುವಂತೆ ಕೆಳವಸ್ತ್ರ ಧರಿಸಿ ಮೇಲ್ವಾಸು ಹೊದೆದರೆ ನೀನು ಸುಮ್ಮನಿರುತ್ತೀಯಾ? ಧರ್ಮರಾಜ ತಮ್ಮಂದಿರನ್ನೇನೋ ಪಣವಾಗಿಟ್ಟ, ಸೋತ. ನಿನ್ನನ್ನು ಹಾಗೆ ಇಡುಕ್ಕೆ ಅವನಿಗೆ ಹಕ್ಕು ಉಂಟೋ ಇಲ್ಲವೋ ನೀನೇ ಹೇಳು. ಉಂಟು ಅಂದರೆ ನೀನು ನಮ್ಮ ದಾಸಿಯೇ. ಇಲ್ಲ ಅಂದರೆ ನೀನು ಸ್ವತಂತ್ರಳು. ಎರಡನೇ ಮಾತಿಲ್ಲ. ನಿನಗೆ ಬೇಕಾದ ಕಡೆ ಬೇಕಾದಂತೆ ಇರಬಹುದು. ನಾನು ಈಗ ನಿನ್ನ ಮೇಲೆ ಬಿಟ್ಟಿದ್ದೇನೆ ನಿಶ್ಚಯವನ್ನು.'

ಏನು ಅವನ ಮಾತಿನ ಅರ್ಥ? ತಮ್ಮಂದಿರನ್ನು ಇಡುವ ಅಧಿಕಾರವುಂಟು, ನನ್ನನ್ನಿಡಲು ಇಲ್ಲ ಅಂದರೆ ನಾನು ಹೊರಗಿನವಳು ಅಂತ ಅಲ್ಲವೆ? ಅಂದರೆ ನನಗೂ ಅವನಿಗೂ ಇದ್ದ ಸಂಬಂಧ ಎಂಥದಾಗುತ್ತದೆ? ವಾದದಲ್ಲಿ ಚತುರ. ಇದನ್ನು ಭೇದಿಸಿ ಧರ್ಮವನ್ನು ಕಾಣುವ ತೀಕ್ಷ್ಣತೆ ಯಾರಿಗಿರಬೇಕು ಆ ಸಂದರ್ಭದಲ್ಲಿ?

ಅವನ ಮಾತಿನ ಮರ್ಮ ನನಗೆ ತಿಳಿಯಲು ತಡವಾಗಲಿಲ್ಲ. ಇವನು ನನ್ನ ಗಂಡನಲ್ಲ ಅಂದ ತಕ್ಷಣ ಪಾಂಡವರಿಗೆ ಪಾಂಚಾಲರ ಬೆಂಬಲವಿಲ್ಲ. ದಾಸರಾಗಿರುವ ಇವರು ಸ್ವತಂತ್ರರಾಗುವ ಸಂಭವವೂ ಇಲ್ಲ. ಇವರ ಬೆಂಬಲವಿಲ್ಲದ ಪಾಂಚಾಲರ ಮೇಲೆ ದಂಡೆತ್ತಿ ಹೋಗಿ ಮುಗಿಸಲೂಬಹುದು. ಎಂತಹ ಗೋಜಿನಲ್ಲಿ ಸಿಕ್ಕಿಸಿಬಿಟ್ಟರು ನನ್ನನ್ನು! ದುಶ್ಶಾಸನ ನನ್ನ ಸೆರಗನ್ನು ಬಿಟ್ಟು ನಿಂತಿದ್ದ. ಸಂಪೂರ್ಣವಾಗಿ ಬಲೆಗೆ ಬಿದ್ದಿರುವ ಜಿಂಕೆಯ ಕುತ್ತಿಗೆಯನ್ನು ಹಿಡಿದು ನಿಲ್ಲುವ ಅಗತ್ಯವಿಲ್ಲದಂತೆ.

ಧರ್ಮನಿಷ್ಠೆಯ ಗತ್ತಿನಲ್ಲಿ ಈ ಐವರ ಕಡೆಗೂ ತಿರುಗಿ ದುರ್ಯೋಧನ ಎಂದ: 'ಭೀಮ, ತಿಂದು ಕೊಬ್ಬಿ ಮೈ ದಪ್ಪನಾಗಿದೆ ಅಂತ ಕಿರುಚಿಕೊಂಡರೆ ಧರ್ಮಸೂಕ್ಷ್ಮ ಬಗೆ ಹರಿಯುತ್ತೆಯೆ? ದ್ರೌಪದಿಯನ್ನು ಕೇಳಿದಂತೆ ನಿನ್ನನ್ನೂ ಕೇಳ್ತಿದೀನಿ. ಉತ್ತರ ಹೇಳು. ನಿನ್ನನ್ನು ಪಣವಾಗಿಡುವ ಅಧಿಕಾರ ನಿನ್ನ ಹಿರಿಯಣ್ಣನಿಗೆ ಇತ್ತೋ ಇಲ್ಲವೋ? ಇತ್ತು

ಅಂದರೆ ನೀನು ದಾಸನೇ. ದಾಸನಾದವನು ಹೀಗೆ ದಣಿಯ ಎದುರಿಗೆ ಕಿರುಚಬಾರದು. ಇಲ್ಲ ಅಂದರೆ ನೀನು ಈ ಕ್ಷಣವೇ ಸ್ವತಂತ್ರ. ನಿನಗಿಷ್ಟಬಂದ ಕಡೆ ಹೋಗಬಹುದು. ನೀವು ಇಂದ್ರಪ್ರಸ್ಥ ಅಂತ ಕರೆದುಕೊಳ್ಳುತ್ತಿದೀರಲ್ಲ ಜಂಬಕ್ಕೆ, ಆ ಖಾಂಡವಪ್ರಸ್ಥ ಮಾತ್ರ ನನ್ನದೇ. ಏಕೆಂದರೆ ಅದನ್ನು ಪಣವಾಗಿಟ್ಟ ವಿಷಯದಲ್ಲಿ ಯಾವ ಧರ್ಮಸಮಸ್ಯೆಯೂ ಇಲ್ಲ.'

ಭೀಮನನ್ನು ಕಟ್ಟಿಹಾಕಿದಂತಾಯಿತು. ವೀರನಂತೆ ನಿಂತಿದ್ದ ಭೀಮ ಮತ್ತೆ ಕತ್ತು ಬಗ್ಗಿಸಿದನಲ್ಲ. 'ಅರ್ಜುನ, ನಿನ್ನನ್ನೂ ಇದೇ ಪ್ರಶ್ನೆ ಕೇಳ್ತಿದೀನಿ. ನಿನ್ನನ್ನು ಪಣವಾಗಿಡುವ ಅಧಿಕಾರ ನಿನ್ನ ಹಿರಿಯಣ್ಣನಿಗಿಲ್ಲ ಅಂತ ಹೇಳಿ ಸ್ವತಂತ್ರನಾಗಿ ನಿನಗಿಚ್ಛೆ ಬಂದ ಕಡೆಗೆ ಹೋಗುವ ಅವಕಾಶ ನಿನಗುಂಟು. ನಕುಲ ಸಹದೇವರಿಗೂ ಉಂಟು. ತನ್ನನ್ನು ತಾನೇ ಒಡ್ಡಿಕೊಂಡಿರುವುದರಿಂದ ಧರ್ಮನಿಗೆ ಈ ಅವಕಾಶವಿಲ್ಲ. ಅವನು ದಾಸನಾಗಿಯೇ ಇರ ಬೇಕು. ನನ್ನ ರಾಜ್ಯದಲ್ಲಿ ಯಾವ ದಾಸನಿಗೂ ಹೊಟ್ಟೆ ಬಟ್ಟೆಗೆ ಎಂದೂ ಕಡಮೆ ಮಾಡಿಲ್ಲ. ಯಾರನ್ನೂ ನಿರ್ದಯದಿಂದ ನಡೆಸಿಕೊಂಡಿಲ್ಲ. ಕೈಲಾಗದವನಿಂದ ಕೆಲಸ ಮಾಡಿಸಿಲ್ಲ. ಆಹಾರನಿದ್ರಾಮೈಥುನಗಳಿಗೆ ಅಡ್ಡಿಪಡಿಸಿಲ್ಲ. ಕುರುರಾಜ್ಯವನ್ನು ಬಿಟ್ಟು ಹೋಗಲು ನೀವು ಸ್ವತಂತ್ರರೆಂದು ಹೇಳಿದರೂ ಯಾವ ದಾಸನೂ ಇದುವರೆಗೆ ನಮ್ಮನ್ನು ಬಿಟ್ಟು ಹೋಗಿಲ್ಲ. ನನ್ನ ರಾಜ್ಯದಲ್ಲಿ ದಾಸ್ಯ ಅನ್ನುವುದು ಬರೀ ಹೆಸರು, ಸಂಕೇತ. ಸುಖಕ್ಕೆ ಯಾವ ಊನವೂ ಇಲ್ಲ.'

ಅರ್ಜುನ ಬಾಯಿ ತೆರೆಯುತ್ತಾನೆಂದು ನಾನೇ ನಿರೀಕ್ಷಿಸಿರಲಿಲ್ಲ. ನಕುಲ ಸಹದೇವರ ಮಾತು ಬೇಡ. ದುರ್ಯೋಧನ ಅನಂತರ ಧರ್ಮನಿಗೆ ಹೇಳಿದನಲ್ಲ: 'ಧರ್ಮ, ನೀನು ಸೋತಿದ್ದೀಯ. ರಾಜನಾದವನು ದಾಸನಾಗಿ ತನ್ನ ರಾಜವೈಭವದ ಆ ಭೂಷಣಗಳನ್ನು ಕಳಚಿ ಮೇಲುವಸ್ತ್ರವನ್ನೂ ತೆಗೆದಿಟ್ಟು ಕತ್ತು ಬಗ್ಗಿಸಿ ಕೂತಿರುವಾಗ ಸಭಿಕರಲ್ಲಿ ಮುದುಕ ಮೋಟರ ಅಂತಃಕರಣ ಉದ್ರಿಕ್ತವಾಗುವುದು ಸಹಜವೇ. ಅಂತಃಕರಣ ಕರಗಿದ ಮಾತ್ರಕ್ಕೆ ಧರ್ಮ ನಿನ್ನ ಕಡೆಗಿದೆ ಅಂತ ಭಾವಿಸಬೇಡ. ನಾವಿಬ್ಬರೂ ಆಡಿರುವುದು ಜೂಜು. ಅಕಸ್ಮಾತ್ ನಾನು ಸೋತು ನೀನು ಗೆದ್ದಿದ್ದರೆ ಅದು ಧರ್ಮವಾಗಿಬಿಡುತ್ತಿತ್ತು. ಯಾಕೆಂದರೆ ಮುದುಕರ ಅಂತಃಕರಣ ನಿನ್ನ ಕಡೆಗಿದೆ. ನೀನೊಬ್ಬ ಧರ್ಮಿಷ್ಠ. ಮೊದಲಿನಿಂದ ಹಾಗೆಯೇ ಅಂತೆ. ರಾಜಸೂಯ ಬೇರೆ ಮಾಡಿ ಕೀರ್ತಿಯನ್ನು ಸ್ವರ್ಗದತನಕ ಎತ್ತರಿಸಿಕೊಂಡಿರುವವನು. ಅನ್ಯೇ ಜಾಯಾಂ ಪರಿಮೃಶಂತ್ಯಸ್ಯ ಯಸ್ಯಾಗೃಧದ್ವೇದನೇ ವಾಜ್ಯಕ್ಷಃ, ಬೇರೆಯವರ ಹಣಕ್ಕೆ ಆಶೆಪಡುವ ಜೂಜುಕೋರನ ಹೆಂಡತಿಯನ್ನು ಇತರ ಜೂಜುಕೋರರು ವಸ್ತ್ರಕೇಶಾದಿಗಳನ್ನು ಹಿಡಿದು ಎಳೆಯುತ್ತಾರೆ ಅನ್ನುವ ವೇದಮಂತ್ರ ನಿನಗೆ ಪಾಠವಾಗಿಲ್ಲವೆ? ನಾವೂ ನೀವೂ ಕೂಡಿಯೇ ಅಲ್ಲವೇ ಅಧ್ಯಯನ ಮಾಡಿದ್ದು? ಹಸ್ತಿನಾಪುರದವರ ಸಂಪತ್ತನ್ನು ಗೆಲ್ಲಬೇಕೆಂಬ ಆಶೆ ಇಲ್ಲದೆ ನೀನು ದಾಳ ಹಿಡಿದು ಆಟಕ್ಕೆ ಕೂತೆಯ? ಸೋತ ಸಾಲ ವಸೂಲಾಗದಿದ್ದಾಗ ಅವನ ಹೆಂಡತಿಯ ಬಟ್ಟೆಬರೆಗಳನ್ನು ಹಿಡಿದೆಳೆಯುವುದು ಅನೂಚಾನವಾಗಿ ನಡೆದ ಪದ್ಧತಿ. ಆದ್ದರಿಂದ ನನ್ನ ತಮ್ಮ ದುಶ್ಯಾಸನ ಮಹಾಪಾಪ ಕೆಲಸ ಮಾಡಿದ ಅಂತ

ನೀನಾಗಲಿ ನಿನ್ನ ಹಿತೈಷಿಗಳಾಗಲಿ ಭಾವಿಸಬೇಡಿ.'

ಧರ್ಮ ಕುತ್ತಿಗೆ ಅಲುಗಾಡಿಸಲಿಲ್ಲ. ದುರ್ಯೋಧನ ಹೇಳಿದ: "ಭೀಮ, ಅರ್ಜುನ, ಮಾದ್ರೀ ಕುಮಾರರೇ, ಪಿತಾಮಾತಾಭ್ರಾತರ ಏನಮಾಹುಃ ನ ಜಾನೀಮೋ ನಯತಾ ಬದ್ಧಮೇ ತಮ್, ಜೂಜಿನಲ್ಲಿ ಎಲ್ಲವನ್ನೂ ಸೋತವನ ಬಗೆಗೆ ಅವನ ತಂದೆ ತಾಯಿ ಅಣ್ಣ ತಮ್ಮಂದಿರು, 'ಇವನು ಯಾರೋ ನಮಗೆ ಗೊತ್ತಿಲ್ಲ, ನಿಮಗಿಷ್ಟಬಂದೆಡೆಗೆ ಕಟ್ಟಿ ಎಳೆದುಕೊಂಡು ಹೋಗಿ' ಅಂತ ಹೇಳುತ್ತಾರೆ. ಇದೂ ವೇದದ ಮಾತೇ. ಆದ್ದರಿಂದ ನಾನೀಗ ನಿಮಗೆ ಕೊಟ್ಟಿರುವ ಅವಕಾಶವನ್ನು ಗ್ರಹಿಸಿ, ಒಡಹುಟ್ಟಿದವರನ್ನೇ ಪಣವಾಗಿಟ್ಟು ದಾಸರನ್ನಾಗಿ ಮಾಡಿದ ಇವನು ಯಾರೋ ನಮಗೆ ಗೊತ್ತಿಲ್ಲವೆಂದು ಧರ್ಮದಲ್ಲಿ ಹೇಳಿರುವಂತೆ ಮಾಡಿ ಸ್ವತಂತ್ರರಾಗಿ. ನೀವು ಹೇಗೂ ವೀರರು. ಹೊಸ ರಾಜ್ಯ ಸಂಪಾದಿಸುವುದೇನೂ ಕಷ್ಟವಲ್ಲ."

ತಮ್ಮಂದಿರು ಏನು ಹೇಳುತ್ತಿದ್ದರು? ಭೀಮ ಏನನ್ನುತ್ತಿದ್ದ? ಅರ್ಜುನನ ಮನಸ್ಸು ಹೇಗೆ ಕೆಲಸ ಮಾಡುತ್ತಿತ್ತು? ನಾಲ್ವರು ಸೋದರರೂ ಸ್ವತಂತ್ರರಾಗಿ ಪಾಂಚಾಲಕ್ಕೆ ಹೋಗಿ ಸೈನ್ಯ ತಂದು ಇಂದ್ರಪ್ರಸ್ಥವನ್ನು ಗೆಲ್ಲುವುದು ಸಾಧ್ಯವಿರಲಿಲ್ಲವೆ? ಅಥವಾ ನಾವು ಸ್ವತಂತ್ರರಾದೆವು ಎಂದರೆ ಅದರ ಮುಂದಿನ ಅರ್ಥ ಹೀಗೆ ಎಂದು ಯಾವ ತಂತ್ರವನ್ನಡಗಿಸಿದ್ದನೋ ದುರ್ಯೋಧನ. ಅಷ್ಟರಲ್ಲಿ ಕುರುಡದೊರೆ ದಾಸಿಯ ಕೈ ಹಿಡಿದು ದಡದಡ ಹೆಜ್ಜೆ ಹಾಕುತ್ತಾ ಸಭೆಗೆ ಬಂದನಲ್ಲ, ನೇರವಾಗಿ ನನ್ನ ಮುಂದಕ್ಕೇ. ಹಿಂದೆ ಗಾಂಧಾರಿ. ಗಂಡನಿಗೆ ಕಣ್ಣು ಕಾಣದಿರುವಾಗ ತಾನೇಕೆ ಚಾಕ್ಷುಷಸುಖ ಪಡಬೇಕೆಂದು ಎರಡು ಕಣ್ಣುಗಳಿಗೂ ಪಟ್ಟಿಕಟ್ಟಿಕೊಂಡ ಸಾಧ್ವಿ. ನಿಂತು ನಿಂತು ನನಗೆ ಕಾಲುಸೇದು. ಮೊದಲೇ ಮುಟ್ಟಿನ ಮೂರು ದಿನವೂ ಮೈ ಕೈ ಎಲ್ಲ ನೋವು. ಹಾಗೆಯೇ ಇನ್ನಷ್ಟು ಹೊತ್ತು ನಿಂತರೆ ಸ್ರಾವವಾಗಿ ತುಂಬಿದ ಸಭೆಯಲ್ಲಿ, ಈಗ ಆಗಿರುವ ಅಪಮಾನವೇನು ಕಡಮೆಯೆ? ಆದರೂ ಹೆಂಗಸಿನ ಮರ್ಯಾದೆ.

'ಮಗಳೇ,' ಕೈಯಿಂದ ತಡಕಿ ಹೇಳಿದನಲ್ಲ ಕುರುಡ, ಇದುವರೆಗೂ ಇಲ್ಲದಿದ್ದ ಪ್ರೀತಿಯಿಂದ, 'ನೀನು ಶ್ರೇಷ್ಠಳು. ನಿನ್ನ ಕಣ್ಣಿನಿಂದ ನೀರು ಬಂದರೆ ವಂಶಕ್ಕೆ ಒಳ್ಳೆಯದಾಗುವುದಿಲ್ಲ. ನಿನಗೆ ಏನು ವರ ಬೇಕೋ ಕೇಳು. ನೀನು ಕೇಳಿದ್ದು ಕೊಡುವ ಅಧಿಕಾರ ನನಗಿದೆ. ನನ್ನ ಮಗ ದುರ್ಯೋಧನ ರಾಜನಾದರೂ, ರಾಜ್ಯದ ಪರಮಾಧಿಕಾರ ನನ್ನದು. ಕೇಳು' ಎಂದ.

ಎಂತಹ ಆಶ್ಚರ್ಯ! ಯಾರು ಕಾರಣರು ಈ ಮನಃಪರಿವರ್ತನೆಗೆ? ಅದನ್ನೆಲ್ಲ ಆಲೋಚಿಸಲು ಆಗ ವ್ಯವಧಾನವೆಲ್ಲಿತ್ತು?

'ಆರ್ಯ, ತಾಯಿಗೆ ಮಕ್ಕಳಿಗಿಂತ ಹೆಚ್ಚು ಪ್ರಿಯವಾದ ಬೇರೆ ಯಾರುಂಟು? ಅವರನ್ನಂತೂ ಜೂಜಿನಲ್ಲಿ ಪಣಕ್ಕೊಡ್ಡಿ ಇನ್ನೂ ಸೋತಿಲ್ಲ. ಅಲ್ಲವೆ?'

'ಹೌದು ಹೌದು. ನೀನು ಹೇಳುವುದು ನಿಜ.' ಧೃತರಾಷ್ಟ್ರ ಒಬ್ಬ ಅಲ್ಲ, ಅರ್ಧಭಾಗ ಸಭೆಯೇ ಎಂದಿತು.

'ನಿಷ್ಪಾಪಿಗಳಾದ ಆ ಎಳೆಯರಿಗೆ ದಾಸಪುತ್ರರೆಂಬ ಕಳಂಕಬರುವುದು ಬೇಡ. ಅವರ ತಂದೆಯರಾದ ಐವರನ್ನೂ ಅವರವರ ಬಿಲ್ಲು ಬಾಣಗಳೊಡನೆ ಸ್ವತಂತ್ರಗೊಳಿಸಿಬಿಡು. ನಾನು ದಾಸಿಯೆಂಬುದನ್ನು ಒಪ್ಪುವುದೇ ಇಲ್ಲ. ನಿನ್ನ ದುರ್ಯೋಧನ ಅವನ ಗೆಳೆಯ ಕರ್ಣರು ಒಡ್ಡುವ ಅಡ್ಡನ್ಯಾಯಕ್ಕೆ ಅನ್ವಯಿಸಿ ನಾನು ಈ ಮಾತು ಹೇಳುತ್ತಿಲ್ಲ. ನಾನಂತೂ ಸ್ವತಂತ್ರಳೇ ಆಗಿದ್ದೀನಿ.'

'ಆಯಿತು. ನಿನ್ನ ಗಂಡ ಕಳೆದಿರುವ ರಾಜ್ಯ, ಸಂಪತ್ತುಗಳನ್ನು ವಾಪಸು ಕೇಳಿಬಿಡು,' ಮುದುಕನೇ ಎಂದ.

'ಇಲ್ಲ. ನಾನು ಕೇಳುವುದಿಲ್ಲ.'

'ಯಾಕೆ ಕೇಳುವುದಿಲ್ಲ?' ಅವನಿಗೇ ಆತಂಕ.

'ಮಹಾರಾಜ, ನಾನೂ ಒಬ್ಬ ರಾಜನ ಮಗಳು. ಮದುವೆ ಮಾಡಿ ಕಳಿಸಿದಾಕ್ಷಣ ನಮ್ಮಪ್ಪ ನನ್ನ ಕೈಯನ್ನು ಪೂರ್ತಿ ಬಿಟ್ಟಿಲ್ಲ. ಜೊತೆಗೆ ಈಗತಾನೇ ನನ್ನ ಗಂಡಂದಿರು ಆಯುಧಗಳೊಡನೆ ಸ್ವತಂತ್ರರಾಗಿದ್ದಾರೆ. ಭಿಕ್ಷೆಯು ಕ್ಷತ್ರಿಯೋಚಿತವಲ್ಲ.'

'ನನ್ನ ಸೊಸೇ, ಇಲ್ಲಿ ಕೇಳು. ನನ್ನ ಮಕ್ಕಳೂ ಪಾಂಡವರೂ ರಾಜ್ಯಕ್ಕಾಗಿ ಯುದ್ಧ ಮಾಡುವ ಪರಿಸ್ಥಿತಿಗೆ ನಾನು ಎಂದಿಗೂ ಅವಕಾಶ ಕೊಡುವುದಿಲ್ಲ. ಧರ್ಮರಾಜನು ಜೂಜಿನಲ್ಲಿ ಸೋತದ್ದೆಲ್ಲವನ್ನೂ ನಾನು ಈಗಲೇ ವಾಪಸು ಕೊಟ್ಟಿದೀನಿ. ನೀವು ಆರು ಜನರೂ ಈಗಿಂದೀಗಲೇ ಇಂದ್ರಪ್ರಸ್ಥಕ್ಕೆ ಪ್ರಯಾಣ ಮಾಡಿ. ಒಂದು ನಿಮಿಷವೂ ತಡಮಾಡ ಕೂಡದು. ಪಾಂಚಾಲರಾಜಕುಮಾರೀ, ಇವತ್ತು ತುಂಬ ಅವಮಾನವಾಗಿರುವುದು ನಿನಗೆ. ಈಗ ನಾನು ನಿನಗೆ ಕೊಟ್ಟಿರುವ ವರಕ್ಕೆ ಪ್ರತಿಯಾಗಿ ಕೇಳುವುದಿಷ್ಟೆ: ನೀನು ಶಾಂತಳಾಗಿ ಇದನ್ನೆಲ್ಲ ಮರೆತುಬಿಡುವುದು.' ಅಪ್ಪಾ, ಎಂದ ದುರ್ಯೋಧನ ಕೂತಿದ್ದ ಕಡೆಗೆ ತಿರುಗಿ, 'ಅಪ್ಪನೂ ಇಲ್ಲ, ಅವ್ವನೂ ಇಲ್ಲ. ನೀನು ಬಾಯಿ ಮುಚ್ಚಿಕೊಂಡು ಬಿದ್ದಿರು' ಎಂದು ಗದ್ದರಿಸಿಯೂಬಿಟ್ಟನಲ್ಲ. ಆದರೂ ಸಭಾತ್ಯಾಗ ಮಾಡುವಾಗ ದುರ್ಯೋಧನ, ಅವನನ್ನನುಸರಿಸಿದ ಕರ್ಣ, ಇಬ್ಬರೂ, ಹೆಂಗಸಿನಿಂದ ಬದುಕುವಂತಾಯಿತು ಎಂದೇ ಗಟ್ಟಿಯಾಗಿ ಅನ್ನುತ್ತಾ ಹೋದರಲ್ಲ.

ಜೂಜಿನಲ್ಲಿ ಗೆದ್ದರೆ ಪಿತ್ತ ಹತ್ತುತ್ತದೆ, ಸೋತರೆ ಹುಚ್ಚು ಹಿಡಿಯುತ್ತದೆಂಬ ಕೃಷ್ಣನ ಮಾತು ನಿಜ. ಊರಿಗೆ ಹೋಗುವಾಗ ಒಂದೇಸಮನೆ ಕತ್ತುಬಗ್ಗಿಸಿ ರಥದಲ್ಲಿ ಕೂತಿದ್ದ ಇವನು ಅರ್ಧ ದಾರಿಯ ಬೀಡಾರದಲ್ಲಿ ರಾತ್ರಿ ಮಲಗಿದ್ದಾಗ ಇದ್ದಕ್ಕಿದ್ದಂತೆಯೇ ಎದ್ದು ಕೂತು, 'ಈಗಿಂದೀಗ ವಾಪಸು ಹೋಗ್ತೀನಿ. ಮತ್ತೆ ಆಡು ಬಾ ಅಂತ ಸವಾಲು ಹಾಕಿ ಅವನನ್ನು ಸೋಲಿಸ್ತೀನಿ. ಹಸ್ತಿನಾವತಿಯನ್ನು ಪಣವಾಗಿ ಇಡಿಸಿ ತೆಗೆದುಕೊಳ್ತೀನಿ.' ಪಕ್ಕದ ಡೇರೆಯಿಂದ ಎದ್ದುಬಂದ ಅರ್ಜುನನಿಗೂ ಹಿಡಿಸಿದನಲ್ಲ ಹುಚ್ಚನ್ನು. 'ರಾಜಸೂಯ ಮಾಡಿದ ನಾವು ಈ ಸೋಲಿನ ಅವಮಾನ ಸಹಿಸಬೇಕೆ? ಮತ್ತೆ ಹೋಗಿ ಆಡಿ ಅವನನ್ನು ಸೋಲಿಸದಿದ್ದರೆ ಪಾಂಡುಕುಮಾರರಾದ ನಮ್ಮ ಗೌರವ ಏನಾಗಬೇಕು? ಈಗ ನನಗೆ ಅರ್ಥವಾಗಿದೆ. ದಾಳದಲ್ಲಿಯೇ ಅವನು ಮೋಸ ಮಾಡಿದಾನೆ. ಬೆಸ ಗರ ಬೀಳದ ರೀತಿ

ಯಲ್ಲಿ ಕೊರೆದ ದಾಳ ಅದು. ಅದು ಬೇಡ ಬೇರೆ ದಾಳ ತರಿಸು, ಅಥವಾ ಇಲ್ಲಿ ನೋಡು, ನಾನು ತಂದಿರುವ ದಾಳಗಳಲ್ಲಿ ಆಡು ಎನ್ನುತ್ತೀನಿ. ಅದು ಹೇಗೆ ಗೆಲ್ಲುತಾನೆ ನೋಡೋಣ.' ಎಂಬ ಇವನ ಪೌರುಷಕ್ಕೆ ಅರ್ಜುನನೂ ಒಪ್ಪಿಕೊಂಡನಲ್ಲ. ಭೀಮ ಎಲ್ಲಿ ಹೋಗಿ ನಿದ್ದೆ ಮಾಡುತ್ತಿದ್ದ? ಅಷ್ಟರಲ್ಲಿ ಧೃತರಾಷ್ಟ್ರ ಮತ್ತೆ ಜೂಜಾಡುವಂತೆ ಕರೆಯಲು ಕಳಿಸಿದ ದೂತ ಬಂದು, ಇವನು ಹೇಗೆ ಧಡಧಡನೆ ಹೊರಟುಬಿಟ್ಟ! ಹಿಂದೆಯೇ ಅರ್ಜುನ. ಅದರ ಹಿಂದಿನ ರಥದಲ್ಲಿ ಭೀಮನೊಡನೆ ನಾನು. ಭೀಮನಿಗೆ ಏಕೆ ಮಂಕು ಹಿಡಿಯಿತು? ಜೂಜಿಗೆ ಕರೆದರೆ ಬರುವುದಿಲ್ಲ ಎನ್ನುವುದು ಸರಿಯೋ ತಪ್ಪೋ ಎಂಬ ವಿಚಾರದಲ್ಲಿ ಅವನಿಗೆ ತಿಳಿವಳಿಕೆ ಇಲ್ಲ. ವೀರ್ಯದಲ್ಲಿ ಮೆರೆಯುವಂತೆ ಜೂಜಿನಲ್ಲೂ ಮೆರೆಯದಿದ್ದರೆ ಆರ್ಯನೇ ಅಲ್ಲವೆಂಬ ಅಪಖ್ಯಾತಿಯನ್ನು ನಿರಾಕರಿಸುವ ಅಂತರ್ಜ್ಞಾನ, ಅವನಿಗೆ ಮಾತ್ರವಲ್ಲ, ಕೃಷ್ಣ ಹೇಳುವ ತನಕ ಹೀಗೆ ಬಿಡಿಸಿ ವಿವರಿಸುವ ಜ್ಞಾನ ನನಗೂ ಇರಲಿಲ್ಲವಲ್ಲ. ಏನಿತ್ತು ಅವನ ಹುಚ್ಚಿನ ಆಳದಲ್ಲಿ? ತನಗೂ ಆಟ ಬರುತ್ತದೆಂದು ತೋರಿಸಿಕೊಳ್ಳುವ ಹುಂಬತನವೆ? ಅಥವಾ ಹೆಂಗಸಿನಿಂದ ಬದುಕಿಕೊಂಡ ಎಂಬ ಹೆಸರನ್ನು ತೊಡೆದು ತಾನು ಸ್ವತಂತ್ರವಾಗಿ ಆಡಿಯೇ ಸ್ವತಂತ್ರನಾದೆ ಎನ್ನಿಸಿಕೊಳ್ಳುವ ಅಹಂಮನ್ಯತೆಯೆ? ಇದುವರೆಗೆ ಯಾರ ಕೈಲೂ ಬಾಯಿಬಿಟ್ಟಿಲ್ಲ. ವನವಾಸದ ಹನ್ನೆರಡು ವರ್ಷಗಳಲ್ಲಿ ಭೀಮ ಕಟಿಕಿ ಕಟಿಕಿ ಎಷ್ಟು ದಿನ ಅಂದಿಲ್ಲ? ಕೃಷ್ಣ ನೇರವಾಗಿಯೇ ಕೇಳಿದಾಗಲೂ ಉತ್ತರವಿಲ್ಲ. ಮೌನ. ಒಂದೇ ತೆರನಾದ ಮೌನ. ಈಗ ಮಗ್ಗುಲು ಮಲಗಿ ಗಟ್ಟಿಯಾಗಿ ಉಸಿರನ್ನೂ ಆಡದೆ ನಿದ್ರೆ ಮಾಡುತ್ತಿರುವ ಮೌನ. ಸಭೆಯಲ್ಲಿ ತನಗೆ, ತಮ್ಮಂದಿರಿಗೆ, ಹೆಂಡತಿಗೆ, ಆದ ಅಪಮಾನರಾಶಿಯ ಮುಂದೆ ಹೆಂಗಸಿನಿಂದ ಬದುಕಿಕೊಂಡ ಎಂಬ ಒಂದು ಮಾತು ಹೆಚ್ಚು ಕ್ಷಾರದ್ದಾಯಿತೆ? ಇವನೆಂತಹ ಧರ್ಮಜ್ಞ, ಎಂದುಕೊಂಡು ಕಣ್ಣುಮುಚ್ಚಿದಳು. ಆಕಳಿಕೆ ಬಂತು. ನಾನಿನ್ನು ನಿದ್ರಿಸಬೇಕು. ಎಷ್ಟು ದಿನ ಇದೇ ಯೋಚನೆ ಚಿಂತೆ ಮನಸ್ಸಿನಲ್ಲಿ ಹರಿದು ಹರಿದು ಸಾಗಿವೆ. ಇವೇ ನನ್ನ ಜೊತೆಗಾರ್ತಿಯರಾಗಿವೆ. ಸುಮ್ಮನೆ ಬರುತ್ತವೆ ಪ್ರಯೋಜನವಿಲ್ಲದೆ ಎಂದುಕೊಂಡು ಮತ್ತೆ ಆಕಳಿಸಿ ಕಣ್ಣನ್ನು ಬಿಗಿಮಾಡಿಕೊಂಡಳು. ಕಾಡಿಗೆ ಹೋದ ಮೇಲೆ ನಮ್ಮನ್ನು ನೋಡಲು ಬಂದ ಕೃಷ್ಣ ಹೇಳಿದನಲ್ಲ ವೇದದ ಮಾತನ್ನೇ ಜೂಜಾಡಿ ಹಾಳಾದವನು ಇಡೀ ಪ್ರಪಂಚಕ್ಕೆ ಹೀಗೆ ಹೇಳುತ್ತಾನೆಂದು: "ಅಕ್ಷೈರ್ಮಾದೀವ್ಯಃ ಕೃಷಿಮಿತ್ ಕೃಷಸ್ವ ವಿತ್ತೇ ರಮಸ್ವ ಬಹುಮನ್ಯ ಮಾನಃ ತತ್ರ ಗಾವಃ ಕಿತವ ತತ್ರ ಜಾಯಾ ತನ್ಮೇ ವಿಚಷ್ಟೇ ಸವಿತಾಯಮರ್ಯ ॥ ದಾಳ ಗಳಿಂದ ಜೂಜಾಡಬೇಡ. ಬೇಸಾಯ ಮಾಡು. ಬೇಸಾಯದಿಂದ ದುಡಿದ ಧನವನ್ನೇ ದೊಡ್ಡದೆಂದು ಭಾವಿಸಿ ಸಂತೋಷಿಸು. ಅದರಿಂದಲೇ ಹಸುಗಳು. ಅದರಿಂದಲೇ ಹೆಂಡತಿ. ಇದನ್ನು ನನಗೆ ಈಶ್ವರನಾದ ಸವಿತೃವು ಹೇಳಿಕೊಟ್ಟಿದಾನೆ – ದುರ್ಯೋಧನನ ಆಸ್ಥಾನದಲ್ಲಿ ಕೃಷ್ಣ ಇದ್ದಿದ್ದರೆ ಅವನಿಗೆ ತಕ್ಕ ಉತ್ತರ ಕೊಡುತ್ತಿದ್ದ. ಬೆಳಗ್ಗೆ ಎದ್ದರೆ ವೇದವಿದರ ಜೊತೆ ಕೂತು ಹೊತ್ತು ಕಳೆಯುತ್ತಿದ್ದ ಈ ಧರ್ಮರಾಜನಿಗೆ ಕೃಷ್ಣ ಹೇಳಿದ ಈ ವೇದಸೂಕ್ತ ಗೊತ್ತಿರಲಿಲ್ಲವೆ? ಕೃಷ್ಣ ಸರಿ. ಧರ್ಮ ಧರ್ಮವೆಂದು ಮಾತೆತ್ತಿದರೆ ಬಡಬಡಿಸುವುದಿಲ್ಲ. ಆದರೆ ಅವನಿಗೆ ಗೊತ್ತಿರುವಷ್ಟು ವೇದ ಇವರಾರಿಗೂ ತಿಳಿದಿಲ್ಲ. ಅವನಂತೆ ಅದನ್ನು

ಇವರಾರೂ ಅರ್ಥೈಸಲಾರರು. ಅವನ ವಿವೇಕ ಇವರಿಗಿಲ್ಲ. ಬೆಳಗ್ಗೆ ಅವನಿರುವಲ್ಲಿಗೆ ಹೊಗಬೇಕು. ಮತ್ತೆ ಜೂಜುಕಟ್ಟೆಯ ನೆನಪು. ಭೀಮ ಅರ್ಜುನರ ಹೋಲಿಕೆ. 'ಈ ಸಭೆಯಲ್ಲಿ ನಮ್ಮನ್ನು ಇಷ್ಟು ಹೀಯಾಳಿಸಿದ ಕರ್ಣನನ್ನೂ ಅವನ ಅನುಯಾಯಿಗಳನ್ನೂ ಯುದ್ಧದಲ್ಲಿ ನಾನು ಕೊಲ್ತೀನಿ. ಹಾಗೆ ಕೊಲ್ಲದಿದ್ದರೆ ಅಚಲವಾದ ಹಿಮವತ್ ಪರ್ವತವು ವಿಚಲವಾಗಲಿ. ಚಂದ್ರನು ತನ್ನ ಶೀತಲಗುಣವನ್ನು ಕಳೆದುಕೊಳ್ಳಲಿ. ಸೂರ್ಯನ ಪ್ರಭೆಯು ನಷ್ಟವಾಗಲಿ. ಇಂದಿಗೆ ಹದಿನಾಲ್ಕನೇ ವರ್ಷಕ್ಕೆ ದುರ್ಯೋಧನನು ನಮ್ಮ ರಾಜ್ಯವನ್ನು ನಮಗೆ ಹಿಂತಿರುಗಿಸದಿದ್ದರೆ ಈ ನನ್ನ ಪ್ರತಿಜ್ಞೆಯನ್ನು ಪೂರೈಸಿಯೇ ತೀರುತ್ತೇನೆ.'

'ಅರ್ಜುನ, ಒದೆಸಿಕೊಂಡ ನಾಯಿಯ ಹಾಗೆ ಪ್ರತಿಜ್ಞೆ ಮಾಡಬೇಡ. ಸಿಂಹದಂತೆ ಮಾಡು. ಇವನು ರಾಜ್ಯವನ್ನು ಹಿಂತಿರುಗಿಸಲಿ ಬಿಡಲಿ, ಇವರನ್ನು ನಾನು ಕೊಲ್ಲುತ್ತೇನೆಂದು ನನ್ನ ಪ್ರತಿಜ್ಞೆ ದುರ್ಯೋಧನನ ತೊಡೆ ಮುರಿದು, ದುಶ್ಶಾಸನನ ಕರುಳು ಬಗೆದು ರಕ್ತ ಕುಡಿದು. ನಿನ್ನದೂ ಹಾಗೆಯೇ ಇರಲಿ.'

'ಆದರೆ ಭೀಮ, ಇವನು ಆಟದ ಷರತ್ತನ್ನು ಮೀರಿ ನಡೆಯದಿದ್ದರೆ.....'

'ನಾಯಿಬುದ್ಧಿಯವನ ಕೈಲಿ, ಹೆಣ್ಣುನಾಯಿಬುದ್ಧಿಯವನ ಕೈಲಿ ನನಗೆ ವಾಗ್ವಾದ ಬೇಡ. ನನ್ನ ಶಪಥ ನನ್ನದು.'

'ಎಲವೋ ಶಕುನಿ, ನಮ್ಮ ಹೆಂಡತಿ ದ್ರೌಪದಿಗೆ ಮಾಡಿರುವ ಅಪಮಾನಕ್ಕೆ ಕಾರಣನಾದ ನೀನು ಯುದ್ಧದಲ್ಲಿ ನನ್ನನ್ನು ಎದುರಿಸಿದರೆ ನಿನ್ನನ್ನು ನಾನು ಕೊಲ್ಲುತ್ತೀನಿ' ಎನ್ನುವ ಸಹದೇವ!

'ಧರ್ಮರಾಜನ ಅನುಮತಿ ದೊರೆತಲ್ಲಿ ದ್ರೌಪದಿಗೆ ಪ್ರಿಯವನ್ನುಂಟುಮಾಡಲು ನಾನು ಧಾರ್ತರಾಷ್ಟ್ರಸಂಹಾರದಲ್ಲಿ ಪಾಲುಗೊಳ್ಳುತ್ತೇನೆ' ಎಂದ ನಕುಲ!

ಅರ್ಜುನ, ನೀನು ಕುಶಲ ಬಿಲ್ಲುಗಾರ, ಕುಶಲ ಮಾತುಗಾರ, ಆದರೆ ಹೇಡಿ. ನಿನ್ನ ಬಿಲ್ಲುಗಾರಿಕೆಯನ್ನು ಅಪ್ಪನ ಬಾಯಿಂದ ಕೇಳಿ ಕೇಳಿ ನಾನು ಮೋಹಗೊಂಡಿದ್ದೆ. ಅನಂತರ ಮಾತುಗಾರಿಕೆಗೆ ಮರುಳಾಗಿದ್ದೆ. ಎಂಥವನನ್ನು ಪ್ರೀತಿಸಬೇಕೆಂಬುದು ಹೆಂಗಸಿಗೆ ಪ್ರೌಢಳಾಗುವ ತನಕ ತಿಳಿಯುವುದಿಲ್ಲ. ಕಷ್ಟದಲ್ಲಿ ಮುಳುಗಿ ಅಂತಃಕರಣ ಕದಡುವ ತನಕ ತಾನು ಪ್ರೀತಿಸುತ್ತಿರುವವನನ್ನು ತೂಗಿನೋಡುವುದಿಲ್ಲ. ಭೀಮ, ನಾನು ನಿನ್ನನ್ನು ಮೊದಲೇ ಗುರುತಿಸಲಿಲ್ಲ. ನಿನ್ನೊಡನೆ ಕರ್ತವ್ಯಬದ್ಧ ಪತ್ನಿಯಂತೆ ನಡೆಯುತ್ತಿದ್ದೆ, ಅಂತಃಕರಣ ತುಂಬಿಬಂದ ಪ್ರೇಯಸಿಯಂತೆ ನಾನಾಗಿ ನಿನ್ನೆಡೆಗೆ ಉಕ್ಕಿ ಬರಲಿಲ್ಲ. ನಯವಿಲ್ಲದ, ವಾಕ್ಚಾತುರ್ಯವಿಲ್ಲದ ಸರಳ ಸ್ವಭಾವದ ನಿನ್ನನ್ನು ನಾನು ಆಗ ಅರಿಯಲೇ ಇಲ್ಲ. ನಿನ್ನೆಡೆಗೆ ನನ್ನ ಮನಸ್ಸು ಹೃದಯ ಅಂತಃಕರಣಗಳು ಒಂದಾಗಿ ಉಕ್ಕಿದ ದಿನವನ್ನು ಹೇಗೆ ಮರೆಯಲಿ? ಹಸ್ತಿನಾವತಿಯಿಂದ ಮೂರು ಹಗಲು ಮೂರು ರಾತ್ರಿ ನಡೆದು ನನ್ನ ಕಾಲು ಸೋತು ಚಳಿಗಾಲದ ಹವೆಗೆ ಬಿರಿದು ಒಡೆದು, ನಿನಗೆ ನನ್ನನ್ನು ಸಮಾಧಾನಪಡಿಸುವ ಗಮನವೆಲ್ಲಿತ್ತು?

ಹೆಂಗಸಿನೊಡನೆ ಕುಶಲವರ್ತನೆಯನ್ನು ಎಂದೂ ಕಾಣದವನು ನೀನು. ನಿನ್ನ ಸಿಟ್ಟಿನಲ್ಲಿ ನೀನಿದ್ದೆ. ಕಾಡಿನಲ್ಲಿ, ಅಲ್ಲೇ ಎಲ್ಲಾದರೂ ಒಂದು ಪರ್ಣಕುಟಿ ಕಟ್ಟಿಕೊಳ್ಳುವುದೆಂದು ಧರ್ಮ ಅರ್ಜುನರು ಮಾತನಾಡಿಕೊಳ್ಳುತ್ತಿದ್ದಾಗ ಅಲ್ಲವೆ ಕಿರ್ಮೀರ ರಾಕ್ಷಸ ಎದುರಾದುದು? ಅವನು ಅಬ್ಬರಿಸಿದ ಸದ್ದಿಗೇ ನಾನು ಬವಳಿ ತಲೆ ತಿರುಗಿ ಬಿದ್ದೆನಲ್ಲ. ಎಚ್ಚರವಾಗುವ ಹೊತ್ತಿಗೆ ಸಹದೇವ ಗಾಳಿ ಬೀಸುತ್ತಿದ್ದ.

'ಯಾರು ನೀನು?' ಧರ್ಮನ ಧ್ವನಿ ಕೇಳುತ್ತಿತ್ತು.

'ಯಾರು ನೀವು?"

'ಪಾಂಡವರು. ನಾನು ಧರ್ಮರಾಜ. ನನ್ನ ತಮ್ಮ ಇಲ್ಲೇ ಎಲ್ಲೋ ನೀರು ಹುಡುಕಿಕೊಂಡು ಹೋಗಿದ್ದಾನೆ. ಇವನು ಅರ್ಜುನ. ಇವರಿಬ್ಬರೂ ಕಡೆಯ ತಮ್ಮಂದಿರು ನಕುಲ ಸಹದೇವರು. ದುರ್ಯೋಧನನಿಗೆ ಜೂಜಿನಲ್ಲಿ ಸೋತು ಹನ್ನೆರಡು ವರ್ಷ ಈ ಕಾಡಿನಲ್ಲಿರಲು ಬಂದಿದ್ದೇವೆ.'

'ನನ್ನ ಕಾಡಿಗೆ ಬರುವ ಧೈರ್ಯ ಹೇಗೆ ಬಂತು ನಿಮಗೆ? ಏನಂದೆ ನಿನ್ನ ಹೆಸರು, ನಿನ್ನ ತಮ್ಮನ ಹೆಸರು?'

'ನಾನು ಧರ್ಮ. ನನ್ನ ತಮ್ಮ ಭೀಮ. ಅವನ ತಮ್ಮ.....'

'ಸಾಕು ಸಾಕು, ನನ್ನಣ್ಣ ಬಕಾಸುರನನ್ನು ಕೊಂದ ಭೀಮ ಅವನೇಯೊ? ನಿಮ್ಮೈವರನ್ನೂ ಕೊಂದರೆ ನಮಗೆ ಹಬ್ಬದೂಟ. ನನ್ನಣ್ಣನ ಜೀವಕ್ಕೆ ಶಾಂತಿ.' ಎಂದವನೇ ಬಾಗಿ ಪಕ್ಕದಲ್ಲಿ ಬಿದ್ದಿದ್ದ ಒಂದು ಕಲ್ಲುದುಂಡಿ ಎತ್ತಿಕೊಂಡ ರಭಸಕ್ಕೆ ಯುಧಿಷ್ಠಿರನ ಬಾಯಿ ಕಟ್ಟಿಹೋಗಿ ಅರ್ಜುನನ ಕೈ ಬಿಲ್ಲಿಗೆ ಬಾಣ ಹೂಡಿದರೂ ಮೇಲೆ ನುಗ್ಗುವ ಆ ಕಲ್ಲುದುಂಡಿಯ ಕಾಡಾನೆಯನ್ನು ಬಾಣ ಏನು ಮಾಡೀತು? ಅಷ್ಟರಲ್ಲಿ ಹಿಂಬದಿಯಲ್ಲಿ ಒಂದು ಮರದ ಕೊಂಬೆ ಮುರಿದ ಸದ್ದು. ನಿನ್ನ ಅಬ್ಬರ. ಬಿರುಗಾಳಿಯ ವೇಗದಲ್ಲಿ ನುಗ್ಗಿ ಅವನಿಗೆ ಕೊಂಬೆಯಲ್ಲಿ ಬಡಿದೆಯಲ್ಲ ಕೈಲಿದ್ದ ದುಂಡಿಯನ್ನು ಬಿಸುಡುವ ಮೊದಲೇ. ಹುಲಿ ಸಿಂಹಗಳಿಗೆ ಮಾತ್ರ ನಿನ್ನ ವೇಗ, ನಿನ್ನ ಬಿರುಸು, ಜೀವವನ್ನು ಮರೆತು ನುಗ್ಗುವ ಕ್ರೋಧವಿರಲು ಸಾಧ್ಯ. ಯುದ್ಧಚತುರರಿಗೆ, ಬಾಣಕುಶಲರಿಗೆ ಎಲ್ಲಿಂದ ಬಂದೀತು? ಎಷ್ಟು ಬೇಗ ಅವನೂ ನಿನ್ನನ್ನು ಹುಲಿಯಂತೆ ಹಿಡಿದ! ಗರ್ಜನೆಯಿಲ್ಲದೆ ನೀನು ಅವನ ಕಂಕುಳು ಹಿಡಿದು ತೋಳನ್ನು ಬಾಗಿಸಿದ್ದು, ಅವನ ನೋವಿನ ಚೀತ್ಕಾರ, ಬಿಡಿಸಿಕೊಂಡು ಎದ್ದುನಿಂತ ನಂತರದ ಅಬ್ಬರ, ಮತ್ತೆ ನುಗ್ಗಿದ ಅವನನ್ನು ನೀನು ಹಿಡಿದ ಪಟ್ಟು, ಮಕಾಡೆ ಮಾಡಿ ಸೊಂಟಕ್ಕೆ ಮಂಡಿ ಕೊಟ್ಟು ಅಮುಕಿ, ನಿನ್ನ ಮೊಣಕೈಯನ್ನು ಅವನು ಹಲ್ಲುಗಳಿಂದ ಅಗಿದು ಅಗಿದು ರಕ್ತ ಮಾಂಸ ಹೊರಗೆ ಬರುತ್ತಿದ್ದರೂ ನೀನು ಅವನ ಮೆಟ್ಟರೆಯ ಸುತ್ತ ತೋಳು ತಂದು ಉಸಿರುಕಟ್ಟಿಸಿ – ಇಂತಹ ವನ್ಯಮೃಗಸದೃಶ ಹೋರಾಟವನ್ನು ನಾನು ಹಿಂದೆ ನೋಡಿರಲಿಲ್ಲ. ನೀನು ಮಲ್ಲನೆಂಬುದು ಗೊತ್ತಿತ್ತು. ಹುಲಿ ಎಂದು ತಿಳಿದಿರಲಿಲ್ಲ. ಹಿಡಿಂಬ ಬಕರೆಂಬ ರಾಕ್ಷಸರುಗಳನ್ನು ಕೊಂದಿದ್ದೆ ಎಂದು ಕೇಳಿದ್ದೆ. ಆದರೆ ರಾಕ್ಷಸರನ್ನು, ಅವರ ಸ್ವಭಾವವನ್ನು ಕಣ್ಣಾರೆ ಕಂಡಿರಲಿಲ್ಲ. ಉಸಿರುಕಟ್ಟಿಸಿ ಕೈಕಾಲು ಸೆಟೆಸಿಕೊಂಡವನನ್ನು ಅಂಗಾತ ಮಾಡಿ ನೀನೇಕೆ ಅವನ ಎದೆಗೂಡನ್ನು ಗುದ್ದಿ ಮುರಿದೆ? ಎದೆಯ ಮೂಳೆಗಳನ್ನು ಮುರಿದನಂತರ

ಚರ್ಮ ಹರಿದು ಏಕೆ ಬಗೆದೆ? ಅವನಾಗಲೇ ಸತ್ತಿದ್ದಾನೆಂಬ ಅರಿವಾಗಲಿಲ್ಲವೇ ನಿನಗೆ? ಭೀಮಾ, ಬಿಡು ಬಿಡು ಅವನು ಸತ್ತಿದ್ದಾನೆ ಎಂದು ಅರ್ಜುನ ಹೇಳಿದುದು ಕೇಳಲಿಲ್ಲವೆ ಕ್ರೋಧ ತುಂಬಿದ ನಿನ್ನ ಕಿವಿಗಳಿಗೆ? ಹಾಗೆ ಮಾಡಿದುದು ಕೂಡ ನಿನಗೆ ನೆನಪಿಲ್ಲ. ಅನಂತರ ನಾನು ಜ್ಞಾಪಿಸಿದರೂ ನೆನಪಿಗೆ ಬರಲಿಲ್ಲ. ನನಗೆ ಗೊತ್ತು ಯಾಕೆ ಹಾಗೆ ಮಾಡಿದೆ ಅಂತ. ನೀನು ಅವನ ಎದೆಯನ್ನು ಬಗೆದೆ. ಈ ಕೃಷ್ಣೆಯ ಎದೆಯ ಒಳಗಿನದೆಲ್ಲ ಆ ಕ್ಷಣದಿಂದ ನಿನ್ನೆಡೆಗೆ ಹರಿಯಲು ಶುರುವಾಯಿತು. ಅರ್ಜುನ ಸುಭದ್ರೆಯನ್ನು ತಂದ ದಿನದಿಂದ ನನ್ನ ಎದೆ ಶೂನ್ಯವಾಗಿತ್ತು. ಕೊಡುವವರಿಲ್ಲದ ಕೊಳ್ಳುವವರಿಲ್ಲದ ಹಾಳು ಗುಹೆಯಾಗಿತ್ತು. ಅಲ್ಲಿಂದ ಅರ್ಜುನನನ್ನು ವಿಸರ್ಜಿಸಿದನಂತರ ಬೇರೆ ಯಾರಾದರೂ ಅಲ್ಲಿ ಪ್ರತಿಷ್ಠಾಪನೆಗೊಳ್ಳಬಹುದೆಂಬ ಕಲ್ಪನೆಯೂ ನನಗಿರಲಿಲ್ಲ. ದ್ರೌಪದಿ ಹತಭಾಗ್ಯೆ, ಗಂಡನಿಂದ ಪರಿತ್ಯಕ್ತಳಾದ ಹತಭಾಗ್ಯೆ ಎಂಬ ದುಃಖದಲ್ಲಿ ಮುಳುಗಿದ್ದ ನಾನು, ನಿನ್ನಂತಹ ಅರ್ಹನಿದ್ದಾನೆಂಬ ಅರಿವೇ ಇಲ್ಲದೆ ಭಣಗುಡುತ್ತಿದ್ದೆನಲ್ಲ.

ಇದನ್ನು ನಿನಗೆ ಹೇಗೆ ಹೇಳಲಿ? ಈ ಕೃಷ್ಣೆಗೆ ಕರ್ತವ್ಯದ ಕಟ್ಟು, ವ್ರತದ ಕಟ್ಟು, ಧರ್ಮದ ಕಟ್ಟು. ಕಾಡಿಗೆ ಕಳಿಸಲು ಊರ ಹೊರಗಿನ ತನಕ ಬಂದಿದ್ದ ಅತ್ತೆ, ಮರದ ಹಿಂಬದಿಗೆ ಕರೆದೊಯ್ದು ತನ್ನ ಬಾಗಿದ ಮೈಯನ್ನು ನನ್ನೆದೆಗೆ ಒತ್ತಿ ಕಣ್ಣೀರು ಸುರಿಸುತ್ತಾ ಮತ್ತೆ ಹೇಳಿದಳಲ್ಲ: 'ಮಗಳೇ, ಧರ್ಮ ಜೂಜಾಡಿ ಅವಿವೇಕ ಮಾಡಿದನೆಂದು ಅವನನ್ನು ತಿರಸ್ಕರಿಸಬೇಡ. ಈಗ ನಿನಗೆ ಭೀಮನಲ್ಲಿ ಹೆಚ್ಚು ರಕ್ತಿ ಹುಟ್ಟುವುದು ಸಹಜ. ಆದರೆ ಎಲ್ಲರನ್ನೂ ಸಮಾನ ಪ್ರೀತಿ ತೋರುವ ನಿನ್ನ ವ್ರತವನ್ನು ಮರೆಯದೆ ಐದೂ ಬೆರಳುಗಳ ಐಕಮತ್ಯ ಕಾಯ್ದುಕೊ.'

ಹಿಂದೆ ಬಂದ ವಿದುರ ನಾಲ್ವರು ಸೋದರರಿಗೂ ಇದೇ ಮಾತು ಅಂದನಲ್ಲ: 'ಯಾರೂ ಧರ್ಮನಿಗೆ ಕಟು ಮಾತನಾಡಬೇಡಿ. ನಿಮ್ಮೆಲ್ಲರ ಐಕ್ಯತೆಯ ಸ್ಥಾನ ಅವನು.'

ಅರ್ಜುನನಿಗೆ ಸರ್ವಸ್ವವನ್ನೂ ಅರ್ಪಿಸಿದ್ದಾಗ ಅದನ್ನು ಕೂಡ ಅವನಿಗೆ ಬಾಯಿಬಿಟ್ಟು ಹೇಳಿರಲಿಲ್ಲ. ಆದರೆ ನಾಲ್ಕು ರಾತ್ರಿಗಳ ನಂತರ ಅವನನ್ನು ಕೂಡಿದ ಇಡೀ ರಾತ್ರಿ ನನ್ನ ಶರೀರ, ಕೈ, ತೋಳು, ಮುಖ, ಕಣ್ಣುಗಳು ನಾಲಗೆಯ ಕಟ್ಟನ್ನು ಪರಿಹರಿಸುವಷ್ಟು ತಿಳಿಸಿ ಬಿಡುತ್ತಿದ್ದವು. ಆದರೆ ಈ ವನವಾಸದಲ್ಲಿ ಕಟ್ಟುನಿಟ್ಟು ಬ್ರಹ್ಮಚರ್ಯ. ನನಗೂ. ಎಲ್ಲರಿಗೂ. ವನವಾಸದ ಅವಿಭಾಜ್ಯ ಅಂಶವೇ ಅದು. ದ್ರೌಪದಿಯನ್ನು ಕೂಡಿದ ಇವರಿಗೆ, ಇವರ ಕೈ ಹಿಡಿದ ದ್ರೌಪದಿಗೆ. ಈ ಬರಗಾಲವನ್ನು ತಂದೊಡ್ಡಬೇಕೆಂಬುದೂ ದುರ್ಯೋಧನನ ಉದ್ದೇಶವಾಗಿತ್ತೋ! ಈ ಹದಿಮೂರು ವರ್ಷ ಕಳೆಯುವ ವೇಳೆಗೆ ಪಾಂಡವರ ಯೌವನ ಕಳೆದು ದ್ರೌಪದಿಯ ಋತುಸಾಮರ್ಥ್ಯ ಮುಗಿದು ಎಲ್ಲರೂ ನಿರರ್ಥಕರಾಗಿರುತ್ತಾರೆಂಬ ಹಂಚಿಕೆಯೋ! ಐದು ವರ್ಷದ ಅಸಹ್ಯ ಸಮೃದ್ಧಿ. ಅನಂತರದ ಪ್ರೀತಿರಹಿತ ಸರದಿಯ ವರ್ಷಗಳು. ಕಾಮವನ್ನು ಪ್ರೌಢವಾಗಿ ಸವಿಯುವ ಮಧ್ಯಪೂರ್ವ ವಯಸ್ಸಿನಲ್ಲಿ ವನವಾಸದ ಬಲವಂತ ಕ್ಷಾಮ. ಆಗಲೇ ಈ ಕೃಷ್ಣೆಯಲ್ಲಿ ನಿಜವಾದ ಪ್ರೀತಿ ಚಿಗುರಿದುದು. ಅದನ್ನು ಅವನ ಸಂಗಡ ಹೇಳಿಕೊಳ್ಳುವಂತೆಯೂ ಇಲ್ಲ. ಪ್ರೀತಿಯ ಸೂಕ್ಷ್ಮ ಸೂಚನೆಗಳನ್ನರಿಯದ

ಸಲಗ ಅದು. ಆದರೂ ಒಸರುವ ಪ್ರೇಮಕ್ಕೆ ಒಣಮಣ್ಣು ಮೆಟ್ಟಿದ ಬರಡು ಹೆಣ್ಣಲ್ಲ ಕೃಷ್ಣೆ. ರಾಜ್ಯವಿರುವವರೆಗೆ ದಾಸದಾಸಿಯರ ಸೇವೆಗೊಳಪಟ್ಟಿದ್ದ ಭೀಮ ಅಂದಿನಿಂದ ನನ್ನ ಸೇವೆಗೆ ದೊರಕಿದ. ಅವನೇ ಬೇಟೆಯಾಡಿ ತಂದು ಬೇಯಿಸಿದ ಮಾಂಸವನ್ನು, ಅವನೇ ಅಗೆದು ತಂದು ಬೇಯಿಸಿದ ಕಂದಮೂಲಗಳನ್ನು ತುಂಬಿ ಇಕ್ಕಿ, ಸಾಕೆಂದರೂ ಬಿಡದೆ ಈ ಕೈಗಳನ್ನು ಧನ್ಯಗೊಳಿಸಿಕೊಂಡಿದ್ದೀನಿ. ಮಧ್ಯಾಹ್ನದ ಬಿಸಿಲಿನಲ್ಲಿ ದೀರ್ಘ ಉಸಿರಿಡುತ್ತಾ ಸೊಂಪು ಮರದ ಕೆಳಗೆ ಮಲಗುತ್ತಿದ್ದ ಅವನ ತಲೆಯನ್ನೆತ್ತಿ ಮಲಗಿಸಿಕೊಂಡು ಈ ತೊಡೆಗಳನ್ನು ಸಾರ್ಥಕಪಡಿಸಿಕೊಂಡಿದ್ದೀನಿ. ಭೀಮ, ಎಲ್ಲೋ ಸೌಗಂಧಿಕ ಪುಷ್ಪದ ವಾಸನೆ ಬರುತ್ತಿದೆ, ಎಷ್ಟು ಚನ್ನಾಗಿದೆಯಲ್ಲವೆ ಎಂದರೆ, ಕೃಷ್ಣೇ, ನಿನಗೆ ಅದನ್ನು ಮುಡಿಯುವ ಆಶೆಯಾಗಿದೆ, ನಾನು ತರುತ್ತೇನೆ ತಾಳು ಎಂದು ಗಾಳಿಯ ಬೆನ್ನು ಹತ್ತಿ, ಗಿಡಗುಚ್ಚಿ ಮುಳ್ಳುಕಲ್ಲುಗಳನ್ನು ಹಾಯ್ದು ಅಡ್ಡ ಸಿಕ್ಕುವ ಹಾವು ಹುಳುಗಳನ್ನು ಬಳಸಿ ಬಳಸಿ ನಾಲ್ಕು ನಾಲ್ಕು ತೇಗದೆಲೆಯ ಜೊಪ್ಪೆಯ ಭರ್ತಿ ತಂದು ಕೊಡುತ್ತಿದ್ದನಲ್ಲ. ಆ ಹೂವುಗಳನ್ನು ಮುಡಿದು ಈ ಕೂದಲು ಹೆಮ್ಮೆ ಪಟ್ಟಿದೆ. ಪ್ರೀತಿಯ ಸೂಕ್ಷ್ಮ ಸೂಚನೆಗಳನ್ನು ಅರಿಯದವನಲ್ಲ ಭೀಮ. ನನ್ನ ಇಂಗಿತವು ಅವನಿಗಲ್ಲದೆ ಬೇರೆ ಯಾರಿಗೆ ತಿಳಿಯಬೇಕು? ನಡೆಯುವ ನನ್ನ ಕಾಲು ನೊಂದರೆ, ಕೆಲಸ ಮಾಡಿ ನಾನು ಬಳಲಿದರೆ, ದುಃಖ ಒತ್ತರಿಸಿ ಮ್ಲಾನಳಾದರೆ ಅವನಿಗಾದಂತೆ ಬೇರೆ ಯಾರಿಗೆ ಅರ್ಥವಾಗುತ್ತದೆ! ವನವಾಸದ ಹನ್ನೆರಡು ವರ್ಷ ಪೂರ್ತಿ ಅವನೊಡನೆಯೇ ನನ್ನ ಸಂಸಾರ ಸಾಗಿರುವುದು. ನಮ್ಮ ದುರ್ಗತಿಗೆಲ್ಲ ಕಾರಣನಾದ ಈ ಧರ್ಮ ಮುಖಕೊಟ್ಟು ನನ್ನೊಡನೆ ಮಾತನಾಡುವುದನ್ನು ತನಗೆ ತಾನೇ ನಿಲ್ಲಿಸಿದ. ಅವನ ಮುಖಗೆಟ್ಟತನವನ್ನು ಹೋಗಲಾಡಿಸಲೆಂದು ನಾನೇ ಮಾತನಾಡಿಸಿದರೂ ಅಷ್ಟೇ. ಸುಭದ್ರೆಯನ್ನು ತಂದನಂತರವೂ ಆಡಬಂದ ಪ್ರೀತಿಯ ನಾಟಕವನ್ನು ನಾನು ಸ್ಪಷ್ಟವಾಗಿ ನಾಟಕವೆಂದು ಕರೆದು ಮುಖ ತಿರುಗಿಸಿದನಂತರ ಅರ್ಜುನನ ವ್ಯವಹಾರ ಬರೀ ವ್ಯವಹಾರ ವಾಗಿ ಉಳಿಯಿತು. ನಕುಲ ಸಹದೇವರಿಗೆ ನನ್ನಿಂದ ಸೇವೆ ಮಾಡಿಸಿಕೊಳ್ಳುವುದೆಂದರೆ ಕಸಿವಿಸಿ. ನನ್ನೆಲ್ಲ ಸೇವೆಯನ್ನೂ ಭೀಮನಿಗೆ ಮಾಡಿದ್ದೇನೆ. ಅತ್ತೆ ಆಜ್ಞೆ ಮಾಡಿದ ವ್ರತವನ್ನು ಮೀರಿದ್ದೇನೆ. ಪಾಂಚಾಲಿಯ ಪ್ರೀತಿ ಐವರಿಗೂ ಸಮವಾಗಿ ಉಳಿದಿಲ್ಲವೆಂಬುದು ಉಳಿದ ನಾಲ್ವರಿಗೂ ಗೊತ್ತಿದೆ. ಬಯಕೆ ಸಮವಾಗದೆ ಪ್ರೀತಿ ಹೇಗೆ ಸಮವಾದೀತು? ರಾಜ್ಯ ಕೊಡಲಿ ಬಿಡಲಿ, ಇವರನ್ನು ಕೊಲ್ಲಬೇಕೆಂಬ ನನ್ನ ಹೃದಯದ ಬಯಕೆ ಭೀಮನೊಬ್ಬನಲ್ಲಿ ಮಾತ್ರ ಪ್ರತಿಜ್ಞೆಯಾಗಿ ಬಂತು. ಉಳಿದ ಯಾರಲ್ಲಿ ಹುಟ್ಟಿದೆ ಈ ನಿರಪೇಕ್ಷ ನಿಶ್ಚಯ? ಬೇರೆಯವರು ಹೆಂಡತಿಯ ಮೇಲೆ ಕೈ ಮಾಡಿದಾಗ ಮೀನಮೇಷವಿಲ್ಲದೆ, ಮನಸ್ಸನ್ನು ತೂಗುತಕ್ಕಡಿ ಮಾಡಿಕೊಳ್ಳದೆ, ಸಹಜವಾಗಿ ಕ್ಷುದ್ರನಾಗದವನ ಪ್ರೇಮ ಹೇಗೆ ಆಳವಾಗಿದ್ದೀತು? ತನ್ನನ್ನು ಯಾರಾದರೂ ಅವಮಾನದ ಮಾತನಾಡಿದರೂ ಕೆರಳದಿರುವ ಭೀಮ, ಹೆಂಡತಿಗೆ ಒಂದು ಮೊನೆ ಅಗೌರವವಾದರೂ ಸಹಿಸುವುದಿಲ್ಲ. ಭಾರ್ಯಾಪ್ರೇಮಕ್ಕೆ ಇದಕ್ಕಿಂತ ಬೇರೆ ಸಾಕ್ಷಿ ಬೇಕೆ? ಜಯದ್ರಥ ನನ್ನನ್ನು ಹೊತ್ತುಕೊಂಡು ಹೋದಾಗ, ಕೀಚಕ ಬಲವಂತವಾಗಿ ಹಿಡಿದು ಭೋಗಿಸುವ ಹೆದರಿಕೆ ಹಾಕಿದಾಗ ಭೀಮನಲ್ಲಿ ಹುಟ್ಟಿದ ಸಹಜಕ್ರೋಧ, ಮುಂದಿನ

ಪರಿಣಾಮಗಳಿಗೆ ಹೆದರದ ಗಂಡುಗೋಪ ಬೇರೆಯವರಿಗೆ ಬರಲಿಲ್ಲವಲ್ಲ. ಬಂದದ್ದನ್ನು ಕೂಡ ಇದು ತಮಗೆ ಅಂಟುವ ಅಪಮಾನವೆಂದು ಸಿಡಿದೇಳಲಿಲ್ಲವಲ್ಲ. ಯಾವುದೋ ಸ್ವಯಂವರಕ್ಕೆ ಹೋಗುತ್ತಿದ್ದನಂತೆ ನಲವತ್ತರ ಪ್ರಾಯದ ಜಯದ್ರಥ. ಜೊತೆಗೆ ಒಬ್ಬಿಬ್ಬ ರಾಜರು. ಕಾಡಿನ ಅಂಚಿನಲ್ಲಿ ರಥ ಕುದುರೆಗಳು: ಮೂವತ್ತನಾಲ್ಕು ವರ್ಷದ ಹೆಂಡತಿಯಿದ್ದೂ ಸ್ವಯಂವರಕ್ಕೆ ಹೋಗುವ ಚಪಲ. ಸುಭದ್ರೆ ಅರ್ಜುನನಿಗೆ ಕರಾರು ಹಾಕಿದ್ದು ಸರಿ. ತನ್ನ ಮದುವೆಯಾದಮೇಲೆ ಯಾವ ಸ್ವಯಂವರಕ್ಕೂ ಹೋಗಕೂಡದು. ಸೋತ ರಾಜನಿಂದ ಕಾಣಿಕೆಯಾಗಿ ಹೆಣ್ಣನ್ನು ಸ್ವೀಕರಿಸಬಾರದು. ಆರ್ಯರಾಜರಿಗೆಲ್ಲ ಈ ಕಟ್ಟು ಹಾಕಬೇಕು. ಅವನು ಖಂಡಿತ ದಾರಿ ತಪ್ಪಿ ಬಂದಿಲ್ಲ. ನನ್ನ ರೂಪ ಕೇಳಿದ್ದಾನೆ. ಅದುವರೆಗೆ ನೋಡಿರಲಿಲ್ಲ. ರಥ ನಡೆಯದಂತಹ ಕಾಡು ಶುರುವಾದಲ್ಲಿ ತನ್ನ ರಥಗಳನ್ನು ನಿಲ್ಲಿಸಿ ಕೆಲವೇ ಅಂಗರಕ್ಷಕ ರೊಡನೆ ನಾವಿದ್ದ ಕಾಡಿಗೆ ಬಂದಿದ್ದಾನೆ. ಹೇಗೂ ನಂಟು. ಗಾಂಧಾರಿಯ ಕೊನೆಯ ಮಗು ದುಶ್ಶಳೆಯ ಗಂಡ, ಕುಶಲ ವಿಚಾರಿಸಲು ಬಂದೆ ಎಂದರೆ ಚನ್ನಾಗಿಯೇ ಸತ್ಕರಿಸುವ ಸ್ವಭಾವ ಧರ್ಮನದು ಎಂಬುದು ಗೊತ್ತಿಲ್ಲದೆ ಇರುತ್ತದೆಯೇ? ಮೊದಲು ತನ್ನ ಗೆಳೆಯ ಕೋಟಿಕಾಸ್ಯನ ಕೈಲಿ ಹೇಳಿಕಳಿಸಿದಾನೆ, ಭಾವ ಬಂದಿದಾನೆಂದು ಪಾಂಡವರೆಲ್ಲ ಹೋಗಿ ಸ್ವಾಗತ ಮಾಡಿ ಕರೆದುಕೊಂಡು ಹೋಗಲಿ ಅಂತ. ಐದು ಜನವೂ ಬೇಟೆಗೆ ಹೋಗಿದ್ದಾರೆ. ಪರ್ಣಕುಟಿಯಲ್ಲಿರುವವಳು ದ್ರೌಪದಿ ಒಬ್ಬಳೇ ಅಂತ ತಿಳಿದತಕ್ಷಣ ತಾನೊಬ್ಬನೇ ಬಂದ. ನನ್ನನ್ನು ನೋಡಿದ ತಕ್ಷಣ ಹುಚ್ಚಾಯಿತೇನೋ ಮನಸ್ಸು. ನಲವತ್ತೈದನ್ನು ಮುಟ್ಟುತ್ತಿರುವ ಹೆಂಗಸಿನ ರೂಪಕ್ಕೆ ನಲವತ್ತರ ರಾಜನ ಮನಸ್ಸು ಅಂಕೆ ಮೀರಿತೇ? ಇದಾದ ಒಂದೂವರೆ ವರ್ಷದ ಮೇಲಲ್ಲವೇ ವಿರಾಟನಗರದಲ್ಲಿ ಕೀಚಕನೂ ಪ್ರಣಯಮತ್ತನಾಗಿ ಅಂಗಲಾಚಿ ಕೊನೆಗೆ ಸಿಟ್ಟು ಬಂದು ಬಲವಂತ ಹಾಕಿದುದು? ಏನು ಹಾಳು ಕೆಟ್ಟರೂಪ ಇದು! ಎನ್ನಿ ಸಿತು. ಇವತ್ತೂ ಇಪ್ಪತ್ತೈದರ ಮಗನಿದ್ದಾನೆ ಎಂದರೆ ಯಾರೂ ನಂಬುವುದಿಲ್ಲ. ನಿನಗೆ ಮೂವತ್ತು ಮುಟ್ಟಿದ್ದರೆ ದೇವರಾಣೆ ಎನ್ನುತ್ತಾರೆ. ಕೃಷ್ಣೆಯ ಮೈಕಟ್ಟು ಮುಖಕಟ್ಟಿಗೆ ಇಳಿತವಿಲ್ಲ ವೇನೋ! ಅಥವಾ ಚಂದ್ರನಂತೆ ಒಂದು ಪಕ್ಷದಲ್ಲಿ ಇಳಿದರೆ ಮುಂದಿನ ಪಕ್ಷದಲ್ಲಿ ಮೈಗೂಡಿಸಿ ಕೊಳ್ಳುವ ಶಕ್ತಿ ಇದೆಯೋ! ಎಂದು ಕಣ್ಣು ಬಿಟ್ಟಳು. ಅಲ್ಲಲ್ಲಿ ನಕ್ಷತ್ರಗಳಿದ್ದ ಆಕಾಶದ ನಡುವೆ, ಮುಪ್ಪು ಕಾಣದ ದುಂಡು ಮುಖದ ಚಂದ್ರ. ಧೂಳು ಮುಚ್ಚಿದ ಆಕಾಶದಲ್ಲೂ ಊನವಿಲ್ಲದ ಸೊಬಗು. ಇನ್ನು ಮಳೆ ಬಿದ್ದ ಬಾನೆಲ್ಲ ತೊಳೆದು ಸ್ವಚ್ಛವಾದಾಗ ಇನ್ನೆಂಥ ಎಳೆಸೊಬಗು ಇರಬೇಡ! ಅಂಗಾತ ಮಲಗಿ ಎವೆ ಇಕ್ಕದೆ ನೋಡುವಾಗ ಚಂದಿರ ಇಳಿ ದಂತೆ ಅಲ್ಲ, ತಾನೇ ಮೇಲೇರಿ ಏರಿ ಹೋಗಿ ಚಂದ್ರನ ಸೊಬಗನ್ನು ಕೂಡಿಕೊಂಡಂತಹ ಭಾಸ. ಸಭ್ಯತೆಯನ್ನೂ ಮರೆತು ಮುಖ ನೋಡುತ್ತಾ ನಿಂತನಲ್ಲ, ಸೆರಗನ್ನು ಮೇಲೆ ಮಾಡಿಕೊಂಡು ಗುಡಿಸಲಿನ ಒಳಗೆ ತಿರುಗಿದವಳ ಹಿಂದೆ ಬಂದು ಅನಾಮತ್ ತಬ್ಬಿ ಸ್ಪರ್ಶಸುಖದ ಲಂಪಟನಾಗಿ. ಎತ್ತರಕ್ಕೆ ತಕ್ಕ ಮೈಕಟ್ಟಿಲ್ಲದ ಉದ್ದ. ಗಟ್ಟಿಯಾದ ಮೂಳೆ ಕಟ್ಟು. ಕಿರುಚಿಕೊಂಡರೂ ಬಿಡದೆ ಮಲಗಿಸಿ ಕೈಕಾಲು ಕಟ್ಟಿ ಎತ್ತಿ ಸ್ವತಃ ಬೆನ್ನಿಗೆ ಏರಿಸಿಕೊಂಡು. ಬೆನ್ನಿಗೆ ತಗಲುವ ಸುಖವನ್ನು ಬೇರೆಯವರಿಗೆ ಕೊಡಬಾರದೆಂಬ ಲಂಪಟಸ್ವಾರ್ಥದಿಂದ

ಅಷ್ಟು ಭಾರ ಹೊತ್ತನೇನೋ ಕೋಲುಮ್ಮೈಯ ಕಳ್ಳ! ನಗು ಬಂತು. ಕಿಸಕಿಸ. ಧರ್ಮನಿಗೇನಾದರೂ ನಿದ್ದೆ ತಿಳಿಯಾಗಿದ್ದು ಕೇಳಿಸೀತೇನೋ ಎಂದು ಪಕ್ಕಕ್ಕೆ ತಿರುಗಿ ನೋಡಿದಳು, ಇಲ್ಲ. ನಿದ್ದೆ ಮಾಡುತ್ತಿದಾನೆ ನಿಶ್ಶಬ್ದವಾಗಿ. ಕಿರುಚಿ ಕಿರುಚಿ ಗಂಟಲು ಹೂತುಹೋಗಿ, ಬುದ್ಧಿ ಮಂಕಾಗುವಷ್ಟು ಕಾಮಾತುರನಾಗಿದ್ದ. ತಕ್ಷಣ ಬಾಯಿಗೆ ಬಟ್ಟೆ ತುರುಕಿದ್ದರೆ ನಾನು ಕಿರುಚುವುದಕ್ಕಾಗುತ್ತಿರಲಿಲ್ಲ. ಹಳ್ಳದ ಹತ್ತಿರ ದರ್ಭೆ ಕುಯ್ಯುತ್ತಿದ್ದ ಪುರೋಹಿತ ಧೌಮ್ಯನಿಗೆ ಕೇಳುತ್ತಿರಲಿಲ್ಲ. ಅವನು ಹೀಗಾಗಿದೆ ಅಂತ ಇವರೆಲ್ಲ ಬೇಟೆಗೆ ಹೋಗಿದ್ದ ದಿಕ್ಕಿನಲ್ಲಿ ಕೂಗಿಕೊಂಡು ಓಡುತ್ತಿರಲಿಲ್ಲ. ಅಷ್ಟರಲ್ಲಿ ಜಯದ್ರಥ ನನ್ನನ್ನು ಕಾಡಿನಾಚೆಗೆ ಹೊತ್ತು ನಡೆದು ರಥದಲ್ಲಿ ಹಾಕಿಕೊಂಡು ಸೈನಿಕರ ಬೆಂಗಾವಲಿನಲ್ಲಿ ಓಡಿಹೋಗಿದ್ದರೆ ಏನಾಗುತ್ತಿತ್ತು? ಲಂಪಟಮ್ಮೈಯಿಯ ಅವನು, ಅವನಿಗೆ ತಂಗಿಯನ್ನು ಕೊಟ್ಟಿದ್ದ ದುರ್ಯೋಧನ ದುಶ್ಶಾಸನರೂ ಸುದ್ದಿ ತಿಳಿದು ಓಡಿಬರುತ್ತಿದ್ದರೇನೋ ಬಹುದಿನದ ಆಶೆ ತೀರಿಸಿಕೊಳ್ಳಲು! ಕೃಷ್ಣೆಯ ಅದೃಷ್ಟ ಕೆಟ್ಟದಾದರೂ ಪಾತಾಳಕ್ಕೆ ಬೀಳುವ ಮಟ್ಟಕ್ಕೆ ನೂಕಿಲ್ಲ. ಕೊನೆಯ ಅಂಚು ದಾಟುವಾಗ ಪಾರು ಮಾಡಿದೆ. ಭೀಮನಿಂದ ಪಾರು ಮಾಡಿಸಿದೆ.

'ಭೀಮ ನೀನು ನನ್ನ ಮಾತು ಕೇಳುವುದಿಲ್ಲ ಅಂತ ಗೊತ್ತಿದ್ದರೂ ಈಗ ನಾನು ಅಡ್ಡ ನಿಂತಿದ್ದೇನೆ. ಇವನು ಪರಸ್ತ್ರೀಯನ್ನು ಬಯಸಿದ ಪಾಪಿ ನಿಜ. ಆದರೆ ನಮ್ಮ ಸೋದರಿಯ ಗಂಡ. ಇವನನ್ನು ಕೊಲ್ಲುವುದು ಪಾಪ. ಅಲ್ಲದೆ ಮಾತೆ ಗಾಂಧಾರಿಯ ಹೊಟ್ಟೆ ಉರಿಯುವುದಿಲ್ಲವೆ?'

'ಅಣ್ಣನವರೆ, ತನ್ನ ಸೊಸೆ ಕೃಷ್ಣೆಯ ಪಾವಿತ್ರ್ಯ ನಷ್ಟವಾಗಿದ್ದರೆ ನಮ್ಮ ಮಾತೆ ಕುಂತಿಯ ಹೊಟ್ಟೆ ಉರಿಯುತ್ತಿರಲಿಲ್ಲವೆ?'

ಭೀಮ, ನನ್ನದೂ ನಿನ್ನದೂ ಒಂದೇ ಜೀವ. ಇಲ್ಲದಿದ್ದರೆ ನನ್ನ ಮನಸ್ಸಿನಲ್ಲಿ ಹುಟ್ಟಿದ ಮಾತಿನ ಧಾಟಿಯೇ ನಿನ್ನಲ್ಲಿಯೂ ಹೇಗೆ ತನಗೆ ತಾನೇ ಮೂಡಿಬರುತ್ತಿತ್ತು? 'ಇವನನ್ನು ಜೀವಸಹಿತ ಹಿಡಿದು ತರುವ ಪ್ರಯತ್ನದಲ್ಲಿ, ಇಕೋ ಇಲ್ಲಿ ನೋಡಿ, ಇಷ್ಟು ಗಾಯಗಳಾದವು ನನಗೆ. ಇವನ ಜೊತೆಯ ಐದು ಜನರನ್ನು ಕೈಕಾಲು ಮುರಿದು ಕೊಂದುಹಾಕಿದೆ. ಉಳಿದವರು ಓಡಿಹೋದರು. ಇವನನ್ನು ಸುಮ್ಮನೆ ಅಲ್ಲಿಯೇ ಮುಗಿಸಿಹಾಕಿದ್ದರೆ ಗಾಯವಿಲ್ಲದೆ ಮುಗಿಸಬಹುದಿತ್ತು.' ಕೊಲ್ಲಬೇಕೆಂಬ ಭೀಮ. ಉಳಿಸಬೇಕೆಂಬ ಇವರಿಬ್ಬರು. ಕೊನೆಗೆ ರಾಜೀಸೂತ್ರವಾಗಿ ಅವನ ತಲೆಬೋಳಿಸಿ ಕಳಿಸುವುದೆಂಬ ತೀರ್ಮಾನ. ಅರ್ಜುನನ ಮೊನಚಾದ ಬಾಣಗಳಿಂದ ಭೀಮನೇ ನಡುವೆ ಐದು ಬತ್ತಿ ಬಿಟ್ಟು ಅವನ ಮುಂಡನ ಮಾಡಿದನಲ್ಲ. ಈ ಇವನು ಭಾವ ಜಯದ್ರಥನಿಗೆ ಧರ್ಮೋಪದೇಶ ಮಾಡಿದ್ದೂ ಮಾಡಿದ್ದೇ. ತಾನು ಕಲಿತಿದ್ದ ಪುರಾಣಗಳನ್ನೆಲ್ಲ ಒದರಿದ್ದೂ ಒದರಿದ್ದೇ. ತಪ್ಪಾಯಿತೆಂದು ಕೈಮುಗಿದು ಜೀವ ಉಳಿಸಿಕೊಂಡು ಕಾಡಿನಿಂದ ಹೊರಗೆ ನಡೆದವನು ತನ್ನ ರಥ ಹತ್ತಿ ತಲೆಗೆ ಬಟ್ಟೆ ಸುತ್ತಿಕೊಂಡು ನೇರವಾಗಿ ಹಸ್ತಿನಾವತಿಗೆ ಹೋದನಂತೆ. ಪಾಂಡವರು ತನಗೆ ಮಾಡಿದ ಅಪಮಾನಕ್ಕೆ ಸೇಡು ತೀರಿಸಿಕೊಳ್ಳುವುದಾಗಿ ತನ್ನ ಭಾವ ದುರ್ಯೋಧನನನ್ನು ತಬ್ಬಿಕೊಂಡು ಪ್ರತಿಜ್ಞೆ ಮಾಡಿದನಂತೆ. ತನ್ನ ದೇಶದ ಪ್ರಸಿದ್ಧಜಾತಿಯ ಒಂದು ಸಾವಿರ ಕುದುರೆಗಳನ್ನು

ಈಗ ನಡೆಯುವ ಯುದ್ಧಕ್ಕೆಂದು ಆಗಿನಿಂದಲೇ ಪಳಗಿಸಿ ತರಬೇತಿ ಕೊಡಲು ಶುರುಮಾಡಿದ ನಂತೆ. ಈಗಾಗಲೇ ಆ ಕುದುರೆಗಳು, ಜೊತೆಗೆ ಅವನ ಸೈನ್ಯವೆಲ್ಲ ಹಸ್ತಿನಾವತಿ ಮುಟ್ಟಿವೆಯಂತೆ. ಮಗನಿಗೆ ಸಹಾಯಕನಾಗಿ ಬರುವ ಅಳಿಯನನ್ನು ಕಂಡು ಮಾತೆ ಗಾಂಧಾರಿ ಹಿಗ್ಗಿರುತ್ತಾಳೆ. ಅಣ್ಣನಿಗೆ ಬೆಂಬಲವಾಗಿ ಹೊರಟ ಗಂಡನನ್ನು ತಂಗಿ ದುಶ್ಯಳೆ ಮುದ್ದಿಸಿರುತ್ತಾಳೆ. ಭೀಮನ ಭುಜ, ತೋಳು, ಹಣೆಗಳ ಮೇಲೆ ಆದ ಗಾಯಗಳ ಕಲೆ ಇನ್ನೂ ಹೋಗಿಲ್ಲ; ಎಂದುಕೊಳ್ಳು ವಾಗ ಕೃಷ್ಣೆ ಹೊರಳಿದಳು.

ಧೂಳಿನ ಆಕಾಶದಲ್ಲಿ ಚಂದ್ರ ಸ್ಥಗಿತನಾಗಿದ್ದಾನೆ. ಯೋಚನೆ ಶುರುವಾದರೆ ನಿದ್ದೆ ಬರುವುದಿಲ್ಲ. ಎಷ್ಟು ಹೊತ್ತಾಯಿತು! ಹಗಲು ಶಖೆ. ನಿದ್ದೆ ಬರುವುದಿಲ್ಲ. ರಾತ್ರಿ ಹೀಗೆ. ಈ ರಾತ್ರಿಯಂತೂ, ನೆನ್ನೆ ಭೀಮ ಹೋದಾಗಿನಿಂದ ಹಗಲು ರಾತ್ರಿ ಕೂಡಿಯೇ ನೆನಪು. ನೆನಪಲ್ಲ. ಯೋಚನೆ, ಥೂ ಎಂದು, ಸರಕ್ಕನೆ ಮತ್ತೆ ಮಗ್ಗುಲು ಬದಲಿಸಿದಳು. ಅತ್ತ ಮಗ್ಗುಲು ಮಾಡಿ ಮಲಗಿದ್ದ ಧರ್ಮ ದಢಕ್ಕನೆ ಎದ್ದು ಕೂತ. ಕನವರಿಸಿಕೊಂಡಂತೆ. ಏನು? ಎಂದಳು. ಅವನು ಮಾತನಾಡಲಿಲ್ಲ. ತಾನೇ ತಕ್ಷಣ ಮೇಲೆ ಎದ್ದು ತಲೆಗೆ ಒಂದು ಮಾರು ದೂರದಲ್ಲಿ ನೆನೆಸಿದ ಮರಳಿನ ಮೇಲೆ ಇಟ್ಟಿದ್ದ ಮಡಕೆಯಿಂದ ಒಂದು ಮೊಗೆ ನೀರನ್ನು ಬಗ್ಗಿಸಿಕೊಟ್ಟಳು. ಅದನ್ನು ಗಟಗಟನೆ ಕುಡಿದು ಮುಖ ಒರೆಸಿಕೊಳ್ಳುತ್ತಾ ಅವನು ಮತ್ತೆ ಮಲಗಿದ. ಬೇಸಿಗೆಯೇ ಹಾಗೆ. ಶರೀರದ ದ್ರವವೆಲ್ಲ ಬೆವರಾಗಿ ಹರಿದು ಆವಿಯಾದಾಗ ನಿದ್ದೆ ದಢಕ್ಕನೆ ಹಾರಿಬಿಡುತ್ತದೆ ಎಂದುಕೊಳ್ಳುತ್ತಾ ತಾನೂ ಒಂದು ಮೊಗೆ ನೀರು ಬಗ್ಗಿಸಿ ಕುಡಿದಳು. ಹಾಯ್ ಎನಿಸುವಷ್ಟು ತಣ್ಣಗಿದೆ. ಬಂದು ಮಲಗಿದಳು. ನೀರು ಕುಡಿದು ಮಲಗಿದ ಅವನಿಗೆ ಮತ್ತೆ ನಿದ್ದೆ ಬಂದಿಲ್ಲ. ತನಗೆ ಖಚಿತವಾಗಿ ಗೊತ್ತಾಗುತ್ತಿದೆ. ಅವನ ಕೈಲಾದರೂ ಏನಾದರೂ ಮಾತನಾಡೋಣ. ಅವನೊಡನೆ ಆಡುವುದು ಸಾಧ್ಯವಿಲ್ಲ. ಸಂಧಾನ ಯಶಸ್ವಿಯಾಗುತ್ತದೆ. ಈಗಲೂ ದುರ್ಯೋಧನ ನಮ್ಮ ಭಾಗದ ರಾಜ್ಯ ಕೊಡುತ್ತಾನೆ, ರಾಜ್ಯ ಕೊಡದಿದ್ದರೆ ಹೋಗಲಿ ಐದು ಹಳ್ಳಿಗಳನ್ನಾದರೂ ಕೊಡಲಿ ಸಾಕು ಅಂತ ಹೇಳಿಕಳಿ ಸುವ ನಿಶ್ಚಯ ಮಾಡಿದ್ದಾನಂತೆ. ರಾಜ್ಯ ಕೊಟ್ಟರೆ ಯುದ್ಧಬೇಡ; ಆದರೆ ತನಗೂ ತಮ್ಮಂ ದಿರಿಗೂ ಹೆಂಡತಿಗೂ ಮಾಡಿರುವ ಅಪಮಾನ ತೀರಿಸುವುದು ಹೇಗೆ? ರಾಜ್ಯ ಕೊಡದಿದ್ದರೂ ಯುದ್ಧ ಬೇಡ. ಐದು ಹಳ್ಳಿ ಸಾಕು. ರಾಜ್ಯ ಕಸಿದುಕೊಂಡ ಅನ್ಯಾಯಕ್ಕೂ ಮದ್ದು ಅರೆ ಯುವುದು ಬೇಡ. ಬದಲಾಗಲಾರದ ಇವನೊಡನೆ ಏನು ಮಾತನಾಡುವುದು? ನಾನು ಏನು ಹೇಳುತ್ತೇನೆಂಬುದು ಅವನಿಗೂ ಗೊತ್ತು. ಮಾತನಾಡಿದರೆ ಸಿಟ್ಟು, ಕೋಪ, ನನ್ನ ಕಣ್ಣೀರುಗಳನ್ನು ಬಿಟ್ಟರೆ ಬೇರೆ ಪ್ರಯೋಜನವಿಲ್ಲ. ಈ ಜನ್ಮದಲ್ಲಿ ಇವನಿಗೆ ವಿವೇಕ ಬರುವುದಿಲ್ಲ. ಅದೃಷ್ಟಕ್ಕೆ ಕೀಚಕನನ್ನು ಭೀಮ ಮುಚ್ಚುಮರೆಯಲ್ಲೇ ಮುಗಿಸಿಹಾಕಿದ. ಇವನಿಗೇನಾದರೂ ತಿಳಿಸಿದ್ದರೆ ಅಡ್ಡ ಬರುತ್ತಿದ್ದ. ಆಮೇಲೆ, ನಿಮ್ಮ ಹೆಂಡತಿಯನ್ನು ನನಗೇಕೆ ಕಳಿಸಲಿಲ್ಲ, ಆದ್ದ ರಿಂದ ನೀವು ನಮ್ಮ ಶತ್ರುಗಳು, ನಾನು ನಿಮ್ಮ ವೈರಿಯನ್ನು ಬೆಂಬಲಿಸುತ್ತೇನೆ ಎಂಬ ಧಾಟಿ ಹಾಕಿ ಅವನೂ ದುರ್ಯೋಧನನ ಪರ ಯುದ್ಧಕ್ಕೆ ಹೋಗುತ್ತಿದ್ದ. ಕಾಮ ಹತ್ತಿದರೆ ಸರಿ, ಕೊನೆಗೆ ದ್ವೇಷವೇ. ಕೀಚಕ ಕಣ್ಣೀರು ಬರುವಂತೆ ಮೊದಲು ಪ್ರಾರ್ಥಿಸಿದ್ದೇನು,

ಅಂಗಲಾಚಿ ಪ್ರೇಮಭಿಕ್ಷೆ ಬೇಡಿದ್ದೇನು. ನಾನು ಒಪ್ಪದಿದ್ದಾಗ ಕಾಲಿನಿಂದ ಒದೆದು ಬಲವಂತ ಸಂಭೋಗಕ್ಕೆ ಸಿದ್ಧನಾದದ್ದೇನು! ಮತ್ತೆ ನನ್ನದೇ ತಪ್ಪೆ? ಮುಪ್ಪು ಕಾಣದ ಮೈಕಟ್ಟು, ಮುಖಕಟ್ಟು. ಅವನೂ ನನಗಿಂತ ಚಿಕ್ಕವನೇ. ಸುದೇಷ್ಣೆಯ ದಾಯಾದಿ ಅಣ್ಣನಂತೆ. ನಲವತ್ತು ನಲವತ್ತೈದರ ಒಳಗೇ ವಯಸ್ಸು. ನನ್ನನ್ನು ನೋಡಿದ ಯಾವ ಗಂಡಸಿನ ಮನಸ್ಸು ಚಂಚಲವಾಗಿಲ್ಲ, ಕೃಷ್ಣನೊಬ್ಬನನ್ನು ಬಿಟ್ಟು? ದುರ್ಯೋಧನ, ದುಶ್ಶಾಸನ, ಕರ್ಣ, ಜಯದ್ರಥ, ಕೀಚಕ. ಲಕ್ಷಣವಾದ ಹೆಂಗಸು ಗಂಡಸರ ಕಣ್ಣಿಗೆ ಬೀಳದೆ ಅಂತಃಪುರದ ಗೋಡೆಗಳೊಳಗೆ ಅಡಗಿ ಕೂತಿರಬೇಕೆ? ಹೆಂಗಸು ಒಲ್ಲೆನೆಂದರೆ ಅಲ್ಲಿಗೆ ಸುಮ್ಮನಾಗಬಾರದೆ ಗಂಡಸರು? ಕೃಷ್ಣನೊಬ್ಬನಿಗೇ ಮನಸ್ಸು ಹಿಡಿತದಲ್ಲಿರುವಂತಿದೆ. ಅವನೆದುರು ಕೂತು ನಾನೊಬ್ಬಳೇ ಎಷ್ಟೋ ದಿನ ಮಾತನಾಡಿದ್ದೇನಲ್ಲ. ಅವನ ಕಣ್ಣ ನೋಟ, ಮನಸ್ಸು, ಧ್ವನಿ, ಮಾತುಗಳು ಎಂದೂ ಅಸಹಜವಾಗಿಲ್ಲ, ಬಿರುಕುಬಿಟ್ಟಿಲ್ಲ. ನನ್ನ ಸ್ವಯಂವರಕ್ಕೂ ಬಂದಿದ್ದನಂತೆ. ಆದರೆ ಬಿಲ್ಲು ಹೊಡೆಯಲು ಮೇಲೆ ಏಳಲಿಲ್ಲ. ಅರ್ಜುನನಷ್ಟೇ ಚತುರ ಬಿಲ್ಲುಗಾರ. ಅರ್ಜುನನಷ್ಟೇ ವಯಸ್ಸು. ಆದರೂ ಏಕೆ ನನ್ನನ್ನು ಗೆಲ್ಲುವ ಮನಸ್ಸು ಹುಟ್ಟಲಿಲ್ಲ? ಅಷ್ಟು ಜನರೆದುರು ಬಿಲ್ಲು ಎತ್ತಲಾರದೆ ಅವಮಾನವಾದೀತೆಂಬ ಭಯವೇನೂ ಅವನಿಗಿದ್ದಂತಿಲ್ಲ. ಕೆಲವು ಪ್ರಸಂಗದಲ್ಲಿ ಸೋಲುವುದು ಅವಮಾನವೇ ಅಲ್ಲ, ಸೋಲನ್ನೂ ಶಾಂತವಾಗಿ ಒಪ್ಪಿಕೊಳ್ಳಬೇಕು ಎಂದು ಅವನೇ ಹೇಳುತ್ತಾನಲ್ಲ. ಆದರೂ ಈ ಕೃಷ್ಣೆಯನ್ನು ಸ್ವಯಂವರದಲ್ಲಿ ಗೆಲ್ಲಲು ಮುಂದೆ ಬರದ ಏಕಮಾತ್ರ ಕ್ಷತ್ರಿಯ ಅವನೇ. ಹೇಗೂ ಇಲ್ಲೇ ಇದ್ದಾನೆ. ನಾಳೆ ಅವನನ್ನಾದರೂ ಕರೆಸಿ ಮಾತನಾಡಬೇಕು. ಒಂದಿಷ್ಟು ಸಮಾಧಾನವಾದರೂ ಸಿಕ್ಕುತ್ತದೆ ಮನಸ್ಸಿಗೆ, ಎಂದು ಮಗ್ಗುಲು ಹೊರಳಿದಾಗ ಅದೇ ನೆನಪು, ಕಂಡವರ ಮನೆಯ ದಾಸಿಯಾಗಿ ತಾನು ಪಟ್ಟ ಬವಣೆ. ತನ್ನ ರೂಪಕ್ಕೆ ಮೋಹಿತನಾದ ಕೀಚಕನ ಬಲವಂತ. ಉಕ್ಕುವ ಪ್ರವಾಹಕ್ಕೆ ಅಡ್ಡ ಹಾಕಿದರೆ ಕಟ್ಟೆಯನ್ನೇ ಕೊಚ್ಚಿ ನುಗ್ಗುವ ಹಾಗಾಗುತ್ತಿದೆ ನೆನಪು. ಅಜ್ಞಾತಕ್ಕಿಂತ ವನವಾಸ ಉತ್ತಮವಾಗಿತ್ತು. ನಾಗರಿಕ ಊಟ ವಸ್ತ್ರ ವಸತಿಗಳಿಲ್ಲದಿದ್ದರೂ ಸ್ವತಂತ್ರವಾಗಿತ್ತು. ಎಂದೆಂದಿಗೂ ದಾಸ್ಯಮಾಡದಿದ್ದ ತಾನು ದಾಸಳಾಗಿರುವುದೆಂದರೆ ಅದಕ್ಕಿಂತ ಹೆಚ್ಚಿನ ಹಿಂಸೆಯುಂಟೆ? ಸುದೇಷ್ಣೆಯೇನೂ ಕ್ರೂರಿ ಒಡತಿಯಲ್ಲ. ಒಡತಿಯ ಕ್ರೌರ್ಯ ಕನಿಕರಗಳಿಗಿಂತ ದಾಸ್ಯಭಾವವೇ ಹೀನವಾದದ್ದು. ಹುಟ್ಟಿನಿಂದಲೇ ದಾಸರಾದ ಸಹಸ್ರ ಸಹಸ್ರ ಜನರಿಗೆ ಏನನಿಸುತ್ತದೆಯೋ? ಪ್ರತಿಯೊಬ್ಬ ರಾಜನ ಸೇವೆಗೂ ನಿಂತ ಸುಂದರಿ ದಾಸಿಯರು ರಾಜನ ಕಟಾಕ್ಷ ತಮ್ಮೆಡೆಗೆ ತಿರುಗಿದರೆ ಅದೃಷ್ಟ ಕಣ್ತೆರೆಯಿತೆಂದು ಸಂಭ್ರಮ ಪಡುತ್ತಾರಲ್ಲ, ಅವರ ಮನಸ್ಸು ಎಂಥದು? ಅಜ್ಞಾತವೆಂದರೆ ಬೇರೆಯ ಜನ್ಮವೇ. ತನ್ನ ಹಳೆಯ ಜೀವನ, ವೃತ್ತಿ, ಸಂಬಂಧ ಇವೆಲ್ಲವನ್ನೂ ಪ್ರತಿನಿಧಿಸುವ ಹೆಸರುಗಳನ್ನೆಲ್ಲ ಬಿಟ್ಟು ಹೊಸ ಹೆಸರನ್ನು ಹೊದೆದು ಆರಂಭಿಸುವ ಜನ್ಮವಾಯಿತಲ್ಲ. ಮಹಾರಾಣಿ ಕೃಷ್ಣೆ ಹೋಗಿ ಮಾಲಿನಿ ಸೈರಂಧ್ರಿ. ಆನೆಯನ್ನು ಸೆಣಸಿ ಕೊಲ್ಲುವ ವೀರ ಭೀಮ ಕ್ಷತ್ರಿಯರ ಮನೆಯಲ್ಲಿ ಅಡುಗೆ ಮಾಡುವ ಜಾತಿಯ ಹೆಸರಿನ ವಲಲ. ಶಿಖಂಡಿ ವೇಷ ತಾಳಿದ ಅರ್ಜುನ ಹೆಣ್ಣುಮಕ್ಕಳಿಗೆ ನೃತ್ಯ ಕಲಿಸುವ ಬೃಹನ್ನಳೆ. ನಕುಲ ವಿರಾಟನ ಕುದುರೆ ಲಾಯದ ಕೆಲಸಗಾರ,

ಗ್ರಂಥಿಕ. ಸಹದೇವ ದನ ಕಾಯುವವನು. ಹೆಸರು ತಂತ್ರಿಪಾಲ. ಹೊಸ ಹೆಸರುಗಳಲ್ಲಿ ಎಲ್ಲರೂ ದಾಸರೇ. ಅಂತೂ ದುರ್ಯೋಧನ ಎಲ್ಲರನ್ನೂ ದಾಸರನ್ನಾಗಿಸಿದ. ಅವನ ಆಶೆ ಪರ್ಯಾಯವಾಗಿಯಾದರೂ ಫಲಿಸಿತು. ಇವನು ಮಾತ್ರ ಕಂಕನೆಂಬ ಹೆಸರಿಟ್ಟುಕೊಂಡು ಬ್ರಾಹ್ಮಣವೇಷದಲ್ಲಿ ವಿರಾಟನ ಆಸ್ಥಾನದಲ್ಲಿ ಧರ್ಮ ನೀತಿಗಳ ಕತೆಗಾರನಾಗಿ ಸೇರಿಬಿಟ್ಟ. ಪುಣ್ಯವೇ ಪುಣ್ಯ ಇವನದು. ವಿರಾಟನಿಗೂ ಪಗಡೆ ದಾಳದ ಜೂಜಿನ ಚಟ. ಇವನಿಗಂತೂ ಇದ್ದದ್ದೇ. ವನವಾಸದ ಹನ್ನೆರಡು ವರ್ಷ ಜೂಜಿನ ಸೋಂಕಿಲ್ಲದೆ ಇದ್ದ ಇವನ ಅಭ್ಯಾಸ ಬದಲಾಯಿಸಿದೆ ಎಂದು ನಾನು ತಿಳಿದದ್ದೇ ತಪ್ಪು. ಮೊದಮೊದಲು ಆಟದಲ್ಲಿ ವಿರಾಟನಿಗೆ ಸಹಾಯಕನಾಗಿ ತಲೆ ಹಾಕಿದ. ಅನಂತರ ಜೊತೆಗೆ ಆಡಲು ಶುರುಮಾಡಿದ ಬೆಳಗು ಮಧ್ಯಾಹ್ನ ರಾತ್ರಿಯ ಪರಿವೆ ಇಲ್ಲದಂತೆ. ಅವನಿಗೂ ಆಟದ ನಶೆ ಹೊತ್ತಿಸಿದ. ಜೂಜು ಕೋರರು ಕುಡುಕರು ವ್ಯಭಿಚಾರಿಗಳು ಎಲ್ಲಿಂದ ಯಾವ ದೇಶಕ್ಕೆ ಹೊದರೂ ಮೂರು ಘಳಿಗೆಯಲ್ಲಿ ಸಮಾನ ಚಟದವರ ಗುರುತು ಹಿಡಿದು ಸ್ನೇಹಿಗಳಾಗಿಬಿಡುತ್ತಾರೆಂದು ನಾನು ಕೇಳಿದ್ದ ಮಾತು ನಿಜ. ಹೇಗೂ ಅಜ್ಞಾತವಾಸ. ಇವನೊಡನೆ ನಾನು ಯಾವ ಸಂಬಂಧವೂ ಇಲ್ಲದವಳಂತಿರಬೇಕು. ಇವಳು ಛೀಮಾರಿ ಹಾಕುವುದಿಲ್ಲವೆಂಬ ಧೈರ್ಯವೂ ಇರಬಹುದು. ಆದರೆ ಇವನು ವಿರಾಟನ ಆಶ್ರಿತ. ಆಶ್ರಯದಾತ ಎಷ್ಟು ಗೆದ್ದರೂ ತನ್ನದನ್ನೇ ತಾನು ಗೆದ್ದಂತೆ. ಇವನು ಗೆದ್ದದ್ದು ಮಾತ್ರ ನಿಜವಾದ ಸಂಪಾದನೆ. ಜೂಜಿನಲ್ಲಿ ಇಡೀ ರಾಜ್ಯವನ್ನು ಕಳೆದುಕೊಂಡದ್ದಕ್ಕೆ ಈ ಪುಡಿಗಾಸುಗಳನ್ನು ಗೆಲ್ಲುವ ಮೂಲಕ ಸಮಾಧಾನ ಸಂಪಾದಿಸಿ ಹಿಗ್ಗುತ್ತಿದ್ದನೇನೋ! ಭೀಮ ಹೇಗೂ ನನ್ನ ಕೈಲಿ ಆಗಲೇ ಹೇಳಿದನಲ್ಲ. ಅಜ್ಞಾತ ಕಳೆದು ನಮ್ಮ ರಾಜ್ಯ ನಾವು ಗೆದ್ದಮೇಲೇನಾದರೂ ಇವನು ಮತ್ತೆ ಈ ಚಟವನ್ನಾರಂಭಿಸಿದರೆ ಎರಡೂ ಕೈಗಳ ಹತ್ತು ಬೆರಳುಗಳನ್ನೂ ಕತ್ತರಿಸಿಹಾಕುತ್ತೀನಿ; ಎಂದರೆ ಅಂಗ ಊನನಿಗೆ ಸಿಂಹಾಸನದ ಮೇಲೆ ಕೂರುವ ಹಕ್ಕು ಹೋಗುವುದರಿಂದ ಪ್ರತಿವಿಂಧ್ಯನಿಗೆ ಪಟ್ಟ ಕಟ್ಟುತ್ತೀನಿ ಅಂತ. ಕೊನೆಗೆ ಇವನಿಗೆ ಇದೇ ಗತಿ ಪ್ರಾಪ್ತಿಯಾಗುತ್ತದೊ ಏನೋ! ಅಂತೂ ತನಗೊದಗಿದ ದುರ್ಗತಿಯನ್ನು ಜೂಜಿನಲ್ಲಿ ಮರೆತು ಒಂದು ವರ್ಷ ಸುಖಪಟ್ಟ. ಹೇಳುವ ನೀತಿ ದೊಡ್ಡದು. ತನ್ನೆದುರಿಗೇ ಕೀಚಕನು ನನ್ನನ್ನು ಒದೆದರೂ ಶಾಂತಿಯಿಂದಿರುವ ಉಪದೇಶದ ಮಾತು. ಎಷ್ಟು ಜೋರಿನಿಂದ ಒದೆದ! ಉದ್ರಿಕ್ತ ಕಾಮವು ಪೂರೈಸದಿದ್ದಾಗ ಮನುಷ್ಯನಿಗೆ ಬರುವಷ್ಟು ಸಿಟ್ಟು ಬೇರೆ ಯಾವಾಗಲೂ ಬರುವುದಿಲ್ಲವೇನೋ!

ಸೈರಂಧ್ರೀ, ತಾಳ್ಮೆಯಿಂದಿರು. ಈಗ ನಿನ್ನ ಒಡತಿಯಲ್ಲಿಗೆ ಹೋಗು. ದುಡುಕಬೇಡ ಎಂದು ಹೇಳಿ ಕೈ ತೊಳೆದುಕೊಂಡನಲ್ಲ. ಸಿಟ್ಟಿಗೆದ್ದು ನಮ್ಮ ಅಜ್ಞಾತನಿಯಮವನ್ನು ಹಾಳು ಮಾಡಿಕೊಳ್ಳುವುದು ಬೇಡ. ಆದರೆ ಹೆಂಡತಿಯ ಮಾನಕ್ಕೆ ಇಂಥ ಅಪಾಯ ಒದಗಿರುವಾಗ ಇಷ್ಟು ಹೇಳಿ ಪಗಡೆ ಆಡಲು ತಿರುಗಿಬಿಟ್ಟರೆ ಆಯಿತೆ? ಭೀಮನು ಕೀಚಕನನ್ನೂ ಅನಂತರ ಅವನ ಹತ್ತು ತಮ್ಮಂದಿರನ್ನೂ ಕೊಲ್ಲದಿದ್ದರೆ ಈ ಕೃಷ್ಣೆಯ ಮಾನ ಏನಾಗುತ್ತಿತ್ತು? ಅವರನ್ನೆಲ್ಲ ಭೀಮ ಕೊಂದ ರಾತ್ರಿಯ ಮರುದಿನ ಸುದೇಷ್ಣೆ ಹೆದರಿ, ವಿರಾಟ ಹೆದರಿ, 'ತಾಯಿ, ಕೈ ಮುಗಿಯುತ್ತೇನೆ. ನಮ್ಮ ಮನೆ ಬಿಟ್ಟು ಹೋಗು,' – 'ನಿನ್ನ ಇಚ್ಛೆಗೆ ವಿರೋಧವಾಗಿ

ಓಡಿಸುವುದಿಲ್ಲ, ನಿನಗಿಷ್ಟ ಬಂದಾಗ ಹೋಗು. ಆದರೆ ನಾನು, ನನ್ನ ಗಂಡ ಮಕ್ಕಳುಗಳಿಗೆ ಏನೂ ಆಗದಂತೆ ಕಾಪಾಡು.'

'ನಮ್ಮನ್ನು ಬಿಡದೆ ಗೋಳು ಹೊಯ್ದುಕೊಳ್ಳುತ್ತಿದ್ದರು. ನಿನ್ನ ಮಾಯಾವಿ ಗಂಡನಿಂದ ನಮ್ಮ ಗೋಳು ತಪ್ಪಿತು.' ಎಂದು ನನ್ನ ಹತ್ತಿರ ಬಂದು ಕೃತಜ್ಞತೆಯಿಂದ ಕೈ ಮುಗಿದ ಎಳೆಪ್ರಾಯದ ದಾಸಿಯರು ಎಷ್ಟು ಜನ! ಭೀಮ, ಅಷ್ಟು ಜನದ ಹಾರೈಕೆಯ ಬಲ ನಿನಗಿದೆ. ನೀನು ಗಟ್ಟಿಗ ಎಂದುಕೊಳ್ಳುತ್ತಿರುವಾಗ ಜಿಂಯ್ ಎಂಬ ಸದ್ದು ಕೇಳಿತು. ಹಾಗೆಯೇ ಕಣ್ಣು ಮುಚ್ಚಿಕೊಂಡಳು. ಇನ್ನೊಂದು ಜಿಂಯ್‌ಕಾರ. ಕೋಳಿಗೆ ಎಚ್ಚರವಾಗುವ ಮೊದಲೇ ಇದು ಎದ್ದು ಹಾರಾಡಲು ಶುರುಮಾಡಿಬಿಡುತ್ತದೆ. ಇನ್ನು ಅರ್ಧ ಗಳಿಗೆಯಲ್ಲಿ ಬೆಳಕು ಎದ್ದುಬಿಡುತ್ತದೆ. ಹಿಂದೆಯೇ ಬಿಸಿಲು, ಎಂದು ಎದ್ದುಕುಳಿತಳು. ಮತ್ತೆ ಒಂದು ಮೊಗೆ ನೀರು ಕುಡಿದು ಏಣಿಯ ಮೆಟ್ಟಿಲುಗಳನ್ನು ಇಳಿಯುವಾಗ ನೆಲದ ಬಯಲಿನಲ್ಲಿ ಮಂದಲಿಗೆಯ ಮೇಲೆ ಜ್ಯೋತಿಷ್ಮತಿ ಮಲಗಿದ್ದಳು. ಅವಳನ್ನು ಎಬ್ಬಿಸದೆ ಬಚ್ಚಲಿಗೆ ಹೋಗಿ ತಾನೇ ನೀರು ಮೊಗೆದು ಬೇವಿನ ಕಡ್ಡಿಯನ್ನು ಕಡಿದು ಅಗಿದು ಕುಂಚ ಮಾಡಿಕೊಂಡು ಹಲ್ಲು ತಿಕ್ಕುವಾಗ, ಭೀಮ, ನನಗಾಗಿ ನೀನು ಉದ್ದಕ್ಕೂ ಕಷ್ಟಪಟ್ಟಿದ್ದೀಯ. ಕಾಡಿನಲ್ಲಿ ನನ್ನನ್ನು ಭುಜದ ಮೇಲೆ ಹೊತ್ತು ತಿರುಗಿದ್ದೀಯ. ನನ್ನನ್ನು ಅಪಮಾನಿಸಿದವರನ್ನೆಲ್ಲ ಕೊಂದಿದ್ದೀಯ. ಕೌರವರನ್ನು ಕೊಂದರೆ ಪ್ರತೀಕಾರದ ಕೊನೆಯ ಕಿಸ್ತು ಮುಗಿಯುತ್ತದೆ. ಅದಕ್ಕಾಗಿ ರಾಕ್ಷಸರ ಬೆಂಬಲವನ್ನರಸಿ ಹೋಗುತ್ತಿದ್ದೀಯ ಎಂದುಕೊಂಡಳು. ಅವನೊಡನೆ ಅವನ ಮೊದಲ ಹೆಂಡತಿ ಹೊರಟು ಬಂದರೆ ಏನು ಮಾಡುವುದು ಎನ್ನಿಸಿತು. ತಕ್ಷಣ ನೆನಪು ಬಂತು. ಅರ್ಜುನ ಬಯಸಿ ಬಂದಾಗ ನಾನು ವ್ರತವೆಂದು ನಿರಾಕರಿಸಿದೆ. ಸಿಟ್ಟಿನಿಂದ ಹೋಗಿ ನಾಗರ, ಅಪ್ಸರೆಯರ ಕನ್ಯೆಯರನ್ನೆಲ್ಲ ಭೋಗಿಸಿ, ಕೊನೆಗೆ ಸುಭದ್ರೆಯನ್ನು ಸ್ಥಾಯಿಯಾಗಿ ಕರೆದುಕೊಂಡೇ ಹಿಂತಿರುಗಿದ. ಹದಿಮೂರೂವರೆ ವರ್ಷದ ಕಾಮೋಪವಾಸದ ನಂತರ ಮೊನ್ನೆ ತಾನಾಗಿಯೇ ನನ್ನನ್ನು ತನ್ನ ಭವನದಲ್ಲಿರು ಎಂದು ಭೀಮ ಕರೆದಾಗ ಮತ್ತೆ ವ್ರತಕ್ಕೆ ಅಡ್ಡ ಸಿಕ್ಕಿ ನಿರಾಕರಿಸಿದೆನಲ್ಲ. ನೀರು ಬತ್ತಿ ಕೊರಡಾದ ಧರ್ಮನ ಅವಧಿ. ಆದರೂ ನನಗೆ ವ್ರತ! ಭೀಮನಿಗೆ ಸಿಟ್ಟು ಬಂದಿರುತ್ತೆ. ಅವನಿಗೆ ತಕ್ಕ ಓರಗೆಯ, ತಕ್ಕ ಶಕ್ತಿಯ, ಮೈಕಟ್ಟಿನ, ಸಾಲಕಟಂಕಟಿಯನ್ನು ಕರೆತಂದರೆ! ಭೀಮ ಅಂಥವನಲ್ಲ, ಅರ್ಜುನನಂಥವನಲ್ಲ ನನ್ನ ಭೀಮ, ಎಂದು ಮನಸ್ಸು ತನಗೆ ತಾನೇ ಸಮಾಧಾನ ಹೇಳಿಕೊಂಡಿತು. ಮುಖ ತೊಳೆದು ಮುಗಿಸಿದರೂ ಆಯಾಸ. ಒಂದು ಚಾಪೆ ಎಳೆದುಕೊಂಡು ಕುಸಿದು ಮಲಗುವ ಕಳಲಿಕೆ. ಬಾಯಿ ತುಂಬ ಆಕಳಿಕೆ. ಪಕ್ಕದಲ್ಲೇ ಇದ್ದ ತನ್ನ ಮಕ್ಕಳ ಮನೆಗೆ ನಡೆದಳು. ಮಕ್ಕಳೆಲ್ಲ ಮಾಳಿಗೆಯ ಮೇಲೆ ಮಲಗಿದ್ದಾರೆ. ಅಲ್ಲಿ ಕೂಡ ನೊಣ ಜಿಂಯ್‌ಗುಟ್ಟಲು ಶುರುವಾಗಿರುತ್ತದೆ. ಆದರೂ ಏಣಿ ಹತ್ತಿದಳು. ಸಾಲಿಗೆ ಮಲಗಿ ಇನ್ನೂ ಗಾಢನಿದ್ರೆಯಲ್ಲಿದ್ದ ಅವರ ಚಾಪೆಗಳ ಒಂದು ತುದಿಯಲ್ಲಿ ತಾನೂ ಉರುಟಿಕೊಂಡಾಗ ತಣ್ಣನೆಯ ಗಾಳಿ ಬೀಸಿದಂತಾಯಿತು. ಬೆಳಕು ತುಂಬಿಕೊಂಡಿದ್ದರೂ, ಬಿಸಿಲು ಹುಟ್ಟುವ ಸೂಚನೆ ಕಾಣುತ್ತಿದ್ದರೂ, ಆಯಾಸವನ್ನಡಗಿಸುವ ಮಂಪರು ಹೊತ್ತುವಂತಾಯಿತು. ಭೀಮ,

ಭೀಮ, ಎಂದುಕೊಳ್ಳುತ್ತಿದ್ದ ಮನಸ್ಸು ಮಂಪರಿನ ಒಳಗೆ ತನಗೆ ತಾನೇ ಹೇಳಿಕೊಳ್ಳುತ್ತಿತ್ತು. ಅಸ್ಪಷ್ಟ. ಮೊದಲ ಹೆಂಡತಿಯನ್ನಾದರೂ ತರಲಿ, ಇನ್ನು ಹತ್ತು ಜನರನ್ನು ತರಲಿ. ಅವನ ತೊಡೆಮುರಿದು ಇವನ ಎದೆ ಬಗೆದರೆ ಸಾಕು. ಬೇಕಾದರೆ ನಾನು ಮಕ್ಕಳೊನೆ ಮತ್ತೆ ಕಾಡಿಗೆ ಹೋದೇನು ಎಂದುಕೊಳ್ಳುತ್ತಿದ್ದಾಗ ಕೆಳಗೆ, ಎಲ್ಲಿ? ಬೀದಿಯಲ್ಲೋ ಅವನ ಭವನದ ಹತ್ತಿರವೋ, ಅರ್ಜುನನ ಧ್ವನಿ: 'ಏನಂದೆ?'

'ಅವರು ರಾತ್ರಿರಾತ್ರಿಯೇ ಎರಡು ಗಾಡಿಗಳನ್ನೂ ಕಟ್ಟಿಕೊಂಡು ಹೊರಟುಹೋಗಿದ್ದಾರೆ.' ಸೇವಕನದೋ ಸಾರಥಿಯದೋ ಉಚ್ಚಾರ.

'ಒಪ್ಪಿಕೊಂಡ ಅಂದೆ ನೀನು.'

'ನಮಗೆ ಬಾಣದ ಮೊನೆಗಳನ್ನು ಮಾಡಲು ಬರುವುದಿಲ್ಲ, ಬರೀ ಚಿಲಕ ಗುಳ ಗಾಡಿಯ ಕೀಲು ನೊಗದ ಪಟ್ಟಿಗಳನ್ನು ಮಾಡುತ್ತೇವೆ ಅಂದರು. ಇಷ್ಟು ಬರುವವರಿಗೆ ಬಾಣದ ಮೊನೆ ಏನು ಕಷ್ಟ, ಮಾಡಿರೋ ಅಂತ ನಾನು ದಬಾಯಿಸಿದ ಮೇಲೆ ಆಗಲಿ ಅಂತ ತುಂಬ ನಯದಿಂದ ಒಪ್ಪಿದರು. ನಾನು ಹಿಂತಿರುಗಿ ಬಂದು ನಿನಗೆ ವರದಿ ಮಾಡಿದೆ.'

'ಮಾತಿಗೆ ತಪ್ಪಿ ಓಡಿಹೋದ ಅವರನ್ನು ಹುಡುಕಿ ಹಿಡಿಯಲಾಗುವುದಿಲ್ಲವೇ ಕುದುರೆ ಏರಿ ಸುತ್ತ ಐದಾರು ಕೋಸು?'

'ಅರ್ಜುನ, ಮೊದಲೇ ಅಲೆಮಾರಿ ಜನ ಅವರು. ನಿಜವಾಗಿಯೂ ಈ ಕೆಲಸ ಬರದಿರ ಬಹುದು. ಅಥವಾ ನಾವು ಕೂಲಿ ಕೊಡದೆ ಬರೀ ಕೆಲಸ ಮಾಡಿಸಿಕೊಳ್ಳುತ್ತೇವೆ ಅಂತ ಭಾವಿಸಿ ಜಾಗ ಬಿಟ್ಟಿರಬಹುದು. ಈ ಸಮಯದಲ್ಲಿ ಯಾರೋ ಅಲೆಮಾರಿಗಳನ್ನು ಹುಡುಕಲು ಕಳಿಸುವಷ್ಟು ಕುದುರೆ ಮತ್ತು ಆಳುಗಳು ನಮ್ಮಲಿದ್ದಾರೆಯೆ? ಇನ್ನೂ ಎಷ್ಟು ದೇಶಗಳಿಗೆ ದೂತರನ್ನಟ್ಟಬೇಕು!' ನಕುಲನ ಧ್ವನಿ.

ಅನಂತರ ನಿಶ್ಶಬ್ದ. ಸ್ವಲ್ಪ ಹೊತ್ತಿಗೆ ಪಾದರಕ್ಷೆಗಳ ಜೀರು ಜೀರು. ಕೊಳಕ್ಕೆ ಸ್ನಾನ ಮಾಡಲು ಹೋಗುತ್ತಿದ್ದಾರೇನೋ ಎಂದುಕೊಳ್ಳುತ್ತಿರುವಾಗ ದ್ರೌಪದಿಗೆ ನಿದ್ದೆ ಬಂತು. ಆಳವಾದ ನಿದ್ದೆ, ನಿದ್ದೆಯೊಳಗಿನಿಂದ ಆಗಾಗ್ಗೆ ಹುಟ್ಟಿ ಕೇಳುವ ಠಣ್ ಠಣ್ ಎಂಬ ಚಮ್ಮಟಿಗೆಯ ಜಿಂಯ್ ಹೊರಳಿ ಮಗ್ಗುಲಾಗಿ ನಿದ್ದೆ.

ಯಾದವರ ಸೈನ್ಯಬೆಂಬಲ ಗಳಿಸಲು ದುರ್ಯೋಧನನು ದ್ವಾರಕೆಗೆ ಹೋದನೆಂಬ ಸುದ್ದಿ ಬಂತು. ಉಪಪ್ಲಾವ್ಯದಲ್ಲಿದ್ದ ಕೃಷ್ಣ, ಧರ್ಮ, ಅರ್ಜುನಾದಿಗಳಿಗೆ ಆತಂಕವಾಯಿತು. ಸೈನ್ಯಬೆಂಬಲಗಳಿಸುವುದಷ್ಟೇ ಅಲ್ಲ, ಯಾದವರ ಏಕಾಭಿಪ್ರಾಯವನ್ನು ಒಡೆದು ಅವರ ಕೆಲವು ಪ್ರಮುಖರನ್ನಾದರೂ ತನ್ನ ಕಡೆಗೆ ಒಲಿಸಿಕೊಳ್ಳುವುದು ಅವನ ಒಳ ಉದ್ದೇಶವೆಂದು ಕೃಷ್ಣ ತಕ್ಷಣ ಅರ್ಥಮಾಡಿಕೊಂಡ. ಬೆಳಗ್ಗೆ ಸುದ್ದಿ ಬಂತು. ಮಧ್ಯಾಹ್ನದ ಹೊತ್ತಿಗೇ ಎಲ್ಲ ವನ್ನೂ ಆಲೋಚಿಸಿ ನಿಶ್ಚಯಿಸಿದ. ಅಜ್ಞಾತದ ಅವಧಿ ಮುಗಿದು ವಿರಾಟನ ಮಗಳು ತನ್ನ ಸೋದರಳಿಯ ಅಭಿಮನ್ಯುವಿಗೆ ಕೊಡುವುದೆಂದು ತೀರ್ಮಾನವಾದ ಸಂದೇಶ ಬಂದಾಗ ಅವನು ಸುಭದ್ರೆ ಮತ್ತು ಅಭಿಮನ್ಯುವಿನೊಡನೆ ಇಲ್ಲಿಗೆ ಬಂದು ನಾಲ್ಕು ತಿಂಗಳಾಯಿತು. ಅನಂತರ, ತಾನು ಇಲ್ಲೇ ಉಳಿದಿದ್ದೇನೆ ಎಂಬ ನೆನಪು ತೀವ್ರವಾಯಿತು. ಅಣ್ಣ ಬಲರಾಮನಿಗೆ ತನ್ನ ಮೇಲೆ ಮೊದಲಿನಿಂದಲೂ ಮತ್ಸರವಿದೆ. ಅರ್ಜುನನು ಸುಭದ್ರೆಯನ್ನು ಮದುವೆಯಾದ ರೀತಿಯನ್ನು ಅವನು ಇನ್ನೂ ಮರೆತಿಲ್ಲ. ಅಲ್ಲದೆ, ನಾನು ಮಾಡಿದ್ದಕ್ಕೆ ವಿರೋಧವಾದುದನ್ನು ಮಾಡದಿದ್ದರೆ ತನ್ನ ಹಿರಿತನದ ಯಜಮಾನಿಕೆ ಸ್ಥಾಪಿಸಿದ ಸಮಾಧಾನ ಅವನಿಗಿರುವುದಿಲ್ಲ. ಆದ್ದರಿಂದ ಬೇಕೆಂದೇ ಶತ್ರುಪಕ್ಷದ ಪರ ವಾಲಿದರೆ ಆಶ್ಚರ್ಯವಿಲ್ಲ. ಈ ಸೂಕ್ಷ್ಮವನ್ನರಿತೇ ಅದರ ಲಾಭ ಪಡೆಯಲು ದುರ್ಯೋಧನ ಹೊರಟಿದ್ದಾನೆಂಬುದು ಕೃಷ್ಣನಿಗೆ ಒಂದು ಕ್ಷಣದಲ್ಲಿ ಹೊಳೆಯಿತು. ತಾನು ಬೇಗ ದ್ವಾರಕೆಗೆ ಹೋಗಿ ಸ್ವತಃ ತನ್ನ ಕುಲದ ಪೂರ್ತಿ ಬೆಂಬಲ ಇತ್ತ ಇರುವಂತೆ ಮಾಡುವುದು ಸರಿ ಎಂದು ಧರ್ಮ ಅರ್ಜುನರಿಗೆ ಹೇಳಿದ. ಸಂಜೆ ಬಿಸಿಲು ಕಂದಿದ ಮೇಲೆ ಹೊರಡುವುದೆಂದು ನಿಶ್ಚಯವಾಯಿತು. ಪ್ರಯಾಣಕ್ಕೆ ಕೃಷ್ಣನದೇ ರಥಗಳಿದ್ದವು. ಅವನಿಗೆ ಮಾತ್ರವಲ್ಲದೆ ಅಂಗರಕ್ಷಕರಿಗೂ ಸೇರಿ ಒಟ್ಟು ಇಪ್ಪತ್ತು ಗಟ್ಟಿಮುಟ್ಟಾದ ರಥಗಳು. ಬಿಲ್ಲು ಬಾಣ, ಭಲ್ಲ, ಈಟಿ ಭರ್ಜಿ. ಕೃಷ್ಣ ಎಲ್ಲಿ ಹೊದರೂ ಎಷ್ಟು ದಿನ ಹೋದರೂ ಅವನ ಸ್ವಂತ ಅಂಗರಕ್ಷಕರು ಜೊತೆಯಲ್ಲೇ ಇರುತ್ತಿದ್ದರು. ಪ್ರಯಾಣದ ಸರಬರಾಜನ್ನು ರಥಗಳಿಗೆ ತುಂಬುವಂತೆ ಆಜ್ಞೆಯಾಯಿತು.

ಊರಿನ ಉತ್ತರಕ್ಕೆ ನೀರಿನ ಕೊಳದ ತನಕ ಹೋಗಿ ಕಳಿಸಿಬಂದ ನಂತರ ಧರ್ಮನಿಗೆ ಇನ್ನೊಂದು ವಿಚಾರ ಬಂತು. ಸುಭದ್ರೆಯನ್ನು ಮದುವೆಯಾದ ವಿಷಯದಲ್ಲಿ ಬಲರಾಮನಿಗೆ ಅಸಮಾಧಾನವಿರಬಹುದು. ಆದರೆ ಸ್ವತಃ ಅವಳೇ ಹೋಗಿ ಅಣ್ಣನ ಎದುರು ನಿಂತು ಒಂದು ಹನಿ ಕಣ್ಣೀರು ಹಾಕಿದರೆ ಅವನ ಮನಸ್ಸು ತಿರುಗಬಹುದು. ಅಲ್ಲದೆ ಹದಿನೇಳು ವರ್ಷದ ಹಿಂದೆ ನಡೆದ ಸಂಗತಿ ಇದು. ಆದ್ದರಿಂದ ಸುಭದ್ರೆಯೂ ಕೃಷ್ಣನ ಸಂಗಡ

ಹೋಗಿದ್ದರೆ ಚನ್ನಾಗಿತ್ತು ಎಂದುಕೊಳ್ಳುವಲ್ಲಿ ರಾತ್ರಿಯಾಯಿತು. ಅದೇ ಯೋಚನೆಯಲ್ಲಿ ಮಲಗಿದಾಗ, ಬೆಳಗ್ಗೆ ಅವಳನ್ನು ಕರೆದುಕೊಂಡು ಅರ್ಜುನನೇ ದ್ವಾರಕೆಗೆ ಹೋಗಿಬರಲಿ ಎಂಬ ನಿಶ್ಚಯ ಮೂಡಿತು. ಕಡು ಬೇಸಿಗೆ. ಕುದುರೆಗಳೂ ಬಳಲುತ್ತವೆ. ಕಾದು ಉರಿಯುವ ಗುಡ್ಡಗಳ ನಾಡಿನ ದಾರಿ. ನಡುವೆ ನೀರಿಗೂ ಕಷ್ಟ. ಇಪ್ಪತ್ತು ದಿನವಾದರೂ ಹಿಡಿಯುವ ಪಯಣ. ಆದರೂ ಹೋಗಿಬರುವುದು ಸರಿ ಎನ್ನಿಸಿದಾಗ, ನಡುರಾತ್ರಿಯಲ್ಲಿಯೇ ಎದ್ದು ಮಾಳಿಗೆಯಿಂದ ಇಳಿದು, ಕೆಳಗೆ ಮಲಗಿದ್ದ ದಾಸಿಯನ್ನು ಎಬ್ಬಿಸಿ, ಅರ್ಜುನನನ್ನು ಕರೆಯುವಂತೆ ಹೇಳಿದ. ಅರ್ಜುನ ಭೀಮನಂತಲ್ಲ. ಯಾವ ಹೊತ್ತಿನಲ್ಲಿ ಬೇಕಾದರೂ ಎಚ್ಚರವಾಗುತ್ತಾನೆ. ಎಷ್ಟಾದರೂ ನಿದ್ದೆ ಕೆಡುತ್ತಾನೆ. ತನ್ನ ಭವನದ ಮಾಳಿಗೆಯ ಮೇಲೆ ಸುಭದ್ರೆಯೊಡನೆ ಮಲಗಿದ್ದ ಅವನು ಇಳಿದು ಇಲ್ಲಿಗೆ ಬಂದ. ಅಣ್ಣ ತಮ್ಮಂದಿರಿಬ್ಬರೂ ಧರ್ಮನ ಭವನದ ಹಿಂಬದಿಯ ಉದ್ಯಾನದಲ್ಲಿ ಕೂತು ಮಾತನಾಡಿಕೊಂಡರು. ನಾಳೆ ಬೆಳಗ್ಗೆಯೇ ಹೊರಡುವುದೆಂದು ನಿಶ್ಚಯವೂ ಆಯಿತು. ರಥ ಕುದುರೆ ಅಂಗರಕ್ಷಕರಿಗೆ ತಾನು ಈಗಲೇ ಹೇಳುವುದಾಗಿ ಅರ್ಜುನ ಎದ್ದುನಿಂತ.

ಆಕಳಿಕೆ ಬರುತ್ತಿದ್ದ ಧರ್ಮ ಎಂದ: 'ನಾನೇನು ಆ ದೇಶಗಳನ್ನು ನೋಡಿಲ್ಲ. ಬಲು ದೂರ, ಬಲು ದೂರ. ದಾರಿಯಲ್ಲಿ ಆಭೀರರ ನಾಡಿದೆ ಅಂತ ನೀನೇ ಹೇಳಿದ್ದೆಯಲ್ಲವೆ? ಜೊತೆಗೆ ಸುಭದ್ರೆ ಇರುತ್ತಾಳೆ. ಎಚ್ಚರಿಕೆ. ಅಂಗರಕ್ಷಕರು ಹೆಚ್ಚಾಗಿಯೇ ಇರಲಿ. ಐವತ್ತಾದರೂ ಬೇಕು.'

'ವಿಜಯ ಜೊತೆಗಿರುವಾಗ ಯಾವ ಭೀರರು ಏನು ಮಾಡಿಯಾರು? ಆರ್ಯ ಹೆಂಗಸಿನ ಮೇಲೆ ಕಣ್ಣು ಹಾಕಿದ ಯಾರನ್ನೂ ಉಳಿಸುವುದಿಲ್ಲ ನಾನು.'

'ಅದಂತೂ ಸ್ವತಸ್ಸಿದ್ಧಸತ್ಯ. ಆದರೂ ಅಂಗರಕ್ಷಕರಿರಲಿ. ಇದ್ದ ಹಿಟ್ಟನ್ನೆಲ್ಲ ಕಟ್ಟಿ ಕೃಷ್ಣನ ಪಯಣಕ್ಕೆ ಕಳಿಸಿಯಾಗಿದೆ. ಈಗ ನಿಮಗೆ ಬೇಕಾದಷ್ಟು ಹಿಟ್ಟು ಇಲ್ಲ ಅನ್ನಿಸುತ್ತೆ. ಬೀಸಿಸಬೇಕು. ಬೆಳಗ್ಗೆ ಸಿದ್ಧತೆ ಶುರುಮಾಡಿದರೆ ಸಂಜೆಗೆ ಪ್ರಯಾಣ ಮಾಡಬಹುದು.'

'ನೀನು ಮಲಗು ನಡಿ. ಅದರ ವ್ಯವಸ್ಥೆ ನಾನು ನೋಡುತ್ತೇನೆ,' ಅರ್ಜುನ ಮೇಲೆ ಎದ್ದ.

ಧರ್ಮ ತನ್ನ ಮಾಳಿಗೆಯನ್ನು ಹತ್ತಿಬಂದು ನೀರು ಕುಡಿದು ಮಲಗಿದ. ದ್ರೌಪದಿಗೆ ನಿದ್ದೆ ಬಂದಿದೆಯೋ ಹೇಗೋ ತಿಳಿಯಲಿಲ್ಲ. ಮಗ್ಗುಲಾಗಿ ಮಲಗಿದ್ದಳು. ಅವನಿಗೆ ತಕ್ಷಣ ಭೀಮನ ನೆನಪು ಬಂತು. ಮೊನ್ನೆಯಲ್ಲವೆ ಅವನು ಹೋದದ್ದು? ಅಲ್ಲ, ಅದರ ಹಿಂದಿನ ದಿನ. ನಾಳೆಯ ಹೊತ್ತಿಗೆ ಹಿಡಿಂಬನ ವನದಲ್ಲಿರುತ್ತಾನೆ. ಏನಾಗುತ್ತೋ ಹೋದ ಕೆಲಸ, ಎಂದುಕೊಳ್ಳುತ್ತಿರುವಾಗ ಇನ್ನೊಂದು ಆಕಳಿಕೆ ನುಗ್ಗಿ ಬಾಯನ್ನು ಹಿಗ್ಗಲಿಸಿತು.

ಕೆಂಬಣ್ಣದ ಬಿಸಿಲು ಧೂಳಿನಲ್ಲಿ ಬೆರೆತು ಕಾಯಿಸುವ ಹೊತ್ತಿನಲ್ಲಿ ಮುಂದೆ ಆರು ಹಿಂದೆ ಆರು ರಥಗಳ ನಡುವೆ ಅರ್ಜುನ ಸುಭದ್ರೆಯರ ರಥವು ಊರಿನ ಪಶ್ಚಿಮದ

ಗುಡ್ಡದ ಹಿಂಬದಿಯಲ್ಲಿ ಹರಿಯಿತು. ಒಬ್ಬೊಬ್ಬ ಸಾರಥಿ, ಒಳಗೆ ಮೂರು ಮೂರು ಜನಗಳು. ಒಂದೊಂದು ರಥಕ್ಕೂ ಎರಡೆರಡು ಕುದುರೆಗಳು. ಅರ್ಜುನದಂಪತಿಗಳದ್ದಕ್ಕೆ ಮಾತ್ರ ಒಂದೇ ಎತ್ತರ, ಆಕಾರ ಲಕ್ಷಣಗಳ ಐದು ಬಿಳಿಗುದುರೆಗಳು. ಬಿಸಿಲಿಗೆ ಮರೆಯಾಗಿ ಬೇಕಾದ ಕಡೆಗೆ ತಿರುಗಿಸಿಕೊಳ್ಳುವಂತಹ ಲಾವಂಚದ ತಟ್ಟಿಗಳು. ಮುಂದಿನ ಆರು ಜೋಡಿ ಕುದುರೆಗಳ ಗೊರಸು, ರಥಚಕ್ರಗಳ ಧೂಳಿನೊಳಗೇ ಬಿಳಿಗುದುರೆಗಳ ರಥ ಹೋಗಬೇಕು.

ಒಂದೂ ಮಾತನಾಡದೆ ಕುಳಿತಿದ್ದ ಅರ್ಜುನ ಎಂದ: 'ಕೃಷ್ಣನ ಪಯಣ ನಮಗಿಂತ ಕರಾರುವಾಕ್ ಒಂದು ದಿನ ಮುಂದಿದೆ. ಚುರುಕಾಗಿ ಹೋಗಿ ಅವನನ್ನು ಹಿಡಿದರೆ ನಮ್ಮ ಅಂಗರಕ್ಷಕರಲ್ಲಿ ಮುಕ್ಕಾಲು ಭಾಗ ವಾಪಸು ಕಳಿಸಬಹುದು. ಎಷ್ಟೆಷ್ಟು ಕಡೆಗೆ ಕಳಿಸಬೇಕಾಗುತ್ತದೋ, ಹನ್ನೆರಡು ರಥ, ಇಷ್ಟು ಸೈನಿಕರನ್ನು ನಾವೇ ಬಳಸಿಕೊಂಡರೆ ಅಲ್ಲಿ ಕಷ್ಟವಾಗಬಹುದು.'

ಅದೇ ಸಮಯಕ್ಕೆ ಸುಭದ್ರೆ ಎಂದಳು: 'ದ್ವಾರಕೆಯಲ್ಲಿ ಇಲ್ಲಿಗಿಂತ ಮೈಬೆವರು ಹೆಚ್ಚು. ಆದರೆ ಬೆಂಕಿ ಕಡಮೆ. ಸಂಜೆತಿರುಗಿದರಂತೂ ಸಮುದ್ರದ ಮೇಲಿನ ಗಾಳಿ ಶುರುವಾಗಿ ದಗೆ ಅಡಗುತ್ತೆ. ಈ ದೇಶಗಳ ಹಾಗೆ ಅಲ್ಲಿ ಎಂದೂ ಬೀಸಿಕೊಳ್ಳುವ ಬೀಸಣಿಗೆ ಕೂಡ ರೊಟ್ಟಿ ಬೇಯಿಸುವ ತವೆಯ ಹಾಗೆ ಕಾದಿರುವುದಿಲ್ಲ.'

ಅವನು ಬಲಪಕ್ಕಕ್ಕೆ ತಿರುಗಿ ಅವಳ ಮುಖ ನೋಡಿದ. ಕಿವಿ, ಕುತ್ತಿಗೆ, ಗಲ್ಲಗಳಲ್ಲಿ ತೊಟ್ಟಿಕ್ಕುತ್ತಿತ್ತು. 'ಈ ಧೂಳಂತೂ ಅಲ್ಲಿ ಇಲ್ಲ' ಎಂದಳು. ಅವನು ಎಡಗಡೆಗೆ ತಿರುಗಿದ. ಉರಿದ ಬೂದಿಯಿಂದ ಮುಚ್ಚಿಹೋದಂತಹ ಗುಡ್ಡ ಬೆಟ್ಟದ ಸಾಲುಗಳು. ಹೋಗಲು ಇಪ್ಪತ್ತು ದಿನ. ಅಲ್ಲಿ ಎರಡು ಮೂರು ದಿನವಾದರೂ ಇರುವುದು. ಕುದುರೆಗಳು ಸುಧಾರಿಸಿಕೊಳ್ಳಬೇಕು. ಸೈನಿಕರು ನನ್ನೆದುರಿಗೆ ಮೈ ಕೈ ನೋವು ಎನ್ನುವುದಿಲ್ಲ. ಒಂದೂವರೆ ತಿಂಗಳು ನಷ್ಟ, ಎಂದುಕೊಳ್ಳುತ್ತಿರುವಾಗ ಸುಭದ್ರೆ, 'ಇಲ್ಲಿಗಿಂತ ದ್ವಾರಕೆಯಲ್ಲಿ ಮೊದಲ ಮಳೆ ಬೇಗ ಬೀಳುತ್ತೆಯಲ್ಲವೆ ಅದೃಷ್ಟಕ್ಕೆ?' ಎಂದಳು. ಅಕಸ್ಮಾತ್ ಬೇಗ ಮಳೆಯಾಗಿ ದಾರಿ ಕೊಚ್ಚಿಹೋಗಿ ಮರುಪ್ರಯಾಣಕ್ಕೆ ಅಡಚಣೆಯಾದರೆ ಒಂದೂವರೆ ತಿಂಗಳಿನ ಮೇಲೆ ಮತ್ತೆಷ್ಟು ದಿನವೋ ಎಂದುಕೊಂಡ ಅವನು ಎಡಗಡೆಗೇ ನೋಡುತ್ತಿದ್ದ. ಇದ್ದಕ್ಕಿದ್ದಂತೆಯೇ ನೆನಪಾಯಿತು. ಮಳೆಗಾಲ ಕಳೆದಿತ್ತಲ್ಲವೇ ಆಗ. ಹದಿನೇಳು ಅಲ್ಲ ಹದನೆಂಟು ವರ್ಷದ ಹಿಂದೆ ಇದೇ ದಾರಿಯಲ್ಲಿ ಇದೇ ಸುಭದ್ರೆಯನ್ನು ಬಲಮಗ್ಗುಲಿಗೆ ಕೂರಿಸಿಕೊಂಡು ದ್ವಾರಕೆಯಿಂದ ಇಂದ್ರಪ್ರಸ್ಥಕ್ಕೆ ಇಪ್ಪತ್ತೊಂದು ದಿನದ ಪಯಣ ಮಾಡಿ? ಎರಡು ಕಡೆಗೂ ಸಾಲುಸಾಲಾಗಿ ಚದುರಿದ್ದ ಇವೇ ಗುಡ್ಡಗಳು. ಶಖೆಯನ್ನು ರಾಚುವ ಬದಲು ಹಸಿರು ಹುಲ್ಲು ಎಲೆ ಹೂವು ಬಳ್ಳಿ. ದಾರಿಯ ಉದ್ದಕ್ಕೂ ಉತ್ಸಾಹ. ಬಲಗಡೆಗೆ ಇವಳು. ಇದೇ ತುಸು ಸ್ಥೂಲ ಮೈಯ ಹದಿನೆಂಟರ ಮುದ್ದು ಮುಖ. ಇಂದ್ರಪ್ರಸ್ಥ ಹತ್ತಿರ ಬರುವತನಕ ದಾರಿಯ ಉದ್ದಕ್ಕೂ ಉತ್ಸಾಹ. ಇವಳನ್ನು ತರುವ ತನಕ ಅವಳ ಶಕ್ತಿ ಏನೆಂದು ತಿಳಿದಿರಲೇ ಇಲ್ಲವಲ್ಲ ನನಗೆ. ಹದಿನೆಂಟು ವರ್ಷವಾಗಿಹೋಯಿತು ಹೀಗೆಯೇ. ಈಗ ಕಳಿಸಲು ಎಲ್ಲರೊಡನೆ ಎಲ್ಲರಂತೆ ತಾನೂ ಬಂದಳು. ಧರ್ಮ, ನಕುಲ, ಸಹದೇವ, ಐವರು ಮಕ್ಕಳು

ಅಭಿಮನ್ಯು ಉತ್ತರೆ. 'ಹೋಗಿ ಬನ್ನಿ. ಹೋದ ಕೆಲಸ ಆಗಲಿ. ಪ್ರಯಾಣ ಸುಗಮವಾಗಲಿ. ವನ್ಯಜಂತುಗಳ ಕಳ್ಳಕಾಕರ ಬಿಸಿಲು ಮಳೆಗಳ ಬಾಧೆ ತಟ್ಟದಿರಲಿ' ಎಂದಳು. ಅಷ್ಟೆ. ಕಣ್ಣಿ ನಲ್ಲಿ ನೀರು ತುಂಬಲಿಲ್ಲ. ಮುಖದಲ್ಲಿ ದುಗುಡ ಕಾಣಲಿಲ್ಲ. ಯಾರೋ ದೂರದ ನಂಟ ರನ್ನು ಬೀಳ್ಕೊಡುವಾಗ ಇರುವಂತಹ ಭಾವರಾಹಿತ್ಯ. ಎಡಗಡೆಯ ಒಂದು ಗುಡ್ಡ ಕಳೆದು ಇನ್ನೊಂದು ಕಾಣಲು ಶುರುವಾಯಿತು. ಅದರಾಚೆಗೆ ಮತ್ತೊಂದು. ಉರಿದು ನಿಂತ ಬೋಳು ಎತ್ತರಗಳು. ಇನ್ನು ಹತ್ತು ಹನ್ನೆರಡು ದಿನಗಳ ದಾರಿಯ ಉದ್ದಕ್ಕೂ ಇದೇ ಒಣ ನೋಟ. ಇದ್ದಕ್ಕಿದ್ದಂತೆಯೇ ದೃಷ್ಟಿಯು ರಥದ ಒಳಭಾಗಕ್ಕೆ ಹರಿಯಿತು. ತನ್ನ ನಾಲ್ಕು ಬಿಲ್ಲುಗಳಿವೆ. ತಾನು ಕೈ ಎತ್ತಿ ನಿಂತರೆ ಆಗುವ ಎತ್ತರದ ಲೋಹದ ಬಿಲ್ಲುಗಳು. ಹಿಂಬದಿಯ ಭರ್ತಿ ಭರ್ಜಿ ಬಾಣಗಳು. ಇಷ್ಟು ಸಾಲದೆ, ಮುಂದೆ ಆರು ಹಿಂದೆ ಆರು ರಥಗಳು, ಅವಕ್ಕೆ ತಲಾ ನಾಲ್ಕು ಸೈನಿಕರು ಏಕೆ ಬೇಕು, ಎನ್ನಿಸಿತು. ಆಭೀರರೋ ನಾಗರೋ ರಾಕ್ಷಸರೋ ಈ ಅರ್ಜುನನ ಬಿಲ್ಲು ಸಾಲದೆ? ಎಡಗಡೆಯ ಗುಡ್ಡದ ಹತ್ತಿರ ಏನೋ ಓಡಿಹೋದಂತಾಯಿತು. ತಕ್ಷಣ ಒಂದು ಬಿಲ್ಲನ್ನು ಎತ್ತಿ ಹಿಡಿದು ಹೆದೆ ಏರಿಸಿ, ಓಡುವ ರಥದಿಂದ ಒಂದೇ ಒಂದು ಬಾಣ ಬಿಟ್ಟ. ಏನು? ಸುಭದ್ರೆ ಕೇಳಿದಳು. ಸಾರಥಿ ಹಿಂತಿರುಗಿ ನೋಡಿದ. 'ಅಲ್ಲೊಂದು ಮೊಲ ಬಿದ್ದಿದೆ. ರಥ ನಿಲ್ಲಿಸಿ ತೆಗೆದುಕೊಂಡು ಬಾ. ಹಾಗೆಯೇ ನನ್ನ ಬಾಣವನ್ನು ವಾಪಸು ತಾ.' ರಥ ನಿಂತಿತು. ಹಿಂಬದಿಯ ಆರು ವಾಹನಗಳು, ಒಂದಾದ ಮೇಲೆ ಒಂದರಂತೆ ನಿಂತವು. ಸಾರಥಿ ಆ ಕಡೆಗೆ ಹೋದ. ಹಿಂದಿನ ರಥಗಳ ನಾಲ್ವರು ಹೋದರು. ಅರ್ಜುನ ಗುರುತು ಹೇಳಿದ ಜಾಗದಲ್ಲೇ, ಹೌದು, ಮೊಲ ಸಾಯುತ್ತಾ ಒದ್ದಾಡುತ್ತಿತ್ತು. ಹೊಟ್ಟೆಗೆ ಚುಚ್ಚಿದ್ದ ಬಾಣ ಅಲ್ಲಿಯೇ ಸಿಕ್ಕಿಕೊಂಡಿತ್ತು. ಕಾಲುಗಳನ್ನು ಹಿಡಿದು ತರುವಲ್ಲಿ ಆ ಪ್ರಾಣಿಯ ಜೀವ ಹೋಗಿತ್ತು. 'ಮಹಾರಾಜ, ಓಡುವ ರಥದಲ್ಲಿ ಕೂತು ಮೊಲಕ್ಕೆ ಹೀಗೆ ಗುರಿ ಇಟ್ಟು ಹೊಡೆಯುವುದನ್ನು ನಾನು ಕಂಡಿಲ್ಲ ಕೇಳಿಲ್ಲ. ಮೊದಲೇ ಚುರುಕು ಚಂಚಲ ಪ್ರಾಣಿ. ಹನ್ನೆರಡು ರಥಗಳ ಗದ್ದಲದಲ್ಲಿ ಸುಮ್ಮನಿರುತ್ತದೆಯೆ?' ಸಾರಥಿ ಆಶ್ಚರ್ಯದಿಂದ ಕೇಳಿದ.

'ಅದು ಕಣ್ಣಿಗೆ ಬಿದ್ದನಂತರ ಬಿಲ್ಲನ್ನು ಕೈಗೆತ್ತಿಕೊಂಡು ಹೆದೆ ಏರಿಸಿ ಹಿಂತಿರುಗಿ ಬಾಣವನ್ನು ಎತ್ತಿಕೊಂಡು ಹೊಡೆದದ್ದು. ಗುರಿಕಟ್ಟಿ ಕೂತಿರಲಿಲ್ಲ. ಯಾವ ಜಾಗಕ್ಕೆ ನಾಟಿದೆ?'

'ಹೊಟ್ಟೆಗೆ ಸರಿಯಾಗಿ. ಓಡುತ್ತಿತ್ತಲ್ಲವೆ ಅದು?'

'ಓಡದೆ ಕಾಯ್ದು ಕೂತಿರುತ್ತದೆಯೆ ಮೊಲ? ಕೂತಿರುವ ಅಥವಾ ಮಲಗಿರುವ ಪ್ರಾಣಿಗೆ ಎಂದಾದರೂ ಬಾಣ ಬಿಡುತ್ತಾನೆಯೆ ವಿಜಯ?'

ಹಿಂದಿನ ರಥದವನು ಸತ್ತ ಮೊಲವನ್ನು ಅಡುಗೆಯ ಸರಂಜಾಮಿನ ಜೊತೆಗೆ ಸೇರಿಸಿದ್ದು ಮಾತ್ರವಲ್ಲ, ಆಗಲೇ ಚರ್ಮ ಸಿಗಿಯಲು ಪ್ರಾರಂಭಿಸಿದ. ಲೋಹದ ಅಲುಗಿನ ರಕ್ತ ಒರೆಸಿ ಬಾಣವನ್ನು ವಾಪಸುಕೊಟ್ಟ, ಅರ್ಜುನನ ಸಾರಥಿ ಹತ್ತಿ ಕುಳಿತು ಐದು ಕುದುರೆಗಳಿಗೂ ಸನ್ನೆ ಮಾಡಿದ. ಗಾಡಿ ಹೊರಟು ವೇಗ ಮುಟ್ಟಿದ ನಂತರ ಕೇಳಿದ: 'ವಿಜಯ ಅಂದರೆ ಯಾರು?'

ಅರ್ಜುನ ಉತ್ತರ ಹೇಳಲಿಲ್ಲ. ಬಾಣಕ್ಕೆ ಅಂಟಿದ ರಕ್ತದ ಕಲೆಯನ್ನು ಅಂಗೈಯಿಂದ ಒರೆಸುತ್ತಿದ್ದ ಅವನು ತನಗೆ ಅದು ಕೇಳಲಿಲ್ಲವೆಂಬಂತೆ ಸ್ವಲ್ಪ ಹೊತ್ತು ಕುಳಿತಿದ್ದ. ನಂತರ ಇದ್ದಕ್ಕಿದ್ದಂತೆಯೇ ಕೇಳಿದ: 'ಯಾವ ಪಂಗಡ ನಿನ್ನದು?'

'ಸೂತರವನು. ಶುದ್ಧ ಸೂತರವನು. ಅಜ್ಜ ಸೂತರಂತೆ. ರಥ ನಡೆಸುವುದೇ ಮನೆತನದ ಕಸುಬು.'

'ನಿಮ್ಮ ಮತ್ಸ್ಯದೇಶದ ಸೂತರಿಗೆ ಇದೊಂದೇ ಕಸುಬೊ?'

'ನಾನು ಮೂಲತಃ ಮತ್ಸ್ಯದವನಲ್ಲ. ಕೇಕಯದವನು.'

'ಅಂದರೆ ರಾಣಿಯ ಜೊತೆಗೆ ಬಂದವನು. ಅಥವಾ.....'

'ಹೌದು ಹೌದು, ಕೀಚಕ ಮಹಾರಾಜರ ಜೊತೆ....' ಎಂದ ಅವನು ತಕ್ಷಣ ಮಾತನ್ನು ಕಡಿದುಕೊಂಡ.

ಅದರ ಕಾರಣವು ಅರ್ಜುನನಿಗೆ ಅರ್ಥವಾಯಿತು. ಎಡಪಾರ್ಶ್ವದ ಗಾಲಿಗೆ ಒಂದು ಕಲ್ಲು ಅಡ್ಡ ಸಿಕ್ಕಿ, ರಥವು ಕುಲುಕಿ ಅವನು ಬಲಕ್ಕೆ ವಾಲಿದ. ಮುದ್ದು ಮುಖದ ಸುಭದ್ರೆಗೆ ಏನೂ ಅರ್ಥವಾಗಿಲ್ಲವೆನ್ನಿಸಿತು. ಅವಳ ಮುಖ ಮಾತ್ರ ಮುದ್ದು ಎಂದುಕೊಂಡ. ಮಾತನಾಡಿಸಲಿಲ್ಲ. ಕೇಕಯದಲ್ಲಿ ಸೂತರೇ ರಾಜಪಟ್ಟ ಆಕ್ರಮಿಸಿದ್ದಾರಂತೆ. ಆ ವರ್ಗದ ರಾಜಕುಮಾರಿ ಸುದೇಷ್ಣೆ. ಮುದುಕ ವಿರಾಟನಿಗೆ ಅಂಥದಲ್ಲದೆ ಬೇರೆ ಯಾವ ಹೆಣ್ಣು ಸಿಕ್ಕೀತು! ಆ ಕಡೆಯ ರಾಜರೇ ಹಾಗೆ. ಶುದ್ಧ ಕ್ಷತ್ರಿಯರಲ್ಲ. ಇನ್ನು ಸೂತರು ಕಸುಬು ಕಲಿತಿರುತ್ತಾರೆಯೆ? 'ರಥ ನಡೆಸುವುದೊಂದೇ ಕಸುಬೊ ನಿಮ್ಮ ಕಡೆಯ ಸೂತರಿಗೆ?'

'ಇಲ್ಲ ಮಹಾರಾಜ. ರಥ ಮಾಡುವುದು, ದುರಸ್ತು ಮಾಡುವುದು. ಯುದ್ಧ ಮಾಡುವುದು. ನಮಗೂ ಕ್ಷತ್ರಿಯರಿಗೂ ಯಾವ ವ್ಯತ್ಯಾಸವೂ ಇಲ್ಲ. ನಮ್ಮ ಕಡೆ ರಾಜ್ಯವನ್ನೂ ಆಳುತ್ತೇವೆ. ಈ ಕಡೆಯ ಹಾಗಲ್ಲ.'

'ಅದಲ್ಲ ನಾನು ಹೇಳಿದ್ದು. ರಥನಿರ್ಮಾಣ, ದುರಸ್ತಿ, ಯುದ್ಧ, ಇವೆಲ್ಲ ಸೂತನ ಕೆಲಸಗಳೇ. ರಾಜ್ಯವಾಳುವುದು ಧರ್ಮವಿರೋಧ. ಸೂತನ ಇನ್ನೂ ಒಂದು ಮುಖ್ಯ ಕೆಲಸವಿದೆ: ತನ್ನ ಆಸ್ಥಾನದ ರಾಜನ ಬಿರುದು ಬಾವಲಿ ವೀರಸಾಧನೆ ಪ್ರತಾಪಗಳನ್ನು ಕವನ ರೂಪದಲ್ಲಿ ಹಾಡಿ ಪ್ರಚಾರ ಮಾಡುವುದು. ಜ್ಞಾಪಕದಲ್ಲಿ ಶೇಖರಿಸಿ ಕಿರಿಯ ಸೂತರಿಗೆ ಬಾಯಿಪಾಠ ಮಾಡಿಸುವುದು.'

ಸಾರಥಿ ಕತ್ತನ್ನು ತಿರುಗಿಸಿ ಅರ್ಜುನನ ಮುಖವನ್ನು ಗೌರವದಿಂದ ನೋಡಿದ. ಅನಂತರ ಕುದುರೆಗಳ ಕಡೆಗೆ ತಿರುಗಿದ. ಕೇಕಯ ದೇಶದ ಕುದುರೆಗಳು ಬಲು ಜೋರಿನ ಹೆಜ್ಜೆ ಹಾಕುತ್ತಿದ್ದವು. ಆಗಲೇ ಧೂಳು ತಾಗಿ ಅವುಗಳ ಮಂಡಿಯ ತನಕ ಕೆಂಚು ಬೂದು ಹಿಡಿದಿತ್ತು. ಹೊರಡುವ ಮೊದಲು ಮೈ ತೊಳೆದು ಶುಭ್ರ ಮಾಡಿದ್ದ ಹೊಟ್ಟೆ ಬೆನ್ನುಗಳ ಶುದ್ಧ ಬಿಳುಪು ಮಾಸಲಾಗಿತ್ತು. ಮುಂದೆ ನೀರು ಸಿಕ್ಕಿದ ಕೂಡಲೇ ಉಜ್ಜಿ ಉಜ್ಜಿ ತೊಳೆಯಬೇಕೆಂದು ಅವನು ಯೋಚಿಸಿದ.

'ವಿಜಯ ಅಂದರೆ ಯಾರು ಅಂತ ಕೇಳಿದೆಯಲ್ಲ,' ಅರ್ಜುನ ಎಂದ: 'ನೀನು ಸೇವೆ

ಮಾಡುವ ದಣಿಯ ಬಿರುದುಗಳು, ಅವು ಯಾವಾಗ ಹೇಗೆ ಬಂದವು ಎಂಬುದನ್ನೆಲ್ಲ ತಿಳಿದಿರಬೇಕು. ಸಾರಥ್ಯ ಅಂದರೆ ಬರೀ ಗಾಡಿ ಹೊಡೆಯುವುದಲ್ಲ.'

ಹೊತ್ತು ಮುಳುಗಿ ಮಬ್ಬುಗತ್ತಲಾದರೂ ಉರಿ ರಾಚುತ್ತಿತ್ತು. ಗುಡ್ಡಗಳ ಆಕೃತಿ ಅಸ್ಪಷ್ಟ ವಾಗಿದ್ದವು. ಇಂಥ ಗುಡ್ಡಗಾಡು ಕಳ್ಳಕಾಕರಿಗೆ ದರೋಡೆಕೋರರಿಗೆ ಬಲು ಅನುಕೂಲವಾದ ಜಾಗ ಎಂದುಕೊಂಡ ಅರ್ಜುನ ಕಿರುಗಣ್ಣಿನಿಂದ ಬಲಕ್ಕೆ ನೋಡಿದ. ಅಲ್ಲಲ್ಲಿ ಎತ್ತಿಹಾಕುವ ಚಕ್ರಕ್ಕೆ ಮೈಯನ್ನು ಕುಲುಕಿಸುತ್ತ ಸುಭದ್ರೆ ಕುಳಿತಿದ್ದಳು. ಬಿಳುಪು ಬಣ್ಣ. ಆದರೆ ಕಾಡಿನಲ್ಲಿ ಗಾಳಿ ಬಿಸಿಲು ಶೀತ ಶಖೆಗಳಿಗೆ ಸಿಕ್ಕಿ ಕಂದು ತಿರುಗಿದ ತನ್ನ ಮೈಯಷ್ಟೂ ಬಿಳುಪಲ್ಲ. ಇದು ಹಿಮದ ನಾಡಿನ ದೊರೆಯ ಬಿಳುಪು ಎಂಬ ಹೆಮ್ಮೆಯು ನೆನಪಾಗಿ ಬಂತು. ಇದ್ದಕ್ಕಿದ್ದಂತೆಯೇ ಒಂದು ಆಲೋಚನೆ ಬಂತು. ಅದು ಸರಿ ಎನಿಸಿದುದು ಮಾತ್ರವಲ್ಲ, ಹಾಗೆ ಮಾಡದಿದ್ದರೆ ತನಗೇನೋ ಊನವಾದಂತೆ ಎಂಬ ಬಲವಂತ ಮೂಡಿತು. ಮುಂದೆ ಡೊಂಕಿದ್ದ ದಾರಿಯಲ್ಲಿ ಆರು ರಥಗಳೂ ಹಾವಿನ ಆಕಾರದಲ್ಲಿ ಹರಿಯುವಂತೆ ಕಂಡವು. ಹಿಂತಿರುಗಿ ನೋಡಿದರೆ ಆ ರಥಗಳೂ ಹಾವಿನ ಬಾಲದಂತೆ ಬಳುಕಿದ ಆಕೃತಿಯಲ್ಲಿ ಬರುತ್ತಿದ್ದವು; ಸ್ವಲ್ಪ ಹೊತ್ತಷ್ಟೇ. ದಾರಿ, ಉದ್ದಕ್ಕೂ ನೇರವಾಯಿತು. ಇದು ಸರಿಯಲ್ಲ, ಐದು ಬಿಳಿಗುದುರೆಗಳ ಎತ್ತರವಾದ ಈ ರಾಜರಥವು ಮುಂದೆ ಸಾಗಿ ಉಳಿದವು ಹಿಂದೆ ಹಿಂದೆ ಬಂದರೆ ಘನಸರ್ಪದ ಹೆಡೆಯಂತೆ ಕಾಣುತ್ತದೆ ಎನ್ನಿಸಿತು. ಆದರೆ ಮೊದಲು ಹುಟ್ಟಿದ ಆಲೋಚನೆ ಬಲವತ್ತರವಾಯಿತು.

'ಸೂತ, ನಿನ್ನ ಹೆಸರು ಹೇಳಲಿಲ್ಲವಲ್ಲ.'

'ನನ್ನ ಹೆಸರೆ? ತುಷ್ಟ,' ಸಾರಥಿ ಹಿಂತಿರುಗಿ ಹೇಳಿದ.

'ಹನ್ನೆರಡು ರಥ, ನಲವತ್ತೆಂಟು ಜನ ಸೈನಿಕರು ಜೊತೆಗಿರಲೆಂದು ನಮ್ಮಣ್ಣ ಬಲವಂತ ಮಾಡಿದ. ನಾನು ಆ ವಿಷಯವಾಗಿ ಆಲೋಚಿಸಲೇ ಇಲ್ಲ. ಅರ್ಜುನ ಇರುವಾಗ ಅಂಗರಕ್ಷಕ ರೇಕೆ ಬೇಕು? ಈಗ ಒಂದು ಕೆಲಸ ಮಾಡು. ನನ್ನ ಈ ರಥ, ಜೊತೆಗೆ ಎರಡು ಸಾಕು. ಅಂದರೆ ಒಟ್ಟು ಎಂಟು ಜನ. ಅದೂ ದಾರಿಯಲ್ಲಿ ಅಡುಗೆ, ಡೇರೆ, ಮೊದಲಾದುವನ್ನು ಮಾಡಲು. ಇಷ್ಟು ಜನಕ್ಕೆ ಬೇಕಾದ ಸರಬರಾಜನ್ನು ಇಟ್ಟುಕೊಂಡು ಉಳಿದ ಪದಾರ್ಥ, ರಥ, ಜನಗಳನ್ನೆಲ್ಲ ವಾಪಸು ಹೋಗುವಂತೆ ಹೇಳಿಬಿಡು. ಹೆಚ್ಚಾಗಿ ಎರಡು ಕುದುರೆ ಇರಲಿ.'

'ಆದರೆ ದಾರಿಯಲ್ಲಿ ಯಾವ ಯಾವುದೋ ಜನವಂತೆ, ಆರ್ಯ ಹೆಂಗಸರು ಅಂದರೆ ಬಿಡುವುದೇ ಇಲ್ಲವಂತೆ.'

'ವಿಜಯ ಇರುವಾಗ, ವಿಜಯನ ಸಾಟಿ ಇಲ್ಲದ ಬಿಲ್ಲು ಬಾಣಗಳಿರುವಾಗ ಅದೆಲ್ಲ ಸುಳ್ಳು. ಗಾಡಿ ನಿಲ್ಲಿಸಿ ಉಳಿದವರಿಗೆ ಹೇಳಿಬಿಡು.'

'ಅದೆಲ್ಲ ಬೇಡ. ಜೊತೆಗೆ ಬರಲಿ,' ಸುಭದ್ರೆ ಬಾಯಿ ತೆರೆದಳು.

'ಭಯವೇನು?' ಅರ್ಜುನ ಕೇಳಿದ.

'ಭಯವೊಂದೇ ಅಲ್ಲ. ಜೊತೆಗೆ ಎರಡೇ ರಥದಲ್ಲಿ ತೌರಿಗೆ ಹೋಗುವುದು ಯಾವ

ರಾಜಗೌರವ? ಆರ್ಯಪುತ್ರನಿಗೆ ಆ ಕಡೆ ಬುದ್ಧಿ ಹರಿಯುವುದಿಲ್ಲ.'

ಅರ್ಜುನ ಪಕ್ಕಕ್ಕೆ ತಿರುಗಿ ನೋಡಿದ. ಸುಭದ್ರೆಯ ಸೊಂಪು ತಲೆಗೂದಲು ಕಪ್ಪಗೆ ಮಿನುಗುತ್ತಿದ್ದವು. ಇವಳಿಗೆಷ್ಟು, ಮೂವತ್ತೈದಲ್ಲವೇ ವಯಸ್ಸು ಎಂದುಕೊಂಡ. ಮದುವೆಯಾದಾಗ ಹದಿನೆಂಟು, ತನಗೆ ಮೂವತ್ತನಾಲ್ಕು, ಎಂಬ ನೆನಪಾಯಿತು. ಸಾರಥಿಗೆ ಏನು ಮಾಡಬೇಕೆಂಬುದು ತಿಳಿಯಲಿಲ್ಲ. ಸಂಜ್ಞೆಯನ್ನರಿತ ಕುದುರೆಗಳು ನಿಂತುಬಿಟ್ಟವು. ಹಿಂದಿನ ಆರು ರಥಗಳೂ ನಿಂತದ್ದು ಕೇಳಿಸಿತು. ಮುಂದಿನವರೂ ಇದನ್ನು ಗಮನಿಸಿ ತಮ್ಮ ತಮ್ಮ ಸಾರಥಿಗಳಿಗೆ ಹೇಳಿದರು. ಮುಪ್ಪಿರಿದು ಹಗ್ಗಗಳನ್ನು ಎಳೆದ ಸದ್ದು. ತುಷ್ಟ ಅರ್ಜುನನ ಮುಖ ನೋಡಿದ. ತನ್ನ ಧೈರ್ಯಕ್ಕೆ ಅಡ್ಡಬರುವ ಹೆಂಡತಿಯ ಮೇಲೆ ಅಸಮಾಧಾನ ಹುಟ್ಟಿತು. ಆದರೆ ಅವಳ ಸಮಾಧಾನ ಹಾಳು ಮಾಡುವುದು ಸರಿ ಎನ್ನಿಸಲಿಲ್ಲ. 'ಹಾಗೆಯೇ ಆಗಲಿ. ಎಲ್ಲರೂ ಬರಲಿ' ಎಂದ. ಸಾರಥಿ ಸನ್ನೆ ಮಾಡಿದ್ದಕ್ಕೆ ಕುದುರೆಗಳು ಹೊರಟವು. ಅವನ್ನು ನೋಡಿ ಮುಂದಿನ ರಥಗಳು ಚಲಿಸತೊಡಗಿದವು. ಹಿಂದಿನವು ಅನುಸರಿಸಿದವು.

'ನೋಡು, ನೆನ್ನೆ ಹೋದರಲ್ಲ ನಮ್ಮ ದ್ವಾರಕೆಯ ನಂಟರು, ನಮಗಿಂತ ಒಂದು ದಿನ ಮುಂದಿದ್ದಾರೆ. ಎರಡು ಮೂರು ದಿನದಲ್ಲಾದರೂ ಅವರನ್ನು ಹಿಡಿದರೆ ಜೊತೆಯಲ್ಲಿ ಹೋಗಬಹುದು. ಜೋರಾಗಿ ಹೋಗುವಂತೆ ಮುಂದಿನ ರಥದವನಿಗೆ ಹೇಳು. ದಾರಿ ಚನ್ನಾಗಿ ಗೊತ್ತಿದೆಯಲ್ಲವೆ ಅವನಿಗೆ?'

'ಆಗಲೇ ಕತ್ತಲಾಗಿದೆ. ಇನ್ನು ಎರಡು ಗಳಿಗೆಯಲ್ಲಿ ವೃಕ್ಷಸ್ಥಾನ ಬರುತ್ತೆ. ನಮ್ಮ ಮತ್ಸ್ಯ ರಾಜ್ಯದ ಕೊನೆಯ ಊರು. ಮುಂದೆ ಅರ್ಧದಿನದ ಪಯಣ ಬರೀ ಗುಡ್ಡ, ಕುರುಚಲು ಕಾಡು. ಚಿರತೆಗಳು. ರಾತ್ರಿ ವೃಕ್ಷಸ್ಥಾನದಲ್ಲಿದ್ದು ಬೆಳಗಿನ ಜಾವದ ಬೆಳದಿಂಗಳಿನಲ್ಲಿ ಬೇಗ ಬೇಗ ಹೋಗಬಹುದು.'

'ವೃಕ್ಷಸ್ಥಾನದಲ್ಲಿ ಸ್ವಲ್ಪ ನಿಲ್ಲಿಸಿ ಊಟ ಮಾಡೋಣ. ಚರ್ಮದ ಚೀಲಗಳಿಗೆ ನೀರು ತುಂಬಿಕೊಳ್ಳೋಣ. ರಾತ್ರಿ ಇಡೀ ಪಯಣ ಸಾಗಲಿ. ನಾನಿರುವಾಗ ಭಯವಿಲ್ಲ. ದಾರಿ ಸರಿಯಾಗಿ ಗೊತ್ತಿದ್ದರೆ ಸರಿ. ಮುಂದಿನ ರಥದವನಿಗೆ ಸೂಡಿ ಹಚ್ಚಲು ಹೇಳು.'

ಸುಭದ್ರೆ ಏನೋ ಹೇಳಲು ಬಾಯಿ ತೆಗೆದಳು. ಅವಳ ಧ್ವನಿಯು ರೂಪುಗೊಳ್ಳುವ ಮೊದಲೇ ಅರ್ಜುನ ಅತ್ತ ತಿರುಗಿ, 'ಭಯಪಡಬೇಡ, ಧೈರ್ಯವಾಗಿ ಮಲಗು. ಈ ರಥದಲ್ಲಿ ಬೇಕಾದಷ್ಟು ಜಾಗವಿದೆ. ಹತ್ತು ದಿನವಾದರೂ ಒಂದು ರೆಪ್ಪೆ ನಿದ್ದೆ ಇಲ್ಲದೆ ಇರಬಲ್ಲೆ ನಾನು' ಎಂದ.

ಸೂಡಿ ಹಚ್ಚಿ ಬೇಗ ಬೇಗ ಹೋಗುವಂತೆ ಮೊಟ್ಟಮೊದಲ ರಥದವನಿಗೆ ತಿಳಿಸು ಎಂದು ತುಷ್ಟನು ತನ್ನ ಮುಂದಿನವನಿಗೆ ಕೂಗಿ ಹೇಳಿದ. ಅವನು ತನ್ನ ಮುಂದಿನವನಿಗೆ ಸಂದೇಶ ಮುಟ್ಟಿಸಿದ. ಅರ್ಜುನನು ಮುಂದೆ ಮಲಗಿದ್ದ ಬಿಲ್ಲನ್ನು ಎತ್ತಿ ತೊಡೆಗೆ ಆನಿಸಿ ಇಟ್ಟುಕೊಂಡ.

ವೃಕ್ಷಸ್ಥಾನದಲ್ಲಿ ಎಲ್ಲರೂ ಊಟ ಮಾಡಿ, ಕುದುರೆಗಳಿಗೆ ಸ್ವಲ್ಪ ಮೇವು ಕೊಟ್ಟು,

ಹೊಟ್ಟೆತುಂಬ ನೀರು ಕುಡಿಸಿ, ಬೆಳಗ್ಗೆ ತಿನ್ನಿಸಲು ಗೋಧಿಯ ನುಚ್ಚನ್ನು ಕಲಸಿ ಕಟ್ಟಿಟ್ಟುಕೊಂಡು ಮುಂದಿನ ಮತ್ತು ಹಿಂದಿನ ರಥಗಳವರ ಸೂಡಿಗಳನ್ನು ಸರಿಮಾಡಿಕೊಂಡು ಚಕ್ರದ ಗುಂಬಗಳಿಗೆ ಎಣ್ಣೆ ಹಾಕಿ ಹೊರಟರು. ದಾರಿಯನ್ನು ಖಚಿತ ಮಾಡಲು ಆ ಊರಿನ ಇಬ್ಬರು ತರುಣರು ಸ್ವಂತ ಕುದುರೆಗಳನ್ನೇರಿ ಮುಂದೆ ಹೊರಟರು. ರಾತ್ರಿಯನ್ನು ಕಳೆಸಿ ವಾಪಸು ಬರುವುದೆಂದು ಅವರಿಗೆ ಗ್ರಾಮಪಾಲಕನ ಆಜ್ಞೆಯಾಯಿತು. ಊರು ಮರೆಯಾದ ತಕ್ಷಣ ಮಬ್ಬುಗತ್ತಲು. ಗುಡ್ಡಸಾಲುಗಳ ಅಸ್ಪಷ್ಟ ಆಕೃತಿ. ಆಕಾಶದ ಧೂಳಿನ ನಡುವೆ ಮಿನುಗುವ ನಕ್ಷತ್ರಗಳು. ಈ ಭಾಗ ಉತ್ತಮ. ಕುರುಚಲು ಗಿಡಗಳ ಜೊತೆಗೆ ಅಲ್ಲಲ್ಲಿ ಕೀಳು ಮರಗಳಿವೆ. ಹಗಲಿನಲ್ಲಿ ಹಸುರು ಕಾಣಬಹುದು. ರಾತ್ರಿಯಲ್ಲಂತೂ ಎಲ್ಲವೂ ಕಪ್ಪು ಕಪ್ಪು. ರಥಗಳ ವೇಗ ಜೋರಾಯಿತು. ಕುತುಕಲಿದ್ದರೂ ದಪ್ಪ ಕಲ್ಲುಗಳಿಲ್ಲದ ದಾರಿ. ಚಕ್ರಗಳು ಹರಿದ ಗೆರೆ ಕಾಣಿಸುತ್ತಿದ್ದವು. ಸುಭದ್ರೆಗೆ ತೂಕಡಿಕೆ ಬಂತು. ಸ್ವಲ್ಪ ಹೊತ್ತು ತೂಗಿದಳು. ನಂತರ ಎಡಕ್ಕೆ ವಾಲಿ ಅವನ ತೋಳನ್ನು ಒರಗಿಕೊಂಡಳು. ಸ್ವಲ್ಪ ಹೊತ್ತಿಗೆ ಅವನ ಬಲತೊಡೆಯ ಮೇಲೆ ತಲೆ ಇಟ್ಟು ಕಾಲು ಮುದುರಿದಳು. ಮುಂಭಾಗದ ತಗ್ಗಿನ ಉದ್ದಕ್ಕೂ ಮಲಗಿದ್ದ ಬಿಲ್ಲುಗಳನ್ನೆತ್ತಿ ಖಾಲಿ ಮಾಡಿ ಅರ್ಜುನನು ಅವಳನ್ನು ಮಲಗಿಸಿದ. ಹಾಯಾಗಿ ಕಾಲು ನೀಡಿ ಮಲಗಿದಳು. ಕುತುಕಲು ತೂಗುನಿದ್ದೆಗೆ ಸಹಾಯಕವಾಗಿತ್ತು. ಅರ್ಜುನ ಒಂದು ದೊಡ್ಡ ಬಿಲ್ಲನ್ನು ಕೈಲಿ ಹಿಡಿದು ವೀರಮಂಡಿಯಲ್ಲಿ ಕುಳಿತ. ಪಕ್ಕದಲ್ಲಿ ಹರಿತವಾದ ಅರ್ಜುನಬಾಣಗಳು. ಹೆದೆ ಏರಿಸಿರಲಿಲ್ಲ. ಎವೆ ತೆಗೆಯುವಷ್ಟರ ಕೆಲಸಕ್ಕೆ ಬಿಲ್ಲಿನ ಬಿಗಿಯನ್ನೇಕೆ ತಗ್ಗಿಸಬೇಕು? ಇಷ್ಟಕ್ಕೂ ಯಾರು ಮೇಲೆ ಬೀಳುವವರು? ಹುಲಿಯೋ ಚಿರತೆಯೋ ಕರಡಿಯೋ ಕಂಡರೆ ಒಂದು ಬೇಟೆಯಾದರೂ ಬಿದ್ದೀತು ಎಂಬ ಆಶೆ ಹುಟ್ಟಿದಾಗ, ಇಷ್ಟು ರಥಗಳ ಸದ್ದಿನಲ್ಲಿ ಅದೂ ಹತ್ತಿರ ಬರುವುದಿಲ್ಲ ಎನ್ನಿಸಿತು. ಕಣ್ಣಿನಲ್ಲಿ ಕಂಡರೆ ಮಾತ್ರವಲ್ಲ ಗುರಿ, ಕಿವಿಯಲ್ಲಿ ಕೇಳಿದ್ದಕ್ಕೂ ಅಷ್ಟೇ ನಿಖರವಾದ ಗುರಿ ಇಲ್ಲದ ಮೇಲೆ ಅದೆಂತಹ ಬಿಲ್ಲುಗಾರ ಅವನು. ಮತ್ಸ್ಯಯಂತ್ರವನ್ನು ಹೊಡೆದು ಪಾಂಚಾಲಿಯನ್ನು ಗೆದ್ದದ್ದು ಬರೀ ಕಣ್ಣಿನ ಗುರಿ ಎಂದು ತಿಳಿದಿದ್ದಾರೆ ಮೂರ್ಖರು. ಕೆಳಗೆ ನೀರು. ನೀರಿನಲ್ಲಿ ಕಾಣುವ ಮರದ ಮೀನಿನ ಆಕೃತಿ. ಆದರೆ ಅದರ ಕೆಳಗೆ ಸುತ್ತುವ ಚಕ್ರದ ಅರೆಕಾಲುಗಳ ಸಂದಿನಿಂದ ಹೋಗಬೇಕಾಗಿತ್ತು ಬಾಣ. ನೀರಿನಲ್ಲಿ ಬಿಂಬವೇನೋ ಕಂಡಿತು. ಆದರೆ ಸುತ್ತುವ ಚಕ್ರದ ಸದ್ದು ಪೂರಕವಾಗದಿದ್ದರೆ ಗುರಿ ನಿಖರವಾಗುತ್ತಿತ್ತೆ? ಶಬ್ದವೇಧೀಚಳಕ ಕರಗತವಾಗುವ ತನಕ ವಿದ್ಯೆ ಅಪೂರ್ಣವೆಂದು ಗುರುಗಳು ಹೇಳುತ್ತಿದ್ದುದು ಸರಿ. ರಾತ್ರಿ ಊಟ ಮಾಡುವಾಗ ಗಾಳಿ ಬೀಸಿ ದೀಪ ಹೋಗದಿದ್ದರೆ ನನಗೆ ಹೊಳೆಯುತ್ತಲೇ ಇರಲಿಲ್ಲ ವೇನೋ. ಕತ್ತಲೆಯಲ್ಲಿ ಕೂಡ ಸ್ವಲ್ಪವೂ ತಪ್ಪಿಲ್ಲದಂತೆ ಕೈಯಿ ಹೇಗೆ ಬಾಯಿಗೆ ಹೋಗುತ್ತದೆ? ಬರೀ ಅಭ್ಯಾಸಬಲವೆ? ಹೊಡೆಯಬೇಕಾದ ವಸ್ತುವು ಕಣ್ಣಿಗೆ ಬೀಳುವುದು – ಅದಕ್ಕೆ ತಕ್ಕಂತೆ ಬಿಲ್ಲು ಹವಣಗೊಳ್ಳುವುದು – ಬಾಣದ ಎಳೆತ – ದಿಕ್ಕಿನ ನಿಖರತೆ – ಬಾಣ ಸಂಚಲನೆ – ವಸ್ತುವಿನ ಘಾತವಾಗುವುದು – ಇವೆಲ್ಲವೂ ಏಕಕ್ಷಣದಲ್ಲಿ, ಘಟನಾಂಶಗಳ ಕಾಲ ಕ್ರಮಣಿಕೆಯಾಗದೆ ಏಕಕ್ರಿಯೆಯಾಗಿ ನಡೆದುಹೋಗಬೇಕು. ದೃಷ್ಟಿ, ತೋಳು, ಭುಜ,

ಬೆರಳುಗಳೆಲ್ಲ ಒಂದು ಬಿಂದುವಾಗುವತನಕ ಬಿಲ್ವಿದ್ಯೆ ಫಲಿಸುವುದಿಲ್ಲವೆಂದು ಗುರುಗಳು ಎಲ್ಲರಿಗೂ ಹೇಳುತ್ತಿದ್ದರಲ್ಲ. ಫಲಿಸಿದುದು ಅರ್ಜುನ ಒಬ್ಬನಿಗೇ, ಈ ಅರ್ಜುನ ಒಬ್ಬನಿಗೇ. ಎತ್ತರವಾದ ಮರ. ಎಷ್ಟು ಎತ್ತರ? ನೂರು ವರ್ಷಕ್ಕೂ ಹಳೆಯ ಎತ್ತರ, ಪಿತಾಮಹರಂತೆ. ಅದರ ತುದಿಗೊಂಬೆಯ ಮೇಲೆ ಎಲೆಗಳ ಸಂದಿಯಲ್ಲಿ ಕಾಣುವ ಮರದ ಹದ್ದು. ದೃಷ್ಟಿಸಿ ನೋಡದಿದ್ದರೆ ಕಣ್ಣು ತಪ್ಪುವ ಮೋಸ. ಅಂತರಿಕ್ಷದ ಎತ್ತರ. ದೃಷ್ಟಿಯನ್ನು ಚದುರಿಸುವ ಬಿಸಿಲುಕಿರಣಗಳು. 'ರಾಜಕುಮಾರರೆ, ನಿಮ್ಮ ನಿಮ್ಮ ಬಿಲ್ಲುಗಳಿಗೆ ಹೆದೆ ಏರಿಸಿ, ಹೆದೆ ಎಳೆದು ಬಾಣವನ್ನು ಗುರಿಕಟ್ಟಿ ನಿಲ್ಲಿ. ನಾನು ಯಾವನ ಹೆಸರು ಹೇಳುತ್ತೇನೆಯೋ ಅವನು ಮಾತ್ರ ಆ ತಕ್ಷಣ ಬಾಣ ಬಿಡಬೇಕು. ಹದ್ದಿನ ಗೊಂಬೆ ಬಿದ್ದರೆ ಅವನು ಗೆದ್ದ ಅಂತ. ಹೂಂ.' ಏಕಾಗ್ರತೆ. ಅರ್ಜುನಏಕಾಗ್ರತೆ. ಅಭ್ಯಾಸದಲ್ಲಿ. ಸಾಧನೆಯಲ್ಲಿ. ಗುರುಗಳು ಹೇಳಿಕೊಡುವುದು ಒಂದಂಶ. ಸಾಧನೆಯಿಂದ ಗಳಿಸುವುದು ನೂರಂಶ. ದೃಷ್ಟಿ ತೋಳು ಭುಜ ಬೆರಳುಗಳೆಲ್ಲ ಒಂದೇ ಬಿಂದುವಾಗಿ ಒಂದೇ ಮಿಂಚಿನ ಕ್ರಿಯೆಯಾಗಿ, ಕೂತಲ್ಲಿ ನಿಂತಲ್ಲಿ, ಕನಸಿನಲ್ಲಿ ಕೂಡ ಸಾಧನೆ. ಅರ್ಜುನನ ಇಡೀ ಬಲತೋಳು ಬಲಭುಜ, ಬಲ ಎದೆಗಳೆಲ್ಲ ಹೆದೆಯ ಘಾಸಿಗೆ ಸಿಕ್ಕಿ ಒಡೆದು ರಕ್ತ ಸುರಿದು, ಮಾಯ್ದು ಮತ್ತೆ ಒಡೆದು ಒಣ ಚಕ್ಕಳದಂತಾಯಿತಲ್ಲ ಹದಿನಾರು ತುಂಬುವ ಮೊದಲೇ, ಇಂದಿಗೂ, ಎಂದು ತನ್ನ ಎಡ ಅಂಗೈಯಿಂದ ಬಲ ಎದೆ ಭುಜ ತೋಳುಗಳನ್ನು ಸವರಿ ನೋಡಿಕೊಂಡ. ಊಹೂಂ. ಒಣಚಕ್ಕಳದಂತೆ ಜಡ್ಡುಕಟ್ಟಿ ಸ್ಪರ್ಶದ ಅರಿವನ್ನೇ ಕಳೆದುಕೊಂಡಿದೆ. ಏಕಚಕ್ರನಗರದಲ್ಲಿ ಬ್ರಾಹ್ಮಣವೇಷದಲ್ಲಿರುವಾಗ ಈ ಗುರುತನ್ನು ಮುಚ್ಚಿಕೊಳ್ಳುವುದು ಎಷ್ಟು ಕಷ್ಟವಾಗಿತ್ತು. 'ಮಗು ಅರ್ಜುನ, ಶಿಷ್ಯನು ಗುರುವನ್ನು ಹುಡುಕುವ ಹಾಗೆ, ತನ್ನ ಕೀರ್ತಿಯನ್ನು ಮೆರೆಸುವ ಶಿಷ್ಯ ಸಿಕ್ಕಲೆಂದು ಗುರು ಹಂಬಲಿಸುತ್ತಿರುತ್ತಾನೆ. ದ್ರೋಣನ ಹೆಸರನ್ನು ಸಾರ್ಥಕಪಡಿಸುವವನು ನೀನೊಬ್ಬನೇ. ನಿನಗೆ ಮತ್ತಷ್ಟು ಏಕಾಗ್ರತೆ ಬರಲಿ. ಇನ್ನಷ್ಟು ಸಾಧನೆ ಮಾಡು. ಮತ್ತೂ ಮತ್ತೂ ಗುರಿ ಸಾಧಿಸಿಕೊ. ದೊಡ್ಡ ದೊಡ್ಡ ಬಿಲ್ಲನ್ನು ಆನು. ದೃಷ್ಟಿ ಮಂಜಾಗುವಷ್ಟು ದೂರ ಹೋಗುವಂತೆ ಬಾಣ ಹೊಡೆಯುವ ಅಭ್ಯಾಸ ಮಾಡಿಕೊ. ಬಾಣವೆಂದರೆ ಬರೀ ಹೋಗಿ ಚುಚ್ಚಿಕೊಳ್ಳುವುದಲ್ಲ. ಕೊಡಲಿಯ ಅಲುಗಿನಂತೆ ಕತ್ತರಿಸಿಹಾಕಬೇಕು. ಅರ್ಜುನಬಾಣ ವೆಂಬ ಹೆಸರಾಗಬೇಕು ಮುಂದೆ' ಎಂದು ತಬ್ಬಿಕೊಂಡುಬಿಟ್ಟರಲ್ಲ. ಯಾವ ಶಿಷ್ಯರನ್ನೂ ತಬ್ಬಿಕೊಂಡವರಲ್ಲ ಅವರು. 'ಇನ್ನು ಮುಂದೆ ನಾನು ಬಾಣಶಕ್ತಿಯನ್ನು ಮಾಡಿ ತೋರಿಸಲಾರೆ. ಹೀಗಾದರೆ ಹೀಗೆ ಆದೀತೆಂದು ಆಲೋಚಿಸಿ ಹೇಳುತ್ತೇನೆ. ಅದನ್ನೆಲ್ಲ ಸಾಧಿಸಿ ಕರಗತ ಮಾಡಿಕೊಳ್ಳಬೇಕು.' ಸರಿಯಾಗಿ ನೋಡಿ ಹದಿಮೂರೂವರೆ ವರ್ಷವಾಯಿತು. ಆರೋಗ್ಯ ವಾಗಿ ಏನೋ ಇದ್ದಾರಂತೆ. ಆದರೂ ಸೊರಗಿದ ಮುಖವಂತೆ. ಮಗನದು ಕ್ಷತ್ರಿಯ ಪ್ರವೃತ್ತಿ, ಮನಸ್ಸು ಹಿಡಿತದಲ್ಲಿರುವುದಿಲ್ಲವೆಂಬ ಕೊರಗಂತೆ. ಗೋಗ್ರಹಣದಲ್ಲಿ ಬಂದಿದ್ದರಂತೆ. ಅವರು ನನ್ನನ್ನು ನೋಡಿದರಂತೆ. ನನಗೆ ಸರಿಯಾಗಿ ಕಾಣಲಿಲ್ಲ. ದ್ವಾರಕೆಯಿಂದ ಹಿಂತಿರುಗಿದ ನಂತರ ಏನಾದರೂ ಮಾಡಿ ನೋಡಬೇಕು. ಚರಣಸ್ಪರ್ಶ ಮಾಡಬೇಕು.

ದಾರಿ ಇಳುಕಲಾದಂತೆ ತೋರಿತು. ಸಾರಥಿ ಕುದುರೆಗಳ ಕಣ್ಣಿಯನ್ನು ತೋನಿ ತೋನಿ

ಬಿಡುತ್ತಿದ್ದ. ಸ್ವಲ್ಪಸ್ವಲ್ಪವಾಗಿ ಸಣ್ಣಕಲ್ಲುಗಳನ್ನು ಇಳಿದ ನಂತರ ಸಮಭೂಮಿ ಬಂದಂತೆ ಆಯಿತು. ಎಂದಿನಂತೆ ಚಲನೆ ಶುರುವಾಯಿತು. ಲಾವಂಚದ ತಟ್ಟಿಗಳನ್ನು ಬಿಚ್ಚಿ ರಥದ ನಾಲ್ಕು ಕಡೆಗಳಿಂದಲೂ ಕಾಣಿಸುವ ಆಕಾಶ, ಅಲ್ಲಲ್ಲಿ ಗುಡ್ಡಗಳಿಂದ ತಡೆಗಟ್ಟಿದ ದಿಗಂತದ ಸಾಲು. ಧೂಳು ತುಂಬಿದ್ದುದರಿಂದ ಸ್ಪಷ್ಟವಾಗಿ ತಿಳಿಯದ ನಕ್ಷತ್ರಸ್ಥಾನಗಳು. ಅವನು ಬಲಭುಜದ ಕಡೆ ಮಂದವಾಗಿ ಮಿನುಗುತ್ತಿದ್ದ ನಕ್ಷತ್ರಗಳನ್ನು ದಿಟ್ಟಿಸುತ್ತಾ ಕುಳಿತ. ಇದ್ದಕ್ಕಿದ್ದಂತೆಯೇ ಅನ್ನಿಸಿತು: ಯುದ್ಧವಾಗಲಿ. ಇಡೀ ಆರ್ಯಾವರ್ತದಲ್ಲಿ ಈ ಹಿಂದೆ ಯಾರೂ ಮೆರೆಯದಿದ್ದ ಧನುಸ್ಸಿನ ಕೌಶಲ ತೋರಿಸುತ್ತೇನೆ. ಅರ್ಜುನ ಎಲ್ಲಿದ್ದಾನೆಂಬುದು ಕಾಣುವ ಮೊದಲೇ ಅವನ ಬಾಣಗಳು ನುಗ್ಗಿ ಕತ್ತರಿಸಬೇಕು. ದೂರದಿಂದ ಹತ್ತು ಅರ್ಜುನಬಾಣಗಳು ಬಂದು ಬಿದ್ದರೆ ಸಾಕು ಇಡೀ ಸೈನ್ಯ ತಲ್ಲಣಿಸಿ ದಿಕ್ಕುತಪ್ಪಿ ಗೊಂದಲಗೊಳ್ಳಬೇಕು. ಈ ಬಾಣಕೌಶಲ ಕುರಿತು ಸೂತರು ಕವನ ಕಟ್ಟಿ ಕ್ಷತ್ರಿಯರ ಮುಂದಿನ ನಿರಂತರ ಪೀಳಿಗೆಗಳೆದುರು ಹಾಡಬೇಕು. ಅರ್ಜುನನ ಹೆಸರು ಅಜರಾಮರವಾಗಬೇಕು. ಬಾನಿನಲ್ಲಿ ಅಮರವಾಗಿ ಮಿನುಗುವ ನಕ್ಷತ್ರವಾಗಬೇಕು. ಯುದ್ಧದ ನಂತರ ಆಚಾರ್ಯ ದ್ರೋಣರು ಬಂದು ಬಾಚಿ ತಬ್ಬಿ, 'ನನ್ನ ಕಲ್ಪನೆಗಳಿಗೂ ಮೀರಿದ ಅಸ್ತ್ರಚಳಕ ಮೆರೆದೆ. ಹಿಂದೆ ಇದ್ದ ಇಂದ್ರನ ಹೆಸರನ್ನು ಹೇಗೆ ಇಂದಿನ ವೇದದಲ್ಲಿ ಹಾಡಿ ಕೊಂಡಾಡುತ್ತಾರೆಯೋ ಹಾಗೆ ನಿನ್ನ ಹೆಸರನ್ನು ಮುಂದಿನವರು ಹಾಡುವಂತೆ ನಾನು ಸ್ವತಃ ನಾಲ್ಕು ಸೂಕ್ತಗಳನ್ನು ರಚಿಸಿ ವೇದಕ್ಕೆ ಸೇರಿಸುತ್ತೇನೆ' ಎನ್ನಬೇಕು. ಇಂದ್ರನಿಗಿಂತ ವೀರರಾರು, ದೊಡ್ಡವರಾರು? ಯಸ್ಮಾದಿಂದ್ರಾದ್ಬೃಹತಃ ಕಿಂಚನೇಮೃತೇ ವಿಶ್ವನ್ಯಸ್ಮಿನ್ ಸಂಭ್ರತಾದಿ ವೀರ್ಯಾ. ಇಂದ್ರನನ್ನು ಭಜಿಸಿಯಲ್ಲವೆ ಯೋಧರು ರಣರಂಗಕ್ಕೆ ಹೋಗುವುದು? ಯಾರಿಂದಲೂ ಇಂದ್ರಭಕ್ತನಿಗೆ ಅಭಿಭವವಾಗದು, ಅಪಜಯವಾಗದು, ಮೃತ್ಯುವು ಹತ್ತಿರ ಸುಳಿಯದು. ಕಸ್ತಂ ಇಂದ್ರ ತ್ವಾವಸು ಮಾಮರ್ತ್ಯೋ ದಧರ್ಷತಿ? ದಾಶರಾಜ್ಞ ಯುದ್ಧದಲ್ಲಿ ರಾಜ ಸುದಾಸನಿಗೆ ಜಯ ಗಳಿಸಿ ಕೊಟ್ಟವನು ನೀನೇ ಅಲ್ಲವೆ? ತೃತ್ಸುಗಳ ಸ್ತುತಿಯಿಂದ ಪ್ರೀತನಾದ ನೀನು ಸುದಾಸನ ಶತ್ರುಗಳನ್ನು ಪರುಶ್ನಿ ನದಿಯಲ್ಲಿ ಮುಳುಗಿಸಲಿಲ್ಲವೆ? ಮುಂದೆ ಬರುವ ಧಾರ್ತರಾಷ್ಟ್ರಯುದ್ಧದಲ್ಲಿ ಜಯ ಗಳಿಸಿಕೊಡುವ ಹೆಸರು ನನ್ನದಾಗಲಿ. ಎಷ್ಟು ಕಡೆಗಳಿಂದ ಸೈನ್ಯಗಳು ರಾಜರು ಈ ಯುದ್ಧಕ್ಕೆ ಬರುತ್ತಾರೋ! ಇಡೀ ಆರ್ಯಕುಲದಲ್ಲಿ ಇಷ್ಟು ದೊಡ್ಡ ಸಮರ ಈ ಹಿಂದೆ ನಡೆದಿದೆಯೋ ಇಲ್ಲವೋ! ಇಂತಹ ಯುದ್ಧದ ವಿಜಯ ಗಳಿಸಿದವ ನಾನಾದರೆ! ಇಂದ್ರ, ದೇವಕುಲದ ಇಂದ್ರನ ವೀರ್ಯದಿಂದ ಹುಟ್ಟಿದವನಂತೆ ನಾನು. ಹುಟ್ಟಿನಿಂದಲೇ ನಿನ್ನ ಹೆಸರನ್ನು ಪಡೆದಿದ್ದೇನೆ. ಈ ಹೆಸರು ನಿನ್ನ ಸಮಕ್ಕಾದರೂ ಏರುವಂತೆ ಅನುಗ್ರಹಿಸು. ನಾನು ನಿನ್ನ ಮಗ. ನನ್ನ ಹೆಸರು ಬೆಳಗುವ ಸಲುವಾಗಿಯಾದರೂ ಯುದ್ಧ ನಡೆಯಲಿ, ದೊಡ್ಡದಾಗಿ ನಡೆಯಲಿ ಎಂದು ಆಕಾಂಕ್ಷಾಪರವಶನಾದ ಅರ್ಜುನ ಕಣ್ಣುಮುಚ್ಚಿದ. ಗುಡ್ಡದ ಮರೆಯಿಂದ ಬರುತ್ತಿದ್ದ ನರಿಯ ಕೂಗು, ಬಲಭಾಗದಲ್ಲಿ ಗುಂಪಾಗಿ ಬೆಳೆದಿದ್ದ ಮುತ್ತುಗದ ಮರಗಳು, ರಥಚಕ್ರಗಳ ಗರಗರ ಸದ್ದು, ಕುದುರೆಗಳ ಗೊರಸು ಮೊದಲಾಗಿ ಎಲ್ಲವೂ ಅವನ ಏಕಾಗ್ರತೆಯ ಪರಿಧಿಯ ಹೊರಗುಳಿದವು.

ಸ್ವಲ್ಪ ಹೊತ್ತಿಗೆ ಬೆಳದಿಂಗಳು ಹುಟ್ಟಿತು. ಹಗಲಿನ ಬಿಸಿಲಿನಲ್ಲಿ ಹೀರಿಕೊಂಡಿದ್ದ ಶಖೆಯನ್ನು ಬೆಟ್ಟಗುಡ್ಡಗಳು ಒಂದಕ್ಕೊಂದು ರಾಚುತ್ತಿದ್ದರೂ ಬೆಳದಿಂಗಳು ತಂಪಿನ ಭಾಸವನ್ನು ಕೊಟ್ಟಿತು. ಕತ್ತಲೆಯಲ್ಲಿ ಅಂಟುವ ದೇಹದ ಕಡೆಗಿರುತ್ತಿದ್ದ ಮನಸ್ಸು ಈಗ ಹೊರಗಿನ ಮೋಹಕತೆಯಲ್ಲಿ ಬೆರೆಯಿತು. ಅರ್ಜುನ ವೀರಮಂಡಿಯ ಆಸನ ಬದಲಿಸಿ ಆರಾಮ ಸ್ಥಿತಿಯಲ್ಲಿ ಕುಳಿತ. ಬಿಲ್ಲನ್ನು ಕೈಲಿ ಹಿಡಿದು ಕುಳಿತಿರುವ ಅಗತ್ಯ ಮನಸ್ಸಿನಿಂದ ಇಳಿಯಿತು. ಕುದುರೆಗಳ ಬಿಳುಪು ಸ್ಪಷ್ಟವಾಗಿ ಕಾಣುವಷ್ಟು ಬೆಳದಿಂಗಳು ಏರಿದನಂತರ, ಸಾರಥಿ ಕತ್ತನ್ನು ಸ್ವಲ್ಪ ತಿರುಗಿಸಿ ನೋಡಿ ಎಂದ: 'ಮಹಾರಾಜ, ನಾವಿರುವಾಗ ನೀನೇಕೆ ಎಚ್ಚರವಾಗಿ ಕೂತಿರಬೇಕು? ತಂಪು ಹೊತ್ತಿನಲ್ಲಿ ನಿದ್ದೆ ಮಾಡು.'

ಚಂದ್ರನ ಮೈಗೆ ಗಾಳಿಯ ಧೂಳು ಮೆತ್ತಿಕೊಂಡಿತ್ತು. ಮಳೆ ಬರದೆ ಅದನ್ನು ತೊಳೆದು ಕೊಳ್ಳುವ ಹಾಗಿಲ್ಲ ಎಂದು ಯೋಚಿಸುತ್ತಿದ್ದ ಅರ್ಜುನ ಹೇಳಿದ: 'ಎಂಟು ದಿನ ಹತ್ತು ದಿನ ಒಟ್ಟೊಟ್ಟಿಗೆ ನಿದ್ದೆ ಇಲ್ಲದೆ ಇರಬಲ್ಲೆ ನಾನು. ಸ್ವಲ್ಪವೂ ಜಡರು ಕಾಣುವುದಿಲ್ಲ.'

ಸಾರಥಿ ಮತ್ತೆ ಮಾತನಾಡಲಿಲ್ಲ. ಕುದುರೆಗಳ ಕಡೆಗೆ ತಿರುಗಿ ಕುಳಿತ. ಅವು ಮುಂದಿನ ರಥದ ಹಾದಿಯಲ್ಲಿ ತಮ್ಮ ಪಾಡಿಗೆ ತಾವು ಹೋಗುತ್ತಿದ್ದವು. ಸಾರಥಿ ತೂಕಡಿಸುವುದು ಹಿಂದಿನಿಂದ ನೋಡುತ್ತಿದ್ದ ಅರ್ಜುನನಿಗೆ ತಿಳಿಯುತ್ತಿತ್ತು. ಅವನು ಅದನ್ನು ಉಪೇಕ್ಷಿಸಿದ. ಪಾಂಚಾಲಿಯ ಸ್ವಯಂವರದಲ್ಲಿ ಮತ್ಸ್ಯಯಂತ್ರ ಹೊಡೆದಾಗಲಲ್ಲವೇ ಅರ್ಜುನನಂತಹ ಬಿಲ್ಲುಗಾರ ಇಡೀ ಆರ್ಯಾವರ್ತದಲ್ಲೇ ಇಲ್ಲವೆಂಬ ಹೆಸರು ಪಡೆದದ್ದು, ಆಗಲೇ ಎಷ್ಟು ವರ್ಷವಾಯಿತು?, ಆಯಿತಲ್ಲ ಇಪ್ಪತ್ತಾರರ ಮೇಲೆ, ಹಳೆಯ ಹೆಸರಾಯಿತು, ಹಳಬರಿಗೆ ಮರೆತಿರುತ್ತದೆ ಹೊಸಬರಿಗೆ ಪ್ರತ್ಯಕ್ಷ ಜ್ಞಾನವಿರುವುದಿಲ್ಲ, ಈ ಯುದ್ಧವಾಗಲಿ ಸಮಸ್ತರಿಗೂ ಅರ್ಜುನನ ಭುಜಶಕ್ತಿ, ಆಯುಧಸಿದ್ಧಿ ಎಷ್ಟು ಅಸಾಮಾನ್ಯವೆಂಬುದನ್ನು ತೋರಿಸುತ್ತೇನೆ. ಗುರುಗಳ ಅಡಿಪಾಯ. ಅದರ ಮೇಲೆ ಮಾಡಿರುವ ಸಾಧನೆ ಅವರಿಗೂ ತಿಳಿದಿಲ್ಲ. ತಿಳಿಸಿ ತೋರಿಸುವ ಪ್ರಸಂಗವೇ ಬಂದಿಲ್ಲವಲ್ಲ. ಹನ್ನೆರಡು ವರ್ಷದ ವನವಾಸವನ್ನು ಈ ಅರ್ಜುನ ಪೂರ್ತಿ ದಂಡ ಮಾಡಿಕೊಳ್ಳಲಿಲ್ಲ. ಮೊದಲು ಆರು ವರ್ಷ ಕಾಡುಮೃಗಗಳ ಬೇಟೆಯಲ್ಲೇ ಕಳೆಯಿತಲ್ಲ. ಹಾರುವ ಹಕ್ಕಿ, ದೂರದಲ್ಲಿ ಓಡುವ ಜಿಂಕೆ, ಅಪೂರ್ವಕ್ಕೆ ಜಾಡು ಸಿಕ್ಕುವ ಹುಲಿ ಚಿರತೆಗಳು. ಎಷ್ಟು ಮಹಾಸಾಧನೆಯಾದೀತು? 'ಅರ್ಜುನ, ಮುಂದೆ ಯುದ್ಧವಾದರೆ ನಿನ್ನಿಂದಲೇ ನಾವು ಗೆಲ್ಲಬೇಕು. ಆಚಾರ್ಯರಿಂದ ನೀನು ಕಲಿತಿರುವುದೇನೋ ಅಗಾಧ ವಾದದ್ದೇ. ಆದರೆ ಸಂಖ್ಯಾಬಲವನ್ನು ಗುಣಬಲದಿಂದ ಎದುರಿಸಬೇಕಾದ ಪ್ರಸಂಗ ನಮಗೆ ಬರಬಹುದು. ಇಲ್ಲಿಂದ ಹಿಮಾಲಯವನ್ನು ಏರಿ ಹೋಗು. ಕಿರಾತರು ಎಂಬ ಒಂದು ಕುಲವಿರುವುದು ಗೊತ್ತಲ್ಲವೆ ನಿನಗೆ? ಮಲಗಿರುವ ಸಿಂಹವನ್ನು ಕೆಣಕಿ ಎಬ್ಬಿಸಿದ ನಂತರ ಬಾಣದಿಂದ ಹೊಡೆದು ಮಲಗಿಸುತ್ತಾರಂತೆ ಅವರು. ಅವರ ಪೈಕಿ ಯಾರದಾದರೂ ಸ್ನೇಹ ಮಾಡಿಕೊಂಡು ಅಭ್ಯಾಸ ಮಾಡು. ಹಾಗೆಯೇ ನಮ್ಮನ್ನೆಲ್ಲ ಹುಟ್ಟಿಸಿದ ದೇವಜನಗಳ ಲೋಕಕ್ಕೆ ಹೋಗಿ ಬಾ. ಅವರ ಇಂದ್ರನು ನಿನ್ನನ್ನು ಹುಟ್ಟಿಸಿದವನು. ಅವರ ಧರ್ಮಗುರು ನನ್ನ ಪಿತನಂತೆ. ಸೇನಾಪತಿ ಭೀಮನ ಅಪ್ಪನಂತೆ. ಅಮ್ಮ ಹೇಳುತ್ತಿರಲಿಲ್ಲವೆ? ಸಂಬಂಧ

ಹೇಳಿಕೊಂಡರೆ ಅಕ್ಕರೆಯಿಂದ ಕಂಡು ವಿದ್ಯೆ ಕಲಿಸಬಹುದು. ನಮ್ಮ ಆರ್ಯರ ಪ್ರಾಚೀನತಮ ಜ್ಞಾನವೆಲ್ಲ ದೇವಜನರಿಗೆ ಗೊತ್ತಿದೆ. ಪರ್ವತದ ತುದಿಯಲ್ಲಿ ನಿಂತು ಕೆಳಗೆ ಚಿಕ್ಕೆಯಂತೆ ಕಾಣುವ ಅಥವಾ ಕಾಣಿಸದೆ ಇರುವ ಲಕ್ಷ್ಯಕ್ಕೆ ಕೂಡ ಗುರಿತಪ್ಪದಂತೆ ಹೊಡೆಯಬಲ್ಲವರು. ದೂರಗಾಮೀ ಬಾಣಶಕ್ತಿ ಅವರದು.'

ಜೂಜಾಡಿದ್ದೊಂದು ಬಿಟ್ಟರೆ ಅಣ್ಣನಿಗಿರುವ ವಿವೇಕ ಬೇರೆ ಯಾರಿಗೂ ಇಲ್ಲ. ಗುರುಗಳು ನನಗೆ ಕಲಿಸಿದ್ದೇನೋ ನಿಜ. ಆದರೆ ಅದು ಅಗಾಧವಾದುದೆ? ನನ್ನ ಸಾಧನೆಯಿಲ್ಲದೆ ಗುರುಗಳ ಪ್ರಯತ್ನ ಸಾರ್ಥಕವಾಗುತ್ತಿತ್ತೆ? ಎಂಬ ವಿಚಾರ ಹುಟ್ಟಿ ಮನಸ್ಸು ಶಿಕ್ಷಣ ಮತ್ತು ಸಾಧನೆಗಳ ಮಹತ್ತ್ವವನ್ನು ತುಲನಾತ್ಮಕವಾಗಿ ನೋಡತೊಡಗಿತು. ಅದೇ ಗುರುಗಳು. ನನ್ನ ಜೊತೆಯಲ್ಲೇ ಹಲವಾರು ಶಿಷ್ಯರು. ಬೇರೆ ಯಾರಿಗೂ ನನ್ನಷ್ಟು ಬಾಣಶಕ್ತಿ ಯಾಕೆ ಬರಲಿಲ್ಲ? ಅರ್ಜುನನ ಸಾಧನೆ ಇರಲಿಲ್ಲ. ಅರ್ಜುನಸಾಧನೆ ಮಾಡಲಿಲ್ಲ ಯಾರೂ, ಎಂದು ಮನಸ್ಸು ಸಾಧನೆಯ ಮಹತ್ತ್ವವನ್ನು ಹಿಗ್ಗಿಸಿತು. ಆದರೂ ಪ್ರೀತಿ ತೋರುವ ಗುರುವಿನ ಬಗೆಗೆ ಭಕ್ತಿ ಬೇಕು ಎಂದು ಅದೇ ಮನಸ್ಸು ಹೇಳಿತು. ಕಿರಾತರಲ್ಲಿ, ದೇವಲೋಕ ದವರಲ್ಲಿ ನಾನು ಹೋಗಿ ಅಭ್ಯಾಸ ಮಾಡಿ ಬರಬೇಕೆಂಬ ವಿಚಾರ ಹುಟ್ಟಿದುದು ಅವನಲ್ಲಿಯೇ. ಆ ದೂರದೃಷ್ಟಿ ಬೇರೆ ಯಾರಿಗುಂಟು? ನನ್ನೊಬ್ಬನನ್ನೇ ಕರೆದು ಹಳ್ಳದ ದಡದಲ್ಲಿ ಕೂರಿಸಿ ಕೊಂಡು ಹೇಳಿದನಲ್ಲ: 'ಧೈರ್ಯ, ಶೌರ್ಯ, ಧರ್ಮಜ್ಞಾನಗಳೆಲ್ಲ ನಿನಗಿರುವಷ್ಟು ಬೇರೆ ಯಾರಿಗೂ ಇಲ್ಲ. ನಕುಲ ಸಹದೇವರು ಎಷ್ಟಾದರೂ ಚಿಕ್ಕವರು. ಚಿಕ್ಕವರಂತೆ ಕಾಣುತ್ತಾರೆ. ಯಾವುದನ್ನೂ ಸ್ವತಂತ್ರಿಸಿ ಮಾಡುವವರಲ್ಲ. ನೀನೊಬ್ಬನೇ ನನ್ನ ತಮ್ಮ. ನಿನ್ನ ಬಿಲ್ಲಿನ ಭಯದಿಂದಲೇ ದುರ್ಯೋಧನನು ರಾಜ್ಯವನ್ನು ಹಿಂತಿರುಗಿಸಿದರೆ. ಭೀಮ ಮೇಲೆ ನುಗ್ಗಿ ಹೊಡೆಯಬಹುದು. ಆದರೆ ಅದು ಪಶುಮಟ್ಟದ ಯುದ್ಧ. ದೂರದಿಂದಲೇ ಬಾಣಪ್ರಯೋಗ ಮಾಡಿ ಶತ್ರುವಿನ ಕಂಗಾಲುಗೆಡಿಸುವ ಬಿಲ್ಲುಗಾರಿಕೆ ಮುಂದುವರಿದ ಅಸ್ತ್ರ. ಶಸ್ತ್ರಕ್ಕಿಂತ ಅಸ್ತ್ರ ಹೆಚ್ಚಿನದು.' ಬಿಲ್ಲಿನ ಮಹತ್ತ್ವ ಅಣ್ಣನಿಗೆ ಗೊತ್ತು. ಮರದ ಕೊಂಬೆ, ಕಲ್ಲುದುಂಡಿ ಮೊದಲಾಗಿ ಕಾಡುಜನರ ಒರಟು ಉಪಕರಣದ ಭೀಮನಿಗೆ ಹೇಗೆ ಗೊತ್ತಾಗಬೇಕು? ಕೈಲಿ ಗದೆ ಹಿಡಿದೇ ಧೃತರಾಷ್ಟ್ರನ ಮಕ್ಕಳನ್ನೆಲ್ಲ ಜಜ್ಜಿಹಾಕುತ್ತೇನೆಂದು ಪ್ರತಿದಿನ ಪ್ರತಿಜ್ಞೆ ಮಾಡುವ ಅವನಿಗೆ ಯುದ್ಧತಂತ್ರ ಗೊತ್ತಿದೆಯೆ? ಎದುರಿನಿಂದ ಬಾಣಗಳ ಸುರಿಮಳೆಯಾಗು ತ್ತಿದ್ದರೆ ಗದೆ ಹಿಡಿದು ಹತ್ತಿರ ಹತ್ತಿರ ಹೋಗುವುದಾದರೂ ಹೇಗೆ? ಒರಟು ಶಸ್ತ್ರ. ಒರಟು ಮಾತು. ಯುದ್ಧವೆಂದರೆ ಬರೀ ಜಜ್ಜಿಹಾಕುವ ಬಾಳೆಯ ದಿಂಡೆ? ಕೌಶಲ. ನೋಡಿದವರು ಕೇಳಿದವರು ಮೂಗಿನ ಮೇಲೆ ಕೈ ಇಟ್ಟುಕೊಳ್ಳಬೇಕಾದಂತಹ ಕೌಶಲ.

ಬೆಳದಿಂಗಳು ಸ್ಪಷ್ಟವಾಗಿತ್ತು. ಸ್ವಲ್ಪ ದೂರ ಗುಡ್ಡಗಳಿಲ್ಲದ ಬಯಲು. ದೂರದಲ್ಲಿ ಸುತ್ತ ಗುಡ್ಡಗಳು ಏರಿ ನಡುವೆ ದೊಡ್ಡ ಗಂಗಾಳದಂತಹ ಬಯಲಿನಲ್ಲಿ ಹಾಲುಬೆಳದಿಂಗಳು ತುಂಬಿ ನಿಂತಿತ್ತು. ಸದ್ದು ಧೂಳುಗಳನ್ನು ಎಬ್ಬಿಸಿಕೊಂಡು ಹೋಗುತ್ತಿರುವ ರಥಗಳ ಸಾಲು ಬೆಳದಿಂಗಳನ್ನು ಕಲಕಿ ಹಾಳುಮಾಡುತ್ತಿದೆ ಎಂಬ ಭಾವನೆ ಅರ್ಜುನನಲ್ಲಿ ಇದ್ದಕ್ಕಿ ದ್ದಂತೆಯೇ ಹುಟ್ಟಿತು. ರಥಗಳನ್ನೆಲ್ಲ ಒಂದು ಘಳಿಗೆ ಸ್ಥಗಿತಗೊಳಿಸಲು ಹೇಳುವ ಮನಸ್ಸು.

ಏಕೆ ಎಂದರೆ ಏನು ಹೇಳುವುದು? ಏಕೆಂದು ಯಾರೂ ಕೇಳದಿರಬಹುದು. ಆದರೆ ಇವ ನೆಂತಹ ಹುಚ್ಚ ಎಂದಾರು, ಎಂಬ ಅರಿವಾಗಿ ಮೌನವಾಗಿ ಸುತ್ತ ನೋಡುತ್ತಾ ಕುಳಿತ. ಇಲ್ಲಿ ಶಖೆ ಕೂಡ ಕಡಮೆ ಇದೆ. ನಿಶ್ಶಬ್ದವಾದ ತಿಂಗಳ ಬೆಳಕು ಶಖೆಯನ್ನು ಇಳಿಸಿದೆ. ನಿದ್ದೆ ಎಚ್ಚರಗಳನ್ನು ಮೀರಿದ ಸಮಾಧಾನ ಹುಟ್ಟುತ್ತಿದೆ. ಇದ್ದಕ್ಕಿದ್ದಂತೆಯೇ ನೆನಪಾಯಿತು. 'ಸಾರಥೀ, ತುಷ್ಟ' ಎಂದು ಕೂಗಿದ. ಅವನು ಅರೆನಿದ್ದೆಯಲ್ಲಿರುವುದು ತಿಳಿದು, ಕುಳಿತಲ್ಲಿಂದ ಎದ್ದು ಒಂದು ಬಾಣದ ಬುಡವನ್ನು ಅವನ ಕುತ್ತಿಗೆಗೆ ಮುಟ್ಟಿಸಿದ. ಗಾಬರಿಯಿಂದ ತಲೆ ಕೊಡವಿಕೊಂಡು ಹಿಂತಿರುಗಿದ ಅವನಿಗೆ ಹೇಳಿದ: 'ಯಾವುದಾದರೂ ಸೋಮರಸವಿದೆಯೆ?'

'ಶುದ್ಧ ಸೋಮಲತೆಯದಿಲ್ಲ. ಭೂತಾಳೆ ಮರದಿಂದ ತೆಗೆದದ್ದಂತೆ. ವೃಕ್ಷಸ್ಥಳದಲ್ಲಿ ಒಂದು ಚಕ್ಕಳದ ಚೀಲ ತುಂಬಿ ಕೊಟ್ಟರು. ಶಖೆಗೆ ಹುಳಿ ಬಂದಿರಬಹುದು.'

'ಮಿಶ್ರ ಮಾಡಲು ಹಾಲು ಕೂಡ ಇಲ್ಲ ಅಲ್ಲವೆ?'

'ಇಲ್ಲ ಮಹಾರಾಜ.'

'ಆಯಿತು. ಅದನ್ನೇ ಸ್ವಲ್ಪ ತಾ.'

ತುಷ್ಟ ರಥವನ್ನು ನಿಲ್ಲಿಸಲಿಲ್ಲ. ಮುಂದಿನ ರಥದವನಿಗೆ ಕೂಗಿ ಹೇಳಿದ. ಅವನು ತನ್ನ ಮುಂದಿನವನಿಗೆ ಹೇಳಿದ. ನಾಲ್ಕನೆಯದರಲ್ಲಿ ತಂದಿದ್ದ ಶುದ್ಧ ಸಸ್ಯಸುರೆಯನ್ನು ಅವರೆಲ್ಲ ಹದವಾಗಿ ರಾತ್ರಿಯೇ ಕುಡಿದಿದ್ದರು. ಉಳಿದಿದ್ದ ಸ್ವಲ್ಪವನ್ನು ಮರದ ಜಾಡಿಗೆ ಹಾಕಿ ಓಡುವ ರಥದಿಂದ ಇಳಿದು ಒಬ್ಬನು ತಂದು ಈ ಸಾರಥಿಯ ಕೈಗೆ ಕೊಟ್ಟು ಮತ್ತೆ ಓಡಿ ತನ್ನ ರಥ ಏರಿ ಕುಳಿತ. ಸಾರಥಿ ತುಷ್ಟ ಗೌರವದಿಂದ ಎರಡು ಕೈಗಳಿಂದಲೂ ಮಹಾರಾಜನ ಮುಂದೆ ಹಿಡಿದ. ಜಾಡಿಯ ಮುಚ್ಚಳ ತೆಗೆದು ಎರಡು ಗುಟುಕು ಕುಡಿದನಂತರ ಅರ್ಜುನನಿಗೆ ಎದುರಿಗೆ ಮಲಗಿರುವ ಹೆಂಡತಿಯ ನೆನಪಾಯಿತು. ಎಬ್ಬಿಸಿ ಅವಳಿಗೂ ಪಾಲು ಕೊಡುವ ಮನಸ್ಸು. ಸುರೆ ಎಂದರೆ ಅವಳಿಗೂ ತನ್ನಂತೆಯೇ ತುಂಬುಪ್ರೀತಿ. ದ್ವಾರಕೆಯ ಜನಗಳಿಗೇ ಹಾಗೆ. ಬರೀ ದ್ವಾರಕೆಯವರಲ್ಲ, ಯಾದವರೆಲ್ಲ ಪಾನಪ್ರಿಯರೇ. ಕುಳಿತಲ್ಲಿಂದ ಬಗ್ಗಿ ಮಲಗಿದ್ದ ಅವಳ ಬಲಭುಜ ಹಿಡಿದು ಅಲುಗಿಸಿದ. ಎಚ್ಚರವಾಗಲಿಲ್ಲ. ಇನ್ನೊಮ್ಮೆ ತಿವಿದ. ಅರೆ ಎಚ್ಚರವಾಗಿರಬಹುದು. ಮಿಸುಕಿದಳು. ಹೊರಳಿದಳು. ತೂಗುವ ರಥದಲ್ಲಿ ಮಗ್ಗುಲು ಹೊರಳಿ ಮತ್ತೆ ನಿದ್ದೆ ಮಾಡಿದಳು. ಅರ್ಜುನನಿಗೆ ಬೇಸರವಾಯಿತು. ಸಿಟ್ಟು ಬಂತು. ಈಗ ಎಬ್ಬಿಸಿಕೊಟ್ಟರೂ ನಿದ್ದೆಗಣ್ಣಿನಲ್ಲಿ ಕುಡಿದು ಇನ್ನಷ್ಟು ನಿದ್ದೆ ಮಾಡುತ್ತಾಳೆ. ಕುಡಿಯುವುದು ಮೈಮರೆತು ನಿದ್ದೆಯ ಕತ್ತಲಿಗೆ ಸೇರಿಬಿಡುವುದಕ್ಕಲ್ಲ ಎನ್ನಿಸಿತು. ತಾನೇ ಮತ್ತೆ ಎರಡು ದೊಡ್ಡ ಗುಟುಕು ಹೀರಿದ. ಹುಳಿ ಸ್ವಲ್ಪ ಹೆಚ್ಚಾಯಿತು. ಆಗ ತಾನೇ ಮರದಿಂದ ಇಳಿಸಿರಬೇಕು, ಜೊತೆಗೆ ಹಾಲು ಜೇನು ಸೇರಿಸಿರಬೇಕು, ಅದೀಗ ಸರಿಯಾದ ಸುರೆ ಎಂದುಕೊಳ್ಳುವಾಗ ಒಬ್ಬನೇ ಕುಡಿಯಲು ಬೇಸರವೆನ್ನಿಸಿತು. ಸರಿಯಾದ ಸಖರಿಲ್ಲದೆ ಅದೆಂತಹ ಪಾನ! ಎಂಬ ಬಯಕೆಯನ್ನು ಮರೆಯಲು ರಥದಿಂದ ಹೊರಗೆ ನೋಡಿದ. ದೂರದ ಬೆಟ್ಟದ ಸಂದಿಯಲ್ಲಿ ಚಂದ್ರ ತನ್ನ ಜೊತೆಗೂ ಮೌನಪಯಣದ ಜೊತೆಗಾರನಾಗಿದ್ದಾನೆ. ಒಂದು ಗುಡ್ಡದ ಬೆನ್ನಿನಿಂದ ಇನ್ನೊಂದು ಗುಡ್ಡದ ಬೆನ್ನಿಗೆ ಸದ್ದಾಗದ ಮಾರ್ದವತೆಯಿಂದ ತೇಲುತ್ತಾನೆ.

ಕುದುರೆಗಳ ಗೊರಸು ರಥಚಕ್ರಗಳು ಕೂಡ, ನಿಶ್ಶಬ್ದವಾಗಿ ಚಲಿಸುವುದನ್ನು ಕಲಿತಿವೆ. ಬೆಳದಿಂಗಳು ಸದ್ದಿಲ್ಲದೆ ಉಕ್ಕುತ್ತಿದೆ. ಮತ್ತೆ ಎರಡು ಗುಟುಕು ಇಳಿಸಿದ ಮೇಲೆ ಮುಚ್ಚಳ ಹಾಕಿ ಜಾಡಿಯನ್ನು ತೊಡೆಯ ಮೇಲಿಟ್ಟುಕೊಂಡ. ಸಖ ಬೇಕು. ಜೊತೆಗಾರ ಬೇಕು. ಇಷ್ಟು ಹೊತ್ತಿಗೆ ಎಷ್ಟು ಮುಂದೆ ಹೋಗಿರುತ್ತಾನೋ! ಅವನ ಪ್ರಯಾಣ ಯಾವಾಗಲೂ ವೇಗದ್ದು. ಆಯಾಸವರಿಯದ, ಹಗಲು ರಾತ್ರಿ ಚಳಿ ಶಕೆಗಳ ವ್ಯತ್ಯಾಸವರಿಯದ ವೇಗದಿಂದ ಯಾವ ಕೆಲಸದಲ್ಲಾದರೂ ತೊಡಗುತ್ತಾನೆ. ಉಳಿದವರು ಕಣ್ಣು ಬಿಡುವ ಮೊದಲು ಮಾಡಿ ಮುಗಿಸಿರುತ್ತಾನೆ. ಅವನು ಜೊತೆಗಿದ್ದರೆ ಹೀಗೆ ಒಂದೇ ರಥದಲ್ಲಿ ಕೂತು ಒಂದೇ ಪಾತ್ರೆಯಲ್ಲಿ ಗುಟುಕು ಗುಟುಕಾಗಿ ಬೆಳದಿಂಗಳಿಗೆ ಮೈ ಒಡ್ಡಿ. ಹನ್ನೆರಡು ವರ್ಷದ ವನವಾಸ ಅನಂತರ ಒಂದು ವರ್ಷದ ಅಜ್ಞಾತವಾಸವಿಡೀ ತಾನು ಒಂಟಿ. ಅನಂತರ ಉಪಪ್ಲಾವ್ಯಕ್ಕೆ ಬಂದ ಸಖ ನೆನ್ನೆ ಸಂಜೆಯ ತನಕ ನನ್ನೊಡನೆ ಇದ್ದ. ಧರ್ಮಜ ಮೊದಲೇ ಹೇಳಿದ್ದರೆ ಇಬ್ಬರೂ ಒಂದೇ ರಥದಲ್ಲಿ ಕೂತು, ಆಗ ಶಖೆ ಇಲ್ಲ, ಬಿಸಿಲಿಲ್ಲ, ಧೂಳು ಬೆವರುಗಳ ಅಂಟಿನ ಪರಿವೆ ಇಲ್ಲ. ಮಾತಿಲ್ಲದೆ ಮೌನದಿಂದ ಕುಳಿತಿದ್ದರೂ ನೆಮ್ಮದಿ ಎಂದುಕೊಳ್ಳುವಾಗ ಕೈ ಜಾಡಿಯ ಮುಚ್ಚಳ ತೆರೆಯಿತು. ಬೇಡವೆಂದ ಮನಸ್ಸು ಅದನ್ನು ಮುಚ್ಚಿಸಿಟ್ಟಿತು. ಬೆಟ್ಟದ ಬೆನ್ನಿನಿಂದ ಹೊರಟ ಚಂದ್ರ ಒಂದು ದೊಡ್ಡ ಮರದ ಕೊಂಬೆಗಳ ಸಂದಿಯಲ್ಲಿ ಸಿಕ್ಕಿಹಾಕಿಕೊಂಡ. ಹೊರಗೆ ಬರಲಿಲ್ಲ. ಜೊತೆಯಲ್ಲಿ ಕೂತು ಸುರೆಯಾಗಲಿ ಮಧುವಾಗಲಿ ಸೋಮವಾಗಲಿ ಪಾನಮಾಡಬಲ್ಲವಳು ಅವಳೊಬ್ಬಳೇ. ಮಾಡುತ್ತಿದ್ದಳಲ್ಲ ಐದು ವರ್ಷ ಕಾಲ ಐದು ರಾತ್ರಿಗೊಮ್ಮೆಯಂತೆ. ಹೊರಗಿನ ಚಳಿ ಶಖೆ ಬಿಸಿಲು ಕತ್ತಲುಗಳನ್ನು ಮರೆತು ಎಲ್ಲೆಲ್ಲೂ ಬೆಳದಿಂಗಳನ್ನು ಉಕ್ಕಿಸಿ ನನ್ನನ್ನು ಮಾತಿನಲ್ಲಿ ಕಟ್ಟಿ ಸೋಲಿಸಿ ಗೆಲುವಿನ ಭಾವವನ್ನು ಉಕ್ಕಿಸಿ ನನ್ನೆಲ್ಲ ಕನಸುಗಳನ್ನೂ ರಾತ್ರಿಯೊಳಕ್ಕೆ ಸುರಿದು ತುಂಬುವಂತೆ ಮಾಡಿಸಿ ಮತ್ತೆ ನಾಲ್ಕು ರಾತ್ರಿಗಳ ವಿರಸವನ್ನು ಭರಿಸುವ, ನೆನಪನ್ನು ಸೃಷ್ಟಿಸುವ ಸಖಿಯಾಗಿದ್ದಳು ಐದು ವರ್ಷ. ಅವಳೊಡನೆ ಹೇಳಿಕೊಳ್ಳುವಾಗ ನನ್ನ ಆಶೆ ಆಕಾಂಕ್ಷೆಗಳೆಲ್ಲ ರೂಪತಾಳಿ ಸಾಕಾರವಾಗುತ್ತಿದ್ದವು. ಅವಳು ದೂರವಾದ ಮೇಲೆ ಆಕಾಂಕ್ಷೆಗಳೇ ಬತ್ತಿಹೋಗಲು ಶುರುವಾದುವು. ಕನಸಿಲ್ಲದ ಬರಡು ಎಚ್ಚರ ನನ್ನ ಹಣೆಬರಹವಾಯಿತು. ಯಾರು ನನ್ನ ಸಖಿಯನ್ನು ನನ್ನಿಂದ ಬಿಡಿಸಿದವರು? ಐದನೆಯ ದಿನದ ಔತಣಕ್ಕಾಗಿ ನಾಲ್ಕು ದಿನ ಹಸಿವು ತಾಳಬಹುದು. ಐದನೆಯ ವರ್ಷದ ಸುಗ್ಗಿಗಾಗಿ ನಾಲ್ಕು ವರ್ಷ ಉಪವಾಸವಿರಲು ಸಾಧ್ಯವೆ? ಅರ್ಥಮಾಡಿಕೊಳ್ಳಲಿಲ್ಲ ಅವಳು. ಮನೆತುಂಬ ಸಿದ್ಧವಾಗಿದ್ದ ದಾಸಿಯರನ್ನು ಸೇವೆಗೆ ಕರೆಯುವುದು ಅರ್ಜುನನಿಗೆ ಸಾಧ್ಯವಾಗಲಿಲ್ಲ. ಚಿಕ್ಕವಯಸ್ಸಿನಿಂದ ನಮ್ಮೈವರಿಗೂ ಹೇಳುತ್ತಿದ್ದಳು ಅಮ್ಮ, ದಾಸಿಯರನ್ನು ಮೂಸಿಕೊಂಡು ಹೋಗಬಾರದೆಂದು. ಸಮಾನಳೆನಿಸದ ಹೆಂಗಸಿನೊಡನೆ ಅದೆಂತಹ ಸಖ್ಯ! ಬೇರೆ ಹೆಂಡತಿಯನ್ನು ತರದೆ ಈ ಅರ್ಜುನ ಹೇಗೆ ನಾಲ್ಕು ವರ್ಷದ ದೀರ್ಘ ಅವಧಿಗಳನ್ನು ಕಳೆಯುವುದು? ಅಥವಾ ಒಂದೊಂದು ವರ್ಷದ ಅವಧಿಯನ್ನು ಅವಳೇಕೆ ಕಟ್ಟುನಿಟ್ಟಿನ ವ್ರತವೆಂದು ಭಾವಿಸಿದಳು? ನನ್ನ ಬಯಕೆಗೆ ಅವಳು ಒಪ್ಪಿದ್ದರೆ ಅಣ್ಣ ಅಡ್ಡ ಬರುತ್ತಿರಲಿಲ್ಲ. ಭೀಮ ಆಕ್ಷೇಪಿಸುತ್ತಿರಲಿಲ್ಲ. ಸದಾ ಧರ್ಮಜಿಜ್ಞಾಸೆಯಲ್ಲಿ

ಮಗ್ನನಾಗುವ ಅಣ್ಣನ ಬಯಕೆ ಎಂದೂ ಹುಚ್ಚೆಬ್ಬಿಸುವಂಥದಲ್ಲ. ಅಂಗಸಾಧನೆಯಲ್ಲಿ ಹಗಲಿರುಳೂ ಸವೆಸುತ್ತಿದ್ದ ಭೀಮನ ಬಯಕೆ ಬೆವರಾಗಿ ಕರಗುತ್ತಿತ್ತು. ನಕುಲ ಸಹದೇವರಂತೂ ಆಶೆಯನ್ನು ಹೆಚ್ಚು ತೋರಿಸಿಕೊಂಡವರಲ್ಲ. ನನ್ನೆದುರು ನಿಂತು ಆಕ್ಷೇಪಿಸುವ ತ್ರಾಣವೂ ಅವರಿಗಿರಲಿಲ್ಲ. ಈ ಅರ್ಜುನನ ದೇಹಧರ್ಮ ಮನೋಧರ್ಮಗಳು ಬೇರೆ ಎಂಬ ತಿಳಿವಳಿಕೆ ಅವಳಿಗಿರಲಿಲ್ಲವೆ? ವ್ರತದ ಹೆಸರಿನಲ್ಲಿ ನನ್ನನ್ನು ಅಲಕ್ಷ್ಯಿಸಹೊರಟಳೆ? ಅವಳ ಮನಸ್ಸು ಏನಿತ್ತೆಂದು ಇದುವರೆಗೂ ಬಿಚ್ಚಿ ತಿಳಿಯಲಾಗಲಿಲ್ಲ. ತಿಳಿಯಲು ಅವಳು ಅವಕಾಶ ಕೊಡಲಿಲ್ಲ. ಸಖೀ, ಛಲವಂತೆ ನೀನು, ಛಲದಿಂದಲೇ ನನ್ನನ್ನು ತೊಳಲಿಸುತ್ತಿದ್ದೀಯ. ನಾನು ನೀನು ಕೂಡಿ ಕಲೆತು ಛಲವನ್ನು ಬಗೆಹರಿಸಿಕೊಳ್ಳಲು ಆಗಿಲ್ಲ. ಈ ಸುಭದ್ರೆಯೊಡನೆ ದ್ವಾರಕೆಯಿಂದ ಹೊರಟಾಗ ಇದ್ದ ಉಲ್ಲಾಸವೆಲ್ಲ ಇಂದ್ರಪ್ರಸ್ಥವು ಎರಡು ದಿನದ ದಾರಿ ಇದೆ ಎನ್ನುವಾಗಲೇ ಆವಿಯಾಗಿಹೋಯಿತು. ನಿನ್ನ ಶಕ್ತಿಯು ವ್ಯಾಪಿಸಿರುವ ಕ್ಷೇತ್ರದಲ್ಲಿ ಬೇರೆ ಯಾರಿಗೆ ಅಸ್ತಿತ್ವವುಂಟು, ಪ್ರವೇಶವುಂಟು? ನಿಮ್ನಚೇತನನಾಗಿ ನಗರವನ್ನು ಪ್ರವೇಶಿಸಿ ನಿನ್ನ ಸನ್ನಿಧಿಗೆ ಇವಳನ್ನು ಕರೆತಂದು ಈ ತಂಗಿಯನ್ನು ಸ್ವೀಕರಿಸು ಎಂದಾಗ ಅದೆಷ್ಟು ಹೆಮ್ಮೆಯ ಶಾಂತಭಾವದಿಂದ ಇವಳನ್ನು ಆಲಿಂಗಿಸಿಕೊಂಡೆ ನೀನು! ಅಳಲಿಲ್ಲ. ಕೋಪಿಸಿ ಕೊಳ್ಳಲಿಲ್ಲ. ಉದಾಸೀನ ಮಾಡಲಿಲ್ಲ. ಇವಳಿಂದ, ಈ ಮದುವೆಯಿಂದ ನಿನಗೆ ಏನೂ ಆಗಿಲ್ಲವೆಂಬ ಭಾವವನ್ನು ಸಮರ್ಥವಾಗಿ ವ್ಯಕ್ತಪಡಿಸಿದ ನಿನ್ನ ಬಿಗುಮಾನ ಹೆಚ್ಚಿನದು. ಸಖೀ, ಅದರಿಂದಲೇ ನೀನು ನನ್ನನ್ನು ವಿನೀತನನ್ನಾಗಿಸಿದ್ದೀಯ. ಈಗ ನನಗೆ ಅರ್ಥವಾಗುತ್ತಿದೆ. ಮರುದಿನ ನಿನ್ನೊಬ್ಬಳನ್ನೇ ನಾನು ಸಂಧಿಸಿದಾಗ ಎಷ್ಟು ಶಾಂತಳಾಗಿ ಕೇಳಿದೆ: 'ಅಂತೂ ಛಲ ಸಾಧಿಸಿದೆಯಲ್ಲವೆ? ನೀನು ಸುಖವಾಗಿರು.' ಶಾಂತಳಾಗಿದ್ದರೂ ನಿನ್ನ ಧ್ವನಿ ಒದ್ದೆಯಾದುದು ಕಣ್ಣು ಒಣಗಿಬಂದುದು ನನಗೆ ತಿಳಿಯದೆ ಹೋಗುತ್ತೆಯೆ? 'ಇಲ್ಲ ಅಂತ ಸುಳ್ಳು ಹೇಳಬೇಡ. ಬಿಲ್ಲು ಹೊಡೆದು ಇವಳನ್ನು ಗೆದ್ದ ನನಗೆ ವಿಶೇಷ ಅಧಿಕಾರವಿರ ಬೇಕು ಅನ್ನುವ ಅಹಂಕಾರ ನಿನಗಿತ್ತು. ಛಲ ಹುಟ್ಟುವುದು ಅಹಂಕಾರದಿಂದ.' ಎಂದು ತೀರ್ಪು ಕೊಡುವವಳಂತೆ ಹೇಳಿ ಒಳಗೆ ನಡೆದುಬಿಟ್ಟಳಲ್ಲ. ನಿಜವಾಗಿ ಅಹಂಕಾರವಿತ್ತೆ ನನಗೆ? ಊರು ಬಿಟ್ಟು ಹೇಳದೆ ಕೇಳದೆ ಹೊರಟುಹೋದದ್ದು ಅವಳ ಮೇಲಿನ ಛಲದಿಂದಲೆ?

ಸ್ವಯಂವರಕ್ಕೆ ಸೇರಿದ ಸಮಸ್ತರೂ ವಿಚಲಿತರಾದ ರೂಪ, ಊಹುಂ ಬರೀ ರೂಪವಲ್ಲ, ರೇಖೆ, ಲಕ್ಷಣ, ಆತ್ಮವಿಶ್ವಾಸದ ನಿಲುವು. ಯಾರಿಗೂ ಅಲಭ್ಯವಾದ ಬಿಲ್ಲನ್ನು ಗೆದ್ದ ವಿಜೇತ ಭಾವ. ಅನಂತರ ಮೇಲೆ ಬಿದ್ದ ಹಲವು ಕ್ಷತ್ರಿಯರೊಡನೆ ಕಾದಿದನಂತರ ಅವಳೊಡನೆ ಕಾಂಪಿಲ್ಯದ ಬೀದಿಯಲ್ಲಿ ನಡೆಯುವಾಗ ಎಂತಹ ಹೆಮ್ಮೆ! ಕುಂಬಾರನ ಮನೆಯ ಹಿಂದಿನ ಗುಡಿಸಲಿಗೆ ಬಂದರೆ ಉಳಿದ ನಾಲ್ವರ ಮನಸ್ಸೂ ಅವಳಲ್ಲಿ ನಟ್ಟುಹೋಗಿದೆ. ನನ್ನೊಬ್ಬನನ್ನೇ ಬೇರೆಯಾಗಿ ಕರೆದು, 'ಮಗೂ, ಸ್ಪರ್ಧೆಯ ಬಿಲ್ಲನ್ನು ನೀನು ಗೆದ್ದಿರಬಹುದು. ಆದರೆ ನೀನು ಗೆದ್ದ ಯುದ್ಧದ ಫಲವು ಒಟ್ಟು ಸೋದರರಿಗೆಲ್ಲ ಹೇಗೆ ಸೇರುವುದೋ, ಹಾಗೆ ಈ ಹುಡುಗಿ ಕೂಡ ಸೇರದಿದ್ದರೆ ನಿಮ್ಮ ಐಕಮತ್ಯ ಒಡೆಯುತ್ತದೆ. ನಿಮ್ಮ ಒಳಿತಿಗೇ ನಾನು ಹೇಳುತ್ತಿದೀನಿ, ಅವಳನ್ನು ಒಟ್ಟಿನಲ್ಲಿ ಹಂಚಿಕೊ,' ಅಮ್ಮ ಹೇಳಿದ ತಕ್ಷಣ, ನನಗೆ ಅವಳ

ಮೇಲೆ ಯಾವ ಅಧಿಕಾರವೂ ಇಲ್ಲ, ಆಶೆಯೂ ಇಲ್ಲ. ಅವರು ನಾಲ್ವರೇ ಮಾಡಿಕೊಳ್ಳಲಿ. ನಾನು ಬ್ರಹ್ಮಚಾರಿಯಾಗಿರುತ್ತೇನೆ ಅನ್ನಲಿಲ್ಲವೆ? ಹಾಗೆಂದು ಹಟವನ್ನೇ ಹಿಡಿಯಲಿಲ್ಲವೆ ಒಳಗೆ ಆಗುತ್ತಿದ್ದ ನಿರಾಶೆಯ ನೋವನ್ನು ಮೆಟ್ಟಿ ತುಳಿದುಕೊಂಡು? 'ಮಗೂ, ನೀನು ಹೀಗಂದರೆ ಐಕಮತ್ಯ ಉಳಿಯುವುದಿಲ್ಲ. ಬೇಡವೇ ಬೇಡ ಅನ್ನಬಾರದು. ಹಂಚಿಕೊಳ್ಳಬೇಕು ಸಮಾನವಾಗಿ. ವಿಷಮವಾಗಿಯಲ್ಲ.' ಅಮ್ಮ ಎಷ್ಟು ಹೊತ್ತು ಬೋಧಿಸುತ್ತಾ ಕೂತಳು. ಹೀಗೆ ಹೊರಗುಳಿಯುವ ನಿಶ್ಚಯ ಮಾಡಬಲ್ಲವನು ಅಹಂಕಾರಿಯೆ? ಪೂರ್ತಿ ನನ್ನವಳಾಗ ಬೇಕಾಗಿದ್ದ ಇವಳನ್ನು ಉಳಿದವರೊಡನೆ ಹಂಚಿಕೊಳ್ಳಲು ಸಮ್ಮತಿಸಿದ ಈ ಮಹಾನ್ ತ್ಯಾಗಿಯು ಅಹಂಕಾರಿಯಾಗುವುದು ಸಾಧ್ಯವೆ? ಎಂದು ಹೇಳಿಕೊಳ್ಳುವುದರಲ್ಲಿ ಇನ್ನೊಂದೆ ರಡು ಗುಟುಕು ಬೇಕೆನ್ನಿಸಿತು. ಮುಚ್ಚಳ ತೆಗೆದು ಕುಡಿದು ತುಟಿಗಳನ್ನು ಸವರಿಕೊಂಡನಂತರ ನೆನಪಾಯಿತು: ತಮಗಿಲ್ಲದ ಗುಣವನ್ನು ಆರೋಪಿಸಿ ಬೈಯ್ದರೆ ಯಾರಿಗೆ ಸಿಟ್ಟು ಬರುವುದಿಲ್ಲ? ಅದಕ್ಕೇ ಅವಳು ನನ್ನನ್ನು ಅಹಂಕಾರಿ ಎಂದ ತಕ್ಷಣ ಸಿಟ್ಟು ಬಂತು. ಇಲ್ಲದ ಮಾತನ್ನು ಏಕೆ ಆಡಬೇಕಾಗಿತ್ತು ಅವಳು? ನಿನ್ನ ಮೇಲೆ ನನಗೆ ಯಾವ ಅಧಿಕಾರವೂ ಬೇಡ, ಇರುವ ಸ್ವಲ್ಪವನ್ನು ಕೂಡ ಸ್ವಇಚ್ಛೆಯಿಂದ ಸಮಷ್ಟಿಗೆ ಅರ್ಪಿಸಿ ಹೊರಗೆ ಹೊಗುತ್ತೇನೆ ಎಂಬ ಭಾವದಲ್ಲಲ್ಲವೆ ನಾನು ಊರು ಬಿಟ್ಟು ಹೊರಟು ಹೋದದ್ದು? ಯಾಕೆ ಹೋದೆ? ಸಿಟ್ಟಿತ್ತು ನಿಜ. ಇವಳು ಬೇಡವೇ ಬೇಡವೆಂಬ ತ್ಯಾಗಭಾವವೂ ಇತ್ತು. ಇಪ್ಪತ್ತು ವರ್ಷದ ಹಿಂದೆ ಉಕ್ಕಿ ಇಳಿದ ಮನಸ್ಸಿನ ಸ್ಪಷ್ಟಚಿತ್ರವೂ ಈಗ ನೆನಪಿನಲ್ಲಿ ಮೂಡುತ್ತಿಲ್ಲ. ತಾನು ಊರು ಬಿಟ್ಟು ಹೋದ ಏಕೆ ಎಂತು ಹೇಗೆಗಳು ತನಗೇ ಸರಿಯಾಗಿ ಅರ್ಥವಾಗುತ್ತಿಲ್ಲ. ಜೊತೆಗೇನೋ ಒಂದಿಷ್ಟು ಜನ ಅಂಗರಕ್ಷಕರು; ಕುದುರೆಗಳು. ಆದರೆ ಕೈಯಲ್ಲಿ ಸರಿಸಾಟಿ ಯಿಲ್ಲದ ಅರ್ಜುನಧನುಸ್ಸು. ಮೂವತ್ತೊಂದರ ಮದಗುಟ್ಟುವ ಪ್ರಾಯ. ಆರ್ಯಾವರ್ತದ ಯಾವ ಮೂಲೆಯಲ್ಲಾದರೂ ಸ್ವಯಂವರವಾಗಲಿ. ಎಂತಹ ಕಷ್ಟತಮವಾದ ಸ್ಪರ್ಧೆಯನ್ನಾ ದರೂ ಇಡಲಿ. ದ್ರುಪದನು ಇಟ್ಟಿದ್ದಂತಹ ನಾಲ್ಕಾರು ಹತ್ತಾರು ನೂರಾರು ಬಿಲ್ಲುಗಳನ್ನು ಬಗ್ಗಿಸಿ ಗೆಲ್ಲುವ ಕಲ್ಪನೆ. ಅಥವಾ ಸ್ಪರ್ಧಾರಹಿತ ಸ್ವಯಂವರವಾಗಲಿ, ಸಾವಿರ ರಾಜಕುಮಾರರ ನಡುವೆ ಎದ್ದುಕಾಣುವ ಸುಂದರ ಲಕ್ಷಣದ ನಾನು ಕುಳಿತರೆ, ಬುದ್ಧಿಯಿರುವ ಯಾವ ರಾಜಪುತ್ರಿ ತಾನೆ ಬೇರೊಬ್ಬನನ್ನು ವರಿಸಿದರೆ ಆ ದಡ್ಡಿ ನನಗೆ ತಕ್ಕವಳಲ್ಲವೆಂಬ ತಿರಸ್ಕಾರ. ಮಗನು ಹೊರಟುಹೋದನೆಂದು ಅಮ್ಮ, ಇಂತಹ ಶೂರ ಸೋದರನು ಕಾಣೆಯಾದನೆಂದು ಅಣ್ಣತಮ್ಮಂದಿರು ಕೊರಗುತ್ತಾರೆಂದು ಮನಸ್ಸಿನಲ್ಲೇ, ಎಂತಹ ಭಾವ? ನೆನಸಿಕೊಂಡರೆ ತಿಳಿಯುತ್ತಿಲ್ಲ. ಅಥವಾ ಊರೂರು ಹೊಸ ಊರು ಹೊಸ ನಾಡು ಹೊಸ ಗುಡ್ಡ ಬೆಟ್ಟ ಕಾಡು ನದಿ ದೇಶ ಭಾಷೆ ಜನಗಳನ್ನು ನೋಡಿ ಹಿರಿದಾಗುವ ಬಯಕೆಯೊ? ಈ ಅರ್ಜುನ ನೋಡಿರುವಷ್ಟು ಊರುಗಳನ್ನು ಬೇರೆ ಯಾರು ನೋಡಿದ್ದಾರೆ! ಇಡೀ ಆರ್ಯ ಜಗತ್ತಿನ ಚಿತ್ರವನ್ನು ಬರೆದು ತೋರಿಸುವಷ್ಟು ವಿವರವನ್ನು ಬಲ್ಲವನು ಇವನು ಎಂದು ಕೊಳ್ಳುತ್ತಾ ಜಾಡಿಯ ಮುಚ್ಚಳ ಹಾಕಿ ಅದನ್ನು ಎತ್ತಿ ಕಾಲಿನ ಹತ್ತಿರದ ಮೂಲೆಯಲ್ಲಿಟ್ಟ. ರಥದ ಕುಲುಕಿಗೆ ಅಲುಗಾಡದ ಅಗಲವಾದ ತಳ. ರಥದ ನೆತ್ತಿಯ ಮೇಲಕ್ಕೆ ಬಂದಿದ್ದ

ಚಂದ್ರ ಹೋದಹೋದಲ್ಲಿ ವಿಧೇಯನಾಗಿ ಅನುಸರಿಸುತ್ತಿದ್ದ, ಅನುಸರಿಸುವ ನಾಯಿಮರಿಯಂತೆ. ಬೆಟ್ಟದ ಭುಜ ಮರದ ರೆಂಬೆ ಗುಡ್ಡದ ಬೆನ್ನುಗಳಲ್ಲಿ ಸಿಕ್ಕಿಕೊಂಡು ಹಿಂದೆ ಉಳಿಯುತ್ತಿರಲಿಲ್ಲ.

ಇಂಥ ಕಡೆಗೆ ಹೋಗಬೇಕೆಂಬ ನಿಶ್ಚಯವಿಲ್ಲದೆ ಇಂದ್ರಪ್ರಸ್ಥದಿಂದ ಹೊರಟವನು ನೇರವಾಗಿ ಉತ್ತರ ದಿಕ್ಕಿಗೆ ಏಕೆ ನಡೆದೆ? ಗಂಗೆಯು ಹಿಮಾಲಯದಿಂದ ಮಟ್ಟಸವಾದ ಬಯಲಿಗೆ ಇಳಿಯುವ ಗಂಗಾದ್ವಾರದ ಹತ್ತಿರ ಏಕೆ ಬೀಡಾರ ಮಾಡಿದೆ? ಅಲ್ಲಿಂದ ಹಿಮಾಲಯ ಹತ್ತಿ ನಾನು ಹುಟ್ಟಿ ಆಡಿದ ತಪ್ಪಲಿಗೆ ಹೋಗುವ ಮನಸ್ಸಿತ್ತೆ? ತುಂಬ ಬೇಸರವಾದಾಗ ಆ ತಪ್ಪಲಿನ ನೆನಪು ಬರುತ್ತದೆ. ಬೇಸಗೆಯಲ್ಲಿ ಮಿಂಚುವ ಹಸಿರಿನಿಂದ ತುಂಬಿ, ಚಳಿಗಾಲದಲ್ಲಿ ಬೆಳ್ಳಗೆ ಹೊಳೆಯುವ ಹಿಮದಿಂದ ಮುಚ್ಚುವ ಏರಿಳಿತಗಳು. ಪರ್ವತದ ಪಕ್ಕೆಗಳಲ್ಲಿ ಒಂದೆರಡು ಮನೆ ಕಟ್ಟಿಕೊಂಡು, ಅಣ್ಣ ತಮ್ಮಂದಿರೆಲ್ಲ ಸಮವಾಗಿ ಹಂಚಿಕೊಳ್ಳುವ ಎರಡು ಮೂರು ನಾಲ್ಕು ಹೆಂಡತಿಯರು. ಸದ್ದುಗದ್ದಲವಿಲ್ಲದ ಯಾವ ರಾಯನ ರಾಜ್ಯಕ್ಕೂ ಸೇರದ ಜೀವನ. ಅಲ್ಲಿಗೆ ಹೊಗುವ ಮನಸ್ಸಿತ್ತೆ? ಆದರೆ ಹೋಗಲಿಲ್ಲ. ಕುದುರೆಯ ಮೇಲೆ ಕೂತು ಸವಾರಿ ಮಾಡಿದ ಆಯಾಸ ಬೆವರು ಧೂಳುಗಳನ್ನು ಕಳೆಯಲು ಶೀತಲಗಂಗೆಯ ಹರಿವಿನಲ್ಲಿ ಎದೆ ಮುಳುಗುವಂತೆ ಕೂತು ಉತ್ತರದ ಕಡೆಯ ಬೆಟ್ಟ ಸಾಲುಗಳನ್ನು ನೋಡುತ್ತಿರುವಾಗ ಎಷ್ಟು ನೇರವಾಗಿ ಹತ್ತಿರ ಬಂದು ಕೇಳಿದಳು ಉಲೂಪಿ: 'ಚೆಲುವ, ನೋಡಿದರೆ ರಾಜನಂತೆ ಕಾಣಿಸುವೆ. ಯಾವ ಸುಂದರ ದೇಶವನ್ನಲಂಕರಿಸಿರುವೆ? ನನ್ನ ಪುಣ್ಯವಿಶೇಷವೊಂದೇ ನೀನು ಇಲ್ಲಿಗೆ ಬಂದ ನಿಮಿತ್ತವೆ?'

ಈ ನಾಗ ಹುಡುಗಿಯರ ಸ್ವಾತಂತ್ರ್ಯವೇ ಸ್ವಾತಂತ್ರ್ಯ. ಅದೂ ಪರ್ವತ ಪ್ರಾಂತ್ಯದ ನಾಗರು. ಅವರ ಅಪ್ಪ ಆರ್ಯರಂತೆ ಮನೆಯಲ್ಲಿ ಅಗ್ನಿಪೂಜೆ ಆರಂಭಿಸಿದ್ದರೂ ಹುಡುಗಿಯ ಸ್ವಾತಂತ್ರ್ಯಕ್ಕೆ ಕಟ್ಟು ಹಾಕಿಲ್ಲ. ಈ ಕಡೆಯ ನಾಗರೆಲ್ಲ ಆರ್ಯರ ಕಟ್ಟುಕಟ್ಟಳೆಗಳನ್ನು ಅಳವಡಿಸಿಕೊಳ್ಳುತ್ತಿದ್ದಾರೆ. ತಮ್ಮ ತಮ್ಮಲ್ಲಿ ಸ್ವಾತಂತ್ರ್ಯ. ತಮ್ಮ ಹೆಂಗಸರು ಹೊರಗಿನವರೊಡನೆ ಸೇರಿದರೆ ಅವಮಾನವೆಂಬ ಭಾವನೆ. ಆದರೆ ಇದುವರೆಗೆ ಯಾವ ಆರ್ಯಕನ್ಯೆಯೂ ನಾಗ ಗಂಡಸನ್ನು ಮದುವೆಯಾಗಿಲ್ಲ. ಏನೆಂದು ಮೆಚ್ಚಿ ಮದುವೆಯಾಗಬೇಕು? ಆಗುತ್ತೇನೆಂದರೆ ಅವಳ ಕುತ್ತಿಗೆ ಉಳಿಸುತ್ತಾರೆಯೋ ನಮ್ಮವರು! ಅರ್ಜುನನಿಗೆ ಹೆಮ್ಮೆಯಾಯಿತು. ರಥದ ಕುಲುಕಿಗೆ ತಕ್ಕಂತೆ ತಲೆಯಾಡಿಸುತ್ತಾ ಕುಳಿತಿದ್ದ. ಅಷ್ಟು ಹೊತ್ತು ಕುಳಿತಿದ್ದರೂ ಬೆನ್ನು ಬಾಗಿರಲಿಲ್ಲ. ಬೆನ್ನುಹುರಿಯಲ್ಲಿ ನೋವು ಆಯಾಸಗಳು ಕಾಣಿಸಿಕೊಂಡಿರಲಿಲ್ಲ. ಆನೆಯನ್ನು ಪಳಗಿಸುವ ಜಾತಿಯ ನಾಗಪ್ರಮುಖನ ಮಗಳು. ಬರೀ ಬಿದಿರಿನಿಂದ ಕಟ್ಟಿದ ಮನೆ. ಬಿದಿರುತಟ್ಟಿಯ ಗೋಡೆ. ಬಿದಿರ ಚಾಪೆ. ಬಿದಿರಿನ ಮೇಲ್ಛಾವಣಿ. ಕೊಳಗದ ಆಕೃತಿಯ ಬಿದಿರ ಪಾತ್ರೆಯಲ್ಲಿ ಸೊಗಸಾದ ಸುರೆ. ಐರಾವತ ಕುಲದವರಂತೆ. ಮಗಳು ಮೆಚ್ಚಿ ಕರೆ ತಂದ ನನ್ನನ್ನು ಎಷ್ಟು ಆದರದಿಂದ ಸತ್ಕರಿಸಿದ ಕೌರವ್ಯ! ಗಂಗೆಯಲ್ಲಿ ನಾನು ಸ್ನಾನಕ್ಕೆ ಇಳಿಯುವುದನ್ನು ನೋಡಿದ ತಕ್ಷಣವೇ ಆಶೆ ಹುಟ್ಟಿತಂತೆ ಉಲೂಪಿಗೆ. ಮುಚ್ಚು ಮರೆ ಇಲ್ಲದ ಬೆಡಗು ಬಿಗುಮಾನಗಳಿಲ್ಲದ ಮುಕ್ತ ಆಶೆ. ನೋಡಿದರೆ ಕುಲಟೆ ಎನ್ನಿಸಲಿಲ್ಲ.

ಕಟ್ಟುಕಟ್ಟಳೆ ಇಲ್ಲದವಳು ಎನ್ನಿಸಲಿಲ್ಲ. ಕಾಡಿನಲ್ಲಿ ಸ್ವಚ್ಛಂದವಾಗಿ ಆಡುವ ಜಿಂಕೆಯನ್ನು ಕಂಡಾಗ ಹುಟ್ಟುವಂತಹ ಅನಿರ್ಬಂಧಿತ ಪ್ರೀತಿ ಹುಟ್ಟಿತಲ್ಲ ನನಗೆ. ಕಾಮಕೇಳಿಯಲ್ಲಿ ಕಲೆ ಕಡಮೆ. ಮುಕ್ತತೆಯೇ ಜೀವಾಳ. ನನ್ನ ಕಲೆಗೆ ಮೇಳೈಸಿದ ಅವಳ ಮುಕ್ತತೆ. ವಶವರ್ತಿಯಾಗಿ ಹೋದಳು ಜನ್ಮಜನ್ಮಾಂತರದ ದಾಸಿಯಂತೆ. ಆದರೂ ಸ್ವತಂತ್ರಳಾದ ಜಿಂಕೆಯಂತಹ ಲವಲವಿಕೆ. ಸುಮ್ಮಾನ. ಒಂದೇ ಉಸಿರಿಗೆ ಬೆಟ್ಟದ ಶಿಖರಕ್ಕೆ ಹತ್ತಿ ಇಳಿಯುವ ಹಗುರ. ಮಿಂಚುವ ಆರೋಗ್ಯ! ನನಗಿಂತ ಚುರುಕಾಗಿ ಬೆಟ್ಟಗುಡ್ಡಗಳಲ್ಲಿ ಓಡಿಯಾಡಿ ಬಿಲ್ಲು ಹಿಡಿದು ಬೇಟೆಯಾಡಿದಳಲ್ಲವೆ ಹೊಟ್ಟೆಯ ಬಸಿರು ಆರು ತಿಂಗಳು ಭಾರವಾಗುವತನಕ. ಅಪ್ಪನ ಅಗ್ನಿಯ ಮುಂದೆ ನಿಂತು ಮದುವೆಯಾಗಿ, ನನ್ನನ್ನು ಕೂಡಿದನಂತರ ಮತ್ತೆ ಋತುಸ್ರಾವ ವಾಗದೆ ಬಸುರಾಗಿ ಎಷ್ಟೊಂದು ಅಂಟಿಕೊಂಡಳು. ಅಂಗರಕ್ಷಕರಾಗಿ ಜೊತೆಗೆ ಬಂದಿದ್ದವರಿ ಗೆಲ್ಲ ಬೇಸರ. ದೇಶದೇಶಗಳನ್ನು ಸುತ್ತುವ ಹುರುಪಿನಿಂದ ಹೊರಟ ಅವರಿಗೆ ಈ ಪರ್ವತದ ಪಾದದ ಸೀಮೆಯಲ್ಲಿ ಇತರ ನಾಗರ ಹುಡುಗಿಯರೊಡನೆ ರಮಿಸಿಕೊಂಡಿರುವುದು ಎಷ್ಟು ದಿನ ಸಾಧ್ಯ! ಊರಿಗಾದರೂ ಹಿಂತಿರುಗುತ್ತೇವೆನ್ನಲು ಶುರು ಮಾಡಿದರು. 'ಈ ಕಾಡುಹುಡುಗಿಯರ ಮೈಕಟ್ಟು ಬಿಗಿಗಳು ಚಂದ. ಮದುವೆಯಾಗಿ ಜೊತೆಗೂಡಿರಲು ಆರ್ಯ ಹೆಂಗಸರೇ ಸರಿ. ಮಹಾರಾಜ, ನೀನಂತೂ ಇಲ್ಲಿಂದ ಹೊರಡುವ ಚಿಹ್ನೆ ಕಾಣು ತ್ತಿಲ್ಲ. ಇಲ್ಲೇ ನೆಲೆಸಿಬಿಡುವೆ ಏನು?' ನನಗೆ ಸಿಟ್ಟು. ಆದರೆ ನನ್ನ ಒಳಗೆ ಅನ್ನಿಸುತ್ತಿದ್ದುದು ನನಗೇ ಅರ್ಥವಾಯಿತು. ಈ ಕಾಡು ಹುಡುಗಿಯೊಡನೆ ಕಾಮವು ತೃಪ್ತವಾಗಬಹುದು. ಆದರೆ ಬೇಸರ ನೀಗುವುದಿಲ್ಲ. ಮತ್ತೆ ಪಾಂಚಾಲಿಯ ವ್ರತದ ತೀವ್ರ ನೆನಪು. ಕಾಮದ ಅರ್ಭಟವು ಧುಮುಕಿದನಂತರವೂ ಬೇಸರ ಹುಟ್ಟಿಸದ ಸಾನ್ನಿಧ್ಯ ಅವಳದು. ಪಾಂಚಾಲಿ ಬರೀ ಕಾಮವಲ್ಲ, ಸಖಿ. ಕಾಮದ ಉಕ್ಕು ಏರದಿದ್ದಾಗಲೂ ಪ್ರಿಯಳಾಗಿ ಉಳಿಯಬಲ್ಲ ಸಖಿ. ಇಷ್ಟೆಲ್ಲ ಅರ್ಥ ನನಗೆ ಆಗ ತಿಳಿಯಲಿಲ್ಲ. ಉಲೂಪಿಗೂ ಪಾಂಚಾಲಿಗೂ ಇದ್ದ ವ್ಯತ್ಯಾಸ ಬರೀ ಮೂಕವಾಗಿ ಅರಿವಿಗೆ ಬಂತು. ಉಲೂಪಿಯ ಮಿತಿ ಮಾತ್ರ ತಿಳಿಯಿತು. ಪಾಂಚಾಲಿಯ ವಿಶೇಷ ಹೊಳೆಯಲಿಲ್ಲ.

ಅಲ್ಲಿಂದ ಹೊರಡುವೆನೆಂದಾಗ ಎಷ್ಟು ಅತ್ತಳು. ಇಷ್ಟವಿಲ್ಲದವಳೊಡನೆ ಇರುವುದು ಕಷ್ಟ. ಬಿಡಿಸಿಕೊಂಡು ಹೊರಡುವುದು ಇನ್ನೂ ಕಷ್ಟ. ಅವಳು ಹೆತ್ತ ಮಗು ಹುಟ್ಟಿದರೆ ಬಿಡಿಸಿಕೊಂಡು ಹೊರಡುವುದು ಮತ್ತೂ ಕಷ್ಟವಾಗುತ್ತಿತ್ತೇನೋ! ಅಂಗರಕ್ಷಕ ನಭ ಬಿಡಿಸಿ ಹೇಳದಿದ್ದರೆ ನಾನು ಅಲ್ಲೇ ಉಳಿದು ಸಿಕ್ಕಿಕೊಳ್ಳುತ್ತಿದ್ದೆನೇನೋ! ಆದರೂ ಎಷ್ಟು ದುಃಖಪಟ್ಟಳು. ನನಗೆ ಕೂಡ ಹೊರಡಲು ದುಃಖ, ಇರಲು ಅಸಾಧ್ಯ. ವಿಚಿತ್ರ ಪರಿಸ್ಥಿತಿ. ಹೊರಬಂದನಂತರ ಖೇದ, ಬಿಡುಗಡೆಯ ಸಂತೋಷ. ಮತ್ತೆ ದಿಕ್ಕಿಲ್ಲದ ಪಯಣ. ಆರು ತಿಂಗಳಿನಲ್ಲಿ ಸಾಧಿಸಿ ದ್ದೇನು? ಕಾಮತೃಪ್ತಿಯೆ? ಆರು ತಿಂಗಳಿಗೆ ಉರಿದು ನಿರ್ನಾಮವಾಗುವ ಕೊಬ್ಬೆ ಕಾಮ ವೆಂದರೆ? ಹೀಗೆ ದಿಕ್ಕಿಲ್ಲದೆ ಅಲೆಯುವ ಬದಲು ಇಂದ್ರಪ್ರಸ್ಥಕ್ಕೆ ಹಿಂತಿರುಗಿ, ಇರುವ ದಾಸಿ ಯರಲ್ಲಿ ಸುಂದರಿಯರಾದ ಯುವತಿಯರನ್ನು ಆರಿಸಿಕೊಂಡು, ಇನ್ನಷ್ಟು ಜನ ಸುಂದರಿ ಯನ್ನು ನೇಮಿಸಿಕೊಂಡು, ಅರ್ಜುನನ ಸೇವೆಗೆ ಬೇಕೆಂದರೆ ಮೇಲೆಬಿದ್ದು ಬರುವವರಿಗೆ

ಕಡಮೆಯೆ? ಪಾಂಚಾಲಿಯೊಡನೆ ಬಂದ ಸಖಿಯರಿರಲಿಲ್ಲವೆ? ಇತರ ರಾಜರು ಆಗಾಗ್ಗೆ ಸ್ನೇಹಸೂಚಕವಾಗಿ ಕಳಿಸುತ್ತಿದ್ದವರಿರಲಿಲ್ಲವೆ? ಬರೀ ಹೆಣ್ಣಿಗಾಗಿ ಅರ್ಜುನ ಹೇಳದೆ ಕೇಳದೆ ಊರು ಬಿಟ್ಟು ಅಲೆಯಬೇಕಿತ್ತೆ? ಇಂದ್ರಪ್ರಸ್ಥದಲ್ಲಿದ್ದು ದಾಸಿಯರನ್ನು ಭೋಗಿಸುವುದಂತೂ ಸಾಧ್ಯವಿರಲಿಲ್ಲ. ಅಮ್ಮನ ಕಟ್ಟುಗಾವಲು. ಅಲ್ಲದೆ ದಾಸಿಯ ಸಂಪರ್ಕ ಕೀಳು ಕೆಲಸವೆಂದು ಪ್ರಾಯ ತಿಳಿಯುವ ಮುನ್ನವೇ ನಮ್ಮೆಲ್ಲರ ಮನಸ್ಸಿನಲ್ಲೂ ಬಿತ್ತಿ ಬೆಳೆಸಿದ್ದಳಲ್ಲ. ಈ ವಿಷಯದಲ್ಲಿ ನಮ್ಮನ್ನು ಇಡೀ ಆರ್ಯ ರಾಜರುಗಳಲ್ಲೇ ಶುದ್ಧರನ್ನಾಗಿ ಮಾಡಿದಳು ನಮ್ಮಮ್ಮ. ಮದುವೆಗೆ ಮುಂಚಿನ ಕಾಮ ತಪ್ಪು. ಮದುವೆಯ ನಂತರ ದಾಸಿಯರೊಡನೆ ಆಟ ತಪ್ಪು –ಅಮ್ಮನದು ಖಡಾಖಂಡಿತ ಅಭಿಪ್ರಾಯ. ಹಾಗಾದರೆ ಮಗಳ ಜೊತೆಗೆ ಸುಂದರಿ ದಾಸಿಯರನ್ನು ಕೊಡುತ್ತಾರೆ ಯಾಕೆ? ರಾಜಕಾಣಿಕೆ ಎಂದು ಸುಂದರಿಯರನ್ನು ಒಪ್ಪಿಸುತ್ತಾರೆ ಯಾಕೆ? ಒಮ್ಮೆ ನಾನು ವಾದ ಮಾಡಿದಾಗ, ಉತ್ತರ ಹೇಳುವ ಬದಲು ಅತ್ತುಬಿಟ್ಟಳಲ್ಲ. ತಾಯಿ ಕಣ್ಣೀರು ಹಾಕುವಾಗ ವಾದ ಚರ್ಚೆಗಳು ಹೇಗೆ ಸಾಧ್ಯ? ನೋಡಿ ಹದಿಮೂರೂವರೆ ವರ್ಷವಾಯಿತು. ಎಲ್ಲ ಮಕ್ಕಳನ್ನೂ ಸಮಾನವಾಗಿ ಕಾಣುತ್ತಾಳೆ. ಭೀಮ ಅಂದರೆ ಹೆಚ್ಚು ಮುದ್ದು. ಆದರೆ ನಾನೆಂದರೆ ಮುಚ್ಚಿಡಲಾರದ ಪ್ರೀತಿ. ರಾಜ್ಯವನ್ನು ಗೆದ್ದು ಬಂದು ಕರೆದುಕೊಂಡು ಹೋಗಿ, ಮತ್ತೆ ಬ್ರಾಹ್ಮಣ ವೇಷ ಹಾಕಿಕೊಂಡು ಏಕಚಕ್ರದಂತಹ ಊರಿನಲ್ಲಿ ಭಿಕ್ಷೆ ಮಾಡಿ ಹೊಟ್ಟೆ ಹೊರೆಯುವಿರಾದರೆ ನಾನು ನಿಮ್ಮ ಜೊತೆಗೆ ಬಂದು ಆ ಅನ್ನ ತಿನ್ನುವುದಿಲ್ಲ ಅಂತ ಹೇಳಿ ಕಳಿಸಿದ್ದಾಳೆ. ಛಲ ಅಂದರೆ ಅಮ್ಮನದು, ಎಂದುಕೊಳ್ಳುತ್ತಿರುವಾಗ ದಾರಿ ಸ್ವಲ್ಪ ಬಲಕ್ಕೆ ತಿರುಗಿತು. ನೆತ್ತಿಯ ಮೇಲಿದ್ದ ಚಂದ್ರ ಆಗಲೇ ಪಶ್ಚಿಮದ ಕಡೆಗೆ ವಾಲಿದ್ದ. ಬೆಳದಿಂಗಳು ಮುಖಕ್ಕೆ ಸರಿಯಾಗಿ ಬೀಳಲು ಶುರುವಾಯಿತು. ಅಗಲಗಲವಾಗಿ ಹಿಂಜುತ್ತಿದ್ದ ಬಿಳಿಚಂದ್ರ ಗಾತ್ರ ದೊಡ್ಡದಾದರೂ ವಿಷಾದ ತುಂಬಿರುವಂತೆ ಕಾಣುತ್ತಿತ್ತು. ಎಲ್ಲ ಕುದುರೆಗಳ ಮುಖಕ್ಕೆ ಸರಿಯಾಗಿ ಅಡ್ಡ ಬೆಳಕು ಸುರಿಸಿ ಗೊಂದಲ ಹುಟ್ಟಿಸಿದಂತಾಯಿತು. ನಡೆದು ನಡೆದು ನಿಧಾನವಾಗಿ ಅವು ಇನ್ನೂ ನಿಧಾನ ಮಾಡಿದವು. ಮಲಗಿದ್ದ ಸುಭದ್ರೆ ದಢಕ್ಕನೆ ಎದ್ದು ಕೂತಳು. ಒಂದು ನಿಮಿಷ ದಿಕ್ಕುತೋಚದಂತೆ ಸುತ್ತಲೂ ನೋಡಿದಳು. ಬಟ್ಟೆ, ತಲೆಗೂದಲು ಮುಖಮೈಗಳೆಲ್ಲ ಧೂಳಾಗಿದ್ದವು. ಜ್ಞಾಪಿಸಿಕೊಂಡವಳಂತೆ ನೀರು ಎಂದಳು. ರಥದ ಒಂದು ಮೂಲೆಯಲ್ಲಿ ಮರದ ಪೀಪಾಯಿಯಲ್ಲಿ ಮುಚ್ಚಿ ಇಟ್ಟಿದ್ದ ನೀರನ್ನು ಅರ್ಜುನ ಮೊಗೆಗೆ ಬಗ್ಗಿಸಿ ಕೊಟ್ಟ. ಗಟಗಟನೆ ಕುಡಿದು ತಕ್ಷಣ ಮುಖ ಎದೆ ಕುತ್ತಿಗೆಗಳಲ್ಲಿ ಒಸರಿದ ಬೆವರನ್ನು ಒರೆಸಿಕೊಂಡು ಅವಳು ಮೊದಲಿನಂತೆ ಮಲಗಿದಳು. ಅರ್ಜುನನಿಗೂ ನೀರು ಕುಡಿಯುವ ನೆನಪು ಬಂತು. ಅವಳು ಇಟ್ಟ ಮೊಗೆಗೆ ಬಗ್ಗಿಸಿಕೊಂಡು ಅವನು ಹೊಟ್ಟೆ ಪೂರ್ತಿ ಕುಡಿಯುವಷ್ಟರಲ್ಲಿ ಅವಳಿಗೆ ಮತ್ತೆ ನಿದ್ದೆ ಬಂದಿತ್ತು. ಅವನು ಪುನಃ ಬೆನ್ನು ಸೆಟೆಯದ ವಿರಾಮಾಸನದಲ್ಲಿ ಕುಳಿತ. ನಡುರಾತ್ರಿಯ ತೂಕಡಿಕೆ ಕಳೆದು ಸ್ವಲ್ಪ ಹೊತ್ತಿನಿಂದ ಪೂರ್ತಿ ಎಚ್ಚರವಾಗಿದ್ದ ಸಾರಥಿ ಕೇಳಿದ: 'ಮಹಾರಾಜ, ಸ್ವಲ್ಪವೂ ಕಣ್ಣು ಮುಚ್ಚಿಲ್ಲ ನೀನು, ನನಗೆ ನಾಚಿಕೆಯಾಗುತ್ತೆ.'

'ರಾಜನಾದವನು ತೂಕಡಿಸಬಾರದು.'

ಸ್ವಲ್ಪ ಹೊತ್ತಾದನಂತರ ಸಾರಥಿ ಮತ್ತೆ ಮಾತನಾಡಿದ: 'ಮಹಾರಾಜನಿಂದ ನಾನೊಂದು ವರ ಬೇಡಲೆ?'

'ನಮ್ಮ ರಾಜ್ಯ ನಮ್ಮ ಕೈಗೆ ಬರುವ ಮುನ್ನ ಯಾವ ವರವನ್ನು ತಾನೇ ಕೊಡಬಲ್ಲೆವು ನಾವು?'

'ದೊಡ್ಡದೇನಲ್ಲ. ಈಗ ಯುದ್ಧವಾಗುತ್ತದಲ್ಲ ಅದರಲ್ಲಿ ಸರಿಯಾದ ಒಬ್ಬ ಮಹಾರಥಿಯ ಸಾರಥಿಯಾಗುವ ಅವಕಾಶಮಾಡಿಕೊಡುತ್ತೀಯಾ? ರಥಯುದ್ಧದ ಮೇಲ್ವಿಚಾರಣೆ ಎಲ್ಲ ನಿನ್ನದೇ ಆಗುತ್ತದಂತೆ.'

'ಪಯಣದ ರಥ ನಡೆಸುವುದು ಬೇರೆ ಮಾತು. ಯುದ್ಧರಥ ನಡೆಸಿ ಬಲ್ಲೆಯ?'

'ಅದನ್ನೇ ನಾನು ಮುಖ್ಯವಾಗಿ ಮಾಡಬೇಕೆಂದಿರುವುದು. ಆದರೆ ನಮ್ಮ ಮತ್ಸ್ಯದೇಶ ಗುಡ್ಡಗಳ ನಾಡಲ್ಲವೆ? ರಥಯುದ್ಧವಾಗುವುದೇ ಕಡಮೆ. ಆದ್ದರಿಂದ ಇದುವರೆಗೆ ಅವಕಾಶ ಸಿಕ್ಕಿಲ್ಲ. ಬಿಲ್ಲು ಬಾಣದ ಅಭ್ಯಾಸವಿದೆ. ಓಡುವ ಕುದುರೆಯ ಮೇಲೆ ಕೂತು ಗುರಿಕಟ್ಟಬಲ್ಲೆ.'

ಅರ್ಜುನ ಆಗಲಿ ನೋಡುವ ಎಂದು ಆಶ್ವಾಸನೆಯಿತ್ತ. ಸ್ವಲ್ಪ ಹೊತ್ತಿಗೆ ಚಂದ್ರ ಇನ್ನೂ ಕೆಳಗೆ ನೇರವಾಗಿ ಮುಖದ ಸಮಕ್ಕೆ ಇಳಿದ. ಏನೋ ಕೇಳಲು ಹವಣಿಸುವವನಂತೆ ಸಾರಥಿ ಎರಡು ಸಲ ಹಿಂತಿರುಗಿ ನೋಡಿದ, ಅರ್ಜುನನೇ ಏನು ಸಂಗತಿ ಹೇಳು ಎಂದ ನಂತರ, 'ಇನ್ನೊಂದು ವರ' ಎಂದ.

'ಆಗುವಂಥದಾದರೆ ಖಂಡಿತ ಆಗಲಿ.'

'ಮಹಾರಾಜ, ನೀವು ನಿಮ್ಮ ದೇಶಕ್ಕೆ ಹೋಗುತ್ತೀರಲ್ಲ. ಆಗ ನನ್ನನ್ನು ಕರೆದುಕೊಂಡು ಹೋಗಿ. ಚನ್ನಾಗಿ ಕುದುರೆಗಳ ನಿಗ ನೋಡಿಕೊಳ್ಳಬಲ್ಲೆ. ರಥಗಳ ಕೆಲಸ ಗೊತ್ತಿದೆ. ಇತರ ಮರಗೆಲಸದ ಜ್ಞಾನವೂ ಇದೆ. ಜೀವನಕ್ಕೆ ಆಗುವಂತೆ ನೀವು ಕೊಟ್ಟಷ್ಟು ಸಂಬಳ ಕೊಡಿ.'

'ಮತ್ಸ್ಯದೇಶದಲ್ಲಿ ಏನು ಕಷ್ಟ ನಿನಗೆ?'

'ಬಿಚ್ಚಿ ಹೇಳಿಬಿಡಲೆ?'

'ಹೇಳು, ಹೇಳು.' ಈ ಮಾತು ಅರ್ಜುನನಿಗೆ ಒಂದು ತೆರನಾಗಿ ವಿರಾಮದ ಅವಕಾಶವನ್ನಿ ಸಿತು. ಮನಸ್ಸು ರಥ, ಕುದುರೆ, ಗುಡ್ಡ, ಗಿಡ ಮರ, ಆಕಾಶ, ಚಂದ್ರರ ಕಡೆಗೆ ಹೊರಳಿತು. ಇಲ್ಲಿಯ ಆಕಾಶದಲ್ಲಿ ಧೂಳು ಕಡಮೆ ಇತ್ತು.

'ನನ್ನದು ಕೇಕಯ ದೇಶ ಅಂದೆನಲ್ಲ. ಇಲ್ಲಿಗೆ ಬಂದ ಮೇಲೆ ನನ್ನ ಮದುವೆಯಾಯಿತು. ಹೆಂಡತಿ, ಅತ್ತೆ ಮಾವ ಕೇಕಯದಿಂದ ಬಂದವರೇ. ಅವರಿಗೆ ಗಂಡುಮಕ್ಕಳಿಲ್ಲ. ಬೇರೆ ಹೆಣ್ಣುಮಕ್ಕಳೂ ಇಲ್ಲ. ಒಬ್ಬಳೇ ಮಗಳು. ಒಟ್ಟಿಗೆ ಇದ್ದೀವಿ. ಹೆಂಡತಿಗೆ ಗಂಡನಿಗಿಂತ ಅಪ್ಪ ಅಮ್ಮನ ಮೇಲಿನ ನಿಗವೇ ಜಾಸ್ತಿ. ಮನೆಯಲ್ಲಿರುವ ಗಟ್ಟಿಮುಟ್ಟಾದ ಗಂಡಾಳು ಅನ್ನುವ ಹಾಗೆ ತಿಳಿದುಕೊಂಡಿದಾಳೆ.'

'ಬೇರೆ ಸಂಸಾರ ಹೂಡಿ ಅವಳನ್ನು ಕರೆದುಕೊಂಡು ಹೋಗು.'

'ಪ್ರಯತ್ನಪಟ್ಟೆ. ಆದರೆ ನಮ್ಮತ್ತೆಗೂ ಸುದೇಷ್ಣೆ ಮಹಾರಾಣಿಗೂ ಕೇವಲ ಕೇವಲ. ನಾನು ಬೇರೆ ಹೋಗುತ್ತೇನೆಂದರೆ ಅರಮನೆಯವರೇ ಬಿಡುವುದಿಲ್ಲ. ಈಗ ನೀವು ಅವರ

ಬೀಗರಾಗಿ ಉಪಪ್ಲಾವ್ಯ ನಗರಕ್ಕೆ ಬೀಡಾರ ಬಂದಿರಲ್ಲ. ಆಗ ನಿಮ್ಮ ಸೇವೆಯ ನೆಪದಿಂದ ಲಾದರೂ ದೂರವಿರಬೇಕೆಂದು, ನಿನ್ನ ತಮ್ಮ ನಕುಲಮಹಾರಾಜನನ್ನು ಕೇಳಿಕೊಂಡು ಇಲ್ಲಿಗೆ ಬಂದುಬಿಟ್ಟೆ. ಹಿಂತಿರುಗಿ ಹೋಗಿಯೇ ಇಲ್ಲ. ನಿಮ್ಮ ದೇಶಕ್ಕೆ ಹೋದಮೇಲೆ ಅವಳನ್ನು ಬಂದಿರು ಎನ್ನುತ್ತೇನೆ. ಬಂದರೆ ಬರಲಿ, ಇಲ್ಲದಿದ್ದರೆ ನನ್ನ ದಾರಿ ಬೇರೆ.'

ಅರ್ಜುನನಿಗೆ ಅವನ ಮೇಲೆ ಇದ್ದಕ್ಕಿದ್ದಂತೆಯೇ ಕನಿಕರ ಹುಟ್ಟಿತು. 'ನಿನ್ನ ಹೆಸರು ತುಷ್ಟ ಅಂದೆಯಲ್ಲವೆ?'

'ಹೌದು ಮಹಾರಾಜ.'

'ನೆನಪಿನಲ್ಲಿಟ್ಟಿರುತ್ತೇನೆ. ಅಕಸ್ಮಾತ್ ಮರೆತರೂ ನೀನು ಜ್ಞಾಪಿಸು. ನಮ್ಮೂರಿಗೆ ಹೋದ ಮೇಲೆ ರಥದ ಸಾರಥಿಯಾಗಿ ನಿನ್ನನ್ನೇ ನೇಮಿಸಿಕೊಳ್ಳುತ್ತೇನೆ. ಅಲ್ಲಿಯ ತನಕ ವಿರಾಟನಗರದ ಅರಮನೆಯವರು ನಿನಗೆ ಹೇಳಿಕಳಿಸಿದರೂ ತುಷ್ಟ ನಮ್ಮ ಸೇವೆಗೆ ಬೇಕು ಎನ್ನುತ್ತೇನೆ. ಆಯಿತೆ?'

ಅವನು ಕುಳಿತಲ್ಲಿಂದಲೇ ಹಿಂತಿರುಗಿ ಬಾಗಿ ನಮಸ್ಕರಿಸಿದ. ಅನಂತರ ಸರಿಯಾಗಿ ಕುಳಿತು ಕುದುರೆಗಳನ್ನು ಚುರುಕು ಮಾಡಿದ. ಆದರೆ ಮುಂದಿನ ರಥಗಳು ನಿಧಾನವಾಗಿ ಹೋಗುತ್ತಿದ್ದುದರಿಂದ ಈ ಐದು ಬಿಳಿಗುದುರೆಗಳು ಬರಿದೇ ಚುರುಕಾದವು. ವೇಗವಾಗಲಿಲ್ಲ. ಕುದುರೆಗಳು ಈಗಾಗಲೇ ಸಾಕಷ್ಟು ದೂರ ಒಂದೇಸಮನೆ ನಡೆದಿವೆ. ರಥಚಕ್ರಗಳು ನಿಧಾನ ವಾಗಿ ಸುತ್ತುತ್ತಿವೆ. ಇನ್ನು ಜೋರು ಮಾಡಿಸುವುದು ಸಾಧ್ಯವಿಲ್ಲವೆಂದು ಅರ್ಜುನನೂ ಅಂದುಕೊಂಡ. ಕೃಷ್ಣ ಇಷ್ಟರಲ್ಲಿ ಎಷ್ಟು ಮುಂದೆ ಹೋಗಿರುತ್ತಾನೆಯೋ. ಅವನನ್ನು ಹಿಡಿ ಯುವುದು ಸಾಧ್ಯವಾಗುತ್ತದೆಯೋ ಅಥವಾ ಇಪ್ಪತ್ತು ದಿನಕ್ಕೂ ಮಿಕ್ಕಿದ ದಾರಿಯನ್ನು ಹೀಗೆಯೇ ಒಂಟಿಯಾಗಿ ಕಳೆಯಬೇಕೋ ಎಂಬ ಯೋಚನೆ ಮನಸ್ಸಿಗೆ ಹೊತ್ತುತ್ತಿರುವಾಗ ಮುಂದಿನ ರಥ ನಿಂತಂತಾಯಿತು. ಅದರ ಹಿಂದಿನದು ನಿಂತಿತು. ಇಡೀ ಸಾಲು ನಿಲುಗಡೆಗೆ ಬಂತು. ಮುಂದೆ ಕುದುರೆಯ ಮೇಲೆ ಕೂತು ದಾರಿ ತೋರಿಸಲು ಬಂದಿದ್ದವರಲ್ಲಿ ಒಬ್ಬನು ಪಕ್ಕದಿಂದ ಅರ್ಜುನನ ರಥದ ಹತ್ತಿರಕ್ಕೆ ಬಂದು ಕೆಳಗಿಳಿದು ಬಾಗಿ ನಮಸ್ಕರಿಸಿ ಹೇಳಿದ: 'ಮಹಾರಾಜ, ಮುಂದೆ ದಿಟ್ಟಿಸಿ ನೋಡಿದರೆ ಒಂದು ತೋಪು ಕಾಣಿಸುತ್ತದಲ್ಲ, ಅದರ ಬಲಬದಿಗೆ ಒಂದು ಊರಿದೆ. ಜಲಸ್ಥಾನ ಎಂದು ಹೆಸರು. ಹೆಸರೇ ಹೇಳುವಂತೆ ಸಮೃದ್ಧವಾದ ನೀರಿದೆ. ಪಕ್ಕದ ಬೆಟ್ಟದ ಮೇಲೆ ತನಗೆ ತಾನೇ ಜಲ ಉದ್ಭವವಾಗುವ, ಎಷ್ಟು ತೆಗೆದರೂ ಹಿಂಗದ ವರ್ಷವೇ ಇಲ್ಲವಂತೆ. ಮತ್ಸ್ಯದೇಶದ ಪಶ್ಚಿಮ ಗಡಿ ಇದು. ನಾವು ಇಲ್ಲಿದ್ದು ವಿಶ್ರಾಂತಿ ಪಡೆದು ವಾಪಸು ಹೋಗುತ್ತೇವೆ. ನೀವು ಕೂಡ ಹಗಲನ್ನು ಈ ತೋಪಿನ ತಂಪಿನಲ್ಲಿ ಕಳೆದು ಈ ಸಂಜೆಗೆ ಪ್ರಯಾಣ ಮಾಡುವುದು ಒಳ್ಳೆಯದು.'

ಊರಿನವರು ಸಮೃದ್ಧವಾಗಿ ಹಾಲು ಮೊಸರು ತುಪ್ಪಗಳನ್ನು ಕೊಟ್ಟರು. ಹಣ್ಣುಹಂಪಲು ಮಾಂಸ ಒದಗಿಸಿದರು. ಸೂರ್ಯೋದಯದ ಹೊತ್ತಿಗೆ ಅರ್ಜುನನು ಸ್ನಾನ ಅಗ್ನಿಕಾರ್ಯ

ಮುಗಿಸಿ ಹಾಲಿನಲ್ಲಿ ಬೇಯಿಸಿದ ಅನ್ನ, ಬೆಂದ ಮಾಂಸ ಮೊದಲಾಗಿ ಭೋಜನ ಮಾಡಿ ಸೊಂಪಾದ ಮರಗಳ ನೆರಳಿನಲ್ಲಿ ಮಲಗಿದ. ಸ್ವಲ್ಪ ಹೊತ್ತಿನನಂತರ ಸುಭದ್ರೆಗೂ ನಿದ್ರೆ ಹೊತ್ತಿತು. ನೀರಿನಲ್ಲಿ ಕುದುರೆಗಳ ಮೈ ತೊಳೆದು ರಥಗಳ ಧೂಳು ತೊಳೆದು ಉಂಡನಂತರ ಉಳಿದವರೂ ಸ್ವಲ್ಪ ದೂರದಲ್ಲಿ ಮರಗಳ ಕೆಳಗೆ ಮಲಗಿದರು. ಸರದಿಯಂತೆ ಕಾವಲು ಕಾಯಲು ನಾಲ್ಕು ಜನಗಳು ನಾಲ್ಕು ಕಡೆಗೂ ಬಿಲ್ಲು ಬಾಣ ಹಿಡಿದು ನಿಂತರು.

ನಿದ್ದೆ ತೆಗೆದು ಮತ್ತೊಮ್ಮೆ ಸ್ನಾನ ಮಾಡಿ ಊಟ ಮುಗಿಸಿ ದಾರಿಗೆ ನೀರು ತುಂಬಿಕೊಂಡು ರಥಗಳ ಸಾಲು ಹೊರಟಾಗ ಸೂರ್ಯ ಮುಳುಗಲು ನಾಲ್ಕು ಘಳಿಗೆ ಇತ್ತು. ಹೊರಡುವ ಮೊದಲು ಅರ್ಜುನ ಗ್ರಾಮಮುಖ್ಯನನ್ನು ವಿಚಾರಿಸಿದಾಗ ತಿಳಿಯಿತು. ನೆನ್ನೆ ಯಾರೂ ಈ ಊರಿನಲ್ಲಿ ಉಳಿಯಲಿಲ್ಲ. ಪುಷ್ಕರಕ್ಕೆ ಹೋಗುವುದಾಗಿ ಹೇಳಿದ ಇಪ್ಪತ್ತು ರಥಗಳು ಮಧ್ಯರಾತ್ರಿ ಕಳೆದ ಸ್ವಲ್ಪ ಹೊತ್ತಿನಲ್ಲಿ ಈ ದಾರಿಯಲ್ಲಿ ಹೋದವಂತೆ. ಹಾಗೆಂದು ಕಾವಲುಗಾರ ವರದಿ ಮಾಡಿದ್ದಾನೆ. ಅರ್ಜುನನಿಗೆ ಅರ್ಥವಾಯಿತು. ಪುಷ್ಕರವು ಮುಂದೆ ಮೂರು ದಿನದಲ್ಲಿ ಸಿಕ್ಕುವ ಸ್ಥಳ. ಅವು ಕೃಷ್ಣನ ರಥಗಳೇ ಇರಬಹುದು. ದೂರದ ದ್ವಾರಕೆಯ ಹೆಸರು ಹೇಳುವ ಬದಲು ಹತ್ತಿರದ ಊರನ್ನು ಹೇಳಿದ್ದಾನೆ. ಅಂದರೆ ನಮಗಿಂತ ಬಹು ವೇಗವಾಗಿ ಹೋಗಿದ್ದಾರೆ. ಜೋರು ಓಡುವ ಕುದುರೆಗಳ ಒಂದು ರಥದಲ್ಲಿ ಮುಂದೆ ದಾರಿ ಬಲ್ಲವರನ್ನು ಬಿಟ್ಟು ಅದರ ಹಿಂದೆ ಅರ್ಜುನ ತನ್ನ ಐದು ಕುದುರೆಯ ರಥ ಹೋಗುವಂತೆ ಹೇಳಿದ. ಉಳಿದವರಿಗೆ ನಿಧಾನ ಮಾಡದೆ ಅನುಸರಿಸಬೇಕೆಂದು ಅಪ್ಪಣೆ ಮಾಡಿ ಮುಂದಿನವನಿಗೆ ದೌಡು ಹೊಡೆಸಲು ಆಜ್ಞಾಪಿಸಿದ. ಬಿಸಿಲು ನೆನ್ನೆಗಿಂತ ತೀಕ್ಷ್ಣ. ಅಸಹ್ಯಕರ ಶಖೆ. ಎದುರಿನಿಂದ ಕಣ್ಣಿಗೆ ಚುಚ್ಚುವ ಪಶ್ಚಿಮದ ಸೂರ್ಯ. ಸುಭದ್ರೆ ಲಾವಂಚದ ತಟ್ಟಿಯನ್ನು ಮರೆಮಾಡಿಕೊಂಡಳು. ಅರ್ಜುನ ತನ್ನ ಭಾಗವನ್ನು ಖಾಲಿ ಬಿಟ್ಟು ನೋಡುತ್ತಾ ಕುಳಿತ. ಬಿಸಿಲಿಗೆ ಕಂದದೆ ನೆಟ್ಟಗೆ ಕುಳಿತಿದ್ದ ಸಾರಥಿ ತುಷ್ಟ ನೆನ್ನೆಗಿಂತ ಉಲ್ಲಾಸದಿಂದಿರುವಂತೆ ಕಾಣುತ್ತಿದ್ದ. ಅರ್ಜುನನಿಗೆ ಅವನಲ್ಲಿ ಆತ್ಮೀಯಭಾವ ಹುಟ್ಟಿತ್ತು. ಮಧ್ಯಾಹ್ನವೆಲ್ಲ ನಿದ್ರೆಯಲ್ಲೂ ತುಷ್ಟ ಎರಡು ಸಲ ಕಾಣಿಸಿಕೊಂಡಿದ್ದ. ಸರಿಯಾಗಿ ನೆನಪಿಗೆ ಬಾರದ ಸಂದರ್ಭ, ಆದರೆ ಅವನು ತುಷ್ಟನೇ ಎಂಬುದು ಮಾತ್ರ ನಿದ್ದೆ ಕಳೆದ ಮೇಲೆ ಕೂಡ ಸ್ಪಷ್ಟವಾಗಿ ನೆನಪಿಗೆ ಬರುತ್ತಿತ್ತು. ಅವನ ಸ್ಥಿತಿ ತನಗೆ ಪೂರ್ತಿಯಾಗಿ ಅರ್ಥವಾದಂತೆ, ತಾನಲ್ಲದೆ ಬೇರೆ ಯಾರಿಗೂ ಅವನನ್ನು ಸರಿಯಾಗಿ ಅರ್ಥಮಾಡಿಕೊಳ್ಳುವ ಶಕ್ತಿ ಇಲ್ಲದಂತೆ ಅನ್ನಿಸುತ್ತಿತ್ತು. ತಂದೆತಾಯಿಯನ್ನು ಬಿಡಲಾರದ, ಬಿಟ್ಟು ಹೊರಡಲಾರದ ಮಗಳು. ಅವಳೊಡನೆ ಅತ್ತೆ ಮಾವಂದಿರ ಯಾಜಮಾನ್ಯದಲ್ಲಿ ಸಂಸಾರ. ಅವರು ತನ್ನನ್ನು ದಾಸನಂತೆ ಕಾಣದಿದ್ದರೂ ದಿನಕ್ರಮೇಣ ತನಗೆ ತಾನೇ ಆವರಿಸುವ ದಾಸಭಾವ. ಇವೆಲ್ಲ ತನಗಲ್ಲದೆ ಬೇರೆ ಯಾರಿಗೆ ಅರ್ಥವಾಗಬೇಕು? ಉಲೂಪಿಯನ್ನು ಬಿಟ್ಟು ಪೂರ್ವಕ್ಕೆ ತಿರುಗಿ ಕೊನೆಗೆ ಮಣಲೂರಿನಲ್ಲಿ ಸಿಕ್ಕಿಕೊಂಡೆನಲ್ಲ. ರಾಜ ಚಿತ್ರವಾಹನನಲ್ಲಿ ಹೋಗಿ ಹಸ್ತಿನಾವತಿಯ ಕುರುಕುಲದ ಪಾಂಡುರಾಜ ಕುಮಾರನೆಂಬ ಪ್ರವರ ಹೇಳಿ ಅವನ ಆತಿಥ್ಯದಲ್ಲಿ ತಂಗಿರುವಾಗ ಆಕಸ್ಮಿಕವೇ, ಆಕಸ್ಮಿಕವೇನಲ್ಲ, ಬೇಕೆಂದೇ ಅವನು ಮಗಳನ್ನು ನನ್ನೆದುರಿಗೆ ತಿರುಗಾಡಿಸಿದ್ದಾನೆ. ನಾನು ನೋಡಿ ಬಲೆಗೆ

ಬೀಳಲಿ ಎಂಬ ಉದ್ದೇಶವಿಟ್ಟುಕೊಂಡೇ. ನಾನು ನೋಡಿದ ತಕ್ಷಣ ಅವನ ಉದ್ದೇಶ ಫಲಿಸಿಬಿಟ್ಟಿತು. ನನ್ನ ಮನಸ್ಸು ನಟ್ಟುಬಿಟ್ಟಿತು. ನಿಜವಾಗಿಯೂ ಸುಂದರಿಯೇ ಚಿತ್ರಾಂಗದೆ? ನೆನಪು ಇಪ್ಪತ್ತು ವರ್ಷ ಹಿಂದಕ್ಕೆ ಹೋಗುತ್ತದೆ. ಚಿತ್ರವಾಹನನಂತೂ ಆರ್ಯರಾಜ. ಆದರೆ ಅವಳಲ್ಲಿ ಆರ್ಯಳ ಜೊತೆಗೆ ಗಂಧರ್ವಲಕ್ಷಣದ ಬೆರಕೆ. ಸ್ಪಷ್ಟವಾಗಿ ಗೆರೆ ಎಳೆದಂತಹ ತಿಳಿಗಣ್ಣುಗಳು. ಸಣ್ಣ ಹುಬ್ಬು. ಬಿಳುಪು ಕೆಂಪಿಗೆ ಬೆರೆತ ತೆಳು ಹಳದಿಯ ಮೃದು ಮುಖ ಬಣ್ಣ. ಸುಂದರಿಯಲ್ಲದಿದ್ದರೆ ನಾನು ನೋಡಿದ ತಕ್ಷಣ ಏಕೆ ಮನಸೋತೆ? ಅಥವಾ ಆ ಹಸಿದ ಅವಧಿಯಲ್ಲಿ ಕಣ್ಣಿಗೆ ಬಿದ್ದ ಆಹಾರವೇ ಪಕ್ವಾನ್ನವಾಗಿ ಕಂಡಿತೋ? ಆದರೆ ಮೊದಲ ಹಸಿವು ಇಂಗಿದ ನಂತರವೂ ಅವಳ ಮೇಲಿನ ಮೋಹ ಇಳಿಯಲಿಲ್ಲವಲ್ಲ.

'ಪಾಂಡುಕುಮಾರ, ನಿನ್ನಂಥ ಸತ್ಕುಲ ಪ್ರಸೂತನು ಬಾಣವಿದ್ಯಾಚತುರನು, ಮನಮೋಹಕ ಸುಂದರಾಂಗನು ನನ್ನ ಮಗಳಿಗೆ ಮನಸೋತು ಕೇಳುತ್ತಿರುವುದು ನನಗೂ ಸಂತೋಷವೇ. ಆದರೆ ನನ್ನ ಪರಿಸ್ಥಿತಿಯನ್ನು ಅರ್ಥಮಾಡಿಕೊ. ನನಗೆ ಇರುವವಳೊಬ್ಬಳೇ ಮಗಳು. ಗಂಡುಮಕ್ಕಳಿಲ್ಲ. ಪ್ರಸಿದ್ಧವಾದ ಪ್ರಭಂಜನ ವಂಶ ಮುಂದುವರಿಯಬೇಕು. ಈ ರಾಜ್ಯ ಉಳಿಯಬೇಕು. ಆದ್ದರಿಂದ ಈ ಮಗಳನ್ನೇ ನಾನು ಮಗ, ಎಂದರೆ ವಂಶದ ಮುಂದು ವರಿಕೆಯ ಕೊಂಬೆ ಎಂದು ಭಾವಿಸಿ ಸಾಕಿದ್ದೇನೆ.'

'ಅಂದರೆ ಮದುವೆ ಮಾಡುವುದಿಲ್ಲವೆ?'

'ಮದುವೆ ಮಾಡದೆ ವಂಶ ಹೇಗೆ ಮುಂದುವರಿಯುತ್ತೆ? ಈ ರಾಜ್ಯಕ್ಕೆ ಉತ್ತರಾಧಿಕಾರಿ ಯಾಗಿ ಅವಳು ಇಲ್ಲೇ ನಿಲ್ಲುತ್ತಾಳೆ. ಅವಳ ಹೊಟ್ಟೆಯಲ್ಲಿ ಹುಟ್ಟುವ ನನ್ನ ಮೊಮ್ಮಗ ಈ ಸಿಂಹಾಸನವನ್ನೇರಬೇಕು. ಈ ಧರ್ಮವನ್ನುಳಿಸಲು ನೀನು ಒಪ್ಪುವೆಯಾದರೆ ನನ್ನ ಮಗಳ ಕೈ ಹಿಡಿಯಲು ನಿನಗಿಂತ ಬೇರೆ ಅನುರೂಪನಿಲ್ಲ. ನಿನ್ನಂಥ ವೀರನು ಸೇನಾಧಿಪತಿಯಾದರೆ ರಾಜ್ಯಕ್ಕೊಂದು ರಕ್ಷೆ. ವಯಸ್ಸಾಗುತ್ತಿರುವ ನನಗೆ ಹೆಚ್ಚು ಯುದ್ಧ ಮಾಡುವ ಶಕ್ತಿಯೂ ಇಲ್ಲ. ಉತ್ತರದ ಕಡೆಯ ಗಂಧರ್ವರು ಆಗಾಗ್ಗೆ ಕಾಟ ಕೊಡುತ್ತಲೇ ಇದ್ದಾರೆ. ನಿನ್ನಂಥ ವೀರನು ಅಳಿಯನಾಗಿ ಇಲ್ಲಿದ್ದಾನೆಂದು ತಿಳಿದರೆ ಸಾಕು ಅವರ ಪುಂಡು ಅಡಗಿಹೋಗುತ್ತದೆ.'

ಆ ಕ್ಷಣಕ್ಕೆ ಎಲ್ಲವೂ ಸಮರ್ಪಕವಾಗಿ ಕಂಡು ಈ ತುಷ್ಟನಿಗೂ ಶುರುವಿನಲ್ಲಿ ಎಲ್ಲವೂ ಸಮರ್ಪಕವೆನ್ನಿಸಿರಬೇಕು. ತನ್ನ ದೇಶ ಬಿಟ್ಟು ಇಲ್ಲಿಗೆ ಹೊಟ್ಟೆಯ ಪಾಡಿಗೆ ಬಂದಿದ್ದಾನೆ. ರಾಜಾಸ್ಥಾನದಲ್ಲಿ ಕೆಲಸಮಾಡುವ ಅತ್ತೆ, ಮಾವ, ಸ್ವಂತದ ಆಸ್ತಿಪಾಸ್ತಿ ಇರಬೇಕು. ಒಬ್ಬಳೇ ಮಗಳು. ಅದೆಲ್ಲವೂ ಅವಳ ಮೂಲಕ ತನಗೇ ಎಂಬ ಭ್ರಮೆಯೂ ಇವನಿಗೆ ಇದ್ದಿರಬೇಕು. ಆದರೆ ನನಗೆ ಅಂತಹ ಭ್ರಮೆ ಇರಲಿಲ್ಲ. ಸಿಂಹಾಸನವೇನೂ ಬೇಕಿರಲಿಲ್ಲ. ಈ ಪ್ರಸ್ತಾಪಕ್ಕೆ ಒಪ್ಪಲು ನನ್ನ ಮನಸ್ಸನ್ನು ತಿರುಗಿಸಿದ ಅಂಶಗಳಾವುವು? ಇಪ್ಪತ್ತು ವರ್ಷ ಕಳೆಯಿತು. ಆಗ ಆಲೋಚಿಸಿರಲಿಲ್ಲ. ಈಗ ನೆನಪು ಸ್ಪಷ್ಟವಾಗಿಲ್ಲ. ಪಾಂಚಾಲಿಯ ಮೇಲಿನ ಕೋಪ, ಸೋದರರ ಸಮಷ್ಟಿಯಿಂದ ಹೊರಗುಳಿಯುವ ಬಯಕೆ, ತಾಯಿಯಿಂದ ಮರೆಯಾಗಿ ಅವಳನ್ನು ವ್ಯಥೆಪಡಿಸುವ ಆಶೆ, ಮತ್ತೆ ಯಾವ ಪ್ರಾಯದ ಎಳೆತವೊ? ಚಿತ್ರಾಂಗದೆ ಏನೋ ನನ್ನ ಹೆಂಡತಿಯಾದಳು. ನನ್ನ ಸುಂದರ ಮೈಕಟ್ಟು ಲಕ್ಷಣಗಳಿಗೆ ಮಾರುಹೋಗಿದ್ದಳು.

ಬಿಲ್ಲುಗಾರಿಕೆಯನ್ನು ಮೆಚ್ಚಿ ಚತುರತೆಗೆ ಮುಗುಳ್ನಗುತ್ತಿದ್ದಳು. ಆದರೆ ಅವಳೆಂದೂ ನನಗಾಗಿ ತನ್ನದೆಲ್ಲವನ್ನೂ ತೊರೆದು ಎದ್ದುಬರುವ ಪ್ರಿಯೆಯಾಗಿರಲಿಲ್ಲ. ತುಷ್ಟನ ಕಷ್ಟ ಇದೇ. ತಂದೆ ತಾಯಿಗೆ ಮಗನಾಗಿ ಬೆಳೆದ ಹೆಣ್ಣಿಗೆ ಸರ್ವಸ್ವವನ್ನೂ ಒಪ್ಪಿಸಿಕೊಳ್ಳುವುದೇನೆಂಬುದು ತಿಳಿಯುವುದೇ ಇಲ್ಲ. ಹೇಳಿಕೊಟ್ಟರೆ ತಿಳಿಯುವಂಥದಲ್ಲ ಅದು. ಅವಳದು ಪಡೆಯುವ ಬುದ್ಧಿ. ಕೊಡುವುದಲ್ಲ. ಕೊಡದೆ ಪಡೆಯುವುದು ಹೇಗೆ? ಚಿತ್ರಾಂಗದೆಯಲ್ಲಿ ಯಾವ ದೋಷವೂ ಇರಲಿಲ್ಲ. ಬಯಸಿ ಮೆಚ್ಚುವಂಥದೂ ಇರಲಿಲ್ಲ. ಬಸುರಾದಳು. ಅರ್ಜುನನ ವೀರ್ಯವನ್ನು ಹೊತ್ತು ಬಸುರಾದಳು. ಉಲೂಪಿಯಂತೆಯೆ ಸಂಗಮವಾದ ನಂತರ ಮತ್ತೆ ಋತುವು ವ್ಯರ್ಥವಾಗಲಿಲ್ಲ. ಅರ್ಜುನನ ವೀರ್ಯವು ವ್ಯರ್ಥವಾಗುವುದುಂಟೆ? ಅವಳಲ್ಲಿ ಬಸುರು ತುಂಬುತ್ತಿರುವಾಗಲೇ ನನ್ನಲ್ಲಿ ಒಂಟಿತನದ ಭಾವನೆ. ನಾನು ದೂರವಾಗುತ್ತಿರುವ ಭಾವನೆ. ಚಿತ್ರವಾಹನನ ಮೊಮ್ಮಗು ಹುಟ್ಟುತ್ತಿದೆ. ಮಣಲೂರು ರಾಜ್ಯದ ಉತ್ತರಾಧಿಕಾರಿ ಮೊಳೆತು ಬೆಳೆಯುತ್ತಿದೆ. ಅಷ್ಟೆ. ಅರ್ಜುನನದೇನು ಉಳಿಯಿತು ಅಲ್ಲಿ? ಪ್ರಸಿದ್ಧ ಕುರುಕುಲದ ಹೆಸರಿಗೆ ಅವಕಾಶವಿಲ್ಲದ, ಅರ್ಜುನನ ವೀರ್ಯದ ಶಿಶು! ಚಿತ್ರಾಂಗದೆಗೆ ಹಿಗ್ಗು, ಚಿತ್ರವಾಹನನಿಗೆ ಹಿಗ್ಗು, ಅವನ ಹೆಂಡತಿಗೆ ಹಿಗ್ಗು. ಈ ಅರ್ಜುನ ಮನಸ್ಸಿನಲ್ಲೇ ಕುಗ್ಗಿ ಕುಗ್ಗಿ ಹೋಗುತ್ತಿದ್ದುದನ್ನು, ಹಿಗ್ಗುತ್ತಿದ್ದ ಅವರು ಹೇಗೆ ಅರಿತಾರು? ಚಿತ್ರವಾಹನನ ಅದೃಷ್ಟ ಒಳ್ಳೆಯದು. ಮಗಳ ಹೊಟ್ಟೆಯನ್ನು ತುಂಬಿದ ಮೊದಲ ಮಗುವೇ ಗಂಡಾಯಿತು. ಏನು ಸಂಭ್ರಮ ಇಡೀ ಅರಮನೆಯಲ್ಲಿ! ಕೇಕೆಹಾಕಿ ಕುಣಿಯುವ ಅಜ್ಜ. ಕೇಕೆಹಾಕಿ ಉಬ್ಬುವ ಮಗಳು. ನೀನೇಕೆ ಮಂಕು ಹಿಡಿದಂತಿದ್ದೀಯೆ ಎಂದು ಗಮನಿಸಿ ಅರಿತುಕೊಳ್ಳಲು ಅವಳಿಗೆಲ್ಲಿಯ ವ್ಯವಧಾನ! ಇದೇ ಸಮಯದಲ್ಲಿ ಗಂಧರ್ವರು ಉತ್ತರದ ಹಳ್ಳಿಗಳಿಗೆ ನುಗ್ಗಿ ದವಸ ಧಾನ್ಯಗಳನ್ನು ಲೂಟಿ ಮಾಡಿಕೊಂಡು ಹೋದರೆಂಬ ಸುದ್ದಿ ಅವರಿಗೆ ಬರದಿದ್ದರೆ ನನ್ನ ನೆನಪಾದರೂ ಬರುತ್ತಿತ್ತೆ? ಎಂತಹ ಮ್ಲಾನತೆಯನ್ನಾದರೂ ಕಳೆಸುವ ಸಾಧನ ನನ್ನ ಮಟ್ಟಿಗೆ ಯುದ್ಧವೇ ಏನೋ! ನನ್ನ ಸಂಗಡಿಗರು, ಜೊತೆಗೆ ಚಿತ್ರವಾಹನನ ಅಶಕ್ತ ಸೈನ್ಯ. ಪರ್ವತಗಳಲ್ಲಿ ಅವಿತು ಮರೆಯಿಂದ ಬಾಣ ಹೊಡೆಯುವ ಆ ಕಳ್ಳರೊಡನೆ ಎಂತಹ ಯುದ್ಧ! ಆದರೂ ಸಿಕ್ಕಿದವರನ್ನು ಹಿಡಿದು, ಅವರ ರಾಜನ ಊರು ಮನೆಗಳನ್ನು ಮುತ್ತಿ ಸುಟ್ಟು, ಪರ್ವತಗಳಲ್ಲಿ ವಾಸಿಸುವ ಅವರು ಹೊಟ್ಟೆಗಿಲ್ಲದಾಗ ಬಯಲು ಹಳ್ಳಿಗಳಿಗೆ ನುಗ್ಗಿ ಧಾನ್ಯವನ್ನು ಲೂಟಿ ಮಾಡಿಕೊಂಡು ಹೋಗುತ್ತಾರೊ? ನನ್ನ ಅಂಗರಕ್ಷಕರಿಗೂ ಗಂಧರ್ವ ಹೆಂಗಸರ ಸುಗ್ಗಿ. ಮೈಗೆ ಬಣ್ಣಬಣ್ಣದ ರಸ ಲೇಪಿಸಿಕೊಂಡು ತುರುಬು, ಮುಂಗುರುಳು, ತೋಳುಕುತ್ತಿಗೆಗಳಿಗೆ ಸುಗಂಧದ ಹೂವು ಮುಡಿದು, ನಮ್ಮ ಹೆಂಗಸರಿಗೇಕೆ ಬರುವುದಿಲ್ಲ ಈ ಸಹಜ ಅಲಂಕಾರಕಲೆ? ನವಿಲುಗರಿ, ಗಿಣಿಯ ಗರಿ, ಅದೆಂತಹ ಹಕ್ಕಿ ಪಕ್ಷಿಗಳ ವಿವಿಧ ಬಣ್ಣಗಳ ಗರಿಗಳನ್ನು ಅಂದವಾಗಿ ಜೋಡಿಸಿ ಕುತ್ತಿಗೆ, ಎದೆ, ಸೊಂಟ, ಹೆರಳುಗಳಿಗೆ ಹೆಣೆದು, ಕೊಳಲು ಬಾರಿಸಿಕೊಂಡು ಪುಟ್ಟ ಪುಟ್ಟ ಡೋಲುಗಳ ತಾಳಹಾಕುತ್ತಾ ಕುಣಿಯಲು ಶುರು ಮಾಡಿದರೆ ಮೈಮರೆಯದವರಾರು? ಧಾನ್ಯ ಬೆಳೆಯದ ಪರ್ವತ ನಾಡೊಂದನ್ನು ಬಿಟ್ಟರೆ ಸ್ವರ್ಗವನ್ನು ಸಾಕ್ಷಾತ್ಕರಿಸಿಕೊಂಡಿರುವ ಜನರು ಅವರು. ಕೃಷಿಗೆ

ಯೋಗ್ಯವಾದ ಕೆಳಗಿನ ಬಯಲಿಗೆ ಬಂದು ನೆಲೆಸಿ ಕಾಡು ಕಡಿದು ಅವರೂ ಏಕೆ ಬೆಳೆಯಬಾರದು? ಎದುರಿನ ಗುಡ್ಡಗಳ ಮರೆಯಲ್ಲಿ ಮುಳುಗುತ್ತಿದ್ದ ಸೂರ್ಯ ಕಣ್ಣಿಗೆ ಮಾತ್ರವಲ್ಲ, ಮೈಯ ಬೆವರುರಂಧ್ರಗಳಿಗೆ ಕೂಡ ಕೆಂಡದ ಉಂಡೆಯಾಗಿದ್ದ. ಇಡೀ ಭೂಮಿ ಕಾದು ಕಾದು ಕಪ್ಪು ತಿರುಗುವ ಓಡಿನಂತಾಗಿತ್ತು. ಧೂಳು. ಮೈಗೆಲ್ಲ ಕೆಂಪು ಎಣ್ಣೆ ಬಳಿದುಕೊಂಡು ಅಂಟುತ್ತಿರುವ ಸುಭದ್ರೆ ಕುತ್ತಿಗೆ ಭುಜಗಳ ಬಟ್ಟೆಯನ್ನು ಸಡಿಲಿಸಿ ತನಗೆತಾನೇ ಲಾವಂಚದ ಬೀಸಣಿಗೆ ಹಾಕಿಕೊಳ್ಳುತ್ತಿದ್ದಳು. ಅದರ ಅಂಚಿನ ಗಾಳಿ ತನಗೂ ಅಷ್ಟಿಷ್ಟು. ಬೆವರು ಜಿನುಗುವ ಅವಳ ತೋಳು ಮೊಣಕೈ ಮೊಣಕಾಲುಗಳಲ್ಲೆಲ್ಲ ಸೊಂಪಾದ ತುಂಡುಗರಿಕೆಯಂತಹ ಕಪ್ಪು ರೋಮಗಳು. ಗಂಧರ್ವ ಹೆಂಗಸರ ಮೈ ಅದೆಷ್ಟು ಶುಭ್ರ, ರೋಮರಹಿತ. ರೋಮಕಟ್ಟಿರುವ ಹೆಂಗಸು ಅಸಹ್ಯವೆನ್ನಿಸಿತು. ಗಂಧರ್ವ ಗಂಡಸರಿಗೆ ಕೂಡ ರೋಮ ಕಡಮೆ. ಇನ್ನು ಹೆಂಗಸರಿಗಂತೂ, ಇದ್ದರೆ ಹಾಗಿರಬೇಕು. ಅದುವರೆಗೆ ಚಿತ್ರವಾಹನನು ಒಮ್ಮೆಯೂ ಹಾಗೆ ಅವರ ಪರ್ವತಗಳನ್ನು ಏರಿ ನುಗ್ಗಿರಲಿಲ್ಲವಂತೆ. ಅವನ ಸೈನಿಕರಿಗೂ ಭಯ. ಧೈರ್ಯವಾಗಿ ನುಗ್ಗಿದವರು ನನ್ನವರೇ. ಸುಗ್ಗಿ ಹೊಡೆದವರೂ ನನ್ನವರೇ. ಸುಗ್ಗಿ ಅಂದರೆ ಹಾಗಿರಬೇಕು. ಪರ್ವತದ ಸೊಂಟದಿಂದ ಇಳಿಯುವ ಝರಿಯ ಹತ್ತಿರವಲ್ಲವೇ ನನಗೆ ಅಡ್ಡ ಸಿಕ್ಕಿದ್ದು ಆ ಐದು ಜನವೂ? ಹೆಂಗಸರಾದರೂ ಕೈಲಿ ಬಿಲ್ಲುಗಳು. ಹಕ್ಕಿ ಪಕ್ಷಿ ಹೊಡೆಯಲು ತಕ್ಕ ಬಿಲ್ಲು ಹಿಡಿದು ಈ ಅರ್ಜುನನನ್ನು ತಡೆಯಲು ಬಂದರೆ? ನನ್ನ ಬಿಲ್ಲಿನ ಎತ್ತರ ಅಗಲ ಗಾತ್ರವನ್ನು ನೋಡಿದ ತಕ್ಷಣ ಹೆದರಿ ಮುಖಬಿಳಿಚಿಕೊಂಡರಲ್ಲ. ಅಂಥವರನ್ನು ಹೊಡೆಯುವಷ್ಟು ಪ್ರಾಕೃತ ಮನುಷ್ಯನೆ ಅರ್ಜುನನೆಂದರೆ? ಆದರೂ ಎಂತಹ ಆತ್ಮವಿಶ್ವಾಸ ಅವರದು! 'ಸುಂದರಾಂಗ, ನಾವು ಐವರೂ ನಿನ್ನನ್ನು ಸೆರೆ ಹಿಡಿದಿದ್ದೇವೆ. ಬಿಲ್ಲನ್ನು ಕೆಳಗಿಟ್ಟು ಶರಣಾಗತನಾಗು.'

'ಇಡೀ ಗಂಧರ್ವ ಜನರನ್ನು ಸೆರೆಹಿಡಿಯಲು ನಾನು ಬಂದಿದ್ದೇನೆ.'

'ಹಿಡಿ ನಮ್ಮೈವರನ್ನೂ' ಎಂದು, ಐದು ಜನವೂ ಸುತ್ತುವರಿದು ತಬ್ಬಿಹಿಡಿದುಕೊಂಡ ಚತುರತೆಯೋ?

'ನಿಮ್ಮನ್ನು ಕಳಿಸಿ ನನ್ನನ್ನು ಮೋಸಗೊಳಿಸಿ ಅನಂತರ ಮರೆಯಲ್ಲಿ ಕೊಲ್ಲುವ ನಿಮ್ಮ ಗಂಡಸರ ಆಟ ನಡೆಯುವುದಿಲ್ಲ.'

'ಸುಂದರ, ನಮ್ಮನ್ನು ಯಾರೂ ಕಳಿಸಿಲ್ಲ. ಇಷ್ಟು ದೊಡ್ಡ ಬಿಲ್ಲು ಹಿಡಿದು ಈ ಪರ್ವತದ ಮೈಯನ್ನೆಲ್ಲ ಶೋಧಿಸುತ್ತಿರುವ ನಿನ್ನ ರೂಪವನ್ನು ಮರೆಯಲ್ಲಿ ನೋಡಿ ನೋಡಿ ಕೊನೆಗೆ ನೇರವಾಗಿ ನಿನ್ನನ್ನೇ ಸಂಧಿಸಬೇಕೆಂದು ನಿರ್ಧರಿಸಿ ಇಲ್ಲಿಗೆ ಬಂದೆವು. ನಾವು ಐದು ಜನವೂ ಸ್ನೇಹಿತೆಯರು. ಕೂಡಿ ಆಡಿ ಬೆಳೆದವರು.'

ಉಲೂಪಿಯಂತೆ ನೇರವಾದ ಮಾತು! ಅವರ ಮಾತನ್ನು ಏಕೆ ನಂಬಬಾರದು? ಆದರೂ ಎಚ್ಚರವಿರಬೇಕು. ನನ್ನ ಅಂಗರಕ್ಷಕರನ್ನು ಕೂಗಿ ಕರೆದು, ಅವರೆಲ್ಲಿದ್ದಾರೆ, ಗಂಧರ್ವ ಹೆಂಗಸರನ್ನು ಹಿಡಿದು ಗಿಡಗುಚ್ಚಿಗಳ ಸಂದಿಯಲ್ಲಿ ಬಂಡೆಗಳ ಮರೆಯಲ್ಲಿ! ನಗು ನುಗ್ಗಿ ಬಂತು. 'ಏನು ನಿನಗೆ ನೀನೇ ನಗುತ್ತೀಯಲ್ಲ ಸುಮ್ಮಸುಮ್ಮನೆ?' ಸುಭದ್ರೆ ಕೇಳಿದಳು.

ಅವನು ಅವಳತ್ತ ಬಲಕ್ಕೆ ತಿರುಗಿ ನೋಡಿದ. ನಗೆ ಮಾಯವಾಗಿ ಗಂಭೀರನಾದ. ಅವಳು ಗಾಳಿ ಹಾಕಿಕೊಳ್ಳುತ್ತಿದ್ದಳು. ಅವನು ಮತ್ತೆ ಎಡಗಡೆ ತಿರುಗಿದ. ಗುಡ್ಡಗಳು. ಬೆಟ್ಟಗಳು. ಒಣಗಿ ಸುಟ್ಟು ಬೂದಿ ಬಣ್ಣಕ್ಕೆ ತಿರುಗಿದ ಗಿಡಗುಚ್ಚಿ ಹುಲ್ಲುಗಳಲ್ಲ, ಕಣ್ಣ ಉರಿತವನ್ನು ಗುಣಪಡಿಸಿ ನೆಮ್ಮದಿಯನ್ನು ಲೇಪಿಸುವ ಹಚ್ಚ ಹಸಿರು ವೃಕ್ಷಗಳು. ಮೃದು ಎಲೆಗಳು ತುಂಬಿದ ಗಿಡಗಳು. ಬಣ್ಣಬಣ್ಣದ ಹೂವುಗಳು. ಮೃದುವಾಗಿ ಧುಮುಕುವ ತಣ್ಣನೆಯ ಬಿಳುಪು ನೀರಿನ ಸದ್ದು. ಬೆವರಿಲ್ಲದ, ಅಸಹ್ಯರೋಮಗಳಿಲ್ಲದ, ತೆಳುಹುಬ್ಬಿನ, ಶುಭ್ರಕಣ್ಣುಗಳ ಐವರು ತರುಣಿಯರು. 'ಚೆಲುವ, ಗಂಧರ್ವರೆಲ್ಲ ಹೆದರಿ ದೂರದೂರದ ಪರ್ವತಗಳ ಮರೆಗೆ ಓಡಿದ್ದಾರೆ. ಇಲ್ಲಿ ಕೈಗೆ ಸಿಕ್ಕಿದ ನಮ್ಮ ಹೆಂಗಸರಿಗೆ ನಿಮ್ಮ ಸೈನಿಕರು ಒರಟು ಯಾತನೆಯನ್ನೇಕೆ ಕೊಡಬೇಕು? ನಿನ್ನ ಸೈನಿಕರಂತೆ ನೀನೂ ಕಾಡುಮನುಷ್ಯನಲ್ಲ ತಾನೆ?' ಕಾಡಿನ ಈ ಚೆಲುವೆಯರು ನಮ್ಮನ್ನು ಕಾಡುಜನರನ್ನಾಗಿಸಿ ಒಮ್ಮೆಗೇ ನಾಚಿಕೆ ಹುಟ್ಟಿಸಿಬಿಟ್ಟರಲ್ಲ? ನಮ್ಮವರನ್ನೆಲ್ಲ ಕೂಗಿ ಕೂಗಿ ಕರೆದು ಅವರಿಗೆ ಕಾಮಕಲೆಯ ಮೊದಲ ನಿಯಮವನ್ನು ಹೇಳಿಕಳಿಸಬೇಕಾಯಿತಲ್ಲ.

'ಐವರನ್ನೂ ಸೋಲಿಸಬಲ್ಲೆಯ ನೀನು? ಅಥವಾ ನಮ್ಮಲ್ಲಿ ಅದೃಷ್ಟವಿರುವ ಯಾವಳಾದರೂ ಒಬ್ಬಳು ಸಾಕೋ ನಿನ್ನ ಶಕ್ತಿಗೆ?' ಎಂತಹ ಸವಾಲು, ಅಲ್ಲ, ಆಕರ್ಷಣೆ! ಒಬ್ಬನಿಗೆ ಐವರು. ಯಾವುದೋ ಮೂಲನಾಡಿಯಿಂದ ಮಿಡಿಯುವ ಆಕರ್ಷಣೆ. ಹೆಮ್ಮೆ. 'ನೀನು ಸೋತರೆ?' ಕಿಲಕಿಲ ನಗೆ. 'ಹೆದರಬೇಡ. ನಾವು ಐವರೂ ಆಗಲೇ ಸೋತುಹೋಗಿದ್ದೇವೆ. ಸೋತ ಹೆಂಗಸರನ್ನು ಸೇರುವ ಗಂಡಸು ಎಂದಿಗೂ ಸೋಲುವುದಿಲ್ಲ.'

ಮರದ ಮನೆ. ಮೆತ್ತನೆಯ ಕಂಬಳಿ. ಉತ್ಸಾಹವುಕ್ಕಿಸುವ ಹುಳಿ-ಒಗಚು-ಸಿಹಿ ಸೆರೆ. ಸಮೃದ್ಧವಾಗಿ ಬೆರೆತ ಜೇನು. ಮೂರು ರಾತ್ರಿ ಮೂರು ಹಗಲು. ನಿದ್ದೆಯನ್ನು ಗೆದ್ದ ಅರ್ಜುನ. ಒಬ್ಬಳು. ನಂತರ ಮತ್ತೊಬ್ಬಳು. ಐದನೆಯವಳನಂತರ ಮತ್ತೆ ಮೊದಲಿನವಳು. ಐವರೂ ಸೋತವರು. ಐವರೂ ಈ ಚೆಲುವ ಅರ್ಜುನನನ್ನು ಗೆಲ್ಲಿಸುವ ಶ್ರದ್ಧೆ ಸಂಕಲ್ಪಗಳಿಂದ ಮೃದು ವಿಲಾಸಗಳಿಂದ ಚೋದ್ಯಕುಚೋದ್ಯಗಳಿಂದ ಗೆಲ್ಲಿಸಿ ಗೆಲ್ಲಿಸಿ ಅಕ್ಷಯವಾದ ಗೆಲುವಿನ ಚೆಲುಮೆಯನ್ನು ಹೊಮ್ಮಿಸಿ, ಅದೇನು ಕೇಳಿ, ಅದೇನು ಕಲೆ. ಈ ಅರ್ಜುನನ ಕಲ್ಪನೆಯು ಸಹಸ್ರ ವರ್ಷ ತಪಸ್ಸು ಮಾಡಿದ್ದರೂ ಸಾಕ್ಷಾತ್ಕರಿಸಿಕೊಳ್ಳಲಾಗದ ವಿವರಗಳು. ಚೆಲುಮೆಯನ್ನು ಹೊಸಹೊಸದಾಗಿಸುವ ಭಂಗಿಗಳು. 'ಅದೇನು ಮತ್ತೆ ಮತ್ತೆ ಮುಗುಳ್ನಗುತ್ತಿದ್ದೀಯ ಒಬ್ಬನೇ?' ಸುಭದ್ರೆ ಕೇಳಿದಳು.

ಅವನು ತಿರುಗಿ ಒಂದು ಕ್ಷಣ ದೃಷ್ಟಿಯಿಟ್ಟು ನೋಡಿದ. ಅದೇನು ಬೀಸಿಕೊಳ್ಳುತ್ತೀದೀಯ ಒಬ್ಬಳೆ? ಅವಳು ಗೊಂದಲದಿಂದ ಇವನನ್ನು ನೋಡಿದಳು. 'ಇಷ್ಟೊಂದು ಶಖೆಯಾದರೆ ಏನು ಮಾಡಲಿ?' ಅವನು ಮತ್ತೆ ಏನೂ ಹೇಳಲಿಲ್ಲ. ಮೂಲೆಯಲ್ಲಿದ್ದ ಮಣ್ಣಿನ ಪಾತ್ರೆಯಿಂದ ನೀರು ಬಗ್ಗಿಸಿಕೊಂಡು ಗಟಗಟನೆ ಕುಡಿದು ತುಟಿಗಳನ್ನು ಒರೆಸಿಕೊಳ್ಳುತ್ತಾ ಹೆಚ್ಚು ಹೆಚ್ಚು ಗಾಳಿ ಬರುವಂತೆ ಜೋರಿನಿಂದ ಬೀಸಿಕೊಳ್ಳತೊಡಗಿದಳು. ಕೆಂಡದ ಉಂಡೆ ಬೆಟ್ಟಗಳ ಸಂದಿಗೆ ಉರುಳಿತ್ತು. ಬೆಟ್ಟಗಳ ಸಮೂಹವೆಲ್ಲ ಕಾದು ಕಾದು ಕೆಂಡಕ್ಕೆ ಕಾವು ಕೊಡುತ್ತಿದ್ದವು.

ಸುಸ್ತು. ಅದೆಂತಹ ಆಯಾಸ! ಶಕ್ತಿಯ ಮೂಲವೆಲ್ಲ ಉದ್ರಿಕ್ತವಾಗಿ ಹೊಮ್ಮಿ ಹೊಮ್ಮಿ ಹರಿದು ಕಳಲಿಬೀಳುವಂತಹ ದಣಿವು. ಎದ್ದು ಕೂಡುವ ಶಕ್ತಿಯನ್ನು ಕಳೆದುಕೊಂಡ ಬೆನ್ನುಹುರಿಗಳು. ಒಂದರ ಹಿಂದೆ ಒಂದರಂತೆ ಹರಿದುಬರುವ ನೀಳ ಉಸಿರು. ಸುಂದರಾಂಗ, ನಿನ್ನ ಕಡೆಯವರು ನೆನ್ನೆಯಿಂದ ಹೊರಗೆ ಕಾಯುತ್ತಿದ್ದಾರೆ. ಒಳಗೆ ಕಳಿಸೋಣವೆ? ಒಳಗೆ ಬಂದವರೊಡನೆ ಮಾತನಾಡಲು ಉಸಿರು ಸಾಲದ ದಣಿವು. ಶ್ರವಣ ಬರೀ ಆಪ್ತನಲ್ಲ. ಬುದ್ಧಿವಂತ. ತಕ್ಷಣ ಎಲ್ಲವನ್ನೂ ಅರ್ಥಮಾಡಿಕೊಂಡು ಮರದ ಪಟ್ಟಿಗಳಲ್ಲಿ ಪಲ್ಲಕ್ಕಿಯಂಥ ದನ್ನು ಕಟ್ಟಿ ನನ್ನನ್ನು ಎತ್ತಿ ಮಲಗಿಸಿ ಹೊರಿಸಿಕೊಂಡು ತಕ್ಷಣ ಪರ್ವತಗಳಿಂದ ಇಳಿಸಿ ತಪ್ಪಲಿಗೆ ಒಯ್ಯದಿದ್ದರೆ ಏನಾಗುತ್ತಿತ್ತೊ! ಅದೇ ಸಮಯದಲ್ಲಿ ಗಂಧರ್ವ ಗಂಡಸರು ಹಿಂತಿರುಗಿ ಹೀಗೆ ದಣಿದು ಬಿದ್ದಿದ್ದ ಶತ್ರುವನ್ನು ನೋಡಿದ್ದರೆ ಏನು ಮಾಡುತ್ತಿದ್ದರೋ! ತಪ್ಪಲಿನಿಂದ ಕುದುರೆಯ ಮೇಲೆ ಕೂತು ಕುಲುಕನ್ನು ಸಹಿಸುವ ಶಕ್ತಿಯೂ ಇಲ್ಲ. ಮುಂದೆ ಸಿಕ್ಕಿದ ನಮ್ಮ ಹಳ್ಳಿಯಲ್ಲಿ ಎಂಟು ದಿನ ಸೋಮರಸ, ಹಾಲು ಮೊಸರು ಅರಳು, ಜೇನು, ತುಪ್ಪದ ಅನ್ನ. ಮೈ ಕೈಗೆಲ್ಲ ದಿನವೂ ಎಳ್ಳೆಣ್ಣೆ ತಿಕ್ಕಿಸಿ ಹಿತವಾದ ನೀರು ಸುರಿಸಿಕೊಂಡು ಸದಾ ಮಲಗಿರುವ ವಿಶ್ರಾಂತಿಯಲ್ಲಲ್ಲವೇ ನನ್ನ ದಿಕ್ಕುಗೆಟ್ಟುತನದ ಅರಿವಾದದ್ದು? ಈ ಅರ್ಜುನನಿಗೆ ಬೇಕಾದದ್ದೇನು? ಕಾಮಕೇಳಿಯ ಸಾಮರ್ಥ್ಯವನ್ನು ಪ್ರಕರ್ಷಿಸಿ ಸುಖದ ಕಣಿಯಲ್ಲಿ ಹಿಂಡಿಹಾಕುವ ಐವರು ತರುಣಿಯರೆ? ತನ್ನಪ್ಪನಿಗೆ ದೌಹಿತ್ರನನ್ನು ಹೆರುವುದರಲ್ಲಿ ಸಾರ್ಥಕಳಾಗುವ ಹೆಂಡತಿಯ ಪ್ರೀತಿಯೆ?

'ಶ್ರವಣ, ಈ ಚಿತ್ರವಾಹನನ ರಾಜ್ಯದ ವಾಸ್ತವ್ಯ ಸಾಕು. ಹೊರಟುಹೋಗೋಣ.'

'ಮಹಾರಾಜ, ನಾನು ಮೊದಲೇ ಹೇಳಿದೆ. ನಿನ್ನಂಥವನು ಹೀಗೆ ಮಾವನ ಅರಮನೆಯ ಕಾವಲುಗಾರನಾಗಿರಬೇಕೆ? ಹೊರಟುಬಿಡು.'

ಎಲ್ಲಿಗೆ ಎಂಬುದು ಆಗಲೂ ಹೊಳೆದಿರಲಿಲ್ಲ. ಹೋಗುತ್ತೇನೆಂದು ಹೇಳಿದಾಗ ಚಿತ್ರಾಂಗದೆ ಖಿನ್ನಳಾದಳು. ಹೋಗಬೇಡವೆಂದಳು. ಅಳಲಿಲ್ಲ. ಅಂಗಲಾಚಲಿಲ್ಲ. 'ನೀನು ಹೋದರೆ ಗಂಧರ್ವರಿಂದ ಈ ರಾಜ್ಯವನ್ನು ರಕ್ಷಿಸುವವರಾರು? ಈ ನಿನ್ನ ಮಗನಿಗೆ ಮುಂದೆ ರಾಜ್ಯ ವಿಲ್ಲದಂತಾದರೆ?' ಎಂಬುದು ಚಿತ್ರವಾಹನನ ಮೊದಲ ಚಿಂತೆ.

'ನಿನಗಾಗಿ ನಿನ್ನ ಮಗಳಲ್ಲಿ ನಾನೊಬ್ಬ ಮಗನನ್ನು ಹುಟ್ಟಿಸಿ ಕೊಟ್ಟೆ. ಅವನ, ಅವನ ರಾಜ್ಯದ ಹೊಣೆ ಎಲ್ಲ ನಿನ್ನದೇ.' ಎಂದದ್ದಕ್ಕೆ ಅವನು ಪ್ರತಿ ಹೇಳಲಿಲ್ಲವಲ್ಲ.

ಈ ಒಂದು ವರ್ಷಕ್ಕೆ ಅಲ್ಲಿಯ ಹೆಣ್ಣುಗಳನ್ನು ಕಟ್ಟಿಕೊಂಡ ನನ್ನ ಸಂಗಡಿಗರಲ್ಲಿ ಕೆಲವರು ಹೊರಡಲಿಲ್ಲ. ಉಳಿದವರನ್ನೇ ಕರೆದುಕೊಂಡು ಹೊರಬಂದಾಗ ಎಲ್ಲಿಗೆ ಹೋಗುವು ದೆಂಬ ದಿಕ್ಕು ಕೂಡ ಹೊಳೆದಿರಲಿಲ್ಲ. ಆದರೆ ಹೊರಡುವ ತನಕ ಇಲ್ಲದ ಒಂದು ತೆರ ನಾದ ನೆಮ್ಮದಿ ಹುಟ್ಟಿಬಿಟ್ಟಿತಲ್ಲ. ಇದ್ದಕ್ಕಿದ್ದಂತೆಯೇ ಒಂಟಿಯಾಗಿ ಹೊರಟುಹೋಗುವ ಆಶೆ. ಅಂಗರಕ್ಷಕರು ಬೇಡ, ಜೊತೆಗೆ ಯಾರೂ ಬೇಡ ಎಂಬ ಬಯಕೆ. ಅಷ್ಟರಲ್ಲಿ ಅದೃಷ್ಟಕ್ಕೆ ನನ್ನ ಅನೇಕ ಸಂಗಡಿಗರಿಗೆ ಊರಿಗೆ ಹೋಗುವ ಹಂಬಲ. ಒಳ್ಳೆಯದೇ ಆಯಿ ತೆಂದು ಶ್ರವಣನ ಜೊತೆ ಮಾಡಿ ಕಳಿಸಿ ನಾನೊಬ್ಬನೇ ಹೊರಟದ್ದು, ಬಿಲ್ಲುಬಾಣ ಹಿಡಿದು

ಒಂದು ಕುದುರೆಯ ಮೇಲೆ. ಶ್ರವಣ ಹತ್ತಿರ ಬಂದು ಹೇಳಿದ ಬುದ್ಧಿವಾದ: 'ಮಹಾರಾಜ, ಇನ್ನೆಂದೂ ಯಾವ ಹೆಂಗಸಿನ ಸಂಗವೂ ಮಾಡಬೇಡ. ನಿನ್ನ ಸುಂದರ ಮೈಯನ್ನು ಯಾವ ಹೆಂಗಸಾದರೂ ಹಿಂಡಿ ಹಿಪ್ಪೆಮಾಡಿಬಿಡುತ್ತಾಳೆ.'

ಅಷ್ಟರಲ್ಲಿ ಕತ್ತಲಾಗಿತ್ತು. ಹಿಂದಿನ ದಿನದಂತೆಯೇ ಮಸುಕುಮಸುಕಾಗಿ ಕಾಣುವ ಗುಡ್ಡದ ಸಾಲುಗಳ ರೇಖೆ. ಬೆವರಿನಿಂದ ಒದ್ದೆಯಾಗಿ ಮೈಗೆ ಅಂಟುವ ಬಟ್ಟೆಗಳು. ಹತ್ತಿರದ ಯಾವುದೋ ಮರದಲ್ಲಿ ಗಿಜಗಿಜಗುಟ್ಟುವ ಕಪಟಗಳ ಸದ್ದು. ಮುಂದಿನ ರಥದವನು ಇನ್ನೂ ಸೂಡಿ ಹೊತ್ತಿಸಿರಲಿಲ್ಲ. ಅರ್ಜುನನ ಮನಸ್ಸಿನಲ್ಲಿ ಇದ್ದಕ್ಕಿದ್ದಂತೆಯೇ ದಿಕ್ಕುಗೆಟ್ಟತನದ ಭಾವ. ಇದೇನು ನೆನಪೋ, ಸದ್ಯ ಸ್ಥಿತಿಯೋ ಎಂಬ ವ್ಯತ್ಯಾಸ ಕೂಡ ತಿಳಿಯದ ಕತ್ತಲೆ. ಈ ದಾರಿಯೇ ಇಂಥದು. ಬರೀ ಒಣಗುಡ್ಡಗಳು. ಮುಳ್ಳುಗಿಡ, ಮುಳ್ಳುಮರ, ಮುಳ್ಳುಪೊದೆಗಳು. ಹುಲಿ ಚಿರತೆಗಳು. ಇನ್ನೂ ಒಂದೂ ಕಣ್ಣಿಗೆ ಬಿದ್ದಿಲ್ಲ. ಹನ್ನೆರಡು ರಥಗಳು, ಅವುಗಳ ತುಂಬ ಜನ. ಸದ್ದಿಗೇ ಹೆದರಿ ಓಡಿರುತ್ತವೆ ಎಂದುಕೊಳ್ಳುವಷ್ಟರಲ್ಲಿ ಎದುರಿಗೆ ಒಂದು ತೋಪು ಕಾಣಿಸಿತು. ಅದಕ್ಕೆ ಮೊದಲು ಒಂದು ಮನೆ. ದೀಪದ ಬೆಳಕು. ಮುಂದಿನ ರಥದವನು ನಿಲ್ಲಿಸಿದ. ಅವನು ನಿರೀಕ್ಷಿಸುತ್ತಿದ್ದ ಸಣ್ಣ ಊರೇ ಇದು. ತೋಪಿನ ಹತ್ತಿರ ಭಾವಿ. ಹಗ್ಗದಲ್ಲಿ ನೀರನ್ನು ಸೇದಬೇಕು. ಎಲ್ಲ ರಥಗಳೂ ನಿಂತವು. ಊರಿನವರು ಹಗ್ಗ ಗಡಿಗೆ ಕೊಟ್ಟರು. ನೀರು ಸೇದಿ ಸೇದಿ ಕುದುರೆಗಳಿಗೆ ಕುಡಿಸಿ ಅವುಗಳ ಬೆನ್ನಿನ ಮೇಲೆ ಒಂದೊಂದು ಗಡಿಗೆ ಸುರಿದರು. ಕಾಲು, ಗೊರಸುಗಳಿಗೆ ಎರಚಿದರು. ಹಿಂದಿನ ಜಲಸ್ಥಾನದಲ್ಲಿ ಬೇಯಿಸಿ ತಂದಿದ್ದ ಬುತ್ತಿಯನ್ನು ಉಂಡು ಎಲ್ಲರೂ ನೀರು ಕುಡಿದರು. ಜೊತೆಗೆ ತಲೆ ಕುತ್ತಿಗೆ ಎದೆ ಬೆನ್ನುಗಳಿಗೆ ನೀರು. ಭಾವಿಯ ಹತ್ತಿರವಿದ್ದ ಕಾವಲುಗಾರನನ್ನು ಅರ್ಜುನ ಕೇಳಿದ: 'ನೆನ್ನೆ ಸುಮಾರು ಇದೇ ಹೊತ್ತಿಗೆ ಇಪ್ಪತ್ತು ರಥಗಳ ಒಂದು ಪಯಣ ಹೋಯಿತೆ?'

'ಇದೇ ಹೊತ್ತಿಗಲ್ಲ. ನೆನ್ನೆ ಬೆಳಗಿನ ಜಾವ ಹೋಯಿತು. ಬಲು ಜೋರು ಓಟ. ನಿಂತು ನೀರು ಕೂಡ ಕುಡಿಯಲಿಲ್ಲ. ಆನರ್ತದೇಶಕ್ಕೆ ಪಯಣ ಎಂದರು.'

ಹಾಗಾದರೆ ನಮಗೂ ಅವನಿಗೂ ಇದ್ದ ಅಂತರ ಒಂದು ದಿನದಿಂದ ಒಂದೂವರೆ ದಿನಕ್ಕೆ ಹೆಚ್ಚಿದೆ. ಇಷ್ಟು ಹೊತ್ತಿಗೆ ಇನ್ನೂ ಬೆಳೆದಿರಬಹುದು. ಅವನು ಸಿಕ್ಕುವುದಿಲ್ಲ. ದ್ವಾರಕೆಯ ತನಕ ಹೀಗೆ ಒಂಟಿಯಾಗಿಯೇ ಹೋಗಬೇಕು, ಎಂದು ಮನಸ್ಸನ್ನು ಅನಿವಾರ್ಯಕ್ಕೆ ಒಪ್ಪಿಸಿಕೊಳ್ಳುವಾಗ ಉತ್ಸಾಹ ಕುಸಿಯಿತು. ಕುದುರೆಗಳು ರಥವನ್ನು ಎಳೆಯುತ್ತವೆ, ಸುಮ್ಮನೆ ಕುಳಿತು ಹೋಗಬೇಕು ಎಂಬ ನಿಷ್ಕರ್ಷೆಗೆ ಮನಸ್ಸು ಇಳಿಯಿತು. ಅವನನ್ನು ಹಸಿವು ನೀರಡಿಕೆಗಳು ಕುಂದಿಸುವುದಿಲ್ಲ. ಶಖೆ ಚಳಿಗಳು ಸುಸ್ತು ಮಾಡುವುದಿಲ್ಲ. ಆದರೆ ಕುದುರೆಗಳು, ರಥಗಳು, ಇತರರು? ತನ್ನ ವೇಗಕ್ಕೆ ತಕ್ಕ ಒಂದು ತಂಡವನ್ನೇ ಇಟ್ಟುಕೊಂಡಿದ್ದಾನೆ –ನೆಲದ ಮೇಲೆ ನಡೆಯುವದಲ್ಲ, ಗಾಳಿಯನ್ನು ಭೇದಿಸಿಕೊಂಡು ಹಾರುವ ತಂಡ. ಅಣ್ಣನ ಬುದ್ಧಿ ನಿಧಾನ. ನನ್ನನ್ನೂ ಜೊತೆಗೆ ಕಳಿಸಬೇಕೆಂಬುದು ಮೊದಲೇ ಅವನಿಗೆ ಹೊಳೆದಿದ್ದರೆ ಜೊತೆಯಲ್ಲೇ ದಾರಿ ಸವೆಸಬಹುದಿತ್ತು. ಇಷ್ಟು ದೂರದ ದಾರಿ. ಒಂದೇ ಸಲ ಈ ದಾರಿಯಲ್ಲಿ ನಾನು

ಬಂದಿರುವುದು. ಇವಳನ್ನು ಮದುವೆಯಾಗಿ ಕರೆದುಕೊಂಡು ಬಂದಾಗ ಎಂದುಕೊಳ್ಳುವಾಗ ರಥಗಳು ಸಾಲುಗಟ್ಟಿ ಹೊರಟವು. ದಾರಿ ತಿಳಿದವರು ಮುಂದೆ. ಎರಡನೆಯದೇ ಐದು ಬಿಳಿಗುದುರೆಗಳ ಈ ದೊಡ್ಡ ರಥ. ನೆನ್ನೆಗಿಂತ ಹೆಚ್ಚೆನಿಸುವ ಕತ್ತಲು. ಒಬ್ಬನೇ ಕುದುರೆ ಏರಿ ಹೊರಟಿದ್ದರೆ ಇಷ್ಟರಲ್ಲಿ ಕೃಷ್ಣನನ್ನು ಹಿಡಿದುಬಿಡಬಹುದಿತ್ತು. ಇವೆಲ್ಲ ಭಾರವಾದ ಬಾಲ. ಮೊದಲ ಸಲ ದ್ವಾರಕೆಗೆ ಒಬ್ಬನೇ ಹೋಗಲಿಲ್ಲವೆ ಕುದುರೆಯ ಮೇಲೆ? ಮಣಲೂರಿನಿಂದ ದ್ವಾರಕೆ. ಯಾವ ಮೂಲೆಯಿಂದ ಯಾವ ಮೂಲೆ. ನಡುವೆ ಅದೆಷ್ಟು ದೇಶಗಳು. ಬೇಕೆಂದೇ ಕುರುನಾಡನ್ನು ಬಿಟ್ಟು, ಪಾಂಚಾಲವನ್ನೂ ಬಿಟ್ಟು ಕೋಸಲ, ದಶಾರ್ಣ, ನಡುವೆ ಯಾರೋ ತಪ್ಪುದಾರಿ ಹೇಳಿ ಮತ್ತೆ ಕುಂತಲದ ಕಡೆಗೆ ಆರು ದಿನ, ಮತ್ತೆ ಹಿಂತಿರುಗಿ ನಿಷಾದ, ಆವಂತಿ. ಈಗ ಅವೆಲ್ಲ ಮರೆತೇಹೋಗಿವೆ. ಏನು ಬೇಕಾಗಿತ್ತು ಆಗ ನನಗೆ? ಊರು ಬಿಟ್ಟು ಮನೆ ಬಿಟ್ಟು ಹೊರಟವನಿಗೆ ಉಲೂಪಿ, ಚಿತ್ರಾಂಗದೆ, ಒಟ್ಟಿಗೆ ಐದು ಹೆಣ್ಣುಗಳು, ದಿಕ್ಕು ದೆಶೆ ಇಲ್ಲದೆ ದಾರಿದಾರಿ ಅಲೆಯುವಾಗ ಇದ್ದಕ್ಕಿದ್ದಂತೆಯೇ ಒಬ್ಬ ಸ್ನೇಹಿತ ಬೇಕು. ಒಂಟಿ ಅರ್ಜುನನಿಗೆ ಒಬ್ಬ ಸಖ ಬೇಕು. ಹೆಣ್ಣುಗಳು ಬಾಯಿಬಿಡುವ, ಗಂಡಸರ ಹೊಟ್ಟೆಯಲ್ಲಿ ಕಿಚ್ಚು ಹೊತ್ತುವ ಚೆಲುವ ಅರ್ಜುನನಿಗೆ, ಗುರುಗಳು ಬಾರಿಬಾರಿಗೂ ಬಾಚಿ ತಬ್ಬಿಕೊಳ್ಳುತ್ತಿದ್ದ ಬಾಣಚತುರನಿಗೆ, ಪೂರ್ಣ ತನ್ನವಳೆನ್ನಿಸುವ ಹೆಂಡತಿ ಇಲ್ಲದ ನತದೃಷ್ಟನಿಗೆ, ಶೈಶವದ ನಂತರ ಸಂಪರ್ಕವೇ ಕಡಿದು ಸಖ್ಯ ಬೆಳೆಯುವ ತಾರುಣ್ಯದ ಮುನ್ನವೇ ಜಾಗ ಬಿಟ್ಟ ಹಿಮವತ್ಪರ್ವತದ ತಪ್ಪಲಿನಲ್ಲಿ ಸಖ ಆಗಲಿಲ್ಲ. ದಾಯಾದಿ ಗುಂಪಿನ ಹಸ್ತಿನಾವತಿಯಲ್ಲಿ ಸಮವಯಸ್ಕನ ಪ್ರೀತಿ ದೊರೆಯಲಿಲ್ಲ. ಏಕಚಕ್ರನಗರದ ಪರದೇಶಿತನದಲ್ಲಿ ಸಖ್ಯ ದಕ್ಕಲಿಲ್ಲ. ಇಂದ್ರಪ್ರಸ್ಥ ಕಟ್ಟುವಾಗ ತಾನಾಗಿಯೇ ಬಂದು ರಥ ತುರಗ ಪಾತ್ರೆಪರಟಿ ಬಟ್ಟೆಬರೆ ಬಂಗಾರಗಳನ್ನು ಲೆಕ್ಕವಿಲ್ಲದಂತೆ ಕೊಟ್ಟು ನಮ್ಮೊಡನೆಯೇ ಉಳಿದು ಕಾಡನ್ನು ನಾಡಾಗಿಸಿದ ಅವನನ್ನು ಬಿಟ್ಟರೆ ಎಲ್ಲಿಗೆ ಹೋಗಬೇಕು ಅರ್ಜುನ? ಯಾರ ಕೈಲಿ ಹೇಳಿಕೊಳ್ಳಬೇಕು ಮನೆ ಬಿಟ್ಟು ಹೊರಗೆ ಬಂದು ಪರದೇಶಿಯಾಗಿರುವ ತನ್ನ ಅನಾಥಸ್ಥಿತಿಯನ್ನು? ದೇಶದೇಶಗಳನ್ನು ತಿರುಗಿ ನೇರವಾಗಿ ದ್ವಾರಕೆ ಮುಟ್ಟುವ ದಾರಿ ತಿಳಿಯದೆ ಪ್ರಭಾಸವನ್ನು ಮುಟ್ಟಿ ಅಲ್ಲಿಂದ ಹೇಳಿ ಕಳಿಸಿದ ತಕ್ಷಣ ಕುದುರೆ ಏರಿ ಓಡಿ ಬಂದು, ಅದೆಷ್ಟು ಪ್ರೀತಿಯ ಬಿಗಿಯಿಂದ ಬೆವರು ಬೆವರಿನಲ್ಲಿ ಬೆರೆಯುವಂತೆ ತಬ್ಬಿಕೊಂಡ, ನೆಲೆ ಸಿಕ್ಕಿದಂತಾಗುವಂತೆ. ಊರು ಬಿಟ್ಟದ್ದು ನಂತರ ನಡೆದದ್ದು ಆರ್ಯಾವರ್ತದ ಪೂರ್ವದಿಶೆಯಿಂದ ಈ ಪಶ್ಚಿಮ ಗಡಿಯತನಕ ಒಬ್ಬನೇ ಗುಡ್ಡ ಬೆಟ್ಟ ಕಾಡು ನಾಡುಗಳನ್ನು ಹಾಯ್ದು ಬಂದ ಒಂಟಿಪಯಣದ ಎಲ್ಲ ವಿವರಗಳನ್ನೂ ಅದೆಷ್ಟು ತಾಳ್ಮೆಯಿಂದ ಆಲಿಸಿ ಅರ್ಥಮಾಡಿಕೊಂಡ. 'ಅರ್ಜುನ, ದ್ವಾರಕೆಗೆ ಹೋಗೋಣ. ಬೇರೆ ಯಾವ ಯೋಚನೆಯೂ ಬೇಡ. ನಾಲ್ಕು ದಿನ ನನ್ನೊಡನೆ ಹಾಯಾಗಿದ್ದು ಎಲ್ಲವನ್ನೂ ಮರೆತುಬಿಡು. ಅನಂತರ ನಾನು ಹೇಳುತ್ತೇನೆ. ಆತ್ಮಭರ್ತ್ಸನೆ ನಿನ್ನಂಥವನಿಗೆ ಶೋಭಿಸುವುದಿಲ್ಲ. ಇಡೀ ದ್ವಾರಕೆ ನಿನ್ನದಾಗಿರುವಾಗ ಪರದೇಶಿ ಎಂದೇಕೆ ಕರೆದುಕೊಳ್ಳುತ್ತೀಯ? ಏನಂದೆ? ಕಾರಣವಿಲ್ಲದೆ ಈಗ ಇವನು ಯಾಕೆ ಬಂದಿದ್ದಾನೆ ಅಂತ ದ್ವಾರಕೆಯಲ್ಲಿ ಯಾರೂ ಕೇಳುವುದಿಲ್ಲ. ಹಾಗೆ

ಯಾರಾದರೂ ಕೇಳಿದರೆ, ನಮಗೆ ಪೀಡೆಯಾಗಿರುವ ಶಾಲ್ವನ ಕಡೆಯವರ ಮೇಲೆ ಯುದ್ಧ ಮಾಡುವುದಕ್ಕೆಂದು ಈ ಪಾಂಡವವೀರನನ್ನು ನಾನೇ ಹೇಳಿಕಳಿಸಿ ಕರೆಸಿದೆ ಅನ್ನುತೀನಿ. ವೀರನು ಎಲ್ಲಿದ್ದರೂ ಉಪಯುಕ್ತನೇ. ಸಂಕೋಚ ಸಲ್ಲ.'

ಸಂಕೋಚವನ್ನು ತೊಡೆದುಹಾಕುವ ಆತ್ಮೀಯತೆ. ಅಂತರಂಗಕ್ಕೆ ಕ್ಷೇಮಭಾವವನ್ನು ತಂದುಕೊಡುವ ಸಹವಾಸ.

ಎಷ್ಟು ಸುಂದರವಾದ ನಗರಿ ಕಟ್ಟಿಸಿದ್ದಾನೆ ಕೃಷ್ಣ! ಸದಾ ರವಗುಟ್ಟುವ ಸಮುದ್ರದ ದಡಕ್ಕೆ ಅವನ ಮನೆ. ಹುಟ್ಟಿ ಎದ್ದು ಎದ್ದು ಉರುಳುವ ಅಲೆಗಳು. ಬಿಳುಪಾಗಿ, ನೀಲವಾಗಿ ಕೊನೆಗೆ ಹಸುರಿನ ಅನಂತವಾಗುವ ಸಾಗರವನ್ನು ನೋಡುತ್ತಾ ಕುಳಿತರೆ ನನಗೂ ಮೈಮರೆವು. ಅವನಿಗೂ ಮೈಮರೆವು. 'ಅರ್ಜುನ, ಹೀಗೆ ಮೈಮರೆತು ಸಾಗರವನ್ನು ನಿರುಕಿಸುವಾಗ, ಅಷ್ಟೇ ಮೈಮರೆವಿನಿಂದ ಜೊತೆಗಿರುವ ಗೆಳೆಯ ನೀನು' ಎನ್ನುತ್ತಿದ್ದನಲ್ಲ. ಅದನ್ನು ನೋಡುವ ತನಕ ಸಾಗರದ ಕಲ್ಪನೆಯೇ ನನಗೆ ಇರಲಿಲ್ಲ. ಇಂದ್ರಪ್ರಸ್ಥವನ್ನು ಕಟ್ಟಲು ಬಂದಾಗ ಅವನೇನೋ ಸಾಗರ, ಎಲ್ಲೆ ಇಲ್ಲದ ವಿಸ್ತಾರ, ಅನಂತ ಸಂಖ್ಯೆಯಲ್ಲಿ ಹುಟ್ಟಿ ಹುಟ್ಟಿ ಏರಿ ಉರುಳಿ ದಡಕ್ಕೆ ಬಡಿದು ಇಲ್ಲವಾಗುವ ಅಲೆಗಳನ್ನು ವರ್ಣಿಸುತ್ತಿದ್ದ. ಅವನ್ನು ನೆನಸಿಕೊಂಡು ಅಂತರ್ಮುಖಿಯಾಗುತ್ತಿದ್ದ. ಸಾಗರದ ಅನಂತದಲ್ಲಿ ಹುಟ್ಟಿ ಅಬ್ಬರ ಮಾಡಿಕೊಂಡು ವರ್ಧಿಸಿ ನುಗ್ಗಿ ಆಕ್ರಮಿಸಿ ದಡಕ್ಕೆ ಬಡಿದು ಲಯವಾಗುವ ಅಲೆಗಳ ಲೀಲೆಯ ವರ್ಣನೆಯನ್ನು ಅವನ ಬಾಯಿಂದಲೇ ಕೇಳಬೇಕು. ಅದರಲ್ಲೇ ಏನೋ ಅರ್ಥ ಹುಟ್ಟಿಸುವಂತಹ ವರ್ಣನೆ ಅವನದು.

ಅಲ್ಲಿಗೆ ಹೋದ ಮೂರು ತಿಂಗಳಿನ ನಂತರ ಆಕಾಶವನ್ನು ತುಂಬಿದ ಬೆಳದಿಂಗಳು ಸಾಗರದ ದಡವನ್ನು ಹಿಗ್ಗಿಸಿ ಉಕ್ಕಿಸುವುದನ್ನು ನೋಡುತ್ತಾ ನಿಂತಿದ್ದಾಗಲಲ್ಲವೇ ಅವನು ಅಂದದ್ದು: 'ಪಾರ್ಥ, ಓಡಿಹೋದ ಕೆಲವು ದಿನಗಳನಂತರ ಮನೆಯ ನೆನಪು ಬಾಧಿಸಲು ಶುರುವಾಗುತ್ತದೆ. ಆದರೆ ಅಭಿಮಾನ ಅಡ್ಡ ಬರುತ್ತದೆ. ಓಡಿಬಂದು ತಪ್ಪು ಮಾಡಿರುವೆನೆಂಬ ಭಾವವು ತಡೆಹಾಕುತ್ತದೆ. ನಿಮ್ಮಣ್ಣನಿಗೆ ನಾನು ಹೇಳಿಕಳಿಸುತ್ತೇನೆ. ಅವನೇ ಬಂದು ನಿನ್ನನ್ನು ಕರೆದೊಯ್ದರೆ ಸರಿ ಅಲ್ಲವೆ?'

ನನ್ನ ಮನಸ್ಸಿನಲ್ಲಿದ್ದುದನ್ನು ಎಷ್ಟು ಸೂಕ್ಷ್ಮವಾಗಿ ಅರ್ಥಮಾಡಿಕೊಂಡ, ಆ ವಿಷಯವಾಗಿ ಮಾತನ್ನೇ ಆಡದೆ. ಶತ್ರುವಾಗಲಿ ಮಿತ್ರನಾಗಲಿ ಅನ್ಯರ ಅಂತರಂಗವನ್ನು ಕರಾರುವಾಕ್ಕು ಅಳೆದು ತಿಳಿಯುವ ಅವನ ಶಕ್ತಿ ಬೇರೆ ಯಾರಿಗುಂಟು? ಈಗ ದ್ವಾರಕೆಯಲ್ಲಿ ದುರ್ಯೋಧನ ಏನು ಹೇಳಿರುತ್ತಾನೆ, ಹೇಗೆ ಮಾತನಾಡಿರುತ್ತಾನೆ, ಬಲರಾಮನ ಮನಸ್ಸು ಹೇಗೆ ಹರಿದಿರುತ್ತದೆ, ಇತರ ಯಾದವ ಪ್ರಮುಖರ ಮನಸ್ಸಿನ ಮೇಲೆ ದುರ್ಯೋಧನ ಯಾವ ಯಾವ ಮಾಯೆಯನ್ನು ಬೀಸಿರುತ್ತಾನೆ ಎಂಬುದನ್ನೆಲ್ಲ, ದುರ್ಯೋಧನನು ದ್ವಾರಕೆಗೆ ಹೊದ ಎಂಬುದು ತಿಳಿದ ತಕ್ಷಣ ಅವನು ಊಹೆಯಿಂದಲೇ ತಿಳಿದುಕೊಂಡಿರುತ್ತಾನೆ. ಅಲ್ಲಿ ಹೊಗಿ ವಿಚಾರಿಸಿದರೆ ವಾಸ್ತವತೆಯ ಪ್ರತಿಯೊಂದು ವಿವರವೂ ಅವನ ಊಹೆಗೆ ಅನುಗುಣ ವಾಗಿರುತ್ತದೆ. ಚಂದ್ರನ ತುಂಬುಬೆಳಕಿನಿಂದ ಉದ್ರಿಕ್ತವಾಗಿ ಮರಳಿ ಬುಸುಗುಟ್ಟುತ್ತಿದ್ದ

ಅದೇ ಸಾಗರದ ದಡದಲ್ಲಲ್ಲವೆ ಅವನು ನನ್ನ ಇನ್ನೊಂದು ಒಳಗನ್ನು ಅರಿತು ಮಾತನಾಡಿದುದು: 'ಈಗ ನಿನ್ನ ಮನಸ್ಸನ್ನು ತುಂಬಿಕೊಂಡಿರುವ ಆ ಹುಡುಗಿ ನನ್ನ ತಂಗಿಯೇ. ನಮ್ಮಪ್ಪನ ಇನ್ನೊಬ್ಬ ಹೆಂಡತಿಯ ಮಗಳು. ಹೆಸರು ಸುಭದ್ರೆ.'

ಇವಳು ಅವನ ತಂಗಿ ಎಂಬುದು ನನಗೆ ಗೊತ್ತಿರಲಿಲ್ಲವೆ? ನನಗೆ ಗೊತ್ತಿರುವ ಸಂಗತಿ ಅವನಿಗೆ ಗೊತ್ತಿರಲಿಲ್ಲವೆ? ಆದರೂ ಹೊಸದಾಗಿ ಪರಿಚಯದ ಮಾತು ಏಕೆ ಹೇಳಿದ? ಯಾಕೆ ಮೋಹಗೊಂಡೆ ಇವಳಲ್ಲಿ? ರೂಪಕ್ಕೇ? ಕೌಶಲ್ಯಕ್ಕೆ? ಅಥವಾ ಬೇರೆ ಏನನ್ನು ಕಂಡು ಮರುಳಾದೆ ಇವಳಿಗೆ? ಬಲಪಕ್ಕಕ್ಕೆ ಕಿರುಗಣ್ಣು ಹಾಯಿಸಿ ನೋಡಿದ. ಮುಂದಿನ ರಥದ ಮಗ್ಗುಲಿಗೆ ಉರಿಯುವ ಸೂಡಿಯ ಬೆಳಕಿನಲ್ಲಿ ಕಾಣುತ್ತಿದೆ. ನಿದ್ದೆ ಮಾಡುತ್ತಿಲ್ಲ. ಸುಮ್ಮನೆ ಕುಳಿತಿದ್ದಾಳೆ. ಕೈಯಲ್ಲಿ ಬರಿದೇ ಬೀಸಣಿಗೆ ಹಿಡಿದುಕೊಂಡು. ಮುದ್ದಾದ ಮುಖ. ಕಪ್ಪು ಕೂದಲು. ದಡ್ಡಿಯಲ್ಲ. ಹದಿನೆಂಟು ವರ್ಷದ ಹಿಂದೆ ಇದ್ದುದಕ್ಕಿಂತ ದಪ್ಪವಾಗಿದ್ದಾಳೆ. ಮುಪ್ಪು ಅಡರಿಲ್ಲ. ಕೂದಲು ಅಷ್ಟೇ ಕಪ್ಪಗೆ, ಅಷ್ಟೇ ಸೊಂಪಾಗಿದೆ. ಆದರೆ ಮುಂದಿನ ರಥದ ಸೂಡಿಯ ಬೆಳಕಿಲ್ಲದಿದ್ದರೆ ಸುತ್ತಮುತ್ತಲಿನ ಗುಡ್ಡ ಬೆಟ್ಟ ಒಣಗಿದ ಗಿಡಗುಚ್ಚಿ ಮಬ್ಬು ಆಕೃತಿಗಳಾದರೂ ಕಾಣುತ್ತವೆ. ಹೇಗೂ ನಾವು ಎಷ್ಟು ವೇಗವಾಗಿ ಹೋದರೂ ಕೃಷ್ಣನನ್ನು ದಾರಿಯಲ್ಲಿ ಹಿಡಿಯುವುದು ಸಾಧ್ಯವಿಲ್ಲ. 'ತುಷ್ಟ, ನೀನು ಸ್ವಲ್ಪ ಪಕ್ಕಕ್ಕೆ ನಿಂತು ನಮ್ಮ ಹಿಂದಿನ ಐದು ರಥಗಳನ್ನು ಮುಂದೆ ಬಿಡು. ನೆನ್ನೆಯ ಹಾಗೆ ನಾವು ಮಧ್ಯದಲ್ಲಿ ಹೋಗೋಣ. ಸೂಡಿಯ ಕಾವು ರಾಚುತ್ತದೆ.'

'ಹೌದು. ತುಂಬ ಶಖೆ,' ಸುಭದ್ರೆಯೂ ಮಾತನಾಡಿ ಬಾಯಿಯಿಂದ ದೊಡ್ಡ ಉಸಿರು ಬಿಟ್ಟಳು.

ಕತ್ತಲೆ ಸ್ವಲ್ಪ ಶಾಂತವಾಗಿದೆ.

ಏಕಸಮನಾದ ಕತ್ತಲೆಯಲ್ಲಿ ಆಕೃತಿಗಳು ಸ್ಪಷ್ಟವಾಗಿವೆ.

ಶಾಂತವಾದ ಕತ್ತಲಿನಲ್ಲಿ ನೆನಪು ತಿಳಿಯಾಗುತ್ತಿದೆ.

ಏಕೆ ಮೋಹಗೊಂಡೆ ಇವಳಲ್ಲಿ? ಕಲ್ಲುಗಳಿಲ್ಲ. ಮರುಳುಮಿಶ್ರಿತ ಮಣ್ಣಿನ ದಾರಿ. ಕುಲುಕಿಲ್ಲ, ತೂಗುತ್ತಾ ಸಾಗುತ್ತಿದೆ ರಥ. ಹಾ, ಹೊಳೆಯಿತು. ಮನಸ್ಸೆಲ್ಲ ಕೃಷ್ಣನಿಂದ ತುಂಬಿತ್ತು. ಅವನ ಆತ್ಮೀಯತೆ. ನನ್ನನ್ನು ಅರಿತು ಆದರಿಸುವ ಅಂತಃಕರಣ. ಸಾಗರದ ದಂಡೆಯ ಮರಳ ಮೇಲೆ ಜೊತೆಯಲ್ಲಿ ಕುಳಿತು ಜೊತೆಯಲ್ಲಿ ಕನಸು ಕಾಣುವ ಸಖ್ಯ. ಎಷ್ಟು ರಾತ್ರಿಗಳು ಹೆಂಡಿರನ್ನು ಒಳಗೆ ಬಿಟ್ಟು ನನ್ನೊಡನೆ ಕಡಲ ಕರೆಗೆ ಬಂದು ಕುಳಿತು ಗಂಟೆಗಟ್ಟಲೆ ಸುಮ್ಮನೆ ಕುಳಿತಿರುತ್ತಿದ್ದ! ಆ ಸಖನಂಥದೇ ಹುಬ್ಬು ಇವಳದು. ಅಣ್ಣನಂಥದೇ ಗಲ್ಲ. ಸೊಂಪಾದ ಕಪ್ಪುಗೂದಲು. ಅವನ ಗುಣ, ಭಾವಶಕ್ತಿ. ಇವಳ ಕೈ ಹಿಡಿದರೆ ನನ್ನ ಅಂತರಂಗದ ಅರಕೆ ಎಲ್ಲ ತುಂಬಿಹೋಗುತ್ತದೆಂಬ ಉತ್ಕಟ ಕನಸು. ಹೌದು, ಈಗ ಅರ್ಥವಾಗುತ್ತಿದೆ. ತಂಗಿಯಲ್ಲಿ ಅಣ್ಣನನ್ನು ನೋಡಿದೆ. ಮೂವತ್ತಮೂರನೆ ವಯಸ್ಸಿನಲ್ಲಿ ನನಗೆ ಇಷ್ಟು ಹೊಳೆಯಲಿಲ್ಲ. ವಸುದೇವನ ಅಷ್ಟು ಜನ ಹೆಂಡಿರ ಅಷ್ಟು ಜನ ಮಕ್ಕಳಲ್ಲಿ ಯಾರೂ ಕೃಷ್ಣನಂತಿಲ್ಲ. ಉಳಿದವರೊಡನೆ ನನಗೆ ಹೆಚ್ಚು ಒಡನಾಟವೂ ಇರಲಿಲ್ಲ. ಇವಳನ್ನು

ನೋಡಿದ ತಕ್ಷಣ ಕೃಷ್ಣನೊಬ್ಬನ ಗುಣಶಕ್ತಿಗಳನ್ನೆಲ್ಲ ಆರೋಪಿಸಿ ಕನಸಿನಲ್ಲಿ ಬಿದ್ದೆನಲ್ಲ. 'ಕೃಷ್ಣ. ಇವಳು ನನ್ನ ಕೈ ಹಿಡಿಯುವಂತೆ ಮಾಡು. ನನ್ನ ಜೀವನದ ಪರಮಪದ ಬಂತೆಂದು ಭಾವಿಸುತ್ತೇನೆ.'

'ಪಾರ್ಥ, ಒಬ್ಬ ಹುಡುಗಿಯಿಂದ ಜೀವನದ ಪರಮಪದ ಹೇಗೆ ಪ್ರಾಪ್ತವಾಗುತ್ತದೆ?' ಎಂದು ಅವನೇ ನಕ್ಕನಲ್ಲ.

'ಬಿಡಿಸಿ ಹೇಳಲಾರೆ. ಆದರೆ ನನ್ನಲ್ಲಿ ಕಂಡಿರುವ ಸತ್ಯ ನಿನಗೆ ತಿಳಿಯುತ್ತಿಲ್ಲ. ಅವಳನ್ನು ಪಡೆಯುವ ಉಪಾಯ ಹೇಳು. ಸ್ವಯಂವರ ಏರ್ಪಡಿಸಿದರೆ ಅವಳು ನನ್ನನ್ನು ವರಿಸುತ್ತಾಳಲ್ಲವೆ? ದ್ರುಪದರಾಜ ಮಾಡಿದಂತೆ ಕಷ್ಟತಮವಾದ ಬಾಣವಿದ್ಯಾಕೌಶಲದ ಪಂದ್ಯವನ್ನಿಟ್ಟರೆ ನಾನು ಖಂಡಿತ ಗೆಲ್ಲುತ್ತೇನೆ. ಅಂತೂ.....'

ಎರಡು ದಿನಗಳ ನಂತರ ಅವನೇ, 'ಪಾರ್ಥ, ಸುಭದ್ರೆಯ ಮನಸ್ಸನ್ನು ಅಲ್ಪಸ್ವಲ್ಪ ಅರಿಯುವ ಪ್ರಯತ್ನಮಾಡಿದೆ. ಸ್ವಯಂವರವೇರ್ಪಡಿಸಿದರೆ ಅವಳು ನಿನಗೇ ಮಾಲೆ ಹಾಕುತ್ತಾಳೆಂಬ ಭರವಸೆಯಿಲ್ಲ. ಪಂದ್ಯವಿಟ್ಟರೆ ಪರಿಣಾಮ ಏನಾಗುತ್ತದೋ ಯಾರಿಗೆ ಗೊತ್ತು? ನಿನ್ನನ್ನು ಮೀರಿಸಿದ ತರುಣರು ಆರ್ಯಾವರ್ತದಲ್ಲಿ ಯಾರೂ ಇತ್ತೀಚೆಗೆ ಹುಟ್ಟಿ ಬೆಳೆದಿಲ್ಲ ಅಂತ ಹೇಳುವುದು ಹೇಗೆ? ನೀನು ಪಂದ್ಯಕ್ಕೆ ಎದ್ದೇಳುವಾಗಲೇ ಅವಳು ನಿನ್ನನ್ನು ಬೇಡವೆಂದುಬಿಟ್ಟರೆ ನೀನು ಭಾಗವಹಿಸುವಂತೆಯೇ ಇಲ್ಲ. ಕರ್ಣನನ್ನು ಪಾಂಚಾಲಿ ಪ್ರಥಮಘಟ್ಟದಲ್ಲೇ ನಿರಾಕರಿಸಲಿಲ್ಲವೆ?'

'ವಂಶದಲ್ಲಿ ನಾನೇನೂ ಸೂತನಲ್ಲ. ಉಚ್ಚ ಕ್ಷತ್ರಿಯ. ಶುದ್ಧ ಆರ್ಯ.'

'ಆದರೆ ವಯಸ್ಸಿನಲ್ಲಿ ತರುಣನಲ್ಲ. ನನ್ನ ವಯಸ್ಸಿನವನು. ಅಲ್ಲದೆ, ಐದು ಜನರು ಒಟ್ಟಿಗೆ ಒಬ್ಬ ಹೆಂಡತಿಯನ್ನು ಮಾಡಿಕೊಂಡಿರುವ ಸಮಷ್ಟಿಗೆ ಸೇರಿದವನು. ಇವೆಲ್ಲ ಅವಳ ಮನಸ್ಸಿನಲ್ಲಿದ್ದರೆ?'

'ಕೃಷ್ಣ, ನಿನ್ನಾಣೆ. ಸಮಷ್ಟಿಯ ವಿವಾಹ ಸಾಕು. ನನಗೆ ಮಾತ್ರ ಒಬ್ಬ ಹೆಂಡತಿ ಬೇಕು. ಇದರಲ್ಲಿ ನಿನ್ನ ತಂಗಿಗೆ ಅನುಮಾನ ಬೇಡ. ಅವಳೊಬ್ಬಳೇ ನನ್ನ ಹೆಂಡತಿ.'

ಇವಳಲ್ಲಿ ಮನಸ್ಸನ್ನು ಮುಳುಗಿಸಿ ಕನಸು ಕಂಡು ಅವನನ್ನು ಕಾಡಿಸಿದವನು ನಾನು. ಇವಳು ಗೆಳೆಯನಿಗೆ ತಪ್ಪದೆ ದಕ್ಕುವ ದಾರಿ ಹೇಳಿಕೊಟ್ಟು ಒಳಗೇ ನನ್ನ ಪರವಹಿಸಿ ಅಣ್ಣ ಬಲರಾಮನ ನಿಷ್ಠುರಕ್ಕೆ ಒಳಗಾದವನು ಅವನು. 'ನಾಡದ್ದು ಅವಳು ರಥದಲ್ಲಿ ಕೂತು ರೈವತಕ ಪರ್ವತಕ್ಕೆ ಹೋಗುತ್ತಾಳೆ. ನೀನು ನೋಡಿದ್ದೀಯಲ್ಲ. ಪೂರ್ಣಿಮೆಯ ದಿನ ಅದನ್ನು ಪ್ರದಕ್ಷಿಣೆ ಮಾಡಿ ಬರುವ ಪದ್ಧತಿ ಇಟ್ಟುಕೊಂಡಿದ್ದಾಳೆ. ಬೇಟೆಗೆ ಹೋಗುವವನಂತೆ ನೀನು ನನ್ನ ಶಕ್ತಿಶಾಲಿಯಾದ ಕುದುರೆಗಳನ್ನು ಕಟ್ಟಿದ ಗಟ್ಟಿಮುಟ್ಟಾದ ರಥದಲ್ಲಿ ಒಬ್ಬನೇ ಹೋಗು. ಸರಿಯಾದ ನಡು ಜಾಗದಲ್ಲಿ ನಾಲ್ಕು ಬಾಣ ಹೊಡೆದು ದಾಸಿ, ಸಾರಥಿ ಮತ್ತು ಅಂಗರಕ್ಷಕರನ್ನು ಹೆದರಿಸಿ, ಇವಳೊಬ್ಬಳನ್ನೇ ಎತ್ತಿ ನಿನ್ನ ರಥಕ್ಕೆ ಹಾಕಿಕೊಂಡು ಇಂದ್ರಪ್ರಸ್ಥದ ಕಡೆಗೆ ಓಡಿಸಿಕೊಂಡು ಹೋಗು. ತುಂಬ ವೇಗವಾಗಿ ಹೋಗಬೇಕು. ದಾರಿಯಲ್ಲಿ ಅವಳ ರಕ್ಷಣೆ ನಿನ್ನ ಹೊಣೆ. ತುಂಬ ಧೈರ್ಯ ಬೇಕು. ಮಾಡಬಲ್ಲೆಯ?'

ಇಂಥದೇ ಗಟ್ಟಿಮುಟ್ಟಾದ ರಥ. ಇಂತವೇ ನಾಲ್ಕು ದೊಡ್ಡ ರಣಬಿಲ್ಲುಗಳು. ಭರ್ತಿ ಮೊನಚಾಗಿ ಅಗಲವಾದ ಅಲುಗಿನ ಬಾಣಗಳು. ಅಷ್ಟರಲ್ಲಿ ನನಗೆ ಹೊಂದಿಕೊಂಡಿದ್ದ ಜಾತಿಕುದುರೆಗಳು. ಅರ್ಜುನ ಬಲಕ್ಕೆ ತಿರುಗಿ ನೋಡಿದ. ಸುಭದ್ರೆ ಕುಳಿತೇ ನಿದ್ದೆ ಮಾಡು ತ್ತಿದ್ದಳು. ಆನರ್ತ ದೇಶದ ಗಡಿಯ ತನಕ ಮಾತ್ರ ನನಗೆ ದಾರಿ ಗೊತ್ತಿತ್ತು. ಮುಂದಿನದನ್ನು ಕೇಳಿಕೊಂಡು ಹೋಗಬೇಕಾಗಿತ್ತು. 'ಒಂದು ರಾತ್ರಿ ಕಳೆದುಬಿಟ್ಟರೆ ಸಾಕು. ನಾವೇ ಬಂದು ನಿಮ್ಮಿಬ್ಬರನ್ನೂ ಸಂಧಿಸಿ ಮದುವೆ ಮಾಡಿಕೊಡಲು ಒಪ್ಪಿ ವಾಪಸು ಕರೆದೊಯ್ಯುತ್ತೇವೆ' ಎಂಬ ಕೃಷ್ಣನ ಭರವಸೆಯ ಒತ್ತಾಸೆ ಬೇರೆ. ಅಕಸ್ಮಾತ್ ಅವನ ತಂತ್ರ ಫಲಿಸದಿದ್ದರೆ ನಾನು ಹಿಮ್ಮುಖವಾಗಿ ವೇಗವಾದ ಬಾಣಗಳನ್ನು ಹೊಡೆಯುತ್ತಾ ಮುಮ್ಮುಖವಾಗಿ ಕುದುರೆಗಳನ್ನು ಓಡಿಸಬೇಕು. ಅಕಸ್ಮಾತ್ ರಥದಿಂದ ಧುಮುಕುವ ಚೇಷ್ಟೆ ಮಾಡಿದರೆ ಇವಳ ಕೈಕಾಲು ಕಟ್ಟಿ ಮಲಗಿಸಿ, ಕುಳಿತೇ ನಿದ್ದೆ ಮಾಡುತ್ತಿದ್ದಾಳೆ. ಇವಳಿಗೆ ನಿದ್ದೆ ಬರದ ದಿನವೇ ಇಲ್ಲ. ಕನಸು ಕಾಣುವವರು ಮಾತ್ರ ನಿದ್ದೆ ಬರದೆ ಹೊರಳುತ್ತಾರೆ. ಎದ್ದು ಕೂತು ಚಂದ್ರನನ್ನೋ ನಕ್ಷತ್ರಗಳನ್ನೋ ದಿಟ್ಟಿಸುತ್ತಾರೆ. ಪಾಂಚಾಲಿ ಸರಿ. ಬೇಸಿಗೆಯಲ್ಲಿ ಇಂದ್ರಪ್ರಸ್ಥದ ಎತ್ತರವಾದ ಮಾಳಿಗೆಯ ಮೇಲೆ ಇಬ್ಬರೂ ತಬ್ಬಿ ಕುಳಿತಾಗ ಮೇಲೆ ನಕ್ಷತ್ರ ಅಥವಾ ಅರಳುವ ತಿಂಗಳು, ಕೆಳಗೆ ಬಿಳಿ ಮರಳ ಹಾಸಿಗೆಯ ಮಲಗಿ ಜಾರುವ ಯಮುನೆಯ ನೀರು. ತೋಳಿನಲ್ಲಿ ಒರಗಿ ಕನಸುಗಳಿಗೆ ಆಜ್ಯವನ್ನೆರೆಯುವ ಸಖಿ. ಐದು ರಾತ್ರಿಗೊಮ್ಮೆ, ಕೈಕಾಲು ಸೆಟೆಯುವ ಶೀತಕಾಲದಲ್ಲಿ ಕೂಡ ಒಮ್ಮೊಮ್ಮೆ ಎಬ್ಬಿಸಿಕೊಂಡು ಮಾಳಿಗೆಯ ಮೇಲಕ್ಕೆ ಕರೆದೊಯ್ಯುತ್ತಿದ್ದಳಲ್ಲ ಬಿಳಿಯ ಚಂದ್ರನನ್ನು ಒಂಟಿಯಾಗಿ ಬಿಡಬಾರದೆಂದು ಕವನ ಕಟ್ಟಿ ಹಾಡಿ. ಉಳಿದ ನಾಲ್ವರೊಡನೆ ಅವಳೆಂದೂ ಚಳಿಗಾಲದಲ್ಲಿ ಮಾಳಿಗೆ ಹತ್ತಿಲ್ಲ. ಇಡೀ ರಾತ್ರಿ ನಿದ್ದೆಗೆಟ್ಟಿಲ್ಲ. ಇವಳನ್ನು ತಂದನಂತರ ಅವಳೊಡನೆ ಕನಸು ಕಾಣುವ ಆಸ್ಪದವೇ ಇಲ್ಲವಾಯಿತು. ನೆನ್ನೆ ರಾತ್ರಿ ಪೂರ್ತಿ ನಿದ್ರಿಸಿದ್ದಾಳೆ. ಈ ಮಧ್ಯಾಹ್ನ ಪೂರ್ತಿ ತೋಪಿನಲ್ಲಿ ಗೊರಕೆ ತೆಗೆದಿದಾಳೆ. ಈಗಾಗಲೇ ಇಷ್ಟು ಬೇಗ, ರಥ ನಡುವೆಯಾದುದರಿಂದ ಸಾರಥ್ಯದ ಕೆಲಸವೇ ಇಲ್ಲ, ತುಷ್ಟನೂ ಕೂತಲ್ಲಿಯೇ ಒರಗಿ ಕಣ್ಣು ಮುಚ್ಚಿ ಕುದುರೆಗಳು ತಮ್ಮ ಪಾಡಿಗೆ ತಾವು ಮುಂದಿನ ರಥವನ್ನು ಅನುಸರಿಸುತ್ತಿವೆ.

'ಸುಭದ್ರೆ' ಎಂದು ಎಡಭುಜವನ್ನು ಅಲುಗಿಸಿದ.

ಒಮ್ಮೆ ದೀರ್ಘವಾಗಿ ಉಸಿರೆಳೆದು ಬಿಟ್ಟನಂತರ ಊಂ ಎಂದಳು.

'ಎಷ್ಟು ನಿದ್ದೆ ನಿನಗೆ?' ಮತ್ತೆ ಅಲುಗಿಸಿದ.

'ಯಾಕೆ?' ಮೈಮುರಿದಳು. ಕಣ್ಣು ಮುಚ್ಚಿಕೊಂಡೇ ಇದ್ದುದು ಅವನಿಗೆ ಕತ್ತಲೆಯಲ್ಲೂ ಕಾಣುತ್ತಿತ್ತು. ಎರಡು ತೋಳುಗಳನ್ನೂ ಸೆಟೆಸಿ ಭುಜವನ್ನು ಮುರಿದು, 'ಕೆಳಗಾದರೂ ಮಲಗುತ್ತೇನೆ. ಬಿಲ್ಲುಗಳನ್ನು ಸ್ವಲ್ಪ ಅತ್ತ ಸರಗಿಸು' ಎಂದಳು. 'ಮಲಗುವೆಯಂತೆ ಏನಾದರೂ ಮಾತನಾಡು' ಎನ್ನುವ ಹೊತ್ತಿಗೆ ಮೈ ಮುರಿದದ್ದು ಮುಗಿದಿತ್ತು. 'ಏನು ಮಾತನಾಡಲಿ?' ಎನ್ನುತ್ತಾ ಕಣ್ಣು ಬಿಟ್ಟಳು. ಏನು ಹೇಳಬೇಕೆಂಬುದು ತಿಳಿಯದೆ ಅವನು ದೂರದ ಆಕಾಶವನ್ನು ದಿಟ್ಟಿಸತೊಡಗಿದ. ಮರಳು ಮಿಶ್ರಿತ ಮಣ್ಣಿನ ದಾರಿಯಲ್ಲಿ ಧೂಳು ಹೆಚ್ಚಾಗಿತ್ತು. ಆದರೆ

ರಥವು ಕುಲುಕದೆ, ಎತ್ತಿ ಹಾಕದೆ, ಸಣ್ಣ ಅಲೆಗಳ ಮೇಲೆ ತೇಲುವ ನಾವೆಯಂತೆ ತೂಗುತ್ತಿತ್ತು.

'ಏನಂದೆ?' ಸುಭದ್ರೆ ಕೇಳಿದಳು.

'ಕೃಷ್ಣನಿಲ್ಲದಾಗ ದುರ್ಯೋಧನ ಹೋಗಿದ್ದಾನೆ. ಅಲ್ಲಿ ಏನಾಗಬಹುದು?'

ಸುಭದ್ರೆ ಅರ್ಥಮಾಡಿಕೊಳ್ಳುತ್ತಾ ಪೂರ್ತಿ ಎಚ್ಚರವಾಗುತ್ತಿದ್ದಳು. ಅರ್ಜುನನೇ ಮತ್ತೆ ವಿವರಿಸಿದ: 'ಕಳೆದ ಹದಿಮೂರು ವರ್ಷ ನೀನು ಅಲ್ಲೇ ಇದ್ದೆಯಲ್ಲ, ಯಾರ ಯಾರ ಮನಸ್ಸು ಹೇಗೆ ಹೇಗೆ ಅನ್ನುವುದು ನಿನಗೆ ಚನ್ನಾಗಿ ಅರ್ಥವಾಗಿದೆ.'

'ಯಾರಯಾರದೇನು ಮುಖ್ಯ? ಕೃಷ್ಣ ಆ ಊರು ಈ ಊರು ಅಂತ ಹೊರಗೆ ತಿರುಗುವುದು ಹೆಚ್ಚು. ಈಗಲೂ ಉಪಪ್ಲಾವ್ಯ ನಗರಕ್ಕೆ ಬಂದು ಇರಲಿಲ್ಲವೆ ನಮ್ಮ ಕೆಲಸ ಮಾಡಿಕೊಡುತ್ತಾ, ಹಾಗೆ ಯಾರ ಯಾರ ಕೆಲಸವೋ ಮಾಡುಕ್ಕೆ ಹೋಗಿರುತ್ತಾನೆ. ಊರು ಬಿಟ್ಟು ಕದಲದೆ ಇರುವ ಅಣ್ಣನ ಕಡೆ ಇರುತ್ತೆ ಯಾದವ ಸೈನ್ಯ. ಆಗ ನೀನು ನನ್ನನ್ನು ಹೊತ್ತುಕೊಂಡು ಬಂದೆಯಲ್ಲ ಆ ಅವಮಾನವನ್ನು ಅವನು ಮರೆತಿಲ್ಲ.'

ಇವಳು ತನಗೇ ದಕ್ಕಬೇಕಾದರೆ ಹೊತ್ತುಕೊಂಡು ಬರದೆ ಬೇರೆ ಮಾರ್ಗವಿರಲಿಲ್ಲ. ನಮ್ಮ ಕ್ಷತ್ರಿಯ ಸಂಪ್ರದಾಯಕ್ಕೆ ಅನುಗುಣವಾದ ಮದುವೆಯೇ ಅಲ್ಲವೇ ಇದು? ಅರ್ಜುನನು ಎಂದೂ ಸಂಪ್ರದಾಯ ಮುರಿದಿಲ್ಲ. ಅಷ್ಟು ತಿಳಿವಳಿಕೆ ಇರುವ ಬಲರಾಮನಿಗೆ ಇದು ಗೊತ್ತಾಗಬೇಡವೆ, ಎಂದುಕೊಳ್ಳುವಾಗ ನೆನಪಾಯಿತು: ತನ್ನ ಬಿಲ್ಲುಬಾಣಗಳಿಗೆ ಹೆದರಿದ ಸುಭದ್ರೆಯ ದಾಸಿ ಮತ್ತು ಅಂಗರಕ್ಷಕರು ರೈವತಕ ಗುಡ್ಡದಿಂದ ದ್ವಾರಕೆಗೆ ಓಡಿ ಹೋಗಿ, ಅವರ ರಥದ ಒಂದು ಗಾಲಿಯನ್ನು ಕಿತ್ತು ಇರಚಿ ಮುರಿದುಹಾಕಿ ಕುದುರೆಯ ಒಂದೊಂದು ಕಾಲುಗಳನ್ನು ಕುಂಟು ಮಾಡಿದ್ದೆನಲ್ಲ ನಾನು, ಸುದ್ದಿ ಹೇಳಿದಾಗ ತುಂಬ ಕೆರಳಿದವನು ಬಲರಾಮನೆ ಅಂತೆ. ನಗರಕ್ಕೆ ಅಪಾಯಸೂಚಕವಾದ ನಗಾರಿಯನ್ನು ಜೋರಾಗಿ ಬಡಿಯುವಂತೆ ಹೇಳಿ ಎಲ್ಲ ವೀರರೂ ಯುದ್ಧರಥಕ್ಕೆ ಕುದುರೆಗಳನ್ನು ಕಟ್ಟಿಸಿ, 'ನಿಮ್ಮ ಧ್ವಜಗಳನ್ನು ಏರಿಸಿ ಬಿಲ್ಲುಬಾಣಗಳನ್ನು ತುಂಬಿಕೊಳ್ಳಿ. ಈಗ ಬಲರಾಮನ ನೇತೃತ್ವದಲ್ಲಿ ಯುದ್ಧ, ಎಲ್ಲ ಸಭಾಭವನಕ್ಕೆ ಬರಬೇಕು' ಡಂಗುರ ಹೊಡೆಸಿ, ಸಭಾಭವನವೆಲ್ಲ ತುಂಬಿಹೋಯಿತಂತೆ. ಹೊರಗೆ ಸಾಲುಸಾಲಾಗಿ ಯುದ್ಧರಥಗಳು. ಬಿಳಿ ಬಣ್ಣದ ಬಲರಾಮನ ಕಣ್ಣುಗಳು ಕೆಂಪು ತಿರುಗಿ ಮರಳುತ್ತಿದ್ದುವಂತೆ. 'ಯಾದವ ವೀರರೆ, ಇಂಥ ಕೆಲಸ ಮಾಡಿರುವ ಅರ್ಜುನ ಕೃಷ್ಣನ ಮಿತ್ರ. ಇಷ್ಟು ದಿನ ನಮ್ಮ ಮನೆಯಲಿದ್ದು ಉಂಡು ತಿಂದು ನಮ್ಮ ಹುಡುಗಿಯನ್ನು ಹೊತ್ತುಕೊಂಡು ಹೋಗಿದಾನೆ. ನಮ್ಮ ಹೆಣ್ಣನ್ನು ಬೇರೊಬ್ಬನು ಹಾರಿಸಿಕೊಳ್ಳುವುದು ಅಂದರೆ ನಮ್ಮ ಗೌರವಕ್ಕೆ, ನಮ್ಮ ಗಂಡಸುತನಕ್ಕೇ ಸವಾಲು ಹಾಕಿದಂತೆ. ಈ ಪೋಕರಿಯ ಬೆನ್ನಟ್ಟಿ ಹಿಡಿದು ಕೊಂದು ಅವನ ಮಾಂಸ ಮೂಳೆಗಳನ್ನು ನಮ್ಮ ನಾಯಿಗಳಿಗೆ ತಿನ್ನಿಸದಿದ್ದರೆ ಯಾದವರ ಗೌರವ ಉಳಿಯುತ್ತೆಯೆ?'

'ಕೃಷ್ಣನ ಸ್ನೇಹಿತನಲ್ಲವೆ ಅವನು, ಕೃಷ್ಣನನ್ನು ಕರೆಸಿ' ಅಂದನಂತೆ ಸಾತ್ಯಕಿಯೋ, ಉದ್ಧವನೋ.

ನಿಧಾನವಾಗಿ ಬಂದ ಕೃಷ್ಣ, ಮಾತಿನಲ್ಲಿ ಅವನ ಕೈಗೆ ಸಿಕ್ಕಿದವನು ಸೋಲದೆ ಇರುವು

ದುಂಟೆ? 'ಅಣ್ಣ, ಒಂದು ಮನೆಯ ಹೆಣ್ಣನ್ನು ಇಷ್ಟು ಗಾಢವಾಗಿ ಆಶೆಪಡುವುದೆಂದರೆ ಅವನು ಆ ಮನೆಯ ವಿಷಯದಲ್ಲಿ ಎಷ್ಟು ಗೌರವಭಾವ ತಳೆದಿದ್ದಾನೆ ಎಂಬುದರ ಗುರುತು ಅದು. ಅರ್ಜುನನಿಂದ ನಮ್ಮ ಅಪಮಾನವಾಗಿಲ್ಲ. ದೊಡ್ಡ ಗೌರವವಾಗಿದೆ.'

'ಕಳವು ಮಾಡುವುದು ದೊಡ್ಡಮನುಷ್ಯನ ಲಕ್ಷಣವೊ?'

'ಅಣ್ಣ, ಇವಳನ್ನು ಪಡೆದೇ ತೀರಬೇಕೆಂಬ ಸಂಕಲ್ಪ ಹುಟ್ಟಿರುವಾಗ ಬೇರೆ ಏನು ಮಾಡಬೇಕು? ಸ್ವಯಂವರಕ್ಕೆ ಬರುವವರಿಗೆ, ಸಿಕ್ಕಿದರೆ ಸಿಕ್ಕಲಿ ಇಲ್ಲದಿದ್ದರೆ ಹೋಗಲಿ ಎಂಬ ಉಪೇಕ್ಷೆ ಇರುತ್ತದೆಯೇ ಹೊರತು ಅರ್ಜುನನಿಗಿರುವಂತಹ ಉತ್ಕಟಭಾವ ಇರುವುದಿಲ್ಲ. ಹಿಂದೆ ದ್ರುಪದನು ಏರ್ಪಡಿಸಿದ್ದ ಪಂದ್ಯದಲ್ಲಿ ಅವನು ಹೇಗೆ ಗೆದ್ದ ನೀನೇ ನೋಡಿದ್ದೀಯ. ಅಂಥ ಪಂದ್ಯ ನಾವು ಏರ್ಪಡಿಸಿದ್ದರೂ ಅವನು ಗೆಲ್ಲುತ್ತಿದ್ದ. ಈಗಲೂ ಬೇಕಾದರೆ ಅವನನ್ನು ವಾಪಸು ಕರೆಸಿ ಅಸ್ತ್ರಶಸ್ತ್ರ ನೈಪುಣ್ಯದಲ್ಲಿ ನಿನಗೆ ಬೇಕಾದಂತೆ ಪರೀಕ್ಷೆ ಮಾಡಿ ಅನಂತರ ಮದುವೆ ಮಾಡಿಕೊಡು. ಅಂತಹ ವೀರ ನಿನಗೆ ಬೇರೆ ಯಾರು ಸಿಕ್ಕುತ್ತಾನೆ?'

'ಐದು ಜನ ಸೇರಿ ಒಬ್ಬಳನ್ನು ಕಟ್ಟಿಕೊಂಡ ಮನೆ ಅದು.'

'ವಾಪಸು ಕರೆಸಿ, ನನ್ನ ತಂಗಿ ನಿನಗೊಬ್ಬಳಿಗೇ ಎಂಬ ಷರತ್ತಿನ ಮೇಲೆ ನಾವು ಒಪ್ಪುತ್ತೇವೆ ಎಂದು ಒಪ್ಪಿಸಿದ ಮೇಲೆ ಮದುವೆ ಮಾಡೋಣ.'

ಮಾತಿನಲ್ಲಿ ಕೃಷ್ಣನು ಬಲರಾಮನನ್ನು ಕಟ್ಟಿಹಾಕಿ ಒಪ್ಪಿಸಿದ ನಿಜ. ಆದರೆ ಅವನ ಭಾವನೆ ಬದಲಾಗಲಿಲ್ಲವೇನೋ. 'ಇದೆಲ್ಲ ಆಗಿ ಹದಿನೆಂಟು ವರ್ಷ ಕಳೆದರೂ ಮರೆತಿಲ್ಲವೆ?' ಅರ್ಜುನ ಕೇಳಿದ.

"ಹದಿನೆಂಟು ವರ್ಷವೇನು, ಈ ಜನ್ಮವಿರುವತನಕ ಮರೆಯುವ ಸ್ವಭಾವವಲ್ಲ ಅವನದು. ಪ್ರೀತಿಯೂ ಅಷ್ಟೆ. ನಿಮಗೆ ಖಾಂಡವಪ್ರಸ್ಥವನ್ನು ಕೊಟ್ಟು ಕಳಿಸಿದ ಮೇಲೆ ಕೃಷ್ಣ ಅಲ್ಲಿಗೆ ಹೋಗಿ ಇದ್ದನಂತಲ್ಲ ಒಂದೆರಡು ವರ್ಷ, ನಾನು ಹನ್ನೆರಡು ಹದಿಮೂರರ ಹುಡುಗಿ. ಪ್ರತ್ಯೇಕ ಮನೆಯಲ್ಲಿರುತ್ತಿದ್ದವಳು, ವಿವರಗಳು ನನಗೇನು ಗೊತ್ತು? ಅದೇ ಸಮಯದಲ್ಲಿ ದುರ್ಯೋಧನ ದ್ವಾರಕೆಗೆ ಬಂದು ಅಣ್ಣನ ಕೈಲಿ ಗದಾಯುದ್ಧ ಹೇಳಿಸಿಕೊಂಡನಂತೆ. 'ಬಲಭದ್ರ, ನಿನ್ನಂತೆ ಗದೆ ತಿರುಗಿಸುವ ವೀರ ಆರ್ಯಾವರ್ತದಲ್ಲಿ ಹಿಂದೆಲ್ಲೂ ಹುಟ್ಟಲಿಲ್ಲವಂತೆ. ಮುಂದಿನದನ್ನು ಬಲ್ಲವರಾರು? ದ್ರೋಣರಲ್ಲಿ ಕಲಿತ ನಂತರ ಕೂಡ ನಿನ್ನಲ್ಲಿ ಕಲಿಯದಿದ್ದರೆ ಅಪೂರ್ಣವಾಗುತ್ತದೆಂದು ತಿಳಿದು ಬಂದಿದ್ದೇನೆ. ಶಿಷ್ಯನಾಗಿ ಸ್ವೀಕರಿಸಿ ಹೇಳಿಕೊಡು' ಎಂದನಂತೆ. ಇವನಿಗೆ ಅವನ ಮೇಲೆ ಆಗ ಹುಟ್ಟಿದ ಪ್ರೀತಿ, ಅಳಿಸುಕ್ಕೆ ಯಾರಿಗೂ ಸಾಧ್ಯವಿಲ್ಲ. ಅದಕ್ಕೆ ತಕ್ಕ ಹಾಗೆ ಅವನೂ ಆಗಾಗ್ಗೆ ಇವನನ್ನು ಹೊಗಳಿ ಹೊಗಳಿ ಸ್ನೇಹ ಗಟ್ಟಿಮಾಡಿಕೊಳ್ಳುತ್ತಾನೆ."

'ಆದರೆ ಸ್ವಂತ ತಂಗಿಯ ಅಭ್ಯುದಯಕ್ಕೆ ವಿರೋಧವಾಗಿ ಹೋಗುತ್ತಾನೆಯೆ?'

'ಹೇಗೆ ಹೇಳುವುದು? ತಂಗಿ ಅಂದರೆ ಮಲತಾಯಿಯ ಮಗಳು. ವಯಸ್ಸಿನ ಅಂತರವೂ ತುಂಬ. ಒಂದು ಮನೆಯಲ್ಲಿ ಬೆಳೆಯಲಿಲ್ಲ. ಅಪ್ಪನ ಒಬ್ಬೊಬ್ಬ ಹೆಂಡತಿಗೂ ಒಂದೊಂದು ಬೇರೆ ಮನೆಯಲ್ಲವೆ? ಎಷ್ಟು ದೂರದ ಸಂಬಂಧವಾದರೂ ಅಂತಃಕರಣವಿಟ್ಟುಕೊಳ್ಳುವುದು

ಕೃಷ್ಣನ ಸ್ವಭಾವ. ನೀವೆಲ್ಲ ಹದಿಮೂರು ವರ್ಷ ಕಾಡು, ಅಜ್ಞಾತಗಳಿಗೆ ಹೋದಾಗ ನನ್ನನ್ನು ಜೊತೆಯಲ್ಲಿಟ್ಟು ನೋಡಿಕೊಂಡವನು ಕೃಷ್ಣ. ಹಿರಿಯಣ್ಣನಂತೂ ಜೂಜಿನಲ್ಲಿ ಸೋತು ಹೆಂಡತಿಯನ್ನು ಸಾಕಲಾರದೆ ತೌರಿಗೆ ಕಳಿಸಿದ್ದಾರೆ ಮುತ್ತಾಳರು ಅಂತ ಕೊಂಕು ಮಾತನಾಡುತ್ತಿದ್ದನಂತೆ. ಒಂದು ದಿನ ತನ್ನ ಮನೆಗೆ ಕರೆದು ಸಲಿಗೆಯಿಂದ ಮಾತನಾಡಿಸಲಿಲ್ಲ. ಸತ್ಕರಿಸಲಿಲ್ಲ. ಅಷ್ಟು ಚನ್ನಾಗಿ ಗದಾಯುದ್ಧ ಬಲ್ಲವನು ಅಭಿಮನ್ಯುವನ್ನು ಕರೆದು ಹೇಳಿಕೊಡ ಬಾರದೆ? ತಂಗಿಯ ಮಗನ ವಿದ್ಯಾಭ್ಯಾಸ ಶಸ್ತ್ರಾಭ್ಯಾಸ ಮಾಡಿಸಿದವನು ಕೃಷ್ಣ. ಕಟ್ಟುನಿಟ್ಟು ಶಿಕ್ಷಣ ಕೊಟ್ಟವನು ಸಾತ್ಯಕಿ.'

ಯಾದವ ಸೈನ್ಯದ ಬಲವೆಷ್ಟಿದೆ, ಎಂಬ ಪ್ರಶ್ನೆ ಅರ್ಜುನನ ಮನಸ್ಸಿನಲ್ಲಿ ಹುಟ್ಟಿತು. ಸುಭದ್ರೆಗೆ ಈ ಬಗೆಗೆ ಹೆಚ್ಚು ತಿಳಿವಳಿಕೆ ಇಲ್ಲ. ತನಗೇ ಸರಿಸುಮಾರಾಗಿ ತಿಳಿದಿರುವಂತೆ ಅಂತಹ ಹೇಳಿಕೊಳ್ಳುವ ಭಾರಿ ಸೈನ್ಯವಲ್ಲ ಅದು. ಯಾದವ ಎಂಬ ಒಂದು ಏಕಮತದ ಕುಲವೂ ಅಲ್ಲ. ದ್ವಾರಕೆ, ಪ್ರಭಾಸ ಮುಂತಾಗಿ ಸಮುದ್ರದಡದ ಉದ್ದಕ್ಕೂ ನೆಲೆಸಿರುವ ವೃಷ್ಣಿ, ಭೋಜ, ಅಂಧಕ, ಶಿನಿ ಮೊದಲಾದ ವಂಶಗಳ ಜನರು. ಒಬ್ಬೊಬ್ಬರದೂ ಒಂದೊಂದು ಪಾಳೆಯಪಟ್ಟು. ಒಬ್ಬೊಬ್ಬನ ಹತ್ತಿರವೂ ಸಣ್ಣ ಸಣ್ಣ ಸೇನೆಗಳು. ಸೈನ್ಯಕ್ಕಿಂತ ವೈಯಕ್ತಿಕವಾಗಿ ವೀರರಾಗಿರುವವರ ಸಂಖ್ಯೆಯೇ ಹೆಚ್ಚು. ಸತ್ಯಕ, ಸಾತ್ಯಕಿ, ಕೃತವರ್ಮ, ಪ್ರದ್ಯುಮ್ನ, ಸಾಂಬ, ನಿಶಠ, ಶಂಕು. ಶಂಕು, ಶಂಕು ಆದಮೇಲೆ ಚಾರುದೇಷ್ಣ, ವಿಪೃಥು, ಸಾರಣ, ಗದ. ಸೇನೆ ಯಿಲ್ಲದ ಈ ವೀರರಲ್ಲಿ ಬಲರಾಮನ ಪರ ಎಷ್ಟು ಜನ? ಕೃಷ್ಣನಿಗೆ ನಿಷ್ಠೆಯುಳ್ಳವರು ಎಷ್ಟು ಜನ? ಸತ್ಯಕ ಮುದುಕನಾಗಿದ್ದಾನೆ. ಸಾತ್ಯಕಿ ಮೊದಲಿನಿಂದ ಕೃಷ್ಣನಲ್ಲಿ ನಿಷ್ಠೆಯುಳ್ಳವನು. ಪ್ರದ್ಯುಮ್ನ ಸಾಂಬರು ಕೃಷ್ಣನ ಮಕ್ಕಳೇ. ಸಾಂಬನಿಗೇನೋ ದುರ್ಯೋಧನನ ಮಗಳು ಲಕ್ಷಣೆಯನ್ನು ಕೊಟ್ಟಿದೆ. ಆದರೆ ಯುದ್ಧದಲ್ಲಿ ಅಪ್ಪನಿಗೆ ವಿರೋಧವಾಗಿ ಮಾವನ ಕಡೆ ಹೋರಾಡುವ ಮಗನೆ ಅವನು? ಲಕ್ಷಣೆಯನ್ನು ಕದ್ದು ಹೊತ್ತು ತರಲು ಹೋಗಿ ಸಿಕ್ಕಿಬಿದ್ದು, ದುರ್ಯೋಧನ ಹಿಡಿಸಿ ಕಟ್ಟಿ ಹಾಕಿಸಿದ್ದನಂತೆ. ಬಲರಾಮ ಹೋಗಿ ಹೆದರಿಸಿ ಬಿಡಿಸಿ ಹುಡುಗಿಯನ್ನೂ ಕೊಡುವಂತೆ ಮಾಡಿದನಂತೆ. ಮಾವ ದುರ್ಯೋಧನನ ಮೇಲೆ ಸಾಂಬನಿಗೆ ಸಿಟ್ಟಿರುತ್ತದೆಯೆ? ಹೆಚ್ಚೆಂದರೆ ಯಾರ ಕಡೆಗೂ ಬರದೆ ದ್ವಾರಕೆಯಲ್ಲಿ ಉಳಿಯಬಹುದು. ಕೃತವರ್ಮ ಬಲರಾಮನ ನಿಕಟವರ್ತಿ, ಮೊದಲಿನಿಂದಲೂ. ಈಗ ಹೇಗೋ ಗೊತ್ತಿಲ್ಲ. ಗದ, ಬಲರಾಮ ಒಬ್ಬ ತಾಯಿಯ ಮಕ್ಕಳು. ಆದರೂ ಕೃಷ್ಣನ ಅಭಿಪ್ರಾಯಗಳನ್ನು ಅನುಮೋದಿಸಿರುತ್ತಾನಂತೆ. ದುರ್ಯೋಧನ ಸಫಲನಾದರೂ ಇಡೀ ಯಾದವರನ್ನು ಒಳಹಾಕಿಕೊಳ್ಳಲಾರ. ಆದರೆ ಯಾದವರ ಒಂದಿಷ್ಟು ಸಂಪತ್ತನ್ನು ಬಲರಾಮ ಉದಾರವಾಗಿ ಅವನಿಗೆ ಕೊಡಬಹುದು, ಎಂದುಕೊಳ್ಳುತ್ತಿರುವಾಗ ಹಿಂಬದಿಯಿಂದ ಚಂದ್ರ ಹುಟ್ಟಿದಂತಾ ಯಿತು. ತಿರುಗಿ ನೋಡಿದ. ನೆತ್ತಿಯ ಬೂದುಬಣ್ಣದ ಆಕಾಶದಲ್ಲಿ ಪ್ರಕಾಶವಿಲ್ಲದ ಚಂದ್ರ ಕಾಣಿಸಿಕೊಳ್ಳುತ್ತಿದ್ದ. ದಿಟ್ಟಿಸಿ ನೋಡಬೇಕೆಂಬ ಆಕರ್ಷಣೆ ಹುಟ್ಟಲಿಲ್ಲ. ಕತ್ತನ್ನು ಮೂಲ ಸ್ಥಿತಿಗೆ ತಿರುಗಿಸಿಕೊಳ್ಳುವಾಗ ದೃಷ್ಟಿ ಸುಭದ್ರೆಯ ಮೇಲೆ ಹರಿಯಿತು. ಕುಳಿತೇ ತೂಕಡಿಸು ತ್ತಿದ್ದಾಳೆ. ಅಲ್ಲ ನಿದ್ದೆ ಮಾಡುತ್ತಿದ್ದಾಳೆ. ತಾನಾಗಿಯೇ ಬಾಗಿ ಅಡ್ಡ ಮಲಗಿದ್ದ ಬಿಲ್ಲುಗಳನ್ನು

ಪಕ್ಕಕ್ಕೆ ಒರಗಿಸಿ ಅವಳಿಗೆ ಮಲಗುವಂತೆ ಹೇಳಿದ. ಮತ್ತೆ ಯಾವುದರ ಪರಿವೆಯೂ ಇಲ್ಲದವಳಂತೆ ಅವಳು ಉರುಳಿಕೊಂಡಳು. ಕಾಲು ಮಡಿಸಿ ಮಗ್ಗುಲಾಗಿ ತೋಳನ್ನು ತಲೆಗೆ ಇಟ್ಟುಕೊಂಡಳು.

ಚಂದ್ರ ಸ್ವಲ್ಪಸ್ವಲ್ಪವಾಗಿ ಬಿಳುಪಾಗುತ್ತಿದ್ದ. ದಾರಿ ಕುತುಕಲಾಗುತ್ತಿತ್ತು. ಅರ್ಜುನನಿಗೂ ನಿದ್ದೆ ಮಾಡುವ ಮನಸ್ಸು. ವಶಪಡಿಸಿಕೊಳ್ಳುವ ನಿದ್ದೆಯಲ್ಲ.

ಇದ್ದಕ್ಕಿದ್ದಂತೆಯೇ ತುಷ್ಟ ಮಾತನಾಡಿದ: 'ವಿರಾಟರಾಜನ ಸೈನ್ಯವೆಲ್ಲ ನಿಮ್ಮ ಕಡೆಗೇ ಇದೆ.'

ಅರ್ಜುನನಿಗೆ ಇದರಲ್ಲಿ ಹೊಸತೇನೂ ಕಾಣಲಿಲ್ಲ. ತಮಗೆ ಈಗ ಹೊಸದಾಗಿ ಬೀಗರಾಗಿರುವವನು ವಿರಾಟ. ಅಲ್ಲದೆ ದುರ್ಯೋಧನನ ಮೇಲೆ ಅವನಿಗೆ ಸಿಟ್ಟಿದೆ. ತಾವು ಯುದ್ಧಸಿದ್ಧತೆ ಮಾಡಿಕೊಳ್ಳಲೆಂದು ಒಂದು ಊರನ್ನೇ, ತಾವು ಕೇಳಿದಷ್ಟು ಪ್ರಯಾಣದ ರಥ, ಕುದುರೆ, ಸೈನಿಕರು ಆಹಾರಾದಿ ವಸ್ತುಗಳನ್ನೂ ಬಿಟ್ಟುಕೊಟ್ಟಿದ್ದಾನೆ. 'ಅದು ಗೊತ್ತಿದೆಯಲ್ಲ.' ತುಷ್ಟ ಮತ್ತೆ ಮಾತನಾಡಲಿಲ್ಲ. ಅರ್ಜುನನೂ ಕೇಳಲಿಲ್ಲ. ಸ್ವಲ್ಪ ಹೊತ್ತಿನನಂತರ ತುಷ್ಟನೇ ಎಂದ: 'ಬರೀ ದೊರೆಯ ಅಪ್ಪಣೆ ಅಂತ ಅಲ್ಲ. ನಮ್ಮ ಸೈನಿಕರೆಲ್ಲ, ಅದರಲ್ಲೂ ಸೂತಗಂಡಸರೆಲ್ಲ, ನಿಮ್ಮಣ್ಣ ಭೀಮ ಮಹಾರಾಜನಿಗಾಗಿ ಜೀವ ಕೊಡುಕ್ಕೆ ಸಿದ್ಧರಾಗಿದಾರೆ. ಯುದ್ಧದಲ್ಲಿ ಅವನ ಪಡೆಗೆ ಸೇರಿ ಹೋರಾಡುವುದಾಗಿ ಎಲ್ಲರೂ ಮಾತನಾಡಿಕೊಳ್ಳುತ್ತಿದಾರೆ.'

ಅರ್ಜುನನಿಗೆ ಆಶ್ಚರ್ಯವಾಯಿತು. ಇವರಿಗೆಲ್ಲ ಭೀಮನ ಮೇಲೆ ಯಾಕೆ ಇಷ್ಟು ಪ್ರೀತಿ? ಬಿಲ್ಲುಗಾರಿಕೆಯೇ? ಆಕರ್ಷಕ ರೂಪೆ? ಭೀಮನೂ ಲಕ್ಷಣವಂತ. ಆದರೆ ಆಕರ್ಷಣೆಯ ಮಿತಿಯನ್ನು ಅತಿಕ್ರಮಿಸಿದ ಆಕಾರ. ಅಡುಗೆಯವನಾಗಿ ಅಜ್ಞಾತವನ್ನು ಕಳೆದ. ಈ ಸೈನಿಕರೊಡನೆ ಹೇಗೆ ಒಡನಾಟ ಉಂಟಾಯಿತು? ಬಿಡಿಸಿ ಕೇಳುವ ಮನಸ್ಸಾಗಲಿಲ್ಲ. ಯಾಕೋ ಉತ್ಸಾಹ ಹುಟ್ಟಲಿಲ್ಲ. ದಾರಿಯ ಅಡ್ಡಕಲ್ಲುಗಳನ್ನು ಹತ್ತಿ ಧುಮುಕುವ ರಥವು ಕುಕ್ಕುತ್ತಿತ್ತು. ತುಷ್ಟ ತಾನಾಗಿಯೇ ಮುಂದುವರಿಸಿದ: 'ನಮ್ಮ ಸೇನಾಪತಿ ಕೀಚಕ, ಅವನ ಹತ್ತು ಜನ ತಮ್ಮಂದಿರನ್ನು ಒಂಟಿಯಾಗಿ ಒಂದೇ ರಾತ್ರಿಯಲ್ಲಿ ಕೊಂದು ಮಲಗಿಸಿದನಲ್ಲ ಭೀಮಮಹಾರಾಜ, ಆವೊತ್ತಿನಿಂದ ನಮ್ಮ ಸೂತ ಹೆಂಗಸರು ತಮ್ಮ ತಮ್ಮ ಗಂಡಂದಿರ ಮಾತು ಕೇಳಲು ಶುರು ಮಾಡಿದ್ದಾರೆ. ಭೀಮ ಮಹಾರಾಜನನ್ನು ಗಂಡಂದಿರೆಲ್ಲ ಸಾಕ್ಷಾತ್ ದೇವರೆಂದು ಭಾವಿಸಿದ್ದಾರೆ.'

ಅರ್ಜುನನಿಗೆ ಏನೋ ಹೊಳೆದಂತಾಯಿತು. ಕುಳಿತಲ್ಲೇ ಮುಗ್ಗರಿಸಿದಂತಾಯಿತು. ತುಷ್ಟ ಮತ್ತೆ ಏನೂ ಹೇಳಲಿಲ್ಲ. ಅರ್ಜುನನ ಮನಸ್ಸು ಖಾಲಿಖಾಲಿಯಾಯಿತು. ಸ್ವಲ್ಪ ಹೊತ್ತಿನ ನಂತರ ಕುಳಿತಿರುವುದು ಬೇಸರವೆನಿಸಿತು. ಸ್ವಲ್ಪ ಅತ್ತ ಒತ್ತಿ ಮಲಗು ಎಂದು ಸುಭದ್ರೆಯನ್ನು ತಿವಿದು ಹೊರಳಿಸಿ ತಾನೂ ಮಲಗಿದ. ಆಕಳಿಕೆ ಬಂತು. ಆದರೆ ನಿದ್ದೆ ಹೊತ್ತಲಿಲ್ಲ. ಕೀಚಕನು ದ್ರೌಪದಿಯ ಮೇಲೆ ಕಣ್ಣು ಹಾಕಿ ಅವನ ಭವನದಿಂದ ಓಡಿಹೋದವಳನ್ನು ಬೆನ್ನಟ್ಟಿ ವಿರಾಟನ ಸಮ್ಮುಖದಲ್ಲೇ ಒದೆದದ್ದು ತನಗೂ ತಿಳಿಯಿತು. ತನಗೂ ಮನಸ್ಸು ಕುದಿಯಿತು. ಆದರೆ ಏನು ಮಾಡಬಹುದಿತ್ತು? ತಮ್ಮೆಲ್ಲರ ಅಸ್ತ್ರಶಸ್ತ್ರಗಳನ್ನು ಕಟ್ಟಿ

ಊರಿಗೆ ಎರಡು ಕೋಸು ದೂರದ ಹಳೇ ಬನ್ನಿಮರದ ಮೇಲುಕೊಂಬೆಗೆ ಕಟ್ಟಿದ್ದೆವಲ್ಲ. ಅಲ್ಲಿಗೆ ಹೋಗಿ ಬಿಲ್ಲುಬಾಣಗಳನ್ನು ತಂದು.....ಆದರೆ ಬಿಲ್ಲುಬಾಣ ಹಿಡಿದು ಒಂಟಿಯಾಗಿ ಕೀಚಕನನ್ನು ಕೊಲ್ಲಲಾದೀತೆ? ಇವರು ಯಾರೆಂಬುದು ತಿಳಿದುಬಿಟ್ಟರೆ? ಆ ಸಂಜೆಯೇ ಅಣ್ಣನನ್ನು ಕಂಡು ಮಾತನಾಡಿದೆನಲ್ಲ ನಾನು. ಅಜ್ಞಾತದ ಅವಧಿ ಮುಗಿಯುವ ತನಕ ಸುಮ್ಮನಿರಬೇಕು. ಪಾಂಚಾಲಿಗೆ ತಾನು ಹಾಗೆಂದು ಸೂಚನೆ ಕೊಟ್ಟಿರುವುದಾಗಿ ಅಣ್ಣ ಹೇಳಿದ ನಂತರವೇ ಅಲ್ಲವೆ ನನ್ನ ಮನಸ್ಸಮಾಧಾನವಾದದ್ದು. ಭೀಮ ದುಡುಕಿ ಕೀಚಕನನ್ನು ಕೊಂದದ್ದರಿಂದಲೇ ಅಲ್ಲವೆ ದುರ್ಯೋಧನನಿಗೆ ಸುದ್ದಿ ಮುಟ್ಟಿ, ಪಾಂಡವರು ಇಲ್ಲಿಯೇ ಇದ್ದಾರೆಂದು ಶಂಕಿಸಿ ಬಂದು ವಿರಾಟನ ದನಗಳನ್ನು ಹಿಡಿದದ್ದು. ಅಜ್ಞಾತದ ಅವಧಿಯಲ್ಲಿ ಗುರುತು ಸಿಕ್ಕಿಬಿಟ್ಟಿದ್ದರೆ ಮತ್ತೆ ಹನ್ನೆರಡು ವರ್ಷ ಕಾಡು ಒಂದು ವರ್ಷ ತಲೆಮರೆಸಿಕೊಳ್ಳುವ ಪಾಡು. ಭೀಮನಿಗೆ ವಿವೇಕವೆಂಬುದಿಲ್ಲ ಎಂದುಕೊಳ್ಳುತ್ತಿದ್ದಾಗ, ಕದಲಿದ್ದ ಮನಸ್ಸಿಗೆ ಸ್ವಲ್ಪ ಸಮಾಧಾನವೆನ್ನಿಸಿತು. ತನಗೆ ಅಪಮಾನವಾದಾಗಲೂ ಅವಳು ತನ್ನಲ್ಲಿ ಬರಲಿಲ್ಲ, ಹೋಗಿ ಭೀಮನಿಗೆ ಹೇಳಿಕೊಂಡಳಲ್ಲ ಎಂಬ ಚುಚ್ಚು ಶುರುವಾಯಿತು. ಈ ಅರ್ಜುನ ಬದುಕಿಯೇ ಇಲ್ಲವೆಂದು ಭಾವಿಸಿದಳೇ ಪಾಂಚಾಲೀ? ಮಗ್ಗುಲು ನೋವು ಬಂದು ಹೊರಳಿ ಮಲಗು ವಂತಾಯಿತು. ಸ್ವಲ್ಪ ಒತ್ತಿ ಮಲಗು ಎಂದು ತಿವಿದು ಜಾಗ ಮಾಡಿಕೊಂಡು ಹೊರಳಿದ. ಗುರುತು ಸಿಕ್ಕಿದರೂ ಮತ್ತೆ ಕಾಡಿಗೆ ಹೋಗಬೇಕಾಗಿರಲಿಲ್ಲ ಎಂದನಲ್ಲ ಭೀಮ. ಪಾಂಚಾಲಿ ಯದೂ ಅದೇ ಉತ್ತರ. ಧರ್ಮಹೀನತೆಯಲ್ಲಿ ಇಬ್ಬರೂ ಸಮಾನ. ಉದ್ದಕ್ಕೂ ನೋಡುತ್ತಿದ್ದೇನೆ. ಭೀಮನಿಗೆ ಧರ್ಮದಲ್ಲಿ ಶ್ರದ್ಧೆಯಿಲ್ಲ. ಪಾಂಚಾಲಿ ಪೂರ್ತಿ ಅವನ ಕಡೆಗೆ ವಾಲಿಹೋದಳು. ಅದೇ ಭೀಮ ಈಗ ವಿರಾಟನ ಸೈನಿಕರಿಗೆಲ್ಲ ಸಾಕ್ಷಾತ್ ದೇವರಾಗಿದ್ದಾನಂತೆ. ಧರ್ಮಕ್ಕಾಗಿ ಆತ್ಮನಿಗ್ರಹ ಮಾಡಿಕೊಂಡು ಹಿರಿಯಣ್ಣನನ್ನು ಗೌರವಿಸಿ ನಡೆಯುತ್ತಿರುವ ಈ ಪ್ರಚಂಡ ಬಾಣಕುಶಲನನ್ನು.....ಕಾಡಿನಲ್ಲಿ ಪದೇ ಪದೇ ಅನ್ನುತ್ತಿದ್ದನಲ್ಲ ಭೀಮ: 'ತೀರ ನೀನಾಡಿದ ಜೂಜಿನ ಪಂದ್ಯದ ಮಾತನ್ನೇ ಒಪ್ಪಿಕೊಳ್ಳೋಣ. ಏನು ಅದರ ಅರ್ಥ? ನಾವು ಹನ್ನೆರಡು ವರ್ಷ ಕಾಡಿನಲ್ಲಿರಬೇಕು ಎಂದು ತಾನೇ? ಈ ಅವಧಿಯಲ್ಲಿ ದುರ್ಯೋಧನ ದುಶ್ಶಾಸನ ಶಕುನಿ ಕರ್ಣರನ್ನು ಕೊಲ್ಲಕೂಡದು, ಅವರ ಮೇಲೆ ನಾವು ಯುದ್ಧ ಮಾಡಕೂಡದು ಎಂಬ ಅರ್ಥ ಈ ಕರಾರಿನಲ್ಲಿದೆಯೆ? ಕೃಷ್ಣನದು ಒಂದಿಷ್ಟು ಸೈನ್ಯ, ಮಾವ ದ್ರುಪದನ ಸೈನ್ಯ, ನಮ್ಮ ಮೇಲಿನ ನಿಷ್ಠೆ ಇನ್ನೂ ಮಾಸುವ ಮೊದಲೇ ಇಂದ್ರಪ್ರಸ್ಥದ ನಮ್ಮ ಸೈನ್ಯ, ಮೂರು ಕಡೆಯಿಂದ ಇಷ್ಟು ಸಾಕು. ನಾನು ಹೋಗಿ ದುರ್ಯೋಧನನ ಕುತ್ತಿಗೆ ಮುರಿದು ಎಡಗಾಲಿನಿಂದ ಒದೆದು, ದುಶ್ಶಾಸನನ ಎದೆ ಬಗೆದು ಕರ್ಣ ಶಕುನಿಯರ ಮಾಂಸವನ್ನು ಕಾಡುನಾಯಿಗೆ ತಿನ್ನಿಸಿದರೆ ಧರ್ಮದೇವತೆ ತೃಪ್ತಳಾಗುತ್ತಾಳೆ. ಇಲ್ಲದಿದ್ದರೆ ಈ ಪಾಂಡವ ವಂಶ ಉಳಿಯುವುದಿಲ್ಲ.' ಆಡಿದ ವಚನಕ್ಕೆ ವಿರೋಧವಾಗಿ ಧರ್ಮದ ವ್ಯಾಖ್ಯಾನ ಮಾಡುವ ಭೀಮ, ಆರ್ಯಧರ್ಮಕ್ಕೆ ವಿರೋಧವಾಗಿ ಹಿರಿಯಣ್ಣನನ್ನು ತಿರಸ್ಕರಿಸಿ ಹೀಯಾಳಿಸುವ ಭೀಮ, ಸಾಕ್ಷಾತ್ ದೇವರಾಗಿದ್ದಾನಂತೆ. ಕಾಂಪಿಲ್ಯದಲ್ಲಿದ್ದಾಗ ನಮಗೆ ಸುದ್ದಿ ತಿಳಿಯಿತಲ್ಲ, ಏಕಚಕ್ರದಲ್ಲಿ ಬಕಾಸುರನನ್ನು ಕೊಂದದ್ದಕ್ಕೆ ಆ ಊರಿನವರೆಲ್ಲ, ಬರೀ ಊರಿನವರಲ್ಲ

ವೇತ್ರಕೀಗೃಹ ಜನಪದದವರೆಲ್ಲ ಭೀಮನನ್ನು ದೇವರೆಂದು ಭಾವಿಸಿ ಪೂಜಿಸಲು ಹೊರಟಿದ್ದ ರಂತೆ. ಆದರೆ ಅಷ್ಟರಲ್ಲಿ ನಾವು ಏಕ ಚಕ್ರವನ್ನು ಬಿಟ್ಟು ಹೊರಟುಹೋಗಿದ್ದೆವು. ಜರಾಸಂಧ ನನ್ನು ಕೊಂದದ್ದರಿಂದ ಸೆರೆಯಿಂದ ಬಿಡುಗಡೆಯಾದ ರಾಜರುಗಳೆಲ್ಲ ಅವನನ್ನು ದೇವರ ರೂಪವೆಂದು ನಮಸ್ಕರಿಸಿದರಲ್ಲ. ಅದಕ್ಕೆಂದೇ ರಾಜಸೂಯದಲ್ಲಿ ಕಪ್ಪಕಾಣಿಕೆಗಳನ್ನು ತರಲು ಅವನನ್ನೇ ಪೂರ್ವದಿಕ್ಕಿಗೆ ಕೃಷ್ಣ ಕಳಿಸಿದ. ಯುದ್ಧವನ್ನೇ ಮಾಡದೆ ಮೂಡಣದ ರಾಜರೆಲ್ಲ ಅವನನ್ನು ಎದುರುಗೊಂಡು ಗಾಡಿಗಟ್ಟಳೆ ತುಂಬಿ ತುಂಬಿ, ಅದೃಷ್ಟವಿದ್ದವರು ಅಧರ್ಮ ಮಾಡಿದರೂ ಯಶಸ್ಸುಗಳಿಸುತ್ತಾರೆ. ಭೀಮ, ನೀನು ನನ್ನ ಅಣ್ಣ. ನಿನ್ನನ್ನು ಕಂಡರೆ ನನಗೆ ಮತ್ಸರವಿಲ್ಲ. ಆದರೆ ಧರ್ಮವನ್ನು ಧಿಕ್ಕರಿಸಿರುವವನನ್ನು ಪೂಜಿಸುವ ಈ ಜನ ಎಂಥವರು! ಇನ್ನೊಮ್ಮೆ ಮಗ್ಗುಲು ಬದಲಿಸಬೇಕೆನ್ನಿಸಿತು. ಓಡುವ ರಥದಲ್ಲಿ ಮಲಗುವುದು ಬೇಡವೆನ್ನಿಸಿತು. ಗುಡ್ಡ, ಗಿಡಗುಚ್ಚಿಗಳಲ್ಲದೆ ಇನ್ನೇನೂ ಇಲ್ಲವೆಂಬುದು ತಿಳಿದಿದ್ದರೂ ನಿದ್ದೆ ಮಾಡಿದರೆ ಅವುಗಳು ತಪ್ಪಿಹೋಗುತ್ತವೆನ್ನಿಸಿತು. ನಿದ್ದೆ ಮಾಡದಿದ್ದರೂ ಮಲಗಿದ್ದಾಗ ನೋಡಲು ಕಾಣುವುದಿಲ್ಲವೆನ್ನಿಸಿ ಎದ್ದು ಮೊದಲಿನಂತೆ ಬೆನ್ನು ಬಾಗಿಸದೆ ಕುಳಿತ. ಆರ್ಯನಾಗಿ ಹುಟ್ಟಿ ಹಿರಿಯರನ್ನು ಧಿಕ್ಕರಿಸಿ ಮಾತನಾಡುವವನು ಉತ್ತಮನೆ? ಧೃತರಾಷ್ಟ್ರನನ್ನು ಅವನು ಎಂದೂ ತಂದೆ ಎಂದವನಲ್ಲ. ದೊಡ್ಡಪ್ಪ ಎಂದವನಲ್ಲ. ಕುರುಡ ಎಂದೇ ಹೆಸರಿಟ್ಟಿದ್ದಾನೆ. ಮಾತೆ ಗಾಂಧಾರಿಯನ್ನು ಕುರುಡಿ ಎನ್ನುತ್ತಾನೆ. ತನ್ನ ಮಕ್ಕಳನ್ನು ವಹಿಸಿಕೊಳ್ಳದ ತಾಯಿ ಯಾರು? ಗಂಡ ಕುರುಡಾಗಿ ದೃಶ್ಯಪ್ರಪಂಚದಿಂದ ವಂಚಿತನಾಗಿರುವಾಗ ತಾನು ಕಣ್ಣಿನ ಪ್ರಯೋಜನ ಹೊಂದಿ ಸುಖವಾಗಿ ಓಡಿಯಾಡಿ ಹಿತವಾದ ನೋಟಗಳನ್ನು ನೋಡಿದರೆ ಧರ್ಮ ಮೆಚ್ಚುವುದಿಲ್ಲವೆಂದು, ಸ್ವಪ್ರೇರಣೆಯಿಂದಲೇ ತನ್ನ ಎರಡು ಕಣ್ಣುಗಳಿಗೂ ಬಟ್ಟೆ ಕಟ್ಟಿಕೊಂಡು ಅಂಧತ್ವವನ್ನು ಸ್ವೀಕರಿಸಿರುವ ಆ ದೇವಿಯನ್ನು ಮಾತೆ ಎನ್ನದೆ ಕುರುಡಿ ಎನ್ನುವ ಭೀಮನಿಗೆ ಧರ್ಮದ ಅರಿವುಂಟೆ? ಕುರುವಂಶಾವಳಿಯನ್ನು ಬೆಳಗುವ ಸಾಧ್ವಿಯಲ್ಲವೆ ಅವಳು? ಅವಳನ್ನು ಮಾತೆ ಗಾಂಧಾರಿ ಎಂದರೆ ತಕ್ಷಣ ಕುಹಕ ಮಾಡುತ್ತಾನೆ. ಮೃದುವಾಗಿ ಮುಗುಳ್ನಗುತ್ತಾ ಆ ಕುಹಕಕ್ಕೆ ವ್ಯಂಜನ ಸೇರಿಸುತ್ತಾಳೆ ಪಾಂಚಾಲಿ. ಒಂದೇ ಕೀಳು ಮಟ್ಟದ ಈ ಇಬ್ಬರು ಧರ್ಮಲಂಡರಿಗೂ ನರಕ ಕಾದಿರುತ್ತದೆ, ರೌರವನರಕ. ಅಧರ್ಮಿಗಳೇ ಪರಸ್ಪರ ಒಂದುಗೂಡುತ್ತಾರೆ. ಐದು ಜನರಿಗೂ ಒಂದೇ ರೀತಿಯಲ್ಲಿರುವುದಾಗಿ ಅವಳು ಎಷ್ಟು ತೋರಿಕೆ ಹಾಕಿದರೂ ಈಗ ಭೀಮನ ಬೆನ್ನು ಬಿದ್ದಿದ್ದಾಳೆ. ಆಂತರ್ಯದಲ್ಲಿ ವ್ರತ ಮುರಿದ, ಆ ಮೂಲಕ ಧರ್ಮವನ್ನು ಘಾತಿಸಿದ ಪಾಪಕ್ಕೆ ಒಳಗಾಗುತ್ತಾಳೆ ಅವಳು. ಸ್ವಂತ ಸುಖಕ್ಕಿಂತ ಧರ್ಮ ದೊಡ್ಡದು. ಕೀರ್ತಿಗಿಂತ ಧರ್ಮ ದೊಡ್ಡದು. ಹಿರಿಯಣ್ಣ, ತಂದೆ ಸತ್ತ ಕುಟುಂಬದಲ್ಲಿ ಪಿತೃಸ್ಥಾನದಲ್ಲಿರುವ ಜ್ಯೇಷ್ಠನು ಜೂಜಿಗೆ ಹೋದದ್ದು ತಪ್ಪಿರ ಬಹುದು. ವಿರೋಧಿಯು ಛಾತಿ ಇದ್ದರೆ ಜೂಜಾಡು ಬಾ ಎಂದು ಸವಾಲು ಎಸೆದರೆ ಆರ್ಯರಾಜನಾಗಿದ್ದು ರಾಜಸೂಯವನ್ನಾಚರಿಸಿ ಆಕಾಶದ ಎತ್ತರಕ್ಕೆ ಕೀರ್ತಿಯನ್ನು ಏರಿಸಿದ ರಾಜನು ಬರುವುದಿಲ್ಲ ಎನ್ನಲಾದೀತೆ ಹೇಡಿಯಂತೆ? ಆಟಕ್ಕೆ ಕೂತಾಗ ಸೋಲಕೂಡದು, ಗೆಲುವೊಂದೇ ಬೇಕು ಎಂದರೆ ಯಾವ ನ್ಯಾಯ? ಸೋತ ತಪ್ಪಿಗಾಗಿ ರಾಜಸೂಯ

ಮಾಡಿದ ಅಧಿರಾಜನ ಕೈಗಳನ್ನು ಬೆಂಕಿಯಲ್ಲಿ ಸುಡುವ ಮಾತನಾಡಿದನಲ್ಲ ತುಂಬಿದ ಸಭೆಯಲ್ಲಿ. ಹಿರಿಯರೆಂದರೆ ಎಂದೂ ಎಗ್ಗಿಲ್ಲ. ಎತ್ತಿ ಆಡಿಸಿದ ಪಿತಾಮಹರು, ವಿದ್ಯೆಯನ್ನು ದಾನ ಮಾಡಿದ ಆಚಾರ್ಯರು, ಇವರನ್ನೆಲ್ಲ ಅನ್ನಸಾಧಕರು ಎಂಬ ಒಂದೇ ಮಾತಿನಲ್ಲಿ ಉಡಾಯಿಸಿಬಿಡುತ್ತಾನೆ ಸಿಟ್ಟು ಬಂದಾಗ. ಪ್ರತೀಕಾರವೊಂದೇ ಆರ್ಯನ ಧರ್ಮವೆ? ಪ್ರತೀಕಾರ ಬುದ್ಧಿಯಿಂದ ಕೀಚಕ ಉಪಕೀಚಕರನ್ನು ಕೊಂದದ್ದು ಸ್ವಲ್ಪ ಹೆಚ್ಚು ಕಡಮೆಯಾಗಿದ್ದರೂ ನಮ್ಮ ಅಜ್ಞಾತದ ನಿಯಮ ಮುರಿದು ಮತ್ತೆ ಹನ್ನೆರಡು ವರ್ಷ ಕಾಡು, ಮೇಲೆ ಒಂದು ವರ್ಷ ವೇಷಮರೆಸಿ, ಹತ್ತು ಜನ ಕೀಳುಹುಟ್ಟಿನ ಸೂತಗಂಡಸರ ಹೊಗಳಿಕೆ ಬಂದಿದ್ದರೂ ಮತ್ತೆ ವನವಾಸ ಅಜ್ಞಾತವಾಸವನ್ನು ತಪ್ಪಿಸಿಕೊಳ್ಳಲಾಗುತ್ತಿತ್ತೆ?

ತಕ್ಷಣದ ಪ್ರತೀಕಾರಕ್ಕಿಂತ ದೂರದೃಷ್ಟಿ ಮೇಲು. ಕುಲಧರ್ಮಪಾಲನೆ ಮೇಲು. ಈ ಧರ್ಮದ ಮೂರ್ತಿ ಹಿರಿಯಣ್ಣ. ಅವನ ಮಾತನ್ನು ಅರ್ಥಮಾಡಿಕೊಂಡು ನಡೆದಿರುವವನು ಅರ್ಜುನ. ಗಂಧರ್ವರನ್ನು ಸೋಲಿಸಿ ದುರ್ಯೋಧನನ್ನು ಬಿಡಿಸಿ ತಂದವನು ಈ ವಿಜಯ. ಅಂಥ ಸಮಯದಲ್ಲಿ ಶತ್ರು ಸತ್ತದ್ದೊಂದೇ ಲಾಭವೆಂದು ಸಂಕುಚಿತ ಬುದ್ಧಿಯ ಹಿಗ್ಗಿನಲ್ಲಿ ಮುಳುಗಿದನಲ್ಲ ಭೀಮ. ಹೊರಗೆ ಹುಲ್ಲುಗಾವಲುಗಳಲ್ಲಿ ತೆಳುಗಾಡುಗಳಲ್ಲಿ ಮೇಯುವ ಅರಮನೆಯ ಗೋವುಗಳನ್ನು ಖುದ್ದು ಪರಿಶೀಲಿಸುವುದು, ಅವುಗಳ ಪೃಷ್ಠದ ಮೇಲೆ ರಾಜಚಿಹ್ನೆಯ ಬರೆ ಹಾಕಿಸಿ ಕ್ರಮಸಂಖ್ಯೆ, ಹಾಲು ಕೊಡುವವೆಷ್ಟು ಮಾನಿಸಿಕೊಂಡಿರುವವೆಷ್ಟು, ಹೆಣ್ಣುಗರುಗಳೆಷ್ಟು, ಗಂಡುಗರುಗಳೆಷ್ಟು, ಮಾಂಸಕ್ಕೆ ಒದಗುವವೆಷ್ಟು ಎಂಬ ಲೆಕ್ಕವನ್ನು ವರ್ಷಕ್ಕೊಮ್ಮೆ ತನಿಖೆ ಮಾಡುವುದು ಪ್ರತಿಯೊಬ್ಬ ರಾಜನ ಕರ್ತವ್ಯವೇ. ಅರಮನೆಯ ಅಂತಃಪುರದಲ್ಲೇ ಕೂತು ಕೂತು ಬೇಸರವಾಗಿರುವ ರಾಣಿಯರು, ರಾಜಪುತ್ರಿಯರನ್ನು ಇಂಥ ಸಂದರ್ಭಗಳಲ್ಲಿ ಕರೆದೊಯ್ಯುವುದೇನೂ ಪದ್ಧತಿಯಲ್ಲಿಲ್ಲದ ಕೆಲಸವಲ್ಲ. ಕಾಡಿನಲ್ಲಿ ಈ ಹೀನಸ್ಥಿತಿಯಲ್ಲಿರುವ ನಮ್ಮೆದುರಿಗೆ ಅರಮನೆಯಲ್ಲಿ ತಾನು ತಿಂದು ಬೆಳೆಸಿದ ಕೊಬ್ಬನ್ನು ಪ್ರದರ್ಶಿಸುವುದಕ್ಕೇ, ಚಿಂದಿಬಟ್ಟೆಯಲ್ಲಿರುವ ಪಾಂಚಾಲಿಯ ಎದುರಿಗೆ ರಾಜಾಲಂಕಾರದಲ್ಲಿರುವ ತನ್ನ ಅಂತಃಪುರದ ಹೆಂಗಸರನ್ನು ತೋರಿಸುವುದಕ್ಕೇ ಅವನು ಬಂದಿದ್ದನೆಂದು ಭೀಮ ಹೇಳಿದುದು ನಿಜವೆ? ಪೂರ್ತಿ ಸುಳ್ಳಿರಲಿಕ್ಕೂ ಇಲ್ಲ. ದುರ್ಯೋಧನ ಅಂಥವನೇ. ಮತ್ಸರವೇ ಅವನ ರಕ್ತದ ಮೊದಲ ಗುಣ, ಲವಣವಲ್ಲ. ಆದರೂ ಭೀಮನದು ಅಲ್ಪಬುದ್ಧಿ. ದುರ್ಯೋಧನನಿಗೂ ಗಂಧರ್ವರಿಗೂ ಹೇಗೆ ಶುರುವಾಯಿತು ಜಗಳ? ದ್ವೈತವನ ಕುರುಗಳದೋ ಗಂಧರ್ವರದೊ? ಇದೇ ಬೇಸಿಗೆ. ಈಗ ಎರಡು ವರ್ಷದ ಹಿಂದಿನ ಬೇಸಿಗೆಯಲ್ಲವೆ? ಹಿಮಾಲಯದ ದಡವಾದರೆ ಶಖೆ ಕಡಮೆ ಎಂದಲ್ಲವೆ ನಾವು ದ್ವೈತವನಕ್ಕೆ ಹೋಗಿ ಇದ್ದುದು? ಅದೇ ವನದ ಆ ಕಡೆಯಲ್ಲಿ ಹಸ್ತಿನಾವತಿಯ ಅರಮನೆಯ ಗೋವುಗಳು ಮೇಯುತ್ತಿದ್ದು, ಇವನೂ ಪರಿವಾರದೊಡನೆ ಅಲ್ಲಿಗೆ ಹೋಗಿ, ಕುರುಗಳ ಉತ್ತರಭಾಗದ ಗಡಿ ಖಚಿತವಾಗಿ ಯಾವುದು? ದ್ವೈತವನ ಕುರುಗಳಿಗೆ ಸೇರಿದುದೋ ಅಲ್ಲವೊ? ನಮಗೆ ಸೇರಿದ ಕಾಡಿಗೆ ನಿನ್ನ ದನಗಳೇಕೆ ಬಂದವು? ನೀನೇಕೆ ಬಂದೆ ರಥ ತುರಗ ಪರಿವಾರದೊಡನೆ ಗದ್ದಲ ಮಾಡಿಕೊಂಡು ಎಂದು ಗಂಧರ್ವರು ಕೇಳಿದ್ದಾರೆ. ಇದು ನಮ್ಮದು. ಕೇಳುವುದಕ್ಕೆ

ನೀನು ಯಾವೂರ ದಾಸ ಎಂದು ಇವನು ಪ್ರತಿನುಡಿದಿದ್ದಾನೆ. ದ್ವೈತವನ ಏರು ತಗ್ಗುಗಳ ಭೂಮಿ. ಹಿಮಾಲಯದ ಆರಂಭ ಪ್ರದೇಶ. ಅದು ಆರಂಭವಾಗುವ ಗೆರೆ ಇಂಥದೇ ಎಂದು ಯಾರೂ ಖಚಿತಪಡಿಸಿ ಗುರುತು ಹಾಕಿ ನಿಷ್ಕರ್ಷಿಸಿಲ್ಲ. ದುರ್ಯೋಧನನ ಉತ್ತರ ಸರಿ ಇರಬಹುದು. ಹಾಂ. ಅಣ್ಣನ ವಿವೇಕ ಈಗ ತಿಳಿಯಿತು. ನಾಳೆ ಯುದ್ಧವಾಗಿ ದುರ್ಯೋಧನಾದಿಗಳು ಸತ್ತು ಅಕಸ್ಮಾತ್ ನಾವೇ ಹಸ್ತಿನಾವತಿಯಲ್ಲಿಯೂ ಆಳುವಂತಾದರೆ ನಮ್ಮ ಉತ್ತರದ ಗಡಿಯನ್ನು ಖಚಿತಪಡಿಸಿಕೊಂಡಂತಾಗಿದೆ. ಅದೇ ಗಂಧರ್ವರ ಚಿತ್ರಸೇನ ನನ್ನು ಕರೆದು, 'ನೋಡು, ಈ ಹಿಂದೆಯೇ ನೀನು ದ್ವೈತವನವು ನಿನ್ನ ವ್ಯಾಪ್ತಿಗೆ ಸೇರಿದುದೆಂಬ ಹಕ್ಕು ಸ್ಥಾಪಿಸಲು ಬಂದು ಸೋತಿದ್ದೀಯ. ನಿನ್ನ ಮಿತಿಯಲ್ಲಿ ನೀನಿರು, ಎಚ್ಚರಿಕೆ' ಎನ್ನ ಬಹುದು. ರಾಜ್ಯದ ಆಡಳಿತದ ಇಂತಹ ಸೂಕ್ಷ್ಮವು ಮಂದಬುದ್ಧಿಯ ಭೀಮನಿಗೆ ಎಲ್ಲಿ ಹೊಳೆಯುತ್ತೆ ಎಂದುಕೊಳ್ಳುವಾಗ ತನಗೂ ಇದುವರೆಗೆ ಹೊಳೆದಿರಲಿಲ್ಲವೆಂಬ ನೆನಪಾಯಿತು. ಅಣ್ಣನಿಗಾದರೂ ಹೊಳೆದಿದ್ದು, ಅವನ ಮಾತಿನಲ್ಲಿ ಈ ಅರ್ಥವೂ ಇತ್ತೋ ಹೇಗೆ, ಎಂಬ ಅನುಮಾನ ಹುಟ್ಟಿತು. ಇರಲಿ ಇಲ್ಲದಿರಲಿ, ಅಣ್ಣ ನಮ್ಮೆಲ್ಲರಿಗಿಂತ ವಿವೇಕಿ; ಧರ್ಮಜ್ಞ, ಆರ್ಯಧರ್ಮವನ್ನು ಅವನಷ್ಟು ತಿಳಿದವರೇ ಇಲ್ಲ. ನಮ್ಮ ಪ್ರಾಚೀನರ ಅದೆಷ್ಟು ಕತೆಗಳನ್ನು ಬಲ್ಲ. ಅದೆಷ್ಟು ಋಷಿಗಳು, ಅವರ ವಿಚಿತ್ರ ಹುಟ್ಟುಗಳು, ಅದೆಷ್ಟು ಜನ ರಾಜರು, ಅವರು ಮಾಡಿದ ಯಜ್ಞ ಯಾಗಾದಿಗಳ ವಿವರಗಳು, ಯಾವ ಯಾವ ಯಜ್ಞಕ್ಕೆ ಎಂತೆಂತಹ ವಸ್ತುಗಳು ಬೇಕು, ಯಾವ ಯಾವ ಶಾಸ್ತ್ರಗಳನ್ನು ಅನುಸರಿಸಬೇಕು, ಎಷ್ಟೆಷ್ಟು ಭೂರಿದಕ್ಷಿಣೆ ಕೊಡಬೇಕು, ಅತಿಥಿಗಳನ್ನು ಹೇಗೆ ಸತ್ಕರಿಸಬೇಕು, ಎಂದು ಮೊದಲಾಗಿ ಆಚಾರ ಪರಂಪರೆ ಗಳನ್ನು ಅವನಷ್ಟು ತಿಳಿದವರೇ ಇಲ್ಲ. ಇಪ್ಪತ್ತೊಂದು ಇಪ್ಪತ್ತೆರಡನೆಯ ವಯಸ್ಸಿಗೇ ಪಿತಾ ಮಹರು ಅವನನ್ನು ಯುವರಾಜಸ್ಥಾನದಲ್ಲಿ ಕೂರಿಸಿ ರಾಜ್ಯಾಡಳಿತ, ನ್ಯಾಯವಿಚಾರಣೆಗಳ ಹೊಣೆ ಒಪ್ಪಿಸಿದರಲ್ಲ. ಅವರೇ ಮೆಚ್ಚುವಂತೆ ಆಚಾರ ಪದ್ಧತಿಗಳನ್ನು ಅರಿತು ಪ್ರಜೆಗಳ ನ್ಯಾಯ ವಿಚಾರಿಸಿ ಧರ್ಮನಿರ್ಣಯ ಕೊಡುತ್ತಿದ್ದನಲ್ಲ. ಇವನಿಗೆ ಧರ್ಮನೆಂದು ಇಟ್ಟ ಹೆಸರು ಸಾರ್ಥಕವೆಂದು ಪ್ರಜೆಗಳ ಹಿರಿಯರೇ ಅನ್ನಲು ಶುರುಮಾಡಿದ್ದರಲ್ಲ. ಇಂದ್ರಪ್ರಸ್ಥದಲ್ಲಿ ಆಳುವಾಗಲೂ ಅದೇ ಹೆಸರು ಸಂಪಾದಿಸಿದ. ವಿರಾಟನ ಆಸ್ಥಾನದಲ್ಲಿ ಕಂಕಭಟ್ಟನೆಂಬ ಹೆಸರಿನ ಬ್ರಾಹ್ಮಣನೆಂದು ವೇಷ ಮರೆಸಿಕೊಂಡು ಸೇರಿದಾಗಿನಿಂದ, ಆಸ್ಥಾನದ ಪುರೋಹಿತ ರಿಗೇ ಆಚಾರ ವಿಚಾರಗಳ ವಿಷಯದಲ್ಲಿ ತಿಳಿವಳಿಕೆ ಹೇಳಬಲ್ಲವನಾಗಿರಲಿಲ್ಲವೆ? ವನವಾಸ ಮಾಡುವಾಗ ಅದೆಷ್ಟು ಜನ ಋಷಿಗಳು ಬಂದು ಹೋಗುತ್ತಿದ್ದರು! ಅವರೆಲ್ಲರ ಪದತಲದಲ್ಲೂ ಹಗಲು ರಾತ್ರಿ ಕುಳಿತು ಅದೆಷ್ಟು ಭಕ್ತಿಯಿಂದ ಆಲಿಸುತ್ತಿದ್ದ! ಅಂಥವನನ್ನು ಅವಿವೇಕಿ ಎಂದು ಹಗುರವಾಗಿ ಆಡುವ ಭೀಮನನ್ನು ಧರ್ಮದೇವತೆ ಶಪಿಸದೆ ಬಿಟ್ಟಾನೆಯೆ? ಸ್ವತಃ ದೇವಲೋಕದ ಧರ್ಮಾಧಿಕಾರಿಯ ವೀರ್ಯದಿಂದ ಹುಟ್ಟಿದವನು ನಮ್ಮಣ್ಣ. ಧರ್ಮ ಜ್ಞಾನವು ರಕ್ತಗುಣವಾಗಿಯೇ ಬಂದಿದೆ ಅವನಿಗೆ, ಎಂದುಕೊಳ್ಳುವಾಗ ಅರ್ಜುನನ ಮನಸ್ಸು ಭಕ್ತಿಯಿಂದ ಬಾಗಿತು. ಆದರೆ ದೇವಜನರ ಆಚರಣೆಯೂ ನಮ್ಮ ಆರ್ಯಾವರ್ತದವರ ಆಚರಣೆಯೂ ಯಾಕೆ ಬೇರೆ ಬೇರೆಯಾಗಿವೆ ಎಂಬ ಪ್ರಶ್ನೆ ಮನಸ್ಸಿನ ಸಂದಿಯಲ್ಲಿ ತಲೆ

ಎತ್ತಿದರೂ, ದುರ್ಯೋಧನ–ಗಂಧರ್ವರ ಯುದ್ಧದ ನೆನಪು ಆಕ್ರಮಿಸಿ ಎಳೆದುಕೊಂಡಿತು. ದುರ್ಯೋಧನ ಹೇಗೆ ಸೆರೆಸಿಕ್ಕಿದನೆಂಬ ವಾಸ್ತವ ವರ್ಣನೆಯನ್ನು ಕೇಳುವ ಅವಕಾಶವೇ ಆಗಲಿಲ್ಲ. ಓಡಿಬಂದ ಸೈನಿಕರು ಏದುಸಿರಿಡುತ್ತಾ ಕಣ್ಣಿನಲ್ಲಿ ನೀರು ತುಂಬಿಕೊಂಡು, 'ಹೊತ್ತುಕೊಂಡು ಹೋದರು. ದುರ್ಯೋಧನ ಮಹಾರಾಜನನ್ನು ಹೆಡೆಮುರಿಕಟ್ಟಿ ಹೊತ್ತುಕೊಂಡು ಹೋದರು. ಹೆಂಗಸರನ್ನೆಲ್ಲ ಅವರವರ ಬಟ್ಟೆಗಳನ್ನೇ ಬಿಚ್ಚಿ ಕೈಕಾಲು ಬಿಗಿದು ಒಬ್ಬೊಬ್ಬರ ಬೆನ್ನಿನ ಮೇಲಕ್ಕೆ ಎಸೆದುಕೊಂಡು ಹೋದರು' ಎಂದದ್ದು ಮಾತ್ರ ಗೊತ್ತು. ದನಕರುಗಳ ಪರಿಶೀಲನೆಗೆ ಬಂದಿದ್ದ, ಇದು ನಮ್ಮ ನಾಡು ಎಂದು ಮಾತು ನಡೆಯಿತು ಎಂದದ್ದು ಮಾತ್ರ ಗೊತ್ತು. ತಕ್ಷಣ ಅವನನ್ನು ಬಿಡಿಸಿ ತಂದ ಮೇಲೆ ತಲೆ ತಗ್ಗಿಸಿದ ದುರ್ಯೋಧನ ಒಂದು ನಿಮಿಷವೂ ನಿಲ್ಲದೆ ನಾಚಿಕೆಯಿಂದ ಹೋಗಿಬಿಟ್ಟನಲ್ಲ. ಇನ್ನು ಯುದ್ಧದ ವಿವರವನ್ನು ಕೇಳಿ ತಿಳಿಯುವುದೆಂತು? ಕೇಳಿದ್ದರೂ ಹೇಳುತ್ತಿದ್ದನೆ? ಪರ್ವತ ಸೀಮೆಯ ಜನ. ಕೋತಿಯಂತೆ ಛಂಗನೆ ಹತ್ತಿ ಇಳಿಯುತ್ತಾರೆ. ಎಷ್ಟು ಬೇಗ ನೆಗೆದು ಹತ್ತಿದರೂ ಏದುಸಿರು ಬರುವುದಿಲ್ಲ. ಕೊಬ್ಬು ಕಟ್ಟಿದ ಮೈ. ಬಯಲುಸೀಮೆಯ ಈ ದೊರೆ ಸುಖವಾಗಿ ತಿಂದು ತುಂಬಿ ಬೆಳೆದವನು. ಪರ್ವತವನ್ನು ಕಾಣದ ಸೈನಿಕರು. ಸೋತಂತೆ ಮಾಡಿ ಅವರು ಮೇಲೆ ಮೇಲೆ ಓಡಿರಬಹುದು. ಓಡಿಸಿಕೊಂಡು ಹತ್ತಿ ದಣಿದ ಇವರನ್ನು ಅನಾಮತ್ ಆಕ್ರಮಿಸಿ ಹಿಡಿದಿರಬಹುದು. ಅಥವಾ ಹಿಂದಿನಿಂದ ಬಂದು, ನಾಲ್ಕಾರು ಜನ ಹೆಂಗಸರನ್ನು ಹೊತ್ತುಕೊಂಡು ಹತ್ತಿರಬಹುದು. ಹೇಗಾದರೂ ಸರಿ ಎಂದು ಅವರನ್ನು ಬಿಡಿಸಿ ತರುವ ಛಲದಿಂದ ಇವರೂ ಬೆಟ್ಟ ಏರಲು ಹೋಗಿ ಸುಸ್ತಾದ ಸಮಯದಲ್ಲಿ ಮೇಲೆ ಬಿದ್ದು ಕಾಡುಬಳ್ಳಿಗಳಿಂದ ಕೈಕಾಲು ಬಿಗಿದಿರಬಹುದು. ಪರ್ವತ ಸೀಮೆಯವರ ಯುದ್ಧ ಬಲು ಅಪಾಯ. ಬಯಲಿನವರಂತೆ ಎದುರಿಗೆ ನಿಂತು ರಥ ಕುದುರೆ ಆನೆಗಳ ಪರಿವಾರದ ಮೆರವಣಿಗೆ ನಿಲ್ಲಿಸಿ ಪ್ರತಾಪಗೀತೆಗಳನ್ನು ಊದಿಸಿ ಎಂಥದೂ ಇಲ್ಲ, ಬಂಡೆ ಮರ ಬಳ್ಳಿಗಳ ಮರೆಯಿಂದ, ಮರ ಬಳ್ಳಿಗಳ ಬಣ್ಣವನ್ನೇ ಬಳಿದುಕೊಂಡು ಅದೇ ಬಣ್ಣದ ಉಡುಗೆ ತೊಟ್ಟು ಅದೇ ಬಣ್ಣದ ಬಾಣ ಹಿಡಿದು ಚಲನವಲನವು ಕಣ್ಣಿಗೆ ತಿಳಿಯದಂತಹ ಮಾಯೆಯನ್ನು ನಿರ್ಮಿಸಿ, ಬಾಣ ಎತ್ತಲಿಂದ ಯಾವ ವೇಗದಿಂದ ಬರುತ್ತದೋ ತಿಳಿಯುವುದಿಲ್ಲ. ಬಯಲಿನ ಯೋಧರಂತೆ ಅಭ್ಯಾಸವಾದ ರಥ ಕುದುರೆ ಮೊದಲಾಗಿ ವಾಹನಗಳಿಲ್ಲ. ಬೆಟ್ಟದ ಮೇಲೆ ಅವರನ್ನು ಸೋಲಿಸಿದವರಿಲ್ಲ. ಅವರು ಅಷ್ಟು ಸುಲಭವಾಗಿ ಕೆಳಗೆ ಬಂದು ಮುಖ ತೋರಿಸಿ ಯುದ್ಧ ಕೊಡುವುದಿಲ್ಲ. ಮನುಷ್ಯ ನಾನಾ ರೀತಿಯ ಬಿಲ್ಲುಗಾರಿಕೆ ಕಲಿಯಬೇಕು, ಕಲಿತಿರಬೇಕು, ಕಲಿಯುತ್ತಿರಬೇಕು. ಕಿರಾತರಲ್ಲಿ ದೇವಲೋಕದಲ್ಲಿ ಹೋಗಿ ಹೊಸ ರೀತಿಯ ಯುದ್ಧವನ್ನು ಕಲಿತು ಬರದಿದ್ದರೆ ನನಗೂ ಕಷ್ಟವಾಗುತ್ತಿತ್ತೇನೋ! ಮಣಲೂರಿನ ಉತ್ತರದ ಗಂಧರ್ವರನ್ನು ಬೆನ್ನಟ್ಟಿ ಹೋಗಿರಲಿಲ್ಲವೇ ನಾನು ಹಿಂದೆ? ಆಗ ಗಂಡಸರು ಕೈಗೇ ಸಿಕ್ಕಲಿಲ್ಲವಲ್ಲ. ಆದರೆ ಈ ಗಂಧರ್ವರು ಧೈರ್ಯಶಾಲಿಗಳು. ಬಹುಸಂಖ್ಯೆಯಲ್ಲಿದ್ದವರು. ಅಳುತ್ತಾ ನಿಂತ ಸೋತ ಸೈನಿಕರು, ಎಷ್ಟು ಬೇಗ ಜಾಗ್ರತವಾಯಿತು ಅಣ್ಣನ ಧರ್ಮ. ಎದುರಿಗೇ ಇದ್ದ ಭೀಮನಿಗೆ, 'ಕೇಳಿದೆಯಾ ಭೀಮ. ಈ ತಕ್ಷಣವೇ ಈ

ಸೈನಿಕರನ್ನು, ಸೋತು ಕಂಗಾಲಾಗಿರುವ ಸೈನಿಕರನ್ನು ಕೂಡಿಸಿ ಹುರಿದುಂಬಿ ಕರೆದೊಯ್ದು ಚಿತ್ರಸೇನನ ಮೇಲೆರಗಿ, ನಮ್ಮ ಸೋದರರನ್ನೂ ಅವರ ಹೆಂಗಸರನ್ನೂ ಬಿಡಿಸಿಕೊಂಡು ಬಾ' ಎಂದರೆ ಎಷ್ಟು ಗಟ್ಟಿಯಾಗಿ ನಕ್ಕುಬಿಟ್ಟ. ಅದೆಂತಹ ತಿರಸ್ಕಾರ!

'ಬಾಯಿಗೆ ಬೆರಳಿಟ್ಟರೂ ಕಚ್ಚಲು ಬರುತ್ತದೆಯೋ ಇಲ್ಲವೋ ನಿನಗೆ?' ಮುಖಕ್ಕೆ ಹೊಡೆದಂತಹ ಧ್ವನಿ: 'ಕಾಡುಜೀವನದ ಶಖೆ ಚಳಿ ಉಪವಾಸಗಳಿಂದ ಬಡಕಲುಬಿದ್ದ ನಿನಗೆ ದುರ್ಯೋಧನನನ್ನು ಕೊಲ್ಲಲು ಸಾಧ್ಯವೆ? ಧರ್ಮದೇವತೆಯೇ ಆ ಗಂಧರ್ವರ ಮೂಲಕ ಕೆಲಸ ಮಾಡಿ ಅವನನ್ನು ಸೆರೆ ಹಿಡಿಸಿದೆ. ಬಿಡಿಸಿಕೊಂಡು ಬರಬೇಕೆ? ಜೂಜಿನ ದಾಳ ಹಿಡಿದ ಕೈಯಲ್ಲಿ ತಾನೆ ನಿನ್ನ ಬುದ್ಧಿಯನ್ನು ಕೊಟ್ಟಿರುವುದು?'

'ಭೀಮ, ಹಾಗನ್ನಬೇಡ. ನಾವು ನಾವು ಜಗಳವಾಡಬಹುದು. ಆದರೆ ಹೊರಗಿನವರು ಹೊಡೆಯಲು ಬಂದಾಗ ಒಟ್ಟು ಸೋದರರಾಗಬೇಕು.'

'ಈ ಗಿಣಿಮಾತನ್ನು ನಾನು ಕೇಳಿಲ್ಲ ಅಂತ ತಿಳಿದಿದ್ದೀಯಾ? ಯಾರಾದರೂ ಗಡ್ಡದವರು ಬಂದರೆ ಪುರಾಣ ಪುಣ್ಯಕಥೆ ಕೇಳು ಹೋಗು.' ದುರ್ಯೋಧನನ ಸೈನಿಕರ ಎದುರಿಗೇ ಈ ಮಾತು ಆಡುವುದೆ? ಪಾಂಡವರಲ್ಲಿ ಒಗ್ಗಟ್ಟಿಲ್ಲ, ಸಿಂಹಾಸನವನ್ನೇರುವ ಹಿರಿಯನಿಗೆ ತಮ್ಮಂದಿರೇ ಗೌರವ ಕೊಡುವುದಿಲ್ಲವೆಂದು ಅವರು ಅನಂತರ ದುರ್ಯೋಧನನಿಗೆ ಹೇಳುತ್ತಿರಲಿಲ್ಲವೆ? ಈಗ ತಾನೇ ಹೇಳಿಲ್ಲವೆ?

'ಅರ್ಜುನ, ಈ ಭೀಮನಿಗೆ ಧರ್ಮಸೂಕ್ಷ್ಮ ತಿಳಿಯುವುದಿಲ್ಲ. ನಮ್ಮ ಆರ್ಯ ಹೆಂಗಸರನ್ನು ಅದರಲ್ಲಿಯೂ ನಮ್ಮ ಕುರುಕುಲದ ಸೊಸೆಯರನ್ನು ಹೊರಜನರು ಹೊತ್ತುಕೊಂಡು ಹೋಗಿರುವಾಗ ದ್ವೇಷವನ್ನೇ ಇಟ್ಟುಕೊಂಡರೆ ಧರ್ಮ ಮೆಚ್ಚೀತೆ? ಹಿರಿಯರು ಮೆಚ್ಚಿಯಾರೆ?'

ಎಂತಹ ವಿವೇಕ ಅಣ್ಣನದು! ತಕ್ಷಣ ಕುದಿಯಿತು ನನ್ನ ರಕ್ತ. ನಮ್ಮ ಹೆಂಗಸರನ್ನು ಬೇರೆಯವರು ಹೊತ್ತುಕೊಂಡು ಹೋಗಿರುವ ಇಷ್ಟು ಹೊತ್ತಿಗಾಗಲೇ ಏನಾದರೂ ಮಾಡಿದ್ದರೆ, ತಕ್ಷಣ ನನ್ನ ಅನುಭವವೇ ಸಮಾಧಾನ ಹೇಳಿತಲ್ಲ. ಗಂಡು ಹೆಣ್ಣುಗಳಲ್ಲಿ ಹೆಚ್ಚು ಕಟ್ಟುಕಟ್ಟಳೆ ಇಲ್ಲದಿರುವ ಗಂಧರ್ವ ಗಂಡಸರು, ಹೆಂಗಸೆಂದರೆ ಹಸಿವಿನಿಂದ ಮೇಲೆ ಬೀಳುವುದಿಲ್ಲ. ಹೂವು, ಬಣ್ಣ, ಕೊಳಲು, ಹಾಡುಗಳು, ಕುಣಿತಗಳಿಂದ ಅವರ ಮನಸ್ಸನ್ನು ಗೆಲ್ಲಲು ಪ್ರಯತ್ನಿಸುತ್ತಾರೆ. ಅಕಸ್ಮಾತ್ ಇಷ್ಟರಲ್ಲಿ ಅವರೇನಾದರೂ ಈ ನಮ್ಮ ಕುರುಕುಲದ ಸೊಸೆಯ ರನ್ನು ದುರ್ಗಮವಾದ ಜಾಗಕ್ಕೆ ಒಯ್ದು ಅವರ ಕಟ್ಟುಗಳನ್ನು ಬಿಚ್ಚಿ ತಾವು ಸುಂದರ ಬಣ್ಣ ಗಳನ್ನು ಬಳಿದುಕೊಂಡು ಹೂ ಮುಡಿದು, ಇವರಿಗೂ ಹೂವಿನ ಮಾಲೆ ಕುಚ್ಚುಗಳನ್ನು ತೊಡಿಸಿ, ಇವರ ಸುತ್ತ ಇಂಪಾಗಿ ಹಾಡಿಕೊಂಡು ಮನಸ್ಸನ್ನು ಸೆರೆಬೀಳಿಸುವಂತೆ ಕುಣಿಯ ತೊಡಗಿದ್ದರೆ, ಇವರ ನಡುವೆ ಗಂಧರ್ವ ಹೆಂಗಸರೂ ಸೇರಿಕೊಂಡು ಮನಸ್ಸನ್ನು ಮೃದು ಗೊಳಿಸಿದ್ದರೆ, ಬೇಗ ಹೋಗಬೇಕು. ಆರ್ಯಕುಲ ಕುರುಕುಲ ಸ್ತ್ರೀಯರ ಪಾವಿತ್ರ್ಯ ಉಳಿಸಿ ಕುರುವಂಶದ ಪಿತೃಗಳ ಸಂತೃಪ್ತಿಯನ್ನು ಕಾಪಾಡಬೇಕು. ಇಲ್ಲದಿದ್ದರೆ ಕುರುವಂಶದ ಅರ್ಜುನನಿಗೆ ರೌರವನರಕ ತಪ್ಪಿದ್ದಲ್ಲ.

'ಹಾಗಾದರೆ, ಭೀಮ, ಇದೇ ಕುರುಕುಲಕ್ಕೆ ಸೊಸೆಯಾಗಿ ಬಂದ ಸ್ವಂತ ಹೆಂಡತಿಯ

ಅಂಗಾಂಗಗಳನ್ನು ತುಂಬುಸಭೆಯಲ್ಲಿ ಕಾಮಿಸಿದವರು ಅಣ್ಣತಮ್ಮಂದಿರೇ ಆದ್ದರಿಂದ ಕುಲ ಗೌರವ ಕುಂದಲಿಲ್ಲ ಅಂದಹಾಗಾಯಿತು.' ಪಾಂಚಾಲಿ ಬಾಯಿ ಹಾಕುವತನಕ ನನಗೆ ಅವಳ ಅಸ್ತಿತ್ವವೇ ಮರೆತುಹೋಗಿತ್ತಲ್ಲ.

'ನನಗಾದ ಅವಮಾನ ಅವರ ಹೆಂಡರಿಗೆ ಆಗುವುದು ಬೇಡ, ನೀನು ಬೇಗ ಹೋಗಿ ಆ ನನ್ನ ಓರಗಿತ್ತಿಯರನ್ನು ಬಿಡಿಸಿಕೊಂಡು ಬಾ. ದುರ್ಯೋಧನ ದುಶ್ಶಾಸನರನ್ನು ನೀನೇ ಕೊಲ್ಲಬೇಕೆನ್ನುವ ಹಟ ಬೇಡ. ಗಂಧರ್ವರಿಗೇ ಆ ಕೆಲಸವನ್ನು ಬಿಟ್ಟು ಬಾ.'

'ಅರ್ಜುನ, ಹೆಂಗಸಿನ ಬುದ್ಧಿ ಇದಕ್ಕಿಂತ ದೊಡ್ಡದಾಗಲಾರದು. ನೀನು ಹೊರಡು.' ಎಂದೂ ಇಷ್ಟು ಕಟುವಾಗಿ ಆಡದ ಅಣ್ಣನ ಧ್ವನಿ ಎಷ್ಟು ಬಿಸಿಯಾಗಿತ್ತು!

ನಾಲ್ಕು ವರ್ಷ ಹಿಮಾಲಯದ ಮೇಲೆ ಗಂಧರ್ವಲೋಕಕ್ಕಿಂತ ಇನ್ನೂ ಎತ್ತರದಲ್ಲಿ ಇದ್ದು ಹಿಂತಿರುಗಿದ್ದ ನನಗೆ ಈ ಕೆಳ ಎತ್ತರದ ಗಂಧರ್ವರು ಸಾಟಿಯೆ! ವಿಜಯನೆಂಬ ಬಿರುದನ್ನು ದೇವೇಂದ್ರನು ಸುಮ್ಮಸುಮ್ಮನೆ ಕೊಟ್ಟಿದ್ದನೆ! ಸರಿಯಾದ ಆಳು ನಿಂತು ಕೈ ಎತ್ತಿದರೆ ಆಗುವ ಉದ್ದದ ಬಿಲ್ಲನ್ನು ನಿರಾಯಾಸದಿಂದ ಬಾಗಿಸಿ ಹೊಡೆಯುವ ಶಕ್ತಿ ಬೇರೆ ಯಾವ ಬಿಲ್ಲುಗಾರನಿಗಿದೆ? ಪರ್ವತಗಳ ಕಲ್ಲು ಬಂಡೆ, ಮರ ಗಿಡಗಳ ಮರೆಯಲ್ಲಾಗುವ ಹಗುರ ಸಪ್ಪಳವನ್ನು ಕೂಡ ಗುರುತಿಸುವ ಕಿವಿಯ ಚುರುಕು ಬೇರೆ ಯಾರಿಗೆ ಸಾಧ್ಯ? ಅರ್ಜುನನಂತಹ ಮಹಾಪರಾಕ್ರಮಿ ಬರುತ್ತಾನೆಂದು ಪಾಪ ಬಡ ಚಿತ್ರಸೇನ ಕನಸು ಕೂಡ ಕಂಡಿರಲಿಲ್ಲವೇನೋ! ಬಾಣದ ತುದಿಯು ಕೊಡಲಿಯ ಅಲಗಿನಷ್ಟು ಅಗಲವಾಗಿ ಮೊನಚಾಗಿರುತ್ತದೆಂದು ಕಾಡುಗಂಧರ್ವರು ಹೇಗೆ ತಿಳಿಯಬೇಕು? ಕಾಡುಗಂಧರ್ವರು ಮಾತ್ರವಲ್ಲ, ನಾಡುಆರ್ಯರಲ್ಲಿ ತಾನೆ ಯಾವನ ಬಾಣವು ಹೀಗೆ ಗಿಡ ಮರ ರೆಂಬೆಯನ್ನೇ ಕತ್ತರಿಸಿ ಕೆಡುವವಷ್ಟು ತೀಕ್ಷ್ಣವಾಗಿರುತ್ತದೆ? ದುರ್ಯೋಧನನ್ನು ಹೆಡೆಮುರಿ ಕಟ್ಟಿ ಮಲಗಿಸಿ ತನ್ನವರೊಡನೆ ಸುತ್ತ ವಿಜಯದ ನೃತ್ಯ ಮಾಡುತ್ತಿದ್ದ ಚಿತ್ರಸೇನ ಕೊನೆಗೆ ಅದೇ ಹೇಳಿದನಲ್ಲ: 'ಪಾಂಡವಮಧ್ಯಮ, ನಿನ್ನ ಶತ್ರುವನ್ನು ಬಿಡಿಸಿಕೊಳ್ಳುವ ಅವಿವೇಕಕ್ಕೆ ನೀನೇಕೆ ಬಂದೆ?'

'ನಮ್ಮನಮ್ಮಲ್ಲಿ ಏನಾದರೂ ಸರಿ. ಹೊರಗಿನವರು ತಲೆ ಹಾಕಿದಾಗ ದುರ್ಯೋಧನನು ನನ್ನ ಅಣ್ಣ.' ಎಂತಹ ಆರ್ಯೋಚಿತ ಮಾತು. ದುರ್ಯೋಧನ ದುಶ್ಶಾಸನರನ್ನು ಹೊರೆಸಿ ತರುವಷ್ಟರಲ್ಲಿ ಭೀಮನು ಕುರುಕುಲದ ಸೊಸೆಯರನ್ನು ಕರೆತಂದು ಸಾಲಿಗೆ ಕೂರಿಸಿದ್ದ. ಆ ಖ್ಯಾತಿಯು ಅರ್ಜುನನಿಗೆ ದಕ್ಕೀತೆಂದು ಅವನು ಬೇಗ ಹೋದನೆ? ಅಥವಾ ಪಾಂಚಾಲಿಯ ಆಜ್ಞೆ ಎಂದು ಪೂರೈಸಿದನೆ! ಹೆಂಗಸಿನ ಮಾತು ಕೇಳುತ್ತಾನೆ ಅವನು. ಇತ್ತೀಚೆಗಂತೂ ಅವನಿಗೆ ಅಣ್ಣನಿಗಿಂತ ಹೆಂಡತಿಯ ಮಾತೇ ಹೆಚ್ಚು ಮಾನ್ಯ. ಇಂಥವನು ಹೇಗೆ ಧರ್ಮವನ್ನು ಗಳಿಸಿಯಾನು, ದೇವತ್ವವನ್ನು ಸಾಧಿಸಿಯಾನು!

ಅರ್ಜುನನಿಗೆ ಇದ್ದಕ್ಕಿದ್ದಂತೆಯೇ ಉನ್ನತಿಯ ಭಾವವುಂಟಾಯಿತು. ಈ ವಿಜಯ ಎಂದೂ ಯಾವ ಹಿರಿಯರಿಗೂ ವಿರೋಧವಾದ ಮಾತನಾಡಿಲ್ಲ. ಅಗೌರವ ತೋರಿಸಿಲ್ಲ. ಅಣ್ಣ ಧರ್ಮನಿಗೆ ಮಾತ್ರವಲ್ಲ, ಆಚಾರ್ಯ ದ್ರೋಣರಿಗೆ ಮಾತ್ರವಲ್ಲ, ಪಿತಾಮಹರು, ಕೃಪಾಚಾರ್ಯರು, ತಂದೆ ಧೃತರಾಷ್ಟ್ರ, ಮಾತೆ ಗಾಂಧಾರಿ, ಯಾರಿಗೂ. ಹಿರಿಯರ

ಆಶೀರ್ವಾದಬಲವಿಲ್ಲದೆ ಯಾವ ಉನ್ನತಿ ಸಾಧ್ಯ ಜೀವನದಲ್ಲಿ! ಎಂದುಕೊಳ್ಳುವಾಗ ತಲೆ ಎತ್ತಿ ನೋಡಿದ. ಚಂದ್ರ ರಥದ ನೆತ್ತಿಗೆ ಏರಿದ್ದ. ಮಂಕು ಕವಿದ ಬೂದಿ ಆಕಾಶದ ಮರೆಯಲ್ಲಿ ಅಲ್ಲೊಂದು ಇಲ್ಲೊಂದು ನಕ್ಷತ್ರವೂ ಮಿನುಗುತ್ತಿದ್ದವು. ಇದ್ದಕ್ಕಿದ್ದಂತೆಯೇ ದೃಷ್ಟಿ ಅವುಗಳ ಮೇಲೆ ನಟ್ಟಿತು. ಮನಸ್ಸು ಆಕಾಶದ ಬೂದಿತೆರೆಯನ್ನು ಭೇದಿಸಿಕೊಂಡು ಮೇಲೆ ಹೋಗಿ ಯಾವುದೋ ಒಂದು ನಕ್ಷತ್ರದ ಅನಂತಸ್ಥಾಯಿಯಲ್ಲಿ ನಿಂತಿತು. ಎಂದೆಂದಿಗೂ ಅಳಿಯದ ಪ್ರಕಾಶ. ಒಂದೊಂದು ನಕ್ಷತ್ರವೂ ಒಂದೊಂದು ಹೆಸರನ್ನು ಸ್ಥಾಯಿಯಾಗಿಸಿಕೊಂಡು ಮೂರು ಲೋಕದ ಜನರಿಗೂ ಬೆಳಕು ನೀಡುತ್ತಾ ನಿಲ್ಲುತ್ತದೆ. ಅವನು ಕತ್ತೆತ್ತಿ ಬಾನನ್ನೇ ನೋಡುತ್ತಾ ಕುಳಿತ, ಕುಲುಕಿ ಕುಕ್ಕುತ್ತಾ ಸಾಗುವ ರಥದಲ್ಲಿ.

ಎಷ್ಟೋ ಹೊತ್ತಿನನಂತರ ಅರ್ಜುನ ಆಕಾಶದಿಂದ ಕೆಳಗೆ ಇಳಿದ. ಭೂಮಿ ಬರಡು ಬರಡಾಗಿತ್ತು. ಇದ್ದಕ್ಕಿದ್ದಂತೆಯೇ ಮನಸ್ಸಿಗೆ ಬೇಸರ ತುಂಬಿಕೊಂಡಿತು. ಆಕಳಿಕೆ ಬಂತು. ಆದರೆ ಅದು ಬೇಸರದ್ದು, ನಿದ್ದೆಯದಲ್ಲವೆಂದು ತಕ್ಷಣ ಮನಸ್ಸು ಹೇಳಿತು. ತುಷ್ಟನ ಬೆನ್ನನ್ನು ದಿಟ್ಟಿಸಿ ನೋಡಿದ. ಅವನಿಗೆ ನಿದ್ದೆ ಬಂದಿಲ್ಲವೆಂದು ತಿಳಿಯಿತು. ತುಷ್ಟ ಎಂದು ಮಾತನಾಡಿಸಿದ ತಕ್ಷಣ ಅವನು ಕತ್ತನ್ನು ಹಿಂದೆ ತಿರುಗಿಸಿದ. ಒಂದಿಷ್ಟು ಸುರೆ ಇದೆಯೆ? ಅವನು ತಕ್ಷಣ ಉತ್ತರ ಹೇಳಲಿಲ್ಲ. ಸ್ವಲ್ಪ ಹೊತ್ತಿನನಂತರ, 'ನಿಮ್ಮಂಥವರು ಕುಡಿಯುವುದಲ್ಲ. ಬರೀ ಅಕ್ಕಿಯದು. ಹುಳಿ ಎದ್ದಿದೆ. ಉಳಿಸಿದ್ದಾರೋ ಹೇಗೋ' ಎಂದದ್ದಕ್ಕೆ ಅರ್ಜುನ ಸ್ವಲ್ಪ ತಾ ಎಂದ. ರಥಗಳು ಓಡುತ್ತಿರುವಂತೆಯೇ ತುಷ್ಟ ಕೆಳಗಿಳಿದು ಹಿಂಬದಿಯ ರಥಕ್ಕೆ ಹೋಗಿ ಒಂದು ಜಾಡಿಯನ್ನು ಹಿಡಿದು ತಂದು ಅರ್ಜುನನ ಕೈಗೆ ಕೊಟ್ಟು ಅನಂತರ ಹತ್ತಿ ಐದೂ ಹಗ್ಗಗಳನ್ನು ಕೈಲಿ ಹಿಡಿದು ತನ್ನ ಸ್ಥಾನದಲ್ಲಿ ಕುಳಿತ. ತುಂಬ ಹುಳಿ ಹಿಡಿದಿದ್ದ ಸುರೆ ಅರ್ಜುನನಿಗೆ ರುಚಿಸಲಿಲ್ಲ. ಆದರೆ ಉದ್ದಕ್ಕೂ ಬರಡಾದ ಈ ದಾರಿಯ ಬೇಸರದಲ್ಲಿ ಅದನ್ನು ಬಿಡುವ ಮನಸ್ಸೂ ಆಗಲಿಲ್ಲ. ಒಂದೊಂದೇ ಗುಟುಕನ್ನು ನುಂಗಿ ನಡುವೆ ಕೊರೆದೇಳುವ ಹುಳಿತೇಗನ್ನು ಹೊರಹಾಕುತ್ತಾ ಸುಮ್ಮನೆ ಕುಳಿತಿದ್ದಾಗ ತುಷ್ಟ ಕೇಳಿದ: 'ಮಹಾರಾಜ, ನಿನಗೆ ವಿಜಯ ಅನ್ನುವ ಬಿರುದು ಹೇಗೆ ಬಂತು ಹೇಳುತೀಯ?'

'ಬಿರುದೇ?' ಎಂದ ಅರ್ಜುನ, ಮೊಗೆಗೆ ಬಗ್ಗಿಸಿಕೊಂಡಿದ್ದುದನ್ನು ಗಟಗಟನೆ ಕುಡಿದು ಖಾಲಿ ಮಾಡಿದ. ಹುಳಿ ಕಡಮೆಯಾಗಿತ್ತು. ಹೂಜಿಯನ್ನು ಮುಚ್ಚಿಟ್ಟು ಬಾಯಿ ಒರೆಸಿ ಸ್ವಲ್ಪ ಹೊತ್ತು ನೆನಸಿಕೊಂಡನಂತರ ಮತ್ತೆ ಕೇಳಿದ: 'ಬಿರುದೆ ನೀನು ಕೇಳಿದ್ದು?'

'ನಮ್ಮಂಥವರ ಸುರೆ. ಜ್ಞಾಪಕ ಬರದಿದ್ದರೆ ಬೇಡ. ನಾಳೆ ಹೇಳುವೆಯಂತೆ.'

'ದಡ್ಡ, ಎಂತೆಂತಹ ದೇಶದಲ್ಲಿ ಎಂತೆಂತಹ ಸುರೆಗಳನ್ನು ಕುಡಿದಿದೀನಿ ನಾನು. ನಿನಗೇನು ಗೊತ್ತು? ಅರ್ಜುನನ ಸ್ಮೃತಿಯನ್ನಾಗಲಿ ಬುದ್ಧಿಯನ್ನಾಗಲಿ ಅಲುಗಿಸುವಂತಹ ಸುರೆಯನ್ನು ಸಾಕ್ಷಾತ್ ಸೋಮದೇವನೇ ಇದುವರೆಗೆ ಸೃಷ್ಟಿಸಿಲ್ಲ.' ಎಂದು ಅವನು ಚಕ್ಕಲಮಕ್ಕಲ ಬದಲಿಸಿ ಸೆಟೆದು ಕುಳಿತು ತಕ್ಷಣ ಹೇಳಿದ: 'ನಾವು ಹನ್ನೆರಡು ವರ್ಷ ಕಾಡಿನಲ್ಲಿದ್ದದ್ದು ಗೊತ್ತೆ ನಿನಗೆ?'

'ಅದೆಲ್ಲ ಗೊತ್ತು. ನೀವು ರಾಜಸೂಯ ಮಾಡಿ ಜೂಜಾಡಿ ಕಾಡಿಗೆ ಹೋದದ್ದೆಲ್ಲ.'

'ಆರು ಏಳು ವರ್ಷ ಕಳೆದಿತ್ತು. ನಮ್ಮಣ್ಣ ಇದ್ದಾನೆ ನೋಡು ತುಂಬ ವಿವೇಕಿ. ಯೋಚಿಸಿ ಯೋಚಿಸಿ ನನಗೆ ಹೇಳಿದ: ಅರ್ಜುನ, ನೀನು ಸರಿಸಾಟಿ ಇಲ್ಲದ ಬಿಲ್ಲುಗಾರನಾಗಿದ್ದೀಯ. ಆದರೂ ಬೇರೆ ಬೇರೆ ಜನರ ಹತ್ತಿರ ಬೇರೆ ಬೇರೆ ರೀತಿಯನ್ನು ಅಭ್ಯಾಸ ಮಾಡುವುದು ಒಳ್ಳೆಯದು. ದೇವಲೋಕಕ್ಕೆ ಹೋಗಿ ಅವರಿಂದ ಕಲಿತು ಬಾ.'

'ಮಹಾರಾಜಾ, ಆಕಾಶದಲ್ಲಿ ಹಾರಿ ಸೂರ್ಯಚಂದ್ರಾದಿಗಳಿಗಿಂತ ಆಚೆ ಇರುವ ದೇವಲೋಕಕ್ಕೆ ಹೋಗಿದ್ದೆಯ ನೀನು? ಯಾವ ತಪಃಪ್ರಭಾವದಿಂದ? ಎಷ್ಟು ತಪಸ್ಸು ಮಾಡಿದೆ ಅದಕ್ಕಾಗಿ?' ಸರಕ್ಕನೆ ಹಿಂದೆ ತಿರುಗಿ ಕುಳಿತ ತುಷ್ಟನ ಕೈಗಳು ತಮಗೆ ತಾವೇ ಜೋಡಿಸಿಕೊಂಡವು.

'ಆ ದೇವಲೋಕವಲ್ಲ. ಹಿಮವತ್ ಪರ್ವತಗಳಿವೆಯಲ್ಲ, ಗಂಗಾ ಯಮುನಾ ನದಿಗಳು ಹುಟ್ಟಿ ಹರಿದು ಇಳಿಯುವ ಪರ್ವತಗಳು. ಅವುಗಳನ್ನು ಹತ್ತಿ ಹತ್ತಿ ಹೊದರೆ ಒಂದು ಕುಲವಿದೆ. ದೇವಕುಲ ಅಂತ ಹೆಸರು. ಒಳ್ಳೇ ಸಾಹಸಿಗಳು. ನಾವು ಹುಟ್ಟಿ ಚಿಕ್ಕವಯಸ್ಸಿನಲ್ಲಿ ಬೆಳೆದದ್ದು ಹಿಮವತ್ ಪರ್ವತಗಳ ತಪ್ಪಲು. ಗೊತ್ತಿದೆಯೆ ಆ ಸಂಗತಿ? ಆಗ ನಮಗೆ ಅವರ ಪರಿಚಯವಿತ್ತು. ಅವರ ನಾಡನ್ನು ದೇವಲೋಕ ಅನ್ನುತ್ತಾರೆ. ನಾಗಜನರ ಸೀಮೆಯನ್ನು ನಾಗಲೋಕ ಗಂಧರ್ವರ ಸೀಮೆಯನ್ನು ಗಂಧರ್ವಲೋಕ ಅನ್ನುವುದಿಲ್ಲವೇ ಹಾಗೆ. ಅದೆಂತಹ ಲೋಕ ಅನ್ನುತೀಯ, ಹತ್ತಿ ಹತ್ತಿ ಮಂಡಿ, ಪಾದಗಳ ಕೀಲು, ತೊಡೆ ಮೀನುಖಂಡಗಳಲ್ಲೆಲ್ಲ ನೋವು ಗಂಟುಕಟ್ಟಿ ಕೂತುಬಿಡುವಷ್ಟು ಎತ್ತರ. ಸೂರ್ಯನು ಶಾಖ ಕಳೆದುಕೊಂಡಿರುತ್ತಾನೆ. ಶಾಖಕ್ಕೆ ಅಲ್ಲಿ ಪ್ರವೇಶವೇ ಇಲ್ಲ. ಸುರೆ ಹುಳಿಬರುವುದಿಲ್ಲ. ಬೆಂದ ಅನ್ನ ಹಳಸುವುದಿಲ್ಲ. ಶೀತಕ್ಕೆ ಸೇದಿ ಗಟ್ಟಿಕಟ್ಟುತ್ತೆ. ನೀರು ಹಿಮದ ಬಂಡೆಯಾಗಿರುತ್ತೆ. ಈ ಬೇಸಿಗೆಯ ಹಿಂಸೆಯಂತೂ ಸರ್ವಥಾ ಇಲ್ಲ. ಅಂತಹ ದೇಶ ಅದು. ಇಂದ್ರಪ್ರಸ್ಥದಲ್ಲಿ ಆಳುತ್ತಿದ್ದಾಗ ನಾವು ಅವರಿಗೆ ಆಗಾಗ ದಿನಸಿಧಾನ್ಯಗಳನ್ನು ಕತ್ತೆಗಳ ಮೇಲೆ ಹೇರಿ ಹೇರಿ ಕಳಿಸುತ್ತಿದ್ದೆವು. ಈ ಕೆಳಗಿನ ಬಯಲಿನಲ್ಲಿ ಹರಿಯುವ ಸಕಲ ನದಿಗಳಿಗೂ ನೀರೊದಗಿಸುವ ಆ ನಾಡಿನಲ್ಲಿ ಕೃಷಿಯಾಗುವುದಿಲ್ಲ. ಬೇಸಿಗೆಯಲ್ಲಿ ಪರ್ವತದ ಇಳಿಜಾರನ್ನೇ ಕೆತ್ತಿ ಅಗೆದು ಅಲ್ಪಸ್ವಲ್ಪ ಬೆಳೆದರೆ ಉಂಟು. ಇಲ್ಲದಿದ್ದರೆ ಬೇಟೆಯ ಮಾಂಸ, ಗೆಡ್ಡೆಗೆಣಸು. ಆದರೂ ಎಂತಹ ಸುಂದರ ಜನ. ಎಷ್ಟು ಆರೋಗ್ಯಶಾಲಿಗಳು. ಎಷ್ಟು ಗಟ್ಟಿಮುಟ್ಟು. ಇಲ್ಲಿ ಮನುಷ್ಯನ ಶಕ್ತಿ ಬೆವರಿನ ರೂಪದಲ್ಲಿ ಹರಿದು ನಷ್ಟವಾಗುತ್ತೆ. ಅಲ್ಲಿ ನಾಲ್ಕು ಶಿಖರಗಳನ್ನು ಏರಿ ಇಳಿದರೂ ಬೆವರು ಹೊರಬರುವುದಿಲ್ಲ. ಅಂದರೆ ಶಕ್ತಿಸಂಚಯ.....'

ಹಿಂದು ಮುಂದಾಗಿ ತಿರುಗಿ ಕುಳಿತ ತುಷ್ಟನ ಇಡೀ ಶರೀರವು ಹೂಂ ಎನ್ನುತ್ತಿತ್ತು. ಅರ್ಜುನನ ಕಣ್ಣಿಗೆ ಅದು ಸ್ಪಷ್ಟವಾಗಿ ಕೇಳುತ್ತಿತ್ತು. ಈಗ ಮಾತನಾಡುವ ಉತ್ಸಾಹ ಬಂದವನಂತೆ ಧ್ವನಿ ಏರಿಸಿ ಹೇಳತೊಡಗಿದ: 'ನಮ್ಮ ಪರಿಚಯವಿತ್ತಲ್ಲ ಅವರಿಗೆ. ಅಲ್ಲದೆ ನಮ್ಮ ಐದು ಜನರನ್ನೂ ನಮ್ಮಪ್ಪ ಪಾಂಡುಮಹಾರಾಜ ನಿಯೋಗದಿಂದ ಹುಟ್ಟಿಸಿಸಿದ. ನಮ್ಮಮ್ಮನಿಗೆ ನಿಯೋಗ ಮಾಡಿದವರೂ ಆ ದೇವಜನರೇ. ಆ ವಾಂಛಲ್ಯ ಬೇರೆ. ಚಳಿಯಲ್ಲಿ ನಡುಗಿಕೊಂಡು ಚರ್ಮದ ಹೊದಿಕೆ ಸುತ್ತಿ ತಲೆ ಮೈಕೈಗಳಿಗೆ ಕಂಬಳಿ ಹೊದೆದು ನಾನು

ಹೋದಾಗ ಇಲ್ಲಿ ಕೆಳಗೆ ಬೇಸಿಗೆ ಉರಿಯುತ್ತಿತ್ತು. ಅವರು ಹೊರಗಿನವರನ್ನು ಸೇರಿಸಿಕೊಳ್ಳುವು ದಿಲ್ಲ. ಹೇಳದೆ ಕೇಳದೆ ಅವರ ನಾಡಿಗೆ ನುಗ್ಗಿದರೆ ಯಾವುದೋ ಬಂಡೆಯ ಮರೆಯಿಂದ ಗಿಡಮರಗಳ ಮರೆಯಿಂದ ಬಾಣಗಳು ಬಂದು ಮೈಗೆ ಹೊಕ್ಕಿತಂತ ತಿಳಿದುಕೊ.'

'ನೀನೇನು ಮಾಡಿದೆ ಹಾಗಾದರೆ?'

'ಎಲ್ಲ ಕಡೆಯಿಂದಲೂ ಆ ನಾಡನ್ನು ಪ್ರವೇಶಿಸುವುದು ಸಾಧ್ಯವಿಲ್ಲ. ಕೆಲವು ಪರ್ವತ ಸಂದುಗಳಿವೆ. ಅಲ್ಲಿಂದಲೇ ಏರಬೇಕು. ಆ ಕಣ್ಣುಗಳಲ್ಲಿ ಕಾವಲುಗಾರರಿರುತ್ತಾರೆ. ನನಗೆ ಅದು ಗೊತ್ತಿತ್ತು. ಅಲ್ಲಿ ಗಟ್ಟಿಯಾಗಿ ಕೂಗಿ ಪರಿಚಯ ಹೇಳಿಕೊಂಡೇ ಹತ್ತುತ್ತಿದ್ದೆ. ಕೊನೆಗೆ ಕಾವಲಿನವರೇ ನನ್ನನ್ನು ಮೇಲೆ ಕರೆದೊಯ್ದರು.'

'ಬಿಲ್ಲುವಿದ್ಯೆ ಹೇಳಿಕೊಟ್ಟರೊ?'

'ಓಹೋ! ಅವರೆಲ್ಲ ಗಣಗಳು ಅಂತ ವಿಂಗಡಿಸಿಕೊಂಡಿದ್ದಾರೆ. ಒಂದೊಂದು ಗಣದ್ದೂ ಅಸ್ತ್ರಶಸ್ತ್ರ ವಿಧಾನಗಳಲ್ಲಿ ಒಂದೊಂದು ವಿಶೇಷ. ನನಗೆ ಆಯಾ ಗಣಮುಖ್ಯರೇ ಹೇಳಿಕೊಟ್ಟರು. ವಾಯು, ಅಗ್ನಿ, ವಸು, ವರುಣ, ಮರುತ್, ಸಾಧ್ಯ, ನಿಋಋತಿ, ಸ್ವಯಂ, ಹೀಗೆ ಎಷ್ಟು ಜನ ಕಲಿಸಿದರು ಅಂತ. ಈ ನಮ್ಮ ಕೆಳಗಿನ ಜನರಲ್ಲಿರುವಷ್ಟು ದೊಡ್ಡ ಬಿಲ್ಲು ಅವರ ಹತ್ತಿರ ಇರುವುದಿಲ್ಲ. ಅದರಲ್ಲೂ ನನ್ನದರಷ್ಟು ದೊಡ್ಡದು ಯಾರಲ್ಲಿಯೂ ಇಲ್ಲ. ಆದರೆ ಗುರಿಯಲ್ಲಿ ಬಾಣಚಾಲನೆಯಲ್ಲಿ ಅವರಿಗಿರುವ ಚತುರತೆ ನಮಗಿಲ್ಲ. ಒಂದೇ ಬಿಲ್ಲಿನಿಂದ ಒಂದೇ ಸಲಕ್ಕೆ ಮೂರು ನಾಲ್ಕು ಐದು ಬಾಣಗಳನ್ನು ಬೇರೆ ಬೇರೆ ಗುರಿಗಳಿಗೆ ಹೊಡೆಯ ಬಲ್ಲರು ಅವರು. ಬಾಣ ಹೋಗುವುದು ಯಾವಾಗಲೂ ನೇರವಾಗಿ ತಾನೇ. ಆದರೆ ಬಳಸಿ ಡೊಂಕುದಾರಿಯಲ್ಲಿ ಹೋಗಿ ತಿರುಗಿ ಘಾತಿಸುವಂತಹ ಬಾಣಪ್ರಯೋಗ ಮಾಡ ಬಲ್ಲರು. ಪರ್ವತಸೀಮೆಯಲ್ಲವೆ? ಹೆಬ್ಬಂಡೆಗಳ ಮರೆಯಲ್ಲಿ ನಿಂತು ಅಂತಹ ಬಾಣ ಬಿಟ್ಟರೆ ಅದು ಬಳಸಿ, ತಿರುಗಿ, ಮರೆಯಲ್ಲಿರುವ ವೈರಿಗೆ ತಗಲುತ್ತದೆ. ಅದಕ್ಕೆ ತಕ್ಕ ಬಾಣದ ಆಕಾರ, ಯಾವ ಯಾವ ಭಾಗದಲ್ಲಿ ಎಷ್ಟೆಷ್ಟು ತೂಕವಿರಬೇಕೆಂಬುದನ್ನು ಲೆಕ್ಕಹಾಕಿ ಮಾಡಿಟ್ಟುಕೊಂಡಿರುತ್ತಾರೆ. ನಾನು ಅವೆಲ್ಲವನ್ನೂ ಕಲಿತೆ. ಇನ್ನೂ ಕೆಲವು ಬಗೆಯ ತಂತ್ರಗಳು. ಒಂದು ಚೂರನ್ನೂ ಮರೆಮಾಚದೆ ಹೇಳಿಕೊಟ್ಟರು. ಸತತವಾಗಿ ನಾಲ್ಕು ವರ್ಷ ಅವರೊಡ ನಿದ್ದು ಚಿಕ್ಕ ಹುಡುಗನಂತೆ ಶಿಷ್ಯನಾಗಿ ಅಭ್ಯಾಸ ಮಾಡಿ ಮಾಡಿ ಕರಗತ ಮಾಡಿಕೊಂಡೆ. ಈ ವಿದ್ಯೆಗಳನ್ನೆಲ್ಲ ನಮಗಿಂತ ಹೆಚ್ಚು ಚನ್ನಾಗಿ ಕಲಿತೆ ನೀನು ಅಂತ ಅವರೇ ಮೆಚ್ಚಿಕೊಂಡರು. ತುಷ್ಟ, ಈಗ ಅಕಸ್ಮಾತ್ ಯುದ್ಧವೇ ಆದರೆ ಈ ವಿಜಯನ ಬಾಣಚಳಕ ಎಂಥದೆಂಬುದನ್ನು ಇಡೀ ಜಗತ್ತಿಗೆ ತೋರಿಸುತ್ತೇನೆ.'

'ಅಂಥ ಒಂದು ಬಾಣ ಹೊಡೆದು ತೋರಿಸುವೆಯ, ಮಹಾರಾಜ?' ತುಷ್ಟ ಆಸ್ಥೆಯಿಂದ ಕೇಳಿದ.

ಅರ್ಜುನ ರಥದಿಂದ ಹೊರಗೆ ನೋಡಿದ. ಒಂದು ಬಿಲ್ಲನ್ನೆತ್ತಿಕೊಂಡು ಹೆದೆ ಏರಿಸಿ ತನ್ನ ಸರಕಿನಲ್ಲಿ ಒಂದು ವಿಶೇಷ ಆಕಾರದ ಬಾಣವನ್ನು ಸ್ಪರ್ಶದಿಂದ ಗುರುತಿಸಿ ಹುಡುಕಿ ತೆಗೆದು ತನ್ನ ಎಡಗಡೆಗೆ ಹೊಡೆದು ಹೇಳಿದ: 'ರಥ ನಿಲ್ಲಿಸು. ಅಕೋ ಎದುರಿಗೆ ಕಾಣುತ್ತಿದೆ

ನೋಡು. ಅಗಲವಾಗಿ ಹರಚಿಕೊಂಡಿರುವ ಬಂಡೆ. ಅದರ ಹಿಂಬದಿಯಲ್ಲಿ ಒಂದು ಮರ ಕಾಣಿಸುವುದಿಲ್ಲವೆ?'

ದಿಟ್ಟಿಸಿ ನೋಡಿ ತುಷ್ಟ, 'ಹೌದು ಹೌದು' ಎಂದು ಗುರುತು ಹಿಡಿದ.

'ಆ ಮರದ ಕೆಳಕಾಂಡಕ್ಕೆ ನನ್ನ ಬಾಣ ಚುಚ್ಚಿಕೊಂಡಿದೆ. ಹೋಗಿ ತೆಗೆದುಕೊಂಡು ಬಾ.'

ಮಬ್ಬುಬೆಳದಿಂಗಳು. ಓಡುವ ರಥ. ದೂರದ ಬಂಡೆಯ ಮರೆಯ ಮರ. ತುಷ್ಟ ಮುಂದಿನ ರಥಗಳವರನ್ನು ಕೂಗಿ ನಿಲ್ಲಿಸಿದ. ಹಿಂದಿನವರು ತಾವೇ ನಿಂತರು. ಇಳಿದು ಜೊತೆಗೆ ಮುಂದಿನ ರಥದ ಇಬ್ಬರನ್ನು ಕರೆದುಕೊಂಡು ನಡೆದು ಬಂಡೆಯ ಮರೆಗೆ ಹೋದ. ಮರದ ಕೊಂಬೆಯ ಬಲಪಾರ್ಶ್ವದಿಂದ ಹೋದ ಬಾಣ ಚುಚ್ಚಿ ನಟ್ಟುಕೊಂಡಿತ್ತು. ಅವನಲ್ಲಿ ಆಶ್ಚರ್ಯ, ಭಯ ಭಕ್ತಿಗಳು ಹುಟ್ಟಿಕೊಂಡವು. ಅದನ್ನು ಕಿತ್ತು ತಂದು ಮಹಾರಾಜನ ಕೈಗೆ ಕೊಡುವಾಗ ಭಯ ಭಕ್ತಿಗಳಿಂದ ಕಂಪಿಸುತ್ತಿದ್ದ. ರಥಗಳ ಸಾಲು ಮತ್ತೆ ಚಲಿಸಲು ಶುರುವಾಯಿತು. ಅರ್ಜುನ ಹೇಳಿದ: "ಈ ಗುರಿಚಳಕವನ್ನು ಬರೀ ಕಲಿತದ್ದಲ್ಲ. ನನ್ನ ಈ ದೊಡ್ಡ ಬಿಲ್ಲಿನಲ್ಲಿ ಅಭ್ಯಾಸ ಮಾಡಿಕೊಂಡೆ. ಅದಕ್ಕೆ ತಕ್ಕ ತೂಕ ಆಕೃತಿಗಳ ಬಾಣಗಳನ್ನು ನಾನೇ ಅಭ್ಯಾಸದಿಂದ ಕಂಡುಹಿಡಿದು ಮಾಡಿಟ್ಟುಕೊಂಡೆ. ಅಂದರೆ ಹೊಸ ಗುರಿ, ಅದರ ಎರಡು ಮೂರರಷ್ಟು ಚಾಲನಶಕ್ತಿ. ಯಾರು ಎದುರು ನಿಲ್ಲಬಲ್ಲರು? ಆಗ ದೇವಜನರ ರಾಜ ಇಂದ್ರನೇ ಒಂದು ದಿನ ಕರೆದು ಹೇಳಿದ: 'ಮಗನೇ, ನಮ್ಮ ಪಶ್ಚಿಮಭಾಗದಲ್ಲಿ ಒಂದು ಗುಂಪಿನ ಜನರಿದ್ದಾರೆ. ನಾವು ಇಲ್ಲಿ ಆಡು ಟಗರುಗಳ ಉಣ್ಣೆಯಿಂದ ವಿಶೇಷ ರೀತಿಯ ಕಂಬಳಿಗಳನ್ನು ಮಾಡಿ ಕೆಳಗಿನವರಿಗೆ ಮಾರಿ ಆಹಾರ, ಧಾನ್ಯ, ತುಪ್ಪ ತಾಮ್ರ ಮೊದಲಾದುವನ್ನು ಕೊಳ್ಳಲು ಬೇಸಿಗೆಯಲ್ಲಿ ಹೋಗುತ್ತೇವಲ್ಲ, ಆಗ ಇಳುವಿನ ದಾರಿಯಲ್ಲಿ ನಮ್ಮನ್ನು ಅಡ್ಡಗಟ್ಟಿ ದೋಚಿಬಿಡುತ್ತಾರೆ ಅವರು. ಒಂದು: ದರೋಡೆಯೇ ಅವರ ಕಸುಬಿದ್ದಂತಿದೆ. ಎರಡು: ಅವರೂ ನಮ್ಮ ಹಾಗೆ ಕಂಬಳಿಗಳನ್ನು ಮಾಡಿ ಕೆಳಗಿನವರಿಗೆ ಮಾರುವ ಕಸುಬು ಇಟ್ಟುಕೊಂಡಿದ್ದಾರೆ. ಆದರೆ ಅವರಿಗಿಂತ ನಾವು ಮಾಡುವ ಕಂಬಳಿಗಳು ಉತ್ತಮವಾದವು. ನಮ್ಮ ಮೇಕೆಗಳು ಶ್ರೇಷ್ಠಜಾತಿಯವು. ಕೆಳಗಿನವರು ನಮ್ಮ ಕಂಬಳಿ ಅಂದರೆ ಮೇಲೆಬಿದ್ದು ಕೇಳಿದಷ್ಟು ಧಾನ್ಯ ಕೊಡುತ್ತಾರೆ. ನಿವಾತಕವಚರು ಅಂತ ಆ ದರೋಡೆಕಾರ ಜನದ ಹೆಸರು. ಅವರ ಹುಟ್ಟಡಗಿಸಿದರೆ ನೀನು ನಮಗೆ ಗುರುದಕ್ಷಿಣೆ ಸಂದಾಯ ಮಾಡಿದಂತೆ.' ಈ ಹಿಂದೆ ಎಷ್ಟೋ ಸಲ ಅವರನ್ನು ನಿರ್ನಾಮ ಮಾಡಲು ದೇವಜನರು ಪ್ರಯತ್ನಿಸಿದ್ದುಂಟು. ಆದರೆ ಸಫಲರಾಗಿರಲಿಲ್ಲ. ಈಗ ಅದನ್ನು ಸಾಧಿಸಬೇಕೆಂದು ನಾನು ನಿಶ್ಚಯಿಸಿದೆ."

'ಹೇಗೆ ಮಾಡಿದೆ, ಅರ್ಜುನದೇವ?' ಕೈಜೋಡಿಸಿಕೊಂಡೇ, ಹಿಂದುಮುಂದಾಗಿ ಕುಳಿತಿದ್ದ ಸಾರಥಿ ಕೇಳಿದ.

'ಆ ಸಲದ ಚಳಿಗಾಲಕ್ಕೆ ಮುನ್ನವೇ ನಾನು ಕೆಲವು ದೇವವೀರರೊಡನೆ ಆ ಮಾರ್ಗದಲ್ಲಿ ಇಳಿದು ನಿವಾತಕವಚರ ನಾಡನ್ನು ಸರಿಯಾಗಿ ಗುರುತಿಸಿಕೊಂಡೆ. ಅವರು ವಾಸಿಸುವ

ಹಳ್ಳಿಗಳ ಜಾಗ, ಮಾರ್ಗಗಳನ್ನೆಲ್ಲ ತಿಳಿದೆ. ಬಹು ದುರ್ಗಮ ಪ್ರದೇಶ ಅದು. ಅತ್ತ ಕಂಬಳಿಗಳ ಸರಕನ್ನು ಕತ್ತೆ, ಮೇಕೆಗಳ ಮೇಲೆ ಹೇರಿಕೊಂಡು ದೇವಜನರು ಇಳಿಯುವಂತೆ ಮಾಡಿದೆ. ಇವರೆಲ್ಲ ಅತ್ತ ಕೊಳ್ಳೆಹೊಡೆಯಲು ನುಗ್ಗಿದರು. ಇತ್ತ ನಾವು ಕೆಲವರು ಹೋಗಿ ಮೊದಲು ಅವರ ಊರು ಕೇರಿಗಳನ್ನೆಲ್ಲ, ಇಡೀ ನಾಡನ್ನೇ ಸುಟ್ಟು ಮುಗಿಸಿದೆವು. ಅಲ್ಲಿಂದ ಅವರು ಕೊಳ್ಳೆ ಹೊಡೆಯುವ ಇಕ್ಕಟ್ಟಿನ ಕಣಿವೆಯ ಕೆಳಭಾಗದಲ್ಲಿ ಕಾದು ಕೂತಿದ್ದೆವು. ಮೇಲಿನಿಂದ ಇತರ ದೇವಜನರು ಹೊಡೆಯಲು ಆರಂಭಿಸಿದರು. ಕೆಳಗಿನಿಂದ ನಾವು. ಸಂದಿಗೆ ಸಿಕ್ಕಿದ ದರೋಡೆಕಾರರಲ್ಲಿ ಒಬ್ಬನನ್ನೂ ಬಿಡಲಿಲ್ಲ. ಕೊಂದುಮುಗಿಸಿದೆ. ವಾಸ್ತವವಾಗಿ ಇದು ಅಂತಹ ಭಾರಿ ಶೌರ್ಯದ ಕೆಲಸವಾಗಿರಲಿಲ್ಲ. ಮೊದಲಿನಿಂದ ಅವರ ಕೈಲಿ ಪೆಟ್ಟು ತಿಂದು ತಿಂದು ದೇವಜನರ ಮನಸ್ಸಿನಲ್ಲಿ ಅವರು ಅಂದರೆ ಭೀತಿ ಒಸರಿಬಿಡುತ್ತಿತ್ತು. ಹಿಮ ಮುಚ್ಚುವ ನಾಡಿನಲ್ಲಿ ಇನ್ನಿಲ್ಲದ ಧೈರ್ಯವಿರುವ ಅವರಿಗೆ ಶಖೆ ಉಬ್ಬಿಸುವ ನಮ್ಮ ಕೆಳದೇಶಕ್ಕೆ ಬಂದರೆ ಶಕ್ತಿ ಉಡುಗುತ್ತದೆ. ಅವರ ಪೀಡೆಯನ್ನು ಬಗೆಹರಿಸದಿದ್ದರೆ ಪಟ್ಟವೇರಿದ್ದ ಇಂದ್ರ ಕೆಳಗಿಳಿಯಬೇಕಾಗಿತ್ತು. ಶತ್ರುವನ್ನು ಯುದ್ಧದಲ್ಲಿ ಕೊಲ್ಲಲಾರದ ರಾಜನನ್ನ ಆ ಜನರು ಅಧಿಕಾರದಿಂದ ಇಳಿಸಿಬಿಡುತ್ತಾರೆ. ಅವರ ಸಂಪ್ರದಾಯ ಅದು. ಅವನ ಸ್ಥಾನ ಉಳಿಸಿಕೊಟ್ಟೆನಲ್ಲ ನಾನು ಅದಕ್ಕಾಗಿ ಇಂದ್ರನೇ ನನ್ನನ್ನು ತನ್ನ ಸಿಂಹಾಸನದ ಮೇಲೆ ಸಮಾನಸ್ಥಾನದಲ್ಲಿ ಕುಳ್ಳಿರಿಸಿಕೊಂಡು, ಸಮಸ್ತ ದೇವಜನರ ಸಮ್ಮುಖದಲ್ಲಿ ವಿಜಯ ಎಂಬ ಬಿರುದು ಕೊಟ್ಟ.'

ತುಷ್ಟ ಸ್ವಲ್ಪ ಹೊತ್ತು ಅದೇ ಭಕ್ತಿಭಾವದಿಂದ ಕುಳಿತಿದ್ದ. ಅರ್ಜುನ ಮತ್ತೆ ಏನಾದರೂ ಹೇಳಲೆಂದು ಅವನ ಆಶೆ. ಆದರೆ ತಾನು ಕೇಳಲು ತಿಳಿಯಲಿಲ್ಲ. ಅನಂತರ ಸರಿಯಾಗಿ ಕುದುರೆಗಳ ಕಡೆಗೆ ತಿರುಗಿ ಕುಳಿತ. ಅರ್ಜುನನ ಮನಸ್ಸು ದೇವಲೋಕದಲ್ಲೇ ನಟ್ಟಿತು. ನಾಲ್ಕು ವರ್ಷ ಅವರೊಡನಿದ್ದರೂ, ಬಿಲ್ಲುಗಾರಿಕೆ, ಬೇಸರವಾದಾಗ ಅವರ ನರ್ತನಗಳ ಅಭ್ಯಾಸವನ್ನು ಬಿಟ್ಟರೆ ತನ್ನ ಧ್ಯಾನ ಬೇರೆ ಕಡೆ ಹರಿದಿರಲಿಲ್ಲ. ಅರ್ಜುನ ಅಂದರೆ ಏಕಾಗ್ರತೆ, ಅವರೂ ಅಷ್ಟೆ. ಗಂಡು ಹೆಣ್ಣುಗಳು ಅಷ್ಟು ಸ್ವತಂತ್ರವಾಗಿ ತಮಗೆ ಬೇಕಾದವರೊಡನೆ ಬೇಕಾದಂತೆ ಬೇಕಾದಾಗ ವಿಹರಿಸುತ್ತಿದ್ದರೂ, ನನ್ನನ್ನು ಹೊರಗಿನವನಂತೆಯೇ ಕಾಣುತ್ತಿದ್ದರಲ್ಲ. ತಮ್ಮಲ್ಲಿ ಬಿಲ್ಲುವಿದ್ಯೆ ಕಲಿಯಲು ಬಂದವನು ಎಂಬ ಕೀಳುಭಾವನೆಯೇ ಇದ್ದಿರಬೇಕು ಅವರಲ್ಲಿ. ಅವರ ಇಂದ್ರ ಮತ್ತು ಸೇನಾಮುಖ್ಯರಿಗೆ ಸಾಧ್ಯವಾಗದ ವೀರವನ್ನು ಮೆರೆದು ಇಂದ್ರನೇ ಸಮಾನಸ್ಥಾನದಲ್ಲಿ ಕುಳ್ಳಿರಿಸಿಕೊಂಡು ನನ್ನನ್ನು ದೇವಮುಖ್ಯರಲ್ಲಿ ಒಬ್ಬನೆಂದು ಗೌರವಿಸಿದ ಮೇಲೆ ಒಳಗೆ ಸೇರಿಸಿಕೊಂಡರಲ್ಲ. ವಿಜಯ ಎಂಬುದು ಸ್ವತಃ ಇಂದ್ರನ ಬಿರುದು. ಬೇರಾರಿಗೂ ಅದನ್ನು ಪಡೆಯುವ ಅಧಿಕಾರವಿಲ್ಲ. ಅದೇನು ಮೋಜಿನ ವಿಜಯೋತ್ಸವ. ಅದೆಂತಹ ಉತ್ಸಾಹವೆಬ್ಬಿಸುವ ಅಮಲಿನ ಪಾನೀಯ. ವಿಜಯ ಬಿರುದಾಂಕಿತ ಈ ಅರ್ಜುನನನ್ನು ಸುತ್ತುಗಟ್ಟಿ ಕುಣಿದ ದೇವಮುಖ್ಯರಿಗೆ ಮಾತ್ರ ಲಭ್ಯರಾದ ಹೆಂಗಸರು. ಘೃತಾಚಿ, ಮೇನಕೆ, ರಂಭೆ, ಪೂರ್ವಚಿತ್ತಿ, ಸ್ವಯಂಪ್ರಭೆ, ಊರ್ವಶೀ, ಮಿಶ್ರ ಕೇಶೀ, ದಂಡಗೌರೀ, ವರೂಥಿನೀ, ಗೋಪಾಲೀ, ಸಹಜನ್ಯಾ, ಕುಂಭಯೋನಿ, ಪ್ರಜಾಗದಾ, ಚಿತ್ರಸೇನೆ,

ಚಿತ್ರಲೇಖೆ, ಸಹಾ, ಮಧುರಸ್ವರಾ, ಎಲ್ಲರೂ ನೇರವಾಗಿ ಇಂದ್ರನ ಅಧಿಕಾರದಲ್ಲಿರುವ ವಿಲಾಸಿನಿಯರು. ಯಾರಾದರೂ ಗಣಮುಖ್ಯರು ಬಹುಮಾನ ಪಡೆಯುವಂತಹ ಸೇವೆ ಸಲ್ಲಿಸಿದಾಗ ಅವರಿಗೆ ಇವರಲ್ಲಿ ಒಬ್ಬಳನ್ನು ಒಂದು ದಿನವೋ ಒಂದು ತಿಂಗಳೋ ಒಂದು ವರ್ಷವೋ ಅನುಗ್ರಹಿಸುತ್ತಾನೆಯಷ್ಟೆ. ದೇವರೆಂದರೆ ಮೊದಲೇ ಬಿಳಿಬಣ್ಣ. ಹೆಂಗಸರಂತೂ ಹಾಲುಬಿಳುಪು. ಅವರಲ್ಲಿ ಅತ್ಯಂತ ಸುಂದರಿಯರನ್ನು ಆರಿಸಿ ಇಂದ್ರನ ಈ ಆಸ್ಥಾನಸೇವೆಗೆ ಮೀಸಲುಬಿಟ್ಟವರು. ಮೇಕೆಗಳನ್ನು ಮೇಯಿಸುವಂತಿಲ್ಲ. ದಾರ ನೂತು ಕಂಬಳಿ ನೇಯುವಂತಿಲ್ಲ. ಚಳಿಗಾಲದಲ್ಲಿ ಕೆಳಗಿಳಿಯುವಾಗ ಗುಡಾರ ಹೊರುವಂತಿಲ್ಲ. ಹೆತ್ತ ಮಕ್ಕಳನ್ನು ಸಾಕುವ ಹೊಣೆಯಿಲ್ಲ. ಸದಾ ನರ್ತನ, ಪಾನೀಯ, ಕಾಮಕೇಳಿಯ ಕಲೆಗಳ ತರಬೇತಿಯಲ್ಲಿರುವ ಮೋಜುಗಾರ್ತಿಯರು. ನನಗೆ ಬಿರುದನ್ನು ಪ್ರದಾನ ಮಾಡಿದ ರಾತ್ರಿಯಲ್ಲವೇ ಚಳಿಗಾಲ ಕಳೆದು ಶುಭ್ರ ಆಕಾಶದಲ್ಲಿ ಚಂದ್ರ. ಹೊಳೆಯುವ ಹಿಮದ ಶಿಖರಗಳು ಸುತ್ತಲೂ ಕಾಣುವಾಗ ಚಂದ್ರನ ಸೌಮ್ಯಸೌಂದರ್ಯಕ್ಕೆ ವಿಶೇಷ ಆಕರ್ಷಣೆಯೇ ಇಲ್ಲ. ಆದರೂ ಕನಸನ್ನು ಉದ್ದೀಪಿಸುವ, ಧನ್ಯತೆಯನ್ನು ತುಂಬಿಸುವ ಚಂದ್ರನು ಹೊರಗಿನ ಹಿಮಕ್ಕೆ ಸೋಮರಸ ಲೇಪಿಸುತ್ತಿರುವಾಗಲಲ್ಲವೆ ಚಿತ್ರಸೇನನು ನನ್ನಲ್ಲಿ ಬಂದು, 'ವಿಜಯ, ನಿನಗೆ ಇನ್ನೊಂದು ಬಹುಮಾನ ಕಾದಿದೆ ಬಾ' ಎಂದು ಕರೆದೊಯ್ದದ್ದು. ಇಂದ್ರಭವನದ ಎದುರಿನ ಏರಿನಲ್ಲಿ ಕಟ್ಟಿದ ಕಲ್ಲುಕಟ್ಟಡ. ಒಳಗೆ ಹೋದರೆ ಊರ್ವಶಿ. 'ಈ ಮಧ್ಯಾಹ್ನ ನೀನು ಇವಳನ್ನು ಕಿರುಗಣ್ಣಿನಿಂದ ನೋಡುತ್ತಿದ್ದೆಯಲ್ಲವೆ? ಇಂದ್ರನು ನಿನಗೆ ಬಹುಮಾನವಾಗಿ ಕೊಟ್ಟಿದ್ದಾನೆ. ನಿನಗೆ ಇಷ್ಟಬಂದಷ್ಟು ದಿನ, ಬೇಕೆಂದರೆ ನಿನ್ನ ಲೋಕಕ್ಕೇ ಕರೆದುಕೊಂಡು ಹೋಗು' ಎಂದು ಹೇಳಿ ಬಾಗಿಲನ್ನು ಮುಚ್ಚಿಕೊಂಡು ಚಿತ್ರಸೇನ ಹೊರಟುಹೋದಾಗ ಅದೆಂತಹ ಬಿಂಕ ಅವಳ ಮುಖದಲ್ಲಿ! ಮಂದವಾಗಿ ಉರಿಯುವ ಉಡದ ಕೊಬ್ಬಿನ ಹಣತೆಯಲ್ಲೂ ಹಿಮದಂತೆ ಕಾಣುವ ಅವಳ ಮೈಬಣ್ಣ. ಬೆಚ್ಚಗಾಗಲು ಕೆಂಡಗಟ್ಟಿ ಉರಿಯುವ ಒಣ ಕೊರಡು. ಬಿಳಿಕಂಬಳಿ. ಮೃದುವಾದ ತುಪ್ಪಟ ತುಂಬಿ ಮಾಡಿದ ದಟ್ಟಿ.

'ವಿಜಯ, ನೀನು ನಮ್ಮ ಲೋಕಕ್ಕೆ ಬಂದು ನಾಲ್ಕೂವರೆ ವರ್ಷವಾಯಿತಲ್ಲವೆ? ಬಿಲ್ಲುಬಾಣಗಳನ್ನು ಬಿಟ್ಟರೆ ಇಲ್ಲಿ ಕಲಿಯುವುದು ಬೇರೆ ಏನೂ ಇಲ್ಲ ಅನ್ನುವಂತಿದ್ದೆಯಲ್ಲ. ಯಾಕೆ ಬದುಕಿದ್ದೀಯ?'

ಅಂತಸ್ಸತ್ತ್ವವನ್ನೇ ಹೀಯಾಳಿಸಿ ಕಸಿವಿಸಿಗೊಳಿಸುವ ಅವಳ ಭಂಗಿ. 'ತಿಳಿಯಲಿಲ್ಲವೆ? ನಮ್ಮ ಜೊತೆಗೆ ನರ್ತನಕ್ಕೆ ಸೇರಲಿಲ್ಲ. ಬರೀ ಗಂಡಸರಿಂದ ಹೇಳಿಸಿಕೊಂಡು ಒಂದಿಷ್ಟು ಕುಣಿಯುತ್ತಿದ್ದೆ. ವಾದ್ಯ ಬಾರಿಸಿಕೊಳ್ಳುತ್ತಿದ್ದೆ. ಸಾಮೂಹಿಕ ಪಾನದಲ್ಲಿ ಭಾಗವಹಿಸಲಿಲ್ಲ. ನಮ್ಮ ಜೊತೆ ಹಾಡಲಿಲ್ಲ. ವಾದ್ಯಗಳನ್ನು ಬಾರಿಸಲಿಲ್ಲ. ಬಿಲ್ಲಿನ ಹೆದೆಯನ್ನು ಥರ್ ಥರ್ ಎನ್ನಿಸಿಬಿಟ್ಟರೆ ಬದುಕಿದ್ದಕ್ಕೆ ಸಾರ್ಥಕವಾಯಿತೆ?'

ಆಗ ನನಗೆ ವಾಸ್ತವವಾಗಿ ಏನನ್ನಿಸಿತ್ತು? ಗಾಬರಿಯೆ? ನಾನೇನು ಹೆಣ್ಣನ್ನು ಕಾಣದ ಗಂಡೇ? ಕಳೆದ ಹತ್ತು ವರ್ಷದಿಂದ ವನವಾಸದ ಬ್ರಹ್ಮಚರ್ಯೆಯಲ್ಲಿದ್ದ ನಲವತ್ತೆಂಟರ ವಯಸ್ಸು. ಹತ್ತು ವರ್ಷದ ಉಪವಾಸ. ಕಾಮಕೇಳಿಯಲ್ಲಿ ಪರಿಣತಳಾಗಿ ನನಗಿಂತ ಬಿಳಿ

ಬಣ್ಣದ ಆಕರ್ಷಕ ರೂಪದ ತರುಣಿ. ಎಷ್ಟು ವಯಸ್ಸು?, ಮೂವತ್ತರ ಒಳಗೆ. ಹತ್ತಿರ ಕುಳಿತು ಕೀಟಳೆಯ ಮಾತನಾಡುತ್ತಿರುವಾಗ ನನ್ನಲ್ಲಿ ಕಸಿವಿಸಿ. ಕಾರಣವು ಇನ್ನೂ ನನಗೇ ಸ್ಪಷ್ಟವಾಗದ ಕಸಿವಿಸಿ.

'ವಿಜಯ, ನಿನ್ನಂತೆ ಏಕಾಗ್ರದಲ್ಲಿ ತಲ್ಲೀನನಾದ ಗಂಡಸನ್ನು ಕಂಡರೆ ಯಾವ ಹೆಂಗಸಿಗೆ ಆಶೆ ಹುಟ್ಟುವುದಿಲ್ಲ! ಅದರಲ್ಲೂ ನಮ್ಮಂತಹ ವಿಲಾಸಿನಿಯರಿಗಂತೂ ಹುಚ್ಚು ಹಿಡಿಯುವುದು ಸುಲಭ. ಎಂಥ ಸುಂದರ ಲಕ್ಷಣ ನಿನ್ನದು! ನಾನು ಬಯಸಿ ಬಯಸಿ ಒಳಗೇ ಹಿಂಡಿಹೋಗುತ್ತಿದ್ದೆ. ಆದರೆ ಇಂದ್ರನ ಆಸ್ಥಾನದವರು ನಾವು. ನಾವಾಗಿಯೇ ಯಾರ ಕೈಲೂ ನಮ್ಮ ಆಶೆಯನ್ನು ಹೇಳಿಕೊಳ್ಳುವಂತಿಲ್ಲ. ಅದೃಷ್ಟಕ್ಕೆ ಇಂದ್ರನೇ ಈ ದಿನ ನನ್ನನ್ನು ನಿನಗೆ ಪ್ರದಾನ ಮಾಡಿದ್ದಾನೆ. ಈ ರಾತ್ರಿ ನೋಡು. ಒಪ್ಪಿಗೆಯಾದರೆ ಇವಳನ್ನು ನನಗೆ ಕೊಟ್ಟುಬಿಡೆಂದು ಇಂದ್ರನನ್ನು ಕೇಳು. ನಿನ್ನ ಹಿಂದೆಯೇ ಬಂದುಬಿಡುತ್ತೇನೆ. ಭೂಲೋಕದಲ್ಲಿರುವ ನಿಮಗೆ ಮಕ್ಕಳೆಂದರೆ ತುಂಬ ಆಶೆಯಂತೆ. ನೀನು ಕೇಳಿದಷ್ಟು ಹೆತ್ತುಕೊಡುತ್ತೇನೆ.'

ಕೇಳಲು ಆಪ್ಯಾಯಮಾನವಾಗುವ ಮಾತುಗಳು. ಇಂತಹ ಉದ್ದೀಪಕ ಮಾತುಗಳನ್ನು ಆಡುವ ಹೆಂಗಸಿನ ಸಾನ್ನಿಧ್ಯದಲ್ಲಿ ಯಾವ ಪುರುಷತ್ವ ತಾನೇ ವಿಜೃಂಭಿಸುವುದಿಲ್ಲ? ಅವಳು ನನ್ನಲ್ಲಿ ನಿಜವಾಗಿಯೂ ಮೋಹಗೊಂಡಿದ್ದಳೋ ಅಥವಾ ನನ್ನಲ್ಲಿ ಮೋಹವನ್ನು ಬೀಸುವ ವಚನಕಲೆಯೊ? ಕಲೆ ಎಂದು ಗೊತ್ತಿದ್ದರೂ ಮಾದಕತೆ ಹುಸಿಯಾಗದ ಮಾತುಗಳು.

'ಚೆಲುವ, ಮೊದಲು ಈ ಪಾನೀಯ ಕುಡಿ. ಅನಂತರ ಈ ದೇವಲೋಕದ ನಿಜವಾದ ಸುಖವನ್ನು ಪ್ರವೇಶಿಸುವೆಯಂತೆ.'

ಅದೆಂತಹ ಮೋಹಕ ಸನಿಯ. ತಿಳಿಬಾನಿನಲ್ಲಿ ಬೆಳಗುವ ಚಂದ್ರನನ್ನೇ ಕೊರೆದು ಹೆಂಗಸಾಗಿ ಮಾಡಿರುವಂತಹ ಮೋಹಕತೆ. ದೇವವಿಲಾಸಿನಿಯರಲ್ಲೆಲ್ಲ ಅತ್ಯಂತ ಸುಂದರಿಯಾದವಳಿಗೆ ಊರ್ವಶಿಯ ಪಟ್ಟವಂತೆ. ಅಂಥವಳನ್ನೇ ಇಂದ್ರನು ನನ್ನಲ್ಲಿ ಕಳಿಸಿದ್ದಾನೆ. ಯಾವ ಮೂಲಿಕೆಯ ರಸದಿಂದ ಮಾಡಿದೆ ಇದನ್ನು? ಹಾಗಾದರೆ ನಮ್ಮ ಇಂದ್ರಪ್ರಸ್ಥದಲ್ಲಿ ಮಾಡುತ್ತಿದ್ದುದು ಶುದ್ಧ ಸೋಮರಸವಲ್ಲವೆ? ಸ್ವಲ್ಪವೂ ಹುಳಿಯಾಗದೆ ಉನ್ನತಭಾವವನ್ನು ಕೊಡುವ ಗುಣದ ಈ ರುಚಿಕರ ವಸ್ತುವನ್ನು ಇಷ್ಟು ವರ್ಷವಾದರೂ ನಾನು ದೇವಲೋಕದಲ್ಲಿ ಕೂಡ ಕುಡಿದಿರಲಿಲ್ಲ. ಇಂದ್ರ ಮತ್ತು ಅವನ ಸಮೀಪವರ್ತಿಗಳಿಗೆ ಮಾತ್ರ ಮೀಸಲಾದ ಪಾನವೋ ಇದು? ಚಂದ್ರನೇ ಕೆಳಗೆ ಇಳಿದು ಬರುವಂತಹ ಅನುಭವ. ಬೆಚ್ಚಗೆ ಬೆವರು ಬರಿಸುವಂತಹ ಹಿತ. ನನ್ನ ಮೈಯನ್ನು ಇನ್ನೂ ಬೆಚ್ಚಗೆ ಮಾಡುವ ಅವಳ ಅಪ್ಪುಗೆ. 'ವಿಜಯ, ನೀನೇಕೆ ಹೀಗೆ ಒಳಸರಿದಿದ್ದೀಯ ತಪಸ್ಸಿಗೆ ಕೂತವನಂತೆ. ಇಬ್ಬರೂ ಉತ್ಸುಕರಾಗದಿದ್ದರೆ ಸುಖ ಒಸರುವುದು ಹೇಗೆ?'

ಮಧ್ಯಾಹ್ನದ ಹಿತವಾದ ಬಿಸಿಲಿನಲ್ಲಿ ಇಂದ್ರನ ಸಭೆ. ಮೂವತ್ತಮೂರೂ ಗಣಗಳ ಮುಖ್ಯರ ಉಪಸ್ಥಿತಿ. ಇತರ ಅದೆಷ್ಟೋ ಜನಗಳು. ಇದೇ ವಿಲಾಸಿನಿಯರ ನರ್ತನ, ಗಾಯನ, ವಾದನ. ಎಂತಹ ನಿಷ್ಣಾತ ನರ್ತಕಿ ಇವಳು. ದೇಹದ ಒಂದೊಂದು ಚಲನೆಯೂ ಇವಳ ಸೌಂದರ್ಯದ ಒಂದೊಂದು ಹೊಸ ಮುಖವನ್ನು ಪ್ರಕಟಿಸುವ ವೈಖರಿ. ಸಂಮೋ

ಹಿತನಂತೆ ನಾನು ನೋಡುತ್ತಿದ್ದುದು ನಿಜ. ಕೊನೆಗೆ ಇಂದ್ರನ ಭಾಷಣ. 'ಗಣಮುಖ್ಯರೇ, ದೇವಜನರೆ, ನಮ್ಮ ಕಡುವೈರಿಗಳಾಗಿದ್ದ ನಿವಾತಕವಚರನ್ನು ತೊಡೆದುಹಾಕಿದ ಈ ವೀರನು ಬರೀ ನಮ್ಮ ಶಿಷ್ಯನಲ್ಲ. ಇಂದ್ರನಾದ ನನ್ನ ಮಗ. ನನ್ನ ಹಿಂದಿನ ಇಂದ್ರನಿಗೆ ಹುಟ್ಟಿದವನು, ಅವನನ್ನು ನೋಡಿದ್ದ ನಿಮಗೆ ಈಗಲೂ ಗುರುತು ಸಿಕ್ಕಬಹುದು. ಇವನ ಲಕ್ಷಣ ಮೈಕಟ್ಟು ಆಕಾರಗಳೆಲ್ಲ ಅವನಂತೆಯೇ ಇವೆ. ಆದ್ದರಿಂದ ಪುತ್ರವಾತ್ಸಲ್ಯಸೂಚಕವಾಗಿ ಇವನ ನೆತ್ತಿಯನ್ನು ಮೂಸಿ ಅನಂತರ ನನ್ನ ಆಸನದಲ್ಲಿ ಕುಳ್ಳಿರಿಸಿಕೊಂಡು ವಿಜಯನೆಂಬ ಬಿರುದು ಪ್ರದಾನ ಮಾಡುತ್ತೇನೆ.' ಪರ್ವತಶಿಖರಗಳಿಂದಲೂ ಪ್ರತಿಧ್ವನಿಸಿದ ತಥಾಸ್ತು ತಥಾಸ್ತುಗಳು.

'ವಿಜಯ, ನಿಜವಾಗಿಯೂ ತಪಸ್ಸಿಗೆ ಕೂತ ಎಂಥೆಂಥವರಲ್ಲೂ ನಾನು ಕಾಮವನ್ನು ಜಾಗೃತಗೊಳಿಸಿದ್ದೇನೆ. ಮುಪ್ಪು ಬಡಿದವರಲ್ಲಿ ಹರೆಯ ಚಿಗುರಿಸಿದ್ದೇನೆ. ನೀನು ಹೀಗೆ ಉಪೇಕ್ಷೆಯ ನಟನೆ ಮಾಡಿದರೆ ನಡೆಯುವುದಿಲ್ಲ.'

ಇಲ್ಲಿಗೆ ಬಂದ ನಾಲ್ಕೂವರೆ ವರ್ಷದ ಹಿಂದೆಯೇ, ತಂದೆ ಎಂದು ಕರೆದದ್ದನ್ನು ಇಂದ್ರ ಒಪ್ಪಿಕೊಂಡಿದ್ದ. ಈ ಮಧ್ಯಾಹ್ನವಂತೂ ನೆತ್ತಿಯನ್ನು ಮೂಸಿದ್ದಾನೆ. 'ಅರ್ಜುನ, ನೀನು ದೇವಲೋಕ ತಲುಪಿದನಂತರ ನಮ್ಮಗಳನ್ನು ಹುಟ್ಟಿಸಿದ ತಂದೆಯರನ್ನು ಸ್ವತಃ ಕಣ್ಣುಗಳಿಂದ ಕಂಡು ನಮಸ್ಕರಿಸಿ ಆಶೀರ್ವಾದ ಪಡೆದು ಬಾ. ನನ್ನನ್ನು ಸೃಷ್ಟಿಸಿದ ದೇವ ಧರ್ಮಾಧಿಕಾರಿ, ಅವನನ್ನು ಯಮ ಅನ್ನುತ್ತಾರಂತೆ. ಭೀಮನನ್ನು ಹುಟ್ಟಿಸಿದ ಮರುತ್. ನಿನ್ನ ಜನಕನಾದ ಸಾಕ್ಷಾತ್ ಇಂದ್ರ. ನಕುಲ ಸಹದೇವರಿಗೆ ವೀರ್ಯದಾನ ಮಾಡಿದ ದೇವವೈದ್ಯ ಅಶ್ವಿನಿಗಳು. ಇವರೆಲ್ಲರೂ ನಿನಗೆ ಪಿತೃಸಮಾನರು. ಅವರವರನ್ನು ಕಂಡಾಗ ಅವರು ಹುಟ್ಟಿಸಿದ ಮಗನ ಹೆಸರು ಹೇಳಿ ಅವನ ಪರವಾಗಿ ದೀರ್ಘದಂಡಾಭಿವಾದನ ಮಾಡುವುದನ್ನು ಮರೆತೀಯ.'

ಕೆಳಗೆ ಇಳಿದುಬಂದ ಚಂದ್ರ ಬುದ್ಧಿಯನ್ನು ವ್ಯಾಪಿಸಿ ಬುದ್ಧಿಯ ತಂತುಗಳನ್ನೆಲ್ಲ ಹಿಡಿದು ಮೇಲೆ ಮೇಲೆ ಏರುತ್ತಿದ್ದಾನೆ. ಹಿತವಾದ ಮೂಕ ಮೈಬೆವರು. ಘುಂಯ್‌ಗುಟ್ಟುವ ನಿಶ್ಶಬ್ದ. 'ವಿಜಯ, ನನ್ನನ್ನು ಕಂಡರೆ ಯಾಕೆ ನಿನಗೆ ಈ ತಿರಸ್ಕಾರ? ಇಂದ್ರನ ಅಪ್ಪಣೆಯಿಂದ ಕೇವಲ ತರ್ಕಬದ್ಧಳಾಗಿ ಇಲ್ಲಿಗೆ ನಾನು ಬಂದಿಲ್ಲ. ನನ್ನ ಅಂಗಾಂಗಗಳಿಗೆಲ್ಲ ಬೆಂಕಿ ಹೊತ್ತಿರುವುದು ನಿನ್ನ ಮೈಗೆ ತಿಳಿಯುವುದಿಲ್ಲವೆ? ಈ ಹಿಮಶಿಖರಗಳನ್ನೆಲ್ಲ ಕರಗಿ ಹರಿಸುವಂತಹ ಬೆಂಕಿಯಲ್ಲಿ ನಾನು ಬಿದ್ದಿರುವಾಗ ನೀನೇಕೆ ಹಿಮಗೆಡ್ಡೆಯಂತೆ ಕೂತಿರುವೆ?'

'ಅರ್ಜುನ, ಛೀ, ಬಿಲ್ಲುಗಾರನಿರಬಹುದು ನೀನು. ಆದರೆ ನಪುಂಸಕ. ನನಗೆ ಪುಂಸತ್ವವಿಲ್ಲವೆಂದು ಮೊದಲೇ ಹೇಳಿಬಿಟ್ಟಿದ್ದರೆ ನಾನು ಆಶೆಪಡುತ್ತಲೂ ಇರಲಿಲ್ಲ. ಹೀಗೆ ನಿರಾಶೆಯ ಯಾತನೆಯನ್ನೂ ಅನುಭವಿಸುತ್ತಿರಲಿಲ್ಲ. ಅಪ್ಪಿತಪ್ಪಿ ಗಂಡಸಿನ ಬಾಹ್ಯಸ್ವರೂಪವಿದೆ ನಿನಗೆ. ನಿಜವನ್ನು ಮರೆಮಾಚಿದ್ದಕ್ಕೆ ಇದು' ಪಠಾರ್, ಎಷ್ಟು ಚುರುಕಾದ ಏಟು. ಎಡಕಪಾಲ ಊದಿ ಚುರುಚುರುಗುಟ್ಟಿ ಚಂದ್ರನು ಮರೆಯಾಗಿ, ಇದೆಂತಹ ಅಪಯಶಸ್ಸು. ಅರ್ಜುನ ಇದುವರೆಗೂ ಕಂಡರಿಯದ ಪರಾಭವ. 'ಊರ್ವಶಿಯ ಪಾದಸ್ಪರ್ಶವಾದರೆ ಸಾಕೆಂದು ದೇವಲೋಕದವರೆಲ್ಲ ಕಾಯುತ್ತಿರುವಾಗ, ನಾನೇ ಆಶೆಪಟ್ಟು ಆಲಿಂಗಿಸಿ ಕುಳಿತರೂ ಮುಲುಕದೆ

ಉಪೇಕ್ಷೆ ಮಾಡಿ ನನ್ನ ಅವಮಾನ ಮಾಡಿದ್ದೀಯ. ಇಂದ್ರನಿಗೆ ಹೇಳಿ ನಿನಗೆ ತಕ್ಕ ಶಿಕ್ಷೆ ಮಾಡಿಸುತ್ತೇನೆ' ಎಂದು ಎದ್ದು ನಿಂತವಳಿಗೆ, ನಾನೂ ನಿನ್ನ ಪಾದಸ್ಪರ್ಶಮಾಡುತ್ತೇನೆ ಎಂದು ಹೇಳಹೊರಟ ಮಾತು ಗಂಟಲಿನ ಒಳಗೆ ಉಳಿಯಿತಲ್ಲ. ಎಷ್ಟು ಜೋರಿನಿಂದ ಹೊರಟುಹೋದಳು. ನಪುಂಸಕನೆನ್ನಿಸಿಕೊಳ್ಳುವುದಕ್ಕಿಂತ, ಅದೂ ಹೆಂಗಸಿನಿಂದ ನಪುಂಸಕ ನೆನ್ನಿಸಿಕೊಳ್ಳುವುದಕ್ಕಿಂತ ಹೆಚ್ಚಿನ ತಿರಸ್ಕಾರ ಗಂಡಸಿಗೆ ಬೇರೆಯುಂಟೆ? ನನ್ನ ಮನಸ್ಸಿನಲ್ಲಿ ನಡೆಯುತ್ತಿದ್ದುದಂತೂ ನಿಜ. ಆದರೆ ಶರೀರ ತನಗೆ ತಾನೆ ಜಡಗಟ್ಟಿದ್ದು ಯಾಕೆ? ಅರ್ಜುನನ ಪೌರುಷ ಮುಗಿದುಹೋಯಿತೆ? ಅವಳು ಕಪಾಲಕ್ಕೆ ಹೊಡೆದಾಗ ಸಿಟ್ಟು ಬರಲಿಲ್ಲ. ಹೊರ ಹೋದನಂತರ ಯಾಕೆ ಬಳಬಳ ಅಳು ಬಂತು? ಶರೀರವು ಹುಚ್ಚೆದ್ದು ಕುಣಿದು ಅನಂತರ ಮನಸ್ಸು ಅದನ್ನು ತಡೆಗಟ್ಟಿದ್ದರೆ ಸಹಜವಾಗಿತ್ತು. ಆದರೆ ಮನಸ್ಸನ್ನು ಶರೀರವೇ ಊಹಿಸಿ ಕೊಂಡು ವರ್ತಿಸಿ ಅಪಮಾನಕ್ಕೆ ನೂಕಿದಂತಾಯಿತಲ್ಲ. ಈ ಅಪಮಾನಕ್ಕೆ ಸಮಾಧಾನ ಹುಡುಕಿಕೊಳ್ಳುವ ವೇಳೆಗಾಗಲೆ ಅವಳು ಇಂದ್ರನನ್ನೇ ಕರೆತಂದಳಲ್ಲ. ಇಂದ್ರನ ಆಸ್ಥಾನದ ವಿಲಾಸಿನಿಯರಿಗೆ ಎಷ್ಟು ಅಧಿಕಾರ!

'ಅರ್ಜುನ, ವಿಜಯನೆಂಬ ಬಿರುದು ಪಡೆದ ವೀರ ನೀನು. ಅಕಸ್ಮಾತ್ ನಪುಂಸಕತ್ವ ವಿದ್ದರೂ ಸಂಪೂರ್ಣ ಶ್ರದ್ಧೆಯಿಂದ ನಮ್ಮ ಊರ್ವಶಿಗೆ ನಿನ್ನನ್ನು ನೀನು ಸಮರ್ಪಿಸಿಕೊ. ಗುಣಪಡಿಸಿ ಪುಂಸತ್ವವು ಎಂದೆಂದಿಗೂ ನಿನ್ನಲ್ಲಿ ಕುದಿಯುತ್ತಿರುವಂತೆ ಮಾಡಬಲ್ಲ ವೈದ್ಯಳು ಇವಳು. ಸಮರ್ಪಿಸಿಕೊಳ್ಳುವುದೇ ಬೇಡ ಅಂದರೆ ಇವಳಿಗೆ ಅವಮಾನ ಮಾಡಿದಂತೆ. ನಿನ್ನ ಸ್ಥಾನ ಎಷ್ಟು ದೊಡ್ಡದಿದ್ದರೂ ಬಯಸುವ ಹೆಣ್ಣಿಗೆ ಅವಮಾನ ಮಾಡುವ ಹಕ್ಕು ಈ ದೇವಲೋಕದಲ್ಲಿ ಯಾರಿಗೂ ಇಲ್ಲ. ಅದರಲ್ಲೂ ಇವಳು ಆಸ್ಥಾನದ ವಿಲಾಸಿನಿ. ಇವಳ ಅವಮಾನ ಆಸ್ಥಾನದ ಅರ್ಥಾತ್ ನನ್ನ ಅವಮಾನ. ನೀನೇ ಆಶೆಯಿಂದ ಇವಳನ್ನು ನೋಡುತ್ತಿದ್ದುದರಿಂದ ನಾನು ಕಳಿಸಿದೆ.'

ಇಂದ್ರನಿಗೆ ಯಾವ ಉತ್ತರ ಹೊಂದಿಸಿ ಹೇಳಲಿ? ಅವಳು ಮೈಕೈಗಳನ್ನು ಸವರಿ ಪ್ರಚೋದಕ ಸ್ಪರ್ಶ ಪ್ರಯೋಗಿಸಿದರೂ ಕೊರಡಾದ, ಕೊರಡಾದುದು ನನಗೆ ತಿಳಿದು ಇನ್ನಷ್ಟು ಕೊರಡುಗಟ್ಟುತ್ತಿದ್ದ ಶರೀರದ ವಿಚಿತ್ರ, ಅಥವಾ ನನ್ನ ಜೀವನದ ಪುಂಸಾವಧಿ ಕಳೆದುಹೋಯಿತೊ? ಸ್ಥಿತಿಯ ಕಾರಣವು ನನಗೆ ತಿಳಿಯದಿರುವಾಗ ಅವನಿಗೆ ಯಾವ ವಿವರಣೆ ಕೊಡಲಿ?

'ತಂದೆಯೆ, ನಾನು ಯಾವ ತಪ್ಪು ಮಾಡಿದ್ದರೂ ಬೇರೆ ಎಂತಹ ಕ್ರೂರ ಶಿಕ್ಷೆಯನ್ನಾದರೂ ಕೊಡು. ನಪುಂಸಕನೆಂಬ ಹೀನ, ಕ್ರೂರ ಬೈಗುಳವು ಎಂದೆಂದಿಗೂ ನನ್ನ ಮುಂದಿನ ಸಂತಾನದ ಯಾವ ಗಂಡಸಿಗೂ ಬರದಂತೆ ಆಶೀರ್ವದಿಸು. ಮಿತಕಾಲದ ಬ್ರಹ್ಮಚರ್ಯ ಕೂಡ ಅಸಾಧ್ಯವೆಂದು ಹೆಂಗಸರನ್ನು ಹುಡುಕಿಕೊಂಡು ದೇಶದೇಶ ಅಲೆದವನು ನಾನು. ಇವಳನ್ನು ಸ್ವೀಕರಿಸದೆ ಇರುವುದಕ್ಕೆ,' ಹಾಂ ಹೊಳೆಯಿತು: 'ಧರ್ಮದ ಕಾರಣವುಂಟು.'

'ಹೇಳು.'

'ನೀನು ನನಗೆ ಜನ್ಮವಿತ್ತ ಪಿತ. ಹಾಗೆಂದು ನೀನೇ ನನ್ನ ಶಿರವನ್ನಾಘ್ರಾಣಿಸಿ ಸಭೆಯಲ್ಲಿ

ಹೇಳಿದೆ. ನಿನ್ನ ಭೋಗವಸ್ತು ಇವಳು. ಇವಳನ್ನು ಭೋಗಿಸುವ ಇತರ ಗಣಮುಖ್ಯರಲ್ಲಿ ಕೆಲವರು ನನ್ನ ಅಣ್ಣ ತಮ್ಮಂದಿರ ತಂದೆಯರು. ಅಂದರೆ ನನಗೂ ತಂದೆಯರು. ಎಂದರೆ ನನಗೆ ಮಾತೃಸ್ವರೂಪಳಲ್ಲವೆ ಅವಳು?'

ಊರ್ವಶಿ ಎಷ್ಟು ಗಟ್ಟಿಯಾಗಿ ನಕ್ಕುಬಿಟ್ಟಳು: 'ಇಂದ್ರ, ಅವನಿಗಿಂತ ಹತ್ತು ವರ್ಷಕ್ಕಾದರೂ ಚಿಕ್ಕವನಲ್ಲವೆ ನೀನು? ಅವನನ್ನು ಹೇಗೆ ಹುಟ್ಟಿಸಿರಲು ಸಾಧ್ಯ!'

ಇಂದ್ರ ನಗಲಿಲ್ಲ. ಶಾಂತವಾಗಿ ಹೇಳಿದ: 'ನಿನ್ನನ್ನು ಹುಟ್ಟಿಸಿದವನು ಹಿಂದಿನ ಇಂದ್ರ. ಅವನು ಸತ್ತು ಎಷ್ಟು ವರ್ಷಗಳಾದವು! ಆ ಹಿಂದಿನ ಇಂದ್ರ ಇವಳ ಮುಖವನ್ನೂ ನೋಡಿರಲಿಲ್ಲ.'

'ಆದರೆ ನೀನೇಕೆ ನನ್ನ ನೆತ್ತಿ ನೇವರಿಸಿ ಮಗನೆಂದು ಕರೆದೆ?'

'ಸ್ಥಾನಬಲದಿಂದ.'

'ಅದೇ ಸ್ಥಾನಬಲದಿಂದ ಇವಳು ನನಗೆ ಮಾತೃಸ್ವರೂಪಳಾಗುತ್ತಾಳೆ.'

ಇಂದ್ರ ಒಪ್ಪುತ್ತಿದ್ದನೋ ಇಲ್ಲವೋ. ಒಪ್ಪಿದರೆ ಅವನಿಗೇನೂ ಕಷ್ಟವಿರಲಿಲ್ಲ. ಬಿಟ್ಟಿದ್ದರೆ ನಷ್ಟವಿರುತ್ತಿರಲಿಲ್ಲ. ಆದರೆ ಊರ್ವಶಿ ಬಿಟ್ಟಾಳೆ? ನಪುಂಸಕನೆಂಬ ಮಾತು ನನ್ನ ಜೀವಬೇರಿಗೇ ಕತ್ತರಿಯಾಗಿ ನಿಂತಿದ್ದಂತೆ, ನನ್ನನ್ನು ಹಾಗೆಯೇ ಕಳಿಸುವುದು ಅವಳ ಊರ್ವಶಿತನಕ್ಕೇ ಕೊಡಲಿಯ ಮೊನೆ ಎಂದು ಭಾವಿಸಿದಳೇನೋ? 'ಇಂದ್ರ, ದೇವಧರ್ಮಾಧಿಕಾರಿಯನ್ನು ಕರೆಸು. ಇತರ ಗಣಮುಖ್ಯರನ್ನೂ ಕರೆಸು. ಇವನು ಎತ್ತಿರುವ ಧರ್ಮಸೂಕ್ಷ್ಮದ ಪ್ರಶ್ನೆ ಇತ್ಯರ್ಥವಾಗಬೇಕು. ಈಗಲೇ ಆಗಬೇಕು.' ಅಪ್ಪಣೆಯನ್ನೇ ಮಾಡಿ ನಿಂತಳಲ್ಲ, ಎಷ್ಟು ಅಧಿಕಾರ!

ಈತ ಹಿರಿಯಣ್ಣನಿಗೆ ಜನ್ಮ ಕೊಟ್ಟ ಧರ್ಮಾಧಿಕಾರಿಯಲ್ಲ. ಸುಮಾರು ನನ್ನಷ್ಟು ವಯಸ್ಸಿನವನು. ಭೀಮನಿಗೆ ಜನ್ಮ ಕೊಟ್ಟ ಮರುತ್ ಉಬ್ಬಸರೋಗದಿಂದ ನರಳುತ್ತಾ ಮಲಗಿ ಆರು ವರ್ಷವಾಯಿತಂತೆ. ನಾನು ಹೋಗಿ ನಮಸ್ಕರಿಸಿ ಪರಿಚಯ ಹೇಳಿಕೊಂಡಾಗ ಅಮ್ಮನನ್ನೂ ಭೀಮನನ್ನೂ ಅದೆಷ್ಟು ಅಕ್ಕರೆಯಿಂದ ವಿಚಾರಿಸಿದ! ನನ್ನನ್ನು ತಬ್ಬಿ ತಲೆ ನೇವರಿಸಿದ. ಅವನ ದಪ್ಪ ಕೈಗಳೇ ಪ್ರೀತಿಯನ್ನು ಒಸರಿಸುತ್ತಿದ್ದುವಲ್ಲ. ನಮ್ಮ ನಮ್ಮ ನಿಜವಾದ ತಂದೆಯರಿದ್ದಿದ್ದರೆ ಎಷ್ಟು ಪ್ರೀತಿ ತೋರಿಸುತ್ತಿದ್ದರೋ! ಅಥವಾ ಹೀಗೆ ಪ್ರೀತಿಸುವುದು ಭೀಮನನ್ನು ಹುಟ್ಟಿಸಿದ ಈತನ ಸ್ವಂತ ಗುಣವೋ. ಅಶ್ವಿನೀದೇವತೆಗಳೂ ಹೊಸಬರು.

ರಾತ್ರಿ ಹಣತೆಯ ಬೆಳಕಿನಲ್ಲಿ ಸೇರಿದ ಇಂದ್ರಸಭೆಯಲ್ಲಿ ಎಲ್ಲವನ್ನೂ ಕೇಳಿದ ಧರ್ಮಾಧಿಕಾರಿಯ ಮಾತು ಎಷ್ಟು ವಿಚಿತ್ರವಾಗಿದೆ: 'ಅರ್ಜುನ, ನೀನು ಹೇಳುವ ವಾವೆಗೀವೆ ಅನ್ನುವ ಸಂಬಂಧವೆಲ್ಲ ನಮ್ಮಲ್ಲಿ ಇಲ್ಲ. ನೀನು ಹೇಳಿದೆಯಲ್ಲ, ಮಕ್ಕಳಿಲ್ಲದವನು ನಿಯೋಗದಿಂದ ವಂಶ ಬೆಳೆಸುವುದು ಅಂತ, ಅದೂ ನಮ್ಮಲ್ಲಿಲ್ಲ. ನಿನಗೆ ಗೊತ್ತಿದೆಯಲ್ಲ. ಗಣಕ್ಕೆ ಸೇರಿದ ಎಲ್ಲ ಗಂಡಸರೂ ಎಲ್ಲ ಹೆಂಗಸರೂ ಗಂಡ ಹೆಂಡಿರು. ಒಬ್ಬಳಿಗೆ ಮಕ್ಕಳಾಗದಿದ್ದರೆ ಅವಳಿಗೆ ಗರ್ಭಶಕ್ತಿ ಇಲ್ಲ ಅಂತ ಅರ್ಥ. ಆಗಲಿಲ್ಲವೆಂದು ದುಃಖವಿಲ್ಲ. ವಯಸ್ಸಿನ ಅಂತರದ ಮೇಲೆ ಮಕ್ಕಳು ತಂದೆ ತಾಯಿ ಎಂದು ಎಲ್ಲರನ್ನೂ ಕರೆಯುತ್ತಾರೆ. ಋತುಮತಿ

ಯಾಗಿ ಹೆಣ್ಣುತನವು ಸಮರ್ಥವಾದಮೇಲೆ ಒಂದು ಗಣದ ಹುಡುಗಿಯು ಬೇರೆ ಯಾವುದಾದರೂ ಗಣದ ಹೆಂಡತಿಯಾಗಿ ಹೋಗುತ್ತಾಳೆ. ಹೀಗಾಗಿ ಸೋದರ ಸೋದರಿಯರ ಸಂಪರ್ಕ ಇರುವುದಿಲ್ಲ. ಒಟ್ಟಿನಲ್ಲಿ ಇದು ಬೇರೆಯ ಲೋಕ. ನಿಮ್ಮ ಲೋಕದ ರೀತಿನೀತಿಗಳನ್ನು ಇಲ್ಲಿಗೆ ತಂದುಹಾಕಿ ನಮ್ಮ ಈ ಊರ್ವಶಿಗೇಕೆ ಅವಮಾನ ಮಾಡುತ್ತೀಯ?'

'ನಮ್ಮ ಲೋಕದ ಧರ್ಮ ನಾನು ಪಾಲಿಸಬೇಡವೆ?'

'ಅದನ್ನು ನಿಮ್ಮ ಲೋಕದಲ್ಲಿ ಪಾಲಿಸು. ನಮ್ಮ ಲೋಕದಲ್ಲಿ ಅದರ ಬೀಜ ಬಿತ್ತಲು ಹೊರಟರೆ ಅಧರ್ಮವಾದೀತು. ಮೂಲಧರ್ಮ ಪಾಲಿಸುತ್ತಿರುವವರು ನಾವು. ನೀವಲ್ಲ.'

'ಅರ್ಜುನ, ಧರ್ಮಾಧಿಕಾರಿಯ ಮಾತೇ ಕೊನೆ. ಇನ್ನು ಯಾವ ನೆಪವನ್ನು ಸೃಷ್ಟಿಸಿದರೂ ದೇವಸಭೆ ಕೇಳುವುದಿಲ್ಲ. ನಪುಂಸಕನೆಂದು ಒಪ್ಪಿಕೊ. ಅಪಖ್ಯಾತಿ ಹೊರಿಸಲು ಬಂದರೆ ನಾನು ಮಾತ್ರ ಸುಮ್ಮನಿರುವವಳಲ್ಲ. ಅಥವಾ ಈಗಲೂ ಮತ್ತೆ ಶಯನಗೃಹಕ್ಕೆ ಬಾ,' ಎಂದು ರೊಂಯ್‌ಗುಡುತ್ತಾ ಹೊರಟುಹೋದ ಅವಳ ಹಾಲಿನಂತಹ ಮುಖದಲ್ಲಿ ರಕ್ತ ಚಿಮ್ಮುವಂತಿರಲಿಲ್ಲವೆ?

ರಥಗಳ ವೇಗ ಕಡಮೆಯಾದಂತೆ ತೋರುತ್ತಿತ್ತು. ಸುಭದ್ರೆ ದಬ್ ಎಂದು ಹೊರಳಿ ಮಲಗಿದಳು. ಅರ್ಜುನನ ಹೊಟ್ಟೆಯಲ್ಲಿ ಒಂದು ತೆರನಾದ ಇರಿಸುಮುರಿಸು. ರಥ ಕುಲುಕಿದಂತೆ ಹೊಟ್ಟೆಯ ಒಳಗೂ ಕುಲುಕುವ ಅನುಭವ. ಊರ್ವಶಿ ಬರೀ ಬೈದಳೋ ಶಾಪ ಕೊಟ್ಟಳೋ ಎಂಬ ಅನುಮಾನ ಅವನಲ್ಲಿ ಹುಟ್ಟಿಕೊಂಡಿತು. ಅಲ್ಲಿಂದ ಹಿಂತಿರುಗಿ ಬಂದ ನಂತರವೇನೋ ವನವಾಸದ ಬ್ರಹ್ಮಚರ್ಯವೇ. ಐದು ವರ್ಷ ದೂರವಿದ್ದೆಯಲ್ಲ ಎಂದು ಪಾಂಚಾಲಿ ಉಪಚರಿಸಿದರೂ ಹಿಂದಿನ ಒಲುಮೆ ಅವಳಲ್ಲಿಲ್ಲವೆಂಬುದು ನನಗೇ ಗೊತ್ತು. ಆದರೆ ವಿರಾಟನಗರಿಯಲ್ಲಿ ನಾನೇಕೆ ನಪುಂಸಕನ ವೇಷ ಹಾಕಿಕೊಂಡು ಹೆಣ್ಣುಮಕ್ಕಳಿಗೆ ನರ್ತನ ಗಾಯನಗಳನ್ನು ಕಲಿಸುವ ವೃತ್ತಿ ಹಿಡಿದೆ? ಈ ಗಂಧರ್ವಕಲೆಗಳನ್ನು ಗಂಧರ್ವ ಲೋಕದಲ್ಲಿ ದೇವಲೋಕದಲ್ಲಿ ಹೆಣ್ಣುಗಂಡುಗಳೆಲ್ಲ ಸಹಜವಾಗಿಯೇ ಕಲಿತಿರುತ್ತಾರೆ. ಯಾರು ಯಾರಿಗಾದರೂ ಕಲಿಸುತ್ತಾರೆ. ಆದರೆ ನಮ್ಮ ಆರ್ಯಾವರ್ತದಲ್ಲಿ ಹೆಣ್ಣುಮಕ್ಕಳಿಗೆ ಕಲಿಸುವವನು ಶಿಖಂಡಿಯೇ ಏಕಾಗಿರಬೇಕು? ಮದ್ರ ಗಾಂಧಾರ ಬಾಹ್ಲೀಕ ಮೊದಲಾದ ದೇಶಗಳಲ್ಲಿ ಹೀಗಿಲ್ಲವಂತೆ. ಈ ನಮ್ಮ ಕಡೆ ಎಷ್ಟು ಜತನದಿಂದ ಕನ್ಯೆಯರ ಕೌಮಾರ್ಯ ರಕ್ಷಿಸಲು ಆರಂಭಿಸಿದ್ದಾರೆ! ಅಜ್ಞಾತದಲ್ಲಿರಲು ಬೇರೆ ಯಾವ ಕಸುಬೂ ನನ್ನಿಂದ ಸಾಧ್ಯವಾಗುತ್ತಿರಲಿಲ್ಲವೆ? ನಡೆನುಡಿ ಹಾವಭಾವ ಭಂಗಿಗಳಲ್ಲಿ ಯಾರಿಗೂ ಅನುಮಾನ ಬರದಂತಹ ಸಹಜಶಿಖಂಡಿಯಾಗಿಯೇ ಇದ್ದೆನಂತೆ ನಾನು. ಹಾಗೆಂದು ಪಾಂಚಾಲಿಯೇ ಅಂದಳಲ್ಲ. ಇದು ಬರೀ ಕಲೆಯೆ? ನರ್ತನಗುರುವಾಗಿ ನೇಮಿಸಿಕೊಳ್ಳುವ ಮೊದಲು, ಸುಂದರಿಯರಾದ ಹೆಂಗಸರನ್ನು ಬಿಟ್ಟು ವಿರಾಟನು ನನ್ನನ್ನು ಪರೀಕ್ಷಿಸಿದನಲ್ಲ. ಆ ಪರೀಕ್ಷೆಯಲ್ಲೂ ನಾನು ಸುಲಭವಾಗಿ ತೇರ್ಗಡೆಯಾದೆ. ಅನಂತರ ಒಂದು ವರ್ಷ ಕಾಲ ಬೆಳಗು ಸಂಜೆ ಪ್ರಾಯದ ಹುಡುಗಿಯರ ಒಡನಾಟ. ಅವರ ದೇಹದ ಭಂಗಿಗಳನ್ನು ಮುಟ್ಟಿ ಮುಟ್ಟಿ ತಿದ್ದುವ ಕೆಲಸ. ಅವರ ಕೈ ಹಿಡಿದು ತೋಳು ಹಿಡಿದು ನಡುವನ್ನು ಹಿಡಿದು ನರ್ತನ ಕಲಿಸುವಾಗ

ಮನಸ್ಸಿಗೆ ಹಿತವಾದರೂ ದೇಹ ಚಂಚಲವಾಗುತ್ತಿರಲಿಲ್ಲ. ಅಜ್ಞಾತ ಕಳೆದು ಸುಭದ್ರೆ ಹತ್ತಿರ ಬಂದರೂ ಬರೀ ಸಾನ್ನಿಧ್ಯ. ಉಪಪ್ಲಾವ್ಯಕ್ಕೆ ಬಂದನಂತರ ಎಷ್ಟೋ ದಿನ ಇವಳು, 'ನಿನಗೆ ಮುಪ್ಪು ಬಂದೂ ಆಯಿತು. ವನವಾಸದ ಪ್ರಭಾವವಿರಬಹುದು' ಎಂದಿದ್ದಾಳೆ. ಆದರೂ ಅರ್ಜುನನಿಗೆ ಮುಪ್ಪು ಬಂತೆ? ಬೆಳಗ್ಗೆ ಸಂಜೆ ಬಿಡದಂತೆ ಒಂದೇಸಮ ಇಷ್ಟು ದೊಡ್ಡ ಬಿಲ್ಲನ್ನು ಹಿಡಿದು ಆಯಾಸವಿಲ್ಲದೆ ಅಭ್ಯಾಸದಲ್ಲಿ ನಿರತನಾಗುವ ನನಗೆ? ಐವತ್ತು ಐವತ್ತೊಂದ ನೆಯ ವರ್ಷಕ್ಕೆ? ಈಗಲೂ ಮತ್ತೆ ಶಯನಗೃಹಕ್ಕೆ ಬಾ ಎಂದು ಊರ್ವಶಿ ಕರೆದಾಗ ನಾನೇಕೆ ಹೋಗಲಿಲ್ಲ? ಸೋಲಿನ ಭಯವೆ? ಸಂಪೂರ್ಣ ಶ್ರದ್ಧೆಯಿಂದ ಸಮರ್ಪಿಸಿಕೊಂಡರೆ ಗುಣಪಡಿಸಿ ಪುಂಸತ್ವವು ಎಂದೆಂದಿಗೂ ಬಿಸಿಯಿರುವಂತೆ ಮಾಡಬಲ್ಲಳೆಂದು ಇಂದ್ರನೇ ಹೇಳಿದನಲ್ಲ. ಯಾಕೆ ಹಾಗೆ ಮಾಡಲಿಲ್ಲ ನಾನು? ಹೊಟ್ಟೆಯಲ್ಲಿ ಕಿವಿಚುವಂತಹ ಸಂಕಟ. ಮೈ ಕೈ ಎಲ್ಲ ಇರಿಸುಮುರಿಸು. ಕಣ್ಣುತುಂಬ ಊರ್ವಶಿಯ ರೂಪ. ಎದುರಿಗೆ ಕೂತಿರುವ ತುಷ್ಟ ತೂಕಡಿಸುತ್ತಿದ್ದಾನೆ. ಕಾಲಿನ ಹತ್ತಿರ ಮಲಗಿರುವ ಸುಭದ್ರೆ ಬುಸ್ ಎಂದು ಉಸಿರು ಬಿಡುತ್ತಿದ್ದಾಳೆ. ದೂರದಲ್ಲಿ ಕಾಣುವ ಗುಡ್ಡಗಳು ಉಬ್ಬಸ ಬಂದಂತೆ ಹೊಟ್ಟೆಯನ್ನು ಹಿಗ್ಗಿಸಿ ಕುಗ್ಗಿಸುತ್ತಿವೆ. ಭೀಮನನ್ನು ಹುಟ್ಟಿಸಿದ ಮರುತ್ತನೊಬ್ಬನೇ ಬದುಕಿರುವವನು. ಉಳಿದವರೂ ಬದುಕಿದ್ದರೆ ಅದೇ ಪ್ರೀತಿ ತೋರಿಸುತ್ತಿದ್ದರೇನೋ; ವಾವೆಯನ್ನು ಒಪ್ಪುತ್ತಿದ್ದರೇನೋ. ಏನು ಹೇಳಿದ ಧರ್ಮಾಧಿಕಾರಿ? ನನ್ನ ಮನಸ್ಸೂ ಕಸಿವಿಸಿಗೊಂಡಿತ್ತು. ಎಲ್ಲವೂ ಸರಿಯಾಗಿ ನೆನಪಿಲ್ಲ. ವಾವೆಗೀವೆಯೂ ಇಲ್ಲ. ನಿಯೋಗದ ಹೆಸರೂ ಇಲ್ಲ. ಹಾಗಾದರೆ ಮಕ್ಕಳಿಲ್ಲದವರಿಗೆ ಮಕ್ಕಳಾಗಬೇಕೆಂಬ ಏಕೈಕ ಪವಿತ್ರಭಾವದಿಂದ ವೀರ್ಯದಾನ ಮಾಡಿ, ನಮ್ಮ ಅಜ್ಜಿಯರಿಬ್ಬರಿಗೂ ಕೃಷ್ಣದ್ವೈಪಾಯನ ಮಹರ್ಷಿ ಹಾಗೆ ಮಾಡಿದನಂತೆ. ಈ ದೇವಜನರು ನಮ್ಮನ್ನು ಯಾವ ಭಾವದಿಂದ ಹುಟ್ಟಿಸಿದರು? ಹೊಟ್ಟೆಯ ಸಂಕಟ ಇದ್ದಕ್ಕಿದ್ದಂತೆಯೇ ಹೆಚ್ಚಾಯಿತು. ಕೆಲಹೊತ್ತು ಆಸನ ಬದಲಿಸಿ ಬೆನ್ನನ್ನು ರಥದ ಕಟ್ಟಿಗೆ ಆನಿಸಿ ಕಾಲು ನೀಡಿ ಕುಳಿತ. ಸ್ವಲ್ಪ ಸಮಾಧಾನವಾಯಿತು. ಯಾರಾದರೂ ಬೀಸಣಿಗೆ ಹಿಡಿದು ಚನ್ನಾಗಿ ಗಾಳಿ ಹಾಕಿದರೆ ಹಿತವೆನ್ನಿಸಿತು. ಸುಭದ್ರೆ ನಿದ್ದೆ ಮಾಡುತ್ತಿದ್ದಾಳೆ. ಎಚ್ಚರವಾಗಿದ್ದರೂ ಹೇಳಿಸಿಕೊಳ್ಳದೆ ಮಾಡುವ ಸೂಕ್ಷ್ಮವಿಲ್ಲ ಅವಳಿಗೆ. ಪಾಂಚಾಲಿ ಸರಿ. ಅಂತರಂಗ ಬದಲಾಗಿದ್ದರೂ ತಾನು ಹೆಂಡತಿಯಾಗಿರುವ ಅವಧಿಯಲ್ಲಿ ಅವಳಂತೆ ಯಾರು ತಾನೇ ಸೇವೆ ಮಾಡಬಲ್ಲರು? ಹೆಂಡತಿಯಾಗಿಲ್ಲದ ಅವಧಿಯಲ್ಲಿ ಕೂಡ ಸ್ನೇಹ ಸೇವೆಗಳ ಅಗತ್ಯವಿದ್ದಾಗ ಅವಳಿಗೆ ಸಾಟಿಯಾದ ಹೆಂಗಸು ಯಾರುಂಟು ಎಂದುಕೊಳ್ಳುತ್ತಿದ್ದ ಮನಸ್ಸು ಇಂದ್ರಪ್ರಸ್ಥಕ್ಕೆ ಹರಿಯಿತು. ಸುಭದ್ರೆಯನ್ನು ತಂದನಂತರ ನನಗೆ ಅವಳ ಸರದಿ ಬಂದೇ ಇಲ್ಲವೆಂಬ ನೆನಪು. ಈಗ ಅಣ್ಣನ ಸರದಿ. ಇದಾದನಂತರ ಒಂದು ವರ್ಷ ಭೀಮ. ಅನಂತರ ನನ್ನವಳು. ಅವಳ ಸಿಟ್ಟನ್ನೆಲ್ಲ ಇಳಿಸಿ ಮೊದಲಿನಂತೆ ಸಖಿಯಾಗಿಸಿಕೊಳ್ಳದಿದ್ದರೆ ಎಂದುಕೊಳ್ಳುತ್ತಿರುವಾಗ ಇದ್ದಕ್ಕಿದ್ದಂತೆಯೇ ನೆನಪು. ಇವರು ಬರೀ ಕುಂತಿಯ ಮಕ್ಕಳು, ಕೌರವವಂಶಕ್ಕೆ ಸೇರಿದವರೇ ಅಲ್ಲ, ಆದುದರಿಂದಲೇ ಕುರುರಾಜ್ಯದ ಪಾಲಿಗೆ ಅನರ್ಹರು ಎಂದು ದೇಶ ದೇಶಗಳ ರಾಜರಲ್ಲೆಲ್ಲ ಪ್ರಚಾರ ಮಾಡುತ್ತಿದ್ದಾನಂತೆ. ರಥದ ಕುಲುಕು ಹೆಚ್ಚಾಯಿತು. ಪಿತಾಮಹರ ನೆನಪು.

ಎಷ್ಟು ಚೆಲುವಾದ ಹುಡುಗ ಇವನು ಎನ್ನುತ್ತಾ ತಮ್ಮ ತೊಡೆಗಳಿಗೆ ತಾಕುವಂತೆ ಒತ್ತಿ
ಹಿಡಿದುಕೊಂಡರು ನನ್ನನ್ನು ಅಪ್ಪ ಸತ್ತು ನಾವು ಹಸ್ತಿನಾವತಿಗೆ ಬಂದಾಗ. ಕಲ್ಲು ದಾರಿ.
ಚಕ್ರಗಳು ಎತ್ತಿ ಎತ್ತಿ ಬೀಳಲು ಶುರುವಾಯಿತು. ಒರಗಿ ಕೂರಲು ಸಾಧ್ಯವಿಲ್ಲ. ಇದ್ದಕ್ಕಿದ್ದಂತೆಯೇ
ಹೊಟ್ಟೆಯೊಳಗಿನಿಂದ ಮರಳಿ, ಎದ್ದು ಕುಳಿತ! ಬುಳಕ್ ಎಂದು ಒಳಗಿನಿಂದ ಒತ್ತಿಬಂದ
ವಾಂತಿ. ರಥದ ಹೊರಕ್ಕೆ ಮುಖ ನೀಡುವ ಮೊದಲೇ ಬಾಯಿಯಿಂದ ಹೊರಸುರಿಯಿತು.
ಮತ್ತೆ ಒತ್ತಿ ಬಂತು. ತೂಕಡಿಸುತ್ತಿದ್ದ ತುಷ್ಟನಿಗೆ ತಕ್ಷಣ ಎಚ್ಚರವಾಗಿ ಎದ್ದು ಸುಭದ್ರೆಯನ್ನು
ದಾಟಿಕೊಂಡು ಒಳಗೆ ಬಂದು ಮಹಾರಾಜನನ್ನು ಭುಜ ಹಿಡಿದು ಬೆನ್ನು ನೀವಲು
ಪ್ರಾರಂಭಿಸಿದ. ಇದು ಉತ್ತಮ ಸೆರೆಯಲ್ಲ. ನಿಮ್ಮಂಥವರಿಗೆ ಆಗಲಾರದು ಅಂತ ಮೊದಲೇ
ಹೇಳಿದೆನಲ್ಲ, ಮಹಾರಾಜ ಎನ್ನುತ್ತಿದ್ದ ಅವನ ಮಾತು ಅರ್ಜುನನ ಬುದ್ಧಿಯನ್ನು ತಲುಪಲಿಲ್ಲ.
ಪಿತಾಮಹರ ನೆನಪು. ಕೃಷ್ಣನನ್ನು ಕೇಳಬೇಕೆಂಬ ಸರಿಯಾಗಿ ರೂಪ ತಾಳದ ಅಸ್ಪಷ್ಟ
ಪ್ರಶ್ನೆ.

ಸಂಜೆ ತಿರುಗುವಾಗ ಸಮುದ್ರದ ಮೇಲಿನ ಗಾಳಿ ತಪ್ಪದೆ ಬೀಸುತ್ತಿತ್ತು. ಮೈಯ ಅಂಟು ಅಂಟು ನಿಲ್ಲದಿದ್ದರೂ ಗಾಳಿ ಬೀಸಿದಾಗ ಬೆವರಿನ ನರಕ ತಪ್ಪುತ್ತಿತ್ತು. ಅಲೆಗಳ ರವವೂ ಏರುತ್ತಿತ್ತು. ಹೀಗಾಗಿ ದ್ವಾರಕೆಯ ಜನರ ಮನಸ್ಸಿನಲ್ಲಿ ಗಾಳಿ, ಅಲೆ, ಎರಡೂ ಒಟ್ಟಿಗೆ ಬರುತ್ತಿದ್ದವು. ಕಡಲ ತಡಿಯ ಮರಳ ಮೇಲೆ ನಿಂತು ಅಥವಾ ಕುಳಿತು ಮಾತ್ರ ಏರುವ ಅಲೆಗಳನ್ನು ನೋಡಬೇಕಿರಲಿಲ್ಲ. ಮನೆಗಳಲ್ಲಿ ಮಲಗಿ ಕಣ್ಣುಮುಚ್ಚಿರುವಾಗ ಕೂಡ ಭೋರ್ಗರೆಯುವ ತರಂಗಗಳು ಕಾಣುತ್ತಿದ್ದವು. ತರಂಗ, ಗಾಳಿ, ಶಖೆ, ಬೆವರು. ಈ ನಾಲ್ಕೂ ಒಂದರೊಳಗೊಂದು ಬೆರೆತ ಅಥವಾ ಒಂದರೊಳಗಿನಿಂದ ಒಂದು ಹುಟ್ಟುವ ಅಂಶಗಳಾಗಿದ್ದವು. ಊರಿನಿಂದ ಒಂದು ದಿನ ಪಯಣದ ದೂರ ಕುದುರೆಯ ಮೇಲೆ ಓಡಿ ರೈವತಕಬೆಟ್ಟ ಹತ್ತಿದರೆ ದೂರದ, ಅಕೋ, ಮಬ್ಬು ನೀರು, ತಣ್ಣನೆಯ ಗಾಳಿ, ಬೆವರಿಲ್ಲದ ಮೈ. ಆದರೂ ಯುಯುಧಾನನಂಥವರಿಗೆ ತರಂಗವು ಹಾಯ್ದು ಒಡೆದು ಹರಿಯುವ ಮರಳದಿಣ್ಣೆಯನ್ನು ಬಿಡಲಾರದ ಒಲವು. ಬೇಸಿಗೆಯಲ್ಲಿ ಕೂಡ ಬಿಸಿಲು ಕಂತುವ ಮುನ್ನವೇ ಹೊಗಿ ಕುಳಿತುಬಿಡುತ್ತಾನೆ. ಜಲಭರಿತ ಹವೆ, ಶಖೆ, ಸುಡುವ ಬಿಸಿಲು: ಅವನ ಕೆಂಪು ಬಣ್ಣದ ಮುಖ, ಬೆನ್ನು ತೋಳು ಎದೆಗಳು ಕಂದು ತಿರುಗಿವೆ. 'ನನಗೂ ಐವತ್ತಾಯಿತಲ್ಲ. ಮೊಮ್ಮಗನಿಗೆ ಹದಿನಾಲ್ಕು ತುಂಬಿತು. ಕಂದಲ್ಲ ಕಪ್ಪು ತಿರುಗಿದರೂ ಆಗಬೇಕಾದುದೇನು?' ಎನ್ನುತ್ತಾನೆ ಯಾರಾದರೂ ಕೇಳಿದರೆ. ಇಷ್ಟು ಸಲಿಗೆಯಿಂದ ಕೇಳುವವರಾದರೂ ಇನ್ನಾರು? ಅವನ ಸ್ನೇಹಿತ ಕೃಷ್ಣ. ವಯಸ್ಸಿನಲ್ಲಿ ಸಮನಾದರೂ ವಾವೆಯಲ್ಲಿ ಚಿಕ್ಕಪ್ಪ, ಯುಯುಧಾನನ ಅಪ್ಪನ ಅಪ್ಪನ ಅಪ್ಪನೂ ಕೃಷ್ಣನ ಅಪ್ಪನ ಅಪ್ಪನ ಅಪ್ಪನೂ ಒಬ್ಬನೇ. ವಯಸ್ಸೂ ಒಂದೇ ಆಗಿದ್ದು ಸ್ನೇಹ ಸಲಿಗೆಗಳು ಒಂದೇ ಸಮನೆ ಬೆಳೆಯುತ್ತಿರುವಾಗ ವಾವೆಯ ಸಂಬಂಧವನ್ನು ಯಾರು ಗಮನಿಸಿ ಅನುಸರಿಸುತ್ತಾರೆ? 'ಕೃಷ್ಣ, ಮೊಮ್ಮಗ ಹುಟ್ಟಿದ ದಿನವೇ, ಅಂದರೆ ನನ್ನ ಮೂವತ್ತಾರನೆಯ ವರ್ಷಕ್ಕೇ ನನ್ನನ್ನು ನಾನು ಅಜ್ಜನೆಂದು ತಿಳಿದುಕೊಂಡೆ. ನೀನು ಮಾತ್ರ ಮೊಮ್ಮಗನ ಮದುವೆಯಾದರೂ ಮುದುಕ ಅಂತ ಭಾವಿಸುತ್ತಿಲ್ಲ. ಚರ್ಮದ ಬಣ್ಣ ಕಪ್ಪಾಯಿತು ಅಂತ ನಾನು ನಿನ್ನ ಹಾಗೆ ಹಾಲಿನ ಕೆನೆ ಚಂದನದ ಲೇಪ ಹಾಕಿಕೊಳ್ಳುತ್ತೇನೆಯೆ?' ಎನ್ನುತ್ತಾನೆ.

ಮಧ್ಯಾಹ್ನದ ಹೊತ್ತಿಗೆ ತೇಲಿ ತೇಲಿ ಬಂದು ದಟ್ಟವಾಗಿ ಭರವಸೆ ಹುಟ್ಟಿಸುವ ಮೋಡಗಳು ಸಂಜೆಯ ಗಾಳಿಗೆ ಕೊಚ್ಚಿಹೋಗುತ್ತವೆ. ಈ ದಿನ ಮುಂಗಾರು ಆರಂಭವಾಗುವುದು ಖಚಿತವೆಂದು ಲೆಕ್ಕಹಾಕಿ, ಹರಿಯುವ ಬೆವರನ್ನು ಮೊದಲ ಮಳೆಯಲ್ಲಿ ತೊಳೆದುಕೊಳ್ಳುವ

ಆಶೆಯಿಂದ ಆಕಾಶ ನೋಡುವುದು. ಸಂಜೆಯ ಹೊತ್ತಿಗೆ ಏಳುವ ಗಾಳಿ ಆಕಾಶದ ಜೊತೆಗೆ ಇವರ ಆಶೆಯನ್ನೂ ಹಾರಿಸುವುದು. ಯುಯುಧಾನ ಮಾತ್ರ ಗಾಳಿಯನ್ನು ಎಂದೂ ಬೈದವನಲ್ಲ. ಗಾಳಿಗೆ ಎದೆಯೊಡ್ಡಿ ಮರಳ ರಾಶಿಯ ಮೇಲೆ ಕುಳಿತರೆ ಕೋಪತಾಪ ಗಳು ಇಳಿದು ಮನಸ್ಸು ಒಂದು ತೆರನಾದ ಸಮಸ್ಥಿತಿಗೆ ಬರುತ್ತಿತ್ತು. ನೀಲ ಹಸುರು ತರಂಗಗಳ ಆಚೆಯ ನೀರಿನ ವಿಸ್ತಾರದಲ್ಲಿ ನಿಲ್ಲುತ್ತಿತ್ತು. ಈ ಸಂಜೆಯೂ ಅವನು ಇಂತಹ ಮರಳ ಹರಹಿನ ಮೇಲೆ ಕುಳಿತಿದ್ದಾನೆ. ಕಣ್ಣಿಗೆ ಝಳವನ್ನು ಚುಚ್ಚುತ್ತಾ ಕೆಂಪು ಸೂರ್ಯನು, ದೋಣಿಗಳು ಮೀನು ಹಿಡಿಯುವ ದೂರದಲ್ಲಿ ಮುಳುಗಿಕೊಳ್ಳುತ್ತಿದ್ದಾನೆ. ಈ ಸಲ ಮುಂಗಾರು ಇನ್ನೂ ಯಾಕೆ ಶುರುವಾಗಿಲ್ಲ, ಎಂಬ ಚಿಂತೆ ಅವನಿಗೆ ಹತ್ತಿದೆ. ಅದು ಬರೀ ಶಖೆ ತಡೆಯಲಾರದ, ಅಥವಾ ಮನುಷ್ಯರು ದನಕರುಗಳಿಗೆ ಕುಡಿಯುವ ನೀರಿಲ್ಲದ, ಅಥವಾ ಆರು ಹೂಡಿ ಬಿತ್ತಲು ಮಳೆಯಿಲ್ಲದೆ ಮುಂದಿನ ವರ್ಷ ಕ್ಷಾಮ ಬಂದೀತೆಂಬ ಭಯದ ಚಿಂತೆಯಲ್ಲ. ಈ ವರ್ಷ ಆರ್ಯಾವರ್ತದಲ್ಲಿ ದೊಡ್ಡ ಯುದ್ಧವೇ ಆಗುತ್ತದೆಂದು ಮನಸ್ಸು ಹೇಳುತ್ತಿತ್ತು. ಇದೇ ಮಾತನ್ನು ಸ್ನೇಹಿತ ಕೃಷ್ಣನೂ ಹೇಳಿದ್ದ. ಅರಣ್ಯವಾಸ ಅಜ್ಞಾತವಾಸಗಳನ್ನು ಮುಗಿಸಿ ಬಂದ ಪಾಂಡವರಿಗೆ ದುರ್ಯೋಧನನು ರಾಜ್ಯ ಕೊಡಲಿ ಬಿಡಲಿ! ಪಾಂಡವರು ಅವನ ಮೇಲೆ ಯುದ್ಧ ಹೂಡಿ ತಮ್ಮದನ್ನು ಪಡೆಯಲಿ ಬಿಡಲಿ, ಇವು ಯಾವುವೂ ಬರೀ ಕುರುಗಳ ನಾಡಿನಲ್ಲಿ ನಡೆದು ಮುಗಿಯುವ ಘಟನೆಯಾಗಿ ಉಳಿದಿಲ್ಲ. ತಮ್ಮ ಬೀಗರಾದ ಪಾಂಚಾಲರ ಸಹಾಯವನ್ನು ಪಾಂಡವರು ಪಡೆಯುವುದಂತೂ ಸಹಜವೇ. ಅದಕ್ಕಾಗಿ ಪಾಂಚಾಲರು ಹನ್ನೆರಡು ವರ್ಷ ಹಿಂದಿನಿಂದಲೇ ಸಿದ್ಧತೆ ಮಾಡುತ್ತಿರಲೂಬಹುದು. ಆದರೆ ದುರ್ಯೋಧನ ಇಡೀ ಆರ್ಯಕುಲದ ರಾಜರುಗಳ ಸಹಾಯವನ್ನೆಲ್ಲ ಕೋರಿ ಬಲವನ್ನು ಜಮಾಯಿಸುತ್ತಿದ್ದಾನೆ. ಪ್ರತಿಯಾಗಿ ಪಾಂಡವರೂ ಸಹಾಯ ಯಾಚಿಸುತ್ತಾ ಎಲ್ಲೆಡೆಯೂ ಅಲೆಯುತ್ತಿದ್ದಾರೆ. ಅದಕ್ಕೆಂದೇ ಅಲ್ಲವೇ ಕೃಷ್ಣ ಉಪಪ್ಲಾವ್ಯಕ್ಕೇ ಹೋಗಿ ಬೀಡಾರ ಮಾಡಿರುವುದು? ಯುಯುಧಾನನ ಸ್ನೇಹವು ಪಾಂಡವರ ಕಡೆಗೆಂಬುದು ಎಲ್ಲರಿಗೂ ಗೊತ್ತಿರುವ ಸಂಗತಿ. ಕೃಷ್ಣನ ನಿಕಟ ಸ್ನೇಹಿತ. ಅರ್ಜುನನೊಡನೆಯೂ ಸಲಿಗೆ, ಆತ್ಮೀಯತೆ. ರಾಜಸೂಯದಲ್ಲಿ ಹೋಗಿ ಎಷ್ಟೊಂದು ಓಡಿಯಾಡಿದ್ದೆ. ಅಲ್ಲದೆ ಆಟ ಬರ ದವನನ್ನು ಕರೆದು ಮತ್ತು ಹೊತ್ತಿಸಿ, ಅಲ್ಲ ಆಟ ಬರಲಿ ಬರದೆ ಇರಲಿ ಜೂಜಿನಲ್ಲಿ ಸಂಪಾದಿಸುವುದೇ ತಪ್ಪು ಅಂತ ಕೃಷ್ಣ ಹೇಳುವುದು ಸರಿ. ಜೂಜಾಡಿ ಗೆದ್ದದ್ದಲ್ಲದೆ, ಕರಾರಿನಂತೆ ಹಿಂತಿರುಗಿಸದೆ, ಯುದ್ಧಕ್ಕೆ ಸಹಾಯ ಕೇಳಲು ಬಂದಿದ್ದಾನಲ್ಲ. ಒಂದು ಅಲೆ ಇದ್ದಕ್ಕಿದ್ದಂತೆಯೇ, ದೊಡ್ಡ ಅಲೆ, ಏರಿ ಬಂದು ಹೊಡೆದು ಹೋಯ್! ಕಾಲು ತೊಡೆಗಳ ತನಕ ಒದ್ದೆಮುದ್ದೆ ಮರಳು. ಬಿಳಿ ನೊರೆ ಬಿಟ್ಟು ಹಿಂತಿರುಗಿ ಹರಿಯುವ ಕೊರೆತ. ಎಷ್ಟು ಬೆಚ್ಚಗಿದೆ ಬೇಸಿಗೆ ಸಂಜೆಯ ಸಮುದ್ರದ ನೀರು. ಬಂದವನು ಬಲರಾಮನ ಮನೆಯಲ್ಲೇ ಬೀಡಾರ. 'ಗುರುವೇ, ಕಿರೀಟಧಾರಿ ಎಂದು ಉಪಚಾರದ ಗೌರವ ಕೊಟ್ಟು ಅತಿಥಿಭವನದಲ್ಲಿಡುವುದೇನೂ ಬೇಡ' ಎಂದನಂತೆ. ಇವನಿಗೆ ಸುಮ್ಮಾನವಾಗದೆ ಇದ್ದೀತೆ? ಅಷ್ಟಕ್ಕೆ ಸ್ವಂತ ತಂಗಿಯನ್ನು ಕೊಟ್ಟಿರುವ ಸಂಬಂಧವನ್ನು ಕಡೆಗಣಿಸಿ ಕೃಷ್ಣನಿಗೆ ವಿರೋಧವಾಗಿ,

ನನ್ನ ಇಚ್ಛೆಯನ್ನು ಅಲ್ಲಗಳೆದು ಇವನು, ಅವನು ಕೇಳಿದುದನ್ನೆಲ್ಲ ಕೊಟ್ಟು ಕಳಿಸುತ್ತಾನೆಯೆ? ಕೃಷ್ಣ ಅಲ್ಲಿ ಉಪಪ್ಲಾವ್ಯದಲ್ಲಿರುವುದನ್ನು ತಿಳಿದೇ ಇಲ್ಲಿಗೆ ಬಂದಿದ್ದಾನೆ ಯಾದವರಲ್ಲಿ ಒಡಕು ಹುಟ್ಟಿಸುಕ್ಕೆ. ಒಡ್ಡ ಬಲರಾಮನಿಗೆ ಅರ್ಥವಾಗುತ್ತೆಯೇ ಈ ತಂತ್ರ? ಇನ್ನೊಂದು ದೊಡ್ಡ ಅಲೆ ಉಬ್ಬಿ ಬರುತ್ತಿರುವುದು ಅಲ್ಲಿಂದಲೇ ಕಾಣುತ್ತಿದೆ. ಇದು ಬರೀ ಮಂಡಿ ತೊಡೆಗಳ ತನಕವಲ್ಲ, ಸೊಂಟದವರೆಗೆ ಮೇಲೆ ನುಗ್ಗುತ್ತೆ ಎನ್ನಿಸಿದರೂ ಯುಯುಧಾನ ಮೇಲೆ ಏಳದೆ ಕುಳಿತಿದ್ದ. ಉಟ್ಟ ವಸ್ತ್ರ ಒದ್ದೆಯಾದರೂ ಒಂದು ಘಳಿಗೆಯಲ್ಲಿ ಆರಿಕೊಳ್ಳುತ್ತ ದೆಂಬ ಸಮಾಧಾನದ ಹಿಂದೆಯೇ ಮೈ ಎಲ್ಲ ಉಪ್ಪಿನ ಅಂಟು ಅಸಹ್ಯವಾಗುತ್ತದೆಂಬ ಆಲೋಚನೆ ಸ್ಫುಟವಾಗುವಷ್ಟರಲ್ಲೇ ನುಗ್ಗಿ ಬಂದು ಬಡಿಯಿತು, ಸೊಂಟದಿಂದ ಇನ್ನೂ ಮೇಲೆ ಕೂತ ಮರಳು ಕೆಳಗಿನಿಂದ ಕೊಚ್ಚಿ ಉರುಟಿಕೊಳ್ಳುವಂತಾಯಿತು. ಎಲಾ ಇದರ, ಎಂದು ನಗುತ್ತಾ ಅಂಗಾತನಾದಾಗ ಮೂಗು ಬಾಯಿ ಕಣ್ಣುಗಳಿಗೆ ಮರಳು ನೀರು ಹೊಕ್ಕು ನೆತ್ತಿ ಹತ್ತಿ, ಇನ್ನೊಂದು ಅದಕ್ಕಿಂತ ದೊಡ್ಡದು ಬರುತ್ತಿದೆ, ಉಬ್ಬರ ಶುರುವಾಯಿತೆಂದು ತಿಳಿದು ಎದ್ದು ದಿಣ್ಣೆ ಹತ್ತಿದ.

ರಾತ್ರಿ ಊಟವಾದಮೇಲೆ ಯುಯುಧಾನ ತನ್ನ ಮನೆಯ ಮುಂದಿನ ಮಟ್ಟಸವಾದ ಅಂಗಳದಲ್ಲಿ ಮೆತ್ತನೆಯ ಮಂದಲಿಗೆಯ ಮೇಲೆ ಮಲಗಿದ. ದ್ವಾರಕೆಯಿದ್ದ ಆನರ್ತದೇಶದಲ್ಲಿ ಸೊಗಸಾದ ಜೊಂಡು ಬೆಳೆಯುತ್ತಿತ್ತು. ಸರಿಯಾದ ಹದದಲ್ಲಿ ಕೊಯ್ದು, ನೋಡಲು ಲಕ್ಷಣವಾಗಿ, ಮಲಗಲು ಮೃದುವಾದ ಮಂದಲಿಗೆ ನೇಯುವುದನ್ನು ಇಲ್ಲಿಗೆ ವಲಸೆ ಬಂದ ಯಾದವರೂ ಚನ್ನಾಗಿ ಕಲಿತಿದ್ದರು. ಬೇಸಿಗೆಯಲ್ಲಂತೂ ಇದನ್ನು ಬಿಟ್ಟರೆ ಬೇರೆ ಯಾವುದರ ಮೇಲೂ ಮಲಗುವಂತಿರಲಿಲ್ಲ. ಅಂಗಳದಲ್ಲಿ ಸಾಲಿಗೆ ಹಾಕಿದ್ದ ಮಂದಲಿಗೆಗಳ ಮೇಲೆ ಯುಯುಧಾನನ ತಂದೆ ಸತ್ಯಕ, ಮಕ್ಕಳು ಮೊಮ್ಮಕ್ಕಳುಗಳೆಲ್ಲ ಮೈ ಚಾಚುತ್ತಿದ್ದರು. ಹೊಸದಾಗಿ ಮದುವೆಯಾದ ಅಥವಾ ಪ್ರಾಯವಿರುವ ದಂಪತಿಗಳು, ಬೇಸಿಗೆಯ ಶಖೆ ಯಿದ್ದರೂ, ಒಳಗೆ ಕೋಣೆಗಳಲ್ಲೋ ಅಥವಾ ಮನೆಯ ಹಿಂಬದಿಯ ಮರೆಯಲ್ಲೋ ಜೊತೆಗೆ ಮಲಗುತ್ತಿದ್ದರು. ಸಮುದ್ರದಡದ ಈ ಊರಿನಲ್ಲಿ ಮಾಳಿಗೆಯ ಮೇಲಿಗಿಂತ ಕೆಳಗೆ ನೆಲದ ಮೇಲೆ ಮಲಗುವುದು ಹೆಚ್ಚು ಅನುಕೂಲವಾಗಿತ್ತು. ಮಲಗಿದ್ದವರನ್ನು ಉರುಳಿಸುವಷ್ಟು ಜೋರಾಗಿ ಒಮ್ಮೊಮ್ಮೆ ಬೀಸುತ್ತಿದ್ದ ಸಮುದ್ರದ ಗಾಳಿ. ಆದರೂ ಹೊಸದಾಗಿ ಮದುವೆಯಾದವರು ಮಾಳಿಗೆಯ ಮೇಲೆಯೇ ಪ್ರತ್ಯೇಕವಾಗಿ ಶಯನ ಮಾಡುತ್ತಿದ್ದರೆ ಊರಿನ ಮುದುಕಿಯರು, 'ನಿನ್ನ ಹೆಂಡತಿ ಜೋರುಗಾಳಿಗೆ ಹಾರಿ ಹೋದಾಳು. ನಿದ್ದೆಗಣ್ಣಿ ನಲ್ಲೂ ಅವಳ ಸೊಂಟಕ್ಕೆ ತೆಕ್ಕೆಗಾಲು ಹಾಕಿಕೊಂಡಿರಬೇಕು ನೀನು' ಎಂದು ಆಗಾಗ್ಗೆ ತಮಾಷೆ ಮಾಡುತ್ತಿದ್ದರು. ಮುಪ್ಪು ಬಂದಿದ್ದರೂ ದ್ವಾರಕೆಯ ಮುದುಕಿಯರ ಪ್ರಾಯದ ಮಾತು ನಿಲ್ಲುತ್ತಿರಲಿಲ್ಲ.

ಮಕ್ಕಳು ಮೊಮ್ಮಕ್ಕಳ ಮಾತಿನ ಗಿಜಿಗಿಜಿ ನಡೆದಿದ್ದಾಗ ಯುಯುಧಾನ ಮತ್ತು ಅವನ

ಅಪ್ಪ ಸತ್ಯಕರು ಒಂದು ಮೂಲೆಯಲ್ಲಿ ಪಕ್ಕಪಕ್ಕದ ಮಂದಲಿಗೆಗಳ ಮೇಲೆ ಮಲಗಿ ಮಾತನಾಡಿಕೊಳ್ಳುತ್ತಿದ್ದರು. ಅಪ್ಪ ಮಗನಿಗೆ ಮೊದಲಿನಿಂದ ಅನ್ಯೋನ್ಯ ಹೆಚ್ಚು. ಈಗ ಹತ್ತು ವರ್ಷದ ಹಿಂದೆ ತಾಯಿ ತೀರಿದ ಮೇಲೆ ಮಗನು ತನ್ನ ಬಿಡುವನ್ನೆಲ್ಲ ಅಪ್ಪನ ಜೊತೆಗೇ ಕಳೆಯುತ್ತಾನೆ. ತನ್ನ ಅಪ್ಪ ಮತ್ತು ಹಿರಿಯ ಜೊತೆಗಾರ ಕೃಷ್ಣ ಇಬ್ಬರೇ ಅವನಿಗೆ ಆತ್ಮೀಯರು. ಕೃಷ್ಣನ ಜೊತೆಗಾದರೆ ಒಂದೇ ಸಮನೆ ಹರಟಬಹುದು. ಆ ದೇಶ, ಈ ದೇಶ, ಯುದ್ಧ, ಸಂಧಿ, ರಾಜ್ಯಸಂಬಂಧ, ವ್ಯಾಪಾರ ಎಂದು ಮುಂತಾಗಿ ಮಾತನಾಡುವ ಸಂಗತಿಗಳು ಬೇಕಾದಷ್ಟಿರುತ್ತಿದ್ದವು. ತನ್ನ ಕಾಲದಲ್ಲಿ ಖ್ಯಾತ ವೀರನಾಗಿದ್ದ ಅಪ್ಪನ ಆರೋಗ್ಯ ಈಗ ಸರಿಯಾಗಿಲ್ಲ. ಹೊರಗೆ ಎಲ್ಲೂ ಹೋಗದೆ ಮನೆಯ ಹತ್ತಿರವೇ ಇರುವ ಅವನ ಆಲೋಚನೆ ಮಾತುಗಳೆಲ್ಲ ಹಿಂದಿನ ಅನುಭವವನ್ನು ಕುರಿತೇ ಇರುತ್ತಿದ್ದವು. ಮುದುಕ ಸತ್ಯಕನಿಗೆ ಸಮುದ್ರ ಸೇರುತ್ತಿರಲಿಲ್ಲ. ಈ ದ್ವಾರಕೆ ಸೇರುತ್ತಿರಲಿಲ್ಲ. ಆನರ್ತದೇಶ ಸೇರುತ್ತಿರಲಿಲ್ಲ. 'ಮನುಷ್ಯ ಯಾವತ್ತೂ ನದಿಯ ದಂಡೆ ವಾಸ ಮಾಡಬೇಕು. ಸಿಹಿನೀರು. ಬೇಸಾಯದ ಭೂಮಿ. ಸಮೃದ್ಧ ದನಕರುಗಳು. ಸಮುದ್ರ ದಡದಲ್ಲಿ ಏನಿದೆ? ಉಪ್ಪು ನೀರು, ಮರಳು, ವ್ಯಾಪಾರ, ವರ್ಷವಿಡೀ ಮೈ ಅಂಟುವ ಬೆವರು. ಬಿಡು ಬಿಡು, ನಮ್ಮ ಮಥುರಾ ನಗರದ ಮುಂದೆ ಈ ಜಗತ್ತಿನಲ್ಲೇ ಯಾವುದಿದೆ?' ಎಂಬ ಮಾತನ್ನು ಅವನು ಇದುವರೆಗೆ ಸಾವಿರ ಸಲ ಆಡಿದ್ದಾನೆ. ಜರಾಸಂಧನ ಭಯದಿಂದ ಯಾದವರೆಲ್ಲ ಇಲ್ಲಿಗೆ ವಲಸೆ ಬಂದು ಮೂವತ್ತಮೂರು ವರ್ಷವಾಯಿತಲ್ಲವೆ? ಆಗ ಸತ್ಯಕನಿಗೆ ನಲವತ್ತಾರು ನಡೆಯುತ್ತಿತ್ತು. ನಲವತ್ತಾರನೆಯ ವಯಸ್ಸಿನ ತನಕ ಹುಟ್ಟಿ ಬೆಳೆದು ಬದುಕಿ ಮಕ್ಕಳು ಮೊಮ್ಮಕ್ಕಳನ್ನು ಕಂಡ ನೆಲದ ನೆನಪು ಮಾಸುವುದು ಹೇಗೆ ಸಾಧ್ಯ? 'ಯುಯುಧಾ, ಆಗ ನಿನಗೆ ಹದಿನಾರು. ಸರಿಯಾದ ತಿಳಿವಳಿಕೆ ಇರಲಿಲ್ಲ. ಮಥುರೆಗೂ ದ್ವಾರಕೆಗೂ ವ್ಯತ್ಯಾಸ ಸರಿಯಾಗಿ ತಿಳಿಯುಲ್ಲ. ಅಲ್ಲಿ ಇಲ್ಲಿಯ ಹಾಗೆ ಸದಾ ಮೈ ಬೆವರುಲ್ಲ. ಬೇಸಿಗೆಯಲ್ಲಿ ಬಿಸಿಲು ಜೋರಾದರೂ ಒಣ ಹವೆ, ಬೆವರು ಕಡಮೆ. ಚಳಿಗಾಲದಲ್ಲಂತೂ ಎಷ್ಟು ದುಡಿದರೂ ಆಯಾಸವಿಲ್ಲ. ಆ ಹವದಲ್ಲಿ ಹಸುಗಳು ಕೊಡುವಷ್ಟು ಹಾಲನ್ನು ಈ ದರಿದ್ರ ಹವೆಯಲ್ಲಿ ಹೇಗೆ ಕೊಟ್ಟಾವು?', 'ಜರಾಸಂಧನ ಕಾಟ ಕಳೆದು, ಯಾರು ಆ ಪುಣ್ಯಾತ್ಮ ಕೊಂದವನು?, ನಮ್ಮ ವಂಶದ ಹುಡುಗಿಯ ಮಗನೇ ಅಲ್ಲವೇ? ಹೆಸರೇನು ಅವನದು?, ಹದಿನೈದು ವರ್ಷವಾಯಿತಲ್ಲ, ಆಗಲೇ ನಾವೆಲ್ಲ ಮಥುರೆಗೆ ಹಿಂತಿರುಗಬೇಕಾಗಿತ್ತು. ಈಗಲೂ ಅಲ್ಲಿಗೆ ಹೋಗಿ ಪ್ರಾಣ ಬಿಟ್ಟು, ಯಮುನೆಯ ದಡದಲ್ಲಿ ಸುಟ್ಟರೆ ಸಾಕು, ಸ್ವರ್ಗಪ್ರಾಪ್ತಿ' ಎಂದು ಮಗನನ್ನು ಪೀಡಿಸುತ್ತಿರುತ್ತಾನೆ.

ಕೃಷ್ಣನು ಭೀಮನ ಕೈಯಿಂದ ಜರಾಸಂಧನನ್ನು ಕೊಲ್ಲಿಸಿದನಂತರ, ಮಥುರೆಗೆ ಹಿಂತಿರುಗುವ ಅಪ್ಪನ ಆಶೆ ಬಲವಾಗಿದೆ ಎಂಬುದು ಯುಯುಧಾನನಿಗೂ ಗೊತ್ತು. ತಾಯಿ ಇರುವತನಕ ಅವಳೂ ಹಿಂತಿರುಗುವ ಮಾತನಾಡುತ್ತಿದ್ದಳು. ಅಲ್ಲಿಗೆ ಹದಿನೆಂಟು ವರ್ಷವಾಗಿತ್ತು ಮಥುರೆಯನ್ನು ಬಿಟ್ಟು. ಆದರೆ ತನಗೆ ಈ ಸಮುದ್ರ ಒಗ್ಗಿದೆ. ಹದಿನಾರರ ತನಕ ಹುಡುಗಾಟ. ಅನಂತರ ಸ್ವಂತ ಜೀವನ. ಆ ಸ್ವಂತ ಜೀವನವನ್ನು ಆರಂಭಿಸಿ ಇಲ್ಲಿಯವರೆಗೆ

ಸಾಗಿಸಿರುವುದು ಈ ಊರಿನಲ್ಲಿ. ಈ ಕಡಲತಡಿಯ ದೇಶದಲ್ಲಿ. ಇಲ್ಲಿಗೆ ಬಂದದ್ದರಿಂದ ಅಲ್ಲವೆ ಕಡಲ ಮೇಲಣ ವ್ಯಾಪಾರದಲ್ಲಿ ಯಾದವರು ಶ್ರೀಮಂತರಾದುದು? ಮಥುರೆಯ ಯಾದವರೆಂದರೆ ಯಾವ ದೊಡ್ಡ ಲೆಕ್ಕಕ್ಕೂ ಬರದವರೆಂಬ ಭಾವನೆಯಿತ್ತಲ್ಲ ಆರ್ಯಾವರ್ತದ ರಾಜರುಗಳಲ್ಲಿ! ಅದೂ ತಲೆತಲೆಮಾರುಗಳಿಂದ ರೂಢಿಸಿದ ಹಸ್ತಿನಾಪುರದ ಕುರುಗಳ ಪಕ್ಕದಲ್ಲೇ ಇದ್ದ ಯಾದವರ ಸಾಮಾನ್ಯತನ ಎದ್ದುಕಾಣುತ್ತಿತ್ತು. ಮಥುರೆಯ ಯಾದವರೆಂದರೆ ಕಡಮೆ ದರ್ಜೆಯ ಕ್ಷತ್ರಿಯರೆಂದು ಭಾವಿಸುತ್ತಿದ್ದರಂತೆ ಅವರೆಲ್ಲ. ಈಗ ಹಸ್ತಿನಾವತಿಯ ದೊರೆ ದುರ್ಯೋಧನನೇ ಬಂದಿದ್ದಾನೆ. ಬರೀ ಸೇನೆಯನ್ನು ಬೇಡಿಯಲ್ಲ. ಯುದ್ಧದ ಖರ್ಚಿಗೆ ಸಂಪತ್ತನ್ನು ಯಾಚಿಸಿ. ಈ ಐಶ್ವರ್ಯವನ್ನು ಕೊಡುತ್ತಿರುವ ಸಮುದ್ರದ ದಡವನ್ನು ಬಿಟ್ಟು ಬರೀ ದನಕರು ಹಳೇ ಬೇಸಾಯದ ಮೂಲಸ್ಥಳಕ್ಕೆ ಹೋಗಿ ಏನು ಪ್ರಯೋಜನ? ತನ್ನಲ್ಲಿ ತಾನು ಆಲೋಚಿಸುತ್ತಾನೆ.

ಮಕ್ಕಳು ಮೊಮ್ಮಕ್ಕಳೆಲ್ಲ ಗಟ್ಟಿಯಾಗಿ ಮಾತನಾಡಿಕೊಳ್ಳುತ್ತಿದ್ದರು. ಪಕ್ಕದಲ್ಲಿ ಮಲಗಿದ್ದ ಮಗನನ್ನು ಸತ್ಯಕ ಕೇಳಿದ: 'ಹಸ್ತಿನಾವತಿಯಿಂದ ಅದರ ದೊರೆ ಬಂದಿದಾನಂತೆ.'

ಯುಯುಧಾನ ಹೂಂ ಎಂದ. ಮುದುಕ ಸುಮ್ಮನಾದ. ಹಲ್ಲುಗಳೆಲ್ಲ ಪೂರ್ತಿ ಬಿದ್ದು ಹೋಗಿದ್ದ ಅವನ ಬಾಯಿಯು ಹೂಂ ಎನ್ನುವುದು ಸರಿಯಾಗಿ ಕೇಳಿಸುತ್ತಿರಲಿಲ್ಲ. ಆಂ? ಎಂಬ ಭಾಸವಾಗುತ್ತಿತ್ತು. ಅಪ್ಪನೊಡನೆ ಇಷ್ಟೊಂದು ಮಾತನಾಡಿ ರೂಢಿಯಿದ್ದ ಯುಯುಧಾನನಿಗೆ ಕೂಡ ಆಂ ಮತ್ತು ಹೂಂಗಳ ವ್ಯತ್ಯಾಸ ಯಾವಾಗಲೂ ಸರಿಯಾಗಿ ಕೇಳುತ್ತಿರಲಿಲ್ಲ. ತನ್ನ ಉತ್ತರವನ್ನು ಮತ್ತೊಮ್ಮೆ ಹೇಳಿದನಂತರ ಮಗನು ಹಸ್ತಿನಾವತಿಯ ದೊರೆ ದುರ್ಯೋಧನನು ಬಂದಿರುವ ಕಾರಣವನ್ನು ತಿಳಿಸಿದ. ಸಮುದ್ರದ ಅಲೆಯ ಮೊರೆತ ಅಡ್ಡಬಂದರೂ ಮುದುಕನಿಗೆ ಎಲ್ಲವೂ ಸರಿಯಾಗಿ ಕೇಳಿತು. ಆಕಾಶದ ಕಡೆಗೆ ಮಬ್ಬುಕಣ್ಣುಬಿಟ್ಟು, ಮಲಗಿದ್ದವನು ಎದ್ದು ಕುಳಿತು ಹೇಳಿದ: 'ಪಾಂಡವರಿಗೂ ಅವರ ವೈರಿಗಳಿಗೂ ಯುದ್ಧ. ಜರಾಸಂಧನನ್ನು ಕೊಂದವರು ಪಾಂಡವರಲ್ಲವೆ? ಆದ್ದರಿಂದ ನಾವು ಅವರ ಪರ ವಹಿಸುವುದೇ ಧರ್ಮ, ಏನಂತೀಯ?'

'ಖಂಡಿತವಾಗಿ. ಆದರೆ ಬಲರಾಮನ ಬುದ್ಧಿ ವಕ್ರ.'

'ಏನಂದೆ?' ಎಂದು ಮುದುಕ ಎಡಗೈಯನ್ನು ಎಡಕಿವಿಗೆ ಅಡ್ಡ ಹಿಡಿದುಕೊಂಡ. ಬೀಸುವ ಗಾಳಿ ಕಿವಿಗೆ ನುಗ್ಗಿ ಕೇಳದಂತಾಗಿತ್ತು.

'ನೀನು ಹೇಳುವುದು ನ್ಯಾಯ. ಕೃಷ್ಣ ಹೇಳುವುದೂ ಅದನ್ನೇ. ಆದರೆ ಬಲರಾಮನ ಬುದ್ಧಿ ವಕ್ರ.' ಯುಯುಧಾನ ಅಪ್ಪನ ಕಡೆಗೆ ತಿರುಗಿ ಗಟ್ಟಿಯಾಗಿ ಹೇಳುತ್ತಿರುವಾಗ ಹಿಂದಿನಿಂದ ನೆರಳು ಕಾಣಿಸಿತು. ಅಂಗಳದಲ್ಲಿ ಗಟ್ಟಿಯಾಗಿ ಮಾತನಾಡುತ್ತಿದ್ದ ಸದ್ದು ನಿಂತದ್ದೂ ಅರಿವಿಗೆ ಬಂತು. ತಿರುಗಿ ನೋಡಿದರೆ ಬಲರಾಮನೇ ಬಂದು ನಿಂತಿದ್ದಾನೆ! ಯುಯುಧಾನನಿಗೆ ಪೆಚ್ಚೆನಿಸಿತು. ಅವನೇನೂ ಬಲರಾಮನಿಗೆ ಹೆದರಬೇಕಿರಲಿಲ್ಲ. ಎದುರಿಗೆ ನಿಂತು ಸಿಟ್ಟಿನ ಶಕ್ತಿಯಿಂದ ಒಬ್ಬನನ್ನು ಬೈಯುವುದು ಸುಲಭ, ಹಿಂಬದಿಯಲ್ಲಿ ಒಬ್ಬನ ವಿಷಯ ಟೀಕೆ ಮಾಡುತ್ತಿರುವಾಗ ಅವನೇ ಬಂದು ಕೇಳಿಸಿಕೊಂಡು ಪ್ರತ್ಯಕ್ಷನೂ ಆದರೆ ಮುಜುಗರ.

'ಹೌದು, ಬಲರಾಮನ ಬುದ್ಧಿ ವಕ್ರ. ಸಾತ್ಯಕೀ, ಬಲರಾಮನೇ ವಕ್ರ' ಎನ್ನುವಾಗ ಅವನ ಧ್ವನಿಯಲ್ಲಿ ಕೋಪವಿತ್ತು. ಅವನು ಮಾತನಾಡಿ ಪ್ರತಿಕ್ರಿಯೆ ವ್ಯಕ್ತಮಾಡದೆ ಸುಮ್ಮನೆ ನಿಂತಿದ್ದರೆ ಯುಯುಧಾನನಿಗೆ ಕಸಿವಿಸಿಯಾಗುತ್ತಿತ್ತು. ತಕ್ಷಣ ಆಡಿಬಿಟ್ಟಿದ್ದರಿಂದ ಮನಸ್ಸಿಗೆ ಸಲೀಸು ಸಿಕ್ಕಿತು.

'ಇರುವ ಸಂಗತಿ ಹೇಳುತ್ತಿದ್ದೆ. ಇಷ್ಟರಲ್ಲಿ ನಿನ್ನ ಸ್ವಭಾವ ಬದಲಾಯಿಸಿದ್ದರೆ ಕ್ಷಮೆ ಬೇಡುತ್ತೇನೆ. ಕೂತುಕೊ ಬಾ' ಎಂದು ಯುಯುಧಾನ ಎದ್ದು ಕುಳಿತು ತನ್ನ ಮಂದಲಿಗೆ ತೋರಿಸಿದ. ರಾಜೋಚಿತವಾಗಿ ಬೆಳದಿಂಗಳಲ್ಲೂ ಹೊಳೆಯುವ ಸೊಂಟದಿಂದ ಪಾದದ ತನಕ ಉಟ್ಟ ರೇಶಿಮೆ ವಸ್ತ್ರ, ಶಖೆಗೆ ತೆಗೆದುಬಿಟ್ಟ ದಟ್ಟ ಕೂದಲಿನ ಎದೆ, ತಲೆಗೆ ಕಿರೀಟದ ಬಲರಾಮ ಸಹಜವಾಗಿ ಕುಳಿತ. ತಕ್ಷಣ ಎಡಗೈ ಬೆರಳುಗಳಿಂದ ಎಡದವಡೆಯನ್ನು ಮುಟ್ಟಿ ಮುಟ್ಟಿ ನೋಡಿಕೊಂಡ.

'ಹಲ್ಲು ನೋವೆ?' ಯುಯುಧಾನ ಕೇಳಿದ.

'ಅಳ್ಳಾಡುತ್ತಿದೆ. ಎಡ ದವಡೆಯ ಮೇಲುಭಾಗದಲ್ಲಿ ಎರಡು. ಇಇಇಕ್ಕೊ ಇಲ್ಲಿಲ್ಲಿಲ್ಲಿ,' ಎಂದು ನಾಲಗೆಯಿಂದ ಸವರಿಕೊಳ್ಳುತ್ತಾ ಬಲರಾಮ ಎಂದ: 'ಕಿತ್ತು ಬಿಸಾಡುವ ಎಂದರೆ ಬೇರು ಪೂರ್ತಿ ಸಡಿಲವಾಗಿಲ್ಲ. ಬಲಗಡೆಯೂ ನೋವು ಕಾಣಿಸಿಕೊಂಡಿದೆ.'

'ನಾನು ಅನುಭವಿಸಿದೀನಿ ಅದರ ಕಷ್ಟವನ್ನ,' ಅಪ್ಪ ಮಾತಿಗೆ ಸೇರಿಕೊಂಡ.

'ನಿನಗೆ ವಯಸ್ಸೆಷ್ಟು?' ಯುಯುಧಾನ ಕೇಳಿದ.

'ಅವನ ವಯಸ್ಸು ನಾನು ಹೇಳ್ತೀನಿ. ವಾವೆಯಲ್ಲಿ ಅಣ್ಣನಲ್ಲವೇ ನಾನು, ತಾಳು,' ಸತ್ಯಕ ಮನಸ್ಸಿನಲ್ಲೇ ಗುಣಿಸಿಕೊಂಡು ಹೇಳಿದ: 'ನನಗೆ ಎಪ್ಪತ್ತೊಂಬತ್ತು; ಎಂಭತ್ತು ಅಂತ ಇಟ್ಟುಕೊ. ನಿಮ್ಮಮ್ಮ, ಅವಳ ಬೆನ್ನಲ್ಲಿ ಬಿದ್ದ ನಾಲ್ಕು ಜನ ತಂಗಿಯರನ್ನು ಕೂಡಿ ನಿಮ್ಮಪ್ಪ ಒಂದೇ ದಿನ ಮದುವೆಯಾದ. ಆಗ ನನಗೆ ಹದಿನೇಳೋ ಹದಿನೆಂಟೋ. ಮದುವೆಯ ಓಡಾಟ ನನ್ನದೇ. ನಿಮ್ಮಪ್ಪ ನನಗಿಂತ, ನನಗಿಂತ ಏನಿಲ್ಲ, ನನ್ನಷ್ಟೇ ವಯಸ್ಸು. ನಿಮ್ಮಮ್ಮ ಅವಳ ನಾಲ್ಕು ತಂಗಿಯರು ಪೌರವಂಶದವರು. ಉಳಿದ ಏಳು ಜನ ಹೆಂಡಿರು ಉಗ್ರಸೇನನ ತಮ್ಮ ದೇವಲನ ಹೆಣ್ಣುಮಕ್ಕಳು. ಇನ್ನುಳಿದ ಇಬ್ಬರು ದಾಸಿಯರು. ಒಟ್ಟು ಹದಿನಾಲ್ಕು ಹೆಂಡಿರು. ಬೇಕಾದರೆ ಅವರೆಲ್ಲರ ಹೆಸರನ್ನೂ ಸರಿಯಾಗಿ ಚಟಚಟನೆ ಹೇಳಬಲ್ಲೆ. ನಿನಗೆ ಕ್ರಮವಾಗಿ ನೆನಪಿದೆಯೆ ನಿನ್ನ ತಾಯಂದಿರ ಹೆಸರುಗಳು?'

ಬಲರಾಮ ಮನಸ್ಸಿನಲ್ಲೇ ಜ್ಞಾಪಿಸಿಕೊಂಡ. ಆದರೆ ಚಟಚಟನೆ ಬರಲಿಲ್ಲ. ತನ್ನ ತಾಯಿ ರೋಹಿಣಿ. ಅನಂತರ ಇಂದಿರಾ ಆಮೇಲೆ ವೈಶಾಖಿ, ಭದ್ರಾ, ಕೊನೆಗೆ, ಕೊನೆಗೆ ಏನು ಹೆಸರು, ಸುನಾಮ್ನೀ. ಉಳಿದವರು. ಅವರಲ್ಲಿ ತಕ್ಷಣ ಸರಿಯಾಗಿ ನೆನಪು ಹತ್ತುತ್ತಿಲ್ಲವೆಂದು ಒಳಗೇ ಹೆಣಗುತ್ತಿರುವಾಗ ಸತ್ಯಕ ಬಡಬಡನೆ ಹೇಳಿಬಿಟ್ಟ: 'ರೋಹಿಣಿ, ಇಂದಿರಾ, ವೈಶಾಖೀ, ಭದ್ರಾ, ಸುನಾಮ್ನೀ, ಸಹದೇವಿ, ಶಾಂತಿದೇವಿ, ಶ್ರೀದೇವಿ, ದೇವರಕ್ಷಿತೆ, ವೃಕದೇವಿ, ಉಪದೇವಿ, ದೇವಕಿ, ಮತ್ತು ಸುತನು. ವಡವಾ ಇಬ್ಬರು ದಾಸಿಯರು. ಬಲರಾಮ ನೋಡು, ಸ್ವಂತ ತಾಯಿಯರ ಹೆಸರೇ ನೆನಪಿಲ್ಲವಲ್ಲ ನಿನಗೆ. ಇದು ಗೌರವದ ಮಾತಂತೂ ಅಲ್ಲ.'

ಬಲರಾಮನಿಗೆ ಅವಮಾನವೆನಿಸಿತು. ಸಿಟ್ಟೂ ಬಂತು. 'ಅಣ್ಣ ಸತ್ಯಕ, ಇಷ್ಟೊಂದು ಹೆಂಡಿರನ್ನು ಯಾಕೆ ಮಾಡಿಕೊಳ್ಳಬೇಕು? ಏಳು ಜನ ಸೋದರಿಯರಿದ್ದರೆ ಏಳು ಜನರನ್ನು ಒಬ್ಬನೇ ಯಾಕೆ ಕಟ್ಟಿಕೊಬೇಕು? ಅವರ ಹೆಸರನ್ನೆಲ್ಲ ಜ್ಞಾಪಕದಲ್ಲಿಟ್ಟುಕೊಳ್ಳುವುದು ಮಕ್ಕಳಿಗಾದರೂ ಕಷ್ಟ, ತನಗೂ ಕಷ್ಟ ಅಂತ ತಿಳಿದಿರಬೇಡವೆ?'

ಬಲರಾಮ ಈ ಮಾತನ್ನು ತಮಾಷೆಗೆ ಹೇಳಿದನೋ ವ್ಯಂಗ್ಯವಾಗಿ ಅಂದನೋ ಸತ್ಯಕ ಗಮನಿಸಲಿಲ್ಲ. ತಾನು ಚಟಚಟನೆ ಹದಿನಾಲ್ಕು ಹೆಸರುಗಳನ್ನು ಹೇಳಿ ಗೆದ್ದ ಹಿಗ್ಗಿನಲ್ಲಿದ್ದ. ಈ ಆನರ್ತದೇಶದಲ್ಲಿ ನೆಲಸಿರುವ ಯಾದವರಲ್ಲಿ ಯಾರುಯಾರಿಗೆ ಎಷ್ಟು ಎಷ್ಟು ಹೆಂಡಿರು, ಅವರಲ್ಲಿ ಯಾವಯಾವಳಿಗೆ ಎಷ್ಟು ಮಕ್ಕಳು ಎಂಬ ಲೆಕ್ಕವನ್ನೆಲ್ಲ ನಾಲಗೆಯ ತುದಿಯಲ್ಲಿ ಹೇಳುವ ತಿಳಿವಳಿಕೆ ತನ್ನದೆಂಬ ಹೆಮ್ಮೆ ಅವನಿಗೆ ಯಾವಾಗಲೂ ಇತ್ತು. ಆದರೆ ಬಲರಾಮನ ಮಾತಿನ ರುಚಿಯನ್ನು ಬದಲಾಯಿಸಬೇಕೆಂದು ಯುಯುಧಾನ ಪ್ರವೇಶಿಸಿದ: 'ಅಪ್ಪ, ಬಲರಾಮನಿಗೆ ಎಷ್ಟು ವರ್ಷ ಅಂತ ಹೇಳಲೇ ಇಲ್ಲ ನೀನು.'

'ಅವನಿಗೇ? ಈಗ ಹೇಳ್ತೀನಿ ತಾಳು. ನನ್ನ ಹದಿನೇಳರಲ್ಲಿ ಇವನ ಅಮ್ಮನ ಮದುವೆ. ಮದುವೆಯಾದ ವರ್ಷದೊಳಗೇ ಇವನು ಹುಟ್ಟಿದ್ದು. ಹಿರೀಮಗ. ಅಂದರೆ ನನಗಿಂತ ಹದಿನೆಂಟು ವರ್ಷಕ್ಕೆ ಚಿಕ್ಕವನು ಅಂದರೆ ಲೆಕ್ಕ ಹಾಕಿಕೊ, ಅರವತ್ತೆರಡು.'

'ಹಲ್ಲು ಬೀಳುವ ವಯಸ್ಸೇ ಅಲ್ಲವೆ?'

'ಅಣ್ಣ, ದುರ್ಯೋಧನ ಬಂದಿದಾನೆ ಹಸ್ತಿನಾವತಿಯಿಂದ. ಭೀಷ್ಮನಿಗೆ ನೂರ ಇಪ್ಪತ್ತಂತೆ. ಒಂದು ಹಲ್ಲೂ ಬಿದ್ದಿಲ್ಲವಂತೆ. ಎಂಥಾ ಗಟ್ಟಿ ರೊಟ್ಟಿಯನ್ನಾದರೂ ಕಟಂ ಅಂತ ಕಡಿದು ತುಂಡು ಮಾಡುತ್ತಾನಂತೆ. ಧರ್ಮವಾಗಿರುವವರಿಗೆ ಹಲ್ಲು ಬೀಳುವುದೇ ಇಲ್ಲವಂತೆ.'

ಎಂದು ಬಲರಾಮ ಹೇಳುತ್ತಿರುವಾಗಲೇ, ಸತ್ಯಕ ತಕ್ಷಣ ಕೇಳಿಬಿಟ್ಟ: 'ಅಂದರೆ ಹಲ್ಲೆಲ್ಲ ಉದುರಿರುವ ನಾನು ಅಧರ್ಮಿ ಅಂತಲೇ ನಿನ್ನ ಅರ್ಥ?'

'ಹಾಗನ್ನಲಿಲ್ಲ. ಶುದ್ಧ ಬ್ರಹ್ಮಚಾರಿಗೆ ಹಲ್ಲು ಬೀಳುವುದೇ ಇಲ್ಲ ಅನ್ನುವುದಕ್ಕೆ ಹೋಗಿ ಏನೋ ಹೇಳಿದೆ. ಶರೀರಶಕ್ತಿಯಂತೂ ಗಟ್ಟಿಯೇ. ಹದಿನಾಲ್ಕು ಹೆಂಡಿರನ್ನು ಕಟ್ಟಿಕೊಂಡ ನಮ್ಮಪ್ಪನನ್ನು ನೋಡು, ಸಾಯುವ ಹೆಣದ ಹಾಗೆ ಹಾಸಿಗೆ ಹಿಡಿದು ಎಷ್ಟು ವರ್ಷವಾಯಿತು!'

ಈ ಮಾತಿನ ರುಚಿಯು ಸತ್ಯಕನಿಗೂ ಹಿಡಿಸಲಿಲ್ಲ. ಯುಯುಧಾನನಿಗೂ ಹಿಡಿಸಲಿಲ್ಲ. ಬಲರಾಮನು ದುರ್ಯೋಧನನ ವಿಷಯದಲ್ಲಿ ತನ್ನೊಡನೆ ಮಾತನಾಡಲು ಬಂದಿದ್ದಾನೆಂದು ಈಗ ಯುಯುಧಾನನಿಗೆ ಅರ್ಥವಾಯಿತು. ವಿಧ್ಯುಕ್ತವಾಗಿ ಪಟ್ಟಾಭಿಷೇಕವಾಗದಿದ್ದರೂ ಆನರ್ತದ ಯಾದವರಿಗೆಲ್ಲ ತಾನೇ ರಾಜನೆಂದು ಬಲರಾಮ ಭಾವಿಸಿದ್ದ. ಬೇಕಾದಾಗ ತನಗೆ ಹೇಳಿ ಕಳಿಸುತ್ತಿದ್ದ. ಈಗ ಸ್ವತಃ ಬಂದಿದ್ದಾನೆ. ಅದರ ಕಾರಣ, ಹಿನ್ನೆಲೆ, ಎಲ್ಲವೂ ಯುಯುಧಾನನಿಗೆ ಹೊಳೆಯಿತು. ದುರ್ಯೋಧನನ ಪಕ್ಷ ವಹಿಸುವ ಮನಸ್ಸಿರಬಹುದು. ಕೃಷ್ಣ ಊರಿನಲ್ಲಿಲ್ಲ. ಅವನ ಸ್ನೇಹಿತನಾದ ನನ್ನನ್ನು ಕೇಳಿದ ಶಾಸ್ತ್ರ ಮಾಡಿಯೋ ಅಥವಾ ನನ್ನನ್ನೇ ಕೃಷ್ಣನಿಂದ ಬಿಡಿಸಿ ತನ್ನ ಕಡೆ ಎಳೆದುಕೊಳ್ಳುವುದೋ ಅವನ ಉದ್ದೇಶವಿರಬಹುದು. ಮಾತಿನಲ್ಲಿ ತಾನು ಎಂದಿಗೂ ಬಲರಾಮನಿಗೆ ಸೋಲುವುದಿಲ್ಲ. ಚಾಕಚಕ್ಯದ ಮಾತು

ತನಗೆ ಬರುತ್ತದೆಂದು ಅವನೂ ಭಾವಿಸಿಲ್ಲ. ಆದ್ದರಿಂದ ನೇರವಾಗಿ ವಿಷಯ ಪ್ರಸ್ತಾಪಿಸಿ ಮುಗಿಸುವುದೇ ಸರಿ ಎಂದು ಕೇಳಿದ: 'ಇದೇನು ಅಪೂರ್ವಕ್ಕೆ ಇಷ್ಟು ಹೊತ್ತಿನಲ್ಲಿ ಬಂದೆ?'

ತನ್ನ ಅಪ್ಪನ ಬಗೆಗೆ ಕಟುವಾಗಿ ಆಡಿದ್ದಕ್ಕೆ ಅವನಲ್ಲೂ ಪೆಚ್ಚಿನ ಅರಿವು ಹುಟ್ಟುತ್ತಿತ್ತು. ಅದನ್ನು ಗಮನಿಸದೆ ಇವನು ಕೇಳಿದ ಮಾತಿನಿಂದ ಹಗುರವಾದಂತಾಗಿ, 'ಸಮುದ್ರದ ಕಡೆ ಹೋಗಿ ಬರೋಣ ಅಂತ ಹೊರಟೆ. ಒಂದೊಂದು ದಿನ ಬೆಳದಿಂಗಳಿದ್ದರೆ ರಾತ್ರಿಯಲ್ಲೇ ವ್ಯಾಪಾರದ ದೋಣಿಗಳು ಬಂದುಬಿಡುತ್ತವೆ. ಆಗಾಗ್ಗೆ ಹೋಗಿ ನೋಡಿ ಭಯ ಹುಟ್ಟಿಸದಿದ್ದರೆ ವಾಹಕರು ಕದಿಯದೆ ಬಿಡುತ್ತಾರೆಯೆ? ಬಾ, ಹೋಗಿ ನೋಡಿ ಬರೋಣ.'

ಇಬ್ಬರೂ ಜೊತೆಯಲ್ಲಿ ನಡೆದರು. ದೋಣಿ ನಿಲ್ಲುವ ಗಟ್ಟಿ ಮೂಲೆಗೆ ಹೋಗದೆ ಎಡಕ್ಕೆ ತಿರುಗಿ ಮರಳ ತಡಿಯಲ್ಲಿ ಬೆಳೆದಿದ್ದ ಜಾಲಿಗಿಡಗಳ ಗುಂಪಿನ ಕಡೆಗೆ ಸಾಗಿದನಂತರ ಬಲರಾಮ, 'ಇಲ್ಲಿ ಕೂಡುವ' ಎಂದ. ಎದುರಿಗೆ ಅಲೆಗಳು. ಬಿಳಿಯ ನೊರೆ. ಕ್ರಮವಾಗಿ ಹುಟ್ಟಿ ಒಡೆದು ಹುಡಿ ಹಿಟ್ಟಾಗುವ ಸದ್ದು.

'ದೋಣಿ ಬರುತ್ತವೆ ಅಂದೆ.'

'ಬಂದಾಗ ಕಾಣುತ್ತವೆ. ಒಂದಿಷ್ಟು ಮಾತಾಡಬೇಕು ಕೂಡು,' ಬಲರಾಮ ಯುಯುಧಾನನ ಹೆಗಲ ಮೇಲೆ ಕೈಹಾಕಿ ಕೂರಿಸಿದ. ತಾನು ಕುಳಿತ ನಂತರ ನೋಯುವ ದವಡೆಯ ಕೀಲಿನ ಮೇಲ್ಭಾಗವನ್ನು ಬೆರಳಿನಿಂದ ಸವರಿಕೊಳ್ಳತೊಡಗಿದ. ಅಲೆಗಳು ಹತ್ತಿಪ್ಪತ್ತು ಬಾರಿ ಹೊಡೆದು ಕರಗಿಹೋದರೂ ಅವನ ಮನಸ್ಸು ನೋವಿನ ಕಡೆಗೇ ಇತ್ತು; ಅಥವಾ ಮಾತು ಶುರು ಮಾಡುವ ರೀತಿ ತಿಳಿಯದೆ ನೋವಿಗೆ ಅಂಟಿಕೊಂಡಿತ್ತು.

'ದುರ್ಯೋಧನ ಬಂದಿರುವುದು ತನ್ನ ಪಕ್ಷ ವಹಿಸಿ ಅಂತ ಕೇಳುವುದಕ್ಕೊ?' ಯುಯುಧಾನನೇ ಸಂದು ತೋರಿಸಿದ.

'ಸಾತ್ಯಕಿ, ಈ ವಿಚಾರದಲ್ಲಿ ಯಾದವರು ಒಮ್ಮತದಿಂದ ತೀರ್ಮಾನಿಸಬೇಕು ಅಂತ ನನ್ನ ಅಪೇಕ್ಷೆ. ಯಾದವರು ಯಾವತ್ತೂ ನ್ಯಾಯ ಬಿಟ್ಟವರಲ್ಲ. ಬಂಧುಬಾಂಧವರು ಅನ್ನುವ ಮಮಕಾರವಿಲ್ಲದೆ ನ್ಯಾಯದ ಕಡೆಗಿರಬೇಕು. ನಾನು, ನೀನು, ಕೃತವರ್ಮ ಮೂರು ಜನ ಕೂಡಿ ನಿಶ್ಚಯಿಸಿದನಂತರ ದುರ್ಯೋಧನನಿಗೆ ಮಾತು ಕೊಟ್ಟು ಕಳಿಸೋಣ. ಅಲ್ಲವೆ?'

'ಕೃಷ್ಣ?'

'ಊರಿನಲ್ಲೇ ಇರದೆ ಸದಾ ಅಲ್ಲಿ ಇಲ್ಲಿ ತಿರುಗುವ ಅವನದು ಯಾವ ನೆಚ್ಚಿಕೆ? ಈಗ ಸ್ವಂತ ಬುದ್ಧಿ ಕಳಕೊಂಡಿದಾನೆ. ಹೆಂಡತಿಯರ ಮಾತು ಕೇಳಿ ನಡೆಯುವ ಮನುಷ್ಯ ನ್ಯಾಯವಾಗಿ ರಾಜಕಾರಣದ ವಿಷಯ ತೀರ್ಮಾನಿಸುಕ್ಕೆ ಆಗುತ್ತೆಯೆ?'

ಬಲರಾಮನ ಮನಸ್ಸಿನ ಒಳಗು ಸಾತ್ಯಕಿಗೆ ಈಗಾಗಲೇ ತಿಳಿದುಬಿಟ್ಟಿತು. ಈ ಮಹತ್ತ್ವದ ನಿಶ್ಚಯವನ್ನು ಕೃಷ್ಣನನ್ನು ಬಿಟ್ಟು ಮಾಡಬೇಕು. ಮಾಡುವುದೇನು, ಅವನ ಮಟ್ಟಿಗೆ ಮಾಡಿಯೇ ಇದ್ದಾನೆ. ದುರ್ಯೋಧನನಿಗೆ ಮಾತು ಕೊಟ್ಟೇ ಇದ್ದಾನೆ. ಕೃತವರ್ಮ ಯಾವಾಗಲೂ ಬಲರಾಮನ ಕಡೆಯೇ. ಕೃಷ್ಣನ ಸಮೀಪವರ್ತಿಯಾದ ತನ್ನನ್ನು ಒಲಿಸಿಕೊಳ್ಳಲು ಈಗ

ಬಂದಿದ್ದಾನೆ. ಹೆಂಡತಿಯರ ಮಾತು ಕೇಳುವವನು ಎಂದು ಕೃಷ್ಣನನ್ನು ಆರೋಪಿಸುವ ಹಿನ್ನೆಲೆ ತಕ್ಷಣ ನೆನಪಿಗೆ ಬಂತು. ಇದರಲ್ಲಿ ಕೃಷ್ಣನ ತಪ್ಪೇನು? ವಾಸ್ತವವಾಗಿ ರುಕ್ಮಿಣಿಯೊಡನೆ ನಡೆದ ವೈಮನಸ್ಯದ ಮಾತು. ಕೃಷ್ಣ ಹೆಂಡತಿಯ ಪರವೂ ವಹಿಸಲಿಲ್ಲ. ಅಣ್ಣನ ಪರವೂ ನಿಲ್ಲಲಿಲ್ಲ. ಅವನಾದರೂ ಏನು ಮಾಡಿಯಾನು? ಹೆಂಡತಿಯ ಅಣ್ಣ ರುಕ್ಮಿಗೂ ಅವನಿಗೂ ಮೊದಲಿನಿಂದ ಸ್ನೇಹವಿರಲಿಲ್ಲ. ಸ್ನೇಹ ಬೆಳೆಯುವುದಾದರೂ ಹೇಗೆ, ಮದುವೆಯ ಕಾಲದಲ್ಲಿ ಹೋಗಿ ರುಕ್ಮಿಣಿಯನ್ನು ಹೊತ್ತು ತಂದಾಗ ಆ ಕೃಷ್ಣನನ್ನು ಕೊಲ್ಲದೆ ಪುರಪ್ರವೇಶ ಮಾಡುವುದಿಲ್ಲ ಎಂದು ಜೀವದ ಮೇಲೆ ಆಣೆ ಹಾಕಿ ಕೃಷ್ಣನಿಂದ ಸೋತು ಅದರಂತೆ ಬೇರೆ ಊರು ಕಟ್ಟಿಕೊಂಡು ಸಾಯುವವರೆಗೂ ಅಲ್ಲೇ ಇದ್ದವ. ಅಪ್ಪನ ಊರಿಗೆ ಒಮ್ಮೆಯೂ ಹೋಗಲಿಲ್ಲ. ಹೊತ್ತುಕೊಂಡು ಹೋಗಿ ಮದುವೆಯಾಗುವುದೂ ಕ್ಷತ್ರಿಯ ವಿವಾಹದ ಒಂದು ರೀತಿಯಾಗಿರುವಾಗ ಮದುವೆಯಾದ ನಂತರ ನಂಟಸ್ತಿಕೆ ಮಾಡುವುದು ಬಿಟ್ಟು ತಮಗೆ ಅವಮಾನವಾಯಿತೆಂಬ ಹಟವನ್ನೇ ಇಟ್ಟುಕೊಂಡ ಮೂರ್ಖ. ತಂಗಿಯ ಮನೆಗೆ ಬರಲಿಲ್ಲ. ಭಾವನನ್ನು ಮಾತನಾಡಿಸಲಿಲ್ಲ. ಜರಾಸಂಧನ ಗುಂಪಿಗೆ ಸೇರಿ ತಾನು ನಿಶ್ಚಯಿಸಿದಂತೆ ತಂಗಿ ಶಿಶುಪಾಲನಿಗೆ ಸೇರಬೇಕೆಂದು ಬಯಸಿದ್ದ. ಕೃಷ್ಣನು ಜರಾಸಂಧನನ್ನು ಕೊಲ್ಲಿಸಿ, ಸ್ವತಃ ತಾನೇ ಶಿಶುಪಾಲನನ್ನು ಮುಗಿಸಿದರೂ ರುಕ್ಮಿಯ ದ್ವೇಷ ಆರಲಿಲ್ಲ. ಇನ್ನೂ ಹೆಚ್ಚಾಯಿತು. ಒಮ್ಮೆಯೂ ತಂಗಿಯನ್ನು ಕರೆದು ಕಳಿಸಿ ಮಾಡಲಿಲ್ಲ. ಅವಳ ಮುಖ ನೋಡಲಿಲ್ಲ. ಅವಳ ಮುಖದರ್ಶನ ಮಾಡಿದರೆ ನನಗೂ ನಿನಗೂ ಪಿತೃಪುತ್ರಸಂಬಂಧವಿರುವುದಿಲ್ಲವೆಂದು ಅಪ್ಪನಿಗೂ ಬೆದರಿಕೆ ಹಾಕಿ ರುಕ್ಮಿಣಿಗೆ ತೌರನ್ನು ಸಂಪೂರ್ಣವಾಗಿ ತೊರೆಸಿದ ಹಟಮಾರಿ. ಎಷ್ಟು ವರ್ಷ ಕಳೆದರೂ ಹೆಂಗಸರಿಗೆ ತೌರಿನ ಕರುಳು ಬತ್ತಿಹೋಗುತ್ತೆಯೆ? ಅವನು ಬರದಿದ್ದರೂ ಚಿಂತೆಯಿಲ್ಲ ತಾನೇ ಹೋಗಿ ಅವನ ಮನ ಒಲಿಸಿ ತೌರಿನ ಸಂಬಂಧ ಮತ್ತೆ ಚಿಗುರಿಸಲೇಬೇಕು ಅಂತ ರುಕ್ಮಿಣಿ ನಿಶ್ಚಯಿಸಿದರೆ ಕೃಷ್ಣ ಹೇಗೆ ಬೇಡ ಅನ್ನಬಹುದು? ಹತ್ತು ಗಂಡುಮಕ್ಕಳು ಮೇಲೆ ಒಬ್ಬ ಹೆಣ್ಣುಮಗಳಾಯಿ. ಮೊದಲ ಮೂರು ಮಕ್ಕಳಿಗೆ ಮದುವೆಯಾಗಿತ್ತು. 'ಅಭಿಮಾನದ ಹಟ ಬೇಡ. ನಾನೇ ಹೋಗಿಬರ್ತೀನಿ. ಕಳಿಸು' ಅಂತ ಗಂಡನ ಹತ್ತಿರ ಕಣ್ಣೀರು ಹಾಕಿದರೆ ಹ್ಯಾಗೆ ಬೇಡ ಅನ್ನಬೇಕು? ಅವಳ ಅಣ್ಣನ ಹಾಗೆ ಕೃಷ್ಣನದು ಮೂರ್ಖಹಟದ ಸ್ವಭಾವವೂ ಅಲ್ಲ. ಆಗಲಿ ಹೋಗಿ ಬಾ ಅಂತ ಕಳಿಸಿದ. ಪ್ರಾಯಕ್ಕೆ ಬಂದಿದ್ದ ನಾಲ್ಕನೆಯ ಮಗ ಪ್ರದ್ಯುಮ್ನ, ಜೊತೆಗೆ ಬೆಂಗಾವಲಿನವರನ್ನು ಕರೆದುಕೊಂಡು ತಾನೇ ಹೋದಳು. ರುಕ್ಮಿ ಹಟಮಾಡಿದನಂತೆ. ಮಾಡುವಂಥವನೇ. ಮದುವೆಯಾದ ಇಪ್ಪತ್ತಾರು ಇಪ್ಪತ್ತೇಳು ವರ್ಷದನಂತರ ತಾನಾಗಿಯೇ ಮನೆಗೆ ಬಂದ ತಂಗಿಯನ್ನು ಮಾತನಾಡಿಸಲಿಲ್ಲವಂತೆ. ಆದರೆ ಅವನ ಹೆಂಡತಿಯೇ ಬೈದು ಬುದ್ಧಿ ಹೇಳಿದ ಮೇಲೆ ಎದುರಿಗೆ ಬಂದು ನಿಂತ. ಪಾದದ ಮೇಲೆ ತಂಗಿಯ ಬೆರಳಿನ ಜೊತೆಗೆ ಕಣ್ಣೀರೂ ಬಿತ್ತು. ಅಣ್ಣನ ಕಣ್ಣೀರು ತಂಗಿಯ ತಲೆಯ ಮೇಲೆ ಹನಿಯಿತು. ರುಕ್ಮಿಣಿಯ ಸ್ವಭಾವವೇ ಅಂಥದು. ಬರೀ ರೂಪಸ್ಥೆಯಲ್ಲ. ತಾಳ್ಮೆ ಶಾಂತಿ ಅಂತಃಕರಣ. ಅಣ್ಣ ಅನ್ನುವ ಕರುಳಿನಿಂದಲ್ಲವೆ ತನ್ನ ಹರಣವನ್ನು ತಡೆಗಟ್ಟಿದ ರುಕ್ಮಿಯನ್ನು ಕೃಷ್ಣನು ಕೊಲ್ಲಲುದ್ಯುಕ್ತನಾದಾಗ ಅವನನ್ನು ಬೇಡಿ ಉಳಿಸಿದುದು? ಹದಿನಾರು

ವರ್ಷದ ನಾನೇ ಇದ್ದೆನಲ್ಲ ಕೃಷ್ಣನ ರಥ ನಡೆಸುತ್ತಾ, ಸ್ವಂತ ಕಣ್ಣಿನಿಂದ ನೋಡಿದ ಮಾತು. ಛಲವು ಒಂದು ಭಾಗದಿಂದ ಕಣ್ಣೀರಾಗಿ ಕರಗಲು ಶುರುವಾದರೆ ಶೇಷ ಉಳಿಯುವುದು ಸಾಧ್ಯವೇ, ಅದೂ ರುಕ್ಮಿಣಿಯ ಅಂತಃಕರಣದ ಮುಂದೆ? ಮೂರು ತಿಂಗಳು ತಂಗಿಯನ್ನು ವಾಪಸು ಬಿಡಲಿಲ್ಲ. ಕಳಿಸಲು ಅವನೇ ಬಂದಿದ್ದನಲ್ಲ ದ್ವಾರಕೆಗೆ ಮೊಟ್ಟಮೊದಲ ಬಾರಿಗೆ. 'ಅಣ್ಣ, ಶುಭಾಂಗಿಯನ್ನು ನೀನೇ ನನ್ನ ಮಗ ಪ್ರದ್ಯುಮ್ನನಿಗೆ ಮದುವೆ ಮಾಡಿಕೊಡು. ನಿಜವಾಗಿಯೂ ನಿನ್ನ ಸಿಟ್ಟು ಪೂರ್ತಿ ಹೊಗಿರುವ ಗುರುತಾಗಿ. ಆದರೆ ನಿನ್ನ ಮಗಳಷ್ಟು ಸುಂದರನಲ್ಲ ನನ್ನ ಈ ನಾಲ್ಕನೆಯ ಮಗ. ವಿದರ್ಭದವರು ತುಂಬ ಕೆಂಪು ಬಣ್ಣದವರು ಅಂತ ಪ್ರಸಿದ್ಧಿ. ಪ್ರದ್ಯುಮ್ನ ಸ್ವಲ್ಪ ಅವರಪ್ಪನ ಥರ.' ಎಂದು ನಕ್ಕಳಂತೆ ಕೃಷ್ಣನ ಎದುರಿಗೇ.

'ರುಕ್ಮಿಣಿ, ನೀನು ಕೇಳಿದ್ದೇನೋ ಸರಿ. ಆದರೆ ಒಳಗೇ ಪ್ರದ್ಯುಮ್ನ ಶುಭಾಂಗಿಯರು ಸಂಚು ಹೂಡಿರುವಂತೆ ಕಾಣುತ್ತೆ,' ಕೃಷ್ಣ ಬಾಯಿ ಹಾಕಿದನಂತೆ.

'ಅಮ್ಮನ ಜೊತೆ ಹೋದವನು ಸುಮ್ಮನೆ ಕೂತಿರಬೇಡ, ಮಾವನ ಮಗಳನ್ನು ಹೊತ್ತು ಕೊಂಡೇ ಬಂದುಬಿಡು ಅಂತ ನೀನು ತರಬೇತಿ ಕೊಟ್ಟು ಕಳಿಸಿರಲಿಲ್ಲ ತಾನೆ?'

ರುಕ್ಮಿಣಿ ಗಂಡನನ್ನು ಚುಚ್ಚಿದಳಂತೆ. ಯುಯುಧಾನನ ಮನಸ್ಸು ನೆನಸಿಕೊಳ್ಳುತ್ತಿರುವಾಗ ಬಲರಾಮ ಮತ್ತೆ ಅದೇ ಮಾತನಾಡಿದ. 'ಮನುಷ್ಯನಿಗೆ ಹೆಂಡತಿ ಹೆಚ್ಚೋ ಅಣ್ಣ ಹೆಚ್ಚೋ? ಈ ಆರ್ಯಧರ್ಮವನ್ನು ಮರೆತವನು ರಾಜಕಾರಣದಲ್ಲೂ ಹೆಂಗಸರ ಜಗಳ ಬೆರೆಸುತಾನೆ. ಅಲ್ಲವೆ?' ಎಂದವನೇ, 'ಸ್, ಹಾ, ಸ್ವಲ್ಪ ನಾಲಗೆ ತಗುಲಿದರೆ ಸಾಕು ಏನು ನೋವು ಅಂತ.' ಎಂದು ಬೆರಳುಗಳಿಂದ ಎಡದವಡೆಯ ಕೆನ್ನೆಯನ್ನು ಸವರಿಕೊಳ್ಳತೊಡಗಿದ.

ಯುಯುಧಾನ ಉತ್ತರ ಹೇಳಲಿಲ್ಲ. ತಾನೇ ನೋಡಿದ ದೃಶ್ಯ ಸ್ಪಷ್ಟವಾಗಿ ಎದುರು ನಿಂತಿತು. ತನ್ನ ಊರಿಗೆ ಹಿಂತಿರುಗುವುದಿಲ್ಲವೆಂದು ಹಟ ಮಾಡಿ ತಾನೇ ಹೊಸದಾಗಿ ನಿರ್ಮಿಸಿದ ಭೋಜಕಟಕದ ಅರಮನೆಯಲ್ಲಿ ಅದ್ಧೂರಿಯ ಮದುವೆಯಾದ ಮರುದಿನ ಸಭಾಭವನದಲ್ಲಿ ಜೂಜಾಟ. ರುಕ್ಮಿ, ಬಲರಾಮರು ಎದುರುಬದುರು ಕೂತು ಪಗಡೆಯ ದಾಳಗಳನ್ನೆಸೆಯುತ್ತಾ, ಸುತ್ತ ಕೂತು ಆಟ ನೋಡುವ ಇತರ ಆಹ್ವಾನಿತ ರಾಜರು: ಅಶ್ಮಕದೇಶದ ವೇಣು, ಅಕ್ಷ, ಶ್ರುತರ್ವ, ಚಾಣೂರ, ಅಂಶುಮಾನ್, ಕಲಿಂಗದೇಶದ ಜಯತ್ಸೇನ. ಈ ಬಲರಾಮನಿಗೆ ನೆಟ್ಟಗೆ ಆಟ ಬರದು. ಜೂಜಿನಲ್ಲಿ ನಿಪುಣತೆ ಬರಬೇಕಾದರೂ ಚುರುಕು ಬುದ್ಧಿ ಬೇಕು. ಮಗ್ನತೆ ಬೇಕು. ಆಡಿ ಆಡಿ ಅಭ್ಯಾಸ ಬೇಕು. ಸಮುದ್ರದ ವ್ಯಾಪಾರ ಮಾಡಿ ಶ್ರೀಮಂತರಾಗಿದೀವಿ ಅನ್ನುವ ಎಡ್ಡಂದಡ್ಡಂ ಗತ್ತು ಇದ್ದುಬಿಟ್ಟರೆ ಆಡಿ ಆಡಿ ಹಣ ಸುರಿದು ಹರಿಸಬಹುದು. ಗೆಲ್ಲುಕ್ಕೆ ಸಾಧ್ಯವೆ? ಮದುವೆಯ ದಿಬ್ಬಣಕ್ಕೆ ತಂದಿದ್ದ ಆನೆ ಕುದುರೆ ರಥ ಚಿನ್ನ ಮೈಮೇಲಿನ ಒಡವೆ ವಸ್ತ್ರಗಳನ್ನೆಲ್ಲಾ ಒಂದೊಂದಾಗಿ, ಒಂದಕ್ಕೆ ನಾಲ್ಕಾಗಿ ಎಂಟಾಗಿ ಇಟ್ಟು ಕಳೆದು ಅನಂತರ ಜಗಳ ತೆಗೆಯಬಹುದೆ? 'ಆಟಕ್ಕೆ ಕೂತ ಮೇಲೆ ಪೂರ್ತಿ ಆಡು. ಸೋತೆ ಅಂತ ಜಗಳ ಯಾಕೆ ಎಬ್ಬಿಸ್‌ತೀಯ? ಬೇಕಾದರೆ ಸಾಲ ತಗೊ ನನ್ನ ಹತ್ತಿರ ಅಥವಾ ಇಲ್ಲಿರುವ ಬೇರೆ ರಾಜರುಗಳ ಹತ್ತಿರ.' ರುಕ್ಮಿ ಕೂಡ ಹೀಗೆ ಅನ್ನಬಾರದಾಗಿತ್ತು ಹೊಸದಾಗಿ ಬೀಗನಾದ ಇವನೊಡನೆ. ಸುತ್ತ ಕೂತಿದ್ದ ರಾಜರು

ಗಳೆಲ್ಲ ಗೊಳ್ಳ್ ಎಂದು ನಕ್ಕು ಚಪ್ಪಾಳೆ ಹೊಡೆದು ಮದುವೆಯ ಸಮಾರಂಭಕ್ಕೆಂದು ವಿಶೇಷವಾಗಿ ಇಳಿಸಿದ್ದ ಉಗನಿ ಹೆಂಡಕ್ಕೆ ಅರಮನೆಯಲ್ಲಿ ಬಟ್ಟಿ ಇಳಿಸಿದುದನ್ನೂ ಸೇರಿಸಿ, ಮದುವೆಯಂಥ ಸಮಾರಂಭಕ್ಕೆ ದೂರದೂರದಿಂದ ಬರುವುದೇ ಕುಡಿತ, ಜೂಜಿಗಾಗಿಯೆ? 'ಏಯ್, ರುಕ್ಮಿ, ಯಾಯಾರ ಹತ್ತಿರ ಅಂತ ಮಾತಾಡ್ತಿದೀಯ? ಸಮುದ್ರದ ರ‍್ರಾರ‍್ರಾಜ ನಾನು.' ಬಲರಾಮನಿಗೆ ಅಮಲೇರಿದಾಗಲೂ ಮಾತು ಉಗ್ಗುತ್ತೆ, ಸಿಟ್ಟೇರಿದಾಗಲೂ ಉಗ್ಗುತ್ತೆ. ರುಕ್ಮಿ ಇವನಷ್ಟು ಕುಡಿದಿರಲಿಲ್ಲ. ಅವನಾದರೂ ಸುಮ್ಮನಾಗಬಹುದಿತ್ತು. ಕೃಷ್ಣ ಹೇಳುವುದು ನಿಜ, ದ್ಯೂತಸ್ಥಾನದಲ್ಲಿ ಕುಳಿತಾಗ ಕುಡಿದಾಗಿಗಿಂತ ಹೆಚ್ಚು ಪ್ರಮಾಣದಲ್ಲಿ ವಿವೇಕ ಹಾರಿ ಹೋಗಿರುತ್ತೆ. ಸ್ಥಾನಮಹಿಮೆ ಅದು. 'ಆಟ ಬರದ ಹುಂಬ. ಕ್ಷತ್ರಿಯನಾಗಿ ನೆಟ್ಟಗೆ ಪಗಡೆ ಎಸೆಯುವುದು ಕಲಿತಿಲ್ಲ. ದ್ವಾರಕೆಯ ಯಾದವರು ಆರ್ಯರೇ ಅಲ್ಲ,' ರುಕ್ಮಿ ಅಂದದ್ದೇ ತಡ, ಸಿಟ್ಟಿನಲ್ಲಿ ಇವನ ಕಣ್ಣುಗಳು ಎಷ್ಟು ಕೆಂಪಾಗುತ್ತವೆ, ಕುಳಿತಲ್ಲಿಂದ ಒಂದೇ ನೆಗೆತಕ್ಕೆ ರುಕ್ಮಿಯ ಮೇಲೆ ಕುಪ್ಪಳಿಸಿ ಹುಲಿಯಂತೆ ಅವನ ಕುತ್ತಿಗೆ ಹಿಡಿದು, ಏನಾಯಿತೆಂದು ಉಳಿದವರಿಗೆ ತಿಳಿಯುವ ಮೊದಲೇ ಅವನ ಕುತ್ತಿಗೆ ಮುರಿದು ಸಾಯಿಸಿ ಅಬ್ಬರಿಸಿ ನಿಂತ ಇವನನ್ನು ಕಂಡು ವೇಣು ಅಕ್ಷ ಶ್ರುತರ್ವ ಚಾಣೂರ ಅಂಶುಮಾನ್ ಜಯತ್ಸೇನನಾದಿಗಳೆಲ್ಲ ಥರಗುಟ್ಟಿ ಮದುವೆಯ ಮನೆಯಲ್ಲಿ ಹೆಣ. ವಧುವಿನ ಅಪ್ಪನನ್ನು ಮಾವನ ಅಣ್ಣನೇ ಹೋಯ್ ಎಂದು ರಾಜಸೇವಕರೆಲ್ಲ ಬಾಯಿ ಬಾಯಿ ಬಡಿದುಕೊಂಡು ಕ್ಷಣಾರ್ಧದಲ್ಲಿ ಹೆದರಿ ಓಡಿದವರೆಷ್ಟು ಓಡಿಬಂದು ರುಕ್ಮಿಯ ಹೆಣದ ಮೇಲೆ ಬಿದ್ದ ಅವನ ಮಕ್ಕಳು ಮೊಮ್ಮಕ್ಕಳು ಹೆಂಡತಿ ಇತರ ಬಂಧುಗಳು. ಒಳಗೆ ರುಕ್ಮಿಣಿಯ ತೌರಿನ ಹೆಂಗಸರು ಮಕ್ಕಳೊಡನೆ ಹಳೆಯ ಸಂಬಂಧದ ಹೊಸ ಸಂಪರ್ಕದ ಕುಶಲಸಂಭಾಷಣೆ ಮಾಡುತ್ತಿದ್ದ ಕೃಷ್ಣೆ ಓಡಿಬಂದು ರುಕ್ಮಿಣಿಯೂ ಓಡಿಬಂದು ಅಣ್ಣನ ಹೆಣದ ತಲೆಯನ್ನು ಎರಡು ಕೈಗಳಿಂದಲೂ ಹಿಡಿದು, ಬಲರಾಮ ಮಾಡಿದ್ದು ತಪ್ಪೆಂದು ಹೇಳುವ ಎದೆ ಯಾರಿಗಿತ್ತು? ರುಕ್ಮಿಣಿಗೆ ಕೂಡ ಅಷ್ಟು ಗಟ್ಟಿಯಾಗಿ ಮಾತನಾಡುವ ಗಂಟಲಿತ್ತೆಂದು ಅದುವರೆಗೆ ಯಾರಿಗೆ ಗೊತ್ತಿತ್ತು?, ಅಳುವನ್ನು ತಟಕ್ಕನೆ ಹತ್ತಿಕ್ಕಿ ಎದ್ದು ನಡೆದು ಬಲರಾಮನ ಎದುರಿಗೆ ನಿಂತು ಎಂತಹ ಬಿರುಸಿನಿಂದ, 'ಎಲವೋ, ಗಂಡನ ಅಣ್ಣ ವಯಸ್ಸಿನಲ್ಲಿ ಹಿರಿಯ ಅಂತ ನಾನು ನಿನಗೆ ಇಷ್ಟು ದಿನ ನಮಸ್ಕಾರ ಮಾಡುತ್ತಿದ್ದೆ. ಇಂತಹ ಚಾಂಡಾಲ ಅಂತ ಗೊತ್ತಿದ್ದರೆ ಆ ಕೆಲಸ ಮಾಡುತ್ತಿರಲಿಲ್ಲ. ಇಷ್ಟು ವರ್ಷ ನಮ್ಮಿಂದ ದೂರವಿದ್ದ ನಮ್ಮಣ್ಣ ತನ್ನ ಪಾಡಿಗೆ ತಾನು ಸುಖವಾಗಿದ್ದ. ನಾನಾಗಿಯೇ ತೌರಿಗೆ ಬಂದು ಅವನ ಮಗಳನ್ನು ಕೇಳಿ ಬಾಂಧವ್ಯ ಸ್ಥಾಪಿಸಿಕೊಂಡ ಮರುದಿನವೇ ಈ ನಾಯಿಕೆಲಸ ಮಾಡಿದೆ ನೀನು,' ಎಂದು ಹೆಣದ ಹತ್ತಿರ ನಿಂತಿದ್ದ ಕೃಷ್ಣನ ಕಡೆಗೆ ತಿರುಗಿ, 'ಇವನಿಗೆ ಯಾವ ಶಿಕ್ಷೆಯಾಗಬೇಕಂತ ನೀನೇ ನಿಶ್ಚಯಿಸು.'

ಕೃಷ್ಣ ಏನು ಹೇಳಬಲ್ಲ? ಅಣ್ಣನ ಕೆಲಸದ ನಾಚಿಕೆಯನ್ನು ತಾನು ಹೊರುವಂತೆ ತಲೆ ತಗ್ಗಿಸಿ ನಿಂತಿದ್ದನಲ್ಲ. ಎಲ್ಲರೂ ಅವನನ್ನು ನೋಡುವವರೇ. ತಮ್ಮ ಮನೆಯ ಹೆಣ್ಣು ಕೊಟ್ಟದ್ದು ಅವನ ಮಗನಿಗೆ. ಅವನ ಅಣ್ಣನಲ್ಲವೆ ಈ ಕೆಲಸ ಮಾಡಿರುವುದು?

ತಕ್ಷಣ ಬಲರಾಮ ತನ್ನನ್ನು ತಾನು ಹೇಗೆ ಸಮರ್ಥಿಸಿಕೊಂಡ: 'ಕೃಷ್ಣ, ನಿನ್ನ ಹತ್ತಿರ ನಿಂತಿರುವ ಇವಳೊಡನೆ ನಿನ್ನ ಮದುವೆ ಹೇಗೆ ಆಯಿತು ಅಂತ ಜ್ಞಾಪಿಸಿಕೊ. ವಿದರ್ಭದ ಭೀಷ್ಮಕನ ಮಗಳನ್ನು ತನ್ನ ಸಾಕುಹುಡುಗ ಶಿಶುಪಾಲನಿಗೆ ತಂದುಕೊಂಡರೆ ತನ್ನ ಪ್ರಭಾವ ಈ ದಕ್ಷಿಣದ ತನಕ ಬೆಳೆಯುತ್ತೆ ಅಂತ ಜರಾಸಂಧ ತಂತ್ರ ಹೂಡಿದ. ತನ್ನ ಪ್ರಭಾವವಲಯ ವನ್ನು ಹೀಗೆಯೇ ವಿಸ್ತರಿಸಿ ಕೊನೆಗೆ ದ್ವಾರಕೆಯ ಆನರ್ತದೇಶವನ್ನು ಸುತ್ತುಹಾಕಬೇಕಂದಲ್ಲವೆ ಅವನ ಯೋಜನೆ ಇದ್ದುದು. ಹೇಗಾದರೂ ಮಾಡಿ ಈ ಹುಡುಗಿಯನ್ನು ಹೊಡೆದುಕೊಂಡು ತಂದರೆ ಜರಾಸಂಧನ ಮುಖಭಂಗವೂ ಆಗುತ್ತೆ, ನಾಳೆ ಹುಡುಗಿಯ ಅಪ್ಪ ನಮ್ಮೊಡನೆ ವಿಶ್ವಾಸ ಬೆಳೆಸುತ್ತಾನೆ ಅಂತ ಅಲ್ಲವೇ ನಾವು ಆಲೋಚಿಸಿದ್ದು? ನೀನು ಇವಳನ್ನು ಹಾರಿಸಿ ಕೊಂಡು ಓಡುವಾಗ ಭೀಷ್ಮಕ ಬೆನ್ನಟ್ಟಿ ಬರಲಿಲ್ಲ. ರುಕ್ಮಿ ಬಂದ. ನಿನ್ನನ್ನು ಕೊಲ್ಲಲೇಬೇಕು ಅಂತ. ಜರಾಸಂಧನ ಪಟ್ಟಶಿಷ್ಯನಲ್ಲವೆ? ಮದುವೆಯಾದ ಇಷ್ಟು ವರ್ಷವಾದರೂ ದ್ವೇಷ ಮಸೆಯುತ್ತಲೇ ಇದ್ದ. ಈಗ ತನ್ನ ಹಳೇ ಗುಂಪಿನಲ್ಲಿ ಸರಿಯಾದ ಯಾವ ಗಂಡೂ ಇಲ್ಲದೆ ನಮ್ಮ ಹುಡುಗನಿಗೆ ಕೊಡಲು ಒಪ್ಪಿದ. ಹೋಗಲಿ. ನನ್ನನ್ನು, ಯಾದವರನ್ನು ಇವನು ಏನಂದ ಗೊತ್ತೆ? ಅನಾರ್ಯರೇ ನಾವು? ಜರಾಸಂಧನನ್ನು ಪಾಂಡವರ ಭೀಮ ಕೊಂದ. ಶಿಶುಪಾಲನನ್ನು ನೀನು ಕೊಂದೆ. ಈ ರುಕ್ಮಿಯನ್ನು ಕೊಲ್ಲುವ ಭಾಗ್ಯ ನನ್ನದಾಯಿತು. ರಾಜಕಾರಣದ ವ್ಯವಹಾರಕ್ಕೆ ಬರಬೇಡ ಅಂತ ನಿನ್ನ ಹೆಂಡತಿಗೆ ಬುದ್ಧಿ ಹೇಳು. ನೀನು ಹೇಳುತ್ತೀಯೋ ಅಥವಾ ನಾನು ಕಲಿಸಲೋ?'

'ಅಯೋಗ್ಯ, ಹಲ್ಲು ಹಿಡಿದು ಮಾತನಾಡು' ರುಕ್ಮಿಣಿ ತಕ್ಷಣ ಎಂದಳು.

'ಹೆಣ್ಣುನಾಯಿ, ಬಗುಳಬೇಡ. ಬಾಯಿ ಮುಚ್ಚಿಕೊಂಡಿರು' ಬಲರಾಮ ಗರ್ಜಿಸಿದ. ಕೃಷ್ಣ ಏನು ಮಾಡಬೇಕು? ಅಣ್ಣ ಮಾಡಿದ್ದು ಸರಿ ಎಂದು ಹೆಂಡತಿಯನ್ನು ಗದ್ದರಿಸಿಕೊಳ್ಳ ಬಹುದೆ? ಅಥವಾ ಸಿಟ್ಟು ಬಂದಾಗ ಹಿಡಿತ ತಪ್ಪುವ ಈ ಅಣ್ಣನೊಡನೆ ಬೀಗರ ಮನೆಯಲ್ಲಿ ಕಾಳಗಕ್ಕೆ ನಿಲ್ಲಬಹುದೆ? ತಗ್ಗಿಸಿದ ತಲೆಯನ್ನು ಮೇಲೆ ಎತ್ತದೆ, ತುಟಿಯೊಡೆದು ಮಾತನಾಡದೆ ಕಲ್ಲಿನಂತೆ, ಆ ಸಂದರ್ಭವನ್ನು ನಿಭಾಯಿಸುವುದು ಹೇಗೆ ಹೊಳೆಯಬೇಕು? ರುಕ್ಮಿಯ ಕೊಲೆಯ ನಾಚಿಕೆಯನ್ನು ತಾನೊಬ್ಬನೇ ಹೊತ್ತುಕೊಂಡವನಂತೆ ನಿಂತಿದ್ದನಲ್ಲ. ಒಂದು ವರ್ಷವಾಯಿತಲ್ಲವೆ ಇದು ನಡೆದು? ಸ್ವಲ್ಪ ಜಾಸ್ತಿ. ಕಳೆದ ಬೇಸಿಗೆ ಇನ್ನೂ ಆರಂಭವಾಗಿರಲಿಲ್ಲ. ಹಗಲು ಹಿತವಾಗಿ ರಾತ್ರಿ ಚಳಿಚಳಿಯಾಗಿರುತ್ತಿದ್ದ ಕಾಲ. ಆಗಿನಿಂದ ಕೆಂಪು ಬಣ್ಣದ ರುಕ್ಮಿಣಿ ಮೈಯ ರಕ್ತವೆಲ್ಲ ಸೋರಿಹೋದವಳಂತೆ ಬಿಳಿಚಿಕೊಂಡಿದ್ದಾಳೆ. ಕೃಷ್ಣ ಅವಳ ಜೊತೆ ಹೆಚ್ಚಾಗಿ ಇರುತ್ತಾನೆ ಸಮಾಧಾನ ಮಾಡುತ್ತಾ.

'ಈ ಹಲ್ಲು ಬಿದ್ದುಹೋಗಬೇಕು ಅಥವಾ ನೋವು ನಿಲ್ಲಬೇಕು. ಎಂಥ ಹಿಂಸೆ ಅಂತೀಯ?' ನಾಲಗೆಯು ಅಲ್ಲಾಡುವ ಹಲ್ಲಿಗೆ ತಾಕದಂತೆ ಬಲರಾಮ ತೊದಲಿದ. ಮೋಡದ ಚೂರುಪಾರು ಸಹ ಕೊಚ್ಚಿಹೋಗಿ ಆಕಾಶ ನೀಲಿಯಾಗಿತ್ತು. ಚಂದ್ರನ ಮಿನುಗು. ಮೃದುವಾಗಿ ಮಿನುಗುವ ಅಲೆಗಳು.

'ಬಲಭದ್ರ, ಸುತ್ತಿಬಳಸುವ ಮಾತು ನಿನ್ನ ಜಾಯಮಾನಕ್ಕೂ ಬಂದದ್ದಲ್ಲ. ನನಗೂ

ಬರುವುದಿಲ್ಲ. ಈಗ ನೀನು ಬಂದ ಮಾತಿನ ಪ್ರಸ್ತಾಪವಿಲ್ಲದೆಯೇ ನಾನೊಂದು ಪ್ರಶ್ನೆ ಕೇಳುತ್ತೀನಿ. ಆಟ ಬರದ ನೀನು ರುಕ್ಮಿಯ ಜೊತೆ ಜೂಜಿಗೆ ಕೂತು ಸೋತೆ. ಅವನೇನೂ ನಿನ್ನನ್ನು ಜೂಜಾಡು ಬಾ ಅಂತ ಕರೆದಿರಲಿಲ್ಲ. ಸೋತ ಸಿಟ್ಟಿಗೆ ಅವನನ್ನು ಕೊಂದುಹಾಕಿದೆ. ಅಲ್ಲಿ ದುರ್ಯೋಧನನು ಬೇಕೆಂದೇ ಧರ್ಮರಾಜನನ್ನು ಜೂಜಿಗೆ ಕರೆದ. ನಿನ್ನಂತೆಯೇ ಆಟ ಬರದ ಅವನಿಂದ ಎಲ್ಲವನ್ನೂ ಕಸಿದುಕೊಂಡು ಉಟ್ಟ ಬಟ್ಟೆಯನ್ನೂ ತೆಗೆಸಿದ. ಪಾಂಡವರು ಆ ಕ್ಷಣದಲ್ಲಿಯೇ ಅವನನ್ನು ಕೊಲ್ಲಬೇಕಾಗಿತ್ತೋ ಇಲ್ಲವೊ? ಕೊಲ್ಲದೆ ಬಿಟ್ಟದ್ದು ಅವರ ತಪ್ಪಲ್ಲವೆ?'

ಬಲರಾಮ ಕಕ್ಕಾವಿಕ್ಕಿಯಾದ. ನೋವನ್ನು ಮರೆಯಾಗಿಸುವ ಗೊಂದಲ ಹುಟ್ಟಿತು. 'ಏನು ನೀನು ಹೇಳುವುದು?' ಎಂದು ಸಲೀಸಾಗಿ ನಾಲಗೆಯಾಡಿಸಿ ಕೇಳಿದ.

'ಜೂಜಿನ ಕರಾರಿನಂತೆ ನಮ್ಮ ರಾಜ್ಯವನ್ನು ನಮಗೆ ಕೊಡು ಅಂತ ಕೇಳಿದರೆ ಯುದ್ಧಕ್ಕೆ ನಿಂತು ಸಹಾಯ ಕೇಳಲು ಬಂದಿರುವ ಈ ದುರ್ಯೋಧನನ ಮುಖಕ್ಕೆ ಉಗುಳಿ ಬುದ್ಧಿ ಹೇಳಬೇಡವೇ ನೀನು?' ಬಲರಾಮನಿಗೆ ಕಾಲು ಉಳುಕಿ ಬಿದ್ದಂತಾಯಿತು. ಹಲ್ಲಿನ ನೋವೂ ಅರಿವಿಗೆ ಬಂತು. ಯುಯುಧಾನನೇ ಮುಂದುವರಿಸಿದ: 'ದುರ್ಯೋಧನ ಸ್ನೇಹಿತ, ನಿನ್ನ ಕೈಲಿ ಗದಾಪ್ರಯೋಗ ಹೇಳಿಸಿಕೊಂಡವನು ಎನ್ನುವ ಮಮತೆ ತುಂಬಿ ಕೊಂಡಿದೆ. ಅಲ್ಲದೆ ಕೃಷ್ಣ ಮಾಡಿದ್ದಕ್ಕೆ ವಿರುದ್ಧವಾದದ್ದು ಮಾಡಬೇಕೆನ್ನುವ ಹೆಣ್ಣಿನ ಛಲವೂ ನಿನಗಿದೆ. ನಿನ್ನ ಅಂತರಂಗವನ್ನು ನೀನೇ ತಡಕಿಕೊ. ನೀನು ರುಕ್ಮಿಯನ್ನು ಕೊಂದದ್ದು ನ್ಯಾಯ ಅನ್ನುವುದಿದ್ದರೆ ಈಗ ಪಾಂಡವರ ಸಹಾಯಕ್ಕೆ ನಿಲ್ಲು. ಇಲ್ಲದಿದ್ದರೆ ರುಕ್ಮಿಣಿಯ ಭವನಕ್ಕೆ ಹೋಗಿ ಕ್ಷಮೆ ಬೇಡಿಕೊ.'

ಯುಯುಧಾನ ಬಲು ಬುದ್ಧಿವಂತಿಕೆಯಿಂದ ಈ ಕತ್ತರಿಯ ಅಲುಗುಗಳನ್ನು ಜೋಡಿಸಿರುವಂತೆ ಬಲರಾಮನಿಗೆ ಕಂಡಿತು. ಅವನ ಮನಸ್ಸಿನ ನೆಮ್ಮದಿಗೆ ರುಕ್ಮಿಯ ವಿಷಯ ಮುಳ್ಳಾಗಿತ್ತು. 'ದುರ್ಯೋಧನನ ಮೇಲೆ ನನಗೆ ಮಮತೆ ಅಂದೆಯಲ್ಲವೆ? ಅದೇ ಥರ ನಿನಗೆ ಕೃಷ್ಣನ ಮೇಲೆ ಮಮತೆ ಇಲ್ಲವೆ? ನಿನ್ನ ಜನ್ಮದಲ್ಲಿ ಎಂದಾದರೂ ಕೃಷ್ಣ ಮಾಡಿದ್ದು ತಪ್ಪು ಎಂದಿದ್ದೀಯಾ? ಯೋಚಿಸಿದ್ದೀಯ? ದಣಿಯ ದಿಕ್ಕಿಗೆ ಸರಿಯಾಗಿ ಗೋಣು ಹಾಕುವ ನಾಯಿಯಂತೆ ನಡೆದಿದ್ದೀಯ. ನಾನು ಹೇಳುವ ನ್ಯಾಯ ನಿನಗೆ ಹೇಗೆ ಕಂಡೀತು? ನಿನ್ನ ಅಂತರಂಗವನ್ನು ನೀನು ತಡಕಿಕೊ.' ಎಂದು ನಾಲಗೆಯ ಸ್ಥಾನ ವನ್ನು ಲೆಕ್ಕಿಸದೆ ಮಾತನಾಡಿದ ನಂತರ ಎರಡು ಕೆನ್ನೆಗಳನ್ನೂ ಕೈಗಳಿಂದ ಹಿಡಿದುಕೊಂಡ. ಯುಯುಧಾನನ ಬಾಯಿ ಕಟ್ಟಿತು. ಅವನ ಉತ್ತರಕ್ಕಾಗಿ ಕಾಯುವ ವ್ಯವಧಾನ ಬಲರಾಮ ನಿಗಿರಲಿಲ್ಲ. ನೋವು ಅಷ್ಟು ತೀವ್ರವಾಗಿತ್ತು. ಮುಖದ ಮಾಂಸಖಂಡಗಳನ್ನೆಲ್ಲ ಸಂಕುಚಿಸಿ ತಡೆದುಕೊಳ್ಳುತ್ತಿರುವಾಗ ಏನೋ ಹೊಳೆದಂತಾಗಿ ತಕ್ಷಣ ಎದ್ದುನಿಂತ. 'ನೋಡು, ನಾಳೆ ಹೊತ್ತಿಗೆ ಈ ನೋವನ್ನು ಕಳೆದುಕೊಂಡು ಬರುತೀನಿ. ಮಾತನಾಡೋಣ. ಬಲಭದ್ರ, ನಿನ್ನದು ಅನ್ಯಾಯ ಅಂತ ಇದುವರೆಗೆ ಯಾರೂ ನನಗೆ ಹೇಳಿರಲಿಲ್ಲ.' ಎಂದವನೇ ಯುಯುಧಾನನನ್ನು ಬರುವೆಯಾ ಇಲ್ಲೇ ಇರುವೆಯಾ ಎಂದು ಕೂಡ ಕೇಳದೆ ಮರಳ

ಮೇಲೆ ಸ್ಸುಯಿ ಸ್ಸುಯಿ ಅಂಗಾಲು ಮುಳುಗಿಸುತ್ತಾ ತನ್ನ ಮನೆಯ ಕಡೆ ಹೋದ. ಮರಳ ತಡಿಯ ಜಾಲಿಗಿಡಗಳ ಗುಂಪಿನಿಂದ ಗೀಜಗನ ಹಕ್ಕಿಗಳು ಕಿರುಚಲು ಪ್ರಾರಂಭಿಸಿದವು. ಈ ಹೊತ್ತಿನಲ್ಲಿ ಬಲರಾಮ ಹತ್ತಿರ ನಡೆದುಹೋದದ್ದರಿಂದ ಕೂಗಿಕೊಳ್ಳುತ್ತಿವೆ ಎಂದು ಯುಯುಧಾನ ಅರ್ಥಮಾಡಿಕೊಂಡ. ಬೆಳದಿಂಗಳು ಬೇರೆ.

ಅವನು ಹಾಗೆಯೇ ಕುಳಿತಿದ್ದ. ಅಭ್ಯಾಸವಾಗಿದ್ದ ಅಲೆಗಳ ಸದ್ದು ನಿಶ್ಶಬ್ದವಾಗಿತ್ತು. ಬೆಳದಿಂಗಳು ಹೊರಗಿನದನ್ನು ಮಬ್ಬು ಮಾಡುತ್ತಿತ್ತು. ಬಲರಾಮನ ಮಾತಿನಿಂದ ಯುಯುಧಾನನಿಗೆ ಸಿಟ್ಟು ಬಂದಿತ್ತು. ಕೃಷ್ಣ ನನ್ನ ದಣಿಯೆ? ನಾನು ದಣಿಯ ದಿಕ್ಕಿಗೆ ಗೋಣು ಹಾಕುವ ನಾಯಿಯೇ? ತನ್ನ ಮತ್ತು ಕೃಷ್ಣನ ಸಂಬಂಧವನ್ನು ಈ ಬಲರಾಮ ಅರ್ಥಮಾಡಿಕೊಂಡಿರುವುದು ತಪ್ಪೆನ್ನುವುದಕ್ಕಿಂತ ಹೆಚ್ಚಾಗಿ, ಅವನು ಬೇಕೆಂದೇ ಈ ಮಾತನ್ನಾಡಿದ್ದಾನೆಂದು ಮನಸ್ಸು ತಕ್ಷಣ ಸಮಾಧಾನವನ್ನೂ ಹೇಳಿತು. ಆದರೂ ಒಳಗಿನ ಮೂಲೆಯ ಒಂದು ಗೆರೆಯು ತನ್ನ ಮತ್ತು ಕೃಷ್ಣನ ಸಂಬಂಧವನ್ನು ಸ್ಫುಟಗೊಳಿಸಿಕೊಳ್ಳಲು ಕ್ಷೀಣವಾಗಿ, ಮೌನವಾಗಿ, ತೊಡಗಿತ್ತು. ಇದುವರೆಗೆ ಆ ಸಂಬಂಧದ ಬಗೆಗೆ ಯುಯುಧಾನ ಎಂದೂ ಆಲೋಚಿಸಿದವನಲ್ಲ. ತೂಗಿ ನೋಡಿಕೊಂಡವನಲ್ಲ. ತನಗಿಂತ ಐದು ವರ್ಷಕ್ಕೆ ಹಿರಿಯ ಕೃಷ್ಣ. ಯಾದವರ ಸದ್ಯದ ಸ್ಥಿತಿಗೆ ಕಾರಣ, ಜವಾಬ್ದಾರ ಅವನೇ. ಎಲ್ಲ ಯಾದವರಿಗಿಂತ ಅವನ ವಿವೇಕ ಹೆಚ್ಚಿನದು. ಅವನ ತುಲನೆ ವಿವೇಚನೆಗಳು ಇಡೀ ಆರ್ಯಜಗತ್ತನ್ನು ಕುರಿತು ಕಾರ್ಯಮಗ್ನವಾಗಿರುತ್ತವೆ. ಸ್ವಂತ ಮಟ್ಟಕ್ಕೆ ಬಂದಾಗ ಅಂತಃಕರಣ ತುಂಬಿದವನು. ತನಗೂ ಅವನಿಗೂ ನಡುವೆ ಸ್ವಾಮಿ, ಭೃತ್ಯ ಎಂಬ ಭಾವ ಎಂದೂ ಬಂದಿಲ್ಲ. ಆದರೂ ಅವನ ವಿವೇಕ ಹೆಚ್ಚಿನದೆಂದು ತಾನು ಯಾವಾಗಲೂ ಒಪ್ಪಿ ಅವನ ಮಾತಿನಂತೆ ನಡೆದಿದ್ದೇನೆ ಎಂಬ ಅರಿವಾಯಿತು. ತಪ್ಪೇನು ಅದರಲ್ಲಿ ಎಂಬ ಸಮರ್ಥನೆಯೂ ಹುಟ್ಟಿತು. ಆದರೂ ಸ್ಫುಟವಾಗಿ ತೂಗಿಕೊಳ್ಳುವ ಕರೆಯು ಬಲರಾಮನ ಬಗೆಗೆ ಹುಟ್ಟಿದ ಕೋಪದ ಅಂಚಿನಲ್ಲಿ ಸ್ಪಷ್ಟವಾಗುತ್ತಿತ್ತು. ಮಲಗಬೇಕೆಂದು ಎದ್ದು ಮನೆಯ ಕಡೆಗೆ ಹೆಜ್ಜೆ ಹಾಕಿದ. ಅಷ್ಟರಲ್ಲಿ ಅಲೆಗಳ ಸದ್ದು ಅರಿವಿಗೆ ಬಂತು. ಹಿಂತಿರುಗಿ ನೋಡಿದ. ಬೆಳ್ಳಿಯ ತಗಡುಗಳು ಬೆಳಗಿ ಬಳಕುವಂತೆ ಅಲೆಗಳು ಬೆಳದಿಂಗಳನ್ನು ಪ್ರತಿಫಲಿಸುತ್ತಿದ್ದವು. ಒಂದು ಘಳಿಗೆ ನಿಂತು ನೋಡಬೇಕೆನಿಸಿತು. ಹಾಗೆಯೇ ನಿಂತ. ಅನಂತರ ಅಲೆಗಳು ದಡದ ಮರಳ ಎತ್ತರವನ್ನು ಮುಟ್ಟಿ ಮರೆಯಾಗುವ ಜಾಗಕ್ಕೆ ಹೋದ. ಮೈಗೆ ಅಂಟುವ ನೀರಿನಿಂದ ತುಂಬಿದ ಗಾಳಿಗೆ ಎದೆ ಹೊಟ್ಟೆ ಭುಜಗಳನ್ನು ಕೊಟ್ಟು ಅಲೆಗಳನ್ನು ನೋಡುತ್ತಾ ಮರಳದಿಣ್ಣೆಯ ಮೇಲೆ ಕುಳಿತ. ಒಂದು ಎರಡು ಮೂರು ನಾಲ್ಕು ಹಿಂದೆ ಹಿಂದೆ ಹಿಂದಕ್ಕೆ ದೃಷ್ಟಿ ಹರಿಯಲು ಶುರುವಾಯಿತು. ಕೃಷ್ಣನನ್ನು ಮೊಟ್ಟಮೊದಲು ಕಂಡಾಗ ತನಗೆ ಎಷ್ಟು ವರ್ಷ? ಹನ್ನೆರಡೋ ಹದಿಮೂರೋ. ಆಗ ಮಥುರಾ ಪಟ್ಟಣದಲ್ಲಿ ಕಂಸನ ಆಳ್ವಿಕೆ. ಕಂಸ ಎಂದರೆ ಮಹಾಕ್ರೂರಿ. ಹೆತ್ತ ತಂದೆಯನ್ನೇ ಕಾರಾಗೃಹದ ಬಂಧನದಲ್ಲಿಟ್ಟಿದ್ದವನು. ತನಗೆ ತಾನೇ ಪಟ್ಟಕಟ್ಟಿಕೊಂಡಿದ್ದನಂತೆ. ಅವನು ಕಾರಾಗೃಹದಲ್ಲಿಡದೆ ಸುಖವಾಗಿ ಬಿಟ್ಟಿದ್ದ ಯಾದವರು ಯಾರು ಯಾರಿದ್ದರು? ಬೀದಿಯಲ್ಲಿ ಆಡುವಾಗ ಯಾವುದಾದರೂ ಮಾತಿಗೆ ಅರಮನೆ,

ಮಹಾರಾಜ, ಮೊದಲಾದ ಶಬ್ದಗಳು ತಮ್ಮ ಬಾಯಿಯಿಂದ ಬಂದರೆ ಅಪ್ಪ ಸನ್ನೆ ಮಾಡಿ ಒಳಕ್ಕೆ ಕರೆದು ಆ ಶಬ್ದಗಳನ್ನಾಡಬಾರದೆಂದು ಭಯ ಹುಟ್ಟಿಸುವಂತೆ ತುಟಿಗಳನ್ನು ಬಿಗಿಮಾಡಿ ಕೊಂಡು ಹೇಳುತ್ತಿದ್ದ. ಬೀದಿಯಲ್ಲಿ ತಿರುಗುವ ಇವನನ್ನು ನಂಬಬೇಕು ಇವನನ್ನು ನಂಬಬಾರ ದೆಂದು ಯಾರಿಗೆ ತಾನೆ ತಿಳಿಯಬೇಕು? ಕಣ್ಣಿಗೆ ಕಾಣದ ಗೂಢಚಾರರು. ಬೀದಿಯಲ್ಲಿ ಆಡುವ ಮಕ್ಕಳು ಅರಮನೆ, ರಾಜ, ಎಂಬ ಮಾತುಗಳನ್ನಾಡಿದರೆ ಅವನನ್ನು ಹಿಡಿದು ಕರೆದೊಯ್ದು, ಈ ಮಾತನ್ನು ಹೇಗೆ ಆಡಿದೆ? ಮನೆಯಲ್ಲಿ ಅರಮನೆಯ ವಿಷಯ ಏನು ಆಡಿಕೊಳ್ಳುತ್ತಿದ್ದರು ಹೇಳು, ರಾಜ್ಯದ ಸಂಗತಿ. ಆಡಳಿತದ ಸಂಗತಿ,' ಎಂದು ಚಿಕ್ಕ ಹುಡುಗ ರಿಗೂ ಛಡಿ ಏಟು, ಕೈ ತಿರುಚಿ ಕಾಲು ತಿರುಚಿ, ಕಿವಿ ಹಿಂಡಿ, ಕಾರಾಗೃಹ. ಇಡೀ ಮಥುರಾ ಜನಪದವೇ ಒಂದು ಕಾರಾಗೃಹ. ಆಳುವ ರಾಜನೆಂದರೆ ಭಯ. ಕಂಸನ ಹುಟ್ಟುಹಬ್ಬದ ದಿನ ಜನವೆಲ್ಲ ಗಡಿಗೆ ಗಡಿಗೆ ಹಾಲು ಹೊತ್ತು ಶುಭ್ರವಸ್ತ್ರ ಧರಿಸಿ ಮುಖದಲ್ಲಿ ನಗೆಯ ಭಾರ ಹೊತ್ತು ಮಹಾರಾಜನಿಗೆ ಜಯವಾಗಲಿ ಎಂದು ಗಂಟಲು ಬಿರಿಯುವಂತೆ ಕೂಗುತ್ತಾ ಕೂಗದಿದ್ದವರನ್ನು ಗಮನಿಸಲು ಲೆಕ್ಕವಿಲ್ಲದಷ್ಟು ಜನ ಗೂಢಚಾರರು. ಹೊತ್ತು ತಂದ ಗಡಿಗೆ ಗಡಿಗೆ ಹಾಲು ಬೆಣ್ಣೆಗಳೆಲ್ಲ ಅವರ ಪಾಲು. ಹಸುವನ್ನು ಸಾಕದೆ ಮನೆಯಲ್ಲಿ ಸಮೃದ್ಧವಾಗಿ ಹಾಲು ಉಣ್ಣುವ ಮನೆಯವರು ಗೂಢಚಾರರೆಂದು ಯಾರಾದರೂ ಗುರುತಿಸ ಬಹುದಾಗಿತ್ತು. ಇಷ್ಟು ಜನ ಗಂಡಸರಿದ್ದರೂ ಕಂಸನನ್ನು ಯಾರೂ ಯಾಕೆ ಕೊಲ್ಲಲಿಲ್ಲ? ಆತ್ಮಭಯ, ಅಲ್ಲ, ದೇಹಭಯ. ಆತ್ಮೀಯರೊಡನೆ ಸಮಾಲೋಚಿಸಿದರಲ್ಲವೆ ಅಂತಹ ಸಂಕಲ್ಪ ಸ್ಫುಟವಾಗುವುದು? ಯಾರನ್ನು ಆತ್ಮೀಯರೆಂದು ನಂಬುವುದು? ಒಬ್ಬರನ್ನೊಬ್ಬರು ನಂಬದ ಸ್ಥಿತಿಗೆ ತಂದಿಟ್ಟಿದ್ದನಲ್ಲ ಕಂಸ. ಯಾದವ ಪ್ರಮುಖರಲ್ಲಿ, ಯಾದವ ಆಡಳಿತಾಧಿಕಾರಿ ಗಳಲ್ಲಿ ನಂಬಿಕೆ ಇಲ್ಲದೆ ದೂರದ ಜರಾಸಂಧನ ರಾಜ್ಯದಿಂದ ಆಡಳಿತ ಸಲಹಾಕಾರರನ್ನು, ರಕ್ಷಣಾ ಸಲಹಾಕಾರರನ್ನು, ಗೂಢಚರ್ಯಾ ಸಲಹಾಕಾರರನ್ನು ಕರೆಸಿ ಇಟ್ಟುಕೊಂಡಿದ್ದನಲ್ಲ. ವಿದೇಶದ ಗೂಢಚಾರಿ, ಆಡಳಿತಾಧಿಕಾರಿ ಎಂದರೆ ಕಾಣದ ಭೂತಕ್ಕೆ ಹೆದರಿಕೆ ಹುಟ್ಟುವಂತೆ ಭಯವು ತನಗೆ ತಾನೇ ಸ್ಫುರಿಸಿ ಆವರಿಸಿ. ಜರಾಸಂಧನ ಅಳಿಯ. ಇಡೀ ಪೂರ್ವಜಗತ್ತನ್ನು ಭಯದ ಬಿಗಿಯಿಂದ ಆಳುವ ಜರಾಸಂಧ. ತನ್ನೆರಡು ಹೆಣ್ಣುಮಕ್ಕಳನ್ನು ಕೊಟ್ಟು ಮದುವೆ ಮಾಡಿರುವ ಅಳಿಯ. ಬೇಕೆಂದರೆ ಅಲ್ಲಿಂದ ಸೈನ್ಯ ಬರುತ್ತದೆ. ಪುಟ್ಟಗೋಸಿಯಷ್ಟಗಲದ ಮಥುರೆಯ ಜನಪದ ಆ ಮಹಾಸೈನ್ಯಸಮುದಾಯದ ಮುಂದೆ ಯಾವ ಲೆಕ್ಕದ್ದು? ತುಳಿದು ಹೊಸಕಿಹಾಕಿಬಿಡುತ್ತದೆ. ಎಷ್ಟು ದೊಡ್ಡದು ಆ ಸೈನ್ಯ? ಮಹಾಸೈನ್ಯ. ಇಷ್ಟೇ ಎಂದು ಅಳೆದು ಗುರುತಿಸಿದವರಿಲ್ಲ, ಕಾಣದ ಭೂತವು ಆಕಾಶದಗಲಕ್ಕೂ ಬೆಳೆದು ದೊಡ್ಡ ದಾಗುವಂತೆ.

ಈ ವಾತಾವರಣಕ್ಕೆ ಇನ್ನಷ್ಟು ಭಯ ಬಿತ್ತಿಸುವ ಜ್ಯೋತಿಷ್ಯದವರ ಕಾಟ ಬೇರೆ. 'ಕಂಸ ಮಹಾರಾಜ, ನಿನ್ನನ್ನು ಕೊಲೆ ಮಾಡುವ ಪ್ರಯತ್ನವಾಗುತ್ತದೆ. ಮುದುಕರಲ್ಲದಿದ್ದರೆ ಎಳೆಪ್ರಾಯದ ಹುಡುಗರು. ಎಚ್ಚರವಾಗಿರಬೇಕು' ಎಂದು ಹಿತ ಹೇಳಿ ದಕ್ಷಿಣೆ ಸಂಪಾದಿಸುವ ಜನ. ರಕ್ಷಣಾಧಿಕಾರಿಗಳು ಸಿಕ್ಕುಸಿಕ್ಕಿದ ಹುಡುಗರನ್ನೆಲ್ಲ ಹಿಡಿದು ಶೋಧಿಸುವುದು. ಮುಂದೆ

ಎಂದಾದರೂ ರಾಜನ ಕೊಲೆ ಮಾಡುತ್ತಾನೆ ಎಂಬ ಗುರುತು ಯಾವ ಹುಡುಗನ ಯಾವ ಅಂಗದ ಮೇಲೆ ಕಾಣಿಸಬೇಕು? ಆದರೂ ಶೋಧನೆ. ಮೂರು ನಾಲ್ಕು ದಿನ ಕತ್ತಲಕೋಣೆ, ಛಡಿ ಏಟು. ಹನ್ನೊಂದು ನಡೆಯುತ್ತಿದ್ದ ನನ್ನನ್ನೂ ಮೂರು ದಿನ ಒಳಗೆ ಹಾಕಿದ್ದರಲ್ಲ, ಏಯ್, ರಾಜನನ್ನೇ ಆಗಲಿ ಆಡಳಿತದವರನ್ನೇ ಆಗಲಿ ಕೊಲೆ ಮಾಡುವ ಬುದ್ಧಿ ನಿನಗೆ ಬಂದರೆ ಹುಷಾರ್ ಎಂಬ ಎಚ್ಚರಿಕೆ ಹೇಳಿ. ಮುಂದೆ ಎಂದಾದರೊಂದು ದಿನ ಇವರನ್ನು ಮುಗಿಸಬೇಕೆಂಬ ಆಶೆ ಅದುವರೆಗೂ ಇಲ್ಲದ್ದು ನನ್ನಲ್ಲೂ ಹುಟ್ಟಿತಲ್ಲವೆ ಆಗ?

ಯುಯುಧಾನನ ಮನಸ್ಸು ನೆನಪಿನಿಂದ ಹೊರಗೆ ಬಂತು. ದೂರದಲ್ಲಿ ಒಂದು ದೊಡ್ಡ ಅಲೆ ಎದ್ದಿರುವುದು ಕಾಣಿಸಿತು. ಸಮುದ್ರದ ಬೆಳದಿಂಗಳನ್ನೆಲ್ಲ ತನ್ನ ತಿಳಿ ಹಸುರು ಗಾತ್ರದಲ್ಲಿ ನೂಕುವಂತೆ ಮುಂದೆ ಬರುತ್ತಿತ್ತು. ಈ ರಾತ್ರಿಯಲ್ಲಿ ಇಲ್ಲಿ ಕೂತದ್ದಕ್ಕೂ ಸಾರ್ಥಕ ವಾಯಿತೆಂದುಕೊಂಡ ಯುಯುಧಾನ ಅದರ ಮುನ್ನುರುಳಿನಲ್ಲೇ ಮಗ್ನನಾದ. ಸಂಭ್ರಮವು ನರಮಂಡಲವನ್ನೆಲ್ಲ ವ್ಯಾಪಿಸಿಕೊಂಡಿತು. ಈ ರೀತಿಯ ಅಪರಿಮಿತ ಸಂಭ್ರಮ ತನ್ನಲ್ಲಿ ಇತ್ತೀಚೆಗೆ ಹುಟ್ಟಿರಲಿಲ್ಲ. ಇದ್ದಕ್ಕಿದ್ದಂತೆಯೇ ನೆನಪು ಬಂತು. ಬಾಲ್ಯದಲ್ಲಿ ಒಮ್ಮೆ ಆಗಿತ್ತು. ತನಗೊಬ್ಬನಿಗೇ ಅಲ್ಲ. ಇಡೀ ಮಥುರೆಗೆ, ಮಥುರೆಯ ಜನಪದಕ್ಕೆ. ಅರಮನೆಯ ಆವಾರದಲ್ಲಿ ತುಂಬಿದ ಜನಸ್ತೋಮದೆದುರು ಯಾರೂ ಕಲ್ಪಿಸಲೂ ಅಸಾಧ್ಯವಾಗುವಂತೆ. ಕೃಷ್ಣನು ನೆಗೆದು ಕಂಸನನ್ನು ಸಮೀಪಿಸಿ ಕೊಂದು ಕೆಡವಿದಾಗ. ಜುಂ ಎನ್ನಲು ಶುರುವಾದ ತನ್ನ ಮೈ ನಿಶ್ಚೇಷ್ಟಿತವಾಗುವಷ್ಟು ಸಂಭ್ರಮ. ಹದಿನೆಂಟು ವರ್ಷದ ಕೃಷ್ಣ. ಆಯುಧೋತ್ಸವವನ್ನು ನೋಡಲೆಂದು ಇದೇ ಬಲರಾಮನೊಡನೆ ವ್ರಜದಿಂದ ಮಥುರೆಗೆ ಬಂದನಂತೆ ಮೊದಲ ಬಾರಿಗೆ. ತನ್ನ ಸೈನ್ಯದ ಆಯುಧಗಳ ಪ್ರದರ್ಶನವನ್ನು ಇಂದ್ರನ ಹೆಸರಿನಲ್ಲಿ ವರ್ಷಕ್ಕೊಮ್ಮೆ ಮಾಡುತ್ತಿದ್ದನಲ್ಲ ಕಂಸ. ತಾನೂ ಇಂದ್ರನ ಸಮಾನ. ಇಂದ್ರನ ಅಂಶವೇ ತಾನು ಎಂಬುದನ್ನು ಪ್ರಜೆಗಳ ಮನಸ್ಸಿನಲ್ಲಿ ಹುಟ್ಟಿಸಿ ಗಟ್ಟಿಮಾಡುವ ಉತ್ಸವ. ಸಾಕ್ಷಾತ್ ರಾಜ ಕಂಸನೇ ಹಿಡಿದು ಹೊಡೆಯುವ ಬಿಲ್ಲನ್ನೂ ಆಯುಧಾಗಾರದಲ್ಲಿ ತೋರಿಸುತ್ತಿದ್ದರಲ್ಲ. ಈ ಬಿಲ್ಲನ್ನು ಎತ್ತಿ ಬಗ್ಗಿಸಬಲ್ಲ ವೀರನುಂಟೇ ಮೂಜಗದಲ್ಲಿ? ನೀವು ಯಾರಾದರೂ ಎತ್ತಿ ಹಿಡಿಯಬಲ್ಲಿರಾ? ಮಹಾರಾಜನ ಆಯುಧವನ್ನು ಮುಟ್ಟಿ ಎತ್ತಬಲ್ಲೆನೆನ್ನುವ ಎದೆ ಯಾರಿಗಿತ್ತು ಮಥುರೆಯಲ್ಲಿ? ಯಾವನಾದರೂ ಬಲ್ಲೆನೆಂದರೆ ಅವನು ಕಾರಾಗೃಹವನ್ನೋ ವಧಾಸ್ಥಾನವನ್ನೋ ತಲುಪು ವುದು ಖಂಡಿತವೆಂದು ತಿಳಿಯದವರಾರು? ಓ, ಈ ಮಹಾಧನುಸ್ಸನ್ನು ಮುಟ್ಟುವ ದೈವಾಂಶ ಯಾರಿಗುಂಟು! ಎಂದು ಎಲ್ಲರೂ ಉದ್ಗರಿಸುವವರೇ. ರಾಜನ ಮೆಚ್ಚುಗೆ ಗಳಿಸುವ ಸಲು ವಾಗಿ ಕೆಲವರು. ನಿಜವಾಗಿಯೂ ನಂಬಿದ ಕೆಲವರು. ಏನೆಂದರೂ ಗೋಡೆಯ ಮರೆಯ ಅಥವಾ ಗೋಡೆಯ ರೂಪದಲ್ಲಿರುವ ಗೂಢಚಾರರಿಗೆ ತಿಳಿದೇ ತಿಳಿಯುತ್ತಿತ್ತಲ್ಲ. ಸರ್ವಾಧಿ ಕಾರಿಯ ಶಕ್ತಿ ಮಿಥ್ಯವಿರಬಹುದು. ಗೂಢಚಾರರ ಶಕ್ತಿಯನ್ನು ಅಲ್ಲಗಳೆಯುವುದಕ್ಕುಂಟೆ? ಅಂತೂ ಕಂಸನದು ಸಾಕ್ಷಾತ್ ಇಂದ್ರಧನುಸ್ಸೇ. ಮೂವತ್ತು ವರ್ಷದ ಬಲರಾಮ ಹದಿನೆಂಟು ವರ್ಷದ ಕೃಷ್ಣ ಇಬ್ಬರೂ ವ್ರಜದಲ್ಲಿ ನಂದಗೋಪನ ಮನೆಯಲ್ಲಿ ಬೆಳೆದವರು. ಉಂಡೆ

ಉಂಡೆ ಬೆಣ್ಣೆ. ತೆಕ್ಕೆಗಟ್ಟಳೆ ರೊಟ್ಟಿ ತಿಂದು ದನಗಳ ಹಿಂದೆ ಕಾಡುಮೇಡುಗಳಲ್ಲಿ ಸುತ್ತಿ ಬೇಸಾಯದ ಕಾಲದಲ್ಲಿ ಮಾರಿನೇಗಿಲು ಹಿಡಿದು ಉತ್ತ ಕಲ್ಲಿನಂತಹ ಹಳ್ಳಿಗಮೈಕಟ್ಟು. 'ಈ ಧನುಸ್ಸು ವೇದದಲ್ಲಿ ಹೇಳಿರುವ ಇಂದ್ರನದೇ. ದೈವಾಂಶ ಪುರುಷ ಕಂಸಮಹಾರಾಜನನ್ನು ಬಿಟ್ಟು ಇದನ್ನು ಮುಟ್ಟಿ ತಡೆದುಕೊಳ್ಳುವ ಮನುಷ್ಯರು ಮೂರು ಲೋಕದಲ್ಲೆಲ್ಲೂ ಇಲ್ಲ,' ಪಠಿಸಿದನಂತೆ ಕಾವಲುಗಾರ. ನೋಡಬಂದವರೆಲ್ಲ ಉಸಿರು ಹಿಡಿದು ತಲೆ ಬಾಗಿದರಂತೆ. 'ಸಾಧಾರಣ ಜನರು ಮುಟ್ಟಿದರೇ ಉರಿದು ಭಸ್ಮವಾಗಿಬಿಡುತ್ತಾರೆ,' ವ್ಯಂಜನ ಸೇರಿಸಿದನಂತೆ ಕಾವಲುಗಾರ, ಜನಗಳಿಂದ ಇನ್ನಷ್ಟು ಭಕ್ತಿ ಸಂಪಾದಿಸಲು. 'ನಾನು ಎತ್ತಿ ನೋಡಲೊ?' ಎಂದನಂತೆ ಕೃಷ್ಣ. 'ಮದುವೆಯಾಗಿದ್ದರೆ ನಿನ್ನ ಹೆಂಡತಿಯನ್ನು ಮುಂಡೆ ಮಾಡುವ ಆಶೆ ಇದ್ದರೆ ಮುಟ್ಟು' ತಿರಸ್ಕಾರದಿಂದ ನುಡಿದನಂತೆ ಕಾವಲುಗಾರ. ಮುಂದೆ ಹೆಜ್ಜೆ ಇಟ್ಟ ಕೃಷ್ಣ ಬಿಲ್ಲನ್ನು ಎತ್ತಿ ನಿಲ್ಲಿಸಿಕೊಂಡದ್ದು ಮಾತ್ರವಲ್ಲ ಬಗ್ಗಿಸಿ ಹೆದೆ ಏರಿಸಿ ಎಳೆದ ಜೋರಿಗೆ ಹಳೆಯ ಒಣಕಲು ಬಿದಿರಿನ ಅದು ಲಟಲಟನೆ ಮುರಿದು ಜನಗಳೆಲ್ಲ ವಿಸ್ಮಿತರಾಗಿ ಭಯ ದಿಂದ ನಡುಗಿ ಯಾರೋ ಒಬ್ಬ, 'ಇವನು ದೈವಾಂಶಸಂಭೂತ' ಎಂದು ಎಲ್ಲರೂ ಇವ ನಿಗೆ ತಲೆಬಾಗಿ ಮಿಥ್ಯಾವಾಹಕನಾದ ಕಾವಲುಗಾರನೇ ಇದನ್ನು ಸತ್ಯವೆಂದು ನಂಬಿ ನೇರ ವಾಗಿ ತನ್ನ ದಣಿ ಕಂಸನಲ್ಲಿಗೆ ಓಡಿ ಸುದ್ದಿಯನ್ನು ನಿವೇದಿಸಿ, ಮಿಥ್ಯದ ಸೃಷ್ಟಿಕರ್ತ ಸರ್ವಾಧಿಕಾರಿಯೇ ಅದರ ಮಾಯಾವಲಯಕ್ಕೆ ಸಿಕ್ಕಿ ಈ ಹಳ್ಳಿಯ ಬೇಸಾಯದ ಹುಡುಗ ದೈವಾಂಶಸಂಭೂತನೇ ಇರಬೇಕೆಂದು ಶಂಕಿಸಿ ಭೀತಿಪಟ್ಟು, ತಾನೇ ಸ್ವತಃ ಹಿಡಿಯಲು ಹೆದರಿ ಹತ್ತಿರವಿದ್ದ ಮಾವುತನನ್ನು ಕರೆದು ಆ ಹುಡುಗನ ಮೇಲೆ ಆನೆಯನ್ನು ನುಗ್ಗಿಸಿ ಕೊಲ್ಲುವಂತೆ ಅಪ್ಪಣೆ ಮಾಡಿ, ಎಂತಹ ಪರಿಸ್ಥಿತಿಯಲ್ಲೂ ಕೃಷ್ಣನ ಬುದ್ಧಿ ಮಂಕಾಗುವುದಿಲ್ಲ. ಹಾವುಕಚ್ಚಿದರೆ ತಕ್ಷಣ ಅದನ್ನು ಹಿಡಿದು ವಿಷದ ಹಾವೋ ವಿಷರಹಿತ ಹಾವೋ ಎಂದು ತಾಳ್ಮೆಯಿಂದ ಪರೀಕ್ಷಿಸುವ ಸಾವಧಾನ. ಇಲ್ಲದಿದ್ದರೆ ಆ ದೊಡ್ಡ ಆನೆಯನ್ನು ಕಂಗೆಡಿಸಿ ಅದು ಹಿಂದೆ ಮುಂದೆ ತಿರುಗಿ ದಿಕ್ಕುಗೆಟ್ಟು, ಕಲ್ಲುಗೋಡೆಗೆ ಹಾಯುವಂತೆ ಮಾಡಿ, ಕೊನೆಗೆ ಅದರ ತಲೆಗೆ ಸರಿಯಾಗಿ ಹೊಡೆದು ಬುದ್ಧಿಗೆಡಿಸಿ ಸಾಯಿಸಿ, ಗುಂಡಿಗೆ ಬೇಕು. ವ್ರಜದ ತರುಣ ಪಟ್ಟದಾನೆಯನ್ನೂ ಕೊಂದ ಸುದ್ದಿ ಜನಗಳಲ್ಲೆಲ್ಲ ಹರಡಿ ಇವನೊಬ್ಬ ದೈವಾಂಶ ಸಂಭೂತನೆಂದು ಮಾತಾಡಿಕೊಳ್ಳುವಾಗ ಕಂಸನು ಆಸ್ಥಾನದ ಜಟ್ಟಿ ಚಾಣೂರ ಮುಷ್ಟಿಕರಿಂದ ಸವಾಲು ಹಾಕಿಸಬೇಕೆ?

ಪೌಳಿಯ ತುಂಬ ಜನ. ಅರಮನೆಯ ಜಗುಲಿಯ ಮೇಲೆ ಹೊಳೆಯುವ ಆಸನದಲ್ಲಿ ಕಂಸ. ಕೆಳಗೆ ಮೃದುವಾಗಿ ಅಗೆದು ನೀರು ಚಿಮುಕಿಸಿ ಹದಮಾಡಿದ್ದ ಕೆಮ್ಮಣ್ಣಿನ ಅಖಾಡ. ಚಾಣೂರ ಮುಷ್ಟಿಕರೆಂದರೆ ಜಗತ್ತಿನಲ್ಲೇ ಬಲಿಷ್ಠರಾದ ಮಲ್ಲರಂತೆ. ಕುಸ್ತಿಯ ಆಟದ ನಿಯಮಗಳನ್ನು ಎಂದೂ ಲೆಕ್ಕಿಸದವರು. ಕುಸ್ತಿಯಲ್ಲಿ, ಸೋಲಿಸಬೇಕೇ ವಿನಾ ಕೊಲ್ಲಬಾರ ದೆಂಬ ನಿಯಮವನ್ನು ಅನುಸರಿಸದ ಕ್ರೂರಿಗಳು. ಅನ್ಯಾಯವಾಗಿ ಈ ಹುಡುಗ ಸಾಯುತ್ತಾ ನೆಂದು ಪಕ್ಕದಲ್ಲಿ ಕೂತಿದ್ದ ಅಪ್ಪ ಪಿಸುಗುಟ್ಟಿದಾಗ ನನಗೇಕೆ ಅಷ್ಟು ಸಂಕಟವಾಗುತ್ತಿತ್ತು? ಗುರುತಿಲ್ಲ. ಪರಿಚಯವಿಲ್ಲ. ಮುಂದೆ ಗೆಳೆಯರಾಗುವೆವೆಂಬ ಕನಸೂ ಸಾಧ್ಯವಿಲ್ಲ. ನಾನು

ಗೋಲಿಯಾಡುವ ಹನ್ನೆರಡರವನು. ಅವನು ಆನೆಯನ್ನು ಕೊಂದ ಹದಿನೆಂಟರ ತರುಣ. ಆದರೂ ನನ್ನ ಮನಸ್ಸೆಲ್ಲ ಅವನ ಕಡೆ. ಜನಗಳ ಮನಸ್ಸೂ ಅವನ ಕಡೆಯೇ. ಯುದ್ಧದಲ್ಲಿ ಚಾಣೂರ ಬಿದ್ದಾಗ ಜನವೆಲ್ಲ ಹೇಗೆ ಏಕಕಂಠದಿಂದ ನಗುತ್ತಿದ್ದರು, ಪಕ್ಕದಲ್ಲಿ ಗೂಢಚರ್ಯದವ ರಿರಬಹುದೆಂಬುದನ್ನೂ ಮರೆತು. ಕೃಷ್ಣ ಬಳಲಿದಂತೆ ಕಂಡಾಗ ತಾವೇ ಬಳಲಿಬಿದ್ದಂತೆ ಉಸಿರು ಬಿಡುತ್ತಿದ್ದರು. ನಲವತ್ತರ ಆಸ್ಥಾನ ಮಲ್ಲ ಚಾಣೂರ ಹದಿನೆಂಟರ ಈ ತರುಣ ಒಂದು ಕಡೆ, ಮೂವತ್ತರ ಬಲರಾಮ ಸ್ವಲ್ಪ ದೊಡ್ಡ ಮುಷ್ಟಿಕ ಅಖಾಡದ ಇನ್ನೊಂದು ಕಡೆ. ಜನದ ದೃಷ್ಟಿ ಎಲ್ಲ ಚಾಣೂರ ಕೃಷ್ಣರ ಜೋಡಿಯ ಮೇಲೆ. ಕೃಷ್ಣನೂ ಅದೇ ಕೆಲಸ ಮಾಡಿದ. ಚಾಣೂರನನ್ನು ಬಳಲಿಸಿ ಬಳಲಿಸಿ, ನಲವತ್ತಕ್ಕೆ ಬಳಲದೆ ಇರುವ ಮಲ್ಲನಾರು? ಅನಂತರ ಅನಾಮತ್ ಕೆಡವಿ, ಬರೀ ಕೆಡವಲಿಲ್ಲ, ಮೊದಲೇ ತಿದಿಯಂತೆ ದಮ್ಮು ಹೊಡೆದುಕೊಳ್ಳುವವನ ಕುತ್ತಿಗೆ ಹಿಡಿದು ಮೆಟ್ಟಿ ಉಸಿರು ಸಿಕ್ಕಿಸಿ, ಜನರೆಲ್ಲ ಹೋ ಎಂದು ಸಂತೋಷದ ಚಪ್ಪಾಳೆ ಹೊಡೆಯುತ್ತಿರುವಾಗ, ಜನದ ಚಪ್ಪಾಳೆಯ ಸದ್ದಿಗೇ ಸತ್ತಿದ್ದನೇ ಕಂಸ?, ಒಂದು ಕ್ಷಣವೂ ನಿಧಾನಿಸದೆ ಅಖಾಡದಿಂದ ಜಗುಲಿಗೆ ನೆಗೆದು, ಹೊಳೆಯುವ ಆಸನದ ಮೇಲೆ ಹುಬ್ಬೇರಿಸಿ ಕುಳಿತಿದ್ದ ಕಂಸನ ಕುತ್ತಿಗೆಗೆ ಕೈಹಾಕಿದ ತಕ್ಷಣ ಸ್ವಲ್ಪವೂ ವಿರೋಧಿಸದೆ ಕೈ ಎತ್ತದೆ ಕೂಗದೆ ಕಿರುಚದೆ ಇಡೀ ಜನಪದವನ್ನು ತನ್ನ ಹೆಸರ ಭಯ ದಿಂದಲೇ ಹೂತು ಮುಚ್ಚಿದ್ದ ಕಂಸ ಹೇಗೆ ನಿಶ್ಚೇಷ್ಟಿತನಾಗಿಬಿಟ್ಟ. 'ನಾನು ಕೊಲ್ಲುವ ಮೊದಲೇ ಕಂಸ ಸತ್ತ. ನಾನು ಕುತ್ತಿಗೆ ಮುರಿದೆ ಅಷ್ಟೆ' ಕೃಷ್ಣ ಅನಂತರ ಕೂಗಿ ಹೇಳಿದ್ದೇ ನಿಜವಿರಬಹುದು. ದಣಿ ಸಾಯುವ ಮೊದಲೇ ಅವನ ಅಂಗರಕ್ಷಕರು ಕಲ್ಲುಗೊಂಬೆಗಳಾಗಿದ್ದುದಂತೂ ಖಂಡಿತ. ಅಷ್ಟರಲ್ಲಿ ಬಲರಾಮನು ಮುಷ್ಟಿಕನನ್ನು ಕೊಂದದ್ದನ್ನು ಯಾರು ಗಮನಿಸಬೇಕು?

ಆಗ ಹನ್ನೆರಡು ವರ್ಷದ ಹುಡುಗನಲ್ಲಿ ಕೃಷ್ಣನ ಬಗೆಗೆ ಹುಟ್ಟಿದ ಮೆಚ್ಚುಕೆ ಅಭಿಮಾನ ಭಯ, ಗೌರವ ಇನ್ನೂ ಯಾವ ಯಾವ ಭಾವನೆಗಳು ಒಂದೇ ಸಮನೆ ಒಂದರೊಳಗೊಂದು ಬೆರೆತು ಬಲಿತಿವೆ. ಅಷ್ಟು ದಿನ ಸರ್ವಾಧಿಕಾರಿಯ ಭಯದಲ್ಲಿ ಬೆಳೆದ ಹಿರಿಯರ ಧೈರ್ಯ ಸತ್ತುಹೋಗಿತ್ತು. ಕೃಷ್ಣ ಹುಡುಗರನ್ನು ಸುತ್ತ ಸೇರಿಸಿಕೊಂಡು ಧೈರ್ಯವಂತರನ್ನಾಗಿ ಮಾಡಿದ. ಕಂಸನ ಆಳ್ವಿಕೆಯಲ್ಲೇ ಬೆಳೆದಿದ್ದರೆ ನಾನು ಧೈರ್ಯವಂತನಾಗುತ್ತಿದ್ದೆನೆ? ಜಾಲಿಯ ಮರಗಳ ಗುಂಪಿನಲ್ಲಿ ಕೊಳಲುಹಕ್ಕಿ ಕೂಗಿತು ಮನುಷ್ಯರು ಕೊಳಲು ಬಾರಿಸುವಂತೆ. ಕೃಷ್ಣ ಅದಕ್ಕೆ ವೇಣು ಎಂದು ಹೆಸರಿಟ್ಟಿದ್ದಾನೆ. ನಾನು ಧೈರ್ಯವಂತನಾಗುತ್ತಿದ್ದೆನೆ? ಧಣಿಯ ಕಡೆಗೆ ಗೋಣು ಹಾಕುವ ನಾಯಿ ಅನ್ನುವುದು ಸುಳ್ಳು ಎಂದು ಮನಸ್ಸು ಮತ್ತೆ ಹೇಳಿತು. ಅಷ್ಟ ರಲ್ಲಿ ಹಿಂದುಗಡೆಯಿಂದ, 'ಯಾರು' ಎಂದು ಕೂಗಿದ ಸದ್ದು. ಧ್ವನಿಯಲ್ಲಿಯೇ ಗೊತ್ತಾಯಿತು, ನಗರ ರಕ್ಷಕನಾದ ನಂದಕ. ಹಿಂತಿರುಗಿ ನೋಡಿದ ಯುಯುಧಾನ ನಾನು ಎಂದ ಧ್ವನಿಗೆ, ನಂದಕನಿಗೂ ಗುರುತು ಸಿಕ್ಕಿತು. ಹತ್ತಿರ ಬಂದು ಕೇಳಿದ: 'ಇಲ್ಲಿ ಯಾಕೆ ಕೂತಿದ್ದೀಯ ಈ ನಡುರಾತ್ರಿಯಲ್ಲಿ?' ಅವನು ತನ್ನಂತೆಯೇ ಕೃಷ್ಣನ ಸ್ನೇಹಿತ. ಹಾಗೆ ನೋಡಿದರೆ ತನ ಗಿಂತ ಹೆಚ್ಚಿನ ಸ್ನೇಹವಿದ್ದವನು. ಯಾದವರೆಲ್ಲ ಮಥುರೆಯಿಂದ ದ್ವಾರಕೆಗೆ ವಲಸೆ ಬಂದಾಗ ಕ್ಷತ್ರಿಯನಾದ ತಾನಂತೂ ಜರಾಸಂಧನ ಭಯದಿಂದ ಮಥುರೆಯನ್ನು ಬಿಡಲೇಬೇಕಿತ್ತು.

ಕೃಷಿಕನಾದ ನಂದಕನಿಗೆ ಆ ಭಯವಿರಲಿಲ್ಲ. ಅವನದು ಮಥುರೆಯೂ ಅಲ್ಲ. ಕೃಷ್ಣ ಬೆಳೆದ ವ್ರಜ. ಯಾವ ರಾಜ ಆಳಿದರೇನು, ವರ್ಷಕ್ಕೊಮ್ಮೆ ಕೊಡುವ ಕರವನ್ನೊಪ್ಪಿಸಿದ್ದರೆ ಕೃಷಿಕರ ಕೆಲಸ ಮುಗಿಯುತ್ತಿತ್ತು. ಆದರೂ ಜೊತೆಯಲ್ಲಿ ಆಡಿ ಸ್ನೇಹವಾಗಿದ್ದ ಕೃಷ್ಣನ ಮೇಲಿನ ಪ್ರೀತಿಯಿಂದ ತನ್ನ ಹುಟ್ಟೂರು, ನೆಲ, ತಂದೆ ಅಣ್ಣಂದಿರನ್ನು ಬಿಟ್ಟು ಹೊರಟ. ತಾಯಿ ಇರಲಿಲ್ಲ. ಈಗ ಬರೀ ನಗರಪಾಲಕನಲ್ಲ. ವ್ಯಾಪಾರದ ದೋಣಿಗಳು, ಸಮುದ್ರದ ಮೇಲೆ ದೋಣಿಗಳಲ್ಲಿ ಬಂದು ಕಳವು ದರೋಡೆಗಳನ್ನು ನಡೆಸುವ ಕಳ್ಳಕಾಕರನ್ನು ಕೂಡ ತಡೆಯುತ್ತಾನೆ. ತನ್ನ ಕೈಕೆಳಗೆ ಭಟರ ದಳವೇ ಇದ್ದರೂ ಇಂಥ ನಡುರಾತ್ರಿಯಲ್ಲಿ ಒಬ್ಬನೇ ಗಸ್ತು ಹಾಕುತ್ತಾನೆ.

'ಯುಯುಧಾನ, ನೀರಿನ ಕಡೆಗೆ ಬಂದಿದ್ದೆಯಾ?' ಹತ್ತಿರ ಬಂದು ಕೇಳಿದ.

'ಇಲ್ಲ, ಮಾತನಾಡಬೇಕು ಅಂತ ಬಲರಾಮ ಕರಕಂಡು ಬಂದ. ನಡುವೆ ಹಲ್ಲುನೋವು ಬಂದು ಹೊರಟುಹೋದ. ನಾನು ಸುಮ್ಮನೆ ಕೂತೆ ಅಲೆಗಳನ್ನು ನೋಡುತ್ತಾ.'

'ನಾವೆಲ್ಲ ದುರ್ಯೋಧನನ ಪಕ್ಷ ವಹಿಸೋಣ ಅಂತ ನಿನ್ನನ್ನು ಕೇಳುವುದಕ್ಕಲ್ಲವೆ?'

'ನಿನ್ನನ್ನೂ ಕೇಳಿದನೊ?'

'ಕೃಷ್ಣನ ಸ್ನೇಹಿತರು ಸಂಬಂಧಿಗಳೆಲ್ಲರನ್ನೂ.....' ಎನ್ನುತ್ತಿದ್ದಂತೆ ನಂದಕ ಮಾತು ನಿಲ್ಲಿಸಿ, ಸಮುದ್ರದ ದಡದಲ್ಲಿ ದೂರಕ್ಕೆ ಏನೋ ದಿಟ್ಟಿಸತೊಡಗಿದ. ಆಮೇಲೆ ಸಿಕ್‌ತೀನಿ ಎಂದು ಹೇಳಿ ಆತುರದಿಂದ ಮರಳ ಮೇಲೆ ಸುಯಿ ಸುಯಿ ಓಡತೊಡಗಿದ. ಎಡ ಹೆಗಲಿನ ಬಿಲ್ಲು ಬೆನ್ನಿನ ಬತ್ತಳಿಕೆಗಳು ಕುಣಿಯುತ್ತಿದ್ದವು. ದೂರದಲ್ಲಿ ದೋಣಿಯಂತೆ ಏನೋ ಕಂಡಿರಬಹುದೆಂದು ಊಹಿಸಿಕೊಂಡ ಯುಯುಧಾನನಿಗೆ ತಾನೂ ಜೊತೆಯಲ್ಲಿ ಹೋಗುವ ಮನಸ್ಸು. ಆದರೆ ಓಡುವ ಲಹರಿ ಬರಲಿಲ್ಲ. ಕುಳಿತಲ್ಲಿಯೇ ಎದ್ದು ನಿಂತಿದ್ದ. ಓಡಿ ನಡೆದ ನಂದಕ ಸ್ವಲ್ಪ ಹೊತ್ತಿನಲ್ಲಿ ಕಣ್ಣಿಗೆ ಕಾಣಿಸದಂತೆ ಆದ. ಮತ್ತೆ ಬರಲಿಲ್ಲ. ಯುಯುಧಾನನಿಗೆ ಆಕಳಿಕೆ ಬಂತು. ಮನೆಗೆ ಹೋಗಿ ಮಲಗಬೇಕೆನ್ನಿಸಿತು. ಬಲರಾಮ ಹಲ್ಲುನೋವಿಗೆ ಯಾವ ಔಷಧ ಮಾಡಿರುತ್ತಾನೆಂಬ ಕುತೂಹಲ ಕಾಣಿಸಿಕೊಂಡಿತು. ಅಪ್ಪನಿಗೆ ಹೀಗೆಯೇ ಆಗಿದ್ದಾಗ ಲವಂಗ ಅಗಿದು ನೋವಿನ ಹಲ್ಲಿನ ಬೆನ್ನಿಗೆ ಒತ್ತಲಿಸಿಕೊಂಡು ಮಲಗುತ್ತಿದ್ದ ನೆನಪಾಯಿತು. ಮರಳಿನ ಮೇಲೆ ಎಳೆದೆಳೆದು ಹೆಜ್ಜೆ ಇಡುತ್ತಾ ದಾಟಿ ಊರ ಹೆಬ್ಬಾಗಿಲಿನವನಿಗೆ ಧ್ವನಿಯಿಂದಲೇ ಗುರುತು ತಿಳಿಸಿ ಒಳಗೆ ನಡೆದ.

ಮನೆಯ ಅಂಗಳದಲ್ಲಿ ಪಕ್ಕದ ತನ್ನ ಮಂದಲಿಗೆಯ ಮೇಲೆ ಮಲಗಿ ಮೈಮುರಿದಾಗ ಅಪ್ಪ ಕೇಳಿದ: 'ಇಷ್ಟು ಹೊತ್ತು ಏನು ಗುಟ್ಟಿನ ಮಾತನಾಡಿದ ಬಲರಾಮ?'

'ನಮ್ಮ ಯಾದವರಲ್ಲಿ ಹಿಂದೆ ಯಾರಾದರೂ ಕಂಸನಷ್ಟು ಕ್ರೂರಿಯಾಗಿದ್ದರೆ?' ಅದೇ ಸಮಯಕ್ಕೆ ಮಗ ಕೇಳಿದ.

'ಯಾರೂ ಇರಲಿಲ್ಲ ನಾನು ಕೇಳಿಬಲ್ಲಮಟ್ಟಿಗೆ.'

'ಹಾಗಾದರೆ ಕಂಸ ಒಬ್ಬ ಯಾಕೆ ಹಾಗಾದ?'

ಮುದುಕ ಸರಕ್ಕನೆ ಇತ್ತ ಹೊರಳಿ ಹೇಳಿದ: 'ಹೆಂಗಸು ಕಟ್ಟುಕಟ್ಟಳೆ ಅನುಸರಿಸಬೇಕು ಅಂತ ಯಾಕೆ ಮಾಡಿದ್ದಾರೆ? ಅದು ಮಾಡಿದರೆ ಏನಾಗುತ್ತೆ, ಇದು ಮಾಡಿದರೆ ಏನಾಗುತ್ತೆ ಅಂತ ತಲೆಹರಟೆ ಮಾಡುಕ್ಕೆ ಹೋದರೆ ಆಗ ಆಯಿತಲ್ಲ ಇಡೀ ಕುಲನಾಶ, ಅದೇ ಆಗುವುದು.'

'ಏನು ಸ್ವಲ್ಪ ಬಿಡಿಸಿ ಹೇಳು.'

'ನಾನು ಹೀಗಲ್ಲ ಹೀಗೆ ಅಂತ ಹೇಳುಕ್ಕೆ ಹೋದರೆ ನಿನ್ನ ಹೆಂಡತಿ ಮೊದಮೊದಲು ಹ್ಯಾಗೆ ಸಿರ್ ಅಂತ ಬರುತ್ತಿದ್ದಳು. ಈಗ ವಯಸ್ಸಾಗಿ ತನಗೂ ಸೊಸೆ ಬಂದಮೇಲೆ ಬಗ್ಗಿದಾಳೆ ಅಲ್ಲವೆ?'

'ಅಪ್ಪ, ನಿನ್ನ ಸೊಸೆಗೂ ಕಂಸ ಕ್ರೂರಿಯಾದದ್ದಕ್ಕೂ ಏನು ಸಂಬಂಧ?'

'ಸುಮ್ಮನೆ ಹೇಳಿದೆ. ಕಂಸನ ಅಮ್ಮ ಇದ್ದಳಲ್ಲ, ಉಗ್ರಸೇನನ ಹೆಂಡತಿ, ಮಹಾಧೈರ್ಯಗಾರ ಹೆಣ್ಣು. ಕೆಟ್ಟ ಧೈರ್ಯ. ಕುದುರೆ ಏರಿ ಬಿಲ್ಲು ಬಾಣ ಹಿಡಿದು ಬೇಟೆಗೆ ಹೋಗುತ್ತಿದ್ದಳು. ನಮ್ಮ ಮಥುರೆಯ ಹತ್ತಿರ ಇಂದ್ರಗಿರಿ ಅಂತ ಇದೆಯಲ್ಲ, ಹತ್ತಿರ ಅಂದರೆ ಕುದುರೆಯ ಮೇಲೆ ಐದಾರು ಘಳಿಗೆಯ ಓಟ, ಅದರ ಹತ್ತಿರದ ಕಾಡಿಗೆ ಒಬ್ಬಳೇ ಬೇಟೆಗೆ ಹೋಗಿದ್ದಳು. ಜೊತೆಗೆ ಅವಳ ಆಪ್ತ ಸಖಿ. ಇನ್ನೂ ಬದುಕಿರಬಹುದು. ಚಿತ್ರೆ ಅಂತ. ಇಲ್ಲೇ ತಾಮ್ರಸ್ಥಲಿ ನೋಡಿದೀಯಾ? ಅಲ್ಲಿ ನೆಲೆಸಿದಾಳೆ. ಅವಳೇ ಖುದ್ದು ನಮ್ಮಪ್ಪನ ಕೈಲಿ ಹೇಳಿದ್ದನ್ನು ನಾನು ಈ ಕಿವಿಯಿಂದ ಕೇಳಿರುವುದರಿಂದ ನನಗೆ ನಿಜ ಗೊತ್ತು. ಅದಕ್ಕೇ ನಿನ್ನ ಹೆಂಡತಿಗೆ ಆಗ ಹೇಳಿ ಬೈಯುತ್ತಿದ್ದೆ. ಈಗ ನಿನ್ನ ಸೊಸೆಗೆ ಹೇಳುತ್ತಿದೀನಿ.'

'ಅದೇನು ಹೇಳು ಇಂದ್ರಗಿರಿಯ ಕಾಡಿನಲ್ಲಿ.'

'ಋತುಸ್ರಾವವಾಗುವ ದಿನ ಹತ್ತಿರ ಬಂದಾಗ ಹೆಂಗಸು ಹೊರಗೆ ಹೋಗಬಾರದು. ಸ್ರಾವದ ದಿನಗಳಲ್ಲಿ ಸಿಕ್ಕುಸಿಕ್ಕಿದ ಜಲಸ್ಥಾನಗಳ ಹತ್ತಿರ ತಿರುಗಬಾರದು ಅಂತ ಪದ್ಧತಿ ಇಲ್ಲವೆ? ಅದು ಮಾಡಿದರೆ ಏನಾಗುತ್ತೆ ಇದು ಮಾಡಿದರೆ ಏನಾಗುತ್ತೆ ಅನ್ನುವ ಜಾತಿಯ ಅವಳು ಬೇಟೆಗೆ ಹೋದವಳು ಅಲ್ಲೇ ಮುಟ್ಟಾದಳು. ಮುಟ್ಟಿನಲ್ಲಿ ಕುದುರೆ ಹತ್ತಬಾರದು ಅಂತ ಅಲ್ಲೇ ಉಳಿದಳು ಡೇರೆ ಹಾಕಿಸಿಕೊಂಡು. ಹತ್ತಿರ ಸರೋವರವಂತೆ. ಆ ಕಾಲದಲ್ಲಿ ತಾನೇ ಹೋಗಿ ಅದರೊಳಕ್ಕೆ ಇಳಿದು ಸ್ನಾನ ಮಾಡುತ್ತಿದ್ದಳು, ಸಖಿ ದಾಸಿಯರು ಬೇಡ ಅಂದರೂ. ದುಷ್ಟಶಕ್ತಿಗಳು, ಕೆಟ್ಟ ಗ್ರಹಗಳು, ಮನುಷ್ಯಗರ್ಭದಲ್ಲಿ ಜನ್ಮತಾಳಲು ಕಾಯ್ದುಕೊಂಡಿರುವ ಶಾಪಗ್ರಸ್ತ ಜೀವಗಳು ಅಂಥ ನೀರಿನಲ್ಲಿ ಕಾಯ್ದಿರುತ್ತವೆ. ಅಂಥ ಒಂದು ಜೀವವೋ ಗ್ರಹವೋ ಮತ್ತೆಂಥದೋ ಋತುಸ್ರಾವದಲ್ಲಿದ್ದ ಇವಳ ಗರ್ಭವನ್ನು ಪ್ರವೇಶಿಸಿತಂತೆ. ಅವಳ ಕಣ್ಣಿಗೇ ಕಂಡಿತಂತೆ ಕಪ್ಪಗೆ ಹೊಳೆಯುವ ಶಕ್ತಿ ಮಿಂಚಿನ ವೇಗದಿಂದ ಹರಿದು ಬಂದು ಒಳಗೆ ಹೋದದ್ದು. ಆ ತಿಂಗಳಿನಲ್ಲಿ ಅವಳು ಗರ್ಭಿಣಿಯೂ ಆದಳು. ಆಗಲೇಬೇಕಲ್ಲ. ಆಗ ಹುಟ್ಟಿದ ಮಗುವೇ ಕಂಸ. ನಮ್ಮ ಯಾದವರಲ್ಲಿ ಆ ಹುಟ್ಟು, ಆ ಎತ್ತರ ಗಾತ್ರ ಮೈ

ಕಟ್ಟು ಹುಟ್ಟು ಯಾರಿಗೂ ಇರಲಿಲ್ಲ. ರಾಕ್ಷಸಹುಟ್ಟು. ಅನಂತರ ತನ್ನ ಧೈರ್ಯವೇ ತನಗೆ ಕೇಡು ಮಾಡಿತು ಅಂತ ತುಂಬ ಮರುಗಿದಳಂತೆ. ಪ್ರಯೋಜನವೇನು? ಮೊದಲೇ ಜ್ಞಾನವಿಟ್ಟುಕೊಳ್ಳಬಾರದಾಗಿತ್ತೆ?'

ಮುಟ್ಟಾದ ಸಮಯದಲ್ಲಿ ಹೆಂಗಸು ಹೊರಗೆ ಹೋಗಬಾರದು, ಜಲಸ್ಥಾನದ ಹತ್ತಿರವೂ ಸುಳಿಯಬಾರದು ಎಂದು ಅಪ್ಪ ಮನೆಯ ಹೆಂಗಸರಿಗೆಲ್ಲ ಕಟ್ಟುನಿಟ್ಟು ಮಾಡುತ್ತಿದ್ದುದು ಮಾಡುತ್ತಿರುವುದು ಯುಯುಧಾನನ ನೆನಪಿಗೆ ಬಂತು. ಅಪ್ಪ ಮಾತ್ರವಲ್ಲ, ಹಿರಿಯರೆಲ್ಲರೂ ಈ ವಿಷಯದಲ್ಲಿ ತುಂಬ ಬಿಗಿ. ಇಷ್ಟು ವಯಸ್ಸಾದರೂ ತನಗೆ ಈ ವಿಷಯದಲ್ಲಿ ಹೆಚ್ಚು ಶ್ರದ್ಧೆ ಬೆಳೆದಿಲ್ಲವೆಂಬ ಅರಿವಾಯಿತು. ಮದುವೆಯಾದ ಹೊಸತರಲ್ಲಿ ತನ್ನ ಹೆಂಡತಿ ಸ್ವಲ್ಪ ಆ ಥರದವಳೇ. ಹಿರಿಯರು ಹೇಳುತ್ತಿದ್ದ ಕಟ್ಟಳೆಗಳನ್ನು ಅನುಸರಿಸುತ್ತಿರಲಿಲ್ಲ. ಈಗ ತಾನು ಸ್ವತಃ ಹಿರಿಯಳಾಗಿ ತನ್ನ ಸೊಸೆಗೆ ಬಿಗಿಮಾಡುತ್ತಾಳೆ, ಎಂದುಕೊಳ್ಳುವಾಗ ದುಷ್ಟಶಕ್ತಿ ಮತ್ತು ಶಾಪಗ್ರಸ್ತ ಜೀವಗಳು ಸಮುದ್ರದ ನೀರಿನಲ್ಲಿರುತ್ತವೆಯೋ ಅಥವಾ ಸರೋವರ, ಹಳ್ಳ, ಗುಂಡಿ, ನದಿಗಳಲ್ಲಿ ಮಾತ್ರವೋ ಎಂಬ ಅನುಮಾನ ಹುಟ್ಟಿತು. ಸಮುದ್ರದ ಆಲೋಚನೆ ಬಂದದ್ದರಿಂದ ಅದರ ಮೊರೆತ ಕೇಳಲು ಶುರುವಾಯಿತು. ಅಪ್ಪನನ್ನು ಕೇಳಬೇಕೆನಿಸಿದರೂ ಮನಸ್ಸಿನ ತುಂಬ ಮೊರೆತ ತುಂಬಿಕೊಂಡದ್ದರಿಂದ ಅವನು ಮಾತನಾಡಲಿಲ್ಲ. ಆಕಾಶದಲ್ಲಿ ಬೆಳದಿಂಗಳು. ಹತ್ತಿರವೇ ಮೊರೆಯುವ ಕಡಲು ಮರೆಯಲ್ಲಿದ್ದರೂ ಬೆಳದಿಂಗಳನ್ನು ರಾಚುವಂತೆ ಮಿಂಚಿಸಿ, ಉರುಳುವ ಅಲೆಗಳು. ದ್ವಾರಕೆಯೇ ಚಂದವೆಂದು ಇನ್ನೊಮ್ಮೆ ಎನ್ನಿಸಿತು. ಸ್ವಲ್ಪ ಹೊತ್ತಿನನಂತರ ತಿರುಗಿ ನೋಡಿದಾಗ ಅಪ್ಪ ನಿದ್ದೆ ಮಾಡುತ್ತಿದ್ದ. ಇತ್ತೀಚೆಗೆ ಹಾಗೆಯೇ. ಎಚ್ಚರವಾಗಿರುತ್ತಾನೆ. ತಕ್ಷಣ ಗೊರಕೆ ಎಳೆಯುತ್ತಾನೆ. ಅನಂತರ ಅರ್ಧಘಳಿಗೆಯಲ್ಲೇ ಕಣ್ಣು ತೆರೆದಿರುತ್ತಾನೆ. ಆಕಳಿಕೆ ಬಂದು ತಾನೂ ಮಲಗಿಕೊಂಡ. ಕಿವಿ ತುಂಬುವ ಮೊರೆತದಲ್ಲಿ ಸ್ವಲ್ಪ ಹೊತ್ತಿಗೆ ನಿದ್ರೆ ಬಂತು. ಆದರೆ ನಡುವೆಯೇ ಕನಸಾಗಿ ಎಚ್ಚರವಾಯಿತು. ಕಪ್ಪಗೆ ಹೊಳೆಯುವ ರಾಕ್ಷಸಜೀವವು ಮಿಂಚಿನ ವೇಗದಿಂದ ಹರಿದು ಬಂದು ಒಳಗೆ ಹೋದದ್ದು ಕನಸಿನಲ್ಲಿ ಮತ್ತೆ ಮತ್ತೆ ಮೂಡಿಬಂತು. ಆಗ ಅವಳಿಗೆ ನೋವಾಗಲಿಲ್ಲವೆ, ಭಯವಾಗಲಿಲ್ಲವೆ, ಕನಸಿನಲ್ಲೇ ತನಗೆ ಭಯವಾಗಿ ಬೆವರಿ ತಕ್ಷಣ ಎಚ್ಚರವಾದಾಗ ಅಪ್ಪ ನಿದ್ದೆಮಾಡುತ್ತಿದ್ದ. ಯುಯುಧಾನ ಎದ್ದು ಕುಳಿತ. ಕಡಲ ಮೊರೆತ ಕಡಮೆಯಾಗಿತ್ತು. ಚಂದ್ರನೂ ಸಾಕಷ್ಟು ವಾಲಿ ಮನೆಯ ಅಂಗಳದಲ್ಲಿ ಬೆಳದಿಂಗಳಿಗಿಂತ ನೆರಳು ಹೆಚ್ಚಾಗಿತ್ತು. ಮತ್ತೆ ನಿದ್ದೆ ಬರುವುದಿಲ್ಲವೆನಿಸಿದರೂ ಅವನು ಮಲಗಿದ, ಅಂಗಾತ ಕಣ್ಣುಬಿಟ್ಟು. ಅಲೆಗಳು ದೂರ ದೂರ ಹೋಗುತ್ತಿರುವಂತೆ ಕೇಳುವ ಇಳಿತದ ಮೊರೆತದಲ್ಲಿ ಮಗ್ನವಾಗಿದ್ದ ಮನಸ್ಸಿಗೆ, ಇದ್ದಕ್ಕಿದ್ದಹಾಗೆಯೇ ಅವೆಲ್ಲ ಸುಳ್ಳಿರಬಹುದು ಎನ್ನಿಸಿತು. ತನಗಂತೂ ಇದುವರೆಗೆ ಇಂಥ ವಿಷಯದಲ್ಲಿ ಪೂರ್ಣ ಶ್ರದ್ಧೆ ಬಂದಿಲ್ಲ ಎಂಬ ಅರಿವೂ ಆದಾಗ ತಾಮ್ರಸ್ಥಲಿಗೆ ಹೋಗಿ ಚಿತ್ರೆಯನ್ನೇ ಯಾಕೆ, ಬದುಕಿರುತ್ತಾಳೆಯೋ ಇನ್ನೂ?, ಬದುಕಿದ್ದರೆ, ನಾನೇ ನೋಡಿದ ನೆನಪಿದೆ, ದ್ವಾರಕೆಗೂ ಬರುತ್ತಿದ್ದಳು ಆಗಾಗ್ಗೆ. ಇತ್ತೀಚೆಗೆ ಎಲ್ಲೂ ನೋಡಿಲ್ಲ. ತೊಂಬತ್ತು ವರ್ಷವಾದರೂ ಕಳೆದ ಮುದುಕಿ. ತಾಮ್ರಸ್ಥಲಿ, ಏನು ಮಹಾ ಇಲ್ಲಿಗೆ ಕುದುರೆ ಮೇಲೆ ಆರೇಳು ಘಳಿಗೆಯ

ಬಲಕ್ಕೆ ಸಮುದ್ರ ಇಟ್ಟುಕೊಂಡು. ನೇರವಾಗಿ ದಾರಿಯೇ ಇದೆ ಪ್ರಭಾಸದ ದಿಕ್ಕಿನಲ್ಲಿ. ಯಾಕೆ ಕುದುರೆ ಹತ್ತಿ ಬೆಳಗ್ಗೆಯೇ ನಾನು ಊರೊಳಗಂತೂ ನೋಡಿಲ್ಲ. ಸಾಕಷ್ಟು ದೊಡ್ಡ ಕೋಟೆ, ಕೋಟೆ ಬಾಗಿಲು, ಹದಿನೈದು ಇಪ್ಪತ್ತು ಮನೆಗಳಿರಬಹುದೆ ಎಂದುಕೊಳ್ಳುತ್ತಿರುವಾಗ ಬೇಸಿಗೆಯಾದ್ದರಿಂದ ಬೆಳಗ್ಗೆ ಬೇಗ ಕಡಲ ಅಲೆಗಳು ಹತ್ತಿರ ಹತ್ತಿರ ಏರಿಬರುವಂತೆ ಕೇಳಿಸಲು ಶುರುವಾಯಿತು. ಬರೀ ಸದ್ದು ಕೇಳುತ್ತಿದ್ದರೂ ಸಾಕು ಸುಮ್ಮಾನ ಹತ್ತಿರುವುದು ತಿಳಿಯುತ್ತದೆ ಎಂದುಕೊಳ್ಳುತ್ತಾ ಮಲಗಿದಲ್ಲಿಯೇ ಮೈಕೈ ಮುರಿದ.

ಕುದುರೆಯ ಮೇಲೆ ಬಂದ ಈ ಅಪರಿಚಿತನನ್ನು ಕಂಡು ತಾಮ್ರಸ್ಥಲಿಯ ನಾಯಿಗಳು ಬೌವ್ ಎಂದು ಹತ್ತಿರ ಬಂದವು. ಹೇಯ್ ಹೇಯ್, ಎರಡು ಸಲ ಚಪ್ಪರಿಸಿದ ಮೇಲೆ ಬಾಲ ಆಡಿಸುತ್ತಾ ನಿಂತುಕೊಂಡವು. ತಾನು ತಿಳಿದಂತೆ ಹದಿನೈದು ಇಪ್ಪತ್ತು ಮನೆಗಳ ಹಳ್ಳಿಯಲ್ಲ, ಮೂವತ್ತೈದು ನಲವತ್ತಾದರೂ ಇವೆ. ಎರಡಂತಸ್ತಿನ ಏಳೆಂಟು ಮನೆಗಳು. ಉಳಿದವೆಲ್ಲ ಒಂದೇ ಅಂತಸ್ತಿನ ಕಟ್ಟಡ. ಒಂದೇ ರೀತಿ ಕಟ್ಟಿದವು. ಮನೆಗಳ ಗೋಡೆ ಮಾತ್ರವಲ್ಲ, ಕೋಟೆಯ ಕಲ್ಲು ಕೂಡ ತಾಮ್ರವರ್ಣದ ಕಲ್ಲುಗಳಿಂದ, ಸರಿಯಾದ ಹೆಸರು, ಯಾರು ಇಟ್ಟದ್ದು ಎಂದುಕೊಳ್ಳುತ್ತಾ ಈ ಆಗುಂತಕ ಸವಾರನ ಹತ್ತಿರ ಬಂದ ಮಕ್ಕಳಲ್ಲಿ ಒಬ್ಬಳನ್ನು ಚಿತ್ರೆಯ ಮನೆ ಯಾವುದೆಂದು ಕೇಳಿದ. 'ಯಜಮಾಂತಿ ಚಿತ್ರಜ್ಜಿಯಾ?' ಹುಡುಗಿ ತಿರುಗಿ ಕೇಳಿತು.

ಅಪ್ಪ ಹೇಳಿದುದು ಸರಿ, ಚಿತ್ರೆಗೆ ತೊಂಬತ್ತು ತೊಂಬತ್ತೈದು ಕಳೆದ ವಯಸ್ಸು. ಪೂರ್ತಿ ಬೊಚ್ಚು ಬಾಯಿಯಾದರೂ ಹೆಚ್ಚು ಸುಕ್ಕುಗಟ್ಟದ ಮುಖ. ಪ್ರಾಯದಲ್ಲಿ ಚಾಲೂಕಾದ ಹೆಣ್ಣೇ ಆಗಿದ್ದಿರಬಹುದು. ಸರಿಯಾಗಿ ಕಿವಿ ಕೇಳುವುದಿಲ್ಲ. 'ನನ್ನ ವಯಸ್ಸು ಕೇಳುತ್ತೀಯಾ? ಯಾರಿಗೆ ಗೊತ್ತು ಸರಿಯಾಗಿ! ಏನೇನು ನೋಡಿದೀನಿ ಈ ಕಣ್ಣಿನಲ್ಲಿ. ಒಡತಿ ಹೋದ ಮೇಲೆ ನನಗೂ ಅರಮನೆಗೂ ಸಂಬಂಧವೇ ಇಲ್ಲ. ಕಂಸನನ್ನು ಕೊಂದ ಕೃಷ್ಣ ನೀನು ಸ್ನೇಹಿತರು ಅಂತ ಕೇಳಿಬಲ್ಲೆ. ಸುಮ್ಮಸುಮ್ಮನೆ ನಾನೇಕೆ ಬರಲಿ ದ್ವಾರಕೆಗೆ? ಈಗ ಕಾಲ ಕೂಡ ಬದಲಾಯಿಸಿಬಿಟ್ಟಿದೆ. ಕೃಷ್ಣನೇ ಈ ಊರಿಗೆ ಬಂದಾಗ ಮರೆಯದೆ ಮಾತನಾಡಿಸಿ ಹೊಗುತ್ತಾನೆ.'

ತನ್ನನ್ನು ಕೃಷ್ಣನೇ ಕಳಿಸಿದ್ದಾಗಿ ಯುಯುಧಾನ ಹೇಳಿದ. ತನ್ನ ಎಡಬೆರಳಿಗೆ ಕೈಹಾಕಿ ಬಂಗಾರದ ಉಂಗುರ ತೆಗೆದು, 'ಕ್ವಾ ಇದನ್ನ. ಜಲಸ್ಥಳದಲ್ಲಿ ಶಾಪಗ್ರಸ್ತ ಜೀವಗಳು ಅನ್ನುವುದೆಲ್ಲ ನಿಜವೋ ಸುಳ್ಳೋ ತಿಳಕೋಬೇಕು ಅಂತ ನಿನ್ನ ಹತ್ತಿರ ಬಂದೆ. ನಿನ್ನ ಒಡತಿಗೆ ಕಂಸ ಹುಟ್ಟಿದ್ದು ಹಾಗೆ ಅಂತ ಜನ ಮಾತಾಡಿಕೊಳ್ಳುತ್ತಾರೆ. ನೋಡು ನಿಜ ಹೇಳಿದರೆ ನಾನು ಯಾರ ಕೈಲೂ ಬಾಯಿಬಿಡುವವನಲ್ಲ ನಿನ್ನಾಣೆ.' ಎನ್ನುತ್ತಾ ಉಂಗುರವನ್ನು, ನರಗಳು ಉಬ್ಬಿ ಸುಕ್ಕುಗುಟ್ಟಿದ ಅವಳ ಅಂಗೈಗೆ ಇಟ್ಟು ಮಡಿಸಿ, ತನ್ನ ಎರಡು ಕೈಗಳಿಂದಲೂ ಒತ್ತಿ ಹಿಡಿದ.

'ಈಗ ಯಾಕಪ್ಪಾ ಅದೆಲ್ಲ ಹಳೆಯದು?'

'ಚಿತ್ರಾ, ನನಗಾಗಲೇ ಅಲ್ಪಸ್ವಲ್ಪ ಗೊತ್ತಿದೆ, ಇಷ್ಟಕ್ಕೂ ಒಡತಿ ಸತ್ತು, ಕಂಸ ಸತ್ತು

ನಾವೆಲ್ಲ ಆ ದೇಶವನ್ನೇ ಬಿಟ್ಟು, ನೀನೇ ಹೇಳಿದಂತೆ ಎಷ್ಟು ಕಾಲ ಉರುಳಿಹೋಗಿದೆ.'

ಉಂಗುರ ಅವಳ ಕೈಯಲ್ಲೇ ಇತ್ತು. 'ದೊರೆ, ಇದನ್ನು ಯಾರಿಗೂ ಹೇಳುವುದಿಲ್ಲ ಅಂತ ಭಾಷೆ ಕೊಟ್ಟಿದ್ದೀನಲ್ಲ.' ಎಂದು ತನ್ನ ಆಕ್ಷೇಪದ ಕೊನೆಯ ತಂತನ್ನು ಮೀಟಿದಳು.

'ಅವಳೂ ಸತ್ತು ಕಂಸನೂ ಸತ್ತು ಆಯಿತಲ್ಲ. ನಾನು ಕೂಡ ಯಾರಿಗೂ ಹೇಳುವುದಿಲ್ಲ ಅಂತ ಇಕೋ ನಿನ್ನ ಕೈ ಹಿಡಿದು ಭಾಷೆ ಕೊಡುತ್ತೇನೆ.' ಎಂದು ಮತ್ತೆ ಅವಳ ಕೈ ಹಿಡಿದು ಹಿಸುಕಿದ.

ಚಿತ್ರೆ ಉಂಗುರವನ್ನು ತೆಗೆದು ತನ್ನ ಸೊಂಟದ ಗಂಟಿಗೆ ಸಿಕ್ಕಿಸಿಕೊಂಡಳು. ಜಗುಲಿಯ ಕೆಳಗೆ ಅಷ್ಟರಲ್ಲಿ ಗುಂಪು ಸೇರಿದ್ದ ಊರ ಹುಡುಗರನ್ನು ಗದ್ದರಿಸಿ ಓಡಿಸಿದಳು. ಇಂದಿಗೂ ಅವಳ ನಾಲಗೆ ಜೋರಾಗಿದೆ, ಯುಯುಧಾನ ಅರ್ಥ ಮಾಡಿಕೊಂಡ. 'ಇಲ್ಲಿ ಬಾ ಒಳಗೆ,' ತನ್ನ ಮನೆಯ ಒಳಗೆ ಕರೆದೊಯ್ದು, ಕುಡಿಯಲು ಒಂದು ಮೊಗೆ ಹಾಲು ತಂದಿಟ್ಟು ಅಡುಗೆಯ ಬಾಗಿಲಿನಲ್ಲಿ ನಿಂತ ಮೊಮ್ಮಗನ ಹೆಂಡತಿಗೆ ಒಳಗೆ ಹೋಗುವಂತೆ ಹೇಳಿದ ಮೇಲೆ ಗೋಡೆಯೊರಗಿ ಹತ್ತಿರದಲ್ಲೇ ಕೂತು ಕೇಳಿದಳು: 'ಕೃಷ್ಣ ನೀನು ಸ್ನೇಹಿತರು. ಅವನು ಹೇಳಲಿಲ್ಲವೆ?'

'ನಿನ್ನ ಬಾಯಿಂದಲೇ ಕೇಳು ಒಂದು ದಿನ ಹೋಗಿ, ಚಿತ್ರೆಯಾದರೆ ವಿವರವಾಗಿ ಹೇಳುತ್ತಾಳೆ ಅಂದ. ಅವನಿಗೆ ಎಲ್ಲವೂ ಗೊತ್ತೇ?'

'ಮಥುರೆಯಿಂದ ಇಲ್ಲಿಗೆ ವಲಸೆ ಬರುವ ದಾರಿಯಲ್ಲೇ ನನ್ನನ್ನು ದೂರ ಕರೆದು ಎಲ್ಲವನ್ನೂ ಕೇಳಿ ಕೇಳಿ ತಿಳಿದುಕೊಂಡ. ಆಗ ಹೆಚ್ಚು ನೆನಪಿನಲ್ಲಿತ್ತು. ಈಗ ಎಷ್ಟು ವಯಸ್ಸಾಯಿತು ನನಗೆ?'

'ಜ್ಞಾಪಕದಲ್ಲಿದ್ದಷ್ಟು ಹೇಳು,' ಎನ್ನುವಾಗ ಯುಯುಧಾನನಿಗೆ ಕೃಷ್ಣನ ಮೇಲೆ ಸಿಟ್ಟು ಬಂತು. ಈಗ ಚಿತ್ರೆ ಹೇಳುವ, ಅದೇನು ರಹಸ್ಯವೋ, ತನಗೆ ಗೊತ್ತಿದ್ದೂ ಕೃಷ್ಣ ಒಂದು ದಿನವೂ ನನ್ನೊಡನೆ ಬಾಯಿ ಬಿಟ್ಟಿಲ್ಲವಲ್ಲ. ಆ ಪ್ರಸಂಗವೇ ಬರಲಿಲ್ಲವೋ, ಆದರೂ ಎಂದು, ತನ್ನೊಳಗೇ ಹುಟ್ಟಿದ ಕೋಪವನ್ನು ಹೊರಗೆ ಕಾಣಿಸದಂತೆ ಅದುಮಿ ಇಟ್ಟುಕೊಳ್ಳುತ್ತಿದ್ದಾಗ ಚಿತ್ರೆ ಆರಂಭಿಸಿದಳು:

"ಅದು ನಡೆದದ್ದು ಜಲಸ್ಥಾನದ ಹತ್ತಿರವೇ. ಆದರೆ ಶಾಪಗ್ರಸ್ತ ಜೀವಗೀವ ಅನ್ನುವುದು ನನಗೆ ಗೊತ್ತಿಲ್ಲ. ನನ್ನ ಒಡತಿ ಒಳ್ಳೇ ಕಳೆಕಳೆಯಾದ ಹೆಣ್ಣು. ಇಲ್ಲಿ ನೀವು ರೈವತಕ ಬೆಟ್ಟಕ್ಕೆ ಆಗಾಗ್ಗೆ ವಿಹಾರ ಅಂತ ಹೋಗುತ್ತೀರಂತೆ ಹೌದೆ? ಈ ಪದ್ಧತಿ ಯಾದವ ಕ್ಷತ್ರಿಯರಲ್ಲಿ ಮೊದಲಿನಿಂದ ಇತ್ತು. ಮಥುರೆಯ ಹತ್ತಿರ ಇಂದ್ರಗಿರಿ ಅಂತ ಇದೆ ಜ್ಞಾಪಕವಿದೆಯಾ? ನಮ್ಮ ದೇಶ ಬಿಟ್ಟಾಗ ಎಷ್ಟು ವರ್ಷ ನಿನಗೆ? ಪೂರ್ವ ದಿಕ್ಕಿಗೆ ಬೆಟ್ಟ, ಅಂದರೆ ಗುಡ್ಡದಂಥದು. ಒಳ್ಳೇ ಬಣ್ಣಬಣ್ಣದ ಹೂಗಿಡಗಳು ಲತೆಗಳು ಹಸಿರು ನೆರಳಿನ ಮರಗಳು, ಹಿತವಾದ ಜಾಗ. ರಾಜಪರಿವಾರದ ಹೆಂಗಸರೆಲ್ಲ ಬಂದಿದ್ದರು. ಜೊತೆಗೆ ಅಡುಗೆಯವರು ಆಳುಕಾಳುಗಳು. ನನ್ನ ಒಡತಿ ಹೇಳಿದೆನಲ್ಲ ಕಳೆಕಳೆಯಾದ ಹೆಂಗಸು ಅಂತ, ಮಕ್ಕಳೂ ಇರಲಿಲ್ಲ, ಧೈರ್ಯವಂತೆ. ತಾನೇ ಬಿಲ್ಲು ಹಿಡಿದು ಒಂದು ಜಿಂಕೆಯನ್ನು ಓಡಿಸಿಕೊಂಡು ದಟ್ಟ ಗಿಡ

ಮರಗಳ ಮಧ್ಯಕ್ಕೆ ಹೋಗಿದ್ದಳಂತೆ. ಹತ್ತಿರ, ಸುತ್ತಮುತ್ತ ಯಾರೂ ಇಲ್ಲ. ಇದೇ ಸಮಯಕ್ಕೆ ಸರಿಯಾಗಿ ದ್ರುಮಿಳ ಅಂತ ಒಬ್ಬ ರಾಕ್ಷಸಹುಟ್ಟಿನ ರಾಜ. ಪೂರ್ತಿ ರಾಕ್ಷಸನಲ್ಲ. ರಾಕ್ಷಸ ತಾಯಿ ಆರ್ಯ ತಂದೆಗೋ ರಾಕ್ಷಸ ತಂದೆ ಆರ್ಯ ತಾಯಿಗೋ ಹುಟ್ಟಿದವನು. ಆ ಬೆಟ್ಟದ ಉತ್ತರ ಭಾಗದ ಗುಡ್ಡಗಳ ನಾಡಿನಲ್ಲಿ ಕಾಡು ಕಡಿದು ರಾಜ್ಯಸ್ಥಾಪನೆ ಮಾಡಿಕೊಂಡಿದ್ದವನು. ಒಳ್ಳೇ ಎತ್ತರಕ್ಕೆ ಗಾತ್ರಕ್ಕೆ ಮೈಕಟ್ಟಿನ ಆಳು. ನಮ್ಮ ಯಾದವ ರಾಜರಂಥದೇ ವೇಷ. ಕೆಳಗಿನ ಜನ ಮೇಲಿನವರ ವೇಷಭೂಷಣ ಮಾತು ಆಚಾರಗಳನ್ನಲ್ಲವೆ ಅನುಕರಿಸುವುದು? ಅದೂ ನಮ್ಮದು ಅವನ ಹೊಸ ರಾಜ್ಯಕ್ಕೆ ಹತ್ತಿರದ್ದು. ಹಳದಿ ರೇಶಿಮೆ ವಸ್ತ್ರ ಉಟ್ಟು ತಲೆಗೆ ಕಿರೀಟ, ಕೊರಳಿಗೆ ಬಿಳಿ ಹೂವಿನ ಹಾರ, ಕಿವಿಗೆ ಹೊಳೆಯುವ ಚಿನ್ನದ ಕುಂಡಲ. ಇವಳು ಜಿಂಕೆಯ ಬೆನ್ನುಹತ್ತಿ ಸದ್ದು ಮಾಡದಂತೆ ಹೋದಳು. ಅವನು ಎದುರು ಬಂದು ನಿಂತುಕೊಂಡ. ಇವಳೇನು ಹೆದರುವ ಹೆಣ್ಣಲ್ಲ. ಒಂದು ಕ್ಷಣ ಅನುಮಾನವಾಯಿತಂತೆ, ಗಂಡ ಉಗ್ರಸೇನನೇ ಬಂದು ನಿಂತನೋ ಅಂತ. ಆದರೆ ಪೀಚು ಮೈಯಿಯ ಇವನೆಲ್ಲಿ ರಾಕ್ಷಸರಕ್ತದ ಗಟ್ಟಿ ಆಳು ಅವನೆಲ್ಲಿ. ಇವಳೇನು ಕೇಳಿದಳು ಅಂತ?: 'ಎಲೈ ಪುರುಷನೇ, ನೀನು ನನ್ನ ಗಂಡನ ವೇಷದಲ್ಲಿ ಯಾಕೆ ಬಂದಿರುವೆ?' ಇನ್ನು ಮುಂದಿನದನ್ನ ಬಿಡಿಸಿ ಹೇಳಬೇಕೆ? ಗಂಡನ ವೇಷ ಹಾಕಿಕೊಂಡು ಬತ್ತಾರೆ ನೋಡು, ಅದರಲ್ಲಿ ಒಂದು ತಂತ್ರವಿದೆ. ಅಕಸ್ಮಾತ್ ನಾಳೆ ಯಾರಿಗಾದರೂ ಗೊತ್ತಾದರೂ ಅಲ್ಲ ಅವನು ನನ್ನ ಗಂಡನೇ ಅಥವಾ ನಾನಂತೂ ಗಂಡ ಅಂತ ತಿಳಿದೇ ಪ್ರಾಮಾಣಿಕವಾಗಿ ಜೊತೆಗೂಡಿದೆ, ನನ್ನ ತಪ್ಪೇನಿಲ್ಲ ಅಂತ ಹೊರಳಿಕೊಳ್ಳುಕ್ಕೆ ಅನುಕೂಲವಿರುತ್ತೆ. ಹೆಂಗಸರಿಗೆ ಈ ಅನುಕೂಲ ಮಾಡಿಕೊಡೋದೇ ನಿಜವಾದ ವಿಟನ ಬುದ್ಧಿವಂತಿಕೆ. ಅನೂಚಾನ ಇದು." ಎಂದು ಹಲ್ಲಿಲ್ಲದ ಚಿತ್ರೆ ನಕ್ಕಳು.

'ಮುಂದೆ ಏನಾಯಿತು?' ಯುಯುಧಾನ ಕೇಳಿದ.

"ಬಿಡಿಸಿ ಹೇಳಬೇಕೆ? ವಿಹಾರಕ್ಕೆ ಅಂತ ಬಂದ ರಾಣಿವಾಸ ಹದಿನೈದು ದಿನ ಮಥುರೆಗೆ ಹಿಂತಿರುಗಲೇ ಇಲ್ಲ. ರಾತ್ರಿಯಾಯಿತು ಅಂದರೆ ಉದಾರವಾಗಿ ಅಪ್ಪಣೆ ಮಾಡಿ ಇತರ ಹೆಂಗಸರಿಗೆಲ್ಲ ಸಾಕಷ್ಟು ಕುಡಿಯಲು ಕೊಡಿಸುವುದು ತಾನು ಹಗಲು ಹೊತ್ತು ನಿದ್ದೆ ಮಾಡಿರುವುದು. ನನಗೆ ಮಾತ್ರ ನಿಜವಿಷಯ ಗೊತ್ತು. ಸಖಿಯ ಸಹಕಾರವಿಲ್ಲದೆ ಇಂಥದೆಲ್ಲ ನಡೆಸುಕ್ಕೆ ಆಗುತ್ತೆಯೆ? ಅತ್ತ ಕಡೆ ಹದಿನೈದು ದಿನವಾಯಿತು ಹೆಂಡತಿ ವಿಹಾರಸ್ಥಾನದಿಂದ ಬರಲಿಲ್ಲ. ಗಂಡ ಕಾಹಿಲೆಯಾಗಿ ಮಲಗಿದ್ದನಂತೆ. ಅಷ್ಟರಲ್ಲಿ ಸ್ವಲ್ಪ ಹುಶಾರಾಗಿದ್ದ. ಒಂದು ರಾತ್ರಿ ಇದ್ದಕ್ಕಿದ್ದಂತೆಯೆ ಎದ್ದು ಕುದುರೆ ಹತ್ತಿ ಇಬ್ಬರೇ ಇಬ್ಬರು ಅಂಗರಕ್ಷಕರೊಡನೆ ಅಲ್ಲಿಗೆ ನಡೆದ. ಒಳ್ಳೇ ಬೆಳದಿಂಗಳು, ಸುತ್ತಮುತ್ತ ಗಿಡಬಳ್ಳಿ ಹೂವು ಹಸಿರು. ನೇರವಾಗಿ ನಾವಿದ್ದ ಉಪವನಕ್ಕೆ ಬಂದ. ರಾಣಿಯ ಡೇರೆಯನ್ನು ವಿಚಾರಿಸಿಕೊಂಡು ಬಾಗಿಲಿನಲ್ಲಿ ನಿಂತ. ಬಾಗಿಲು ಕಾಯುತ್ತಿದ್ದ ನನಗೂ ಗಾಬರಿ, ನನ್ನ ಜೊತೆಗಿದ್ದ ಇನ್ನೊಬ್ಬಳು, ಅವಳು ದಾಸಿ, ಸಖಿಯಲ್ಲ, ಇಳಾ ಅಂತ, ಅವಳಿಗೂ ಗಾಬರಿ. ನಮ್ಮ ಮುಖವನ್ನ ಇವನು ಯಾಕೆ ಗಮನಿಸುತ್ತಾನೆ? ಸೀದಾ ಬಟ್ಟೆ ಬಾಗಿಲು ನೂಕಿಕೊಂಡು ಒಳಗೆ ಹೋದರೆ ಮಂದ ಬೆಳಕಿನ ದೀಪದಲ್ಲಿ ತನ್ನದೇ ಪ್ರತಿವೇಷಧಾರಿ. ಗರ ಹಿಡಿದು ನಿಂತುಬಿಟ್ಟ. ಒಡತಿಗೆ

ಗಾಬರಿಯಾಗದೆ ಇರುತ್ತೆಯೆ? ಆದರೆ ಛಾತಿವಂತ ಹೆಣ್ಣು. ತೋಳಿನಲ್ಲಿದ್ದ ಅವನನ್ನು ಪಕ್ಕಕ್ಕೆ ಕೂರಿಸಿ ಇವನ ಮೇಲೆ ರೇಗಿಬಿಟ್ಟಳು: 'ಎಲೈ ಪುರುಷನೇ, ನನ್ನ ಪತಿಯ ವೇಷಧರಿಸಿ ಪತಿವ್ರತೆಯಾದ ನನ್ನನ್ನು ಸಮೀಪಿಸಲು ಬಂದಿರುವೆಯಾ. ಶಾಪಕೊಟ್ಟೇನು ನಿನಗೆ.' ಆ ವೇಷಧಾರಿ ತಕ್ಷಣ ಮೇಲೆ ಎದ್ದು ಇವನಿಗೇ ಒಂದೇಟು ಹಾಕಿ ತಲೆ ಸುತ್ತುಬರುವಂತೆ ಮಾಡಿ ಕೆಡವಿ ಹೊರಟುಹೋದ. ಇವನಿಗೆ ಎಚ್ಚರವಾದ ಮೇಲೆ ಅವಳು ಅದೇ ಮಾತನ್ನು ಸಾಧಿಸಿದಳು: 'ನೀನೇ ಅಂತ ನಾನು ಭಾವಿಸಿದೆ, ನನಗೇನು ಗೊತ್ತು? ಗಟ್ಟಿಯಾಗಿ ಮಾತ ನಾಡಬೇಡ: ನಿನ್ನ ಮರ್ಯಾದೆಯೇ ಹೋದೀತು!' "

'ಆಗಲೇ ಕೊಲ್ಲಲಿಲ್ಲವೆ ಅವಳನ್ನ?' ಯುಯುಧಾನ ನಡುವೆ ಮಾತು ಹಾಕಿದ.

"ನಿಮ್ಮ ಕ್ಷತ್ರಿಯರಲ್ಲೂ ಕೆಲವು ಜಾತಿಯ ಹೆಂಗಸರಿರುತ್ತಾರೆ. ಹಾದರಗಿತ್ತಿ ಅಂತ ಗೊತ್ತಾದರೂ ಗಂಡನಿಗೆ ಹೊಡೆಯುಕ್ಕೆ ಬಡಿಯುಕ್ಕೆ ತೋಚದಂತಹ ಮೋಡಿ ಹಾಕ್ತಾರೆ. ಇವಳು ಹೇಳುವುದು ಸುಳ್ಳಂತ ಅಂತರಂಗಕ್ಕೆ ಗೊತ್ತಾದರೂ ತಮ್ಮ ಮನಸ್ಸೇ ಅದು ನಿಜ ವೆಂದು ಭ್ರಮಿಸುವ ಹಾಗೆ ತಾವೇ ಬಯಸ್ತಾರೆ. ಅವಳು ಅಂಥ ಜಾತಿಯವಳು. ಉಗ್ರಸೇನ ಇಂಥ ಜಾತಿಯವನು. ಆ ರಾತ್ರಿಯೇ ಎಲ್ಲರನ್ನೂ ಊರಿಗೆ ಕರೆದೊಯ್ದು ನನ್ನನ್ನು ಕತ್ತಲೆ ಕೋಣೆಗೆ ಕೂಡಿ, ಕೈಕಾಲು ಕಟ್ಟಿಹಾಕಿ ಹೊಡೆದು ಬಾಯಿಬಿಡಿಸಿ ನಿಜ ತಿಳಿದುಕೊಂಡ. ಆದರೆ ಹೆಂಡತಿ ಮಾತ್ರ, 'ಅದೇ ರಾತ್ರಿ ಆಗ ತಾನೆ ಆ ಮೋಸಗಾರ ಬಂದಿದ್ದ, ನೀನೇ ಅಂತ ಮೋಸ ಹೋಗಿ ತಾನು ಕೂರಿಸಿ ಮಾತನಾಡಿಸುತ್ತಿದ್ದೆ. ಅಷ್ಟರಲ್ಲಿ ನೀನು ಬಂದೆ' ಅಂತ ಸಾಧಿಸಿದಳು. ಹೇಳಿದೆನಲ್ಲ, ಭ್ರಮಿಸುವ ಬಯಕೆ ಗಂಡನಿಗೇ ಇರುವಾಗ ಅವಳ ಮಾತೇ ಊರ್ಜಿತವಾಗುತ್ತೆ ಅಂತ. ಇನ್ನೊಂದು ಪರಿಣಾಮವೇನಾಗಿತ್ತು ಗೊತ್ತೆ? ಮದುವೆ ಯಾಗಿ ನಾಲ್ಕು ವರ್ಷವಾದರೂ ಬಸುರಾಗದಿದ್ದ ಅವಳಿಗೆ ಗರ್ಭ ಕಟ್ಟಿತ್ತು. ಈ ವಿಷಯ ಯಾರಿಗೂ ಬಾಯಿ ಬಿಡಕೂಡದೆಂದು ಮಹಾರಾಜನೇ ನನಗೆ ಮತ್ತು ದಾಸಿ ಇಳಾಗೆ ಕಟ್ಟಾಜ್ಞೆ ಮಾಡಿದ."

'ಅವಳಿಗೆ ಮತ್ತೆ ಮಕ್ಕಳಾಗಲಿಲ್ಲವೆ?'

'ಆಗದೆ ಏನು? ಅವಳ ಗರ್ಭದ್ವಾರವನ್ನು ವೇಷಧಾರಿ ಗಂಡ ಬಿಡಿಸಿದ್ದೇನೋ ಹೌದು. ಆದರೆ ಅನಂತರ ಆದವೆಲ್ಲ ಉಗ್ರಸೇನನವೇ. ಎಂಟು ಗಂಡು ಐದು ಹೆಣ್ಣು. ಹೆಸರೂ ಜ್ಞಾಪಕವಿದೆ ನನಗೆ. ನ್ಯಗ್ರೋಧ, ಸುನಾಮ, ಕಂಕ, ಸುಭೂಮಿಪ, ಶಂಕು, ಸುತನು, ಅನಾದೃಷ್ಟಿ, ಪುಷ್ಟಿಮಾನ್. ಐದು ಹೆಣ್ಣುಮಕ್ಕಳು. ಕಂಸಾ, ಕಂಸವತೀ, ಸುತನೂ, ಕಂಕಾ, ರಾಷ್ಟ್ರಪಾಲೀ.'

'ಅವರೆಲ್ಲ ಎಲ್ಲಿ?'

"ಹೇಳ್ತೀನಿ ಕೇಳು ದುಃಖದ ಕಥೇನ. ಮೊದಲ ಮಗ ಹುಟ್ಟಿದನಲ್ಲ ಕಂಸ. ಅದೇನು ಮೈಕಟ್ಟು, ಮಗುವಿನಲ್ಲೇ ತೊಡೆ ತುಂಬಿ ತೊಡೆಯಾಚೆ ಮೊಣಕಾಲು ಚಾಚುವಂಥ ಉದ್ದ. ಉಗ್ರಸೇನ ಅದನ್ನು ಎತ್ತಿಕೊಳ್ಳಲಿಲ್ಲ. ಆದರೆ ಜಾತಕರ್ಮದ ದಿನ ಸಭೆಯಲ್ಲಿ ಅದರ ತಲೆಯನ್ನು ಮೂಸಿ, ಹೌದೆಂದ. ಆ ಮಗುವಿಗೆ ಆರು ತಿಂಗಳು ನಡೆಯುತ್ತಿರುವಾಗ

ಹೆಂಡತಿಯ ಹೊಟ್ಟೆಯಲ್ಲಿ ಇನ್ನೊಂದು ಮಗು ಕೂತಿತ್ತು. ಅದಂತೂ ಅವನದು ತಾನೆ? ಬಾಣಂತಿಮನೆಗೆ ಇನ್ನಾರು ಬರಲು ಸಾಧ್ಯ? ಒಂದಾದ ಮೇಲೆ ಒಂದರಂತೆ ಅವಳಿಗೆ ಬಸರು. ತೊಡೆಯ ಮೇಲೆ ಮೊಲೆ ಕುಡಿಯುವ ಮಗು. ಅದನ್ನು ದೂರ ಒತ್ತುವ ಹೊಟ್ಟೆಯೊಳಗಣ ಚಿಗುರು. ಹಾಗೆ ಮಕ್ಕಳನ್ನು ಹೆರುವ ಹೆಂಡತಿಯ ಮೇಲೆ ಪ್ರೀತಿಯೋ, ಅಥವಾ ಪರಪುರುಷನನ್ನು ಕೂಡಿದ ಅವಳು ಹೆತ್ತು ಹೆತ್ತು ಹೆತ್ತು ಸುಸ್ತಾಗಲೆಂಬ ಛಲವೋ, ಅಥವಾ ಈ ಮೂಲಕ ಹೆಂಡತಿಯ ಮನಸ್ಸನ್ನು ಗೆಲ್ಲಬೇಕೆಂಬ ಬಯಕೆಯೋ, ಅಂತೂ ಹದಿಮೂರು ಮಕ್ಕಳು ಹೊಟ್ಟೆಯಲ್ಲಿ ತೊಡೆಯ ಮೇಲೆ ಜೊತೆಜೊತೆಯಾಗಿ. ಈ ನಡುವೆ ಏನಾಯಿತು? ಅವನು ತನಗೆ ಹುಟ್ಟಿದ, ಹುಟ್ಟುವ ಮಕ್ಕಳನ್ನೆಲ್ಲ ಪ್ರೀತಿಸುತ್ತಿದ್ದ. ಹಿರಿಯ ಕಂಸನನ್ನು ತಿರಸ್ಕರಿಸುತ್ತಿದ್ದ. ಒಂದು ದಿನ ಎತ್ತಲಿಲ್ಲ, ಆಡಿಸಲಿಲ್ಲ, ತೊಡೆಯ ಮೇಲೆ ಉಚ್ಚೆಹುಯ್ಸಿಕೊಳ್ಳಲಿಲ್ಲ. ಬೆಳೆಯುವಾಗ ಕೂಡ ಮಾತನಾಡಿಸಲಿಲ್ಲ. ಏನೋ ಮನೆಯಲ್ಲಿ ತಿಂದುಕೊಂಡು ಬಿದ್ದಿರುವ ದಾಸಿಯ ಮಗು ಎಂಬಂತೆ ಕಾಣುತ್ತಿದ್ದ. ಆದರೆ ಹೆತ್ತವಳು ಬಿಡುತ್ತಾಳೆಯೆ? ಹುಡುಗನನ್ನು ಕಂಡರೆ ವಿಶೇಷ ಪ್ರೀತಿ. ನಡುನಡುವೆ ಎಲ್ಲಿಲ್ಲದ ಸಿಟ್ಟು. ಉಗ್ರಸೇನ ಎಂದೂ ಹೊಡೆಯಲಿಲ್ಲ, ದಂಡಿಸಲಿಲ್ಲ. ತಾಯಿ ದಪದಪದಪನೆ ಚಚ್ಚುತ್ತಿದ್ದಳು. ತಬ್ಬಿಕೊಂಡು ಕಣ್ಣೀರು ಸುರಿಸಿ ಮುದ್ದಿಸುತ್ತಲೂ ಇದ್ದಳು. ಅಪ್ಪ ತನ್ನ ತಮ್ಮ ತಂಗಿಯರನ್ನು ಎತ್ತಿ ಮುದ್ದಿಸುತ್ತಿದ್ದ; ತನ್ನನ್ನು ನೋಡಿದರೂ ಗುರುತು ಕಾಣದವನಂತೆ ಇರುತ್ತಿದ್ದ. ಹುಡುಗ ಇನ್ನೇನಾಗಬೇಕು? ಒಳ್ಳೇ ಗಟ್ಟಿಯಾಗಿ ಬೆಳೆದಿದ್ದ. ಸರಿಯಾಗಿ ಯಾವ ಗುರುವಿನಿಂದಲೂ ಬಿಲ್ಲುವಿದ್ಯೆಯನ್ನಾಗಲಿ, ವೇದಪಾಠವನ್ನಾಗಲೀ ಮಾಡಿಸಲಿಲ್ಲ. ಪ್ರೀತಿಯಿದ್ದರೆ ತಾನೆ ವಿದ್ಯಾಭ್ಯಾಸ ಮಾಡಿಸುವುದು? ತಾಯಿ ಬಸರು ಬಾಣಂತಿತನದ ಚಕ್ರದಲ್ಲಿ ಸುತ್ತುತ್ತಿದ್ದಳು. ಕಂಸ ಕಲಿತ ಆಯುಧವೆಂದರೆ ದೊಣ್ಣೆ ಕಲ್ಲು ಮಚ್ಚು ಕೊಡಲಿಗಳು. ತನಗೆ ಹುಟ್ಟಿದ ಹಿರಿಯ ನ್ಯಗ್ರೋಧನಿಗೆ ಹದಿನೆಂಟಾದಾಗ ಅವನಿಗೆ ಯುವರಾಜ ಪಟ್ಟ ಕಟ್ಟಲು ಉಗ್ರಸೇನ ಉದ್ದೇಶಿಸಿದ. ಹೆತ್ತ ತಾಯಿ ಬಿಡುತ್ತಾಳೆಯೆ? ಯಾಕೆ ಈ ಭೇದ? ಅಂತ ಕೇಳಿಯೇ ಕೇಳಿದಳು. ಆಗಲಾದರೂ ಅವನು ಹೆಂಡತಿಗೆ ನಿಜ ಹೇಳಬೇಕಾಗಿತ್ತು. ಹೇಳಲಿಲ್ಲ. ತಿಳಿದೂ ತಿಳಿದೂ ಅದೇ ಹೆಂಡತಿಯಲ್ಲಿ ಹದಿಮೂರು ಮಕ್ಕಳನ್ನು ಹುಟ್ಟಿಸಿದ್ದನಲ್ಲ. ಯಾವ ಕಾರಣವೂ ಇಲ್ಲದೆ ನ್ಯಾಯವಾಗಿ ಹಿರಿಯನಿಗೆ ಸಲ್ಲಬೇಕಾದ ಯುವರಾಜ ಪದವನ್ನು ಹೇಗೆ ತಪ್ಪಿಸುತ್ತೀಯ ಅಂತ ಗಟ್ಟಿಯಾಗಿ ಕೇಳಿದಳು. ಅಷ್ಟರಲ್ಲಿ ತನ್ನ ಹುಟ್ಟಿನ ವಿಷಯ ಕಂಸನಿಗೇ ತಿಳಿದಿತ್ತು. ಇಳಾ ಅಂತ ಹೇಳಿದೆನಲ್ಲ ದಾಸಿ, ಒಡಕುಬಾಯಿಯ ಹೆಂಗಸು. ದಾಸಿಯಾಗುವುದಕ್ಕೇ ಸರಿ. ಸಖಿಯಾಗುವುದಕ್ಕಲ್ಲ. ಅವಳೇ ಕಂಸನ ಕಿವಿಯಲ್ಲಿ ಪಿಸುಗುಟ್ಟಿದಳಂತೆ. ಮಗ ಹೋಗಿ ತಾಯಿಯನ್ನೇ ಕೇಳಿದ. ಹೆತ್ತು ಹೆತ್ತು ಸುಸ್ತಾಗಿ ಹಾಸಿಗೆಯ ಮೇಲೆ ರಕ್ತಹೀನಳಾಗಿ ಮಲಗಿದ್ದ ತಾಯಿ ಮಗನ ದೊಡ್ಡ ಮುಖ ಎದೆ ಭುಜಗಳನ್ನು ಸವರಿ, 'ಮಗೂ, ನೀನು ನನ್ನ ಮಗ. ನಾನು ನಿನ್ನ ತಾಯಿ' ಎಂದಳು. ಈ ಉರಿಗಣ್ಣಿನ ಮಗ, ಆಸ್ಥಾನದಲ್ಲಿ ಮಂತ್ರಿ ಪುರೋಹಿತ ಪ್ರಜಾಮುಖ್ಯರೊಡನೆ ಕುಳಿತಿದ್ದ ಉಗ್ರಸೇನನ ಎದುರಿಗೇ ಹೋಗಿ ನಿಂತು, ಈ ದಿನವೇ ನನಗೆ ಯುವರಾಜ ಪಟ್ಟ ಕಟ್ಟುತೀಯೋ ಇಲ್ಲವೋ ಅಂತ ಭಯ

ಹುಟ್ಟಿಸುವ ಧ್ವನಿಯಲ್ಲಿ ಕೇಳಿದ. ರಾಜನಾದವನು ಆಗಲಾದರೂ ಗಟ್ಟಿಯಾಗಿ ನಿಜ ಹಿಡಿದು ಧೈರ್ಯ ತಾಳಿದನೆ? ಹೆದರಿದ. ನಡುಗಿದ. ಒಪ್ಪಿದ. ಮರುದಿನವೇ ಯುವರಾಜ ಪಟ್ಟ ವಾಯಿತು. ಕಂಸನ ತಲೆಯ ಮೇಲೆ ಕಿರೀಟ ಏರಿತು. ಉಗ್ರಸೇನ ಸ್ವತಃ ಕೈಗಳಿಂದ ಎತ್ತಿ ಇಟ್ಟ. ರಕ್ತಹೀನಳಾದ ತಾಯಿ ದಿಂಬು ಒರಗಿ ಕೂತು ನೋಡಿ ಕಣ್ಣಿನಲ್ಲಿ ಎರಡು ಹನಿ ಉದುರಿಸಿದಳು. ಆಮೇಲೆ ಒಳಗೆ ಹೋಗಿ ತನ್ನ ಉಳಿದ ಎಲ್ಲ ಮಕ್ಕಳನ್ನೂ ತಬ್ಬಿ ಗೋಳೋ ಅಂತ ಅತ್ತು ತನ್ನಲ್ಲಿ ಉಳಿದಿದ್ದ ಅಲ್ಪ ಜೀವಶಕ್ತಿಯನ್ನು ಕಣ್ಣೀರಾಗಿ ಸುರಿಸಿ ಕುಸಿದಳು. ಮುಂದೆ ಏನಾಗುತ್ತದೆಂಬುದು ಉಗ್ರಸೇನನಿಗೆ ತಿಳಿಯಲಿಲ್ಲ. ಅವಳಿಗೆ ತಿಳಿಯಿ ತೇನೋ! ಬುದ್ಧಿಯ ಮೂಲಕ ತಿಳಿಯುವುದಕ್ಕಿಂತ ಹೆಚ್ಚಾಗಿ ಅಂತರಂಗದಿಂದಲೇ ಅರಿವಾಗಿರ ಬೇಕು. ಆ ದಿನ ಅಷ್ಟು ಅತ್ತದ್ದು, ನಂಜಾಯಿತು. ಒಂದು ವಾರದಲ್ಲಿ ಸತ್ತಳು. ಗಂಡನ ತೊಡೆಯ ಮೇಲೆ ತಲೆ ಇಟ್ಟು. ಮೋಸ ಮಾಡಿದೆ, ಮೋಸ ಮಾಡಿದೆ ಅಂತ ಮೂರು ಸಲ ಕೂಗಿಕೊಂಡಳು ಅಪ್ರಜ್ಞಾವಸ್ಥೆಯಲ್ಲಿ. ಹೆಂಡತಿಯ ಹೆಣವನ್ನು ತಬ್ಬಿಕೊಂಡ ಅವನೂ ಮೋಸ ಮಾಡಿಕೊಂಡೆ ಮೋಸಮಾಡಿಕೊಂಡೆ ಅಂತ ತೊದಲಿದ. ಪಕ್ಕದಲ್ಲಿದ್ದು ನಾನೇ ಕಿವಿಯಾರೆ ಕೇಳಿದ ಮಾತು ಇದು. ಅವಳು ಸತ್ತಮೇಲೆ ಅವನು ಮೋಸದ ನೆಲೆಯನ್ನು ಅರ್ಥಮಾಡಿಕೊಳ್ಳುವುದರಲ್ಲಿ ತೊಡಗಿರಬಹುದು: ಬರೀ ಅಂತರ್ಮುಖಿಯಾದ. ರಾಜ್ಯಾಡಳಿತ ಅಲಕ್ಷ್ಯಿಸಿ ತನಗೆ ಹುಟ್ಟಿದ ಮಕ್ಕಳಲ್ಲಿ ತೀರ ಚಿಕ್ಕವನ್ನು ತಾಯಿಯಂತೆ ತೊಡೆಯ ಮೇಲೆ ಮಲಗಿಸಿಕೊಂಡು ಒಳಲೆಯಿಂದ ಹಾಲು ಕುಡಿಸಲು ಶುರು ಮಾಡಿದ. ಚಿಕ್ಕಮಕ್ಕಳ ಶುಶ್ರೂಷೆಯ ರೀತಿಯನ್ನು ನಾನು ಹೇಳಿಕೊಡುವುದು. ಅವನು ಮಾಡುವುದು. ಇತ್ತ ಏನಾಯಿತು ಅಂದರೆ: ಕಂಸ ತನ್ನದೇ ಒಂದು ಗುಂಪನ್ನು ಬೆಳೆಸಿ ಬಹು ಬೇಗ ಆಡಳಿತವನ್ನೆಲ್ಲ ತನ್ನ ಮುಷ್ಟಿಯಲ್ಲಿ ಹಿಡಿದ. ನಗರರಕ್ಷರನ್ನು ಬದಲಾಯಿಸಿದ. ಮಾವುತರನ್ನು ಬದಲಾಯಿಸಿದ. ಕಾಲಾಳುಗಳ ಪ್ರಮುಖರನ್ನು ಮನೆಗೆ ಕಳಿಸಿ ತನಗೆ ಬೇಕಾದವರನ್ನು ನೇಮಿಸಿದ. ಅನಂತರ ಒಂದು ದಿನ ಹೊಳೆ ಈಜಲು ಹೋಗಿದ್ದ ಹಿರಿಯ ನ್ಯಗ್ರೋಧ, ಸುನಾಮ, ಕಂಕ, ಸುಭೂಮಿಪ ಈ ನಾಲ್ವರೂ ಒಂದೇಸಲ ಮುಳುಗಿ ಸತ್ತರಂತೆ. ಊರಿನಲ್ಲೆಲ್ಲ ಅವರು ಸತ್ತದ್ದಕ್ಕೆ ದುಃಖಕ್ಕಿಂತ ಹೆಚ್ಚಾಗಿ ಭಯ ಹುಟ್ಟಿತು. ಎಲ್ಲೆಲ್ಲೂ ಗುಸುಗುಸು. ಮತ್ತೆ ಒಂದು ತಿಂಗಳಿಗೆ ಇನ್ನಿಬ್ಬರು ಗಂಡುಮಕ್ಕಳು ಅರಮನೆಯ ಹಿಂಬದಿಯಲ್ಲಿ ಆಡುತ್ತಿರುವಾಗ ಹುಲಿ ನುಗ್ಗಿ ಹೊತ್ತುಕೊಂಡು ಹೋಯಿತಂತೆ. ಅಂತೆ. ಕಂಡವರಿಲ್ಲ. ಯಾವ ದಿಕ್ಕಿನಿಂದ ಬಂತು? ಅರಮನೆಯ ಹಿಂಬದಿಗೇ ನದಿ. ನದಿಯನ್ನು ದಾಟಿ ಜನ ಸಂದಣಿಯಿರುವ ಊರಿನೊಳಕ್ಕೆ ಹುಲಿ ಬರುತ್ತೆಯೆ? ಅದೂ ಸಂಜೆಯ ಹೊತ್ತು. ಉಗ್ರಸೇನ ಕೂಗಾಡಿದ. ಮರುದಿನವೇ ಯುವರಾಜನು ಅವನನ್ನು ವೈದ್ಯದ ಕೋಣೆಗೆ ಕೂಡಿ ಬೀಗ ಹಾಕಿಸಿದ. ಯಾರೂ ಅವನನ್ನು ನೋಡಿ ಶ್ರಮ ಕೊಡಕೂಡದು. ಹಾಗೆ ವೈದ್ಯರು ಹೇಳಿದಾರೆ ಅಂತ ಅಪ್ಪಣೆ ಮಾಡಿದ. ಇನ್ನುಳಿದ ಸಣ್ಣ ಮಕ್ಕಳಿಗೆ ಏನಾಯಿತೆಂಬುದು ಯಾರಿಗೂ ತಿಳಿಯಲೇ ಇಲ್ಲ. ವಾಂತಿರೋಗ ಬಡಿದು ಸತ್ತವಂತೆ. ಎಲ್ಲವೂ ಒಂದೇ ವಾರದಲ್ಲಿ. ಹಾಗಂತ ಊರೊಳಗಿನ ಜನ ಆಡಿಕೊಂಡದ್ದು. ಅರಮನೆಯಲ್ಲಿದ್ದ ನಮಗೆ ಅವು ಇದ್ದಕ್ಕಿದ್ದಂತೆಯೇ ಮಾಯವಾದದ್ದು

ಮಾತ್ರ ಗೊತ್ತು. ಆದರೆ ನಾವು ಬಾಯಿಬಿಡುವ ಹಾಗಿಲ್ಲ."

ಎಂದ ಚಿತ್ರೆ ಒಳಬಾಗಿಲಿನ ಕಡೆಗೆ ತಿರುಗಿದಳು. ಮೊಮ್ಮಗನ ಹೆಂಡತಿ ಹೊಸಲಿನ ಹತ್ತಿರ ನಿಂತು ಸನ್ನೆ ಮಾಡುತ್ತಿದ್ದುದನ್ನು ಕಂಡು ಎದ್ದು ಒಳಗೆ ಹೋದಳು. ಯುಯುಧಾನ ಸುಮ್ಮನೆ ಕುಳಿತಿದ್ದ. ತಾನು ಬಾಲ್ಯದಲ್ಲಿ ಮತ್ತು ಅನಂತರ ಕಂಸ ಮತ್ತು ಮಥುರೆಯ ಆಡಳಿತದ ಬಗೆಗೆ ಕಂಡು ಕೇಳಿದ್ದ ಸಂಗತಿಗಳೆಲ್ಲ ಅಷ್ಟರಲ್ಲಿ ತಮಗೆ ತಾವೇ ಹೊಸ ರೂಪ ತಳೆಯಲು ಪ್ರಾರಂಭಿಸಿದ್ದವು. ಈಗ ಅವಳು ಮಾತು ನಿಲ್ಲಿಸಿ ಒಳಗೆ ಹೋದದ್ದರಿಂದ ಅವು ಸ್ಪಷ್ಟರೂಪ ಪಡೆಯತೊಡಗಿದವು. ದ್ರುಮಿಳ ಅರೆ ರಾಕ್ಷಸನಿರಬಹುದು. ಅವರು ಕೂಡ ನಮ್ಮಂತೆ ಮನುಷ್ಯರು ತಾನೆ? ಕಂಸನೇನೂ ಮುಂದೆ ನರಭಕ್ಷಕನಾಗಲಿಲ್ಲವಲ್ಲ. ಅಥವಾ ರಾಕ್ಷಸ ಬೀಜವಲ್ಲದೆ ಆರ್ಯನೊಬ್ಬನ ಬೀಜಕ್ಕೆ ಹೀಗೆ ಹುಟ್ಟಿದ್ದರೆ ಅವನು ಹೀಗಾಗುತ್ತಿರಲಿಲ್ಲವೇ ಎಂಬ ಜಿಜ್ಞಾಸೆಯೂ ಮನಸ್ಸಿನ ಒಂದು ಮೂಲೆಯಲ್ಲಿ ನಡೆಯ ತೊಡಗಿತ್ತು. ಇನ್ನೊಂದು ಮುಖ ಕಾಣತೊಡಗಿತು: ಜರಾಸಂಧನೂ ಅರೆರಾಕ್ಷಸ. ಆರ್ಯ ತಂದೆಗೆ ರಾಕ್ಷಸ ಹೆಂಗಸಿನಿಂದ ಹುಟ್ಟಿದವನು. ಕಂಸ ಅರೆರಾಕ್ಷಸ ಗಂಡಸಿನಿಂದ ಆರ್ಯ ಸ್ತ್ರೀಯಲ್ಲಿ ಹುಟ್ಟಿದವನು. ಈ ವಾಂಛಲ್ಯಕ್ಕಾಗಿ ಅವನು ತನ್ನ ಇಬ್ಬರು ಹೆಣ್ಣುಮಕ್ಕಳನ್ನೂ ಇವನಿಗೆ ಮದುವೆ ಮಾಡಿಕೊಟ್ಟನೆ? ಹಾಗಿದ್ದಲ್ಲಿ ಕಂಸನ ಗುಟ್ಟನ್ನು ಜರಾಸಂಧನಿಗೆ ತಿಳಿಸಿ ದವರು ಯಾರು, ತಿಳಿಸಿದುದು ಹೇಗೆ? ಅಥವಾ: ಸೋದರ ಸೋದರಿಯರನ್ನೆಲ್ಲ ಕೊಲ್ಲಿಸಿ ಉಗ್ರಸೇನನನ್ನು ಕಾರಾಗೃಹದಲ್ಲಿರಿಸಿದ ನಂತರ ಸಹಜವಾಗಿಯೇ ಯಾದವರೆಲ್ಲ ಅವನಿಂದ ದೂರವಾಗಿದ್ದಾರೆ. ಜನರೆಲ್ಲ ದೂರವಾಗಿದ್ದಾರೆ. ಆಳಲು ಹೊರಗಿನ ಸಹಾಯ ಬೇಕು. ಪೂರ್ವದೇಶದಲ್ಲಿ ಜರಾಸಂಧನ ಪ್ರಭಾವ ಪ್ರಚಂಡವಾಗಿದೆ. ಯುದ್ಧಮಾಡಿ ಗೆಲ್ಲುವ ಮೂಲಕ ಮಾತ್ರವಲ್ಲ, ಸಹಾಯ ಕೊಡುವ ರೀತಿಯಿಂದಲೂ ಅವನು ತನ್ನ ಸಾಮ್ರಾಜ್ಯ ವಿಸ್ತರಿಸುತ್ತಿದ್ದ. ಇವನು ಸಹಜವಾಗಿಯೇ ಅವನ ನೆರವು ಬಯಸಿದ್ದಾನೆ. ಜೊತೆಗೆ ಅರೆರಾಕ್ಷಸ ರಕ್ತವೆಂಬುದು ತಿಳಿದು ಆ ಕಾರಣದಿಂದ ಪ್ರೀತಿಯೂ ಹುಟ್ಟಿ ತನ್ನಿಬ್ಬರು ಮಕ್ಕಳನ್ನೂ ಕೊಟ್ಟು ರಕ್ತಸಂಬಂಧ ಮಾಡಿದನೆ? ಅಲ್ಲಿಗೆ ಯಾದವರ ಸ್ವಾತಂತ್ರ್ಯ ಪೂರ್ತಿಯಾಗಿ ಮುಗಿದಿದೆ. ಮಥುರೆಯಲ್ಲಿ ಜರಾಸಂಧನ ಪ್ರತಿನಿಧಿಯ ಆಳ್ವಿಕೆ ಶುರುವಾಗಿದೆ. ಗೂಢಚರ್ಯೆ, ಶಂಕೆ, ಕಾರಾಗೃಹ, ಇದ್ದಕ್ಕಿದ್ದಂತೆಯೆ ಕೊಲೆಯಾಗಿಬಿಡುವುದು, ಪ್ರಜೆಗಳು ಆತ್ಮರಕ್ಷಣೆಗಾಗಿ ಕೂಡ ಶಸ್ತ್ರಾಸ್ತ್ರಗಳನ್ನು ಹೊಂದಿರುವುದರ, ಅವುಗಳನ್ನು ಬಳಸುವುದನ್ನು ಕಲಿಯುವುದರ ಮೇಲಿನ ನಿರ್ಬಂಧ, ಗಟ್ಟಿಯಾಗಿ ಮಾತನಾಡಲು ಕೂಡ ಭಯ. ಇವೆಲ್ಲವೂ ಒಂದರೊಳಗಿ ನಿಂದ ಒಂದು ಹುಟ್ಟಿ ಬೆಳೆಯುವ ಅಪರಿಹಾರ್ಯ ಘಟ್ಟಗಳೆಂದು ಕಾಣತೊಡಗಿದವು. ಕಂಸ ಹೆಚ್ಚುಹೆಚ್ಚಾಗಿ ಜರಾಸಂಧನನ್ನವಲಂಬಿಸುತ್ತಿರುವಂತೆ, ಸ್ಥಳದಲ್ಲಿ ತನ್ನವರಿಲ್ಲದ ಭಣಭಣ ಹೆಚ್ಚಿದಂತೆ ಅವನಿಗೆ ಹೆಂಡಂದಿರ ಮೇಲಿನ ಪ್ರೀತಿ ಹೆಚ್ಚಾಗಿರಬೇಕು. ಇಂತಹ ಕ್ರೂರಿಗೆ ಕೂಡ ತನ್ನ ಇಬ್ಬರೂ ಹೆಂಡತಿಯರ ಮೇಲಿದ್ದ ಪ್ರೀತಿಯಂತೂ ಜನಜನಿತ, ಅವರನ್ನು ಬಿಟ್ಟು ಊಟವಿಲ್ಲ, ಶಯನವಿಲ್ಲ, ಆತ್ಮೀಯ ಮಾತುಕತೆಯಿಲ್ಲ. ಅವರಲ್ಲಿ ಒಬ್ಬಳ ತೊಡೆಯ ಮೇಲೆ ತಲೆ ಇನ್ನೊಬ್ಬಳ ಬೀಸಣಿಗೆಯ ಗಾಳಿ. ಒಬ್ಬ ದಾಸಿಯನ್ನು ಕೂಡ ಕಣ್ಣೆತ್ತಿ ನೋಡ

ಲಿಲ್ಲ. ಹಿರಿಯಳ ಹೆಸರು ಅಸ್ತಿಯಂತೆ, ಕಿರಿಯಳು ಪ್ರಾಪ್ತಿಯಂತೆ. ಇಬ್ಬರಲ್ಲಿಯೂ ಯಾರಿಗೂ ಮಕ್ಕಳಿಲ್ಲ. ಮಕ್ಕಳಿಲ್ಲವೆಂದು ಇನ್ನೊಂದು ಮದುವೆಯಾಗುವ ಮನಸ್ಸಿರಲಿಲ್ಲವೋ ಅಥವಾ ಈ ಹೆಂಡಿರು ಮತ್ತು ಮಾವ ಜರಾಸಂಧನ ಭಯವೋ? ಮಕ್ಕಳಿಲ್ಲದ, ಸ್ವಂತ ಬೆನ್ನಲ್ಲಿ ಬಿದ್ದ ತಂಗಿಯರ ಕೊಲೆ ಮಾಡಿಸಿದ ಇವನಿಗೆ ಚಿಕ್ಕಪ್ಪ ದೇವಕನ ಮಗಳು ದೇವಕಿಯ ಮೇಲೆ ವಿಚಿತ್ರ ಪ್ರೀತಿ ಬೆಳೆದಿರಬಹುದು. ದೇವಕಿಯ ಮುಖವೇ ಹಾಗಿದೆ. ಎಂಭತ್ತು ವರ್ಷವಾದರೂ ಇಂದಿಗೂ ಪ್ರೀತಿ ತುಂಬಿದ ಹೆಣ್ಣುತನದ ಮೃದು ಲಕ್ಷಣ ಎದ್ದುಕಾಣುತ್ತದೆ. ವಸುದೇವನ ಹೆಂಡತಿಯರಾದ ಈ ಏಳುಜನ ದೇವಕಪುತ್ರಿಯರಲ್ಲಿ ದೇವಕಿಯ ಮೇಲೆ ಅವನಿಗೆ ವಿಶೇಷ ಪ್ರೀತಿ ಹುಟ್ಟಿದೆ. ಅವಳ ಮಕ್ಕಳಲ್ಲಿ ಯಾರನ್ನಾದರೂ ತಾನೇ ಸಾಕಿಕೊಂಡು ಮುಂದೆ ತನ್ನ ಸಿಂಹಾಸನದ ಅಧಿಕಾರಿಯನ್ನಾಗಿ ಮಾಡುವ ಬಯಕೆ ಹುಟ್ಟಿರಬಹುದು. ಗಂಡನ ಪ್ರೀತಿ ಅತ್ತ ಹರಿಯುವುದನ್ನು ಮಕ್ಕಳಿಲ್ಲದ ಈ ಹೆಂಡತಿಯರು ಸಹಿಸದಿರಬಹುದು. ಆಡಳಿತದಲ್ಲಿ ಮತ್ತೆ ಯಾದವರ ಪ್ರಾಬಲ್ಯ ಹೆಚ್ಚಿ ತಮ್ಮ ಪ್ರಭಾವ ಕುಂದುತ್ತದೆಂದು ಮಗಧದ ಆಡಳಿತಗಾರರು ಶಂಕಿಸಿರಬಹುದು. ಕಂಸನ ಆಸ್ಥಾನದ ಜ್ಯೋತಿಷಿಗಳೂ ಮಗಧದವರೇ. ಈ ದೇವಕಿಯ ಹೊಟ್ಟೆಯಲ್ಲಿ ಹುಟ್ಟುವ ಮಕ್ಕಳಿಂದಲೇ ನಿನ್ನ ಸಾವು ಖಂಡಿತ ಎಂದು ಅವರು ಭವಿಷ್ಯ ನುಡಿದ ತಕ್ಷಣ ಇವನಿಗೆ ಅವಳ ಮೇಲೆ ದ್ವೇಷ ಹುಟ್ಟುವುದು ಸಹಜವೇ. ಆದರೆ ಅವಳನ್ನು ಯಾಕೆ ಕೊಲ್ಲಿಸಲಿಲ್ಲ? ಅದಾವ ಕಷ್ಟದ ಕೆಲಸವಾಗಿತ್ತು ಅದು? ಅವಳ ಮೇಲೆ ಅಷ್ಟೊಂದು ಪ್ರೀತಿ ಹುಟ್ಟಿತಲ್ಲ, ಕೊಲ್ಲಿಸಲು ಮನಸ್ಸು ಬಂದಿಲ್ಲ. ಆದರೆ ಆತ್ಮಪ್ರೀತಿ ಹೆಚ್ಚಿನದು. ಸೆರೆಯಲ್ಲಿಡಿಸಿದ. ತನಗೆ ಮರಣ ಒದಗುವುದು ಅವಳಿಂದ ಅಲ್ಲವಲ್ಲ, ಅವಳ ಮಕ್ಕಳಿಂದ. ಆದ್ದರಿಂದ ಅವಳ ಹೊಟ್ಟೆಯಲ್ಲಿ ಹುಟ್ಟುವ ಪ್ರತಿಯೊಂದು ಮಗುವನ್ನೂ ತನ್ನೆದುರಿಗೆ ತಂದು ಕತ್ತರಿಸಿ ಕೊಲ್ಲಬೇಕೆಂಬ ಆಜ್ಞೆ. ಇದರಿಂದ ತಾನು ಪ್ರೀತಿಸುವ ಅವಳಿಗೆ ಎಷ್ಟು ದುಃಖವಾಗುತ್ತದೆನ್ನುವ ಕಲ್ಪನೆ ಬರಬೇಡವೆ ಅವನಿಗೆ? ಹುಟ್ಟಿದ ಮಗುವನ್ನು ಸ್ವತಃ ತನ್ನ ಕೈಯಿಂದಲೇ ಕತ್ತಿಯಿಂದ ಕೊಲ್ಲುವ ಮಟ್ಟಕ್ಕೆ ಬೆಳೆಯಬೇಕೇ ಆತ್ಮಪ್ರೀತಿಯ ಕ್ರೌರ್ಯ? ಯುಯುಧಾನನ ಬುದ್ಧಿ ಅಲ್ಲಿಗೆ ವಿಶ್ರಾಂತವಾಯಿತು. ಏನೂ ತೋಚದವನಂತೆ ಸುಮ್ಮನೆ ಕುಳಿತ. ನೊಣ ಜಿಂಯ್‌ಗುಡುತ್ತಿತ್ತು. ಊರ ಹತ್ತಿರವೇ ಇದ್ದ ಸಮುದ್ರದ ಸದ್ದು. ಬುದ್ಧಿಯ ಆಳದಲ್ಲಿ ಮತ್ತೆ ಕೆಲಸ ನಡೆಯುತ್ತಿತ್ತು. ಮಗಧದ ಜ್ಯೋತಿಷಿಯ ಮಾತನ್ನು ಕಂಸ ಮಾತ್ರವಲ್ಲ, ದೇವಕಿ ವಸುದೇವರೂ ನಂಬಿದರಂತೆ. ತುಳಿಸಿಕೊಂಡ ಯಾದವರು, ಯಾದವರ ಮುಖ್ಯರಿಗೆಲ್ಲ ನಂಬದಿದ್ದರೆ ಬದುಕುವುದೇ ಸಾಧ್ಯವಿರಲಿಲ್ಲವೇನೊ! ಹೀಗೆಯೇ ಏಳು ಮಕ್ಕಳನ್ನು ಕಳೆದುಕೊಂಡ ದೇವಕಿ ಕಾರಾಗೃಹದಲ್ಲೇ ತಂತ್ರ ಹೂಡಿ ತನ್ನ ಹೆರಿಗೆ ಇನ್ನೂ ಒಂದು ತಿಂಗಳು ಮುಂದಿದೆ ಎಂದು ನಂಬಿಕೆ ಹುಟ್ಟಿಸಿ–ಇದುವರೆಗೆ ಹುಟ್ಟಿದ ಮಕ್ಕಳನ್ನೆಲ್ಲ ಸರಿಯಾಗಿ ಒಪ್ಪಿಸುತ್ತಿದ್ದಳಲ್ಲ. ಕಂಸನಿಗಾದರೂ ಸಂಶಯ ಹೇಗೆ ಬಂದೀತು–ಹುಟ್ಟಿದ ಈ ಗಂಡುಮಗುವನ್ನು ವಸುದೇವನ ಸ್ನೇಹಿತ ನಂದನ ಮನೆಗೆ ಸಾಗಿಸಿ ಆ ಸ್ಥಳದಲ್ಲಿ ಇನ್ನೊಂದು ಮಗುವನ್ನು ತಂದು ಮಲಗಿಸಿ. ಆಗ ತಾನೆ ಹುಟ್ಟಿದ ಮಗುವಿಗೂ ನಾಲ್ಕಾರು ದಿನ ಕಳೆದದ್ದಕ್ಕೂ ಕಂಸನಿಗೆ ವ್ಯತ್ಯಾಸ ತಿಳಿಯಲಿಲ್ಲವೆ? ಅಂತೂ ಕಂಸನನ್ನು

ಕೊಲ್ಲಲೆಂದೇ ತಾನು ಹುಟ್ಟಿದೆನೆಂಬ ನಂಬಿಕೆ, ಬುದ್ಧಿ ತಿಳಿಯುವಾಗಲೇ ಕೃಷ್ಣನಲ್ಲಿ ಮೂಡಿತ್ತಂತೆ. ಅವನ ಸಾಕುತಾಯಿ ತಂದೆಯರು ಮೂಡಿಸಿದ್ದರು. ಇಲ್ಲದಿದ್ದರೆ ಅಖಾಡದಿಂದ ಒಂದೇ ಕುಪ್ಪಳಿತಕ್ಕೆ ನೆಗೆದು ಕಂಸನ ಮೇಲೆರಗುವ ಧೈರ್ಯ ಹೇಗೆ ಬಂದೀತು? ಅಥವಾ ಕೃಷ್ಣನ ಸ್ವಭಾವವೇ ಧೈರ್ಯದ್ದು. ಹಾವು ಕಡಿದರೂ ಅದರ ಕುತ್ತಿಗೆ ಹಿಡಿದು ಎಂತಹ ವಿಷ ಅದರದೆಂದು ನೋಡುವ ಗಟ್ಟಿಗುಂಡಿಗೆ ಎಂದುಕೊಳ್ಳುತ್ತಿರುವಾಗ ತೂಕಡಿಕೆ ಬಂತು. ತೂಕಡಿಕೆಯಲ್ಲೂ ಚಿತ್ರೆ ಹೇಳಿದ ಕಂಸನ ಕಥೆಯ ನೆನಪು. ಅದರೊಳಗಿನಿಂದ ಒಂದು ಚಿಂತನೆ. ಅತಿಕ್ರಮ ಪ್ರವೇಶ ಮಾಡಿ ಬಂದು ಬಿದ್ದ ಬೇರೆ ಬೀಜವು ಮೂಲ ಸಸ್ಯದ ಬೇರುಗಳನ್ನೆಲ್ಲ ನಾಶ ಮಾಡಿ, ಆಗಂತುಕ ಬೀಜವೆಂದರೇ ಕಂಟಕ–ಪಾಪದ ಬೇರು. ಈಗ ತಿಳಿಯಿತು. ಉಗ್ರಸೇನನ ಮನಸ್ಸಿನ ಭ್ರಮೆಯ ಪ್ರೀತಿಯೂ ಅಲ್ಲ. ಅವನ ಹೆಂಡತಿಯ ಭ್ರಮೆಯ ಸಾಧನೆಯೂ ಅಲ್ಲ. ಅತಿಕ್ರಮ ಪ್ರವೇಶ, ಅದೇ ಪಾಪಬೀಜ ಎಂದುಕೊಳ್ಳುತ್ತಿರುವಾಗ ಒಂದು ಹೊಸ ಸತ್ಯವನ್ನು ಕಂಡುಹಿಡಿದ ಉಲ್ಲಾಸದೊಡನೆ ಸರಕ್ಕನೆ ಎಚ್ಚರವಾಯಿತು. ತಲೆ ಕೊಡವಿಕೊಂಡು ತಾನಿರುವ ಜಾಗಕ್ಕೆ ಅರಿವನ್ನು ಹೊಂದಿಸುವ ಹೊತ್ತಿಗೆ ಮುದುಕಿ ಒಳಗಿನಿಂದ ಬಂದು, 'ಮಹಾರಾಜ, ಊಟ ಮಾಡೇಳು' ಎಂದಳು. ಊಟಕ್ಕೆ ಊರಿಗೆ ಹೋಗುವುದಾಗಿ ಯುಯುಧಾನ ಹೇಳಿದ್ದನ್ನು ಕೇಳಲಿಲ್ಲ. ಒಳಗಿನಿಂದ ಅವಳ ಮೊಮ್ಮಗನ ಹೆಂಡತಿ ಬಲಗೈಲಿ ತಾಮ್ರದ ತಂಬಿಗೆಯಲ್ಲಿ ನೀರು, ಎಡಗೈಲಿ ಒಂದು ಮರದ ಬೋಗುಣಿ ಹಿಡಿದು ಬಂದಳು. ಅವನು ಬೋಗುಣಿಗೆ ಕೈಮುಖಗಳನ್ನು ತೊಳೆದ ನಂತರ ಎತ್ತಿಕೊಂಡು ಹೋಗಿ ಮತ್ತೆ ಮರದ ತಟ್ಟೆಯಲ್ಲಿ ಊಟವಿಟ್ಟು ತಂದಳು.

ಸಜ್ಜೆಯರೊಟ್ಟಿ, ಮೊಸರು, ತುಪ್ಪ, ಜೇನು, ಗೋಧಿಯ ಅನ್ನ. ರೊಟ್ಟಿಯನ್ನು ಮುರಿದು ಮುರಿದು ಹಾಲಿನಲ್ಲಿ ನೆನೆಹಾಕುತ್ತಾ ಯುಯುಧಾನ ಎದುರಿಗೆ ಕುಳಿತ ಚಿತ್ರೆಯನ್ನು ಕೇಳಿದ: 'ನಿನ್ನ ಒಡತಿ ಪರಪುರುಷನನ್ನು ಅಷ್ಟು ಸುಲಭವಾಗಿ ಹೇಗೆ ಕರೆದುಕೊಂಡಳು?'

"ಅಯ್ಯ, ಸುಲಭಗಿಲಭ ಅನ್ನುವ ಮಾತು ಬೇಡ. ಉಗ್ರಸೇನನನ್ನು ನೋಡಿದ್ದೀಯಲ್ಲ ನೀನೇ. ಪುಕ್ಕನಲ್ಲವೆ? ಆಶೆಬುರುಕ ಕೂಡ. ಈಗ ಅವನಿಗೆ ನೂರು ದಾಟಿಲ್ಲವೆ? ಆದರೂ ಯಾದವರ ಸಿಂಹಾಸನದಲ್ಲಿ ಯಾಕೆ ಕೂರುತ್ತಾನೆ? ನನಗೆ ವಯಸ್ಸಾಯಿತು ಇವೆಲ್ಲ ಬೇಡ ಅನ್ನುವ ಮನಸ್ಸಿಲ್ಲ. ಕರಗಲ ಬುದ್ಧಿಯ ಗಂಡ. ಒಡತಿ ಎಂಥವಳು ಗೊತ್ತೆ? ಒಬ್ಬಳೇ ಹೋಗಿ ಹುಲಿಯ ಬೇಟೆ ಮಾಡುವಂಥ ಗುಂಡಿಗೆ. ಶಕ್ತಿ ಕೂಡ. ಮೈಕಟ್ಟು ಅಂಥ ಬಾರಿಯಲ್ಲ. ಆದರೂ ಕುದುರೆಯ ಮೇಲೆ ಕೂತು ಬಿಲ್ಲು ಹಿಡಿದು ಹೊರಟಳು ಅಂದರೆ ಕೊಸರಾಡಿದ ಯಾವ ಕುದುರೆಯೂ ಇರಲಿಲ್ಲ. ಇಂದ್ರಗಿರಿಯ ಹತ್ತಿರದ ಕಾಡಿನಲ್ಲಿ ಒಬ್ಬಳೇ ಬೇಟೆಗೆ ಹೋಗುತ್ತಿದ್ದಳು. ದ್ರುಮಿಳ ಮಹಾರಾಜ ನಡೆದೇ ಬರುತ್ತಿದ್ದ. ಅವನನ್ನು ನೀವು ಯಾರೂ ನೋಡಿಲ್ಲ. ಹುಲಿಯಂತಹ ಭುಜ, ನುಲಿನುಲಿದು ಹರಡಿಕೊಂಡ ಎದೆ. ನೋಡಿದರೆ ಸಾಕು, ಇವನು ಗಂಡು ಅಂತ ಯಾವ ಹೆಂಗಸಾದರೂ ಅಂತರಂಗದಲ್ಲೇ ಗುರುತಿಸಿ ಸೋಲಬೇಕಾಗಿತ್ತು. ಒಡತಿಯಂತಹ ಧೀರ ಹೆಣ್ಣು ಅವನಿಗಲ್ಲದೆ ಬೇರೆ ಯಾರಿಗೆ ಸೋಲಲು ಸಾಧ್ಯ? ಅಲ್ಲಿಂದ ಹಿಂತಿರುಗಿದಾಗಲೇ ನನಗೆ ಹೇಳಿದಳು: 'ಚಿತ್ರಾ, ಹೀಗಾಗಿದೆ.

ಈ ರಾತ್ರಿ ಅವನು ನನ್ನ ಡೇರೆಗೆ ಬರುತ್ತಾನೆ. ನೀನು ನನ್ನ ಅಂತರಂಗದ ಸಖಿಯಲ್ಲವೆ?' ಅವಳ ಕೆಳಬಿದ್ದ ಕಣ್ಣು, ಇಳಿಬಿದ್ದ ಕೆನ್ನೆ, ಬಾಗಿದ ಮುಖಗಳನ್ನು ನೋಡಬೇಕಾಗಿತ್ತು. ಅದರ ಗುರುತು ಈ ಚಿತ್ರೆಗಲ್ಲದೆ ಬೇರೆ ಯಾರಿಗೆ ತಿಳಿಯಬೇಕು?"

'ಹದಿನೈದು ರಾತ್ರಿ ಒಂದೇಸಮನೆ ಅವನು ನಿನ್ನ ಒಡತಿಯ ಡೇರೆಗೆ ಬರುತ್ತಿದ್ದನಲ್ಲವೆ? ಅವಳು ಅವನ ಜೊತೆಗೇ ಹೋಗಿಬಿಡಬೇಕಾಗಿತ್ತು. ಇಂಥ ಗಂಡನ ಹತ್ತಿರಕ್ಕೆ ಮತ್ತೆ ಯಾಕೆ ಬಂದಳು? ಕರೆದುಕೊಂಡು ಹೋಗಲು ದ್ರುಮಿಳ ಸಿದ್ಧನಿರಲಿಲ್ಲವೆ?'

'ಏನಂದೆ?' ಚಿತ್ರೆಗೆ ಸರಿಯಾಗಿ ಕೇಳಿಸಲಿಲ್ಲ. ಒಂದೊಂದು ಸಲ ಸಮುದ್ರದ ರವ ಮನೆಯ ಒಳಕ್ಕೂ ಕೇಳಿಸುತ್ತದೆ. ಭಾರವಾದ ಓಲೆ ಹಾಕಿದ್ದಕ್ಕಿರಬಹುದು ಅವಳ ಕಿವಿಯ ತೂತು ಉದ್ದವಾಗಿ ಸೀಳಿ ನೇತಾಡುತ್ತಿದೆ. "ಅವಳನ್ನು ಕರಕೊಂಡು ಹೋಗುವುದಕ್ಕೆ? ಆಮೇಲೆ ಅವನು ಎಷ್ಟು ಹಲುಬಿದ ಅಂತ. ತನ್ನ ಅರಮನೆಯ ಒಬ್ಬ ದಾಸಿಯನ್ನು ನನ್ನ ಹತ್ತಿರಕ್ಕೆ ಕಳಿಸಿ ನನ್ನನ್ನು ಕರೆಸಿಕೊಂಡ. ಒಡತಿಗೆ ಹೇಳಿ ನಾನು ಹೋಗಿದ್ದೆ. ರಾಕ್ಷಸಹುಟ್ಟಾದರೂ ಎಲ್ಲ ನಮ್ಮಂತೆಯೇ ನಡಾವಳಿಕೆ ಅನುಸರಿಸುತ್ತಿದ್ದರು ಅಲ್ಲಿ. 'ಚಿತ್ರೇ, ನಿನ್ನ ಒಡತಿಗೆ ಇನ್ನೊಂದು ಸಲ ವಿಹಾರಕ್ಕೆ ಬರಲು ಹೇಳು. ಅಲ್ಲಿಂದ ನಾನು ನನ್ನ ಊರಿಗೆ ಕರೆದೊಯ್ಯುತ್ತೇನೆ. ಅಥವಾ ಅವಳೇ ನೇರವಾಗಿ ಕುದುರೆ ಹತ್ತಿ ಬರಲಿ. ಅಥವಾ ನಾನು ಸೈನ್ಯದೊಡನೆ ಬಂದು ಅವಳ ಗಂಡನನ್ನು ಸೋಲಿಸಿ ಅವಳನ್ನು ಗೆದ್ದು ತರುತ್ತೇನೆ. ಒಟ್ಟಿನಲ್ಲಿ ಅವಳ ಸಮ್ಮತಿ ಬೇಕು.' ಅಂತ ಅಂಗಲಾಚಿ ಹೇಳಿದ. ಇವಳೇ ಒಪ್ಪಲಿಲ್ಲ."

'ಯಾಕೆ ಅವನ ಮೇಲೆ ಪ್ರೀತಿ ಬತ್ತಿಹೋಯಿತೆ?'

'ಏನಂದೆ? ದ್ರುಮಿಳನನ್ನು ನೀನು ನೋಡಿರಲಿಲ್ಲ. ನೋಡಿದ್ದರೂ ಗಂಡಸಾದ ನಿನಗೆ ತಿಳಿಯುವುದಿಲ್ಲ. ಒಡತಿಯೇ ಒಂದು ದಿನ ನನಗೆ ಹೇಳಿದಳು. ಮೊದಲ ರಾತ್ರಿ ಅವನ ಶಕ್ತಿಗೆ ಸಿಕ್ಕಿದ ನಂತರ ಮೂರು ಮೂರು ಜನ್ಮಕ್ಕೂ ಅವನ ದಾಸಿಯಾದರೂ ಆಗುವ ಬಯಕೆ ಎಂಥ ಹೆಂಗಸಿಗೂ ಆಗುತ್ತದೆ, ಅಂಥ ಗಂಡಸು ಅವನು ಅಂತ. ಅಂಥಾದ್ದರಲ್ಲಿ ಹದಿನೈದು ರಾತ್ರಿ. ಜೊತೆಗೆ ಅವನ ಮಗು ಹೊಟ್ಟೆಯಲ್ಲಿ. ಆದರೆ ಇವಳು ಆರ್ಯ ಹೆಂಗಸಲ್ಲವೆ? ಗಂಡನನ್ನು ಬಿಟ್ಟು ಬೇರೆಯವನ ಜೊತೆ ಓಡಿಹೋಗಕೂಡದು ಅಂತ ಧರ್ಮವನ್ನೇ ಮಾಡಿದ್ದಾರಲ್ಲ. ನನ್ನ ಹಣೆಯಬರಹವೇ ಹೀಗೆ ಅಂತ ಅಳುತ್ತಾ ಇಲ್ಲೇ ಉಳಿದಳು. ರಾಕ್ಷಸ ಜಾತಿಯಲ್ಲಾದರೆ ಗಂಡನನ್ನು ಕೊಂದವನ ಜೊತೆಯೂ ಹೆಂಗಸು ಸಂತೋಷದಿಂದ ಹೋಗಬಹುದು. ಅವಳ ಮನಸ್ಸು ಒಲಿಯುವುದು ಮುಖ್ಯ.'

'ಮತ್ತೆ ಉಗ್ರಸೇನನಿಂದ ಹದಿಮೂರು ಮಕ್ಕಳಾಯಿತು ಅಂದೆಯಲ್ಲ' ಎನ್ನುತ್ತಾ ಅವನು, ನೆನೆದ ರೊಟ್ಟಿಯ ಚೂರನ್ನು ಬಾಯಿಗಿಟ್ಟುಕೊಂಡ.

'ಮೊದಲೂ ಗಂಡನನ್ನು ಸೇರಿಸದೆ ಇರಲಿಲ್ಲ. ಮೊಟ್ಟಮೊದಲು ದ್ವಾರವನ್ನು ಭೇದಿಸುವ ಶಕ್ತಿ ಅವನಿಗಿರಲಿಲ್ಲ ಅಂತ ಅವಳೇ ಹೇಳಿದಳು. ಅನಂತರದ್ದು ಬಿಡು, ಸುಲಭ. ನಿನಗೆ ಮದುವೆಯಾಗಿಲ್ಲವೆ? ಎಷ್ಟು ಹೆಂಡಿರು? ಮಕ್ಕಳು ಮೊಮ್ಮಕ್ಕಳೆಷ್ಟು?'

ಯುಯುಧಾನ ಉತ್ತರ ಹೇಳಲಿಲ್ಲ. ಹಾಲಿನಲ್ಲಿ ನೆನೆದು ಜೇನಿನಲ್ಲಿ ಅದ್ದಿದ ರೊಟ್ಟಿಯ

ಚೂರನ್ನು ಅಗಿದಗಿದು ತಿನ್ನುತ್ತಿದ್ದ. ಚಿತ್ರೆಯೂ ಸುಮ್ಮನಿದ್ದಳು. ಇಡೀ ಪ್ರಕರಣದಲ್ಲಿ ತನಗೆ ಅನ್ನಿಸಿದ ಪಾಪಬೀಜದ ಕಲ್ಪನೆ ಅವನ ನೆನಪಿಗೆ ಬಂತು.

ಚಿತ್ರೆಯನ್ನೇ ಕೇಳಿ ಅದನ್ನು ದೃಢಪಡಿಸಿಕೊಳ್ಳುವ ಮನಸ್ಸಾಯಿತು: 'ದ್ರುಮಿಳನೇನೂ ಪೂರ್ತಿ ರಾಕ್ಷಸನಲ್ಲ. ಅವನಪ್ಪನೋ ಅಮ್ಮನೋ ರಾಕ್ಷಸರು, ಅವನ ನಡಾವಳಿಕೆ ಕೂಡ ನಮ್ಮದರಂತೆಯೇ ಅಂತ ನೀನೇ ಹೇಳಿದೆ. ಅವನ ಬೀಜಕ್ಕೆ ಹುಟ್ಟಿದ ಮಾತ್ರಕ್ಕೆ ಕಂಸ ಕ್ರೂರಿಯಾಗಬೇಕಿಲ್ಲ. ಆದರೂ ಹಾಗಾದದ್ದರ ಪಾಪ ಯಾರದು?'

ಸುಮ್ಮನೆ ಮನಸ್ಸಿನ ತೃಪ್ತಿಗೆ ಕೇಳಿದೆ. ಪಾಪಕ್ಕೆ ಒಂದು ಮೂಲ, ಒಂದು ಹೊಣೆ ಅಂತ ಇರಬೇಕಲ್ಲ ಎನ್ನುವಾಗ ಯುಯುಧಾನನಿಗೆ ಶಖೆ ಎನ್ನಿಸುತ್ತಿತ್ತು. ಮನೆಯ ಒಳಗಿಗಿಂತ ಹೊರಗೆ ಕುಳಿತಿದ್ದರೆ ಗಾಳಿ ಆಡುತ್ತಿತ್ತು, ಶಖೆ ಕಾಣುವುದಿಲ್ಲ ಎಂದುಕೊಂಡು ತನ್ನ ಶಿರ ವಸ್ತ್ರದಿಂದ ಮುಖ ಕುತ್ತಿಗೆ ಎದೆಗಳನ್ನು ಒರೆಸಿಕೊಳ್ಳುವಾಗ ಸಮುದ್ರದ ಮೊರೆತ ಕೇಳಿಸುತ್ತಿತ್ತು. ಹೊಣೆ ಎಂಬ ಮಾತು ಕೃಷ್ಣನದೆಂಬ ನೆನಪಾಯಿತು. ಅವನು ಮಾತೆತ್ತಿದರೆ ಯಾವುದೇ ಕೆಲಸದ ಹೊಣೆಯ ಪ್ರಶ್ನೆ ತೆಗೆಯುತ್ತಾನೆ. ಅದನ್ನು ಕೇಳಿಕೇಳಿಯೇ ತನ್ನ ಮನಸ್ಸಿನಲ್ಲಿ ಈ ಪ್ರಶ್ನೆ ಎದ್ದದ್ದು ಎಂದು ತನಗೆ ತಾನೇ ಬಿಡಿಸಿ ನೋಡಿಕೊಳ್ಳುತ್ತಿರುವಾಗ, ತಲೆ ನಡುಗಿಸುತ್ತಾ ಕಣ್ಣುಗಳನ್ನು ಅದೆಷ್ಟೋ ವರ್ಷಗಳ ಹಿಂದಕ್ಕೆ ಹಾಯಿಸಿದಂತೆ ಕುಳಿತಿದ್ದ ಚಿತ್ರೆ ಎಂದಳು: 'ತನಗೆ ಸತ್ಯ ಗೊತ್ತಾದಮೇಲೆ ಹೆಂಡತಿಯನ್ನು ಬಿಟ್ಟುಬಿಡಬೇಕಾಗಿತ್ತು. ಯಾಕೆ ಬಿಡಲಿಲ್ಲ. ಅಲ್ಲವೆ?'

ಯುಯುಧಾನ ಈ ಮಾತನ್ನು ಒಪ್ಪಿದ. ಉಗ್ರಸೇನ ಯಾಕೆ ಇಂತಹ ಭ್ರಮೆ ಸೃಷ್ಟಿಸಿ ಕೊಂಡ ಅಥವಾ ಹೆಂಡತಿ ಹೇಳುವುದು ಸುಳ್ಳೆಂದು ತಿಳಿದೂ ಅದನ್ನು ಪ್ರಜ್ಞಾಪೂರ್ವಕ ನಂಬಿ, ಇದೆಂತಹ ಎಂಬ ಚಿಂತನೆಯಲ್ಲಿ ಮುಳುಗಿದ. ಸ್ವಲ್ಪ ಹೊತ್ತಾದನಂತರ ಚಿತ್ರೆಯೇ ಅಂದಳು: 'ನನಗೆ ಇನ್ನೊಂದು ಅನ್ನಿಸುತ್ತೆ. ಹೇಳಿಬಿಡಲೆ? ಸಿಟ್ಟು ಮಾಡಿಕೊಳ್ಳುವುದಿಲ್ಲ ತಾನೆ?'

'ಸಿಟ್ಯಾಕೆ? ಹೇಳು ಹೇಳು.'

'ನೀವಿದ್ದೀರಲ್ಲ ಕ್ಷತ್ರಿಯರು, ಕೋಪದ ಜಾತಿ.'

'ಇಲ್ಲ ಹೇಳು,' ಸಾತ್ಯಕಿ ಮುಖದಲ್ಲಿ ಇನ್ನಷ್ಟು ತಾಳ್ಮೆ ತಂದುಕೊಂಡು ಒತ್ತಾಯಿಸಿದ.

'ಈಗ ಯಾಕಪ್ಪ ಅದರ ಚಿಂತೆ, ಇದಾಗಲೇ ನಡೆದು ಎಷ್ಟು ವರ್ಷ ಹೊತು ಹೋಗಿವೆ, ಹೋಗಲಿ ಬಿಡು.'

'ದ್ರುಮಿಳನು ಹೆಂಡತಿಯ ದ್ವಾರಚ್ಛೇದನ ಮಾಡಿದಾಗ ಬೀಜವೂ ಸೋರಿತು. ಏನಾ ಯಿತು ಪ್ರಮಾದ? ಆ ಫಲವನ್ನು ತನ್ನದು ಅಂತ ಯಾಕೆ ಒಪ್ಪಿ ಸ್ವೀಕರಿಸಲಿಲ್ಲ?'

'ಬೇರೆಯವನ ಬೀಜವನ್ನು ತನ್ನದು ಅಂತ ಯಾರು ಸ್ವೀಕರಿಸುತ್ತಾರೆ?'

'ಮಹಾರಾಜ, ನಿನ್ನ ಹೆಸರೇನೆಂದೆ, ಯುಯುಧಾನ ಸಾತ್ಯಕಿ ಅಂದೆಯಲ್ಲವೆ, ನನ್ನದು ಪರರದು ಅನ್ನುವ ಭೇದ ನಿಮ್ಮಲ್ಲಿ ಬಹಳ. ಇತ್ತೀಚೆಗಂತೂ ವಿಪರೀತ. ನಿಮ್ಮವರು ಮಥುರೆಯಲ್ಲಿದ್ದಾಗಲೂ ಅಷ್ಟೆ ಆನರ್ತಕ್ಕೆ ಬಂದಮೇಲೂ ಅಷ್ಟೆ, ದಾಸೀ ಹೆಂಗಸರ

ಗರ್ಭಕ್ಕೆ ಎಷ್ಟೊಂದು ಬೀಜ ಸೋರಿಸುವುದಿಲ್ಲ. ದಾಸಿಯರು ಎಷ್ಟೊಂದು ಬಸಿರಾಗಿ ಹೆರುವುದಿಲ್ಲ? ಅವರ ಗಂಡಂದಿರು ಯಾವ ಭೇದವನ್ನೂ ಮಾಡದೆ ತಮ್ಮ ಹೆಂಡಂದಿರು ಮಕ್ಕಳನ್ನು ತಮ್ಮದೆಂದು ಒಪ್ಪಿಕೊಳ್ಳುವುದಿಲ್ಲವೆ? ಹೆಂಡತಿಯ ಯೋನಿಶುದ್ಧಿ ಪರೀಕ್ಷಿಸುವುದಕ್ಕೆಂದೇ ಹುಟ್ಟಿದ ಮಗುವಿನ ನೆತ್ತಿ ಮೂಸಿ ನೋಡುವ ಶಾಸ್ತ್ರ ಮಾಡುತ್ತೀರಿ ನೀವು. ಆಮೇಲೆ ತನಗೆ ಆದ ಒಂದೊಂದು ಮಗುವಿನ ನಾಮಕರಣದಲ್ಲೂ ಹೆಂಡತಿಯ ಎದುರು ಮಗುವಿನ ನೆತ್ತಿಯನ್ನು ಉಗ್ರಸೇನ ಮೂಸಿ ನೋಡಿದ ನಂತರ ಒಡತಿ ನನ್ನ ಕೈಲಿ ಇದೇ ಮಾತು ಹೇಳುತ್ತಿದ್ದಳು. ಆದರೆ ಉಗ್ರಸೇನನಿಂದ ನನ್ನ ಹೊಟ್ಟೆಯಲ್ಲೂ ಮಕ್ಕಳಾಗಿವೆ, ಆಗಿರಬಹುದು. ಅವು ಅವನವೋ ನನ್ನ ಗಂಡನವೋ ನನಗೂ ಖಚಿತವಾಗಿ ಗೊತ್ತಿಲ್ಲ. ರಾಣಿಗೆ ದಾಸಿಯಾದಮೇಲೆ ರಾಜನಿಗೂ ದಾಸಿಯೇ ಎಂಬುದು ಮದುವೆಯಾದ ದಾಸಿಯರ ಗಂಡಂದಿರಿಗೆಲ್ಲ ಗೊತ್ತು. ಆದರೆ ನೆತ್ತಿಮೂಸುವ ಶಾಸ್ತ್ರ ನಮ್ಮಲ್ಲಿಲ್ಲ. ನಾನು ಹೆತ್ತ ಮಕ್ಕಳನ್ನೆಲ್ಲ ನನ್ನ ಗಂಡ ಬಾಚಿ ತಬ್ಬಿ ಪ್ರೀತಿಸಿ ಮಗ, ಮಗಳೆಂದು ಕರೆದು ತನ್ನದು ಮಾಡಿಕೊಂಡುಬಿಟ್ಟ. ಉಗ್ರಸೇನ ಯಾಕೆ ಹಸುಗೂಸು ಕಂಸನ ಬಗೆಗೆ ಭೇದ ಮಾಡಿದ?'

ಯುಯುಧಾನನ ದೃಷ್ಟಿ ಅವಳ ಮೇಲೆಯೇ ನಟ್ಟಿತು. ಅಲ್ಲಿಂದ ಬೇರೆಡೆಗೆ ಹರಿಸುವುದು ಮಾತ್ರವಲ್ಲ, ರೆಪ್ಪೆಯಾಡಿಸುವುದೂ ಕಷ್ಟವೆನಿಸಿತು. ಮುಖ ಕುತ್ತಿಗೆಗಳಲ್ಲಿ ಜಿನುಗುತ್ತಿದ್ದ ಬೆವರು ಈಗ ಹರಿದು ತೊಟ್ಟಿಕ್ಕಲು ಶುರುವಾಯಿತು. ಒರೆಸಿಕೊಳ್ಳುತ್ತಿದ್ದ ವಸ್ತ್ರದ ಕೈ ಕೂಡ ಹಾಗೆಯೇ ನಿಂತುಬಿಟ್ಟಿತು. ಸಮುದ್ರದ ಮೊರೆತವೂ ನಿಂತುಹೋಗಿತ್ತು. ಮನೆಯೊಳಗೆ ಜುಂಯ್‌ಗುಡುತ್ತಿದ್ದ ನೊಣಗಳ ಮೌನಸೂಚನೆ ಮಾತ್ರ ಅರಿವನ್ನು ಆಕ್ರಮಿಸಿತ್ತು. ಅವನು ಸರಸರನೆ ಊಟ ಮುಗಿಸಿದ. ಮತ್ತೆ ಇಕ್ಕಲು ಬಂದದ್ದನ್ನು ಬೇಡವೆಂದು ತಟ್ಟೆಗೆ ಕೈ ತೊಳೆದುಕೊಂಡ. ಸ್ವಲ್ಪ ಹೊತ್ತು ಹಾಗೆಯೇ ಕುಳಿತ ನಂತರ ಚಿತ್ರೆ ಅವನನ್ನು ಗಮನಿಸಿ, 'ಶಖೆ ಅಲ್ಲವೆ? ಒಳಗೆ ಹಾಗೆಯೇ. ಜಗುಲಿಗೆ ಹೋಗೋಣ ಬಾ, ಗಾಳಿ ಹೊಡೆಯುತ್ತಿರುತ್ತೆ ಸಮುದ್ರದ ಕಡೆಯಿಂದ' ಎಂದು ಮೇಲೆ ಎದ್ದಳು.

ಜಗುಲಿಯ ಕಂಬಕ್ಕೆ ಕಟ್ಟಿದ್ದ ಕುದುರೆಯ ಸುತ್ತ ಮೂವತ್ತು ನಲವತ್ತು ಚಿಕ್ಕ ಮಕ್ಕಳು ಜಿಗಿಜಿಗಿಗುಟ್ಟುತ್ತಿದ್ದರು. ಹದಿನೈದು ಇಪ್ಪತ್ತಕ್ಕೂ ಹೆಚ್ಚಿನ ಹೆಂಗಸರೂ ಎದುರು ಮನೆಗಳ ಜಗುಲಿ ಬೀದಿ ಮೊದಲಾದ ಕಡೆಗಳಲ್ಲಿ ನಿಂತು, ನಾನು ಹೊರಬರುವುದನ್ನೇ ನಿರೀಕ್ಷಿಸುತ್ತಿರುವಂತೆ ಯುಯುಧಾನನಿಗೆ ಎನ್ನಿಸಿತು.

ಅವನ ಜೊತೆಯೇ ಹೊರಗೆ ಬಂದ ಚಿತ್ರೆ ಎಲ್ಲರನ್ನೂ ನೋಡಿದ ನಂತರ ಗಟ್ಟಿಯಾಗಿ ಹೇಳಿದಳು: 'ಇವನು ಕೃಷ್ಣವಾಸುದೇವನಲ್ಲ. ಯುಯುಧಾನ ಸಾತ್ಯಕಿ ಅಂತ. ಅವನ ಸ್ನೇಹಿತ. ಸುಮ್ಮನೆ ಬಂದಿದ್ದ. ಬೇರೆ ಯಾವುದೋ ಕೆಲಸಕ್ಕೆ. ಕೃಷ್ಣವಾಸುದೇವ ಕುರುನಾಡಿನ ಕಡೆಗೆ ಹೋಗಿ ಮೂರು ತಿಂಗಳಾಯಿತಂತೆ. ದ್ವಾರಾವತಿಗೆ ಎಂದು ಬರುತ್ತಾನೋ ಯಾರಿಗೆ ಗೊತ್ತು?'

ಉತ್ಸಾಹ ಇಳಿದು ಆ ಹೆಂಗಸರ ಮುಖಗಳು ಜೋಲುಬಿದ್ದಂತೆ ಯುಯುಧಾನನಿಗೆ ಎನ್ನಿಸಿತು. ಇಪ್ಪತ್ತು ಇಪ್ಪತ್ತೈದರಿಂದ ನಲವತ್ತು ಐವತ್ತರ ಪ್ರಾಯದವರು. ಕೆಲವರ ಕೈಲಿ

ಚಿಕ್ಕ ಕೂಸುಗಳು. ಕಾಲಿನ ಹತ್ತಿರ ಮಣ್ಣಿನಲ್ಲಿ ಆಡುವ ವರ್ಷ ಎರಡು ವರ್ಷದ ಮಕ್ಕಳು. ಮುಖದ ಬೆವರಿನೊಡನೆ ಕಲಸಿಕೊಂಡ ಧೂಳು ಕೊಳೆಗಳಿಂದ, ಹೊಲಗಳಲ್ಲೋ ದನದ ಕೊಟ್ಟಿಗೆಗಳಲ್ಲೋ ಕೆಲಸ ಮಾಡುತ್ತಿದ್ದವರು ಮೈ ಕೈ ತೊಳೆಯದೆ ಹಾಗೆಯೇ ಬಂದು ನಿಂತವರೆಂದು ಥಟ್ಟನೆ ತಿಳಿಯುತ್ತಿತ್ತು.

'ಏನಾದರೂ ಹೇಳುವುದಿದ್ದರೆ ಇವನಿಗೆ ಹೇಳಿ. ಕೃಷ್ಣವಾಸುದೇವ ಊರಿಗೆ ಬಂದ ಮೇಲೆ ತಿಳಿಸುತ್ತಾನೆ.' ಚಿತ್ರೆ ಕೂಗಿಹೇಳಿದಾಗ ಸುಮಾರು ಐವತ್ತು ವರ್ಷ ವಯಸ್ಸಾದವಳಂತೆ ಕಾಣುತ್ತಿದ್ದ ಒಬ್ಬಳು ನಕ್ಕಳು. ಉಳಿದವರು ನಗಲಿಲ್ಲ. ಸಂದರ್ಭ ತಿಳಿಯದೆ ಯುಯುಧಾನ ಮಂಕುನೋಟದಿಂದ ತನ್ನ ಕುದುರೆ ಮತ್ತು ಸುತ್ತ ಸೇರಿದ್ದ ಮಕ್ಕಳ ಕಡೆಗೆ ತಿರುಗಿದ. ಮಕ್ಕಳಿಗೂ ನಿರಾಶೆಯಾಗಿದ್ದಂತೆ ತೋರಿತು.

'ಇವರೆಲ್ಲ ಯಾರು ಗೊತ್ತೆ?' ಚಿತ್ರೆ ಕೇಳಿದಳು.

'ಇವನು ಯುಯುಧಾನ ಸಾತ್ಯಕಿ ಅಂತ ನಮಗೆಲ್ಲ ಗೊತ್ತು.' ಒಬ್ಬ ಹೆಂಗಸು ಕೂಗಿ ಹೇಳಿದಳು. ಹೇಳಿದವಳು ಯಾರೆಂದು ತಿರುಗಿ ನೋಡುವ ಹೊತ್ತಿಗೆ ಅವಳ ಮಾತು ಮುಗಿದು ಅವನಿಗೆ ಗುರುತು ಹತ್ತಲಿಲ್ಲ.

ಚಿತ್ರೆ ಅಂದಳು: 'ನರಕಾಸುರನಿಂದ ಬಿಡಿಸಿ ತಂದ ಮೇಲೆ ಕೃಷ್ಣ ಮದುವೆ ಮಾಡಿಕೊಂಡ ನಲ್ಲ, ಅವರಲ್ಲಿ ಇಪ್ಪತ್ತನಾಲ್ಕು ಜನರನ್ನು ಅವನೇ ಈ ಊರಿನಲ್ಲಿ ಮನೆ ಕಟ್ಟಿಸಿ ಇಟ್ಟ. ಅವನೇ ಕಾಡು ಕಡಿಸಿ ಭೂಮಿ ಹದಮಾಡಿಸಿ ಕೊಟ್ಟ. ಇವರಿವರೇ ಹೊಲ ಮಾಡಿ ಬೆಳೆ ತೆಗೆದು ತಿನ್ನುತ್ತಾರೆ. ಈ ಹುಡುಗರೆಲ್ಲ ಇವರ ಮಕ್ಕಳು. ಕೃಷ್ಣ ಈ ಊರಿಗೆ ಬರುವಾಗಲೆಲ್ಲ ಒಂದು ಗಾಡಿ ತುಂಬ ಬೆಲ್ಲ ತಂದುಕೊಡುತ್ತಿದ್ದ. ನಿನ್ನ ಕುದುರೆ ನೋಡಿ, ಕೃಷ್ಣನೇ ಇರ ಬೇಕು ಅಂತ ಇವು ಮುತ್ತಿಕೊಂಡಿವೆ ಬೆಲ್ಲಕ್ಕೆ ನೊಣ ಮುತ್ತುವ ಹಾಗೆ. ಈಗ ನೋಡು ಹೇಗೆ ದೂರ ಹೋಗುತ್ತಿವೆ ಏನೂ ಸಿಕ್ಕುಲ್ಲ ಅಂತ ತಿಳಿದು.'

ಯುಯುಧಾನನಿಗೆ ಪೆಚ್ಚಾಯಿತು. ಮಕ್ಕಳೆಲ್ಲ ಚದುರಿಹೋಗುತ್ತಿದ್ದರು. ನಿಂತಿದ್ದ ಹೆಂಗಸರೂ ಒಬ್ಬೊಬ್ಬರಾಗಿ ಕಾಲ್ತೆಗೆಯುತ್ತಿದ್ದರು. ಹಸುರು ನೊಣ ಕುಕ್ಕುತ್ತಿದ್ದುದರಿಂದ ಕುದುರೆ ನಿಂತಲ್ಲಿಯೇ ದಡಬಡಗುಡುತ್ತಿತ್ತು.

'ಯಾರೂ ಗಂಡಸರೇ ಕಾಣುವುದಿಲ್ಲವಲ್ಲ ಊರಿನಲ್ಲಿ?'

'ಬೆಳಗಿನ ಹೊತ್ತು ಯಾವ ಗಂಡಸು ಮನೆಯಲ್ಲಿರುತ್ತಾರೆ? ಹೊಲ, ದನಕರು, ಬೇಟೆ, ಮೀನು ಹಿಡಿಯುವುದು. ಹೆಂಗಸರು ಕೂಡ ಹೋಗಿರುತ್ತಾರೆ. ಇದ್ದರೆ ನನ್ನಂಥ ಮುದುಕಿ, ಇಲ್ಲ ಅಡುಗೆ ಮಾಡುವವರು, ಇಲ್ಲ ಚಿಕ್ಕಮಕ್ಕಳು. ಈ ಊರಿನಲ್ಲಿ ಹತ್ತು ಮನೆ ಗಳಲ್ಲಿ ಮಾತ್ರ ಗಂಡಸರಿದ್ದಾರೆ. ಉಳಿದ ಇಪ್ಪತ್ತನಾಲ್ಕು ಮನೆಗಳ ಗಂಡ ನಿನ್ನ ಸ್ನೇಹಿತ ಕೃಷ್ಣವಾಸುದೇವ ತಾನೆ. ಕೆಲವರ ಮನೆಯಲ್ಲಿ ಪ್ರಾಯದ ಗಂಡುಮಕ್ಕಳಿದ್ದಾರೆಯಷ್ಟೆ.'

ಸೂರ್ಯನು ಭುಜದ ಕಡೆಗೆ ಬಂದಿದ್ದ. ಈ ಮನೆಯ ಬಾಗಿಲು ಪಶ್ಚಿಮ ದಿಕ್ಕಿಗಿದ್ದರೂ ಕೋಟೆಯ ಗೋಡೆ ಅಡ್ಡ ಇದ್ದುದರಿಂದ ಸಮುದ್ರ ಕಾಣುತ್ತಿರಲಿಲ್ಲ. ಬರೀ ಮೊರೆತ ಕೇಳುತ್ತಿತ್ತು.

ಕುದುರೆ ಏರಿ ಹಿಂತಿರುಗುವಾಗ ಮೋಡ ಚದುರಿ ಚುರುಕುಬಿಸಿಲು ಚುಚ್ಚುತ್ತಿತ್ತು. ಬೆವರಿನ ವಾಸನೆ ಮೂಗಿಗೆ ಬಡಿಯುತ್ತಿದ್ದಾಗ, ನೆತ್ತಿ ಮೂಸುವುದರಿಂದ ಇದು ತನ್ನದೇ ಮಗು ಎಂಬುದು ಹೇಗೆ ತಿಳಿಯುತ್ತದೆ, ಎಂಬ ಪ್ರಶ್ನೆ ಹುಟ್ಟಿತು. ತಾನೂ ತನ್ನ ಹುಟ್ಟಿದ ಮಕ್ಕಳ ನೆತ್ತಿ ಮೂಸುವ ಶಾಸ್ತ್ರ ಮಾಡಿದ್ದೆ. ಬೆವರಿನ ಕಾಲದಲ್ಲಾದರೆ ಬೆವರುವಾಸನೆ ಬಡಿದಿತ್ತು. ತಲೆ ತೊಳೆದು ಅಗರು ಚಂದನಗಳ ಬೆಂಕಿಯಲ್ಲಿ ಕಾಯಿಸಿದ್ದರೆ ಗಮಗುಟ್ಟುತ್ತಿತ್ತು. ಅಷ್ಟಲ್ಲದೆ ನನ್ನದೇ ವೀರ್ಯದ, ಆಗ ಇವೆಲ್ಲ ಹೊಳೆದೇ ಇರಲಿಲ್ಲ. ಚಿತ್ರೆಯ ವಾದ, ಎಂದುಕೊಳ್ಳುವಾಗ, ತನಗೆ ತನ್ನ ಹೆಂಡತಿಯ ಮೇಲೆ ಯಾವತ್ತೂ ಶಂಕೆ ಬಂದಿಲ್ಲ. ಸದಾ ಅತ್ತೆ ಮಾವಂದಿರಿರುವ ಮನೆಯಲ್ಲಿ ಸಂಸಾರ ಮಾಡಿಕೊಂಡಿರುವ ಅವಳ ಸ್ವಭಾವವೇ ಬೇರೆ ಎಂಬ ನೆನಪಿನ ಸಮಾಧಾನದೊಡನೆ ಕಂಸನ ವಿಷಯ ಕೃಷ್ಣನಿಗಾಗಲೇ ಗೊತ್ತಿದೆ, ಇಪ್ಪತ್ತು ಇಪ್ಪತ್ತೆರಡನೆಯ ವಯಸ್ಸಿಗೆ ತಿಳಿದಿದೆ, ಆದರೂ ಒಂದು ದಿನವೂ ನನ್ನ ಕೈಲಿ ಮಾತನಾಡಲಿಲ್ಲ ಆ ಬಗೆಗೆ. ಬೇಕೆಂದೇ ಮುಚ್ಚಿಟ್ಟಿದ್ದಾನೋ ಅಥವಾ ಪ್ರಸಂಗ ಬರಲಿಲ್ಲವೋ ಎಂಬ ಆಲೋಚನೆ ಮತ್ತೆ ಬಂತು. ಈ ಸಲ ಬಂದಾಗ ಅವನನ್ನೇ ಕೇಳಿಬಿಡಬೇಕೆಂದು ನಿಶ್ಚಯಿಸಿಕೊಂಡ. ಇಡೀ ಪ್ರಸಂಗದ ಪಾಪದ ಹೊಣೆ ಯಾರದ್ದು ಎಂಬ ಪ್ರಶ್ನೆಗೆ ಚಿತ್ರೆ ಹೇಗೆ ಹೇಳಿದಳು? ಕೃಷ್ಣನನ್ನು ಕೇಳಬೇಕು. ಅವನೂ ಚಿತ್ರೆಯ ಮಾತನ್ನು ನಂಬಿದರೂ ನಂಬಿದನೇ. ಹಾಗಿದ್ದರೆ ದಾಂಪತ್ಯದಲ್ಲಿ ಮಗುವಿನ ಹುಟ್ಟಿನಲ್ಲಿ ಶೀಲ ಅನ್ನುವುದು ಉಳಿಯುವುದು ಹೇಗೆ, ಎಂಬ ಪ್ರಶ್ನೆ ಕಾಡತೊಡಗಿತು. ಎಡಗಡೆಯ ಸಮುದ್ರದ ಮೇಲಿನಿಂದ ಜೋರುಗಾಳಿ ಬಡಿಯತೊಡಗಿ ಕುದುರೆ ಬಲಗಡೆಗೆ ಕೊಚ್ಚಿಹೋಗುವಂತೆ ಆದ ಕ್ಷಣದಲ್ಲಿ ಕೃಷ್ಣ ಅಲ್ಲಿ ಹೋಗಿ ಕೂತುಬಿಟ್ಟ. ಪಾಂಡವರಲ್ಲಿ ಹೋದ ಅಂದರೆ ಸರಿ, ಹಿಂತಿರುಗುವ ನಿಶ್ಚಯವೂ ಇಲ್ಲ, ಹೆಂಡತಿ ಮಕ್ಕಳ ನೆನಪೂ ಇರುವುದಿಲ್ಲ ಇವನಿಗೆ ಎಂದುಕೊಳ್ಳುತ್ತಿರುವಾಗ, ಬರೀ ಅಳಿಯನಲ್ಲ ತನ್ನ ಸಾಮ್ರಾಜ್ಯದ ಪ್ರತಿನಿಧಿಯಂತಿದ್ದ ಕಂಸನನ್ನು ಕೊಂದ ಸುದ್ದಿ ಕೇಳಿ ಜರಾಸಂಧ ಕೆರಳುವುದು ಸಹಜವೇ ಆಗಿತ್ತು. ಅವನು ಬೇರೆ ಯಾವ ರೀತಿ ವರ್ತಿಸುವುದು ಸಾಧ್ಯ? ಎಂಬ ವಿಚಾರ ತನಗೇ ಆಶ್ಚರ್ಯವನ್ನುಂಟುಮಾಡಿತು. ಇಷ್ಟು ದಿನ ತಾನು ಬರೀ ಶತ್ರು ರಾಕ್ಷಸ ಕ್ರೂರಿ ಚಾಂಡಾಲ ಎಂದೇ ಭಾವಿಸುತ್ತಿದ್ದ ಅವನು ಈಗ ಅವನಮ್ಮನ ಸಖಿ, ಅವನ ಹುಟ್ಟಿನ ಹೆರಿಗೆಯನ್ನೂ ಅವಳೇ ಮಾಡಿಸಿರಬೇಕು ಆಪ್ತಸಖಿಯಿಂದ ಕೇಳಿದ ಮೇಲೆ ಮನುಷ್ಯನಂತೆ ಕಾಣುತ್ತಿದ್ದಾನೆಂಬ ಅರಿವಾಗಿ ಹೊಸದಾಗಿ ಕಂಡಂತೆ ನೋಡತೊಡಗಿದ. ಮಹಾಗಟ್ಟಿಗರಿಗೆ ಹೆಣ್ಣುಮಕ್ಕಳ ಮೇಲೆ ಹೆಚ್ಚು ಪ್ರೀತಿಯಂತೆ. ಅಸ್ತಿ ಪ್ರಾಪ್ತಿಯರನ್ನು ಬಿಟ್ಟರೆ ಅವನಿಗೆ ಬೇರೆ ಹೆಣ್ಣುಮಕ್ಕಳಿಲ್ಲ. ಇಬ್ಬರನ್ನೂ ತುಂಬ ಸುಖವಾಗಿ ನಡೆಸಿಕೊಳ್ಳುತ್ತಿದ್ದ ಅಳಿಯ. ದೊಡ್ಡ ಸಂಚು ನಡೆದಿದೆ, ಮಗಧದ ಜ್ಯೋತಿಷಿಗಳ ಭವಿಷ್ಯ ನಿಜವಾಗಿದೆ. ಮಗಧದ ಜ್ಯೋತಿಷಿಗಳು, ಆಡಳಿತಗಾರರು, ಗೂಢಚರ್ಯೆಯಲ್ಲಿ ತೊಡಗಿದ್ದವರು, ಮೊದಲಾಗಿ ಎಲ್ಲರೂ ಈ ಇಬ್ಬರು ವಿಧವೆಯರನ್ನು ಮುಂದಿಟ್ಟುಕೊಂಡು ಬಂದು

ಗೋಳೋ ಎಂದು ಬಿದ್ದರೆ ಕೆರಳದೆ ಇದ್ದಾನೆಯೆ? ಆಡಳಿತಗಾರರು ಗೂಢಚಾರರಿಗೆ ಈ ವಸಾಹತುವಿನಲ್ಲಿ ಇದ್ದ ದೌಲತ್ತು ಸ್ವಂತ ನಾಡಿನಲ್ಲಿ ಹೇಗೆ ಸಿಕ್ಕಬೇಕು?

ಕೃಷ್ಣನ ಧೈರ್ಯವೇ ಧೈರ್ಯ. ವಿವೇಚನೆಯೂ ಅಷ್ಟೇ ಕರಾರುವಾಕ್ಕು. ಒಂದು ಹುಲಿಯನ್ನು ಕೊಂದರೆ ಜೋಡಿ ಹುಲಿ ಖಂಡಿತವಾಗಿ ಬಂದು ಹೊಂಚುಹಾಕುವಂತೆ ಜರಾಸಂಧ ಬಂದೇ ಬರುತ್ತಾನೆಂದು ಅವನೇ ಮೊದಲು ಹೇಳಿದನಂತಲ್ಲ, ಹದಿನೆಂಟರ ಹುಡುಗ. ಹಿರಿಯರಿಗೆಲ್ಲ ತೊಡೆನಡುಕ. ಕಂಸನ ಆಳ್ವಿಕೆಯಲ್ಲಿ ಪುರುಷತ್ವವನ್ನೇ ನೀಗಿಕೊಂಡಿದ್ದ ಹಿರಿಯರು. ತರುಣರನ್ನು ಉತ್ಸಾಹಶಾಲಿಗಳನ್ನು ಸೇರಿಸಿ ಅವರಿಗೆ ಹೊಸದಾಗಿ ಆಯುಧ ಪ್ರಯೋಗಗಳನ್ನು ಕಲಿಸಿ, ಅದನ್ನಾದರೂ ಕಲಿಸುವವರಾರು? ದೇಶದ ರಕ್ಷಣೆ ಎಲ್ಲ ಪರಕೀಯರ ಕೈಯಲ್ಲಿದ್ದು ಆ ಪರಕೀಯರು ಹೊರಟುಹೋದಾಗ ನಗರ ರಕ್ಷಣೆಯೂ ಅವ್ಯವಸ್ಥಿತವಾಗಿ ಎಲ್ಲೆಲ್ಲೂ ಕಳವು, ದರೋಡೆ, ಹಿಂಸೆ, ಕಂಸನ ಆಳ್ವಿಕೆಯೇ ಚನ್ನಾಗಿತ್ತು, ಇದ್ಯಾರು ಬಂದ ಈ ಪೋಕರಿ ಹುಡುಗ ಎಂದವರಿಗೇನು ಕಡಮೆಯೆ? ನಮ್ಮಪ್ಪನಂತಹ ಹತ್ತಾರು ಜನ ಸೇರಿ ಕೃಷ್ಣನಿಗೆ ಒತ್ತಾಸೆಯಾಗಿ ನಿಂತು ತಿಳಿವಳಿಕೆ ಹೇಳಿ ಸುವ್ಯವಸ್ಥೆ ತರದಿದ್ದರೆ ಆಗಲೇ ಏನಾಗುತ್ತಿತ್ತೋ? ಶಿನಿ, ಅನಾಧೃಷ್ಟಿ, ಅಕ್ರೂರ, ವಿಪೃಥು, ಅಷ್ಟು ವರ್ಷ ಸೆರೆಯಲ್ಲಿ ಕ್ಷಯಿಸಿದ ಅರವತ್ತರ ಮುದುಕ ಉಗ್ರಸೇನ ಕೂಡ ಹುಮ್ಮಸ್ಸಿನಿಂದ ನಿಂತನಲ್ಲ. ಚಿತ್ರಕ, ಶ್ಯಾಮ, ಸತ್ರಾಜಿತ, ಪ್ರಸೇನ, ಎಲ್ಲರೂ ಮರೆತುಹೋಗಿದ್ದ ಶಸ್ತ್ರಬಳಕೆಯನ್ನು ಮತ್ತೆ ಅಭ್ಯಾಸ ಮಾಡಿಕೊಂಡು ನಿಲ್ಲದಿದ್ದರೆ ಆಗಲೇ ಸೋಲಬೇಕಿತ್ತು. ಅದೇ ಸಮಯದಲ್ಲಲ್ಲವೇ ನಮ್ಮಪ್ಪ ಹೇಳಿದಂತೆ ಕೃಷ್ಣ ಬಲರಾಮರು ಆವಂತಿಪುರಕ್ಕೆ ಹೋಗಿ ಸಾಂದೀಪನೀ ಗುರುಗಳ ಹತ್ತಿರ ವಿದ್ಯಾಭ್ಯಾಸ ಮಾಡಿದುದು. ಅದೂ ಎಷ್ಟು ದಿನ, ಆತುರಾತುರದಲ್ಲಿ ಅರವತ್ತನಾಲ್ಕು ದಿನ ನಡೆಯಿತಂತೆ ವಿದ್ಯಾಭ್ಯಾಸ. ವೇದ, ಧನುರ್ವೇದ, ಎಲ್ಲ ಒಟ್ಟಿಗೆ. ಅಷ್ಟರಲ್ಲಿ ಜರಾಸಂಧನ ಸೇನೆ ಬರುತ್ತಿದೆ ಎಂಬ ಸುದ್ದಿ ತಿಳಿದು ಓಡಿ ಬಂದ. ಅದೇ ಸಮಯದಲ್ಲಿ ಹಸ್ತಿನಾವತಿಯಲ್ಲಿ ದ್ರೋಣರು ಧನುರ್ವಿದ್ಯಾಗುರುಗಳಾಗಿ ಮೆರೆಯುತ್ತಿದ್ದರಂತೆ. ಆದರೆ ನಮ್ಮ ಆತುರಕ್ಕೆ ಹೇಳಿಕೊಡುತ್ತಾರೆಯೇ ಅವರು? ಜರಾಸಂಧನ ನೇರ ದ್ವೇಷ ಕಟ್ಟಿಕೊಳ್ಳಲು ಭೀಷ್ಮ ಒಪ್ಪುತ್ತಿದ್ದನೆ? ಆದ್ದರಿಂದ ದೂರವಾದರೂ ಚಿಂತೆಯಿಲ್ಲ ಸಾಂದೀಪನಿಯ ಹತ್ತಿರವೇ ಹೋಗು ಎಂದು ಹೇಳಿ ಕಳಿಸಿದವನು ಅಪ್ಪನೇ.

ಯುದ್ಧ ಅಂದರೆ ಅದು. ಹನ್ನೆರಡರ ನನಗೆ ಕೂಡ ಪ್ರಚಂಡ ಧೈರ್ಯ, ಉತ್ಸಾಹ. ಇಲ್ಲಿಂದಲ್ಲಿಗೆ ಸುದ್ಧಿ ಮುಟ್ಟಿಸುವುದು, ಶತ್ರುಗಳ ಸುದ್ದಿ ಸಂಗ್ರಹಿಸುವುದು. ನೋಡಲು ಮಾತ್ರ ಗಜ್ಜುಗ ಆಡುವ ಹುಡುಗ. ನನ್ನನ್ನು ಧೈರ್ಯದ ಮೂರ್ತಿ ಮಾಡಿದವನು ಕೃಷ್ಣ. ನಡುಕವೆಂದರೆ ಏನೆಂಬುದು ತಿಳಿಯದಂತೆ ಎದೆಯನ್ನು ರೂಪಿಸಿದವನು ಅವನು. ಗುರುವೆನ್ನದೆ ಏನನ್ನಬೇಕು? ದಣಿಯ ಕಡೆಗೆ ಗೋಣು ಮಾಡುವ ನಾಯಿ ಅನ್ನುತ್ತಾನಲ್ಲ ಬಲರಾಮ. ಜರಾಸಂಧ ಮಥುರೆಯನ್ನು ಮುತ್ತಿದಾಗ ಮೂವತ್ತು ವರ್ಷದ ಬಲರಾಮ ಧೈರ್ಯವಾಗಿಯೇನೋ ಕಾದಿದ. ಅವನಿಗೆ ಗುಂಡಿಗೆ ಇದೆ; ಯುದ್ಧತಂತ್ರವಿಲ್ಲ. ಇವತ್ತಿಗೂ ಇಲ್ಲ. ಜರಾಸಂಧನ ಅಷ್ಟು ದೊಡ್ಡ ಬಲ. ಅವನೊಬ್ಬನಲ್ಲ, ಕಲಿಂಗದ ಶ್ರುತಾಯು,

ಕರೂಷದ ದಂತವಕ್ತ್ರ, ವಿದರ್ಭದ ಸೋಮಕ, ಭೋಜರ ರುಕ್ಮಿ, ಜರಾಸಂಧನ ಸಾಕುಹುಡುಗ ಶಿಶುಪಾಲ, ಬೇಹುಗಾರರನ್ನಟ್ಟಿ ವಿಷಯ ಸಂಗ್ರಹಿಸಿ ಕೃಷ್ಣನು ಮೊದಲೇ ಹೇಳಿಬಿಟ್ಟನಲ್ಲ, 'ಯಾರೂ ಅಂಥ ಭಾರಿ ಸೇನೆ ತಂದಿಲ್ಲ. ಅಷ್ಟು ದೂರದಿಂದ ಬಳಸಿಕೊಂಡು ಹಳ್ಳ, ಹೊಳೆ ನದಿಗಳನ್ನು ಹಾಯ್ದು ರಥಾದಿಗಳನ್ನು ತರುವುದೂ ಕಷ್ಟ. ನಮ್ಮ ಮಥುರೆಗೆ ಹತ್ತಿರದ ಪಾಂಚಾಲರು ಅವನಿಗೆ ಸಾಮಗ್ರಿಗಳ ಸಹಾಯ ಮಾಡುವುದಿಲ್ಲ. ಬರೀ ಅಷ್ಟು ರಾಜರು ಬಂದಿದ್ದಾರೆ. ನಾನು ಹೇಳಿದಂತೆ ಎಲ್ಲರೂ ಕೇಳಿ. ಹೊಡೆದೋಡಿಸಬಹುದು.' ಕೃಷ್ಣನ ತಂತ್ರವೇ ಫಲಿಸಿತಲ್ಲ. ಮಥುರೆಯ ಸುತ್ತ ಕಾಡುಗಳಲ್ಲಿ ದನ ಕಾಯುವವರ ವೇಷ ದಲ್ಲಿ ನಮ್ಮ ಅರ್ಧ ವೀರರು; ಊರೊಳಗೆ ಇನ್ನರ್ಧ. ಕೋಟೆಯ ಬಾಗಿಲು ಮುಚ್ಚಿ ಹೆದರಿಕೊಂಡಂತೆ ತೋರಿಸಿ, ಎರಡನೆಯ ರಾತ್ರಿ ಕತ್ತಲಲ್ಲಿ ಹಿಂದಿನಿಂದ ಮುಂದಿನಿಂದ ನುಗ್ಗಿದ ಜೋರಿಗೆ ನಮ್ಮ ಬಲವನ್ನು ವಿಪರೀತ ಕಲ್ಪನೆ ಮಾಡಿಕೊಂಡು ಹೆದರಿ ಕಾಲ್ತೆಗೆದರಲ್ಲ. ಕತ್ತಲೆಯಲ್ಲಿ ಹಿಂಬಾಲಿಸಿ ಚಚ್ಚಿ ಚಚ್ಚಿ ಸಂತೋಷಕ್ಕೆ ಬಂದ ನಗುವಿಗೆ ಕುದುರೆಯು ತನ್ನನ್ನು ಚಪ್ಪರಿಸಿದನೆಂದು ತಿಳಿದು ಹೆಜ್ಜೆಯನ್ನು ಜೋರು ಮಾಡಿತು. ಜಾಲಿ ಗಿಡಗಳನ್ನು ಬಲಕ್ಕೆ ಬಿಟ್ಟು ಓಡಿಸುವಾಗ ಬಲರಾಮನು ಯಾದವ ಸೈನ್ಯದೊಡನೆ ಇತ್ತೀಚೆಗೆ ತುಂಬ ಹೇಳಿಕೊಳ್ಳುತ್ತಿದ್ದ ಮಾತು ನೆನಪಿಗೆ ಬಂತು: ಇಡೀ ಯಾದವರಲ್ಲಿ ಅತ್ಯಂತ ಧೈರ್ಯಶಾಲಿ ಅಂದರೆ ತಾನೊಬ್ಬನೇ. ಕೃಷ್ಣ ವಾಸ್ತವವಾಗಿ ಹೇಡಿ: ಬರೀ ತಂತ್ರ ಮಾಡುತ್ತಾನೆ, ನರಿಯಂತೆ. ಒಂದೊಂದುಸಲ ಫಲಿಸುತ್ತೆ ನಿಜ. ಆದರೆ ಎಲ್ಲ ಶತ್ರುಗಳೂ ಯಾವಾಗಲೂ ಮೂರ್ಖರಾಗಿರು ತ್ತಾರೆಯೆ? ಶಕ್ತಿ ಧೈರ್ಯದಿಂದಲೇ ಕ್ಷತ್ರಿಯನಿಗೆ ಗೌರವ ಬರುವುದು. ಹೆದರಿ ಪಲಾಯನ ಮಾಡುವುದರಿಂದಲ್ಲ. ಬಲರಾಮನ ಈ ಮಾತು ಸೈನ್ಯದ ಕೆಲವರಿಗೆ ಆಪ್ಯಾಯಮಾನವಾಗಿದೆ. ಕೃಷ್ಣನನ್ನು ತಿರಸ್ಕಾರದಿಂದ ಕಾಣುವ ಕೆಲವರು ನಮ್ಮ ಸೈನ್ಯದಲ್ಲಿದ್ದಾರೆ. ಮಥುರೆಯನ್ನು ಬಿಟ್ಟು ದ್ವಾರಕೆಗೆ ಪಲಾಯನ ಮಾಡಿದ ಹೇಡಿಗಳಲ್ಲ ನಾವು ಎಂದು, ಇತ್ತೀಚಿನ ಈ ತರುಣ ಸೈನಿಕರು ಆಡಿಕೊಳ್ಳುತ್ತಿದ್ದಾರೆ. ನಾವು ಇಲ್ಲಿಗೆ ವಲಸೆ ಬಂದಾಗ ಅವರಿನ್ನೂ ಸಿಂಬಳ ಸುರಿಸುವ ಮಕ್ಕಳು. ಕೆಲವರು ಹುಟ್ಟಿರಲೇ ಇಲ್ಲ. ಇವರ ದೃಷ್ಟಿಯಲ್ಲಿ ಬಲರಾಮ ಮಹಾವೀರ. ಅವನು ಧೈರ್ಯಶಾಲಿ ಎಂಬುದನ್ನು ಯಾರೂ ಅಲ್ಲಗಳೆಯುವಂತಿಲ್ಲ. ಆದರೆ ಕೃಷ್ಣ ಹೇಡಿಯೆ?

ತನಗೆ ಸ್ಪಷ್ಟವಾಗಿ ನೆನಪಿದೆ: ಜರಾಸಂಧ ಎರಡನೇ ಸಲ ಮಥುರೆಯ ಮೇಲೆ ದಂಡೆತ್ತಿ ಬಂದಾಗಲೇ ಅದು ತನ್ನ ಮೇಲಿನ ಪ್ರತೀಕಾರಕ್ಕಾಗಿ ಎಂಬುದನ್ನು ಕೃಷ್ಣ ಅರ್ಥಮಾಡಿ ಕೊಂಡ. ಅವನು, ಬಲರಾಮ, ಇಬ್ಬರೂ ಕೆಲವು ಯುವಕ ಸೈನಿಕರೊಡನೆ ದಕ್ಷಿಣದ ಕಡೆಗೆ ಹೊರಟು ಹೋದರಲ್ಲ, ಬೇಕೆಂದೇ ಅವರು ಹೋಗುವ ಸುದ್ದಿಯನ್ನೂ ಹಬ್ಬಿಸಿ. ಜರಾಸಂಧ ಮಥುರೆಗೆ ಬರುವುದನ್ನು ಬಿಟ್ಟು ಅವರನ್ನು ಹುಡುಕಿಕೊಂಡು ನಡೆಯಲಿಲ್ಲವೆ? ಅಷ್ಟು ದೊಡ್ಡ ಸೇನೆ. ಇವರು ಅವರಿಗೆ ಇನ್ನೇನು ಸಿಕ್ಕಿದರು ಎಂಬ ಭ್ರಮೆ ಹುಟ್ಟಿಸುವ ದೂರದಲ್ಲಿ ಓಡಿ ಓಡಿ, ದಿಕ್ಕು ತಪ್ಪಿಸಿ ಒಂದು ದೇಶದಿಂದ ಇನ್ನೊಂದು ದೇಶಕ್ಕೆ ಸುತ್ತು ಹಾಕಿ, ರಥ, ಆನೆ, ಭಾರಿ ಲವಾಜಮೆಯ ದೊಡ್ಡ ಸೈನ್ಯ ಇಷ್ಟು ದೂರ ಓಡಬಲ್ಲದೆ?

ಮಹಾಭಾರದ ಶರೀರ ಹೊತ್ತ ಆನೆಯು ಚುರುಕಾದ ಬೆಕ್ಕನ್ನು ಹಿಡಿದು ಹೊಸಕಲು ಓಡಿಸಿಕೊಂಡುಹೋದಂತೆ. ಯಾವ ಯಾವ ದೇಶಗಳನ್ನು ಸುತ್ತಿಸಿದರು. ಸುಸ್ತಾಗಿ ಆನೆಗಳನ್ನು ಹಿಂದೆ ಬಿಟ್ಟು, ರಥಗಳು ಮುರಿದು, ಕುದುರೆಗಳು ಬಳಲಿ, ಹೊಟ್ಟೆಗಿಲ್ಲದೆ ಕಾಲಾಳುಗಳು ರೇಗಿರುವ ಸಮಯದಲ್ಲಿ ಅವರನ್ನು ಮಿಂಚಿನ ವೇಗದಲ್ಲಿ ಇದ್ದಕ್ಕಿದ್ದಂತೆಯೇ ಸುತ್ತುವರಿದು ಗೊಂದಲವೆಬ್ಬಿಸಿ ಸುಸ್ತುಮಾಡಿಸಿ ಜರಾಸಂಧ ಅವನ ಪಕ್ಷದ ರಾಜರುಗಳು ಜೀವ ಉಳಿಸಿ ಕೊಂಡರೆ ಸಾಕೆಂದು ಓಡಿದರಂತಲ್ಲ. ಇನ್ನು ಸ್ವಲ್ಪ ಸೈನ್ಯ ನಮ್ಮ ಜೊತೆಗಿದ್ದರೆ ಆ ಕಾಳಗದಲ್ಲೇ ಅವನನ್ನು ಮುಗಿಸಬಹುದಿತ್ತು ಅಂತ ಕೃಷ್ಣನೇ ನನಗೆ ಹೇಳಿದ ನಾನು ವಯಸ್ಸಿಗೆ ಬಂದಮೇಲೆ.

ಹಿಂತಿರುಗಿದ ಜರಾಸಂಧ ಕೊನೆಯ ಸಲ ಸಿದ್ಧತೆ ಮಾಡಿಕೊಂಡ. ಕೃಷ್ಣನನ್ನು ಕೊಲ್ಲದಿದ್ದರೆ ಬೇಡ; ಕಳ್ಳತಪ್ಪಿಸಿಕೊಳ್ಳುವವನನ್ನು ಹಿಡಿಯುವುದೇ ಮುಖ್ಯವಲ್ಲ; ಅವನ ಪಟ್ಟಣ ಮಥುರೆಯನ್ನು ನೆಲಸಮವಾದರೂ ಮಾಡದಿದ್ದರೆ ತನ್ನ ಹೆಸರು ಏನಾಗಬೇಡ? ಈ ಸಲ ಎಷ್ಟೊಂದು ಭಾರಿ ಸೇನೆಗಳು! ಮೊದಲು ಬಂದಿದ್ದ ಎಲ್ಲ ರಾಜರೂ ತಮ್ಮ ಸಮಸ್ತ ಸೇನೆಯನ್ನೂ ನಡೆಸಿಕೊಂಡು ಪೂರ್ವದಿಕ್ಕಿನಿಂದ, ವಿದರ್ಭದಿಂದ ರುಕ್ಮಿ, ನೈಋತ್ಯ ದಿಂದ ಕಾಲಯವನ ಮತ್ತು ಇತರ ರಾಜರು. ಓಹೋ, ಈ ಪ್ರಪಂಚದಲ್ಲಿ ಅದುವರೆಗೆ ಅಷ್ಟೊಂದು ರಾಜರು ಅಷ್ಟೊಂದು ಸೈನ್ಯಗಳು ಒಂದೇ ಸ್ಥಾನ ಕುರಿತು ನಡೆದಿರಲಿಲ್ಲವಂತೆ, ಮಥುರೆಯ ಕೃಷ್ಣನನ್ನು ಕೊಲ್ಲಲು. ಇಪ್ಪತ್ತು ವರ್ಷವೋ ಅವನಿಗೆ ಇಪ್ಪತ್ತೊಂದೋ. ನನಗೆ ಹದಿನೈದು. ನಾನಾಗಲೇ ಯೋಧನಾಗಿದ್ದೆ. ಸಾಂದೀಪನಿಗಳ ಕೈಕೆಳಗೆ ಆರು ತಿಂಗಳು ಕಲಿತು ಹಿಂತಿರುಗಿದ್ದೆ. ಅಂತಹ ಸ್ಥಿತಿಯಲ್ಲಿ ವಿರಾಮವಾಗಿ ವಿದ್ಯೆ ಮುಗಿಸಲು ಯಾರಿಗೆ ಮನಸ್ಸಿರುತ್ತೆ? ಅಷ್ಟರಲ್ಲಾಗಲೇ ನವಯಾದವರ ಸೈನ್ಯ ರೂಪುಗೊಂಡಿತ್ತಲ್ಲ. ನನ್ನಂತಹ ತರುಣರೇ ಹೆಚ್ಚು. ಕೃಷ್ಣನ ನಾಯಕತ್ವ, ಧೈರ್ಯ, ಸ್ಫೂರ್ತಿ. ಗೂಢಚಾರರು ನಾಲ್ಕೂ ಕಡೆಗಳಿಂದ ಸುದ್ದಿ ತಂದರು. ಈ ಸಲ ಕೃಷ್ಣ ತಪ್ಪಿಸಿಕೊಳ್ಳಬಹುದು. ಆದರೆ ಮಥುರೆಯನ್ನು ನೆಲಸಮ ಮಾಡುವುದು ಖಂಡಿತ. ಯಾದವ ಪ್ರಮುಖರನ್ನು ಜರಾಸಂಧ ಸೆರೆ ಹಿಡಿದೊಯ್ಯು ವುದು ಖಂಡಿತ. ಅಂದರೆ ತಪ್ಪಿಸಿಕೊಳ್ಳುವುದಿದ್ದರೆ ಕೃಷ್ಣನೊಡನೆ ಪ್ರಮುಖರೆಲ್ಲ ತಪ್ಪಿಸಿಕೊಳ್ಳ ಬೇಕು. ಜರಾಸಂಧ ಅವರ ಹೆಂಡಿರು ಮಕ್ಕಳನ್ನು ಬಿಡುತ್ತಾನೆಯೆ? ಅಥವಾ ಕೋಟೆಯೊಳಗೆ ನಿಂತು ಕಾಳಗ ಮಾಡಿ ಮಡಿಯಬೇಕು. 'ಕಾಳಗ ಮಾಡೋಣ. ಸಾಧ್ಯವಾದಷ್ಟು ಜನ ಶತ್ರುಗಳನ್ನು ಕೊಲ್ಲೋಣ. ನಾವೂ ರಕ್ತ ಬಸಿಯೋಣ. ವೀರಕಥೆಯ ವಸ್ತುವಾಗೋಣ' ಎಂದರಲ್ಲ ನವಸೈನಿಕರು. ನಾನೂ ಕೂಗಲಿಲ್ಲವೆ ಗಂಟಲು ಹರಿಯುವಂತೆ. ಯುದ್ಧ, ಯುದ್ಧ, ಯುದ್ಧ ಬೇಕು ಅಂತ ಹದಿನೈದರ ಯೋಧ. ಆದರೆ ಹೆದರಿ ದಿಕ್ಕುಗೆಟ್ಟ ಹೆಂಗಸರ, ಹಿರಿಯರ, ಪ್ರಮುಖರ ಸಭೆಯಲ್ಲಿ ಕೃಷ್ಣ ಆಡಿದ ಮಾತಿನಿಂದ ಆಗ ನನಗೂ ಸಿಟ್ಟು ಬಂದಿತ್ತಲ್ಲ. ನಮ್ಮ ಧೀರ ನಾಯಕ ಹೇಡಿಯಾದನೆಂದು ನಾನು ಮನಸ್ಸಿನಲ್ಲೇ ಅವನನ್ನು ಎಷ್ಟೊಂದು ತಿರಸ್ಕರಿಸಿದೆ.

'ತಾತಂದಿರೇ, ತಂದೆಯರೆ, ಗೂಢಚಾರರಿಂದ ಸುದ್ದಿ ಬಂದಿದೆ. ಈ ಸಲ ಶತ್ರುವು ಮಹಾಸಂಖ್ಯೆಯಲ್ಲಿ ಸೈನ್ಯ ನಡೆಸಿಕೊಂಡು ಬರುತ್ತಿದ್ದಾನೆ. ಅವನ ಸ್ವಂತ ಸೈನ್ಯವೇ ದೊಡ್ಡದು.

ಅವನ ರಾಜ್ಯವೂ ದೊಡ್ಡದು. ಅವನ ಭಯ ಪ್ರಭಾವಗಳಲ್ಲಿರುವ ರಾಜರ ಸಂಖ್ಯೆ ದೊಡ್ಡದು. ಅವರೆಲ್ಲರ ಸೈನ್ಯ ರಥ ತುರಗ ಆನೆಗಳು, ಹೆಚ್ಚು ಕಡಮೆ ಆರ್ಯಜಗತ್ತಿನ ಸಮಸ್ತ ಬಲವೂ ಮಥುರೆಯನ್ನು ನೆಲಸಮ ಮಾಡಲು ಸುತ್ತುವರಿದು ಬರುತ್ತಿದೆ. ನಮ್ಮ ನೆರೆಯ ಪಾಂಚಾಲ, ಉತ್ತರದ ಕುರುಗಳು ಮಾತ್ರ ಅವನ ಕಡೆಗಿಲ್ಲ. ಆದರೆ ಯುದ್ಧದಲ್ಲಿ ಹೇಳುವು ದಕ್ಕಿಲ್ಲ. ನನ್ನ ಕಡೆ ಬರದಿದ್ದರೆ ನಿನ್ನನ್ನು ಶತ್ರುವೆಂದು ಬಗೆದು ಮೇಲೆ ಬೀಳುತ್ತೇನೆಂದು ಹೆದರಿಸಿದರೆ ಮನಸ್ಸಿಲ್ಲದವರೂ ಸೇರುತ್ತಾರೆ. ಜರಾಸಂಧನ ರೋಷ ಎಲ್ಲೆ ಮೀರಿರುವುದು ಸಹಜವೇ. ಕಂಸನನ್ನು ಕೊಂದದ್ದರ ಪ್ರತೀಕಾರ ಪೂರೈಸದಿದ್ದರೆ ಅವನ ಅಹಂಕಾರ ಸುಮ್ಮನಿರುತ್ತೆಯೆ? ಅಲ್ಲದೆ ಎರಡು ಸಲ ಪೆಟ್ಟು ತಿಂದಿದ್ದಾನೆ. ಆಗಲೇ ಅವನನ್ನು ಕೊಂದು ಮುಗಿಸುವ ಬಲ ನಮ್ಮಲ್ಲಿರಲಿಲ್ಲ' ಎನ್ನುತ್ತಿರುವಾಗ, ಕಂಸನನ್ನು ನೀನು ಕೊಂದದ್ದೇ ತಪ್ಪು ಎಂದು ಕೂಗಿಕೊಂಡನಲ್ಲ ಶಂಖ.

ಹಾಗಾದರೆ ದಾಸ್ಯದಲ್ಲೇ ಇರುತ್ತಿದ್ದಿರಾ ಎಲ್ಲರೂ? ಅವನನ್ನು ಕೊಲ್ಲುವುದಕ್ಕೆಂದೇ ನಾನು ಹುಟ್ಟಿದೆನೆಂದು ನೀವೆಲ್ಲ ನಂಬಿಲ್ಲವೆ? ಮಗಧದ ಜ್ಯೋತಿಷಿಗಳ ಮಾತನ್ನು ನಂಬಿ ದವರು ನೀವೇ ಅಲ್ಲವೆ? ಎಂಬ ಸಮರ್ಥನೆಗೆ ಕೆಲವರು ಗುಜುಗುಟ್ಟಿಕೊಂಡರಲ್ಲ ಪರಿಸ್ಥಿತಿಯ ದೋಷವನ್ನೆಲ್ಲ ಕೃಷ್ಣನ ಮೇಲೆ ಹಾಕಿ. ಆಗ ನನಗೆ ಎಷ್ಟು ಸಿಟ್ಟು ಬಂತು!

'ಈಗ ನಮ್ಮ ಮುಂದಿರುವುದು ಎರಡೇ ದಾರಿ. ನಾನು, ಅಣ್ಣ ಬಲಭದ್ರ, ಇಬ್ಬರೂ ತಲೆ ಮರೆಸಿಕೊಂಡು ಎಲ್ಲಾದರೂ ಹೊರಟುಹೋಗುತ್ತೇವೆ. ಎಂದೆಂದಿಗೂ ಮಥುರೆಗೆ ಬರದಂತೆ ಹೋಗುತ್ತೇವೆ. ನೀವೆಲ್ಲ ಜರಾಸಂಧನಿಗೆ ಶರಣಾಗತರಾಗಿ ಜೀವ ಉಳಿಸಿಕೊಳ್ಳಿ. ಅಥವಾ ನಾವೆಲ್ಲ ಮಥುರೆಯನ್ನು ತ್ಯಜಿಸಿ ದೂರದ ಯಾವುದಾದರೂ ನೆಲೆಗೆ ಹೋಗೋಣ. ಜರಾಸಂಧ ಬರಲು ಕಷ್ಟವಾದ, ಇಷ್ಟು ದೊಡ್ಡ ಸೈನ್ಯವು ಕ್ರಮಿಸಲು ಅಸಾಧ್ಯವಾದ, ಈ ಭೂಮಿ ಕೊನೆಗೊಂಡು ಸಾಗರವು ಆರಂಭವಾಗುವಂಥ ಜಾಗಕ್ಕೆ ಹೋಗೋಣ.'

'ಕ್ಷತ್ರಿಯನಾಗಿ ಹುಟ್ಟಿದವನು ಕಾದಬೇಕು ಇಲ್ಲ ಸಾಯಬೇಕು. ಶುರುವಿನಲ್ಲಿ ಶೂರತನ ತೋರಿ ಈಗ ಎರಡು ಕಾಲಿನ ಸಂದಿಗೂ ಬಾಲ ಮಡಿಸಿಕೊಂಡು ಹೋದರೆ ಆರ್ಯಾವರ್ತ ದಲ್ಲಿ ಯಾದವರ ಗೌರವ ಏನಾಗುತ್ತೆ?' ಕೇಳಿದವನು ಶಂಖನೇ ಅಲ್ಲವೆ. ಹೌದು ನಾಚಿಕೆಗೇಡು ನಾಚಿಕೆಗೇಡು ಎಂದು ಎಲ್ಲರೂ ಕೂಗಿದರಲ್ಲ. ಬಲರಾಮನ ಧ್ವನಿ ಎಷ್ಟು ಜೋರಾಗಿತ್ತು. ರಾಜಪದವಿಯಲ್ಲಿದ್ದ ಉಗ್ರಸೇನ ಮಾತ್ರ ಕಕ್ಕಾವಿಕ್ಕಿಯಾಗಿ ನೋಡುತ್ತಿದ್ದ. ಕೃಷ್ಣನ ಅಪ್ಪ ವಸುದೇವನ ಮುಖದಲ್ಲಿ ಗೊಂದಲ. ನನಗೆ ಬಲರಾಮನ ಮೇಲೆ ಎಷ್ಟು ಗೌರವ ಹುಟ್ಟಿತು. ವೀರನೆಂದರೆ ಅವನು, ಕ್ಷತ್ರಿಯನೆಂದರೆ ಅವನು ಎಂಬ ಪೂಜ್ಯಭಾವ.

'ಯುದ್ಧದಲ್ಲಿ ಸಮಯವರಿತು ವೀರರು ಕೂಡ ಹಿಂದೆ ಸರಿಯುವುದಿಲ್ಲವೆ? ಮತ್ತೆ ಸಮಯ ನೋಡಿ ಮುಂದೆ ನುಗ್ಗಿ ಶತ್ರುವನ್ನು ಕೊಲ್ಲುವುದಿಲ್ಲವೆ? ಇದು ಅಕ್ಷತ್ರಿಯ ಕಾರ್ಯ ಹೇಗಾಗುತ್ತೆ?' ಎಂಬ ಕೃಷ್ಣನ ಪ್ರಶ್ನೆಗೆ,

'ಯುದ್ಧರಂಗದ ಮಾತು ಬೇರೆ. ಇದು ಮಡಕೆ ಕುಡಿಕೆ ಹಾಸಿಗೆ ಬಟ್ಟೆ ಸೇದುವ ಹಗ್ಗಗಳನ್ನು ಹೊತ್ತು ಕಾಲುಕೀಳುವ ಕೆಲಸ. ಯಾದವರ ಹೆಸರೇನಾಗುತ್ತೆ ಹೀಗೆ ಮಾಡಿದರೆ?'

ಬಲರಾಮನ ಜೋರುಮಾತು.

'ಎರಡೂ ಒಂದೇ. ನಾವು ಬರೀ ಜೀವ ಉಳಿಸಿಕೊಳ್ಳಲು ಹೋಗುತ್ತಿಲ್ಲ. ಹೊಸ ನೆಲೆ ಹುಡುಕಿ ಸದ್ಯದಲ್ಲಿ ಬದುಕಿ ಅನಂತರ ಜರಾಸಂಧನನ್ನು ಕೊಲ್ಲುವುದಕ್ಕೇ ಹೋಗುವುದು.'

'ಅಷ್ಟು ದೂರ ಹೋದ ಮೇಲೆ ಹೇಗೆ ಕೊಲ್ಲುತೀಯ?'

'ಹೇಗೆ ಎಂಬುದನ್ನು ಈ ಕ್ಷಣದಲ್ಲಿ ಹೇಗೆ ಹೇಳಲಿ? ಇಲ್ಲಿಯೇ ಕೂತಿರುವ ಅಜ್ಜ ಉಗ್ರಸೇನ, ತಂದೆ ವಸುದೇವ, ಮನೆಯಲ್ಲಿ ದುಃಖಿಸುತ್ತಿರುವ ತಾಯಿ ದೇವಕಿಯ ಮೇಲೆ ನಿನ್ನನ್ನು ಹೆತ್ತ ನನ್ನ ಹಿರಿಯ ತಾಯಿ ರೋಹಿಣಿಯ ಮೇಲೆ ಆಣೆ ಇಟ್ಟು ಹೇಳುತ್ತೇನೆ. ಬರೀ ಜೀವ ಉಳಿಸಿಕೊಳ್ಳುಕ್ಕೆ ನಾನು ಹೋಗುಲ್ಲ. ಬದುಕಿದ್ದರೆ ಒಂದಲ್ಲೊಂದು ದಿನ ಶತ್ರುವನ್ನು ಗೆಲ್ಲಬಹುದು. ಭಂಗಿಸಬಹುದು. ನುಗ್ಗಿ ಬರುತ್ತಿರುವ ಅಸಮ ಸೈನ್ಯಪ್ರವಾಹಕ್ಕೆ ತಲೆ ಕೊಟ್ಟು ರಕ್ತ ಹರಿಸಿಬಿಟ್ಟರೆ ಕ್ಷತ್ರಿಯ ಉದ್ವೇಗ ತೀರಬಹುದು. ಸಾರ್ಥಕವೇನಾಯಿತು? ಈಗ ವಲಸೆ ಹೋಗುವ ಪೂರ್ಣ ಅಪಖ್ಯಾತಿ ನನ್ನ ಮೇಲಿರಲಿ. ಬೇಕಾದರೆ ಇದನ್ನು ನೀವೆಲ್ಲ ಪಲಾಯನ ಅಂತ ಕರೆಯಿರಿ. ಸಂಜೆಯ ಒಳಗೆ ಎಲ್ಲ ಯೋಚಿಸಿ ಹೇಳಿ. ನಾಳೆ ಬೆಳಗಿನ ಒಳಗೆ ಎಲ್ಲರೂ ಹೊರಡಬೇಕು. ರಾತ್ರಿ ಸಿದ್ಧತೆಯಾಗಬೇಕು.'

ಸಂಜೆಗೆ ಮೊದಲೇ ಎಲ್ಲರೂ ಒಬ್ಬೊಬ್ಬರಾಗಿ, ಉಗ್ರಸೇನ ಮೊದಲೇ ಒಪ್ಪಿದ, ವಸುದೇವ ಒಪ್ಪಿದ, ಅಕ್ರೂರ ಒಪ್ಪಿದ, ನಮ್ಮಪ್ಪ ಒಪ್ಪಿದ, ಚಿತ್ರಕ ಒಪ್ಪಿದ, ಸತ್ರಾಜಿತ, ಪ್ರಸೇನ. ಒಪ್ಪದವರೇ ಇಲ್ಲ. ಸಂಜೆ ಸೇರಿದ ಸಭೆಯಲ್ಲಿ, 'ಕೃಷ್ಣ, ನಿನ್ನ ಹೊಣೆಯ ಮೇಲೆ, ಅಪಖ್ಯಾತಿಯನ್ನು ಹೊರುವ ನಿನ್ನ ಪ್ರತಿಜ್ಞೆಯ ಮೇಲೆ ನಾವೆಲ್ಲ ಒಪ್ಪಿದ್ದೀವಿ' ಎಂದರಲ್ಲ. ಮೌನವಾಗಿ ಕೂತೇ ತನ್ನ ವಿರೋಧವನ್ನು ವ್ಯಕ್ತ ಮಾಡಿದವನು ಬಲರಾಮ ಒಬ್ಬನೇ. ಕೃಷ್ಣ ಯಾರ ಸಲುವಾಗಿ ಈ ಎಲ್ಲ ಅವಮಾನ ಹೊರಲು ಸಿದ್ಧನಾದ? ಆರ್ಯಾವರ್ತದ ಕ್ಷತ್ರಿಯರಿಗೆ ವೀರ್ಯವಿದೆ. ಹೊಡೆಯುವ ಅಥವಾ ಮಡಿಯುವ ವೀರ್ಯವೇ ಅವರ ಪುರುಷಾರ್ಥ. ಅಂಥವನೇ ಸ್ವರ್ಗದಲ್ಲಿ ಸ್ವಂತ ಮನೆ ಕಟ್ಟಿಸಿಕೊಳ್ಳಬಲ್ಲ ಆಸ್ತಿವಂತ. ಅದನ್ನು ಸ್ವಇಚ್ಛೆಯಿಂದ ತ್ಯಜಿಸಿ ಇಷ್ಟು ಜನಕ್ಕೆ ಬೇರೆ ಜೀವನದ ದಾರಿ ಮಾಡಿಕೊಟ್ಟು ಆರ್ಯರು ಅತ್ಯಂತ ಹೇಯವೆಂದು ಬಗೆಯುತ್ತಿದ್ದ ಹೇಡಿತನದ ಅಪಮಾನವನ್ನು ನಗುನಗುತ್ತಾ ಹೊತ್ತು ನಡೆದನಲ್ಲ. ಎಂಥ ಜಾಗ! ವಾರ ವಾರಗಟ್ಟಳೆ ಕ್ರಮಿಸಿದರೂ ಮುಗಿಯದ ಗುಡ್ಡಗಾಡುಗಳನ್ನು ಹಾಯ್ದು, ಜರಾಸಂಧ ಇಷ್ಟು ದೂರ ಹೇಗೆ ಬಂದಾನು? ಮಗಧದಿಂದ ಇಲ್ಲಿಗೆ ಬರೀ ಬಂದು ಹೋಗುವುದಕ್ಕೇ ನಾಲ್ಕು ತಿಂಗಳು ಕಾಲ. ತಿಳಿಯದ ದೇಶ. ಅಷ್ಟು ಕಾಲ ಊರು ಬಿಟ್ಟು ಹೊದರೆ ಅಲ್ಲಿ ಅವನ ರಾಜ್ಯವನ್ನೇ ಯಾರಾದರೂ ಕಬಳಿಸುವ ಭಯ ಅವನಿಗಿರುವುದಿಲ್ಲವೆ? ಇದೆಲ್ಲ ಯೋಚಿಸಿಯೇ ಈ ನಾಡನ್ನು ನಿಶ್ಚಯಿಸಿದ ಇಪ್ಪತ್ತು ವರ್ಷದ ಕೃಷ್ಣ.

ತಲಾಂತರದವರೂ ಹುಟ್ಟಿದ ಮನೆಗಳನ್ನು ತ್ಯಜಿಸಿ ಹೊರಡುವಾಗ, ಯಾವ ಸಾಮಾನು ಗಳನ್ನು ಕಟ್ಟಿಕೊಳ್ಳುವುದು ಯಾವುದನ್ನು ಬಿಡುವುದು? ನಿಮ್ಮ ಗಾಡಿ ಮಧ್ಯದಲ್ಲಿ ಮುರಿಯ ಬಹುದು, ಎಳೆಯುವ ಎತ್ತು ಸೋಲಬಹುದು, ಸಾಯಬಹುದು. ನಿಮ್ಮ ಸಾಮಾನುಗಳೇ ನಿಮಗೆ ಹೊರೆಯಾಗಿ ದಾರಿಯಲ್ಲಿ ಬಿಸುಟು ನಡೆಯುವ ಸ್ಥಿತಿ ಬರಬಹುದು. ಅತ್ಯಗತ್ಯವಾದು

ದನ್ನು ಮಾತ್ರ ಕಟ್ಟಿಕೊಳ್ಳಿ. ಅಲ್ಲಿ ಇಷ್ಟು ಚಳಿ ಇರುವುದಿಲ್ಲ. ಇಷ್ಟೆಲ್ಲ ಕಂಬಳಿಯ ಅಗತ್ಯವಿಲ್ಲ. ಕಾಳು, ಹಿಟ್ಟು ಬೇಯಿಸುವ ಪಾತ್ರೆ ಇಷ್ಟು ಸಾಕು. ಬಿಲ್ಲು ಬಾಣ ಆಯುಧಗಳೆಲ್ಲ ಇರಲಿ. ಕೃಷ್ಣ ಎಷ್ಟು ಹೇಳಿದರೂ ಹೆಂಗಸರು ಕಟ್ಟಿದ್ದೆಷ್ಟು, ಗಂಡಸರು ಹೊತ್ತದ್ದೆಷ್ಟು! ನಿಷ್ಪ್ರಯೋಜಕ ಪದಾರ್ಥಗಳ ಮೇಲೂ ಅದೆಷ್ಟು ಮೋಹ! ಇದ್ದ ಆನೆಗಳನ್ನು ಹಿಂದೆ ಬಿಟ್ಟು ಇದ್ದಬಿದ್ದ ಕುದುರೆ ಹೋರಿಗಳನ್ನೆಲ್ಲ ಹೂಡಿ ಹಿಂದೆ ಹಿಂದೆ ನಡೆದವರೇ ಹೆಚ್ಚು ಜನ. ನಡೆದು ನಡೆದು ಸೋತು ದಾರಿಯಲ್ಲಿ ಜ್ವರ ಬಂದು, ಪಾದ ಒಡೆದು ರಕ್ತ ಹರಿದು ಎಲ್ಲರಲ್ಲೂ ದಿಕ್ಕುಗೆಟ್ಟ ಅನಾಥಭಾವ. ಬಿಸಿಲಿನ ಜಳ, ಕೃಷ್ಣನ ಮಾತಿಗೆ ಒಪ್ಪಿದವರು ಕೂಡ ದಾರಿಯಲ್ಲಿ ಅವನನ್ನು ಬೈದು ಶಪಿಸತೊಡಗಿದ ವೈಖರಿ. ಕಂಸನ ಆಳ್ವಿಕೆಯೇ ಚನ್ನಾಗಿತ್ತೆಂದು ತಮ್ಮತಮ್ಮಲ್ಲೇ ಆಡಿಕೊಂಡ ಮಾತು. ಯಾವುದೂ ಕೇಳದಂತೆ ಎಲ್ಲ ಬೈಗುಳಗಳನ್ನೂ ಅಂಟಿಸಿಕೊಂಡು ಕುದುರೆ ಏರಿ ಹಿಂದೆ ಮುಂದೆ ನಡುವೆ ಗುಂಪಿನ ಮೇಲ್ವಿಚಾರಣೆ ಮಾಡುತ್ತಾ, ಎಲ್ಲರೂ ತಮ್ಮ ಕಾಳು ಹಿಟ್ಟುಗಳನ್ನು ಒಟ್ಟಿಗೆ ತುಂಬಿಬಿಡಿ, ಒಟ್ಟಿಗೆ ಅಡುಗೆ ಮಾಡಿ, ಒಟ್ಟಿಗೆ ಊಟ ಮಾಡುವ ವ್ಯವಸ್ಥೆ ಮಾಡಿದರೆ ಪಯಣ ವೇಗವಾಗುತ್ತದೆಂದರೆ ಕೇಳುತ್ತದೆಯೇ ಒಂದೇ ಕುಲದ ಒಂದೇ ನಂಟಿನ ಈ ಯಾದವ ಕುಟುಂಬಗಳ ಸಮೂಹ? ತಮ್ಮ ತಮ್ಮ ಪ್ರತ್ಯೇಕ ಧಾನ್ಯ ದಿನಸಿಗಳೇ ಉತ್ತಮ, ಉಳಿದವೆಲ್ಲ ಹುಳುಕುತಳುಕು. ತಾವು ಮಾಡುವ ಅಡುಗೆಯೇ ಅಮೃತ. ದಾರಿಯಲ್ಲಿ ಒಂದೊಂದು ಒಂದೊಂದರಂತೆ ಒಲೆ ಹೂಡಿ ಸೌದೆ ಹುಡುಕಿ ಅಟ್ಟು ಉಂಡು ಕೆಲವರದು ಮುಗಿದಿದ್ದರೆ ಕೆಲವರದು ಆರಂಭವೇ ಆಗಿಲ್ಲದೆ ಕೃಷ್ಣ ರೇಗಿದರೆ ಏನು ಫಲ, ಯಾಕೆ ಈ ಬವಣೆಗೆ ಕರಕೊಂಡು ಹೊರಟೆ ಎಂದು ಕೇಳುವ ಮುದುಕಿಯರು. ನಡಿಗೆಯ ಉಷ್ಣಕ್ಕೆ ಜೊತೆಯಲ್ಲಿದ್ದ ಹಸುಗಳ ಮೊಲೆಯ ಹಾಲು ಬತ್ತಿ, ತಾಯಿಯರ ಮೊಲೆಯ ಹಾಲು ಇಂಗಿ ಮಕ್ಕಳು ಸತ್ತ ಪಾಪದ ಹೊಣೆಯನ್ನು ಎಸೆದುದು ಯಾರು ಯಾರ ಮೇಲೆ, ಕಂಸ, ಜರಾಸಂಧ, ಕೃಷ್ಣ, ಹುಟ್ಟಿದ ಕ್ಷಣವೇ ತಾಯ ನೆಲದಿಂದ ಬೇರ್ಪಟ್ಟು ಅಜ್ಞಾತಪಾಲನೆಗೆ ಒಳಗಾದ ಕೃಷ್ಣನಿಗೆ ಯಾವ ನೆಲದ ಮೋಹವೂ ಇಲ್ಲ. ನಿತ್ಯ ಪಯಣವಾಗಲಿ, ಆಗಂತುಕ ದೇಶವಾಗಲಿ, ಹೊಸ ಹವೆಯಾಗಲಿ ಮಲಗಿ ನಿದ್ರಿಸುವ ಅವನ ಶಕ್ತಿ ಇಲ್ಲದೆ ಸೋತು ಬಳಲಿದ್ದರೂ ದಾರಿಯುದ್ದಕ್ಕೂ ನಿದ್ದೆಗೆಟ್ಟವರೆಷ್ಟು ಮಂದಿ, ಎಂದುಕೊಳ್ಳುತ್ತಿರುವಾಗ ಯುಯುಧಾನನಿಗೆ ಅಕಳಿಕೆ ಬಂತು. ತಾನು ರಾತ್ರಿ ಸಾಕಷ್ಟು ನಿದ್ರೆ ಮಾಡಿಲ್ಲವೆಂಬ ಅರಿವಾಯಿತು. ಜೊತೆಗೇ ಹಿಂದಿನ ನೆನಪು. ನನಗೇ ಒಂದು ಕುದುರೆ. ಅದರ ಮೇಲೆ ಕೂತು ಇಡೀ ಪಯಣದ ಸುತ್ತುಹಾಕಿ ಮೇಲ್ವಿಚಾರಣೆ ಮಾಡುವ ಕರ್ತವ್ಯ. ಹದಿನೈದು ವರ್ಷದ ಹುಡುಗನಿಗೆ ಎಷ್ಟು ದೊಡ್ಡ ಜವಾಬ್ದಾರಿ, ನಾನು ದೊಡ್ಡವನೆಂಬ ಭಾವ. ಕೃಷ್ಣ ಮೆಚ್ಚುವಂತೆ ನಿರ್ವಹಿಸಬೇಕೆಂಬ ಆಕಾಂಕ್ಷೆ. 'ಯುಯುಧಾನ, ನೀನು ಎಷ್ಟು ಚನ್ನಾಗಿ ಕೆಲಸ ಮಾಡಿದರೂ ಜನರು ಬೈಯಬಹುದು. ಆದರೂ ಸಿಟ್ಟಿಗೇಳದೆ ಕೆಲಸ ಮಾಡುವುದನ್ನು ಕಲಿ' ಎಂಬ ಕೃಷ್ಣನ ಉಪದೇಶ.

ಅಷ್ಟರಲ್ಲಿ ದ್ವಾರಕೆಯ ಹತ್ತಿರ ಬಂದು ಸಮುದ್ರದ ದಡಕ್ಕೆ ಬಂದಾಗ ಹೊತ್ತು ನೆತ್ತಿಗೆ ಬರುತ್ತಿತ್ತು. ದಡದ ಕಡೆಗೆ ಎದ್ದು ಎದ್ದು ಬರುತ್ತಿದ್ದ ಅಲೆಗಳು ನೇರ ಕಿರಣಗಳನ್ನು ಎದುರಿಸುತ್ತಿದ್ದವು.

ಎದುರಿಗೆ ಬಲರಾಮ ಸಿಕ್ಕಿದ. ಎಡದವಡೆ ಸ್ವಲ್ಪ ಊದಿಕೊಂಡಂತಿತ್ತು. ಆದರೆ ಮುಖದಲ್ಲಿ ಬಾಧೆ ಕಾಣಿಸುತ್ತಿರಲಿಲ್ಲ. ಹತ್ತಿರ ಹೋದವನೇ, 'ಹೇಗಿದೆ ಹಲ್ಲು?' ಎಂದು ಯುಯುಧಾನ ಕುದುರೆಯಿಂದ ಇಳಿದ.

'ಇಲ್ಲಿ ನೋಡು,' ಬಲರಾಮ ಆ ಎಂದು ಬಾಯಿ ಬಿಟ್ಟು ಮೇಲ್ಭಾಗದ ಎಡದವಡೆಯ ಕಡೆಗೆ ಬೆರಳು ತೋರಿಸಿದ. ಎರಡು ಹಲ್ಲುಗಳು ಇರಲಿಲ್ಲ. 'ರಾತ್ರಿ ಇಲ್ಲಿಂದ ಹೋದೆನಲ್ಲ. ಒಂದು ಮೊಗೆ ಬೆಂಕಿಯಂತಹ ಮದ್ಯ ಕುಡಿದೆ. ಸಮುದ್ರ ವ್ಯಾಪಾರದ ಆ ಲೋಕದ ಜನರು ಕೊಟ್ಟದ್ದು. ಏನು ಜೋರು ಅಂತೀಯ? ಅಂತರಿಕ್ಷದಲ್ಲಿ ಗರುಡ ಏರಿದಷ್ಟು ಜೋರು. ಕುಡಿದ ತಕ್ಷಣ ಬೆರಳಿನಿಂದ ಹಿಡಿದು, ಅಳ್ಳಾಡುವ ಎರಡು ಹಲ್ಲನ್ನೂ ಒಟ್ಟಿಗೆ ಕಿತ್ತು ಎಸೆದೆ. ಸ್ವಲ್ಪ ಹೊತ್ತು ನೋವು, ರಕ್ತ. ಆಮೇಲೆ ಸುಖವಾಗಿ ನಿದ್ದೆ' ಎಂದು ನಕ್ಕ. 'ಇನ್ನೂ ಮಧ್ಯಾಹ್ನವಾದರೂ ಜಡರು ಇಳಿದಿಲ್ಲ. ರಾತ್ರಿ ಏನು ಹೇಳುತ್ತಿದ್ದೆ ನಾನು? ಇದು ಯಾದವರ ಮರ್ಯಾದೆಯ ಪ್ರಶ್ನೆ. ಕೃಷ್ಣನಿಗೆ ಮಾನ ಅಪಮಾನದ ವ್ಯತ್ಯಾಸ ತಿಳಿಯುವುದು ಅಷ್ಟಕ್ಕಷ್ಟೆ. ನಮ್ಮ ಹೆಣ್ಣನ್ನು ಕದ್ದು ಅಥವಾ ಬಲವಂತ ಮಾಡಿ ಹೊಡೆದುಕೊಂಡು ಹೋಗಿ ನಮಗೆಲ್ಲ ಅವಮಾನ ಮಾಡಿದವನ ಕಡೆ ಸೇರುವುದೆಂದರೆ ಮರ್ಯಾದೆಯುಳ್ಳವರು ಮಾಡುವ ಕೆಲಸವೆ?'

'ಯಾವ ಸಂಗತಿ ನೀನು ಹೇಳುವುದು?'

'ನನ್ನ ತಂಗಿ ಸುಭದ್ರೆಯನ್ನು ಅರ್ಜುನ.'

'ಅದು ನಡೆದು ಆಗಲೇ ಹದನೇಳು ವರ್ಷ ಕಳೆಯಲಿಲ್ಲವೆ? ಅವಳಿಗೆ ಮಗನಾಗಿ ಮೊನ್ನೆ ಮೊನ್ನೆ ಅವನಿಗೂ ಮದುವೆಯಾಯಿತಲ್ಲ. ಸೋದರಳಿಯನ ಮದುವೆಗೆ ಹೋಗದೆ ನೀನೇ ಮುರಿತು ಕೂತುಕೊಂಡೆ.'

'ವರ್ಷ ಕಳೆದರೆ ಅವಮಾನ ಕಳೆಯುತ್ತೆಯೆ? ನಾನು ರುಕ್ಮಿಯನ್ನು ಕೊಂದದ್ದು ನಿನಗೂ ಇಷ್ಟವಾಗಲಿಲ್ಲ. ಆದರೆ ಬಲರಾಮನದು ಕ್ಷತ್ರಿಯ ರಕ್ತ. ಏನು ಮಾಡುವುದು? ಒಂದು ಕುಲಕ್ಕೆ ಅವಮಾನ ಮಾಡಬೇಕು ಅಂತ ಅಲ್ಲವೆ ಆ ಕುಲದ ಹೆಣ್ಣನ್ನು ಹೊತ್ತುತಂದು ದಕ್ಕಿಸಿಕೊಳ್ಳುವುದು? ವಿದರ್ಭದವರ ಮೂಗಿನಲ್ಲಿ ರಕ್ತಬರಿಸಬೇಕು ಅಂತ ನಾವು ರುಕ್ಮಿಣಿಯನ್ನು ತಂದದ್ದಕ್ಕೆ ಕಾರಣವಿದೆ. ಆದರೆ ನಮಗೆ ಅವಮಾನ ಮಾಡುವುದಕ್ಕೆ ಅರ್ಜುನನಿಗೆ ಏನು ಕಾರಣವಿತ್ತು?'

'ಬಲಭದ್ರ, ನೀನು ಎರಡನ್ನೂ ತಪ್ಪು ಹೇಳುತ್ತಿದ್ದೀಯ. ಹಲ್ಲಿನ ಬೇರು ಸಡಿಲವಾದರೆ ನೆನಪಿನ ಬೇರೂ ಸಡಿಲವಾಗಬೇಕೆ? ಸಿಟ್ಟು ಮಾಡಿಕೊಬೇಡ. ಕಾಲ ಕಳೆದಂತೆ ವಾಸ್ತವ ಸಂಗತಿಗೆ ಮನಸ್ಸಿನ ಪ್ರೀತಿ ದ್ವೇಷಗಳೆಲ್ಲ ಸೇರಿಕೊಂಡುಬಿಡುತ್ತವೆ. ಅವುಗಳನ್ನು ಬಿಡಿಸಿ ವಾಸ್ತವವಾಗಿ ನಡೆದದ್ದನ್ನು ಹೇಳುತ್ತೀನಿ. ನನ್ನ ತಪ್ಪಿದ್ದರೆ ತಿದ್ದು.'

ಬಲರಾಮ ಮಾತನಾಡಲಿಲ್ಲ. ನಿಂತಿದ್ದವನು ಮರಳಿನ ಮೇಲೆ ಒಂದು ಜಾಲಿಗಿಡದ

ಕೆಳಗೆ ಕುಳಿತ. ಮುಖವು ಅಲೆಗಳ ಕಡೆಗಿತ್ತು. ಅವನು ಖಾಲಿ ಸಮುದ್ರವನ್ನು ನೋಡುತ್ತಾ ಕೂರುವುದೇ ಕಡಮೆ. ಸಮುದ್ರಕ್ಕೂ ಅವನಿಗೂ ಇದ್ದ ನಂಟೆಂದರೆ ದೋಣಿಗಳದು. ಸಮುದ್ರದ ಆಚೆಯ ಜನಗಳೊಡನೆ ನಡೆಯುತ್ತಿದ್ದ ವ್ಯಾಪಾರದ್ದು. ಆದರೆ ಈಗ ಅಲೆಗಳನ್ನು ಎಣಿಸುವವನಂತೆ ಸುಮ್ಮನೆ ಕುಳಿತ. ಕುದುರೆಯನ್ನು ಬಿಟ್ಟು ಮನೆಗೆ ಹೋಗುವಂತೆ ಹೊಡೆದು ಯುಯುಧಾನನೂ ಅವನ ಎದುರಿಗೆ ಕುಳಿತು ಹೇಳಿದ: 'ಸುಭದ್ರೆ ನಮ್ಮ ಹುಡುಗಿ. ಅರ್ಜುನ ಅವಳಲ್ಲಿ ಅನುರಕ್ತನಾದ. ಅಂದರೆ ಸೋತ. ಅಂದರೆ ನಮಗೆ ಸೋತ. ಇವಳನ್ನು ಪಡೆದೇ ತೀರಬೇಕೆಂಬ ಆಶೆ ಹುಟ್ಟಿತು. ಹೊತ್ತುಕೊಂಡು ಹೋಗುವಾಗ ಅವಳೇನು ಕೊಸರಿದಳೆ? ಅವನ ರೂಪಕ್ಕೆ ಅವಳೂ ಮನಸೋತಳು. ರಥದ ಮೇಲೆ ಕೂರಿಸಿಕೊಂಡು ಹೊರಟ. ಇದು ಅವಮಾನದ ಮಾತೇ ಅಲ್ಲ. ವಿದರ್ಭದವರ ಮೂಗಿನಲ್ಲಿ ರಕ್ತ ಬರಿಸುವ ಉದ್ದೇಶದಿಂದ ನಾವು ರುಕ್ಮಿಣಿಯನ್ನು ತರಲಿಲ್ಲ. ನಾವೆಲ್ಲ ಇನ್ನೂ ಮಥುರೆ ಯಲ್ಲಿದ್ದಾಗಲೆ ಮಥುರೆಯನ್ನು ಬಿಡುವ ಆಲೋಚನೆ ಬರುವ ಮೊದಲೇ ವಿದರ್ಭದಲ್ಲಿ ರುಕ್ಮಿಣಿಯ ಸ್ವಯಂವರ ಏರ್ಪಡಿಸಿದ್ದರು. ಅದಕ್ಕೆ ಜರಾಸಂಧ ಅವನ ಕಡೆಯ ಎಲ್ಲ ರಾಜರೂ ಹೋಗಿದ್ದರು. ನಿನ್ನನ್ನು ಮಥುರೆಯ ರಕ್ಷಣೆಗೆ ನಿಲ್ಲಿಸಿ ಕೃಷ್ಣನೂ ಹೋಗುವುದಕ್ಕೆ ನಿಶ್ಚಯಿಸಿದ. ಉದ್ದೇಶವೇನಿತ್ತು? ಕೃಷ್ಣ ತರುಣ. ಮದುವೆಯಾಗಿಲ್ಲದವನು. ಸಾಧಾರಣವಾಗಿ ಅಂಥವನನ್ನು ತಾನೆ ಕನ್ಯೆಯರು ಆರಿಸುವುದು? ಅಕಸ್ಮಾತ್ ಹುಡುಗಿ ಕೃಷ್ಣನಿಗೆ ಸಿಕ್ಕಿದರೆ ದಕ್ಷಿಣದಲ್ಲಿ ವಿದರ್ಭದ ಒತ್ತಾಸೆ ಸಿಕ್ಕಿ ಸಂಕಟಕಾಲದಲ್ಲಿ ಮಥುರೆಗೆ ಸಹಾಯವಾಗುತ್ತೆ ಅಂತ ಅಲ್ಲವೆ? ಅಲ್ಲವೆ ಹೇಳು.'

'ರುಕ್ಮಿಣಿಯ ರೂಪವನ್ನು ಯಾರೋ ದೇಶಾವರದ ಬ್ರಾಹ್ಮಣರ ಬಾಯಿಂದ ಬಾಯಲ್ಲಿ ನೀರೂರುವ ಹಾಗೆ ಕೇಳಿದ್ದ ಕೃಷ್ಣ. ಅದೇ ಉದ್ದೇಶ.' ಬಲರಾಮ ತಿದ್ದುಪಡಿಮಾಡಿದ.

'ಅದೂ ಇರಬಹುದು. ಆದರೆ ನೀವೆಲ್ಲ ಒಪ್ಪಿ ಕಳಿಸಿದ ಉದ್ದೇಶ ಇದೇ ಅಲ್ಲವೆ? ಮದುವೆಯಲ್ಲಿ ಹುಡುಗ ಹುಡುಗಿಯರ ರೂಪಗಳು ಪರಸ್ಪರ ಆಕರ್ಷಣೆಯಾದರೂ ಕುಟುಂಬ ಕುಟುಂಬದ ಸಂಬಂಧದ ಆಕರ್ಷಣೆ ಪ್ರಯೋಜನಗಳು ಉಳಿದೆಲ್ಲರಿಗೂ ಇರುವುದಿಲ್ಲವೆ? ಇರುವುದಿಲ್ಲವೆ ಹೇಳು.'

'ಆಯ್ತು ಮುಂದೆ ಹೇಳು,' ಬಲರಾಮನ ದೃಷ್ಟಿ ಅಲೆಗಳ ಕಡೆಗೆ ತಿರುಗಿತ್ತು.

ಯುಯುಧಾನನಿಗೆ ಒಳಗೇ ತಡೆದಂತಾಯಿತು. ರುಕ್ಮಿಣಿ ಅಸಾಧಾರಣ ರೂಪವತಿ. ಈಗ ಮೊಮ್ಮಕ್ಕಳ ಅಜ್ಜಿಯಾಗಿದ್ದರೂ ಅವಳ ಕಳೆ ಲಕ್ಷಣಗಳು ಯಾರಿಗೂ ಇಲ್ಲ. ಕೃಷ್ಣನಿಗೆ ಈ ಆಕರ್ಷಣೆಯೇ ಇರಲಿಲ್ಲ. ಬರೀ ಜರಾಸಂಧನ ಮೂಗು ಜಜ್ಜಲು ಸ್ವಯಂವರಕ್ಕೆ ಹೋಗಿದ್ದನೆಂದೇ ನಾನು ಭಾವಿಸಿದ್ದೆನಲ್ಲ ಎಂಬ ತನ್ನ ಪೆಚ್ಚಿಗೆ ತಾನೇ ಇನ್ನಷ್ಟು ಪೆಚ್ಚಾದ. ಇದೊಂದೇ ತನ್ನ ಸ್ನೇಹಿತನ ಉದ್ದೇಶವಾಗಿತ್ತೆಂದು ಮನಸ್ಸು ಒಪ್ಪಲಿಲ್ಲ. 'ಸ್ವಯಂವರಕ್ಕೆ ಹೋದನೇ ಕೃಷ್ಣ? ಅಷ್ಟರಲ್ಲಿ ಜರಾಸಂಧ ಮಥುರೆಗೆ ದಂಡೆತ್ತಿ ಬಂದು ಸೋತು ಹಿಂತಿರು ಗಿದ್ದು, ನಿಮ್ಮಿಬ್ಬರನ್ನೂ ಬೆನ್ನಟ್ಟಿ ಅಲೆದು ಕೊನೆಗೆ ನಿಮ್ಮಿಂದ ಪೆಟ್ಟು ತಿಂದು ನೀರುಗಾಯಿಯಾಗಿ ವಾಪಸು ಹೋದದ್ದು ಆರ್ಯಜಗತ್ತಿಗೆಲ್ಲ ತಿಳಿದುಹೋಗಿತ್ತು. ಆರ್ಯಜಗತ್ತಿನ ರಾಜರೆಲ್ಲ

ಅಲ್ಲಿ ಸೇರಿಯೂ ಇದ್ದರು. ಕಂಸನನ್ನು ಕೊಂದ, ಜರಾಸಂಧನಿಗೆ ಮಣ್ಣು ಮುಕ್ಕಿಸಿದ ಹತ್ತೊಂಬತ್ತು ವರ್ಷದ ಈ ಹುಡುಗನೇ ಇಡೀ ರಾಜಸಮುದಾಯದಲ್ಲಿ ಒಂದು ದೊಡ್ಡ ಆಕರ್ಷಣೆ. ಇವನ ಬಗೆಗೆ ಕೇಳಿದ ಹುಡುಗಿಯೂ ಇವನಿಗೇ ಮಾಲೆ ಹಾಕುವ ನಿಶ್ಚಯ ಮಾಡಿಕೊಂಡಳಂತೆ. ಹಾಗಂತ ಅವಳ ಅಣ್ಣ ರುಕ್ಮಿಯ ಕೈಲಿ ಆಪ್ತಭಾವದಿಂದ ಹೇಳಿಕೊಂಡೂ ಬಿಟ್ಟಳಂತೆ. ಇದೆಲ್ಲ ಮದುವೆಯಾದ ಮೇಲೆ ನನಗೆ ರುಕ್ಮಿಣಿಯೇ ಹೇಳಿದ್ದು. ಅವನು ಜರಾಸಂಧನ ಗುಂಪಿನಿಂದ ಆಕರ್ಷಿತನಾಗಿದ್ದ ಅಂತ ಅವಳಿಗೇನು ಗೊತ್ತು ಆಗ ತಾನೆ ಹದಿನೈದು ತುಂಬಿದ್ದವಳಿಗೆ? ವಿಷಯ ಜರಾಸಂಧನಿಗೆ ತಿಳಿಯಿತು. ಭೀಷ್ಮಕನ ಮಗಳು ಕೃಷ್ಣನಿಗೆ ದಕ್ಕಿದರೆ ಅವನನ್ನು ಅಡಗಿಸುವುದು ಕಷ್ಟವಾಗುತ್ತದೆಂದು ಥಟ್ಟನೆ ಯೋಚಿಸಿದ. ರುಕ್ಮಿಯ ಮೂಲಕ ಎಷ್ಟು ಹೇಳಿಸಿದರೂ ಎಳೆವಯಸ್ಸಿನ ಹುಡುಗಿ ಹಟವನ್ನೇ ಮಾಡಿದ್ದಳು. ಏನು ಮಾಡಬೇಕು? ಈ ಸ್ವಯಂವರವನ್ನು ಈಗಲೇ ರದ್ದು ಮಾಡದಿದ್ದರೆ ನಾವೆಲ್ಲ ನಿನ್ನ ಕುಂಡಿನಪುರವನ್ನೇ ನಾಶಮಾಡುತ್ತೇವೆ ಅಂತ ತನ್ನ ಗುಂಪಿನ ಹೆಸರಿನಲ್ಲಿ ಬೆದರಿಸಿದ. ಹುಡುಗಿಯ ಅಪ್ಪ ಹೆದರಿದ. ಕೃಷ್ಣನನ್ನು ಅಲ್ಲೇ ಕೊಲೆ ಮಾಡಿಸುವ ಪ್ರಯತ್ನವನ್ನೂ ಮಾಡಿದ ಜರಾಸಂಧ. ಆದರೆ ಚಿಕ್ಕ ವಯಸ್ಸಿನಿಂದ ಹುತ್ತ ಅಗೆದು ಹಾವುಗಳನ್ನು ಆಡಿಸಿ ಅಭ್ಯಾಸವಿದ್ದವನಲ್ಲವೆ ಕೃಷ್ಣ, ಬಹು ಎಚ್ಚರವಾಗಿದ್ದು ತಪ್ಪಿಸಿಕೊಂಡು ಮಥುರೆಗೆ ಹಿಂತಿರುಗಿದ. ಸ್ವಯಂವರ ನಿಂತಿತು. ಈ ಮೊದಲನೆಯ ಘಟ್ಟ ನಿಜವೋ ಸುಳ್ಳೋ ಹೇಳು.'

'ನಾನು ಮಥುರೆಯನ್ನು ಕಾಯ್ದದ್ದು ನೆನಪಿದೆ. ಕೃಷ್ಣ ಹೋಗಿ ಬಂದದ್ದೂ ಇದೆ. ಆಯಿತು, ಮುಂದೆ?' ಎನ್ನುವಾಗ ಬಲರಾಮನಿಗೆ ದವಡೆಯ ಕೀಲುಗಳು ಕಿತ್ತುಬರುವಷ್ಟು ದೊಡ್ಡದಾಗಿ ಆಕಳಿಕೆ ಬಂತು. ಅವನು ಕಿತ್ತುಹಾಕಿದ್ದ ಹಲ್ಲಿನ ಬೇರುಗಳ ಖಾಲಿ ವಸಡು ಯುಯುಧಾನನಿಗೆ ಕಂಡಿತು.

ಬಿಸಿಲು ಆಕಾಶವನ್ನೆಲ್ಲ ಬೇಯಿಸುತ್ತಿರುವ ಈ ಹೊತ್ತಿನಲ್ಲಿ ಆಕಳಿಕೆ ಬರುವುದು ಸಹಜವೇ ಎನ್ನಿಸಿದರೂ ಅವನು ಹೇಳತೊಡಗಿದ: 'ನಾವೆಲ್ಲ ಮಥುರೆಯಿಂದ ಕಾಲ್ತೆಗೆದು ಖಾಲಿ ಮಾಡಿ ದ್ವಾರಕೆಗೆ ಬಂದೆವಲ್ಲ, ಅತ್ತ ಜರಾಸಂಧ ಅಷ್ಟೊಂದು ಸೇನೆಯನ್ನು ನಾಲ್ಕು ಕಡೆಯಿಂದಲೂ ತಂದು ಮಥುರೆಯ ಸುತ್ತ ನಿಲ್ಲಿಸಿದ. ಹಾಳು ಬಿದ್ದ ಊರು. ಯುದ್ಧವಿಲ್ಲ. ಯಾದವರು ಎಲ್ಲಿಗೆ ಹೋಗುತ್ತಿದ್ದಾರೆ, ಯಾಕೆ ಹೋಗುತ್ತಿದ್ದಾರೆಂಬ ಸುದ್ದಿಯಿಲ್ಲ. ಎಲ್ಲೋ ಕಾಡಿನಲ್ಲಿ ಕೂತಿದ್ದಾರೆ. ನಾವು ಹಿಂತಿರುಗಿದ ಮೇಲೆ ವಾಪಸು ಬಂದು ಮತ್ತೆ ಇರುತ್ತಾರೆ ಎಂದು ಯೋಚಿಸಿ ಇಡೀ ಮಥುರೆಯನ್ನು ಹಾರೆಯಿಂದ ಉರುಳಿಸಿ ಗುದ್ದಲಿಯಿಂದ ಅಗೆದುಹಾಕಲು ಆಜ್ಞೆ ಮಾಡಿದ. ಅಷ್ಟು ದೇಶಗಳ ಅಷ್ಟೊಂದು ಜನ ಸೈನಿಕರು. ಮೊದಲೇ ಹಳೆಯ ಊರು. ಮಣ್ಣು ಉದುರಿ ಹೆಗ್ಗಣಗಳು ಡೊಗರು ತೋಡಿದ್ದ ಗೋಡೆಗಳು. ನೆಲಸಮ ಮಾಡುವುದೇನೂ ಕಷ್ಟವಾಗಲಿಲ್ಲ. ಇನ್ನು ಹಳೇ ಮಣ್ಣನ್ನು ಎತ್ತಿ ಶೋಧಿಸಿ ಕಟ್ಟುವುದಕ್ಕಿಂತ ಬೇರೆ ಜಾಗದಲ್ಲಿ ಹೊಸ ಊರು ಕಟ್ಟುವುದೇ ಸುಲಭವೆನ್ನುವಂತೆ ಮಾಡಿ ಮುಗಿಸಿದ. ಯುದ್ಧವಾಗಿದ್ದರೆ ಗೆದ್ದ ತೃಪ್ತಿಯಾದರೂ ಇರುತ್ತಿತ್ತು. ಎರಡು ಸಲ ಮಣ್ಣು ಮುಕ್ಕಿಸಿದ ಶತ್ರುಗಳನ್ನು ಕೊಂದ ತೃಪ್ತಿ ಇರುತ್ತಿತ್ತು. ಸುಮ್ಮನೆ ವಾಪಸು ಹೋದರೆ ಮನಸ್ಸಿಗೆ

ಭಣಭಣ. ಜರಾಸಂಧನೇ ಪ್ರೀತಿಯಿಂದ ಸಾಕಿಕೊಂಡಿದ್ದನಲ್ಲ. ಹೆತ್ತ ಅಪ್ಪ ದಮಘೋಷನಿಗಿಂತ ಸಾಕಿದ ಜರಾಸಂಧನ ಮೇಲೆ ಹೆಚ್ಚು ಪ್ರೀತಿಯಲ್ಲವೆ ಅವನಿಗೆ. ಮಥುರೆಯನ್ನು ನೆಲಸಮ ಮಾಡುವ ಮೇಲ್ವಿಚಾರಣೆ ಅವನೇ ವಹಿಸಿಕೊಂಡಿದ್ದ. ಮೂರು ದಿನದಲ್ಲಿ ಸಮರ್ಪಕವಾಗಿ ಮಾಡಿ ಮುಗಿಸಿದನಂತೆ ಊರು ಹಾಳುಮಾಡುವ ಕೆಲಸವನ್ನು. ಜರಾಸಂಧ ತುಂಬ ಸಂತೋಷಪಟ್ಟ. ಬೆನ್ನುತಟ್ಟಿ ತಬ್ಬಿಕೊಂಡನಂತೆ. ತಾನು ಮೆಚ್ಚಿದವರಿಗೆ ಬೇಕಾದ್ದು ಕೊಡುವ ಧಾರಾಳಿಯಲ್ಲವೆ ಅವನು?'

'ಏನು ಇದ್ದಕ್ಕಿದ್ದಂತೆ ಜರಾಸಂಧನನ್ನು ಹೊಗಳಲು ಶುರುಮಾಡಿಬಿಟ್ಟೆ, ನಮ್ಮ ಮಥುರೆಯನ್ನು ನೆಲಸಮ ಮಾಡಿದವನನ್ನು?' ಬಲರಾಮ ಬಾಯಿ ಹಾಕಿದ.

'ಶತ್ರುವಾದರೇನು, ಒಳ್ಳೆಯ ಗುಣ ಹೊಗಳಬಾರದೆ? ತಬ್ಬಿಕೊಂಡು ಹೇಳಿದನಂತೆ: ಮಗು, ಶಿಶುಪಾಲ, ನಿನಗೊಂದು ಉಡುಗೊರೆ ಕೊಡಿಸುತ್ತೀನಿ. ಈ ಆರ್ಯಜಗತ್ತಿನಲ್ಲೇ ಅಂಥ ರೂಪವತಿ ಇಲ್ಲವಂತೆ, ಯಾಕೆ ನೀನು ಕೇಳಿಲ್ಲವೇ? ಭೀಷ್ಮಕನ ಮಗಳು ರುಕ್ಮಿಣಿ, ಅವಳನ್ನು ನಿನಗೆ ಮದುವೆ ಮಾಡಿಸುತ್ತೀನಿ ನಡಿ ಎಂದದ್ದಕ್ಕೆ ಶಿಶುಪಾಲ ಬಾಗಿ ನಮಸ್ಕರಿಸಿದನಂತೆ. ಅಲ್ಲಿ ಸೇರಿದ್ದ ರಾಜರೆಲ್ಲರೂ ನೇರವಾಗಿ ವಿದರ್ಭಕ್ಕೆ ನಡೆದು ಮದುವೆ ಮುಗಿಸಿಕೊಂಡೇ ಹೊರಡಬೇಕೆಂದು ಜರಾಸಂಧನು ಆಹ್ವಾನ ನೀಡಿಯೂಬಿಟ್ಟ. ಅವನ ಆಹ್ವಾನ ಅಂದರೆ ಆಜ್ಞೆಯೇ. ಮದುವೆಗೆ ಅಷ್ಟೊಂದು ಸೈನ್ಯ ಏಕೆ? ಅಲ್ಲದೆ ಒಟ್ಟಿಗೆ ಪಯಣ ಮಾಡುವ ಅಷ್ಟು ಸೈನಿಕರಿಗೆ ದಾರಿಯಲ್ಲಿ ಮತ್ತು ಭೀಷ್ಮಕನ ಕುಂಡಿನಪುರದಲ್ಲಿ ಆಹಾರ ಹೊಂದಿಸುವುದು ಹೇಗೆ? ಸೈನ್ಯದ ಬಹುಭಾಗವನ್ನು ಅವರವರ ಊರುಗಳಿಗೆ ಹೋಗುವಂತೆ ಹೇಳಿ, ರಾಜರುಗಳೆಲ್ಲ, ಅಂಗರಕ್ಷಕರು ಅಗತ್ಯಕ್ಕೆ ಬೇಕಾದಷ್ಟು ಮಾತ್ರ ರಥ ಕುದುರೆಗಳು ಆಹಾರ ಸರಂಜಾಮುಗಳೊಡನೆ ವಿದರ್ಭಕ್ಕೆ ಪಯಣ ಮಾಡಿದರು. ಈ ಸುದ್ದಿ ಆಗ ತಾನೆ ದ್ವಾರಕೆಯನ್ನು ಮುಟ್ಟಿದ್ದ ನಮಗೆ ಬಂತು. ಜರಾಸಂಧ ಹೋಗಿ ಮಗಳನ್ನು ಶಿಶುಪಾಲನಿಗೆ ಕೊಟ್ಟು ಅಲ್ಲಿಯೇ ಮದುವೆ ಮಾಡುವಂತೆ ಭೀಷ್ಮಕನಿಗೆ ದಬ್ಬಾಳಿಕೆಯ ಆಜ್ಞೆ ಮಾಡುತ್ತಾನೆ. ವಿದರ್ಭ ಪೂರ್ತಿ ಅವನ ಪ್ರಭಾವದಲ್ಲಿ ಬೀಳುತ್ತದೆಂದು ಕೃಷ್ಣ ಯೋಚಿಸತೊಡಗಿದ. ಹೇಗಾದರೂ ಮಾಡಿ ಅಷ್ಟರಲ್ಲಿ ಕುಂಡಿನಪುರ ತಲುಪಿ ಹುಡುಗಿಯನ್ನು ಹಾರಿಸಿಕೊಂಡಾದರೂ ಬಂದರೆ ಜರಾಸಂಧನ ಮೂಗಿಗೆ ಮಸಿಬಳಿದು ಮಥುರೆಯನ್ನು ಬಿಟ್ಟು ಬಂದ ಅವಮಾನದ ಅರ್ಧವನ್ನಾದರೂ ತೊಳೆದುಕೊಂಡಂತೆ ಆಗುತ್ತದೆ ಅನ್ನುವ ಕೃಷ್ಣನ ವಿಚಾರವನ್ನು ನಮ್ಮಪ್ಪ ಒಪ್ಪಿದ. ಸಾರಣ ಒಪ್ಪಿದ, ಪ್ರಸೇನ, ಚಿತ್ರಕರು ಒಪ್ಪಿದರು. ನೀನೂ ಒಪ್ಪಿದೆ ಅಲ್ಲವೆ? ಒಪ್ಪಿದೆಯೋ ಇಲ್ಲವೋ ಹೇಳು.'

'ಯುಯುಧಾನ, ಆಗ ಒಪ್ಪಿದೆ. ಕೃಷ್ಣ ಹೇಳಿದ ಕಾರಣ ನನಗೂ ಸರಿ ಎನ್ನಿಸಿತು. ಆದರೆ ನಿಜಸಂಗತಿ ಏನು ಗೊತ್ತೆ? ರುಕ್ಮಿಣಿ ಅಂತಹ ರೂಪವತಿ. ಅವಳನ್ನು ಏನಾದರೂ ಮಾಡಿ ಮದುವೆಯಾಗುವ ಆಶೆ ಕೃಷ್ಣನಿಗೆ. ಅದಕ್ಕಾಗಿ ಅಪಹರಿಸಿ ತರಬೇಕೆಂಬ ನಿಶ್ಚಯ. ಸುಮ್ಮಸುಮ್ಮನೆ ಹೀಗಂದರೆ, ಆಗ ತಾನೇ ಅಷ್ಟು ದೂರ ವಲಸೆ ಮಾಡಿ ಬಳಲಿದ್ದ ನಾವು, ಊರು ಮನೆ ಕಟ್ಟಿ ಭೂಮಿಯನ್ನು ಆಯ್ದು ಉತ್ತು ಬಿತ್ತುವುದನ್ನು ಬಿಟ್ಟು ಮತ್ತೆ ಯಾವುದೋ

ಪ್ರಪಂಚದ ಮೂಲೆಯ ವಿದರ್ಭಕ್ಕೆ ಹೋಗಿ ಸಾಹಸಮಾಡಲು ಒಪ್ಪುತ್ತಿದ್ದೆವೆ? ಹೀಗಂದರೆ ಇವರೆಲ್ಲ ಒಪ್ಪುತ್ತಾರೆ ಅಂತ ಹೇಳಿದ ಅಷ್ಟೆ.'

ಯುಯುಧಾನನಿಗೆ ತೊಡರು ಕೊಟ್ಟಂತಾಯಿತು. ನಿಜವಿದ್ದರೂ ಇರಬಹುದೆ, ಎನ್ನಿಸಿತು. 'ಯುಯುಧಾನ, ಅನುಮಾನ ಬೇಡ, ಹೆಣ್ಣು ಅಂದರೆ ಕೃಷ್ಣನ ಚಪಲ ಜಾಸ್ತಿ. ನನ್ನ ಹಾಗೆ ನಿನ್ನ ಹಾಗೆ ಒಬ್ಬೊಬ್ಬ ಹೆಂಡಿರನ್ನು ಕಟ್ಟಿಕೊಂಡು ತೃಪ್ತನಾಗಿದ್ದಾನೆಯೇ ಅವನು? ಇಂಥಾ ರುಕ್ಮಿಣಿಯ ನಂತರ ಏಳು ಜನರನ್ನು ಮದುವೆಯೇ ಆದ. ನರಕಾಸುರನಿಂದ ಬಿಡಿಸಿ ತಂದವರನ್ನೆಲ್ಲ ಮದುವೆಯ ಶಾಸ್ತ್ರವೂ ಮಾಡಿಕೊಂಡ. ಹೆಣ್ಣು ಸಿಕ್ಕುವುದೆಂದರೆ ಏನು ಬೇಕಾದರೂ ಮಾಡುತ್ತಾನೆ. ನಮ್ಮನ್ನು ಮರುಳು ಮಾಡಿಸಿ ವಿದರ್ಭಕ್ಕೆ ಕರೆದೊಯ್ದ. ಅಲ್ಲವೆ?'

ತೊಡರು ಬಿದ್ದವನಿಗೆ ತಕ್ಷಣ ಉತ್ತರ ಹೊಳೆಯಲಿಲ್ಲ. ಅವನು ಗೊಂದಲದಲ್ಲಿರುವಾಗ ಬಲರಾಮನೇ ಎಂದ: 'ಆಗ ನೀನು ಹದಿನೈದೋ ಹದಿನಾರೋ ವರ್ಷದ ಹುಡುಗ. ರುಕ್ಮಿಣಿಯನ್ನು ಹೊತ್ತು ತಂದ ಕೃಷ್ಣನ ರಥವನ್ನು ಶತ್ರುಗಳಿಗೆ ಸಿಕ್ಕದಷ್ಟು ವೇಗವಾಗಿ ನಡೆಸಿ ಯಾದವರೆಲ್ಲರಿಂದಲೂ ವೀರನೆನಿಸಿಕೊಂಡೆ. ಆ ವಯಸ್ಸಿನಲ್ಲಿ ಆದದ್ದರ ನಿನ್ನ ನೆನಪಿಗಿಂತ ಮೂವತ್ತೆರಡು ನಡೆಯುತ್ತಿದ್ದ ನನ್ನ ನೆನಪು ಹೆಚ್ಚು ಸರಿಯಾಗಿದೆ. ನಡೆದದ್ದು ಹೇಳುತ್ತೀನಿ ಕೇಳು: ಜರಾಸಂಧನ ಮೂಗಿಗೆ ಮಸಿಬಳಿಯುವ ಛಲದಿಂದ ನಾವೆಲ್ಲ ದಕ್ಷಿಣದ ಕಡೆಗೆ ಓಡಿದೆವು ಕುದುರೆ ಹತ್ತಿ ನಾಲ್ಕಾರು ಗಟ್ಟಿ ರಥಗಳನ್ನು ತೆಗೆದುಕೊಂಡು. ಎಷ್ಟು ವೇಗ, ಏನು ಶ್ರಮ! ನಾವು ಹೋಗುವ ಹೊತ್ತಿಗೆ ಮದುವೆ ನಿಶ್ಚಯವಾಗಿತ್ತು. ನಾಳೆ ಮದುವೆ, ಭೀಷ್ಮಕನಿಗೆ ಬೇರೆ ದಾರಿ ಇರಲಿಲ್ಲ. ಶಿಶುಪಾಲನಿಗೆ ಹೆಣ್ಣು ಕೊಡುವುದಿಲ್ಲವೆಂದರೆ ಜರಾಸಂಧ ಕುಂಡಿನಪುರ ನೆಲಸಮ ಮಾಡುತ್ತಿದ್ದ. ಕೊಟ್ಟರೆ ಅವನ ಕ್ಷತ್ರಿಯ ಗೌರವ ಇಳಿಯುತ್ತದೆ. ಅಪ್ಪನಿಗೆ ಅವಿಧೇಯನಾಗಿದ್ದ ಮಗ ರುಕ್ಮಿ, ನಾನು ಕೊಂದದ್ದಕ್ಕೆ ನೀನೂ ಆಕ್ಷೇಪಿಸಿದೆಯಲ್ಲ, ಆ ರುಕ್ಮಿ ಜರಾಸಂಧ ಶಿಶುಪಾಲರ ಕಡೆ. ಈ ಸಂದರ್ಭದಲ್ಲಿ ನಾವೆಲ್ಲ ಹೋದೆವು. ಭೀಷ್ಮಕನಿಗೆ ಸುದ್ದಿ ತಿಳಿಯಿತು. ನಾವು ಬಂದಿರುವುದು ತಿಳಿದರೆ ಜರಾಸಂಧ ಅಲ್ಲೇ ಹೊಡೆದಾಟ ಆರಂಭಿಸಿಯಾನೆಂಬ ಅಂಜಿಕೆಯಿಂದ ನಮ್ಮನ್ನು ಊರ ಹೊರಗೇ ಇಳಿಸಿದ.'

'ದಿಕ್ಕು ದಿವಾಳಿ ಇಲ್ಲದವರಂತೆ ಊರ ಹೊರಗೆ ಇಳಿಸಿ ನಮಗೆ ಅವಮಾನ ಮಾಡಿದ್ದಾನೆ ಭೀಷ್ಮಕ ಅಂತ ನೀನು ರೇಗಿದೆ. ನಿನಗೆ ಆಗಲೂ ತಾಳ್ಮೆ ಕಡಮೆ.'

'ನನಗೆ ತಾಳ್ಮೆ ಕಡಮೆ. ಕೃಷ್ಣನಿಗೆ ಗೌರವ ಕಡಮೆ. ಊರ ಹೊರಗೆ ಇಳಿಸಿದ್ದೇ ಒಳ್ಳೆಯದಾಯಿತು. ನಾಳೆ ಮದುವೆಯಲ್ಲವೇ, ಈ ಸಂಜೆ ಇಂದ್ರಾಣಿಯ ಪೂಜೆಗೆ ಅಂತ ಹುಡುಗಿ ಇತ್ತ ಕಡೆಯೇ ಬರಬಹುದು. ಯಾವ ಜಾಗ ಅನ್ನುವುದು ಯಾರಾದರೂ ಬ್ರಾಹ್ಮಣ ವೇಷ ಹಾಕಿ ಊರೊಳಗೆ ನಡೆದು ಪತ್ತೆ ಮಾಡಿ. ಸಾಧಾರಣವಾಗಿ ಮರದ ಗುಂಪಿನಲ್ಲಿ ಆಗುತ್ತೆ. ಹೆಂಗಸರ ಶಾಸ್ತ್ರ. ಗಂಡಸರಿರುವುದಿಲ್ಲ. ಆಗ ಒಂದು ನಿಮಿಷವೂ ಅವಕಾಶ ಕೊಡದೆ ಹುಡುಗಿಯನ್ನು ಹಾರಿಸಿಕೊಂಡು ನಾನು ವೇಗವಾಗಿ ಹೊರಟುಹೋಗು

ತ್ತೇನೆ. ನೀವೆಲ್ಲ ಇಲ್ಲಿಯೇ ಉಳಿಯಿರಿ. ನನ್ನನ್ನು ಹಿಂಬಾಲಿಸಿ ಬರುವವರನ್ನು ನೀವು ಇಲ್ಲೇ ಅಡ್ಡಗಟ್ಟಿ ಯುದ್ಧ ಮಾಡಿ. ಅಷ್ಟರಲ್ಲಿ ನಾನು ಒಂದೆರಡು ನದಿಗಳನ್ನಾದರೂ ದಾಟಿ ರುತ್ತೇನೆ. ರಥ ಮುರಿದರೆ ಅವಳ ಕೈಕಾಲು ಬಿಗಿದು ಕುದುರೆ ಮೇಲೆ ಹಾಕಿಕೊಂಡು ಎಂದ ಕೃಷ್ಣ. ಅವನಿಗೆ ಬೇಕಾಗಿದ್ದುದು ಹುಡುಗಿ. ಎಲ್ಲವೂ ಅವನು ಹೇಳಿದಂತೆಯೇ ನಡೆಯಿತು. ಆದರೆ ಸಂಜೆಗತ್ತಲಿನಲ್ಲಿ ಮೇಲೆ ಬಿದ್ದ ಜರಾಸಂಧ ಅವನ ಕಡೆಯ ರಾಜರುಗಳ ಜೊತೆಯಲ್ಲಿ ಕಾಯ್ದು ಗಾಯಗಳಾದದ್ದು ನಮಗೆ. ನಿಮ್ಮಪ್ಪನ ಮೊದಲ ಹಲ್ಲು ಮುರಿದದ್ದು ಆ ಜಗಳದಲ್ಲಿ. ಇಕೋ ಇಲ್ಲಿ ನೋಡು, ನನ್ನ ಬೆನ್ನಿನ ಮೇಲೆ ಉದ್ದಕ್ಕೆ ಆಗಿರುವ ಸೀಳು ಕಲೆ ಅಲ್ಲಿ ಆದದ್ದು.'

'ಜರಾಸಂಧನ ಮೂಗಿಗೆ ಮಸಿಯಾದದ್ದು ಸುಳ್ಳೆ?'

'ಬಳಲಿದವನು ನಾನು. ಕೃಷ್ಣನಲ್ಲ.'

'ತಾನು ಅಂತ ಅವನು ಹೇಳಿದನೆ?'

ಬಲರಾಮ ಮಾತನಾಡಲಿಲ್ಲ.

ಯುಯುಧಾನನ ಮನಸ್ಸಿನಲ್ಲಿ ನೆನಪು. ಕೃಷ್ಣನು ರುಕ್ಮಿಣಿಯನ್ನು ಹೊತ್ತು ತಂದ ತಕ್ಷಣ ತಾನು ಅದೆಷ್ಟು ವೇಗವಾಗಿ ರಥ ಓಡಿಸಿದೆ, ಎಷ್ಟು ಒಳ್ಳೆಯ ಕುದುರೆಗಳು. ಹಿಂದೆ ಎರಡು ಬೆಂಗಾವಲಿನ ರಥ, ಕುದುರೆ ಏರಿದ ನಾಲ್ವರು. ನಾನು ಓಡಿದ ವೇಗವನ್ನು ಮುಟ್ಟದೆ ಎಷ್ಟು ಹಿಂದೆ ಉಳಿದರು ಅವರೆಲ್ಲ. ಭೇಷ್ ಯುಯುಧಾನ, ಭೇಷ್ ಭೇಷ್ ಎಂದನಲ್ಲ ಕೃಷ್ಣ ರುಕ್ಮಿಣಿಯ ಕೈಕಾಲುಗಳನ್ನು ಕಟ್ಟುತ್ತಾ. ಕೃಷ್ಣ, ಮುಂದೆ ಕಾಣುವ ಸೀಳಿನಲ್ಲಿ ಎಡಕ್ಕೆ ತಿರುಗಬೇಕೋ ಬಲಕ್ಕೋ ಎಂದು ನಾನು ಕೇಳಿದಾಗಲಲ್ಲವೆ ರುಕ್ಮಿಣಿಗೆ ಇವನೇ ಕೃಷ್ಣನೆಂಬ ಗುರುತು ಸಿಕ್ಕಿದುದು. 'ಯಾದವ, ನಾನೇನು ಧುಮಿಕಿ ತಪ್ಪಿಸಿಕೊಳ್ಳುವುದಿಲ್ಲ. ಕೈಕಾಲು ಕೊರೆದು ನೋಯುತ್ತಿದೆ. ಕಟ್ಟು ಬಿಚ್ಚು' ಎಂದಳಲ್ಲ. ಇವನು ಯಾರೋ ಪುಂಡ ನೆಂದು ತಿಳಿದು ಕೊಸರಾಡಿದಳಂತೆ. ಸರಿಯಾಗಿ ಕುಳಿತು ಅವಳೇ ಹೇಳಿದಳಲ್ಲ, ಸಾರಥೀ, ಇನ್ನೂ ವೇಗವಾಗಿ ನಡೆಸು. ಕತ್ತಲಾದರೆ ಸಾಕು ಜರಾಸಂಧನ ಕಡೆಯವರಿಗೆ ಈ ದೇಶದ ದಾರಿ ತಿಳಿಯುವುದಿಲ್ಲ. ಕುದುರೆಗಳಿಗೆ ಶ್ರಮವಾಗದಂತೆ ನಿಧಾನವಾಗಿ ಓಡಿಸಬಹುದು, ಎಂದು. ಆಗ ಅಲ್ಲವೇ ನಾನು ಮೊಟ್ಟಮೊದಲ ಸಲ ಹಿಂತಿರುಗಿ ಅವಳ ಮುಖ ನೋಡಿ ದುದು. ನನ್ನಷ್ಟೇ ವಯಸ್ಸು. ಅವರಿಗೆ ದಾರಿ ಗೊತ್ತಿಲ್ಲದಿರಬಹುದು. ನಿನ್ನ ತಂದೆಯ ಕಡೆಯವರಿಗೆ ತಿಳಿಯುವುದಿಲ್ಲವೆ? ಎಂಬ ಕೃಷ್ಣನ ಪ್ರಶ್ನೆಗೆ ಎಷ್ಟು ಚನ್ನಾಗಿ ಮುಗುಳ್ನಕ್ಕಳು. 'ಒಂದು ಥರಕ್ಕೆ ಅಪ್ಪನ ಮರ್ಯಾದೆ ಉಳಿಯಿತು. ಕ್ಷತ್ರಿಯನಾಗಿ ಹುಟ್ಟಿ ಜರಾಸಂಧನ ಭಯದಿಂದ ನನ್ನ ಮಗಳನ್ನು ಕೊಡುವಂತೆ ಆಯಿತಲ್ಲ ಎಂದು ಮೂರು ದಿನದಿಂದ ಅನ್ನ ನೀರು ಬಿಟ್ಟು ಕೊರಗುತ್ತಿದ್ದ. ನಾನು ನನ್ನ ಅಮ್ಮ ಎಲ್ಲ ಎಷ್ಟು ಅಳುತ್ತಿದ್ದೆವು. ನಮ್ಮ ಸೈನ್ಯ ಬೆನ್ನಟ್ಟಿ ಹೊರಟಿರಬಹುದು. ಆದರೆ ವೇಗವಾಗಿ ಬಂದು ಹಿಡಿಯುವುದಿಲ್ಲ.' ಎಂದವಳೇ ಇದ್ದಕ್ಕಿದ್ದಂತೆಯೇ ಹೇಗೆ ಗಟ್ಟಿಯಾಗಿ ಅಳತೊಡಗಿದಳು. ಕೃಷ್ಣ ಭುಜ ಹಿಡಿದು ಸಮಾಧಾನ ಮಾಡಿದರೆ, 'ನೀನು ನಿಜವಾಗಿಯೂ ಯಾರು? ನನ್ನ ತಾಯಿ ತಂದೆ.....' ಎಂದು

ಮುಂದೆ ಮಾತೇ ಇಲ್ಲದೆ ಬಿಕ್ಕಿ ಬಿಕ್ಕಿ ಮಂಡಿಗೆ ಮುಖ ಕೊಟ್ಟುಕೊಂಡು.....

'ತಾನು ಅಂತ ಅವನು ಬಾಯಿ ಬಿಟ್ಟು ಹೇಳುವುದಿಲ್ಲ. ಆದರೆ ಅವನ ನಡೆಯೇ ಬೇರೆ. ಯಾದವ ಪ್ರಮುಖ ತಾನು. ಜ್ಯೇಷ್ಠನಾದ ಬಲರಾಮನಲ್ಲ ಅನ್ನುವ ಅಹಂಕಾರವಿಲ್ಲವೆ ಅವನಿಗೆ? ಹೆಸರಿಗೆ ಮುದುಕ ಅಜ್ಜ ಸಿಂಹಾಸನದ ಮೇಲೆ ಕೂತಿರಬೇಕು. ನಾನು ಅವನು ಹೇಳಿದಂತೆ ಕೇಳಬೇಕು. ಅವನು ಮದುವೆಯಾದ, ಮದುವೆ ಶಾಸ್ತ್ರ ಮಾಡಿಕೊಂಡ ಹೆಂಡಂದಿರಿಗೆಲ್ಲ ಸುಖಜೀವನವಾಗಬೇಕು. ಅವನು ಆರ್ಯಾವರ್ತದಲ್ಲಿ ರಾಜಶ್ರೇಷ್ಠನೆನಿಸಿ ಮೆರೆಯಬೇಕು ಅಲ್ಲವೆ?'

ಯುಯುಧಾನ ಮಾತನಾಡಲಿಲ್ಲ. ಮನಸ್ಸು ನೆನಪನ್ನು ಎತ್ತಿ ವಿಸ್ತರಿಸಲು ತೊಡಗಿತ್ತು. ಅಷ್ಟರಲ್ಲಿ ಕಿವಿಗೆ ಬಿದ್ದ ಮಾತು ಅದಕ್ಕೆ ಅಡ್ಡಿ ಹಾಕಿತು. ತಾನು ಮಾತ್ರ ಪೂರ್ತಿ ಒಳಗೆ ಹೋಗಲಿಲ್ಲ. ಬಲರಾಮ ಮತ್ತೆ ಮಾತನಾಡಿದ: 'ಇವಳನ್ನು ದಕ್ಕಿಸುವುದಕ್ಕೆ ಅಂತ ನಾನು ಜೀವ ಹೋಗುವುದನ್ನು ಲೆಕ್ಕಿಸದೆ ಯುದ್ಧ ಮಾಡಿದೆ. ನಾವಿದ್ದವರೆಷ್ಟು ಜನ, ಜರಾಸಂಧನ ಕಡೆಯವರೆಷ್ಟು ಜನ? ಇವಳ ಅಣ್ಣನೇ ಅಲ್ಲವೇ ಪೂರ್ಣಾನದಿಯತನಕ ಓಡಿಸಿಕೊಂಡು ಬಂದು ಕೃಷ್ಣನನ್ನು ಸೆಣಸಿ ಸೋತು ನಿಂತದ್ದು. ಅನಂತರ ಕೂಡ ಜರಾಸಂಧ ಶಿಶುಪಾಲರ ಕಡೆಯೇ ಇದ್ದನಲ್ಲ. ಜೂಜಿನಲ್ಲಿ ನನ್ನನ್ನು ಅವಮಾನ ಮಾಡಿದ್ದಕ್ಕೆ ನಾನು ಕೊಂದದ್ದು ಏನು ತಪ್ಪು? ಇದನ್ನೆಲ್ಲ ಮರೆತು ಗಂಡನ ಎದುರಿಗೆ, ಅಷ್ಟು ಜನದ ಎದುರಿಗೆ ನನ್ನನ್ನು ಹಾಗೆ ಅನ್ನಬಹುದೋ ತಮ್ಮನ ಹೆಂಡತಿ? ಯಾವ ಹೆಂಗಸಿಗೆ ಉಪಕಾರಸ್ಮರಣೆ ಇರುತ್ತೆ?'

ಯುಯುಧಾನ ಈಗಲೂ ಮಾತನಾಡಲಿಲ್ಲ. ದೃಷ್ಟಿ ಅಲೆಗಳ ಕಡೆಗೆ ತಿರುಗಿತ್ತು. ದೂರದಲ್ಲಿ ಅಲುಗಾಡದೆ ನಿಂತಂತೆ ಕಾಣುತ್ತಿದ್ದ ಯಾವುದೋ ಒಂದು ಅಲೆಯ ಮೇಲೆ ಅವನ ದೃಷ್ಟಿ ನಿಂತಿತ್ತು. ಆ ಅಲೆ ಮುಂದೆ ಸರಿದರೂ ಅದನ್ನೇ ಅನುಸರಿಸಿ ನಡೆಯುತ್ತಿತ್ತು. ನೋಡುನೋಡುತ್ತಾ ಅದು ಮೇಲೆ ಎದ್ದಂತೆ ಕಂಡಿತು. ಇತರ ಅಲೆಗಳೂ ಎದ್ದವು. ತೀರವನ್ನು ಮುಟ್ಟಿ ಮರಳಿನಿಂದ ಹಿಂದೆ ಹರಿಯುತ್ತಿದ್ದುದು ಬಲು ಜೋರಿನಿಂದ ಅಪ್ಪಳಿಸಿತು. ಸಮುದ್ರಕ್ಕೆ ಉಬ್ಬರ ಬರುತ್ತಿದೆ ಎಂದು ಅರಿತ ಇಬ್ಬರೂ ಎದ್ದುನಿಂತರು. ಸಾಲು ಅಲೆಗಳಾಗಿದ್ದ ಮೇಲ್ಮೈ ಈಗ ತೊಳಸುವಂತೆ ಕಾಣಿಸುತ್ತಿತ್ತು.

ಬಲರಾಮ ಜ್ಞಾಪಿಸಿಕೊಂಡವನಂತೆ ಎಂದ: 'ನೋಡು, ನಾನು ಮನೆಯಿಂದ ಹೊರಟಾಗ ದುರ್ಯೋಧನ ವಿಶ್ರಮಿಸುತ್ತಿದ್ದ. ಅತಿಥಿ ಕಾಯಬಾರದಲ್ಲ. ಎಷ್ಟಾದರೂ ಸಿಂಹಾಸನವೇರಿರುವ ಮಹಾರಾಜ. ನಾನು ಹೋಗಬೇಕು. ನೀನೂ ಬಾ, ಭೇಟಿಯಾಗುವೆಯಂತೆ.'

'ನೀನು ನಡಿ.'

'ಅಂದರೆ ನೀನು ಅವನನ್ನು ಕಾಣುವುದಿಲ್ಲ ಅನ್ನು.'

'ಬಲಭದ್ರ, ನಾನೂ ನಿನ್ನಂತೆ ಸೀದಾ ಮನುಷ್ಯನೇ. ಅವನು ಮಹಾರಾಜ. ನನಗೆ ಗುರುತಿನವನು ಮಾತ್ರ. ಸ್ನೇಹಿತನೇನಲ್ಲ. ಅಂಥ ಕೆಲಸವಿದ್ದರೆ ನನ್ನ ಮನೆಗೆ ಬರುತ್ತಾನೆ.'

ಬಲರಾಮ ಮಾತನಾಡಲಿಲ್ಲ. ಯುಯುಧಾನನ ಈ ಮಾತು ಅಹಂಕಾರದ್ದೆಂದು ಅವನಿಗೆ ತೋರಿತು. ಕೃಷ್ಣನ ಸ್ನೇಹಿತ ಇವನು ಎಂದುಕೊಂಡು ಮರಳ ಮೇಲೆ ಹೆಜ್ಜೆ

ಇಡುತ್ತಾ ಹೊರಟುಹೋದ. ಅಷ್ಟರಲ್ಲಿ ಸಮುದ್ರ ಇನ್ನಷ್ಟು ಕೆರಳಿತ್ತು. ಯುಯುಧಾನ ಹಿಂದೆ ನಡೆದು ಎತ್ತರವಾದ ಜಾಗದಲ್ಲಿ ನಿಂತುಕೊಂಡ. ನೀಲಹಸುರು ಕಳೆದು ಸಾಗರವು ಕೆಂಪು ತಿರುಗಿತ್ತು. ಬಿಸಿಲ ಬಣ್ಣ ನೀರಿಗೂ ಬಂದಿತ್ತು. ಓಡುವ ರಥದಲ್ಲಿ ಮಂಡಿಗೆ ಮುಖ ಕೊಟ್ಟು ಬಿಕ್ಕಿ ಬಿಕ್ಕಿ ಅಳುವ ರುಕ್ಮಿಣಿಯ ಚಿತ್ರ. ಎಂತಹ ಉಜ್ವಲ ರೂಪ. ತಂದೆಯ ಗೌರವವುಳಿಯಿತೆಂಬ ಸಮಾಧಾನ. ಆಗಿನಿಂದ ಈಗಿನ ತನಕ ಎಷ್ಟು ಗೌರವದಿಂದ, ಶಾಂತಭಾವದಿಂದ ಸಂಸಾರ ಮಾಡಿಕೊಂಡಿದ್ದಾಳೆ. ಇಂಥ ಒಬ್ಬ ಹೆಂಡತಿ ಸಾಲದೆ ಕೃಷ್ಣ ನಿಗೆ? ಅದೆಷ್ಟು ಹೆಣ್ಣುಗಳ ಚಪಲ. ಬಲರಾಮನ ಮಾತು ನಿಜ. ಒಂದೊಂದು ನೆಪದಲ್ಲಿ ಒಂದೊಂದು ಹೆಣ್ಣು. ಸತ್ಯಜಿತನ ಮಗಳು ಸತ್ಯಭಾಮೆ. ಜಾಂಬವಂತನ ಮಗಳು ಜಾಂಬವತಿ, ಭದ್ರೆ, ಮಿತ್ರವಿಂದೆ, ನೀಲೆ, ಕಾಲಿಂದೀ, ಲಕ್ಷ್ಮಣೆ. ಒಟ್ಟು ಎಂಟು ಹೆಂಡತಿಯರು. ಚೆಲುವಿನ ರೂಪ, ಮರಳುಗೊಳಿಸುವ ಮಾತು. ಚುರುಕು ಬುದ್ಧಿ. ಯುದ್ಧಗಳಲ್ಲೆಲ್ಲ ಗೆಲುವು. ಹೋದ ಕಡೆಯಲ್ಲೆಲ್ಲ ಹೆಣ್ಣು ಕೊಡುವವರೇ, ಇವನು ಮದುವೆಯಾಗುವವನೇ. ಒಬ್ಬ ಗಂಡಸು ಎಷ್ಟು ಹೆಂಡಿರನ್ನು ಬಾಳಿಸಬಹುದು? ಎಲ್ಲರಲ್ಲೂ ಸಮೃದ್ಧವಾಗಿ ಮಕ್ಕಳು ಮಾಡಬಹುದು. ಆದರೆ ಸಮರಸ ದಾಂಪತ್ಯ ಸಾಧ್ಯವೆ? ಅವನು ಊರಿನಲ್ಲಿರುವುದೇ ಕಡಮೆ. ಸಮಸ್ತ ಆರ್ಯಜಗತ್ತಿನ ರಾಜಕಾರಣವೂ ಅವನಿಗೆ ಬೇಕು. ಯಾದವರ ರಕ್ಷಣೆಯ ಭಾರವೂ ಬೇಕು. ಊರಿಗೆ ಬಂದನೆಂದರೆ ಹೆಂಡತಿಯರಲ್ಲೇ ಕಲಹ, ಮತ್ಸರ. ಅವಳೊಡನೆ ಮೂರು ದಿನವಿದ್ದೆಯಲ್ಲ, ನನ್ನ ಜೊತೆ ಏಕೆ ಒಪ್ಪೊತ್ತಿಗೇ ಬೇಸರ ಬಂತು ಎಂದು ಒತ್ತಾಯ ಹಾಕುವ ಹೆಂಡಿರು. ಮದುವೆಗೆ ಮೊದಲು ಒಬ್ಬಳ ಮೇಲೆ ಇದ್ದ ಆಕರ್ಷಣೆ ಮೈಥುನ ಶುರುವಾದ ಮೂರುದಿನದ ನಂತರ ಇರುತ್ತೆಯೆ? ಹೆಂಡಿರ ಕಾಟಕ್ಕೆ ಬೇಸತ್ತೇ ಕೃಷ್ಣ ಹೊರಗೆ ತಿರುಗುತ್ತಾನೆಂದು ನಮ್ಮಪ್ಪ ಹೇಳುವುದು ನಿಜವಾದ ಮಾತೇ. ಇವನ ಅಪ್ಪ ವಸುದೇವನಿಗೆ ಹದಿನಾಲ್ಕು ಹೆಂಡಿರು. ಇವನಿಗೆ ಆರು ಕಡಮೆ, ಎಂದುಕೊಳ್ಳುತ್ತಿರುವಾಗ ಮೈ ಎಲ್ಲ ಅಂಟಿ ಸುರಿಯುತ್ತಿತ್ತು. ಕತ್ತೆತ್ತಿ ನೋಡಿದ. ಮೋಡವಿಲ್ಲ, ಎಂದು ಬಂದೀತೋ ಮಳೆ ಎಂಬ ಬಯಕೆ ಹುಟ್ಟಿತು. ಸಮುದ್ರ ಸುತ್ತು ಹಾಕುತ್ತಿತ್ತು. ಭಾರಿ ಕೊಪ್ಪರಿಗೆಯಲ್ಲಿ ಕೆಂಪು ಹಾಲು ಮರಳುವಂತೆ. ಬರೀ ಎಂಟು ಹೇಗೆ? ನರಕಾಸುರನಿಂದ ತಂದ ಅದೆಷ್ಟು ಹೆಂಗಸರು? ಕೃಷ್ಣ ಮಾಡುವುದು ಸರಿಯೋ ತಪ್ಪೋ ತಿಳಿಯುವುದೇ ಇಲ್ಲವೆನ್ನಿಸಿತು. ಬಲರಾಮ ಹೇಳುವಂತೆ ಸ್ನೇಹದ ಕುರುಡು ತಗುಲಿದೆ ನನಗೆ, ಬಲರಾಮನಿಗೆ ಮತ್ಸರದ ಕುರುಡಿರುವಂತೆ. ಹೆದ್ದಾರಿಯ ದರೋಡೆಕಾರ. ಸಾಕಷ್ಟು ಭಟರ ಬೆಂಗಾವಲಿಲ್ಲದೆ ದ್ವಾರಕೆಗೆ ಯಾರೂ ಬರಲು ಸಾಧ್ಯವಿಲ್ಲದಂತೆ ಮಾಡಿಕೂರಿಸಿದ್ದನಲ್ಲ. ಪಾತ್ರೆ ಪರಟಿ ಚಿನ್ನ ಕುದುರೆಗಳನ್ನು ಕದ್ದರೆ ಸಾಲದು. ಲಕ್ಷಣವಾದ ಆರ್ಯ ಹೆಂಗಸರನ್ನೂ ಕದ್ದು ತುಂಬಿಕೊಳ್ಳುತ್ತಿದ್ದನಲ್ಲ. ದ್ವಾರಕೆಯ ವಾಸವೇ ನರಕವಾಗಿ ಎಲ್ಲರೂ ಇಲ್ಲಿಂದ ಕಾಲ್ತೆಗೆಯುವ ಚಿಂತೆ ಮಾಡುತ್ತಿದ್ದಾಗ ಕೃಷ್ಣನ ಧೈರ್ಯ, ತಾಳ್ಮೆ, ಚಾಕಚಕ್ಯಗಳಿಲ್ಲದಿದ್ದರೆ ಬೇಟೆಯ ಮೊಲಗಳನ್ನು ಬಲೆಗೆ ಸಿಕ್ಕಿಸುವಂತೆ ಅವನ ಗುಂಪನ್ನು ಹಿಡಿಯುವುದೇ ಸಾಧ್ಯವಾಗುತ್ತಿರಲಿಲ್ಲ. ಒಡವೆ ವಸ್ತುಗಳ ಮಾತು ಬೇರೆ. ಎಲ್ಲರಿಗೂ ಹಂಚಿಕೆಯಾಯಿತು. 'ಯುಯುಧಾನ, ಕೆಟ್ಟಿದ್ದಾರೆಂದು ಕೈಬಿಟ್ಟರೆ ಈ

ಹೆಂಗಸರ ಗತಿ ಏನು? ನಾವೆಲ್ಲ ಇವರನ್ನು ಹಂಚಿಕೊಂಡು ಮದುವೆಯಾಗಿಬಿಡೋಣ.' ಎಂಬ ಅವನ ಮಾತನ್ನು ನಾವೆಲ್ಲ ಯಾಕೆ ವಿರೋಧಿಸಿದೆವು? ಕೆಟ್ಟುಹೋದ ಹೆಂಗಸರನ್ನು ತಂದು ಸಂತಾನ ಉತ್ಪತ್ತಿ ಮಾಡಿದರೆ ಯಾದವರ ಪಾವಿತ್ರ್ಯ ಏನಾಗಬೇಕು? ಕೃಷ್ಣ ಕೇಳಲೇ ಇಲ್ಲ, ನೀವು ಒಪ್ಪದಿದ್ದರೆ ನಾನೊಬ್ಬನೇ ಮಾಡಿಕೊಳ್ಳುತ್ತೇನೆಂದು ಸವಾಲು ಹಾಕಿ ಕೊನೆಗೆ ಮಾಡಿಕೊಂಡೇಬಿಟ್ಟನಲ್ಲ. ಅದೆಷ್ಟು ಜನ? ಗಾಡಿ ಗಾಡಿಗಟ್ಟಳೆ ಕೂರಿಸಿಕೊಂಡು ಮಕ್ಕಳುಳ್ಳ, ಮಕ್ಕಳಾಗಿಲ್ಲದ ಅವರನ್ನೆಲ್ಲ ಊರಿಗೆ ತಂದಾಗ ಕೃಷ್ಣನ ಹೆಣ್ಣಿನ ಹುಚ್ಚಿಗೆ ಯಾದವರೆಲ್ಲ ಕೃಷ್ಣಸಂತಾನವೇ ಆಗಿಬಿಡುತ್ತಾರೇನೋ ಎಂದುಕೊಳ್ಳುವಾಗ ತಾಮ್ರಸ್ಥಲಿಯ ನೆನಪು ಬಂತು. ಆಕಾಶದ ಕಡೆಗೆ ಮಾಡಿದ್ದ ಮುಖವನ್ನು ಕೆಳಗೆ ಇಳಿಸಿದ. ಸಮುದ್ರ ಇನ್ನೂ ಉಬ್ಬುತ್ತಿತ್ತು. ನೀರಿನಲ್ಲೇ ಭಾರಿ ಬೆಟ್ಟ, ತಪ್ಪಲು, ಕೊಳ್ಳಗಳು ಏರ್ಪಟ್ಟು ಒಂದು ಇನ್ನೊಂದನ್ನು ಎದುರಿಸಿ ಡಿಕ್ಕಿ ಹೊಡೆದು ಕೆಳಸುರಿದು ಮರಳುತ್ತಿತ್ತು. ನಾವೇಕೆ ಆ ಹೆಂಗಸರನ್ನು ಮದುವೆಯಾಗಲಿಲ್ಲ? ನರಕಾಸುರ, ಅವನ ನಿಜವಾದ ಹೆಸರೇನು? ನಮ್ಮ ಆನರ್ತದೇಶದ ಜೀವನವನ್ನು ನರಕ ಮಾಡಿದ್ದರಿಂದ ನಾವು ಕರೆದ ಹೆಸರು. ಅವನ ಗುಂಪಿನಿಂದಲೇ ಹುಟ್ಟಿದ ಅದೆಷ್ಟು ಮಕ್ಕಳು, ಅವರಿಗೆ ಸೆರೆ ಸಿಕ್ಕುವ ಮುನ್ನ ತಮ್ಮ ಗಂಡಂದಿರಿಗೆ ಹುಟ್ಟಿದ್ದ ಮಕ್ಕಳು, ಅವರನ್ನೆಲ್ಲ ಕೃಷ್ಣ ತನ್ನ ಮಕ್ಕಳೆಂದು ಸ್ವೀಕರಿಸಿದನಲ್ಲ. ಚಿತ್ರೆಯ ಮಾತು ನೆನಪುಬಂತು. ನಾವೇಕೆ ಆ ಮಕ್ಕಳನ್ನು ನಮ್ಮವೆಂದು ಸ್ವೀಕರಿಸಲಿಲ್ಲ? ಮೊದಲು ಕೃಷ್ಣನನ್ನು ಆಡಿಕೊಂಡಿದ್ದ ನನ್ನ ಹೆಂಡತಿಯೇ ಇತ್ತೀಚೆಗೆ ಒಂದು ದಿನ ಕೃಷ್ಣ ನಿಲ್ಲದಿದ್ದರೆ ಆ ದಿಕ್ಕುಗೆಟ್ಟ ಹೆಣ್ಣುಗಳೆಲ್ಲ ಮಕ್ಕಳನ್ನು ತಬ್ಬಿಕೊಂಡು ಸಮುದ್ರದಲ್ಲಿ ಮುಳುಗಿಕೊಳ್ಳ ಬೇಕಿತ್ತು ಅಂದಳಲ್ಲ. ನಾನು ಒಬ್ಬಿಬ್ಬಳನ್ನಾದರೂ ಮಾಡಿಕೊಂಡಿದ್ದರೆ ಇವಳು ಸುಮ್ಮನಿರು ತ್ತಿದ್ದಳೆ? ಕೃಷ್ಣನ ಹೆಂಡತಿಯರ ಭಾವನೆ ಏನಿತ್ತು ಆಗ? ನಾನು ವಿಚಾರಿಸಲೇ ಇಲ್ಲ. ತಿಳಿದುಕೊಳ್ಳಲಿಲ್ಲ. ಬರೀ ಅವನ ಮೇಲೆ ಸಿಟ್ಟು ಮಾಡಿಕೊಂಡು ಎರಡು ತಿಂಗಳು ಮಾತು ಬಿಟ್ಟಿದ್ದೆ ಅಷ್ಟೆ. ನನಗೆ ಇನ್ನೂ ಆ ಸ್ವಭಾವ ಹೋಗಿಲ್ಲ. ಕೃಷ್ಣ ಸರಿ, ಯಾರ ಕೈಲಾ ಗಲಿ ಎಷ್ಟು ಜಗಳವಾಗಲಿ ಮಾತು ಬಿಡುವುದಿಲ್ಲ. ನಗುನಗುತ್ತಲೇ ಇರುತ್ತಾನೆ ಎಂದುಕೊಳ್ಳು ತ್ತಿರುವಾಗ ಯುಯುಧಾನನ ಕೊನೆಯ ಮಗ ಸತ್ಯಕೃತ ಕೂಗಿಕೊಂಡು ಬಂದ: 'ಅಪ್ಪ, ನಿನ್ನ ಅಗ್ನಿಕಾರ್ಯವೂ ಆಗಿಲ್ಲ, ಊಟವೂ ಆಗಿಲ್ಲ. ಕುದುರೆ ಈಗ ಮನೆಗೆ ಬಂತು. ಇಷ್ಟು ಹೊತ್ತಾದರೂ ನಿಮ್ಮಪ್ಪ ಏನು ಮಾಡುತ್ತಿದಾನೆ, ಕರಕೊಂಡು ಬಾ ಅಂತ ತಾತ ಸಿಟ್ಟಾಗಿದಾನೆ.'

ಹವನ ಮಾಡಿ, ಹಸಿವಾಗಿದ್ದುದರಿಂದ ಮತ್ತೊಮ್ಮೆ ಊಟ ಮುಗಿಸಿದ ನಂತರ ತೂಕಡಿಕೆ ಬಂತು. ಮೈಗೆ ಅಂಟು ಬಿಗಿಯುವ ಬೆವರು, ಉಬ್ಬಿಸುವ ಶಖೆ, ರಾತ್ರಿ ಸಾಲದಿದ್ದ ನಿದ್ದೆ. ಆದರೆ ಇಷ್ಟು ಹೊತ್ತಿನಲ್ಲಿ ಮಲಗಿದರೆ ಅಪ್ಪ ಬೈಯುತ್ತಾನೆ. ತನಗೇ ಮೊಮ್ಮಗನಿದ್ದರೂ ಅಪ್ಪನು ತನ್ನನ್ನು ಬೈಯುವುದು ಬಿಟ್ಟಿಲ್ಲ. ಮುಂದೆ ಕೂಡ ಬಿಡುವವನಲ್ಲ.

ಆದರೆ ನಿದ್ದೆ ವಿಪರೀತ ಎಳೆಯುತ್ತಿದೆ. ಒಂದು ಉಪಾಯ ಹೊಳೆಯಿತು. ದೂರದ ದೋಣಿಗಳನ್ನು ನಿರುಕಿಸಲು ನಂದಕ ದೋಣಿಗಳು ನಿಲ್ಲುವ ಜಾಗದಲ್ಲಿ ಉಗ್ರಾಣದ ಕಟ್ಟಡದ ಮೇಲೆ ಎತ್ತರವಾದ ಗೋಪುರ ಕಟ್ಟಿಕೊಂಡಿದ್ದಾನೆ. ರಾತ್ರಿ ಕೂಡ ನಾಲ್ಕಾರು ಕಾವಲುಗಾರರು ಮಲಗುವಷ್ಟು ದೊಡ್ಡದಾದ ಒಂದು ಅಂಗಳ, ಅದರ ಮೇಲುಭಾಗದಲ್ಲಿ ನಂದಕನಿಗೆಂದು ಮೀಸಲಾದ ಇನ್ನೊಂದು ಪುಟ್ಟ ಅಂಗಳ ಇದೆ. ನಂದಕನ ಅಂಗಳ ಸರಿ. ಗಾಳಿ ಕೂಡ ಬೀಸುತ್ತಿರುತ್ತದೆ. ಅಲ್ಲಿ ಮಲಗಿ ನಿದ್ದೆ ತೆಗೆಯಬಹುದೆಂದು ಯುಯುಧಾನ ಮನೆಯಿಂದ ಹೊರಟ.

ಹದಿನೈದು ದೊಡ್ಡ ಭವನಗಳನ್ನು ದಾಟಿ ಅನಂತರ ಎರಡಂತಸ್ತಿನ ಮನೆಗಳ ಎರಡು ಸಾಲುಗಳನ್ನು ಕಳೆದು ವ್ಯಾಪಾರದ ಉಗ್ರಾಣದ ಮಳಿಗೆಯ ಎರಡು ಕಟ್ಟಡಗಳನ್ನು ಎಡಕ್ಕೆ ಬಿಟ್ಟುಕೊಂಡು ನಡೆದ ನಂತರ ಗೋಪುರದ ಮೂರನೆಯ ಉಗ್ರಾಣದ ಕಟ್ಟಡ ಸಿಕ್ಕಿತು. ಹೊರಗಿನಿಂದ ಮೆಟ್ಟಿಲು. ಮಹಡಿಯ ಮೇಲೆ ಹತ್ತಿದರೆ ಸಾಕು, ಬೆವರು ಆರುವಷ್ಟು ಗಾಳಿ. ಗೋಪುರದ ಮೊದಲ ಅಂಗಳದಲ್ಲಿ ನಾಲ್ಕು ಜನ ತರುಣರು ಮಲಗಿದ್ದರು. ಗೋಡೆಯ ಕಡೆಗೆ ಒಬ್ಬ ತನ್ನ ವಯಸ್ಸಿನವನೇ ಕೂತು ಸಮುದ್ರದ ಉತ್ತರ ದಡದ ಉದ್ದ ವೆಲ್ಲ ಕಾಣುವ ಗೂಡಿನಿಂದ ನೋಡುತ್ತಿದ್ದ. ಯುಯುಧಾನನನ್ನು ನೋಡಿ ತಕ್ಷಣ ಎದ್ದು ನಿಂತು ನಮಸ್ಕರಿಸಿದ. ಮೇಲೆ ಸ್ವಲ್ಪ ಹೊತ್ತು ಮಲಗ್ತೀನಿ ಎಂದದ್ದಕ್ಕೆ, ಎದ್ದು ಬಂದು ಅವನಿಗೆ ಮಂದಲಿಗೆ ಹಾಕಿ ತಲೆಗೆ ಮರದ ಮಣೆ ಇಟ್ಟುಕೊಟ್ಟು ಮತ್ತೆ ಇಳಿದು ಹೋದ. ನಾಲ್ಕು ಕಡೆಗೂ ಕಿಟಕಿಗಳು. ತೆಗೆದು ಮಲಗಿದರೆ ಕೊಚ್ಚಿ ಬೀಸುವ ಗಾಳಿ. ಬೇಸಿಗೆಯ ಬೆಚ್ಚನೆಯ ಗಾಳಿಯಾದರೂ ಚರ್ಮರಂಧ್ರದಿಂದ ಪ್ರತಿಕ್ಷಣವೂ ಒಸರುವ ಅಸಹ್ಯವನ್ನು ಆರಿಸುತ್ತಿತ್ತು. ಮಲಗಿದ ತಕ್ಷಣ ಆಕಳಿಕೆ ಬಂತು. ಹೆಚ್ಚು ಹೊತ್ತಿಲ್ಲದೆ ನಿದ್ದೆಯೂ ಬಂತು.

ಸಾಕಷ್ಟು ಚನ್ನಾಗಿ ನಿದ್ದೆಯಾಯಿತೆಂಬ ತೃಪ್ತಭಾವದೊಡನೆ ಎಚ್ಚರವಾಗುತ್ತಿರುವಾಗ ಕೆಳಗಿನ ಅಂತಸ್ತಿನಿಂದ ಕೂಗುವುದು ಕೇಳಿಸಿತು. ಮೇಲೆ ಬಂದು ತನಗೆ ಮಂದಲಿಗೆ ಹಾಸಿ ಕೊಟ್ಟವನ ಧ್ವನಿ: 'ಏಳಿರೋ, ಏಯ್ ಕ್ರತು, ಏಳು. ಉತ್ತರದ ಕಡೆಯಿಂದ ದೋಣಿಗಳು ಬರುತ್ತಿವೆ.' ಯುಯುಧಾನ ಎದ್ದು ಕುಳಿತು ಉತ್ತರದ ಕಿಟಕಿಯಲ್ಲಿ ನೋಡಿದ. ಇಪ್ಪತ್ತು ಇಪ್ಪತ್ತೈದು ಮಾರು ಉದ್ದದ ನಾಲ್ಕು ದೋಣಿಗಳು. ಸಮುದ್ರದ ದಡದ ಅಲೆಗಳಿಂದ ಒಳಭಾಗದಲ್ಲಿ ಎಡಕ್ಕೆ ನೆಲ ಬಲಕ್ಕೆ ಎಲ್ಲೆಗಾಣದ ನೀರಿನ ಗೆರೆ ಹಿಡಿದು ಬರುತ್ತಿವೆ. ಉಬ್ಬರ ಇಳಿದ ಸಮುದ್ರ ಶಾಂತವಾಗಿದೆ. ವ್ಯಾಪಾರದ ದೋಣಿಗಳು ಉಣ್ಣೆಯ ಬಟ್ಟೆ, ಪಿಂಗಾಣಿಯ ಸಾಮಾನುಗಳು, ವೈಡೂರ್ಯ, ಬೆಳ್ಳಿಗಳನ್ನು ತಂದಿರಬಹುದು ಎಂದುಕೊಂಡು ಅವನು ಕೊನೆಯ ಜೊಂಪಿನ ಆಶೆಯಿಂದ ಮಲಗಿದ. ದೋಣಿ ಬಂದು ನಿಂತನಂತರ ನಿದ್ದೆಗೆ ಅವಕಾಶವಿಲ್ಲ; ಸಾಮಾನು ಇಳಿಸುವ, ಪ್ರವಾಸ ಹೋಗಿದ್ದ ನಾವಿಕರೊಡನೆ ಮಾತ ನಾಡುವ ಗದ್ದಲವಿರುತ್ತದೆಂದು ಗೊತ್ತಿದ್ದುದರಿಂದ ಅಷ್ಟರಲ್ಲೇ ಒಂದು ಜೊಂಪು ತೆಗೆಯುವ ಪ್ರಯತ್ನ ಮಾಡಿದ. ಆದರೆ ಅಷ್ಟರಲ್ಲಿ ನಂದಕ ಬಂದ. 'ನೀನು ಇಲ್ಲಿ ಮಲಗಿದೀಯ ಅಂತ ವಿಪೃಥು ಹೇಳಿದ. ನಿದ್ದೆ ಮಾಡು. ದೋಣಿಗಳು ಬರುತ್ತಿವೆ. ಅದನ್ನು ಇಳಿಸುವ

ವ್ಯವಸ್ಥೆ ಮಾಡಿ ಬರ್ತೀನಿ. ಬೇಸಿಗೆಯ ಶಖೆ ಅಂತ ಹಾಳು ಕೆಲಸದವರು ಎಲ್ಲಿ ಮಲಗಿ ಮೈಮರೆತಿದಾರೋ ಹುಡುಕಿಸಬೇಕು' ಎಂದು ಹೇಳಿ ಗಡಿಬಿಡಿಯಿಂದ ಇಳಿದು ಹೋದ. ಯುಯುಧಾನ ಮತ್ತೆ ಎದ್ದು ಕುಳಿತ. ಸುಮ್ಮನೆ ನೆಲದ ಮೇಲೆ ಕುಳಿತಿದ್ದರೆ ಸಾಕು, ನಾಲ್ಕು ಕಡೆಗಳಿಂದಲೂ ಕಾಣುವಂತೆ ಕಿಟಕಿಗಳನ್ನು ತಗ್ಗಿಗೆ ಇಟ್ಟಿದ್ದಾರೆ, ಹಿಂಬದಿಗೆ ಸಾಗರ. ಎದುರಿಗೆ ದ್ವಾರಕೆ. ಅಕೊ ಅದೇ ಕೃಷ್ಣನ ಭವನ. ಸುತ್ತ ಎಂಟು ಸಣ್ಣ ಭವನಗಳು ಎಂಟು ಹೆಂಡತಿಯರಿಗೂ ಪ್ರತ್ಯೇಕವಾಗಿ. ಅದರ ಪಕ್ಕದ್ದೇ ದೇವಕಿ ವಸುದೇವರದು. ಮಗ್ಗುಲಲ್ಲಿ ಒಂದು ಗುಂಪಿಗೆ ವಸುದೇವನ ಇತರ ಹೆಂಡಿರ ಮನೆಗಳು, ಎಷ್ಟು ಜನ, ಉಳಿದಿರುವವರು ಏಳು, ಎಂಟು. ಪಕ್ಕಕ್ಕೆ ಉಗ್ರಸೇನನ ಅರಮನೆ. ಮುದುಕನಿಗೆ ಕೈಕಾಲು ಆಡಿಸಿ ತಿರುಗಾಡಲು ಶಕ್ತಿ ಇಲ್ಲ. ಹೆಂಡತಿ ಕೂಡ ಇಲ್ಲ. ಇನ್ನೂ ರಾಜಪಟ್ಟ ಬಿಡುವ ಮನಸ್ಸಿಲ್ಲ. ಚಿತ್ರೆಯ ಮಾತು ನಿಜ. ನೂರ ಹತ್ತು ವರ್ಷ ಕಳೆದಿದೆಯಂತೆ. ಪಕ್ಕದ್ದೇ ಬಲರಾಮನದು. ಒಬ್ಬಳೇ ಹೆಂಡತಿಯಾದರೆ ಒಟ್ಟಿಗೆ ಇರಬಹುದು. ಕೃಷ್ಣನಂತೆ ಪ್ರತ್ಯೇಕ ಭವನದ ಅಗತ್ಯವಿಲ್ಲ. ಕೃಷ್ಣ ಯಾರೊಬ್ಬಳ ಮನೆಯಲ್ಲಿದ್ದರೂ ಉಳಿದವರಿಗೆ ಮತ್ಸರ, ಜಗಳ. ಬಲರಾಮನದೇ ಸರಿ. ಓ, ಅದು ಊರ ನಡುವೆ ಮರದ ಮರೆಯಲ್ಲಿ ನಮ್ಮ ಮನೆ. ಅದಕ್ಕೇ ಗಾಳಿ ಬೀಸುವುದಿಲ್ಲ ಸರಿಯಾಗಿ. ಕೋಟೆಯ ಗೋಡೆ ಎಷ್ಟು ಚಚ್ಚೌಕವಾಗಿ ಕಾಣುತ್ತದೆ. ವಸಂತೋತ್ಸವಕ್ಕೆಂದು ತೊಡೆಸಿದ ಸುಣ್ಣ ಎಷ್ಟು ಬೆಳ್ಳಗೆ ಹೊಳೆಯುತ್ತಿದೆ. ಈ ಸಲದ ವಸಂತೋತ್ಸವಕ್ಕೆ ಕೃಷ್ಣ ಊರಿನಲ್ಲಿರಲಿಲ್ಲ. ಪಾಂಡವರಲ್ಲಿಗೆ ಹೋಗಿ ಎಷ್ಟು ಮೂರು ಮೂರೂವರೆ ನಾಲ್ಕು ತಿಂಗಳಾಯಿತಲ್ಲ. ಅಲ್ಲಿಗೆ ಹೋದರೆ ಸಾಕು ದ್ವಾರಕೆಯನ್ನು ಮರೆಯುತ್ತಾನೆ. ಮರೆಯುತ್ತಾನೆಯೋ ಅಥವಾ ಅವರಿಗೆ ರಾಜ್ಯ ಸಿಕ್ಕುವತನಕ, ಹೇಗೆ ಸಿಕ್ಕಬಹುದು, ದುರ್ಯೋಧನ ಯುದ್ಧವನ್ನೇ ನಿಶ್ಚಯಿಸಿ ಇಲ್ಲಿ ನಮ್ಮ ಬೆಂಬಲ ಕೇಳಲು ಬಂದಿದ್ದಾನೆ. ಬರೀ ಬೆಂಬಲವಲ್ಲ, ಈ ನೆವದಲ್ಲಿ ಅಣ್ಣತಮ್ಮಂದಿರನ್ನು ಸರಿಯಾಗಿ ಒಡೆಯುವುದು ಅವನ ಉದ್ದೇಶವೋ ಎಂದುಕೊಳ್ಳುತ್ತಿರುವಾಗ ಕೆಳಗೆ ಅಲೆಗಳ ಸದ್ದಿನ ಹಿನ್ನೆಲೆಯಲ್ಲಿ, 'ಹೂಂ, ದಬಾಯಿಸಿ ಎಳೆಯಿರಿ. ಏಯ್ ಕ್ರತು, ಬಿಗಿಯಾಗಿ ಹಗ್ಗ ಹಿಡುಕೊ' ಎಂದು ಕೂಗುತ್ತಿದ್ದ ಧ್ವನಿ. ಹೋಂ ಹೋಂ ಎಂದು ಹದಿನೈದು ಇಪ್ಪತ್ತು ಜನಗಳು ಮೇಳದಲ್ಲಿ ಉತ್ತರಿಸಿದ ಸ್ವರ. ಯುಯುಧಾನ ತಿರುಗಿ ನೋಡಿದ. ಮೊದಲ ದೋಣಿಯನ್ನು ದಡಕ್ಕೆ ತಂದು ಕಟ್ಟುತ್ತಿದ್ದರು. ಕೆಳಗಿಳಿದು ನೋಡಬೇಕೆನಿಸಿತು. ಉದ್ದವಾದ ದೋಣಿಯ ಮೇಲುಭಾಗದಲ್ಲಿ ದಪ್ಪ ದಪ್ಪ, ಎರಡು ಆಳುಗಳು ಕಷ್ಟಪಟ್ಟು ಎತ್ತಿ ಉರುಳಿಸಬೇಕಾದಂತಹ ಪಿಂಡಿಗಳು. ಮಂದವಾದ ಹತ್ತಿ ಬಟ್ಟೆಯಲ್ಲಿ ಸುತ್ತಿದ ಪಿಂಡಿಗಳನ್ನು ತೋನುಹಗ್ಗದಲ್ಲಿ ಬಿಗಿದಿದ್ದರು.

'ಏನು ಪಿಂಡಿ?' ಯುಯುಧಾನ ಕೇಳಿದ.

'ಕಂಬಳಿಗಳು.' ಕ್ರತೂ, ಒರಟಾಟ ಮಾಡಬೇಡ. ಒದ್ದೆಯಾದೀತು. ಅಷ್ಟು ದೊಡ್ಡ ಪಿಂಡಿಯನ್ನು ಒಬ್ಬನೇ ಉರುಳಿಸುತ್ತಿದ್ದ ಶಕ್ತಿಶಾಲಿ ಯುವಕನಿಗೆ ಹೇಳಿ, ಯುಯುಧಾನನ ಕಡೆಗೆ ತಿರುಗಿದ: 'ಆ ಕಡೆ ಜಗತ್ತಿನವರು ಹೊಸ ಕಂಬಳಿ ಮಾಡಲು ಶುರುಮಾಡಿದ್ದಾರೆ. ಏನು ನೇಯ್ಗೆ, ಅದರ ಮೇಲೆ ಎಂತಹ ಚಿತ್ತಾರ ಅಂತೀಯ. ನಾವು ಹೋದ ಸಲ

ಕಳಿಸಿದೆವಲ್ಲ ಹತ್ತಿ ಬಟ್ಟೆ, ದಂತದ ಪದಾರ್ಥ ಮಣಿಗಳಿಗೆ ಬದಲಾಗಿ ಈ ಹೊಸ ವಸ್ತುವನ್ನು ಕಳಿಸಿದಾರೆ,' ಮತ್ತೆ ಆ ತರುಣನಿಗೆ ಸಾವಧಾನ ಹೇಳಲು ತಿರುಗಿದ. ಯುಯುಧಾನನ ದೃಷ್ಟಿಯೂ ಅವನಲ್ಲಿ ನಟ್ಟಿತು. ಸುಮಾರು ಇಪ್ಪತ್ತು ವರ್ಷ. ದೊಡ್ಡ ಮೈಕಟ್ಟು, ಅಗಲವಾದ ಹೊಳಪು ಕಣ್ಣುಗಳು. ಗುಂಗುರು ಕೂದಲು. ಅಷ್ಟರಲ್ಲಿ ಪಿಂಡಿಗಳು ದಡಕ್ಕೆ ಬಂದಿದ್ದವು. ದೋಣಿಯ ಹೊಟ್ಟೆಯಡಿಯಲ್ಲಿ, ಅದೂ ಬಿರುಗಾಳಿ ಎದ್ದಾಗ ತೂಗಿ ಮಗುಚಬಾರದೆಂದು ಭಾರವಿಟ್ಟಂತೆ, ಲೋಹದ ಗಟ್ಟಿಗಳು, ಸಮುದ್ರದ ಹವೆ ಮತ್ತು ಅಲೆಯ ತುಂತುರುನೀರಿಗೆ ಕಿಲುಬುಗಟ್ಟಿ ಬಣ್ಣ ಮಂಕು ಹಿಡಿದಿದ್ದರೂ ಅವು ತಾಮ್ರದವೆಂದು ತಕ್ಷಣ ತಿಳಿಯುತ್ತಿತ್ತು. ಲೋಹಗಟ್ಟಿಗಳ ಸಂದಿನಲ್ಲಿ ಅಲುಗಾಡದಂತೆ ಹೊಂದಿಸಿಟ್ಟ ಪಿಂಗಾಣಿ ಜಾಡಿಗಳು. ಭದ್ರವಾಗಿ ಮೂತಿ ತಿರುಗಿಸಿ, ಕುಲುಕಿದರೂ ತುಳುಕದಂತೆ ಬಾಯಿಕಟ್ಟಿದ ಅವು ಆ ಬೇರೆ ಲೋಕದ ಮದ್ಯವೆಂದು ಯುಯುಧಾನನಿಗೆ ಅರ್ಥವಾಯಿತು. ತಾನೂ ಕೆಲವೊಮ್ಮೆ ಅದರ ರುಚಿ ನೋಡಿದ್ದೇನೆ. ಬಲರಾಮ ಹೇಳುವಂತೆ ಗರುಡನ ವೇಗದಲ್ಲಿ ಆಕಾಶಕ್ಕೊಯ್ಯುವ ಶಕ್ತಿಯುಂಟು ಈ ಮದ್ಯಕ್ಕೆ. ನಮ್ಮ ಸೋಮದಂತೆ ಸೌಮ್ಯವಲ್ಲ. ಈ ಜಾಡಿಗಳನ್ನೆಲ್ಲ ಬಲರಾಮ ಬೇರೆ ಯಾರಿಗೂ ಸಿಕ್ಕದಂತೆ ಪ್ರತ್ಯೇಕ ಮಳಿಗೆಯಲ್ಲಿರಿಸಿರುತ್ತಾನೆ. ಎಷ್ಟೋ ಸಲ ಆ ಬೇರೆ ಲೋಕದವರು ಇವನ್ನು ಉಚಿತವಾಗಿಯೇ ಕಳಿಸಿರುತ್ತಾರೆ, ಸ್ನೇಹದ ಕಾಣಿಕೆಯಾಗಿ. ಸಸ್ಯಜ ಸೋಮವನ್ನು ಬಿಟ್ಟು ವೇಗವರ್ಧಿನಿಯಾದ ಈ ಮದ್ಯಕ್ಕೆ ಬಿದ್ದೇ ಯಾದವರು ಹಾಳಾಗುತ್ತಿದ್ದಾರೆಂದು ಅಪ್ಪ ಸಾತ್ಯಕಿ ಬೈಯುತ್ತಿದ್ದುದು ಯುಯುಧಾನನ ನೆನಪಿಗೆ ಬಂತು. ಸಮುದ್ರತೀರದ ಈ ಆನರ್ತದೇಶಕ್ಕೆ ವಲಸೆ ಬಂದನಂತರ ಯಾದವರು ವ್ಯಾಪಾರದಿಂದ ಮುಂದೆ ಬಂದಿದ್ದಾರೆ. ತಲೆತಲಾಂತರದಿಂದ ಐಶ್ವರ್ಯವನ್ನು ರೂಢಿಸಿರುವ ಹಸ್ತಿನಾವತಿಯ ಕುರುಗಳಿಗಿಂತ ಹೆಚ್ಚು ಸಂಪತ್ತು ಈಗ ನಮ್ಮಲ್ಲಿದೆ. ಆರ್ಯಜಗತ್ತಿನ ಬೇರೆ ಯಾರೂ ನಮ್ಮಷ್ಟು ಶ್ರೀಮಂತರಲ್ಲ. ಆದರೆ ಯಜ್ಞಮಾನ್ಯ ಸೋಮವನ್ನು ಬರೀ ಶಾಸ್ತ್ರಕ್ಕೆ ಇಟ್ಟುಕೊಂಡು, ಉಳಿದಂತೆಲ್ಲ ಈ ಪರಲೋಕದ ಮದ್ಯಕ್ಕೆ ಮಾರುಹೋಗಿ ಅದರಂತೆಯೇ ತಯಾರಿಸಿ ಕುಡಿಯುವ ಚಟಕ್ಕೂ ಬಿದ್ದು ಹಾಳಾಗುತ್ತಿದ್ದೇವೆಂಬ ಸೂಕ್ಷ್ಮ ಖಿನ್ನಭಾವವು ಯುಯುಧಾನನ ಮನಸ್ಸಿನಲ್ಲಿ ಏರಿತು. ಕ್ರತು ಮತ್ತು ಇತರ ಮೂರು ಜನ ತರುಣರು ತಾಮ್ರದ ಗಟ್ಟಿಗಳನ್ನು ಎತ್ತಿ ಎತ್ತಿ ಸಾಗಿಸುತ್ತಿದ್ದರು. ನಡುವೆ ಮದ್ಯದ ಪೀಪಾಯಿಗಳನ್ನೂ ತಂದಿಟ್ಟರು.

ಎಲ್ಲ ಮುಗಿದು ಸೊಂಟವನ್ನು ಸರಿ ಮಾಡಿಕೊಂಡು ದಡಕ್ಕೆ ಬಂದು ನಿಂತ ಕ್ರತುವನ್ನು ಯುಯುಧಾನ ಕೇಳಿದ: 'ಯಾವ ದೇಶ ನಿನ್ನದು?'

'ಯಾಕೆ?' ಆಶ್ಚರ್ಯದಿಂದ ಅವನು ಕೇಳಿದ: 'ಆನರ್ತದೇಶ. ಇದೇ ದ್ವಾರಕೆಯೆ.'

'ನಿನ್ನನ್ನು ನಾನು ನೋಡಿಯೇ ಇರಲಿಲ್ಲ.'

'ನೀವು ಯುಯುಧಾನ ಸಾತ್ಯಕಿಯಲ್ಲವೆ? ಹೆಚ್ಚಾಗಿ ನಾನು ಸಮುದ್ರದ ಮೇಲೆ ಹೋಗುತ್ತೀನಿ. ನಮ್ಮಮ್ಮನಿಗೆ ಕಾಹಿಲೆಯಾಗಿದ್ದುರಿಂದ ಈ ಸಲ ಊರಲ್ಲಿ ಉಳಿದಿದ್ದೆ. ಈಗ ಬಂದಿರುವ ದೋಣಿಯ ಮೇಲೆ ಹೋಗುತೀನಿ ಹತ್ತಿಬಟ್ಟೆಯ ಪಿಂಡಿ, ದಂತದ ಸಾಮಾನು, ವ್ಯಂಜನ ವಸ್ತುಗಳನ್ನು ಹಾಕಿಕೊಂಡು.'

'ನಿನ್ನ ತಂದೆಯ ಹೆಸರೇನು?'

'ನೀವು ದೋಣಿ ನಿಲ್ಲುವ ಜಾಗಕ್ಕೆ ಬರುವುದೇ ಕಡಮೆ. ಕಡಮೆ ಏನು, ಇಲ್ಲವೇ ಇಲ್ಲ. ಆದ್ದರಿಂದ ನಿಮಗೆ ಗೊತ್ತಿಲ್ಲ. ಕೃಷ್ಣವಾಸುದೇವರ ಮಗ ನಾನು.'

ಯುಯುಧಾನನಿಗೆ ತಕ್ಷಣ ಗೊಂದಲವಾಯಿತು. ಕೃಷ್ಣನ ಎಂಟು ಹೆಂಡತಿಯರಲ್ಲಿ ಯಾರ ಮಗ ಇವನು? ಅವರೆಲ್ಲ ತನಗೆ ಚನ್ನಾಗಿ ಗೊತ್ತಿರುವವರೇ. ಬಿಲ್ಲು ಬಾಣ ಕುದುರೆ ಮೊದಲಾಗಿ ಕ್ಷತ್ರಿಯ ವಿದ್ಯೆಯಲ್ಲಿ ತೊಡಗಿರುವ ಅವರು ಹೀಗೆ ದೋಣಿಯಮೇಲೆ, ಹಾಂ, ಹೊಳೆಯಿತು: ನರಕಾಸುರನಿಂದ ಬಿಡಿಸಿ ತಂದ ಹೆಂಗಸರ ಪೈಕಿಯ ಮಗ. ಆದರೆ ಇವರನ್ನು ಮದುವೆಯಾಗಿ ಇದೀಗ ಏಳು ವರ್ಷವಾಯಿತು. ಇಪ್ಪತ್ತು ವರ್ಷದ ಈ ಮಗ, ಇವನ ತಾಯಿಗೆ ಮೊದಲೇ ಹುಟ್ಟಿದವನಿರಬೇಕು. ನರಕಾಸುರನ ಗುಂಪಿನವರಿಗೆ ಬಲಾತ್ಕಾರದಿಂದ ಹುಟ್ಟಿದವನೋ, ಅಥವಾ ಆ ದರೋಡೆಕೋರರ ಕೈಗೆ ಸಿಕ್ಕುವ ಮೊದಲೇ ಮದುವೆಯಾಗಿದ್ದು ಗಂಡನಿಂದ ಹುಟ್ಟಿ ಅನಂತರ ಗುಂಪಿನಿಂದ ಅಪಹೃತರಾದ ತಾಯಿ ಮಕ್ಕಳೋ ಎಂದುಕೊಳ್ಳುತ್ತಿರುವಲ್ಲಿ, ಖಾಲಿಯಾದ ದೋಣಿಯನ್ನು ಹುಟ್ಟುಹಾಕಿ ತುಸು ದೂರ ಸರಗಿಸಿದರು. ಭರ್ತಿಯಾದ ಇನ್ನೊಂದು ದೋಣಿ ಬಂತು. ಕ್ರತು ಅದರಿಂದಲೂ ಸಾಮಾನು ಇಳಿಸಲು ಸೇರಿಕೊಂಡ. ಕೆಲಸ ಆರಂಭವಾದ ಸ್ವಲ್ಪ ಹೊತ್ತಿಗೆ ಅಲ್ಲಿಗೆ ಒಬ್ಬ ಹೆಂಗಸು ಬಂದಳು. ಮೂವತ್ತೈದು ಮೂವತ್ತೆಂಟರ ವಯಸ್ಸು. ಬಳಲಿದ ಮುಖ. ಎಡತೋಳಿನಲ್ಲಿ ಸುಮಾರು ಒಂದು ವರ್ಷದ ಮಗು. ಕಂಠಕ್ಕೆ ಹುರಿಯ ಜೀರು ಹಾಕಿ ಕಮಂಡಲದಂತೆ ಹಿಡಿದ ಒಂದು ಪಾತ್ರೆ ಬಲಗೈಲಿ. 'ಮಗೂ, ಕ್ರತು, ಊಟ ತಂದಿದೀನಿ ಬಾ' ಎಂದು ದಡದಿಂದ ಕೂಗಿದಳು.

'ನೀನ್ಯಾಕೆ ತಂದೆ. ನಾನೇ ಬರುತ್ತಿದ್ದೆ,' ದೋಣಿಯಿಂದ ಅವನು ಹೇಳಿದ.

'ಇಷ್ಟು ಹೊತ್ತಾದರೂ ಬರಲಿಲ್ಲ, ಕೆಲಸ ಮೈಮೇಲೆ ಬಿದ್ದರೆ ನಿನ್ನ ಹೊಟ್ಟೆಯ ಜ್ಞಾನವೂ ಇರುಲ್ಲ.'

'ಇದಲ್ಲದೆ ಇನ್ನು ಮೂರು ದೋಣಿ ಇದೆ, ಹೊಟ್ಟೆಗೆ ಬಿದ್ದರೆ ಮೈ ಜಡವಾಗುತ್ತೆ. ದೋಣಿಗಳ ದುರಸ್ತಿಗೆ ಬಡಗಿಗಳು ಬರುತ್ತಾರೆ. ಅಲ್ಲಿ ನೋಡು, ಗೋಪುರದ ಮೊದಲ ಅಂಗಳದ ನೆರಳಿನಲ್ಲಿ ಕೂತಿರು. ನಾನು ಬರುತ್ತೀನಿ' ಎಂದು ಅವನು, ಮೇಲ್ಭಾಗದಲ್ಲಿ ಹಾಕಿದ್ದ ಪಿಂಡಿಗಳನ್ನು ಇಳಿಸತೊಡಗಿದ. ಅವಳು ಅಲ್ಲೇ ನಿಂತಿದ್ದಳು. ಅಷ್ಟರಲ್ಲಿ ಮಗು ಅಳತೊಡಗಿತು. ಅಲೆಯ ಮೆದು ಸಪ್ಪಳ, ಸಾಮಾನು ಇಳಿಸುವ ಸದ್ದು, ಜನಗಳ ಮಾತಿನ ನಡುವೆ ಅವನ ಕಿವಿಗೆ ಅದು ತಕ್ಷಣ ಕೇಳಿತು. 'ಅಮ್ಮ, ಪಾಪ ಬಿಸಿಲಿಗೆ ಅಳುತ್ತೆ. ಅಲ್ಲಿ ನೆರಳಿದೆ. ಗಾಳಿ ಬೀಸುತ್ತೆ. ಹೋಗಿ ಕೂತಿರು. ಈ ಕೆಟ್ಟ ಬಿಸಿಲು, ಮಗುವಿಗೆ ಜ್ವರಗಿರ ಬಂದೀತು' ಎಂದ, ಅಪ್ಪಣೆ ಮಾಡುವವನಂತೆ. ಅವಳು ಅತ್ತ ನಡೆದು ಉಗ್ರಾಣದ ಹೊರ ಮೆಟ್ಟಿಲು ಹತ್ತತೊಡಗಿದಳು.

ಯುಯುಧಾನ ಅವಳನ್ನೇ ನೋಡುತ್ತಿದ್ದ. ಕೃಷ್ಣನ ಎಂಟು ಹೆಂಡಿರೊಡನೆಯೂ ತನಗೆ ಚನ್ನಾದ ಪರಿಚಯ ಸ್ನೇಹಗಳಿವೆ. ಅವರ ಭವನಗಳಿಗೆ ಹೋಗಿ ತಮಾಷೆ ಮಾಡಿ

ಬೇಕಾದುದನ್ನು ಮಾಡಿಸಿಕೊಂಡು ತಿನ್ನುವ ಸಲಿಗೆ ಇದೆ. ಅವನು ಊರಿನಲ್ಲಿಲ್ಲದಾಗ ಏನಾದರೂ ಕೆಲಸವಿದ್ದರೆ ತನಗೇ ಹೇಳಿ ಕಳಿಸುತ್ತಾರೆ. ಆದರೆ ನರಕಾಸುರನಿಂದ ಬಿಡಿಸಿತಂದು ಮಾಡಿಕೊಂಡ ಇವರ ಪೈಕಿ ಒಬ್ಬರ ಪರಿಚಯವೂ ಇಲ್ಲ. ದ್ವಾರಕೆಯಲ್ಲಿ ಕೆಲವರು, ಪ್ರಭಾಸದಲ್ಲಿ ಕೆಲವರು, ನಡುವೆ ಸಮುದ್ರ ತೀರದ ಊರುಗಳಲ್ಲಿ ಕೆಲವರು. ಹೀಗೆ ಮನೆಗಳನ್ನು ಕಟ್ಟಿಸಿ ಕೃಷ್ಣ ಅವರನ್ನೆಲ್ಲ ನೆಲೆಗೊಳಿಸಿರುವ ಸಂಗತಿ ತನಗೆ ಗೊತ್ತು. ಈ ಬೆಳಗ್ಗೆ ತಾಮ್ರಸ್ಥಲಿಯಲ್ಲಿ ದೂರ ನಿಂತು ನೋಡಿದುದಷ್ಟೆ. ಒಂದು ದಿನವೂ ಒಬ್ಬರ ಮನೆಗೆ ಹೋಗಿಲ್ಲ. ಮಾತನಾಡಿಸಿಲ್ಲ. ಅವರಾರೂ ತನ್ನ ಮನೆಗೆ ಬಂದಿಲ್ಲ. ಪರಿಚಯದ ಅಗತ್ಯವೇ ಇಲ್ಲವೆಂಬಂತೆ, ಅಥವಾ ಅವರು ಅರ್ಹರೇ ಅಲ್ಲವೆಂಬಂತೆ, ನಿಖರವಾಗಿ ಎಂತಹ ಭಾವನೆ ಅದು, ಎಂದು ತಡಕಿ ನೋಡಿಕೊಂಡರೆ ಸರಿಯಾಗಿ ಅರ್ಥವಾಗದು, ತಾನು ಇದ್ದುಬಿಟ್ಟಿದ್ದೇನೆ. ಈಗ ತನಗೆ ಕ್ರತುವಿನ ಮೇಲೆ ಒಂದು ತೆರನಾದ ಆಕರ್ಷಣೆ ಹುಟ್ಟಿದೆ. ಅವನ ಅಮ್ಮ, ಇವಳ ಹೆಸರೇನು? ಇವಳ ವಿಷಯದಲ್ಲೂ ಕುತೂಹಲ ಹುಟ್ಟಿದೆ. ಚಾಂಚಲ್ಯವಿಲ್ಲದ ದೃಢವಾದ ನಿಮ್ನ ನೋಟದ ಬಿಳುಪು ಕಣ್ಣುಗಳು, ಬಡತನದ ಬಟ್ಟೆ. ಅವನ ಉಳಿದ ಎಂಟು ಜನ ಹೆಂಡಿರಂತಲ್ಲದ, ಜೀವನದಲ್ಲಿ ಯಾತರ ಮೇಲೂ ಗೊಣಗದ ಶಾಂತ ಮುಖಭಾವ. ಮೇಲೆ ಕುಳಿತಿದ್ದಾಳೆ ಕಾಹಿಲೆ ಮಲಗಿ ಎದ್ದವಳು. ನೋಡಿ ಮಾತನಾಡಬೇಕೆನಿಸಿತು. ಆದರೆ ಪರಿಚಯವಿಲ್ಲ. ನಾಚಿಕೆ ಎನಿಸಿತು. ಅದುಮಿಟ್ಟು ಹಿಂತಿರುಗಿ ನಡೆದು ಉಗ್ರಾಣದ ಮನೆಯ ಮೆಟ್ಟಿಲು ಹತ್ತಿ ಮಾಳಿಗೆ ಏರಿ ಮತ್ತೆ ಮೆಟ್ಟಿಲುಗಳನ್ನು ಹತ್ತಿದ. ಮೊದಲ ಅಂಗಳದ ಕಿಟಕಿಗಳನ್ನು ತೆಗೆದುಕೊಂಡು ಕುಳಿತಿದ್ದ ಅವಳು ಮಗುವಿಗೆ ಮೊಲೆ ಕುಡಿಸುತ್ತಿದ್ದಳು. ಇವನನ್ನು ಕಂಡ ತಕ್ಷಣ ಭಯಗೌರವಭರಿತ ಕಸಿವಿಸಿಯಿಂದ ಮಗುವನ್ನು ಹಾಗೆಯೇ ತಬ್ಬಿಕೊಂಡು ಮೇಲೆ ಎದ್ದಳು.

'ಕೂರು ಕೂರು. ಈಗ ತಾನೇ ಕ್ರತುವಿನ ಪರಿಚಯವಾಯಿತು. ನಿನ್ನನ್ನು ನೋಡಿರಲಿಲ್ಲ. ಬಂದೆ. ನಾನಾರು ಗೊತ್ತಾಯಿತೆ?'

'ಯುಯುಧಾನ ಸಾತ್ಯಕಿಯ ಗುರುತು ಆನರ್ತದೇಶದಲ್ಲಿ ಯಾರಿಗಿಲ್ಲ?'

ಅವಳ ಉತ್ತರದಿಂದ ಅವನಿಗೆ ಸಂತೋಷವಾಯಿತು. ಕೂರು ಕೂರು ಎಂದು ಒತ್ತಾಯ ಮಾಡಿದ. ಅವಳು ಗೋಡೆಯೊರಗಿ ಕೂತು ಮಗುವಿನ ತಲೆಯನ್ನು ಎತ್ತರಿಸಿದ ಎಡತೊಡೆಗೆ ಆನಿಸಿಕೊಂಡು ಮೊಲೆ ಕುಡಿಸತೊಡಗಿದಳು. ದಪ್ಪಗೆ ಜಿಗಿಯುತ್ತಿದ್ದ ಮೊಲೆ. ಯುಯುಧಾನನಿಗೆ ತನ್ನ ಕೊನೆಯ ಮಗುವಿನ ನೆನಪಾಯಿತು. 'ಹಾಗಾದರೆ ಯಾವಾಗ ನೋಡಿದ್ದೆ ನನ್ನನ್ನು?'

'ದರೋಡೆಕಾರರಿಂದ ನಮ್ಮ ಬಿಡುಗಡೆ ಮಾಡಿಸಿದಾಗ ನೀವೇ ಅಲ್ಲವೇ ನಮ್ಮೆಲ್ಲರನ್ನೂ ಇಲ್ಲಿಗೆ ಕರೆತಂದು ಬಿಟ್ಟದ್ದು? ನಮ್ಮ ಮದುವೆಯಾದಾಗ ನೀವೂ ಇದ್ದಿರಿ ಎದುರಿಗೆ.'

ಅವನಿಗೆ ನೆನಪು ಬಂತು ಏಳು ವರ್ಷದ ಹಿಂದೆ ಮೂವತ್ತು ಗಾಡಿಗಳ ತುಂಬ ಕೂರಿಸಿ ಅವುಗಳನ್ನು ದ್ವಾರಕೆಗೆ ಹೊಡೆಸಿದ ಮೇಲ್ವಿಚಾರಣೆ ಮಾಡಿದವನು ನಾನೇ. ಸಮುದ್ರದಡದಲ್ಲಿ ಇವರೆಲ್ಲರನ್ನೂ ಕೃಷ್ಣನು ಮದುವೆಯಾದಾಗ, ಒಬ್ಬೊಬ್ಬಳಾಗಿ ಮುಂದೆ

ಒಂದು ಮಕ್ಕಳಿದ್ದರೆ ಅವುಗಳ ಸಮೇತ ಅವನಿಗೆ ಮಾಲೆ ಹಾಕುವುದು, ಅವನು ಪ್ರತಿಯಾಗಿ ಅವಳ ಕೊರಳಿಗೆ ಹಾಕುವುದು, ಸಾಮೂಹಿಕವಾಗಿ ಎಲ್ಲರನ್ನೂ ಮದುವೆಯಾದಾಗ ತಾನು ಎದುರಿಗಿದ್ದೆ ನಿಜ. ಆದರೆ ಅವನ ಕೆಲಸವನ್ನು ಒಪ್ಪಿರಲಿಲ್ಲ. ಜಗಳಕಾಯುವ ಮನಸ್ಸಿಲ್ಲದೆ ಶಾಂತವಾಗಿದ್ದೆ. ಈಗ ಆ ಸಿಟ್ಟಿಲ್ಲ. ಇವಳನ್ನು ನೋಡಿದರೆ ತನಗೇ ತಿಳಿಯದಂತೆ ಅನುಕಂಪ ಒಸರುತ್ತಿದೆ.

'ಮಗ ಕೂಲಿ ಮಾಡುತ್ತಿದಾನಲ್ಲ, ಜೀವನಕ್ಕೆ ಅಷ್ಟು ಬಡತನವೆ?' ಎಂದು ಕೇಳಿದ.

'ಕೃಷ್ಣವಾಸುದೇವರ ಹೆಂಡತಿಯಾದ ನಾನು ಬಡವೆ ಅಂತ ಹೇಗೆ ಹೇಳಲಿ?' ನಕ್ಕಳು. ನಗೆಯಲ್ಲಿ ಸೂಕ್ಷ್ಮವಾದ ವ್ಯಸನದ ಛಾಯೆಯಿತ್ತು. ಬೇಸರ ತಿರಸ್ಕಾರಗಳಿರಲಿಲ್ಲ.

'ಹಾಗಾದರೆ?' ಯುಯುಧಾನ ಕೇಳಿದ.

'ಮದುವೆಯಾದ ಹೊಸತರಲ್ಲಿ ಎಲ್ಲರಿಗೂ ಪ್ರತ್ಯೇಕ ಮನೆಗಳನ್ನು ಕಟ್ಟಿಸಿಕೊಟ್ಟರು. ರಾಜಭಂಡಾರದಿಂದ ಜೀವನಾನುಕೂಲವೆಲ್ಲ ಬರುವ ವ್ಯವಸ್ಥೆ ಮಾಡಿದರು. ಒಂದು ವರ್ಷ ಕಳೆಯಿತು. ನಿಮ್ಮ ಸ್ನೇಹಿತರು ಒಂದೇಸಮ ಊರಿನಲ್ಲಿ ಎಲ್ಲಿರುತ್ತಾರೆ? ಇದ್ದರೂ ರಾಜಭಂಡಾರ ಅವರಣ್ಣ ಬಲಭದ್ರರ ಹಿಡಿತದಲ್ಲಿದೆ. ನಮ್ಮನ್ನು ಇವರು ಮದುವೆಯಾಗುವುದು ಈ ಊರಿನಲ್ಲಿ ಯಾರಿಗೆ ಬೇಕಿತ್ತು? ಬಲಭದ್ರರದಂತೂ ಕಟುವಿರೋಧವಿತ್ತು. ತಮ್ಮನ ಲೆಕ್ಕವಿಲ್ಲದಷ್ಟು ಹೊಸ ಹೆಂಡಿರಿಗೆ ರಾಜಭಂಡಾರದ ಹಣವನ್ನೇಕೆ ದಂಡಮಾಡಬೇಕು? ಅನಂತರ ನಿಲ್ಲಿಸಿಬಿಟ್ಟರು. ಇವರು ಯಾಕೋ ಊರು ಬಿಟ್ಟು ಹೋಗಿದ್ದರು. ಇಲ್ಲಿ ನಾವೇನು ಮಾಡಬೇಕು? ಹೊಟ್ಟೆ ಕೇಳುತ್ತೆಯೆ? ಕೃಷ್ಣವಾಸುದೇವರ ಹೆಂಡಿರಾಗಿ ಅವರಿವರ ಮನೆ ಚಾಕರಿ ಮಾಡಿದರೆ ಅವರ ಗೌರವಕ್ಕೆ ಹಾನಿ. ಹೀಗೆಯೇ ಏನಾದರೂ ಒಂದೊಂದು ಉಪಕಸುಬು ಮಾಡಲು ಶುರು ಮಾಡಿದೆವು. ನನ್ನ ಮಗ ಕ್ರತುವಿಗೆ ಹದಿನಾಲ್ಕು ನಡೆಯುತ್ತಿತ್ತು. ಗಟ್ಟಿ ಹುಡುಗ. ದೋಣಿಯ ಕೆಲಸಕ್ಕೆ ಸೇರಿದ. ನಾನು ಮನೆಯಲ್ಲೇ ಹತ್ತಿಯನ್ನು ನೂಲಲು ಶುರುಮಾಡಿದೆ.'

'ಉಳಿದವರು?'

'ಎಲ್ಲರಿಗೂ ದ್ವಾರಕೆಯಲ್ಲಿ ಜೀವನ ಹೇಗಾಗಬೇಕು? ಕೆಲವರು ಪ್ರಭಾಸಕ್ಕೆ, ಉಳಿದವರು ಬೇರೆ ಬೇರೆ ಕಡೆ ಹೋದರು. ಕೃಷಿ, ನೂಲುವುದು ನೇಯುವುದು ಹೀಗೆ ಏನಾದರೊಂದು ದುಡಿಮೆಯನ್ನು ಅವರೇ ಹಾಕಿಕೊಟ್ಟಿದ್ದರು. ಸಮುದ್ರದ ದಡದ ಈ ದೇಶದಲ್ಲಿ ಕೃಷಿಯೋಗ್ಯವಾದ ಒಳ್ಳೆಯ ಭೂಮಿಯೂ ಕಡಮೆ. ಇವರು ಹಿಂತಿರುಗಿದ ಮೇಲೆ ನರಕಾಸುರನ ಲೂಟಿಯ ಸಂಪತ್ತನ್ನೆಲ್ಲ ಇಲ್ಲಿಗೆ ತಂದರಲ್ಲ, ಅದನ್ನು ತೆಗೆಸಿ ನಮಗೆಲ್ಲ ಹಂಚಿಸಿದರು. ಸ್ವಂತಕ್ಕೆ ಒಂದಿಷ್ಟು ಪಾತ್ರೆ ಚಿನ್ನವಾಯಿತು. ಭಂಡಾರದ ಸಂಪತ್ತನ್ನೆಲ್ಲ ಕುಲಗೆಟ್ಟ ತನ್ನ ಹೊಸ ಹೆಂಡಿರಿಗೆ ಹಂಚಿಬಿಟ್ಟ ಕೃಷ್ಣ ಎಂದು ಬಲಭದ್ರರು ರಂಪ ಎಬ್ಬಿಸಿದರಂತೆ.'

ಯುಯುಧಾನನಿಗೆ ಈಗ ನೆನಪಾಯಿತು. ಮೂರು ನಾಲ್ಕು ವರ್ಷದ ಹಿಂದೆ ಇಂತಹ ಒಂದು ರಂಪ ಎದ್ದಿತ್ತು. ತಾನು ಕೃಷ್ಣನ ಸ್ನೇಹಿತನೆಂಬ ಕಾರಣದಿಂದ ಬಲರಾಮನು ತನ್ನನ್ನು ನ್ಯಾಯಕ್ಕೆ ಕರೆದಿರಲಿಲ್ಲ. ಕೃಷ್ಣ ಕೂಡ ಇದನ್ನು ಬಾಯಿಬಿಟ್ಟು ಹೇಳಲಿಲ್ಲ. ಸುಮ್ಮನೆ

ಇದ್ದುಬಿಟ್ಟ. ಮನಸ್ಸು ಒಳಸರಿದಾಗ ಯುಯುಧಾನನಿಗೆ ಹಿಂದಿನ ಸಂಗತಿಗಳು ಇವಳು ಹೇಳಿದ ಮಾತಿಗೆ ಹೊಂದಿಕೊಂಡು ಕಾಣಲು ಶುರುವಾದವು. ಹೊರಗೆ ದೋಣಿಯ ಹತ್ತಿರ ಆಗುತ್ತಿದ್ದ ಸದ್ದು ಕೇಳಲಿಲ್ಲ. ಸ್ವಲ್ಪ ಹೊತ್ತಿನ ನಂತರ ಅವಳು ಎಡಮೊಲೆ ಬಿಡಿಸಿ ಮಗುವಿನ ಬಾಯಿಗೆ ಬಲಮೊಲೆ ಕೊಟ್ಟು ತೊಡೆ ಬದಲಾಯಿಸಿದಾಗ ಕೆಳಗೆ ಸಾಮಾನು ಸಾಗಿಸುವ ಸದ್ದು ಕೇಳಲು ಶುರುವಾಯಿತು. 'ನಿನ್ನ ಹೆಸರೇನು?' ಎಂದ, ಮಾತನ್ನು ಮತ್ತೆ ಆರಂಭಿಸುವ ವಿಧಾನ ತಿಳಿಯದೆ.

'ಧೃತಿ.'

'ಯಾರು ಇಟ್ಟವರು?'

'ಮಕ್ಕಳಿಗೆ ಯಾರು ಹೆಸರಿಡುತ್ತಾರೆ? ಅಜ್ಜಅಜ್ಜಿ ತಾಯಿತಂದೆ.'

'ಯಾರು ಅವರು?'

'ಓ ನಮ್ಮದು ಸಿಂಧು ದೇಶ, ಕೃಷಿಕರ ಮನೆತನ. ಒಳ್ಳೇ ಫಲವತ್ತಾದ ಭೂಮಿ ಇತ್ತು.'

'ನರಕಾಸುರನ ಗುಂಪಿಗೆ ಹೇಗೆ ಸಿಕ್ಕಿದೆ?'

'ಮದುವೆಯಾಯಿತು. ಗಂಡ, ಅವನ ಕಡೆಯವರು ಅದ್ದೂರಿಯಿಂದ ನನ್ನನ್ನು ಊರಿಗೆ ಕರೆದುಕೊಂಡು ಹೋಗುತ್ತಿದ್ದರು. ಈ ದರೋಡೆಕಾರರ ಗುಂಪು ಮೇಲೆ ಬಿತ್ತು. ನಮ್ಮವರೂ ದೊಣ್ಣೆ ಮಚ್ಚು ಇಟ್ಟಿದ್ದರು. ಆದರೆ ಅದೇ ಕಸುಬಾದ ದರೋಡೆಕಾರರಿಗೆ ಸಮವೆ? ಚಿಕ್ಕವಯಸ್ಸಿನ ಹೆಂಗಸರಿಗೆ ಸ್ವಲ್ಪವೂ ಗಾಯವಾಗದಂತೆ ಅವರು ಕಾಳಗ ಮಾಡುತ್ತಾರೆ. ನಾನು ಇನ್ನಿಬ್ಬರು ಹೆಂಗಸರು ಸೆರೆ ಸಿಕ್ಕಿದೆವು, ಉಳಿದವರನ್ನು ಮುಗಿಸಿಬಿಟ್ಟರು. ಬಂಗಾರ, ತಾಮ್ರ, ಹೆಣ್ಣಿಗೆ ಕೊಟ್ಟಿದ್ದ ಉಡುಗೊರೆಗಳೊಡನೆ ಹೊತ್ತು ನಡೆದರು.'

'ಕ್ರತು ಹುಟ್ಟಿದ್ದು ಯಾವಾಗ?'

'ಸೆರೆ ಹಿಡಿದೊಯ್ದು ಒಂದು ವರ್ಷದ ಮೇಲೆ.'

'ನಿನ್ನ ಇಷ್ಟವನ್ನು ಮೀರಿ?'

'ಯಾರು ಇಷ್ಟಪಡುತ್ತಾರೆ ಆ ಪುಂಡರ ಗುಂಪನ್ನು? ಇಡೀ ಗುಂಪು ಮೇಲೆ ಎರಗುತ್ತದೆ, ಒಬ್ಬರಾದ ಮೇಲೆ ಒಬ್ಬರಂತೆ.'

ಯುಯುಧಾನನಿಗೆ ಕೇಳಿ ದುಃಖವಾಯಿತು. ಇಂತಹ ಗುಂಪಿನ ಹುಟ್ಟಡಗಿಸಬೇಕೆಂದು ನಿಶ್ಚಯಿಸಿ ಕಾರ್ಯಗತ ಮಾಡಿದ ಕೃಷ್ಣನ ಬಗೆಗೆ ಗೌರವ ಮೂಡಿತು. ಹಾಗಾದರೆ ಇವರು ಬರೀ ಆನರ್ತದೇಶದಲ್ಲಿದ್ದವರಲ್ಲ. ಬೇರೆ ಬೇರೆ ರಾಜ್ಯಗಳಲ್ಲಿ ಸಂಚರಿಸುತ್ತಾ ಕಣ್ಣುತಪ್ಪಿಸಿ ತಿರುಗುತ್ತಿದ್ದವರು. ಹೊರಗೆ ದೋಣಿಯ ಸಾಮಾನು ಇಳಿಸುವುದು ಮಾತ್ರವಲ್ಲದೆ ಅಲೆಗಳ ಸಪ್ಪಳವೂ ಬರುತ್ತಿತ್ತು. ಅಲೆ ಸ್ವಲ್ಪ ಜೋರಾಗಿತ್ತು. ಕೃಷ್ಣ ನಿನ್ನ ಮನೆಗೆ ಬರುತ್ತಿರುತ್ತಾನೆಯೆ? ಎಂದ. 'ಎಂಥ ಮಾತು ಆಡುತ್ತೀರಿ ನೀವು?' ಎನ್ನುವಾಗ ಸಹಜಶಾಂತವಾಗಿದ್ದ ಅವಳ ಧ್ವನಿ ಕೆರಳಿತ್ತು. ಅವನು ತಲೆ ಎತ್ತಿ ನೋಡಿದ. ಮುಖದಲ್ಲಿಯೂ ಸಿಟ್ಟು ಉಬ್ಬಿತ್ತು. 'ನನ್ನನ್ನು ಏನಂತ ತಿಳಿದಿರಿ? ಅವರು ಬರದೆ ಈ ಮಗುವಾಯಿತೆ?'

'ಸಿಟ್ಟಾಗಬೇಡ. ನಾನು ಕೆಟ್ಟ ಅರ್ಥದಲ್ಲಿ ಕೇಳಲಿಲ್ಲ. ನೀವು ಇಷ್ಟು ಜನ ಇದ್ದೀರಿ. ಅವನಿಗೆ ಮೊದಲಿನ ಎಂಟು ಹೆಂಡತಿಯರು ಬೇರೆ ಇದ್ದಾರೆ. ಅವನು ಊರಿನಲ್ಲಿರುವುದೂ ಕಡಮೆ. ಊರಿಗೆ ಬಂದಾಗ ಇತರ ಕೆಲಸಗಳೂ ತುಂಬ. ನಿಮ್ಮಲ್ಲಿ ಎಲ್ಲರ ಮನೆಗೂ ಬರಲು ವೇಳೆಯಾದರೂ ಎಲ್ಲಿ ಇರುತ್ತೆ?'

ಅವಳು ಸೂಕ್ಷ್ಮವಾಗಿ ಒಮ್ಮೆ ನಿಟ್ಟುಸಿರಿಟ್ಟಳು. ಸಿಟ್ಟು ತನಗೆ ತಾನೇ ಇಳಿಯಿತು. 'ಅವರ ಸ್ನೇಹಿತರಾದ್ದರಿಂದ ನೀವು ಕೀಳು ಅರ್ಥದ ಮಾತನಾಡುವುದಿಲ್ಲ ಅಂತ ನನಗೂ ಗೊತ್ತು. ಈಗ ಹೆಚ್ಚು ಕಡಮೆ ಎರಡು ವರ್ಷವಾಗುತ್ತ ಬಂತು, ಒಂದು ದಿನ ಬಂದರು. ಒಟ್ಟಿಗೆ ಮೂರು ದಿನ ನನ್ನ ಮನೆಯಲ್ಲೇ ಇದ್ದರು. ಇಡೀ ಜನ್ಮಕ್ಕೆ ಸಮಾಧಾನ ಹುಟ್ಟುವಷ್ಟು ಸಂತೈಸಿ ಅಂತಃಕರಣವನ್ನು ತುಂಬಿದರು. ಅಲ್ಲಿಯ ತನಕ ನನಗೆ ಕೋಪವಿತ್ತು. ಹೆಸರಿಗೆ ಕಟ್ಟಿಕೊಂಡು ಕೈಬಿಟ್ಟರು ಅಂತ. ಈಗ ಅರ್ಥವಾಗುತ್ತೆ. ಅವರ ಕೆಲಸ ಎಲ್ಲೆಲ್ಲೋ ಇರುತ್ತೆ. ಯಾವ ಯಾವ ದೇಶದಲ್ಲೋ. ಊರಿನಲ್ಲಿರುವುದು ಹೆಚ್ಚಿಲ್ಲ. ಇದ್ದರೂ ನೀವು ಹೇಳುವ ಹಾಗೆ ಕೆಲಸ ತುಂಬ. ದೊಡ್ಡ ದೊಡ್ಡ ವಿವಾಹ ಮಂಟಪದಲ್ಲಿ ನಿಂತು ಮದುವೆಯಾದ, ದೊಡ್ಡ ಅಂತಸ್ತಿನ ತಂದೆ ತಾಯಿಗಳಿರುವ ಹೆಂಡಿರೂ ಎಂಟು ಮಂದಿ. ನಾವೋ ಇಷ್ಟು ಜನ. ಎಷ್ಟು ಮನೆಗೆ ಬರಲು ಸಾಧ್ಯ? ಆದರೂ ಆಗಾಗ ಒಂದೊಂದು ಮನೆಗೆ ಒಮ್ಮೆಯಾದರೂ ಹೋಗಿ ಒಂದು ದಿನ ಇದ್ದು ಬರುತ್ತಾರೆ. ಅದಕ್ಕಿಂತ ನಾವು ಹೆಚ್ಚು ಬಯಸಬಾರದು, ಅಲ್ಲವೆ?'

ಹೊರಗೆ ಸಮುದ್ರ ಉಕ್ಕಿಬಂದಂತಾಯಿತು. ಒಂದು ತೆರನಾದ ವ್ಯಸನವು ಅವನಲ್ಲಿ ಒಸರಿತು. ಕಿಟಕಿಯಿಂದ ಹೊರಗೆ ನೋಡಿದ. ಅಲೆ ಇನ್ನಿಷ್ಟು ಹೆಚ್ಚಾಗಿತ್ತು. ಸೂರ್ಯನು ಸಾಗರದ ಕಡೆಗೆ ಓಲಿದ್ದ. ಬಿಸಿಲನ್ನು ಹಿಂದಕ್ಕೆ ಚಿಮ್ಮುತ್ತಿದ್ದ ಅಲೆಗಳು ಒಂದು ತೆರನಾದ ಸಂಭ್ರಮ ಉಕ್ಕಿಸುತ್ತಿದ್ದವು. ಬಿಸಿಲಿನಲ್ಲೇ ಸಂಭ್ರಮ, ವಿಷಾದ, ನೆಲೆಗೆಟ್ಟತನಗಳು ಬೆರೆತುಕೊಂಡಿದ್ದವು. ಅವಳ ಕಡೆ ತಿರುಗಿ ನೋಡಿದ. ಮಗುವಿಗೆ ನಿದ್ರೆ ಬಂದಿತ್ತು. ಬಾಯಿಯಲ್ಲಿ ಇಟ್ಟುಕೊಂಡಿದ್ದ ಮೊಲೆಯ ತೊಟ್ಟನ್ನು ಉಪಾಯವಾಗಿ ಬಿಡಿಸಿಕೊಂಡು, ಹತ್ತಿರ ಸುತ್ತಿ ಇಟ್ಟಿದ್ದ ಮಂದಲಿಗೆ ಉರುಳಿಸಿ ಮಗುವನ್ನು ಮಲಗಿಸಿದಳು.

'ನಿನ್ನ ಜೊತೆಯ ಎಲ್ಲ ಹೆಂಡತಿಯರೂ ನಿನ್ನ ಹಾಗೆಯೇ ಯೋಚಿಸುತ್ತಾರೆಯೆ? ನಿನ್ನ ಹಾಗೆಯೇ ನಿಷ್ಠೆಯಿಂದ ಇದ್ದಾರೆಯೆ?' ಅವನು ಕೇಳಿದ.

ಅವಳು ಉತ್ತರ ಹೇಳಲಿಲ್ಲ. ಮಗುವಿನ ಮುಖದ ಮೇಲೆ ಬಂದು ಕೂತಿದ್ದ ನೊಣದ ಮರಿಯನ್ನು ಬಲಗೈ ಬೀಸಿ ಓಡಿಸಿದಳು. ಬೆರಳುಗಳನ್ನು ಬಿಡಿಸಿ ಬೀಸಿದ ಕೈಯನ್ನು, ಹಾಗೆಯೇ ತನ್ನ ಕಡೆಗೆ ಹಿಡಿದಂತೆ ಅವನಿಗೆ ಅರ್ಥವಾಯಿತು. ಐದು ಬೆರಳೂ ಒಂದೇಸಮ ಇರಲು ಸಾಧ್ಯವೇ? ಎಂದು ಅವಳ ಉತ್ತರವಿರಬಹುದೆಂದು ಅವನು ಭಾವಿಸಿದ. ಅವನ ಲೋಕವ್ಯವಹಾರಜ್ಞಾನವೂ ಅದನ್ನೇ ಸಮರ್ಥಿಸಿತು. ಹಾಗೆ ನಿರೀಕ್ಷಿಸುವುದೂ ಅಸಹಜವಾಗುತ್ತದೆಂದು ಯೋಚಿಸುವಾಗ ಅಲೆಗಳು ಚಿಮ್ಮುತ್ತಿದ್ದ ಜಳದ ಸಂಭ್ರಮವು ಕಡಮೆಯಾದಂತೆ ಕಾಣುತ್ತಿತ್ತು. ಅವಳು ಎಂದಳು: 'ಉಳಿದವರ ವಿಷಯ ನನಗೆ ಬೇಡ. ಈ ಮಗು

ಹುಟ್ಟಿದ ಮೇಲೆ ಅವರು ಮತ್ತೆ ನನ್ನ ಮನೆಗೆ ಬಂದು ಮಗುವಿನ ನೆತ್ತಿ ಮೂಸಿ ಸ್ವೀಕರಿಸಿ ಇದಕ್ಕೆ ಒಂದು ಹೆಸರಿಟ್ಟು ಹೋದರೆ ಸಾಕು. ಇನ್ನೇನೂ ಕೇಳುವುದಿಲ್ಲ. ನನ್ನ ಕ್ರತುವನ್ನು ನೋಡಿದೀರಲ್ಲ, ಕೆಳಗೆ ಕೆಲಸ ಮಾಡುತ್ತಾ, ಅವನ ತಲೆ ಸವರಿ ಎದೆಗೆ ತಬ್ಬಿಕೊಂಡು ಈ ಹೆಸರು ಇಟ್ಟವರೂ ಅವರೇ ಈಗ ಎರಡು ವರ್ಷದಲ್ಲಿ ಮನೆಗೆ ಬಂದಿದ್ದಾಗ.'

ಕ್ರತುವಿನ ಹೆಸರು ಹೇಳುತ್ತಿರುವಾಗ ಅವನೇ ಮೇಲೆ ಬಂದ. ಬಿಗಿದ ಲಂಗಟದಂತೆ ಕಟ್ಟಿದ್ದ ತುಂಡುವಸ್ತ್ರ. ಮೈ ಕೈ ಎದೆ ಕುತ್ತಿಗೆ ಮುಖ ಕಾಲುಗಳಲ್ಲೆಲ್ಲ ಬೆವರು ಸೋರುತ್ತಿತ್ತು. ಯುಯುಧಾನನನ್ನು ಕಂಡು ಆಶ್ಚರ್ಯ ಸಂಕೋಚದಿಂದ ಸುಮ್ಮನೆ ನಿಂತುಕೊಂಡ, ತಾನು ಬಂದ ಕೆಲಸ ಮಾಡಲು ಸಹ ತಿಳಿಯದವನಂತೆ. 'ಊಟ ಮಾಡು ಬಾ. ಕೈ ತೊಳೆದಿದ್ದೀಯ?' ತಾಯಿ ಕೇಳಿದಳು. 'ಆಮೇಲೆ ಮಾಡ್‌ತೀನಿ,' ಅವನು ನೆಲ ನೋಡುತ್ತಾ ಹೇಳಿದ. ನಾನಿದ್ದರೇನಂತೆ. ಮಾಡು, ಯುಯುಧಾನ ಹೇಳಿದರೂ ದೃಷ್ಟಿಯನ್ನು ಮೇಲೆತ್ತಲಿಲ್ಲ. ಯುಯುಧಾನನಿಗೂ ಕಸಿವಿಸಿ ಎನಿಸಿತು. ನೀನು ಊಟ ಮಾಡು. ನಾನು ಮೇಲೆ ಇರುತ್ತೇನೆ ಎಂದು, ಕುಳಿತಲ್ಲಿಂದ ಎದ್ದು ಮೆಟ್ಟಿಲುಗಳನ್ನು ಹತ್ತಿ ಮೇಲಿನ, ತುತ್ತ ತುದಿಯ ಅಂಗಳಕ್ಕೆ ಹೋದ. ಹಾಯ್ ಎನಿಸುವಷ್ಟು ಜೋರಿನಿಂದ ಗಾಳಿ ಬೀಸುತ್ತಿತ್ತು. ನಾಲ್ಕೂ ಕಡೆಯ ಕಿಟಕಿಗಳನ್ನು ತೆಗೆದು ಸುಮ್ಮನೆ ನಿಂತುಕೊಂಡ. ಅಲೆಗಳ ಸದ್ದು ಆ ಎತ್ತರಕ್ಕೆ ಅಷ್ಟು ಹೆಚ್ಚು ಕೇಳುತ್ತಿರಲಿಲ್ಲ. ಆದರೆ ಸಾಗರದ ನೋಟವು ವಿಸ್ತರಿಸಿತ್ತು. ಕೆಳಗಿಗಿಂತ ಇಲ್ಲಿ ನಿಂತರೆ ಇನ್ನೂ ಹೆಚ್ಚಿನ ಹರಹು. ಅಲೆಗಳಿಂದ ಆಚೆಗೆ ಹರಡುವ ಶಾಂತತೆಯಲ್ಲಿ ಮನಸ್ಸು ಮಗ್ನವಾಗುತ್ತದೆ. ಎಷ್ಟೋ ಹೊತ್ತು ಆ ಮಗ್ನತೆಯಲ್ಲಿ ನಿಂತನಂತರ ಹಿಂತಿರುಗಿ ನೋಡಿದ. ದ್ವಾರಕಾನಗರಿಯ ಸಮಗ್ರ ನೋಟ. ಭವನಗಳು, ಸೌಧ, ಸಾಲು ಬೀದಿಗಳು, ಚುಕ್ಕೆ ಇಟ್ಟಂತೆ ಹರಡಿ ವಿಸ್ತರಿಸಿರುವ ಮನೆಗಳು, ಸುತ್ತುವರಿದ ಕೋಟೆ. ಇವನ್ನೆಲ್ಲ ನಾವು ಕಟ್ಟಿದೆವು ಎಂಬ ತೃಪ್ತಿ. ಮಥುರೆಗಿಂತ ಆ ದೇಶಗಳ ಊರುಗಳಿಗಿಂತ ಶುಭ್ರವಾದ ಸುಂದರವಾದ ಅನುಕೂಲವಾದ ಪಟ್ಟಣ ಇದು ಎಂಬ ಗರಿಮೆ. ನೋಡನೋಡುತ್ತಾ ದೃಷ್ಟಿ ಆಚೆಗೆ ಹರಿಯಿತು. ತಾಮ್ರವರ್ಣದ ಹೊರ ಬಯಲು. ಅದರಾಚೆಗೆ ದೂರದ ರೈವತಕ ಬೆಟ್ಟದ ಸಣ್ಣ ಸಾಲು. ಅದರಾಚೆಯ ಮಬ್ಬು. ಹಿಂಬದಿಯ ಕೊನೆ ಇಲ್ಲದ ಸಾಗರ ಮತ್ತು ಮುಂದೆ ಕಾಣುವ ಭೂಮಿಗಳು ಒಟ್ಟಿಗೆ ಮುಂದೆ ಬಂದು ನಿಂತವು. ಅದೆಷ್ಟು ಭೂಮಿ. ಅದೆಷ್ಟು ದೇಶಗಳು, ತಾನೇ ನೋಡಿರುವ ಕೇಳಿರುವ ದೇಶಗಳು! ಸಿಂಧು, ಬಾಹ್ಲೀಕ, ವಾತಧಾನ, ಗಾಂಧಾರ, ಕೇಕಯ, ತ್ರಿಗರ್ತ, ಮದ್ರ, ಉತ್ತರಕುರು, ಹೇಮಕೂಟ, ಕುರು, ಪಾಂಚಾಲ, ಭೋಜ, ಕೋಸಲ, ವಿದೇಹ, ಅಂಗ, ವಂಗ, ಪುಂಡ್ರ, ಚಂಪಾ, ಮಗಧ, ಕೋಸಲ, ಕುಂತಲ, ಪುಳಿಂದ್ರ, ಕಳಿಂಗ, ಚೇದಿ, ಅವಂತಿ, ವಿದರ್ಭ, ಅವುಗಳೊಳಗೆ ಎಷ್ಟು ಉಪ–ದೇಶಗಳು. ಒಂದೊಂದರೊಳಗೆ ನಾಲ್ಕಾರು ಹತ್ತಾರು ರಾಜ್ಯಗಳು, ರಾಜರುಗಳು. ಅವುಗಳಾಚೆಯ ನನಗೆ ತಿಳಿಯದ ದೇಶಗಳೆಷ್ಟು! ಅತ್ತ ಹಿಮಾಲಯ, ಇತ್ತ ವಿಂಧ್ಯ. ವಿವರಗಳೆಲ್ಲ ಕೃಷ್ಣನಿಗೆ ಗೊತ್ತು. ಯಾವ ಯಾವ ದೇಶ ಎಲ್ಲಿದೆ ಅದರ ದೂರವೆಷ್ಟು ಆಳುವ ಜನರ ಶಕ್ತಿ ಎಷ್ಟು ರಾಜನ ಸ್ವಭಾವವೆಂಥದು ಎಂಬುದೆಲ್ಲ ಅವನಿಗೆ ತಿಳಿದಿದೆ ಎಂದುಕೊಳ್ಳುವಾಗ

ಸಾಗರದ ಕಡೆಗೆ ತಿರುಗುವ ಮನಸ್ಸಾಯಿತು. ತಿರುಗಿ ನೋಡಿದರೆ ವ್ಯತ್ಯಾಸ ಕಾಣದ ವಿಸ್ತಾರ. ಅಲ್ಲ, ಅಲ್ಲೂ ಅಲೆಗಳು ಭಾಗಮಾಡಿ, ಸ್ಥಳವಿಂಗಡಣೆ ಮಾಡಿಕೊಳ್ಳುತ್ತವೆ. ದೂರಕ್ಕೆ ಕಾಣದಿದ್ದರೂ ಅಲೆ ಇಲ್ಲದ ಸಾಗರದ ಭಾಗವುಂಟೆ? ಎನ್ನಿಸಿದಾಗ ಏನೋ ಹೊಸತು ತಿಳಿದಂತಾಯಿತು. ಭೂಮಿಗಾದರೆ ಸಾಗರ ಪರ್ಯಂತವೆನ್ನುತ್ತಾರೆ. ಸಾಗರಕ್ಕೆ ಯಾವ ಪರ್ಯಂತ? ಭೂಮಿ ಪರ್ಯಂತವೆಂಬ ಮಾತನ್ನು ಕೇಳಿಲ್ಲ. ಕೊನೆಯೇ ಇಲ್ಲದ್ದು ಅದು. ಮಥುರೆಯಿಂದ ಸಾಗರ ಪರ್ಯಂತವೇ ಬಂದಿದ್ದೇವೆ ಎಂದುಕೊಳ್ಳುವಾಗ ಕೃಷ್ಣನ ನೆನಪಾಯಿತು. ವಿರಾಟನಗರದಲ್ಲೇ ಇದ್ದಾನೋ ಅಥವಾ ಬೇರೆ ಎಲ್ಲಾದರೂ ಹೋಗಿದ್ದಾನೋ? ಮಹಾರಾಯ ಹೊರಗೆ ಹೋದರೆ ಎಲ್ಲಿರುತ್ತಾನೆ ಏನು ಮಾಡುತ್ತಾನೆ ಏನು ಯೋಚಿಸುತ್ತಾನೆ ತಿಳಿಯುವುದೇ ಇಲ್ಲ, ಹಿಂತಿರುಗಿದ ಮೇಲೆ ಹೇಳುವತನಕ. ನನ್ನನ್ನು ಬಿಟ್ಟರೆ ಬೇರೆ ಯಾರಿಗೆ ಹೇಳುತ್ತಾನೆ ಎಲ್ಲವನ್ನೂ? ಜರಾಸಂಧನನ್ನು ಕೊಲ್ಲಲು ನೆರವಾದ ಪಾಂಡವರನ್ನು ಈಗ ಗೆಲ್ಲಿಸದೆ ಬರುವುದಿಲ್ಲ ಅವನು, ಎಂದು ಥಟ್ಟನೆ ಹೊಳೆಯಿತು. ಈ ಆನರ್ತಕ್ಕೆ ಬಂದು ಹಳೆಯ ಕುಶಸ್ಥಲಿಯ ಜಾಗದಲ್ಲಿ ಹೊಸ ದ್ವಾರಕೆಯನ್ನು ಕಟ್ಟಿ ವ್ಯಾಪಾರ ವ್ಯವಸಾಯಗಳು ಬೆಳೆದು ಸಂಪತ್ತು ಶ್ರೀಮಂತಿಕೆಗಳು ಉಕ್ಕಿದನಂತರ ನಾವೆಲ್ಲರೂ ಜರಾಸಂಧನನ್ನು ಮರೆತೇಬಿಟ್ಟೆವಲ್ಲ. ಬಲರಾಮ ಮೊದಲಾದವರಿಗೆ ಮಥುರೆಯಿಂದ ಓಡಿಬಂದ ಅವಮಾನದ ನೆನಪೂ ಇಲ್ಲ. ಕೃಷ್ಣ ಬಿಡಲಿಲ್ಲ. ಹೊಸದಾಗಿ ಗುರುತಾದ ಹಳೆಯ ನಂಟನ್ನು ಹುಡುಕಿಕೊಂಡು ಹೋದ. ಕುರುಡ ಧೃತರಾಷ್ಟ್ರನು ಅವರಿಗೆ ಇಷ್ಟಗಲ ಕಾಡನ್ನು ಕೊಟ್ಟು ಅಲ್ಲಿಯೇ ಊರು ಕಟ್ಟಿಕೊಂಡು ಬದುಕಿ ಎಂಬ ಬಾಯಿಮಾತು ಆಡಿ ಕಳಿಸಿದಾಗ, ಕೃಷ್ಣನಲ್ಲವೇ ದ್ವಾರಕೆಯಿಂದ ಚಿನ್ನ, ತಾಮ್ರದ ಪಾತ್ರೆಗಳು ರಥ ಕುದುರೆ ಮೊದಲಾದುದನ್ನು ಕಳಿಸಿದ್ದು, ಹೊಸ ಊರನ್ನು ಕಟ್ಟಲು ನಮ್ಮ ಕಡೆಯ ಶಿಲ್ಪಿಬಡಗಿಗಳನ್ನು ಹುಡುಕಿ ಹುಡುಕಿ ಕಳಿಸಿದ್ದು? ನಾವು ಗಳಿಸಿದ ಸಂಪತ್ತನ್ನು ಅವರಿಗೇಕೆ ತೆರಬೇಕೆಂದು ಬಲರಾಮ ಎಷ್ಟು ವಿರೋಧಿಸಿದ? ಬಲರಾಮನೇನು, ಯಾದವರೆಲ್ಲರೂ ವಿರೋಧಿಸಿದ್ದೇ. ಹುಟ್ಟುನೆಲವನ್ನು ಬಿಟ್ಟು ಗತಿಗೆಟ್ಟು ಪರದೇಶಕ್ಕೆ ಬಂದು ಅದೃಷ್ಟದಿಂದ ಐಶ್ವರ್ಯ ಸೇರ ತೊಡಗಿದಾಗ ಗುರುತು ಪರಿಚಯವಿಲ್ಲದ ಅದಾರಿಗೋ ಯಾಕೆ ಕೊಡಬೇಕು? ಹಿರಿಯರದೂ ಇದೇ ವಿಚಾರ. ಅತ್ತೆಯ ಮಕ್ಕಳಿರಬಹುದು. ಆದರೆ ಮಗುವಾಗಿದ್ದಾಗಲೇ ಭೋಜವಂಶದ ಕುಂತಿಗೆ ಸಾಕುಮಗಳಾಗಿ ಕೊಟ್ಟು ಕುಂತೀ ಎಂಬ ಹೆಸರೇ ನಿಂತಿತ್ತು, ಅವಳ ಹುಟ್ಟುಹೆಸರು ಪ್ರಚಲಿತವೇ ಇಲ್ಲ ಇತ್ತ ಕಡೆ. ಬರೀ ಇಷ್ಟಕ್ಕೆ ಇಷ್ಟೊಂದು ಸಂಪತ್ತನ್ನು ಹೇರಿ ಕಳಿಸುವುದೇ? ಕೃಷ್ಣನ ದೂರದೃಷ್ಟಿ ಉಳಿದವರಿಗೆ ಅರ್ಥವಾಗಲಿಲ್ಲ. ಆಗಿನ್ನೂ ಹೊಸತು. ಹೆಚ್ಚು ರಂಪ ಮಾಡಲಿಲ್ಲ. ಬರೀ ಅಸಮಾಧಾನ ವ್ಯಕ್ತಪಡಿಸಿದರು. ಮಥುರೆಯ ಹತ್ತಿರದಲ್ಲಿ ನಮಗೆ ವಿಶ್ವಾಸವಾಗಿರುವ ಬೇರೆ ಯಾವ ಜನರಿದ್ದರು? ಇದ್ದರೂ ಜರಾಸಂಧನ ಭಯದಿಂದ ಯಾರು ಹತ್ತಿರ ಸೇರಿಸುತ್ತಿದ್ದರು? ಪಾಂಡವರಿಗೆ ಸಮೃದ್ಧ ರಾಜ್ಯವಿರಲಿಲ್ಲ. ಆದರೆ ಧೈರ್ಯ ಸಾಹಸಗಳ ಸ್ವಭಾವವಿತ್ತು. ಭೀಮನ ಎಲ್ಲೆ ಕಾಣದ ಕೆಚ್ಚು, ಅರ್ಜುನನ ಬಿಲ್ಲುಗಾರಿಕೆ, ಸೌಮ್ಯರಾದರೂ ಯುದ್ಧದಲ್ಲಿ ಒತ್ತಾಸೆ ಕೊಟ್ಟು ನಿಲ್ಲಬಲ್ಲ ನಕುಲ ಸಹದೇವರ ಧೈರ್ಯ,

ಇದಕ್ಕಿಂತ ಬೇಕೆ ಸಂಪತ್ತು? ಪಕ್ಕದಲ್ಲೇ ಇರುವ ಅವರ ಬೀಗ ಪಾಂಚಾಲರು. ಇವರಿಬ್ಬರೂ ಕೂಡಿ ಜರಾಸಂಧನ ಪಶ್ಚಿಮದ ಕಡೆಯ ಪ್ರಭಾವಕ್ಕೆ ಒಂದು ಗಟ್ಟಿ ತಡೆಯಾಗಬಲ್ಲರೆಂಬುದನ್ನು ನಮ್ಮೆಲ್ಲರಿಗಿಂತ ಮುಂಚಿತವಾಗಿ ಕೃಷ್ಣ ಅರಿತ. ಬೇರು ಅಂಟುವ ಆ ಕಾಲದಲ್ಲಿ ಅವರಿಗೆ ಒತ್ತಾಸೆ ಕೊಟ್ಟು ನೀರು ಗೊಬ್ಬರಗಳ ಸರಬರಾಜು ಮಾಡದಿದ್ದರೆ ಪಾಂಡವರು ಸುರುಟಿ ಹೋಗುತ್ತಿದ್ದರು. ಇಷ್ಟು ದೂರದಲ್ಲಿ ನೆಲೆಸಿ, ಅಷ್ಟು ಗಟ್ಟಿಗನಾದ ಜರಾಸಂಧನನ್ನು ಹೊಡೆಯು ವುದು ಸಾಧ್ಯವೇ ಇರಲಿಲ್ಲ. ಅಂಥವನನ್ನು ಹೇಗೆ ಹೊಡೆದ? ಪಾಂಡವರು ನೆಲೆ ಬಿಟ್ಟರು. ಸುತ್ತ ಕೃಷಿಭೂಮಿಯಾಯಿತು. ಹೊಸ ರೀತಿಯ ಊರು ಕಟ್ಟಿದರು. ತಮ್ಮ ವಿಷಯದಲ್ಲಿ ಕರುಬಿದ ದಾಯಾದಿಗಳು ಇನ್ನೂ ಕರುಬುವಂತೆ ಮೇಲೇರುವ ಬಯಕೆ ಹುಟ್ಟಿತು. ಅದಕ್ಕೆ ಕೃಷ್ಣ ಒಂದು ಸ್ವರೂಪ ಕೊಟ್ಟ. ರಾಜಸೂಯ ಮಾಡುವಂತೆ ಪ್ರೇರೇಪಿಸಿದ. ಆರ್ಯಾವರ್ತದ ಎಲ್ಲ ರಾಜರೂ ತಮ್ಮ ಶ್ರೇಷ್ಠತೆಯನ್ನು ಒಪ್ಪುವತನಕ ರಾಜಸೂಯ ಮಾಡುವುದೆಂತು? ಆದರೆ ಜರಾಸಂಧನ ಮೇಲೆ ದಂಡೆತ್ತಿ ಹೋಗಿ ಗೆಲ್ಲುವ ಶಕ್ತಿ ಪಾಂಡವ ರಿಗಿತ್ತೆ? ಆ ಸೈನ್ಯಬಲ, ಪರರಾಜ ಬೆಂಬಲ, ಅಧೀನಭಾವದ ದೊರೆಗಳು, ಪಾಂಡವರಿಗಲ್ಲದೆ ಬೇರೆ ಯಾರಿಗೆ ಸಾಧ್ಯವಿತ್ತು? ಆದ್ದರಿಂದ ಸೈನ್ಯ ಬೇಡ. ಜರಾಸಂಧನನ್ನು ನೇರವಾಗಿ ಅವನ ಗುಹೆಯಲ್ಲೇ ಎದುರಿಸಿ ಕೊಲ್ಲುವುದೊಂದೇ ಮಾರ್ಗ. ಎಂತಹ ಅಪಾಯದ ಮಾರ್ಗ ಹಿಡಿದ ಕೃಷ್ಣ! ಯಾವ ಯುದ್ಧದಲ್ಲಿಯೂ ಅಷ್ಟೆ. ಜೀವದ ಲೆಕ್ಕವೇ ಇಲ್ಲ. ಧರ್ಮರಾಜ ಹೆದರಿದನಂತೆ. ಇತರ ಹಲವು ರಾಜರುಗಳನ್ನು ಹಿಡಿದು ಸೆರೆ ಹಾಕಿರುವಂತೆ ತನ್ನ ಈ ಇಬ್ಬರು ಹಿರಿಯ ತಮ್ಮಂದಿರನ್ನು ಕೃಷ್ಣನ ಸಮೇತ ಕೂಡಿ ಹಾಕಿದರೆ ಏನು ಗತಿ? ರಾಕ್ಷಸ ತಾಯಿಯ ಹೊಟ್ಟೆಯಲ್ಲಿ ಹುಟ್ಟಿದವನು. ಈ ಮೂರು ಜನರನ್ನು ನಡುಬೀದಿ ಯಲ್ಲಿ ನಿಲ್ಲಿಸಿ ಕೈಕಾಲುಗಳನ್ನು ಕಡಿದು ಚರ್ಮ ಸುಲಿಸುವುದಕ್ಕೂ ಹೇಸುವವನಲ್ಲ. ಭೈರವಪಂಥದ ವಾಮಾಚಾರಿಗಳ ಪ್ರಭಾವಕ್ಕೆ ಬಿದ್ದಿದ್ದನಂತೆ. ನೂರ ಒಂದು ಜನ ಸಿಂಹಾಸನ ಹತ್ತಲು ಯೋಗ್ಯರಾದ ಕ್ಷತ್ರಿಯರನ್ನು ಗುಡ್ಡೆ ಹಾಕಲು ತೊಡಗಿದ್ದ. ಅದಕ್ಕೆಂದೇ ಸೆರೆ ಹಿಡಿ ಯುತ್ತಿದ್ದುದು. ನೂರ ಒಂದು ಆದ ತಕ್ಷಣ ವಾಮಮಾರ್ಗದ ನರಮೇಧದಲ್ಲಿ ಅವರನ್ನೆಲ್ಲ ಕಡಿದು ಬಲಿಕೊಡುವ ನಿಶ್ಚಯ ಅವನದು. ಆ ಗುಂಪಿಗೆ ಈ ಮೂವರು ಸೇರುವಂತಾದರೆ! 'ಕೃಷ್ಣ, ನನಗೆ ರಾಜಸೂಯ ಬೇಡ. ಈ ಇಬ್ಬರು ತಮ್ಮಂದಿರನ್ನು ಕಳಕೊಳ್ಳಲಾರೆ.' ಆದರೆ ಭೀಮ ಅರ್ಜುನರದು ಸರಿಯಾದ ಗುಂಡಿಗೆ. ಕೃಷ್ಣನ ಯೋಜನೆಗೆ ತಕ್ಕಂತೆ ಸೃಷ್ಟಿಯಾದುದು. 'ಅಪಾಯಕ್ಕೆ ಹೆದರಿದವನಿಗೆ ಯಶಸ್ಸುಂಟೆ? ನನ್ನ ಜೊತೆ ಬನ್ನಿ. ನನಗಾದದ್ದು ನಿಮಗೂ. ಹೊಣೆ ಏನಿದ್ದರೂ ನನಗಿರಲಿ' ಎಂದ ತಕ್ಷಣ ಒಪ್ಪಿದರಂತೆ. ಕೃಷ್ಣ ಹೇಳುವುದು ಸರಿ. ಅವರಿಬ್ಬರಿಗೂ ಪ್ರಚಂಡ ಧೈರ್ಯವಿದೆ. ಆದರೆ ಶತ್ರುವಿನ ಮರ್ಮವನ್ನರಿಯುವ ಸೂಕ್ಷ್ಮಬುದ್ಧಿ ಇಲ್ಲ. ಯುಧಿಷ್ಠಿರನನ್ನು ಒಪ್ಪಿಸಿ ಮೂವರೂ ಹೊರಟರು. ಮುಂದೆ ಕೃಷ್ಣ, ನಡುವೆ ಭೀಮ, ಕೊನೆಗೆ ಅರ್ಜುನ, ಮೂರು ಬಲವಾದ ಕುದುರೆಗಳನ್ನು ಹತ್ತಿ. ಸಮಸ್ತ ಆರ್ಯ ಜಗತ್ತಿನ ಊರು ಕೇರಿ ಹೊಳೆ ನದಿ ಬೆಟ್ಟ ಗುಡ್ಡ ಕಾಡುಗಳ ವಿವರ ಕೃಷ್ಣನಿಗೆ ಗೊತ್ತು. ಹೊರ ದೇಶದ ಯಾರೇ ಸಿಕ್ಕಲಿ ಎಲ್ಲವನ್ನೂ ಕೇಳಿ ಕೇಳಿ ತಿಳಿದುಕೊಳ್ಳುತ್ತಾನಲ್ಲ. ಕೇಳಿದುದನ್ನು

ನೆನಪಿನಲ್ಲಿಟ್ಟುಕೊಂಡು, ಅಲ್ಲದೆ ಒಂದಲ್ಲ ಒಂದು ಕಾರಣಕ್ಕಾಗಿ ದೇಶದೇಶ ಸುತ್ತುವುದೇ ಅವನ ಅಭ್ಯಾಸವಾಗಿರುವುದದಿಂದ ದಾರಿಗಳ ಊಹೆಯನ್ನು ಸುಲಭವಾಗಿಯೇ ಮಾಡುತ್ತಾನೆ. ಹತ್ತು ಊರುಗಳ ದಾರಿ ತಿಳಿದನಂತರ ಹನ್ನೊಂದನೆಯದನ್ನು ಊಹಿಸುವುದು ಕಷ್ಟವೇ? ಜೊತೆಗೆ ನಡುವೆ ಸಿಕ್ಕುವ ಜನವಸತಿಗಳಿಂದ ಕೇಳಿಕೊಂಡು. ಖಾಂಡವಪ್ರಸ್ಥಕ್ಕೂ ಗಿರಿವ್ರಜಕ್ಕೂ ಎಷ್ಟು ದೂರ? ಒಳ್ಳೆಯ ಕುದುರೆಗಳಾದರೂ ಇಪ್ಪತ್ತು ದಿನ. ನಡುವೆ ಗಂಗಾ, ಶೋಣಿ, ಗಂಡಕಿ, ಇನ್ನೂ ಎಷ್ಟು ನದಿಗಳು, ಕಾಡುಗಳು. ಕಟ್ಟಿಕೊಂಡು ಹೋಗಿದ್ದುದನ್ನು ದಾರಿಯಲ್ಲಿ ಬೇಯಿಸಿ ತಿನ್ನುತ್ತಾ ಒಂದೇಸಮನೆ ಕುದುರೆ ಓಡಿಸಿ ಗಿರಿವ್ರಜ ತಲುಪಿ. ರಾಜಧಾನಿ ಕಟ್ಟಲು ತಕ್ಕ ತಾಣವಂತೆ ಅದು. ಈ ದ್ವಾರಕೆಗಿಂತ ಹೆಚ್ಚು ಸುರಕ್ಷಿತ. ಸುತ್ತಲೂ ಬೆಟ್ಟದ ಸಾಲುಗಳು. ನಡುವೆ ನಾಲ್ಕು ಕಡೆಯೂ ಬೆಟ್ಟಗಳಿಂದ ಸುತ್ತುವರಿದ ಒಂದು ದೊಡ್ಡ ಪಟ್ಟಣಕ್ಕೆ ಸಾಕಷ್ಟು ಜಾಗ. ಅದರೊಳಗೆ ಹುಟ್ಟಿ ಹರಿದು ಹೊರಗೆ ಹೋಗುವ ನದಿ. ಯಾವ ಕಾಲಕ್ಕೂ ಎಂಥ ಶತ್ರು ಎಷ್ಟು ದಿನ ಲಗ್ಗೆ ಹಾಕಿದರೂ ಒಳಗೆ ನೀರಿಗೆ ಬಾಧಕವಿಲ್ಲ. ಒಳಸಾಲಿನಬೆಟ್ಟಗಳ ಮೇಲೆ ಸೊಂಪಾಗಿ ಬೆಳೆದ ಕಾಡುಗಳೇ, ಅಗತ್ಯಬಿದ್ದರೆ ವರ್ಷಗಟ್ಟಳೆ ಉರುವಲಾಗುತ್ತವಂತೆ. ಇಷ್ಟಾದರೂ ಒಳಗಿನಿಂದ ಹೊರಗೆ ಹೋಗಿ ಬರಲು ಹೊರಗಿನವರಿಗೆ ತಿಳಿಯದ ಕಳ್ಳದಾರಿ. ಹೊರವಲಯದ ಗುಡ್ಡಗಳಲ್ಲಿ ಅಡಗಿ ಕಾಯುವ ಜರಾಸಂಧನ ಅಗಾಧ ಸೈನ್ಯ. ಸುತ್ತಲೂ ಫಲವತ್ತಾದ ಕೃಷಿಭೂಮಿ. ಎಲ್ಲಿ ಮಳೆಯಾಗದಿದ್ದರೂ ಜರಾಸಂಧನ ಮಗಧದಲ್ಲಿ ತಪ್ಪುವುದಿಲ್ಲವಂತೆ. ಇವನನ್ನು ಯುದ್ಧ ಮಾಡಿ ಸೋಲಿಸಲು ಯಾರಿಗೆ ಸಾಧ್ಯ? ಕೃಷ್ಣ ಮಾಡಿದ ತಂತ್ರವೊಂದೇ ಸರಿ. ಕ್ರೂರ ಹುಲಿಯ ಗುಹೆಯನ್ನೇ ಪ್ರವೇಶಿಸಿ, ಅದೂ ಅಲ್ಲ, ನೇರವಾಗಿ ಅದರ ಬಾಯ ಒಳಹೊಕ್ಕು ಮನಸ್ಸಿನ ಕ್ರೌರ್ಯದ ಮರ್ಮ ಹಿಡಿದು ಅಲುಗಾಡಿಸುವುದು. ಆದರೆ ಎಂಥ ಅಪಾಯ! ಯುಯುಧಾನನ ಮೈ ನಡುಗಿತು, ಬೆವರಿತು. ಗಾಳಿ ಭರ್ರೋ ಎಂದು ಬೀಸುತ್ತಿತ್ತು. ಕಿಟಕಿಯಿಂದ ಹೊರಗೆ ನೋಡಿದ. ಉಯ್ಯಾಲೆಯಂತೆ ತೂಗಿ ಅಪ್ಪಳಿಸುವ ಅಲೆಗಳು ದಪ್ಪದಪ್ಪ ಸಪ್ಪಳ ಮಾಡುತ್ತಿದ್ದವು.

ಬೆಳದಿಂಗಳಿನಲ್ಲಿ ಗಿರಿವ್ರಜ ಅಂದವಾದ ಕನಸಿನ ಲೋಕದಂತೆಯೂ ಕಾಣುತ್ತಿತ್ತು; ಭಯವನ್ನೂ ಹುಟ್ಟಿಸುತ್ತಿತ್ತು. ಸುತ್ತ ಬೆಟ್ಟಗಳ ಸಾಲು ಸಾಲು, ಅವುಗಳ ಮೈ ಮೇಲೆ ದಟ್ಟವಾಗಿ ಬೆಳೆದ ಕಾಡುಗಳೆಲ್ಲ ಚಂದ್ರನ ಬೆಳಕಿನಲ್ಲಿ ಕಪ್ಪಗೆ ಕಾಣುತ್ತಿದ್ದವು. ವೈಹಾರಗಿರಿಯ ಪಾದದ ಒಂದು ಬಿಸಿನೀರಿನ ಕುಂಡದಲ್ಲಿ ಕುತ್ತಿಗೆಯ ಮಟ್ಟ ಮುಳುಗುವಂತೆ ಕುಳಿತು ಬೆಚ್ಚಗೆ ಮೈಕೈಗಳ ನೋವು ತೆಗೆದುಕೊಳ್ಳುತ್ತಿದ್ದ ಜರಾಸಂಧ, ಹತ್ತಿರ, ದೂರ, ಸುತ್ತಲೂ ಹರಡಿ ತನ್ನ ನಗರಿಗೆ ಸ್ವಾಭಾವಿಕ ಕೋಟೆಯಾಗಿದ್ದ ಬೆಟ್ಟಗಳ ಸಾಲು, ಶಿಖರಗಳನ್ನು ನೋಡುತ್ತಿದ್ದ. ಚಿಕ್ಕ ಹುಡುಗನಲ್ಲಿ ತಾಯಿಯೊಡನೆ ಎಷ್ಟು ಬೇಗ ದಿನಕ್ಕೆ ಎಷ್ಟು ಸಲ ಈ ಶಿಖರಗಳನ್ನು ಹತ್ತಿ ಇಳಿಯುತ್ತಿದ್ದೆ. ಅನಂತರ ತಾರುಣ್ಯ ಪ್ರಾಯಗಳಲ್ಲಿ ರಣ ಅಂಗಸಾಧನೆ ಮಾಡುವಾಗ ಬುಡದಿಂದ ತುದಿಯತನಕ ಕುಪ್ಪಳಿಸಿ ತೊಡೆ ಮೀನುಖಂಡಗಳು ಉಬ್ಬಿ

ಕಲ್ಲು ಲೋಹದಂತೆ ತಟ್ಟಿದರೆ ಖಣ್ ಎನ್ನುತ್ತಾ ಇವತ್ತು ಯಾಕೆ ಸ್ವಲ್ಪ ಹೆಚ್ಚು ನಡೆದದ್ದಕ್ಕೇ ಮಂಡಿ ತೊಡೆಗಳಲ್ಲೆಲ್ಲಾ, ಎಪ್ಪತ್ತೆಂದರೆ ಎಪ್ಪತ್ತೂ ಪೂರ್ತಿ ಆಗಿಲ್ಲ, ಏನು ಮಹಾ ಮುಪ್ಪೇ ಎಂದುಕೊಳ್ಳುವಾಗ ತನ್ನ ಅಮ್ಮನ ನೆನಪು ಬಂತು. ಅವಳೂ ಅಷ್ಟೆ ಶಕ್ತಿವಂತ ಹೆಣ್ಣು. ದಿಂಡುಕಟ್ಟಿದ ಮಾಂಸಖಂಡ ಶಕ್ತಿ. ಆದರೂ ಆಗಾಗ್ಗೆ ಅಲ್ಲಲ್ಲಿ ನೋವು. ವಾತ ಅನ್ನುತ್ತಿದ್ದರು ರಾಜವೈದ್ಯರು. ನನಗೂ ಅದೇಯೋ! ಎಷ್ಟು ದಿನವಾಯಿತು ಕಾಣಿಸಿಕೊಂಡು. ಈ ಬಿಸಿನೀರಿನ ಕುಂಡಗಳು ಎಂತಹ ನೋವನ್ನೂ ಕರಗಿಸಿ ಬೆವರಾಗಿ ಹೊರಹರಿಸಿ, ಬೇರಾವ ಊರಿನಲ್ಲಿದೆ ಇಂತಹ ಔಷಧ ಕುಂಡಗಳು ನಾನು ನೋಡಿ ಕೇಳಿ ತಿಳಿದಿರುವ ಮಟ್ಟಿಗೆ? ಪುಣ್ಯಸ್ಥಳ ಗಿರಿವ್ರಜ ಅಂದರೆ. ಒಳಗಿನಿಂದ ಉಕ್ಕುವ ನೀರಂತೂ ಮರಳುವ ಬಿಸಿ, ಅಪ್ಪ ಕಟ್ಟಿಸಿದ್ದಲ್ಲವೆ ಈ ಚಚ್ಚೌಕದ ಕಟ್ಟೆ. ಅದಕ್ಕೆ ಹರಿಯುವ ಬೆರಳುಗಾತ್ರದ ಸುಡು ಸುಡು ನೀರಿನ ಈ ಕಾಲುವೆ. ಹದವಾಗಿ ಹಿತವಾಗುವ ಬಿಸಿ ಎಂದು ಕುಳಿತವನು ಕಾಲು ನೀಡಿಕೊಳ್ಳುವಾಗ ನೀರಿನೊಳಗೆ ಆಯತಪ್ಪಿ ಜಾರಿ, ಹಣೆಯ ತನಕ ಮುಳುಗಿ ಸರಕ್ಕನೆ ನೆಟ್ಟಗಾಗಿ, ಯಾಕೆ ಹೀಗಾಯಿತು ಎಂದೂ ಇಲ್ಲದ್ದು, ಯಾವ ಸೂಚನೆ ಇದು? ಮುಳುಗಿದೆ, ಆದರೆ ಎದ್ದೂ ಬಿಟ್ಟೆ, ಅಂದರೆ ಯಾವುದಾದರೂ ಕೇಡುಬಂದರೂ ತಕ್ಷಣ ಪರಿಹಾರವಾಗುತ್ತೆ ಎಂದು ಸುತ್ತ ಕತ್ತು ತಿರುಗಿಸಿ ಬೆಳದಿಂಗಳಿನಲ್ಲಿ ನಿಗೂಢ ಕಪ್ಪಗೆ ಕಾಣುವ ಬೆಟ್ಟಗಳ ಸಾಲನ್ನು ನೋಡುವಾಗ ಶಕುನಗಳ ಮೂಲವೆಲ್ಲ ಅಲ್ಲಿದೆ ಎನ್ನಿಸಿತು. ನೀರಿನ ಚುರುಕು ಹೆಚ್ಚಿದಂತಾಗಿ, 'ಬಿಸಿನೀರನ್ನು ತುಂಬ ಸಣ್ಣ ಮಾಡು, ಅಥವಾ ಸ್ವಲ್ಪ ಹೊತ್ತು ನಿಲ್ಲಿಸಿಯೇ ಬಿಡು.' ಎಂದು ಅಷ್ಟು ದೂರದಲ್ಲಿ ನಿಂತಿದ್ದ ಆಳಿಗೆ ಹೇಳಿಮುಗಿಸಿದಾಗ ಇನ್ನೂ ಕೊರೆಗಾಲದ ಆರಂಭವಲ್ಲವೇ ಎಂಬ ನೆನಪಾಯಿತು. ಈ ಬೆಟ್ಟ ಶಿಖರ ಕಾಡುಗಳಲ್ಲಿ ಏನಿದ್ದೀತು? ಅದೂ ಊರೊಳಗೆಲ್ಲ ಜನವಸತಿ, ಆಯಕಟ್ಟಿನಲ್ಲಿ, ದ್ವಾರಸ್ಥಾನಗಳಲ್ಲಿ ಸೈನಿಕರು. ಹುಲಿ ಕರಡಿ ತೋಳಗಳು ಮೇಲೆ ಬಿದ್ದರೂ ಕತ್ತಿಯಿಂದ ಸೀಳಿ, ಆನೆಯ ಮರ್ಮಸ್ಥಳಕ್ಕೆ ಹೊಡೆದು– ಕಾಡು ಅಂದರೆ ಇಷ್ಟೇ; ರಾತ್ರಿಯಲ್ಲಿ ಎಷ್ಟು ತಿರುಗಿಲ್ಲ ಯಾವ ಯಾವ ದೇಶಗಳ ಕಾಡುಮೇಡು ಗಳಲ್ಲೆಲ್ಲ, ಆದರೂ ಕತ್ತಲೆ ಅಲ್ಲ ಅರೆಗತ್ತಲೆಂದರೆ ಯಾಕೆ ನಿಗೂಢ ಭಯ, ಏನಿರುತ್ತದೆ ಅರೆಗತ್ತಲಿನಲ್ಲಿ, ಎಂದು ಯೋಚಿಸುವಾಗ ದೆವ್ವ ಭೂತ ಪಿಶಾಚಿಗಳ ನೆನಪಾಯಿತು. ಚಿಕ್ಕ ಮಗುವಿನಲ್ಲಿ ಅಮ್ಮ ಹೇಳುತ್ತಿದ್ದ ಕಥೆಯಲ್ಲಿ ಅವಳ ಜಾತಿಯವರ ಅನುಭವ, ಪೂರ್ತಿ ಕತ್ತಲಲ್ಲಿ ಕೈಲಿ ಸೂಡಿ ಹಿಡಿದು ಓಡಿಯಾಡುತ್ತೇವೆ. ದೆವ್ವ ಪಿಶಾಚಿಗಳು ಬೆಂಕಿಗೆ ಹೆದರಿ ಪರಾರಿ. ಆದರೆ ಅರೆಗತ್ತಲಿನಲ್ಲಿ, ಅದೂ ಬೆಳದಿಂಗಳಿನಲ್ಲಿ ಸೂಡಿ ಎಲ್ಲಿ ಹಿಡಿಯುತ್ತೇವೆ?, ಆದ್ದರಿಂದಲೇ; ಹುಡುಗ ರಗಳೆ ಮಾಡದೆ ಮಲಗಿ ನಿದ್ರಿಸಲಿ ಅಂತ ಹೇಳುತ್ತಿದ್ದಳೋ! ರಾಕ್ಷಸರೆಲ್ಲ ಕಾಡಿನಲ್ಲೇ ಇರುತ್ತಾರಲ್ಲ, ರಾತ್ರಿಯಲ್ಲೇ ಹೆಚ್ಚು ಚಟುವಟಿಕೆ, ಅಪ್ಪನ ಅರಮನೆಯನ್ನು ಸೇರಿಕೊಂಡ ಮೇಲೆ ಅವಳಿಗೂ ಕತ್ತಲೆ ಅಂದರೆ ಭಯ ಶುರುವಾಯಿತೋ ಎಂಬ ಅನು ಮಾನದೊಡನೆ ಬಂಜೆಯರಾದ ಇಬ್ಬರು ದೊಡ್ಡಮ್ಮಂದಿರ ನೆನಪು. ಒಡಹುಟ್ಟಿದವರಂತೆ ಇಬ್ಬರೂ, ಎಷ್ಟು ಗಾಬರಿ ನನ್ನನ್ನು ಕಂಡರೆ, ರಾಕ್ಷಸನಂತೆ ಕಾಣುತ್ತಿದ್ದೆನೆ ಹುಡುಗನಲ್ಲಿ? ನೆನಪನ್ನು ಕೆದಕಿಕೊಂಡ. ನನ್ನನ್ನು ಕಂಡರೆ ಕೊನೆತನಕವೂ ಹೆದರಿಕೊಂಡೇ ಇದ್ದರಲ್ಲ.

ರಾಕ್ಷಸ ಹೆಂಗಸಿನ ಹೊಟ್ಟೆಯಲ್ಲಿ ಹುಟ್ಟಿದಾಕ್ಷಣ ಏನಾಯಿತು! ಮುಖದ ನೆನಪು ಸ್ಪಷ್ಟವಾಗಿ ಬರುವುದಿಲ್ಲ, ಎಷ್ಟು ಕಲ್ಪಿಸಿಕೊಂಡರೂ ಹದಿನಾಲ್ಕು ವರ್ಷದ ಹುಡುಗನಲ್ಲವೆ, ಐವತ್ತೈದು ಐವತ್ತಾರು ವರ್ಷವಾಯಿತು, ಇನ್ನೆಂಥ ಕಲ್ಪನೆ ಸಾಧ್ಯ! ಆದರೂ ಅವರು ಹೇಳುತ್ತಿದ್ದ ಕಥೆಗಳು, ರಾಕ್ಷಸಯುದ್ಧ, ರೋಷ, ಪ್ರತೀಕಾರ, ಹಸಿಮರದ ಕೊಂಬೆಗಳನ್ನೇ ಮುರಿದು ಹೊಡೆಯುವ, ನೆಲಕ್ಕೆ ಕೆಡವಿ ಕಲ್ಲು ಗುಂಡಿನಿಂದ ತಲೆಬುರುಡೆಯನ್ನು ಒಳಗಿನ ಬಿಳಿ ಮಾಂಸ ಕಿಚಕ್ಕನೆ ಹೊರಟುಕೊಳ್ಳುವಂತೆ ಜಜ್ಜುವ, ಸಾಲಿಗೆ ನಿಲ್ಲಿಸಿ ಉರಿಮಾರಿಗೆ ರಕ್ತಬಲಿ ಕೊಡುವ, ಪ್ರತಿಸಲ ಕೇಳುವಾಗಲೂ ಮೈಯಲ್ಲಿ ಜುಂಗುಡಿತ, ಮತ್ತೆ ಮತ್ತೆ ಕೇಳುವ ಆಶೆ. ಇತ್ತೀಚೆಗೆ ರಾಕ್ಷಸ ಜನರೇ ಇಲ್ಲವಲ್ಲ ನಮ್ಮ ಮಗಧದ ಬೆಟ್ಟಗುಡ್ಡ ಕಾಡುಗಳಲ್ಲಿ. ಅಪ್ಪ ರಾಕ್ಷಸ ಹೆಂಗಸನ್ನು ಒಲಿದು ಪ್ರೀತಿಸಿ, ಎಷ್ಟೊಂದು ಆತ್ಮೀಯತೆ ಅಮ್ಮನನ್ನು ಕಂಡರೆ, ಗಂಡುಮಗನನ್ನು ಕೊಟ್ಟಳು ಅಂತ ಮಾತ್ರವಲ್ಲ, ಮಗನಿಗೆ ಕೂಡ ಅವಳ ಹೆಸರನ್ನು ಸೇರಿಸಿ ನಾಮಕರಣ ಮಾಡುವಷ್ಟು ಅಕ್ಕರೆ; ಆದರೆ ಅವಳ ಕುಲದ ಒಬ್ಬೊಬ್ಬರನ್ನೂ ಹುಲಿಕಿರುಬಗಳಂತೆ ಬೇಟೆಯಾಡಿ ಕೊಂದು ಚರ್ಮ ಸುಲಿಸಿ, ಇದೆಂತಹ ರಾಕ್ಷಸ ದ್ವೇಷ! ಬೃಹದ್ರಥನೆಂದರೆ ರಾಕ್ಷಸ ಕುಲ ಮಾತ್ರವಲ್ಲ ಇಡೀ ರಾಜ್ಯ ನೆರೆ ರಾಜ್ಯಗಳೆಲ್ಲ ಹೆದರಿ ನಡುಗಿ ಅಪ್ಪ ಅಂದರೆ ಗಂಡು, 'ತಣ್ಣಗಾಗುತ್ತಿದೆ. ಸ್ವಲ್ಪ ಬಿಸಿನೀರು ತಿರುಗಿಸು.' ಅದೇ ಪೂರ್ವದ ವಿಪುಲಗಿರಿಯ ಆಚೆಯ ಕಾಡಿನಲ್ಲಿ ಅಮ್ಮ ಒಬ್ಬಳೇ ಸಿಕ್ಕಿದಳಂತೆ. ಸುಮ್ಮನೆ ಬಿಟ್ಟಾಳೆಯೇ, ಬಾಣ ಹೊಡೆದು ಕಲ್ಲು ಗುಂಡುಗಳನ್ನು ತೂರಿ, ಕೈಲಿದ್ದ ಕತ್ತಿಯಿಂದ ಕತ್ತರಿಸಿ ಹಾಕದೆ ಅಪ್ಪ ಅವಳೊಡನೆ ಬಾಹುಯುದ್ಧಕ್ಕೆ ಯಾಕೆ ನಿಂತ? ಅವಳೂ ಇವನನ್ನು ಸೆಣೆಸಿ ಕಾದಿ ಕೊನೆಗೆ ಸುಸ್ತಾಗಿ ಸೋತವನು ಅಪ್ಪನೇ ಅಂತೆ. ಅವನ ಎದುರಿಗೆ ಕೂತು ನನ್ನನ್ನು ತಬ್ಬಿಕೊಂಡು ಹೇಳುವಾಗ ಅವಳ ಎದೆ ಎಷ್ಟು ಉಬ್ಬುತ್ತಿತ್ತು. ಅಪ್ಪನ ಮುಖದಲ್ಲಿ ಎಂತಹ ಗೆಲುವು! 'ಬಿಸಿನೀರನ್ನು ಸ್ವಲ್ಪ ಕಡಮೆ ಮಾಡು.' ಮಾಡಿಕೊಂಡರೆ ರಾಕ್ಷಸ ಹೆಂಗಸನ್ನೇ ಮದುವೆಯಾಗಬೇಕು, ನನ್ನಂಥ ಮಗ ಹುಟ್ಟಬೇಕೆಂದಿದ್ದರೆ ಎಂದು ನೀರಿನೊಳಗೆ ಅಸ್ಪಷ್ಟವಾಗಿ ಕಾಣುವ ತನ್ನ ದೊಡ್ಡ ದೇಹವನ್ನು ನೋಡಿಕೊಳ್ಳುವಾಗ ನನ್ನ ಮದುವೆಯಾಗುವ ವೇಳೆಗಾಗಲೇ ಈ ದೇಶಗಳಲ್ಲಿ ರಾಕ್ಷಸರ ಹುಟ್ಟೇ ಇಲ್ಲದಂತೆ ಮಾಡಿಬಿಟ್ಟಿದ್ದನಲ್ಲ ಅಪ್ಪ, ತಪ್ಪು ಕೆಲಸ ಮಾಡಿದ, ತಪ್ಪು ಕೆಲಸ ಮಾಡಿದ. ಹಾವನ್ನು ಕೂಡ ಉಳಿಸಬೇಕು, ಔಷಧಕ್ಕೆ ಬೇಕಾಗುತ್ತದೆ ಎಂಬುದು ಅವನಿಗೆ ತಿಳಿಯಲೇ ಇಲ್ಲವೇನೋ. ಆಹಾ ಹುಟ್ಟಿಬಿಟ್ಟ ಸಹದೇವ, ಆರ್ಯ ಕ್ಷತ್ರಿಯ ಹೆಂಡತಿಯ ಹೊಟ್ಟೆಯಲ್ಲಿ ನನ್ನ ಮಗ, ಆನೆಯ ಹೊಟ್ಟೆಯಿಂದ ಲದ್ದಿ ಬಿದ್ದಂತೆ. ನೀರಿನೊಳಗೇ ಮುಂಗಾಲಿನ ಕೊಳೆಯನ್ನು ಕೆರೆದುಕೊಳ್ಳತೊಡಗಿದ.

ದೀಪದ ಬೆಳಕಿನಲ್ಲಿ ಊಟ ಮಾಡುವಾಗ ಎದುರಿಗೇ ಕುಳಿತಿದ್ದ ಅಸ್ತಿ ಎಂದಳು: 'ಒಂದಾದ ಮೇಲೆ ಒಂದರಂತೆ ಐದು ಸಲ ಆಕಳಿಸಿದೆ. ಊಟವೇ ಒಳಗೆ ಹೋಗುತ್ತಿಲ್ಲ ನಿನಗೆ.'

ಅವಳ ತಂಗಿ ಪ್ರಾಪ್ತಿ ತಕ್ಷಣ ಅಡ್ಡ ಹಾಕಿದಳು: 'ಕೂತಾಗಿನಿಂದ ಎಣಿಸಿಕೊಳ್ಳುತ್ತಿದೀನಿ. ಅಪ್ಪ ಒಟ್ಟು ಮೂವತ್ತಾರು ಸಲ ಆಕಳಿಸಿದ. ಕಣ್ಣಿನಲ್ಲಿ ನಿದ್ದೆ ಎಳೆಯುತ್ತಿದೆ.'

'ತಪ್ತಕುಂಡದಲ್ಲಿ ಸ್ನಾನಮಾಡಿದರೇ ಹಾಗೆ. ಮೇಲೆ ಎದ್ದ ಎರಡು ಘಳಿಗೆಯಾದರೂ ಬೆವರು ಸುರಿಯುತ್ತದೆ. ಇವತ್ತು ಅದೆಷ್ಟು ಹೊತ್ತು ಕೂತಿದ್ದೆ ಬಿಸಿನೀರಿನಲ್ಲಿ!'

ಅವನು ಸಾಕೆಂದರೂ ಈ ಇಬ್ಬರು ವಿಧವೆ ಹೆಣ್ಣುಮಕ್ಕಳು ತುಂಬ ತುಂಬ ಅರೆಬೆಂದ ಮಾಂಸದ ಪಲ್ಯ ಬಡಿಸಿ ತಿನ್ನಿಸಿದರು. ಅದರಿಂದ ಸೋರಿ ಹರಿಯುವ ಅದರದೇ ರಸ. ಗಂಡ ಕಂಸನನ್ನು ಕಳೆದುಕೊಂಡು ತೌರು ಸೇರಿದ ಮೇಲೆ ಇಬ್ಬರೂ ತಮ್ಮ ತಾಯಿ ಇಲ್ಲದ ಅಪ್ಪನಿಗೆ ದಿಕ್ಕಾಗಿದ್ದರು. ಮತ್ತೊಮ್ಮೆ ಆಕಳಿಕೆ ಬಂದಾಗ ಇನ್ನು ಊಟ ಸಾಕೆಂದು ಅವನು ಮೇಲೆ ಏಳುವುದರಲ್ಲಿದ್ದ. ಅಷ್ಟರಲ್ಲಿ ಏನೋ ದೊಡ್ಡದಾಗಿ ಸದ್ದುಮಾಡಿಕೊಂಡು, ಚೈತ್ಯಕ ಶಿಖರದ ಕಡೆ ಅಲ್ಲವೇನೇ ಮಗು? ದೊಡ್ಡ ಲೋಹಪಾತ್ರೆ ಬಂಡೆಯ ಮೇಲೆ ಬಿದ್ದ, ಹೌದು ಅರಮನೆಗೆ ಕೇಳುವಂತೆ ಇಷ್ಟು ದೊಡ್ಡ ಸದ್ದುಮಾಡುವ ಯಾವನವನು, ಚರ್ಮ ಸುಲಿಸಬೇಕೇನು, ಎಂದು ಗಟ್ಟಿಯಾಗಿ ಕೂಗಿದ ತಕ್ಷಣ ಅಳು ಕಾಣಿಸಿಕೊಂಡು, ಹೋಗಿ ನೋಡಿ ಬರಲು ಅನುಮತಿಗಾಗಿ ಕಾದು ನಿಂತ. ಒಂದು ನಿಮಿಷವಾದರೂ ಅನುಮತಿ ಬರದಿದ್ದುದರಿಂದ ತಾನೇ ಓಡಿಹೋದ. ಮತ್ತೊಮ್ಮೆ ಹಿಗ್ಗಲಿಸಿಕೊಂಡು ಬಂದ, ಏನು ಹಾಳು ಆಕಳಿಕೆ ಇದು, ಮಗು ಪ್ರಾಪ್ತಿ, ನಾನು ಮಲಗಿಬಿಡುತ್ತೇನೆ ಎಂದು ಮಹಡಿಯ ಮೆಟ್ಟಿಲು ಹತ್ತತೊಡಗಿದಾಗ ಮಂಡಿ ಮೀನುಖಂಡಗಳ ನೋವು ಸ್ವಲ್ಪ ಕರಗಿದ್ದಂತೆ ಕಂಡಿತು. ಎರಡನೆಯ ಮಗಳು ಪ್ರಾಪ್ತಿ ಹೆಂಡ ತುಂಬಿದ ದೊಡ್ಡ ಮೊಗೆಯನ್ನು ಕೈಗೆ ಕೊಟ್ಟು, 'ಸ್ವಲ್ಪ ಜಾಸ್ತಿಯೇ ಇದೆ. ಚನ್ನಾಗಿ ನಿದ್ದೆ ಮಾಡು, ಬೆಳಗಾಗುವ ಹೊತ್ತಿಗೆ ಮೈ ಕೈ ಎಲ್ಲ ಒಣಗಿದ ಹತ್ತಿಯಂತೆ ಹಗುರವಾಗುತ್ತದೆ' ಎಂದು ಎದುರಿಗೇ ಕುಳಿತಳು. ನಿಮ್ಮದು ಊಟವಾಗಿಲ್ಲವಲ್ಲ? ಅಪ್ಪ ಆಕ್ಷೇಪಿಸಿದರೂ ಏಳಲಿಲ್ಲ.

ಮೊಗೆ ಅರ್ಧಖಾಲಿಯಾಗಿದ್ದಾಗ ಕೆಳಗಿನಿಂದ ಸೇವಕ ಕೂಗಿಕೊಂಡ: 'ಮಹಾರಾಜ, ಅಪಶಕುನವಾಗಿದೆ. ಚೈತ್ಯಕಗಿರಿಯ ಮೇಲೆ ಕಟ್ಟಿದ್ದ ಮೂರು ನಗಾರಿಗಳ ಚರ್ಮವನ್ನೂ ಚೂರು ಚೂರಾಗಿ ಕುಯ್ದು ನಗಾರಿಗಳನ್ನು ಅಷ್ಟು ಎತ್ತರದಿಂದ ಕೆಳಗಿನ ಬಂಡೆಯ ಮೇಲೆ ಎಸೆದಿದ್ದಾರೆ. ಮೂರು ಜನ ಆಗಂತುಕರು.'

ಅಪಶಕುನವೆಂಬ ವ್ಯಾಖ್ಯೆಯೊಡನೆಯೇ ವರದಿಯನ್ನಾರಂಭಿಸಿದ ಸೇವಕನ ಮೇಲೆ ಜರಾಸಂಧನಿಗೆ ಕುದಿಯುವ ಸಿಟ್ಟು ಬಂತು. ಆದರೆ ಅದು ಅಪಶಕುನವೇ ನಿಜವೆಂಬ ಭಾವನೆ ಮನಸ್ಸನ್ನು ಆವರಿಸಿಕೊಂಡುಬಿಟ್ಟಿತು. ತನ್ನ ತಂದೆ ಬೃಹದ್ರಥನು ನರಮಾಂಸದ ರುಚಿಗೆ ಪಕ್ಕಾಗಿದ್ದ ಒಂದು ರಾಕ್ಷಸ ಗುಂಪನ್ನು ಬೇಟೆಯಾಡಿ ಜೀವಂತ ಅಷ್ಟೂ ಜನರ ಚರ್ಮ ಸುಲಿಸಿ ಹದ ಮಾಡಿ ಈ ಮೂರು ದೊಡ್ಡ ತಾಮ್ರದ ನಗಾರಿ ಮಾಡಿಸಿ ಈ ಚೈತ್ಯಕ ಶಿಖರದ ಮೇಲೆ ಒಲೆಯ ಗುಪ್ಪೆಯಾಕಾರದಲ್ಲಿ ಕಟ್ಟಿಸಿ ದಿನಾ ಬೆಳಗ್ಗೆ ಸಂಜೆ ನಡು ರಾತ್ರಿ ಮೂರು ಸಲ ಡಗ್ಗಡಗ್ಗಡಗ್ಗ ಎಂದು ಬಡಿದಾಗ ಪ್ರಜಾಸಮಸ್ತರ ಎದೆಯೊಳಗೆ ಶರಣಾಗತಿಯ ಬಡಿತ ಹುಟ್ಟಿ, ರಾಜಶಕ್ತಿಯನ್ನು ಮೊಳಗುವ ನಗಾರಿಗಳನ್ನು ಮಾಡಿಸಿ ಎಷ್ಟು ವರ್ಷ, ನಾನು ಅದೇ ವರ್ಷ ಹುಟ್ಟಿದೆನಂತೆ. ಅಷ್ಟು ವರ್ಷದಿಂದ ಚಳಿಗಾಲ ಶಖೆ ಗಾಲಗಳೆರಡರಲ್ಲೂ ಒಂದೇ ಸಮನೆ ದಿನಕ್ಕೆ ಮೂರು ಸಲ ಡಗ್ಗಡಗ್ಗಡಗ್ಗ. ಮಳೆಯಲ್ಲಿ

ನೆನೆಯದಂತೆ ಅದರ ಮೇಲಿದ್ದ ಗೋಪುರ.

'ಹಿಡಿದು ಅವರ ಚರ್ಮ ಸುಲಿಸಲಿಲ್ಲವೇನು? ಎಳೆತನ್ನಿ ಇಲ್ಲಿ. ಕದ್ದು ಓಡಿಯಾರು ಕತ್ತಲೆ, ಅಲ್ಲ ಅರೆಗತ್ತಲಿನ ಬೆಳದಿಂಗಳಿನಲ್ಲಿ.' ಜರಾಸಂಧ ಗುಡುಗಿದ. ಮೂರು ಜನರ ಚರ್ಮ ಒಂದು ನಗಾರಿಗಾದರೂ ಪೂರ್ತಿ ಸಾಲುತ್ತದೋ ಇಲ್ಲವೋ ಎಂಬ ಪ್ರಶ್ನೆ ಎದ್ದು, 'ಅವರ ಉದ್ದ ಅಗಲ ಎಷ್ಟಿದೆ?'

'ಮಬ್ಬಿನಲ್ಲಿ ಸರಿಯಾಗಿ ಕಾಣಲಿಲ್ಲ. ಇಬ್ಬರು ಸರಿಯಾದ ಮೈಕಟ್ಟಿನವರು. ಮೂರನೆ ಯವನು ಮಾತ್ರ ನಿನಗಿಂತ ಎತ್ತರ, ಇನ್ನೂ ಅಗಲದ ಭುಜಕಟ್ಟು. ಮೂವರೂ ಬ್ರಾಹ್ಮಣ ವಟುಗಳು.'

'ಹಿಡಿದು ತರಲಿಲ್ಲ ಯಾಕೆ?'

'ಕಾವಲುಗಾರ ಒಬ್ಬನೇ ಇದ್ದ. ಮಹಾರಾಜನನ್ನು ಕಾಣಬೇಕು, ಕರೆದೊಯ್ಯಿ ಅಂತ ಅವರೇ ಇತ್ತ ಹೊರಟರು. ಇನ್ನೇನು ಇಲ್ಲಿಗೆ ಬರಬಹುದು.'

ಜರಾಸಂಧನಿಗೆ ಬರೀ ಆಶ್ಚರ್ಯವಲ್ಲ, ಗೊಂದಲ, ಆತಂಕ. ನನ್ನನ್ನು ಕಾಣಬರುವವರು ನಗರದ್ವಾರದಿಂದ ಬರದೆ, ಎಲ್ಲಿಂದ ಬಂದರೋ, ನಗಾರಿಗಳನ್ನೇಕೆ ಒಡೆದು, ಕಳವಳ ತುಂಬಿಕೊಂಡಿತು. ಸ್ವಲ್ಪ ಹೊತ್ತಿಗೆ, ಇಕೋ, ಬಂದರು. ಮುಂದಿನವನು ಎಲ್ಲೋ ನೋಡಿ ದಂತಿದೆ. ಸ್ವಲ್ಪ ಕಪ್ಪು ಛಾಯೆಯ ಆಕರ್ಷಕ ಮುಖ. ನಡುವಿನದು ಬಲು ಸುಂದರ. ತೀರ ಹಿಂದಿನವನ ನೋಡಿದರೇ ಪ್ರೀತಿ ಉಕ್ಕುವಂತಹ ಆಕಾರ ಎತ್ತರದ ಮೈಕಟ್ಟು. ಉದ್ದನೆಯ ವಸ್ತ್ರ ಉಟ್ಟು, ಮೇಲುವಸ್ತ್ರ, ಕೊರಳಿಗೆ ಹೂವಿನ ಹಾರ, ಹಣೆಗೆ ಚಂದನದ ಪಟ್ಟೆ, ಹಿಂದಕ್ಕೆ ಇಳಿಬಿಟ್ಟ ಉದ್ದ ಕೂದಲು. ಧೀರ ನಡಿಗೆ.

'ಜರಾಸಂಧ ಮಹಾರಾಜನಿಗೆ ಆಶೀರ್ವಾದ. ವಿಶ್ರಾಂತಿಯ ವೇಳೆಯಲ್ಲಿ ಬಂದದ್ದಕ್ಕೆ ಸಂಕೋಚವಾಗುತ್ತದೆ. ಸ್ನಾತಕರಿಗೆ ತಕ್ಕ ರೀತಿಯಲ್ಲಿ ಇವರಿಬ್ಬರಿಗೂ ಸತ್ಕಾರವಾಗಬಹುದು. ಆದರೆ ಬಂದ ವಿಷಯವಾಗಿ ನಿನ್ನೊಡನೆ ಮಾತುಕತೆಯಾಗುವ ತನಕ ನಾವು ಯಾವ ಸತ್ಕಾರವನ್ನೂ ಸ್ವೀಕರಿಸುವುದಿಲ್ಲ. ನಡುರಾತ್ರಿಯಲ್ಲಿ, ಎಂದರೆ ಇರುಳಿನ ಪೂರ್ವಭಾಗ ಉತ್ತರಭಾಗಗಳು ಸಂಧಿಸುವ ಸಮಯದಲ್ಲಿ ಮಾತ್ರ ಇವರು ಬಾಯಿ ತೆಗೆದು ಮಾತನಾಡು ವುದು. ಆದ್ದರಿಂದ ಸದ್ಯಕ್ಕೆ ನೀನು ವಿಶ್ರಾಂತಿ ಪಡೆಯಬಹುದು. ನಡುರಾತ್ರಿಯಲ್ಲಿ ನೀನು ಇಲ್ಲಿಗೆ ಬಂದರೆ ಅಥವಾ ನಮ್ಮನ್ನು ನೀನಿರುವಲ್ಲಿಗೆ ಕರೆದೊಯ್ದರೆ ಮಾತನಾಡೋಣ. ಅಲ್ಲಿಯವರೆಗೆ ನಾವು ಇಲ್ಲಿ ಕುಳಿತಿರಬಹುದೊ? ನಮಗೆ ದರ್ಭಾಸನ ಬೇಕು.'

ಮಲಗಿದರೆ ನಿದ್ದೆ ಬರಲಿಲ್ಲ. ಅವರು ಕೆಳಗೆ ತೊಟ್ಟಿಯ ಜಗುಲಿಯ ಮೇಲೆ ದರ್ಭೆಯ ಚಾಪೆಗಳ ಮೇಲೆ ಪದ್ಮಾಸನದ ಭಂಗಿಯಲ್ಲಿ ಕುಳಿತಿದ್ದಾರೆ ಸಾಲಿಗೆ ಗೊಂಬೆಗಳಂತೆ. ಯಾರಿರಬಹುದು? ಪೂರ್ಣ ಪದ್ಮಾಸನವಲ್ಲ. ಆ ದೈತ್ಯನ ತೊಡೆ ಮೀನುಖಂಡಗಳಂತೂ ಪದ್ಮಾಸನಕ್ಕೆ ಒಳಪಡುವುದೇ ಇಲ್ಲ. ಉಳಿದವರದು ಕೂಡ ಬ್ರಾಹ್ಮಣರಂತೆ ಒಣಕಲು ಮೈ ಕಟ್ಟಲ್ಲ. ಮಧ್ಯರಾತ್ರಿಯ ತನಕ ಮಾತನಾಡದಿರುವ ಯಾವ ವ್ರತವಿರಬಹುದು. ಹೊರಳಿ ಕಣ್ಣು ಮುಚ್ಚಿದಾಗ, ನಡುರಾತ್ರಿಯನ್ನೇ ಕಾಯುವ ಇವರೇನಾದರೂ ಭೈರವೋಪಾಸಕರೇ

ಎಂಬ ಅನುಮಾನ ಬಂತು. ಆಗಿದ್ದಲ್ಲಿ ನನ್ನ ಮಾರ್ಗದವರೇ ಎನ್ನಿಸಿ ಆತ್ಮೀಯ ಭಾವ ಉಂಟಾಯಿತು. ಜೊತೆಗೆ ಭಯವೂ ಆಯಿತು. ನರಬಲಿ ಕೊಡುವವರಾದರೆ ನನ್ನನ್ನೇ ಹಿಡಿದು ಕೊಡುವ ಉದ್ದೇಶದಿಂದ, ಕೆಳಗೆ ಕಾವಲುಗಾರರು ಕಣ್ಣಿಟ್ಟೇ ಇದ್ದಾರೆ ಎಂಬ ಅರಿವಿದ್ದರೂ, ಅವನು ಎದ್ದು ತನ್ನ ಶಯ್ಯಾಗಾರದಿಂದ ಬಗ್ಗಿ ಇಣಿಕಿ ನೋಡಿದ. ಬಲಿ ತೆಗೆದುಕೊಳ್ಳಲು ಶ್ಮಶಾನದಲ್ಲಿ ಮಾಡಿ ನಿಲ್ಲಿಸಿರುವ ಮೂರ್ತಿಗಳಂತೆ ಕೂತಿದ್ದಾರೆ ಮೂವರೂ. ರೆಪ್ಪೆಯನ್ನಾದರೂ ಆಡಿಸುತ್ತಿದ್ದಾರೋ ಇಲ್ಲವೋ, ಕುಳಿತ ಭಂಗಿ ಆಸನಗಳನ್ನು ಸ್ವಲ್ಪವಾದರೂ ಬದಲಿಸಿದಂತೆ ಕಾಣುವುದಿಲ್ಲ. ನಗಾರಿಯ ಚರ್ಮವನ್ನೇಕೆ ಕುಯ್ದು ಚೂರುಚೂರು ಮಾಡಿ ತಾಮ್ರದ ದಬ್ಬವನ್ನು ಮೇಲಿನಿಂದ ಎಸೆದರು ಜಜ್ಜಿಹೋಗುವಂತೆ? ಇಂದಿನಿಂದ ನಗಾರಿಯ ಬಡಿತವಿಲ್ಲ. ಜನಗಳ ಮನಸ್ಸಿನಲ್ಲಿ.....ಎಂದು ಹಿಂತಿರುಗಿ ಮಲಗಿದಾಗ, ಯಾಕೆ ಬಂದಿರ ಬಹುದು ಇವರು ಎಂಬ ಅದೇ ಪ್ರಶ್ನೆ ಹೊಸ ಆತಂಕ ಹೊಸ ಉದ್ವೇಗ ಹೊಸ ತಳಮಳ ಗಳನ್ನು ಹುಟ್ಟಿಸಿತು. ಕೆಳಗೆ ಹೋಗಿ ಈಗಲೇ ಹೇಳಿಬಿಡಿ ಎನ್ನುವ ತವಕ. ನಡುರಾತ್ರಿಯತನಕ ಬಾಯಿ ಬಿಡದಿರುವುದು ಇವರ ವ್ರತ ಅಂದರೆ ಅವನು ಎಂಬ ಸಂದೇಹ. ತಮ್ಮದೇನೋ ಕೆಲಸವಿದೆ, ಬಂದಿದ್ದಾರೆ, ತೆವಲಿದ್ದರೆ ನಡುರಾತ್ರಿಗೆ ನನಗೆ ಹೇಳಿ ಕಳಿಸಲಿ; ನಾನು ಮಲಗಿ ನಿದ್ರಿಸುತ್ತೇನೆ, ಮನಸ್ಸನ್ನು ಗಟ್ಟಿ ಮಾಡಿಕೊಂಡು ಹಿಂತಿರುಗಿ ಬೆಚ್ಚಗೆ ಹೊದೆದು ಮಲಗಿದರೆ ಕಣ್ಣು ಹೊತ್ತುವುದಿರಲಿ, ಒಮ್ಮೆಯೂ ಆಕಳಿಕೆ ಬರುವುದಿಲ್ಲ, ಕಣ್ಣು ಮುಚ್ಚಿ ಎಷ್ಟೇ ಪ್ರಯತ್ನಿಸಿ ದರೂ, ಬರುವುದಿಲ್ಲವೆಂದು ತನಗೇ ಗೊತ್ತಿರುವಾಗ ಪ್ರಯತ್ನಪಡುವುದು ವ್ಯರ್ಥವೆನ್ನಿಸಿ ಮೇಲೆ ಎದ್ದು ಕಿಟಕಿಯಿಂದ ಹೊರಗೆ ನೋಡತೊಡಗಿದ. ಬೆಳದಿಂಗಳು ಕಡಮೆಯಾಗುತ್ತಿದೆ. ಸುತ್ತುವರಿದ ಶಿಖರಸಾಲುಗಳು ಕ್ಷಣಕ್ಷಣಕ್ಕೆ ನಿಗೂಢವಾಗುತ್ತಿವೆ. ನಡುರಾತ್ರಿ ಎಂದರೆ ನಿಗೂಢತೆಯು ಹೆಪ್ಪುಗಟ್ಟುವ ವೇಳೆ. ಇನ್ನೂ ಎಷ್ಟು ಹೊತ್ತಿದೆಯೋ, ಸಹದೇವ ಮಲಗಿರು ತ್ತಾನೆಯೆ? ನಗಾರಿಯ ದಬ್ಬ ಬಿದ್ದ ಸದ್ದು ಅವನಿಗೆ ಕೇಳಿಲ್ಲವೆ? ಕೇಳಿದ್ದರೂ ಒಮ್ಮೆ ಮೈ ಮುರಿದು ಮಲಗುವ ಜಾತಿ ಅದು, ಲದ್ದಿ. ಇದ್ದಕ್ಕಿದ್ದಂತೆಯೇ ಶಿಶುಪಾಲನ ನೆನಪು ಬಂತು. ಯಾರೂ ಧರ್ಮಘೋಷನ ಮಗ ಅನ್ನುವುದೇ ಇಲ್ಲ. ಜರಾಸಂಧನ ಸಾಕುಮಗ ಅನ್ನುತ್ತಾರೆ. ಧೈರ್ಯ ಅಂದರೆ ಅವನು. ಅವನಾದರೂ ನನ್ನ ಹೊಟ್ಟೆಯಲ್ಲಿ ಹುಟ್ಟಬಾರ ದಾಗಿತ್ತೆ? ಯಾದವ ಮೂಲದವಳಂತೆ ಅವನ ಅಮ್ಮ. ಇತ್ತ ಬಂದು ಎಷ್ಟು ದಿನವಾಯಿತು ಅವನು? ಅತ್ತ ಉತ್ತರ ದಿಕ್ಕಿನಲ್ಲಿ ಕುರುಮನೆತನದ ಪಾಂಡುಪುತ್ರರು ತುಂಬ ಬಲವಾಗು ತ್ತಿದ್ದಾರೆ. ಅವರ ಮೇಲೆ ಕಣ್ಣಿಟ್ಟಿರಬೇಕು ಅಂದಿದ್ದ ಹೋದ ಸಲ ಬಂದಿದ್ದಾಗ. ಈ ಕತ್ತೆ ಸಹದೇವನಿಗೆ ಏನೂ ತಿಳಿಯುವುದಿಲ್ಲ, ಕ್ಷತ್ರಿಯಸಹಜವಾಗಿ ಸುಖಪಡುವುದು ಕೂಡ ಎಂದುಕೊಳ್ಳುವಾಗ, ಕಿಟಕಿಯಾಚೆಗೆ ಏರಿ ಏರಿ ಸುತ್ತುವರಿದಿದ್ದ ಶಿಖರಸಾಲು ಇನ್ನೂ ಕಪ್ಪಾಗುತ್ತಿತ್ತು. ಎಷ್ಟು ಹೊತ್ತಾಯಿತೋ, ಬೆಳದಿಂಗಳು ಕರಗಿ ಪೂರ್ತಿ ಕತ್ತಲು ತುಂಬಿ ಕೊಂಡಿದೆ. ಯಾವ ತಿಥಿ ಇವತ್ತು ಎಂದುಕೊಳ್ಳುತ್ತಾ ತನ್ನ ಮಲಗುವ ಅಟ್ಟದ ಮೇಲೆ ದೊಡ್ಡ ದೊಡ್ಡ ಹೆಜ್ಜೆ ಹಾಕಿ ಅತ್ತಿಂದಿತ್ತ ಇತ್ತಿಂದತ್ತ ತಿರುಗಾಡತೊಡಗಿದ. ದೀಪದ ಉರಿಯಲ್ಲಿ ತನ್ನ ನೆರಳಿನ ಗಾತ್ರ ಆಕಾರಗಳು ಹೆಜ್ಜೆಹೆಜ್ಜೆಗೂ ಬದಲಾಯಿಸುತ್ತಿರುವುದನ್ನು ಕಂಡು

ಮತ್ತೆ ಕೆಳಗೆ ಕುಳಿತಿದ್ದ ಆಗಂತುಕರ ನೆನಪು ಬಂತು. ತಡೆಯಲಾಗಲಿಲ್ಲ. ಚಪ್ಪಾಳೆ ತಟ್ಟಿದ. ಅಟ್ಟದ ಮೆಟ್ಟಲಿನಲ್ಲೇ ನಿಂತಿದ್ದ ಸೇವಕ ಪೂರ್ತಿ ಮೇಲೆ ಬಂದು ನಿಂತ.

'ಏನು ಮಾಡುತ್ತಿದಾರೆ ಅವರು?'

'ಹಾಗೆಯೇ ಕುಳಿತಿದ್ದಾರೆ ಶ್ಮಶಾನದ ಗೊಂಬೆಗಳಂತೆ. ದೀಪದ ಬೆಳಕಿನಲ್ಲಿ.'

'ನಡುರಾತ್ರಿಯಾಗಿಲ್ಲವೆ ಅವರಿಗೆ?'

'ಕೇಳ್ತೀನಿ.'

ಬೇಡ ಎನ್ನಲು ಮನಸ್ಸು ಬರಲಿಲ್ಲ. ಕೆಳಗಿಳಿದು ಹೋದ ಸೇವಕನ ಧ್ವನಿ ತನಗೂ ಕೇಳಿಸಿತು. ಮೇಲೆ ಬಂದ ಅವನು, 'ಈಗ ಮಾತನಾಡುತ್ತಾರಂತೆ' ಎಂದು ನಿವೇದಿಸಿದ.

ಅವರು ಹಾಗೆಯೇ ಕುಳಿತಿದ್ದರು. ಎದುರಿಗೆ ತನ್ನ ರಾಜತ್ವಕ್ಕೆ ತಕ್ಕಂತೆ ಎತ್ತರವಾದ ಪೀಠ, ಅದರ ಮೇಲೆ ಚಿತ್ತಾರದ ಕಂಬಳಿ ಹಾಕಿಸಿಕೊಂಡು ಕುಳಿತು ಜರಾಸಂಧ ಕೇಳಿದ: 'ನಿಮ್ಮ ವಿಷಯದಲ್ಲಿ ಬಹಳ ಅನುಮಾನವಿದೆ. ಸ್ನಾತಕರೆನ್ನಿಸಿಕೊಳ್ಳುವ ನೀವು ಹೂಮಾಲೆ ಚಂದನಗಳನ್ನು ಹೇಗೆ ಧರಿಸಿದ್ದೀರಿ?'

'ಭೇಷ್ ಜರಾಸಂಧ,' ನಡುವೆ ಕೂತಿದ್ದ, ಮೊದಲು ಮಾತನಾಡಿದವನೇ ಈಗ ಉತ್ತರ ಕೊಟ್ಟ: 'ನಿನ್ನ ಆರ್ಯಸಂಪ್ರದಾಯದ ತಿಳಿವಳಿಕೆ ಮೆಚ್ಚತಕ್ಕದ್ದೇ. ಆದರೆ ನೀನು ಅರೆಆರ್ಯನಾದ್ದರಿಂದ ನಿನ್ನ ತಿಳಿವಳಿಕೆಯೂ ಅರ್ಧದಲ್ಲಿದೆ. ಕ್ಷತ್ರಿಯ ಸ್ನಾತಕರು ಹೂಮಾಲೆ ಚಂದನಗಳನ್ನು ಧರಿಸುತ್ತಾರೆ. ಬ್ರಾಹ್ಮಣರು ಇಲ್ಲ. ನೀನು ಗುರುಕುಲದಲ್ಲಿ ಅಧ್ಯಯನ ಮಾಡಿದ್ದರೆ ನೆನಪಿರುತ್ತಿತ್ತು.'

ಅವನು ಹೇಳಿದುದು ಸರಿಯೋ ತಪ್ಪೋ, ಆದರೆ ತನ್ನನ್ನು ಇಷ್ಟು ಸದರವಾಗಿ ಹೆಸರಿಟ್ಟು ಕೂಗಿ, ತಾನು ಗುರುಕುಲದಲ್ಲಿ ಕಲಿಯದ ಸಂಸ್ಕಾರಹೀನನೆಂಬುದನ್ನು ಧೈರ್ಯವಾಗಿ ಆಡಿದ ರೀತಿಗೆ ಅವನಿಗೆ ಅಗಾಧ ಕೋಪ ಬಂತು. ಆದರೆ ನಗಾರಿಯನ್ನು ಒಡೆದು ಈ ನಡುರಾತ್ರಿಯ ತನಕ ಕಾಯಿಸಿದ ಇವರ ಮೇಲೆ ಕೋಪ ತೀರಿಸುವ ಬಗೆ ತಿಳಿಯದೆ ತೊಡರುವಂತಾಯಿತು.

'ನೀವು ಯಾರು ಅನ್ನುವುದನ್ನು ಮೊದಲು ಹೇಳಿ,' ಅಪ್ಪಣೆ ಮಾಡಿದ.

'ಅದನ್ನು ತಿಳಿಯುವ ಮೊದಲು ಒಂದಂಶ ತಿಳಿದುಕೊ. ನಮ್ಮ ಸೈನ್ಯವು ಈ ರಾತ್ರಿಯಲ್ಲಿ ನಿನ್ನ ಈ ಗಿರಿವ್ರಜವನ್ನು ಸುತ್ತುವರಿದು ಆಯಕಟ್ಟಿನ ಜಾಗ ಆಕ್ರಮಿಸಿನಿಂತಿದೆ. ನಮ್ಮ ಸೈನ್ಯ, ಎಂದರೆ ಯಾರಯಾರದು ಗೊತ್ತೆ? ದ್ರುಪದ ಧೃಷ್ಟದ್ಯುಮ್ನರ ಸಂಚಲನದಲ್ಲಿ ಪಾಂಚಾಲ ಸೈನ್ಯ, ದ್ರೋಣಾಚಾರ್ಯರ ಸಂಚಲನದಲ್ಲಿ ಕೌರವ ಸೈನ್ಯ, ಬಲರಾಮನ ನಿರ್ದೇಶದಲ್ಲಿ ದ್ವಾರಕೆಯ ಯಾದವರದು, ಧರ್ಮಜನ ನೇತೃತ್ವದಲ್ಲಿ ಕೌರವ ವಂಶದ ಪಾಂಡವರದು, ಇತ್ತ ನಿನಗೆ ಹೆದರಿ ದಕ್ಷಿಣಕ್ಕೆ ಹೋಗಿದ್ದ ಶೂರಸೇನ, ಭದ್ರಕಾರ, ಬೋಧ, ಶಾಲ್ವ, ಪಟಂಚರ, ಸುಸ್ಥಲ. ಸುಕುಟ್ಟ, ಕುಲಿಂದ, ಕುಂತಿ, ಶಾಲ್ವಾಯನರ ಸೈನ್ಯಗಳು, ನೀನು ಸೆರೆ ಹಿಡಿದಿಟ್ಟಿರುವ ಎಂಭತ್ತಾರು ರಾಜರುಗಳ ಕಡೆಯ ಸೈನ್ಯ. ಉಳಿದ ವಿವರಗಳು ಬೇಡ. ನಡುರಾತ್ರಿಯಾಗಿ ಕತ್ತಲಿನಲ್ಲಿ ಸುತ್ತುವರಿದು ಆಯಕಟ್ಟಿನ ಜಾಗ ಹಿಡಿಯುವ

ತನಕ ಮಾತನಾಡುವುದಿಲ್ಲವೆಂದು ಹೇಳಿದೆವು.'

ನಗಾರಿ ಒಡೆದ ಶಕುನ ಜರಾಸಂಧನ ಮನಸ್ಸನ್ನು ತುಂಬಿಕೊಂಡಿತು: 'ನನ್ನ ಗುರುತು ಇನ್ನೂ ಆಗಲಿಲ್ಲವೆ ನಿನಗೆ?' ಆಗಂತುಕ ವಕ್ತಾರ ಕೇಳಿದ. ಅವನ ದೃಷ್ಟಿ ಜರಾಸಂಧನ ದೃಷ್ಟಿಯನ್ನೇ ಸಂಧಿಸಿ ಹಿಡಿದುಕೊಂಡಿತ್ತು. 'ನನ್ನನ್ನು ಸರಿಯಾಗಿ ನೋಡು' ಎಂದು ಮತ್ತೆ ಮೌನವಾಗಿ ಕುಳಿತ. ಒಳಗಿನಿಂದ ತಳಮಳ ಹುಟ್ಟಿದ ರಾಜನಿಗೆ ಗುರುತು ಸಿಕ್ಕುವುದು ಅಸಂಭವವೆಂದು ತಿಳಿದ ಆಗಂತುಕನೇ ಹೇಳಿದ: 'ನಾನು ಕೃಷ್ಣವಾಸುದೇವ. ಸಮಸ್ತ ಸೈನ್ಯವನ್ನೂ ಸುತ್ತುಗಟ್ಟಿಕೊಂಡು ನೀನು ಬಂದಾಗ ಯುದ್ಧ ಕೊಡದೆ ತಪ್ಪಿಸಿಕೊಂಡವನು. ಆಗ ನೀನು ಕೂಡಿಸಿದ್ದಷ್ಟು ಸೈನ್ಯವನ್ನೇ ಈಗ ಕೂಡಿಸಿಕೊಂಡು ಬಂದಿದ್ದೇನೆ. ದ್ರುಪದನ ಮನೆಯ ಸ್ವಯಂವರದಲ್ಲಿ ಕನ್ಯೆಯನ್ನು ಗೆದ್ದ ಬಿಲ್ಲುಗಾರ ಅರ್ಜುನ, ಚಪ್ಪರದ ಮುಖ್ಯ ಕಂಬವನ್ನು ಎಬ್ಬಿ ತೆಗೆದುಕೊಂಡು ಇಡೀ ಕ್ಷತ್ರಿಯ ಸಮೂಹದ ಮೇಲೆ ಎರಗಿದ ಭೀಮ ಇವರಿಬ್ಬರು.' ಜರಾಸಂಧನಿಗೆ ಈಗ ನೆನಪು ಹೊತ್ತಿತು. ಇಡೀ ಮದುವೆಯ ಚಪ್ಪರ ಒಮ್ಮೆಗೇ ಕುಸಿದು, ಹಾಂ, ಇವನ ಭುಜಶಕ್ತಿ, ಬರೀ ಮದುವೆ ಎಂದು ಸೈನ್ಯವಿಲ್ಲದೆ ಹೋದದ್ದೇ ತಪ್ಪಾಯಿತು ನಾವೆಲ್ಲ ಎಂಬ ನೆನಪಿನೊಡನೆ ಕಿವಿಯೊಳಗೆ ಸದ್ದು ನಿಲ್ಲುತ್ತಿರುವಾಗ ಕೃಷ್ಣವಾಸುದೇವ ಎಂದ: 'ಯಾವ ಶತ್ರುವಿಗೂ ಅಗಮ್ಯವೆಂದು ಈ ಬೆಟ್ಟಗಳ ನಡುವಿನ ನಿನ್ನ ನಗಾರಿಯ ಮೇಲೆ ವಿಶ್ವಾಸವಿಟ್ಟಿದ್ದೆಯಲ್ಲವೆ? ಈಗ ಇದೇ ನಗಾರಿ ನಿನ್ನಂಥ ಹೆಗ್ಗಣವನ್ನು ಹಿಡಿಯುವ ಬೋನಾಗಿದೆ. ಆದರೆ ನಾವು ಶುದ್ಧ ಕ್ಷತ್ರಿಯರು. ವಿನಾಕಾರಣ ನರಹತ್ಯೆ ಮಾಡುವವರಲ್ಲ. ನಿಜವಾದ ಆರ್ಯನು ಸೈನ್ಯಬಲದಿಂದ ಬೀಗಬಾರದು. ಸ್ವಂತ ತೋಳು ಬಲದಿಂದ ನಿಲ್ಲಬೇಕು. ಈಗ ಇಷ್ಟೆಲ್ಲ ಸೈನ್ಯ ಸುತ್ತುವರಿದಿದ್ದರೂ ಅದನ್ನು ಬಳಸದೆ ನಿನಗೇ ಒಂದು ಕ್ಷತ್ರಿಯ ಅವಕಾಶ ಕೊಡುತ್ತೇನೆ. ಸ್ವೀಕರಿಸುವೆಯ?'

ತನ್ನ ಗಟ್ಟಿ ಕಟ್ಟಡದ ತಳಹದಿಯು ನೆಲದೊಳಗಿನಿಂದ ಕಳಚಿರುವಂತೆ ಆದ ಜರಾಸಂಧ ಪರಿಸ್ಥಿತಿಯನ್ನು ಅರ್ಥಮಾಡಿಕೊಳ್ಳಲು ಹೆಣಗುತ್ತಿರುವಾಗ ಕೃಷ್ಣ ನೇರವಾಗಿ ಕೇಳಿದ: 'ನೀನು ಆರ್ಯನೋ ಅನಾರ್ಯನೋ ಎಂಬುದನ್ನು ಸ್ಪಷ್ಟಪಡಿಸುವೆಯಾ?'

'ದನಕಾಯುವವರಿಗಿಂತ ನನ್ನದು ಹೆಚ್ಚಿನ ಆರ್ಯತ್ವ,' ಎನ್ನುವಾಗ ಜರಾಸಂಧನ ಧ್ವನಿಯಲ್ಲಿ ಕಾವು ಹುಟ್ಟಿತು.

'ಆಯಿತು. ಆರ್ಯನಾದರೆ ಪೌರುಷವನ್ನು ಸ್ವೀಕರಿಸು. ನಮ್ಮ ಮೂವರಲ್ಲಿ ಯಾರೊಡನೆ ಬೇಕಾದರೂ ದ್ವಂದ್ವಯುದ್ಧ ಮಾಡು. ಈ ಅರ್ಜುನನೊಡನೆ ಬಿಲ್ಲುಯುದ್ಧ ಮಾಡು. ಭೀಮನೊಡನೆ ಮಲ್ಲಯುದ್ಧ. ನಾನು ಎರಡರಲ್ಲಿ ಯಾವುದಕ್ಕೂ ಸಿದ್ಧ. ನನ್ನ ಮೇಲೆ ನಿನಗೆ ವೈಯಕ್ತಿಕ ಕೋಪವೂ ಇದೆ. ಬೇಕಾದರೆ ನನ್ನನ್ನೇ ಆರಿಸಿಕೊ. ಒಂದು ಭರವಸೆ ಕೊಡುತ್ತೇನೆ: ನಮ್ಮ ಮೂವರಲ್ಲಿ ನೀನು ಆರಿಸಿಕೊಂಡವನನ್ನು ಸೋಲಿಸಿದರೆ ನಿನ್ನ ನಗರಿಯನ್ನು ಕತ್ತಲಿನಂತೆ ಆವರಿಸಿರುವ ನಮ್ಮ ಇಡೀ ಸೈನ್ಯವು ಹಿಂತಿರುಗಿ ನಡೆಯುತ್ತದೆ. ನೀನು ಸೋತರೆ ನಿನ್ನ ಗಿರಿವ್ರಜ ನಮಗೆ ಬೇಡ. ನಿನ್ನ ಮಗಧ ನಮಗೆ ಬೇಡ. ನಿನ್ನ ರಾಜ್ಯವನ್ನು ನಿನ್ನ ಮಗ ಸಹದೇವನಿಗೆ ಕೊಟ್ಟು ನಾವು ಹಿಂತಿರುಗುತ್ತೇವೆ. ರಾಕ್ಷಸರನ್ನು

ಸದೆಬಡಿದು ಮಗಧವನ್ನು ವಿಸ್ತರಿಸಿದರೂ, ವಯಸ್ಸಿಗೆ ಬಂದ ನಿನಗೆ ಪಟ್ಟಕಟ್ಟಿ ತಪಸ್ಸಿಗೆ ಹೋದ ನಿನ್ನ ತಂದೆ ವೀರ ಆರ್ಯ. ಇಷ್ಟು ದೊಡ್ಡ ಮಗನನ್ನಿಟ್ಟುಕೊಂಡು ಅವನಿಗೆ ಆಡಳಿತ ಕೊಡದೆ ಅಧಿಕಾರದಲ್ಲಿ ಕೂತಿರುವ ನೀನು ಅನಾರ್ಯ. ವೇದದ ಮೇಲೆ ಆಣೆ ಇಟ್ಟು ಹೇಳುತ್ತೇನೆ. ನೀನು ಸೋತರೆ ಈ ರಾಜ್ಯವನ್ನು ನಿನ್ನ ಮಗನಿಗೆ ಕೊಟ್ಟು ನಾವು ಹಿಂತಿರುಗುತ್ತೇವೆ. ಅವನ ಕಷ್ಟಕಾಲದಲ್ಲಿ ನೆರವಾಗುತ್ತೇವೆ. ನೀನು ಆರ್ಯನಾಗಿದ್ದಲ್ಲಿ ನಿಜವಾದ ಗಂಡಸಾಗಿದ್ದಲ್ಲಿ, ಕ್ಷತ್ರಿಯನೇ ಆಗಿದ್ದಲ್ಲಿ, ನಮ್ಮ ಮೂವರಲ್ಲಿ ಯಾರನ್ನಾದರೂ ದ್ವಂದ್ವಯುದ್ಧಕ್ಕೆ ಆಹ್ವಾನಿಸು. ಈ ಭೀಮನಂತೂ ಮಹಾಶಕ್ತಿವಂತ ಮಲ್ಲ. ಅವನು ಬೇಡ. ಪುಕ್ಕಲನೆಂದು ಪ್ರಚಾರ ಮಾಡುತ್ತಿದ್ದೆಯಲ್ಲ ನನ್ನ ಹೆಸರು ಹಿಡಿದು, ನನ್ನನ್ನೇ ಆಹ್ವಾನಿಸು. ಅಥವಾ ನೀನು ಆರ್ಯನಲ್ಲ, ಗಂಡಸಲ್ಲ, ಕ್ಷತ್ರಿಯನಲ್ಲ ಎಂದು ಒಪ್ಪಿಕೊಂಡುಬಿಡು. ನಾವು ಹಿಂತಿರುಗುತ್ತೇವೆ. ಸೈನ್ಯವನ್ನೂ ಹಿಂದೆ ನಡೆಸುತ್ತೇವೆ.'

ಜರಾಸಂಧನಲ್ಲಿ ಕಾವು ಏರಿತು. ಈ ಮೂವರನ್ನೂ ಒಮ್ಮೆ ಸರಿಯಾಗಿ ದಿಟ್ಟಿಸಿದ. ಅನಂತರ, 'ಜೀವಕ್ಕೆ ಹೆದರಿ ಓಡಿಹೋದವನೊಡನೆ ನಾನು ಕಾಯುವುದಿಲ್ಲ' ಎಂದ. ಅನಂತರ ಭೀಮನನ್ನು ದೃಷ್ಟಿಯಲ್ಲಿ ಹಿಡಿದು ಕೇಳಿದ: 'ರಾಕ್ಷಸ ಹೆಂಗಸನ್ನು ಮದುವೆ ಯಾಗಿದ್ದವನು ನೀನೆಯೊ?' ಭೀಮ ಉತ್ತರ ಕೊಡಲಿಲ್ಲ. ಕೃಷ್ಣನೇ ಹೌದು ಎಂದ. ಭೀಮ ದಢಕ್ಕನೆ ಎದ್ದು ನಿಂತ.

ಕೃಷ್ಣ ತಕ್ಷಣ ಹೇಳಿದ: 'ನಿನ್ನ ಮಗನನ್ನು ಕರೆಸಿ ಪಟ್ಟದ ಕತ್ತಿ ಕಿರೀಟಗಳನ್ನು ಅವನಿಗೆ ಕಟ್ಟಿಬಿಡು. ಯಾಕೆಂದರೆ ಈ ರಾಜ್ಯದ ಮೇಲೆ ನಮಗೆ ಆಶೆ ಇಲ್ಲ.'

ಜರಾಸಂಧ ಚಪ್ಪಾಳೆ ತಟ್ಟಿದ. ಸೇವಕ ಓಡಿಹೋದ. ಅರೆನಿದ್ರೆಯಲ್ಲಿ ಕಣ್ಣೊರೆಸಿಕೊಳ್ಳುತ್ತಾ ತನ್ನ ಅರಮನೆಯಿಂದ ಬಂದ ಸಹದೇವ ಕಕ್ಕಾವಿಕ್ಕಿಯಾಗಿ ನಿಂತಿದ್ದ. ಅಪ್ಪ ತೆಗೆದುಕೊಟ್ಟ ಕತ್ತಿ ಕಿರೀಟಗಳನ್ನು ಸ್ವೀಕರಿಸುವಾಗ ಕೂಡ ಅವನಿಗೆ ಸಂದರ್ಭ ಅರ್ಥವಾಗಲಿಲ್ಲ. ತಮ್ಮಟೆ ಯವರನ್ನು ಕರಿ ಎಂದು ಜರಾಸಂಧ ಆಳಿಗೆ ಹೇಳಿದಾಗ ಕೃಷ್ಣ ತಕ್ಷಣ, 'ತಮ್ಮಟೆಯ ಸದ್ದಿ ನಲ್ಲಿ ಮಲ್ಲಯುದ್ಧ ಮಾಡುವುದು ರಾಕ್ಷಸ ಪದ್ಧತಿ. ಅದು ಬೇಡ' ಎಂದ. ದಪ್ಪಗೆ ಉರಿಯುವ ಪಂಜುಗಳನ್ನು ಹೊರಭಾಗದ ಅಖಾಡದ ಸುತ್ತ ಆಳುಗಳು ಹಿಡಿದು ನಿಂತರು. ಅದುವರೆಗೂ ಒಳಗೆ ನಿಂತಿದ್ದ ಅಸ್ತಿ ಪ್ರಾಪ್ತಿಯರು ಹೊರಗೆ ಬಂದರು. ಅವರನ್ನು ಕಂಡ ತಕ್ಷಣ ಕೃಷ್ಣ ಹತ್ತಿರ ಹೋಗಿ ಬಾಗಿ ನಮಸ್ಕರಿಸಿ ಹೇಳಿದ: 'ನೀವು ನನ್ನ ಅತ್ತೆಯರು. ನಿಮಗೆ ಹೆಣ್ಣುಮಕ್ಕಳಿ ದ್ದರೆ ನನ್ನ ಹೆಂಡಿರಾಗಬೇಕಿತ್ತು. ನನಗೆ ಅದೃಷ್ಟವಿಲ್ಲ.' ಅವನ ಈ ಕೃತಿ ಮಾತುಗಳಿಂದ ಅವರು ತಬ್ಬಿಬ್ಬಾದರು. ಅಷ್ಟರಲ್ಲಿ ಅರ್ಜುನನು ಭೀಮನಿಗೆ ಲಂಗೋಟ ಏರಿಸಿ ಬಿಗಿದಿದ್ದ. ಒಳಗಿನಿಂದ ತಂದ ಜರಾಸಂಧನ ಹಳೆಯ ಲಂಗೋಟ ಬಿಗಿಯಾಗಿ ಏರುತ್ತಿರಲಿಲ್ಲ. ಅವನು ಧೋತ್ರವನ್ನೇ ಬಿಗಿದು ಕಟ್ಟಿಕೊಂಡು ಸಿದ್ಧನಾದ. ಸುತ್ತ ಉರಿಯುವ ಕಕ್ಕಡದ ಕೆಂಪು ಬೆಳಕನ್ನು ಹಿಂದಕ್ಕೆ ನೂಕಿ ಎಸೆಯುವ ಭೀಮನ ಮಾಂಸಖಂಡಗಳು. ಅವುಗಳಿಂದ ಆಕರ್ಷಿತನಾದ ತೋಲುಮಾಂಸದ ದೊಡ್ಡ ಮೈಕಟ್ಟಿನ ಎಪ್ಪತ್ತರ ಮುದುಕ. ಅಷ್ಟರಲ್ಲಿ ಸುತ್ತ ನೆರೆದಿದ್ದ ಅರಮನೆಯ ಆಳುಗಳು.

ಎಷ್ಟು ಸುಲಭವಾಗಿ ಕೃಷ್ಣನ ಬಲೆಗೆ ಬಿದ್ದ ಜರಾಸಂಧ. ವೈರಿಯ ಮನಸ್ಸಿನ ಮರ್ಮವನ್ನರಿಯುವುದೇ ಯುದ್ಧದ ಮುಕ್ಕಾಲು ಕೆಲಸ ಎಂದು ಕೃಷ್ಣ ಹೇಳುವುದು ಸರಿ. ಮೂವತ್ತಮೂರು ಮೂವತ್ತನಾಲ್ಕರ ಭೀಮನಿಗಿಂತ ಎರಡು ವರ್ಷ ಕಡಮೆಯ ಕೃಷ್ಣನ ಸೋದರಮಾವ ಕಂಸನಿಗೆ ಹೆಣ್ಣು ಕೊಟ್ಟ ಮಾವ ಜರಾಸಂಧ. ಎಪ್ಪತ್ತರ ಹತ್ತಿರ ಹತ್ತಿರ. ವಯಸ್ಸಿನ ಅಂತರವೆಷ್ಟು! ಇಷ್ಟು ವಯಸ್ಸಾಗಿಯೂ ಮಗನಿಗೆ ಪಟ್ಟಕಟ್ಟದ ಲೋಭ. ಸಮವಯಸ್ಕರಲ್ಲದವರು ಮಲ್ಲಯುದ್ಧ ಮಾಡಬಾರದೆಂಬ ಮರ್ಮ ಕೃಷ್ಣನಿಗೆ ಗೊತ್ತು. ಮಲಗಿದ್ದ ಮಗನನ್ನು ಎಬ್ಬಿಸಿ ಅವನಿಗೆ ಯುವರಾಜ ಪಟ್ಟಕಟ್ಟಿ, ಅಷ್ಟರಲ್ಲಿ ಎದ್ದ ಅರಮನೆಯ ಸಮಸ್ತರ ಎದುರಿಗೇ ಅಖಾಡಕ್ಕೆ ಹೋಗಿ ನಿಂತನಂತೆ. ಜರಾಸಂಧನದು ಭಾರಿ ಮೈ. ಹುಟ್ಟಿನಿಂದ. ವಯಸ್ಸಿನಿಂದ. ರಾಜಭೋಗದಿಂದ. ಭೀಮನದು ಬಿಗಿಗೊಂಡ ಮಾಂಸ, ಕಲ್ಲಾದ ಮೂಳೆ, ಒಂದು ದಿನವೂ ಬಿಡದ ಅಂಗಸಾಧನೆ. ಮುಖ್ಯ ಅಂಶವೇ ವಯಸ್ಸು. ಕೈಮಿಲಾಯಿಸಿ ಹಗಲಿಗೆ ಹಗಲು ಆನಿಸಿ ನೂಕಾಡುವುದರಲ್ಲೇ ಅವನಿಗೆ ದಮ್ಮು ಬರಲು ಶುರುವಾಗದೆ ಇರುತ್ತೆಯೆ? 'ಭೀಮ, ಜರಾಸಂಧ ಸುಸ್ತಾದಂತೆ ಕಾಣುತ್ತದೆ. ಹೋಗಲಿ ಬಿಡು.' ಎಂಬ ಕೃಷ್ಣನ ಚುಚ್ಚು ಮಾತಿಗೆ ಮುದುಕ ರೇಗಿ ತನ್ನ ಶಕ್ತಿಯನ್ನೆಲ್ಲ ಒಟ್ಟಿಗೆ ಪ್ರದರ್ಶಿಸಿ ಹೊರಹಾಕಿ, ಇನ್ನೂ ಬೇಗ ತಿದಿ ಹೊಡೆದಂತೆ ಹೊಟ್ಟೆಯತನಕ ಉಸಿರಾಡಲು ಶುರುಮಾಡಿದನಂತೆ. ಭೀಮನದು ಮಂದಬುದ್ಧಿ. ಬರೀ ಕುಸ್ತಿಯ ಬಿಗಿತ ಪಟ್ಟುಗಳ ಆಟವಾಡುತ್ತಿದ್ದನಂತೆ. ಅಥವಾ ಮುದುಕನೆಂಬ ಕನಿಕರವೋ? ಕೃಷ್ಣ ಎಷ್ಟು ಸನ್ನೆ ಮಾಡಿದರೂ ತಿಳಿಯುತ್ತಿರಲಿಲ್ಲವಂತೆ. ಕೊನೆಗೆ ಅರ್ಜುನ ಕೃಷ್ಣ ಇಬ್ಬರೂ ಎರಡು ಕಡೆಯೂ ಸನ್ನೆ ಮಾಡಿ ಮಾಡಿ ಅವನಿಗೆ ತಿಳಿಯಹೇಳಿ, ಸುಸ್ತಾಗಿ ಉಸಿರು ಹತ್ತಿ ಬಂದ ಜರಾಸಂಧನನ್ನು ಮಕಾಡೆ ಕೆಡವಿ ಬೆನ್ನಿನ ಮೇಲೆ ಏರಿ ಅದುಮಿದ ತಕ್ಷಣ ಕೊನೆಯ ಉಸಿರು ಹೊರಟುಹೋಯಿತಂತೆ. 'ಯುಯುಧಾನ, ಭೀಮನು ಜರಾಸಂಧನನ್ನು ಬೇಕೆಂದೇ ಅಂಗಾತ ಮಾಡಿ ಸೋಲಿಸಿ ಕೊಲ್ಲಲಿಲ್ಲ. ಕೊಂದರೂ ಸೋಲಿಸಲಿಲ್ಲ. ಹಿರಿಯರು ಅಂದರೆ ಭೀಮನಿಗೆ ಭಕ್ತಿ ಜಾಸ್ತಿ' ಅಂತ ಕೃಷ್ಣನೇ ಹೇಳಿದನಲ್ಲ ನನ್ನ ಕೈಲಿ. ಪುಕ್ಕಲ ಮಗ ಸಹದೇವ ಅಂಜಿ ನಡುಗುತ್ತಾ ನಿಂತುಬಿಟ್ಟನಂತೆ. ಬಹಳ ಗತ್ತಿನ ಅಪ್ಪನ ಮಕ್ಕಳು ಯಾಕೆ ಪುಕ್ಕಲಾಗುತ್ತಾರೆ?

ಬೆಳಕು ಹರಿಯುವುದರೊಳಗೆ ಜರಾಸಂಧನ ಹೆಣವನ್ನು ಅರಮನೆಯ ಮುಂದೆ ಇಟ್ಟು ಪ್ರಚುರ ಪಡಿಸಿದಾಗ ಊರಿನ ಜನರೆಲ್ಲ ಹೆದರಿಹೋದರಂತೆ. ಸೇನಾಮುಖ್ಯರೂ ಬಂದು ಭೀಮ ಕೃಷ್ಣರ ಕಾಲು ಮುಟ್ಟಿದರಂತೆ. ನಗರದ, ದೇಶದ ಗೌರವ ಬೇರೆ ಯಾರಿಗೂ ಇರಲಿಲ್ಲವೆ? ದೇಶದ ಗೌರವ ಬೆಳೆಯಬೇಕಾದಲ್ಲೆಲ್ಲ ಸರ್ವಾಧಿಕಾರಿ ಜರಾಸಂಧನು ತನ್ನ ಅಹಂಕಾರವನ್ನು ಮಾತ್ರ ಹುಟ್ಟುಹಾಕಿದ್ದನೊ? ರಾಜತಂತ್ರ ಕಷ್ಟವಾದದ್ದು. ಜರಾಸಂಧನು ಬಲಿಕೊಡಲೆಂದು ಸೆರೆ ಇಟ್ಟಿದ್ದ ಸಮಸ್ತ ರಾಜರನ್ನೂ ಕೃಷ್ಣ ಆ ದಿನವೇ ಬಿಡಿಸಿ ಸ್ವತಂತ್ರರನ್ನಾಗಿ ಮಾಡಿ ಕಳಿಸಿದನಂತೆ. ಇದ್ದಕ್ಕಿದ್ದಂತೆ ಸಾಗರದ ಮೇಲಿಂದ ಗಾಳಿ ಶುರುವಾಯಿತು.

ಜಿನುಗಿ ಮೈಮೇಲೆ ನಿಂತಿದ್ದ ಬೆವರು ತಣ್ಣಗಾಗಿ ಹಿತವೆನಿಸಿತು. ಒಂದಿಷ್ಟು ನೀರಿದ್ದರೆ ಎದೆ ಭುಜ ಹೊಟ್ಟೆ ಬೆನ್ನುಗಳ ಅಂಟನ್ನು ತೊಳೆದು, ಒರೆಸಿಕೊಳ್ಳದೆ ಗಾಳಿಗೆ ಬಿಟ್ಟರೆ ಇನ್ನೂ ಹಿತವೆನ್ನಿಸುತ್ತದೆಂದು ಯುಯುಧಾನ ಅಲ್ಲೇ ಸುತ್ತ ನೋಡಿದ. ಮೂಲೆಯಲ್ಲಿ ಮಣ್ಣಿನ ಮಡಕೆಯಿತ್ತು. ಪಕ್ಕದಲ್ಲೇ ಮೊಗೆ. ಅದರಲ್ಲಿ ತುಂಬಿಕೊಂಡು ಬೆವರನ್ನೆಲ್ಲ ತೊಳೆದು, ನಂತರ ಶರೀರವು ಬೆವರಾಗಿ ಕಳೆದುಕೊಂಡಷ್ಟನ್ನು ತುಂಬಿಕೊಂಡ. ಮನಸ್ಸು ಸಾಗರದ ಕಡೆಗೆ ಹೋಯಿತು. ಒಂದೊಂದು ಸಲ ಹಿಗ್ಗಲಿಸಿ ಹಿಗ್ಗಲಿಸಿ ವಿಶಾಲವಾಗುವ ಸಾಗರವು ಒಮ್ಮೊಮ್ಮೆ ಸೇದಿಕೊಂಡು ಸಣ್ಣಗೆ ಕಾಣುತ್ತಿತ್ತು. ಈಗಂತೂ ಇಡೀ ಸಾಗರವು ಒಂದು ನೋಟದ ಹಿಡಿತಕ್ಕೆ ಸಿಕ್ಕಿದಂತೆ ಎನಿಸಿ ಅವನು ನಟ್ಟ ದೃಷ್ಟಿಯಿಂದ ನೋಡತೊಡಗಿದ. ಸಾಗರ ಪರ್ಯಂತ ರಾಜರುಗಳನ್ನೆಲ್ಲ ಗೆದ್ದು ಅಥವಾ ವಿಶ್ವಾಸದಿಂದ ಒಲಿಸಿಕೊಂಡು ಮಾಡುವ ಸಮಾರಂಭವಲ್ಲವೆ ರಾಜಸೂಯ. ದೊಡ್ಡಬಂಡೆಯನ್ನು ಒಡೆದನಂತರ ಗುಂಡಿ ತೋಡುವುದು ಮಹಾ ಕೆಲಸವೆ? ಜರಾಸಂಧನನ್ನು ಕೊಂದವರೆಂಬ ಸುದ್ದಿ ಆರ್ಯಜಗತ್ತಿನಲ್ಲೆಲ್ಲ ಹರಡಿರುವಾಗ ಪಾಂಡವರ ರಾಜಸೂಯಕ್ಕೆ ಯಾವ ರಾಜ ಅಲ್ಲವೆನ್ನುತ್ತಾನೆ? ಜರಾಸಂಧನನ್ನೇ ಕೊಂದವನೆಂದು ಭೀತರಾದ ಇತರರು, ಅವರು ಮಾಡಿದುದನ್ನು ನೋಡಿ ಅನುಕರಿಸಿದ ಉಳಿದವರು, ಇಡೀ ಪೂರ್ವ ದಿಕ್ಕಿನಿಂದ ಭೀಮನು ಕಪ್ಪಕಾಣಿಕೆಗಳನ್ನು ಹೇರಿತಂದ ಗಾಡಿಗಳೆಷ್ಟು! ಅರ್ಜುನನು ಉತ್ತರಕ್ಕೆ ಸಹದೇವನು ದಕ್ಷಿಣಕ್ಕೆ ನಕುಲನು ಪಶ್ಚಿಮಕ್ಕೆ ಹೋಗಿ ತಂದದ್ದು ಕಡಮೆಯೆ? ಯುಯುಧಾನನಿಗೆ ಇದ್ದಕ್ಕಿದ್ದಂತೆಯೇ ಒಂದು ನಿರಾಶೆಯ ಆಲೋಚನೆ ಬಂತು. ಭೀಮ ಅರ್ಜುನರ ಬದಲು ನನ್ನನ್ನೂ ಜೊತೆಗೆ ಇನ್ನೊಬ್ಬರನ್ನೂ ಇನ್ನಾರು, ಬಲರಾಮನನ್ನೂ ಕರೆದುಕೊಂಡು ಹೋಗಿದ್ದರೆ ಜರಾಸಂಧನನ್ನು ಕೊಲ್ಲಲಾಗುತ್ತಿರಲಿಲ್ಲವೆ? ಎಪ್ಪತ್ತು ವರ್ಷದ ಮುದುಕನಿಗೆ ದಮ್ಮು ಬರಿಸಿ ಉಸಿರು ಎಳೆದು ಹಾಕಲು ಭೀಮನೇ ಬೇಕೆ? ನಾನು ಮಾಡುತ್ತಿದ್ದೆ. ಕೃಷ್ಣ ಸುಲಭವಾಗಿ ಮಾಡಬಹುದಿತ್ತು. ಜರಾಸಂಧನನ್ನು ಮುಗಿಸಿದ ಕೀರ್ತಿ ಮಥುರೆಯನ್ನು ಬಿಟ್ಟು ಓಡಿಬಂದ ನಮಗೇ ದಕ್ಕುತ್ತಿತ್ತು. ನಾವೇ ಯಾಕೆ ರಾಜಸೂಯ ಮಾಡಬಾರದಿತ್ತು? ಭೀಮನಿಗೆ ಕಪ್ಪ ಕೊಟ್ಟ ಪೂರ್ವದೇಶದ ರಾಜರು ನಮಗೂ ಕೊಡುತ್ತಿದ್ದರು. ಉಳಿದ ಕಡೆಯೂ ದಿಗ್ವಿಜಯ ಮಾಡಬಹುದಿತ್ತು. ಆದರೆ, ಎನ್ನುತ್ತಾ ಕಿಟಕಿಯಿಂದ ಹೊರಗೆ ನೋಡುವಾಗ ಶಖೆಯ ನಿಟ್ಟುಸಿರು ಬಂತು. ಆಗತಾನೆ ತೊಳೆಸಿಕೊಂಡು ಹಿತವನ್ನು ಕಂಡಿದ್ದ ಮೈಯಿ ಮತ್ತೆ ಬೆವರುತ್ತಿತ್ತು. ಹೇಳಿದಂತೆ ಕೇಳುವ ಜನರಲ್ಲ ಯಾದವರು. ಇಷ್ಟು ವಯಸ್ಸಾಗಿಯೂ, ಉತ್ಸವಗಳಲ್ಲಿ ಇಬ್ಬರು ಕಂಕುಳು ಹಿಡಿದು ಎತ್ತಿತಂದು ಕೂರಿಸಿದಾಗ ಸಿಂಹಾಸನದ ಮೇಲೆ ಕೂರುವುದನ್ನು ಬಿಟ್ಟರೆ ಮತ್ತೇನೂ ಕೈಲಾಗದ ಉಗ್ರಸೇನನಿಗೆ ಕೆಳಗಿಳಿಯುವ ಮನಸ್ಸಿಲ್ಲ. ಅವನು ಇಳಿದರೆ ತಾನು ಪಟ್ಟವೇರಬೇಕೆಂಬ ಆಶೆ ಹಿರಿಯ ಬಲರಾಮನಿಗೆ. ತನ್ನ ಜ್ಯೇಷ್ಠತ್ವವನ್ನು ಕಡೆಗಣಿಸಿ ಕೃಷ್ಣನು ಪ್ರಮುಖನಾಗುತ್ತಿದ್ದಾನೆಂಬ ಗೊಣಗು ಮೊದಲಿನಿಂದ ಇದೆ. ಬಲರಾಮ ರಾಜನಾದರೆ ಕೃಷ್ಣನ ಕೆಲಸ ಕಾರ್ಯಗಳಿಗೆಲ್ಲ ಅಡ್ಡಿ, ಯಜಮಾನಿಕೆಯ ಅಡ್ಡ ಸರಪಳಿ. ಕೃಷ್ಣನ ಒಪ್ಪಿಗೆಯಿಲ್ಲದೆ ಬಲರಾಮ ರಾಜನಾಗುವಂತಿಲ್ಲ. ಬಲರಾಮನಿರುವಾಗ ಕೃಷ್ಣ ಸಿಂಹಾಸನ ಹತ್ತುವಂತಿಲ್ಲ.

ಹತ್ತಬೇಕೆಂಬ ಆಕಾಂಕ್ಷೆ ಅವನಿಗೆ ಇದ್ದಂತಿಲ್ಲ. ಇದುವರೆಗೆ ಒಂದು ದಿನವೂ ಅವನು ಆ ಆಶೆಯನ್ನು ವ್ಯಕ್ತಪಡಿಸಿ ನನ್ನೊಡನೆ ಮಾತನಾಡಿಲ್ಲ. ತನ್ನ ಮನಸ್ಸಿನಲ್ಲಿರುವ ಕೆಲಸವಾಗುತ್ತಿದ್ದರೆ ಸಾಕು ಅವನಿಗೆ. ತನಗೊದಗುವ ಅಪಕೀರ್ತಿಗಳನ್ನು ಅಷ್ಟಾಗಿ ಹಚ್ಚಿಕೊಳ್ಳುವುದಿಲ್ಲ ಎಂದು ಕೊಳ್ಳುತ್ತಾ, ತೆಗೆದಿಟ್ಟಿದ್ದ ವಸ್ತ್ರದಿಂದ ಬೆನ್ನು ಕುತ್ತಿಗೆ ಎದೆಗಳನ್ನು ಉಜ್ಜಿ ಒರೆಸಿಕೊಂಡ. ಹೊರಗೆ ಬಿಸಿಲು ಮರೆಯಾಗಿ ಸ್ವಲ್ಪ ಮೋಡ ಸೇರುತ್ತಿತ್ತು. ಇವತ್ತು ಏನಾದರೂ ಮಳೆ ಬಂದೀತೇ ಎಂದು ದೃಷ್ಟಿಯನ್ನು ಎತ್ತಿ ನೋಡಿದ. ಹೆಚ್ಚು ಕಡಮೆ ದಿನಾ ಹೀಗೇ ಆಗುತ್ತದೆ. ನಿರಾಶೆಯಿಂದ ದೃಷ್ಟಿಯನ್ನು ಇಳಿಸುವಾಗ ಅಷ್ಟಾಗಿ ಹಚ್ಚಿಕೊಳ್ಳುವುದಿಲ್ಲ ಎಂಬುದು ನಿಜವಲ್ಲ, ಹಚ್ಚಿಕೊಳ್ಳುತ್ತಾನೆ. ಆದರೆ ಮನಸ್ಸು ಕುದಿಯಲು ಬಿಡುವುದಿಲ್ಲ. ಸಮಯ ಬಂದಾಗ ಎದ್ದು ನಿಲ್ಲುತ್ತಾನೆ. ಹಾಗೆ ನಿಲ್ಲದಿದ್ದರೆ ಯಾರು ತಾನೆ ಮರ್ಯಾದೆ ಕೊಡುತ್ತಾರೆ ಎನ್ನಿಸಿ ಅದರ ಹಿನ್ನೆಲೆಯಲ್ಲಿಯೇ ಶಿಶುಪಾಲನ ನೆನಪು ಉಕ್ಕಿ ಬಂತು, ನಿಜ ನಿಜ ಎಂದು ಸಮರ್ಥಿಸಿತು. ಅಜೇಯ ಜರಾಸಂಧನನ್ನು ಕೊಂದಾಗ ಶಿಶುಪಾಲನೂ ದಂಗುಹೊಡೆದು ಹೋಗಿದ್ದಾನೆ. ಆದ್ದರಿಂದಲೇ ಭೀಮನಿಗೆ ಅವನು ಕಪ್ಪಕಾಣಿಕೆ ಕೊಟ್ಟು ಕಳಿಸಿದುದು. ಪಾಂಡವರೊಡನೆ ಅವನಿಗೆ ವೈರದ ಕಾರಣವೂ ಇಲ್ಲವಲ್ಲ. ರಾಜಸೂಯ ಯಾಗಕ್ಕೆಂದು ಇಂದ್ರಪ್ರಸ್ಥಕ್ಕೆ ಬಂದನಂತರ ರಾಜಸೂಯದ ಹಿನ್ನೆಲೆಯಲ್ಲಿರುವವನು ಕೃಷ್ಣ ಎಂದು ಅವನಿಗೆ ಗೊತ್ತಾಗಿದೆ. ಮಥುರೆಯ ಯಾದವರಿಗೆ ಆಗದ, ಹಿಂದೆ ಜರಾಸಂಧನಿಂದ ಅನುಕೂಲ ಪಡೆದ ರಾಜರುಗಳ ಗುಂಪನ್ನು ಅಲ್ಲಿಯೇ ಸೇರಿಸಿದ್ದಾನೆ. ಪ್ರಥಮ ಸತ್ಕಾರದ ಪ್ರಶ್ನೆ ಬಂದಾಗ ಯಾರಿಗೆ ಮಾಡಿದ್ದರೂ ಅವನು ಸುಮ್ಮನಿರುತ್ತಿದ್ದನೇನೋ. ತಾನೇನೂ ಆ ಗೌರವಕ್ಕೆ ಆಶೆಪಟ್ಟಿರಲಿಲ್ಲ. ಅದು ಸಿಕ್ಕುವ ಸಂಭವವೂ ಇರಲಿಲ್ಲ. ರುಕ್ಮಿಣಿಯೊಡನೆ ಅವನ ಮದುವೆಯನ್ನು ಜರಾಸಂಧ ನಿಶ್ಚಯಿಸಿಯೇ ಆಗಿತ್ತಲ್ಲ. ಅವಳನ್ನು ನಿನಗೇ ಕೊಡಿಸುತ್ತೇನೆಂದು ಆಶ್ವಾಸನೆ ಇತ್ತು ಕರೆದೊಯ್ದಿರಲಿಲ್ಲವೆ ಮಥುರೆಯನ್ನು ನೆಲಸಮ ಮಾಡುವ ಮಹಾಕಾರ್ಯದ ಮೇಲ್ವಿಚಾರಕನಾಗಿ ಸಮರ್ಪಕವಾಗಿ ಕೆಲಸ ನಿರ್ವಹಿಸಿದ್ದಕ್ಕೆ? ಅಂಥಾ ಸುಂದರಿಯನ್ನು ತನಗೆ ತಪ್ಪಿಸಿ ಹೊಡೆದುಕೊಂಡು ಹೋದ ಕೃಷ್ಣನನ್ನು ಹೇಗೆ ಕ್ಷಮಿಸಿಯಾನು? ನಿರಾಶೆ, ಅವಮಾನ ಎರಡೂ ಕೂಡಿದಾಗ ನೆನಪು ಕ್ಷೀಣವಾಗುವುದು ಹೇಗೆ ಸಾಧ್ಯ? ಶಿಶುಪಾಲ ತನ್ನ ಹಳೇ ಸ್ನೇಹಿತರ ಗುಂಪು ಕಟ್ಟಿ, ಕೃಷ್ಣನ ಪ್ರಥಮ ಸತ್ಕಾರವನ್ನು ವಿರೋಧಿಸಿದುದು ಸಹಜವೇ ಆಗಿದೆ. ಅವನು ಹೇಳಿದ ವಾದಗಳನ್ನೂ ಪೂರ್ತಿ ತೆಗೆದು ಹಾಕುವುದಕ್ಕಾಗುವುದಿಲ್ಲ. 'ಧರ್ಮರಾಜ, ನಿನಗೂ ಕೃಷ್ಣನಿಗೂ ಸ್ವಂತ ಸ್ನೇಹವಿದ್ದರೆ ಅರಮನೆಯ ಒಳಭಾಗಕ್ಕೆ ಕರೆದೊಯ್ದು ಬೇಕಾದ ಮರ್ಯಾದೆ ಮಾಡು. ಆದರೆ ಇಷ್ಟೆಲ್ಲ ರಾಜರು ಸೇರಿರುವಾಗ ಯಾವ ಲೆಕ್ಕದ ಮೇಲೆ ಅವನಿಗೆ ಈ ಗೌರವ ಕೊಟ್ಟು ತನ್ಮೂಲಕ ಉಳಿದವರನ್ನು ಕೀಳುಗಳೆಯುತೀಯ? ನಾವೆಲ್ಲ ಪಟ್ಟಾಭಿಷಿಕ್ತರಾದ, ಸಿಂಹಾಸನದ ಮೇಲೆ ಕೂರುತ್ತಿರುವ ರಾಜರು. ಇವನು ಪಟ್ಟಾಭಿಷಿಕ್ತನಲ್ಲದ, ಹೋಗಲಿ ಜ್ಯೇಷ್ಠನಾಗಿ ಯುವರಾಜನಾಗಲು ಕೂಡ ಅರ್ಹನಲ್ಲದ, ಸಾಧಾರಣ ಕ್ಷತ್ರಿಯ. ಸಾಧಾರಣನನ್ನು ಪ್ರಥಮಸ್ಥಾನದಲ್ಲಿ ಕುಳ್ಳಿರಿಸಿ ಸಿಂಹಾಸನಾರೂಢರನ್ನು ಅನಂತರದ ಸಾಲಿನಲ್ಲಿ ಕೂರಿಸುವ ನಿನ್ನ ಕೆಲಸವು ಉಳಿದೆಲ್ಲರಿಗೂ ಅವಮಾನಕಾರ

ವಲ್ಲವೆ?' ಈ ವಾದವನ್ನು ಸ್ವೀಕರಿಸುವುದು ಹೇಗೆ? ತಮಗೆ ಇಷ್ಟೆಲ್ಲ ಮಾಡಿದ ಕೃಷ್ಣನನ್ನು ಮೊದಲ ಸ್ಥಾನದಲ್ಲಿ ಕೂರಿಸಿ ಕೃತಜ್ಞತೆ ತೋರಿಸಬಯಸುವುದು ಪಾಂಡವರಿಗೆ ಸಹಜ ವಾದುದೇ. ಆದರೆ ಆ ಸ್ಥಾನಕ್ಕೆ ಕೃಷ್ಣ ಆಶೆಪಟ್ಟಿರಲಿಲ್ಲವೆ? ಇಲ್ಲದಿದ್ದರೆ, ಪಾಂಡವರ ಮನಸ್ಸನ್ನು ಅರಿತು, ತನ್ನ ವಂಶದಲ್ಲಿ ರಾಜಸೂಯ ನಡೆಸಿದರೆಂಬ ಉಪಕೃತಭಾವದಿಂದ, ಹಸ್ತಿನಾವತಿಯ ಉಳಿವಿಗೂ ಕಂಟಕವಾಗಿದ್ದ ಜರಾಸಂಧನನ್ನು ನಿರ್ಮೂಲ ಮಾಡಿಸಿದನೆಂಬ ಮೆಚ್ಚುಗೆಯಿಂದ ಭೀಷ್ಮನು ಕೃಷ್ಣನ ಹೆಸರನ್ನು ಸೂಚಿಸಿದ ತಕ್ಷಣವೇ ಇವನೇಕೆ ಒಪ್ಪಿಕೊಂಡ?, ನನಗೆ ಬೇಡ, ನಾನು ವಯಸ್ಸಿನಲ್ಲಿ ತುಂಬ ಚಿಕ್ಕವನು, ಆಗ ಅವನಿಗೆ ಎಷ್ಟು? ಮೂವತ್ತೈದು ಮೂವತ್ತಾರೆ?, ಅಷ್ಟೇ, ಅಥವಾ ಇನ್ನೂ ಒಂದು ವರ್ಷ ಕಡಮೆ, ಯಾರಾದರೂ ಹಿರಿಯರಿಗೆ ಮಾಡಿ ಅಥವಾ ಪಟ್ಟಾಭಿಷಿಕ್ತರಿಗೆ ಮಾಡಿ ಎಂದೇಕೆ ಹೇಳಲಿಲ್ಲ? ತನ್ನ ಮರ್ಯಾದೆಯನ್ನು ಪ್ರಶ್ನಿಸಿದ ಶಿಶುಪಾಲನನ್ನು ಆಹ್ವಾನಿಸಿದ. ಅಲ್ಲೇ ನೆರೆದಿದ್ದ ಸಮಸ್ತರ ಸಮಕ್ಷಮ ದ್ವಂದ್ವ ನಡೆದು, ಶಿಶುಪಾಲನೇನು ದುರ್ಬಲನಲ್ಲ, ಅಕಸ್ಮಾತ್ ಕೃಷ್ಣನೇ ಸತ್ತಿದ್ದರೆ? ಯುಯುಧಾನ ಮಂದಲಿಗೆಯ ಮೇಲೆ ಅಂಗಾತ ಮಲಗಿ ಕಾಲು ಚಾಚಿದ. ಕಣ್ಣುಗಳು ತಮಗೆ ತಾವೇ ಮುಚ್ಚಿಕೊಂಡವು. ಇನ್ನೊಮ್ಮೆ ನಿದ್ದೆ ಮಾಡಬೇಕೆನಿಸಿತು. ಬೇಸಿಗೆಯೇ ಹಾಗೆ. ಅದೂ ಸಮುದ್ರದ ದಡ ಎಂದು ಮನಸ್ಸನ್ನು ಶಾಂತ ಮಾಡಿಕೊಳ್ಳುತ್ತಿರುವಾಗ ಇಂದ್ರಪ್ರಸ್ಥದ ನೆನಪು ಬಂತು. ಇಡೀ ರಾಜಸೂಯದಲ್ಲಿ ನಾವೆಲ್ಲ ಅಲ್ಲೇ ಇದ್ದೆವಲ್ಲ, ಏನು ವೈಭವ, ಎಷ್ಟು ಜನ, ಏನು ಸತ್ಕಾರ! ಎನ್ನಿಸಿತು. ಶಿಶುಪಾಲನನ್ನು ಕೊಂದು ಅವನು ಅವನ ಶರೀರಕ್ಕೆ ಅಗ್ನಿಸಂಸ್ಕಾರ ಮಾಡಿ ಮುಗಿಸಿದ ನಂತರ ಕೃಷ್ಣನು ನೇರವಾಗಿ ಪ್ರಥಮಸ್ಥಾನಕ್ಕೆ ಹೋಗಿ ಕುಳಿತ ನೆನಪು. ಬಲರಾಮನು ಅಲ್ಲೇ ಇದ್ದನಲ್ಲ. ಆಗಿನಿಂದ ಬಲರಾಮನ ಮನಸ್ಸು ಹೆಚ್ಚು ಕಹಿಯಾಯಿತೆ? ಎಂಬ ಪ್ರಶ್ನೆಯೂ ಕಾಣಿಸಿಕೊಂಡಿತು. ಸಮಾರಂಭದಲ್ಲಿ ಅವನೇನೂ ವಿರೋಧಿಸಲಿಲ್ಲ. ಕಟು ನುಡಿಯಲಿಲ್ಲ. ಆದರೆ ಕಹಿಯಾಗದೆ ಇರುತ್ತೆಯೆ? ನಿದ್ದೆ ಇನ್ನಷ್ಟು ಎಳೆಯಿತು. ಎರಡು ಸಲ ಆಕಳಿಕೆಯೂ ಬಂತು. ಆ ವಯಸ್ಸಿಗೆ ಅಷ್ಟೆಲ್ಲ ಸಾಧಿಸಿದವನು, ರಾಜಸೂಯದ ಸೂತ್ರಧಾರನೇ ಆದವನು ಪ್ರಥಮ ಗೌರವಕ್ಕೆ ಅರ್ಹನಲ್ಲವೆ? ಅರ್ಹತೆಗಿಂತ ಜ್ಯೇಷ್ಠತ್ವ ಕನಿಷ್ಠತ್ವಗಳು ಮುಖ್ಯವೆ? ಪಟ್ಟ ಮುಖ್ಯವೇ ಎಂಬ ಪ್ರಶ್ನೆ ರೂಪುಗೊಳ್ಳುತ್ತಿರುವಾಗಲೇ ನಿದ್ದೆ ಎಳೆದು ಮುಳುಗಿಸಿಕೊಂಡಿತು.

ನಿದ್ದೆ ತಿಳಿಯುತ್ತಿತ್ತು. ಪೂರ್ತಿ ಎಚ್ಚರವಾಗುವ ಮೊದಲೇ ಹೆಜ್ಜೆಯ ಸಪ್ಪಳ ಕೇಳಿಸಿತು. ಮಾತನಾಡುತ್ತಿದ್ದ ಧ್ವನಿ, ಒಂದಂತೂ ನಂದಕನದೆಂದು ಅರೆಎಚ್ಚರದಲ್ಲೂ ತಿಳಿಯಿತು. ಇನ್ನೊಂದು ಗೊತ್ತಾಗಲಿಲ್ಲ. ಉಚ್ಚಾರ ಸಹ ವಿಚಿತ್ರವೆನಿಸುತ್ತಿತ್ತು. ಕೆಲವು ಶಬ್ದಗಳ ಅರ್ಥ ತಿಳಿಯುತ್ತಿರಲಿಲ್ಲ. ನಂದಕನು ಕಿವುಡನೆಂದು ಭಾವಿಸಿದವನಂತೆ ಗಂಟಲು ಹರಿಯುವ ತಾರದಲ್ಲಿ ಮಾತನಾಡುತ್ತಿದ್ದ. 'ನೀನು ಇಲ್ಲೇ ಮಲಗಿದ್ದೀಯ ಅಂತ ಕ್ರತು ಹೇಳಿದ. ನಿದ್ದೆಗೆ ಭಂಗವಾಗಲಿಲ್ಲ ತಾನೆ?' ಎನ್ನುತ್ತಾ ನಂದಕ ಹತ್ತಿರ ಬಂದು ಕೂಡುವಂತೆ ತನ್ನ

ಜೊತೆಯವನಿಗೂ ಹೇಳಿ ತಾನೂ ಕುಳಿತ. ಜೊತೆಯವನು ಚಕ್ಕಲಮಕ್ಕಲ ಹಾಕದೆ ಕುಕ್ಕುರುಗಾಲಿನಲ್ಲಿ ಕುಳಿತ. ಆ ಇನ್ನೊಬ್ಬನು ಆಭೀರ ಜಾತಿಯವನೆಂದು ನೋಡಿದತಕ್ಷಣ ಯುಯುಧಾನನಿಗೆ ಗೊತ್ತಾಯಿತು. ಕಂದು ಬಣ್ಣ, ಒಳ್ಳೆಯ ಎತ್ತರ. ಸೀಳು ಮೈಕಟ್ಟು, ಮೊನಚಾದ ಮೂಗು, ಗಲ್ಲ, ದೃಷ್ಟಿಗಳು, ಕೈಲಿ ಆಳುದ್ದದ ದಪ್ಪ ಲಟ್ಟ. ಓಟದಲ್ಲಿ ಸೀಳುನಾಯಿಯನ್ನೂ ಹಿಂದೆ ಹಾಕುವಷ್ಟು ತೆಳು ಆದರೆ ಗಟ್ಟಿಯಾದ ಉದ್ದ ಕಾಲುಗಳು.

ಯುಯುಧಾನ ಎದ್ದು ಕುಳಿತು ಮೈಮುರಿದ ಮೇಲೆ ನಂದಕ ಎಂದ: 'ನೋಡು, ಮತ್ತೆ ಇವರದೂ ಯಾದವರದೂ ಜಗಳ ಶುರುವಾಗಿದೆ. ಕೃಷ್ಣನನ್ನೇ ಕರೆದು ಈ ಸಲದ ತಪ್ಪು ಯಾದವರದ್ದೇ ಅಂತ ತೋರಿಸುತ್ತೀನಿ ಅಂತ ಇವನು ಬಂದಿದಾನೆ. ಇಲ್ಲಿ ನೋಡಿದರೆ ಕೃಷ್ಣ ಎಂದು ಬರುತ್ತಾನೋ ನಿಗದಿ ಇಲ್ಲ. ಬಗೆಹರಿಯುವುದು ಹೇಗೆ?'

ಈ ಜಗಳದ ವಿವರ ತಕ್ಕಮಟ್ಟಿಗೆ ಯುಯುಧಾನನಿಗೂ ಗೊತ್ತು. ಮೊದಲು ಆನರ್ತ ದೇಶವು ಆಭೀರರಿಗೆ ಸೇರಿತ್ತಂತೆ. ಸೇರಿತ್ತು ಎಂದರೆ ಅವರು ಎಂದೂ ಒಂದು ಜಾಗದಲ್ಲಿ ನೆಲೆಯಾಗಿ ನಿಂತು ಭೂಮಿಯನ್ನು ಉತ್ತು ಬಿತ್ತಿ ಕೃಷಿ ಮಾಡಿದವರಲ್ಲ. ಕೃಷಿಯಿಂದ ಬೆಳೆ ತೆಗೆದು ದಿನಸಿ ಧಾನ್ಯಗಳನ್ನೇ ತಮ್ಮ ಆಹಾರದ ಪ್ರಧಾನ ಅಂಶವಾಗಿ ಉಪಯೋಗಿಸಿದವರಲ್ಲ. ಹಿಂಡು ಹಿಂಡು ಹಸುಗಳನ್ನು ಸಾಕುವುದು. ಹೋರಿ ಮುದಿ ಹಸುಗಳ ಮಾಂಸ, ಹಸುಗಳ ಹಾಲು ಗೆಡ್ಡೆ ಗೆಣಸು ಹಣ್ಣುಹಂಪಲುಗಳಿಂದ ಹೊಟ್ಟೆ ತುಂಬಿಸಿಕೊಳ್ಳುತ್ತಿದ್ದರು. ಅವರಲ್ಲಿ ಕೆಲವು ಗುಂಪು ಮಳೆಗಾಲಕ್ಕೆ ಮುನ್ನ ಮಟ್ಟಸವಾದ ಜಾಗಗಳಲ್ಲಿ ಗೋಧಿ ಎರಚಿ ಅದು ಬೆಳೆದನಂತರ ಕುಯ್ದು ತೆನೆ ಬಡಿದು ಬಂಡೆಯ ಮೇಲೆ ರುಬ್ಬುಗಲ್ಲಿನಿಂದ ನುಗ್ಗಿ ಬೇಯಿಸಿ ತಿನ್ನುವುದೂ ಇತ್ತು. ಆದರೆ ಆರ್ಯರಂತೆ ನೇಗಿಲಿನಿಂದ ಉಳುವುದಾಗಲಿ ಗೊಬ್ಬರ ಹಾಕಿ ಕಳೆಕಿತ್ತು ಬೆಳೆ ಹುಲುಸು ಮಾಡುವುದಾಗಲಿ ಅವರಿಗೆ ರೂಢಿಯಾಗಿರಲಿಲ್ಲ. ಮಥುರೆಯ ಯಾದವರು ಬರುವ ಮೊದಲೂ ಇಲ್ಲಿ ಆರ್ಯರಿದ್ದರು. ಆದರೆ ಮಥುರೆಯಿಂದ ಇಷ್ಟು ಜನರು ವಲಸೆ ಬಂದಮೇಲೆ ಹೆಚ್ಚು ಹೆಚ್ಚು ಭೂಮಿಯನ್ನು ಉತ್ತು ಕೃಷಿಮಾಡುವುದು ಅನಿವಾರ್ಯವೂ ಆಗಿತ್ತು. ಬೆಳೆಯನ್ನು, ಕಾಡುಮೃಗಗಳಿಂದ ರಕ್ಷಿಸಿಕೊಳ್ಳಲು ಹೊಲಕ್ಕೆ ಬೇಲಿ ಹಾಕುತ್ತಿದ್ದರಾದರೂ, ಬೇಲಿಯು ಆಭೀರರ ಗುಂಪುಗಟ್ಟಳೆ ದನಗಳನ್ನು ತಡೆಯುವಷ್ಟು ಗಟ್ಟಿಯಾಗಿರುವುದು ಸಾಧ್ಯವಿರಲಿಲ್ಲ. ತಾವು ಸ್ವತಂತ್ರವಾಗಿ ದನ ಮೇಯಿಸುವ ಜಾಗಗಳನ್ನೆಲ್ಲ ಹೊಲವಾಗಿ ಮಾಡಿ ಯಾರೂ ಪ್ರವೇಶಿಸದಂತೆ ಅಧಿಕಾರ ಸ್ಥಾಪಿಸುವ ಇವರ ಮೇಲಿನ ಸಿಟ್ಟಿನಿಂದ, ಕೆಲವು ಆಭೀರ ತರುಣರು, ತಾವೇ ಬೇಲಿ ಮುರಿದು ದನ ನುಗ್ಗಿಸುತ್ತಿದ್ದರು. ಲೋಹದ ಮೊನಚು ಮೂತಿ ಹಾಕಿದ ಬಾಣಪ್ರಯೋಗದ ಆರ್ಯರಿಗೂ ಬರೀ ವಿಷದ ರಸದಲ್ಲಿ ಮುಳುಗಿಸಿದ ಬಿದಿರು ಮೂತಿಯ ಬಾಣದ ಆಭೀರರಿಗೂ ಆಗಾಗ್ಗೆ ಜಗಳವಾಗುತ್ತಲೇ ಇತ್ತು. ಕೆಲವು ಸಲ ಯಾದವರು ಜಗಳಕ್ಕೆ ಯುದ್ಧದ ರೋಷ ತಂದುಕೊಂಡು, ಸಿಕ್ಕಿದಷ್ಟು ಜನರನ್ನು ಕೊಂದುಹಾಕುತ್ತಿದ್ದರು. ಆಭೀರರು ರಾತ್ರಿಯ ವೇಳೆ ಸಾಧಿಸಿ ಇವರು ಬೆಳೆದ ಹೊಲ ಹೊಲಗಳಿಗೇ ಊರು ಮನೆಗಳಿಗೇ ಬೆಂಕಿ ಹಾಕಿಬಿಡುತ್ತಿದ್ದರು. ಮಥುರೆಯ ಸುತ್ತಮುತ್ತ ಬಲು ಹಿಂದೆ ನಾಗಜನರು ಇದೇ ರೀತಿ ಉಪದ್ರವ ಕೊಡುತ್ತಿದ್ದರಂತೆ. ಅಪ್ಪ

ನಂತಹ ಹಿರಿಯರು ಹುಡುಗರಾಗಿದ್ದಾಗ ಕಂಡಿದ್ದ ಮಾತು. ಚಿಕ್ಕವಯಸ್ಸಿನಲ್ಲಿ ಕೃಷ್ಣನು ವ್ರಜದ ಕೃಷಿಕರ ಮನೆಯಲ್ಲಿದ್ದಾಗ ಯಮುನೆಯ ಆಚೆಯ ಭಾಗದಲ್ಲಿದ್ದ ನಾಗರು ಬಂದು ಹೀಗೆಯೇ ಕಿರುಕುಳ ಕೊಡುತ್ತಿದ್ದರಂತೆ. ಒಮ್ಮೆ ನದಿ ದಾಟಿ ಬಂದಿದ್ದ ಅವರ ಪ್ರಮುಖನನ್ನು, 'ನಂದಕ, ನಿಮ್ಮೂರಿನಲ್ಲಿದ್ದಾಗ ಕೃಷ್ಣ ಒಬ್ಬ ನಾಗನನ್ನು ಕೊಂದನಂತಲ್ಲ, ಏನವನ ಹೆಸರು?'

'ಅವನ ಹೆಸರೆ?' ಎಂದ ನಂದಕ ಜ್ಞಾಪಿಸಿಕೊಂಡ. ಮುಖದ ತುಂಬ ಸುಕ್ಕುಗಳು ಬರುವಂತೆ ಹಿಂಡಿ ತಲೆ ಕೆರೆದುಕೊಂಡನಂತರ, 'ಕಾಲಿಯ ಅಂತ ಅಲ್ಲವೆ? ನಾವೂ ಹೋಗಿದ್ದೆವು. ನದಿ ದಾಟಿ ಅವರು ಬರುತ್ತಿದ್ದರು; ಪ್ರತಿದಿನ ಅಲ್ಲ. ಯಾವತ್ತೋ ಒಂದು ರಾತ್ರಿ ಕಣ್ಣುತಪ್ಪಿಸಿ ಬಂದು ನಮ್ಮ ಬೆಳೆಗೆಲ್ಲ ಬೆಂಕಿ ಹಾಕಿ ಪರಾರಿ. ನಾವು ಪ್ರತಿರಾತ್ರಿ ಕಾದು ಕಾದು ಕುಳಿತೆವು. ಒಂದು ದಿನ ಸಿಕ್ಕಿದರು ನೋಡು. ಕಾಲಿಯ ಒಬ್ಬನಲ್ಲ. ಇನ್ನೂ ಮೂರು ಜನರನ್ನು ಮುಗಿಸಿದೆವು. ಆವತ್ತಿನಿಂದ ಆ ಕಾಡನ್ನೇ ಬಿಟ್ಟು ದೂರ ಯಾವ ದಿಕ್ಕಿಗೆ ಎಷ್ಟು ದೂರ ಹೋದರೋ ಯಾರಿಗೂ ಗೊತ್ತಿಲ್ಲ.' ಸ್ವಲ್ಪ ಹೊತ್ತಿನನಂತರ, 'ಯಾಕೆ?' ಎಂದ.

'ಸುಮ್ಮನೆ ಕೇಳಿದೆ, ಏನೋ ಜ್ಞಾಪಕ ಬಂತು' ಎಂದ ಯುಯುಧಾನನಿಗೆ, ಕೃಷ್ಣನಲ್ಲಾದ ಬದಲಾವಣೆಯ ನೆನಪು ಬಂತು. ವ್ರಜದಲ್ಲಿದ್ದಾಗ ಛಲ ಹಿಡಿದು ಕಾಲಿಯನನ್ನು ಕೊಂದು ಓಡಿಸಿದ. ಆಮೇಲೆ ಪಾಂಡವರು ಖಾಂಡವವನವನ್ನು ಕೃಷಿಭೂಮಿಯಾಗಿ ಮಾಡುವಾಗ ಇನ್ನೊಂದು ಗುಂಪು ನಾಗರು ಮೇಲೆ ಬಿದ್ದರಂತೆ. ಕೃಷ್ಣನೇ ಮುಂದಾಳತ್ವ ವಹಿಸಿ ಅರ್ಜುನಾದಿಗಳಿಂದ ಇಡೀ ಕಾಡಿಗೆ ಬೆಂಕಿ ಹಾಕಿಸಿ ಅವರಲ್ಲಿ ಯಾರೂ ತಪ್ಪಿಸಿಕೊಳ್ಳದಂತೆ ಸುತ್ತ ಬಾಣ ಹೊಡೆಸಿದನಂತೆ. ಅದಾದ ಮೇಲಲ್ಲವೆ ನಮಗೆ ಇಲ್ಲಿ ಈ ಆಭೀರರ ಕಾಟ ಶುರುವಾದದ್ದು? ಬಲರಾಮ ಕೃತವರ್ಮರು ಆಗಾಗ ಇವರಿಗೆ ತಕ್ಕ ಪಾಠ ಕಲಿಸುತ್ತಿದ್ದರು. ಆಗ ಕೃಷ್ಣನೇ ಅಡ್ಡಬಂದು ಎರಡು ಪಕ್ಷಗಳನ್ನೂ ಒಟ್ಟು ಕೂರಿಸಿ ಇಬ್ಬರಿಗೂ ಅನಾನುಕೂಲ ವಾಗದಂತೆ ಒಪ್ಪಂದ ಮಾಡಿಸಿದನಲ್ಲ. 'ನಮಗೆ ಈಗ ಇರುವ ಕೃಷಿಭೂಮಿಗಳು ಸಾಕು. ಬೇಕಾದರೆ ಅದನ್ನೇ ಒತ್ತುವರಿ ಮಾಡಿ ಬೆಳೆಸಿಕೊಳ್ಳುತ್ತೇವೆ. ಇನ್ನು ಕಾಡುಗಳನ್ನು ಹೊಸದಾಗಿ ಸುಡುವುದಿಲ್ಲ. ನೀವು ನಿಮ್ಮ ದನಗಳನ್ನು ನಮ್ಮ ಬೇಲಿಯ ಹತ್ತಿರಕ್ಕೆ ಬರದಂತೆ ನೋಡಿಕೊಳ್ಳ ಬೇಕು. ಕಾಡುಮೃಗಗಳು ನಿಮ್ಮ ದನಗಳನ್ನೂ ಹೊಡೆದು ತಿನ್ನುತ್ತವೆ. ನಮ್ಮ ಭೂಮಿಗೂ ನುಗ್ಗುತ್ತವೆ. ಅವುಗಳ ಬೇಟೆಯಾಡಬೇಕಾದರೆ ನಮ್ಮನ್ನು ಕರೆಯಿರಿ, ಬರುತ್ತೇವೆ. ಬೇಟೆಯ ಮಾಂಸವೆಲ್ಲ ನಿಮ್ಮದೇ. ನಾವು ಮುಟ್ಟುವುದಿಲ್ಲ.' ಈ ಒಪ್ಪಂದವನ್ನು ಬಲರಾಮ ಕೃತವರ್ಮರು ಎಷ್ಟೊಂದು ವಿರೋಧಿಸಿದರು! 'ಜೊತೆಯಲ್ಲಿ ಬೇಟೆಯಾಡುವುದಂತೆ. ಮಾಂಸವೆಲ್ಲ ಅವರಿ ಗಂತೆ. ಉಳಿದಿರುವ ಕಾಡನ್ನು ಸುಟ್ಟು ಆಕ್ರಮಿಸುವುದಿಲ್ಲವಂತೆ. ದನ ಕಾಯುವ ಕಾಡುಜನರಿಗೆ ವೀರ ಆರ್ಯರು ಹೆದರಿ ನಡೆಯುವುದೆ? ನಿನಗೆ ಪುಕ್ಕಲಿದ್ದರೆ ಇವರ ಜೊತೆ ಹೊಡೆದಾಟಕ್ಕೆ ಬರಬೇಡ. ಮನೆಯಲ್ಲಿ ಮುಸುಕು ಹಾಕಿ ಮಲಗಿರು' ಎಂದು ಅವರೆದುರಿಗೇ ಅಂದನಲ್ಲ ಬಲರಾಮ. ಕೃಷ್ಣ ಬಿಡಿಸಿ ಹೇಳಬೇಕಾಯಿತು: 'ನಾವು ಬರುವ ಮೊದಲು ಅವರು ಈ ದೇಶದಲ್ಲಿದ್ದರು. ಈಗ ಅವರೂ ಬದುಕಬೇಕು; ನಾವೂ ಬದುಕಬೇಕು. ಈಗ ಕೃಷಿಗೆ

ಪರಿವರ್ತಿಸಿರುವ ಭೂಮಿ ನಮಗೆ ಸಾಕು. ಅಲ್ಲದೆ ಇಷ್ಟು ಸಮೃದ್ಧ ಬೆಳೆ ತೆಗೆಯುವ ನಾವು ಕಾಡುಮೃಗಗಳ ಮಾಂಸದಿಂದಲೇ ಬದುಕಬೇಕಾಗಿಲ್ಲ. ಅವರು ನಮ್ಮ ಹಾಗೆ ಬೇಸಾಯ ಮಾಡುವುದಿಲ್ಲ. ಈ ಜಗಳ ಬೇಡ.' ನಮ್ಮಪ್ಪ, ವಸುದೇವ, ಉಗ್ರಸೇನ ಮೊದಲಾದವರೆಲ್ಲ ಕೃಷ್ಣನ ಮಾತಿಗೆ ಒಪ್ಪಿದ್ದರಿಂದ ಬಲರಾಮ, ಕೃತವರ್ಮ ಮತ್ತು ಇತರ ವೀರರು ಒಪ್ಪಿಕೊಂಡರು. ಒಂದು ಥರಕ್ಕೆ ಒಳ್ಳೆಯದೇ ಆಯಿತು. ಅನ್ಯೋನ್ಯವಾಗಿ ಇರುವಂತಾಯಿತು. ನಮ್ಮ ಇಂದ್ರೋತ್ಸವದ ದಿನ ಅವರೆಲ್ಲ ಗಡಿಗೆಗಟ್ಟಳೆ ಹಾಲು, ಈಚಲು ಹೆಂಡ, ಹೋರಿಯ ಮಾಂಸ ತಂದು ಕೊಟ್ಟು ನಾವು ಇಕ್ಕಿದ ಪ್ರಥುಕಾ, ಸಕ್ತು, ಪಾಯಸಗಳನ್ನು ಚಪ್ಪರಿಸಿ ಉಂಡುಹೋಗುತ್ತಿದ್ದರಲ್ಲ. ಕೃಷ್ಣನೇ ಮುಂದೆ ನಿಂತು ಅವರ ಹೆಂಗಸರು ಮಕ್ಕಳಿಗೆಲ್ಲ ಕ್ಷೀರಾನ್ನವನ್ನು ಸೊಟಕದ ತುಂಬ ಮೊಗೆಮೊಗೆದು ಇಕ್ಕುತ್ತಿದ್ದ. ಈಗ ಯಾಕೆ ಜಗಳ ಶುರುವಾಯಿತು, ಎಂದು ಯೋಚಿಸುತ್ತಿರುವಾಗ ಇದ್ದಕ್ಕಿದ್ದಂತೆಯೇ ಒಂದು ಅಂಶ ನೆನಪಿಗೆ ಬಂತು. ಈ ಸಲ ಇಂದ್ರೋತ್ಸವದಲ್ಲಿ ಕೃಷ್ಣ ಊರಿನಲ್ಲಿರಲಿಲ್ಲ. ಇವರಾರನ್ನೂ ಊಟಕ್ಕೆ ಕರೆಯಲಿಲ್ಲ. ಆ ಸಿಟ್ಟಿಗೆ ಏನಾದರೂ ತಂಟೆ ತೆಗೆದಿದ್ದಾರೆಯೊ ಎಂದುಕೊಳ್ಳುವಾಗ ಎದುರಿಗೆ ಕುಕ್ಕುರುಗಾಲಿನಲ್ಲಿ ಕುಳಿತ ಆಭೀರ, 'ಕಾಡು ಸುಟ್ಟು ಹೊಸದಾಗಿ ಭೂಮಿಯನ್ನು ನಿಮ್ಮ ನಿಮ್ಮದೇ ಮಾಡಿಕೊಳ್ಳುವುದಿಲ್ಲ ಅಂತ ಕಿಷ್ಣನ ಎದುರಿಗೆ ಒಪ್ಪಂದವಾಗಿತ್ತೋ ಇಲ್ಲವೋ, ಮೊನ್ನೆ, ಅಕ್ಕೋ, ಅಲ್ಲಿ ನೋಡು,' ಎಂದು ಕೂತಲ್ಲಿಂದಲೇ ಹಿಂದೆ ತಿರುಗಿ ಕಿಟಕಿಯ ಆಚೆಗೆ ದೂರದಲ್ಲಿ ಕಾಣುತ್ತಿದ್ದ ಒಂದು ಸಣ್ಣ ಗುಡ್ಡದ ಕಡೆಗೆ ಬೆರಳು ತೋರಿಸಿ, 'ಅದರ ಆಚೆಯ ಒಂದು ಕಾಡಿಗೆ ನಿಮ್ಮವರು ಬೆಂಕಿ ಹಾಕಿದಾರೆ. ಈಗ ಶಖೆಗಾಲ, ಕಾಡೆಲ್ಲ ಒಣಗಿನಿಂತಿದೆ. ಈ ಕಡೆಯಿಂದಲೇ ಉರಿ ಕೊಟ್ಟಿದ್ದಾರೆ. ಗಾಳಿ ಬೀಸಿ ಆ ಕಡೆಗೆಲ್ಲ ಹಬ್ಬಲಿ ಅಂತ. ಅಷ್ಟು ದೂರದಲ್ಲಿ ಖೇತ್ರ ಮಾಡಬಹುದೇ ನೀವು? ಇರುವ ಹೊಲವನ್ನು ಬೇಕಾದರೆ ಸುತ್ತ ಒತ್ತಿಸಿಕೊಳ್ಳಬಹುದು ಅಂತ ಮಾತ್ರ ಒಪ್ಪಂದವಾಗಿದ್ದುದು.'

ಯುಯುಧಾನನಿಗೆ ಈ ಸಂಗತಿಯೇ ಗೊತ್ತಿರಲಿಲ್ಲ. ನೆನ್ನೆ ರಾತ್ರಿ ಸಿಕ್ಕಿದಾಗ ಬಲರಾಮನೂ ಹೇಳಲಿಲ್ಲ. ಹೇಳುತ್ತಿದ್ದನೇನೋ, ದುರ್ಯೋಧನ ಬಂದು ಭಾರಿ ವಿಷಯ ಮನಸ್ಸಿನಲ್ಲಿರುವುದರಿಂದ ಮರೆತನೋ. ಅಥವಾ ಕೃಷ್ಣ ಮಾಡಿದ ಒಪ್ಪಂದವನ್ನು ಉಲ್ಲಂಘಿಸಿದುದು ತಪ್ಪೆನ್ನುತ್ತೇನೆಂದು ಬೇಕೆಂದೇ ಹೇಳಲಿಲ್ಲವೋ, ಎಂಬ ನೆನಪು ಯೋಚನೆಗಳು ಒಂದು ಭಾಗದಲ್ಲಿರುವಾಗ ಮನಸ್ಸಿನ ಇನ್ನೊಂದು ಭಾಗವು ಆಭೀರನ ಮಾತಿನ ಉಚ್ಚಾರ ಮತ್ತು ವಾಕ್ಯರಚನೆಗಳನ್ನು ಗಮನಿಸಿತ್ತು. ತ್ವಮ್ ಎನ್ನುವ ಬದಲು ತೋಮ್ ಎನ್ನುತ್ತಿದ್ದ. ಅಗ್ನಿ ಎನ್ನುವ ಬದಲು ಅಗಣಿ ಎಂದಿದ್ದ. ಕ್ಷೇತ್ರ ಎಂಬುದು ಸರಿ ಹೊರಡದೆ ಖೇತ್ರ ಎಂದಿದ್ದ. ಕೃಷ್ಣನನ್ನು ಕಿಷ್ಣನನ್ನಾಗಿ ಮಾಡಿದ. ನಮ್ಮ ಸಂಪರ್ಕ ಬೆಳೆದಂತೆ ಅವರಲ್ಲಿ ಕೆಲವರು ನಮ್ಮ ಭಾಷೆಯನ್ನು ಕಲಿತಿದ್ದಾರೆ ಎಂದುಕೊಂಡ ಯುಯುಧಾನ ಕೇಳಿದ: 'ಈಗ ಏನು ಮಾಡಬೇಕು ಹೇಳು.'

'ಕಿಷ್ಣ ಇದ್ದಿದ್ದರೆ ಸರಿ ಮಾಡುತ್ತಿದ್ದ. ಅವನ ಮಿತ್ರ ನೀನು. ನಿಮ್ಮವರಿಗೆ ಬುದ್ಧಿ ಹೇಳಿ ಸರಿ ಮಾಡು.'

ಇನ್ನೊಂದು ಅಂಶ ಯುಯುಧಾನನ ಗಮನಕ್ಕೆ ಬಂತು. ತನ್ನನ್ನು ಕಿವುಡನೆಂದು ಬಗೆದು ಇಷ್ಟು ಗಟ್ಟಿಯಾಗಿ ಮಾತನಾಡುತ್ತಾನೆಯೋ ಇವನು! ಅಥವಾ ಇವನ ಅಭ್ಯಾಸವೇ ಹೀಗೋ? ಮೆಲ್ಲಗೆ ಮಾತನಾಡು, ನನಗೆ ಕಿವಿ ಕೇಳುತ್ತೆ ಎಂದರೂ ಆಗಲಿ ಆಗಲಿ ಎಂದು ಅಷ್ಟೇ ಗಟ್ಟಿಯಾಗಿ ಕಿರುಚಿದ.

ನಂದಕ ವಿವರಿಸಿದ: 'ನಮ್ಮ ಆರ್ಯಭಾಷೆಯಲ್ಲಿ ಮಾತನಾಡುವಾಗ ಇವರೆಲ್ಲರ ಗಂಟಲೂ ಹೀಗೆ ಏರಿಬಿಡುತ್ತೆ. ತಮ್ಮ ಭಾಷೆ ಆಡುವಾಗ ಸಾಧಾರಣವಾಗಿಯೇ ಇರುತ್ತೆ.'

ಯಾರಿಗೆ ಬುದ್ಧಿ ಹೇಳುವುದೆಂದು ಯೋಚಿಸುತ್ತಾ ಯುಯುಧಾನ ಸುಮ್ಮನೆ ಕುಳಿತ. ಇದುವರೆಗೂ ಗಮನದಿಂದ ತಪ್ಪಿಸಿಕೊಂಡಿದ್ದ ಬೆವರು ಸಂಚಯವಾಗಿ ಕಾದಿರುವುದು ಈಗ ಗೊತ್ತಾಯಿತು. ಉಟ್ಟ ವಸ್ತ್ರದ ತುದಿಯಿಂದ ಮುಖ ಮೈಗಳನ್ನು ಒರೆಸಿಕೊಳ್ಳುತ್ತಿರುವಾಗ ಆಭೀರ ಸೀಳುನಾಯಿಯಂತೆ ಛಂಗನೆ ಎದ್ದು ನಿಂತು ಹೇಳಿದ: 'ಬಿಸಿಲು ವಾಲುತ್ತಿದೆ. ಹೊತ್ತು ಮುಳುಗುವ ಮುನ್ನ ನಮ್ಮ ಗುಂಪನ್ನು ಕೂಡಿಕೊಳ್ಳಬೇಕು. ನಾನು ಮತ್ತೆ ಬರಲೊ?'

ತಾನು ಏನು ಮಾಡಬಹುದೆಂದು ಯುಯುಧಾನನಿಗೆ ಇನ್ನೂ ಹೊಳೆದಿರಲಿಲ್ಲ. ಬಾ ಎಂದು ಹೇಳಿ ಏನು ಮಾಡುವುದು? ಮನೆಗೆ ಹೋಗಿ ಮೊದಲು ಅಪ್ಪನ ಕೈಲಿ ಮಾತನಾಡಿ ಅನಂತರ ವಸುದೇವನ ಮನೆಗೆ ಹೋದರೆ ಏನಾದರೂ ಆದೀತು ಎಂಬ ಪರಿಹಾರ ಹೊಳೆಯಿತು. ಆಭೀರ ಉದ್ದನೆಯ ಲಟ್ಟವನ್ನು ಬಲಗೈಲಿ ಹಿಡಿದು ಮೆಟ್ಟಿಲಿಳಿದು ಹೋದ. ಯುಯುಧಾನ ಸ್ವಲ್ಪ ಹೊತ್ತು ಸುಮ್ಮನಿದ್ದ. ಅನಂತರ ಕಿಟಿಕಿಯಿಂದ ಹೊರಗೆ ತಲೆ ಇಟ್ಟು ನೋಡಿದ. 'ನಂದಕ, ಅವನೊಬ್ಬನೇ ಹೋದನಲ್ಲ. ಊರಿನಲ್ಲಿ ನಮ್ಮವರು ಹೊಡೆದುಗಿಡಿದು ಮಾಡುವುದಿಲ್ಲವೆ?'

'ಹಾಗೆ ಸುಮ್ಮಸುಮ್ಮನೆ ಜಗಳ ತೆಗೆಯುವುದಿಲ್ಲ. ಅಲ್ಲದೆ ಅವನಿಗೆ ನಮ್ಮ ಮಾತು ಬರುತ್ತೆ ನೋಡು, ಊರಿನಲ್ಲಿ ಕೆಲವರ ಜೊತೆ ಚನ್ನಾದ ಪರಿಚಯವೂ ಇದೆ. ಅವರ ಮನೆಗೆ ಹೋಗಿ ಅರಳನ್ನೋ ತುಪ್ಪದ ರೊಟ್ಟಿಯನ್ನೋ ಅಥವಾ ಇನ್ನೇನಿರುತ್ತೆಯೋ ಕೇಳಿ ತಿನ್ನದೆ ಹೋಗುತ್ತಾನೆಯೇ ಅವನು? ದೊಡ್ಡ ಅಂತಸ್ತಿನ ನಿಮ್ಮಗಳ ಮನೆಗೆ ಬರುವುದಿಲ್ಲ ಅಷ್ಟೆ.'

ಯುಯುಧಾನನ ಮನಸ್ಸಿಗೆ ಹಗುರೆನಿಸಿತು. ನಂದಕ ಎದ್ದು ಮೂಲೆಗೆ ಹೋಗಿ ಮೊಗೆಗೆ ಕುಡಿಯುವ ನೀರು ಬಗ್ಗಿಸಿ ಯುಯುಧಾನನಿಗೆ ಕೇಳಿ ತಾನೂ ಕುಡಿದು ಅವನ ಹತ್ತಿರ ಬಂದು ಮಂದಲಿಗೆಯ ಮೇಲೆ ಉರುಟಿಕೊಂಡ. ಅವನ ಮನಸ್ಸು ಯಾವುದೋ ಯೋಚನೆಯಲ್ಲಿದೆ ಎಂದು ಅರಿತ ಯುಯುಧಾನ ಮಾತನಾಡಿಸಲಿಲ್ಲ. ನೆನ್ನೆಯಿಂದ ಒಂದೇ ಸಮನೆ ಒಂದಲ್ಲ ಒಂದು ಆಲೋಚಿಸಿ ಅವನ ತಲೆಯೂ ಸೋಲುತ್ತಿತ್ತು. ಆದರೆ ನಂದಕನೇ ಮಾತು ತೆಗೆದ: 'ಹಸ್ತಿನಾವತಿಯ ದೊರೆ ಬಂದಿದಾನಂತೆ. ಯುದ್ಧವಾಗುತ್ತದಂತೆ ಅವನಿಗೂ ನಮ್ಮ ಸುಭದ್ರೆಯ ಗಂಡನ ಕಡೆಯವರಿಗೂ. ಬಲರಾಮ ಅವನ ಕಡೆಗೆ ಯಾದವ ಬಲವನ್ನೆಲ್ಲ ಕೊಡಬೇಕು ಅಂತಿದಾನಂತೆ. ನಿಜವೆ?'

'ಹಾಗೆ ಕಾಣುತ್ತೆ. ಈಗ ಊರಿನಲ್ಲಿರಬೇಕಾಗಿತ್ತು. ಹೋಗಲಿ, ನಿನಗೆ ಯಾರದ್ದು

ನ್ಯಾಯ ಅನ್ನಿಸುತ್ತೆ?'

'ಜೂಜಾಡಿದ್ದಂತೆ. ಹದಿಮೂರು ವರ್ಷ ಕಳೆದನಂತರ ಹಿಂತಿರುಗಿಸುವುದು ಅಂತ ಕರಾರಾಗಿದ್ದುದು ಎಲ್ಲ ನನಗೂ ಗೊತ್ತು. ಅವರಿಬ್ಬರ ವೈಷಮ್ಯದ ವಿಷಯವೆಲ್ಲ ಸುಭದ್ರೆ ಹೇಳುತ್ತಲೇ ಇದ್ದಳು. ಆದರೆ ನನಗನಿಸುತ್ತೆ: ಈ ಕ್ಷತ್ರಿಯರ ಚಾಳಿಯೇ ಅಷ್ಟು: ಯುದ್ಧ ಮಾಡುಕ್ಕೆ ಒಂದಲ್ಲ ಒಂದು ಕಾರಣ ಹುಡುಕುತ್ತಲೇ ಇರುತ್ತಾರೆ. ನಿನ್ನ ಜಾತಿಯನ್ನ ಬೈತಿ ದೀನಿ ಅಂತ ಸಿಟ್ಟು ಮಾಡಿಕೊಬೇಡ.'

ನಂದಕ ವೈಶ್ಯ ಜಾತಿಯವನು: ಭೂಮಿಯನ್ನು ಉತ್ತು ಬೆಳೆ ತೆಗೆಯುವುದು, ಪಶು ಪಾಲನೆ, ರಥ ಗಾಡಿ ಮನೆಕಟ್ಟುವುದು ಮೊದಲಾದ ಬಡಗಿಕೆಲಸ, ಲೋಹಕೆಲಸ, ಬಟ್ಟೆ ನೇಯುವುದು, ಇತರ ಸಮಸ್ತ ಕಸುಬೂ ಅವನ ಜಾತಿಯದಾಗಿತ್ತು.

'ನನಗೆ ಇತ್ತೀಚೆಗೆ ಏನನ್ನಿಸುತ್ತೆ ಅಂತೀಯ? ಕಂಸ ಕ್ರೂರಿ ಕೆಟ್ಟವನು ಅಂತ ನಾನೂ ಇಷ್ಟು ದಿನ ನಂಬಿದ್ದೆ. ಆಮೇಲೆ ಜರಾಸಂಧ ಬಂದು ಮಥುರೆಯನ್ನು ಆಕ್ರಮಿಸಿದರೆ ನಮ್ಮ ಗತಿ ಏನು ಅಂತ ಹೆದರಿದ್ದೆ. ಕೃಷ್ಣ ನಾನು ಜೊತೆಯಲ್ಲಿ ಬೆಳೆದೆವು. ನಾನು ನಿಜ ವಾಗಿಯೂ ಅವನನ್ನ ನಮ್ಮಣ್ಣ ಅಂತಲೇ ತಿಳಿದಿದ್ದೆ. ಯಾಕೆಂದರೆ ನನಗೆ ಮೂರು ವರ್ಷವಾಗಿದ್ದಾಗ ನಮ್ಮಮ್ಮ ಬಸರಿಯಾಗಿ ಒಂದು ಮಗು ಹೆತ್ತು ಅದು ಮೂರು ತಿಂಗಳಿನ ದಿರುವಾಗ ಸತ್ತುಹೋಯಿತಂತೆ. ಹಾಲು ಕಟ್ಟಿಕೊಂಡು ಮೊಲೆನೋವು ಬರುತ್ತದಲ್ಲ, ಅದಕ್ಕೆ ಮತ್ತೆ ನಮ್ಮಮ್ಮ ನನ್ನನ್ನು ಕುಡಿಯಲು ಹಚ್ಚಿದಳಂತೆ. ನನಗೆ ಅದೇ ಅಭ್ಯಾಸವಾಗಿ, ಹಾಲು ನಿಂತ ಮೇಲೂ ಅಮ್ಮನ ಎದೆ ಚೀಪುತ್ತಿದ್ದೆನಂತೆ. ಕೊಡದಿದ್ದರೆ ರಂಪ ಮಾಡಿಬಿಡು ತ್ತಿದ್ದೆ. ನನಗೆ ಈಗಲೂ ನೆನಪಿದೆ. ಅವನಿಗಾದರೆ ಕೊಟ್ಟೆ ನನಗೇಕೆ ಇಲ್ಲ ಅಂತ ಕೃಷ್ಣನೂ ಹಟ ಮಾಡಿ ಬಂದು ಬೀಳುತ್ತಿದ್ದ. ಅವನೊಂದು ನಾನೊಂದು ಮೊಲೆ ಚೀಪಿ ಕಚ್ಚುತ್ತಾ ನಡುನಡುವೆ ಅಮ್ಮನ ಕೈಲಿ ಬೆನ್ನಿಗೆ ಗುದ್ದಿಸಿಕೊಳ್ಳುತ್ತಾ ಹಿಗ್ಗುತ್ತಿದ್ದೆವು. ಸಾಧಾರಣವಾಗಿ ನಾನು ಎಡಗಡೆಗೆ ಅವನು ಬಲಗಡೆಗೆ. ಆಮೇಲೆ ಅವನೂ ನಮ್ಮೆಲ್ಲರ ಹಾಗೆ ನೆಲ ಉಳು ತ್ತಿದ್ದ. ದನ ಕಾಯುತ್ತಿದ್ದ. ಬಿಲ್ಲು ಹಿಡಿದು ಕಾಡಿಗೆ ಹೋಗಿ ಬೇಟೆಯಾಡುತ್ತಿದ್ದ. ಯಾವ ವ್ಯತ್ಯಾಸ? ಹದಿನಾರನೆಯ ವಯಸ್ಸಿನಲ್ಲಿ ಅವನು ಕ್ಷತ್ರಿಯ, ತಂದೆ ತಾಯಿ ಹೀಗೆ ಅಂತ ಗುಟ್ಟನ್ನು ಬಿಡಿಸಿ ಹೇಳಿದರಂತೆ ಅವನೊಬ್ಬನಿಗೇ. ಆಗಿನಿಂದ ಬೇರೆ ಮನುಷ್ಯನೇ ಆಗಿಬಿಟ್ಟ. ಈಗ ಹಿಂದಿನದೆಲ್ಲ ಯೋಚಿಸಿದರೆ ತಿಳಿಯುತ್ತೆ. ಆಗ ನನಗೆ ಏನೂ ಗೊತ್ತಾಗಲಿಲ್ಲ. ಬೇರೆ ಮನುಷ್ಯ ಅಂದರೆ ಏನು? ಸದಾ ಮಲ್ಲಸಾಧನೆ, ಬಿಲ್ಲುಬಾಣಗಳ ಅಭ್ಯಾಸ. ಪ್ರಪಂಚವನ್ನೇ ತಲೆಯ ಮೇಲೆ ಹೊತ್ತುಕೊಂಡಂತಹ ಗಾಂಭೀರ್ಯದ ಮುಖ. ಅದಕ್ಕೆ ಮೊದಲಿದ್ದ ಹುಡುಗಾಟ ಖುಷಿಗಳೆಲ್ಲ ಇಲ್ಲವಾದವು. ಇದರ ಕಾರಣ ಏನು ಅಂತೀಯ? ತಾನು ಕ್ಷತ್ರಿಯ ಅನ್ನುವ ಭಾವನೆ ಬಂದದ್ದು.....'

ಎಂಬುದನ್ನು ಅರ್ಧಕ್ಕೆ ತಡೆದು ಯುಯುಧಾನ, 'ತನ್ನನ್ನು ಹೆತ್ತ ತಾಯಿ ತಂದೆಯರ ಬವಣೆ ಹೀಗಿದೆಯಲ್ಲಾ ಎಂಬ ಚಿಂತೆ ಇರಬಹುದು' ಎಂದ.

'ಅದೂ ಇರಬಹುದು. ಅವನು ಕ್ಷತ್ರಿಯನೇ ಅಲ್ಲದಿದ್ದರೆ ಅಥವಾ ಅವನ ನಿಜವಾದ

ಹುಟ್ಟು ಗೊತ್ತಾಗದಿದ್ದರೆ ಸುಖವಾಗಿ ವ್ರಜದಲ್ಲಿ ಕೃಷಿಕೆಲಸ ಮಾಡಿಕೊಂಡಿರುತ್ತಿದ್ದ. ಚುರುಕು ಬುದ್ಧಿಯವನಾದ್ದರಿಂದ ಬಡಗಿಕೆಲಸದಲ್ಲಿ ಲೋಹಕೆಲಸದಲ್ಲಿ ಏನಾದರೂ ಹೊಸ ನಮೂನೆ ಮಾಡುತ್ತಿದ್ದ. ಅಂತೂ ಅವನಿಗೂ ಸುಖವಾಗಿ ಉಳಿದವರಿಗೂ ಸುಖವಾಗಿರುತ್ತಿತ್ತು.' ಎಂದವನು ಮುಂದೆ ಮಾತು ತಿಳಿಯದೆ ಸುಮ್ಮನಾದ.

'ಏನು ನೀನು ಹೇಳುತ್ತಿರುವುದು?' ಯುಯುಧಾನ ಎದ್ದು ಕುಳಿತು ಕೇಳಿದ. ಎಡಗಡೆಯ ಕಿಟಕಿಯ ಸಾಗರವು ಎದ್ದುಬರುವಂತೆ ಕಾಣುತ್ತಿತ್ತು. ಸಾಗರದ ಆಕಾರ ಇಂಥದೆಂದು ಖಚಿತವಾಗಿ ಹೇಳುವುದಕ್ಕೇ ಆಗುವುದಿಲ್ಲ; ಒಂದು ಸಲ ದುಂಡನೆಯ ಗಡಿಗೆಯಂತೆ ಉಬ್ಬಿ ದಿಗಂತದಲ್ಲಿ ಇಳಿದಿರುತ್ತದೆ; ಕೆಲವೊಮ್ಮೆ ಚಪ್ಪಟೆಯಾದ ಹಸಿರು ಚಾಪೆಯಂತೆ ಹಾಸಿ ಮಬ್ಬಿನಲ್ಲಿ ಮರೆಯಾಗಿರುತ್ತದೆ ಎಂದುಕೊಳ್ಳುತ್ತಿರುವಾಗ, ನಂದಕನ ಮಾತು ಗ್ರಹಿಕೆಯಿಂದ ತಪ್ಪಿಸಿಕೊಂಡು ಹೋಯಿತು.

'ಯಾಕೆ ಹೇಳ್ತಿದೀನಿ ಅಂದರೆ,' ನಂದಕ ಮುಂದುವರಿಸಿದ: 'ಕಂಸ ಬದುಕಿದ್ದಾಗ ಯಾದವ ಕ್ಷತ್ರಿಯರಿಗೆ ಹೆದರಿಸಿ ಅವರನ್ನೆಲ್ಲ ಗೋಳುಗುಟ್ಟಿಸುತ್ತಿದ್ದ. ಇತರ ಜನಗಳ ತಂಟೆಗೆ ಬಂದಿರಲಿಲ್ಲ. ಬೆಳೆದಿದ್ದರ ಆರರಲ್ಲಿ ಒಂದು ಭಾಗ ರಾಜಾದಾಯ ಸಲ್ಲಿಸಿದ್ದರೆ ಮುಗಿಯಿತು. ನಾವೆಲ್ಲ ಕೊಡುತ್ತಲೇ ಇದ್ದೆವಲ್ಲ. ಯಾರು ಆಳಿದರೆ ನಮಗೇನು? ಮೊನ್ನೆ ನನ್ನ ಊರಿನಿಂದ ನಂಟರು ಬಂದರು. ಈ ಬೇಸಿಗೆಯಲ್ಲಿ ಎಷ್ಟು ದೂರ. ಇಲ್ಲಿ ನಾನು ಅನುಕೂಲಸ್ಥನಾಗಿದೀನಿ. ಅವರಿಗೆ ಪಯಣಕ್ಕೆ ಕುದುರೆ ದಿಕ್ಕಿಲ್ಲ. ನಡೆದು ನಡೆದು ಅಂಗಾಲ ಚರ್ಮ ಎರಡು ಹೆಕ್ಕಳಿಕೆ ಸುಲಿದು, ಮೂತ್ರದಲ್ಲಿ ರಕ್ತ ಕಾಣಿಸಿಕೊಂಡಿತಂತೆ. ಈಗ ವ್ರಜಕ್ಕೆ ರಾಜನೇ ಇಲ್ಲ. ಮಥುರೆಯವರು ಇಲ್ಲಿಗೆ ಓಡಿಬಂದರು. ಜರಾಸಂಧ ಮಥುರೆಯನ್ನು ಹಾಳು ಮಾಡಿ ಹಿಂತಿರುಗಿದ. ರಾಜನಿಲ್ಲದಿದ್ದರೆ ಬೇಡ ಆರನೇ ಒಂದಂಶ ದಿನಸಿಯೇ ಉಳಿಯಿತೆಂದು ಸುಖವಾಗಿರುವುದಕ್ಕೂ ಬಿಡುವುದಿಲ್ಲ. ಸಿಕ್ಕಿಸಿಕ್ಕಿದ ಪುಂಡರೆಲ್ಲ ಕುದುರೆ ಏರಿ ಬಂದು ನಾನೇ ರಾಜ, ದಾಯ ಕೊಡು ಅಂತ ಕಿತ್ತುಕೊಳ್ಳುತ್ತಾರಂತೆ. ವರ್ಷಕ್ಕೆ ಎರಡು ಮೂರು ಸಲ ಕೊಡುವ ಸ್ಥಿತಿ. ದ್ವಾರಕೆಯಿಂದಲಾದರೂ ವಾಪಸು ಬಂದು ಹೊಸದಾಗಿ ಮಥುರೆಯನ್ನು ಕಟ್ಟಿ ಆಳಲಿ, ನಾವು ಸುಖವಾಗಿರಬಹುದು ಅಂತ ಹೇಳಿಕಳಿಸಿದ್ದಾರೆ ನಮ್ಮೂರಿನವರೆಲ್ಲ.'

ಸಾತ್ಯಕಿಗೆ ಇದ್ದಕ್ಕಿದ್ದಂತೆಯೇ ಉತ್ಸಾಹ ಹುಟ್ಟಿತು! ಜರಾಸಂಧನನ್ನು ಕೊಲ್ಲಿಸಿದನಂತರ ಮಥುರೆಗೆ ಹಿಂತಿರುಗುವ ಆಲೋಚನೆಯೇ ಯಾರಿಗೂ ಬರಲಿಲ್ಲ. ಕೃಷ್ಣನಿಗೆ ಕೂಡ. ದ್ವಾರಕೆ ಸಂಪತ್ತನ್ನು ಕೊಟ್ಟಿದೆ. ಆದರೆ ನಮ್ಮ ಯಾದವರ ಒಂದು ಬೇರು ಮತ್ತೆ ಮಥುರೆಗೆ ಹೋಗಿ ನೆಲೆಸಬಾರದೇಕೆ? ಎಷ್ಟಾದರೂ ಮೂಲಸ್ಥಾನ. 'ಬಲರಾಮನ ಕೈಲಿ ಮಾತನಾಡಿದೆ. ಯಾರಿಗೆ ಬೇಕು ಮಥುರೆ ಅಂದುಬಿಟ್ಟ' ಎಂದು ನಂದಕ ಸುಮ್ಮನಾದ. ಯಾರೂ ಒಲ್ಲದಿದ್ದರೆ ತಾನೇ ಏಕೆ ಅಲ್ಲಿಗೆ ಹೋಗಬಾರದು ಎಂಬ ಆಶೆ ಯುಯುಧಾನನಲ್ಲಿ ತಲೆ ಹಾಕಿತು.

'ರಾಜ್ಯ ಕಟ್ಟುವುದು ಆಳುವುದು ಕ್ಷತ್ರಿಯರ ಚಟ, ಚಪಲ. ನಾನು ಏನು ಹೇಳುತ್ತಿದ್ದೆ

ಅಂದರೆ ಯಾವ ರಾಜ ಬಂದರೂ ನಾವು ಉತ್ತು ಬೆಳೆಯದೆ ನಡೆಯುವುದಿಲ್ಲ. ದುರ್ಯೋಧನನದು ನ್ಯಾಯವೋ ಪಾಂಡವರದು ನ್ಯಾಯವೋ ಅನ್ನುವುದು ನನಗೆ ಮುಖ್ಯವಾಗಿ ಕಾಣುವುದೇ ಇಲ್ಲ. ಹೊಟ್ಟೆಗೆ ಹಿಟ್ಟು ಜುಟ್ಟಿಗೆ ಹೂವು ಎರಡೂ ಆದಮೇಲೆ ಮಾಡುವುದೇನು? ಜೂಜಾಡಿದರು. ಗೆದ್ದವನು ಸೋತವನಿಗೆ ಪಣವನ್ನು ವಾಪಸು ಕೊಡುವುದಿಲ್ಲ ಅಂದ. ಈಗ ಯುದ್ಧವೂ ಆಗುತ್ತೆ. ಕ್ಷತ್ರಿಯ ಜಾತಿ ಇರುವ ತನಕ ಯುದ್ಧ ಆಗುತ್ತಲೇ ಇರುತ್ತೆ. ಹೊಲದಲ್ಲಿ ಬೆಳೆಯುವ ನಮಗೆ ಯಾರು ಗೆದ್ದರೆ ತಾನೆ ಏನು?' ನಂದಕ ಮಾತನಾಡುವಾಗ ಯುಯುಧಾನನ ಮನಸ್ಸಿನಲ್ಲಿ ಕೃಷ್ಣ ಊರಿಗೆ ಬಂದನಂತರ ತಾನು ಮಥುರೆಗೆ ಹೋಗುವ ವಿಷಯ ಚರ್ಚಿಸಬೇಕೆಂಬ ನಿರ್ಧಾರ ರೂಪುಗೊಳ್ಳುತ್ತಿತ್ತು. ಸುಮ್ಮನೆ ಹೋಗಿ ನೆಲೆಸಿ ಪಟ್ಟಣ ಕಟ್ಟುವುದಲ್ಲ, ಸುತ್ತಮುತ್ತಣ ರಾಜರೊಡನೆ ಮತ್ತೆ ಯುದ್ಧ, ಕಾದಾಟ ಎಂಬ ಪರಿಣಾಮವೂ ಕಾಣತೊಡಗಿತು. ಹೊರಗೆ ಸಂಜೆಯಾಗುತ್ತಿರುವುದು ತಕ್ಷಣ ಕಾಣಿಸಿಕೊಂಡಿತು. ಸಾಗರದ ವಿಸ್ತಾರ ಹೆಚ್ಚಿದಂತಾಗಿ ಕೆಂಪು ಸೂರ್ಯನ ಬೆಳಕು ಉಬ್ಬಿನ ಆಚೆಯ ಇಳಿತವನ್ನು ಕೊರೆದು ಇನ್ನೂ ಕಡಿದು ಮಾಡುತ್ತಿತ್ತು. ಮಥುರೆಯಲ್ಲಿ ಸಮುದ್ರವಿಲ್ಲ, ಆದರೆ ನದಿ ಇದೆ ಎಂಬ ಆಲೋಚನೆಯ ಜೊತೆಗೇ ಹೀಗೆ ಹಗಲು ಸಂಜೆ ನದಿಯನ್ನು ನೋಡುವ ಪ್ರೀತಿಯೇ ನನ್ನಲ್ಲಿ ಆಗ ಬೆಳೆದಿರಲಿಲ್ಲವೆಂಬುದೂ ಅರಿವಿಗೆ ಬಂತು:

'ಇವೆಲ್ಲ ಮಾತು ಅಂದರೆ ಆಭೀರರು ತಮ್ಮ ಪಾಡಿಗೆ ತಾವಿದ್ದರು. ಕಾಲುಕೆರೆದು ಜಗಳಕ್ಕೆ ಹೋದದ್ದು ನಮ್ಮವರ ತಪ್ಪೇ. ಕುದುರೆ ಮೇಲೆ ಕೂತು ಬಿಲ್ಲುಬಾಣ ಹಿಡಿದು ವೀರ್ಯವನ್ನು ಮೆರೆಯುವುದಕ್ಕೆ ಅಂತ ಕೆಲವರು ಹೋಗಿ ಕಾಡಿಗೆ ಬೆಂಕಿ ಹಾಕಿದರು. ನಾಳೆ ಇವರೇನು ಹೋಗುತ್ತಾರೆಯೇ ಬಿಸಿಲು, ಮಳೆ, ಚಳಿಯಲ್ಲಿ ಗೇಯ್ದು ಬೆಳೆ ಬಿತ್ತಿ ಹಕ್ಕಿ ಹೊಡೆದು ಕಾಯುಕ್ಕೆ? ನೀನಾದರೂ ಹೋಗಿ ಬಲರಾಮನಿಗೆ ಹೇಳಿ ಈ ಜಗಳ ತಪ್ಪಿಸು. ಕೃಷ್ಣ ಇದ್ದಿದ್ದರೆ ಏನು ಮಾಡುತ್ತಿದ್ದ? ಅವನ ಸ್ನೇಹಿತ ಅಂತ ಈ ಆಭೀರ ನಿನ್ನನ್ನ ಹುಡುಕಿಕೊಂಡು ಬಂದ.'

ಯುಯುಧಾನನಿಗೂ ಏನಾದರೂ ಮಾಡಬೇಕೆನಿಸಿತು. ಕೃಷ್ಣ ಬರುವ ತನಕ ಸುಮ್ಮನಿದ್ದರೆ ಅಷ್ಟರಲ್ಲಿ ಜಗಳ ರೇಗಿ ಎರಡು ಕಡೆಯೂ ದ್ವೇಷ ಬೆಳೆಯುತ್ತದೆ. ತಪ್ಪಿಸಬೇಕೆಂದು ನಿಶ್ಚಯಿಸುತ್ತಿರುವಾಗ ನಂದಕ, 'ದೋಣಿಗಳನ್ನು ದುರಸ್ತಿಗೆ ಕಳಿಸಿದ್ದೆ. ಎಲ್ಲಿಗೆ ಬಂತು ನೋಡಬೇಕು, ನಾಡದ್ದು ಒಟ್ಟಿಗೆ ಹತ್ತು ದೋಣಿ ಸರಕು ಹೊರಡಬೇಕು. ಆಚೆ ನಾಡದ್ದು ಸಿಕ್ಕುತ್ತೀಯಾ, ತುಂಬ ಮಾತನಾಡಬೇಕಾಗಿದೆ ನಿನ್ನ ಕೈಲಿ' ಎಂದು ಎದ್ದುನಿಂತ.

ಅಲ್ಲಿಂದ ಬಲರಾಮನ ಭವನಕ್ಕೆ ಹೋದಾಗ ಅವನು ಆಶ್ಚರ್ಯದಿಂದ ಕೇಳಿದ: 'ದುರ್ಯೋಧನ ಸಿಕ್ಕಲಿಲ್ಲವೆ?'

'ಎಲ್ಲಿ?'

'ನಿನ್ನನ್ನು ಕಾಣುವುದಕ್ಕೆಂದು ಅವನೇ ನಿನ್ನ ಮನೆಗೆ ಹೋದ. ಇದೀಗ ಒಂದು

ಘಳಿಗೆಯಾಯಿತು. ನಿನ್ನ ಅಪ್ಪನ ಕೈಲಿ ಮಾತನಾಡುತ್ತಿರಬಹುದು. ನೀನು ಸಮುದ್ರದ ಕಡೆಯಿಂದ ಬಂದೆ ಏನೋ.'

ಯುಯುಧಾನನಿಗೆ ಆಶ್ಚರ್ಯ. ಒಂದು ತೆರನಾದ ಹೆಮ್ಮೆ ಎನ್ನಿಸಿತು. ಹಸ್ತಿನಾವತಿಯ ದೊರೆ ತಾನಾಗಿಯೇ ನನ್ನ ಮನೆಗೆ ಹೋಗಿದ್ದಾನೆ ನನ್ನನ್ನು ಕಾಣಲು. ಆದರೆ ಇದು ಕಾರ್ಯವಾಸಿ ವರ್ತನೆ ಎಂದು ತಕ್ಷಣ ಮನಸ್ಸು ಹೇಳಿತು. ಬಲರಾಮನ ಎಡಗೈ, ದವಡೆಯನ್ನು ಮುಟ್ಟಿ ಮುಟ್ಟಿ ನೋಡಿಕೊಳ್ಳುತ್ತಿತ್ತು. 'ಹೇಗಿದೆ ಈಗ?'

'ನೆನ್ನೆಯ ಬಾಧೆ ಇಲ್ಲ. ಆದರೂ ಮುಟ್ಟಿಕೊಳ್ಳಬೇಕೆನಿಸುತ್ತೆ.' ಅವನು ಮದ್ಯಪಾನ ಮಾಡಿರುವುದು ಯುಯುಧಾನನಿಗೆ ಈಗ ಗೊತ್ತಾಯಿತು. ನೋವಿಗಿರಬಹುದು ಅಥವಾ ನೋವಿನ ನೆಪದಿಂದ ಇರಬಹುದು ಎಂದುಕೊಳ್ಳುವಾಗ ಮನೆಯಲ್ಲಿ ಕಾಯುತ್ತಿರುವ ದುರ್ಯೋಧನನನ್ನು ಹೋಗಿ ನೋಡಬೇಕೆನ್ನಿಸಿತು. ನೇರವಾಗಿ ಆಭೀರರ ವಿಷಯ ತೆಗೆದು ತನ್ನ ಅಭಿಪ್ರಾಯ ಹೇಳಿದ.

'ಜಗಳ ಯಾಕೆ ಆಗುತ್ತಿರುತ್ತೆ ಗೊತ್ತೆ?' ಬಲರಾಮ ಹೇಳಿದ.

'ಹೇಳಿದೆನಲ್ಲ, ಮಾಡಿಕೊಂಡ ಒಪ್ಪಂದವನ್ನು ಇಬ್ಬರಲ್ಲೊಬ್ಬರು ಮುರಿದರೆ ಜಗಳ ಶುರುವಾಗುವುದು ಸ್ವಾಭಾವಿಕವೇ. ನಮ್ಮವರು ಕಾಡನ್ನು ಏಕೆ ಸುಡಬೇಕಾಗಿತ್ತು?'

'ಯುಯುಧಾನ, ಬೆಕ್ಕಿಗೆ ಜ್ವರ ಬರುವ ಮಾತು ಇದು. ನಮ್ಮ ಆರ್ಯ ಹೆಂಗಸರು ಕೆಂಪಗಿದ್ದಾರೆ ನಿಜ. ರಕ್ಷಕರಿಲ್ಲದೆ ಒಂಟಿಯಾಗಿ ತಿರುಗಾಡಲೇಬಾರದೆ ಅವರು? ಹೊಲಗಳಲ್ಲಿ ಕೆಲಸ ಮಾಡಲೇಬಾರದೇ? ನಮ್ಮ ಹೆಂಗಸರನ್ನು ಹೊತ್ತುಕೊಂಡು ಹೋದರೂ ನಾವು ಸುಮ್ಮನಿರಬೇಕೆ?'

ತಮ್ಮ ಜಾತಿಯ ಹೆಂಗಸರೆಂದರೆ ಆಭೀರ, ನಾಗ, ಕುಲಿಂದ, ಮೊದಲಾದವರು ಬಾಯಿ ಬಿಟ್ಟು ಕುಳಿತಿದ್ದು, ಸಮಯ ಸಿಕ್ಕಿದರೆ ಎತ್ತಿಕೊಂಡು ಹೋಗಿಬಿಡುವುದು ಸುಳ್ಳಲ್ಲವೆಂದು ಯುಯುಧಾನನಿಗೂ ಗೊತ್ತಿತ್ತು.

'ಹೀಗೆ ನೀವು ಯಾರೂ ಮಾಡಕೂಡದೆಂದು ಕರಾರನ್ನೂ ಹಾಕೋಣ. ಕೃಷ್ಣ ಬಂದನಂತರ ಬಿಗಿಯಾಗಿ ಮಾತು ಮಾಡೋಣ.'

ಕೃಷ್ಣ ಎಂದ ತಕ್ಷಣ ಬಲರಾಮನಿಗೆ ರೇಗಿತು. 'ಹೆಂಗಸರ ವಿಷಯದಲ್ಲಿ ಕೃಷ್ಣನ ಮೂಲಕ ಕಟ್ಟು ಮಾಡಿಸಬಹುದು ಅಂತ ತಿಳಿದಿದೀಯಾ? ಸಮಯ ಸಿಕ್ಕಿದಾಗ ಅವನು ಆಭೀರರ ಹೆಣ್ಣುಗಳ ರುಚಿ ನೋಡುತ್ತಾನೆ. ಅವರೇ ಖುಷಿಯಿಂದ ಒಪ್ಪಿಸುತ್ತಾರಂತೆ.'

'ಸುಳ್ಳು ಸುಳ್ಳು. ಎಂಟು ಹೆಂಡಿರು, ನರಕಾಸುರನಿಂದ ತಂದ ಅಷ್ಟು ಜನ ಇರುವಾಗ ಅವನೇಕೆ ಆ ಕರಿ ಹೆಂಗಸರಿಗೆ ಬಾಯಿಹಾಕಿಯಾನು?' ಯುಯುಧಾನ ತಕ್ಷಣ ವಿರೋಧಿಸಿದ.

'ಹೆಂಗಸೆಂದರೆ ಕಪ್ಪೇನು ಕೆಂಪೇನು, ಕೃಷ್ಣನ ವಿಷಯ ನಿನಗೆ ಪೂರ್ತಿ ಗೊತ್ತಿಲ್ಲ ಹಾಗಾದರೆ. ತಾನೇ ಹೀಗೆ ಮಾಡುವಾಗ ನಮ್ಮ ಕೆಲವು ಹೆಂಗಸರನ್ನು ಅವರು ಮುಟ್ಟಿದರೂ ಏನು ಹೋಯಿತು ಗಂಟು ಅಂದರೂ ಅನ್ನಬಹುದು ಅವನು. ನಮ್ಮ ಜನಗಳ ಘನತೆಯ ಜ್ಞಾನ ಇದ್ದವನಿಗೆ ಅದೆಲ್ಲ ಕಟ್ಟು ಇರುತ್ತೆ.'

ಯುಯುಧಾನನಿಗೆ ರೇಗಿತು. ಯಾಕೆ ಮತ್ತು ಯಾರ ಮೇಲೆಂಬುದು ಮಾತ್ರ ತಿಳಿಯಲಿಲ್ಲ. ನನ್ನ ಮನಸ್ಸು ಕೆಡಿಸಲು ಬಲರಾಮ ಬೇಕೆಂದೇ ಸುಳ್ಳು ಹೇಳುತ್ತಿದ್ದಾನೆಯೆ? ಅಥವಾ ಕೃಷ್ಣನು ಹೀಗೂ ಮಾಡುತ್ತಾನೆಯೆ? ಎಂಟು ಜನರನ್ನು ಮದುವೆಯಾಗಿದ್ದಾನೆ. ನರಕಾಸುರನ ಗುಂಪಿನಿಂದ ಬಿಡಿಸಿ ತಂದವರನ್ನೆಲ್ಲ ಸಮುದ್ರದಡದಲ್ಲಿ ನಿಲ್ಲಿಸಿ ಮಾಲೆ ಹಾಕಿದ. ಆದರೆ ಹೀಗೆ ವಿವಾಹ ಸಂಬಂಧವಿಲ್ಲದೆ ಆರ್ಯೇತರ ಹೆಂಗಸರ ಸಹವಾಸ ಮಾಡುತ್ತಾನೆಯೆ? ಎಷ್ಟು ಸ್ನೇಹಿತನಾದರೂ ತನಗೂ ಅವನಿಗೂ ವಯಸ್ಸಿನ ಅಂತರವಿದೆ. ಅವನು ನಾಯಕ ಸ್ಥಾನದಲ್ಲಿದ್ದಾನೆಂಬ ಸಂಗತಿ ತಾನೆಂದೂ ಮರೆತಿಲ್ಲ. ಹೀಗಾಗಿ ತಾನೆಂದೂ ಅವನೊಡನೆ ಹೆಂಗಸರ ವಿಷಯ ಲಘುವಾಗಿ ಮಾತನಾಡಿಲ್ಲ. ಅವನ ಮಾತಿನಲ್ಲೂ ಇದುವರೆಗೆ ಅದು ಕಂಡಿಲ್ಲ. ಹೀಗಿರುವಾಗ ಹೇಗೆ ನಂಬುವುದು? ಅಲ್ಲದೆ ಕೃಷ್ಣನ ವಿಷಯ ಬೇರೆ ಯಾರ ಕೈಲಾದರೂ ವಿಚಾರಿಸಲೂ ಅವನಿಗೆ ಮನಸ್ಸು ಬರಲಿಲ್ಲ. ಆದರೂ ಪತ್ತೆ ಮಾಡಬೇಕೆಂದು ಮನಸ್ಸಿನಲ್ಲೇ ನಿಶ್ಚಯಿಸಿದ.

ಅವನು ಬರುವ ಹೊತ್ತಿಗೆ ದುರ್ಯೋಧನ ಮನೆಯ ಮುಂದಿನ ಅಂಗಳದಲ್ಲಿ ಕುಳಿತು ಅಪ್ಪನ ಸಂಗಡ ಮಾತನಾಡುತ್ತಿದ್ದ. ಹದಿನಾಲ್ಕು ವರ್ಷದ ಹಿಂದೆ ಪಾಂಡವರು ರಾಜಸೂಯ ಮಾಡಿದಾಗ ಅವನನ್ನು ನೋಡಿದ್ದು. ಆಗಲೂ ರಾಜಠೀವಿ. ಈಗ ಅದಕ್ಕಿಂತ ಹೆಚ್ಚಿನ ಠೀವಿ. ಅಂಗಳದಲ್ಲಿ ಅಪ್ಪ ಎತ್ತರವಾದ ಹಲಗೆ ಹಾಕಿ ಮೆತ್ತೆ ಹಾಸಿ ಶುಭ್ರವಾಗಿ ಚೌಳಿನಿಂದ ಒಗೆದ ರೇಶ್ಮೆಯ ಮೇಲುವಸ್ತ್ರ ಹಾಸಿಸಿ ಒರಗಲು ದಿಂಬು ಇಡಿಸಿ ಕೂರಿಸಿದ್ದ. ಎದುರಿಗೆ ತಾನು ಸಾಧಾರಣವಾದ ಮಣೆಯ ಮೇಲೆ. ಈ ಶಖೆಯಲ್ಲೂ ದುರ್ಯೋಧನ ಕಿರೀಟವಿಟ್ಟಿದ್ದ. ಮಿಣ ಮಿಣ ಹೊಳೆಯುವ ಮಣಿಗಳನ್ನು ತಗುಲಿಸಿ ಹೊಲೆದಿದ್ದ ರೇಶಿಮೆಯ ವಸ್ತ್ರ ಉಟ್ಟಿದ್ದ. ಅಗಲವಾದ ಮುಖ. ಗಾಂಧಾರ ದೇಶದ ಲಕ್ಷಣವು ಪ್ರಧಾನವಾಗಿ ಕಾಣು ತ್ತಿತ್ತು. ಅವನ ಪಕ್ಕದಲ್ಲಿ ನಿಂತು ದಾಸಿ ದೊಡ್ಡ ಬೀಸಣಿಗೆಯಲ್ಲಿ ಗಾಳಿ ಹಾಕುತ್ತಿದ್ದಳು. ತನ ಗಿಂತ ದೊಡ್ಡವನಾದ ಅವನಿಗೆ ಯುಯುಧಾನ ಕಾಲುಮುಟ್ಟಿ ಅಭಿವಾದಿಸಿದ. ಅವನು ಇವನನ್ನು ಆಲಿಂಗಿಸಿ ಪಕ್ಕದಲ್ಲೇ ಕೂರುವಂತೆ ಭುಜ ಹಿಡಿದು ಎಳೆದುಕೊಂಡ. ಆದರೆ ತನ್ನ ಅಪ್ಪ ಎದುರಿಗೆ ಸಾಧಾರಣ ಆಸನದ ಮೇಲೆ ಕೂತಿರುವಾಗ ತಾನು ಹೇಗೆ ಅವನೊಡನೆ ಕೂರುವುದು? ಅಷ್ಟರಲ್ಲಿ ದಾಸಿ ಇನ್ನೊಂದು ಮಣೆಯನ್ನು ಹೊತ್ತು ತಂದಳು. ಅದರ ಮೇಲೆ ಕುಳಿತ ಯುಯುಧಾನ ಕೇಳಿದ: 'ತುಂಬ ಶಖೆಯಲ್ಲವೆ?'

'ಶಖೆ ಏನೋ ಶಖೆ' ಎಂದು ದಾಸಿಯ ಕಡೆ ತಿರುಗಿದ ದುರ್ಯೋಧನ, 'ಚನ್ನಾಗಿ ಗಾಳಿ ಹಾಕುತ್ತಾಳೆ' ಎಂದ.

'ಅಂದ ಹಾಗೆ ಇಲ್ಲಿಯ ಶಖೆ ಹೆಚ್ಚೋ ಅಲ್ಲಿಯದು ಹೆಚ್ಚೋ? ನನಗಂತೂ ಅಲ್ಲಿಯ ಹವ ಮರೆತೇಹೋಗಿದೆ' ಅಪ್ಪ ಸತ್ಯಕ ಕೇಳಿದ.

'ಅಲ್ಲಿ ಉಷ್ಣ ಹೆಚ್ಚು. ಇಲ್ಲಿ ಬೆವರು ಹೆಚ್ಚು. ಅಲ್ಲದೆ ಅಡುಗೆಯ ಪದಾರ್ಥ ಇಲ್ಲಿ

ಬಹಳ ಬೇಗ ಹುಳಿಬರುತ್ತೆ. ಹಳಸುತ್ತೆ. ಅಥವಾ ಶಖೆ.' ಎಂದ ದುರ್ಯೋಧನನ ಮಾತನ್ನು,

'ಹೌದು ಹೌದು. ನೂರು ಸಲ ಹೇಳು ಆ ಮಾತು. ನಮ್ಮ ಮಥುರೆಗೆ ಹತ್ತಿರದ್ದೇ ಅಲ್ಲವೆ ಕುರುನಾಡು' ಎಂದು ಹೌಗುಟ್ಟಿದ.

ಅಪ್ಪ ಆಗಲೇ ಅತಿಥಿಗೆ ಮಧುಪರ್ಕ ಪಾನಕಾದಿಗಳ ಸತ್ಕಾರ ಮಾಡಿರುವುದನ್ನು ಪಕ್ಕದಲ್ಲಿ ಇದ್ದ ಖಾಲಿಪಾತ್ರೆಗಳಿಂದ ಯುಯುಧಾನ ಅರಿತುಕೊಂಡ. 'ಯುಯುಧಾನ, ಯಾದವರಲ್ಲೆಲ್ಲ ನನ್ನ ಗುರು ಬಲಭದ್ರನನ್ನು ಬಿಟ್ಟರೆ ನೀನು ಅತ್ಯಂತ ವೀರ. ನಿನ್ನ ತಂದೆ ಯಂತೂ ಯಾದವಕುಲಕ್ಕೆ ಮಾತ್ರವಲ್ಲ, ಇಡೀ ಆರ್ಯಜಗತ್ತಿಗೇ ಭೂಷಣಪ್ರಾಯ. ಆದ್ದರಿಂದ ನಿನ್ನೊಡನೆ ಒಂದು ಧರ್ಮಸೂಕ್ಷ್ಮದ ಮಾತನಾಡಬೇಕೆಂದು ಬಂದೆ. ನನ್ನಲ್ಲಿ ತಪ್ಪಿದ್ದರೆ ನೀವು ತಿದ್ದಬೇಕು. ಆಗಬಹುದೆ, ಪೂಜ್ಯ ಸತ್ಯಕ?' ಯುಯುಧಾನನ ತಂದೆಯ ಮುಖ ನೋಡಿದ. ಬೊಚ್ಚುಬಾಯಿಯ ವೃದ್ಧನು ಸಂತೋಷದಿಂದ, ಅಲ್ಲವೆ, ಅಲ್ಲವೇ ಎಂದು ತಲೆ ಹಾಕಿದ.

'ಈ ದುರ್ಯೋಧನನಲ್ಲಿ ಬೇರೆ ದುರ್ಗುಣವಿರಬಹುದು. ಆದರೆ ಲೋಭವಿಲ್ಲ. ರಾಜ್ಯಲೋಭದಿಂದ ನಾನು ಈ ಮಾತನಾಡುವುದಿಲ್ಲ. ಮುಖ್ಯ ವಿಷಯ ಅಂದರೆ ನನ್ನ ತಂದೆ ಹುಟ್ಟು ಕುರುಡ. ಗಂಡ ಕುರುಡನಾಗಿರುವಾಗ ತಾನು ಪ್ರಪಂಚದ ವಸ್ತುಗಳನ್ನು ನೋಡುವ ಚಾಕ್ಷುಷಸುಖ ಬೇಡವೆಂದು ನನ್ನ ತಾಯಿ ತನ್ನ ಕಣ್ಣಿಗೂ ಬಟ್ಟೆ ಕಟ್ಟಿಕೊಂಡು ಅಂದಿನಿಂದ ಇಂದಿನವರೆಗೂ ಕುರುಡಿಯೇ ಆಗಿದ್ದಾಳೆ ಸ್ವಯಂಪ್ರೇರಣೆಯಿಂದ; ಸಂಯಮ ದಿಂದ. ಕುರುನಾಡಿನಲ್ಲಿ ಮಾತ್ರವಲ್ಲ, ಇಡೀ ಆರ್ಯಜಗತ್ತಿನಲ್ಲಿ ನಮ್ಮ ತಾಯಿಯನ್ನು ದೇವಿ ಎನ್ನುತ್ತಾರೆ. ಪತಿವ್ರತಾಧರ್ಮದ ಅಸೀಮ ಮೂರ್ತಿಯಾದ ದೇವಿಯಾಗಿದ್ದಾಳೆ ಅವಳು. ಇಂಥ ತಾಯಿತಂದೆಯರ ಮಕ್ಕಳು ನಾವು ಹದಿನಾಲ್ಕು ಮಂದಿ. ನಮ್ಮ ಚಿಕ್ಕಮ್ಮ ಕುಂತಿಯ ವಿಷಯ ನಾವೇ ಅಲ್ಲದ್ದು ಆಡಬಾರದು. ಎಷ್ಟಾದರೂ ಅವಳೂ ನಮ್ಮ ಕುಟುಂಬಕ್ಕೆ ಸೇರಿದವಳೇ. ಮೂಲದಲ್ಲಿ ನಿಮ್ಮ ಯಾದವ ಕುಲಕ್ಕೆ ಸೇರಿದವಳಂತೆ. ನಮ್ಮ ಮಟ್ಟಿಗೆ ಅಂತೆಕಂತೆ. ಅದು ಹೋಗಲಿ. ಅವಳ ಮಕ್ಕಳು ಗಂಡನಿಗೆ ಹುಟ್ಟಿದವರಂತೂ ಅಲ್ಲ. ಗಂಡನ ಅಪ್ಪಣೆಯಿಂದಲೇ ನಿಯೋಗಕ್ಕೆ ಆದವರು ಎನ್ನುತ್ತಾರೆ. ಆದರೆ ಒಂದು ಪ್ರಶ್ನೆಯುಂಟು. ನಿಯೋಗ ಮಾಡಬೇಕಾದರೆ ದೂರದ ಹಿಮಾಲಯಕ್ಕೆ ಹೋಗಿ ಅಲ್ಲಿ ಮಾಡಿಸಿಕೊಳ್ಳಬೇಕೆ? ಕರ್ಮನಿಷ್ಠ ಬ್ರಾಹ್ಮಣ ಅಥವಾ ಗಂಡನ ಸೋದರ ಇವರಿಂದಲ್ಲದೆ ಹೊರಗಿನವರ ಕೈಲಿ, ಅದೂ ಪರ್ವತಸೀಮೆಯ ಅನಾಗರಿಕ ಜನರಿಂದ ಮಾಡಿಸಿಕೊಳ್ಳಬೇಕೆ? ಅದು ಹೋಗಲಿ. ನಿಯೋಗವೆಂದರೆ ಸಂತಾನವು ಕತ್ತರಿಸಿ ಹೋಗಬಾರದೆಂದು ಒಂದು ಮಗುವಿಗಾಗಿ ಮಾಡಿಸಿಕೊಳ್ಳುವ ಕ್ರಿಯೆ. ಕುಂತಿ ಒಂದಾದ ಮೇಲೆ ಒಂದರಂತೆ ಮೂರು ಮಕ್ಕಳನ್ನು ಪಡೆದದ್ದು, ಸಾಲದುದಕ್ಕೆ ಎರಡನೆಯ ಹೆಂಡತಿಯೂ ನಿಯೋಗ ಮಾಡಿಸಿ ಕೊಂಡದ್ದು, ಕಾಹಿಲೆ ನರಳುವ, ಕೈಲಾಗದ ಗಂಡ. ಇವೆಲ್ಲ ನೋಡಿ ನೀವೇ ನಿರ್ಧರಿಸಿ. ಪುರಾತನವಾದ ಕುರುವಂಶದ ನಿಜವಾದ ಉತ್ತರಾಧಿಕಾರಿ ಯಾರೆಂಬುದನ್ನು ನೀವು ಹೇಳಿ. ಯುದ್ಧಕ್ಕೆ ಸಹಾಯ ಕೇಳಲು ನಾನು ಬಂದಿರುವುದೇನೋ ನಿಜ. ಆದರೆ ಸಹಾಯ

ಮುಖ್ಯವಲ್ಲ. ಧರ್ಮನಿರ್ಣಯ ಮುಖ್ಯ. ನೀವು ಹೇಗೆ ನಿರ್ಣಯಿಸಿದರೆ ಹಾಗೆ. ಎಂದೂ ಧರ್ಮಚ್ಯುತರಾಗಿಲ್ಲವೆಂಬ ಕೀರ್ತಿ ಆಚಂದ್ರಾರ್ಕ ಯಾದವರಿಗಿದ್ದೇ ಇದೆ. ಯಾರೋ ಒಬ್ಬರು ಧರ್ಮದ ವಿರುದ್ಧ ಹೋಗುತ್ತಿದ್ದರೆ ಇಡೀ ಯಾದವಕುಲಕ್ಕೆ ಕಳಂಕವಿಲ್ಲ.'

ಇದ್ದಕ್ಕಿದ್ದಂತೆಯೇ ಗಾಳಿ ನಿಂತಂತಾಯಿತು. ದುರ್ಯೋಧನನಿಗೇನೋ ದಾಸಿ ಬೀಸಣಿಗೆ ಹಾಕುತ್ತಿದ್ದಳು. ಆದರೆ ಯುಯುಧಾನನಿಗೆ ಅಂಗಿ ತೊಡದಿದ್ದರೂ ತನ್ನ ದೇಹದ ದ್ರವವೆಲ್ಲ ಬೆವರಾಗಿ ಹರಿಯತೊಡಗಿದೆ ಎನ್ನಿಸತೊಡಗಿತು. ಎದುರಿಗೆ ರಾಜಠೀವಿಯಿಂದ ಕುಳಿತಿರುವ ಹಸ್ತಿನಾವತಿಯ ದೊರೆಯ ಎದುರಿಗೆ ತನ್ನ ಉಟ್ಟ ಪಂಚೆಯಿಂದ ಒರೆಸಿಕೊಳ್ಳುವುದು ಹೀನಾಯವೆನಿಸಿತು. ಅಲ್ಲದೆ ಬೆಳಗಿನಿಂದ ಅದೆಷ್ಟೋ ಸಲ ಒರೆಸಿ ವಾಸನೆ ಬಂದಂತೆ ಆಗಿತ್ತು. ಅವನು ಸುಮ್ಮನೆ ಆಕಾಶದ ಕಡೆಗೆ ನೋಡಿದ. ಸಂಜೆ ಕಳೆದು ಕತ್ತಲಾಗುತ್ತಿತ್ತು.

'ಸಂಧ್ಯೆಯ ಹೋಮಕ್ಕೆ ಹೊತ್ತಾಗುತ್ತದೆ. ನಾನು ಹೊರಡಲೇ?' ದುರ್ಯೋಧನ ಕೇಳಿದ.

'ಇಲ್ಲೇ ಮಾಡಬಹುದಲ್ಲ' ಎಂದ ಸತ್ಯಕ, 'ಇದು ಅಭಿಷಿಕ್ತ ರಾಜರ ಮನೆಯಲ್ಲ' ಎಂದು ಸೇರಿಸಿದ.

'ಮಾವ, ಆ ಥರದ ತಾರತಮ್ಯ ಈ ದುರ್ಯೋಧನನಿಗಿಲ್ಲ. ನಾಳೆ ಬೆಳಗಿನ ಹೋಮ ಭೋಜನ ಎರಡಕ್ಕೂ ನಿಮ್ಮಲ್ಲಿಗೇ ಬರುತ್ತೇನೆ. ಆಯಿತೆ? ದ್ವಾರಕೆಗೆ ಹೋದ ಮೇಲೆ ಸತ್ಯಕ ಮಾವನ ಮನೆಯಲ್ಲಿ ಉಣ್ಣದೆ ಬರಬೇಡ, ಆ ಮನೆಯ ಅಡುಗೆಯ ರುಚಿ ಅಶ್ವ ಮೇಧದ ಪ್ರಸಾದಕ್ಕೂ ಇರುವುದಿಲ್ಲ ಅಂತ ನಮ್ಮಜ್ಜ ಭೀಷ್ಮರೇ ಹೇಳಿದರು.'

'ಹೌದೆ?' ಹಿಗ್ಗಿನಿಂದ ಉಬ್ಬಿಹೋದ ಮುದುಕ ಈ ಮಾತನ್ನು ಇನ್ನಷ್ಟು ಸ್ಥಿರೀಕರಿಸಿ ಕೊಳ್ಳಲು ಕೇಳಿದ: 'ಭೀಷ್ಮರಿಗೆ ಹೇಗೆ ಗೊತ್ತು ನಮ್ಮ ಮನೆಯ ರುಚಿ?'

ಅವರಿಗೆ ಗೊತ್ತಿಲ್ಲದ್ದು ಯಾವುದಿದೆ? ದುರ್ಯೋಧನನ ಲೋಕಾಭಿರಾಮದ ಉತ್ತರ ಅವನಿಗೆ ಸಾಕಾಯಿತು. 'ನಾಳೆ ಖಂಡಿತ ಬಾ. ಕರೆತರಲು ಯುಯುಧಾನನನ್ನು ಕಳಿಸುತ್ತೇನೆ. ಯುಯುಧಾನ, ಈಗ ಹೋಗಿ ಮಹಾರಾಜನನ್ನು ಬಲರಾಮನ ಅರಮನೆಗೆ ಕಳಿಸಿ ಬಾ' ಎಂದು ಅವನಿಗೆ ಆಜ್ಞೆ ಮಾಡಿದ.

ರಾತ್ರಿ ಯುಯುಧಾನ ಬೇಗ ಮಲಗಿದ. ಅಪ್ಪ ಇನ್ನೂ ಒಳಗೆ ಸೊಸೆ ಮತ್ತು ಅಡುಗೆಯ ಗಂಡಾಳಿನೊಡನೆ ನಾಳೆ ಬೆಳಗಿನ ಪಾಕದ ವಿವರಗಳನ್ನು ಚರ್ಚಿಸುತ್ತಿದ್ದ. ಈಗಲೇ ಹೋಗಿ ಒಂದು ಎಳೆ ಹೋರಿ ತರುವಂತೆ ಇನ್ನೊಬ್ಬನಿಗೆ ಆಜ್ಞಾಪಿಸುತ್ತಿದ್ದ. ಹೇಳಿದುದನ್ನೇ ಮತ್ತೆ ಮತ್ತೆ ಹೇಳುತ್ತಿದ್ದ. ಅವನ ಗಟ್ಟಿಯಾದ ಮಾತುಗಳು ಕಿವಿಗೆ ಬಡಿಯುತ್ತಿದ್ದರೂ ಯುಯುಧಾನನ ಮನಸ್ಸು ಬೇರೆಲ್ಲೋ ಇತ್ತು. ಹದಿನಾಲ್ಕು ವರ್ಷವಾಯಿತಲ್ಲವೇ ಪಾಂಡವರು ರಾಜಸೂಯ ಮಾಡಿ, ತಾನೂ ಹೋಗಿದ್ದೆನಲ್ಲ. ಅಲ್ಲಿ ಎಷ್ಟು ಜನ ಮಾತನಾಡಿ ಕೊಳ್ಳುತ್ತಿದ್ದರು ಗಾಂಧಾರಿಯ ವಿಷಯವನ್ನು. ಆರ್ಯ ಸ್ತ್ರೀಧರ್ಮದ ಸಾಕಾರಮೂರ್ತಿ ಯಂತೆ. ಗಂಡನಿಗೆ ಇಲ್ಲದ ದೃಷ್ಟಿಭಾಗ್ಯ ತನಗೇಕೆಂಬ ಅಸೀಮ ವೈರಾಗ್ಯ. ತಾನು ಹೋಗಿ ಅವಳ ದರ್ಶನ ಪಡೆಯಲಿಲ್ಲ. ರಾಜಸೂಯಕ್ಕೆ ಧೃತರಾಷ್ಟ್ರ ಬರಲಿಲ್ಲ. ಹುಟ್ಟಿದಾಗಿನಿಂದ

ಹುಟ್ಟಿದ ಊರಿನ ಗಡಿದಾಟಿ ಹೊರಗೆ ಹೋದವನೇ ಅಲ್ಲವಂತೆ ಅವನು. ಬಂದಿದ್ದರೂ ಕಣ್ಣುಕಾಣದ ತಾನು ನೋಡುವುದೇನು? ಇನ್ನೊಬ್ಬರು ಹೇಳುವ ವರ್ಣನೆ. ಅದನ್ನು ಊರಿನಲ್ಲಿದ್ದೇ ಅನಂತರ ಕೇಳುತ್ತೇನೆ ಎಂದನಂತೆ. ಇನ್ನು ಆ ಪತಿವ್ರತಾ ದೇವಿ ಹೇಗೆ ಬಂದಾಳು? ಎಂದಾದರೊಂದು ದಿನ ಅವಳನ್ನು ಕಣ್ಣಾರೆ ನೋಡಬೇಕೆಂಬ ಆಶೆ ಹುಟ್ಟಿತು. 'ಅಂಥಾ ಮಹಾರಾಜ, ನಿಗರ್ವಿ, ಊಟಕ್ಕೆ ಬರಲು ಒಪ್ಪಿದುದೇ ನಮ್ಮ ಅದೃಷ್ಟ,' ಅಪ್ಪ ಎನ್ನುತ್ತಿದ್ದ ಎಷ್ಟನೆಯ ಸಲವೋ. ಗಾಳಿ ಚನ್ನಾಗಿ ಬೀಸುತ್ತಿತ್ತು. ಹಬೆಯಂತಹ ಬಿಸಿನೀರು ಗಾಳಿ. ನಿದ್ದೆ, ನಿದ್ದೆಗಿಂತ ಜೂಗರಿಕೆ ಎಳೆಯುವ ಕಾವು. ಯುಯುಧಾನ ಮೈಮುರಿದು ಮಗ್ಗುಲು ಬದಲಾಯಿಸುವಾಗ ದುರ್ಯೋಧನ ಹೇಳುವುದೇ ಸರಿ ಎನ್ನಿಸಿತು. ನಾವು ಅಪ್ಪನಿಗೆ ಹುಟ್ಟಿದವರು. ಪಾಂಡವರು ಹೊರಗಿನ ಬೀಜದವರು. ಆದ್ದರಿಂದ ನ್ಯಾಯ ನಮ್ಮದು. ಇದನ್ನು ಯಾರು ತಪ್ಪೆನ್ನಬಹುದು. ಆದರೆ ಈ ಮಾತನ್ನು ಪೂರ್ತಿಯಾಗಿ ಒಪ್ಪಲು ಅವನಿಗೆ ಸಾಧ್ಯವಾಗಲಿಲ್ಲ. ಕೃಷ್ಣನಂತೆ ಅರ್ಜುನ ತನಗೂ ಸ್ನೇಹಿತನೇ. ಸುಭದ್ರೆಯನ್ನು ಅವನಿಗೆ ಕೊಡಿಸುವ ವಿಷಯದಲ್ಲಿ ತಾನೂ ಸಹಾಯಕನಾಗಿದ್ದೆ. ಕಳೆದ ಹದಿಮೂರು ವರ್ಷದಿಂದ ಸುಭದ್ರೆ ಸ್ವಂತ ತಂಗಿಯಂತೆ ಬೆಳಗ್ಗೆ ಎದ್ದರೆ ನಮ್ಮ ಮನೆಯಲ್ಲೇ ಇರುತ್ತಿದ್ದಳಲ್ಲ. ಬಿಲ್ವಿದ್ಯೆಯಲ್ಲಿ ಅಭಿಮನ್ಯು ಯುಯುಧಾನನ ಶಿಷ್ಯನೇ ಎನ್ನುವಷ್ಟು ನಾನು ಹೇಳಿಕೊಟ್ಟೆನಲ್ಲ. ನಿಯೋಗ ಪಾಪ ಹೇಗಾದೀತು. ಒಂದೋ ಎರಡೋ ಮೂರೋ ಎಂಬುದು ಗಂಡನ ಇಚ್ಛೆ ಎಂದು ಸಮಾಧಾನ ಮಾಡಿಕೊಳ್ಳುವಾಗ, ಆಗಂತುಕ ಬೀಜವೇ ಪಾಪವೆಂದು ತಾನು ಇಂದು ಬೆಳಗ್ಗೆ ತಾನೆ ಯೋಚಿಸಿದ ನೆನಪಾಯಿತು. ದ್ರುಮಿಳನ ಬೀಜಕ್ಕೆ ಹುಟ್ಟಿದ್ದರಿಂದಲ್ಲವೆ ಕಂಸ ಮುಂದೆ ಹೀಗಾಗಿ ಇಡೀ ಯಾದವಕುಲವನ್ನು ತುಳಿದು ನಿಂತದ್ದು? ಹೊರಗಿನ ಬೀಜ ಬಂದು ಸೇರಿದರೆ ಹೀಗೆ, ಕೋಗಿಲೆಯ ಗೂಡಿನಲ್ಲಿ ಕಾಗೆಯ ಮೊಟ್ಟೆ ಸೇರಿಕೊಂಡಂತೆ. ಹಾಗಾದರೆ ಕುರುಕುಲವನ್ನು ತುಳಿಯುವುದಕ್ಕೇ ಹುಟ್ಟಿದ್ದಾರೆಯೇ ಪಾಂಡವರು? ಇದರಲ್ಲಿ ನ್ಯಾಯ ಮುಖ್ಯ. ಧರ್ಮ ಮುಖ್ಯ. ನಮ್ಮ ಸುಭದ್ರೆಯನ್ನು ಕೊಟ್ಟಿರುವ ಅಥವಾ ನಮಗೂ ಅವರಿಗೂ ಪ್ರೀತಿ ವಿಶ್ವಾಸಗಳಿರುವ ಅಂಶಗಳೆಲ್ಲ ಗೌಣವಾಗಬೇಕು. ತಕ್ಷಣ ನೀರು ಕುಡಿಯಬೇಕೆನ್ನಿಸಿತು. ದಾಸಿಯನ್ನು ಕೂಗಿ ತನ್ನ ಗಟ್ಟಿಧ್ವನಿಯಿಂದಲೇ ತನ್ನ ಆಲೋಚನೆಯನ್ನು ಕದಡಿಕೊಳ್ಳಲು ಮನಸ್ಸಾಗದೆ, ತಾನೇ ಎದ್ದು ಮನೆಯ ಜಗುಲಿಯ ಮೇಲಿಟ್ಟಿದ್ದ ದಪ್ಪ ಗುಡಾಣದಿಂದ ನೀರು ತುಂಬಿಕೊಂಡು ಗಟಗಟ ಕುಡಿದು ಬಾಯಿ ಕುತ್ತಿಗೆ ಎದೆಗಳ ಮೇಲೆ ಸುರಿದುದನ್ನು ಒರೆಸಿಕೊಳ್ಳುತ್ತಾ ಬಂದು ಮಂದಲಿಗೆಯ ಮೇಲೆ ಕುಳಿತ. ಅಪ್ಪ ಇನ್ನೂ ಒಳಗೆ ನಾಳಿನ ಕರಂಭಕದ ವಿಷಯ ಮಾತನಾಡುತ್ತಿದ್ದ. ಕುರುಕುಲದ ಯಾವ ಹಿರಿಯರನ್ನೂ ಪಾಂಡವರು ಅಲ್ಲಗಳೆದಿಲ್ಲ. ದುರ್ಯೋಧನನಿಗಿಂತ ಹೆಚ್ಚಿನ ಗೌರವದಿಂದ ಕಾಣುತ್ತಾರೆ. ಕಂಸನ ಕ್ರೌರ್ಯವೂ ಇಲ್ಲ. ಧರ್ಮರಾಜನ ಆಳ್ವಿಕೆಯಲ್ಲಿ ದಬ್ಬಾಳಿಕೆಯ ಧ್ವನಿಯೂ ಇಲ್ಲವಂತೆ. ಸಣ್ಣಗೆ ಆಕಳಿಸುತ್ತಾ ಮಂದಲಿಗೆಯ ಮೇಲೆ ಉರುಟಿಕೊಳ್ಳುವಾಗ, 'ಉಗ್ರಸೇನ ಯಾಕೆ ಹಸುಗೂಸು ಕಂಸನ ಬಗೆಗೆ ಭೇದ ಮಾಡಿದ?' ಎಂಬ ಚಿತ್ರೆಯ ಮಾತು, ನರಕಾಸುರನ ಗುಂಪಿನಿಂದ ಬಿಡಿಸಿ ತಂದ ಹೆಂಗಸರಿಗೆ ಬೇರೆ

ಬೀಜಗಳಿಂದ ಹುಟ್ಟಿದ ಮಕ್ಕಳನ್ನೆಲ್ಲ ತನ್ನವೆಂದು ಒಪ್ಪಿಕೊಂಡ ಕೃಷ್ಣನ ಕೃತಿ ಒಟ್ಟಿಗೆ ನೆನಪಿಗೆ ಬಂದವು. ತಲೆ ಸವರಿ ಎದೆಗೆ ತಬ್ಬಿಕೊಂಡು ಕ್ರತು ಎಂಬ ಹೆಸರಿಟ್ಟವನೂ ಅವನೇ ಅಂತೆ. ಯುಯುಧಾನನ ಮನಸ್ಸಿನಲ್ಲಿ ಗೊಂದಲ ಶುರುವಾಯಿತು. ಆಗಂತುಕಬೀಜದ ಕ್ರೂರಿ ಕಂಸ. ಬೇರೆ ಬೀಜದ ಮಕ್ಕಳನ್ನೆಲ್ಲ ತನ್ನದೆಂದು ಒಪ್ಪಿ ಹೆಸರು ಕೊಟ್ಟ, ಕಂಸನನ್ನು ಕೊಂದ ಕೃಷ್ಣ, ದೇವಿ ಗಾಂಧಾರಿಗೆ ಕುರುಡ ಗಂಡನಿಂದ ಹುಟ್ಟಿದ ಮಕ್ಕಳು. ಕೃಷ್ಣನು ಪಕ್ಷವಹಿಸಿದ, ನಿಯೋಗದ ಪರಬೀಜಕ್ಕೆ ಹುಟ್ಟಿದ ಪಾಂಡವರು. ಎಷ್ಟು ತೂಗಿದರೂ ತಕ್ಕಡಿ ಸರಿಯಾಗಿ ನಿಲ್ಲುತ್ತಿಲ್ಲ. 'ಉಗ್ರಸೇನ ಯಾಕೆ ಹಸುಗೂಸು ಕಂಸನ ಬಗೆಗೆ ಭೇದ ಮಾಡಿದ?' ಚಿತ್ರೆಯ ಧ್ವನಿ ಮನಸ್ಸಿನಲ್ಲಿ ಕೇಳಿಸಿತು. ಈ ದ್ವಾರಕೆಯಲ್ಲಿ ಅಂತಹ ದೊಡ್ಡ ವೇದ ಪಾರಂಗತರೂ ಇಲ್ಲ. ಕೃಷ್ಣನ ಮೇಲೆ ಸಿಟ್ಟು ಬಂತು: ವಿರಾಟನಗರಕ್ಕೆಂದು ಹೋದವನು ಎಷ್ಟು ದಿನ ಕೂತುಬಿಟ್ಟ! ಈ ಅಂಶ ಬಗೆಹರಿಯುವ ತನಕ ಅವನು ಹೇಳಿದರೂ ನಾನು ಪಾಂಡವರ ಕಡೆ ಸೇರುವುದಿಲ್ಲ. ನನಗೂ ಯುದ್ಧಕ್ಕೂ ಸಂಬಂಧವಿಲ್ಲ ಅನ್ನುತ್ತೇನೆ, ಮೆಲ್ಲನೆ ನಿದ್ದೆ ಎಳೆಯಿತು.

ನಿಜ, ಬೇಗ ಬಂದುಬಿಟ್ಟೆ ಎಂದುಕೊಂಡ. ನಾಯಿಯೂ ಸುಮ್ಮನೆ ಹಿಂಬಾಲಿಸಿತು. ಅಥವಾ ಅಂಗಸಾಧನೆ ಮಾಡದಿದ್ದುದರಿಂದ ಅಷ್ಟು ವೇಳೆ, ಎಷ್ಟು ವೇಳೆ?, ಈ ಅರವತ್ತೈದರ ಮುಪ್ಪಿನಲ್ಲಿ ಎಷ್ಟು ವೇಳೆ ಮಾಡುತ್ತಿದ್ದೆ ಮಹಾ, ಎಂದುಕೊಳ್ಳುವಾಗ ಕರ್ಣನಿಗೆ ತನ್ನ ಜೀವನದಲ್ಲಿ ಮೊಟ್ಟಮೊದಲ ಸಲ ಮುಪ್ಪಿನ ಭಾವನೆ ಬಂದ ಅರಿವಾಯಿತು. ಖೇದವಿಲ್ಲ. ಹೆಮ್ಮೆಯೂ ಇಲ್ಲ. ನತಭಾವ. ಉತ್ಸಾಹ ಉಲ್ಲಾಸಗಳು ತೀರ ಕೆಳಗಿಳಿದಿರುವಂತಹ, ಏನು ಈ ಕತ್ತಲೆಯಲ್ಲಿ ಆವರಣವೇ ಸರಿಯಾಗಿ ಕಾಣಿಸದಲ್ಲ, ಇಷ್ಟು ವರ್ಷಗಳಿಂದ ಅಲ್ಲ ದಶಕಗಳಿಂದ ನಿತ್ಯ ಬರುತ್ತಿರುವ ಆವರಣ. ಆಕಾಶವನ್ನು ನೋಡಿದರೆ ಬೂದಿಬೂದಿ. ಕೋಳಿ ಕೂಗಿದ ಸದ್ದನ್ನು ಕೇಳಿಯೇ ಹೊರಟೆನಲ್ಲ. ನನ್ನಂತೆ ಕೋಳಿಗೂ ನಿದ್ದೆ ಬರಲಿಲ್ಲವೋ! ಹೊತ್ತು ತಿಳಿಯಲು ಕೋಳಿಯೇ ಕೂಗಬೇಕೆ ಮನಸ್ಸು ದಿಕ್ಕುತಪ್ಪಿದರೆ ವಿನಾ, ಕತ್ತೆತ್ತಿ ಸುತ್ತ ನೋಡಿದಾಗ ನದಿಯ ತೀರ ಕಾಣಿಸಿತು. ತಾನಿಳಿದಿರುವ ಸೂತಘಟ್ಟದ ದೊಡ್ಡ ಅಗಲ ವನ್ನುಳಿದು ಎರಡೂ ಕಡೆಗಳಲ್ಲಿ ಮೂರಾಳೆತ್ತರಕ್ಕೂ ಮಿಕ್ಕಿ ಬೆಳೆದ ಜೊಂಡು, ದರ್ಭೆಯ ಗುಂಪು ಗುಚ್ಚೆಗಳು. ಇದೇನು ಕಾರಿರುಳಿನಲ್ಲೂ ಕಾಣಬಹುದು ಎಂದು ಮತ್ತೆ ಆಕಾಶಕ್ಕೆ ಮುಖವೆತ್ತಿದಾಗ ಮೇಲಿನಿಂದ ಸುರಿಯುವ ಬೂದಿ ಬೂದಿ ಮುಖ ಮುಚ್ಚಿಕೊಳ್ಳುವಂತೆ, ಥೂ ಭ್ರಮೆ ಎಂದು ಹುಟ್ಟಿದ ನಗೆ ಬತ್ತಿ ತೀರ ಕೆಳಗಿಳಿದಿರುವಂತಹ, ಸಂಜೆ ಕತ್ತಲಿನಲ್ಲಲ್ಲವೆ ಅವನು ಹೇಳಿದ್ದು. ಸಂಜೆಯ ಕತ್ತಲೋ ರಾತ್ರಿಯಾದ ಕತ್ತಲೊ? ಕೃಷ್ಣನನ್ನು ಹತ್ತಿರದಿಂದ ಸರಿಯಾಗಿ ನೋಡಿಯೇ ಇರಲಿಲ್ಲವಲ್ಲ ನಾನು. ಇದೇ ಸೂತಘಟ್ಟದ ಸನಿಯದಿಂದ ಮುಂದೆ ಸಾಗಿದ ಮೇಲೆ, 'ಕರ್ಣ, ಕುದುರೆಗಳ ಹಗ್ಗವನ್ನು ಹಾಗೆಯೇ ಕಟ್ಟಿ ಹಾಕಿ ಸೂತ ಸ್ಥಾನದಿಂದ ಎದ್ದು ಇಲ್ಲಿ ಬಾ. ಒಂದಿಷ್ಟು ಮಾತನಾಡಬೇಕು.' ಬಾಗಿ ನನ್ನ ಕಾಲು ಮುಟ್ಟಿ, 'ಗಾಬರಿಪಟ್ಟುಕೊಳ್ಳಬೇಡ. ನೀನು ಹಿರಿಯ ನನಗಿಂತ ಹದಿನಾಲ್ಕು ವರ್ಷಕ್ಕೆ. ನನ್ನ ಸೋದ ರತ್ತೆಯ ಹಿರಿಯ ಮಗ.' ಭ್ರಮೆ. ಆಕಾಶದ ಬೂದುಬಣ್ಣಕ್ಕೆ ಕಾಣುತ್ತೆ ಅಷ್ಟೆ, ಬೂದಿ ಹೇಗೆ ಸುರಿದೀತು? ಬರೀ ಒಂದು ರಾತ್ರಿ ನಿದ್ರೆ ತಪ್ಪಿದರೆ ಹೀಗೆಲ್ಲ ಆಗಬೇಕೆ, ಎನ್ನುತ್ತಾ ಮುಖ ತೊಳೆದು ನೀರಿನ ಸದ್ದು. 'ಕುಂತಿ ನನ್ನ ಸೋದರತ್ತೆ ಅನ್ನುವ ವಿಷಯ ಗೊತ್ತಿಲ್ಲವೆ ನಿನಗೆ? ಅವಳ ಹಿರೀಮಗ ನೀನು.' ಸುಮ್ಮ ಸುಮ್ಮನೆ ಮುಖವನ್ನೇಕೆ ತೊಳೆದುಕೊಂಡೆ? ದಡದಲ್ಲಿ ಎರಡು ಮಾರು ಹಿಂದೆ ಮರಳ ಮೇಲೆ ಮಲಗಿದ್ದ ನಾಯಿ ಮೆದುವಾಗಿ ಕುಂಯಿಗುಟ್ಟಿತು. ಇಷ್ಟು ಬೇಗ ಕತ್ತಲೆಯಲ್ಲಿ ಯಾಕೆ ಬಂದೆ ಎಂದು ಅದೂ ಕೇಳುತ್ತಿದೆ ಎನ್ನಿಸಿ ತಿರುಗಿ ನೋಡಿದ. ಎದೆಯ ಮೇಲೆ ಭಾರ ಬಿಟ್ಟು ಮಲಗಿ ತನ್ನ ಕಡೆಗೇ ನೋಡು

ತ್ತಿರುವುದು ಮಬ್ಬುಮಬ್ಬಾಗಿ ಕಾಣುತ್ತಿದೆ. ಬೆಳಗ್ಗೆ ಎದ್ದು ನದಿಗೆ ಬರುವಾಗ ನನ್ನನ್ನು ಮುಂದೆ ಬಿಟ್ಟು ಒಂದು ದಿನವೂ ಹಿಂದೆ ಉಳಿಯುವುದಿಲ್ಲ. ಹತ್ತಿರ ಹೋಗಿ ಕುತ್ತಿಗೆ ನೀವಿ ಮುದ್ದಿಸಬೇಕೆನ್ನಿಸಿತು. 'ನನಗೆ ಕೂಡ ಗೊತ್ತಿರಲಿಲ್ಲ. ಪಾಂಡವರು ರಾಜಸೂಯ ಮಾಡಿದಾಗ ಅಲ್ಲವೇ ನಾನು ತೀರ ಹತ್ತಿರ ಕೂಡಿ ಓಡಿಯಾಡಿದ್ದು. ನಿನ್ನ ಮುಖ ನೋಡಿದ ತಕ್ಷಣ ನಮ್ಮತ್ತೆ ಕುಂತಿಯದೇ ಪಡಿಯಚ್ಚು ಅನ್ನಿಸಿಬಿಟ್ಟಿತು. ಅಗಲವಾದ ಕಣ್ಣು, ಹಣೆ, ಮುಖ, ಹಲ್ಲುಸಾಲುಗಳು ಕೂಡ. ತಕ್ಷಣ ಅನುಮಾನ ಬಂತು. ಅಲ್ಲಿಂದ ಹೋದವನು ಕುಂತೀಭೋಜನ ಅರಮನೆಯಲ್ಲಿ ವಿಚಾರಿಸಿದೆ. ನೆನ್ನೆ ರಾತ್ರಿ ನಿನ್ನ ತಾಯಿ ಕುಂತಿಯ ಕೈಲಿ ಮಾತನಾಡಿದೆ. ಹೌದೆಂದಳು.' ಇನ್ನೂ ಬೆಳಕು ಹರಿದಿಲ್ಲ. ಕತ್ತಲೆಯ ನೀರಿನಲ್ಲಿ ಮುಖಬಿಂಬ ಕಾಣುವುದಿಲ್ಲ. ಹಿಂದೆ ನಡೆದು ನಾಯಿಯ ಕುತ್ತಿಗೆಯನ್ನು ತಬ್ಬಿ ಕುಳಿತ. ಪ್ರೀತಿಸ್ಪರ್ಶವಾದ ತಕ್ಷಣ ಬಾಲವು ತನಗೆ ತಾನೇ ಆಡುತ್ತದೆ. ಮರಿಯಾಗಿ ಬುದ್ಧಿ ತಿಳಿದಂದಿನಿಂದ ಅಷ್ಟೆ. ಒಂದು ದಿನ ಊರು ಬಿಟ್ಟು ಹೋದರೂ ಹೊಟ್ಟೆಗೆ ತಿನ್ನದೆ ನಾಲಗೆ ಇಳಿಬಿಟ್ಟು ಮಲಗಿ, ಬಿಗಿಯಾಗಿ ತಬ್ಬಿಕೊಂಡ. ಮುದ್ದಿನ ಧ್ವನಿ ಮಾಡುತ್ತಾ ಕೈ ಮೊಣಕೈಗಳನ್ನು ಮೂಸಿ ನೆಕ್ಕಿತು. 'ಕರ್ಣ, ನಿನ್ನನ್ನು ಬಲವಂತ ಮಾಡುವುದಿಲ್ಲ. ನೀನೇ ಯೋಚಿಸು. ಕರ್ತೃ ನೀನು. ಹೂಂ ಎಂದರೆ ಪಾಂಡವರಿಗೆ ತಿಳಿಸುತ್ತೇನೆ. ಅವರಂತೂ ಬಂದು ನಿನ್ನ ಚರಣಸ್ಪರ್ಶ ಮಾಡುತ್ತಾರೆ. ದುರ್ಯೋಧನ ಹೇಗೂ ನಿನ್ನ ಸ್ನೇಹಿತನೇ.' ಮೊಣಕಾಲುಗಳ ಸಂದಿಗೆ ನುಸಿದು ಅಲ್ಲಿ ಜಾಗ ಮಾಡಿಕೊಂಡು ಬೆಚ್ಚಗೆ ಮಲಗಿತು ಕುತ್ತಿಗೆಯನ್ನು ತೊಡೆಗೆ ಆನಿಸಿ. ತನಗೂ ಮಲಗಬೇಕೆನಿಸುತ್ತಿದೆ ಈಗ. ಆದರೆ ಖಚಿತವಾಗಿ ಗೊತ್ತು. ಮಲಗಿದರೆ ನಿದ್ದೆ ಬರುವುದಿಲ್ಲ. ಇಡೀ ರಾತ್ರಿ ಬಾರದೆ ಸತಾಯಿಸಿ ಸತಾಯಿಸಿ, ಈಗ ಬಂದೀತೇ? ಮೈ ಕೈ ಮುರಿಯುವಂತಹ ನೋವು. ಆಕಳಿಕೆ. ಹಾಗೆಯೇ ಕಣ್ಣುಮುಚ್ಚಿ ಕುಳಿತ. ಮಂಪರು ಹೊತ್ತಿಬಂತು. ಮಲಗಬೇಕೆನ್ನಿಸಿತು. ನಾಯಿಯನ್ನು ಬಿಟ್ಟು ಮರಳ ಮೇಲೆ ಕೈ ಕಾಲು ಮೈಗಳನ್ನು ಚಾಚಿದ. ನಿದ್ದೆ ಒಳಗಿನಿಂದ ಬಂತು. ಆದರೆ ನಿದ್ರೆಯ ಪೊರೆಯೊಳಗಿನಿಂದ ಒತ್ತಿಬರುವ ಸುರುಳಿ ಸುರುಳಿ ಕನಸಲ್ಲ. ಕನಸಿನ ಚೂರು ಚೂರು ಚಿತ್ರಗಳು. ಒಂದಕ್ಕೊಂದು ಸಂಬಂಧವಿಲ್ಲದ ಎಷ್ಟೊ ಗುರುತು ಕೂಡ ಸಿಕ್ಕಲಾರದ ಮೇಲೆ ಅಗಿತುಕೊಳ್ಳುವಂತಹ ಚಿತ್ರಗಳು. ಕಪ್ಪಗೆ ನಿಶ್ಶಬ್ದವಾಗಿ, ಚಲಿಸದೆ ನಿಂತಂತೆ ಕಾಣುವ ನದಿಯ ನೀರು. ಅದೇ ತೆರೆ ತೆರೆಯಾದ ಚಿತ್ರಗಳಾಗಿ ಉಕ್ಕಿ ಬಂದು ಮುಳುಗಿಸಿ ಉಸಿರು ಕಟ್ಟಿಸುವಂತಾಗಿ ಬೆಚ್ಚಿ ಕೈ ಕಾಲು ಅದುರಿ ಸರಕ್ಕನೆ ಎದ್ದುಕುಳಿತ. ನಿದ್ದೆ ಮಾಡಲೆಂದು ದೂರ ಕುಳಿತಿದ್ದ ನಾಯಿ ಹತ್ತಿರ ಬಂದು ಮೂಸಿತು. ಯಾವ ನದಿ? ನದಿಯ ಇಂತಹ ಕನಸು ತನಗೆ ಮೊದಲಿಂದ ಆಗುತ್ತಿದೆ, ಬುದ್ಧಿ ತಿಳಿದಾರಭ್ಯ. ಚಿಕ್ಕ ಪ್ರಾಯದಲ್ಲಿ ಪದೇ ಪದೇ. ವಯಸ್ಸಾದಂತೆ ವಿರಳ. ಮದುವೆಗಳಾಗಿ ಮಕ್ಕಳುಗಳಾಗಿ ಮೊಮ್ಮಕ್ಕಳುಗಳಾದಂತೆ ಹತ್ತ ಇಲ್ಲವೇ ಇಲ್ಲವಾಗಿತ್ತೋ ಅಥವಾ ನಡುವೆ ಒಂದೆರಡು ಬಾರಿ ಆಗಿತ್ತೋ? ಎಂಟು ಹತ್ತು ವರ್ಷದಿಂದ ಈಚೆಗಂತೂ ಒಮ್ಮೆಯೂ ಕಾಣಿಸಿಕೊಂಡಿಲ್ಲ. ಉಕ್ಕಿ ಬಂದು ಮುಳುಗಿಸಿ ಉಸಿರು ಕಟ್ಟಿಸಿ ಭಯದಿಂದ ಕನವರಿಸಿಕೊಳ್ಳುವಂತೆ ಮಾಡುವ ಕನಸು. ಮೊದಮೊದಲು ಕನವರಿಕೆಯಾದಾಗಲೆಲ್ಲ

ಪಕ್ಕದಲ್ಲಿದ್ದ ಹೆಂಡತಿಯು ಭುಜ ಹಿಡಿದು ಅಲುಗಿಸದಿದ್ದರೆ ಭಯಕ್ಕೆ ಸಿಕ್ಕಿ ಏನಾಗುತಿದ್ದೆನೋ! ನಿದ್ದೆಯಲ್ಲಿ ಬಂದು ಮತ್ತೆ ಮತ್ತೆ ಕದಡಿಸುವ ವಿಚಿತ್ರ ಕನಸು, ಪೂರ್ವಕರ್ಮವಿದ್ದಂತೆ. ಮಹಾರಾಜ, ನಿನಗೇನಾದರೂ ಇಂಥ ಕನಸು ಬೀಳುತ್ತದೆಯೆ? ಇಲ್ಲವಂತೆ. ಯಾವುದೋ ದುಷ್ಟಶಕ್ತಿಯ ಬಾಧೆ, ಅದರ ಬಿಡುಗಡೆಗಾಗಿ ಮಹಾರಾಜನೇ ಪುರೋಹಿತರಿಂದ ಶಾಂತಿ ಹೋಮಗಳನ್ನು ಮಾಡಿಸಿ, ಮಾಡಿಸಿದರೂ ಒಂದೆರಡು ತಿಂಗಳಷ್ಟೇ ಬಿಡುಗಡೆ. ಮತ್ತೆ ಮತ್ತೆ ಕಾಡಿಸುವ, ಉಕ್ಕಿ ಹರಿದು ಕಬಳಿಸುವ ಕರಿನೀರಿನ ಸ್ವಪ್ನಚಿತ್ರ.

ನಾಯಿ ಎದ್ದುನಿಂತಿತು. ಪಟಪಟನೆ ಕಿವಿಗಳು ಬಡಿದುಕೊಳ್ಳುವಂತೆ ಮೈ ಒದರಿತು: ತನಗೆ ಸ್ನಾನ ಮಾಡುವ ಮನಸ್ಸೂ ಇಲ್ಲ. ಅಥವಾ ಮನೆಗೆ ವಾಪಸು, ಸ್ನಾನ ಮಾಡದೆ ಸೂರ್ಯದೇವನನ್ನು ಪ್ರಾರ್ಥಿಸದೆ ಮನೆಗೆ ಹೋಗುವುದು ಹೇಗೆ ಸಾಧ್ಯ? ಹಿಂದೆಂದೂ ಮಾಡದ ಕೆಲಸ. ನಕ್ಷತ್ರಗಳು ಕಾಣುತ್ತಿಲ್ಲ. ಕೋಳಿ ಕೂಗಿದುದೊಂದೇ ಗುರುತು. ಸುಮ್ಮಸುಮ್ಮನೆ ಹೊತ್ತಲ್ಲದ ಹೊತ್ತಿನಲ್ಲಿ ಕೂಗಿದೆ. ಯಾಕೆ ಸುಳ್ಳು ಹೇಳಿದಳು ಅಮ್ಮ? ಕೇಳೋಣವೆಂದರೆ ಅವಳೂ ಇಲ್ಲ. ಅಪ್ಪನೂ ಇಲ್ಲ. ತನ್ನ ಹೊಟ್ಟೆಯಲ್ಲೇ ಹುಟ್ಟಿತು ಎಂದರೆ ನೆರೆಹೊರೆಯವರು ನಂಬುತ್ತಿರಲಿಲ್ಲ. ಮಕ್ಕಳೇ ಆಗದಂತಹ ಗೊಡ್ಡಿಯೇ ಅವಳು? ಅಥವಾ ಮಕ್ಕಳನ್ನು ಹುಟ್ಟಿಸಲಾರದ ಪುಂಸ್ತ್ವಹೀನನೇ ಅಪ್ಪ? ಎರಡೂ ಸುಳ್ಳಿರಬೇಕು. ಅಷ್ಟು ಪ್ರೀತಿಯ ಅವಳು ಗೊಡ್ಡಿ ಹೇಗಾದಾಳು? ಮಗೂ, ನೀನೆಷ್ಟು ಸಿಹಿ, ಎಂದು ತಬ್ಬಿ ಹಿಡಿದು ನನ್ನ ಎರಡು ಕೆನ್ನೆಗಳನ್ನೂ ಅಗಿದು ಅಗಿದು, ಅಮ್ಮನ ಹಲ್ಲಿನಿಂದ ಕಡಿಸಿಕೊಳ್ಳುವ ಹಿತಕ್ಕಾಗಿ ಓಡಿ ಹೋಗಿ ಅವಳ ತೋಳಲ್ಲಿ ಬಿದ್ದು ಏಳೆಂಟು ವರ್ಷ ವಯಸ್ಸಿನ ನೆನಪು. 'ನನ್ನ ಹಾಗೆ ಬರೀ ಬಿಲ್ಲು ಕಟ್ಟಿದರೆ ಸಾಲದೋ, ಗುರಿ ಕಟ್ಟಿ ಬಾಣ ಹೊಡೆಯಬೇಕು,' ಅಪ್ಪನ ಬಯಕೆ. ಕ್ಷತ್ರಿಯ ರಕ್ತಕ್ಕೆ ಹುಟ್ಟಿಯೂ ಪೂರ್ಣ ಕ್ಷತ್ರಿಯನಾಗದೆ, ಬಿಲ್ಲುಕಟ್ಟಿ ಬಿಲ್ಲುವೀರನ ಪಟ್ಟ ದೊರೆಯದೆ, ರಥಗಳನ್ನು ಕೆತ್ತಿ ರಥಿಕನಾಗದೆ ಸಾರಥಿಯ ಸ್ಥಾನದಲ್ಲಿ ತೃಪ್ತಿಪಡುವ ಸೂತನಿಗಿಂತ ಮೇಲಿನವನಾಗಬೇಕೆಂಬ ಉತ್ಕಟ ಬಯಕೆ. 'ನಾನು ಧೃತರಾಷ್ಟ್ರ ಮಹಾರಾಜನ ಸಾರಥಿಯಾಗಿಯೇ ಆಯುಷ್ಯವನ್ನು ಸವೆಸುತ್ತಿದ್ದೇನೆ. ನೀನು ಎಂದೆಂದಿಗೂ ಮತ್ತೊಬ್ಬನ ಸಾರಥಿಯಾಗಬೇಡ, ಮಗು.' ಸ್ವಲ್ಪ ನಸುಕು ಹರಿಯುತ್ತಿದೆ. ಎರಡೂ ದಡಗಳ ಉದ್ದಕ್ಕೂ ಬೆಳೆದು ನಿಂತ ಜೊಂಡು, ದರ್ಭೆಯ ಗುಚ್ಚಿಗಳು ಕಾಣಲು ಶುರುವಾದವು. ಹಿಂತಿರುಗಿ ನೋಡಿದರೆ ನೀರಿನಲ್ಲಿ ನೆನೆಸಿ ದಡಕ್ಕೆ ಎಳೆದುಹಾಕಿದ್ದ ಮರದ ತುಂಡುಗಳು, ಹಲಗೆಗಳು, ಬಿಲ್ಲಿಗೆಂದು ಬಾಗಿಸಿ ಕಟ್ಟಿದ್ದ ಬಿದಿರು, ಹಗ್ಗ ಹೊಸೆಯಲು ಸಿದ್ಧಪಡಿಸಿದ್ದ ಜುಂಗು. ನಿಜ ವಾಗಿಯೂ ಸೂತಘಟ್ಟ ಇದು ಎನ್ನಿಸಿತು. ತನಗೆ ಇದುವರೆಗೆ ಎಂದೂ ಅನ್ನಿಸದ ಅರಿವು. ಜೊಂಡು ದರ್ಭೆಗಳ ಆಚೆಗೆ ಸಾವಿರ ಹೆಜ್ಜೆ ನಡೆದರೆ ಕ್ಷತ್ರಿಯ ಘಟ್ಟ. ಪಕ್ಕಕ್ಕೆ ಬ್ರಾಹ್ಮಣ ಘಟ್ಟ. ನದಿಯ ಘಟ್ಟವೆಂದರೆ ಅವರಿಗೆ ಸ್ನಾನ ಮಾಡಿ ಅರಿವೆ ಒಗೆಯುವ ಜಾಗ; ನಮಗೆ ಕುಲಕಸುಬು ಮಾಡಲು ನೀರಿನ ಆಶ್ರಯ. ಈಗ ಇನ್ನಷ್ಟು ಸ್ಪಷ್ಟವಾಗಿ ಕಾಣುತ್ತಿದೆ. ಸೂತಘಟ್ಟದ ದಂಡೆಯ ತುಂಬ ಕುಯ್ದು ಮರಗಳು ಯುದ್ಧ ರಥದ ಈಚಿ, ಗುಂಬ ನೊಗಗಳಿಗೆ ಬೇಕಾದ ಹಗುರವಾದ ಮರದ ಸೀಳುಗಳು. ಪಾಂಡವರು ವಿರಾಟನಗರ

ದಲ್ಲಿ ಕಾಣಿಸಿಕೊಂಡು ಯುದ್ಧವು ನಿಶ್ಚಯವೇ ಎನ್ನಿಸಿದನಂತರ ನನ್ನ ಸೂತಕುಲದವರಿಗೆಲ್ಲ ಬಿಡುವಿಲ್ಲದ ಕೆಲಸ. ಬೆಳದಿಂಗಳಿದ್ದರೆ ರಾತ್ರಿ ಕೂಡ. ಬೆಳಕು ಹರಿಯುತ್ತಿದೆ. ಆದರೂ ಸ್ನಾನಕ್ಕೆ ಇಳಿಯುವ ಹೊತ್ತಾಗಿಲ್ಲ. ಸ್ನಾನ ಮಾಡಿ ಮೇಲೆ ಎದ್ದ ತಕ್ಷಣ ಪೂರ್ವದಲ್ಲಿ ಸೂರ್ಯದರ್ಶನವಾಗುತ್ತಿರಬೇಕು. ಕರ್ಣ ಮತ್ತೆ ಸುಮ್ಮನೆ ಕುಳಿತ. ಕೇಳೋಣವೆಂದರೆ ಅವಳು ಇಲ್ಲ. ಅಪ್ಪನೂ ಇಲ್ಲ. ದಿಟ ಬಯಲಾದ ಮೇಲೆ ಕೇಳುವುದಿನ್ನೇನು? ಅಥವಾ ನನ್ನನ್ನು ಒಡೆಯಲು ಕೃಷ್ಣ ಸೃಷ್ಟಿಸಿದ ಸುಳ್ಳೋ? ಬೇಡದ ಮಗುವನ್ನು ಹರಿಗೋಲಿನಲ್ಲಿಟ್ಟು ತೇಲಿ ಬಿಟ್ಟಿರುವುದು ಅಸಂಭವವೇನಲ್ಲ. ಅಪ್ಪ ಅಮ್ಮ ಅವಳ ತೌರಿನಿಂದ ಬರುತ್ತಿದ್ದರಂತೆ. ರಾತ್ರಿ ತಂಗಿದ್ದ ಊರಿನ ಹತ್ತಿರ ಬೆಳಗ್ಗೆ ಎದ್ದು ನದಿಯ ದಂಡೆಯಲ್ಲಿ ಮಾರ್ಜನ ಮುಗಿಸಿ ಸೂರ್ಯದೇವನಿಗೆ ಕೈ ಮುಗಿಯುತ್ತಿದ್ದಾಗ ತುಂಬುನೀರಿನ ಮೇಲೆ ಮೇಲಿನಿಂದ ಸದ್ದಿಲ್ಲದೆ ತೇಲಿ ಬಂದ ಹರಿಗೋಲಿನಲ್ಲಿ ನಗುನಗುತ್ತ ಮಲಗಿದ್ದೆನಂತೆ ನಾನು. ಬೆಳಗಿನ ಸೂರ್ಯ ನಂತೆಯೇ ಅಗಲವಾದ ಬಿಳಿಮೊಗದ ಕಿಲಿ ಕಿಲಿ ನಗುವಿನ ಪ್ರಭೆಯು ಸೂರ್ಯಪ್ರಭೆಯಂತೆ ಏಳು ಸುತ್ತು ವ್ಯಾಪಿಸಿತಂತೆ. 'ಅಲ್ಲಿ, ಅಲ್ಲಿ ನೋಡು. ನಾನು ಮಗು ಬೇಕೆಂದು ಪ್ರಾರ್ಥಿಸುತ್ತಿದ್ದೆ. ಸ್ವಾಮಿ ವರ ಕೊಟ್ಟಂತೆ ಕಳಿಸಿದ್ದಾನೆ. ಹರಿಗೋಲು ಹಿಡಿ.' ಎಂದು ಕೈ ತೋರಿಸಿದರೆ ಅಪ್ಪ ಅಚ್ಚರಿಯಿಂದ ಬೆರಗಾಗಿ ನೋಡುತ್ತಾ ನಿಂತುಬಿಟ್ಟನಂತೆ. ಹತ್ತಿರ ಬಂದಿದ್ದ ಹರಿಗೋಲು ಮುಂದೆ ತೇಲಿ ನದಿಯ ನಡುವಿಗೆ ಸರಿಯತೊಡಗಿ, ಓ ನನ್ನ ಮಗು ಎಂದು ಅಮ್ಮನೇ ಈಜುಬಿದ್ದು ಪ್ರಜ್ಞೆ ತಿಳಿದವನಂತೆ ಅಪ್ಪನೂ ಹಿಂದಿನಿಂದ ಜಿಗಿದು ನೀರಿನ ಆಳದಲ್ಲಿ ಮಗುವಾದ ನನ್ನನ್ನು ಮುಟ್ಟದೆ ಹರಿಗೋಲನ್ನೇ ಹಿಡಿದೆಳೆದು ದಡಕ್ಕೆ ತಂದು ಬೊಮ್ಮಟೆ ಬೊಮ್ಮಟೆ ಮುದ್ದು ಕೇಕೆಯ ಬೊಮ್ಮಟೆ. ಮಗೂ, ಸೂರ್ಯದೇವನೇ ನಿನ್ನನ್ನು ಅನುಗ್ರಹಿಸಿದ. ಅಲ್ಲಿ ನೋಡು ಅವನೇ ತನ್ನ ಬಿಳಿಯ ಹೊಳಪಿನ ಒಂದು ಭಾಗದಿಂದ ಕುಂಬಾರನು ಮಣ್ಣಿನಿಂದ ಗೊಂಬೆ ಮಾಡುವಂತೆ ಮಗುವನ್ನು ಮಾಡಿ ಕಿರಣಗಳ ಹರಿಗೋಲಿನಲ್ಲಿ ಮಲಗಿಸಿ ತಂದು ನನಗೆ ಕೊಟ್ಟ. ಸೂತರ ಅಧಿದೈವವಲ್ಲವೆ ಅವನು? ಅಮ್ಮ ಹೇಳುತ್ತಿದ್ದರೆ ನನ್ನ ಮನಸ್ಸು ಸೂರ್ಯಮಂಡಲದ ಅಗಲಕ್ಕೂ ವ್ಯಾಪಿಸುತ್ತಿತ್ತು. ಅದೆಂತಹ ಹಿಗ್ಗು, ಅದೆಂತಹ ಕನಸನ್ನು ಸೃಷ್ಟಿಸಿ ನನ್ನ ಮನಸ್ಸಿನಲ್ಲಿ ಹುಟ್ಟುಹಾಕಿದ್ದಳು ಅಮ್ಮ! ಬುದ್ಧಿ ಬೆಳೆದು ಶಿಶುಸೃಷ್ಟಿಯ ದೈಹಿಕ ರಹಸ್ಯವನ್ನರಿತ ಹೊಸತರಲ್ಲಿ ನಾನು ಈ ತಾಯಿಯ ಗರ್ಭದಿಂದ ಹುಟ್ಟದೆ ಬೇರೆ ಯಾರೋ ಹೇಳ ಹೆಸರಿಲ್ಲದ ಪ್ರೀತಿಯ ತಂತುವಿಲ್ಲದ ನಿರ್ದಯ ಸ್ತ್ರೀಯ ದೇಹದಿಂದ ಕಳಚಿಬಿದ್ದ ಮಗುವೆಂಬ ದುಃಖ ಒಂದು ಕಡೆಗಾದರೆ, ಸೂರ್ಯನು ತನ್ನ ಹೊಳಪಿನಿಂದಲೇ ಸೃಷ್ಟಿಸಿದ ಪ್ರತಿಮೆ ನಾನೆಂಬ ಮುಗಿಲಿಗೇರಿಸುವ ಹಿಗ್ಗು ನಷ್ಟವಾದ ಮ್ಲಾನತೆ ಇನ್ನೊಂದೆಡೆಗೆ. ಆದರೆ ವರ್ಷಗಳು ಕಳೆದು ಬಿಲ್ಲುವಿದ್ಯೆಯ ಕೀರ್ತಿ ಪಸರಿಸಿ ದುರ್ಯೋಧನ ಮಹಾರಾಜನ ಬಲಭುಜವಾಗಿ ಅವನ ಕಿರೀಟದ ಹೊಳೆಯುವ ಮಣಿ ಎನ್ನಿಸಿದ ನಂತರ ಸೂರ್ಯಪ್ರಭೆಯಿಂದ ನಿರ್ಮಿತಮೂರ್ತಿ ಎಂಬುದರಲ್ಲಿ ಮರೆಯಲ್ಲೇ ಶ್ರದ್ಧೆ ಬೆಳೆದು, ಅದರ ನೆರಳಿನಲ್ಲೇ ಅಮ್ಮ ರಾಧೆಯ ದೈವಿಕ ಪುತ್ರನೆಂಬ ಪ್ರೀತಿಯ ತಂತು ಗಟ್ಟಿಯಾಗಿ ಸುಖದ ನೆಲೆಯು ಶಾಶ್ವತವಾಗಿತ್ತಲ್ಲ. ಬೆಳಗ್ಗೆ ಎದ್ದು ಹುಟ್ಟುವ ಸೂರ್ಯನ

ಎದುರು ನಿಂತು ಪ್ರಾರ್ಥಿಸುವಾಗಲೆಲ್ಲ ಶ್ರದ್ಧೆಯ ಸಸಿಯು ಕಿರಣದಿಂದ ಪ್ರಫುಲ್ಲವಾಗುತ್ತಿತ್ತು. ಮನೆಗೆ ಹಿಂತಿರುಗಿ ಎಷ್ಟು ದಿನ ಮುದುಕಿಯಾದ ಅಮ್ಮನನ್ನು ಪ್ರೀತಿಯಿಂದ ತಬ್ಬಿ ಎತ್ತಿ ಹಾಸಿಗೆಯ ಮೆತ್ತನೆಯ ಒಟ್ಟಿನ ಮೇಲೆ ಕುಕ್ಕರಿಸುತ್ತಿದ್ದೆ! ಕೃಷ್ಣ ಅದೆಲ್ಲವನ್ನೂ ಹಾಳು ಮಾಡಿ, ನನ್ನ ಸೂರ್ಯಾಂಶವನ್ನು ನಷ್ಟಪಡಿಸಿ, ನನ್ನನ್ನು ಹಾಳು ಕುಂತಿಯ ಉದರದಿಂದ ಉದುರಿದ ಒಣ ಓಟೆ ಮಾಡಿಬಿಟ್ಟನಲ್ಲ! ಎಂದುಕೊಳ್ಳುವಾಗ ಕಣ್ಣುಗಳು ತಮಗೆ ತಾವೇ ಮುಚ್ಚಿಕೊಂಡವು. ನಿದ್ದೆಯಿಂದಲ್ಲ. ಒಳಗೆಲ್ಲ ಕತ್ತಲು. ಸ್ವಲ್ಪ ಹೊತ್ತು ಹಾಗೆಯೇ ಕುಳಿತಿದ್ದು ನಿಷ್ಕ್ರಿಯೆಯನ್ನು ಕಳಚಿಕೊಂಡೇಳುವವನಂತೆ ದಢಕ್ಕನೆ ಮೇಲೆದ್ದು ಉಟ್ಟಿದ್ದ ಧೋತ್ರ, ಕವಚ ಮೇಲುಅಂಗಿಗಳನ್ನು ತೆಗೆದು ಒಳಗೆ ಬಿಗಿದಿದ್ದ ಲಂಗೋಟದಲ್ಲಿ ನೀರಿಗೆ ಇಳಿಯುವ ಹೊತ್ತಿಗೆ ಇನ್ನಷ್ಟು ಬೆಳಕಾಗಿತ್ತು. ಎಂದಿನಂತೆ ಸೊಂಟ ಮುಳುಗುವ ಆಳದ ನೀರಿಗೆ ಹೋಗಿ ನಿಂತುಕೊಂಡ. ಮೈ ಕೈ ತೊಳೆಯುತ್ತಾ ನೀರನ್ನು ಕಲಕುವ ಮನಸ್ಸಾಗಲಿಲ್ಲ. ಪೂರ್ಣ ಚಳಿಗಾಲ ಆರಂಭವಾಗಿರದಿದ್ದರೂ ಪರ್ವತದಿಂದ ಇಳಿದು ಬರೀ ಒಂದು ರಾತ್ರಿಗೂ ಕಡಮೆ ಪಯಣ ಮಾಡಿದ್ದ ಗಂಗೆ ಕೊರೆಯುತ್ತಿತ್ತು. ನೀರಿನಲ್ಲಿ ತನ್ನ ಮೈಕಟ್ಟು, ಭುಜ, ತೋಳು, ಮುಖಗಳು ಕಾಣಲು ಶುರುವಾದವು. ಕೃಷ್ಣನ ವರ್ಣನೆಯಿಂದಲೇ ತಿಳಿಯಬೇಕಿಲ್ಲ, ತನ್ನದು ಅಗಲವಾದ ಭುಜ, ಅಗಲ ಎದೆ, ಅಗಲ ಮುಖ, ವಿಶಾಲ ಬಿಳಿಗಣ್ಣುಗಳು. ಆರು ಬೆರಳಗಲ ಹಣೆ. ಆ ಕುಂತಿಯನ್ನು ನಾನು ಇದುವರೆಗೆ ಸರಿಯಾಗಿ ನೋಡಿಯೇ ಇಲ್ಲ, ಕಳೆದ ಹದಿಮೂರೂವರೆ ವರ್ಷದಿಂದ ಇಲ್ಲಿಯೇ ವಿದುರನ ಮನೆ ಯಲ್ಲಿದ್ದಾಳಂತಲ್ಲ, ಸೂಲಂಗಿ ಜೊಂಡುಗಳ ಮರೆಯಲ್ಲಿ ಈ ಘಟ್ಟದಿಂದ ಅಷ್ಟು ದೂರ ಮೇಲೆ ವಿದುರನ ಮನೆಯ ಘಟ್ಟದಲ್ಲೇ ಕುಳಿತಿರುತ್ತಾಳಂತೆ, ಆ ಪಾಂಡವರ ತಾಯಿಯನ್ನು ನೋಡುವುದೇನು ಎಂಬ ತಿರಸ್ಕಾರದಿಂದ. ಕೃಷ್ಣ ವರ್ಣಿಸಿದ್ದರಿಂದ ಅವಳ ಮುಖ ಮೈಕಟ್ಟು ಗಳನ್ನು ಕಲ್ಪಿಸಿಕೊಳ್ಳಬೇಕು. 'ಕರ್ಣ, ನಿಜವಾಗಿ ಕುಂತಿಯಂತೆ ಹುಟ್ಟಿದ ಮಗ ನೀನೊಬ್ಬನೇ. ಧರ್ಮ, ಭೀಮ, ಅರ್ಜುನರು ದೇವಲೋಕದ ನಿಯೋಗಪಿತೃಗಳನ್ನು ಹೋಲುತ್ತಾರೆ. ನಿನ್ನ ಮೈಬಣ್ಣವೂ ಅವಳದೇ.' ಕರ್ಣ ಒಂದು ಸಲ ಕೈಯಿಂದ ಬಡಿದು ಕನ್ನಡಿಯಂತಿದ್ದ ನೀರಿನ ಮೇಲ್ಮುಖವನ್ನು ಕಲಸಿಹಾಕಿದ. ಅನಂತರ ಆಕಾರಗೆಟ್ಟ ಕಪ್ಪುನೀರಿನಲ್ಲಿ ಈಜುಬಿದ್ದ. ದಿನವೂ ಬಿದ್ದು ನದಿಯ ಈ ಕಡೆಯಿಂದ ಆ ಕಡೆಗೆ ಎರಡು ಸಲ ಹೋಗಿ ಬರುತ್ತಿದ್ದ ಜಾಗ. ಆದರೆ ಈಗ ಮೊದಲ ಸಲ ನಡುನೀರಿಗೆ ಹೋಗುವುದರಲ್ಲೇ ಆಯಾಸವೆನಿಸಿತು. ಅಷ್ಟು ಮಾತ್ರವಲ್ಲ, ಮೇಲೆ ಸದ್ದು ಗದ್ದಲವಿಲ್ಲದೆ ಶಾಂತ ಸಮಮಟ್ಟವಾಗಿ ಕಾಣುತ್ತಿರುವ ನೀರು ಒಳಗೇ ಎಷ್ಟು ಶಕ್ತಿಯಿಂದ ಎಳೆಯುತ್ತಿದೆ ಎನ್ನಿಸಿತು. ಪ್ರಯತ್ನಿಸಿ ಕೈಕಾಲು ಬಗೆಯ ದಿದ್ದರೆ ಎಲ್ಲಿದ್ದೇನೆಂಬುದು ತಿಳಿಯುವ ಮೊದಲೇ ನನ್ನನ್ನು ಎಳೆದೊಯ್ದು ಬಿಡುತ್ತದೆನ್ನಿಸಿ, ಗಾಬರಿಗೊಂಡವನಂತೆ ಕೈಕಾಲು ಬಗೆಯತೊಡಗಿದ; ಸಾಲದೆಂಬಂತೆ ಬಡಿಯತೊಡಗಿದ. ಅವನು ಇಷ್ಟು ಗಟ್ಟಿಯಾಗಿ ಸದ್ದು ಮಾಡಿಕೊಂಡು ಈಜಿದುದೇ ಇಲ್ಲ. ಸದ್ದು ಗದ್ದಲವಿಲ್ಲದೆ ಬಾಣದ ಚಲನೆಯ ಸದ್ದೂ ಹೆಚ್ಚು ಉಂಟಾಗದಂತೆ ನಿಪುಣ ಬಿಲ್ಲುಗಾರನು ಬಿಲ್ಲು ಹೊಡೆಯುವ ರೀತಿಯಲ್ಲಿರಬೇಕು ಈಜು ಸಹ, ಎಂದು ಮಕ್ಕಳು ಮೊಮ್ಮಕ್ಕಳಿಗೆಲ್ಲ ಹೇಳುತ್ತಿದ್ದ

ತಾನು, ಈಗ ಕೈಕಾಲು ಬಡಿಯುತ್ತಿರುವ ಪರಿಗೆ ನಾಚಿಕೆ ಎನ್ನಿಸಿತು. ತನ್ನ ದಣಿಯು ನೀರಿನಲ್ಲಿ ಯಾವುದೋ ಶತ್ರುವಿನೊಡನೆ ಸೆಣಸುತ್ತಿರುವನೆಂದು ಭಾವಿಸಿದ ನಾಯಿ ದಡದಲ್ಲೇ ಬೊಗಳಲು ಶುರುಮಾಡಿ ನೆಗೆದು ನೀರಿಗೆ ನುಗ್ಗಿತು. ಅದು ಸೆಳವಿಗೆ ಸಿಕ್ಕಿದರೆ ರಕ್ಷಿಸುವುದು ಕಷ್ಟವೆಂದರಿತ ಕರ್ಣ ತಕ್ಷಣ ದಿಕ್ಕನ್ನು ಬದಲಾಯಿಸಿ ದಡಕ್ಕೆ ಹಿಂತಿರುಗಿದ. ತಣ್ಣೀರಿನ ಚಳಿಗೆ ನಡುಗುವ ನಾಯಿಯನ್ನು ದಡಕ್ಕೆ ಮುಟ್ಟಿಸಿ ಮತ್ತೆ ಸೊಂಟದುದ್ದದ ನೀರಿನಲ್ಲಿ ನಿಂತಾಗ ಹೆಜ್ಜೆಗಳ ಕೆಳಗಿನ ಮಣ್ಣು ನಿಧಾನವಾಗಿ ಕೊಚ್ಚಿ ಹರಿದು ಆಧಾರವೇ ಕಳಚುತ್ತಿರುವಂತೆ ಕಂಡಿತು. ನಾನೆಂದೂ ಹೀಗೆ ವಿಮನಸ್ಕನಾಗಿ ನೀರಿನಲ್ಲಿ ನಿಂತಿರಲಿಲ್ಲ ಎಂಬ ನೆನಪಾಯಿತು. ಅಷ್ಟರಲ್ಲಿ ಸೂರ್ಯ ಕಾಣಿಸಿಕೊಂಡಿದ್ದ. ನೀರಿನ ಒಳಗಿದ್ದ ತನ್ನ ತೊಡೆ ಮಂಡಿ ಮೊಣಕಾಲು ಪಾದಗಳು ಗಿಡ್ಡಾಗಿ ಕಂಡವು. ಸೂರ್ಯಸ್ತುತಿಯ ಸಮಯವಾಯಿತು. ಅಭ್ಯಾಸಬಲದಿಂದ ಕೈಗಳು ಜೊಡಿಸಿಕೊಂಡವು. ಕಣ್ಣುಗಳು ಅರೆನಿಮೀಲಿತವಾದವು. ನಾಲಗೆ ತನಗೆ ತಾನೇ ಉಚ್ಚರಿಸತೊಡಗಿತು. ಉದ್ವೇತಿ ಸುಭಗೋ ವಿಶ್ವಚಕ್ಷಾಃ ಸಾಧಾರಣಃ ಸೂರ್ಯೋಮಾನುಷಾಣಾಂ। ಚಕ್ಷುರ್ಮಿತ್ರಸ್ಯ ವರುಣಸ್ಯ ದೇವಃ ಚರ್ಮೇವ ಯಃ ಸಮವಿವ್ಯಕ್ತಮಾಂಸಿ॥ ಉದ್ವೇತಿ ಪ್ರಸವೀತಾ ಜನಾನಾಂ ಬ್ರಾಹ್ಮಣರಿಗಾದರೆ ಸ್ವತಃ ಕಾಪಾಡಿ ಆಹ್ವಾನಿಸಿ ಅನುಷ್ಠಿಸಬೇಕಾದ ಅಗ್ನಿ, ಕ್ಷತ್ರಿಯರು ಹಣ ಕೊಟ್ಟು ಬ್ರಾಹ್ಮಣ ಪುರೋಹಿತರಿಂದ ಅಗ್ನಿಯನ್ನು ಆರಾಧಿಸಿ ದೊಡ್ಡದಾದ ಯಜ್ಞಯಾಗಾದಿಗಳನ್ನೆಲ್ಲ ಉದ್ವೇತಿ ಪ್ರಸವೀತಾ ಜನಾನಾಂ ಮಹಾನ್ಕೇತುರರ್ಣವಃ ಸೂರ್ಯಸ್ಯ ನಮ್ಮ ಸೂತ ಜಾತಿಯವರಿಗೆ ಸ್ವತಃ ಆಹ್ವಾನಿಸುವ ಮಂತ್ರತಂತ್ರ ಹಣ ಕೊಟ್ಟು ನಡೆಸಿಕೊಳ್ಳುವ ಯಜ್ಞಯಾಗ ಉದ್ವೇತಿ ಪ್ರಸವೀತಾ, ಹಾಂ! ಐವತ್ತು ವರ್ಷಕ್ಕೂ ಮೀರಿ ನಿತ್ಯ ಪಠಿಸುತ್ತಿದ್ದ ಸೂರ್ಯಸೂಕ್ತ ತೊಡರುತ್ತಿದೆ. ಯಾವ ದಿನವೂ ತಪ್ಪದೆ ನೇರವಾಗಿ ಕಣ್ಣಿಗೆ ಸಿಕ್ಕುವ ಸ್ವಾಮಿ ಇವನೊಬ್ಬನೇ. ಭದ್ರಾಃ ಅಶ್ವಾಃ ಹರಿತಃ ಸೂರ್ಯಸ್ಯ ಅವನ ಸಪ್ತಾಶ್ವಗಳನ್ನು ನಡೆಸುವ ವೃತ್ತಿ ನಮ್ಮದು, ಅಪ್ಪ ಹೇಳುತ್ತಿದ್ದ. ಉಪಾಸನೆಯ ಸೂಕ್ತ ತೊಡಕಾಗುತ್ತದೆ ಎಂದು, ಕಷ್ಟಪಟ್ಟು ಕಣ್ಣುಮುಚ್ಚಿ ಮನಸ್ಸನ್ನು ಏಕಾಗ್ರತೆಗೆ ದಬ್ಬಿ ಹಿಡಿದುಕೊಂಡ. ಅರಮನೆಯಂತಹ ಭವನವಿದ್ದು ಬ್ರಾಹ್ಮಣರಿಗೆ ಬೇಕಾದಷ್ಟು ದಾನ ಮಾಡಿ ಆಗಾಗ್ಗೆ ಮನೆಯಲ್ಲಿ ಹವನಕರ್ಮಗಳನ್ನು ನಡೆಸುತ್ತಿದ್ದರೂ ತನ್ನ ನಿಜವಾದ ಭಕ್ತಿ ಇದ್ದುದು ಈ ಸೂರ್ಯದೇವನ ಮೇಲೆ ಎಂಬ ನೆನಪಾಯಿತು. ನೀರಿಗೆ ಕಲ್ಲು ಬಿದ್ದಾಗ ಅದರೊಳಗಿನ ಬಿಂಬವು ಕಲಸಿ ಹಾಳಾಗುವಂತೆ ನನ್ನ ಶ್ರದ್ಧೆಯ ಕೇಂದ್ರವೇ ಕಲಸಿಹೋಗುತ್ತಿದೆಯೋ! ಅಥವಾ, ಕಿರಣಗಳು ಕಣ್ಣಿಗೆ ಚುಚ್ಚುತ್ತಿವೆ. ಜೊಂಡು ಎಲೆಗಳು ಮಿನುಗುತ್ತಾ, ಮಟ್ಟಸವಾದ ನೀರಿನ ಮೇಲ್ಮೈ ಕೆಂಪು ಕಳೆದು ಆಗಲೇ ಬೆಳ್ಳಗಾಗುತ್ತಿದೆ, ಹೊಳಪು, ಈ ಒಂದುದಿನ ಮನಸ್ಸು ಸ್ತಿಮಿತ ತಪ್ಪಿ ಧ್ಯಾನದಲ್ಲಿ ಏಕಾಗ್ರತೆ ಹುಟ್ಟುತ್ತಿಲ್ಲವೋ! ಯಾಂತ್ರಿಕವಾಗಿ, ತಾನು ನಿತ್ಯವೂ ಹೇಳಿಕೊಳ್ಳುವ ಸೂಕ್ತವನ್ನು ಬಾಯಿಂದ ಹೊರಹಾಕಿ ಬೊಗಸೆಯಲ್ಲಿ ಮೂರುಸಲ ತುಂಬಿ ಅರ್ಘ್ಯ ಕೊಟ್ಟು ದಡಕ್ಕೆ ತಿರುಗಿದ.

ನಾಯಿ ಬಾಲವನ್ನು ಪ್ರೀತಿಯಿಂದ ಆಡಿಸಿಕೊಂಡು ಕುತ್ತಿಗೆ ತಗ್ಗಿಸಿದ ವಿಧೇಯತೆಯಿಂದ ಹತ್ತಿರ ಬಂದು ನಿಂತಿತು. ಸೊಂಟ ತೊಡೆ ಮೊಣಕಾಲುಗಳಿಂದ ಇಳಿಯುತ್ತಿದ್ದ ನೀರನ್ನು

ಅಂಗ್ಯೆಯಿಂದ ಶೀಟಿ ಧೋತ್ರ ಉಟ್ಟು ಮೇಲುಕವಚ ತಲೆಗೆ ಪಾಗು ಸುತ್ತಿ ಘಟ್ಟದಿಂದ ಹೊರಬರುವಾಗ ಇಪ್ಪತ್ತು ಮೂವತ್ತು ಜನಗಳು ಕಾಯುತ್ತಾ ನಿಂತಿರುವುದು ಗಮನಕ್ಕೆ ಬಿತ್ತು. ಅವರೆಲ್ಲ ತನ್ನವರು. ತನ್ನ ಕುಲಬಾಂಧವರು. ಘಟ್ಟಕ್ಕೆ ಬಂದಿದ್ದಾರೆ. ತಾನಿರುವಾಗ ಯಾರೂ ಹತ್ತಿರ ಬರುವುದಿಲ್ಲ. ಕುಲಬಾಂಧವರೆಲ್ಲ ಅಷ್ಟು ಗೌರವದಿಂದ ಕಾಣುತ್ತಾರೆ. ಯಾರೂ ಕುಳಿತು ಕೂಡ ಇಲ್ಲ. ನಿಂತು ಕಾಯುತ್ತಿದ್ದಾರೆ. ಕರ್ಣ ಒಂದು ಕ್ಷಣ ಸುಮ್ಮನೆ ನಿಂತ. ಅವರನ್ನೆಲ್ಲ ಒಟ್ಟಾಗಿ ನೋಡಿದ, ಸೌಜನ್ಯದಿಂದ ಅವರ ಗೌರವವನ್ನು ಸ್ವೀಕರಿಸು ವವನಂತೆ. ರಥನಿರ್ಮಾಣದಲ್ಲಿ ಹೆಸರಾದ ಸಿಂಹಕ ಸ್ವಲ್ಪ ಹತ್ತಿರ ಬಂದು ನೆಲಮುಟ್ಟಿ ನಮಸ್ಕರಿಸಿದ. 'ಇಷ್ಟು ಬೇಗ ಕೆಲಸಕ್ಕೆ ಬಂದಿರಾ?' ಕರ್ಣ ವಿಚಾರಿಸಿದ.

'ಎಷ್ಟೊಂದು ಕೆಲಸವಿದೆ. ಸಾಗಬೇಕಲ್ಲ.'

'ಇಷ್ಟೇ ಜನವೇ?'

'ಮಹಾರಾಜ, ನಮ್ಮ ಜನದಲ್ಲೆಲ್ಲ ಒಂದು ಸುದ್ದಿ ಹರಡಿಬಿಟ್ಟಿದೆ. ಯುದ್ಧ ಆಗುವುದಿಲ್ಲ ವಂತೆ.'

'ಯಾರು ಹೇಳಿದರು ಹಾಗಂತ?'

'ವಿದುರ ಅಂದನಂತೆ. ಸಂಧಾನ ಮಾಡಲು ಪಾಂಡವರ ಕಡೆಯಿಂದ ದೂತ ಬಂದಿದ್ದಾನಂತೆ. ಅವನ ಹೆಸರನ್ನೂ ಹೇಳಿದರು. ಚೈತ್ರ, ಏನವನ ಹೆಸರು?' ಎಂದು ಸಿಂಹಕ ಹಿಂತಿರುಗಿ ನೋಡಿದ.

ಕರ್ಣನೆದುರು ಬಂದು ಮಾತನಾಡಲು ಸಮಯಕ್ಕಾಗಿ ಕಾದುನಿಂತಿದ್ದ ಐವತ್ತು ವರ್ಷದ ಒಬ್ಬ ಕುಲಮುಖ್ಯನು ಮುಂದೆ ಬಂದು ನೆಲ ಮುಟ್ಟಿ ನಮಸ್ಕರಿಸಿ ಹೇಳಿದ: 'ಪಾಂಡವರ ನಂಟನೇ ಅಂತೆ. ಹೆಸರನ್ನೇನೋ ಹೇಳಿದರು. ಮರೆತುಹೋಯಿತು. ನಿಜವಿದ್ದಲ್ಲಿ ಮಹಾರಾಜನಿಗೆ ಗೊತ್ತಿಲ್ಲದೆ ಇರುತ್ತೆಯೆ?'

ಕೃಷ್ಣನೆಂದು ಕರ್ಣನು ಬಾಯಿಬಿಟ್ಟು ಹೇಳಲಿಲ್ಲ. ದೌತ್ಯವಹಿಸಿ ಬಂದ ತನ್ನ ನಿಜ ಉದ್ದೇಶ ಶಾಂತಿಸ್ಥಾಪನೆಯೇ ಎಂದು ಅವನು ನೆನ್ನೆ ಸಂಜೆ ತನ್ನ ಕೈ ಹಿಡಿದು ಹೇಳಿದ ನೆನಪಾಯಿತು. ಶಾಂತಿಸ್ಥಾಪನೆ ಮಾಡುವವನು ವೈರಿಗಳನ್ನು ಒಡೆಯಬೇಕೇಕೆ? ನನ್ನ ಹುಟ್ಟಿನ ಬಗೆಗೆ ಏನೇನೋ ಹೇಳಿ ನನ್ನಲ್ಲಿ ಗೊಂದಲ ಹುಟ್ಟಿಸಿ ನನ್ನ ಶ್ರದ್ಧೆಯ ಸೂರ್ಯನನ್ನೇ ಹಾಳುಕೆಡವಿದ್ದಾನೆ. ಯುದ್ಧ ಆಗುವುದಿಲ್ಲವೆಂಬ ವದಂತಿ ಹಬ್ಬಿಸಿ ನಮ್ಮ ಸೈನಿಕರು ಸರಬ ರಾಜಿನವರನ್ನೆಲ್ಲ ಗೊಂದಲದಲ್ಲಿ ಕೆಡವುವುದು ಅವನ ತಂತ್ರವೋ?

ಚೈತ್ರ ಮುಂದುವರಿಸಿದ: 'ನಮ್ಮಣ್ಣ ವಿದುರನ ಮನೆಗೆ ಹೋಗಿದ್ದನಂತೆ. ಮಾತಿಗೆ ಮಾತು ಬಂದು ನಮ್ಮ ವಂಶದ ಕುಟುಂಬಗಳೇ ಒಟ್ಟು ಸೇರಿ ನೂರು ರಥಗಳನ್ನು ಮಾಡಿಕೊಡುವ ಜವಾಬ್ದಾರಿ ಹೊತ್ತಿದೀವಿ ಅಂದನಂತೆ. ದಡ್ಡ, ಯುದ್ಧವಾಗುವುದಿಲ್ಲ, ಯುದ್ಧವೇ ಆಗದೆ ಅರಮನೆಯವರು ಸುಮ್ಮಸುಮ್ಮನೆ ನಿನ್ನ ರಥಗಳನ್ನು ಕೊಳ್ಳುತ್ತಾರೆಯೆ? ನಾಳೆ ಅವರು ಬೇಡ ಅಂದರೆ ಏನು ಮಾಡುತ್ತೀಯ? ಸಾದಾ ಪ್ರಯಾಣದ ರಥವಾದರೆ ಉಳಿದ ಯಾರಾದರೂ ಕೊಂಡಾರು. ಯುದ್ಧರಥಕ್ಕೆ ಗಿರಾಕಿ ಎಲ್ಲಿರುತ್ತೆ? ಅಂದನಂತೆ ವಿದುರ.'

ಕೃಷ್ಣ ಇಳಿದುಕೊಂಡಿರುವುದು ವಿದುರನ ಮನೆಯಲ್ಲೇ. ನಾನು ಅಲ್ಲಿಗೆ ಹೋಗುವುದಿಲ್ಲ ವೆಂದು ನೆನ್ನೆ ಸಂಜೆ ಅವನೇ ನನ್ನ ಮನೆಗೆ ಬಂದು ರಥದಲ್ಲಿ ಅಷ್ಟು ದೂರ ಹೋಗಿ ಬರೋಣ ಬಾ, ಸಾರಥಿ ಬೇಡ ನಾವೇ ನಡೆಸೋಣ ಎಂದು ಅತಿಥಿ ಎಂಬ ಗೌರವದಿಂದ ನಾನೇ ಸಾರಥಿಯಾಗಿ, ಅತಿಥಿ ಎಂಬ ಕಾರಣಕ್ಕಾಗಿಯೋ ಅಥವಾ ಎಷ್ಟಾದರೂ ಅವನು ಕ್ಷತ್ರಿಯ ನಾನು ಸೂತ ಎಂಬ ಅರಿವಿನಿಂದಲೊ? ವಿದುರ ಕೃಷ್ಣ ಕುಂತಿ ಮೂವರೂ ಕೂಡಿ ನನ್ನ ಹುಟ್ಟಿನ ಸುಳ್ಳನ್ನು ನಿರ್ಮಿಸಿದರೊ?

'ವಿದುರನ ಮಾತನ್ನು ನಂಬಬಹುದೆ, ಮಹಾರಾಜ?' ಸಿಂಹಕ ಕೇಳಿದ.

ಕರ್ಣ ನೇರವಾಗಿ ಉತ್ತರ ಹೇಳಲಾರನಾದ. ಇಡೀ ಸೂತಕುಲದಲ್ಲಿ ತಾನು ಮತ್ತು ವಿದುರ ಇಬ್ಬರೂ ಪ್ರಮುಖರೇ. ಆದರೆ ತಮ್ಮಿಬ್ಬರಿಗೆ ಎಂದೂ ಹೊಂದಿಬರಲಿಲ್ಲ. ಅವನು ಧೃತರಾಷ್ಟ್ರ ಮಹಾರಾಜನ ತಾಯಿಯ ದಾಸಿಯಲ್ಲಿ ಹುಟ್ಟಿದವ. ನಾನು ಅದೇ ಧೃತರಾಷ್ಟ್ರನ ಸಾರಥಿ ಅಧಿರಥನ ಮಗ. ಸಾರಥಿಯ ದರ್ಜೆಯಿಂದ ಸೇನಾಮುಖ್ಯನ ಮಟ್ಟಕ್ಕೆ ಏರಿದ ತನ್ನ ವೀರದ ಲವಲೇಶವೂ ಇಲ್ಲದ ಅವನಿಗೂ ರಾಜಸಭೆಯಲ್ಲಿ ಒಂದು ಆಸನವಿದೆ. ಪಾಂಡವರ ಪಕ್ಷಪಾತಿಯಾಗಿ ಆಗಾಗ್ಗೆ ದುರ್ಯೋಧನ ಮಹಾರಾಜನಿಗೆ ಬುದ್ಧಿ ಹೇಳಲು ಹೊರಟು ಛೀ ಎನ್ನಿಸಿಕೊಳ್ಳುತ್ತಾನೆ. ಭೀಷ್ಮನಿಂದ ಧರ್ಮಾತ್ಮನೆಂಬ ಬಿರುದನ್ನೂ ಸಂಪಾದಿಸಿದ್ದಾನೆ. ವಿದುರ ಸುಳ್ಳು ಹೇಳುವವನಲ್ಲವೆಂಬ ಹೆಸರೂ ಜನದಲ್ಲಿ ಹಬ್ಬಿ ನಿಂತಿದೆ. ಆದರೂ ಸಿಂಹಕನ ಈ ಪ್ರಶ್ನೆಗೆ ಬಹುದೆಂದು ಉತ್ತರ ಹೇಳುವುದು ಹೇಗೆ? ಅವರ ತಂತ್ರ ಹೇಗಾದರೂ ಇರಲಿ. ದುರ್ಯೋಧನ ಮಹಾರಾಜನ ಮನಸ್ಸು ನನಗೆ ಗೊತ್ತಿರುವಷ್ಟು ಮತ್ತೆ ಯಾರಿಗೆ ಗೊತ್ತಿದೆ?

'ಅದೆಲ್ಲ ಸುಳ್ಳು. ಯುದ್ಧವಾಗಿಯೇ ಆಗುತ್ತೆ,' ಉತ್ತರಿಸಿದ.

'ಹೇಗಾದರೂ ಮಾಡಿ ಆಗಿಸು, ಮಹಾರಾಜ. ಇಲ್ಲದಿದ್ದರೆ ಯುದ್ಧರಥ ಬಿಲ್ಲುಬಾಣ ಗಳನ್ನು ತಯಾರಿಸುವ ನಾವು ಬದುಕುವುದು ಹೇಗೆ?' ಚೈತ್ಯ ಅನುಗ್ರಹಕ್ಕಾಗಿ ನಿವೇದಿಸಿಕೊಂಡ.

ಕರ್ಣ ಮುಂದೆ ಹೊರಟ. ಉಳಿದವರೆಲ್ಲ ಗೌರವದಿಂದ ಹಿಂದೆ ಸರಿದು ನಿಂತರು. ನಾಯಿ ಹಿಂಬಾಲಿಸಿತು. ಬಿಸಿಲು ಆಗಲೇ ಚುರುಕಾಗಿತ್ತು. ಬೇಗ ಮನೆಗೆ ಹೋಗಿ ಬೆಳಗಿನ ಆಹಾರ ಮುಗಿಸಿ ಸಿದ್ಧನಾಗಿರಬೇಕೆಂಬ ಅರಿವಾಯಿತು. ದೌತ್ಯವಹಿಸಿ ಬಂದಿರುವ ಕೃಷ್ಣನ ಸಂದೇಶವನ್ನು ಕೇಳಲು ಸಭೆ ಸೇರಬಹುದು. ಅಥವಾ ದುರ್ಯೋಧನ ಮಹಾರಾಜ ಹೇಳಿಕಳಿಸುತ್ತಾನೆ ಎಂದುಕೊಂಡು ಸರಸರನೆ ಹೆಜ್ಜೆ ಹಾಕಿದ. ನಡುವೆ ಒಮ್ಮೆ ಆಕಳಿಕೆ ಬಂತು. ಕೋಟೆಯಿಂದ ಒಳಗೆ ಹೋದರೆ ಕೃಷಿಕರ ಕೇರಿಗಳನ್ನು ಕಳೆದ ತಕ್ಷಣವೇ ಸೂತ 'ಗೇರಿ. ಅವುಗಳ ನಡುವೆ ಎತ್ತರಕ್ಕೆ ಕಾಣುವ ತನ್ನ ದೊಡ್ಡ ಭವನ, ದುರ್ಯೋಧನ ಮಹಾರಾಜ ತನ್ನ ಮೇಲ್ವಿಚಾರಣೆಯಲ್ಲೇ ಕಟ್ಟಿಸಿಕೊಟ್ಟದ್ದು. ನಾಯಿ ಬಾಗಿಲಿನಲ್ಲಿ ನಿಂತಿತು. ಕರ್ಣ ಒಳಗೆ ಹೋದ. ಮನೆಯ ಹಿಂದುಗಡೆಯ ಸಾಲೆಯಲ್ಲಿ ಏನೋ ಜಗಳ ನಡೆಯುತ್ತಿತ್ತು. ಧ್ವನಿಯಿಂದಲೇ ತಿಳಿಯಿತು. ತನ್ನ ಹೆಂಡತಿಯರದು. ಯಾವ ಕಾರಣಕ್ಕೋ ಏನೋ, ಎಂದುಕೊಳ್ಳುತ್ತಿರುವಲ್ಲಿ ಸದ್ದು ತನಗೆ ತಾನೇ ನಿಂತುಹೋಯಿತು. ತಾನು ಮನೆಗೆ ಬಂದಿ

ರುವುದು ತಿಳಿದು ನಿಲ್ಲಿಸಿದರೆಂದು ಅರ್ಥವಾಯಿತು. ಯಾಕೆ ಇಷ್ಟು ಜನರನ್ನು ಮದುವೆ ಯಾದೆನೋ ಎಂಬ ಹಳೆಯ ಖೇದ ಮರುಕಳಿಸಿತು. ದುರ್ಯೋಧನನ ಮೇಲಿನ ಸಿಟ್ಟೂ ಮರುಕಳಿಸಿತು. ಕರ್ಣ, ನೀನು ರಾಜಸಖ. ನಿನ್ನ ಅಂತಸ್ತಿಗೆ ಒಬ್ಬ ಹೆಂಡತಿ ಸಾಲದು. ನಾಲ್ಕೈದು ಜನರಾದರೂ ಇರಬೇಕು ಎಂದು ಬಲವಂತ ಮಾಡಿ ಕಟ್ಟಿಸಿದವನು ಅವನೇ. ಅರಮನೆಯಲ್ಲಿ ದಾಸಿತನಕ್ಕೆ ಗುಂಪುಗುಂಪಾಗಿ ಹೆಣ್ಣುಮಕ್ಕಳನ್ನು ಒಪ್ಪಿಸುವ ತನ್ನ ಕುಲದಲ್ಲಿ, ತನ್ನಂಥವನು ಮದುವೆಯಾಗುತ್ತೇನೆಂದರೆ ಕೊಡುವವರು ಕಡಮೆಯೆ? ಕ್ಷತ್ರಿಯ ಗಂಡಸರ ಅಭ್ಯಾಸಗಳನ್ನೆಲ್ಲ ನನಗೆ ಕಲಿಸಿಬಿಟ್ಟ ಮಹಾರಾಜ ಎಂದು ಬೈದುಕೊಳ್ಳು ವಾಗ ಮನಸ್ಸು ಹಗುರವಾಯಿತು. ಮಕ್ಕಳೆಲ್ಲ ಎಲ್ಲಿ? ಕರ್ಣ ಕೇಳಿದ. ಬಾಗಿಲಿನ ಹತ್ತಿರ ನಿಂತಿದ್ದ ದಾಸಿ ಎರಡು ಹೆಜ್ಜೆ ಮುಂದೆ ಬಂದು ಬಾಗಿ ನಿವೇದಿಸಿದಳು: 'ಶತ್ರುಂಜಯ ವಿಪಾಟರು ಅವರ ಮಕ್ಕಳಿಗೆ ಬಿಲ್ಲಿನ ಅಭ್ಯಾಸ ಮಾಡಿಸಲು ಹೋಗಿದ್ದಾರೆ. ದ್ರುಮ, ವೃಕ ರಥ ಸತ್ಯಸೇನರು ಸೇನೆಯ ಕುದುರೆಗಳನ್ನು ನೋಡಲು ಹೋದರೆಂದು ಕಾಣುತ್ತದೆ. ಚಿತ್ರಸೇನ ಸುಶರ್ಮರು ಬೇಟೆಗೆ ಹೋಗಲು ಬಲೆಗಳನ್ನು ಸಿದ್ಧಮಾಡಿಕೊಳ್ಳುತ್ತಿದ್ದಾರೆ. ಸುಷೇಣ ಅಡುಗೆಮನೆಯಲ್ಲಿದ್ದಾನೆ.' ಹೂಂ ಎಂದಿಷ್ಟೇ ಹೇಳಿ ಕರ್ಣ ಮೆತ್ತೆಯ ಮೇಲೆ ಕುಳಿತ. ನಾಯಿ ಹೊಸಿಲಿಗೆ ಕತ್ತು ಕೊಟ್ಟು ಮಲಗಿತ್ತು. ನೀರಿಗೆ ಬಿದ್ದು ಸ್ನಾನವಾಗಿದ್ದ ಅದರ ಕೆಂದು ಮೈ ಶುಭ್ರವಾಗಿ ಹೊಳೆಯುತ್ತಿತ್ತು. ತನ್ನ ದೊಡ್ಡ ಮನೆಯ ಹಿಂಬದಿಯಲ್ಲಿ ಒಂದು ಸಾಲು ಸಣ್ಣಸಣ್ಣ ಮನೆಗಳು. ಗಂಡುಮಕ್ಕಳೆಲ್ಲ ತಮ್ಮತಮ್ಮ ಹೆಂಡಿರು ಮಕ್ಕಳೊಡನೆ ಪ್ರತ್ಯೇಕವಾಗಿದ್ದಾರೆ. ಅವರೆಲ್ಲರಿಗೂ ಸೈನ್ಯದಲ್ಲಿ ಅವರವರ ಸಾಮರ್ಥ್ಯಕ್ಕೆ ತಕ್ಕಂತೆ ಕೆಲಸಗಳಿವೆ. ಆದರೂ ಎಲ್ಲರ ಊಟವೂ ಒಟ್ಟಿಗೆ ತನ್ನ ಮನೆಯಲ್ಲೇ ನಡೆಯಬೇಕೆಂಬ ತನ್ನ ಅಪೇಕ್ಷೆಯಂತೆ ಆಗುತ್ತದೆ. ಏಳೆಂಟು ವರ್ಷಕ್ಕೆ ಕೆಳಗಿನ ಪುಟ್ಟ ಮೊಮ್ಮಕ್ಕಳುಗಳನ್ನು ಸುತ್ತ ಕೂರಿಸಿಕೊಂಡು ಊಟ ಮಾಡುವುದು ಕರ್ಣನಿಗೆ ಹಿತ. ಅಂತಸ್ತಿಗೆಂದು ಕಟ್ಟಿಕೊಂಡ ಹೆಂಡಿರೊಡನೆ ಅವನು ಊಟಕ್ಕೆ ಕೂರುವುದೇ ಇಲ್ಲ.

ಸ್ವಲ್ಪ ಹೊತ್ತಿಗೆ ಮಗ ಸುಷೇಣ ಬಂದು ಊಟಕ್ಕೆ ಎಬ್ಬಿಸಿದ. ಮೊದಲ ಹೆಂಡತಿ ಗುಣಕೇಳಿ ಸತ್ತನಂತರ ಅವಳ ಮಗ ಸುಷೇಣನೇ ಅಪ್ಪನ ಊಟದ ಉಸ್ತುವಾರಿ ನೋಡಿ ಕೊಳ್ಳುತ್ತಾನೆ. ಜೊತೆಯಲ್ಲೇ ಕೂತು ಉಣ್ಣುತ್ತಾನೆ. ಅಪ್ಪನ ಸಿಗ ಉಪಚಾರ ಸೇವೆಗಳೆಲ್ಲ ಅವನದೇ. ಕರ್ಣ ಎದ್ದು ಕೈಕಾಲು ತೊಳೆದು ಹಿಂಬದಿಯ ದೊಡ್ಡ ಹಜಾರಕ್ಕೆ ನಡೆದ. ಎದುರುಬದುರಾಗಿ ಇಪ್ಪತ್ತು ಮಣೆಗಳನ್ನು ಹಾಕಿ ಮರದಿಂದ ಕೊರೆದ ತಟ್ಟೆಗಳನ್ನಿಟ್ಟಿದ್ದರು. ಅತ್ತಕಡೆಯಿಂದ ಬಂದ ಹದಿನೆಂಟು ಮೊಮ್ಮಕ್ಕಳು ಅಜ್ಜನ ಪಕ್ಕಕ್ಕೆ ತಾನು ತಾನೆಂದು ನುಗ್ಗಿ ಬಂದವು. ಎಲ್ಲರನ್ನೂ ಒಮ್ಮೊಮ್ಮೆ ಮಾತನಾಡಿಸಿ ಸಾಲಿಗೆ ಕೂರಿಸಿದ ನಂತರ ನಡುವೆ ಅಜ್ಜ ಕರ್ಣ ಕುಳಿತ. ಪಕ್ಕದಲ್ಲಿ ಮಗ ಸುಷೇಣ. ಪರಿಚಾರಕರು ತಂದು ಬಡಿಸಿದ ಮಸೂಸ್ಯ ಅಕ್ಕಿ ಆಡಿನ ಮಾಂಸ ಹಸುವಿನ ಹಾಲುಗಳ ಪಕ್ವಾನ್ನ ತಟ್ಟೆಗೆ ಬಿದ್ದಮೇಲೆ ಹುಡುಗರ ಸದ್ದು ಕಡಮೆಯಾಯಿತು. ಮಾಂಸದ ಚೂರನ್ನು ಅಗಿಯುತ್ತಿರುವಾಗ ಕರ್ಣನ ಮನಸ್ಸನ್ನು ಕೃಷ್ಣನ ನೆನಪು ತುಂಬಿಕೊಂಡಿತು. ಭ್ರಮೆ ಹುಟ್ಟಿಸಿಯೇ ಅವನು ಜರಾಸಂಧನನ್ನು ಕೊಂದ

ನಂತೆ, ಅಲ್ಲ ಕೊಲ್ಲಿಸಿದನಂತೆ. ಮನುಷ್ಯರ ಮನಸ್ಸನ್ನು ಅರಿಯುವುದರಲ್ಲಿ ಅವನ ಬುದ್ಧಿ ಚುರುಕೆಂಬುದು ನಿಜ ಎಂದುಕೊಳ್ಳುವಾಗ, ತಾನು ಇಡೀ ರಾತ್ರಿ ನಿದ್ರೆ ಇಲ್ಲದೆ ಚಿಂತೆಮಾಡಿದ್ದೆಲ್ಲ ವ್ಯರ್ಥವೆನ್ನಿಸಿತು. ಸದ್ಯ ವ್ಯರ್ಥವಾಗಿದ್ದರೆ ಸಾಕು, ಊಟವಾದ ಮೇಲೆ ಸುಖವಾಗಿ ನಿದ್ರೆ ಮಾಡಬೇಕು ಎಂಬ ನಿಶ್ಚಯ ಹುಟ್ಟಿತು. ಎದುರು ಸಾಲಿನ ಕೊನೆಯ ಹುಡುಗ ಯಾರವನು? ದ್ರುಮನ ಮೂರನೆಯ ಹುಡುಗ ವಿಶ್ವಜಿತ ಅಳಲು ಶುರುಮಾಡಿದ. ಅವನ ಪಕ್ಕದವಳು, ವೃಕರಥನ ಹಿರಿಯ ಮಗಳು ಯಾವಾಗಲೂ ತುಂಟಿ. ಅವನ ತಟ್ಟೆಗೆ ಕೈ ಹಾಕಿ ಎತ್ತಿಕೊಂಡಳಂತೆ. ಕರ್ಣನಿಗೆ ನಗು ಬಂತು. ಲೇ, ಇನ್ನೊಬ್ಬರ ತಟ್ಟೆಗೆ ಕೈ ಹಾಕಬೇಡ ಎಂದು ಗದ್ದರಿಸಿಕೊಂಡ. ಅಮ್ಮ ರಾಧೆ ಸತ್ತು ಇನ್ನೂ ಆರು ವರ್ಷವಾಯಿತಷ್ಟೆ. ಹದಿಮೂರು ವರ್ಷದಿಂದ ಕುಂತಿ ಇಲ್ಲೇ ಇದ್ದಾಳಲ್ಲ ವಿದುರನ ಮನೆಯಲ್ಲಿ. ಅವಳಿಗೆ ಗೊತ್ತಿರಲಿಲ್ಲವೆ? ಒಂದು ದಿನವಾದರೂ ತನ್ನ ತಾಯಿಯ ಹಳೆಯ ಸಖಿಯನ್ನು ಕಂಡು ಆ ಮೂಲಕ ನನ್ನನ್ನು ನೋಡಿ ಮಾತನಾಡಿಸುವ, ಅಥವಾ ಇದೆಲ್ಲ ಸುಳ್ಳೋ? ಮಕ್ಕಳೆಂದರೆ ಎಷ್ಟು ಪ್ರೀತಿ ಅಮ್ಮನಿಗೆ. ಪ್ರಾಯದಲ್ಲಿ ಶತ್ರುಂಜಯ ವಿಪಾಟ, ದ್ರುಮರ ತುಂಟಾಟ, ನಾನೇನಾದರೂ ಒಂದೇಟು ಕೊಟ್ಟರೆ ಹೇಗೆ ಬಂದು ಅವರನ್ನು ತಬ್ಬಿ ನನ್ನ ಕೈ ಹಿಡಿದು ಕೊಸರಿ, ನನ್ನ ಮುಖ ಅವಳದರಂತೆಯೇ ಇದ್ದಿದ್ದರೆ ಎಷ್ಟು ಚನ್ನಾಗಿತ್ತು! ಅವಳದು ನೀಳ ಮುಖ. ಸಣ್ಣ ಹುಬ್ಬು. ಇನ್ನೊಮ್ಮೆ ಆಕಳಿಕೆ ಬಂತು. ಆದರೆ ನಿದ್ರೆ ಬರುವುದಿಲ್ಲವೆಂದು ಮನಸ್ಸು ಖಚಿತವಾಗಿ ಹೇಳುತ್ತಿರುವಾಗ ತಕ್ಷಣ ನೆನಪಾಗಿ, 'ಸುಷೇಣ, ನಾಯಿಗೆ ಊಟ ಹಾಕಿದೆ ಏನು?' ಪಕ್ಕದಲ್ಲಿದ್ದ ಮಗನನ್ನು ಕೇಳಿದ. ಅವನ ಮುಖ ನೋಡಿಯೇ ತನ್ನ ತಟ್ಟೆಯನ್ನೆತ್ತಿಕೊಂಡು ಮೇಲೆದ್ದು ಹೊರಗೆ ನಡೆದು ಜಗುಲಿಯ ಅದರ ಜಾಗದಲ್ಲಿ ಸುರಿದು ಮತ್ತೆ ಒಳಗೆ ಬಂದು ತಟ್ಟೆ ಇಟ್ಟುಕೊಂಡು ಕುಳಿತ. ಅಡುಗೆಯವನು ಮತ್ತೆ ಬಡಿಸಿದ.

ಸುಷೇಣ ಕೇಳಿದ: 'ಅಪ್ಪ, ನೀನು ರಾತ್ರಿ ಎಲ್ಲ ನಿದ್ದೆಯೇ ಮಾಡಿಲ್ಲ. ಸುಮ್ಮಸುಮ್ಮನೆ ಎದ್ದು ಬಾಗಿಲು ತೆಗೆದು ಹೊರ ಹೋಗಿ ಬರುತ್ತಿದ್ದೆ. ಯಾಕೆ?' ಕರ್ಣ ಮಗನ ಮುಖ ನೋಡಿದ. 'ಈಗಲೂ ನೋಡು. ನಿದ್ದೆ ಇಲ್ಲದೆ ಕಣ್ಣು ಕೆಂಪಾಗಿ ಕೆನ್ನೆ ಇಳಿಬಿದ್ದಿದೆ,' ಮಗ ಎಂದ.

'ಬರಲಿಲ್ಲ.' ಎಂದಿಷ್ಟೇ ಹೇಳಿ ಕರ್ಣ ಬಾಯಿಗೆ ತುತ್ತು ಇಟ್ಟುಕೊಂಡ.

'ನೆನ್ನೆ ಸಂಜೆ ನೀನೊಬ್ಬನೇ ಆ ಪಾಂಡವರ ದೂತ ಕೃಷ್ಣನ ಜೊತೆ ರಥದಲ್ಲಿ ತುಂಬ ದೂರ ಹೋಗಿದ್ದೆ. ಕತ್ತಲು. ಹಿಂತಿರುಗಿದಾಗ ತುಂಬ ಹೊತ್ತಾಗಿತ್ತು. ಹಾಗೆ ಶತ್ರುವಿನ ಜೊತೆ ಒಬ್ಬನೇ ಯಾಕೆ ಹೋದೆ?'

'ಏನಾಯಿತು?'

'ನೀನು ಹಿಂತಿರುಗಿದ ಮೇಲೆ ಊಟವನ್ನೂ ಮಾಡಲಿಲ್ಲ. ರಾತ್ರಿ ಎಲ್ಲ ನಿದ್ರೆಯನ್ನೂ ಮಾಡಲಿಲ್ಲ. ಏನಾದರೂ ಮಾತುಕತೆ ನಡೆಯಿತೆ ಮನಸ್ಸು ಕಲಕುವಂಥದ್ದು? ಅಥವಾ ಯಾವುದಾದರೂ ರೀತಿಯ ವಿಷಪ್ರಯೋಗ.'

'ನಾನೇನೂ ತಿನ್ನಲಿಲ್ಲ ಕುಡಿಯಲಿಲ್ಲ.'

'ತಿಂದು ಕುಡಿದೇ ಮಾಡಬೇಕೆ? ಕತ್ತಲೆಯಲ್ಲಿ ವಿಷದಲ್ಲಿ ನೆನೆಸಿ ಒಣಗಿಸಿದ ಒಂದು ಮುಳ್ಳು ಚುಚ್ಚಿದರೂ ಸಾಕು. ನಾಗಾಸ್ತ್ರ ಬಿಡುವುದಿಲ್ಲವೆ ನಾವು ಬಿಲ್ಲಿನಿಂದ, ಹಾಗೆ.'

'ಅಂಥದೇನೂ ಆಗಿಲ್ಲ.'

ಸುಷೇಣ ಸುಮ್ಮನಾದ. ಕರ್ಣನ ಬಾಯಿಯಲ್ಲಿ ಇಟ್ಟುಕೊಂಡ ತುತ್ತು ಅಲ್ಲೇ ತಳಮೇಲು ಆಗುತ್ತಿತ್ತು. ನಾಲಗೆಯಿಂದ ಎಷ್ಟು ಹೊರಳಿಸಿದರೂ ಗಂಟಲೊಳಕ್ಕೆ ಇಳಿಯುತ್ತಿರಲಿಲ್ಲ. ಮಗನ ಕಣ್ಣನ್ನು ಮರೆಯಿಸಲೆಂದೇ ಕರ್ಣ ಬಲವಂತವಾಗಿ ನುಂಗಿದ. ಆದರೆ ತಟ್ಟೆಯಲ್ಲಿದ್ದುದು ಹಾಗೆಯೇ ಉಳಿದಿತ್ತು.

ಊಟದ ಶಾಸ್ತ್ರವಾದ ಮೇಲೆ ಮೊಮ್ಮಕ್ಕಳೆಲ್ಲರನ್ನೂ ಮತ್ತೆ ಮಾತನಾಡಿಸಿ ಕೆನ್ನೆ ಸವರಿ ಮುದ್ದಿಸಿ ಕರ್ಣ ತನ್ನ ಕೋಣೆಗೆ ಬಂದು ಮಲಗಿದ. ದಪ್ಪವಾಗಿ ನೇಯ್ದ ಕಂಬಳಿಯ ಮೇಲೆ ಮಲಗಿದಾಗ ಕಣ್ಣು ತಮಗೆ ತಾವೇ ಮುಚ್ಚಿಕೊಂಡವು. ಅಮ್ಮ ರಾಧೆಯ ನೀಳ ಮೈಕಟ್ಟು. ಅಪ್ಪ ಅಧಿರಥನ ಮಾಂಸಕ್ಕಿಂತ ಮೂಳೆಗಳೇ ಎದ್ದುಕಾಣುವ ಚಚ್ಚೌಕಾಕೃತಿಯ ಮುಖ. 'ಮಗು, ನಾನು ಸಾರಥಿಯಾದೆ. ನೀನು ರಥಿಕನಾಗಬೇಕು. ನನಗೆ ಬರುವಷ್ಟು ಬಿಲ್ಲುಗುರಿಯನ್ನು ಈಗಿನಿಂದಲೇ ಕಲಿಸುತ್ತೀನಿ.' ಆಗ ಹಸ್ತಿನಾವತಿಯಲ್ಲಿದ್ದ ಬಿಲ್ಲುಗುರುವೆಂದರೆ ಕೃಪಾಚಾರ್ಯ. ಕಲಿಯುವಂತಹ ರಾಜಪುತ್ರರೇ ಇಲ್ಲ. ದುರ್ಯೋಧನ ನನಗಿಂತ ಹನ್ನೆರಡು ವರ್ಷಕ್ಕೆ ಚಿಕ್ಕವನು. ಧರ್ಮಜ ಹತ್ತು ವರ್ಷಕ್ಕೆ. ಉಳಿದವರೆಲ್ಲ, 'ಈ ಕೃಪನಿಗೆ ಬರುವುದು ಅಷ್ಟರಲ್ಲೇ ಇದೆ. ಇದು ಸಾಲದು. ನೀನು ಎಲ್ಲಾದರೂ ಹೊರಗೆ ಹೋಗಿ ಗುರುಸೇವೆ ಮಾಡಿ ವಿದ್ಯೆ ಕಲಿತು ಬಂದರೆ ನನ್ನ ಆಶೆ ತೀರುತ್ತದೆ.' ನನ್ನನ್ನು ಬಿಟ್ಟಿರಲು, ಕಾಣದ ಗುರುವನ್ನರಸಿಕೊಂಡು ಅಲೆಯಲು ಕಳಿಸಲು ಅಮ್ಮನಿಗೆ ಭಯ, ಅಲ್ಲ ಕರುಳು. 'ಗುರುವಿನ ಕೈಕೆಳಗೆ ಕಲಿಯಲೇಬೇಕು ಅನ್ನಲು ನಾವೇನು ಕ್ಷತ್ರಿಯರೆ? ಬೇಡ ಬೇಡ.' ಹದಿನೆಂಟು ವರ್ಷದ, ಆಗಲೇ ಎಷ್ಟು ಎತ್ತರಕ್ಕೆ ಬೆಳೆದಿದ್ದೆ, ಎಷ್ಟು ದೊಡ್ಡ ಮೈಕಟ್ಟು, ಭುಜಗಳನ್ನು ಹಿಡಿದು ನಿಲ್ಲಿಸಹೊರಟ ಅಮ್ಮನ ತಲೆ ನನ್ನ ಕುತ್ತಿಗೆಗೂ ಬರಲಿಲ್ಲ. ಅವಳ ನೀಳ ಮುಖವೇ ಕಣ್ಣಮುಂದೆ ನಿಲ್ಲುತ್ತದೆ. ಅದೃಷ್ಟವಂತ ನಾನು, ಮಗ ಅರವತ್ತು ಮುಟ್ಟುವತನಕ ಬದುಕಿದ್ದಳು. ಕೊನೆ ಕೊನೆಗಂತೂ ಕುಲದ ಇತರರಂತೆ ನನ್ನನ್ನು ಮಹಾರಾಜ ಎಂತಲೇ ಕರೆಯಲು ಶುರುಮಾಡಿದಳು. ಅಮ್ಮ ನೀನು ಹಾಗನ್ನಕೂಡದು, ಮಗು ಅನ್ನು ಅಂದರೆ ಕೇಳದೆ ಯಾವ ಅರ್ಥದಲ್ಲಿ ಹಾಗನ್ನುತ್ತಿದ್ದಳೊ! ಇವನು ಕ್ಷತ್ರಿಯ ಕನ್ಯೆಯ ಹೊಟ್ಟೆಯಲ್ಲಿ ಹುಟ್ಟಿದನೆಂಬ ಅರಿವೋ! ಹೊಟ್ಟೆಯಲ್ಲೇ ಇಟ್ಟುಕೊಂಡು ಸತ್ತಳು. ಹುಟ್ಟಿನ ನಿಜವನ್ನು ಪ್ರೀತಿಯಿಂದ ಸುತ್ತಿಕೊಂಡು ಸತ್ತಳು. ಈ ಊರಿಗೇ ಬಂದು ನೆಲಸಿದ ಕುಂತಿಯ ಬಗೆಗೆ ಹಳೆಯ ಸ್ವಾಮಿನಿ ಎಂಬ ನೆನಪು ಹುಟ್ಟಲಿಲ್ಲವೆ? ಅಥವಾ ತಂಟೆ ಬೇಡವೆಂಬ ಭಯದಿಂದ ಮೌನವಾಗಿ ದೂರ ಇದ್ದುಬಿಟ್ಟಳೇ? ಪಾಂಡುವನ್ನು ಮದುವೆಯಾಗಿ ಮೆರವಣಿಗೆಯಲ್ಲಿ ಕುಂತಿ ಈ ಊರಿಗೆ ಬಂದಾಗ ಅದೆಷ್ಟು ವರ್ಷವಿದ್ದಳು ಈ ಊರಿನಲ್ಲಿ? ಆಗ ಕೂಡ ಹೋಗಿ ನೋಡಲಿಲ್ಲವೆ? ನೋಡಿಲ್ಲ. ಅಥವಾ ನೋಡಿದ್ದೂ, 'ರಾಧೆ, ನೀನು ನನ್ನಲ್ಲಿ ಬರಲೇಬೇಡ' ಎಂದು ಅವಳೇ ಕಟ್ಟುನಿಟ್ಟಾಗಿ ಹೇಳಿಕಳಿಸಿಬಿಟ್ಟಳೋ! ತನ್ನ ಮಗು ಹೇಗಿದೆ

ಎಂದು ಕೇಳುವ ನೆನಪಾದರೂ ಆಗಿತ್ತೋ ಅವಳಿಗೆ. ಷಂಡ ಗಂಡನನ್ನು ಕಟ್ಟಿಕೊಂಡು ಮಕ್ಕಳಿಲ್ಲದೆ ಇದ್ದಳಂತೆ. ನಿಜ ಯಾರಿಗೆ ಗೊತ್ತು. ನಿಜವನ್ನು ತನ್ನ ಹೊಟ್ಟೆಯಲ್ಲೇ ನುಂಗಿ ಕೊಂಡು, ಅಮ್ಮ ಸತ್ತುಹೋದಳಲ್ಲ. ಅಥವಾ ಅಮ್ಮನನ್ನು ಈ ಊರಿಗೆ ಕೊಟ್ಟು ಮದುವೆ ಯಾದದ್ದು ಅವಳಿಗೆ ಗೊತ್ತಿತ್ತೋ ಇಲ್ಲವೋ! ಅಮ್ಮನ ಮನಸ್ಸು ಗೊತ್ತು ನನಗೆ. ಕುಂತಿಯದನ್ನು ತಿಳಿಯುವ ಬಗೆ ಇಲ್ಲ. ಮದುವೆಯಾಗುವ ಮೊದಲು ಮಗುವಾಗುವುದು ನಾಚಿಕೆ, ಹೇಸಿಗೆ, ಎಂಬ ರಿವಾಜು ಆಗಲೇ ಆ ಕಡೆ ಕ್ಷತ್ರಿಯರಲ್ಲಿ ಬೆಳೆದುಬಿಟ್ಟಿತ್ತಂತೆ. ಈಗ ಈ ಕಡೆ ಕ್ಷತ್ರಿಯರಲ್ಲೂ ಬಂದಿದೆಯಲ್ಲ. ದುರ್ಯೋಧನ ದುಶ್ಶಾಸನರ ಹೆಣ್ಣುಮಕ್ಕಳನ್ನು ಮದುವೆಗೆ ಮುನ್ನ ಹೊರಗೆ ಗಂಡಸರ ಸಂಗಡ ಬಿಡದೆ ಹೆಂಗಸರ ಮೇಲ್ವಿಚಾರಣೆಯಲ್ಲೇ ಇಟ್ಟುಕೊಳ್ಳಲು ಶುರು ಮಾಡಿದರಲ್ಲ. ಏನು ಈ ಕ್ಷತ್ರಿಯ ಜಾತಿಯ ಹೊಸ ಹೊಸ ಕಟ್ಟುಪಾಡುಗಳು! ನಮ್ಮವರು ಈ ವಿಷಯದಲ್ಲಿ ಇನ್ನೂ ಅವರನ್ನು ಅನುಕರಿಸುತ್ತಿಲ್ಲ. ಅನುಕರಿಸಿದರೆ ಕ್ಷತ್ರಿಯ ಗಂಡಸರ ಭೋಗಕ್ಕೆ ಹೊಸದಾಗಿ ಚಿಗುರಿದ ಅವಿವಾಹಿತ ಹೆಣ್ಣುಗಳು ಇಷ್ಟು ಸಮೃದ್ಧಿಯಾಗಿ ಎಲ್ಲಿಂದ ದೊರಕಬೇಕು! ಕರ್ಣನಿಗೆ ಇದ್ದಕ್ಕಿದ್ದಂತೆಯೇ ನೆನಪಾಯಿತು. ತಾನು ಮತ್ತು ದುರ್ಯೋಧನರು ಪ್ರಾಯ ನಡೆಯುವ ತನಕ ಎಷ್ಟು ಜನ ದಾಸಿಯರನ್ನು ವಿಹಾರಾರ್ಥ ಉಪಭೋಗಿಸುತ್ತಿದ್ದೆವು. ಅವರಲ್ಲಿ ಹಲವಾರು ಜನ ಸೂತ ಜಾತಿಯವರು. ಇದ್ದಕ್ಕಿದ್ದಂತೆಯೇ ನಾಚಿಕೆ ಎನ್ನಿಸಿತು. ತನ್ನ ಜಾತಿಯ ಹೆಣ್ಣುಗಳು. ತಾನೂ ಅವನೂ ಕೂಡಿ ಸವಿದು ಪರ ಸ್ಪರರಿಗೆ ರುಚಿಯನ್ನು ಹೇಳಿಕೊಂಡು, ಅವನಿಗೆ ಈಗಲೂ ಹವ್ಯಾಸವಿದೆ. ಐವತ್ತಮೂರರ ಪ್ರಾಯವಿದೆ. ಕ್ಷತ್ರಿಯ ಕನ್ಯೆಯರಿಗೆ ಯೋನಿಶುದ್ಧಿಯ ನೇಮ. ಮನಸ್ಸು ನೆನಪನ್ನು ಹೇಗೆ ಹೇಗೋ ನೋಡುತ್ತಿದೆ. ಇವೆಲ್ಲ ನೆನಪು ಕೂಡ ಬರುತ್ತಿರಲಿಲ್ಲ ಹಿಂದೆ. ಈ ದಿನ, ಆಕಳಿಕೆ ಬಂತು, ರಾಜಸಭೆ ಇರಲಿಕ್ಕಿಲ್ಲ, ಸ್ವಲ್ಪವಾದರೂ ನಿದ್ದೆ ಮಾಡದಿದ್ದರೆ ಶರೀರ ತಡೆಯುವುದಿಲ್ಲ. ಮೈಮುರಿದು ಅಂಗಾತವಾಗಿ ಕಣ್ಣು ಮುಚ್ಚಿಕೊಂಡರೆ ಹಾಯ್ ಎನ್ನಿಸುವಂತೆ ಕೆಳಕ್ಕೆ ಇಳಿಸಿದಂತೆ ನಿದ್ದೆ. ಎತ್ತೆತ್ತಲೋ ಕಲಸಿ ಕಡೆಯುತ್ತಿದ್ದ ಮನಸ್ಸು ಆಳವಾದ ಭಾವಿಗೆ ಇಳಿ ಯುವ ಗಡಿಗೆಯಂತೆ ಒಳಗೆಲ್ಲ ಬೆಚ್ಚಗೆ ಎಷ್ಟೋ ಹೊತ್ತು ಅಲ್ಲ ಕ್ಷಣವೆ ಅಷ್ಟು ಹೊತ್ತಾಗಿ ಹೀಜಿ ಎಳೆದು ಕಾಣಿಸಿಕೊಂಡು ಕರಿಯ ನೀರು ಉಕ್ಕಿ ಆವರಿಸಿ ಮೇಲೆ ಕೆಳಗೆ ಸುತ್ತಮುತ್ತ ಮುಳುಗಿಸಿಕೊಳ್ಳುವಂತಹ ಕರಿಯ ನೀರು. ದಢಕ್ಕನೆ ಎಚ್ಚರವಾಗಿ ಗಾಬರಿ. ಹಾಳು ಇದೇ ಕನಸು ಭೂತದಂತೆ ಕಾದು ಕುಳಿತಿದ್ದು ಮೇಲೆ ನೆಗೆದು ನಿದ್ದೆಯನ್ನು ಹಾಳು ಮಾಡಿ. ಏನು ಮಾಡಬೇಕು ಇದಕ್ಕೆ ಎಂದು ಮಗ್ಗುಲು ತಿರುಗಿದ. ತುಂಬಿ ಹರಿಯುವ ನದಿಯ ಮೇಲುಭಾಗದಿಂದ ತೇಲಿಬಂದ ಹರಿಗೋಲು, ಕಣ್ಣೆಲ್ಲ ಉರಿ. ದವಡೆಯ ಕೀಲು ಕಿತ್ತುಬರು ವಂತಹ ಒಂದು ದೀರ್ಘ ಆಕಳಿಕೆ. ಮನೆಯ ಮುಂಭಾಗದಲ್ಲಿ ಮಕ್ಕಳ ಗಲಿಬಿಲಿ. ಬಿಸಿಲಿನಲ್ಲಿ ಯಾವ ಆಟ ಆಡುತ್ತಿವೆಯೋ? 'ಬಾಣ ಹೊಡೀತೀನಿ, ಬಾವಿಯಲ್ಲಿ ಬಿದ್ದ ಚೆಂಡನ್ನು ಬಾಣ ಹೊಡೆದು ತೆಗೀತೀನಿ.' ಯಾರು ಹಾಗನ್ನುತ್ತಿರುವವರು. ಸತ್ಯಸೇನನ ಮಗ ವಿಶ್ವಜಿತ ಇರಬಹುದು. ಹೌದು. ಅದರದೇ ಧ್ವನಿ. ಮಕ್ಕಳಿಗೆ ನಾನೇ ಹೇಳಿಕೊಟ್ಟೆನಲ್ಲ. ಬಿಲ್ಲಿನ ಸೂಕ್ಷ್ಮವಿದ್ಯೆಯನ್ನು ಕ್ಷತ್ರಿಯರಲ್ಲದವರಿಗೆ ಕಲಿಸಕೂಡದೆಂಬ ಭೀಷ್ಮನ ಕಟ್ಟುನಿಟ್ಟು. ದ್ರೋಣನ

ಶಾಲೆಯಲ್ಲಿ ನನಗೆ ಪೂರ್ಣ ಪ್ರವೇಶವಿಲ್ಲ. ಕಾಲಾಳುಗಳು, ರಥಸಹಾಯಕನಾಗಲು, ಅಗತ್ಯವಾದಷ್ಟು ಮಾತ್ರ ಕಲಿಸಬಹುದಿತ್ತು. 'ಮಗು, ಈ ಕ್ಷತ್ರಿಯರೇ ಹಾಗೆ. ಪರಶುರಾಮನ ಹೆಸರು ಕೇಳಿದ್ದೀಯಾ? ಹಿಂದೆ ಇದ್ದನಂತೆ. ಕ್ಷತ್ರಿಯರನ್ನೆಲ್ಲ ಬಗ್ಗುಬಡಿದಿದ್ದನಂತೆ. ಭಾರ್ಗವ ವಂಶದವನು. ಅವನ ವಂಶದ ಬ್ರಾಹ್ಮಣರಿದ್ದಾರಂತೆ. ಅವರಲ್ಲಿ ಹೋಗು. ಅವರು ಕ್ಷತ್ರಿಯ ರೆಂದರೆ ವಿದ್ಯೆ ಕಲಿಸುವುದಿಲ್ಲ. ನಾವು ಹೇಗೂ ಕ್ಷತ್ರಿಯರಲ್ಲ. ಹಾಗೆಂದು ತಿಳಿಸಿ ಭಕ್ತಿಯಿಂದ ಗುರುಸೇವೆ ಮಾಡಿ ಅವರಿಗೆ ಬರುವುದನ್ನೆಲ್ಲ ಕಲಿತು ಬಾ. ನಿನಗಿರುವಂತಹ ಉದ್ದನೆಯ ತೋಳುಗಳು ನಾ ಕಂಡಂತೆ ಬೇರೆ ಯಾರಿಗೂ ಇಲ್ಲ.' ಮಗ ಉತ್ತಮ ಬಿಲ್ಲುಗಾರನಾಗ ಬೇಕೆಂಬ ಆಶೆ ಅಪ್ಪನಿಗೆ ಎಷ್ಟಿತ್ತು! ನನಗೆ ಕೂಡ ಕಡಮೆಯ ಆಕಾಂಕ್ಷೆಯೆ? ಬಾಣಕೌಶಲವನ್ನು ಕರಗತ ಮಾಡಿಕೊಳ್ಳದೆ ಬೆಂಕಿಯ ಉರಿಯ ಬಾಣವನ್ನು ಕಲಿಯುವುದೆಂತು? ಭಾರ್ಗವರು ಎಷ್ಟು ಶ್ರದ್ಧೆಯಿಂದ ಕಲಿಸಿದರು! ಅದೆಂತಹ ಕಟ್ಟುನಿಟ್ಟಿನ ಅಭ್ಯಾಸ. ಈ ದ್ರೋಣನಿಗಿಂತ ಹೆಚ್ಚಿನ ಶಿಸ್ತು. ಶಿಷ್ಯನೇ ಶ್ರದ್ಧೆ ತೋರಿ ತನಗೂ ಪ್ರೀತಿ ಹುಟ್ಟಿದರೆ ಮಾತ್ರ ದ್ರೋಣ ಕಟುಶಿಸ್ತಿ ನಿಂದ ಕಲಿಸುತ್ತಿದ್ದ. ಇಲ್ಲದಿದ್ದರೆ ಸಿರಿವಂತ ರಾಜಪುತ್ರರಿಗೆ ಖುಷಿಯಾಗುವ ಸರಳ ವಿಧಾನ ವನ್ನೂ ಅನುಸರಿಸುತ್ತಿದ್ದ. ಭಾರ್ಗವರೆಂದರೆ ಇಬ್ಬಗೆಯೇ ಇಲ್ಲ. 'ಮಗು, ವಸುಷೇಣ, ನಿನ್ನ ತೋಳು, ಭುಜಶಕ್ತಿ, ಎದೆಯ ಅಗಲಗಳು ಅದ್ವಿತೀಯ ಬಿಲ್ಲುಗಾರನಿಗೆ ತಕ್ಕಂತಿವೆ. ಆದರೆ ಇನ್ನೂ ಆರೇಳು ವರ್ಷ ಮೊದಲೇ ಇಲ್ಲಿಗೆ ಬರಬೇಕಾಗಿತ್ತು. ಎಳೆಯದರಲ್ಲಿ ಸಾಧಿಸುವಷ್ಟು ಚುರುಕು ಬಲಿತಮೇಲೆ ಸಾಧಿಸುವುದಿಲ್ಲ. ಆದರೂ ಏಕಾಗ್ರತೆಯಿಂದ ಅಭ್ಯಾಸ ಮಾಡು' ಎಂದು ಕಲಿಸುತ್ತಿದ್ದ ಅವರಿಗೆ, ನನ್ನ ಜೀವನದ ದೊಡ್ಡ ತಪ್ಪು ಮಾಡದಿದ್ದರೆ ವಿದ್ಯೆ ಪೂರ್ಣವಾಗುತ್ತಿತ್ತು. ಗುಟ್ಟನ್ನು ಮತ್ತಾರೊಡನೆಯೂ ಹೇಳದೆ ಇಟ್ಟುಕೊಳ್ಳುವ ಮನಸ್ಸಿನ ಶಕ್ತಿ ಇದ್ದಿದ್ದರೆ! ಒಳಗೇ ಹಿಗ್ಗು ಸೂತನಾಗಿ ಹುಟ್ಟಿ ಬ್ರಾಹ್ಮಣನೆಂದು ಗುರುಗಳಿಗೆ ಸುಳ್ಳು ಹೇಳಿ ನಂಬಿಸಿ ಕಲಿಯುತ್ತಿದ್ದೇನೆಂಬ ಗುಟ್ಟನ್ನು ಯಾರಾದರೊಬ್ಬ ಮಿತ್ರನೊಡನೆ ಹೇಳಿಕೊಳ್ಳದಿದ್ದರೆ ಒಳಗೇ ಕುದಿದು ಬೇಯುವಂತಹ ತವಕ. ಗುಟ್ಟನ್ನು ಕಾಪಿಡಬೇಕು ಮನುಷ್ಯ. ತನ್ನೊಳಗೇ ನುಂಗಿಕೊಳ್ಳಬೇಕು. ಅಮ್ಮ ಅಪ್ಪ ತಮ್ಮೊಳಗೇ ಇಟ್ಟುಕೊಂಡು ಸತ್ತಂತೆ. ಅವರಾದರೂ ಏಕಾಂತದಲ್ಲಿ ಒಬ್ಬರೊಡನೊಬ್ಬರು ಅಂದುಕೊಳ್ಳುತ್ತಿದ್ದರೋ! ಭಗನನ್ನು ನಿಜವಾದ ಮಿತ್ರನೆಂದು ಭಾವಿಸಿದೆ. ಒಳಗಿಟ್ಟುಕೊಳ್ಳಲಾರದೆ ಹೋಗಿ ಪುಸಕ್ಕನೆ ಬಾಯಿಬಿಟ್ಟಿದ್ದಾನೆ. ಒಟ್ಟಿನಲ್ಲಿ ತಪ್ಪು ನನ್ನದು. 'ವಸುಷೇಣ, ನಿನ್ನ ಜಾತಿಯನ್ನು ಏಕೆ ಸುಳ್ಳು ಹೇಳಿದೆ?'

ನನ್ನ ಕೈಕಾಲು ನಡುಗಿ ಮೈ ಕೈ ಎಲ್ಲ ಹೇಗೆ ತಕ್ಷಣ ಬೆವರಿಟ್ಟಿತು. 'ಗುರುಗಳೇ, ನಿಮಗೆ ಮೋಸ ಮಾಡಬೇಕೆಂದು ಸುಳ್ಳು ಹೇಳಲಿಲ್ಲ. ವಿದ್ಯಾಕಾಂಕ್ಷೆಯಿಂದ ಹೇಳಿದೆ. ಬ್ರಾಹ್ಮಣರಲ್ಲದವರಿಗೆ ನೀವು ಕಲಿಸುವುದಿಲ್ಲವೆಂದು ಹಾಗಂದೆ.'

'ಕ್ಷತ್ರಿಯರಿಗೆ ಕಲಿಸಕೂಡದೆಂಬುದಷ್ಟೇ ನಮ್ಮ ನಿಯಮ.'

ನನಗೆ ಧೈರ್ಯ ಬಂದು ಮತ್ತೆ ಆಶೆ ಚಿಗುರಿ, 'ನಾನು ಕ್ಷತ್ರಿಯನಂತೂ ಅಲ್ಲ.'

'ಆದರೆ ಸೂತ. ಕೃಷಿಕ ಹೆಂಗಸಿನಲ್ಲಿ ಕ್ಷತ್ರಿಯ ಬೀಜಕ್ಕೆ ಹುಟ್ಟಿ ಯಥೇಚ್ಛ ಹರಡುವ

ಜಾತಿ. ಸಂತಾನದ ನಿಷ್ಠೆ ಬೀಜಕ್ಕೆ, ಎಂದಿದ್ದರೂ ಸೂತರು ಕ್ಷತ್ರಿಯರ ಸೇವೆಯಲ್ಲಿ ಬದುಕುವವರು. ಆದ್ದರಿಂದ ನಿನಗೆ ವಿದ್ಯೆ ಕಲಿಸುವುದಿಲ್ಲ ಹೋಗು.'

ಕರ್ಣ ದಢಕ್ಕನೆ ಎದ್ದು ಕುಳಿತ. ಶಖೆ ಇಲ್ಲವಾದರೂ ಮೈ ಅಂಟು ಅಂಟು. ಭಾರ್ಗವರ ಮಾತು ನನ್ನ ವಿಷಯದಲ್ಲೂ ನಿಜವಾಯಿತಲ್ಲ ಎಂದು ಹೊಳೆಯಿತು. ನಾನೂ ಕ್ಷತ್ರಿಯರ ಸೇವೆಯಲ್ಲಿ ಬದುಕುತ್ತಿದ್ದೇನೆ ಎಂಬ ಅರಿವು ಹುಟ್ಟಿತು. ತನ್ನ ಜೀವನವೇನೂ ಹೊಸ ಸಂಗತಿಯಲ್ಲ. ತನ್ನಲ್ಲಿ ಅಸಮಾಧಾನವೂ ಇರಲಿಲ್ಲ. ಆದರೆ ಈಗ ಅದರ ಬಗೆಗೆ ನೆನಪು ಬರುತ್ತಿದೆ. ಬರೀ ನೆನಪಲ್ಲ. ಹೊಸ ಹೊಸದಾಗಿ ಹೊಳೆಯುತ್ತಿದೆ. ಸಂತಾನವು ಬೀಜಕ್ಕೆ ಸೇರಿದ್ದೆಂಬುದು ನಿಜ. ಭಾರದ್ವಾಜ ಋಷಿಯು ಕುಂಬಾರ ಹೆಣ್ಣಿನಲ್ಲಿ ಹುಟ್ಟಿಸಿದರೂ ದ್ರೋಣಾಚಾರ್ಯನನ್ನು ತನ್ನ ಮಗನನ್ನಾಗಿ ಮಾಡಿಕೊಂಡ, ಶರದ್ವಂತನು ಕಾಡುಹೆಣ್ಣಿನಲ್ಲಿ ಹುಟ್ಟಿಸಿದ ಕೃಪ ಕೃಪಿಯರನ್ನು ತನ್ನ ಮಕ್ಕಳಾಗಿ ಸ್ವೀಕರಿಸಿ ಬ್ರಾಹ್ಮಣರನ್ನಾಗಿ ಮಾಡಿದ. ಪರಾಶರ ಮುನಿಯು ಮೀನುಗಾರನ ಹೆಣ್ಣಿನಲ್ಲಿ ಹುಟ್ಟಿಸಿದ ಕಪ್ಪು ಮಗುವನ್ನು ಕೃಷ್ಣದ್ವೈಪಾಯನನೆಂಬ ಅದ್ವಿತೀಯ ವೇದಜ್ಞನನ್ನಾಗಿ ಬೆಳೆಸಿದ. ಸಂತಾನವು ಬೀಜಕ್ಕೆ ಸೇರಿದುದೇ ನಿಜ. ಆದರೆ ಕೃಷಿಕ ಜಾತಿಯ ದಾಸಿಯರಲ್ಲಿ ಹುಟ್ಟಿಸಿದ ತಮ್ಮ ಸಂತಾನವನ್ನು ಕ್ಷತ್ರಿಯ ದೊರೆಗಳು ಕ್ಷತ್ರಿಯರೆಂದು ಸ್ವೀಕರಿಸದೆ ಸೂತರೆಂಬ ಜಾತಿಯನ್ನು ನಿರ್ಮಿಸಿ ಏಕೆ ಕೆಳದೂಡಿದರು? ತಮ್ಮ ಸಂತಾನವನ್ನು ತಮ್ಮದೇ ಎಂದು ಏಕೆ ಒಪ್ಪಿಕೊಳ್ಳುತ್ತಿಲ್ಲ? ಕ್ಷತ್ರಿಯರ ಸೇವೆಯಲ್ಲಿಯೇ ಬದುಕುವ ಒಂದು ಕುಲವು ಅದೆಷ್ಟು ವೇಗದಲ್ಲಿ ಹಬ್ಬಿ ಹರಡುತ್ತಿದೆ. ಧೃತರಾಷ್ಟ್ರ ಒಬ್ಬನೇ ಎಂಭತ್ತಾರು ಜನರನ್ನು ನಿರ್ಮಿಸಿಬಿಟ್ಟನಲ್ಲ. ದುರ್ಯೋಧನ, ದುಶ್ಶಾಸನ ಉಳಿದ ಹನ್ನೆರಡು ತಮ್ಮಂದಿರು ಹುಟ್ಟಿಸಿರುವ ಸಂಖ್ಯೆ ಎಷ್ಟು? ಆರ್ಯಾವರ್ತದ ಒಬ್ಬೊಬ್ಬ ರಾಜನೂ ರಾಜಪುತ್ರನೂ ಹುಟ್ಟಿಸಿ ಬೆಳೆಸಿದ ಸೂತ ಜಾತಿಯ ಒಟ್ಟು ಎಷ್ಟು ಸಹಸ್ರ ಸಹಸ್ರವಾದೀತು; ಕ್ಷತ್ರಿಯರ ಹತ್ತು ಮಡಿಯೋ ನೂರು ಮಡಿಯೋ? ಉತ್ತು ಬಿತ್ತಿ ಬೆಳೆಯುವ ಕೃಷಿಕರಿಗಿಂತ ಕ್ಷತ್ರಿಯರ ಊಳಿಗದ ಸೂತರ ಸಂಖ್ಯೆಯೇ ಹೆಚ್ಚು ಬೆಳೆಯುತ್ತಿದೆ. ಆಕಳಿಕೆ ಬಂತು. ಬರಿದೇ ಆಕಳಿಕೆ. ನಿದ್ದೆಯಂತೂ ಬರುವುದಿಲ್ಲ. ದಾಸಿಯನ್ನು ಕೂಗಿ ಕುಡಿಯಲು ನೀರು ತಾ ಎಂದ. ನದಿಯ ಸಿಹಿ ನೀರು ಹಿತವಾಗಿ ಇತ್ತು. ಮೈಯಲ್ಲೆಲ್ಲ ಚಳಿ ಎನ್ನಿಸಿತು. ಕೋಣೆಯ ನಡುಗತ್ತಲಿನಲ್ಲಿ ಹಾಗೆಯೇ ಕುಳಿತ ಸ್ವಲ್ಪ ಹೊತ್ತು ಮನಸ್ಸಿನ ಚಟುವಟಿಕೆಯು ಯಾವ ನೆನಪೂ ಮಂಥನವೂ ಇಲ್ಲದೆ ಸ್ಥಗಿತವಾಗಿ ಇತ್ತು. ಹೊರಗಿನ ಹಜಾರದಲ್ಲಿ ನೊಣಗಳ ಜೀಂಯ್‌ಕಾರ ಆಗಾಗ್ಗೆ ಕೇಳುತ್ತಿತ್ತು. ಹೀಗಿದ್ದರೆ ಚನ್ನ, ಹಾಳು ಯೋಚನೆಗಳಿಲ್ಲದೆ ಎಂದು ಕರ್ಣ ನೆನ್ನೆ ಸಂಜೆಯಿಂದ ಮೊದಲ ಸಲ ನೆಮ್ಮದಿಯನ್ನು ಕಂಡ. ಮನಸ್ಸು ಯಾಕೆ ಹಿಡಿತ ತಪ್ಪಿಸಿಕೊಂಡು ತನಗೆ ಬೇಕಾದಾಗ ಹಾಗೆ ಕುದಿಯುತ್ತದೆ. ಬೇಡವಾದಾಗ ಹೀಗೆ ತೆಪ್ಪಗಾಗುತ್ತದೆ ಎಂಬ ಕುತೂಹಲ ಮೂಡಿತು. ಆದರೆ ಈ ಕುತೂಹಲದಿಂದ ನೆಮ್ಮದಿ ಕದಡಲಿಲ್ಲ. ನೊಣಗಳು ಕೂಡ ಲಹರಿ ಬಂದಂತೆ ಜೋರಿನಿಂದ ಜೀಂಯ್ ಗುಟ್ಟಿ ಸ್ವಲ್ಪ ಹೊತ್ತು ಮೌನವಾಗಿಬಿಡುತ್ತಿದ್ದವು. ಮತ್ತೆ ಬೇರೊಂದು ಧಾಟಿಯ ರಾಗಾರಂಭ. ಹೀಗೆ ಹಲವು ಸಲ ಸುತ್ತುತ್ತಿದ್ದಾಗ ದಾಸಿ ಬಾಗಿಲಿನಿಂದ ಒಳಗೆ ತಲೆಯನ್ನು ತೂರಿ

ನೋಡಿದಳು. ಕರ್ಣ ಆ ಕಡೆ ಗಮನ ತಿರುಗಿಸಿದ.

'ಅರಮನೆಯಿಂದ ರಥ ಬಂದಿದೆ.'

ಕರ್ಣ ಎದ್ದು ಹೊರಗೆ ಬಂದ. ದುರ್ಯೋಧನ ಮಹಾರಾಜನ ಆಪ್ತಸಾರಥಿ ಸುನಾಮ ಬಾಗಿಲಿನ ಒಳಗೆ ಬಂದು ನಿಂತಿದ್ದ. ಕರ್ಣನನ್ನು ಕಂಡು ತಲೆಬಾಗಿ ನಮಸ್ಕರಿಸಿದ. 'ತಕ್ಷಣ ಕರೆದುಕೊಂಡು ಬಾ ಅಂತ ಹೇಳಿದರು.'

ನನ್ನ ಸಾರಥಿಯನ್ನು ಕೂಗಿ ಕುದುರೆಯನ್ನು ಸಿಂಗರಿಸಿ ರಥ ಹೂಡಿ ಆಗುವ ನಿಧಾನವನ್ನು ನಿವಾರಿಸಲು ತೀರ ಅವಸರವಿದ್ದಾಗ ತನ್ನ ರಥ ಕಳಿಸುವುದು ಮಹಾರಾಜನ ಪದ್ಧತಿ. ಅಲ್ಲದೆ ಈಗ ಬಹುಮುಖ್ಯ ಮಂತ್ರಾಲೋಚನೆ ಇರಲೇಬೇಕು. ಸುನಾಮ ರಾಜ ಸಭೆಯೂ ಉಂಟಂತೆ ಎಂದ. ಒಳಗೆ ಹೋದ ಕರ್ಣ ರೇಶ್ಮೆಯ ಧೋತ್ರವುಟ್ಟು, ರೇಶ್ಮೆಯ ಕವಚ ತೊಟ್ಟು ಎದೆಕವಚ ಕೊರಳ ಹಾರ ತೋಳ ಸುತ್ತುಗಳನ್ನು ಬಿಗಿದುಕೊಂಡ. ಒಳಗಿನಿಂದ ಬಂದ ಮಗ ಸುಷೇಣ ಕೊರಳಿಗೆ ಮಣಿಗಳ ಹಾರ ಹಾಕಿ ತಲೆಗೆ ಪಾಗು ಸುತ್ತಿದ. ರಥವು ಸೂತ ಬೀದಿಯಲ್ಲಿ ಹೋಗುತ್ತಿರುವಾಗ ಎದುರು ಸಿಕ್ಕವರು, ಜಗುಲಿಗಳ ಮೇಲೆ ಕುಳಿತಿದ್ದವರೆಲ್ಲ ಎಂದಿನಂತೆ ಗೌರವದಿಂದ ಎದ್ದುನಿಲ್ಲುತ್ತಿದ್ದರು. ಕ್ಷತ್ರಿಯ ಕೇರಿಯವರು ಮಾತ್ರ ಕುಳಿತಲ್ಲಿಂದ ಮೇಲೆ ಏಳುತ್ತಿರಲಿಲ್ಲ. ಮುಗುಳುನಕ್ಕು ಸ್ನೇಹ ತೋರಿಸುತ್ತಿದ್ದರು. ನಾನು ಕುಂತಿಯ ಮಗನಾದ ಕ್ಷತ್ರಿಯನೇ ಎಂದು ಇವರಿಗೆ ಗೊತ್ತಾದರೆ ಆಸ್ಥಾನದಲ್ಲಿ ನನಗಿರುವ ಇದೇ ಸ್ಥಾನಕ್ಕೆ ಇವರು ಎದ್ದುನಿಲ್ಲುತ್ತಿದ್ದರು ಎಂಬ ಕಲ್ಪನೆ ಅವನ ಮನಸ್ಸಿನಲ್ಲಿ ಮಿಂಚುವಾಗ ರಥ ಬೇಗ ಬೇಗ ಮುಂದೆ ಸಾಗಿತು. ಸೂತಕೇರಿಗಿಂತ ಕ್ಷತ್ರಿಯ ಬೀದಿ ಸಣ್ಣದು.

ದುಸ್ಸಹ ಬಾಗಿಲಿನಲ್ಲೇ ನಿಂತಿದ್ದ. ದುರ್ಯೋಧನ ತನ್ನನ್ನೇ ನಿರೀಕ್ಷಿಸುತ್ತಿದ್ದ. ಜೊತೆಯಲ್ಲಿ ದುಶ್ಶಾಸನ, ಶಕುನಿಯರು. ಉಳಿದ ಹನ್ನೊಂದು ಜನ ಸೋದರರನ್ನು ಮಹಾರಾಜನು ಮಂತ್ರಾಲೋಚನೆಗೆ ಕರೆಯುತ್ತಿರಲಿಲ್ಲ. ಕರ್ಣ ಬಂದ ತಕ್ಷಣ ಎಂದಿನಂತೆ ತನ್ನ ಪಕ್ಕದಲ್ಲಿ ಕುಳ್ಳಿರಿಸಿಕೊಂಡು ಬೇರೆ ಪ್ರಸ್ತಾವನೆ ಇಲ್ಲದೆ ಎಂದ: 'ರಾಜಸಭೆ ಕರೆದು ಅವನನ್ನು ಬರ ಮಾಡಿಕೊಳ್ಳುವುದನ್ನೇ ತಡಮಾಡಬೇಕೆಂದು ನೆನ್ನೆ ನಿಶ್ಚಯಿಸಿಕೊಂಡೆವು ನೋಡು. ಆ ದೊಡ್ಡ ಮನುಷ್ಯ ಬಂದ ತಕ್ಷಣ ಸಭೆ ಸೇರಿ ಬರಮಾಡಿಕೊಳ್ಳುವ ಅಗತ್ಯವೇನಿದೆ, ನಾಲ್ಕು ದಿನ ಕಾದು ಬಿದ್ದಿರಲಿ ಅಂತ ನೀನು ಹೇಳಿದ್ದು ಸರಿಯೇ ಆಗಿತ್ತು. ಆದರೆ ಬೇಗ ಶಾಸ್ತ್ರ ಮುಗಿಸಿ ಅವನನ್ನು ಊರಿನಿಂದ ಹೊರಕ್ಕೆ ಸಾಗಹಾಕುವುದು ಒಳ್ಳೆಯದು ಅಂತ ತೀರ್ಮಾನಿಸಿದೆ.'

'ಯಾಕೆ?'

'ನಿಧಾನವನ್ನು ಅವನ ಪ್ರಯೋಜನಕ್ಕೆ ತಿರುಗಿಸಿಕೊಳ್ಳುತ್ತಾನೆ. ನೆನ್ನೆ ಮಧ್ಯಾಹ್ನದ ನಂತರ ತಾತನ ಮನೆಗೆ ಹೋಗಿದ್ದನಂತೆ. ರಾತ್ರಿ ಆಚಾರ್ಯರ ಮನೆ. ಈ ಬೆಳಗ್ಗೆ ಎದ್ದು ಯುಯುತ್ಸುವಿನ ಮನೆಗೆ ಹೋಗಿ ಅಲ್ಲೇ ಉಂಡನಂತೆ. ನೆನ್ನೆ ಸಂಜೆ ನಿನ್ನ ಮನೆಗೆ ಬಂದು ರಥದಲ್ಲಿ ಕರೆದುಕೊಂಡು ಹೊಗಿದ್ದನಂತಲ್ಲ. ನಿನ್ನ ಹತ್ತಿರವೇನೋ ಬೇಳೆ ಬೇಯುವು

ದಿಲ್ಲ. ಆದರೆ ಉಳಿದವರು ಮರುಳಾಗುವುದು ಸುಲಭ. ಅವರ ಮನಸ್ಸು ಮೊದಲೇ ಪಾಂಡವರ ಕಡೆಗಿದೆ. ಇನ್ನು ಅವನು ನಮ್ಮ ಅಪ್ಪ ಅಮ್ಮನ ಭವನಕ್ಕೂ ಭೇಟಿ ಕೊಡುತ್ತಾನೆ. ನಮ್ಮ ಹೆಂಡಂದಿರೆಲ್ಲರನ್ನೂ ಕಂಡು ಏನಾದರೂ ಬಿತ್ತಲೂ ಹೇಸುವವನಲ್ಲ.'

ಕರ್ಣನ ಮೈ ಬೆವರಿತು. ಕೃಷ್ಣ ತನ್ನೊಡನೆ ಆಡಿದ ಮಾತು ಹೇಗಾದರೂ ಮಹಾರಾಜನಿಗೆ ತಿಳಿದಿದೆಯೋ ಎಂಬ ಅನುಮಾನ ಬಾಧಿಸಿತು. ಆದರೆ 'ನಿನ್ನ ಹತ್ತಿರ ಬೇಳೆ ಬೇಯುವುದಿಲ್ಲ' ಎಂಬ ಮಾತಿನಿಂದ ಸ್ವಲ್ಪ ಸಮಾಧಾನ ಕೂಡಿಕೊಂಡಿತು.

ದುಸ್ಸಹ ಒಳಗೆ ಬಂದು ಹೇಳಿದ: 'ಹೇಳಿ ಕಳಿಸಿದ್ದಾರೆ. ಕೃಷ್ಣನ ರಥ ಹೊರಗೆ ಬಂದು ನಿಂತಿದೆಯಂತೆ.'

ದುರ್ಯೋಧನ ತಕ್ಷಣ ಮೇಲೆ ಎದ್ದ. ಉಳಿದ ಮೂವರೂ ಹಿಂಬಾಲಿಸಿದರು. ಸರ ಸರನೆ ನಡೆದು ಸಭಾಭವನವನ್ನು ಪ್ರವೇಶಿಸಿದರು. ಕುಳಿತಿದ್ದ ಭೀಷ್ಮ ದ್ರೋಣ ವಿದುರ ಕೃಪ ಮೊದಲಾದವರೆಲ್ಲ ಎದ್ದುನಿಂತು ಮಹಾರಾಜನಿಗೆ ಸ್ಥಾನಮರ್ಯಾದೆ ತೋರಿಸಿದರು. ಪಕ್ಕದ ಸಿಂಹಾಸನದಲ್ಲಿ ಕುಳಿತಿದ್ದ ಹಿರಿಯ ಮಹಾರಾಜ ಧೃತರಾಷ್ಟ್ರ ಮಾತ್ರ ಏಳಲಿಲ್ಲ. ಕುಳಿತ ತಕ್ಷಣ ದುರ್ಯೋಧನ ಎಂದ: 'ದೂತನನ್ನು ಒಳಗೆ ಬರುವಂತೆ ಹೇಳಿಕಳಿಸುವ ಮುನ್ನ ಅವನನ್ನು ಸಭೆಯು ಹೇಗೆ ಸ್ವೀಕರಿಸಬೇಕೆಂಬ ಬಗೆಗೆ ಸ್ಪಷ್ಟ ತಿಳಿವಳಿಕೆ ಇರಲಿ. ಅವನೊಬ್ಬ ಸ್ವತಃ ಕಿರೀಟಧಾರಿ ರಾಜನಲ್ಲದ ದೂತ. ಆದ್ದರಿಂದ ಪ್ರಹರಿಯು ಹೋಗಿ ಕರೆತರಲಿ. ಅವನು ಒಳಗೆ ಬಂದಾಗ ಸಭೆಯಲ್ಲಿ ಯಾರೂ ಎದ್ದುನಿಲ್ಲಬಾರದು.'

ಒಂದು ನಿಮಿಷ ಯಾರೂ ಮಾತನಾಡಲಿಲ್ಲ. ಅನಂತರ ಭೀಷ್ಮರು ಕುಳಿತಲ್ಲೇ ಹೇಳಿದರು: 'ನಾನೂ ಸ್ವತಃ ಕಿರೀಟಧಾರಿ ರಾಜನಲ್ಲ. ಹಾಗೆಂದು ನಾನು ಬೇರೆ ಯಾವುದಾದರೂ ಆಸ್ಥಾನಕ್ಕೆ ಹೋದರೆ ಯಾರೂ ಎದ್ದುನಿಲ್ಲುವುದಿಲ್ಲ ಅಂತ ತಿಳಿದೆಯಾ?'

'ನೀವು ರಾಜರಲ್ಲದಿದ್ದರೂ ಇಡೀ ರಾಜ್ಯದಲ್ಲಿ ಗೌರವಾನ್ವಿತರು. ಕೃಷ್ಣನಿಗೆ ದ್ವಾರಕೆಯಲ್ಲಿ ಯಾವ ಗೌರರವೂ ಇಲ್ಲವೆಂಬುದನ್ನು ನಾನೇ ಕಣ್ಣಾರೆ ನೋಡಿ ಬಂದಿದ್ದೇನೆ. ಅಲ್ಲದೆ ದೂತನು ಮಿತ್ರಭಾವದಿಂದ ಬಂದಿದ್ದಾನೋ ಶತ್ರುತ್ವದ ಉದ್ದೇಶದಿಂದ ಬಂದಿದ್ದಾನೋ ಎಂಬ ಪ್ರಶ್ನೆಯೂ ಇದೆ.'

ಆ ಬಗೆಗೆ ಸ್ವಲ್ಪ ಚರ್ಚೆಯಾಯಿತು. ಕೊನೆಗೆ ಭೀಷ್ಮರು ಎದ್ದುನಿಂತು, 'ಜರಾಸಂಧನನ್ನು ಮುರಿದು ನಮ್ಮ ಕುಟುಂಬದವರಿಂದ ರಾಜಸೂಯ ಮಾಡಿಸಿದವನು ತಲೆಯ ಮೇಲೆ ಕಿರೀಟ ಇಟ್ಟಿದ್ದರೇನು ನನ್ನಂತೆ ಬಿಳಿಗೂದಲು ಬಿಟ್ಟಿದ್ದರೇನು. ಕ್ಷತ್ರಿಯನಾದವನಿಗೆ ರಾಜ ಮರ್ಯಾದೆ ಸಲ್ಲಲೇಬೇಕು. ನಾನು ಸ್ವತಃ ಹೋಗಿ ಸ್ವಾಗತಿಸಿ ಕರೆತರುತ್ತೇನೆ' ಎಂದು ಹೊರಗೆ ಹೊರಟರು. ವಿದುರ ದ್ರೋಣ ಕೃಪರು ಅವರನ್ನು ಹಿಂಬಾಲಿಸಿದರು. ಕರ್ಣ ಸುಮ್ಮನೆ ತನ್ನ ಆಸನದಲ್ಲಿ ಕುಳಿತಿದ್ದ. ಕಿರೀಟಧಾರಿಯಲ್ಲದಿದ್ದರೆ ಏನಂತೆ ಕೃಷ್ಣನಿಗೆ ಗೌರವ ತೋರಿಸಬಹುದು, ಎಂದು ಅವನ ಮನಸ್ಸು ಹೇಳುತ್ತಿತ್ತು. ಆದರೆ ಕ್ಷತ್ರಿಯನಾದವನಿಗೆ ರಾಜಮರ್ಯಾದೆ ಸಲ್ಲಲೇಬೇಕೆಂಬ ಭೀಷ್ಮರ ಮಾತು ಅವನಲ್ಲಿ ಪ್ರತಿಕೂಲಭಾವನೆಯನ್ನು ಹುಟ್ಟಿಸಿತು. ಕೃಷ್ಣ ಒಬ್ಬನಲ್ಲ, ಅವನ ಜೊತೆ ಯುಯುಧಾನ ಸಾತ್ಯಕಿ, ರಾಜಸೂಯದಲ್ಲಿ

ತಾನು ನೋಡಿದ್ದ ನೆನಪು, ಅಲ್ಲದೆ ಹದಿನೈದು ಇಪ್ಪತ್ತು ಜನರು ಎಲ್ಲರೂ ಶಿಸ್ತಿನಿಂದ ಸಿಂಗರಿಸಿಕೊಂಡವರೇ ಒಳಗೆ ಬಂದರು. ಎಲ್ಲ ದ್ವಾರಕೆಯವರಂತೆ. ಲೋಕಪ್ರಸಿದ್ಧ ಹಸ್ತಿನಾವತಿ ಮತ್ತು ಆರ್ಯಾವರ್ತದಲ್ಲೇ ಹೆಸರಾಂತ ದುರ್ಯೋಧನನ ಒಡ್ಡೋಲಗವನ್ನು ನೋಡಲು ಕೃಷ್ಣನೊಡನೆ ಬಂದವರಂತೆ. ಕೃಷ್ಣ ಯುಯುಧಾನರಿಗೆ ಮಾತ್ರ ಅಕ್ಕಪಕ್ಕದಲ್ಲಿ ಆಸನಗೌರವ ದೊರೆತವು. ಉಳಿದವರು ಪ್ರೇಕ್ಷಕರಾಗಿ ಗೋಡೆಯ ದಡದಲ್ಲಿ ಸಾಲಿಗೆ ನಿಂತರು. ಒಡ್ಡೋಲಗದ ವೈಭವಕ್ಕೆ ಕಣ್ಣುಬಾಯಿಗಳನ್ನು ಅರಳಿಸಿ. ಕುಶಲ ಪ್ರಶ್ನೆಗಳಾಗುವಾಗ ಕೃಷ್ಣ ತನ್ನ ಮುಖವನ್ನು ದಿಟ್ಟಿಸಿದ. ಕರ್ಣ ಅವನ ದೃಷ್ಟಿಯನ್ನು ಸಂಧಿಸಲಿಲ್ಲ. ಈ ದೌತ್ಯದ ಪರಿಣಾಮ ಏನಾಗುತ್ತದೆಂಬುದು ಕರ್ಣನಿಗೆ ಮೊದಲೇ ಗೊತ್ತಿತ್ತು. ಎಲ್ಲರಿಗೂ ಹೆಚ್ಚು ಕಡಮೆ ತಿಳಿದೇ ಇತ್ತು. ಆದರೂ ನಡೆಯಬೇಕಾದ ಸಾಂಪ್ರದಾಯಿಕ ವಿಧಿಯಂತೆ ನಡೆಯುತ್ತದೆಂದು ಅವನು ಸುಮ್ಮನೆ ಕುಳಿತ. ಒಮ್ಮೆ ಆಕಳಿಕೆ ಬಂತು. ನಿದ್ದೆಯೂ ಬರುವ ಸೂಚನೆ. ಜೂಗರಿಕೆ. ಆದರೆ ಇದು ರಾಜಸಭೆ ಎಂಬ ಅರಿವಿನಿಂದ ಕಣ್ಣುಗಳನ್ನು ಬಲವಂತವಾಗಿ ಹಿಗ್ಗಲಿಸಿ ಕುಳಿತಾಗ ಕೃಷ್ಣ ಮಾತನ್ನು ಶುರುಮಾಡಿದ. ಪಾಂಡವರೇನು ಯುದ್ಧ ಮಾಡಲಾರದ ಹೇಡಿತನದಿಂದ ತನ್ನನ್ನು ಕಳಿಸಿಲ್ಲವೆಂಬ ಪ್ರಸ್ತಾವನೆಯಿಂದ ಆರಂಭಿಸಿ ಭೀಮಾರ್ಜುನರ ವೀರತನವನ್ನು ವರ್ಣಿಸತೊಡಗಿದ. ಕರ್ಣನಿಗೆ ಮಂಪರು. ಆದರೆ ಮನಸ್ಸಿನ ಒಳಪದರದಲ್ಲೇ ನೆನಪು. ಭಾರ್ಗವರ ಧನುರ್ವಿದ್ಯಾಶ್ರಮದಿಂದ ಹೊರ ದೂಡಲ್ಪಟ್ಟ ಮೇಲೆ ಸರಿಯಾದ ಗುರುವನ್ನರಸಿಕೊಂಡು ತಾನು ಅಲೆದ ಪ್ರದೇಶಗಳೆಷ್ಟು! ಅಂತಹ ಹೆಸರಾಂತ ಗುರುವೇ ಇಲ್ಲ. ಇದ್ದ ಈ ದ್ರೋಣ ಹಸ್ತಿನಾವತಿಯ ಭೀಷ್ಮನ ವಶ. ಹೋದ ಹೋದಲ್ಲೆಲ್ಲ ನಾನೇ ಉತ್ತಮ ಬಿಲ್ಲುಗಾರ. ಎಂದೆಂದಿಗೂ ಕ್ಷತ್ರಿಯರ ಊಳಿಗ ಮಾಡುವುದಿಲ್ಲವೆಂದು ಆಣೆಯಿಟ್ಟು ಮತ್ತೆ ಭಾರ್ಗವರ ಶಿಷ್ಯತ್ವವನ್ನೇ ಮುಂದುವರಿಸಿದ್ದರೆ ಒಪ್ಪುತ್ತಿದ್ದರೋ ಏನೋ? ಆದರೆ ಬಿಲ್ಲುವಿದ್ಯೆ ಕಲಿತ ಸೂತನು, ಒಬ್ಬನಲ್ಲ ಒಬ್ಬ ಕ್ಷತ್ರಿಯನ ಸೈನ್ಯದಲ್ಲಿ ಪಾಲುಗೊಳ್ಳದೆ ತನ್ನ ಬಿಲ್ಲುಗಾರಿಕೆಯನ್ನು ಬಳಸುವುದೆಂತು? ಅಥವಾ ಸ್ವತಂತ್ರವಾಗಿ ಬಳಸುವುದೆಂದರೆ ಕಾಡಿನಲ್ಲಿ ಮೃಗಗಳನ್ನು ಬೇಟೆಯಾಡಬಹುದು. ಆಗ ಈ ಯೋಚನೆಗಳೂ ಹೊಳೆಯಲಿಲ್ಲ. ಇವತ್ತು ತಲೆಯಲ್ಲಿ ಕೀಳಲು ಶುರುವಾಗಿದೆ. ಕೃಷ್ಣ ಹೇಳುತ್ತಿದ್ದಾನೆ: 'ಓಡುವ ರಥದಿಂದ, ಓಡುವ ಕುದುರೆಯಿಂದ, ನಿಂತನಿಲುವಿನಿಂದ ನೇರವಾಗಿ, ವಕ್ರಬಾಣ, ಲೋಹಬಾಣ, ಅಗ್ನಿಬಾಣ, ಒಂದೇ ಹೆದೆಗೆ ನಾಲ್ಕು ನಾಲ್ಕು ಬಾಣಗಳನ್ನು ಹೊಡೆಯುವ ಅರ್ಜುನನ ಸಾಟಿ ಯಾವ ಜಗತ್ತಿನಲ್ಲೂ ಇಲ್ಲ. ದ್ರೋಣರಲ್ಲಿ ಕಲಿತಿದ್ದು ಮಾತ್ರವಲ್ಲ.....' ಅರ್ಜುನ ತನಗಿಂತ ನಿಜವಾಗಿಯೂ ಉತ್ತಮ ಬಿಲ್ಲುಗಾರನೆ? ಎಂಬ ಪ್ರಶ್ನೆ ಕರ್ಣನ ಅಂತರಂಗದಿಂದ ಕೊರೆದು ನಿಂತಿತು. ಎಂದೂ ಎದುರಾ ಎದುರು ತೀರ್ಮಾನವಾಗಿಲ್ಲ. ಯುದ್ಧತಂತ್ರದಲ್ಲಿ ಅವನ ತಿಳಿವಳಿಕೆ ಹೆಚ್ಚು ಎಂದು ಅದೇ ಅಂತರಂಗವು ಒಪ್ಪಿಕೊಂಡಿತು. ವಿರಾಟನಗರದಲ್ಲಿ ಹಸುಗಳನ್ನು ಅಟ್ಟಿತರಲು ಹೋದಾಗ, ಕಾಡಿನಲ್ಲಿ ಪಾಂಡವರೆದುರಿಗೆ ಘೋಷಯಾತ್ರೆಗೆ ಹೋಗಿದ್ದಾಗ. ಆದರೆ ಕಾಳಗವನ್ನು ನಿರ್ದೇಶಿಸುವ ಪೂರ್ಣ ಸ್ವಾತಂತ್ರ್ಯ ನನಗೆ ಇದುವರೆಗೂ ಸಿಕ್ಕಿಯೇ ಇಲ್ಲವೆಂಬ ಸಮರ್ಥನೆ ಸಿಕ್ಕಿತು. ಏನವನಿಗೆ ಸಿಕ್ಕಿದ ಸವಲತ್ತು, ಶಿಕ್ಷಣ, ಅಭ್ಯಾಸ,

ಗುರುವಿನ ವಾತ್ಸಲ್ಯ! ಭಾರ್ಗವರಿಂದ ಹೊರದೂಡಲ್ಪಟ್ಟು ದೇಶದೇಶಗಳನ್ನು ಸುತ್ತಿ ಬೇಸತ್ತು ಊರಿಗೆ ಊರೇ ಪ್ರೇಕ್ಷಕರಾಗಿ, ಬರೀ ಹಸ್ತಿನಾವತಿಯಲ್ಲ, ಇತರ ದೊಡ್ಡ ಊರುಗಳ ಮುಖ್ಯರು ಕುಲಮುಖ್ಯರುಗಳ ಸಮಕ್ಷಮ ಈ ಕ್ಷತ್ರಿಯ ಕುಮಾರರ ಅಸ್ತ್ರ ಪ್ರದರ್ಶನ. ಪ್ರತಿಯೊಬ್ಬನ ಪ್ರತಿಯೊಂದು ಚಳಕಕ್ಕೂ ಭಲೆ ಭಲೆ ಎಂಬ ಮುಗಿಲು ಮುಟ್ಟುವ ಪ್ರೋತ್ಸಾಹ. ಪಾಂಡವ ಕೌರವರಲ್ಲೆಲ್ಲ ಅರ್ಜುನ ಚಬುಕು ಗುರಿಕಾರ ನಿಜ. ಆದರೆ ಭಾರ್ಗವರಲ್ಲಿ ಅರ್ಧವಾದರೂ ಕಲಿತ ನನಗೆ ಅವನಲ್ಲಿ ವಿಶೇಷ ಕಾಣಿಸಲಿಲ್ಲ. ಅವಕಾಶ ಕೊಟ್ಟಿದ್ದರೆ ನಾನು ಅವನ ಸಮನೆಂದು ಖಂಡಿತ ತೋರಿಸುತ್ತಿದ್ದೆ. ನನ್ನಷ್ಟು ನೀಳವಾದ ತೋಳುಗಳಲ್ಲ ಅರ್ಜುನನದು, ಕರ್ಣ ತನ್ನ ಉದ್ದವಾದ ಕೈಗಳನ್ನು ನೋಡಿಕೊಂಡ. ಸಭೆಯಲ್ಲಿ ಕುಳಿತಿದ್ದ ನಿಂತಿದ್ದ ಎಲ್ಲರ ತೋಳುಗಳನ್ನೂ ಒಮ್ಮೆ ಗಮನಿಸಿದ. ಯಾರಿಗೂ ಇಲ್ಲ ಇಷ್ಟು ದೀರ್ಘಬಾಹುಗಳು. 'ಕುರುಶ್ರೇಷ್ಠ, ನಿಮ್ಮ ಮೊಮ್ಮಗನ ಸಮನಾದ ಬಿಲ್ಲುಗಾರನು ಎಲ್ಲೆಲ್ಲಿಯೂ ಇಲ್ಲದಂತೆ ತಯಾರು ಮಾಡಿದ್ದೇನೆ. ನೀವೇ ಪರಾಮರ್ಶಿಸಿ.' ಪ್ರೇಕ್ಷಕಗಣದಲ್ಲಿ ಕುಳಿತಿದ್ದ ನಾನು ಎಷ್ಟು ದಢಕ್ಕನೆ ಎದ್ದು ನಡೆದೆ. ನನ್ನ ಅಂತಸ್ತನ್ನು ಮರೆತು, 'ಅರ್ಜುನ ತೋರಿಸಿದ ಚಳಕವನ್ನೆಲ್ಲ ನಾನೂ ಮಾಡಿ ತೋರಿಸಬಲ್ಲೆ. ನನ್ನ ಮನೆಯಲ್ಲಿರುವ ಬಿಲ್ಲುಬಾಣಗಳನ್ನು ಈಗಲೇ ತರಲು ಕಾಲಾವಕಾಶ ಕೊಡಿ ಸಾಕು. ಅಥವಾ ನನ್ನ ತೋಳಿನ ಉದ್ದಕ್ಕೆ ಸರಿಯಾಗುವ ಬಿಲ್ಲು ನಿಮ್ಮಲ್ಲಿದ್ದರೆ ಈಗಲೇ ಕೊಡಿ.' ಎಂದು ಬಾಹುಗಳನ್ನು ನೀಡಿ ನಿಂತ ನಿಲುವಿಗೆ ಪ್ರೇಕ್ಷಕರೆಲ್ಲ ಹೇಗೆ ತಕ್ಷಣ ಸ್ತಬ್ಧರಾದರು! ಮಗ ದೊಡ್ಡ ವೀರನಾಗಬೇಕೆಂದು ಹಂಬಲಿಸುತ್ತಿದ್ದ ಅಪ್ಪ ಕೂಡ ಎಷ್ಟು ಗಾಬರಿಯಿಂದ ಓಡಿ ಬಂದು ತನ್ನ ಮೆಟ್ಟಿನಗಾಲಿನಲ್ಲಿ ನನ್ನ ಕಿವಿಯ ಹತ್ತಿರಕ್ಕೆ ನಿಮಿರಿದ: 'ಮಗು, ಅರಸುಕುಮಾರರ ಮೇಲೆ ಪಂದ್ಯ ಮಾಡಬಾರದು. ನಾವು ಸೂತರು.' ಹಾಗಿದ್ದಲ್ಲಿ ಅರ್ಜುನನ ಸಮನಾದ ಬಿಲ್ಲುಗಾರನು ಎಲ್ಲೆಲ್ಲಿಯೂ ಇಲ್ಲವೆಂಬ ಒಣ ಹೆಗ್ಗಳಿಕೆ ಏಕೆ? ಅಪ್ಪ ಹತ್ತಿರ ಬಂದು, 'ಮಗೂ' ಎನ್ನದಿದ್ದರೆ ನಾನು ಸೂತನೆಂದು ಯಾರಿಗೂ ತಿಳಿಯುತ್ತಿರಲಿಲ್ಲವೇನೋ! ತಕ್ಷಣ ಎದ್ದು ಬಂದು ಕೇಳಿದವನು ಭೀಮನಲ್ಲವೆ? 'ಎಲೈ ಬಿಲ್ಲುಗಾರನೆ, ಪಾಂಡುಕುಮಾರ ಅರ್ಜುನನೊಡನೆ ಪಂದ್ಯಕ್ಕೆ ನಿಲ್ಲುವ ನಿನ್ನ ಧೈರ್ಯ ಮೆಚ್ಚಬೇಕಾದುದೇ. ಮೊದಲು ನಿನ್ನ ಊರು ಕೇರಿ ಕುಲ ಗೋತ್ರ ವಂಶಗಳನ್ನು ಹೇಳು.'

'ನಾನೊಬ್ಬ ಬಿಲ್ಲುಗಾರ. ಅರ್ಜುನನಲ್ಲಿ ಪೌರುಷ ಚಳಕಗಳಿದ್ದರೆ ಪಂದ್ಯಕ್ಕಿಳಿಯಲಿ. ನನ್ನ ಕುಲ ಗೋತ್ರಗಳ ಮಾತೇಕೆ?'

'ಧೃತರಾಷ್ಟ್ರ ಮಹಾರಾಜನ ಸಾರಥಿಯ ಮಗನಲ್ಲವೆ ನೀನು? ಕ್ಷತ್ರಿಯನೊಡನೆ ಪಂದ್ಯ ಮಾಡುವ ಉದ್ಧಟತನವೇ ನಿನಗೆ?'

ನನ್ನನ್ನು ಹಿಡಿದು ಶಿಕ್ಷಿಸಿ ಎಂದು ಹಲವಾರು ಜನ ಕೂಗಿಕೊಂಡರಲ್ಲ. ಎಲ್ಲರೂ ರಾಜಮನೆತನದವರಿರಬೇಕು. ಅಥವಾ ಕ್ಷತ್ರಿಯ ಜಾತಿಯವರು. ಆಗ ದುರ್ಯೋಧನ ನನ್ನ ಪರ ಬಂದು ನಿಲ್ಲದಿದ್ದರೆ ಹಿಡಿದು ಶಿಕ್ಷಿಸುತ್ತಿದ್ದರೋ ಏನೋ! ಕರ್ಣ ದುರ್ಯೋಧನನ ಕಡೆಗೆ ತಿರುಗಿ ನೋಡಿದ. ದೃಢವಾದ ದೃಷ್ಟಿಯಿಂದ ಕೃಷ್ಣನನ್ನು ನೋಡುತ್ತಾ ಕುಳಿತಿದ್ದ. ಅವನು ಎಂದೂ ದೃಢವೇ. ತನಗೆ ತೋಚಿದುದನ್ನು ಮಾಡದೆ ಬಿಡುವವನಲ್ಲ. ಆಗ

ಸ್ನೇಹದ ಹಸ್ತ ನೀಡಿದವನು ಇದುವರೆಗೂ, 'ಕರ್ಣ, ದುರ್ಯೋಧನ ಆಗ ನಿನ್ನ ಪರ ನಿಂತದ್ದು ಯಾವ ಮಿತ್ರಭಾವದಿಂದಲೂ ಅಲ್ಲ. ಸೂತನನ್ನು ಸಮಾನವಾಗಿ ಕಾಣುವ ಔದಾರ್ಯದಿಂದಲೂ ಅಲ್ಲ. ಪಾಂಡವರೆಂದರೆ ಮತ್ಸರದಿಂದ ಕುದಿಯುತ್ತಿದ್ದ. ಅರ್ಜುನ ನಿಜವಾಗಿಯೂ ದೊಡ್ಡ ಬಿಲ್ಲುಗಾರನಾಗಿದ್ದ. ಅವನ ವಿರುದ್ಧ ಸೆಣೆಸುವಂತಹ ನೀನು ಸಿಕ್ಕಿದ ತಕ್ಷಣ ಆಲಿಂಗಿಸಿಕೊಂಡ, ಶತ್ರುವಿನ ಶತ್ರು ತನಗೆ ಮಿತ್ರನೆಂಬ ನ್ಯಾಯದಂತೆ. ಈಗ ನೀನು ಪಾಂಡವರ ವಿರುದ್ಧ ಕಾಯುವುದಿಲ್ಲ ಅನ್ನು. ನಿನ್ನ ಅವನ ಸ್ನೇಹಕ್ಕೆ ಯಾವ ಗತಿ ಬರುತ್ತೆ ಅಂತ ಪರೀಕ್ಷೆಯಾಗುತ್ತೆ.' ನಿಜವೇ, ಕೃಷ್ಣನ ಈ ಮಾತು? ಈ ಒಂದು ಮುಖವೂ ನಿಜ. ಅರ್ಜುನ ಮತ್ತು ನನ್ನ ಮೊಟ್ಟಮೊದಲ ಪರಿಚಯವೇ ಸ್ಪರ್ಧೆಯಲ್ಲಿ ಆಯಿತು. ಸ್ಪರ್ಧೆ ಎಂದರೆ ಮತ್ಸರ. ನನ್ನಲ್ಲಿಯೂ ಬೆಳೆಯಿತು. ಅವನಲ್ಲಿಯಂತೂ, ಅಬ್ಬಾ ಜಂಬದ ಕೋಳಿ ಅವನು. ಅನಂತರ ಪಾಂಡವರು ದುರ್ಯೋಧನಮಹಾರಾಜನ ನಡುವೆ ನಡೆದ ಪ್ರತಿಯೊಂದು ಹಗೆತನದ ಘಟನೆಯಲ್ಲೂ ನಾನು ಅರ್ಜುನನನ್ನೇ ಸೆಣೆಸುತ್ತಿದ್ದೆ. ನನ್ನ ಆತ್ಮಕ್ಕೆ ತೃಪ್ತಿ ದೊರೆಯುತ್ತಿತ್ತು. ಮಹಾರಾಜನ ಪ್ರೀತಿ ಹೆಚ್ಚುತ್ತಿತ್ತು. ಬರೀ ಮಹಾರಾಜನ ಸಂತೋಷಕ್ಕೆಂದು ನಾನು ಅರ್ಜುನನನ್ನು ದ್ವೇಷಿಸಲಿಲ್ಲ. ಕೃಷ್ಣನ ಮಾತು ಸುಳ್ಳು. ಸಮಾನ ಶತ್ರುತ್ವವು ಮೈತ್ರಿವರ್ಧಕವಲ್ಲವೆ? ವಿಚಿತ್ರ ಹೇಗೆ ಹೇಗೊ ಬಂತು. ನನ್ನ ಹುಟ್ಟು ಆಗಲೇ ತಿಳಿದಿದ್ದರೆ ಅರ್ಜುನ ಬಂದು ನನ್ನ ಕಾಲು ಮುಟ್ಟಿ ನಮಸ್ಕರಿಸುತ್ತಿದ್ದನೇನೋ! ಏನೋ ಏನು, ಖಂಡಿತ ನಮಸ್ಕರಿಸುತ್ತಿದ್ದ. ಹಿರಿಯರೆಂದರೆ ತುಂಬುಶ್ರದ್ಧೆ ಅವನಿಗೆ. ನನಗಿಂತ ಹದಿನಾಲ್ಕು ವರ್ಷಕ್ಕೆ ಚಿಕ್ಕವನಲ್ಲ! 'ಕರ್ಣ, ನಿನ್ನ ಮತ್ತು ದುರ್ಯೋಧನನ ಸ್ನೇಹವನ್ನು ಪರೀಕ್ಷಿಸಿ ನೋಡು.' ಕೃಷ್ಣ ನಿರರ್ಗಳವಾಗಿ ಮಾತನಾಡುತ್ತಿದ್ದಾನೆ. ಮಾತಿನಿಂದ ಸಮ್ಮೋಹನ ನಿರ್ಮಿಸುವ ಅವನ ಶಕ್ತಿ, ದ್ರೋಣ, ಕೃಪ, ಧೃತರಾಷ್ಟ್ರರೆಲ್ಲ ಹೇಗೆ ತಲೆದೂಗುತ್ತಿದ್ದಾರೆ! ಗಟ್ಟಿಬುದ್ಧಿಯವನಲ್ಲದಿದ್ದರೆ ದುರ್ಯೋಧನನೂ ತಳಹದಿ ಕುಸಿದು ಕೊಚ್ಚಿಹೋಗಬೇಕಾದ ಮಾತಿನ ಮೋಡಿ. ಸಭೆಗೆ ಸಭೆಯೇ, ಸ್ನೇಹವು ಪರೀಕ್ಷೆಯ ಪ್ರಯೋಗಕ್ಕೆ ಒಡ್ಡಬಹುದಾದ ವಸ್ತುವೆ? ಬಲು ಸೂಕ್ಷ್ಮವಾಗಿ, ತಕ್ಷಣ ಒಡೆದು ಹೋಗಬಹುದಾದ ಹಾಲನ್ನು ಪ್ರಯೋಗಕ್ಕೆ ಒಳಪಡಿಸಿದರೆ! ಇದ್ದಕ್ಕಿದ್ದಂತೆಯೇ ಬೆವರಿತು. ತೊಟ್ಟ ಕವಚ ಅಂಟಿ ಅಸಹ್ಯವಾಯಿತು. ಅಲ್ಲಿ ಎದುರಿಗೆ ಇಬ್ಬರು ಸುಂದರಿ ದಾಸಿಯರು ಎರಡು ಕಡೆಗಳಲ್ಲಿಯೂ ನಿಂತು ದುರ್ಯೋಧನ ಮಹಾರಾಜನಿಗೆ ಚಾಮರ ಹಾಕುತ್ತಿದ್ದರು. ನೋಡಿದರೆ ಹಿತವಾಗುವ ನೋಟ. ಅಥವಾ ನಮ್ಮ ಸ್ನೇಹವನ್ನು ಒಡೆಸುವುದಕ್ಕಾಗಿಯೇ ಕೃಷ್ಣ ಈ ಪ್ರಯೋಗದ ಸಲಹೆ ಕೊಟ್ಟನೋ!

ಸ್ವಲ್ಪ ಹೊತ್ತಿಗೆ ತಲೆ ಖಾಲಿಯಾದಂತೆ ಆಯಿತು. ತಡೆಯಲಾರದಷ್ಟು ತೂಕಡಿಕೆ. ನಿದ್ದೆಯ ಶಕ್ತಿಯನ್ನು ಹೆಚ್ಚಿಸುವಂತೆ ದೂರದಲ್ಲೆಲ್ಲೋ ನೊಣದ ಜಿಂಯ್‌ಗುಡಿತ. ಎದ್ದು ಹೋಗಿ ಎಲ್ಲಾದರೂ ಮಲಗಬೇಕು ಅಥವಾ ವಿರೋಧವನ್ನು ಹಿಂತೆಗೆದುಕೊಂಡು ಮಂಪರು ಹಿಡಿಯಬೇಕು ಎಂದುಕೊಳ್ಳುತ್ತಿರುವಾಗಲೇ ನಿದ್ದೆ ಬಂತು. ಒರಗುದಿಂಬಿಗೆ ಬೆನ್ನು ಕೊಟ್ಟು ಸರಕ್ಕನೆ ಒಳಗೆ ಇಳಿದ. ಒಂದೇಸಮನೆ ನಡೆಯುತ್ತಿದ್ದ ಭಾಷಣವು ಅರಿವಿನ ಯಾವುದೋ

ಮೂಲೆಗೆ ತಗುಲುತ್ತಾ ನಿದ್ದೆಯ ಹದವನ್ನು ಹಿಡಿಯುತ್ತಿತ್ತು. ಸ್ವಲ್ಪ ಹೊತ್ತಿನನಂತರ ಅದೂ ನಿಂತುಹೋಯಿತು.

ಗೊರಕ್ ಎಂದು ತನಗೆ ತಾನೇ ಸದ್ದು ಕೇಳಿ ಎಚ್ಚರವಾಯಿತು. ಮುಖವೆಲ್ಲ ಜಿಡ್ಡು ಕಟ್ಟಿದ ಜಡರು. ಗಾಬರಿಯಿಂದಲೆಂಬಂತೆ ಕಣ್ಣು ಬಿಟ್ಟು ನೋಡಿದ. ಕೃಷ್ಣನ ಭಾಷಣ ಮುಗಿದಿತ್ತು. ವಿದುರ ಮಾತನಾಡುತ್ತಿದ್ದ, ಪುರಾಣ ಹೇಳುವಂತೆ. ದೃಷ್ಟಿ ದುರ್ಯೋಧನನ ಕಡೆಗೆ ಹೋಯಿತು. ಅವನು ಇತ್ತ ತಿರುಗಿದ್ದ. ತನ್ನೆಡೆಗೆ ನೋಡಿ ಮುಗುಳ್ನಕ್ಕ, ನಿದ್ದೆ ತಡೆದುಕೊಳ್ಳಲಾಗಲಿಲ್ಲವೇ ಎಂಬ ಪ್ರಶ್ನೆ ಕರ್ಣನಿಗೆ ಕಂಡಿತು. ಕುಳಿತವನು ಎದ್ದು ಪಕ್ಕದ ಬಾಗಿಲಿನಿಂದ ಹೊರಗೆ ಬಂದು ಚನ್ನಾಗಿ ಮುಖ ಕಣ್ಣುಗಳನ್ನು ತೊಳೆದುಕೊಂಡ. ತನ್ನ ಹಿಂದೆಯೇ ಬಂದ ದುಶ್ಯಾಸನ ಹೇಳಿದ: 'ಮಹಾರಾಜನಿಗೆ ತುಂಬ ಸಂತೋಷವಾಯಿತು.'

'ಯಾತರಿಂದ?'

'ನೀನು ನಿದ್ದೆ ಮಾಡಿದ್ದರಿಂದ. ಭಾಷಣಕಾರರಿಗೆ ಅವರ ಮಾತಿನ ಬೆಲೆ ಎಷ್ಟು ಎಂದು ಸೂಚಿಸಿದಂತಾಯಿತು.' ದುಶ್ಯಾಸನ ಖೊಳ್ ಎಂದು ನಕ್ಕ. ಅವನು ಯಾವಾಗ ನಕ್ಕರೂ ಅಷ್ಟೆ. ಖೊಳ್ ಎಂಬ ಸದ್ದು ಬಂದೇ ಬರುತ್ತಿತ್ತು.

ಕರ್ಣ ಹಿಂತಿರುಗಿ ಹೋಗಿ ತನ್ನ ಆಸನದಲ್ಲಿ ಕುಳಿತ. ವಿದುರ ಉಪನ್ಯಾಸ ಮಾಡುತ್ತಿದ್ದ. ಎಂದರೆ ಭೀಷ್ಮ ದ್ರೋಣ ಕೃಪರ ಭಾಷಣಗಳೆಲ್ಲ ಮುಗಿದಿವೆ. ಯಾವಾಗಲೂ ಅಷ್ಟೆ; ಮೊದಲು ಭೀಷ್ಮ ನಂತರ ದ್ರೋಣ ಅನಂತರ ಕೃಪ. ಆಮೇಲೆ ವಿದುರ. ಇದು ವಾಡಿಕೆಯ ಅನುಕ್ರಮ. ಯಾರು ಯಾರು ಏನು ಹೇಳುತ್ತಾರೆಂಬುದನ್ನು ಕೇಳಿಯೇ ತಿಳಿಯಬೇಕಿಲ್ಲ. ಭೀಷ್ಮನಂತೂ ದುರ್ಯೋಧನನ ಬದಲಿಗೆ ಅವನ ಸ್ನೇಹಿತರನ್ನು ಬೈಯುವವನು. ದುರ್ಯೋಧನನೆಂದರೆ ಸಿಟ್ಟಿದೆ, ಪ್ರೀತಿಯೂ ಇದೆ. ನಮ್ಮ ಹುಡುಗ ಒಳ್ಳೆಯವನೇ. ಸಹವಾಸದಿಂದ ಹೀಗಾಗಿದ್ದಾನೆ ಎನ್ನುವ ಸ್ಥಾಯೀಧಾಟಿ ಮುದುಕನದು. ಎಂದರೆ ತಪ್ಪನ್ನೆಲ್ಲ ಶಕುನಿ ಮತ್ತು ತನ್ನ ಮೇಲೆ ಹಾಕುತ್ತಾನೆ. ಶಕುನಿಗಿಂತ ತನ್ನ ಮೇಲೆ ಹೆಚ್ಚು. ಅವನು ಎಷ್ಟಾದರೂ ಗಾಂಧಾರಿದೇವಿಯ ಅಣ್ಣ. ನಾನು ಆಶ್ರಿತ, ಸೂತ. ಆರಂಭದಿಂದಲೇ ನಾನೆಂದರೆ ಅವನಿಗೆ ವಾಕರಿಕೆ. ಅವನೆಂದರೆ ನನಗೆ ಹೊಟ್ಟೆತೊಳಸು. ದ್ರೋಣನು ಭೀಷ್ಮನ ರಾಗವನ್ನೇ ಮೃದುವಾಗಿ ಹಾಡಿ ಮುಗಿಸುತ್ತಾನೆ. ವಿದ್ಯೆ ಇಲ್ಲದ ಕರ್ಣನ ಮಾತು ಕೇಳಬೇಡವೆಂದು ಖಂಡಿತ ಅಂದಿರುತ್ತಾನೆ. ಕೃಪಾಚಾರ್ಯ ಸರಿ. ಮಾತನಾಡಲು ಅವಕಾಶ ಸಿಕ್ಕಿದ್ದಕ್ಕೆ ಕೃತಾರ್ಥ. ಪುರಾಣವನ್ನೂ ಹೇಳಿರುತ್ತಾನೆ. ಮಹಾರಾಜನನ್ನು ಎಂದೂ ಟೀಕಿಸಿರುವುದಿಲ್ಲ. 'ಒಟ್ಟಿನಲ್ಲಿ ಧರ್ಮ ನಡೆದು ಮಳೆ ಬೆಳೆಯಾಗಿ ಎಲ್ಲರೂ ಸುಖವಾಗಿರುವಂತೆ ಮಾಡು' ಎಂದು ಮುಗಿಸಿರುತ್ತಾನೆ. ಇನ್ನು ಈ ವಿದುರನ ಉಪನ್ಯಾಸ ಯಾವತ್ತೂ ದೀರ್ಘವೇ. ಯಾವ ಅಂಶ ಹಿಡಿದು ಹೇಳುತ್ತಿದ್ದಾನೆಂಬುದು ಎಂದೂ ತಿಳಿಯುವುದಿಲ್ಲ. ಈಗ ದುರ್ಯೋಧನ ಮಹಾರಾಜ ದೊಡ್ಡದಾಗಿ ಆಕಳಿಸಿದ. ಅನಂತರ ತನ್ನ ಕಡೆ ನೋಡಿ ಮುಗುಳ್ನಕ್ಕ. ತನ್ನ ಬಲಕ್ಕೆ ಕುಳಿತಿರುವ ದುಶ್ಯಾಸನ ಅಷ್ಟೇ ದೊಡ್ಡದಾಗಿ ಆಕಳಿಸಿದ. ತನಗಂತೂ ಮತ್ತೆ ನಿದ್ದೆ ಬರುವುದಿಲ್ಲ. ವಿದುರನ ಉಪನ್ಯಾಸವನ್ನು ಕೇಳಲೇಬೇಕು ಎಂದುಕೊಳ್ಳುತ್ತಾ ಹತ್ತಿರದ

ಬಾಗಿಲಿನಲ್ಲಿದ್ದ ದಾಸಿಗೆ ಸಮೀಪಕ್ಕೆ ಬರುವಂತೆ ಸನ್ನೆ ಮಾಡಿ, ಪಾನಕ ತರಲು ಹೇಳಿದ. ಜೇನು, ಸೊಗದೆ ಬೇರಿನ ರಸ ಮತ್ತು ಹಾಲುಗಳನ್ನು ಮಿಶ್ರ ಮಾಡಿದ್ದ ಪಾನಕದಲ್ಲಿ ರುಚಿ ಕಾಣಲಿಲ್ಲ. ವಿದುರ ಯಾಕೆ ಯಾವಾಗಲೂ ಇಷ್ಟೊಂದು ಮಾತನಾಡುತ್ತಾನೆ ಎಂಬ ಪ್ರಶ್ನೆ, ಹಿಂದೆ ಹಲವು ಸಲ ತಲೆಯನ್ನು ಕೊರೆದಿತ್ತು. ಈಗ ತಕ್ಷಣ ಒಂದು ಉತ್ತರ ಹೊಳೆದುಬಿಟ್ಟಿತು. ನಿಜವಾದ ಸೂತ ಅವನು. ಅರಮನೆಯ ಖುದ್ದು ದಾಸಿಯ, ರಾಣಿಯ ಸಖಿಯ ಹೊಟ್ಟೆಯಲ್ಲಿ ಹುಟ್ಟಿದವನು. ಆದರೆ ಹುಟ್ಟಿಸಿದವನು ಅರಣ್ಯದಲ್ಲಿ ಆಶ್ರಮ ಕಟ್ಟಿಕೊಂಡು ವೇದಾಧ್ಯಯನ ಮಾಡುವ ಮುನಿ. ವಿದುರನಿಗೆ ಯೋಧನಾಗುವ ದೈಹಿಕದಾರ್ಢ್ಯ ವಿಲ್ಲ. ಅರಮನೆಯ ಸುಖವನ್ನು ಬಿಟ್ಟು ಕಾಡಿನ ನಡುವೆ ವೇದಾಧ್ಯಯನದಲ್ಲಿ ತೊಡಗುವ ಮಾನಸಿಕ ಶಕ್ತಿಯೂ ಇಲ್ಲ. ಇಂತಹ ಸೂತರು ಸಹಜವಾಗಿಯೇ ಮಾಡುವ ಪುರಾಣ ಪ್ರವಚನವನ್ನು ವಿದುರನೂ ಅವಲಂಬಿಸಿದ: ತಾನು ಹುಟ್ಟಿ ಬೆಳೆದ ರಾಜಮನೆತನದ ಅಪ್ಪ ಅಜ್ಜ ತಾತ ಮುತ್ತಾತ ಮರಿತಾತ ಮೊದಲಾದ ವಂಶಾವಳಿಗಳು, ಅವರು ಮೆರೆದ ಪ್ರತಾಪಗಳು, ಮಾಡಿದ ಯಜ್ಞಯಾಗಾದಿಗಳು, ಕಟ್ಟಿದ ಮತ್ತು ಯುದ್ಧಗಳಲ್ಲಿ ಧ್ವಂಸಮಾಡಿದ ಪಟ್ಟಣಗಳು, ಹೊತ್ತು ತಂದ ಹೆಂಗಸರು, ಮೊದಲಾದ ವಿವರಗಳನ್ನು ತಿಳಿದು ನೆನಪಿನಲ್ಲಿಟ್ಟು ಆಗಾಗ್ಗೆ ರಂಜಕವಾಗಿ ರಾಜಸಭೆಯಲ್ಲಿ ವರ್ಣಿಸುವುದು, ಸಣ್ಣ ರಾಜಪುತ್ರರಿಗೆ ಕಲಿಸುವುದು, ಈ ವಿವರಗಳ ಆಧಾರದಿಂದ ರಾಜಮನೆತನದ ನೀತಿ ನಡತೆಗಳ ವ್ಯಾಖ್ಯಾನ ಮಾಡುವುದು. ಇವನಿಗೆ ನೆನಪಿರುವಷ್ಟು ಕುರುಕುಲದ ಇತಿಹಾಸದ ವಿವರಗಳು ಭೀಷ್ಮನಿಗೂ ಇಲ್ಲ. ತನ್ನ ವಂಶದ ಮಹಿಮೆಯನ್ನು ನೆನಪಿಟ್ಟು ಒರೆಯುವ ಇವನನ್ನು ಕಂಡರೆ ಭೀಷ್ಮನಿಗೆ ಆದರ. ತನ್ನನ್ನು ಆದರಿಸುತ್ತಾನೆ ಎಂದು ಅವನನ್ನು ಕಂಡರೆ ಇವನಿಗೆ ಹೆಗ್ಗಳಿಕೆ. ಮಾತನಾಡುವ ಅವಕಾಶ ಸಿಕ್ಕಿದರೆ ಸರಿ ದುಷ್ಯಂತ, ಭರತ, ಹಸ್ತಿನ್, ಅಜಮೀಳ, ದೇವಾತಿಥಿ, ದಿಲೀಪ ಅವರು ಮಾಡಿದ ಉದಾಹರಣೆಗಳು ಎಂದು ನೀತಿಪಾಠ ಕೊರೆಯಲು ಆರಂಭಿಸುತ್ತಾನೆ, ಎಂದು ತಿರಸ್ಕಾರದಿಂದ ವಿದುರನತ್ತ ನೋಡಿದ. ದುರ್ಯೋಧನನು ಆಲಿಸುತ್ತಿದ್ದಾನೆಯೋ ಇಲ್ಲವೋ ಎಂಬ ಗಮನವಿಲ್ಲದೆ ವಿದುರ ಪುರಾತನ ಧರ್ಮಸಂಗತಿಗಳನ್ನು ನಿರೂಪಿಸುತ್ತಿದ್ದ. ಕರ್ಣ ಎಲ್ಲರ ಮುಖವನ್ನೂ ಒಮ್ಮೆ ಅವಲೋಕಿಸಿದ. ಮಗ್ನತೆಯಿಂದ ಕೇಳುತ್ತಿದ್ದವನು ಭೀಷ್ಮ ಒಬ್ಬನೇ. ಕುರುಕುಲದ ಹಳೆಯ ಕಥೆಯ ಬಗೆಗೆ ದ್ರೋಣನಲ್ಲಿ ಎಂದೂ ಆಸ್ಥೆ ಇರಲಿಲ್ಲ. ಕಣ್ಣುಗಳಲ್ಲಿ ಭಾವವು ಬತ್ತಿಹೋಗಿದ್ದ ಕುರುಡ ಧೃತರಾಷ್ಟ್ರನ ಆಸ್ಥೆ ಏನೆಂಬುದು ಖಚಿತವಾಗಿ ತಿಳಿಯುತ್ತಿರಲಿಲ್ಲ. ಕೃಷ್ಣ ಗಮನವಿಟ್ಟು ಕೇಳುತ್ತಿದ್ದ. ಆದರೆ ಅದು ರಾಜನೈತಿಕ ಸೌಜನ್ಯದಿಂದಲೋ ಅಥವಾ ನಿಜವಾದ ಆಸ್ಥೆಯಿಂದಲೋ ಎಂಬುದು ಕರ್ಣನಿಗೆ ತಿಳಿಯಲಿಲ್ಲ. ದೃಷ್ಟಿಯು ಮತ್ತೆ ವಿದುರನ ಕಡೆಗೆ ಹೋಯಿತು. ಧ್ವನಿಯಲ್ಲಿ ಸ್ವಲ್ಪವೂ ಏರಿಳಿತವಿಲ್ಲದೆ ಗದ್ದಕ್ಕೆ ಅಂಟಿಕೊಂಡಿದ್ದ ತರಚಲುಗಡ್ಡವು ಒಂದೇ ಮಟ್ಟಕ್ಕೆ ಏರಿಳಿಯುವಂತೆ ಮಾತನಾಡುತ್ತಿದ್ದ. ಒಣಕಲು ಮೈಕಟ್ಟಿನ ಅವನನ್ನು ಸೂತಜನವೆಲ್ಲ ಮಹಾತ್ಮ, ಮಹಾಜ್ಞಾನಿ ಎಂದು ಭಾವಿಸುತ್ತಿತ್ತು. ಜ್ಞಾನದಲ್ಲಿ ಸಾಕ್ಷಾತ್ ಕೃಷ್ಣದ್ವೈಪಾಯನ ಮಹರ್ಷಿಗೆ ಸಮನೆಂದೂ ಹಲವರು ಹೇಳಿಕೊಳ್ಳುತ್ತಿದ್ದರು. ಇವನನ್ನು ಹುಟ್ಟಿಸಿದವನು ಕೃಷ್ಣದ್ವೈಪಾಯನನೇ ಅಂತೆ. ಅವನದೇ

ಮೈಕಟ್ಟು. ಆದರೆ ಅವನಂತೆ ಕಾಡಿನಲ್ಲಿ ವಾಸಿಸುತ್ತಾ ವೇದಾಧ್ಯಯನ ಮಾಡಲಿಲ್ಲ. ಅರಮನೆಯ ಸುಖಜೀವನಕ್ಕೆ ಉಳಿದ. ದಾಸಿಯರಾಗಿ ಒಮ್ಮೆ ಊಳಿಗದ ಸುಖ ಕಂಡ ಕೃಷಿಕ ಹೆಂಗಸರು ಮತ್ತೆ ಹೊಲದ ಬಿಸಿಲು ಬೆವರು ಕಲ್ಲು ಮಣ್ಣುಗಳಿಗೆ ಹಿಂತಿರುಗುವುದುಂಟೆ, ಅವರ ಮಕ್ಕಳು ಅರಮನೆಯ ಎಂಜಲಸುಖ ಬಿಟ್ಟು ಹೊರಗೆ ಹೋಗುವುದುಂಟೆ, ಎಂದುಕೊಳ್ಳುವಾಗ ತನ್ನನ್ನು ತಾನೇ ಚುಚ್ಚಿಕೊಂಡಂತಾಯಿತು. ಯೋಧನಾದವನು ಆಳುವವರ ಸೇವೆಯನ್ನು ಬಿಟ್ಟು ಬೇರೇನು ಮಾಡಲು ಸಾಧ್ಯ, ಎಂದು ಮನಸ್ಸು ಸ್ವಂತ ಸಮರ್ಥನೆಯಲ್ಲಿ ತಕ್ಷಣ ತೊಡಗಿತು. ನೆನ್ನೆರಾತ್ರಿಯಿಂದ ಇದೇ ಪ್ರಶ್ನೆ ಯಾವಯಾವುದೋ ರೂಪತಾಳಿ ಕಾಡುತ್ತಿದೆ ಎಂಬ ಅರಿವೂ ಆಯಿತು. ಯೋಧನಾದವನು, ಅದೂ ಸೂತ, ತಕ್ಷಣ ನೆನಪು ಬಂತು, ಇಲ್ಲೇ ಹತ್ತಿರದ ವಿರಾಟರಾಜನ ಸೇನಾಪತಿ ಕೀಚಕ ಸೂತನಂತೆ. ಅವನ ಸ್ವಂತ ತಂಗಿಯು ವಿರಾಟನ ಪಟ್ಟದ ರಾಣಿಯಂತೆ. ಅವರ ದೇಶದಲ್ಲಿ ಸೂತರೇ ಸಿಂಹಾಸನ ಏರಿದ ರಾಜರಂತೆ. ಹಾಗಾದರೆ ಎಂಬ ವಿಚಾರ ಮಿಂಚಿತು. ಮುಂದೆ ಹರಿಯಲಾರದೆ ಬುದ್ಧಿ ನಿಂತುಕೊಂಡಾಗ ವಿದುರ ತನ್ನ ಮಾತನ್ನು ಮುಕ್ತಾಯ ಮಾಡಿದ. ಕರ್ಣನಿಗೆ ಹಸಿವಾಗುತ್ತಿತ್ತು. ಎದ್ದು ಒಳಗೆ ಹೋಗಿ ದುರ್ಯೋಧನ ಮಹಾರಾಜನ ಮನೆಯಲ್ಲಿ ಏನಾದರೂ ತಿನ್ನುವ ಮನಸ್ಸು. ಇನ್ನು ಮುಂದೆ ಮಾತನಾಡುವವರು ಯಾರು? ಮಹಾರಾಜನೇ? ಅಥವಾ ಧೃತರಾಷ್ಟ್ರ ಏನಾದರೂ ಹೇಳುತ್ತಾನೆಯೊ? ಅವನದು ಯಾವ ನೆಚ್ಚಿಕೆಯೂ ಇಲ್ಲ. ಪಾಂಡವರಿಗೆ ರಾಜ್ಯ ಕೊಡಕೂಡದೆಂದು ಒಳಮತ. ಆದರೆ ಯುದ್ಧವಾದರೆ ಏನು ಗತಿ ಎಂಬ ಪುಕ್ಕಲು. ಭೀಷ್ಮ ದ್ರೋಣ ವಿದುರರು ಅವನೆದುರಿಗೆ ಭೀಮಾರ್ಜುನರ ವೀರವನ್ನು ಹೊಗಳಿ ಹೊಗಳಿ ನಮ್ಮನ್ನು ತೆಗಳಿ ತೆಗಳಿ ಮನಸ್ಸಿನಲ್ಲಿ ಪುಕ್ಕಲು ಹುಟ್ಟಿಸಿದ್ದಾರೆ. ಸ್ವತಃ ಏನನ್ನೂ ನೋಡಲಾರದ ಅವನಿಗೆ ನಂಬಿಕೆ ಬರುವುದು ಸಹಜವೇ. ಕಣ್ಣಿಗೆ ಬಟ್ಟೆ ಕಟ್ಟಿಕೊಂಡ ಮಹಾ ಪತಿವ್ರತೆ ಮಾತೆಗೆ ಕೂಡ ಅದೇ ತೆರನಾದ ಭಯ, ಎಂದುಕೊಳ್ಳುವಾಗ ಕೃಷ್ಣ ಮತ್ತೆ ಮಾತನಾಡಿದ:

'ದುರ್ಯೋಧನ, ಒಂದು ವಿಷಯ ಹೇಳುವುದು ಮರೆತಿದ್ದೆ. ಇಷ್ಟು ವರ್ಷ ಮನಸ್ಸಿನಲ್ಲಿ ಬೆಳೆದ ಮತ್ಸರ ಭಯ ದ್ವೇಷಗಳಿಂದ ನೋಡುವತನಕ ನಿನಗೆ ನನ್ನ ಮಾತು ತಿಳಿಯವುದಿಲ್ಲ. ಇವೆಲ್ಲವನ್ನೂ ಕೊಡವಿಹಾಕಿ ಹೊಸ ಮನುಷ್ಯನಾಗು. ಯುದ್ಧವನ್ನು ತಪ್ಪಿಸುವುದೇನೂ ಕಷ್ಟವಲ್ಲ.'

ಈ ಮಾತನ್ನು ಎಲ್ಲಿಯೋ ಕೇಳಿದ ನೆನಪಾಯಿತು. ಎಲ್ಲಿ? ಯಾರು ಹೇಳಿದುದು ಎಂಬುದು ಮಾತ್ರ ಸ್ಪಷ್ಟತೆಗೆ ಸಿಕ್ಕಲಿಲ್ಲ. ಅಷ್ಟರಲ್ಲಿ ದುರ್ಯೋಧನ, 'ಮತ್ತೆ ಯಾರಾದರೂ ಮಾತನಾಡುವುದುಂಟೆ?' ಎಂದು ಸಭೆಯನ್ನು ಕೇಳಿದ. ಯಾರೂ ಸೂಚನೆ ಕೊಡಲಿಲ್ಲ. ಸ್ವಲ್ಪ ಹೊತ್ತು ಸಭೆ ನಿಶ್ಶಬ್ದವಾಯಿತು. ದುರ್ಯೋಧನ ಮಹಾರಾಜನೇ, 'ಕರ್ಣ, ನೀನು ಏನೂ ಹೇಳುವುದಿಲ್ಲವೆ?' ಎಂದ. ಕರ್ಣನಿಗೆ ಗೊಂದಲವೆನ್ನಿಸಿತು. ತಾನು ಮಾತನಾಡಬೇಕೆಂಬ ವಿಚಾರವೇ ಮನಸ್ಸಿನಲ್ಲಿ ಬಂದಿರಲಿಲ್ಲ. ಆದರೆ ರಾಜಸಭೆಯಲ್ಲಿ ತಾನು ಮಾತನಾಡಿಯೇ ಆಡುವ ರೂಢಿಯಿತ್ತು. ಆಡದಿದ್ದರೆ ಮಹಾರಾಜನೇ ಬಿಡುತ್ತಿರಲಿಲ್ಲ. ಆದರೆ

ಈ ದಿನ ಈ ದಿನ ಈ, ಏನು ಆಡುವುದು? ಮಹಾರಾಜನ ಅಭಿಪ್ರಾಯ ತನಗೆ ಸ್ಪಷ್ಟ ವಾಗಿದೆ. ಹಾಗೆ ನೋಡಿದರೆ ಪ್ರತಿಯೊಂದು ರಾಜಸಭೆ ಸೇರುವ ಮೊದಲೇ ತಾನು ಮಹಾರಾಜ ಶಕುನಿ ದುಶ್ಶಾಸನರು ಕೂಡಿ ನಿಶ್ಚಯಿಸುವುದು, ಅದನ್ನು ತಾನು ಸಭೆಯಲ್ಲಿ ಸಲಹೆ ಸೂಚನೆ ಅಥವಾ ನಿವೇದನೆ ಎಂಬ ರೂಪದಲ್ಲಿ ಮಂಡಿಸುವುದು; ಶಕುನಿ ದುಶ್ಶಾಸನರು ಅದನ್ನೇ ಸಮರ್ಥಿಸಿದನಂತರ ಮಹಾರಾಜನು ಒಪ್ಪಿ ಇಡೀ ಸಭೆಯು ಸಮ್ಮತಿಸಿದ ರೂಪಕೊಡುವುದು ಇಷ್ಟು ವರ್ಷಗಳು ಆಚರಣೆಗೆ ಬಂದ ವಿಧಾನ. ಈಗ ಕೂಡ ತಾನು ಮಾತನಾಡಬೇಕು. ಆಡದಿದ್ದರೆ ಸಭೆಯ ವಿಧಾನದಲ್ಲಿ ಏರುಪೇರಾಗುತ್ತದೆಂಬ ಅರಿವಾಗಿ ತಕ್ಷಣ ಎದ್ದುನಿಂತ. ಭೀಷ್ಮ ದ್ರೋಣ ವಿದುರರು ವಯಸ್ಸಾದವರೆಂಬ ಕಾರಣದಿಂದ ಕುಳಿತೇ ಆಡುತ್ತಿದ್ದರು. ಸಭಾಮರ್ಯಾದೆಯು ತನ್ನಿಂದ ಆರಂಭವಾಗುತ್ತಿತ್ತು.

ನೇರವಾಗಿ ಹೇಳಿದ: 'ಇದು ಕುರುಕುಲದ ಶುದ್ಧಿಯ ಪ್ರಶ್ನೆ. ನೇರವಾಗಿ ತಂದೆಗೆ ಹುಟ್ಟಿದ ಸಂತಾನವು ರಾಜ್ಯವನ್ನಾಳಬೇಕು. ನಿಯೋಗ ಎಂಬ ಹೆಸರಿನಲ್ಲಿ ಯಾರಯಾರದೋ ಮಕ್ಕಳನ್ನು ಮತ್ತೆ ಯಾರದೋ ಸಂತಾನವೆಂದು ಭಾವಿಸುವ ರೂಢನೀತಿ.....' ಎನ್ನುತ್ತಿರುವಾಗ ನಾಲಗೆ ಬೇರೆಯಾಯಿತು: ನಾಲಗೆಯಡಿಯ ಅಂತರಂಗ ಬೇರೆ ಹೇಗೋ ಹರಿದು ತೊಡಕು ಕಾಣಿಸಿಕೊಂಡಿತು. ನಿಯಂತೃವೇ ದಿಕ್ಕು ಕಳೆದುಕೊಂಡಾಗ ನಾಲಗೆ ತಡವರಿಸಿ ನಿಂತುಹೋಯಿತು. ಯಾವುದೋ ಮುನಿಯಿಂದ ಹುಟ್ಟಿದ ಮಗುವನ್ನು ಅವಿವಾಹಿತ ಹುಡುಗಿಯು ಸಾಯಿಸಲಾರದೆ ತನ್ನ ತಾಯಿಯ ದಾಸಿಗೆ ಕೊಟ್ಟಳು. ಮಕ್ಕಳಾಗಲಿಲ್ಲವೆಂದು ಅವಳನ್ನು ಗಂಡ ತೌರುಮನೆಗೆ ಓಡಿಸಿದ್ದ. ಅವಳು ಅವನ ಊರಿನ ಹತ್ತಿರಕ್ಕೆ ಬಂದು ಹೇಳಿಕಳಿಸಿ ಕರೆಸಿಕೊಂಡು ಇಂತಹ ಮಗು ಸಿಕ್ಕಿತು ತಂದಿದ್ದೀನಿ ನೋಡು ಎಂದು ತೋರಿಸಿದಾಗ ಅವನು ಎತ್ತಿ ತಬ್ಬಿಕೊಂಡ. ಹೆಂಡತಿಯನ್ನು ಅಕ್ಕರೆಯಲ್ಲಿ ಮುಳುಗಿಸಿ ಮಗುವನ್ನು ಕರೆತಂದು ಸೂರ್ಯದೇವನೇ ನಮಗೆ ಕರುಣಿಸಿದನೆಂದು ಕೇರಿಯವರಿಗೆ ಹೇಳಿದ. ಆ ಸೂತ ಅಧಿರಥನಿಗೆ ನಾನು ಸಕಲ ಸಂಸ್ಕಾರಗಳನ್ನೂ ಮಾಡುವ ಮಗನಾಗ ಬಹುದಾದರೆ ಸ್ವಂತ ಕ್ಷೇತ್ರದಲ್ಲಿ ಸ್ವಇಚ್ಛೆಯಿಂದ ಬೀಜ ಬಿತ್ತಿಸಿ ಪಡೆದ ಮಕ್ಕಳನ್ನು ಸಂತತಿಯಲ್ಲ ವೆಂದು ಹೇಗೆ ಹೇಳುವುದು? ಎದ್ದುನಿಂತ ಪ್ರಶ್ನೆಯು ನಾಲಗೆಯನ್ನು ಸುತ್ತುಹಾಕಿ ಬಿಗಿದು ನಿಲ್ಲಿಸಿತು. ಸಭೆಯು ನಿಶ್ಶಬ್ದವಾಗಿ ತನ್ನನ್ನೇ ನೋಡತೊಡಗಿತು. ಪೇಚಿನ ಭಾವ. ಮುಖ, ಕುತ್ತಿಗೆ ಹಣೆಗಳು ಬೆವರಿ ಒದ್ದೆಯಾದವು. ಅಷ್ಟರಲ್ಲಿ ದುಶ್ಶಾಸನ ಮೇಲೆ ಎದ್ದು, ಕರ್ಣ ನಿಲ್ಲಿಸಿದ ವಾಕ್ಯವನ್ನು ಮುಂದುವರಿಸಿ ಹೊಸ ಹೊಸ ವಾಕ್ಯಗಳನ್ನು ನಿರಾಯಾಸವಾಗಿ ಹೇಳತೊಡಗಿದ. ಪೇಚು ಕಳೆಯಿತು. ಆದರೆ ಕರ್ಣನ ಮನಸ್ಸು ಮದಡುಗಟ್ಟಿ ಮೌನವಾಗಿ ಹೋಗಿತ್ತು. ಭಾಷಣಕಾರರ ಕೈ, ತೋಳು ತುಟಿ ಬಾಯಿಗಳ ಚಲನೆ ಕಣ್ಣಿಗೆ ಬೀಳುತ್ತಿತ್ತು. ಶಬ್ದ ಕೇಳುತ್ತಿರಲಿಲ್ಲ. ಮಾತಿಲ್ಲದ ಸೂತ್ರದಗೊಂಬೆಯಾಟ ನೋಡುವವನಂತೆ ದಿಂಬು ಒರಗಿ ಕುಳಿತ. ಎಷ್ಟೋ ಹೊತ್ತು ದುಶ್ಶಾಸನನ ಮೂಕಾಭಿನಯವಾಯಿತು. ಅನಂತರ ಶಕುನಿಯದು. ಆಮೇಲೆ ದುರ್ಯೋಧನ ಮಹಾರಾಜನದು. ಅದೂ ಮೂಕಾಭಿನಯ. ನಡುವೆ ದೊಡ್ಡ ಮಹಾರಾಜ ಧೃತರಾಷ್ಟ್ರ ಬಾಯಿಹಾಕಿದಂತೆ ಭಾಸ. ಕೊನೆಗೆ ಭೀಷ್ಮ,

ಕೃಷ್ಣ, ಮಹಾರಾಜರುಗಳಲ್ಲಿ ಏನೋ ವಾಗ್ವಾದ. ಮಹಾರಾಜ ಎದ್ದುನಿಂತು ಇದ್ದಕ್ಕಿದ್ದಂತೆಯೇ ರಾಜನಿಷ್ಕ್ರಮಣ ದ್ವಾರದಿಂದ ಹೊರಟುಹೋದ. ದುಶ್ಶಾಸನ, ದುಸ್ಸಹ, ಅವನ ಸೋದರರು, ಶಕುನಿಯರೂ ಎದ್ದುಹೋದರು. ದುಶ್ಶಾಸನ ಮತ್ತೆ ಒಳಗೆ ಬಂದು ತನಗೆ ಸನ್ನೆ ಮಾಡಿದಾಗ ತಿಳಿಯಿತು. ತಾನೂ ಎದ್ದುನಿಂತು ಒಳಗೆ ಹೋಗಿ ಮಹಾರಾಜನ ಖಾಸಾ ಮಂತ್ರಾಲೋಚನೆಯ ಕೋಣೆಯಲ್ಲಿ ಕುಳಿತಾಗ ಸ್ವಲ್ಪ ಸ್ವಲ್ಪವಾಗಿ ಕಿವಿ ಕೇಳಲು ಶುರುವಾಯಿತು. ಆದರೆ ಗರಬಡಿದ ಮನಸ್ಸು ಸಾಮಾನ್ಯ ಸ್ಥಿತಿಗೆ ಬಂದಿರಲಿಲ್ಲ. ಮಹಾರಾಜನ ನಿಲುವನ್ನು ದುಶ್ಶಾಸನ ಶಕುನಿಗಳು ಪ್ರಬಲವಾಗಿ ಸಮರ್ಥಿಸಿದರು. ಕೃಷ್ಣನ ಮರುಳುಮಾತಿಗಿಂತ ಸತ್ಯನಿಷ್ಠವಾದ ಮಹಾರಾಜನ ಮಾತಿಗೆ ಬೆಲೆ ಹೆಚ್ಚು ಎಂದು ಹೊಗಳಿದರು. ಮಹಾರಾಜ ಕರ್ಣನ ಮುಖ ನೋಡಿದ. ಅವನಿಗೆ ಸಂದರ್ಭವೇ ಪೂರ್ತಿ ತಿಳಿಯದ ಸ್ಥಿತಿ.

'ಕರ್ಣ, ಯಾಕೆ ಹೀಗಾಗಿದ್ದೀಯ? ನಿನ್ನ ಭಾಷಣದ ಮೊದಲವಾಕ್ಯಕ್ಕೇ ತೊಡರಿ ನಿಲ್ಲಿಸಿದೆ?'

ಅವನಿಗೆ ಉತ್ತರ ತಿಳಿಯಲಿಲ್ಲ.

'ಮೈ ಸರಿ ಇಲ್ಲವೆ?'

'ತಲೆ ತಿರುಗು ಬಂತು.' ಎಂಬ ಉತ್ತರ ಹೊಳೆಯಿತು.

ಮಹಾರಾಜ ದಾಸಿಯರನ್ನು ಕೂಗಿದ. ಕರ್ಣನನ್ನು ಮೆತ್ತೆಯ ಮೇಲೆ ಮಲಗಿಸಿ ಹಣೆ ಮತ್ತು ಪಾರ್ಶ್ವಗಳಿಗೆ ಬಿಗಿಯಾಗಿ ತುಪ್ಪ ತಿಕ್ಕುವಂತೆ ಹೇಳಿದ. ಸೋಮರಸ ಮಿಶ್ರ ಮಾಡಿದ ಹಾಲು ಜೇನುಗಳನ್ನು ತರಲು ಅಜ್ಞಾಪಿಸಿದ.

ಇವೆರಡೂ ಕೂಡಿ ಕರ್ಣ ಎದ್ದು ಕೂರುವಂತಾದಾಗ ದುಸ್ಸಹ ಒಳಗೆ ಓಡಿಬಂದು ಹೇಳಿದ: 'ನೀವೆಲ್ಲ ಕೂಡಿ ದುರ್ಯೋಧನನನ್ನು ಹಿಡಿದು ಕಟ್ಟಿಹಾಕಿಬಿಡಿ; ಹಿರಿಯರಾದ ನೀವು ಅಧಿಕಾರ ಕೈಗೆ ತೆಗೆದುಕೊಂಡು ನಿಶ್ಚಯ ಮಾಡಿ; ಹಿಂದೆ ಪಾಂಡವರಿಗೆ ಖಾಂಡವಪ್ರಸ್ಥ ಕೊಟ್ಟು ಕಳಿಸುವ ತೀರ್ಮಾನ ಮಾಡಿ ಬಗೆಹರಿಸಿದವರು ನೀವೇ ಅಲ್ಲವೆ? ಈಗ ನೀವು ಸುಮ್ಮನಿದ್ದರೆ ಆರ್ಯಾವರ್ತ ಉಳಿಯುವುದಿಲ್ಲ ಅಂತ ಕೃಷ್ಣ ಹೇಳುತ್ತಿದ್ದಾನೆ. ಪಿತಾಮಹರು ಅದೇ ಸರಿ ಅಂದರು. ಅಪ್ಪ ಕೂಡ ತಲೆಹಾಕುತ್ತಿದ್ದಾನೆ.'

'ಹಾಗೋ!' ಎಂದು ದುರ್ಯೋಧನ ಒಂದು ನಿಮಿಷ ಯೋಚಿಸಿದ. 'ದುಸ್ಸಹ, ಹಗ್ಗ ತೆಗೆದುಕೊಂಡು ಬಾ. ಕೃಷ್ಣನನ್ನು ಕಟ್ಟಿ ಕಾರಾಗೃಹಕ್ಕೆ ಹಾಕೋಣ' ಎಂದು ಹೊರಗೆ ಹೋದ. ದುಶ್ಶಾಸನ ಶಕುನಿಯರು ಹಿಂಬಾಲಿಸಿದರು. ಕರ್ಣ ಎದ್ದುಹೋಗುವ ಸ್ಥಿತಿಯಲ್ಲಿರಲಿಲ್ಲ. ಕುಳಿತೇ ಇದ್ದ. ಅಲ್ಲಿ ಸಭಾಭವನದಲ್ಲಿ ಗಟ್ಟಿಯಾದ ಸದ್ದು. ಕೂಗಾಟ, ನಡುವೆ ಮಹಾರಾಜನ ಧ್ವನಿ. ದಡಬಡ ಸದ್ದು. ಅನಂತರ ನಿಶ್ಶಬ್ದ. ಸ್ವಲ್ಪ ಹೊತ್ತಿಗೆ ಮಹಾರಾಜ ಶಕುನಿ ದುಶ್ಶಾಸನರು ಹಿಂತಿರುಗಿದರು. ಮಹಾರಾಜನ ಮುಖದಲ್ಲಿ ಸಿಟ್ಟು ಉರಿಯುತ್ತಿತ್ತು. ತನ್ನ ಆಸನದಲ್ಲಿ ಧೊಪ್ಪನೆ ಕುಳಿತ.

ಅವನಿಗೆ ತಮ್ಮ ದುಶ್ಶಾಸನ ಹೇಳಿದ: 'ಒಡ್ಡೋಲಗದ ವೈಭವ ನೋಡಲು ಬಂದವರು ಅಂತ ಸುಳ್ಳು ಹೇಳಿದ. ಅಂಗರಕ್ಷಕರು ಅನ್ನುವ ಅನುಮಾನ ನಮಗೂ ಬರಲಿಲ್ಲ.'

ಈ ರಾತ್ರಿ ಊಟ ಮಾಡಿ ಮಲಗಿದ ತಕ್ಷಣ ನಿದ್ರೆ ಬಂತು. ಆದರೆ ಬಲು ಬೇಗ ಎಚ್ಚರವಾಯಿತು. ಯಾವುದೋ ಕನಸು. ಅಸ್ಪಷ್ಟ. ಸರಿಯಾಗಿ ಆಕಾರ ಕೂಡ ತಾಳುವ ಮೊದಲೇ ತಾನೇ ಎಚ್ಚರವಾಯಿತೋ, ಅಥವಾ ಕನಸು ನಿದ್ದೆಯನ್ನು ಕೆದಕಿ ಹಾಳುಮಾಡಿತೋ ಗೊತ್ತಾಗಲಿಲ್ಲ. ಉಕ್ಕಿಬಂದು ಮುಳುಗಿಸಿಕೊಳ್ಳುವ ನೀರಿನ ಕನಸೆ? ಹೌದು, ಅಲ್ಲ, ಎಂದು ಸ್ಪಷ್ಟವಾಗಿ ಹೇಳಲೂ ತಿಳಿಯುತ್ತಿಲ್ಲ. ಎಲ್ಲೋ ದೂರದಲ್ಲಿ ಕೊಳಲಿನ ಇಂಪು ಕೇಳುತ್ತಿದೆ. ಗೋಪಾಲಕೇರಿಯಿಂದ ಬರುತ್ತಿರಬೇಕು. ಇನ್ನೂ ಮಧ್ಯರಾತ್ರಿ ಕೂಡ ಆಗಿಲ್ಲ. ಕೇಳಲು ಹಿತವಾಗಿದೆ. ಮತ್ತೆ ಇಡೀ ರಾತ್ರಿ ನಿದ್ರೆ ಬರುವುದಿಲ್ಲವೋ ಏನೋ ಎಂದು ಹೊರಳುವಾಗ ಸಂಜೆ ಇದ್ದಷ್ಟು ಶಾರೀರಿಕ ಆಯಾಸವಿಲ್ಲವೆನ್ನಿಸಿತು. ನೆನ್ನೆ ರಾತ್ರಿ ಇದ್ದ ಮನಸ್ಸಿನ ಉದ್ವಿಗ್ನತೆ ಇಲ್ಲ. ಒಂದು ತೆರನಾದ ಸಮಾಧಾನ. ಜ್ವರ ಕಾಯ್ದು ಬಿಟ್ಟನಂತರ ಬಳಲಿಕೆಯಿದ್ದರೂ ಶರೀರದಲ್ಲಿ ಸಮಸ್ಥಿತಿಯಿರುವಂತಹ ಭಾವ. ಕೊಳಲು ನುಡಿಸುತ್ತಿರುವವನನ್ನು ಪತ್ತೆ ಮಾಡಿ ನಾಳೆ ಮನೆಗೆ ಕರೆಸಿ ಎದುರಿಗೆ ಬಾರಿಸಿಸಿ ಕೇಳಬೇಕು, ಊಹೂಂ, ರಾತ್ರಿಯೇ ಚನ್ನ, ನಾಳೆ ರಾತ್ರಿ ಕರೆಸಬೇಕು ಎಂದುಕೊಂಡು ಮನಸ್ಸನ್ನು ನಿಶ್ಶಬ್ದಗೊಳಿಸಿ ಮಲಗಿದ. ಕೊಳಲನ್ನು ರಾತ್ರಿಯ ಹೊತ್ತು ದೂರದಿಂದಲೇ ಕೇಳಬೇಕು, ಎದುರಿಗೆ ಕೂತು ಕೇಳಿದರೆ ಅದೇನೋ ಕಳೆದುಹೋಗುತ್ತದೆ ಎಂದು ಹೊಳೆಯಿತು. ಇಷ್ಟು ವರ್ಷ ಮನಸ್ಸಿನಲ್ಲಿ ಬೆಳೆದ ಮತ್ಸರ ಭಯ ದ್ವೇಷಗಳಿಂದ ನೋಡುವ ತನಕ ನಿನಗೆ ನನ್ನ ಮಾತು ತಿಳಿಯುವುದಿಲ್ಲ. ಇವೆಲ್ಲವನ್ನೂ ಕೊಡವಿಹಾಕಿ ಹೊಸ ಮನುಷ್ಯನಾಗು. ಈ ಯುದ್ಧ ತಪ್ಪಿಸುವುದೇನೂ ಕಷ್ಟವಲ್ಲ. ಹಾಂ, ಹೌದು, ಇದೇ ಮಾತನ್ನು, ಅಲ್ಲ ಇಂಥದೇ ಮಾತನ್ನು ನೆನ್ನೆ ಸಂಜೆ ನನ್ನ ರಥದಲ್ಲಿ ಕುಳಿತು ಹೇಳಿದ್ದ. ಈಗ ನೆನಪಾಗುತ್ತಿದೆ. 'ಕರ್ಣ, ನಿನ್ನ ಈ ಅರವತ್ತೈದು ವರ್ಷದ ಜೀವನವನ್ನು ಒಮ್ಮಿಂದೊಮ್ಮೆಗೇ ನಿರಾಕರಿಸಿ ಪೂರ್ತಿ ಹೊಸ ವ್ಯಕ್ತಿಯಾಗುವುದು ಹೇಗೆ ಸಾಧ್ಯ ಅಂತ ಅಲ್ಲವೆ ನಿನ್ನ ಪ್ರಶ್ನೆ? ಸೂತಜಾತಿಗೆ ಅನುಗುಣವಾಗಿ ಸಂಸ್ಕಾರಗಳಾಗಿ ಸೂತ ಹೆಂಡಂದಿರನ್ನು ಮದುವೆಯಾಗಿ ಮಕ್ಕಳು ಮೊಮ್ಮಕ್ಕಳಿಗೆ ಅದೇ ಜಾತಿಯ ಸಂಸ್ಕಾರ ವಾಗಿ, ದುರ್ಯೋಧನನೊಡನೆ ಇಷ್ಟು ಆಳವಾಗಿ ಬೇರುಬಿಟ್ಟ ಮೈತ್ರಿ ಬೆಳೆದು ಪಾಂಡವರೊಡನೆ ಅಷ್ಟೇ ಆಳವಾಗಿ ದ್ವೇಷ ಬೆಳೆದು, ಇವನ್ನೆಲ್ಲ ಇಲ್ಲವಾಗಿಸುವುದು ಸಾಧ್ಯವೆ ಅಂತ ಕೇಳು ತ್ತಿದ್ದೀಯ. ಸೂತಸಂಸ್ಕಾರ ಮೊದಲಾದುವೆಲ್ಲ ಬಾಹ್ಯಪರಿಕರಗಳ ಮಾತು. ನಿನಗೆ ಹೊಸದಾಗಿ ತಿಳಿದ ಹುಟ್ಟಿನ ಸತ್ಯವನ್ನು ನಿನ್ನಲ್ಲಿ ನೀನು ಒಪ್ಪಿಕೊ. ಅನಂತರ ಜಗತ್ತಿಗೆ ಉದ್ಘೋಷಿಸು. ಹಳೆಯ ಪರಿಸ್ಥಿತಿಯು ಸೃಷ್ಟಿಸಿ ಪೋಷಿಸಿದ ದ್ವೇಷ ಪ್ರೇಮಗಳು ಈಗಲೂ ಇರುತ್ತವೆಯೆ ನೋಡು. ಪರೀಕ್ಷೆ ಮಾಡು. ಹೊಸ ಮನುಷ್ಯನಾಗು.....' ಇನ್ನೂ ಅದೆಷ್ಟೋ ಹೇಳಿದ. ನೆನಪು ಹತ್ತುವುದಿಲ್ಲ. ಕಾನೀನ ಪುತ್ರನ ಸಂಗಡವೇ ಪಾಂಡುಮಹಾರಾಜನು ಕುಂತಿಯನ್ನು ಮದುವೆಯಾಗಿದ್ದರೆ, ಮಕ್ಕಳಿಲ್ಲವೆಂದು ಕೊರಗಿ ಹಿಮವತ್ಪರ್ವತಕ್ಕೆ ಹೋಗಿ ಯಾವುದೂ ಇಲ್ಲದೆ ನಾನೇ ಪಾಂಡುಮಹಾರಾಜನ ಏಕೈಕ ಪುತ್ರನಾಗುತ್ತಿದ್ದೆ. ದುರ್ಯೋಧನನಿಗೂ

ಅಣ್ಣ ಹನ್ನೆರಡು ವರ್ಷಕ್ಕೆ. ನಾನು ಕುರುಕುಲದ ಏಕೈಕ ಅಧಿಪತಿಯಾಗಿ ದುರ್ಯೋಧನನು ಯುವರಾಜನಾಗಿ ಮಂಪರು ಬಂದಂತಾಗಿ ಕನಸು. ಧರ್ಮ ಭೀಮಾದಿಗಳು ಹುಟ್ಟಿದರೂ ಹಿರಿಯನ ಸೇವೆ ಮಾಡಿ ನನ್ನಿಂದಲೇ ರಾಜಸೂಯ ಮಾಡಿಸುತ್ತಿದ್ದರೇನೋ! ಅಥವಾ ದುರ್ಯೋಧನನ ಪ್ರಥಮ ಶತ್ರು ನಾನೇ ಆಗುತ್ತಿದ್ದೆನೋ! ಎತ್ತಲಿಂದ ಎತ್ತಲೋ ತಿರುಗುತ್ತಿದೆ. ಕೊಂಬೆಯನ್ನು ಬಿಟ್ಟು ಮೇಲೆ ಹಾರಿದ ಹಕ್ಕಿಗೆ ಆಧಾರವೂ ತಪ್ಪಿ ದಿಕ್ಕೂ ತಪ್ಪಿ, ಹಾರುವುದು ಮಾತ್ರ ನಿಲ್ಲುವುದಿಲ್ಲ. ನಿದ್ರೆ ಬರುತ್ತಿಲ್ಲ. ಹೊಸ ಸಂಬಂಧ ಹೇಳಿದರೆ ದುರ್ಯೋಧನನಿಗೆ ಹೇಗಾಗಬಹುದು? ಹಾಗಾದರೆ ಇಂದ್ರಪ್ರಸ್ಥದ ಅಧಿಪತಿ ನೀನು ಅವರಲ್ಲ ಎನ್ನುತ್ತಾನೆಯೆ? ಆದರೆ ನನ್ನೊಡನೆ ಅವರೂ ಇರುತ್ತಾರೆಂಬುದು ಅವನಿಗೆ ಗೊತ್ತಿರುವುದಿಲ್ಲವೆ? ಹುಚ್ಚು. ಅವರು ಪಾಂಡುವಿನ ಹೆಸರಿಗೆ ಹುಟ್ಟಿದವರು. ನಾನು ಬರೀ ಕಾನೀನ. ಪಾಂಡುವಿನ ಹೆಸರಿಗೆ ವರ್ಗಾಯಿಸುವ ಸಮ್ಮತಿ ಸಂಸ್ಕಾರಗಳಿಲ್ಲದೆ ಹೊರಗೆ ಎಸೆಯಲ್ಪಟ್ಟವನು. ಈಗ ಇದ್ದಕ್ಕಿದ್ದಂತೆಯೇ ಅಣ್ಣ ತಮ್ಮಂದಿರಾಗುವುದು ಹೇಗೆ? ಅರವತ್ತೈದು ವರ್ಷ ಗಟ್ಟಿಹಿಡಿದ ಅನುಭವವನ್ನು ಕಲಸಿ ಮುದ್ದೆ ಮಾಡಿ ತದ್ವಿರುದ್ಧವಾದ ಆಕೃತಿ ಕೊಡುವುದು ಸಾಧ್ಯವೆ? ಜೀವನವೆಂದರೆ ಕಲಸಿದ ಮಣ್ಣಿನಷ್ಟು ಸುಲಭ ವಸ್ತುವಲ್ಲ. ಕೃಷ್ಣ ಏನೋ ಹೇಳಿಬಿಡುತ್ತಾನೆ. ನನ್ನ ಪರಿಸ್ಥಿತಿಯಲ್ಲಿ ಅವನು, ತಾನು ಹೇಳಿದಂತೆ ಮಾಡುತ್ತಿದ್ದನೆ? ಯಾರಿಗೆ ತಾನೆ ಸಾಧ್ಯ? ದುರ್ಯೋಧನ ಮಹಾರಾಜನ ಸ್ವಭಾವ ನನಗೆ ಗೊತ್ತಿದೆ. 'ಕರ್ಣ, ನನ್ನ ದೊಡ್ಡ ಆಧಾರವಾದ ನೀನು ವಿರೋಧಪಕ್ಷಕ್ಕೆ ಜಿಗಿದೆ. ನಾನಂತೂ ಯುದ್ಧ ಮಾಡುವವನು. ಆದರೆ ನಿನ್ನ ಮೇಲೆ ಮಾಡುವಂತಾದುದು ದುರ್ದೈವ' ಎನ್ನುತ್ತಾನೆ. ಇಷ್ಟು ದಿನ ಜೊತೆಯಲ್ಲಿ ಸಖ್ಯವನ್ನುಂಡು ಬೆಳೆದ ನಾವು ಈಗ ಒಬ್ಬರ ಮೇಲೊಬ್ಬರು ಕಾಯುವುದೆ? ಅಥವಾ ನಾನು ಯಾರ ಪಕ್ಷವನ್ನೂ ವಹಿಸುವುದಿಲ್ಲವೆಂದು ದೇಶತ್ಯಾಗ ಮಾಡಿ ಹೋದರೆ? ಸಮಸ್ಯೆಗೆ ಪರಿಹಾರ ಸಿಕ್ಕಿತು. ಅರವತ್ತೈದಾಯಿತು. ಊರು ಮನೆಗಳನ್ನು ಬಿಟ್ಟು ಯಾವು ದಾದರೂ ಅರಣ್ಯದ ನಡುವೆ ಪರ್ಣಕುಟಿ ಕಟ್ಟಿಕೊಂಡು, ಸರಿ ನಿವೃತ್ತಿಯೇ ನನಗೆ ತಕ್ಕ ದಾರಿ ಎಂಬ ನಿಶ್ಚಯದಿಂದ ಸಮಾಧಾನದ ನೀಳ ಉಸಿರು ಬಿಟ್ಟು ಎಡಮಗ್ಗುಲಿಗೆ ಹೊರಳಿದ. 'ಅಪ್ಪ, ಇವತ್ತೂ ನಿದ್ದೆ ಬರುತ್ತಿಲ್ಲವೆ?' ಸ್ವಲ್ಪ ದೂರದಲ್ಲಿ ಮಲಗಿದ್ದ ಸುಷೇಣ ಕೇಳಿದ. ತನ್ನ ತಲೆಯಲ್ಲಿ ಕಡೆಯುತ್ತಿರುವ ಪ್ರಶ್ನೆಗಳಿಗೆ ಒಂದು ಉತ್ತರ ಹುಡುಕಿಯೇಬಿಡ ಬೇಕೆಂಬ ಪ್ರಯತ್ನಕ್ಕೆ ಮಗನೊಡನೆ ಮಾತನಾಡಿದರೆ ಅಡಚಣೆಯಾಗುವುದೆಂದು ತಕ್ಷಣ ಹೊಳೆದು ಕರ್ಣ ಮಾತನಾಡಲಿಲ್ಲ. ನಿವೃತ್ತಿಯೇ ತಕ್ಕ ದಾರಿ ಎಂದು ಇನ್ನೊಮ್ಮೆ ಸಮರ್ಥಿಸಿ ಕೊಳ್ಳುವಾಗ ನಾನೊಬ್ಬ ತಪ್ಪಿಸಿಕೊಂಡು ಓಡಿ ಹೋಗಬಹುದು, ಆದರೆ ಜಗತ್ತಿಗೆ ಉದ್ಘೋಷಿಸಿ ದಂತಾಗುವುದಿಲ್ಲವೆನ್ನಿಸಿತು. ಎಲ್ಲರಿಗೂ ಹೇಳಿಯೇ ಹೊರಟುಹೋದರೆ ಪರಿಹಾರ ಪೂರ್ಣ ವಾಗುತ್ತೆ. ಎದ್ದುನಿಂತು ಹೇಳಲು ಮನಸ್ಸಿಗೆ ಸ್ವಲ್ಪ ಕಷ್ಟವಾಗುತ್ತದೆ ನಿಜ; ಆದರೆ ಸರ್ವವನ್ನೂ ತ್ಯಾಗ ಮಾಡಿ ಹೊರಡುವವನಿಗೆ ಇದೆಂತಹ ಕಷ್ಟ? ನಿಶ್ಚಯದ ಮುಂದೆ ಇವೆಲ್ಲ ಏನು ಎಂದುಕೊಂಡಾಗ ಪರಿಹಾರವು ಖಚಿತವಾಯಿತು. ಸುಷೇಣ ಮಗ್ಗುಲು ಹೊರಳಿದ. ಅವನಿಗೂ ನಿದ್ದೆ ಬಂದಿಲ್ಲ. ಅಥವಾ ಅವನಿಗೇನಾದರೂ ನನ್ನ ತೊಳಲಿಕೆಯ ಕಾರಣದ

ಸೂಕ್ಷ್ಮ, ಇಲ್ಲ ಇಲ್ಲ, ತಿಳಿಯುವ ಸಂಭವವಿಲ್ಲ. ನಾನು ಬೇಡವೆಂದರೂ ರಾತ್ರಿ ನನ್ನೊಡನೆಯೇ ಮಲಗುತ್ತಾನೆ. ಮಗನೆಂದರೆ ಅವನು. ಅಂತಸ್ತಿಗೆಂದು ದುರ್ಯೋಧನ ಮಹಾರಾಜ ಕಟ್ಟಿದ ಆ ಹೆಂಡಿರೆಲ್ಲ ಉಂಡು ಹಿಂದಿನ ಹಜಾರದಲ್ಲಿ ಸಾಲಾಗಿ, ಏನು ಅವಿವೇಕ ಮಾಡಿ ಸಿದ ಮಹಾರಾಜ ಎಂದುಕೊಳ್ಳುವಾಗ, ಖಚಿತವೆನಿಸಿದ್ದ ಪರಿಹಾರವು ಒಡೆದುಹೋಯಿತು. ನನ್ನ ಹುಟ್ಟನ್ನು ಜಗತ್ತಿಗೆ ಉದ್ಘೋಷಿಸಿ ನಾನು ಹೊರಟುಹೋಗಬಹುದು. ನನ್ನ ಎಲ್ಲ ಮಕ್ಕಳು ಮೊಮ್ಮಕ್ಕಳ ಸಂಬಂಧ ಏನಾದೀತು? ಎಲ್ಲರೂ ದುರ್ಯೋಧನ ಮಹಾರಾಜನ ಸೇವೆಯಲ್ಲಿ ಇರುವವರು. ಅವರು ಸ್ವಂತ ಚಿಕ್ಕಪ್ಪಂದಿರಾದ ಪಾಂಡವರ ಮೇಲೆ ಕಾಯುತ್ತಾರೆಯೆ! ಮಹಾರಾಜ ಅವರನ್ನು ನಂಬುತ್ತಾನೆಯೆ? ಅಥವಾ ಪಾಂಡವರ ಪಕ್ಷ ಸೇರಿ ಇದುವರೆಗೆ ತಮ್ಮ ದಣಿಯಾಗಿದ್ದ ಮಹಾರಾಜನ ಮೇಲೆ, ಅಥವಾ ನನ್ನಂತೆ ಕಾಡಿನಲ್ಲಿ ಪರ್ಣಶಾಲೆ ಕಟ್ಟಿಕೊಂಡು, ಥೂ, ಹೇಗೆ ಹೋದರೂ ತೊಡಕು. ಕೃಷ್ಣ ತಲೆದೂಗುವಂತೆ ಮಾತನಾಡುತ್ತಾನೆ ಎನ್ನಿಸಿತು. ಮತ್ತೆ ಮಗ್ಗುಲು ಬದಲಾಯಿಸಬೇಕೆನಿಸಿದರೂ, ತಾನು ಎಚ್ಚರವಾಗಿರುವುದು ಸುಷೇಣನಿಗೆ ತಿಳಿಯಬಾರದೆಂದು ಹಾಗೆಯೇ ಮಲಗಿದ. ಉಸಿರನ್ನೂ ಹಿಡಿತದಲ್ಲಿ ಇಟ್ಟುಕೊಂಡ. ಕೊಳಲು ಕೇಳುತ್ತಿದೆ. ದೂರದಿಂದ. ಒಮ್ಮೊಮ್ಮೆ ಸ್ಪಷ್ಟವಾಗಿ ಕೇಳುತ್ತದೆ ಗಾಳಿ ಆ ಕಡೆಯಿಂದ ಬೀಸಿದಾಗ. ಯಾವ ಕಡೆಯಿಂದ ಬೀಸುತ್ತಿದೆಯೋ ಗೊತ್ತಾಗುತ್ತಿಲ್ಲ. ಚಳಿಗಾಲ ಹತ್ತಿರವಾಗುತ್ತಿದೆ. ಕಿಟಕಿಗಳನ್ನು ಮುಚ್ಚಿದೆ. ಕೊಳಲದನಿಯು ದೂರ ದೂರದ ನೆನಪನ್ನೆಲ್ಲ ಎಬ್ಬಿಸುತ್ತಿದೆ. ಸಭೆಯಲ್ಲಿ ಮಾತು ತಿಳಿಯದೆ, ಹೌದು ಅವರು ಕುರುಕುಲಕ್ಕೆ ಸೇರಿದವರೇ ಅಲ್ಲವೆನ್ನುವುದು ತಪ್ಪು. ನಾಳೆ ಮಹಾರಾಜನನ್ನು ಕಂಡು ಒಂದು ಮಾತು ಸ್ಪಷ್ಟವಾಗಿ ಹೇಳಬೇಕು: 'ಮೊದಲ ಸಲ ಜೂಜಿನಲ್ಲಿ ಎಲ್ಲವನ್ನೂ ಸೋತಾಗಲೇ ಇಂದ್ರಪ್ರಸ್ಥವು ನನ್ನದಾಯಿತು. ನಮ್ಮಪ್ಪ ಬುದ್ಧಿ ಇಲ್ಲದೆ ಅವರಿಗೆ ಹಿಂತಿರುಗಿಸಿದ ಮೇಲೆ ವನವಾಸ ಅಜ್ಞಾತವಾಸದ ಪಣವಿಟ್ಟು ಮತ್ತೆ ಆಡಿ ಗೆದ್ದೆ. ವಾಸ್ತವವಾಗಿ ನಾನು ಮಹಾರಾಜನಾಗಿರುವಾಗ ನಾನು ಗೆದ್ದದ್ದನ್ನು ಅವರಿಗೆ ವರವಾಗಿ ಹಿಂತಿರುಗಿಸಲು ನಮ್ಮಪ್ಪನಿಗೆ ಅಧಿಕಾರವಿರಲಿಲ್ಲ. ನಾನು ರಾಜ್ಯ ಹಿಂತಿರುಗಿಸುವುದಿಲ್ಲ ಅನ್ನು. ಆದರೆ ಅವರು ಈ ಕುಲಕ್ಕೆ ಸೇರಿದವರೇ ಅಲ್ಲವೆಂದರೆ ಧರ್ಮಸಮ್ಮತವಾಗುವುದಿಲ್ಲ.' ಹೇಳಬೇಕು. ಕೇಳುತ್ತಾನೆಯೇ ಮಹಾರಾಜ? ನಿಯೋಗ ಸಂತತಿಯು ಸಿಂಧುವಲ್ಲವೆಂದರೆ ಎಷ್ಟು ಜನ ಮಿತ್ರರಾಜರು ಒಪ್ಪುತ್ತಾರೆ? ಮಗನಿಗೆ ಪಟ್ಟವಾದ ನಂತರ ಆಡಳಿತದಲ್ಲಿ ತಲೆಹಾಕಲು ಅಪ್ಪನಿಗೆ ಅಧಿಕಾರವಿಲ್ಲವೆಂದರೆ ಎಷ್ಟು ಜನರಿಗೆ ಹಿತವಾಗುತ್ತದೆ? ಎಷ್ಟು ಜನರಿಗೆ ಅಹಿತವಾಗುತ್ತದೆ? ಇವೆಲ್ಲದರ ಲೆಕ್ಕ ಹಾಕದೆ ಮಹಾರಾಜ ಕೇಳಿಬಿಡುವುದಿಲ್ಲ. ಆದರೆ ನಾನು ಹೇಳುವುದಂತೂ ಹೇಳಬೇಕು ಎಂಬ ನಿಶ್ಚಯದೊಡನೆ ಸ್ವಲ್ಪಮಟ್ಟಿನ ಸಮಾಧಾನವಾದರೂ ಆಯಿತು. ಸದ್ದಾಗದಂತೆ ಬಲಮಗ್ಗುಲಿಗೆ ಹೊರಳಿ ಮಲಗಿದ. ಕೊಳಲಧ್ವನಿ ಕೇಳುತ್ತಿತ್ತು. ದೂರದೂರದ ನೆನಪುಗಳು, ಜೊತೆಗೆ ಮಂಪರಿನಂತಹ ನಿದ್ದೆ ಒಂದರೊಳಗೊಂದು ಬೆರೆತು, ನಿಧಾನವಾಗಿ ಉಕ್ಕುವ ಹಾಲಿನಂತೆ ಒಳಗಿನಿಂದ ಏರುತ್ತಿತ್ತು. ಕೊಳಲನುಡಿತವನ್ನು ಮುಚ್ಚಿಬಿಡುವ ಪೂರ್ಣ ನಿದ್ದೆಯಲ್ಲ. ಅಥವಾ ಕನಸೊ? ನರಗಳು, ಮಾಂಸಖಂಡ, ಕಾಲು ಕೈ ಭುಜಗಳ ಸಂದುಗಳನ್ನು

ಸಡಿಲ ಬಿಟ್ಟು ಇಡೀ ದೇಹವನ್ನು ನಿದ್ದೆಗೆ ಆನಿಸಿ ಮಲಗಿದ. ನಿದ್ದೆ ಬಂತು. ಚನ್ನಾದ ನಿದ್ರೆ. ಅನಂತರ ಹಿತವಾದ ಚಿತ್ರ, ದೂರದ ನೀರಿನ ಮೇಲೆ ಮೂಡಿಬಂದಂತೆ. ದೊಡ್ಡ ಸಭಾಭವನ. ಸಾವಿರ ಕಂಭಗಳು. ನಡುವೆ ಸಿಂಹಾಸನ. ಅದರ ಮೇಲೆ ಮಂಡಿಸಿರುವ ತಾನು. ಪಕ್ಕದಲ್ಲಿ ಇನ್ನೊಂದು ಪುಟ್ಟ ಸಿಂಹಾಸನ. ಅದರಲ್ಲಿ ಧರ್ಮಜ. ಅದು ಕಲಸಿ ದೊಡ್ಡದಾದ ವನ. ನುಗ್ಗಿ ನಡೆಯುವ ಸೈನ್ಯ. ನಡುವೆ ರಥದ ಮೇಲೆ ತಾನು. ಕುದುರೆಯ ಮೇಲೆ ಕುಳಿತು ಬಂದ ಅರ್ಜುನ ಕೂಗಿ ಹೇಳುತ್ತಾನೆ, 'ಅಣ್ಣ, ಮಹಾರಾಜನಾದ ನೀನು ಹೀಗೆ ಸ್ವತಃ ಬಂದರೆ ರಾಜ್ಯದ ಮರ್ಯಾದೆ ಏನಾದೀತು? ನಾವಿಲ್ಲವೆ, ನೀನು ಹಿಂತಿರುಗು.' ನನ್ನಂತೆಯೇ ಉದ್ದವಾದ ತೋಳುಗಳು. ಎತ್ತರವಾದ ಬಿಲ್ಲು. ಎರಡು ಬಿಲ್ಲುಗಳೂ ತಮಗೆ ತಾವೇ ಜೊತೆಯಲ್ಲಿ ನಿಲ್ಲುತ್ತವೆ. ಜೋಡಿ ಕೂಡುತ್ತವೆ. ಅಂಟಿಕೊಳ್ಳುತ್ತವೆ. ಕೊನೆಗೆ ಕರಗಿ ಒಂದೇ ಆಗುತ್ತವೆ. ಎಷ್ಟು ದೊಡ್ಡ ಬಿಲ್ಲು! ಎರಡು ಆಳು ಕೈ ಎತ್ತಿ ಒಬ್ಬನ ಮೇಲೆ ಒಬ್ಬ ನಿಂತಷ್ಟು ಎತ್ತರ. ಅದಕ್ಕೆ ಗಟ್ಟಿ ಹೆದೆ. ಅರ್ಜುನ, ತಾನು, ಇಬ್ಬರೂ ಹೆದೆಯ ಒಂದೊಂದು ಭಾಗದಿಂದ ಒಟ್ಟೊಟ್ಟಿಗೇ ಬಾಣ ಹೊಡೆಯುತ್ತೇವೆ. ಎಂತಹ ಪ್ರಚಂಡವೇಗ! ದೇಶದೇಶಗಳನ್ನು ಸೀಳಿ ಕೊಂಡು ಹೋಗುವ ಲೋಹದ ತಲೆಯ ಬಾಣಗಳು. ಭುಜದೆತ್ತರದ ಬಿಳಿಗುದುರೆ ನೂರಾರು ನಾಡುಗಳಲ್ಲಿ ಸ್ವೇಚ್ಛೆಯಾಗಿ ಅಲೆಯುತ್ತಿದೆ. ಅದರ ಹಿಂದೆ ಈ ದೊಡ್ಡ ಬಿಲ್ಲು. ಅದರೊಳಗಿನಿಂದ ಕಾಣುವ ದ್ರೌಪದಿ. ಅದೆಂತಹ ಲಾವಣ್ಯ. ಪ್ರಪಂಚವನ್ನೇ ಆಕರ್ಷಿಸುವ ಆತ್ಮವಿಶ್ವಾಸದ ನಿಲುವು. ಅವಳ ತಲೆಯ ಮೇಲೆ ತಿರುಗುವ ಮತ್ಸ್ಯಯಂತ್ರ. ಕೆಳಗೆ ತೊಟ್ಟಿ ಯಲ್ಲಿ ನಿಶ್ಚಲವಾಗಿ ನಿಂತ ಕನ್ನಡಿಯಂತಹ ನೀರು. ಬಿಲ್ಲು ಹಿಡಿದು ಯಂತ್ರವನ್ನು ಹೊಡೆದು ಕೆಡವಲು ತಾನು ನಿಂತಿದ್ದೇನೆ. 'ಇವನು ಸೂತನಲ್ಲವೆ?' ಸೊಕ್ಕಿನ ಹುಡುಗಿ ಸಖಿಯನ್ನು ಕೇಳುತ್ತಾಳೆ. 'ಕ್ಷತ್ರಿಯ ಕನ್ಯೆಗೆ ಎಂತಹ ಅಪಮಾನ. ಅಣ್ಣ, ಈ ಕ್ಷತ್ರಿಯ ವಿವಾಹ ಸಭೆಯಲ್ಲಿ ಇವನಿಗೆ ಪ್ರವೇಶ ಕೊಟ್ಟವರಾರು?' 'ಇವನು ನನ್ನ ಸಮ,' ದುರ್ಯೋಧನ ಮಹಾರಾಜನ ಧ್ವನಿ. ಕೋಲಾಹಲ. ಗುಜುಗುಜು ಸದ್ದು. ಬಾಗಿಸಿದ ಬಿಲ್ಲನ್ನು ಹಾಗೆಯೇ ಬಿಟ್ಟು, ಎಂತಹ ತಿರಸ್ಕಾರ ಅವಳ ಮುಖದಲ್ಲಿ! ತುಂಬಿದ ಸಭೆ. ನೋಡುತ್ತಾ ಕುಳಿತ ರಾಜಗಡಣ. ಎದುರಿನ ಬ್ರಾಹ್ಮಣ ಸಭೆ. ಕತ್ತು ಬಗ್ಗಿಸಿ ನಿಂತ ತನಗೆ ಯಾರೋ ಒಂದು ಆಸನ ತಂದು ಹಾಕುತ್ತಾರೆ. ತಾನು ಅದರ ಮೇಲೆ ಕುಳಿತು ಕಾಲು ಚಾಚಿದ್ದೇನೆ. ಎದುರಿಗೆ ಆ ಸೊಕ್ಕಿನ ಹೆಣ್ಣು. 'ದುಶ್ಶಾಸನ, ಅವರು ತಮ್ಮ ವಾಸ್ತವ ಸ್ಥಿತಿಯನ್ನು ಅರ್ಥ ಮಾಡಿಕೊಂಡರು. ಆದರೆ ದಾಸಿಯು ರಾಜವಸ್ತ್ರ ಧರಿಸಿರುವುದು ಸಮಸ್ತ ರಾಜಕುಟುಂಬಗಳಿಗೂ ಅಪಮಾನ. ಸೀರೆ ಕಳಚಿ ತುಂಡುಸೀರೆ ಉಡುವಂತೆ ಹೇಳು. ಇಲ್ಲವೆನ್ನುತ್ತಾಳೆಯೆ? ನೀನೇ ಎಳೆದು ಕಿತ್ತು ಹಾಕು. ಬೆತ್ತಲಾದರೂ ಚಿಂತೆ ಇಲ್ಲ. ತನ್ನ ಮಾನದ ಮೇಲೆ ತನಗೇ ಕಳಕಳಿ ಇಲ್ಲದಿದ್ದರೆ ನೀನ್ಯಾಕೆ ಅಂಜಬೇಕು?' ಕೋಲಾಹಲ. ಗುಜುಗುಜು. ಅವಳು ಬಾಗುವುದಿಲ್ಲ. 'ಥೂ, ಥೂ ಸೂತ, ನೀನು ನನ್ನನ್ನು ನಿನ್ನ ಜಾತಿಯ ಹೆಣ್ಣನ್ನಾಗಿ ಮಾಡಲಾರೆ,' ತಕತಕ ಕುಣಿಯಲು ಆರಂಭಿಸುತ್ತಾಳೆ ತಾನು ಉಟ್ಟ ಮಿಂಚುವ ರಾಜವಸ್ತ್ರವೆಲ್ಲ ಹಾರಾಡುವಂತೆ. ಸೊಕ್ಕಿನ ಹೆಜ್ಜೆಗಳು. ಬೀಭತ್ಸ ನಗಾರಿಯ ಸದ್ದು. ಬಡಿಯುತ್ತಿರುವವನು ಭೀಮ. ಅರ್ಜುನ ಕೊಳಲೂದು

ತ್ತಿದ್ದಾನೆ. ದೂರದಿಂದ ಉಲಿಯುವ ಕೊಳಲಲ್ಲ. ಎದುರಿಗೇ ಕಿವಿಯ ಮೇಲೆ ಬಡಿಯುವ ಅಸಹ್ಯ ನುಡಿತ. ಥೂ, ಎಂದು ಎಚ್ಚರವಾಯಿತು. ಕೊಳಲು ನಿಂತಿದೆ. ಎಷ್ಟು ಹೊತ್ತಾಗಿದೆಯೋ! ಕನಸು ಎಂದು ಎಚ್ಚರವಾದ ತಕ್ಷಣ ಗೊತ್ತಾಯಿತು. ಕನಸೋ ನೆನಪೋ ಎಂಬ ಅನುಮಾನ ಬಂತು. ನಿದ್ದೆಬಂದಿತ್ತಲ್ಲ, ನೆನಪು ಹೇಗಾಗುತ್ತದೆ ಎಂಬ ಅನುಮಾನ. ಹಾಗಾದರೆ, ಯಾವುದೆಂಬ ನಿಶ್ಚಯವಾಗಲಿಲ್ಲ. ಎಷ್ಟು ಹೊತ್ತಾಗಿದೆಯೋ ಎಂದುಕೊಳ್ಳುವಾಗ ಜಲಬಾಧೆಗೆ ಏಳಬೇಕೆನ್ನಿಸಿತು. ಸುಷೇಣನಿಗೆ ಎಚ್ಚರವಾಗಿ ಕೇಳುತ್ತಾನೆ ಎನ್ನಿಸಿದರೂ ಹೊದೆದ ಕಂಬಳಿ ಕವುಚಿಕೊಂಡು ಎದ್ದು ಬಾಗಿಲು ತೆಗೆದು ಹೊರಗೆ ಬಂದ. ಬಾಗಿಲಿನಲ್ಲಿ ಮಲಗಿದ್ದ ನಾಯಿ ಎದ್ದು ಕಿವಿಗಳನ್ನು ಪಟಪಟನೆ ಒದರಿತು. ಹತ್ತಿರ ಬಂದು ಕಾಲಿಗೆ ತೊಡರಿತು. ಜಲಬಾಧೆ ಮುಗಿದನಂತರ ಕತ್ತೆತ್ತಿ ನೋಡಿದ. ಆಕಾಶದಲ್ಲಿ ಬೂದುಬೂದು. ನಕ್ಷತ್ರ ಸರಿಯಾಗಿ ಕಾಣಿಸಿತು. ಆದರೂ ಬೆಳಕು ಹರಿಯಲು ಹೆಚ್ಚು ಹೊತ್ತಿಲ್ಲವೆಂಬ ಭಾವನೆ. ಮಲವಿಸರ್ಜನೆಗೆ ಹೋಗಬೇಕೆನ್ನಿಸಿತು. ಬಾಗಿಲು ಮುಂದೆ ಮಾಡಿಕೊಂಡು ನದಿಯ ಕಡೆಗೆ ಹೊರಟ. ನಾಯಿಯ ಮೃದುವಾದ ಓಡುಹೆಜ್ಜೆಗಳ ಸದ್ದು ಹಿಂದಿನಿಂದ ಕೇಳುತ್ತಿತ್ತು. ಊರನ್ನು ದಾಟಿ ಜೊಂಡಿನ ಮರೆಯಲ್ಲಿ ವಿಸರ್ಜನೆ ಮುಗಿಸಿ ಸೂತಘಟ್ಟಕ್ಕೆ ಬಂದಾಗ, ಮಸುಕು ಮಸುಕಾದರೂ ಎಲ್ಲವೂ ಕಾಣುತ್ತಿತ್ತು. ನೆನ್ನೆ ಇನ್ನಷ್ಟು ಹೊಸ ಮರಗಳನ್ನು ತಂದುಹಾಕಿದ್ದಾರೆ. ಕೆತ್ತಿದ ಕೊಯ್ದ ಸಿಪ್ಪೆ ಹೊಟ್ಟುಗಳು ಇನ್ನಷ್ಟು ರಾಶಿ ಬಿದ್ದಿವೆ. ನೆನ್ನೆ ಹೆಚ್ಚು ಕೆಲಸ ಮಾಡಿದ್ದಾರೆ. ಕರ್ಣ ಹೋಗಿ ನದಿಯ ದಂಡೆಯಲ್ಲಿ ಸುಮ್ಮನೆ ಕುಳಿತ. ನಾಯಿ ಮರದ ಹೊಟ್ಟನ್ನು ಮುಂದಿನ ಬಲಗಾಲಿನಲ್ಲಿ ಕೆದಕಿ ನಡುವೆ ಸಣ್ಣ ಗುಂಡಿ ಮಾಡಿಕೊಂಡು ಅದಕ್ಕೆ ಎದೆಯನ್ನು ಕೊಟ್ಟು ಬೆಚ್ಚಗೆ ಮಲಗಿತು. ನೀರಿನ ಮೇಲ್ಮೈ ಸಮತಟ್ಟಾದ ಹಲಗೆಯಂತಿದೆ. ಸದ್ದು ಗದ್ದಲವಿಲ್ಲ. ನೀರವ. ಸ್ವಲ್ಪ ಹೊತ್ತು ಹಾಗೆಯೇ ಕುಳಿತಿದ್ದ ಕರ್ಣ, ಎದ್ದು ಮರಳಿನ ಮೇಲೆ ಸ್ವಲ್ಪ ವೇಳೆ ಅಂಗಸಾಧನೆ ಮಾಡಿದ. ನೀಳ ಉಸಿರು ಬಂದು ಮೈ ಬೆವರಿತು. ಹಿಂದಿನ ದಿನ ಮತ್ತು ರಾತ್ರಿಗಳ ಜಡರು ಕಳೆದಂತೆ ಎನಿಸಿ ಲವಲವಿಕೆ ಮೂಡಿತು. ನೀರಿಗಿಳಿದು ಮುಳುಕುಹಾಕಿದ. ಸ್ವಲ್ಪ ದೂರ ಈಜಿ ಹೋದ. ನೆನ್ನೆಯಷ್ಟಲ್ಲದಿದ್ದರೂ ಒಳಗೇ ಎಳೆಯುತ್ತಿತ್ತು. ಲವಲವಿಕೆಯಿಂದಿದ್ದ ತೋಳುಗಳನ್ನು ಬಗೆದು ಸದ್ದು ಎಬ್ಬಿಸದೆ ದಡಕ್ಕೆ ಬಂದ. ಚೆನ್ನಾಗಿ ಬೆಳಕಾಯಿತು. ಪೂರ್ವದಿಕ್ಕಿಗೆ ಎದುರಾಗಿ ನಿಂತು ಮೊದಲಿನಿಂದ ಕೊನೆಯವರೆಗೆ ಸೂರ್ಯಸೂಕ್ತ ಹೇಳಿಕೊಳ್ಳತೊಡಗಿದ. ಮನಸ್ಸು ಮಂತ್ರದಲ್ಲಿ ಏಕಾಗ್ರವಾಗದಿದ್ದರೂ ನೆನ್ನೆ ಬೆಳಗಿನ ಕಲಕು ಇರಲಿಲ್ಲ. ಇನ್ನೇನು, ಪಠಣ ಮುಗಿಯಿತೆನ್ನುವಾಗ ಇದ್ದಕ್ಕಿದ್ದಂತೆಯೇ ನಾಯಿ ಬಗುಳತೊಡಗಿತು. ಮೊದಲು ಗುರ್ ಎಂದು ಆರಂಭಿಸಿ ಜೋರು ಮಾಡಿ ಅನಂತರ ಯಾರ ಮೇಲೋ ನೆಗೆದು ಕಚ್ಚುವಂತೆ ನುಗ್ಗಿದ ಸದ್ದು. ಏಯ್ ಏಯ್ ಎಂಬ ಹೆಂಗಸಿನ ಗದ್ದರಿಕೆಯ ಧ್ವನಿ. ತಿರುಗಿ ನೋಡಿದ. ಗಾಬರಿಗೊಂದಲ ಎದೆಯ ಹೊಡೆತ ಕ್ರಮತಪ್ಪುವ ವಿಸ್ಮಯ. ಕುಂತಿ, ತಲೆತುಂಬ ಬಿಳಿಗೂದಲಿನ ಮೇಲಿನಿಂದ ಕೆಳಗಿನತನಕ ಬಿಳಿವಸ್ತ್ರವನ್ನುಟ್ಟ ಕುಂತಿ ಸೂತಘಟ್ಟಕ್ಕೆ ಬಂದಿದ್ದಾಳೆ. ನಾಯಿ ಮೇಲೆ ಬೀಳುತ್ತದೆಂಬ ಭಯವಿಲ್ಲ. ಆದರೆ ಜೀವವನ್ನು ಹಿಂಡಿ ಹಿಂಡಿ ಮಾಡಿಕೊಂಡಂತಹ

ಕೆಂಪು ನಾಚಿಕೆ. ಭಾರವಾದ ಮುಖ. ಕರ್ಣ ಹೋಗಿ ನಾಯಿಯನ್ನು ಹಿಡಿದುಕೊಂಡ.

ಒಂದು ನಿಮಿಷ ಏನೂ ತಿಳಿಯದೆ ತಡವರಿಸಿದ ನಂತರ ಕೇಳಿದ: 'ಆರ್ಯೆ, ಯಾರು ನೀನು? ಕ್ಷತ್ರಿಯಳಂತೆ ಕಾಣುವೆ. ಈ ಸೂತಘಟ್ಟಕ್ಕೇಕೆ ಬಂದೆ?'

'ನಾನು ವಿದುರನ ಮನೆಯಲ್ಲಿದ್ದೇನೆ, ಹದಿಮೂರೂವರೆ ವರ್ಷದಿಂದ.'

'ಹಾಗಿದ್ದಲ್ಲಿ ವಿದುರನ ಹೊಸಲನ್ನು ನಾನೆಂದೂ ತುಳಿದಿಲ್ಲವೆಂಬುದು ನಿನಗೆ ಗೊತ್ತಿರಬೇಕು.'

ಅವಳಿಗೆ ಮುಂದಿನಮಾತು ಹೊಳೆಯಲಿಲ್ಲ. ಸುಮ್ಮನೆ ನಿಂತಳು. ಗುರುಗುಟ್ಟುವ ನಾಯಿ ಕರ್ಣನ ಕಾಲುಗಳ ಸಂದಿನ ಬಿಗಿತದಲ್ಲಿ ನಿಂತಿತ್ತು. ಕುಂತಿಯ ದೃಷ್ಟಿ ಮರಳಿನ ಮೇಲೆ ಬಿದ್ದಿದ್ದ ಮರದ ಚಕ್ಕೆಗಳ ಮೇಲಿತ್ತು. ಕರ್ಣ ಅವಳನ್ನೊಮ್ಮೆ ನೋಡಿದ. ವಯಸ್ಸಿನಿಂದ ತುಸು ಗೂನು ತಿರುಗಿದ ಮೈಯಾದರೂ ಉದ್ದನೆಯ ತೋಳುಗಳು. ಅಗಲವಾದ ಎದೆಕಟ್ಟು. ವಿಶಾಲ ಕಣ್ಣುಗಳು, ಹಣೆ. ಬಿಳಿಯ ತುಂಬುಗೂದಲು. ಎಲ್ಲವೂ ತನ್ನದರ ಮೂಲ ರೂಪವೆಂಬಂತಹ, ನಾನು ಇದುವರೆಗೆ ಈಕೆಯನ್ನು ಸರಿಯಾಗಿ ನೋಡಿಯೇ ಇರಲಿಲ್ಲವೆನ್ನಿಸಿತು.

'ಕರ್ಣ, ಕೃಷ್ಣ ನಿನ್ನ ಕೈಲಿ ಎಲ್ಲವನ್ನೂ ಹೇಳಿದ್ದಾನೆ.'

'ಇಲ್ಲಿಗೆ ಬಂದು ನನ್ನನ್ನು ಹೀಗೆ ಕಾಣು ಎಂದು ಅವನೇ ಹೇಳಿ ಕಳಿಸಿದನೇನು?'

ಕುಂತಿಗೆ ತಕ್ಷಣ ಉತ್ತರ ತಿಳಿಯಲಿಲ್ಲ. ಎರಡು ಕ್ಷಣದ ನಂತರ ಎಂದಳು: 'ಇಲ್ಲ. ನಾನೇ ಬಂದೆ.'

ಕರ್ಣನಿಗೆ ಸಮಾಧಾನವೆನ್ನಿಸಿತು. ಯಾಕೆ ಬಂದೆ ಎಂದು ಕೇಳುವ ಮನಸ್ಸು ಬರಲಿಲ್ಲ. ಅವಳಿಗೆ ತಾನಾಗಿಯೇ ಆಡಲು ತಿಳಿಯಲಿಲ್ಲ. ಕೂತುಕೊ ಎಂದು ಹೇಳಿ ಅವನು ಮರಳ ಮೇಲೆ ಕುಳಿತ. ಒಂದು ಮಾರು ದೂರದಲ್ಲಿ ಅವಳು ಕುಳಿತಳು. ನಾಯಿ ಗುರುಗುಟ್ಟುವುದನ್ನು ನಿಲ್ಲಿಸಿ ಹೋಗಿ ಮರದ ಹೊಟ್ಟಿನಲ್ಲಿ ಮಾಡಿಕೊಂಡಿದ್ದ ಜಾಗಕ್ಕೆ ಎದೆಕೊಟ್ಟು ಮಲಗಿತು.

ಕುಂತಿ ಎಂದಳು: 'ಎಷ್ಟು ವರ್ಷ ಕಳೆದರೂ ನೀನು ನನ್ನ ಮಗನೇ. ಪಾಂಡವರು ನಿನ್ನ ತಮ್ಮಂದಿರೇ.'

ಕರ್ಣನಿಗೆ ತಕ್ಷಣ ಉತ್ತರ ಹೊಳೆಯಲಿಲ್ಲ. ಏನು ಈ ಮಾತಿನ ಅರ್ಥ ಎಂದು ಯೋಚಿಸುತ್ತಿರುವಾಗ ಕುಂತಿ ಮತ್ತೆ ಎಂದಳು: 'ನಿನ್ನ ಸ್ಥಾನ ಸದ್ಯಕ್ಕೆ ಹಸ್ತಿನಾವತಿಯಲ್ಲ. ಉಪಪ್ಲಾವ್ಯ. ಬಾ ಹೋಗೋಣ. ದುರ್ಯೋಧನ ರಾಜ್ಯವನ್ನು ಕೊಟ್ಟರೆ ನೀನೇ ಇಂದ್ರಪ್ರಸ್ಥದ ಅರಸು. ಇಲ್ಲದಿದ್ದರೆ ಪಾಂಡವಸೇನಾಪತಿ.'

'ಆರ್ಯೆ, ಇದಕ್ಕೆ ದ್ರೌಪದಿ ಒಪ್ಪುತ್ತಾಳೆಯೆ?'

'ಯಾಕೆ ಅಡ್ಡಿ ಬಂದಾಳು?'

'ಪಾಂಡವರೈವರಿಗೂ ಹೆಂಡತಿಯಾದ ಅವಳು ಈಗ ನನ್ನನ್ನು ತನ್ನ ಜ್ಯೇಷ್ಠಪತಿ ಎಂದು ಭಾವಿಸಿ ನಡೆಯಬಲ್ಲಳೆ? ನಿಮ್ಮ ಬಲವಂತಕ್ಕಲ್ಲ, ಸ್ವಸಂತೋಷದಿಂದ.'

ಕುಂತಿ ತಲೆ ಎತ್ತಿ ಅವನ ಮುಖ ನೋಡಿದಳು. ಅವನ ದೃಷ್ಟಿ ದೃಢವಾಗಿತ್ತು. ಅವಳ ನೋಟವೂ ಗಡುಸಾಯಿತು. 'ಕರ್ಣ, ನನ್ನ ಐವರು ಮಕ್ಕಳಲ್ಲಿ ಯಾರೂ, ಪರ ಹೆಂಗಸಿನ ವಿಷಯದಲ್ಲಿ ಹೀಗೆ ನಡೆದುಕೊಳ್ಳದಂತೆ, ಮಾತು ಕೂಡ ಆಡದಂತೆ, ನಾನು ಎಚ್ಚರವಹಿಸಿ ಸಾಕಿದೆ. ನೀನು ಕೂಡ ನನ್ನ ಪಾಲನೆಯಲ್ಲಿ ಬೆಳೆದಿದ್ದರೆ ತಕ್ಕ ರೀತಿಯನ್ನು ಕಲಿಸುತ್ತಿದ್ದೆ. ದುರ್ಯೋಧನಾದಿಗಳ ಜೊತೆ ಬಿದ್ದು ನಿನಗೆ ಹೀನಸಂಸ್ಕಾರ ಬಂದಿದೆ.'

ಅವನ ದೃಷ್ಟಿ ಇನ್ನಷ್ಟು ದೃಢವಾಯಿತು. 'ನಿನ್ನ ಸೊಸೆಯ ಮೇಲೆ ಕಣ್ಣುಹಾಕಿದ್ದೇನೆಂದು ತಕ್ಷಣ ಕೆರಳಿದೆ ಏನು? ಅರವತ್ತೈದು ವರ್ಷದ ಮುದುಕ ನಾನು. ಮನೆ ತುಂಬ ಮಕ್ಕಳು, ಮೊಮ್ಮಕ್ಕಳು. ಕ್ಷತ್ರಿಯರ ಸಹವಾಸದ ಚಾಳಿ, ಆಳುವ ಶಕ್ತಿಗಿಂತ ಹೆಚ್ಚು ಜನ ಹೆಂಡಿರು ಬೇರೆ. ನನ್ನ ಮಾತಿನ ಅರ್ಥವೇನು ಗೊತ್ತೆ? ನೀನು ಹೇಳಿದೆ ಅಂತ ನಿನ್ನ ಮಕ್ಕಳು ನನ್ನನ್ನು ಅಣ್ಣ ಎಂದು ಒಪ್ಪಬಹುದು. ತೀರ, ಸಹಿಸಿಕೊಳ್ಳಬಹುದು. ಹೊರಗಿನವಳಾಗಿ ಬಂದು ನಿನ್ನ ಮಕ್ಕಳ ಮನೆಯನ್ನು ಕಟ್ಟಿರುವ ಅವಳು, ನಾನು ಹಿರಿಯನಾಗಿ ಸಿಂಹಾಸನದ ಮೇಲೆ ಕೂರುವುದನ್ನೋ ಯಜಮಾನಿಕೆ ಮಾಡುವುದನ್ನೋ ಒಪ್ಪುತ್ತಾಳೆಯೆ? ನಿನ್ನ ಅನುಭವ ಬೇರೆ ನೆಲದಲ್ಲಿ ಆಗಿರುವಂತೆ ಅವಳದೂ ಬೇರೆಯಾಗಿದೆ. ಇತರ ಐವರದೂ ಬೇರೆ ಬೇರೆಯೇ. ಇನ್ನು ನನ್ನ ಹೆಂಡಿರು ಮಕ್ಕಳು ಮೊಮ್ಮಕ್ಕಳ ಅನುಭವ? ಇವನ್ನೆಲ್ಲ ಒಟ್ಟಿಗೆ ನೆನೆಸಿ ಅಗೆದು ತುಳಿದು ಕಲೆಸಿ ಮತ್ತೆ ಹೊಸ ರೀತಿಯ ಕಟ್ಟಡ ಕಟ್ಟುವುದು ಸಾಧ್ಯವಿಲ್ಲ.'

ಕುಂತಿ ಸುಮ್ಮನಾದಳು. ಸ್ವಲ್ಪ ಹೊತ್ತು ಅಲ್ಲೆಲ್ಲ ಶ್ಮಶಾನಮೌನ ಬಡಿಯುತ್ತಿತ್ತು. ಸೂಲಂಗಿ ಎಲೆಗಳ ಮೇಲೆ ಕುಳಿತಿದ್ದ ಚಳಿಯು ಆಗತಾನೇ ಬಿದ್ದ ಸೂರ್ಯನ ಕಿರಣಗಳಲ್ಲಿ ಎದ್ದುಕಾಣು ತ್ತಿತ್ತು. ಕರ್ಣ ಕೇಳಿದ: 'ಇದು ಸೂತಘಟ್ಟ. ಸೂರ್ಯ ಹುಟ್ಟಿದೆ. ರಥಕೆಲಸಕ್ಕೆ ಜನ ಬರುವ ಹೊತ್ತಾಯಿತು. ನಾನು ನೀನು ಮಾತನಾಡುತ್ತಾ ಕೂರುವುದನ್ನು ಜನ ನೋಡಿದರೆ ಅನಾವಶ್ಯಕ ಊಹಾಪೋಹ ಹುಟ್ಟಬಹುದು. ಇನ್ನೇನಾದರೂ ಹೇಳುವುದುಂಟೆ? ಇದ್ದರೆ ಬೇಗ ಹೇಳು.'

ಕುಂತಿ ನೆಲವನ್ನು ನೋಡುತ್ತಲೇ ಕುಳಿತಿದ್ದಳು. ಅವನ ಆತುರ ಅವಳಿಗೂ ನಿಜವೆನ್ನಿಸು ತ್ತಿತ್ತು. ಆದರೆ ಮಾತು ಹೊಳೆಯದೆ ಹೆಣಗುತ್ತಿದ್ದಳು. ನದಿಯ ಎದುರುದಂಡೆಯ ಗಿಡದ ಮೇಲಿಂದ ಒಂದು ಹಕ್ಕಿ ಕುಹು ಕುಹು ಕೂಗುವಾಗ ಒಂದು ಮಾತು ಹೊರಬಂತು: 'ಯುದ್ಧದಲ್ಲಿ ನನ್ನೈವರು ಮಕ್ಕಳನ್ನೂ ನೀನು ಕಾಪಾಡಬೇಕು. ಅದರಲ್ಲೂ ಅರ್ಜುನನೆಂದರೆ ನಿನಗೆ ಮಹಾ ಕ್ರೋಧವಿದೆ. ಅವನನ್ನು ಕೊಲ್ಲುವುದಾಗಿ ನೀನು ಹಲವು ಸಲ ಆಣೆ ಮಾಡಿದ್ದೀಯಂತೆ.'

'ನನ್ನ ಮೇಲೆ ಅವನಿಗೂ ಅಷ್ಟೇ ಕ್ರೋಧವಿದೆ. ನನ್ನನ್ನು ಕೊಲ್ಲುವುದಾಗಿ ಅವನು ಅದಕ್ಕಿಂತ ಹೆಚ್ಚು ಸಲ ಆಣೆ ಮಾಡಿದ್ದಾನೆ. ಮಗು ಅರ್ಜುನ, ಕರ್ಣ ನಿನಗೆ ಹಿರಿಯಣ್ಣನಾಗ ಬೇಕು. ಯುದ್ಧದಲ್ಲಿ ಅವನ ಜೀವರಕ್ಷಣೆ ನಿನ್ನ ಕರ್ತವ್ಯ ಅಂತ ನೀನು ಅವನಿಗೆ ಹೇಳುತ್ತೀಯ? ಇದೇ ರೀತಿ ಉಳಿದ ನಾಲ್ವರಿಗೂ ಆಜ್ಞಾಪಿಸುವೆಯ?'

ಕುಂತಿಯ ಮನಸ್ಸಿಗೆ ಎಡವಿಬಿದ್ದಂತಾಯಿತು. ತಾನು ಹೀಗೆ ಯೋಚಿಸಿಯೇ ಇರಲಿಲ್ಲ ವೆಂಬ ವಿಸ್ಮಯದ ಜೊತೆಗೆ, ತನಗೇ ತಿಳಿಯದ ರೀತಿಯ ಕಳವಳವುಂಟಾಯಿತು. ತನ್ನ ಮನಶ್ಶಕ್ತಿಯನ್ನೆಲ್ಲ ರೂಢಿಸಿಕೊಂಡು ಎಂದಳು: 'ನೀನು ಸುಮ್ಮನೆ ನನ್ನೊಡನೆ ಬಂದುಬಿಡು. ಸಹೋದರರು ಒಬ್ಬರ ಮೇಲೊಬ್ಬರು ಯುದ್ಧ ಮಾಡುವ ಪ್ರಸಂಗ ಬೇಡ. ನೀನು ದುರ್ಯೋಧನನ ಮೇಲೂ ಯುದ್ಧ ಮಾಡಬೇಡ. ಅವರು ಮಾಡುತ್ತಾರೆ.'

'ಆರ್ಯೆ, ನೀನು ನನ್ನ ಪ್ರಶ್ನೆಗೆ ಉತ್ತರ ಹೇಳಲಿಲ್ಲ. ಇಲ್ಲ, ಸ್ಪಷ್ಟವಾಗಿ ಹೇಳಿದ್ದೀಯೆ. ಇನ್ನೂ ಬಿಚ್ಚುಮಾತಿನಲ್ಲಿ ಬಯಸುವ ನನ್ನ ಬುದ್ಧಿಯೇ ಮಂದ. ಬರೀ ಹೆತ್ತದ್ದರಿಂದ ಮಾತೃತ್ವ ಪುತ್ರತ್ವವು ಸಿದ್ಧಿಸುವುದಿಲ್ಲ. ಹೇಲು ಉಚ್ಚೆ ಬಾಚಿ ಹಾಲೂಡಿಸಿ ಹೊಡೆದು ಸಿಹಿ ಮಾತಾಡಿ ಈ ಸಂಬಂಧವು ದೃಢವಾಗಲು ಅದೆಷ್ಟು ವರ್ಷಗಳ ಪರಸ್ಪರ ಭಾವದಾನ ಬೇಕು! ಆ ಐವರಲ್ಲಿ ನಿನಗೆ ಮಾತೃತ್ವ ಬೆಳೆದಿದೆ. ಅವರ ಸಲುವಾಗಿ, ಅವರನ್ನು ನೀನು ಕೇಳಲಾರೆ. ಅಷ್ಟು ಮಾತ್ರವಲ್ಲ, ಈ ಕರ್ಣ ನಿಮ್ಮ ಹಿರಿಯಣ್ಣನೆಂದು ಯುದ್ಧ ಮುಗಿಯುವ ಮುನ್ನ ನೀನು ಅವರಿಗೆ ಹೇಳುವುದೂ ಇಲ್ಲ. ಏಕೆಂದರೆ ನಿನ್ನ ಹಿರೀಮಗನ ಸ್ವಭಾವ ನಿನಗೂ ಗೊತ್ತಿದೆ. ಸನಾತನ ಧರ್ಮ ಸಂಬಂಧಕ್ಕೆ ಅವನು ಅತಿ ಬೆಲೆ ಕೊಡುತ್ತಾನೆ. ನಿನ್ನ ಇತರ ಮಕ್ಕಳೂ ಸ್ವಲ್ಪ ಹಾಗೆಯೇ, ಭೀಮನನ್ನು ಬಿಟ್ಟು. ಭೀಷ್ಮ ವಿದುರರ ಪಾದಗಳನ್ನು ತಬ್ಬಿ ನಮಸ್ಕರಿಸುವುದಿಲ್ಲವೆ ಅವರು? ಕರ್ಣನ ಸಂಬಂಧ ಹೀಗೆ ಎಂದು ತಿಳಿದು ಅವರು ಯುದ್ಧವೇ ಬೇಡವೆಂದು ನಿಶ್ಚಯಿಸಿ ನಿವೃತ್ತರಾದರೆ? ಆದ್ದರಿಂದ ನೀನು ಹೇಳುವುದಿಲ್ಲ. ಅಲ್ಲವೆ?'

ಕುಂತಿ ತಲೆ ತಗ್ಗಿಸಿ ಕುಳಿತಿದ್ದಳು. ಅವನಿಗೆ ಉತ್ತರ ಹೇಳುವ ಶಕ್ತಿಯೂ ಇಲ್ಲದೆ, ಮೇಲೆದ್ದು ನಡೆದುಹೋಗುವ ಚೈತನ್ಯವೂ ಇಲ್ಲದೆ. ತನ್ನ ಎದೆ ಕುತ್ತಿಗೆಗಳು ಚನ್ನಾಗಿ ಬೆವರಿರುವುದು ಅವಳ ಗಮನಕ್ಕೆ ಬಂತು. ಅಷ್ಟರಲ್ಲಿ ಕರ್ಣ ಮುಂದುವರಿಸಿದ: 'ಮೊನ್ನೆ ಸಂಜೆ ಕೃಷ್ಣ ಬಂದು ಹೇಳುವ ತನಕ ನನಗೆ ಈ ಸಮಸ್ಯೆಗಳ ಅರಿವೂ ಇರಲಿಲ್ಲ. ಯಾರೋ ಹೆತ್ತು ಹರಿಗೋಲಿನಲ್ಲಿಟ್ಟು ನದಿಯಲ್ಲಿ ಬಿಟ್ಟಿದ್ದರೆಂದು ನಂಬಿದ್ದೆ. ಹೆರುವುದೆಂದರೇನೆಂಬ ತಾಯಿ ಮಗುವಿನ ಸಂಬಂಧದ ತಿಳಿವಳಿಕೆ ಬಂದ ಹೊಸತರಲ್ಲಿ, ನನ್ನ ಹೆತ್ತ ತಾಯಿ ಎಂಥವಳಿರಬಹುದೆಂದು ಮನಸ್ಸಿನಲ್ಲೇ ಕೋಪಗೊಂಡಿದ್ದೆ. ಆದರೆ ಅದರ ಅಗತ್ಯವೇ ಇಲ್ಲದಷ್ಟು ನನಗೆ ಪ್ರೀತಿಯನ್ನು ತುಂಬಿ ಕೊಟ್ಟಳು ನನ್ನ ತಾಯಿ. ನಿನ್ನಮ್ಮನಿಗೆ, ನಿನಗೆ, ದಾಸಿಯಾಗಿದ್ದಳಂತೆ, ಕೃಷ್ಣನೇ ಮೊನ್ನೆ ಹೇಳಿದ. ಅವಳ ಸ್ವಭಾವ ನಿನಗೂ ಅಲ್ಪಸ್ವಲ್ಪ ಗೊತ್ತಿರಬಹುದು. ಮೊನ್ನೆಮೊನ್ನೆಯತನಕ, ಎಂದರೆ ನಾನು ಮುಪ್ಪು ಕಾಣುವವರೆಗೂ ಬದುಕಿದ್ದಳು. ಅವಳು ಸತ್ತನಂತರ ನನಗೆ ತಾಯಿ ಇಲ್ಲವಲ್ಲ ಎಂಬ ಕೊರಗನ್ನು ನನ್ನ ಸ್ನೇಹಿತನ ತಾಯಿ ಗಾಂಧಾರಿ ತುಂಬಿದಳು. ಇಷ್ಟು ವಯಸ್ಸಾಗಿಯೂ ನನಗೆ ತಾಯಿಯ ಅಗತ್ಯ ತಪ್ಪಿಲ್ಲ. ನನ್ನಮ್ಮ ರಾಧೆ ಬದುಕಿರುವಾಗಲೂ ಗಾಂಧಾರಿಯ ಪ್ರೀತಿ ಇದ್ದೇ ಇತ್ತು. ಆದರೆ ನಾನು ಆಗ ಅವಳನ್ನು ಅಷ್ಟು ಅವಲಂಬಿಸಿರಲಿಲ್ಲ. ಹಸ್ತಿನಾವತಿಯಲ್ಲಿ ಮಾತ್ರವಲ್ಲ, ಯಾವ ದೇಶದಲ್ಲೂ ಗಾಂಧಾರಿಯಂತಹ ಮಹಾತಾಯಿ ಇದ್ದಾಳೆಂದು ನಾನು ಕೇಳಿಲ್ಲ.

ಗಂಡನಿಗೆ ಕುರುಡೆಂದು ತಿಳಿದ ತಕ್ಷಣ ಅವನಿಗಿಲ್ಲದ ದೃಷ್ಟಿಭಾಗ್ಯ ತನಗೂ ಬೇಡವೆಂದು ಕಣ್ಣಿಗೆ ಬಟ್ಟೆ ಕಟ್ಟಿಕೊಂಡು ಇಂದಿಗೂ ಕುರುಡಿಯಾಗಿದ್ದಾಳೆ. ಗಂಡನಿಗಾಗಿ ಅಷ್ಟೊಂದು ತ್ಯಾಗ ಮಾಡುವ ಹೆಂಗಸಿನಲ್ಲೇ ಮಾತೃತ್ವದ ಪೂರ್ಣಪಾಕವು ಸಿದ್ಧಿಸುತ್ತದೇನೋ! ಯಾವಾಗ ಅವಳನ್ನು ಸಮೀಪಿಸಿ, ತಾಯಿ, ನಿನ್ನ ಕಾಲು ಮುಟ್ಟಿರುವವನು ನಾನು ಕರ್ಣ ಎಂದರೂ ಅದೆಷ್ಟು ಅಕ್ಕರೆಯಿಂದ ನನ್ನ ತಲೆಯನ್ನು ತನ್ನೆರಡು ಹಸ್ತಗಳಿಂದಲೂ ಬೆಚ್ಚಗೆ ಹಿಡಿದು ದೀರ್ಘಾಯುವಾಗು ಮಗು ಎಂದು ಆಶೀರ್ವದಿಸಿದ್ದಾಳೆ. ಅರ್ಜುನನ ಮೇಲೆ ಬಿಲ್ಲುವಿದ್ಯೆಯ ಸ್ಪರ್ಧೆಗೆ ನಿಂತು ಸೂತನೆಂಬ ಕಾರಣದಿಂದ ನಾನು ಅರ್ಹನಲ್ಲವೆಂದು ಧಿಕ್ಕರಿಸಿ, ದುರ್ಯೋಧನ ನನ್ನ ಕೈ ಹಿಡಿದು ಎಷ್ಟು ವರ್ಷವಾಯಿತು, ಮೂವತ್ತಾರು ವರ್ಷ, ಆಗ ನನಗೆ ಇಪ್ಪತ್ತೊಂಬತ್ತು, ಆಗಿನಿಂದ ತನ್ನ ಅಂತಃಕರಣವನ್ನು ತನ್ನ ಮಕ್ಕಳೊಡನೆ ನನಗೂ ಅಷ್ಟಿಷ್ಟು ಹಂಚಿದ್ದಾಳೆ. ಕರ್ಣನು ತನ್ನ ಮಕ್ಕಳ ಪರವಾಗಿಯೇ ನಿಲ್ಲಬೇಕೆಂದು ಅವಳು ಬಯಸುವುದಿಲ್ಲವೆ?'

ಮತ್ತೆ ಎಲ್ಲೆಲ್ಲೂ ಹೆಪ್ಪುಗಟ್ಟಿದಂತಹ ನೀರವ. ನೀರಿನ ಮೇಲೆ ತೇಲುತ್ತಿದ್ದ ಚಳಿಯು ತೆಳುವಾಗಿತ್ತು. ಸುತ್ತುವರೆದಿದ್ದ ಸೂಲಂಗಿ ದರ್ಭೆಯ ಗುಚ್ಚಗಳು ನಿಶ್ಚಲವಾಗಿ ನಿಂತಿದ್ದವು. ಕುಂತಿಗೆ ಗಂಡನೊಡನೆ ಇದ್ದ ಹಿಮಾಲಯದ ಚಳಿ ಮತ್ತು ನೀರವದ ನೆನಪು ಬಂತು. ಅಂತಹ ಅಗಾಧ ಪರ್ವತಗಳು ತನ್ನ ಮೇಲೆರಗಿ ಕೂತು ಮಾತನ್ನು ಹಿಸುಕಿಹಾಕಿರುವ ನಿಸ್ಸಹಾಯಕತೆ. ಕರ್ಣ ಕತ್ತೆತ್ತಿ ಅವಳ ಮುಖವನ್ನು ನೋಡಿದ. ಅವಳ ಕಣ್ಣುಗಳು ತನ್ನ ಮೇಲಿದ್ದವು. ನೋಟವು ಎಲ್ಲೋ ಒಳಗೆ ಸಿಕ್ಕಿಹಾಕಿಕೊಂಡಿದ್ದಂತೆ, ಇದ್ದಕ್ಕಿದ್ದಂತೆಯೇ ಅವಳು ಕುರುಡಿಯಾಗಿಬಿಟ್ಟಂತೆ ಕಾಣಿಸಿತು. ಉದ್ದವಾದ ತೋಳುಗಳು. ಅಗಲವಾದ ಎದೆಕಟ್ಟು, ದೊಡ್ಡ ಭುಜ. ವಿಶಾಲವಾದ ಕಣ್ಣುಗಳು, ಹಣೆ, ಗಲ್ಲ. ಧರ್ಮಜ ಹೀಗಿಲ್ಲ. ಭೀಮ ಸ್ವಲ್ಪ ಭಿನ್ನವೇ, ಅರ್ಜುನನ ಮೈಕಟ್ಟು ಮುಖಕಟ್ಟುಗಳೇ ಬೇರೆ. ನಕುಲ ಸಹದೇವರು ಮಾದ್ರಿಯ ಮಕ್ಕಳು ಎಂದುಕೊಳ್ಳುತ್ತಿರುವಾಗ ಮಲಗಿದ್ದ ನಾಯಿ ಮೆಲ್ಲಗೆ ಗುರ್ ಎಂದಿತು. ಎದ್ದು ನಿಂತು ಸ್ವಲ್ಪ ಜೋರಾಗಿ ಸದ್ದುಮಾಡಿತು. ಕರ್ಣನ ಕಿವಿ ಅತ್ತ ತಿರುಗಿತು. ರಥಕೆಲಸದವರು ಬರುತ್ತಿದ್ದಾರೆನ್ನಿಸಿತು. ನಾಯಿ ಬೊಗುಳಿಕೊಂಡು ನೆಗೆದುಹೋಯಿತು. ಕುಳಿತಿದ್ದ ಕರ್ಣ ತಕ್ಷಣ ಮೇಲೆ ಎದ್ದು, 'ಇನ್ನು ನೀನು ಹೋಗು. ನಮ್ಮವರು ಬರುತ್ತಿದ್ದಾರೆ. ಇಲ್ಲದ ಊಹಾಪೋಹ ಯಾರಿಗೂ ಬೇಡ.' ಎಂದವನೇ ಮುಂದೆ ಬಂದು ಅವಳ ಎರಡು ಕಾಲುಗಳನ್ನೂ ಗಟ್ಟಿಯಾಗಿ ಹಿಡಿದು ತನಗೆ ತಾನೇ ಅಂದುಕೊಳ್ಳುವವನಂತೆ ತೀರ ತಗ್ಗಿದ ಧ್ವನಿಯಲ್ಲಿ ಹೇಳಿದ: 'ನಿನ್ನನ್ನು ತಾಯಿ ಅನ್ನಕೂಡದೆಂದು ಮನಸ್ಸು ಮಾಡಿದ್ದೆ. ಮತ್ತೆ ಎಂದೆಂದಿಗೂ ನನ್ನ ನಿನ್ನ ಭೇಟಿಯಾಗುವುದಿಲ್ಲವೆಂಬ ಅರಿವಿನ ಈ ಕ್ಷಣದಲ್ಲಿ ಬೇರೆ ರೀತಿ ಅನ್ನಿಸುತ್ತಿದೆ. ಈ ಜೀವನದಲ್ಲಿ ಅವಮಾನ ತಿರಸ್ಕಾರಗಳಿಂದ ನೊಂದಿದ್ದೇನೆ. ಆದರೆ ಇಷ್ಟು ವರ್ಷ ಸುಖವನ್ನೂ ಪಟ್ಟಿದ್ದೇನೆ. ನಿನ್ನ ಮಾತೃತ್ವವನ್ನು ಅಲ್ಲಗಳೆದರೆ ಈ ಸುಖವನ್ನೂ ಅಲ್ಲಗಳೆದ ಸುಳ್ಳನ್ನು ನನಗೆ ನಾನೇ ಹೇಳಿಕೊಂಡಂತೆ. ಸಾಕಿ ಸಲಹದಿದ್ದರೇನು, ಜನ್ಮಕೊಟ್ಟದ್ದು ಕಡಮೆಯೆ?'

ಎಂದು ತಕ್ಷಣ ಎದ್ದು ನಿಲ್ಲುವಾಗ ಅವನ ನೆತ್ತಿ ಅವಳ ಎದೆಗೆ ತಾಕಿತು. ಜನಗಳ ಮಾತಿನ ಧ್ವನಿ ತೀರ ಹತ್ತಿರವಾಯಿತು. ಬೇಗ ನಡೆ ಎಂದು ಕೈ ತೋರಿಸಿದ. ಕುಂತಿಯೂ ದಿಕ್ಕು ತೋಚದವಳಂತೆ ಹೊರಟುಬಿಟ್ಟಳು. ಎದ್ದು ಅವನು ತಗ್ಗಿದ ಧ್ವನಿಯಲ್ಲಿ ಬಲಕ್ಕೆ ಬೆರಳು ತೋರಿಸಿದ. ದಪ್ಪನಾಗಿ ಬೆಳೆದಿದ್ದ ಒಂದು ಹೊಡಿಕೆಯ ಗುಂಪಿನ ಮರೆಯಲ್ಲಿ ತಿರುಗುವಾಗ ಅವಳು ಹಿಂತಿರುಗಿ ನೋಡಿದಳು. ಅವನ ಎರಡು ಕಣ್ಣುಗಳೂ ತುಂಬಿನಿಂತಿದ್ದವು. ಅವಳು ಒಂದು ಕ್ಷಣ ಹಾಗೆಯೇ ನಿಂತಳು. ಅವನ ಕಣ್ಣಿನ ಅಂಗಳದಲ್ಲಿ ತುಂಬಿದ್ದ ನೀರು ತುಳುಕಿ ಕೆನ್ನೆಗಳ ಮೇಲೆ ಇಳಿದಿದ್ದು ಕಾಣಿಸಿತು. ಕುಂತಿ ಮರೆಯಾದಳು. ಬಿಳಿಯ ವಸ್ತ್ರದ ಬಿಳಿಗೂದಲಿನ ಬಿಳುಪು ಬಣ್ಣದ ದೊಡ್ಡ ಮೈಕಟ್ಟಿನ, ಉದ್ದವಾದ, ಆದರೆ ಸೊಂಟದಿಂದ ಮೇಲೆ ತುಸು ಬಾಗಿದ ಆಕಾರವು ಮಾಯವಾಯಿತು. ಇನ್ನು ಕಾಣುತ್ತಿದ್ದುದು ದಟ್ಟವಾಗಿ ಬೆಳೆದ ಸೂಲಂಗಿ ಗುಚ್ಚಿಗಳ ನಡುವೆ ಎತ್ತರಕ್ಕೆ ನಿಂತಿದ್ದ ತೆನೆಗಳ ಬಳುಕು ಚಲನೆ.

ದಟ್ಟವಾಗಿ ಬೆಳೆದ ಸೂಲಂಗಿ ಗುಚ್ಚಿಗಳ ನಡುವೆ ಸರಸರನೆ ನಡೆದು ಮರೆಯಾದೆನೆಂಬ ಅರಿವು ಬರುವ ತನಕ ಅವಳ ಎದೆ ಡವಗುಟ್ಟುತ್ತಿತ್ತು. ಅನಂತರ ಮುಂದೆ ದಾರಿ ಕಾಣಲಿಲ್ಲ. ಇದು ದಾರಿಯೇ ಅಲ್ಲ. ಮರೆಯಾಗುವ ದಿಕ್ಕು ಮಾತ್ರ ಎನ್ನಿಸಿತು. ಆದರೂ ಎರಡು ಕೈಗಳಿಂದಲೂ ಅಲುಗಿನಂತೆ ಹರಿತವಾದ ಎಲೆಗಳ ಕಾಂಡಗಳನ್ನು ಬಿಡಿಸಿಕೊಂಡು ಮುಂದೆ ಮುಂದೆ ಹೆಜ್ಜೆಹಾಕಿ ನಾಯಿಯ ಬೊಗಳುವಿಕೆಯ ಸದ್ದಿನ ಆಚೆಯನ್ನು ಮುಟ್ಟಿ ಸುತ್ತಮುತ್ತ ಹರಿತವಾದ ಅಲುಗಿನಂತಹ ಎಲೆಗಳ ಕಾಂಡಗಳೊಂದೇ, ಮೇಲೆ ಬೂದುಬಣ್ಣದ ಆಕಾಶದ ನಿಶ್ಶಬ್ದ. ಎದೆಯ ದಡಬಡಿಕೆಯನ್ನು ನಿಲ್ಲಿಸಿ ಭುಜಗಳನ್ನು ಒತ್ತಿ ನೆಲಕ್ಕೆ ತುಳಿಯುವ ನಿಶ್ಶಬ್ದ. ಕುಂತಿಗೆ ಕೂರಬೇಕೆನ್ನಿಸಿತು. ಕರಗಿದ ಎಲೆಗಳು ಮುರಿದುಬಿದ್ದ ಕಡ್ಡಿಗಳ ಮೇಲೆ ಕುಳಿತಳು ಬೀಳುವ ಮುನ್ನ. ಮಂಡಿಗಳ ಸಂದಿನಲ್ಲಿ ಮುಖವನ್ನು ಆನಿಸಿಕೊಂಡಾಗ ಅವನ ನೆತ್ತಿ ತಾಕಿದ ಎದೆಯ ಜಾಗ ನೋಯುತ್ತಿರುವುದು ತಿಳಿಯಿತು. ಎರಡು ಕೈಗಳನ್ನೂ ಅದರ ಸುತ್ತ ಹವಣಿಸಿದಳು. ತನ್ನ ಉದ್ದವಾದ ತೊಡೆಗಳು ಈಗ ಬಡಕಲಾಗಿದ್ದರೂ ಚಕ್ಕಲಮಕ್ಕಲ ಹಾಕಿದರೆ ಎಂತಹ ದಪ್ಪ ತಲೆಯನ್ನಾದರೂ ಕೃಷ್ಣ, ಯಾಕೆ ಹೀಗೆ ಮಾಡಿದೆ? ಉಳಿದ ಯಾರಿಗೂ ತಿಳಿಯದಿದ್ದ ರಹಸ್ಯವನ್ನು, ಏನು ನಿನ್ನ ಬುದ್ಧಿ, ಮೂರು ದಿನವಾಯಿತಲ್ಲ ನದಿಯ ನೀರಿನ ದಡದಲ್ಲಿ ನಡುಗತ್ತಲಿನಲ್ಲಿ ಕೂರಿಸಿಕೊಂಡು ಅತ್ತೆ, ನಿಜ ಹೇಳು, ಕರ್ಣ ನಿನ್ನ ಮಗ ಎಂದು ನನಗೆ ಗೊತ್ತಾಗಿದೆ. ನಿನ್ನ ಮದುವೆಗೆ ಮೊದಲು ಹುಟ್ಟಿದ ಮಗು ಅವನೇ ಅಂತ, ನಿಜ ಹೇಳು, ಹೇಳಬಾರದಾಗಿತ್ತು ನಿನ್ನ ಕೈಲಿ. ಸುಳ್ಳು ಎಂದು ಸಾಧಿಸಿ ನನ್ನ ಹೊಟ್ಟೆಯಲ್ಲೇ ಇಟ್ಟುಕೊಂಡು ಸತ್ತು ಅದರೊಡನೆಯೇ ಸುಟ್ಟು ಬೂದಿಯಾಗಿ ರಾಧೆ ಸಾಯಲಿಲ್ಲವೆ ಹೊಟ್ಟೆಯಲ್ಲೇ ಇಟ್ಟುಕೊಂಡು, ಐದು ಚಿಕ್ಕ ಮಕ್ಕಳನ್ನೂ ಕಟ್ಟಿಕೊಂಡು ವಿಧವೆಯಾಗಿ ಈ ಊರಿಗೆ ಬಂದಾಗ ಅವಳೇ ಒಂದು ದಿನ ನನ್ನನ್ನು ಹುಡುಕಿಕೊಂಡು

ಬಂದು ಗುಟ್ಟಿನಲ್ಲಿ ನನಗೆ ಗುರುತೇ ಸಿಕ್ಕದೆ ಆಮೇಲೆ ಅವಳೇ ಗುರುತು ಹೇಳಿ ಒಡತಿ, ಈಗ ಅವನು ಧನುರ್‌ವಿದ್ಯೆ ಕಲಿಯಲು ಬೇರೆ ದೇಶಕ್ಕೆ ಹೋಗಿದ್ದಾನೆ. ಈಗ ನಿಜ ಹೊರ ಬಿದ್ದರೆ ನಿನ್ನ ಮರ್ಯಾದೆ ಹೋಗುವುದು ಮಾತ್ರವಲ್ಲ; ನೀನು ನನಗೊಂದು ಭಾಷೆ ಕೊಡುವೆಯ? ಅವನೀಗ ಪೂರ್ತಿ ನನ್ನ ಮಗನಾಗಿದ್ದಾನೆ. ನಿಜ ತಿಳಿದರೆ ನನ್ನಿಂದ ಜಾರಿಹೋಗಬಹುದು. ಕೈಮುಟ್ಟಿ ಭಾಷೆ ಕೊಡುತ್ತೀಯ ನನ್ನ ಅವನ ಸಂಬಂಧಕ್ಕೆ ಅಡ್ಡ ಬರುವುದಿಲ್ಲ ಅಂತ? ರಾಧೆ, ನಾನು ಮಾತನ್ನುಳಿಸಿಕೊಂಡೆ. ನಿನ್ನ ಅವನ ಸಂಬಂಧವನ್ನು ಒಡೆದವನು ಕೃಷ್ಣ. ಈಗ ಸತ್ತಿದ್ದೀಯಾದರೂ ನಿನಗೆ ನಿಜ ಗೊತ್ತಿರಲಿ ಎಂದುಕೊಳ್ಳುತ್ತಾ ಕತ್ತೆತ್ತಿ ನೋಡಿದಳು. ಬೂದುಬಣ್ಣದ ಆಕಾಶದ ರಹಸ್ಯ ನಿಶ್ಶಬ್ದ. ಸ್ನುಂಯಿಗುಟ್ಟುವ ಸೂಲಂಗಿ ತೆನೆಗಳ ಮೌನಬಳುಕು. ಮಗು, ಕೃಷ್ಣೆ, ಹದಿಮೂರುವರೆ ವರ್ಷವಾಯಿತು ನಿನ್ನನ್ನು ನೋಡಿ. ಒಪ್ಪಿಕೊಳ್ಳುತ್ತೀಯ ಕರ್ಣನನ್ನು, ಅಲ್ಲ ವಸುಷೇಣನನ್ನು, ಎರಡೂ ತಾನಿಟ್ಟ ಹೆಸ ರಲ್ಲ, ನಾನು ಹೆಸರಿಡದ ಹಿರಿ ಮಗನನ್ನು? ಐದು ಮಕ್ಕಳ ತಾಯಿ, ನಿನ್ನ ಬಸಿರರಸ ಒಣಗಿಹೋಗಿದೆಯೋ ಈಗಾಗಲೇ, ಅಥವಾ ಅವನು ಹೇಳಿದನಲ್ಲ ಹಾಗೆ ಒಂದುಗೂಡಲಾಗ ದಂತೆ ಗಟ್ಟಿಕಟ್ಟಿ, ಆ ದಿನ ಹೊಸ ಹಸಿಯಲ್ಲಾಗಿದ್ದರೆ ಐದರ ಬದಲು ಆರನ್ನೂ ಒಂದು ಗೂಡಿನಲ್ಲಿ ಅಡಕಗೊಳಿಸುತ್ತಿದ್ದೆ ಏನೋ! ಇಷ್ಟು ದಿನ ಮುಚ್ಚಿ ಇಷ್ಟು ವರ್ಷಗಳ, ಎಷ್ಟು, ಅರವತ್ತೈದು ಅಂತ ಅವನೇ ಅಂದನಲ್ಲ. ಧೂಳು ಮುಚ್ಚಿದ ನೆನಪನ್ನು ಕೆದಕಿ, ಕೃಷ್ಣ, ರಹಸ್ಯವನ್ನು ಏಕೆ ಎಬ್ಬಿ ತೆಗೆದೆ? ನೀನು ಕೈಹಿಡಿದ ಪಕ್ಷವನ್ನು ಗೆಲ್ಲಿಸುವ ಭರದಲ್ಲಿ ನೋವಿನ ತಾಣವನ್ನು ಮೀಟಬೇಕಿತ್ತೆ? ಎರಡು ಹಸ್ತಗಳ ನಡುವೆ ಸಿಕ್ಕಿದ ಎದೆಯ ಹಿತ ವಾದ ನೋವು, ಅಲ್ಲೇ ಹಿಡಿದಿಟ್ಟುಕೊಳ್ಳಬೇಕೆಂಬ ಮಂಪರು. ಕಣ್ಣುಮುಚ್ಚಿದಳು. ಮಗು ಹುಟ್ಟಿದನಂತರ ಮೊಲೆ ಕುಡಿಸಲಿಲ್ಲ. ತಕ್ಷಣ ಬೇರ್ಪಟ್ಟ ಕುತೂಹಲದ ಶಿಶು, ಹಾಲು ತುಂಬಿ ನೋವು ಬಿಗಿದ ಎಳೆ ಎದೆ. ಜನ್ಮದಲ್ಲಿಯೇ ಮೊಲೆಹಾಲಿನಿಂದ ವಂಚಿತನಾಗಿ ಬೆಳೆದ ಮಗುವಿಗೆ ಇಂದಿಗೂ ತಾಯಿಯ ಅವಲಂಬನೆ, ಧರ್ಮ ಭೀಮ ಅರ್ಜುನ ನಕುಲ ಸಹದೇವ ಯಾರಿಗೂ ಇಲ್ಲದ ಅವಲಂಬನೆ, ಕಣ್ಣುಕಟ್ಟಿಕೊಂಡ ನಿನಗೆ ಮತ್ಸರವಿರ ಬಹುದು ಗಾಂಧಾರೀ, ನನ್ನ ಮಗನ ಮಾತೃಭಕ್ತಿಯನ್ನು ಗಳಿಸಿಟ್ಟುಕೊಂಡಿರುವ ನಿನ್ನ ಮೇಲೆ ನನಗೆ ಮತ್ಸರವಿಲ್ಲ. ಗಂಡನಿಗಿಲ್ಲದ ದೃಷ್ಟಿ ತನಗೆ ಬೇಡವೆಂದು ತ್ಯಜಿಸಿದ್ದರಿಂದಲೇ ಇರಬೇಕು ನೀನೆಂದರೆ ನನ್ನ ಮಗ ಧರ್ಮಜ ಕೂಡ ಭಾವದಿಂದ ಕಣ್ಣುಗಳನ್ನು ಅರೆಮುಚ್ಚು ತ್ತಾನೆ, ಎಂದು ತನ್ನೆರಡು ಕಣ್ಣುಗಳನ್ನೂ ಪೂರ್ತಿಯಾಗಿ ಮುಚ್ಚಿ ಕುಳಿತಳು. ರೆಪ್ಪೆಯ ತುದಿಯ ಕೆಂಚು ಕೂದಲಿನ ಸುತ್ತ ಜಿನುಗಿದ ನೀರು ಅಂಟು ಹಾಕಿದಂತೆ ಹಿಡಿಯಿತು. ದೃಷ್ಟಿ ಒಳ ನಡೆಯಿತು. ನೀರಿನಲ್ಲಿ ಮುಳುಗಿ ಕಣ್ಣುಬಿಟ್ಟಂತಹ ಹಸುರು ಮಬ್ಬಿನಲ್ಲಿ ಮುಳುಗುವ ದೃಷ್ಟಿ. ಹದಿಮೂರೂವರೆ ವರ್ಷದಿಂದ ಈ ಯುದ್ಧಕ್ಕಾಗಿ ಉರಿಯುತ್ತಿದ್ದ ತವಕ ಇದ್ದಕ್ಕಿ ದ್ದಂತೆಯೇ ನೀರಿನಲ್ಲಿ ಅದ್ದಿದಂತಾಗಿದೆ. ಮಗು ಧರ್ಮ, ಭೀಮ, ಈ ಕರ್ಣ ನಿಮ್ಮ ಹಿರಿ ಯಣ್ಣ ಅವನನ್ನು ಭಾವಿಸಿ ಸೇವಿಸಿ. ದುರ್ಯೋಧನ ರಾಜ್ಯ ಕೊಡುವುದಿಲ್ಲವೆಂದರೆ ಬೇಡ. ನೀವು ಐವರು, ಮೇಲೆ ನಾಯಕ ಕರ್ಣ, ಹೊಸ ರಾಜ್ಯ ಕಟ್ಟೋಣ, ಹೊಸ

ರಾಜ್ಯ ಗೆಲ್ಲೋಣ. ಹೋಗಿ ಹೇಳಿಬಿಡಬೇಕು, ಎದ್ದು ಹೋಗಬೇಕು, ಎಂದು ಕಣ್ಣು ಬಿಡಲು ಹೋದರೆ ಆಗದು. ಬಿಲ್ವಪತ್ರೆಕಾಯಿಯ ರಸ ಹಾಕಿ ಅಂಟಿಸಿದಂತೆ ರೆಪ್ಪೆಗಳು ಮೆತ್ತಿ ಹಿಡಿದುಕೊಂಡಿವೆ. ಬಿಗಿದಿರುವ ಅರಿವೆಯನ್ನು ಬಿಚ್ಚಿದರೆ ಗಾಂಧಾರಿಯ ಕಣ್ಣುಗಳೂ ಹೀಗೆಯೇ ಅಂಟಿಕೊಂಡಿವೆ ಏನೋ. ಬಿಡುವುದಕ್ಕಿಂತ ಒಳಗಿನಿಂದ ನೋಡುವುದೇ ಹಿತ ವೆನ್ನಿಸುವ ಇದೇನು ಆಕರ್ಷಣೆ! ನನ್ನ ಮೇಲೆ ಅರ್ಜುನನಿಗೂ ಅಷ್ಟೇ ಕ್ರೋಧವಿದೆ. ಯುದ್ಧದಲ್ಲಿ ಕರ್ಣನ ಜೀವರಕ್ಷಣೆ ನಿನ್ನ ಕರ್ತವ್ಯ ಅಂತ ನೀನು ಅವನಿಗೆ ಹೇಳುವೆಯಾ? ಉಳಿದ ನಾಲ್ವರಿಗೂ ಆಜ್ಞಾಪಿಸುವೆಯಾ? ಕಣ್ಣು ಬಿಗಿಗೊಂಡಿದೆ. ಒಳಗಿನ ಹಿತವಾದ ಹಸಿರು ಮಬ್ಬು. ಆರ್ಯೆ, ನೀನು ನನ್ನ ಪ್ರಶ್ನೆಗೆ ಉತ್ತರ ಹೇಳಲಿಲ್ಲ. ಇಲ್ಲ. ಸ್ಪಷ್ಟವಾಗಿ ಹೇಳಿದ್ದೀಯ. ಕೃಷ್ಣ, ಅತ್ತೆಯ ಮಕ್ಕಳನ್ನು ಗೆಲ್ಲಿಸುವ ತಂತ್ರದಲ್ಲಿ ನಿನ್ನ ಅತ್ತೆಯನ್ನು ಕೊಂದೆ. ಯಾಕೆ ಇಂಥ ಕೆಲಸ ಮಾಡಿದೆ? ಪಾಪಿ ನೀನು, ಧರ್ಮಕರ್ಮದ ತೊಳಲಿಕೆ ಇಲ್ಲದ ದೈತ್ಯಸಂಕಲ್ಪ ನೀನು ಎಂದುಕೊಳ್ಳುವಾಗ ಕೋಪದಿಂದ ಉಕ್ಕುವ ಅಳು ಬಂತು. ಕಣ್ಣಿನಲ್ಲಿ ತುಂಬಿಕೊಂಡ ಬಿಸಿ ನೀರು ರೆಪ್ಪೆಗಳನ್ನು ಇನ್ನಷ್ಟು ಬಿಗಿಯಾಗಿ ಅಂಟುಹಾಕಿತು. ನೀತಿ ನ್ಯಾಯಗಳನ್ನು ಬಲ್ಲವನು ನೀನೊಬ್ಬನೇ. ಉಳಿದವರು ಬರೀ ಗೊಡ್ಡುಗಳೆಂದು ನಾನು ತಿಳಿದಿದ್ದೆ. ಈ ಮುದುಕಿಯ ಹೊಟ್ಟೆಗೆ ಹೀಗೆ ಕಿಚ್ಚು ಹಾಕಿ ಉರಿಸಬಾರದೆಂಬ ಧರ್ಮಸೂಕ್ಷ್ಮ ಹೊಳೆಯಲಿಲ್ಲವೇ ನಿನಗೆ? ಪಾಪಿ, ಪಾಪಿ, ಎಂದು ಬಿಕ್ಕಿ ಅತ್ತಮೇಲೆ ನೆನಪಾಯಿತು. ಅತ್ತೆ, ಇಷ್ಟು ವರ್ಷ ಮುಚ್ಚಿದ್ದು ಸಾಕು, ಪರಿಣಾಮವನ್ನು ನೋಡಬೇಕೆ, ಮುಸುಕು ತೆಗೆದು ನೋಡು. ಏನೇನೋ ಹೇಳಿದನಲ್ಲ. ಕೇಳುವಾಗ ಮೋಹಕ. ಸುಂದರ ತೆರೆ ಹಾಕಿ ದಂತೆ. ಅನಂತರ ನೆನಪುಳಿಯದ ಮಾತುಗಳು. ಮುಸುಕು ತೆಗೆದು ಮಾಡಿದ್ದೇನು! ಕೃಷ್ಣ, ಇದರ ಹೊಣೆ ಎಲ್ಲ ನಿನ್ನದೇ ಎಂದು ಸೆರಗಿನಿಂದ ಮುಖ ಕಣ್ಣುಗಳನ್ನು ಒತ್ತಿ ಒತ್ತಿ ಒರೆಸಿಕೊಂಡಳು. ರೆಪ್ಪೆಗಳು ಮುಚ್ಚಿಕೊಂಡೇ ಇದ್ದವು. ಬಲವಂತದಿಂದ ಕಿತ್ತು ಬಿಡಿಸಿದಳು. ಸೂಲಂಗಿಯ ಗುಚ್ಚೆಗಳು ಹಾಗೆಯೇ ಸುತ್ತುವರಿದಿವೆ. ತಾನು ಬಾಗಿಸಿ ಮಾಡಿಕೊಂಡು ಬಂದ ದಾರಿ ಈಗ ಮುಚ್ಚಿಹೋಗಿದೆ. ಹಿಂತಿರುಗಿ ಹೋದರೆ ಅವನು ಅಲ್ಲಿರುವುದಿಲ್ಲ. ಅಥವಾ ಅವನ ಮನೆಗೇ ಹೋದರೆ? ಬೂದುಬಣ್ಣದ ಆಕಾಶ ತಲೆಯ ಮೇಲೆ ಭಾರವಾಗಿ ಅಡರಿದೆ. ಕುಂತೀ, ನೀನು ಹೋಗಲಾರೆ ಎಂದು ಭಾರವಾದ ಆಕಾಶ ಹೇಳುವಂತೆ ಕಂಡಿತು. ಈ ಬೆಳಗ್ಗೆ ಬರಬಾರದಾಗಿತ್ತು. ಯಾಕೆ ಬಂದೆ? ಯುದ್ಧದಲ್ಲಿ ನನ್ನೈವರು ಮಕ್ಕಳನ್ನೂ ನೀನು ಕಾಪಾಡಬೇಕೆಂದು ಕೇಳಿದೆನಲ್ಲ. ನಾನು ಅದನ್ನು ಕೇಳಲು ಬರಲಿಲ್ಲ. ಏನೂ ಕೇಳಲು ಬರಲಿಲ್ಲ. ಮುಸುಕು ತೆಗೆದು ನೋಡಲು ಬಂದರೆ, ಥೂ ಮಾತಾಡಬಾರದು, ಮಾತು ಯಾವಾಗಲೂ ಇಂಥದನ್ನೇ ಆಡಿಸುವುದು, ಎಂದು ಮೌನವಾದಳು. ಸೂಲಂಗಿಯ ತೆನೆಗಳು ಸುಂಯ್ ಎಂದು ಓಡಾಡಲು ಸುರುವಾದವು.ಮೇಲಿನಿಂದ ಅಮುಕುವ ಆಕಾಶ. ತಾನು ಕುಳಿತಲ್ಲಿಯೇ ಕೆಳಕ್ಕೆ ಕೆಳಕ್ಕೆ ನೆಲದೊಳಕ್ಕೆ ಇಳಿಯುತ್ತಿರುವ ಭಾಸ. ಇಲ್ಲಿಗೆ ಬಂದು ಇವನನ್ನು ನೋಡದೆ ಇದ್ದರೆ ಹೀಗಾಗುತ್ತಿರಲಿಲ್ಲವೆಂಬ ಅರಿವು. ಯಾಕೆ ಬಂದೆ ನಾನು ಎಂದು ಮತ್ತೆ ಕಣ್ಣು ಮುಚ್ಚಿದಳು. ಅದೇ ಪ್ರಶ್ನೆ. ಸ್ವಲ್ಪ ಹೊತ್ತಿನ ನಂತರ ದಢಕ್ಕನೆ ಮೇಲೆ

ಎದ್ದಳು. ಕಿವಿಯಲ್ಲಿ ಮನಸ್ಸನ್ನು ಕೂರಿಸಿ ಆಲಿಸಿದಳು. ಬಲಗಡೆಗೆ ನದಿ ಹರಿಯುತ್ತಿದೆ
ಎನ್ನಿಸಿತು. ಸೂಲಂಗಿ ದರ್ಭೆಗಳನ್ನು ಬಿಡಿಸಿಕೊಂಡು ನಡೆದಳು. ಮೊದಲು ಕೆಸರು ನೆಲ
ಅನಂತರ ನೀರು. ಹತ್ತು ಹೆಜ್ಜೆಯನಂತರ ಗಿಡಗುಚ್ಚಿಗಳಿಲ್ಲದ ನೀರು ಸಿಕ್ಕಿತು. ಅದರಲ್ಲಿ ಕೈ
ಮುಖಗಳನ್ನು ತೊಳೆದು ಒಂದು ಬೊಗಸೆಯನ್ನು ಎತ್ತಿ ಸೂರ್ಯನ ಕಡೆಗೆ ತಿರುಗಿ
ನಿಂತು ಕಣ್ಣು ಮುಚ್ಚಿದಳು. 'ರಾಧೆ, ನೀನು ಸತ್ತಾಗ ನಾನು ಈ ಊರಿನಲ್ಲೇ ಇದ್ದೆ. ಏನು
ಮಾಡಬೇಕೆಂಬುದು ಆಗ ತಿಳಿಯಲಿಲ್ಲ. ಇಕೊ, ನಿನಗೆ ಈ ಅರ್ಘ್ಯ, ನನ್ನ ಮಗುವಿನ
ತಾಯಿಯಾದ ನಿನಗೆ ಈ ಅರ್ಘ್ಯ' ಎಂದು ಕೆಳಗೆ ಸುರಿದಳು.

ಒಂದು ಬೆಳಗ್ಗೆ ಹೋಮ ಮಾಡಿ ಧೂಮದ ಕಮರು ವಾಸನೆಯು ಅರಮನೆಯ ಸುತ್ತಲೂ ಅಡರಿರುವಾಗ ಶಲ್ಯರಾಜನು ಜೋಡು ಕುದುರೆ ಹೂಡಿದ ರಥವೇರಿ ಹೊರಟ. ತೀರ ಮುಂಭಾಗದಲ್ಲಿ ಶಿಬಿರದ ಮುಖ್ಯ ವ್ಯವಸ್ಥಾಪಕನು ತನ್ನ ಸಿಬ್ಬಂದಿಯೊಡನೆ ಹೋಗಿದ್ದ. ಮೊದಲೇ ಹೋಗಿ ರಾತ್ರಿ ತಂಗಲು ಸರಿಯಾದ ಸ್ಥಳ ನೋಡಿ ಶಿಬಿರಗಳನ್ನು ನಿರ್ಮಿಸಿ ರಾಜ, ಸೇನಾಮುಖ್ಯರು, ಇತರ ಸೈನಿಕರಿಗೆ ತಕ್ಕ ಚಪ್ಪರ, ಡೇರೆ, ಭೋಜನ, ರಾತ್ರಿಯ ಪಹರೆಗಳ ವ್ಯವಸ್ಥೆ ಮಾಡುವುದು ಅವನ ಹೊಣೆಯಾಗಿತ್ತು. ಸರಬರಾಜಿನ ಆಹಾರ ಪದಾರ್ಥ, ಹಾಸಿಗೆ ಹೊದಿಕೆ, ಅಡುಗೆಯ ಪಾತ್ರೆ, ಒಣ ಕಟ್ಟಿಗೆ ಮೊದಲಾದುವನ್ನು ತುಂಬಿದ ನೂರು ಎತ್ತಿನಗಾಡಿಗಳು ಅವನ ಪಾರುಪತ್ತೆಯಲ್ಲಿದ್ದವು. ಎತ್ತು ಗಾಡಿಗಳನ್ನು ಹಳ್ಳಿಯ ರೈತರು ಒದಗಿಸಬೇಕಾಗಿತ್ತು. ನಸುಗತ್ತಲಲ್ಲೇ ಅವರು ಹೋಗಿದ್ದರು. ಸೂರ್ಯ ಹುಟ್ಟಿದ ಐದು ಘಳಿಗೆಯ ನಂತರ ಶಲ್ಯರಾಜ ಹೊರಟ. ಮುಂದೆ ಕುದುರೆ ಏರಿದ ಸೈನಿಕರು. ಅವರ ಹಿಂದೆ ರಥದವರು. ನಡುವೆ ಶಲ್ಯನ ರಥ. ಅನಂತರ ವಜ್ರ ಅಜಯರ ರಥಗಳು. ಈ ಮೂವರ ರಥಗಳನ್ನೂ ಸುತ್ತುವರಿದ ಬೆಂಗಾವಲಿನ ಕಾಲಾಳುಗಳು. ಹಿಂದೆ ಆನೆಯ ಸಾಲುಗಳು. ಅದರ ಹಿಂದೆ ಯುದ್ಧದ ಸಲಕರಣೆಗಳಾದ ಬಾಣ, ಬಿಲ್ಲು, ಕತ್ತಿ, ಈಟಿ, ಗದೆ, ತೋಮರ, ಯುದ್ಧದ ಅಂಗವಸ್ತ್ರಗಳನ್ನು ತುಂಬಿದ ಜೋಡು ಕುದುರೆ ಹೂಡಿದ ಐವತ್ತು ಗಾಡಿಗಳು. ಅವುಗಳ ಹಿಂದೆ ಯೋಧರ ರಂಜನೆಗೆಂದು ಆಯ್ದು ತಂದ ಹೆಂಗಸರ ಗಾಡಿಗಳು. ತೀರ ಹಿಂದೆ ಕತ್ತಿ ಈಟಿಗಳನ್ನು ಹಿಡಿದು ತಲೆಗೆ ದಪ್ಪಲಪ್ಪಟೆ ಸುತ್ತಿದ ಕಾಲಾಳುಗಳ ದಳ. ಸೈನ್ಯಚಲನೆಯ ಈ ಮೆರವಣಿಗೆ ನೋಡಲು ದೂರದೂರದ ಹಳ್ಳಿಗರೆಲ್ಲ ಬಂದು ದಾರಿಯಲ್ಲಿ ನಿಂತಿದ್ದರು.

ಯುದ್ಧಕ್ಕೆ ತಾನು ಹೋಗುವುದಾಗಿ ರುಕ್ಮರಥ ಹೇಳಿದ. ಆದರೆ ಅಪ್ಪನಿಗೆ ಯುದ್ಧದ ಚಪಲ ಏರಿಬಿಟ್ಟಿತ್ತು. ನೀನು ಬೇಕಾದರೆ ಬಾ ಅಥವಾ ಬಿಡು, ನಾನಂತೂ ಹೋಗುತ್ತೇನೆ, ಹಟ ಹಿಡಿದ. ಯೋಧರ ಕೆಲಸ ಬಿಟ್ಟರೆ ವಜ್ರ ಅಜಯರಿಗೆ ಬೇರೆ ಯಾವುದರಲ್ಲೂ ಆಸಕ್ತಿ ಇಲ್ಲ. ಎಲ್ಲರೂ ಹೊರಟರೆ ಊರಿನಲ್ಲಿದ್ದು ರಾಜ್ಯ ನಿರ್ವಹಿಸುವವರು ಯಾರು? ಯಾರೂ ಇಲ್ಲದ ವೇಳೆ ಎಂದು ನೆರೆಯವರು ಮೇಲೆ ಬಿದ್ದು ಆಕ್ರಮಿಸಬಹುದು, ರಾಜ್ಯದ ಉತ್ತರ ಭಾಗದ ಕಾಡುಗಳಲ್ಲಿರುವ ನಾಗರು ಅತಿಕ್ರಮಿಸಬಹುದು. ಕಾಲು ಭಾಗ ಸೈನ್ಯ ಮತ್ತು ರುಕ್ಮರಥ ಊರಿನಲ್ಲೇ ಇರಬೇಕೆಂದು ಶಲ್ಯನೇ ಹೇಳಿದ. ದೊಡ್ಡದಾಗಿ ನಡೆಯುವ ಯುದ್ಧವಾದ್ದರಿಂದ ವಜ್ರ ಅಜಯರ ಹೆಂಡಂದಿರು ಮನೆಯಲ್ಲಿ ಉಳಿಯಬೇಕೆಂದು ಗಂಡಸರೆಲ್ಲ ಬಲ

ವಂತ ಮಾಡಿದರು. ಹೆಂಡಂದಿರು ಗಂಡಂದಿರ ಆಜ್ಞೆಯನ್ನು ಉಲ್ಲಂಘಿಸಲಿಲ್ಲ: 'ನಿಮಗೇನು ದಾಸಿಯರ ದಂಡೇ ಇರುತ್ತಲ್ಲ ಜೊತೆಗೆ,' ಹಂಗಿಸುವುದನ್ನು ಬಿಡಲಿಲ್ಲ.

ಬೇಸಗೆಯ ದಗೆಯೂ ಇಲ್ಲದೆ ಚಳಿಗಾಲದ ಶೀತವೂ ಇಲ್ಲದೆ ಸಮವಾಗಿದ್ದ ಹವೆ, ಪ್ರಕಾಶವಾದ ಬಿಸಿಲಿನಲ್ಲಿ ಸೈನ್ಯವು ಮಧ್ಯಾಹ್ನದ ತನಕ ಸಾಗಿತು. ಇರಾವತಿಗೆ ಸೇರುವ ಒಂದು ಝರಿಯ ದಡದಲ್ಲಿ ನಿಂತು ಸ್ವಲ್ಪ ಆಹಾರ ವಿಶ್ರಾಂತಿಗಳನ್ನು ಪಡೆದು ಮತ್ತೆ ಹೊರಟಿತು. ಸುಮಾರು ಎಂಟು ಘಳಿಗೆಗಳ ಪ್ರಯಾಣ ಮಾಡಿದ ಮೇಲೆ ಮತ್ತೆ ನಿಂತಿತು. ಆ ದಿನ ಅಲ್ಲಿಯೇ ತಂಗುವುದೆಂದು ನಿಶ್ಚಯವಾಯಿತು. ಇನ್ನೂ ಬೇಕಾದಷ್ಟು ಬಿಸಿಲಿತ್ತು. ಸೂರ್ಯಾಸ್ತವಾಗಲು ನಾಲ್ಕೈದು ಘಳಿಗೆ ಸಮಯವಿತ್ತು. ಆದರೆ ರಥದ ಕುಲುಕಿಗೆ ಶಲ್ಯರಾಜ ಬಳಲಿದ್ದ. ಶಿಬಿರದ ನಡುಭಾಗದಲ್ಲಿ ಹಲಗೆಯ ಮೇಲೆ ಸಿದ್ಧಪಡಿಸಿದ್ದ ಹಾಸಿಗೆಯಲ್ಲಿ ಕಾಲು ಚಾಚಿ ಮಲಗಿದ. ಒಂದು ಜೊಂಪು ಬಂತು. ಸೂರ್ಯ ಮುಳುಗುವ ಹೊತ್ತಿಗೆ ಜೊಂಪು ಕಳೆದು ಎದ್ದು ಕುಳಿತು ಅತ್ತಿತ್ತ ಕಣ್ಣು ಹಾಯಿಸಿ ನೋಡುತ್ತಾನೆ. ಹೆಸರಿಗೆ ಚಪ್ಪರ ವಾದರೂ ಏನು ಅಂದ, ಏನು ವೈಭವವಾಗಿ ಕಟ್ಟಿದೆ! ಹೊರವಾಗಿ ಬೆಳೆದು ಒಣಗಿದ ದರ್ಭೆಹುಲ್ಲಿನ ಮೇಲುಚಾವಣಿ. ಪಕ್ಕದಲ್ಲಿ ಅದರದೇ ತಡಿಕೆಯ ಗೋಡೆ. ಒಳಭಾಗದಲ್ಲಿ ಬಣ್ಣಬಣ್ಣದ ಬಟ್ಟೆಗಳನ್ನು ಗೋಡೆ ಮೇಲ್ಛಾವಣಿಗೆ ಅಂಟಿಸಿದಂತೆ ಕಟ್ಟಿದ್ದಾರೆ. ತಾನು ಕೂತಿರುವ ಹಾಸಿಗೆ ಕೂಡ ರಾಜದರ್ಬಾರಿಗೆ ತಕ್ಕ ರೀತಿ ಮೆತ್ತನೆ ಹೊಳೆಯುವ ರೇಶ್ಮೆಯ ಮೇಲ್ಹಾಸಿನದಾಗಿದೆ. ಒರಗುದಿಂಬುಗಳು. ಬಾಗಿಲಿನ ತೋರಣದ ವೈಖರಿಯು ಮನಸ್ಸಿಟ್ಟು ನೋಡುವಂತಿದೆ. ರಾಜ ಎದ್ದು ಹೊರಗೆ ಬಂದು ಸರಿಯಾಗಿ ನೋಡಿದ. ಅಂತಸ್ತಿಗೆ ತಕ್ಕಂತೆ ನಿರ್ಮಿತವಾಗಿವೆ. ತನ್ನ ಸೈನ್ಯದ ಸರಬರಾಜಿನವನು ಅವನ ಹೆಸರು, ಚಕ್ಷು, ಭೇಷ್ ರಾತ್ರಿ ಊಟವಾದ ಮೇಲೆ ಕರೆಸಿ ಬಹುಮಾನವಾಗಿ ಕೊಡಬೇಕು ಹೆಂಗಸರನ್ನು ಕರೆಸಿ ಅವರಲ್ಲಿ ಅತ್ಯಂತ ಸುಂದರಿಯಾಗಿ ಕಾಣುವವಳನ್ನು ಎಂದುಕೊಂಡ. ಅಷ್ಟರಲ್ಲಿ ಬ್ರಾಹಣನು ಶಲ್ಯನ ಚಪ್ಪರಕ್ಕೆ ಅಗ್ನಿಯನ್ನು ತಂದು ತುಪ್ಪ ಹಾಕಿ ಗಮಗಮಿಸುವ ಹೊಗೆ ಎಬ್ಬಿಸಿ ಹೋಮ ಮಾಡಿದ. ಶಲ್ಯ ಭಕ್ತಿಯಿಂದ ಅದರಲ್ಲಿ ಪಾಲುಗೊಂಡ.

ಅಪ್ಪ, ಇಬ್ಬರು ಮಕ್ಕಳು ಬ್ರಾಹ್ಮಣ ನಾಲ್ವರೂ ಕೂಡಿ ಊಟ ಮಾಡುವಾಗ ವಜ್ರ ಅಂದ: 'ಅಡುಗೆ ಹೊಸ ಥರ ಇದೆ. ಪರಿವಾಪವಂತೂ ಊರಿನಲ್ಲಿ ಅರಮನೆ ಅಡುಗೆಯವರು ಮಾಡುವುದಕ್ಕಿಂತ ಹೆಚ್ಚು ರುಚಿಯಾಗಿದೆ.'

'ಅಡುಗೆಯವನಿಗೂ ಒಂದು ಬಹುಮಾನ ಕೊಡೋಣ,' ಶಲ್ಯ ಒಪ್ಪಿಕೊಂಡ.

'ಎತ್ತು, ಮೇಕೆ, ಎರಡರ ಮಾಂಸವನ್ನೂ ಮಾಡಿದಾರಲ್ಲ ಏನು ವಿಶೇಷ?' ಅಜಯ ಕೇಳಿದ.

'ವಿಶೇಷ ದಿನ ಅಂತ ಇರಬಹುದು.' ಬ್ರಾಹ್ಮಣ ಊಹೆ ಮಾಡಿದ.

ಊಟವಾದ ಮೇಲೆ ಶಲ್ಯರಾಜ ಸರಬರಾಜಿನ ಪಾರುಪತ್ಯೇಗಾರರನ್ನು ಕರೆಸಿದ. ಶಿಬಿರ ವ್ಯವಸ್ಥೆ, ಅಡುಗೆಯ ರುಚಿ ಎಲ್ಲವನ್ನೂ ಮೆಚ್ಚಿ ಹೇಳಿದ: 'ದಾಸಿಯರಿರುವಲ್ಲಿಗೆ ಹೋಗು. ಅವರಲ್ಲಿ ನೀನು ಮೆಚ್ಚಿದವಳನ್ನು ಬಹುಮಾನವಾಗಿ ತೆಗೆದುಕೊ. ಇನ್ನು ಮುಂದೆ

ಯುದ್ಧಕಾಲದಲ್ಲೂ ಊರು ಮುಟ್ಟುವವರೆಗೂ ವ್ಯವಸ್ಥೆ ಇಷ್ಟೇ ಚನ್ನಾಗಿರಬೇಕು. ನೀನು ಆರಿಸುವ ಸುಂದರಿ ಪೂರ್ತ ನಿನ್ನ ಹಕ್ಕಿಗೆ ಸೇರುತ್ತಾಳೆ.'

ಪಾರುಪತ್ಯೇಗಾರ ಕೈ ಮುಗಿದು ಹೇಳಿದ: 'ಬಡವನ ಮೇಲೆ ಕೃಪೆಯಾಯಿತು. ಆದರೆ ಇದೆಲ್ಲವನ್ನೂ ದುರ್ಯೋಧನ ಮಹಾರಾಜನ ಕಡೆಯವರು ಸಿದ್ಧ ಮಾಡಿಕೊಂಡು ನಮಗಾಗಿ ಕಾಯುತ್ತಿದ್ದರು, ಸರಬರಾಜಿನವರಿಗೆ ಕೂಡ ಪುಷ್ಕಳ ಊಟವಾಯಿತು, ಯಾವ ಕೆಲಸವೂ ಮಾಡದೆ.'

ವಜ್ರ ಅಜಯರಿಗೆ ಆಶ್ಚರ್ಯ. ಶಲ್ಯನಿಗೆ ನೆನಪಾಯಿತು. ದುರ್ಯೋಧನ ಎಂದರೆ ಬರೀ ಮಾತಲ್ಲ. ಮಾತಿಗಿಂತ ಕೃತಿ ಹೆಚ್ಚು ಎನ್ನಿಸಿತು. ವಜ್ರ ಅಜಯರಿಗೆ ಈಗ ಅರ್ಥವಾಯಿತು. ಪದಾರ್ಥ ಅದೇ ಆದರೂ ರುಚಿ ಸ್ವಲ್ಪ ಬೇರೆಯಾಗಿತ್ತು. ಹಸ್ತಿನಾಪುರದ ರುಚಿ ಅಥವಾ ಕುರುಗಳ ರೀತಿಯೋ! ಒಟ್ಟಿನಲ್ಲಿ ಎಲ್ಲವೂ ಸಂತೋಷದಾಯಕವಾಗಿತ್ತು.

ಇಲ್ಲಿಯವರೆಗೆ ಶಲ್ಯನ ಮನಸ್ಸಿನ ಒಂದು ಭಾಗದಲ್ಲಿ ಒಂದು ಅನುಮಾನವಿತ್ತು. ಈಗ ಅದೂ ಹೋಗಿ ನೆಮ್ಮದಿ ಎನ್ನಿಸಿತು. ನಮಗೆ ರಾಜ್ಯ ಉಳಿಯುವುದು ಬಿಡುವುದು ಮುಖ್ಯವಲ್ಲ. ಧರ್ಮ ಗೆಲ್ಲುವುದು ಮುಖ್ಯ. ಬಲಪ್ರದರ್ಶನವಾದಮೇಲೆ ಪಾಂಡವರು ನ್ಯಾಯಕ್ಕೆ ಬಂದರೆ ಬಿಟ್ಟುಕೊಡುತ್ತೇವೆ. ನಮಗೆ ಜಗಳವಿರುವುದು ಹಿರಿಯ ಮೂವರಲ್ಲಿ. ಕಿರಿಯ ಸಾಧುಗಳೊಡನೆಯಲ್ಲ. ಪಾಂಡವರ ಕಡೆಗೆ ಬರುವುದಾಗಿ ತಾನು ಮಾತು ಕೊಟ್ಟು ಈಗ ಕೌರವರ ಪರ ಹೊರಟಿರುವುದಕ್ಕೆ ಕುಟುಕುತ್ತಿದ್ದ ಮನಸ್ಸು ಈಗ ಸರಿಯಾಯಿತು. ದುರ್ಯೋಧನ ಎಂದರೆ ಬರೀ ಮಾತಲ್ಲ. ಮಾತಿಗಿಂತ ಕೃತಿ ಹೆಚ್ಚು ಎಂದು ತನಗೆ ತಾನೇ ಮತ್ತೆ ಮತ್ತೆ ಹೇಳಿಕೊಂಡ. ಶಖೆಯೂ ಇಲ್ಲ. ಚಳಿಯೂ ಇಲ್ಲ. ಚಪ್ಪರದ ಸುತ್ತ ಬೆರಣಿ ಹಚ್ಚಿಸಿ ತುಲಸಿ ಬೇವುಗಳ ಹೊಗೆ ಮಾಡಿದ್ದುದರಿಂದ ಒಂದೂ ಸೊಳ್ಳೆಯಿಲ್ಲ. ಅರಮನೆಯಷ್ಟೇ ಸುಖವಾದ ನಿದ್ದೆ. ಎಂದಿನಂತೆ ನಡುರಾತ್ರಿ ಕಳೆಯುವ ಹೊತ್ತಿಗೆ ಎಚ್ಚರವಾಯಿತು. ಈ ಯುದ್ಧ ನಡೆಯುತ್ತದೆಯೋ ಅಥವಾ ಬರೀ ಬೆದರಿಕೆಯ ಆಟವಾಗಿ ಮುಗಿಯುತ್ತದೆಯೋ ಎಂಬ ಕುತೂಹಲದಲ್ಲಿ ವೇಳೆ ಕಳೆಯಿತು. ಮತ್ತೆ ಲಘು ನಿದ್ದೆ ಹತ್ತಿ ಎಚ್ಚರವಾದ ಮೇಲೆ ಎದ್ದು ತನ್ನ ಚಪ್ಪರ ಕಾಯುತ್ತಿದ್ದ ಸೇವಕ ನೀಪನೊಡನೆ ಝರಿಯ ಆಚೆಗೆ ಹೋಗಿ ಬಂದ. ಸ್ನಾನಮಾಡಿ ಬ್ರಾಹ್ಮಣನೊಡನೆ ತಾನೂ ಕೂತು ಗಟ್ಟಿಯಾಗಿ ಮಂತ್ರ ಹೇಳಿಕೊಂಡು ಹೋಮ ಮಾಡಿ ಏಳುವ ಹೊತ್ತಿಗೆ ಸರಬರಾಜಿನ ಪಾರುಪತ್ಯೇಗಾರ ಕಾದು ನಿಂತಿದ್ದ. ಒಳಗೆ ಬಂದು ಅಗ್ನಿಗೆ ನಮಸ್ಕರಿಸಿ ಅನಂತರ ಮಹಾರಾಜನಿಗೆ ಬಾಗಿ ಹೇಳಿದ: 'ಊಟ, ಶಿಬಿರಗಳ ವ್ಯವಸ್ಥೆ ನಾವು ಮಾಡ್‌ತೀವಿ; ನೀವು ನಿಮ್ಮ ನೂರು ಎತ್ತಿನ ಗಾಡಿಗಳನ್ನು ಹೂಡಿಕೊಂಡು ವಾಪಸು ಹೋಗಿ ಅನ್ನುತ್ತಿದಾರೆ. ಏನು ಮಾಡಲಿ?'

ಮಹಾರಾಜನಿಗೆ ತಕ್ಷಣ ಉತ್ತರ ಹೇಳಲು ತಿಳಿಯಲಿಲ್ಲ. ಅಜಯ ವಜ್ರರನ್ನು ಕರೆಸಿದ. ಅವರು ಸಲಹೆ ಇತ್ತರು: 'ವ್ಯವಸ್ಥೆ ಮಾಡಿರುವುದು ಅತಿಥೇಯನ ಕರ್ತವ್ಯ. ಹಾಗೆಂದು ನಮ್ಮ ಸಲಕರಣೆಗಳನ್ನೆಲ್ಲ ವಾಪಸು ಕಳಿಸಿದರೆ ಅತಿಥಿಗಳಾದ ನಮ್ಮ ಗೌರವ ಉಳಿಯುತ್ತೆಯೆ? ಯುದ್ಧ ಅಂದಮೇಲೆ ಎಷ್ಟು ದಿನ ನಡೆಯುತ್ತೆಯೋ? ಅಲ್ಲದೆ ಅವರು ರೂಢಿಸಿರುವ

ಸರಕು ಮುಗಿಯಬಹುದು. ನಮ್ಮದೂ ಜೊತೆಗೆ ಬರುತ್ತಿರಲಿ.'

ಇದು ಮಹಾರಾಜನಿಗೆ ಒಪ್ಪಿಗೆಯಾಯಿತು. ಪಾರುಪತ್ಯೇಗಾರ ಇನ್ನೊಂದು ಹೇಳಿದ: 'ಯೋಧರ ರಂಜನೆಗೆಂದು ಅವರೇ ಇಪ್ಪತ್ತೈದು ಗಾಡಿ ದಾಸಿಯರನ್ನು ಕಳಿಸಿದಾರೆ. ನಿಮ್ಮ ದಾಸಿಯರು ಬೇಡ, ಗಾಡಿಸಮೇತ ವಾಪಸು ಕಳಿಸಿ ಅನ್ನುತ್ತಾರೆ.'

ಮಹಾರಾಜ ಒಂದು ನಿಮಿಷ ಯೋಚಿಸಿ ಕೇಳಿದ: 'ಅಂದರೆ ಈ ರಾತ್ರಿ ಹಸ್ತಿನಾಪುರದ ದಾಸಿಯರನ್ನು ನಮ್ಮ ಸೈನಿಕರಿಗೆ ಹಂಚಿದ್ದಿರೊ?'

'ಅವರ ಊಟವನ್ನಲ್ಲವೇ ನಮ್ಮವರೆಲ್ಲ ಉಂಡಿದ್ದು?'

ಮಹಾರಾಜ ಮಾತನಾಡಲಿಲ್ಲ. ಸ್ವಲ್ಪ ಹೊತ್ತು ತನ್ನಲ್ಲೇ ಯೋಚಿಸುತ್ತಿದ್ದು ಹೇಳಿದ: 'ವಜ್ರ, ಅಜಯ, ನೀವಿಬ್ಬರೂ ಮದ್ರ ಸುಂದರಿಯರನ್ನು ರಾತ್ರಿ ಕರೆದುಕೊಂಡಿದ್ದಿರೋ ಹಸ್ತಿನಾವತಿಯವರನ್ನೋ?'

ಅವರು ಮಾತನಾಡಲಿಲ್ಲ. ಅಪ್ಪನಿಗೆ ಸಿಟ್ಟು ಬಂದಿದೆ ಎಂದು ಇಷ್ಟರಲ್ಲಿ ಅರ್ಥವಾಗಿತ್ತು. ಅಪ್ಪನೇ ಎಂದ: 'ಮದ್ರದ ಹೆಂಗಸರೆಂದರೆ ದೇಶದೇಶದವರೆಲ್ಲ ಬಾಯಿ ಬಿಡುತ್ತಾರೆ. ನೀವು ಮಾತ್ರ ಅವರು ಕಳಿಸಿದ ತಕ್ಷಣ ಒಪ್ಪಿಕೊಂಡಿರಿ. ಮಿತ್ರರೇ ಆಗಲಿ ಯಾವತ್ತೂ ಬೇರೆ ದೇಶದ ಹೆಂಗಸರನ್ನು ಅಷ್ಟು ಸುಲಭವಾಗಿ ಸ್ವೀಕರಿಸಬಾರದು. ಅದೂ ಯುದ್ಧಸಮಯ ದಲ್ಲಿ. ಇವತ್ತಿನಿಂದ ನಿಮ್ಮ ಹೆಂಗಸರು ನಮಗೆ ಬೇಡ ಅಂತ ಖಂಡಿತವಾಗಿ ಹೇಳಿ ಕಳಿಸಿ.'

ಯಾರೂ ಮಾತನಾಡಲಿಲ್ಲ. ಅಪ್ಪ ಹೋಗಿ ತನ್ನ ಹಾಸಿಗೆಯ ಮೇಲೆ ಕುಳಿತ. ಅಜಯ ಹತ್ತಿರ ಬಂದು ನಮ್ರವಾಗಿ ಹೇಳಿದ: 'ಈ ಒಂದು ಆಕರ್ಷಣೆಯೂ ಇಲ್ಲದಿದ್ದರೆ ಯುದ್ಧಕ್ಕೆ ಬರುವ ಸೈನಿಕರಿಗೆ ಉತ್ಸಾಹ ಹೇಗೆ ಬರಬೇಕು? ನಮ್ಮಲ್ಲಿರುವ ದಾಸಿಯರ ಸಂಖ್ಯೆ ತೀರ ಕಮ್ಮಿ. ನೆನ್ನೆ ರಾತ್ರಿ ಕೆಲವು ಸೈನಿಕರು ಜಗಳವಾಡುತ್ತಿದ್ದರಂತೆ. ಅಷ್ಟರಲ್ಲಿ ಹಸ್ತಿನಾವತಿಯ ಹೆಂಗಸರನ್ನು ಸೇರಿಸಿದೆವು. ಅವರೂ ಇರಲಿ, ಎಷ್ಟಾದರೂ ಮಿತ್ರದಾಸಿಯರು. ನಮ್ಮ ಸೈನಿಕರು ಯುದ್ಧದಲ್ಲಿ ಪರಾಕ್ರಮವನ್ನು ಮೆರೆದು ಮದ್ರದೇಶಕ್ಕೆ ಕೀರ್ತಿ ತರಬೇಡವೆ?'

ಮಹಾರಾಜ ಮಾತನಾಡಲಿಲ್ಲ. ಹೊರಡಲು ಸಿದ್ಧರಾಗಬೇಕೆಂದು ಹೇಳಿ ಮಕ್ಕಳಿಬ್ಬರೂ ಹೊರಗೆ ನಡೆದರು. ತೀರ್ಮಾನವನ್ನು ಅರ್ಥಮಾಡಿಕೊಂಡ ಪಾರುಪತ್ಯೇಗಾರ ತನ್ನ ಕೆಲಸಕ್ಕೆ ಹೋದ. ಬೆಳಗಿನ ಆಹಾರವಾದಮೇಲೆ ಮತ್ತೆ ಪಯಣ ಆರಂಭವಾಯಿತು: ಮುಂದೆ ಸರಬರಾಜಿನ ಗಾಡಿಗಳು. ಅನಂತರ ಕುದುರೆ ಏರಿದ ಸೈನಿಕರು. ಹಿಂದೆ ರಥದವರು. ನಡುವೆ ರಾಜರಥಗಳು. ಸುತ್ತುವರಿದ ಬೆಂಗಾವಲಿನವರು. ಅನಂತರ ಆನೆಯ ಸಾಲುಗಳು..... ಹಸ್ತಿನಾವತಿಯ ಸರಬರಾಜಿನವರು ದಾಸಿಯರು ಮೊದಲೇ ಹೊರಟಿದ್ದರು ಮುಂದಿನ ಶಿಬಿರ ಅಣಿಗೊಳಿಸಲು.

ದಾರಿಯಲ್ಲಿ ಶತದ್ರು, ಸರಸ್ವತಿ, ದೃಷದ್ವತಿ ಮತ್ತು ಯಮುನಾ ನದಿಗಳನ್ನು ದಾಟಬೇಕಾ ಗಿತ್ತು. ಅಲ್ಲದೆ ಅವುಗಳಿಗೆ ಸೇರುವ ಕೆಲವು ಸಣ್ಣ ಹೊಳೆ ಹಳ್ಳಗಳು. ಅಲ್ಲೆಲ್ಲ ದುರ್ಯೋಧನನು ನಾವೆಗಳನ್ನು ಸಿದ್ಧಪಡಿಸಿದ್ದ. ಒಂದೊಂದು ರಥವನ್ನು ತುಂಬಿಕೊಂಡು ಹಾಯುವ ನಾವೆಗಳಿಗೆ

ಅಂಬಿಗರು ಹುಟ್ಟು ಹಾಕಿದರು. ಮಾವುತರು ಆನೆಗಳ ಮೇಲೆ ಕುಳಿತೇ ಹಾಯ್ದರು. ಸಣ್ಣ ಹಳ್ಳ ಹೊಳೆಗಳಿಗೆ ಬಿದಿರಿನ ಸೇತುವೆ ಕಟ್ಟಿಸಿ ಸುಲಭಗೊಳಿಸಿದ್ದರು. ದಾರಿಯ ಉದ್ದಕ್ಕೂ ಮಾಡಿದ ಎಲ್ಲ ರೀತಿಯ ವ್ಯವಸ್ಥೆಯಿಂದ ತೀರ ಕೆಳಮಟ್ಟದ ಕಾಲಾಳಿಗೆ ಕೂಡ ತೃಪ್ತಿಯಾಯಿತು.

ಹದಿನಾಲ್ಕು ದಿನ ಪ್ರಯಾಣಮಾಡಿದ ನಂತರ ಹಸ್ತಿನಾವತಿಯನ್ನು ತಲುಪಿದರು. ಊರು ಬರುವ ಒಂದು ದಿನ ಮೊದಲೇ ದುರ್ಯೋಧನ ರಾಜಮರ್ಯಾದೆಯಿಂದ ಎದುರುಗೊಂಡ. ಶಲ್ಯರಾಜನಿಗೆ ನಮಸ್ಕರಿಸಿ ವಜ್ರ ಅಜಯರನ್ನು ಆಲಿಂಗಿಸಿಕೊಂಡ. ಗಾಂಧಾರರಂತೆ ಅಗಲವಾದ ಮುಖದ, ಆತ್ಮವಿಶ್ವಾಸದ ಉಬ್ಬಿದ ಎದೆಯ, ದೃಢಕಾಯ. ಹಸ್ತಿನಾವತಿಯ ಅರಸರಿಗೆ ತಕ್ಕ ಬಂಗಾರ ರತ್ನಗಳ ಹಾರ, ಕಿರೀಟದ ಗಾಂಭೀರ್ಯ. ಬಳಲಿಕೆಗೆ ಉಪಚಾರ ಹೇಳಿ, ದಾರಿಯ ಭೋಜನ ವಿಶ್ರಾಂತಿಗಳಲ್ಲಿ ಆಗಿರಬಹುದಾದ ನ್ಯೂನತೆಗಳಿಗೆ ಕ್ಷಮೆ ಬೇಡಿದ. ವಜ್ರ ಅಜಯರು ಸ್ನಾನಕ್ಕೆಂದು ಹೋದರು.

ದುರ್ಯೋಧನನು ಶಲ್ಯನದಕ್ಕಿಂತ ನಾಲ್ಕು ಬೆರಳು ತಗ್ಗಾದ ಆಸನ ಹಾಕಿಸಿಕೊಂಡು ಕುಳಿತು ಹೇಳಿದ: 'ಮಾವ, ನನ್ನ ತಮ್ಮ ಎಲ್ಲವನ್ನೂ ಹೇಳಿದ. ದುರ್ಯೋಧನ ಲೋಭಿ, ಮತ್ತೊಬ್ಬರ ರಾಜ್ಯಕ್ಕೆ ಆಶೆಪಡುವವನು, ಸಂಪಾದನೆಗಾಗಿಯೇ ಜೂಜಾಡುವವನು ಕ್ರೀಡೆಗಾಗಿಯಲ್ಲ ಎಂದೆಲ್ಲ ಅಪಪ್ರಚಾರ ನಡೆದಿದೆ. ಇದನ್ನು ಸರಿಯಾಗಿ ಅರ್ಥಮಾಡಿಕೊಂಡು ನೀನು ಬಂದದ್ದು ನನ್ನ ಸೌಭಾಗ್ಯ. ನನ್ನನ್ನು ರಕ್ಷಿಸುವುದು ನಿನ್ನ ಮನಃಪೂರ್ವಕವಾದ ಆಶೀರ್ವಾದ, ಬರೀ ಸೈನ್ಯವಲ್ಲ. ನೀನು ಯಾವಾಗಲೂ ಧರ್ಮದ ಪರ ಎಂಬುದು ಇಡೀ ಆರ್ಯಾವರ್ತಕ್ಕೆ ಗೊತ್ತಿದೆ. ನೀನು ನನ್ನ ಕಡೆ ಬಂದಿದ್ದರಿಂದಲಾದರೂ ವಿರೋಧಿಗಳ ಕಡೆ ಸೇರಲು ಹೊರಟಿರುವ ಅಲ್ಪ ಸಂಖ್ಯೆಯ ರಾಜರುಗಳು ದುರ್ಯೋಧನನ ಧರ್ಮದ ಬಗೆಗಿರುವ ತಮ್ಮ ಅನುಮಾನ ಬಗೆಹರಿಸಿಕೊಳ್ಳಲಿ.'

ಶಲ್ಯ ಸುಮ್ಮನೆ ಕೇಳುತ್ತಿದ್ದ.

ದುರ್ಯೋಧನ ಮುಂದುವರಿಸಿದ: 'ಬಹು ಮುಖ್ಯ ವಿಷಯ: ನಿನ್ನನ್ನು ಕೇಳದೆ ತೀರ್ಮಾನಿಸಬಾರದೆಂತ ಕಾಯುತ್ತಿದ್ದೆ. ಈಗಲೇ ಹೇಳೋಣವೆಂದರೆ ನಿನಗೆ ಆಯಾಸವಾಗಿದೆ.'

'ಏನಿಲ್ಲ ಹೇಳು ಹೇಳು.'

'ನಮ್ಮ ಕಡೆ ಯಾವ ಯಾವ ರಾಜರು ಬಂದಿದ್ದಾರೆಂಬುದು ನಿನಗೆ ಈಗಾಗಲೇ ತಿಳಿದಿರಬಹುದು. ಎಲ್ಲರೂ ದೊಡ್ಡ ದೊಡ್ಡ ಸೇನಾನಿಗಳೇ. ಮಹಾಸೇನಾನಿಯ ಪಟ್ಟ ಯಾರಿಗೆ ಕಟ್ಟಬೇಕೆಂಬ ಚರ್ಚೆಯಾಗುತ್ತಿದೆ. ನಾನು ಯಾವತ್ತೂ ಹಿರಿಯರನ್ನು, ವಯೋವೃದ್ಧರನ್ನು ಗೌರವಿಸುವ ಮನುಷ್ಯ. ಆರ್ಯಧರ್ಮವಲ್ಲವೆ ಅದು? ರಾಜರುಗಳಲ್ಲೆಲ್ಲ ನೀನು ಹಿರಿಯ. ನೀನೇ ಮಹಾಸೇನಾನಿಯಾಗಿ ಈ ಯುದ್ಧದ ಯಶವು ನಿನಗೆ ಸಂದು, ಮದ್ರದೇಶದವರ ಪರಾಕ್ರಮವು ಎಂದಿನಂತೆ ಕ್ಷತ್ರಿಯ ಲೋಕದಲ್ಲಿ ಮೆರೆಯಬೇಕೆಂದು ನನ್ನ ಆಶೆ. ನೀನು ಒಪ್ಪದಿದ್ದರೆ ಪಿತಾಮಹ ಭೀಷ್ಮರನ್ನು ಮಾಡಬೇಕೆಂದು ಕೆಲವರ ಸೂಚನೆ. ಅಷ್ಟು

ವೃದ್ಧರಾದ ಪಿತಾಮಹರು ಪದದಲ್ಲಿ ನಿಂತರೂ ಕದನ ನಡೆಸಿಕೊಡಬೇಕಾದವನು ನೀನೇ. ನಿನ್ನ ಅಭಿಪ್ರಾಯ ತಿಳಿದು ನಾನು ಇತರರನ್ನು ಒಪ್ಪಿಸುತ್ತೇನೆ.'

'ಭೀಷ್ಮರೇ ಆಗಬೇಕು. ಪಿತಾಮಹನೇ ಆಗಬೇಕು,' ಮದ್ರರಾಜ ತಕ್ಷಣ ಹೇಳಿದ.

ಸ್ವಲ್ಪ ಹೊತ್ತು ಇಬ್ಬರೂ ಮೌನವಾಗಿದ್ದರು. ಅನಂತಹ ಮಾವ ಕೇಳಿದ: 'ನಾಳೆ ನಾವು ಹಸ್ತಿನಾವತಿ ತಲುಪುತ್ತೇವೆ. ಯುದ್ಧ ಆಗುವುದೆಲ್ಲಿ? ಯಾವತ್ತಿನಿಂದ?'

'ಯಾವತ್ತು ಅನ್ನುವುದನ್ನು ಕೊಳ್ಳೆ ಹೊಡೆಯಲು ಬರುವ ಕಳ್ಳರು ತಾನೆ ನಿಶ್ಚಯಿಸು ವವರು. ಯುದ್ಧ ನನಗಂತೂ ಬೇಡ. ಎಲ್ಲಿ ಅಂತ ಕೇಳಿದೆಯಲ್ಲವೆ? ಪಾಂಡವರಿಗೆ ನಿಜ ವಾಗಿ ಸೈನ್ಯ ಸಹಾಯ ಮಾಡುವವರು ಪಾಂಚಾಲರು. ಎಂದರೆ ಐದು ಜನರು ಹಂಚಿ ಕೊಳ್ಳಲು ಮಗಳನ್ನು ಕೊಟ್ಟ ದ್ರುಪದ. ಅವನಿಗೆ ಹಸ್ತಿನಾವತಿಯನ್ನು, ಪಿತಾಮಹ ಭೀಷ್ಮರನ್ನು ನಾಶಮಾಡುವ ಬಯಕೆ. ಅದಕ್ಕೇ ಅಳಿಯಂದಿರನ್ನು ಯುದ್ಧಕ್ಕೆ ಪ್ರಚೋದಿಸಿದ್ದಾನೆ. ಕಾರಣ ಗೊತ್ತಿಲ್ಲವೆ ನಿನಗೆ? ನಮ್ಮೆಲ್ಲರಿಗೂ ಗುರುಗಳಾದ ದ್ರೋಣಾಚಾರ್ಯರು ದ್ರುಪದನ ಸಹಪಾಠಿ ಯಂತೆ. ಬಡಬ್ರಾಹ್ಮಣ. ಅನಂತರ ದ್ರುಪದ ರಾಜನಾದಮೇಲೆ ಇವರು ಅವನ ಆಶ್ರಯ ಬೇಡಿ ಹೋದರಂತೆ. ಆ ಗರ್ವಿ ಇವರನ್ನು ತಿರಸ್ಕಾರದಿಂದ ಕಂಡು ಅಪಮಾನಿಸಿದ. ನೀನೇ ಹೇಳು ಮಾವ, ವಿದ್ವಾಂಸರಿಗೆ ಬೆಲೆ ಕೊಡದ ರಾಜ ಯಾವ ನರಕಕ್ಕೆ ಹೋಗುವುದಿಲ್ಲ? ವೇದ ಹೋಮಗಳಿಗೆ ನ್ಯೂನ ಮಾಡಿದವನು ಬದುಕಿಯಾನೆ? ಅಂದ ಹಾಗೆ ಪ್ರಯಾಣದಲ್ಲಿ ನಿಮ್ಮ ದೈನಿಕ ಹೋಮಕ್ಕೆ ಏನಾದರೂ ತೊಂದರೆಯಾಯಿತೆ?'

'ಇಲ್ಲ ಇಲ್ಲ. ನಿನ್ನವರು ಸಮೃದ್ಧ ತುಪ್ಪದ ವ್ಯವಸ್ಥೆ ಮಾಡಿದ್ದರು. ನನ್ನ ಪುರೋಹಿತ ಜೋಪಾನವಾಗಿ ಅಗ್ನಿಯನ್ನು ಸಂಗಡವೇ ತರುತ್ತಿದ್ದ.'

'ಸೊಕ್ಕಿನ ಕ್ಷತ್ರಿಯ ದ್ರುಪದನು ದ್ರೋಣರನ್ನು ಅಪಮಾನಿಸಿದನಲ್ಲ. ಪಿತಾಮಹ ಭೀಷ್ಮರು ಯಾವತ್ತೂ ಧರ್ಮಪರರು. ಆಶ್ರಯ ಹುಡುಕಿಕೊಂಡು ದ್ರೋಣರು ಹಸ್ತಿನಾವತಿಗೆ ಬಂದರು. ಆಗ ನಾವೆಲ್ಲ ಹುಡುಗರು. ಈಗ್ಗೆ ನಲವತ್ತು ವರ್ಷದ ಹಿಂದಿನ ಮಾತು. ದ್ರೋಣರು, ದ್ರೋಣರಿಗೆ ಆಶ್ರಯವಿತ್ತ ಭೀಷ್ಮರು, ಭೀಷ್ಮರು ಉಳಿಸಿ ಬೆಳೆಸಿದ ಹಸ್ತಿನಾವತಿಯನ್ನು ನಾಶಮಾಡಬೇಕೆಂಬ ಹಂಚಿಕೆ ದ್ರುಪದನದು. ಮನೆ ಒಡೆದರೆ ನಾಶ ಮಾಡುವುದು ಸುಲಭವಲ್ಲವೆ? ಅದಕ್ಕೆಂದೇ ಈ ಐವರಿಗೆ ಹೆಣ್ಣು ಕೊಟ್ಟು ತನ್ನ ಕಡೆ ಮಾಡಿಕೊಂಡು ಈಗ ಅವರ ಹೆಸರಿನಲ್ಲಿ ಹಸ್ತಿನಾವತಿಗೆ ದಾಳಿ ಇಡಲು ಹೊರಟಿದ್ದಾನೆ. ಕಾಂಪಿಲ್ಯ ಇಲ್ಲೇ ಕೆಳಗೆ ದಕ್ಷಿಣಕ್ಕಿದೆ. ಅಲ್ಲಿಂದ ದಾಳಿ ಶುರುವಾಗುತ್ತದೆ. ನಾವು ಹಸ್ತಿನಾವತಿಯ ದಡದಲ್ಲಿರುವ ಗಂಗೆಯ ಆಚೆ ನಿಂತು ಕಾಯಬೇಕು. ಅಥವಾ ಅವರು ರಾತ್ರಿ ವೇಳೆ ನದಿಯಲ್ಲಿ ದೋಣಿಗಳ ಮೇಲೆ ಬರಬಹುದು. ನದಿಯ ಪಾತ್ರದಲ್ಲೇ ಒಂದು ಪಯಣ ಕೆಳಗೆ ಹೋಗಿ ಕಾಯುವು ದೆಂದು ನಮ್ಮಲ್ಲಿ ಕೆಲವರ ಯೋಜನೆ.'

ದ್ರುಪದನ ಮೇಲೆ ಶಲ್ಯನಿಗೆ ಸಿಟ್ಟು ಬಂತು. ಪಾಂಡವರ ಪರ ಅಂತ ಹೇಳಿಕೊಂಡು ತಮ್ಮಲ್ಲಿ ಬಂದಿದ್ದವನು ಪಾಂಚಾಲ ದ್ರುಪದನ ಪುರೋಹಿತ. ಪಾಂಡವರು ಯಾರೂ ಅಲ್ಲ. ವಾಸ್ತವವಾಗಿ ಇದು ಕುರುಪಾಂಚಾಲರ ಯುದ್ಧ, ಕೌರವಪಾಂಡವರದಲ್ಲ ಎನ್ನಿಸಲು

ಶುರುವಾಯಿತು. ತನ್ನಿಂದ ಎಂತಹ ತಪ್ಪಾಗುತ್ತಿತ್ತು ಎಂದು ಒಮ್ಮೆ ನಿಟ್ಟುಸಿರು ಬಿಟ್ಟ. ಅವನ ಮನಸ್ಸಿನ ಆಳಆಳವನ್ನೂ ಭೀಷ್ಮರು ತುಂಬಿದ್ದರು. ಬರೀ ಕುರುಪಿತಾಮಹರಲ್ಲ. ಇಂದಿನ ಆರ್ಯ ಜಗತ್ತಿನಲ್ಲಿ ಅಷ್ಟು ಹಿರಿಯ ಕ್ಷತ್ರಿಯರೇ ಇಲ್ಲ. ಸಾಧಾರಣ ಕ್ಷತ್ರಿಯರೇ! ಪ್ರಚಂಡ ಪರಾಕ್ರಮಿ. ತ್ಯಾಗವೇ ಮೂರ್ತೀಭವಿಸಿದ ಬ್ರಹ್ಮಚಾರಿ. ಇಲ್ಲಿ ಸೇರಿರುವ ಯೋಧರಲ್ಲಿ ಅವರನ್ನು ಬಿಟ್ಟರೆ ನಾನೇ ಹಿರಿಯ. ಮಹಾಸೇನಾನಿಯಾಗೆಂದು ದುರ್ಯೋಧನನು ನನ್ನನ್ನು ಕೇಳಿದ. ಭೀಷ್ಮರು ಪೀಠದಲ್ಲಿ ನಿಲ್ಲಲಿ. ಅವರಿರುವಾಗ ನಾನಲ್ಲ ಎಂದುಕೊಳ್ಳುತ್ತಿರುವಾಗ ಅವರನ್ನು ಬೇಗ ಕಾಣುವ ಬಯಕೆಯಾಯಿತು. ತಮ್ಮ ಮಗನಿಗೆ ಹೆಣ್ಣು ಕೇಳಲು ಬೀಗರಾಗುವ ಆಶೆಯಿಂದ ಬಂದರು. ಕುರುಕುಲವೆಂದರೆ ಔದಾರ್ಯದ ಕುಲ. ಈಗ ದುರ್ಯೋಧನ ದಾರಿಯ ಉದ್ದಕ್ಕೂ ಎಂತಹ ಸತ್ಕಾರ ಮಾಡಿದ. ಭೀಷ್ಮರೂ ಅಷ್ಟೆ. ಹೆಣ್ಣು ಕೇಳಲು ಬರುವಾಗ ತಂದಿದ್ದ ಉಡುಗೊರೆಗಳೇನು, ನಾವು ನಮ್ಮ ಪದ್ಧತಿಯಂತೆ ಕನ್ಯಾಶುಲ್ಕ ಅಂದೆವು ಅಷ್ಟೆ. ಶಲ್ಯರಾಜ ಆಸನ ಬದಲಿಸಿ ದಿಂಬು ಒರಗಿ ಕುಳಿತ. ಕುರುಛತ್ರಾಧಿಪತಿ ದುರ್ಯೋಧನ ತನಗಿಂತ ನಾಲ್ಕು ಅಂಗುಲ ಕೆಳಗಿನ ಆಸನದಲ್ಲಿ ಕುಳಿತಿದ್ದಾನೆ, ಪಾದಸೇವಕನಂತೆ. ಮದ್ರರಾಜನಿಗೆ ಇದ್ದಕ್ಕಿದ್ದಂತೆಯೇ ಆರ್ಯ ವ್ಯವಹಾರದ ಮೇಲೆ ಹೆಮ್ಮೆ ಹುಟ್ಟಿತು. ಈ ಧರ್ಮವನ್ನು ಕಾಪಾಡಬೇಕೆಂಬ ಸಂಕಲ್ಪವೂ ಹುಟ್ಟಿತು.

'ಪಾಂಡವರು ಉಪಪ್ಲಾವ್ಯ ಪಟ್ಟಣದಲ್ಲಿದ್ದಾರೆಯಲ್ಲವೆ ಯುದ್ಧ ಸಿದ್ಧತೆ ಮಾಡಿಕೊಳ್ಳುತ್ತಾ? ದಾಳಿ ಕಾಂಪಿಲ್ಯದಿಂದ ಬರುತ್ತೆ ಅಂತ ನೀನು ಅಂದಾಜು ಮಾಡಿದೀಯಲ್ಲ?'

'ನಮ್ಮಲ್ಲಿ ಭ್ರಮೆ ಹುಟ್ಟಿಸುಕ್ಕೆ ಅವರು ಉಪಪ್ಲಾವ್ಯದಲ್ಲಿರೂದು. ಉಪಪ್ಲಾವ್ಯಕ್ಕೂ ಖಾಂಡವ ಪ್ರಸ್ಥಕ್ಕೂ ಹತ್ತಿರ.'

'ಖಾಂಡವಪ್ರಸ್ಥ ಅಂದರೆ ಯಾವುದು?'

'ಇಂದ್ರಪ್ರಸ್ಥ ಅಂತ ಅವರು ಆಮೇಲೆ ಕರೆದುಕೊಳ್ಳಲಿಲ್ಲವೆ ಜಂಬಕ್ಕೆ, ಮೂಲ ಹೆಸರು ಅಂದರೆ ನಾವು ದಾನವಾಗಿ ಕೊಟ್ಟಾಗ ಅದರ ಹೆಸರು ಖಾಂಡವಪ್ರಸ್ಥ ಅಂತ. ಜೂಜಿನಲ್ಲಿ ಸೋತ ನಮ್ಮ ನಗರವನ್ನು ನಾವು ಈಗ ಯುದ್ಧ ಮಾಡಿ ಗೆಲ್ಲುತ್ತೇವೆ, ನಮಗೆ ಹಸ್ತಿನಾವತಿಯ ಆಶೆ ಇಲ್ಲ ಅಂತ ಎಲ್ಲ ರಾಜರಲ್ಲೂ ಪ್ರಚಾರ ಮಾಡಿ ಭ್ರಾಂತಿ ಹುಟ್ಟಿಸಿ ನನ್ನ ಬೆಂಬಲಿಗರಲ್ಲಿ ಒಡಕು ಹುಟ್ಟಿಸುವುದು ಅವರ ಒಂದು ತಂತ್ರ. ವಾಸ್ತವವಾಗಿ ಅವರ ಹೆಸರಿನಲ್ಲಿ ಯುದ್ಧ ಮಾಡುವವರು ಪಾಂಚಾಲರು ತಾನೇ. ಅಂದ ಹಾಗೆ ನಿನಗೆ ಗೊತ್ತಿಲ್ಲ ಅಂತ ಕಾಣುತ್ತೆ. ದ್ರುಪದನ ಮಗ ಧೃಷ್ಟದ್ಯುಮ್ನ ಅಂತ ಇದಾನೆ. ಐವರ ಹೆಂಡತಿಯ ಅಣ್ಣ ಅವನು. ಪಾಂಡವರ ಕಡೆಯ ಮಹಾಸೇನಾನಿ. ಅವನೇಕೆ ಆದ? ಪಾಂಡವರಲ್ಲೇ ಒಬ್ಬನನ್ನು ಯಾಕೆ ಮಾಡಲಿಲ್ಲ? ಅಂದರೆ ಯುದ್ಧ ಮಾಡುವವರು ದ್ರುಪದನ ಸೈನಿಕರು ತಾನೆ? ಇವರ ಹತ್ತಿರ ಸೈನಿಕರೆಲ್ಲಿ ಬರಬೇಕು? ನಮಗೆಲ್ಲ ಆ ಭ್ರಮೆ ಹುಟ್ಟಿಸಿ ಇತ್ತ ಕಾಂಪಿಲ್ಯದಿಂದ ದಾಳಿ ಮಾಡಿ ಹಸ್ತಿನಾವತಿಯನ್ನು ನಾಶಗೊಳಿಸಬೇಕು ಅಂತ ಅವರ ಹಂಚಿಕೆ. ಆರ್ಯ ಸಂಸ್ಕೃತಿಯನ್ನು ಮುಗಿಸಿದಲ್ಲದೆ ಆ ಅನಾರ್ಯನಿಗೆ ತೃಪ್ತಿ ಇಲ್ಲ.'

ಈ ಕೊನೆಯ ಮಾತು ಶಲ್ಯನಿಗೆ ಅರ್ಥವಾಗಲಿಲ್ಲ. 'ದ್ರುಪದನೂ ಆರ್ಯನೇ

ಅಲ್ಲವೆ?' ಎಂದ.

'ಮಾವ, ನೀವು ಹಿಂದಿನ ಕಾಲದವರು. ಧರ್ಮಿಷ್ಠರು. ಕುಟಿಲರ ಅಂತರಂಗ ಬೇಗ ನಿಮ್ಮ ಕಣ್ಣಿಗೆ ಕಾಣುವುದಿಲ್ಲ,' ಎಂದು ದುರ್ಯೋಧನ ವಿಷಾದದ ನಗೆ ನಕ್ಕ. ಅನಂತರ ನಿಧಾನವಾಗಿ ಹೇಳಿದ: 'ಪಾಂಚಾಲ ರಾಜ್ಯದ ಅರ್ಧ ಭಾಗ ಜನರು ಕಾಡುವಾಸಿಗಳು. ಅನಾರ್ಯರು. ಅವರಲ್ಲೆಲ್ಲ ಒಬ್ಬ ಹೆಂಡತಿಯನ್ನು ಅಣ್ಣತಮ್ಮಂದಿರು ಹಂಚಿಕೊಳ್ಳುವುದೇ ಪದ್ಧತಿ. ಅದರಿಂದ ತಾನೇ ದ್ರುಪದನು ತನ್ನ ಮಗಳಿಗೂ ಇಂತಹ ಮದುವೆ ಮಾಡಿದ್ದು. ಅವನೂ ಅನಾರ್ಯನಾಗಿರುವುದಕ್ಕೆ ಇದೊಂದೇ ಸಾಲದೆ ಗುರುತು? ಅವನ ಸೈನ್ಯದಲ್ಲಿ ಅರ್ಧಭಾಗ ಅನಾರ್ಯರೇ ಇದ್ದಾರೆ. ಅವರ ಹಂಚಿಕೆ ಬೇರೆ ಇದೆ. ದ್ರುಪದನಿಗೆ ಸಹಾಯಕ ರಾಗಿ ಯುದ್ಧ ಮಾಡಿ ಶುದ್ಧ ಆರ್ಯ ಸಂಸ್ಕೃತಿಯ ನೆಲೆಯಾದ ಹಸ್ತಿನಾವತಿಯನ್ನು ನಾಶಮಾಡುವುದು. ಇಷ್ಟು ಜನ ಆರ್ಯ ರಾಜರು ಬಂದು ನಮಗೆ ಯಾಕೆ ಸಹಾಯ ಮಾಡುತ್ತಿದ್ದಾರೆ ಅಂತ ಈಗ ನಿನಗೆ ತಿಳಿಯಿತೆ? ಪಾಂಡವರ ಸಹಾಯಕರೆಲ್ಲ ಅನಾರ್ಯರು ಅಥವಾ ಅರೆ ಆರ್ಯರು.'

ಶಲ್ಯನಿಗೆ ಹೊಸ ವ್ಯವಹಾರವನ್ನು ಕಂಡಂತಾಯಿತು. ಆರ್ಯಾವರ್ತದಲ್ಲಿ ನಡೆಯುವ ಒಳಸಂಗತಿಗಳು ತನಗೆ ಗೊತ್ತಿಲ್ಲವೆಂದು ಅವನು ಈಗ ಅರ್ಥಮಾಡಿಕೊಂಡ. ರಾಜಕಾರಣದ ಮರ್ಮವನ್ನು ತನಗಿಂತ ರುಕ್ಮರಥ ಚನ್ನಾಗಿ ಬಲ್ಲ. ತಾನು ಆಡಳಿತ ನಡೆಸುತ್ತಿದ್ದಾಗ ಹೆಸರಿಗೆ ಮಾತ್ರ ಗೂಢಚಾರರು ಇದ್ದರು. ರುಕ್ಮರಥನು ಗೂಢಚಾರರ ದಳವನ್ನು ಬಲಪಡಿಸಿ ದ್ದಾನೆ. ಅವರು ಈಗ ಮಂತ್ರಿಗೆ ವರದಿ ಮಾಡುವಂತಿಲ್ಲ. ನೇರವಾಗಿ ಮೊದಲು ರಾಜನಿಗೇ ತಿಳಿಸಬೇಕು. ತನ್ನಂತಹ ಮುದುಕರ ಆಡಳಿತಕಾಲ ಮುಗಿಯಿತು ಎಂದುಕೊಂಡು ನಿಟ್ಟುಸಿರಿಟ್ಟ. ಹೆಚ್ಚು ಖೇದವೆನಿಸಲಿಲ್ಲ. ತನ್ನ ಕುಟಿಯ ಕಿಟಕಿಯಿಂದ ದೃಷ್ಟಿ ಹರಿಯಿತು. ಎಲ್ಲೆಲ್ಲೂ ಆಳು ಎರಡಾಳೆತ್ತರಕ್ಕೆ ಒತ್ತಾಗಿ ಬೆಳೆದ ಹುಲುಸು ದರ್ಭೆ. ಅದರ ನಡುವೆ ಹಾದುಹೋಗುವುದೇ ಸಾಧ್ಯವಿಲ್ಲ. ಮೈಮುಖಗಳನ್ನು ಅಲುಗಿನಂತೆ ಕುಯ್ದುಹಾಕುವಷ್ಟು ಹರಿತವಾದ ಎಸಳುಗಳು. ಪ್ರಯಾಣದಲ್ಲಿ ತಾನು ಗಮನಿಸಿಯೇ ಇರಲಿಲ್ಲ. ಮದ್ರ ದೇಶಕ್ಕಿಂತ ಕುರುಗಳ ನಾಡಿನಲ್ಲಿ ದರ್ಭೆಯ ಬಾಹುಳ್ಯ ಹೆಚ್ಚು. ಎಲ್ಲಿಂದ ಹೆಚ್ಚಾಗುತ್ತದೆ, ಸರಸ್ವತಿಯಿಂದ ಈಚೆಗೊ? ಇದು ಪವಿತ್ರವಾದ ನಾಡು ಎನ್ನಿಸಿತು. ಇಷ್ಟೊಂದು ಹುಲುಸಾಗಿ ಮುಂಜ ಬೆಳೆಯೋಣ ಅಂದ ರೇನು? ಒಮ್ಮೆ ಕೈಕಾಲುಗಳನ್ನು ನೀಡಿ ಮೂರು ನಟಿಕೆ ತೆಗೆದು ನೋವು ಪರಿಹರಿಸಿ ಕೊಳ್ಳುವಾಗ, ನಮ್ಮ ರಾಜ್ಯದ ಉತ್ತರಕ್ಕಂತೂ ನಾಗರ ಕಾಟ. ನನ್ನ ಪ್ರಾಯವೆಲ್ಲ ಅವರನ್ನು ಅಡಗಿಸುವುದರಲ್ಲೇ ಕಳೆಯಿತು. ಈಗ ಗಂಡುಮಕ್ಕಳು ಜೋರಾಗಿಲ್ಲದಿದ್ದರೆ ರಾತ್ರಿ ಹೊತ್ತು ಕಾಯ್ದು ದಾಳಿಮಾಡದೆ ಬಿಡುವವರಲ್ಲ. ಊರಲ್ಲಿರುವ ಸೈನ್ಯ ಸಾಕೆ? ಎನ್ನಿಸಿತು. ರುಕ್ಮರಥ ಇರುವಾಗ ಆ ಚಿಂತೆ ಬೇಡ ಎಂದು ಸಮಾಧಾನ ಪಟ್ಟುಕೊಳ್ಳುತ್ತಾ, ಈ ಪವಿತ್ರ ಕುರುನಾಡನ್ನು ಕಾಡುಜನರು ನಾಶಮಾಡಿ, ಮಹಾ ಸಿಟ್ಟುಬಂತು. 'ದುರ್ಯೋಧನ, ಆರ್ಯರಲ್ಲಿ ಅರ್ಧಭಾಗ ವಾದರೂ ಗಂಡಸರಿದ್ದಾರೆ. ಉಳಿದರ್ಧಭಾಗ ಮಾತ್ರ ಹೆಂಗಸರು' ಎಂದ ತನಗೆ ತಾನೇ. ದುರ್ಯೋಧನನಿಗೆ ಅರ್ಥವಾಗದೆ ಇವನ ಮುಖ ನೋಡುತ್ತಿರುವಾಗಲೇ ಶಲ್ಯರಾಜನು

ಚಪ್ಪಾಳೆ ತಟ್ಟಿದ. ಬಾಗಿಲು ಕಾಯುತ್ತಿದ್ದ ಆಳು ನೀಪ ಒಳಗೆ ಬಂದ. ವಜ್ರ, ಅಜಯರಿಗೆ ಹೇಳಿಕಳಿಸಿದ. ಸ್ನಾನ ಮಾಡುತ್ತಿದ್ದ ಅವರಿಬ್ಬರೂ ಬೇಗ ಮುಗಿಸಿ ಬಂದರು. ಈ ಯುದ್ಧದಲ್ಲಿ ಆರ್ಯರ ಹಸ್ತಿನಾವತಿಯನ್ನು ಹಾಳು ಮಾಡಲು ಅನಾರ್ಯ, ಅರೆಆರ್ಯರನ್ನು ಕಟ್ಟಿ ಕೊಂಡು ಪಾಂಚಾಲರು ಹೇಗೆ ಸಂಚು ಹಾಕುತ್ತಿರುವರೆಂಬುದನ್ನು ವಿವರಿಸಿ, ತಮ್ಮ ಜೀವವಿರುವವರೆಗೂ ಕುರುನಾಡಿನ ರಕ್ಷಣೆಗಾಗಿ ಹೋರಾಡುವಂತೆ ಮಕ್ಕಳಿಬ್ಬರಿಂದಲೂ ಭಾಷೆ ತೆಗೆದುಕೊಂಡ. ಅಂತೆಯೇ ತನ್ನ ಸೈನ್ಯದ ರಥಿಕರು ಮತ್ತು ಕಾಲಾಳುದಳದ ಮುಖ್ಯರುಗಳನ್ನೂ ಕರೆಸಿ ಯುದ್ಧದ ಒಳಸಂಗತಿಯನ್ನು ವಿವರಿಸಿ ಆಣೆ ಮಾಡಿಸಿದ. ಮಾವನಿಗೆ ನಮಸ್ಕರಿಸಿ ಉಳಿದವರನ್ನು ಅಭಿವಾದಿಸಿದ ದುರ್ಯೋಧನ ನಾಳೆ ಹಸ್ತಿನಾವತಿಯ ದ್ವಾರದಲ್ಲಿ ಅವರನ್ನೆಲ್ಲ ಮತ್ತೆ ಸ್ವಾಗತಿಸುವುದಾಗಿ ಹೇಳಿ ರಥವೇರಿ ಬೆಂಗಾವಲಿನವರೊಡನೆ ಆಗಲೇ ಹಿಂತಿರುಗಿದ

ಹಸ್ತಿನಾವತಿಯನ್ನು ನೋಡುವ ಕುತೂಹಲ ಎಲ್ಲರಿಗೂ ಇತ್ತು. ಅವರು ಕೇಳಿದ್ದ ಪಟ್ಟಣಗಳಲ್ಲೆಲ್ಲ ಅತ್ಯಂತ ಹಳೆಯ, ಎಷ್ಟು ವರ್ಷ ಹಳೆಯದೋ, ಊರು ಅದು. ಎಂತೆಂತಹ ಚಕ್ರವರ್ತಿಗಳು ಆಳಿದ್ದಾರೆ ಅಲ್ಲಿ; ನಲವತ್ತು ತಲೆಯ ಹಿಂದೆ ಕಟ್ಟಿಸಿದ ನಗರವಂತೆ. ದೋಣಿಗಳಲ್ಲಿ ನಗರದ ಉತ್ತರ ಭಾಗದಲ್ಲಿ ಗಂಗೆಯನ್ನು ದಾಟಿಸಿ ಸೈನಿಕರನ್ನೆಲ್ಲ ನದಿಯ ಆಚೆ ಬೀಡಾರ ಮಾಡಿಸಿದರು. ಶಲ್ಯ, ವಜ್ರ ಅಜಯ ಮತ್ತು ಕೆಲವು ಸೇನಾಮುಖ್ಯರನ್ನು ಪಟ್ಟಣದ ಒಳಗೆ ಕರೆದೊಯ್ದು ಒಂದು ದೊಡ್ಡ ಮನೆಯಲ್ಲಿ ಇಳಿಸಿದರು. ಅರಮನೆಯ ಬೀದಿಯೊಂದು ಅಗಲವಾಗಿತ್ತು. ಉಳಿದದ್ದೆಲ್ಲ ಸಂದಿಗೊಂದಿ. ಇಟ್ಟಿಗೆಗಳಿಂದ ಕಟ್ಟಿದ ಮನೆಗಳು, ಎರಡು ಮೂರು ಅಂತಸ್ತಿನವು. ಶ್ರೀಮಂತಿಕೆಯವು. ಅರಮನೆಯ ಹಿಂಬದಿಗೆ ಇಟ್ಟಿಗೆ ಕಟ್ಟಡ. ಗುಡಿಸಲುಗಳ ಐದು ಬೀದಿಗಳು, ಸೂತ ಕೇರಿಯಂತೆ. ತನ್ನ ನಗರವಾದ ಶಾಕಲಪಟ್ಟಣದಷ್ಟು ಬಿಡಿ ಬಿಡಿ ಇಲ್ಲ. ಒಂದಕ್ಕೊಂದು ಮೆತ್ತಿಕೊಂಡಂತೆ ಇದೆ. ಇಷ್ಟು ಶ್ರೀಮಂತ ಪಟ್ಟಣವು ಇಷ್ಟೊಂದು ಕಿಷ್ಕಿಂಧವಾಗಿ ಯಾಕಿರಬೇಕೆಂದು ಶಲ್ಯರಾಜ ಆಶ್ಚರ್ಯ ಪಟ್ಟ. ಆದರೆ ಅವನಲ್ಲಿ, ಇತರ ಎಲ್ಲರಲ್ಲಿಯೂ ಒಂದು ತೆರನಾದ ಸಂಭ್ರಮ. ಈ ನಗರ ವನ್ನು ಕಾಯಲು ತಾವು ಬಂದಿರುವೆವೆಂಬ ಹೆಮ್ಮೆ. ಇಡೀ ನಗರವು ಮಿತ್ರರಾಜರುಗಳಿಂದ ತುಂಬಿಹೋಗಿದೆ. ಇಡೀ ಆರ್ಯಜಗತ್ತಿನ ಬಹುತೇಕ ದೊರೆಗಳು ಸೇರಿದ್ದಾರೆ. ಪರಸ್ಪರರ ಪರಿಚಯವಾಗುತ್ತಿದೆ. ಕೆಲವರಿಗೆ ಕೆಲವು ದೇಶಗಳು ಎಲ್ಲಿವೆ ಎಂಬುದೇ ಗೊತ್ತಿಲ್ಲ. ದೂರದ ಗಾಂಧಾರರು ಪೂರ್ವದ ಹಲವು ದೇಶಗಳ ಹೆಸರನ್ನೇ ಕೇಳಿರಲಿಲ್ಲ. ದಕ್ಷಿಣದ ಕಡೆಯವರು ಉತ್ತರ ಪಶ್ಚಿಮದ ಬಾಹ್ಲಿಕರ ಸಂಖ್ಯೆಯನ್ನು ಅರಿಯರು. ದೊರೆಗಳು ಪರಸ್ಪರರ ದೇಶಗಳ ವಿಶೇಷಗಳನ್ನು ಕೇಳುತ್ತಾರೆ. ಆಡಳಿತ ವಿಧಾನವನ್ನು ಚರ್ಚಿಸುತ್ತಾರೆ. ಹೀಗೆ ಎಲ್ಲರೂ ಒಟ್ಟು ಸೇರುವ ಇಂಥ ಅವಕಾಶವೇ ಇತ್ತೀಚೆಗೆ ಕಡಮೆಯಾಗಿದೆ. ಹಲವು ವರ್ಷಗಳಿಂದ ಸ್ವಯಂವರಗಳೂ ಹೆಚ್ಚು ನಡೆದಿಲ್ಲ. ಧರ್ಮರಾಜನನ್ನು ಬಿಟ್ಟರೆ ಯಾರೂ ರಾಜಸೂಯವನ್ನೂ ಮಾಡಿಲ್ಲ. ಇನ್ನು ಅಶ್ವಮೇಧದ ಮಾತಂತೂ ಇಲ್ಲ. ಎಷ್ಟೋ ಜನ ಬಂದಿದ್ದಾರೆ. ಮತ್ತೆ ಕೆಲವರು ಬರುವವರಿದ್ದಾರೆ. ಯುದ್ಧದ ದಿನವಂತೂ ಯಾರಿಗೂ ಗೊತ್ತಿಲ್ಲ. ಸತ್ಕಾರ ಮಾತ್ರ ಚನ್ನಾಗಿ ನಡೆಯುತ್ತಿದೆ. ಭೋಜನ, ಮದ್ಯ, ವಿವಿಧ ರೀತಿಯ ಸುಂದರಿಯರೊಡನೆ ವಿಲಾಸಗಳು ನಡೆಯುತ್ತಿವೆ. ಬಿಸಿಲು ಹೊತ್ತಿನಲ್ಲಿ ಗಂಗಾ ನದಿಯಲ್ಲಿ ಈಜುತ್ತಾರೆ. ಸಂಜೆಯ ವೇಳೆ ಕುದುರೆ ಏರಿ ಓಡಿಸುತ್ತಾರೆ. ದುರ್ಯೋಧನನು ಆಗಾಗ್ಗೆ ಎಲ್ಲರನ್ನೂ ಪ್ರತ್ಯೇಕವಾಗಿ ಕಂಡು ಉಪಚರಿಸಿ ಸಂತೋಷಪಡಿಸುತ್ತಾನೆ. ಆದರೂ ಹೊತ್ತು ಹೋಗದೆ ತರುಣ

ರಾಜರು, ಯೋಧರು ಚಟಪಟಿಸುತ್ತಾರೆ. ಹಲವರಂತೂ ಜೂಜುಮನೆ ಸೇರಿ ದಾಳದ ಆಟದಲ್ಲಿ ನಿರತರಾಗಿದ್ದಾರೆ.

ವಜ್ರ ಅಜಯರು ಹೊರಗೆ ಸುತ್ತುತ್ತಾರೆ. ಸಮವಯಸ್ಕರೊಡನೆ ಬೆರೆಯುತ್ತಾರೆ. ಆಗಾಗ್ಗೆ ತಂದೆಯನ್ನು ಕಂಡು ವರದಿ ಒಪ್ಪಿಸುತ್ತಾರೆ: ಈ ದುರ್ಯೋಧನನಿಗೂ ಕರ್ಣನಿಗೂ ಬಹಳ ಸ್ನೇಹವಂತೆ. ಕರ್ಣ ಸೂತ ಜಾತಿಯವನು. ಅವನನ್ನು ಕಂಡರೆ ಭೀಷ್ಮರಿಗೂ ದ್ರೋಣರಿಗೂ ತಿರಸ್ಕಾರ. ಅವನಿಗೂ ಈ ಇಬ್ಬರ ವಿಷಯದಲ್ಲಿ ಹೆಚ್ಚು ಗೌರವವಿಲ್ಲ. ದುರ್ಯೋಧನನು ಎಲ್ಲರಿಗೂ ಅವರವರಿಗೆ ತಕ್ಕಂತೆ ಮಾತನಾಡಿ ಪರಸ್ಪರ ಜಗಳವಾಗದಂತೆ ತೂಗಿಸುತ್ತಾನೆ. ಈ ಯುದ್ಧದಿಂದ ಎಷ್ಟೋ ರಾಜ್ಯಗಳಲ್ಲಿ ಅಣ್ಣತಮ್ಮಂದಿರಿಗೆ, ತಂದೆಮಕ್ಕಳಿಗೆ ಭಿನ್ನಾಭಿಪ್ರಾಯ, ವೈಮನಸ್ಸುಗಳು ಬಂದಿವೆ. ದುರ್ಯೋಧನನು ದ್ವಾರಕಾ ನಗರಕ್ಕೆ ಹೋಗಿ ಯಾದವರ ಒಳ ಹೊಕ್ಕು ಅವರನ್ನು ಒಡೆದು ಬಂದನಂತೆ. ಇಡೀ ಯಾದವರನ್ನು ಪಾಂಡವರ ಪರ ಇಟ್ಟುಕೊಳ್ಳಬೇಕೆಂದು ಕೃಷ್ಣನು ಮೊದಲಿನಿಂದಲೂ ಪ್ರಯತ್ನಿಸಿದ್ದನಂತೆ. ದುರ್ಯೋಧನನ ತಂತ್ರ ಫಲಿಸಿ ಈಗ ಕೃಷ್ಣನ ಅಣ್ಣ ಬಲರಾಮ ಇಡೀ ಯಾದವ ಸೈನ್ಯ ದೊಡನೆ ಹಸ್ತಿನಾವತಿಗೆ ಹೊರಟಿದ್ದಾನಂತೆ. ಇನ್ನು ಮೂರು ನಾಲ್ಕು ದಿನದಲ್ಲಿ ಅವರು ಬಂದು ತಲುಪುತ್ತಾರಂತೆ. ಬಲರಾಮನು ಒಳ್ಳೇ ಶಕ್ತಿಶಾಲಿ ಯೋಧನಂತೆ. ಮಾತ್ರವಲ್ಲ, ಸೈನಿಕರಲ್ಲಿ ಧೈರ್ಯ ತುಂಬುವ ಸಮರ್ಥ ಸೇನಾನಾಯಕನಂತೆ. ಈಗ ಪಾಂಡವರ ಕಡೆಗೆ ಕೃಷ್ಣ ಒಬ್ಬನೇ ಹೋಗಿದ್ದಾನಂತೆ ಸಪ್ಪೆಮುಖ ಹಾಕಿಕೊಂಡು. ಅವನ ಜೊತೆ ನಾಲ್ಕಾರು ಜುಜುಬಿ ಯಾದವ ಯೋಧರು ಮಾತ್ರ ಸೇರಿದ್ದಾರಂತೆ. ಸಂಧಿಯ ನೆಪ ಹಾಕಿಕೊಂಡು ಕೃಷ್ಣನು ಹಸ್ತಿನಾಪುರಕ್ಕೆ ಬಂದು ದುರ್ಯೋಧನನ ಪಾಳಯವನ್ನು ಒಡೆಯುವ ಕೆಲಸ ಮಾಡಿದನಂತೆ. ಮುಖ್ಯವಾಗಿ ಭೀಷ್ಮ ದ್ರೋಣರ ಮನಸ್ಸು ಕೆಡಿಸುವುದಕ್ಕೆ. ಅದಕ್ಕೆ ಕೃಷ್ಣನನ್ನು ಕಟ್ಟಿಹಾಕಿಸಲು ದುರ್ಯೋಧನನು ಅಪ್ಪಣೆಮಾಡಿದನಂತೆ. ಭೀಷ್ಮ ದ್ರೋಣರು ತಡೆದರು. ಅಲ್ಲದೆ ಕೃಷ್ಣ ಹೀಗೇನಾದರೂ ಆದೀತೆಂಬ ಎಚ್ಚರವಹಿಸಿ ಮಾರುವೇಷದಲ್ಲಿದ್ದ ಬೆಂಗಾವಲಿನವರನ್ನು ಹತ್ತಿರವೇ ಇಟ್ಟುಕೊಂಡಿದ್ದನಂತೆ. ಅಂತೂ ತಪ್ಪಿಸಿಕೊಂಡು ಹೋದ.

ವಜ್ರ ಅಜಯರು ತಮ್ಮ ಸೈನಿಕರನ್ನು ವಿಚಾರಿಸಿಕೊಳ್ಳಲು ಆಗಾಗ್ಗೆ ನದಿಯನ್ನು ದಾಟಿ ಹೋಗುತ್ತಾರೆ. ಎಲ್ಲೆಲ್ಲೂ ಡೇರೆಗಳು, ಚಪ್ಪರಗಳು. ದಿಬ್ಬದ ಮೇಲೆ, ದಿಬ್ಬದಾಚೆಯ ಇಳುವಿನಲ್ಲಿ, ಬಯಲಿನ ವಿಸ್ತಾರದಲ್ಲಿ, ದೂರಕ್ಕೆ ಕಾಣುವ ಗುಡ್ಡದಂತಹ ಎತ್ತರದಲ್ಲಿ, ಎಲ್ಲೆಲ್ಲಿಯೂ ಸೈನಿಕರು, ಕುದುರೆಗಳು. ಅಷ್ಟು ಸಂಖ್ಯೆಯ, ನಾನಾ ದೇಶಗಳ ಸೈನಿಕರನ್ನು ನೋಡಲು ಮೊದಮೊದಲು ಇವರಿಗೆ ಉತ್ಸಾಹವಿರುತ್ತಿತ್ತು. ದಿನಕಳೆದಂತೆ ಬೇಸರವಾಗುತ್ತಿದೆ. ಸೈನಿಕರು ಕೂಡ ಬೇಸರದಿಂದ ರೇಗುತ್ತಿದ್ದಾರೆ. ಅಷ್ಟೊಂದು ಜನದ ಊಟ, ತಿಂದು ಮಿಕ್ಕು ಎಸೆದ ಎಂಜಲು, ಕೊಳೆಯಲು ಶುರುವಾಗಿದೆ. ಅಷ್ಟೊಂದು ಜನವೂ ಅಲ್ಲಲ್ಲೇ ವಿಸರ್ಜಿಸಿದ ಹೇಲು ಉಚ್ಚೆಗಳಂತೂ ಗಬ್ಬುನಾತ ಎಬ್ಬಿಸಿವೆ. ಪಾಂಚಾಲರು ಹಸ್ತಿನಾವತಿಯನ್ನು ದಾಳಿ ಮಾಡುವ ಆಯಕಟ್ಟಿನ ಜಾಗವೇ ಇದು. ಇಲ್ಲಿಂದ ಸೈನಿಕರನ್ನು ಬೇರೆಲ್ಲಿಯೂ ಕಳಿಸುವಂತಿಲ್ಲ. ಇಷ್ಟೇ ಜನ ಸೈನಿಕರು ಬರುತ್ತಾರೆಂಬ ಖಚಿತ ಊಹೆ ದುರ್ಯೋಧನನಿಗೂ ಆಗಿಲ್ಲ.

ಅವನ ಊಹೆಗೆ ಮೀರಿ ಜನ ಬಂದಿದ್ದಾರೆ. ಅವರಿಗೆಲ್ಲ ಆಹಾರಾದಿಗಳನ್ನು ಒದಗಿಸುವುದು ಕಷ್ಟವೆಂದು ಈಗ ಅವನಿಗೂ ತೋರುತ್ತಿದೆ. ಅವನ ಭಂಡಾರದಲ್ಲಿ ಚಿನ್ನವೇನೋ ಇದೆ. ಆದರೆ ಕಣಜದ ಧಾನ್ಯ ಮುಗಿಯುತ್ತಿದೆ. ತನ್ನ ದೇಶದ ಹಳ್ಳಿಗಳಿಂದ ಎರಡನೇ ಬಾರಿ ಧಾನ್ಯ ವಸೂಲಿಗೆ ತೊಡಗಿದ್ದಾನಂತೆ. ಕೆಲವರು ಮಣ್ಣಿನ ಮಡಕೆ ಗುಡಾಣಗಳಲ್ಲಿ ಮುಚ್ಚಿ ನೆಲದಲ್ಲಿ ಹೂಳಿ ಅವಿಸುತ್ತಿದ್ದಾರಂತೆ. ಸಿಟ್ಟು ಬಂದ ರಾಜನು ಸೈನಿಕರನ್ನು ಬಿಟ್ಟು ಹಳ್ಳಿಯ ಕಾಡುಗಳನ್ನೆಲ್ಲ ಹುಡುಕಿಸುತ್ತಿದ್ದಾನಂತೆ. ಅನುಮಾನ ಬಂದ ಕಡೆ ನೆಲವನ್ನು ಅಗೆಸುತ್ತಿದ್ದಾನಂತೆ. ಹಳ್ಳಿಹಳ್ಳಿಗಳ ಬಲಶಾಲಿ ಹೆಂಗಸು ಗಂಡಸರನ್ನೆಲ್ಲ ಹಿಡಿಸಿ ತಂದು ಇಲ್ಲಿ ಸೈನಿಕರಿಗೆ ಅಡುಗೆ ಮಾಡಲು ಹಾಕಿದ್ದಾನೆ. ಕೆಲಸವಿಲ್ಲದ ಮಿತ್ರಸೈನಿಕರು ಕೈಗೆ ಸಿಕ್ಕಿದ ಹಳ್ಳಿಯ ಹೆಂಗಸರನ್ನು ಎಳೆದುಕೊಂಡು ಒಬ್ಬೊಬ್ಬಳಿಗೆ ಎಂಟು ಹತ್ತು ಜನಗಳಂತೆ ಬೀಳುತ್ತಾರಂತೆ. ಯಾಕೆ ಆಗುತ್ತಿದೆ ಈ ಯುದ್ಧ ಎಂದು ಜನಗಳೆಲ್ಲ ಶಪಿಸುತ್ತಿದ್ದಾರಂತೆ.

ಬೇಸರದಿಂದ ರೇಗಿದ ಮದ್ರ ಸೈನಿಕರಲ್ಲಿ ಕೆಲವರು ವಜ್ರ ಅಜಯರನ್ನು ಕೇಳಿದರು: 'ಯುದ್ಧ ಆಗುವಾಗ ಕರೆಸಿಕೊಬೇಕಾಗಿತ್ತು. ಇಷ್ಟು ಬೇಗ ಯಾಕೆ ಕರೆಸಿಕೊಂಡರು ಇವರು?'

'ಶತ್ರುಗಳು ಬಂದು ಬಿದ್ದಾಗಲಲ್ಲವೆ ಯುದ್ಧ?'

'ಅವರು ಬಂದು ಬೀಳದೆ ಇದ್ದರೂ ನಾವು ರೋಗ ಹತ್ತಿ ಸಾಯುತ್ತೇವೆ, ಈ ಹೇಲು ಉಚ್ಚೆಯ ನಾತಕ್ಕೆ.'

ಅವರ ಕೋಪ ಇವರಿಗೆ ಅರ್ಥವಾಗುತ್ತಿತ್ತು. ಗದ್ದರಿಸಿಕೊಳ್ಳಲೂ ಇವರಿಗೆ ಮನಸ್ಸು ಬರಲಿಲ್ಲ. 'ಸ್ವಲ್ಪ ತಾಳ್ಮೆ ತಂದುಕೊಳ್ಳಿ,' ಸಮಾಧಾನ ಹೇಳಿ ಮೂಗುಮುಚ್ಚಿಕೊಂಡು ಹಿಂತಿರುಗಿ ನದಿ ದಾಟಿದರು.

ಹೊಟ್ಟೆ ಮರಳಿಸುವಂತೆ ಆಗುತ್ತಿತ್ತು. ಊರೊಳಗೆ ಹೋದರೂ ಅದೇ ಮನೆ, ಅದೇ ಊಟ, ಅದೇ ಹೆಂಗಸರು, ಅಥವಾ ದಾಳದ ಆಟ. ನದಿಯನ್ನು ಬಲಗಡೆ ಬಿಟ್ಟುಕೊಂಡು ಉತ್ತರದ ಕಡೆಗೆ ನಡೆದು ಹೊರಟರು. ಇಷ್ಟೊಂದು ಜನ ರಾಜರು ನಗರದಲ್ಲಿ ಸೇರಿದ್ದುದರಿಂದ ಈಗ ಅವರೂ ಸಾಮಾನ್ಯರೇ ಆಗಿಹೋಗಿದ್ದರು. ಇವರ ವಿಷಯದಲ್ಲಿ ಊರ ಜನಗಳ ಕುತೂಹಲವೂ ಇಳಿದುಹೋಗಿ ಕೊನೆಕೊನೆಗೆ ಬೇಸರಕ್ಕೆ ತಿರುಗಿತ್ತು. ಬೆಂಗಾವಲಿನವರ ಅವಶ್ಯಕತೆ ಇರಲಿಲ್ಲ. ಊರಿನಿಂದ ಒಂದು ಕೋಸಿನಷ್ಟು ನಡೆದ ಮೇಲೆ ನೋಡುತ್ತಾರೆ: ಎಷ್ಟೊಂದು ಯುದ್ಧದ ರಥಗಳನ್ನು ಮಾಡಿಸಿ ನಿಲ್ಲಿಸಿದ್ದಾರೆ! ಇಬ್ಬರೂ ಎಣಿಸಲು ನಿಂತರು. ಲೆಕ್ಕವೇ ಸಿಕ್ಕುತ್ತಿಲ್ಲ. ಸಾವಿರ ಎರಡು ಸಾವಿರ, ಊಹೂಂ. ಲೆಕ್ಕ ಸಿಕ್ಕುತ್ತಿಲ್ಲ. ಭಾರಿ ಯುದ್ಧವೇ ಆಗುತ್ತದೆ. ಆದರೆ ಶುರುವಾಗುವುದೆಂದು? ಅಥವಾ ಆಗುವುದೇ ಇಲ್ಲವೋ? ಇದು ಬರೀ ಪ್ರದರ್ಶನದಲ್ಲಿ ಮುಗಿಯಬಹುದೆಂದು ದುಶ್ಶಾಸನನೇ ನಮ್ಮೂರಿಗೆ ಬಂದು ಹೇಳಿದ್ದನಲ್ಲ. ಈಗ ಇಲ್ಲಿ ಸೇರಿರುವ ಈ ಸಹಸ್ರ ಸಹಸ್ರ ಸೈನಿಕರು, ಕುದುರೆ, ರಥ, ಆನೆಗಳ ವರದಿ ತಿಳಿದ ಪಾಂಡವರು ಯುದ್ಧಕ್ಕೇ ಬರದೆ ದೂರ ಉಳಿದುಬಿಟ್ಟರೊ! ಹಾಗಾದರೆ ಇಲ್ಲಿ ನಮ್ಮ ಸೈನಿಕರು ರೋಗ ಹತ್ತಿ ಸಾಯಬೇಕೋ! ಯಾವುದೂ ಬೇಗ ಇತ್ಯರ್ಥವಾಗಲೆಂದು ಮತ್ತೆ ಮತ್ತೆ ಅಂದುಕೊಂಡರು. ವಜ್ರನಿಗೆ ಅಷ್ಟರಲ್ಲಿ ಊರಿನ ನೆನಪು ಹೊತ್ತಿತು. ಅವನ

ಹೆಂಡತಿ ಮಾತಿನಲ್ಲಿ ಜಾಣೆ. ಅವನು ಹೊಸ ಹೊಸ ದಾಸಿಯರನ್ನು ಆರಿಸುವುದನ್ನು ಅವನ ಮನಸ್ಸಿಗೆ ಹಿತವಾಗುವಂತೆ ಹಂಗಿಸಿ ಛೇಡಿಸುತ್ತಿದ್ದಳು. ಆದ್ದರಿಂದ ಅವಳ ಮೇಲಿನ ಪ್ರೀತಿ ಬೆಳೆಯುತ್ತಿತ್ತು. ಈಗ ರಥದ ಸಾಲುಗಳನ್ನು ನೋಡಿ ಹಿಂತಿರುಗುವಾಗ ಅವಳ ನೆನಪು ಕಾಡಲು ಶುರುವಾಯಿತು.

ಶಲ್ಯನಿಗೆ ಇಲ್ಲಿಗೆ ಬಂದ ಒಂದೆರಡು ದಿನ ಇದ್ದ ಸ್ವಯಂಪ್ರಾಮುಖ್ಯದ ಭಾವನೆಯು ದಿನ ಕ್ರಮೇಣ ಕಡಮೆಯಾಯಿತು. ದುರ್ಯೋಧನನೇನು ಅವನನ್ನು ಕಡೆಗಣಿಸಿರಲಿಲ್ಲ. ಆಗಾಗ್ಗೆ ಬಂದು ಉಪಚರಿಸುತ್ತಿದ್ದ. ಆದರೆ ಅವನು ತನ್ನಂತಹ ಹಲವಾರು ರಾಜರುಗಳ ನಿಗ ನೋಡಬೇಕೆಂಬ ಅರಿವು ಶಲ್ಯನಿಗೇ ಇತ್ತು. ಇತರ ರಾಜರುಗಳ ಪರಿಚಯವಾದಂತೆ, ಅವರ ರಾಜ್ಯ, ವಿಸ್ತಾರ, ಸೇನಾಬಲ, ಅವರು ಸಾಧಿಸಿರುವ ಸಾಹಸಗಳನ್ನು ತಿಳಿದಂತೆ, ಮುದುಕನಾದ ತಾನು ಅಂತಹ ಭಾರಿಯವನಲ್ಲವೆಂಬ ಅರಿವು ತನಗೆ ತಾನೇ ಹುಟ್ಟಿತು. ಅಕಸ್ಮಾತ್ ಯುದ್ಧವೇ ಆದರೆ ಅದರಲ್ಲಿ ಮುದುಕನಾದ ತಾನು ಇತರರಾರೂ ಮೆರೆಯದಂತಹ ಶೌರ್ಯವನ್ನು ತೋರಲಾರೆನೆಂಬ ಅಳುಕೂ ಹುಟ್ಟಿತು. ಆದರೂ ಬಂದದ್ದಾಗಿದೆ. ಕೊನೆಯ ತನಕ ನೋಡಿ ಹೋಗುವ, ವಜ್ರ ಅಜಯರಂತೂ ಮರ್ಯಾದೆ ಹೋಗುವ ರೀತಿ ಯುದ್ಧ ಮಾಡುವುದಿಲ್ಲ, ಎಂಬ ಸಮಾಧಾನ ತಂದುಕೊಂಡು ಸುಮ್ಮನಿದ್ದ.

ಅವನು ಹಸ್ತಿನಾವತಿಗೆ ಬರಲು ಇನ್ನೂ ಒಂದು ಮುಖ್ಯ ಕಾರಣವಿತ್ತು: ಭೀಷ್ಮನನ್ನು ಕಾಣುವುದು. ಈಗ್ಗೆ ಅರವತ್ತು ವರ್ಷದ ಹಿಂದೆ ಹೆಣ್ಣು ಕೇಳಲು ಬಂದಾಗ ಆತನನ್ನು ನೋಡಿದ್ದುದು. ಅನಂತರ ಅವನು ಎಲ್ಲೂ ಹೊರಗೆ ಹೋಗಿಲ್ಲವಂತೆ, ಧರ್ಮರಾಜನ ರಾಜಸೂಯ ಒಂದನ್ನು ಬಿಟ್ಟು. ಆರ್ಯಾವರ್ತದವರೆಲ್ಲ ಗೌರವಿಸುವ ವ್ಯಕ್ತಿ. ಇಲ್ಲಿಗೆ ಬಂದ ದಿನ ಅವನೇ ತನ್ನನ್ನು ಸ್ವಾಗತಿಸುತ್ತಾನೆಂದು ಮದ್ರರಾಜ ಬಗೆದಿದ್ದ. ಆದರೆ ಅವನು ಬರಲಿಲ್ಲ. ಇದುವರೆಗೆ ಯಾರನ್ನೂ ಅವನು ಭೇಟಿ ಮಾಡಿಲ್ಲ. ಸ್ವಾಗತಿಸಿಲ್ಲವಂತೆ. ಬಂದ ಮರುದಿನ, ತಾನೇ ಹೋಗಿ ಅವನನ್ನು ಕಾಣುವ ಇಚ್ಛೆಯನ್ನು ದುರ್ಯೋಧನನೊಡನೆ ವ್ಯಕ್ತಪಡಿಸಿದಾಗ, 'ಅವರು ಕಾಹಿಲೆ ಮಲಗಿ ವಿಶ್ರಾಂತಿಯಲ್ಲಿದ್ದಾರೆ, ಅನಂತರ ಕರೆದೊಯ್ಯುತ್ತೇನೆ' ಎಂದು ಹೇಳಿದ್ದ. ಬಂದು ಎರಡು ತಿಂಗಳಾದರೂ ಗುಣವಾಗಿಲ್ಲವೆ? ಅವನ ವಿಷಯದಲ್ಲಿ ವಜ್ರ ಅಜಯರು ಎರಡು ತರದ ವದಂತಿಗಳನ್ನು ತಂದರು: ತಾನು ಸಾಕಿ ಬೆಳೆಸಿದ ಎರಡು ಬಳ್ಳಿಗಳ ಮೊಮ್ಮಕ್ಕಳು ಜಗಳವಾಡಿ ನಾಶವಾಗುವುದನ್ನು ನೋಡಲು ಮನಸ್ಸಿಲ್ಲದೆ ಮನೋರೋಗದಿಂದ ನಿಜವಾಗಿಯೂ ಹಾಸಿಗೆ ಹಿಡಿದಿದ್ದಾನೆ. ಇನ್ನೊಂದು: ದುರ್ಯೋಧನನ ಕಡೆ ಯುದ್ಧ ಮಾಡಲು ಅವನಿಗೆ ಇಷ್ಟವಿಲ್ಲ. ಹಾಗೆಂದು ಇತರ ರಾಜರಿಗೆ ಹೇಳಲೂ ಇಷ್ಟವಿಲ್ಲ. ಆದ್ದರಿಂದ ತಟಸ್ಥನಾಗಿ ಬಾಗಿಲು ಹಾಕಿ ಕುಳಿತಿದ್ದಾನೆ. ಯಾವ ವದಂತಿ ನಿಜವಾದರೂ ಶಲ್ಯರಾಜನಿಗೆ ಕಸಿವಿಸಿಯಾಯಿತು. ಭೀಷ್ಮನಿಗೇ ಮನಸ್ಸಿಲ್ಲದ ಮೇಲೆ ದುರ್ಯೋಧನನದೇ ಅಧರ್ಮವಿರಬಹುದು. ಅವನ ಸುಳ್ಳುಮಾತಿಗೆ ಸಿಕ್ಕಿ ನಾನು

ಅವನ ಪರ ಬಂದುಬಿಟ್ಟನೆ? ಅವನನ್ನು ಕಾಣಲೇಬೇಕೆಂಬ ಹಟ ಬೆಳೆಯಿತು. ಒಂದು ದಿನ ರಥದಲ್ಲಿ ಕುಳಿತು ಅವನ ಸೌಧಕ್ಕೇ ಹೋದ. ಅವರು ಮನೆಯಲ್ಲಿಲ್ಲವೆಂದು ದ್ವಾರಪಾಲಕ ಹೇಳಿದ. ಎಲ್ಲಿಗೆ ಹೋಗಿದ್ದಾರೆಂಬುದು ತನಗೆ ಗೊತ್ತಿಲ್ಲವೆಂದ. 'ಅವರು ಬಂದ ಮೇಲೆ, ಮದ್ರರಾಜ ಶಲ್ಯ ಬಂದಿದ್ದ ಅಂತ ಹೇಳು.' ಎಂದು ಆದೇಶವಿತ್ತು ರಥವನ್ನು ಹಿಂತಿರುಗಿಸು ವಂತೆ ಸಾರಥಿಗೆ ಆಜ್ಞೆ ಮಾಡಿದ.

ಎಷ್ಟೋ ರಾಜರುಗಳು ತಮ್ಮವೇ ಪ್ರತ್ಯೇಕ ಗೂಢಚಾರ ವ್ಯವಸ್ಥೆಯನ್ನಿಟ್ಟುಕೊಂಡಿದ್ದರು. ಪಾಂಡವರ ಕಡೆಯ ರಾಜರ ಚಲನವಲನಗಳು, ಅವರ ಸೈನ್ಯಸಿದ್ಧತೆ, ದುರ್ಯೋಧನನ ಮೇಲೆ ಹಳೆಯ ದ್ವೇಷವಿದ್ದು ಈಗ ಪಾಂಡವರ ಕಡೆ ಸೇರಿ ಯಾವ ಯಾವ ರಾಜರು ನಿಜವಾದ ಕೆಚ್ಚಿನಿಂದ ಹೋರಾಡುತ್ತಾರೆ. ಅದರಲ್ಲಿ ಈ ಕಡೆ ಇರುವ ಯಾವ ತಮ್ಮ ವೈಯಕ್ತಿಕ ಶತ್ರುವಿನ ಕತ್ತು ಮುರಿಯಲು ಹಂಚಿಕೆ ಹಾಕಿದ್ದಾರೆ, ಅದೇ ರೀತಿ ದುರ್ಯೋಧನನ ಕಡೆ ಇರುವ ಯಾರು ಯಾರಿಗೆ ಪಾಂಡವರ ವಿಷಯದಲ್ಲಿ ನಿಜವಾದ ದ್ವೇಷವಿದೆ ಅಥವಾ ಅವರ ಪರ ಇರುವ ಯಾರ ಯಾರ ಮೇಲೆ ಕೋಪವಿದೆ ಎಂಬ ವಿವರಗಳನ್ನು ಕಲೆಹಾಕುತ್ತಿದ್ದರು. ಕೆಲವರು ತಮ್ಮತಮ್ಮೊಳಗೇ ಚರ್ಚಿಸುತ್ತಿದ್ದರು. ಶಲ್ಯರಾಜ ರುಕ್ಮರಥನನ್ನು ನೆನಸಿಕೊಂಡ. ಅವನು ಬಂದಿದ್ದರೆ ತನ್ನ ಗೂಢಚಾರ ಜಾಲವನ್ನೂ ಇಲ್ಲಿಗೆ ತರುತ್ತಿದ್ದ. ತನಗೆ ಅದೊಂದೂ ತಿಳಿಯದು. ಹೊಳೆಯಲೂ ಇಲ್ಲ. ವಜ್ರ ಅಜಯರಿಗೆ ಕೂಡ ಅದರ ಮರ್ಮ ಕಡಮೆ. ಬರಿದೇ ಹೋರಾಡಬಲ್ಲರು. ತಾನು ತೀರ ಮುದುಕ. ಇಲ್ಲಿಗೆ ಬಂದಿರುವ ಇತರ ರಾಜರೆಲ್ಲ ತನಗಿಂತ ಮೂವತ್ತು ವರ್ಷಕ್ಕಾದರೂ ಕಿರಿಯರು. ತನಗೂ ಅವರಿಗೂ ಸರಿಯಾಗಿ ಮನಬಿಚ್ಚಿಕೊಳ್ಳುವುದೂ ಸಾಧ್ಯವಿಲ್ಲ. ತಾನು ಅವರಂತೆ ಮದ್ಯದಲ್ಲಿ ಮತ್ತನಾಗಲಾರೆ. ಹೆಂಗಸರನ್ನು ಹಂಚಿಕೊಳ್ಳಲಾರೆ. ಈ ವಯಸ್ಸಿನಲ್ಲಿ ಹೆಂಗಸರ ವಿಷಯ ಮಾತನಾಡುವುದಕ್ಕೂ ನಾಚಿಕೆಯಾಗುತ್ತದೆ. ಸಾಹಸ ಮಾಡುವುದು ಹೋಗಲಿ, ಅದರ ಪಂದ್ಯ ಕಟ್ಟಿದರೂ ಹಾಸ್ಯಾಸ್ಪದವಾಗುತ್ತದೆ. ಸಮಾನತೆಯೇ ಇಲ್ಲವಾಗಿರುವಾಗ ಸ್ನೇಹ ಬೆಳೆಯುವುದು ಹೇಗೆ? ವಜ್ರ ಅಜಯರು ತಂದು ಹೇಳಿದುದನ್ನು ಮಾತ್ರ ತಿಳಿದು ಸುಮ್ಮನಿರಬೇಕು. ಊರಿಗಾದರೂ ಹಿಂತಿರುಗುವ ಮನಸ್ಸು ಬರುತ್ತಿದೆ. ಆದರೆ ಇಷ್ಟು ದಿನ ಇಲ್ಲಿ ಕಾದು ಈಗ ಹೊರಟುಹೋಗು ವುದು ಹೇಗೆ?

ಅಷ್ಟರಲ್ಲಿ ಸುದ್ದಿ ಹತ್ತಿತು: ಪಾಂಡವರು ಬರುತ್ತಿದ್ದಾರೆ: ಪಾಂಡವರ ಕಡೆಯ ಸೈನಿಕರು ಬರುತ್ತಿದ್ದಾರೆ: ಏಳು ವಿಭಾಗಗಳಾಗಿ ಅವರ ಸೈನ್ಯವನ್ನು ವಿಂಗಡಿಸಿ ಒಂದೊಂದು ವಿಭಾಗಕ್ಕೂ ಒಬ್ಬೊಬ್ಬನನ್ನು ನಾಯಕನನ್ನಾಗಿ ಮಾಡಿದ್ದಾರಂತೆ: ದ್ರುಪದ, ವಿರಾಟ, ಧೃಷ್ಟದ್ಯುಮ್ನ, ಶಿಖಂಡಿ, ಸಾತ್ಯಕಿ, ಚೇಕಿತಾನ, ಭೀಮಸೇನ. ಇವರೆಲ್ಲ ಸೈನ್ಯದ ಎಲ್ಲ ವಿಭಾಗಗಳನ್ನೂ ಚನ್ನಾಗಿ ತಿಳಿದವರಂತೆ. ಎಲ್ಲರೂ ಕೂಡಿ ಧೃಷ್ಟದ್ಯುಮ್ನನನ್ನು ಮಹಾದಂಡನಾಯಕನನ್ನಾಗಿ ಆರಿಸಿ ಪಟ್ಟಕಟ್ಟಿದ್ದಾರಂತೆ. ಇನ್ನೊಂದು ಸುದ್ದಿ ಬಂತು: ಪಾಂಡವ ಸೈನ್ಯವು ಉಪಪ್ಲಾವ್ಯದಿಂದ ಉತ್ತರದ ಕಡೆಗೆ ಹೋಗುತ್ತಿದೆ. ಇಂದ್ರಪ್ರಸ್ಥಕ್ಕೆ ಇರಬಹುದು, ಹಸ್ತಿನಾವತಿಯಲ್ಲಿ ಸೇರಿದ್ದ ರಾಜರಲ್ಲಿ ಹಲವರಿಗೆ ದುರ್ಯೋಧನನ ಮಾತಿನಲ್ಲಿ ನಂಬಿಕೆ ಹೋಯಿತು. ಜೂಜಿನಲ್ಲಿ

ಸೋತ ತಮ್ಮ ರಾಜ್ಯವನ್ನು ಮಾತ್ರ ಗೆಲ್ಲುವುದು ಪಾಂಡವರ ಉದ್ದೇಶ. ಹಸ್ತಿನಾವತಿಯನ್ನು ನಾಶಮಾಡುವುದಲ್ಲ. ಕೆಲವರು ಅವನ ಮುಖಕ್ಕೇ ಈ ಮಾತು ಅಂದುಬಿಟ್ಟರು. ಅವನಿಗೂ ಗೊಂದಲ. ಆ ಕಡೆ ನುಗ್ಗಿದಂತೆ ಮಾಡಿ ನಮ್ಮನ್ನು ಗೊಂದಲದಲ್ಲಿ ಕೆಡವಿ ಅನಂತರ ಈ ಕಡೆಯಿಂದ ನುಗ್ಗಿದರೆ ಏನು ಗತಿ? ಗೂಢಚಾರರಿಂದ ಸುದ್ದಿ ಬಂತು: ಕಾಂಪಿಲ್ಯದಲ್ಲೂ ಸ್ವಲ್ಪ ಸೈನ್ಯವಿದೆಯಂತೆ. ಹೊರಟವರು ಇಂದ್ರಪ್ರಸ್ಥವನ್ನು ಆಕ್ರಮಿಸಿ ಕುಳಿತರೆ ಏನು ಮಾಡುವುದು? ಅದರ ರಕ್ಷಣೆಗೆ ತಾನು ಹೆಚ್ಚು ಮಹತ್ತ್ವ ಕೊಟ್ಟಿಲ್ಲ. ತಕ್ಷಣ ಸ್ವಲ್ಪ ಸೈನ್ಯವನ್ನು ಕರ್ಣ ದುಶ್ಶಾಸನರ ನಾಯಕತ್ವದಲ್ಲಿ ಅಲ್ಲಿಗೆ ಕಳಿಸಿದ. ಆದರೆ ಪಾಂಡವರ ಸೈನ್ಯವು ಅತ್ತ ತಿರುಗದೆ ನೇರವಾಗಿ ಉತ್ತರಕ್ಕೆ ಸಾಗಿತು. ಎಲ್ಲಿಗೆ ಹೋಗುತ್ತಿದ್ದಾರೆ ಇವರು, ಎಂದು ಅರ್ಥಮಾಡಿಕೊಳ್ಳಲು ಒಂದು ದಿನ ಬೇಕಾಯಿತು. ಕುರುಜಾಂಗಲವನ್ನೂ ಬಲಕ್ಕೆ ಬಿಟ್ಟು ನೇರವಾಗಿ ಹಿರಣ್ಯವತೀ ನದಿಯ ಭಾಗದಿಂದ ಕುರುನಾಡನ್ನು ನುಗ್ಗಿ ವಶಪಡಿಸಿಕೊಳ್ಳುವುದು ಅವರ ಹವಣಿಕೆ ಎಂದು ಅರ್ಥಮಾಡಿಕೊಂಡ. ಶತ್ರುವನ್ನು ಮಧ್ಯದಲ್ಲೇ ತಡೆಯಬೇಕು, ಹಸ್ತಿನಾವತಿಯ ತನಕ ಬರಲು ಬಿಡಬಾರದೆಂದು ನಿಶ್ಚಯಿಸಿದವನೇ, ತನ್ನ ನೆರವಿಗೆ ಬಂದು ಬೀಡುಬಿಟ್ಟು ಆಕಳಿಸುತ್ತಿದ್ದ ಸೈನ್ಯವನ್ನೆಲ್ಲ ವಾಯವ್ಯ ದಿಕ್ಕಿನ ಕಡೆಗೆ ಹೊರಡಿಸಿದ. ಈಗ ಸೈನಿಕರಲ್ಲೆಲ್ಲ ಲವಲವಿಕೆ ಹುಟ್ಟಿತು. ಒಂದೊಂದು ದೇಶದ ದಳಗಳೂ ಒಂದೊಂದು ಗುಂಪಾಗಿ ಹೊರಟವು. ಗೂಢಚಾರರಿಂದ ಬಂದ ಸುದ್ದಿಯ ಪ್ರಕಾರ ಹೋಗಬೇಕು, ನೇರವಾದ ದಿಕ್ಕಿನಲ್ಲಿ ರಸ್ತೆ ಇಲ್ಲ. ಗಿಡ ಮರ, ಕುರುಚಲು, ಮೌಂಜದ ಹುಲುಸು ಬಯಲುಗಳನ್ನು ಕಡಿದು ಅಗಲವಾದ ದಾರಿ ಮಾಡಿಕೊಡಬೇಕು. ಪಯಣ ನಿಧಾನವಾಯಿತು. ಸಾಲಿಗೆ ನಡೆಯುವಾಗ ಇಡೀ ಸೇನೆಯು ಎಷ್ಟು ಉದ್ದ! ಎಷ್ಟು ಎಣಿಸಿದರೂ ಮುಗಿಯದ ಬಾಲ.

ಸೈನ್ಯವೇನೋ ಹೊರಟಿತು. ರಾಜಮುಖ್ಯರೆಲ್ಲ ಅಲ್ಲಿಯೇ ಇದ್ದರು. ದುರ್ಯೋಧನನೇ ಎಲ್ಲರಲ್ಲಿಯೂ ಬಂದು ಕೇಳಿಕೊಂಡ: ಮಹಾ ಸೇನಾನಿಯಾಗಲು ಭೀಷ್ಮರು ಒಪ್ಪಿದ್ದಾರೆ. ಎಲ್ಲರೂ ಬರಬೇಕು. ಎಲ್ಲರ ಸಮ್ಮುಖದಲ್ಲೂ ಸೇನಾನಿಗೆ ಅಭಿಷೇಕವಾಗುತ್ತದೆ. ಬಂದು ಇಷ್ಟು ದಿನವಾದರೂ ಯಾರಿಗೂ ಭೀಷ್ಮರ ದರ್ಶನವಾಗಿರಲಿಲ್ಲ. ಈಗ ದರ್ಶನ ಮಾಡುವ ತವಕ, ಸಡಗರ. ಶಲ್ಯನಿಗಂತೂ ಉತ್ಸಾಹ ಏರಿತು. ನೂರರ ಮೇಲೆ ಇಪ್ಪತ್ತು ಮುಟ್ಟಿದ ವೀರ. ಅವನ ನಾಯಕತ್ವದಲ್ಲಿ ತಾವೆಲ್ಲ ಹೋರಾಡುವುದೇನೋ ಸರಿ. ಆದರೆ ಇಷ್ಟು ದಿನ ಏಕೆ ಅವನು ಮೌನವಾಗಿ ಮರೆಯಲ್ಲಿದ್ದ? ಈಗ ಹೇಗೆ ಒಪ್ಪಿಕೊಂಡ? ತಡಮಾಡುವಂತಿರಲಿಲ್ಲ. ಆ ಮಧ್ಯಾಹ್ನವೇ ಎಲ್ಲರೂ ಕುರುಗಳ ಸಭಾಭವನಕ್ಕೆ ರಥವೇರಿ ಹೋದರು. ಎಂದಿಗಿಂತ ಹೆಚ್ಚಿನ ಸ್ವಾಗತ. ಸ್ವಾಗತಸತ್ಕಾರದಲ್ಲಿ ಮಾತ್ರ ಯಾವತ್ತೂ ಅದ್ದೂರಿ. ನೆರೆದ ರಾಜರುಗಳ ನಡುವೆ ದುರ್ಯೋಧನನ ಸಿಂಹಾಸನ. ಪಕ್ಕದಲ್ಲೇ ಸಿಂಹದಂತಹ ಇನ್ನೊಂದು ಆಸನದ ಮೇಲೆ ಭೀಷ್ಮರು ಮಂಡಿಸಿದ್ದಾರೆ. ಎಲ್ಲರೂ ಆಶ್ಚರ್ಯದಿಂದ ಅವರನ್ನೇ ನೋಡುತ್ತಿದ್ದಾರೆ. ನಡುಬಾಗಿದ, ಬೆನ್ನುಬಾಗಿದ, ಎತ್ತರವಾದ ಆಳು. ತಲೆಗೆ ಕ್ಷತ್ರಿಯ ಕಿರೀಟ. ಸುಕ್ಕುಗಟ್ಟಿದ ಮುಖ. ಕೆಂಪು ಚರ್ಮದ ನಡುವೆ ಅಲ್ಲಲ್ಲಿ ವಯಸ್ಸನ್ನು ತಿಂದು ನುಂಗುತ್ತಿರುವ ಗುರುತಿನ

ಕಪ್ಪು ಮಚ್ಚೆಗಳು. ಬಿಳೀ ನರಗಳು ಎದ್ದುಕಾಣುವ ಮುಂಗೈಯನ್ನು ಆಸನದ ಪಕ್ಕದ ದಿಂಬುಗಳ ಮೇಲೆ ಇಟ್ಟುಕೊಂಡಿದ್ದಾರೆ. ಶುಭ್ರವಾದ ಅಗಲಕಣ್ಣುಗಳು ಗುಳಿಬಿದ್ದು, ನೋಡಲು ಸ್ವಲ್ಪ ಭಯವಾಗುವಂತಿವೆ. ತಲೆ ಸ್ವಲ್ಪ ಮುಂಭಾಗಕ್ಕೆ ಬಾಗಿದೆಯಾದರೂ ನಡುಗುತ್ತಿಲ್ಲ. ಅವನ ಪಕ್ಕಕ್ಕೆ ಕುಳಿತ ಅಜಯ ಹೇಳಿದ: 'ಇಂಥಾ ಮುದುಕ ಎಂಥಾ ಸೇನಾಪತಿ ಕೆಲಸ ಮಾಡಿಯಾನು?'

ಇತರರಿಗೆ ಕೇಳುವಂತೆ ಈ ಮಾತನಾಡಿದುದರಿಂದ ಅಪ್ಪನಿಗೆ ಸಿಟ್ಟುಬಂತು. ಕಣ್ಣಿನಲ್ಲೇ ಗದ್ದರಿಸಿಕೊಂಡು, 'ಭೀಷ್ಮರ ವಿಷಯದಲ್ಲಿ ಮರ್ಯಾದೆಯಿಂದ ಮಾತಾಡಬೇಕು' ಎಂದು ಪಿಸುಮಾತಿನಲ್ಲಿ ಹೇಳಿದ.

ಅಜಯ ಪಿಸುಮಾತಿನಲ್ಲಿ ಮತ್ತೆ ಅದನ್ನೇ ಕೇಳಿದ: 'ಇಂಥಾ ಮುದುಕರು ಎಂಥಾ ಸೇನಾಧಿಪತ್ಯ ಮಾಡಿಯಾರು?'

ಶಲ್ಯನಿಗೆ ತಕ್ಷಣ ಉತ್ತರ ಹೊಳೆಯಲಿಲ್ಲ. ಹಾಗೆಂದು ಈ ಹುಡುಗನಂತೆ ಏಕದಂ ಭೀಷ್ಮರ ವಿಷಯದಲ್ಲಿ ಲಘುವಾಗಿ ಯೋಚಿಸುವುದು ಅವನಿಗೆ ಸಾಧ್ಯವಾಗಲಿಲ್ಲ. ಏನೂ ಹೇಳದೆ ಸುಮ್ಮನಾದ. ಆದರೆ ಅಜಯ ತನ್ನ ಮುಖವನ್ನೇ ನೋಡುತ್ತಿದ್ದಾನೆ. ಎಡಪಕ್ಕಕ್ಕೆ ಕುಳಿತಿದ್ದ ವಜ್ರನೂ ತನ್ನ ಉತ್ತರವನ್ನು ನಿರೀಕ್ಷಿಸಿ ಇತ್ತ ತಿರುಗಿದ್ದಾನೆ. ತಾನು ಏನೂ ಹೇಳದಿದ್ದರೆ ಈ ಹುಡುಗನ ಲಾಘವಕ್ಕೆ ತನ್ನ ಸಮ್ಮತಿಯೂ ಇದೆ ಎಂಬ ಅರ್ಥವಾಗುತ್ತದೆಂದು ಒಂದು ನಿಮಿಷದ ನಂತರ ಎನ್ನಿಸಿತು. 'ಇವರು ಎಂಥಾ ವೀರರು ಅಂತ ಹುಡುಗರಾದ ನಿಮಗೆ ಗೊತ್ತಿಲ್ಲ. ಹಿಂದೆ ಕಾಶಿರಾಜನ ಮನೆಯಲ್ಲಿ ಸ್ವಯಂವರವಾದಾಗ ಏಕಾಂಗಿಯಾಗಿ ಸ್ವಯಂವರದ ಕನ್ಯೆಯರನ್ನು ಹೊತ್ತುಕೊಂಡು ನಡೆದರು. ಸೇರಿದ್ದ ರಾಜರೆಲ್ಲ ಮೇಲೆ ಬಿದ್ದರೂ ಬಡಿದುಹಾಕಿದರು. ಕುರುನಾಡನ್ನು ವಿಸ್ತರಿಸಿದವರೂ ಇವರೇ.'

'ಕನ್ಯೆಯರನ್ನು ಹೊತ್ತು ತಂದರಾ?' ವಜ್ರನ ಮುಖದಲ್ಲಿ ಕೀಟಲೆ ಮಿನುಗಿತು: 'ಆಜನ್ಮ ಬ್ರಹ್ಮಚಾರಿಯಲ್ಲವೆ ಹಾಗಾದರೆ?'

'ತಮಗಲ್ಲ. ತಮ್ಮ ತಮ್ಮನಿಗೆ ಅವರು ಹೊತ್ತು ತಂದದ್ದು.'

'ಮದುವೆಯಾಗುವವನೇ ಹೊತ್ತುಕೊಂಡು ಹೋದರೆ ಹುಡುಗಿಗೆ ಸಂತೋಷವಾಗುತ್ತೆ. ಒಬ್ಬ ಹೊತ್ತು ಬೇರೆ ಯಾರಿಗೋ ಕೊಟ್ಟರೆ ಅವಳಿಗಾದರೂ ಏನು ಸಂತೋಷ? ತಮ್ಮನು ಮನೆಯಲ್ಲಿ ಕೂತು ಬೊಂಬೆ ಆಟ ಆಡುತ್ತಿದ್ದನೆ?' ಅಜಯ ಕೇಳಿದ.

ಅಷ್ಟರಲ್ಲಿ ಶಂಖಧ್ವನಿಯಾಯಿತು. ದುಂದುಭಿಗಳು ಮೊಳಗಿದವು. ಸಭಿಕರ ಗಮನವೆಲ್ಲ ಅತ್ತ ತಿರುಗಿತು. ದುರ್ಯೋಧನನು ಎದ್ದುನಿಂತು ಸಮಸ್ತ ರಾಜನ್ಯರಿಗೂ ವಂದಿಸಿ, ಈ ಯುದ್ಧಕ್ಕೆ ಮಹಾಸೇನಾನಿಯಾಗಿ ಭೀಷ್ಮರಿಗೆ ಅಭಿಷೇಕ ಮಾಡಲು ಸಭೆಯ ಅನುಮತಿ ಕೇಳಿದ. ಸಭಿಕರೆಲ್ಲ ತಥಾಸ್ತು ಎಂದರು. ವಿಧಿಪೂರ್ವಕ ಭೀಷ್ಮರಿಗೆ ಮಹಾಸೇನಾನಿ ಪಟ್ಟ ಕಟ್ಟಿ ರಾಜ ದುರ್ಯೋಧನನು ಚಿನ್ನದ ತಟ್ಟೆಯಲ್ಲಿ ಕತ್ತಿ ಬಿಲ್ಲುಬಾಣಗಳನ್ನಿಟ್ಟು ಅವರಿಗೆ ಅರ್ಪಿಸಿದ. ಅವರು ಕತ್ತಿಯನ್ನು ಎರಡು ಕೈಯಲ್ಲೂ ಎತ್ತಿ ಹಿಡಿದುಕೊಂಡರು.

ಅನಂತರ ಸೈನ್ಯದ ವಿಭಾಗ ಸೇನಾನಿಗಳನ್ನು ಆರಿಸುವ ಮಾತು ಬಂತು. ಯಾರನ್ನು

ಆರಿಸಬಹುದು ಎಂಬುದಕ್ಕಿಂತ, ಯಾರನ್ನು ಕೈಬಿಡಬಾರದು ಎಂಬುದೇ ಹೆಚ್ಚಾಗಿ ದೃಷ್ಟಿಯಲ್ಲಿರುವಂತೆ ಕಾಣುತ್ತಿತ್ತು. ಎಲ್ಲರಿಗೂ ತಾನೂ ಒಬ್ಬ ಸೇನಾನಿಯಾಗಬೇಕೆಂಬ ಬಯಕೆ. ಬಹುತೇಕ ಎಲ್ಲರೂ ತಮ್ಮ ಉತ್ಸಾಹ ತೋರಿದರು. ದುರ್ಯೋಧನನು ಎದ್ದುನಿಂತು ಎಲ್ಲರ ಸಾಮರ್ಥ್ಯ, ನಿಷ್ಠೆ, ಪರಾಕ್ರಮ ಮತ್ತು ಶತ್ರುದ್ವೇಷವನ್ನು ಮುಕ್ತವಾಗಿ ಹೊಗಳಿದ. ಅನಂತರ ಒಂದೊಂದಾಗಿ ಹೆಸರನ್ನು ಸೂಚಿಸಿದ: ಕುರು ಪಾಂಡವರಿಗೆಲ್ಲ ಬಿಲ್ಲುಗುರುವಾಗಿದ್ದ ದ್ರೋಣಾಚಾರ್ಯ, ದ್ರೋಣರ ಮಗ ಅಶ್ವತ್ಥಾಮಾಚಾರ್ಯ, ಮದ್ರರಾಜ ಶಲ್ಯ, ಕರ್ಣ, ಚಂದ್ರವಂಶದ ಭೂರಿಶ್ರವ, ಸಿಂಧುರಾಜ ಜಯದ್ರಥ, ಕಂಬೋಜರಾಜ ಸುದಕ್ಷಣ, ಭೋಜ ರಾಜ ಕೃತವರ್ಮ, ಮಾವ ಶಕುನಿ, ತಮ್ಮ ದುಶ್ಶಾಸನ, ಬಾಹ್ಲೀಕ. ಎಲ್ಲರೂ ಮುಂದೆ ಯಾರ ಹೆಸರು ಬರುತ್ತದೆಂದು ಕಾಯುತ್ತಿದ್ದರು. ದುರ್ಯೋಧನನು ಅಷ್ಟಕ್ಕೆ ನಿಲ್ಲಿಸಿದ. ವಜ್ರ ಅಜಯರು ಎಣಿಸಿಕೊಳ್ಳುತ್ತಿದ್ದರು. ಒಟ್ಟಿನಲ್ಲಿ ಹನ್ನೊಂದು ಹೆಸರುಗಳು. ಹನ್ನೊಂದು ಸೇನಾಪತಿಗಳು. ಎಂದರೆ ಹನ್ನೊಂದು ವಿಭಾಗದ ಸೇನೆ. ತಮ್ಮ ಅಪ್ಪನೂ ಒಬ್ಬ ಸೇನಾಪತಿಯಾದದ್ದರಿಂದ ಅವರಿಗೆ ಸಂತೋಷವಾಯಿತು. ಅಡ್ಡಿಯಿಲ್ಲ, ತಾವು ಸಲಹೆ ಸೂಚನೆ ಕೊಡಬಹುದು ಎಂದುಕೊಂಡರು.

ಸೇನಾನಿಗಳಿಗೆಲ್ಲ ಹಾರ ಹಾಕಿ ತಿಲಕವಿಟ್ಟು ಪಟ್ಟೆವಸ್ತ್ರ ಕತ್ತಿಗಳನ್ನು ಕೊಟ್ಟು ಅಧಿಕಾರ ಪ್ರದಾನ ಮಾಡಿಯಾಯಿತು. ಭೀಷ್ಮರು ಮೊಟ್ಟಮೊದಲ ಸಲ ಬಾಯಿಬಿಟ್ಟು ಮಾತನಾಡಿದರು. ತಾರಸ್ವರದ ಕಂಠ ಕ್ಷೀಣವಾಗಿತ್ತು. ಆದರೆ ನಡುಗುತ್ತಿರಲಿಲ್ಲ. 'ಶತ್ರುಗಳನ್ನು ನಗರದ ಹತ್ತಿರಕ್ಕೆ ಬರುವತನಕ ಬಿಟ್ಟರೆ ನಗರ ನಾಶವಾಗುತ್ತೆ. ದೂರದಲ್ಲಿಯೇ ಎದುರಿಸತಕ್ಕದ್ದು. ಇವತ್ತೇ ಸೇನಾನಿಗಳೆಲ್ಲ ಅವರವರ ಪಡೆಗಳೊಡನೆ ಪ್ರಯಾಣ ಮಾಡತಕ್ಕದ್ದು, ಜೊತೆಯಲ್ಲಿ ನಾನೂ ಇರುತ್ತೇನೆ.'

ದುರ್ಯೋಧನ ಎಷ್ಟು ದೀರ್ಘವಾಗಿ ಮಾತನಾಡಿದ! ಇವರು ನಾಲ್ಕು ವಾಕ್ಯದಲ್ಲಿ ಮುಗಿಸಿಬಿಟ್ಟರು ಎಂಬುದನ್ನು ಎಲ್ಲರೂ ಗಮನಿಸಿದರು. ಭೋಜನವಾದ ನಂತರ ಎಲ್ಲರೂ ಪಯಣ ಹೊರಟರು. ಬಂದಿದ್ದ ರಾಜರುಗಳಲ್ಲಿ ಎಲ್ಲರೂ ಸೇನಾನಿಗಳಾಗಲಿಲ್ಲ. ಆದರೆ ಅವರವರು ತಂದಿದ್ದ ಸೈನ್ಯಗಳ ಸಂಖ್ಯೆ, ಅಥವಾ ಇತರ ಸಹಾಯಕ್ಕೆ ತಕ್ಕಂತೆ ಎಲ್ಲರಿಗೂ ವಿವಿಧ ಅಂತಸ್ತಿನ ನಾಯಕತ್ವವನ್ನು ದುರ್ಯೋಧನನು ಅನಂತರ ಹಂಚಿದ. ಪತ್ತಿ ಎಂದು ಕರೆಯುತ್ತಿದ್ದ ಐವತ್ತೈದು ಕಾಲಾಳುಗಳ ಮುಖ್ಯನನ್ನು ಪತ್ತಿಮುಖ್ಯ ಎಂದು ಹೆಸರಿಸಿದ. ಮೂರು ಪತ್ತಿಮುಖ್ಯರ ಮೇಲೆ ಒಬ್ಬ ಸೇನಾಮುಖ ಅಥವಾ ಗುಲ್ಮಮುಖ. ಮೂರು ಗುಲ್ಮಮುಖರ ಮೇಲೆ ಒಬ್ಬ ಗಣಮುಖ. ಹೀಗೆ ಎಲ್ಲರಿಗೂ ಅಂತಸ್ತು ದೊರೆಯಿತು. ವಜ್ರ ಅಜಯರು ಗಣಮುಖರಾದರು.

ಬೆಳಗಿನಿಂದ ಸೈನ್ಯದ ರವಾನೆಯಾಗುತ್ತಿತ್ತು. ಊಟ ತಿಂಡಿಯ ಗಾಡಿಗಳು ಮೊದಲೇ ಬಿಟ್ಟಿದ್ದವು. ಸೈನ್ಯಗಳ ನಡುನಡುವೆ ಇತರ ವಸ್ತುಗಳ ಗಾಡಿಗಳು. ಯುದ್ಧಮಧ್ಯೆ ರಥ

ಮುರಿದರೆ ಸರಿಪಡಿಸಲು ಬೇಕಾದ ಪಟ್ಟಿಗಳು, ರಥ ಈಟಿ ಮೊದಲಾದುವನ್ನು ಕಟ್ಟುವ ಚರ್ಮ. ಆನೆಗಳನ್ನು ತಿವಿಯುವ ಅಂಕುಶಗಳು, ತೋಮರ, ಶಕ್ತಿ, ನಿಷಂಗ, ಲೋಹದ ದೊಣ್ಣೆ, ಧ್ವಜ, ವಿವಿಧ ಗಾತ್ರ ಉದ್ದದ ಹಗ್ಗಗಳು, ಹುರಿ, ಹಾಸಿಗೆ, ಎಣ್ಣೆ, ಬೆಲ್ಲ, ಬಾಣವನ್ನು ಅದ್ದಿ ಹೊಡೆಯಲು ಸಂಗ್ರಹಿಸಿದ್ದ ವಿಷತುಂಬಿದ ಪಾತ್ರೆಗಳು, ಕತ್ತಿ, ಮುಳ್ಳು ನಾಟಿದ ದೊಣ್ಣೆಗಳು, ವಿಷದಿಂದ ನೆನೆಸಿ ಸಿದ್ಧ ಮಾಡಿದ ಬಾಣಗಳು, ಚಕ್ಕಳದ ಅಂಗಿಗಳು, ಹೀಗೆ ಸೈನ್ಯಕ್ಕಿಂತ ಸಾಮಾನುಗಳ ಗಾಡಿ ಕಡಮೆ ಇರಲಿಲ್ಲ. ಎರಡು ಕುದುರೆ ಹೂಡಿದ ರಥಗಳು, ನಾಲ್ಕು ಕುದುರೆ ಹೂಡಿದ ರಥಗಳು, ವಿಶೇಷ ವೀರನು ಕುಳಿತದ್ದಾದರೆ ಅವನ ಸಂಕೇತದ ಬಾವುಟ ಹಾರಾಡುವ ರಥಗಳು. ಒಂದೊಂದು ರಥಕ್ಕೂ ಇಬ್ಬಿಬ್ಬರು ಕುದುರೆ ಸವಾರರು ರಕ್ಷಕರಾಗಿ ಜೊತೆಗೆ ಬರುತ್ತಿದ್ದರು. ರಥದ ಒಂದೊಂದು ಚಕ್ರವನ್ನು ಸಂರಕ್ಷಿಸಲು ಇಬ್ಬಿಬ್ಬರು ಪದಾತಿಗಳು. ಪ್ರತಿಯೊಬ್ಬನೂ ತನ್ನ ರಥವನ್ನು ಹೂವುಗಳಿಂದ ಅಲಂಕರಿಸಿಕೊಳ್ಳುತ್ತಿದ್ದ. ಹೂವು ಸಿಕ್ಕದವನು ದಾರಿಯಲ್ಲಿ ಗಿಡಮರ ಪೊದೆಗಳಿಂದ ಹೂವು ಕಿತ್ತುಕೊಳ್ಳುತ್ತಿದ್ದ. ಒಬ್ಬ ನಿಂತರೆ ಹಿಂದಿನವರಿಗೆ ದಾರಿಯಿಲ್ಲದೆ ನೂಕುನುಗ್ಗಲಾಗುತ್ತಿತ್ತು. ಎಲ್ಲಕ್ಕೂ ಹಿಂದೆ ಆನೆಗಳು. ಬೆನ್ನಿನ ಮೇಲೆ ಹುಲ್ಲಿನ ಮೂಟೆಯನ್ನು ಇಳಿಬಿಟ್ಟು ಅದರ ಮೇಲೆ ಮಟ್ಟಸವಾಗಿ ಮಾಡಿದ ದಟ್ಟದ ಮೇಲೆ ಏಳು ಜನ. ಅವರಲ್ಲಿ ಇಬ್ಬರು ಅಂಕುಶ ಹಿಡಿದ ಮಾವುತರು. ಇಬ್ಬರು ಮೇಲಿನಿಂದಲೇ ಬಾಣ ಹೊಡೆಯುವ ಬಿಲ್ಲುಗಾರರು. ಇಬ್ಬರು ಕತ್ತಿಯುದ್ಧದಲ್ಲಿ ಪಳಗಿದವರು. ಇನ್ನೊಬ್ಬ ಕೂತಲ್ಲಿಂದ ದೂರಕ್ಕೆ ಗುರಿಯಿಟ್ಟು ಭಲ್ಲೆಯನ್ನು ಎಸೆಯುವವನು. ಇವರೆಲ್ಲರ ಶಸ್ತ್ರಾಸ್ತ್ರಗಳನ್ನೂ ದಟ್ಟದ ನಡುಭಾಗದಲ್ಲಿ ಇಟ್ಟುಕೊಂಡಿದ್ದರು. ಅಲಂಕಾರದಲ್ಲಿ ಅವರೇನೂ ಕಡಮೆಯಲ್ಲ. ತಾವೂ ಹೂವಿನ ಹಾರಗಳನ್ನು ಧರಿಸಿಕೊಂಡಿರುತ್ತಿದ್ದುದಲ್ಲದೆ ಆನೆಗಳಿಗೂ ದೊಡ್ಡ ದೊಡ್ಡ ಮಾಲೆಗಳನ್ನು ಸುತ್ತಿ ಕಟ್ಟಿದ್ದರು.

ವಜ್ರ ಅಜಯರು ಹಸ್ತಿನಾವತಿಗೆ ಬಂದ ಇಷ್ಟು ದಿನದಲ್ಲಿ ಹಲವರ ಸ್ನೇಹ ಮಾಡಿಕೊಂಡಿದ್ದರು. ಅವರಲ್ಲಿ ಚಂದ್ರವಂಶದ ಭೂರಿ ಎಂಬುವವನು ತೀರ ಹತ್ತಿರದ ಗೆಳೆಯನಾಗಿದ್ದ. ಅವನ ಸೋದರ ಭೂರಿಶ್ರವನನ್ನು ದುರ್ಯೋಧನನು ಒಬ್ಬ ಸೇನಾನಿಯಾಗಿ ಮಾಡಿದ. ಈ ಭೂರಿ ಮತ್ತು ಯುದ್ಧಕ್ಕೆ ಬಂದಿದ್ದ ಇನ್ನೊಬ್ಬ ಸೋದರ ಶಲ, ಇಬ್ಬರೂ ವಜ್ರ ಅಜಯರಂತೆ ಗಣಮುಖ್ಯರಾಗಿದ್ದರು. ಭೂರಿಶ್ರವನಿಗೆ ತನ್ನದೇ ಆದ ಗೂಢಚಾರ ವ್ಯವಸ್ಥೆಯಿತ್ತು. ವರ್ತಮಾನವೆಲ್ಲ ಇಬ್ಬರೂ ಸೋದರರಿಗೂ ತಿಳಿಯುತ್ತಿತ್ತು. ಪಾಂಡವ ಸೈನ್ಯವನ್ನು ಎದುರಿಸಲು ಹೊರಟಾಗ ಭೂರಿ, ವಜ್ರ, ಅಜಯರು ಒಂದು ರಥದಲ್ಲಿ ಕುಳಿತರು.

'ಪಾಂಡವರ ಕಡೆ ಏಳೇ ಜನ ಸೇನಾನಿಗಳಂತೆ. ಅಂದರೆ ಅವರ ಕಡೆ ಸೈನ್ಯ ನಮಗಿಂತ ಕಡಮೆ ಅಲ್ಲವೆ?' ಅಜಯ ಕೇಳಿದ.

'ಹೌದು.'

'ಅವರ ಕಡೆ ಯಾರೂ ಇಲ್ಲ. ಇಡೀ ಆರ್ಯಾವರ್ತ ನನ್ನ ಕಡೆಗೇ ಅಂತ ದುರ್ಯೋಧನ ಹೇಳುತ್ತಿದ್ದ. ಆದರೆ ಏಳು ಭಾಗ ಸೈನ್ಯ ಕೂಡುವುದು ಅಂದರೆ ತೀರ ಕಮ್ಮಿಯಲ್ಲ' ವಜ್ರ ಎಂದ.

ರಥವು ನಗರವನ್ನು ಬಿಟ್ಟು ಒಂದು ಕೋಸು ದೂರ ಸಾಗಿತ್ತು. ಅಲ್ಲಿಯ ತನಕ ರಾಜ ಮಾರ್ಗವೇ. ಆದರೂ ಇತ್ತೀಚೆಗೆ ಆಗುತ್ತಿದ್ದ ರಥ ಕುದುರೆ ಆನೆ, ಗಾಡಿಗಳ ವಿಪರೀತ ಸಂಚಾರದಿಂದ ಮಾರ್ಗ ಬರೀ ಹಳ್ಳತಿಟ್ಟುಗಳಾಗಿತ್ತು. ಕುಲುಕಿಕುಲುಕಿ ಕುಕ್ಕುವ ಸದ್ದಿನ ನಡುವೆ ಅಜಯ ಎಂದ: 'ಅವರ ಕಡೆ ಸೇನಾನಿಗಳು ವಯಸ್ಸಿನಲ್ಲಿ ಚಿಕ್ಕವರಾಗಿ ಕಾಣ್ತಾರೆ ಅಲ್ಲವೆ?'

'ಖಂಡಿತ. ಅವರ ಮಹಾಸೇನಾನಿ ಧೃಷ್ಟದ್ಯುಮ್ನನಿಗೆ ಐವತ್ತೋ ಐವತ್ತೊಂದೋ ವರ್ಷವಿರಬೇಕು. ನಮ್ಮ ಕಡೆಯ ಮಹಾಸೇನಾನಿಗೆ ನೂರು ಕಳೆದು ಇಪ್ಪತ್ತೋ ಇಪ್ಪತ್ತೆರಡೋ ಅನ್ನುತ್ತಾರೆ. ಅವರ ಕಡೆಯ ಶಿಖಂಡಿ ಅಣ್ಣ ಧೃಷ್ಟದ್ಯುಮ್ನನಿಗಿಂತ ತುಂಬ ಚಿಕ್ಕವನಂತೆ. ಸಾತ್ಯಕಿ ಚೇಕಿತಾನರಿಗೆ ಐವತ್ತಿರಬಹುದು. ಭೀಮ ಐವತ್ತೆರಡು ಐವತ್ತಮೂರರವನಾದರೂ ಅವನ ಶಕ್ತಿ ಧೈರ್ಯ ಮಾತ್ರ ಕೊಬ್ಬಿದ ಇಪ್ಪತ್ತರ ಜಟ್ಟಿಯ ಹಾಗೆ. ಅಥವಾ ಆಗ ತಾನೆ ನಾಲ್ಕು ಹಲ್ಲೂಡುತ್ತಿರುವ ಹೋರಿಯ ಹಾಗೆ. ಹಿಂದೆಮುಂದೆ ನೋಡದೆ ನುಗ್ಗುತ್ತಾನೆ. ಇನ್ನು ದ್ರುಪದ ಮಾತ್ರ ಮುದುಕ. ಅಂದರೆ ಎಪ್ಪತ್ತು ಎಪ್ಪತ್ತೈದು ಇರಬಹುದು. ವಿರಾಟನ ವಯಸ್ಸು ನನಗೆ ಸರಿಯಾಗಿ ಗೊತ್ತಿಲ್ಲ. ಮೊನ್ನೆ ತಾನೆ ಹದಿನಾರು ವರ್ಷದ ಮಗಳಿಗೆ ಮದುವೆ ಮಾಡಿದನಂತೆ. ಚಿಕ್ಕ ಹೆಂಡತಿಯ ಮಗಳು. ಅಂದರೂ ಅರವತ್ತು ಎಪ್ಪತ್ತರ ಒಳಗೇ.'

'ನಮ್ಮ ಕಡೆ ಹೇಳು,' ಎಂದ ಅಜಯ ತಾನೇ ಹೇಳತೊಡಗಿದ: 'ದ್ರೋಣಾಚಾರ್ಯನನ್ನು ನಾನು ನೋಡಿದೆನಲ್ಲ ಎಪ್ಪತ್ತು ಎಂಬತ್ತರ ಮೇಲೆ. ನಮ್ಮ ತೀರ್ಥರೂಪರಿಗೆ ಎಂಭತ್ತನಾಲ್ಕು ಅಂತ ಅವರೇ ಹೇಳುತ್ತಾರೆ. ಆ ಉದ್ದನೆಯ ಜಯದ್ರಥ ಒಬ್ಬ ನಲವತ್ತು ನಲವತ್ತೈದರವನು.'

'ಹೌದು,' ಭೂರಿ ಅನುಮೋದಿಸಿದ.

'ಶಕುನಿಯಂತೂ ದುರ್ಯೋಧನನ ತಾಯಿಯ ಅಣ್ಣ. ಅಂದರೆ ದುರ್ಯೋಧನನಿಗೆ, ಅವನು ಭೀಮಸೇನ ಒಂದೇ ವಯಸ್ಸಿನವರು ಅಂತ ನೀನೇ ಹೇಳಿದೆಯಲ್ಲವೆ? ಅಂದರೆ ಐವತ್ತೆರಡು ಐವತ್ತಮೂರು. ಮದುವೆಯಾದ ಏಳೆಂಟು ವರ್ಷ ಅವನ ತಾಯಿಗೆ ಮಕ್ಕಳಾಗ ಲಿಲ್ಲ ಅಂತಲೂ ಅಂದೆಯಲ್ಲ. ಅಂದರೆ ಸೇನಾಪತಿ ಶಕುನಿಗೆ ಎಂಭತ್ತೈದರ ಸುಮಾರು. ಕರ್ಣನನ್ನು ನೋಡಿದರೆ ಅರವತ್ತು ಅರವತ್ತೈದು ಅನ್ನಿಸೂದಿಲ್ಲವೆ?'

'ಆಗಿದೆ, ಆಗಿದೆ. ನಾನು ನೋಡಿದೆನಲ್ಲ,' ವಜ್ರ ಅನುಮೋದಿಸಿದ.

'ನಿಮ್ಮಣ್ಣನೇ ಇದ್ದದ್ದರಲ್ಲಿ ಚಿಕ್ಕವರು. ಕೃತವರ್ಮ, ಸುದಕ್ಷಿಣರನ್ನು ನಾನು ನೋಡಲೇ ಇಲ್ಲ.'

ಅಷ್ಟರಲ್ಲಿ ರಥವು ಹಳೆಯ ರಸ್ತೆಯನ್ನು ಬಿಟ್ಟು ಅಡ್ಡ ಜಾಡಿಗೆ ತಿರುಗಿತು. ಸೈನ್ಯ ಚಲನೆ ಗೆಂದೇ ಸೇವಕರು ಮುಂದೆ ಮುಂದೆ ಹೋಗಿ ಹರಿತವಾದ ಕುಡುಗೋಲು ಕೊಡಲಿಗಳಿಂದ ಗಿಡಗುಚ್ಚಿಗಳನ್ನು ಸವರಿ ಮಾಡಿದ ಜಾಡು. ದೊಡ್ಡ ಮರಗಳನ್ನು ಅರುಗು ಮಾಡಿ ಹೋಗಿದ್ದರು. ಮಳೆಗಾಲ ಕಳೆದು ಮೂರು ನಾಲ್ಕು ತಿಂಗಳಾಗಿದ್ದರೂ, ಗಿಡ, ಪೊದೆ, ಬಳ್ಳಿಗಳ ನೆರಳಿನಲ್ಲಿ ತನುವಿತ್ತು. ಅಷ್ಟೊಂದು ಗಾಡಿ, ರಥ, ಕುದುರೆ, ಜನರ ತುಳಿತದಿಂದ

ನೆಲದಲ್ಲಿ ಕೆಸರೇಳುತ್ತಿತ್ತು. ವೇಗವೂ ಕಡಮೆಯಾಯಿತು. ಹೋಗುಹೋಗುತ್ತಾ ಹಿಂಬದಿಯಲ್ಲಿದ್ದ ಆನೆಗಳ ಗುಂಪಿನಲ್ಲಿ ಗಡಿಬಿಡಿ ಎದ್ದಂತೆ ಸದ್ದು ಕೇಳಿತು. ಅಲ್ಲಿಗೆ ಏನೂ ಕಾಣುತ್ತಿರಲಿಲ್ಲ. ಇಳಿದು ಹೋಗಿ ನೋಡುವುದೂ ಸಾಧ್ಯವಿರಲಿಲ್ಲ. ಬೇಟೆಯಲ್ಲಿ ನಿಷ್ಣಾತನಾದ ಅಜಯ ಹೇಳಿದ: 'ಗಿಡಗಳ ಸೊಪ್ಪಿಗೆ ಆನೆಗಳು ಸೊಂಡಿಲು ಹಾಕಿ ನಿಂತು ಗದ್ದಲವಾಗಿದೆ. ಅಥವಾ ಮರೆತು ಗಂಡಾನೆ ಹೆಣ್ಣಾನೆಗಳನ್ನು ಜೊತೆ ಜೊತೆಯಲ್ಲಿ ನಡೆಸಿಕೊಂಡು ಹೊರಟು ಗಂಡಾನೆಗಳ ಉತ್ಸಾಹ ಹತ್ತಿ ಗದ್ದಲವಾಗಿದೆ.'

ಭೂರಿ ನಕ್ಕ. 'ಯುದ್ಧರಂಗದಲ್ಲಿ ನಮ್ಮ ಶಿಬಿರಗಳಿಗೂ ದಾಸಿಯರ ಸರಬರಾಜು ಉಂಟು' ಎಂದ.

ವಜ್ರ ಕೇಳಿದ: 'ಮುದುಕರಿಗಿಂತ ಹುಡುಗರೇ ಚನ್ನಾಗಿ ಯುದ್ಧಮಾಡುತ್ತಾರೆ ಅಲ್ಲವೆ?'

'ಮುದುಕರನ್ನು ಕೇಳು ಹೇಳುತ್ತಾರೆ,' ಅಜಯ ತಕ್ಷಣ ಉತ್ತರ ಕೊಟ್ಟ: 'ಹುಡುಗರಿಗೆ ಹೆಣ್ಣು ಹೆಂಡ ಬಿಟ್ಟು ಬೇರೆ ಏನೂ ಸಾಧ್ಯವಿಲ್ಲ ಅಂತ. ನಮ್ಮಪ್ಪ ಮಾತೆತ್ತಿದರೆ ಅದೇ ಅಲ್ಲವೇ ಅನ್ನುವುದು?'

'ದುರ್ಯೋಧನ ಹಿರಿಯರ ಮಾತು ಕೇಳುವುದಿಲ್ಲ. ಸ್ವಪ್ರತಿಷ್ಠೆ ಜಾಸ್ತಿ ಅನ್ನುತ್ತಾರೆ. ಆದರೆ ಬರೀ ಮುದುಕರನ್ನೇ ಯಾಕೆ ಸೇನಾಧಿಪತಿಗಳನ್ನಾಗಿ ಮಾಡಿಕೊಂಡ?' ವಜ್ರ ಬಾಯಿ ಹಾಕಿದ.

'ಅವನು ಮುದುಕರ ಮಾತು ಕೇಳುವುದಿಲ್ಲ. ಆದರೆ ಅವರನ್ನು ಬಿಟ್ಟು ಇರಲೂ ಆರ. ನೀನು ನಮ್ಮ ಮಾತು ಕೇಳೂದಿಲ್ಲ ಅಂತ ಅವರು ಬೈಯುತ್ತಿರಬೇಕು. ನಾನು ಮಾಡೂದೇ ಸರಿ ಅಂತ ಇವನು ಹಟ ಮಾಡಬೇಕು. ಆದರೆ ಬೈಯುಕ್ಕೆ ಅವನಿಲ್ಲದಿದ್ದರೆ ಇವರಿಗೂ ಆಗುಲ್ಲ. ಹಟ ಮಾಡಿ ಬೈಯಿಸಿಕೊಳ್ಳಲು ಇವನಿಲ್ಲದಿದ್ದರೆ ಅವರಿಗೂ ಆಗುಲ್ಲ ಅಂತ ನನಗೆ ತೋರುತ್ತೆ.'

ರಥದ ಚಲನೆ ಮತ್ತೆ ನಿಧಾನವಾಯಿತು. ಮುಂದೆ ಎಲ್ಲೋ ರಥಗಳು ಹೂತುಕೊಂಡವಂತೆ. ಹಿಂದೆ ಬರುತ್ತಿದ್ದ ರಥಗಳು ಇಳುವಿನಲ್ಲಿ ನುಗ್ಗಿ ಹೂತುಕೊಂಡವಕ್ಕೆ ಡಿಕ್ಕಿ ಹೊಡೆದವಂತೆ. ಪಕ್ಕದಲ್ಲಿ ಬೇರೆ ದಾರಿ ಕಡಿದು ರಥಗಳ ಸಾಲನ್ನು ತಿರುಗಿಸುತ್ತಿದ್ದಾರಂತೆ. ಹಾಗೆಂದು ಸುದ್ದಿ ಬಂತು. ಅಲ್ಲಿಯ ತನಕ ಕೂತು ಮಾಡುವುದೇನೆಂದು ಎಲ್ಲರೂ ಇಳಿದರು. ಎತ್ತರವಾದ ದರ್ಭೆಯ ಮರೆಗೆ ಹೋಗಿ ಜಲಬಾಧೆ ತೀರಿಸಿಕೊಂಡರು. ಮಲಬಾಧೆಗೆ ಹೋಗುವವರು ಸ್ವಲ್ಪ ದೂರ ನಡೆದರು.

ಇವರ ರಥವು ನಿಧಾನವಾಗಿ ಚಲಿಸತೊಡಗಿತು. ಆದರೆ ರಥದಲ್ಲೆಲ್ಲ ಕೆಂಜಿಗೆ, ಗೊದ್ದ, ಇರುವೆಗಳು ಹತ್ತಿದ್ದವು. ಭೂರಿಯ ತೊಡೆಯನ್ನು ಕೆಂಜಿಗೆ ಕಚ್ಚಿ ಚುರುಕು ಕಾಣಿಸಿಕೊಂಡಾಗಲೇ ಅವರಿಗೆ ಆ ಕಡೆ ಗಮನ ಹರಿದದ್ದು. ರಥದ ಒಳಗೆ, ಕಂಬಗಳ ಮೇಲೆ, ಮುಸುಕಿನಲ್ಲಿ ಒಂದೊಂದು ಕೆಂಜಿಗೆ ಹರಿಯುತ್ತಿತ್ತು. ಹತ್ತಾರು ಗೊದ್ದಗಳು. ಲೆಕ್ಕವಿಲ್ಲದಷ್ಟು ಇರುವೆಗಳು. ರಥದಲ್ಲಿ ಕೂಡುವುದು ಅಸಾಧ್ಯವೆನ್ನಿಸಿತು. ಮೂವರೂ ಇಳಿದು ನಡೆದು ಹೊರಟರು. ಹಿಂದೆ ಬರುತ್ತಿದ್ದ ಆನೆಗಳ ಸೊಂಡಿಲಿಗೆ ಇರುವೆಯೋ ಕೆಂಜಿಗೆಯೋ ಹತ್ತಿರಬೇಕು.

ಊಳಿಡುತ್ತಾ ಅಂಕೆ ತಪ್ಪಿ ಕುಣಿಯಲು ಶುರುಮಾಡಿದ್ದವು.

ಸ್ವಲ್ಪ ಹೊತ್ತಿಗೆ ಜಾಡನ್ನು ಬದಲಾಯಿಸಿದರು. ರಥಗಳನ್ನು ನಿಲ್ಲಿಸಿ ಪಕ್ಕದಿಂದ ಬಳಸಿ, ಮೊದಲು ಆನೆಗಳನ್ನು ಎರಡೆರಡು ಜೋಡಿಗಳ ಸಾಲಿನಲ್ಲಿ ನುಗ್ಗಿಸಿದರು. ಅವು ತುಳಿದ ಜಾಡನ್ನು ಸವರುವುದು ಸುಲಭವಾಗಿತ್ತು. ಅವೇ ಆನೆಗಳಿಂದ ತಲೆಗೆ ಬಡಿಯುವ ಮರದ ರೆಂಬೆಗಳನ್ನು ಮುರಿಸಿ ಎಸೆಸುತ್ತಿದ್ದರು. ಮಟ್ಟ ಬಂದ ರಸ್ತೆಯಲ್ಲೆ ಕುದುರೆಗಳನ್ನು ನಡೆಸಿ ಅದರ ಹಿಂದೆ ರಥಗಳು ಹೊರಟವು.

ನಡೆದು ಹೊರಟ ವಜ್ರ ಕೇಳಿದ: 'ಪಾಂಡವರ ಸೈನ್ಯಕ್ಕೂ ಇದೇ ಕಷ್ಟ ಆಗುತ್ತಿರಬಹುದಲ್ಲವೆ?'

ಭೂರಿಶ್ರವ ಒಂದು ನಿಮಿಷ ಯೋಚಿಸಿ ಹೇಳಿದ: 'ದಾಳಿಗೆ ಬರುತ್ತಿರುವವರು ಅವರು. ಹೆಚ್ಚು ಕಷ್ಟವಿಲ್ಲದ ಜಾಡನ್ನು ಆರಿಸಿಕೊಂಡು ನಡೆಯುತ್ತಿರಬಹುದು. ಈಗ ಎಲ್ಲಿ ಬರುತ್ತಿದ್ದಾರೋ ನನಗೆ ಗೊತ್ತಿಲ್ಲ. ಉಪಪ್ಲಾವ್ಯ ನಗರದಿಂದ ಹೊರಟಾಗ ಅವರು ಬರುತ್ತಿದ್ದ ರೀತಿಯನ್ನು ನಮ್ಮ ಗೂಢಚಾರ ವಿವರವಾಗಿ ಹೇಳಿದ.'

'ನಮಗೂ ಹೇಳು.'

'ಅವರ ಸೈನ್ಯದ ಮುಂದೆ ಭೀಮಸೇನನಿದ್ದನಂತೆ. ಅವನ ಹಿಂದೆ ಕವಚ ತೊಟ್ಟ ನಕುಲ ಸಹದೇವರು. ಅರ್ಜುನನ ಮಗ ಅಭಿಮನ್ಯು. ದ್ರೌಪದಿಯ ಐವರು ಮಕ್ಕಳು ಪ್ರತಿವಿಂಧ್ಯ, ಶ್ರುತಸೋಮ, ಶ್ರುತಕೀರ್ತಿ, ಶತಾನೀಕ, ಶ್ರುತಸೇನ. ಅಂದ ಹಾಗೆ ಈ ಐದು ಹುಡುಗರೂ ಚನ್ನಾಗಿ ಯುದ್ಧ ಮಾಡುತ್ತಾರಂತೆ. ಮಾವ ಧೃಷ್ಟದ್ಯುಮ್ನನೇ ತರಬೇತಿ ಕೊಟ್ಟಿದ್ದಾನಂತೆ. ಅರ್ಜುನನ ಮಗ ಅಭಿಮನ್ಯು ಅಂದೆನಲ್ಲ, ಮೊನ್ನೆ ವಿರಾಟನಗರದಲ್ಲಿ ಮದುವೆಯಾದವನು, ಈಗ ತಾನೇ ಹದಿನಾರು ತುಂಬಿದ ಹುಡುಗ, ಬಹಳ ತಯಾರಿಯಲ್ಲಿದ್ದಾನಂತೆ. ಎಂಥೋರ ಮೇಲೂ ನುಗ್ಗುವ ಕೆಚ್ಚು. ಅವರ ಹಿಂದೆ ಊಟದ ಸಾಮಾನು ಸರಂಜಾಮು, ಸೇವಕರು. ಅವರ ಹಿಂದೆ ಪಾಂಚಾಲ ದೇಶದ ಸೈನ್ಯ. ಅವುಗಳ ಹಿಂದೆ ಸೈನ್ಯದ ಸಾಮಾನು. ಅಸ್ತ್ರಶಸ್ತ್ರ, ತುಂಬ ಜನ ವೈದ್ಯರು, ಔಷಧಿಗಾಡಿಗಳು. ಆ ಮೇಲೆ ಕೇಕಯ ರಾಜಕುಮಾರರು, ಅವರ ಹಿಂದೆ ಚೇದಿದೇಶದ ರಾಜ ಧೃಷ್ಟಕೇತು, ಐವತ್ತರ ಒಳಗಿನ ವಯಸ್ಸಿನವನು. ಅನಂತರ ಕಾಶಿ ರಾಜನ ಮಗ ಅಭಿಭೂ. ಶ್ರೇಣಿಮಾನ್, ವಸುದಾನ, ಶಿಖಂಡಿ ಇವರೆಲ್ಲ ಯುಧಿಷ್ಠಿರನಿಗೆ ರಕ್ಷಣೆಯಾಗಿ ಸುತ್ತುವರಿದುಕೊಂಡು ಬರುತ್ತಿದ್ದರಂತೆ.'

ನಡೆಯುವಾಗ ನೆಲದ ಮೇಲೆ ನಿಗವಿರಬೇಕಾಗಿದ್ದುದರಿಂದ ಅವರು ಸರಿಯಾಗಿ ಮಾತನಾಡಲು ಆಗುತ್ತಿರಲಿಲ್ಲ.

ಇಡೀ ಸೈನ್ಯವು ಆತುರಾತುರವಾಗಿ ಏನೋ ಸಾಗಿತು. ಆದರೆ ಗೊಂದಲವೋ ಗೊಂದಲ. ನಿರ್ವಹಿಸಲು ಆಗದಷ್ಟು ಸಂಖ್ಯೆಯ ಜನ, ರಥ, ಕುದುರೆ, ಆನೆಗಳು. ಸರಿಯಾದ ದಾರಿ ಇಲ್ಲ. ಕೆಸರಾಗಿ ರಥದ ಚಕ್ರ ಹೂತುಹೋಗುವ ನೆಲ. ಬೇಗ ಬೇಗ ಹೋಗಬೇಕೆಂಬ ಆತುರದಲ್ಲಿ ಆನೆಗಳು ಮುಂದೆ ನುಗ್ಗಿ, ಕುದುರೆಗಳು ಅವುಗಳನ್ನು ಬಳಸಿ, ಕಾಲಾಳುಗಳು

ಕಾಲುಜಾಡು ಹಿಡಿದು, ರಥಗಳು ಹಿಂದೆ ಬಿದ್ದು, ಎಲ್ಲರೂ ಮೂರು ದಿನಗಳ ನಂತರ ಪಾಂಡವ ಸೈನ್ಯವನ್ನು ಸಮೀಪಿಸಿದರೂ ಸೇನೆಯ ವಿಭಾಗಗಳು ಒಂದರೊಳಗೊಂದು ಕಲಸಿಹೋಗಿದ್ದವು. ತಮ್ಮ ತಮ್ಮ ಕೈಕೆಳಗಣ ಜನ, ಆನೆ ಕುದುರೆಗಳನ್ನು ಪತ್ತೆಹಚ್ಚಲು ಪತ್ತಿಮುಖ, ಸೇನಾಮುಖರು ಪರದಾಡಬೇಕಾಯಿತು. ದಾರಿಯಲ್ಲಿ ಸರಿಯಾಗಿ ಊಟದ ವ್ಯವಸ್ಥೆ ಆಗಲಿಲ್ಲ. ರಾತ್ರಿ ನಿದ್ರೆಗೆ ತಕ್ಕ ಶಿಬಿರವಿರಲಿಲ್ಲ.

ಪಾಂಡವ ಸೈನ್ಯ ಸುಮಾರು ಒಂದು ಕೋಸು ದೂರದಲ್ಲಿದೆ ಎನ್ನುವಾಗ ಇವರೆಲ್ಲ ಬೀಡುಬಿಟ್ಟರು. ಜಾಗವೇನೋ ವಿಶಾಲವಾಗಿತ್ತು. ಸೈನಿಕರು ಹುಲ್ಲು ಮೆಳೆ ಗುಚ್ಚಿಗಳನ್ನು ಕಡಿದು ಶಿಬಿರದ ಜಾಗವನ್ನು ಮಟ್ಟ ಮಾಡಿದರು. ಇದೇ ಜಾಗದಲ್ಲಿ ಯುದ್ಧವಾಗುತ್ತದೆಂಬ ಅರಿವು ಎಲ್ಲರಿಗೂ, ಸಾಮಾನ್ಯ ಸೈನಿಕರಿಗೂ, ಆಗಿತ್ತು. ತಾವು ಅಲ್ಲಿಗೆ ತಲುಪಿದ ದಿನವೇ ಭೀಷ್ಮರ ಅಧ್ಯಕ್ಷತೆಯಲ್ಲಿ ಸೇನಾನಿಗಳ ಸಭೆಯಾಯಿತು. ಆತುರಾತುರದಲ್ಲಿ ಬಿದಿರು ನಟ್ಟು ಮೇಲೆ ಬಿದಿರದಬ್ಬೆ ಕಟ್ಟಿ ಎಲೆಸೊಪ್ಪುಗಳನ್ನು ಹಾಕಿ ಸುತ್ತ ಬಟ್ಟೆಕಟ್ಟಿದ ಶಿಬಿರವು ಇಡೀ ಸೇನಾನೆಲೆಯ ನಡುಭಾಗದಲ್ಲಿತ್ತು. ಶೀತ ಏರದಿರಲೆಂದು ಹಲಗೆಗಳನ್ನು ಹಾಕಿ ಅದರ ಮೇಲೆ ಮೆತ್ತಗಿನ ಹತ್ತಿಯ ದಟ್ಟ ಎಳೆದು ದಿಂಬು ಇಟ್ಟಿದ್ದರು. ಪ್ರಯಾಣದ ಆಯಾಸದಿಂದ ಭೀಷ್ಮರು ಒರಗಿ ಕುಳಿತಿದ್ದರು. ಉಳಿದವರಿಗೆ ಕೂಡ ಸಾಕಷ್ಟು ಆಯಾಸವಾಗಿತ್ತು. ದುರ್ಯೋಧನ, ಕರ್ಣ, ಜಯದ್ರಥರು ಮಾತ್ರ ಬಳಲಿಕೆಯನ್ನು ಲೆಕ್ಕಿಸದೆ ಗೆಲುವಿನಿಂದ ಇದ್ದರು. ಕೃಪ, ದ್ರೋಣ, ಅಶ್ವತ್ಥಾಮ, ಶಲ್ಯ ಮೊದಲಾದವರು ಗಂಭೀರವಾಗಿ ಕುಳಿತಿದ್ದರು. ಕಿರೀಟವನ್ನು ತೆಗೆದಿಟ್ಟು ಕುಳಿತಿದ್ದ ಭೀಷ್ಮರ ತಲೆಯ ತುಂಬ ಮುಪ್ಪಿನ ಕಪ್ಪು ಮಚ್ಚೆಗಳು ಎದ್ದಿದ್ದವು. ಆದರೂ ಸ್ಪಷ್ಟವಾದ ಧ್ವನಿಯಲ್ಲಿ ಅವರು ಮಾತು ಶುರುಮಾಡಿದರು: 'ಇಲ್ಲಿಗಂತೂ ಬಂದು ಸೇರಿದ್ದೇವೆ. ಯುದ್ಧವಾದರೆ ಇಲ್ಲೇ ಆಗಬೇಕು.'

ಭೀಷ್ಮರು ತಮ್ಮ ಮಾತಿನಲ್ಲಿ ಯಾವ ಸಲಹೆ ಸೂಚನೆಯನ್ನೂ ಕೊಡಲಿಲ್ಲ. ಪ್ರಶ್ನೆಯನ್ನೂ ಕೇಳಿರಲಿಲ್ಲ. ಉಳಿದವರೆಲ್ಲ ಸುಮ್ಮನಿದ್ದರು. ಮಹಾಸೇನಾನಿ ಕೂಡ ಮುಂದೆ ಯಾವ ಮಾತನ್ನೂ ಆಡದೆ ಸುಮ್ಮನೆ ಧ್ವನಿಯನ್ನು ಇಳಿಸಿ ನಿಲ್ಲಿಸಿದರು.

ದುರ್ಯೋಧನನೇ ಎಂದ: 'ಯುದ್ಧಕ್ಕೆ ಅಂತ ತಾನೇ ಇಷ್ಟೆಲ್ಲ ವೀರಾಗ್ರಣಿಗಳು ಬಂದಿರುವುದು, ನಾವು ಹಸ್ತಿನಾವತಿಯಿಂದ ಇಲ್ಲಿಗೆ ಓಡಿಬಂದು ನಿಂತಿರುವುದು.'

ಒಂದು ಸಲ ನಿಧಾನವಾಗಿ ಆಕಳಿಸಿದ ಮೇಲೆ ಮಹಾಸೇನಾನಿ ಎಂದರು: 'ನಾವು ಬರೀ ಸೈನ್ಯ ಸೇರಿಸಿದರೆ ಸಾಕು, ನೋಡಿ ಹೆದರಿ ಮಂಡಿಯೂರಿ ದಯಾಭಿಕ್ಷೆಗೆ ಬರುತ್ತಾರೆ ಅವರು ಅಂದೆಯಲ್ಲ. ನಮ್ಮ ಸೈನ್ಯವೇನೋ ದೊಡ್ಡದೇ ಆಯಿತು. ಅವರು ಮಂಡಿಯೂರಿ ಬಂದರೆ ಯುದ್ಧ ಹೇಗೆ ಆಗುತ್ತೆ?'

ಶಲ್ಯರಾಜನು 'ಹೌದು ಹೌದು' ಎಂದ.

'ಆದರೆ ಅವರು ಯುದ್ಧಸನ್ನದ್ಧರಾಗಿಯೇ ಬಂದು ಬೀಡುಬಿಟ್ಟಿದ್ದಾರೆ,' ದುರ್ಯೋಧನ

ತಪ್ಪನ್ನು ಶತ್ರುಗಳ ಮೇಲೆ ಹಾಕುವಂತೆ ಹೇಳಿದ.

'ಅದೇ ನಾನು ಹೇಳಿದ್ದು, ಯುದ್ಧವಾದರೆ ಆಗುತ್ತೆ. ಇಷ್ಟು ಸೈನ್ಯವು ಒಟ್ಟು ಸೇರಿದ್ದುದನ್ನು ನಾನು ಹಿಂದೆ ಎಂದೂ ಕಂಡಿಲ್ಲ, ಕೇಳಿಲ್ಲ. ಅವರ ಕಡೆಯೂ ಕಡಮೆ ಸೈನ್ಯವಿಲ್ಲ.'

'ನಮ್ಮಷ್ಟೇನೂ ಇಲ್ಲ. ಹೆದರುವ ಕಾರಣವಿಲ್ಲ,' ದುರ್ಯೋಧನ ಆತುರದಿಂದ ಸೇರಿಸಿದ.

'ಹೆದರಿಕೆಗಲ್ಲ ಹೇಳುತ್ತಿರುವುದು, ನೀನು ಒಂದು ನಿಮಿಷ ಸುಮ್ಮನಿರು,' ಎಂದ ಭೀಷ್ಮರು ದ್ರೋಣರ ಕಡೆಗೆ ಕತ್ತು ತಿರುಗಿಸಿ ಕೇಳಿದರು: 'ಆಚಾರ್ಯ, ನೀವು ಹೇಳಿ, ಯುದ್ಧವಿದ್ಯೆಯಲ್ಲಿ ಶಾಸ್ತ್ರ ಏನು ಹೇಳುತ್ತೆ ಅಂತ, ನಿಮಗಿಂತ ಹೆಚ್ಚು ಬಲ್ಲವರೇ ಇಲ್ಲ. ಇಷ್ಟೊಂದು ಭಾರಿ ಸೈನ್ಯ ಎದುರಾಎದುರು ಸೇರಿ ಎಂದಾದರೂ ಯುದ್ಧವಾಗಿತ್ತೆ?'

'ಇಲ್ಲ,' ದ್ರೋಣರು ಮಾತನಾಡಿದರು. ಮಾಂಸಖಂಡಕ್ಕಿಂತ ಮೂಳೆಯ ಚೌಕಟ್ಟು ಎದ್ದು ಕಾಣುವ ಚಕ್ಕೆಮೈಯಿಯ ಎತ್ತರವಾದ ಆಳು. ಬೆನ್ನು ಬಗ್ಗದೆ ನಿಡಿದಾಗಿ ಅರ್ಧಪದ್ಮಾಸನದಲ್ಲಿ ಕುಳಿತಿದ್ದರು.

'ನಮಗೆ ಅನುಭವವಿರುವ ಯುದ್ಧ ಅಂದರೆ ರಥಗಳು, ಇನ್ನೂರೋ ಮುನ್ನೂರೋ ಐದುನೂರೋ ಯೋಧರು, ಒಂದಿಷ್ಟು ಆನೆ, ನುಗ್ಗಿಸಿ ಚುರುಕಿನಿಂದ ಬಾಣ ಹೊಡೆದು, ಶತ್ರುವನ್ನು ಕಂಗಾಲು ಮಾಡಿ ಅಥವಾ ಪಟ್ಟಣಕ್ಕೆ ಲಗ್ಗೆ ಹಾಕಿ ಮುಗಿಸಿಬಿಡುವುದು. ಈ ಪ್ರಮಾಣದ ಸೈನ್ಯ, ಎಷ್ಟು ಸೈನ್ಯ! ಎರಡೂ ಕಡೆ ಸೇರಿರುವಾಗ ಯಾವ ರೀತಿಯ ಯುದ್ಧ ಮಾಡೂದು? ಎಷ್ಟೋ ದೇಶಗಳ ಸೈನಿಕರು, ಒಬ್ಬೊಬ್ಬರ ಗುರುತಿಗೆ ಒಂದೊಂದು ವೇಷವಿದೆ. ಒಬ್ಬೊಬ್ಬ ರಾಜನ ರಥದ ಮೇಲೆ ಒಂದೊಂದು ರೀತಿಯ ಧ್ವಜವಿದೆ ನಿಜ. ಅವೆಲ್ಲ ನಮಗೆ ನೆನಪಿರಬಹುದು. ಅಲ್ಲಿ ನಿಂತು ಕೈಲಿ ಕತ್ತಿಗುರಾಣಿ ಈಟಿ ಭಲ್ಲೆ ಹಿಡಿದು ಕಾದುವ ಸೈನಿಕನಿಗೆ ಜ್ಞಾಪಕವಿರುತ್ತೆಯೆ? ಎರಡು ಸೈನಿಕರೂ ಒಬ್ಬರ ಮೇಲೊಬ್ಬರು ಬೀಳುವ ತನಕ ಒಂದು ಥರ. ಗೊಂದಲವಾದ ಮೇಲೆ ನಮ್ಮ ನಮ್ಮವರೇ ಚಚ್ಚಾಡಬಹುದು. ನಮ್ಮ ಆನೆಗಳೇ ನಮ್ಮ ಸೈನಿಕರನ್ನು ತುಳಿದು ಸೊಂಡಿಲಿನಿಂದ ಹಿಡಿದೆತ್ತಿ ಅಪ್ಪಳಿಸಬಹುದು. ಇದನ್ನು ನಿಭಾಯಿಸುವುದು ಹೇಗೆ?'

'ನಾನೂ ಯೋಚಿಸುತ್ತಿದೀನಿ. ಹೊಳೆಯುತ್ತಿಲ್ಲ,' ಆಚಾರ್ಯರೆಂದರು.

ಸೈಂಧವ ಶಲ್ಯ ಮೊದಲಾದ ಇತರರಿಗೆ ಈ ಸಮಸ್ಯೆಯ ಅರಿವೇ ಇರಲಿಲ್ಲ. ಇಷ್ಟು ದೊಡ್ಡ ಸೈನ್ಯವಿದೆ. ಶತ್ರುಗಳನ್ನು ಚಚ್ಚಿ ಉರುಳಿಸಿ ತುಳಿದುಬಿಡಬಹುದೆಂಬ ಆತ್ಮವಿಶ್ವಾಸದಿಂದ ಮಾತ್ರ ತುಂಬಿಹೋಗಿದ್ದರು. ಅಷ್ಟರಲ್ಲಿ ಸರಬರಾಜಿನ ಪಾರುಪತ್ಯೆಗಾರ ಬಾಗಿಲಿನಲ್ಲಿ ಕಾಯ್ದು ನಿಂತಿದ್ದಾನೆಂದು ಪ್ರಹರಿ ಒಳಗೆ ಬಂದು ಹೇಳಿದ. ದುರ್ಯೋಧನನ ಅಪ್ಪಣೆಯ ಮೇರೆಗೆ ಒಳಗೆ ಬಂದ ಪಾರುಪತ್ಯೆಗಾರ, ಅವನಿಗೂ ಮಹಾಸೇನಾನಿ ಭೀಷ್ಮರಿಗೂ ನಮಸ್ಕರಿಸಿ ಹೇಳಿದ:

'ಯುದ್ಧ ಯಾವ ಸ್ಥಳದಲ್ಲಿ ಆರಂಭವಾಗುತ್ತದೆಂದು ತಿಳಿಸಿದರೆ ನಾನು ಶಿಬಿರಕ್ಕೆ ಬೇಕಾದ ವ್ಯವಸ್ಥೆ ಮಾಡಲು ಅನುಕೂಲವಾಗುತ್ತೆ. ಈಗ ನಾವು ಇಳಿದುಕೊಂಡಿರುವ ಜಾಗವೇ ಯುದ್ಧರಂಗ ಅಂತ ಎಲ್ಲರ ಭಾವನೆಯೂ ಆಗಿದೆ. ನಮಗಿಂತ ಮೊದಲೇ

ಬಂದಿರುವ ಶತ್ರುಸೈನ್ಯದವರು ಸರಿಯಾದ ಆಯಕಟ್ಟಿನ ಜಾಗ ಹಿಡಿದು ನಿಂತಿದ್ದಾರೆ. ಎದುರಿಗೆ ಒಂದು ಕೋಸು ದೂರದಲ್ಲಿ ಹಿರಣ್ಯವತಿ ನದಿ ಇದೆ. ನದಿಯ ಎರಡು ಪಕ್ಕಗಳಲ್ಲಿಯೂ ಅವರು ಬೀಡಾರ ಹೂಡಿದ್ದಾರೆ. ಮೇಲ್ಭಾಗದಲ್ಲಿ ಮನುಷ್ಯರಿಗೆ ಕುಡಿಯುವ, ಅಡುಗೆಯ, ಸ್ನಾನಾದಿಗಳ ನೀರು. ಕೆಳಭಾಗದಲ್ಲಿ ಆನೆ ಕುದುರೆಗಳಿಗೆ ನೀರು ಸಿಕ್ಕುವಂತೆ ಮಾಡಿಕೊಂಡಿದ್ದಾರೆ. ನದಿಯ ಮೇಲ್ಭಾಗದಲ್ಲಿ ನಾಲ್ಕು ಕೋಸಿನತನಕ ನಾವು ನೀರು ಮುಟ್ಟದಂತೆ ಆಕ್ರಮಿಸಿ ಕಾವಲು ನಿಲ್ಲಿಸಿದ್ದಾರಂತೆ. ಇಲ್ಲಿ ನಮಗೆ ನೀರಿಗೆ ದಾರಿ ಇಲ್ಲ. ನಮ್ಮ ಹಿಂದೆ ಮೂರು ಕೋಸು ದೂರದಲ್ಲಿ ವೈಶಂಪಾಯನ ಸರೋವರವೇನೋ ಇದೆ. ಅದರಿಂದ ಎಷ್ಟೆಂತ ನೀರು ಹೊತ್ತು ಇಷ್ಟು ಜನಕ್ಕೆ ಅಡುಗೆಗೆ ಕುಡಿಯುವುದಕ್ಕೆ ಒದಗಿಸಬಹುದು? ಕುದುರೆ ಆನೆಗಳಿಗಂತೂ ಹೊತ್ತು ಒದಗಿಸುವುದು ಸಾಧ್ಯವೇ ಇಲ್ಲ. ಸೈನಿಕರ ಸ್ನಾನದ ಸಮಸ್ಯೆಯೂ ಇದೆ. ಸಾಕಷ್ಟು ನೀರಿಲ್ಲದೆ ನಮ್ಮ ಕಡೆ ನಾಳೆ ಸಂಜೆಯ ಹೊತ್ತಿಗೆ ಮಲಮೂತ್ರಾದಿಗಳ ವಾಸನೆ ಪ್ರಾರಂಭವಾಗಬಹುದು.'

'ನದಿಯ ನೀರು ಅವರೊಬ್ಬರದೆಯೋ, ನಮಗೆ ಪಾಲಿಲ್ಲವೊ?' ದುರ್ಯೋಧನನಿಗೆ ತಕ್ಷಣ ಸಿಟ್ಟುಬಂತು.

'ರಾಜ್ಯದ ಪಾಲನ್ನು ಯುದ್ಧದಲ್ಲಿ ತೆಗೆದುಕೊಳ್ಳಬೇಡವೆ ಅವರು? ಹಾಗೆ ನೀರಿನ ಪಾಲನ್ನು ನಾವೂ ಯುದ್ಧ ಮಾಡಿ ಪಡೆಯಬೇಕು. ಬರೀ ಕೇಳಿದರೆ ಬಿಟ್ಟುಕೊಟ್ಟಾರೆಯೆ?' ಭೀಷ್ಮರು ಶಾಂತವಾಗಿ ಉತ್ತರಿಸಿದರು.

ಇವರು ಇನ್ನೂ ಅವರ ಪರವಾಗಿಯೇ ಮಾತನಾಡುತ್ತಿದ್ದಾರೆ, ಮಹಾಸೇನಾನಿಯಾದ ಮೇಲೂ. ಹೀಗಾದರೆ ಗೆಲ್ಲುವುದೆಂತು? ದುರ್ಯೋಧನ ತನ್ನಲ್ಲಿಯೇ ಯೋಚಿಸತೊಡಗಿದ.

'ಇಲ್ಲಿಂದ ಅವರನ್ನು ಕದಲಿಸಿ ನಮಗೆ ಅನುಕೂಲವಾದ ಜಾಗವನ್ನು ಯುದ್ಧರಂಗ ಮಾಡಿಕೊಳ್ಳಲು ಸಾಧ್ಯವಿಲ್ಲವೆ?' ಕೃಪಾಚಾರ್ಯರು ಸೂಚಿಸಿದರು.

'ಹೇಗೆ ಮಾಡುತೀರಿ?' ದ್ರೋಣರು ಪರಿಸ್ಥಿತಿಯನ್ನು ವಿವರಿಸಿದರು: 'ನಾವೇ ಬಲಕ್ಕೆ ತಿರುಗಿ ಇದೇ ನದಿಯ ಇನ್ನೂ ಮೇಲ್ಭಾಗಕ್ಕೆ ಹೋದೆವೆಂದುಕೊಳ್ಳಿ. ಅವರು ಮುಂದೆ ನುಗ್ಗಿ ಹಸ್ತಿನಾವತಿಯ ಕಡೆಗೆ ಸಾಗುತ್ತಾರೆ. ಅಂದರೆ ನಾವು ಕೆಟ್ಟೆವು. ಅಥವಾ ನಾವೇ ಹಿಂದೆ ಸರಿದು ನೀರಿಗೆ ಅನುಕೂಲವಾದ ಜಾಗಕ್ಕೆ ಹೋದೆವು ಅನ್ನಿ, ನಮ್ಮ ರಾಜ್ಯದೊಳಕ್ಕೆ ಬರುವಂತೆ ನಾವೇ ಅವರನ್ನು ಬಿಟ್ಟಹಾಗಾಗುತ್ತೆ. ಹಿಂದೆ ಹೋದರೂ ಹೀಗೆ ಅನುಕೂಲವಾದ ನದಿ ಯಾವುದೂ ಇಲ್ಲ. ಇಷ್ಟು ಜನ, ಪ್ರಾಣಿಗಳ ಕೊಳಕನ್ನು ತೊಳೆಯುವ ಶಕ್ತಿ ನದಿಗೆ ಮಾತ್ರ ಉಂಟು. ನಿಂತ ನೀರಿಗೆ ಇಲ್ಲ. ನಾವು ಎದುರಾಗುವುದರಲ್ಲಿ ಅವರು ಕೊನೆಯ ಪಕ್ಷ ಒಂದು ದಿನದ ಹಾದಿಯಷ್ಟು ಮುಂದೆ ಬರಬಹುದಿತ್ತು. ಅವರು ಬೇಕೆಂದೇ ನದಿಯ ಎರಡು ದಂಡೆಗಳನ್ನೂ ಆಕ್ರಮಿಸಿ ಅಲ್ಲೇ ನಮ್ಮನ್ನು ನಿರೀಕ್ಷಿಸುತ್ತಾ ಉಳಿದಿದ್ದಾರೆ.'

'ನದಿಗೆ ಅಲ್ಲಲ್ಲೇ ಬಿದಿರಿನ ಸೇತುವೆ ಮಾಡಿಕೊಂಡಿದಾರಂತೆ. ಮರದ ನಾವೆಗಳನ್ನು ತಂದಿದಾರಂತೆ. ಈಗ ಒಣಗಿದ ದಿಮ್ಮಿಗಳ ಸೇತುವೆ ಮಾಡುತ್ತಿದ್ದಾರಂತೆ. ರಥಾದಿಗಳನ್ನು ಇತ್ತ ಅತ್ತ ಸಾಗಿಸಲು,' ಪಾರುಪತ್ಯೆಗಾರ ಹೇಳಿದ.

'ಒಳ್ಳೆಯ ಆಯಕಟ್ಟು ಹಿಡಿದರು. ನಾವು ಬೇರೇನೂ ಮಾಡುವಂತಿಲ್ಲ. ಇನ್ನಷ್ಟು ಗಾಡಿಗಳನ್ನು ತರಿಸಿ ನೀರು ಹೇರಿಸುವುದೊಂದೇ ದಾರಿ. ಮಲಮೂತ್ರಾದಿಗಳನ್ನು ತೆಗೆಸಿ ವಾಸನೆ ಆಗದಂತೆ ನೆಲದಲ್ಲಿ ಹೂಳಿಸುವ ವ್ಯವಸ್ಥೆ ಮಾಡಿಸಬೇಕು,' ಮಹಾಸೇನಾನಿಯು ಅಪ್ಪಣೆಮಾಡಿ ಪಾರುಪತ್ಯೆಗಾರನಿಗೆ ದೃಷ್ಟಿಸನ್ನೆ ಮಾಡಿದರು. ಅವನು ಹೊರಗೆ ನಡೆದ. ಅವರು ಮತ್ತೆ ಮೂಲ ವಿಷಯಕ್ಕೆ ಬಂದರು: 'ಆಚಾರ್ಯ, ಈ ದೊಡ್ಡ ಯುದ್ಧವನ್ನು ನಿಭಾಯಿಸುವುದು ಹೇಗೆ?'

'ನಮ್ಮಷ್ಟಿಲ್ಲದಿದ್ದರೂ ಅವರದು ಕೂಡ ದೊಡ್ಡ ಸೈನ್ಯವೇ ಇದೆಯಲ್ಲ. ಅವರು ಹೇಗೆ ನಿಭಾಯಿಸುತ್ತಾರೆ?' ಆಚಾರ್ಯರು ಮರು ಪ್ರಶ್ನಿಸಿದರು.

'ನೀವೇ ಬೋಧಿಸುವಂತೆ, ಯುದ್ಧದಲ್ಲಿ ಹೊಡೆಯುವವನು ತಡೆಯುವವನು ಅಂತ ಎರಡು ರೀತಿ ವಿಂಗಡಿಸುತ್ತಾರೆ ಅಲ್ಲವೆ? ತಡೆಯುವವನಿಗಿಂತ ಹೊಡೆಯುವವನು ಹೆಚ್ಚು ಸೂಕ್ಷ್ಮವಾಗಿ ಯೋಜನೆಗಳನ್ನು ಸಿದ್ಧಮಾಡಿಕೊಂಡಿರುತ್ತಾನೆ. ನಾವು ಈಗ ಹೊಡೆಯುವವರೋ, ತಡೆಯುವವರೊ?'

'ಹೊಡೆಯುವವರೇ,' ದುರ್ಯೋಧನ ಎಂದ.

'ಅವರಿಂದ ಹಸ್ತಿನಾಪುರ, ಕುರು ರಾಜ್ಯವನ್ನು ರಕ್ಷಿಸುತ್ತೇನೆ ಅಂತ ನಾನು ಮಹಾಸೇನಾನಿ ಪದ ಒಪ್ಪಿಕೊಂಡದ್ದು. ಹೊಡೆಯಲು ನನ್ನ ಸಮ್ಮತಿ ಇಲ್ಲ,' ಭೀಷ್ಮರು ತಲೆಯಾಡಿಸಿದರು.

'ಹೊಡೆತ ತಡೆತಗಳ ವ್ಯತ್ಯಾಸವನ್ನು ಇಷ್ಟು ಸೂಕ್ಷ್ಮವಾಗಿ, ಕಠಿಣವಾಗಿ ಮಾಡುತ್ತಾ ಕೂತರೆ ಯಾರೂ ಯುದ್ಧ ಗೆಲ್ಲಲು ಸಾಧ್ಯವಿಲ್ಲ. ಗೆಲ್ಲಬೇಕು ಅಂದರೆ ನಾವೇ ಹೊಡೆಯುವವರಾಗಿ ನುಗ್ಗಬೇಕು,' ಕರ್ಣ ವಿರೋಧಿಸಿದ.

'ಕರ್ಣ, ದ್ರೋಣರಂಥ ಹಿರಿಯರು, ಬಿಲ್ಲುಗುರುಗಳು ತಾಳ್ಮೆಯಿಂದ ಯೋಚಿಸುತ್ತಿರುವಾಗ ನೀನು ಹಟಾತ್ತನೆ ಬಾಯಿ ಹಾಕುತ್ತೀಯಲ್ಲ. ಸ್ವಲ್ಪ ತಾಳುವುದು ಸಭೆಗೂ ಘನತೆ, ನಿನಗೂ ಗೌರವ,' ಭೀಷ್ಮರೆಂದರು.

ಅವರು ಕರ್ಣನಿಗೆ ಬೇಕೆಂದೇ ತಲೆಯ ಮೇಲೆ ಮಟ್ಟುವ ಮಾತನ್ನಾಡಿದರೆಂದು ದುರ್ಯೋಧನನಿಗೆ ತಕ್ಷಣ ಅನ್ನಿಸಿತು. ಕರ್ಣನ ಮುಖವು ಕೋಪ ಅವಮಾನಗಳಿಂದ ಕೆಂಪಾಯಿತು. ಆದರೆ ತನಗಾಗಿ ಅದನ್ನು ಸಹಿಸುವಂತೆ ದುರ್ಯೋಧನನು ಅವನಿಗೆ ಸನ್ನೆ ಮಾಡಿದ. ದ್ರೋಣರು ಒಂದು ನಿಮಿಷ ಯೋಚಿಸಿ ಎಂದರು:

'ನೋಡಿ, ಈಗಾಗಲೇ ಹೊತ್ತು ಮುಳುಗುವ ಸಮಯವಾಗುತ್ತಿದೆ. ಇವತ್ತು ಯುದ್ಧ ಆರಂಭವಾಗಲಾರದು. ಇನ್ನು ಎರಡು ಮೂರು ಘಳಿಗೆಯಲ್ಲಿ ಕತ್ತಲಾಗಿ ಕಣ್ಣೇ ಕಾಣದಾಗುವಾಗ ಅವರಾದರೂ ಯಾಕೆ ಸುಮ್ಮಸುಮ್ಮನೆ ನುಗ್ಗುತ್ತಾರೆ? ಆದರೆ ನನಗನ್ನಿಸುತ್ತೆ: ಅವರು ಸುಮ್ಮಸುಮ್ಮನೆ ಕಾಯುತ್ತಾ ಕೂರುವುದಿಲ್ಲ. ಕೃಷ್ಣ ಇದಾನೆ ನೋಡಿ ಅವರ ಕಡೆ. ಯಾವ ಸೇನಾಪತ್ಯವನ್ನೂ ವಹಿಸಿಕೊಂಡಿಲ್ಲ. ಅಂದರೆ ಇಡೀ ಯುದ್ಧದ ತಂತ್ರ ನಿರೂಪಿಸುವವನು ಅವನೇ ಇರಬಹುದು. ಚಿಕ್ಕ ವಯಸ್ಸಿನಲ್ಲೇ ಕಂಸನಂತಹ ಭಾರಿ ರಾಜನನ್ನು ಕೊಂದ. ಜರಾಸಂಧನನ್ನು ಎಷ್ಟು ಸುಲಭವಾಗಿ ಮುರಿದ. ಅವನ ತಂತ್ರವನ್ನು ಪ್ರಯೋಗಿಸಲು

ತುಂಬ ಧೈರ್ಯ ಬೇಕು. ಭೀಮ ಅರ್ಜುನ ಸಾತ್ಯಕಿ ಚೇಕಿತಾನ ಮೊದಲಾಗಿ ಅಸಾಧ್ಯ ಧೈರ್ಯಶಾಲಿಗಳು ಅವರ ಕಡೆ ಇದ್ದಾರೆ. ಮಿಂಚಿನಂತೆ ಕ್ಷಣಾರ್ಧದಲ್ಲಿ ಪ್ರಯೋಗ ಮಾಡಿ ಮುಗಿಸುವುದು ಕೃಷ್ಣನ ತಂತ್ರದ ಒಂದು ವಿಶೇಷ ಗುಣ. ಅದನ್ನು ನಾನು ಉದ್ದಕ್ಕೂ ಗಮನಿಸಿದ್ದೇನೆ. ಆದ್ದರಿಂದ ನಾಳೆ ಬೆಳಗ್ಗೆ ಅವರು ನಮ್ಮ ಮೇಲೆ ಬಿದ್ದೇ ಬೀಳುತ್ತಾರೆ. ಅಥವಾ ಈ ರಾತ್ರಿಯೇ ಏನಾದರೂ ಮಾಡಬಹುದು. ಅಥವಾ ನಮ್ಮನ್ನು ಇಲ್ಲಿ ಗೊಂದಲ ದಲ್ಲಿ ಕೆಡವಿ ಅಡ್ಡ ತಿರುಗಿ ಹಸ್ತಿನಾವತಿಗೆ ನುಗ್ಗಿಬಿಡುತ್ತಾರೋ!'

'ಕೃಷ್ಣನಾದರೂ ಇಷ್ಟು ದೊಡ್ಡ ಸೈನ್ಯದೊಡನೆ ಈ ಹಿಂದೆ ಎಲ್ಲಿ ಕಾದಿದ್ದಾನೆ?'

'ಇಲ್ಲ.'

ಭೀಷ್ಮರು ಸುಮ್ಮನೆ ಕುಳಿತರು. ಗುಳಿಬಿದ್ದ ಕಣ್ಣುಗಳು ಅರೆಮುಚ್ಚಿಕೊಂಡವು. ಪೂರ್ತಿ ಯಾಗಿಯೇ ಮುಚ್ಚಿದವು. ಅದು ನಿದ್ದೆಗಲ್ಲವೆಂಬುದು ದ್ರೋಣರಿಗೆ ಮಾತ್ರ ಗೊತ್ತು. ಶಲ್ಯಾದಿಗಳು ಸುಮ್ಮನೆ ನೋಡುತ್ತಾ ಕುಳಿತಿದ್ದರು. ಸ್ವಲ್ಪ ಹೊತ್ತಿನನಂತರ ಅವರು ಕಣ್ಣು ಬಿಟ್ಟು ಹೇಳಿದರು: 'ಹಿಂದೆಂದೂ ಆಗದ ಪ್ರಮಾಣದಲ್ಲಿ ಯುದ್ಧ ಮಾಡುವಾಗ ಕೆಲವು ನೀತಿಗಳನ್ನು ಉಭಯಪಕ್ಷಗಳೂ ರೂಪಿಸಿಕೊಂಡು ಅನುಸರಿಸಿದರೆ ಚನ್ನ. ವಿನಾಕಾರಣ ಜನಗಳ ವಧೆಯಾದರೂ ತಪ್ಪುತ್ತದೆ. ವಧೆಯಾಗಲು ಇಷ್ಟಪಡದವರ ಕೊಲೆಯನ್ನು ತಪ್ಪಿಸಬಹುದು. ಎರಡೂ ಕಡೆ ಗೊಂದಲ ತಪ್ಪಿಸಬಹುದು. ನಾವು, ಶತ್ರು ಪಕ್ಷದ ಕೆಲವು ಮುಖ್ಯರು ಸೇರಿ ಒಂದು ನೀತಿಸಂಹಿತೆ ನಿರೂಪಿಸಿ ಉಭಯರೂ ಅದರಂತೆ ನಡೆಯೋಣ.'

'ಸಾಧ್ಯವಾದಷ್ಟು ಬೇಗ ಆ ಕೆಲಸ ಮಾಡಬೇಕು. ಈ ತಕ್ಷಣ,' ದ್ರೋಣರು ಸೂಚಿಸಿದರು.

'ಮಾಡುವುದೇ ಯುದ್ಧ. ಅದಕ್ಕೆ ನಿಯಮವೆಂಥದು? ಅಲ್ಲದೆ ಈಗ ಅವರನ್ನು ಭೇಟಿ ಯಾಗುವುದು ನನಗಂತೂ ಸಮ್ಮತವಿಲ್ಲ,' ದುರ್ಯೋಧನ ವಿರೋಧಿಸಿದ.

'ನನಗೆ ಮಹಾಸೇನಾನಿಯ ಪದ ವಹಿಸಿದ ಮೇಲೆ ನನ್ನ ತೀರ್ಮಾನದಂತೆ ಯುದ್ಧ ನಡೆಯುತ್ತದೆ. ಆಚಾರ್ಯರೂ ಅದನ್ನು ಒಪ್ಪಿದ್ದಾರೆ,' ಭೀಷ್ಮರೆಂದರು.

'ಹೌದು ಹೌದು,' ಆಚಾರ್ಯರು ತಕ್ಷಣ ಸೇರಿಸಿದರು.

ಭೀಷ್ಮರು ತಮ್ಮ ಸ್ವಂತ ಪುರೋಹಿತನನ್ನು ಕರೆಸಿದರು. 'ಯುದ್ಧವನ್ನು ಸಾಧ್ಯವಾದಷ್ಟು ಧರ್ಮದಿಂದ ಮಾಡಬೇಕು. ಅದರ ನಿಯಮಗಳನ್ನು ಮೊದಲೇ ನಿಶ್ಚಯಿಸಲು ಪಾಂಡವ ಸೇನೆಯ ಕೆಲವು ಮುಖ್ಯರೂ ನಾವೂ ಎದುರು ಕೂತು ಮಾತನಾಡಬೇಕು. ಎಲ್ಲಿ, ಹೇಗೆ ಸೇರುವುದು ಎಂಬುದನ್ನು ಹೋಗಿ ಧರ್ಮರಾಜನನ್ನು ಕೇಳಿ ಬಾ. ಅವರು ನಾನಿರುವ ಕಡೆಗೆ ಬಂದರೆ ಅವರನ್ನು ಬಂಧಿಸದೆ, ಘಾತಿಸದೆ ಕ್ಷೇಮವಾಗಿ ವಾಪಸು ಕಳಿಸುವ ಹೊಣೆ ಈ ಭೀಷ್ಮನದು ಅಂತ ಹೇಳು. ಅವರು ಬರಲೊಪ್ಪದಿದ್ದರೆ ನಾನೇ ಅವರ ಶಿಬಿರಕ್ಕೆ ಹೋಗಲು ಸಿದ್ಧ ಅಂತಲೂ ಹೇಳು. ರಥದಲ್ಲಿ ಕುಳಿತು ಹೋಗಿ ಭೀಷ್ಮನ ದೂತ ಅಂದರೆ ಅವರ ಕಡೆಯ ಕಾವಲುಗಾರರು ಧರ್ಮರಾಜನಿಗೆ ಹೇಳಿ ಕಳಿಸುತ್ತಾರೆ. ತಕ್ಷಣವೇ ಈ ವಿಷಯ ನಿರ್ಣಯವಾಗಬೇಕೆಂದು ತಿಳಿಸು.'

ಪುರೋಹಿತ ತಕ್ಷಣ ಹೋದ.

'ಅವನು ಹಿಂತಿರುಗಲು ಕನಿಷ್ಠ ಪಕ್ಷ ಆರು ಘಳಿಗೆ ಬೇಕು. ಸದ್ಯಕ್ಕೆ ಎಲ್ಲರೂ ತಮ್ಮ ತಮ್ಮ ಶಿಬಿರಕ್ಕೆ ಹೋಗಿ ವಿಶ್ರಮಿಸಿಕೊಳ್ಳಿ. ಹಾಗೆಯೇ ತಮ್ಮ ತಮ್ಮ ಸೈನ್ಯವು ಪ್ರತ್ಯೇಕವಾದ ವ್ಯವಸ್ಥೆಯಲ್ಲಿರುವಂತೆ ನೋಡಿಕೊಳ್ಳಿ,' ಎಲ್ಲ ಸೇನಾನಿಗಳಿಗೂ ಹೇಳಿ ಭೀಷ್ಮರು ಮೇಲೆ ಎದ್ದರು. ಅವರಿಗೂ ವಿಶ್ರಾಂತಿ ಬೇಕಾಗಿತ್ತು. ಆ ಮಂತ್ರಾಲಯದ ಶಿಬಿರಕ್ಕೆ ಹೊಂದಿಯೇ ಅವರ ಸ್ವಂತ ಬೀಡಾರದ ವ್ಯವಸ್ಥೆಯಾಗುತ್ತಿತ್ತು. ಎಲ್ಲರೂ ಹೊರಗೆ ನಡೆದ ಮೇಲೆ ಅವರು ಪುನಃ ಅಲ್ಲಿಯೇ ಕುಳಿತು ದಿಂಬು ಒರಗಿ ಕಣ್ಣು ಮುಚ್ಚಿದರು. ಇತರ ವಿಷಯಗಳ ಮೇಲ್ವಿಚಾರಣೆ ನೋಡಲು ದುರ್ಯೋಧನ ಹೋದ. ಸ್ವಲ್ಪ ಹೊತ್ತಿನನಂತರ ಭೀಷ್ಮರು ಎದ್ದು ಆಳನ್ನು ಕರೆದು ತಮ್ಮ ಸಾಯಂಕಾಲದ ಹೋಮಕ್ಕೆ ಅಣಿ ಮಾಡಿಸಿಕೊಂಡರು.

ಅವರು ನಿರೀಕ್ಷಿಸಿದಂತೆ ಏಳು ಘಳಿಗೆಯ ಹೊತ್ತಿಗೆ ಪುರೋಹಿತ ಹಿಂತಿರುಗಿದ.

'ಧರ್ಮರಾಜಾದಿ ಸಮಸ್ತರೂ ನಿಮಗೆ ಅಭಿವಾದನೆ ತಿಳಿಸಿದ್ದಾರೆ. ನಿಮ್ಮ ಮತ್ತು ಆಚಾರ್ಯಾದಿಗಳ ಕುಶಲ ಕೇಳಿದ್ದಾರೆ. ಇದೇ ಸೂರ್ಯಾಸ್ತವಾದ ಹನ್ನೆರಡನೇ ಘಳಿಗೆಗೆ ನಿಮ್ಮ ಮತ್ತು ನಮ್ಮ ಶಿಬಿರಗಳ ನಡುವಣ ಬಯಲಿನ ಮಧ್ಯಭಾಗದಲ್ಲಿ ಪರಸ್ಪರ ಭೇಟಿಯಾಗ ಬಹುದು. ನಾವು ನಾಲ್ವರು ಬರುತ್ತೇವೆ. ನೀವು ಕೂಡ ನಾಲ್ವರಿಗಿಂತ ಹೆಚ್ಚು ಇರಬಾರದು. ನಿಮ್ಮ ರಥಕ್ಕೆ ಪ್ರತ್ಯೇಕ ಸಾರಥಿಯೂ ಇರಬಾರದು. ಪಿತಾಮಹ ಮತ್ತು ಆಚಾರ್ಯರ ವಚನಶಕ್ತಿಯಲ್ಲಿ ತಮಗೆ ಸಂಪೂರ್ಣ ಶ್ರದ್ಧೆಯಿದೆಯಾದರೂ, ದುರ್ಯೋಧನನು ಈ ಸಂದರ್ಭವನ್ನೇ ಬಳಸಿಕೊಂಡು, ಮಾತನಾಡಲು ಬರುವ ನಮ್ಮ ನಾಲ್ವರನ್ನು ಕೊಲ್ಲಿಸುವ ಅಥವಾ ಸೆರೆ ಹಿಡಿಸುವ ತಂತ್ರ ಮಾಡದಂತೆ ಪಿತಾಮಹರು ಸಂರಕ್ಷಿಸಬೇಕೆಂದು ಕೇಳಿಕೊಂಡಿ ದ್ದಾರೆ.'

'ಈ ಕೊನೆಯ ಮಾತನ್ನು ಅಂದವರು ಯಾರು?'

'ಯಾದವರ ಕೃಷ್ಣ.'

'ಈ ವಿಷಯವನ್ನು ನಮ್ಮಲ್ಲಿ ಮತ್ತೆ ಯಾರಿಗಾದರೂ ಹೇಳಿದೆಯಾ?'

'ದುರ್ಯೋಧನ ಮಹಾರಾಜನು ದಾರಿಯಲ್ಲೇ ಕಾಯುತ್ತಿದ್ದ. ಎಲ್ಲವನ್ನೂ ಬಿಡಿಸಿ ಕೇಳಿ ತಿಳಿದುಕೊಂಡ.'

ಅವರು ಒಂದು ನಿಮಿಷ ಯೋಚಿಸಿದರು. ಅನಂತರ ಎಂದರು: 'ಮತ್ತೆ ರಥ ಹತ್ತಿ ನೀನು ಪಾಂಡವರಲ್ಲಿ ಹೋಗು. ಅವರು ಬಯಲಿನ ಮಧ್ಯಭಾಗಕ್ಕೆ ಬರುವುದು ಬೇಡ. ನಾವೇ ಒಂದು ರಥದಲ್ಲಿ ಅವರ ಶಿಬಿರಕ್ಕೆ ಹೋಗುತ್ತೇವೆ. ನಮ್ಮನ್ನು ಅವರು ಅಲ್ಲೇ ಎದುರುಗೊಳ್ಳಲಿ ಅಂತ ತಿಳಿಸು. ಈ ಮಾರ್ಪಾಡಿನ ವಿಷಯ ನಮ್ಮಲ್ಲಿ ಮತ್ತೆ ಯಾರಿಗೂ ತಿಳಿಯಕೂಡದು. ದಾರಿಯಲ್ಲಿ ಕಾವಲಿನವರಾಗಲಿ ದುರ್ಯೋಧನನಾಗಲಿ ಕೇಳಿದರೆ ಹಾಗೆಯೇ ಆಗಲಿ ಎಂದು ತಿಳಿಸಲು ಕಳಿಸಿದ್ದಾರೆ ಎನ್ನು. ತಕ್ಷಣ ಹೋಗು.'

ಭೀಷ್ಮರು, ದ್ರೋಣ ಶಲ್ಯರಿಗೆ ಹೇಳಿ ಕಳಿಸಿದರು. ತಾವು ಮೂವರೇ ಹೋಗುವುದೆಂದು ನಿಶ್ಚಯವಾಯಿತು. ಮೂವರೂ ಒಟ್ಟಿಗೆ ಕುಳಿತು ಊಟಮಾಡಿದರು. ಶಲ್ಯ ತಾನು ಜೊತೆಗೆ ಬರುವುದಿಲ್ಲವೆಂದ. ಮೊದಲು ಪಾಂಡವರ ಕಡೆಗೆ ಮಾತು ಕೊಟ್ಟು ಅನಂತರ ಪಕ್ಷಾಂತರ

ಮಾಡಿರುವೆನೆಂಬ ಅರಿವು ಅವನನ್ನು ಬಾಧಿಸಲು ಶುರುವಾಯಿತು. ಆದರೆ ಭೀಷ್ಮರು, 'ಯಾಕೆ ಬರುವುದಿಲ್ಲ, ಶಲ್ಯ?' ಎಂದಾಗ ಉತ್ತರ ತಿಳಿಯದೆ ಹೊರಟುಬಿಟ್ಟ. ಈ ಸಲ ಪುರೋಹಿತ ಬೇಗ ಬಂದ. ಬೇಗ ತನ್ನ ಹೋಮಕಾರ್ಯ ಭೋಜನ ಮುಗಿಸಿ ಅವನು ಸಿದ್ಧನಾದ. ದಾರಿ ತೋರಿಸಲು ಅವನನ್ನು ಕರೆದುಕೊಂಡು ನಾಲ್ವರೂ ನಾಲ್ಕು ಕುದುರೆಗಳನ್ನು ಕಟ್ಟಿದ್ದ ಒಂದು ದೊಡ್ಡ ರಥದಲ್ಲಿ ಕುಳಿತು ಹೊರಟರು. ಅರೆ ಬೆಳದಿಂಗಳಿತ್ತು. ಸುತ್ತಣ ಭೂಮಿ ಮಂದವಾಗಿ ಕಾಣುತ್ತಿತ್ತು. ಅಲ್ಲಲ್ಲಿ ಮರಗಿಡಗಳು. ಭೂಮಿಯ ಮೇಲೆ ಬೆಳೆದ ಗಿಡ್ಡ ಹುಲ್ಲುಗಳು. ಎರಡೂ ಕಡೆಯ ಆನೆ ಕುದುರೆಗಳ ಕೂಗು ಕಿವಿಗೆ ಕೇಳುತ್ತಿತ್ತು. ಸೂಡಿ ಉರಿಸಿಕೊಂಡು ಎರಡು ಘಳಿಗೆ ಹೋಗುವಷ್ಟರಲ್ಲಿ ಪಾಂಡವ ಶಿಬಿರದ ದೀಪಗಳು ಹತ್ತಿರ ಬಂದವು. ನಾಯಿಗಳು ಬೊಗಳಿದವು. ಕಾವಲುಗಾರರು ಹತ್ತಿರ ಬಂದರು. ಇವರನ್ನು ರಥದಿಂದ ಇಳಿಸಿ ನದಿ ದಾಟಿಸಿ ತಮ್ಮ ಶಿಬಿರದೊಳಕ್ಕೆ ಕರೆದೊಯ್ದರು. ಅವರ ಶಿಬಿರವು ತಮ್ಮದಕ್ಕಿಂತ ಹೆಚ್ಚು ವ್ಯವಸ್ಥಿತವಾಗಿದ್ದುದು ನೋಡಿದರೇ ತಿಳಿಯುತ್ತಿತ್ತು. ಆಗಲೇ ಎರಡು ದಿನದಿಂದ ಅವರು ಇಲ್ಲಿದ್ದಾರೆ.

ಮಂತ್ರಾಲೋಚನಾ ಚಪ್ಪರದ ಬಾಗಿಲಿನಲ್ಲಿ ರಥದಿಂದ ಇಳಿದ ಇವರೆಲ್ಲರನ್ನೂ ಧರ್ಮರಾಜ, ನಕುಲ, ಕೃಷ್ಣ ಅರ್ಜುನರು ಪಾದ ಮುಟ್ಟಿ ನಮಸ್ಕರಿಸಿ ಒಳಗೆ ಕರೆದೊಯ್ದರು. ಇವರೆಲ್ಲ ಕುಳಿತನಂತರ ಅವರ ಮಹಾಸೇನಾನಿ ಧೃಷ್ಟದ್ಯುಮ್ನ ಒಳಗೆ ಬಂದ. ಹಿರಿಯರೆಂದು ಎಲ್ಲರಿಗೂ ಕೈಮುಗಿದ. ಆದರೆ ತಮ್ಮ ಬಗೆಗೆ ಪಾಂಡವರಲ್ಲಿರುವ ಪ್ರೀತಿ ಗುರುಭಕ್ತಿಗಳು ಅವನಿಗಿಲ್ಲ, ಮೊದಲಿನಿಂದ ಬಂದ ದ್ವೇಷ ತಿರಸ್ಕಾರವೇ ಇದೆ ಎಂಬುದನ್ನು, ಭೀಷ್ಮ ದ್ರೋಣರಿಬ್ಬರೂ ತಕ್ಷಣ ಅರ್ಥಮಾಡಿಕೊಂಡರು. ಸುಖವಾದ ದಟ್ಟದ ಮೇಲೆ ದಿಂಬೊರಗಿ ಕುಳ್ಳಿರಿಸಿ ಎಲ್ಲರಿಗೂ ಮಧುಪರ್ಕಾದಿಗಳನ್ನು ಸಲ್ಲಿಸಿದ ನಂತರ ಧರ್ಮರಾಜನೂ ಕುಳಿತ. ಉಳಿದವರೂ ಕುಳಿತರು. ಮಾತನ್ನು ಹೇಗೆ ಆರಂಭಿಸಬೇಕೆಂಬುದು ಯಾರಿಗೂ ಹೊಳೆಯಲಿಲ್ಲ. ದಾರಿಯುದ್ದಕ್ಕೂ ಮೂಕರಂತೆ ಬಂದ ಭೀಷ್ಮರು ಇನ್ನೂ ಮೂಕರಾಗಿಯೇ ಇದ್ದರು. ದ್ರೋಣರಿಗೂ ಈಗ ಬಾಯಿ ಕಟ್ಟಿದಂತಾಗಿತ್ತು. ಸ್ವಲ್ಪ ಹೊತ್ತಿನನಂತರ ಧರ್ಮರಾಜ ಮಾತನಾಡಿದ:

'ತಾತ, ಆಚಾರ್ಯ, ನಿಮ್ಮನ್ನು ನೋಡಿ ಹದಿನಾಲ್ಕು ವರ್ಷವಾಗಿತ್ತು. ಮಾವ, ನೀನಂತೂ ನಮಗೆ ಬಹಳ ಅಪೂರ್ವನಾದೆ. ದೂರವೂ ಆದೆ.'

ಈ ಮೂವರಿಗೂ ಕರುಳು ಹಿಸುಕುವಂತೆ ಆಯಿತು. ಹದಿನಾಲ್ಕು ವರ್ಷದ ಹಿಂದೆ, ಅಂದರೆ ನಲವತ್ತರ ಪ್ರಾಯದಲ್ಲಿ ಧರ್ಮರಾಜನ ಮೈಮುಖಗಳು ತುಂಬಿದ್ದವು. ಕಣ್ಣುಗಳಲ್ಲಿ ತೃಪ್ತಿ ಕಾಣುತ್ತಿತ್ತು. ಮೂವತ್ತೈದು ಮೂವತ್ತಾರರ ಪ್ರಾಯದ ಅರ್ಜುನನಂತೂ ಸಮಸ್ತ ಆರ್ಯ ಜನಾಂಗದ ಉತ್ಸಾಹವೀರ್ಯಗಳ ಮೂರ್ತಿಯಂತೆ ಕಾಣುತ್ತಿದ್ದ. ಈಗ ಹಿರಿಯಣ್ಣ ಬಿದಿರಕೋಲಿನಂತೆ ನೀಳವಾಗಿದ್ದಾನೆ. ಮುಖದ ಗಡ್ಡ ಕೂಡ ನೀಳವಾಗಿ ಇಳಿಬಿದ್ದಿದೆ. ಎಂದಿನಿಂದಲೂ ಶಾಂತಭಾವವನ್ನು ಬೀರುತ್ತಿದ್ದ ಅವನ ಕಣ್ಣಿನಲ್ಲಿ ಈಗ ನಿರಾಶೆ, ಅಸಹಾಯಕತೆಗಳು ಕಾಣುತ್ತಿವೆ. ತನಗೆ ವಿದುರನ ಮೂಲಕ ತಿಳಿದಂತೆ ಈಗ ಧರ್ಮನು ಭೀಮನ

ವಶದಲ್ಲಿರುವುದು ನಿಜವೆನ್ನಿಸಿತು. ಎಲ್ಲಿ ಅವನು? ಭೀಷ್ಮರು ಎಂದುಕೊಂಡರು. ಶತ್ರುಗಳ ಸೇನಾಧಿಪತಿಯಾದ ಈ ತಾತನನ್ನು ಬಂದು ನೋಡುವ ತಾಳ್ಮೆ ಅವನಿಗೆ ಇರುವುದು ಸಾಧ್ಯವಿಲ್ಲ ಎಂದು ತಮಗೆ ತಾವೇ ಸುಮ್ಮನಾದರು. ರಾಜ್ಯಭ್ರಷ್ಟರಾಗಿ ಕಾಡಿನಲ್ಲಿ ಹನ್ನೆರಡು ವರ್ಷ ಬೇಡರಂತೆ ಕಳೆದ, ಮತ್ತೊಬ್ಬರ ಮನೆಯಲ್ಲಿ ಊಳಿಗದವರಂತೆ ಬಾಳಿದ ಈ ಬವಣೆಗೆ ಯಾರು ಹೊಣೆ? ಜೂಜು ಕ್ರೀಡೆಯಾಗಿ ಉಳಿಯುವುದು ಎಲ್ಲಿಯತನಕ, ಎದುರಾಳಿಯನ್ನು ದೋಚುವ ಸಾಧನವಾಗುವುದು ಎಲ್ಲಿಯನಂತರ? ಎಂಬ ಪ್ರಶ್ನೆ ಅವರ ಮನಸ್ಸಿಗೆ ಬಂತು. ಆದರೆ ಮಾತನಾಡಲಿಲ್ಲ. ದ್ರೋಣರೂ ಗಂಭೀರವಾಗಿ ಕುಳಿತಿದ್ದರು. ಶಲ್ಯನಿಗಂತೂ ಮುಜುಗರ.

ಒಂದು ಘಳಿಗೆ ಮುಜುಗರದ ಮೌನದಲ್ಲಿ ಎಲ್ಲರೂ ಸುಮ್ಮನೆ ಕುಳಿತಿದ್ದನಂತರ ಕೃಷ್ಣ ಮೌನವನ್ನು ಬಿಚ್ಚಿ ಮಾತನ್ನು ಆರಂಭಿಸಿದ: 'ಪಿತಾಮಹ, ವಿನಾಕಾರಣ ನರಹತ್ಯೆಯಾಗ ದಂತೆ ಯುದ್ಧ ಮಾಡುವ ರೀತಿಯನ್ನು ಚರ್ಚಿಸಲು ನಾವು ನೀವು ಇಲ್ಲಿ ಕೂಡಿದ್ದೇವೆ. ನೀವು ಈ ಬಗೆಗೆ ಏನಾದರೂ ಯೋಚಿಸಿಯೇ ಇರುತ್ತೀರಿ. ಅದನ್ನು ಹೇಳಿದರೆ ನಮ್ಮ ಅಭಿಪ್ರಾಯ ತಿಳಿಸಲು ಅನುಕೂಲವಾಗುತ್ತದೆ.'

ಈಗ ಅವರ ಮನಸ್ಸು ಇತ್ತ ತಿರುಗಿತು. 'ಹೌದು ಕೃಷ್ಣ. ನಾವು ಬಂದದ್ದು ಅದಕ್ಕೇ. ಇದುವರೆಗೆ ಎಂದೂ ಇಷ್ಟೊಂದು ಸೈನಿಕರು ಎದುರಾಎದುರು ನಿಂತು ಯುದ್ಧ ಮಾಡಿಲ್ಲ. ಈಗ ಸುಮ್ಮನೆ ಎರಡು ಕಡೆಗಳಿಂದ ಕಾಡುಕೋಣಗಳು ನುಗ್ಗಿದಂತೆ ನುಗ್ಗಿ ಕೋಡು, ಕಾಲು, ಎದೆ ಮೂಳೆಗಳನ್ನು ಮುರಿದುಕೊಂಡು ಎಲ್ಲರೂ ಸತ್ತರೆ ಏನು ಸುಖ? ಅಷ್ಟೇ ಕೆಲಸವಾದರೆ ಸೇನಾಪತಿಯಾದ ನನಗಾಗಲಿ ಧೃಷ್ಟದ್ಯುಮ್ನನಿಗಾಗಲಿ ಹೆಚ್ಚು ಕೆಲಸವಿಲ್ಲ. ನಮ್ಮ ಹೊಣೆ ಏನು ಅನ್ನುವುದನ್ನು ಈಗ ಮಾತನಾಡಿ ನಿರ್ಧರಿಸಬೇಕು.'

ಶಲ್ಯ ಇದ್ದಕ್ಕಿದ್ದಂತೆಯೇ ಬಾಯಿ ಹಾಕಿದ: 'ಭೀಷ್ಮ, ಎಲ್ಲರೂ ನಿನ್ನನ್ನು ಪಿತಾಮಹ ಅನ್ನುತ್ತಾರೆ. ನಾನು ಏನಂತ ಕರೆಯಲಿ? ಪಿತಾಮಹ ಅಂತಲೇ ಅನ್ನುತ್ತೇನೆ.'

'ಇಲ್ಲ ಇಲ್ಲ. ಭೀಷ್ಮ ಅನ್ನು, ಏನು ಹೇಳಲು ಹೊರಟೆ ನೀನು?'

'ಸೇನಾಧಿಪತಿಯ ಹೊಣೆ ನೀನು ಹೇಳಿದ್ದು ಸರಿಯಾಯಿತು. ಆದರೆ ನನ್ನನ್ನು ಒಂದು ಪ್ರಶ್ನೆ ಬಾಧಿಸುತ್ತಿದೆ; ಈ ಯುದ್ಧ ಆಗಲೇಬೇಕೆ? ಇದನ್ನು ತಪ್ಪಿಸುವುದು ಸಾಧ್ಯವಿಲ್ಲವೆ?'

'ಕೃಷ್ಣನನ್ನು ಕೇಳು. ಇದರ ಅನಿವಾರ್ಯತೆಯನ್ನು ಅವನು ಹೇಳುತ್ತಾನೆ. ತಪ್ಪಿಸಬೇಕು ಅಂತ ನಾನು ಅವನು ಇಬ್ಬರೂ ಪ್ರಯತ್ನಿಸಿದೆವು. ಆಗಲಿಲ್ಲ. ಇನ್ನು ಆಗುವುದಿಲ್ಲ.'

'ಸರಿ. ನೀನೇಕೆ ದುರ್ಯೋಧನನ ಮಹಾಸೇನಾನಿಯಾದೆ?'

ಇದುವರೆಗೂ ಸುಮ್ಮನಿದ್ದ ನಕುಲ ಇದ್ದಕ್ಕಿದ್ದಂತೆ ಮಾತನಾಡಿದ: 'ಮಾವ, ನಮ್ಮ ದೂತನ ಕೈಲಿ ಭಾಷೆ ಕೊಟ್ಟು ಕಳಿಸಿದ ನೀನೇಕೆ ಸೈನ್ಯದೊಡನೆ ಶತ್ರುಪಕ್ಷ ಸೇರಿ ಈಗ ಅವರ ಒಬ್ಬ ಸೇನಾಪತಿಯೂ ಆದೆ?'

ಶಲ್ಯ ನಕುಲನ ಮುಖ ನೋಡಿದ. ಹೆಚ್ಚು ಕಡಮೆ ತನ್ನ ಅಥವಾ ತನ್ನ ಮಗ ರುಕ್ಮ ರಥನ ಮುಖದಂತೆಯೇ ಇದೆ. ತಂಗಿಯ ಮಗ. ಐವತ್ತನ್ನು ಸಮೀಪಿಸುವ ವಯಸ್ಸು.

ಶಾಂತಭಾವ. ಹಿರಿಯ ಹೆಂಡತಿಯ ಮಕ್ಕಳಿಗೆ ದಾಸನಾಗಿರುವಂತೆ ಕಾಣುವುದಿಲ್ಲ. ದುಶ್ಶಾಸನ ನನ್ನ ಕೈಲಿ ಹೇಳಿದ್ದೆಲ್ಲ ಸುಳ್ಳೆ? ಮನಸ್ಸಿಗೆ ಕಸಿವಿಸಿಯಾಯಿತು. ಭೀಷ್ಮರೂ ಕೇಳಿದರು: 'ಶಲ್ಯ, ಹೇಳು ಹೇಳು. ಮುಚ್ಚುಮರೆ ಬೇಡ. ನಿನ್ನ ತಂಗಿಯ ಮಕ್ಕಳಿಗೆ ನೀನು ಸಹಾಯ ಮಾಡುವುದು ಸಹಜ. ಅಥವಾ ಬೇರೆ ಏನಾದರೂ ವಿಶೇಷ ಕಾರಣದಿಂದ ನೀನು ಈ ಕಡೆ ಬಂದೆಯಾ?'

ಶಲ್ಯನಿಗೆ ಇರುಸುಮುರುಸಾಯಿತು. ತಾನು ಈ ಕಡೆ ಸೇರಿದ ಕಾರಣವಾವುದು? ಎಲ್ಲವನ್ನೂ ನೆನಸಿಕೊಂಡ. ಹೇಳಿಬಿಡಲೇ ಎನ್ನಿಸಿತು. ಹೇಳಿಯೇಬಿಡುವುದೆಂದು ನಿಶ್ಚಯ ಮಾಡಿ ಎಂದ: 'ನನ್ನ ಮಕ್ಕಳಿಗಂತೂ ತ್ರಿಗರ್ತರ ಸ್ನೇಹ. ಅವರಿಗೆ ದುಯೋಧನನ ಸ್ನೇಹ. ಅವರ ಮಾತು ಬಿಡು. ನಾನು ಮೊದಲು ಪಾಂಡವರ ಕಡೆ ಅಂತ ಮಾಡಿದ್ದೆ. ಆಮೇಲೆ ಒಂದು ದಿನ ದುರ್ಯೋಧನ ಅವನ ತಮ್ಮನನ್ನೇ ಕಳಿಸಿಕೊಟ್ಟ. ಕುಂತಿಯ ಮಕ್ಕಳದೇ ಯಜಮಾನಿಕೆ. ಸವತಿಯ ಮಕ್ಕಳಾದ ನಕುಲ ಸಹದೇವರಿಗೆ ಕುದುರೆ ಲದ್ದಿ ಎತ್ತುವುದಷ್ಟೇ ಕೆಲಸ. ಯುದ್ಧದಲ್ಲಿ ನಾವು ಗೆದ್ದರೆ ನಿನ್ನ ತಂಗಿಯ ಇಬ್ಬರು ಮಕ್ಕಳಿಗೂ ಖಂಡಿತ ಆ ರಾಜ್ಯ ಕೊಡುತ್ತೇವೆ ಎಂದ. ಅಲ್ಲದೆ ಈ ಯುದ್ಧ ಖಂಡಿತ ಆಗುಲ್ಲ. ಬರೀ ಬಲಪ್ರದರ್ಶನವಾಗುತ್ತೆ. ನಾವು ಹೆಚ್ಚು ಬಲದ ಪ್ರದರ್ಶನ ಮಾಡಿದರೆ ಅವರು ನ್ಯಾಯಕ್ಕೆ ಬರುತ್ತಾರೆ. ನೀವು ಬನ್ನಿ ಅಂದ. ಮಕ್ಕಳೆಲ್ಲ ಹಟ ಹಿಡಿದರು. ಪಾಂಡವರ ಧಿಮಾಕು ನೋಡು, ದೂತನನ್ನು ಕಳಿಸಿದರು. ದುರ್ಯೋಧನ ಸ್ವಂತ ತಮ್ಮನನ್ನು ಕಳಿಸಿದ ಎಂದರು. ನೀವೇಕೆ ಸ್ವತಃ ಬರಲಿಲ್ಲ?'

'ಮಾವ ಅವನು ವರ್ಷಾನುಗಟ್ಟಲೆ ಎಲ್ಲ ಸಿದ್ಧತೆಯನ್ನೂ ಮಾಡಿಕೊಳ್ಳುತ್ತಿದ್ದ. ವನವಾಸ ಅಜ್ಞಾತದಲ್ಲಿದ್ದ ನಾವು ಹೇಗೆ ಮಾಡಿಕೊಳ್ಳಬೇಕು? ಎಲ್ಲ ಕಡೆಗೂ ಸ್ವತಃ ಬರಲು ನಮಗೆ ವ್ಯವಧಾನವಾದರೂ ಎಲ್ಲಿತ್ತು? ನೀನು ಹೇಗೂ ನಮ್ಮ ದೂತನಿಗೆ ಮಾತು ಕೊಟ್ಟಿದ್ದೆಯಲ್ಲ,' ನಕುಲನೇ ಉತ್ತರ ಹೇಳಿದ.

ತಾನು ಮೂರ್ಖನಾದೆ ಎನ್ನಿಸಿ ಶಲ್ಯನಿಗೆ ಮತ್ತೆ ಮಾತು ಕಟ್ಟಿತು.

ನಕುಲ ಹೇಳಿದ: 'ಕುಂತಿಯ ಹಿರಿಯ ಮಗ ಧರ್ಮ. ಎರಡನೆಯವನು ನಾನು, ಮೂರನೆಯವನು ಸಹದೇವ. ಭೀಮಾರ್ಜುನರು ಕೊನೆಯವರು ಅಂತ ಭಾವಿಸಿಕೊ. ಈಗ ನಿಜವಿಷಯ ತಿಳಿಯಿತಲ್ಲ, ಈಗಲಾದರೂ ನಿನ್ನ ಸೈನ್ಯದ ಸಮೇತ ನಮ್ಮ ಕಡೆಗೆ ಬಂದುಬಿಡು.'

ಮಾವನಿಗೆ ಈ ಮಾತಿನಿಂದ ಗಾಬರಿ ಸಮಾಧಾನ ಎರಡೂ ಆದವು. ಗೊಂದಲವನ್ನು ತೊದಲಿದ: 'ಇಷ್ಟು ದಿನ ದುರ್ಯೋಧನನ ಆತಿಥ್ಯ ಪಡೆದು, ಇಷ್ಟು ಉಪಚಾರ ಮಾಡಿಸಿ ಕೊಂಡು.....ನಾನು ಆರ್ಯನಲ್ಲವೆ, ಮಗು? ಆರ್ಯನಾಗಿರಬೇಡವೆ?'

ಕೃಷ್ಣ ಕೇಳಿದ: 'ಪಿತಾಮಹ, ಈ ಯುದ್ಧವನ್ನು ನಾವು ಇದ್ದದ್ದರಲ್ಲಿ ಧರ್ಮಯುದ್ಧವನ್ನಾಗಿ ಮಾಡಬೇಕು ಅಂತ ಅಲ್ಲವೆ ನಿಮ್ಮ ಇಚ್ಛೆ?'

'ಹೌದು ಕೃಷ್ಣ.'

'ತಾವು ಯಾವ ಕಾರಣಕ್ಕಾಗಿ ಯುದ್ಧದಲ್ಲಿ ಭಾಗವಹಿಸುತ್ತಿದ್ದೇವೆ, ಇವರ ಅಥವಾ ಅವರ ಪರ ನಿಂತಿದ್ದೇವೆ ಎಂಬುದು ಪ್ರತಿಯೊಬ್ಬ ರಾಜನಿಗೂ ಸ್ಪಷ್ಟವಾಗಿ ತಿಳಿಯದಿದ್ದರೆ ಅದು ಧರ್ಮಯುದ್ಧ ಹೇಗಾದೀತು. ಹತ್ತಿರದ ಸಂಬಂಧಿ ಶಲ್ಯರಾಜನಿಗೇ ನಿಜ ಗೊತ್ತಿಲ್ಲವೆಂದ ಮೇಲೆ ನಿಮ್ಮ ಕಡೆಯ ಇತರರಿಗೆ ತಿಳಿದಿದೆ ಅಂತ ಭಾವಿಸುತ್ತೀರ? ಹಾಗೆಯೇ ನಮ್ಮ ಬೆಂಬಲಿಗರಿಗೂ ನಾವು ಸುಳ್ಳು ಹೇಳಿರಬಹುದು. ಆದ್ದರಿಂದ ಇಂಥ ಕಾರಣಕ್ಕಾಗಿ ಯುದ್ಧ ವಾಗುತ್ತಿದೆ ಅಂತ ನಾವು ನಿಮ್ಮ ಎಲ್ಲ ರಾಜರಿಗೂ ಸಾರಿ ಹೇಳಿ ಈಗಲೂ ಪಕ್ಷವನ್ನು ಬಿಟ್ಟು ಈ ಕಡೆ ಬರುವುದಿದ್ದರೆ ಬನ್ನಿ ಅಂತ ಕರೆಯುತ್ತೀವಿ. ಹಾಗೆ ನೀವೂ ನಮ್ಮ ಪಕ್ಷದ ರಾಜರನ್ನುದ್ದೇಶಿಸಿ ಹೇಳಿ. ಅನಂತರ ಯುದ್ಧವಾಗಲಿ. ಇದು ಧರ್ಮಯುದ್ಧದ ಮೊದಲ ನಿಯಮವಾಗಲಿ. ಶಲ್ಯರಾಜ, ಸುಳ್ಳು ಹೇಳಿ ಮಾಡಿದ ಉಪಚಾರ ಆತಿಥ್ಯಗಳಿಗೆ ಆರ್ಯನು ಬದ್ಧನಾಗಬೇಕಿಲ್ಲ.'

ದ್ರೋಣರು ಸ್ವಲ್ಪ ಕಾಲ ಯೋಚಿಸಿದರು. ಅನಂತರ ಮೊದಲ ಬಾರಿಗೆ ಮಾತನಾಡಿದರು: 'ಕೃಷ್ಣನ ಮಾತು ನ್ಯಾಯವಾದದ್ದು. ಆದರೆ ದುರ್ಯೋಧನ ಇದಕ್ಕೆ ಒಪ್ಪುವುದಿಲ್ಲ.'

'ಅಂದರೆ ಸುಳ್ಳುಕಲ್ಪನೆಯ ಮೇಲೆ ಎಷ್ಟೋ ಜನ ಕಾದುತ್ತಾರೆ. ಅದನ್ನು ತಪ್ಪಿಸಬೇಡವೆ?' ಕೃಷ್ಣ ಒತ್ತಿ ಕೇಳಿದ.

'ಆಚಾರ್ಯ, ನಾವು ದುರ್ಯೋಧನನನ್ನು ಒಪ್ಪಿಸಬೇಕು,' ಭೀಷ್ಮರೆಂದರು.

'ಪಿತಾಮಹರಿಗೆ ನ್ಯಾಯ ಥಟ್ಟನೆ ಅರ್ಥವಾಗಿದೆ,' ಕೃಷ್ಣ ಅನುಮೋದಿಸಿದ.

'ನಾನು ಈ ಪಕ್ಷ ಸೇರಲು ಇನ್ನೂ ಒಂದು ಕಾರಣವುಂಟು,' ಶಲ್ಯ ಜ್ಞಾಪಿಸಿಕೊಂಡು ನಡುವೆ ಮಾತನಾಡಿದ: 'ಭೀಷ್ಮರಿಗಿಂತ ನಮಗೆ ಆರ್ಯಧರ್ಮ ಗೊತ್ತಿಲ್ಲ. ಅವರೇ ದುರ್ಯೋಧನನ ಪರ ನಿಲ್ಲುತ್ತಾರೆ ಅಂತ ಕೇಳಿದ ನಾನು, ಹಾಗಿದ್ದರೆ ನಾನೂ ಅವರ ಕಡೆ ಸೇರುವುದು ಸರಿ ಅಂತ ತೀರ್ಮಾನಿಸಿದೆ.'

'ಈ ಮಾತನ್ನು ನಾನೂ ಕೇಳಬೇಕೆಂದಿದ್ದೆ,' ಧರ್ಮ ನಮ್ರನಾಗಿ ಕೇಳಿದ: 'ನಮ್ಮ ರಾಜ್ಯವನ್ನು ದುರ್ಯೋಧನನು ಇಲ್ಲವೆಂದದ್ದು ನ್ಯಾಯವೆ? ಅಲ್ಲದಿದ್ದರೆ ನೀವೇಕೆ ಅವನ ಕಡೆ ಸೇರಿದಿರಿ? ಇಡೀ ರಾಜ್ಯದ ಮೂಲಸ್ವಾಮಿಯಾದ ನೀವು ಅವನ ಅನ್ನದ ಋಣಕ್ಕೆ ಕಟ್ಟುಬೀಳುವ ಪ್ರಶ್ನೆ ಇಲ್ಲ. ಹಸ್ತಿನಾವತಿಯನ್ನು ಉಳಿಸಿ ಬೆಳೆಸಿ ಅವನಿಗೆ ಕೊಟ್ಟವರು ನೀವು. ಮುಪ್ಪಿನ ವಯಸ್ಸಿನಲ್ಲಿ ಒಂದು ತುತ್ತು ಅನ್ನ ತಿನ್ನುತ್ತಿರುವುದು ನಿಮ್ಮ ಹಕ್ಕು, ಋಣ ವಲ್ಲ. ಆದ್ದರಿಂದ ನೀವು ಅವನ ಕಡೆ ನಿಲ್ಲಬೇಕಾದರೆ ಧರ್ಮದ್ದೇ ಏನಾದರೂ ಕಾರಣವಿರ ಬೇಕು. ಹಾಗಿದ್ದರೆ ಹೇಳಿ, ನಾವು ಯುದ್ಧವನ್ನೇ ಮಾಡುವುದಿಲ್ಲ.'

ಭೀಷ್ಮರು ಹೇಳಿದರು: 'ದುರ್ಯೋಧನನ ಸೇನಾನಿ ಪಟ್ಟವನ್ನು ನಾನು ಏಕೆ ಒಪ್ಪಿಕೊಂಡೆ ಅಂತ ಬಾಯಿಬಿಟ್ಟು ನಾನೇ ವಿವರಿಸಲಾರೆ. ನಾನು ಒಪ್ಪಿಕೊಳ್ಳುವುದರಿಂದಲೇ ಧರ್ಮದ ಕೆಲಸ ಹೆಚ್ಚು ನಡೆಯುತ್ತೆ ಅಂತ ನನ್ನ ಮನಸ್ಸು ಹೇಳಿತು. ನನಗೆ ಅವನಂತೆ ನೀವೂ ಮೊಮ್ಮಕ್ಕಳೇ, ನಾನೆಂದೂ ಅದನ್ನು ಅಲ್ಲಗಳೆದಿಲ್ಲ.'

'ನಾವು ಯುದ್ಧಕ್ಕೆ ನಿಂತಿರುವುದು ಬರೀ ರಾಜ್ಯಕ್ಕಾಗಿ ಅಲ್ಲ. ನಿಮ್ಮ ಮೊಮ್ಮಕ್ಕಳೆಂದು

ಪ್ರಪಂಚಕ್ಕೆ ತೋರಿಸುವುದಕ್ಕೆ ಕೂಡ,' ಧರ್ಮ ಉತ್ತರ ಕೊಟ್ಟ. ಭೀಷ್ಮರು ಸಂತುಷ್ಟರಾದರು.

ಆಗಲೇ ನಡುರಾತ್ರಿ ಕಳೆದುಹೋಗಿತ್ತು. ಪ್ರಯಾಣ ಮಾಡಿ ಬಂದ ಭೀಷ್ಮ ದ್ರೋಣ ಶಲ್ಯ ಬಳಲಿದ್ದರು. ಅರ್ಜುನನನ್ನು ಬಿಟ್ಟು ಪಾಂಡವರ ಕಡೆಯ ಇತರರಿಗೂ ನಿದ್ರೆ ಬರುತ್ತಿತ್ತು. ಆದ್ದರಿಂದ ಯುದ್ಧದ ನಿಯಮಗಳನ್ನು ರೂಪಿಸುವ ಮಾತಿನಲ್ಲಿ ಇಬ್ಬರೂ ಮಗ್ನರಾದರು. ಆಗಲೇ ಆರ್ಯರ ಕಾಳಗಗಳಲ್ಲಿ ಪ್ರಚಲಿತವಿದ್ದ ನಿಯಮಗಳನ್ನು ವಿರೋಧವಿಲ್ಲದೆ ಉಭಯರೂ ಒಪ್ಪಿಕೊಂಡರು. ಕೆಲವು ಹೊಸವನ್ನು ರೂಪಿಸಿಕೊಂಡರು. ಯುದ್ಧವು ಹಗಲು ಮಾತ್ರ ನಡೆಯತಕ್ಕದ್ದು. ಕತ್ತಲಾದ ನಂತರ ಶಂಖ ಊದಿ ಎರಡು ಪಕ್ಷದವರೂ ತಮ್ಮ ತಮ್ಮ ಶಿಬಿರಗಳಿಗೆ ಹಿಂತಿರುಗತಕ್ಕದ್ದು. ಕಾದಲಾರದೆ ಅಥವಾ ಬಳಲಿ ಯಾರಾದರೂ ಯುದ್ಧರಂಗದಿಂದ ಹೊರಗೆ ಹೋದರೆ ಅವನನ್ನು ಕೊಲ್ಲಕೂಡದು. ರಥಿಯ ಸಂಗಡ ರಥಿಯೇ ಯುದ್ಧ ಮಾಡಬೇಕು. ಆನೆಯ ಸೈನ್ಯವನ್ನು ಆನೆಯ ಸೈನ್ಯದ ಮೇಲೆ ಮಾತ್ರ ಬಿಡಬೇಕು. ಇದೇ ರೀತಿ ಅಶ್ವಾರೋಹಿಯು ಅಶ್ವಾರೋಹಿಯ ಮೇಲೆ ಮಾತ್ರ ಬೀಳಬೇಕು. ಕಾಲಾಳಿನ ಮೇಲೆ ಕಾಲಾಳು ಬೀಳಬೇಕಲ್ಲದೆ ರಥಿಯಾಗಲಿ ಅಶ್ವಾರೋಹಿಯಾಗಲಿ ಗಜದ ಗುಂಪಾಗಲಿ ನುಗ್ಗತಕ್ಕದ್ದಲ್ಲ. ಯಾವ ಯೋಧ ಅಥವಾ ಸೇನಾನಿಗಾಗಲಿ ವಿರೋಧಪಕ್ಷದಲ್ಲಿ ತನಗೆ ಬೇಕಾದ ಯೋಧನನ್ನು ದ್ವಂದ್ವ ಯುದ್ಧಕ್ಕೆ ಆಹ್ವಾನಿಸುವ ಅಧಿಕಾರವುಂಟು. ಇಂತಹ ಆಹ್ವಾನವನ್ನು ಒಪ್ಪಿಕೊಂಡು, ಸಿದ್ಧನಾಗಿ ಎದುರು ಬಂದು ಸಿದ್ಧನೆಂದು ಹೇಳಿದ ನಂತರವೇ ಕಾಳಗವನ್ನು ಆರಂಭಿಸಬೇಕು. ಒಬ್ಬನ ಕೂಡ ಯುದ್ಧ ಮಾಡುತ್ತಿರುವಾಗ ಅವನನ್ನು ಬೇರೊಬ್ಬನು ಹೊಡೆಯಬಾರದು. ಶರಣು ಬಂದವನನ್ನು, ಸೆರೆ ಸಿಕ್ಕಿದವನನ್ನು ಕೊಲ್ಲಬಾರದು. ಬೆನ್ನುತೋರಿಸಿ ವಾಪಸು ಓಡುತ್ತಿರುವವನನ್ನು, ಅಸ್ತ್ರಶಸ್ತ್ರಗಳು ಮುಗಿದುಹೋಗಿರುವವನನ್ನು, ರಕ್ಷಣಾಕವಚವು ಪೂರ್ತಿ ಹರಿದುಹೋಗಿರುವವನನ್ನು, ಖಂಡಿತ ಕೊಲ್ಲತಕ್ಕದ್ದಲ್ಲ. ಕುದುರೆಗಳ ಸೇವೆಯಲ್ಲಿ ನಿರತನಾಗಿರುವ ಸೂತ, ಸರಬರಾಜನ್ನು ಹೊರುವ ಮತ್ತು ಶಸ್ತ್ರಗಳನ್ನು ತಂದುಕೊಡುವ ಆಳುಗಳು, ಶಂಖ ಊದುವವರು, ಭೇರಿ ಹೊಡೆಯುವವರು ಮೊದಲಾದವರ ಮೇಲೆ ಯಾವುದೇ ರೀತಿಯ ಅಸ್ತ್ರಗಳನ್ನೂ ಪ್ರಯೋಗಿಸಬಾರದು.

ಬೆಳಗಿನ ಜಾವವಾಗುತ್ತಿತ್ತು. ಯುದ್ಧನಿಯಮವೇ ಅಲ್ಲದೆ ಆಡಿದ್ದರೆ ಬೇಕಾದಷ್ಟು ವಿಷಯವಿತ್ತು. ಯಾರೂ ಆಡಲಿಲ್ಲ. ಇವರು ಮೂವರು ಎದ್ದುನಿಂತರು. ಅವರು ನಾಲ್ವರೂ ಪಾದಮುಟ್ಟಿ ನಮಸ್ಕರಿಸಿದರು. ಶಲ್ಯನ ಪಾದ ಮುಟ್ಟುವಾಗ ಧರ್ಮ ಕೇಳಿದ: 'ಮಾವ, ಧರ್ಮವೇನು ಅಂತ ನಿನಗೆ ಈಗ ಗೊತ್ತಾಗಿದೆ. ನಾವು ಎರಡು ಕಡೆಯೂ ಮನಸ್ಸು ಬದಲಾಯಿಸಿದವರು ಪಕ್ಷ ಬದಲಿಸಬಹುದೆಂತ ಸಾರಿಸಿದಾಗ ನೀನು ಸೈನ್ಯದೊಡನೆ ನಮ್ಮ ಕಡೆಗೆ ನಡೆದು ಬಾ.'

ಶಲ್ಯನ ಮುಖ ನೋಡಿದ ಕೃಷ್ಣ ಎಂದ: 'ರಾಜನ್, ಸೈನ್ಯ ಸಮೇತ ನೀನು ಬಂದರೆ ನಮಗೆ ಸಂತೋಷ. ನಿನ್ನ ಮಕ್ಕಳ ವಿರೋಧ ವಿಪರೀತವಾಗಿದ್ದಲ್ಲಿ ಸೈನ್ಯವನ್ನು ಅಲ್ಲಿ ಬಿಟ್ಟು ಒಬ್ಬನೇ ಬರಲು ನಿನಗೂ ಕಷ್ಟವಾಗುತ್ತದೆ. ಆಯುಧವಿಲ್ಲದ ತೋಳಿನ ಬಲದಂತೆ ಸೈನ್ಯವಿಲ್ಲದ ರಾಜನ ಶಕ್ತಿಯೂ ಕಡಮೆಯೇ. ನೀನು ಸೈನ್ಯದೊಡನೆಯೇ ಇರು. ನಿನ್ನ

ಆಶೀರ್ವಾದ ಮಾತ್ರ ಧರ್ಮದ ಕಡೆಗಿರಲಿ. ಪಿತಾಮಹ ಭೀಷ್ಮರ ಆಶೀರ್ವಾದವಿದ್ದಂತೆ, ಮಹಾಸೇನಾನಿ ಪದದಲ್ಲಿದ್ದರೂ ಕೂಡ. ಆಚಾರ್ಯ, ನಾವು ನಿಮ್ಮನ್ನು ಪ್ರಾರ್ಥಿಸುವುದೂ ಇದೇ.'

ಭೀಷ್ಮರ ಪುರೋಹಿತ ಹೊರಗೆ ಬೇರೊಂದು ಶಿಬಿರದಲ್ಲಿ ಮಲಗಿ ನಿದ್ರಿಸುತ್ತಿದ್ದ. ಅವನನ್ನು ಎಬ್ಬಿಸಿ ನಾಲ್ವರೂ ರಥ ಹತ್ತಿದರು. ತಮ್ಮ ಶಿಬಿರದ ಗಡಿಯ ತನಕ ಹೋಗಿ ಈ ನಾಲ್ವರೂ ಅವರನ್ನು ಕಳಿಸಿದರು. ರಥವು ಶಿಬಿರ ತಲುಪುವ ಹೊತ್ತಿಗೆ ಬೆಳಕು ಹರಿಯುತ್ತಿತ್ತು. ಮೂವರೂ ತಮ್ಮ ತಮ್ಮ ಸ್ಥಳಗಳಿಗೆ ಹೋಗಿ ಮಲಗಿದರು.

ಯಾರಿಗೂ ಸರಿಯಾಗಿ ನಿದ್ದೆ ಬರಲಿಲ್ಲ. ಸುತ್ತಲೂ ಘೀಳಿಡುವ ಆನೆಗಳು, ಕೆನೆಯುವ ಕುದುರೆಗಳು. ಸರಂಜಾಮು ಸಾಗಿಸುವ ಗದ್ದಲ. ಸೈನಿಕರ ಮಾತುಕತೆ. ಮನಸ್ಸಂತೂ ಗದ್ದಲವಾಗಿತ್ತು. ಶರೀರವು ಎಳೆದಷ್ಟು ನಿದ್ರೆ ಮಾಡಿ ಭೀಷ್ಮರು ಸೂರ್ಯ ನಾಲ್ಕಾಳುದ್ದ ಏರುವ ಹೊತ್ತಿಗೆ ಮೇಲೆ ಎದ್ದರು. ಸ್ನಾನ ಮಾಡಿ ಪುರೋಹಿತನು ಸಿದ್ಧಮಾಡಿದ ಅಗ್ನಿಗೆ ಮೂರು ಆಜ್ಯ ಅರ್ಪಿಸುವಲ್ಲಿ ಪಾರುಪತ್ಯೆಗಾರ ಬಂದು ನಿವೇದಿಸಿಕೊಂಡ: 'ಪಿತಾಮಹ, ಮೊದಲೇ ನಮ್ಮ ಕಡೆ ನೀರಿಗೆ ಕಷ್ಟ. ಈಗ ಏನಾಗಿದೆ ಗೊತ್ತಾಯಿತೆ?'

ಪ್ರಶ್ನಾರ್ಥಕವಾಗಿ ಅವರು ಅವನನ್ನು ನೋಡಿದರು.

'ಈ ಬೆಳಗ್ಗೆಯಿಂದ ಯುದ್ಧ ಶುರುವಾಗುತ್ತೆ ಅಂತ ಎಲ್ಲ ಸೈನಿಕರಿಗೂ ಭಾವನೆಯಿತ್ತು. ಹಿಂದೆಂದೂ ನಡೆಯದಂತಹ ಕಾಳಗ. ಹೊತ್ತು ಏರುವುದರೊಳಗೆ ರಕ್ತದ ಕೋಡಿ ಹರಿದು ಮಾಂಸ ಮೂಳೆ ಬುರುಡೆಗಳು ಎಲ್ಲೆಲ್ಲೂ ತುಂಬಿಬಿದ್ದಿರುತ್ತವೆಂದು ಮಾತನಾಡಿಕೊಳ್ಳುತ್ತಿದ್ದರು. ಅನೇಕ ಸೈನಿಕರಿಗೆ ರಾತ್ರಿ ಇದ್ದಕ್ಕಿದ್ದಂತೆಯೇ ಭೇದಿ ಶುರುವಾಯಿತು. ಕುಡಿದ ನೀರೆಲ್ಲ ಬೆವರಾಗಿ ಹರಿದು ಹೋಗಿದ್ದರೂ, ತನಗೆ ತಾನೇ ಮೂತ್ರ ಸುರಿಯಿತಂತೆ. ಇನ್ನೂ ಗುಣ ವಾಗಿಲ್ಲ. ಈಗಾಗಲೇ ಎಲ್ಲೆಲ್ಲೂ ವಾಸನೆ ಶುರುವಾಗಿದೆ. ಕೆಲವರಿಗಂತೂ ಮನೋವಿಕಾರವಾಗಿ ಸತ್ತೆ ಸತ್ತೆ ಸತ್ತೆ ಅಂತ ಕಿರುಚಿಕೊಂಡು, ಉಳಿದವರಲ್ಲೂ ಭಯ ಹುಟ್ಟಿಸುತ್ತಿದಾರೆ. ನಿಮ್ಮ ಶಿಬಿರ ಸ್ವಲ್ಪ ದೂರದಲ್ಲಿ ಪ್ರತ್ಯೇಕವಾಗಿರುವುದರಿಂದ ಇನ್ನೂ ನಾತ ಹೊಡೆಯುತ್ತಿಲ್ಲ. ಅಲ್ಲದೆ ಇಲ್ಲಿ ಈಗ ತಾನೆ ಹೋಮ ಮಾಡಿದ ತುಪ್ಪದ ವಾಸನೆ ಬರುತ್ತಿದೆಯಲ್ಲ.'

ಮಹಾಸೇನಾನಿ ಒಂದು ನಿಮಿಷ ಸುಮ್ಮನಿದ್ದರು. ಅನಂತರ ಕೇಳಿದರು: 'ಇವರ್‍ಯಾರೂ ಹಿಂದೆ ಯುದ್ಧವನ್ನೇ ಕಾಣದ ಸೈನಿಕರೊ?'

'ಹಾಗೇನೂ ಇಲ್ಲ. ಕೆಲವರು ಮಾತ್ರ ಹೊಸಬರಿರಬಹುದು. ನೆನ್ನೆ ಬೆಳಗಿನಿಂದ ನಮ್ಮ ಸೈನ್ಯಗಳು ಇಲ್ಲಿ ಬಂದು ಸೇರಲು ಶುರುವಾದುವಲ್ಲ, ಆಗಿನಿಂದಲೇ ಒಬ್ಬರಾದ ಮೇಲೊಬ್ಬರು ಸಮೀಪದ ಎತ್ತರವಾದ ಗೋಣಿ, ಅರಳೀಮರಗಳ ತುದಿಗೆ ಹತ್ತಿ ಹತ್ತಿ ನೋಡಲು ಶುರು ಮಾಡಿದರು. ಇತ್ತ ನಮ್ಮದೂ ಎಷ್ಟು ದೂರ ನೋಡಿದರೂ ಕಾಣುವಂತಹ ಸೇನೆ. ಅತ್ತ ಎದುರಿಗೆ ಶತ್ರುಗಳದೂ ದೃಷ್ಟಿ ಮಂಜಾಗುವವರೆಗೂ ಗುರುತಿಸಬಹುದಾದ ದಳ. ಇಷ್ಟು ದೊಡ್ಡ ಸೈನ್ಯ. ಇಷ್ಟು ದೊಡ್ಡ ಯುದ್ಧವನ್ನು ಯಾರೂ ನೋಡಿರಲಿಲ್ಲವಂತೆ. ಕೇಳಿರಲಿಲ್ಲವಂತೆ. ಭಯವಾಗಿದೆ. ಅಲ್ಲದೆ ಇದುವರೆಗೆ ಅವರಿಗೆಲ್ಲ ಅನುಭವವಿರುವುದು

ಅಂದರೆ ಗುಂಪಿನಲ್ಲಿ ನುಗ್ಗಿ ನಡೆದು, ಆರಂಭವಾದದ್ದು ತಿಳಿಯುವ ಮೊದಲೇ ಯುದ್ಧ ಮಾಡಿ ಗೆದ್ದು ಅಥವಾ ಸತ್ತು ಮುಗಿಸುವುದು. ಇಷ್ಟೊಂದು ದೀರ್ಘ ನಿರೀಕ್ಷೆ, ಕಾತರ, ಇಷ್ಟೊಂದು ದೊಡ್ಡ ಸೈನ್ಯಸಮುದ್ರ, ಹಿಂದೆಂದೂ ಇರಲಿಲ್ಲ. ನಾನು ಕೂಡ ಕಂಡಿರಲಿಲ್ಲ.'

ಅವರು ಮತ್ತೆ ಒಂದು ನಿಮಿಷ ಸುಮ್ಮನಿದ್ದು ಹೇಳಿದರು: 'ಆಚಾರ್ಯರನ್ನೂ ಮಹಾರಾಜನನ್ನೂ ಕಳಿಸು, ಎಲ್ಲ ಕಡೆಯೂ ಶುಚಿಯಾಗಿರುವಂತೆ ವ್ಯವಸ್ಥೆ ಮಾಡು.'

'ಎಷ್ಟೆಂತ ಶುಚಿಮಾಡಲು ಸಾಧ್ಯ, ನೀರಿಗೇ ಕಷ್ಟವಾಗಿರುವಾಗ?'

'ಸಾಧ್ಯವಾದಷ್ಟು,' ಎಂದು ಅವರು ಅಗ್ನಿಯ ಕಡೆ ತಿರುಗಿ ಮತ್ತೊಮ್ಮೆ ಸ್ರುಕ್ಕಿನ ತುಂಬ ಘೃತವನ್ನು ಹಾಕಿದರು. ಅಗ್ನಿ ಕವರಿಕೊಳ್ಳಲು ಶುರುವಾಯಿತು. ತುಪ್ಪದ ಮಧುರ ವಾಸನೆ ಹುಟ್ಟಿ ನಿಧಾನವಾಗಿ ಹರಡಿಕೊಂಡಿತು. ಒಮ್ಮೆ ಪ್ರೀತಿಯಿಂದ ಉಸಿರೆಳೆದುಕೊಂಡರು. ತಾವೂ ಒಂದು ದೊಡ್ಡ ಮರದ ತುದಿಗೆ ಹತ್ತಿ, ಈ ವಯಸ್ಸಿನಲ್ಲಿ ಸಾಧ್ಯವಿಲ್ಲವೆನ್ನಿಸಿತು. ಅಲ್ಲಿಂದ ಎದ್ದು ಮುಂಭಾಗದ ತಮ್ಮ ಕೂರುವ ಜಾಗಕ್ಕೆ ಬಂದು ಸುಮ್ಮನೆ ಕುಳಿತರು. ಹೊರಗೆ ನಡೆದು ಒಂದು ಸುತ್ತು ಹಾಕುವ ಅಥವಾ ಸ್ವಲ್ಪ ದೂರ ತಿರುಗಾಡುವ ಅಥವಾ ಯುದ್ಧವಾಗುವ ಬಯಲನ್ನು ಒಂದು ಸಲ ಸರಿಯಾಗಿ ನೋಡುವ ಮನಸ್ಸಾಗಲಿಲ್ಲ.

ಸ್ವಲ್ಪ ಹೊತ್ತಿಗೆ ದುರ್ಯೋಧನನು ದ್ರೋಣರ ಸಂಗಡವೇ ಬಂದ. ದ್ರೋಣರು ಒಂದು ಆಸನದಲ್ಲಿ ಕುಳಿತರು. ದುರ್ಯೋಧನನು ಅಜ್ಜನ ಪಕ್ಕದಲ್ಲಿ ಮಂಡಿಸಿ ಹೇಳಿದ: 'ಆಚಾರ್ಯರು ಎಲ್ಲವನ್ನೂ ಹೇಳಿದರು. ನಾವು ಈ ಕಾರಣಕ್ಕಾಗಿಯೇ ಯುದ್ಧ ಮಾಡುತ್ತಿದೀವಿ, ಬೇಕಾದವರು ನಮ್ಮ ಜೊತೆಗಿರಿ, ಬೇಡದವರು ಶತ್ರುಗಳ ಕಡೆಗೆ ಹೋಗಿ ಅಂತ ಎಲ್ಲರಿಗೂ ಹೇಳುವುದಂತೂ ಸಾಧ್ಯವಿಲ್ಲ. ಎಲ್ಲರಿಗೂ ಎಲ್ಲವನ್ನೂ ಬಿಚ್ಚಿ ಹೇಳುವುದಕ್ಕೆ ಹೊರಟರೆ ಒಂದು ರಾಜ್ಯವನ್ನು ನಿಭಾಯಿಸುವುದು ಹೇಗೆ? ರಾಜ್ಯವನ್ನಾದರೂ ನಿಭಾಯಿಸಬಹುದು, ಯುದ್ಧದಲ್ಲಿ ಅದೆಲ್ಲ ಸಾಧ್ಯವೇ ಇಲ್ಲ.'

'ಎಷ್ಟೋ ಸೈನಿಕರು ರಾತ್ರಿಯೇ ಮಲಮೂತ್ರ ಮಾಡಿಕೊಂಡರಂತೆ. ಹೆದರಿಕೆ ಅನ್ನುವುದು ಸಾಂಕ್ರಾಮಿಕ ರೋಗ. ಇಂಥವರನ್ನು ಇಟ್ಟುಕೊಂಡರೆ ಉಳಿದವರೂ ಅಂಜುತ್ತಾರೆ. ಆದ್ದರಿಂದ ಯಾರಿಗೆ ಮನಸ್ಸಿಲ್ಲವೋ, ಯಾರಿಗೆ ಭಯವೋ, ಅವರನ್ನೆಲ್ಲ ಈಗಲೇ ಕಳಿಸಿಬಿಡುವುದು ಕ್ಷೇಮ. ಯುದ್ಧದಲ್ಲಿ ಶತ್ರುವಿನ ಹೊಡೆತಕ್ಕಿಂತ ಹೆಚ್ಚಿನ ಹಾನಿ, ಗಾಬರಿಪಡುವ ನಮ್ಮ ಸೈನಿಕರಿಂದ ಆಗುತ್ತೆ.'

'ಅಂಜುಬುರುಕರಿಗೂ ಉತ್ಸಾಹ ತುಂಬುವುದೇ ಅಲ್ಲವೆ ಸೇನಾನಿಯ ಕೆಲಸ?'

'ಮಗು, ನನ್ನ ಕೆಲಸ ಏನು ಅಂತ ನನಗೆ ಜ್ಞಾಪಿಸಬೇಡ. ನಾನು ಮಾಡಿ ಗೆದ್ದಿರುವಷ್ಟು ಯುದ್ಧ ನೀನು ನೋಡಿ ಕಾಣೆ.'

'ಅದಕ್ಕೇ ನಾನು ನಿನ್ನನ್ನ ಮಹಾಸೇನಾನಿಯಾಗು ಅಂತ ಕೇಳಿಕೊಂಡದ್ದು.'

'ಅದಕ್ಕೇ ನಾನು ನಿನಗೆ ಈ ಮಾತು ಹೇಳುತ್ತಿರೂದು. ಯುದ್ಧ ಮಾಡುವವನು, ತಾನು ಯಾಕೆ ಮಾಡುತ್ತಿದೀನಿ ಅನ್ನುವ ಕಾರಣವನ್ನ ಸ್ಪಷ್ಟವಾಗಿ ಪ್ರಾಮಾಣಿಕವಾಗಿ ತಿಳಿದಿರಬೇಕು. ಅಂತರಂಗದ ನಿಷ್ಠೆ ಇಲ್ಲದಿದ್ದರೆ ದೇಹಧೈರ್ಯ ಎಲ್ಲಿಂದ ಬರುತ್ತೆ? ಅವರ

ಕಡೆಯೂ ಅಷ್ಟೆ. ಯಾಕೆ ಯುದ್ಧ ಮಾಡ್ತಿದೀವಿ ಅಂತ ಅವರಿಗೂ ಗೊತ್ತಿರಬೇಕು. ಅವರ ಕಡೆಯಿಂದ ನಿನ್ನ ಕಡೆಗೆ ಕೆಲವರು ಬರಬಹುದು. ನಿನ್ನ ಕಡೆಯಿಂದ ಅತ್ತಲಾಗೆ ಕೆಲವರು ಹರಿಯಬಹುದು. ಇದೆಲ್ಲ ಆಗಿ ಶೋಧಿಸಿದ ಮೇಲೆ ಸರಿಯಾದ ಯುದ್ಧ. ಇಲ್ಲದೆ, ಅರೆ ಮನಸ್ಸಿನಿಂದ ಸೇರಿರುವವರು ಒಳಗೇ ನಿನ್ನನ್ನು ತಿವಿಯುವುದಿಲ್ಲ ಅಂತ ಹ್ಯಾಗೆ ಹೇಳುತ್ತೀಯ? ಅದಕ್ಕೇ ನಾನು ಹೇಳಿದ್ದು, ನಾನು ಮಾಡಿರುವ ಯಾವ ಯುದ್ಧದಲ್ಲೂ ಸೋತಿಲ್ಲ. ನೀನು ಮಾಡಿರುವ ಯಾವುದರಲ್ಲೂ ಗೆದ್ದಿಲ್ಲ ಅಂತ.'

'ತಾತ, ನನ್ನನ್ನು ಅವಮಾನಿಸಬೇಕು ಅಂತಲೇ ನಿನ್ನ ಉದ್ದೇಶವಾಗಿರುವ ಹಾಗೆ ಕಾಣುತ್ತೆ.'

'ನಿಜವಾದ ಕ್ಷತ್ರಿಯ ಯುದ್ಧ ಮಾಡಿ ಗೆಲ್ಲಬೇಕು, ಮಗು' ಎಂದು ಅವನ ತಲೆಯನ್ನು ಸವರಿ ಹೇಳಿದರು: 'ಜೂಜಾಡಿ ದೋಚಬಾರದು.' ಅವರ ಗುಳಿಬಿದ್ದ ಕಣ್ಣುಗಳನ್ನು ನೋಡು ವಾಗ ಅವನಿಗೆ ಕಸಿವಿಸಿಯಾಯಿತು.

ಅಷ್ಟರಲ್ಲಿ ದ್ರೋಣರು ಬಾಯಿ ಹಾಕಿ ಹೇಳಿದರು: 'ಪಿತಾಮಹರ ಮಾತನ್ನು ಒಪ್ಪಿ ಕೊಂಡರೆ ನಿನಗೇ ಜಯವಾಗುವ ಸಂಭವ ಹೆಚ್ಚು. ಭೀಷ್ಮರೇ, ನಾನು ಮಹಾರಾಜನಿಗೆ ಅದೇ ಹೇಳುತ್ತಿದ್ದೆ. ನೆನ್ನೆ ರಾತ್ರಿ ನಾವು ಹೋಗಿ ಯುದ್ಧದ ನಿಯಮಗಳನ್ನು ಮಾಡಿಕೊಂಡು ಬರದಿದ್ದರೆ ನಾವು ಸೋಲುವುದು ಖಂಡಿತವಾಗಿತ್ತು. ಈ ನಿಯಮದ ಪ್ರಕಾರ ನಾವು ಯುದ್ಧಕ್ಕೆ ಸಿದ್ಧ ಅಂತ ಸೂಚನೆ ಕೊಡುವ ತನಕ ಅವರು ಮೇಲೆ ಬೀಳುವಂತಿಲ್ಲ. ನೆನ್ನೆ ರಾತ್ರಿಯಿಂದಲೇ ನಮ್ಮ ಸೈನಿಕರು ಹೆದರಿದ್ದಾರೆ ಅಂತ ತಿಳಿದು, ಅವರಿಗೆ ಖಂಡಿತ ತಿಳಿ ದಿದೆ, ಈ ಬೆಳಗ್ಗೆಯೋ ಅಥವಾ ನೆನ್ನೆ ರಾತ್ರಿಯೋ ಅವರು ಮೇಲೆ ಬಿದ್ದಿದ್ದರೆ ಇಲ್ಲಿ ಭಯ ಹರಡಿ ಎಲ್ಲರೂ ಕಾಲ್ತೆಗೆಯುತ್ತಿದ್ದರು. ನಮ್ಮ ರಥ, ಕುದುರೆ, ಆನೆ ಶಸ್ತ್ರಾಸ್ತ್ರಗಳನ್ನು ಅವರು ಸುಲಭವಾಗಿ ವಶಪಡಿಸಿಕೊಂಡು ನಿರಾಯುಧರಾದ ನಮ್ಮವರ ಬೆನ್ನಟ್ಟಿ ಹೊಡೆದು ಇನ್ನೆರಡು ದಿನದಲ್ಲಿ ಹಸ್ತಿನಾವತಿಗೆ ಹೋಗಿ ಕೂಡಬಹುದಿತ್ತು. ಇಷ್ಟವಿಲ್ಲದವರು ಹೋಗಿ ಅನ್ನುವುದೂ ನಮಗೆ ಅನುಕೂಲವಾಗಿಯೇ ಪರಿಣಮಿಸುತ್ತೆ ಗೊತ್ತೆ?'

ಭೀಷ್ಮರು ದುರ್ಯೋಧನನ ಮುಖವನ್ನೇ ನೋಡುತ್ತಿದ್ದರು. ಅವನು ಗಂಭೀರವಾಗಿ ಯೋಚಿಸುತ್ತಿದ್ದ. ಅವರು ಹೇಳಿದರು: 'ಈ ಮಾತಿಗೆ ನೀನೇ ಉತ್ತರ ಹೇಳುತ್ತೀಯೋ ಅಥವಾ ನಿನ್ನ ಸಲಹೆಗಾರರನ್ನು ಕೇಳುತ್ತೀಯೋ? ರಾಜನಿಗೆ ಸ್ವಬುದ್ಧಿ ಇರಬೇಕು. ಸಲಹೆ ಗಾರರ ಮಾತು ಕೇಳಿ ನೀನು ಬೇಡ ಅಂದರೆ ಯುದ್ಧದಲ್ಲಿ ಗೆಲ್ಲಿಸುವುದೂ ಅವರ ಹೊಣೆಯೇ ಆಗುತ್ತೆ. ನಾನು ಇಕೋ ಆ ತಟ್ಟೆಯಲ್ಲಿರುವ ಮಹಾಸೇನಾನಿ ಖಡ್ಗವನ್ನು ವಾಪಸು ಕೊಡುತ್ತೇನೆ.'

ಸ್ವಲ್ಪ ಹೊತ್ತು ತನ್ನಲ್ಲೇ ಯೋಚಿಸಿದ ದುರ್ಯೋಧನ ಎಂದ: 'ಗೆಲ್ಲಿಸುವ ಹೊಣೆ ನೀವಿಬ್ಬರೂ ಹೊರುವಾಗ ನೀವು ಹೇಳುವ ತಂತ್ರ ನಾನು ಪಾಲಿಸುತ್ತೇನೆ.'

ಭೀಷ್ಮರು ಚಪ್ಪಾಳೆ ಹೊಡೆದು ಬಾಗಿಲಿನ ಹೊರಗಿದ್ದ ಪ್ರಹರಿಯನ್ನು ಕೂಗಿದರು. ಆನೆಯ ಮೇಲೆ ಕೂತು ಭೇರಿ ಹೊಡೆಯುತ್ತಾ ಸಾರುವವರನ್ನು ಕರೆಯುವಂತೆ ಹೇಳಿದರು.

ಸ್ವಲ್ಪ ಹೊತ್ತಿಗೆ ನಾಲ್ವರು ಬಂದರು. ಭೀಷ್ಮರು ಅವರಿಗೆ ಅಪ್ಪಣೆ ಮಾಡಿದರು: 'ನಿಯೋಗದಿಂದ ಹುಟ್ಟಿದ ಪಾಂಡವರು ಈ ವಂಶಕ್ಕೆ ಸೇರಿದವರೇ ಅಲ್ಲ. ಅವರಿಗೆ ಖಾಂಡವಪ್ರಸ್ಥವನ್ನು ಕೊಟ್ಟದ್ದೇ ಅನ್ಯಾಯ. ಅನ್ಯಾಯವಾಗಿ ಕೊಟ್ಟದ್ದನ್ನು ದುರ್ಯೋಧನ ಮಹಾರಾಜರು ಜೂಜಿನಲ್ಲಿ ವಾಪಸು ಪಡೆದರು. ಈಗ ರಾಜ್ಯವನ್ನು ಅವರಿಗೆ ಹಿಂತಿರುಗಿಸುವ ಅಗತ್ಯವಿಲ್ಲ. ನಮಗೆ ಯುದ್ಧ ಬೇಡದಿದ್ದರೂ ಅವರೇ ನಮ್ಮ ಮೇಲೆ ದಾಳಿ ಮಾಡಲು ಬಂದಿದ್ದಾರೆ. ಪುರಾತನವಾದ ಕುರುವಂಶವನ್ನು ಈ ಹೊರಗಿನವರಿಂದ ಸಂರಕ್ಷಿಸುವುದು ಧರ್ಮವೆಂದು ನಂಬಿದವರೆಲ್ಲ ನಮ್ಮ ಕಡೆ ಇದ್ದು ಯುದ್ಧ ಮಾಡಿ. ಆ ಐವರದೇ ನ್ಯಾಯವೆಂದು ತಿಳಿದವರು ಅವರ ಕಡೆ ಹೋಗಬಹುದು. ಯಾವ ತಂಟೆಯೂ ಬೇಡ ಅನ್ನುವವರು ನಿಮ್ಮ ನಿಮ್ಮ ಊರಿಗೆ ಹೋಗಬಹುದು. ನಾಳೆ ಸೂರ್ಯ ಮುಳುಗುವ ಮೊದಲು ಹೋಗದೆ ಇರುವವರು ನಮ್ಮ ಕಡೆ ಯುದ್ಧ ಮಾಡಲು ಸಿದ್ಧ ಅಂತ ನಾವು ತೀರ್ಮಾನಿಸುತ್ತೇವೆ. ನಾಡದ್ದು ಸೂರ್ಯೋದಯಕ್ಕೆ ಸರಿಯಾಗಿ ಕದನ ಆರಂಭವಾಗುತ್ತೆ ಅಂತ ನಮ್ಮ ಕಡೆಯ ಪ್ರತಿಯೊಬ್ಬ ಸೈನಿಕನಿಗೂ, ಸೇನಾಮುಖ್ಯರಿಗೂ ಸರಿಯಾಗಿ ಕೇಳಿಸುವಂತೆ ನಾಲ್ಕು ಜನವೂ ನಾಲ್ಕು ದಿಕ್ಕಿಗೂ ಸಾರಿ ಬನ್ನಿ.'

'ಇಷ್ಟೆಲ್ಲ ಏಕೆ ಹೇಳಬೇಕು?' ದುರ್ಯೋಧನ ಕೇಳಿದ.

'ಹೀಗೆಯೇ ಆಗಬೇಕು,' ಎಂದ ಭೀಷ್ಮರು ಆ ನಾಲ್ವರಿಗೂ, 'ಆಯಿತು. ಈಗಲೇ ನಿಮ್ಮ ಕೆಲಸ ಮಾಡಿ ನಡೆಯಿರಿ.' ಎಂದು ಅಪ್ಪಣೆ ಮಾಡಿದರು. ಅವರು ಹೊರಗೆ ನಡೆದರು.

ಸ್ವಲ್ಪ ಹೊತ್ತಿಗೆ ದುರ್ಯೋಧನ ಹೊರಗೆ ನಡೆದ. ಅವನು ಪ್ರತಿಯೊಬ್ಬ ಸೇನಾನಿಯ ಶಿಬಿರಕ್ಕೂ ಹೋಗಿ ಉಪಚರಿಸುವುದರಲ್ಲಿದ್ದ. ಅಷ್ಟರಲ್ಲಿ ಅಜ್ಜನ ಕರೆ ಬಂದು ಇಲ್ಲಿಗೆ ಬಂದಿದ್ದ. ಅವನು ಹೋದ ನಂತರ ದ್ರೋಣರು ಹತ್ತಿರ ಸರಗಿ ಕುಳಿತು ಕೇಳಿದರು: 'ನೋಡಿ, ಆ ಐದು ಜನರೂ ಕೌರವರೇ ಅಂತ ನನ್ನ ಧರ್ಮದ ತಿಳಿವಳಿಕೆ. ಹಾಗಂತ ಈ ಯುದ್ಧದಲ್ಲಿ ಅವರ ಕಡೆ ಹೋಗಲಾರೆ. ಎರಡು ಕಾರಣಗಳು: ನಿಮಗೂ ಗೊತ್ತಿವೆ: ಅನ್ನ ಋಣ ಒಂದು. ಪಾಂಚಾಲ ರಾಜ ದ್ರುಪದನ ಮೇಲೆ ನನ್ನ ಕೋಪ ಇನ್ನೂ ಹೋಗಿಲ್ಲ. ಪಾಂಡವರ ಮುಖ್ಯಸೇನೆ ಪಾಂಚಾಲರದೇ ಅಲ್ಲವೆ?'

'ಆಚಾರ್ಯ, ನೀವು ಹುಟ್ಟಿದ್ದು ಬ್ರಾಹ್ಮಣರಾಗಿ. ವೃತ್ತಿ ಬಿಲ್ಲುವಿದ್ಯೆ. ಇಷ್ಟು ವರ್ಷ ಕಳೆದು ನಿಮಗೆ ಅವಮಾನ ಮಾಡಿದ ದ್ರುಪದನಿಗೆ ಶಿಕ್ಷೆಯೂ ಆಗಿ ಅವನು ಕ್ಷಮೆ ಕೇಳಿ ಎಲ್ಲ ಮುಗಿದಿದ್ದರೂ ಸಿಟ್ಟು ಹೋಗಿಲ್ಲದಿರುವುದು ಬ್ರಾಹ್ಮಣಲಕ್ಷಣವಲ್ಲ. ನೀವೇಕೆ ಕ್ಷತ್ರಿಯರಾಗಿ ಬಿಡಬಾರದು?'

'ಈ ದ್ರೋಣನನ್ನು ನನ್ನ ಮಗ ಧೃಷ್ಟದ್ಯುಮ್ನನಿಂದಲೇ ಕೊಲ್ಲಿಸದಿದ್ದರೆ ನಾನು ದ್ರುಪದನೇ ಅಲ್ಲ. ಅವನ ಶಿಷ್ಯ ಅರ್ಜುನನಿಂದಲೇ ಅವನನ್ನು ಪರಾಭವಗೊಳಿಸುತ್ತೀನಿ ಅನ್ನುತ್ತಿರುತ್ತಾನಂತೆ ಅವನು. ಆಗಾಗ್ಗೆ ತುಪ್ಪ ಹಾಕುತ್ತಿದ್ದರೆ ಬೆಂಕಿ ಆರುವುದು ಹೇಗೆ?'

'ಯಾವತ್ತಿದ್ದರೂ ಬೀಳುವ ಶರೀರ ಇದು. ದ್ರುಪದನ ಮಗನಿಂದಲೇ ಬೀಳಲಿ

ಅಂತ ಸುಮ್ಮನಿರಬೇಕು. ನಿನ್ನ ಮೇಲಾಗಲಿ ನಿನ್ನ ಮಗನ ಮೇಲಾಗಲಿ ನನಗೆ ಲೇಶವೂ ದ್ವೇಷವಿಲ್ಲದಿರುವಾಗ ಅದು ಹೇಗೆ ಕೊಲ್ಲಿಸುತ್ತೀಯ ಅಂತ ಹೇಳಿಕಳಿಸಿ.'

'ಪಾಂಚಾಲರ ಬಗೆಗೆ ದ್ವೇಷ ಬೇಡ ಅನ್ನುತ್ತೀರಲ್ಲ, ನಿಮಗೆ ಇಲ್ಲವೊ?'

'ನಾನು ಕ್ಷತ್ರಿಯ. ಇದ್ದರೂ ತಪ್ಪಿಲ್ಲ. ನೀವು ಬ್ರಾಹ್ಮಣರು ತಾನೆ.'

ಆಚಾರ್ಯರು ಸುಮ್ಮನೆ ನಕ್ಕರು. ತಮ್ಮ ಬ್ರಾಹ್ಮಣ ಜನ್ಮ ಮತ್ತು ಕ್ಷತ್ರಿಯ ಸ್ವಭಾವಗಳನ್ನು ಹೋಲಿಸಿ ಇವರು ಟೀಕೆ ಮಾಡುತ್ತಿರುವುದು ಇದೇನೂ ಮೊದಲ ಬಾರಿಯಲ್ಲ. ತಮ್ಮನ್ನು ಹೀಗೆ ಟೀಕಿಸುವ ವಯಸ್ಸು ಮತ್ತು ಮಿತ್ರಭಾವದವರು ಬೇರೆ ಯಾರೂ ಇಲ್ಲ. ಈ ಮಾತಿನಿಂದ ಅವರಿಗೆ ಸಂತೋಷವೂ ಆಗುತ್ತಿತ್ತು. ಕೇಳಿದರು: 'ನನ್ನದೇನೋ ಅನ್ನದ ಹಂಗು, ದ್ರುಪದನ ಮೇಲಣ ದ್ವೇಷ. ಅಲ್ಲಿ ಧರ್ಮರಾಜ ಹೇಳಿದ ಹಾಗೆ ಇಡೀ ಮೂಲರಾಜ್ಯದ ಸ್ವಾಮಿಯಾದ ನಿಮಗೆ ಅನ್ನದ ಹಂಗಿನ ಪ್ರಶ್ನೆಯಿಲ್ಲ. ದ್ರುಪದನ ಮೇಲೆ ಕೂಡ ದ್ವೇಷವಿಲ್ಲ. ಆದರೂ ಏಕೆ ಈ ಕಡೆ ಸೇರಿದಿರಿ? ಮಹಾಸೇನಾನಿ ಪದವನ್ನೇಕೆ ಒಪ್ಪಿಕೊಂಡಿರಿ? ಆ ಐದು ಮಕ್ಕಳು ನಿಮ್ಮ ವಂಶದವರೆಂಬ ನಿಮ್ಮ ಶ್ರದ್ಧೆಯೇನಾದರೂ ಶಿಥಿಲವಾಗಿದೆಯೆ?'

'ಆಚಾರ್ಯ, ಆ ನನ್ನ ಶ್ರದ್ಧೆ ಶಿಥಿಲವಾದರೆ ನಾನು ಆರ್ಯಧರ್ಮವನ್ನೇ ಧಿಕ್ಕರಿಸಿದ ಪಾಪಕ್ಕೆ ಗುರಿಯಾಗುತ್ತೇನೆ. ಯಾಕೆ ಈ ಸೇನಾಪದ ಒಪ್ಪಿಕೊಂಡೆ ಎಂಬ ಕಾರಣವನ್ನು ಮುಂದೆ ಒಂದು ದಿನ ಹೇಳುತ್ತೇನೆ. ನಿಮ್ಮ ಆಹ್ನಿಕಗಳು ಆಗಿವೆಯೆ?'

'ಬೆಳಗ್ಗೆ ಏಳುವಾಗಲೇ ತುಂಬ ಹೊತ್ತಾಗಿತ್ತು. ದುರ್ಯೋಧನ ಬಂದ. ಆಚಾರ್ಯ, ನಿಮ್ಮಂಥ ವೀರರಿಲ್ಲ, ಶೂರರಿಲ್ಲ, ಎಷ್ಟು ಸಾವಿರ ಶತ್ರುಗಳ ತಲೆಯನ್ನು ತರಿದುರುಳಿಸುತ್ತೀರಿ ಹೇಳಿ ಅಂತ ಶುರುಮಾಡಿದ. ಯುದ್ಧದ ಮಾತು ಬಂದಾಗಿನಿಂದ ದಿನಾ ಅವನು ಹೀಗೆಯೇ ನನಗೆ ಹೊಗಳುಪೂಜೆ ಸಲ್ಲಿಸಿ ಜೊತೆಗೆ ವರವನ್ನೂ ಕೇಳುತ್ತಿರುತ್ತಾನೆ.'

'ಈಗ ಆಹ್ನಿಕಾದಿಗಳನ್ನು ಮಾಡಿ ಹೋಗಿ.'

ದ್ರೋಣರು ಹೊರಗೆ ನಡೆದರು. ಭೀಷ್ಮರು ಪ್ರಹರಿಯನ್ನು ಕೂಗಿ ತಮ್ಮ ಊಟ ತರಿಸಿಕೊಂಡರು. ಅನಂತರ ಯಾರನ್ನೂ ಒಳಗೆ ಬಿಡಬೇಡವೆಂದು ಹೇಳಿ ವಿಶ್ರಾಂತಿಗೆ ಮಲಗಿದರು. ಆಕಳಿಕೆ ಬಂತು. ಒಮ್ಮೆ ಮೈ ಮುರಿದರು. ಈಗ ನಿದ್ದೆ ಬರುವುದಿಲ್ಲವೆಂದು ಗೊತ್ತಿದ್ದರೂ ಕಣ್ಣುಮುಚ್ಚಿದರು. ಕಣ್ಣು ಕಿವಿಗಳ ಹತ್ತಿರ ಸುತ್ತುಸುತ್ತು ಹಾಕುವ ಗುಂಗುರು, ಸೊಳ್ಳೆಗಳು. ಅರಮನೆಯಿಂದ ಹೊರಗೆ ನಾನು ಮಲಗಿಯೇ ಇಲ್ಲ, ಎಷ್ಟು, ಎಪ್ಪತ್ತು ವರ್ಷದಿಂದೀಚೆಗೆ. ಬೇವು ಚಂದನಗಳ ಹೊಗೆಗೆ ಸೊಳ್ಳೆ, ಕೀಟ, ಯಾವುದೂ ಇಲ್ಲದೆ ಅರಮನೆಯ ಸುಖ ಅನುಭವಿಸಿದವರು ಹನ್ನೆರಡು ವರ್ಷ ಇಂತಹ ಹಾಸಿಗೆಯೂ ಇಲ್ಲದೆ, ಅದಕ್ಕೇ ಎಷ್ಟು ಸಣ್ಣಗಾಗಿದ್ದಾನೆ ಧರ್ಮ. ಹೆಸರೇ ಧರ್ಮ. ಆರ್ಯ ಋಷಿಗಳು ಇಟ್ಟ ಹೆಸರು. ಇವನು ಅಧರ್ಮ ಅನ್ನುತ್ತಾನಲ್ಲ ರಾಜ್ಯ ಕೊಡಲಾರದ ಸಂಕಟಕ್ಕೆ. ಎಲ್ಲ ಅಧರ್ಮಗಳು ಹುಟ್ಟುವುದೂ ಮತ್ಸರದಿಂದ ಅಲ್ಲ, ಅಹಂಕಾರದಿಂದ, ಸ್ವಾರ್ಥದಿಂದ. ಎಲ್ಲಾ ಒಂದೇ–ಅದಕ್ಕೆ ನೂರೆಂಟು ಹೊರಗಿನ ಕಾರಣ ಹುಡುಕಿ ಧರ್ಮಕರ್ಮಗಳ ಬಣ್ಣ ಬಳಿದು ಆರ್ಯಧರ್ಮವನ್ನು ಅಧರ್ಮ ಎನ್ನುವ ಕಾಲ, ಹಾಳಾಯಿತು–ಎಂದು ಹೊರಳಿ

ಮಲಗಿದರು. ನನ್ನ ಶ್ರದ್ಧೆ ಏನಾದರೂ ಶಿಥಿಲವಾಗಿದೆಯೆ? ಹೊರಳಿದ್ದಕ್ಕೆ ದೀರ್ಘವಾಗಿ ಉಸಿರೆಳೆದುಕೊಳ್ಳುವಾಗ ಕೆಟ್ಟ ವಾಸನೆ ಬರುತ್ತಿದೆ. ಗಾಳಿ ಆ ಕಡೆಯಿಂದ ಇತ್ತ ಬೀಸುತ್ತಿರ ಬಹುದು ಹೊರಗೆ. ಪುಸ್ಸನೆ ತುಟಿಗಳನ್ನು ಒಡೆದುಕೊಂಡು ನಗು ಬಂತು. ಕ್ಷತ್ರಿಯತ್ವವೇ ಕ್ಷೀಣವಾಗುತ್ತಿದೆ. ಇಲ್ಲದಿದ್ದರೆ, ಥೂ, ಎಂದು ಮೂಗು ಮುಚ್ಚಿಕೊಂಡರು. ಸ್ವಲ್ಪ ಉಸಿರಾಡಿದರೆ ಏನೂ ಗೊತ್ತಾಗುವುದಿಲ್ಲ. ರಥದ ಮೇಲೆ ಹತ್ತಿ ನುಗ್ಗಿಸಿ ಬಾಣಗಳ ಮಳೆಗರೆದು, ಕುಡಿದ ನೀರು ಬೆವರಾಗಿ ಜಿನುಗದೆ ಮೂತ್ರವಾಗಿ ಹರಿಯುವುದೆಂದರೆ ಮುಖ್ಯ ಪ್ರಶ್ನೆ. ಪ್ರಶ್ನೆಯೂ ಇಲ್ಲ, ಏನೂ ಇಲ್ಲ. ಋಷಿಗಳೇ ಇಟ್ಟ ಹೆಸರು ಧರ್ಮ ಅಂತ. ಅದನ್ನು ಪ್ರಶ್ನಿಸುವ ಇವನೊಬ್ಬನೇ ಅಲ್ಲ, ಬಹಳ ಜನವಂತೆ. ನನ್ನ ಮೊಮ್ಮಕ್ಕಳೇ ಅಲ್ಲವೇನು ಹಾಗಾದರೆ? ಇನ್ನೂ ಕೇಳುತ್ತಿದೆ ಭೇರಿ ಬಡಿದು ಬಡಿದು ಮಧ್ಯೆ ನಿಲ್ಲಿಸಿ ಗಟ್ಟಿಯಾಗಿ ಸಾರುವ ಸದ್ದು. ಯಾವ ತಂಟೆಯೂ ಬೇಡ ಅನ್ನುವವರು ನಿಮ್ಮ ನಿಮ್ಮ ಊರಿಗೆ ಹೋಗಬಹುದು.....ಎಷ್ಟು ಜನ ಹೋಗುತ್ತಾರೋ. ಎಲ್ಲರೂ ಹೊರಟುಹೋದರೆ, ಯುದ್ಧವೇ ಇಲ್ಲ. ಧರ್ಮ ಗೆಲ್ಲುತ್ತೆ. ನನಗೇನೂ ಅನ್ನದ ಹಂಗಿಲ್ಲ ಅಂದನಲ್ಲ ಧರ್ಮ. ಸರ್ವವೂ ರಾಜನದಾಗಿರುವಾಗ ರಾಜನ ಹಂಗಿಲ್ಲ ಅಂತ ಯಾರು ಹೇಳಬಹುದು? ಇಡೀ ರಾಜ್ಯದ ಮೂಲ ರಾಜ. ರಾಜತ್ವ ಬೇಡ ಅಂತ ಅಲ್ಲವೇ ಸರ್ವವನ್ನೂ ಪರಿತ್ಯಜಿಸಿ ದೂರ ನಿಂತದ್ದು! ಈಗ ಮತ್ತೆ ತಾತ ಅನ್ನಿಸಿಕೊಂಡು ಉಭಯತ್ರರಿಂದಲೂ, ಊಹೂಂ ನಾವು ಮಾತ್ರ ನಿನ್ನ ಮೊಮ್ಮಕ್ಕಳು ಅವರು ಅಲ್ಲವೇ ಅಲ್ಲ. ಮೂರ್ಖ ಊಹೂಂ ದುರಾಶೆ? ಸುತ್ತು ಸುತ್ತು ಸೊಳ್ಳೆಗಳು ನಿಧಾನವಾದವು.

ಹಾಗೆಯೇ ನಿದ್ದೆ ಬಂತು. ಒಂದಷ್ಟು ಹೊತ್ತು. ವಾಸನೆ ಹೊಡೆಯದ ಸೊಳ್ಳೆ ಸುತ್ತದ ನಿದ್ದೆ.

ಎಚ್ಚರವಾಗುವ ವೇಳೆಗೆ ಸುಮಾರು ಆರು ಘಳಿಗೆ ಕಳೆದಿರುವಂತೆ ಭಾಸವಾಯಿತು. ನಿದ್ದೆಯಲ್ಲಿಯೇ ಹುಟ್ಟಿ ನಿಂತಿದ್ದು ಈಗ ಕಾಣಿಸಿಕೊಳ್ಳುವಂತೆ ಒಂದು ಆಲೋಚನೆ ಬಂತು. ದ್ವೈಪಾಯನ ವನ ಇಲ್ಲಿಗೆ ಎಷ್ಟು ದೂರವೊ? ಎಷ್ಟಾದರೂ ಆಗಲಿ, ರಥದ ಮೇಲೆ ಬೇಕಾದರೆ ಮಲಗಿ ವಿಶ್ರಮಿಸಿಕೊಳ್ಳುತ್ತಲೇ ಹೋಗುವುದು. ಕೃಷ್ಣದ್ವೈಪಾಯನ ಋಷಿ ಇದ್ದಾನೆ ಶಿಷ್ಯರೊಡನೆ. ವಾವೆಯಲ್ಲಿ ಸೋದರ, ಇದುವರೆಗೆ ನನಗೆ ಧರ್ಮಕರ್ಮದ ಸಮಸ್ಯೆ ಬಂದಾಗ ದಾರಿ ತೋರಿಸಿರುವವನು. ಅವನನ್ನೇ ಕೇಳಿ ನಿರ್ಧರಿಸಿಕೊಂಡು ನಾಳೆ ಸಂಜೆಯ ಒಳಗೆ ಹಿಂತಿರುಗಿ ಬಂದುಬಿಡಬೇಕು. ಅಂಗಾತ ಮಲಗಿದ್ದವರು ಬಲಮಗ್ಗು ಲಾದರು. ಹೆಚ್ಚು ಹೊತ್ತು ಮಲಗಿರಲಾಗಲಿಲ್ಲ. ತಕ್ಷಣ ಎದ್ದು ಕುಳಿತರು. ಚಪ್ಪಾಳೆ ತಟ್ಟಿದರು. ಮಹಾರಾಜನಿಗೆ ಹೇಳಿಕಳಿಸೆಂದು ಪ್ರಹರಿಗೆ ಅಪ್ಪಣೆ ಮಾಡಿದರು.

'ನಾಡದ್ದು ಬೆಳಗ್ಗೆ ಯುದ್ಧ ಶುರುವಾಗಬೇಕಾಗಿರುವಾಗ ಮಹಾಸೇನಾನಿಯು ಸೈನ್ಯವನ್ನು ಬಿಟ್ಟು ಯಾವುದೋ ಋಷಿಯನ್ನು ಹುಡುಕಿಕೊಂಡು ಅಷ್ಟು ದೂರ ಹೋಗುವುದೆಂದರೆ ಏನರ್ಥ?' ದುರ್ಯೋಧನ ಹೇಳಿದ.

'ಯಾವುದೋ ಋಷಿಯಲ್ಲ, ವೀರ್ಯದಾನ ಮಾಡಿ ನಿಮ್ಮಪ್ಪ ಮತ್ತು

ಧರ್ಮರಾಜಾದಿಗಳ ಅಪ್ಪನನ್ನು ಹುಟ್ಟಿಸಿದ ಋಷಿ. ಬಿದ್ದುಹೋಗುತ್ತಿದ್ದ ಕುರುವಂಶವನ್ನು ಉಳಿಸಿದಾತ, ಈಗ ಅವನನ್ನು ಕಂಡು ಆಶೀರ್ವಾದ ಪಡೆದು ಬರದಿದ್ದರೆ ಈ ಮಹಾಸೇನಾನಿಗೆ ಜಯವಾಗಬೇಡವೆ?'

ದುರ್ಯೋಧನ ಮಾತನಾಡಲಿಲ್ಲ. ಅವರೇ ಪಾರುಪತ್ಯೇಗಾರನನ್ನು ಕರೆಸಿ ನಾಲ್ಕು ನಾಲ್ಕು ಕುದುರೆ ಕಟ್ಟಿದ ಎರಡು ರಥಗಳನ್ನು ತರಿಸಿದರು. ಜೊತೆಗೆ ಹತ್ತು ಕುದುರೆ ಸವಾರರು. ಬೆಂಗಾವಲಿಗೆ ಒಂದು ಸೈನ್ಯವಿರಲೆಂದು ದುರ್ಯೋಧನ ಹೇಳಿದ. 'ಋಷಿಗಳನ್ನು ಕಾಣಲು ಹೋಗುವಾಗ ಸೈನ್ಯವಿರಬಾರದು. ದಾರಿಯಲ್ಲಿ ನನ್ನನ್ನು ಯಾರೂ ಸೆರೆ ಹಿಡಿಯುವುದಿಲ್ಲ.' ಎಂದು ಹೇಳಿದ ಅವರು ಮುಂದಿನ ರಥದಲ್ಲಿ ದಿಂಬು ಒರಗಿ ಮೆತ್ತೆಯ ಮೇಲೆ ಕುಳಿತರು. ಹಿಂದಿನದರಲ್ಲಿ ಆಹಾರಾದಿ ಸಾಮಗ್ರಿಯಿತ್ತು. ತಮ್ಮ ಶಿಬಿರದಿಂದ ದಕ್ಷಿಣದಿಕ್ಕಿಗೆ ಹೋಗುವಾಗ ತಮ್ಮ ಕಡೆಯ ಸೈನ್ಯದ ಒಂದು ಭಾಗ ಎಡಗಡೆಯಲ್ಲಿ ಕಾಣಿಸುತ್ತಿತ್ತು. ಆನೆಗಳು ದೂರದ ಮರಗಳ ರೆಂಬೆಗಳನ್ನು ಕಿತ್ತು ತಿನ್ನುತ್ತಿದ್ದವು. ಭೇರಿಯವನು ಒಂದು ಆನೆಯ ಮೇಲೆ ಕುಳಿತು ಇನ್ನೂ ಸಾರುತ್ತಿದ್ದ. ಈಗ ಅವರ ಮನಸ್ಸಿನಲ್ಲಿ ಮತ್ತೆ ಯಾವ ವಿಚಾರವೂ ಇಲ್ಲ. ದಾಯಾದಿಗಳಿಗೆ ರಾಜ್ಯ ಕೊಡುವುದಿಲ್ಲವೆಂದು ದುರ್ಯೋಧನ ಹೇಳಿದ್ದರೆ ಅವರನ್ನು ಧರ್ಮದ ಪ್ರಶ್ನೆ ಕಾಡುತ್ತಿರಲಿಲ್ಲ. ಅದು ಲೋಕದ ರೀತಿಯಾಗುತ್ತಿತ್ತು. ಆದರೆ ಅವನು ಮೂಲಭೂತ ಧರ್ಮದ ಪ್ರಶ್ನೆಗಳನ್ನೆತ್ತಿ ತಾನು ಧರ್ಮದ ಸಲುವಾಗಿ ಯುದ್ಧ ಮಾಡುತ್ತಿರುವುದಾಗಿ ಹೇಳುತ್ತಿದ್ದಾನೆ. ಅವನು ಹೇಳುವುದೇ ಧರ್ಮವಾಗಿದ್ದಲ್ಲಿ ತಮ್ಮ ಶ್ರದ್ಧೆ ಅಧರ್ಮವಾಗುವುದು ಮಾತ್ರವಲ್ಲ, ತಮ್ಮ ಇಡೀ ಜೀವನದಲ್ಲಿ ಮಾಡಿದುದು, ಇಡೀ ಜೀವನವೇ ವಿಫಲವಾಗುತ್ತದೆ. ಈ ಯುದ್ಧದಲ್ಲಿ ಪಾಂಡವರು ಗೆಲ್ಲುವುದು ಸೋಲುವುದು, ಇಷ್ಟೆಲ್ಲ ಸೈನ್ಯವಾಗಿ ಸೇರಿರುವ ಮನುಗಣವು ಉಳಿಯುವುದು ಅಳಿಯುವುದಕ್ಕಿಂತ ಹೆಚ್ಚು ಮಹತ್ತ್ವದ್ದಾಗಿ ಅವರ ಜೀವನದ ವಿಫಲತೆಯ ಪ್ರಶ್ನೆ ಕಂಡಿತು. ಕೃಷ್ಣದ್ವೈಪಾಯನನಂತೆ ನಾನೂ ಪೂರ್ಣರೀತಿಯ ಋಷಿಯಾಗಿ ಹಸ್ತಿನಾವತಿಯನ್ನು ಬಿಟ್ಟು ವನವಾಸಿಯಾಗಬೇಕಾಗಿತ್ತು. ಹಾಗೆ ಮಾಡದೆ ಇತ್ತ ಪೂರ್ಣ ಸಂಸಾರಿಯೂ ಆಗದೆ ಅತ್ತ ಸಂಸಾರದಿಂದ ಬಿಡಿಸಿಕೊಳ್ಳಲೂ ಆಗದೆ ಏನು ತೊಡರು ಇದು ಎಂದು ದಿಂಬು ಒರಗಿ ಕಾಲು ಚಾಚಿದರು. ದ್ವೈಪಾಯನ ವನಕ್ಕೆ ದಾರಿ ಏನೋ ಇದೆ. ಎರಡು ಕಡೆಗಳಲ್ಲಿಯೂ ಕೆಲವೆಡೆ ಕೃಷಿ ಭೂಮಿ. ಮತ್ತೆ ಕೆಲವೆಡೆ ಕಾಡುಗಳು. ರಥವು ಏನು ಕುಲುಕುತ್ತೆ ಮೆತ್ತನೆಯ ಹಾಸಿಗೆಯಾದರೂ. ಶರೀರ ಇಷ್ಟು ಗಳಿತವಾಗಿರುವುದು ಇಷ್ಟು ದಿನ ತಿಳಿದೇ ಇರಲಿಲ್ಲವೆನ್ನಿಸಿತು. ಎಷ್ಟು ವರ್ಷದ ಕಾಯ ಇದು. ಬದುಕಿ ಬದುಕಿ ತಾನೇ ಲೆಕ್ಕವಿಡುವುದನ್ನು ಬಿಟ್ಟುಬಿಟ್ಟಿದ್ದೇನೆ. ಚಿರಂಜೀವಿ ಎನ್ನುವಷ್ಟು ಹಳೆಯ ಕಾಯ. ನೆನಪು ಹಿಂದೆ ಮುಪ್ಪು, ಕಡಮೆ ಮುಪ್ಪು ಇನ್ನೂ ಕಡಮೆ ಮುಪ್ಪಿನ ಹಿಂದೆ ಸರಿಯುತ್ತಿರುವಾಗ, ನನ್ನ ಜೀವನದಲ್ಲಿ ಬಾಲ್ಯ ಯೌವನ ಪ್ರಾಯಗಳಿಗಿಂತ ನಡುವಯಸ್ಸು ಮುಪ್ಪುಗಳೇ ದೀರ್ಘ ಎನ್ನಿಸಿತು. ನೆನಪಿನ ಸೂಡಿ ಹಿಡಿದು ಹಿಂದೆ ಹಿಂದೆ ಸಾಗಿದಂತೆಲ್ಲ, ಎಷ್ಟು ಹಿಂದಕ್ಕೆ ತಾನೇ ನೆನಪು ಹರಿಯಬಲ್ಲದು? ಮಗುವಾಗಿ ತಾಯಿಯ ತೊಡೆಯ ಮೇಲೆ ಮಲ ಮೂತ್ರ ಮಾಡಿಕೊಂಡ ನೆನಪು

ಯಾರಿಗೆ ತಾನೇ ಇರುತ್ತೆ. ಆಗ ಬುದ್ಧಿ ಇದ್ದರಲ್ಲವೆ ಅನಂತರ ನೆನಪು ಉಳಿಯುವುದು? ತಾಯಿಯನ್ನು ಬಿಟ್ಟು ದೂರ ಮಲಗುವ ವಯಸ್ಸಿಗಲ್ಲವೇ ನೆನಪು ಕೂಡಲು ಶುರುವಾಗುವುದು? ನನಗಂತೂ ತಾಯಿಯ ತೊಡೆಯ ಮೇಲೆ ಮಲಗಿ, ಮಲಗಲೇ ಇಲ್ಲವಂತೆ. ತಾಯಿ ಅಂದರೆ ಏನು ದ್ವೇಷ ಚಿಕ್ಕ ಹುಡುಗನಲ್ಲಿ! ಹೆತ್ತ ಮಗುವನ್ನು ಯಾವ ಕರುಳ ಬಂಧನವೂ ಇಲ್ಲದೆ ಬಿಟ್ಟು ತನ್ನ ತೌರಿನ ಕುಲಕ್ಕೆ ಹೊರಟು ಹೋಗುವವಳು ಎಂಥ ತಾಯಿ! ನಮ್ಮಪ್ಪನಿಗೆ ಯಾವ ಆರ್ಯ ಕನ್ಯೆಯೂ ಸಿಕ್ಕಲಿಲ್ಲವೆ? ಕೆಂಪಗೆ ಎತ್ತರಕ್ಕೆ ನಸುನೀಳ ಮೂಗಿನ, ಕಪ್ಪುಗಣ್ಣಿನ ಆರ್ಯ ಕನ್ಯೆಗಿಂತ ಅವನಿಗೆ ಆರ್ಯೇತರ ಹೆಣ್ಣುಗಳ ಮೇಲೆಯೇ ಮೋಹ ಜಾಸ್ತಿ. ಇಬ್ಬರು ಹೆಂಡಿರೂ ಆರ್ಯೇತರರೇ. ಅದೇನು ವಿಶೇಷ ಈ ಕಾಡುಹೆಣ್ಣುಗಳಲ್ಲಿ? ಬ್ರಹ್ಮಚಾರಿಯಾದ ತನಗೆ ಹೆಣ್ಣುಗಳ ವಿಷಯ ಕೇಳಿ ಗೊತ್ತಿದೆ. ಅನುಭವಿಸಿ ತಿಳಿದಿಲ್ಲ. ಕೇಳಿರುವುದು ತಾನೆ ಎಷ್ಟು, ಮೊದಲಿನಿಂದ ರಾಜ್ಯಾಡಳಿತ ಸೂತ್ರವನ್ನು ಕೈಲಿ ಹಿಡಿದು ನೈಷ್ಠಿಕ ಬ್ರಹ್ಮಚಾರಿಯಾದ, ಹೆಂಗಸೆಂದರೆ ತಿರಸ್ಕಾರ ತುಂಬಿದ ನನ್ನ ಸಂಗಡ ಆ ವಿಷಯ ಮಾತನಾಡುತ್ತಿದ್ದವರಾದರೂ ಯಾರು? ಮೊದಲ ಮದುವೆ ಮಾಡಿಕೊಂಡದ್ದು ಗಂಗಾ ಎಂಬುವವಳ ಜೊತೆ. ಅವಳೇ ನನ್ನ ಅಮ್ಮ. ಚಿಕ್ಕಮ್ಮ ಇರುವ ತನಕ ನನ್ನನ್ನು ಗಂಗಾಸೂನು, ಗಂಗಾತನಯ ಅಂತಲೇ ಕರೆಯುತ್ತಿದ್ದಳಲ್ಲ. ಈಗ ಈ ಕೃಷ್ಣದ್ವೈಪಾಯನನೊಬ್ಬ ವಾವೆಯ ತಮ್ಮ. ಋಷಿಯಾಗಿ ನನಗಿಂತ ದೊಡ್ಡವನಾಗಿರುವ ಇವನೊಬ್ಬ ಆ ಹೆಸರಿನಿಂದ ಕೂಗುತ್ತಾನೆ. ಉಳಿದವರಿಗೆಲ್ಲ ನಾನು ಭೀಷ್ಮ. ಹುಟ್ಟುಹೆಸರು ಜಗತ್ತಿಗೆ ಮರೆತೇಹೋಯಿತು. ದೇವವ್ರತ ಅಂದರೆ ನನಗೆ ಕೂಡ ಯಾರದೋ ಹೆಸರು ಎನ್ನಿಸುವಷ್ಟು ದೂರವಾಯಿತಲ್ಲ. ಬೇಟೆಗೆಂದು ಗಂಗಾನದಿಯ ದಡ ಹಿಡಿದು ಹಿಮಾಲಯದ ಬುಡದವರೆಗೂ ಹೋಗುವ ಅಪ್ಪನಿಗೂ ಪ್ರಾಯ. ನನ್ನಂತೆಯೇ ಎತ್ತರದ ಮೈಕಟ್ಟು. ಬೆಟ್ಟದ ಕುಲದ ಅವಳ ಹೆಸರೂ ಗಂಗಾ ಎಂತಲೇ. 'ರಾಜ, ನಿನ್ನ ಮೇಲೆ ನನಗೂ ಪ್ರೀತಿ ಹುಟ್ಟಿದೆ. ಆದರೆ ನನ್ನ ನಿನ್ನ ಕುಲಾಚಾರಗಳೇ ಬೇರೆ' ಅಂದಳಂತೆ. ಕುಲಾಚಾರ ಬೇರೆಯಾದರೇನಂತೆ ಅಂದ ಇವನು ಪ್ರಾಯದ ಭರದಲ್ಲಿ. 'ಹಾಗಲ್ಲ. ನಮ್ಮಲ್ಲಿ ಮಗಳಿಗೆ ಹುಟ್ಟುವ ಮಕ್ಕಳೆಲ್ಲ ಅವಳ ತಾಯಿಯ ಮನೆಗೆ ಸೇರುತ್ತವೆ. ನಿಮ್ಮಲ್ಲಿ ಹಾಗಲ್ಲ. ಮಕ್ಕಳೇನಿದ್ದರೂ ಅವಳ ಗಂಡನ ಆಸ್ತಿ. ನಾನು ನಿನ್ನ ಜೊತೆ ಬರುತ್ತೇನೆ. ಆದರೆ ಕುಲಕ್ಕೆ ತಪ್ಪಿ ನಡೆಯಲಾರೆ. ನನಗೂ ನಿನಗೂ ಆಗುವ ಮಕ್ಕಳನ್ನು ಹುಟ್ಟಿದ ತಕ್ಷಣ ನನ್ನ ತಾಯಿಯ ಮನೆಗೆ ಕಳಿಸಿಬಿಡಬೇಕು. ಇದಕ್ಕೆ ಒಪ್ಪುವೆಯಾ?' ಸುಂದರಿ, ನನಗೆ ಬೇಕಾದದ್ದು ನೀನು, ಮಕ್ಕಳಲ್ಲ, ತರುಣ ರಸಿಕ. 'ನೀನು ಎಂದಾದರೂ ಹುಟ್ಟುವ ಮಕ್ಕಳ ಮೇಲೆ ಅಧಿಕಾರ ಸ್ಥಾಪಿಸಹೊರಟೆಯೋ, ನನ್ನ ನಿನ್ನ ಸಂಬಂಧ ಅಲ್ಲಿಗೆ ಮುಕ್ತಾಯ,' ಕರಾರು ಹಾಕಿ ಇವನ ಜೊತೆ ಬಂದಳಂತೆ ನನ್ನ ತಾಯಿ.

ಮಕ್ಕಳು ತಂದೆಯವೋ ತಾಯಿಯವೋ? ಭೀಷ್ಮರ ಮನಸ್ಸು ಚಿಂತನೆಯಲ್ಲಿ ತೊಡಗಿತು. ಕುಲುಕುವ ರಥದಲ್ಲಿ ಕಾಲು ಚಾಚಿ ಮಲಗಿದ್ದವರು ಎದ್ದು ಕುಳಿತರು. ಒಣಗಿದ ಎಲೆಗಳನ್ನು ಉದುರಿಸುವ ಮರಗಿಡಗಳು. ಮುಂದೆ ಐವರು ಕುದುರೆ ಸವಾರರು. ಹಿಂದೆ ರಥ, ಮತ್ತೆ ಐವರು ಕುದುರೆಯವರು. ಕುದುರೆಯ ಗೊರಸು, ರಥದ ಚಕ್ರಗಳಿಗೆ ಸಿಕ್ಕಿ ನುರುನುರುಗುಟ್ಟುವ

ಒಣ ಎಲೆಗಳು. ತಂದೆಯವೋ ತಾಯಿಯವೋ? ಬೀಜದವೋ ಕ್ಷೇತ್ರದವೋ? ಪ್ರಾಯದಲ್ಲಿ ಅಪ್ಪನಿಗೆ ಈ ಪ್ರಶ್ನೆಯೇ ಕಾಣಲಿಲ್ಲವಂತೆ. ತಾನು–ತನ್ನ ಮೋಹದ ಹೆಂಗಸು, ಬಸುರಾದಳು, ಮಗು ಹೆರಲು ತೌರಿಗೆ ಹೋದಳು. ಹೆರಿಗೆಗೆ ತೌರಿಗೇ ಯಾಕೆ ಹೋಗಬೇಕು? ಮಗು ಹೆತ್ತು ಅಲ್ಲಿಯೇ ಬಿಟ್ಟು ತನ್ನ ಶರೀರಕ್ಕೆ ಮಾತ್ರ ಆರೈಕೆ ಮಾಡಿಕೊಂಡು ಮಾಡಿಸಿಕೊಂಡು ಹಿಂತಿರುಗಿದಳು. ಮತ್ತೆ ಮೋಹ. ಬಸಿರು. ತುಂಬುಬಸಿರು. ಮತ್ತೆ ಹೆರಿಗೆಗೆ ತೌರುಮನೆ. ಹೆತ್ತು ತೌರನ್ನು ತುಂಬಿ ಮೈಕಟ್ಟು ಬಿಗಿಯಾಗುವಂತೆ ಬಾಣಂತನ ಮಾಡಿಸಿಕೊಂಡು ಹಿಂತಿರುಗಿದಳು ಇವನ ಪ್ರಾಯದ ಮೋಹವನ್ನಿಳುಕಲು. ಒಂದು, ಎರಡು, ಮೂರು, ನಾಲ್ಕು, ಐದು, ಆರು, ಏಳು, ಅಂದರೆ ಹನ್ನೆರಡು ಹದಿನಾಲ್ಕು ವರ್ಷದ ಅಖಂಡ ಮೋಹದಾಟದಲ್ಲಿ ಮೆರೆದ ಮೇಲೆ ರಾಜನಿಗೆ ರಾಜ್ಯದ ನೆನಪಾಯಿತು. ತನಗಾಗಲೇ ಪ್ರಾಯ ಇಳಿಯುತ್ತಿದೆ. ಮುಂದೆ ರಾಜ್ಯಕ್ಕೆ ದಿಕ್ಕಾರು? ಭೀಷ್ಮರ ಮನಸ್ಸು ತನ್ನನ್ನು ತಾನು ಬಿಡಿಸಿ ನೋಡಿಕೊಂಡಿತು: ಆಗ ಹಾಗೆ ತಿಳಿದಿದ್ದೆ. ಬರೀ ರಾಜ್ಯದ ಉತ್ತರಾಧಿಕಾರಿಗಾಗಿಯಲ್ಲ, ಅಪ್ಪ ಬಯಸಿದುದು. ತನ್ನ ಬೀಜದ ಮಗು ತನಗುಳಿದು ಅದನ್ನು ಎತ್ತಿ ಆಡಿಸಿ ಪ್ರೀತಿಸುವ ಸುಖ ತನಗೆ ಬೇಡವೆ? 'ಹಾಗಾದರೆ ನೀನೂ ನಮ್ಮಮ್ಮನ ಮನೆಗೆ ಬಂದು ಇದ್ದುಬಿಡು. ಆಡಿಸಲು ಮಗು ಸಿಕ್ಕುತ್ತೆ.' ಅತ್ತೆಯ ಮನೆಯ ಊಳಿಗ ಮಾಡಿಕೊಂಡಿರುವುದಕ್ಕೆ ನನ್ನದು ಆರ್ಯಕುಲ. ಅಲ್ಲದೆ ನಾನು ರಾಜ. 'ನನ್ನ ನಿನ್ನ ಕುಲಾಚಾರವೇ ಬೇರೆ ಅಂತ ಮೊದಲೇ ಹೇಳಿ ಒಪ್ಪಂದ ಮಾಡಿದ ಮೇಲಲ್ಲವೆ ನಾನು ನಿನ್ನ ಕೂಡ ಬಂದದ್ದು?' ಗಂಡನಿಗಾಗಿ ನಿನ್ನ ಕುಲಾಚಾರ ಬಿಟ್ಟುಬಿಡು, ಇವನು ಬೇಡಿಕೊಂಡ. 'ಗಂಡನಿಗಾಗಿ ಎಲ್ಲವನ್ನೂ ಬಿಟ್ಟುಬಿಡು ವುದು ನಿಮ್ಮ ಕುಲಾಚಾರ. ನಾನೇಕೆ ಹಾಗೆ ಮಾಡಲಿ?' ಅವಳು ಹಟ ಹಿಡಿದಳಂತೆ. ಮಕ್ಕಳು ತಂದೆಯವೋ ತಾಯಿಯವೋ? ಬೀಜದವೋ ಕ್ಷೇತ್ರದವೋ? ಪ್ರಾಯದಲ್ಲಿ ಕಾಣದ ಪ್ರಶ್ನೆ ಈಗ ಅಪ್ಪನನ್ನು ಕಾಡಲು ಶುರುವಾಯಿತು. ನಾನು ಆರ್ಯ, ಮಕ್ಕಳು ಬೀಜದ್ದು, ಕ್ಷೇತ್ರದ್ದಲ್ಲ ಅಂತ ಹಟ ಮಾಡಿದನಂತೆ. 'ನಾನು ಪರ್ವತಸೀಮೆಯವಳು. ನನ್ನ ಕುಲ ಬೇರೆ. ಯಾವ ಯಾವ ಹಕ್ಕಿ ಎಲ್ಲೆಲ್ಲಿಂದ ಎಂತೆಂತಹ ಬೀಜವನ್ನು ಕಚ್ಚಿ ತಂದುಹಾಕುತ್ತೋ ಬಲ್ಲವರಾರು? ಹೊಟ್ಟೆಯಲ್ಲಿ ಇಟ್ಟು ಹೊತ್ತು ಬೆಳೆಸುವ ಬಸರಿನದೇ ಸಂತಾನ. ನನ್ನ ಸಂತಾನ ನನ್ನದು. ನಾನು ನನ್ನ ತಾಯಿಗೆ ಸೇರಿದವಳು. ನಿನ್ನ ಜನದ ಆಚಾರ ನನಗೆ ಬೇಡ. ಹೆಂಗಸನ್ನು ಬಲವಂತಗಿಲವಂತ ಮಾಡುವುದು ನಮ್ಮ ಕುಲದಲ್ಲಿ ನಡೆಯುವುದಿಲ್ಲ,' ಅವಳದೂ ಹಟ. ಇವನು ಎಷ್ಟಾದರೂ ರಾಜ. ಅವಳಿದ್ದದ್ದು ಇವನ ಊರಿನಲ್ಲಿ. ಯಾರು ಗೆಲ್ಲುತ್ತಾರೆ? ಈ ಸಲದ ಹೆರಿಗೆ ಇಲ್ಲಿಯೇ ಆಗಲಿ, ಅಲ್ಲಿಗೆ ಕಳಿಸುವುದಿಲ್ಲ, ಅಪ್ಪಣೆ ಮಾಡಿದ. ಅತ್ತಳು. ಕರೆದಳು. ಬೈದಳು. ಎಂಟನೆಯ ಹೆರಿಗೆ ಇಲ್ಲಿಯೇ ಆಯಿತು. ರಾಜ ಮಗುವನ್ನು ಕಾವಲಿಟ್ಟು ಕಾಯಿಸಿದ. ಒಂದು ದಿನ ಅವಳು ತನ್ನ ಹೊಟ್ಟೆಯಲ್ಲಿ ಮೊಳೆತು ಬೆಳೆದು ಹುಟ್ಟಿ ಹೊರಬಂದ ಮಗುವನ್ನು ಬಿಟ್ಟು ತಾನೊಬ್ಬಳೇ ಕದ್ದು ಮರೆಯಾದ ಳಂತೆ. ಅಪ್ಪ ಅವಳನ್ನು ಹುಡುಕಿಸಲಿಲ್ಲ. ಮತ್ತೆ ಕರೆತರುವ ಪ್ರಯತ್ನ ಮಾಡಲಿಲ್ಲ. ಪ್ರಯತ್ನಿ ಸಿದ್ದರೂ ಬರುತ್ತಿದ್ದಳೆ? ಮತ್ತೆ ಅದೇ ದಿಂಬು ಒರಗಿ ಕಾಲುನೀಡಿ ಕುಳಿತರು, ಒಳ್ಳೇ ಶಕ್ತಿ

ವಂತ ಕುದುರೆಗಳು. ಗಾಂಧಾರ ಬಾಹ್ಲೀಕ ಸಿಂಧು ದೇಶಗಳ ಕುದುರೆ ಅಂದರೆ ನಿಜವಾದ ಜಾತಿ. ದುಶ್ಶಳೆಯನ್ನು ಜಯದ್ರಥನಿಗೆ ಕೊಟ್ಟು ಸಂಬಂಧ ಮಾಡಿದ ಮೇಲೆ ಜಾತಿಕುದುರೆಗೆ ಬರವಿಲ್ಲ. ಸಾಕಣೆಯ ವಿದ್ಯೆ ನಮಗೆ ಏಕೆ ಬಂದಿಲ್ಲ ಅಷ್ಟು ಚನ್ನಾಗಿ ಎನ್ನುತ್ತಾ ಶತಮಾನದ ಆಚೆಯ ಗುಳಿಬಿದ್ದ ಕಣ್ಣುಗಳನ್ನು ಮುಚ್ಚಿ ರಥದ ಕುಲುಕಿಗೆ ತಕ್ಕಂತೆ ತೂಗಲು ಮೊದಲುಮಾಡಿದರು. ಚಿಕ್ಕ ಹುಡುಗನಲ್ಲಿ ಅದೆಷ್ಟು ಬಾಧಿಸುತ್ತಿತ್ತು ತಾಯಿಯ ನೆನಪು. ಹೆತ್ತ ಮಗುವನ್ನು ಬಿಟ್ಟು ಓಡಿಹೋದ ಅವಳೆಂತಹ ಕಲ್ಲುಮನಸ್ಸಿನವಳು. ಹೆಂಗಸೇ ಅಲ್ಲ ಅಂತ ದಾದಿಯರು ಬೈದು ಅಪ್ಪ ಬೈದು ತಾನೂ ಬೈದು. ಈಗ ಅನ್ನಿಸುತ್ತಿದೆ. ಮೊದಲ ಏಳು ಮಕ್ಕಳನ್ನು, ಅವೆಲ್ಲವೂ ಗಂಡುಮಕ್ಕಳೇ ಅಂತೆ, ಹೆತ್ತು ಹೆತ್ತು ತಾಯಿಯ ಹತ್ತಿರ ಬಿಟ್ಟು ನಮ್ಮೂರಿಗೆ ಬರುತ್ತಿದ್ದಳು. ನನ್ನನ್ನು ಹೆತ್ತು ಹುಟ್ಟಿಸಿದವನ ಹತ್ತಿರ ಬಿಟ್ಟು ತಾಯಿಯ ಹತ್ತಿರ ಹೊರಟು ಹೋದಳು. ಅವಳಿಗೆ ಯಾವ ಮಕ್ಕಳ ಮೇಲೂ ಮಾತೃತ್ವದ ಅಂಟು ಇರಲಿಲ್ಲವೋ ಏನೋ! ಹಿಂದೊಮ್ಮೆ ತಾನು ಐವತ್ತರವನಾಗಿದ್ದಾಗ ಹಿಮಾಲಯ ಪರ್ವತದ ಕಡೆ ದಿಗ್ವಿಜಯಕ್ಕೆ ಹೋದಾಗ ತಿಳಿಯಿತು. ಅಲ್ಲಿಯ ಒಂದು ಜನಾಂಗದಲ್ಲಿ ಹಾಗೆಯೇ ಅಂತೆ. ಹೆಂಗಸು ಮಗು ಹೆತ್ತು ತೌರಿಗೆ ಕೊಟ್ಟು ಹೋಗುತ್ತಾಳಂತೆ. ಆಗಲೂ ಮನಸ್ಸು ಮ್ಲಾನವಾಗಿತ್ತು. ಪರ್ವತಸೀಮೆಯಲ್ಲಿ ಯುದ್ಧ ಮಾಡುತ್ತಾ ತಿರುಗುವಾಗ ಯಾರಾದರೂ ಎತ್ತರದ ಮನುಷ್ಯನನ್ನು ನೋಡಿದರೆ ಅವನು ನನ್ನ ಅಣ್ಣನೇ ಇರಬಹುದೇ ಎಂಬ ಭ್ರಮೆ ಹಿಡಿಯುತ್ತಿದ್ದುದೂ ನೆನಪಾಯಿತು. ಹುಟ್ಟಿನ ಭ್ರಮೆಗಿಂತ ಆಳವಾದ ಭ್ರಮೆ ಯಾವುದೂ ಇಲ್ಲ ಎಂದು ಎಷ್ಟು ಸಲ ಅನ್ನಿಸಿಲ್ಲ!

ಅವ್ವ ಹೋದಳು. ಆದರೆ ಅಪ್ಪನ ವಾತ್ಸಲ್ಯ ದೊಡ್ಡದು. ದಾದಿಯರು ಎಷ್ಟು ಜನರಿದ್ದರೂ ನನ್ನನ್ನು ಸಾಕಿದಾತ ಅಪ್ಪನೇ. ಗಂಡಸು ಸಾಕಿದ ಮಗ ಅಂತಲೇ ಕರೆಯುತ್ತಿದ್ದರಲ್ಲ ಅರಮನೆಯ ಹಿರಿಯ ದಾಸ ದಾಸಿಯರು. ಎಷ್ಟು ಚಿಕ್ಕ ವಯಸ್ಸಿಗೇ ಬಿಲ್ಲುವಿದ್ಯೆ, ಕಾಡು, ಬೇಟೆ, ಯುದ್ಧ, ಲಗ್ಗೆ. ಭಯವೆಂದರೇನೆಂಬುದನ್ನು ಕಾಣದ ಜೀವನ. ತಾಯಿ ಸತ್ತ ಮಗುವಿಗೆ ಬರುವ ಏಕಾಂಗಿತನದ ಭಾವ ನನ್ನಲ್ಲಿ ಹುಟ್ಟದಂತೆ ಸದಾ ನನ್ನ ಜೊತೆಗಿದ್ದು ಚಿಕ್ಕ ವಯಸ್ಸಿನಲ್ಲೇ ಯುವರಾಜ ಪಟ್ಟವನ್ನೂ ಕಟ್ಟಿದ ಅಪ್ಪನಿಗೆ ಯಾಕೆ ಮುದಿ ವಯಸ್ಸಿನಲ್ಲಿ ಎರಡನೆಯ ಮೋಹ ಕವಿಯಿತು! ಅದೂ ಮೀನು ಹಿಡಿಯುವವರ ಹುಡುಗಿಯಲ್ಲಿ. ಹೆಸರೇ ಕಾಲಿ. ಕಪ್ಪು ಬಣ್ಣ. ಅಪ್ಪನೋ ಆಜಾನುಬಾಹು. ನನ್ನದೇ ಎತ್ತರ. ಆರ್ಯ ಅಂದರೆ ಆರ್ಯವರ್ಣ, ನಿಲುವು. ಮುಪ್ಪಿನಲ್ಲಿ ಮೋಹವಾದದ್ದು ವಿಚಿತ್ರವಲ್ಲ. ಆದರೆ ಮೊದಲನೆಯ ಬಾರಿ ಆದದ್ದು ಪರ್ವತ ಸೀಮೆಯ ಹೆಣ್ಣಿನ ಸಂಗಡ. ಎರಡನೆಯ ಬಾರಿ ಮೀನು ಹಿಡಿಯುವ ಕಸುಬಿನ, ಕೀಳುಜಾತಿಯ ಹೆಂಗಸರಲ್ಲಿ ಯಾವ ಆಕರ್ಷಣೆ ಕಾಣುತ್ತಾರೆ ಆರ್ಯ ಗಂಡಸರು! ಬೇಟೆಗೆ ಹೋದಾಗ, ಯುದ್ಧಕ್ಕೆ ಹೋದಾಗ, ಏನೂ ಇಲ್ಲದ ಶಾಂತಿ ಕಾಲದಲ್ಲಿ ಇತರ ಜನಾಂಗಗಳ ಹೆಣ್ಣುಗಳನ್ನು–ಭೀಷ್ಮರು ತಮ್ಮ ನೆನಪನ್ನು ಬೆಳಗಿ ಬೆಳಗಿ ನೋಡಿಕೊಂಡರು. ಉದ್ದಕ್ಕೂ ಇದೇ ನಡೆದುಬಂದಿದೆ. ಸರಿಯೋ ತಪ್ಪೋ, ಬ್ರಹ್ಮಚಾರಿಯಾದ ನನಗೆ ಇದರ ಮರ್ಮ ತಿಳಿಯುವುದಿಲ್ಲವೆಂದು ಧೂಳೆಬ್ಬಿಸಿಕೊಂಡು

ಸಾಗುವ ರಥದ ಹೊರಗೆ ನೋಡತೊಡಗಿದರು. ಸಿಕ್ಕುಸಿಕ್ಕಿದ ಕ್ಷೇತ್ರಗಳನ್ನು ಆಕ್ರಮಿಸಿಕೊಂಡು ಎಲ್ಲೆಲ್ಲೂ ಕೃಷಿಭೂಮಿಯನ್ನು ವಿಸ್ತರಿಸಿದ್ದರು. ಎಲ್ಲೆಲ್ಲೂ ಆರ್ಯರ ನೆಲೆ ಹರಡಿತ್ತು. ಇದ್ದಕ್ಕಿದ್ದಂತೆಯೇ ರೋಗ ಹಿಡಿದವನಂತೆ ಹಾಸಿಗೆ ಹಿಡಿದು ಮಲಗಿದ ಅಪ್ಪನಿಗೆ ಎಷ್ಟು ಶುಶ್ರೂಷೆ ಮಾಡಿದರೂ ಫಲವಿಲ್ಲ. ಕೊನೆಗೆ ಅಪ್ಪನ ಸಾರಥಿಯಿಂದ ತಿಳಿಯಿತು. ಸಾರಥಿ ಇರುತ್ತಾನಲ್ಲ, ಯಜಮಾನನ ಚಲನವಲನ, ಅಂತರಂಗದ ಕಾಮನೆಗಳ ರಹಸ್ಯವೆಲ್ಲ ಅವನಿಗೆ ಗೊತ್ತಿರುವಂತೆ ಬೇರೆ ಯಾರಿಗೂ ಗೊತ್ತಿರುವುದು ಸಾಧ್ಯವಿಲ್ಲ. "ಯುವರಾಜ, ನೋಡು ನಿನ್ನ ತಂದೆಗೆ ಒಂದು ಮನೋರೋಗ ಉಂಟಾಗಿದೆ. ಬೇಟೆಗೆ ಅಂತ ದಕ್ಷಿಣದ ಕಡೆಗೆ ಹೋಗಿದ್ದೆವು. ಅಲ್ಲಿ ಯಮುನಾ ನದಿ ದಾಟಬೇಕಾಗಿತ್ತು. ದೋಣಿ ನಡೆಸುತ್ತಾ ಒಬ್ಬ ಹುಡುಗಿ ಇದ್ದಳು. ಹುಡುಗಿ ಅಂದರೆ ಇಪ್ಪತ್ತೈದು ಇಪ್ಪತ್ತಾರರ ಹೆಂಗಸು. ಅವಳ ಮೇಲೆ ನಿನ್ನ ತಂದೆಯ ಮನಸ್ಸು ನಟ್ಟಿದೆ. ಬೇಕಾದ ಉಡುಗೊರೆ ಕೊಡುವುದಾಗಿ ಅಪ್ಪ ಅವಳನ್ನು ಅನುನಯಿಸಿದರು. ಮಹಾರಾಜ, ನೀವು ನನ್ನನ್ನು ಮದುವೆಯಾದರೆ ನಾನು ಈಗಲೇ ನಿಮ್ಮ ವಶಳಾಗಬಲ್ಲೆ. ನಮ್ಮ ಅಪ್ಪನ ಹತ್ತಿರಕ್ಕೆ ಬನ್ನಿ ಅಂತ ಕರೆದೊಯ್ದಳು. ಮೀನು ಹಿಡಿಯುವವರ ಮುಖಂಡ ಅವನು. ವ್ಯವಹಾರದಲ್ಲಿ ಪಳಗಿದವನಂತೆ ತೋರುತ್ತಾನೆ. ಮೊದಲು ಉಪಾಯವಾಗಿ ಅಪ್ಪನ ವಿಷಯವೆಲ್ಲ ಕೇಳಿಕೊಂಡು ಅನಂತರ ಅಂದ: 'ಮಹಾರಾಜ, ನಿನಗಾಗಲೆ ವಯಸ್ಸಿಗೆ ಬಂದ ಮಗನಿದ್ದಾನೆ. ನೀನೋ ನನ್ನಂತೆ ಮುದಿಯಾಗು ತ್ತಿರುವ ಪ್ರಾಯದವನು. ನಿನ್ನ ಕೈ ಹಿಡಿದ ನನ್ನ ಮಗಳಿಗೆ ಏನು ಸಿಕ್ಕೀತು?' ಏನು ಸಿಕ್ಕೀತು? ಅರಮನೆಯ ವಾಸ. ಆಭರಣ. ಸುಖಜೀವನ. 'ಅದಕ್ಕೆಲ್ಲ ಮರುಳಾಗಿ ಮುಂದೆ ಬಲಮಗನ ಹೆಂಡತಿಯ ದಾಸಿಯಾಗಲು ನನ್ನ ಮಗಳು ಸಿದ್ಧಳಿಲ್ಲ. ಅವಳ ಹೊಟ್ಟೆಯಲ್ಲಿ ಹುಟ್ಟುವ ಮಗುವಿಗೇ ಪಟ್ಟಕಟ್ಟುವುದಾಗಿ ನೀನು, ನಿನ್ನ ಮಗ, ಇಬ್ಬರೂ ನಿಮ್ಮ ಜನರು ಪೂಜಿಸುವ ಅಗ್ನಿಯ ಆಣೆಮಾಡಿದರೆ ನನ್ನ ಮಗಳನ್ನು ಕೊಟ್ಟೇನು. ಇಲ್ಲದಿದ್ದರೆ ನಮ್ಮ ತಂಟೆ ನಿಮಗೆ ಬೇಡ' ಎಂದ. ನಿನ್ನ ತಂದೆ ತಕ್ಷಣ ಅಲ್ಲಿಂದ ಹೊರಟುಬಂದು ರಥ ಹತ್ತಿದರು. ಊರಿಗೆ ನಡೆಸುವಂತೆ ನನಗೆ ಹೇಳಿದರು. ಅವಳ ಮೇಲಿನ ಮೋಹ ಹೋಗಿಲ್ಲ. ಆದರೆ ಯುವರಾಜಪಟ್ಟ ಕಟ್ಟಿರುವ ನಿನ್ನನ್ನು ಹೇಗೆ ತಾನೆ ಮುಂದೆ ರಾಜ್ಯ ತ್ಯಜಿಸು ಅಂತ ಕೇಳಿಯಾರು. ಅಲ್ಲದೆ ನಿನ್ನನ್ನು ಕಂಡರೆ ಅವರಿಗೆ ತುಂಬ ಪ್ರೀತಿಯಿದೆ. ತಂದೆ ತಾಯಿ ಎರಡೂ ಆಗಿ ಸಾಕಿದವರು ಅವರೇ ಅಲ್ಲವೆ?"

ಆ ಹೆಂಗಸನ್ನೂ ಮೀನುಗಾರರ ಮುಖ್ಯನಾದ ಅವಳಪ್ಪನನ್ನೂ ನನಗೆ ತೋರಿಸುವಂತೆ ಅಪ್ಪನ ಸಾರಥಿಯನ್ನೇ ಕರೆದುಕೊಂಡು ರಥದಲ್ಲಿ ಹೋಗುವಾಗ, ಎಷ್ಟು ವರ್ಷವಾಯಿತು ಇಲ್ಲಿಗೆ, ಎಂದು ನೆನಪು ಹಿಂದೆ ಹಿಂದೆ ಸರಿಯುತ್ತದೆ. ಆಗಿರಬಹುದು ನೂರಕ್ಕೆ ಹೆಚ್ಚಾಗಿ. ಆಗ ನನಗಂತೂ ಇಪ್ಪತ್ತೆರಡು. ಅಪ್ಪನಿಗೆ ಅರವತ್ತರ ಸಮೀಪ. ರಥ ಹರಿಯುವಾಗ ನನ್ನ ಮನಸ್ಸಿನಲ್ಲಿ ತುಂಬಿದ್ದ ಭಾವಗಳೆಲ್ಲ ಈಗ ಸರಿಯಾಗಿ ನೆನಪಿಗೆ ಬರುತ್ತಿಲ್ಲ. ವಿಚಿತ್ರ ಎಂದು ಕೊಂಡು ಕಾಲು ಮುದುರಿ ಸರಿಯಾಗಿ ಕುಳಿತು ದಿಂಬನ್ನು ಬಲತೋಳಿಗೆ ಒರಗಿಸಿಕೊಂಡರು. ಎಂತಹ ನಟ್ಟ ನಿಲುವಿನಿಂದ ಕೂರುತ್ತಿದ್ದೆ ರಥದ ಮೇಲಾಗಲಿ ಕುದುರೆಯ ಮೇಲಾಗಲಿ.

ಬಾಗಿದವನೇ ಅಲ್ಲ. ಅಪ್ಪ ನನ್ನನ್ನು ಸಾಕಿ ಎರೆದ ಪ್ರೀತಿಯನ್ನು ಹಿಂದಿರುಗಿಸುವ ಆಶೆಯೆ? ರುಗ್ಣಶಯ್ಯೆಯಲ್ಲಿರುವ ಪಿತನಿಗೆ ತರಬೇಕೆಂದು ವೈದ್ಯರು ಹೇಳುವ ಮೂಲಿಕೆಯನ್ನು ಎಲ್ಲಿದ್ದರೂ ಎಷ್ಟು ಅಪಾಯವಾದರೂ ಹುಡುಕಿ ತರುವ ಭಯವರಿಯದ ಉತ್ಸಾಹವೇ? ಈ ವಯಸ್ಸಿನ ಅಪ್ಪನ ಮನಸ್ಸನ್ನು ಗೆದ್ದಿರುವ ಆ ತರುಣಿಯ ರೂಪವನ್ನು ನೋಡುವ ಕುತೂಹಲವೂ ಇತ್ತೆ? ಈಗ ಅದೆಲ್ಲ ಮರೆತುಹೋಗಿದೆ. ನಾನು, ಸಾರಥಿ ಹೋದಾಗಲೂ ಅವಳು ದೋಣಿಯ ಮೇಲೆ ಕೂತು ಹುಟ್ಟುಹಾಕುತ್ತಿದ್ದಳು. ಕಪ್ಪು ಬಣ್ಣ. ಬಿಸಿಲಿಗೆ ಕಾದು, ನೀರಿನಲ್ಲಿ ನೆನೆದು ಗಟ್ಟಿಯಾಗಿ ಕಾಣುವ ಮೀನಖಂಡ, ಮಂಡಿ, ಕೆಳತೊಡೆ, ತೋಳು, ಉಬ್ಬು ಎದೆ. 'ಇವಳೇ ಆ ಕಾಳಿ,' ಸಾರಥಿ ಹೇಳಿದಾಗ ಇವಳಿಗೆ ಮೋಹಗೊಂಡನೇ ಅಪ್ಪ ಎಂಬ ಆಶ್ಚರ್ಯ ತಿರಸ್ಕಾರ ಹುಟ್ಟಿದ್ದಂತೂ ಇನ್ನೂ ನೆನಪಿದೆ. ಆ ತಿರಸ್ಕಾರದಲ್ಲಿಯೇ ದೋಣಿಯ ಮೇಲೆ ಅವಳ ಹತ್ತಿರ ಕುಳಿತಾಗ ಮೀನಿನ ವಾಸನೆ, ನದಿಯ ಆಚೆ ದಡದಲ್ಲಿದ್ದ ಅವಳ ಅಪ್ಪನ ಗುಡಿಸಿಲಿಗೆ. ಗುಡಿಸಿಲೋ ಮನೆಯೊ? ಸುಕ್ಕುಗಟ್ಟುತ್ತಿದ್ದ ಮುಖವನ್ನು ಇನ್ನಷ್ಟು ಸುಕ್ಕು ಹಿಡಿಸಿಕೊಂಡರೂ ಸರಿಯಾಗಿ ಜ್ಞಾಪಕ ಬರುತ್ತಿಲ್ಲ. ಜಗುಲಿಯ ಮೇಲೆ ಕೂರಿಸಿ ಕೈ ಮುಗಿದು ಅಡ್ಡ ಬಿದ್ದು ಅವರಪ್ಪನ ನಯ ವಿನಯ ಓಹ್! ಧೈರ್ಯ, ಶಕ್ತಿ, ವೀರ್ಯದ ಪ್ರಾಯದಲ್ಲಿ ತಾನೆ ಔದಾರ್ಯವು ಮಿತಿಗಾಣದೆ ಉಕ್ಕುವುದು. ಅಂದಿನಿಂದ ಇಲ್ಲಿಯ ತನಕ ನನ್ನ ಅನುಭವವು ಇದನ್ನೇ ಕಲಿಸಿದೆ. ಕೀಳುಜನರು ಮೇಲಿನವರ ಕಾಲಿಗೆ ಬೀಳುತ್ತಾರೆ. ನೀನು ದಣಿ ನಾನು ದಾಸ ಎಂದು ಉಬ್ಬಿಸುವ ಮಾತನಾಡುತ್ತಾರೆ. ಅಲ್ಪ ಭಿಕ್ಷೆಯ ಹೆಸರಿನಲ್ಲಿ ಒಂದೊಂದಾಗಿ ದೋಚುತ್ತಾರೆ.

ಜಗುಲಿಯ ಮೇಲೆ ಜೊಂಡಿನ ಮಂದಲಿಗೆ ಹಾಕಿ ಕೂರಿಸಿ, ಒಳಗೆಲ್ಲ ಮೀನಿನ ವಾಸನೆ, ನಡುಬಗ್ಗಿಸಿ ಕೈಮುಗಿದು, 'ರಾಜಕುಮಾರ, ನೀನು ಬಂದದ್ದರಿಂದ ಈ ಬಡವನ ಉದ್ಧಾರವಾಯಿತು.' 'ನಿನ್ನಪ್ಪನೇನೋ ನನ್ನ ಮಗಳನ್ನು ಮನಸ್ಸಿನಾಗೇ ಮೆಚ್ಚಿಯವನೆ. ಆದರೆ ನನಗೆ ಇದರಾಗೆ ಒಂದು ಐಬು ಕಾಣ್ತದೆ. ನೀನು ಎಂಥಾ ಗಟ್ಟಿ ಶತ್ರುವನ್ನೂ ಮುರಿದು ಮಡಗಬಲ್ಲೆ.' ಅದು ಐಬು ಹೇಗಾಗುತ್ತೆ, ನಿಷಾದ? 'ಈಗ ಸರಿ. ನಾಳೆ ನಿನ್ನ ಶಕ್ತಿ ಉಪಯೋಗಿಸಿ ನನ್ನ ಮಗಳಿಗೆ ರಾಜ್ಯ ಸಿಕ್ಕದ ಹಾಗೆ ಮಾಡಿದರೆ ಈ ಬಡವನ ಮಗಳು ಏನು ಮಾಡಬೇಕು?' ಆಗಲಿ, ಇವಳ ಹೊಟ್ಟೆಯಲ್ಲಿ ಹುಟ್ಟುವ ಮಗುವೇ ನಮ್ಮ ರಾಜ್ಯಕ್ಕೆ ಉತ್ತರಾಧಿಕಾರಿ. ನಾನು ಎಂದೆಂದಿಗೂ ರಾಜ್ಯವನ್ನು ತ್ಯಜಿಸಿದ್ದೇನೆ. ಯುವರಾಜಪಟ್ಟವನ್ನು ಕೂಡ ಇದೀಗ ಬಿಟ್ಟೆ. ನನ್ನ ಶಪಥ ಇದು. 'ಅಪ್ಪಾ, ಇದ್ದರೆ ನಿನ್ನಂಥ ಮಗ ಇರಬೇಕು. ನನಗೆ ಇಂಥಾ ಮಗ ಹುಟ್ಟಲಿಲ್ಲ ನೋಡು' ಎಂದು ಎದ್ದು ಎದ್ದು ಕೈಮುಗಿದ. ಹಾಡಿ ಹೊಗಳಿದ. ಕೊನೆಗೆ ಮತ್ತೆ ಸೊಂಟ ಬಗ್ಗಿಸಿ, 'ಒಂದು ಅನುಮಾನ. ನಾನು ಬಡವ, ಬಿಡಿಸಿ ಬಿಡಿಸಿ ಕೇಳ್ತಿದೀನಿ ಅಂತ ನೀನು ಸಿಟ್ಟು ಮಾಡಿಕೊಂಡರೆ ನನ್ನ ಜೀವ ಇಲ್ಲೇ ಮುಗಿದುಹೋಯ್ತದೆ ಅಂತ ಗೊತ್ತದೆ.'

'ಅನುಮಾನ ಬೇಡ ಹೇಳು.'

'ನೀನೇನೋ ರಾಜ್ಯ ಬೇಡ ಅಂದೆ. ಪ್ರಪಂಚ ಬೊಕ್ಕ ಬಿದ್ದರೂ ನಿನ್ನ ಮಾತು

ಖಾಲಿಯಾಗೂದಿಲ್ಲ. ಆದರೆ ನಿನ್ನ ಮಕ್ಕಳು ಸುಮ್ಮನೆ ಬಿಟ್ಟಾರಾ? ನಿನಗೂ ಮದುವೆಯ ಪ್ರಾಯ. ನನ್ನ ಮಗಳ ಮಕ್ಕಳೂ ನಿನ್ನ ಮಕ್ಕಳೂ ಸಮ ಸಮ ಪ್ರಾಯದೋವಾಗ್ತವೆ. ಮುಂದೆ ಸುಮ್ ಸುಮ್ಕೆ ಕಷ್ಟ ಅಲ್ಲವಾ?'

'ನಾನೇ ಬೇಡ ಅಂದದ್ದನ್ನ ನನ್ನ ಮಕ್ಕಳು ಹೇಗೆ ಕೇಳುತ್ತವೆ?'

'ಈ ಕಾಲದಾಗೆ ಅಪ್ಪನ ಮಾತು ನಡುಸ್ತವಾ ಮಕ್ಕಳು? ಅಥವಾ ನಿನಗೆ ಮಕ್ಕಳೇ ಆಗದೆ ಹೋದರೆ ಬ್ಯಾರೆ ಮಾತು. ಮುಂದೆ ಹುಟ್ಟೊ ಮಕ್ಕಳು ಹಿಂಗೇ ಮಾಡ್ತವೆ ಅಂತ ಹ್ಯಂಗೆ ಹೇಳಾದು? ಯಪ್ಪಾ, ನೀವು ದೊಡ್ಡೋರು. ದೊಡ್ಡ ಮನೆಗೆ ನನ್ನ ಮಗಳನ್ನ ಕೊಡಾದೂ ಬ್ಯಾಡ. ನಾಳೆ ತಾಪತ್ರಯವೂ ಬ್ಯಾಡ. ಇನ್ನೆಲ್ಲಾರು ಹೆಣ್ಣು ನೋಡ್ಕ ಅಂತ ನಿಮ್ಮಪ್ಪನಿಗೆ ಹೇಳಿಬುಡಪ್ಪ.'

'ನಿಷಾದ, ನನ್ನ ತಂದೆಗಾಗಿ ನಾನು ಈ ಪ್ರತಿಜ್ಞೆ ಮಾಡ್ತಿದೀನಿ ಕೇಳು: ನಾನು ಎಂದೆಂದಿಗೂ ಬ್ರಹ್ಮಚಾರಿಯಾಗಿರುತ್ತೀನಿ. ರಾಜನೂ ಆಗುವುದಿಲ್ಲ. ನಿನಗೆ ಭಯ ಬೇಡ. ನನ್ನ ಜೊತೆಯೇ ಕಳಿಸು ನಿನ್ನ ಮಗಳನ್ನು.' ಎಂಬ ಮಾತು ಹೇಗೆ ಹೊರಟುಬಂತು ನನ್ನ ಬಾಯಿಂದ!

ಈ ಮಾತುಗಳು ಹೇಗೆ ನಡೆದವೆಂದು ತಕ್ಷಣ ಮೆಲುಕು ಹಾಕಲೇ ಇಲ್ಲ ನಾನು. ರಥದಲ್ಲಿ ಅವಳನ್ನೂ ಕೂರಿಸಿಕೊಂಡು ಹೋಗುವಾಗ ಮೀನಿನ ವಾಸನೆ, ರಾಜರಥದಲ್ಲಿ ಕೂರುವ ರೀತಿ ಭಂಗಿಗಳು ತಿಳಿಯದ, ಪ್ರಕೃತಿಯಲ್ಲಿ ಹುಡುಕಿ ತಂದ ಈ ಮೂಲಿಕೆಯನ್ನು ರೋಗಿ ಅಪ್ಪನ ಮುಂದಿಟ್ಟು ಕೃತಕೃತ್ಯನಾಗುವ ಉತ್ಸಾಹ. ಸಾಕಿದ ಅಪ್ಪ: ಹೆತ್ತು ಬಿಟ್ಟುಹೋದ ಅವ್ವ, ಎಲ್ಲಿದ್ದಾಳೆಯೋ ಇಪ್ಪತ್ತೆರಡು ವರ್ಷದ ಮೇಲೆ: ಅಪ್ಪನ ಮುಖದಲ್ಲಿ ಖುಷಿ. ನಾಚಿಕೆ. ಅವಳನ್ನು ನೋಡಿದ. ನನ್ನನ್ನು ನೋಡಿ ತಲೆ ತಗ್ಗಿಸಿದ. ಒಂದು ವರ್ಷದ ಮೇಲೆ ಅವನೇ ಬಂದು ಭುಜ ಹಿಡಿದು ಅಂದನಲ್ಲ, 'ಎಂತಹ ಭೀಷ್ಮಪ್ರತಿಜ್ಞೆ ಮಾಡಿಬಿಟ್ಟೆಯಪ್ಪ! ಸೈನ್ಯ ತೆಗೆದುಕೊಂಡು ಹೋಗಿ ಬೇರೆ ರಾಜ್ಯ ಗೆಲ್ಲು. ಅದಕ್ಕೆ ರಾಜನಾಗು. ಇದನ್ನು ಬಿಟ್ಟುಬಿಡು. ನಿನ್ನ ಪ್ರತಿಜ್ಞೆಯನ್ನು ವಾಪಸು ಮಾಡುವಂತೆ ಅವಳ ಕೈಲೂ ಅಪ್ಪನ ಕೈಲೂ ಹೇಳಿಸುತ್ತೀನಿ. ಮದುವೆಯಾಗು.'

ಅಷ್ಟರಲ್ಲಿ ಬ್ರಹ್ಮಚರ್ಯವೇ ನನ್ನ ಜೀವನವಿಧಾನವೆಂದು ನನ್ನೊಳಗೇ ನಿಶ್ಚಯವಾಗಿತ್ತಲ್ಲ. 'ದೇವವ್ರತ' ಹೆಸರಿನ ಮೇಲೆ 'ಭೀಷ್ಮ' ಹೆಸರು ಹಬ್ಬಿಹೋಗಿತ್ತಲ್ಲ, ಲೋಕೋತ್ತರ ಮಗನೆಂಬ ಕೀರ್ತಿ. ದೇವವ್ರತ ಅಂದರೆ ಈಗ ಯಾರಿಗೆ ತಾನೆ ಗೊತ್ತಾಗುತ್ತೆ? ನಿದ್ದೆಗಣ್ಣಿನಲ್ಲಿ ಯಾರಾದರೂ ದೇವವ್ರತ ಅಂತ ಕೂಗಿದರೆ ನಾನೇ ಆಂ ಅನ್ನುವುದಿಲ್ಲ. ಭೀಷ್ಮನೇ ನಿಂತುಬಿಟ್ಟ. ದೇವವ್ರತನು ಮೀನು ಹಿಡಿಯುವವನ ಗುಡಿಸಿಲಿನ ಜಗುಲಿಯ ಮೇಲೆ ಬಲಿಯಾದ; ಮಾತಿನ ತಂತ್ರದಲ್ಲಿ ಆ ಮುದಿಯ ಬೆಸ್ತ ಈ ವೀರ ರಾಜಕುಮಾರನಿಗಿಂತ ಹೆಚ್ಚು ನಿಪುಣ ಅಂತ ನನಗೆ ಅರ್ಥವಾದದ್ದು ಆಮೇಲೆ.

ದಾರಿಗೆ ಅಡ್ಡಲಾಗಿ ಒಂದು ಸಣ್ಣ ಹಳ್ಳ ಹರಿಯುತ್ತಿತ್ತು. ಕುದುರೆ ಸವಾರರು ಬೆನ್ನ ಮೇಲೆ ಕುಳಿತೇ ತಮ್ಮ ತಮ್ಮ ಕುದುರೆಗಳಿಗೆ ನೀರು ಕುಡಿಸಿ ಮುಂದೆ ಸಾಗಿದರು. ಚಕ್ರಗಳು

ಅರ್ಧ ಮುಳುಗುವಷ್ಟು ಆಳ. ರಥದ ಕುದುರೆಗಳೂ ಬಗ್ಗಿ ಕುಡಿದವು. 'ಅಜ್ಜ, ಕುದುರೆ ಬದಲಾಯಿಸುತ್ತೀನಿ. ನೀವು ಸ್ವಲ್ಪ ಹೊತ್ತು ವಿಶ್ರಮಿಸಿಕೊಳ್ಳುತೀರಾ?' ಸಾರಥಿ ಕೇಳಿದ. ನೀರನ್ನು ನೋಡಿ ನೆನಪಾಯಿತು. ತಮ್ಮ ಶಿಬಿರಗಳಲ್ಲೆಲ್ಲ ಮಲಮೂತ್ರಗಳ ನಾತ ಕಡಮೆಯಾಗಿದೆಯೋ ಏನೋ! ಸಾರಿಸಿದನಂತರ ಹೇಡಿಗಳೆಲ್ಲ ಹೊರಟುಹೋಗಬಹುದು. ಗಬ್ಬು ನಾತ ಇಲ್ಲವಾಗಬಹುದು. ತಾವೂ ಕೆಳಗಿಳಿದು ದೂರ ಹೋಗಿ ಜಲಬಾಧೆ ತೀರಿಸಿ ಬಂದು ಪಾದಪ್ರಕ್ಷಾಳನ ಮಾಡಿ ಬಾಯಿ ಮುಕ್ಕಳಿಸಿ ಮತ್ತೆ ರಥ ಹತ್ತಿ ಕುಳಿತರು. ಇನ್ನೆಷ್ಟು ದೂರವಿದೆ? ಎಂದದ್ದಕ್ಕೆ ಸಾರಥಿ ಸುಕೇಶ ಹೇಳಿದ: 'ತುಂಬ ವೇಗವಾಗಿ ಬಂದಿದೀವಿ. ಇನ್ನು ಎಂಟು ಅಥವಾ ಹತ್ತು ಘಳಿಗೆ. ದಾರಿ ಚನ್ನಾಗಿ ಗೊತ್ತಿದೆ. ಹತ್ತಿರ ಸೂಡಿ ಇದೆ. ಹೊತ್ತು ಮುಳುಗಿದರೂ ಮಂದವಾದ ಬೆಳದಿಂಗಳಿರುತ್ತೆ. ಅಜ್ಜನಿಗೆ ಆಯಾಸವಾಗಿಲ್ಲವೆ?'

'ದಾರಿ ಹೋದದ್ದೇ ತಿಳಿಯಲಿಲ್ಲ.'

'ಹೊಗಳಿಕೆಗೆ ಹೇಳಿಕೊಳ್ಳುತ್ತಿಲ್ಲ. ನಾನು ಜೀನು ಹಿಡಿದು ಕೂತರೆ ಎಂಥ ಕುದುರೆಯಾಗಲಿ ಕೊಸರುವುದಿಲ್ಲ. ಒಂದೇ ಹದ. ಜೋರು ವೇಗ.'

ದೊಡ್ಡ ಮನೆಗೆ ಹೆಣ್ಣು ಕೊಟ್ಟು ಆ ಮೂಲಕ ಅಧಿಕಾರ ಕಬಳಿಸುವುದೇ ಕೀಳುಜನಗಳ ದಾರಿ. ನಿಷಾದ ಮಾಡಿದ್ದೂ ಅದೇ. ಮೆಲ್ಲನೆ ಮಗಳ ಹಿಂದೆ ಬಂದು ಸೇರಿಕೊಂಡ. ಆ ಮನೆಯಲ್ಲಿ ನಾನೇ ಯಾವ ಅಧಿಕಾರವೂ ಇಲ್ಲದವನಾದೆ. ತಿರಸ್ಕಾರ, ಸಿಟ್ಟು, ವೈರಾಗ್ಯ, ಏನೇನು ಬೆರೆತುಕೊಂಡಿತ್ತು ನನ್ನ ಮನಸ್ಸಿನಲ್ಲಿ! ಅಪ್ಪ ಅವಳ ಮೋಹದಲ್ಲಿ ಮುಳುಗಿದ. ಒಂದು ಮಗುವಾಯಿತು. ಅಷ್ಟರಲ್ಲಿ ಅಪ್ಪನಿಗೆ ತನ್ನ ತಪ್ಪಿನ ಅರಿವಾಗಿತ್ತು. ಮನೋರೋಗ ಬಡಿದಿತ್ತು. ನಾನಂತೂ ಮನೆಯನ್ನೇ ಬಿಟ್ಟು ದೂರ ಇರುತ್ತಿದ್ದೆನಲ್ಲ ವೇದಾಧ್ಯಯನದಲ್ಲಿ, ಈ ಭೀಷ್ಮನಿಗೆ ಲೌಕಿಕ ರಾಜ್ಯ ಬೇಡ ಪರಮಾರ್ಥದ ರಾಜ್ಯ ಸಾಕು ಎಂಬ ಕಟ್ಟುನಿಟ್ಟಿನ ಏಕಾಗ್ರತೆಯಲ್ಲಿ. ಅಪ್ಪನಿಗೂ ನನಗೂ ದರ್ಶನವೇ ಇಲ್ಲ. ನನಗೂ ಬೇಡವಾಗಿತ್ತಲ್ಲ. ಇನ್ನೊಂದು ಮಗು ಹೆತ್ತಳು ಅವಳು. ಅಪ್ಪ ಸತ್ತುಹೋದ. ಮನೋರೋಗವೋ ಅಥವಾ ಮುಪ್ಪಿನ ವಯಸ್ಸಿನಲ್ಲಿ ದುಡಿದ ಅತಿಕಾಮದ ಬಳಲಿಕೆಯೋ. ಹೆಣ್ಣೆಂದರೆ ತಿರಸ್ಕಾರ ನನಗೆ. ಹೆತ್ತು ಬಿಟ್ಟುಹೋದ ತಾಯಿ, ಇಲ್ಲಿ ಬಂದು ಅಪ್ಪನನ್ನು ಬಲಿ ತೆಗೆದ ಈ ಮಲತಾಯಿ, ಬ್ರಹ್ಮಚರ್ಯ ಬಲಿಯಿತು.

ಥೂ ಇವತ್ತೆಲ್ಲ ಬರೀ ಇದೇ ನೆನಪಿಗೆ ಬರುತ್ತಿದೆ. ಬೇರೆ ವಸ್ತುವೇ ಇಲ್ಲವೇ ನನ್ನ ತಲೆಯಲ್ಲಿ ಕೆಲಸ ಮಾಡಲು ಎಂದು ಒಮ್ಮೆ ತಲೆ ಕೊಡವಿಕೊಂಡರು. ನೂರು ವರ್ಷ ಕಳೆದ ಸಂಗತಿ. ನಾಡದ್ದಿನಿಂದ ಯುದ್ಧ. ನಾಳೆ ಸಂಜೆಯೊಳಗೆ ಶಿಬಿರವನ್ನು ಮುಟ್ಟಿ, ಆಯಾಸವಾಗಿರುತ್ತೆ, ಕೃಷ್ಣದ್ವೈಪಾಯನನನ್ನು ಒಂದು ಮಾತು ಕೇಳಬೇಕೆನ್ನಿಸಿ ಹೊರಟುಬಿಟ್ಟೆ. ವೇದಾಧ್ಯಯನಕ್ಕೆ ಪೂರ್ತಿ ನಿಂತಿದ್ದರೆ ನಾನೂ ಕೃಷ್ಣದ್ವೈಪಾಯನನ ಹಾಗೆಯೇ ಆಗಬಹುದಿತ್ತು. ಮತ್ತೆ ಬಿದ್ದೆ ಗೃಹಕೃತ್ಯದ ಜಂಜಡದಲ್ಲಿ. ಅಪ್ಪ ಸತ್ತಮೇಲೂ ನಾನಂತೂ ದೂರವೇ ಇದ್ದೆನಲ್ಲ ಹದಿನಾಲ್ಕು ವರ್ಷಗಳಷ್ಟು ಕಾಲ. ಛೇ ಮತ್ತೆ ಅದೇ ನೆನಪು. ಬೇಡ, ಎಂದು ತಲೆಯನ್ನು ಕೊಡವಿಕೊಂಡರು. ಗುಳಿಗಣ್ಣನ್ನು ಬಿಟ್ಟು ಸುತ್ತಲೂ ನೋಡತೊಡಗಿದರು.

ಸಂಜೆಯಾಗುತ್ತಿದೆ. ಮರಬಳ್ಳಿಗಳೆಲ್ಲ ಕೆಂಪಗೆ ಕಾಣುತ್ತಿವೆ. ಒಣಗಿದ ಎಲೆ ತರಗುಗಳ ಮೇಲೆ ಒಂದೇ ಹದದಲ್ಲಿ ಎಳೆದು ಬೀಳುವ ಕುದುರೆ ಹೆಜ್ಜೆಗಳು. ಸ್ವಲ್ಪ ಹೊತ್ತು ಅದನ್ನೇ ಗಮನಿಸುತ್ತಿದ್ದರು. ಇದ್ದಕ್ಕಿದ್ದಂತೆಯೇ ನಗು ಬಂತು. ಇವರು ನಕ್ಕದ್ದಕ್ಕೆ ಸಾರಥಿ ತಿರುಗಿ ನೋಡಿದ. ಅನಂತರ ತಪ್ಪಾಯಿತೆಂಬಂತೆ ಮುಖವನ್ನು ಮುಂದಕ್ಕೆ ತಿರುಗಿಸಿಕೊಂಡ.

ಕಾಲಿ, ಅವರ ಭಾಷೆಯಲ್ಲಿ ಏನು ಹೆಸರಿತ್ತೋ?, ಮತ್ಸ್ಯಗಂಧಿ ಅಂತ ಮೊದಲು ಕರೆದವನು ನಾನು. ಅದೂ ಸಾರಥಿಯ ಎದುರಿಗೆ. ಅದೇ ಹೆಸರು ಅರಮನೆಯ ಎಲ್ಲರ ಮೂಗಿಗೂ ಹರಡಿ ಅವಳಿಗೂ ತಿಳಿದು ದಿನಾ ಅಗರುಚಂದನ ಪುನುಗುಗಳ ಸುಗಂಧ ಲೇಪಿಸಿಕೊಳ್ಳಲು ಆರಂಭಿಸಿದಳಲ್ಲ. ಮೂಗು ಒಡೆಯುವಷ್ಟು ಅತಿಯಾಗಿ. ಸಂಸ್ಕಾರವಿಲ್ಲ ದವರಿಗೆ ಸುಗಂಧ ಒಡವೆ ವಸ್ತ್ರಾದಿ ಅಲಂಕಾರ ಸಿಕ್ಕಿದರೆ ಅದಕ್ಕೆ ಬೇಕಾದ ಮಿತಿ ಗೊತ್ತಿಲ್ಲದೆ– ಯೋಜನಗಂಧಿ ಎಂಬ ಪ್ರತಿ ಹೆಸರನ್ನು ಹಬ್ಬಿಸಿಕೊಂಡು, ಅಪ್ಪ ಮದುವೆಯಾಗುವಾಗ ಸತ್ಯವತಿ ಎಂದು ಹೊಸ ನಾಮಕರಣ ಮಾಡಿದ್ದರೂ ಕೂಡ. ಅಪ್ಪ ಸತ್ತಮೇಲೆ, ಸತ್ತ ಮೇಲೇನು, ಇವಳು ಬಂದು ಮೀನುಗಾರನು ರಾಜ್ಯಾಡಳಿತದ ಪ್ರಮುಖನಾದಾಗಿನಿಂದ ರಾಜ್ಯದ ಮರ್ಯಾದೆ ಹೋಗದೆ ಇರುವುದಾದರೂ ಹೇಗೆ! ಪ್ರಜೆಗಳೇ ಹೆದರುತ್ತಿರಲಿಲ್ಲ. ರಾಜಬೊಕ್ಕಸ ಖಾಲಿ. ತೆರಿಗೆ ಕೊಡುವವರೇ ಇಲ್ಲ. ಜನಗಳನ್ನು ಹೆದರಿಸಲು ಮಾತ್ರ ನನ್ನ ಹೆಸರು ಉಪಯೋಗಿಸುತ್ತಿದ್ದರಂತೆ.

ಈ ಕೃಷ್ಣದ್ವೈಪಾಯನನ್ನು ಕರೆದುಕೊಂಡು ಪರಾಶರ ಋಷಿ ನಮ್ಮೂರಿಗೆ ಬಂದಾಗ ಅಪ್ಪ ಸತ್ತು ಎಷ್ಟು ವರ್ಷವಾಗಿತ್ತು? ನೆನಪನ್ನು ತಡವಿಕೊಂಡರೂ ಹತ್ತಲಿಲ್ಲ. ಎಷ್ಟು ವರ್ಷವೋ, ಊರಿಗೆ ಬಂದನಂತೆ ಮಗುವಿಗೆ ತಾಯಿಯನ್ನು ತೋರಿಸಿಕೊಂಡು ಹೋಗ ಬೇಕೆಂದು. ಅನಂತರ ನನಗೆ ಇನ್ನಷ್ಟು ಸುದ್ದಿ ತಿಳಿದದ್ದು. ಒಂದು ದಿನ ಅವಳೇ ಕೂತು ಹೇಳಿದಳು. ಹದಿನಾರು ವರ್ಷದ ಹುಡುಗಿ ದೋಣಿ ನಡೆಸುತ್ತಿದ್ದಳಂತೆ. ನದಿ ದಾಟಲು ಪರಾಶರ ಋಷಿ ಬಂದನಂತೆ. ದೋಣಿಯ ಮೇಲೆ ಕೂತು ಕೈ ಬೀಸಿ ಹುಟ್ಟು ಎಳೆಯುವ ಇವಳ ಮೈಕಟ್ಟಿಗೆ ಮಾರುಹೋದನಂತೆ. 'ತರುಣಿ, ನಿನ್ನನ್ನು ನೋಡಿ ಉದ್ರಿಕ್ತನಾಗಿದ್ದೇನೆ. ಈಗಲೇ ಬಾ' ಅಂದನಂತೆ. ದಡದಲ್ಲಿಯೇ ನಡೆಸಿ ಒಂದು ಮರದ ಕೊಂಬೆಯ ಮರೆಗೆ ತಂದು ದೋಣಿಯನ್ನು ಬೇರಿಗೆ ಕಟ್ಟಿಹಾಕಿದಳಂತೆ. ದೋಣಿಯಲ್ಲಿಯೇ ಕಾಮ ತಣಿಯಿತಂತೆ ಇಬ್ಬರದೂ. ಅನಂತರ ಋಷಿ ಅವಳಿಗಾಗಿ ಕೆಲವು ದಿನ ಹತ್ತಿರವೇ ಉಳಿದನಂತೆ. ಇಬ್ಬರೂ ದಿನಾ ಸಂಧಿಸುತ್ತಿದ್ದರು. ಇವಳು ಬಸುರಾದಳು. ಆಮೇಲೆ ಮತ್ತೆ ಬರುತ್ತೀನಿ ಅಂತ ಹೇಳಿ ಋಷಿ ಎಲ್ಲೋ ಹೊರಟುಹೋದನಂತೆ. ಬಸರಿ ಮಗಳಿಗೆ ಆರೈಕೆ ಮಾಡಿ ಅಪ್ಪ ಅಮ್ಮ ನೋಡಿಕೊಂಡರು. ಗಂಡುಮಗು ಹುಟ್ಟಿತು. ಮೂವರೂ ಸಂತೋಷವಾಗಿದ್ದರು. ಒಂದು ದಿನ ಪರಾಶರ ಅಲ್ಲಿಗೆ ಬಂದು ಕೇಳಿದನಂತೆ: 'ಮಗು ನನ್ನದು ಕೊಟ್ಟುಬಿಡು, ತೆಗೆದುಕೊಂಡು ಹೋಗುತ್ತೀನಿ.' 'ಕೊಡುವುದಿಲ್ಲ. ನೀನು ಬರೀ ಹುಟ್ಟಿಸಿ ಹೋಗಿದೀಯ. ಅವಳನ್ನು ಮದುವೆ ಮಾಡಿಕೊಂಡಿಲ್ಲ,' ಅಪ್ಪ ಉತ್ತರ ಕೊಟ್ಟನಂತೆ. 'ಮದುವೆಯಾಗದಿದ್ದರೇನು, ಬೀಜ ನನ್ನದು. ಆದ್ದರಿಂದ ಮಗು ನನ್ನದು. ಕೊಡದಿದ್ದರೆ ಶಾಪ ಹಾಕಿಯೇನು,' ಹೆದರಿಸಿದ

ನಂತೆ. ಮೊಲೆ ಕುಡಿಯುವ ಮಗು, ಕೊಡಲು ಇವರಿಗೆ ಮನಸ್ಸು ಬಾರದು. ಪರ್ವತಸೀಮೆಯ ಹೆಂಗಸರಿಗಿಂತ ವಾಸಿ ಇವರು, ಕರೆದೊಯ್ದು ಅವನಾದರೂ ಹೇಗೆ ಸಾಕಿಯಾನು? 'ಆಯಿತು. ಹುಡುಗನಿಗೆ ಎಂಟು ವರ್ಷವಾಗುವ ತನಕ ನೀವು ಸಾಕಬಹುದು. ಆಗ ನಾನು ಬಂದು ಕರೆದೊಯ್ದು ಉಪನಯನ ವಿದ್ಯಾಭ್ಯಾಸ ಮಾಡಿಸುತ್ತೀನಿ.' ಎಂದು ಹೇಳಿ ಋಷಿ ಹೊರಟುಹೋದನಂತೆ. ಎಂಟನೆಯ ವರ್ಷಕ್ಕೆ ಸರಿಯಾಗಿ ಬಂದು ಕರೆದೊಯ್ದ ನಂತೆ ಅಳುವ ಹುಡುಗನ ಕೈಹಿಡಿದು. ತಾಯಿಯದೇ ಕಪ್ಪು ಬಣ್ಣ. ಅದಕ್ಕೇ ಕೃಷ್ಣ ಅಂತ ನಾಮಕರಣವನ್ನೂ ಅಲ್ಲೇ ಮಾಡಿದನಂತೆ. ಮೀನುಗಾರನಿಗೆ ಸಿಟ್ಟು ಬರುವುದು ಸಹಜವೇ. ಮಗಳಿಗೆ ಎಚ್ಚರ ಕೊಟ್ಟನಂತೆ: 'ಇನ್ನು ಯಾರೇ ನಿನ್ನನ್ನು ಮುಟ್ಟಲು ಬಂದರೂ ನಮ್ಮಪ್ಪನನ್ನು ಕೇಳದೆ ವಲ್ಲೆ ಅನ್ನಬೇಕು. ಮದುವೆಯೂ ಆಗದೆ ಬೀಜಬಿತ್ತಿ ಬೆಳೆಯನ್ನೂ ಎತ್ತಿಕೊಂಡು ಹೋಗುತ್ತಾರೆ. ಹೊಟ್ಟೆಯಲ್ಲಿಟ್ಟುಕೊಂಡು ಬೆಳೆಸಿ ನಿಲ್ಲಿಸಿದ ಭೂಮಿಗೆ ಕೊನೆಗೆ ದುಃಖದ ಕೂಳೆ ಮಾತ್ರ.' ಅವನು ಹಾಗೆ ಹೇಳದಿದ್ದರೆ ನಮ್ಮಪ್ಪನನ್ನು ಸುಮ್ಮನೆ ಕರೆದುಕೊಳ್ಳುತ್ತಿದ್ದಳು. ಅವನು ಮದುವೆಯಾಗಬೇಕಾದ ಪ್ರಸಂಗ ಬರುತ್ತಿರಲಿಲ್ಲ.

ಹಸ್ತಿನಾವತಿಗೆ ಮೊದಲ ಬಾರಿಗೆ ಕರೆತಂದಾಗ ಕೃಷ್ಣದ್ವೈಪಾಯನನಿಗೆ ಎಷ್ಟು ವಯಸ್ಸು? ಸರಿಯಾಗಿ ನೆನಪಿಗೆ ಬಾರದು. ಹನ್ನೆರಡೋ ಹದಿಮೂರೋ. ಆದರೂ ಎಷ್ಟು ಸ್ಫುಟವಾಗಿ ವೇದಪಠಣ ಮಾಡುತ್ತಿದ್ದ. ಆಗಲೇ ವೇದದ ಎಷ್ಟು ಭಾಗಗಳನ್ನು ಬಾಯಿಪಾಠ ಮಾಡಿದ್ದ. ಅರ್ಥ ಗ್ರಹಿಸಿದ್ದ. ಕರೆದೊಯ್ದದ್ದಕ್ಕೂ ತಂದೆ ಸರಿಯಾದ ಶಿಕ್ಷಣ ಕೊಟ್ಟು ಬೆಳೆಸುತ್ತಿದ್ದ. ಪರಾಶರ ಅರಮನೆಯಲ್ಲೇ ಉಳಿದಿದ್ದನಲ್ಲ. ಅವನ ಮಗನ ತಾಯಿ ವಿಧವೆಯಾಗಿ ಒಂದು ವರ್ಷ ಮಾತ್ರ ಕಳೆದಿತ್ತು. ಎರಡು ಪುಟ್ಟ ಮಕ್ಕಳು. ಅವನು ಅವಳ ಸಂಗ ಬಯಸಲಿಲ್ಲವಂತೆ. ಅವಳೂ ಸೂಚಿಸಲಿಲ್ಲವಂತೆ – ಆಳುಗಳು ಹೇಳಿದರು ನನಗೆ ತಿಳಿಯುವ ಆಸ್ಥೆ ಇಲ್ಲದಿದ್ದರೂ. ಮಗನು ಭಕ್ತಿಯಿಂದ ತಾಯಿಗೆ ನಮಸ್ಕರಿಸಿದನಂತೆ. ಕೊನೆಯ ಕಾಲದವರೆಗೂ ಕೃಷ್ಣನಿಗೆ ಮಾತೃಭಕ್ತಿ ತುಂಬ. ಇಂದಿಗೂ ಆ ನೆನಪಿಗೆ ತಲೆಬಾಗುತ್ತಾನೆ.

ವೇದಾಧ್ಯಯನ ಮಾಡುತ್ತಿರುವೆನೆಂಬುದನ್ನು ತಿಳಿದ ಪರಾಶರನೇ ಕೃಷ್ಣನೊಡನೆ ನನ್ನನ್ನು ಹುಡುಕಿಕೊಂಡು ಬಂದನಲ್ಲ ಗಂಗೆಯ ಆಚೆ ದಡದ ಪರ್ಣಕುಟಿಗೆ. 'ಕ್ಷತ್ರಿಯರು ವೇದಾಧ್ಯಯನ ಮಾಡುವುದೇ ಕಡಮೆಯಾಗುತ್ತಿದೆ. ಭೀಷ್ಮ, ನೀನು ಹೇಗೂ ಬ್ರಹ್ಮಚರ್ಯದ ಪ್ರತಿಜ್ಞೆ ಮಾಡಿರುವವನು. ಸುಮ್ಮನೆ ಬ್ರಾಹ್ಮಣನಾಗಿಬಿಡು. ನಿಮ್ಮಪ್ಪ ರಾಜನಾದ ಮೇಲೆ ಅವನ ತಮ್ಮ ದೇವಾಪಿ ಭಾರ್ಗವಗೋತ್ರದ ಅರ್ಷ್ಟಿಷೇಣ ಕುಟುಂಬಕ್ಕೆ ಸೇರಿಕೊಳ್ಳಲಿಲ್ಲವೆ? ಈಗ ಹೇಗೂ ನಿನ್ನ ತಮ್ಮ ರಾಜನಾಗುತ್ತಾನೆ. ನೀನು ನನ್ನ ಜೊತೆ ಬಂದು ಬ್ರಾಹ್ಮಣನಾಗು.' ಪರಾಶರನ ಮಾತನ್ನು ನಾನೇಕೆ ಕೇಳಲಿಲ್ಲ? ಆಗಲೇ ಬ್ರಾಹ್ಮಣನಾಗಿಹೋಗಿದ್ದರೆ ಈ ಹಸ್ತಿನಾವತಿಯ ಗೃಹಕೃತ್ಯದ ಸಂಕೋಲೆ ತಪ್ಪುತ್ತಿತ್ತು. ಬ್ರಹ್ಮಚಾರಿಯಾಗಿಯೂ ಗೃಹಸ್ಥಕೋಟಲೆ ಯಿಂದ ಬಿಡಿಸಿಕೊಳ್ಳಲಿಲ್ಲ.

ಪರಾಶರ ಮಗುವನ್ನು ಕರೆದೊಯ್ಯದಿದ್ದರೆ ಕೃಷ್ಣ ಅವಳ ಮಗುವಾಗಿಯೇ ಇದ್ದು ನಮ್ಮಪ್ಪ ಮದುವೆಯಾದಾಗ ಅವನ ಮಗನಾಗುತ್ತಿತ್ತು. ಸಂಬಂಧದಲ್ಲಿ ನನ್ನ ತಮ್ಮನಾಗುತ್ತಿದ್ದ.

ಈಗ ನನಗೂ ಅವನಿಗೂ ವಾವೆಯ ಭ್ರಾತೃತ್ವವುಳಿದಿದೆ. ಕಾನೀನಪುತ್ರನಿರುವಾಗ ಮದುವೆಯಾಗುವುದನ್ನು ಇತ್ತೀಚಿನ ಕ್ಷತ್ರಿಯರು ಹೀಗಳೆಯುತ್ತಾರೆ. ಆಗ ಹಾಗಿರಲಿಲ್ಲ. ಎಷ್ಟು ಬೇಗ ಬದಲಾಯಿಸುತ್ತಿದೆ ಪ್ರಪಂಚ, ಹೊಸ ಸಂಗತಿ ಅವರಿಗೆ ಹೊಳೆಯಿತು. ಹೀಗೆ ಬದಲಾಗುತ್ತಿದ್ದರೆ ಸನಾತನ ಧರ್ಮದ ಗತಿ ಏನು? ಚಿಂತೆ ಕೊರೆಯಲು ಶುರುವಾಯಿತು. ಮಹರ್ಷಿ, ಈ ಮಗುವನ್ನು ನೀವೇಕೆ ಕರೆದೊಯ್ದಿರಿ ತಾಯಿಗೇ ಬಿಡದೆ? ತಾನು ಕೇಳಿದ್ದಕ್ಕೆ ಪರಾಶರರು ಹೇಳಿದ್ದರು: 'ಒಂದು, ಇದು ನನ್ನ ಮಗು. ಬೀಜದ್ದು. ಅವಳಿಗೆ ಬಿಡುವ ಪ್ರಶ್ನೆಯೇ ಇಲ್ಲ. ಎರಡನೆಯದು ಅವಳಿಗೆ ಬಿಟ್ಟಿದ್ದರೆ ಅದು ಮೀನುಗಾರನಾಗುತ್ತಿತ್ತು. ಈಗ ಇಷ್ಟು ಬೇಗ ಎಂತಹ ವೇದಜ್ಞನನ್ನಾಗಿ ಮಾಡಿದ್ದೇನೆ ನೋಡು. ಮುಂದೆ ಅತ್ಯಂತ ದೊಡ್ಡ ವೇದಜ್ಞನಾಗುತ್ತಾನೆ ಇವನು. ಮೂರನೆಯದೆಂದರೆ: ನಾನು ಅವಳನ್ನು ಮೊದಲ ಸಲ ಕೂಡಿದ್ದು ಕಾಮೋದ್ರೇಕದಿಂದ ನಿಜ. ಆದರೆ ಅವಳು ಗರ್ಭಿಣಿಯಾಗುವಷ್ಟು ದಿನ ಯಾಕೆ ಉಳಿದೆ ಬಲ್ಲೆಯ? ನನ್ನ ವೇದಜ್ಞಾನದ ಪರಂಪರೆ ಯನ್ನು ಮುಂದುವರಿಸಿಕೊಂಡು ಹೋಗಲು ಒಬ್ಬ ಮಗ ಬೇಕಾಗಿತ್ತು. ಪ್ರಕೃತಿಯಿಂದಲೇ ಪ್ರೇರಿತವಾದ ಕ್ಷೇತ್ರ ಅಂತ ಉಳಿದೆ.' ಅವರ ಮಾತು ನಿಜ. ಕೃಷ್ಣದ್ವೈಪಾಯನನಂತಹ ವೇದಜ್ಞನಿಲ್ಲ. ನಾನು ಕೂಡ ಅವರ ಮಾತು ಕೇಳಿ ಬ್ರಾಹ್ಮಣನಾಗಿದ್ದರೆ ಅಷ್ಟೇ ಮಟ್ಟಿಗೆ ಕಲಿಯುತ್ತಿದ್ದೇನೋ! ಭೀಷ್ಮರಿಗೆ ಖೇದವಾಯಿತು. ಮನಸ್ಸಿನ ತುಂಬ ಕೃಷ್ಣದ್ವೈಪಾಯನನ ಚಿತ್ರ, ಭಾವ ತುಂಬಿಕೊಂಡಿತು. ಎಂತಹ ತೇಜಸ್ಸು, ಜ್ಞಾನ, ಆ ಕಪ್ಪು ಬಣ್ಣದ ಕಾಯದಲ್ಲಿ ಎಂದು ಮನಸ್ಸಿನಲ್ಲೇ ನಮಿಸಿದರು. ಪರಾಶರರ ಮಾತು ನಿಜ. ಬೆಳೆಯು ಯಾವಾಗಲೂ ಬೀಜದ್ದೇ. ಇಲ್ಲದಿದ್ದರೆ ಈ ಮಗುವು ಮೀನುಗಾರನಾಗಬೇಕಿತ್ತು ಎಂದುಕೊಳ್ಳುತ್ತಿರುವಾಗ ತಕ್ಷಣ ಒಳಗಿನಿಂದ ಸಂದೇಹ ಸುಳಿಯಿತು. ತಾಯಿಯಂತೆ ಕಪ್ಪಗೆ ಹುಟ್ಟಿರುವ ಮಗು ಬರೀ ಬೀಜದ್ದು ಹೇಗಾದೀತು?

ಆಗಲೇ ರಾತ್ರಿಯಾಗಿತ್ತು. ಮುಂದೆ ಬೆಳದಿಂಗಳಿನಲ್ಲಿ ದಾರಿ ಅಸ್ಫುಟವಾಗಿ ಕಾಣುತ್ತಿತ್ತು. ತೀರ ಮುಂದೆ ಹೋಗುತ್ತಿದ್ದ ಇಬ್ಬರು ಕುದುರೆ ಸವಾರರು ಕೈಲಿ ಎಣ್ಣೆಯ ಸೂಡಿ ಹಿಡಿದಿದ್ದರು. ದಾರಿ ಕಾಣುತ್ತೆಯೇ ಸರಿಯಾಗಿ? ಭೀಷ್ಮರು ಸಾರಥಿಯನ್ನು ಕೇಳಿದರು. 'ಚನ್ನಾಗಿ ಕಾಣುತ್ತೆ ಅಜ್ಜಯ್ಯ, ಅಲ್ಲದೆ ತುಂಬ ಗುರುತಿರುವ ದಾರಿ ಇದು.' ಅವನು ತಾನು ಕುಳಿತಲ್ಲಿಂದ ಎದ್ದು ಬಂದು ಅವರಿಗೆ ಒಂದು ಕಂಬಳಿ ಹೊದೆಸಿ ಮತ್ತೆ ತನ್ನ ಜಾಗಕ್ಕೆ ಹೋದ. ವೇಗವಾಗಿ ಹೋಗುವಾಗ ಶೀತಗಾಳಿ ಬೀಸುತ್ತೆ ಎಂದು ಅರಿವಿಗೆ ಬಂತು. ಮತ್ತೆ ಕೃಷ್ಣದ್ವೈಪಾಯನನ ನೆನಪು. ನಾನು ಆಗಲೇ ಏಕೆ ಬ್ರಾಹ್ಮಣನಾಗಿ ಸಂಪೂರ್ಣ ಪರಮಾರ್ಥದ ದಾರಿಯಲ್ಲಿ ನಡೆಯಲಿಲ್ಲ ಎಂದು ಯೋಚಿಸಿಕೊಳ್ಳತೊಡಗಿದರು. ನದಿಯ ಆಚೆ ಪರ್ಣಕುಟಿಯಲ್ಲಿ ಬ್ರಹ್ಮಚಾರಿಯಾಗಿ ಬ್ರಾಹ್ಮಣನಂತೆಯೇ ಇದ್ದೆನಲ್ಲ, ಅರಮನೆಯೊಡನೆ ಮಾನಸಿಕ ಸಂಪರ್ಕವನ್ನು ಕೂಡ ತೊರೆದು, ನಡುವೆ ಹರಿಯುವ ನದಿ, ಒಂದು ದಿನವೂ ದೋಣಿಯ ನೆನಪು ಆಗಲಿಲ್ಲ. ಅಪ್ಪ ಸತ್ತ ಮೇಲೆ ಹದಿನಾಲ್ಕು ವರ್ಷ ಕಳೆದಿತ್ತು. ಸತ್ಯವತಿಯ ಹಿರಿಯ ಮಗ ಚಿತ್ರಾಂಗದನನ್ನು ಒಬ್ಬ ಗಂಧರ್ವ ಕೊಂದನಂತೆ. ಎರಡನೆಯ ಹುಡುಗ ವಿಚಿತ್ರವೀರ್ಯ ಹದಿಮೂರರ ಹುಡುಗ, ಅಲ್ಲ ಹಸುಳೆ. ಅಳುತ್ತಾ ಬಂದಳು ಚಿಕ್ಕಮ್ಮ ಹಸುಳೆಯಂಥಾ

ಕಾಹಿಲೆ ಹುಡುಗನನ್ನು ನಡೆಸಿಕೊಂಡು. ನೆಲ ಮುಟ್ಟಿ, 'ಭೀಷ್ಮ, ನಾನು ನಿನಗೆ ತಾಯಿ. ಆದರೂ ನಮಸ್ಕರಿಸುತ್ತಿದೀನಿ. ಇತ್ತ ತಿರುಗಿ ನೋಡು.'

ತಾಯಿ ಅಂದರೆ ಅಂತಹ ಭಕ್ತಿಭಾವ ನನಗೆ ಮೂಲದಲ್ಲಿಯೇ ಹುಟ್ಟಿರಲಿಲ್ಲ. ಈಕೆಯ ವಿಷಯದಲ್ಲಿ ಹೇಗೆ ಹುಟ್ಟೀತು? ಆದರೆ ವೇದಾಧ್ಯಯನ ಮಾಡಿದ್ದೆನಲ್ಲ. ದಯೆ ಯಾಚಿಸಿ ಬಂದವರ, ಅದರಲ್ಲೂ ಹೆಂಗಸಿನ ವಿಷಯದಲ್ಲಿ ಕನಿಕರ ಪಡದಿದ್ದರೆ ಹೇಗೆ? ಗೋಳಿಟ್ಟು ಕೊಂಡಳು: 'ನಿನ್ನ ತಮ್ಮ ಚಿತ್ರಾಂಗದನನ್ನು ಒಬ್ಬ ಗಂಧರ್ವ ದ್ವಂದ್ವಯುದ್ಧಕ್ಕೆ ಕರೆಸಿ ಎರಡು ಕ್ಷಣದಲ್ಲಿ ಕೊಂದು ಕೆಡವಿದ. ಮೊನ್ನೆ ಆದ ಘಟನೆ ಇದು. ಸತ್ತವನಿಗೆ ಇನ್ನೂ ಉದಕ ಕೂಡ ಬಿಟ್ಟಿಲ್ಲ. ಆ ಗಂಧರ್ವ ನಮ್ಮ ರಾಜ್ಯದ ಉತ್ತರ ಭಾಗಗಳನ್ನೆಲ್ಲ ವಶಪಡಿಸಿ ಕೊಂಡನಂತೆ. ಇನ್ನು ಎರಡು ದಿನದಲ್ಲಿ ಹಸ್ತಿನಾವತಿಯನ್ನು ಆಕ್ರಮಿಸಿಕೊಳ್ಳುತ್ತಾನಂತೆ. ಈಗ ನೀನಲ್ಲದೆ ಯಾರು ಕಾಪಾಡಬೇಕು? ಈ ನಿನ್ನ ತಮ್ಮನಿಗೆ ದಿಕ್ಕಾರು?' ಕಾಹಿಲೆಯ ಮಗುವನ್ನು ನೆಲದ ಮೇಲೆ ಅಡ್ಡಬೀಳಿಸಿದಳು.

'ರಾಜ್ಯಾಡಳಿತದ ಸ್ಪರ್ಶವೂ ಮಾಡುವುದಿಲ್ಲ ಅಂತ ಪ್ರತಿಜ್ಞೆ ಮಾಡಿರುವ ಬ್ರಹ್ಮಚಾರಿ ನಾನೇನು ಮಾಡಬಲ್ಲೆ?'

'ಹಾಗಾದರೆ ನಿನ್ನ ತಂದೆ ತಾತ ಮುತ್ತಾತ ಮೊದಲಾಗಿ ಹಿಂದಿನ ನೂರು ಪಿತೃಗಳು ಸ್ಥಾಪಿಸಿ ಬೆಳೆಸಿದ ರಾಜ್ಯವು ಗುಡ್ಡಗಾಡು ಜನರ ವಶವಾಗಿಹೋಗುತ್ತದೆ. ಹೆಣ್ಣು ಹೆಂಗಸು ನಾನೇನು ಮಾಡಲಿ? ನಮ್ಮಪ್ಪ ಕೂಡ ತೀರಿಹೋದ. ಈ ಹುಡುಗನಿಗೆ ಮೀನು ಹಿಡಿಯು ವುದೂ ಬರುವುದಿಲ್ಲ. ನಾನೇ ಅದನ್ನು ಕಲಿಸಿ ಇವನಿಗೆ ಜೀವನದ ದಾರಿ ತೋರಿಸಬೇಕು.'

'ನಿನ್ನನ್ನೂ ನಿನ್ನ ಮಗನನ್ನೂ ಸಾಕುವ ಹೊಣೆ ನನಗಿರಲಿ.'

'ಅಷ್ಟಕ್ಕೆ ನಾನು ಇಲ್ಲಿಗೆ ಬರಲಿಲ್ಲ. ಈ ರಾಜ್ಯದ ಮೋಹ ನಿನಗೆ ಇಲ್ಲದಿರಬಹುದು. ನನಗೆ ಕೂಡ ಈಗ ಇಲ್ಲವಾಗಿದೆ. ನಿಜ ಹೇಳುತ್ತೀನಿ ಕೇಳು. ಎರಡು ದೋಣಿ, ನಾಲ್ಕು ಬಲೆಗಳನ್ನು ಮಾತ್ರ ನಿಭಾಯಿಸುವ ಶಕ್ತಿಯುಳ್ಳವರಿಗೆ ರಾಜ್ಯ ನಿಭಾಯಿಸಲು ಸಾಧ್ಯವಿಲ್ಲ ಅಂತ ಈಗ ಅರ್ಥವಾಗಿದೆ. ನನಗೆ ರಾಜ್ಯದ ಆಶೆ ಉಳಿದಿಲ್ಲ. ಆದರೆ ನಿಮ್ಮಪ್ಪನ ಕೈಹಿಡಿದು ಈ ಮನೆಗೆ ಬಂದು ಹತ್ತೊಂಭತ್ತು ವರ್ಷವಾಯಿತಲ್ಲ, ಅವರೊಡನೆ ಮೂರು ವರ್ಷ ಹೆಂಡತಿಯಾಗಿದ್ದೆನಲ್ಲ, ಅಷ್ಟರಿಂದ ಈ ರಾಜ್ಯವನ್ನು ಹಾಳು ಮಾಡಲು ಬಿಡಕೂಡದು, ಉಳಿಸದಿದ್ದರೆ ನಿಮ್ಮಪ್ಪನಿಗೆ, ಅವರ ಪಿತೃಗಳಿಗೆ, ಅನ್ಯಾಯ ಮಾಡಿದ ಹಾಗೆ ಅಂತ ಅರಿವಾಗಿದೆ. ಆದ್ದರಿಂದ ನಿನ್ನಲ್ಲಿ ಬಂದಿದೀನಿ ಅಂಗಲಾಚಿಕೊಂಡು. ಈ ಬೆಸ್ತರ ಹೆಂಗಸಿಗೇ ಹೀಗೆ ಆಗಿರುವಾಗ ನಿಮ್ಮಪ್ಪನ ವೀರ್ಯಕ್ಕೆ ಹುಟ್ಟಿ ಮನೆಯಲ್ಲಿ ಬೆಳೆದು ವೀರಾಧಿ ವೀರನೆನಿಸಿ ಕೊಂಡಿರುವ ನಿನಗೆ ಯಾವ ಕರ್ತವ್ಯವೂ ಇಲ್ಲವೆ?'

ಇಷ್ಟೊಂದು ಧರ್ಮದ, ತರ್ಕದ ಮಾತನ್ನು ಇವಳು ಯಾವಾಗ ಕಲಿತಳು? ನನಗೆ ಆಶ್ಚರ್ಯ. ಮೊದಲು ಕೆಲವು ದಿನ ಅರಮನೆಯಲ್ಲಿ ಅವಳ ನಡೆನುಡಿ ಮಾತುಕತೆಗಳನ್ನು ಗಮನಿಸಿದ್ದೆ. ಹೇಸಿಗೆಪಟ್ಟಿದ್ದೆ. ಮನಸ್ಸಿನಲ್ಲೇ ನಕ್ಕಿದ್ದೆ. ಆದರೆ ಈಗ ಸಂಸ್ಕೃತಳಾಗಿರುವಂತೆ ತೋರುತ್ತಿತ್ತು. ನನಗೆ ಧರ್ಮದ, ಕರ್ತವ್ಯದ, ಪಿತೃಋಣದ ಸವಾಲು ಹಾಕಿ ನನಗಿಂತ

ತಾನು ಸಂಸ್ಕೃತಳು, ನಾನೇ ಪ್ರಾಕೃತ ಎಂಬ ಅರ್ಥವನ್ನು ಧ್ವನಿಸುತ್ತಿದ್ದಳು. ನನ್ನ ಮನಸ್ಸಿನ ಯಾವುದೋ ಒಂದು ಮೂಲೆಯಲ್ಲಿ ಸಿಟ್ಟು ಬಂತು. ಸಂತೋಷವೂ ಆಯಿತು. ಸಮಾಧಾನ ಹುಟ್ಟಿತು. ಭಯ ಒಸರಿತು.

'ನಾನು ನಾಳೆಯ ಹೊತ್ತಿಗೆ ಹೇಳುತ್ತೇನೆ ಹೋಗು' ಎಂದೆ.

'ಅಷ್ಟರಲ್ಲಿ ಹಸ್ತಿನಾವತಿ ಗಂಧರ್ವನ ವಶವಾದರೆ?' ಅವಳು ಕೇಳಿದಳು.

ಹೆಂಗಸಿನಿಂದ ಅಂಗಲಾಚಿಸಿಕೊಳ್ಳುವುದಕ್ಕಿಂತ ಹೆಚ್ಚಿನ ಮುಜುಗರವುಂಟೆ? ಜೊತೆಗೆ ಗಂಧರ್ವ ಎಂದರೆ ನನಗೆ ಮೊದಲಿನಿಂದ ಕೋಪ, ತಿರಸ್ಕಾರ. ನನ್ನನ್ನು ಹೆತ್ತ ಪರ್ವತ ಸೀಮೆಯ ಒಂದು ಪಂಗಡದ ಜನವಲ್ಲವೆ ಅವರು? 'ನಡಿ ಬಂದೆ. ಹಸ್ತಿನಾವತಿಯನ್ನು ರಕ್ಷಿಸಿ ಹಿಂತಿರುಗುತೀನಿ' ಅಂತ ಮೇಲೆ ಎದ್ದೆ. ಅಂಬಿಗ ದೋಣಿ ನಡೆಸುವಾಗ ನಾನು ಇನ್ನೊಂದು ತುದಿಯಲ್ಲಿ ನಿಂತಿದ್ದೆ. ಅವಳು ನಡುವೆ ನಿಂತಿದ್ದಳು ನದಿಯ ಸೆಳೆತದ ಓಲಾಟಕ್ಕೆ ಅಂಜದೆ. ಆದರೆ ಹುಡುಗ ಮಾತ್ರ, ಹೆಸರು ವಿಚಿತ್ರವೀರ್ಯ ಅಂತ ಅವಳೇ ಜ್ಞಾಪಿಸಿದಳು, ಹೆದರಿ ಅಮ್ಮನ ಕಾಲಿನ ಹತ್ತಿರ ಕುಳಿತುಬಿಟ್ಟ.

ನಾನು ಅರಮನೆಗೆ ಹೋದ ಸುದ್ದಿ ಊರಿಗೆಲ್ಲ ಹರಡಿತು. ಶಂತನುವಿನ ವೀರ ಮಗ. ನೈಷ್ಠಿಕ ಬ್ರಹ್ಮಚಾರಿ. ಹದಿನಾರು ವರ್ಷದ ನಂತರ ನದಿ ದಾಟಿ ಊರಿಗೆ ಬಂದಿದ್ದಾನೆ. ನೋಡಲು ಜನವೋ ಜನ. ಸೈನಿಕರನ್ನು ಕರೆಸಿದೆ. ಸರಿಯಾದ ಸೈನಿಕರೇ ಇಲ್ಲ ರಾಜ್ಯದಲ್ಲಿ. ಹಳ್ಳಿ ಹಳ್ಳಿಗಳಿಗೆ ಹೇಳಿಕಳಿಸಿ ಗ್ರಾಮಮುಖ್ಯರಿಂದ ಕಾದಾಟದ ಭಟರನ್ನು ತರಿಸಿದೆ. ನಾನೂ ಮರೆತುಹೋಗಿದ್ದ ಬಿಲ್ಲುಗುರಿಯ ಅಭ್ಯಾಸ ಮಾಡಿಕೊಂಡು ಅವರಿಗೂ ಅಭ್ಯಾಸ ಕೊಟ್ಟು ಕಾದು ಕುಳಿತರೂ ಗಂಧರ್ವ ಬರಲಿಲ್ಲ. ಅವನು ವಶಪಡಿಸಿಕೊಂಡಿದ್ದ ಉತ್ತರ ಭಾಗವನ್ನು ಬಿಟ್ಟು ಹೊರಟುಹೋದನಂತೆ. ಸುದ್ದಿ ಬಂತು. ಸೈನ್ಯ ಕರೆದುಕೊಂಡು ನಾನೇ ಉತ್ತರ ಭಾಗಕ್ಕೆ ಹೋಗಿ, ಅಲ್ಲಿಯ ಜನರಿಂದ ಆ ಗಂಧರ್ವನ ಸೀಮೆಯನ್ನು ತಿಳಿದು ದಂಡೆತ್ತಿ ಹೋಗಿ, ಅವನನ್ನು ಮುತ್ತಿ, ಬೆಟ್ಟದ ಯುದ್ಧ ಅಂದರೆ ಎಷ್ಟು ಕಷ್ಟ, ಏರುವಾಗ ಎದೆ ಒಡೆಯುವಂತೆ ಬಡಿತ, ಬಲುಬೇಗ ಸುಸ್ತು, ಆ ಜನಕ್ಕೆ ಅದೇ ಅಭ್ಯಾಸ, ಕೊನೆಗೂ ಅವನು ಸತ್ತ. ಕುರುವಂಶದ ಮರ್ಯಾದೆ ಉಳಿಯಿತು. ಊರಿಗೆ ವಾಪಸು ಬಂದು ಗಂಧರ್ವನನ್ನು ಕೊಂದ ಸುದ್ದಿಯನ್ನು ಚಿಕ್ಕಮ್ಮನಿಗೆ ಹೇಳಿ, ಅದೇ ರಾತ್ರಿ ನದಿ ದಾಟಿ ಪರ್ಣಕುಟಿಗೆ ಬಂದೆ ಕರ್ತವ್ಯ ಮುಗಿಸಿ, ಪಿತೃಋಣ ಹರಿಸಿ.

ಮರುದಿನ ಬೆಳಗ್ಗೆ ಅವಳೇ ಮಗನೊಡನೆ ಬಂದಳು. 'ಭೀಷ್ಮ, ನೀನು ಚಿರಂಜೀವಿ ಯಾಗು. ನಾನೂ ಆರ್ಯಳಾಗಿರುವುದರಿಂದ ಮಗನೆಂದು ಭಾವಿಸಿ ನಿನಗೆ ಆಶೀರ್ವಾದ ಹೇಳುತ್ತಿದೀನಿ. ರಾಜ್ಯವನ್ನುಳಿಸಿದೆ; ಆದರೆ ಮತ್ತೆ ಇಲ್ಲಿಗೆ ಬಂದು ಕುಳಿತೆ. ಆ ಅವ್ಯವಸ್ಥೆಯನ್ನು ಸರಿಮಾಡಿ ಆಳುವವರಾರು? ನಿನ್ನ ನಿಯಮ ನನಗೆ ಗೊತ್ತಿದೆ. ನೀನು ರಾಜಛತ್ರದಡಿ ಕೂತು ವ್ರತಭಂಗ ಮಾಡಿಕೊಳ್ಳೆಂದು ನಾನು ಹೇಳುವುದಿಲ್ಲ. ಹತ್ತಿರ ನಿಂತು ಆಡಳಿತ ನೋಡು. ಈ ಹುಡುಗನನ್ನು ಸರಿಯಾಗಿ ನಿಲ್ಲಿಸಿದ ಮೇಲೆ ಬೇಕಾದರೆ ಮತ್ತೆ ಇಲ್ಲಿಗೆ ಬಾ. ಅಷ್ಟು ಮಾಡದಿದ್ದರೆ ನೀನು ಈಗ ಹೋಗಿ ಆ ಗಂಧರ್ವನನ್ನು ಕೊಂದುಬಂದದ್ದು ನಿರರ್ಥಕವಾಗುತ್ತೆ.'

ರಾಜ್ಯ ತ್ಯಜಿಸಿದವನಿಗೆ ಮತ್ತೆ ರಾಜ್ಯಾಡಳಿತ ಸುತ್ತಿಕೊಂಡಿತು. ಆಡಳಿತದಲ್ಲಿ ನಿಂತ ಮೇಲೆ ಅಲ್ಲಿಯ ತನಕ ಹೇಗೆ ನಡೆಯುತ್ತಿತ್ತೆಂಬ ವಿವರ ತಿಳಿಯಿತು. ಮೀನುಗಾರ ಮುದುಕ ಅರಮನೆಗೆ ಬಂದು ನಿಂತನಲ್ಲ. ಅಳಿಯ ಮೊದಲು ನಾಲ್ಕು ದಿನ ಮೋಹವಶನಾಗಿ ಒಳಗೆ ಸೇರಿದ. ಅನಂತರ ಶಕ್ತಿನಷ್ಟವಾಗಿ ಅದೇ ಹಾಸಿಗೆಯ ಮೇಲೆ ರೋಗ ಬಡಿದು ಬಿದ್ದಿದ್ದ. ಆಮೇಲೆ ಸತ್ತ. ಒಟ್ಟಿನಲ್ಲಿ ಕ್ರಮೇಣ ಮಾವನ ಆಡಳಿತ ಆರಂಭವಾಯಿತು. ಯೋಗ್ಯತೆ ಇಲ್ಲದವನು ಉಚ್ಚಪೀಠ ಹಿಡಿದರೆ ಪೀಠ ಮಾತ್ರವಲ್ಲದೆ ಅದರ ಅಧಿಕಾರವ್ಯಾಪ್ತಿ ಎಲ್ಲ ಕೊಳೆಯುವಂತೆ ಆಯಿತು. ಮೊದಮೊದಲು ತನ್ನ ಕೀಳುತನದ ಅರಿವಿನಿಂದ ಪೀಠಕ್ಕೆ ಶೋಭಿಸದಷ್ಟು ವಿನಯಿಯಾಗಿದ್ದನಂತೆ. ಅನಂತರ ಕ್ರಮೇಣ ಅತಿ ನಿಷ್ಠುರಿಯಾದ ನಂತೆ. ದಬ್ಬಾಳಿಕೆಗೂ ಹೋದ. ಅಧಿಕಾರವೆಂದರೆ ಇತಿಮಿತಿ ಇಲ್ಲದೆ ಚಲಾಯಿಸುವುದು ಎಂದು ವರ್ತಿಸಿದ. ಆಡಳಿತದಲ್ಲಿ ಜನರಿಗೆ ನಂಬಿಕೆ ಹೋಯಿತು. ತಮ್ಮನ್ನು ಈ ಹೀನ ಮುಷ್ಟಿಯಿಂದ ಬಿಡುಗಡೆ ಮಾಡಿ ಬೇರೆ ಯಾರಾದರೂ ರಾಜ್ಯವನ್ನು ಗೆದ್ದುಕೊಳ್ಳಲೆಂದು ಜನರೇ ಬಯಸಿದರಂತೆ. ರಾಜ್ಯದ ಉತ್ತರಭಾಗವನ್ನು ಗಂಧರ್ವನು ಗೆದ್ದದ್ದು ಹೀಗಂತೆ. ಮೊಮ್ಮಗ ಚಿತ್ರಾಂಗದನಿಗೆ ಆಡಳಿತದ ಶಿಕ್ಷಣ ಕೊಟ್ಟವನೂ ಈ ಅಜ್ಜನೇ ಅಂತೆ. ಗಾಂಭೀ ರ್ಯಕ್ಕೂ ಅಹಂಕಾರಕ್ಕೂ ವ್ಯತ್ಯಾಸವರಿಯದ ಹುಡುಗ ಹನ್ನೆರಡು ವರ್ಷದವನಾಗಿದ್ದಾಗ ಅಜ್ಜ ತೀರಿಕೊಂಡ. ನದಿಯ ಆಚೆಯಲ್ಲಿಯೇ ಇದ್ದ ನಾನು ಇದಾವುದೂ ಗೊತ್ತಿಲ್ಲದ ಮಟ್ಟಿಗೆ ವಿಮುಖನಾಗಿದ್ದೆ. ಹುಡುಗ ಸಿಂಹಾಸನ ಏರಿದ. ಕಾಳಿಯ ಹೊಟ್ಟೆಯ ಮಗ ರಾಜನಾದ. ಮೀನು ಹಿಡಿಯುವವನ ಆಶೆ ಫಲಿಸಿತು. ಅವನ ಮಗಳ ಆಶೆ ಫಲಿಸಿತು. ಈ ರಾಜ್ಯದಲ್ಲಿ ಸೇನೆಗೆ ಸೇರಲು ಯಾವ ಯುವಕನೂ ಮುಂದೆ ಬರುತ್ತಿರಲಿಲ್ಲ. ಮೊದಲಿ ನಿಂದ ವೇದವಿದ್ಯೆಯಲ್ಲಿ ಮಹಾಜ್ಞಾನಿಗಳಾದವರ ನಾಡು ಇದು. ರಾಜಾಶ್ರಯ ತಪ್ಪಿ, ಇನ್ನು ಮುಂದೆ ಎಂದಿಗೂ ಇದು ಸರಿಯಾಗುವುದಿಲ್ಲವೆಂದು ಭಾವಿಸಿ ಅವರೆಲ್ಲ ದೇಶ ಬಿಟ್ಟು ಇತರ ರಾಜ್ಯಗಳಿಗೆ, ಬಹುತೇಕ ಪಾಂಚಾಲಕ್ಕೆ ವಲಸೆ ಹೋದರು. ಭಂಡಾರಕ್ಕೆ ವ್ಯವಸ್ಥಿತ ರೂಪದಲ್ಲಿ ತೆರಿಗೆ ಬರುತ್ತಿರಲಿಲ್ಲ. ಕುದುರೆ ಹತ್ತಿ ರಾಜನೇ ಹೋಗಿ ಮನೆಯ ಮುಂದೆ ನಿಂತು ಅಸಂಸ್ಕೃತವಾಗಿ ಬೈದಗೆ ಆ ಮನೆಯವನು ನಾಲ್ಕು ಕುಕ್ಕೆ ಧಾನ್ಯ ಒಪ್ಪಿಸುತ್ತಿದ್ದನಂತೆ. ಉತ್ತರ ಭಾಗವನ್ನಾಕ್ರಮಿಸಿದ ಗಂಧರ್ವನನ್ನು ಎದುರಿಸಲು ಇವನು ಹೋದಾಗ ಅವನು ಕೇಳಿದನಂತೆ: 'ಅಯ್ಯಾ, ನಿನ್ನ ಹೆಸರೇನು?'

'ಚಿತ್ರಾಂಗದ ಮಹಾರಾಜ.'

'ಇದು ಚಿತ್ರಾಂಗದ ಮಹಾರಾಜನ ರಾಜ್ಯ ಅಲ್ಲವೆ?'

'ಹೌದು.'

'ನನ್ನ ಹೆಸರು ಚಿತ್ರಾಂಗದ. ಅಂದರೆ ಇದು ನನ್ನ ರಾಜ್ಯ ಅಂತ ನೀನೇ ಒಪ್ಪಿಕೊಂಡೆ.'

'ಲೇ, ನನ್ನ ಹೆಸರು ಚಿತ್ರಾಂಗದ ಕಣೋ.'

'ನೋಡು, ನಲವತ್ತು ವರ್ಷದಿಂದ ಎಲ್ಲರೂ ನನ್ನನ್ನು ಚಿತ್ರಾಂಗದ ಅನ್ನುತ್ತಾರೆ. ನಿನ್ನನ್ನು ಎಷ್ಟು ವರ್ಷದಿಂದ ಅಂತಾರೆ?'

'ಹದಿನೇಳು ವರ್ಷದಿಂದ.'

'ಅಂದರೆ ಯಾರಿಗೆ ಹೆಚ್ಚು ಅನುಭವವಾಗಿದೆ? ನನಗೆ ಮೊದಲಿಟ್ಟ ಹೆಸರು ಇದು. ಅದನ್ನು ಕದ್ದು ನಿಮ್ಮಪ್ಪ ನಿನಗೆ ಇಟ್ಟುಬಿಟ್ಟಿದ್ದಾನೆ. ಈಗ ಮೊದಲು ಹೋಗಿ ನಿಮ್ಮಮ್ಮನಿಗೆ ಹೇಳಿ ಬೇರೆ ಹೆಸರಿಡಿಸಿಕೊಂಡು ಬಾ. ಆಮೇಲೆ ಮಾತಾಡೋಣ.'

ಉತ್ತರ ಹೇಳಲು ತೋಚದೆ ಈ ಸಿಂಹಾಸನಾಧೀಶ್ವರ ಪೇಚುಪಡುತ್ತಿರುವುದನ್ನು ನೋಡಿ ಸುತ್ತ ನೆರೆದಿದ್ದ ಇವನ ಪ್ರಜೆಗಳೇ ಬಿದ್ದು ಬಿದ್ದು ನಕ್ಕರಂತೆ. ಆಮೇಲೆ ಗಂಧರ್ವನು ಕೈಲಿ ಕತ್ತಿ ಹಿಡಿದು ನುಗ್ಗಿ ಇವನ ಕುತ್ತಿಗೆಯನ್ನು ತುಂಡರಿಸಿದಾಗ ಸೈನಿಕರೆಂಬ ಹೆಸರಿನ ಇವನ ಕಡೆಯವರೆಲ್ಲ ಮರಗಿಡಗಳ ಮರೆಗೆ ಓಡಿದರು. ಜನಗಳು ನಿಟ್ಟುಸಿರು ಬಿಟ್ಟರು.

ಮರಗಳು ವಿರಳವಾಗಿ ಸ್ವಲ್ಪ ಬಯಲು ಬಂತು. ಥಂಡಿ ಗಾಳಿ ಬೀಸಲು ಶುರುವಾಗಿ ಭೀಷ್ಮರು ತಮ್ಮ ಕಂಬಳಿಯೊಳಗೆ ಮುದುರಿ ಕುಳಿತರು. 'ತಾತ, ಇನ್ನೊಂದು ಕಂಬಳಿ ಹೊದಿಸಲೆ?' ಸುಕೇಶ ಕೇಳಿದ. ಬೇಡ, ಇದೇ ಭಾರವಾಗಿದೆ. ಅವರು ಅದನ್ನೇ ಮುಸುಕು ಹಾಕಿ ದಿಂಬು ಒರಗಿ ಕಾಲು ನೀಡಿ ಮಲಗಿದರು. ರಥ ಎತ್ತಿ ಎತ್ತಿ ಹಾಕುತ್ತಿತ್ತು. ದಾರಿಯನ್ನು ಸರಿಯಾದ ಸ್ಥಿತಿಯಲ್ಲಿಟ್ಟಿಲ್ಲ. ತಪೋಜೀವಿಗಳಿರುವ ವನದ ದಾರಿ ಅಂತ ಕಡೆಗಣಿಸಬಹುದೇ ಎಂದುಕೊಂಡು ಅವರು ಎದ್ದು ಕುಳಿತರು. ಇಂತಹ ದಾರಿಯಲ್ಲಿ ಮಲಗಿ ಮೈ ಚಚ್ಚಿಸಿ ಕೊಳ್ಳುವುದಕ್ಕಿಂತ ಕೂತು ಆಯಾಸಗೊಳ್ಳುವುದೇ ಸರಿ ಎನ್ನಿಸಿತು. ಸ್ವಲ್ಪ ಹೊತ್ತಿಗೆ ಬಯಲು ಕಳೆದು ಮತ್ತೆ ಎತ್ತರವಾದ ಗಿಡಮರಗಳ ನಡುವೆ ಸೂಡಿ ಹಿಡಿದ ದಾರಿ ಸಾಗಿ ಬೆಚ್ಚಗೆನಿಸಿತು. ಎಷ್ಟು ಕಷ್ಟಪಟ್ಟೆ ರಾಜ್ಯವನ್ನು ಸುಸ್ಥಿತಿಗೆ ತರಲು! ನೆನಪು ಮತ್ತೆ ಹಿಂದೆ ಸರಿದು ಇಡೀ ಅವಧಿಯನ್ನು ಅವಲೋಕಿಸಿತು. ಜನಗಳಿಂದ ಕ್ರಮವಾಗಿ ತೆರಿಗೆ ವಸೂಲು ಮಾಡುವುದು ಕಷ್ಟವಲ್ಲ, ಪ್ರಾಮಾಣಿಕರೂ ವಿವೇಕಿಗಳೂ ಆದ ಜನಗಳನ್ನು ಹುಡುಕಿ ಅಧಿಕಾರಿಗಳಾಗಿ ನಿಯಮಿಸಿ ಅವರಿಗೆ ಆಡಳಿತದ ತರಬೇತಿ ನೀಡುವುದು. ಇಪ್ಪತ್ತೈದರತನಕ ಯುವರಾಜನಾಗಿ ದ್ದರೂ ನನಗೆ ಆಡಳಿತದ ಸೂಕ್ಷ್ಮ ತಿಳಿದಿರಲಿಲ್ಲ. ಎಲ್ಲವನ್ನೂ ಹೊಸದಾಗಿ ರೂಪಿಸಬೇಕಾ ಯಿತು. ಸಂಗ್ರಹಿಸಿದ ತೆರಿಗೆಯನ್ನು ಜನರು ಮೆಚ್ಚುವಂತೆ ವಿನಿಯೋಗಿಸಬೇಕು. ಜನರು ನಮ್ಮನ್ನು ಮೆಚ್ಚುತ್ತಾರೆಂಬ ಭ್ರಮೆ ಎಲ್ಲ ರಾಜರಿಗೂ ಇರುತ್ತದೆ. ಆದರೆ ಜನರ ಮನಸ್ಸು ನಿಜವಾಗಿ ಎತ್ತಲಿದೆ ಎಂಬುದು ಶಕ್ತಿಯಾಲಿಯಾದ ವಿರೋಧಿ ನಿಂತಾಗಲೇ ತಿಳಿಯುವುದು. ದೇಶ ಬಿಟ್ಟು ಹೋಗಿದ್ದ ವಿದ್ವಾಂಸರನ್ನು ವಾಪಸು ಕರೆಸುವುದು. ಈ ಕೆಲಸಕ್ಕೆ ಈ ದೇಶ ದಲ್ಲಿ ಇನ್ನೂ ಅಳಿದುಳಿದ ಅವರ ನಂಟರನ್ನೋ ಶಿಷ್ಯರನ್ನೋ ನಿಯೋಜಿಸುವುದು. ಶಕ್ತಿ ಬೇಕು. ಅದಕ್ಕಿಂತ ಹೆಚ್ಚಿನ ಸೂಕ್ಷ್ಮ ಬೇಕು.

ಈ ನಡುವೆ ಹುಡುಗ ವಿಚಿತ್ರವೀರ್ಯನಿಗೆ ವಿದ್ಯೆ ಕಲಿಸಬೇಕು. ಅವನನ್ನು ಸಂಸ್ಕೃತ ನನ್ನಾಗಿ ಮಾಡುವುದೊಂದೇ ಆಗಿರಲಿಲ್ಲ ಕಷ್ಟದ ಕೆಲಸ, ಕ್ಷತ್ರಿಯನನ್ನೂ ಮಾಡಬೇಕು. ಏನು ಕಡಮೆ ಶ್ರಮವೆ? ಎಂದುಕೊಳ್ಳುತ್ತಿರುವಾಗ ರಥವು ಮತ್ತೆ ಎತ್ತಿ ಎತ್ತಿ ಕುಕ್ಕಲು ಶುರುವಾಯಿತು. ಮೈ ಮೂಳೆ ಮುರಿಯುವಂತಹ ಜಜ್ಜು. ಸಾರಥಿ ನಿಧಾನವಾಗಿಯೇ ಹೊಡೆಯುತ್ತಿದ್ದ. ದಾರಿಯೇ ಇಂಥದಾದರೆ ಎಷ್ಟು ವಿವೇಕಿಯಾದ ಸಾರಥಿಯಾದರೂ

ಏನು ಮಾಡಿಯಾನು, ಎಂದುಕೊಂಡು ಸುತ್ತಲೂ ಗೌಂವ್ ಎಂದು ಬೆಳೆದು ಏರಿದ್ದ
ಹೆಮ್ಮರಗಳ ಕಾಡನ್ನು ದಿಟ್ಟಿಸಿದರು.

ಆನೆಯ ಮೇಲಿನಿಂದ ಗಟ್ಟಿಯಾಗಿ ನಗಾರಿಯ ಸದ್ದು ಕೇಳಿದ ತಕ್ಷಣ ಸೈನಿಕರೆಲ್ಲ ಮಾತುಕತೆಯ ಗದ್ದಲ ನಿಲ್ಲಿಸಿ ಕಿವಿಯ ಗಮನವನ್ನು ಹೊಂದಿಸಿಕೊಳ್ಳುತ್ತಿದ್ದರು. ಭಾರ ಎಳೆಯುವ ಎತ್ತು, ಯುದ್ಧದ ಆನೆ ಕುದುರೆಗಳು ಸೈನಿಕರಂತೆ ಉತ್ಸಾಹ, ಆತಂಕ, ರೇಗಾಟಗಳಿಂದ ಕಿರುಚುತ್ತಿರಲಿಲ್ಲ. ಎಲ್ಲರೂ ಆಲಿಸಿದರು. ಸರಿಯಾಗಿ ತಿಳಿಯದವರು ಪಕ್ಕದವರನ್ನು ಕೇಳಿದರು. ಪಾಂಡವರು ಅಪ್ಪನಿಗೆ ಹುಟ್ಟಲಿಲ್ಲ. ಕೌರವವಂಶಕ್ಕೆ ಸೇರಿದವರೇ ಅಲ್ಲ. ಆದ್ದರಿಂದ ಅವರಿಗೆ ರಾಜ್ಯ ಕೊಡುವುದಿಲ್ಲವೆಂದು ದುರ್ಯೋಧನ ಮಹಾರಾಜ ಹೇಳುತ್ತಾನೆ. ಈ ಧರ್ಮಸೂಕ್ಷ್ಮವನ್ನು ಒಪ್ಪುವವರೆಲ್ಲ ದುರ್ಯೋಧನನ ಕಡೆ ಇದ್ದು ಕಾಯಬಹುದು. ಒಪ್ಪದವರು ಶತ್ರುಪಕ್ಷ ಸೇರಬಹುದು. ಅಥವಾ ಮನೆಗೆ ಹೋಗಬಹುದು. ಸೈನಿಕರ ಮನಸ್ಸು ಅನಾಮತ್ ಹಗುರವಾಯಿತು. ಗೊಂದಲದಲ್ಲಿ ಬಿತ್ತು. ಯುದ್ಧನಿರೀಕ್ಷೆಯಿಂದ ಉದ್ವಿಗ್ನರಾದವರಿಗೆ ಜ್ವರ ಬಿಟ್ಟಂತೆ ಆಯಿತು. ಉತ್ಸಾಹ ಏರಿದ್ದವರಿಗೆ ನಿರಾಶೆಯಾಯಿತು. 'ಹಾಗಲ್ಲ ಇದರ ಅರ್ಥ. ಯುದ್ಧ ಮಾಡಲು ಇಷ್ಟವಿಲ್ಲದವರು ಮಾತ್ರ ಹೋಗಬಹುದು ಅಂತ.' ಎಂದು ಪಕ್ಕದವರು ವಿವರಿಸಿದ ನಂತರ ನಿರಾಶೆಯ ತೀವ್ರತೆ ಕಡಮೆಯಾಯಿತು. ಆದರೂ ಉತ್ಸಾಹದ ಒರತೆಗೆ ಎಲ್ಲೋ ಒಂದು ಅಡ್ಡಕಲ್ಲು ಮೆಟ್ಟಿ ಹಿಡಿತಕ್ಕೆ ತಂದಂತಹ ಭಾವ.

ಸಾಲುಸಾಲು ರಥ ಕುದುರೆಗಳ ಹಿಂಬದಿಗಿದ್ದ ವೃಷಕದ ಕಾಲಾಳುಗಳ ಗುಂಪಿಗೆ ಡಂಗುರದ ಸದ್ದು ಕೇಳಿಯೇ ಇರಲಿಲ್ಲ. ಊಟವೂ ಇಲ್ಲದೆ ಕುಡಿಯುವ ನೀರೂ ಇಲ್ಲದೆ ಸಿಟ್ಟಿಗೆದ್ದಿದ್ದ ಅವರು, ರಥಿಕರು ಮತ್ತು ಅಶ್ವಾರೋಹಿಗಳ ಸುಖವನ್ನು ಉತ್ಪ್ರೇಕ್ಷಿಸಿ ಬೈದುಕೊಳ್ಳುತ್ತಿದ್ದರು. ಅವರಿಗೆಲ್ಲ ಅನುಕೂಲವಾಗಿ ಊಟ ಸರಬರಾಜಾಗುತ್ತಿದೆಯಂತೆ. ತಮ್ಮನ್ನು ಮಾತ್ರ ಕೇಳುವವರೇ ಇಲ್ಲ. ಎಲ್ಲ ಯುದ್ಧದಲ್ಲೂ ಅಷ್ಟೆ. ಅವರಿಗೇ ಮನ್ನಣೆ ಎಂದುಕೊಳ್ಳುತ್ತಿರುವಾಗ ಮಲವಿಸರ್ಜನೆಗೆಂದು ಅತ್ತ ಹೋಗಿ ಕುದುರೆಗಳ ಮಾರ್ಗವಾಗಿ ಹಿಂತಿರುಗಿದ ಕೆಲವರು ಡಂಗುರದ ಸುದ್ದಿ ತಂದರು. ತಿಳಿದ ತಕ್ಷಣ ಎಲ್ಲರೂ ಉಬ್ಬಿಹೋದರು. ಪಕ್ಕದವರಿಗೆ ಹೇಳಿದರು. ಆಗ ಆ ಗುಂಪಿನಲ್ಲಿದ್ದ ಇನ್ನೂರು ಜನರಿಗೂ ಸುದ್ದಿ ಮುಟ್ಟಿತು.

ಮೈತೊಳೆದು ಉಟ್ಟಬಟ್ಟೆ ಒಗೆಯಲು ನೀರಿಲ್ಲದೆ ಬೆನ್ನಿನ ಮೇಲೆ ಮೆತ್ತಿಕೊಂಡಿದ್ದ ಬೆವರಿನ ಗುಗ್ಗೆಯನ್ನು ಎಡಬೆರಳಿನಿಂದ ತಿಕ್ಕಿ ತಿಕ್ಕಿ ಉರುಳಿಸಿಕೊಳ್ಳುತ್ತಿದ್ದ ಒಬ್ಬ ಅಂದ: 'ಹಸ್ತಿನಾಪುರದಲ್ಲಿ ನದಿ ಏನೋ ಇತ್ತು. ಆದರೆ ನಮ್ಮನ್ನು ಇಳಿಸಿದ್ದ ಜಾಗ ನದಿಗೆ ಒಂದು ಕೋಸು ದೂರದಲ್ಲಿ. ನಮ್ಮ ದೇಶದ ಹಾಗಲ್ಲ. ಎಲ್ಲಿ ಬೇಕೆಂದರೆ ನೀರು, ಝರಿ, ಜಿನುಗು.

ಇದೆಂತಹ ಹಾಳು ದೇಶವಪ್ಪ ಇದು! ಹೊರಟುಹೋಗೋಣ.'

'ಹೌದು ಹೌದು. ನಾವೆಲ್ಲ ಒಟ್ಟಿಗೆ ಹೊರಡುವುದೇ,' ಎದುರಿಗಿದ್ದವನು ಹೇಳಿದ.

'ಅಂದರೆ ಕುಂತಿಯ ಮಕ್ಕಳು ಕೌರವರ ವಂಶಕ್ಕೆ ಸೇರಿದವರು ಅಂತೀ ಏನು ನೀನು?' ಇನ್ನೊಬ್ಬ ಪ್ರಶ್ನಿಸಿದ.

'ಯಾರು ಕುಂತಿಯ ಮಕ್ಕಳು ಅಂದರೆ? ಕೌರವ ವಂಶ ಅಂದರೆ ಯಾವುದು?' ಕಪ್ಪಗೆ ಸಣ್ಣ ಉಂಡೆಯಾಗಿ ಬೆರಳಿಗೆ ಸಿಕ್ಕಿದ ಬೆವರುಗುಗ್ಗೆಯನ್ನು ಕೆಳಗೆ ಬೀಳದಂತೆ ಉಪಾಯವಾಗಿ ಹಿಡಿದು ಮುಂಭಾಗಕ್ಕೆ ತರುತ್ತಿದ್ದವನು ಕೇಳಿದ.

'ಅಷ್ಟು ಗೊತ್ತಿಲ್ಲವೇನೋ ದಡ್ಡ? ನಾವೀಗ ಯುದ್ಧ ಮಾಡುವುದು ಕುಂತಿಯ ಮಕ್ಕಳ ಮೇಲೆ. ಕೌರವರು ಅಂದರೆ ಹಸ್ತಿನಾಪುರದವರು,' ಎದುರಿಗಿದ್ದವನು ತನ್ನ ತಿಳಿವಳಿಕೆಯನ್ನು ಪ್ರದರ್ಶಿಸಿದ.

'ಅಂದರೆ ಕುಂತಿ ಅನ್ನುವವನು ಕೌರವ ವಂಶದ ಮಗನಲ್ಲವೊ?' ಅಷ್ಟರಲ್ಲಿ ಗುಂಪಿಗೆ ಸೇರಿಕೊಂಡ ಬೇರೊಬ್ಬ ಕೇಳಿದ.

ತಿಳಿವಳಿಕೆ ಇದ್ದ ಒಬ್ಬ ಮಾತ್ರ ನಕ್ಕ. ಅವನು ಏಕೆ ನಗುತ್ತಾನೆಂದು ಉಳಿದವರು ಬೆಪ್ಪುಮೋರೆಯಿಂದ ನೋಡಿದರು. 'ದಡ್ಡರು, ದಡ್ಡರು, ಅದಕ್ಕೇ ನಮ್ಮನ್ನು ಗುಡ್ಡಗಾಡು ಜನ ಅನ್ನುವುದು. ಕೌರವರ ಮನೆತನದ ವಿಷಯ ಗೊತ್ತಿಲ್ಲದವನು ಎಂತಹ ಆರ್ಯ,' ನಗುತ್ತಿದ್ದವನು ಉಳಿದವರನ್ನು ಹಾಸ್ಯ ಮಾಡಿದ.

'ನಾವೇನು ಈ ಆರ್ಯಾವರ್ತಕ್ಕೆ ಸೇರಿದ ಆರ್ಯರಲ್ಲವಲ್ಲ. ಹೆಚ್ಚುಕಮ್ಮಿ ಇಪ್ಪತ್ತೈದು ದಿನದ ಪಯಣ. ಗಾಂಧಾರ ದಾಟಿ ಹೋಗಬೇಕು. ನಮ್ಮ ಕಡೆಯ ಹವೆ ಇಷ್ಟು ಶಖೆಯಾಗಿರುವುದಿಲ್ಲ. ಇದ ಕಟ್ಟಿಕೊಂಡು ನಮಗೇನು?' ಬೆವರು ಉಂಡೆಯನ್ನು ಮೂಸಿ ನೋಡಿ ಅಸಹ್ಯಿಸಿಕೊಂಡು ನೆಲಕ್ಕೆ ಎಸೆದು ಮತ್ತೆ ಎಡಗೈಯನ್ನು ನಡುಬೆನ್ನಿಗೆ ತಗುಲಿಸುತ್ತಾ ಮೊದಲನೆಯವನು ಅವನ ಹಾಸ್ಯವನ್ನು ತಡೆದ.

'ಎಂಥದೋ! ಊರಿಗೆ ಹೋಗೋರು ಹೋಗಭೌದು ಅಂದರಲ್ಲ, ಅಷ್ಟು ಸಾಕು. ನಾವೆಲ್ಲ ಹೊರಟುಬಿಡೋಣ,' ಆ ಪೈಕಿ ಹಿರೀಕನಾದ ಒಬ್ಬ ತೀರ್ಮಾನ ಹೇಳಿದ. ಉಳಿದವರೆಲ್ಲ ಗಟ್ಟಿಯಾಗಿ ತಥಾಸ್ತು ಎಂದರು.

ಹಾಸ್ಯ ಮಾಡಿದವನು ಮತ್ತೆ ಅಂದ: 'ದಡ್ಡರು, ದಡ್ಡರು, ಕೌರವರೆಂದರೆ ಯಾರು, ಕುಂತಿಯ ಮಕ್ಕಳೆಂದರೆ ಯಾರು ಅಂತಲೂ ಗೊತ್ತಿಲ್ಲ. ಊರಿಗೆ ಹೋಗಬಹುದು ಅಂದ ತಕ್ಷಣ ಹೋಗುಕ್ಕೆ ಆಗುಲ್ಲ ಅನ್ನೊದೂ ಗೊತ್ತಿಲ್ಲ.'

'ಯಾಕೆ ಆಗುಲ್ಲ?' ಮುಖ ಕುತ್ತಿಗೆ ತೋಳುಗಳಲ್ಲೆಲ್ಲ ಎಳ್ಳೆಣ್ಣೆಯ ಚರಟದಂತೆ ಒಣ ಬೆವರು ಮೆತ್ತಿಕೊಂಡಿದ್ದ ಇನ್ನೊಬ್ಬ, ಹೊಡೆಯುವವನಂತೆ ಕೈ ಎತ್ತಿ ಕೇಳಿದ. ಹಿಂಭಾಗದಲ್ಲಿ ಒಂದು ಕುದುರೆ ಕೆನೆಯಿತು. ಇನ್ನೊಂದು ಕೆನೆಯಿತು. ಇನ್ನು ಎರಡು ಮೂರು ನಾಲ್ಕು ಹದಿನೈದು ಇಪ್ಪತ್ತು ಕುದುರೆಗಳು ಚಿಲುಮೆಯಂತೆ ಮದವನ್ನುಕ್ಕಿಸುವ ರೀತಿಯಲ್ಲಿ ಊssssಂ ಗುಟ್ಟಿದವು. 'ಅವುಗಳದ್ದೇ ಚಂದ. ಗಂಡು ಕುದುರೆ ಹೆಣ್ಣು ಕುದುರೆ ಎರಡನ್ನೂ ಯುದ್ಧಕ್ಕೆ

ತಂದಿರುತ್ತಾರೆ,' ಒಬ್ಬ ಕಿಸಕ್ಕನೆ ನಕ್ಕ.

'ಅದಕ್ಕೇ ಈ ಆರ್ಯಾವರ್ತದವರಿಗೆ ಕುದುರೆಯ ಮರ್ಮ ಗೊತ್ತಿಲ್ಲ ಅನ್ನೂದು. ಅಶ್ವರಹಸ್ಯ ನಮ್ಮ ಕಡೆಯವರಿಗೆ ಗೊತ್ತಿರುವ ಹಾಗೆ.....' ಇನ್ನೊಬ್ಬ ಹೇಳುತ್ತಿರುವಾಗ ಹೊಡೆಯುವಂತೆ ಕೈ ಎತ್ತಿದವನು ಮತ್ತೆ ಕೇಳಿದ: 'ಯಾಕೆ ಆಗುಲ್ಲ ಹೇಳು.'

ತಿಳಿವಳಿಕಸ್ಥ ಬಿಗುಮಾನ ತೋರಿಸಿದ: 'ದಡ್ಡರಲ್ಲದೋರು ಹೇಳಿ ಈಗ.'

'ಅದೇನು ವೇದರಹಸ್ಯವೆ? ನಾನು ಹೇಳುತ್ತೀನಿ ಕೇಳಿ,' ತಲೆಗೆ ಉಷ್ಣೀಷವನ್ನು ಬಿಗಿಯಾಗಿ ಸುತ್ತಿದ್ದ ಒಬ್ಬ ತಕ್ಷಣ ಎಂದ: 'ನಮ್ಮ ರಾಜನ ಹೆಂಡತಿ ಗಾಂಧಾರದ ದೊರೆಯ ಮನೆತನದವಳು. ಗಾಂಧಾರದ ಹೆಣ್ಣಿನ ಮಗನಂತೆ ಈ ಕೌರವರ ರಾಜ. ಅಂದರೆ ನಮ್ಮ ರಾಜ ಇವರ ಕಡೆ ಉಳಿದು ಯುದ್ಧ ಮಾಡುತ್ತಾನೆ. ಅಂದರೆ ನಾವು ರಾಜ ಹೇಳಿದ ಕಡೆ ಇದ್ದು ಕಾಳಗ ಮಾಡಲೇಬೇಕು. ಊರಿಗೆ ಹೋಗುತ್ತೀನಿ ಅಂದರೆ ಬಿಡೋರು ಯಾರು?'

'ಹಾಗಾದರೆ ಡಂಗುರ ಯಾಕೆ ಸಾರಿಸಿದರು?' ಮೂರು ಜನ ಒಟ್ಟಿಗೆ ಕೂಗಿ ಕೇಳಿದರು. ಆದರೆ ಉಷ್ಣೀಷ ಸುತ್ತಿದ್ದವನ ಮಾತು ನಿಜವೆಂದು ಎಲ್ಲರ ಮನಸ್ಸೂ ತಕ್ಷಣ ಒಪ್ಪಿಕೊಂಡಿತ್ತು. ಹಗುರವಾಗಿದ್ದುದು ಭಾರವಾಗಲು ಶುರುವಾಯಿತು. ಹಿಂಬದಿಯಲ್ಲಿ ಕುದುರೆಗಳ ಹೆಜ್ಜೆಯ ಸದ್ದು. ಎಲ್ಲರೂ ತಿರುಗಿ ನೋಡಿದರು. ಅಶ್ವಪರಿಚಾರಕರು ಉದ್ದನೆಯ ಬಿದಿರು ದೊಣ್ಣೆಗಳಿಂದ ಕುದುರೆಗಳಿಗೆ ಹೊಡೆದು ಸನ್ನೆ ಮಾಡಿ, ಬಗ್ಗದವಕ್ಕೆ ಇನ್ನೂ ಜೋರಿನಿಂದ ಪೆಟ್ಟುಕೊಟ್ಟು ದೂರ ದೂರ ಮಾಡಿದರು. ಅವುಗಳ ಕೆನೆಯುವ ಹುಮ್ಮಸ್ಸು ಹತೋಟಿಗೆ ಬಂತು. ಆದರೆ ಬುಸುಗುಡುತ್ತಾ ಪರಸ್ಪರರ ಕಡೆ ಕತ್ತು ತಿರುಗಿಸುವುದನ್ನು ಬಿಡಲಿಲ್ಲ.

ತಮ್ಮ ಕಡೆಯವರ ಅಶ್ವರಹಸ್ಯ ಜ್ಞಾನದ ಬಗೆಗೆ ಮಾತನಾಡಿದ್ದವನು ಅಂದ: 'ನಾನು ನೋಡುತ್ತಲೇ ಇದೀನಿ. ನಮ್ಮ ಕಡೆಯ ರೀತಿಯಲ್ಲಿ ಕುದುರೆಗೆ ಸಂಜ್ಞೆ ಮಾಡುವಂಥೋರು ಈ ಕಡೆಯೂ ಕೆಲವರಿದಾರೆ. ಅಲ್ಲಿ ಬಂದ ನೋಡು ಬೀಸುಕುದುರೆ ಮೇಲೆ ಕೂತು, ಕೆಂದು ಬಣ್ಣದ್ದು. ಮೀನುಖಂಡದಿಂದ ಕುದುರೆ ಹೊಟ್ಟೆಗೆ ಹೇಗೆ ಬಿಗಿ ಮಾಡ್ತಿದಾನೆ ನೋಡು, ಈ ಸಂಜ್ಞೆ ಹೊರಗಿನೋರು ನೋಡಿದರೆ ತಿಳಿಯೂದಿಲ್ಲ. ನಮ್ಮ ಕಡೆಯೋರಿಂದಲೇ ಕಲಿತಿದ್ದು ಇದು. ನಾನು ಪ್ರಮಾಣ ಮಾಡಿ ಹೇಳ್ತೀನಿ ಬೇಕಾದರೆ.'

ಕುದುರೆಯ ಮೇಲೆ ಕೂತು ಬಂದವನು ಕಟ್ಟು ಕಿತ್ತುಕೊಂಡು ದಡಬಡ ಮಾಡುತ್ತಿದ್ದ ಕುದುರೆಗಳನ್ನು ಹತೋಟಿಗೆ ತಂದು ಅವುಗಳನ್ನು ವಿಂಗಡಿಸಿ ಕಟ್ಟುವ ಬೇರೆ ರೀತಿಯನ್ನು ಆಳುಗಳಿಗೆ ಹೇಳಿದ. ಆಳುಗಳು ತೋರಿದ ಗೌರವದಿಂದ ಅವನೊಬ್ಬ ಪ್ರಮುಖನೆಂದು ಯಾರಾದರೂ ತಿಳಿಯಬಹುದಿತ್ತು. ಐವತ್ತು, ಅಥವಾ ಐವತ್ತು ಕಳೆದ ವಯಸ್ಸು. ಕೆಂಪು ಬಣ್ಣದ ಒಳ್ಳೆಯ ಎತ್ತರ. ಬಿಗಿದು ಕಟ್ಟಿದ ಅಶ್ವಾರೋಹಿಯ ವೇಷ. ರಾಜವಂಶದ ಕಳೆ. ಆದರೆ ರಾಜಕಿರೀಟವಿಲ್ಲ. ರಾಜಕುಮಾರರಿಗಿರುವ ಸಣ್ಣ ಕಿರೀಟವೂ ಇಲ್ಲ. ತಲೆಗೆ ಬರೀ ಉಷ್ಣೀಷ.

ಕುದುರೆಯ ಮೇಲೆ ಕುಳಿತೇ ಯುಯುತ್ಸು ದುರ್ಯೋಧನನ ಕಡೆಯ ಕುದುರೆಗಳ ಗುಂಪನ್ನೆಲ್ಲ ಒಂದು ಸಲ ಪರೀಕ್ಷಿಸಿದ. ಅವುಗಳ ಮುಖ, ಕಣ್ಣಿನ ಚುರುಕು, ಹಾಕಿರುವ

ಲದ್ದಿಗಳನ್ನು ಸ್ವತಃ ನೋಡಿ, ಹುಯ್ಯುವ ಗಂಜಳದ ಬಣ್ಣವನ್ನು ಕೇಳಿ ತಿಳಿದು ಪ್ರತಿಯೊಂದು ಕುದುರೆಯ ಆರೋಗ್ಯದ ಬಗೆಗೆ ಖಚಿತ ಮಾಡಿಕೊಂಡು ಅಲ್ಪಸ್ವಲ್ಪ ರೋಗದ ಅನುಮಾನ ಬಂದವಕ್ಕೆ ತಕ್ಕ ಔಷಧಿ ಹೇಳಿ ಮುಂದೆ ರಥಗಳ ಕಡೆ ಸಾಗಿದ. ಎದುರಿಗೇ ಬರುತ್ತಿದ್ದ ದುಶ್ಶಾಸನ ಇವನನ್ನು ನೋಡಿ ಕೇಳಿದ ತನಿಖೆ ಮಾಡುವವನಂತೆ: 'ಯುಯುತ್ಸು, ಎಲ್ಲ ಸರಿಯಾಗಿ ಇವೆಯೆ? ರಥಗಳ ಕುದುರೆಗಳನ್ನೂ ಒಂದು ಸಲ ನೋಡಿದೆಯ?'

ಯುಯುತ್ಸು ಮಾತನಾಡಲಿಲ್ಲ. ದುಶ್ಶಾಸನ ಕೂಡ ಮತ್ತೆ ಕೇಳಲಿಲ್ಲ. ಬೇರೆ ಕೆಲಸದ ಗಡಿಬಿಡಿಯಲ್ಲಿದ್ದುದರಿಂದ ಹೊರಟುಹೋದ. ರಥಗಳಿಗೆ ಕುದುರೆಗಳನ್ನು ಹೂಡಿರಲಿಲ್ಲ. ಆದರೆ ಸವಾರಿ ಕುದುರೆಗಳಿಂದ ಪ್ರತ್ಯೇಕಿಸಿ ಕಟ್ಟಿದ್ದರು. ಅವುಗಳ ಹತ್ತಿರ ಹೋಗುವ ಹೊತ್ತಿಗೆ ಯುಯುತ್ಸು ಮನಸ್ಸು ಬದಲಾಯಿಸಿದ. ಮುಂದೆ ಸಾಗುವ ಉತ್ಸಾಹವಿಲ್ಲದೆ ಮತ್ತೆ ಎಲ್ಲಿಗೆ ಹೋಗಬೇಕೆಂಬ ಖಚಿತ ಮನಸ್ಸೂ ಇಲ್ಲದೆ ತನ್ನ ಕುದುರೆಯನ್ನು ಬಲಭಾಗಕ್ಕೆ ತಿರುಗಿಸಿ ಸಾಗುವಾಗ, ಆನೆಯ ಮೇಲೆ ಕೂತು ಡಂಗುರ ಸಾರುತ್ತಿದ್ದವನು ಹತ್ತಿರದಲ್ಲಿಯೇ ಕೂಗುತ್ತಿದ್ದ. ವಿಷಯ ತಿಳಿದಿದ್ದರೂ, ಡಂಗುರವನ್ನು ಆಗಲೇ ಎರಡು ಸಲ ಕೇಳಿದ್ದರೂ ಈಗ ಮತ್ತೆ ಕುದುರೆಯನ್ನು ನಿಲ್ಲಿಸಿ ಕೇಳಿದ: ದುರ್ಯೋಧನ ಚಕ್ರವರ್ತಿಯ ಪಕ್ಷ ಬೇಡದವರು ಶತ್ರುಪಕ್ಷ ಸೇರಬಹುದು. ಅಥವಾ ಯುದ್ಧವೇ ಬೇಡವೆಂದು ಊರಿಗೆ ಹೋಗಬಹುದು. ತೀರ್ಮಾನಿಸುವ ಗಡುವು ನಾಳೆ ಬೆಳಗಿನತನಕ ಇದೆ. ಎಲ್ಲಾದರೂ ದೂರ ಹೋಗಿ ಗದ್ದಲವಿಲ್ಲದ ಏಕಾಂತದಲ್ಲಿ ಕೂತು ಆಲೋಚಿಸಬೇಕೆನ್ನಿಸಿತು. ಆದರೆ ಎಲ್ಲಿಗೆ ಅಂತ ಹೋಗುವುದು? ಎಷ್ಟು ದೂರ ಹೋದರೂ ಕಾಲಾಳುಗಳು, ಕುದುರೆ, ರಥ, ಆನೆ, ಹಸ್ತಿನಾವತಿಯ ಕಡೆಯಿಂದ ಸಾಮಾನು ಹೊತ್ತು ಬರುತ್ತಿರುವ ಎತ್ತಿನ ಗಾಡಿಗಳು. ಕುದುರೆ ಸವಾರಿ ಮಾಡುವಾಗಲೇ ತನ್ನ ಬುದ್ಧಿ ಚುರುಕಾಗಿ ಕೆಲಸ ಮಾಡುವುದು ಎಂಬ ನೆನಪಾಯಿತು. ಆದರೂ ಈಗ ಏಕೋ ಏನೂ ತಿಳಿಯದಂತಾಗಿದೆ. ಆಯಾಸಕ್ಕೋ, ಮೂರು ರಾತ್ರಿಯಿಂದ ನಿದ್ದೆಗೆಟ್ಟದ್ದಕ್ಕೋ ಅಥವಾ, ಅಥವಾ .....ಮತ್ತೆ ಏನೂ ಹೊಳೆಯಲಿಲ್ಲ. ಐವತ್ತು ಕಳೆದನಂತರ ಕುದುರೆ ಮೇಲೆ ಕೂತೇ ಆಲೋಚಿಸುವುದು ಸಾಧ್ಯವಿಲ್ಲವೇನೋ ಎನ್ನಿಸಿ, ಅದೇ ಇರಬಹುದು ಎಂದುಕೊಂಡ. ಯುದ್ಧ ಬೇಡದವರು ಊರಿಗೆ ಹೋಗಬಹುದು ಅಥವಾ ಶತ್ರುಪಕ್ಷ ಸೇರಬಹುದು. ಆಗಲೇ ಆರು ತಿಂಗಳಾಯಿತು. ಸಂಧಿ ಅಥವಾ ಸಮರನಿಶ್ಚಯದ ಮಾತುಕತೆ ಆರಂಭವಾಗಿ, ದುರ್ಯೋಧನನ ನಿಶ್ಚಯದ ಬಗೆಗೆ ತನಗೆ ಅನುಮಾನವೇ ಇರಲಿಲ್ಲ. ಆದರೆ ಯುದ್ಧ ಮಾಡುವ ಶಕ್ತಿ ಪಾಂಡವರಿಗೆ ಇದೆಯೇ ಎಂಬ ವಿಷಯದಲ್ಲಿ ಆಳವಾದ ಸಂಶಯವಿತ್ತು. ಈಗ ಅವರೂ ಏಳು ಭಾಗ ಸೈನ್ಯ ಕೂಡಿಸಿ ತಂದಿದ್ದಾರೆ. ಅವರ ಕಡೆ ಕಾಯುವ ಹಲವು ರಾಜರೂ ಬಂದಿದ್ದಾರೆ. ತನಗೆ ಮಾತ್ರ ಆಗಿನಿಂದಲೂ ಈ ಯುದ್ಧ ಬೇಡವೆನ್ನಿಸಿದೆ. ಹಾಗೆಂದು ದುರ್ಯೋಧನನಿಗೆ ಹೇಳಿ ಕೂಡ ಆಗಿದೆ. ಯಾರು ಕೇಳುತ್ತಾರೆ ನನ್ನ ಮಾತು, ಎಂದುಕೊಳ್ಳುವಾಗ ಅವನು ಕೂತಿದ್ದ ಕುದುರೆ ಕೆನೆಯಿತು. ಮುಂದಿನ ಎರಡು ಕಾಲುಗಳನ್ನೂ ಎತ್ತಿ ಮೈಮುರಿಯಿತು. ಏನಾಗಿದೆ ಇದಕ್ಕೆ ಎಂದು ತೊಡೆ ಕಾಲುಗಳಿಂದ ಬಿಗಿಮಾಡಿದ. ತನಗೆ ಅನ್ನಿಸಿದ್ದು

ಯುದ್ಧ ಬೇಡ ಅಂತಲೋ, ಅಥವಾ, ನೆನಪನ್ನು ಖಚಿತ ಮಾಡಿಕೊಳ್ಳಲು ಪ್ರಯತ್ನಿಸಿದ. ಊಹೂಂ. ಯುದ್ಧದ ಬೇಕು ಬೇಡಗಳು ಎಂದೂ ಮುಖ್ಯ ಪ್ರಶ್ನೆಯಾಗಿರಲಿಲ್ಲ ನನ್ನಲ್ಲಿ. ಈ ಮನೆಯಲ್ಲಿ ಹುಟ್ಟಿಯಾಯಿತು, ಧೃತರಾಷ್ಟ್ರನಿಂದ, ಗಾಂಧಾರಿಯ ದಾಸಿಗೆ. ಅಮ್ಮನೇನೋ ಧೃತರಾಷ್ಟ್ರನ ಬಗೆಗೆ ಹೇಳುವಾಗ ನಿನ್ನ ಪಿತ ಅನ್ನುತ್ತಾಳೆ. ತನ್ನ ಜೊತೆ ಸಪ್ತಪದಿ ಮಾಡಿಕೊಂಡು ಮಹಿಷಿಯ ಸ್ಥಾನ ಅನುಗ್ರಹಿಸಿದ ಸ್ವಾಮಿ ಎಂಬ ರೀತಿಯ ನಿಷ್ಠೆಯಿಂದಲೇ ನಡೆದುಕೊಂಡಿದ್ದಾಳೆ ಅವನೊಡನೆ. ಮದುವೆಯಲ್ಲಿ ರಾಜವಧುವಿನೊಡನೆ ಹಲವಾರು ಸುಂದರ ದಾಸಿಯರನ್ನೂ ಕಳಿಸಬೇಕಲ್ಲವೆ ವಧುವಿನ ಸೇವೆಗೆ, ಅವಳ ಗಂಡನ ವ್ಯಂಜನಕ್ಕೆ. ಗಾಂಧಾರಿಯ ದಾಸಿಯರಲ್ಲಿ ಖಾಸಾ ನಮ್ಮಮ್ಮ, ಸಖಿ ಅನ್ನುತ್ತಿದ್ದಳು. ಗಾಂಧಾರರು ಬಡವರು, ಹತ್ತೇ ಜನ ದಾಸಿಯರನ್ನು ಕಳಿಸಿದರು ಗಾಂಧಾರಿಯ ಜೊತೆಯಲ್ಲಿ, ಗಾಂಧಾರಿ ಸಖಿ ಅನ್ನುತ್ತಾಳೆ ಇಂದಿಗೂ ನೆನಸಿಕೊಂಡು. ಕಣ್ಣಿಗೆ ಪಟ್ಟಿ ಕಟ್ಟಿಕೊಂಡ ಅವಳ ಕೈಹಿಡಿದು ನಡೆಸುತ್ತಿದ್ದವಳು ಅವಳೇ. ತೊಡೆ ಕಾಲುಗಳಿಂದ ಬಿಗಿ ಮಾಡಿದ ಮೇಲೆ ಮುಂದಿನ ಕಾಲುಗಳನ್ನು ನೆಲಕ್ಕೆ ಊರಿತು. ಅದಕ್ಕೆ ಕೂಡ ವಿಶ್ರಾಂತಿ ಇಲ್ಲ, ಪಿತ ಎನಿಸಿಕೊಂಡವನು ನನ್ನನ್ನು ಮಗ ಎನ್ನುತ್ತಾನೆ. ಆದರೆ ರಾಜಕುಮಾರ ಅನ್ನುವುದಿಲ್ಲ. ಆ ಬಿರುದು ಏನಿ ದ್ದರೂ ತಾನು ಸಪ್ತಪದಿ ಮಾಡಿಕೊಂಡ ಗಾಂಧಾರಿಯ ಹೊಟ್ಟೆಯಲ್ಲಿ ಹುಟ್ಟಿದ ಹದಿನಾಲ್ಕು ಗಂಡುಮಕ್ಕಳಿಗೆ. ಕೊನೆಯವಳಾದ ದುಶ್ಶಳೆಗೆ. ನಾವೆಲ್ಲ ಬರೀ ಮಕ್ಕಳು. ಧೃತರಾಷ್ಟ್ರಪುತ್ರರು. ಕೌರವರಲ್ಲ. ರಾಜಕುಮಾರರಲ್ಲ. ಅದಕ್ಕೆ ಕೂಡ ವಿಶ್ರಾಂತಿ ಇಲ್ಲ. ಎಷ್ಟೇ ಆಯಾಸವಾಗಿದ್ದರೂ ಹೊಂದಿಕೊಂಡ ಕುದುರೆಯನ್ನು ಬಿಟ್ಟು ಬೇರೆಯದನ್ನು ಹತ್ತಲು ನನಗೆ ಮನಸ್ಸು ಬರುವುದಿಲ್ಲ. ನನ್ನ ಪ್ರೀತಿ ಅಂದರೆ ಕುದುರೆಗೆ ಮುಳಿವು ಎಂದುಕೊಳ್ಳುತ್ತಿರುವಾಗ ದುರ್ಯೋಧನ ಎದುರಿಗೆ ಬಂದ. ಯುಯುತ್ಸುವನ್ನು ನೋಡಿದ ತಕ್ಷಣ ತನ್ನ ಕುದುರೆಯನ್ನು ಇತ್ತ ತಿರುಗಿಸಿದ. ಅವನ ಬೆಂಗಾವಲಿನ ಸವಾರರೂ ಇತ್ತ ಬಂದರು.

ದುರ್ಯೋಧನನೇ ಮೊದಲು ಮಾತನಾಡಿಸಿದ: 'ಸೋದರಯುಯುತ್ಸು, ಕುದುರೆಗಳೆಲ್ಲ ಕ್ಷೇಮ ತಾನೆ? ಆಚಾರ್ಯ ದ್ರೋಣರು ಈಗ ತಾನೆ ಹೇಳುತ್ತಿದ್ದರು. ಈ ಯುದ್ಧದಲ್ಲಿ ಕುದುರೆಗಳದೇ ಪ್ರಧಾನ ಪಾತ್ರ. ಇಡೀ ಅಶ್ವದಳದ ಅಧಿಪತಿಯಾದ ನಿನ್ನ ಹೆಗಲ ಮೇಲಿದೆ ಎಲ್ಲವೂ. ಇಂಥ ಸಮಯದಲ್ಲೇ ಕುದುರೆಗಳಿಗೆ ಏನಾದರೂ ಸಾಮೂಹಿಕ ರೋಗ ಬರಬಹುದು. ಹೊಸ ಜಾಗ, ಹೊಸ ಮಣ್ಣು, ಹೊಸ ನೀರು, ಆಹಾರಕ್ಕೆ ಕೂಡ ಹೊಸ ಸೊಪ್ಪುಸೆದೆ. ಹುಲ್ಲಿನ ಸರಬರಾಜು ಸರಿಯಾಗಿದೆ ತಾನೆ?'

ಯುಯುತ್ಸು, ಎಲ್ಲವೂ ಸರಿಯಾಗಿದೆ ಎಂದ. ಹೆಚ್ಚು ಮಾತನಾಡಲು ಮನಸ್ಸಿರಲಿಲ್ಲ. ದುರ್ಯೋಧನ ಅವನ ಮುಖ ನೋಡಿದ. ತನ್ನ ಕುದುರೆಯನ್ನು ಹತ್ತಿರಕ್ಕೆ ನಡೆಸಿ ಬಲ ತೋಳು ನೀಡಿ ಅವನ ಭುಜದ ಮೇಲೆ ಕೈ ಇಟ್ಟು, 'ಏನು ತಮ್ಮ, ಯೋಚನೆ?' ಎಂದು ಪ್ರೀತಿ ತುಂಬಿದ ಧ್ವನಿಯಲ್ಲಿ ಕೇಳಿದ. ಯುಯುತ್ಸು ಉತ್ತರ ಹೇಳಲಿಲ್ಲ. ಇನ್ನು ಕೆದಕಲು ಇಷ್ಟವಿರಲಿಲ್ಲವೋ ಅಥವಾ ಸುತ್ತಲಿದ್ದ ಇತರ ಸವಾರರೆದುರು ಮಾತನಾಡಬಾರದೆಂದೋ ದುರ್ಯೋಧನ ಮತ್ತೆ ಏನೂ ಹೇಳಲಿಲ್ಲ. 'ಪೂರ್ವದ ಕಡೆಯ ರಾಜರು ಬಂದಿದ್ದಾರಂತೆ.

ಎದುರ್ಗೊಳ್ಳಬೇಕು. ನಾನು ಬರುತ್ತೇನೆ' ಎಂದು ಹೇಳಿ ಹೊರಟುಹೋದ. ಯುಯುತ್ಸು ಅತ್ತ ತಿರುಗಲಿಲ್ಲ. ಕುದುರೆಯನ್ನೂ ತಿರುಗಿಸಲಿಲ್ಲ. ಸಹೋದರ ಯುಯುತ್ಸು, ತಮ್ಮ, ಆರು ತಿಂಗಳಿನಿಂದ ಈಚೆಗೆ. ತನಗೆ ಅನ್ನಿಸಿದ್ದು ಈಗ ಸ್ಪಷ್ಟವಾಯಿತು: ಯುದ್ಧ ಬೇಕು, ಬೇಡ, ಎಂಬುದು ಎಂದೂ ತನ್ನ ಮುಖ್ಯ ಪ್ರಶ್ನೆಯಾಗಿರಲಿಲ್ಲ. ಅದನ್ನು ಅಂತಿಮವಾಗಿ ನಿರ್ಣಯಿಸುವುದು ಎಂದೂ ತನ್ನ ಕೈಲಿರಲಿಲ್ಲ. ಎಷ್ಟಾದರೂ ತಾನು ದಾಸಿಗೆ ಹುಟ್ಟಿದವನು ಇತರ ಎಂಭತ್ತೈದು ಜನರಂತೆ. ದುರ್ಯೋಧನನು ಎಂದೂ ತಮ್ಮನ್ನು ತಮ್ಮಂದಿರೆಂದು ಭಾವಿಸಿರಲಿಲ್ಲ. ಕರೆದಿರಲಿಲ್ಲ. ಕುದುರೆಯಾಳು, ರಥದ ಆಳು, ಮಾವುತರ ಮೇಲ್ವಿಚಾರಕ ಎಂದೇ ಕರೆಯುತ್ತಿದ್ದ. ಅಭ್ಯಾಸಬಲದಿಂದ ತನಗೆ ಕೂಡ ಅದು ಎಂದೂ ಹೀನಾಯವಾಗಿ ಕಂಡಿರಲಿಲ್ಲ. ದಾಸಿಗೆ ಹುಟ್ಟಿದವನೇ ಹೌದು ನಾನು. ಮದುವೆಯಾದ ಹೆಂಡತಿಯ ಮಕ್ಕಳ ಅಂತಸ್ತನ್ನು ಬಯಸಬಾರದು ಎಂಬುದು ನನಗೆ ಗೊತ್ತಿಲ್ಲವೆ? ದೂತನಾಗಿ ದ್ರುಪದನ ಪುರೋಹಿತ ಬಂದಾಗಲಲ್ಲವೇ ದುರ್ಯೋಧನ ಮೊಟ್ಟಮೊದಲಿಗೆ ಅಂದದ್ದು, 'ಅವರು ಐದು ಜನ ಇರಬಹುದು, ಆದರೆ ನಾವು ನೂರು ಜನರಿದ್ದೇವೆ ಸೋದರರು, ನನಗೆ ತೊಂಬತ್ತೊಂಬತ್ತು ಮಂದಿ ತಮ್ಮಂದಿರಿದ್ದಾರೆ, ಬರೀ ಹದಿಮೂರು ಜನರಲ್ಲ' ಅಂತ? ಆಮೇಲೆ ಸಂಧಿಗೆ ಯಾದವರ ಕೃಷ್ಣ ಬಂದಾಗಲೂ ಇದೇ ಮಾತನ್ನು ಘೋಷಿಸಿದ, ನಾವು ನೂರು ಜನ ಸೋದರರು ಅಂತ. ಈ ಮಾತು ಕೇಳಿದ ಅಪ್ಪನ ಮುಖದಲ್ಲಿ ಎಷ್ಟು ನೆಮ್ಮದಿ ಕಂಡಿತು. ಹಿರಿಯ ಮಗನಲ್ಲಿ ಕೊನೆಗೂ ಭ್ರಾತೃಪ್ರೇಮ ಹುಟ್ಟಿತು ಎಂದೆ? ಆದರೆ ನನ್ನಲ್ಲೇ ಕಸಿವಿಸಿ ಹುಟ್ಟಿತು. ಅವರ ಸಂಧಿಯ ಪ್ರಯತ್ನ ಮುರಿದು ಯುದ್ಧವೇ ನಿಶ್ಚಯವಾದ ಮೇಲೆ ದುರ್ಯೋಧನನ ವರ್ತನೆಯಲ್ಲಿ ಇದ್ದಕ್ಕಿದ್ದಂತೆಯೇ ಎಂತಹ ಪರಿವರ್ತನೆ! ಆಳನ್ನು ಕರೆಯುವ ಧಾಟಿ ಹೋಗಿ ನಮ್ಮೆಲ್ಲರನ್ನೂ ಕರೆಯುವಾಗ ಸೋದರಭಾವವು ಹಿಂಡಿ ಸುರಿಯಲು ಶುರುವಾಯಿತು. ನಮ್ಮ ತಡಿಕೆ ಗೋಡೆಯ ಮನೆಗಳು ಯಾವ ದಿಕ್ಕಿಗಿವೆ ಎಂದು ತಿಳಿಯದವನು ಆಳನ್ನು ಜೊತೆಗೆ ಕರೆದುಕೊಂಡು ನಮ್ಮೆಲ್ಲರ ಮುಖ್ಯರ ಮನೆಗಳಿಗೆ ಬಂದದ್ದೇನು, ನಮ್ಮ ಹೆಂಡಿರು ಮಕ್ಕಳ ಕುಶಲ ವಿಚಾರಿಸಿದ್ದೇನು! ಈ ದಾಸೀಪುತ್ರರಿಗೆ, ಅವರ ಸೂತಕುಲದ ಹೆಂಡಿರಿಗೆ ಎಷ್ಟು ಸಂತೋಷ, ಧನ್ಯಭಾವ. ನನ್ನ ಹೆಂಡತಿಗೆ ಕೂಡ, ಮಕ್ಕಳಿಗೂ. ಮಹಾರಾಜನೇ ಮನೆಗೆ ಬಂದ. 'ಸಾಕ್ಷಾತ್ ಮಹಾರಾಜ ಬಂದಿದ್ದಾಗ ನೀನೇಕೆ ಹಾಗಿದ್ದೆ. ಮುನಿಸಿನ ಮುಖ ಮಾಡಿಕೊಂಡು' ಎಂದು ಕೇಳುತ್ತಾಳೆ ಭದ್ರೆ. ಬಿಡಿಸಿ ಹೇಳಿದರೂ ಅವಳಿಗೆ ಹೇಗೆ ಅರ್ಥವಾಗಬೇಕು ನನ್ನ ಮನಸ್ಸಿನಲ್ಲಿ ಹುಟ್ಟಿದ ತಿರಸ್ಕಾರ! ಕುದುರೆ ಮತ್ತೆ ಮುಂಭಾಗದ ಎರಡು ಕಾಲುಗಳನ್ನೂ ಎತ್ತಿತು. ಅತಿಯಾಗಿ ಬಳಲಿಸಿದರೆ ಮೊಂಡುಬೀಳುತ್ತದೆಂಬ ಅರಿವಾಗಿ, ತಾನೇ ತಕ್ಷಣ ಕೆಳಗಿಳಿದು ಕಡಿವಾಣದ ಹಗ್ಗವನ್ನು ಹತ್ತಿರವಿದ್ದ ಆಳಿನ ಕೈಗೆ ಕೊಟ್ಟು ಕಳಿಸಿದ. ಬೇರೊಂದು ಕುದುರೆ ತಂದುಕೊಡಲೇ ಎಂದು ಇನ್ನೊಬ್ಬ ಆಳು ಕೇಳಿದ. ಯಾಕೆ ಇನ್ನೊಂದು ಕುದುರೆ, ಎಲ್ಲಿಗೆ ಹೋಗಬೇಕು ಎಂಬುದು ಯುಯುತ್ಸುವಿಗೆ ತಿಳಿಯಲಿಲ್ಲ.

ಬರೀ ನನ್ನೊಬ್ಬನಲ್ಲಿ ಯಾಕೆ ಈ ತಿರಸ್ಕಾರ ಹುಟ್ಟಿತು ಇತರ ಸಹೋದರರಲ್ಲಿ ಕಾಣ

ದುದು? ಪ್ರಶ್ನೆಯ ಜೊತೆಗೇ ಉತ್ತರ ಹೊಳೆಯಿತು. ಆದರೆ ತನ್ನ ಮನಸ್ಸಿಗೆ ಕೂಡ ಬಾಯಿಬಿಟ್ಟು ಹೇಳಿಕೊಳ್ಳಲಿಲ್ಲ. ತಕ್ಷಣ ವಿದುರ ಚಿಕ್ಕಪ್ಪನ ನೆನಪು. ಒಂದು ಥರಕ್ಕೆ ಚಿಕ್ಕಂದಿನಿಂದ ತನ್ನನ್ನು ಸಾಕಿದವನು ಅವನೇ. ಹೆಂಡತಿಯ ಹೊಟ್ಟೆಯಲ್ಲಿ ಹದಿನೈದು, ದಾಸಿಯರಲ್ಲಿ ಎಂಭತ್ತಾರು ಹುಟ್ಟಿಸಿದ ಕುರುಡ ಅಪ್ಪನಿಗೆ ಯಾವ ಮಕ್ಕಳನ್ನು ತಾನೇ ಎತ್ತಿ ಆಡಿಸುವ ವ್ಯವಧಾನ! ಅಲ್ಲದೆ ಹೆಂಡತಿಯ ಹೊಟ್ಟೆಯಲ್ಲಿ ಹುಟ್ಟಿದವುಗಳಂತೆ ದಾಸಿಯ ಹೊಟ್ಟೆಯಿಂದ ಉದುರಿದವುಗಳನ್ನು ಎತ್ತಿ ತೊಡೆಯ ಮೇಲೆ ಕೂರಿಸಿ ಮುದ್ದಿಸುವುದುಂಟೆ? ಒಂದು ವರ್ಷದ ಮಗುವಾಗಿದ್ದಾಗಿನಿಂದಲೇ ವಿದುರ ಚಿಕ್ಕಪ್ಪನಿಗೆ ನನ್ನ ಮೇಲೆ ಪ್ರೀತಿ ಬಂತಂತೆ, ಸುಟಿಯಾದ ಮಗು ಅಂತ. ಅಮ್ಮ ಎಷ್ಟು ಸಲ ಹೇಳುತ್ತಿದ್ದಳು. ಅವನು ಸಾಕಿ ಸಲಹಿ ತಿಳಿವಳಿಕೆ ಹೇಳದಿದ್ದರೆ ತಾನೂ ಉಳಿದವರಂತೆಯೇ ಇರುತ್ತಿದ್ದೆ. ತಿರಸ್ಕಾರ ಅಂದರೆ ಏನೆಂಬುದು ತಿಳಿಯದ ಮಟ್ಟದಲ್ಲಿ. ಹಸ್ತಿನಾವತಿ ಮಾತ್ರವಲ್ಲ, ಎಲ್ಲ ಅರಮನೆಗಳ ಸುತ್ತಲೂ ದಾಸೀ ಸಂತತಿಯ ಸಮುದಾಯ, ಚಿಕ್ಕಪ್ಪ ಹೇಳುತ್ತಲೇ ಇರುತ್ತಾನೆ, ಈ ಸೂತ ಸಮುದಾಯದ ನಿಷ್ಠೆ ಇಲ್ಲದಿದ್ದರೆ ಯಾವ ರಾಜ್ಯವೂ ನಿಲ್ಲುವುದಿಲ್ಲ ಎಂದು. ತನಗೆ ಈಗ ಅರ್ಥವಾಗುತ್ತಿದೆ. ಮತ್ತೊಮ್ಮೆ ತಿರಸ್ಕಾರ ಬಲಿಯಿತು. ಇದೆಂತಹ ಬಾಳು. ರಾಣಿಯ ಜೊತೆಗೆ ರಾಜನ ಭೋಗಕ್ಕೆ ಮೀಸಲಾದ ಹೆಂಗಸು. ಅವಳ ಹೊಟ್ಟೆಯ ಮಕ್ಕಳು. ಸಾಧಾರಣ ವೈಶ್ಯರಂತೆ ಸ್ವತಂತ್ರವಾಗಿ ಕೃಷಿಯಲ್ಲಿ ನಿರತರಾಗುವ ಸ್ವಾತಂತ್ರ್ಯವೂ ಇಲ್ಲ. ರಾಜಪುತ್ರರೆಂಬ ಅಧಿಕಾರವೂ ಇಲ್ಲ. ಹೆಣ್ಣುಮಗಳು ಹುಟ್ಟಿದರೆ ರಾಜಕುಮಾರಿಗೆ ದಾಸಿ, ಸಖಿ. ಅವಳೊಡನೆ ಅವಳ ಗಂಡನ ಮನೆಗೆ ಹೋಗಿ ಅವನು ಬಯಸಿದಾಗ ಒಪ್ಪಿಸಿಕೊಂಡು ಮಕ್ಕಳನ್ನು ಹೆತ್ತು ಸೂತಕುಲವನ್ನು ಬೆಳೆಸಬೇಕು. ಆಳು ಇನ್ನೊಂದು ಕುದುರೆಯನ್ನು ತಂದು ನಿಲ್ಲಿಸಿದ. ಬುದ್ಧಿವಂತ. ತನ್ನ ಪ್ರೀತಿಗೆ ಪಾತ್ರವಾದವುಗಳಲ್ಲಿ ಒಂದನ್ನು ಆರಿಸಿ ತಂದಿದ್ದಾನೆ. ಹತ್ತಿ ಅದರ ಬೆನ್ನಿನ ಮೇಲೆ ಕುಳಿತ. ಆದರೆ ಎಲ್ಲಿಗೆ ಹೋಗಬೇಕೆಂಬುದು ತಿಳಿಯಲಿಲ್ಲ. ಉಳಿದ ಕುದುರೆಗಳ ಮೇಲ್ವಿಚಾರಣೆ ನೋಡುವ ಮನಸ್ಸಾಗಲಿಲ್ಲ. ಇದ್ದಕ್ಕಿದ್ದಂತೆಯೇ ಚಿಕ್ಕಪ್ಪನನ್ನು ನೋಡುವ ವಿಚಾರ ಹುಟ್ಟಿತು. ತಕ್ಷಣ ಒಂದು ಅಂಶ ಮನಸ್ಸಿನಲ್ಲಿ ಗೋಚರಿಸಿತು. ಉಳಿದವರೆಲ್ಲ ಯುದ್ಧಕ್ಕೆ ಬಂದಿದ್ದಾರೆ, ಮೂಳೆ ಮೂಳೆ ಮುದುಕ ಪಿತಾಮಹ, ಗಟ್ಟಿ ದವಡೆಯ ಆಚಾರ್ಯ. ಉಳಿದವರೆಲ್ಲ ಸರಿಯೇ ಸರಿ. ಆದರೆ ವಿದುರ ಚಿಕ್ಕಪ್ಪ ಯಾಕೆ ಬರಲಿಲ್ಲ? ಅವನೇನೂ ಅಂತಹ ರಣವೀರನಲ್ಲ. ಆದರೆ ಯುದ್ಧಕ್ಕೆ ಬಂದಿರುವ ಮುದುಕರೆಲ್ಲ ಇನ್ನೂ ವೀರರಾಗಿದ್ದಾರೆಯೆ? ಉಳಿದವರಿಗೆ ಪ್ರೋತ್ಸಾಹ ಹೇಳುಕ್ಕೆ, ಹುಡುಗರಿಗೆ, 'ಏ ಮುಠ್ಠಾಳರಾ, ಹೆದರಿ ಬೆನ್ನು ತಿರುಗಿಸಬೇಡಿ. ನಮ್ಮ ಕಾಲದಲ್ಲಿ ಹೇಗೆ ಯುದ್ಧ ಮಾಡುತ್ತಿದ್ದೆವು ಗೊತ್ತೆ?' ಅಂತ ಆವೇಶ ತುಂಬುಕ್ಕೆ ಅಥವಾ ತಂತ್ರ ಹೇಳಿಕೊಡುಕ್ಕೆ ಬಂದಿದ್ದಾರೆ. ವಿದುರ ಚಿಕ್ಕಪ್ಪ ಮಾತ್ರ ಬರಲಿಲ್ಲವಲ್ಲ. ಅವನಂತೆ ಪಿತಾಮಹ, ಆಚಾರ್ಯರು ಮೊದಲು ಯುದ್ಧವನ್ನು ವಿರೋಧಿಸಿದರು. ಆದರೆ ಅನಂತರ ತಾವೇ ಮುಂದಾಳುಗಳಾಗಿ ಬಂದಿದ್ದಾರೆ. ಚಿಕ್ಕಪ್ಪ ಮಾತ್ರ ತಾನು ಭಾಗವಹಿಸುವುದೇ ಇಲ್ಲ ಅಂತ ಹಟ ಮಾಡಿ ಊರಿನಲ್ಲಿ ಉಳಿದ. ಯುಯುತ್ಸುವಿಗೆ ವಿದುರನ ಬಗೆಗೆ ಇದ್ದಕ್ಕಿದ್ದಂತೆಯೇ ಗೌರವ ಹೆಚ್ಚಿತು. ಇಷ್ಟವಿಲ್ಲದವರು

ಊರಿಗೆ ಹೋಗಬಹುದು ಅಥವಾ ಪ್ರತಿಪಕ್ಷ ಸೇರಬಹುದು ಅಂತ ಯಾಕೆ ಡಂಗುರ ಹಾಕಿಸಿದರು, ಯಾರು ಹಾಕಿಸಿದರು, ಎಂದು ತಿಳಿಯಬೇಕೆನ್ನಿಸಿತು. ಕುದುರೆಯನ್ನು ಮಹಾಸೇನಾನಿ ಪಿತಾಮಹರ ಡೇರೆಯ ಕಡೆಗೆ ಓಡಿಸಿದ.

ಡೇರೆಯ ಪಾಲಕನಿಂದ ತಿಳಿಯಿತು: ಅವರು ಸದ್ಯಕ್ಕೆ ಪಾಳಯದಲ್ಲಿಲ್ಲ, ಕೃಷ್ಣದ್ವೈಪಾಯನರನ್ನು ಕಾಣಲು ಆ ಮುನಿಯ ವನಕ್ಕೆ ಹೋಗಿದ್ದಾರೆ. ಡೇರೆಯ ಪಾಲಕ ಸೋಮರಥನೂ ಯುಯುತ್ಸುವಿನಂತೆ ಸೂತ. ಧೃತರಾಷ್ಟ್ರನಿಗೆ ಹುಟ್ಟಿದವನಲ್ಲ; ಮದುವೆಗೆ ಮುನ್ನ ಪಾಂಡುರಾಜನಿಗೆ ಹಸ್ತಿನಾವತಿಯ ದಾಸಿಯಲ್ಲಿ ಹುಟ್ಟಿದವನು. ಪಾಂಡವರೆಂದರೆ ಅವನಿಗೆ ಒಂದು ತೆರನಾದ ವಾಂಛಲ್ಯ. ಯುಯುತ್ಸುವನ್ನು ಕಂಡರೂ ಹಾಗೆಯೇ. ಹಿಂದೆ ಈಗ ಹದಿಮೂರು ಹದಿನಾಲ್ಕು ವರ್ಷದಲ್ಲಿ ದುರ್ಯೋಧನನು ಜೂಜಿನಲ್ಲಿ ಧರ್ಮರಾಜನನ್ನು ಸೋಲಿಸಿ ಕಾಡಿಗೆ ಕಳಿಸಿದಾಗ ಯುಯುತ್ಸು ತುಂಬಿದ ಸಭೆಯಲ್ಲಿ ಎದ್ದು ನಿಂತು ಧರ್ಮದ ಮಾತು ಹೇಳಿದ್ದ. ಆಗಿನಿಂದ ಸೋಮರಥನಿಗೆ ಇವನನ್ನು ಕಂಡರೆ ಅಭಿಮಾನ ಹೆಚ್ಚು. ಸೂತನಾಗಿದ್ದೂ ತುಂಬಿದ ಸಭೆಯಲ್ಲಿ ಪಿತಾಮಹ, ಆಚಾರ್ಯರ ಎದುರು ನಿಂತು ಸ್ವತಃ ಅಪ್ಪ ಧೃತರಾಷ್ಟ್ರ, ರಾಜ ದುರ್ಯೋಧನರಿಗೆ ನೀತಿ ಹೇಳುವ ಧೈರ್ಯ ತೋರಿಸಿದ್ದಕ್ಕೆ. ಈಗ ಡಂಗುರ ಸಾರಿಸಿದ ಹಿನ್ನೆಲೆ ಅವನಿಂದ ಯುಯುತ್ಸುವಿಗೆ ತಿಳಿಯಿತು.

'ನಿನಗೆ ಏನನಿಸುತ್ತೆ ಈ ಡಂಗುರದ ವಿಷಯ?' ಯುಯುತ್ಸು ಕೇಳಿದ.

'ಅಂದರೆ?'

'ನಿನ್ನ ಅಪ್ಪ ಪಾಂಡು ಮಹಾರಾಜ. ಬೇಕಾದರೆ ಈಗ ನೀನು ನಿನ್ನ ತಮ್ಮಂದಿರ ಪಕ್ಷ ಸೇರಿಕೊಬಹುದಲ್ಲವೆ?'

ಸೋಮರಥ ಗೊಂದಲದಲ್ಲಿ ಬಿದ್ದ. 'ಏನು ನೀನು ಹೇಳುವುದು?' ಎಂದ ಕಕ್ಕಾವಿಕ್ಕಿಯಾಗಿ.

'ಅಣ್ಣ ತಮ್ಮ ಅನ್ನುವ ಪ್ರೀತಿ.'

'ತಮಾಷೆ ಮಾಡಬೇಡ. ಅವರಿಗೆ ನನ್ನ ಪರಿಚಯವೇ ಇಲ್ಲ. ಎಂದೂ ನನ್ನನ್ನು ಅಣ್ಣ ಅಂತ ಕರೆದಿಲ್ಲ.'

'ಹಾಗೆ ಕರೆದರೆ ಧರ್ಮರಾಜನ ಬದಲು ರಾಜ್ಯವನ್ನು ನನಗೇ ಕೊಡಬೇಕು ಅಂತ ನೀನೆಲ್ಲಿ ಕೇಳುತ್ತೀಯೋ ಅಂತ ಇರಬಹುದು.'

'ದಾಸಿಯಲ್ಲಿ ಹುಟ್ಟಿದ ನಾನು ರಾಜ್ಯ ಕೇಳುವುದೆ? ಯುಯುತ್ಸು, ಇವತ್ತು ನಿನಗೆ ತುಂಬ ತಮಾಷೆ ಮಾಡಬೇಕೆನ್ನಿಸಿದೆ ಯಾಕೆ?'

ಯುಯುತ್ಸು ಮತ್ತೆ ಮಾತನಾಡಲಿಲ್ಲ. ಈ ಮಾತನ್ನು ತಾನು ಯಾಕೆ ಕೇಳಿದೆನೆಂದು ತನ್ನನ್ನು ತಾನು ಕೇಳಿಕೊಂಡ. ಉತ್ತರ ತಿಳಿಯಲಿಲ್ಲ. ಕುದುರೆ ಹತ್ತಿ ಹೊರಟ. ಎತ್ತ ಕಡೆಗೆ ಎಂಬುದು ಅರಿವಿಗೆ ಬಂದಿರಲಿಲ್ಲ. ಸುಮ್ಮಸುಮ್ಮನೆ ಕುದುರೆಗೂ ಆಯಾಸ, ತನಗೂ, ಎನ್ನಿಸಿ ಬೇರೆ ಏನು ಮಾಡಬೇಕೆಂದು ತಿಳಿಯಲಿಲ್ಲ. ತನ್ನ ಡೇರೆಗೆ ಹೋಗಿ ಮಲಗಬೇಕೆನ್ನಿಸಿತು. ಅತ್ತ ತಿರುಗಿಸಿದ. ಆದರೆ ಅಲ್ಲಿಗೆ ತಲುಪುವುದರೊಳಗೆ, ಹಸ್ತಿನಾವತಿಗೆ ಹೋಗಿ

ಚಿಕ್ಕಪ್ಪನನ್ನು ನೋಡುವ ಮನಸ್ಸಾಯಿತು. ಕಡಮೆ ದೂರವಲ್ಲ. ಕುದುರೆ ಓಡಿಸಿದರೆ ಹದಿನೆಂಟು ಇಪ್ಪತ್ತು ಘಳಿಗೆಯ ದಾರಿ. ಸುಮ್ಮನೆ ಕುದುರೆಯಿಂದ ಇಳಿದು ಡೇರೆಯ ಒಳಗೆ ಹೋಗಿ ಮಲಗಿದ. ಬೇಗ ನಿದ್ದೆ ಬಂತು, ಗಾಢನಿದ್ರೆ.

ಆದರೆ ಸ್ವಲ್ಪ ಹೊತ್ತಿಗೆ ಒಳಗಿನಿಂದ ಕತ್ತಲೆ ಅವಚಿದಂತಾಗಿ ಎಚ್ಚರವಾಯಿತು. ದಢಕ್ಕನೆ ಎದ್ದು ಕುಳಿತ. ಚಿಕ್ಕಪ್ಪನನ್ನು ನೋಡಲೇಬೇಕೆನ್ನಿಸಿತು. ಮುಖದಲ್ಲಿ ಬಿಗಿಯುತ್ತಿದ್ದ ನಿದ್ದೆಯ ಬೆವರನ್ನು ತೊಳೆದುಕೊಂಡು ಕುದುರೆ ಹತ್ತಿ ಹೊರಟುಬಿಟ್ಟ. ಎಲ್ಲಿಗೆ ಎಂಬುದನ್ನು ಸೇವಕನಿಗೆ ಹೇಳಲಿಲ್ಲ. ಸೈನಿಕರು, ಆನೆ, ಕುದುರೆ, ವಾಹನಗಳು ತಂಡತಂಡವಾಗಿ ಬಿಟ್ಟಿದ್ದ ಬೀಡನ್ನು ಕಳೆದು ನೇರವಾದ ದಾರಿಯಲ್ಲಿ ಹೋಗಲಿಲ್ಲ. ದಾರಿಯುದ್ದಕ್ಕೂ ಸರಂಜಾಮುಗಳ ಗಾಡಿಗಳು, ಸಾಮಾನು ಹೊತ್ತ ಆನೆಗಳು ಇನ್ನೂ ಬರುತ್ತಿರುತ್ತವೆಂಬುದು ಗೊತ್ತಿತ್ತು. ಬಲಭಾಗಕ್ಕೆ ತಿರುಗಿಸಿ ಬಳಸಿ ಓಡಿಸಿದ. ಸೈನ್ಯದ ಗಜಿಬಿಜಿಯಿಂದ ಹೊರಗೆ ಧೂಳಿಲ್ಲದ ನೆಲ, ತಿಳಿಯಾಗಿ ಕಾಣುವ ಆಕಾಶ, ಹಸಿರಿನ ವಾತಾವರಣಕ್ಕೆ ಬಂದಮೇಲೆ ಸ್ವಲ್ಪ ಹಾ ಎನಿಸಿತು. ಮನಸ್ಸು ಸ್ಪಷ್ಟವಾಯಿತು. ಹೇಗೂ ಡಂಗುರ ಸಾರಿಸಿದ್ದಾರೆ, ತಾನು ದುರ್ಯೋಧನನ ಕಡೆ ಕಾಯುವುದು ಬೇಡ. ಪಾಂಡವ ಪಕ್ಷ ಸೇರಬೇಕು. ಅದಕ್ಕೆ ಮುನ್ನ ವಿದುರ ಚಿಕ್ಕಪ್ಪನನ್ನು ಕೇಳಬೇಕು, ಅದಕ್ಕೆಂದೇ ಈಗ ಹೋಗುತ್ತಿರುವುದು ಎಂಬಷ್ಟು ಮಟ್ಟಿಗೆ ಸ್ಪಷ್ಟವಾಯಿತು. ಹೋದರೆ ಪಾಂಡವರು ತನ್ನನ್ನು ಆಲಿಂಗಿಸಿ ಸ್ವೀಕರಿಸುತ್ತಾರೆಂಬ ಬಗೆಗೆ ಯಾವ ಸಂಶಯವೂ ಇರಲಿಲ್ಲ. ಒಂದು ಹಳ್ಳಿ ಕಳೆದು ದಾರಿಯನ್ನು ಖಚಿತವಾಗಿ ತಿಳಿದುಕೊಂಡ ಮೇಲೆ ಅನ್ನಿಸಿತು. ಹೆಂಡತಿಯ ಹೊಟ್ಟೆಯಲ್ಲಿ ಹುಟ್ಟಿದ ಮಾತ್ರಕ್ಕೆ ಏಕೆ ಹೆಚ್ಚು ಪ್ರೀತಿ ಬೆಳೆಯಬೇಕು? ಕಣ್ಣಿಗೆ ಅರಿವೆ ಬಿಗಿದುಕೊಂಡಿರುವ ಹೆಂಡತಿಯ ಬದಲು ಸೇವೆಯನ್ನೆಲ್ಲ ನಮ್ಮಮ್ಮನೇ ಅಲ್ಲವೇ ಮಾಡುತ್ತಿದ್ದುದು? ಪರವಾಗಿಲ್ಲ, ಒಳ್ಳೆಯ ಕುದುರೆ, ವೇಗವಾಗಿ ಓಡುತ್ತದೆ. ಓಟದಲ್ಲಿ ಕುಲುಕು ಹೆಚ್ಚಿಲ್ಲ. ಗಾಳಿಯಲ್ಲಿ ತೇಲುವಂತಹ ತೊನೆತ. ಅಪ್ಪನಿಗೆ ಹೆಂಡತಿಯ ಹೊಟ್ಟೆಯಲ್ಲಿ ಹುಟ್ಟಿದ ಹದಿನಾಲ್ಕು ಮಕ್ಕಳ ಹೆಸರೂ ತುದಿ ನಾಲಗೆಯಲ್ಲಿದೆ. ಅದೂ, ಕ್ರಮಾನುಗತವಾಗಿ: ದುರ್ಯೋಧನ, ದುಶ್ಯಾಸನ, ದುಸ್ಸಹ, ದುಶ್ಶಲ, ದುರ್ಧರ್ಷ, ದುಷ್ಪಧರ್ಷಣ, ದುರ್ಮರ್ಷಣ, ದುರ್ಮುಖ, ದುಷ್ಕರ್ಣ, ದುರ್ಮದ, ದುರ್ವಿಗ, ದುರ್ವಿರೋಚನ, ದುಷ್ಪರಾಜಯ, ದುರಾಧರ, ಕೊನೆಯ ಮಗಳು ದುಶ್ಶಲೆ ಎಂದರಂತೂ ಪ್ರೀತಿ ಇರಬೇಕಾದದ್ದೇ, ಹೆಣ್ಣುಮಗಳು. ಆದರೆ ದಾಸಿಯರ ಹೊಟ್ಟೆಯಲ್ಲಿ ಹುಟ್ಟಿದ ಮಕ್ಕಳ ಹೆಸರನ್ನಾದರೂ ನೆನಪಿನಲ್ಲಿಟ್ಟುಕೊಳ್ಳುವ ಪ್ರೀತಿ ಇರಬೇಡವೆ ಹುಟ್ಟಿಸಿದವನಿಗೆ? ನಾನು, ಜಲಸಂಧ, ಸಮ, ಸಹ, ವಿಂದ, ಅನುವಿಂದ, ಇಷ್ಟು ಜನರ ಹೆಸರು ಮಾತ್ರ ಗೊತ್ತು. ಅದೂ ಪ್ರೀತಿಯ ದಾಸಿ, ಗಾಂಧಾರಿಯ ಸಖಿಯ ಮಕ್ಕಳು ಅಂತ. ಉಳಿದವರ ಪರಿವೆ ಕೂಡ ಇಲ್ಲ. ಆ ಮಕ್ಕಳಿಗೆ ಬೇಕಾದಾಗ ಅರಮನೆಗೆ ಹೋಗಿ ಅಪ್ಪನನ್ನು ಕಾಣುವ ಅಧಿಕಾರವೂ ಇಲ್ಲ. ಬಯಕೆಯೂ ಇಲ್ಲ. ವಿಚಿತ್ರವೆನ್ನಿಸಿತು. ಮನಸ್ಸಿನಲ್ಲಿ ತಿರಸ್ಕಾರ ಮರುಕಳಿಸಿತು. ಸಹೋದರ ಯುಯುತ್ಸು, ತಮ್ಮ, ಎಷ್ಟು ಪ್ರೀತಿಯ ಮಾತುಗಳು! ಅಪ್ಪ ಮಾತ್ರ ಇಂದಿಗೂ ಹತ್ತಿರ ಹೋದಾಗ ನನ್ನೊಬ್ಬನನ್ನು ತಬ್ಬಿಕೊಳ್ಳುತ್ತಾನೆ; ಆದರೆ ನೆತ್ತಿಯನ್ನು ಮೂಸುವುದಿಲ್ಲ, ಎಂದುಕೊಳ್ಳುವಾಗ ತನಗೆ ಕೂಡ ದಾಸೀ ಪುತ್ರ

ಪುತ್ರಿಯರ ಹೆಸರುಗಳೆಲ್ಲ ಗೊತ್ತಿಲ್ಲವೆಂಬ ಅರಿವಾಗಿ ಪರಿಸ್ಥಿತಿಯ ವಿಚಿತ್ರತೆ ಗಾಢವಾದಂತೆನ್ನಿಸಿತು.

ಹಸ್ತಿನಾವತಿಯನ್ನು ಮುಟ್ಟುವ ಹೊತ್ತಿಗೆ ಊರೆಲ್ಲ ಮಲಗುವ ಸಮಯವಾಗಿತ್ತು. ಒಂದು ತೆರಕ್ಕೆ ಒಳ್ಳೆಯದೇ ಆಯಿತು ಎಂದುಕೊಂಡ. ತನ್ನ ಮನೆಗೆ ಹೋಗುವುದು ಬೇಡ. ನೇರವಾಗಿ ಚಿಕ್ಕಪ್ಪನಲ್ಲಿಗೆ ಹೋಗಬೇಕೆಂದು ದಾರಿಯಲ್ಲೇ ನಿಶ್ಚಯಿಸಿ ಆಗಿತ್ತು. ಊರನ್ನು ಪ್ರವೇಶಿಸದೆ ಬಲಭಾಗದಿಂದ ಬಳಸಿ ನದಿಯ ದಂಡೆ ತಲುಪಿದ. ಮಬ್ಬುಗತ್ತಲು. ಮನೆಯಿಂದ ನದಿಯ ದಂಡೆಗೆ ಇಳಿಯುವ ಮೆಟ್ಟಿಲಿನ ಮೇಲೆ ಇಬ್ಬರು ಕೂತಿದ್ದುದು ಕಂಡಿತು. ಚಿಕ್ಕಪ್ಪ, ಕುಂತಿಯರೇ ಇರಬೇಕೆಂದು ಅರ್ಥಮಾಡಿಕೊಂಡ. ಕುಂತಿಯಂತೂ ಸದಾ ನದಿಯ ದಡದಲ್ಲಿ ಅಥವಾ ನದಿಯನ್ನು ನೋಡುತ್ತಾ ಮನೆಯ ಜಗುಲಿಯ ಮೇಲೆ ಕುಳಿತಿರುತ್ತಾಳೆ. ಚಿಕ್ಕಪ್ಪ ಕೂಡ ರಾತ್ರಿ ಬೇಗ ಮಲಗುವುದಿಲ್ಲ. ನದಿಯ ಹತ್ತಿರ ಕೂತಿರುತ್ತಾನೆ. ಹತ್ತಿರವಿದ್ದರೂ ಇಬ್ಬರೂ ಮೌನವಾಗಿರುತ್ತಾರೆ. ಚಿಕ್ಕಪ್ಪನಂತೂ ಸ್ವಭಾವತಃ ಮೌನಿ. ಕುಂತಿಯೂ ಇತ್ತೀಚೆಗೆ ಹಾಗೆಯೇ ಆಗುತ್ತಿದ್ದಾಳೆ. ಚಿಕ್ಕಮ್ಮ ಪಾರಸವಿ ರೋಗಿಷ್ಠೆ. ಮಲಗಿರಬಹುದು. ಮಕ್ಕಳು ಸೊಸೆಯರು ಮೊಮ್ಮಕ್ಕಳು ನಿದ್ರಿಸುವ ಹೊತ್ತು. ಕುದುರೆಯನ್ನು ನಿಲ್ಲಿಸಿ ಕಟ್ಟಿಹಾಕಿ ಮೆಟ್ಟಿಲು ಏರುತ್ತಿರುವಾಗಲೇ ಚಿಕ್ಕಪ್ಪ ಗುರುತಿಸಿದ. 'ಯುಯುತ್ಸು' ಎನ್ನುತ್ತಾ ಎದ್ದು ಮೆಟ್ಟಿಲು ಇಳಿಯಲು ಶುರು ಮಾಡಿದ ಎದುರುಗೊಳ್ಳುವವನಂತೆ. ಯುಯುತ್ಸು ಬೇಗ ಏರಿ ಹೋಗಿ ಮೊದಲು ಚಿಕ್ಕಪ್ಪನಿಗೆ ಆನಂತರ ಕುಂತಿಗೆ ಬಾಗಿ ನಮಸ್ಕರಿಸಿದ. 'ಯುದ್ಧದ ಪಾಳಯದಿಂದ ನೇರವಾಗಿ ಬರುತ್ತಿದೀಯಾ?' ಚಿಕ್ಕಪ್ಪ ಕೇಳಿದ. ಅವನಿಗೆ ಎಲ್ಲ ವಿವರವೂ ತಿಳಿದಿರುತ್ತದೆ. ಸೂತರು, ಮತ್ತು ಇತರ ಕೆಳವರ್ಗದವರಿಗೆಲ್ಲ ಅವನೆಂದರೆ ಆಪ್ತಭಾವ. ಎಲ್ಲ ಕಡೆಯ ಸುದ್ದಿಯೂ ಅವನಿಗೆ ಬರುತ್ತಿರುತ್ತದೆ, ಎಂದು ಯುಯುತ್ಸು ಜ್ಞಾಪಿಸಿಕೊಂಡ. ನದಿಯಲ್ಲಿ ಕೈಕಾಲು ಮುಖ ತೊಳೆದು ಹತ್ತಿರ ಬಂದ ಅವನನ್ನು ಅಡುಗೆಮನೆಗೆ ಕರೆದೊಯ್ದು ಕುಂತಿ ಮಿಕ್ಕಿದುದನ್ನು ಬಡಿಸಿದಳು. ತಾನು ಇಷ್ಟು ದಿನ ಅವಳನ್ನು ನೋಡಿದ್ದೇನೆ. ಚಿಕ್ಕಪ್ಪನ ಮನೆಗೆ ಬಂದಾಗಲೆಲ್ಲ ಹತ್ತಿರವೇ ಕೂತು ಮಾತನಾಡಿಸಿದ್ದೇನೆ. ಆದರೆ ಅವಳ ಕೈ ಎಷ್ಟು ದೊಡ್ಡದೆಂಬುದನ್ನು ಗಮನಿಸಿಯೇ ಇರಲಿಲ್ಲ. ಈ ಮುಪ್ಪಿನಲ್ಲೂ ಗದೆ ಹಿಡಿಯಲು ತಕ್ಕಷ್ಟು ಅಗಲವಾದ ಹಸ್ತ. ಎರಡು ಸಲ ಹಿಡಿದು ಇಕ್ಕಿದರೆ ಹೊಕ್ಕಳಿನಿಂದ ಗಂಟಲ ತನಕ ತುಂಬುವಷ್ಟು ಅನ್ನ. ಯುದ್ಧದ ವಿಷಯವಾಗಿ ಅವಳೇನೂ ಕೇಳಲಿಲ್ಲ. ತಾನೇ ಸ್ವತಃ ಯುಯುತ್ಸುವಿನ ಕುದುರೆಗೆ ನೀರು ಕುಡಿಸಿ ಹುಲ್ಲು ಧಾನ್ಯದ ನುಚ್ಚುಗಳನ್ನು ಹಾಕಿ ಬಂದು ಪಕ್ಕದಲ್ಲಿ ಕುಳಿತ ಚಿಕ್ಕಪ್ಪ ತಗ್ಗಿದ ಧ್ವನಿಯಲ್ಲಿ ಕೇಳಿದ: 'ಏನು ಇದ್ದಕ್ಕಿದ್ದಂತೆ ಬಂದೆ, ಈ ದಾರಿಯಲ್ಲಿ?'

ಡಂಗುರದ ವಿಷಯ ವಿವರಿಸಿದನಂತರ ಯುಯುತ್ಸು ಎಂದ: 'ಮನಸ್ಸು ಕದಲಿ ಹೋಗಿತ್ತು. ನಿನ್ನನ್ನು ನೋಡಿ ಸಮಾಧಾನ ಪಡೆಯಬೇಕು ಅಂತ ಹೊರಟುಬಿಟ್ಟೆ. ದಾರಿಯಲ್ಲಿ

ನಿಶ್ಚಯ ಹುಟ್ಟಿತು. ನಾನು ಪಾಂಡವರ ಪಕ್ಷ ಸೇರುತೀನಿ.'

ವಿದುರ ತಕ್ಷಣ ಏನೂ ಹೇಳಲಿಲ್ಲ. ಹೇಳುವುದು ಅವನ ಸ್ವಭಾವವೂ ಅಲ್ಲವೆಂಬುದು ಯುಯುತ್ಸುವಿಗೆ ತಿಳಿದಿತ್ತು. ಅವನು ಕುಂತಿಯ ಮುಖ ನೋಡಿದ. 'ನೀನೊಬ್ಬನೆಯಾ ಸೇರುವುದು?' ಅವಳು ಕೇಳಿದಳು.

'ಉಳಿದ ಯಾರ ಕೈಲೂ ನಾನು ಮಾತನಾಡಿಲ್ಲ. ಆಡಿದರೂ ಅವರಿಗೆ ಮರ್ಯಾದೆಯ ಸೂಕ್ಷ್ಮ ಅರ್ಥವಾಗುವುದಿಲ್ಲ ಅನಿಸುತ್ತೆ.' ಎಂದ ಯುಯುತ್ಸು ಕತ್ತು ಬಗ್ಗಿಸಿ ಸುರಿದುಕೊಂಡು ಒಂದಾದ ಮೇಲೆ ಒಂದರಂತೆ ಆರು ಏಳು ತುತ್ತು ಹಾಲು ಅನ್ನ ಉಂಡು ಅನಂತರ ಹೇಳಿದ: 'ಚಿಕ್ಕಪ್ಪ, ಯುದ್ಧಕ್ಕೆ ಅವಕಾಶ ಕೊಡುವುದು ತಪ್ಪು ಅಂತ ಪಿತಾಮಹರು, ಆಚಾರ್ಯರು, ನೀನು, ಎಲ್ಲ ಹೇಳಿದಿರಿ. ಆದರೆ ಆಗ ತಾವೇ ಅಧರ್ಮವೆಂದು ಕರೆದ ಯುದ್ಧಕ್ಕೆ ಅವರೆಲ್ಲ ಹೋಗಿದ್ದಾರೆ. ಮಾತ್ರವಲ್ಲ, ಸೇನಾನಿ, ಸೇನಾ ಮುಖ್ಯರುಗಳೂ ಆಗಿದ್ದಾರೆ. ನೀನೊಬ್ಬ ಮಾತ್ರ ಆತ್ಮ ಒಪ್ಪದ ಕೆಲಸ ಮಾಡದೆ ಮನೆಯಲ್ಲಿ ಉಳಿದೆ. ನಿನ್ನನ್ನು ನೋಡಿ ನನ್ನ ತೀರ್ಮಾನವನ್ನು ಪರೀಕ್ಷಿಸಿಕೊಳ್ಳಬೇಕು ಅಂತ ಬಂದೆ.'

ವಿದುರ ಉತ್ತರ ಹೇಳದೆ ಮೌನವಾಗಿ ಕುಳಿತಿದ್ದ. ಉಟ್ಟ ತುಂಡು ಅರಿವೆ ಮತ್ತು ಮೈ ಮುಚ್ಚುವ ಉಪವೀತಗಳು ಶುಭ್ರವಾಗಿದ್ದವು. ತಲೆಗಡ್ಡಗಳು ಎಂದಿನಂತೆ ಶಣಬಿನ ನೊದೆಯಂತಿದ್ದವು. ಯುಯುತ್ಸುವೇ ಕೇಳಿದ: 'ಯುದ್ಧಕ್ಕೆ ಹೋಗುವುದಿಲ್ಲವೆಂದದ್ದಕ್ಕೆ ಇಲ್ಲಿ ನಿನಗೆ ಯಾವ ರೀತಿಯಲ್ಲೂ ಕಿರುಕುಳ ಕೊಡುತ್ತಿಲ್ಲವೆ?'

'ಎಂಥ ಕಿರುಕುಳ ಕೊಟ್ಟಾರು?' ಉಪೇಕ್ಷೆಯ ಧ್ವನಿಯಲ್ಲಿ ವಿದುರ ಪ್ರಶ್ನೆಯನ್ನೇ ನಿವಾರಿಸಿದ.

'ಕೊಡದೆ ಬಿಡುತ್ತಾರೆಯೆ?' ಕುಂತಿ ಉತ್ತರಿಸಿದಳು: 'ಅಪ್ಪಾ, ನಾನು ಮುದುಕ; ಅಲ್ಲದೆ ಯಾವತ್ತೂ ಯುದ್ಧ ಮಾಡಿದವನಲ್ಲ ಅಂದು ಸುಮ್ಮನಿದ್ದರೆ ಅವರಿಗೆ ಸಿಟ್ಟು ಬರುತ್ತಿರಲಿಲ್ಲ. ಆದರೆ ರಾಜಾರೋಷಾಗಿ ನಿನ್ನದು ಅನ್ಯಾಯ, ಅಧರ್ಮ, ಈ ಯುದ್ಧದಲ್ಲಿ ನಾನು ಭಾಗಿಯಾಗುವುದಿಲ್ಲ, ನನ್ನ ಮಕ್ಕಳು ಮೊಮ್ಮಕ್ಕಳು ಕೂಡ ಭಾಗಿಯಾಗಲು ಬಿಡುವುದಿಲ್ಲ ಅಂದರೆ ಸುಮ್ಮನಿರುತ್ತಾನೆಯೆ? ಈ ಮುದುಕ ದಾಸೀಪುತ್ರ ಬರದಿದ್ದರೆ ಏನಾದೀತು ಅಂತ ದುರ್ಯೋಧನನೇನೋ ಯುದ್ಧಭೂಮಿಗೆ ಹೋದ. ಇಲ್ಲೇ ಇರುವ ಕುರುಡ ಅಪ್ಪ ಮಾತ್ರ ಕನವರಿಕೆಯಲ್ಲೂ ವಿದುರನನ್ನು ಶಪಿಸುತ್ತಾನಂತೆ. ರಾಜಭಟರನ್ನು ಬಿಟ್ಟು ನಮ್ಮ ಹಾಲು ಕರೆಯುವ ಕೆಲವು ಹಸುಗಳನ್ನು ಕದಿಸಿದ್ದಾನೆ. ಮನೆಯ ಹಿಂದೆ ದನ ಕರು ಕುದುರೆಗಳಿಗೆಂದು ಒಟ್ಟಿದ್ದ ಹುಲ್ಲಿನ ಬಣವೆಗೆ ಬೆಂಕಿ ಹಾಕಿಸಿ ಸುಡಿಸಿದ್ದಾನೆ. ಕಣಜ ಒಳಗಿದ್ದುದರಿಂದ ಹಾಳು ಮಾಡಲು ಸಿಕ್ಕಲಿಲ್ಲ.'

'ಕದ್ದು ಯಾಕೆ ಮಾಡಿಸಿದ? ರಾಜಾಜ್ಞೆಯಿಂದ ನೇರವಾಗಿಯೇ ಶಿಕ್ಷಿಸಬಹುದಾಗಿತ್ತಲ್ಲ.'

'ವಿದುರ ಅಂದರೆ ಕುರುಡನಿಗೆ ಮೊದಲಿನಿಂದ ಬೆಳೆದ ವಾಂಛಲ್ಯ ಬೇರೆ ಇದೆ. ಜೊತೆಗೆ ಜನ ಎಲ್ಲಿ ಬಯ್ಯುತ್ತಾರೆಯೋ ಎಂಬ ಭಯ. ಅದಕ್ಕೆ ಶಿಕ್ಷೆಗೆ ಆಜ್ಞೆ ಮಾಡಲಿಲ್ಲ ಅಂತ ಕಾಣುತ್ತೆ.'

ವಿದುರ ಈಗ ಮಾತನಾಡಿದ: 'ಧೃತರಾಷ್ಟ್ರ ಹೀಗೆ ಮಾಡಿಸುವುದರಲ್ಲಿ ಆಶ್ಚರ್ಯವಿಲ್ಲ. ಆದರೆ ಹಸ್ತಿನಾವತಿಯ ಪ್ರಜಾಪ್ರಮುಖರೆಲ್ಲ ವಿದುರ ಅಂದರೆ ರಾಷ್ಟ್ರದ್ರೋಹಿ ಅನ್ನುವ ಹಾಗೆ ತಿರಸ್ಕರಿಸುವುದಕ್ಕೆ ಶುರುಮಾಡಿದ್ದಾರೆ. ರಾಜ ಯುದ್ಧಕ್ಕೆ ಹೋದಾಗ ರಾಜ್ಯವೇ ಹೋಗಬೇಡವೆ? ರಾಜ್ಯದ ಪ್ರಜೆಗಳೆಲ್ಲ ಹೋಗಬೇಡವೆ? ಮುದುಕ ಮೋಟರು, ಹೆಂಗಸರು ಮಕ್ಕಳನ್ನು ಬಿಟ್ಟು ಉಳಿದವರೆಲ್ಲ ರಾಜಭಕ್ತಿ ತೋರಿಸಬೇಕು ಅಂತ ಅವರ ಶ್ರದ್ಧೆ.'

ಕುಂತಿ ಮತ್ತೆ ಎರಡು ಶಾರೆ ಬಡಿಸಿದಳು. ಮೂರನೆಯ ಸಲ ಪಾತ್ರೆಗೆ ಕೈಹಾಕಿದಾಗ ಯುಯುತ್ಸು ಬೇಡವೆಂದ. ಅಡುಗೆಮನೆಯ ಹಾಲು ಮೊಸರು ಬೆಣ್ಣೆಗಳ ಕಣಕುವಾಸನೆ ಈಗ ಇದ್ದಕ್ಕಿದ್ದಂತೆಯೇ ಅವನ ಗಮನಕ್ಕೆ ಬಂತು. ವಿದುರ ಕೇಳುತ್ತಿದ್ದ: 'ಯುದ್ಧ ಅಂದರೆ ರಾಜಭಕ್ತಿಯ ಜ್ವರ ಎಲ್ಲರಲ್ಲೂ ಏರಲೇಬೇಕು. ಯುದ್ಧ ಬೇಡ ಅಂದವನಿಗೆ ಅದರಿಂದ ದೂರವಿರುವ ಅವಕಾಶವೂ ಇರಬಾರದೆ?'

'ನೀನೇಕೆ ಹೆಂಡತಿ ಮಕ್ಕಳು ಮೊಮ್ಮಕ್ಕಳನ್ನು ಕರೆದುಕೊಂಡು ಕುಂತಿಯ ಜೊತೆ ಪಾಂಡವರ ಕಡೆಯುವರು ಬೀಡು ಬಿಟ್ಟಿರುವ ಉಪಪ್ಲಾವ್ಯ ನಗರಕ್ಕೆ ಹೋಗಿಬಿಡಬಾರದು?'

'ಯಾಕೆ ಹೋಗಬೇಕು? ನಾನು ಹುಟ್ಟಿದ್ದು ಈ ಊರಿನಲ್ಲಿ. ಬೆಳೆದದ್ದು ಈ ಊರಿನಲ್ಲಿ. ನನ್ನ ಮಕ್ಕಳು ಮೊಮ್ಮಕ್ಕಳು ಈ ಊರಿನ ಹತ್ತಿರದ ಹೊಲ ಉತ್ತು ಹಸನು ಮಾಡಿ ದಿನಸಿ ಬೆಳೆಯುತ್ತಿದ್ದಾರೆ. ನನ್ನ ದನಕರುಗಳು ಈ ನದಿಯ ದಡದಲ್ಲಿ ಮೇಯ್ದು ನೀರು ಕುಡಿದು ಬೆಳೆದಿವೆ. ಇವನ್ನೆಲ್ಲ ಬಿಟ್ಟು ನಾನೇಕೆ ಪರದೇಶಿಯಂತೆ ಬೇರೆ ರಾಜ್ಯಕ್ಕೆ ಹೋಗಬೇಕು? ಇಷ್ಟಕ್ಕೂ ನಾನು ಹೇಳಿದ್ದೇನು? ಹಸ್ತಿನಾವತಿಯನ್ನು ಪಾಂಡವರಿಗೆ ಕೊಡು ಅನ್ನಲಿಲ್ಲ. ಅವರ ಪಾಲಿನದನ್ನು ಅವರಿಗೆ ಕೊಡಿ. ನಮ್ಮದು ನಮಗಿರಲಿ ಅಂದೆ. ಪ್ರಜಾಪ್ರಮುಖರಿಗೆ ಈ ಮಾತು ರುಚಿಸುವುದಿಲ್ಲವಲ್ಲ. ಪಾಂಡವರಿಗೆ ಅನ್ಯಾಯವಾಗುವುದು ಅವರಿಗೆ ಮುಖ್ಯವಲ್ಲ. ಇದುವರೆಗೆ ಇಷ್ಟು ವಿಶಾಲ ಪ್ರದೇಶದ ರಾಜಧಾನಿಯ ರೆಕ್ಕೆ ಸಣ್ಣದಾಗಿಬಿಡುತ್ತದೆ, ಎಂದರೆ ತಮ್ಮ ಕೋಡು ಮೊಟುಕಾಗುತ್ತದೆ ಅಂತ ಅವರ ಹುಂಬತನ.'

ಯುಯುತ್ಸು ಊಟ ಮಾಡಿ ತಾಮ್ರದ ತಂಬಿಗೆಯಿಂದ ನೀರು ಕುಡಿದು ಎದ್ದು ಕೈ ತೊಳೆದುಕೊಂಡ. ಕುಂತಿ ಅವನ ಹರಿವಾಣವನ್ನು ಎತ್ತಿ ಇಟ್ಟಳು. ಮೂವರೂ ಅಲ್ಲಿಯೇ ಕುಳಿತರು. ವಿದುರ ಹೇಳಿದ: 'ಪಾಂಡವರ ಪಕ್ಷ ಸೇರಬೇಕು ಅನ್ನಿಸಿತಲ್ಲವೇ ನಿನಗೆ? ಖಂಡಿತ ಹೋಗಿ ಸೇರು. ನಿಷ್ಠೆಯಿಂದ ಯುದ್ಧ ಮಾಡು. ಇಲ್ಲಿ ನಿನ್ನ ಹೆಂಡತಿ ಮಕ್ಕಳಿಗೆ ಕಿರುಕುಳ ಶುರುವಾಗುವುದಂತೂ ಖಂಡಿತ. ಏನು ಮಾಡುತ್ತೀಯ?'

ಯುಯುತ್ಸು ಈ ಬಗೆಗೆ ಯೋಚಿಸಿರಲಿಲ್ಲ. ಮಹಾಸೇನಾನಿ ಭೀಷ್ಮರೇನೋ ಇಷ್ಟವಿಲ್ಲದವರು ಊರಿಗೆ ಹೋಗಬಹುದು, ಅದೇ ನ್ಯಾಯವೆಂದು ಭಾವಿಸುವವರು ಪಾಂಡವ ಪಕ್ಷ ಸೇರಬಹುದು ಎಂದು ಡಂಗುರ ಸಾರಿಸಿದರು. ಹಾಗೆ ಹೋಗುವುದು ಅಷ್ಟು ಸರಳವಲ್ಲ, ಸುಲಭವಲ್ಲ ಎಂದು ಈಗ ಅರ್ಥವಾಗುತ್ತಿದೆ. ಅಲ್ಲದೆ ಈ ಸ್ವಾತಂತ್ರ್ಯವು ಹೊರಗಿನಿಂದ ಬಂದ ರಾಜರಿಗೆ ಮಾತ್ರ ಇರಬಹುದು. ಇದೇ ರಾಜ್ಯದ ಅನ್ನ ನೀರು ಗಾಳಿಗಳನ್ನು ಸೇವಿಸಿ ಬದುಕುವ ಪ್ರಜೆಗಳಿಗೆ ಇಲ್ಲವೆಂದು ಡಂಗುರದ ಅರ್ಥವೇ? ವಾಪಸು

ಹೋಗಿ ಭೀಷ್ಮರನ್ನೇ ಕೇಳಿದರೆ ಹೇಗೆ? ಈ ರಾಜ್ಯದ ಯೋಧರಿಗೆ ಆ ಸ್ವಾತಂತ್ರ್ಯವಿಲ್ಲವೆಂದರೆ ಏನು ಮಾಡುವುದು, ಎಂದು ಯೋಚಿಸುತ್ತಿರುವಾಗ ಅವನಿಗೆ ನಿದ್ದೆ ಏರಲು ಶುರುವಾಯಿತು. ಮೂರು ದಿನದಿಂದ ನಿದ್ರೆ ಇಲ್ಲ, ಇಷ್ಟು ದೂರದ ಪ್ರಯಾಣದ ಕುಲುಕು, ಅಲ್ಲದೆ ಕುಂತಿ ಇಕ್ಕಿದ ಊಟ. ವಿದುರ ಎಂದ: 'ಕದ್ದು ಹೋಗಬೇಡ. ನಿನ್ನದು ಅನ್ಯಾಯ. ನನಗೆ ನ್ಯಾಯವೆಂದು ತೋರಿದ ಕಡೆಗೆ ಹೋಗುತೀನಿ ಅಂತ ಧೈರ್ಯವಾಗಿ ಮುಖಾಮುಖಿ ಹೇಳಿ ಹೋಗು.'

ಯುಯುತ್ಸು ಆಗಲಿ ಎಂದು ತಲೆ ಹಾಕಿದ. ಅವನ ನಿದ್ದೆಯನ್ನು ಗಮನಿಸಿದ ಕುಂತಿ ಒಳಗೆ ನಡಿ ಮಲಗುವೆಯಂತೆ ಎಂದಳು.

ಕಟ್ಟಿ ಹಾಕಿದ್ದ ಕುದುರೆಗಳ ಹೆಜ್ಜೆಯ ಸಪ್ಪಳ ಸುತ್ತುವರೆದಿತ್ತು. ಆನೆಗಳ ಸಾಲು ತುಂಬ ದೂರದಲ್ಲಿ. ಆಳುಗಳು ಕುದುರೆಗಳ ಲದ್ದಿಯನ್ನು ಎತ್ತುತ್ತಿದ್ದರಾದರೂ ಎಲ್ಲವನ್ನೂ ಎಲ್ಲಿಗೆ ಸಾಗಿಸಬೇಕೆಂಬುದು ತಿಳಿಯದೆ, ಅಲ್ಲಲ್ಲೇ ಗುಡ್ಡೆ ಮಾಡುತ್ತಿದ್ದರು. ಹೊರಗೆಲ್ಲ ಬಹಳ ಅಲ್ಪವಾಗಿ ಶಿಂಡು ನಾತ ಶುರುವಾಗಿತ್ತು. ದ್ರೋಣರಿಗೆಂದು ವಿಶೇಷವಾಗಿ ಕಟ್ಟಿದ್ದ ಚಪ್ಪರದೊಳಗೆ ರಾತ್ರಿ ಮಾಡಿದ್ದ ಹವನದ ಕಮಟುಗಮ ಇನ್ನೂ ಆವರಿಸಿ ಹೊರಗಿನ ನಾತವನ್ನು ಹೊರಗೇ ತಡೆದಿತ್ತು. ಬೆಳಗಿನ ಸ್ನಾನ ಮುಗಿಸಿ ಅಗ್ನಿಯ ಹತ್ತಿರ ಕುಳಿತಿದ್ದ ಅವರು ಇನ್ನೂ ಹವನಕಾರ್ಯ ಆರಂಭಿಸಿರಲಿಲ್ಲ. ಬಲಗಡೆಗೆ ಸಮಿತ್ತಿನ ಕಟ್ಟು, ತುಪ್ಪದ ದಪ್ಪ ಬಟ್ಟಲು. ಯಾವುದೋ ಮಂತ್ರ ನೆನಪಿಗೆ ತೇಲಿ ಏರಲು ಹವಣಿಸುತ್ತಿತ್ತು. ಯಾವು ದೆಂಬುದೂ ಅರಿವಿಗೆ ಬರುತ್ತಿರಲಿಲ್ಲ. ಈಗ ಯಾಕೆ ಅದು ಬಂದು ಕಾಡಬೇಕೆಂಬ ಕೋಪ ಬೇರೆ. ಅದರ ಅಗತ್ಯವೂ ತಮಗಿಲ್ಲ, ಎಂದುಕೊಂಡು ಕುಂಡದ ಅಗ್ನಿಯನ್ನು ಬೀಸಣಿಗೆ ಹಾಕಿ ಪುಟ ಮಾಡಿ ಸಣ್ಣಗೆ ಸೀಳಿ ಒಣಗಿಸಿದ್ದ ಸಮಿತ್ತನ್ನು ಹಗುರವಾಗಿ ಮೇಲೆ ಇಟ್ಟು ಕವರಿಸಿದರು. ಎಂಭತ್ತು ವರ್ಷದಲ್ಲಿ ತಮಗೆ ಬುದ್ಧಿ ತಿಳಿದು ಸಂಸ್ಕಾರವಾದಂದಿ ನಿಂದ ಇದೇ ಅಗ್ನಿಯನ್ನು ಸಂರಕ್ಷಿಸಿಕೊಂಡು ಬಂದಿರುವ ನೆನಪಾಯಿತು. ಬೆಣಚುಕಲ್ಲು ಮರದ ಮಂತುಗಳಿಂದ ಹೊಸದಾಗಿ ಬೆಂಕಿ ಹೊತ್ತಿಸುವ ಸಂದರ್ಭವೇ ಬಂದಿಲ್ಲ. ಹೋದ ಹೋದಲ್ಲೆಲ್ಲ ಮೂಲ ಗೃಹಾಗ್ನಿಯನ್ನೇ ಕಾಪಾಡಿಕೊಂಡು, ನಿಂತಲ್ಲಿಯೇ ದಡಬಡನೆ ಹೆಜ್ಜೆ ಹಾಕುತ್ತವೆ, ದಿನಾ ಸವಾರರನ್ನು ಹೊತ್ತು ಓಡಿ ವ್ಯಾಯಾಮದಿಂದ ಮೈ ಹಗುರ ಮಾಡಿಕೊಳ್ಳುತ್ತಿದ್ದ ಅವನ್ನು ಹೀಗೆ ಕಟ್ಟಿಹಾಕಿದರೆ ಇನ್ನೇನು ಮಾಡಿಯಾವು ಪಾಪದ ಪ್ರಾಣಿಗಳು ಎನ್ನಿಸಿತು. ಈ ಬೆಳಗ್ಗೆ ತಾವೂ ಕುದುರೆ ಸವಾರಿ ಮಾಡಿಲ್ಲವೆಂಬ ನೆನಪಾಗಿ ಮೈ ಕೈ ನೋವು ಕಾಣಿಸಿತು. 'ಆಚಾರ್ಯರೇ, ಸವಾರಿಯಿಂದ ನಿಮಗಷ್ಟೇ ಅಂಗಸಾಧನೆ. ಕುದುರೆಗಲ್ಲ,' ಭೀಷ್ಮರು ಆಗಾಗ್ಗೆ ತಮಾಷೆ ಮಾಡುತ್ತಿದ್ದುದು ನೆನಪಿಗೆ ಬಂತು. ಮಾಂಸಖಂಡ ಕಡಮೆ. ಮೂಳೆಯ ರಚನೆಯೇ ಮುಖ್ಯ. ಚಕ್ಕೆ ಮೈಯಿ. ಶಕ್ತಿಯ ನೆಲೆಯೇ ಅಲ್ಲವೆ ಇದು ಎಂದುಕೊಳ್ಳುವಾಗ ಅಚಾನಕವಾಗಿ ದೃಷ್ಟಿಯು ತಮ್ಮ ಒಣ ಮೈಕಟ್ಟಿನ ಕಡೆಗೆ ಹರಿ ಯಿತು. ಹೆಚ್ಚು ಸುಕ್ಕು ಕೂಡ ಕಟ್ಟಿಲ್ಲ. ತೊಸೆ ಮೈಯಿಯವರಿಗೆ ತಾನೆ ಸುಕ್ಕು ಎಂದುಕೊಳ್ಳುವಾಗ ಕವರಿದ್ದ ಹೊಗೆಯನ್ನು ಒಳಗಿನಿಂದ ಒಡೆದುಕೊಂಡು ಬುಗ್ ಎಂದು ಉರಿ ಹೊತ್ತಿತು. ಹಾ, ನೆನಪಿಗೆ ಬಂತು: ಗರ್ಭೋ ಯೋ ಅಪಾಂ ಗರ್ಭೋ ವನಾನಾಂ ಗರ್ಭಶ್ಚ ಸ್ಥಾತಾಂ ಗರ್ಭಶರ್ಚಥಾಮ್. ಅಪಾನಂಪಾತ್ ಸಂಜ್ಞಕನಾಗಿ ನೀರಿನಲ್ಲಿದ್ದಾನೆ. ದಾವಾಗ್ನಿ

ರೂಪದಲ್ಲಿ ಕಾಡಿನ ಮರಗಳಲ್ಲಿದ್ದಾನೆ. ಸ್ಥಾವರಗಳಾದ ಕಾಷ್ಠಾದಿಗಳಲ್ಲಿದ್ದಾನೆ. ಜಠರಾಗ್ನಿ ರೂಪದಿಂದ ಸಂಚಾರಶೀಲ ಪ್ರಾಣಿಗಳಲ್ಲಿದ್ದಾನೆ. ಮರೆತೇಹೋಗಿತ್ತಲ್ಲ ಇಂಥ ಒಳ್ಳೆಯ ಮಂತ್ರ. ಬರುಬರುತ್ತ ಬರೀ ನಿತ್ಯಕರ್ಮದ ಮಂತ್ರಗಳಷ್ಟೇ ಜ್ಞಾಪಕದಲ್ಲಿ ಉಳಿದಿವೆ, ಉಳಿದ ವೇದಭಾಗವೆಲ್ಲ ಆಲೋಡಣೆಯೇ ಇಲ್ಲವಾಗಿ, ಭೀಷ್ಮರು ಹೇಳುವುದು ನಿಜವೇ?, ನಾನು ಕ್ಷತ್ರಿಯನಾಗಿಬಿಟ್ಟೆನೆ ಕಲಿತ ಮಂತ್ರಗಳನ್ನೆಲ್ಲ ಮರೆತು ಪ್ರಾಯದಲ್ಲಿ ವೇದಾಧ್ಯಯನ ಮಾಡಿ ಕ್ರಮೇಣ ಅಧ್ಯಾಪನಕ್ಕೆ ಅನರ್ಹನಾಗಿ ಬರೀ ಧನುರ್ವಿದ್ಯೆಯ ಬೆನ್ನು ಹತ್ತಿ? ಹೊರಗೆ ಕೆನೆಯುವ ಕುದುರೆಯ ಸದ್ದು. ನನ್ನದೇ, ಸಾವಿರ ಕುದುರೆಗಳ ಮಧ್ಯೆ ಕೆನೆದರೂ ಧ್ವನಿಯ ಗುರುತು ಸಿಕ್ಕುತ್ತೆ. ಸಾವಿರ ಜನಗಳ ನಡುವೆ ನಾನು ಬಾ ಎಂದು ಕೂಗಿದರೆ ಅದಕ್ಕೆ ನನ್ನ ಧ್ವನಿ ತಿಳಿದುಬಿಡುತ್ತೆ. ಕತ್ತು ತಿರುಗಿಸಿ ಕಿವಿಯನ್ನು ಗುರಿ ಮಾಡಿಕೊಂಡು ಆಲಿಸುತ್ತೆ ಎಂಬ ನೆನಪು. ಹೋಮ ಆರಂಭವಾಯಿತು. ಪ್ರತಿನಿತ್ಯ ಹೇಳುವ ಮಂತ್ರಗಳು ನುರಿತ ಬಿಲ್ಲುಗಾರನ ಬೆರಳಿನ ಗುರಿಯಂತೆ ಸರಸರನೆ ನಾಲಗೆಯಿಂದ ಹೊರಬಂದವು. ಮೂಗು ತುಂಬುವ ತುಪ್ಪದ ಗಮದ ನಡುವೆ ಮತ್ತೆ ಮತ್ತೆ ನೆನಪಿನಲ್ಲಿ ಉಳಿಯುವ ಅದೇ ಮಂತ್ರ. ಗರ್ಭೋಯೋ ಅಪಾಂ, ಕೊನೆಗೆ ಉಳಿದಿದ್ದ ತುಪ್ಪವನ್ನೆಲ್ಲ ಎತ್ತಿ ಅಗ್ನಿಗೆ ಹಾಕಿ ಅದು ಎದೆಯ ಎತ್ತರಕ್ಕೆ ದಗದಗಿಸಿ ಆಗ ಹೀಗಿರಬೇಕು ಎನ್ನಿಸಿತು. ಅಗ್ನೇನಯ ಸುಪಥಾರಾಯೆ ಅಸ್ಮಾನ್ ಹೇಳಿಕೊಂಡು ಎದ್ದು ಪ್ರದಕ್ಷಿಣೆ ಮಾಡಿ ತಮ್ಮ ಚಪ್ಪರದಿಂದ ಹೊರಗೆ ಬಂದರೆ ಹೌದು ಅದೇ ತಮ್ಮ ಕುದುರೆ. ಹೋಮ ಮಾಡುವಾಗ ಮಂತ್ರ ಹೇಳುತ್ತಿದ್ದ ಧ್ವನಿಯನ್ನು ಗುರುತಿಸಿ ಕೆನೆಯುತ್ತಿತ್ತೆಂದು ಅರ್ಥವಾಯಿತು. ಹತ್ತಿರ ಹೋಗಿ ಕುತ್ತಿಗೆ ನೇವರಿಸಿದರೆ ಎಷ್ಟು ಪ್ರೀತಿಯಿಂದ ಮೂಸುತ್ತದೆ. ನೆನೆದ ನುಚ್ಚು ಮೆತ್ತಿಕೊಂಡ ಮುಸುಡಿ. ಈಗ ವಾಸನೆ ತಿಳಿಯುತ್ತಿದೆ. ಸುತ್ತ ಕುದುರೆಗಳು ಸಾವಿರ ಸಾವಿರ. ಅವುಗಳ ಕೆನೆತ, ಕಾಲುಘಟ್ಟಣೆಯ ಜೊತೆಗೆ ರಥಗಳನ್ನು ದುರಸ್ತು ಮಾಡುವ ಬಡಗಿಗಳ ಟುಕ್ಕು ಟುಕ್ಕು ಬಡಿತ. ಒಳಗೆ ಹೋದರೆ ಚಂದ ಹೋಮದ ವಾಸನೆ. ರೆಪ್ಪೆಗಳನ್ನು ಮುಚ್ಚಿ ದೃಷ್ಟಿಯನ್ನು ಒಳಗು ಮಾಡಿಕೊಂಡು ಉಸಿರನ್ನು ನಿಧಾನವಾಗಿ ದೀರ್ಘವಾಗಿ ಒಳಗೆಳೆದುಕೊಳ್ಳುವಂತಾಗುತ್ತದೆ. ಹೊರಗೆ ಬಂದರೆ ಹೊರ ಹೊರಗೇ ಬಿಡುವ ಮನಸ್ಸು. ಒಂದು ದಿನಕ್ಕೇ ಹೀಗಾಗುತ್ತಿದೆಯಲ್ಲ. ಹೀಗೆಯೇ ಇಲ್ಲಿ ನಿಂತರೆ ಇನ್ನೆಷ್ಟು ವಾಸನೆ ಹುಟ್ಟೀತೋ! ಸಾಕಷ್ಟು ಗಾಳಿಯನ್ನು ಒಳಗೆ ಎಳೆದುಕೊಂಡು ಉಚ್ಛ್ವಾಸ ಮಾಡದೆ ಎರಡು ನಿಮಿಷ ಕೂಡ ಇರಲು ಸಾಧ್ಯವಿಲ್ಲವೆಂಬುದು ಅರಿವಿಗೆ ಬಂತು. ವಾಸನೆಯನ್ನು ಧಿಕ್ಕರಿಸಿ ಪೂರ್ಣ ಪ್ರಮಾಣದಲ್ಲಿ ಉಸಿರಾಡತೊಡಗಿದರು. ಸೇವಕ ಹಿಂಬದಿಯಿಂದ ಬಂದು ನಿಂತು ಗೌರವದ ತಗ್ಗು ದನಿಯಲ್ಲಿ ಕೂಗಿದ: 'ಆಚಾರ್ಯರೇ.' ಅವರು ತಿರುಗಿ ನೋಡಿದರು. 'ಅಡುಗೆ ಆರುತ್ತಿದೆ. ನಿಮ್ಮ ಸ್ನಾನ ಆಹ್ನಿಕ ಕೂಡ ತಡವಾಗಿತ್ತು.'

'ಆರಿದರೆ ಏನಾಯಿತು?' ತಮಗೇ ತಿಳಿಯದಂತೆ ರೇಗಿದ ಧ್ವನಿಯಲ್ಲಿ ಕೇಳಿದರು. ಅವರು ಆಗಾಗ್ಗೆ ಹೀಗೆ ಆಡುವುದು ಅವನಿಗೆ ಹೊಸತಲ್ಲ. ಸುಮ್ಮನೆ ನಿಂತುಕೊಂಡ. 'ನಡಿ ಬಂದೆ' ಎಂದರು. ಚಪ್ಪರದ ಒಳಗೆ ಹೋಗುತ್ತಿದ್ದ ಅವನನ್ನು ಕೂಗಿ, 'ಊಟಕ್ಕೆ ಅಶ್ವತ್ಥಾಮ ಸಿದ್ಧನಾಗಿದ್ದಾನೆಯೊ?'

'ಬೆಳಗ್ಗೆ ಎದ್ದು ಕುದುರೆ ಹತ್ತಿ ಹೋದವರು, ಇನ್ನೂ ಬಂದಿಲ್ಲ. ಸ್ನಾನವೂ ಮಾಡಿಲ್ಲ.'

'ಕತ್ತೆ, ಅವನನ್ನು ಬಿಟ್ಟು ನಾನು ಊಟ ಮಾಡುವುದಿಲ್ಲ ಅಂತ ಗೊತ್ತಿಲ್ಲವೆ ನಿನಗೆ?' ರೇಗಿದರು.

ಅವನು ಮತ್ತೆ ಕತ್ತು ತಗ್ಗಿಸಿ ನಿಂತು ಅನಂತರ, 'ಅಡುಗೆ ಆರಿ ತಣ್ಣಗಾಗುತ್ತಿದೆ. ಇರುವ ಹಾಲನ್ನು ಮತ್ತೆ ಕಾಯಿಸಿದರೆ ಒಡೆದುಹೋಗಬಹುದು. ನೆನ್ನೆ ರಾತ್ರಿ ತಂದದ್ದು. ಇವತ್ತು ಸಾಯಂಕಾಲಕ್ಕೆ ಮುನ್ನ ಹಾಲು ತರಿಸುವುದು ಕಷ್ಟ ಅಂತ ಹೇಳಿದ್ದಾರೆ ಸರಬರಾಜಿನವರು.'

'ಎಲ್ಲಿಗೆ ಹೋದ ಅವನು?' ಎಂದು ಕೇಳುವಾಗ ಅವರ ಕೈ ತಮ್ಮ ಕೆಂಪು ಕುದುರೆಯ ಕುತ್ತಿಗೆಯನ್ನು ತುರಿಸುತ್ತಿತ್ತು. ಚುರುಕು ಬಿಸಿಲು. ಇನ್ನೊಂದು ಮಾರು ಸಾಗಿದರೆ ಸೂರ್ಯನು ನೆತ್ತಿಯ ಮೇಲೆ ಬರುವುದು ಕಾಣಿಸಿತು.

'ತಮ್ಮ ಅಧೀನದಲ್ಲಿದ್ದ ವಾಹಿನಿಯ ರಥಗಳು ಎಲ್ಲೆಲ್ಲಿಯೋ ಚದುರಿಹೋಗಿವೆ ಎಂದು ಒಬ್ಬ ಸಾರಥಿ ಬಂದು ಹೇಳಿದ. ಇನ್ನೂ ಸೂರ್ಯ ಹುಟ್ಟಿರಲಿಲ್ಲ. ಬಾಯಿ ಕೂಡ ತೊಳೆಯದೆ ಕುದುರೆ ಹತ್ತಿ ಹೋದರು. ಅವರಿಗೆ ಸೇರಿದ ರಥಗಳನ್ನೆಲ್ಲ ಒಟ್ಟು ಸೇರಿಸಿ ಸರಿಯಾದ ಕ್ರಮದಲ್ಲಿ ನಿಲ್ಲಿಸದೆ ಹಿಂತಿರುಗುವಂತೆ ಕಾಣುವುದಿಲ್ಲ.'

ದ್ರೋಣರು ಸುಮ್ಮನೆ ಹೂಂ ಎಂದರು. ಪರಿಚಾರಕ ಒಳಗೆ ಹೋದ. ಮಗನ ಮೇಲೆ ಸಿಟ್ಟು ಬಂತು. ಕುದುರೆ ಕತ್ತನ್ನು ಇನ್ನಷ್ಟು ಮುಂದೆ ನೀಡಿತು. ಅದನ್ನು ಕಟ್ಟಿದ್ದ ಹಗ್ಗವನ್ನೇ ಬಿಚ್ಚಿ ಮಡಿಸಿ ಹಿಡಿದು ಪರಪರ ತಿಕ್ಕುವಾಗ ಇದಕ್ಕೂ ಸ್ನಾನ ಮಾಡಿಸಿದ್ದರೆ ಚನ್ನವೆನ್ನಿಸಿತು. ನೀರಿಲ್ಲವೆಂಬ ಜ್ಞಾಪಕವೂ ಬಂತು. ತನ್ನ ಅಧೀನದ ರಥ ಕುದುರೆ ಸೈನಿಕರನ್ನೆಲ್ಲ ಒಂದೇ ಕಡೆ ಜೋಡಿಸಿಟ್ಟಿರುವುದು ಸರಿ ಯಾವ ಕ್ಷಣದಲ್ಲಿ ರಣರಂಗಕ್ಕೆ ನುಗ್ಗಬೇಕೆಂದರೂ ಅಣಿಯಾಗಿರುವಂತೆ. ಆದರೆ ಬೆಳಗೆದ್ದು ಸ್ನಾನವಿಲ್ಲದೆ ಅಗ್ನಿಕಾರ್ಯವಿಲ್ಲದೆ ಮುಖಪ್ರಕ್ಷಾಳನವನ್ನೂ ಮಾಡದೆ ಕುದುರೆ ಹತ್ತಿ ಇವನೆಂಥ ಆಚಾರ್ಯ ಎನ್ನಿಸಿ ತಮ್ಮ ಸಿಟ್ಟಿನ ಕಾರಣವು ಅರಿವಿಗೆ ಬಂತು. ಇವನೆಂದೂ ಬ್ರಾಹ್ಮಣನಾಗುವುದಿಲ್ಲವೆಂದುಕೊಂಡರು. ಪರಿಚಾರಕ ಮತ್ತೆ ಬಾಗಿಲಿನ ಹತ್ತಿರ ಕಾಣಿಸಿಕೊಂಡ. ಮತ್ತೆ ಕಾಯಿಸಿದರೆ ಹಾಲು ಒಡೆಯುತ್ತದೆ; ಸಂಜೆಯತನಕ ಹೊಸ ಹಾಲು ಇಲ್ಲವೆಂದು ಅವನು ಹೇಳಿದುದು ನೆನಪಾಯಿತು. ಈ ಸೈನ್ಯಸಮೂಹ, ರಥ, ಕುದುರೆ, ಆನೆ, ಇತರ ಸರಂಜಾಮುಗಳ ಬಾಹುಲ್ಯದಲ್ಲಿ ಸಂಜೆಗಾದರೂ ಬರುವುದು ಅನುಮಾನವೆನ್ನಿಸಿತು. ಪ್ರಾಯಶಃ ಹಾಲಿನೊಡನೆ ಉಣ್ಣುವ ಊಟ ಇದೇ ಕೊನೆಯದಾದರೂ ಆಗಬಹುದು ಈ ಜೀವನದಲ್ಲಿ, ಎಂದು ಇದ್ದಕ್ಕಿದ್ದಂತೆಯೇ ಒಳಗಿನಿಂದ ಒಂದು ಶಂಕೆ ನುಡಿದಂತಾಯಿತು. ಪರಪರನೆ ಏಳೆಂಟು ಬಾರಿ ಕುತ್ತಿಗೆಯನ್ನು ತಿಕ್ಕಿದ ಮೇಲೆ ಹೊಟ್ಟೆಕಾಲುಗಳ ಮೇಲೂ ಹಗ್ಗವನ್ನಾಡಿಸಿ ಕಟ್ಟಿಹಾಕಿ ಚಪ್ಪರದ ಬಾಗಿಲಿಗೆ ಬಂದು, 'ಸ್ವಲ್ಪ ನೀರು ತಾ, ಕೈ ತೊಳೆದು ನಾನು ಊಟಕ್ಕೆ ಕೂರುತ್ತೀನಿ' ಎಂದರು.

ಹಾಲಿನಲ್ಲಿಯೇ ಬೇಯಿಸಿದ ಅನ್ನವೆಂದರೆ ಅವರಿಗೆ ಯಾವಾಗಲೂ ಪ್ರೀತಿ. ಆದರೆ ಈಗ ನೀರಿನಲ್ಲಿ ಬೆಂದ ಅನ್ನವನ್ನು ಬಿಸಿ ಹಾಲಿಗೆ ಹಾಕಿರುವುದು ರುಚಿಯಿಂದಲೇ

ತಿಳಿಯುತ್ತಿತ್ತು. ನೆನ್ನೆ ಸಂಜೆಯ ಹಾಲು. ಹೀಗೆ ಮಾಡದಿದ್ದರೆ ಒಡೆಯುತ್ತಿತ್ತೆಂಬ ಅರಿವಾಗಿ ಸುಮ್ಮನೆ ಉಣ್ಣತೊಡಗಿದರು. ಊಟವನ್ನು ಅಗಿದು ತಿನ್ನುವಂತೆ ಎರಡೂ ಕಡೆಯ ಎರಡೂ ಭಾಗದ ದವಡೆ ಹಲ್ಲುಗಳು ಇನ್ನೂ ಗಟ್ಟಿಯಾಗಿದ್ದುವು. ಎರಡೂ ಕಡೆಯ ಕೋರೆಹಲ್ಲುಗಳು ಮಾತ್ರ ಬಿದ್ದು ಹೋಗಿ ಇಲ್ಲಿಗೆ ಎಷ್ಟು?, ಹತ್ತು, ಅಲ್ಲಲ್ಲ, ಒಂಬತ್ತು ವರ್ಷಗಳಾದುವು. ಅನ್ನವನ್ನು ಸುರುವಿಕೊಂಡು ಉಣ್ಣುವಾಗ ಮಗನ ನೆನಪಾಯಿತು. ಜೊತೆಗೇ ಸಿಟ್ಟು. ಅವನನ್ನು ಬಿಟ್ಟು ತಾವು ಊಟಮಾಡುವುದು ತುಂಬ ಅಪೂರ್ವ. ತಾನಿಲ್ಲದೆ ಅಪ್ಪ ಉಣ್ಣುವುದಿಲ್ಲವೆಂದು ಅವನಿಗೂ ಗೊತ್ತಿದೆ. ಆದರೆ ಈ ದಿನ, ಕ್ಷತ್ರಿಯರದು ಅನುಕೂಲ. ಸ್ವತಃ ಕೈಯಿಂದ ಅಗ್ನಿಕಾರ್ಯ ಮಾಡಲೇಬೇಕೆಂಬ ನಿಯಮ ಹೊರಟು ಹೋಗಿದೆ. ಮನೆಯಲ್ಲಿ ಅವರ ಬದಲು ಪುರೋಹಿತ ಮಾಡಿದರೂ ಆಗುತ್ತದೆ, ಸ್ನಾನವನ್ನು ಕೂಡ. ಆದರೆ ಅಶ್ವತ್ಥಾಮ ಇಷ್ಟು ಹೊತ್ತಾದರೂ ಅಗ್ನಿಗೆ ಹವಿಸ್ಸು ಕೊಡದೆ, ಎಂಥವನು ಹುಟ್ಟಿದ ನನ್ನ ಹೊಟ್ಟೆಯಲ್ಲಿ. ಹವನ ಮಾಡಿದ ಕೋಣೆಯಲ್ಲೇ ಊಟಕ್ಕೆ ಕೂಡಬೇಕಿತ್ತು. ಇಲ್ಲಿಗೆ ಕೊಳೆತ ಕುದುರೆ ಲದ್ದಿಯ ವಾಸನೆ, ಬರೀ ಕುದುರೆಗಳದ್ದೋ ಅಥವಾ ಮನುಷ್ಯ ರದೋ, ಥೂ ಎನ್ನಿಸಿತು. ಅಷ್ಟು ದೂರ ನಡೆದು ಹೋಗುವ ಶುಚಿಯೂ ಇಲ್ಲ ಈ ಸೈನಿಕರಿಗೆ ಎಂದುಕೊಳ್ಳುವಾಗ ಎಲ್ಲೆಲ್ಲಿಯೂ ಸೈನ್ಯವೇ ಹರಡಿರುವಾಗ ಎಷ್ಟು ದೂರ ಹೋಗಲು ಸಾಧ್ಯ, ಎಂಬ ತಿಳಿವಾಯಿತು. ಅವನು ಊಟಕ್ಕೆ ಇಲ್ಲಿಗೇ ಬರುತ್ತಾನೆಂಬ ನಿಶ್ಚಯವೂ ಇಲ್ಲ. ದುರ್ಯೋಧನನ ಬೀಡಾರದಲ್ಲೋ ಕರ್ಣನ ಬೀಡಾರದಲ್ಲೋ ದುಶ್ಶಾಸನ ನದರಲ್ಲೋ ಎಲ್ಲೋ ಒಂದು ಕಡೆ ಇಷ್ಟರಲ್ಲಿ ಮುಗಿಸಿರುತ್ತಾನೆ. ಇಷ್ಟು ಹೊತ್ತಿನ ತನಕ ಹಸಿವು ತಡೆಯುವವನಲ್ಲ. ಮನಸ್ಸಿಗೆ ಸ್ವಲ್ಪ ನೆಮ್ಮದಿಯಾಯಿತು. ಆದರೆ ಮನೆಯ ಅಗ್ನಿಗೆ ಆಜ್ಯ ಅರ್ಪಿಸದೆ ಹೊರಗೆ ಕಂಡಕಂಡ ಕಡೆ ತಿನ್ನುವ ನಿಯಮರಾಹಿತ್ಯಕ್ಕೆ ಸಿಟ್ಟೂ ಬಂತು. ಉಪನಯನವಾದಾಗಿನಿಂದ ಸಂರಕ್ಷಿಸಿಕೊಂಡು ಬಂದ ಈ ಅಗ್ನಿಯ ಸಾತತ್ಯವು ನನ್ನ ನಂತರ ಉಳಿಯಲಾರದು ಎನ್ನಿಸಿತು. ಊಟ ಸಾಗಲಿಲ್ಲ. ಸೇರಲಿಲ್ಲ. ಆದರೆ ಅನ್ನವನ್ನು ಚೆಲ್ಲುವುದು ಅವರ ನಿಯಮಕ್ಕೆ ಹೊಂದದು. ಅನ್ನಂ ನ ನಿಂದ್ಯಾತ್, ಭುಕ್ತಂ ನ ಪರಿತ್ಯಜೇತ್. ಅಶ್ವತ್ಥಾಮ ಹಾಗಲ್ಲ. ಆಶೆಯಿಂದ ಭೋಜನಪಾತ್ರೆಯ ತುಂಬ ಹಾಕಿಸಿಕೊಳ್ಳುತ್ತಾನೆ. ಮತ್ತೆ ಹಾಕಿಸಿಕೊಳ್ಳುತ್ತಾನೆ. ಮೂರನೆಯ ಸಲ ಬಡಿಸಿಕೊಳ್ಳುವಾಗ ಅಳತೆಯ ಲೆಕ್ಕ ತಪ್ಪುತ್ತಾನೆ. ಚೆಲ್ಲಿ ಏಳುತ್ತಾನೆ. ಐವತ್ತೈದು ವರ್ಷದವನಾದರೂ ಇಷ್ಟು ವರ್ಷ ಜೊತೆಯಲ್ಲಿ ಕೂತು ಬೈದು ಹೇಳಿದರೂ, ಬಡಿಸಿಕೊಳ್ಳುವಾಗ ತನ್ನ ಹೊಟ್ಟೆಯ ಹದ ತಿಳಿಯದವನನ್ನು ಏನೆನ್ನ ಬೇಕು? ಬುದ್ಧಿ ಬೆಳೆಯದ ಪಶುವೆ? ಅಥವಾ, ಈಗ ಬೇರೊಂದು ಹೊಳೆಯಿತು: ಪಾತ್ರೆಯ ತುಂಬ ಚೆಲ್ಲಿ ಏಳುವ ಕ್ಷತ್ರಿಯರ ಅಭ್ಯಾಸವನ್ನು ಇವನು ರೂಢಿಸಿಕೊಂಡಿದ್ದಾ ನೆಯೊ? ನನ್ನೆದುರಿಗೆ ಹಾಗೆಂದು ಹೇಳಲಾರದೆ ಸುಮ್ಮನೆ ಬೈಸಿಕೊಳ್ಳುತ್ತಾನೆಯೊ? ಇದನ್ನು ಪರೀಕ್ಷಿಸಬೇಕು. ಬಲಗೈ ತನಗೆ ತಾನೇ ಚಟುವಟಿಕೆ ತಾಳಿತು. ಬೇಗ ಬೇಗ ಸುರಿದುಕೊಂಡು, ಉಳಿದಿದ್ದ ಅನ್ನವನ್ನು ಎತ್ತಿ ತಿಂದು ಪಾತ್ರೆಯನ್ನು ಬರಿದು ಮಾಡಿದರು. ಎದ್ದು ಹೊರಗೆ ಬಂದು ಕೈ ತೊಳೆಯುವಾಗ ಜನ ಕುದುರೆ ರಥ ಆನೆಗಳ ಸದ್ದಿನ ನಡುವೆ ಸ್ಪಷ್ಟವಾಗಿ

ಕೇಳುವ ನಗಾರಿಯ ಸದ್ದು. ಏನು ಯುದ್ಧಾರಂಭವನ್ನು ತಿಳಿಸುವುದಕ್ಕೋ ಎಂಬ ಕುತೂಹಲ ಹುಟ್ಟಿತು. ಆದರೆ ನನ್ನೊಡನೆ ಸಮಾಲೋಚಿಸದೆ ಯುದ್ಧಾರಂಭದ ನಿರ್ಣಯ ಮಾಡಿಬಿಟ್ಟರೆ ಭೀಷ್ಮರು, ಎಂಬ ಅಪಮಾನಭಾವವೆದ್ದು ಸಿಟ್ಟು ಬಂತು. ಕಿವಿಯಿಟ್ಟು ಆಲಿಸಿದರು. ಏನೂ ಸಾರಿದ ಸದ್ದು ಕೇಳುತ್ತಿಲ್ಲ. ಬರೀ ಗಿಜಿಗಿಜಿಯಲ್ಲಿ ಏಿಂಗಡಣೆಯನ್ನು ರೂಪಿಸುವ ನಗಾರಿಯ ಡಗ್ಗ ಡಗ್ಗಡಗ್ಗ ಡಗ. ಒಳಗೆ ಹೋಗಿ, ತಾವು ಉಂಡ ಪಾತ್ರೆಯನ್ನು ತೊಳೆಯುತ್ತಿದ್ದ ಪರಿಚಾರಕನಿಗೆ ಆಜ್ಞೆ ಮಾಡಿದರು:

'ಹವ್ಯ, ಹೊರಗೆ ಏನೋ ಸಾರುತ್ತಿದ್ದಾರೆ. ನಗಾರಿಯ ಶಬ್ದ ಕೇಳಿಸಿತೆ? ಹೋಗಿ ಅದೇನು ತಿಳಿದುಕೊಂಡು ಬಾ. ಓಡು.'

ಉಟ್ಟಿದ್ದ ವಸ್ತ್ರವನ್ನು ಎತ್ತಿಕಟ್ಟಿ ಹವ್ಯ ಓಡಿದ. ಹೆಸರಿಗೆ ಆಚಾರ್ಯ ಎನ್ನುತ್ತಾನೆ ಈ ಮುದುಕ. ಮುಖ್ಯನಿರ್ಣಯ ಕೈಕೊಳ್ಳುವಾಗಲೆಲ್ಲ ನನ್ನನ್ನು ಹೊರಗೇ ಉಳಿಸುತ್ತಾನೆ. ಧೃತರಾಷ್ಟ್ರ ಕೂಡ ಅಷ್ಟೆ. ಶಿಷ್ಯನೆನಿಸಿಕೊಂಡ ದುರ್ಯೋಧನನೂ ಅಷ್ಟೆ ಎಂದುಕೊಳ್ಳುತ್ತಾ ಹವನಕುಂಡದ ಹತ್ತಿರ ಕುಳಿತರು. ಅದು ಲದ್ದಿಯ ವಾಸನೆಯನ್ನು ಹತ್ತಿರ ಹಾಯಗೊಡದೆ ತನ್ನ ಆವರಣವನ್ನು ಶುದ್ಧವಾಗಿಟ್ಟುಕೊಂಡಿತ್ತು. ನೀಳವಾಗಿ ಉಸಿರು ತೆಗೆದುಕೊಳ್ಳುತ್ತಿರುವಾಗ ಆಕಳಿಕೆ ಬಂತು. ಊಟವಾದನಂತರ ಮಲಗುವುದು ಮೊದಲಿನಿಂದ ರೂಢಿಯಾಗಿದ್ದ ಅವರು, ಹತ್ತಿರವೇ ಸುತ್ತಿ ಇಟ್ಟಿದ್ದ ದರ್ಭೆಯ ಜೊಂಡಿನ ಚಾಪೆ ಹಾಸಿ ಮೈ ಚಾಚಿದರು. ಆಲಿಸಿದರೂ ನಗಾರಿಯ ಸದ್ದು ಕೇಳುತ್ತಿರಲಿಲ್ಲ. ಏನೋ ಕೂಗಿ ಸಾರಿದಂತೆ ಭಾಸ. ಅಪ್ಪ, ನಿನಗೆ ಇತ್ತೀಚೆಗೆ ಸರಿಯಾಗಿ ಕಿವಿ ಕೇಳಿಸುತ್ತಿಲ್ಲ ಎಂದು ಅಶ್ವತ್ಥಾಮ ಹೇಳುವುದು ನಿಜವಿರ ಬಹುದು. ಇನ್ನೊಂದು ಆಕಳಿಕೆ ಎಳೆಯಿತು. ಹಾಗೆಯೇ ಕಣ್ಣುಮುಚ್ಚಿದರು. ಹೊರಗೆ ಕುದುರೆ ಕೆನೆಯುತ್ತಿದೆ. ಓಡಾಟವಿಲ್ಲದೆ ಮೈ ಕೈ ನೋವು ಬಂದಿರಬಹುದು. ನಿದ್ದೆಯೇ ಬಂದಂತಾಯಿತು.

ಅಷ್ಟರಲ್ಲಿ ಹವ್ಯ ಹಿಂತಿರುಗಿದ. ಹತ್ತಿರ ನಿಂತು ಹೇಳಿದ: 'ಸಾರುತ್ತಿದ್ದಾರೆ. ನಿಯೋಗದಿಂದ ಹುಟ್ಟಿದ ಆ ಐದು ಜನಗಳೂ ಕುರುಕುಲಕ್ಕೆ ಸೇರಿದವರೇ ಅಲ್ಲ. ಅವರು ನಮ್ಮ ಮೇಲೆ ದಾಳಿ ಮಾಡಲು ಬಂದಿದ್ದಾರೆ. ಪುರಾತನವಾದ ಕುರುವಂಶವನ್ನು ಸಂರಕ್ಷಿಸುವುದು ಧರ್ಮವೆಂದು ನಂಬಿದವರೆಲ್ಲ ನಮ್ಮ ಕಡೆ ಇದ್ದು ಯುದ್ಧ ಮಾಡಿ, ಆ ಐದು ಜನಗಳದೇ ನ್ಯಾಯವೆಂದು ತಿಳಿದವರು ಅವರ ಕಡೆಗೇ ಹೋಗಬಹುದು. ಯಾವ ತಂಟೆಯೂ ಬೇಡ ಅನ್ನುವವರು ನಿಮ್ಮ ನಿಮ್ಮ ಊರಿಗೆ ಹೋಗಬಹುದು, ಅಂತ ಸಾರುತ್ತಿದಾರೆ ಆನೆಯ ಮೇಲೆ ನಗಾರಿ ಬಡಿದುಕೊಂಡು.'

ತಾವು ಕೂಡಿ ತೀರ್ಮಾನಿಸಿದ್ದೇ ಇದು. ತಮ್ಮನ್ನು ಬಿಟ್ಟು ಏನೂ ನಿರ್ಣಯಿಸಿಲ್ಲ. ದ್ರೋಣರ ಅಸಮಾಧಾನ ಇಳಿಯಿತು. ಸರಿ, ಎಂದು ಹೊರಳಿ ಮಲಗಿದರು. ನಿದ್ರೆ ಬಂತು. ಬಿದ್ದುಹೋಗಿದ್ದ ಕೋರೆಹಲ್ಲಿನ ಸಂದಿಯಿಂದ ಹೊರಬರುವ ಗೊರಕೆಯು ಬಾಧಕ ವಾಗದಷ್ಟು ನಿದ್ರೆ ಬಂತು. ಮೂರು ಬಾರಿ ಮಗ್ಗುಲು ಬದಲಿಸಿ ನಡುವೆ ಅಂಗಾತವಾಗಿ ಹೊರಳಿ ನಿದ್ದೆ ಮಾಡಿದರು.

ಎಚ್ಚರವಾಗಿ ಮೈಕೈ ಮುರಿದು ಎದ್ದುಕುಳಿತಾಗ ಹವ್ಯ ಅಡುಗೆಯ ಕೋಣೆಯ ಬಾಗಿಲಿನಲ್ಲಿ ನಿಂತಿದ್ದ. ತಮ್ಮೊಡನೆ ಮಾತನಾಡಲು ಕಾದಿರುವಂತೆ ತೋರುತ್ತಿತ್ತು. ಏನು ಹೇಳು ಎಂದು ಆಜ್ಞಾಪಿಸಿದನಂತರ ಭಯ ಭಕ್ತಿಯನ್ನು ಪ್ರಕಟಿಸುತ್ತಾ ಎರಡು ಹೆಜ್ಜೆ ಹತ್ತಿರ ಬಂದು ಬಾಗಿನಿಂತು ಹೇಳಿದ: 'ಯಾವ ತಂಟೆಯೂ ಬೇಡ ಅನ್ನುವವರು ನಿಮ್ಮ ನಿಮ್ಮ ಊರಿಗೆ ಹಿಂತಿರುಗಬಹುದು ಅಂತ ಸಾರಿದ್ದಾರೆ. ಆ ವಿಷಯ ತಮ್ಮಲ್ಲಿ ನಿವೇದಿಸಿ ಅನುಮತಿ ಬೇಡುವ ಮನಸ್ಸಾಯಿತು.'

ಅವರಿಗೆ ತಕ್ಷಣ ಅರ್ಥವಾಗಲಿಲ್ಲ. ಬಿಡಿಸಿ ಕೇಳಿದರು. ಅವನು ಅದನ್ನೇ ಬಿಡಿಸಿ ಉತ್ತರಿಸಿದ.

'ಎಲವೋ ಪುಕ್ಕಲ, ಅದು ಸೈನಿಕರಿಗೆಂದು ಸಾರಿದ್ದು. ಯುದ್ಧ ಮಾಡುವವರಿಗೆ. ನಿನಗಲ್ಲ.'

'ಯುದ್ಧ ನಡೆಯುವಾಗ ಬರೀ ಸೈನಿಕರು ಮಾತ್ರ ಪ್ರಾಣ ತೆರುತ್ತಾರೆಯೆ? ನಮ್ಮ ಬೀಡಾರಗಳ ಮೇಲೂ ನುಗ್ಗುತ್ತಾರೆ. ಬೆಂಕಿ ಹಾಕುತ್ತಾರೆ. ನಾನು ಯೋಧನಲ್ಲ, ಪರಿಚಾರಕ ಅಂತ ಕೂಗಿಕೊಂಡರೆ ಆ ರಭಸದಲ್ಲಿ ಯಾರಿಗೆ ಕೇಳುತ್ತೆ? ಕೇಳಿದರೂ ಕೊಲ್ಲದೆ ಬಿಡುವ ತಾಳ್ಮೆ ಯಾರಿಗಿರುತ್ತೆ?'

'ಈ ಯುದ್ಧದಲ್ಲಿ ಹಾಗೆಲ್ಲ ಆಗುವುದಿಲ್ಲ. ಕಾಯಲು ಸಿದ್ಧರಾಗಿ ಬರುವವರ ಮೇಲೆ ವಿನಾ ಯಾರೂ ಆಯುಧ ಅಥವಾ ಬಾಣಪ್ರಯೋಗ ಮಾಡಬಾರದೆಂದು ಉಭಯ ಪಕ್ಷಗಳಲ್ಲೂ ಒಪ್ಪಂದವಾಗಿದೆ. ನೀನು ಧೈರ್ಯವಾಗಿರು.' ಎಂದರಾದರೂ ಈ ಒಪ್ಪಂದದ ಪಾಲನೆಯ ಬಗೆಗೆ ಅವರ ಮನಸ್ಸೇ ಸಂಶಯಪಟ್ಟಿತು.

ಹವ್ಯನೂ ಅದೇ ಮಾತು ಆಡಿದ: 'ಆಚಾರ್ಯರೇ, ಕಾವು ಏರಿದ ಮೇಲೆ ನಿಯಮ ಉಳಿಯುತ್ತೆಯೆ? ನಿಮ್ಮೆದುರು ನಿಂತು ಯುದ್ಧದ ಸಂಗತಿ ಮಾತನಾಡುತ್ತಿದೀನಿ ಅಂತ ಕೋಪಿಸಿಕೊಳ್ಳಬೇಡಿ.'

ತಾವು ಹಸ್ತಿನಾವತಿಗೆ ಬಂದು ರಾಜಕುಮಾರರಿಗೆ ಬಿಲ್ಲುಗುರುಗಳಾಗಿ ನೇಮಕಗೊಂಡಾಗ ಈ ಹವ್ಯನ ಅಪ್ಪ ನಲನನ್ನು ಅರಮನೆಯವರು ತಮ್ಮ ಮನೆಯ ಪರಿಚಾರಕನನ್ನಾಗಿ ನೇಮಿಸಿದರು. ಆಗ ಹೆಂಡತಿ ಬದುಕಿದ್ದರೂ ರೋಗಿಷ್ಠೆ. ನಲನೇ ಅಡುಗೆ ಮಾಡುತ್ತಿದ್ದ. ಇವನು ಎಂಟು ವರ್ಷದ ಹುಡುಗ. ತಮ್ಮ ಮನೆಯಲ್ಲೇ ಕುದುರೆ ಮೇಯಿಸುತ್ತಿದ್ದ. ಅಪ್ಪ ಸತ್ತ ನಂತರ ತಾವೇ ಇವನನ್ನು ಕರೆಸಿ ಕುದುರೆ ಉಜ್ಜುವ ಕೆಲಸದಿಂದ ಬಿಡಿಸಿ ತಮ್ಮಲ್ಲಿ ಅಡುಗೆಯ ಪರಿಚಾರಕನಾಗಿ ನೇಮಿಸಿಕೊಂಡದ್ದು. ತುಂಬ ದಿನದ ಪರಿಚಯದಿಂದ ಸಲಿಗೆಯಿಂದಿದ್ದಾನೆ.

ಅವರಿಗೆ ಕೋಪವೇನೋ ಬಂತು. ಆದರೆ ಅವನು ಅಂದದ್ದು ಸುಳ್ಳೆನ್ನಲು ಕಾರಣ ತೋಚಲಿಲ್ಲ. ಸುಮ್ಮನೆ ಚಕ್ಕಲಮಕ್ಕಲದಲ್ಲಿ ಕುಳಿತರು. ನಗಾರಿ ಬಡಿದು ಸಾರಿರುವುದರಿಂದ ಎಷ್ಟು ಜನರು ಪಕ್ಷ ಬದಲಾಯಿಸುತ್ತಾರೆ ಅಥವಾ ಯಾವ ಪಕ್ಷವೂ ಬೇಡವೆಂದು ತಟಸ್ಥರಾಗಿ ಊರಿಗೆ ಹೋಗುತ್ತಾರೆ ಎಂಬ ಕುತೂಹಲ ಹುಟ್ಟಿತು. ಹಸ್ತಿನಾವತಿಯ ಸೈನಿಕರು ತಟಸ್ಥ

ರಾಗಲು ಸಾಧ್ಯವಿಲ್ಲ. ಅವರೆಲ್ಲ ದುರ್ಯೋಧನನ ಅನ್ನದಿಂದ ಬೆಳೆದವರು. ಉಳಿದ ರಾಜರುಗಳಲ್ಲಿ ಯಾರ ಯಾರ ನಿಷ್ಠೆ ಯಾರಿಗುಂಟು ಎಂದು ಆಲೋಚನೆ ಮಾಡುತ್ತಿದ್ದಾಗ ಹವ್ಯನು ಇನ್ನೂ ಅಲ್ಲೇ ನಿಂತಿರುವುದು ಗಮನಕ್ಕೆ ಬಂತು. ಅವನ ಮಾತಿಗೆ ತಾವು ಉತ್ತರ ಹೇಳಿಲ್ಲವೆಂಬ ಅರಿವೂ ಆಯಿತು.

'ಹವ್ಯ, ಇಷ್ಟು ದಿನ ದುರ್ಯೋಧನ ಮಹಾರಾಜನ ಅನ್ನ ತಿಂದಿದೀಯ. ಈ ಸಮಯದಲ್ಲಿ ಅವನ ಕೈಬಿಟ್ಟು ಹೋಗುವುದು ನಿನಗೆ ಅಧರ್ಮವಾಗುತ್ತೆ.'

ಅವನು ಮಾತನಾಡಲಿಲ್ಲ. ಬಾಯಿ ಮುಚ್ಚಿಕೊಂಡನೆಂದು ಅರ್ಥಮಾಡಿಕೊಂಡರು. ಒಂದು ಸಲ ಗಟ್ಟಿಯಾಗಿ ಆಕಳಿಸಿ, 'ಒಂದಿಷ್ಟು ನೀರು ತಾ' ಎಂದರು. ಅವನು ತಂದ ಮೊಗೆಯನ್ನು ಇಸಕೊಂಡು ಹೊರಗೆ ಹೋಗಿ ಬಾಯಿ ಮುಕ್ಕಳಿಸಿ ಉಗುಳಿ ಒಳಗೆ ಬಂದು ಅದೇ ಚಾಪೆಯ ಮೇಲೆ ಕುಳಿತು ಕುಡಿದರು. ಮೊಗೆಯನ್ನು ವಾಪಸು ಒಳಗೆ ಇಟ್ಟನಂತರ ಅವನು ಮತ್ತೆ ಹತ್ತಿರ ಬಂದು ನಿಂತ. ತಿರುಗಿ ನೋಡಿದರು. ತಮ್ಮ ಮಾತಿನಿಂದ ಅವನ ಬಾಯಿ ಮುಚ್ಚಿಲ್ಲವೆಂದು ಅರ್ಥವಾಯಿತು.

ಏನು ಹೇಳು ಎಂದನಂತರ ಅವನು ವಿನಯದಿಂದ ಮಾತನಾಡಿದ: 'ನಾನು ನಿಮ್ಮ ಸೇವೆ ಮಾಡಿ ಅನ್ನ ತಿಂದಿದ್ದೇನೆ. ತಿನ್ನುತ್ತಿದ್ದೇನೆ. ದುರ್ಯೋಧನ ಮಹಾರಾಜನದೇನೂ ತಿನ್ನುತ್ತಿಲ್ಲ. ಅಲ್ಲದೆ, ಪಾಂಡವರು ಕುರುಕುಲಕ್ಕೆ ಸೇರಿದವರೇ ಅಲ್ಲ ಅಂದರೆ ಧರ್ಮದೇವತೆ ಮೆಚ್ಚುತ್ತೆಯೆ? ನಮ್ಮ ಚಿಕ್ಕಪ್ಪನ ಅಳಿಯ ಒಬ್ಬ ಖಾಂಡವಪ್ರಸ್ಥದಲ್ಲಿ ಅರಮನೆಯ ಸೇವೆ ಮಾಡುತ್ತಿದ್ದ. ಅವರು ರಾಜ್ಯ ಕಳೆದುಕೊಂಡ ಮೇಲೆ ಹಸ್ತಿನಾವತಿಗೇ ಬಂದಿದ್ದಾನೆ. ಅವನು ಹೇಳುತ್ತಾನೆ. ಯಜ್ಞಯಾಗ ನಿತ್ಯಹೋಮಗಳನ್ನು ಮಾಡುವುದರಲ್ಲಿ ಪಾಂಡವರ ಹಿರಿಯ ಧರ್ಮರಾಜ ಇದ್ದಾನಲ್ಲ ಅವನ ಸಮ ಯಾರೂ ಇಲ್ಲವಂತೆ. ಅಂತಹ ನಿಷ್ಠೆಯಂತೆ. ಅದು ಹೋಗಲಿ. ಅದೆಲ್ಲ ಧರ್ಮಸೂಕ್ಷ್ಮ ನನಗೆ ತಿಳಿಯುವುದಿಲ್ಲ. ಹೇಳಿಕೇಳಿ ನಾನು ವೈಶ್ಯ. ಹೊಲ ಉತ್ತು ಬಿತ್ತಿ ಕೆಲಸ ಮಾಡುವವನು. ನಿಮ್ಮ ಸೇವೆಯಲ್ಲಿ ಬೆಳೆದೆ. ಸುಮ್ಮಸುಮ್ಮನೆ ಯುದ್ಧದ ತಂಟೆ ನನಗೇಕೆ?'

ಅವರು ಕತ್ತು ತಿರುಗಿಸಿ ಅವನ ಮುಖ ನೋಡಿದರು. ಕಸಿವಿಸಿಯಾದರೂ ಅವನು ಕೊನೆಯದಾಗಿ ಹೇಳಿದ: 'ನಿಜ ಅಂದರೆ ಯುದ್ಧ ಹೇಗಿರುತ್ತೆ ಅಂತ ನನಗೆ ಗೊತ್ತೇ ಇರಲಿಲ್ಲ. ಈಗ ಹೆಂಡತಿ ಮಕ್ಕಳ ಜ್ಞಾಪಕ ಬರುತ್ತಿದೆ. ನಾನು ಸತ್ತರೆ ಅವರ ದಿಕ್ಕೇನು?'

ಅವರು ಅವನನ್ನು ದಿಟ್ಟಿಸಿ ನೋಡಿದರು. ಅವನು ದೃಷ್ಟಿಯನ್ನು ತಗ್ಗಿಸಿದ ಹಾಗೆಯೇ ಸ್ವಲ್ಪ ಹೊತ್ತು ನಿಂತಿದ್ದ. ಅನಂತರ ಒಳಗೆ ಅಡುಗೆಯ ಕೋಣೆಗೆ ಹೊರಟುಹೋದ. ಅವರ ಮನಸ್ಸಿನ ಪ್ರಸನ್ನತೆ ಕಲಕಿತು. ಅವನು ಒಟ್ಟಿಗೆ ಆಡಿದ ಮಾತುಗಳು ಒಂದೊಂದಾಗಿ ನೆನಪಿನಲ್ಲಿ ಸುತ್ತಲು ಶುರುವಾದವು. ಪಾಂಡವರು ಕುರುಕುಲಕ್ಕೆ ಸೇರಿದವರೇ ಅಲ್ಲ ಅಂದರೆ ಧರ್ಮದೇವತೆ ಮೆಚ್ಚುವುದಿಲ್ಲ ಎಂಬ ಮಾತಿನಿಂದ ಅವರಿಗೆ ಸಂತೋಷವೇ ಆಯಿತು. ಈ ದಾಯಾದಿಗಳಿಗೆ ರಾಜ್ಯ ಕೊಡುವುದಿಲ್ಲವೆಂದು ದುರ್ಯೋಧನನು ನೇರವಾಗಿ ಆಡಿದ್ದರೆ ಅವರ ಆಕ್ಷೇಪವಿರಲಿಲ್ಲ. ಆದರೆ ಅವರು ನಿಯೋಗಕ್ಕೆ ಹುಟ್ಟಿದವರು, ನಿಯೋಗವೇ

ಅಧರ್ಮ ಎಂದು ಆರ್ಯಧರ್ಮದ ವಿರುದ್ಧ ವಾದ ಶುರುಮಾಡಿದುದು ಅವರಿಗೆ ಸಮ್ಮತವಾಗಿರಲಿಲ್ಲ. ಹಾಗೆಂದು ಗಟ್ಟಿಯಾಗಿ ಅವನನ್ನು ವಿರೋಧಿಸಲಾರದೆ ಸುಮ್ಮನಿದ್ದರು. ಅನೂಚಾನವಾಗಿ ನಡೆದುಬಂದ ಧರ್ಮ ಎಂದುಕೊಳ್ಳುವಾಗ ಶ್ವಾಸವು ದೀರ್ಘವಾಗಿ ಉಸಿರನ್ನೆಳೆದುಕೊಂಡಿತು. ಪಕ್ಕದಲ್ಲಿಯೇ ಇದ್ದ ಹವನಕುಂಡದ ಹಿತಕರವಾದ ಗಮವು ಮೂಗನ್ನು ಅರಳಿಸಿತು. ತುಂಬ ಹಿಂದಿನ ನೆನಪು ತಕ್ಷಣ ತೇಲಿಬಂತು. ಜೊತೆಗೆ ಒಂದು ಅಂಶವೂ ಅರಿವಿಗೆ ಬಂತು. ದೀರ್ಘವಾಗಿ ಉಸಿರೆಳೆದುಕೊಳ್ಳುವಂತಹ ವಾಸನೆಯನ್ನು ಸೇವಿಸಿದಾಗಲೆಲ್ಲ ತಮಗೆ ಯಾವುದಾದರೂ ಹಿಂದಿನ ನೆನಪು ಬರುತ್ತದೆ. ಎಷ್ಟೋ ಸಲ ಹೀಗೆ ಆಗಿದೆ. ಏನು ಒಂದಕ್ಕೊಂದರ ಸಂಬಂಧ? ಮೂಗು ಮತ್ತೆ ಹವನದ ವಾಸನೆ ಎಳೆದುಕೊಂಡಿತು. ನನ್ನ ಪೂರ್ವವಾಸನೆಯೇ ಇದು. ಕೈಬಿಟ್ಟು ಧನುರ್ವಿದ್ಯೆಗೆ ಪೂರ್ತಿಯಾಗಿ ನಿಂತುಬಿಟ್ಟೆ ಎನ್ನಿಸಿತು. ಜೊತೆಗೆ ಆ ಹಿಂದಿನ ನೆನಪು: ತಮ್ಮ ತಂದೆ ಭರದ್ವಾಜರ ಸ್ನೇಹಿತ ಸತ್ಯವ್ರತರು ಹೇಳಿದುದು. ಎಷ್ಟು ಪ್ರೀತಿ ಅವರಿಗೆ ನನ್ನನ್ನು ಕಂಡರೆ. ಅಪ್ಪ ಗಂಗಾ ದ್ವಾರದಲ್ಲಿ ಸ್ನಾನಮಾಡುತ್ತಿದ್ದರಂತೆ. ನದಿಯ ಮೇಲ್ಭಾಗದಲ್ಲಿ ಒಬ್ಬ ಅಪ್ಸರೆ ಮೀಯುತ್ತಿದ್ದಳಂತೆ. ರೂಪ ಅಂದರೆ ಈ ಮಿಶ್ರ ಜಾತಿಯ ಜನದ್ದು. ದೇವ ಜಾತಿಯ ಗಂಡಸು ಮತ್ತು ಗಂಧರ್ವ, ವಿದ್ಯಾಧರ ಜಾತಿಗಳ ಹೆಂಗಸರ ಸಂಬಂಧದಿಂದ ಹುಟ್ಟಿದ ಹೆಣ್ಣುಮಕ್ಕಳ ರೂಪೇ ರೂಪ. ನರ್ತನ ಗಾಯನ ವಿಲಾಸಗಳಿಂದ ರೂಢಿಸಿಕೊಂಡ ಆಕರ್ಷಣೆ ಬೇರೆ. ನದಿಯಲ್ಲಿ ಮಿಂದು ದಡಕ್ಕೆ ಎದ್ದುಬಂದು ನಿಂತು ಮೈ ಒಣಗಿಸಿಕೊಳ್ಳುತ್ತಾ ನಿಧಾನವಾಗಿ ಬಟ್ಟೆ ಸುತ್ತಿಕೊಂಡಳಂತೆ. ಕೆಳಭಾಗದಲ್ಲಿ ಅಪ್ಪ ಇದ್ದದ್ದು ಕಾಣಲಿಲ್ಲವೇನೋ. ಅಪ್ಪನಿಗೆ ಕಾಮೋದ್ರೇಕವಾಯಿತಂತೆ. ಸಹಜವೇ. ಇವರು ಹೋಗಿ ಕೇಳಿದರೆ ಒಲ್ಲೆನೆಂದು ತಿರಸ್ಕರಿಸಿ ಹೊರಟುಹೋದಳಂತೆ. ಗಂಧರ್ವಜಾತಿಯ ಹೆಂಗಸರು ಅಂದರೆ ಅಬ್ಬಾ, ಆರ್ಯಾವರ್ತದ ಕ್ಷತ್ರಿಯ ರಾಜರುಗಳಾದರೆ ತಾವೇ ಮೇಲೆ ಬಿದ್ದು ಮರುಳು ಮಾಡಿ ಕಾಮಕಲೆಗಳನ್ನು ಪ್ರಯೋಗಿಸಿ ಶಾಶ್ವತವಾಗಿ ವಶಪಡಿಸಿಕೊಳ್ಳಲು ಆತುರಪಡುವ ಆ ಹೆಂಗಸರಿಗೆ ಜಟಾಧಾರಿ ಬಡ ಋಷಿಯ ಆಶೆಯನ್ನು ಈಡೇರಿಸುವ ಸೌಜನ್ಯವಾದರೂ ಇದ್ದೀತೆ? ಹಾಂ, ಘೃತಾಚಿ ಅವಳ ಹೆಸರು, ಇನ್ನೊಮ್ಮೆ ಉಸಿರೆಳೆದುಕೊಂಡರು. ಎಷ್ಟು ಕೇಳಿಕೊಂಡರೂ ನಿರ್ದಯಳಾಗಿ ಬೆಟ್ಟ ಹತ್ತಿ ಹೊರಟುಹೋದಳಂತೆ ಘೃತಾಚಿ. ಕಾಮೋದ್ರಿಕ್ತರಾದ ಇವರು ಏನು ಮಾಡಬೇಕು? ಕ್ಷತ್ರಿಯ ರಾಜನಾಗಿದ್ದರೆ ಅವಳನ್ನು ಅಡ್ಡಹಾಕಿ ಅಥವಾ ಬಾಣ ಬಿಟ್ಟು ಹೆದರಿಸಿ ಹಿಡಿದು ಸಂಭೋಗಿಸುತ್ತಿದ್ದ. ಸತ್ತ್ವಗುಣದ ಅಪ್ಪ ಅಂಥದು ಮಾಡುವುದು ಸಾಧ್ಯವೇ ಇಲ್ಲ. ಸ್ವಭಾವವೇ ಶಾಂತ. ಚನ್ನಾಗಿ ನೆನಪಿದೆಯಲ್ಲ. ಯಾವ ಸಂದರ್ಭದಲ್ಲೂ ಕೋಪ ಸಲ್ಲದು ಎಂದು ನನಗೆ ಎಷ್ಟು ಹೇಳುತ್ತಿದ್ದರು. ಆದರೂ ಅವರ ಸ್ವಭಾವ ಬೇರೆ, ನನ್ನದು ಬೇರೆಯೇ ಆಯಿತು. ಅವಳು ಹತ್ತಿ ಹೋದ ಬೆಟ್ಟವನ್ನೇ ನೋಡುತ್ತಾ ಒದ್ದೆಮೈಯಲ್ಲಿ ನಿಂತಿದ್ದಾಗ ಒಬ್ಬ ಕುಂಬಾರ ಹೆಂಗಸು ಬಂದಳಂತೆ. ಯಜ್ಞಕ್ಕೆ ಬೇಕಾದ ಕೆಲಸಗಳನ್ನು ಮಾಡುವ ಮನೆತನದವಳು. ಏನು ಆ ನನ್ನ ತಾಯಿಯ ಹೆಸರು? ಯಾರು ಹೇಳಬೇಕು? ಅವಳನ್ನು ನೋಡಿದ ನೆನಪೇ ಇಲ್ಲ ನನಗೆ. 'ಇದು ನನಗೆ ಹುಟ್ಟಿದ ಮಗು. ನನ್ನ ವಿದ್ಯೆಗೆ ಉತ್ತರಾಧಿಕಾರಿ

ಯಾಗಲು ಇದನ್ನು ಬಿಟ್ಟರೆ ಬೇರೆ ಯಾರೂ ಇಲ್ಲ. ಕೊಡು ಕರೆದೊಯ್ಯುತ್ತೇನೆ.' ಎಂದು ನನಗೆ ಐದು ವರ್ಷವಾಗಿದ್ದಾಗ ಕರೆದುಕೊಂಡು ಹೋದರಂತೆ. ಅಂಥದೇನೋ ನನಗೆ ಅಸ್ಪಷ್ಟ ಸ್ಮೃತಿ. ಅವಳ ಹೆಸರು ಗೊತ್ತಿಲ್ಲ. ಮುಖದ ಮಾಟ ನೆನಪಿಲ್ಲ. 'ನಿನ್ನ ಮುಖದ ಮಾಟ ತಾಯಿಯಂತೆ. ತಂದೆಯಂತಲ್ಲ' ಎಂದು ಸತ್ಯವ್ರತರೇ ಹೇಳಿದ್ದರಲ್ಲ ಒಂದು ದಿನ. 'ಎಲ್ಲೈ ಹೆಂಗಸೇ, ಕಾಮೋದ್ರಿಕ್ತನಾಗಿ ನರಳುತ್ತಿದ್ದೇನೆ. ನೀನು ಒಬ್ಬಳೇ ಇರುವೆ. ಪಾಶವೀಶಕ್ತಿಯ ಬಲವಂತದಿಂದ ನಿನ್ನನ್ನು ಹಿಡಿದುಕೊಳ್ಳಲು ಮನಸ್ಸಿಲ್ಲ. ನೀನೇ ಕನಿಕರಿಸಿ ನನ್ನನ್ನು ಕೂಡು.' ಎಂದು ಕೇಳಿದ ತಕ್ಷಣ ಇವರ ಸ್ಥಿತಿಯನ್ನು ಕಂಡು ಮರುಗಿ ಸಮ್ಮತಿಸಿದ ಳಂತೆ. ಕೇಳಿಕೊಂಡಾಗ ಕೂಡಿ ಅನಂತರ ಗರ್ಭವನ್ನು ಹೊತ್ತು ಐದು ವರ್ಷ ಸಾಕಿ ನನ್ನ ಬೀಜದ ಮಗು ಇದು ನನ್ನ ವಿದ್ಯೆಗೆ ಉತ್ತರಾಧಿಕಾರಿಯಾಗಲು ಬಿಟ್ಟುಕೊಡು ಎಂದಾಗ ಅಳುತ್ತಾ ಒಪ್ಪಿಸಿದಳಂತಲ್ಲ. ನೋಡಿದ ನೆನಪೂ ಇಲ್ಲ. ಹೆಸರೂ ಗೊತ್ತಿಲ್ಲ. ಬೀಜದ ಹೆಸರು ಮುಖ್ಯ. ಕ್ಷೇತ್ರದ್ದೇನು ಎಂದುಕೊಂಡರೂ ಅವರ ಮನಸ್ಸು ನಾಲ್ಕಾರು ಹೆಸರುಗಳನ್ನು ಕಲ್ಪಿಸಿಕೊಳ್ಳತೊಡಗಿತು. ನನ್ನಂಥದೇ ಮುಖಕಟ್ಟು. ಪ್ರಾಯದಲ್ಲೂ ಹೀಗೆಯೇ ಇದ್ದೆ ನಾನು. ಪ್ರಧಾನವಾಗಿ ಕಾಣುವ ಎಲುಬಿನ ರಚನೆಯ ಮುಖ. ಇದ್ದಕ್ಕಿದ್ದಂತೆಯೇ ಬೇರೇನೋ ಜ್ಞಾಪಕಕ್ಕೆ ಬಂತು: ಭೀಷ್ಮರ ತಾಯಿ ಅದೇ ಹಿಮಾಲಯಪರ್ವತ ಸೀಮೆಯವಳಂತೆ. ಹುಟ್ಟುವ ಮಕ್ಕಳು ಕ್ಷೇತ್ರದ್ದೆಂಬ ಪದ್ಧತಿಯ ಕುಲದವಳಂತೆ ಅವಳು. ಹೀಗಾಗಿ ಭೀಷ್ಮರ ಏಳು ಜನ ಅಣ್ಣಂದಿರು ಗಂಧರ್ವರೇ ಆಗಿಹೋದರಂತೆ. ನಮ್ಮಪ್ಪನ ಕೇಳಿಕೆಗೆ ಆ ಅಪ್ಸರೆ ಘೃತಾಚಿ ಒಂದು ಪಕ್ಷ ಒಪ್ಪಿ ನಾನು ಹುಟ್ಟಿದ್ದರೆ ಅವಳು ನನ್ನನ್ನು ಅಪ್ಪನಿಗೆ ಕೊಡುತ್ತಿರಲಿಲ್ಲ. ಆಗ ನಾನು ಏನಾಗುತ್ತಿದ್ದೆ? ಏನಾಗಿರುತ್ತಿದ್ದೆ? ಎಂಬ ಪ್ರಶ್ನೆ ಹುಟ್ಟಿದ ತಕ್ಷಣ ಮನಸ್ಸು ಬೆರಗಿನಲ್ಲಿ ನಿಂತುಹೋಯಿತು. ಚಿಕ್ಕವಯಸ್ಸಿನ ಬವಣೆ, ಬಡತನ, ಅಪಮಾನ, ಅನಂತರದ ಆಚಾರ್ಯಪದ, ಅನ್ನದ ಹಂಗು, ಇವೆಲ್ಲ, ಅಲ್ಲಿಯ ಜೀವನದ ರೀತಿಯೇ ಬೇರೆ. ಅಣ್ಣ ತಮ್ಮ ಅಕ್ಕ, ತಂಗಿಯರಿರುತ್ತಿದ್ದರು. ತಂದೆಯೋ ತಂದೆಯರೋ, ಖಚಿತವಾದ ತಂದೆಯರು, ಮನಸ್ಸು ಸ್ಪಷ್ಟವಾದ ದಾರಿಗಾಣದೆ ಮಬ್ಬು ಮಬ್ಬಿನಲ್ಲಿ ಇಂಗಿಹೋಯಿತು. ಕುಳಿತಿದ್ದ ಚಕ್ಕಲಮಕ್ಕಲದಲ್ಲಿ ಮೂರ್ತಿಯಂತೆ ಸುಮ್ಮನೆ ಕುಳಿತಿದ್ದರು. ಅನಂತರ ಅಚಾನಕವಾಗಿ ಬಲಭಾಗಕ್ಕೆ ತಿರುಗಿ ನೋಡಿದರು. ಹವ್ಯ ಒಳಗೆ ಹೋಗಿದ್ದ. ಊಟ ಮಾಡುತ್ತಿರಬಹುದು ಎಂದುಕೊಂಡರು. ಮನಸ್ಸು ಮಾತ್ರ ದಾರಿ ಕಾಣದಾಗುವ ಮರಳಿನಲ್ಲಿ ಇಂಗುವ ಝರಿಯಂತೆ ಆಗಿತ್ತು.

ಸ್ವಲ್ಪ ಹೊತ್ತಿಗೆ ಹೊರಗೆ ಕುದುರೆಯ ಖುರಪುಟ ಕೇಳಿಸಿತು. ಅದು ಬಂದ ರಭಸ, ಗಕ್ಕನೆ ನಿಂತ ರೀತಿ ಮತ್ತು ಸವಾರನು ಕೆಳಗೆ ನೆಗೆದ ಪಾದರಕ್ಷೆಯ ಒರಟು ಸದ್ದಿನಿಂದಲೇ ಅಶ್ವತ್ಥಾಮನೆಂದು ತಿಳಿಯಿತು. ತಕ್ಷಣವೇ ಬಾಗಿಲನ್ನು ಮುಚ್ಚಿದಂತೆ ಒಳಗೆ ಕತ್ತಲು. ಈ ಚಪ್ಪರದ ಡೇರೆ ಹಾಕಿದವರು ಅವನ ಮೈಯ ಗಾತ್ರದ ನಿಖರ ಜ್ಞಾನವಿಲ್ಲದವರು. ಬಾಗಿಲನ್ನು ಸಣ್ಣಗೆ ಇಟ್ಟಿದ್ದಾರೆ. ಅಲ್ಲದೆ ಇದು ಇಂಥವರಿಗೆ ಎಂದೇ ಕಟ್ಟಿದ ಡೇರೆಯಲ್ಲ. ಒಟ್ಟಿನಲ್ಲಿ ಸೇನಾಮುಖ್ಯರಿಗೆ ರಾಜರುಗಳಿಗೆ ಕಟ್ಟಿದ ಹಲವಾರು ಡೇರೆಗಳಲ್ಲಿ ಒಂದನ್ನು ತಮಗೆ

ಬಿಟ್ಟಿದ್ದರು. ಅಶ್ವತ್ಥಾಮನ ಮುಖ ನೋಡಿದರೆ ಸ್ನಾನಾದಿಗಳನ್ನು ಮಾಡಿಲ್ಲವೆಂದು ಯಾರಾದರೂ ತಕ್ಷಣ ಹೇಳಬಹುದಿತ್ತು. ಕಸೆ ಕಟ್ಟಿ ಕುದುರೆ ಸವಾರಿಗೆ ಅನುಕೂಲವಾಗುವಂತೆ ಬಿಗಿದ ವಸ್ತ್ರದ ಮೂಲಬಣ್ಣ ಯಾವುದೆಂದು ಯಾರೂ ಹೇಳುವಂತಿರಲಿಲ್ಲ. ಬಿಳಿದಾದ ಗಡ್ಡ ಮತ್ತು ತಲೆಯ ಬಿಳಿಗೂದಲುಗಳು ಧೂಳು ಮೆತ್ತಿಕೊಂಡು ಮಾಸಲಾಗಿದ್ದವು. ದಪ್ಪನಾದ ಹೊಟ್ಟೆಯ ಸುತ್ತ ಬಿಗಿದು ಕಟ್ಟಿದ್ದ ಮೌಂಜವು ಬೆವರಿನಿಂದ ನೆನೆದಿತ್ತು.

'ಊಟಮಾಡದೆ ಎಲ್ಲಿ ಹೋಗಿದ್ದೆ?'

'ನನ್ನ ರಥ ಕುದುರೆ ಬಿಲ್ಲುಗಾರರೆಲ್ಲ ಎಲ್ಲೆಲ್ಲೋ ಕಲಸಿಹೋಗಿದ್ದರು. ಹುಡುಕಿ ವ್ಯವಸ್ಥಿತ ರೂಪಕ್ಕೆ ತಂದೆ.'

'ಊಟ?'

'ಆಯಿತು. ದುರ್ಯೋಧನ ಮಹಾರಾಜನ ಬೀಡಾರದಲ್ಲಿ.' ಎನ್ನುತ್ತಾ ಅವನು ಹತ್ತಿರ ಕುಳಿತು ಹೇಳಿದ. ಬೆವರಿನ ವಾಸನೆ ಅಡರಿತು. 'ಭೀಷ್ಮರು ಇದ್ದಕ್ಕಿದ್ದಂತೆಯೇ ಕೃಷ್ಣ ದ್ವೈಪಾಯನರನ್ನು ಕಾಣಲು ದ್ವೈಪಾಯನವನಕ್ಕೆ ಹೋದರಂತೆ, ಈ ಸಮಯದಲ್ಲಿ ನೀವು ಹೋಗಕೂಡದೆಂದು ಮಹಾರಾಜ ಹೇಳಿದರೂ ಕೇಳದೆ, ಯಾವುದೋ ಧರ್ಮಸೂಕ್ಷ್ಮ ತಿಳಿದುಕೊಳ್ಳುವುದಕ್ಕಂತೆ. ನಾಳೆ ಸಂಜೆಗೆ ವಾಪಸು. ನಾಡದ್ದು ಬೆಳಗ್ಗೆ ಯುದ್ಧಾರಂಭ ಎಂದರಂತೆ.'

ಏನು ಹೊಸ ಧರ್ಮಸೂಕ್ಷ್ಮ ಎಂದು ದ್ರೋಣರು ಕುತೂಹಲಿಗಳಾದರು. ಅಷ್ಟರಲ್ಲಿ ಬೆವರಿನ ವಾಸನೆ ಅಲ್ಲೆಲ್ಲ ಅಡರಿತು. ಹವನದ ಗಂಧವನ್ನು ಮುಚ್ಚಿ ಹಾಕಿ, ದೀರ್ಘವಾಗಿ ಉಸಿರಾಡುತ್ತಿದ್ದ ಅವರಿಗೆ ತಕ್ಷಣ ಉಸಿರನ್ನು ನಿಲ್ಲಿಸುವಂತಾಯಿತು. ಹೊರಗಿನ ಲದ್ದಿಗಳ ನಾತವು ಒಳಗೆ ಬರಲು ಶುರುವಾಯಿತೇನೋ ಎಂಬ ಅನುಮಾನ ಬಂತು. ಆದರೆ ಲದ್ದಿಯ ನಾತಕ್ಕೂ ಬೆವರಿನ ನಾತಕ್ಕೂ ವ್ಯತ್ಯಾಸ ತಿಳಿಯದೇ ನನ್ನ ಮೂಗಿಗೆ ಎಂದುಕೊಳ್ಳುತ್ತಾ ಕೇಳಿದರು: 'ನಿನ್ನ ಸ್ನಾನ ಎಲ್ಲಾಯಿತು?'

'ಆಗಲಿಲ್ಲ. ಯುದ್ಧದಲ್ಲಿ ಅವೆಲ್ಲ ಎಲ್ಲಿ ಸಾಧ್ಯ?'

'ಅಂದರೆ ಅಗ್ನಿಕಾರ್ಯವನ್ನೂ ಮಾಡಲಿಲ್ಲ?'

ಮಗ ಉತ್ತರ ಹೇಳಲಿಲ್ಲ. ಶಖೆ ಎನ್ನುವ ರೀತಿಯಲ್ಲಿ ಒಮ್ಮೆ ಗಟ್ಟಿಯಾಗಿ ಕುದುರೆಯಂತೆ ಉಸಿರುಬಿಟ್ಟ. ವಾಸ್ತವವಾಗಿ ಶಖೆ ಇರಲಿಲ್ಲ. ಬೇಸಿಗೆ ಮುಗಿದು ಮಳೆ, ನೆರೆಗಳು ಕಳೆದು ಗಿಡಗಳೆಲ್ಲ ಹೊಸ ಹಸಿರು ತಿರುಗಿದ ಈ ಋತುವಿನಲ್ಲಿ ರಾತ್ರಿಯ ವೇಳೆ ಹೊದೆಯಲು ಬೇಕಾಗುತ್ತಿತ್ತು. ಹಗಲಿನ ಹವ ಹಿತಕರವಾಗಿತ್ತು.

'ನೀನೇನು ಬ್ರಾಹ್ಮಣನೋ ಚಾಂಡಾಲನೋ?' ಎನ್ನುವಾಗ ಆ ಮಾತಿಗಿಂತ ಹೆಚ್ಚು ಕೋಪ ಹುಟ್ಟಿರುವುದು ಅವನಿಗೂ ತಿಳಿಯಿತು. ಅವರಿಗೂ ಅರಿವಾಯಿತು. ತಕ್ಷಣ ಆ ವಿಷಯ ಮನಸ್ಸಿನಿಂದ ಮರೆಯಾಗಿ ಬೇರೊಂದು ಅಂಶ ಆಕ್ರಮಿಸಿಕೊಂಡಿತು. ಭೀಷ್ಮರನ್ನು ಕಾಡುತ್ತಿರುವ ವಿಶೇಷ ಧರ್ಮಸೂಕ್ಷ್ಮವಾವುದು? ನಿಯೋಗದಿಂದ ಹುಟ್ಟಿದ ಪಾಂಡವರು ಕುರುಕುಲಕ್ಕೆ ಸೇರಿದವರೇ ಅಲ್ಲವೇ? ಎಂಬ ವಿಷಯದಲ್ಲಿ ಅವರ ಶ್ರದ್ಧೆ ಏನೆಂಬುದು

ತನಗೂ ಗೊತ್ತಿದೆ. ಅದಕ್ಕಾಗಿ ಅವರು ಕೃಷ್ಣದ್ವೈಪಾಯನರನ್ನು ನೋಡಲು ಹೋಗಬೇಕಿಲ್ಲ. ಮಹಾಸೇನಾನಿ ಪದ ವಹಿಸಿಕೊಂಡಿರುವ ಅವರು ಯುದ್ಧ ಶುರುವಾಗುವ ಸಮಯದಲ್ಲಿ ಧರ್ಮದ ಗೋಜಲು ಕಾಣಿಸಿದಾಗ ನನ್ನನ್ನು ಬಿಟ್ಟು ಅಷ್ಟು ದೂರದ ಕಾಡಿಗೆ ಹುಡುಕಿಕೊಂಡು ಹೋದರಲ್ಲ, ಎಂಬ ಅರಿವಿನಿಂದ ಅಪಮಾನದ ಭಾವ ಹುಟ್ಟಿತು. ಸಾಧಾರಣವಾಗಿ ಧರ್ಮಜಿಜ್ಞಾಸೆ ಹುಟ್ಟಿದಾಗ ನನ್ನನ್ನೇ ಕರೆಯುತ್ತಿದ್ದರು. ಚರ್ಚಿಸುತ್ತಿದ್ದರು. ಚರ್ಚೆ ಎಂದರೆ ಏನು? ಬಹುತೇಕ ಹೇಳುತ್ತಿದ್ದವರು ಅವರೇ. ಹತ್ತು ಹದಿನೈದು ವರ್ಷ ಸತತವಾಗಿ ವೇದಾಧ್ಯಯನ ಮಾಡಿದವರಂತೆ ಗಂಗಾನದಿಯ ಆಚೆಯ ದಡದಲ್ಲಿ ಗುಡಿಸಿಲು ಕಟ್ಟಿಕೊಂಡು. ಅನಂತರ ಕೂಡ ಅದರ ಆಲೋಚನೆ ಬಿಟ್ಟವರಲ್ಲ. ವೇದ, ರಾಜನೀತಿ, ಪುರಾತನರ ಜೀವನವಿಚಾರ ಮೊದಲಾದುವುಗಳಲ್ಲಿ ಅವರು ತಿಳಿದಿರುವ ವಿವರಗಳು ಅದ್ಭುತ. ಯುದ್ಧವಿದ್ಯೆಯೊಂದನ್ನೇ ಬೆನ್ನು ಹತ್ತಿ ವೇದಾಧ್ಯಯನ ಅಧ್ಯಾಪನಗಳನ್ನು ನಾನು ಕೈಬಿಟ್ಟು ಎಷ್ಟು ವರ್ಷಗಳಾದವು. ದ್ರುಪದನಿಂದ ಅವಮಾನದ ಮಾತು ಕೇಳಿದನಂತರ ಪೂರ್ತಿಯಾಗಿ ಬಿಟ್ಟೆನಲ್ಲ. ಆದರೂ ಧರ್ಮಸೂಕ್ಷ್ಮ ಅಥವಾ ವೇದದ ಅಂತರಾರ್ಥದ ಪ್ರಶ್ನೆ ಬಂದಾಗ ನನಗೆ ಹೇಳಿಕಳಿಸದೆ ಬಿಡುತ್ತಿರಲಿಲ್ಲ. ಈಗೇಕೆ ಕೃಷ್ಣದ್ವೈಪಾಯನರಲ್ಲಿ ಹೋದರು? ನನಗೆ ತಿಳಿಸಲೂ ಇಲ್ಲ. ಜೊತೆಗೆ ನನ್ನನ್ನು ಕರೆದೊಯ್ಯಬಹುದಿತ್ತಲ್ಲ. ನಿಮ್ಮದು ಬ್ರಾಹ್ಮಣ ಗುಣವಲ್ಲ. ನೀವೇಕೆ ಕ್ಷತ್ರಿಯರಾಗಿಬಿಡಬಾರದು ಎಂದು ಈ ಬೆಳಗ್ಗೆ ತಾನೆ ಅಂದರು. ಬರೀ ತಮಾಷೆಗೆ ಅಂತ ನಾನು ತಿಳಿದುಕೊಂಡೆ. ಅದನ್ನು ಗಂಭೀರವಾಗಿಯೆ ಭಾವಿಸಿ ನನ್ನ ಬ್ರಾಹ್ಮಣ ಸ್ಥಾನವನ್ನು ನಿಜವಾಗಿಯೂ ತಿರಸ್ಕರಿಸಿದರೆ? ಎಂದು ಸುಮ್ಮಸುಮ್ಮನೆ ಎರಡು ಸಲ ಕುಳಿತ ಆಸನವನ್ನು ಬದಲಾಯಿಸಿದರು. ಅವರು ಸಾಧಾರಣವಾಗಿ ಕೂಡುತ್ತಿದ್ದುದು ಅರೆ ಪದ್ಮಾಸನದಲ್ಲಿ. ಒಂದು ಪಾದ ಇನ್ನೊಂದು ಕಾಲಿನ ತೊಡೆಯ ಮೇಲಿರುತ್ತಿತ್ತು. ಅದರ ಪಾದ ನೆಲದ ಮೇಲೆ. ಈಗ ಅದನ್ನು ಇದರ ತೊಡೆಯ ಮೇಲಿಟ್ಟು ಇದರ ಪಾದವನ್ನು ನೆಲಕ್ಕೆ ಸೋಕಿಸುವಾಗ ಅಶ್ವತ್ಥಾಮ ಎದ್ದುಹೋಗಿದ್ದುದು ಗಮನಕ್ಕೆ ಬಂತು. ಒಳಗೆ ಅಡುಗೆಯ ಭಾಗದಲ್ಲಿ ಅವನ ಗಟ್ಟಿ ಧ್ವನಿ: 'ಹವ್ವ, ಊಟಕ್ಕೆ ನೀಡು ಬಾ ನನಗೆ, ಬೇಗ.' ದುರ್ಯೋಧನ ಮಹಾರಾಜನ ಬೀಡಾರದಲ್ಲಿ ಊಟವಾಯಿತೆಂದವನು ಇಷ್ಟು ಬೇಗ ಇಲ್ಲಿ ಮತ್ತೆ ತಿನ್ನಲು ಹವಣಿಸುತ್ತಿದ್ದಾನೆ. ಅವನ ಭೋಜನಪ್ರಿಯತೆ ತಮಗೆ ತಿಳಿಯದುದೇನಲ್ಲ. ಆದರೆ ಸ್ನಾನ, ಹವನ, ಅಧ್ಯಯನವಂತೂ ಎಂದೂ ಇಲ್ಲ. ತಮ್ಮಲ್ಲೇ ಇಲ್ಲವಾಗಿರುವಾಗ ಅವನಲ್ಲಿ ಎಲ್ಲಿ ಬರಬೇಕು? ಎಂದು ಒಳಗಿನ ಧ್ವನಿ ಹೊರಟಾಗ ಸಿಟ್ಟು ಬಂತು. ಮತ್ತೆ ಅದೇ ಆಸನದಲ್ಲಿ ಕಾಲುಪಾದಗಳ ರೀತಿಯನ್ನು ಬದಲಾಯಿಸಿದರು. ಅಪ್ಪ ವೇದ, ಧನುರ್ವೇದ, ಎರಡರಲ್ಲೂ ಪಾರಂಗತರು. ನನಗೆ ಎರಡನ್ನೂ ಸಮಾನವಾಗಿ ಕಲಿಸುತ್ತಿದ್ದರು. ಕಲಿಸಿಯೇ ಇದ್ದರು. 'ಮಗು, ಈ ಎರಡರಲ್ಲಿ ನಿನ್ನ ಪ್ರವೃತ್ತಿ ಇದ್ದುದನ್ನು ಚನ್ನಾಗಿ ರೂಢಿಸಿಕೊ. ಆದರೆ ಒಂದನ್ನು ರೂಢಿಸಿಕೊಳ್ಳುವ ಹುಚ್ಚಿನಲ್ಲಿ ಇನ್ನೊಂದನ್ನು ಅಲಕ್ಷ್ಯಿಸಬೇಡ,' ಪದೇ ಪದೇ ಹೇಳುತ್ತಿದ್ದರು. ಇವೆರಡರಲ್ಲೂ ಸಮಾನ ಪರಿಣತಿ ಇದ್ದರೂ ಬಡತನವನ್ನು ಸಂತೋಷವಾಗಿ ಒಪ್ಪಿಕೊಂಡಿದ್ದರು. ಎಂತೆಂತಹ ರಾಜರುಗಳು ಬಂದು ಕರೆದರೂ ಯಾವನ ಆಸ್ಥಾನದಲ್ಲೂ

ನೆಲೆಸಲಿಲ್ಲ. ಯಾರು ಬೇಕಿದ್ದರೂ ಅವರ ಆಶ್ರಮಕ್ಕೆ ಹೋಗಬೇಕು, ಅಲ್ಲಿಯ ಶಿಸ್ತು ನಿಯಮಗಳಿಗೆ ಒಳಪಟ್ಟು ಕಲಿಯಬೇಕು. ಸಾಯುವ ತನಕ ಹೀಗೆಯೇ ಇದ್ದರು. ವಿದ್ವಾಂಸನು ಯಾವ ರಾಜ್ಯದ ಪ್ರಜೆಯೂ ಅಲ್ಲ, ಯಾವ ರಾಜನ ಅಧೀನನೂ ಅಲ್ಲ. ಅರಣ್ಯಮಧ್ಯದ ಆಶ್ರಮವೇ ಅವನ ಸ್ವಂತ ರಾಜ್ಯ ಎಂಬ ಅವರ ಮಾತು ನನಗೆ ಅರ್ಥವೇ ಆಗುತ್ತಿರಲಿಲ್ಲ. ಮುಂದೆ ಕೂಡ ಎಷ್ಟೋ ವರ್ಷಗಳ ತನಕ ಆಗಲಿಲ್ಲ. ಅದೇ ನನ್ನ ದುರಾದೃಷ್ಟ, ಎಂದು ಕೊಳ್ಳುವುದರಲ್ಲಿ ಸಿಟ್ಟು ಇಳಿದು ಬುದ್ಧಿ ಶಾಂತವಾಗಿತ್ತು. ಹೊರಗಿನಿಂದ ಬೀಸಿದ ಗಾಳಿ ಮೈಗೆ ಹಿತ, ಮೂಗಿಗೆ ಅಸಹ್ಯ ಹುಟ್ಟಿಸಿತು. ಹವನ ಕುಂಡದ ಸಮೀಪಕ್ಕೆ ಜರುಗಿ ಕುಳಿತರು. ದೀರ್ಘವಾಗಿ ಉಸಿರೆಳೆದುಕೊಂಡನಂತರ ಹಿತವೆನಿಸಿತು. ಅಪ್ಪ ಸತ್ತ ಮೇಲೆ ನಾನು ಮುಂದಿನ ವಿದ್ಯಾಭ್ಯಾಸಕ್ಕೆಂದು ಅಗ್ನಿವೇಶರಲ್ಲೇ ಯಾಕೆ ಹೋದೆ? ಎಣ್ಣೆಯಲ್ಲಿ ನೆನೆಸಿ ಬಾಣದ ಅಲುಗಿನ ಕೊಟ್ಟಿಗೆ ಸುತ್ತಿ ಕಟ್ಟಿದ ಬಟ್ಟೆಗೆ ಬೆಂಕಿ ಹಚ್ಚಿ ಪ್ರಯೋಗಿಸುವ ಹದ. ನಡುವಣ ಗಾಳಿಯನ್ನು ಹಾಯ್ದುಹೋಗುವ ಶರದ ವೇಗದಲ್ಲೂ ಉರಿ ಆರದ ಪ್ರಯೋಗತಂತ್ರ. ಎದುರುಗಾಳಿ ಇರಲಿ ಅಡ್ಡಗಾಳಿ ಇರಲಿ ಹಿಂಬದಿಯ ಗಾಳಿ ಇರಲಿ, ಯಾವ ದಿಕ್ಕಿನಲ್ಲಿ ಗಾಳಿ ಬೀಸಿದರೂ ಬಾಣದ ವೇಗ ಗಾಳಿಯದಕ್ಕಿಂತ ಹೆಚ್ಚೇ ಅಲ್ಲವೆ? ಆಗ್ನೇಯಾಸ್ತ್ರ ಕಲಿಯಲು ಅಗ್ನಿವೇಶರಲ್ಲಿ ಹೋಗುವ ಬದಲು ಅಗ್ನಿಮಂತ್ರರಹಸ್ಯ ಕಲಿಯಲು ಯಾರಾದರೂ ವೇದರ್ಷಿಯಲ್ಲಿ ಯಾಕೆ ಹೋಗಲಿಲ್ಲ? ಅಷ್ಟರಲ್ಲಿಯೇ ವಿಖ್ಯಾತ ವೇದಜ್ಞರಾಗಿದ್ದ ಕೃಷ್ಣದ್ವೈಪಾಯನರನ್ನು ಹುಡುಕಿಕೊಂಡು ಹೊರಟ ಸಹಪಾಠಿಗಳಿಂದ ದೂರವಾಗಿ ನಾನು ಆಗ್ನೇಯಾಸ್ತ್ರದ ಅಗ್ನಿವೇಶರಲ್ಲಿ ಯಾಕೆ ಹೋದೆ? ನನ್ನ ಪ್ರವೃತ್ತಿ ಇದ್ದುದೇ ಅದರಲ್ಲಿ. ಹೋದದ್ದು ತಪ್ಪಲ್ಲ ಎಂದುಕೊಂಡಾಗ ಮನಸ್ಸಿಗೆ ಸಮಾಧಾನ ಬಂತು. ಎಷ್ಟು ಉತ್ಸಾಹದಿಂದ ಕಲಿತೆ ಅಪ್ಪ ಸತ್ತ ದುಃಖವನ್ನೂ ಮರೆತು. ಬೆಳಗ್ಗೆ ಮಧ್ಯಾಹ್ನ ಸಂಜೆ ಗುರುಗಳು ಬಂದು ಹೇಳಿದರೆ ಅದನ್ನು ನಾಲ್ಕು ರೀತಿಯಲ್ಲಿ ಪ್ರಯೋಗಿಸಿ ಗುರಿಸಾಧನೆ ಮಾಡಿ ಹೊಸ ತಂತ್ರಗಳನ್ನು ಆವಿಷ್ಕರಿಸಿಕೊಂಡು ಸೇನೆಯ ವ್ಯೂಹ, ರಚನೆ, ಚಲನೆ, ದಾಳಿ, ಮುತ್ತಿಗೆ, ರಕ್ಷಣೆ, ಅಗ್ನಿವೇಶರು ಹಿಂದೆ ಅಪ್ಪನಲ್ಲಿ ಅಸ್ತ್ರವಿದ್ಯೆಯನ್ನು ಕಲಿತಿದ್ದುದರಿಂದ ಗುರುಋಣವನ್ನು ಗುರುಪುತ್ರನಿಗೇ ಸಲ್ಲಿಸುವ ಅವಕಾಶ ಸಿಕ್ಕಿದ್ದರಿಂದ ತಮಗೆ ತಿಳಿದದ್ದನ್ನೆಲ್ಲ ಅರೆದರೆದು ಕುಡಿಸಿದರು. ಇಲ್ಲದಿದ್ದರೆ ಅಷ್ಟೊಂದು ಮುತುವರ್ಜಿ ಯಾರು ತಾನೆ ವಹಿಸುತ್ತಾರೆ, ಎಂದುಕೊಂಡರೂ ಮನಸ್ಸು ಗುರುಭಕ್ತಿಭಾವದಿಂದ ತುಂಬಿ ಬಂತು. ಕಣ್ಣುಗಳನ್ನು ಮುಚ್ಚಿ ಮನಸ್ಸನ್ನು ನೆನಪಿನ ಕೋಣೆಗೆ ಹೊಗಿಸಿ ಗುರುವಿನ ಚಿತ್ರವನ್ನು ಹುಡುಕಿ ಹಿಡಿದರು. ನಾಲ್ಕಾರು ಕ್ಷಣ ಮನಸ್ಸು ಅಲ್ಲಿಯೇ ನಿಶ್ಚಲವಾಯಿತು. ಅನಂತರ ಸೊರ ಸೊರ ಶಬ್ದ ಕೇಳಿ ಹೊರಗೆ ಹರಿಯಿತು. ಅಡುಗೆಯ ಕೋಣೆಯಲ್ಲಿ ಅಶ್ವತ್ಥಾಮ ಊಟ ಮಾಡುತ್ತಿದ್ದಾನೆ. ಕ್ಷೀರಾನ್ನವನ್ನು ಶಾರೆ ತುಂಬ ಎತ್ತಿ ಎತ್ತಿ ಬಾಯಿಂದ ಎಳೆದುಕೊಳ್ಳುತ್ತಿದ್ದಾನೆ. ಅಸಹ್ಯವಾಗಿ ಸದ್ದುಮಾಡದೆ ಉಣ್ಣುವುದು ಅವನಿಗೆ ಸಾಧ್ಯವೇ ಇಲ್ಲವೇನೋ. ಸ್ವಲ್ಪ ಹೊತ್ತಿನಲ್ಲಿ ಮನಸ್ಸು ಮತ್ತೆ ಒಳಗೆ ಸೇರಿತು. ಹಾಂ, ಈಗ ಗೊತ್ತಾಗುತ್ತಿದೆ ದ್ರುಪದ ಆಗ ನನ್ನೊಡನೆ ಯಾಕೆ ಅಷ್ಟೊಂದು ಸ್ನೇಹ ಮಾಡಿದ ಅಂತ. ಹೊಸ ಅಂಶ ಹೊಳೆದದ್ದು ಮಾತ್ರವಲ್ಲ, ಇದುವರೆಗೂ

ಒಂದು ರೀತಿಯಲ್ಲಿ ಕಾಣುತ್ತಿದ್ದ ಸಂಗತಿಗಳು ಈಗ ಬೇರೊಂದು ವಿನ್ಯಾಸದಲ್ಲಿ ಗೋಚರಿಸ ತೊಡಗಿದವು. ಇಷ್ಟು ದಿನ ನನಗೆ ಹೊಳೆದೇ ಇಲ್ಲವಲ್ಲ ಎಂಬ ಆಶ್ಚರ್ಯವೂ ಆಯಿತು. ಬುದ್ಧಿವಂತ ವಿದ್ಯಾರ್ಥಿಯನ್ನು ದಡ್ಡ ಸಹಪಾಠಿಗಳು ಮೆಚ್ಚಿ ಆಶ್ರಯಿಸುವುದು ಸಾಮಾನ್ಯ ಸಂಗತಿಯೇ. ಅದರಲ್ಲೂ ಗುರುವಿನ ವಿಶೇಷ ಪ್ರೀತಿಗೆ ಪಾತ್ರನಾದವನನ್ನು ಓಲೈಸುವುದಕ್ಕೆ ಶುರು ಮಾಡಿಬಿಡುತ್ತಾರೆ. ದಡ್ಡರೇನು, ಸಾಮಾನ್ಯ ಮಟ್ಟದವರು ಮಾಡುವುದೂ ಹೀಗೆಯೇ. ದ್ರುಪದ ದಡ್ಡನೇನಲ್ಲ. ಮೇಧಾವಿಯೂ ಅಲ್ಲ. ಅದೆಷ್ಟು ವಿನಯ, ಮಿತ್ರಭಾವ. 'ದ್ರೋಣ, ನಿನ್ನ ಜೊತೆ ಇಲ್ಲದಿದ್ದರೆ ನಾನು ಇಲ್ಲಿಂದ ಓಡಿಹೋಗಿಬಿಡುತ್ತಿದ್ದೆ. ವಿದ್ಯಾಭ್ಯಾಸ ಮುಗಿದ ನಂತರ ನಿನ್ನನ್ನು ಬಿಟ್ಟು ನಾನೊಬ್ಬನೇ ಹೇಗೆ ಊರಿಗೆ ಹೋಗಲಿ? ಹೋದರೂ ಹೇಗೆ ಇರಲಿ?' 'ನೀರಿನಲ್ಲಿ ಈಜುತ್ತಲೇ ಬಿಲ್ಲಿನ ಗುರಿ ಹಿಡಿಯಲು ಹದಿನೈದು ದಿನದಿಂದ ಹೆಣಗುತ್ತಿದ್ದೇನೆ. ಮೂಗಿಗೆ ನೀರು ನುಗ್ಗುವುದನ್ನು ತಡೆಯುವುದರಲ್ಲೇ ಗಮನ ಮುಗಿದಿರುತ್ತದೆ. ಬಿಡಿಸಿ ಬಿಡಿಸಿ ನನಗೆ ತೋರಿಸಿಕೊಡುವೆಯಾ?' 'ಗುರುಗಳು ನನ್ನ ಮೇಲೆ ಸಿಟ್ಟಾಗಿದಾರೆ, ದ್ರುಪದ ಶ್ರದ್ಧೆಯಿಂದ ಅಭ್ಯಾಸ ಮಾಡುತ್ತಿದ್ದಾನೆ, ಕಳ್ಳ ಮೈ ಹೊರೆಯುವುದಿಲ್ಲ ಅಂತ ಒಂದು ಮಾತು ಹೇಳುತ್ತೀಯಾ ಅವರು ಶಾಂತವಾಗಿದ್ದಾಗ?' 'ದ್ರೋಣ, ನೀನು ನನಗೆ ಹಿರಿಯಣ್ಣನಂತೆ. ಮುಂದೆ ಬೇರೆಲ್ಲಿಯೂ ಇರಬೇಡ. ನನಗೆ ಪಟ್ಟವಾದ ಮೇಲೆ ನನ್ನ ಸಿಂಹಾಸನದ ಅರ್ಧಭಾಗದಲ್ಲಿ ನಿನಗೆ ಸ್ಥಾನ ಕೊಡುತ್ತೇನೆ. ಯಾಕೆ ಅಪನಂಬಿಕೆಯ ನಗು ತೋರಿಸುತೀಯ? ಸೂರ್ಯಚಂದ್ರರಾಣೆ.' ಅವನಂತೆ ಇತರ ಸಹಪಾಠಿಗಳೂ ಸ್ನೇಹದ ಮಾತುಗಳ ಮಳೆಗರೆಯುತ್ತಿದ್ದರು. ಅವನದು ತುಸು ಹೆಚ್ಚು. ಅವನ ಅಪ್ಪ ಪೃಷತನು ನಮ್ಮಪ್ಪನಿಗೆ ಸ್ನೇಹಿತನಂತೆ. ನಾವಿಬ್ಬರೂ ಸ್ನೇಹಿತರ ಮಕ್ಕಳು. ಆದ್ದರಿಂದ ನಾವಿಬ್ಬರೂ ಸ್ನೇಹಿತರು ಎಂದು ಅವನೇ ಅದೆಷ್ಟು ಸಲ ನನ್ನ ಕೈಲಿ ಹೇಳುತ್ತಿದ್ದ. ಎಷ್ಟೋ ರಾಜರು ಹುಡುಕಿಕೊಂಡು ಅಪ್ಪನ ಆಶ್ರಮಕ್ಕೆ ಬರುತ್ತಿದ್ದರು. ನನಗೆ ಅವರೆಲ್ಲರ ನೆನಪೂ ಇಲ್ಲ. ಅಪ್ಪನಂತೂ ಎಂದೂ ರಾಜಮಹಾರಾಜರ ಸ್ನೇಹವನ್ನು ದೊಡ್ಡದೆಂದು ಭಾವಿಸಿದವ ನಲ್ಲ. ಅಪ್ಪನೇ ವಿವೇಕಿ. ಅಶ್ವತ್ಥಾಮ ಊಟ ಮುಗಿಸಿ ಹೊರಗೆ ನಡೆದ. ನೆರಳು, ಅನಂತರ ಬಾಗಿಲನ್ನು ಒಂದು ಕ್ಷಣ ಮುಚ್ಚಿಕೊಂಡ ಅವನ ದೇಹದ ಕತ್ತಲು ಕಾಣಿಸಿತು. ಅತ್ತ ತಿರುಗಿ ನೋಡಿದರು. ಅವನಾಗಲೇ ಹೊರಗೆ ತನ್ನ ಕುದುರೆಯ ಬೆನ್ನನ್ನು ರಪರಪನೆ ಉಜ್ಜುತ್ತಿದ್ದ. ಅವರ ದೃಷ್ಟಿ ಅಚಾನಕವಾಗಿ ಎದುರಿಗೆ ತಡಿಕೆಯ ಸಾಲಿಗೆ ಹರಿಯಿತು. ಸಾಲಾಗಿ ನಿಲ್ಲಿಸಿದ ಬಿಲ್ಲುಗಳು. ಹಲವು ಗಾತ್ರ ಆಕಾರಗಳ ಬಾಣಗಳು ತುಂಬಿದ ಬತ್ತಳಿಕೆಗಳು. ಕತ್ತಿ, ಗದೆ, ಕೊಡಲಿ, ತೋಮರ, ಈಟಿ, ಭಲ್ಲೆ, ಬರೀ ಆಯುಧಗಳಿಂದಲೇ ತಡಿಕೆ ಕಟ್ಟಿದಂತೆ ಕಂಡಿತು. ಕಣ್ಣು ಅವೆಲ್ಲವನ್ನೂ ಒಂದು ದೃಷ್ಟಿಯಲ್ಲಿ ಹಿಡಿದುಕೊಂಡಿತು. ಅಗ್ನಿ ವೇಶರಲ್ಲಿ ಕಲಿತನಂತರ ಉಳಿದವರೆಲ್ಲ ಅವರವರ ಊರಿಗೆ ಹೋದರೆ ನಾನು ವಿದ್ಯಾಭ್ಯಾಸ ಮುಂದುವರಿಸಲು ಭಾರ್ಗವರನ್ನು ಹುಡುಕಿಕೊಂಡು ಹೊರಟೆನಲ್ಲ. ಸಮಸ್ತ ಅಸ್ತ್ರಗಳನ್ನೂ ಕರಗತ ಮಾಡಿಕೊಳ್ಳುವ ಗೀಳು. ಈ ದ್ರೋಣನಿಗೆ ಪೂರ್ಣಜ್ಞಾನ, ಪೂರ್ಣಹಿಡಿತವಿಲ್ಲದ ಅಸ್ತ್ರವೇ ಇಲ್ಲವೆನ್ನಿಸಿಕೊಳ್ಳಬೇಕೆಂಬ ಮಹತ್ವಾಕಾಂಕ್ಷೆ. ಬೆಂಕಿಯ ಪ್ರಯೋಗದಲ್ಲಿ ಅಗ್ನಿವೇಶರಿ

ಗಿಂತ ಮುಂದುವರಿದವರೆಂದರೆ ಭಾರ್ಗವರೇ. ಜೊತೆಗೆ ಕೊಡಲಿ. ಮೊನಚಾದ ಅಲುಗಿನ ಕೊಡಲಿಯನ್ನು ದೂರದಿಂದಲೇ ಬೀಸಿ ಅಲುಗು ಮುಂದೆ ತಿರುಗಿ ಚುಚ್ಚಿಕೊಳ್ಳುವಂತೆ ಎಸೆಯುವ ಯಮಗುರಿ. ಬ್ರಾಹ್ಮಣರಿಗಲ್ಲದೆ ಕ್ಷತ್ರಿಯರಿಗೆ ಅಸ್ತ್ರವಿದ್ಯೆ ಕಲಿಸುವುದಿಲ್ಲವೆಂದು ಇಂದಿಗೂ ಪಾಲಿಸುತ್ತಿರುವ ತಲೆತಲಾಂತರದ ಶಪಥದ ಕುಲ. ಅಂಗೀರಸ ಗೋತ್ರೋದ್ಭವಸ್ಯ, ಭರದ್ವಾಜಸ್ಯ ಪುತ್ರಃ ದ್ರೋಣ ಶರ್ಮನ್ ಎಂಬ ಗೋತ್ರೋಚ್ಚಾರದಿಂದ ಅಭಿವಂದಿಸಿದ ನಂತರವೇ ಅವರು ಕಣ್ಣೆತ್ತಿ ಮಾತನಾಡಿಸಿ ದುದು. ಆ ವಂಶದವರ ಕ್ಷತ್ರಿಯ ದ್ವೇಷ ಅತಿ ಯಾದುದೆಂಬ ನನ್ನ ಭಾವನೆಯನ್ನು ತೋರಿಸಿಕೊಂಡಿದ್ದರೆ ನನ್ನನ್ನು ತಕ್ಷಣ ಹೊರದೂಡು ತ್ತಿದ್ದರು. ಕಣ್ಣುಗಳು ಇನ್ನೂ ಆ ಹಲವು ಬಗೆಯ ಆಯುಧಗಳನ್ನು ಒಟ್ಟಿಗೆ ನೋಡುತ್ತಿತ್ತು. ಅಲ್ಪವಿದ್ಯೆ ಕಲಿತವನು ರಾಜನಾಗುತ್ತಾನೆ. ದಣಿಯಾಗುತ್ತಾನೆ. ಆಡಳಿತಸೂತ್ರ ಕಬಳಿಸುತ್ತಾನೆ. ಬಹುವಿದ್ಯೆಯಲ್ಲಿ ವಿಶಾರದರಾದವರು, ನಿಜವಾದ ಪಂಡಿತರು ಹೊಟ್ಟೆಯ ಪಾಡು ಅರಸಿ ಕೊಂಡು, ಇಂಥ ಆಡಳಿತಸೂತ್ರ ಹಿಡಿದವರ ಹತ್ತಿರ ಯಾಚಿಸಹೋಗುತ್ತಾರೆ. ಅಥವಾ ನನ್ನಂತೆ ಉಪಾಧ್ಯಾಯರಾಗಬಹುದಷ್ಟೆ. ದಣಿಯಂತೂ ಆಗುವುದಿಲ್ಲ. ಏನೀ ವಿಚಿತ್ರ! ಎನ್ನಿಸಿತು. ಸುಂದರ ಅರಮನೆ, ಭೋಗೋಪಕರಣಗಳು, ದಾಸಿಯರು, ಹೆಂಡತಿಯಾಗಿ ಕೈ ಹಿಡಿದು ಬರುವ ಸುಂದರಿ ರಾಜಕುಮಾರಿಯರು, ಎಲ್ಲರೂ ಈ ಆಳುವವರಿಗೆ. ಇಷ್ಟು ಅಸ್ತ್ರ ಶಸ್ತ್ರ ಪ್ರಯೋಗಗಳಲ್ಲಿ ಪಾರಂಗತನಾಗಿದ್ದ ನನ್ನನ್ನು ಕೈ ಹಿಡಿಯಲು ಒಂದು ಲಕ್ಷಣವಾದ ಹುಡುಗಿ ಸಿಕ್ಕಲಿಲ್ಲವಲ್ಲ. ಈ ದ್ರೋಣ ಕುರೂಪಿಯಲ್ಲ, ಕುಬ್ಜನಲ್ಲ, ಮೈಕಟ್ಟು ಸ್ವಲ್ಪ ತೆಳುವು ಅಷ್ಟೆ. ಹತ್ತು ಜನ ಕ್ಷತ್ರಿಯರನ್ನು ಇರಿದು ಬಿಸುಡುವ ಆಯುಧಸಾಮರ್ಥ್ಯ, ಹೊಡೆದುರುಳಿಸುವ ಬಾಣಶಕ್ತಿ. ಆದರೂ ಸ್ವಯಂವರಗಳಲ್ಲಿ ಸ್ಪರ್ಧಿಸುವ ಅಧಿಕಾರವಿಲ್ಲ. ಸ್ವಯಂವರವೆಲ್ಲ ಕ್ಷತ್ರಿಯ ಕನ್ಯೆಯರಿಗೆ. ಕ್ಷತ್ರಿಯರಿಗೆ ಮಾತ್ರ ಸ್ಪರ್ಧಾರ್ಹತೆ. ನಮ್ಮದೇನಿದ್ದರೂ ಅನಂತರ ಪಾಣಿಗ್ರಹಣದ ಮಂತ್ರ ಒದರುವ ಭಟ್ಟನ ಪಾತ್ರ. ವರ್ಷಗಟ್ಟಳೆ ಮಳೆ ಬಾರದೆಯೋ ಅಥವಾ ಇನ್ನಾವುದಾದರೂ ಆಪತ್ತು ಬಂದಾಗಲೋ ಅದರ ನಿವಾರಣೆಗೆ ಬೇಕಾದ ಬ್ರಾಹ್ಮಣನನ್ನು ಆಕರ್ಷಿಸುವ ಗೌರವಸೂಚಕವಾಗಿ ತಮ್ಮ ಕುಮಾರಿಯನ್ನು ಕೊಟ್ಟು ಮದುವೆ ಮಾಡಿದ ಅಲ್ಲೊಬ್ಬ ಇಲ್ಲೊಬ್ಬ ರಾಜರು, ಅದೂ ಒಲ್ಲದ ಮನಸ್ಸಿನಿಂದ. ಪ್ರಾಯ ಉಕ್ಕಿ ತಾಳಲಾರದಂತಹ ಕಾಮದ ಹೊಡೆತ ಬೀಳುವ ವಯಸ್ಸಿನಲ್ಲಿ ಸಕಲ ಅಸ್ತ್ರಗಳಲ್ಲೂ ಸಮರ್ಥ ಪಾರಂಗತ್ಯ ಪಡೆದ ಈ ದ್ರೋಣನಿಗೆ ಒಬ್ಬ ಸುಂದರಿ ಕನ್ಯೆ ಸಿಕ್ಕಲಿಲ್ಲವಲ್ಲ. ಇಲ್ಲದಿದ್ದರೆ ಈ ಹಸ್ತಿನಾಪುರದ ರಾಜನ ಆಶ್ರಯದಲ್ಲಿದ್ದ ಬಡ ಬ್ರಾಹ್ಮಣ ಕೃಪಾಚಾರ್ಯನ ತಂಗಿ, ಕಾಮ ಕೆರಳಿದಾಗಷ್ಟೇ ಸುಂದರಿಯಾಗಿ ಕಾಣಬಹುದಾದ ಕೃಪೆಯನ್ನು ಏಕೆ ಮದುವೆಯಾಗಬೇಕಿತ್ತು ನಾನು! ಅದೂ ಎಂತಹ ಬಡತನದಲ್ಲಿ ಬೆಳೆದವಳು. ತೀರ ಕನಿಷ್ಠ ಸ್ಥಿತಿಯಲ್ಲಿ ಬೆಳೆದ ಹೆಣ್ಣಿಗೆ ಗಂಡನನ್ನು ಪ್ರೀತಿಸಿ ಸಂತೋಷಪಡಿಸುವಷ್ಟು ಸಲಿಗೆ ಆತ್ಮವಿಶ್ವಾಸಗಳಾದರೂ ಎಲ್ಲಿಂದ ಬರಬೇಕು? ಗೌತಮ ಗೋತ್ರದ ಶರದ್ವನ್ ಎಂಬ ಬ್ರಾಹ್ಮಣನಂತೆ. ನನ್ನಂತೆಯೇ ವೇದಾಭ್ಯಾಸವನ್ನು ಕೈಬಿಟ್ಟು ಬಿಲ್ಲುವಿದ್ಯೆಯ ಬೆನ್ನು ಹತ್ತಿದನಂತೆ. ಬಾಣದ ಕಡ್ಡಿಗಳನ್ನು ಕೊಯ್ಯುವ ಜಾತಿಯ ಒಬ್ಬ ಕಾಡು ಹೆಂಗಸು ಒಮ್ಮೆ ಇದೇ ಕುರುನಾಡಿನ ಕಾಡಿನಲ್ಲಿ,

ಒಬ್ಬಳೇ ಬಿಲ್ಲು ಬಾಣ ಹಿಡಿದು ಹಾರುವ ಹಕ್ಕಿಯ ಬೇಟೆಯಾಡುತ್ತಿದ್ದಳಂತೆ. ಅವಳನ್ನು ಕಂಡು ಕಾಮದ ಹಸಿವಾಗಿ ಈತ ಅವಳನ್ನು ಕರೆದನಂತೆ. ಒಲ್ಲೆನೆಂದವಳನ್ನು ಹಿಡಿದು ಬಲವಂತದಿಂದ ಸಂಭೋಗಿಸಿಯೂಬಿಟ್ಟನಂತೆ. ಬಸರಿಯಾದ ಅವಳು ಒಂದು ಗಂಡು ಒಂದು ಹೆಣ್ಣಿನ ಅವಳಿ ಹೆತ್ತಳಂತೆ. ಹುಟ್ಟಿಸಿದಾತ ಒಂದು ದಿನ ಅವಳೊಡನೆ ಇದ್ದನೋ ಒಂದು ತಿಂಗಳು ಇದ್ದನೋ ವಿವರ ಯಾರಿಗೆ ಗೊತ್ತು. ಅನಂತರ ಅವನ ಮುಖವೇ ಇಲ್ಲ. ತಾಯಿ ತುಂಬ ಕಾಹಿಲೆ ಬಿದ್ದಳಂತೆ. ಮಕ್ಕಳನ್ನು ಹೊತ್ತು ಅರಮನೆಗೆ ತಂದು ಮುಪ್ಪಿನ ರಾಜ ಶಂತನುವಿಗೆ ಒಪ್ಪಿಸಿ, 'ನಿನ್ನ ಪ್ರಜೆಗಳು, ತಂದೆಯಂತೆ ಸಾಕು' ಎಂದು ಹೇಳಿ ಪ್ರಾಣಬಿಟ್ಟಳಂತೆ. ಅವನಿಗೋ ಮಕ್ಕಳನ್ನು ಕಂಡರೆ ಪ್ರೀತಿ. ಪರ್ವತ ಸೀಮೆಯ ಹೆಂಡತಿಯು ಹುಟ್ಟಿದ ಮಕ್ಕಳನ್ನೆಲ್ಲ ತೌರುಮನೆಗೆ ಕೊಟ್ಟು ಕೊಟ್ಟು ಬರುತ್ತಿದ್ದುದರಿಂದ ಹಾಗಾಗಿತ್ತೇನೋ! ಅರಮನೆಗೆ ಕರೆತಂದ ಕೆಲವು ದಿನಗಳಲ್ಲಿ, ಎಷ್ಟು ದಿನಗಳೋ, ರಾಜನೂ ಸತ್ತುಹೋದನಂತೆ. ಅರಮನೆಯ ತಂಗಳು ತಿಂದು ಬೆಳೆಯುತ್ತಿದ್ದ ಮಕ್ಕಳು. ಅದೂ ಕಾಡು ಜಾತಿಯ ತಾಯಿಯ ಹೊಟ್ಟೆಯಲ್ಲಿ ಹುಟ್ಟಿದ ಲಕ್ಷಣ. ಕಪ್ಪು. ಗಿಡ್ಡು, ಮೊಟರು. ಹತ್ತು ವರ್ಷಗಳನಂತರ, ಹುಟ್ಟಿಸಿದ ಅಪ್ಪ ಹತ್ತಿರದ ಗುಡಿಸಲಿನವರನ್ನು ಹುಡುಕಿ ವಿಚಾರಿಸಿ ಅರಮನೆಗೆ ಬಂದು, ತಾನು ಹುಟ್ಟಿಸಿದ ಈ ಮಕ್ಕಳನ್ನು ಕರೆದೊಯ್ದು ಮಗನಿಗೆ ಬಿಲ್ಲು ವಿದ್ಯೆ ಕಲಿಸಿದನಂತೆ. ಆರೇಳು ವರ್ಷ ಅಭ್ಯಾಸವಾಗಿತ್ತೇನೋ ಕೃಪನಿಗೆ. ಅಪ್ಪ ಸತ್ತುಹೋದ. ಇವನು ತಂಗಿಯೊಡನೆ ಮತ್ತೆ ಹಸ್ತಿನಾಪುರಕ್ಕೆ ಬಂದು ನೆಲೆಸಿ ಸೂತರಿಗೆ ಸೈನಿಕರಿಗೆ ಅಸ್ತ್ರ ಪ್ರಯೋಗ ಕಲಿಸಲು ಪ್ರಾರಂಭಿಸಿ ಆಚಾರ್ಯನೆನಿಸಿಕೊಂಡ. ಒಬ್ಬ ಸಾದಾ ರಥಿಕನಿಗೆ ಕೊಡುವಷ್ಟು ಸಂಬಳ. ಅಂತೂ ತಂಗಿಯನ್ನು ಸಾಕುತ್ತಿದ್ದ. ಈ ಬಡತನದ ಹುಡುಗಿಯಲ್ಲಿ ಯಾವ ಹೆಚ್ಚಿನ ಕಳೆ ಇದ್ದೀತು! ಹೆಂಡತಿಯ ನೆನಪು ಬಂದ ದ್ರೋಣರ ಮನಸ್ಸು ಖಿನ್ನ ವಾಯಿತು. ಕೆಟ್ಟವಳಲ್ಲ, ನನಗೆ ಹೆದರುತ್ತಿದ್ದಳು. ಹೆದರಿ ನಡುಗುತ್ತಿದ್ದಳು. ಬಡತನವನ್ನೇ ಜೀವನದ ಅವಿಭಾಜ್ಯ ಹಿನ್ನೆಲೆಯಾಗಿ ಕಂಡ ಅವಳು ಅನಂತರ ತನ್ನೊಂದಿಗೆ ಕಳೆದ ವರ್ಷಗಳನ್ನು ಎಷ್ಟು ತಾಳ್ಮೆಯಿಂದ ಸಹಿಸಿದಳು. ದೊಡ್ಡ ಆಶೆಯೂ ಇಲ್ಲದ ಹೆಂಗಸು, ಅಣ್ಣ ಕೃಪಾಚಾರ್ಯನಂತೆ. ಮದುವೆಯಾದ ಹೆಂಡತಿಯ ಅಣ್ಣನ ಮನೆಯಲ್ಲಿ ಎಷ್ಟು ದಿನವಿರುವುದು? ಅವನ ಮನೆಯಲ್ಲಿ ತಾನೆ ಯಾವ ಅನುಕೂಲ? ಇಷ್ಟು ವಿದ್ಯೆಯನ್ನು ತಲೆಯಲ್ಲಿ, ತೋಳುಗಳಲ್ಲಿ, ಬೆರಳುಗಳಲ್ಲಿ ಇಟ್ಟುಕೊಂಡು ಹೊಟ್ಟೆಯ ಪಾಡಿಗೆ ಊರೂರು ಅಲೆದುಕೊಂಡು, ಹೊರಗೆ ಆಕಾಶವನ್ನು ಮುಟ್ಟುವ ಎತ್ತರದಲ್ಲಿ ಕುದುರೆ ಕೆನೆತ, ಜೊತೆಗೆ ದಡಬಡಿಸುವ ಗೊರಸಿನ ಸದ್ದು. ಬೇರೆ ಯಾವುದಾದರೂ ಕಿತ್ತುಕೊಂಡು ನಮ್ಮದರ ಮೇಲೆ ನುಗ್ಗಿತೋ ಎಂದು ಗಕ್ಕನೆ ಎದ್ದು ಹೊರಬಾಗಿಲಿಗೆ ಬಂದರು. ಮಗ ಅಶ್ವತ್ಥಾಮ. ಅವನ ಭಾರಿ ಕುದುರೆ ಹಿಂದಿನ ಕಾಲುಗಳಲ್ಲಿ ನಿಂತು ಮುಂದಿನ ಕಾಲುಗಳನ್ನು ಮೇಲೆ ಎತ್ತಿದೆ. ಅದು ಕೆಳಗೆ ಇಳಿಯದಂತೆ ಅವನು ತೊಡೆಯ ಕೀಲುಗಳಿಗೆ ಕೈ ಕೊಟ್ಟು ಎತ್ತಿ ಹಿಡಿದಿದ್ದಾನೆ. ದಿಕ್ಕುಗೆಟ್ಟ ಕುದುರೆ ಕಿರುಚಿಕೊಳ್ಳುತ್ತಿದೆ. ಐವತ್ತೈದರ ಇವನು ಹದಿನೈದರ ಹುಡುಗ ನಾಯಿಮರಿಯನ್ನು ಗೋಳುಹೊಯ್ದುಕೊಳ್ಳುವಂತೆ ಹಿಡಿದಿದ್ದಾನೆ. ಸಿಟ್ಟು ಬಂತು.

ಹೆಮ್ಮೆಯಾಯಿತು. ಅವಿವೇಕಿ, ಎನ್ನುವ ಮನಸ್ಸು ಬಂತು. ಹಾಗೆಯೇ ನಿಂತರು. ಅವನು ಹಾಗೆಯೇ ಹಿಡಿದು ನಿಂತಿದ್ದ. ಕೊನೆಗೆ ಅದನ್ನು ಕೆಳಗೆ ಇಳಿಸಿದ. ಹೊಸ ಸವಾರನು ಹತ್ತುವಾಗ ಎಲ್ಲ ಕುದುರೆಗಳೂ ಮಾಡುವ ತುಂಟಾಟವನ್ನು ಬಲವಂತದಿಂದ ಮಾಡಿಸಿಯೇ ಪಳಗಿಸುವ ವಿಧಾನ ಇವನದು. ಇಟ್ಟ ಹೆಸರನ್ನು ಸಾರ್ಥಕಪಡಿಸಲೆಂದೋ ಏನೋ ಅಶ್ವದಂತಹ ಶಕ್ತಿ, ಅಶ್ವವನ್ನು ಕಂಡರೆ ಅಷ್ಟೇ ಪ್ರೀತಿ, ಆ ಬಡತನದಲ್ಲಿ ಗಿಡ್ಡ ತಾಯಿಯ ಹೊಟ್ಟೆಯಲ್ಲಿ ಹುಟ್ಟಿದ ಈ ಹುಡುಗನಿಗೆ. ಹುಟ್ಟುವಾಗಲೇ ಅದೆಂತಹ ಉದ್ದ, ಮೈಕಟ್ಟು. ಈ ಭಾರ ಮತ್ತು ಗಾತ್ರದ ಮಗುವನ್ನು ತಾಳಲಾರದೆ ಸುಸ್ತು ಹೊಡೆದಳಲ್ಲ. ಇಂಥ ಮಗುವಿನ ಜನನವಾಗುವಾಗಲೇ ಸಾಯಬೇಕಿತ್ತು. ಅನಂತರ ಕೂಡ ಹೆಚ್ಚು ವರ್ಷ ಉಳಿಯಲಿಲ್ಲ. ಯಾಕೆ ಸತ್ತಳು? ಬಡತನದಿಂದ ಎಂಬುದು ನಿಜ. ಆದರೆ ಅದು ಮನಸ್ಸಿಗೆ ಅತಿಯಾಗಿ ನಾಟಿದ್ದು ಎಲ್ಲಿ? ಒಂದು ನಿಮಿಷ ನೆನಪು ಮಸುಕಾಯಿತು. ಅನಂತರ ಸ್ಪಷ್ಟವಾಯಿತು. ಹೌದು, ಆಗ ನಾವಿದ್ದುದು ವೃಕಸ್ಥಳದಲ್ಲಿ. ವೃಕಸ್ಥಳವೆಂಬ ಹಳೆಯ ಹೆಸರಷ್ಟೆ. ಸುತ್ತಮುತ್ತಲ ತೋಳಗಳನ್ನೆಲ್ಲ ಬೇಟೆಯಾಡಿ ತೆಗೆದುಹಾಕಿದ್ದರು. ಹತ್ತಿರದಲ್ಲಿ ಒಂದು ಜಿಂಕೆಯೂ ಸಿಕ್ಕುತ್ತಿರಲಿಲ್ಲ ಮಾಂಸಕ್ಕೆ. ತಿರುಪೆಯನ್ನು ತಿರಸ್ಕರಿಸುವ ಹೆಮ್ಮೆಯ ಗಂಡ. ಆದರೆ ಒಳಗೆ ಅಡುಗೆಯ ಒಲೆ ಉರಿಯಬೇಕು. ತಾನೇ ಅವರಿವರ ಮನೆಯಲ್ಲಿ ತಿರಿದು ಗಂಡನಿಗೂ ಮಗುವಿಗೂ ಹಾಕಿ, ತಲೆಯಮೇಲೆ ಕೈ ಹೊತ್ತು ಕೂರುವುದು ಬಿಟ್ಟರೆ ನನಗೆ ಬೇರೆ ತಿಳಿಯುತ್ತಿರಲಿಲ್ಲವಲ್ಲ. ಆಗ ಕೇರಿಯ ಹುಡುಗರು ನಾವು ಹಾಲು ಕುಡಿದೆವು ಹಾಲು ಕುಡಿದೆವು ಅನ್ನುತ್ತಿದ್ದವಂತೆ. ಆರು ವರ್ಷದ ಹುಡುಗ ಅಶ್ವತ್ಥಾಮ ಗುಡಿಸಿಲಿಗೆ ಬಂದು 'ಅಮ್ಮ, ನನಗೆ ಹಾಲು ಬೇಕು' ಎಂದು ಅಳುತ್ತಾ ಹಟ ಹಿಡಿದನಂತೆ. ಎಲ್ಲಿ ತಂದಾಳು ಹಾಲನ್ನು? ತಿರುಪೆಯಿಂದ ತಂದ ಗೋಧಿಯ ಹಿಟ್ಟನ್ನು ನೀರಿನಲ್ಲಿ ಕದರಿ ಹಾಲು ಎಂದು ಕೊಟ್ಟಳಂತೆ. ಅಷ್ಟರಲ್ಲಿ ಆ ಹುಡುಗರು ಗುಡಿಸಿಲಿಗೆ ಬಂದಿದ್ದರು. ಇವನು ಅದನ್ನೇ ಕುಡಿದು ನಾನೂ ಹಾಲು ಕುಡಿದೆ ಎಂದು ಹಿಗ್ಗಿದನಂತೆ. ಹುಡುಗರೆಲ್ಲ ನಕ್ಕು ಲಗ್ಗೆ ಹಾಕಿದರಂತೆ. ಹುಡುಗನಿಗೆ ತಿಳಿಯಲಿಲ್ಲ. ತಾಯಿಗೆ ತಿಳಿಯಿತು. ಬದುಕು ಬೇಡವೆನ್ನಿಸಿತೇನೊ? ಮಗುವನ್ನು ನನ್ನ ಕೈಲಿಟ್ಟಳು. ಸದ್ದುಗದ್ದಲವಿಲ್ಲದೆ ಹೆಚ್ಚು ಮಾತಿಲ್ಲದೆ ನವೆದು ಸತ್ತಳು. ಎರಡು ತಿಂಗಳೂ ಇಲ್ಲ.

ಆಗ ಅಲ್ಲವೇ ದ್ರುಪದನ ನೆನಪು ಬಂದದ್ದು. ಸಹಪಾಠಿ, ವಿದ್ಯಾಭ್ಯಾಸ ಮುಗಿದ ಮೇಲೆ ನನ್ನನ್ನು ಬಿಟ್ಟು ಒಬ್ಬನೇ ಊರಿನಲ್ಲಿರಲಾರೆನೆಂದು ಮರುಗಿದ ಸಖ, ತನ್ನ ಪಟ್ಟದ ಸಿಂಹಾಸನದ ಅರ್ಧಭಾಗದಲ್ಲಿ ಕೂರಿಸಿಕೊಳ್ಳುವುದಾಗಿ ಸ್ವಯಂಪ್ರೇರಿತನಾಗಿ ಆಡಿದ ಮಿತ್ರ, ಅವನ ಸ್ನೇಹ ಪ್ರದರ್ಶನದ ನಿಜವಾದ ಅರ್ಥ ಆಗ ಹೊಳೆದಿದ್ದರೆ ಹೋಗುತ್ತಲೇ ಇರಲಿಲ್ಲ. ಮಗು ಮತ್ತು ನಾನು ಉಪವಾಸದಿಂದ ಸತ್ತಿದ್ದರೂ ಹೋಗುತ್ತಿರಲಿಲ್ಲ. ಇವನನ್ನು ಅಷ್ಟು ದೂರ ನಡೆಸಿಕೊಂಡು ಅಷ್ಟು ದೂರ ಹೆಗಲ ಮೇಲೆ ಹೊತ್ತು, ಆಗಲೇ ಐದು ವರ್ಷದ ಹುಡುಗ ಎಷ್ಟು ಭಾರವಾಗಿದ್ದ, ಎಷ್ಟು ದಿನದ ನಡಿಗೆಯೋ ಯಾರಿಗೆ ನೆನಪುಂಟು? ಐವತ್ತು ವರ್ಷವೇ ಆಗಿರಬೇಕು. ಬಿಸಿಲಿನಲ್ಲಿ ನಡೆದು ಮೈ ಮುಖಗಳ ಚರ್ಮವನ್ನು

ಸುಡಿಸಿ ಕಪ್ಪು ಮಾಡಿಕೊಂಡು ಹರಿದ ಬಟ್ಟೆ, ಬೆವರಿಗೆ ಕಿಮಟ ಹತ್ತಿದ ವಾಸನೆ. ದ್ರುಪದನರ ಮನೆಯೊಳಕ್ಕೆ ಪ್ರವೇಶ ಸಿಕ್ಕುವುದೇ ಕಷ್ಟವಾಗಿ ಕೊನೆಗೆ ಹೆಸರು ಗುರುತುಗಳ ಪ್ರವರಗಳನ್ನೆಲ್ಲ ಪ್ರಹರಿಗೆ ಒಪ್ಪಿಸಿದ ಮೇಲೆ ಒಳಗಿನಿಂದ ಅನುಮತಿ ಬಂದು ಅದೂ ಸಭಾಭವನದಲ್ಲಿ ಸಿಂಹಾಸನ ಹತ್ತಿ ಕುಳಿತೇ ಆಗಂತುಕನನ್ನು ಕಾಣಬೇಕೆ? ಸಾಧಾರಣ ಕೋಣೆಯಲ್ಲಿ ಸಾಧಾರಣ ಆಸನದಲ್ಲಿ ಕುಳಿತು ಕಂಡರಾಗದೆ?

ಮಿತ್ರ ಯಜ್ಞಸೇನ ದ್ರುಪದ, ನಿನ್ನನ್ನೇ ಹುಡುಕಿಕೊಂಡು ಬಂದೆ. ಈಗ ನೀನೇ ಸಿಂಹಾಸನದಲ್ಲಿರುವೆ ಎಂದು ತಿಳಿದಿರಲಿಲ್ಲ. ಯಾವಾಗ ನಿನ್ನ ತಂದೆ ತೀರಿಕೊಂಡರು? ಹಸಿವಿನಿಂದ ಅಳುವ ಈ ಮಗುವಿಗೆ ಮೊದಲು ಭೋಜನ ಏರ್ಪಾಟು ಮಾಡಿಸು ಅನಂತರ ಕೂತು ಮಾತನಾಡೋಣ, ಬಹಳ ಇದೆ ಆಡುವ ವಿಷಯ, ಎಂದು ಉದ್ವೇಗದಿಂದ ಹತ್ತಿರ ಹೋಗಿ, 'ಪ್ರಹರಿ. ಸಿಂಹಾಸನದ ಸನ್ನಿಧಿಯಲ್ಲಿ ಎಲ್ಲಿ ನಿಲ್ಲಬೇಕು, ಹೇಗೆ ಮಾತನಾಡ ಬೇಕು ಎಂಬುದನ್ನು ಸರಿಯಾಗಿ ತಿಳಿಸಿಕೊಡದೆ ಈತನನ್ನು ನೀನು ಹೇಗೆ ಒಳಗೆ ಬಿಟ್ಟೆ?' ಎಂಬ ಅವನ ಮೊದಲ ಮಾತಿಗೇ ಗರ ಹೊಡೆದವನಂತೆ ಕ್ಷಣಕಾಲ ನಿಂತು, ಇನ್ನೂ ನನ್ನ ಗುರುತು ಸಿಕ್ಕಲಿಲ್ಲವೆ? ಹಿರಿಯಣ್ಣನೆಂದು ನೀನು ಕರೆಯುತ್ತಿದ್ದ, ಗುರು ಅಗ್ನಿವೇಶರ ಆಪ್ತಶಿಷ್ಯ ದ್ರೋಣ, ನಿನ್ನ ಮೆಚ್ಚಿನ ಸಖ. 'ನೀನೂ ನನ್ನ ಗುರುವಿನ ಶಿಷ್ಯ ನಿಜ. ಅವರು ನಿನಗೆ ಬರೀ ಬಿಲ್ಲುವಿದ್ಯೆ ಕಲಿಸಿರಬಹುದು. ಯಾರೊಡನೆ ಯಾವ ಗೌರವದಿಂದ ವರ್ತಿಸ ಬೇಕೆಂಬ ನಡವಳಿಕೆ ಕಲಿಸಲಿಲ್ಲ.' ಏನು ಸೊಕ್ಕು, ತಕ್ಷಣ ಮುಖದ ಮೇಲೆ ತಂದುಕೊಂಡ ಗಾಂಭೀರ್ಯ. 'ನೀನು ದುಃಸ್ಥಿತಿಯಲ್ಲಿದ್ದರೆ ನಾನು ಆಶ್ರಯಕೊಡುತ್ತೇನೆ. ಆದರೆ ಸಖಿಗಿಖ ಎಂಬ ಸಮಾನತೆಯ ಮಾತು ಬಿಟ್ಟು ರಾಜಸನ್ನಿಧಿ ಯಲ್ಲಿ ಭಯಭಕ್ತಿಯಿಂದಿರುವುದನ್ನು ಕಲಿಯಬೇಕು. ಪ್ರಹರಿ, ಇವರಿಬ್ಬರನ್ನೂ ಕರೆದೊಯ್ದು ಅರಮನೆಯ ಸೇವಕವರ್ಗದವರ ಪಾಕಶಾಲೆಯಲ್ಲಿ ಭೋಜನ ಮಾಡಿಸು.' ಎಂದರೆ ಈ ದ್ರೋಣ ಯಾವತ್ತು ಅಪಮಾನ ಸಹಿಸಿದ್ದಾನೆ? ಎಲವೋ ಯಜ್ಞಸೇನ, ನಿನ್ನ ಸೊಕ್ಕು ಇಳಿಸದಿದ್ದರೆ ನಾನು ಅಗ್ನಿವೇಶರ ಶಿಷ್ಯನಲ್ಲ, ಎಂದು ಆ ತಕ್ಷಣ ಮಗುವಿನ ಕೈ ಹಿಡಿದೆಳೆದುಕೊಂಡು ಹಿಂತಿರುಗಿ, ಈ ಕ್ಷತ್ರಿಯರ ಸೊಕ್ಕು ಯಾವ ಕಾಲಕ್ಕೆ ತಾನೆ ಇಳಿದೀತು! ದ್ರುಪದ ಒಬ್ಬನಲ್ಲ, ಪ್ರತಿಯೊಬ್ಬ ರಾಜನೂ ಅಷ್ಟೆ.

ಮತ್ತೆ ದೇಶದೇಶಗಳನ್ನು ಅಲೆಯುತ್ತಾ, ಹಾಂ, ಹೀಗೆ ಅಲೆಯುವಾಗಲೇ ಅಲ್ಲವೆ ಮನಸ್ಸಿನಲ್ಲಿ ಹುಟ್ಟಿದ್ದು. ಅಲ್ಲ ತ್ರಿಗರ್ತದೇಶದಲ್ಲಿ ಸೂತರಿಗೆ ಅಸ್ತ್ರವಿದ್ಯೆ ಹೇಳಿಕೊಡುತ್ತಾ ಹೊಟ್ಟೆ ಬಟ್ಟೆಗೆ ಸುಖವಾಗಿದ್ದಾಗ ಹುಟ್ಟಿದ ವಿಚಾರ: ಬರೀ ಹೊಟ್ಟೆ ಹೊರೆದುಕೊಂಡು ಎಷ್ಟು ದಿನ ಬದುಕಿದರೆ ಏನು? ಅಪಮಾನಗೊಳಿಸಿದ ದ್ರುಪದನಿಗೆ ಬುದ್ಧಿಕಲಿಸಲಾರದ ನಾನು ಬಿಲ್ಲುವಿದ್ಯೆ ಕಲಿತು ಏನು ಪ್ರಯೋಜನ? ಅವನ ಸೊಕ್ಕು ಮುರಿಯಲೇಬೇಕೆಂಬ ಸಂಕಲ್ಪ ಹುಟ್ಟಿ ಬಲವಂತವಾದದ್ದು ಅಲ್ಲಿ, ಜೀವನಕ್ಕೊಂದು ಛಲ ಬಂದದ್ದು ಅಲ್ಲಿ. ಅಷ್ಟರಲ್ಲಿ ಧೃತರಾಷ್ಟ್ರನ ಮಕ್ಕಳಿಗೂ ಪಾಂಡುವಿನ ಮಕ್ಕಳಿಗೂ ಭಾವ ಕೃಪನೇ ಬಿಲ್ಲುವಿದ್ಯಾ ಗುರುವಾಗಿದ್ದಾನೆಂಬ ಸುದ್ದಿ ಬಂತು. ಹತ್ತು ಹನ್ನೆರಡು ವರ್ಷವೇ ಆಗಿತ್ತಲ್ಲ ಅವನ

ಮುಖದರ್ಶನವಾಗಿ, ನಾನಿರುವ ನೆಲೆ ಯಾರಿಗೆ ಗೊತ್ತಿತ್ತು, ಅವನೊಬ್ಬನಲ್ಲದೆ ಗೊತ್ತಾಗಬೇಕಾದವರು ತಾನೆ ಯಾರಿದ್ದರು? ಅವನ ನೆನಪಿನೊಡನೆ ಅವಳ ನೆನಪು, ಅವಳ ನೆನಪಿನೊಡನೆ ಅವನನ್ನು ನೋಡುವ ಹಂಬಲ. 'ಅಪ್ಪ, ನನಗೊಬ್ಬ ಮಾವ ಇದ್ದಾನೆ ಅಂತ ಹೇಳುತ್ತಿರುತ್ತೀಯ, ನನ್ನನ್ನು ನೋಡಲು ಅವನಾದರೂ ಒಂದು ದಿನವೂ ಬಂದಿಲ್ಲ, ನೀನೂ ನನ್ನನ್ನು ಕರೆದುಕೊಂಡು ಹೋಗಿಲ್ಲ,' ಎಲ್ಲವೂ ಸೇರಿ ಹದಿನೈದು ವರ್ಷದ ಹುಡುಗ ಅಶ್ವತ್ಥಾಮ ಹೆಗಲಿಗೆ ಬಿಲ್ಲು ಬೆನ್ನಿಗೆ ಬತ್ತಳಿಕೆ ಬಲಗೈಲಿ ಕೊಡಲಿ ಹಿಡಿದು ಮುಂದೆ ನಡೆಯುತ್ತಿದ್ದರೆ ಹುಲಿ ಚಿರತೆ ಕರಡಿ ಯಾವ ದುಷ್ಟಜಂತುವಿಗೂ ಹೆದರುವ ಅಗತ್ಯವಿಲ್ಲವೆಂಬ ಅಭಯಭಾವ, ಆಗ ಹೀಗೆ ಅತಿ ದಪ್ಪಕ್ಕೆ ಊದಿಕೊಂಡಿರಲಿಲ್ಲ. ಒಳ್ಳೆಯ ಎತ್ತರ ಅಗಲವಾದ ಮೈಕಟ್ಟು ನನ್ನಂತೆಯೇ ಚಕ್ಕೆ ಶರೀರ.

ನಮ್ಮ ಕೃಪನಿಗೆ ಅಂತಃಕರಣವಿದೆ. ಬುದ್ಧಿ ಇಲ್ಲ. ಕ್ಷತ್ರಿಯರ ಸೊಕ್ಕಿನ ತಿಳಿವಳಿಕೆ ಇಲ್ಲ. ಅಥವಾ ಮಗುವಿನಿಂದಲೂ ಈ ಹಸ್ತಿನಾವತಿಯವರ ಮನೆಯ ಆಶ್ರಯದಲ್ಲಿ ಬೆಳೆದಿದ್ದುದರಿಂದ ಅವರೆಂದರೆ ಅಷ್ಟೊಂದು ಅಧೀನಭಾವವೂ! ಹೊರಗೆ ಸಂಚಾರ ಮಾಡಿ ನಾಲ್ಕು ಕಡೆ ನಾಲ್ಕು ಆಶ್ರಮಗಳನ್ನು ನೋಡಿದ್ದರೆ ಆಚಾರ್ಯಸ್ಥಾನದ ಗೌರವ ತಿಳಿಯುತ್ತಿತ್ತು. ಹೆಸರಿಗೆ ಆಚಾರ್ಯ. ಭೀಷ್ಮ ಕೊಟ್ಟ ಸುಲಭ ಬಿರುದು. ತನ್ನ ಮೊಮ್ಮಕ್ಕಳಿಗೆ ವಿದ್ಯೆ ಹೇಳುವವನು ಆಚಾರ್ಯನಾಮಕ್ಕಿಂತ ಕಡಮೆಯಾದರೆ ತನ್ನ ರಾಜಘನತೆಗೆ ಕುಂದಲ್ಲವೆ? ಸಂಬಳ ಸವಲತ್ತು ಪುರಸ್ಕಾರ ಪ್ರಾಮುಖ್ಯಗಳು ಮಾತ್ರ ಐವತ್ತು ಕುದುರೆಗಳ ಮೇಲ್ವಿಚಾರಕನಿಗೆ ಇರುವಷ್ಟೂ ಇಲ್ಲ. ಅದನ್ನೇ ಮಹಾಪ್ರಸಾದವೆಂದು ಭಾವಿಸಿದ್ದನಲ್ಲ ಕೃಪಾಚಾರ್ಯ. ಮೊದಲು ಸೂತ ಮಕ್ಕಳಿಗೆ ಕಲಿಸುತ್ತಿದ್ದ ತನಗೆ ಧೃತರಾಷ್ಟ್ರ ಮತ್ತು ಪಾಂಡುಕುಮಾರರಿಗೆ ವಿದ್ಯೆ ಹೇಳುವ ಬಡ್ತಿ ದೊರೆತದ್ದೇ ಮಹಾಪ್ರಸಾದವೆಂಬ ಹಿಗ್ಗು. 'ಭಾವ, ಇಲ್ಲಿ ಇಷ್ಟೊಂದು ಜನಕ್ಕೆ ಶಿಕ್ಷಣ ಕೊಡಬೇಕು. ನೀವು ಹೇಗೂ ಎಲ್ಲ ಅಸ್ತ್ರಶಸ್ತ್ರ ಗಳಲ್ಲೂ ನಿಷ್ಣಾತರು. ನನಗೆ ಜೊತೆಯಾಗಿ ಇದ್ದುಬಿಡಿ. ಹೇಗಾದರೂ ಮಾಡಿ ಭೀಷ್ಮರನ್ನು ಕಂಡು ನಿಮ್ಮ ವಿಷಯ ನಿವೇದಿಸಿ ನನ್ನ ತಂಗಿಯ ಗಂಡನೆಂದೂ ಹೇಳಿಕೊಳ್ಳುತ್ತೇನೆ. ಅವರು ಕೃಪಾಳುಗಳು. ಇಲ್ಲವೆನ್ನುವುದಿಲ್ಲ. ಒಂದು ಮನೆ, ದವಸ ಧಾನ್ಯ, ಮೇಲೆ ಒಂದು ಕರೆಯುವ ಹಸು, ಸ್ವಲ್ಪ ಸಂಬಳ, ಸಾಲದೆ? ನಾನಂತೂ ಮದುವೆಯಾಗದೆ ಉಳಿದೆ. ಒಟ್ಟಿಗೇ ಇದ್ದುಬಿಡೋಣ. ಎರಡೆರಡು ಕಡೆ ಮುಖ ಮಸಿ ಮಾಡಿಕೊಂಡು ಒಲೆ ಊದುವ ಕಷ್ಟ ಬೇಡ.' ಇವತ್ತೂ ಅಷ್ಟೆ. ತಂಗಿಯಂತೆಯೇ; ದೊಡ್ಡ ಆಶೆ ಇಲ್ಲ. ಆಚಾರ್ಯ ಎಂದು ಕರೆದರೆ ಸಾಕು. ಸಂತೃಪ್ತ. ಮುಖ ಇಷ್ಟಗಲವಾಗುತ್ತದೆ. ಕೃಪನ ಮಾತಿಗೆ ಒಪ್ಪಿದ್ದರೆ ತ್ರಿಗರ್ತದಲ್ಲಿ ಹೊಟ್ಟೆ ಹೊರೆಯುವ ಬದಲು ಈ ಕುರುನಾಡಿನಲ್ಲಿ ಹೊರೆದುಕೊಳ್ಳಬಹುದಿತ್ತಷ್ಟೆ. ಈ ದ್ರೋಣ ಬೇರೇನನ್ನೂ ಸಾಧಿಸುತ್ತಿರಲಿಲ್ಲ. ನಾನೂ ಕೃಪನ ಜೊತೆ ಹೋಗಿ ಭೀಷ್ಮರಿಗೆ ಕೈಮುಗಿದು, ಏನವನ ಗತ್ತು ಆಜನ್ಮ ಬ್ರಹ್ಮಚಾರಿ–ವೇದಾಧ್ಯಯನ ಸಂಪನ್ನ–ಕಾಶಿಯ ಸ್ವಯಂವರದಲ್ಲಿ ಸೇರಿದ್ದ ಸಮಸ್ತ ರಾಜರನ್ನೂ ಸೆಣೆಸಿ ತನ್ನ ಸೋದರರಿಗೆಂದು ವಧುಗಳನ್ನು ಹೊತ್ತು ತಂದ ವೀರ. ಎದುರಿಗಿರುವವರ ಮೇಲಿರದೆ ಆಕಾಶವನ್ನೇ ದೃಷ್ಟಿಸುವ ಠೀವಿ. ಧೃತರಾಷ್ಟ್ರ

ಪಾಂಡುವಿನ ಮಕ್ಕಳೆಲ್ಲ ಬಿಲ್ಲು ಹೊಡೆಯುವುದು ಕಲಿಯುತ್ತಿದ್ದರು, ಹಕ್ಕಿ ಪಿಕ್ಕರು ಕಲಿತಿರುವಷ್ಟು. ಆಳವಾದ ಭಾವಿಗೆ ಕೆಡವಿಕೊಂಡ ಆಟದ ಚೆಂಡಿಗೆ ಚುಚ್ಚಿಕೊಳ್ಳುವಂತೆ ತೆಳುವಾದ ದಾರ ಕಟ್ಟಿದ ಪುಟ್ಟ ಬಾಣವನ್ನು ಒಂದೇ ಏಟಿಗೆ ಹೊಡೆದು ಚೆಂಡನ್ನು ಮೇಲೆ ತೆಗೆದುಕೊಟ್ಟ ಕೌಶಲವು ಅವರಿಗೆ ಹೊಳೆಯುವುದೇ ಸಾಧ್ಯವಿರಲಿಲ್ಲ; ನಮ್ಮ ಕೃಪನ ಶಿಷ್ಯರಿಗೆ. ಕಾಸಿಗೆ ತಕ್ಕ ಕಜ್ಜಾಯ. 'ಪೂಜ್ಯರೇ, ಹೀಗೆ ಬಾಣಬಿಡುವುದನ್ನು ನಮಗೂ ಹೇಳಿಕೊಡಬೇಕು.' ಯಾರು ಕೇಳಿದವನು, ಅರ್ಜುನನೇ? ಹೌದು ಅವನೇ ಇರಬೇಕು. ಬಾಣದ ಕೌಶಲಕ್ಕೆ ಸಹಜಪ್ರವೃತ್ತಿಯಿಂದಲೇ ಮಾರುಹೋಗುವ, ಕಂಡ ವಿಶೇಷವನ್ನು ಆ ಕ್ಷಣದಲ್ಲೇ ಕಲಿಯ ಬಯಸುವ ಹುಡುಗ ಅವನೇ. ಮಗು, ವಿಧ್ಯುಕ್ತವಾಗಿ ಶಿಷ್ಯಸ್ವೀಕಾರ ಗುರುಪೂಜೆಗಳಾಗದೆ ಕಲಿಸುವುದು ಶಾಸ್ತ್ರಬಾಹಿರ. 'ಇಂದೇ ನಿಮ್ಮ ಚರಣಸ್ಪರ್ಶ ಮಾಡಿ ಕೇಳಿಕೊಳ್ಳುತ್ತಿದ್ದೇನೆ. ಶಿಷ್ಯನೆಂದು ಸ್ವೀಕರಿಸಿಯೇ ಕಲಿಸಿಕೊಡಿ.'

ಇದಕ್ಕೆಲ್ಲ ದೊಡ್ಡವರು ಬರಬೇಕು, ಚಿಕ್ಕಮಕ್ಕಳು ಕೇಳಿಕೊಂಡದ್ದಕ್ಕೆ ಶಿಷ್ಯಸ್ವೀಕಾರ ಸಾಧ್ಯವಿಲ್ಲ. ಮರುದಿನ ಅದೇ ಜಾಗಕ್ಕೆ ಹುಡುಕಿಕೊಂಡು ಬಂದರಲ್ಲ ಹುಡುಗರೆಲ್ಲ: 'ನಮ್ಮ ತಾತ ಕರೆತರಲು ಹೇಳಿದ್ದಾರೆ. ಬನ್ನಿ.' ನಾನು ನಿಮ್ಮ ತಾತನ ಪ್ರಜೆಯಲ್ಲ. ಆದ್ದರಿಂದ ಅವರ ಆಜ್ಞೆಯನ್ನು ಪಾಲಿಸುವ ಅಗತ್ಯವಿಲ್ಲ. ಬೇಕೆಂದರೆ ಅವರ ಈ ರಾಜ್ಯದಿಂದ ಹೊರಗೆ ಹೋಗುತ್ತೇನೆ. ಮೇಲಾಗಿ ನಾನು ವಿದ್ಯೋಪಾಸಕ. ವಿದ್ಯೋಪಾಸಕನು ಯಾವ ರಾಜ್ಯಕ್ಕೂ ಅಧೀನನಲ್ಲ. ನೀವು ಚಿಕ್ಕಮಕ್ಕಳು. ನಿಮಗೆ ಈ ಧರ್ಮಸೂಕ್ಷ್ಮ ತಿಳಿದಿಲ್ಲ. ನಿಮ್ಮ ತಾತನಿಗೆ ಹೇಳಿ ಹೋಗಿ. ಎರಡು ಘಳಿಗೆಯಲ್ಲಿ ಓಡಿಬಂದರಲ್ಲ ಭೀಷ್ಮರು–ದ್ರೋಣನ ಬದುಕಿನಲ್ಲಿ ವಿಶ್ವಾಸ ಹುಟ್ಟಿ ವ್ಯವಹಾರದಲ್ಲಿ ಇನ್ನಷ್ಟು ಬಿಗಿ ಹುಟ್ಟಿ. 'ನಿಮ್ಮ ಬಾಣಕೌಶಲ ಧರ್ಮಸೂಕ್ಷ್ಮಜ್ಞಾನಗಳನ್ನು ಕೇಳಿ ನೀವೊಬ್ಬ ಧನುರ್ವಿದ್ಯಾಚಾರ್ಯರೆಂದು ಭಾವಿಸುತ್ತೇನೆ. ನಿಮ್ಮ ಅಸ್ತ್ರವಿದ್ಯಾಕೌಶಲವನ್ನು ಸ್ವಲ್ಪ ಪ್ರದರ್ಶಿಸೋಣವಾಗಲಿ. ನೀವು ಬಯಸುವ ಗೌರವ ಬಹುಮಾನಗಳನ್ನು ಅರಮನೆಯು ಕೊಡುತ್ತದೆ.' ಮಹಾರಾಜನಿಗೆ ನಮ್ಮ ಆಶೀರ್ವಾದವುಂಟು. ನಮ್ಮದು ಗೌರವ ಬಹುಮಾನಗಳಿಗಾಗಿ ಕೌಶಲಪ್ರದರ್ಶನ ಮಾಡುವ ದೊಂಬರ ವೃತ್ತಿಯಲ್ಲ. 'ನಾನು ಕೂಡ ಹಾಗೆ ಕೇಳಲಿಲ್ಲ, ಉಪಾಧ್ಯಾಯರನ್ನು ನೇಮಿಸುವ ಮೊದಲು ಅವರ ಜ್ಞಾನಪರೀಕ್ಷೆ ಮಾಡುವುದೂ ಶಾಸ್ತ್ರಸಮ್ಮತ ತಾನೆ?'

'ಆಳುವ ದೊರೆಯೆ, ನಿಮ್ಮಲ್ಲಿ ಉಪಾಧ್ಯಾಯ ವೃತ್ತಿಯನ್ನು ಕೈಗೊಳ್ಳುವ ಇಚ್ಛೆಯೂ ನನಗಿಲ್ಲ. ದೊರೆಯಿಂದ ನೇಮಿಸಲ್ಪಟ್ಟವನು ಗುರುವಾದಾನೆ? ಬೇಕಾದ ಶಿಷ್ಯರನ್ನು ಸ್ವೀಕರಿಸುವ ಅಥವಾ ಬಿಡುವ ಸ್ವಾತಂತ್ರ್ಯ ಗುರುವಿಗುಂಟು. ಆ ಮಾತು ಬೇಡ. ನೀವು ಕ್ಷತ್ರಿಯ ಶ್ರೇಷ್ಠರು, ಒಳ್ಳೆಯ ಅಸ್ತ್ರವಿದ್ಯಾಸಂಪನ್ನರೆಂದು ಕೇಳಿದ್ದೇನೆ. ನಿಮ್ಮ ಅಸ್ತ್ರಕೌಶಲವನ್ನೂ ತೋರಿಸಿ. ನನಗೆ ತಿಳಿದದ್ದನ್ನೂ ತೋರಿಸುತ್ತೇನೆ. ಪರಸ್ಪರ ನೋಡಿ ಸಂತೋಷಪಡುವ ಅಂಶವೇನಾದರೂ ಇದ್ದರೆ ಅದನ್ನು ನಿರಾಕರಿಸುವ ಅಗತ್ಯವಿಲ್ಲ.'

ಭೀಷ್ಮ ಎಷ್ಟಾದರೂ ಗುಣಗ್ರಾಹಿ. ಗುಣಗ್ರಾಹಿತ್ವವೋ ಅಥವಾ ತನ್ನ ಮೊಮ್ಮಕ್ಕಳಿಗೆ ಬೇರೆ ಯಾರಿಗೂ ದೊರೆಯದ ವಿದ್ಯೆ ಲಭಿಸಬೇಕೆಂಬ ವಾಂಛಲ್ಯವೋ? ಎರಡೂ ಎಂಬುದು

ನಿಜ. 'ಆಚಾರ್ಯರೇ, ನೀವು ನಮ್ಮ ದೇಶದಲ್ಲೇ ನೆಲೆಸಬೇಕು. ಆಚಾರ್ಯರ ವಾಸಸ್ಥಳ ಅಧ್ಯಯನ ಅಧ್ಯಾಪನಾಸ್ಥಳ, ಅವರ ಉಪಜೀವನವನ್ನೊದಗಿಸುವ ಭೂಮಿ ಕಾಣಿಗಳೆಲ್ಲವೂ ಅವರಿಗೇ ಸೇರಿದವು. ರಾಜ್ಯದ ರಾಜನಿಗೆ ಅವುಗಳ ಮೇಲೆ ಅಧಿಕಾರವಿಲ್ಲವೆಂದು ನಾನು ಒಪ್ಪಿ ನಡೆಯುತ್ತೇನೆ. ವಿದ್ಯಾಭ್ಯಾಸವಾದನಂತರ ನೀವು ಕೇಳುವ ಗುರುದಕ್ಷಿಣೆ ಕೊಡಿಸಲು ಕೊಡಲು ನಾನು ವಚನಬದ್ಧನಾಗಿರುತ್ತೇನೆ. ನಿಮ್ಮ ಆಶ್ರಮವು ನಮ್ಮ ಹಸ್ತಿನಾವತಿಯಲ್ಲೇ ಸ್ಥಾಪನೆಯಾಗಲಿ. ನಿಮ್ಮ ಜ್ಞಾನವು ನಮ್ಮ ಮಕ್ಕಳಿಗೆ ಲಭ್ಯವಾಗಲಿ.'

ಹೊರಗೆ ಅಶ್ವತ್ಥಾಮನ ಧ್ವನಿ ಕೇಳಿಸಿತು: ಏನು ಮಾವ, ನಡೆದುಕೊಂಡೇ ಬಂದೇ? ಕೃಪಾಚಾರ್ಯ ಬಂದರೆಂದು ದ್ರೋಣರಿಗೆ ತಕ್ಷಣ ಅರ್ಥವಾಯಿತು. ನೆನಪು ಅಲ್ಲಿಗೇ ಹರಿದುಬಿದ್ದಂತಾಗಿ ಬೇಸರವೆನಿಸಿತು. ಈಗ ಬರುತ್ತಿದ್ದ ನೆನಪಿನಿಂದ ನೇರವಾಗಿ ಸಂತೋಷ ಸಿಕ್ಕದಿದ್ದರೂ ಮಗ್ನತೆ ಬರುತ್ತಿತ್ತು. ಯಾವುದರಲ್ಲಾದರೂ ಸರಿ, ಮಗ್ನತೆ ಎಂದರೆ ದ್ರೋಣರಿಗೆ ಸಹಜ ಪ್ರೀತಿ. 'ಏನು ಮಾಡಲಿ ಮಗು, ಈ ಯುದ್ಧದ ಗಡಿಬಿಡಿಯಲ್ಲಿ ನನಗೆ ರಥ ಯಾರು ಕೊಡುತ್ತಾರೆ? ಯಾವುದಾದರೂ ಒಂದು ಕುದುರೆ ಹತ್ತೋಣವೆಂದರೆ ಗುರುತು ರೂಢಿಯಾಗದ ಅದು ಎತ್ತಿ ಎಸೆದರೆ ಏನು ಮಾಡಲಿ?' ಎಲ್ಲಿದೆಯೋ ಅವರ ಬೀಡಾರ? ತಾವು ವಿಚಾರಿಸಲೂ ಇಲ್ಲ. ಮರೆತೂಹೋಗಿತ್ತು. ಈಗ ಅವರೇ ಬಂದದ್ದು ಒಳ್ಳೆಯದಾಯಿ ತೆಂದುಕೊಂಡ ದ್ರೋಣರು ಕೂಗಿ ಹೇಳಿದರು: ಅಶ್ವತ್ಥಾಮ, ನಿಮ್ಮ ಮಾವನನ್ನು ಒಳಗೆ ಕಳಿಸು. ಅರೆಗಪ್ಪು ಬಣ್ಣ ಸುಕ್ಕು ಮೈ, ಬುಡ್ಡ ಎತ್ತರದ ಕೃಪಾಚಾರ್ಯರು ಒಳಗೆ ಬಂದರು. ಉಶ್ ಎನ್ನುತ್ತಾ ತಮಗೆ ತಾವೇ ನೆಲದ ಮೇಲೆ ಕುಳಿತರು. 'ಏನು ಕುದುರೆ, ಏನು ರಥ ಗಳು, ಎಷ್ಟು ಜನ ಸೈನಿಕರು, ಹಿಂದೆ ದೇವೇಂದ್ರನ ನಾಯಕತ್ವದಲ್ಲಿ ನಮಗೂ ಅಸುರರಿಗೂ ಯುದ್ಧವಾಗಿದ್ದಾಗಲಾದರೂ ಇಷ್ಟೊಂದು ಸೈನಿಕರು ಸೇರಿದ್ದರೆ?' ಎನ್ನುವ ಅವರ ಮಾತಿನ ಮಧ್ಯದಲ್ಲಿ ದ್ರೋಣರು, ಹವ್ಯ, ಇಲ್ಲಿ ಬಂದು ಆಚಾರ್ಯರಿಗೆ ಚಾಪೆ ಹಾಕಿಕೊಡು ಎಂದ ತಕ್ಷಣ ಅವನು ಓಡಿ ಬಂದ. ತಡಿಕೆಗೆ ಒರಗಿಸಿಟ್ಟಿದ್ದ ದರ್ಭೆಯ ದಪ್ಪ ಚಾಪೆ ಹಾಸಿದ. ಒಳಗಿನಿಂದ ಜೇನುತುಪ್ಪ ನೀರುಗಳನ್ನು ತಂದ. 'ಓ, ನಿಮಗೆ ಜೇನುತುಪ್ಪದ ಸರಬರಾಜೂ ಉಂಟು. ಪ್ರತ್ಯೇಕ ಬೀಡಾರ. ಪರಿಚಾರಕ. ರಾಜರು ನೀವು.' ಎಂದ ಅವರು ಮೊದಲು ಜೇನಿನ ಎಲೆ ಕೈಗೆ ಎತ್ತಿಕೊಂಡರು.

'ಎಲ್ಲಿ ನಿಮ್ಮ ಬೀಡಾರ?'

'ಎಲ್ಲಿ ಅಂತ ಹೇಳಲಿ? ನೀವು ಆ ಕಡೆ ನೋಡಿದೀರಾ? ಇಲ್ಲ. ಮಾಹಿಷ್ಮತಿಪುರದ ಸೈನ್ಯವಿದೆಯಲ್ಲ ಅದರ ಆಚೆಗೆ ಒಂದು ಗುಡಿಸಿಲು. ತೀರ ಸಣ್ಣದು. ಬಿದ್ದುಹೋಗುವ ನನಗೆ ಸಣ್ಣದಾದರೇನು ದೊಡ್ಡದಾದರೇನು. ರಾತ್ರಿ ಮಲಗಲು ಯಾರು ಯಾರೋ ಸರಬರಾಜಿನವರು ಬಂದು ನುಗ್ಗಿಬಿಟ್ಟಿದ್ದರು. ಗೊರಕೆಯೋ ಗೊರಕೆ. ಬೆವರುವಾಸನೆ. ನಿಮ್ಮ ಕಡೆ ವಾಸಿ, ಬರೀ ಕುದುರೆ ಲದ್ದಿಯ ವಾಸನೆ. ಆ ಕಡೆ ಎಲ್ಲ ಮನುಷ್ಯರ ಮಲವೇ

ಹೆಚ್ಚು. ಕುದುರೆಯದು ಕಡಮೆ.'

'ಊಟ?'

'ಈ ಶರೀರ ಎಲ್ಲಿ ಮಾಡಿದರೇನು? ಒಂದು ತುತ್ತು ಹೆಚ್ಚಾದರೂ ತಡೆಯುವುದಿಲ್ಲ. ಸೈನಿಕರಿಗೆಲ್ಲ ಬೇಸಿದ್ದನ್ನೇ ಕೊಟ್ಟರು. ಇಷ್ಟು ವಯಸ್ಸಿನ ನನಗೆ ಅದನ್ನು ಅಗಿಯುವುದಕ್ಕೆ ಆಗುತ್ತೆಯೆ? ನನಗೆ ಅಂತ ಮೆತ್ತಗೆ ಮಾಡಿ ಕೊಡುವವರು ಯಾರು? ಅಗಿಯದೆ ನುಂಗಿದರೆ ಹೊಟ್ಟೆನೋವು.'

ದ್ರೋಣರಿಗೆ ಆ ಕಡೆ ಒಂದು ಈ ಕಡೆ ಒಂದು ಕೋರೆಹಲ್ಲು ಬಿದ್ದಿತ್ತು. ಅದರ ಪಕ್ಕದ್ದು ಸ್ವಲ್ಪ ಅಳ್ಳಾಡುತ್ತಿದ್ದರೂ ಹೆಚ್ಚು ಬಾಧೆ ಕೊಡುತ್ತಿರಲಿಲ್ಲ. ಅವರಿಗಿಂತ ಐದು ವರ್ಷಕ್ಕೆ ಚಿಕ್ಕವರಾದ ಕೃಪಾಚಾರ್ಯರ ಬಾಯಿಯಲ್ಲಿ ಏಳೋ ಎಂಟೋ ಹಲ್ಲುಗಳು ನೇತಾಡುತ್ತಿದ್ದವು. ಏಳೋ ಎಂಟೋ ಎಂದು ಅವರೇ ಹೇಳುವುದು. ಬಾಯಿಯನ್ನು ಆ ಎನ್ನಿಸಿ ದೃಷ್ಟಿಯನ್ನು ಒಳ ಹೊಗಿಸಿ ಯಾರೂ ಎಣಿಸಿಲ್ಲ. ಅವು ತಾವಾಗಿಯೇ ಬೀಳುವತನಕ ಅವರಿಗೆ ಆಹಾರಸ್ವಾತಂತ್ರ್ಯ ಮಾತ್ರವಲ್ಲ, ಉಚ್ಚಾರಸ್ವಾತಂತ್ರ್ಯವೂ ಇಲ್ಲ. ದ್ರೋಣರು ತಮ್ಮ ಪರಿಚಾರಕನನ್ನೇ ಇಲ್ಲಿಗೆ ಕರೆತಂದಿದ್ದರು. ಅವರ ಪರಿಚಾರಕನಾದರೂ ಅವನ ಸಂಬಳ, ಪಡಿತರ, ಮೊದಲಾದುವೆಲ್ಲ ಅರಮನೆಯಿಂದ ಬರುತ್ತಿದ್ದವು. ಕೃಪರು ಹಸ್ತಿನಾವತಿಯಲ್ಲಿ ಕೂಡ ಮೊದಲಿನಿಂದ ತಮ್ಮ ಅನ್ನವನ್ನು ತಾವು ಬೇಯಿಸಿಕೊಳ್ಳುವ ಅಂತಸ್ತಿನವರಾದುದರಿಂದ ಇಲ್ಲಿಗೆ ಪರಿಚಾರಕನನ್ನು ಕಳಿಸುವ ಅಥವಾ ಕರೆತರುವ ಊಹೆಯೂ ಸಾಧ್ಯವಿರಲಿಲ್ಲ.

'ಈ ಬೀಡಾರವನ್ನು ದೊಡ್ಡದಾಗಿ ಕಟ್ಟಿದಾರೆ. ಅಲ್ಲದೆ ಹವ್ಯನಿಗೆ ಹೇಳಿದರೆ ನನಗೆ ಒಂದಿಷ್ಟು ಮೆತ್ತಗೆ ಬೇಯಿಸಿದ್ದು ಹಾಕುತ್ತಾನೆ. ತಡಿಕೆಯ ದಡದಲ್ಲಿ ಮಲಗಿದರೆ ನಿದ್ದೆಯನ್ನಾದರೂ ಮಾಡಬಹುದು.' ಎಂದುಕೊಳ್ಳುವಾಗ ಅವರ ಮುಖವು ಸಂಕುಚಿಸಿ ಹಿಂಡುತ್ತಿತ್ತು. ಇದುವರೆಗೆ ಒಂದು ಸಲವೂ ಇಂತಹ ಪ್ರಾರ್ಥನೆಯನ್ನು ವ್ಯಕ್ತಪಡಿಸಿರಲಿಲ್ಲ. ದ್ರೋಣರಿಗೂ ಕನಿಕರವೆನ್ನಿಸಿತು. ಹಸ್ತಿನಾವತಿಯಲ್ಲಿ ಆಚಾರ್ಯಪದವನ್ನು ಸೃಷ್ಟಿಸಿಸಿ ಅಲಂಕರಿಸಿದನಂತರವೂ ಅವರು ಕೃಪರ ಮನೆಯಲ್ಲೇ ಇದ್ದುಬಿಡಬಹುದಿತ್ತು. ಇರಿ ಎಂದು ಭಾವಮೈದುನರು ಒತ್ತಾಯವನ್ನೂ ಮಾಡಿದರು. ಆದರೆ ಮೊದಲಿನಿಂದ ಅರಮನೆಯ ಕೃಪೆಯಲ್ಲಿ ಬೆಳೆದ ಇವರೊಟ್ಟಿಗೆ ಇದ್ದರೆ ಆಚಾರ್ಯ ಪದದ ಘನತೆ ಉಳಿಯುವುದು ಸಾಧ್ಯವಿರಲಿಲ್ಲ. ಅಲ್ಲದೆ ಕಾಡುಹೆಂಗಸು ಕೊಟ್ಟ ಈ ಅವಳಿ ಮಕ್ಕಳನ್ನು ಶಂತನು ಮಹಾರಾಜನು ಕೃಪೆಯಿಂದ ಸಾಕುವ ವ್ಯವಸ್ಥೆ ಮಾಡಿದನಂತರ ನಾಮಕರಣವೇ ಆಗದ ಮಗುವಿಗೆ ಕೃಪ ಎಂದು ಅರಮನೆಯ ಆಗಿನ ಪುರೋಹಿತನು ಇಟ್ಟ ಹೆಸರನ್ನೇ ಇವರು ಇನ್ನೂ ಹೊತ್ತು ತಿರುಗುತ್ತಿದ್ದಾರೆ. ಇವರ ತಂದೆ ಬಂದು ಬಿಲ್ಲುವಿದ್ಯೆ ಕಲಿಸಿ ಹೋದ ನಂತರವಾದರೂ ಶರದ್ವಂತನ ಮಗ ಶಾರದ್ವನ್ ಅಥವಾ ಗೌತಮ ಗೋತ್ರದವರಾದುದರಿಂದ ಗೌತಮ ಎಂಬ ಹೆಸರನ್ನು ಇವರೂ ಪ್ರಚಲಿತಗೊಳಿಸಿಕೊಳ್ಳಲಿಲ್ಲ. ಅನಂತರ ಕೂಡ ತಮ್ಮ ಪರಿಚಯ ಹೇಳಿಕೊಳ್ಳುವಾಗ ಗೌತಮಗೋತ್ರೋತ್ಪನ್ನಸ್ಯ ಶರದ್ವತಃ ಪುತ್ರಃ ಕೃಪಃ ಎನ್ನುತ್ತಿದ್ದರು. ಹೆಸರಿನ ಉಗಮ ಗೊತ್ತಿಲ್ಲದ ಹಸ್ತಿನಾವತಿಯ ಇತ್ತೀಚಿನ ತಲೆಮಾರಿನವರು, ಕೃಪ ಎಂದರೆ ದೈವಕೃಪ

ಎಂದೋ ಮತ್ತೇನನ್ನೋ ಅರ್ಥಮಾಡಿಕೊಳ್ಳುತ್ತಿದ್ದರು. ದ್ರೋಣರು ಅವರನ್ನು ನೋಡಿದರು: ವಯಸ್ಸಾದ ಶರೀರವು ವಿಶ್ರಾಂತಿಯಿಲ್ಲದೆ ಆಹಾರವೂ ಇಲ್ಲದೆ ಆಕಳಿಸುವ ಸ್ಥಿತಿಯಲ್ಲಿತ್ತು. ದರ್ಭೆಯ ಚಾಪೆಯ ಮೇಲೆ ಕುಳಿತು ಎಲೆಯ ಮೇಲಿದ್ದ ಜೇನುತುಪ್ಪವನ್ನು ನೆಕ್ಕಿಕೊಳ್ಳುತ್ತಿದ್ದರು.

ನೀವು ಯಾಕೆ ಬಂದಿರಿ ಇಲ್ಲಿಗೆ? ಅವರಿಗೆ ಪ್ರಶ್ನೆ ಅರ್ಥವಾಗಲಿಲ್ಲ. ಕೈಲಾಗದ ಈ ಸ್ಥಿತಿಯಲ್ಲಿ ನೀವ್ಯಾಕೆ ಯುದ್ಧಭೂಮಿಗೆ ಬಂದಿರಿ? ಎಂದು ಬಿಡಿಸಿ ಕೇಳಿದನಂತರ ಎಲೆಯನ್ನು ನೆಲದ ಮೇಲಿಟ್ಟು ತಾಮ್ರಪಾತ್ರೆಯನ್ನೆತ್ತಿ ನೀರು ಕುಡಿದು ತುಟಿಗಳನ್ನೊರೆಸಿಕೊಂಡನಂತರ ಹೇಳಿದರು: 'ನೀವು ಬರಲೇಬೇಕು. ಯುದ್ಧ ಮಾಡುವುದಕ್ಕೆ ನಾವಿದ್ದೀವಿ. ಆಶೀರ್ವದಿಸಿ ಮಾರ್ಗದರ್ಶನ ಮಾಡಲು ನೀವು ಬರದಿದ್ದರೆ ಹೇಗೆ ಅಂತ ಸ್ವತಃ ದುರ್ಯೋಧನ ಮಹಾರಾಜನೇ ಹೇಳಿಕಳಿಸಿದ. ಅವನ ಗುಣ ದೊಡ್ಡದು. ಬರದಿದ್ದರೆ ಆಗುತ್ತೆಯೆ?'

'ಈಗ ಮಾರ್ಗದರ್ಶನವನ್ನು ಯಾವ ಯಾವುದಕ್ಕೆ ಅವನು ಕೇಳಿದ, ನೀವು ಹೇಳಿದಿರಿ?'

ಈ ಪ್ರಶ್ನೆಯೂ ಅವರಿಗೆ ತಕ್ಷಣ ಅರ್ಥವಾಗಲಿಲ್ಲ. ಅಲ್ಲ ಪ್ರಶ್ನೆ ಅರ್ಥವಾಯಿತು. ಉತ್ತರ ತಿಳಿಯುತ್ತಿರಲಿಲ್ಲವೆಂದು ಎರಡು ಕ್ಷಣದಲ್ಲಿ ಅವರಿಗೇ ತಿಳಿಯಿತು. 'ಒಂದು ಗಳಿಗೆ ಕಾಲು ಚಾಚಿ ವಿಶ್ರಮಿಸಲು ಸ್ಥಳ ಕೂಡ ಇಲ್ಲದಿರುವಾಗ ನೀವು ಸುಖವಾಗಿ ಊರಿಗೆ ಯಾಕೆ ಹೋಗಬಾರದು? ಬೇಕಾದರೆ ನಾನು ಒಂದು ರಥದ ವ್ಯವಸ್ಥೆ ಮಾಡಿಕೊಡು ತ್ತೇನೆ.' ಎಂದ ದ್ರೋಣರ ಮಾತು ತಕ್ಷಣದಲ್ಲಿ ಸಾಧುವಾಗಿ ಕಂಡಿತು. ತಮ್ಮ ಅಸಮಾಧಾನ ವನ್ನು ದುರ್ಯೋಧನನಿಗೆ ವ್ಯಕ್ತಪಡಿಸುವ ರೀತಿ ಇದು ಎಂಬ ಅರ್ಥಹುಟ್ಟಿ ಈ ನಿಮಿಷದಲ್ಲಿ ಹೊರಡಬೇಕೆನ್ನಿಸಿತು. ಹೋಗಿ ಹಾಯಾಗಿ ನಿದ್ರೆಯಾದರೂ ಮಾಡಬಹುದು. ಒಂದು ಮೊಗೆ ಹಾಲನ್ನಾದರೂ ಕುಡಿಯಬಹುದು. ಹೊರಡಿಸಿದ್ದು ಹೊರಡಿಸಿದ. ಇಲ್ಲಿಗೆ ಬಂದರೆ ನನ್ನನ್ನು ಕೇಳುವವರಿಲ್ಲ. ಯುದ್ಧಭೂಮಿಯಲ್ಲಿ ಕೈಕಾಲು ಗಟ್ಟಿಯಿಲ್ಲದ ಈ ಮುದುಕನಿಗೇನು ಕೆಲಸ ಎಂದು, ನೆನ್ನೆ ರಾತ್ರಿ ನನ್ನ ಬೀಡಾರಕ್ಕೆ ನುಗ್ಗಿ ಮಲಗಿದವರು ಮಾತನಾಡಿಕೊಂಡ ನೆನಪು ಬಂತು. ಹೊರಟು ಹೋಗುವುದೇ ಸರಿ ಎಂದು ಅವರು ನಿಶ್ಚಯಿಸುತ್ತಿರುವಾಗ ದ್ರೋಣರು ಹವ್ಯಕನನ್ನು ಕೂಗಿದರು. 'ನೋಡು, ಕೃಪಾಚಾರ್ಯರಿಗೆ ಮೃದುವಾಗಿ ಅನ್ನ ಬೇಯಿಸಿ ಬಡಿಸು. ಅಥವಾ ಅರಳು ಇದ್ದರೆ ಜೇನು ಹಾಲಿನಲ್ಲಿ ಕಲಿಸಿಕೊಡು. ಹಾಲು ಇದೆ ತಾನೇ?'

'ಒಂದು ಶಾರೆಯಷ್ಟು ಉಳಿದಿದೆ.'

'ಅರಳುಹಿಟ್ಟೋ? ಬಲುರುಚಿ ಇರುತ್ತೆ,' ಕೃಪಾಚಾರ್ಯ ಉತ್ಸಾಹದಿಂದ ಅನುಮೋದಿಸಿ ದರು. ಗುಡಿಸಿಲಿನ ಹೊರಬಾಗಿಲಿಗೆ ಹೋಗಿ, ಹವ್ಯಕ ಕೊಟ್ಟ ನೀರಿನಿಂದ ಪಾದಪ್ರಕ್ಷಾಳನ ಮಾಡಿಕೊಂಡ ನಂತರ ಅಡುಗೆಯ ಕೋಣೆಯಲ್ಲಿ ಕುಳಿತು ಅರಳು ಜೇನು ಹಾಲುಗಳನ್ನು ತಿನ್ನುವಾಗ ಅವರಿಗೆ, ಹಾಲು ಸಾಲದ್ದಕ್ಕೆ ಬಿಸಿನೀರು ಬೆರೆಸಿದ್ದುದು ತಿಳಿಯಲಿಲ್ಲ. ಅಗಿಯ ದೆಯೇ ತಿನ್ನಬಹುದಾದ ಈ ಹಗುರ ಆಹಾರವು ಹೊಟ್ಟೆಯಲ್ಲಿ ನೆಮ್ಮದಿ ಕೊಡಲು ಆರಂಭಿಸಿದ ಮೇಲೆ ಅದನ್ನೇ ನಿಧಾನವಾಗಿ ನಾಲಗೆಯಿಂದ ತಿರುವಿ ತಿರುವಿ ಸ್ವಾದ ನೋಡಲಾರಂಭಿಸಿದರು. ಹಿಂತಿರುಗಿ ಏನೋ ಹೋಗಬಹುದು. ಕೇರಿಯ ಜನ ಏನೆಂದು

ಕೊಂಡಾರು? ಬಿಲ್ಲುಗುರುಗಳ ಶರೀರ ಗಳಿತವಾಗಿದ್ದರೂ ಯುದ್ಧ ವಿಷಯದಲ್ಲಿ ಅವರ ತಲೆಯ ಚುರುಕು ಯಾರಿಗೂ ಇಲ್ಲವೆಂದು ಸುತ್ತಮುತ್ತಲಿನ ಹೆಂಗಸರು ಮಕ್ಕಳಾದಿಯಾಗಿ ಹೊಗಳಿದ್ದರು. ಈಗ ನಾನು ಊರಿಗೆ ಹೋಗಿ ನಾನಿಲ್ಲದೆಯೇ ಯುದ್ಧ ನಡೆದರೆ? ಅಥವಾ ದುರ್ಯೋಧನನು ನನ್ನನ್ನು ಮತ್ತೆ ಕರೆಸಿಕೊಳ್ಳದಿದ್ದರೆ? ಹಾಲು ಮುಗಿದುಹೋಗಿದೆ. ಜೇನು ಧಾರಾಳವಾಗಿದೆ. ಇನ್ನರ್ಧ ದೊನ್ನೆ ಹಾಕಲೆ? ಹವ್ಯಕ ಉಪಚಾರ ಮಾಡಿದ. 'ಬೇಡ, ಸಿಹಿ ಹೆಚ್ಚಾದರೆ ಮುಖಕ್ಕೆ ತಿಕ್ಕಿದಂತಾಗುತ್ತೆ' ಎಂದು ಕೈಯನ್ನು ಅಡ್ಡ ಹಿಡಿದ ನಂತರ ಹೊರಗೆ ಹವನಶಾಲೆಯಲ್ಲಿ ಕುಳಿತಿದ್ದ ಭಾವನವರಿಗೆ ಕೂಗಿ ಹೇಳಿದರು: 'ಮೊದಲೇ ಯುದ್ಧ, ಇಷ್ಟು ಅಗಾಧ ಜನರಿಗೆ ವ್ಯವಸ್ಥೆ ಮಾಡುವ ಗಡಿಬಿಡಿ. ಇಲ್ಲದಿದ್ದರೆ ದುರ್ಯೋಧನ ಮಹಾರಾಜ ಸ್ವತಃ ಬಂದು ನನ್ನ ನಿಗ ನೋಡಿಕೊಳ್ಳದೇ ಇರುತ್ತಿರಲಿಲ್ಲ. ಅಲ್ಲದೆ ನಾನು ಎಲ್ಲಿದ್ದೇನೆಂಬುದು ಅವನಿಗೆ ಗೊತ್ತಿದೆಯೋ ಇಲ್ಲವೋ?'

ಹೊರಗೆ ಇನ್ನೊಮ್ಮೆ ನಗಾರಿಯ ಸದ್ದು ಕೇಳಿಸಿತು. ಬೇರೆ ಏನಾದರೂ ಘೋಷಣೆಯೋ ಎಂದು ಕಿವಿಗಳನ್ನು ಅತ್ತ ಮಗ್ನಗೊಳಿಸಿದ್ದ ದ್ರೋಣರಿಗೆ ಕೃಪಾಚಾರ್ಯರ ಮಾತು ಕೇಳಿಸಲಿಲ್ಲ. ಅವರೇ ಎದ್ದು ಹೊರಗೆ ಹೋಗಿ ನಿಂತರು. ಅಶ್ವತ್ಥಾಮ, ಅವನ ಕುದುರೆ ಇರಲಿಲ್ಲ. ಬಿಸಿಲಿನಲ್ಲಿ ಒಂದೇ ಕಡೆ ಕಟ್ಟಿದ್ದುದರಿಂದ ಕುದುರೆಗಳೆಲ್ಲ ಗೂಟಗಳ ಸುತ್ತ ದಡಬಡ ಹೋರುತ್ತಿದ್ದವು. ಲದ್ದಿಯ ಜೊತೆಗೆ ಕೊಳೆತ ಹುಲ್ಲಿನ ಶಿಂಡೂ ವಾತಾವರಣದಲ್ಲೆಲ್ಲ ಕೂಡಿಕೊಂಡಿತ್ತು. ಯುದ್ಧ ಕಳೆಯುವ ತನಕ ಇದನ್ನೇ ಸಹಜ ವಾಯುವೆಂದು ಭಾವಿಸ ಬೇಕೆಂದುಕೊಳ್ಳುತ್ತಿದ್ದ ಅವರಿಗೆ, ಇವಕ್ಕೆಲ್ಲ ನೀರು ಕುಡಿಸಿಲ್ಲವೆನ್ನಿಸಿತು. ಅಶ್ವತ್ಥಾಮ ಪ್ರಾಯಶಃ ತನ್ನ ರಥಾಶ್ವಗಳ ನೀರು ನಿಡಿಗಳನ್ನು ವಿಚಾರಿಸಲು ಹೋಗಿದ್ದಾನೆ ಎಂದುಕೊಂಡರು. ನಗಾರಿಯ ಸದ್ದು ಹತ್ತಿರವೇ ಬಂತು. ಅಷ್ಟು ದೂರ ಅಕೊ ಅಲ್ಲಿ ಆನೆಯ ಮೇಲೆ ಕೂತು ನಗಾರಿ ಬಡಿಯುತ್ತಾ ಕುದುರೆಗಳೆಲ್ಲ ಬೆದರಿ ಕಿತ್ತುಕೊಳ್ಳುವಂತೆ ಕುಣಿಯುತ್ತಿವೆ. ನಗಾರಿಯ ಆನೆ ಹತ್ತಿರ ಬಂದರೆ ಇಷ್ಟು ಬೆದರುವ ಇವು ಯುದ್ಧ ಶುರುವಾದ ಮೇಲೆ ಏನು ಮಾಡು ತ್ತವೆ? ಯಾರು ತರಬೇತಿ ಕೊಟ್ಟವರು ಎಂದುಕೊಳ್ಳು ತ್ತಿರುವಾಗ ಬಡಿತ ನಿಂತು ಗಟ್ಟಿ ಕೊರಲಿನಿಂದ ಸಾರಲು ಶುರು ಮಾಡಿದರು: ಅದೇ ಪಾಂಡವರು ಧರ್ಮವಾಗಿ ಈ ವಂಶಕ್ಕೆ ಸೇರಿದವರೆಂದು ಭಾವಿಸುವವರು ಬೇಕಾದರೆ ಅವರ ಪಕ್ಷಕ್ಕೆ ಹೋಗಬಹುದು. ಎಷ್ಟು ಸಲ ಇದನ್ನೇ ಸಾರುತ್ತಿದ್ದಾರೆ? ಅಥವಾ ಒಂದು ಕಡೆಯಿಂದ ಹೊರಟ ಈ ಸಾರು ವವರು ಬಳಸಿ ಮತ್ತೆ ಈ ದಿಕ್ಕಿಗೆ ಬಂದಿದ್ದಾರೆಯೋ ಎಂದು ಯೋಚಿಸುವಾಗ ಮೂಗು ಶಿಂಡುವಾಸನೆಗೇ ಕ್ರಮೇಣ ಹೊಂದಿಕೊಳ್ಳುತ್ತಿರುವ ಅರಿವಾಯಿತು. ಒಂದು ಸಲ ದೀರ್ಘ ವಾಗಿ ಉಸಿರೆಳೆದುಕೊಂಡರು. ಹೌದು ಹೊಂದಿಕೊಳ್ಳುತ್ತಿದೆ ಎನ್ನಿಸಿತು. ಬೇರೆ ಏನೂ ತೋಚದ್ದರಿಂದ ಸ್ವಲ್ಪ ಹೊತ್ತು ಅಲ್ಲಿಯೇ ನಿಂತು ಸುತ್ತ ತಿರುಗಿ ನೋಡುತ್ತಿದ್ದರು. ಓ, ಅಲ್ಲಿ ಆನೆಗಳ ಭಾರಿ ಸಾಲುಸಾಲುಸಾಲುಗಳು, ಎಲ್ಲಿಂದ ಬಂದವೋ? ಇಷ್ಟು ಒದಗಿಸಿದ್ದಾ ನೆಂತ ನನಗೆ ಗೊತ್ತೇ ಇರಲಿಲ್ಲ, ಅವುಗಳನ್ನೇ ನೋಡುವಾಗ ಹತ್ತಿರವಿದ್ದ ಒಂದು ಮರ ಹತ್ತಿ ನೋಡುವ ಆಶೆಯಾಯಿತು. ಬಲಭಾಗದ ಹತ್ತಿರದಲ್ಲೇ ಒಂದು ಬೂರುಗದ ಮರ

ಕಾಣುತ್ತಿತ್ತು. ಏಣಿ ಹಾಕಿಸಿಕೊಂಡರೂ ತಮ್ಮಿಂದ ಹತ್ತುವುದು ಸಾಧ್ಯವಿಲ್ಲವೆನ್ನಿಸಿ ನಿರಾಶೆ ಯಾಯಿತು. ಇದ್ದಕ್ಕಿದ್ದಂತೆಯೇ ಒಂದು ತೆರನಾದ ಸಂತೋಷ. ನಗಾರಿಯ ಶಬ್ದ ದೂರ ದೂರ ಹಿನ್ನಡೆಯುತ್ತಿತ್ತು. ಇದ್ದಕ್ಕಿದ್ದಂತೆಯೇ ಲದ್ದಿ ಗಂಜಳಗಳ ವಾಸನೆಯು ಅಸಹ್ಯವೆನಿಸಿತು. ವಿಚಿತ್ರವಾಗಿದೆ ಈ ಮೂಗಿನ ಚಾಂಚಲ್ಯ ಎಂದುಕೊಳ್ಳುವಾಗ ತಮ್ಮ ಮುಖದ ಪ್ರಧಾನ ಭಾಗವನ್ನು ಮೂಗೇ ಅಳವಡಿಸಿಕೊಂಡಿರುವ ನೆನಪಾಯಿತು. ಉದ್ದನೆಯ ದೊಡ್ಡ ನಾಸಿಕ ತಮ್ಮದು. ಮೊನಚು ತುದಿ. ನಗಾರಿಯ ಸದ್ದು ನಿಂತಿತು. ಮತ್ತೆ ಅದನ್ನೇ ಸಾರುತ್ತಿದ್ದಾರೆ. ಕೇಳಿಸುತ್ತಿಲ್ಲ ಅಷ್ಟೆ.

ಅವರು ಒಳಗೆ ಬಂದಾಗ ಕೃಪಾಚಾರ್ಯರು ದರ್ಭೆಯ ಚಾಪೆಯ ಮೇಲೆ ಉರುಟಿ ಕೊಂಡಿದ್ದರು. ಸ್ವಲ್ಪ ನಿದ್ರೆ ಹತ್ತಿದಂತೆ ಕಾಣುತ್ತಿತ್ತು. ದ್ರೋಣರು ಸದ್ದು ಮಾಡದೆ ತಮ್ಮ ಜಾಗದಲ್ಲಿ ಕುಳಿತರೂ ಇವರು ಒಳಗೆ ಬಂದದ್ದನ್ನು ಮನಸ್ಸಿನಿಂದಲೇ ಕಂಡವರಂತೆ ದಢಕ್ಕನೆ ಎದ್ದು ಕುಳಿತರು. ಹವನಕುಂಡದ ಹತ್ತಿರ ಕುಳಿತದ್ದರಿಂದ ಇವರ ಮೂಗಿನ ಮಿಡಿತ ಬದಲಾಯಿಸಿತು. ನಿರ್ಲಿಪ್ತವಾಗಬೇಕೆಂದರೂ ಉಚ್ಛ್ವಾಸವು ಉದ್ದವಾಗುತ್ತಿತ್ತು. ಎದುರಿಗೆ ಕುಳಿತ ಅವರ ಕಣ್ಣು ತಮ್ಮನ್ನೇ ನೋಡುತ್ತಿರುವ ಅರಿವೂ ಆಯಿತು. ಒಂದು ತೆರನಾದ ಕಸಿವಿಸಿ. ಒಳಗಿನಿಂದ ಕಲಸಿ ಬಂದಂತಹ ನೋವು. ಏಕೆ ಏನುಗಳು ಸ್ಪಷ್ಟವಾಗಲಿಲ್ಲ. ಹೊರಗಿನ ಲದ್ದಿ ಗಂಜಳ ಹೇಲು ಉಚ್ಚೆಗಳ ನಾತ ಮತ್ತು ಹವನದ ಈ ಒಳವಾಸನೆಗಳ ಮಿಶ್ರಣದಿಂದ ಹೊಟ್ಟೆ ತೊಳಸುತ್ತದೆಯೋ ಎಂಬ ಜಿಜ್ಞಾಸೆ ಹುಟ್ಟಿತು. 'ನೀವಾದರೆ ವಾಸಿ. ಇಲ್ಲೇ ಅಗ್ನಿಕಾರ್ಯ ಮಾಡುತ್ತಿದೀರಿ. ನೆನ್ನೆ, ಇವತ್ತು, ಅಗ್ನಿಕಾರ್ಯವಿಲ್ಲದೆಯೇ ನಾನು ಹೊಟ್ಟೆಗೆ ಅನ್ನ ತುಂಬಿಕೊಂಡೆ. ನನಗೆಲ್ಲಿ ಬರಬೇಕು ಅದರ ಅನುಕೂಲ? ಇವತ್ತು ಸಂಜೆ ನಿಮ್ಮ ಜೊತೆಯಾದರೂ ಮಾಡಿ ಮನಸ್ಸು ಸಮಾಧಾನ ಮಾಡಿಕೊಳ್ಳುತ್ತೇನೆ. ನೀವು ಹೇಗೂ ಜಾಡಿಗಟ್ಟಳೆ ತುಪ್ಪ ತಂದಿರಿಸಿದ್ದೀರಿ.' ಇವರಿಗೆ ನಿಜವಾಗಿಯೂ ಹೊಟ್ಟೆತೊಳಸು ಆರಂಭವಾಗಿತ್ತು. ಹೊಟ್ಟೆತೊಳಸು, ಭೇದಿ, ವಿನಾಕಾರಣ ಮಲಮೂತ್ರ ವಿಸರ್ಜನೆ, ತಲೆ ನೋವು, ಮೈ ಕೈ ನೋವು, ಮೊದಲಾದುವೆಲ್ಲ ಯುದ್ಧಕಾಲದಲ್ಲಿ ಸಾಮಾನ್ಯವಾಗಿ ಕಾಣಿಸಿ ಕೊಳ್ಳುವ ದೈಹಿಕ ಬದಲಾವಣೆಗಳು ಎಂಬುದು ಅವರಿಗೆ ಗೊತ್ತಿಲ್ಲದ ವಿಷಯವಲ್ಲ. ಇಂಥವಕ್ಕೆ ಬೇಕಾದ ಚಿಕಿತ್ಸೆಗಳ ಜ್ಞಾನ ಕೂಡ ತಮಗಿಂತ ಹೆಚ್ಚು ಉಳ್ಳವರಿಲ್ಲ. ತಮ್ಮ ಈ ಬೀಡಾರದಲ್ಲೇ ಒಳಗೆ ಕೆಲವು ಔಷಧಿಗಳಿವೆ. ಯಾವುದಕ್ಕೆ ಯಾವ ಚೂರ್ಣ ಅಥವಾ ಮೂಲಿಕೆಯ ಕಷಾಯವನ್ನು ಎಷ್ಟು ಕೊಡಬೇಕೆಂಬ ತಿಳಿವಳಿಕೆ ಹವ್ಯಕನಿಗೆ ಸಹ ಇದೆ. ಆದರೆ ತಮಗೆ ಬಂದಿರುವುದು ಯುದ್ಧದ ಭಯದ ಹೊಟ್ಟೆತೊಳಸಲ್ಲ. ಇಡೀ ಆರ್ಯಾ ವರ್ತದಲ್ಲೇ ವಿಖ್ಯಾತವಾಗಿರುವ, ಈಗ ಆಗುವ ಯುದ್ಧದ ಉಭಯ ಪಕ್ಷದವರನ್ನೂ ಅಸ್ತ್ರವಿದ್ಯೆಯಲ್ಲಿ ತರಬೇತಿ ಮಾಡಿದ ತಮ್ಮ ದೇಹವು ಅಂತಹ ಬದಲಾವಣೆಗೆ ಒಳಗಾಗುವುದೇ ಇಲ್ಲವೆಂದು ಮನಸ್ಸು ಖಚಿತವಾಗಿ ಹೇಳಿತು. ಆದರೂ ಒಳಗಿನಿಂದ ಸಂಕಟ. ಇದ್ದಕ್ಕಿದ್ದಂತೆ ಶುರುವಾಗಿದೆ. 'ಆಗಲೇ ಸೂರ್ಯ ಚನ್ನಾಗಿ ವಾಲ್ತಿದಾನೆ. ಸಾಯಂಕಾಲವೆಂದು ಭಾವಿಸಿ ಕೊಳ್ಳಬಹುದು. ನಾನು ಈಗಲೇ ಹವನ ಮಾಡುತ್ತೇನೆ. ಮನಸ್ಸಿಗೆ ಸಮಾಧಾನವಾಗುತ್ತೆ,'

ಕೃಪಾಚಾರ್ಯರು ಮೇಲೆ ಎದ್ದರು. ಒಳಗೆ ಹೋಗಿ ಸಮಿತ್ತನ್ನು ತಂದು, ಕುಂಡದಲ್ಲಿದ್ದ ಬೆಂಕಿಯು ನಷ್ಟವಾಗದಂತೆ ಬೂದಿ ತೆಗೆದು ಸಮಿತ್ತನ್ನು ಕವರಲು ಇಟ್ಟು ಬಾಗಿಲಿನ ಹೊರಗೆ ಹೋಗಿ ಬಾಯಿ ಮುಕ್ಕಳಿಸಿ ಕೈಕಾಲು ತೊಳೆದು ಒಳಗೆ ಬಂದು ತುಪ್ಪದ ದರ್ವಿ ಮತ್ತು ಸ್ರುವಗಳನ್ನು ಹತ್ತಿರ ಇಟ್ಟುಕೊಂಡು ಕುಳಿತರು. ಬೀಸಣಿಗೆ ಹಾಕಿದ ತಕ್ಷಣ ಕವರಿದ ಸಮಿತ್ತು ಜ್ವಲಿಸಿತು. ಮಂತ್ರ ಹೇಳಿಕೊಂಡು ಒಂದು ಸ್ರುವದ ತುಂಬ ಘೃತ ಹಾಕಿದ ತಕ್ಷಣ ಚಟಚಟನೆ ಸದ್ದು ಮಾಡಿಕೊಂಡು ಇಡೀ ಕೋಣೆಗೆ ಹಿತವಾದ ಕನುಗನ್ನು ವ್ಯಾಪಿಸುತ್ತಾ ಜ್ವಾಲೆ ಎದ್ದಿತು.

ಅವರು ಹವನ ಮಾಡುತ್ತಿರುವಾಗ ಇವರ ಸಂಕಟ ವೃದ್ಧಿಯಾಗುತ್ತಿತ್ತು. ಎದುರಿಗೆ ಅಗ್ನಿಕಾರ್ಯವಾಗುತ್ತಿರುವಾಗ ಎದ್ದು ಹೊರಗೆ ಹೋಗಿ ವಾಂತಿಗೆ ಕೂಡಬಾರದೆಂದು ತಡೆದುಕೊಂಡರು. ಮನಸ್ಸು ಎತ್ತೆತ್ತಲೋ ಬೀಸುತ್ತಿದೆ. ಸುಮ್ಮನೆ ಕಣ್ಣುಮುಚ್ಚಿ ಕುಳಿತರು. ಕೃಪಾಚಾರ್ಯರ ನಿತ್ಯಕರ್ಮ ದೀರ್ಘವಾದುದಲ್ಲ. ತಮಗೆ ಮುಖ್ಯವೆಂದು ತೋಚಿದ, ತಮಗೆ ತಂದೆಯಿಂದ ಪಾಠವಾದ ಕೆಲವು ಮಂತ್ರಗಳನ್ನು ಹೇಳಿಕೊಂಡು ಹವಿಸ್ಸನ್ನರ್ಪಿಸುವುದರಲ್ಲಿ ಮುಗಿಯುತ್ತಿತ್ತು. ಅವರು ಅಗ್ನೇನಯ ಹೇಳುತ್ತಾ, ಉಳಿದಿದ್ದ ತುಪ್ಪವನ್ನೆಲ್ಲ ಅರ್ಪಿಸಿ ಪ್ರದಕ್ಷಿಣೆ ಮುಗಿಸಿ ತಮ್ಮ ದರ್ಭೆಯ ಚಾಪೆಗೆ ಬರುವ ಹೊತ್ತಿಗೆ ಇವರಿಗೆ ಏನಾದರೂ ಮಾತನಾಡಬೇಕೆನ್ನಿಸಿತು. ನಗಾರಿ ಬಾರಿಸುತ್ತಾ ಸಾರಿದುದನ್ನು ಕೇಳಿದೀರಾ? ಎಂದ ತಕ್ಷಣ, 'ಕೇಳಿದೆ. ನಾನು ಇದ್ದ ಜಾಗದ ಹತ್ತಿರವೂ ಬಂದಿತ್ತು.'

'ಧರ್ಮವೇನೆಂಬುದನ್ನು ಆಲೋಚಿಸಿ ಬೇಕಾದ ಪಕ್ಷವನ್ನು ಸೇರುವ ಅಥವಾ ಯುದ್ಧರಂಗದಿಂದಲೇ ನಿವೃತ್ತರಾಗುವ ಅವಕಾಶ ನಮ್ಮೆಲ್ಲರಿಗೂ ಇದೆ. ನಿಮಗೆ ಏನನ್ನಿಸುತ್ತೆ ಧರ್ಮ?'

'ನಾನು ಈಗ ಯೋಚಿಸಬೇಕಾಗಿಲ್ಲ. ಮೊದಲಿನಿಂದ ಯೋಚಿಸಿದೀನಿ. ಧರ್ಮ ಪಾಂಡವರದ್ದೇ. ಪಾಂಡುರಾಜನ ಹೆಸರಿನಲ್ಲಿ ಅವನ ಹೆಂಡತಿಯರಿಗೆ ನಿಯೋಗ ಮಾಡಿಸಿ ಮಕ್ಕಳಾಗಿರುವಾಗ, ಒಂದು ಪಕ್ಷ ಅವನು ಸತ್ತಿದ್ದರೂ ಅವನ ಹೆಸರಿನಲ್ಲಿ ಬೀಜ ಬಿತ್ತಿಸಿದ್ದರೂ ಕೂಡ, ಅವನವೇ ಮಕ್ಕಳು. ಅಂದರೆ ಅವರು ಕುರುಕುಲದವರಲ್ಲ ಅಂತ ಹೇಳುವುದು ಅಧರ್ಮವಾಗುತ್ತೆ. ಆದರೆ ನಾನು ಅನ್ನ ಇಕ್ಕಿದ ಮನೆಯನ್ನು ಸಮರ್ಥಿಸಬೇಕಲ್ಲ, ಚಿಕ್ಕ ಮಗುವಿನಿಂದ ನನ್ನನ್ನು ಸಾಕಿದ ಮನೆಗೆ ತಾನೆ ನನ್ನ ನಿಷ್ಠೆ ಇರಬೇಕಾದದ್ದು?'

'ದುರ್ಯೋಧನ ನಿಮ್ಮ ಕಣ್ಣೆದುರಿನ ಮಗುವಿನ ವಯಸ್ಸಿನವನಲ್ಲವೆ? ನಿಮ್ಮನ್ನು ಸಾಕಿದವರು ಶಂತನು, ಅನಂತರ ಭೀಷ್ಮ, ಹಾಗಿರುವಾಗ ನೀವು ದುರ್ಯೋಧನನಿಗೆ ಏಕೆ ನಿಷ್ಠೆಯಿಂದಿರಬೇಕು?'

'ಪಾಂಡವರು ಖಾಂಡವಪ್ರಸ್ಥಕ್ಕೆ ಹೋದಾಗ ನಾನೂ ಅವರೊಡನೆ ಹೋಗಿಬಿಟ್ಟಿದ್ದರೆ ಸರಿಯಾಗುತ್ತಿತ್ತು. ಆದರೆ ದುರ್ಯೋಧನನ ಆಸ್ಥಾನದಲ್ಲಿ ಉಳಿದೆನಲ್ಲ.'

ಇದು ದ್ರೋಣರಿಗೆ ಸುಲಭದಲ್ಲಿ ಅಲಕ್ಷ್ಯಿಸುವಂತಹ ಅಂಶವಾಗಿ ಕಾಣಲಿಲ್ಲ. ತಾವು ಕೂಡ ದುರ್ಯೋಧನನ ಆಳ್ವಿಕೆ ಬಂದನಂತರವೂ ಹಸ್ತಿನಾವತಿಯಲ್ಲಿ ಉಳಿದವರು

ಎಂಬುದು ತಕ್ಷಣ ನೆನಪಿಗೆ ಬಂತು.

'ಅಲ್ಲದೆ ದುರ್ಯೋಧನ ಇದುವರೆಗೂ ನನ್ನನ್ನು ಗೌರವವಾಗಿ ಕಂಡಿದ್ದಾನೆ. ರಾಜಸಭೆಯಲ್ಲಿ ನನಗೊಂದು ಆಸನ ಖಾಯಂ ಇಟ್ಟಿದ್ದಾನೆ. ರಾಜಸಭೆಗೆಲ್ಲ ಆಹ್ವಾನವಿರುತ್ತೆ. ಅನ್ನ ಬಟ್ಟೆ ವರ್ಷಕ್ಕೆ ಒಂದು ಸಲ ಅರಮನೆಯಿಂದ ಬರುತ್ತೆ.'

ಕೃಪರಿಗಿಂತ ಆಸ್ಥಾನದಲ್ಲಿ ತಮ್ಮ ಸ್ಥಾನ ದೊಡ್ಡದು. ತಮ್ಮ ವಾಸಸ್ಥಾನವು ಒಂದು ದೊಡ್ಡ ಭವನ. ಭೀಷ್ಮರದರಷ್ಟೇ ದೊಡ್ಡದು. ಆಳುಗಳು. ಕರೆಯುವ ಹಸುಗಳು. ಕುದುರೆಗಳು. ನಾಲ್ಕು ರಥಗಳು. ಆದರೂ ಇವೆಲ್ಲ ಅವನ ಕೃಪೆಯಿಂದಲೇ ನಡೆಯುತ್ತಿರುವವು. ತಮ್ಮಲ್ಲಿ ಸಾಕಷ್ಟು ಬಂಗಾರವೂ ಇದೆ. ಪಾಂಡವರು ಖಾಂಡವಪ್ರಸ್ಥಕ್ಕೆ ಹೋದಾಗ ತಾವೂ ಏಕೆ ಪ್ರಿಯ ಶಿಷ್ಯ ಅರ್ಜುನನೊಡನೆ ಹೋಗಿ ಹೊಸ ಊರಿನಲ್ಲಿ ನೆಲೆಸಲಿಲ್ಲ? ಎಂದುಕೊಳ್ಳುತ್ತಿರುವಾಗ, ಕೊನೆಯ ಸಲ ಸುರಿದಿದ್ದ ತುಪ್ಪದಿಂದ ಎದ್ದ ಜ್ವಾಲೆಯು ಬೆಂಕಿಯ ಮಟ್ಟಕ್ಕೆ ಅಡಗಿ ಸಮೃದ್ಧವಾದ ಕನುಗು ಮಾತ್ರ ಅಡರಿಕೊಂಡಿತು. ಇಡೀ ಬೀಡಾರದಲ್ಲಿ ಅದೇ ಗಮ ತುಂಬಿಕೊಂಡಿದ್ದರಿಂದ ದೀರ್ಘವಾಗಿ ಉಸಿರೆಳೆದುಕೊಂಡು ಆಸ್ವಾದಿಸುವ ಅಗತ್ಯವಿರಲಿಲ್ಲ.

'ಇನ್ನೊಂದು ಅಂಶ ನೋಡಿ. ನನ್ನನ್ನು ಚಿಕ್ಕ ವಯಸ್ಸಿನಿಂದ ಸಾಕಿದವರು ಭೀಷ್ಮರು. ಅವರಷ್ಟು ವೇದಾಧ್ಯಯನವನ್ನು ನಾವು ಮಾಡಿದ್ದೇವೆಯೆ? ಧರ್ಮ ಅವರಿಗಿಂತ ನಮಗೆ ಗೊತ್ತೆ? ಅವರೇ ದುರ್ಯೋಧನನ ಸೇನಾನಾಯಕರಾಗಿ ನಿಂತಿರಬೇಕಾದರೆ ಪಾಂಡವರ ಹಕ್ಕು ಅಷ್ಟು ಸಮರ್ಥನೀಯವಾದುದಲ್ಲದೆ ಇರಬಹುದು.'

ಈ ಮಾತು ಕೂಡ ದ್ರೋಣರ ಸಮ್ಮತಿಯನ್ನು ದೊರಕಿಸಿಕೊಳ್ಳುತ್ತಿತ್ತು. ಆದರೆ ಅವರಿಗೆ ತಕ್ಷಣ ಸಿಟ್ಟು ಬಂತು. ಯಾಕೆಂಬುದು ತಿಳಿಯಲಿಲ್ಲ. ನನ್ನನ್ನು ಅವರೇನೂ ಸಾಕಲಿಲ್ಲವೆಂಬ ಅಂಶವು ಸ್ವಲ್ಪ ಸಮಾಧಾನ ಕೊಡುತ್ತಿರುವಾಗ ಕೃಪರು ಎಂದರು: 'ನಾನಂತೂ ಭೀಷ್ಮರ ಕೃಪೆಯಲ್ಲಿ ಬೆಳೆದವನು. ನೀವು ಅವರ ಪ್ರಾರ್ಥನೆಯನ್ನು ಮನ್ನಿಸಿ ಗುರುಪದ ಸ್ಥಾಪಿಸಿದವರು. ಅಲ್ಲದೆ ಸ್ವತಂತ್ರವಾದ ರಾಜ್ಯದ ಅಧಿಪತಿಗಳು. ಆದ್ದರಿಂದ ಧರ್ಮದ ವಿಷಯದಲ್ಲಿ ನನಗಿಂತ ಹೆಚ್ಚು ಸ್ವತಂತ್ರರು.'

ಯಾವುದು ಸ್ವತಂತ್ರ ರಾಜ್ಯ? ಎಂದು ಕೇಳಿ ಮುಗಿಸುವಷ್ಟರಲ್ಲಿ ಅವರಿಗೆ ಅರ್ಧ ಉತ್ತರ ಹೊಳೆದಿತ್ತು. ಭಾವಮೈದುನರು ಹೇಳಿದರು: 'ಅಹಿಚ್ಛತ್ರ ಭಾಗದ ಉತ್ತರ ಪಾಂಚಾಲ. ದ್ರುಪದನಿಂದ ಗೆದ್ದದ್ದು.'

ದ್ರುಪದನಿಂದ ಗೆದ್ದದ್ದು. ದುರ್ಯೋಧನಾದಿ ಧಾರ್ತರಾಷ್ಟ್ರರು, ಧರ್ಮ ಭೀಮ ಅರ್ಜುನಾದಿ ಪಾಂಡವರು ಧೃತರಾಷ್ಟ್ರನ ದಾಸೀಪುತ್ರರು ಮೊದಲಾಗಿ ಎಲ್ಲರಿಗೂ ವಿದ್ಯಾಭ್ಯಾಸ ಮುಗಿಸಿ, ಮುಗಿಸಿ ಎಂದರೇನು ಇಡೀ ಆರ್ಯಾವರ್ತದಲ್ಲಿ ಗುರಿ ಚುರುಕು ಧೈರ್ಯ ಹೆದೆ ಎಳೆಯುವ ಶಕ್ತಿಯಲ್ಲಿ ದ್ರೋಣಶಿಷ್ಯರೆಂದರೆ ಪ್ರಸಿದ್ಧಿ ಹರಡಿ ಹಲವು ಕಡೆಗಳಿಂದ ವಿದ್ಯೆಯನ್ನರಸಿಕೊಂಡು ನನ್ನಲ್ಲಿ ಬರುವಂತಾಗಿ ಮೊಮ್ಮಕ್ಕಳ ಪ್ರಗತಿಯಿಂದ ಭೀಷ್ಮರು ಬಿಮ್ಮನೆ ಬೀಗಿ ಗುರುಪೂಜೋತ್ಸವ ಏರ್ಪಡಿಸಲು ನನ್ನ ಅನುಮತಿ ಕೇಳಲು ಬರುವತನಕ

ನನ್ನ ಅಪೇಕ್ಷೆಯನ್ನು ಅವರಿಗೆ ತಿಳಿಸದೆ ಇಟ್ಟಿದ್ದು, ದ್ರುಪದನನ್ನು ಸೆರೆ ಹಿಡಿದು ತಂದು ನನ್ನ ಮಂಚದ ಕಾಲಿಗೆ ಕಟ್ಟಿದರೆ ಗುರುದಕ್ಷಿಣೆ ಸಂದಂತೆ ಎಂದಾಗ ಭೀಷ್ಮರಿಗೆ ಎಷ್ಟು ಹಿಗ್ಗು! ಈ ಹಸ್ತಿನಾವತಿಯವರಿಗೂ ಪಾಂಚಾಲರಿಗೂ ತಲೆಮಾರುಗಳಿಂದ ಇದ್ದ ದ್ವೇಷ ತೀರಿಸಿಕೊಳ್ಳಲು ಬಂದ ಈ ಇನ್ನೊಂದು ಅವಕಾಶಕ್ಕೆ ಒಳಗೇ ಹಿಗ್ಗಿದರೂ ಹೊರಗೆ ಗಂಭೀರವಾಗಿ ಆಲೋಚಿಸುವ ನಟನೆಮಾಡಿ ಕೊನೆಗೆ ಮೊಮ್ಮಕ್ಕಳನ್ನೆಲ್ಲ ಕಳಿಸಿ ಧಾರ್ತರಾಷ್ಟ್ರ ಪಾಂಡವರೆಲ್ಲ ಒಟ್ಟುಗೂಡಿ ಹೊರಗೆ ದಂಡೆತ್ತಿ ಹೋದ ಮೊದಲ ಮತ್ತು ಕೊನೆಯ ಪ್ರಸಂಗ ಅದೊಂದೇ ಆಗದೆ ಮುಂದೆಯೂ ಐಕ್ಯಮತ್ಯವಿದ್ದಿದ್ದರೆ ಕುರುನಾಡನ್ನು ಎಷ್ಟು ವಿಸ್ತರಿಸಬಹುದಿತ್ತೋ. ಅಂತೂ ನಾನು ನಿರೂಪಿಸಿದ ಯುದ್ಧತಂತ್ರ ಭೀಮನ ಧೈರ್ಯ ಅರ್ಜುನನ ಚತುರತೆ ದುರ್ಯೋಧನಾದಿಗಳ ಉತ್ಸಾಹಗಳೆಲ್ಲ ಸೇರಿ ಬರೀ ಭೀಮನನ್ನು ಮುಂದೆ ಬಿಟ್ಟಿದ್ದರೆ ದ್ರುಪದನನ್ನು ಕೊಲ್ಲುತ್ತಿದ್ದ ಅಷ್ಟೆ ಯಾರಿಗೆ ಬೇಕಿತ್ತು ಶಿಷ್ಯನೆಂದರೆ ಅರ್ಜುನ ಗುರುವಿನ ಮನಸ್ಸನ್ನು ಅರಿತ ಅವನು ಮುಂದಿನ ತಂತ್ರ ಮಾಡಿ ಅವನ ಸೈನಿಕರಿಂದ ಪ್ರತ್ಯೇಕಿಸಿ ಸೆರೆಹಿಡಿದು ಗುದಿಮುರಿ ಕಟ್ಟಿ ರಥದಲ್ಲಿ ಹೇರಿಕೊಂಡು ತರುವಹೊತ್ತಿಗೆ ನಿದ್ರೆ ಬಂದಂತೆ ಮಲಗಿದ್ದ ನನ್ನ ಮಂಚದ ಕಾಲು ದಪ್ಪ ತೇಗದ ಮರದ ಗೂಟ, ನಾಯಿಯನ್ನು ಕಂಯ ಕಂಯ ಅಳುವ ಗೂಟ ಮಂಚದ ಕಾಲಿಗೆ ಬಿಗಿದು ಕುಂಯಿ ಕುಂಯಿ ಎಲವೋ ಗುರುಗಳ ನಿದ್ರೆಗೆ ಭಂಗವಾದೀತು ಅಳಬೇಡ ಕಾಲು ತಗಲಿದ ಬಗ್ಗಿದ ತಲೆ ಮಿತ್ರನನ್ನು ತಪ್ಪಾಯಿತು ಕಿರೀಟವಿಟ್ಟ ಈ ತಲೆಯನ್ನು ಒದೆಯಬಾರದು ಕ್ಷಮಿಸು ಎಲಾ ಶಿಷ್ಯ ಅದೇನೋ ಕಾಲಿಗೆ ತಗುಲುವುದು ಮೈ ಮುರಿದು ಎದ್ದುಕೂತು ಓಹೋ ಪ್ರಿಯಸಖ ದ್ರುಪದ ನೀನು ಮಂಚದ ಕಾಲಿಗೆ ಒಂದೇ ಗುರುವಿನಲ್ಲಿ ಅಭ್ಯಾಸ ಮಾಡಿದ ಸಮಾನ ಭಾವದ ಶಿಷ್ಯರು ಕೂತರೆ ಜೊತೆಯಲ್ಲೇ ಮಂಚದ ಕಾಲಿನ ಹತ್ತಿರವಾದರೂ ಸಿಂಹಾಸನದ ಮೇಲಾದರೂ ಕೈಕಾಲು ಕಟ್ಟನ್ನಾದರೂ ಬಿಚ್ಚಿಸಿದರೆ ನಿನಗೆ ಸೋಲೊಪ್ಪಿಗೆಯ ಸಾಷ್ಟಾಂಗ ಮಾಡಿ ಏನು ಕ್ಷಮಿಸುವ ಔದಾರ್ಯ ಒಸರಿದರೆ ಅರ್ಜುನ ಸ್ವಲ್ಪ ಹಗ್ಗ ಬಿಚ್ಚು ಪಾಪ ನನ್ನ ಸಹಪಾಠಿ ಸಮಾನರೇ ನಾವು ಗಂಗೆಯೇ ಸಮನಾಗಿ ಒಡೆದು ಸೀಳು ಮಾಡಿರುವ ಪಾಂಚಾಲದ ಉತ್ತರ ಭಾಗ ಪೂರ್ತಿ ನಿನ್ನದಿರಲಿ ದಕ್ಷಿಣವನ್ನಾದರೂ ನನಗೆ ಬಿಡು ಪಿತ್ರಾರ್ಜಿತ ರಾಜ್ಯದಿಂದ ಪೂರ್ತಿ ಭ್ರಷ್ಟನಾದ ಕಳಂಕದಿಂದ ಪಾರು ಮಾಡು ಒದೆಯಬೇಡ ನಾನೇ ಭಕ್ತಿಯಿಂದ ಶಿರ ಬಾಗಿಸಿ ನಮಸ್ಕರಿಸುವೆ.

'ಯಾಕೆ ಮರೆತುಬಿಟ್ಟರ?. ಪಾಂಚಾಲವನ್ನು ಅರ್ಧಭಾಗಮಾಡಿ ಅಹಿಚ್ಛತ್ರವಿರುವ ಉತ್ತರ ಭಾಗ ಪೂರ್ತಿಯಾಗಿ ನಿಮಗೆ ಬಿಟ್ಟು ಕಾಂಪಿಲ್ಯವಿರುವ ದಕ್ಷಿಣ ಭಾಗ ತಾನು ಇಟ್ಟುಕೊಂಡು, ಇಟ್ಟುಕೊಂಡೇನು, ನೀವೇ ಅವನಿಗೆ ಕೊಟ್ಟು ಬೆನ್ನು ಸವರಿ ಕಳಿಸಿದಿರಲ್ಲ. ಹೇಗೂ ನಿಮಗೆ ಆ ರಾಜ್ಯವಿದೆ. ಹಸ್ತಿನಾವತಿಯಲ್ಲಿರುವುದು ಬೇಡವಾದರೆ ಅಹಿಚ್ಛತ್ರಕ್ಕೆ ಹೋಗಿಬಿಡಬಹುದು. ಒಂದು ಸಿಂಹಾಸನ ಮಾಡಿಸಿಕೊಂಡು.....' ಎಂಬಷ್ಟರಲ್ಲಿ ಕೃಪಾಚಾರ್ಯರಿಗೆ ಕೆಮ್ಮು ಬಂದು.

ಈ ಯುದ್ಧದಲ್ಲಿ ನಾನು ಭಾಗಿಯಾಗುವುದೇ ಇಲ್ಲವೆಂದು ಖಡಾಖಂಡಿತ ಹೇಳಿದಾಗ

ದುರ್ಯೋಧನ ಸೂಚ್ಯವಾಗಿ, ಪ್ರಾಣಿಗಳು ಕೂಡ ದಣಿಯ ಕಷ್ಟದಲ್ಲಿ ಆಗುತ್ತವೆ. ತಾವು ಹೀಗಂದರೆ ನನ್ನ ಗತಿ ಏನು, ಪೂಜ್ಯರೆ? ಅನ್ನದ ಹಂಗಿನ ಮಾತನಾಡಿ ಓ ಈಗ ಹೊಳೆಯಿತು–ಆಗ ಬರೀ ಬಿಲ್ಲು ಹಿಡಿದು ಆಟವಾಡುವ ಬರೀ ಯುವಕ ದುರ್ಯೋಧನ–ಎಷ್ಟು ಸುಲಭವಾಗಿ ಭೀಷ್ಮರು ಹೂಂ ಈ ಭೀಷ್ಮನು ಆಚಾರ್ಯನ ಹೆಸರಿನಲ್ಲಿ ಉತ್ತರ ಪಾಂಚಾಲವನ್ನು ತನ್ನ ಕುರುನಾಡಿಗೆ ಕಬಳಿಸಿಕೊಂಡು ನನಗಾದರೂ ಯಾಕೆ ಹೊಳೆಯ–ತಕ್ಷಣ ಹಸ್ತಿನಾವತಿಯನ್ನು ಬಿಟ್ಟು ಅಹಿಚ್ಛತ್ರಕ್ಕೆ ಹೋಗಿ ಅರಮನೆ ಕಟ್ಟಿ ಸಿಂಹಾಸನ ಮಾಡಿಸಿ ಅಧಿಕಾರಸೂತ್ರ ಹಿಡಿದು ಸಮಾನ ರಾಜರುಗಳ ಸಮಸಮನಾಗಿ ಬುದ್ಧಿ ವಿದ್ಯೆ ಯುದ್ಧಕೌಶಲಗಳಲ್ಲಿ ಅವರಿಗೆ ಗುರುವಾದ ನಾನು ಅರಮನೆ ಕಟ್ಟಿಸಿ ಸ್ವತಃ ಯಜ್ಞಯಾಗಾದಿಗಳನ್ನು ಮಾಡಿ ಪುಣ್ಯವನ್ನು ನಾನೇ ಸಂಪಾದಿಸಿ–ಮೂರ್ಖನಾದೆ ನಾನು ನನ್ನದನ್ನು ಭೀಷ್ಮ ಕಬಳಿಸಿಬಿಟ್ಟ ಎಂದುಕೊಳ್ಳುತ್ತಿರುವಾಗ, ಮಧ್ಯೆ ಬಂದಿದ್ದ ಕೆಮ್ಮನ್ನು ನಿವಾರಿಸಿಕೊಂಡ ನಂತರ ಕೃಪಾಚಾರ್ಯರು 'ಒಂದು ಸಿಂಹಾಸನ ಮಾಡಿಸಿಕೊಂಡು ನೀವೇ' ಎಂದು ಮುಂದುವರಿಸುತ್ತಿದ್ದುದನ್ನು ಕೈಸನ್ನೆಯಿಂದ ತಡೆದು ನೆನಪಿನೊಳಕ್ಕೆ ತಿರುಗಿಕೊಂಡರು. ಆಚಾರ್ಯ, ಅವನು ನಿಮ್ಮನ್ನು ಅಪಮಾನಗೊಳಿಸಿದ್ದನೆಂಬ ಸಂಗತಿಯನ್ನು ಮೊದಲೇ ಹೇಳಬಾರದಿತ್ತೇ? ಅರ್ಧರಾಜ್ಯವನ್ನು ನೀವು ಔದಾರ್ಯದಿಂದ ಬಿಟ್ಟುಕೊಟ್ಟಿರಿ, ಇಲ್ಲದಿದ್ದರೆ ತಿರುಕನಾಗುತ್ತಿದ್ದ. ನಿಮ್ಮ ಔದಾರ್ಯ ದೊಡ್ಡದು. ಆದರೆ ಅಪಾತ್ರನ ವಿಷಯದಲ್ಲಿ ತೋರಿದಂತಾಯಿತು. ಇಲ್ಲದಿದ್ದರೆ ಇಡೀ ಪಾಂಚಾಲವು ಭೀಷ್ಮನ ಕುರುನಾಡಿನ ಹೊಟ್ಟೆಯೊಳಗೆ ಸೇರಿಕೊಳ್ಳುತ್ತಿತ್ತು. ಮಹಾಸುಲಭದಲ್ಲಿ ಮಹಾತಂತ್ರದಿಂದ ರಾಜ್ಯ ವಿಸ್ತರಿಸಿಕೊಂಡುಬಿಟ್ಟ. ದ್ರುಪದನನ್ನು ಮಂಚದ ಕಾಲಿಗೆ ಕಟ್ಟಿಸಿ ಕಾಲುತಾಕಿಸಿದ್ದೊಂದೇ ನನಗೆ ಸಂದ ಒಣ ಗುರುದಕ್ಷಿಣೆ. ರಾಜ್ಯದಕ್ಷಿಣೆಯನ್ನು ತಾನೇ ಕಬಳಿಸಿಬಿಟ್ಟ. ನನ್ನ ವಿದ್ಯೆ ನನ್ನ ಯುದ್ಧತಂತ್ರ ನನ್ನ ನಾಯಕತ್ವಗಳ ಫಲವನ್ನೆಲ್ಲ ನುಂಗಿ ಮತ್ತೆ ಕೂಡ ನಾನು ಅನ್ನಕ್ಕಾಗಿ ಅವನ ಅರಮನೆಯ ಆಶ್ರಿತನಾಗಿರುವಂತೆ ಎಷ್ಟು ಸೂಕ್ಷ್ಮವಾಗಿ, ಎಂದುಕೊಳ್ಳುತ್ತಿರುವಾಗ ಕೃಪಾಚಾರ್ಯರು ಮೇಲೆ ಎದ್ದು 'ನಾನು ಅಲ್ಲಿ ಮಲಗುತ್ತೇನೆ' ಎಂದು ತಮ್ಮ ಮಂದಲಿಗೆ ಎತ್ತಿಕೊಂಡು ಅಡುಗೆಯ ಕೋಣೆಗೆ ಹೋದರು. ಹವನಶಾಲೆಯ ಕನುಗಿನಲ್ಲಿ ಒಬ್ಬರೇ ಉಳಿದ ದ್ರೋಣರಿಗೆ ಇದ್ದಕ್ಕಿದ್ದಂತೆ ಇಡೀ ಆಳುವ ಕುಲದ ಬಗೆಗೆ ಸಿಟ್ಟುಬಂತು. ಈ ಲೋಕದ ಸಕಲ ಭೋಗಗಳೂ ಇವರಿಗೆ. ಆಡಳಿತದ ಮನೆ ಎಂದು ದೊಡ್ಡ ಅರಮನೆ. ಪಟ್ಟದರಸಿ ಎಂದು ಸರ್ವಾಲಂಕಾರ ಭೂಷಿತೆಯಾದ ಹೆಂಡತಿ. ಮನೆ ತುಂಬ ದಾಸಿಯರು, ದೇಶರಕ್ಷಣೆಗೆಂದು ರಥ ಕುದುರೆ ಆನೆಗಳು, ರಕ್ಷಣೆ ನಗರಪಾಲನೆಯ ನೆಪದಲ್ಲಿ ಜನರು ಬೆಳೆದದ್ದರಲ್ಲಿ ಕರ ವಸೂಲಿ, ಇಷ್ಟು ಸಾಲದೆ ನಡೆಯುವ ಯಜ್ಞಯಾಗಗಳೆಲ್ಲ ಇವರ ಹೆಸರಿನಲ್ಲಿ ಅವುಗಳ ಪುಣ್ಯವೆಲ್ಲ ಇವರ ಪರಲೋಕಕ್ಕೆ ಸಂಪತ್ತು, ಸದಾ ಅಧ್ಯಯನದಲ್ಲಿ ನಿರತರಾದ ನಾವು ಇವರ ಜೀವನ ಚರಿತ್ರೆ ರಚಿಸುತ್ತಾ, ದೇಶದ ಸಕಲ ಸಾಧನೆಗಳನ್ನೂ ಇವರ ಕರ್ತೃಶಕ್ತಿಗೆ ಆರೋಪಿಸಿ ಹೊಗಳುತ್ತಾ ಇವರ ತಾತ ಮುತ್ತಾತಂದಿರ ಪ್ರತಾಪಗಳನ್ನು ಅಜ್ಞ ಜನರಿಗೆ ವರ್ಣಿಸಿ ಹೇಳುತ್ತಾ–ಥೂ ನಾನೇ ಮೂರ್ಖ, ಆಗ ಉತ್ತರ ಪಾಂಚಾಲಕ್ಕೆ ಹೋಗಿ ಏಕೆ ಆಳಲು

ನಿಲ್ಲಲಿಲ್ಲ?–ಇವರಿಗೆ ಎಲ್ಲ ಐಹಿಕಸುಖಗಳೂ ಬೇಕು, ಎಲ್ಲ ಸುಂದರ ಹೆಂಗಸರೂ ಬೇಕು ಇವರಿಗೆಲ್ಲ ಹಿಂದೆ ಭಾರ್ಗವ ಜಾಮದಗ್ನ್ಯ ಪರಶುರಾಮ ಮಾಡಿದ್ದಂತೆ, ಪರಶುರಾಮ ಮಾಡಿದ್ದಂತೆ, ಎಂದುಕೊಳ್ಳುವಾಗ ದ್ರೋಣರಿಗೆ ತಮ್ಮ ವಿದ್ಯಾರ್ಥಿ ಜೀವನದ ನೆನಪಾಯಿತು. ಅಗ್ನಿವೇಶರಲ್ಲಿ ಕಲಿತನಂತರ ಅದೇ ಭಾರ್ಗವಗೋತ್ರದ ಜಮದಗ್ನಿ ಕುಲದವರಲ್ಲಿ ಕಲಿಯಲು ಹೋದಾಗ ತಮ್ಮನ್ನು ಎಷ್ಟು ಪರೀಕ್ಷಿಸಿದರು. ಕ್ಷತ್ರಿಯನಾದವನಿಗೆ ಅಸ್ತ್ರವಿದ್ಯೆ ಕಲಿಸುವುದಿಲ್ಲವೆಂಬ ಹಟ ಆ ಗೋತ್ರದವರು ಇನ್ನೂ ಬಿಟ್ಟಿಲ್ಲ. ಅವರ ಬಾಯಿಯಿಂದಲೇ ಕೇಳಬೇಕು ಆಳುವ ವರ್ಗದವರನ್ನು ತರಿದು ಹಾಕಿದ ವೈಖರಿಯನ್ನು. ರೇಣುಕೆ ಕ್ಷತ್ರಿಯ ಹೆಣ್ಣಂತೆ. ಅಧ್ಯಯನ ನಿರತ ಜಮದಗ್ನಿಯನ್ನು ಮದುವೆಯಾದ ಮಾತ್ರಕ್ಕೆ ಅವಳ ಕುಲದ ಸುಖಾಪೇಕ್ಷೆ ಇಲ್ಲ ವಾಗುತ್ತೆಯೆ? ಜ್ಞಾನಾಕಾಂಕ್ಷಿಯಾದ ಇವನಂತೂ ಬಡತನವನ್ನು ಅಪ್ಪಿದವ. ಇವಳ ಸುಖಾ ಪೇಕ್ಷೆಯನ್ನರಿತ ಚಿತ್ರರಥ ತನ್ನ ಐಶ್ವರ್ಯದ ಆಮಿಷ ಒಡ್ಡಿ, ಆಹಾ ತಾನೂ ಜ್ಞಾನಾಕಾಂಕ್ಷಿ ಎಂಬ ಸೋಗಿನಿಂದ ಪದೇ ಪದೇ ಋಷಿಯ ಆಶ್ರಮಕ್ಕೆ ಬಂದು ಶಿಷ್ಯನ ನಮ್ರತೆ ತೋರಿ ವಿಶ್ವಾಸ ಗಳಿಸಿ, ಮೊದಲಿನಿಂದ ಸುಖವನ್ನು ಕುಡಿದು ಬೆಳೆದ ಆಳುವ ಕುಲದ ಹೆಣ್ಣು ಗಂಡುಗಳಲ್ಲಿ ಸಂಯಮ ಎಲ್ಲಿ ಬರಬೇಕು? ಅವಳು ತಾಯಿಯಾದರೂ ಸರಿ, ಕುಲಟೆಯ ಶಿರ ಕಡಿದ ಪರಶುರಾಮನ ಧೃತಿಗೆ, ಎಂದುಕೊಳ್ಳುವಾಗ ದ್ರೋಣರ ತಲೆ ತನಗೆ ತಾನೇ ಬಾಗಿತು. ಕೊನೆಗೆ ಚಿತ್ರರಥನನ್ನೂ ಕೊಂದು ಪಾಪದ ಎರಡು ಮುಖಗಳನ್ನೂ ಮುಗಿಸಿ ಆಶ್ರಮದ ಮೇಲೆ ಹಲ್ಲೆ ಮಾಡಿದ ಕಾರ್ತವೀರ್ಯಾರ್ಜುನನನ್ನು ಮುಗಿಸಿ ಕಾರ್ತವೀರ್ಯಾ ರ್ಜುನನ ಮಗ ತಾನಿಲ್ಲದಾಗ ಬಂದು ತಂದೆ ಜಮದಗ್ನಿಯನ್ನು ಕೊಂದ ಸೇಡಿಗಲ್ಲವೇ ತಾನೂ ಸೈನ್ಯಕಟ್ಟಿ ಆರ್ಯಾವರ್ತದ ರಾಜರುಗಳನ್ನೆಲ್ಲ ಒಂದು ಕಡೆಯಿಂದ ಕೊಂದು ರಕ್ತ ಹರಿಸಿ. ಪರಶು, ಕೊಡಲಿಯ ಪ್ರಯೋಗದಲ್ಲಿ ಅವನ ಮುಂದೆ ಹಿಂದಿರಲಿಲ್ಲ ಮುಂದೆ ಹುಟ್ಟಲಿಲ್ಲವಂತೆ, ಪಾಪವೆಲ್ಲ ಹುಟ್ಟುವುದೇ ಆಳುವವರಿಂದ, ಅನ್ಯಾಯ ಅಧರ್ಮಗಳ ಜನಕರೇ ಅವರು. ಪರಶುರಾಮ ಹುಟ್ಟಬೇಕು, ಮತ್ತೆ ಒಟ್ಟಿನಲ್ಲಿ ಅಂಥ ಇಪ್ಪತ್ತೊಂದು ಯುದ್ಧ ಮಾಡಿ ಇಡೀ ಆಳುವ ಕುಲವನ್ನು ಕುಡಿತ, ಜೂಜು, ಕಾಮೋನ್ಮತ್ತತೆ, ರಾಜ್ಯದಾಹ, ಐಶ್ವರ್ಯದಾಹಗಳ ಕುಲವನ್ನು ಸವರಿ ಹಾಕಿ–ಎಂದುಕೊಳ್ಳುತ್ತಾ ಇದ್ದಕ್ಕಿದ್ದಂತೆಯೇ ಮೇಲೆ ಎದ್ದು ಎದುರಿನ ತಡಿಕೆಗೆ ಒರಗಿಸಿಟ್ಟಿದ್ದ ಅಸ್ತ್ರಶಸ್ತ್ರಗಳ ಸಾಲಿನ ನಡುವಣ ಸ್ಥಾನದಲ್ಲಿದ್ದ ಉದ್ದನೆಯ ಕಾವಿನ ಕೊಡಲಿಯನ್ನು ಕೈಗೆ ಎತ್ತಿಕೊಂಡರು. ಇವತ್ತೂ ಭಾರ್ಗವ ಪರಂಪರೆ ಯವರಂತೆ ಇದರ ಪ್ರಯೋಗವನ್ನು ಬಲ್ಲವರಾರು? ಅವರಿಂದ ಕಲಿತವನು ನಾನೊಬ್ಬನೇ ಎಂಬ ಹೆಮ್ಮೆಯಾಯಿತು. ತಿರುಗಿಸುತ್ತಿದ್ದರೆ ಯಾರೂ ಹತ್ತಿರ ಸುಳಿಯುವಂತಿಲ್ಲ. ಒಂದೇ ಏಟು, ಶರೀರದ ಯಾವ ಭಾಗಕ್ಕೆ ಬಿದ್ದರೂ ಧರೆಗೆ ನೆತ್ತರ ಹರಿಸುವ ಒಂದೇ ಏಟಿನ ಈ ಆಯುಧವು ಇತ್ತೀಚೆಗೆ ಕೇಳುವವರಿಲ್ಲವಾಗುತ್ತಿದೆಯಲ್ಲ. ದೂರದಿಂದಲೇ ಶತ್ರುವನ್ನು ಘಾತಿಸುವ ಬಿಲ್ಲು ಬಾಣಗಳದೇ ಮೇಲುಗೈ. ಸನಾತನ ಆಯುಧಗಳ ಬಳಕೆಯೇ ಹೋಗುತ್ತಿದೆ ಎಂದುಕೊಳ್ಳುವಾಗ ಬಲಗೈ ಕೊಡಲಿಯನ್ನು ಎತ್ತಿ ತಿರುಗಿಸಿತು. ಈ ವಯಸ್ಸಿನಲ್ಲಲ್ಲ ಇದನ್ನು ಹಿಡಿಯುವುದು. ಪ್ರಾಯ ಬೇಕು. ಶಕ್ತಿ, ಹೌದು ನಮ್ಮ ಅಶ್ವತ್ಥಾಮನಿಗೆ ಹೇಳಿದ

ಆಯುಧ ಇದು. ಹಿಡಿದು ಹೊರಟರೆ ಪರಶುರಾಮನೇ ಆಗುವ ಶಕ್ತಿ. ಆದರೆ ಸ್ವತಂತ್ರವಾಗಿ ಏನನ್ನೂ ಸಾಧಿಸುವ ಸಂಕಲ್ಪಶಕ್ತಿಯೇ ಇಲ್ಲದೆ ದುರ್ಯೋಧನನ ಊಟದ ಮನೆಗೆ ಜಂಗಲು ಬಿದ್ದುಹೋದನಲ್ಲ ಇವನು–ಭೀಷ್ಮರ ಮೇಲಿನ ಕೋಪ ಮರುಕಳಿಸಿತು. ಇಡೀ ಆಳುವ ಕುಲ, ಹೌದು ಇಡೀ ಆಳುವ ಕುಲದ ಧ್ವಂಸವಾಗಿ, ಪರಶುರಾಮ ಇಪ್ಪತ್ತೊಂದು ಬಾರಿ ಯುದ್ಧ ಮಾಡಿ ಆರ್ಯಾವರ್ತದ ಆಳುವ ಕುಲವನ್ನು ಪೂರ್ತಿ ನಿರ್ನಾಮ ಮಾಡಿದನಂತೆ. ಆದರೂ ಮತ್ತೆ ಚಿಗುರಿಕೊಂಡರು. ಹೆಮ್ಮರವಾಗಿ ಬೆಳೆದರು. ಉಳಿದ ಗಿಡಬಳ್ಳಿಗಳೆಲ್ಲ ತಮಗೆ ಗೊಬ್ಬರ ಮಾತ್ರವಾಗುವಂತೆ. ಪರಶುರಾಮ ಮತ್ತೆ ಹೇಗೆ ಬೆಳೆಯಲು ಬಿಟ್ಟ. ಅಷ್ಟೊಂದು ರಾಜರುಗಳನ್ನು ಕೊಂದ ಪಾಪದ ಪ್ರಾಯಶ್ಚಿತ್ತಕ್ಕೆ ಯಜ್ಞ ಮಾಡಿ ದಕ್ಷಿಣೆಯಾಗಿ ತಾನು ಗೆದ್ದ ರಾಜ್ಯವನ್ನೆಲ್ಲ ತನ್ನ ತಂದೆಯಂತಹ ಋಷಿ ಮುನಿ ಆಚಾರ್ಯರುಗಳಿಗೆ ದಾನ ಮಾಡಿ ಅನಂತರ ತಾನೂ ವೀರ ತಪಸ್ಸಿಗೆ ಹೋದ. ಗಂಡಸರೇ ಇಲ್ಲದ ಕ್ಷತ್ರಿಯ ಹೆಂಗಸರು, ಇದೇ ಋಷಿ ಮುನಿ ಆಚಾರ್ಯ ಜನಗಳಿಂದ ನಿಯೋಗ ಮಾಡಿಸಿಕೊಂಡು ಯಥೇಚ್ಛೆ ಮಕ್ಕಳನ್ನು ಹೆತ್ತು ಸಂತಾನ ಬೆಳೆಸಿಕೊಂಡರಂತೆ. ಋಷಿಮುನಿಗಳು ಜ್ಞಾನಾರ್ಜನೆಗೆ ನಿಂತರು. ಆಳುವ ಕುಲ ಮತ್ತೆ ಬೆಳೆಯಿತು. ಹಿಂದಿನ ಸ್ಥಿತಿಯ ಪುನರಾವರ್ತನೆಯಾಯಿತು. ಪರಶುರಾಮನೇ ಯಾಕೆ ಆಳಲಿಲ್ಲ? ಆಳ್ವಿಕೆಗೆ ಧರ್ಮವನ್ನೇಕೆ ತರಲಿಲ್ಲ? ಮುನಿಗಳ ಬೀಜಕ್ಕೆ ಹುಟ್ಟಿದ ಕ್ಷತ್ರಿಯ ಕ್ಷೇತ್ರೋದ್ಭವರು ಜ್ಞಾನಾರ್ಜನೆ, ಧರ್ಮಸ್ಥಾಪನೆಗೆ ಯಾಕೆ ನಿಲ್ಲಲಿಲ್ಲ?

ಹಲವಾರು ಪ್ರಶ್ನೆಗಳು ಒಮ್ಮೆಲೇ ನುಗ್ಗಿ ಬಂದು ಅವುಗಳ ಸ್ವರೂಪವು ಸ್ಪಷ್ಟವಾಗುವ ಮೊದಲೇ ದ್ರೋಣರ ಬುದ್ಧಿ ಇದ್ದಕ್ಕಿದ್ದಂತೆ ನಿಷ್ಕ್ರಿಯವಾಯಿತು. ಕೋಪದ ಛಾಯೆ ಮಾತ್ರ ಅರಿವಿಗೆ ಕಾಣುತ್ತಿತ್ತು. ಇಂತಹ ಮನಃಸ್ಥಿತಿಯಲ್ಲಿ ಎದ್ದು ಶತಪಥ ಹಾಕುವುದು ಅವರ ಅಭ್ಯಾಸ. ಕೈಯಲ್ಲಿದ್ದ ಕೊಡಲಿಯನ್ನು ಅದರ ಜಾಗದಲ್ಲಿ ತಡಿಕೆಗೆ ಒರಗಿಸಿಟ್ಟು ಒಳಗೇ ಹೆಜ್ಜೆ ಹಾಕತೊಡಗಿದರು. ಆದರೆ ಏಳು ಎಂಟು ಹೆಜ್ಜೆ ಹಾಕಿದರೆ ಮುಗಿಯುವ ಉದ್ದ ಅಗಲಗಳ ಇದು ಸಾಲದೆನಿಸಿ ಗುಡಿಸಿಲಿನ ಬಾಗಿಲಿನಿಂದ ಹೊರಗೆ ಬಂದರು. ಹೊರಗೆ ಎಲ್ಲೂ ತಿರುಗಾಡುವ ಜಾಗವಿಲ್ಲ. ಕುದುರೆಗಳು, ಜನಗಳು, ಲದ್ದಿ ಗಂಜಳ ಮೂತ್ರ, ಮಲ, ವಾಸನೆ. ಒಂದು ರಥ ಹತ್ತಿ ಈ ಸೈನ್ಯದ ಬೀಡಿನಿಂದ ಹೊರಗೆ ಸಾಗಿದರೆ ಶತಪಥವೋ ಸಹಸ್ರಪಥವೋ ಸಾಧ್ಯವೆನ್ನಿಸಿತು. ಯಾವ ದಿಕ್ಕಿನಲ್ಲಿ ಹೋದರೆ ಬೇಗ ಶುದ್ಧ ಬಯಲು ಸಿಕ್ಕುತ್ತದೆಂಬುದೂ ತಮಗೆ ಗೊತ್ತಿಲ್ಲ. ಅಲ್ಲದೆ ಯುದ್ಧದ ಸಮಯದಲ್ಲಿ ಹಾಗೆಲ್ಲ ಹೊರಗೆ ಹೋಗಬಾರದೆಂಬ ನಿಯಮ. ಅದನ್ನು ತಾವೇ ಕಟ್ಟುನಿಟ್ಟಾಗಿ ಬೋಧಿಸಿರುವ ನೆನಪು ಬಂತು. ಸೂರ್ಯ ಮುಳುಗುವ ಸಮಯವಾಗಿದೆ. ಕೆಂಪು ಬೆಳಕಿನಲ್ಲಿ ವಾತಾವರಣದ ಧೂಳು ಎದ್ದುಕಾಣುತ್ತಿದೆ. ಧೂಳೋ ಧೂಳು. ಅಷ್ಟರಲ್ಲಿ ಹವ್ಯಕ ಹಿಂದಿನಿಂದ ಕೂಗಿದ: 'ಸಂಧ್ಯಾಕಾಲವಾಗಿದೆ. ಹವನಕ್ಕೆ ಅಣಿ ಮಾಡಿದ್ದೇನೆ.' ಅವರು ನಿಂತಲ್ಲಿಗೆ ಅವನು ಮೊಗೆಯಲ್ಲಿ ನೀರು ತಂದು ಕೊಟ್ಟ. ಹಸ್ತ ಪಾದ ಮುಖ ಪ್ರಕ್ಷಾಳನ ಮಾಡಿಕೊಳ್ಳುವ ಮುನ್ನ ಜಲಬಾಧೆ ತೀರಿಸಬೇಕೆನ್ನಿಸಿತು. ಎಲ್ಲಿ ಹೋಗುವುದು? ಸ್ವಚ್ಛವಾದ, ಜನ ಪ್ರಾಣಿಗಳಿಲ್ಲದ ಒಂದು

ಸ್ಥಳವೂ ಇಲ್ಲ. ಅಲ್ಲಿಂದ ಎಂಟು ಹೆಜ್ಜೆ ನಡೆದು ಒಂದು ಕಲ್ಲಿನ ಹತ್ತಿರ ಮುಗಿಸಿ ಹಿಂತಿರುಗಿ ಕೈ ಕಾಲು ಮುಖ ತೊಳೆದು ಒಳಬಂದು ಹವನಕುಂಡದ ಮುಂದೆ ಕುಳಿತಾಗ ಮೂಗಿಗೆ ವಾಸನೆಯ ವ್ಯತ್ಯಾಸ ತಿಳಿಯಿತು. ಕವರುವ ಸಮಿತ್ತಿಗೆ ಗಾಳಿ ಹಾಕುವಾಗ ಮತ್ತೆ ಪ್ರಶ್ನೆ ಕಾಡಿತು: ನಾನೇಕೆ ಆಗ ಅಹಿಚ್ಛತ್ರಕ್ಕೆ ಹೋಗಿ ರಾಜನಾಗಲಿಲ್ಲ? 'ದ್ರೋಣ, ಇಡೀ ಪಾಂಚಾಲ ನಿನ್ನದು. ಅದರಲ್ಲಿ ಅರ್ಧವನ್ನು ನನಗೆ ಕೊಟ್ಟಿರುವೆ. ಉಳಿದರ್ಧವನ್ನು ನೀನು ಆಳು. ನಿನ್ನ ಆಳ್ವಿಕೆಗೆ ನಾನು ಬೇಕಾದ ಸಹಾಯ ಮಾಡುತ್ತೇನೆ.' ಎಂದು ಬಾಯಿಬಿಟ್ಟು ಸ್ಪಷ್ಟವಾಗಿ ಹೇಳಿಹೋದನಲ್ಲ ದ್ರುಪದ. ಈಗ ಹೊಳೆಯುತ್ತಿದೆ: ತಾನು ಆಳಲಿ ಎಂಬುದು ಅವನ ಆಶೆಯಾಗಿರದಿದ್ದರೂ ಕುರುಗಳ ಭೀಷ್ಮನಿಗೆ ಸೇರದಿರಲಿ ಎಂಬ ಬಯಕೆಯಂತೂ ಆ ಮಾತಿನಲ್ಲಡಗಿತ್ತು. ಅದನ್ನು ಅರ್ಥಮಾಡಿಕೊಳ್ಳದ ದಡ್ಡನಾದೆನಲ್ಲ ನಾನು. ಅವನು ಏನೋ ಒಂದು ವ್ಯಂಗ್ಯ ಅಥವಾ ತೋರಿಕೆಯ ಸೌಜನ್ಯದ ಮಾತನಾಡಿದನೆಂದು ಭಾವಿಸಿ ಕಣ್ಣು ಮುಚ್ಚಿದೆ. ವ್ಯವಹಾರದಲ್ಲಿ ಆ ಕ್ಷತ್ರಿಯನಿಗಿರುವ ಚುರುಕುಬುದ್ಧಿ ಆಚಾರ್ಯ ಪದವನ್ನೇರಿದ ನನಗೆ ಇಲ್ಲ. ಸಮಿತ್ತು ಹೊತ್ತಿಕೊಂಡಿತು. ಮಂತ್ರ ಹೇಳಿಕೊಂಡು ಹವನ ಮಾಡುವಾಗ ಮನಸ್ಸು ಅದೇ ವಿಚಾರ ಕಡೆಯುತ್ತಿರುವುದು ಅರಿವಿಗೂ ಬರುತ್ತಿತ್ತು. ಎಲ್ಲವೂ ಮುಗಿದು ಉಳಿದಿದ್ದ ತುಪ್ಪವನ್ನು ಒಟ್ಟಿಗೆ ಸಮರ್ಪಿಸಿ ಅಗ್ನಿಜ್ವಾಲೆಯು ಎದ್ದು ನಿಂತು ಇಡೀ ಗುಡಿಸಿಲನ್ನು ಬೆಳಗಿಸಿದಾಗ ನನ್ನೊಬ್ಬನಿಗಲ್ಲ ಯಾವ ಆಚಾರ್ಯನಿಗೂ ವ್ಯಾವಹಾರಿಕ ಬುದ್ಧಿ ಇರುವುದಿಲ್ಲ ಎಂದು ಮನಸ್ಸು ಹೇಳಿಕೊಂಡಿತು. ಪರಶುರಾಮ ಮಾಡಿದ್ದಾದರೂ ಏನು? ರೋಷದಿಂದ ನುಗ್ಗಿ ಕ್ಷತ್ರಿಯರನ್ನೆಲ್ಲ ಕೊಂದ. ಆಳುವ ಕುಲವನ್ನು ನಿರ್ನಾಮ ಮಾಡಿದ. ಆದರೆ ತಾನು ಆಳಲು ನಿಲ್ಲಲಿಲ್ಲ. ಲಗ್ಗೆಹಾಕಿ ಕೋಟೆಯನ್ನು ಗೆದ್ದನಂತರ ವಾಪಸು ಹೊರಟುಹೋಗುವಂತೆ ಆಚಾರ್ಯಕುಲದ ಜಾಯಮಾನವೇ ಇಂಥದೇನೋ. ಯಾವುದೋ ಒಂದು ರೋಷದ ಲಹರಿಯಲ್ಲಿ ಎದ್ದು ನಿಲ್ಲುವುದು. ಅನಂತರ ಗಗನವನ್ನು ದಿಟ್ಟಿಸುತ್ತಾ ಕನಸು ಕಾಣುತ್ತಾ ಹಳೆಯ ಮಂತ್ರಗಳನ್ನು ಕಲಿತು ಹೊಸ ಮಂತ್ರಗಳನ್ನು ಸೃಷ್ಟಿಸುವ ಹವಣಿಕೆ. ತುತ್ತು ಅನ್ನ ಒತ್ತೋಳು ಬಟ್ಟೆಗಿಂತ ಹೆಚ್ಚಿನದರ ಬಗೆಗೆ ಉದಾಸೀನತೆ. ಯಾವನಾದರೂ ಇಷ್ಟನ್ನು ಕೊಟ್ಟರೆ ಅವನಿಗೆ ಉತ್ಪ್ರೇಕ್ಷೆಯ ಹೊಗಳಿಕೆ, ಆಶೀರ್ವಾದ, ಎಂದುಕೊಳ್ಳುವಾಗ ಜ್ವಾಲೆಯ ಬಣ್ಣ ಹಳದಿಗೆ ತಿರುಗುತ್ತಿತ್ತು. ಒಂದು ಸ್ತಿಮಿತದಲ್ಲಿ ಉರಿಯುತ್ತಿರದೆ, ಒಂದೇ ಎತ್ತರದಲ್ಲಿ ನಿಲ್ಲದೆ ಸ್ವಲ್ಪ ಹೊತ್ತು ಚಂಚಲವಾಗಿ ಕುಣಿಯುತ್ತಿದ್ದು ಅನಂತರ ನಿಧಾನವಾಗಿ ಇಳಿದು ಕುಬ್ಜವಾಗಿ ಕೊನೆಗೆ ಬೆಂಕಿಯಲ್ಲಿ ಅಡಗಿಹೋಯಿತು. ದಟ್ಟವಾದ ಕನುಗುವಾಸನೆ. ಅವರು ದೀರ್ಘವಾಗಿ ಉಸಿರೆಳೆದುಕೊಂಡರು. ಹೊರಗೆಲ್ಲ ಒಂದೇ ಸಮನೆ ಕೆನೆಯುವ ಕುದುರೆಗಳ ಸಾವಿರ ಶಬ್ದ. ದೂರದಲ್ಲಿ ಆನೆಗಳ ಘೀಳು. ಇಷ್ಟು ಹೊತ್ತೂ ನನಗೆ ಈ ಗದ್ದಲ ಕೇಳಲೇ ಇಲ್ಲವೆಂಬ ಅರಿವಾಯಿತು. ಹವ್ಯಕ, ಕತ್ತಲಾಗಿದೆ. ದೀಪ ತಂದಿಡು ಎಂದು ಕೂಗಿದರು. ಅಲ್ಲಿ ಬೇಡ. ಇತ್ತ ಕಡೆ ಮೂಲೆಯಲ್ಲಿಡು. ಗಾಳಿ ಬೀಸಿದರೆ ಆರಿಹೋಗುತ್ತೆ. ಹಾಲು ಬಂತೇನು? ಬರುವುದು ಸಾಧ್ಯವೂ ಇಲ್ಲ. ನನಗೆ ಅನ್ನಗಿನ್ನ ಬೇಡ. ಅರಳನ್ನು ನೀರಿನಲ್ಲಿ ಕಲಸಿ ಒಂದಿಷ್ಟು ಜೇನುತುಪ್ಪ ಬೆರೆಸಿ ಕೊಟ್ಟರೆ ಸಾಕು. ಇನ್ನೂ ಸ್ವಲ್ಪ ಹೊತ್ತು ಹೋಗಲಿ.

ಕೃಪಾಚಾರ್ಯರು ಏನು ಮಾಡುತ್ತಿದಾರೆ?

'ಆಗ ಮಲಗಿದವರು ಇನ್ನೂ ನಿದ್ರಿಸುತ್ತಿದಾರೆ. ನೆನ್ನೆ ರಾತ್ರಿ ಎಲ್ಲ ಕಣ್ಣು ಮುಚ್ಚಿರಲಿಲ್ಲವಂತೆ.'

ದ್ರೋಣರು ಸುಮ್ಮನೆ ಬೇವಿನೆಣ್ಣೆಯ ಹಣತೆಯ ಉರಿಯನ್ನು ನೋಡುತ್ತಾ ಕುಳಿತರು. ಹೊರಗಿನ ಕುದುರೆ ಆನೆಗಳ ಗದ್ದಲ ಒಂದೊಂದು ಸಲ ಮನಸ್ಸಿಗೆ ಕೇಳುತ್ತಿತ್ತು. ಉಳಿದಂತೆ ಮರೆಯಾಗುತ್ತಿತ್ತು. ಸ್ವಲ್ಪ ಹೊತ್ತಿನಲ್ಲಿ ಗುಡಿಸಿಲಿನ ಬಾಗಿಲನ್ನು ನೂಕಿಕೊಂಡು ಯಾರೋ ಒಳಗೆ ಬಂದರು. ಬಾಗಿಲಿನ ಹತ್ತಿರವೇ ನಿಂತು ತಮ್ಮೆಡೆಗೆ ನೋಡಿದರು. ದುರ್ಯೋಧನ ಮಹಾರಾಜ ಅಲ್ಲ, ಹೂಂ ಅವನೇ. ಕಿರೀಟ, ಭುಜಕೀರ್ತಿ, ಹೊಳೆಯುವ ಅಂಗಿ, ಎದೆಗೆ ಕಟ್ಟಿದ ಲೋಹಕವಚ, ಉಟ್ಟ ವೀರಗಾಸೆಯ ವಸ್ತ್ರ, ಸೊಂಟದಲ್ಲಿ ಇಳಿಬಿಟ್ಟ ಕತ್ತಿ, ಎಡತೋಳಿಗೆ ನೇತುಬಿದ್ದ ಬಿಲ್ಲು, ಬೆನ್ನಿನ ಮೇಲೆ ಕೂಸಿನಂತೆ ಕಟ್ಟಿದ ಬತ್ತಳಿಕೆ, ಅಲ್ಲ ಅವನಿಗಿಂತ ಕುಳ್ಳು. ಎದೆಕಟ್ಟೂ ಸಣ್ಣದು. ಕತ್ತಲೆ. ಸಣ್ಣ ಹಣತೆಯ, ನನ್ನ ದೃಷ್ಟಿ ತೊಂಬತ್ತಾದ ಮೇಲೆ ಯಾರು ಎಂದು ಕೇಳುವ ಮೊದಲೇ ಸಾಷ್ಟಾಂಗ ಮಾಡಿದ ಕಿರೀಟದ ತಲೆ ಎದೆಯ ಲೋಹಕವಚ ಭುಜದ ರಕ್ಷೆಗಳೆಲ್ಲ ಒಂದೇ ಮಟ್ಟದಲ್ಲಿ ನೆಲವನ್ನು ಮುಟ್ಟುವಂತೆ, ಇಷ್ಟು ಭಕ್ತಿ ಇಟ್ಟುಕೊಂಡ ಯಾವ ರಾಜನಿರಬಹುದು? ಅದೆಷ್ಟೋ ಶಿಷ್ಯರಿಗೆ ವಿದ್ಯಾದಾನ ಮಾಡಿದ್ದೇನೆ. ಯಾರೂ ಹೀಗೆ ಸಾಷ್ಟಾಂಗ ನಮಸ್ಕಾರ ಮಾಡುವುದಿಲ್ಲ. ಗುರುವಾದರೂ ಸರಿ, ಕಿರೀಟ ಇಟ್ಟುಕೊಂಡ ನಂತರ ಸೊಕ್ಕು ಬಂದುಬಿಡುತ್ತದೆ ಈ ಕ್ಷತ್ರಿಯ ರಾಜರಿಗೆ, ಬರೀ ಕೈ ಜೋಡಿಸಿ ಮೈಬಾಗಿಸಿದ ನಟನೆ ಮಾಡುತ್ತಾರೆ. 'ಗುರುಗಳೇ. ನನ್ನ ಗುರುತು ಹತ್ತಲಿಲ್ಲವೆ?' ಶುದ್ಧ ಆರ್ಯ ಭಾಷೆ, ಉಚ್ಚಾರ ಒಂದು ತೆರನಾಗಿದೆ. ಯಾವ ದೇಶದವನೊ? ಒಂದೊಂದು ದೇಶದಲ್ಲಿ ಒಂದೊಂದು ರೀತಿಯ ಉಚ್ಚಾರ. ಗುರುತು ಹತ್ತದೆ ಉಂಟೆ, ಏಳು ರಾಜನ್ ಎದ್ದು ಕೂಡು. ನೀನು ಕ್ಷೇಮವೆ? ಹವ್ಯಕ, ಮಧುಪರ್ಕಗಳನ್ನು ತಾ. ಅವನು ಹತ್ತಿರ ಬಂದು ಅವರು ತೋರಿಸಿದ ದರ್ಭಾಸನದ ಮೇಲೆ ಕುಳಿತರೂ ಅವರಿಗೆ ಗುರುತು ಸಿಕ್ಕುತ್ತಿಲ್ಲ. ಹಣತೆಯ ಮಂಕು ಬೆಳಕಿನಲ್ಲಿ ಮುಖ ಕಾಣುತ್ತಿದೆ. ಕಪ್ಪುಬಣ್ಣ. ಆರ್ಯವೇಷ.

'ತಮಗಿನ್ನೂ ನೆನಪು ಬಂದಿಲ್ಲ. ನನ್ನ ಹೆಸರು ಏಕಲವ್ಯ ಎಂದು. ತಮ್ಮ ಶಿಷ್ಯ.'

ಯಾರು, ಏಕಲವ್ಯ ಎಂದರೆ? ಎಂದು ಬಾಯಿ ಬಿಟ್ಟು ಕೇಳಲಿಲ್ಲ. ಅವನು ಅವರ ಮುಖವನ್ನೇ ನೋಡುತ್ತಾ ಕುಳಿತ.

'ಅಪ್ಪ, ಅದೆಷ್ಟೋ ವಿದ್ಯಾರ್ಥಿಗಳಿಗೆ ಯಾವ ಯಾವ ಕಾಲದಲ್ಲೋ ಪಾಠ ಹೇಳಿರುತ್ತೇನೆ. ವಯಸ್ಸಾದ ಮೇಲೆ ನಿಮ್ಮ ಚಹರೆಯೂ ಬದಲಾಯಿಸಿರುತ್ತದೆ. ನಮ್ಮ ನೆನಪೂ ಮಾಸಿರುತ್ತೆ. ಬರೀ ಹೆಸರು ಹೇಳಿದರೆ ನೆನಪು ತಟ್ಟುವುದು ಕಷ್ಟ. ನೀನು ಯಾವಾಗ ಯಾವ ಊರಿನಲ್ಲಿ ಶಿಷ್ಯನಾಗಿದ್ದೆ? ಸಿಟ್ಟು ಮಾಡಿಕೊಳ್ಳಬೇಡ. ನಾನು ತೀರ ಮುದುಕನಾದೆ. ನಿನ್ನನ್ನು ನೋಡಿದರೆ ಮೂವತ್ತು ಮೂವತ್ತೈದು ವರ್ಷಕ್ಕೂ ಹಿಂದಿನ ವಿದ್ಯಾರ್ಥಿ ಅನ್ನಿಸುತ್ತೆ. ಮತ್ತೇನಾದರೂ

ಗುರುತು ಹೇಳು.'

'ಇಲ್ಲಿ ನೋಡಿ ಗುರುತು.' ಎಂದು ಅವನು ತನ್ನ ಬಲಗೈ ನೀಡಿದ. ಹಸ್ತದಲ್ಲಿ ಉಳಿದ ನಾಲ್ಕು ಬೆರಳುಗಳಿದ್ದವು. ಹೆಬ್ಬೆರಳು ಹುಟ್ಟಲೇ ಇಲ್ಲವೋ ಅಲ್ಲ ಕತ್ತರಿಸಿದ ಗುರುತು ಸ್ಪಷ್ಟವಾಗಿ ಹೂಂ ನೆನಪು ಹೊಳೆದು ಅವರು ಕಸಿವಿಸಿಗೊಂಡು ಮೈಕೈಯಲ್ಲೆಲ್ಲ ಸಣ್ಣಗೆ ಬೆವರೊಡೆದು ಕಣ್ಣು ಮಂಕು ಕ್ಷಣ ಕಾಲ. ಕುರುಪಾಂಚಾಲ ದೇಶಗಳ ನಡುವಣ ಕಾಡಿನಲ್ಲಿ ವಾಸಿಸುವ ನಿಷಾದ ಕುಲದ ಮುಖ್ಯನ ಮಗ. ದೇಶ ದೇಶಗಳ ರಾಜಪುತ್ರರೆಲ್ಲ ನನ್ನಲ್ಲಿ ವಿದ್ಯಾಭ್ಯಾಸಕ್ಕೆಂದು ಸೇರಿದ್ದನ್ನು ಕೇಳಿ ತನ್ನ ಈ ಮಗನಿಗೂ ನನ್ನಿಂದ ಯುದ್ಧವಿದ್ಯೆ ಕಲಿಸ ಬೇಕೆಂದು ಸ್ವತಃ ತಾನೇ ಬಂದು ನನ್ನ ಕಾಲಿಗೆರಗಿ ಗಡಿಗೆ ಗಡಿಗೆ ಜೇನು ಬುಟ್ಟಿಗಟ್ಟಳೆ ಹಣ್ಣು, ಆನೆಯ ದಂತ, ಜಿಂಕೆಯ ಕೊಂಬು, ಕೃಷ್ಣಾಜಿನ, ಹನ್ನೆರಡು ಹುಲಿಯ ಚರ್ಮ, ಅದೇನು ಧಾರಾಳ, ಭಕ್ತಿ. ಹುಡುಗ ಆಗಲೇ ಛಂಗನೆ ನೆಗೆಯುವ ಹುಲಿಗೆ ಕೂಡ ಸಾಲು ಗಟ್ಟಿ ಬಾಣ ಹೊಡೆಯುವ ಚಳಕ ಸಂಪಾದಿಸಿದ್ದ. ಅದೆಂತಹ ಧೈರ್ಯ. ಹುಟ್ಟಿನಿಂದಲೇ ಹುಲಿ ಆನೆ ಹಾವುಗಳ ನಡುವೆ ಬೆಳೆದ ಧೈರ್ಯ. ರಥ ಕುದುರೆಗಳ ಬಳಕೆ ಗೊತ್ತಿಲ್ಲದ ಕಾಡುಜನ. ಇವನನ್ನು ನೋಡಿದ ತಕ್ಷಣ, ಇವನನ್ನೋ ಇವನ ಅಪ್ಪನನ್ನೋ? ನನಗೆ ಪ್ರೀತಿ ಹುಟ್ಟಿತಲ್ಲ. ನನ್ನ ಸತ್ತ ಹೆಂಡತಿಯದೂ ಇದೇ ಮುಖಕಟ್ಟು, ಗಲ್ಲದ ಮೊನಚು, ಮೂಗಿನ ಗಾತ್ರ, ಕಣ್ಣಿನ ಮಾಟ, ಕಪ್ಪುಬಣ್ಣ, ನಗುವಿನ ಹೊಳಪು. ಶರದ್ವಂತನನ್ನು ಕೂಡಿ ಈ ಅವಳಿಯನ್ನು ಹೆತ್ತ ತಾಯಿ ಇದೇ ಕಾಡುಜನರವಳೊ?

'ಗುರುತಾಯಿತೆ ಗುರುಗಳೆ?'

ಗುರುತಾಯಿತು ಎನ್ನುವಾಗ ಅವರ ಉಸಿರು ಕಟ್ಟಿದಂತಾಯಿತು. ಮಂಕುಬೆಳಕಿನಲ್ಲೇ ಅವನ ಮುಖವನ್ನು ದಿಟ್ಟಿಸಿದರು. ಕಹಿ ಉದ್ಧಟತನ ತಿರಸ್ಕಾರಗಳಿರಲಿಲ್ಲ. ಅದೇ ಭಕ್ತಿಭಾವ. 'ಈಗ ಹೇಗೆ ಬಂದೆ?'

'ಈ ಯುದ್ಧಕ್ಕಾಗಿಯೇ ಬಂದೆ. ನಿಮ್ಮ ಪಕ್ಷ ವಹಿಸಿ. ನನ್ನ ಸೈನ್ಯದೊಡನೆ.'

'ನೀನು ಈಗ ರಾಜನೊ?'

'ಹೌದು, ತಂದೆ ತೀರಿದನಂತರ ನಾನು ಪಟ್ಟವೇರಿದೆ. ಇಪ್ಪತ್ತು ವರ್ಷವಾಯಿತು. ಪಟ್ಟಾಭಿಷೇಕಕ್ಕೆ ತಮ್ಮನ್ನು ಬರಮಾಡಿಕೊಳ್ಳುವ ಆಸೆಯಿತ್ತು. ಆದರೆ ತಮ್ಮ ಪ್ರಿಯ ಶಿಷ್ಯ ಅರ್ಜುನ ಏನನ್ನುವನೋ ನಿಮಗೆ ಮುಜುಗರವಾಗುವುದೋ ಅಂತ ಯೋಚಿಸಿ ಸುಮ್ಮನಾದೆ. ತಮ್ಮ ಆಶೀರ್ವಾದ ಪಡೆಯುವ ಸೌಭಾಗ್ಯ ಒದಗಿರಲಿಲ್ಲ.'

ಅವರು ಅವನನ್ನೊಮ್ಮೆ ಇಡಿಯಾಗಿ ನೋಡಿದರು. ಇವನ ಅಪ್ಪ ನಿಷಾದಕುಲದ ಪ್ರಮುಖ. ಆದರೆ ಹೀಗೆ ಕಿರೀಟ, ವೀರಗಾಸೆವಸ್ತ್ರ, ತೋಳಬಂದಿ ಮೊದಲಾಗಿ ಆರ್ಯರಾಜರ ವೇಷ ಹಾಕಿರಲಿಲ್ಲ. ಪಟ್ಟಾಭಿಷೇಕ ಮುಂತಾಗಿ ಅವರಲ್ಲಿ ಯಾವ ಪದ್ಧತಿ ಇತ್ತೋ ಅವರಿಗೆ ತಿಳಿಯದು. ಮೃದುವಾಗಿ ಹದ ಮಾಡಿದ ಚರ್ಮವನ್ನು ಮಧ್ಯಭಾಗಕ್ಕೆ ಉಟ್ಟು, ತೆರೆದ ಎದೆ, ತಲೆಗೆ ಬಣ್ಣಬಣ್ಣದ ಗರಿಗಳ ಕಿರೀಟದಂತಹ ರಕ್ಷಣೆ. ಸಾಧಾರಣ ಜನರಿಗೆ ಬಿದಿರಿನಿಂದ ಹೆಣೆದ ಟೊಪ್ಪಿಗೆ. ಕೊರಳಿಗೆ ಇಳಿಬಿಟ್ಟ ಬಣ್ಣ ಬಣ್ಣದ ಹೂವಿನ ಹಾರ. ಈಗ ಇವನು ಕೈ

ಮಣಿಕಟ್ಟಿಗೆ ತಾಮ್ರದ ಬಳೆಗಳನ್ನು ತೊಟ್ಟಿದ್ದಾನೆ. ಮೊದಲ ನಿಮಿಷದ ಕಸಿವಿಸಿ ಕಳೆದು ಅವರ ನೆನಪು ಸ್ಪಷ್ಟವಾಗತೊಡಗಿತು. ಶಿಷ್ಯನ ಕೈಚಳಕ, ಧೈರ್ಯ, ಗುರುಭಕ್ತಿಗಳನ್ನು ಪರೀಕ್ಷಿಸಿ ತಮ್ಮ ಧನುರ್ವಿದ್ಯಾ ಶಾಲೆಗೆ ಸೇರಿಸಿಕೊಂಡದ್ದಕ್ಕೆ ಇತರ ವಿದ್ಯಾರ್ಥಿಗಳು ಹೇಗೆ ಮೂಗು ಮುರಿದರು! ಆರ್ಯನಲ್ಲದವನಿಗೆ ಆರ್ಯಮಕ್ಕಳ ಜೊತೆಯಲ್ಲಿ ಅಭ್ಯಾಸವೆ? ಇವನಿಗೆ ಕೂಡ ಮುಜುಗರ. ಆರ್ಯಭಾಷೆ ಬಾರದ ಇವನು ಒಂದೊಂದಾಗಿ ಶಬ್ದಗಳನ್ನು ಕಲಿತು ತಪ್ಪುತಪ್ಪಾಗಿ ಉಚ್ಚರಿಸಿದಾಗ ಎಷ್ಟು ಗಟ್ಟಿಯಾಗಿ ನಗುತ್ತಿದ್ದರು ಅವರೆಲ್ಲ. ಬಿಲ್ಲಿನ ಗುರಿ ಮತ್ತು ಕಲಿಕೆಯ ಚುರುಕು ಬಂದಾಗ ಎಲ್ಲರೂ ಬಾಯಿ ಮುಚ್ಚುತ್ತಿದ್ದರಲ್ಲ. ಒಂದು ದಿನ ಭೀಷ್ಮರೇ ಅಲ್ಲವೇ ನನ್ನನ್ನು ಕರೆದು ಹೇಳಿದುದು: 'ಆಚಾರ್ಯ, ಅದ್ಯಾವುದೋ ಕಾಡುಹುಡುಗನ ಜೊತೆಯಲ್ಲಿ ರಾಜಕುಮಾರರಿಗೆ ಅಭ್ಯಾಸ ಮಾಡಿಸುತ್ತಿದ್ದೀರಂತೆ. ಯಾಕೋ ಹುಡುಗರಿಗೆ ಇಷ್ಟವಿಲ್ಲ. ಅಲ್ಲದೆ ರಾಜಕುಲದ ಘನತೆಯೂ ಉಳಿಯುವುದಿಲ್ಲ.' ಅವರ ಮಾತಿನ ಪೂರ್ಣ ಅರ್ಥ ನನಗೆ ಆಗಲೇ ಇಲ್ಲವಲ್ಲ. ಒಟ್ಟು ಶಾಲೆಯಿಂದ ಬೇರ್ಪಡಿಸಿ ಇವನಿಗೆ ಪ್ರತ್ಯೇಕವಾಗಿ ಅಭ್ಯಾಸ ಮಾಡಿಸಲು ಪ್ರಾರಂಭಿಸಿ, ಇಷ್ಟು ಭಕ್ತಿಶ್ರದ್ಧೆಯಿರುವ, ಹುಟ್ಟಿನಿಂದಲೇ ಬಂದ ಗುರಿ ಧೈರ್ಯಗಳ ಹುಡುಗನಿಗೆ ವಿದ್ಯೆ ಹೇಳುವುದಕ್ಕಿಂತ ಹೆಚ್ಚಿನ ಸಂತೋಷ ಉಂಟೆ? ಗಂಗೆಯ ಆಚೆಿನ ಕಾಡಿನಲ್ಲೇ ವಾಸ ಮಾಡಿಕೊಂಡಿದ್ದ ಇವನಿಗೂ ಮುಜುಗರ ತಪ್ಪಿ, ಆಗಾಗ್ಗೆ ನಾವೆಯಲ್ಲಿ ಕೂತು ಹೋಗಿ ಕಲಿಸಿ ಬರುತ್ತಿದ್ದ ನನಗೂ ಬೇಸರ ಕಳೆದು, ರಾಜಪುತ್ರರು ನದಿ ದಾಟಿ ಅದೇ ಕಾಡಿಗೆ ಬೇಟೆಗೆ ಹೋದಾಗಲಲ್ಲವೆ ಇವನಿಗೆ ನಾನು ಇನ್ನೂ ಅಭ್ಯಾಸ ಮಾಡಿಸುತ್ತಿರುವ ಸಂಗತಿ ಗೊತ್ತಾದುದು.

'ಗುರುಗಳೇ, ಅರ್ಜುನನನ್ನು ನಿಮ್ಮ ಅತ್ಯಂತ ಪ್ರಿಯಶಿಷ್ಯನೆಂದು ಭಾವಿಸಿ ಅವನಿಗಾಗಿ ನನ್ನ ಹೆಬ್ಬೆರಳನ್ನು ಕೇಳಿದಿರಿ. ಈಗ ಅವನೇ ನಿಮ್ಮ ಮೇಲೆ ಯುದ್ಧಕ್ಕೆ ನಿಂತಿದ್ದಾನೆ.'

ಏಕಲವ್ಯನ ಧ್ವನಿಯಲ್ಲಿ ಹಂಗಿಸುವ ಛಾಯೆ ಇರಲಿಲ್ಲ. ಆದರೂ ದ್ರೋಣರಿಗೆ ಕಸಿ ವಿಸಿಯಾಯಿತು. ಅವರು ಏನೂ ಆಡಲಿಲ್ಲ. ವಾಸ್ತವ ಸಂಗತಿ ಎಲ್ಲವೂ ಅವರ ನೆನಪಿನಲ್ಲಿ ಸ್ಪಷ್ಟವಾಗಿ ತೇಲಿ ನಿಂತರೂ, ಹೇಳಲು ತಿಳಿಯದೆಯೋ ಅಥವಾ ಮನಸ್ಸಿಲ್ಲದೆಯೋ ಸುಮ್ಮನೆ ಕುಳಿತರು. 'ತುಂಬ ವರ್ಷವಾಯಿತು. ಜ್ಞಾಪಕವಿಲ್ಲವೆ ಗುರುಗಳೆ?' ಏಕಲವ್ಯ ಮುಂದುವರಿಸಿದ: "ಒಂದು ದಿನ ರಾಜಕುಮಾರರೆಲ್ಲ ನದಿ ದಾಟಿ ನಾನಿದ್ದ ಕಾಡಿಗೆ ಬೇಟೆಗೆ ಬಂದರು. ನಾನಿದ್ದ ವಾಸನೆ ಹಿಡಿದೋ ಏನೋ, ಅವರ ನಾಯಿ ವಿಪರೀತ ಬಗುಳಲು ಶುರುಮಾಡಿತು. ಅದು ಯಾರದೆಂದು ನನಗೇನು ಗೊತ್ತು? ಕಾಡುನಾಯಿ ಇದ್ದರೂ ಇರಬಹುದೆಂದು ಭಾವಿಸಿ ಅದರ ಶಬ್ದದ ಅಂದಾಜಿನ ಮೇಲೆ ಗುರಿಯಿಟ್ಟು ಬಾಣ ಹೊಡೆದೆ. ಅದೃಷ್ಟಕ್ಕೆ ಬಾಣವು ಹೋಗಿ ಅದರ ಬಾಯಿಗೇ ನಾಟಿತು. ರಾಜಕುಮಾರರಿಗೆ ಆಶ್ಚರ್ಯವಾಗಿರಬೇಕು. ಇಷ್ಟು ಕರಾರುವಾಕ್ಕಾಗಿ ಶಬ್ದವೇಧಿ ಗುರಿಯಿಟ್ಟು ಹೊಡೆದವನು ಯಾರಿರಬಹುದೆಂದು ಹುಡುಕಿಕೊಂಡು ಬಂದರು. ನಾನು. ಅವರಿಗೆ ಗುರುತು ಹತ್ತಿತು. ಏಕಲವ್ಯ, ಇಲ್ಲೇನು ಮಾಡುತ್ತಿದ್ದೀಯ ಎಂದು ಕೇಳಿದರು. ಅಭ್ಯಾಸ ಮಾಡುತ್ತಿದ್ದೇನೆ ಅಂದೆ. 'ಯಾರು ಗುರುಗಳು?' ನಾನು ಗುಡಿಸಿಲಿನ ಒಳಕ್ಕೆ ಬೆರಳು ತೋರಿಸಿದೆ. ನಿಮ್ಮದೇ

ಒಂದು ಮಣ್ಣಿನ ಮೂರ್ತಿಯನ್ನು ಮಾಡಿಟ್ಟಿರಲಿಲ್ಲವೇ ನಾನು ನೀವು ಬಾರದ ದಿನ ಅದಕ್ಕೆ ನಮಸ್ಕರಿಸಲು. ನಮಗಿಂತ ಚನ್ನಾದ ವಿದ್ಯೆಯನ್ನು ಈ ಕಾಡುಜನದವನಿಗೆ ಹೇಳಿಕೊಟ್ಟಿದ್ದಾರೆ ಗುರುಗಳು ಅಂತ ತಮ್ಮತಮ್ಮಲ್ಲೇ ಮಾತನಾಡಿಕೊಂಡು ಅವರೆಲ್ಲ ಹೊರಟುಹೋದರು. ವಾಸ್ತವವಾಗಿ ಶಬ್ದವೇಧಿ ಗುರಿ ನನಗೆ ಹೇಳಿಕೊಟ್ಟವರು ನೀವಲ್ಲ, ಪ್ರಾಣಿಗಳ ಸೂಕ್ಷ್ಮಸದ್ದನ್ನು ಕೇಳಿ ದಿಕ್ಕನ್ನು ತಿಳಿದು ಹೊಡೆಯುವ ಊಹೆ ಮತ್ತು ಗುರಿ ನಮ್ಮ ಕಾಡುಜನರಿಗೆ ಸಹಜವಾಗಿಯೇ ಬಂದಿರುತ್ತದೆ. ಅದಕ್ಕೆ ಶಬ್ದವೇಧಿ ಎಂಬ ನಿಮ್ಮ ಭಾಷೆಯ ಒಂದು ಹೆಸರನ್ನಷ್ಟೇ ನೀವು ಹೇಳಿದ್ದುದು. ನಿಮ್ಮ ಹುಡುಗರಿಗೆ ಹೆಸರು ಗೊತ್ತು. ಊಹೆಯಾಗಲಿ ಗುರಿಯಾಗಲಿ ಸಾಧ್ಯವಿರಲಿಲ್ಲ. ಮೂರು ದಿನಗಳ ನಂತರವಲ್ಲವೇ ನೀವು ಬಾಡಿದ ಮುಖ ತೂಗಿಕೊಂಡು ಬಂದದ್ದು. ಯಾಕೆ ಗುರುಗಳೆ ಮುಖದಲ್ಲಿ ದುಃಖ ತುಂಬಿದೆ ಎಂದು ನಾನು ಕೇಳಿದೆ. 'ವತ್ಸ, ನಾನು ವಚನಭ್ರಷ್ಟನಾಗುವಂತಾಗಿದೆ. ನನ್ನನ್ನು ಪಾರು ಮಾಡುವೆಯ?' ನೀವು ಕೇಳಿದಿರಿ. 'ನಿಮ್ಮನ್ನು ಪಾರುಮಾಡಲು ನನ್ನ ಕುತ್ತಿಗೆಯನ್ನೇ ಕೊಡುತ್ತೇನೆ,' ನಾನು ನಿಮ್ಮ ಪಾದ ಮುಟ್ಟಿ ಹೇಳಿದೆ. ಒಂದು ಗಳಿಗೆ ಮೂಕರಾಗಿ ಕೂತಿದ್ದ ನೀವು, ನಾನು ಬಲವಂತ ಮಾಡಿದ ಮೇಲೆ, 'ಮಗು, ನಿನಗಿಂತ ದೊಡ್ಡ ಬಿಲ್ಲುಗಾರನಿಲ್ಲದಂತೆ ನಿನಗೆ ಕಲಿಸುತ್ತೇನೆ ಅಂತ ಅರ್ಜುನನಿಗೆ ನಾನು ವರ ಕೊಟ್ಟಿದ್ದೆ. ನಿನ್ನ ಶಬ್ದವೇಧಿ ಗುರಿಯನ್ನು ಕಂಡುಬಂದ ಅವನು ನನ್ನನ್ನು ಮಾತಿಗೆ ತಪ್ಪಿದವನೆಂದು ಹಂಗಿಸಲು ನಿಂತಿದ್ದಾನೆ. ಈಗ ನೀನು ನನ್ನ ಮಾತನ್ನು ಉಳಿಸಿಕೊಡುವೆಯ?' ಎಂದು ಕೇಳಿದಿರಿ. ಆದರೆ ಈ ಗುರಿಯನ್ನು ನನಗೆ ಹೇಳಿಕೊಟ್ಟವರು ನೀವಲ್ಲ ಎನ್ನಲು ನನಗೆ ಮನಸ್ಸಾಗಲಿಲ್ಲ. ಸುಳ್ಳಾಗಲಿ ನಿಜವಾಗಲಿ ಗುರುವಿನ ಮನಸ್ಸಿಗೆ ನೋವಾಗುವ ಮಾತಾಡುವುದು ನನ್ನ ಶಕ್ತಿಗೆ ಮೀರಿದುದಾಗಿತ್ತು. ಅನಂತರ ನೀವು ನನ್ನ ಬಲಗೈ ಹೆಬ್ಬೆರಳನ್ನು ಕೇಳಿದಿರಿ. ಇಡೀ ನನ್ನ ಬಿಲ್ಲುವಿದ್ಯೆಯನ್ನೇ ಕಳೆದುಕೊಳ್ಳುವ ಬೇಡಿಕೆ ಮುಂದಿಟ್ಟಿರಿ. ನಾನು ಹೆಬ್ಬೆರಳನ್ನು ಕತ್ತರಿಸಿ ಕೊಟ್ಟೆ. ಅನಂತರ ನೀವೇ ಮೂಲಿಕೆ ತಂದು ಅರೆದು ಔಷಧ ಕಟ್ಟಿದಿರಿ. ಗುಣವಾದ ಮೇಲೆ ಕದ್ದು ಕದ್ದು ಬಂದು ಉಳಿದ ನಾಲ್ಕು ಬೆರಳುಗಳಿಂದಲೇ ಬಾಣ ಹೊಡೆಯುವ ಅಭ್ಯಾಸ ಮಾಡಿಸಿ ಅನುಗ್ರಹಿಸಿದಿರಿ....."

ಮುಂದೆ ಹೇಳಲು ತಿಳಿಯದೆ ಅವನು ಸುಮ್ಮನಾದ. ಈ ಎಲ್ಲ ಮಾತುಗಳೂ ಅವರ ಮನಸ್ಸಿನ ಮೇಲೆ ಕೂತು ತುಳಿದು ಅವರು ಕತ್ತೆತ್ತದಂತೆ ಮಾಡಿದವು. ಗುಡಿಸಿಲಿನೊಳಗೆ ಉರಿಯುವ ಹಣತೆಯ ಮೌನ. ಹೊರಗಿನ ಕುದುರೆಗಳ ಕೆನೆತ, ಆನೆಗಳ ಘೀಳು ಒಳಗೆ ಪ್ರವೇಶಿಸುತ್ತಿರಲಿಲ್ಲ. ಸದ್ದಿಗೆ ತಡೆಹಾಕಿ ನಿಶ್ಚಲಗೊಳಿಸಿದ ಮೌನದಲ್ಲಿ ಅವರು ತೊಳಲುತ್ತಿದ್ದಾಗ ಏಕಲವ್ಯನೇ ಮತ್ತೆ ಮಾತನಾಡಿದ: 'ಅನಂತರ ನಾನು ಊರಿಗೆ ಹೋದೆ. ಈ ಆರ್ಯರ ತಂಟೆಯೇ ನಮಗೆ ಬೇಡ. ಇವರ ರೀತಿಯ ಗುರುಭಕ್ತಿ, ಈ ವಿಚಿತ್ರನಿಷ್ಠೆಗಳೂ ನಮಗೆ ಬೇಡ. ಇನ್ನು ಎಂದೆಂದಿಗೂ ಅವರ ರೀತಿ ರಿವಾಜುಗಳನ್ನು ನಾವು ಸ್ವೀಕರಿಸುವುದಿಲ್ಲವೆಂದು ನಮ್ಮಪ್ಪ ಆಣೆ ಮಾಡಿದ. ಆದರೆ ನಾನು ರಾಜನಾದ ಮೇಲೆ ಈ ಹಸ್ತಿನಾವತಿಯಲ್ಲಿ ಏನೇನು ನಡೆಯುತ್ತಿದೆ ಎಂಬುದನ್ನೆಲ್ಲ ತಿಳಿದುಕೊಳ್ಳುತ್ತಿದ್ದೆ. ಈಗ ದುರ್ಯೋಧನನಿಗೂ

ಪಾಂಡವರಿಗೂ ಯುದ್ಧವಾಗುವುದು ತಿಳಿಯಿತು. ನನ್ನನ್ನು ಕಂಡು ಕರುಬಿದ ಅರ್ಜುನನಿಗೆ ವಿರೋಧಿಯಾಗಿ ನಿಂತು, ಸಾಧ್ಯವಾದರೆ ನನ್ನ ಸೈನ್ಯದಿಂದಲೇ ಅವನನ್ನು ಸುತ್ತುಗಟ್ಟಿ ಕೊಲ್ಲಬೇಕೆಂಬ ಬಯಕೆಯಿಂದ ನಾನಾಗಿಯೇ ಹೊರಟುಬಂದೆ. ಇಲ್ಲಿಗೆ ಬಂದನಂತರ ತಿಳಿಯಿತು ನೀವೂ ಅರ್ಜುನನಿಗೆ ವಿರೋಧಿಯಾಗಿದ್ದೀರೆಂದು.'

ಈಗ ದ್ರೋಣರಿಗೆ ಮಾತನಾಡಲೇಬೇಕೆನ್ನಿಸಿತು: ಹಿಂದೆ ಯಾವುದೋ ಕಾಲದಲ್ಲಿ ತಾವು ಹೇಳಿದ ಸುಳ್ಳನ್ನು, ರಾಜತಂತ್ರದ ರಹಸ್ಯವನ್ನು ಮುಚ್ಚಬೇಕೆಂಬ ಆದೇಶಕ್ಕೆ ಬದ್ಧರಾಗಿ ತಾವು ಹುಟ್ಟಿಸಿದ ಸುಳ್ಳನ್ನು, ಒಡೆಯಬೇಕೆನ್ನಿಸಿತು. 'ಮಗು, ಈ ಯುದ್ಧಕ್ಕೆ ಯಾವ ಯಾವುದೋ ದೇಶದ ರಾಜರು ಯಾವ ಯಾವ ಕಾರಣಕ್ಕಾಗಿಯೋ ಬಂದು ಸೇರಿದ್ದಾರೆ. ನೀನು ಕೂಡ ಬಂದಿದ್ದೀಯೆ. ದುರ್ಯೋಧನನ ಪರ ನಿಲ್ಲುವ ಅಪೇಕ್ಷೆ ಇದ್ದರೆ ನಿಲ್ಲು. ನಾನೂ ನಿಂತಿದ್ದೇನೆ. ಆದರೆ ಅರ್ಜುನನ ಮೇಲೆ ಪ್ರತೀಕಾರ ತೀರಿಸಿಕೊಳ್ಳುವುದು ಬೀಜವಿಲ್ಲದ ಚಿಗುರಿನಂತಹ ಕೆಲಸ. ನಿನ್ನ ಹೆಬ್ಬೆರಳನ್ನು ತೆಗೆಸಿದ ಕಾರಣ ಅರ್ಜುನನದಲ್ಲ.'

'ತನಗಿಂತ ಉತ್ತಮ ಬಿಲ್ಲುಗಾರನಿರಬಾರದೆಂಬ ಮತ್ಸರ, ನಾನು ಶಾಲೆಯಲ್ಲಿ ಎಲ್ಲರ ಜೊತೆಗಿದ್ದಾಗ ನನ್ನೆದುರಿಗೇ ಆಡಿ ತೋರಿಸಿದ್ದ ಅವನು,' ಏಕಲವ್ಯ ಏರಿದ ಧ್ವನಿಯಲ್ಲಿ ಸಾಧಿಸಿದ.

'ಅಭ್ಯಾಸ ಮಾಡುವ ವೃಂದದಲ್ಲಿ ಪ್ರಥಮನೆನ್ನಿಸಿಕೊಳ್ಳಬೇಕೆಂಬ ಬಯಕೆ ಯಾವ ಬುದ್ಧಿವಂತ ವಿದ್ಯಾರ್ಥಿಗಿರುವುದಿಲ್ಲ? ಅರ್ಜುನನಿಗೂ ಇದ್ದರೆ ಅದೊಂದು ಅಸಾಧಾರಣ ಸಂಗತಿಯೆ? ಅರ್ಜುನನೇನೋ ನನ್ನಲ್ಲಿ ಬಂದು, ನಾನು ಕೊಟ್ಟಿದ್ದ ಸಲಿಗೆಯಿಂದ ಗೊಣಗಿದ. ಆದರೆ ಅಷ್ಟಕ್ಕೆ ನಾನು ಬಂದು ನನ್ನ ಇನ್ನೊಬ್ಬ ಶಿಷ್ಯನ ಹೆಬ್ಬೆರಳು ಕೇಳುತ್ತೇನೆಯೆ? ಹೀಗೆ ಕೇಳಿ ಎನ್ನುವ ತಿಳಿವಳಿಕೆ ವಯಸ್ಸು ಅರ್ಜುನನಿಗಾದರೂ ಇತ್ತೆ?'

'ಗುರುಗಳೇ, ನಿಜವನ್ನು ಈಗಲಾದರೂ ಹೇಳಿಬಿಡಿ. ಯಾರ ಭಯ ನಿಮಗೆ? ನಾನಿದ್ದೇನೆ.'

'ಯಾರ ಭಯವೂ ಇರಕೂಡದೆಂಬ ಸ್ಥಿತಿಯನ್ನು ನನ್ನ ಮನಸ್ಸೇ ಮುಟ್ಟುತ್ತಿದೆ. ಹೇಳಿಯೇಬಿಡುತ್ತೇನೆ: ನಿನ್ನ ಶಬ್ದವೇಧಿಗೆ ಈ ಕ್ಷತ್ರಿಯ ಹುಡುಗರು ಬೆರಗಾದರು ನಿಜ. ಅದಕ್ಕಿಂತ ಹೆಚ್ಚಾಗಿ ನೀನು ಹಿಡಿದಿದ್ದುದು ತಾಮ್ರದ ಬಿಲ್ಲು. ನಿಮ್ಮ ಕಾಡುಜನರಿಗೆ ಬಿದಿರಿನ ಬಿಲ್ಲು ಬಿಟ್ಟರೆ ಬೇರೆಯದು ಗೊತ್ತಿಲ್ಲ. ಲೋಹದ ಬಿಲ್ಲನ್ನು ಕೊಟ್ಟರೂ ಅದರ ಬಿಗಿ, ಸೆಡೆತಗಳನ್ನು ಅಭ್ಯಾಸಮಾಡಿಕೊಂಡು ಗುರಿ ಕಟ್ಟುವುದು ಗೊತ್ತಿಲ್ಲ. ಬರೀ ಬಿದಿರಿನ ಬಿಲ್ಲಿನಲ್ಲಿ ಬಾಣ ಎಷ್ಟು ದೂರ ಹೋಗಬಲ್ಲುದು? ಅಲ್ಲದೆ ನಿಮ್ಮ ಬಾಣದ ತುದಿಯಲ್ಲಿ ವಿಷವುಂಟೇ ವಿನಾ ಲೋಹದ ಮೊನಚು ಮುಂಡವಿಲ್ಲ. ತೂಕವಿಲ್ಲದ ಬಾಣದ ದೂರ ವೇಗ ರಭಸಗಳೇ ಕಡಮೆ. ನೀನು ನಾಯಿಗೆ ಹೊಡೆದದ್ದು ಲೋಹದ ತಲೆಯ ಬಾಣ. ನಾನು ಸರಬರಾಜು ಮಾಡಿದುದೇ. ಹಿಡಿದದ್ದು ತಾಮ್ರದ ಬಿಲ್ಲು. ಈ ಸಂಗತಿ ಹುಡುಗರಿಂದ ಭೀಷ್ಮರಿಗೆ ತಿಳಿಯಿತು. ಆ ರಾತ್ರಿಯೇ ಅವರು ನನ್ನನ್ನು ಕರೆಸಿದರು. ಇತ್ತೀಚೆಗೆ ರಾಜ್ಯದ ಗಡಿಗಳಲ್ಲಿ ಕಾಡುಜನರ ಉಪದ್ರವ ಹೆಚ್ಚಿದೆ. ಆರ್ಯರ ಹಳ್ಳಿಗಳಿಗೆ ನುಗ್ಗಿ ದವಸ ಧಾನ್ಯ ಲೂಟಿ

ಮಾಡುತ್ತಾರೆ. ನಮ್ಮ ಹೆಂಗಸರನ್ನು ಅಪಹರಿಸುತ್ತಾರೆ. ಅಂಥವರ ಪ್ರಮುಖನ ಮಗನಿಗೆ ನೀವು ಆರ್ಯರ ಬಿಲ್ಲುವಿದ್ಯೆ ಹೇಳಿಕೊಟ್ಟರೆ ರಾಜ್ಯಕ್ಕೇ ಅನ್ಯಾಯ ಮಾಡಿದಂತಾಗುವುದಿಲ್ಲವೆ, ಎಂದು ಕೇಳಿದರು. ಅಷ್ಟು ಮಾತ್ರವಲ್ಲ. ಈಗ ಕಲಿಸಿರುವ ವಿದ್ಯೆಯನ್ನು ವಾಪಸು ತೆಗೆದುಕೊಳ್ಳಬೇಕು. ಎಂದರೆ ನಿನ್ನ ಬಲಗೈ ಹೆಬ್ಬೆರಳನ್ನು ಕತ್ತರಿಸಬೇಕು ಎಂದರು. ಅಷ್ಟರಲ್ಲಿ ನಿಮಗೂ ಹಸ್ತಿನಾವತಿಯ ಅರಮನೆಗೂ ವ್ಯಾಪಾರ ವ್ಯವಹಾರ ಬೆಳೆದಿತ್ತಲ್ಲವೆ? ಹುಲಿ ಹುಲ್ಲೆ ಮೊದಲಾದ ಪ್ರಾಣಿಗಳ ಚರ್ಮ, ಹಿಡಿದು ಪಳಗಿಸಿದ ಕಾಡಾನೆ, ಜೇನು, ಮೊದಲಾದುವನ್ನು ಸರಬರಾಜು ಮಾಡಿ ನೀವು ಗೋಧಿಯನ್ನು ಇಲ್ಲಿಂದ ಪಡೆಯುತ್ತಿದ್ದಿರಲ್ಲವೆ? ನೀವು ಅಷ್ಟು ಹೊತ್ತಿಗಾಗಲೇ ಗೋಧಿ ತಿನ್ನುವ ರುಚಿಗೆ ಬಿದ್ದಿದ್ದಿರಿ. ಹೀಗಿರುವಾಗ ರಾಜಪದದಲ್ಲಿ ನಿಂತು ಆಡಳಿತ ನಡೆಸುತ್ತಿರುವ ಭೀಷ್ಮರು ನಿಮ್ಮ ಜನದ ಪ್ರಮುಖನ ಮಗನ ಹೆಬ್ಬೆರಳನ್ನು ಕತ್ತರಿಸಿದರೆಂದರೆ ಅವಿವೇಕವಾಗುತ್ತದೆಂದು ಆಲೋಚಿಸಿ ತಮ್ಮ ಹೆಸರು ಎಲ್ಲಿಯೂ ಬರದಂತೆ ನಿನ್ನ ಹೆಬ್ಬೆರಳನ್ನು ತರಬೇಕೆಂದು ಆಜ್ಞಾಪಿಸಿದರು. ಅರ್ಜುನನಿಗೆ ಕೊಟ್ಟಿದ್ದ ವರವನ್ನು ನಾನು ನಿನಗೆ ಕಾರಣವಾಗಿ ಹೇಳಿದೆ ಅಷ್ಟೆ.'

ಏಕಲವ್ಯ ಮಾತು ತೋಚದಂತೆ ಕುಳಿತುಬಿಟ್ಟ. ದ್ರೋಣರ ಮನಸ್ಸು ಏನಾದರೂ ಹೇಳುವ ಅಥವಾ ಕೇಳುವ ಸ್ಥಿತಿಯನ್ನು ಮೀರಿದ ಗೋಜಿನಲ್ಲಿ ಸಿಕ್ಕಿಕೊಂಡಿತು. ಅದರ ಪೂರ್ಣಸ್ವರೂಪ ಮಾತ್ರ ತಿಳಿಯುತ್ತಿರಲಿಲ್ಲ. ಸ್ವಲ್ಪ ಹೊತ್ತು ಇಬ್ಬರೂ ಒಬ್ಬರೆದುರಿಗೆ ಒಬ್ಬರು ಒಬ್ಬರನ್ನೊಬ್ಬರು ಅರಿಯದ ಬೇರೆ ಬೇರೆ ಮನಸ್ಸುಗಳಲ್ಲಿ ಮುಳುಗಿ ಕುಳಿತಿದ್ದರು. ಅಷ್ಟರಲ್ಲಿ ಹವ್ಯಕ ಒಳಬಾಗಿಲಿನಲ್ಲಿ ಬಂದು ನಿಂತು ಕೇಳಿದ: 'ಕೃಪಾಚಾರ್ಯರಿಗೆ ಇನ್ನೂ ನಿದ್ದೆ. ಕೂಗಿದರೆ ಊಟ ಬೇಡವೆಂದು ಗೊಣಗಿ ಮತ್ತೆ ಕಣ್ಣು ಮುಚ್ಚಿಕೊಂಡರು. ತಡ ಮಾಡಿದರೆ ಕಲಸಿದ ಅರಳು ಅತಿಮೆತ್ತನೆಯ ಹಿಟ್ಟಾಗಿ ರುಚಿ ಕೆಡುತ್ತದೆ.'

'ನಮ್ಮಿಬ್ಬರಿಗೂ ತೆಗೆದುಕೊಂಡು ಬಾ. ಇವನು ನನ್ನ ಶಿಷ್ಯ. ನಿಷಾದ ರಾಜ.'

ಏಕಲವ್ಯ, ಕಲಸಿದ ಅರಳನ್ನು ಯಾಂತ್ರಿಕವಾಗಿ ತಿಂದ. ದ್ರೋಣರೂ ಹಾಗೆಯೇ ತಿಂದರು. ಕೈ ತೊಳೆದುಕೊಳ್ಳುವಷ್ಟರಲ್ಲಿ ಅಶ್ವತ್ಥಾಮ ಬಂದ. ಬಾಗಿಲು ತೆಗೆದಾಗ ಗಾಳಿಗೆ ಆರಿಹೋಗುವಷ್ಟು ಬಳುಕಿ ಕುಣಿಯಲು ಶುರುವಾದ ಹಣತೆಯ ಉರಿಯು, ಅವನು ಬಾಗಿಲಿನ ತುಂಬ ನಿಂತ ತಕ್ಷಣ ಸರಿಯಾಯಿತು. ಅವನಿಗೆ ಏಕಲವ್ಯನ ಗುರುತು ಹತ್ತಲಿಲ್ಲ. ಏಕಲವ್ಯನೂ ಅವನನ್ನು ಗುರುತಿಸಲಿಲ್ಲ. 'ಅಪ್ಪ, ಯುಯುತ್ಸು ಇದ್ದಕ್ಕಿದ್ದಂತೆಯೇ ಕಾಣೆಯಾಗಿದ್ದಾನೆ. ಮೊದಲಿನಿಂದ ಶತ್ರುಗಳ ಪರವೇ ಮಾತನಾಡುತ್ತಿದ್ದ. ಈಗ ಅವರ ಕಡೆಗೇ ಹೊರಟುಹೋದನೋ ಎಂಬ ಅನುಮಾನ ಬಂದು ದುರ್ಯೋಧನ ಮಹಾರಾಜ ಹುಡುಕಿಸಲು ಆಳುಗಳನ್ನು ಬಿಟ್ಟಿದ್ದಾನೆ.'

ಅಶ್ವತ್ಥಾಮನಿಗೂ ಏಕಲವ್ಯನಿಗೂ ಹಳೆಯ ಪರಿಚಯ ಜ್ಞಾಪಿಸುವುದೂ ಹೊಳೆಯದೆ, ದ್ರೋಣರು ಮೂಕರಂತೆ ಕೈತೊಳೆದು ಬಂದು ಕುಳಿತರು. ಏಕಲವ್ಯ ಮೇಲೆ ಎದ್ದು ಮೊದಲಿನಂತೆ ನೆಲಕ್ಕೆ ಸರ್ವಾಂಗವನ್ನೂ ಮುಟ್ಟಿಸಿ ನಮಸ್ಕರಿಸಿ, 'ಬೇಗ ಬರುವುದಾಗಿ ನನ್ನ ಸೈನಿಕರಿಗೆ ಹೇಳಿ ಬಂದಿದ್ದೆ. ನಿಮ್ಮ ಬೀಡಾರ ಹುಡುಕುವುದರಲ್ಲೇ ವೇಳೆ ಕಳೆದು

ಹೋಗಿತ್ತು. ನಮ್ಮವರಲ್ಲಿ ಬಹುಮಂದಿಗೆ ನಿಮ್ಮ ಆರ್ಯ ಜನರ ಭಾಷೆ ತಿಳಿಯುವುದಿಲ್ಲ. ಸಮೃದ್ಧ ಗಿಡ ಮರ ಹಸುರುಗಳಿಲ್ಲದ ಈ ವಾತಾವರಣದಲ್ಲಿ ಅವರು ದಿಕ್ಕುಗೆಡುತ್ತಾರೆ. ನಾನಿದ್ದರೆ ವಾಸಿ. ನಾಳೆ ನೋಡುತ್ತೇನೆ' ಎಂದು ಹೇಳಿ ಹೊರಟುಹೋದ. ಹೋಗುವಾಗ ಬಾಗಿಲು ಹಾಕಿಕೊಳ್ಳಬೇಕೆಂಬ ಅಭಿಪ್ರಾಯವಿಲ್ಲದ್ದರಿಂದ ಹಾಗೆಯೇ ಬಿಟ್ಟು ನಡೆದ. ಗಾಳಿ ಬೀಸಿ ಹಣತೆ ಆರಿತು. ದ್ರೋಣರು ಹವ್ಯಕನನ್ನು ಕರೆದರು.

ಅಶ್ವತ್ಥಾಮ ಊಟ ಮಾಡಲಿಲ್ಲ. ದುರ್ಯೋಧನನ ದೊಡ್ಡ ಬೀಡಾರದಲ್ಲಿ ಸಮೃದ್ಧವಾಗಿ ಮಾಂಸ ಅನ್ನ ರೊಟ್ಟಿ ಪಾಯಸಗಳ ಊಟ ಮಾಡಿಯೇ ಬಂದಿದ್ದ. ತಂದೆ ಮಕ್ಕಳು ಹವನಶಾಲೆಯಲ್ಲಿ ಹತ್ತಿರ ಹತ್ತಿರ ಮಲಗಿದರು. ದ್ರೋಣರ ತಲೆಯು ಹವನಕುಂಡದ ಹತ್ತಿರವಿದ್ದರೂ ಹೊರಗಿನ ನಾತ ಈ ಹೊತ್ತಿಗೆ ಇನ್ನೂ ಹೆಚ್ಚಾಗಿತ್ತು. ಜೊತೆಗೆ ಮಗನ ಮೈಬೆವರಿನ ವಾಸನೆ. ಇವನು ಈ ದಿನವೆಲ್ಲ ಸ್ನಾನ ಮಾಡಿಲ್ಲ. ನೆನ್ನೆ ಮೊನ್ನೆ ಕೂಡ ಮಾಡಿದ್ದನೋ ಇಲ್ಲವೋ. ಅಗ್ನಿಕಾರ್ಯದ ವಿಷಯ ಕೇಳುವಂತಿಲ್ಲ, ಎಂದುಕೊಳ್ಳುತ್ತಿರುವಲ್ಲಿ ಗಟ್ಟಿಯಾಗಿ ಗೊರಕೆ ಹೊಡೆಯಲು ಆರಂಭಿಸಿದ. ಇನ್ನು ಇಡೀ ರಾತ್ರಿ ನಿದ್ರೆ ಹತ್ತುವುದಿಲ್ಲ ಎಂದು ಅವರು ಅರ್ಥಮಾಡಿಕೊಂಡರು. ಊರಿನಲ್ಲಿ ಸರಿ. ದೊಡ್ಡ ಮಹಡಿಯ ಮನೆ. ಅವನು ಮಲಗುತ್ತಿದ್ದುದು ಮೇಲೆ. ಇಲ್ಲಿ ದಾರಿ ಇಲ್ಲ ಎಂದುಕೊಳ್ಳುವಾಗ ಇದ್ದಕ್ಕಿದ್ದಂತೆಯೇ ಎನ್ನಿಸಿತು. ಇವನ ಸ್ವಭಾವ ಬ್ರಾಹ್ಮಣನದಂತೂ ಅಲ್ಲ. ಕ್ಷತ್ರಿಯನೂ ಆಗಲಾರ. ಆರ್ಯರಾಜರ ದರ್ಪ ಆತ್ಮಸಮ್ಮಾನಗಳೂ ಇಲ್ಲ. ವ್ಯವಹಾರಸೂಕ್ಷ್ಮವೂ ಇಲ್ಲ. ಶರೀರಶಕ್ತಿ ಇದೆ. ನಾನು ಕಲಿಸಿದ ಎಲ್ಲ ಶಸ್ತ್ರಾಸ್ತ್ರಗಳ ವಿದ್ಯೆಯೂ ಇದೆ. ಮಗನನ್ನು ಮುಂದೆ ತರಬೇಕೆಂದು ಶಿಷ್ಯರಿಂದ ಮುಚ್ಚಿಟ್ಟು ಸಕಲ ಶಸ್ತ್ರಾಸ್ತ್ರಗಳ ಪ್ರಯೋಗ ರಹಸ್ಯಗಳನ್ನು ಇವನೊಬ್ಬನಿಗೇ ಕಲಿಸುತ್ತಿದ್ದೆ. ಇವನು ಹೋಗಿ, ಅಡವಾಗಿ ತಿಂಡಿ ತಿನ್ನಿಸುವ ಸಹಪಾಠಿಗಳಿಗೆ ಎಲ್ಲವನ್ನೂ ಹೇಳಿಕೊಟ್ಟು ಬರುತ್ತಿದ್ದ. ಇಂಥವನು ಏನಾದಾನು? ಯಾಕೆ ಹೀಗಾದ? ಎಂದು ಮಗ್ಗುಲು ಬದಲಾಯಿಸಿದರು.

ರಾತ್ರಿ ಎಷ್ಟೋ ಹೊತ್ತಿನ ಮೇಲೆ ಪಕ್ಕದ ಗೊರಕೆಯ ಕೂಗು ಏರುತ್ತಿದ್ದರೂ ಸ್ವಲ್ಪ ಮಂಪರು ಮುಸುಕಿತು. ಆದರೆ ಮಂಪರಿನಲ್ಲಿ ತಮ್ಮ ತಂದೆಯ ನೆನಪು ಹುಟ್ಟಿ ಬಂತು. ಕಾಡಿನ ಮಧ್ಯದಲ್ಲೇ ಪರ್ಣಶಾಲೆ ಕಟ್ಟಿಕೊಂಡಿದ್ದ ಅಪ್ಪ. ಬೇಕಾದವರು ಹುಡುಕಿಕೊಂಡು ಬಂದು ವಿದ್ಯಾಭ್ಯಾಸ ಮಾಡಬೇಕು. ರಾಜಮಹಾರಾಜರುಗಳ ಬಗೆಗೂ ಅಲಕ್ಷ್ಯ ತೋರಬಲ್ಲ ಸ್ವಾತಂತ್ರ್ಯ. ತನಗಿಷ್ಟ ಬಂದವನನ್ನು ಶಿಷ್ಯನನ್ನಾಗಿ ಸ್ವೀಕರಿಸಿ, ಬೇಡವಾದವನನ್ನು ಆ ಕ್ಷಣದಲ್ಲಿ ಓಡಿಸಿಬಿಡುತ್ತಿದ್ದ. ಇಂಥವನಿಗೆ ಕಲಿಸು ಇಂಥವನಿಗೆ ಕಲಿಸಬೇಡವೆಂದು ಅವನಿಗೆ ಹೇಳಬಲ್ಲ ದಣಿ ಯಾರಿದ್ದ? ನಾಲ್ಕೈದು ಸಲ ಅಪ್ಪ ಕನಸಾಗಿ ಬಂದು ಕಾಡಿದ. ಅನಂತರ ಎಚ್ಚರವಾಯಿತು. ಮಗನ ಗೊರಕೆ. ಅದು ಮತ್ತೆ ಯಾಂತ್ರಿಕವಾಗಿ ಅರಿವಿನಿಂದ ದಡಕ್ಕೆ ಸರಿದು ಪುನಃ ಮಂಪರು ಕವಿಯುವಾಗ ತಾನೊಂದು ಆಶ್ರಮ ಕಟ್ಟಬೇಕೆಂಬ ಹೊಸ ಕನಸು ಶುರುವಾಯಿತು. ಆ ಕನಸಿನಲ್ಲಿಯೇ ನಿದ್ದೆ ಬಂತು. ಬೆಳಗ್ಗೆ ಬೇಗ ಎಚ್ಚರವಾಯಿತು. ಹೊರಗೆ ಇನ್ನೂ ಕತ್ತಲು ಕತ್ತಲು. ಲದ್ದಿ ಗಂಜಳ ಮಲಮೂತ್ರಗಳ ವಾಸನೆಯಂತೂ

ಇನ್ನೂ ದಟ್ಟವಾಗಿ ವಾಂತಿ ಬರುವಂತಾಗಿತ್ತು. ಅಷ್ಟರಲ್ಲಿ ಎದ್ದ ಎಷ್ಟೋ ಜನರು ಅಲ್ಲಲ್ಲಿಯೇ ಮಲವಿಸರ್ಜನೆಗೆ ಕೂರುವುದು ಕಾಣುತ್ತಿತ್ತು. ದ್ರೋಣರಿಗೆ ಬಲು ಸಿಟ್ಟು ಬಂತು. ಆದರೆ ಅವರು ಎಲ್ಲಿಗೆ ಹೋದಾರು ಎಂಬ ಅರಿವೂ ಹುಟ್ಟಿತು. ತಾವು ಎಲ್ಲಾದರೂ ದೂರ ಹೊರಟುಹೋಗಬೇಕೆನ್ನಿಸಿತು. ಪಾಂಡವರು ಬುದ್ಧಿವಂತರು. ಮೊದಲೇ ಸರಿಯಾದ ಜಾಗ ಹಿಡಿದಿದ್ದಾರೆ ಎಂದುಕೊಂಡು ತಾವೂ ಒಂದು ಕಡೆ ಮಲಮೂತ್ರಗಳನ್ನು ತೀರಿಸಿ ಹವ್ಯಕನನ್ನು ಎಬ್ಬಿಸಿ ನೀರು ತೆಗೆದುಕೊಂಡು ಒಳಗೆ ಬಂದರು. ಸೂರ್ಯ ಹುಟ್ಟಿದರೂ ಅಶ್ವತ್ಥಾಮ ಏಳಲಿಲ್ಲ. ಏಳುವವನೂ ಅಲ್ಲ. ತಾವಾದರೂ ಸ್ನಾನ ಮಾಡಬೇಕೆಂದು ಹಿಂಬದಿಗೆ ಹೋದಾಗ ಹವ್ಯಕ ಹೇಳಿದ: 'ಅರ್ಧ ಗುಡಾಣ ಮಾತ್ರ ಇದೆ. ನೆನ್ನೆ ಸಂಜೆ ಗಾಡಿಯಲ್ಲಿ ತರಬೇಕಾದ ನೀರನ್ನೂ ತಂದುಹಾಕಿಲ್ಲ. ಇದನ್ನು ಖರ್ಚು ಮಾಡಿದರೆ ಗುದಪ್ರಕ್ಷಾಳನಕ್ಕೂ ಇಲ್ಲದಂತಾದೀತು.'

ಅವರು ಬರೀ ಕೈಕಾಲು ಮುಖ ಒರೆಸಿಕೊಂಡು ಒಳಗೆ ಬರುವಷ್ಟರಲ್ಲಿ ಏಕಲವ್ಯ ಬಂದಿದ್ದ. ಅವನ ಹಿಂದೆ ಇಬ್ಬರು ದೃಢಕಾಯರಾದ ಆಳುಗಳು. ನೆಲದ ಮೇಲೆ ಜೇನುತುಪ್ಪ ತುಂಬಿದ ದೊಡ್ಡ ಎರಡು ಮರದ ಮೊಗೆಗಳು. ಎರಡು ಮೆತ್ತನೆಯ ಹುಲಿಯ ಚರ್ಮ ಮತ್ತು ಒಂದು ಬಿದಿರುಬುಟ್ಟಿಯ ತುಂಬ ಕಾಡುಹಣ್ಣುಗಳು. ಅವನು ನೆನ್ನೆಯಂತೆ ಈಗಲೂ ಸಾಷ್ಟಾಂಗ ಮಾಡಿದ. ಕೂಡು ಎಂದ ನಂತರ ನೆಲದ ಮೇಲೆ ಕುಳಿತ. ನಡುವೆ ಗೊರಕೆ ಹೊಡೆಯುವ ಅಶ್ವತ್ಥಾಮ. ಇತ್ತ ಕಡೆ ದ್ರೋಣರು ಕುಳಿತರು. ತೆರೆದ ಬಾಗಿಲಿನಿಂದ ಒಳಗೆ ನುಗ್ಗುತ್ತಿದ್ದ ಸೂರ್ಯನ ಕಿರಣಗಳು ಅವನ ಮೈಮೇಲೆ ಸುರಿದಿದ್ದವು. ದ್ರೋಣರು ಸರಿಯಾಗಿ ನೋಡಿದರು. ನೆನ್ನೆ ಧರಿಸಿದ್ದ ಥಳಥಳನೆ ಹೊಳೆಯುವ ಚಿನ್ನದ ಕಿರೀಟ, ಚಿನ್ನದ ತಗಡು ಹದ್ದ ಭುಜಕೀರ್ತಿ, ಕೊರಳ ಹಾರ, ಮೊದಲಾದ ಬಂಗಾರದ ವೈಭವವಿರಲಿಲ್ಲ. ಹತ್ತಿಯ ವಸ್ತ್ರ. ಹದಗೊಳಿಸಿದ ಚರ್ಮದ ಭುಜ ಮತ್ತು ಎದೆಗಳ ರಕ್ಷಾಕವಚ. ಬಾಗಿಲಿನ ಹೊರಗೆ ನಿಂತಿದ್ದ ಆಳುಗಳದು ಕಾಡುಜನರ ವೇಷ. ಆದರೆ ಲೋಹದ ಬಿಲ್ಲುಗಳು ಅವರ ಭುಜದಿಂದ ಇಳಿಬಿದ್ದಿದ್ದವು.

ಪೀಠಿಕೆ ಮೊದಲಾಗಿ ಸಮಯ ಕಳೆಯದೆ ಏಕಲವ್ಯ ನೇರವಾಗಿ ಮಾತನಾಡಿದ: 'ನಾನು ರಾತ್ರಿ ಪೂರ್ತಿ ಆಲೋಚಿಸಿದೆ. ಅರ್ಜುನನ ಮೇಲೆ ಪ್ರತೀಕಾರ ತೀರಿಸಿಕೊಳ್ಳಲು ಒಳ್ಳೆಯ ಅವಕಾಶವೆಂದು ಭಾವಿಸಿ ದುರ್ಯೋಧನನ ಪಕ್ಷ ವಹಿಸಿ ಈ ಯುದ್ಧಕ್ಕೆ ಬಂದೆ. ನನಗೆ ಅನ್ಯಾಯ ಮಾಡಿರುವವನು ಭೀಷ್ಮ ಎಂದು ತಿಳಿಯಿತು. ಅವನೇ ಈ ಪಕ್ಷದ ನಾಯಕ. ಅವನ ಮೇಲೆ ಪ್ರತೀಕಾರ ಮಾಡಬೇಕಾದರೆ ನಾನು ಅರ್ಜುನನ ಪಕ್ಷಕ್ಕೆ ಹೋಗಿ ಸೇರಬೇಕು. ನೆನ್ನೆ ಎಲ್ಲ ಸಾರಿಸಿದರಂತೆ. ಪಾಂಡವರು ಹುಟ್ಟಿದ ಅದೆಂತಹ ರೀತಿ?' ಎಂದು ನಿಲ್ಲಿಸಿದ. ದ್ರೋಣರು ನಿಯೋಗ ಎಂದು ಶಬ್ದವನ್ನು ಹೊಂದಿಸಿಕೊಟ್ಟರು. 'ಹೂಂ. ನಿಯೋಗವಂತೆ ಪಯೋಗ. ನಿಮ್ಮ ಜನದ ವಿಚಿತ್ರಧರ್ಮ. ನಮ್ಮಲ್ಲಿ ಅಂಥದೆಲ್ಲ ಏನಿಲ್ಲ. ಮಕ್ಕಳಿಲ್ಲದೆ ಸತ್ತರೆ, ಸಂತಾನ ಬೆಳೆಯದಿದ್ದರೆ ಪಾಪಗೀಪ ಅನ್ನುವ ವಿಚಿತ್ರ ಇಲ್ಲವೂ ಇಲ್ಲ. ಮಕ್ಕಳಿಗೆಂದು ಕೂಡಿಡುವ ಹೊಲ, ಮನೆ, ಅರಮನೆಗಳೂ ಇಲ್ಲ. ಆದ್ದ

ರಿಂದ ನಗಾರಿ ಬಾರಿಸಿದ ಪ್ರಕಾರ ದುರ್ಯೋಧನನದು ಧರ್ಮವೋ ಅರ್ಜುನನ ಪಕ್ಷದವರದು ಧರ್ಮವೋ ಎಂಬುದೆಲ್ಲ ಬರೀ ಕಗ್ಗ. ರಾತ್ರಿ ಎಲ್ಲ ನಿದ್ರೆ ಇಲ್ಲ. ಇಷ್ಟೊಂದು ಜನಗಳು, ಅವರ ಹೇಲು ಉಚ್ಚೆಗಳು. ಬರೀ ಇಷ್ಟು ಮಂದಿಯ ಒಟ್ಟು ಬೆವರಿನ ವಾಸನೆಯೇ ನಮಗೆ ಅಭ್ಯಾಸವಿಲ್ಲ, ಈ ರೀತಿ ಕಾದು ಕುಳಿತು ಯುದ್ಧ ಮಾಡುವುದು ನಮ್ಮ ಜನಕ್ಕೆ ಹೇಳಿಸಿದ್ದೂ ಅಲ್ಲ. ಆದ್ದರಿಂದ ನಾನು ನನ್ನ ಜನಗಳೊಡನೆ ವಾಪಸು ಹೊರಟುಹೋಗುತ್ತೇನೆ.'

ದ್ರೋಣರು ಮಂಕು ಬಡಿದವರಂತೆ ಸುಮ್ಮನೆ ಕುಳಿತರು. ಅವನು ಹೇಳುವ ಮಾತಿನಲ್ಲಿ ಹೊಸ ಅರ್ಥ ಕಾಣಿಸಲು ಶುರುವಾಯಿತು. ಜ್ಞಾಪಕ ಬಂದವನಂತೆ ಏಕಲವ್ಯ ಹೇಳಿದ: 'ನಮ್ಮದು ಪಾಂಚಾಲರಿಗೂ ಕುರುಗಳಿಗೂ ನಡುವೆ ಇರುವ ಕಾಡು. ನಾವು ಹಿಡಿದು ಪಳಗಿಸುವ ಆನೆಗಳನ್ನು ಅವರೂ ಕೇಳುತ್ತಾರೆ ಇವರೂ ಕೇಳುತ್ತಾರೆ. ಅರ್ಜುನನು ಪಾಂಚಾಲರ ಮನೆಯ ಮಗಳನ್ನು ಮದುವೆಯಾದನೆಂದು ಕೇಳಿ ತಿಳಿದಮೇಲೆ ಅವರಿಗೆ ಆನೆಯ ವ್ಯಾಪಾರ ಮಾಡುವುದನ್ನೇ ನಿಲ್ಲಿಸಿಬಿಟ್ಟೆ, ಒಂದೊಂದು ಆನೆಗೆ ಇನ್ನೆರಡೆರಡು ಗಾಡಿ ದವಸ ಇನ್ನು ಐದು ನಿಷ್ಕಗಳನ್ನು ಹೆಚ್ಚು ಕೊಡುತ್ತೇನೆ ಅಂದರೂ. ಕಡಮೆ ಬೆಲೆಗೆ ಹಸ್ತಿನಾವತಿಯವರಿಗೇ ಮಾರುತ್ತಿದ್ದೆ. ಈಗ ಅದೇ ತಪ್ಪಾಯಿತೆಂದು ತಿಳಿಯಿತಲ್ಲ. ಇನ್ನು ಯಾವ ಪಕ್ಷಕ್ಕೂ ಮಾರುವುದಿಲ್ಲ. ನಾನು ಒಂದು ಮರ ಹತ್ತಿ ನೋಡಿದೆ. ಎರಡು ಕಡೆಗಳಲ್ಲೂ ಎಷ್ಟೊಂದು ಆನೆಗಳನ್ನು ಜಮಾಯಿಸಿ ನಿಲ್ಲಿಸಿದ್ದಾರೆ. ಸಾಮಾನು ಸಾಗಿಸಲೆಂದು ತಂದ ಆನೆಗಳನ್ನೆಲ್ಲ ಈ ಜನಗಳು ಯುದ್ಧಕ್ಕೆ ನಿಲ್ಲಿಸಿ ಸಾಯಿಸುತ್ತಾರೆ. ನೋಡಿ ದುಃಖವಾಗುತ್ತದೆ. ಆನೆಗೆ ಪ್ರತಿಯಾಗಿ ಪಡೆದ ಚಿನ್ನದಿಂದ ನಾನು ಒಡವೆ ಮಾಡಿಸಿ ಹಾಕಿಕೊಳ್ಳುತ್ತಿದ್ದೆ ನಿಮ್ಮ ಆರ್ಯರಾಜರಂತೆ. ರಾತ್ರಿ ಎಲ್ಲ ಯೋಚಿಸಿ ಅವುಗಳನ್ನೆಲ್ಲ ತೆಗೆದು ಎಸೆದು ನಮ್ಮವರ ಉಡುಪು ಧರಿಸಿದೆ.'

ಗುರುಗಳು ಇನ್ನೂ ಸುಮ್ಮನೆ ಕುಳಿತಿದ್ದರು. ಮುಂದೆ ಹೇಳುವುದೇನೂ ಇರಲಿಲ್ಲವೋ ಅಥವಾ ತೋಚಲಿಲ್ಲವೋ, ಅವನು ಸುಮ್ಮನಾದ. ದ್ರೋಣರು ಎವೆಯಿಕ್ಕದೆ ಅವನನ್ನೇ ನೋಡುತ್ತಿದ್ದರು. ಅವನು ಮೇಲೆ ಎದ್ದು ಅಶ್ವತ್ಥಾಮನನ್ನು ದಾಟಿ ಅವರ ಕಡೆಗೆ ಬಂದು ಮತ್ತೆ ಸಾಷ್ಟಾಂಗಮಾಡಿ ಹಿಂತಿರುಗಿ ಹೊರಟುಹೋದ. ಬಾಗಿಲಿನ ಹತ್ತಿರ ನಿಂತಿದ್ದ ಇಬ್ಬರೂ ಅವನನ್ನು ಅನುಸರಿಸಿದರು. ದ್ರೋಣರು ಕುಳಿತಲ್ಲಿಯೇ ಕುಳಿತಿದ್ದರು. ಅಶ್ವತ್ಥಾಮನ ಗೊರಕೆ ಕಡಮೆಯಾಗಿತ್ತು. ಆದರೆ ನಿದ್ದೆಯ ಏರಿಳಿತಗಳು ಎದೆಯಿಂದ ಹೊಕ್ಕಳಿನತನಕ ಕಾಣುತ್ತಿದ್ದವು. ಮಗನ ಮೇಲೆ ಸಿಟ್ಟು ಬಂತು. ಇವನು ಬ್ರಾಹ್ಮಣನಲ್ಲ ಎನ್ನಿಸಿತು. ಶಪಿಸಬೇಕೆನ್ನಿಸಿತು. ಆದರೆ ಮಗನನ್ನೇ ಶಪಿಸುವ ಶಕ್ತಿ ತನಗಿಲ್ಲವೆಂಬ ಅರಿವೂ ಆಯಿತು. ಅಷ್ಟರಲ್ಲಿ ಹವ್ಯಕ ಒಳಗಿನಿಂದ ಬಂದ. 'ಹವನಕ್ಕೆ ತಂದಿಡಲೆ?' ಎಂದ. ಅವರು ಏನೂ ಹೇಳಲಿಲ್ಲ. ತನ್ನ ಪಾಡಿಗೆ ಅವನು ಒಂದು ಮುಟ್ಟ ಕಂತೆ ಸಮಿತ್ತು ಮತ್ತು ಪಾತ್ರೆಯಲ್ಲಿ ಘೃತವನ್ನು ತಂದಿಟ್ಟ. ಊರಿನಿಂದ ಬರುವಾಗ ತಾನು ಹುಲಿಯ ಚರ್ಮಗಳನ್ನು ತರುವುದನ್ನು ಮರೆತಿದ್ದ ನೆನಪಾಗಿ, ಇಲ್ಲಿಗೆ ಹೊಸದಾಗಿ ಬಂದಿದ್ದ ಎರಡು ಚರ್ಮಗಳನ್ನೂ ಗೋಡೆಗಳ ಹತ್ತಿರ ಹಾಸಿದ. ಜೇನು ಮತ್ತು ಹಣ್ಣುಗಳನ್ನು ತೆಗೆದು ಒಳಗಿಟ್ಟ. ದ್ರೋಣರು ದರ್ಭೆಯ

ಚಾಪೆಯ ಮೇಲೆ ಕುಳಿತು ಸಮಿತ್ತನ್ನು ಕವರಿಸಿ ಬೀಸಣಿಗೆ ಹಾಕಲು ಆರಂಭಿಸಿದರು. ಸ್ವಲ್ಪ ಹೊತ್ತಿಗೆ ಹೊತ್ತಿಕೊಂಡಿತು. ಮಂತ್ರ ಹೇಳಿಕೊಂಡು ಮೊದಲ ಸ್ರುವ ತುಪ್ಪ ಹಾಕಿದಾಗ ಕನುಗು ಹುಟ್ಟಿತು. ಆದರೆ ಇದ್ದಕ್ಕಿದ್ದಂತೆಯೇ ಹೊರಗಿನಿಂದ ಮೆದುಗಾಳಿ ಬೀಸಿದಂತಾಗಿ, ಥೂ ಗಬ್ಬುನಾತ, ಮೂಗು ಮುಚ್ಚಿ ಬಾಯಿಯಿಂದ ಉಸಿರಾಡಿದರೂ ತಡೆದುಕೊಳ್ಳಲಾರದ, ಮಂತ್ರಕ್ರಿಯೆ ಇಲ್ಲದಿದ್ದರೂ ಒಟ್ಟಿಗೆ ನಾಲ್ಕೈದು ಸ್ರುವ ತುಪ್ಪ ಸುರಿದು ಮುಖವನ್ನು ಬೆಂಕಿಯ ಹತ್ತಿರಕ್ಕೆ ತಂದುಕೊಂಡರು. ಬುಗ್ಗನೆ ಎದ್ದ ಉರಿಯ ಹಿತವಾದ ಬಿಸಿಯಲ್ಲಿ ಮಂತ್ರವು ತನ್ನ ಪಾಡಿಗೆ ತಾನು ನಾಲಗೆಯಿಂದ ಹೊರಬರುತ್ತಿತ್ತು. ಮನಸ್ಸು ಏಕಲವ್ಯ ಹೇಳಿದ ಮಾತುಗಳನ್ನೆಲ್ಲ ಎತ್ತಿ ಎತ್ತಿ ನೆನಪಿಗೆ ಸುರಿಯುತ್ತಿತ್ತು. ಭೀಷ್ಮರ ನಾಯಕತ್ವದ ಪರ ನಿಲ್ಲುವುದೂ ಅರ್ಥವಿಲ್ಲ. ಅರ್ಜುನನ ಪರ ಹೋಗುವುದೂ ಅರ್ಥವಿಲ್ಲ. ತನ್ನ ಕಾಡಿಗೆ ತಾನು ಹೊರಟುಹೋದ. ಮನಸ್ಸಿಗೆ ನೆಮ್ಮದಿ ಬಂತು. ಒಳ್ಳೆಯ ಕೆಲಸ ಮಾಡಿದ ಎನ್ನಿಸಿತು. ಪ್ರಜ್ಞಾಪೂರ್ವಕವಾಗಿ ಮಂತ್ರ ಹೇಳಿಕೊಂಡು ನಿಧಾನವಾಗಿ ಅಗ್ನಿಕಾರ್ಯ ಮುಂದುವರಿಸುವಾಗ ಅವರ ಮನಸ್ಸಿನಲ್ಲಿಯೂ ಒಂದು ನಿರ್ಧಾರ ರೂಪ ತಾಳಲು ಶುರುವಾಯಿತು. ಪಾಂಡವರದು ಅನ್ಯಾಯವಲ್ಲವೆಂಬುದು ನನ್ನ ಶ್ರದ್ಧೆ. ಅನ್ನದ ಋಣಕ್ಕಾಗಿ ದುರ್ಯೋಧನನ ಕಡೆ ನಿಂತಿದ್ದೆ. ನನ್ನ ಉತ್ತರಪಾಂಚಾಲವನ್ನು ನುಂಗಿಹಾಕಿರುವ ಅವರ ಮೇಲೇ ಹೆಚ್ಚು ಋಣ ಬಿದ್ದಿದೆ, ಎಂದುಕೊಳ್ಳುವಷ್ಟರಲ್ಲಿ ನಿರ್ಧಾರಕ್ಕೆ ಸ್ಪಷ್ಟ ರೂಪ ಬಂತು. ಮನಸ್ಸಿಗೆ ಹಗುರವೆನ್ನಿಸಿ, ಉಳಿದ ಮಂತ್ರಗಳನ್ನು ನಿಧಾನವಾಗಿ ಮಗ್ನತೆಯಿಂದ ಹೇಳಿಕೊಂಡು ಹವನ ಮುಗಿಸಿ ಎದ್ದು ಪ್ರದಕ್ಷಿಣೆ ಮಾಡುವಾಗ ಅಶ್ವತ್ಥಾಮ ಕಣ್ಣುಬಿಟ್ಟಿರುವುದು ಕಾಣಿಸಿತು. ಉಳಿದ ತುಪ್ಪವನ್ನೆಲ್ಲ ಬಗ್ಗಿಸಿದ್ದರಿಂದ ಎದ್ದ ಜ್ವಾಲೆ ಅವರಿಗೆ ಲವಲವಿಕೆ ಕೊಟ್ಟಿತ್ತು.

'ಮಗೂ, ಎದ್ದು ಕೂತುಕೊ, ಒಂದು ಮಾತು ಹೇಳುತ್ತೇನೆ' ಎಂದರು.

ಅವನು ಎದ್ದು ಕುಳಿತ.

'ನೋಡು, ಪಾಂಡವರು ಹುಟ್ಟಿದ ರೀತಿ ನ್ಯಾಯಸಮ್ಮತವಾದುದೆಂದು ಆರ್ಯಧರ್ಮ ಹೇಳುತ್ತದೆ. ಆದರೆ ನಾವು ಈಗ ನ್ಯಾಯಕ್ಕೆ ವಿರೋಧದ ಪಕ್ಷ ನಿಂತಿದ್ದೇವೆ. ಅವರ ಕಡೆ ಹೋಗುವುದೂ ಬೇಡ; ಇಲ್ಲಿರುವುದೂ ಬೇಡ. ಎಲ್ಲಾದರೂ ದೂರ ಹೋಗಿ ಒಂದು ಆಶ್ರಮ ಕಟ್ಟಿಕೊಂಡಿರೋಣ. ಏನನ್ನುತ್ತೀಯ?'

'ದುರ್ಯೋಧನನನ್ನು ನಾನು ಬಿಡುವುದಿಲ್ಲ,' ಎಂದು ಅವನು ದೊಡ್ಡದಾಗಿ ಆಕಳಿಸಿದ.

'ಏನು ಅವನಿಗೂ ನಿನಗೂ ಬಂದ ನಂಟು? ನಿನಗೇನು ಉಪಕಾರ ಮಾಡಿದ್ದಾನೆ? ನೀನು ಶುದ್ಧ ಬ್ರಾಹ್ಮಣಿಕೆಯನ್ನು ಸಾಧಿಸಿಕೊಳ್ಳಲಿಲ್ಲ ಅಂತ ಋಷಿಮುನಿಗಳಾರೂ ನಿನಗೆ ಹೆಣ್ಣು ಕೊಡಲಿಲ್ಲ. ಕ್ಷತ್ರಿಯರ ಮನೆಯಲ್ಲಿ ನಾಚಿಕೆ ಇಲ್ಲದೆ ಕೂಳು ತಿಂದುಕೊಂಡು ತಿರುಗುವ ಅಸಡ್ಡಾಳ ಅಂತ ನಿನಗೆ ಕ್ಷತ್ರಿಯ ಕನ್ಯೆ ಸಿಕ್ಕಲಿಲ್ಲ. ಆ ದುರ್ಯೋಧನ ನಿನಗೆ ಒಂದು ಮದುವೆಯಾದರೂ ಮಾಡಿಸಿದನೆ? ಐವತ್ತೈದಾಯಿತು. ಭಾರದ್ವಾಜವಂಶ ನಿನ್ನಲ್ಲಿಗೆ ಕೊನೆಯಾಗುತ್ತೆ.' ಇಷ್ಟು ಹೇಳಿ ಮುಗಿಸುವಷ್ಟರಲ್ಲಿ ಅವರ ಧ್ವನಿ ಸಿಟ್ಟಿನಿಂದ ಗುಡಿಸಿಲನ್ನು ಭೇದಿಸಿ ಆಚೆ ಹೋಗಿತ್ತು.

ಅಶ್ವತ್ಥಾಮನಿಗೆ ಇನ್ನೊಮ್ಮೆ ಆಕಳಿಕೆ ಬಂತು. ಅಗಲವಾಗಿ ತೆರೆದಿದ್ದ ಬಾಯನ್ನು ಸಮಸ್ಥಿತಿಗೆ ತಂದುಕೊಂಡನಂತರ ಹೇಳಿದ: 'ಅಪ್ಪ, ನಿನಗೆಲ್ಲೋ ಬುದ್ಧಿ ಕೆಟ್ಟಿದೆ. ನಮ್ಮಪ್ಪನನ್ನು ಮಂಚದ ಕಾಲಿಗೆ ಕಟ್ಟಿಸಿ ಒದೆದ ಆ ದ್ರೋಣನನ್ನು ಕೊಲ್ಲದಿದ್ದರೆ ನಾನು ಪಾಂಚಾಲನಲ್ಲ ಅಂತ ಪಾಂಡವರ ಭಾವಮೈದುನ ಧೃಷ್ಟದ್ಯುಮ್ನ ಬೊಬ್ಬೆ ಹಾಕುತ್ತಿದಾನಂತೆ. ನೀನು ಈಗ ಯುದ್ಧ ಬೇಡ ಅಂತ ಆಶ್ರಮ ಕಟ್ಟಲು ಹೊರಟರೆ ಬಿಲ್ಲುಗುರು ದ್ರೋಣಾಚಾರ್ಯ ಪುಕ್ಕಲ ಅನ್ನುವುದಿಲ್ಲವೇ ದೇಶ ದೇಶಗಳ ಜನವೆಲ್ಲ? ಆ ಧೃಷ್ಟದ್ಯುಮ್ನನ ರಕ್ತವನ್ನು ನಾನು ಇಳಿಸಬೇಡವೆ?'

ಅವರಿಗೆ ಉತ್ತರ ಹೇಳಲು ತಿಳಿಯಲಿಲ್ಲ. ಸ್ವಲ್ಪ ಹೊತ್ತು ಕಳೆಯಿತು. 'ಎದ್ದು ಮುಖ ತೊಳೆ. ಒಳ್ಳೆಯ ಜೇನುತುಪ್ಪ, ಹಣ್ಣುಗಳು ಬಂದಿವೆ.' ಎಂದು ಅವನ ದಪ್ಪ ಭುಜವನ್ನು ತಟ್ಟಿ ಎಬ್ಬಿಸಿದರು.

'ಆಶ್ರಮ ಬಂತು. ಅಲ್ಲಿ ಕಾಣುತ್ತದಲ್ಲ ಸುತ್ತು ಆಕಾರದ ಗುಡಿಸಿಲುಗಳು, ಅದೇ.' ಸಾರಥಿ ಸುಕೇಶ ಹೇಳಿದಾಗ ಕುದುರೆಯವರೆಲ್ಲ ಇಳಿದು ನಡೆದು ಬರುವಂತೆ ಭೀಷ್ಮರು ಅಪ್ಪಣೆ ಮಾಡಿದರು. ತಾವೂ ಕೂಡ ರಥದಿಂದ ಇಳಿದರು. ಕುಲುಕುವ ರಥದಲ್ಲಿ ಮಲಗಿದ್ದ ಮೈ, ಮಗ್ಗುಲು, ಬೆನ್ನುಗಳಿಗೆ ನೋವು ತಗಲಿದ್ದರೂ ಕಾಲು ಆಡಿಸುವಾಗ ಹಾಯ್ ಎನ್ನಿಸಿತು. ಸುಕೇಶ ಕೈ ಹಿಡಿದು ಪಂಜಿನ ಬೆಳಕಿನಲ್ಲಿ ಹೆಜ್ಜೆ ಹಾಕಿಸುತ್ತಿದ್ದ. ಪಂಜಿನವರನ್ನು ಹಿಂದಕ್ಕೆ ಕಳಿಸು. ಅದರ ವಾಸನೆ ಬೇಡ, ಅವರು ನಿಧಾನವಾಗಿ ಉಸಿರೆಳೆದುಕೊಂಡರು. ಎಂದೆಂದೂ ನಂದದ ಅಗ್ನಿ, ಹಸುವಿನ ತುಪ್ಪವನ್ನು ಸಮೃದ್ಧವಾಗಿ ಅರ್ಪಿಸಿ ಹೋಮ ಮಾಡುವ ಕನುಗು ವಾಸನೆ ಯಾವ ಆಶ್ರಮದಲ್ಲಾದರೂ ಸಾವಿರ ಹೆಜ್ಜೆ ದೂರದಿಂದಲೇ ಆವರಿಸಿರುತ್ತದೆ. ಅದನ್ನು ಮೂಗಿನಿಂದ ಎಳೆದುಕೊಳ್ಳುವುದೇ ಒಂದು ಹಿತ ಎಂಬ ನೆನಪಿನ ಜೊತೆಗೆ, ತಾವು ಅಧ್ಯಯನ ಮಾಡಿದ್ದ ಅಗ್ನಿಸೂಕ್ತಗಳು ನೆನಪಿಗೆ ಬರತೊಡಗಿದವು. ಇನ್ನೆಷ್ಟು ದೂರವಿದೆ? ಮತ್ತೆ ಕೇಳಿದಾಗ, 'ನೂರು ಹೆಜ್ಜೆಯೂ ಇಲ್ಲ. ಅದೇ ಎದುರಿಗೆ.' ಎಂಬ ಸಾರಥಿಯ ಮಾತಿನಲ್ಲಿ ಅವರಿಗೆ ನಂಬಿಕೆ ಹುಟ್ಟಲಿಲ್ಲ. ನಡಿಗೆಯನ್ನು ನಿಲ್ಲಿಸಿ ದೀರ್ಘವಾಗಿ ಉಸಿರೆಳೆದುಕೊಂಡರೂ ವಿಶ್ವಾಸ ಬರಲಿಲ್ಲ. ಆದರೆ ಬೇರೇನೋ ಒಂದು ತರದ ವಾಸನೆ. ತಕ್ಷಣ ಗುರುತು ಹಿಡಿಯಲಾರದ, ಹೂಂ, ನಿರೀಕ್ಷಿತ ಸ್ಥಾನದಲ್ಲಿ ತಕ್ಷಣ ಗುರುತು ಸಿಕ್ಕುವ ವಸ್ತುವು ಅನಿರೀಕ್ಷಿತ ಸನ್ನಿವೇಶದಲ್ಲಿ, ಎಂಥದು?, ಹೆಣ ಸುಡುವ, ಸುಡುವುದೋ ಅಥವಾ ಸುಟ್ಟದ್ದೋ? ಸುಕೇಶ, ಮನುಷ್ಯನ ಮೂಳೆ ಮಜ್ಜೆಗಳು ಬೆಂಕಿಯಲ್ಲಿ ಬೇಯುವ ವಾಸನೆಯಲ್ಲವೆ ಇದು? ಗಾಳಿ ಎದುರುಗಡೆಯಿಂದಲೇ ಬೀಸಿತು. 'ಹೌದು ಅಜ್ಜ. ಆಶ್ರಮದಲ್ಲಿ ಯಾರೋ ಸತ್ತಿರಬಹುದು. ಅಗ್ನಿಸಂಸ್ಕಾರದ ನಾತ.' ಯಾರಿರಬಹುದು? ಭೀಷ್ಮರ ಮನಸ್ಸು, ತಕ್ಷಣ ಕೃಷ್ಣದ್ವೈಪಾಯನನೇ ಸತ್ತುಹೋಗಿದ್ದಾನೆಯೆ, ಎಂದು ಶಂಕಿಸಿತು. ಅದು ಸುಳ್ಳಾಗಲಿ ಎಂದು ಅಂತರಂಗವು ತಕ್ಷಣ ಪ್ರಾರ್ಥಿಸಿದರೂ ನನಗಿಂತ ಚಿಕ್ಕವನಾದರೂ ನೂರ ಎಂಟೋ ನೂರ ಹತ್ತೋ ವರ್ಷ. ಒಣಗಿದ ಕಾಷ್ಠ ಯಾವ ಕ್ಷಣದಲ್ಲಾದರೂ ಲಟಕ್ ಅನ್ನಬಹುದು ಎಂಬ ಅನುಮಾನ ಹೋಗಲಿಲ್ಲ. ಹೆಜ್ಜೆಯು ಆಶ್ರಮಕ್ಕೆ ಹತ್ತಿರ ಹತ್ತಿರವಾದಂತೆ ಹೆಣ ಸುಟ್ಟ ನಾತವೂ ದಟ್ಟವಾಗಿ ತುಂಬಿಕೊಂಡಿದ್ದುದು ಮೂಗಿಗೆ ಮಾತ್ರವಲ್ಲ ಮನಸ್ಸಿಗೂ ಕಾಣುತ್ತಿತ್ತು. ತೀರ ದುರ್ಬಲವಾದ ಬೆಳದಿಂಗಳು ಆಶ್ರಮದ ಗುಡಿಸಿಲುಗಳನ್ನು ಕಾಣಿಸುವುದಕ್ಕಿಂತ ಸನ್ನಿವೇಶದ ದಟ್ಟತೆಯನ್ನು ಮೂಡಿಸುತ್ತಿತ್ತು. ಹಕ್ಕಿ ಪಕ್ಷಿಗಳ ಕಿಲ ಕಿಲ ಇಲ್ಲ. ಗೋವುಗಳ ಹುಂಕಾರವಿಲ್ಲ. ಮನುಷ್ಯದೇಹದ ಮೂಳೆ ಮಜ್ಜೆಗಳು ಬೇಯುವ

ನಾತದಲ್ಲಿ ವೇದಘೋಷವಂತೂ ನಿಷಿದ್ಧ. ಈ ಸಾವಿನ ವಾತಾವರಣದಲ್ಲಿ ಗೂಬೆಯ ಸದ್ದೊಂದೇ ಸಹಜವೆನ್ನಿಸಿದರೂ ಅದು ಕೂಡ ಇರಲಿಲ್ಲ.

ಆದರೆ ಇವರೆಲ್ಲ ಹೋದಾಗ ಜನಗಳು ಬಂದರು. ಅರವತ್ತು ಎಪ್ಪತ್ತು ಎಂಭತ್ತು ವಯಸ್ಸಿನ ವೇದ ಪಾರಂಗತರು. ಮೂವತ್ತು ನಲವತ್ತರ ಬ್ರಹ್ಮಚಾರಿಗಳು. ಕಪ್ಪು ಬಿಳುಪು ಗಡ್ಡ ಮೀಸೆ ಜಟಾಜೂಟದವರು. ಚಳಿಯಲ್ಲೂ ಎದೆ ತೆರೆದಂತೆ ಕಂಬಳಿ ಹೊದೆದ ಮುದುಕರು. ಒಂದೆರಡು ಮೂರು ಸೂಡಿಗಳು ಉರಿಯುತ್ತಾ ಬಂದವು. ಇವರ ಗುರುತು ಸಿಕ್ಕಿತು. ಒಂದು ಸೂಡಿ ಓಡಿಹೋಯಿತು. ಹಿಂತಿರುಗುವಾಗ ಅದರೊಡನೆ ಕೃಷ್ಣದ್ವೈಪಾಯನರ ಹೆಜ್ಜೆ, ಬಿಳಿಗೂದಲಿನ ಕರಿ ಎದೆ. ಶವದಂತೆ ಶಾಂತವಾದ ಮುಖ. 'ಕೃಷ್ಣ, ಆಶ್ರಮದಲ್ಲಿ ಯಾರದೋ ಸಾವು ಸಂಭವಿಸಿರುವಂತಿದೆ, ನಾನು ಬಂದ ಘಳಿಗೆಯೇ ಸರಿಯಾದುದಲ್ಲ. ಯಾರು ಸತ್ತವರು?'

'ನಾನು.' ಸತ್ತ ಶವವು ಉತ್ತರ ಹೇಳುವಂತಿತ್ತು ಅವರ ಧ್ವನಿ, ಮುಖ, ಕಣ್ಣುಗಳು. ಭೀಷ್ಮರು ಅವರ ಮುಖವನ್ನು ಸ್ಫುಟವಾಗಿ ನೋಡಿದರು. ಇಬ್ಬರ ನಡುವೆಯೂ ಉರಿಯುತ್ತಿದ್ದ ಸೂಡಿಯ ಏರಿಳಿತದ ಹಳದಿ ಬೆಳಕು. ಹಿಪ್ಪೆ ಎಣ್ಣೆಯ ಕಂಟು. ಸುತ್ತ ಪ್ರೇತಗಳಂತೆ ನಿಂತಿದ್ದವರ ನೆರಳುಗಳ ಮೌನ ಚಾಂಚಲ್ಯ. 'ನಿನಗೆ ಹೇಗೆ ಸುದ್ದಿ ಗೊತ್ತಾಯಿತು?' ದ್ವೈಪಾಯನರ ಪ್ರಶ್ನೆ ಇವರಿಗೆ ತಿಳಿಯಲಿಲ್ಲ. 'ಹೊರಡುವವನು ಹೊರಟೆ. ಬೇಗ ಹೊರಟು ಮಧ್ಯಾಹ್ನವೇ ತಲುಪಿದ್ದರೆ ಕೊನೆಯ ನಿಮಿಷದ ಮುಖ ಸಿಕ್ಕುತ್ತಿತ್ತು. ಹೊತ್ತು ಮುಳುಗುವ ಮೊದಲು ಬಂದಿದ್ದರೆ ಶವದ ಮುಖವನ್ನಾದರೂ ನೋಡಬಹುದಿತ್ತು.' ಎಂದಾಗ ಭೀಷ್ಮರ ಮನಸ್ಸಿನ ನಿಗೂಢತೆ ಆಳವಾಯಿತು. 'ನೋಡಿ ಆಗಬೇಕಾದದ್ದೇನು,' ತಮಗೆ ತಾವೇ ಎಂದುಕೊಂಡ ದ್ವೈಪಾಯನರು, 'ಇದು ನನ್ನ ಮಾತಲ್ಲ. ಅವನದೇ' ಎಂದು ಇದ್ದಕ್ಕಿದ್ದಂತೆಯೇ ಸುಮ್ಮನಾದರು. ಮತ್ತೆ ಮಾತನಾಡಲಿಲ್ಲ. ಗಾಳಿ ನಿಂತದ್ದರಿಂದ ಸೂಡಿಯ ಉರಿಯ ಓಡಾಟ ಕಡಮೆಯಾದರೂ ನೆರಳುಗಳು ಪೂರ್ತಿ ನಿಶ್ಚಲವಾಗಲಿಲ್ಲ. ಸತ್ತವನು ದ್ವೈಪಾಯನರ ಮಗ ಶುಕದೇವನಿರಬಹುದೆಂಬ ಸಂಶಯ ಭೀಷ್ಮರಲ್ಲಿ ಹುಟ್ಟಿತು. ಬಲಕ್ಕೆ ತಿರುಗಿ ಸುಮಾರು ಎಂಭತ್ತು ವರ್ಷದ ಕೆಂಪನೆಯ ಮುಖದ ಕರಿ ಕಂಬಳಿ ಹೊದೆದ ಒಬ್ಬ ಆಶ್ರಮವಾಸಿಯನ್ನು ನೋಡಿದಾಗ ಈ ಸಂಶಯವನ್ನು ಖಚಿತಪಡಿಸುವ ಮಾತು ಬಂತು: 'ಶುಕದೇವನೆಂದರೆ ಮಹಾಜ್ಞಾನಿ. ಇಚ್ಛಾಮರಣಿ. ಸ್ವಇಚ್ಛೆಯಿಂದ ಸತ್ತ.'

ಅಷ್ಟರಲ್ಲಿ ದ್ವೈಪಾಯನರು ಕುಸಿದುಬಿದ್ದವರಂತೆ ನೆಲದ ಮೇಲೆ ಕುಳಿತರು. ಹತ್ತಿರ ವಿದ್ದವರು ಸರಕ್ಕನೆ ಅವರ ಬೆನ್ನಿಗೆ ಆಸರೆ ಕೊಟ್ಟು ಹಿಡಿದರು. ಎದುರಿಗೆ ಕುಳಿತು ಅವರ ಕೃಶವಾದ ಭುಜಗಳನ್ನು ತಬ್ಬಿ ಹಿಡಿದು, ನಡುಗುವ ಬೆಳಕಿನಲ್ಲಿ ಭೀಷ್ಮರು ಸಮಾಧಾನ ಹೇಳಿದರು: 'ಕೃಷ್ಣ, ನಾನು ನಿನಗಿಂತ ವಯಸ್ಸಿನಲ್ಲಿ ದೊಡ್ಡವನು ನಿಜ. ವಾವೆಯಲ್ಲಿ ಅಣ್ಣ ಕೂಡ. ಆದರೆ ವೇದಸಮಸ್ತವನ್ನೂ ಜೀರ್ಣಿಸಿಕೊಂಡಿರುವ ನಿನ್ನಂಥ ಜ್ಞಾನಿಗೆ ಹೇಳುವ ಯೋಗ್ಯತೆ ಯಾರಿಗಿದೆ? ಹುಟ್ಟಿದ ಮೇಲೆ ಸಾವನ್ನು ತಪ್ಪಿಸಿಕೊಂಡವರುಂಟೆ? ಕೆಲವರು ಮುಂದು, ಕೆಲವರು ಹಿಂದು. ಎಷ್ಟು ವರ್ಷ ಬದುಕಿದ್ದೀನಿ, ಏನೆಲ್ಲ ನೋಡುತ್ತಿದೀನಿ

ಅಂತ ನನಗೇ ಒಮ್ಮೊಮ್ಮೆ ಅಸಹ್ಯವಾಗುತ್ತೆ. ಆದರೆ ಸಾವು ನಮ್ಮ ಕೈಲಿದೆಯೆ? ಶುಕದೇವ ಇಚ್ಛಾಮರಣಿ ಅಂದರಲ್ಲ ಇವರು, ಅದೇನು ಕಡಮೆ ಸಾಧನೆಯೆ? ಏಳು, ಆಶ್ರಮಕ್ಕೆ ಹೋಗೋಣ.'

ಪಂಜಿನ ಬೆಳಕಿನಲ್ಲಿ ದ್ವೈಪಾಯನರ ಮುಖವು ಮೃತಗಂಭೀರವಾಗಿತ್ತು. ಭೇದಿಸಿ ನೋಡುವ ದೃಷ್ಟಿಯ ಕಣ್ಣಿನಲ್ಲಿ ಸ್ವಲ್ಪವೂ ತೇವಾಂಶವಿರಲಿಲ್ಲ. ಅವರ ಇಬ್ಬರು ಶಿಷ್ಯರು ಮತ್ತು ಭೀಷ್ಮರು ತೋಳುಗಳನ್ನು ಹಿಡಿದು ಎತ್ತಿ ಆಶ್ರಮಕ್ಕೆ ಕರೆದೊಯ್ಯುವಾಗ ಅವರೇ ಹೆಜ್ಜೆ ಹಾಕಿ ನಡೆದರು. ಎಂಭತ್ತು ವರ್ಷದ ಕೆಂಪನೆಯ ಮುಖದ ಶಿಷ್ಯರು ಬಲವಂತಪಡಿಸಿದರು. 'ಈ ಅರಳು ಹಾಲನ್ನು ನೀವು ತಿನ್ನಲೇಬೇಕು. ಅವನು ಉಪವಾಸ ಆರಂಭಿಸಿದ ದಿನವೇ ಸಾವು ನಿಶ್ಚಯವಾಗಿತ್ತಲ್ಲವೆ? ಇವತ್ತು ಬರೀ ಶರೀರ ಬಿದ್ದುಹೋಯಿತು. ಜ್ಞಾನಿಗಳಾದ ತಾವು ಈ ದಿನ ಇಷ್ಟೊಂದು ದುಃಖತಪ್ತರಾಗಿ ಈ ವಯಸ್ಸಿನಲ್ಲಿ ನಿರಾಹಾರಿಗಳಾದರೆ ಇನ್ನು ಉಳಿದಿರುವ ಕೆಲಸ ಮುಗಿಸಬೇಡವೆ?'

ಇಡೀ ಆಶ್ರಮದಲ್ಲಿ ಕತ್ತಲು ಕವಿಯಿತು. ಹತ್ತಿರದಲ್ಲಿಯೇ ಬೇಯುತ್ತಿರುವ ಹೆಣದ ಕಂಟು ವಾಸನೆಯು ವಾತಾವರಣದ ಸೂತಕವನ್ನು ಐದು ಇಂದ್ರಿಯಗಳ ಅನುಭವಕ್ಕೂ ತಂದುಕೊಡುತ್ತಿತ್ತು. ಭೀಷ್ಮರಲ್ಲಿ ಮೃತ್ಯುವನ್ನು ಹೊಕ್ಕಂತಹ ಭಾವನೆ ಅಡರಿಕೊಂಡಿತು. ತಾವು ಸ್ವತಃ ಸಾಯುವ ಭಯವಲ್ಲ. ಸಾವೆಂಬುದು ಇಷ್ಟು ದೀರ್ಘವಾದ ತಮ್ಮ ಜೀವನದಲ್ಲಿ ಕಾಣದ ಘಟನೆಯಲ್ಲ. ತಮ್ಮ ಕುಟುಂಬದಲ್ಲೇ ತಮಗಿಂತ ಅದೆಷ್ಟು ಚಿಕ್ಕವರು ಸತ್ತಿದ್ದಾರೆ! ಆಗ ತಾವೇ ಮುಂದೆ ಬಂದು ಜೀವನದ ಜವಾಬ್ದಾರಿ ವಹಿಸಿ ಕುರುಕುಲವನ್ನು ಇಷ್ಟು ವರ್ಷಗಳು ಬೆಳೆಸಿ ನಡೆಸಲಿಲ್ಲವೆ? ಆಗ ಎಂದೂ ಹೀಗೆ ಮನಸ್ಸಿನಲ್ಲಿ ಸಾವಿನ ಗಾಳಿ ತುಂಬಿಕೊಂಡಿರಲಿಲ್ಲ. ಆದರೆ ಅತಿಥಿಯಾದ ತಮ್ಮ ಯೋಗಕ್ಷೇಮ ನೋಡಿಕೊಳ್ಳಲು ನಿಂತಿರುವ ಈ ಸುಮಂತು ಋಷಿ ವರ್ಣಿಸುವುದನ್ನು ಕೇಳಿದರೆ ನಾಭಿಯ ನರಗಳಿಂದ ಸಾವಿನ ಹೊಗೆ ಕಾಣಿಸಿಕೊಳ್ಳುತ್ತಿದೆ. ಸ್ವಂತ ಸಾವಿನ ಭಯವಲ್ಲ. ಇದುವರೆಗೆ ತಾವು ಬದುಕಿದ್ದ ಈ ನೆಲ, ಕುಡಿದಿದ್ದ ನೀರು, ತಿಂದ ಧಾನ್ಯ, ಕಂಡ ಆಕಾಶ ಸೂರ್ಯ ಚಂದ್ರ ನಕ್ಷತ್ರ ಗಿಡಮರಗಳೆಲ್ಲ ಸಾವಿನ ಛಾಯಾಚಿತ್ರಗಳೆಂಬ ಭಾವ ಹುಟ್ಟುವಂತಾಗಿದೆ. ಈ ವಾತಾವರಣದ ನಡುವೆ ಅವರಿಗೆ ಆಶ್ರಮವು ಮಾಡುತ್ತಿರುವ ಕೆಲಸದ ಪರಿಚಯವೂ ಆಗುತ್ತಿದೆ. ಕೃಷ್ಣದ್ವೈಪಾಯನರಿಗೆ ನಾಲ್ಕು ಜನ ಪ್ರಮುಖ ಶಿಷ್ಯರು, 'ಎಂಭತ್ತು ವರ್ಷದ ಕೆಂಪು ಮುಖದವರಿದ್ದಾರಲ್ಲ, ಕರಿಕಂಬಳಿ ಹೊದೆದು, ಈಗ ಗುರುಗಳ ಗುಡಿಸಿಲಿನಲ್ಲಿ ಉಳಿದರು ನೋಡಿ, ದುಃಖದಲ್ಲಿ ಒಬ್ಬರನ್ನೇ ಬಿಡಬಾರದು ಅಂತ, ಅವರ ಹೆಸರು ಪೈಲ, ಹಾಲು ಅರಳು ತಂದು ಕೊಟ್ಟವರು ವೈಶಂಪಾಯನ. ಇಲ್ಲಿಗೆ ದೀಪ ಹಚ್ಚಿ ತಂದಿಟ್ಟರಲ್ಲ ಅವರು ಜೈಮಿನಿ. ನಾನು ಸುಮಂತು. ನಾವು ನಾಲ್ವರಿಗೂ ಒಂದೊಂದು ವೇದವನ್ನು ಗುರುಗಳು ಉಪದೇಶಿಸಿದ್ದಾರೆ. ಉಪದೇಶ ಅಂದರೇನು, ಪಕ್ಷಪಾತ' ಎಂದು ಹೇಳುವಾಗ

ಭೀಷ್ಮರು ನಡುವೆಯೇ ತಡೆದು ಕೇಳಿದರು: ಒಂದೊಂದು ಅಂದರೆ ಒಟ್ಟು ಎಷ್ಟು ವೇದಗಳಿವೆ? ವೇದ ಅಂದರೆ ಒಂದೇ ಅಲ್ಲವೆ? ತಾವೂ ಪ್ರಾಯದಲ್ಲಿ, ಅಂದರೆ ಈಗ್ಗೆ ತೊಂಬತ್ತು ವರ್ಷದ ಹಿಂದೆ ವೇದಾಧ್ಯಯನ ಮಾಡಿದ ನೆನಪಿನಿಂದ ಈ ಪ್ರಶ್ನೆ ಹುಟ್ಟಿದರೂ, ಮಾತಿನ ಒಳ ಕಾರಣವು ಮನಸ್ಸನ್ನು ತುಂಬಿದ್ದ ಮೃತ್ಯುಭಾವದಿಂದ ಹೊರ ಸರಿಯುವುದಿತ್ತು. ಈ ಅರಿವು ಅವರಿಗೂ ಇತ್ತು. ಎಂತಲೇ ಚರ್ಚೆಯನ್ನು ಬೆಳೆಸಿದರು: ಯಾವ ಆಧಾರದ ಮೇಲೆ ವೇದವನ್ನು ನಾಲ್ಕಾಗಿ ವಿಂಗಡಿಸಿದರು? ವಿಂಗಡಿಸಿದ ನಂತರ ನಿಮ್ಮಲ್ಲಿ ಒಬ್ಬೊಬ್ಬರಿಗೆ ಒಂದೊಂದನ್ನು ಮಾತ್ರ ಯಾಕೆ ಉಪದೇಶಿಸಿದರು? ಎಲ್ಲರಿಗೂ ಎಲ್ಲವನ್ನೂ ಏಕೆ ಕಲಿಸಲಿಲ್ಲ?

'ಒಂದಕ್ಕಿಂತ ಹೆಚ್ಚನ್ನು ಕಲಿಯಬಾರದೆಂದಿಲ್ಲ. ಕಲಿಸುವುದಿಲ್ಲವೆಂದೂ ಗುರುಗಳು ಹೇಳಿಲ್ಲ. ಆದರೆ ಕಲಿಯುವ ಶಕ್ತಿ ಯಾರಿಗಿದೆ? ಗುರುಗಳ ವಿಷಯ ನಿಮಗೇ ಗೊತ್ತಲ್ಲ. ಎಂಟನೆಯ ವಯಸ್ಸಿಗೇ ಅವರ ತಂದೆ ಪರಾಶರರು ಕರೆದೊಯ್ದು ವೇದಪಾಠವನ್ನಾರಂಭಿಸಿದರು. ಹುಟ್ಟಿನಿಂದಲೇ ಚುರುಕುಬುದ್ಧಿ, ಜ್ಞಾಪಕಶಕ್ತಿ. ತಂದೆಯೊಡನೆ ಅದೆಷ್ಟು ದೇಶ ಪರ್ಯಟನೆ ಮಾಡಿದ್ದಾರೋ! ತಂದೆ ಸತ್ತಮೇಲೆ ಕೂಡ ಒಂದೇಸಮನೆ ಪರ್ಯಟನೆ ಮಾಡಿ ಮಾಡಿ, ಯಾವ ಯಾವ ದೇಶಗಳಲ್ಲಿ ಯಾವ ಯಾವ ವೇದಪಾಠಗಳು ಪ್ರಚಲಿತವಿವೆ ಎಂಬುದನ್ನು ಗುರುತಿಸಿ ಅಲ್ಲಲ್ಲಿಯೇ ಹೇಳಿಸಿಕೊಂಡು ಕಲಿತರು. ನಿಮಗೇ ಗೊತ್ತಲ್ಲ. ಒಂದೊಂದು ಯಜ್ಞ ಮಾಡಲು ಒಂದೊಂದು ದೇಶದಲ್ಲಿ ಒಂದೊಂದು ತರಹ ಮಂತ್ರಪ್ರಯೋಗ ಮಾಡುತ್ತಾರೆ. ಒಂದೊಂದು ರೀತಿ ಉಚ್ಚರಿಸುತ್ತಾರೆ. ಫಲಪ್ರಾಪ್ತಿ ಮತ್ತು ಅರ್ಥದ ವಿಷಯವಾಗಿ ಒಂದೊಂದು ರೀತಿಯ ವ್ಯಾಖ್ಯಾನ ಮಾಡುತ್ತಾರೆ. ಅದೂ ಸರಿ ಇದೂ ಸರಿ ಅದೇ ಸರಿ ಇದು ತಪ್ಪು ಎಂದು ವಾಗ್ವಾದ, ಬರೀ ವಾಗ್ವಾದವಲ್ಲ, ಜಗಳ. ಅಲ್ಲದೆ ಅದೆಷ್ಟೋ ಶತ ಮಾನಗಳಿಂದಲೋ ಸಹಸ್ರಮಾನಗಳಿಂದಲೋ ಬೆಳೆದುಬಂದ ಹಲವು ಋಷಿಸಂಪ್ರದಾಯ ಗಳು. ಒಂದೊಂದು ಸಂಪ್ರದಾಯದವರೂ ಎತ್ತಿ ಪಟ್ಟುಹಿಡಿಯುವ ತಮ್ಮ ತಮ್ಮ ಮೇಲ್ಮೆ, ಇವನ್ನೆಲ್ಲ ಕಲೆ ಹಾಕಿ ಗುರುಗಳಿಗೆ ಗೊತ್ತಿಲ್ಲದ ಯಾವ ಪ್ರಭೇದವೂ ಇಲ್ಲ. ಇವುಗಳ ಅಂತರಾರ್ಥವನ್ನು ಗ್ರಹಿಸಿ ವಿರೋಧಾರ್ಥಗಳ ಸಮನ್ವಯ ಮಾಡಿ ಸಮಗ್ರ ಸಂಪ್ರದಾಯಕ್ಕೆ ಒಂದು ಕ್ರಮ ಕೊಡುವುದೇನು ಕಡಮೆ ಕೆಲಸವೆ? ಇದನ್ನು ತಮ್ಮ ಜೀವನದ ಗುರಿ ಎಂದು ಭಾವಿಸಿ ದುಡಿದರು. ಇವೆಲ್ಲವನ್ನೂ ಅವರೇನೋ ಒಬ್ಬರೇ ಕಲಿತು ಅರ್ಥಮಾಡಿ ಕೊಂಡರೆಂದರೆ ಮುಂದೆ ಇದೇ ಮಹತ್ ಪ್ರಮಾಣದಲ್ಲಿ ಕಲಿಯುವವರು ಹುಟ್ಟುತ್ತಾರೆಂಬ ಭರವಸೆಯುಂಟೆ? ಅವರು ವಿಂಗಡಿಸಿದ ನಾಲ್ಕು ಭಾಗಗಳನ್ನೂ ಕಲಿಯಲು ನಾನು ಆಶೆ ಪಟ್ಟಿದ್ದೇನೋ ನಿಜ. ಆದರೆ ಒಂದಕ್ಕೆ ನನ್ನ ಶಕ್ತಿ ಮುಕ್ತಾಯವಾಯಿತು.'

ಭೀಷ್ಮರಿಗೆ ನೆನಪಾಯಿತು: ಈ ಕೃಷ್ಣ ತಾಯಿಯನ್ನು ನೋಡಲು ತಂದೆಯೊಡನೆ ಹಸ್ತಿನಾವತಿಗೆ ಬಂದಿದ್ದಾಗ ಹದಿಮೂರು ವರ್ಷದ ಹುಡುಗ. ಆದರೂ ವೇದದಲ್ಲಿ ಬಹು ಭಾಗವನ್ನು ಬಾಯಿಪಾಠ ಮಾಡಿದ್ದ. ಅಂಬಿಕೆ ಅಂಬಾಲಿಕೆಯರಿಗೆ ನಿಯೋಗ ಮಾಡಿಸಲು ಅವನೇ ತಕ್ಕವನೆಂದು ತೀರ್ಮಾನಿಸಿ ನಾನು ಕರೆಸಿದಾಗ ಕೂಡ ಇಪ್ಪತ್ತೆಂಟೋ ಮೂವತ್ತೋ ವಯಸ್ಸು. ಬೆಳಗೆದ್ದರೆ ವೇದವನ್ನು ಬಾಯಿಪಾಠ ಮಾಡಿಕೊಳ್ಳುವುದು ಬಿಟ್ಟು ಬೇರೆ ಕೆಲಸವಿಲ್ಲ.

ಹಸ್ತಿನಾವತಿಯ ಬ್ರಾಹ್ಮಣರನ್ನು ಕರೆಸಿ ಅವರಿಗೆ ಗೊತ್ತಿದ್ದ ಮಂತ್ರಗಳನ್ನು ಹೇಳಿಸಿ ತಿಳಿದು ಕೊಂಡ. ನನಗೆ ಗೊತ್ತಿದ್ದುದನ್ನೂ ಕೇಳಿ ಕಲಿತ. ಮುಂದೆ ಮದುವೆ ಕೂಡ ಆಗಲಿಲ್ಲ. ಅವಿವಾಹಿತ. ಆದರೆ ತನ್ನ ವಿದ್ಯೆಯ ಉತ್ತರಾಧಿಕಾರಿಯಾಗಲೆಂದು ಅಪ್ಸರಜಾತಿಯ ಒಬ್ಬ ಹೆಂಗಸಿನ ಗರ್ಭಕೋಶವನ್ನು ಒಂಭತ್ತು ತಿಂಗಳ ಪೂರ್ತ ತಾತ್ಕಾಲಿಕ ದಾನವಾಗಿ ಕೇಳಿ ತನ್ನ ಬೀಜವನ್ನು ನಟ್ಟು ಆ ಮಗುವನ್ನು ಪಡೆದನಂತೆ. ಅಪ್ಪನಿಗಿಂತ ಪ್ರಚಂಡ ಬುದ್ಧಿಶಕ್ತಿಯ ವೇದವಿದ್ವಾನನಂತೆ ಅವನು. ನಾನು ನೋಡಿರಲಿಲ್ಲ. ಅಥವಾ ನೋಡಿದ್ದೆನೋ! ಇಲ್ಲ, ಹಸ್ತಿನಾವತಿಗೆ ಬಂದಿರಲಿಲ್ಲ. ಅಥವಾ ಬಂದಿದ್ದೂ ನಾನು ನೋಡಿಲ್ಲವೋ! ಯಾಕೆ ನಿರಾ ಹಾರದ ಸಂಕಲ್ಪ ಮಾಡಿ ಸತ್ತ? ಸುಮಂತುವನ್ನು ಕೇಳಬೇಕೆನ್ನಿಸಿತು. ಆದರೆ ಕೇಳಲು ಒಂದು ತೆರನಾದ ಭಯ, ಅಲ್ಲ ಸಾವಿನ ವಾಸನೆಯು ಮತ್ತೆ ಮನಸ್ಸನ್ನು ತುಂಬಿಕೊಳ್ಳುವ ಅಸಹ್ಯ. ಕುತೂಹಲ ತಡೆಯಲಿಲ್ಲ. ಕೇಳಿದರು. ಪಕ್ಕದಲ್ಲಿದ್ದ ಎಳ್ಳೆಣ್ಣೆಯ ದೀಪವು, ಸುತ್ತ ಅದುಮುತ್ತಿದ್ದ ಕಪ್ಪು ಕತ್ತಲನ್ನು ದುರ್ಬಲವಾಗಿ ಎದುರಿಸಿ ಬದುಕಿರುವಂತೆ ಭಾಸವಾಗುತ್ತಿತ್ತು. ಎದುರಿಗೆ ಕುಳಿತಿದ್ದ ಸುಮಂತುವಿನ ಬಿಳಿಯ ಗಡ್ಡ, ಸುಕ್ಕುಗಟ್ಟಿದ ಹಣೆ, ಇಳಿಬಿದ್ದ ಕಣ್ಣಿನ ಕೆಳಭಾಗಗಳು ಕೂಡ ದುರ್ಬಲ ಬೆಳಕಿನ ಆಶ್ರಯದಲ್ಲಿ ಕಾಣಿಸುತ್ತಿದ್ದವು, ಕತ್ತಲೆಯಲ್ಲಿ ಕರಗಿಹೋಗುವುದೇ ತಮ್ಮ ಸಹಜ ಗುಣವೆಂಬಂತೆ.

ಸುಮಂತು ಹೇಳಿದ: 'ಶುಕದೇವ ತಂದೆಗಿಂತ ಹೆಚ್ಚಿನ ಮೇಧಾವಿ. ತಂದೆಯ ಶಿಷ್ಯ ಕೂಡ. ಅಪ್ಪನಂತೆಯೇ ದೇಶ ದೇಶ ತಿರುಗಿ ಜ್ಞಾನಸಂಪಾದನೆ ಮಾಡಿದ. ಬರೀ ವೇದವಿದ್ಯೆ ಯನ್ನಲ್ಲ. ಅಲ್ಲಲ್ಲಿ ಪ್ರಚಲಿತವಿರುವ ವೇದವನ್ನು ತಿರಸ್ಕರಿಸುವ ವಿಚಾರಗಳನ್ನೂ ಶ್ರದ್ಧೆ ಇಟ್ಟು ಕಲಿತ. ಅದೇ ಅವನ ದುರಂತಕ್ಕೆ ಮೂಲವಾಯಿತು. ಶ್ರದ್ಧಾಹೀನನು ಎಂದಾದರೂ ಸುಖದಿಂದಿರುವುದು ಸಾಧ್ಯವೆ?'

'ಹೇಗೆ ಸಾಧ್ಯ? ಅವನ ಶ್ರದ್ಧೆ ನಷ್ಟವಾದದ್ದು ಹೇಗೆ?'

'ಒಂದು ಥರಕ್ಕೆ ಅವನದನ್ನು ಶ್ರದ್ಧಾನಷ್ಟವೆನ್ನಲೂ ಆಗುವುದಿಲ್ಲ. ಬ್ರಹ್ಮಚರ್ಯ, ಗಾರ್ಹಸ್ಥ್ಯ, ವಾನಪ್ರಸ್ಥ, ಈ ಮೂರು ಆಶ್ರಮಗಳಲ್ಲಿ ಬ್ರಹ್ಮಚರ್ಯವೇ ಪರಮಶ್ರೇಷ್ಠವೆಂದು ಮೊದಮೊದಲು ಪ್ರತಿಪಾದಿಸಲು ಆರಂಭಿಸಿದ. ಅದನ್ನು ತೀರ ಅಲ್ಲಗಳೆಯಲಾಗುವುದಿಲ್ಲ ಅಲ್ಲವೆ?'

ತಾವು ಇದುವರೆಗೂ ಶಪಥಪೂರ್ವಕವಾಗಿ ನಡೆದು ಬದುಕಿರುವ ಆಶ್ರಮದ ಪಾರಮ್ಯ ವನ್ನು ಎತ್ತಿ ಹೇಳುವ ಒಬ್ಬ ಋಷಿಪುತ್ರ ಹುಟ್ಟಿದ್ದುದನ್ನು ಕೇಳಿ ಭೀಷ್ಮರಿಗೆ ಆಂತರ್ಯದೊಳಗಿ ನಿಂದ ಹಿಗ್ಗು ಹರಿಯಿತು. 'ಹೇಗೆ ಸಾಧ್ಯ?' ಎಂದರು.

'ಗಾರ್ಹಸ್ಥ್ಯವೆಂದರೆ ಅಂಟು. ನನ್ನ ಹೆಂಡಿರು ಮಕ್ಕಳು ಎಂಬ ಹಲವು ಬಳ್ಳಿಗಳು ಕೊನರಿ ಬೆಳೆದು ಸುತ್ತಿಕೊಂಡನಂತರ ಮುಪ್ಪಿನಲ್ಲಿ ಕಾಡಿಗೆ ಹೋಗಿ ಬಿಡಿಸಿಕೊಳ್ಳುತ್ತೇನೆಂಬುದು ಬರಿ ಮಾತೇ ವಿನಾ ಸಹಜಸಾಧ್ಯವಲ್ಲ. ಆದ್ದರಿಂದ ಅಂಟಿಗೆ ಸಿಲುಕದೆ ಇರುವುದೇ ವಿವೇಕ. ಎಂದರೆ ಎಲ್ಲರೂ ಬ್ರಹ್ಮಚಾರಿಯಾಗಿರಬೇಕು ಅಂತ ವಾದಿಸುತ್ತಿದ್ದ.'

'ಹೌದು ಹೌದು,' ಭೀಷ್ಮರು ತಲೆದೂಗಿದರು.

'ಹಾಗೆಂದು ಹಲವು ಕಡೆಗಳಲ್ಲಿ ವಾದ ಮಾಡಿ ಗೆದ್ದೂ ಬಂದಿದ್ದ. ವಾದಕ್ಕೆ ನಿಂತರೆ ಅವನನ್ನು ಗೆಲ್ಲುವ ಹರಿತಬುದ್ಧಿ ಯಾರಿಗೂ ಇರಲಿಲ್ಲ. ವಿದೇಹ ದೇಶದ ಆಸ್ಥಾನವು ಅಧ್ಯಾತ್ಮದ ವಾದಕ್ಕೆ ಪ್ರಸಿದ್ಧವೆಂಬುದು ನಿಮಗೂ ಗೊತ್ತಿರಬಹುದು. ಅಲ್ಲಿ ಕೂಡ ಹೋಗಿ ಗೆದ್ದ. ಇವನ ಮಾತಿನ ತಿರುಳನ್ನು ಅವರು ಪರೀಕ್ಷೆಯೂ ಮಾಡಿದರು. ಕಾಮಕಲೆಯಲ್ಲಿ ನುರಿತ, ಎಂಥವನೂ ಮನಸೋಲುವ ಸೌಂದರ್ಯದ ವಾರಾಂಗನೆಯರನ್ನು ಇವನ ಶುಶ್ರೂಷೆಗೆ ನೇಮಿಸಿದ್ದರು. ಋಷಿಗಳು ಹೆಂಗಸರನ್ನು ಉಪಭೋಗಿಸುವುದೇನೂ ತಪ್ಪಲ್ಲವಲ್ಲ. ಆದರೆ ವಿದೇಹದಲ್ಲಿ ನೇಮಿಸಿದವರು ನುರಿತ ವಾರಾಂಗನೆಯರೆಂಬುದನ್ನು ಬಹಳ ಗುಟ್ಟಿನಲ್ಲಿಟ್ಟಿದ್ದರಂತೆ. ಸೇವೆಮಾಡುವ ನೆಪದಲ್ಲಿ ತಾವಾಗಿಯೇ ಸ್ಪರ್ಶಿಸಿ ಪ್ರಚೋದಿಸಲು ಅವರು ಎಷ್ಟು ಪ್ರಯತ್ನಿಸಿದರೂ ಇವನು ದೈಹಿಕವಾಗಿ ಮಾತ್ರವಲ್ಲ, ಆಂತರಿಕವಾಗಿ ಕೂಡ ಸ್ವಲ್ಪವೂ ವಿಚಲಿತನಾಗಲಿಲ್ಲವಂತೆ. ಒಂದು ದಿನ ಕೂಡ. ಇವನ ದೃಷ್ಟಿ ಮತ್ತು ಪ್ರತಿಯೊಂದು ರೋಮದ ಪ್ರತಿಕ್ರಿಯೆಯನ್ನೂ ಸೂಕ್ಷ್ಮವಾಗಿ ನಿರೀಕ್ಷಿಸಿದ ಅವರೇ ಹಾಗೆಂದು ವರದಿ ಮಾಡಿದರಂತೆ.'

'ಹುಟ್ಟಿನಿಂದಲೇ ನಪುಂಸಕನೇ?' ಭೀಷ್ಮರು ಸಂಶಯನಿವಾರಣೆಗೆ ಕೇಳಿದರು.

'ಖಂಡಿತ ಅಲ್ಲ. ಮುಖದಲ್ಲಿ ನಡೆ ನುಡಿಯಲ್ಲಿ ಪುರುಷಕಳೆ ತುಂಬಿದ ಮನುಷ್ಯ. ಅಷ್ಟೇ ಸಂಯಮದ ಬಿಗಿ ಕೂಡ.' ಎಂಬ ಉತ್ತರ ಬಂದಾಗ ಭೀಷ್ಮರಿಗೆ ತಮ್ಮದೇ ನೆನಪಾಯಿತು. ಶುಕನನ್ನು ತಾವು ನೋಡಿರಲಿಲ್ಲ. ಆದರೆ ಪ್ರಾಯದಲ್ಲಿ, ಪ್ರಾಯವೇನು, ಈಗ ಕೂಡ ತಮ್ಮನ್ನು ಪುರುಷಸಿಂಹನಲ್ಲವೆಂದು ಯಾರು ತಾನೆ ಹೇಳಬಹುದು? ಆದರೂ ಎಂತಹ ಅದ್ಭುತ ಸಂಯಮದಿಂದ ಬಾಳಲಿಲ್ಲ! ವಿಚಿತ್ರವೀರ್ಯನಿಗೆಂದು ನಾನೇ ಗೆದ್ದು ತಂದ ಸುಂದರಿ ಕನ್ಯೆಯರು, ರೋಗಿಷ್ಠ ಗಂಡ, ಅವನು ಸತ್ತನಂತರ ಧರ್ಮಕ್ಕನುಗುಣವಾಗಿ ನೀನೇ ನಿಯೋಗ ಮಾಡೆಂದು ಸತ್ಯವತಿಯೇ ಪರಿಪರಿಯಾಗಿ ಕೇಳಿಕೊಂಡರೂ ಒಪ್ಪದೆ ಸ್ಥಿತ ಬುದ್ಧಿಯಿಂದಿರಲಿಲ್ಲವೆ? ಭೀಷ್ಮನೆಂದರೆ ಬ್ರಹ್ಮಚಾರಿ, ಬ್ರಹ್ಮಚರ್ಯವೆಂದರೆ ಭೀಷ್ಮನೆಂಬ ಹೆಸರು ಆರ್ಯಾವರ್ತದ ಕ್ಷತ್ರಿಯ ಸಮೂಹದಲ್ಲೆಲ್ಲ ಅನ್ವರ್ಥವಾಗಿದೆ ಎಂಬ ನೆನಪಿನೊಡನೆ ಶುಕನ ವಿಷಯವಾಗಿ ಅವರ ಗೌರವ ಹೆಚ್ಚಿತು.

'ಅವನದು ವಿಚಾರದಿಂದ ರೂಪಗೊಂಡು ಅನಂತರ ಭಾವನೆಯ ಬಲದಿಂದ ಗಟ್ಟಿಗೊಂಡ ಬ್ರಹ್ಮಚರ್ಯ,' ಸುಮಂತು ಮುಂದುವರಿಸಿದ: "ಅಂಟೆಂಬುದು ಕೆಟ್ಟದ್ದು. ಅದಕ್ಕೆ ಸಿಕ್ಕದೆ ಬದುಕಬೇಕು ಎಂದು ನಂಬುತ್ತಿದ್ದವನು ಒಂದು ದಿನ ಅದೇ ಮಾತಿನ ಮುಂದಿನ ಮೆಟ್ಟಿಲನ್ನು ಪ್ರತಿಪಾದಿಸಲು ಶುರು ಮಾಡಿದ. ಸಂಸಾರ ಮಕ್ಕಳು ಮೊಮ್ಮಕ್ಕಳಲ್ಲಿ ಅರ್ಥವಿಲ್ಲದ ಮೇಲೆ ಬ್ರಹ್ಮಚಾರಿಯಾಗಿ ಎಷ್ಟು ದಿನ ಬದುಕಿದರೆ ತಾನೆ ಏನು? ಈಗ ಸತ್ತರೆ ಏನು? ಇನ್ನು ಐವತ್ತು ವರ್ಷದ ನಂತರ ಸತ್ತರೆ ಏನು? ಹುಟ್ಟು ಸಾವುಗಳ ವಿಷಚಕ್ರದಿಂದ ಬಿಡುಗಡೆಯಾಗುವುದೇ ಜೀವನದ ಗುರಿ. ಆಶೆಯನ್ನು, ಅಂದರೆ ಮಮಕಾರದ ಸಂಸಾರವನ್ನು ತ್ಯಜಿಸದೆ ಬಿಡುಗಡೆ ಸಾಧ್ಯವಿಲ್ಲ. ಅದನ್ನು ತ್ಯಜಿಸಿದನಂತರ ಬದುಕುವುದರಲ್ಲೂ ಅರ್ಥವಿಲ್ಲ. ಸಾಯಲು ಹೆದರುವವನು ಬೇಕಾದರೆ ಬದುಕಬಹುದು. ಆದರೆ ಅಂಥವನು ಮಮಕಾರವನ್ನು

ತ್ಯಜಿಸಿದವನಾಗುವುದಿಲ್ಲ ಎಂಬ ವಿಚಾರವನ್ನು ಮಂಡಿಸಲು ಆರಂಭಿಸಿದ. ಅವನನ್ನು ಸೋಲಿಸುವುದು ಹೇಗೆ? ಸೋಲಿಸುವವರು ಯಾರು? ಇದೇ ಆಶ್ರಮದಲ್ಲಿರುತ್ತಿದ್ದ. ಗುರುಗಳೊಡನೆ ವಾದ ಮಾಡುತ್ತಿದ್ದ. ನಾವು ನಾಲ್ವರನ್ನೂ ಚರ್ಚೆಗೆ ಸೆಣಸುತ್ತಿದ್ದ. ಕೊನೆಗೆ ಒಂದು ದಿನ ತನ್ನ ವಿಚಾರವನ್ನು ಅನುಷ್ಠಾನಕ್ಕೆ ತರಲು ನಿಶ್ಚಯಿಸಿ ನಿರಾಹಾರಿಯಾಗಿ ಕುಳಿತುಬಿಟ್ಟ. ನಾವು ಬೇಡಿಕೊಂಡೆವು. ಹೆತ್ತ ತಂದೆ ಕಣ್ಣಿನಲ್ಲಿ ನೀರು ತಂದುಕೊಂಡರು. ಗುರುಗಳು ಎಂದೂ ಯಾವ ಕಾರಣಕ್ಕೂ ದುಃಖಕ್ಕೆ ಪಕ್ಕಾದವರಲ್ಲ, 'ಅಪ್ಪ, ನಾನು ಮಾಡುತ್ತಿರುವುದು ತಪ್ಪಲ್ಲದಿರುವಾಗ ನಿಮ್ಮ ಅಳುವಿಗೆ ಅರ್ಥವಿಲ್ಲ. ವೇದದಲ್ಲಿ ನೀವು ಇಷ್ಟೊಂದು ಪಾರಂಗತರಾಗಿ ಏನು ಸಾರ್ಥಕವಾಯಿತು?' ಎಂದು ಕೇಳಿದ.

"ಅಂತೂ ಅನ್ನ ನೀರುಗಳನ್ನು ಬಿಟ್ಟು ಮಲಗಿದರೆ ಶರೀರ ಎಷ್ಟು ದಿನ ಉಳಿಯಬಲ್ಲದು? ಇವತ್ತು ಮಧ್ಯಾಹ್ನ....." ಎಂದು ಹೇಳಿ ಮುಗಿಸುವ ಮುನ್ನವೇ ಭೀಷ್ಮರ ಮೂಗಿಗೆ ಮತ್ತೆ ಸಾವಿನ ವಾಸನೆ ಬಡಿಯಲು ಶುರುವಾಯಿತು. ಅದಲ್ಲವೆಂದು ಬೇರೆ ರೀತಿಯಾಗಿ ಅರಿವಿಗೆ ಬಂತು. ಈ ಆಶ್ರಮದ ಆವರಣವನ್ನು ಪ್ರವೇಶಿಸಿದಾಗಿನಿಂದ ಮನಸ್ಸನ್ನು ತುಂಬಿಕೊಂಡಿದ್ದ ಸಾವಿನ ದಟ್ಟತೆಯು ಇದುವರೆಗಿನ ಮಾತಿನ ಅನ್ಯಮನಸ್ಕತೆಯಲ್ಲಿ ಸ್ವಲ್ಪ ಮರೆಯಾಗಿತ್ತು. ಈಗ ಹೊರ ಹೋಗಲು ಗವಾಕ್ಷವೇ ಇಲ್ಲದಂತೆ ಇನ್ನಷ್ಟು ದಟ್ಟವಾಗಿದೆ. ಎದುರಿಗೆ ಬೇರೇನೂ ಇಲ್ಲದ್ದರಿಂದ ಅವರ ಕಣ್ಣುಗಳು ಸುಮಂತುವಿನ ಮುಖವನ್ನು ಯಾಂತ್ರಿಕವಾಗಿ ನೋಡಿದವು. ಅದೂ ಸಾವಿನ ಬಿಂಬವಾಗಿ ಕಾಣಿಸಿತು. ದುರ್ಬಲವಾಗಿ ಕ್ಷಣಕ್ಷಣಕ್ಕೂ ತನ್ನ ಅಸ್ತಿತ್ವಕ್ಕಾಗಿ ಹೆಣಗುತ್ತಿದ್ದ ದೀಪವು ಸುತ್ತಲೂ ಆವರಿಸಿದ್ದ ಕತ್ತಲೆಯ ಪರಮಸತ್ಯವನ್ನು ಸ್ಥಾಪಿಸುವಂತೆ ಕಂಡಿತು. ಸುಮಂತು ಸ್ವಲ್ಪ ಹೊತ್ತು ಸುಮ್ಮನೆ ಕುಳಿತಿದ್ದ ನಂತರ ಕೇಳಿದ: 'ಈ ವಿಷಯವೇ ಆಯಿತು. ಮಗನು ನಿರಾಹಾರಿಯಾದ ದಿನದಿಂದ ಗುರುಗಳಿಗೆ ಹೊರ ಜಗತ್ತಿನಲ್ಲಿ ನಡೆಯುತ್ತಿರುವುದು ತಿಳಿಯುತ್ತಿಲ್ಲ. ಅಲ್ಲಿ ಯುದ್ಧ ಶುರುವಾಗುತ್ತದಂತೆ ನಿಮ್ಮ ಮೊಮ್ಮಕ್ಕಳ ಬಣಗಳ ನಡುವೆ. ನೀವು ಈಗ ಇಲ್ಲಿಗೆ ಬಂದ ಕಾರಣವೇನು? ಬೇಸತ್ತು ಬಂದಿರಾ?'

ಒತ್ತಿಕೊಂಡಿದ್ದ ಈ ಸಾವಿನ ಆವರಣದಲ್ಲಿ ಭೀಷ್ಮರಿಗೆ ತಮ್ಮ ಸಮಸ್ಯೆಯು ಮರೆತೇ ಹೋಗಿತ್ತು. ಈಗ ನೆನಪಿಗೆ ಬಂದರೂ ಗೌಣವಾಗಿ ಕಾಣಿಸತೊಡಗಿತು. ಆ ಬಗೆಗೆ ಮಾತನಾಡುವ ಲವಲವಿಕೆ ಹುಟ್ಟಲಿಲ್ಲ. ಸುಮಂತು ಮತ್ತೆ ಕೇಳಲಿಲ್ಲ. ಸುಮ್ಮನಾದ. ಮೌನ ಕವಿಯಿತು. ಕತ್ತಲೊಳಗಿನಿಂದ ಹೊರಬಂದು ಗೌಂವ್ ಎನ್ನುವ ಮೌನ. ಅದರಿಂದ ಮರೆಯಾಗಲು ಮಾತೊಂದೇ ತಕ್ಕ ಉಪಾಯವೆನ್ನಿಸಿ, ಭೀಷ್ಮರು ತಾವು ಇದ್ದಕ್ಕಿದ್ದಂತೆಯೇ ರಣಸ್ಥಾನದಿಂದ ಇಲ್ಲಿಗೆ ಹೊರಟುಬಂದ ಕಾರಣ ಮತ್ತು ಸಮಸ್ಯೆಯನ್ನು ಹೇಳತೊಡಗಿದರು. 'ನಾಳೆ ಮಧ್ಯಾಹ್ನ ನಾನು ಹೊರಡಬೇಕು. ಈ ಸ್ಥಿತಿಯಲ್ಲಿ ಕೃಷ್ಣನಿಗೆ ನನ್ನ ಸಮಸ್ಯೆಯನ್ನು ಹೇಳುವುದು ಸಾಧುವಲ್ಲ. ಬಂದದ್ದಕ್ಕೆ ನಿಮ್ಮ ಕೈಲಾದರೂ ಹೇಳಿಬಿಡುತ್ತೇನೆ. ನೀವು ವೇದ ಪಾರಂಗತರು. ಅಲ್ಲದೆ ನನ್ನಲ್ಲಿಯೇ ಒಂದು ತೆರನಾದ ಪರಿವರ್ತನೆಯಾಗುತ್ತಿದೆ. ಅದೇನೆಂಬುದು ಮಾತ್ರ ಸ್ಪಷ್ಟವಾಗಿ ಅರಿವಿಗೆ ಬರುತ್ತಿಲ್ಲ.'

ಅವರ ಮಾತು ಮುಗಿಯುವ ಹೊತ್ತಿಗೆ ನಡುರಾತ್ರಿಯ ನಂತರ ನಾಲ್ಕೈದು ಘಳಿಗೆ ಕಳೆದಿತ್ತು. ಸುಮಂತು ನಿಯೋಗದ ಧರ್ಮದ ಬಗೆಗೆ ಯಾವ ಖಚಿತ ಪರಿಹಾರವನ್ನೂ ಹೇಳಲಿಲ್ಲ. 'ವೇದದಲ್ಲಿ ನಮ್ಮ ಗುರುಗಳು ಮಾಡಿದಂತೆ ಈ ವಿಷಯಗಳಲ್ಲೂ ಕ್ರೋಢೀಕರಣ, ಸಮನ್ವಯಗಳು ಆಗಬೇಕೆಂದು ತೋರುತ್ತದೆ. ಅಲ್ಲಿಯತನಕ,' ಎಂದವನು ಮುಂದೆ ತಿಳಿಯದೆ ಸುಮ್ಮನಾದ. ಮತ್ತೆ ಮೌನ ಕವಿಯಿತು. ಸಣ್ಣ ದುರ್ಬಲ ದೀಪಕ್ಷೇತ್ರವನ್ನುಳಿದು ಸುತ್ತುವರಿದ ವಿಶಾಲ ಕತ್ತಲೆ.

'ನಿಮಗೂ ಪ್ರಯಾಣ ಮಾಡಿ ಆಯಾಸವಾಗಿದೆ. ರಾತ್ರಿ ಬಲು ಹೊತ್ತಾಗಿದೆ. ಮಲಗಿ. ಬೆಳಗ್ಗೆ ಮಾತನಾಡೋಣ. ಈ ಸಮಸ್ಯೆಯನ್ನಾದರೂ ಮುಂದಿಟ್ಟು ಗುರುಗಳನ್ನು ದುಃಖದ ಚಿಪ್ಪಿನಿಂದ ಹೊರಗೆ ಬರಿಸಲು ಸಾಧ್ಯವಾದರೆ ಉಭಯ ಪ್ರಯೋಜನವಾಗುತ್ತದೆ.' ಎಂದು ಅವನು ಮೇಲೆ ಎದ್ದ. ಗುಡಿಸಿಲಿನ ಬಾಗಿಲನ್ನು ಅರ್ಧ ತೆರೆದು, 'ಕಾಡಿನ ನಡುವೆ ಇದ್ದರೂ ದುಷ್ಟ ಮೃಗಗಳ ಭಯವಿಲ್ಲ. ಹೇಳಿ ಕೇಳಿ ಆಶ್ರಮ. ಕಳ್ಳಕಾಕರ ಭಯವಂತೂ ಇಲ್ಲವೇ ಇಲ್ಲ,' ಎಂದು ಹೇಳಿ ಬಾಗಿಲನ್ನು ಮುಚ್ಚಿ ಹೊರಗಿನ ಕತ್ತಲೆಗೆ ಹೊರಟುಹೋದ.

ಭೀಷ್ಮರು ಒಳಗೆ ಒಂಟಿಯಾದರು. ಸಣ್ಣ ದೀಪ. ಎಣ್ಣೆ ತೀರುವ ಸ್ಥಿತಿ. ಸುತ್ತುವರಿದು ಹಿಸುಕುವ ದಟ್ಟ ಕತ್ತಲೆ. ದಾರಿಯ ಕುಲುಕಿನಿಂದ ಬೆನ್ನು ಪಕ್ಕೆಗಳಲ್ಲಿ ಸ್ವಲ್ಪ ನೋವು ಕಾಣಿಸಿಕೊಂಡಿದ್ದರೂ, ಹುಲ್ಲು ತುಂಬಿ ಮಾಡಿದ ಹಾಸಿಗೆ ಮೆತ್ತಗಿತ್ತು. ಭತ್ತದ ತೌಡು ತುಂಬಿದ ತಲೆದಿಂಬು. ಬೆಚ್ಚನೆಯ ಕಂಬಳಿ ಹೊದೆದು ಮಲಗಿದರು. ಈ ಕಪ್ಪು ಕಂಬಳಿಯನ್ನು ಯಾಕೆ ಇಟ್ಟರು, ಬಿಳಿತುಪ್ಪಟ ಇವರಿಗೆ ಸಿಕ್ಕಲಿಲ್ಲವೋ ಎಂದು ಕಸಿವಿಸಿಯಾಯಿತು. ಯಾವ ಬಣ್ಣದ್ದಾದರೇನು ಬೆಚ್ಚಗಾದದ್ದೆಲ್ಲ ಒಂದಲ್ಲವೆ ಎಂಬ ಸಮಾಧಾನಕ್ಕೆ ಮನಸ್ಸು ಒಗ್ಗಲಿಲ್ಲ. ಕಂಬಳಿಯ ಬಣ್ಣ ಕಪ್ಪಾದರೆ ಅದೇನು ಬಂದು ಅವಚಿಕೊಳ್ಳುವುದಿಲ್ಲ ಎಂದು ತಮಗೆ ತಾವೇ ಹೇಳಿಕೊಂಡರು. ಆದರೂ ತಮಗೇ ತಿಳಿಯದ ಕಳವಳ. ಕಂಬಳಿಯನ್ನು ಕಾಲಿನಿಂದ ಜಾಡಿಸಿ ದೂರ ನೂಕುವ, ಆದರೆ ಚಳಿ. ಹೊರಗೆ ಸುಂಯ್ ಎಂದು ಬೀಸಿದ ಗಾಳಿಯು ಒತ್ತಿ ಹಿಡಿದಿದ್ದ ಕತ್ತಲೆಯ ಚಿಹ್ನೆಯಾಗಿ ಕೇಳಿಸಿತು. ಶುಕ ಸುಮ್ಮಸುಮ್ಮನೆ ಸಾಯಲಿಲ್ಲವೆಂದು ಮನಸ್ಸು ಹೇಳಿತು. ಅವನು ಸತ್ತ ಕಾರಣವನ್ನು ಹುಡುಕುವ ಹವಣಿಕೆ. ತಮ್ಮಂತೆಯೇ ಅವನೂ ಆಜನ್ಮ ಬ್ರಹ್ಮಚಾರಿ. ಗೃಹಸ್ಥನಾದರೆ ಬದುಕಬೇಕು. ಮಕ್ಕಳನ್ನು ಸಾಕಿ ಮೊಮ್ಮಕ್ಕಳಿಗೆ ವಿವೇಕ ಹೇಳಿ ಮರಿಮಕ್ಕಳಿಗೆ ಆಟದ ಸಂಗಾತಿಯಾಗಿ. ಬ್ರಹ್ಮಚರ್ಯವೇ ಶ್ರೇಷ್ಠವಾದರೆ ಯಾಕೆ ಬದುಕಬೇಕು? ಎಷ್ಟು ಬದುಕಬೇಕು? ಬ್ರಹ್ಮಚರ್ಯದ ಶ್ರೇಷ್ಠತೆಯಲ್ಲಿ ತಮ್ಮ ಮನಸ್ಸು ಶುಕನಲ್ಲಿ ಒಂದಾಗಿಹೋಗಿದೆ. ಇನ್ನು ಅವನು ನಡೆದ ಮುಂದಿನ ಮೆಟ್ಟಿಲಿನಲ್ಲಿ ದಾರಿ ಕಾಣದಾಗಿರುವುದು ಅರಿವಿಗೆ ಬಂತು. ಅಪ್ಪನ ಕಾಮತೃಪ್ತಿಗಾಗಿ ನಾನು ಬ್ರಹ್ಮಚಾರಿಯಾದೆ. ಗೃಹಸ್ಥಾಶ್ರಮಕ್ಕಿಂತ ಅದು ಶ್ರೇಷ್ಠವೆಂಬ ಭಾವನೆಯಿಂದಲಂತೂ ಅಲ್ಲ. ಬ್ರಹ್ಮಚಾರಿಯಾಗು ಅಂದರೆ ನನ್ನ ಮಗಳು ಸೇರುವ ಮನೆಯಲ್ಲಿ ನಿನ್ನ ಯಾವ ಪುಲಾರವನ್ನೂ ನಡೆಸಬೇಡ, ಹಾಗೆಯೇ ನದಿಯಾಚೆ ಪರ್ಣಕುಟಿ ಕಟ್ಟಿಕೊಂಡು, ಅನಂತರ ಮತ್ತೆ ಅವಳೇ ಬಂದು ಕರೆದಾಗ ಅರಮನೆ ಸೇರಿ, ನನ್ನ ಕೆಲಸ ಮುಗಿಯಿತೆಂದು ತಿಳಿದ ದಿನ ಯಾಕೆ

ವಾಪಸು ಹೋಗಲಿಲ್ಲ? ನನ್ನ ಕೆಲಸವು ಅಂತಿಮವಾಗಿ ಮುಗಿಯಿತೆಂಬ ಅರಿವು ಸರಿಯಾದ ಕಾಲದಲ್ಲಿ ಯಾಕೆ ಹುಟ್ಟಲಿಲ್ಲ? ಒಂದಾದ ಮೇಲೆ ಒಂದು ಕೊಂಡಿಯಂತೆ ಸರಪಳಿಗೆ ಸಿಕ್ಕುತ್ತಲೇ ಹೋದೆ. ದೀಪ ಆರುವ ಸೂಚನೆ ಕಂಡಿತು. ಹತ್ತಿರವೇ ಇದ್ದ ಮೊಗೆಯಿಂದ ಎಣ್ಣೆ ಹಾಕಿ ಬತ್ತಿಯನ್ನು ಮೀಟಿ ಕಿಟ್ಟ ಉದುರಿಸುವ ಮನಸ್ಸಾದರೂ ಮಲಗಿ ನಿದ್ರಿಸುವಾಗ ದೀಪ ಯಾಕೆ ಎಂದು ಸುಮ್ಮನಾದರು. ಆದರೆ ದೀಪ ಆರಿ ಹೋದ ಮೇಲೆ ಕೊನೆಯ ಕ್ಷಣದಲ್ಲಿ ಉರಿದ ಎಣ್ಣೆ ಇಲ್ಲದ ಬತ್ತಿಯ ಕರಕು ವಾಸನೆಯೂ ಮೂಗಿಗೆ ತುಂಬಿಕೊಂಡಿತು. ಹೆಣ ಸುಟ್ಟಂತಹ ಕಪ್ಪುವಾಸನೆ. ಜೊತೆಗೆ ತಮ್ಮ ಮೈಯನ್ನು ಮುಚ್ಚಿಕೊಂಡಿರುವ ಕಪ್ಪು ಕಂಬಳಿಯ ಅರಿವು. ಇಡೀ ಗುಡಿಸಿಲಿನಲ್ಲಿ ತಾವೊಬ್ಬರೇ ಮಲಗಿರುವ ನೆನಪು ಬಂತು. ಈ ಆಶ್ರಮದ ವಿನ್ಯಾಸ ಕತ್ತಲಿನಲ್ಲಿ ತಿಳಿಯಲಿಲ್ಲ. ಇಂತಹ ಎಷ್ಟು ಗುಡಿಸಿಲುಗಳಿವೆಯೋ, ಒಂದಕ್ಕೊಂದು ಎಷ್ಟು ದೂರದಲ್ಲಿವೆಯೊ? ನಾನು ಮಲಗಿರುವ ಗುಡಿಸಿಲು ಒಂಟಿಯಾಗಿ ತುಂಬ ದೂರದಲ್ಲಿದೆಯೋ? ಒಂದು ತೆರನಾದ ದಿಗಿಲು. ಹಸ್ತಿನಾವತಿಯಲ್ಲಿ ಅಷ್ಟು ದೊಡ್ಡ ಭವನದಲ್ಲಿ ಒಬ್ಬನೇ ಇರುತ್ತಿರಲಿಲ್ಲವೆ ಇಷ್ಟು ದಿನ? ಯಾವುದೋ ಮೂಲೆಯಲ್ಲಿ ಒಬ್ಬಿಬ್ಬ ಆಳುಗಳು. ಈ ಭೀಷ್ಮನಿಗೆ ಈ ದಿನ ಕತ್ತಲೆಯ ಭಯ ಬಂದುಬಿಟ್ಟಿದೆಯಲ್ಲ ಇದ್ದಕ್ಕಿದ್ದಂತೆ, ಎನ್ನಿಸಿದ ಸ್ವಲ್ಪ ಹೊತ್ತಿಗೆ ಧೈರ್ಯ ತುಂಬಿಕೊಂಡಿತು. ಆದರೆ ಆವರಿಸಿದ ಸಾವಿನ ವಾಸನೆ ಇಲ್ಲವಾಗಲಿಲ್ಲ. ಈ ವಾಸನೆಯ ಮೂಲವನ್ನು ಮೂಸಿ ತಿಳಿಯುವ ಕುತೂಹಲ. ಏನು ಹಾಗಂದರೆ, ಎಂದು ತಮ್ಮನ್ನು ತಾವೇ ಕೇಳಿಕೊಂಡಾಗ ಸ್ಪಷ್ಟ ಉತ್ತರ ತಿಳಿಯಲಿಲ್ಲ. ಸ್ವಲ್ಪ ಹೊತ್ತಿಗೆ ಜೊಂಪು ಕಾಣಿ ಸಿತು. ಜೊತೆಗೇ ಶುಕನ ಚಿತ್ರದ ಕಲ್ಪನೆ. ಹೇಗಿದ್ದ ಅವನು? ಕಪ್ಪು ಬಣ್ಣದ ಕ್ಷೀಣಕಾಯದ ತಂದೆ. ಅಪ್ಸರ ಜಾತಿಯ ಗರ್ಭ. ಹೇಗಿದ್ದಿರಬಹುದೋ? ಆದರೆ ಆ ಚಿತ್ರವೂ ಕುತೂಹಲಕ್ಕೆ ತಕ್ಕ ನೆಲೆಯನ್ನು ಕೊಡಲಿಲ್ಲ. ಒಂದು ದಿನ ಮೊದಲೇ ಬಂದಿದ್ದರೆ ಅವನನ್ನು ಸ್ವತಃ ಭೇಟಿಯಾಗಬಹುದಿತ್ತು. ಸಾವು ಸಮೀಪಿಸುವ ಅವಸ್ಥೆಯಲ್ಲಿ ಭೇಟಿಯಾಗಿ ತಾನೆ ಎಷ್ಟು ಪ್ರಯೋಜನ? ನಿರಾಹಾರವನ್ನು ಆರಂಭಿಸುವ ಮೊದಲು ಅಥವಾ ಆರಂಭಿಸಿದ ದಿನ ಅವನನ್ನು ಮುಖಾಮುಖಿ ಕಾಣಬೇಕಿತ್ತು ಎಂಬ ಬಯಕೆಯೊಡನೆ ಕಣ್ಣು ಎಳೆದುಕೊಂಡು ಹೋಯಿತು. ಈಗ ನಿದ್ದೆ ಬರುತ್ತದೆಂಬ ಅರಿವು. ಕನಸಿನಲ್ಲಿ ಶುಕನನ್ನು ಕಾಣಬಹುದೇನೋ ಎಂಬ ಆಶೆ. ಅವನು ನಿಜವಾಗಿಯೂ ಕನಸಿನಲ್ಲಿ ಮುಖಾಮುಖಿಯಾಗಿ ತಾವು ಭಯಪಟ್ಟು ಕನವರಿಸಿ ಕಿರುಚಿಕೊಂಡರೆ ಎಂಬ ಆತಂಕ. ಆದರೂ ನಿಧಾನವಾಗಿ ಎಚ್ಚರ ಮುಳುಗಿತು.

ಶಿಷ್ಯರು ಬಲವಂತ ಮಾಡಿ ಅರಳು ಹಾಲು ಬೆಲ್ಲಗಳನ್ನು ತಿನ್ನಿಸಿದ ಮೇಲೆ ದ್ವೈಪಾಯನರ ಶರೀರದಲ್ಲಿ ಸ್ವಲ್ಪ ತ್ರಾಣ ಕೂಡಿತು. ಅವರ ಗುಡಿಸಿಲಿನಲ್ಲಿ ಜೊಂಡಿನ ಮಂದಲಿಗೆ ಹಾಕಿ ಮೇಲೆ ಜಿಂಕೆಯ ಚರ್ಮ ಹಾಸಿ ತಲೆಗೆ ದಿಂಬಿಟ್ಟು ಮಲಗಿಸಿ ಶಿಷ್ಯರೇ ಕಂಬಳಿ ಹೊದೆಸಿದರು. ಪೈಲ, ವೈಶಂಪಾಯನ, ಜೈಮಿನಿ, ಮೂವರೂ ಸುತ್ತ ಮೌನವಾಗಿ ಕುಳಿತರು.

ಹತ್ತಿರವೇ ಕಂಬದ ಮೇಲೆ ಉರಿಯುವ ದೀಪ. ಶುಕನ ಸಾವಿನ ವಿಷಯದಲ್ಲಿ ಆಡುವಂತಹ ಯಾವ ಹೊಸ ಮಾತೂ ಅವರಲ್ಲಿರಲಿಲ್ಲ. ಹಳೆಯದನ್ನೇ ಮತ್ತೆ ಆಡಿ ಮನಸ್ಸಿಗೆ ಮೇವು ಒದಗಿಸುವ ಅಗತ್ಯ ಯಾರಿಗೂ ಇರಲಿಲ್ಲ. ಶರೀರದ ಉಸಿರು ನಿಂತದ್ದು ಈ ಮಧ್ಯಾಹ್ನವಾದರೂ ಅವನ ಸಾವಿನ ನಿಶ್ಚಯವಾಗಿ ಹಲವು ತಿಂಗಳುಗಳೇ ಆಗಿದ್ದವು. ನಿಶ್ಚಯವು ಒಳಗೇ ಬಲಿಯಲೆಂದು ಇಷ್ಟು ದಿನ ತಡೆದಿದ್ದನೋ, ಅಥವಾ ವಿಚಾರವು ಕಾರ್ಯವಾಗುವಷ್ಟು ಶಕ್ತವಾಗಲು ಇಷ್ಟು ದಿನ ಹಿಡಿಯಿತೋ, ಅಥವಾ ಅವನ ಜಿಜೀವಿಷೆಯು ಇಷ್ಟು ದಿನದ ತನಕ ಜೀವನ ದೃಷ್ಟಿಯನ್ನು ಮೆಟ್ಟಿ ನಿಂತಿತ್ತೋ ಅವರಿಗೆ ಗೊತ್ತಿಲ್ಲ, ಅಷ್ಟೆ.

'ಸುಮಂತು ಎಲ್ಲಿ?' ದ್ವೈಪಾಯನರು ಕೇಳಿದರು.

'ಅತಿಥಿ ಭೀಷ್ಮರ ಸತ್ಕಾರದಲ್ಲಿದ್ದಾನೆ,' ಜೈಮಿನಿ ಉತ್ತರಿಸಿದ.

'ನೀವೆಲ್ಲ ಮಲಗಿ ಹೋಗಿ.'

'ನಿಮ್ಮೊಬ್ಬರನ್ನೇ ಬಿಟ್ಟು?'

ಗುರುಗಳು ಮಾತನಾಡಲಿಲ್ಲ. ಸ್ವಲ್ಪ ಸಮಯದ ನಂತರ ಎಂದರು: 'ಅವನು ನಿರಾಹಾರವನ್ನು ಆರಂಭಿಸಿದ ದಿನವೇ ನಾನು ಸಿದ್ಧನಾಗಿದ್ದೆ. ಇವತ್ತೇನೂ ಹೊಸತಲ್ಲ. ನೀವು ಹೋಗಿ.' ಆದರೂ ಅವರು ಏಳಲಿಲ್ಲ. ಗುರುಗಳು ಕಣ್ಣುಮುಚ್ಚಿಕೊಂಡರು. ಅವರಿಗೆ ನಿದ್ದೆ ಬಂದಿಲ್ಲ, ಒಂಟಿಯಾಗಿರುವ ಬಯಕೆಯಿಂದ ಹೀಗೆ ಮಾಡಿದ್ದಾರೆಂದು ಮೂವರೂ ಅರ್ಥಮಾಡಿಕೊಂಡರು. ಪೈಲ ಕಣ್ಣುಸನ್ನೆ ಮಾಡಿದ. ಒಬ್ಬೊಬ್ಬರಾಗಿ ಸದ್ದು ಮಾಡದೆ ಹೊರಗೆ ನಡೆದರು. ಕೊನೆಗೆ ಬಂದ ಜೈಮಿನಿ ಸದ್ದಾಗದಂತೆ ಹಲಗೆಯ ಬಾಗಿಲನ್ನು ಹೊರಗಿನಿಂದ ಮುಚ್ಚಿಕೊಂಡ. ಒಳಗೆ ಮಲಗಿದ್ದ ದ್ವೈಪಾಯನರು ಕಣ್ಣು ತೆರೆದರು. ಕಂಬದ ಮೇಲೆ ಉರಿಯುತ್ತಿದ್ದ ದೀಪ ನಿಶ್ಚಲವಾಗಿತ್ತು. ಛಾವಣಿ, ತಡಿಕೆ ಗೋಡೆಗಳೆಲ್ಲ ಮಬ್ಬು ಬೆಳಕಿನಲ್ಲಿ ಕಾಣುತ್ತಿದ್ದರೂ ಕಂಬದ ಕೆಳಗೆ ಮಾತ್ರ ಕತ್ತಲೆ. ಅವರು ಅದನ್ನೇ ದಿಟ್ಟಿಸುತ್ತಿದ್ದರು. ಮನಸ್ಸಿನಲ್ಲಿ ಶೂನ್ಯಭಾವ. ಹೆಚ್ಚು ನೋವಿಲ್ಲ. ಸಂಕಟವಿಲ್ಲ. ಹುಚ್ಚು ಹರಿಯುವ ದುಃಖವಿಲ್ಲ. ನಿರ್ವೇದ. ದುಃಖದ ಬಿಸಿಗೆ ನಿಶ್ಚೇತನವಾದ, ಸುಖಕ್ಕೆ ಪ್ರತಿಸ್ಪಂದಿಸದ ಭಾವರಾಹಿತ್ಯ. ಶುಕನು ಹಲವು ವರ್ಷಗಳಿಂದ ಇಂಥದೇ ಮನಃಸ್ಥಿತಿಯನ್ನು ಮುಟ್ಟಿದ್ದನೇನೋ! ಎನ್ನಿಸಿತು. ಉರಿಯುವ ದೀಪ, ಅದರಡಿಯಲ್ಲಿ ಕಪ್ಪುಗಟ್ಟಿದ ಕತ್ತಲೆಯನ್ನೇ ದಿಟ್ಟಿಸಿ ನೋಡುತ್ತಾ ಬಲಮಗ್ಗುಲಾಗಿ ಮಲಗಿರುವಾಗ ಇದ್ದಕ್ಕಿದ್ದಂತೆಯೇ ಈಗ ತಮಗೇಕೆ ದುಃಖವಾಗುತ್ತಿಲ್ಲ, ಎನಿಸಿತು. ನಾನೇಕೆ ಗಳಗಳನೆ ಅಳಲಿಲ್ಲ? ಶೋಕ ತಾಳಲಾರದೆ ಓಡಿ ಯಾವುದಾದರೂ ನದಿಗೆ ಬೀಳಲಿಲ್ಲ? ಎತ್ತರವಾದ ಬೆಟ್ಟವನ್ನು ಹತ್ತಿ ಕೆಳಗೆ ಉರುಳಲಿಲ್ಲ? ದೊಡ್ಡ ದೊಡ್ಡ ಒಣಕೊರಡುಗಳನ್ನು ಪೇರಿಸಿ ಬೆಂಕಿಹಚ್ಚಿ, ನಿಗಿನಿಗಿ ಉರಿಯುವ ಕೆಂಡ ಮಾಡಿ, ಹೋಗಲಿ ಹೀಗೆ ಮಾಡಬೇಕೆಂಬ ವಿಚಾರ ಕೂಡ ಅರೆಕ್ಷಣವೂ ಮನಸ್ಸಿನಲ್ಲಿ ಸುಳಿಯಲಿಲ್ಲ? ಶುಕನ ಕೆಲಸವು ತಂದೆಯಾದ ನನ್ನ ಗುಣದ ಕ್ರಿಯಾರೂಪವೆ? ಮನಸ್ಸಿನಲ್ಲಿ ಖೇದ ಆಶ್ಚರ್ಯಗಳು ತುಂಬಿಕೊಂಡವು. ನನ್ನ ಮುತ್ತಜ್ಜ ವಸಿಷ್ಠರ ಮಕ್ಕಳನ್ನು ರಾಜ ಕೌಶಿಕನು ಯುದ್ಧದಲ್ಲಿ ಕೊಂದಾಗ ಅವರು ದುಃಖ ತಡೆಯಲಾರದೆ ತಮ್ಮನ್ನು ತಾವು

ಹಗ್ಗದಿಂದ ಕಟ್ಟಿಕೊಂಡು ನದಿಗೆ ಹಾರಿದರಂತೆ. ಈಜು ಬಿದ್ದು ಇವರನ್ನು ಹಿಡಿದು ಹಗ್ಗ ಕತ್ತರಿಸಿಹಾಕಿದ ದೋಣಿಯವರ ಮೇಲೆ ರೇಗಿ ರೇಗಿ ಬೈದರಂತೆ. ಎತ್ತರವಾದ ಬಂಡೆಯನ್ನು ಹತ್ತಿ ಉರುಳಿಕೊಂಡರಂತೆ. ಹಾಗೂ ಸಾಯದಿರಲು ದೊಡ್ಡ ದೊಡ್ಡ ಒಣಕೊರಡುಗಳನ್ನು ಪೇರಿಸಿ ಬೆಂಕಿಹಚ್ಚಿ ನಿಗಿನಿಗಿ ಉರಿಯುವ ಕೆಂಡ ಮಾಡಿ, ಅದರಲ್ಲಿ, ಈ ದುಃಖದ ಕಿಂಚಿ ದಂಶವೂ ನನ್ನಲ್ಲಿ ತೋರುತ್ತಿಲ್ಲವಲ್ಲ, ಎಂದು ದೂರದಲ್ಲಿ ನಿಂತವರಂತೆ ತಮ್ಮ ಮತ್ತು ಮುತ್ತಜ್ಜ ವಸಿಷ್ಠರ ಜೀವನಗಳನ್ನು ಹೋಲಿಸಿ ನೋಡಿದರು. ಅವರು ಸಂಸಾರಿ. ಹೆಂಡತಿ ಎಂದರೆ ಅಷ್ಟೊಂದು ಪ್ರೀತಿಯಂತೆ. ಚಾಂಡಾಳಕನ್ಯೆಯಾದರೂ ಅರುಂಧತಿಯನ್ನು ಪ್ರೀತಿ ಯಿಂದ ಒಪ್ಪಿ ಕೈಹಿಡಿದು ಹಲವು ಮಕ್ಕಳನ್ನು ಹಡೆದು ಆಶ್ರಮಕ್ಕೆ ಬರುವ ವಿದ್ಯಾರ್ಥಿಗಳಿಗೆಲ್ಲ ತಾಯಿಯಾಗಿದ್ದ ಹೆಂಡತಿ, ಅದಕ್ಕೇ ಇರಬಹುದು ಮಕ್ಕಳೆಂದರೆ ಅಷ್ಟೊಂದು ಪ್ರೀತಿವಾಂಭಲ್ಯ ಗಳನ್ನು ತುಂಬಿಕೊಂಡಿದ್ದರು. ಅವರು ಸತ್ತಾಗ ತಾಳಲಾರದೆ ಹುಚ್ಚರಾಗಿ ಅಲೆದರು. ಅಪ್ರತಿಮ ಋಷಿ ಎನ್ನಿಸಿ ವೇದಮಂತ್ರದ್ರಷ್ಟಾರರಾದವರನ್ನು ಪುತ್ರಶೋಕವು ಈ ಮಟ್ಟಿಗೆ ಬಾಧಿಸಬಲ್ಲದೆ? ಅಂಥವರು ಸಾಧಾರಣರಂತೆ ಪುತ್ರಶೋಕದಿಂದ ಕೊಚ್ಚಿಹೋಗಬಹುದೆ? ವೇದಮಂತ್ರಗಳನ್ನು ಮೈಗೂಡಿಸಿಕೊಂಡ ಗುರುತೇನು ಮಳೆಗೆ ನೆನೆಯದ ಬಿಸಿಲಿಗೆ ಬಿರುಕು ಬಿಡದ ಬಂಡೆಯಾಗಿ ನಿಲ್ಲದಿದ್ದರೆ? ಅಥವಾ ಗೃಹಸ್ಥರಾದವರಿಗೆ ಇಂತಹ ವಾಂಭಲ್ಯ ದೌರ್ಬಲ್ಯಗಳು ಅಪರಿಹಾರ್ಯವಾಗಿ ಬಂದುಬಿಡುತ್ತವೆಯೊ? ನಾನು ಗೃಹಸ್ಥನಾಗಲಿಲ್ಲ. ಬ್ರಹ್ಮಚರ್ಯದಲ್ಲೇ ಉಳಿದೆ. ಆದ್ದರಿಂದಲೇ ಈ ವ್ಯತ್ಯಾಸವೋ? ಕಣ್ಣು ಆಯಾಸದಿಂದ ಮುಚ್ಚಿಕೊಂಡಿತು. ಹೊರಗಿನ ಬೆಳಕಿನ ಬಾಧೆ ತಪ್ಪಿ ಒಳಗಿನ ನೆನಪು ಸ್ಫುಟವಾಯಿತು. ವಸಿಷ್ಠರ ಮಕ್ಕಳಿಗೂ ಅಪ್ಪ ಅಂದರೆ ಅಂಟು ಬಹಳವಿದ್ದಿರಬೇಕು. ಅಷ್ಟೊಂದು ಪ್ರೀತಿಯ ಸ್ವಭಾವದ ತಾಯಿ. ಇವರದೂ ವಾಂಭಲ್ಯದ ಗುಣವೇ. ಮಕ್ಕಳು ಅಂಟಿಕೊಂಡಿರಬೇಕು. ನನಗೆ? ಎಂಟು ವರ್ಷದ ಹುಡುಗನಲ್ಲವೆ ತಾಯಿಯಿಂದ ಬಿಡಿಸಿ ಅಪ್ಪ ಕರೆದೊಯ್ದಾಗ. ಇಂದಿಗೂ ಸ್ಪಷ್ಟ ನೆನಪು ಬರುತ್ತಿಲ್ಲ. ಸದಾ ಹರಿಯುವ ನದಿ. ಪೂರ್ವದಂಡೆಯಲ್ಲಿ ಪೂರ್ವದ್ದೋ ದಕ್ಷಿಣದ್ದೋ ಅದೂ ಸರಿಯಾಗಿ ಜ್ಞಾಪಕಕ್ಕೆ ಬರುವುದಿಲ್ಲ ಒಂದು ದಿಬ್ಬದ ಮೇಲೆ ಮನೆ. ಒಣಗಿದ ಮೀನುಗಳು. ಸಣ್ಣ ಮೀನುಗಳ ರಾಶಿ. ದೋಣಿಯಲ್ಲಿ ನನ್ನನ್ನು ಕೂರಿಸಿಕೊಂಡು ನದಿ ದಾಟುವ ನಡುವೆ ಬಲೆ ಎಸೆದು ಹಾಗೆಯೇ ಬಿಟ್ಟು ನಿಧಾನವಾಗಿ ಹುರಿ ಎಳೆದು ಹೋ, ಬೊಗಸೆ ಬೊಗಸೆ, ಒಮ್ಮೊಮ್ಮೆ ಖಾಲಿ, ಮೀನುಗಳನ್ನು ಸಂಪಾದಿಸುವ ಗಟ್ಟಿ ಕರಿಕೈಗಳು. ಬಿಸಿಲು. ಬೆವರಿದ ಕುತ್ತಿಗೆ. ಇಷ್ಟು ಬಿಟ್ಟರೆ ಹೆಚ್ಚಿನ ನೆನಪಿಲ್ಲದ ಬಾಲ್ಯ. ಅನಂತರ ಸ್ಮೃತಿಯಲ್ಲಿ ಗಟ್ಟಿಕಟ್ಟಿರುವುದೆಲ್ಲ ವೇದಮಂತ್ರಗಳು. ಪಾಠಾಂತರಗಳು. ಹಲವು ದೇಶಗಳಲ್ಲಿ ಮಾಡುವ ರೀತಿರೀತಿಯ ಅರ್ಥ ವ್ಯಾಖ್ಯಾನಗಳು. ಅಪ್ಪನ ಕೈ ಹಿಡಿದು ನದಿಯ ದಂಡೆಯ ಆ ಮೀನಿನ ಮನೆಯಿಂದ ಹೋಗುವಾಗ ಒಮ್ಮೆ ಅತ್ತ ನೆನಪು. ಆಗ ನದಿ ದಾಟಿಸಲು, ದಾಟಿಸಲು, ಹೌದು ದಾಟಿಸಲು ಯಾರೂ ಬರಲಿಲ್ಲ, ಅಮ್ಮ ಅಳುತ್ತಾ ಒಳಗೆ ಕೂತುಬಿಟ್ಟಳೆಂದು ಕಾಣುತ್ತದೆ, ಅಪ್ಪನೇ ಹುಟ್ಟು ಹಾಕಿ ಅನಂತರ ನನ್ನ ಕೈ ಹಿಡಿದು, ಮುಂದೆ ಪಾಠ, ಸಂಚಾರ, ಸಂಚಾರ, ಪಾಠ, ಪ್ರವಚನ; ಇಪ್ಪತ್ತನೆಯ ವಯಸ್ಸಿಗೇ

ತುಂಬಿದ ವೇದಜ್ಞರ ಸಭೆಯಲ್ಲಿ ಸ್ಪಷ್ಟ ಉಚ್ಚಾರದಿಂದ ನನ್ನ ಕೈಲಿ ಅಪ್ಪ ವೇದಘೋಷ ಮಾಡಿಸಿ ಸಾಧು ಸಾಧು ಎನ್ನಿಸಿದ ನಂತರ ಜೀವನದಲ್ಲಿ ನೆನಪಿರುವುದೆಲ್ಲ ವೇದಮಂತ್ರಗಳೇ, ಅವುಗಳ ಅರ್ಥವೈವಿಧ್ಯವೇ. ಈ ಕೃಷ್ಣನ ಜೀವನವೆಂದರೇ ವೇದದ ಅಖಂಡ ನೆನಪು. ಯಾವ ಋಷಿಯೂ ಸಂಗ್ರಹಿಸದಿದ್ದ ಪ್ರಮಾಣದಲ್ಲಿ ಗಳಿಸಿ ಸಂಪಾದಿಸಿ ಉಳಿಸಿ, ಈಗಾಗಲೇ ಅದೆಷ್ಟು ವೇದಪಾಠಗಳು ಲುಪ್ತವಾಗಿ ಹೋಗಿವೆಯೋ. ನಾನು ಈ ಕೆಲಸ ಮಾಡದಿದ್ದರೆ ಕ್ರಮೇಣ ನಷ್ಟವಾಗಿ, ಅದಕ್ಕಾಗಿ ಹುಡುಕಿಕೊಂಡು ಅಲೆದ ದೇಶಗಳೆಷ್ಟು, ಕಂಡು ಕಾಡಿ ಪೀಡಿಸಿ ಕಲಿತ ವೇದಜ್ಞ ಮಂಡಲಿಗಳೆಷ್ಟು. ತಿಳಿದದ್ದನ್ನು ಸುಲಭವಾಗಿ ಹೇಳಿಬಿಡುತ್ತಾರೆಯೇ ತಿಳಿದವರು! ಜ್ಞಾನಕೃಪಣತೆ ಎಂದುಕೊಳ್ಳುವಾಗ ಮಂಪರು ಬಂತು, ಮತ್ತೆ ಮಗ ಶುಕನ ನೆನಪು. ವೇದದ ಅರ್ಥವನ್ನು ತಪ್ಪು ತಿಳಿದನೆ? ಅದು ತಪ್ಪೆಂದು ಸಕಾರಣವಾಗಿ ಅವನನ್ನು ಒಪ್ಪಿಸಲು ಸಾಧ್ಯವಾಗಲಿಲ್ಲವಲ್ಲ ನನಗೆ. ಯಾವುದಾದರೂ ಒಂದು ಮಂತ್ರದ ಅಥವಾ ಮಂತ್ರಮಂಡಲದ ಆಧಾರದ ಮೇಲೆ ನಿಂತು ಅದರ ಅರ್ಥವನ್ನು ಹೊರಡಿಸುವ ಕ್ರಮದಲ್ಲಿ ವಾದ ಮಾಡಿದ್ದರೆ ಒಪ್ಪಿಸಬಹುದಿತ್ತು. ಆದರೆ ಅವನ ದಾರಿಯೇ ಬೇರೆ. ವೇದದ ಗುರಿ ಏನು? ಸ್ವರ್ಗಸಂಪಾದನೆಯೆ? ಮುಕ್ತಿಯೆ? ಸ್ವರ್ಗಸಂಪಾದನೆ ಎಂದರೇನು? ಮುಕ್ತಿ ಎಂದರೇನು? ಅಂಟಿನಿಂದ ಬಿಡಿಸಿಕೊಳ್ಳುವುದೆಂದರೇನು? ವೇದದ ಆಧಾರವೇ ಏಕೆ ಬೇಕು ಇವುಗಳ ಉತ್ತರಕ್ಕೆ? ವಾದದಲ್ಲಿ ಸೋಲಿಸಲು ಸಾಧ್ಯವಿಲ್ಲ. ಆದರೆ ಅವನು ಹಿಡಿದದ್ದು ತಪ್ಪು ದಾರಿ ಎಂದು ಅಂತರಾತ್ಮ ನುಡಿಯುತ್ತಿದೆ. ಅಂತರಾತ್ಮದ ನುಡಿಯನ್ನು ಒಪ್ಪಿಸುವ, ಮಾತಾಗಿ ಪರಿವರ್ತಿಸುವ ಕಷ್ಟ ಎಂಬ ಏನೋ ಒಂದು ಹೊಸತು ಹೊಳೆದಂತಾಯಿತು. ಜೊತೆಗೇ ಮಂಪರು ಗಾಢವಾಗಿ ನಿದ್ದೆಯಾಯಿತು. ದಿಂಬಿನ ಮೇಲೆ ತಲೆಯಿಟ್ಟು ಅಂಗಾತ ನಿದ್ದೆ. ಶಿಷ್ಯರು ಹೊದೆಸಿ ಹೋಗಿದ್ದ ಕಂಬಳಿಯ ಹಿತವಾದ ಮುಸುಕು.

ಅಷ್ಟು ಹೊತ್ತಿನ ಮೇಲೆ ಎಚ್ಚರವಾಯಿತು. ಎಷ್ಟು ಹೊತ್ತು ಕಳೆದಿರಬಹುದು ನಿದ್ರೆ? ಅವರು ಮೂವರೂ ಇನ್ನೂ ಬಾಗಿಲಿನ ಹೊರಗೆ ಕುಳಿತಿದ್ದಾರೆ. ಚಳಿ. 'ನಿದ್ದೆ ಬಂದಿರಬಹುದು,' ಪಿಸುಮಾತು. ಯಾರ ಧ್ವನಿ? ಪೈಲನದೋ ಜೈಮಿನಿಯದೋ? ಹೊರಗೇ ಕಾಯುತ್ತಿದ್ದಾರೆ ನಿದ್ದೆಗೆಟ್ಟು ಚಳಿಯಲ್ಲಿ. ಶಿಷ್ಯರಿಗಿಂತ ಮಕ್ಕಳುಂಟೆ? ಎಂದುಕೊಳ್ಳುವಾಗ ಪೂರ್ತಿ ಎಚ್ಚರಾಯಿತು. ದೀಪ ಆರಿಹೋಗಿತ್ತು. ಒಂದು ಥರಕ್ಕೆ ಒಳ್ಳೆಯದು. ಶಾಂತವಾಗಿರುತ್ತದೆ. ಒಳಗಿನ ಮನಸ್ಸಿಗೆ ಸ್ವಾತಂತ್ರ್ಯವಿರುತ್ತದೆ. ಹೊರಗೆ ಧ್ವನಿ ಕೇಳಿಸಿತು: 'ನಿಯೋಗಕ್ಕೆ ಹುಟ್ಟಿದ ಪಾಂಡವರು ಕುರುಕುಲಕ್ಕೆ ಸೇರಿದವರೇ ಅಲ್ಲ ಅಂತ ದುರ್ಯೋಧನನ ನಿರ್ಣಯವಂತೆ. ಇದರ ನ್ಯಾಯ ತೀರ್ಮಾನವನ್ನು ಗುರುಗಳಿಂದಲೇ ಕೇಳಿ ಮನಸ್ಸಿಗೆ ಖಚಿತ ಮಾಡಿಕೊಳ್ಳಲು ಬಂದಿದ್ದಾರಂತೆ.' ಹೌದು, ಸುಮಂತುವಿನ ಧ್ವನಿ. 'ಏ, ಮೆಲ್ಲಗೆ ಮಾತಾಡು. ಗುರುಗಳಿಗೆ ಅರೆನಿದ್ದೆ ಹತ್ತಿರಬಹುದು,' ಪಿಸುಮಾತು. 'ಭೀಷ್ಮರೇ ದುರ್ಯೋಧನನ ಸೇನಾಧಿಪತ್ಯ ವಹಿಸಿಕೊಂಡಿದ್ದಾರಂತೆ. ಪಾಂಡವರು ಕುಲಕ್ಕೆ ಸೇರಿದವರೇ ಅಲ್ಲ ಎಂದು ನಂಬುವವರು ಮಾತ್ರ ನಮ್ಮ ಕಡೆಗಿರಿ. ಸೇರಿದವರು ಎಂದು ನಂಬುವವರು ಪಾಂಡವ ಪಕ್ಷಕ್ಕೆ ಸೇರಿ ಎಂದು ಡಂಗುರ ಹಾಕಿಸಿ ಇಲ್ಲಿಗೆ ಬಂದಿದ್ದಾರಂತೆ.' ಪಿಸುಮಾತಾದರೂ

ಧ್ವನಿ ಸುಮಂತುವಿನದು.

'ಇಲ್ಲಿ ಬೇಡ, ಹವನಶಾಲೆಗೆ ಹೋಗಿ ಕೂತು ಮಾತಾಡೋಣ.' ಎಂಬ ಇನ್ನೊಂದು ಪಿಸುಮಾತಿನ ಸಲಹೆಯನಂತರ ಕತ್ತಲೆಯ ನಿಶ್ಶಬ್ದದಲ್ಲಿ ದೂರವಾಗುವ ಹೆಜ್ಜೆಗಳ ಸೂಕ್ಷ್ಮ ಸಪ್ಪಳ. ನಿದ್ದೆ ಪೂರ್ತಿ ಹರಿಯಿತು. ಎಷ್ಟು ಹೊತ್ತು ಮಾಡಿರಬಹುದು? ಕಣ್ಣುಬಿಟ್ಟರು. ಬಿಟ್ಟದ್ದಕ್ಕೂ ಮುಚ್ಚಿದ್ದಕ್ಕೂ ವ್ಯತ್ಯಾಸ ತಿಳಿಯದಂತಹ ಕತ್ತಲೆ. ರೆಪ್ಪೆಗಳು ಆಡುವ ಅರಿವಿನದಷ್ಟೇ ವ್ಯತ್ಯಾಸ. ಗುಡಿಸಿಲಿನೊಳಗೆ ಇರುವುದೇ ಹೀಗೆ ಎಂದು ಮತ್ತೆ ಕಣ್ಣು ಮುಚ್ಚಿದರು. ಇಷ್ಟು ಹೊತ್ತಿಗೆ ಎಲ್ಲವೂ ಬೆಂದು ಕರುಕಾಗಿರುತ್ತದೆನ್ನಿಸಿತು. ಬೆಂಕಿ ಕೂಡ ಆರಿ ಬೂದಿ ತಿರುಗುತ್ತಿರ ಬಹುದು. ಅನ್ನ ನೀರುಗಳನ್ನು ಬಿಟ್ಟು ಮಾಂಸ ಮಜ್ಜೆಗಳನ್ನು ಒಣಗಿಸಿ ಇಲ್ಲವಾಗಿಸಿ ಬರೀ ಮೂಳೆ ಚಕ್ಕಳವಾಗಿದ್ದ ಶರೀರ ಬೇಯಲು ಎಷ್ಟು ಹೊತ್ತು, ಮೂಳೆಯದೇ ಹೊತ್ತು ಹಿಡಿಯುತ್ತದೆ. ಅನ್ನ ನೀರಿಲ್ಲದ ದೇಹದಲ್ಲಿ ಬಳಲಿಕೆ ಸಂಕಟಗಳು ಕಾಣಿಸಿಕೊಂಡಾಗ ಕೂಡ ಸುಮಂತು ಪೈಲ ವೈಶಂಪಾಯನ ಜೈಮಿನಿ ಆಶ್ರಮದ ಇತರರು ಹೆತ್ತ ಅಪ್ಪ ನಾನು ಎಷ್ಟು ಹೇಳಿ ಕೈಲಿ ಹಾಲಿನ ಪಾತ್ರೆ ಹಿಡಿದು ಬಲವಂತವಾಗಿ ಕುಡಿಸಹೋದರೂ, ಎಂತಹ ಸಂಕಲ್ಪಶಕ್ತಿ. ಈಗ ಎಲ್ಲವೂ ಸುಟ್ಟು ಕರಕುಬೂದಿಯಾದ ಮೇಲೆ ಏನು ಉಳಿಯಿತು ಆ ಸಂಕಲ್ಪಶಕ್ತಿಯಲ್ಲಿ, ಏನು ಸಾಧಿಸಿದ ಅವನು? ಎಂದುಕೊಳ್ಳುವಾಗ ಎದ್ದು ಹೋಗಿ ಭಸ್ಮಸ್ಥಾನವನ್ನು ನೋಡುವ ಮನಸ್ಸಾಯಿತು. ನಿಧಾನವಾಗಿ ಎದ್ದು ಕುಳಿತರು. ತಡಕಿದ ತಕ್ಷಣ ಊರುಗೋಲು ಸಿಕ್ಕಿತು. ಕಂಬಳಿ ಹೊದೆದು ಮೆಲ್ಲನೆಯ ಹೆಜ್ಜೆ ಇಟ್ಟು ಬಾಗಿಲಿನ ಹತ್ತಿರ ಬಂದು ತೆರೆದಾಗ ಹೊರಗೆಲ್ಲ ನಿಶ್ಚಲವಾದ ಮೃತ್ಯು ಹೆಪ್ಪುಗಟ್ಟಿತ್ತು. ಕಾಳಕತ್ತಲೆ. ಅವರೆಲ್ಲ ಹವನಶಾಲೆಯಲ್ಲಿರುತ್ತಾರೆ ಭೀಷ್ಮನ ಸಮಸ್ಯೆಯನ್ನು ಚರ್ಚಿಸುತ್ತಾ ಎಂಬ ಅರಿವಾಗಿ ಗುಡಿಸಿಲಿನ ಹಿಂಬದಿಗೆ ತಿರುಗಿದರು. ಆಶ್ರಮದ ಎಲ್ಲ ಗುಡಿಸಿಲುಗಳೂ, ಕೆಳಗೆ ದೂರದಲ್ಲಿ ಗೋಶಾಲೆ, ಉತ್ತರದಿಕ್ಕಿನಲ್ಲಿರುವ ಪಾಕಶಾಲೆ ಉಗ್ರಾಣಗಳು, ಪ್ರತಿಯೊಂದೂ ಕತ್ತಲೆಯಲ್ಲಿ ಕೂಡ ನೇರವಾಗಿ ಗುರುತಿಸುವ ಮಟ್ಟಿಗೆ ನೆನಪಿನಲ್ಲಿದೆ. ಆದರೂ ಈ ದಿನ, ಈಗ ಎಲ್ಲವೂ ದಿಕ್ಕು ತಪ್ಪಿದಂತಾಗಿದೆ. ಈ ಕಡೆಗೇ ಅಲ್ಲವೆ ದಕ್ಷಿಣಕ್ಕೆ ಮರಗಳಾಚೆಯ ಹಳ್ಳದ ಹತ್ತಿರ ಒಣಗಿದ ಕಟ್ಟಿಗೆಗಳನ್ನು ಪೇರಿಸಿ ಅದರ ಮೇಲೆ ಅವನನ್ನಿಟ್ಟು, ಅವನನ್ನು ಎಂದರೆ ಏನು?, ಆತ್ಮವು ತ್ಯಜಿಸಿದ ದೇಹವನ್ನು, ಯಾಕೋ ತಲೆಸುತ್ತು ಬರುವಂತೆ ಆಗುತ್ತಿದೆ. ದೇಹದಿಂದ ಬಿಡಿಸಿಕೊಳ್ಳಲು ಆತ್ಮಕ್ಕೆ ಇಷ್ಟೊಂದು ತರಾತುರಿ ಏಕೆ ಆಯಿತು? ಈಗ ಎಲ್ಲಿಗೆ ಹೋಗಿದೆ ಅದು, ಕಾಣಬಲ್ಲವರಾರು? ಎಂಬುದರ ಜೊತೆಗೆ ಹತ್ತಾರು ಮಂತ್ರಗಳ ನೆನಪು ನುಗ್ಗಿ ಬಂತು. ಊರಿದ್ದ ಕೋಲಿನ ಆಸರೆಯಿಂದ ಬೀಳದಂತೆ ತುಸು ಹೊತ್ತು ನಿಂತಿದ್ದು ಮುಂದೆ ಹೊರಟರು. ಕಗ್ಗತ್ತಲಿನಲ್ಲಿ ಕೋಲಿನಿಂದ ಮುಂದಿನ ಹೆಜ್ಜೆಯನ್ನು ತಡಕುವಾಗ ಭೀಷ್ಮನ ನೆನಪಾಯಿತು. ನಿಯೋಗವು ಧರ್ಮವೇ ಅಧರ್ಮವೆ ಎಂಬುದರ ಧರ್ಮನಿರ್ಣಯವನ್ನು ನನ್ನಿಂದ ಕೇಳಲು ಬಂದಿದ್ದಾನಂತೆ. ಅವನ ತಮ್ಮ, ಏನವನ ಹೆಸರು? ವಿಚಿತ್ರವಾದದ್ದು, ಹಾಂ, ವಿಚಿತ್ರವೀರ್ಯನು ಮಕ್ಕಳಿಲ್ಲದೆ ಸತ್ತು ಕುರುಕುಲವು ಕೊನೆಗೊಳ್ಳುವ ಸ್ಥಿತಿಗೆ ಬಂದಾಗ, ಅವನಂತೂ ಆಜನ್ಮಬ್ರಹ್ಮಚರ್ಯದ ಶಪಥ ಮಾಡಿದ್ದ

ನಂತಲ್ಲ, ನಿಯೋಗದಿಂದ ವಂಶವನ್ನು ಬೆಳೆಸುವುದೊಂದೇ ಧರ್ಮಮಾರ್ಗವೆಂದು ನಿಶ್ಚಯಿಸಿ, ಭೀಷ್ಮನೇ ನಿಶ್ಚಯಿಸಿದನಂತರವಲ್ಲವೆ ಅಮ್ಮನ ಸಲಹೆಯ ಮೇರೆಗೆ ನನ್ನನ್ನು ಕರೆಸಿದುದು? ಆಗ ಅದರ ಧರ್ಮದ ಬಗೆಗೆ ಖಚಿತ ಶ್ರದ್ಧೆಯಿದ್ದ ಈ ಕುರು ಪಿತಾಮಹನಿಗೆ ಈಗ ತನ್ನ ತಮ್ಮನ ಹೆಂಡತಿಯ ಸೊಸೆಗೆ ನಿಯೋಗವಾದದ್ದರ, ಗಂಡನ ಸಮ್ಮತಿಯಿಂದ ಆದದ್ದರ ಬಗೆಗೆ ಏಕೆ ಅನುಮಾನ ಬಂತು? ಅನುಮಾನ ಹುಟ್ಟದಿದ್ದರೆ ಕೇಳುವುದಕ್ಕೆಂದು ಇಷ್ಟು ದೂರ ಏಕೆ ಬಂದ? ಆಗ ನಾನು ನಿಯೋಗವೆಂಬ ಶಬ್ದವನ್ನು ಕೇಳಿದ್ದೆನಷ್ಟೆ. ಅರ್ಥ ತಿಳಿದಿರಲಿಲ್ಲ. ಎಷ್ಟಾದರೂ ಕ್ಷತ್ರಿಯ ಪದ್ಧತಿ ಅದು. ತಾವು ಕಟ್ಟಿದ ರಾಜ್ಯ ತಮ್ಮದೇ ವಂಶದ ಹೆಸರಿನಲ್ಲಿ ಆಚಂದ್ರಾರ್ಕ ಉಳಿಯಬೇಕೆಂದು ಹಂಬಲಿಸುವವರ ಪದ್ಧತಿ. ಸಿಂಬಿ ಕಟ್ಟುವ ಕೂದಲು ಬೆಳೆಸಿ ಕೃಷ್ಣಾಜಿನ ಕಮಂಡಲಗಳನ್ನು ಬಿಟ್ಟರೆ ಇಹಲೋಕದ ಬೇರೆ ಆಸ್ತಿ ಇಲ್ಲದ ನನಗೇನು ಗೊತ್ತಿತ್ತು ಅದರ ಪೂರ್ಣ ಅರ್ಥ? 'ಮಗು, ನನ್ನ ಮಗು ವಿಚಿತ್ರವೀರ್ಯನಿಗೆ ನೀನು ಹೇಗೂ ಅಣ್ಣನಾಗಬೇಕು. ಅಲ್ಲದೆ ನೀನು ವೇದಜ್ಞಬ್ರಾಹ್ಮಣ. ನನ್ನ ಇಬ್ಬರು ಸೊಸೆಯರಿಗೂ ನಿಯೋಗ ಮಾಡು. ಯಾರ ಮನಸ್ಸಿನಲ್ಲೂ ತನ್ನ ವಿರುದ್ಧ ಪಕ್ಷಪಾತವಾಯಿತೆಂಬ ಭಾವನೆ ಬರುವುದುಬೇಡ.' ಎಷ್ಟೋ ವರ್ಷಗಳನಂತರ ಸಂಧಿಸಿದ ತಾಯಿಯ ಮಾತನ್ನು ಮೀರಲಾರದೆಯಲ್ಲವೆ ನಾನು ಒಪ್ಪಿಕೊಂಡದ್ದು? ಪ್ರತ್ಯೇಕ ಕರೆದು ನನಗೆ ನಿಯೋಗದ ಧರ್ಮ ವಿಧಿ ವಿಧಾನಗಳನ್ನು ಹೇಳಿದವನು ಈ ಭೀಷ್ಮನೇ ಅಲ್ಲವೆ? 'ನಡುರಾತ್ರಿಯ ಸಮಯವಾಗಿರಬೇಕು. ನಿಯುಕ್ತ ನಿಯುಕ್ತೆ ಇಬ್ಬರೂ ಮೈತುಂಬ ತುಪ್ಪ ಸವರಿಕೊಂಡು ತಲೆಕೂದಲಿನಿಂದ ಕೂಡ ತುಪ್ಪ ಹನುಕುವಂತೆ ಇಡೀ ಶರೀರವನ್ನು ಕುರೂಪ ಮಾಡಿಕೊಂಡು ಇಂದ್ರಿಯಗಳನ್ನೆಲ್ಲ ಸಂಪೂರ್ಣವಶದಲ್ಲಿ ಹಿಡಿದು ನಿಯೋಗಿಯು ಪಿತೃಭಾವ ತಾಳಿ ನಿಯೋಗಿನಿಯು ಸೊಸೆಯ ಭಾವ ಧರಿಸಿ ಪರಸ್ಪರ ಮಾತಿಲ್ಲದೆ ಸಾಧ್ಯವಾದಷ್ಟೂ ಅಂಗಾಂಗಗಳ ಸ್ಪರ್ಶವನ್ನು ಕನಿಷ್ಠ ಮಿತಿಗಿಳಿಸಿ ಮಾತಿನ ಶಬ್ದಸ್ಪರ್ಶವನ್ನೂ ನಿಷೇಧಿಸಿ ವೈದ್ಯನು ರೋಗಿಣಿಯ ಬಾಯಿ ತೆರೆಸಿ ನಿರ್ವಿಕಾರತೆಯಿಂದ ಔಷಧಿಯನ್ನು ಹನಿಕಿಸಿ ಹೊರಬರುವಂತೆ ಹಿಂತಿರುಗಿಬಿಡಬೇಕು. ಅವನು ಅವಳನ್ನಾಗಲಿ ಅವಳು ಅವನನ್ನಾಗಲಿ ನೋಡಬಾರದು. ದ್ವೈಪಾಯನ, ಋಷಿಯಾದರೂ ವಾವೆಯಿಂದ ನಿನ್ನನ್ನು ತಮ್ಮನೆಂದು ಭಾವಿಸಿದ್ದೇನೆ. ಹೀಗೆ ಮಾಡಿದರೆ ನಿನ್ನ ಬ್ರಹ್ಮಚರ್ಯವು ನಷ್ಟವಾಗುವುದಿಲ್ಲ. ನಾನು ಕೂಡ ನಿನ್ನಂತೆ ಬ್ರಹ್ಮಚರ್ಯದಲ್ಲಿ ಸ್ಥಿತನಾದವನು. ನಿನಗೆ ವ್ರತನಷ್ಟವಾದರೆ ನನಗೂ ದುಃಖವೇ. ನಿಯೋಗಕ್ರಿಯೆಯನಂತರ ಕಿಂಚಿತ್ತೂ ಸಂತೋಷದ ನೆನಪು ಉಳಿಯಬಾರದು. ಅಕಸ್ಮಾತ್ ಯಾವುದಾದರೂ ಭಾವ ಉಳಿದರೆ ಅದು ಅಸಹ್ಯಭಾವ ಮಾತ್ರವಾಗಬೇಕು. ನಿರ್ವಿಕಾರವಾದರೆ ಪರಮಶ್ರೇಷ್ಠ. ನಿನ್ನ ಬ್ರಹ್ಮಚರ್ಯೆಯ ಪರೀಕ್ಷೆ ಕೂಡ ಇದು.' ಇವೇ ಮಾತುಗಳಲ್ಲದಿರಬಹುದು. ಆದರೆ ಇದೇ ತಾತ್ಪರ್ಯ, ಎಂಭತ್ತು ವರ್ಷ ಕಳೆಯಿತಲ್ಲ, ಇದೇ ಭೀಷ್ಮ ನನಗೆ ಹೇಳಿ. ಮೊಟ್ಟಮೊದಲ ರಾತ್ರಿ ಅಂಬಿಕೆಯನ್ನು ಕೂರಿಸಿದ್ದ, ಅಥವಾ ಮಲಗಿಸಿದ್ದ?, ಕೋಣೆಗೆ ನನ್ನನ್ನು ಕಳಿಸಿದಾಗ ಏನು ಮಾಡಬೇಕೆಂಬುದು ನನಗೂ ತಿಳಿಯದೆ ಅವಳಂತೂ ಆ ಮಧ್ಯಾಹ್ನವೇ ನನ್ನ ಜಟಾಜೂಟಗಳನ್ನು ಮರೆಯಿಂದ ನೋಡಿ

ಅಸಹ್ಯಿಸಿಕೊಂಡು ತನ್ನ ಮೈಕೈ ಕೂದಲುಗಳಿಗೆ ಕೂಡ ತುಪ್ಪ ಬಳಿದಿದ್ದರಲ್ಲ, ಮೂಲೆಯಲ್ಲಿ ಅವಿತು ಕೂತಿದ್ದಳಂತೆ, ಮಾತನಾಡುವಂತಿಲ್ಲ, ಇಂದ್ರಿಯೋದ್ರೇಕಕ್ಕೆ ಎಡೆಗೊಡುವಂತಿಲ್ಲ, ಕತ್ತಲಲ್ಲಿ ಮೌನವಾಗಿ ಅಷ್ಟು ಹೊತ್ತು ನಿಂತಿದ್ದು ಅನಂತರ ಹಿಂತಿರುಗಿ ಬಾಗಿಲಿನಲ್ಲಿಟ್ಟಿದ್ದ ಅರಿವೆಯನ್ನು ಮಬ್ಬು ಬೆಳಕಿನಲ್ಲಿ ಸುತ್ತಿಕೊಂಡು ಹೊರಬಂದಾಗ ಉತ್ಸುಕಳಾಗಿ ನಿಂತಿದ್ದ ತಾಯಿಯು, 'ಮಗು, ಫಲಪ್ರದವಾಯಿತೆ? ಏಕೆ ಹೀಗೆ ಭಾವಹೀನನಾಗಿ ನಿಂತಿದ್ದೀಯ? ಫಲಪ್ರದವಾಗದೆ, ವಂಶ ಬೆಳೆಯದಿದ್ದರೆ ನಾನು ಎಂತಹ ಅಪಕೀರ್ತಿಗೆ ಗುರಿಯಾಗಬೇಕು ಗೊತ್ತೆ? ರಾಣಿ ಪದವೆಂದರೆ ಸ್ವರ್ಗಸುಖವೆಂಬ ಕನಸು ಕಟ್ಟಿದ್ದೆ. ನದಿಯ ಮೇಲೆ ದೋಣಿ ನಡೆಸಿ ಮೀನು ಹಿಡಿಯುವ ಸುಖ ಈಗ ತಿಳಿಯುತ್ತಿದೆ. ನಿನ್ನ ತಪಶ್ಶಕ್ತಿಯನ್ನೆಲ್ಲ ವಿನಿಯೋಗಿಸಿ ಈ ವಂಶವನ್ನು ಬೆಳೆಸಿ ಮಾತೃಋಣ ತೀರಿಸಬೇಕು ನೀನು.' ಎಂದು ಕಣ್ಣೀರು ಕರೆದು; ಇಬ್ಬರ ಮೈಗೂ ತುಪ್ಪ ಬಳಿದು ವಿಕಾರ ಮಾಡಿ ಇಂದ್ರಿಯನಿಗ್ರಹದ ಕಟ್ಟು ಬಿಗಿದು ಪಿತೃ ಭಾವದ ಭಾರ ತುಂಬಿ, ಯಾರು ಈ ಧರ್ಮನಿಯಮಗಳನ್ನು ಸೃಷ್ಟಿಸಿದವರು? ಭೀಷ್ಮನೇ? ಹಾ, ಇನ್ನೂ ಆರಿಲ್ಲ. ಬೂದಿ ಮುಚ್ಚಿಕೊಂಡಿದ್ದರೂ ಕೆಂಡದ ರಾಶಿ ಸ್ಪಷ್ಟವಾಗಿ ಕಾಣುತ್ತಿದೆ. ಕಾವು ಕೂಡ. ಚಿತಾಭಸ್ಮದ ಗುಡ್ಡೆಯ ಹತ್ತಿರ ಹೋಗಿ ನಿಂತಾಗ ಕೊನೆಗೆ ಆಗುವುದು ಇಷ್ಟೇ ಎನ್ನಿಸಿತು. ಉರಿದು ಕರುಕಾಗಿ ಬೂದಿಯಾಗಿ, ಹಾಗಾದರೆ ಅವನು ಹೇಳಿದುದೇ ಸರಿಯೆ?, ಉರಿದು ಬೂದಿಯಾಗುವುದೇ ನಿಜವಿರುವಾಗ ಇಂದು ಆದರೇನು ಐವತ್ತು ವರ್ಷದ ನಂತರ ಆದರೇನು, ಎಂದುಕೊಳ್ಳುತ್ತಾ ಹಾಗೆಯೇ ನಿಂತುಕೊಂಡರು. ಗಾಳಿ ಬೀಸಿ ಬೂದಿ ಹಾರಿದಾಗ ಕೆಂಡವು ಸ್ಫುಟವಾಗುತ್ತಿತ್ತು. ಅಲ್ಲಲ್ಲಿ ದುರ್ಬಲ ಉರಿಯೂ ಇಣುಕುತ್ತಿತ್ತು. ಮೂಳೆ ಬೇಯಲು ಇಷ್ಟು ಹೊತ್ತು ಬೇಕೆ? ಎನ್ನಿಸಿ ಕೈಲಿದ್ದ ಕೋಲಿನಿಂದ ಕೆಂಡ ಬೂದಿಗಳ ನಡುಭಾಗವನ್ನೊಮ್ಮೆ ತಿವಿದು ನೋಡಿದರು. ಏನೂ ಸರಿಯಾಗಿ ತಿಳಿಯುವುದಿಲ್ಲ. ಎದುರಿನ ಕಾವಿನಲ್ಲಿ ಹೊದೆದಿದ್ದ ಕಂಬಳಿ ಶಖೆ ಎನ್ನಿಸಿತು. ಎದೆಗೆ ಗಾಳಿ ತಗುಲುವಂತೆ ಸಡಿಲಮಾಡಿಕೊಂಡು ನೆಲದ ಮೇಲೆ ಕುಳಿತರು. ನಿಶ್ಶಬ್ದ. ಬೂದಿಗುಡ್ಡೆಯಂತಹ ನಿಶ್ಶಬ್ದದಲ್ಲಿ ಮನಸ್ಸೂ ಒಂದು ಕಡೆ ಹುದುಗಿಕೂತಂತಾಯಿತು. ಸ್ವಲ್ಪ ಹೊತ್ತಿನ ನಂತರ ಮನಸ್ಸು ಮತ್ತೆ. ಹೌದು ಅದನ್ನು ನಿಶ್ಚಲಗೊಳಿಸುವುದೇ ಸಾಧನೆಯ ಮೊದಲ ಮೆಟ್ಟಿಲು. ಅವನೂ ಅದನ್ನೇ ಹೇಳುತ್ತಿದ್ದ. ವಾಸ್ತವವಾಗಿ ಅವನ ಮತ್ತು ನನ್ನ ದಾರಿಗಳು ಕವಲೊಡೆಯುವ ಬಿಂದು ಯಾವುದು? ಎಂಬ ಆಲೋಚನೆ ತೊಡಗಿದಾಗ ಮನಸ್ಸು ಎತ್ತಲೋ ಬೀಸಿ ಕೊನೆಗೆ ಭೀಷ್ಮರ ನೆನಪಿನೆಡೆಗೆ ಹಾರಿತು. ಏನೆಂದುಕೊಳ್ಳುತ್ತಿದ್ದೆ ನಾನು, ಜ್ಞಾಪಿಸಿಕೊಳ್ಳತೊಡಗಿದರು. ನಿಯೋಗದ ವಿಷಯವಲ್ಲವೆ? ಒಂದೊಂದು ದೇಶದಲ್ಲಿ ಒಂದೊಂದು ರೀತಿಯ ಆಚಾರವೆ? ನಮ್ಮ ಮುತ್ತಜ್ಜ ವಸಿಷ್ಠರು ಕಲ್ಮಾಷಪಾದರಾಜನ ಹೆಂಡತಿಗೆ ನಿಯೋಗ ಮಾಡಿದ್ದರಂತೆ. ಸ್ವಯಂ ಕಲ್ಮಾಷಪಾದನೇ ಹೆಂಡತಿಯನ್ನು ರಂಗು ರಂಗಿನ ವಸ್ತ್ರಗಳಿಂದ ಅಲಂಕರಿಸಿ ತಲೆತುಂಬ ಸುಗಂಧದ ಹೂವುಗಳನ್ನು ಮುಡಿಸಿ ಮೈಗೆ ಕಸ್ತೂರಿ ಪುನುಗುಗಳನ್ನು ಲೇಪಿಸಿ ಕೊರಳು ಮಣಿಕಟ್ಟು ತೋಳುಗಳ ಅಂದವನ್ನು ಬಂಗಾರದ ಆಭರಣಗಳಿಂದ ಹೆಚ್ಚಿಸಿ ಮೆತ್ತನೆಯ ಹಾಸಿಗೆಯ ಮೇಲೆ ಕೂರಿಸಿ ಇತ್ತ

ನಿಯುಕ್ತ ವಸಿಷ್ಠರಿಗೆ ತಾನೇ ಸುಂದರವಾದ ಬಿಳಿವಸ್ತ್ರವನ್ನುಡಿಸಿ ಉದ್ದನೆಯ ಕೂದಲನ್ನು ಹಿಂದಕ್ಕೆ ಬಾಚಿ ಮೈಗೆ ಚಂದನ ತೇಯ್ದು ಸವರಿ ಕೊರಳ ತುಂಬ ಗಮಗಮಿಸುವ ಹೂವುಗಳ ಹಾರ ಹಾಕಿ ಕೈ ಹಿಡಿದು ಕೋಣೆಯ ಒಳಗೆ ಕರೆದೊಯ್ದು ಹೆಂಡತಿಯ ಮಗ್ಗುಲಲ್ಲಿ ಕುಳ್ಳಿರಿಸಿ ಅನಂತರ, 'ಬ್ರಹ್ಮನ್, ನಿನ್ನ ವೀರ್ಯಶಕ್ತಿಯಿಂದ ನನ್ನ ಕ್ಷೇತ್ರದಲ್ಲಿ ತೇಜಸ್ವಿಯಾದ ಪುತ್ರನನ್ನು ಸೃಷ್ಟಿಸಿಕೊಟ್ಟು ಉಪಕಾರ ಮಾಡು.' ಎಂದು ಪ್ರಾರ್ಥಿಸಿ ಕೈ ಮುಗಿದು ಹೊರಗೆ ಬಂದು ಕೋಣೆಯ ಬಾಗಿಲು ಹಾಕಿಕೊಂಡನಂತೆ. ಹೆಂಡತಿ ಗರ್ಭಿಣಿ ಯಾಗುವ ತನಕ ದಿನಾ ಹೀಗೆ ಮಾಡಿ ಗರ್ಭಕಟ್ಟಿದ ಸ್ಪಷ್ಟ ಚಿಹ್ನೆಗಳು ಮೂಡಿದನಂತರ ಪತಿಪತ್ನಿಯರಿಬ್ಬರೂ ಕೃತಜ್ಞತೆಯಿಂದ ಔತಣ ಮಾಡಿ ಒಂದು ನೂರು ಬಿಳಿ ಹಸುಗಳು, ವಸ್ತ್ರ, ಕಂಬಳಿಗಳ ಉಡುಗೊರೆ ಇತ್ತು ರಥದ ಮೇಲೆ ಕುಳ್ಳಿರಿಸಿ ಸ್ವತಃ ರಾಜನೇ ಮಾರ್ಗದ ನೀರಿನ ಗಡಿಯ ತನಕ ಹೋಗಿ ಕಳಿಸಿ ಬಂದನಂತೆ. ಮುಂದೆ ಸುಂದರವೂ ತೇಜಸ್ವಿಯೂ ಆದ ಮಗು ಹುಟ್ಟಿತಂತೆ. ಇಂದ್ರಿಯ ನಿಗ್ರಹ ತುಪ್ಪದ ವಿಕಾರಗಳನ್ನು ಯಾರು ಮಾಡಿದರು? ನೆನಪು ಹಿಂದೆ ಹಿಂದೆ ಹರಿಯಿತು. ಎಂಭತ್ತು ವರ್ಷಗಳ ಹಿಂದೆ. ಅದಕ್ಕಿಂತ ಸ್ವಲ್ಪ ಹೆಚ್ಚೊ? ಇರಬಹುದು ಒಂದೆರಡು ಮೂರು ವರ್ಷವೆಂದುಕೊಳ್ಳುವಾಗ ಹಾಂ, ಇದು ಭೀಷ್ಮನೇ ಮಾಡಿದ ಧರ್ಮವಿಕೃತಿ. ದಾಸಿಯಿಂದ ತಿಳಿಯಿತು. ಹಿರಿಯ ಸೊಸೆ ಅಂಬಿಕೆ ಹೀಗೆ ಅಸಹ್ಯಿಸಿಕೊಂಡು ಅವಿತು ಕೂತಳೆಂದು ತಿಳಿದು ನಮ್ಮಮ್ಮ ತುಪ್ಪ ಸೋರುವ ಅವಳ ಉದ್ದನೆಯ ಕೂದಲನ್ನು ಹಿಡಿದು ಗೂರಾಡಿ ಥಳಿಸಿದರೂ ಆ ಹಟಗಾರ್ತಿ ಹೆಣ್ಣು ಮರುದಿನ ರಾತ್ರಿ ತನ್ನ ಬದಲು ತನ್ನ ದಾಸಿಯನ್ನು ಒಳಗೆ ಕಳಿಸಿ ತಾನು ಹಿಂದಿನ ಬಾಗಿಲಿನಿಂದ ಹೊರಟು ಹೋಗಿ ಪರಸ್ಪರ ಮುಖದರ್ಶನವೇ ಇಲ್ಲದೆ ಧ್ವನಿಪರಿಚಯವೂ ಇಲ್ಲದೆ ಸಂಭಾಷಣೆಯೂ ನಿಷಿದ್ಧವಾಗಿರುವಾಗ ಒಡತಿಯೋ ದಾಸಿಯೋ ತಿಳಿಯುವುದು ಅಸಂಭವವಾದಾಗ, ಹಟವೋ ಸಿಟ್ಟೋ ಅಸಹ್ಯವೋ ಅಂಬಿಕೆಯು ಹಾಗೆ ದಾಸಿಯನ್ನು ಕಳಿಸಿರದಿದ್ದರೆ ಯಾವ ನಿಯೋಗವೂ ಕಟ್ಟುತ್ತಿರಲಿಲ್ಲ. ಹೆಂಗಸಿನೊಡನೆ ಹೇಗೆ ನಡೆಯ ಬೇಕೆಂಬುದು ನನಗಾದರೂ ಹೇಗೆ ಗೊತ್ತು, ಅದೂ ಪಿತೃಭಾವ ಘೃತಸ್ನಾನಗಳ ಅಸಹ್ಯ ಅಂಟಿನಲ್ಲಿ. ಅವಳೇ ಅಲ್ಲವೆ ಪಿಸುಗುಟ್ಟಿದ್ದು, 'ಮುನಿ, ಪೂಜ್ಯನಾದ ನಿನಗೆ ನಮಸ್ಕಾರ, ಈ ತುಪ್ಪದ ಅಂಟು ಮನಸ್ಸಿಗೆ ಹಿತವಾಗುತ್ತದೆಯೆ?'

'ಮಾತನಾಡಬೇಡ. ಧರ್ಮನಿಷಿದ್ಧ.'

'ಹಾಗೆಂದವರು ಯಾರು?'

'ಭೀಷ್ಮ.'

'ಗಂಡು ಹೆಣ್ಣಿನ ಸಂಯೋಗದ ವಿಷಯದಲ್ಲಿ ಹಠಬ್ರಹ್ಮಚಾರಿ ಭೀಷ್ಮನಿಗೆ ಏನು ಗೊತ್ತು? ಅವನು ಹೇಳುವಂತೆ ಇಂದ್ರಿಯಗಳನ್ನೆಲ್ಲ ಸಂಕುಚಿಸಿ ಹೆಪ್ಪುಗಟ್ಟಿಸಿಕೊಂಡರೆ ವೀರ್ಯದಾನ ಹೇಗೆ ಸಾಧ್ಯ? ಪೂಜ್ಯನೇ, ನೀನು ಕೋಪಿಸಿಕೊಳ್ಳುವುದಿಲ್ಲವೆಂದು ಭಾಷೆ ಕೊಟ್ಟರೆ ನಾನು ಕೆಲವು ಸಂಗತಿಗಳನ್ನು ಹೇಳುತ್ತೇನೆ.'

'ಕೋಪ ತಾಪಗಳನ್ನು ಗೆಲ್ಲುವ ಸಂಕಲ್ಪದವನು ನಾನು.' ಕೈ ಎಲ್ಲ ಜಿಡ್ಡಾದ ನನಗೆ

ಅವಳ ಹಸ್ತವು ಜಿಡ್ಡಾಗಿಲ್ಲವೆಂಬುದು ಆಗ ತಿಳಿಯಲೇ ಇಲ್ಲವಲ್ಲ.

'ಎಲ್ಲರೂ ಎಲ್ಲವನ್ನೂ ತಿಳಿದಿರುವುದಿಲ್ಲ. ಗಂಡು ಹೆಣ್ಣಿನ ಸಂಯೋಗದ ಸಂಗತಿ ನಿನಗೂ ತಿಳಿಯದು. ಈ ಸೋರುವ ತುಪ್ಪ, ಸಂಭಾಷಣಾ ನಿಷಿದ್ಧತೆ ಮೊದಲಾದುವನ್ನು ನೀನು ಸ್ವೀಕರಿಸಿರುವುದರಿಂದಲೇ ನನಗೆ ಅರ್ಥವಾಗುತ್ತಿದೆ. ನಾನು ಅಂಬಿಕೆಯ ದಾಸಿ. ನಿನ್ನ ಈ ವಿಕಾರದಿಂದ ಅಸಹ್ಯವಾಗಿ ಅವಳು ನೆನ್ನೆ ಕದ್ದು ಕೂತಳು. ಅವಳೂ ಅಷ್ಟೆ ಅವಳ ತಂಗಿ ಅಂಬಾಲಿಕೆಯೂ ಅಷ್ಟೆ, ಸಂಯೋಗದ ಸರಿಯಾದ ಅನುಭವವನ್ನೇ ಕಾಣದವರು. ಇಂತಹ ಸುಂದರ ಮೈಕಟ್ಟಿನ ಸೋದರಿಯರನ್ನು ಭೀಷ್ಮನು ಪೌರುಷದಿಂದ ಹೊತ್ತು ತಂದು ರೋಗಿಷ್ಠ ವಿಚಿತ್ರವೀರ್ಯನಿಗೆ ಕಟ್ಟಿದರೆ ಅವರಿಗಾದರೂ ಸಂಯೋಗದ ಬಗೆಗೆ ಹೇಗೆ ರುಚಿ ಹುಟ್ಟೀತು? ಅದೆಂದರೆ ಅವರಿಗೆ ಸಹಜವಾಗಿಯೇ ಅಸಹ್ಯ ತಿರಸ್ಕಾರ ಗಳಿವೆ. ಅಲ್ಲದೆ ಕೊಳಕಾಗಿ ಸಿಂಬಿಗಟ್ಟಿದ ತಲೆಗೂದಲು, ಕುರುಚಲಾಗಿ ಸುರುಳಿ ತಿರುಗಿದ ಗಡ್ಡಮೀಸೆಗಳು ಚಳಿಬಿಸಿಲುಗಳಿಂದ ಒಡೆದು ಒರಟಾದ ಮೈಚರ್ಮಗಳ ನಿನ್ನನ್ನು ಅವರಾಗಲೇ ಮರೆಯಲ್ಲಿ ನೋಡಿ ಮನಸ್ಸಿನಲ್ಲಿ ಅಸಹ್ಯವನ್ನು ತುಳುಕಿಸಿಕೊಂಡಿದ್ದಾರೆ. ನಿಯೋಗವೇನು ಕತ್ತಲಿನ ನಡುರಾತ್ರಿ ಒಮ್ಮೆ ಕಣ್ಣು ಮುಚ್ಚಿ ಹನಿಕಿಸಿದರೆ ಫಲಕಟ್ಟುವ ಕ್ರಿಯೆಯೆ? ಹಲವು ದಿನಗಳೇ ಬೇಕು. ನೀನೂ ತಿಳಿವಳಿಕೆ ಇಲ್ಲದವನು. ನಾನು ಹೇಳಿದಂತೆ ಕೇಳು. ಎಲ್ಲವನ್ನೂ ಕಲಿಸುತ್ತೇನೆ. ಒಡತಿಯರ ಮನಸ್ಸನ್ನೂ ತಿಳಿಗೊಳಿಸುತ್ತೇನೆ. ಭೀಷ್ಮನ ಮನಸ್ಸಿನ ವಿಕಾರ ಅವನ ಮನಸ್ಸಿನಲ್ಲೇ ಇರಲಿ. ಆತುರದಲ್ಲಿ ಬೆಳೆ ತೆಗೆಯುವುದು ಸಾಧ್ಯವಿಲ್ಲವೆಂಬುದು ದೊಡ್ಡ ಒಡತಿಗೆ ಗೊತ್ತಿದೆ. ನೀನು ಹಲವು ದಿನಗಳಾದರೂ ಇಲ್ಲಿರಬೇಕು.'

ತಮ್ಮ ಕುಡಿ ಶುಕನ ದೇಹವನ್ನು ಮೌನವಾಗಿ ಸುಡುತ್ತಿರುವ ಕೆಂಡದ ಸಮ್ಮುಖದಲ್ಲಿ ಆ ದಾಸಿಯು ತಮ್ಮಲ್ಲಿ ಜಾಗ್ರತಗೊಳಿಸಿದ ಸೃಷ್ಟಿಶಕ್ತಿಯ ನೆನಪು ಸ್ಪಷ್ಟವಾಗಿ ತೇಲಿಬರುತ್ತಿದೆ. ಒಂದು ದೊಡ್ಡ ವಸ್ತ್ರದಿಂದ ಕತ್ತಲಿನಲ್ಲಿಯೇ ಮೈಕೈಗಳನ್ನೆಲ್ಲ ಉಜ್ಜಿ ಉಜ್ಜಿ ಜಿಡ್ಡನ್ನು ಒರೆಸಿ, ತಾನಂತೂ ಚಂದನವನ್ನು ಪೂಸಿಕೊಂಡಿದ್ದಳಲ್ಲ, ಭಾವನೆಯು ಬೆಚ್ಚಗಾಗುವಂತೆ ಅಂಗಾಂಗ ಗಳನ್ನೆಲ್ಲ ತಡಕಿ ಜಾಗೃತಗೊಳಿಸಿ ಹೀಗಲ್ಲ, ಹೀಗೆ ನಾನು ಹೇಳಿದಂತೆ ಬಾ ಎಂದು ಕತ್ತ ಲಲ್ಲಿ ಮಾರ್ಗದರ್ಶನ ಮಾಡಿ ಭೀಷ್ಮನ ಧರ್ಮದ ಕಟ್ಟು ಸುಳ್ಳೆಂಬುದನ್ನು ಮನಗಾಣಿಸಿ ಮರುದಿನ ಹಗಲಿನಲ್ಲಿ ತಾನೇ ಸ್ವತಃ ತಲೆಗೆ ಚೌಳು ಹಾಕಿ ತೊಳೆದು ಒಣಗಿಸಿ ಬಾಚಿ ಮೈ ಕೈ ಎದೆ ಬೆನ್ನು ಹೆಗಲುಗಳಿಗೆ ತೆಳುವಾಗಿ ಎಳ್ಳೆಣ್ಣೆ ತಿಕ್ಕಿ ಮೃದುಗೊಳಿಸಿ ತನ್ನ ಒಡತಿಯರಿಗೆ ಸಹ್ಯವಾಗುವಂತೆ ನನ್ನನ್ನು ಪರಿವರ್ತಿಸಿ, ಆದರೂ ಅವರಿಬ್ಬರೂ ಸಹಿಸಿಕೊಂಡರು ವೈದ್ಯನ ಕಹಿ ಕಷಾಯವನ್ನು ಸಹಿಸುವ ರೋಗಿಗಳಂತೆ. ಅಥವಾ ಪಶುಮಟ್ಟದ ಅತ್ಯಾಚಾರವನ್ನು ಸಹಿಸಿಕೊಳ್ಳುವ ದುರ್ಬಲ ಹೆಂಗಸರಂತೆ. ಇವಳು ಪ್ರೀತಿಸಿದಳು. ಪ್ರೀತಿಯೋ ಭಕ್ತಿಯೋ? ಸಂತೋಷವು ಸಹಜವಾಗಿ ಉಕ್ಕುತ್ತಿದ್ದುದು ಮುಖದಲ್ಲಿಯೇ ಕಾಣುತ್ತಿತ್ತಲ್ಲ ನನಗೆ. ಅವರಿಬ್ಬ ರೊಡನೆಯೂ ರೋಗಿಯ ಅಸಹ್ಯವನ್ನು ತಿಳಿದೂ ಮೂಗು ಹಿಡಿದು ಔಷಧಿ ಸುರಿಯುವ ವೈದ್ಯನ ರೀತಿಯ ಕರ್ತವ್ಯದ ಅನುಭವವಾದರೆ ಊಟವನ್ನು ಸವಿಯುವ ರಸಿಕನಿಗೆ ಇನ್ನಷ್ಟು ಮಾಡಿ ಬಡಿಸುವ ಪಾಕತಜ್ಞನ ಸಂತೋಷ ಅವಳೊಡನೆ ನನಗೂ ಆಗುತ್ತಿತ್ತಲ್ಲ.

'ಮುನಿ, ನನ್ನ ಒಂದು ಬಿನ್ನಪವನ್ನು ಹೇಳಲೇ? ನಾನಂತೂ ದಾಸಿ. ರಾಜನ ಉಪಭೋಗಕ್ಕೆ ನಿಯುಕ್ತಳಾದವಳು. ರಾಜ ಬದುಕಿದ್ದರೆ ಅವನಿಂದ ಮಕ್ಕಳನ್ನು ಹೆತ್ತು ಅವೆಲ್ಲವೂ ಸೂತ ಜಾತಿಯವಾಗುತ್ತಿದ್ದವು. ಈಗ ಕೂಡ ನಾನು ಅರಮನೆಯ ದಾಸಿಯೇ. ನನ್ನನ್ನು ಕೂಡಲೆಂದೇನೂ ನಿನ್ನನ್ನು ಕರೆಸಲಿಲ್ಲ. ಈಗ ನನ್ನ ಗರ್ಭದಲ್ಲಿ ಅಂಟಿರುವ ಬೀಜವು ದಾಸೀಪುತ್ರನೇ ಆಗುತ್ತದೆ. ಸೂತನಾಗುತ್ತದೆ. ಈ ದಾಸಿಯ ಹೊಟ್ಟೆಯಲ್ಲಿ ನನ್ನ ಸ್ವಂತಕ್ಕೆಂದು ಬಿತ್ತಿದ್ದೇನೆ. ತಾಯಿಯ ಪೋಷಣೆಯ ಅಗತ್ಯ ಕಳೆದನಂತರ ಬಂದು ಅದನ್ನು ಕರೆದೊಯ್ಯುತ್ತೇನೆ ಎಂದು ನೀನು ಈಗಲೇ ನಿನ್ನ ತಾಯಿಗೆ ಹೇಳುವೆಯ? ಪೂಜ್ಯನೆ, ನನ್ನ ಮಗು ಸೂತನಾಗುವುದು ನನಗೆ ಬೇಕಿಲ್ಲ. ಅದರಲ್ಲೂ ನಿನ್ನ ಬೀಜದ ಮಗು. ಬ್ರಾಹ್ಮಣನಾದರೆ ನಾನು ಪುನೀತೆ. ಕ್ಷತ್ರಿಯನಾದರೂ ಸರಿಯೆ. ಆದರೆ ನಮ್ಮಂಥವರ, ನಮ್ಮಂಥವರೇನು ನಮಗಿಂತ ಕೀಳುಜಾತಿಯ ಹೊಟ್ಟೆಯಲ್ಲಿ ಹುಟ್ಟುವ ಬ್ರಾಹ್ಮಣಬೀಜವು ಬ್ರಾಹ್ಮಣನಾಗಬಹುದು, ನಿನ್ನ ತಾಯಿಯ ಹೊಟ್ಟೆಯಲ್ಲಿ ಹುಟ್ಟಿದ ನೀನು ಆಗಿಲ್ಲವೆ? ಆದರೆ ಕ್ಷತ್ರಿಯರು ಬೀಜ ಬಿತ್ತುತ್ತಾರೆ. ಕ್ಷತ್ರಿಯವೆಂದು ಸ್ವೀಕರಿಸುವುದಿಲ್ಲ.'

ಅವಳ ಪ್ರಾರ್ಥನೆ ನನ್ನ ಅಂತರಂಗವನ್ನೇಕೆ ತಟ್ಟಲಿಲ್ಲ? ಇನ್ನೂ ಕನರುತ್ತಿದ್ದ ಹೆಣ ಸುಟ್ಟ ವಾಸನೆಯಲ್ಲಿ ದೃಷ್ಟಿಯನ್ನು ಎಂಭತ್ತು ವರ್ಷದ ಹಿಂದಕ್ಕೆ ಹಾರಿಸಿ ಅವರು ಕಾರಣ ಹುಡುಕತೊಡಗಿದರು. ಎಲ್ಲವೂ ಮಸಕು ಮಸಕು. ಅವಳು ಆಡಿದ ಮಾತುಗಳು ಕೂಡ ಇವೇ ಎಂದು ಖಚಿತವಾಗಿ ಹೇಳುವಂತಿಲ್ಲ. ತಾತ್ಪರ್ಯ ಇದೇ ಇರಬಹುದು. ವೇದದ ಸಮಸ್ತ ಪಾಠಾಂತರಗಳ ಪ್ರತಿಯೊಂದು ಮಂತ್ರವೂ ನೆನಪಿನಲ್ಲಿದೆ ನೂರ ಎಂಟನೆಯ ಈ ವಯಸ್ಸಿಗೂ. ಆದರೆ ಇಂಥ ಸಂಗತಿಗಳ ಒಂದು ನೆನಪೂ ಸ್ಪಷ್ಟವಾಗುವುದಿಲ್ಲವಲ್ಲ ಏಕೆ, ಎಂದುಕೊಳ್ಳುವಾಗ ನಗೆಹುಟ್ಟಿತು. ಅವಳ ಪ್ರಾರ್ಥನೆ ನನ್ನ ಅಂತರಂಗವನ್ನು, ಆಗ ಮಗನನ್ನು ಪಡೆಯುವ, ಅಲ್ಲ, ಮಗನು ಬೇಕೆಂಬ ಅಗತ್ಯವೇ ಕಾಣಲಿಲ್ಲ. ಯಾಕೆ ಬೇಕು ಮಗನೆಂಬ ಕಾಲ್ತೊಡಕು ವೇದಪಾಠಸಂಗ್ರಹಕ್ಕೆಂದು ದೇಶದೇಶ ಅಲೆಯುವ ಜ್ಞಾನಾನ್ವೇಷಕನಿಗೆ? ಅವಳು ಹೇಳಿದಂತೆ ಕೇಳಿದ್ದರೆ ವಿದುರನು ನನ್ನ ಮಗನಾಗಬೇಕಿತ್ತು ಎಂದುಕೊಳ್ಳುವಾಗ ಈಗಲೂ ಅವನ ಮೂಗು, ಹಣೆ, ಕಣ್ಣು, ಕಣ್ಣುಗಳ ಕೆಳಗಿನ ಇಳಿವುಗಳು ನನ್ನಂತೆಯೇ ಕಾಣಿಸುತ್ತವೆ, ಸ್ವಭಾವ ಕೂಡ, ವಿಚಿತ್ರವೀರ್ಯನ ಹೆಸರಿನವರಾದ ಧೃತರಾಷ್ಟ್ರ ಪಾಂಡುಗಳ ರೂಪ ಮೈಕಟ್ಟು ಸ್ವಭಾವಗಳು ತೀರ ಭಿನ್ನ, ಇದೆಂತಹ ವಿಚಿತ್ರ, ಏನು ಕಾರಣವಿರಬಹುದು ಎನ್ನಿಸಿತು. ನಾಲ್ಕಾರು ಊಹೆಗಳು ಮನಸ್ಸನ್ನು ತುಂಬಿಕೊಂಡರೂ ಸಮರ್ಪಕ ಕಾರಣವಾಗಿ ಒಂದೂ ತೋಚಲಿಲ್ಲ. ಬೇರೆ ಸಮರ್ಪಕವಾದ ಕಾರಣವನ್ನು ಹುಡುಕುತ್ತಿರುವಾಗಲೇ ಮನಸ್ಸು ಬೇರೊಂದು ಕಲ್ಪನೆಗೆ ಹಾರಿತು: ಮುತ್ತಜ್ಜ ವಸಿಷ್ಠರು ಚಾಂಡಾಲ ಕನ್ಯೆ ಅರುಂಧತಿಯನ್ನು ಮದುವೆಯಾದಂತೆ ನಾನು ಅವಳನ್ನು ಮದುವೆಯೇ ಆಗಿ, ಏನವಳ ಹೆಸರು? ದಾಸಿ ಎಂದು ತನ್ನನ್ನು ತಾನು ಕರೆದುಕೊಳ್ಳುತ್ತಿದ್ದಳು. ನಾನಾದರೂ ಎಲ್ಲಿ ಹೆಚ್ಚು ಮಾತನಾಡುತ್ತಿದ್ದೆ ಅವಳೊಡನೆ, ನಿನ್ನ ಹುಟ್ಟು ಹೆಸರೇನೆಂದು ಕೇಳುವ ಆಸ್ಥೆ ಒಂದು ದಿನವೂ ಹುಟ್ಟಲಿಲ್ಲ. ಅಲ್ಲ, ಕೇಳಬೇಕೆಂದು ತಿಳಿಯಲಿಲ್ಲವೋ! ಅಂತೂ ಆ ದಾಸಿಯ, ಈಗ ಅವಳ

ಮುಖ ಕೂಡ ಸರಿಯಾಗಿ ನೆನಪಿಗೆ ಬರುತ್ತಿಲ್ಲ, ಹೇಗಿದ್ದಳೋ ರೂಪ ಬಣ್ಣ ಮೈಕಟ್ಟುಗಳಲ್ಲಿ! ವಿದುರ ಈಗ ಸಂಸಾರಿಯಾಗಿದ್ದಾನೆ ಹಲವು ಮಕ್ಕಳು ಮೊಮ್ಮಕ್ಕಳು ಮರಿಮಕ್ಕಳಂತೆ, ನಾನು ಹಸ್ತಿನಾವತಿಗೆ ಹೋದಾಗ, ಎಷ್ಟು ವರ್ಷವಾಯಿತು ಹೋಗಿ?, ಧೃತರಾಷ್ಟ್ರನೂ ನಮಸ್ಕರಿಸುತ್ತಾನೆ, ವೇದಜ್ಞನಿಗೆ ಸಿಂಹಾಸನಾರೂಢ ದೊರೆಯು ಕೈಮುಗಿಯುವ ಗಾಂಭೀರ್ಯಯುತ ಗೌರವದಿಂದ. ಆದರೆ ವಿದುರನು ಎರಡು ಹಸ್ತಗಳಿಂದಲೂ ಪಾದ ಗಳನ್ನು ಹಿಡಿಯುವಾಗ ಆಗುವ ಬೆಚ್ಚನೆಯ ಅನುಭವ: ಇಷ್ಟು ದಿನ ನನಗೆ ಈ ವ್ಯತ್ಯಾಸವೇ ಹೊಳೆದಿರಲಿಲ್ಲವಲ್ಲ ಎನ್ನಿಸಿ ಆಶ್ಚರ್ಯವಾಯಿತು. ಬ್ರಾಹ್ಮಣನಾಗಲು ತಕ್ಕವನು, ಧರ್ಮದ ವಿಷಯ ತುಂಬ ತಿಳಿದಿದ್ದಾನಂತೆ ಎಂಬ ನೆನಪು ಹಿಂಬಾಲಿಸಿತು. ವಿದುರನ ಮುಖದ ನೆನಪಂತೂ ಸ್ಪಷ್ಟವಾಗಿದೆ. ಹಲವು ಬಾರಿ ನೋಡಿದ್ದೇನೆ. ಹಸ್ತಿನಾವತಿಗೆ ಹೋದಾಗ ಭಯಭಕ್ತಿಗಳಿಂದ ಕುಳಿತು ಧರ್ಮದ ಬಗೆಗೆ ಏನಾದರೂ ಕೇಳುತ್ತಾನೆ. ಆದರೆ ಅವನ ತಾಯಿಯ ನೆನಪಂತೂ ಆಗುತ್ತಲೇ ಇಲ್ಲ. ವಿದುರನನ್ನು ನೋಡಿದಾಗ ಕೂಡ ಆಗುತ್ತಿರಲಿಲ್ಲ ವಲ್ಲ ಎಂಬ ನೆನಪಾಗಿ ಹುಟ್ಟಿದ ಭಾವವು ತಕ್ಷಣ ಅರ್ಥವಾಗಲಿಲ್ಲ. ಮನೋನಿಗ್ರಹದ ಹೆಮ್ಮೆಯೋ ಅಥವಾ, ಅಥವಾ ಏನು? ಎಂಬುದು ಹೋಗಲಿ ಅದನ್ನು ಕಟ್ಟಿಕೊಂಡೇನು ಎಂದು ಮನಸ್ಸನ್ನು ಸುಮ್ಮನಾಗಿಸಿಕೊಳ್ಳಲು ಪ್ರಯತ್ನಿಸಿದರು. ಆದರೆ ತಮಗೇ ತಿಳಿಯದಂತೆ ಅಂತರಂಗವನ್ನು ಮ್ಲಾನತೆ ತುಂಬಿಕೊಂಡಿತು. ವಿದುರ, ನಿನ್ನ ತಾಯಿಯ ಹೆಸರೇನು? ಎಂದು ಒಮ್ಮೆ ಕೇಳಿಬಿಡಬೇಕು. ಮನಸ್ಸಿನಲ್ಲಿಯೇ ವಿದುರನನ್ನು ಕಲ್ಪಿಸಿಕೊಂಡರು. ಆದರೆ ಈ ಪ್ರಶ್ನೆಯನ್ನು ಕೇಳಲು ಬಾಯಿ ತೆರೆಯುವಾಗ ಹೆದರಿಕೆ. ಇದೇಕೆ ಹೀಗೆ? ಉತ್ತರ ಹೊಳೆಯಲಿಲ್ಲ. ಚಳಿಯಾದಂತಾಗಿ ಕಂಬಳಿಯನ್ನು ಸ್ವಲ್ಪ ಮೇಲುಗಡೆಗೆ ಎಳೆದುಕೊಂಡರು.

ಎಷ್ಟು ಹೊತ್ತೆಂಬುದು ಗೊತ್ತಾಗುತ್ತಿಲ್ಲ, ಯಾವುದೊ ಒಂಟಿ ಹಕ್ಕಿ ಕೂಗುತ್ತಿದೆ. ಮತ್ತೆ ಅದೇ ಆಲೋಚನೆ. ಆಲೋಚನೆಯೋ ನೆನಪೊ? ತಮ್ಮನ್ನು ತಾವೇ ಬಿಡಿಸಿಕೊಂಡಾಗ ಎರಡೂ ಒಂದರೊಳಗೊಂದು ಹೆಣೆದುಕೊಳ್ಳುತ್ತಿವೆ ಎನ್ನಿಸಿತು. ಆಗ ಮಗ ಬೇಡದವನು ಮತ್ತೆ ಯಾಕೆ ಬಯಸಿದೆ? ಇಪ್ಪತ್ತು ಇಪ್ಪತ್ತೆರಡು ವರ್ಷ ಕಳೆದ ಮೇಲೆ ಐವತ್ತರ ವಯಸ್ಸಿ ನಲ್ಲಲ್ಲವೆ ಅನ್ನಿಸಲು ಶುರುವಾದದ್ದು ಒಬ್ಬ ಮಗ ಬೇಕು, ವಂಶದ ಅಪಾರ ವಿದ್ಯೆಯ ಉತ್ತರಾಧಿಕಾರಿ ಬೇಕು ಎಂದು. ಅದುವರೆಗೆ ಇಲ್ಲದ ಬಯಕೆ ಹುಟ್ಟಿದ್ದು ಮುಗಿಲು ಮುಟ್ಟುವ ಎತ್ತರಗಳು, ಕಣ್ಣಿನಿಂದ ಕೂಡ ತಬ್ಬಲಾರದ ಗಾತ್ರಗಳು. ಒಳಗೆ ಬಾಧಿಸುವ ನಶ್ವರತೆ, ಅಪ್ಸರೆ, ನನಗೊಬ್ಬ ಮಗ ಬೇಕು ಒಂಬತ್ತು ತಿಂಗಳು ನಿನ್ನ ಗರ್ಭದ ಉಪಯೋಗ ವನ್ನು ನನಗಾಗಿ ಬಿಟ್ಟುಕೊಡಬಲ್ಲೆಯ? ಜೊತೆಗೆ ತಾಯ ಹಾಲಿನ ಅಗತ್ಯವಿರುವ ತನಕ ಅದನ್ನು ಪಾಲಿಸಲೂಬೇಕು. ಮಗಳು ಹೆತ್ತ ಮಕ್ಕಳು ತಾಯಿಯ ಮನೆಗೆ ಸೇರಬೇಕಂತೆ ಅವರ ಜಾತಿಯಲ್ಲಿ. ಆದರೆ ಋಷಿ ಎಂಬ ಭಯಭಕ್ತಿಯಿಂದ ಒಪ್ಪಿದಳೇನೋ. ಆದರೂ ತನ್ನ ತಾಯಿಯ ಹತ್ತಿರ ನನ್ನನ್ನು ಕರೆದೊಯ್ದು ಅವಳ ಒಪ್ಪಿಗೆ ಪಡೆದು, ಅದು ಯಾವ ನದಿ ಪರ್ವತದ ಇಳುಕಲಿನಲ್ಲಿ ಧುಮುಕುತ್ತಿದ್ದುದು? ಗಂಗೆಯ ಉಪನದಿಯ ಸಮೀಪದ ಸ್ವಚ್ಛವಾದ ಬಂಡೆಯ ಮೇಲೆ ಆಗಾಗ್ಗೆ ಬೀಜವನ್ನು ಸ್ವೀಕರಿಸಿ ನಡುಹಗಲಿನ ಪ್ರಕಾಶಮಯ

ಬೆಳಕಿನಲ್ಲಿ ನನ್ನ ಬಯಕೆಯನ್ನು ಈಡೇರಿಸುವ ಬರೀ ಸಹಜ ಕರ್ತವ್ಯಭಾವದಿಂದಲಲ್ಲ, ನಾನು ಕಾಮಕೇಳಿಯನ್ನು ಬಯಸಿದೆನೆಂದು ತಪ್ಪು ತಿಳಿದಳಲ್ಲ ಪ್ರಥಮ ದಿನ, ಎಷ್ಟು ದಿನ ಇದ್ದೆ ಅವಳೊಡನೆ? ಒಂದು ಪಕ್ಷವಾದ ನಂತರ, 'ಋಷಿ, ಬೀಜ ಅಂಟಿದೆ. ನಿನಗೆ ಬೇಕಾದದ್ದು ಗಂಡುಮಗು. ಅಕಸ್ಮಾತ್ ಹೆಣ್ಣಾದರೆ ಏನು ಮಾಡುವುದು?' ಇಂದಿಗೆ ನಾಲ್ಕು ವರ್ಷಕ್ಕೆ ಇದೇ ಸ್ಥಳಕ್ಕೆ ಬರುತ್ತೇನೆ. ಗಂಡಾಗಿದ್ದರೆ ನನಗೆ ಕೊಡು. ಹೆಣ್ಣಾಗಿದ್ದರೆ ಹಾಗೆಂದು ಹೇಳಿಬಿಡು. ನೀನೇ ಇಟ್ಟುಕೊ. ತೋರಿಸುವ ಅಗತ್ಯವೂ ಇಲ್ಲ. ಸುಳ್ಳು ಹೇಳೀಯೆ, ಎಚ್ಚರಿಕೆ. ಮೂರು ತುಂಬಿದ ಶುಕನನ್ನು ತಾಯಿಯಿಂದ ಬಿಡಿಸಿ ಕೈಹಿಡಿದು ಕರೆತರುವಾಗ ಹೇಗೆ ಗಳಗಳ ಅಳಲು ಶುರು ಮಾಡಿದ. ದೋಣಿಯ ಹತ್ತಿರದ ಮೀನು ತುಂಬಿದ ಮನೆಯಿಂದ ನನ್ನ ತಂದೆ ಕರೆತಂದಾಗ ನಾನೂ ಹಾಗೆಯೇ ಅತ್ತ ನೆನಪು. ಆದರೆ ಆಗ ನನ್ನ ತಂದೆಗೆ ಇನ್ನೂ ಚಿಕ್ಕ ವಯಸ್ಸು. ಬಿಲ್ಲುವಿದ್ಯೆಯಲ್ಲಿ ಪಳಗಿ ಗಟ್ಟಿಗೊಂಡ ಎದೆ, ಭುಜಕಟ್ಟುಗಳು. ನನ್ನಂತೆ ಹರೆಯ ಕಳೆದ ವಯಸ್ಸೂ ಅಲ್ಲ, ತ್ರಾಣ ಸಾಲದ ಕಾಯವೂ ಅಲ್ಲ. ಅವನೂ ನನ್ನಂತೆಯೇ ತಾಯಿಯಿಂದ ಹೊರಡುವಾಗ ಅತ್ತ, ನಾಲ್ಕು ದಿನ ನೆನಸಿಕೊಂಡು ಮ್ಲಾನನಾಗಿದ್ದ. ಅನಂತರ ಅದೆಷ್ಟು ಚುರುಕಾಗಿ ವೇದಪಾಠಗಳನ್ನು ಕಲಿತುಬಿಟ್ಟ. ಹನ್ನೆರಡು ತುಂಬುವುದರೊಳಗೆ, ನಾನು ಕಲಿತಿದ್ದ ಅಖಂಡ ಮಂತ್ರಗಳನ್ನೆಲ್ಲ ಕೇಳಿದ ಕಡೆಯಲ್ಲಿ ಒಪ್ಪಿಸಿಬಿಡುವ ಪಾಠಧಾರಣೆ. ಬಾಲಿಶ ಆಟ ಊಟಗಳಲ್ಲಿ ಕಾಲವನ್ನು ವ್ಯರ್ಥಮಾಡದ ಅಧ್ಯಯನನಿಷ್ಠೆ. ನಾನೂ ಬ್ರಹ್ಮಚಾರಿಯಾಗಿದ್ದೆ. ಆದರೆ ಅದೇ ಪರಮ ಶ್ರೇಷ್ಠವೆಂದು ಪ್ರತಿಪಾದಿಸುತ್ತಿರಲಿಲ್ಲ. ಅವನು ಪ್ರತಿಪಾದನೆಗೇ ಶುರುಮಾಡಿದ. ಗೃಹಸ್ಥನಾಗಿ ವಾನಪ್ರಸ್ಥನಾಗಿ ಅನಂತರ ಸಕಲ ಬಂಧನಗಳಿಂದಲೂ ಬಿಡುಗಡೆಯಾಗಬೇಕೆಂಬ ಮೆಟ್ಟಿಲುಗಳೇ ಅನಾವಶ್ಯಕವೆಂದ. ಅಂಟಿದನಂತರ ಬಿಡಿಸಿಕೊಳ್ಳುವುದೇಕೆ, ಅಂಟುವುದೇ ಬೇಡವೆಂದು ಅವನು ವಾದಿಸುವಾಗ ನನಗೂ ನಿಜವೆಂದು ತೋರುತ್ತಿತ್ತಲ್ಲ. ಆದರೆ ಪಿತೃಋಣ? ಮಗ ಬೇಕೆಂದು ಬಯಸುವುದಾದರೂ ಏಕೆ, ಪಿತೃಋಣ ಸಲ್ಲಿಸಲು ತಾನೆ? ಪಿತೃಋಣ ಗುರುಋಣಗಳೆರಡೂ ಜೊತೆಜೊತೆಯಲ್ಲಿ ಸಂದಾಯವಾಗಲೆಂದು ಅವನನ್ನು ಪಡೆದೆ. ಕೆಲಕಾಲಾನಂತರ ಅವನೂ ಈ ಕರ್ತವ್ಯಗಳನ್ನು ಮಾಡುತ್ತಾನೆಂದು ನಂಬಿದ್ದೆ, ನಂಬಿದ್ದೆನೊ ಅಲಕ್ಷಿಸಿದ್ದೆನೊ? ವೇದದ ಅರ್ಥ ನಾನೂ ಹುಡುಕುತ್ತಿದ್ದೆ. ಅವನೂ ಹುಡುಕುತ್ತಿದ್ದ, 'ಅಪ್ಪ, ವೇದವನ್ನೆಲ್ಲ ಅಭ್ಯಾಸ ಮಾಡಿದೆ. ಹುಟ್ಟು, ಹುಟ್ಟಿದ ಮೇಲೆ ಸಾವು, ಇವೆರಡು ತಾನೆ ಸತ್ಯದ ಎರಡು ಮುಖಗಳು. ನಡುವಿನದೆಲ್ಲ ಚಿಂತನೆ. ಹುಟ್ಟಿದ್ದೇಕೆ? ಬದುಕುವುದೇಕೆ? ಸಾಯುವುದೆಲ್ಲಿಗೆ? ಇದಕ್ಕಿಂತ ಹೆಚ್ಚಿನ ತಾತ್ಪರ್ಯ ನನಗೆ ಕಾಣುತ್ತಿಲ್ಲ. ನಿನಗೆ ಕಾಣುತ್ತದೆಯೇ?'

'ಇದೇ ಮುಖ್ಯ ಪ್ರಶ್ನೆ, ಮಗು. ಜಿಜ್ಞಾಸೆ ಮಾಡಿ.....'

'ಏನೂ ಪ್ರಯೋಜನವಿಲ್ಲ. ನೀನು ನನ್ನನ್ನು ಏಕೆ ಹುಟ್ಟಿಸಿದೆ ಎಂದು ಆಕ್ಷೇಪಿಸುವುದಿಲ್ಲ. ಆದರೆ ಸಂತಾನವನ್ನು ಸೃಷ್ಟಿಸುವುದರಲ್ಲಿ ನನಗೆ ಅರ್ಥ ಕಾಣುತ್ತಿಲ್ಲ. ಆದ್ದರಿಂದ ಬ್ರಹ್ಮಚರ್ಯವೇ ಶ್ರೇಷ್ಠವೆಂಬ ಶ್ರದ್ಧೆ ಗಟ್ಟಿಯಾಗಿದೆ.'

'ಮಗು, ಪಿತೃಋಣ?'

'ಹುಟ್ಟಿನಲ್ಲೇ ಅರ್ಥವಿಲ್ಲದಿರುವಾಗ ಹುಟ್ಟಿಸಿದವರಲ್ಲಿ ಯಾವ ಅರ್ಥವಿದೆ? ಇನ್ನು ಅವರಿಗೆ ನಾವು ಸಲ್ಲಿಸುವುದಾದರೂ ಏನು?'

ಆಗಲೂ ತಿಳಿಯಲಿಲ್ಲವಲ್ಲ ನನಗೆ ಈ ಅಭಾವಾತ್ಮಕ ದೃಷ್ಟಿಯು ಕೇವಲ ಜಿಜ್ಞಾಸೆಯ ಒಂದು ಮುಖ ಮಾತ್ರವಲ್ಲವೆಂದು! ಕೆಲವು ದಿನಗಳ ನಂತರ ಮಗನು ನನ್ನ ಕಣ್ಣೆದುರಿಗೇ ಆಹಾರಾದಿಗಳನ್ನು ಬಿಟ್ಟು ಶೂನ್ಯಭಾವದಿಂದ ಮಲಗಿದಾಗ ಅವನ ಅಂತರಂಗದ ನಿಜವಾದ ದೃಷ್ಟಿ, ದೃಷ್ಟಿ ಎಂಥದು, ಅದನ್ನು ಏನನ್ನಬೇಕು?, ತಿಳಿದು ಕೂಡ ಏನು ಮಾಡಲು ಸಾಧ್ಯ ವಾಯಿತು. 'ಇನ್ನೂ ಮೂವತ್ತು ನಲವತ್ತು, ಬೇಡ, ಅರವತ್ತು ವರ್ಷಗಳನಂತರ ಬರುವ ಸಾವು ಇಂದೇ ಬಂದರೂ ಆಗುವ ವ್ಯತ್ಯಾಸವೇನು? ನಿನ್ನ ಮನಸ್ಸಿನ ಸಮಾಧಾನದ ಮಾತು ಬೇಡ. ಜೀವನದ ಮುಖ್ಯ ಪ್ರಶ್ನೆಯ ದೃಷ್ಟಿಯಿಂದ ಹೇಳು. ನಿನ್ನಂಥ ಜ್ಞಾನಿಗೆ ಅಳುವು ಶೋಭಿಸುವುದಿಲ್ಲ.'

ಅವರಿಗೆ ಒಳಗಿನಿಂದ ದುಃಖ ಒತ್ತರಿಸಿಕೊಂಡು ಬಂತು. ಆದರೆ ಶಬ್ದವಾಗಿ ಪರಿವರ್ತಿತ ವಾಗುವ ಮೊದಲೇ ನನ್ನಂಥ ಜ್ಞಾನಿಗೆ ಅಳು ಶೋಭಿಸುವುದಿಲ್ಲವೆಂದು ಸಮಾಧಾನ ತಂದುಕೊಳ್ಳಲು ಹೆಣಗಿದರು. ದುಃಖವು ನಡುಗಂಟಲಿನಲ್ಲಿ ಸಿಕ್ಕಿಕೊಂಡಿತು. ಆದರೆ ಅಷ್ಟೊಂದು ಹುಚ್ಚರಂತೆ ಅತ್ತು ನದಿಗೆ ಧುಮುಕಿ ಕಲ್ಲುಬಂಡೆಯಿಂದ ಉರುಳಿ ಬೆಂಕಿಗೆ ಬೀಳಹೋದ ಮುತ್ತಜ್ಜ ವಸಿಷ್ಠರು ಅಜ್ಞಾನಿಯೆ? ಎಂಬ ಪ್ರಶ್ನೆ ಮನಸ್ಸಿನಲ್ಲಿ ಎದ್ದುನಿಂತಿತು. ನಡುಗಂಟಲಿನಲ್ಲಿ ಸಿಕ್ಕಿಕೊಂಡಿದ್ದ ದುಃಖವು ಒಳಗಿಳಿದು ಹುಗಿದುಕೊಂಡಿತು. ಮನಸ್ಸನ್ನು ಶೂನ್ಯಭಾವ ತುಂಬಿಕೊಂಡಿತು. ಸೊಸೆ ಅದೃಶ್ಯಂತಿ ಮಾವನವರನ್ನು ಹುಡುಕಿಕೊಂಡು ಓಡಿಬಂದು ತಡೆದು, 'ವಂಶ ಕೊನೆಗೊಂಡಿಲ್ಲ. ನನ್ನ ಹೊಟ್ಟೆಯಲ್ಲಿ ನಾಲ್ಕು ತಿಂಗಳಿನ ಮೊಳಕೆ ಇದೆ. ನೀವು ಸತ್ತರೆ ಮುಂದೆ ಅದರ ಪಾಲನೆ ಪೋಷಣೆಗೆ ಯಾರು?' ಎಂದಾಗ ದೊಡ್ಡ ದೊಡ್ಡ ಒಣಕೊರಡುಗಳನ್ನು ಪೇರಿಸಿ ಬೆಂಕಿ ಹಚ್ಚಿ ನಿಗಿನಿಗಿ ಉರಿಯುವ ಕೆಂಡ ಮಾಡಿ ಸಿದ್ಧರಾಗಿದ್ದ ಅವರು ಹಿಂದೆ ಸರಿದು ಬಸರಿ ಸೊಸೆಯ ಸೇವೆ ಆರೈಕೆಗಳಿಗೆ ಸ್ವತಃ ನಿಂತರಂತೆ. ನಾನು ಯಾವ ಸೊಸೆಯ ಆರೈಕೆ ಮಾಡಲಿ, ಎಂಬ ಪ್ರಶ್ನೆ ಮೂಕವಾಗಿ ನಿಂತಿತು. ಮನಸ್ಸು ಕೆಲವು ಹೊತ್ತು ನಿರ್ವಿಕಾರವಾಯಿತು. ಅನಂತರ ಒಳಗಿಳಿದು ಹುದುಗಿ ಕೊಂಡಿದ್ದ ದುಃಖವು ಬುಗ್ಗೆಬುಗ್ಗೆಯಾಗಿ ಉಕ್ಕಿಬಂತು. ಮೈಕೈಗಳನ್ನು ಬಿಗಿಹಿಡಿದು ಕುಳಿತಿದ್ದ ಅವರು ಅಳಲು ಸುಲಭವಾಗಲೆಂಬಂತೆ ಸಡಿಲಬಿಟ್ಟು ದಟ್ಟವಾದ ಕತ್ತಲಿನಲ್ಲಿ ವರ್ಣ, ಸ್ವರ, ಮಾತ್ರೆ, ಛಂದಸ್ಸುಗಳ ಕಾಲುವೆಯನ್ನೊಡೆದು ಮುಕ್ತವಾಗಿ ಗೋಳೋ ಎಂದು ಅಳ ತೊಡಗಿದರು.

ಹಾಗೆಯೇ ಬೂದಿಗುಡ್ಡೆಯ ಮುಂದೆ ಎಷ್ಟೋ ಹೊತ್ತು ಕುಳಿತಿದ್ದು ಅನಂತರ ಎದ್ದು ನಿಧಾನವಾಗಿ ನಡೆದು ಹಿಂತಿರುಗಿ ಗುಡಿಸಿಲಿನಲ್ಲಿ ಮತ್ತೆ ಮಲಗಿದಾಗ ಬೆಳಗಿನ ಜಾವ. ಸ್ವಲ್ಪ ಜೊಂಪು ಹತ್ತಿ ಪುನಃ ಎದ್ದಾಗ ಸೂರ್ಯೋದಯವಾಗುತ್ತಿತ್ತು. ಭೀಷ್ಮರು

ಇನ್ನಷ್ಟು ತಡವಾಗಿ ಎದ್ದರು. ಬೆಳಗ್ಗೆ ಪರಸ್ಪರರ ಮುಖ ನೋಡಿದಾಗ ಯಾರಿಗೂ ಯಾವ ಮಾತೂ ಹೊಳೆಯಲಿಲ್ಲ. ಭೀಷ್ಮರ ಮಟ್ಟಿಗೆ ಬೆಳಗಿನ ಹೂಬಿಸಿಲಿನಲ್ಲೂ ದಟ್ಟವಾದ ಸಾವಿನ ಕತ್ತಲು. ಕೃಷ್ಣದ್ವೈಪಾಯನರೊಡನೆ ತಾವು ಬಂದ ಉದ್ದೇಶವನ್ನು ಹೇಳುವ, ಚರ್ಚಿಸುವ ಉತ್ಸಾಹವು ಆವಿಯಾಗಿ ಕತ್ತಲನ್ನು ಸೇರಿಕೊಂಡಿತ್ತು. ಭೀಷ್ಮರ ಮುಖ ನೋಡಿದಾಗ ಅವರು ಬಂದ ಕಾರಣ ಇವರಿಗೆ ನೆನಪಾದರೂ ಮನಸ್ಸು ಆ ಕಡೆಗೆ ಹರಿಯದೆ 'ನಿದ್ದೆ ಬಂತೆ?' ಎಂದು ಕೇಳಿದರು.

ಬೆಳಗ್ಗೆ ಇಡೀ ಆಶ್ರಮದವರೆಲ್ಲ ಒಟ್ಟುಗೂಡಿ ಹತ್ತಿರದ ಕೆರೆಗೆ ಹೋಗಿ ಸತ್ತ ಶುಕನಿಗೆ ತರ್ಪಣ ಕೊಡುವ ಕೆಲಸವಿತ್ತು. ಭೀಷ್ಮರೂ ಅವರೊಡನೆ ಹೊರಟಾಗ ಅವರಿಗೆ ಆಶ್ರಮದ ಒಟ್ಟು ಚಿತ್ರ ಗೊತ್ತಾಯಿತು. ಆಶ್ರಮವು ಒಂದು ದಿಣ್ಣೆಯ ಮೇಲಿದೆ. ಸುತ್ತ ಕೃಷಿಯ ಬಯಲು. ವೈಶಂಪಾಯನ ಹೇಳಿದ: ಆಶ್ರಮಕ್ಕೆ ಬೇಕಾದ ದಿನಸಿ ಧಾನ್ಯಗಳನ್ನೆಲ್ಲ ಬೆಳೆದುಕೊಳ್ಳುವಷ್ಟು ಭೂಮಿಯಿದೆ. ಕೆಳಭಾಗದಲ್ಲಿ ಸುಮಾರು ಐದು ನೂರು ಹಸುಗಳಿರುವ ದೊಡ್ಡ ಗೋಶಾಲೆ. ಮೇಯಲು ಸುತ್ತ ಕಾಡುಗಳು. ದ್ವೈಪಾಯನ, ಪೈಲ, ವೈಶಂಪಾಯನ, ಜೈಮಿನಿ, ಸುಮಂತುಗಳಂತಹ ಮಹಾ ಮಹಾ ಪಂಡಿತರಲ್ಲದೆ ಇತರ ಸುಮಾರು ಐವತ್ತು ಜನ ಉಪಾಧ್ಯಾಯರೇ ಇದ್ದಾರೆ. ಇನ್ನೂರು ಜನ ಶಿಷ್ಯರಿದ್ದಾರೆ. ಇವರೆಲ್ಲ ಸೇರಿ ಕೃಷಿ ಮತ್ತು ಗೋಪಾಲನೆಯ ಕೆಲಸಗಳನ್ನು ಮಾಡುತ್ತಾರೆ. 'ಗುರುಗಳಂತೂ ಎಂದೂ ಆಶ್ರಮ ಸ್ಥಾಪಿಸಿದವರಲ್ಲ. ವೇದವಿಂಗಡಣೆಗೆಂದು ನಾವು ನಾಲ್ವರು ಬಂದು ಸೇರಿದೆವಲ್ಲ. ನಮ್ಮನ್ನು ಹುಡುಕಿಕೊಂಡು ಇತರ ಶಿಷ್ಯರು ಬಂದರು. ಇವರಿಗೆಲ್ಲ ಊಟ ವಸತಿಗಳಿಗೆ ಏನು ಮಾಡುವುದು? ಅಲ್ಲದೆ ಅಷ್ಟರಲ್ಲಿ ಗುರುಗಳಿಗೆ ದೇಶದೇಶ ಸಂಚರಿಸುವ ವಯಸ್ಸೂ ಮುಗಿದಿತ್ತು. ಅಗತ್ಯವೂ ಇರಲಿಲ್ಲ. ನಾವು ನಾಲ್ವರ ಬಲವಂತದಿಂದ ಇಷ್ಟೆಲ್ಲ ವ್ಯವಸ್ಥೆ ಯಾಯಿತು.'

ಅಷ್ಟು ಜನವೂ ಒಟ್ಟಿಗೆ ಕೆರೆಯಲ್ಲಿ ಸ್ನಾನಮಾಡಿ ಮಂಡಿಮಟ್ಟದ ನೀರಿನಲ್ಲಿ ನಿಂತು ಮೃತನಿಗೆ ಜಲತರ್ಪಣ ಕೊಡುತ್ತಿರುವಾಗ ಇಬ್ಬರು, ಋಷಿಗಳಂತೆ ಕಾಣುವ ಬಿಳಿ ವಸ್ತ್ರ, ಮೇಲೆ ಕೂಡ ಹೊದೆದ ವಸ್ತ್ರ, ಆದರೆ ಗಡ್ಡ ಮೀಸೆಗಳಿಲ್ಲದ ತಲೆತುಂಬ ಕೂದಲಿನ, ಹತ್ತಿರ ಬಂದಾಗ ಸುಮಾರು ಐವತ್ತು ವರ್ಷದವರೆಂದು ತಿಳಿಯಿತು, ಹತ್ತಿರ ಬಂದರು. ಭೀಷ್ಮ, ಕೃಷ್ಣ ದ್ವೈಪಾಯನ ಪೈಲ ಮೊದಲಾದ ಮುಖ್ಯರು ನಿಂತಿದ್ದ ದಡದಲ್ಲಿ ನಿಂತರು. ಆದರೆ ತಾವು ನೀರಿಗಿಳಿಯಲಿಲ್ಲ. ತರ್ಪಣಕ್ರಿಯೆಯಲ್ಲಿ ಭಾಗವಹಿಸಲಿಲ್ಲ. ಅದನ್ನು ಪೈಲ ಗಮನಿಸಿದ. ಯಾವ ದೇಶದವರೋ ವಿದ್ಯೆ ಕಲಿಯಲು ಬಂದಿರುವವರೊ ಎಂದುಕೊಳ್ಳುತ್ತಲೇ ಸಾಮೂಹಿಕ ಮಂತ್ರೋಚ್ಚಾರದೊಡನೆ ಅಂಜಲಿ ತುಂಬಿದ ಜಲವನ್ನು ಕೆಳಗೆ ಬಿಟ್ಟ. ಎಲ್ಲರೂ ದಡಕ್ಕೆ ಬಂದಾಗ ಆಗಂತುಕರಲ್ಲಿ ಒಬ್ಬನು ತಮ್ಮ ಪರಿಚಯ ಹೇಳಿಕೊಂಡ. 'ನನ್ನ ಹೆಸರು ವೃಷ. ಇವನದು ಅನರಣ್ಯ. ಸ್ವಲ್ಪ ಮಟ್ಟಿಗೆ ವೇದಾಧ್ಯಯನ ಮಾಡಿದ್ದೇವೆ. ಕೆಲವು ಅಂಶಗಳಲ್ಲಿ ಅನುಮಾನವಿದೆ. ನಿಮ್ಮ ಗುರುಗಳಾದ ಕೃಷ್ಣದ್ವೈಪಾಯನರಲ್ಲಿಯೇ ಕೇಳಿ ತಿಳಿಯುವ ಆಶೆ. ಆದರೆ ತಿಳಿಯದೆ ಶೋಕದ ದಿನದಲ್ಲಿ ಬಂದುಬಿಟ್ಟೆವು. ನಮ್ಮ

ದೇಶವೂ ದೂರ. ನಾಲ್ಕು ದಿನಗಳು ಬೇಕಾದರೆ ನಿಮ್ಮಲ್ಲಿಯೇ ತಂಗಿ ನಿಮ್ಮ ಗುರುಗಳಿಗೆ ಸ್ವಲ್ಪ ಸಮಾಧಾನವಾದನಂತರ ಚರ್ಚೆ ಮಾಡೋಣ. ನಮಗೇನೂ ಆತುರವಿಲ್ಲ.'

'ನಿಮಗೆ ಬೇಕಾದುದು ಉಪದೇಶವೋ, ಅನುಮಾನದ ಪರಿಹಾರವೋ, ಚರ್ಚೆಯೋ?' ಪೈಲ ಕೇಳಿದ.

'ಈ ಮೂರರಲ್ಲಿ ಹೆಚ್ಚು ವ್ಯತ್ಯಾಸವಿದೆ ಎಂದು ನಾವು ಭಾವಿಸುವುದಿಲ್ಲ. ಇದ್ದರೂ ಚಿಂತೆ ಇಲ್ಲ.'

'ನಮ್ಮ ಗುರುಗಳು ಈಗ ವೇದಾರ್ಥನಿರ್ಣಯದ ಚರ್ಚೆಯಲ್ಲಿ ಭಾಗವಹಿಸುವ ಸ್ಥಿತಿಯಲ್ಲಿಲ್ಲ. ನೆನ್ನೆ ತಾನೇ ಅವರ ಮಗ.....'

ಎಂದು ಪೈಲ ಹೇಳುತ್ತಿರುವಾಗ ಜೈಮಿನಿ ಅಡ್ಡಬಂದು, 'ಹೆಚ್ಚು ಆಯಾಸವಾಗುವಷ್ಟು ಹೊತ್ತು ಬೇಡ. ಸ್ವಲ್ಪ ಚರ್ಚೆ ನಡೆಯಲಿ. ಅವರ ಮನಸ್ಸು ಶೋಕದಿಂದ ಹೊರಬರಲು ಸಹಾಯಕವಾಗುತ್ತೆ ಅಲ್ಲವೆ?' ಎಂದ.

ಭೀಷ್ಮ ಮತ್ತು ಕೃಷ್ಣದ್ವೈಪಾಯನರು ಸ್ವಲ್ಪ ಹಿಂದೆ ಬರುತ್ತಿದ್ದರು. ಇಬ್ಬರ ಕೈಲೂ ಊರುಗೋಲು.

ಇತರ ಶಿಷ್ಯರು ಉಪಾಧ್ಯಾಯರುಗಳು ಹೊಲ ಮತ್ತು ದನಗಳ ಕೆಲಸಕ್ಕೆ ಹೋದರು. ದ್ವೈಪಾಯನರು, ನಾಲ್ವರು ಪಾರಂಗತ ಶಿಷ್ಯರು ಮತ್ತು ಭೀಷ್ಮರು ಹವನಶಾಲೆಯ ಒಂದು ಭಾಗದಲ್ಲಿ ಕುಳಿತರು. ಗುರುಗಳಿಗೆ ಕೃಷ್ಣಾಜಿನ, ಭೀಷ್ಮರಿಗೆ ಹುಲಿಯ ಚರ್ಮ, ನಾಲ್ವರಿಗೂ ಮಂದಲಿಗೆ, ಆಗಂತುಕರಿಬ್ಬರಿಗೂ ಎದುರಿಗೆ ಮತ್ತೊಂದು ದಪ್ಪ ಮಂದಲಿಗೆ.

'ಅತಿಥಿಗಳ ಊಟವಾಯಿತೆ?' ಗುರುಗಳು ಕೇಳಿದರು.

'ಈಗ ತಾನೆ ಮಾಡಿದೆವು. ನಿಮ್ಮ ಆಶ್ರಮದ ಹಸುಗಳ ಹಾಲು ಬಲು ರುಚಿ,' ಅನ ರಣ್ಯ ಮೆಚ್ಚುಗೆ ಕೃತಜ್ಞತೆಗಳನ್ನು ಸೂಚಿಸಿದ.

'ವೇದದ ಯಾವ ಮಂತ್ರದ ಅರ್ಥಸ್ಪಷ್ಟನೆಯಾಗಬೇಕು?' ಪೈಲ ವಿಷಯಪ್ರವೇಶ ಆರಂಭಿಸಿದ. ಸಾಧಾರಣವಾಗಿ ಹೊರಗಿನ ಯಾವ ಜಿಜ್ಞಾಸು ಬಂದರೂ ಚರ್ಚೆ ಆರಂಭಿಸು ತ್ತಿದ್ದವನು ಅವನೇ. ಪ್ರಧಾನಪಾತ್ರ ವಹಿಸುತ್ತಿದ್ದವನೂ ಅವನೇ. ಅವನ ವಿದ್ವತ್ತಿನ ಬಗೆಗೆ ಎಲ್ಲರಿಗೂ ನಂಬಿಕೆಯಿತ್ತು.

'ಮಂತ್ರದ ಅರ್ಥಸ್ಪಷ್ಟನೆಯ ಮಾತು ಅನಂತರ ಆಡಬಹುದು. ಸ್ವಲ್ಪ ಹೊತ್ತಿನ ಹಿಂದೆ ನೀವೆಲ್ಲ ಕೆರೆಯ ನೀರಿನಲ್ಲಿ ನಿಂತು ಬೊಗಸೆಯಲ್ಲಿ ನೀರು ಹಿಡಿದು ಮಂತ್ರ ಹೇಳಿ ಕೊಂಡು ಸುರಿದಿರಲ್ಲ. ಏನದರ ಉದ್ದೇಶ?'

'ಗುರುಗಳ ಮಗ ತೀರಿಹೋದ. ನಿಮಗೂ ತಿಳಿದಿರಬಹುದು ಅದು. ಅವನಿಗೆ ಮಾರ್ಗದಲ್ಲಿ ದಾಹವಾದರೆ ಸಿಗಲಿ ಅಂತ ಉದಕವನ್ನು ಕಳಿಸಿದ್ದು ಅದು. ಯಾಕೆ, ನಿಮ್ಮ ದೇಶದಲ್ಲಿಲ್ಲವೆ ಈ ಪದ್ಧತಿ?'

'ಇಲ್ಲಿಂದ ಅಲ್ಲಿಗೆ ನೀರು ಹೇಗೆ ಹೋಗುತ್ತದೆ?'

'ಅದಕ್ಕೇ ಮಂತ್ರಶಕ್ತಿ ಎನ್ನುವುದು.'

'ಹಾಗಾದರೆ ಒಂದು ಕೆಲಸ ಮಾಡೋಣ. ನನಗೆ ಈಗ ಕುಡಿಯಲು ನೀರು ಬೇಕಾಗಿದೆ. ಈ ನನ್ನ ಜೊತೆಗಾರನನ್ನು ನಿಮ್ಮ ಸೇದುವ ಭಾವಿಯ ಹತ್ತಿರಕ್ಕೋ ಕೆರೆಗೋ ಕಳಿಸುತ್ತೀನಿ. ನಿಮ್ಮಲ್ಲಿ ಯಾರಾದರೂ ಅವನ ಜೊತೆಗೆ ಹೋಗಿ ಬೊಗಸೆಯಲ್ಲಿ ನೀರು ಹಿಡಿದು ಮಂತ್ರ ಹೇಳಿ ಸುರಿಯಿರಿ. ಇಲ್ಲಿ ನನ್ನ ಮುಂದೆ ಒಂದು ಪಾತ್ರೆ ಇಡಿ. ಅದು ಅದರಲ್ಲಿ ಬೀಳುತ್ತದೆಯೆ? ಅಥವಾ ನನ್ನ ಹೊಟ್ಟೆಗೆ ನೇರವಾಗಿ ಹೋಗಿ ಬಾಯಾರಿಕೆ ತಾನೆ ಇಂಗುತ್ತ ದೆಯೆ? ಮಾಡಿ ನೋಡೋಣವೆ?'

'ಮೃತ್ಯುಲೋಕದಲ್ಲಿರುವ ಪ್ರೇತಕ್ಕೆ ಅನ್ವಯಿಸುವ ಮಂತ್ರಾದಿಗಳನ್ನು ಈ ಭೌತಲೋಕದ ಪರೀಕ್ಷೆಗೆ ಒಳಪಡಿಸುವುದು ಸಾಧ್ಯವಿಲ್ಲ,' ಪೈಲ ಎಂದ.

'ಹಾಗಾದರೆ ಮೃತಲೋಕ ಮೊದಲಾದುವನ್ನು ನೀವು ಕಂಡಿದ್ದೀರಾ?'

'ಕಾಣಲೇಬೇಕೇನು ಈ ಭೌತಿಕ ಕಣ್ಣಿಂದ? ವೇದದಲ್ಲಿ ಏನು ಹೇಳಿದೆ ಅಂದರೆ.....'

ಎಂಬ ಪೈಲನ ಮಾತನ್ನು ಅರ್ಧಕ್ಕೆ ತಡೆದು ವೃಷ ಮಾತನಾಡಿದ: 'ಹಾಗೆ ಹೇಳಿದವರು ಕೂಡ ಸ್ವತಃ ಕಂಡಿದ್ದರು ಅನ್ನುವುದಕ್ಕೆ ಆಧಾರವೇನು? ಕಣ್ಣು ಕಿವಿ ಮೂಗು ನಾಲಗೆ ಚರ್ಮ ಈ ಐದು ಇಂದ್ರಿಯಗಳಿಂದ ಕಾಣಲಾಗದ್ದನ್ನು ನಂಬುವುದು ಹೇಗೆ?'

ಪೈಲ ವಾದವನ್ನು ಮುಂದುವರಿಸುತ್ತಿದ್ದ. ಕುಳಿತಿದ್ದ ಕೃಷ್ಣದ್ವೈಪಾಯನರ ಮನಸ್ಸು ಮಗನ ನೆನಪಿನಲ್ಲಿ ಮುಳುಗಿತು. ಅವನು ಕೂಡ ಒಮ್ಮೆ ಹೀಗೆಯೇ ವಾದ ಮಾಡಿದ್ದ. ಹೀಗೆ ವೇದದ ಋಷಿಗಳ ಪ್ರಾಮಾಣ್ಯವನ್ನೇ ಪ್ರಶ್ನಿಸಿರಲಿಲ್ಲ. ಈ ಜನ್ಮವಾದನಂತರ ಮುಂದೆಯೂ ಜನ್ಮವುಂಟು. ಇದಕ್ಕೆ ಮೊದಲೂ ಇದ್ದವು. ಇದಕ್ಕೆಲ್ಲ ಕಾರಣ ಕರ್ಮದ ಸರಪಳಿ ಎಂಬಷ್ಟನ್ನು ನಂಬಿದ್ದ. ನಂಬಿದ್ದನೋ ಅಥವಾ? ನಿರಾಹಾರದಿಂದ ಈ ಶರೀರವನ್ನು ಅಂತ್ಯಗೊಳಿಸಿದರೆ ಕರ್ಮದ ಸರಪಳಿಯನ್ನು ಕತ್ತರಿಸಿದಂತೆ ಆಗುವುದಿಲ್ಲ ಎಂಬ ತಿಳಿವಳಿಕೆ ಇರಲಿಲ್ಲವೊ ಅವನಿಗೆ? ಇದ್ದರೆ ಹೀಗೆ ಮಾಡಿಕೊಳ್ಳುತ್ತಿರಲಿಲ್ಲ. ಅಥವಾ ಜನ್ಮಾಂತರ, ಕರ್ಮ, ಮೊದಲಾದುವೆಲ್ಲ ಬರೀ ಕಲ್ಪನೆಗಳೊ? ಅವರ ಮನಸ್ಸು ನಿರ್ವೇದಕ್ಕೆ ಸಿಲುಕಿತು. ಒಳಗೆಲ್ಲ ಭಣಗುಟ್ಟುವ ಶೂನ್ಯ. ಮಗ ಸತ್ತದ್ದು ಮಾತ್ರವಲ್ಲ, ತನ್ನ ಜೀವನಕ್ಕೂ ಅರ್ಥವಿಲ್ಲ ವೆನ್ನಿಸಿತು. ಅರ್ಥಶೂನ್ಯತೆಯ ಭಾವವು ಒಳಗನ್ನು ಆವರಿಸಿತು. ಸುಮ್ಮನೆ ಕಣ್ಣುಮುಚ್ಚಿ ಕುಳಿತರು.

ವಾದವು ಭೀಷ್ಮರಿಗೆ ಕೇಳಲು ಆಕರ್ಷಕವಾಗಿತ್ತು. ಆದರೆ ಹೀಗೆ ಆಗಂತುಕ ವಾದಿಸು ವಂತೆ ವೇದವೆಲ್ಲ ಸುಳ್ಳಾದರೆ ವೇದದಲ್ಲಿ ಹೇಳಿರುವ ಯಜ್ಞಯಾಗಾದಿಗಳೂ ಸುಳ್ಳೆ? ತಮ್ಮ ಹಿಂದಿನ ಹಲವರು ಮಾಡಿರುವ ರಾಜಸೂಯ, ತಾವು ಮಾಡಿದ ದಿಗ್ವಿಜಯ, ಮೊಮ್ಮಕ್ಕಳಾದ ಪಾಂಡವರು ಮಾಡಿ ತಾವೇ ಸ್ವತಃ ಭಾಗವಹಿಸಿದ ರಾಜಸೂಯ, ಆ ಮೂಲಕ ಪಿತೃಗಳಿಗೆ ಸ್ವರ್ಗದಲ್ಲಿ ಸಲ್ಲುವ ಕೀರ್ತಿ ಮನ್ನಣೆಗಳು, ಸ್ವರ್ಗಲೋಕ, ಇವೆಲ್ಲವೂ ಸುಳ್ಳೆ? ಏನು ಇವನು ಮಾಡುತ್ತಿರುವ ವಾದ? ಎಂದುಕೊಳ್ಳುತ್ತಿರುವಾಗ ಕೃಷ್ಣದ್ವೈಪಾಯನರು ಮಾತನಾಡಿದರು: 'ಸುಮಂತು, ಇವರು ಮೂವರೂ ಚರ್ಚೆ ಮಾಡುತ್ತಿರಲಿ. ನನಗೆ ತಲೆ ತಿರುಗುವಂತಾಗುತ್ತಿದೆ. ಕರೆದೊಯ್ದು ಮಲಗಿಸು.'

ವೃಷ ತಕ್ಷಣ ತನ್ನ ಮಾತು ನಿಲ್ಲಿಸಿ ಎಂದ: 'ಹಿರಿಯರೆ, ನಿಮಗೆ ಮಗ ಸತ್ತ ದುಃಖ. ಈ ದಿನವೇ ಚರ್ಚೆಗೆ ಕೂತದ್ದಕ್ಕೆ ನನಗೆ ಖೇದವಾಗುತ್ತಿದೆ. ಬೇಕಾದರೆ ನಾಲ್ಕಾರು ದಿನದನಂತರ ಆರಂಭಿಸೋಣ. ನಾವು ನಿಮ್ಮೊಡನೆ ಇರುತ್ತೇವೆ.'

'ಇಲ್ಲ, ನೀವು ಮುಂದುವರಿಸಿ, ನನ್ನ ಶಿಷ್ಯರೆಲ್ಲ ನನ್ನಷ್ಟೇ ವಿದ್ವಾಂಸರು. ನನಗೆ ವಯಸ್ಸಿನಿಂದಾಗಿ ಬುದ್ಧಿ ಮಂಕಾಗುತ್ತಿದೆ.' ಎಂದು ಮೇಲೆ ಏಳಹೊರಟರು. ಸುಮಂತು ತಕ್ಷಣ ಹತ್ತಿರ ಬಂದು ಗುರುಗಳ ಎಡತೋಳು ಹಿಡಿದುಕೊಂಡ.

ತಮ್ಮ ಗುಡಿಸಿಲಿಗೆ ಹೋಗಿ ದಪ್ಪನೆಯ ಜೊಂಡಿನ ಮಂದಲಿಗೆಯ ಮೇಲೆ ಕಂಬಳಿ ಹಾಸಿಸಿ ದಿಂಬು ಒರಗಿ ಮಲಗಿದನಂತರ, ಒಂದು ಕಂಬಳಿ ಹೊದೆಸು. ನೀನು ಹೋಗು ಎಂದರು. 'ಗುರುಗಳೇ, ಇದು ಹೊಸ ರೀತಿ, ಮಂತ್ರಾರ್ಥವಲ್ಲ. ಮಂತ್ರಸಮೂಹವನ್ನೇ ಪ್ರಶ್ನಿಸುವ, ತಿರಸ್ಕರಿಸುವ ರೀತಿ,' ಸುಮಂತು ಎಂದ. ಗುರುಗಳು ಮಾತನಾಡಲಿಲ್ಲ. ಅವನು ಹೊರಟುಹೋದ. ಅವರ ಮನಸ್ಸನ್ನು ತುಂಬಿಕೊಂಡಿದ್ದ ಶೂನ್ಯವು ಕ್ಷಣಕ್ಷಣಕ್ಕೆ ಗಾಢವಾಗುತ್ತಿತ್ತು. ನೆನ್ನೆ ಮಗ ಸತ್ತಾಗ ಒಬ್ಬ ವ್ಯಕ್ತಿ ಮಾತ್ರ ಸತ್ತನೆಂಬ ಛಾಯೆಯು ಅರಿವಿನ ಆಳದಲ್ಲಿ ನಿಂತು ಒಂದು ತೆರನಾದ ಸಮಾಧಾನವನ್ನು ಕೊಟ್ಟಿತ್ತು. ಈಗ ಸಾವೇ ಪರಮಸತ್ಯವೆಂಬ ಭಾವನೆ ಆಕ್ರಮಿಸಿಕೊಂಡಿದೆ. ಅದರಾಚೆಗೆ ಏನೂ ಇಲ್ಲ. ಆದ್ದರಿಂದ ಇರುವಷ್ಟು ದಿವಸ ಸುಖದಿಂದಿದ್ದುಬಿಡುವುದೆ? ಹಾಗಿದ್ದಲ್ಲಿ ಸುಖವೆಂದರೇನು? ಇಂದ್ರಿಯ ಗೋಚರವಲ್ಲದ ಯಾವುದನ್ನೂ ನಂಬಬಾರದಾದರೆ ಇಂದ್ರಿಯಲಭ್ಯವಾದ ಸುಖವನ್ನು ಮಾತ್ರ ಸಂತೋಷವೆಂದು ಪರಿಗಣಿಸಬೇಕು. ನೂರ ಎಂಟನೆಯ ಈ ವಯಸ್ಸಿನಲ್ಲಿ ಚರ್ಮ ಸುಕ್ಕುಗಟ್ಟಿ, ಹಲ್ಲು ಬಿದ್ದು ಬಾಯಿ ಎಲ್ಲ ಬೊಚ್ಚವಾಗಿ, ಊಟದಲ್ಲಿ ಯಾವುದಾದರೂ ಸರಿ ಎಂಬ ನಿರಾಸಕ್ತಿ ಹುಟ್ಟಿ, ಹುಟ್ಟುವುದೇನು, ನನಗೆ ಅದರ ಆಸಕ್ತಿ ಪೂರ್ಣವಾಗಿ ಇದ್ದುದಾದರೂ ಎಂದು?, ಈಗ ಇಂದ್ರಿಯಲಭ್ಯ ಸುಖ ಎಂದರೆ? ಎಂದುಕೊಳ್ಳುತ್ತಿರುವಾಗ ಒಳಗೆ ತುಂಬಿಕೊಳ್ಳುತ್ತಿದ್ದ ಮೃತ್ಯುಭಾವ ಗಾಢವಾಗುತ್ತಾ ಹೋಗಿ ಆಲೋಚನೆಯ ಲಹರಿ ಕಡಿದು ನಿಂತುಹೋಯಿತು. ನಾನು ಏನು ಯೋಚಿಸುತ್ತಿದ್ದೆ, ಎಂದು ನೆನಪು ಮಾಡಿಕೊಳ್ಳ ತೊಡಗಿದರು. ಸ್ಮೃತಿ ಕತ್ತಲಾಗಿಯೇ ಇತ್ತು. ಕಣ್ಣುಗಳನ್ನು ಬರಿದೇ ತೆರೆದುಕೊಂಡು ಅಂಗಾತ ಮಲಗಿರುವಾಗ ಇಂದ್ರಿಯಸುಖಕ್ಕೂ ಸಮರ್ಥನಲ್ಲದ ನಾನು, ಇನ್ನು ಹತ್ತು ವರ್ಷದ ನಂತರ ಸತ್ತರೇನು, ಈಗ ಸತ್ತರೇನು? ಎಂಬ ಪ್ರಶ್ನೆ ಹುಟ್ಟಿತು. ಇದೇ ಸರಿ ಎನ್ನಿಸಿ ಸ್ವಲ್ಪ ಹೊತ್ತು ಮನಸ್ಸು ಪ್ರಶ್ನೆಯ ಭಾರವಾದ ಆಕಾರದಲ್ಲಿಯೇ ಚಂಚಲವಿಲ್ಲದೆ ನಿಂತಿತು. ಸ್ವಲ್ಪ ಹೊತ್ತಿಗೆ ಶುಕನ ದಾರಿಯೇ ಸರಿ, ಅವನು ಮಾಡಿದ್ದೇ ಸರಿ ಹಾಗಾದರೆ ಎನ್ನಿಸಿತು. ನಾನೂ ನಿರಾಹಾರಿಯಾಗಿ ಈ ಹಾಸಿಗೆಯ ಮೇಲೆ ಮಲಗಿ, ಮೊದಲೇ ಗಳಿತವಾದ ಶರೀರ ಎರಡು ಮೂರು ದಿನದಲ್ಲಿ, ಅನಂತರ? ಪ್ರಚಂಡ ಕತ್ತಲು, ಬಾನಿನಲ್ಲಿರುವ ನಕ್ಷತ್ರಗಳೆಲ್ಲ ಇಲ್ಲವಾಗಿರುವ ಅಮಾವಾಸ್ಯೆಯಂಥ, ಮೈ ಸೂಕ್ಷ್ಮವಾಗಿ ನಡುಗಲು ಪ್ರಾರಂಭವಾಯಿತು. ಒಂದು ತೆರನಾದ ಭಯ. ಇದುವರೆಗೆ ಒಮ್ಮೆಯೂ ಅನುಭವಿಸದ ಭಯ. ಈ ಭಯವಾದರೂ ಇರಲಿ ನಕ್ಷತ್ರವಿಲ್ಲದ ಅಮಾವಾಸ್ಯೆಯ ಕೊನೆಯ ಕತ್ತಲನ್ನು ಹೊಗುವುದು,

ಹೊಗುವುದು ಎಂದರೇನು? ಹೊಗಲು ಉಳಿಯುವುದಾದರೂ ಏನು? ಏನೂ ಇಲ್ಲದಿದ್ದರೆ ಭಯಪಡುವ ಕಾರಣವೇನು ಎಂಬ ಸಮಾಧಾನ ಕಾಣಿಸಿತಾದರೂ, ಏನೂ ಇಲ್ಲದ್ದಕ್ಕಿಂತ ಈ ಭಯವೇ ಹೆಚ್ಚು ಸುಖಕರವೆಂಬ ಭಾವನೆ ಬಂತು. ಈ ಗುಡಿಸಿಲಿನಲ್ಲಿ ಒಬ್ಬನೇ ಹೀಗೆ ಮಲಗಿರುವುದಕ್ಕಿಂತ ಎದ್ದು ಹೊರಗೆ ಹೋಗಬೇಕೆನ್ನಿಸಿತು. ಕಂಬಳಿಯನ್ನು ಅತ್ತ ನೂಕಿ ಎದ್ದು ಕುಳಿತರು. ಮಂದಲಿಗೆಯ ಪಕ್ಕದಲ್ಲಿಯೇ ಇಟ್ಟಿದ್ದ ಕೋಲು ಹಿಡಿದು ಎದ್ದು ನಿಧಾನವಾಗಿ ಹೆಜ್ಜೆ ಹಾಕುತ್ತಾ ಹೊರಗೆ ನಡೆದರು. ಎದುರಿಗೆ ಅಷ್ಟು ದೂರದಲ್ಲಿರುವ ಹವನಶಾಲೆಯಲ್ಲಿ ಇನ್ನೂ ಚರ್ಚೆ ನಡೆಯುತ್ತಿರಬಹುದು. ಬಹುದೇನು, ನಡೆಯುತ್ತಿದೆ. ಪೈಲ ಗಟ್ಟಿಗ. ಆದರೆ ಈ ಸವಾಲನ್ನು ಗೆಲ್ಲುವುದು ಹೇಗೆ ಎಂಬ ಸಮಸ್ಯೆ ತೋರಿದಾಗ ಮನಸ್ಸನ್ನು ಆ ಕಡೆ ಬಿಡುವುದೇ ಬೇಡವೆನ್ನಿಸಿತು. ಅಷ್ಟರಲ್ಲಿ ತಮ್ಮ ಬಲಭಾಗದಲ್ಲಿ ಒಂದು ಕರು ಬರುತ್ತಿರುವುದು ಕಾಣಿಸಿತು. ಎಳೆಗರು. ಒಂದು ತಿಂಗಳಾದರೂ ಆಗಿದೆಯೋ ಇಲ್ಲವೋ. ಗೋಶಾಲೆಯಿಂದ ತಪ್ಪಿಸಿಕೊಂಡು ಛಂಗನೆ ಹಾರುತ್ತಾ ಬಂದಿದೆ. ಕಂದುಬಣ್ಣದ ಹೊಳೆಯುವ ಕೂದಲಿನ ಮೈ ಬಿಸಿಲಿಗೆ ಮಿನುಗುತ್ತಿದೆ. ಹತ್ತಿರ ಹೋಗಿ ತಬ್ಬಿಕೊಳ್ಳಬೇಕೆನ್ನಿಸಿತು. ಕೈಲಿ ಕೋಲು ಹಿಡಿದು ನಡೆದರೆ ಹೆದರಿ ಓಡಿಹೋಗುತ್ತದೆಂಬ ವಿಚಾರ ಬಂದು ಕೋಲನ್ನು ನೆಲದ ಮೇಲೆ ಮಲಗಿಸಿ ನಿಧಾನವಾಗಿ ಹೆಜ್ಜೆಹಾಕಿ ಅತ್ತ ನಡೆದರು. ಅದು ಒಮ್ಮೆ ನೆಗೆಯಿತು. ದೂರ ಹೋಗಲಿಲ್ಲ. ಸುಮ್ಮಾನದಿಂದ ಮೇಲೆ ಕೆಳಗೆ ನೆಗೆದು ಇಳಿದು ಅಲ್ಲಿಯೇ ಇತ್ತು. ಬಾ, ಬಾ, ಎಂದು ಕೈ ನೀಡುತ್ತಾ ಇವರು ಹತ್ತಿರ ಹೋದರು. ತಪ್ಪಿಸಿಕೊಂಡೀತೆಂಬ ಎಚ್ಚರಿಕೆಯಿಂದ ಗಬಕ್ಕನೆ ಎರಡು ತೋಳುಗಳನ್ನೂ ನೀಡಿ ಬಗ್ಗಿ ಹಿಡಿದರು. ಮಂಡಿಯಲ್ಲಿ ಶಕ್ತಿ ಸಾಲದೆ ಉರುಟಿ ಕೆಳಗೆ ಬಿದ್ದರು. ಕರು ಕೈಗೆ ಸಿಕ್ಕಿತು. ಒಂದು ಕ್ಷಣ. ಆದರೆ ಪುಣ ಕ್ಕನೆ ನುಣುಚಿ ಹಾರಿಹೋಯಿತು. ಗಾಬರಿಯಿಂದಲೋ ಅಥವಾ ನನ್ನನ್ನು ಆಟವಾಡಿಸ ಲೆಂದೋ! ಮಂಡಿ ತರೆದಿರುವುದು ಗಮನಕ್ಕೆ ಬಂತು. ಜೊತೆಗೆ, ಎಷ್ಟು ನಯವಾದ ಮೈ. ಇನ್ನಷ್ಟು ಹೊತ್ತು ತಬ್ಬಿ ಹಿಡಿದಿರಬೇಕೆಂಬ ಆಶೆ. ಬಿದ್ದವರು ಮೆಲ್ಲನೆ ಎದ್ದು ಅದನ್ನೇ ನೋಡುತ್ತಾ ಕುಳಿತರು. ತಬ್ಬಲು ಸಿಕ್ಕುವುದಿಲ್ಲ. ಆದರೆ ನೋಡುತ್ತಿರಬಹುದು ಎಂಬ ಅರಿವಾಯಿತು. ಹೋಯ್! ಎಷ್ಟು ಲವಲವಿಕೆಯಿಂದ ನೆಗೆಯುತ್ತದೆ. ನಿಂತಲ್ಲಿ ನಿಲ್ಲದೆ ನೆಲದ ಮೇಲಿನ ಗರಿಕೆ ಹುಲ್ಲನ್ನು ಸುಮ್ಮನೆ ಮೂಸುತ್ತದೆ. ಹಲ್ಲಿನಿಂದ ಕಿತ್ತು ತಿನ್ನುವುದಿಲ್ಲ.

ಅಷ್ಟರಲ್ಲಿ ಸುಮಂತು ಅಲ್ಲಿಗೆ ಬಂದ: 'ಭೀಷ್ಮರಿಗೆ ಹಿಂತಿರುಗಿ ಹೊರಡಲು ಹೊತ್ತಾಗುತ್ತದಂತೆ. ತಮ್ಮನ್ನು ಕಂಡು ಹೊರಡುವ ಆಶೆಯಿಂದ ನೀವು ಮಲಗಿದಲ್ಲಿಯೇ ಮಾತನಾಡಬಹುದೇ ಕೇಳಿ ಬಾ ಅಂತ ಕಳಿಸಿದರು.'

'ನನ್ನ ಗುಡಿಸಿಲಿಗೆ ಕರೆದುಕೊಂಡು ಬಾ. ಮೊದಲು ನನ್ನನ್ನು ಗುಡಿಸಿಲಿಗೆ ಬಿಡು.'

ಸುಮಂತು ಹತ್ತಿರವಿದ್ದ ಅವರ ಕೋಲನ್ನು ಎತ್ತಿ ಕೊಟ್ಟು, ಎಡತೋಳು ಹಿಡಿದು ಎಬ್ಬಿಸಿದ. ಅನಂತರ ಅವರೇ ನಡೆದು ಗುಡಿಸಿಲಿನೊಳಗೆ ಹೋಗಿ ದಿಂಬು ಒರಗಿ ಕಂಬಳಿ ಹೊದೆದು ಕುಳಿತಾಗ ಒಳಗೆಲ್ಲ ಕತ್ತಲೆ ಎನ್ನಿಸಿತು. ಹೊಗೆಯಂತೆ ಹರಡಿ ತುಂಬಿಕೊಳ್ಳುವ ಸಾವಿನಂತಹ ಕತ್ತಲೆ. ಒಳಗೆ ಕೂರಲೇಬಾರದು ಎಂದುಕೊಳ್ಳುತ್ತಿರುವಾಗ ಭೀಷ್ಮರು ಬಂದರು.

ಅವರನ್ನು ಇವರ ಎದುರಿನ ದಿಂಬಿನ ಹತ್ತಿರ ಕೂರಿಸಿದನಂತರ ಸುಮಂತು ಹೊರಗೆ ಹೋದ.

'ನಾನು ಇನ್ನು ಸ್ವಲ್ಪ ಹೊತ್ತಿಗೆ ಹೊರಡುತ್ತೀನಿ.'

'ನೀನು ಬಂದೆ. ಸ್ವಲ್ಪ ಹೊತ್ತು ಕೂತು ಮಾತನಾಡಲೂ ಆಗಲಿಲ್ಲ. ಏನನ್ನೋ ಕೇಳಬೇಕು ಅಂತ ಬಂದೆಯಂತೆ.'

'ಈಗ ಯಾಕೋ ಆ ಪ್ರಶ್ನೆಯಲ್ಲೇ ಅರ್ಥ ಕಾಣುತ್ತಿಲ್ಲ. ನೆನ್ನೆ ಈ ಆಶ್ರಮ ತಲುಪಿದ ನಂತರ ಹಾಗಾಗಿದೆ. ಅಲ್ಲದೆ ನೀನು ಕೂಡ ಉತ್ತರ ಹೇಳಬಲ್ಲೆಯೋ ಇಲ್ಲವೋ ಅಂತ ಅನುಮಾನ ಹುಟ್ಟಿದೆ. ಆದರೆ ಹೇಳಿಬಿಡುತ್ತೇನೆ.....' ಎಂಬಷ್ಟರಲ್ಲಿ ದ್ವೈಪಾಯನರೇ ಹೇಳಿದರು:

'ಸಂತತಿಯನ್ನುಳಿಸಲು ನಿಯೋಗವು ಧರ್ಮವೇ ಅಹುದು ಅಂತ ತೀರ್ಮಾನಿಸಿ ನನ್ನ ತಾಯಿಗೆ ಹೇಳಿ ನನ್ನನ್ನು ಕರೆಸಿದವನು ನೀನೇ. ಎಂಭತ್ತು ವರ್ಷದ ಹಿಂದೆ ಖಚಿತ ವಿಶ್ವಾಸವಿದ್ದ ನಿನಗೆ ಈ ಕ್ಷಣದಲ್ಲಿ ನನ್ನನ್ನು ಕೇಳಿ ಪರಿಹರಿಸಿಕೊಳ್ಳಬೇಕೆನ್ನುವಷ್ಟಾದರೂ ಅನುಮಾನ ಏಕೆ ಬಂತು? ಉಳಿದವರ ವಿಚಾರ ಹೋಗಲಿ. ನಿನ್ನ ಮನಸ್ಸಿನ ಮಾತು ಹೇಳು.'

ಭೀಷ್ಮರಿಗೆ ತಕ್ಷಣ ಉತ್ತರ ಹೊಳೆಯಲಿಲ್ಲ. ತಮ್ಮ ಅಂತರಂಗವನ್ನು ತಾವೇ ತಡವಿಕೊಳ್ಳ ತೊಡಗಿದರು. ಧೃತರಾಷ್ಟ್ರ ಪಾಂಡುಗಳ ಹುಟ್ಟಿನ ಧರ್ಮದ ವಿಷಯದಲ್ಲಿ ತಮಗೆ ಎಳ್ಳಷ್ಟೂ ಸಂಶಯವಿರಲಿಲ್ಲ. ಪಾಂಡವರು ಹುಟ್ಟಿದಾಗ ಕೂಡ ಇರಲಿಲ್ಲ. ಈಗ ದುರ್ಯೋಧನ ಹೇಳುತ್ತಿರುವುದು ತಪ್ಪೆಂದು ಹಲವು ಬಾರಿ ಖಡಾಖಂಡಿತ ಹೇಳಿದ್ದೇನೆ. ಆದರೂ ಇದನ್ನು ಕೇಳಲು ಇಲ್ಲಿಗೇಕೆ ಬಂದೆ? ತಮ್ಮ ವರ್ತನೆಯು ತಮಗೇ ವಿಚಿತ್ರವೆನ್ನಿಸಿತು. ತಮ್ಮ ಶ್ರದ್ಧೆಯೊಳಗೇ ಸೂಕ್ಷ್ಮವಾಗಿ ಮೂಡಿದ ಬಿರುಕನ್ನು ಮೆತ್ತಿ ಗಾರೆ ಹಾಕಿಕೊಳ್ಳಲು ಬಂದೆನೆ? ಎಂದುಕೊಳ್ಳುತ್ತಿರುವಾಗ ದ್ವೈಪಾಯನರು ಹೇಳಿದರು: 'ನೋಡು. ಈಗ ನನ್ನ ಶ್ರದ್ಧೆಯೇ ಒಂದು ಬಿಕ್ಕಟ್ಟಿನಲ್ಲಿ ಸಿಕ್ಕಿಬಿದ್ದಿದೆ. ನಿನ್ನಂಥವರು ಜೊತೆಗಿದ್ದರೆ ಅದನ್ನು ಸರಿಮಾಡಿಕೊಳ್ಳಬಹುದೇನೋ! ನನ್ನನ್ನು ನೀನು ತಾನೆಂದು ಪ್ರೀತಿಯ ನಿಕಟತೆಯಿಂದ ಮಾತನಾಡಿಸುವವನು ಈ ಪ್ರಪಂಚದಲ್ಲಿ ನೀನೊಬ್ಬನೇ. ವಾವೆಯಲ್ಲಿ ಅಣ್ಣ ಕೂಡ. ಬ್ರಹ್ಮಚರ್ಯವನ್ನು ನಿಷ್ಠೆಯಿಂದ ಪಾಲಿಸಿದವನು. ಈಗಲೇ ಯಾಕೆ ಹಿಂದಿರುಗುತ್ತೀಯ? ನಾಲ್ಕಾರು ದಿನ ಇಲ್ಲಿರು ನನ್ನ ಜೊತೆ. ಅಥವಾ ಪೂರ್ತಿ ಆಶ್ರಮವಾಸಿಯಾಗಿಬಿಡು.'

'ಆದರೆ ದುರ್ಯೋಧನನ ಕಡೆಯ ಸೇನಾಧಿಪತ್ಯ ವಹಿಸಿದ್ದೇನಲ್ಲ. ಈ ರಾತ್ರಿಯ ಒಳಗೆ ಯುದ್ಧಕ್ಷೇತ್ರವನ್ನು ಮುಟ್ಟಿ ನಾಳೆ ಬೆಳಗ್ಗೆ ಯುದ್ಧಾರಂಭ ಮಾಡಿಸಬೇಕಾಗಿದೆ.'

'ನೀನೆ?' ಅವರು ಆಶ್ಚರ್ಯದಿಂದ ಕೇಳಿದರು. ಭೀಷ್ಮರು ಹೌದೆಂದು ತಲೆಹಾಕಿ ಸುಮ್ಮನಾದರು. ಮತ್ತೆ ಮೌನ ಕವಿಯಿತು. ಸ್ಮಶಾನ ಮೌನ. ಸ್ವಲ್ಪ ಹೊತ್ತಿನನಂತರ ದ್ವೈಪಾಯನರು ಎಂದರು: 'ಅಂದರೆ ದುರ್ಯೋಧನನ ಪರ ಸೇನಾಧಿಪತ್ಯ ವಹಿಸಿಕೊಂಡ ನೀನು, ನಿಯೋಗವು ಅಧರ್ಮವೆಂದು ಸ್ವಯಂ ಘೋಷಿಸಿದಂತಾಯಿತು. ನನ್ನನ್ನು ಕರೆಸಿ ಕುರುಕುಲವನ್ನು ಬೆಳೆಸಬೇಕೆಂದು ಇದುವರೆಗೆ ನೀನು ಮಾಡಿದ ಸಕಲ ಪ್ರಯತ್ನಗಳೂ

ನಾನು ಮಾಡಿದ್ದೂ ಅಧರ್ಮವೆಂದು.'

ಭೀಷ್ಮರ ಮನಸ್ಸು ಬೇರೇನನ್ನೋ ಯೋಚಿಸುತ್ತಿರುವಂತೆ ಕಾಣಿಸಿತು. ಅವರು ದ್ವೈಪಾಯನರನ್ನೇ ದಿಟ್ಟಿಸುತ್ತಾ ಕುಳಿತರು. ಮತ್ತೆ ಗುಡಿಸಿಲಿನೊಳಗೆಲ್ಲ ಜೀವಹೀನ ಮೌನವು ಅಲುಗಾಡದೆ ನಿಂತಂತೆ ಆಯಿತು. ದ್ವೈಪಾಯನರು ಇವರ ಮುಖ ನೋಡಿದರು. ನೀಳವಾದ ಮೂಗು. ಏಕಕಾಲದಲ್ಲಿ ಮೌನವು ಯಾವ ಕ್ಷಣದಲ್ಲಾದರೂ ತುಂಬಿಕೊಳ್ಳುವ ಸಾವಿಗೆ ಜಾಗ ಕೊಡುವಂತೆ ಗುಳಿಬಿದ್ದ ಕಣ್ಣುಗಳು. ಆದರೆ ಅವು ಶತಮಾನಕ್ಕೂ ಮೀರಿದ ಜೀವನಕ್ಕೆ ಸಾಕ್ಷಿಯಾಗಿಯೂ ನಿಂತಿರುವಂತೆ ದ್ವೈಪಾಯನರಿಗೆ ಭಾಸವಾಯಿತು. ತಮ್ಮ ಕಣ್ಣುಗಳು ಹೇಗಿವೆಯೋ ಹೇಗೆ ಕಾಣಿಸುತ್ತವೆಯೋ ಎಂಬ ಕುತೂಹಲ ಹುಟ್ಟಿತು. ಹೇಳುವವರಾರು? ಕೇಳಿದರೂ ಕೂಡ ತಮಗೆ ಆಗಿರುವ ಭಾವನೆಯು ಅವರಿಗೂ ಆದರೆ ತಾನೇ, ಎಂದುಕೊಳ್ಳುತ್ತಿರುವಾಗಲೇ ಮಾತನಾಡಿದರು. ಮೌನವನ್ನೊಡೆಯುವ ಉದ್ದೇಶದಿಂದಲೆಂಬಂತೆ: 'ನೆನ್ನೆ ಮಗನನ್ನು ಸುಟ್ಟಾಗಿನಿಂದ ಯೋಚಿಸುತ್ತಿದ್ದೇನೆ. ಈ ಬೆಳಗ್ಗೆ ಅವರು ಬಂದು ಅಲ್ಲಿ ಚರ್ಚೆ ನಡೆಯುತ್ತಿದೆಯಲ್ಲ ಆಗಿನಿಂದ ಯೋಚನೆಯ ಭಾರ ಇನ್ನೂ ಹೆಚ್ಚಾಗಿದೆ. ಅದರ ಮುಂದೆ ನಿಯೋಗವು ಧರ್ಮವೋ ಅಧರ್ಮವೋ ಎಂಬುದು ತೀರ ಗೌಣಪ್ರಶ್ನೆಯಾಗಿ ಕಾಣುತ್ತಿದೆ. ಮುಖ್ಯ ಪ್ರಶ್ನೆಗೆ ಉತ್ತರ ತಿಳಿಯದಿರುವಾಗ ವಿವರವನ್ನರಿಯಲು ತಲೆ ಕೆಡಿಸಿಕೊಂಡೇನು ಪ್ರಯೋಜನ?' ಭೀಷ್ಮರು ಬಿಡಿಸಿ ಹೇಳೆಂಬ ರೀತಿಯಲ್ಲಿ ಮುಖ ನೋಡಿದರು. ಇವರು ಮುಂದುವರಿಸಿದರು: 'ಸಾವಿಗೆ ಏನಾದರೂ ಅರ್ಥವಿದ್ದರೆ ಬದುಕಿಗೂ ಉಂಟು. ಬದುಕಿಗೆ ಅರ್ಥವಿದ್ದರೆ ಹುಟ್ಟಿಗೂ ಹುಟ್ಟಿಸುವುದಕ್ಕೂ ಉಂಟು. ಆಗ ಹುಟ್ಟುವ ಹುಟ್ಟಿಸುವ ವಿಧಾನಗಳ ತುಲನೆ ಮಾಡಿ ಉತ್ತಮ ಮಧ್ಯಮಗಳನ್ನು ಗುರುತಿಸಬಹುದು.'

ಭೀಷ್ಮರು ಅವರ ಮುಖ ನೋಡುತ್ತಿದ್ದರೂ ಗುಳಿಬಿದ್ದ ಕಣ್ಣುಗಳ ದೃಷ್ಟಿಯು ಖಾಚಿತ್ಯವಿಲ್ಲದಂತೆ ಹರಡಿಹೋಗಿತ್ತು. ನೆನ್ನೆಯಿಂದ ಅವರ ಮನಸ್ಸನ್ನು ಹಿಡಿದಿದ್ದ ಸಾವಿನ ವಾಸನೆಯು ಈಗ ಮರುಕಳಿಸಿದಂತಾಯಿತು. ಇಬ್ಬರೂ ಒಂದೇ ಗಾಳಿಯನ್ನು ಸೇವಿಸುತ್ತಾ ಒಂದೇ ಕತ್ತಲೆಯ ಹಿನ್ನೆಲೆಯಲ್ಲಿ ತಮ್ಮ ತಮ್ಮ ದೃಷ್ಟಿಗಳನ್ನು ದಣಿಸಿಕೊಳ್ಳುತ್ತಾ ಮೂಕರಂತೆ ಕುಳಿತಿದ್ದರು. ಸ್ವಲ್ಪ ಹೊತ್ತಿನನಂತರ ಭೀಷ್ಮರು ಎದ್ದು, 'ನಾನು ಪ್ರಯಾಣಕ್ಕೆ ಸಿದ್ಧನಾಗುತ್ತೇನೆ' ಎಂದಾಗಲೂ, ಸಾವಿನ ವಾಸನೆ ತುಂಬಿಕೊಂಡಿದ್ದ ದ್ವೈಪಾಯನರು ಕುಳಿತೇ ಇದ್ದರು. ಒಂದು ನಿಮಿಷ ನಿಂತ ಭೀಷ್ಮರು ಅವರನ್ನು ಕಾಯದೆ ಕೋಲೂರಿ ಹೊರಗೆ ಬಂದು ತಮ್ಮ ಗುಡಿಸಿಲಿಗೆ ನಡೆದರು.

ಸ್ವಲ್ಪ ಹೊತ್ತಿನನಂತರ ಗುರುಗಳ ಗುಡಿಸಿಲಿನ ಹೊರಗೆ ಯಾರೋ ಓಡಿಬಂದಂತೆ ಸಪ್ಪಳ ಕೇಳಿತು. ಒಂದು ಕ್ಷಣದಲ್ಲಿ ಪುಲಹ ಏದುಸಿರಿಡುತ್ತಾ ಒಳಗೆ ಬಂದು ನಿಂತ. ಇಡೀ ಆಶ್ರಮದ ಕಾರ್ಯನಿರ್ವಾಹಕ ಅವನು. ಆಶ್ರಮಕ್ಕೆ ಸೇರಿದ ಭೂಮಿಯ ಕೃಷಿ ಹಾಗೂ ಗೋರಕ್ಷಣೆಗಳ ಮೇಲ್ವಿಚಾರಣೆ ಎಲ್ಲ ಅವನದೇ. ಜೊತೆಗೆ ಹತ್ತು ವಿದ್ಯಾರ್ಥಿಗಳ

ಒಂದು ತಂಡಕ್ಕೆ ಪ್ರವಚನದ ಹೊಣೆ ಹೊತ್ತಿದ್ದ. ಓಡಿದ ಜೋರು ಮತ್ತು ಎದುರುಗಾಳಿಗೆ ಬಿಚ್ಚಿಕೊಂಡು ಅಸ್ತವ್ಯಸ್ತವಾದ ನೆತ್ತಿಯ ಬಿಳಿಗೂದಲಿನ ಗಂಟನ್ನು ಕಟ್ಟಿಕೊಂಡು ಗಡಿಬಿಡಿ ಯಿಂದ ವಂದಿಸಿ ಏದುಸಿರಿಡುತ್ತಲೇ ನಿವೇದಿಸಿಕೊಂಡ: 'ಆಶ್ರಮದ ಮೇಲೆ ಆಕ್ರಮಣವಾಗು ತ್ತಿದೆ. ರಾಜದೂತರು ಬಂದಿದ್ದಾರೆ. ಏನು ಹೇಳಿದರೂ ಕೇಳುವುದಿಲ್ಲ. ರಾಜಾಜ್ಞೆಗೆ ಸರ್ವರೂ ತಲೆಬಾಗಬೇಕಂತ ಪಟ್ಟು ಹಿಡಿದು ನಿಂತಿದ್ದಾರೆ.'

'ಏನದು ಆಜ್ಞೆ?'

'ದುರ್ಯೋಧನ ಮಹಾರಾಜನ ಪ್ರಾಂತ್ಯಪಾಲಕ ಬಂದಿದ್ದಾನೆ. ಅವನ ಸಂಗಡ ಕುದುರೆಗಳ ಮೇಲೆ ಕೂತು ಬಿಲ್ಲು ಬಾಣಗಳಿಂದ ಸಜ್ಜಿತರಾದ ಭಟರು. ರಥಗಳು. ಅಲ್ಲಿ ಯುದ್ಧ ಶುರುವಾಗುತ್ತದಂತೆ. ದೇಶದೇಶಗಳಿಂದ ಸಹಾಯಕ ರಾಜರು, ಅವರ ಸೈನ್ಯಗಳು ಬಂದಿವೆಯಂತೆ. ರಾಜ್ಯದ ಗೌರವದ ಪ್ರಶ್ನೆ. ಪ್ರಜೆಗಳೆಲ್ಲರೂ ತಮ್ಮಲ್ಲಿರುವ ಪಶುಗಳನ್ನು ಕೂಡ ಒಪ್ಪಿಸಬೇಕೆಂದು ಆಜ್ಞೆಯಾಗಿದೆಯಂತೆ. ಆಶ್ರಮಕ್ಕೂ ಈ ಆಜ್ಞೆಯಿಂದ ವಿನಾಯಿತಿ ಇಲ್ಲ. ಅಪ್ಪಣೆಯನ್ನು ಜಾರಿ ಮಾಡಲು ಆಶ್ರಮವೆಂಬ ಗೌರವವನ್ನು ಸೂಚಿಸಲು ಪ್ರಾಂತ್ಯ ಪಾಲಕನೇ ಸ್ವಯಂ ಬಂದಿದ್ದಾನೆ.'

ಗುರುಗಳಿಗೆ ಆಶ್ಚರ್ಯವಾಯಿತು. ಅದರೊಳಗೆ ಆಘಾತದ ಅಲಗೂ ಸೇರಿತ್ತು. ಆದರೂ ಗಾಬರಿಯಾಗಲಿಲ್ಲ: 'ಅವನನ್ನೇ ಇಲ್ಲಿಗೆ ಕರೆ' ಎಂದರು. ಪುಲಹ ಬಂದಷ್ಟೇ ವೇಗವಾಗಿ ಓಡಿಹೋದ. ಸ್ವಲ್ಪ ಹೊತ್ತಿಗೆ ಕುದುರೆಯ ಖುರಪುಟ ಕೇಳಿಸಿತು. ಗುರುಗಳು ಎದ್ದು ಹೊರಗೆ ನಡೆದು ಬಿಸಿಲಿನಲ್ಲಿ ಹತ್ತಿರವಿದ್ದ ಒಂದು ಕಲ್ಲುಬಂಡೆಯ ಮೇಲೆ ಕುಳಿತರು. ಪ್ರಾಂತ್ಯಪಾಲ ಕುದುರೆಯಿಂದಿಳಿದು ಗುರುಗಳಿಗೆ ವಂದಿಸಿ ನಿವೇದಿಸಿಕೊಳ್ಳುವ ಧ್ವನಿಯಲ್ಲಿ ಹೇಳಿದ: 'ನಾನು ಬಂದಿರುವ ಉದ್ದೇಶವನ್ನು ತಮಗಾಗಲೇ ನಿವೇದಿಸಿರಬಹುದು. ರಾಜ್ಯದ ಕಾರ್ಯದಲ್ಲಿ ತಮ್ಮ ಸಹಕಾರ ಅಗತ್ಯ.'

'ಸಹಕಾರವೆಂದರೇನು?'

'ಆಶ್ರಮದಲ್ಲಿ ಬಹಳ ದವಸ ಧಾನ್ಯಗಳನ್ನು ಶೇಖರಿಸಿಟ್ಟಿದ್ದೀರಂತೆ. ಐದು ನೂರು ಹಸುಗಳೇ ಇವೆಯಂತೆ. ಜೊತೆಗೆ ಸಾಕಷ್ಟು ಹೋರಿಗಳು, ಕರುಗಳು. ರಾಜ್ಯವು ತನ್ನ ಅಸ್ತಿತ್ವವನ್ನುಳಿಸಿಕೊಳ್ಳುವ ಹೋರಾಟದಲ್ಲಿ ತೊಡಗಿರುವಾಗ ಅದೆಲ್ಲವನ್ನೂ ಆಡಳಿತಕ್ಕೆ ಒಪ್ಪಿಸಿದರೆ ಸಹಕಾರ ನೀಡಿದಂತೆಯೇ. ಮಹಾರಾಜನು ಸ್ವತಃ ತಮ್ಮ ಚರಣಗಳಿಗೆ ಪ್ರಣಾಮ ತಿಳಿಸಲು ಹೇಳಿದ್ದಾನೆ.'

'ಆದರೆ ಇದು ಆಶ್ರಮ. ಆಶ್ರಮದ ಸ್ವತ್ತು ರಾಜನದಾಗುವುದಿಲ್ಲ.'

'ಹೇಗೆ, ಅಪ್ಪಣೆ ಕೊಡಿಸುವಿರಾ?'

'ನಾನೇನೂ ರಾಜನಿಂದ ಒಂದು ನಿಷ್ಕದ ಕಾಣಿಕೆಯನ್ನೂ ಸ್ವೀಕರಿಸಿಲ್ಲ. ಆಶ್ರಮವಾಸಿಗಳೇ ಕೃಷಿ ಮಾಡಿ ಧಾನ್ಯ ಬೆಳೆದುಕೊಳ್ಳುತ್ತೇವೆ. ಗೋಪಾಲನೆ ಮಾಡಿ ಹಾಲು ಮೊಸರು ತುಪ್ಪ ಮಾಂಸಗಳನ್ನು ಒದಗಿಸಿಕೊಳ್ಳುತ್ತೇವೆ.'

'ಸಮಸ್ತ ಭೂಮಿಯೂ ರಾಜ್ಯದ್ದು. ರಾಜನದು. ತಾವು ಕೃಷಿಮಾಡುವ, ಗೋವುಗಳನ್ನು

ಮೇಯಿಸುವ, ಇಲ್ಲಿ ಕುಳಿತಿರುವ ಭೂಮಿ, ಉಸಿರಾಡುತ್ತಿರುವ ಗಾಳಿ, ಮೊದಲಾಗಿ ಸಕಲವೂ ರಾಜ್ಯದ್ದಾಗಿರುವಾಗ ರಾಜನಿಂದ ಕಾಣಿಕೆ ಸ್ವೀಕರಿಸುವುದಿಲ್ಲವೆಂಬ ಮಾತು ರಾಜನಿಂದನೆಯಾಗುತ್ತದೆ. ಅಲ್ಲದೆ ಪ್ರಜೆಯ ಕರ್ತವ್ಯಚ್ಯುತಿಯ ಅಪರಾಧವೂ ಆಗುತ್ತದೆ.' ಪ್ರಾಂತ್ಯಪಾಲಕನ ಮಾತು ಧ್ವನಿಗಳಲ್ಲಿ ಉದ್ದೇಶಪೂರ್ವಕವಾದ ಅಪಮಾನವಿರಲಿಲ್ಲ. ಆದರೆ ಹೊರಗೆ ತೋರುತ್ತಿದ್ದ ಗೌರವದ ಲೇಪವೂ ಇರಲಿಲ್ಲ. ಯಾರನ್ನೂ ನಿರ್ದಿಷ್ಟವಾಗಿ ಉದ್ದೇಶಿಸದ, ಆದರೆ ಎಲ್ಲರಿಗೂ ಅನ್ವಯವಾಗುವ ದಂಡನಿಯಮವನ್ನು ಹೇಳುವ ಧ್ವನಿಯಾಗಿತ್ತು.

'ಆದರೆ ನಿನ್ನ ರಾಜನಿಗೆ ಧರ್ಮಸೂಕ್ಷ್ಮದ ತಿಳಿವಳಿಕೆ ಕಡಮೆ. ಜ್ಞಾನಾರ್ಜನೆ, ಅಧ್ಯಾಪನೆಗಳಲ್ಲಿ ನಿರತರಾದವರು ಯಾವ ರಾಜನ ಪ್ರಜೆಗಳೂ ಅಲ್ಲ. ಅವರ ಆಶ್ರಮವು ಯಾವ ರಾಜ್ಯದ ಅಧೀನವೂ ಅಲ್ಲ. ಬುಧದೇವ ಇದ್ದಾನಲ್ಲ, ಸರ್ವರ ವಿದ್ಯಾಬುದ್ಧಿಗಳನ್ನು ಬೆಳೆಸುವ ಅಧಿಪತಿ, ಆ ದೇವನನ್ನು ಮಾತ್ರ ನಾವು ರಾಜನೆಂದು ಸ್ವೀಕರಿಸುತ್ತೇವೆ. ಈ ಮಾತನ್ನು ದುರ್ಯೋಧನನಿಗೆ ಹೇಳು ಹೋಗು.'

'ಪೂಜ್ಯರೇ, ಈಗಲೂ ನಾನು ತಮ್ಮನ್ನು ಗೌರವದಿಂದಲೇ ಕಾಣುತ್ತೇನೆ. ನಾನು ಆಜ್ಞೆಯನ್ನು ಕಾರ್ಯಗತಗೊಳಿಸುವ ಆಡಳಿತಗಾರ ಮಾತ್ರ. ನ್ಯಾಯಸೂಕ್ಷ್ಮದ ಪ್ರಶ್ನೆಯನ್ನು ನೀವು ಸ್ವತಃ ರಾಜರೊಡನೆ ಎತ್ತಬಹುದು. ತಾವಾಗಿಯೇ ಒಪ್ಪಿಸದಿದ್ದರೆ ನಾವು ಬಲಪ್ರಯೋಗದಿಂದ ಕೊಂಡೊಯ್ಯುತ್ತೇವೆ. ತಮಗೆ ಆಲೋಚಿಸಲು ಸ್ವಲ್ಪ ಸಮಯ ಬೇಕಾದರೆ ಕೊಡುವಷ್ಟು ಹೊಂದಾಣಿಕೆ ನನ್ನ ಕೈಲಿದೆ. ಇದಕ್ಕಿಂತ ಹೆಚ್ಚಿನದಾದರೆ ನಾನು ಅಶಕ್ತ.' ಎಂದು ಹೇಳಿ ಬಾಗಿ ಕೈಮುಗಿದು ಕುದುರೆಯನ್ನು ಹತ್ತಿ ಅವನು ಹೊರಟುಹೋದ, ಉಗ್ರಾಣವಿದ್ದ ದಿಕ್ಕಿಗೆ, ಶಿಷ್ಯರ ಗುಡಿಸಿಲುಗಳ ಹತ್ತಿರ ಪಾಕಶಾಲೆಯ ಅತ್ತ ಕಡೆಯ ಆ ದೊಡ್ಡ ಬೇವಿನ ಮರದ ಹತ್ತಿರ.

ದ್ವೈಪಾಯನರಿಗೆ ಬುಡ ಕತ್ತರಿಸಿದಂತಾಯಿತು. ಅಪಮಾನವೆನ್ನಿಸಿತು. ಈ ಬೆಳಗಿನಿಂದ ಅಲ್ಲಿ ಹವನಶಾಲೆಯಲ್ಲಿ ಕೂತು ವೇದದ ಪ್ರಾಮಾಣ್ಯವನ್ನೇ ಪ್ರಶ್ನಿಸುತ್ತಿರುವ ಆಗಂತುಕರಿಗಿಂತ ಹೆಚ್ಚಿನ ಪೆಟ್ಟನ್ನು ಕೊಟ್ಟಂತಾಯಿತು. ಅವರೊಡನೆ ಗೆಲ್ಲಬಹುದು, ಸೋಲಬಹುದು. ಸೋತರೂ ಮತ್ತೆ ಗೆಲ್ಲುವ ಬೆಳವಣಿಗೆಯಾಗಬಹುದು. ಆದರೆ ರಾಜನ ಈ ಅಧಿಕಾರ, ನಾಳೆಯಿಂದ ಇಡೀ ಆಶ್ರಮದಲ್ಲಿ ಯಾರಿಗೂ ಊಟವಿಲ್ಲದ ಕುಡಿಯಲು ಹಾಲಿಲ್ಲದ ಸ್ಥಿತಿ. ಆಶ್ರಮವನ್ನು ಮುಚ್ಚಿ, ಅವರಿಗೆ ಬವಳಿ ಬಂದಂತಾಯಿತು. ಪ್ರಚಂಡ ಕೋಪ. ಧಿಕ್ ರಾಜಬಲಂ ಎಂದುಕೊಂಡರು. ದುರ್ಯೋಧನನನ್ನು ಶಪಿಸಿದರು. ಹಿಂದಿನ ಋಷಿಗಳು ತಮಗೆ ಅನ್ಯಾಯ ಮಾಡಿದವರನ್ನು ಶಪಿಸಿದ್ದ ಮಂತ್ರಗಳೆಲ್ಲ ನೆನಪಿಗೆ ಬಂದವು. ಬವಳಿಕೆ ಸ್ವಲ್ಪ ಕಡಮೆಯಾದಂತಾಯಿತು. ಈ ಅಸಹಾಯಕತೆಯಲ್ಲಿ, ಎಂದುಕೊಳ್ಳುತ್ತಿರುವಾಗ ತಕ್ಷಣ ಈಗ ಆಶ್ರಮದಲ್ಲೇ ಇರುವ ಭೀಷ್ಮನ ನೆನಪಾಯಿತು. ಪ್ರಾಂತ್ಯಾಧಿಕಾರಿ ಎದುರಿಗಿದ್ದಾಗಲೇ ನನಗೆ ಏಕೆ ಜ್ಞಾಪಕ ಬರಲಿಲ್ಲ ಎಂಬ ಖೇದವಾದರೂ ಮನಸ್ಸಿನ ಭಾರ ಇಳಿದು ಕುಳಿತಲ್ಲಿಂದ ಎದ್ದು ಕೋಲೂರಿಕೊಂಡು ಭೀಷ್ಮರ ಗುಡಿಸಿಲಿಗೆ ನಡೆದರು. 'ಈಗ ಪ್ರಾಂತ್ಯಾಧಿಕಾರಿ ಬಂದಿದ್ದ,' ಎಂದು ಆರಂಭಿಸಿ, ನಡೆದ ಮಾತನ್ನು ವಿವರಿಸಿ ನಂತರ, 'ಅವನನ್ನು ಕರೆಸಿ

ಈ ಆಶ್ರಮವನ್ನು ಮುಟ್ಟಬೇಡ ಅಂತ ನೀನು ಆಜ್ಞೆ ಮಾಡಿದರೆ ಉಳಿಯುತ್ತದೆ.'

ಆದರೆ ಭೀಷ್ಮರು ತಕ್ಷಣ ಉತ್ತರ ಹೇಳಲಿಲ್ಲ. ಅವರ ಆಳವಾದ ಕಣ್ಣುಗಳು ಕತ್ತಲನ್ನು ಮಾತ್ರವಲ್ಲ ಎದುರಿಗಿದ್ದ ಈ ಪ್ರಚಂಡ ವೇದವಿದ್ವಾಂಸನನ್ನೂ ಪ್ರತಿಬಿಂಬಿಸುತ್ತಿದ್ದವು. ಮತ್ತೆ ಏನನ್ನೋ ಹುಡುಕುವಂತೆಯೂ ತೋರುತ್ತಿದ್ದವು.

ಅವರ ಮುಖ ಕಣ್ಣುಗಳನ್ನೇ ನೋಡುತ್ತಿದ್ದ ದ್ವೈಪಾಯನರು ಕೇಳಿದರು: 'ಯಾಕೆ ಸುಮ್ಮನಾದೆ? ದುರ್ಯೋಧನನ ಆಜ್ಞೆಯನ್ನು ತಡೆಯುವ ಅಧಿಕಾರ ನಿನಗಿಲ್ಲವೆ?'

'ಅದಲ್ಲ ಪ್ರಶ್ನೆ. ವಸಿಷ್ಠ ಋಷಿ ನಿನ್ನ ಮುತ್ತಜ್ಜನಲ್ಲವೆ?'

'ಹೌದು.'

'ಅವರ ಆಶ್ರಮದಲ್ಲಿ ತುಂಬ ಸುಂದರವಾದ ಒಂದು ಬಿಳಿ ಹಸುವಿತ್ತಂತೆ. ಗಡಿಗೆಗಾತ್ರದ ಕೆಚ್ಚಲು. ದಿನಕ್ಕೆ ಮೂರು ಸಲ ಗಟ್ಟಿಯಾದ, ಮುಟ್ಟಿದರೆ ಬೆರಳಿಗೆ ಜಿಡ್ಡು ಮೆತ್ತಿಕೊಳ್ಳುವಂತಹ ಹಾಲು ಕರೆಯುತ್ತಿದ್ದ ಹಸು. ರಾಜ ಕೌಶಿಕನು ಒಮ್ಮೆ ಆಶ್ರಮಕ್ಕೆ ಬಂದು ಅದು ಹಾಲು ಕರೆಯುವ ರೀತಿಯನ್ನು ನೋಡಿ ಇದನ್ನು ನನಗೆ ಕೊಡು ಅಂದ. ರಾಜ್ಯದಲ್ಲಿರುವುದೆಲ್ಲ ತತ್ತ್ವಶಃ ರಾಜನದೇ, ಯಾವುದನ್ನು ಯಾವಾಗ ಬೇಕಾದರೂ ರಾಜ್ಯಕ್ಕೆ ಒಳಪಡಿಸಿಕೊಳ್ಳುವ ಅಧಿಕಾರ ಅವನಿಗುಂಟು ಎಂದು ವಾದಿಸಿದ. ವಸಿಷ್ಠರು ಒಪ್ಪದಿದ್ದಾಗ ಹಸುವನ್ನು ಬಲವಂತ ದಿಂದ ಹಿಡಿದೊಯ್ಯಲು ತನ್ನ ಭಟರಿಗೆ ಆಜ್ಞೆ ಮಾಡಿದ. ಅರೆಘಳಿಗೆ ದಿಙ್ಮೂಢನಾಗಿ ನಿಂತಿದ್ದ ವಸಿಷ್ಠ ಅನಂತರ ಪೌರುಷ ತಾಳಿ ಆಶ್ರಮದ ಅಧ್ಯಾಪಕರು ಶಿಷ್ಯರು ಹೆಂಗಸರು ಮಕ್ಕಳನ್ನೆಲ್ಲ ಒಂದುಗೂಡಿಸಿ ಕೈಲಿ ಉದ್ದನೆಯ ದೊಣ್ಣೆಗಳನ್ನು ಹಿಡಿದು ರಾಜಭಟರ ಕೈ ಕಾಲು ಮುರಿದು ಕೌಶಿಕನ ಮೈ ಕೈ ಊದಿಕೊಳ್ಳುವಂತೆ ಬಡಿದು ಕಳಿಸಿದ. ಓಡಿ ಹೋದ ಕೌಶಿಕ ಮತ್ತೆ ದೊಡ್ಡ ಸೈನ್ಯವನ್ನೇ ತರುತ್ತಾನೆಂದು ನಿರೀಕ್ಷಿಸಿ, ತಾನೂ ಇತರ ಆಶ್ರಮವಾಸಿ ಗಳನ್ನು ಜೊತೆಗೂಡಿಸಿ ಸುತ್ತಮುತ್ತಣ ಪ್ರಜೆಗಳನ್ನು ತನ್ನ ಕಡೆಗೆ ಒಲಿಸಿಕೊಂಡು ಬಿಲ್ಲು ಬಾಣ ಹಿಡಿದು ನಿಂತು ರಾಜನನ್ನು ಸೋಲಿಸಿ ಕೊನೆಗೂ ಆಶ್ರಮದ ಹಸುವನ್ನು ಉಳಿಸಿ ಕೊಂಡ. ಈ ಸೋಲಿನಿಂದ ರಾಜಾಧಿಕಾರದ ಸೊಕ್ಕು ಇಳಿದು ಕೌಶಿಕನು ಅಧ್ಯಾತ್ಮದ ಕಡೆಗೆ ತಿರುಗಿ ತಾನೂ ಒಬ್ಬ ಋಷಿಯಾದ. ಈ ಯುದ್ಧದಲ್ಲಿ ವಸಿಷ್ಠನ ಮಕ್ಕಳು ಸತ್ತರು. ಆದರೆ ಹಸುವನ್ನು ಮಾತ್ರ ಕೊಡಲಿಲ್ಲ. ನನಗೆ ಈ ಸಂಗತಿಯನ್ನು ಯಾರು ಹೇಳಿದರು?' ಎಂದು ಕ್ಷಣ ಕಾಲ ಜ್ಞಾಪಿಸಿಕೊಂಡರು, 'ಹಿಂದೆ ಎಂದಾದರೂ ನೀನೇ ಹೇಳಿದ್ದೆಯಾ?'

'ಹೌದು ಹೌದು, ನಮ್ಮ ಮುತ್ತಜ್ಜ ಹಾಗೆ ಮಾಡಿದರು.'

'ಈಗ ನೀನೂ ಹಾಗೆ ಮಾಡು. ಪ್ರಾಂತ್ಯಾಧಿಕಾರಿಯನ್ನು ಕರೆದು ಎಚ್ಚರಿಕೆ ಹೇಳು. ಕೇಳದಿದ್ದರೆ ಅವನನ್ನೂ ಅವನ ಭಟರನ್ನೂ ಕೊಂದುಹಾಕಿಸು. ಅನಂತರ ದುರ್ಯೋಧನನೇ ಸೈನ್ಯದೊಡನೆ ಬರಬಹುದು. ಅಷ್ಟರಲ್ಲಿ ನೀನು ದೊಡ್ಡ ಯುದ್ಧಕ್ಕೆ ಸಿದ್ಧನಾಗು.'

'ಆದರೆ ನನಗೆ ಬಿಲ್ಲುವಿದ್ಯೆ ತಿಳಿಯದು. ಈ ಆಶ್ರಮದ ಯಾರಿಗೂ ಬಿಲ್ಲು ಹಿಡಿದ ಅಭ್ಯಾಸವೇ ಇಲ್ಲ.'

'ಯಾಕೆ ಇಲ್ಲ?'

'ವಿದ್ವಜ್ಜನರನ್ನು ಕಾಪಾಡುವ ಹೊಣೆಯು ಆಯುಧದ ಒಡೆಯನಾದ ರಾಜನ ಕೆಲಸವಲ್ಲವೆ? ನಮಗೇಕೆ ಅದರ ಗೊಡವೆ ಅಂತ ನಾನು ಭಾವಿಸಿದೆ. ಶಾಂತಿ, ಅಹಿಂಸೆಗಳು ತುಂಬಿದ ವಾತಾವರಣವಾಗಬೇಕೆಂಬ ಬಯಕೆಯಿತ್ತು.'

ಭೀಷ್ಮರು ಮಾತನಾಡಲಿಲ್ಲ. ದ್ವೈಪಾಯನರು ಅವರ ಮುಖವನ್ನೇ ನೋಡುತ್ತಿದ್ದರು. ಅವರೇನು ಒಳಗೇ ನಗುತ್ತಿದ್ದಾರೆಯೋ ಎಂಬ ಭ್ರಾಂತಿ ಬರುವಂತಿತ್ತು ಮುಖಭಾವ. ಅಷ್ಟರಲ್ಲಿ ಇನ್ನೊಬ್ಬ ಉಪಾಧ್ಯಾಯ ಓಡಿಬಂದು ಹೇಳಿದ: 'ಉಗ್ರಾಣದ ಧಾನ್ಯವನ್ನು ಎತ್ತಿ ಎತ್ತಿ ಗಾಡಿಗಳಿಗೆ ತುಂಬಿಕೊಳ್ಳುತ್ತಿದ್ದಾರೆ. ಹಸುಗಳನ್ನು ಬಿಚ್ಚಿ ಹೊಡೆದುಕೊಂಡು ಹೋಗುತ್ತಿದ್ದಾರೆ.'

ದ್ವೈಪಾಯನರು ಉದ್ವಿಗ್ನರಾದರು. ಎತ್ತರಿಸಿದ ಸ್ವರದಲ್ಲಿ ಕೇಳಿದರು: 'ಭೀಷ್ಮ, ಬೇಗ ನಡೆ. ನಿನ್ನ ಆಜ್ಞೆಯಿಂದ ಮಾತ್ರ ಈ ಆಶ್ರಮ ಉಳಿಯಬೇಕು. ಏಳು. ಅಥವಾ ಭೀಷ್ಮರು ಬಂದಿದ್ದಾರೆಂದು ಪ್ರಾಂತ್ಯಾಧಿಕಾರಿಗೆ ಹೇಳಿಕಳಿಸಲೆ?'

'ವಸಿಷ್ಠ ಮೊದಲಾದವರೆಲ್ಲ ವೇದರ್ಷಿಗಳೆಂದು ಕೇಳಿದ್ದೇನೆ. ಅವರು ರಚಿಸಿದ್ದೆಂಬ ಕೆಲವು ಮಂತ್ರಗಳನ್ನು ನಾನೂ ಹೇಳಿಸಿಕೊಂಡಿದ್ದ ನೆನಪು. ನೀನು ವೇದರ್ಷಿಯೊ, ಅಂದರೆ ಮಂತ್ರದ್ರಷ್ಟಾರನೊ ಅಥವಾ ಮಂತ್ರಸಂಗ್ರಾಹಕನೊ?' ದ್ವೈಪಾಯನರ ಉದ್ವಿಗ್ನತೆ ಆತಂಕಗಳು ಸ್ವಲ್ಪವೂ ತಾಕದವರಂತೆ ಭೀಷ್ಮರು ಕೇಳಿದರು.

'ಈ ದುರ್ಧರ ಸ್ಥಿತಿಯಲ್ಲಿ ಸಹಾಯ ಮಾಡದೆ ಅರ್ಥವ್ಯತ್ಯಾಸದ ಪ್ರಶ್ನೆಯನ್ನೇಕೆ ಕೇಳುತ್ತಿದ್ದೀಯ?' ದ್ವೈಪಾಯನರು ಇನ್ನೂ ಆತಂಕದಿಂದ ಚಡಪಡಿಸುತ್ತಾ ಕೇಳಿದರು.

'ಕೃಷ್ಣ, ಉದ್ವಿಗ್ನನಾಗಬೇಡ,' ಓಡಿ ಬಂದ ಉಪಾಧ್ಯಾಯನ ಕಡೆ ತಿರುಗಿ, 'ನಾನು ಇಲ್ಲಿರುವುದಾಗಿ ಹೇಳಿ ಪ್ರಾಂತ್ಯಾಧಿಕಾರಿಯನ್ನು ಕರೆದು ತಾ, ಆಶ್ರಮದ ಒಂದು ಸಣ್ಣ ಪದಾರ್ಥವನ್ನೂ ಮುಟ್ಟಬಾರದೆಂದು ನಾನು ಹೇಳಿದುದಾಗಿ ಅವನಿಗೆ ತಿಳಿಸು.' ಎಂದು ಆದೇಶವಿತ್ತು ಅವನು ಓಡಿಹೋದನಂತರ ಹೇಳಿದರು: 'ವೇದರ್ಷಿಯ ಗುಣ ಲಕ್ಷಣಗಳೇನು ಎಂಬ ಪ್ರಶ್ನೆ ಈಗ ನನ್ನಲ್ಲಿ ಇದ್ದಕ್ಕಿದ್ದಂತೆಯೇ ಹುಟ್ಟಿದೆ.'

ಆತಂಕದಲ್ಲಿ ಸಿಕ್ಕಿದ ದ್ವೈಪಾಯನರಿಗೆ ಈ ಪ್ರಶ್ನೆಯ ಆಳ ತಿಳಿಯಲಿಲ್ಲ. ಉಪಾಧ್ಯಾಯನು ಓಡಿಹೋದ ಕಡೆಗೆ ನೋಡುತ್ತಾ ಕುಳಿತರು. ಭೀಷ್ಮರು ಕೂಡ ಬೇರೆ ಮಾತನಾಡದೆ ಕುಳಿತಿದ್ದರು. ಸ್ವಲ್ಪ ಹೊತ್ತಿಗೆ ಖುರಪುಟ ಕೇಳಿಸಿತು. ಪ್ರಾಂತ್ಯಾಧಿಕಾರಿ ಬಂದು ಬಾಗಿ ಅಭಿವಾದಿಸಿದ ನಂತರ ಕೇಳಿದರು: 'ಯುದ್ಧಕ್ಕಾಗಿ ಪ್ರಜೆಗಳಿಂದ ದವಸ ಧಾನ್ಯ ಗೋವುಗಳನ್ನು ಹೆಚ್ಚುವರಿ ತೆರಿಗೆರೂಪದಲ್ಲಿ ಎತ್ತುವುದು ಸಹಜ. ಆದರೆ ಆಶ್ರಮದ್ದನ್ನೂ ವಶಪಡಿಸಿಕೊಳ್ಳುವ ತೀರ್ಮಾನವನ್ನು ಹೇಗೆ ಮಾಡಿದೆ?'

'ಮಹಾರಾಜ, ನೀನು ಇಲ್ಲಿರುವ ಸಂಗತಿ ನನಗೆ ಗೊತ್ತಿರಲಿಲ್ಲ. ಅಲ್ಲದೆ ಇಂಥ ಪ್ರಸಿದ್ಧ ಆಶ್ರಮಕ್ಕೆ ಕೈಹಾಕುವ ಸಾಹಸವನ್ನು ನಾನೊಬ್ಬನೇ ಮಾಡಲು ಸಾಧ್ಯವೆ?'

'ಅಂದರೆ?'

'ಸ್ವತಃ ರಾಜನ ಆಸ್ಥಾನದಿಂದ ಬಂದ ಆಜ್ಞೆಯನ್ನು ಜಾರಿ ಮಾಡುತ್ತಿದ್ದೇನೆ.'

'ಈಗ ನಾನು ಹೇಳುತ್ತಿದ್ದೇನೆ: ಈ ಆಶ್ರಮವನ್ನು ಮುಟ್ಟಬೇಡ. ಈಗಿಂದೀಗ ನಿನ್ನ ಸಿಬ್ಬಂದಿಯೊಡನೆ ಇಲ್ಲಿಂದ ಹೊರಟುಹೋಗು. ಮಹಾರಾಜನು ಕೇಳಿದರೆ ನನ್ನ ಹೆಸರು ಹೇಳು.'

ಪ್ರಾಂತ್ಯಾಧಿಕಾರಿ ಅಲ್ಲಿಯೇ ನಿಂತಿದ್ದ. 'ನನ್ನ ಆಜ್ಞೆಯಾಗಿದೆ. ನೀನಿನ್ನು ಹೋಗು,' ಭೀಷ್ಮರು ಹೇಳಿದನಂತರ ಅವನು ಬಾಗಿ ನಮಸ್ಕರಿಸಿ ಹಿಂತಿರುಗಿದ. ಖುರಪುಟ ದೂರ ವಾಯಿತು.

'ಕೃಷ್ಣ, ನಾನು ಈ ತಕ್ಷಣ ಹೊರಡದಿದ್ದರೆ ರಾತ್ರಿಯೊಳಗೆ ತಲುಪಲು ಸಾಧ್ಯವಿಲ್ಲ. ನಾಳೆ ಬೆಳಗ್ಗೆಯಿಂದ ಯುದ್ಧ ಆರಂಭವಾಗುತ್ತದೆ' ಎಂದು ಅವರು ಮೇಲೆ ಎದ್ದರು. ಬೀಳ್ಕೊಡಿಗೆಯ ಮಾತುಕತೆಗಳು ಯಾಂತ್ರಿಕವಾಗಿ ನಡೆದವು. ಯುದ್ಧಾನಂತರ ನೀನು ಇಲ್ಲಿಗೇ ಬಂದುಬಿಡು, ದ್ವೈಪಾಯನರು ಹೇಳುತ್ತಿರುವಾಗ ರಥ ಹತ್ತಿರ ಬಂತು. ಸಾರಥಿ ಭೀಷ್ಮರ ಕೈ ಹಿಡಿದು ಹತ್ತಿಸಿದ. ರಥ, ಸುತ್ತುವರಿದ ಕುದುರೆಗಳ ಧೂಳು ವೇಗದಿಂದ ಮುಂದೆ ಮುಂದೆ ಏಳುತ್ತಾ ಹೋಗುವುದು ಕಾಣಿಸಿತು.

ಅದೇ ಕುಕ್ಕಿ ಕುಕ್ಕಿ ಹಾಕುವ ಬಂದ ದಾರಿಯಲ್ಲಿ ರಥ ಹಿಂತಿರುಗುತ್ತಿತ್ತು. ಈ ಆಶ್ರಮ ದಿಂದ ನಾಲ್ಕೈದು ಕೋಸು ಕಳೆದ ಮೇಲೆ ರಸ್ತೆ ಸರಿಯಾಗುತ್ತದೆಂದು ಸುಕೇಶ ಹೇಳಿದ. ದಿಂಬು ಒರಗಿ ಕುಳಿತ ಭೀಷ್ಮರ ಬೆನ್ನು ಸೊಂಟಗಳಲ್ಲಿ ನೋವು ಕಾಣಿಸಿತು. ನೆನ್ನೆ ರಾತ್ರಿಯೇ ಸ್ವಲ್ಪ ನೋವಿತ್ತು, ಆಗಲೇ ಎಣ್ಣೆ ತಿಕ್ಕಿಸಿಕೊಳ್ಳಬೇಕಾಗಿತ್ತು ಎಂದುಕೊಳ್ಳುತ್ತಾ ಸೊಂಟಕ್ಕೆ ದಿಂಬು ಒತ್ತಿ ನಿಲ್ಲುವಂತೆ ಕುಳಿತರು. ಸುಕೇಶ ಕೂಡ ಕುತುಕಲಿದ್ದಾಗ ಕುದುರೆಗಳನ್ನು ಹಿಡಿದು ಹಿಡಿದು ನಿಧಾನವಾಗಿ ನಡೆಸುತ್ತಿದ್ದ. ಗೊರಸಿನಿಂದ ಎದ್ದ ಧೂಳು ರಥಕ್ಕೆ ಬರುವು ದನ್ನು ತಪ್ಪಿಸಲೆಂದು ಮುಂಬದಿಯ ಕುದುರೆಯವರು ಮೂವತ್ತು ನಲವತ್ತು ಮಾರು ದೂರ ಮುಂದೆ ಹೋಗುತ್ತಿರುವಂತೆ ಹಿಂಬದಿಯವರು ಇಪ್ಪತ್ತು ಮಾರು ಹಿಂದೆ ಬರುತ್ತಿರು ವಂತೆ ಅವನೇ ಹೇಳಿದ್ದ.

ಆಶ್ರಮದಿಂದ ಸಾಕಷ್ಟು ದೂರ ಬಂದಿದ್ದರೂ ಭೀಷ್ಮರ ಮನಸ್ಸನ್ನು ತುಂಬಿಕೊಂಡಿದ್ದ ಸಾವಿನ ಭಾವ ಹೋಗಿರಲಿಲ್ಲ. ನೆನ್ನೆ ರಾತ್ರಿ ಮಬ್ಬುಗತ್ತಲಿನಲ್ಲಿ ಆಶ್ರಮವನ್ನು ಪ್ರವೇಶಿಸಿದಾಗಿ ನಿಂದ, ಬೆಳಗ್ಗೆ ಆ ಇಬ್ಬರು ನಾಸ್ತಿಕರ ವಾದಗಳನ್ನು ಕೇಳುತ್ತಿರುವಾಗ ಸ್ವಲ್ಪ ಹೊತ್ತು ಮರೆ ಯಾಗಿತ್ತೇನೋ, ಇಲ್ಲಿಯವರೆಗೂ ಅದೇ ಬೇರೆ ಬೇರೆ ರೂಪ ಧರಿಸಿ ಕಾಣುತ್ತಿದೆ. ಆಕಾಶ ದಲ್ಲಿ ಹರಡಿ ಹಲವಾರು ಆಕಾರ ತಾಳಿರುವ ಮೋಡಗಳು. ದಾರಿಯಾಚೆಗೆ ಅಸ್ಪಷ್ಟವಾಗಿ ಕಾಣುವ ಮರಗಳು, ದಾರಿಯಲ್ಲಿ ಏಳುವ ಧೂಳು, ಎಲ್ಲವೂ ಸಾವಿನ ಆಕೃತಿಯಂತೆ. ಇದು ಬರೀ ಭ್ರಮೆ ಎಂದು ಅದೇ ಮನಸ್ಸು ಹೇಳುತ್ತಿದ್ದರೂ, ಆದರೆ ಸಾವು ಎನ್ನುವುದು ಸುಳ್ಳಲ್ಲವಲ್ಲ, ಸುಳ್ಳಲ್ಲದ್ದು ಬರೀ ಭ್ರಮೆ ಹೇಗಾಗುತ್ತದೆ ಎಂದುಕೊಳ್ಳುವಾಗ ಅದು ಒಬ್ಬೊಬ್ಬನಿಗೆ ಒಂದೊಂದು ರೂಪದಲ್ಲಿ ಬರುತ್ತದೆಂಬ ನೆನಪಾಯಿತು. ಶುಕದೇವನಿಗೆ ನಿರಾಹಾರಿಯಾಗಿ

ದೇಹವನ್ನು ಒಣಗಿಸಿ, ಅಲ್ಲ ಅಲ್ಲ, ಅವನಿಗೆ ಸಾವು ಬರಲಿಲ್ಲ. ಅವನೇ ಪ್ರಜ್ಞಾಪೂರ್ವಕವಾಗಿ ಆಹ್ವಾನಿಸಿ, ಅಂದರೆ ಅದರ ಘೋರತೆಯನ್ನು ತೊಡೆದುಹಾಕಿ, ಅಲ್ಲ, ಸಾವಿನ ಘೋರತೆ ಮತ್ತು ಜೀವನದ ಹಿತಭಾವಗಳೆರಡನ್ನೂ ತೊಡೆದು, ಎಂದರೆ ಭಾವ ವಿಮುಕ್ತನಾಗಿ, ರಥ ಕುಲುಕುತ್ತದೆ, ಮನಸ್ಸು ಎತ್ತೆತ್ತಲೋ ಚದುರುತ್ತದೆ. ಯಾವುದೋ ನೆನಪು. ನನಗೆ ಯಾವ ರೂಪದಲ್ಲಿ ಬಂದೀತು? ಈ ಭೀಷ್ಮ ಸಾಯುವುದೇ ಇಲ್ಲ ಎಂಬಷ್ಟು ದೀರ್ಘಕಾಲ ಬದುಕಿದ್ದೇನೆ ಎನ್ನಿಸಿತು. ವೀರ ಕ್ಷತ್ರಿಯನಂತೆ ರಣರಂಗದಲ್ಲಿ ಕಾಯುತ್ತಾ, ಬಿಲ್ಲೆತ್ತುವ ಶಕ್ತಿ ಇಲ್ಲದಾಗ ಕಾಯುತ್ತಾ ಎಂಥದು ಎಂದುಕೊಳ್ಳುವಾಗ ಥಟ್ಟನೆ ಬಹಳ ಹಿಂದಿನ ಘಟನೆಯೊಂದು ನೆನಪಿಗೆ ಬಂತು: ಅದು ನಡೆದು ಎಷ್ಟು?, ಎಷ್ಟೆಂದರೆ ಧೃತರಾಷ್ಟ್ರನಿಗೆ ಎಂಭತ್ತೊಂದೋ ಎಂಭತ್ತೆರಡೋ ಅವನ ಅಮ್ಮ ಅವಳ ಅಕ್ಕ ತಂಗಿ ಮೂವರನ್ನೂ ಒಟ್ಟಿಗೆ ತಂದು ಮೂರು ನಾಲ್ಕು ವರ್ಷಕ್ಕೆ ಮುಂಚಿನದು, ಸ್ವಯಂವರ ಅಂದರೆ ತನಗೆ ಬೇಕಾದವನನ್ನು ವರಿಸುವ ಸ್ವಾತಂತ್ರ್ಯವನ್ನು ಹುಡುಗಿಗೆ ಕೊಟ್ಟು ಏರ್ಪಡಿಸುವ ಕೂಟದಲ್ಲಿ ಶಾಲ್ವರಾಜನನ್ನು ವರಿಸುವ ನಿಶ್ಚಯ ಮಾಡಿಕೊಂಡು, ಮೊದಲೇ ಅವರಿಬ್ಬರಲ್ಲೂ ಅನುರಾಗ ಬೆಳೆದಿತ್ತಂತೆ. ಹಾಗಿದ್ದಲ್ಲಿ ಸ್ವಯಂವರವನ್ನೇಕೆ ಏರ್ಪಡಿಸಿದ ಅವಳ ಅಪ್ಪ? ಉಳಿದ ಇಬ್ಬರು ತಂಗಿಯರ ಸಲುವಾಗಿಯೆ? ಇಂಥ ಸಂದರ್ಭದಲ್ಲಿ ತಮಗೆ ಬೇಕಾದ ಹೆಣ್ಣನ್ನು ಬಲಪ್ರಯೋಗದಿಂದ ಹೊತ್ತು ತರುವ ರಾಜಧರ್ಮ ಒಂದಿದೆ ಅನ್ನುವುದನ್ನು ಅಲ್ಲಗಳೆಯಲು ಸಾಧ್ಯವೆ? ರಥದಲ್ಲಿ ಕಟ್ಟಿಹಾಕಿ ಸುತ್ತ ಕುದುರೆ ಸವಾರರ ರಕ್ಷಣೆಯಲ್ಲಿ, ಎಷ್ಟು ಐದು ಕುದುರೆಗಳಲ್ಲವೆ ಎಳೆಯುತ್ತಿದ್ದುದು, ಹಸ್ತಿನಾವತಿಗೆ ತಂದು ಕೈಕಾಲುಗಳಿಗೆ ಬಿಗಿದಿದ್ದ ಹಗ್ಗವನ್ನು ಬಿಚ್ಚಿದಾಗ ಕೊರೆದ ಗುರುತು ಮೀನುಖಂಡ, ಮೊಣಕೈ, ತೊಡೆಗಳ ಹತ್ತಿರವೆಲ್ಲ ಮೂವರಿಗೂ. ಮಧ್ಯೆ ಸತ್ತಿರಲಿಲ್ಲ ಅದೃಷ್ಟಕ್ಕೆ, 'ಛೀ, ನಿಮ್ಮ ರಾಜಧರ್ಮಕ್ಕೆ ಧಿಕ್ಕಾರವಿರಲಿ, ಬಲಪ್ರಯೋಗದಿಂದ ಏನನ್ನು ಬೇಕಾದರೂ ಯಾರನ್ನು ಬೇಕಾದರೂ ಸ್ವಾಧೀನಪಡಿಸಿಕೊಳ್ಳಬಹುದೆಂದು ಭಾವಿಸಿದೆಯ? ನನ್ನನ್ನು ಪಶುವಿನ ಮಟ್ಟಕ್ಕೆ ಇಳಿಸಿ ಪಶುವಿನಂತೆ ಕೈಕಾಲು ಕಟ್ಟಿ ಇಷ್ಟು ದೂರ ಸಾಗಿಸಿ ತಂದು ನಿನ್ನ ಈ ಅರಮನೆ ಎಂಬ ಸೆರೆಯಲ್ಲಿ ಕೂಡಿದ್ದರೂ ನೀನು ನನ್ನನ್ನು ಗೆದ್ದಂತಾಗುವುದಿಲ್ಲ. ನನ್ನ ಮನಸ್ಸು ಬೇರೆ ಕಡೆ ಇದೆ. ಬಲದಿಂದ ನಿರ್ಜೀವಿ ವಸ್ತುಗಳನ್ನು ಗೆಲ್ಲಬಹುದು. ಮನಸ್ಸುಳ್ಳ ಮನುಷ್ಯರನ್ನು ಗೆಲ್ಲಲಾಗುವುದಿಲ್ಲವೆಂಬುದು ತಿಳಿಯದ ಅವಿವೇಕಿ ನೀನು.' ಎಂತಹ ತಿರಸ್ಕಾರ ಅವಳ ಮುಖದಲ್ಲಿ! ಹೆಂಗಸಿನ ಎದುರಿಗೂ ನಾಚಿಕೆಯಾಗುತ್ತದೆಂದು ಅದುವರೆಗೆ ನನ್ನ ಕಲ್ಪನೆಗೆ ಬಂದಿರಲಿಲ್ಲ, ಇದ್ದಕ್ಕಿದ್ದಂತೆಯೇ ವಸಿಷ್ಠ ಋಷಿಯ ನೆನಪು ಬಂತು. ಬಲಪ್ರಯೋಗದಿಂದ ಕೌಶಿಕ ರಾಜನು ಹಸುವನ್ನು ಎಳೆದೊಯ್ಯಲು ನಿಂತಾಗ ಇವನೂ ಹೀಗೆಯೇ ಅಂದಿದ್ದನೊ! ಆದರೆ ನಾನು ಅಂಬೆಯನ್ನು ತಕ್ಷಣ ವಾಪಸು ಕಳಿಸಿಬಿಟ್ಟೆನಲ್ಲ ನೇರವಾಗಿ ಶಾಲ್ವರಾಜನ ಹತ್ತಿರಕ್ಕೇ, ನನ್ನ ತಪ್ಪೇನು? ಸ್ವತಃ ರಾಜನಾಗಿದ್ದ, ಸ್ವಯಂವರ ಮಂಟಪದಲ್ಲಿ ನನ್ನೊಡನೆ ಹೋರಾಡಿ ಗೆದ್ದುಕೊಳ್ಳಲಾಗದವಳನ್ನು ಈಗ ಸ್ವೀಕರಿಸಿದರೆ ತನ್ನ ಗೌರವಕ್ಕೆ ಕುಂದೆಂದು ಅವನು ತಿರಿಸ್ಕರಿಸಿದನೆ? ಹೌದು, ಅದೇ ಕಾರಣವಿರಬೇಕು. ಅವನು ರಾಜನೇ. ಅಧಿಕಾರಸ್ಥಾನದಲ್ಲಿ ನಿಂತ ಮೇಲೆ ಬಲವನ್ನಾಧರಿಸಿದ

ಗೌರವದ ಭಾವದಿಂದ ಬೀಗದವನು ಯಾರು? ಆದರೆ ಅವನಿಂದ ತಿರಸ್ಕೃತಳಾದ ಅಂಬೆ ಇಡೀ ಪ್ರಸಂಗದ ತಪ್ಪನ್ನು ನನ್ನ ಮೇಲೆಯೇ ಯಾಕೆ ಹಾಕಿದಳು? ಕ್ಷತ್ರಿಯ ದ್ವೇಷಿ ಪರಶುರಾಮವಂಶದ ಭಾರ್ಗವರ ಹತ್ತಿರ ಹೋಗಿ ದೂರಿಕೊಂಡಳಂತೆ, 'ಮಗು, ನಿನಗೆ ಅನ್ಯಾಯವಾಗಿರುವುದು ಯಾರಿಂದ ಹೇಳು. ಶಾಲ್ವನಿಂದಲೋ, ಭೀಷ್ಮನಿಂದಲೋ?' 'ಶಾಲ್ವನನ್ನು ಪ್ರೀತಿಸುತ್ತೇನೆ. ಆದರೆ ಅವನು ತಿರಸ್ಕರಿಸಿದ್ದಾನೆ. ಬಲಪ್ರಯೋಗದಿಂದ ನನ್ನನ್ನು ಕಟ್ಟಿ ಹೊತ್ತುಕೊಂಡು ಹೋದ ಭೀಷ್ಮನೇ ನನ್ನನ್ನು ಮದುವೆಯಾಗಲಿ. ಅಲ್ಲಿಗೆ ನನಗಾಗಿರುವ ಅನ್ಯಾಯ ಸರಿಯಾಯಿತೆಂದು ಭಾವಿಸುವೆ.' ಭಾರ್ಗವರಿಗೂ ಅದೇ ಬೇಕಾಗಿತ್ತೇನೋ! ಭೀಷ್ಮನ ಬ್ರಹ್ಮಚರ್ಯದ ಕೀರ್ತಿಯನ್ನು ಮುರಿಯುವುದು. ಯುದ್ಧಕ್ಕೆ ಬಂದರಲ್ಲ ನನ್ನ ಮೇಲೆ ಷರತ್ತು ಹಾಕಿ: ಇವಳನ್ನು ಮದುವೆಯಾಗು ಅಥವಾ ಯುದ್ಧಕ್ಕೆ ನಿಲ್ಲು. ತಾನು ದ್ವೇಷಿಸುವ ನನ್ನನ್ನು ಮದುವೆಯಾಗಿ ಅವಳು ಸುಖವಾಗಿರುತ್ತಿದ್ದಳೆ? ನನ್ನನ್ನು ವ್ರತಭ್ರಷ್ಟ ನನ್ನಾಗಿಸುವುದೊಂದೇ ಅವಳಿಗೆ ಬೇಕಿದ್ದುದು. ಭೀಷ್ಮನನ್ನು ಸೋಲಿಸಲು ಬ್ರಾಹ್ಮಣರಿಗೆ ಸಾಧ್ಯವೆ? ಪರಶುರಾಮನು ಕ್ಷತ್ರಿಯ ಲೋಕವನ್ನೇ ಕೊಂದಾಗ ಭೀಷ್ಮ ಇರಲಿಲ್ಲ. ಕ್ಷತ್ರಿಯ ಲೋಕವನ್ನು ಎಷ್ಟು ಭಾಗ ಕೊಂದನೊ? ಅದರಲ್ಲಿ ನಿಜವೆಷ್ಟೋ ಈ ಬ್ರಾಹ್ಮಣರ ಉತ್ಪ್ರೇಕ್ಷೆ ಎಷ್ಟೋ? ಭಾರ್ಗವರು ಸೋತಮೇಲೆ ನಿರಾಶೆಯನ್ನು ತಾಳಲಾರದೆ ಬೆಂಕಿಗೆ ಬಿದ್ದು ಸತ್ತಳಂತೆ. ಭೀಷ್ಮನನ್ನು ಕೊಲ್ಲುವುದಕ್ಕೆಂದೇ ಬೇರೆ ಜನ್ಮವೆತ್ತಿ ಬರುವುದಾಗಿ ಘೋಷಿಸಿ ಬಿದ್ದಳಂತೆ. ಅನಂತರ ಈ ದ್ರುಪದನ ಮನೆಯಲ್ಲಿ ಹುಟ್ಟಿದಳೋ ನಡುವೆ ಇನ್ನೊಂದು ಜನ್ಮವೆತ್ತಿ ಸತ್ತು ಇಲ್ಲಿ ಜನ್ಮತಾಳಿದಳೊ? ತಾವು ಕೂಡ ಈ ಹಿಂದೆ ಕೇಳಿದ್ದ ಈ ವದಂತಿಯು ಮರೆತೇ ಹೋಗಿತ್ತು. ಈಗ ನೆನಪಾಗುತ್ತಿದೆ. ನಾಳಿನಿಂದ ಆರಂಭವಾಗುವ ಯುದ್ಧದಲ್ಲಿ ಅದೇ ನಿಜವಾದರೆ! ಒಂದು ಕ್ಷಣ ಮೈ ನಡುಗಿತು. ನಾನು ಗೆದ್ದು ತಂದ ಹೆಣ್ಣಿನಿಂದಲೇ ಸೋತು ಸಾಯಬೇಕೆ? ಸಾಯಲು ಭಯವಿಲ್ಲ. ಆದರೆ ಸೋಲು! ಎಂದುಕೊಳ್ಳುವಾಗ ಬೆನ್ನಿನಲ್ಲಿ ಚಳಿ ಕಾಣಿಸಿಕೊಂಡಿತು. ರಥವು ಒಂದು ಸಲ ಕುಕ್ಕಿ ಎದ್ದು ಮಟ್ಟಸವಾದ ಜಾಗದಲ್ಲಿ ಹರಿಯತೊಡಗಿತು. ಎದುರಿಗೆ ಅಷ್ಟು ದೂರದಲ್ಲಿ ಒಂದೇ ಸಮನೆ ಹುಟ್ಟುತ್ತಿದ್ದ ಖುರಪುಟಗಳನ್ನು ದಿಟ್ಟಿಸಿ ಕೇಳುತ್ತಿರುವಾಗ ಈ ಜನ್ಮಪುನರ್ಜನ್ಮಗಳೆಲ್ಲ ನಿಜವೇ? ಎಂಬ ಅನುಮಾನ ಹುಟ್ಟಿತು. ಬೆಳಗ್ಗೆ ಅವರಿಬ್ಬರೂ ವಾದ ಮಾಡುತ್ತಿದ್ದರಲ್ಲ, ಇಂದ್ರಿಯಗಳಿಂದ ಪರೀಕ್ಷಿಸಲಾಗದುದೆಲ್ಲ ಬರೀ ಕಲ್ಪನೆ, ಅದೇ ನಿಜವೆನ್ನಿಸಿತು. ಮನಸ್ಸು ಹಗುರವಾಯಿತು. ದ್ರುಪದನಿಗೆ ನಪುಂಸಕ ಮಗು ಹುಟ್ಟಿದೆ. ಎಷ್ಟು ಜನಕ್ಕೆ ಹುಟ್ಟುವುದಿಲ್ಲ! ಅದನ್ನೇ ಕತೆಗೆ ಜೋಡಿಸಿ ತನ್ನ ವೈರಿ ಕುರುರಾಜ್ಯವನ್ನು ನಿಲ್ಲಿಸಿದ ಭೀಷ್ಮನನ್ನು ಕೊಲ್ಲಲೆಂದು ಆ ಅಂಬೆಯೇ ಹೀಗೆ ಹುಟ್ಟಿದ್ದಾಳೆಂದು ಕತೆ ಹಬ್ಬಿಸಿದ್ದಾನೆಯೊ? ಪುಸಕ್ಕನೆ ನಗು ಬಂತು. ಇಂಥದೊಂದು ಯುದ್ಧವಾಗುತ್ತದೆಂದು ಮೊದಲೇ ಅವನಿಗೇನು ಗೊತ್ತು? ನಾನು ಅದರಲ್ಲಿ ಭಾಗವಹಿಸುತ್ತೇನೆಂದು ಯಾರು ಕನಸು ಕಂಡಿದ್ದರು? ನನಗೇ ಗೊತ್ತಿರಲಿಲ್ಲ. ನನ್ನನ್ನು ಕೊಲ್ಲುವುದೇ ಇದ್ದರೆ ಇಷ್ಟರಲ್ಲಿ ಆ ನಪುಂಸಕನು ಹಸ್ತಿನಾವತಿಗೆ ಬಂದು ಸಮಯ ಕಾದು ಕೊಲೆ ಮಾಡಬೇಕಿತ್ತು. ನಪುಂಸಕ ಮಗು ಹುಟ್ಟಿದ ಅಪಮಾನ ಮುಚ್ಚಿಕೊಳ್ಳಲು, ಎಂದುಕೊಳ್ಳುತ್ತಿರು

ವಾಗ ದಾರಿಯು ಗುಂಡಿಗೊಸರುಗಳಿಲ್ಲದೆ ಮಟ್ಟಸವಾಗಿತ್ತು. ಎಡಬಲಕ್ಕೆ ಎತ್ತರವಾದ ಮರಗಳು. ಮುಂದೆ ಹೋಗುತ್ತಿರುವ ಕುದುರೆಗಳ ಗೊರಸಿನ ಧೂಳು ಸಹ ಕಡಮೆ. ಗಟ್ಟಿ ಯಾಗಿ ಮಾಡಿದ ರಸ್ತೆಯನ್ನು ನೋಡುತ್ತಾ ಸಾಗುವಾಗ ಸಾವಿನ ಭಾವ ಮತ್ತೆ ಕಾಣಿಸಿ ಕೊಂಡಿತು. ಆ ಆಶ್ರಮಕ್ಕೆ ನಾನು ಹೋಗಲೇಬಾರದಾಗಿತ್ತು, ಆಲೋಚನೆ ಒಮ್ಮೆ ಸುಳಿಯಿತು. ಬ್ರಹ್ಮಚರ್ಯವೇ ಸರ್ವಶ್ರೇಷ್ಠವೆಂದು ಪ್ರತಿಪಾದಿಸಿದನಂತೆ ಶುಕ. ನೆನಪಾಗಿ ತಮ್ಮ ಜೀವನದ ಬಗೆಗೆ ಮತ್ತೆ ಹೆಮ್ಮೆಹುಟ್ಟಿತು. ಅನಂತರ ಇದ್ದಕ್ಕಿದ್ದಂತೆಯೇ ಸಾಯುವುದೇ ನನಗಿರುವ ಸರಿಯಾದ ದಾರಿ ಎನ್ನಿಸಿ ಮನಸ್ಸು ಮ್ಲಾನವಾಯಿತು. ಕಲ್ಪನೆಯು ತಾವು ಒಮ್ಮೆಯೂ ನೋಡದಿದ್ದ ಶುಕನ ಚಿತ್ರವನ್ನು ರೂಪಿಸಲು ಮೊದಲುಮಾಡಿತು. ಅವನದೇ ಸರಿಯಾದ ತತ್ತ್ವವೆಂಬ ಭಾವನೆ ಒಳಗೆ ಹರಿದು ತುಂಬಿಕೊಳ್ಳುತ್ತಿರುವಾಗ, ಮುಂದೆ ಹೋಗುತ್ತಿದ್ದ ಕುದುರೆಯವರು ಇದ್ದಕ್ಕಿದ್ದಂತೆಯೇ ದಾರಿಯ ಬಲಕ್ಕೆ ತಿರುಗಿ ಕಾಡಿನಲ್ಲಿ ಯಾವುದೋ ಬೇಟೆಯನ್ನು ಹಿಂಬಾಲಿಸಿದಂತೆ ಆಯಿತು. ಸುಕೇಶನಿಗೂ ಆಶ್ಚರ್ಯ. ಬೇಗ ಬೇಗ ರಥ ವನ್ನು ಸ್ವಲ್ಪ ಮುಂದೆ ನಡೆಸಿ ನಿಲ್ಲಿಸಿದ. ಹಿಂದಿನ ಕುದುರೆಯವರು ಧಾವಿಸಿ ಬಂದು ರಥದ ಸುತ್ತ ಕಾವಲು ನಿಂತರು. ಅರ್ಧದಲ್ಲಿ ಅರ್ಧ ಘಳಿಗೆಯೂ ಇಲ್ಲ, ಮುಂದಿನ ಕುದುರೆಯವರು ಇಬ್ಬರು ಗಂಡಸರನ್ನು ಹಿಡಿದು ತಂದರು. ಸುಮಾರು ಅರವತ್ತು ವಯಸ್ಸಿನ ಒಬ್ಬ. ಅವನ ಮಗನಂತೆ ಕಾಣುವ ಮೂವತ್ತು ವರ್ಷದ ಇನ್ನೊಬ್ಬ. ಕೊಳಕು ಅರಿವೆ. ಬಿಸಿಲಿಗೆ ಒಣಗಿ ಕಪ್ಪುಗಟ್ಟಿರುವ ಮುಖ, ಭುಜ ತೋಳುಗಳು, ಶಕ್ತಿಯ ಕೆಲಸ ಮಾಡುವಂತೆ ತೋರುವ ಎದೆ, ಭುಜ ಮತ್ತು ರಟ್ಟೆಗಳ ಮಾಂಸಖಂಡ. ಇಬ್ಬರೂ ರಥದ ಮುಂದೆ ಹೆದರಿ ಕೈಮುಗಿದು ನಿಂತರು. ಒಬ್ಬ ಕುದುರೆಯವನು ನಿವೇದಿಸಿದ: 'ಮಹಾರಾಜ, ಇವರದ್ದು ಎರಡು ದೊಡ್ಡ ಗಾಡಿ ಇದೆ. ಒಂದೊಂದೂ ಜೋಡೆತ್ತಿನದು. ಮೇಲೆ ಚರ್ಮದ ಮುಸುಕು. ಒಂದರಲ್ಲಿ ಮೂರು ಚೀಲ ದಿನಸಿ ಧಾನ್ಯಗಳು. ಇನ್ನೊಂದರಲ್ಲಿ ಲೋಹಕೆಲಸದ ಸಾಮಾನು ಗಳು. ಲೋಹದ ತುಂಡು, ತಗಡು ಮುಂತಾದವು. ಗಾಳಿ ಹೊಡೆಯುವ ಚರ್ಮದ ತಿದಿ. ಐವತ್ತು ಕಳೆದ ಒಬ್ಬ ಹೆಂಗಸು. ಇಪ್ಪತ್ತೈದು ಕಳೆದ ಇನ್ನೊಬ್ಬಳು. ಮೂರು ಮಕ್ಕಳು. ರಸ್ತೆಯಲ್ಲಿ ಎದುರಿನಿಂದ ಬರುತ್ತಿದ್ದವರು ನಮ್ಮನ್ನು ನೋಡಿದ ತಕ್ಷಣ ಕಳ್ಳರಂತೆ ಬಲಕ್ಕೆ ತಿರುಗಿ ಮರಗಳ ಮರೆಯಲ್ಲಿ ಗಾಡಿಗಳನ್ನು ಅವಿಸಿಕೊಂಡರು. ಕಳ್ಳಕಾಕರೆಂಬ ಅನುಮಾನ ದಿಂದ ಹಿಡಿದು ತಂದಿದ್ದೇವೆ.'

ಭೀಷ್ಮರು ಅವರನ್ನು ಕೇಳಿದರು: 'ನಿಜ ಹೇಳು. ನೀವು ಯಾರು? ಎಲ್ಲಿಯವರು? ಎಲ್ಲಿಗೆ ಹೋಗುತ್ತಿದ್ದಿರಿ? ಯಾಕೆ ಅವಿತುಕೊಂಡಿರಿ?'

'ಮಹಾರಾಜ,' ಮುದುಕ ಹೇಳಿದ: 'ನಾವು ಲೋಹಕೆಲಸ ಮಾಡುವವರು. ದೇಶ ದೇಶ ತಿರುಗಿ ಕೆಲಸ ಮಾಡಿ ಧಾನ್ಯ ಸಂಪಾದಿಸಿ ಜೀವನ ಹೊರೆದುಕೊಳ್ಳುತ್ತೀವಿ.'

'ಯಾಕೆ ಅವಿತುಕೊಂಡಿರಿ?'

'ಯುದ್ಧವಾಗುತ್ತದಂತೆ. ನಮಗೇನು ಗೊತ್ತು, ಈ ದಾರಿಯಲ್ಲಿ ಬರುತ್ತಿರುವಾಗ ನೆನ್ನೆ ಒಂದು ಹಳ್ಳಿಯಲ್ಲಿ ರಾಜಭಟರು ನಮ್ಮನ್ನು ಹಿಡಿದರು. ದೃಢಕಾಯದವರೆಲ್ಲ ಯುದ್ಧಕ್ಕೆ

ಬರಬೇಕೆಂದು ಈ ನನ್ನ ಮಗನನ್ನು ಕರೆದೊಯ್ಯಲು ರಟ್ಟೆ ಹಿಡಿದರು. ನಾವು ಬಿಲ್ಲು ಬಾಣ ಹಿಡಿದು ಕಂಡವರಲ್ಲ, ಲೋಹಕಾರರು ಎಂದೆವು. ಹಾಗಾದರೆ ಯುದ್ಧದ ಬಾಣದ ತುದಿಯ ಮೊನಚನ್ನು ಮಾಡಿಕೊಡುವಿರಂತೆ ಬನ್ನಿ ಎಂದರು. ಆಗಲಿ ಎಂದು ಒಪ್ಪಿದೆವು. ಅವರು ಹಳ್ಳಿಯ ಒಳಗೆ ಹೋಗಿದ್ದಾಗ ನಾವು ತಪ್ಪಿಸಿಕೊಂಡು ಬಂದುಬಿಟ್ಟೆವು. ದೂರದಿಂದ ನೋಡಿದಾಗ ನೀವು ಅದೇ ರಾಜಭಟರಿರಬಹುದೆಂತ ಹೆದರಿ ಗಾಡಿಯನ್ನು ಮರೆಗೆ ತಿರುಗಿಸಿದೆವು.'

'ಯಾಕೆ ತಪ್ಪಿಸಿಕೊಂಡು ಬಂದಿರಿ?'

'ಯುದ್ಧಕ್ಕೆ ಕೆಲಸ ಮಾಡುವವರಿಗೆ ದಿನಸಿಧಾನ್ಯ ಕೊಡುವುದಿಲ್ಲ. ರಾಜದರ್ಪದ ಭಯ, ಬಲವಂತದಿಂದ ಮಾಡಿಸುತ್ತಾರೆ. ಎರಡನೆಯದೆಂದರೆ ನಮ್ಮಂಥವರನ್ನು ಯುದ್ಧ ರಂಗದ ಹಿಂಬದಿಯಲ್ಲೇ ಕರೆದೊಯ್ದು ಕುಲುಮೆ ಹಾಕಿ ಕೆಲಸ ಮಾಡಿಸಿಸುತ್ತಾರೆ. ಶತ್ರುಪಕ್ಷ ದಿಂದ ಬಂದು ಬಿದ್ದ ಬಾಣದ ತುದಿಗಳನ್ನು ಇವರಿಗೆ ಬೇಕಾದಂತೆ ಮಾಡಿಕೊಡಬೇಕಲ್ಲ. ಮುರಿದ ರಥಗಳ ದುರಸ್ತಿಯಾಗಬೇಕಲ್ಲ. ಶತ್ರುಗಳು ಹಿಂದಿನಿಂದ ಬಂದು ನಮ್ಮನ್ನು ಕೊಲ್ಲುವುದಿಲ್ಲ ಅಂತ ಯಾವ ನಿಗದಿ? ನಾವು ಅಲ್ಲಿಗೆ ಕೆಲಸಕ್ಕೆ ಹೋದರೆ ಹೆಂಗಸರು ಮಕ್ಕಳನ್ನು ಎಲ್ಲಿ ಬಿಡೋಣ? ಅಲ್ಲಿಗೇ ಕರೆದೊಯ್ದರೆ ಸೈನಿಕರು ಒಬ್ಬರಾದ ಮೇಲೆ ಒಬ್ಬ ರಂತೆ ನಮ್ಮ ಹೆಂಗಸರ ಮೇಲೆ ಬಿದ್ದು ಸಾಯುವತನಕ ಭೋಗಿಸಿಬಿಡುತ್ತಾರೆ. ಸತ್ತ ಹೆಣ ವನ್ನೂ ಬಿಡುವುದಿಲ್ಲ. ಹೇಗೋ ಜೀವನ ಹೊರೆದುಕೊಳ್ಳುತ್ತಿರುವ ನಮಗೇಕೆ ಬೇಕು ಯುದ್ಧದ ತಂಟೆ?'

ಭೀಷ್ಮರು ಅವರಿಬ್ಬರನ್ನೂ ದಿಟ್ಟಿಸಿ ನೋಡಿದರು. ಅನಂತರ ತಾವೇ ರಥದಿಂದ ಇಳಿದು ಅವರಿಬ್ಬರ ಎರಡು ಅಂಗೈಗಳನ್ನು ತೆಗೆಸಿ ನೋಡಿದರು. ಗಂಟುಗಂಟಾಗಿ ಜಡ್ಡುಕಟ್ಟಿದ ಅಂಗೈಗಳು. 'ಎಷ್ಟು ದೂರವಿದೆ ನಿಮ್ಮ ಗಾಡಿಗಳು?'

'ಅಕೋ, ಆ ಮರದ ಸಂದಿಯಲ್ಲಿ.'

ಅವರು ನಡೆದು ಹೊರಟರು. ಹಿಂದೆ ಸುಕೇಶ, ಕುದುರೆಯಿಂದಿಳಿದ ನಾಲ್ವರು ಭಟರು. ಕಾಲಿಗೆ ಪಾದರಕ್ಷೆ ಮೆಟ್ಟಿಕೊಂಡಿರಲಿಲ್ಲ. ಅಂಗಾಲಿಗೆ ಹಿತವೆನ್ನಿಸುವ ಎಳೆಯ ಗರಿಕೆ ಹುಲ್ಲುಗಳು. ನಡುನಡುವೆ ಒರಟು ಕಲ್ಲು ಚೂರು, ಕಡ್ಡಿಗಳು. ಆದರೂ ಇಂತಹ ಗರಿಕೆಯ ಮೇಲೆ ನಡೆಯುವುದು ಹಿತವೆನ್ನಿಸಿ ಮನಸ್ಸು ಅದರಲ್ಲೇ ಮಗ್ನವಾಗಿದ್ದಾಗ, 'ಇಕೋ ನೋಡಿ ಗಾಡಿಗಳು' ಎಂದು ಭಟ ತೋರಿಸಿದ. ಎತ್ತುಗಳ ಕೊರಳು ಬಿಚ್ಚಿರಲಿಲ್ಲ. ಅವು ಬೆದರಲಿಲ್ಲ. ಸುಮ್ಮನೆ ಬುಸುಗುಟ್ಟುತ್ತಿದ್ದವು. ಹದ ಮಾಡಿದ ಚಕ್ಕಳದ ಕಮಾನು ಕಟ್ಟಿದ ಗಾಡಿಗಳಲ್ಲಿ ಭಟನು ಹೇಳಿದ ಪದಾರ್ಥಗಳೇನೋ ಇದ್ದವು. ಹೆಂಗಸರು ಮಕ್ಕಳಿರಲಿಲ್ಲ.

'ಎಲ್ಲಿ ಹೆಂಗಸರು ಮಕ್ಕಳು?' ಭೀಷ್ಮರು ಕೇಳಿದರು.

'ಹೆದರಿ ಓಡಿಹೋಗಿದ್ದಾರೆ. ಅವರಿಗೆ ಏನೂ ಮಾಡುವುದಿಲ್ಲ ಅಂತ ಭಾಷೆ ಕೊಟ್ಟರೆ ನಾವು ಕೂಗು ಹಾಕುತ್ತೀವಿ,' ಹಿರಿಯ ಲೋಹಕಾರ ಎಂದ.

'ನಿನಗೂ ಅಜ್ಜನಾಗುವ ವಯಸ್ಸಿನ ನನ್ನಿಂದಲೂ ನಿನಗೆ ಅಂತಹ ಭಾಷೆ ಬೇಕೇನೊ?'

'ನಿಮ್ಮನ್ನು ನೋಡಿದರೆ ರಾಜರಂತೆ ಕಾಣಿಸುತ್ತೀರಿ. ಈ ಭಟರು.....' ಎಂದು ಅವನು ನಮ್ರತೆಯಿಂದ ಮಾತನ್ನು ಅರ್ಧಕ್ಕೇ ನುಂಗಿ ಎರಡು ಕೈಗಳ ಬೆರಳುಗಳನ್ನು ಒಂದರೊಳಗೊಂದು ಹೆಣೆಸಿಕೊಂಡ.

'ಯಾರಿಗೂ ಏನೂ ಮಾಡುವುದಿಲ್ಲ. ಕೂಗು ಹಾಕು.'

ಅವನು ಗಟ್ಟಿಯಾಗಿ ಒಹೋ ಹೋ, ಒಹೋ ಎಂದು ಕೋಗಿಲೆಯ ಧಾಟಿಯಲ್ಲಿ ಗಟ್ಟಿಯಾಗಿ ಮೂರು ಸಲ ಉಲಿದ. ಅನಂತರ, 'ಬನ್ನಿ ಬನ್ನಿ ನಾನು ಕೂಗುತ್ತಿದೀನಿ. ಗಾಡಿಯ ಹತ್ತಿರಕ್ಕೆ' ಎಂದು ಎರಡು ಬಾರಿ ಕೂಗು ಹಾಕಿದ. ಸ್ವಲ್ಪ ಹೊತ್ತಿಗೆ ಮರ ಗಿಡಗಳ ಸಂದಿನಿಂದ ಸರಸರ ಸದ್ದು ಕೇಳಿಸಿತು. ಭಟರು ಹೇಳಿದಂತೆ ಐವತ್ತು ಕಳೆದ ಒಬ್ಬ ಹೆಂಗಸು. ಆರು ವರ್ಷದ ಒಂದು ಹುಡುಗಿ. ನಾಲ್ಕರ ಒಬ್ಬ ಹುಡುಗ. ಅವಳ ತೋಳಿನಲ್ಲಿ ಎರಡು ವರ್ಷದ ಒಂದು ಮಗು. ಮುದುಕಿ ಹೆಗಲಿಗೆ ಒಂದು ಸಾಧಾರಣ ಉದ್ದದ ಬಿಲ್ಲನ್ನು ತೂಗುಹಾಕಿಕೊಂಡಿದ್ದಳು. ದೊಡ್ಡ ಹುಡುಗಿಯ ಕೈಯಲ್ಲೂ ಬಿಲ್ಲು ಬಾಣ. ಅವರ ಹಿಂದೆ ಬಂದ ಚಿಕ್ಕ ಹೆಂಗಸಿನ ತೋಳಿನಲ್ಲೂ ತಕ್ಕಮಟ್ಟಿಗೆ ದೊಡ್ಡದಾದ ಲೋಹದ ಬಿಲ್ಲು. ಬೆನ್ನಿಗೆ ಬತ್ತಳಿಕೆ. ಭೀಷ್ಮರ ದೃಷ್ಟಿ ಆ ಚಿಕ್ಕ ಹೆಂಗಸಿನ ಮೇಲೆ ನಿಂತಿತು. ತುಂಬಿದ ಬಸರಿ. ಎದ್ದುಕಾಣುವ ಹೊಟ್ಟೆಯ ತೂಕವನ್ನು ಹೊರಲಾರದೆ ಭಾರವಾಗಿ ಹೆಜ್ಜೆ ಇಡುತ್ತಿದ್ದಾಳೆ. ಭುಜದಿಂದ ಎದೆಯ ಕೆಳಭಾಗದ ತನಕ ತೆಳುವಾಗಿ ಅಲ್ಲಿಂದ ಕೆಳಗೆ ತಕ್ಷಣ ಉಬ್ಬಿನಿಂತ ದುಂಡನೆಯ ಬಸರು. ಎಲ್ಲರೂ ಬಂದು ಒಂದು ಗುಂಪಿನಲ್ಲಿ ತಮ್ಮ ಗಂಡಸರ ಮರೆಯಲ್ಲಿ ನಿಂತರು.

'ಇವರ್‍ಯಾರು?' ಭೀಷ್ಮರು ಕೇಳಿದರು.

'ಇವಳು ನನ್ನ ಹೆಂಡತಿ. ಮರೆಗೆ ನಿಂತವಳು ಸೊಸೆ. ಇವು ಮೊಮ್ಮಕ್ಕಳು.'

'ಬಿಲ್ಲುವಿದ್ಯೆ ಬರುವುದಿಲ್ಲ ಅಂದೆ. ಹೆಂಗಸರೂ ಹಿಡಿದಿದ್ದಾರೆ.'

'ಆತ್ಮರಕ್ಷಣೆಗಷ್ಟೆ. ಸಣ್ಣ ಪುಟ್ಟ ಕಾಡುಮೃಗಗಳು.....' ಎಂದು ಮಾತನ್ನು ನುಂಗಿಕೊಂಡ.

ಅವರು ಮತ್ತೊಮ್ಮೆ ಬಸರಿ ಹೆಂಗಸನ್ನು ತಮ್ಮ ಗುಳಿಬಿದ್ದ ಕಣ್ಣಿನಲ್ಲಿ ತುಂಬಿಕೊಳ್ಳುವಂತೆ ನೋಡಿದರು. ಅನಂತರ, 'ನಿಮ್ಮ ಪಾಡಿಗೆ ನೀವು ಹೋಗಿ. ಆದರೆ ಇದು ಯುದ್ಧದ ಕಾಲ. ದೊಡ್ಡ ರಸ್ತೆ ಬಿಟ್ಟುಬಿಡಿ. ನಾಲ್ಕಾರು ದಿನ ಯಾವುದಾದರೂ ಒಂದು ಹಳ್ಳಿಯಲ್ಲಿ ಉಳಿಯಿರಿ. ಹತ್ತಿರವಿರುವ ದವಸಗಳನ್ನು ಎಲ್ಲಾದರೂ ಮುಚ್ಚಿಡಬೇಕಷ್ಟೆ.' ಎಂದು ಹೇಳಿ ತಮ್ಮ ರಥದ ಕಡೆಗೆ ನಡೆದರು. ಈಗಲೂ ಗರಿಕೆಹುಲ್ಲು ಕಾಲಿಗೆ ಹಿತವಾಗಿ ಕಂಡಿತು. ರಥದ ಮೇಲೆ ಕೂತು ರಸ್ತೆಯಲ್ಲಿ ಹೋಗುವ ಬದಲು ಹೀಗೆಯೇ ಹುಲ್ಲಿನ ಮೇಲೆ ನಡೆದರೆ ಎಷ್ಟು ಚಂದ ಎನ್ನಿಸಿತು. ಸುಕೇಶ ತೋಳು ಹಿಡಿದು ರಥಕ್ಕೆ ಹತ್ತಿಸಿ ಒರಗುವ ದಿಂಬನ್ನು ಸರಿ ಮಾಡಿಕೊಟ್ಟ. ಮೊದಲಿನಂತೆ ಪಯಣ ಶುರುವಾಯಿತು. ರಸ್ತೆಯ ಎರಡು ಕಡೆಗೂ ಮರಗಳು. ಪಕ್ಕದಿಂದ ಕಾಣುವ ಬೆಳ್ಳನೆಯ ಬಾನು. ಆದರೆ ಭೀಷ್ಮರ ಕಣ್ಣನ್ನು ತುಂಬಿಕೊಂಡಿದ್ದ ಹೆಂಗಸಿನ ದಪ್ಪ ಬಸಿರುಹೊಟ್ಟೆ ಮರೆಯಾಗಲಿಲ್ಲ. ಮುಂದೆ ಹೆಚ್ಚು ಕುಲುಕಿರಲಿಲ್ಲ. ಮರಳು ಮಿಶ್ರವಾದ ಮಣ್ಣಿನ ಜಾಡಾದುದರಿಂದ ನೊರ್ರ್‌ರ್ರ್ ಎಂಬ ಹಿತ

ವಾದ ಸದ್ದು ಮಾಡಿಕೊಂಡು ರಥವು ಸಮತೋಲನದಲ್ಲಿ ಹೋಗುತ್ತಿತ್ತು. ಹಾಗೆಯೇ ತೂಕಡಿಕೆ ಬಂತು. ದಿಂಬಿಗೆ ತಲೆ ಇಟ್ಟು ಮುಂದೆ ಸರಗಿ ಮಲಗಿಕೊಂಡರು. ಹೊದೆಯುವ ಅಗತ್ಯ ಕಾಣಲಿಲ್ಲ. ಜೋಂಪು ಎಳೆಯಿತು. ಒಳ್ಳೆಯ ಜೋಂಪು. ಜೊತೆಗೆ ರಥ ಹೋಗುತ್ತಿರುವ ಅರಿವು. ಹೋಗಿ ಹೋಗಿ ಅದೆಷ್ಟೋ ಲೆಕ್ಕವಿಲ್ಲದಷ್ಟು ದೂರವನ್ನು ಕ್ರಮಿಸಿರುವ ಭಾವನೆ. ಮುಂದೆ ಎಲ್ಲೋ ಒಂದು ಚಕ್ರವು ಗಕ್ಕನೆ ಕುಕ್ಕಿದಾಗ ದಢಕ್ಕನೆ ಎಚ್ಚರವಾಯಿತು. ತಲೆಯ ತಳದಿಂದ ಇದ್ದಕ್ಕಿದ್ದಂತೆಯೇ ಒಂದು ವಿಚಾರ ಕುಲುಕಿ ಮೇಲೆ ತುಳುಕಿತು: ವಿಚಿತ್ರವೀರ್ಯ ಸತ್ತಮೇಲೆ ಹೇಗೂ ಅವಳು ನನಗೆ ಮದುವೆಯಾಗುವಂತೆ ಅಪ್ಪಣೆ ಮಾಡಿದಳು. ಕೊನೆಯ ಪಕ್ಷ ತಮ್ಮನ ಇಬ್ಬರು ವಿಧವೆಯರಿಗೂ ನೀನೇ ನಿಯೋಗ ಮಾಡೆಂದಳು. 'ನಾನೇ ಹೇಳುತ್ತಿರುವಾಗ ಬ್ರಹ್ಮಚರ್ಯದ ಪ್ರತಿಜ್ಞೆಯನ್ನು ಮುರಿದಂತಾಗುವುದಿಲ್ಲ' ಎಂದಳು. ಅವಳ ಮಾತನ್ನು ಕೇಳಬೇಕಿತ್ತು, ಎನ್ನಿಸಿತು. ತಲೆಯನ್ನು ಕೊಡವಿಕೊಂಡು ಕಣ್ಣು ಬಿಟ್ಟರು. ಹೊರಗೆ ಅನಂತವಾಗಿ ಹರಡಿದ ನೀಲಿ ಅಲ್ಲ ಕಪ್ಪು ಬಣ್ಣದ ಆಕಾಶ. ನನಗೆ ಈ ಆಶ್ರಮದ ಭ್ರಮೆ ಇನ್ನೂ ಹೋಗಿಲ್ಲ ಎಂದುಕೊಂಡು ಅದನ್ನು ಕೊಡವಿಹಾಕುವಂತೆ ಮತ್ತೊಮ್ಮೆ ಕೊಡವಿಕೊಂಡರು.

ದ್ರಷ್ಟಾರ ಮತ್ತು ಸಂಗ್ರಾಹಕ ಎಂಬ ವ್ಯತ್ಯಾಸವು ಮನಸ್ಸನ್ನಾವರಿಸಿದಾಗ ಸಾವಿನ ಭಾವದಿಂದ ಬಿಡುಗಡೆಯಾದಂತೆನ್ನಿಸಿ ದ್ವೈಪಾಯನರು ತಮ್ಮ ಗುಡಿಸಿಲಿನಲ್ಲಿ ಕಂಬಳಿ ಹೊದೆದು ಮಲಗಿದರು. ತಮ್ಮ ಮೇಲೆ ಒಂದಾದ ಮೇಲೆ ಒಂದರಂತೆ ಎರಗುತ್ತಿರುವ ದುರಾದೃಷ್ಟಗಳ ಅರಿವು ಮನಸ್ಸಿನಿಂದ ಮರೆಯಾಗುತ್ತಿತ್ತು. ಮಗ ಸತ್ತದ್ದನ್ನು ಸಹಿಸಬಹುದು. ವೇದವನ್ನೇ ಪ್ರಶ್ನಿಸುತ್ತಿರುವವರೊಡನೆ ವಾದಿಸಬಹುದು. ಆದರೆ ಆಶ್ರಮವನ್ನೇ ದೋಚಿ ತರುವ ರಾಜಾಜ್ಞೆಯನ್ನು ನೆನೆದಾಗ ಕೋಪ ಬಂತು. ತಮ್ಮ ಮುತ್ತಜ್ಜನ ನೆನಪು. ಭೀಷ್ಮನೇ ಅಲ್ಲವೆ ಜ್ಞಾಪಿಸಿದುದು, ಬಿಲ್ಲು ಹಿಡಿಯಬಲ್ಲವರೇ ಮಂತ್ರದ್ರಷ್ಟಾರರಾಗಬಲ್ಲರೆ ಹಾಗಾದರೆ ಎಂದುಕೊಳ್ಳುವಾಗ, ಈ ಇಡೀ ದುರ್ಯೋಧನನ ಪಕ್ಷವು ಯುದ್ಧದಲ್ಲಿ ನಾಶವಾಗಲೆಂದು ಶಾಪಹಾಕುವ ಮನಸ್ಸಾಯಿತು. ಅಷ್ಟರಲ್ಲಿ ಅದೇ ಉಪಾಧ್ಯಾಯ ಓಡಿ ಬಂದು ಏದುಸಿರಿಡುತ್ತಾ ಕೂಗಿ ಹೇಳಿದ: 'ಗುರುಗಳೇ, ಅದೇ ಪ್ರಾಂತ್ಯಾಧಿಕಾರಿ ತನ್ನ ಸಿಬ್ಬಂದಿಯೊಡನೆ ಹಿಂತಿರುಗಿ ಬಂದಿದ್ದಾನೆ. ಈ ಬಾರಿ ಒಂದು ಮಾತೂ ಹೇಳದೆ ಕೇಳದೆ ದಿನಸಿ ಧಾನ್ಯಗಳನ್ನು ದೋಚಿ ತುಂಬಿಕೊಳ್ಳುತ್ತಿದ್ದಾರೆ.'

'ಭೀಷ್ಮ ಆಜ್ಞೆ ಮಾಡಿ ಹೋದನಲ್ಲ ನನ್ನೆದುರಿಗೇ?' ಎನ್ನುತ್ತಾ ಗುರುಗಳು ಎದ್ದು ಕುಳಿತರು.

'ನಾವು ಅದೇ ಮಾತನ್ನು ಹೇಳಿ ಅವನನ್ನು ತಡೆಯಹೋದೆವು. ಮುದುಕನಿಗೆ ಎದುರಾಡಬಾರದೆಂಬ ಗೌರವದಿಂದ ನಾವು ಆಗ ದೂರ ಹೋದಂತೆ ಮಾಡಿದೆವು. ಸಿಂಹಾಸನದ ಆಜ್ಞೆಯೊಂದೇ ನಮಗೆ ಶಿರೋಧಾರ್ಯ. ಮುದುಕತದುಕರ ಮಾತಿಗೆ

ಆಸ್ಥಾನದಲ್ಲಿ ಬೆಲೆ ಇಲ್ಲ. ನಾಳೆ ಬೆಳಗಿನ ಒಳಗೆ ದಿನಸಿ ಧಾನ್ಯಗಳು ಯುದ್ಧಭೂಮಿಯನ್ನು ತಲುಪಬೇಕು ಎಂದ.'

'ಅವನನ್ನು ತಡೆಯಲು ಸಾಧ್ಯವೇ ಇಲ್ಲವೆ?' ಎನ್ನುವಾಗ ದ್ವೈಪಾಯನರ ಮನಸ್ಸಿಗೆ ಶಾಪದ ಮಂತ್ರಗಳೆಲ್ಲ ಬಂದವು. ಆದರೆ ಹವನಶಾಲೆಯಲ್ಲಿ ಕುಳಿತು ವಾದಿಸುತ್ತಿರುವ ಆ ಇಬ್ಬರ ನೆನಪಾಯಿತು. ಶಾಪಕ್ಕೆ ಪರಿಣಾಮಶಕ್ತಿಯುಂಟೆ? ಎಂಬ ಅನುಮಾನವೂ ಹುಟ್ಟಿತು. 'ಅವರು ಸೈನ್ಯಸಮೇತ ಬಂದಿದ್ದಾರೆ,' ಉಪಾಧ್ಯಾಯ ಎಂದ. ಮಂತ್ರದ್ರಷ್ಟಾರರಾದ ತಮ್ಮ ಮುತ್ತಜ್ಜ ವಸಿಷ್ಠರು ಶಾಪ ಹಾಕುವ ಬದಲು ದೊಣ್ಣೆ ಹಿಡಿದೇಕೆ ನಿಂತರು? ಎರಡನೆಯ ಬಾರಿ ಬಿಲ್ಲುಬಾಣ ಹಿಡಿದು ಜನರನ್ನು ಒಂದುಗೂಡಿಸಿ ಯುದ್ಧವನ್ನೇಕೆ ಮಾಡಿದರು ಎಂದುಕೊಳ್ಳುವಾಗ ಅದೇನನ್ನೋ ಕಳೆದುಕೊಳ್ಳುತ್ತಿರುವ ದುಃಖವಾಯಿತು. ನೆನ್ನೆ ರಾತ್ರಿ ಒಳಗಿನಿಂದ ಒತ್ತಿಬಂದಂತಹ ಅಳು ಒಸರಿತು. ಆದರೆ ಸಡಿಲ ಬಿಟ್ಟು ಅಳುವ ಮನಸ್ಸಾಗಲಿಲ್ಲ. ಕುದುರೆಗಳ ಮೇಲೆ ಕುಳಿತು ಬಿಲ್ಲುಬಾಣಗಳಿಂದ ಸುಸಜ್ಜಿತರಾದ ಭಟರನ್ನು ಸೆಣೆಸಿ ಕೊಲ್ಲುವ ಶಕ್ತಿ ತಮ್ಮ ಆಶ್ರಮವಾಸಿಗಳಿಗಿಲ್ಲವೆಂಬ ಅರಿವಾದಾಗ ಕುಳಿತುಕೊಳ್ಳುವ ತ್ರಾಣವೂ ಕಳೆದುಹೋದಂತಾಗಿ ಕಂಬಳಿಯ ಹಾಸಿಗೆಯ ಮೇಲೆ ಮಲಗಿಬಿಟ್ಟರು. ಬುದ್ಧಿ ಮಂಕಾಗಿ ತಲೆಯೊಳಗೆ ನೀರು ತುಂಬಿಕೊಂಡಂತಹ, ನನ್ನ ಕೊನೆಗಾಲ ಬಂತೋ, ಎಂಬ ಅನುಮಾನ, ಮಂಪರು.

ಹಾಗೆಯೇ ಮಲಗಿದ್ದರು.

ಸಂಜೆಯ ಹೊತ್ತಿಗೆ ಪುಲಹ ಒಳಗೆ ಬಂದ. ಅವನ ಹಿಂದೆಯೇ ನಾಲ್ವರು ಪ್ರಮುಖ ಶಿಷ್ಯರು, ಪೈಲ, ವೈಶಂಪಾಯನ, ಜೈಮಿನಿ, ಸುಮಂತು, ಜೊತೆಗೆ ಆ ಇಬ್ಬರು ನಾಸ್ತಿಕರು. ಏನು ಅವರ ಹೆಸರು?, ವೃಷ, ಅನರಣ್ಯ ಎಂದಲ್ಲವೆ?, ಹೌದು, ಅವರೇ.

ಇವರಿಗೆ ಎದ್ದು ಕುಳಿತುಕೊಳ್ಳಲು ತ್ರಾಣವಿರಲಿಲ್ಲ. ಎಲ್ಲರೂ ಸುತ್ತ ಕುಳಿತರು. ಪುಲಹ ಎಂದ: 'ಆಶ್ರಮದಲ್ಲಿ ಈ ರಾತ್ರಿಗೆ ಊಟವಾಗಬಹುದು. ಅದೂ ನಾವು ಬೇಡಿಕೊಂಡದ್ದರಿಂದ ಅಷ್ಟನ್ನು ಬಿಟ್ಟರು. ಎಲ್ಲರನ್ನೂ ಬೇರೆ ಎಲ್ಲಿಯಾದರೂ ಹೋಗಿ ಎಂದು ನಾವು ಕಳಿಸದೆ ಇತರ ದಾರಿ ಇಲ್ಲ. ಪ್ರಶ್ನೆ ಎಂದರೆ: ಎಲ್ಲರೂ ಹೊರಟುಹೋದರೆ ಮುಂದಿನ ಬಿತ್ತನೆಯ ಕಾಲದಲ್ಲಿ ಕೃಷಿ ಕೆಲಸ ಮಾಡುವವರು ಯಾರು? ಆಗ ಮಾಡದಿದ್ದರೆ ಬೆಳೆಯೂ ಇಲ್ಲ. ಮುಂದೆ ಎಂದೆಂದಿಗೂ ಆಶ್ರಮವನ್ನು ಮತ್ತೆ ತೆಗೆಯುವಂತಿಲ್ಲ.'

'ನಾವು ಕೆಲವರು ಗೆಡ್ಡೆಗೆಣಸುಗಳನ್ನು ಹುಡುಕಿ ತಿಂದುಕೊಂಡು ಇಲ್ಲೇ ಉಳಿಯೋಣ. ಕೆಲವರಿಗಂತೂ ಊರು ಮನೆ ಅಂತ ಯಾವುದೂ ಇಲ್ಲವಲ್ಲ. ಹಾಗೆ ಮಾಡದೆ ಹೋಗುವುದೆಲ್ಲಿಗೆ?' ಪೈಲ ಕೇಳಿದ.

'ಬರೀ ಆಶ್ರಮದಿಂದ ದವಸ ಧಾನ್ಯ ಪಶುಗಳನ್ನು ದೋಚಿಕೊಂಡು ಹೋಗಿಲ್ಲ. ಸುತ್ತ ಹಳ್ಳಿಗಳಿಗೆಲ್ಲ ನುಗ್ಗಿ ಇದೇ ಕೆಲಸ ಮಾಡುತ್ತಿದ್ದಾರೆ. ಅವರಿಗೆಲ್ಲರಿಗೂ ಗೆಡ್ಡೆಗೆಣಸುಗಳನ್ನು ಅಗೆಯದೆ ಬೇರೆ ದಾರಿ ಇಲ್ಲ. ಹೀಗಾಗಿ ನಮಗೆ ಎಷ್ಟು ದಿನ ಗೆಡ್ಡೆ ಸಿಕ್ಕೀತು? ಬೇಟೆಯಾಡಲು ಪ್ರಾಣಿಗಳು ಸಿಕ್ಕಿಯಾವು? ಇಷ್ಟಕ್ಕೂ ನಮಗೆ ಬೇಟೆಯಾಡುವುದು ಕೂಡ ಬರುವುದಿಲ್ಲ.'

ಸುಮಂತುವಿನ ಮಾತು ನಿಜವೆಂದು ಎಲ್ಲರೂ ಒಪ್ಪಿಕೊಂಡರು.

'ದುರ್ಯೋಧನನ ಪಕ್ಷ ಸೋಲಲೆಂದು ನಾವೆಲ್ಲ ನಮ್ಮ ವೇದಾಧ್ಯಯನ ಶಕ್ತಿಯಿಂದ ಶಾಪ ಹಾಕೋಣ.'

ಜೈಮಿನಿ ಸೂಚಿಸಿದ ತಕ್ಷಣ ಆಗಂತುಕ ವೃಷ ಹೇಳಿದ: 'ನಾವು ಪಾಂಚಾಲದ ಮೂಲಕ ಇತ್ತ ಬಂದೆವು. ಅಲ್ಲಿ ಕೂಡ ಹೀಗೆಯೇ ಹಳ್ಳಿ ಹಳ್ಳಿಗಳಿಂದ ದಿನಸಿ ಧಾನ್ಯಗಳನ್ನು ಬಲವಂತವಾಗಿ ದೋಚಿ ಸಂಗ್ರಹಣೆ ಮಾಡುತ್ತಿದ್ದರು. ಅದು ಪಾಂಡವರ ಪಕ್ಷ ತಾನೆ? ಅಲ್ಲಿಯ ಜನರೂ ಹೀಗೆಯೇ ಶಾಪ ಹಾಕುತ್ತಿದ್ದಾರೆ. ಶಾಪದಲ್ಲಿ ನಿಜವಿದ್ದರೆ ಪಾಂಡವರೂ ಸೋಲಬೇಕು. ಯುದ್ಧದಲ್ಲಿ ಎರಡು ಪಕ್ಷವೂ ಸಾಯಬಹುದು. ಆದರೆ ಎರಡು ಪಕ್ಷವೂ ಸೋಲುವುದು ಹೇಗೆ?'

'ಆದರೆ ವೇದಾಧ್ಯಯನ ಮಾಡಿರುವ ನಮ್ಮ ಶಾಪಕ್ಕೆ ಹೆಚ್ಚಿನ ಶಕ್ತಿ ಇದೆ,' ಜೈಮಿನಿ ವಾದಿಸಿದ.

'ಪ್ರಾಂತ್ಯಪಾಲಕ ಮತ್ತು ಅವನ ಸಂಗಡಿಗರನ್ನು ಶಾಪಬಲದಿಂದ ಇಲ್ಲಿಯೇ ಏಕೆ ಸಾಯಿಸಲಿಲ್ಲ? ಅಥವಾ ಹೆಳವರನ್ನಾಗಿ ಮಾಡಿಹಾಕಲಿಲ್ಲ?' ಇನ್ನೊಬ್ಬ ಆಗಂತುಕ ಅನರಣ್ಯ ಪ್ರಶ್ನಿಸಿದ.

ಎಲ್ಲರಿಗೂ ಸಿಟ್ಟು ಬಂತು. ಯಾರೂ ಮಾತನಾಡಲಿಲ್ಲ. ಎಲ್ಲರ ಮುಖದ ಮೇಲೂ ದಿಕ್ಕುಗೆಟ್ಟತನ. ಗುಡಿಸಿಲಿನೊಳಗೆ ಮೂಡಿದ್ದ ನಿಶ್ಶಬ್ದ ಮತ್ತು ಕವಿಯುತ್ತಿದ್ದ ಮಬ್ಬುಗತ್ತಲಿನಲ್ಲಿ ಕೂಡ ದಿಕ್ಕುಗೆಟ್ಟತನವು ಗೋಚರವಾಗುತ್ತಿತ್ತು.

ಸ್ವಲ್ಪ ಹೊತ್ತಿನಂತರ ಪುಲಹ ಒಂದು ಮುಖ್ಯ ನಿಶ್ಚಯಕ್ಕೆ ಬಂದವನಂತೆ ಮಾತನಾಡಿದ: 'ಈಗ ಒಂದು ಕೆಲಸ ಮಾಡಬಹುದು. ನಮ್ಮಲ್ಲಿ ಧೈರ್ಯಶಾಲಿಗಳು ಎಷ್ಟಿದ್ದಾರೆ ಲೆಕ್ಕ ಹಾಕಿ ಒಟ್ಟು ಸೇರೋಣ. ರಾತ್ರಿ ಕತ್ತಲೆಯಲ್ಲಿ ನಡೆದು ಹೋಗೋಣ. ದಿನಸಿಯ ಗಾಡಿಗಳು ಮತ್ತು ನಮ್ಮ ರಾಸುಗಳನ್ನು ಹೇಗೂ ಯುದ್ಧಭೂಮಿಯ ದಾರಿಯಲ್ಲಿ ಬೀಡಾರ ಮಾಡಿಸಿರು ತ್ತಾರೆ. ಕತ್ತಲಲ್ಲಿ ನುಗ್ಗಿ ಬೆಂಕಿ ಹೊತ್ತಿಸಿ ಅವರನ್ನು ದಿಕ್ಕುಗೆಡಿಸಿ ಹಲವರನ್ನಾದರೂ ಬಡಿದು ಸಾಯಿಸೋಣ. ಧಾನ್ಯವನ್ನು ಅದೇ ಗಾಡಿಗಳಲ್ಲಿ ಕಾಡುಗಳಿಗೆ ಸಾಗಿಸಿ ಗಿಡಗುಚ್ಚೆಯ ಮರೆಯಲ್ಲಿ ಅವಿಸಿಬಿಡೋಣ. ಹಸುಗಳನ್ನು ನಮ್ಮಲ್ಲಿ ಸಿಕ್ಕಿದವರು ಸಿಕ್ಕಿದ ಕಡೆಗೆ ಅಟ್ಟಿಕೊಂಡು ನಡೆಯೋಣ. ನಾಳೆ ರಾಜನ ಸೈನ್ಯವು ಆಶ್ರಮಕ್ಕೆ ಬಂದರೂ ಇಲ್ಲಿ ಏನೂ ಸಿಕ್ಕಬಾರದು. ಈ ರಾತ್ರಿ ನಡೆಯುವ ಘಟನೆಯು ಕಳ್ಳಕಾಕರದು ಎನ್ನುವಂತಿರಬೇಕು. ಪೈಲ, ಜೈಮಿನಿ, ವೈಶಂಪಾಯನ, ಸುಮಂತು, ನೀವು ಏನನ್ನುತ್ತೀರ?'

ನಾಲ್ವರಲ್ಲಿ ಯಾರೂ ಉತ್ತರ ಹೇಳಲಿಲ್ಲ. ಚಿಂತನೆಯಲ್ಲಿ ತೊಡಗಿದರು. ಅಷ್ಟರಲ್ಲಿ ಗುರುಗಳೇ ಎಂದರು: 'ಈ ನಾಲ್ಕು ಜನರಲ್ಲಿ ಯಾರೊಬ್ಬರು ಸತ್ತರೂ ನಾನು ಜೀವನವಿಡೀ ಸಂಪಾದಿಸಿ ವಿಂಗಡಿಸಿದ ವೇದದ ಒಂದು ಭಾಗ ನಷ್ಟವಾಗುತ್ತದೆ. ಅದನ್ನು ಮುಂದಿನ ಪೀಳಿಗೆಗೆ ಸಮರ್ಪಕವಾಗಿ ಉಳಿಸಿಕೊಡುವವರಿಲ್ಲ. ಅವರು ಬೇಡಿ.'

ಆಗಂತುಕರಿಬ್ಬರೂ ಹುಸಿನಕ್ಕರು. ಅಷ್ಟರಲ್ಲಿ ಪುಲಹನ ಮನಸ್ಸು ಬೇರೆ ಯಾವುದೋ

ಯೋಜನೆಯಲ್ಲಿ ಮಗ್ನವಾಗಿದ್ದುದರಿಂದ ಈ ಮಾತು ಅವನ ಗಮನವನ್ನು ಮುಟ್ಟಲಿಲ್ಲ. ಒಂದು ನಿಮಿಷದ ನಂತರ ಹೇಳಿದ: 'ಇನ್ನೂ ಒಂದು ಮಾಡಬಹುದು. ನಾವು ಇಷ್ಟು ಜನ ಇದ್ದೇವಲ್ಲ ಒಟ್ಟು ಇನ್ನೂರ ಐವತ್ತಕ್ಕೂ ಮಿಕ್ಕು ಎಲ್ಲರೂ ಒಂದೊಂದು ದಿಕ್ಕಿಗೆ ಹೋಗೋಣ. ರಾಜಭಟರು ಈಗಾಗಲೇ ನುಗ್ಗದಿರುವ ಹಳ್ಳಿಗಳಿಗೆ ಮೊದಲೇ ತಿಳಿಸಿ ಆಹಾರ ಧಾನ್ಯಗಳನ್ನು ಮಡಿಕೆ ಗುಡಾಣಗಳಿಗೆ ತುಂಬಿಸಿ ಮೇಲೆ ಮುಚ್ಚಳ ಮುಚ್ಚಿ ಹತ್ತಿರದ ಕಾಡುಗಳಲ್ಲಿ ಹೂಳಿಸಿಬಿಡೋಣ. ಹಗೇವುಗಳ ಜಾಗದ ಗುರುತು ಕಾಣದಂತೆ ಏನಾದರೂ ಮುಚ್ಚಿಸೋಣ. ಮಾತ್ರವಲ್ಲ, ದಿಕ್ಕುಕೆಟ್ಟ ಹಳ್ಳಿಗರನ್ನು ಸಂಘಟಿಸಿ ಧೈರ್ಯತುಂಬಿ ರಾತ್ರಿಯ ವೇಳೆ ಮೇಲೆ ಬಿದ್ದು ರಾಜಭಟರನ್ನು ಕೊಲ್ಲಿಸೋಣ. ಜನರ ವಿರೋಧ, ಭಯ, ಸಂಘಟನೆ ಹೆಚ್ಚಿದರೆ ರಾಜಭಟರೂ ಆಜ್ಞೆಯನ್ನು ಪಾಲಿಸಿದ ನಾಟಕ ಮಾಡುತ್ತಾರೆ. ಜನ ಬದುಕುತ್ತಾರೆ.'

'ಇದು ಆಶ್ರಮ ಮಾಡಬೇಕಾದ ಕೆಲಸವೆ?' ವೈಶಂಪಾಯನ ಪ್ರಶ್ನಿಸಿದ.

'ಇಲ್ಲದಿದ್ದರೆ ಆಶ್ರಮದ ಅಸ್ತಿತ್ವಕ್ಕೇ ಅರ್ಥವಿಲ್ಲ,' ಪುಲಹ ಖಚಿತವಾದ ಧ್ವನಿಯಲ್ಲಿ ಹೇಳಿದ.

'ಅರ್ಥದ ಮಾತನ್ನು ನೀನು ಆಡಬೇಡ. ವೇದಾರ್ಥದ ವಿಚಾರದಲ್ಲಿ ಗುರುಗಳು ನನಗೆ ಕಲಿಸಿರುವಷ್ಟನ್ನು ಬರೀ ಆಶ್ರಮದ ಕೃಷಿ ಗೋಪಾಲನೆಗಳ ಮೇಲ್ವಿಚಾರಣೆ ನಡೆಸಿರುವ ನೀನು ಕಲಿತಿಲ್ಲ.'

ಎಂಬ ವೈಶಂಪಾಯನನ ಉತ್ತರದಿಂದ ಪುಲಹನಿಗೆ ರೇಗಿತು. ಇಬ್ಬರಿಗೂ ಮಾತಿಗೆ ಮಾತು ಬೆಳೆಯಿತು. ಪುಲಹ ಕೈ ಎತ್ತಿ ಎದ್ದು ನಿಂತೂಬಿಟ್ಟ. ತಕ್ಷಣ ಎದ್ದು ನಿಂತು ತಡೆದು ಅಷ್ಟರಲ್ಲಿ ತಾನೂ ಎದ್ದ ವೈಶಂಪಾಯನ ಮತ್ತು ಇವನ ನಡುವೆ ನಿಂತ ಸುಮಂತು ಸಮಾಧಾನ ಮಾಡುತ್ತಾ ಹೇಳಿದ: 'ಈಗ ನಾವು ಜಗಳ ಕಾದು ಪ್ರಯೋಜನವಿಲ್ಲ. ಆಶ್ರಮದ ಕರ್ತವ್ಯವನ್ನು ನಿಶ್ಚಯಿಸುವವರು ಗುರುಗಳು. ಏನು ಮಾಡಬೇಕೆಂಬುದನ್ನು ಅವರು ಹೇಳಲಿ.'

ಗುರುಗಳು ಕಣ್ಣು ಮುಚ್ಚಿ ಮಲಗಿದರು. ಆಶ್ರಮದ ಪಾತ್ರವೇನೆಂಬುದನ್ನು ಈಗ ತಕ್ಷಣ ನಿರ್ಧರಿಸುವಷ್ಟು ವೇಗದಲ್ಲಿ ಅವರ ಬುದ್ಧಿ ಕೆಲಸ ಮಾಡಲಿಲ್ಲ. ಮನಸ್ಸು ಎತ್ತಲೋ ಹರಿಯುತ್ತಿತ್ತು.

ಪುಲಹ ಎದ್ದು ಹೊರಗೆ ನಡೆದ. ಸಾಯಲು ಸಿದ್ಧನಾಗಿರುವ ನಿಶ್ಚಯವು ಅವನ ಮುಖದ ಮೇಲೆ ಕಾಣುತ್ತಿತ್ತು. ಇಬ್ಬರು ಆಗಂತುಕರೂ ಅವನನ್ನನುಸರಿಸಿದರು.

ಸಂಜಯ ನೇರವಾಗಿ ಧೃತರಾಷ್ಟ್ರನ ಅರಮನೆಯ ಮುಂದೆ ಇಳಿದ. ಆರಂಭದ ಚಳಿಗಾಲವಾದರೂ ಅವನೂ ಬೆವೆತಿದ್ದ. ಕುದುರೆಯೂ ಬೆವೆತಿತ್ತು. ಮೈ ಕೈ ಮುಖ ತಲೆ ಗೂದಲುಗಳಲ್ಲಿ ಧೂಳು ತುಂಬಿತ್ತು. ಕುದುರೆಯನ್ನು ಕಟ್ಟಿಹಾಕುವ ಮೊದಲೇ ಒಳಗಿನಿಂದ ದಾಸಿ ಓಡಿಬಂದು ಹೇಳಿದಳು: 'ಮಹಾರಾಜ ದೇವಿ ಇಬ್ಬರೂ ಖುರಪುಟವನ್ನು ಕೇಳಿಯೇ ಸಂಜಯನಿರಬೇಕು ನೋಡು ಓಡು ಅಂತ ನನ್ನನ್ನ ಕಳಿಸಿದರು. ವಿದುರ ಚಿಕ್ಕಪ್ಪನೂ ಇದ್ದಾನೆ.'

'ಕುದುರೆಗೆ ಒಂದಿಷ್ಟು ನೀರು ಕುಡಿಸುವ ವ್ಯವಸ್ಥೆ ಮಾಡು. ನನಗೂ ಒಂದು ಮೊಗೆ.'

ಮೆಟ್ಟಿಲನ್ನು ನೆಗೆದು ಅರೆ ಓಟದಲ್ಲಿ ಒಳಗೆ ಬಂದ ಅವನು ಮಾತನಾಡುವ ಮೊದಲೇ ಧೃತರಾಷ್ಟ್ರ ಆಕ್ಷೇಪಿಸಿದ: 'ನೀನು ಮೂರು ದಿನ ತಡ ಮಾಡಿದೆ. ನಾವೆಲ್ಲ ತವಕದಿಂದ ನಿದ್ದೆಯೂ ಇಲ್ಲದೆ. ಏನಾಯಿತು ಬೇಗ ಹೇಳು.'

ಅಗಲವಾದ ಪಲ್ಲಂಗದ ಮೇಲೆ ದಿಂಬು ಒರಗಿ ಕಂಬಳಿ ಹೊದೆದು ಮಲಗಿದ್ದ ಧೃತರಾಷ್ಟ್ರ ಎದ್ದು ಕುಳಿತ. ಇನ್ನೊಂದು ದಿಂಬು ಒರಗಿ ಅದೇ ಪಲ್ಲಂಗದ ಮೇಲೆ ಕುಳಿತಿದ್ದ ಗಾಂಧಾರಿ ಬಿಳೀ ಬಟ್ಟೆಯಲ್ಲಿ ತನ್ನ ಎರಡೂ ಕಣ್ಣುಗಳನ್ನು ಕಟ್ಟಿಕೊಂಡಿದ್ದ ಮುಖವನ್ನು ಸಂಜಯ ಬಂದು ನಿಂತ ಸದ್ದಿನತ್ತ ತಿರುಗಿಸಿದಳು. ಎದುರುಗೋಡೆಯ ಗೂಡಿನಲ್ಲಿ ಒಂದು ದಪ್ಪ ಹಣತೆ ಉರಿಯುತ್ತಿತ್ತು. ವಿದುರ ಕೆಳಗೆ ಕಂಬ ಒರಗಿ ಅಗಲವಾದ ಮರದ ಮಣೆಯ ಮೇಲೆ ಬಿಳೀ ಕಂಬಳಿ ಹೊದೆದು ಕುಳಿತಿದ್ದ.

'ಯುದ್ಧ ಶುರುವಾದದ್ದೇ ಈ ದಿನ ಬೆಳಗ್ಗೆ. ಮಧ್ಯಾಹ್ನದ ತನಕ ನೋಡಿ ನಾನು ತಕ್ಷಣ ಹೊರಟುಬಂದೆ.'

'ಯಾಕೆ ತಡವಾಯಿತು?' ಧೃತರಾಷ್ಟ್ರ ಕೇಳಿದ: 'ಭೀಷ್ಮರು ಕೃಷ್ಣದ್ವೈಪಾಯನರ ಆಶ್ರಮದಿಂದ ಮೂರು ದಿನದ ಹಿಂದೆಯೇ ಹಿಂತಿರುಗಿದರಂತಲ್ಲ.'

'ಅವರು ಹಿಂತಿರುಗಿದರು. ನಮ್ಮ ಕಡೆ ಎಲ್ಲರೂ ಸಿದ್ಧರಾಗಿದ್ದರು. ಯಾರು ಆರಂಭಿಸಬೇಕು ಎಂಬ ಬಗೆಗೆ ಒಮ್ಮತವಿರಲಿಲ್ಲ. ಯುದ್ಧಕ್ಕೆ ಬಂದಿರುವವರು ಅವರು, ಅವರು ಆರಂಭಿಸದೆ ನಾವು ಮೇಲೆ ಬೀಳಕೂಡದೆಂದು ಪಿತಾಮಹರು ಹಟಹಿಡಿದರು. ಕೊನೆಗೆ ಆದದ್ದೂ ಹಾಗೆಯೇ. ಈ ನಡುವೆ ಯಾವಾಗ ಅಂದರೆ ಮೊನ್ನೆ ಬೆಳಗಿನಿಂದ ಶತ್ರುಪಕ್ಷದಲ್ಲಿ ಇದ್ದಕ್ಕಿದ್ದಂತೆಯೇ ಉತ್ಸಾಹ ಹತವಾಯಿತು. ಯುದ್ಧವೇ ಬೇಡ. ಬಂದಿರುವ ಮಿತ್ರಸೈನ್ಯವನ್ನೆಲ್ಲ

ವಾಪಸು ಕಳಿಸಿ ನಾವು ಕಾಡಿಗೆ ಹೋಗೋಣ ಎಂಬ ಮನಸ್ಸು ಬಂದಿತ್ತಂತೆ. ಆದ್ದರಿಂದ ಅವರು ಆರಂಭಿಸುವುದು ತಡವಾಯಿತು.'

'ಹಾಗಾದರೂ ಮಾಡಿದ್ದರೆ ಯುದ್ಧವಾಗಿ ವಿನಾಕಾರಣ ಆಗುವ ಅಗಾಧ ಸಂಖ್ಯೆಯ ಸಾವು ತಪ್ಪುತ್ತಿತ್ತು. ಅಲ್ಲವೆ ದೇವಿ?' ಹೆಂಡತಿಯ ಸಹಜ ಸಮ್ಮತಿಯನ್ನು ಕೇಳಿದನಂತರ ಎಂದ: 'ಈ ಹತೋತ್ಸಾಹ ಹೇಗೆ ಶುರುವಾಯಿತು. ಅವರಲ್ಲಿ ಮತ್ತೆ ಉತ್ಸಾಹ ಹುಟ್ಟಿದ್ದು ಹೇಗೆ, ಸ್ವಲ್ಪ ವಿವರವಾಗಿ ಹೇಳು.'

'ನಮ್ಮ ಕಡೆಯ ಸುದ್ದಿಯಂತೂ ನನಗೆ ಸಹಜವಾಗಿಯೇ ತಿಳಿಯುತ್ತದೆ. ಮಹಾರಾಜ ಮತ್ತು ದೇವಿಗೆ ನಮ್ಮ ವಿಜಯದ ವಿವರಗಳನ್ನು ತಿಳಿಸು ಎಂದು ಸ್ವತಃ ದುರ್ಯೋಧನ ಮಹಾರಾಜನೇ ಹೇಳುತ್ತಾನೆ ನಾನು ಕಣ್ಣಿಗೆ ಬಿದ್ದರೆ, ಯುದ್ಧದ ಗಡಿಬಿಡಿಯಲ್ಲೂ. ನಮ್ಮವರು ಶತ್ರುಗಳ ಶಿಬಿರದಲ್ಲಿ ಬಿಟ್ಟಿದ್ದಾರಲ್ಲ ಆ ಗೂಢಚಾರರ ಸಂಪರ್ಕವೂ ನನಗುಂಟು. ಹೀಗಾಗಿ ನನಗೆ ತಿಳಿದ ವಿವರಗಳನ್ನೆಲ್ಲ ಹೇಳುತ್ತೀನಿ. ಶತ್ರುಗಳೂ ಗೂಢಚಾರರನ್ನು ಇಟ್ಟೇ ಇಡುತ್ತಾರಲ್ಲ. ನಮ್ಮ ಕಡೆ ಯಾರು ಯಾರು ಸೇರಿದ್ದಾರೆ, ಯಾರು ಯಾರು ಯುದ್ಧೋತ್ಸಾಹಿಗಳಾಗಿದ್ದಾರೆ, ಅವರ ಬಲಾಬಲಗಳೇನು ಎಂಬುದನ್ನು ಅವರೂ ತಿಳಿದುಕೊಳ್ಳುತ್ತಾರೆ. ಮೊನ್ನೆಯ ಹಿಂದಿನ ರಾತ್ರಿ ಅರ್ಜುನನಿಗೆ ಇದ್ದಕ್ಕಿದ್ದಂತೆಯೇ ಒಂದು ಆಲೋಚನೆ ಹುಟ್ಟಿತಂತೆ. ಎದುರು ಪಕ್ಷದ ಸೇನಾಧಿಪತಿಯಾಗಿ ನಿಂತಿರುವವರು ತಮ್ಮನ್ನು ಸಾಕಿ ಸಲಹಿದ ಅಜ್ಜ ಭೀಷ್ಮರು. ಅವರಿಗೆ ಒತ್ತಾಸೆಯಾಗಿ ನಿಂತಿರುವವರು ಬಿಲ್ಲುಗುರು ದ್ರೋಣರು. ದುರ್ಯೋಧನಾದಿಗಳಂತೂ ಅಣ್ಣ ತಮ್ಮಂದಿರೇ. ರಾಜ್ಯದಾಸೆಗೆ ಸಿಕ್ಕಿ ಇವರನ್ನು ಯುದ್ಧದಲ್ಲಿ ಕೊಲ್ಲುವುದು ಧರ್ಮವೆ? ಅದೂ ಹೋಗಲಿ ಅಂದರೆ ಈ ದೊಡ್ಡ ಯುದ್ಧದಲ್ಲಿ ಯಾರೇ ಗೆಲ್ಲಲಿ ಯಾರೇ ಸೋಲಲಿ, ಆರ್ಯಾವರ್ತದ ಬಹುಭಾಗ ಕ್ಷತ್ರಿಯ ಗಂಡಸರು ಸಾಯುತ್ತಾರೆ. ನಮ್ಮ ಪವಿತ್ರವಾದ ಕ್ಷತ್ರಿಯ ಹೆಂಗಸರನ್ನು ಇತರರು, ಕೀಳುಜಾತಿಯವರು, ಅದರಲ್ಲೂ ಆರ್ಯೇತರರು ಹೊತ್ತುಕೊಂಡು ಹೋಗುತ್ತಾರೆ. ಗಂಡಸರಿಲ್ಲದೆ ಕಾಮತೃಷೆಗೆ ಸಿಕ್ಕಿದ ನಮ್ಮ ಹೆಂಗಸರೇ ಅವರ ಬೆನ್ನು ಹತ್ತಬಹುದು. ಆಗ ವರ್ಣಸಂಕರವಾಗಿ ಅಧರ್ಮ ಘಟಿಸುತ್ತದೆ. ನಮ್ಮ ರಾಜ್ಯದಾಶೆಯಿಂದಲ್ಲವೆ ಹೀಗೆ ಆಗುವುದು. ಹೇಗೂ ಮುಪ್ಪು ಬರುತ್ತಿದೆ. ನಾವು ಕಾಡಿಗೆ ಹೋಗಿ ಒಂದು ಆಶ್ರಮ ಕಟ್ಟಿ ವೇದಾಧ್ಯಯನ ಮಾಡಿಕೊಂಡಿದ್ದುಬಿಡೋಣ. ದುರ್ಯೋಧನ ಎಷ್ಟಾದರೂ ನಮ್ಮ ಅಣ್ಣತಮ್ಮ, ಅವನೇ ರಾಜ್ಯವನ್ನನುಭವಿಸಿಕೊಳ್ಳಲಿ. ರಾತ್ರಿ ಎಲ್ಲ ಹೀಗೆ ಯೋಚಿಸಿ ಬೆಳಗ್ಗೆ ಎದ್ದು ನಾನಂತೂ ಯುದ್ಧ ಮಾಡುವುದಿಲ್ಲ, ಯುದ್ಧ ಬೇಡ, ಅಂತ ಹಟಹಿಡಿದನಂತೆ. ಧರ್ಮರಾಜನಲ್ಲಿ ಗೊಂದಲವುಂಟಾಯಿತು. ಅವನದೂ ಧರ್ಮಬುದ್ಧಿಯೇ ಅಲ್ಲವೆ?'

'ಹೌದು ಹೌದು,' ಧೃತರಾಷ್ಟ್ರ ತಲೆ ಹಾಕಿದ ಹಣತೆಯ ಮಂದ ಬೆಳಕಿನಲ್ಲಿ.

'ನಕುಲ ಸಹದೇವರಿಗೆ ಇದು ಒಪ್ಪಿಗೆಯಾಗದಿದ್ದರೂ ಅಣ್ಣಂದಿರಿಗೆ ಎಂದೂ ಅವಿಧೇಯರಲ್ಲ. ಭೀಮ ಆಗ ಅಲ್ಲಿರಲಿಲ್ಲ. ಬೆಳಗ್ಗೆ ಬೇಗ ಎದ್ದು, ಯುದ್ಧಕ್ಕೆ ಹೋದಮೇಲೆ ರಾತ್ರಿ ಹಿಂತಿರುಗುವ ತನಕ ತಿನ್ನಲು ಏನೂ ಸಿಕ್ಕುವುದಿಲ್ಲವೆಂಬ ಮುನ್ನೆಚ್ಚರಿಕೆಯಿಂದ

ಅಡುಗೆಯ ಶಿಬಿರಕ್ಕೆ ಹೋಗಿ ಕೂತಿದ್ದನಂತೆ.'

'ನೀನು ಏನೇ ಹೇಳು, ಅರ್ಜುನ ಸ್ವಲ್ಪ ಒಳ್ಳೆಯವನು. ಅಲ್ಲವೆ ವಿದುರ?' ಧೃತರಾಷ್ಟ್ರ ಕೇಳಿದ. ವಿದುರನಿಂದ ಯಾವ ಉತ್ತರವೂ ಬರಲಿಲ್ಲ. ಇದುವರೆಗೂ ಒರಗಿ ಕೂತಿದ್ದ ಕಂಬದಂತೆ ಮೌನವಾಗಿದ್ದ. ಈಗ ಅವನ ಮೌನವು ಧೃತರಾಷ್ಟ್ರನ ಅರಿವಿಗೆ ಬಂತು. ಅದರ ಅರ್ಥವೂ ಆಯಿತು.

'ಮುಂದೇನಾಯಿತು ಸಂಜಯ?'

"ಶತ್ರುಗಳ ಸೇನಾಮುಖ್ಯರಲ್ಲೆಲ್ಲ ಗೊಂದಲ. ಯುದ್ಧಾರಂಭದ ಹಿಂದಿನ ದಿನದಿಂದ ಸೂಕ್ಷ್ಮವಾಗಿ ಜ್ವರ ಕಾಣಿಸಿಕೊಳ್ಳುತ್ತದಲ್ಲ ಸಾಧಾರಣವಾಗಿ, ಅದರಿಂದ ಬಿಡುಗಡೆಯಾಯಿತೆಂಬ ಸಮಾಧಾನ ಹಲವರಿಗೆ. ಸೈನಿಕರಿಗೂ ಸುದ್ದಿ ಹರಡಿತು. ಯುದ್ಧವಿಲ್ಲವಂತೆ, ಯುದ್ಧವಿಲ್ಲವಂತೆ, ನಮ್ಮ ನಮ್ಮ ಊರಿಗೆ, ನಮ್ಮ ನಮ್ಮ ದೇಶಕ್ಕೆ ಎಂದು ಗುಜುಗುಜು ಮಾಡಿ ಚಪ್ಪಾಳೆ ಹೊಡೆದು ಕೇಕೆ ಹಾಕಿ ಆಳೆತ್ತರ ಕುಪ್ಪಳಿಸಿದರಂತೆ ಕೆಲವರು. ಭೀಮನಿಗೆ ವಿಷಯ ಗೊತ್ತಾಯಿತು. ಉಣ್ಣುತ್ತಿದ್ದ ಮಾಂಸದ ಅನ್ನವನ್ನು ಅರ್ಧಕ್ಕೇ ಬಿಟ್ಟು ಓಡಿ ಬಂದನಂತೆ. ಏನಿದು ಅಂತ ವಿಚಾರಿಸಿದನಂತೆ. 'ಅರ್ಜುನ, ನಿನಗೆ ಪುಕ್ಕಲು ಹಿಡಿದಿದ್ದರೆ ಸುಮ್ಮನೆ ಉಪಪ್ಲಾವ್ಯ ನಗರಕ್ಕೆ ಹೋಗಿ ಬೆಚ್ಚಗೆ ಮಲಗಿಕೊ. ಯುದ್ಧ ನನಗಿರಲಿ' ಎಂದನಂತೆ. 'ನಾನು ಹೇಳುತ್ತಿರುವುದು ಧರ್ಮದ ಪ್ರಶ್ನೆ. ಪುಕ್ಕಲಿನ ಮಾತಲ್ಲ.' ಅರ್ಜುನ ವಾದ ಮಾಡಿದನಂತೆ. 'ಪುಕ್ಕಲು ಯಾವಾಗಲೂ ಧರ್ಮದ ರೂಪವನ್ನೇ ತಾಳುವುದು' ಎಂದ ಭೀಮನ ಉತ್ತರದಿಂದ ಅರ್ಜುನನಿಗೆ ರೇಗಿ ಅಣ್ಣ ತಮ್ಮಂದಿರು ಕಾದಾಡಲು ನಿಂತರಂತೆ....."

ಎಂಬ ಮಾತಿನ ಮಧ್ಯೆ ಬಾಯಿ ಹಾಕಿದ ಧೃತರಾಷ್ಟ್ರ 'ಕಾದಾಡಿದರೆ?' ಎಂದು ಕೇಳಿದ.

'ಆಡುತ್ತಿದ್ದರೇನೋ, ಅಷ್ಟರಲ್ಲಿ ಧೃಷ್ಟದ್ಯುಮ್ನ ಬಂದ, ದ್ರೌಪದಿಯ ಅಣ್ಣ, ದ್ರೌಪದಿಯೂ ಬಂದಳು. ಎಂತಹ ಹೇಡಿ ಧರ್ಮ ನಿನ್ನದು ಅಂತ ಛೇಡಿಸಿದಳಂತೆ ಅರ್ಜುನನನ್ನು. ಅರ್ಜುನ ಅವಳ ಮೇಲೂ ರೇಗಿದನಂತೆ. ಹೆಂಗಸಿನಿಂದಲೇ ಅನರ್ಥಗಳುಂಟಾಗುವುದು ಪ್ರಪಂಚದಲ್ಲಿ ಎಂದು ಹೆಂಗಸುಜಾತಿಯನ್ನೇ ಹೀಯಾಳಿಸಿದನಂತೆ. ಆಗ ಕೃಷ್ಣ, ನೀವು ಯಾರೂ ಮಾತನಾಡಬೇಡಿ, ಅರ್ಜುನನಿಗೆ ನಾನು ಸಮಾಧಾನ ಹೇಳುತ್ತೀನಿ ಅಂತ ಅವನೊಬ್ಬನನ್ನೇ ಕೈ ಹಿಡಿದು ಡೇರೆಗೆ ಕರೆದೊಯ್ದನಂತೆ. ಇಡೀ ದಿನ ಅಂದರೆ ಮಧ್ಯಾಹ್ನ, ಸಂಜೆ, ರಾತ್ರಿ ಎಲ್ಲ ಹೇಳಿ ಉಪದೇಶ ಮಾಡಿ ನೆನ್ನೆ ಬೆಳಗ್ಗೆಯ ಹೊತ್ತಿಗೆ ಅರ್ಜುನನ ಮನಸ್ಸನ್ನು ಮೊದಲಿನಂತೆ ಮಾಡಿದನಂತೆ.'

'ಏನು ಮಾಡಿರಬಹುದು ಉಪದೇಶ?' ವಿದುರ ಮೊದಲ ಬಾರಿಗೆ ಮೌನವನ್ನು ಮುರಿದ.

'ಕೃಷ್ಣ ಅಂದರೆ ತಂತ್ರಗಾರ ಸೂಳೇಮಗ ಅಲ್ಲವೆ?' ಧೃತರಾಷ್ಟ್ರ ಎಂದ.

'ಮೊದಲು ಬರೀ ಅರ್ಜುನನಿಗೆ ಅಂತ ಶುರುಮಾಡಿದ ಉಪದೇಶಕ್ಕೆ ಅನಂತರ ಇತರರೂ ಸೇರಿಕೊಂಡರಂತೆ. ಉಳಿದ ಸೇನಾಮುಖ್ಯರೂ ಹೋದರಂತೆ. ಅಕ್ಷತ್ರಿಯರೂ

ಒಳಗೆ ಹೋಗಿ ಕುಳಿತರಂತೆ. ಅದೇನು ಬರೀ ಗುಟ್ಟಾಗಿ ನಿಲ್ಲಲಿಲ್ಲ. ಅವನಂದದ್ದು ಅಂದರೆ: ಯುದ್ಧ ಅಂದರೆ ಗಂಡಸರು ಸಾಯುವುದು ಹೆಂಗಸರು ನಿರ್ಗತಿಕರಾಗುವುದು. ಅನಂತರ ಹೆಂಗಸರು ಪರಪುರುಷರ ಕೈ ಸೇರುವುದು. ಬಲಾತ್ಕಾರವಾಗಿಯೋ ಅಥವಾ ಸ್ವಂತ ಇಚ್ಛೆಯಿಂದಲೋ ಅಂತೂ ಇವೆಲ್ಲ ನಡೆಯುವುದೇ. ಆದರೆ ಬರೀ ನಮ್ಮ ಕ್ಷತ್ರಿಯ ಹೆಂಗಸರಿಗೆ ಹೀಗಾದರೆ ಮಾತ್ರ ಅಧರ್ಮ ಅಂತ ಯಾಕೆ ಭಾವಿಸುತ್ತೀಯ? ಆರ್ಯ ಹೆಂಗಸರದು ಮಾತ್ರ ವಿಶೇಷ ಪಾವಿತ್ರ್ಯ, ಉಳಿದವರದು ಯಾಕಿಲ್ಲ? ನಿನ್ನ ಮುತ್ತಜ್ಜಿ ಸತ್ಯ ವತಿ ಆರ್ಯಳೆ? ಭೀಷ್ಮನ ತಾಯಿ ಗಂಗೆ ಆರ್ಯಳೆ? ನೀನು ಮದುವೆಯಾಗಿ ಒಂದು ವರ್ಷ ಸಂಸಾರ ಮಾಡಿ ಬಂದ ಉಲೂಪಿ ಆರ್ಯಳೆ? ಹಿಂದೆ ನಮ್ಮ ಮತ್ತು ನಿಮ್ಮ ವಂಶಕ್ಕೆ ಎಷ್ಟು ಜನ ಆರ್ಯೇತರರು ಸೇರಿಲ್ಲ? ನೀನು ಸೊಸೆಯಾಗಿ ತಂದಿರುವ ಉತ್ತರೆಯ ತಾಯಿ ಸುದೇಷ್ಣೆ ಆರ್ಯಳಾದರೂ ಸೂತಕುಲದವಳಲ್ಲವೆ? ಪಾವಿತ್ರ್ಯವಿದ್ದರೆ ಅವರಿಗೂ ಉಂಟು ನಮ್ಮ ಹೆಂಗಸರಿಗೂ ಉಂಟು. ಹೀಗೆ ಭೇದ ಎಣಿಸುವುದು ಸೊಕ್ಕಿನ ಮಾತಾಗುತ್ತದೆ. ಅವನ ಈ ಮಾತಿನಿಂದ ಸಾಧಾರಣ ಸೈನಿಕರಿಗೆಲ್ಲ ಬಲು ಖುಷಿಯಾಗಿ ಕೃಷ್ಣ ಹೇಳುವುದು ಸರಿ ಎಂದು ಚಪ್ಪಾಳೆ ಹಾಕಿದರಂತೆ.'

'ಎಲಾ ತಂತ್ರಗಾರನೇ!' ಉದ್ಗಾರ ತೆಗೆದ ಧೃತರಾಷ್ಟ್ರನ ಮುಖದಲ್ಲಿ ನಿರಾಶೆ ತುಂಬಿತು. ಹತ್ತಿರವೇ ಕೆಳಗೆ ಕುಳಿತಿದ್ದ ವಿದುರ ಅವನ ಮುಖವನ್ನೇ ನೋಡುತ್ತಿದ್ದ. ಕಣ್ಣು ಕಾಣಿಸದಿದ್ದರೂ ವಿದುರನ ದೃಷ್ಟಿ ತನ್ನ ಮುಖವನ್ನೇ ಹಿಡಿದಿರುವುದು ಧೃತರಾಷ್ಟ್ರನ ಅರಿವಿಗೆ ತಾಕುತ್ತಿತ್ತು. 'ದೇವೀ, ಏನಂತೀಯ ನೀನು?' ಹೆಂಡತಿಯನ್ನು ಕೇಳಿದಾಗ ಅವಳು ತಕ್ಷಣ ಯಾವ ಖಚಿತ ಅಭಿಪ್ರಾಯಕ್ಕೂ ಬರಲಾರದೆ ತೂಗುತ್ತಿದ್ದಳು. ತನ್ನ ಎರಡು ಕಾಲುಗಳನ್ನೂ ಒತ್ತಿ ನಮಸ್ಕರಿಸಿದ್ದನಲ್ಲವೆ ಕೃಷ್ಣ ಇಲ್ಲಿಗೆ ಬಂದಿದ್ದಾಗ ಎಂಬ ನೆನಪು.

'ಅರ್ಜುನನಿಗೆ ಇನ್ನೂ ಹೇಳಿದನಂತೆ ಕೃಷ್ಣ,' ಸಂಜಯ ವರದಿಯನ್ನು ಮುಂದುವರಿಸಿದ: 'ಭೀಷ್ಮ ದ್ರೋಣರ ಮಾತು: ನೀವು ಪಾಂಡುಪುತ್ರರೇ ಅಲ್ಲ ಅಂತ ದುರ್ಯೋಧನನ ಮತ. ಅವನ ಕಡೆ ಸೇರಿದರು ಅಂದರೆ ಅವರೂ ಅದನ್ನು ಒಪ್ಪಿದರು. ಅವರು ಧರ್ಮದಲ್ಲಿ ಸ್ಥಿತರಾದವರು ಅಂತ ನೀನು ಭಾವಿಸಿದರೆ ನೀವೆಲ್ಲ ಹಾದರಕ್ಕೆ ಹುಟ್ಟಿದವರು, ನಿಮ್ಮಮ್ಮ ಕುಂತಿ ಮಾದ್ರಿಯರು ಹಾದರಗಿತ್ತಿಯರು ಅಂತ ನೀನೇ ಒಪ್ಪಿಕೊಂಡಂತೆ. ನೀನು ಹಾದರಕ್ಕೆ ಹುಟ್ಟಿದವನು ಅಂತ ಒಪ್ಪುತ್ತೀಯಾ? ಅದಕ್ಕೆ ಏನು ಮಾತು ಹೇಳುತ್ತೀಯ ಕೃಷ್ಣ ನೀನು ಎಂದು ಅರ್ಜುನ ರೇಗಿ ಎದ್ದುನಿಂತನಂತೆ. ರೇಗಬೇಡ. ನಿನ್ನ ಧರ್ಮಕಲ್ಪನೆಯ ಅರ್ಥವನ್ನು ನಿನಗೇ ಬಿಡಿಸಿಹೇಳುತ್ತಿದೀನಿ. ರಾಜ್ಯಕ್ಕಿಂತ ದೊಡ್ಡದು ಅಂತ ನೀನೇ ಅಂದೆಯಲ್ಲವೆ? ಧರ್ಮವು ಅಜ್ಜ, ದೊಡ್ಡಪ್ಪ, ಗುರು, ದಾಯಾದಿ ಎಂಬ ಸಂಬಂಧಗಳಿಗಿಂತಲೂ ದೊಡ್ಡದೇ. ರಾಜ್ಯಕ್ಕಿಂತಲೂ ದೊಡ್ಡದೇ. ಅಂದರೆ ಧರ್ಮಸಮರ್ಥನೆಗೆ ಅಡ್ಡ ನಿಂತಿರುವ ಅವರು ಸಾಯಬಹುದು, ಪ್ರಯತ್ನದಲ್ಲಿ ನೀನು ಸಾಯಬಹುದು. ಸಮರ್ಥನೆ ಮುಖ್ಯ. ಅಂದರೆ ನೀನು ಯುದ್ಧ ಮಾಡದಿದ್ದರೆ ಅಧರ್ಮವಾಗುತ್ತದೆ. ಅಷ್ಟೇ ಅಲ್ಲ, ಪ್ರಪಂಚವೆಲ್ಲ ನಿನ್ನನ್ನು ಹೇಡಿ ಅನ್ನುತ್ತದೆ. ನೀನು ನಿವೃತ್ತನಾದರೂ ಭೀಮ ಯುದ್ಧ ಮಾಡುತ್ತಾನೆ, ಧೃಷ್ಟದ್ಯುಮ್ನ

ಮಾಡಿಯೇ ಮಾಡುತ್ತಾನೆ. ನಕುಲ ಸಹದೇವರಿದ್ದಾರೆ. ಧರ್ಮಜನೂ ಕೈಲಾದಷ್ಟು ಹೋರಾಡುತ್ತಾನೆ. ನಾನಿದ್ದೀನಿ. ಯುಯುಧಾನ ಇದ್ದಾನೆ. ಅಭಿಮನ್ಯು, ಘಟೋತ್ಕಚ, ನಿಮ್ಮ ಐವರು ಮಕ್ಕಳೆಲ್ಲ ಇದ್ದಾರೆ. ಬೇಕಾದರೆ ನೀನು ಧರ್ಮದ ವ್ಯಾಖ್ಯೆಯನ್ನು ತಿರುಗುಮುರುಗಾಗಿ ಮಾಡಿಕೊಳ್ಳುತ್ತಾ ವಿಶ್ರಮಿಸಿಕೊ ಹೋಗು. ಕೃಷ್ಣನ ಮಾತಿನಿಂದ ಅರ್ಜುನನ ಮನಸ್ಸು ಕ್ರಮೇಣ ತಿರುಗಿತಂತೆ.'

'ಹೌದು, ಅವನು ಅಷ್ಟು ಚನ್ನಾಗಿ ಮಾತನಾಡುತ್ತಾನೆ,' ಗಾಂಧಾರಿಯ ಮಾತಿನ ಧ್ವನಿಯಿಂದ ಧೃತರಾಷ್ಟ್ರ ಕಸಿವಿಸಿಗೊಂಡ. ಅಸಮ್ಮತಿಯಿಂದ ಹೆಂಡತಿಯ ಕಡೆಗೆ ತಿರುಗಿ ನೋಡಿದ. ಬಿಳಿ ಪಟ್ಟಿಯಿಂದ ಕಣ್ಣು ಕಟ್ಟಿಕೊಂಡ ಅವಳು ಮುಖವನ್ನು ಎದುರು ಗೋಡೆಯ ಕಡೆಗೆ ತಿರುಗಿಸಿಕೊಂಡಿದ್ದುದು ಅವನಿಗೆ ತಿಳಿಯಲಿಲ್ಲ. ಒಳಗೆಲ್ಲ ಮೌನ ಕಾಣಿಸಿತು. ಅರಮನೆಯ ಹೊರಗೆ ಮಾತ್ರ ಇನ್ನೂ ಹಗಲು ಎನ್ನಿಸುವಂತಹ ಸದ್ದುಗದ್ದಲ. ಗಾಡಿಯ ಚಕ್ರಗಳು ಉರುಳುವ ಗಿರಿಕಿ ಸದ್ದು. ಖುರಪುಟ, ಹೂಂ, ಎತ್ತು, ನೂಕು ಎಂಬ ಧ್ವನಿಗಳು ಗಾಳಿಯಲ್ಲಿ ಕಲಸಿ ಕಲಸಿ ತುಂಬಿಕೊಳ್ಳುವ ಸದ್ದು. ಯುದ್ಧರಂಗಕ್ಕೆ ಇನ್ನೂ ಸಾಮಾನು ಸರಂಜಾಮುಗಳು ಹೋಗುತ್ತಿವೆ ಎಂದು ಧೃತರಾಷ್ಟ್ರ ಅರ್ಥಮಾಡಿಕೊಳ್ಳುತ್ತಿರುವಾಗ ಗಾಂಧಾರಿಗೆ ಕೃಷ್ಣನ ಮಾತು ಮೋಸದ್ದೆನಿಸಿತು. ನನ್ನನ್ನೂ ಕುಂತಿಯನ್ನೂ ಒಂದೇ ತಕ್ಕಡಿಯಲ್ಲಿಟ್ಟು ಒಂದೇ ತೂಕದವರೆಂದು ಸಾಧಿಸುತ್ತಿದ್ದಾನೆ ತಂತ್ರಗಾರ ಎಂಬ ಅರ್ಥ ಹೊಳೆದಾಗ ತನಗಿಂತ ತನ್ನ ಗಂಡ ಬುದ್ಧಿವಂತನೆಂದು ಇನ್ನೊಮ್ಮೆ ಮನದಟ್ಟಾಯಿತು. ನನ್ನ ಮಗ ದುರ್ಯೋಧನನಂತೂ ತನ್ನ ವಿಶೇಷ ಪಾವಿತ್ರ್ಯವನ್ನು ಪ್ರಪಂಚಕ್ಕೆ ಸಾಧಿಸಿ ತೋರಿಸಲು ಯುದ್ಧ ಹೂಡಿರುವಂತೆ ತೋಚಿತು ಒಂದು ಕ್ಷಣ. ಅಷ್ಟರಲ್ಲಿ ಧೃತರಾಷ್ಟ್ರ ಮಾತನಾಡಿದುದರಿಂದ ಆ ತೋಚು, ಕ್ಷಣ ಪೂರ್ತಿಯಾಗುವ ಮೊದಲೇ ಮುಚ್ಚಿಕೊಂಡಿತು.

'ಸಂಜಯ, ಇವತ್ತು ಬೆಳಗ್ಗೆಯಿಂದ ಆರಂಭವಾಯಿತು ಅಂದೆಯಲ್ಲವೆ ಯುದ್ಧ ದೊಡ್ಡಪ್ಪ ಭೀಷ್ಮನ ನಿರ್ದೇಶನದಲ್ಲಿ. ನೀನು ಹೊರಡುವ ತನಕ ಹೇಗೆ ನಡೆಯಿತು? ಇಷ್ಟರಲ್ಲಿ ಆ ಕುಂತೀಪುತ್ರರು ಎಷ್ಟು ದೂರ ಹಿಂದೆ ಹೋಗಿದ್ದಾರೆ? ಎಷ್ಟು ಜನ ಸತ್ತಿದ್ದಾರೆ? ವಿವರವಾಗಿ ಹೇಳು.'

'ಓ, ಏನೆಂದು ವರ್ಣಿಸಲಿ! ನಮ್ಮ ಸೈನ್ಯವೋ ಸಾಗರದಷ್ಟು ವಿಶಾಲವಾದುದು. ಅದರ ಸೇನಾಪತಿಯಾದ ಪಿತಾಮಹ ಭೀಷ್ಮರೋ ಸಾಗರಕ್ಕೆ ಜಲವನ್ನು ಪೂರೈಸುವ ಸಕಲ ನದಿಗಳಿಗೂ ಆಶ್ರಯದಾತ ಹಿಮವತ್‌ಪರ್ವತದಂಥವರು. ರಣಾಂಗಣದ ಮಧ್ಯದಲ್ಲಿ ತಮ್ಮ ಯುದ್ಧರಥದಲ್ಲಿ ಅವರು ನಿಂತ ರೀತಿಯನ್ನು ಹೇಗೆ ವರ್ಣಿಸಲಿ! ಉತ್ತುಂಗ ಪರ್ವತ ಶಿಖರ, ರಥಕ್ಕೆ ಹೂಡಿದ್ದ ಚಂದ್ರಸದೃಶ ಬಿಳಿಗುದುರೆಗಳ ಉತ್ಸಾಹವೋ! ಸೇನಾಪತಿಯನ್ನು ಸುತ್ತುವರಿದು ರಣೋತ್ಸಾಹಕ್ಕೆ ಆಜ್ಯವೆರೆಯುತ್ತಿದ್ದ ಇತರ ಮಹಾಮಹಾ ವೀರರುಗಳೋ! ಅವರೆಲ್ಲರಿಗೂ ಕಳಸವಿಟ್ಟಂತಹ ಸೇನಾನಿಯ ಪರಾಕ್ರಮವೆಂಥದು? ಹಿಂದೆ ಗಂಧರ್ವರನ್ನು ಒಂದೇ ಏಟಿಗೆ ಸೋಲಿಸಿ ಯಮಲೋಕಕ್ಕೆ ಕಳಿಸಿದ, ಕಾಶಿರಾಜನು ಸ್ವಯಂವರವನ್ನು ಏರ್ಪಡಿಸಿದ್ದಾಗ ಸಮಸ್ತ ವೀರಗಣವನ್ನು ಏಕಾಕಿಯಾಗಿ ಸೆಣೆಸಿ ಮೂವರು

ರಾಜಪುತ್ರಿಯರನ್ನೂ ಗೆದ್ದು ಅಸಮ ಸಾಹಸವನ್ನು ಮೆರೆದ, ಕುರುಕುಲದ ಧವಲ ಕೀರ್ತಿಯನ್ನು ಮಧ್ಯಾಹ್ನದ ಸೂರ್ಯನಿಗಿಂತಲೂ ಎತ್ತರಕ್ಕೆ ಏರಿಸಿದ ಅಜೇಯ ಸೇನಾನಿ. ತಮ್ಮ ಎತ್ತರವಾದ ರಥದಲ್ಲಿ ನಿಂತು ಆಳೆತ್ತರದ ಲೋಹಧನುಸ್ಸಿನ ಹೆದೆ ಏರಿಸಿ ಬಿಗಿಯನ್ನು ಪರೀಕ್ಷಿಸಲೆಂದು ಬೆರಳಿನಿಂದ ಒಮ್ಮೆ ಹೆದೆಯನ್ನು ಮಿಡಿದು ಹೊರಡಿಸಿದ ಠೇಂಕಾರಕ್ಕೆ ನಮ್ಮವರ ಶೌರ್ಯವರ್ಧನವಾದುದು ಮಾತ್ರವಲ್ಲ, ಶತ್ರು ಸಮಸ್ತರ ಗುಂಡಿಗೆಯೂ ಗಡಗಡ ನಡುಗಲು ಮೊದಲಾಯಿತು. ಆಗ.....' ಎಂಬಲ್ಲಿ ಧೃತರಾಷ್ಟ್ರನು ಗಾಂಧಾರಿಯ ಕಡೆಗೆ ತಿರುಗಿ, ದೇವಿ, ಕೇಳುತ್ತಿರುವೆಯ? ಎಂದ. ಸಂಜಯನ ಧ್ವನಿ ಬರುತ್ತಿದ್ದ ಕಡೆಗೇ ನಟ್ಟಿದ್ದ ಅವಳ ಮುಖದಲ್ಲಿ ಹರ್ಷ ಉತ್ಸಾಹ ವಿಷಾದ ಮೊದಲಾಗಿ ಗುರುತಿಸಲು ಕಷ್ಟವಾಗುವಂತಹ ಹಲವು ಭಾವಗಳು ಬೆರೆತಿದ್ದವು. ಸಂಜಯನಿಗೆ ಆ ಕಡೆ ಗಮನವಿರಲಿಲ್ಲ. ತನ್ನ ಧ್ವನಿಯ ಏರಿಳಿತ ಮತ್ತು ಹೊಮ್ಮುತ್ತಿದ್ದ ವರ್ಣನಾವೈಖರಿಯಲ್ಲಿ ತಾನೂ ತಲ್ಲೀನನಾಗಿ ಅವನು ಮಾತನಾಡುತ್ತಿದ್ದ. ಕೆಳಗೆ ಹತ್ತಿರ ಕುಳಿತಿದ್ದ ವಿದುರ ಅಲ್ಲಿ ಇಲ್ಲದವನಷ್ಟು ಮೌನವಾಗಿ ಗಮನಿಸುತ್ತಿದ್ದ. ಗೂಡಿನಲ್ಲಿದ್ದ ಹಣತೆ ಅಲುಗಾಡದೆ ನಿಶ್ಶಬ್ದವಾಗಿ ಉರಿಯುತ್ತಿತ್ತು.

'ಅಜೇಯ ಸೇನಾನಿಯ ಆಳೆತ್ತರದ ಲೋಹಧನುಸ್ಸಿನ ಹೆದೆಯ ಠೇಂಕಾರವಾದುದೇ ತಡ, ನಮ್ಮವರು ಶಂಖಗಳನ್ನು ಊದಿದರು. ತಮ್ಮಟೆ ಬಾರಿಸಿದರು. ಕಹಳೆ ಊದಿದರು. ರಣರಂಗದಲ್ಲಿ ನಿಲ್ಲುವ ಮೊದಲೇ ಸರ್ವರೂ ಇಂದ್ರಶಕ್ತಿಯನ್ನು ಆಹ್ವಾನಿಸಿಕೊಳ್ಳುವ ಸೋಮಪಾನ ಮಾಡಿ ಉತ್ತೇಜಿತರಾಗಿದ್ದರು. ದುರ್ಯೋಧನ ಮಹಾರಾಜನ ಇಂದ್ರೌದಾರ್ಯಕ್ಕೆ ಎಣೆಯುಂಟೆ? ಗಡಿಗೆ ಗಡಿಗೆಗಟ್ಟಳೆ ಗಾಡಿ ಗಾಡಿಗಟ್ಟಳೆ ಸೋಮವನ್ನು ಹಂಚಿಸಿದ್ದ. ಸೋಮಾನುಗ್ರಹದಿಂದ ಮೃತ್ಯುವನ್ನು ಧಿಕ್ಕರಿಸುವ ಸೈನ್ಯಸಾಗರವು ಮುಂದೆ ಚಲಿಸಿದ ಪರಿಯನ್ನು ಹೇಗೆ ವರ್ಣಿಸಲಿ? ಸಾಗರವೇ ಮುಂದೆ ನುಗ್ಗಿದರೆ ಮರಳ ದಡ ತಡೆದೀತೆ? ಶತ್ರುಸೈನ್ಯವು ತಲ್ಲಣಿಸಿತು. ಶತ್ರುಹಯಗಳು ಬೆದರಿ ನೆಗೆದು ಸವಾರರನ್ನೇ ಕೆಡವಿ ತುಳಿದು ಹಾಕಿದವು. ಶತ್ರು ಆನೆಗಳು ಹಿಂತಿರುಗಿ ಓಡುವ ತುಳಿತಕ್ಕೆ ಸಿಕ್ಕಿ, ಅವರೇ ಅಸಂಖ್ಯ ಪ್ರಮಾಣದಲ್ಲಿ ಸತ್ತುಹೋದರು. ರಥಗಳು ಒಂದಕ್ಕೊಂದು ಜಕ್ಕಾಮುಕ್ಕಿಯಾಗಿ ನೊಗಗಳು ಕಿತ್ತು ಇರಚಿಗಳು ಮುರಿದು ಗಾಲಿಗಳು ಲಟಗುಟ್ಟಿ ರಥಿಗಳು ಹಾಹಾಕಾರ ಮಾಡಿ, ಓಹೋ ಇಂತಹ ಹೇಡಿಗಳು ಯುದ್ಧಕ್ಕೆ ಯಾಕೆ ಬರಬೇಕಿತ್ತು ಎನ್ನುವಂತಾಯಿತು.'

'ಯಾರಾದರೂ ಪ್ರಮುಖರು ಸತ್ತರೊ?'

'ಅದೆಷ್ಟು ಸಾವಿರ ಸೈನಿಕರು ಸತ್ತರೋ ನನಗೆ ಎಣಿಸುವ ವ್ಯವಧಾನವಿರಲಿಲ್ಲ. ಆದರೆ ಅವರ ಕಡೆಯ ಒಬ್ಬ ಮಹಾರಥಿ, ಪಾಂಡವರ, ಅಲ್ಲ ಕೌಂತೇಯರ ಹೊಸ ಬೀಗ ವಿರಾಟನ ಹಿರಿಯ ಹೆಂಡತಿಯ ಮಗ ಶ್ವೇತ ಅಲ್ಲೇ ಮರಣವನ್ನಪ್ಪಿದುದೊಂದು ತಿಳಿಯಿತು. ಇಲ್ಲಿ ನೀವು ಸುದ್ದಿ ಕೇಳಲು ಕಾತರರಾಗಿರುವಿರೆಂಬ ನೆನಪು ಬಂದು ನಾನು ಅಷ್ಟರಲ್ಲಿ ಕುದುರೆ ಹತ್ತಿ ಹೊರಟೆ. ಇಷ್ಟರಲ್ಲಿ ಇನ್ನೆಷ್ಟು ಜನ ಕೊಚ್ಚಿಹೋಗಿರುವರೋ! ಸಾಗರದ ಮುಂದೆ ಮರಳ ಕಣಗಳೆ? ಬಿರುಗಾಳಿಯ ಮುಂದೆ ತರಗೆಲೆಗಳೆ? ಮದಿಸಿದ ಗಜರಾಜನ ಮುಂದೆ ಎಳೆಬಾಳೆಯ ಗಿಡವೆ? ಯುದ್ಧಕ್ಕೆ ನಿಂತ ಕೌಂತೇಯರಷ್ಟು ಅವಿವೇಕಿಗಳು ಈ

ಧರೆಯಲ್ಲಿ ಮಾತ್ರವಲ್ಲ, ಸ್ವರ್ಗ ಮರ್ತ್ಯ ಪಾತಾಳಾದಿ ಮೂಲೋಕಗಳಲ್ಲಿ ಯಾರೂ ಇಲ್ಲ.'

ಸಂಜಯ ವರದಿಯನ್ನು ಮುಕ್ತಾಯಗೊಳಿಸಿದ. ಆದರೆ ಅದು ಧೃತರಾಷ್ಟ್ರನ ಕಿವಿ ಮನಸ್ಸುಗಳಲ್ಲಿ ಅನುರಣಿಸುತ್ತಿತ್ತು. ಕೋಣೆಯ ಒಳಗೆ ತಕ್ಷಣ ನಿಶ್ಶಬ್ದ ಹೊಕ್ಕಂತೆ ಆಯಿತು. ಸಣ್ಣಗೆ ಉರಿಯುತ್ತಿದ್ದ ಹಣತೆ ಎಂದಿನಂತೆ ನಿಶ್ಶಬ್ದವಾಗಿತ್ತು. ಅರಮನೆಯ ಪೌಳಿಯ ಹೊರಗೆ ಆಗುತ್ತಿದ್ದ ಗಾಡಿ ಎತ್ತು ಕುದುರೆ ಸಾರಥಿಗಳ ಸದ್ದು ಇಲ್ಲಿಯ ನಿಶ್ಶಬ್ದವನ್ನು ಹೆಚ್ಚಿಸುತ್ತಿತ್ತು. ಒಂದು ಮುಹೂರ್ತದ ನಂತರ ಧೃತರಾಷ್ಟ್ರ ಚಪ್ಪಾಳೆ ತಟ್ಟಿದ. ಕೋಣೆಯ ಹೊರಗಿದ್ದ ದಾಸಿ ಒಳಗೆ ನಡೆದು ಬಂದು ಹತ್ತಿರ ನಿಂತ ಸಪ್ಪಳ ಕೇಳಿಸಿತು. 'ಶುಭವಾರ್ತೆ ತಂದ ಸಂಜಯನಿಗೆ ಸಿಂಧುದೇಶದ ಎರಡು ಕುದುರೆಗಳನ್ನು ನಾನು ಬಹುಮಾನವಾಗಿ ಕೊಟ್ಟಿದ್ದೇನೆಂದು ಅಶ್ವಪಾಲಕನಿಗೆ ಹೇಳು. ಸಂಜಯ, ಪ್ರತಿದಿನವೂ ನೀನು ಹೀಗೆಯೇ ನನಗೆ ಸಂತಸದ ಸುದ್ದಿ ತಂದು ಹೇಳಬೇಕು.'

'ಮಹಾರಾಜ, ಪ್ರತಿದಿನವೂ ನಿನ್ನಿಂದ ಬಹುಮಾನ ಪಡೆಯುವ ಪುಣ್ಯ ನನ್ನದಾಗಲಿ. ಆದರೆ ಇಲ್ಲಿಂದ ಹೋಗಿ ಸುದ್ದಿ ಸಂಗ್ರಹಣೆ ಮಾಡಿ ಅದೇ ದಿನ ಹಿಂತಿರುಗುವುದು ಸಾಧ್ಯವಿಲ್ಲ. ಬೇಹುಗಾರರು ಸುದ್ದಿಗಾಗಿ ಎಲ್ಲೆಲ್ಲೋ ಹೋಗಿರುತ್ತಾರೆ. ತಿಳಿಸುವಂತಹ ತಿಳಿಸುವಷ್ಟು ಸುದ್ದಿ ಬಂದ ತಕ್ಷಣ ನೀನು ಕೊಟ್ಟ ಕುದುರೆಯನ್ನೇ ಏರಿ ಓಡಿಸಿಕೊಂಡು ಬರುತ್ತೇನೆ. ದೇವಿಯ ಕೃಪೆಯೂ ನನ್ನ ಮೇಲಿರಲಿ. ನನ್ನ ಹೆಂಡತಿಯಾದರೋ ಆಭರಣ ಗಳನ್ನು ಕಾಣದ ಬಡವೆ.'

'ಅವನಿಗೆ ಏನಾದರೂ ಕೊಡು,' ಧೃತರಾಷ್ಟ್ರ ಶಿಫಾರಸು ಹೇಳಿದ.

ಗಾಂಧಾರಿ ತನ್ನ ಎಡಗೈಯಿಂದ ಒಂದು ಚಿನ್ನದ ಬಳೆಯನ್ನು ತೆಗೆದು ಅವನ ಕಡೆಗೆ ನೀಡಿದಳು. ಅದನ್ನು ಸ್ವೀಕರಿಸಿದನಂತರ ಅಷ್ಟುಹೊತ್ತೂ ನಿಂತೇ ಮಾತನಾಡುತ್ತಿದ್ದ ಅವನು, 'ನಾನಿನ್ನು ಮನೆಗೆ ಹೋಗುತ್ತೇನೆ. ಮೂರು ದಿನದಿಂದ ನಿದ್ರೆಯಿಲ್ಲ. ಬೆಳಗಿನಿಂದ ಊಟವೂ ಇಲ್ಲ' ಎಂದು ಹೊರಟ.

ಅವನ ಹೆಜ್ಜೆಯ ಸಪ್ಪಳ ದೂರವಾಗಿ ಕೇಳಿಸದಂತೆ ಕೋಣೆಯ, ಅರಮನೆಯ ಹೊರಗೆ ಸಾಗಿದ ನಂತರ ಧೃತರಾಷ್ಟ್ರ ಎಂದ: 'ವಿದುರ, ನಿನ್ನ ಮೌನವು ಅಸಮ್ಮತಿಸೂಚಕ, ಅಸಂತೋಷಸೂಚಕವೆಂದು ನನಗೆ ಅರ್ಥವಾಗುವುದಿಲ್ಲ ಅಂತ ತಿಳಿದೆಯಾ? ಸಂಜಯ ಅಂತಹ ಹರ್ಷದ ವರದಿ ಹೇಳುತ್ತಿರುವಾಗ ನೀನು ತುಟಿ ಪಿಟಕ್ ಅನ್ನಬೇಕಲ್ಲ! ಕಣ್ಣೀರು ಹಾಕುತ್ತಾ ಕೂತಿದ್ದೆ ಏನು?'

'ಮನೆಗೆ ಹೋಗಿ ಆ ಕುಂತಿಗೆ ಹೇಳುವಾಗ ಬಿಕ್ಕಿ ಬಿಕ್ಕಿ ಅಳುತ್ತಾನೆ,' ಗಾಂಧಾರಿ ಸೇರಿಸಿದಳು.

'ಸಂತೋಷವನ್ನು ಹಂಚಿಕೊಳ್ಳುವ ಹೃದಯವಿಲ್ಲದ ಮೇಲೆ ನಾಳೆಯಿಂದ ನೀನು ಇಲ್ಲಿಗೆ ಬರಬೇಡ,' ಧೃತರಾಷ್ಟ್ರ ಅಪ್ಪಣೆ ಮಾಡಿದ.

'ಈ ಸಂಜೆ ಕೂಡ ನೀನು ಹೇಳಿಕಳಿಸಿದ್ದರಿಂದ ನಾನು ಬಂದೆ, ಮಹಾರಾಜ,'

ವಿದುರ ಬಾಯಿಬಿಟ್ಟ.

'ನಿನ್ನ ಸಂಗ ಬಯಸುವುದೇ ನನ್ನ ಜೀವನದ ಏಕೈಕ ತಪ್ಪು.'

ವಿದುರ ಉತ್ತರ ಕೊಡಲಿಲ್ಲ. ಸ್ವಲ್ಪಹೊತ್ತು ಮೌನವಾಗಿದ್ದ. ಆ ಮೌನಕ್ಕೂ ಅರ್ಥವಿದೆ, ಅದನ್ನು ಧೃತರಾಷ್ಟ್ರ ಇತರರಿಗಿಂತ ಬೇಗ ಅರ್ಥಮಾಡಿಕೊಳ್ಳುತ್ತಾನೆ ಎಂಬುದು ವಿದುರನಿಗೂ ಗೊತ್ತು. ಅನಂತರ ಎದ್ದು ನಿಂತು, 'ಈಗ ಮನೆಗೆ ಹೋಗಲು ಅಪ್ಪಣೆ ಬೇಡುತ್ತೇನೆ. ದೇವಿ, ನಿನ್ನ ಅಪ್ಪಣೆ ಕೊಡು.' ಎಂದು ಹೇಳಿ ಉತ್ತರಕ್ಕೆ ಕಾಯದೆ, ಜಾರುತ್ತಿದ್ದ ಕಂಬಳಿಯನ್ನು ತಲೆಗೆ ಮುಸುಕು ಏರಿಸಿ ಹೆಗಲತುಂಬ ಹೊದೆಯುತ್ತಾ ಹೊರಗೆ ನಡೆದ. ಬಾಗಿಲಿನ ಹೊರಗೆ ಪಾದರಕ್ಷೆ ಮೆಟ್ಟಿಕೊಂಡು ಅಂಗಳ ದಾಟುವಾಗ ಸಂಜಯ ತನಗಾಗಿ ಕಾಯುತ್ತಿರುವುದು ಕಾಣಿಸಿತು. ಕರೆಯದೆಯೇ ಸಂಜಯ ಕುದುರೆಯನ್ನೂ ನಡೆಸಿಕೊಂಡು ಅವನ ಜೊತೆಗೆ ಹೆಜ್ಜೆ ಹಾಕಲು ಆರಂಭಿಸಿದ. ಎಡಭಾಗಕ್ಕೆ ಸೂತಕೇರಿಯಲ್ಲಿ ಸಾಮಾನು ಸರಂಜಾಮು ತುಂಬುವ ಸೂಡಿಯ ಬೆಳಕು ಓಡಾಡುತ್ತಿತ್ತು. ನದಿಯ ದಡದ ವಿದುರನ ಮನೆಯ ಹಾದಿಯಲ್ಲಿ ಜನ ಸಂಚಾರವಿರಲಿಲ್ಲ.

'ನಮ್ಮ ಮನೆಯಲ್ಲೇ ಊಟ ಮಾಡು ಬಾ. ಹಾಗೆಯೇ ಮಾತಾಡೋಣ,' ವಿದುರ ಹೇಳಿದ.

ಎಲ್ಲರೂ ಮಲಗಿದ್ದರು. ಕುಂತಿ ಕೂಡ. ಅಡುಗೆಯ ಕೆಲಸದವನೊಬ್ಬ ಯಜಮಾನನನ್ನು ಕಾಯುತ್ತಾ ಮಂಕು ಹಣತೆಯ ಹತ್ತಿರ ತೂಕಡಿಸುತ್ತಿದ್ದ. ರಾತ್ರಿ ಬೇರೆ ಏನನ್ನು ತಿಂದರೂ ಅರಗುತ್ತಿರಲಿಲ್ಲವಾದುದರಿಂದ ಯಜಮಾನನಿಗೆ ಬರೀ ಅರಳು ಹಾಲು ಜೇನುಗಳನ್ನು ಕೊಟ್ಟು ಸಂಜಯನಿಗೆ ರೊಟ್ಟಿ ಮತ್ತು ಹಾಲಿನಲ್ಲಿ ಬೇಯಿಸಿದ ಅನ್ನಗಳನ್ನು ಬಡಿಸಿದ.

ಸಂಜಯ ರೊಟ್ಟಿ ಅಗಿಯುತ್ತಿರುವಾಗ ವಿದುರ ಕೇಳಿದ: 'ಯುದ್ಧದ ಸುದ್ದಿ ಹೇಳುವಾಗ ನೀನು ಅಷ್ಟೊಂದು ಸುಳ್ಳು ಹೇಳಿದೆ ಯಾಕೆ?'

'ಸುಳ್ಳು ಹೇಳಿದೆ!' ಸಂಜಯನಿಗೆ ಆಶ್ಚರ್ಯವಾಯಿತು. ಮಾತನಾಡಲಿಲ್ಲ. ಅಗಿಯುತ್ತಿದ್ದ ದವಡೆಗಳೂ ಚಲಿಸದೆ ನಿಂತವು. ಮನೆಯ ಕೆಳಭಾಗದಲ್ಲಿ ಹರಿಯುತ್ತಿದ್ದ ನದಿಯ ಸುಂಯ್ ಕಾರ ಅವನ ಅರಿವಿಗೆ ಬಂತು. ಈ ಚಿಕ್ಕಪ್ಪನ ಮನೆಯಲ್ಲಿ ಯಾವತ್ತೂ ಈ ಸದ್ದು, ನದಿ ಹರಿಯುವ ಸದ್ದು. ರಾತ್ರಿಯ ನಿಶ್ಶಬ್ದದಲ್ಲಿ ಇದೊಂದೇ ಕೇಳುತ್ತಿರುತ್ತದೆ. ಮೂರು ದಿನದಿಂದ ಯುದ್ಧರಂಗದಲ್ಲಿ ಕಿವಿಯ ಒಳಗೆ ಬಡಿದು ಗಡಚಿಕ್ಕುವ ಆನೆ ಕುದುರೆ ರಥ ಮನುಷ್ಯ ಮಲಮೂತ್ರದ ವಾಸನೆ ಬೆರೆತ ಸದ್ದು ನೆನಪಿಗೆ ಬಂತು.

'ಸೇನೆಯ ಮಧ್ಯೆ ನಿಂತ ಸೇನಾಪತಿ ಭೀಷ್ಮರು ಬಿಲ್ಲಿನ ಹೆದೆ ಮಿಡಿದ ಠೇಂಕಾರಕ್ಕೆ ಶತ್ರುಗಳ ಗುಂಡಿಗೆ ಗಡಗಡ ನಡುಗಲು ಮೊದಲಾಯಿತು ಅಂದೆ. ಆಳೆತ್ತರದ ಲೋಹದ ಧನುಸ್ಸನ್ನು ಎತ್ತಿ ಹಿಡಿಯುವ, ಹೆದೆ ಏರಿಸುವ ಶಕ್ತಿ ನೂರಿಪ್ಪತ್ತು ಕಳೆದ ಸುಕ್ಕು ಮೈಯಿಯ ಮುದುಕರಿಗಿದೆಯೆ? ಎಂತಹ ತರುಣನು ಠೇಂಕಾರ ಮಾಡಿದರೂ ಸುತ್ತುವರಿದ ಸೈನ್ಯದ

ಗದ್ದಲವನ್ನು ದಾಟಿ ಅದೆಷ್ಟೋ ದೂರ ಆಚೆ ಇರುವ ವಿರೋಧಿ ಸೈನಿಕರಿಗೆ ಕೇಳಲು ಸಾಧ್ಯವೆ? ಇನ್ನು ನೀನು ಹೇಳಿದ ಸಾಗರ, ಉಬ್ಬರ, ಬಿರುಗಾಳಿ, ಪರ್ವತಗಳ ಉಪಮೆಯ ಮಾತೂ ಅಷ್ಟೆ.'

ವಿದುರನ ಅಭಿಪ್ರಾಯ ಸಂಜಯನಿಗೆ ಆಗಲು ಶುರುವಾಯಿತು. ಅವನ ದವಡೆಗಳು ಮತ್ತೆ ತಮ್ಮ ಕೆಲಸವನ್ನಾರಂಭಿಸಿದವು. ಅಗಿಯುತ್ತಿದ್ದ ಆರಿದ ಗಟ್ಟಿ ರೊಟ್ಟಿಯನ್ನು ನಾಲಗೆಯಿಂದ ತಿರುವುವುದನ್ನು ನಿಲ್ಲಿಸಿ ಕೇಳಿದ: 'ಇನ್ನು ಹೇಗೆ ವರ್ಣಿಸಬೇಕು?'

'ಇದ್ದದ್ದು ಇದ್ದ ಹಾಗೆ. ಕಂಡದ್ದು ಕಂಡ ಹಾಗೆ.'

ಅವನು ಮತ್ತೆ ಅಗಿಯಲು ಆರಂಭಿಸಿದ. ನದಿಯ ಸುಂಯ್‌ಕಾರ ಮತ್ತೆ ಕೇಳಲು ಶುರುವಾಯಿತು. ದಡದಲ್ಲಿ ಮೆಟ್ಟಿಲು ಕಟ್ಟಿದರೆ ಹೀಗೆ ಸದ್ದು ಬರುವುದು ಅಥವಾ ನದಿಯ ಪಾತ್ರದಲ್ಲಿ ತಿರುವು ಇದ್ದರೆ ಹೀಗೆ ಎಂದುಕೊಳ್ಳುವಾಗ ಬೇಗ ಮನೆಗೆ ಹೋಗಿ ಹೆಂಡತಿಗೆ ಚಿನ್ನದ ಬಳೆ ತೊಡೆಸಿ, ಇಷ್ಟು ಹೊತ್ತಿಗೆ ನಿದ್ದೆ ಮಾಡುತ್ತಿರುತ್ತಾಳೆಯೋ ಅಥವಾ ಯುದ್ಧಸ್ಥಳದಲ್ಲಿ ನನಗೆ ಏನಾಯಿತೆಂದು ಚಿಂತಿಸುತ್ತಾ ಹೊರಳುತ್ತಿರುತ್ತಾಳೆಯೋ ಎನ್ನಿಸಿತು. ಬೆಳಗ್ಗೆ ಯುದ್ಧ ಶುರುವಾದಾಗ ತಾನಿದ್ದುದು ಹಿಂಬದಿಯಲ್ಲಿ. ಹೋ ಎಂಬ ಉತ್ಸಾಹವರ್ಧಕ ಕೂಗು, ಆನೆಯ ಘೀಳು, ಬಾಣಗಳ ಸುಂಯ್‌ಗುಡಿತ, ನಡುವೆ ನೋವಿನಿಂದ ಚೀರಿಕೊಳ್ಳುವ ಸದ್ದು. ತನಗೆ ಕೇಳಿದ್ದು ಇಷ್ಟೆ. ಕಣ್ಣಾರೆ ಕಂಡದ್ದು ಏನೂ ಇಲ್ಲ. ಭಯಂಕರ ಕಾದಾಟ ಶುರುವಾಗಿದೆ ಎಂದು ಹೇಳಿದ ಸೈನಿಕನ ಮುಖ ಬಿಳಿಚಿದ್ದುದಷ್ಟೇ ತಾನು ಕಂಡದ್ದು. ಸ್ವತಃ ನೋಡಲೆಂದು ಮುಂದೆ ಹೋಗಿ ಸಹಸ್ರದಲ್ಲಿ ಯಾವುದಾದರೊಂದು ಬಾಣ ನನಗೇ ಚುಚ್ಚಿ, ಸುದ್ದಿಗಾರನೇಕೆ ಸಾಯುವ ಅಪಾಯಕ್ಕೆ ಸಿಕ್ಕಬೇಕು? ದೊಡ್ಡ ಬೇಟೆ ಬಿದ್ದಾಗ ಬೇಟೆಗಾರರೆಲ್ಲ ಹರ್ಷೋದ್ಗಾರ ಮಾಡುವಂತೆ ನಡುವೆ ಒಮ್ಮೆ ನಮ್ಮವರು ಕೂಗಿಕೊಂಡಾಗ ಶ್ವೇತ ಸತ್ತನೆಂಬ ಕೂಗು, ಯಾರವನು? ವಿರಾಟನ ಹಿರಿಯ ಮಗನಂತೆ, ವಿರಾಟನೆಂದರೆ ಅದೇ ಗೋಗ್ರಹಣಕ್ಕೆ ಹೋಗಿ, ಈಗ ಪಾಂಡವರ ಅರ್ಜುನನ ಮಗನಿಗೆ ಹೆಣ್ಣು ಕೊಟ್ಟಿರುವ ಮುದುಕನಂತೆ, ಇಷ್ಟು ನಿಖರ ಮಾಹಿತಿ ದೊರೆಯಬೇಕಾದರೆ ನಾಲ್ಕು ಜನದ ಹತ್ತಿರ ಓಡಿಯಾಡಿ, ಬಾಯಿಯಲ್ಲಿದ್ದುದನ್ನು ಗಂಟಲಿನಿಂದ ಕೆಳಕ್ಕೆ ನೂಕಿ ಖಾಲಿ ಮಾಡಿಕೊಂಡನಂತರ ಹೇಳಿದ: 'ಚಿಕ್ಕಪ್ಪ, ಪಿತಾಮಹರು ಬಿಳಿಗುದುರೆಗಳನ್ನು ಹೂಡಿದ ರಥದಲ್ಲಿ ಕುಳಿತು ಹೋದದ್ದನ್ನು ನಾನೇ ನೋಡಿದೆ. ಅವರ ಮುಂದೆ ಲೋಹದ ಬಿಲ್ಲುಬಾಣಗಳು ಮಲಗಿದ್ದವು. ಅವರು ಒಂದು ದಪ್ಪ ದಿಂಬು ಒರಗಿ ಆಯಾಸವಾಗದಂತೆ ಸುಖಾಸನದಲ್ಲಿ ಕುಳಿತಿದ್ದರು. ಆ ವಯಸ್ಸಿನವರು ಸ್ವತಃ ಯುದ್ಧ ಮಾಡಲಾದೀತೆ? ಅಂಥವರೇ ನಡುವೆ ಇದ್ದಾರೆ ಅಂದರೆ ಪ್ರಾಯದವರಿಗೆ ಉತ್ಸಾಹ ಹುಟ್ಟುವುದಂತೂ ನಿಜ.'

'ಇಷ್ಟು ಮಾತ್ರ ಹೇಳಬೇಕಾಗಿತ್ತು ನೀನು.'

'ನಿನಗೂ ಗೊತ್ತು ನಮ್ಮಪ್ಪ ಬದುಕಿದ್ದಾಗ ಧೃತರಾಷ್ಟ್ರ ಮಹಾರಾಜನಿಗೆ ಮಂತ್ರಿಯಾಗಿದ್ದುದು. ಮೊದಲೂ ಹೇಳುತ್ತಿದ್ದ, ಸಾಯುವ ಮೊದಲು ಇಕೊ ಊಟ ಮಾಡುತ್ತಿರುವ ಈ ಬಲಗೈಯನ್ನು ತನ್ನ ಸುಕ್ಕುಗಟ್ಟಿದ ಅಂಗೈಯಲ್ಲಿ ಹಿಡಿದು ಕೊನೆಯ ಬುದ್ಧಿವಾದ

ಅಂತಲೂ ಹೇಳಿದ. ಅಧಿಕಾರಸ್ಥಾನದಲ್ಲಿರುವವರಲ್ಲಿ ಎಂದೂ ಸಂತೋಷಕರ ಸುದ್ದಿಯನ್ನೇ ಹೇಳಬೇಕು. ಅಸಂತೋಷಕರ ಸಂಗತಿಯನ್ನು ಸ್ವೀಕರಿಸುವ ಅಧಿಕಾರಸ್ಥರು, ಅದರಲ್ಲೂ ಸಿಂಹಾಸನವನ್ನೇರಿರುವ ಪರಮ ಅಧಿಕಾರಸ್ಥರು ಎಲ್ಲೂ ಇರುವುದಿಲ್ಲ. ರಾಜರಿಗೆ ನಿವೇದನೆ ಮಾಡುವಾಗ ಈ ಒಂದು ಅಂಶವನ್ನು ಎಂದೂ ಮರೆಯಬೇಡ ಅನ್ನುವುದು ಅವನ ತಾತ್ಪರ್ಯ. ಅಲ್ಲದೆ ಚಿಕ್ಕಪ್ಪ, ನಾವು ಸೂತರು, ನಮ್ಮ ನಮ್ಮ ರಾಜರ, ರಾಜಗಣದ ಶೌರ್ಯ ಪ್ರತಾಪ ವೈಭವಗಳನ್ನು ಉಬ್ಬಿಸುವುದೇ ಅಲ್ಲವೆ ನಮ್ಮ ಕುಲಕಸುಬು?'

ನದಿಯ ಸುಂಯ್‌ಕಾರವು ವಿದುರನ ಅರಿವಿಗೂ ಬಂತು. ಊರೊಳಗೆ ಅರಮನೆಯ ಹತ್ತಿರವೇ ವಾಸಿಸುವುದು ಬೇಸರವಾಗಿ ನದಿಯ ಈ ದಂಡೆಯಲ್ಲಿ ಮನೆ ಕಟ್ಟಿಕೊಂಡು ಬಂದಾಗಿನಿಂದ ಹೀಗೆ ಬರದೆ ಅಲ್ಲೇ ಇದ್ದರೆ ಬೆಳಗೆದ್ದು ಧೃತರಾಷ್ಟ್ರನ ಎದುರಿಗೆ ಕೂತು ಅವನು ಹೇಳುವುದಕ್ಕೆಲ್ಲಾ ಹಸುವಿನಂತೆ ಗೋಣುಹಾಕುತ್ತಾ ಅಪ್ರಿಯವಾದ ಒಂದು ಸಂಗತಿ ಯನ್ನು ಹೇಳುವಾಗಲೂ ಬೈಯಿಸಿಕೊಳ್ಳುತ್ತಾ, ಸುಂಯ್‌ಕಾರವಿಲ್ಲದಿದ್ದರೇ ಏನೋ ಅಸ್ತಿತ್ವ ದಿಂದ ಇಲ್ಲವಾಗಿಹೋಗಿದೆ ಎಂಬ ಮಟ್ಟಿನ ಅಭ್ಯಾಸವಾಗಿ ಈ ಮನೆ ಗಾರೆಯ ಗಚ್ಚು ಕೆಳಗಿನ ಮೆಟ್ಟಿಲುಗಳು, ನದಿ, ಇಷ್ಟು ಸಾಕು ಮನಸ್ಸಿಗೆ ಪ್ರಿಯವನ್ನು ಕೊಡಲು ಎಂದುಕೊಳ್ಳು ತ್ತಿರುವಾಗ ಸಂಜಯ ಮತ್ತೆ ಕೇಳಿದ: 'ಅಲ್ಲವೆ ಚಿಕ್ಕಪ್ಪ ನಮ್ಮ ಕುಲಕಸುಬು?'

'ಸಂಜಯ, ನಿಮ್ಮಪ್ಪ ಗವಲ್ಗಣ ನನಗಿಂತ ಚಿಕ್ಕವನು. ಅಲ್ಲದೆ ನಾನು ಸೂತವಾವೆಯಿಂದ ಧೃತರಾಷ್ಟ್ರ ಮಹಾರಾಜನಿಗೆ ತಮ್ಮನಾಗಬೇಕು. ಆರೇಳು ದಿನಕ್ಕೆ ಚಿಕ್ಕವನಂತೆ ನಾನು. ನೀನು ಹೇಳುವಂತಹ ಆ ಸೂತಕುಲಕಸುಬನ್ನೇ ಮಾಡಿದ್ದರೆ ನಾನೇ ಮಹಾರಾಜನಿಗೆ ಮಂತ್ರಿಯಾಗಬೇಕಿತ್ತು. ನನ್ನಲ್ಲಿ ಆ ಗುಣವಿಲ್ಲವೆಂದು ತಿಳಿದೇ ಅವನು ನಿಮ್ಮಪ್ಪನನ್ನು ನೇಮಿಸಿಕೊಂಡ. ನಾನಂತೂ ಮೊದಲಿನಿಂದ ಅಪ್ರಿಯವಾದುದಾದರೂ ನನಗೆ ಸತ್ಯವೆಂದು ತೋಚಿದುದನ್ನು ಮೃದುಮಾತಿನಲ್ಲಿ ಹೇಳುತ್ತಲೇ ಬಂದಿದ್ದೇನೆ.'

'ಆದರೆ ನೀನು ರಾಜನ ಸೋದರ.'

'ಎಂತಹ ಸೋದರ ಎಂಬ ವಿವರಣೆ ಈಗ ಬೇಡ. ಸೂತರೆಲ್ಲರೂ ರಾಜವಂಶದ ಸೋದರರರೇ. ಊಳಿಗ, ಸುಳ್ಳು ಹೊಗಳಿಕೆಗಳು ಮಾತ್ರ ಸೋದರಧರ್ಮಗಳಲ್ಲ. ನೀನು ಹೇಳಿದ ಸೂತಧರ್ಮವನ್ನು ಪಾಲಿಸಿಯೂ ನಿಮ್ಮಪ್ಪ ಶ್ರೀಮಂತನಾಗಲಿಲ್ಲ. ಅದು ಹೋಗಲಿ. ನೀನೇನೂ ಆಳುವ ದೊರೆಯಲ್ಲ. ಮಂತ್ರಿಯಲ್ಲ. ರಾಜಪಿತನಿಗೆ ವರದಿಗಾರ ಮಾತ್ರ. ನೀನು ಕಂಡ ಸತ್ಯವನ್ನು ಅಥವಾ ನಂಬಲರ್ಹವಾದ ವ್ಯಕ್ತಿಗಳಿಂದ ಕೇಳಿದ ಸತ್ಯವನ್ನು ಯಥಾವತ್ ತಂದು ಹೇಳುವಷ್ಟನ್ನು ಮಾಡು. ದೊರೆ ರೇಗಿದರೆ ಹೆದರಬೇಡ. ಅಥವಾ ಎಡಗೈಯಲ್ಲಿ ಹಿಡಿದೇ ಕೂತಿದ್ದೀಯಲ್ಲ ಚಿನ್ನದ ಬಳೆ, ಅಂಥದಕ್ಕೆ ಆಶೆಪಡಬೇಡ.'

'ಅಂದರೆ ವರದಿಯನ್ನೇ ಮಾಡಬೇಡ ಅನ್ನುತ್ತಿದ್ದೀಯ ನೀನು. ಪ್ರಿಯವಾಗಲಿ ಅಪ್ರಿಯ ವಾಗಲಿ ವರದಿ ಮಾಡಿದ್ದಕ್ಕೆ ಸಂಬಳ ಕೊಡುತ್ತೇನೆ, ನಡುವೆ ರೇಗಿ ಕೆಲಸದಿಂದ ಕಿತ್ತು ಹಾಕುವುದಿಲ್ಲ ಎಂದು ಮಹಾರಾಜ ಆಶ್ವಾಸನೆ ಕೊಟ್ಟಿಲ್ಲ. ಹೀಗೆ ಕೊಡುವ ಬಹುಮಾನಗಳೇ ನನ್ನ ಶ್ರಮದ ಪ್ರತಿಫಲ. ಸುಮ್ಮಸುಮ್ಮನೆ ಅಷ್ಟು ದೂರ ಕುದುರೆ ಓಡಿಸಿಕೊಂಡು ಹೋಗಿ

ಆ ದುರ್ನಾತದ ನಡುವೆ ಸುದ್ದಿ ಸಂಗ್ರಹಿಸಿ, ಇವತ್ತು ಮಧ್ಯಾಹ್ನ ಹೊರಟು ಒಂದೇ ಸಮ
ನಾಗಾಲೋಟ ಬಂದದ್ದರಿಂದ ನನ್ನ ಕೂರುವ ಜಾಗದಲ್ಲಿ ಕಿತ್ತು ಗಾಯವಾಗಿದೆ ಗೊತ್ತೇ?'
ಎಂದು ಸಂಜಯ ಅನ್ನ ತಿನ್ನತೊಡಗಿದ. ಅದನ್ನು ರೊಟ್ಟಿಯಷ್ಟು ಅಗಿಯುವ ಅಗತ್ಯವಿರಲಿಲ್ಲ.
ಅಗಿಯುವ ವ್ಯವಧಾನವೂ ಇಲ್ಲದವನಂತೆ ಬೇಗ ಬೇಗ ಗುಳುಕಿಸುತ್ತಿದ್ದ.

       ಮೌನವಾಗಿ ಕುಳಿತ ವಿದುರನಿಗೆ ನದಿಯ ಮೃದುಹರಿತ ಮಾತ್ರ ಕೇಳುತ್ತಿತ್ತು. ಅಪ್ರಿಯಸತ್ಯ
ನುಡಿಯುತ್ತಿದ್ದರೂ ಧೃತರಾಷ್ಟ್ರ ಮತ್ತು ತನ್ನ ಸಂಬಂಧ ಎಂದೂ ಪೂರ್ತಿ ಕಿತ್ತುಹೋಗಿಲ್ಲ.
ಅವನು ನನ್ನನ್ನು ಕೃತಘ್ನನೆಂದು ಬೈಯುವುದು, ನಾನು ಮೌನದಿಂದ, ಕೆಲವೊಮ್ಮೆ ಬಿಚ್ಚುಮಾತಿ
ನಿಂದ ಅವನ ಮನಸ್ಸು ಕೃತಿಗಳನ್ನು ವಿಮರ್ಶಿಸುವುದು, ನಾಲ್ಕು ದಿನ ಮಾತು ಬಿಟ್ಟು
ನನ್ನ ಪಾಡಿಗೆ ನಾನು ಮನೆಯಲ್ಲಿರುವುದು, ಕೊನೆಗೆ ಅವನೇ ಹೇಳಿ ಕಳಿಸುವುದು ಅದೆಷ್ಟು
ಸಲ ಆಗಿದೆಯೋ. ಒಮ್ಮೆಯೂ ನಾನಾಗಿಯೇ ಅವನಲ್ಲಿ ಹೋಗಿಲ್ಲ. ಅವನು ಹೇಳಿಕಳಿಸಿದ
ಮಾತ್ರಕ್ಕೆ ಯಾಕೆ ಹೋಗಿದ್ದೇನೆ? ಪೂರ್ತಿ ಯಾಕೆ ಕಿತ್ತುಕೊಂಡಿಲ್ಲ? ಎಂಬ ಪ್ರಶ್ನೆ ಹುಟ್ಟಿ
ಮನಸ್ಸು ತಡಕಿಕೊಳ್ಳತೊಡಗಿತು. ಅಣ್ಣ ತಮ್ಮ ಎನ್ನುವುದೆಲ್ಲ ಸೌಜನ್ಯದ ಮಾತು. ಅವನ
ತಾಯಿಯ ದಾಸಿಯ ಮಗನಾದ ನಾನು, ಒಬ್ಬನೇ ತಂದೆಗೆ ಹುಟ್ಟಿದ್ದರೂ ಕೂಡ, ಅವನ
ದಾಸನೇ. ತಮ್ಮನಲ್ಲ. ಮೊದಲಿನಿಂದ ನಿಜವಾದ ತಮ್ಮನಲ್ಲಿ ಚಿಕ್ಕತಾಯಿಯ ಮಗ ಪಾಂಡುವಿ
ನಲ್ಲಿ ಅವನಿಗೆ ಸೋದರಭಾವ ಬೆಳೆಯಲೇ ಇಲ್ಲ. ದಾಸನಾದ ನನ್ನ ಕೆಲಸವೇ ಸೇವೆ.
ಸಮವಯಸ್ಕ ಕುರುಡು ಹುಡುಗನ ಕೈಹಿಡಿದು ಅರಮನೆಯ ಪ್ರಾಕಾರದಲ್ಲಿ, ಒಮ್ಮೊಮ್ಮೆ
ನದಿಯ ದಡದಲ್ಲಿ, ತಿರುಗಾಡಿಸುವ, ಕಥೆ ಹೇಳುವ, ಅವನು ಕೇಳುವ ನೂರು ಪ್ರಶ್ನೆಗಳಿಗೆ
ಉತ್ತರ ತುಂಬುವ, ಅವನೊಡನೆಯೇ ಉಂಡು ತಿಂದು ಕಾಲ ಕಳೆಯುವ, ದೈಹಿಕವಾಗಿ
ಕೈಹಿಡಿದು ನಡೆಸುವ ದೀರ್ಘವರ್ಷಗಳಲ್ಲಿ ಅವನಿಗೆ ನನ್ನ ಮೇಲೆ ಅವಲಂಬನೆ ಬೆಳೆದು
ಬಿಟ್ಟಿತೋ! ಅವನ ಸಂಗವು ನನಗೆ ಅಭ್ಯಾಸವಾಗಿಹೋಯಿತೇನೋ! ನನಗೆ ಸ್ವಂತ ಬೇಕಾದಷ್ಟು
ಕೃಷಿಯ ಭೂಮಿ ಹಸು ಎತ್ತು ಮನೆಗಳಿಲ್ಲದೆ ಅವನ ಭಂಡಾರದ ಸಂಬಳದ ಸಂಬಂಧವಿದ್ದರೆ
ನನ್ನ ಪಾಡೂ ಸಂಜಯನಂತೆಯೇ ಆಗುತ್ತಿತ್ತೇನೋ ಎಂದುಕೊಳ್ಳುತ್ತಿರುವಾಗ ಸಂಜಯ
ಮರದ ತಟ್ಟೆಯನ್ನು ಎತ್ತಿ ಅದರಲ್ಲಿ ಉಳಿದಿದ್ದ ಹಾಲು ಮತ್ತು ಅನ್ನದ ಅಗಳುಗಳನ್ನು
ಕುಡಿದ.

       'ಸಂಜಯ, ಒಂದು ಕೆಲಸ ಮಾಡು, ಧೃತರಾಷ್ಟ್ರ ಮಹಾರಾಜನಿಗೆ ಯುದ್ಧದ ಶುಭ
ವಾರ್ತೆ ಮಾತ್ರ ಬೇಕಿರಬಹುದು. ನನಗೆ ವಾಸ್ತವ ವರದಿ ಬೇಕು. ಸಾಧ್ಯವಾದಷ್ಟೂ
ವಾಸ್ತವ ಸಂಗತಿಗಳನ್ನು ಕಲೆ ಹಾಕಿ ತಂದು ನನಗೆ ಒಪ್ಪಿಸು. ಇಡೀ ಯುದ್ಧದ ಒಟ್ಟು
ವರದಿಗೆ ನಾನು ಹತ್ತು ನಿಷ್ಕಗಳನ್ನು ಕೊಡುತ್ತೇನೆ. ಇದಕ್ಕೂ ಮಹಾರಾಜನಿಗೂ ಸಂಬಂಧವಿಲ್ಲ.'
       ಎಂಬುದನ್ನು ನಡುವೆಯೇ ತಡೆದು, 'ಚಿಕ್ಕಪ್ಪ, ನಮ್ಮ ಕುಲಕ್ಕೆ ಹಿರಿಯ ನೀನು,
ಮುಖ್ಯಸ್ಥ ನೀನು, ನಿನ್ನ ಹತ್ತಿರ ನಾನು ಸಂಬಳ ಪಡೆದು ಹೇಳಬೇಕೆ? ವಾಸ್ತವ ಸುದ್ದಿ
ತಿಳಿಯುವ ಕುತೂಹಲ ನನಗಿಲ್ಲವೆ? ತಿಳಿದದ್ದು ಇಲ್ಲಿ ನಿನ್ನ ಮನೆಗೆ ಬಂದು ಯಥಾವತ್
ಹೇಳಿ ಹೋಗುತ್ತೇನೆ. ಅಲ್ಲಿ ಮಹಾರಾಜನಿಗೆ ಬೇಕಾದುದನ್ನು ಅವನಿಗೂ ಹೇಳಿ ಕೊಟ್ಟದ್ದನ್ನು

ಕಿತ್ತುಕೊಂಡು ಇನ್ನಷ್ಟು ಕೊಡುವಂತೆ ಮಾಡಿ.....'

ಎಂಬುದನ್ನು ನಡುವೆಯೇ ತಡೆದ ವಿದುರ, 'ಕಿತ್ತುಕೊಳ್ಳುವ ಮಾತೇ ಬೇಡ. ದೊರೆ ಕೊಡಲಿ ಬಿಡಲಿ, ನಿನಗೆ ಕೊಡುವುದೇನಿದ್ದರೂ ನನಗಿರಲಿ. ವಾಸ್ತವತೆಯನ್ನು ನೀನು ಅವನಿಗೂ ಹೇಳಬೇಕು. ಅಪ್ರಿಯವಾಗಿ ಸಿಟ್ಟು ಬಂದರೆ ಅವನು ನಾಳೆಯಿಂದ ಮುಖ ತೋರಿಸಬೇಡ ಅನ್ನಬಹುದು. ಹಾಗಂದರೆ ತೋರಿಸಲೇಬೇಡ. ಬರೀ ನನಗೆ ಸುದ್ದಿ ಹೇಳು. ಯಾಕೆ ಇಷ್ಟು ಒತ್ತಿ ಹೇಳುತ್ತಿದೀನಿ ಗೊತ್ತೆ? ಸೂತರು ಬರೀ ಹೊಗಳುಭಟ್ಟತನದ ಹೀನರಾಗಿರುವುದು ಬೇಡ, ನಿಜ ಹೇಳುವ ಧೈರ್ಯವಂತರಾಗಬೇಕು ಅಂತ. ಯುಯುತ್ಸುವಿನ ವಿಷಯ ಗೊತ್ತಲ್ಲ ನಿನಗೆ. ಧೃತರಾಷ್ಟ್ರ ಮಹಾರಾಜನ ಸ್ವಂತ ಮಗ, ಅಂದರೆ ದಾಸಿಯ ಹೊಟ್ಟೆಯಲ್ಲಿ. ದುರ್ಯೋಧನನಂಥ ದರ್ಪದ ರಾಜನ ಎದುರಿಗೇ ನಿಂತು ತನಗೆ ತೋಚಿದ ನಿಜ ಹೇಳುತ್ತಿದ್ದ. ಈಗ ಪಾಂಡವರ ಕಡೆ ಸೇರಿದ್ದಾನೆ. ತನಗೆ ನ್ಯಾಯ ಅನ್ನಿಸಿದ ಕಡೆ ಕಾದಾಡುತ್ತೇನೆ ಅಂತ.'

ಅನ್ನುವಾಗ ಸಂಜಯನು ಆಶ್ಚರ್ಯದಿಂದ 'ಹೌದಾ?' ಎಂದ.

'ಅವನಂತೆ ಧೈರ್ಯವಿದ್ದರೆ ನೀನೂ ಮಾನವಂತನೆನಿಸುತ್ತೀಯ.'

ಊಟ ಮುಗಿದಿದ್ದರೂ ಸಂಜಯ ಸುಮ್ಮನೆ ಕುಳಿತ, ಸಡಿಲವಾದ ದೃಷ್ಟಿಯನ್ನು ನೆಲದ ಕಡೆಗೆ ತೂಗುಬಿಟ್ಟು. 'ಅಡುಗೆಯವನು ಪಾಪ ಮಲಗಲಿ' ಎಂದು ವಿದುರ ಮೇಲೆ ಎದ್ದ. ಸಂಜಯನೂ ಎದ್ದ. ಇಬ್ಬರೂ ಹೊರಗೆ ಬಂದು ಕೈ ತೊಳೆದರು. ಅಡುಗೆಯವನು ಬೇಗ ಬೇಗ ಬಾಗಿಲು ಹಾಕಿಕೊಂಡ.

ತನ್ನ ಕುದುರೆಯ ಹತ್ತಿರಕ್ಕೆ ಹೋಗುತ್ತಿದ್ದ ಸಂಜಯ ಹಿಂತಿರುಗಿ ಬಂದು ವಿದುರನ ಕೈಲಿ ಹೇಳಿದ: 'ಒಂದು ವಿಷಯ. ಮಹಾರಾಜನ ಕೈಲಿ ಹೇಳುವಂಥದಲ್ಲ. ಕರ್ಣನಿಗೂ ಪಿತಾಮಹರಿಗೂ ಜಗಳವಾಯಿತಂತೆ. ಈ ಭೀಷ್ಮ ಸೇನಾಪತಿಯಾಗಿರುವವರೆಗೆ ತಾನು ಯುದ್ಧ ಮಾಡುವುದಿಲ್ಲ ಅಂತ ಆಣೆ ಹಾಕಿ ಕರ್ಣ ತನ್ನ ಶಿಬಿರಕ್ಕೆ ಹೋಗಿ ಕುಳಿತಿದ್ದಾನಂತೆ.'

'ಇಂಥದನ್ನೂ ಮುಚ್ಚದೆ ಮಹಾರಾಜನಿಗೆ ವರದಿ ಮಾಡು. ಹೇಗಾಯಿತು ಜಗಳ?' ಎನ್ನುತ್ತಾ ವಿದುರ ತನ್ನ ಕಂಬಳಿಯನ್ನು ಮೈತುಂಬ ಬಿಗಿಯಾಗಿ ಸುತ್ತಿ ಹೊದೆದುಕೊಂಡ. ಮನೆಯ ಹೊರಗಿನ ಅಂಗಳದಲ್ಲಿ ಥಂಡಿಗಾಳಿ ಬೀಸುತ್ತಿತ್ತು. ಮೆಟ್ಟಿಲುಗಳ ಕೆಳಗೆ ಹರಿಯುತ್ತಿದ್ದ ನದಿಯ ಹಾಲುಕ್ಕುವ ಸದ್ದು ಹೆಚ್ಚು ಸ್ಪಷ್ಟವಾಗಿ ಕೇಳುತ್ತಿತ್ತು.

"ತಾತ, ಶತ್ರುಗಳ ಕಡೆಯ ವೀರರ ಶಕ್ತಿಸಾಧನೆಗಳನ್ನು ನೀನು ಎಷ್ಟೆಷ್ಟೆಂದು ಲೆಕ್ಕ ಹಾಕುತ್ತೀಯ? ನಮ್ಮ ಕಡೆಯವರನ್ನು ಹೇಗೆ ತೂಗಿ ಇಟ್ಟಿದ್ದೀಯ? ನಾವು ಅವರಿಗಿಂತ ಯಾವ ಪ್ರಮಾಣದಲ್ಲಿ ಶಕ್ತಿವಂತರು ಹೇಳುವೆಯಾ ಅಂತ ದುರ್ಯೋಧನ ಮಹಾರಾಜ ಮಹಾಸೇನಾನಿ ಪಿತಾಮಹರನ್ನು ಕೇಳಿದನಂತೆ. ತಮಗೆ ತಿಳಿದಂತೆ ಎಲ್ಲ ಯೋಧರ ಬಲವನ್ನೂ ಹೇಳಿದ ಅವರು ಕರ್ಣಮಹಾರಾಜನ ಹೆಸರೂ ಎತ್ತಲಿಲ್ಲವಂತೆ, ಕರ್ಣಮಹಾರಾಜನು ಎದುರಿಗೇ ಇದ್ದರೂ. ನಮ್ಮ ವೀರಾಗ್ರಣಿ ಮಹಾರಥಿಯನ್ನೇ ಮರೆತೆಯಲ್ಲ ತಾತ ಎಂದು ದುರ್ಯೋಧನ ಮಹಾರಾಜ ಜ್ಞಾಪಿಸಿದಾಗ ಅವರು, 'ರಥಿ, ಅತಿರಥಿ,

ಮಹಾರಥಿ ಅಂತ ನಾನು ರಥಿಕರನ್ನು ಮೂರು ಮಟ್ಟದಲ್ಲಿ ವಿಂಗಡಿಸುತ್ತೀನಿ. ಈ ಸೂತ ಜಾತಿಯ ನಿನ್ನ ಮಿತ್ರ ಸಾಧಾರಣ ರಥಿಯೂ ಅಲ್ಲ. ಅರ್ಧರಥಿಯಾಗಬಹುದು. ಕೃತಿಗಿಂತ ಬೊಗಳೆ ಜಾಸ್ತಿ ಇವನದು' ಎಂದರಂತೆ. ಕರ್ಣ ಮಹಾರಾಜನಿಗೆ ರೇಗಿತು. ಮಾತಿಗೆ ಮಾತು ಬೆಳೆಯಿತು. ನೀವು ಮನೆಯೊಳಗೆ ಸೇರಿಕೊಂಡ ಹಾವು, ನಿಮ್ಮ ಪ್ರೀತಿ ಎಲ್ಲ ಶತ್ರುಗಳ ಕಡೆಗೆ ಅಂತ ಕರ್ಣಮಹಾರಾಜನೂ ಅಂದನಂತೆ. ಅರ್ಜುನನಂಥ ಮಹಾರಥಿಯ ಸಾರಥಿಯಾಗುವ ಯೋಗ್ಯತೆಯೂ ನಿನಗಿಲ್ಲ ಎಂದರಂತೆ ಸೇನಾನಿ. ನಿಮ್ಮಂತಹ ನೀಚ ಸೇನಾನಿಯ ನಾಯಕತ್ವದಲ್ಲಿ ಕಾದುವುದು ನನ್ನ ಪೌರುಷಕ್ಕೇ ಅಪಮಾನ. ನೀವು ಈ ಸ್ಥಾನದಿಂದ ಕೆಳಗಿಳಿಯುವ ತನಕ ನಾನು ಯುದ್ಧದಿಂದ ಹೊರಗೆ ನಿಂತಿರುತ್ತೇನೆ ಎಂದು ಹೇಳಿದ ಕರ್ಣಮಹಾರಾಜ ಬಿರಬಿರನೆ ತನ್ನ ಶಿಬಿರಕ್ಕೆ ನಡೆದುಬಿಟ್ಟನಂತೆ. ಕೈಕೈ ಹಿಸುಕಿಕೊಂಡ ದುರ್ಯೋಧನ ಮಹಾರಾಜನೇ ಹೋಗಿ ಎಷ್ಟು ಸಂತೈಸಿದರೂ ಕೇಳಲಿಲ್ಲ ವಂತೆ. ತಲೆ ನಡುಗುವ ಮುದುಕ ಕೆಳಗಿಳಿಯಲಿ, ಅನಂತರ ನನ್ನ ಜೀವ ತೆತ್ತು ಯುದ್ಧ ಮಾಡುತ್ತೇನೆ, ಅಥವಾ ಅವನು ಬಂದು ನನ್ನ ಕ್ಷಮಾಪಣೆ ಕೇಳಲಿ ವಾಪಸು ಬರುತ್ತೇನೆ ಅಂದನಂತೆ. ಪಿತಾಮಹರನ್ನು ಅವನು ಇವನು ಅಂತ ಅಗೌರವ ಸೂಚಕವಾಗಿ ಮಾತನಾಡಿದ್ದಕ್ಕೆ ಮಹಾರಾಜನಿಗೂ ಸಿಟ್ಟು ಬಂತಂತೆ. ಆದರೆ ಇದು ಸಿಟ್ಟಿಗೆ ಕಾಲವಲ್ಲ, ಅಲ್ಲದೆ ಕರ್ಣ ತನ್ನ ಪ್ರಾಣಸಖ ಎಂಬ ಕಾರಣದಿಂದ ಮಹಾರಾಜನು ಸುಮ್ಮನಾಗಿದ್ದಾನಂತೆ."

ಕರ್ಣನದು ಎಂದಿನಿಂದಲೂ ದುರಹಂಕಾರ..... ಎಂಬ ಮಾತು ಸಹಜವಾಗಿ ಹೊರ ಬಂದರೂ ವಿದುರನು ಕೊನೆಯ ಅಕ್ಷರದ ಹೊತ್ತಿಗೆ ನುಂಗಿಕೊಂಡದ್ದನ್ನು ಸಂಜಯ ಗಮನಿಸಿದ. ಇಡೀ ಸೂತಜಾತಿಯಲ್ಲಿ ಗೌರವಾನ್ವಿತರಾದವರು ಎರಡೇ ವ್ಯಕ್ತಿಗಳು. ಧರ್ಮ, ನೀತಿ, ನ್ಯಾಯಗಳ ಮಾತು ಬಂದಾಗ ವಿದುರನನ್ನು ಆದರಿಸುವ ಅವರೆಲ್ಲ ವೀರ ಶೌರ್ಯ ಗಳಿಗೆ ಕರ್ಣನನ್ನು ನೆನೆದು ತಮ್ಮ ಜಾತಿಗೆ ಹೆಮ್ಮೆಯ ಕವಚ ತೊಡಿಸಿಕೊಳ್ಳುತ್ತಾರೆ. ಜಾತಿ ಯವರೆಲ್ಲ ವಿದುರನನ್ನು ಚಿಕ್ಕಪ್ಪ ಎನ್ನುತ್ತಿದ್ದಂತೆ ಕರ್ಣನನ್ನು ಮಹಾರಾಜ ಎನ್ನುತ್ತಾರೆ. ಈ ಇಬ್ಬರಿಗೂ ಪರಸ್ಪರ ಆಗುವುದಿಲ್ಲವೆಂಬುದೂ ಅವರಿಗೆ ಗೊತ್ತು. ಆದರೂ ಇಬ್ಬರೂ ನಮ್ಮವರು ಎಂಬ ಭಾವದಿಂದ ಇಬ್ಬರನ್ನೂ ಗೌರವಿಸುವುದು ಯಾರಿಗೂ ಕಷ್ಟವಾಗುತ್ತಿರಲಿಲ್ಲ. ಯುವಕನಾದ ತನ್ನ ಒಲವು ಕರ್ಣನ ಕಡೆಗೇ ಎಂಬುದು ಅರಿವಿಗೆ ಬಂದೇ ಚಿಕ್ಕಪ್ಪನು ಕೊನೆಯ ಅಕ್ಷರವನ್ನು ನುಂಗಿದನೆಂದು ಅರಿತ ಸಂಜಯ, 'ನಾಳೆ ಒಂದು ದಿನ ಸುಧಾರಿಸಿ ಕೊಂಡು ನಾಡದ್ದು ಬೆಳಗ್ಗೆಯೇ ಯುದ್ಧರಂಗಕ್ಕೆ ಹೋಗುತ್ತೇನೆ' ಎಂದು ಕುದುರೆಯನ್ನು ಹತ್ತಿದ.

ಆರಂಭದ ಹಿತವಾದ ಚಳಿಗೆ ಹೊದೆದ ಒಂದೊಂದು ಕಂಬಳಿಯ ಜೊತೆಗೆ, ಕಿಟಿಕಿ ಬಾಗಿಲುಗಳನ್ನೆಲ್ಲ ಮುಚ್ಚಿ ಮನೆಯಲ್ಲಿ ಎಲ್ಲರೂ ಮಲಗಿದ್ದರು. ನದಿಯ ಕಡೆಯ ಜಗುಲಿಯ ಮೇಲಿನ ಕೋಣೆಯಲ್ಲಿ ಮಲಗಿದ ವಿದುರನಿಗೆ ಗದ್ದಲವಿಲ್ಲದೆ ಹರಿಯುವ ನೀರಿನ ಸುಂಯ್

ಕಾರ ಒಂದೇ ಸಮನೆ ಕೇಳುತ್ತಿತ್ತು. ಇತ್ತೀಚೆಗೆ, ಇತ್ತೀಚೆಗೇನು ಹದಿನೈದು ಇಪ್ಪತ್ತು ವರ್ಷಗಳಿಂದ ಒಂದೊಂದು ರಾತ್ರಿ ನಿದ್ದೆಯೇ ಹತ್ತುತ್ತಿರಲಿಲ್ಲ. ಬೆಳಗಿನ ಜಾವದ ತನಕ. ಅಕಸ್ಮಾತ್ ಬೇಗ ನಿದ್ದೆ ಬಂದರೆ ನಡುರಾತ್ರಿಗೆ ಎಚ್ಚರವಾಗಿ ಬೆಳಕು ಹರಿಯುವವರೆಗೆ ಸತಾಯಿಸುತ್ತಿತ್ತು. ಆಮೇಲೆ ಸ್ವಲ್ಪ ಮಂಪರು ಬಂದರೂ ಬೆಳಗಿನ ಹಕ್ಕಿ ಪಕ್ಷಿಗಳು ಹಸು ಕರು ಕುದುರೆ ಮಕ್ಕಳು ಮೊಮ್ಮಕ್ಕಳ ಸದ್ದಿನಲ್ಲಿ ಅದು ನಿದ್ದೆಗೆ ಇಳಿಯುತ್ತಿರಲಿಲ್ಲ. ಈಗ ಎಷ್ಟು ಹೊತ್ತಾಗಿದೆಯೊ? ಹೊರಗೆ ಹೋಗಿ ನಕ್ಷತ್ರಗಳನ್ನು ನೋಡಿ ಬರುವ ಮನಸ್ಸಾದರೂ ಮತ್ತೆ ಎದ್ದು ಚಳಿಯಲ್ಲಿ ಹೊರಗೆ ಹೋಗುವ ಉತ್ಸಾಹ ಹುಟ್ಟಲಿಲ್ಲ; ಧೃತರಾಷ್ಟ್ರನ ಕಟುನುಡಿ ನೆನಪಿಗೆ ಬಂತು. ಸಂತೋಷ ಹಂಚಿಕೊಳ್ಳುವ ಹೃದಯವಿಲ್ಲದ ಮೇಲೆ ನಾಳೆಯಿಂದ ಇಲ್ಲಿಗೆ ಬರಬೇಡ. ಇದೇನೂ ಅಂತಹ ಮೊನಚು ಮಾತಲ್ಲ. ಹಿಂದೆ ಇದಕ್ಕಿಂತ ಹೆಚ್ಚು ಮೊನಚಾದ ಅದೆಷ್ಟು ನೂರೋ ಸಾವಿರವೋ ಮಾತು ಅಂದಿಲ್ಲ ಅವನು, ನನ್ನನ್ನು ಪಾಂಡವಪಕ್ಷಪಾತಿ ಎಂದು ನಿರ್ಣಯಿಸಿಹಾಕಿದ್ದಾನೆ, ನ್ಯಾಯಪಕ್ಷಪಾತಿ ಎಂದು ಒಪ್ಪುವುದೇ ಇಲ್ಲ, ಮನೆಗೆ ಹೋಗಿ ಆ ಕುಂತಿಗೆ ಹೇಳುವಾಗ ಬಿಕ್ಕಿಬಿಕ್ಕಿ ಅಳುತ್ತಾನೆ ಎಂಬ ಗಾಂಧಾರಿಯ ಮಾತು. ದೇವಿಯಂತಹ ಮಹಾತ್ಯಾಗ ಮಾಡಿರುವ ಮಹಾಪತಿವ್ರತೆಗೆ ಯಾಕೆ ಸಾಧಾರಣ ಹೆಂಗಸಿಗೆ ಸಹಜವಾದ ಮತ್ಸರ? ಎಂದು ತನ್ನಲ್ಲಿಯೇ ವಿಷಾದಪಟ್ಟುಕೊಂಡ. ತಾನು ದೇವಿ ಗಾಂಧಾರಿ ಮತ್ತು ಕುಂತಿಯನ್ನು ಭಾವಿಸುವ ರೀತಿಗಳನ್ನು ಮನಸ್ಸಿನಲ್ಲೇ ತೂಗಿಕೊಂಡ. ಕುಂತಿಯೊಡನೆ ಸಹಜ ಸ್ನೇಹವಿದೆ. ಯಾವುದನ್ನಾದರೂ ಬಿಚ್ಚಿ ಮಾತನಾಡುವ ಅಂತಃಕರಣ ವಿದೆ. ಮನಃಕ್ಲೇಶವುಂಟಾದಾಗ ಅವಳೊಡನೆ ಹಂಚಿಕೊಂಡರೆ ಒಂದು ತೆರನಾದ ಕ್ಷೇಮಭಾವ ವುಂಟಾಗುತ್ತದೆ. ಹೆಂಡತಿ ಪಾರಸವಿಯಲ್ಲಿ ದೊರೆಯದ ಕ್ಷೇಮಭಾವ. ಆದರೆ ಗಾಂಧಾರಿ ನಿಜವಾಗಿಯೂ ದೇವಿ. ತನ್ನ ಗಂಡ ಕುರುಡನಾಗಿರುವಾಗ ತಾನೇಕೆ ದೃಷ್ಟಿಭಾಗ್ಯ ಸವಿಯ ಬೇಕೆಂಬ ತ್ಯಾಗಬುದ್ಧಿಯಿಂದ, ತವರುಮನೆಯಿಂದಲೇ ತನ್ನ ಕಣ್ಣುಗಳಿಗೆ ಬಟ್ಟೆ ಕಟ್ಟಿಕೊಂಡು ಬಂದು ತಾನು ಕಂಡಂತೆ ಅರವತ್ತು ವರ್ಷದಿಂದ ಸಂಸಾರ ಮಾಡುತ್ತಿರುವ ಮಹಾಸತಿ. ಅವಳಿಗೂ ತನಗೂ ಸ್ನೇಹ ಸಾಧ್ಯವಿಲ್ಲ. ಕುಂತಿಯೊಡನಿರುವಂತಹ ಅಂತಃಕರಣವಿಲ್ಲ. ಆದರೂ ಅವಳು ಪೂಜ್ಯಳು. ಇದುವರೆಗೆ ಎಂದೂ ನೇರವಾಗಿ ನನ್ನನ್ನು ಹೀಗೆ ಕಟಕಿ ಮಾತನಾಡಿರಲಿಲ್ಲ. ಅದೇ ಮನಸ್ಸನ್ನು ಕೊರೆಯಲು ಶುರುಮಾಡಿತು. ತಾನು ನಿರ್ಮಿಸಿರುವ ಪ್ರತಿಮೆಯ ಒಂದು ಮಗ್ಗುಲು ಕಳಚಿಕೊಂಡು ಕುರೂಪವಾದರೆ ಆಗುವಂತಹ ದುಃಖ ಅವನಿಗೆ ಆಯಿತು. ಏನೋ ಒಂದು ರೀತಿಯ ಉದಾಸೀನ ತಳೆದು ಅದನ್ನು ಮರೆಯಲು ಯತ್ನಿಸಿ ಮುಸುಕು ಹಾಕಿಕೊಂಡು ಕೈಕಾಲುಗಳನ್ನು ಎಳೆದು ಸಡಿಲ ಮಾಡಿಕೊಂಡ. ಸ್ವಲ್ಪ ಹೊತ್ತಿಗೆ ನಿದ್ದೆ ಬಂತು.

ಆದರೆ ಸಾಕಷ್ಟು ನಿದ್ದೆಯಾಯಿತೆಂಬ ತೃಪ್ತಿಯ ಭಾವ ಮೂಡುವ ಮೊದಲೇ ಎಚ್ಚರವಾಯಿತು. ಹಕ್ಕಿ ಪಕ್ಷಿಗಳ ನುಲಿವಿಲ್ಲದೆ ನಿಶ್ಶಬ್ದದ ರಾತ್ರಿಯಲ್ಲಿಯೇ. ನದಿಯ ನೀರು ನಿಶ್ಶಬ್ದತೆಯ ಆಳವನ್ನು ಹೆಚ್ಚಿಸುತ್ತಿತ್ತು. ಎಷ್ಟು ವರ್ಷಗಳಿಂದ ಹೊಂದಿಕೊಂಡಿದೆ, ಅಲ್ಲ, ನನ್ನ ಜೀವನದ ಅವಿಭಾಜ್ಯ ಅಂಶವಾಗಿದೆ ಈ ನದಿ ಎನ್ನಿಸಿದಾಗ ತಕ್ಷಣ ಪಾಂಡವರ

ನೆನಪಾಯಿತು. ಅವರನ್ನು ಅರಗಿನ ಮನೆಯಲ್ಲಿ ಸುಡಿಸುವ ತಂತ್ರ ಮಾಡಿ ವಾರಣಾವತಕ್ಕೆ ಕಳಿಸಿದಾಗಲ್ಲವೆ ನಾನು ಧೃತರಾಷ್ಟ್ರನ ಹತ್ತಿರ ಇರಲು ಅಸಹ್ಯವಾಗಿ ಜನವಸತಿಗೆ ದೂರವಾದ ನದಿಯ ದಂಡೆಯ ಮೇಲೆ ಈ ಮನೆ ಕಟ್ಟಿಕೊಂಡು ಹೊರಟುಬಂದದ್ದು. ಆಗ ರಾತ್ರಿಯ ವೇಳೆ ಮನೆಯ ಹತ್ತಿರಕ್ಕೆ ಹುಲಿ ಕರಡಿಗಳು ಬರುತ್ತಿದ್ದವು. ಈಗ ಹಸ್ತಿನಾವತಿ ಎಷ್ಟು ಬೆಳೆದುಬಿಟ್ಟಿದೆ. ವನ್ಯಮೃಗಗಳ ಮೊರೆತ ಕೇಳಿಯೇ ಹತ್ತು ಹದಿನೈದು ವರ್ಷವಾಗಿರಬೇಕು ಎಂಬ ನೆನಪಿನ ಜೊತೆಗೇ, ಪಾಂಡವರನ್ನು ಕಳಿಸಿದ ನೆನಪು ಬಂತು. ಚಿಕ್ಕವಯಸ್ಸಿಗೇ ಯುವರಾಜ ಪದವಿಯನ್ನೇರಿದ ಧರ್ಮಜ ನೀತಿ ನ್ಯಾಯಗಳಿಂದ ಜನರ ಪ್ರೀತಿ ವಿಶ್ವಾಸ ಗಳಿಸುತ್ತಿರುವುದನ್ನು ತಿಳಿದ ಧೃತರಾಷ್ಟ್ರ ಒಳಗೇ ಎಷ್ಟು ಆತಂಕಗೊಂಡ. 'ಅಪ್ಪ, ಹೀಗೆಯೇ ಬಿಟ್ಟರೆ ನಾಳೆ ರಾಜ್ಯಪಟ್ಟ ಕಟ್ಟಿ ಎಂದು ಪ್ರಜೆಗಳೇ ಕೇಳಲು ಶುರುಮಾಡಿದರೆ ಇನ್ನೂ ಕಷ್ಟ. ನಿನ್ನ ಹೊಟ್ಟೆಯಲ್ಲಿ ಹುಟ್ಟಿದ ನಾವು ಬಿಕಾರಿಗಳು.' ಮಗನ ಮೊರೆ ಅಪ್ಪನಿಗೆ ಹೇಗೆ ತಟ್ಟಿ ಬಿಟ್ಟಿತು. ಚಿಕ್ಕವಯಸ್ಸಿನಲ್ಲಿ ಕಷ್ಟಪಟ್ಟವರಿಗೇ ಹೆಚ್ಚು ವಿವೇಕ ಬರುವುದು, ಧೃತರಾಷ್ಟ್ರನಿಗಾಗಲಿ ಅವನ ಮಗನಿಗಾಗಲಿ ಎಲ್ಲಿಂದ ಬಂದೀತು ಎಂಬ ವಿವರಣೆಯ ಹಿಂದೆಯೇ ರಾಜಸೂಯ ಮಾಡಿದ ನಂತರ ಅದೇ ಧರ್ಮರಾಜನಿಗೆ ಎಷ್ಟೊಂದು ಅಹಂಕಾರ ಬಂತು? 'ಧರ್ಮಜ, ಜೂಜಾಡಿಸುವುದಕ್ಕೆಂದೇ ನಿನ್ನನ್ನು ಕರೆತರಲು ಧೃತರಾಷ್ಟ್ರನು ನನ್ನನ್ನು ಕಳಿಸಿದ್ದಾನೆ. ನಿನ್ನೆದುರಿಗೆ ಶಕುನಿಯನ್ನು ಕೂಡಿಸುತ್ತಾರೆ; ತಂಗಿಯ ಮನೆಯಲ್ಲಿ ಬಿಟ್ಟಿ ಕೂಳು ತಿನ್ನುವ ಪದ್ಧತಿಯ ಆ ಗಾಂಧಾರ ದೇಶದವರಿಗೆ ಬೇರೆ ಕಸುಬಿಲ್ಲ, ಬೆಳಗೆದ್ದು ಪಗಡೆ ಎಸೆದು ಎಸೆದು ಬಯ ಸುವ ಗುರಿ ಸಾಧಿಸಿರುವ ಅಲ್ಪಜನ ಅವರು, ಅವನೆದುರು ಕೂತರೆ ನೀನು ಸೋಲುವುದು ಖಂಡಿತ, ಜೂಜಾಟ ಅನ್ಯಾಯ ನಾನು ಬರುವುದಿಲ್ಲ ಅಂದ ಅಂತ ನಾನು ಹಿಂತಿರುಗಿ ಹೋಗಿ ಹೇಳುತ್ತೇನೆ.' ಅಂದರೆ ಕೇಳಿದನೆ? ಸಮಸ್ತ ಆರ್ಯಾವರ್ತದಲ್ಲೇ ಶ್ರೀಮಂತನಾದ ಈ ರಾಜನು ಒಂದಿಷ್ಟು ಪಗಡೆಯ ಸವಾಲಿಗೆ ಇಲ್ಲವೆಂದರೆ ಗೌರವ ಉಳಿದೀತೆ, ಎಂಬ ಸೊಕ್ಕಿನ ಮಾತನ್ನೇ ಹಿಡಿದು ಹೊರಟುನಿಂತನಲ್ಲ, ಎಂಬ ನೆನಪಿನ ಜೊತೆಗೆ ಅನಂತರ ನಡೆದ ಪ್ರತಿಯೊಂದು ಘಟನೆಗೂ ಅವನದೇ ಹೊಣೆಯಲ್ಲವೆ, ಎಂದು ಮನಸ್ಸು ಕೇಳಿತು. ದುರ್ಯೋಧನ ಧೃತರಾಷ್ಟ್ರರಿಗಿಂತ ಧರ್ಮಜನ ನೈತಿಕಹೊಣೆ ಕಮ್ಮಿಯದಲ್ಲ ಎಂದು ನಿರ್ಧರಿಸಿಕೊಳ್ಳುತ್ತಿರುವಾಗ ಮನೆಯಲ್ಲಿ ಯಾರೋ ಎದ್ದಂತಾಯಿತು. ಮುಂದಿನ ಬಾಗಿಲು ತೆರೆದ ಕೀಚಲು ಸದ್ದು. ಕುಂತಿ ಇರಬಹುದು ಎಂಬ ತಕ್ಷಣದ ಅನ್ನಿಸಿಕೆಯೇ ನಿಜವಾಯಿತು. ಮೆಟ್ಟಿಲುಗಳನ್ನಿಳಿಯುವ ಸಪ್ಪಳ. ಅವಳೊಬ್ಬಳೇ ಹಗಲೆನ್ನದೆ ಇರುಳೆನ್ನದೆ ಬೆಳಗು ಬೈಗೆನ್ನದೆ ಚಳಿ ಶಖೆ ಎನ್ನದೆ ಒಂದೇ ಸಮನೆ ನದಿಯ ಹತ್ತಿರ ಹೋಗುವವಳು, ತಾನೂ ಹೋಗಿ ಅವಳಿಗೆ ನೆನ್ನೆ ಯುದ್ಧ ಶುರುವಾದ ಸುದ್ದಿ ತಿಳಿಸಬೇಕೆನ್ನಿಸಿತು. ತಿಳಿಯಲು ಅವಳೂ ಕಾತರಳಾಗಿದ್ದಾಳೆ ಎಂಬ ಅರಿವಾಗಿ ಮಲಗಿದಲ್ಲಿಂದ ಎದ್ದು ತಲೆಯ ಮೇಲಿನಿಂದ ಕಂಬಳಿ ಹೊದೆದು ಕೋಣೆಯ ಬಾಗಿಲು ತೆರೆದು ಹೊರಗೆ ಬಂದ. ಕತ್ತಲು. ನಕ್ಷತ್ರಗಳು ಸ್ಪಷ್ಟವಾಗಿ ಮಿನುಗುತ್ತಿದ್ದವು. ಪೂರ್ವದಿಕ್ಕಿನಲ್ಲಿ ಬೆಳ್ಳಿ ಕೂಡ. ಮೆಟ್ಟಿಲುಗಳನ್ನು ಇಳಿಯತೊಡ ಗಿದ. ಕತ್ತಲೆಯಲ್ಲೂ ನೀರನ್ನೇ ನಿರುಕಿಸುವಂತೆ ದಡದಲ್ಲಿ ಕುಳಿತಿದ್ದ ಕುಂತಿ ಹಿಂತಿರುಗಿ ನೋಡಿದಳು.

ಹತ್ತಿರ ಕುಳಿತು ಹೇಳಿದುದನ್ನು ಕೇಳಿದ ಕುಂತಿ ಒಂದು ಸಲ ನಿಟ್ಟುಸಿರುಬಿಟ್ಟಳು. ನದಿಯ ಸದ್ದು ಈ ದಡಕ್ಕಿಂತ ಮನೆಯಲ್ಲಿ ಹೆಚ್ಚು ಗುಂಭವಾಗಿ ಕೇಳುತ್ತದೆಂಬುದು ವಿದುರನ ಗಮನಕ್ಕೆ ಬಂತು. 'ಅರ್ಜುನ ಹೀಗೆ ಯುದ್ಧಾರಂಭವನ್ನು ಎರಡು ದಿನ ತಡೆಯಬಾರದಾಗಿತ್ತು,' ಕುಂತಿ ಎಂದಳು.

ಅದೇ ಸಮಯಕ್ಕೆ ವಿದುರ ಎಂದ: 'ನನಗೆ ಆಶ್ಚರ್ಯವಾಗುತ್ತಿರುವುದೆಂದರೆ ಕರ್ಣನ ನಡತೆ, ಅವನು ಕೀಳು ಮನುಷ್ಯ ಅಂತ ಎಂದೋ ನಿರ್ಣಯಿಸಿದ್ದೆ. ಆದರೆ ತನ್ನ ಅಹಂಕಾರ ವನ್ನೇ ಮುಂದು ಮಾಡಿ ಯುದ್ಧದ ಸಮಯದಲ್ಲಿ ದಣಿಗೆ ವಂಚನೆ ಮಾಡುತ್ತಾನೆಂದು ಭಾವಿಸಿರಲಿಲ್ಲ ಅಥವಾ ಪುಕ್ಕಲೋ!'

'ಹೇಗೆ?' ಕುಂತಿ ಆಸ್ಥೆಯಿಂದ ಕೇಳಿದಳು.

'ಮೊದಲಿನಿಂದಲೂ ದುರ್ಯೋಧನನ ನೀಚ ಕೆಲಸಗಳಿಗೆ ಆಪ್ತ ಮಂತ್ರಾಲೋಚಕನೇ ಅವನು. ನಿನ್ನ ಸೊಸೆಯನ್ನು ಸಭೆಗೆ ಎಳೆತರುವಂತೆ ಸಲಹೆ ಮಾಡಿದವನು, ಅವಳ ರಾಜ ಉಡುಗೆ ಕಿತ್ತುಹಾಕುವಂತೆ ಹೇಳಿದವನು ಎಲ್ಲ ಅವನೇ. ಅವನ ಭುಜಬಲದ ಭರವಸೆಯಿಂದಲೇ ದುರ್ಯೋಧನ ಯುದ್ಧವನ್ನಾಯ್ದುಕೊಂಡದ್ದು. ಈಗ ಭೀಷ್ಮರು ಹೀಗಂದರು ಅನ್ನುವ ನೆವ ಮಾಡಿ.....'

'ವಿದುರ, ನಿನ್ನ ಅಭಿಪ್ರಾಯ ಹೇಳು. ಕರ್ಣ ನಿಜವಾಗಿಯೂ ಅರ್ಧರಥಿಯೆ?'

'ಅವನ ದುರಹಂಕಾರ ಮುರಿಯಬೇಕೆಂದು ಅವರು ಹಾಗಂದಿರಬಹುದು. ಹಾಗಂತ ತನ್ನ ದಣಿಯ ಮೇಲೆ ಆಗುವ ಪರಿಣಾಮ ಲೆಕ್ಕಿಸದೆ, ಅದರಿಂದ ನಮಗೆ ಅನುಕೂಲವಾಗುತ್ತೆ ನಿಜ, ಆದರೆ ನಿಷ್ಪಕ್ಷಪಾತ ನ್ಯಾಯದ ದೃಷ್ಟಿಯಿಂದ ನಾನು ಹೇಳುವುದು.'

ಕುಂತಿ ಮೌನಿಯಾದಳು. ವಿದುರನಿಗೆ ಕಸಿವಿಸಿಯಾಯಿತು. ಮನೆಗಿಂತ ಈ ಕೆಳಗೆ ನೀರಿನ ಹತ್ತಿರವೇ ಚಳಿ ಕಡಮೆ ಎನ್ನಿಸಿತು. ಕುಂತಿಯದೂ ಬಿಳಿ ಕಂಬಳಿ. ಸ್ವಲ್ಪ ಹಚ್ಚಗಾಗುತ್ತಿದೆ. ಆದರೂ ಯಾಕೆ ಹಕ್ಕಿಗಳು ಚಿಲಿಪಿಲಿಗುಟ್ಟುತ್ತಿಲ್ಲ. ಚಳಿ ಎಂದು ಅವೂ ಮುದುರಿಕೊಂಡು ಕೂತಿವೆಯೊ? ಕುಂತಿ ನಿಟ್ಟುಸಿರಿಟ್ಟದ್ದು ಅವಳನ್ನು ಸುತ್ತಿದ್ದ ಬಿಳಿಕಂಬಳಿಯ ಏರಿಳಿತದಿಂದಲೂ ಕಾಣಿಸಿತು.

'ಅಲ್ಲವೆ?' ವಿದುರ ಸಮರ್ಥನೆಗಾಗಿ ಕೇಳಿದ.

'ವಿದುರ, ನಾನೂ ನೀನೂ ಜಗಳ ಕಾಯುವುದು ಸಾಧ್ಯವೇ ಇಲ್ಲ ಅನ್ನುವಷ್ಟು ಮಾಗಿದೆ ನಮ್ಮಿಬ್ಬರ ಸ್ನೇಹ. ಮುನಿಸಿಕೊಂಡು ಕೂಡುವ ಎಳಸುಬುದ್ಧಿ ನಿನಗಿದ್ದುದನ್ನು ನಾನೆಂದೂ ಕಂಡಿಲ್ಲ, ನೀನು ಚಿಕ್ಕಪ್ರಾಯದವನಾಗಿದ್ದಾಗಿನಿಂದ. ನಾನು ಮದುವೆಯಾಗಿ ಬಂದಾಗ ನಿನಗೂ ಹದಿನೆಂಟಲ್ಲವೆ? ಆದ್ದರಿಂದ ಒಂದು ಮಾತು ನೇರವಾಗಿ ಹೇಳಲೆ?'

ವಿದುರ ಅವಾಕ್ಕಾದ. ಕುಂತಿ ಎಂದೂ ತನ್ನನ್ನು ಹೀಗೆ ಈ ಧ್ವನಿಯಲ್ಲಿ ಅಂದಿರಲಿಲ್ಲ. ಹೂಂ ಉಹೂಂ ಇತ್ಯಾದಿ ಉತ್ತರವನ್ನು ಅವನು ಹೇಳುವ ಮೊದಲೇ ಅವಳು ಮುಂದುವರಿಸಿದಳು: 'ನಿಮ್ಮ ಜಾತಿಯಲ್ಲಿ ನೀನು ಕರ್ಣ ಇಬ್ಬರೂ ಪ್ರಮುಖರು. ನಿನ್ನನ್ನು ಧರ್ಮಜ್ಞನೆಂದು ನಿಮ್ಮವರೆಲ್ಲ, ನಿಮ್ಮವರೇನು ಉಳಿದವರು ಕೂಡ, ಗೌರವಿಸುತ್ತಾರೆ. ಅವನು ವೀರನೆಂದು

ಹೆಮ್ಮೆಪಡುತ್ತಾರೆ. ನಿನ್ನ ವಿಷಯದಲ್ಲಿ ಅವನಿಗೆ ಕೋಪ ತಿರಸ್ಕಾರವಿರಬಹುದು. ಮತ್ಸರವಿರುವುದಂತೂ ಸಾಧ್ಯವಿಲ್ಲ. ಆದರೆ ನಿನಗೆ ಅವನ ಬಗೆಗೆ ಮತ್ಸರವಿದೆ. ಕಳೆದ ಹದಿಮೂರೂವರೆ ವರ್ಷದಿಂದ ನಿನ್ನ ಜೊತೆಯಲ್ಲಿ ನಿನ್ನ ಮನೆಯಲ್ಲಿ ಇರುವ ನನಗೆ ಅರ್ಥವಾಗಿರುವುದು ಹೀಗೆ.'

ವಿದುರನಿಗೆ ಕತ್ತಲೆಯೇ ಸುತ್ತಿಕೊಂಡು ಹೊಡೆದಂತಾಯಿತು. ಬೇರೆ ಯಾರಾದರೂ ಹೀಗೆ ಅಂದಿದ್ದರೆ ಅದು ಇಷ್ಟು ಆಳವಾಗಿ ಮರ್ಮವನ್ನಿರಿಯುತ್ತಿರಲಿಲ್ಲ. ಎದುರಿಗೆ ಕುಳಿತಿರುವ ಕುಂತಿಯ ಮಾತನ್ನು ಒಂದೇ ಉಸಿರಿಗೆ ಅಲ್ಲಗಳೆಯುವ ತೇಜಸ್ಸು ತನಗಿಲ್ಲವೆನ್ನಿಸಿತು. ಕಂಬಳಿಯೊಳಗೆ ಮೈ ಬೆವರಿದಂತಾಯಿತು. ನದಿಯ ನೀರನ್ನು ದಿಟ್ಟಿಸಿ ನೋಡುತ್ತಿದ್ದ ಅವಳು ಸ್ವಲ್ಪ ಹೊತ್ತಿನನಂತರ ಇತ್ತ ತಿರುಗದೆ ತನಗೆ ತಾನೇ ಹೇಳಿಕೊಳ್ಳುವವಳಂತೆ ಎಂದಳು: 'ಹದಿಮೂರೂವರೆ ವರ್ಷದಿಂದ ನಿನ್ನ ಅನ್ನ ತಿನ್ನುತ್ತಿದೀನಿ. ಶತ್ರುವಿನ ತಾಯಿಗೆ ಮನೆಯಲ್ಲೇ ಆಶ್ರಯ ಕೊಟ್ಟವನೆಂದು ದುರ್ಯೋಧನ ನಿನ್ನನ್ನು ಪೂರ್ತಿ ದೂರ ಮಾಡುವಂತೆ ಮಾಡಿತು ಈ ಔದಾರ್ಯ. ನಿನ್ನನ್ನು ನೋಯಿಸಿದರೆ ಕೃತಘ್ನತೆಯ ಪಾಪ ಬಡಿದೀತು. ಆದರೂ ಈ ಮಾತು ಈಗ ಹೊರಬಂದುಬಿಟ್ಟಿತು. ಸ್ನೇಹದಿಂದ ಮಾತ್ರ.'

ವಿದುರ ಇನ್ನೂ ಖಿನ್ನನಾದ. ಕುಂತಿಯ ಈ ಕ್ಷಮೆ ಬೇಡುವ ಮಾತುಗಳು ಇನ್ನಷ್ಟು ನೋವು ಉಂಟುಮಾಡಿದವು. 'ಈ ಕೊರೆಯಲ್ಲಿ ಯಾಕೆ ಕೂತುಕೊಂಡೆ. ಬೆಚ್ಚಗೆ ಮಲಗು ಹೋಗು.' ಎಂದು ಹೇಳಿದ ಅವಳು ಎದ್ದು ನದಿಯ ಕೆಳದಡದಲ್ಲೇ ನಡೆದು ಜೊಂಡಿನ ಮರೆಗೆ ಹೋದಳು. ವಿದುರ ಅಲ್ಲೇ ಕುಳಿತ. ಕರ್ಣನ ಬಗೆಗೆ ನನ್ನಲ್ಲಿರುವುದು ಮತ್ಸರವೆ? ಎಂಬ ಪ್ರಶ್ನೆ ಕುಕ್ಕಲು ಶುರುವಾಯಿತು. ಈಗ ಅಲ್ಲಿ ನಡೆಯುತ್ತಿರುವ ಯುದ್ಧದ ಮೂಲ ಕಾರಣವು ಮತ್ಸರವೆಂದು ನಾನೇ ಹೇಳಿದ್ದೇನೆ. ಪಾಂಡವರ ಏಳಿಗೆಯನ್ನು ತಡೆಯಲಾರದ ನಿನ್ನ ಈ ಮತ್ಸರದಿಂದ ಮುಂದೆ ಭಯಂಕರ ರಕ್ತಪಾತವಾಗುತ್ತದೆಂದು ಹದಿಮೂರೂವರೆ ವರ್ಷದ ಹಿಂದೆಯೇ ದುರ್ಯೋಧನನಿಗೆ ಬುದ್ಧಿ ಹೇಳಿದೆ. ಧೃತರಾಷ್ಟ್ರನಿಗೂ ಒತ್ತಿ ಒತ್ತಿ ಹೇಳಿದೆ. ಕರ್ಣ, ಅರ್ಜುನನ ಯುದ್ಧಕೌಶಲದ ಬಗೆಗೆ ನಿನ್ನಲ್ಲಿರುವ ಮತ್ಸರದಿಂದ ನೀನು ಹೀಗೆ ಆಡುತ್ತಿದ್ದೀಯ, ನಿನ್ನ ಸಖನನ್ನು ಅಡ್ಡಹಾದಿಗೆ ಎಳೆಯುತ್ತಿದ್ದೀಯ ಎಂದು ರಾಜಸಭೆಯಲ್ಲೇ ನಾನು ಆಡಿದ ಮಾತನ್ನು ಭೀಷ್ಮರೇ ಸಾಧು ಸಾಧು ಎನ್ನಲಿಲ್ಲವೆ? ಅಂತಹ ನನ್ನಲ್ಲಿ ಮತ್ಸರವಿರುವುದು ಸಾಧ್ಯವೆ? ಮನಸ್ಸನ್ನು ಸೂಡಿಯಂತೆ ಹಚ್ಚಿಕೊಂಡು ಒಳಗಿನ ಸಂದುಗೊಂದುಗಳಲ್ಲೆಲ್ಲ ತಿರುಗಿ ನೋಡಿದರೂ ಅದರ ಕಲೆ ಕೂಡ ಕಾಣಿಸಲಿಲ್ಲ. ಹೊರಗೆ ಇನ್ನಷ್ಟು ಬೆಳಗಾಯಿತು. ಹಕ್ಕಿಪಕ್ಷಿಗಳು ಈಗ ಚಿಲಿಪಿಲಿಗುಟ್ಟತೊಡಗಿದವು. ಎದುರಿನ ನೀರಿನ ಮೇಲೆ ತೆಳುವಾದ ಹೊಗೆಯಂತೆ ಕೊರೆಗಾಲದ ಹಬೆ ಕಾಣಿಸಿತು. ಆಗಲೇ ಇಷ್ಟೊಂದು ಚಳಿಗಾಲವಾಗಿದೆಯೇ ಎನ್ನಿಸಿ ಅವನು, ದವಡೆ ಹಲ್ಲುಗಳು ಬಿದ್ದ ತನ್ನ ಬಾಯಿ ತೆಗೆದು ಉಫ್ ಎಂದು ಜೋರಾಗಿ ಗಾಳಿಗೆ ಉರುಬಿದ. ಹೌದು ಹಬೆ ಕಾಣಿಸುತ್ತದೆ. ಉರುಬಿದಷ್ಟೂ ಕಾಣಿಸುತ್ತದೆ ಎಷ್ಟು ಸಲ ಉರುಬಿದರೂ. ಕೊನೆಗೆ ಎದೆ ಹೊಟ್ಟೆಗಳಲ್ಲಿ ನೋವು ಬಂದಂತಾಗಿ ಸುಮ್ಮನಾದ. ಅಷ್ಟರಲ್ಲಿ ಮಕ್ಕಳು ಮೊಮ್ಮಕ್ಕಳು ಒಬ್ಬೊಬ್ಬರಾಗಿ

ಮೆಟ್ಟಿಲುಗಳನ್ನಿಳಿದು ಬರತೊಡಗಿದರು. ಅವನು ಮುಖ ತೊಳೆದು ಮೆಟ್ಟಿಲುಗಳನ್ನು ಹತ್ತಿದ. ಏದುಸಿರು ಬಂತು.

ಹೌದು, ನೀರಿನ ತಿರುವುಸದ್ದು ಕೆಳಗಿಗಿಂತ ಇಲ್ಲಿಯೇ ಹೆಚ್ಚಾಗಿ ಕೇಳಿಸುತ್ತದೆ. ಇಷ್ಟು ದಿನ ನಾನು ಗಮನಿಸಿಯೇ ಇರಲಿಲ್ಲ ಎಂದುಕೊಂಡವನು, ಆಗ ತಾನೇ ಹಳದಿಯಾಗುತ್ತಿದ್ದ ಬಿಸಿಲಿನಲ್ಲಿ ಬಯಲ ಕಡೆಗೆ ಹೊರಟ. ಏನಾದರೂ ಆಶೆ ಇದ್ದವನಿಗೆ ಮತ್ಸರವಿರುವುದು ಸಹಜ. ತನಗಿಂತ ಹೆಚ್ಚಿನವನ ಬಗೆಗೆ ಮತ್ಸರವಿರುವುದೂ ಸಹಜ. ಕರ್ಣ ನನಗಿಂತ ಹೆಚ್ಚಿನವನೇ, ವಯಸ್ಸಿನಲ್ಲಿ, ಧರ್ಮಪ್ರಜ್ಞೆಯಲ್ಲಿ, ಜನಗಳಿಂದ ಸಲ್ಲುವ ಗೌರವದಲ್ಲಿ? ನಾನೇಕೆ ಮತ್ಸರ ಪಡಲಿ? ಎಂದುಕೊಳ್ಳುವಾಗ ತನಗೂ ಕರ್ಣನಿಗೂ ಇರುವ ಎಲ್ಲ ಅಂಶಗಳನ್ನೂ ಮನಸ್ಸು ಬಿಡಿಬಿಡಿಯಾಗಿ ತೆಗೆದು ತೂಗತೊಡಗಿತು. ಅವನು ಬಿಲ್ಲುಗಾರನಿರಬಹುದು. ನಾನಾಗಿಯೇ ಬೇಡವೆಂದು ತ್ಯಾಗ ಮಾಡಿದ ಕ್ಷೇತ್ರ ಅದು, ಸ್ವಂತ ರಕ್ಷಣೆಗೆ ಅಗತ್ಯವಾದಷ್ಟ ನ್ನುಳಿದು, ಸಕಲರೂ ಯುದ್ಧಕ್ಕೆ ಹೋಗಿರುವಾಗ, ಹೋಗಬೇಕೆಂಬ ರಾಜಾಜ್ಞೆಯನ್ನು ಪಾಲಿಸಿರುವಾಗ ನನಗೆ ಅಧರ್ಮವೆಂದು ಕಾಣುವ ಯುದ್ಧದಲ್ಲಿ ನಾನಾಗಲಿ ನನ್ನ ಮಕ್ಕಳು ಮೊಮ್ಮಕ್ಕಳಾಗಲಿ ಭಾಗಿಯಾಗುವುದಿಲ್ಲವೆಂದು ಹೇಳಿದ ನನ್ನ ಧೈರ್ಯ ಕರ್ಣನಿಗಿದೆಯೆ, ಎಂಬ ಹೋಲಿಕೆ ಬಂದಾಗ ಭೀಷ್ಮನು ಸೇನಾಪತಿಯಾಗಿರುವ ತನಕ ತಾನು ಬಿಲ್ಲು ಮುಟ್ಟುವುದಿಲ್ಲವೆಂದು ತನ್ನ ಶಿಬಿರಕ್ಕೆ ಹೋಗಿ ಕುಳಿತನಂತಲ್ಲ ಎಂಬ ನೆನಪು ಬಂದು ಗಕ್ಕನೆ ಎಡವಿದಂತಾಯಿತು. ಆದರೆ ಮರುಕ್ಷಣವೇ ಅದು ತನ್ನ ಅಹಂಕಾರಸ್ಥಾಪನೆಗಾಗಿ ಮಾಡಿದ ಮೊಂಡತನವೆಂಬ ಕಾರಣ ಹೊಳೆದು ಎಡವಿನ ಉಳುಕು ಬಿಟ್ಟಂತಾಯಿತು. ಅಹಂಕಾರವೇ ಎಲ್ಲ ಪಾಪ ಅನೀತಿಗಳ ಮೂಲ ಎಂಬ ತತ್ತ್ವದಲ್ಲಿ ಕರ್ಣನ ಕ್ರಿಯೆಯನ್ನು ಅಡಕಗೊಳಿಸಿದನಂತರ ಮನಸ್ಸಿಗೆ ಸಮಾಧಾನವೆನ್ನಿಸಿತು.

ವಿದುರ ಆ ದಿನವೆಲ್ಲ ತನ್ನ ಕೋಣೆಯಲ್ಲಿ ಕಂಬಳಿ ಹೊದೆದು ಮಲಗಿಯೇ ಇದ್ದ. ಕುಂತಿ ನದಿಯ ನೀರಿನ ಹತ್ತಿರ ಮೆಟ್ಟಿಲಿನ ಮೇಲೆ ಎಂದಿನಂತೆ ಕುಳಿತಿರುವುದು ಕಿಟಕಿಯಿಂದ ಬಾಗಿ ನೋಡಿದರೆ ಕಾಣುತ್ತಿತ್ತು. ಸಾಧಾರಣವಾಗಿ ಅವಳು ಕೂರುವ ಜಾಗವೇ ಅದು. ಯುದ್ಧ ನಿಶ್ಚಯವಾದಾಗಿನಿಂದಲಂತೂ ನೀರದಡವನ್ನೇ ತನ್ನ ಆವಾಸಸ್ಥಾನ ಮಾಡಿಕೊಂಡಿದ್ದಾಳೆ. ಈ ದಿನ ಅವಳು ನದಿಯಲ್ಲಿ ತೇಲಿ ತನ್ನಿಂದ ದೂರ ದೂರ ಹೋಗುತ್ತಿರುವಂತೆ ಅವನಿಗೆ ಒಳಗಿನಿಂದ ಅನ್ನಿಸಲು ಶುರುವಾಯಿತು. ಕರ್ಣನ ಬಗೆಗೆ ನಿನಗಿರುವುದು ಮತ್ಸರ ಎಂದ ಮಾತು ಹೋಗಲಿ, ನಿನ್ನ ಅನ್ನ ತಿನ್ನುತ್ತಿದೀನಿ ಎಂಬ ಉಪಕಾರಸ್ಮರಣೆಯ ಮಾತನಾಡಿ ಸ್ನೇಹಕ್ಕೆ ಒಂದು ಸ್ಪಷ್ಟ ರೂಪ ಕೊಟ್ಟು ಸಂಕುಚಿಸಿಬಿಟ್ಟಳಲ್ಲ ಎನ್ನಿಸಿದಾಗ ತಾನು ಏನನ್ನೋ ಕಳೆದುಕೊಂಡ ಭಾವ ತುಂಬಿತು. ಅವಳನ್ನು ಇಲ್ಲಿ ಇಟ್ಟುಕೊಂಡ ದಿನದಿಂದ ದುರ್ಯೋಧನನು ತನ್ನನ್ನು ಎಷ್ಟು ನಿಕೃಷ್ಟ ಮಾಡಿದ್ದಾನೆ. ಕರ್ಣನಂತೂ ಹಾವುಗಳ ತಾಯಿಗೆ ಆಶ್ರಯಕೊಡುವ ಹುತ್ತ ಎಂದು ನನ್ನೆದುರಿಗೇ ಅಂದಿಲ್ಲವೆ? ಈಗ ನನಗೆ ಅವನ ಬಗೆಗೆ ಮತ್ಸರವಿದೆ ಎಂದು ಇವಳೇ ಅಂದುಬಿಟ್ಟಳಲ್ಲ ಎಂಬ ನೆನಪು ಬಂದಾಗ ಕೋಪ ಹುಟ್ಟಿತು. ಆದರೆ ತಾನು ಕೋಪವನ್ನು ಗೆದ್ದವನು ಸಹಜಶಾಂತಮನಸ್ಕನೆಂಬ

ಹೆಸರು ಪಡೆದವನು ಎಂಬ ನೆನಪಾಗಿ ಅದನ್ನು ಹತ್ತಿಕ್ಕಲು ಪ್ರಯತ್ನಿಸಿದ. ಎಲ್ಲ ಅನರ್ಥಗಳಿಗೂ ಕೋಪವೇ ಮೂಲವೆಂದು ತಾನು ಅದೆಷ್ಟು ಬಾರಿ ತುಂಬಿದ ರಾಜಸಭೆಯಲ್ಲಿ ಹೇಳಿಲ್ಲ, ಭೀಷ್ಮರಂಥವರೇ ಅದನ್ನು ಕೇಳಿ ತಲೆದೂಗಿಲ್ಲ ಎಂಬ ನೆನಪೂ ಸಹಾಯಕ್ಕೆ ಬಂತು. ಊಟ ಮಾಡುವಾಗ ಎಲ್ಲರೊಡನೆ ಕುಂತಿಯೂ ಕುಳಿತಿದ್ದಳು. ಮಾತನಾಡಿಸಲೇಬೇಕೆಂಬ ಪದ್ಧತಿ ಏನೂ ಇರಲಿಲ್ಲ. ಅವಳೂ ಅನ್ಯಮನಸ್ಕಳಾಗಿ ಎರಡು ತುತ್ತು ತಿಂದಳು. ಮಾತನಾಡುವ ಪ್ರಸಂಗ ಬರಲಿಲ್ಲ. ಊಟ ಮಾಡುವಾಗ ದೇವಿ ಗಾಂಧಾರಿ ಹೇಳಿದ ಮನೆಗೆ ಹೋಗಿ ಆ ಕುಂತಿಗೆ ಹೇಳುವಾಗ ಬಿಕ್ಕಿ ಬಿಕ್ಕಿ ಅಳುತ್ತಾನೆ ಎಂಬ ಮಾತು ನೆನಪಿಗೆ ಬಂತು. ಗಾಂಧಾರಿಗಂತೂ ಕುಂತಿಯ ಬಗೆಗೆ ಮತ್ಸರವಿರುವುದರಲ್ಲಿ ಯಾವ ಮುಚ್ಚುಮರೆಯೂ ಇಲ್ಲ. ಇಂತಹ ಅಸೀಮತ್ಯಾಗ ಮಾಡಿದ ಮಹಾಪತಿವ್ರತೆ ದೇವಿಯಲ್ಲಿ ಇದೊಂದು ಕುಂದಿಲ್ಲದಿದ್ದರೆ ಎಷ್ಟು ಉತ್ತಮವಾಗಿತ್ತು ಎಂದು ತಾನು ಹಲವು ಬಾರಿ ಕೊರಗಿರುವುದೂ ನೆನಪಾಯಿತು. ಆದರೆ ಕುಂತಿಗೂ? ಮಾದ್ರಿ ಇರುವಾಗ ಅವಳ ಮೇಲೆ ಪ್ರಚಂಡ ಹೊಟ್ಟೆಕಿಚ್ಚಿತ್ತು. ಷಂಡ ಗಂಡನ ನೊಗಕ್ಕೆ ಕುತ್ತಿಗೆ ಕೊಟ್ಟ ಜೊತೆಯ ಅಭಾಗಿನಿ ಎಂಬ ಸಂತಾಪವಿದ್ದರೂ, ಪಾಂಡುವಿನೊಡನೆ ಅವಳನ್ನೂ ಸುಟ್ಟ ಮೇಲೆ ಇವಳ ಹೊಟ್ಟೆಕಿಚ್ಚು ಭಸ್ಮವಾಯಿತೆಂದು ತೋರುತ್ತದೆ. ಆಮೇಲೆ ತನಗಿಂತ ಉತ್ತಮ ಸ್ಥಿತಿಯಲ್ಲಿರುವ ಯಾರನ್ನಾದರೂ ಕಂಡು ಒಳಗೇ ಕಿವಿಚಿಕೊಂಡಿದ್ದರೆ ನನಗೆ ಗೊತ್ತಿಲ್ಲ. ಗಾಂಧಾರಿಯ ಮಗ ಸಿಂಹಾಸನದ ಮೇಲೆ ಕೂತು, ತನ್ನ ಮಗನು ರಾಜಸೂಯ ಮಾಡಿದ ಸಿಂಹಾಸನವನ್ನು ಗಾಂಧಾರಿಯ ಮಗನಿಗೆ ಸೋತು ತಮ್ಮಂದಿರೊಡನೆ ಕಾಡಿಗೆ ಹೋಗಿರುವಾಗ ಅವಳಿಗೆ ಒಂದು ದಿನವೂ ಮತ್ಸರ ಬಂದಿಲ್ಲವೆ ಕಳೆದ ಹದಿಮೂರೂವರೆ ವರ್ಷದಲ್ಲಿ? ಏನೂ ಜ್ಞಾಪಕಕ್ಕೆ ಬರುತ್ತಿಲ್ಲ.

ಸಂಜೆಯ ವೇಳೆಗೆ ವಿದುರನ ಸ್ವಾಸ್ಥ್ಯ ಸ್ವಲ್ಪ ತಪ್ಪಿತು. ಜ್ವರ ಬಂದಂತಹ ಇರಿಸುಮುರಿಸು. ಸೂಕ್ಷ್ಮವಾದ ಮೈನಡುಕ. ರಾತ್ರಿ ಊಟ ಮಾಡುವಾಗಲೂ ಕುಂತಿ ತನ್ನ ಪಾಡಿಗೆ ತಾನು ಒಂದು ತುತ್ತು ತಿಂದು ಎದ್ದಳು. ಅನಂತರ ಅವಳೇ ಹತ್ತಿರ ಬಂದು, 'ಮತ್ತೆ ಯುದ್ಧದ ಸುದ್ದಿ ಬರುವುದು ಯಾವಾಗ?' ಎಂದು ಕೇಳಿದಳು. ಅವನಿಗೆ ಸ್ವಲ್ಪ ಸಮಾಧಾನವೆನ್ನಿಸಿತು. ಸಂಜಯ ನಾಳೆ ಬೆಳಗ್ಗೆ ಹೋಗುತ್ತಾನೆ. ನಾಡದ್ದು ಬರಬಹುದು. ಈ ನಡುವೆ ಸಾಮಾನು ಸಾಗಿಸುವ ಗಾಡಿಯವರಿಂದ ಏನಾದರೂ ತಿಳಿದರೆ ವಿಚಾರಿಸುತ್ತೇನೆ ಎಂದ. ಅವಳು ಅವನ ರೋಗಿಷ್ಠೆ ಹೆಂಡತಿ ಪಾರಸವಿಯ ಹತ್ತಿರಕ್ಕೆ ಹೋಗಿ ಕುಳಿತಳು. ವಿದುರನಿಗೆ ಒಂದು ತೆರನಾದ ಒಂಟಿತನದ ಭಾವ. ರಾತ್ರಿ ಸರಿಯಾಗಿ ನಿದ್ರೆ ಬರಲಿಲ್ಲ. ಜ್ವರದಂತಹ ಇರಿಸುಮುರಿಸು ಮರುದಿನವೂ ಇತ್ತು.

ಮರುದಿನ ಬೆಳಗ್ಗೆ ಧೃತರಾಷ್ಟ್ರನ ದಾಸಿ ಬಂದು, 'ಮಹಾರಾಜ ಕರೆಯುತ್ತಾನೆ' ಎಂದಳು. ನನಗೆ ಹುಶಾರಿಲ್ಲ. ಮಲಗಿದ್ದೇನೆ ಅಂತ ಹೇಳು ಎಂದು ಹೇಳುವಾಗ ವಿದುರ ಮಲಗಿಯೇ ಇದ್ದ. ನಾಲ್ಕು ಘಳಿಗೆಯನಂತರ ಮತ್ತೆ ಬಂದ ದಾಸಿ, 'ನಡೆಯಲಾಗದಿದ್ದರೆ ರಥದಲ್ಲಿ ಬರಬೇಕಂತೆ. ನಿನ್ನ ರಥ ಸಿದ್ಧವಿಲ್ಲದಿದ್ದರೆ ಅರಮನೆಯದನ್ನು ಕಳಿಸುತ್ತಾರಂತೆ' ಎಂದು ಎದುರಿಗೇ ನಿಂತಳು. ಎದ್ದು ರಥದಲ್ಲಿ ಕೂರುವ ಶಕ್ತಿಯೂ ಇಲ್ಲ ಎಂದು

ಹೇಳಿದನಂತರವೂ ನಿಂತಿದ್ದಳು. ವಿದುರ ಮಗ್ಗುಲು ಬದಲಿಸಿ ಗೋಡೆಯ ಕಡೆಗೆ ತಿರುಗಿದ. ಅನಂತರ ಮುಸುಕು ಹಾಕಿಕೊಂಡ. ಸಿಟ್ಟು ಬಂತು. ಸಿಟ್ಟಲ್ಲ, ನಿಶ್ಚಯ ಎಂದು ತನಗೆ ತಾನೇ ಹೇಳಿಕೊಂಡ. ಅವನಿಗೆ ಅಸಮ್ಮತವಾದ ವಿವೇಕ ಹೇಳಿದಾಗ ಅದೆಷ್ಟು ದಿನ ಧೃತ ರಾಷ್ಟ್ರ ನಾಳೆಯಿಂದ ನನ್ನ ಅರಮನೆಯ ಹೊಸ್ತಿಲು ತುಳಿಯಬೇಡ ದಾಸೀಪುತ್ರ ಅಂದಿಲ್ಲ. ನಾಲ್ಕೈದು ದಿನದ ನಂತರ ಹೀಗೆಯೇ ಹೇಳಿಕಳಿಸಿಲ್ಲ. ನೀನು ಅವತ್ತು ಹೀಗೆನ್ನಬಹುದೆ ಅಂದರೆ, ಅದನ್ನೆಲ್ಲ ಮರೆತುಬಿಡು ಎಂದು ಬೆನ್ನು ನೇವರಿಸಿಲ್ಲ. ಎಂದಾದರೊಂದು ದಿನ, 'ನೀನು ನನ್ನನ್ನು ಮಹಾರಾಜ ಎಂದೇಕೆ ಕರೆಯುತ್ತೀಯ. ನಾನು ನಿನಗೆ ಅಣ್ಣನಲ್ಲವೆ? ಅಣ್ಣ ಅನ್ನು' ಎನ್ನುವುದು. ಮತ್ತೊಂದು ದಿನ, 'ಅಣ್ಣ ಅನ್ನುವ ಸಲಿಗೆ ನಿನಗ್ಯಾಕೆ? ನನ್ನ ತಾಯಿಯ ದಾಸಿಯ ಹೊಟ್ಟೆಯಲ್ಲಿ ಹುಟ್ಟಿದ ಮಾತ್ರಕ್ಕೆ ಇಷ್ಟು ಅಧಿಕಾರವೋ? ನನ್ನ ನಿಯೋಗ ಪಿತನು ಒಬ್ಬ ಕಾಡುಹೆಂಗಸಿನಲ್ಲಿ ಒಂದು ಮಗು ಹುಟ್ಟಿಸಿದ್ದರೆ ಅದು ನನ್ನ ತಮ್ಮನಾಗುತ್ತಿತ್ತೊ?' ಎನ್ನುವುದು. ಅದನ್ನು ಮರೆತು ಇನ್ನು ಎಂದಾದರೂ ಭ್ರಾತೃಬಾಂಧವ್ಯ ಸ್ಥಾಪನೆಯ ಪ್ರಯತ್ನ. ಮತ್ತೆ ರಾಜತ್ವದ ಸೊಕ್ಕು. ಈ ಕ್ಷತ್ರಿಯರಿಂದ ಇನ್ನೂ ದೂರವಿರಬೇಕು ಎಂದುಕೊಳ್ಳುತ್ತಿರುವಾಗ ದಾಸಿ ನಡೆದುಹೋದದ್ದು ಕೇಳಿಸಿತು. ಇದ್ದಕ್ಕಿದ್ದಂತೆಯೇ ಕುಂತಿಯ ನೆನಪಾಯಿತು. ಅವಳೂ ರಾಜತ್ವದ ಹೆಣ್ಣೇ ಎನ್ನಿಸಿ ಮನಸ್ಸನ್ನು ಖೇದ ತುಂಬಿಕೊಂಡಿತು.

ವಿದುರ ಹೋದನಂತರ ಧೃತರಾಷ್ಟ್ರ ಗಾಂಧಾರಿ ಇಬ್ಬರೂ ಅದೇ ದೊಡ್ಡ ಪಲ್ಲಂಗದ ಮೇಲೆ ಮಲಗಿದರು. ಆದರೆ ಇಬ್ಬರಿಗೂ ಬೇರೆ ಬೇರೆ ಕಂಬಳಿಗಳು, ಹೊರಳಿದಾಗ ಒಬ್ಬ ರಿಂದ ಇನ್ನೊಬ್ಬರ ನಿದ್ದೆಗೆ ತೊಂದರೆಯಾಗದಿರಲೆಂದು. ದಿಂಬುಗಳು ಕೂಡ ಬೇರೆ ಬೇರೆ. ಅಗಲಭುಜದ ಧೃತರಾಷ್ಟ್ರನಿಗೆ ಎತ್ತರದ ದಿಂಬು ಬೇಕಿತ್ತು. ಅವನು ಯಾವಾಗಲೂ ಗೋಡೆಯ ಕಡೆಗೆ ಮಲಗುತ್ತಿದ್ದ. ಇನ್ನೊಂದು ಕಡೆಗೆ ಗಾಂಧಾರಿ. ಇಲ್ಲದಿದ್ದರೆ ನಿದ್ದೆ ಬರುತ್ತಿರಲಿಲ್ಲ. 'ಹೊದಿಸುತ್ತಿರುವುದು ನನ್ನ ಕರಿ ಕಂಬಳಿ ತಾನೆ' ಎಂದು ದಾಸಿಯನ್ನು ಕೇಳಿದ. ಕರಿ ಕಂಬಳಿಯಾದರೆ ಹೆಚ್ಚು ಬೆಚ್ಚಗಿರುತ್ತದೆಂದು ಅವನ ನಂಬಿಕೆ. ಸ್ವಲ್ಪ ಶಖೆ ಎನ್ನಿಸಿದರೆ ಈ ಕರಿಯದನ್ನು ತೆಗೆದು ಬಿಳಿಯದು ಹೊದ್ದಿಸು ಎನ್ನುತ್ತಿದ್ದುದೂ ಉಂಟು. ಗಾಂಧಾರಿಗೆ ಕರಿ ಬಿಳಿ ಎಂಬ ತಾರತಮ್ಯವಿಲ್ಲ. ಯಾವುದಾದರೆ ಅದು. 'ದೀಪ ಉರಿಯುತ್ತಿ ದೆಯೋ?' ದಾಸಿಯನ್ನು ಕೇಳಿದ. 'ಆಗಾಗ್ಗೆ ಎಣ್ಣೆ ಹಾಕುತ್ತಿರು, ನಿದ್ದೆ ಮಾಡಿಬಿಡಬೇಡ,' ಅಪ್ಪಣೆ ಮಾಡಿದ. ಕುರುಡನಿಗೆ ದೀಪವಿದ್ದರೇನು ಇಲ್ಲದಿದ್ದರೇನು, ದಾಸಿ ತನ್ನಲ್ಲಿ ತಾನೇ ಗೊಣಗಿಕೊಂಡರೂ ನಡುವೆ ಅಕಸ್ಮಾತ್ ಆರಿಹೋದರೆ ವಾಸನೆಯ ವ್ಯತ್ಯಾಸದಿಂದಲೇ ತಿಳಿದು ಕೂಗಿ ಕರೆದು ಬೈಯುತ್ತಾನೆಂಬ ಅರಿವು ಎಲ್ಲ ದಾಸಿಯ ರಿಗೂ ಇತ್ತು. ಅವಳು ಕೋಣೆಯ ಬಾಗಿಲಿನ ಆಚೆಗೆ ನಡೆದು ಹೋದ ಸಪ್ಪಳವನ್ನಾಲಿಸಿದ ಮೇಲೆ ಹೆಂಡತಿಗೆ ಹೇಳಿದ: 'ವಿದುರನ ಯೋಗ್ಯತೆ ನೋಡಿದೆಯ?'

'ಹೊಸದಾಗಿ ನೋಡಬೇಕೆ?'

ಆ ಮಾತು ಅಲ್ಲಿಗೆ ಮುಗಿಯಿತು. ಯೋಗ್ಯತೆ ಹೀಗಿದ್ದೂ ಅವನನ್ನು ಬಿಟ್ಟಿರಲಾರದೆ ಹಚ್ಚಿಕೊಂಡಿರುವವನು ನೀನೇ ಎಂದು ಸೇರಿಸುತ್ತಾಳೆಂದು ನಿರೀಕ್ಷಿಸಿದ. ಆದರೆ ಅಷ್ಟಕ್ಕೇ ನಿಲ್ಲಿಸಿದಳು. ಅಂದರೆ ಸಿಟ್ಟು ಹೆಚ್ಚು ಬಂದಿದೆಯೋ ಅಥವಾ ಮನಸ್ಸು ಬೇರೆ ಕಡೆ ಹರಿದಿದೆಯೋ ತಿಳಿಯಲಿಲ್ಲ. ತನ್ನ ಮನಸ್ಸೇ ವಿದುರನನ್ನು ಬಿಟ್ಟು ಪಕ್ಕದಲ್ಲಿ ಮಲಗಿದ್ದ ಹೆಂಡತಿಯ ಮನಸ್ಸನ್ನು ಊಹಿಸುವುದರಲ್ಲಿ ತೊಡಗಿತು. ಈ ಸ್ಥಿತಿಯಲ್ಲಿ ಏನಾದರೂ ಯಾರ ಕೈಲಾದರೂ ಮಾತನಾಡಬೇಕು. ನಿದ್ದೆ ಬರುವುದಿಲ್ಲ. ಆದರೆ ಹೆಂಡತಿಯ ಲಹರಿ ಒಂದೊಂದು ಥರ ಇರುತ್ತೆ. ವಿದುರನಾದರೆ ವಾಸಿ. ಎಷ್ಟು ಹೇಳಿದರೂ ತಾಳ್ಮೆಯಿಂದ ಕೇಳುತ್ತಾ ಕೂತಿರುತ್ತಾನೆ. ನಡುವೆ ಒಪ್ಪಿಗೆಯಾಗದ ಮಾತನಾಡಿದರೂ ಈ ಇವಳಂತೆ ಕಟಕಿ ಅನ್ನುವುದಿಲ್ಲ. ಆದರೆ ಈವೊತ್ತು, ಹೊಸದಾಗಿ ನೋಡಬೇಕೆ ಅವನ ಅಭಿಪ್ರಾಯವನ್ನು, ಈ ಸಂಜೆ ಕೂಡ ನೀನು ಹೇಳಿ ಕಳಿಸಿದ್ದರಿಂದ ನಾನು ಬಂದೆ ಮಹಾರಾಜ ಎಂದದ್ದೊಂದೇ ಅವನ ತಪ್ಪು ಉಳಿದ ಯಾವುದರಲ್ಲೂ ಹೊಸತಿಲ್ಲ ಎಂದುಕೊಳ್ಳುತ್ತಾ ಸುಮ್ಮನಾದ. ಅರಮನೆಯ ಆವರಣದ ಹೊರಗಿನಿಂದ ಇನ್ನೂ ಸದ್ದುಗದ್ದಲ ಬರುತ್ತಿತ್ತು. ಗಾಡಿಗೆ ಹೂಡಿದ ಎತ್ತುಗಳನ್ನು ಮಿಸಿಯುವ, ಗದ್ದರಿಸಿಕೊಳ್ಳುವ, ಲೊಚ್ಚೆ ಹಾಕುವ ಸದ್ದು. ಚಕ್ರಗಳ ಕಿರಕಿರ. ಸಾಮಾನುಗಳನ್ನು ಎತ್ತಿ ಎತ್ತಿ ತುಂಬುವವರ ಉತ್ಸಾಹದ ಕೂಗಾಟ. ಹೌದು, ಪಂಜು ಉರಿಸುವ ವಾಸನೆ ಬರುತ್ತಿದೆ. ಇಷ್ಟೊಂದು ಸರಬರಾಜು ಪಾಂಡವರಿಗೆ ಅಲ್ಲ, ಆ ಕುಂತಿಯ ಮಕ್ಕಳಿಗೆ ಎಲ್ಲಿಂದ ಬರಬೇಕು? ದರಿದ್ರ ಪಾಂಚಾಲ ಎಷ್ಟು ಕೊಟ್ಟಾನು? ಕೊಟ್ಟರೂ ಎಷ್ಟು ದೂರ ಸಾಗಿಸಿಯಾರು ಎಂದುಕೊಳ್ಳುತ್ತಿರುವಾಗ ಇದ್ದಕ್ಕಿದ್ದಂತೆಯೇ ದೊಡ್ಡಪ್ಪ ಭೀಷ್ಮರ ಪ್ರತಾಪ ನೆನಪಾಯಿತು. ಸಂಜಯ ಸರಿ, ಅವರಪ್ಪ ಗವಲ್ಗಣನಿಗಿಂತ ಚನ್ನಾಗಿ ಮನಸ್ಸಿಗೆ ಕಟ್ಟುವಂತೆ ಹೇಳುತ್ತಾನೆ ಎಂದು ನೆನಸಿಕೊಂಡು ಸವಿಯುತ್ತಿರುವಾಗ ನಡುವೆ ತನಗೇ ತಿಳಿಯದಂತೆ ಮಾತು ಹೊರಟಿತ್ತು. ತನ್ನ ಕಿವಿಯ ಮೇಲೆ ಬಿದ್ದನಂತರವೇ ಅದು ಅರಿವಿಗೆ ಬಂದದ್ದು. 'ನೀನು ದೊಡ್ಡಪ್ಪ ಭೀಷ್ಮರನ್ನು ನೋಡಿದ್ದೀಯಾ?'

'ಯಾಕೆ?' ಗಾಂಧಾರಿ ಕೇಳಿದಳು.

'ತುಂಬ ಎತ್ತರವಾದ ಮೈಕಟ್ಟಂತೆ. ಈ ವಯಸ್ಸಿನಲ್ಲೂ ಉತ್ತುಂಗ ಪರ್ವತ ಶಿಖರದಂತೆ ನಿಲ್ಲುತ್ತಾರಂತೆ. ಪರ್ವತ ಶಿಖರವನ್ನು ನೋಡಿದ್ದೀಯ ನೀನು?'

'ನಮ್ಮದು ಬೆಟ್ಟಗಳ ಸೀಮೆಯೇ ಅಲ್ಲವೆ? ಸಮತಲ ಪ್ರದೇಶವೆಂದರೆ ಏನೆಂಬುದೇ ನನಗೆ ಗೊತ್ತಿಲ್ಲ. ಎಷ್ಟು ಎತ್ತರವಾದ ಬೆಟ್ಟಗಳು. ಅವುಗಳನ್ನು ಮುಚ್ಚಿ ಬೆಳೆದ ಹಸಿರು ಮರಗಿಡಬಳ್ಳಿ ಪೊದೆಗಳು. ಶಿಖರಗಳು.'

'ನಮ್ಮ ಈ ಕುರುನಾಡು ಸಮತಲವಲ್ಲವೆ?'

'ಅಂತ ಹೇಳುತ್ತಾರೆ. ನಾನು ನೋಡಿದ್ದೇನೆಯೆ?'

ಅಂದರೆ ಧೃತರಾಷ್ಟ್ರ ತನಗೆ ತಿಳಿದಿರುವ ಒಂದು ಅಂಶವನ್ನು ತಿಳಿವಿನ ಹಂದರಕ್ಕೆ ಹೊಂದಿಸಿಕೊಳ್ಳಲು ಪ್ರಯತ್ನಿಸುತ್ತಿದ್ದಾಗ ಗಾಂಧಾರಿ ಹೇಳಿದಳು: 'ನನ್ನನ್ನು ನಿನಗೆ ಕೊಡುವುದೆಂದು ನಮ್ಮಪ್ಪ ನಿಶ್ಚಯಿಸಿದ ತಕ್ಷಣವೇ ನಾನು ಎರಡು ಕಣ್ಣುಗಳನ್ನೂ ಕಟ್ಟಿಕೊಂಡೆನಲ್ಲ.

ನಾನು ನೋಡಿರುವುದು ನನ್ನ ತೌರು ಗಾಂಧಾರ ದೇಶವನ್ನು ಮಾತ್ರ.'

'ಅಂದರೆ ದೊಡ್ಡಪ್ಪನನ್ನು ನೋಡಿಲ್ಲ.'

'ಹೇಗೆ ನೋಡಿರಲಿ? ಹೆಣ್ಣು ಕೊಡಿ ಅಂತ ಕೇಳಲು ಅವನೇನೂ ಬಂದಿರಲಿಲ್ಲ. ಬರೀ ಸೈನ್ಯ, ಸೇನಾನಾಯಕ, ವಸ್ತ್ರಾಭರಣ, ಲೋಹದ ಪಾತ್ರೆಪಡಗ, ಬಯಲು ನಾಡಿನಲ್ಲಿ ಬೆಳೆಯುವ ದಿನಸಿ ಧಾನ್ಯ ತುಂಬಿದ ಗಾಡಿಗಳನ್ನು ಮಾತ್ರವಲ್ಲವೇ ಅಲ್ಲಿಗೆ ಕಳಿಸಿದುದು. ನಿನಗೆ ಹೇಗೆ ನೆನಪುಳಿಯಬೇಕು ವಿವರಗಳು!'

ಧೃತರಾಷ್ಟ್ರನ ಮನಸ್ಸು ಅಷ್ಟರಲ್ಲಿ ಭಕ್ತಿಭಾವದಿಂದ ತುಂಬಿಬಂದಿತ್ತು. ಗಂಡನಿಗಿಲ್ಲದ ದೃಷ್ಟಿಭಾಗ್ಯ ತನಗೇಕೆ ಎಂದು ಮದುವೆ ನಿಶ್ಚಯವಾದ ತಕ್ಷಣ ತನ್ನ ಎರಡು ಕಣ್ಣುಗಳನ್ನೂ ತಾನೇ ಕಟ್ಟಿಕೊಂಡು ಬಂದು ಈ ಊರಿನ ಇದೇ ಅರಮನೆಯಲ್ಲಿ ಅಗ್ನಿಸಾಕ್ಷಿಯಾಗಿ ತನ್ನ ಪತ್ನಿಯಾಗಿ ಮಹಾಪತಿವ್ರತೆಯಾಗಿ ಸಕಲ ಕುರುಕುಲದಲ್ಲಿ ಮಾತ್ರವಲ್ಲ ಇಡೀ ಆರ್ಯ ಜಗತ್ತಿನಲ್ಲೇ ಅದ್ವಿತೀಯ ದೇವಿ ಎನ್ನಿಸಿರುವ ಹೆಂಡತಿಯ ಬಗೆಗೆ ಇದ್ದ ಹೆಮ್ಮೆ ಉಕ್ಕಿ ಬಂತು. ಅವಳು ತ್ಯಾಗದಿಂದ ದೊಡ್ಡವಳಾದಳು ಎಂಬ ಅರಿವಿನ ಜೊತೆಗೆ ಕೃತಜ್ಞತೆಯೂ ಮೂಡಿತು. ಮಲಗಿದ್ದವನು ಎಡಗೈಯನ್ನು ಅವಳ ಕಡೆ ನೀಡಿದ. ಒರಟು ಕಂಬಳಿ, ಅವಳು ಹೊದೆದಿರುವುದು ಕರಿಯದೋ ಬಿಳಿಯದೋ ಮುಟ್ಟಿ ನೋಡಿ ಬಣ್ಣ ತಿಳಿಯುವು ದಕ್ಕಾಗುವುದಿಲ್ಲ ಎಂದುಕೊಳ್ಳುತ್ತಿರುವಾಗ ಅವಳು 'ಏನು?' ಎಂದಳು.

'ದೇವಿ, ಈ ಮಹಾನ್ ಕುರುಕುಲವನ್ನುಳಿಸಲು ನೀನು ಬಂದೆ,' ಎಂಬ ಭಾವುಕ ಮಾತಿಗೂ ಅವಳು ಮೌನವಾಗಿದ್ದಳು. ಧೃತರಾಷ್ಟ್ರ ಸುಮ್ಮನಾದ. ಮುಟ್ಟಿ ನೋಡಿಯೇ ಬಣ್ಣ ತಿಳಿಯುವುದಕ್ಕಾಗುವುದಿಲ್ಲವಲ್ಲ ಎಂಬ ಕೊರಗು. ಗಾಂಧಾರಿಯದು ಶುದ್ಧ ಕೆಂಪು ಬಣ್ಣವಂತೆ, ಪರ್ವತಸೀಮೆಯವರೇ ಹಾಗಂತೆ, ಎಂದು ತಾನು ಕೇಳಿರುವುದು. ಮೃದುವಾದ ಚರ್ಮ, ಆದರೆ ಗಟ್ಟಿಮುಟ್ಟು ಮೈಕಟ್ಟು, ಇಷ್ಟೇ ತನಗೆ ಅವಳ ಕೆಂಪು ಬಣ್ಣವೆಂದು ತಿಳಿದಿರುವುದು ಎಂದುಕೊಳ್ಳುತ್ತಿರುವಾಗ ಕರಿ ಕಂಬಳಿ ಹೊದೆಸಿದ್ದೇನೆಂದು ಹೇಳಿ ದಾಸಿ ಮೋಸ ಮಾಡಿ ಬಿಳಿಯದನ್ನು ಹೊದ್ದಿಸಿದ್ದರೆ, ಎಂಬ ಸಂಶಯ ಬಂತು. ದೇವಿ ಕೂಡ ಕಣ್ಣು ಕಟ್ಟಿಕೊಂಡಿರುವುದರಿಂದ ತನ್ನ ಕಂಬಳಿಯ ಬಣ್ಣವನ್ನು ನೋಡಿ ಹೇಳುವ ಆಪ್ತರು ಇಲ್ಲ. ದಾಸಿಯರೆಲ್ಲ ತಮ್ಮ ತಮ್ಮಲ್ಲೇ ಮಾತನಾಡಿಕೊಂಡಿದ್ದರೆ, ಆದರೆ ಬೆಚ್ಚಗಿದೆ, ಕರಿಯದೇ ಇರಬೇಕು, ಇಲ್ಲದಿದ್ದರೆ ಎಂಥ ಶಿಕ್ಷೆ ಅನ್ನುವ ಭಯ ಅವರಿಗಿಲ್ಲವೆ ಎಂಬ ಸಮಾಧಾನ ಹುಟ್ಟಿತು.

'ಈ ಕುರುಕುಲವನ್ನು ಉಳಿಸಿದವರೇ ದೊಡ್ಡಪ್ಪ ಭೀಷ್ಮರು. ಈಗ ಈ ವಯಸ್ಸಿನಲ್ಲಿ ಕೂಡ ಪ್ರತಾಪವನ್ನು ಮೆರೆಯುತ್ತಾ ಉಳಿಸುತ್ತಿರುವವರು ಅವರು.' ಎಂಬ ಮಾತು ಬಾಯಿಯಿಂದ ಬಂತು.

ಗಾಂಧಾರಿ ಸುಮ್ಮನಿದ್ದಳು. ತನ್ನ ಮಾತನ್ನು ಸಮರ್ಥಿಸಿ ಅವಳು ಏನಾದರೂ ಹೇಳಬೇಕೆಂದು ಆಶಿಸಿದ್ದ ಧೃತರಾಷ್ಟ್ರನಿಗೆ ನಿರಾಶೆಯಾಯಿತು. ಅಲ್ಲವೆ? ಎಂದ. ಹೌದು ಎಂದು ಅವಳು ಎಡಕ್ಕೆ ಎಂದರೆ ತನ್ನ ಕಡೆಗೆ ಬೆನ್ನು ಮಾಡಿ ಹೊರಳಿದುದು ಕಂಬಳಿಯ

ಸಪ್ಪಳ ಮತ್ತು ಉಸಿರಿನ ದೂರದಿಂದ ತಿಳಿಯಿತು. ಅವಳಿಗೆ ನಿದ್ದೆ ಹತ್ತುತ್ತಿದೆ ಎಂಬುದು ಅರ್ಥವಾಗಿ ಅವನು ಸುಮ್ಮನಾದ. ಯುದ್ಧ ಶುರುವಾಗಿರುವ ಈ ದಿನ ಅವಳಿಗೆ ಇಷ್ಟು ಬೇಗ ನಿದ್ದೆ ಹತ್ತುತ್ತಿರುವುದರಿಂದ ಅಸಮಾಧಾನವೆನ್ನಿಸಿದರೂ ತಾನೂ ಮುಸುಕೆಳೆದುಕೊಂಡು ಅಂಗಾತನಾದ. ನಿದ್ದೆಗಣ್ಣಿನಲ್ಲಿ ಹೇಗೆ ಹೊರಳಿದರೂ ನಿದ್ದೆ ಎಳೆಯುವಾಗ ಮಾತ್ರ ಅಂಗಾತ ವಾಗಿರುವುದು ಅವನ ಅಭ್ಯಾಸ. ಸಂಜಯ ಹೇಳಿದುದನ್ನೆಲ್ಲ ಪ್ರಯತ್ನಪೂರ್ವಕವಾಗಿ ನೆನಪು ಮಾಡಿಕೊಂಡು ಹಿಗ್ಗುತ್ತಿರುವಾಗ ಇದ್ದಕ್ಕಿದ್ದಂತೆಯೇ ಪಾಂಡವರ ಸೈನ್ಯದ ನೆನಪು ಬಂತು. ಸಂಖ್ಯೆಯಲ್ಲಿ ಕಡಮೆಯಾದರೂ ಶಕ್ತಿಯಲ್ಲಿ ಕೀಳಲ್ಲವಂತೆ ಅವರ ಸಮರ್ಥಕರು. ಧೃಷ್ಟದ್ಯುಮ್ನ ಪಳಗಿದ ಯೋಧ ಹಾಗೂ ನಾಯಕನಂತೆ. ಕೃಷ್ಣನಂತೂ ಮಹಾ ತಂತ್ರಗಾರ. ಸಾತ್ಯಕಿ ವೀರನಂತೆ. ಭೀಮನ ಮಗ ಬಂದಿದ್ದಾನಂತೆ. ಭೀಮನಂತೂ ರಥಗಳನ್ನೇ ಮುರಿದು ಅವುಗಳ ಗಾಲಿ ನೊಗ ಇರಚಿಗಳನ್ನು ಶತ್ರುಗಳ ಮೇಲೆ ರೊಂಯ್ ಎಂದು ಬೀಸಿ ಎಸೆಯುವ ರಾಕ್ಷಸಪರಾಕ್ರಮಿಯಂತೆ. ಅರ್ಜುನನ ಬಾಣ, ನಕುಲ ಸಹದೇವರು, ದ್ರೌಪದಿಯ ಐದು ಮಕ್ಕಳು. ಸಂಜಯ ಹೇಳಿದಷ್ಟು ಸುಲಭವಲ್ಲವೇನೋ! ಅನುಮಾನ ಬಂದು ಕಸಿವಿಸಿಯಾಯಿತು. ಎಂಭತ್ತೊಂದರ ನನಗೇ ಒಮ್ಮೊಮ್ಮೆ ಸುಸ್ತು ನಿತ್ರಾಣಗಳು ಕಾಣಿಸುವಾಗ ನೂರ ಇಪ್ಪತ್ತು ಕಳೆದ ದೊಡ್ಡಪ್ಪ, ನನ್ನಜ್ಜನ ವಯಸ್ಸಿನ, ಭೀಷ್ಮರಿಗೆ ನಿಜ ವಾಗಿಯೂ ಯುದ್ಧ ಮಾಡುವ ಶಕ್ತಿ ಇದೆಯೆ? ಎಂಬ ಆತಂಕ. ಸಂಜಯ ಸುಳ್ಳು ಹೇಳಿ ದನೋ? ಒಳಗೆ ತಳಮಳ ಹುಟ್ಟಿದರೂ ಅದು ಸುಳ್ಳಲ್ಲವೆಂದು ಮನಸ್ಸು ಸಮರ್ಥನೆಯನ್ನು ಎತ್ತಿ ಎತ್ತಿ ಹಿಡಿಯುತ್ತಿತ್ತು. ನಾನಾದರೆ ಸಂಸಾರಿ. ಗಟ್ಟಿಮುಟ್ಟು ಹೆಂಡತಿ, ಹತ್ತು ಹಲವು ದಾಸಿಯರು. ಆಜನ್ಮ ಬ್ರಹ್ಮಚಾರಿಗೆ ಮುಪ್ಪು ಹೇಗೆ ಬಂದೀತು ಎಂಬ ಸಮಾಧಾನ ಅತ್ಯಂತ ಸಮಂಜಸವಾಗಿ ಸ್ವೀಕೃತವೂ ಆಯಿತು. ಭೀಷ್ಮರು ದೊಡ್ಡವರು, ಉತ್ತುಂಗ ಪರ್ವತಶಿಖರದಂಥವರು ಎಂದುಕೊಳ್ಳುವಾಗ ತನಗೂ ಸ್ವಲ್ಪ ಮಂಪರು ಬಂತು. ಮಂಪರೋ, ನಿದ್ದೆಯೋ, ಅಂತೂ ಸ್ವಲ್ಪ ಹೊತ್ತು ಎಲ್ಲವೂ ಮರೆಯಾಗಿದ್ದಾಗ ಗಾಂಧಾರಿ ಗೊರಕೆ ಹೊಡೆಯುವ ಸದ್ದು ಕಿವಿಗೆ ಬಿದ್ದು ಎಚ್ಚರವಾಯಿತು. ಎಡಗೈ ನೀಡಿ ನೋಡಿದ, ಹೌದು, ಅಂಗಾತವಾಗಿದ್ದಾಳೆ, ಅದಕ್ಕೇ ಗೊರಕೆ ಎಂದು ತಿಳಿದು ಅವಳನ್ನು ಅಲುಗಾಡಿಸಿ ಮಗ್ಗುಲಾಗಿ ಮಲಗು ಎಂದ. ಅವಳು ಸರಕ್ಕನೆ ಮಗ್ಗುಲು ತಿರುಗಿದಳು. ಆದರೂ ನಿದ್ರೆ ಅದೇ ಆಳದಲ್ಲಿ ತುಂಬಿಕೊಂಡಿತ್ತು. ಹಲ್ಲಿಲ್ಲದ ಬಾಯಿಯಿಂದ ಪುಸ್‌ಪುಸ್ ಎಂದು ಹೊರಡುವ ಉಸಿರೂ ಅದೇ ಪ್ರಮಾಣದಲ್ಲಿತ್ತು. ಅವಳ ಮೇಲೆ ರೇಗುವಂತಾಗುತ್ತಿತ್ತು. ಹತ್ತುವ ನಿದ್ದೆ ಹೀಗೆ ನಡುವಿನಲ್ಲೇ ಕಡಿದುಹೋದರೆ ಅನಂತರ ಎಷ್ಟು ಹೊತ್ತಾದರೂ ಮತ್ತೆ ಸುಳಿಯುವುದಿಲ್ಲವೆಂಬ ಅನುಭವ ಸಿಟ್ಟನ್ನು ಹೆಚ್ಚುಮಾಡಿತು. ಎಬ್ಬಿಸಿ ಬೈಯುವ ಮನಸ್ಸು. ಆದರೆ ನೀನೇನು ಕಡಮೆ ಹೊಡೆಯುತ್ತೀಯ. ಎಲ್ಲೋ ಒಂದು ದಿನ ನಾನು ಮರೆತು ಅಂಗಾತ ಹೊರಳಿ ಗೊರಕೆ ಹೊಡೆದರೆ ಎಷ್ಟು ರೇಗು ಅನ್ನುತ್ತಾಳೆಂಬ ನೆನಪಾಗಿ ಸುಮ್ಮನಾದ. ಮಾತಿಗೆ ಯಾರೂ ಜೊತೆಗಿಲ್ಲದೆ ಹೊತ್ತು ಹೋಗುವುದು ಕಷ್ಟವಾಯಿತು.

ಸ್ವಲ್ಪ ಹೊತ್ತಿಗೆ ಜಲಬಾಧೆಗೆ ಹೋಗುವಂತಾಯಿತು. ಸರಿಯಾಗಿ ನಿದ್ದೆ ಬರದಿದ್ದರೆ

ಇದೊಂದು ಗೋಳು ಎಂದುಕೊಂಡು ದಾಸೀ ಎಂದು ಕೂಗಿದ. ಎರಡನೆಯ ಸಲ ಕೂಗಿದ ಮೇಲೆ ಅವಳು ಬಂದೆ ಎಂದಳು. ಗಾಂಧಾರಿಯ ಪುಸ್ ಎಂಬ ತಿದಿ ಉಸಿರು ಹೆಚ್ಚು ಹೆಚ್ಚು ವೇಗವಾಗುತ್ತಿತ್ತು. ದಾಸಿಯ ಕೈ ಹಿಡಿದು ನಡೆಯುವಾಗ ನೆಲವು ತಣ್ಣಗಿದೆ ಎನ್ನಿಸಿತು. ದೀಪ ಉರಿಯುತ್ತಿರಬಹುದು. ಇಲ್ಲದಿದ್ದರೆ ಇವಳು ಇಷ್ಟು ಸಲೀಸಾಗಿ ಹೇಗೆ ನಡೆಸಿಕೊಂಡು ಹೋಗುತ್ತಿ ದ್ದಳು, ಎಂದು ಊಹಿಸಿಕೊಳ್ಳುತ್ತಾ ಕೋಣೆಯ ಹೊರಗೆ ಬಂದು ಬಲಗಡೆಯ ಹಜಾರದಲ್ಲಿ ಹೌದು ಸರಿಯಾಗಿ ಮೂವತ್ತು ಹೆಜ್ಜೆ ನಡೆದನಂತರ ಅವಳು ಹೇಳಿದಂತೆ ಹೊಸಿಲು ದಾಟಿ ಸ್ವಲ್ಪ ಮುಂದೆ ಹೋಗಿ ಒರಟು ಕಲ್ಲುಚಪ್ಪಡಿಯ ಮೇಲೆ ಕೂತು ಜಲಬಾಧೆ ತೀರಿಸಿ ಎದ್ದು ನಿಂತು ಅವಳು ಕಾಲಿಗೆ, ಚಪ್ಪಡಿಗೆ ನೀರು ತುಂಬಿ ಹಾಕಿ ಕಾಲನ್ನು ಒರೆಸಿದ ಮೇಲೆ ಹಿಂದಕ್ಕೆ ತಿರುಗುವಾಗ ಕೇಳಿದ: 'ಏಯ್, ಏನೇ, ನಿನ್ನ ಹೆಸರೇನೆ?' ಅವಳು ಮಾತನಾಡಲಿಲ್ಲ. 'ಏಯ್, ದಾಸಿ, ನಿನ್ನನ್ನೇ ಕೇಳಿದ್ದು.'

'ಚಾರು' ಎಂದಳು.

'ಆಹ್, ಒಳ್ಳೆಯ ಹೆಸರು. ಎಷ್ಟು ವಯಸ್ಸು ನಿನಗೆ?'

ಅವಳು ಮತ್ತೆ ಮೌನಿಯಾದಳು. ಪುನಃ ಕೇಳಿದನಂತರ, 'ಅರವತ್ತೈದು' ಎಂದಳು.

'ಹೌದಾ? ನಿನ್ನ ಮೃದು ಅಂಗೈಯನ್ನು ಮುಟ್ಟಿದರೆ ಹದಿನಾರರವಳೆಂದು ಭಾಸವಾಗುತ್ತೆ.' ಎಂದು ಅಲ್ಲೇ ಒಂದು ಮುಹೂರ್ತಕಾಲ ನಿಂತಿದ್ದ. ದಾಸಿಯೂ ನಿಂತುಕೊಂಡಳು. ಅನಂತರ ಅವನೇ, 'ಆದರೇನು ಮಾಡುವುದು, ನನಗೆ ಸಂಪೂರ್ಣ ಮುಪ್ಪು ಬಂದುಬಿಟ್ಟಿದೆ' ಎಂದ. ಅವಳು ಈಗಲೂ ಮೌನವಾಗಿದ್ದಳು. ತನ್ನನ್ನು ಹಿಡಿದಿದ್ದ ಅವಳ ಕೈ ಹಿಡಿತದ ಬಿಗಿ ಒತ್ತು ಅಳ್ಳಕಗಳಲ್ಲಿ ಯಾವ ವ್ಯತ್ಯಾಸವೂ ತಿಳಿಯಲಿಲ್ಲ. ಅನಂತರ ಎಂದ: 'ಚಾರು ಅಂದೆಯಲ್ಲವೆ? ಎಂಭತ್ತೊಂದಕ್ಕೆ ಸಂಪೂರ್ಣ ಮುಪ್ಪು ಬಂದಿರುವುದು ನನ್ನೊಬ್ಬನಿಗೆಯೋ ಅಥವಾ, ಅಥವಾ, ಎಲ್ಲ ಗಂಡಸರಿಗೂ ಎಷ್ಟು ವಯಸ್ಸಿಗೆ ಹೀಗೆ ಮುಪ್ಪು ಹಿಡಿಯುತ್ತೆ?'

ಚಾರು ಈಗಲೂ ಮಾತನಾಡಲಿಲ್ಲ. ಹೇಳು ಎಂದು ಅವನು ಮತ್ತೆ ಕೇಳಿದ ಮೇಲೆ, 'ಅದು ನನಗೆ ಹೇಗೆ ಗೊತ್ತಾಗಬೇಕು, ಮಹಾರಾಜ. ಯಾರಾದರೂ ನಿನ್ನಷ್ಟೇ ವಯಸ್ಸಾದ ಗಂಡಸನ್ನು ಕೇಳಿ ತಿಳಿದುಕೊ. ಚಳಿಯಲ್ಲಿ ಹೀಗೆ ನಿಲ್ಲಬಾರದು. ಬೆಚ್ಚಗೆ ಮಲಗು ನಡಿ.' ಎಂದು ಮುಂದೆ ದೂಡುವಂತೆ ನಡೆಯತೊಡಗಿದಳು.

ಗಾಂಧಾರಿ ಮತ್ತೆ ಗೊರಕೆ ಹೊಡೆಯುತ್ತಿದ್ದಳು. ಮಲಗಿಸಿ ಕಂಬಳಿ ಹೊದೆಸಿದನಂತರ ಅವಳು ಕೋಣೆಯಿಂದ ಹೊರಗೆ ನಡೆದ ಹೆಜ್ಜೆಯ ಸಪ್ಪಳ ಕೇಳಿತು. ಕಾಲಿಗೆ ಸಣ್ಣಗೆಜ್ಜೆಗಳ ಸರ ಹಾಕಿಕೊಂಡಿದ್ದಾಳೆ ಎಂದು ಈಗ ಗಮನಕ್ಕೆ ಬಂತು. ಕಂಬಳಿ ಹೊದೆಸಿದ ತಕ್ಷಣ ಹಿತವೆನ್ನಿಸಿತು. ಕರಿಯದೇ ಇರಬೇಕು ಎಂಬ ನಿಶ್ಚಯ ಹುಟ್ಟಿತು. ಹೊರಗೆ, ಅರಮನೆಯ ಆವರಣದಾಚೆಗೆ ಸದ್ದು ಗದ್ದಲವಿಲ್ಲ. ಎಲ್ಲವನ್ನೂ ಸಾಗಿಸಿಯಾಯಿತೋ ಅಥವಾ ನಡುರಾತ್ರಿ ಯಾಯಿತೆಂದು ಮಲಗಲು ಹೋದರೋ. ಇಷ್ಟೊಂದು ಸಾಮಾನು ಆ ಕುಂತಿಯ ಮಕ್ಕಳಿಗೆ ಎಲ್ಲಿಂದ ಬರಬೇಕು? ಎಂದು ಮುಸುಕೆಳೆದುಕೊಂಡ, ಉಸಿರಿಗೆ ಗಾಳಿ ಒಳಗೆ ಬರುವಂತೆ ಸಣ್ಣ ಸಂದು ಬಿಟ್ಟು. ಒಳಗೆಲ್ಲ ಬೆಚ್ಚಗಾಯಿತು. ಏನಂದಳು ಅವಳು? ಯಾರಾ

ದರೂ ನಿನ್ನಷ್ಟೇ ವಯಸ್ಸಾದ ಗಂಡಸನ್ನು ಕೇಳಿ ತಿಳಿದುಕೊ. ಯಾರನ್ನು ಕೇಳುವುದು ಎಂದು ಯೋಚಿಸುವಾಗ ಯಾವ ಹೆಸರೂ ನೆನಪಿಗೆ ಬರಲಿಲ್ಲ. ದೊಡ್ಡಪ್ಪ ಭೀಷ್ಮರಂತೂ ಬ್ರಹ್ಮಚಾರಿ. ಈ ವಿಷಯ ಹೇಗೆ ಗೊತ್ತಾಗಬೇಕು? ಅಲ್ಲದೆ ಇದೆಲ್ಲ ಅವರ ಕೈಲಿ ಮಾತನಾಡುವ ವಿಷಯವಲ್ಲ. ದ್ರೋಣನೂ ದೊಡ್ಡವನೇ. ಅಂಥ ಸ್ನೇಹವೂ ಇಲ್ಲ. ಬಡಬ್ರಾಹ್ಮಣ ಕೃಪ ಹೊಸ್ತಿಲಿನ ಹೊರಗೆ ನಿಂತೇ ಮಾತನಾಡುವ ದೀನ. ಇನ್ನು ಆತ್ಮೀಯವಾಗಿ ಮಾತನಾಡುವುದೆಂದರೆ ವಿದುರನೊಬ್ಬನೊಡನೆ ಸಾಧ್ಯ. ಆದರೆ ಇಂಥ ವಿಷಯವನ್ನು ಅವನ ಕೈಲೂ ಆಡುವಂತಿಲ್ಲ. ಗೃಹಸ್ಥರು ಕೂಡ ಬ್ರಹ್ಮಚಾರಿಗಳಂತಿರಬೇಕು, ಹೆಂಡತಿಯೊಡನೆ ಎಷ್ಟು ಮೈಥುನ ಮಾಡಿದರೂ ಬ್ರಹ್ಮಚರ್ಯಕ್ಕೆ ಬಾಧೆಯಾಗುವುದಿಲ್ಲ ಎಂತಲೋ ಏನೋ ಒಂದು ದಿನ ನನ್ನ ಕೈಲಿ ಧರ್ಮವ್ಯಾಖ್ಯೆಯನ್ನೂ ಮಾಡಿದ್ದ. ಇನ್ನು ಯಾರಿದ್ದಾರೆ ಆಪ್ತರು? ರಥ ಹೊಡೆಯುವ ಸಾರಥಿಯೋ ಅವನ ಅಪ್ಪನೋ ಯಾರಾದರೂ ಮುದುಕರನ್ನು ಕರೆಸಿ, ಮಹಾರಾಜನಾದ ನಾನು ಅಂತಹ ಸೇವಕರ ಕೈಲಿ ಈ ಮಾತನ್ನು, ನನಗೆ ಸ್ನೇಹಿತರೇ ಇಲ್ಲವಲ್ಲ ಎಂಬ ಆಶ್ಚರ್ಯವಾಯಿತು. ಜೊತೆಗೆ ವಿಷಾದ. ಗಾಂಧಾರಿ ಗೊರಕೆ ಹೊಡೆಯುತ್ತಲೇ ಇದ್ದಾಳೆ. ಹೆಂಡತಿಯಾದರೆ ಸಾಲದು, ಜೊತೆಗೊಬ್ಬ ಸ್ನೇಹಿತನಿರಬೇಕು. ಆಪ್ತ. ಅಂತರಂಗವನ್ನು ಹಂಚಿಕೊಂಡು ನನಗೆ ಹೀಗಾಯಿತು ನಿನಗೆ ಹೇಗಾಗುತ್ತಿದೆ ಎಂದು ಹೇಳುವಂತಹ ಮಿತ್ರ. ಯಾರೂ ಇಲ್ಲವಲ್ಲ ನನಗೆ ಎಂಬ ಅರಿವಾಗಿ ಬೆಚ್ಚನೆಯ ಕಂಬಳಿಯೊಳಗೆ ಒಂಟಿಭಾವ ತುಂಬಿಕೊಂಡಿತು. ಇಷ್ಟು ದಿನ ಈ ತೆರನಾದ ಆಲೋಚನೆಯೂ ಬಂದಿರಲಿಲ್ಲ. ಈ ಭಾವನೆಯೂ ಬಂದಿರಲಿಲ್ಲ. ಇದೇ ಮೊದಲ ಸಲ ಎಂಬ ಅರಿವಾದಾಗ ಒಂಟಿತನದ ತೀವ್ರತೆ ಇನ್ನೂ ಹೆಚ್ಚಾಯಿತು. ಮತ್ತೆ ಎಷ್ಟೋ ಹೊತ್ತು ನಿದ್ದೆ ಹತ್ತಲಿಲ್ಲ.

ಬೆಳಗ್ಗೆ ಎದ್ದಾಗ ಹೊರಗಿನ ಸದ್ದುಗದ್ದಲದ ಮೇಲೆ ಸೂರ್ಯ ಹುಟ್ಟಿ ನಾಲ್ಕು ಘಳಿಗೆಯಾಗಿದೆ ಎಂದು ಅವನು ಅರ್ಥಮಾಡಿಕೊಂಡದ್ದನ್ನು ದಾಸಿಯು ಹೌದೆಂದಳು. ಧ್ವನಿಯಿಂದಲೇ ಇವಳ ಹೆಸರು ಸುಸ್ಮಿತೆ ಎಂಬ ನೆನಪು ಬಂತು. ರಾತ್ರಿಯ ಪಾಳಿ ಕಾದ ಚಾರು ವಿಶ್ರಾಂತಿಗೆಂದು ತನ್ನ ಮನೆಗೆ ಹೋಗಿದ್ದಾಳೆ ಎಂದು ಅರ್ಥವಾಯಿತು. ಸುಸ್ಮಿತೆ ಕರೆಗೊಯ್ದು ಮುಖ ತೊಳೆಸಿ ಸ್ನಾನ ಮಾಡಿಸಿ ಒಗೆದ ಬಟ್ಟೆಯುಡಿಸಿ ಕರೆತಂದು ಪಲ್ಲಂಗದ ಮೇಲೆ ಕೂರಿಸಿದಳು. ಹೆಂಡತಿ ಗಾಂಧಾರಿ ಹತ್ತಿರವೇ ಕುಳಿತಿರುವುದು ಅರಿವಿಗೆ ನೇರವಾಗಿ ಭಾಸವಾಯಿತು. ಸುಸ್ಮಿತೆ ಹೊರಗೆ ಹೋದಳು. ಒಳಗೆಲ್ಲ ಮೌನ. ಅರಮನೆಯ ಆವರಣದಲ್ಲಿ ಕೂಡ ನಿಶ್ಶಬ್ದ. ಏನೋ ಇಲ್ಲವೆನ್ನುವ ಭಾವ. ಸ್ವಲ್ಪ ಹೊತ್ತಿಗೆ ಸುಸ್ಮಿತೆ ಬಂದಳು. ಪುರೋಹಿತ ಹವನ ಮಾಡುತ್ತಿದ್ದಾನೆ, ಹೋಗೋಣವೇ ಎಂದಳು. ಧೃತರಾಷ್ಟ್ರ ಗಾಂಧಾರಿ ಇಬ್ಬರೂ ಎದ್ದು ನಿಂತರು. ಒಬ್ಬೊಬ್ಬರನ್ನು ಒಂದೊಂದು ಕೈಯಲ್ಲಿ ಹಿಡಿದು ಈ ಅರಮನೆಯ ಹೊರಗಿನಿಂದ ಅಂಗಳಕ್ಕೆ ಕರೆದೊಯ್ದು ಅಲ್ಲಿಂದ ಎಂದಿನಂತೆ ಬಲಕ್ಕೆ ತಿರುಗಿ ಹವನ ಮಂಟಪಕ್ಕೆ ಕರೆದೊಯ್ದಳು. ಅಗ್ನಿಗೆ ಅರಳು ಹಾಕಿ ಪುರೋಹಿತನು ಕೊಟ್ಟ ಆಜ್ಯವನ್ನರ್ಪಿಸಿದ ನಂತರ ಹಿಂದಕ್ಕೆ ಕರೆತಂದಳು. ಪಲ್ಲಂಗದ ಮೇಲೆ ಕುಳಿತನಂತರ ಅವನು ಹೆಂಡತಿಯನ್ನು ಕೇಳಿದ: 'ಇತರ ಅರಮನೆಗಳಲ್ಲಿ ಸ್ವಲ್ಪವೂ ಸದ್ದಿಲ್ಲ. ಹವನಮಂಟಪದಲ್ಲಿ ನಾವಿಬ್ಬರೇ ಇದ್ದಂತಿತ್ತು.'

'ಸೊಸೆಯರು, ಮೊಮ್ಮಕ್ಕಳ ಹೆಂಡಂದಿರೆಲ್ಲ ನೆನ್ನೆಯೇ ಯುದ್ಧಶಿಬಿರಕ್ಕೆ ಹೋದರು.'

'ಯುದ್ಧಶಿಬಿರಕ್ಕೆ ಇವರು ಯಾಕೆ ಹೋಗಬೇಕಿತ್ತು? ದಾಸಿಯರಿರಲಿಲ್ಲವೆ?'

'ತಮ್ಮ ಗಂಡಂದಿರನ್ನು ದಾಸಿಯರ ವಶಕ್ಕೆ ಒಪ್ಪಿಸಿ ಕೂರಲು ಅವರೇನು ನನ್ನ ಹಾಗೆ ಕಣ್ಣಿಗೆ ಪಟ್ಟಿ ಕಟ್ಟಿಕೊಂಡರೆ?'

ಅವಳು ಯಾವ ಅರ್ಥದಲ್ಲಿ ಮಾತನಾಡಿದಳೋ ಅವನಿಗೆ ತಿಳಿಯಲಿಲ್ಲ. ಆದರೆ ಧ್ವನಿಯಲ್ಲಿದ್ದ ಅಪ್ರಸನ್ನತೆಯ ಗುರುತು ಹತ್ತಿತು. ಕೆದಕಿ ಕೇಳುವ ಇಚ್ಛೆಯಾಗಲಿಲ್ಲ. ಅಷ್ಟರಲ್ಲಿ ಸುಸ್ಮಿತೆ ಬಂದು ಇಬ್ಬರನ್ನೂ ಬೆಳಗಿನ ಊಟಕ್ಕೆ ಕರೆದೊಯ್ದಳು.

ಆ ದಿನವೆಲ್ಲ ಅವನ ಮನಸ್ಸಿನಲ್ಲಿ ಭಣಭಣವಾಗುತ್ತಿತ್ತು. ಸಂಜೆಯಾಗುತ್ತಿರುವಾಗ ಎದ್ದು ಅರಮನೆಯ ಆವರಣದಲ್ಲಿ ತಿರುಗಾಡಬೇಕೆನ್ನಿಸಿತು. ದಾಸೀ ಎಂದು ಕೂಗಿದ. ಯಾರೂ ಇರಲಿಲ್ಲ. ಎರಡು ಬಾರಿ ಕೂಗಿ ಚಪ್ಪಾಳೆ ತಟ್ಟಿದನಂತರ ಹತ್ತಿರ ಬಂದು ಧ್ವನಿ ಕೊಟ್ಟವಳು ಚಾರು ಎಂದು ಅರ್ಥವಾಯಿತು. ಎಲ್ಲಿಗೆ ಹೋಗಿದ್ದೆ? ಎಂದ. 'ಮಹಾರಾಣಿಯ ಹತ್ತಿರವಿದ್ದೆ.' ಮಹಾರಾಣಿ ಎಲ್ಲಿ? ಎಂದದ್ದಕ್ಕೆ, 'ಇಳಿಬಿಸಿಲಿನಲ್ಲಿ ಕೂತು ವಿಭಾವರೀ ದಾಸಿಯ ಕೈಲಿ ಮಾತನಾಡುತ್ತಿದ್ದಾಳೆ.'

'ಯಾವ ವಿಷಯ?'

'ಅದೇನೋ ಅವಳ ಬಾಲ್ಯವಂತೆ. ಗಾಂಧಾರದೇಶದ ತುಂಬ ಬೆಟ್ಟಗಳು. ಕಣ್ಣಿಗೆ ಅಷ್ಟು ಚಂದವಾದ ಹಸಿರಿನ ಎತ್ತರಗಳು. ತಂಪು. ವರ್ಷಕ್ಕೆ ಏಳೆಂಟು ತಿಂಗಳು ಪ್ರಚಂಡ ಶಖೆಯಾಗುವ ದೇಶ ಇದು. ಆ ತಂಪು ಇಲ್ಲೆಲ್ಲಿದ್ದೀತು ಅಂತ ಜ್ಞಾಪಿಸಿಕೊಂಡು ಒಂದು ಸಲ ಅತ್ತೂಬಿಟ್ಟಳು.'

ಅವನಿಗೆ ಕಸಿವಿಸಿಯಾಯಿತು. ಮದುವೆಯಾಗಿ ಬಂದ ಮೇಲೆ ಒಂದು ಸಲವೂ ತೌರಿಗೆ ಹೋಗಲಿಲ್ಲ. 'ಅಲ್ಲಿಗೆ ಹೋಗಿ ತಾನೆ ಯಾರನ್ನು ನೋಡಲಿ ಕಟ್ಟಿದ ಕಣ್ಣಿನಿಂದ? ಹೇಗೂ ಅಣ್ಣ ತಮ್ಮಂದಿರು ಇಲ್ಲಿಗೇ ಬಂದಿದ್ದಾರಲ್ಲ.' ಎಂದಿದ್ದಳು ಅವಳೇ ಎಂಬ ನೆನಪಾಯಿತು.

'ಚಾರು, ನನ್ನನ್ನು ಸ್ವಲ್ಪ ಬಿಸಿಲಿನಲ್ಲಿ ತಿರುಗಾಡಿಸು. ಮಹಾರಾಣಿ ಇರುವ ಕಡೆ ಬೇಡ' ಎಂದ.

ಇಳಿಬಿಸಿಲು. ಒಂದು ರೀತಿಯ ಹಿತ. ಆದರೆ ಇಡೀ ಊರಿನಲ್ಲಿ ಸದ್ದುಗದ್ದಲ ನಿಂತುಹೋಗಿದೆ. ಸಾಮಾನುಗಳನ್ನು ಸಾಗಿಸಿಯಾಗಿರಬಹುದು. ಯಾವ ಅರಮನೆಯಲ್ಲೂ ಯಾರೂ ಇಲ್ಲ. ಗಂಡಸರೆಲ್ಲ ಯುದ್ಧಕ್ಕೆ ಹೋಗಿದ್ದಾರೆ. ಹೆಂಡಂದಿರು ಯುದ್ಧಶಿಬಿರಕ್ಕೆ ಹೋಗಿದ್ದಾರಂತೆ ಅವರವರ ಗಂಡಂದಿರನ್ನು ನೋಡಿಕೊಳ್ಳಲು. ನನಗೆ ಹೇಳಿದ್ದರೆ ಹೋಗ ಬೇಡಿ ಎನ್ನುತ್ತಿದ್ದೆ. ಅಥವಾ ಯುದ್ಧವೆಂಬ ವಿಹಾರ ನೋಡಲು ಹೋಗಿದ್ದಾರೇನೋ, ತಮ್ಮ ಗಂಡಂದಿರು ಕೆಡವುವ ಶತ್ರುಶಿರಗಳನ್ನು ದೂರದಿಂದ ನೋಡಿ ಆನಂದಿಸುವ ವಿಹಾರ. ಹೇಗಿರುತ್ತೆ ಯುದ್ಧ ಅಂದರೆ? ಕುತೂಹಲ ಹುಟ್ಟಿತು. 'ಚಾರು, ನೀನು ಯಾವು ದಾದರೂ ಯುದ್ಧ ನೋಡಿದ್ದೀಯ?'

'ಇಲ್ಲ. ಯುದ್ಧಕ್ಕೆ ಹೋಗಿರುವ ಗಂಡನನ್ನು ನೋಡಿಕೊಳ್ಳುತ್ತಿದೀನಿ.'

'ಎಷ್ಟು ವರ್ಷ ಅವನಿಗೆ?'

'ಇಪ್ಪ.....' ಎಂದ ಅವಳು ತಕ್ಷಣ ನಾಲಗೆ ಕಡಿದುಕೊಂಡದ್ದು ತಿಳಿಯಿತು.

'ನಿಜ ಹೇಳು' ಎಂದ.

ಅವಳು ಮಾತನಾಡಲಿಲ್ಲ. ಅವನು ಬಲವಂತ ಮಾಡಿದ ಮೇಲೆ, 'ಇಪ್ಪತ್ತಾರು' ಎಂದಳು.

'ಹಾಗಾದರೆ ನಿನ್ನ ವಯಸ್ಸೆಷ್ಟು? ಅರವತ್ತೈದು ಅಂತ ರಾತ್ರಿ ಸುಳ್ಳು ಹೇಳಿದೆ.'

ಅವಳು ಉತ್ತರ ಹೇಳಲಿಲ್ಲ. ಸುಮ್ಮನೆ ತೋಳು ಹಿಡಿದು ನಡೆಸತೊಡಗಿದಳು. ಅನಂತರ ಅವಳಾಗಿಯೇ ಮಾತನಾಡಿದಳು: 'ನಿನ್ನ ಮಕ್ಕಳು ಮೊಮ್ಮಕ್ಕಳಿಗೆ ಚಿಕ್ಕ ವಯಸ್ಸು. ಅವರ ಅರಮನೆಯಲ್ಲಿ ಸೇವೆ ಮಾಡುವುದು ಬೇಡ ಅಂತ ನನ್ನ ಗಂಡನೇ ಹೇಳಿಬಿಟ್ಟ. ನೀನಾದರೆ ಮುದುಕ. ಅಲ್ಲದೆ ಕುರುಡ. ನಿನ್ನರಮನೆಯಲ್ಲಿ ಕೆಲಸ ಮಾಡಲು ಆಕ್ಷೇಪವಿಲ್ಲ ಅಂದ. ನಾನು ಇಲ್ಲಿ ಸೇರಿ ಒಂದು ತಿಂಗಳಾಯಿತಷ್ಟೆ. ನೆನ್ನೆ ರಾತ್ರಿ ನೀನು ನನ್ನ ವಯಸ್ಸು ಕೇಳಿದಾಗ, ಸುಮ್ಮನೆ ಕೇಳಿದರೆ ತಪ್ಪಿಲ್ಲ, ಕೇಳುವ ಧ್ವನಿಯಿಂದಲೇ ನನಗೆ ವಾಸನೆ ಹೊಡೆದು ಅರವತ್ತೈದು ಅಂದೆ.'

ಅವಳು ಶಾಂತ ರೀತಿಯಲ್ಲಿ ಹೇಳಿದರೂ ಧೃತರಾಷ್ಟ್ರನಿಗೆ ಶಕ್ತಿವಧೆಯಿಂದ ಕೆಳಗೆ ಬೀಳುವಂತಾಯಿತು. ಸುಮ್ಮನೆ ನಿಂತುಕೊಂಡ. ಅವಳೇ ತೋಳು ಹಿಡಿದಿರದಿದ್ದರೆ ಬೀಳುತ್ತಿದ್ದೆ ಎನ್ನಿಸಿತು. ತಲೆಯಲ್ಲಿ ಜುಂ ಎಂದಂತೆ ಎರಡು ಕ್ಷಣ. ಅನಂತರ ಇದ್ದಕ್ಕಿದ್ದಂತೆಯೇ ಬಿಸಿಲಿನ ಕಾವು ಏರಿ ಮೈ ಬೆವರಿದಂತೆ. ಕೆಳಗೆ ಕೂತುಕೊಳ್ಳುವಂತಾಯಿತು. ತಕ್ಷಣ ಕೂತರೆ ಇವಳು ತನ್ನ ಮಾತಿನಿಂದ ನಾನು ಹೀಗಾದೆನೆಂದು ತಿಳಿಯುತ್ತಾಳೆಂಬ ಅರಿವಿನಿಂದ ನಿಧಾನವಾಗಿ ಹೆಜ್ಜೆ ಹಾಕತೊಡಗಿದ. ತೋಳು ಹಿಡಿದ ಅವಳು ಪಕ್ಕದಲ್ಲೇ. ಎಂಟು ಹತ್ತು ಹೆಜ್ಜೆ ಇಡುವುದರಲ್ಲಿ ಶರೀರದ ತೋಲನ ಸರಿಯಾಯಿತು. ಸಂಜೆಯಾಗುತ್ತಿರಬಹುದು. ಊರಿನಲ್ಲಿ ಸದ್ದುಗದ್ದಲವಿಲ್ಲ, ಎಲ್ಲರೂ ಯುದ್ಧಕ್ಕೆ ಹೋದರೋ? ಹೆಂಗಸರು ಕೂಡ? ಇದುವರೆಗೆ ಯಾವ ದಾಸಿಯೂ ಹೀಗೆ ಮಾತನಾಡಿರಲಿಲ್ಲ. ದಾಸಿ ಇರುವುದೇ ರಾಜನ ಭೋಗಕ್ಕೆ, ರಾಜ್ಯವಿರುವಂತೆ. ಇವಳನ್ನು ಕೆಲಸದಿಂದ ತೆಗೆದು ಅಥವಾ ಶಿಕ್ಷೆಗೆ ಗುರಿಪಡಿಸಿ, ಎಂತಹ ಶಿಕ್ಷೆ ವಿಧಿಸುವುದು, ಅದನ್ನು ಕಾರ್ಯಗತಗೊಳಿಸುವುದು ಹೇಗೆ ಎಂದು ಯೋಚಿಸುತ್ತಿರುವಾಗ ಅವಳ ಧ್ವನಿಯ ಇಂಪಿನ ನೆನಪಾಯಿತು. ರಾತ್ರಿ ಅವಳ ಆ ಎಳೆಯ ಕಂಠದಿಂದಲೇ ಗುರುತಿಸಲಿಲ್ಲವೇ ಇನ್ನೂ ಚಿಕ್ಕವಯಸ್ಸಿನವಳೆಂದು, ತನ್ನ ತೀಕ್ಷ್ಣಜ್ಞಾನಕ್ಕೆ ತನಗೇ ಹೆಮ್ಮೆಯಾಯಿತು. ಹದಿನೈದು ಇಪ್ಪತ್ತು ಹೆಜ್ಜೆ ನಡೆದನಂತರ, 'ಹಿಂತಿರುಗಿ ಕರೆದೊಯ್ದು ಪಲ್ಲಂಗದ ಮೇಲೆ ಮಲಗಿಸು' ಎಂದ. 'ಈಗ ನೀನು ಹೊದೆಸಿದುದು ಕರಿಯ ಕಂಬಳಿಯೊ?' ಎಂಬ ಖಾತರಿಯನ್ನೂ ಮಾಡಿಕೊಂಡ ನಂತರ ಮೈ ಮುರಿದು ಮಲಗಿದ.

ರಾತ್ರಿಯ ಊಟ ಉಪಚಾರಗಳಿಗೆ ಸುಸ್ಮಿತೆ ಬಂದಳು. ನೀನು ಬಂದೆಯಲ್ಲ ಮತ್ತೆ, ಅವಳೆಲ್ಲಿ. ಏನವಳ ಹೆಸರು? ಎಂದು ಕೇಳಿದುದಕ್ಕೆ, 'ಅದೊಂದು ಥರದ ಹುಡುಗಿ.

ಗಂಡ ಯುದ್ಧಕ್ಕೆ ಹೋಗಿದಾನೆ. ನಾನೊಬ್ಬಳು ಇಲ್ಲಿ ಏನು ಮಾಡಲಿ? ಅಪ್ಪನ ಊರಿಗೆ ಹೋಗುತೇನೆ ಅಂತ ಇದ್ದಕ್ಕಿದ್ದಂತೆಯೇ ಹೊರಟುಹೋಯಿತು.'

'ಯಾವೂರು ಅಪ್ಪನದು ಅಂದರೆ?'

'ನನಗೆ ಗೊತ್ತಿಲ್ಲ.'

ಧೃತರಾಷ್ಟ್ರ ಹೆಚ್ಚು ಆಸ್ಥೆ ತೋರಿಸಲಿಲ್ಲ. ಪಕ್ಕದಲ್ಲಿದ್ದ ಗಾಂಧಾರಿ ಎಚ್ಚರವಾಗಿದ್ದಾಳೆಂಬುದು ಮಾತ್ರವಲ್ಲ, ಬೆಳಗಿನಿಂದ ಯಾಕೋ ತನ್ನನ್ನು ಮೌನವಾಗಿ ಧಿಕ್ಕರಿಸುತ್ತಿದ್ದಾಳೆಂಬ ಅರಿವು ಅವನಿಗಿತ್ತು. ಮಹಾರಾಜನಾದ ತನ್ನನ್ನು ಈ ದಾಸಿ ಹುಡುಗಿ ಹೀಗೆ ಧಿಕ್ಕರಿಸಿ ಹೋದಳಲ್ಲ ಎಂಬ ಅವಮಾನ ಕೋಪಗಳೂ ಮನಸ್ಸನ್ನು ತುಂಬಿಕೊಂಡವು. ಎಲ್ಲೆಲ್ಲೂ ನಿಶ್ಶಬ್ದ. ದೀಪ ಉರಿಯುತ್ತಿದೆಯೋ ಹೇಗೋ? ಸುಸ್ಮಿತೆಯನ್ನು ಕೂಗಿ ಕೇಳಲು ಕೂಡ ಒಂದು ತೆರನಾಗಿ ಹಿಂತೆಗೆದ. ಗಾಂಧಾರಿ ಗೊರಕೆ ಹೊಡೆಯುತ್ತಿಲ್ಲ. ನಿದ್ದೆ ಬಾರದಿದ್ದೂ ಹೀಗೆ ಮೌನ ತಾಳಿ ನನ್ನನ್ನು ಒಂಟಿಯಾಗಿ ಮಾಡುತ್ತಿದ್ದಾಳೆನ್ನಿಸಿ ಸಿಟ್ಟುಬಂತು. ಮುಸುಕೆಳೆದು ಕೊಂಡು ಅಂಗಾತ ಮಲಗಿ ಎಲ್ಲವನ್ನೂ ಒಳಗೆಳೆದುಕೊಳ್ಳಲು ಪ್ರಯತ್ನಿಸಿದ. ಆ ಯೋಚನೆ ತಪ್ಪಿತು. ಸಂಜಯ ಮತ್ತೆ ಎಂದು ಬರುತ್ತಾನೆ? ನಾಳೆಯೋ ಅಥವಾ ನಾಡದ್ದೊ? ಎಂದುಕೊಳ್ಳುವಾಗ ಅವನು ಬಂದಿದ್ದುದು ನೆನ್ನೆಯೋ ಮೊನ್ನೆಯೋ ಎಂಬ ಸಂಶಯ ಹುಟ್ಟಿತು. ಸರಿಯಾದ ನೆನಪು ಹತ್ತದು. ದೇವಿಯನ್ನಾದರೂ ಕೇಳುವ ಮನಸ್ಸು ಬಂದರೂ ತಾನಾಗಿಯೇ ಮಾತನಾಡಲು ಬಿಗುಮಾನ. ನಿಧಾನವಾಗಿ ಬರಲಿ. ಮಹಾಪರಾಕ್ರಮಿ ಭೀಷ್ಮರು ಇನ್ನಷ್ಟು ರಭಸದಿಂದ ನುಗ್ಗಿ ಸೈನ್ಯಸಮೇತ ಶತ್ರುಗಳನ್ನು ಸಂಪೂರ್ಣವಾಗಿ ಪುಡಿಪುಡಿ ಮಾಡಿದನಂತರವೇ ಕೊನೆಯ ಸುದ್ದಿ ತಂದು ಎಂದು ಸಮಾಧಾನ ಮಾಡಿಕೊಳ್ಳು ತ್ತಿರುವಾಗ ಬ್ರಹ್ಮಚರ್ಯವೇ ಭೀಷ್ಮರ ಪರಾಕ್ರಮದ ಗುಟ್ಟು ಎಂಬುದು ಮತ್ತೆ ನೆನಪಿಗೆ ಬಂತು. ಇದ್ದಕ್ಕಿದ್ದಂತೆಯೇ ಇನ್ನೊಂದು ಜ್ಞಾಪಕ; ವಿದುರ ಹೇಳಿದ್ದೋ, ಅಥವಾ, ಹೌದು ಅವನೇ ಹೇಳಿದ್ದು. ಮದುವೆಯಾದ ದ್ರೌಪದಿಯನ್ನು ಬಿಟ್ಟು ಪಾಂಡವರು ಬೇರೊಬ್ಬ ಹೆಂಗಸನ್ನು ಕೈಲೂ ಮುಟ್ಟಿಲ್ಲವಂತೆ. ಅರ್ಜುನ ಒಬ್ಬನಿಗೆ ಬೇರೊಬ್ಬಳು ಹೆಂಡತಿ. ಶಸ್ತ್ರಾಭ್ಯಾಸ ಮಾಡುತ್ತಿದ್ದಾಗ ತನ್ನ ಮಕ್ಕಳು ಎಲ್ಲಿ ದಾಸಿಯರ ಸಹವಾಸಕ್ಕೆ ಬೀಳುತ್ತಾರೋ ಎಂದು ಅವಳು ಸರ್ಪದಂತೆ ಕಾಯುತ್ತಿದ್ದಳಂತೆ. ಅತಿಕಾಮದಿಂದಲೇ ನಿಮ್ಮಪ್ಪನಿಗೆ ರೋಗ ಬಂತು, ಎಚ್ಚರಿಕೆ ಎಂದು ಮಕ್ಕಳಿಗೆ ಬಿಡಿಸಿ ಬಿಡಿಸಿ ಹೇಳಿ ಹಿಡಿದಿಟ್ಟಿದ್ದಳಂತೆ. ಇಂದ್ರಪ್ರಸ್ಥವನ್ನು ಕಟ್ಟಿದ ನಂತರವೂ ಆ ಐವರೂ ಯಾವ ದಾಸಿಯನ್ನೂ ಭೋಗಿಸದೆ, ಜೂಜಾಡಿ ವನವಾಸ ವೆಂದರೆ ಬ್ರಹ್ಮಚರ್ಯವೇ ತಾನೆ ಅರ್ಥ ಎಂಬ ನೆನಪಿನೊಡನೆ, ಹಾಗಾದರೆ ದೊಡ್ಡಪ್ಪ ಭೀಷ್ಮರಂತೆಯೇ ಶಕ್ತಿಯುಳ್ಳ ಐವರು ವೀರರು ಶತ್ರುಪಕ್ಷದಲ್ಲಿ ಎಂಬ ಲೆಕ್ಕ ಹುಟ್ಟಿ ಎದೆಯ ಹೊಡೆತ ಹೆಚ್ಚಾಯಿತು. ಮಗನಿಗೆ ಬುದ್ಧಿ ಹೇಳುವಾಗಲೆಲ್ಲ, 'ಮಗು, ಇಷ್ಟು ಸಂಪತ್ತಿನ ದೇಶವಿದೆ. ಇಷ್ಟೊಂದು ದಾಸಿಯರಿದ್ದಾರೆ. ಬೇಕಾದರೆ ಧನಕನಕಾದಿಗಳನ್ನು ಕೊಟ್ಟು ಬೇರೆ ದೇಶಗಳಿಂದ ಇನ್ನಷ್ಟು ಸುಂದರಿ ದಾಸಿಯರನ್ನು ಕರೆಸಿ ಸುಖಪಡು. ಸುಮ್ಮನೆ ಪಾಂಡವರ ಮೇಲೇಕೆ ಮತ್ಸರ ಪಡುತ್ತಿ? ತಮ್ಮನ ಮಕ್ಕಳಿಗೆ ಅನ್ಯಾಯ ಮಾಡಿದ ಅನ್ನುವ

ಲೋಕನಿಂದೆ ನನಗೂ ಬೇಡ.' ಎಂದು ನಾನೇ ಹೇಳುತ್ತಿದ್ದೆನಲ್ಲ ಎಂಬ ನೆನಪು ತೇಲಿ ಬಂತು. ದುರ್ಯೋಧನ ದುಶ್ಯಾಸನಾದಿಗಳೆಲ್ಲರ ಮನೆತುಂಬ ದಾಸಿಯರಂತೆ ಕುರುರಾಜ್ಯದ ಸಂಪತ್ತಿನ ಪ್ರತೀಕದಂತೆ ಎಂದು ಇದುವರೆಗೆ ಹೆಮ್ಮೆಪಡುತ್ತಿದ್ದ ಸಂಗತಿಯೇ ಈಗ ಭಯ ಸೂಚಕವಾಗಿಬಿಟ್ಟಿತು. ದೊಡ್ಡಪ್ಪನದು ಶುದ್ಧ ಬ್ರಹ್ಮಚರ್ಯ. ಕುಂತಿಯ ಮಕ್ಕಳಂತೆ ಹೆಂಡತಿ ಯನ್ನೂ ಮಾಡಿಕೊಳ್ಳದ ಕಟ್ಟುನಿಟ್ಟು ಬ್ರಹ್ಮಚರ್ಯ ಎಂಬ ತುಲನೆಯಲ್ಲಿ ನಾವು ಗೆಲ್ಲುವುದೇ ಖಚಿತ, ಎಂಬ ಸಮಾಧಾನವನ್ನರಸಲು ಮನಸ್ಸು ಹೆಣಗಿತು. ಎಷ್ಟೋ ಹೊತ್ತಿನ ಮೇಲೆ ನಿದ್ರೆ ಹತ್ತಿತು. ಚನ್ನಾದ ನಿದ್ರೆ. ಆದರೆ ಇದ್ದಕ್ಕಿದ್ದಂತೆಯೇ ಎಚ್ಚರ. ಕನಸೋ ಕನವರಿಕೆಯೋ! ಅಸ್ಪಷ್ಟ. ತನ್ನ ಮಕ್ಕಳು ಒಬ್ಬೊಬ್ಬರಾಗಿ ಯುದ್ಧದಲ್ಲಿ ಜಜ್ಜಿಹೋಗಿ, ಸದ್ಯ ಬರೀ ಕನಸು, ನಿಜವಲ್ಲ ಎಂದು ಮತ್ತೆ ಸಮಾಧಾನ ತಂದುಕೊಂಡು ಹೊರಳಲು ಶುರುಮಾಡಿದ. ಜಲ ಬಾಧೆಗೆ ಹೋಗುವಂತಾಯಿತು. ದಾಸಿಯನ್ನು ಕೂಗಿ ಅವಳಿಂದ ಕೈ ಹಿಡಿಸಿಕೊಂಡು ಹೋಗುವುದು ಯಾಕೋ ಬೇಡವೆನ್ನಿಸಿ ಕಟ್ಟಿಕೊಂಡೇ ಮಲಗಿದ. ದೇವಿ ಈ ದಿನ ಗೊರಕೆ ಹೊಡೆಯುತ್ತಿಲ್ಲ. ಆದರೆ ನಿದ್ದೆ ಮಾಡುತ್ತಿದ್ದಾಳೆ. ಅಥವಾ ಎಚ್ಚರವಾಗಿದ್ದಾಳೆಯೋ, ಎಂಬ ಕಾತರದ ಕುತೂಹಲ. ಥೂ, ವಯಸ್ಸಾದಮೇಲೆ ಮೂತ್ರವನ್ನು ಕಟ್ಟಿ ಹಿಡಿದುಕೊಳ್ಳು ವುದಕ್ಕೂ ಆಗುವುದಿಲ್ಲ ಎನ್ನಿಸಿ ದಾಸೀ ಎಂದು ಕೂಗಿದ. ಯಾರೂ ಬರಲಿಲ್ಲ. ಮತ್ತೆ ಕೂಗಿದ. ಮತ್ತೆ ಗಟ್ಟಿಯಾಗಿ. ಸುಸ್ಮಿತೆ ಎದ್ದು ಬಂದಳು. ಗಾಂಧಾರಿ, 'ಏನು, ನಿದ್ದೆ ಹಾಳು ಮಾಡುತ್ತೀ' ಎಂದು ಆಕ್ಷೇಪಿಸಿದಳು.

ಜಲಬಾಧೆ ತೀರಿಸಿ ಬಂದು ಮಲಗಿದ ನಂತರ ಬ್ರಹ್ಮಚರ್ಯವು ಅಷ್ಟೊಂದು ಶಕ್ತಿಯ ಮೂಲವಾಗಿರುವ ಕಾರಣವೇನು ಎಂಬ ಜಿಜ್ಞಾಸೆ ಹುಟ್ಟಿತು. ತನಗೆ ತಿಳಿದ ತಿಳಿಯದ ಹಲವು ಸಮಾಧಾನಗಳು. ಕೊನೆಗೆ ವಿದುರ ಸರಿ ಇಂಥದಕ್ಕೆಲ್ಲ ಉತ್ತರ ಹೇಳಲು ಎಂಬ ಸಮಾಧಾನ ಹುಟ್ಟಿ, ಈವೊತ್ತೆಲ್ಲ ಬಂದಿಲ್ಲ ಅವನು. ನಾಳೆ ಹೇಳಿಕಳಿಸಬೇಕು ಎಂದು ನಿಶ್ಚಯಿಸಿದ. ದೇವಿ ನೀಳವಾಗಿ ಉಸಿರಾಡುತ್ತಿದ್ದಾಳೆ. ಆದರೆ ನಿದ್ದೆ ಬಂದಿದೆಯೋ ಹೇಗೋ ಎಂಬ ಸಂಶಯ. ಇದ್ದಕ್ಕಿದ್ದಂತೆಯೇ ತಾನು ಎಷ್ಟೊಂದು ಒಂಟಿ ಎಂಬ ಅರಿವು. ವಿದುರ ಮತ್ತೆ ಬರುತ್ತಾನೆಯೋ ಅಥವಾ ಹಟಮಾಡಿಕೊಂಡು, ಹೋಗಬೇಡವೆಂದು ಕುಂತಿ ಏನಾದರೂ ಚಾಡಿ ಹೇಳಿ ಅವನ ಮನಸ್ಸು ಕೆಡಿಸಿ. ಬೆಳಗಿನ ಜಾವ ಕೂಡ ಮಂಪರು ಹತ್ತಲಿಲ್ಲ ನಿಶ್ಶಬ್ದವಿದ್ದರೂ.

ಎರಡನೆಯ ಸಲ ಸುಸ್ಮಿತೆ ಹಿಂತಿರುಗಿದನಂತರ ಹೇಳಿದ: 'ನೀನು ಒಂದು ರಥ ತೆಗೆಸಿಕೊಂಡು ಹೋಗು. ನಿನ್ನಣ್ಣ ಧೃತರಾಷ್ಟ್ರನಿಗೆ ಕಾಯಿಲೆಯಾಗಿದೆ ಅನ್ನು. ನೀನಿಲ್ಲದೆ ಅವನು ಬದುಕುವುದಿಲ್ಲ ಅನ್ನು.'

ಸ್ವಲ್ಪ ಹೊತ್ತಿನನಂತರ ರಥ ಹಿಂತಿರುಗಿದ ಸದ್ದು. ಹೆಜ್ಜೆಯ ಸಪ್ಪಳ. ಬರೀ ಸುಸ್ಮಿತೆಯದಲ್ಲ. ಬೇರೆ ಬೇರೆ ಒತ್ತುಗಳ ಸಪ್ಪಳ. ವಿದುರನದೇ, 'ಏನು ಕಾಹಿಲೆ?' ವಿದುರ ಕೇಳಿದ. ಸರಕ್ಕನೆ ಎದ್ದು ಕೂತು, ಹತ್ತಿರ ಬಾ ಎಂದು ಧೃತರಾಷ್ಟ್ರ ತೋಳುಗಳನ್ನು ನೀಡಿದ. ವಿದುರನ ಎದೆ, ಭುಜ, ಕುತ್ತಿಗೆಗಳು ಎಷ್ಟು ಬೆಚ್ಚಗಿವೆ. ಧೃತರಾಷ್ಟ್ರನ ದೃಷ್ಟಿಯಿಲ್ಲದ ಕಣ್ಣುಗಳಲ್ಲಿ

ಹರಿದ ನೀರನ್ನು ಕಂಡ ವಿದುರನ ಕಣ್ಣುಗಳೂ ಜಿನುಗಿದವು.

'ಸಂಜಯ, ನೀನು ಬಂದು ಹೋಗಿ ಆಗಲೇ ಮೂರು ದಿನವಾಯಿತು. ಸುದ್ದಿ ಇಲ್ಲದೆ ನಾವು ತಪಗುಟ್ಟುತ್ತಿದ್ದೇವೆ. ದಿನಾ ಬಂದು ವರದಿ ಹೇಳು ಅಂದಲ್ಲವೆ ನಾನು ನಿನಗೆ ಎರಡು ಕುದುರೆಗಳನ್ನು ಕೊಡಿಸಿದ್ದು?'

'ಸುದ್ದಿಯಾಗುವಂತಹ ಘಟನೆ ನಡೆಯದೆ ಓಡಿ ಓಡಿ ಬಂದು ಏನು ಪ್ರಯೋಜನ? ಇವತ್ತು ಹೇಳುವಂತಹದು ನಡೆಯಿತು. ಇಂದಿನಿಂದ ನಿಜವಾದ ಯುದ್ಧ ನಡೆಯಬಹುದು.' ಬೆವರೊರೆಸಿಕೊಳ್ಳುತ್ತಾ ಸಂಜಯ ದಾಸಿಯ ಕಡೆಗೆ ತಿರುಗಿ ಕೇಳಿದ: 'ಪಾನಕವೋ ಏನಾದರೂ ಒಂದಿಷ್ಟು ಕೊಟ್ಟರೆ ಮಾತಾಡಿಯೇನು. ಹೊಟ್ಟೆಯಲ್ಲಿ ಉರಿ ಹತ್ತುವಷ್ಟು ಹಸಿವೂ ಆಗಿದೆ. ಮಹಾರಾಜ, ಕೂತು ಮಾತನಾಡಲು ಅಪ್ಪಣೆಯೆ?'

'ಕೂರು ಕೂರು. ದಾಸಿ, ಒಂದು ಮಣೆ ಕೊಡು. ಕುಡಿಯಲು ಜೇನು ಬೆರೆತ ನೀರು ತಾ. ಒಂದಿಷ್ಟು ಅರಳು ಜೇನು ಹಾಲು ಬೆರೆಸಿ ತಾ. ಎಲ್ಲ ಹೇಳಿಯಾದ ಮೇಲೆ ಸಂಜಯನಿಗೆ ಇಲ್ಲೇ ಊಟ ಮಾಡಿಸುವಂತೆ ಅಡುಗೆಯವನಿಗೆ ಹೇಳು. ಸಂಜಯ, ಏನು ಇವತ್ತಿನ ತನಕದ ಸುದ್ದಿ?' ಧೃತರಾಷ್ಟ್ರ ಒಂದೇ ಉಸಿರಿಗೆ ಹೇಳಿದ.

ಕಂಬವನ್ನೊರಗಿ ಮಣೆಯ ಮೇಲೆ ಕುಳಿತಿದ್ದ ವಿದುರ, 'ಸ್ಪಷ್ಟವಾಗಿ ಹೇಳು. ಹೋದ ಸಲ ತಿಳಿಸಿದಂತೆ,' ಎಂದು ಸಂಜಯನ ಮುಖ ನೋಡಿದ.

'ಯುದ್ಧರಂಗದಿಂದ ಭೀಷ್ಮರ ನಿವೃತ್ತಿ. ದ್ರೋಣರು ಸೇನಾಪತಿಯಾಗುವ ಸಂಭವ. ದುರ್ಯೋಧನನ ಸೇನೆಯ ಕುಗ್ಗಿದ ಗಾತ್ರ. ಪಾಂಡವರ ತಂತ್ರಕೌಶಲ.' ಸಂಜಯ ಮೊದಲು ತಾತ್ಪರ್ಯವನ್ನು ಒಂದೇ ಉಸಿರಿಗೆ ಹೇಳಿದನಂತರ ವಿವರಕ್ಕೆ ಬಂದ: 'ಈ ದಿನ ಯುದ್ಧಾರಂಭವಾದ ನಾಲ್ಕು ಘಳಿಗೆಗೆ ಪಿತಾಮಹರು ನಾನಿನ್ನು ಯುದ್ಧ ಮಾಡುವುದಿಲ್ಲ. ಸೇನಾಪತಿ ಪದದಿಂದ ನಿವೃತ್ತನಾಗುತ್ತೇನೆ ಎಂದು ಘೋಷಿಸಿ ತಮ್ಮ ರಥವನ್ನು ರಂಗದಿಂದ ಹಿಂತಿರುಗಿಸುವಂತೆ ಸಾರಥಿಗೆ ಹೇಳಿಬಿಟ್ಟರು. ಅಲ್ಲಿಂದ ನೇರವಾಗಿ ತಮ್ಮ ಶಿಬಿರಕ್ಕೂ ಹೋಗಲಿಲ್ಲ. ಯುದ್ಧಕ್ಷೇತ್ರದಿಂದ ತುಂಬ ಹಿಂದೆ, ಅದರ ಸದ್ದುಗದ್ದಲ ಧೂಳುಗಳಿಂದ ಹೊರಗೆ ಸತ್ತ ಕುದುರೆ ಆನೆ ಸೈನಿಕರ ಹೆಣಗಳ ದುರ್ನಾತದ ವಲಯದ ಹಿಂದೆ, ಎಷ್ಟು ದೂರ ಹೋದರೂ ಗಾಳಿಯು ಪೂರ್ವಾಭಿಮುಖವಾಗಿ ಬೀಸಿದಾಗ ನಾತವನ್ನು ತಪ್ಪಿಸಿಕೊಳ್ಳಲಾಗುವುದಿಲ್ಲವಾದರೂ ದೂರ ಹೋದಷ್ಟೂ ಅದರ ಅಸಹ್ಯ ಕಡಮೆ ತಾನೆ, ಅಂತೂ ಸಾಕಷ್ಟು ದೂರ, ಯುದ್ಧಕ್ಕೆ ನೀರು ಸರಬರಾಜು ಮಾಡುವ ಸರೋವರದ ಹತ್ತಿರ ಒಂದು ಮರದ ಕೆಳಗೆ ಕೂತು ನಿರಾಹಾರಿಯಾಗಿ ಪ್ರಾಣ ಬಿಡುವುದೆಂದು ನಿಶ್ಚಯಿಸಿದ್ದಾರೆ. ನೇರವಾಗಿ ಅಲ್ಲಿಗೇ ಹೊರಟುಹೋದರು. ಸೇನಾಪತಿಯೇ ಇಲ್ಲದೆ ಚದುರುತ್ತಿದ್ದ ಸೇನೆಯ ನಡುವೆ ಕರ್ಣನು ಪ್ರವೇಶಿಸಿ ಕಾದಾಟವನ್ನು ಮುಂದುವರಿಸಿದ. ಅಷ್ಟರಲ್ಲಿ ತಿಳಿಸುವಷ್ಟು ಸುದ್ದಿಯಾಯಿತೆಂದು ನಾನು ಹೊರಟೆ.'

'ಅವರು ಹೀಗೆ ಮಾಡಿದ ಕಾರಣವೇನು?' ವಿದುರ ಕೇಳಿದ. ಅಖಂಡ ಬ್ರಹ್ಮಚಾರಿಯಾಗಿ ಅಖಂಡ ಪೌರುಷದ ಮೂರ್ತಿಯಾಗಿ ಇಡೀ ಯುದ್ಧವನ್ನು ಮುಗಿಸಿಕೊಡುತ್ತಾರೆಂದು ತಾನು ಭಾವಿಸಿದ್ದ ದೊಡ್ಡಪ್ಪ ಹೀಗೆ ಮಾಡಿದುದನ್ನು ಕೇಳಿದ ಧೃತರಾಷ್ಟ್ರನಿಗೆ ಗರ ಹೊಡೆದಂತಾಗಿತ್ತು. ಗಾಂಧಾರಿಯೂ ಕಂಬದಂತೆ ಕುಳಿತಿದ್ದಳು.

'ಶತ್ರುಶಿಬಿರಗಳಲ್ಲೂ ನನ್ನ ಕಡೆಯ ಸುದ್ದಿ ಸಂಗ್ರಾಹಕರನ್ನು ಬಿಟ್ಟಿದ್ದೇನೆ ಅಂತ ಹೇಳಿದೆನಲ್ಲ. ಅವರಿಂದ, ಮತ್ತು ದುರ್ಯೋಧನ ಮಹಾರಾಜ ಗೂಢಚಾರರ ಮೂಲಕ ಸಂಗ್ರಹಿಸಿದ ವರದಿಯಿಂದ ತಿಳಿದ ಅಂಶವೆಂದರೆ: ಭೀಷ್ಮರು ಸೇನಾನಿಯಾಗಿರುವತನಕ ಈ ಯುದ್ಧದಲ್ಲಿ ನಿಶ್ಚಯವಾದುದೇನೂ ನಡೆಯಲಾರದೆಂದು ಪಾಂಡವರು ಅರ್ಥಮಾಡಿಕೊಂಡರಂತೆ. ತಮ್ಮ ಐವರ ಮೇಲೆ ಯಾರೂ ನೇರವಾಗಿ ಯುದ್ಧ ಮಾಡುತ್ತಿಲ್ಲ. ಅಜ್ಜನು ಯುದ್ಧವನ್ನು ಆ ರೀತಿಯೇ ನಿರ್ದೇಶಿಸುತ್ತಿದ್ದಾರೆ. ಆದರೆ ಅವರನ್ನು ಮೇಲೆ ಬಿದ್ದು ಕೊಲ್ಲಲು ಅವರಲ್ಲಿ ಕೂಡ ಯಾರೂ ಸಿದ್ಧರಾಗಿಲ್ಲ. ಎಷ್ಟಾದರೂ ಚಿಕ್ಕದರಲ್ಲಿ ಸಾಕಿ ಸಲಹಿದವರು ಎಂಬ ಕರುಳಲ್ಲವೆ? ಅಲ್ಲದೆ ಬಿಲ್ಲುಬಾಣ ಹಿಡಿದು ಯುದ್ಧವನ್ನು ಮಾಡುವವರನ್ನು ಹೊಡೆದು ಕೊಲ್ಲಬಹುದು. ರಥದಲ್ಲಿ ದಿಂಬು ಒರಗಿ ಮೆತ್ತೆಯ ಮೇಲೆ ಕುಳಿತು ಹಿನ್ನೆಲೆಯಿಂದ ನಿರ್ದೇಶಿಸುವ, ನಿರ್ದೇಶಿಸುವುದೇನು, ಅದನ್ನೆಲ್ಲ ಇತರರು ಮಾಡುತ್ತಿದ್ದರು, ಈ ಮುದುಕರನ್ನು ಕೊಲ್ಲುವುದು ಹೇಗೆ? ಪಾಂಡವರು ಹೀಗೆ ತೊಳಲುತ್ತಿರುವಾಗ ಅವರ ಕಡೆಯ ಯಾದವರ ಕೃಷ್ಣ ತಂತ್ರವನ್ನು ನಿರೂಪಿಸಿದನಂತೆ: ಭೀಷ್ಮರನ್ನು ಕೊಂದು ಸೇಡು ತೀರಿಸಿಕೊಳ್ಳುವುದಕ್ಕೆಂದೇ ಕಾಶಿರಾಜನ ಮಗಳು ಅಂಬೆ ಅನ್ನುವವಳು ಬೆಂಕಿಗೆ ಬಿದ್ದು ಪ್ರಾಣತ್ಯಾಗ ಮಾಡಿ ಮರುಜನ್ಮ ಪಡೆದು ಅನಂತರವೂ ಪ್ರಾಣಹತ್ಯಮಾಡಿಕೊಂಡು ಈಗ ದ್ರುಪದನ ಹಿರಿಯ ಮಗನಾಗಿ, ಮಗನೆಂಥದು, ಹೆಣ್ಣೂ ಅಲ್ಲ ಗಂಡೂ ಅಲ್ಲದ ಶಿಖಂಡಿಯಾಗಿ ಹುಟ್ಟಿಲ್ಲವೆ?, ಅದು ಈ ದಿನದ ಯುದ್ಧದ ನೇತೃತ್ವ ವಹಿಸಿ ಭೀಷ್ಮರ ಮೇಲೆ ಸವಾಲು ಹಾಕಲು ಸಕಾಲ ಅಂತ ಕೃಷ್ಣ ಹೇಳಿದನಂತೆ. ಈ ದಿನ ಶತ್ರುಪಕ್ಷದ ಸೇನಾನಿಯನ್ನು ಕೊಲ್ಲುವುದು ನಿಶ್ಚಿತ, ಅವನನ್ನು ಕೊಲ್ಲುವುದಕ್ಕಾಗಿಯೇ ಜನ್ಮ ತಳೆದ ವಿಶೇಷ ಮಾನವನು ಸಮ್ಮ ನಾಯಕನಾಗುತ್ತಾನೆ ಎಂದು ಪ್ರಚಾರಮಾಡಿ ತಮ್ಮ ಸೈನಿಕರನ್ನೆಲ್ಲ ಹುರಿದುಂಬಿಸಿದರಂತೆ.....'

ಎನ್ನುವಾಗ, 'ಅಂಬೆ ಅಂದೆಯಾ?' ಗಾಂಧಾರಿ ಕೇಳಿದಳು.

'ನಿನಗೆ ಗೊತ್ತಿರಲಿಲ್ಲವೆ ದೊಡ್ಡಪ್ಪನ ಶೌರ್ಯದ ಕತೆ, ನನ್ನ ಅಮ್ಮ ಪಾಂಡುವಿನ ಅಮ್ಮ ಇಬ್ಬರಿಗಿಂತಲೂ ಹಿರಿಯಳು. ದೊಡ್ಡಪ್ಪ ಸ್ವಯಂವರದಿಂದ ಈ ಮೂವರನ್ನೂ ಗೆದ್ದು ಹಗ್ಗ ಬಿಗಿದು ಕೈಕಾಲು ಕಟ್ಟಿ ರಥದಲ್ಲಿ ಹಾಕಿಕೊಂಡು ಇಲ್ಲಿಗೆ ತಂದಾಗ.....'

ಎಂದು ಮುಂದೆ ಹೇಳುತ್ತಿರುವಾಗ ಅವಳು, 'ಎಲ್ಲ ಕೇಳಿದೀನಿ ಬಿಡು ನಿನ್ನ ದೊಡ್ಡಪ್ಪನ ದೊಡ್ಡಗೌಡಿಕೆಯ ಕೆಲಸಗಳನ್ನ, ಅವಳ ಹೆಸರೊಂದು ಮರೆತುಹೋಗಿತ್ತು, ಅದಕ್ಕೆ ಹಾಗೆ ಕೇಳಿದೆ.' ಎಂದು ಸರಕ್ಕನೆ ಅಡ್ಡ ಕೊಟ್ಟಳು.

ಅವಳ ಈ ಮಾತು ಮತ್ತು ಗಂಟಲಿನ ಸಿಡಿಮಿಡಿಯ ಕಾರಣ ಧೃತರಾಷ್ಟ್ರನಿಗೆ

ಅರ್ಥವಾಗಲಿಲ್ಲ. ಈ ನಡುವೆ ಅವಳನ್ನು ಕೆದಕುವ ಮನಸ್ಸಾಗದೆ, 'ಹುರಿದುಂಬಿಸಿದರಂತೆ. ಮುಂದೆ?' ಎಂದ.

'ಅವನು ಹಾಲು ಅರಳು ತಿನ್ನುತ್ತಿದ್ದಾನೆ,' ವಿದುರ ಹೇಳಿದ.

ಆತುರದಲ್ಲಿ ಗಬಗಬನೆ ಮುಕ್ಕುತ್ತಿದ್ದ ಸಂಜಯನಿಗೆ ನಡುವೆ ನಗು ಬಂದು ಬಕ್ಕನೆ ಬಾಯಿ ಸೀಳಿಕೊಂಡು ಒಳಗಿದ್ದ ಅರಳಿನ ತುಂಡುಗಳು ನೆಲದ ಮೇಲೆಲ್ಲ ಸಿಡಿದು ಬಿದ್ದುದಲ್ಲದೆ ನೆತ್ತಿ ಹತ್ತಿ ಕೆಮ್ಮತೊಡಗಿದ. ನಿಧಾನ, ನಿಧಾನ ಎಂದು ವಿದುರ ಹೇಳಿದರೂ ಕೇಳದೆ ಬೇಗ ಮುಖವನ್ನು ಚಾವಣಿಯ ಕಡೆಗೆ ಮಾಡಿ ತಹಬಂದಿಗೆ ತಂದುಕೊಂಡು ನಡುವೆ ನುಗ್ಗಿ ಬರುತ್ತಿದ್ದ ನಗುವನ್ನು ಹತೋಟಿಗೆ ತರಲು ಹೆಣಗುತ್ತಾ ಹೇಳಿದ: "ಕುತೂಹಲ ತಡೆಯಲಾರದೆ ನಾನು ಕಣ್ಣಾರೆ ನೋಡಿದೆ, ದೂರದಿಂದ. ಮೇಲ್ಭಾಗವಿಲ್ಲದ ಎತ್ತರವಾದ ರಥದ ಮೇಲೆ ನಿಂತ ಶಿಖಂಡಿ. ಸೊಂಟದಿಂದ ಕೆಳಕ್ಕೆ ಹೆಂಗಸರಂತೆ ಉಟ್ಟ ಪಾವಡ. ಮೇಲ್ಭಾಗಕ್ಕೆ ಗಂಡಸಿನ ರೀತಿಯ ಕವಚ. ಹಿಂದುಗಡೆ ಉದ್ದಕ್ಕೆ ಹೆಣೆದ ಜಡೆ. ತಲೆಗೆ ವೀರಭಂಗಿಯ ಉಷ್ಣೀಷ. ಬಳುಕುವ ಸೊಂಟ. ರಾಣಿವಾಸದವರ ಮನರಂಜನೆಗೆ ತಕ್ಕ ಶಿಖಂಡಿ ಕೈಲಿ ಬಿಲ್ಲುಬಾಣ ಹಿಡಿದು 'ಎಲವೋ, ಸೊಕ್ಕಿನ ಭೀಷ್ಮ, ಅಬಲೆ ಹೆಣ್ಣೆಂದು ನನ್ನನ್ನು ಹಿಡಿದುತಂದು ಹಾಳು ಮಾಡಿದವನೆ, ಈಗ ನಿನ್ನನ್ನು ಮುಗಿಸುವುದಕ್ಕೆಂದೇ ಹೆಣ್ಣುತನವನ್ನು ಕಳೆದುಕೊಂಡು ಗಂಡಾಗಿ ಬಂದಿದ್ದೀನಿ. ಗಂಡಸುತನವಿದ್ದರೆ ಬಿಲ್ಲುಬಾಣ ಹಿಡಿದೋ ಕತ್ತಿ ಗುರಾಣಿ ಹಿಡಿದೋ ಅಥವಾ ಗದೆಯನ್ನು ಹಿಡಿದೋ ಏಕಾಕಿ ಯುದ್ಧಕ್ಕೆ ಬಾ. ಸವಾಲು ಸ್ವೀಕರಿಸುವ ಧೈರ್ಯವಿಲ್ಲದಿದ್ದರೆ ನೆಲ ಮುಟ್ಟಿ ನಮಸ್ಕಾರಮಾಡು.' ಎಂದು ಕೂಗಿದ ನಪುಂಸಕನ ಮಾತು ಒಬ್ಬರಿಂದೊಬ್ಬರಿಗೆ ಹರಡಿ ನಮ್ಮ ಕಡೆಯವರಿರಲಿ, ಅವರ ಕಡೆಯ ಸೈನಿಕರೇ ಗೊಳ್ ಎಂದು ಶುರುಮಾಡಿದ ನಗುವು ಅರ್ಧಗಳಿಗೆಯಾದರೂ ನಿಲ್ಲಲಿಲ್ಲ. ಅವನು ಹೀಗೆಂದ ಎಂದು ಕೇಳಿಸಿಕೊಂಡವರು ಹಿಂದಿನವರಿಗೆ ಹೇಳಿ ಅವರು ತಮ್ಮ ಹಿಂದಿನವರಿಗೆ ತಿಳಿಸಿ ಅಂತೂ ಹತ್ತು ದಿನದಿಂದ ಘೋರಯುದ್ಧದ ನಡುವೆ ಎರಡೂ ಕಡೆಯ ಸೈನಿಕರಿಗೆ ಎಂಥ ಮನರಂಜನೆ ಅಂತ! ಎಲ್ಲರಿಗೂ ನಗೆಯು ಬೇಕಾಗಿತ್ತೇನೋ! ಮುಂದಿನ ಸಾಲುಗಳಿಂದ ಎದ್ದ ನಗೆಯಿಂದ ಹಿಂದಿನವರು ಅದರ ಹಿಂದಿನವರು ಮುಂದೆ ಏನಾಗುತ್ತಿದೆ ಎಂಬುದನ್ನು ಕಣ್ಣಾರೆ ಕಾಣದಷ್ಟು ಕಿವಿಯಾರೆ ಕೇಳದಷ್ಟು ಹಿಂದಿದ್ದವರು ಕೂಡ ಸ್ಪಂದಿಸಿ ನಗಲು ಶುರುಮಾಡಿಬಿಟ್ಟರು. ಇಡೀ ಯುದ್ಧರಂಗ, ಯುದ್ಧಕ್ಷೇತ್ರವೇ ನಗೆಯ ಮೊರೆತವಾಗಿಬಿಟ್ಟಿತು. ಅವರ ಹತ್ತಿರವೇ ಇದ್ದ ನಾನು ಹಿಂತಿರುಗಿ ಭೀಷ್ಮರನ್ನು ದೂರದಿಂದ ನೋಡುತ್ತಿದ್ದೆ. ಈ ಹುಚ್ಚುನಗೆಯಿಂದ ಅವರಿಗೆ ಅಪಮಾನ ವಾಯಿತೋ, ಪೌರುಷಶಾಲಿಯು ನಪುಂಸಕನೊಡನೆ ಯುದ್ಧ ಮಾಡಬಾರದೆಂಬ ನಿಜವಾದ ಕಾರಣವೋ, ಅಥವಾ ನಪುಂಸಕರೂಪಿಯಾದ ಅಂಬೆಯು ಖಂಡಿತ ನನ್ನನ್ನು ಕೊಲ್ಲುತ್ತಾಳೆಂಬ ಭಯವೋ, ಪ್ರೇತಗಳಿಗೆ ನಮಗಿಂತ ಅಪಾರವಾದ ಶಕ್ತಿಯಿರುತ್ತದಂತೆ ಅಲ್ಲವೆ?, ಅಂತೂ ನಗೆ ನಿಂತ ತಕ್ಷಣ ಎಲ್ಲರೂ ಯಾಕೆ ನಗುತ್ತಿದಾರೆ ಎಂದು ತಮ್ಮ ಸಾರಥಿಯನ್ನು ಕೇಳಿದರು. ಮುಂದೆ ಹೋಗಿ ವಿಚಾರಿಸಿಕೊಂಡು ಬಂದು ಕಾರಣವನ್ನು ನಿವೇದಿಸುವಾಗ

ಅವನೂ ನಕ್ಕ. ಅಷ್ಟರಲ್ಲಿ ನಗೆಯ ಇನ್ನೊಂದು ಅಲೆ ಎದ್ದುಬಿಟ್ಟಿತು. ಎರಡೂ ಕಡೆಯ ಸೈನಿಕರು ಬಿಲ್ಲುಗಳನ್ನು ಹೆಗಲಿಗೆ ನೇತುಹಾಕಿ ಚಪ್ಪಾಳೆ ತಟ್ಟಲು ಶುರುಮಾಡಿದರು. ಕೆಲವ ರಂತೂ ಶಿಖಂಡಿಯಂತೆ ಸೊಂಟ ಬಳುಕಿಸಿಕೊಂಡು ಕುಣಿಯಲು ಆರಂಭಿಸಿದರು. ತಮ್ಮ ಕಡೆಯ ಸೈನಿಕರೇ ಹೀಗೆ ಶಿಸ್ತು ಬಿಟ್ಟು ಆಡಿದರೆ ಸೇನಾಪತಿ ಎನ್ನಿಸಿಕೊಂಡವರು ಸುಮ್ಮನಿದ್ದಾರೆಯೆ? ಪಿತಾಮಹರ ಮುಖ ಗಂಭೀರವಾಯಿತು. ಕೆಲವು ಕ್ಷಣಗಳು ಅಂತ ರ್ಮುಖಿಯಾದರು. ಅನಂತರ ಎದ್ದುನಿಂತು ಗಟ್ಟಿಯಾಗಿ, 'ಈ ಭೀಷ್ಮನಿಗೆ ಭಯವೆಂಬುದಿಲ್ಲ. ಇದನ್ನು ಎಲ್ಲರೂ ತಿಳಿಯಿರಿ. ಆದರೆ ನಪುಂಸಕನ ಸವಾಲನ್ನು ಸ್ವೀಕರಿಸುವುದು ಈ ಭೀಷ್ಮಪರಾಕ್ರಮಿಗೆ ಶೋಭಿಸುವುದಿಲ್ಲ. ನಾನು ಸೇನಾಪತಿಪದದಿಂದ ನಿವೃತ್ತನಾಗಿದ್ದೇನೆ. ಸಾರಥಿ, ನನ್ನ ರಥವನ್ನು ಹಿಂದಕ್ಕೆ ತಿರುಗಿಸು' ಎಂದು ಕೂಗಿಕೊಂಡರು. ನಮ್ಮ ಸೇನೆ ಧೃತಿಗೆಟ್ಟಿತು. ಶತ್ರುಸೈನಿಕರಲ್ಲಿ ಕೆಲವರು ಗಟ್ಟಿಯಾಗಿ, ಶಿಖಂಡಿ ಬಂದು ಕೈ ಹಿಡಿದಾಳು ಅಂತ ಹೆದರಿ ಬ್ರಹ್ಮಚಾರಿ ಓಡಿಬಿಟ್ಟ ಎಂದು ಮುಂತಾಗಿ ಕೂಗಿಕೊಂಡರು. ಒಬ್ಬೊಬ್ಬರು ಹೀಗೆ ಕೂಗಿದ ತಮಾಷೆಗೂ ಅವರ ಸೈನಿಕರು ಜೋರು ಜೋರಾಗಿ ನಗತೊಡಗಿದರು. ಮುಂಬದಿಯಲ್ಲೇ ಇದ್ದ ಅರ್ಜುನ ಸುಂಯ್ ಎಂದು ಆಕಾಶಕ್ಕೆ ಒಂದಾದಮೇಲೆ ಒಂದರಂತೆ ಐದು ಬಾಣ ಹಾರಿಸಿ ಸೈನಿಕರೆಲ್ಲರ ಗಮನ ಸೆಳೆದು ಪೂಜ್ಯ ಪಿತಾಮಹರ ವಿಷಯದಲ್ಲಿ ಯಾರೂ ಲಘುವಾಗಿ ಮಾತನಾಡಬಾರದು, ನಗಬಾರದು ಎಂದು ಕೂಗಿ ಹೇಳಿದ. ಜೋರು ಸದ್ದು ಅಡಗಿತು. ಗುಜುಗುಜು ಕಿಲಕಿಲ ಮಾತ್ರ ಮುಂದುವರಿದೇ ಇತ್ತು. ಅಂತೂ ನಪುಂಸಕನೊಬ್ಬನು ಇವೊತ್ತಿನ ಯುದ್ಧದ ಪರಮವೀರ ನಾಯಕನಾಗಿಬಿಟ್ಟ. ನಾನು ಅನಂತರ ಭೀಷ್ಮರನ್ನು ಹಿಂಬಾಲಿಸಿದೆ. ಆಮೇಲೆ ಕರ್ಣನು ಯುದ್ಧರಂಗ ಪ್ರವೇಶಿಸಿದ ನೆಂದು ಕೇಳಿದೆ ಅಷ್ಟೆ. ನೇರವಾಗಿ ನೋಡಲಿಲ್ಲ."

ಯುದ್ಧದ ಬೇರೆ ಮಗ್ಗುಲುಗಳು, ವಿವರಗಳು ತಕ್ಷಣ ನೆನಪಿಗೆ ಬರಲಿಲ್ಲವಾದ್ದರಿಂದ ಹೇಳುವುದೆಲ್ಲ ಮುಗಿಯಿತೆಂಬಂತೆ ಸಂಜಯ ಸುಮ್ಮನಾದ, ಮರದ ಬೋಗುಣಿಯಲ್ಲಿದ್ದ ಹಾಲು ಅರಳುಗಳನ್ನು ಮುಗಿಸುವುದನ್ನೂ ಮರೆತು. ಭೀಷ್ಮರ ನಿವೃತ್ತಿಯಿಂದ ಧೃತರಾಷ್ಟ್ರನ ಮನಸ್ಸಿನಲ್ಲಿ ಭೀತಿ ಹುಟ್ಟಿತು. ಅವರನ್ನು ಕೊಲ್ಲುವುದಕ್ಕೆಂದೇ ದೊಡ್ಡಮ್ಮ ಅಂಬೆ ಹುಟ್ಟಿದ್ದಾಳೆ. ಅದೂ ನಮ್ಮ ವೈರಿ ದ್ರುಪದನ ಹೊಟ್ಟೆಯಲ್ಲೇ ಹುಟ್ಟಬೇಕೆ ಅವಳು, ಮಿತ್ರರಾಗಿದ್ದವರು ಕೂಡ ಕೋಪ ಬಂದಾಗ ನಮ್ಮ ಶತ್ರುಗಳನ್ನೇ ಹುಡುಕಿ ಆಶ್ರಯಿಸುವಂತೆ? ಎಂಬ ಆಶ್ಚರ್ಯವೂ ಸೇರಿಕೊಂಡಿತು. ನಪುಂಸಕ ಅಂದರೆ ಹೇಗಿರುತ್ತದೆಯೋ, ಗಂಡೂ ಅಲ್ಲ ಹೆಣ್ಣೂ ಅಲ್ಲದ ನಡುವಣ ಸ್ಥಿತಿ ಎಂದು ಮಾತ್ರ ಕೇಳಿರುವುದಷ್ಟೆ, ಅದಕ್ಕಿಂತ ಖಚಿತವಾಗಿ ಯಾರನ್ನು ಕೇಳಿ ತಿಳಿಯಬಹುದು? ಎಂಬ ಕುತೂಹಲವನ್ನು ಮೆಟ್ಟಿಕೊಂಡು ದ್ರೋಣನನ್ನು ಕೊಲ್ಲಲೆಂದೇ ಧೃಷ್ಟದ್ಯುಮ್ನನು ವಿಶೇಷವಾಗಿ ಅಗ್ನಿಪೂಜೆ ಮಾಡಿದ್ದಾನಂತೆ ಎಂದು ಕೇಳಿದ ನೆನಪು ಬಂತು. ಶಿಖಂಡಿಯಾದರೆ ಏನಾಯಿತು. ಅವರು ಯುದ್ಧರಂಗದಲ್ಲೇ ಉಳಿಯ ಬೇಕಾಗಿತ್ತು ಎಂಬ ಆಶೆ ನಡುನಡುವೆ ಕೊಕ್ಕು ಹಾಕುತ್ತಿತ್ತು.

ಅಷ್ಟರಲ್ಲಿ ವಿದುರ ಕೇಳಿದ: 'ಭೀಷ್ಮರ ನಾಯಕತ್ವದಲ್ಲಿ ಆದ ಸಾಧನೆ ಏನು?'

'ಹೇಗೆ ಹೇಳಲಿ? ಕಳೆದ ಹತ್ತು ದಿನದಿಂದ ಅದೆಷ್ಟು ಸಹಸ್ರ ಸೈನಿಕರು ಸತ್ತಿದ್ದಾರೆಯೋ, ಕೈಕಾಲು ತೊಡೆ ತೋಳುಗಳನ್ನು ಮುರಿದುಕೊಂಡು ರಕ್ತ ಮಾಂಸಗಳು ಹೊರಚೆಲ್ಲಿ ಚೀರಿ ನರಳುತ್ತಿದ್ದಾರೆಯೋ ಲೆಕ್ಕವಿಡುವುದು ಯಾರಿಗೆ ಸಾಧ್ಯ? ಒಂದು ದಿನ ಆದ ಜಾಗ ದಲ್ಲಿ ಮರುದಿನ ನಡೆಯುವುದು ಸಾಧ್ಯವಿಲ್ಲ. ಸತ್ತ ಹೆಣಗಳು, ಸತ್ತ ಕುದುರೆಗಳು, ಆನೆಗಳ ಕೊಳೆತ ನಾತ ಆ ಇಡೀ ರಂಗದಿಂದ ಸುತ್ತ ಎಷ್ಟೋ ದೂರ ವ್ಯಾಪಿಸಿಬಿಡುತ್ತದೆ. ಹಾಗೆಂದು ತುಂಬ ದೂರ ಹೋಗುವಂತೆಯೂ ಇಲ್ಲ. ಸಾಮಾನು ಸರಂಜಾಮುಗಳನ್ನು ಸಾಗಿಸುವುದು ಸುಲಭದ ಕೆಲಸವಲ್ಲ. ನಾವು ಒಂದು ದಿಕ್ಕಿಗೆ ಹೋದರೆ ಶತ್ರುವು ಬೇರೆ ದಿಕ್ಕಿನಿಂದ ನುಗ್ಗಿ ಯಾನೆಂಬ ಆತಂಕ ಅಂಜಿಕೆಗಳು ಬೇರೆ. ಶತ್ರುಗಳ ಕಡೆಯೂ ಸಾಕಷ್ಟು ಜನ ಸತ್ತಿದ್ದಾರೆ. ಆದರೆ ನಮಗೆ ಹೆಚ್ಚು ಹಾನಿಯಾಗಿದೆ. ಆರಂಭದಲ್ಲಿ ನಮ್ಮದು ಹನ್ನೊಂದು ಇದ್ದರೆ ಅವರದು ಏಳು ಬಲವಿತ್ತು. ಈಗ ಆ ಅನುಕೂಲಪ್ರಮಾಣ ಕುಗ್ಗಿ ಅಥವಾ ನಮ್ಮದೂ ಅವರದೂ ಸಮಸಮನಾಗಿವೆ, ಅಥವಾ ನಮ್ಮದೇ ಕಡಮೆಯಾಗಿದೆ. ಈಗ ನಮ್ಮದು ಅವರದು ಐದು ಇರಬಹುದು ಅಂತ ದ್ರೋಣರು ಅಂದರಂತೆ.'

'ಅಷ್ಟೊಂದು ನಷ್ಟವಾಯಿತೆ!' ಧೃತರಾಷ್ಟ್ರ ಕೋಣೆಯೆಲ್ಲ ತುಂಬಿ ಬಾಗಿಲಿನಿಂದ ಹೊರಗೆ ನುಗ್ಗುವಷ್ಟು ಗಟ್ಟಿಯಾಗಿ ಕಿರುಚಿಕೊಂಡ: 'ಹೇಗೆ ಸಾಧ್ಯ ದೊಡ್ಡಪ್ಪನಂತಹ ಉತ್ತುಂಗ ಶಿಖರವಿದ್ದಾಗ?'

'ಪಾಂಡವರ ಕಡೆಯ ಹೊಡೆತ ಅಷ್ಟು ವೇಗದ್ದು. ಹೊಡೆತಕ್ಕಿಂತ ಹೊಡೆತದ ಭಯದಿಂದ ದಿಕ್ಕುಗೆಟ್ಟು ತಮ್ಮತಮ್ಮಲ್ಲೇ ಒಬ್ಬರ ಮೇಲೊಬ್ಬರು ಬಿದ್ದು ಗೊಂದಲ ಹುಟ್ಟಿಸಿಕೊಂಡು ಸತ್ತವರು ಹಲವರು. ಯುದ್ಧರಂಗ ಬಿಟ್ಟು ಓಡಿಹೋಗುತ್ತಿರುವವರೂ ಸಾಕಷ್ಟು ಜನವಂತೆ. ಬಿಲ್ಲು ಎತ್ತಿ ಒಂದು ಬಾಣ ಹೊಡೆಯುವ ಶಕ್ತಿ ಇಲ್ಲದ ಮುದುಕನ ನಾಯಕತ್ವದಲ್ಲಿ ಗೆಲ್ಲು ವುದು ಸಾಧ್ಯವಿಲ್ಲವೆಂದು ಅನೇಕರು ಹೆದರಿಬಿಟ್ಟರು. ಅಲ್ಲದೆ ಭೀಮ ಇದ್ದಾನಲ್ಲ, ಅವನು ಜೀವಕ್ಕೆ ಸ್ವಲ್ಪವೂ ಅಂಜದ, ಸ್ವಂತ ಜೀವವೆಂದರೆ ಲೆಕ್ಕವೇ ಇಲ್ಲದ ಐದುನೂರು ಜನ ಪಟುಗಳ ಒಂದು ತುಕಡಿ ಮಾಡಿಕೊಂಡಿದ್ದಾನೆ. ಆ ತುಕಡಿ ಒಂದು ಕಡೆ ನಿಂತು ಯುದ್ಧ ಮಾಡುವುದೇ ಇಲ್ಲ. ನೇರವಾಗಿ ನಮ್ಮ ಸೈನ್ಯದೊಳಕ್ಕೇ ನುಗ್ಗಿಬಿಡುವುದು. ಕತ್ತಿ ಈಟಿಗಳೇ ಅವರ ಮುಖ್ಯ ಆಯುಧಗಳು. ಭೀಮನೋ, ಉದ್ದವಾದ ಒಂದು ಲೋಹದ ಗದೆ ಹಿಡಿದು ನುಗ್ಗುತ್ತಾನೆ. ಆನೆಗಳ ಪಡೆಯ ನಡುವೆ ನುಗ್ಗಿ ಅವುಗಳ ಹಣೆಗೆ ಗುರಿ ಇಟ್ಟು ಹೊಡೆದರೆ ಸಾಕು ತತ್ತರಿಸಿಹೋಗುತ್ತವೆ. ಹುಚ್ಚು ಹಿಡಿದಂತೆ ನಮ್ಮ ಸೈನ್ಯದ ಮೇಲೆ ನುಗ್ಗಲು ಶುರುಮಾಡಿಬಿಡುತ್ತವೆ. ಹಿಡಿತಕ್ಕೆ ಸಿಕ್ಕುವುದೇ ಇಲ್ಲ. ಅರ್ಜುನನ ಬಿಲ್ಲಿನ ಗುರಿಯನ್ನು ಹೇಳಬೇಕಿಲ್ಲ. ಆನೆಗಳ ಸಣ್ಣ ಕಣ್ಣುಗಳಿಗೆ ಕರಾರುವಾಕ್ ಗುರಿ ಇಟ್ಟು ಹೊಡೆಯುತ್ತಾನೆ. ಘೀಳಿಟ್ಟುಕೊಂಡು ಹುಚ್ಚೆದ್ದು ಹಿಂತಿರುಗಿ ನುಗ್ಗುವ ಅವನ್ನು ತಡೆಯುವುದು ಸಾಧ್ಯವಿಲ್ಲ. ಹೀಗಾಗಿ ನಾವು ಶೇಖರಿಸಿಕೊಂಡ ಸಾವಿರಾರು ಆನೆಗಳೇ ನಮಗೆ ದೊಡ್ಡ ಮುಳುವಾಗಿ ಬಿಟ್ಟವು.' ಎಂದ ಸಂಜಯ ಮತ್ತೆ ಏನೋ ಜ್ಞಾಪಕಕ್ಕೆ ಬಂದಂತೆ ಮಾತು ನಿಲ್ಲಿಸಿದ. ಅನಂತರ ಆ ಜ್ಞಾಪಕವನ್ನು ಸ್ಫುಟಮಾಡಿಕೊಂಡು ಹೇಳಿದ: 'ಆನೆ ಅಂದರೆ ಭೀಮ,

ಭೀಮ ಅಂದರೆ ಆನೆಯ ನೆನಪುಗಳು ನನ್ನ ತಲೆಯಲ್ಲಿ ಒಂದರೊಳಗೊಂದು ಹೆಣೆದು ಕೊಂಡುಬಿಟ್ಟಿವೆ. ಅವನು ಇದುವರೆಗೆ ನಿನ್ನ ಒಟ್ಟು ಹದಿನೇಳು ಮಕ್ಕಳನ್ನು ಕೊಂದು ಬಿಸಾಡಿದ್ದಾನೆ. ಅದೂ ನನಗೆ ಲೆಕ್ಕ ತಿಳಿದಿರುವ ಮಟ್ಟಿಗೆ.....'

ಎಂದು ಮುಂದುವರಿಸುತ್ತಿರುವ ನಡುವೆಯೇ ಗಾಂಧಾರಿ ಗಟ್ಟಿಯಾಗಿ ಕಿರುಚಿಕೊಳ್ಳ ತೊಡಗಿದಳು. ಸಂಜಯ ವಿದುರ ಧೃತರಾಷ್ಟ್ರರು ಗಾಬರಿಯಾದರು. ದಾಸಿ ಓಡಿಬಂದಳು. ಗಾಂಧಾರಿ ಕಣ್ಣಿಗೆ ಕಟ್ಟಿಕೊಂಡಿದ್ದ ಅರಿವೆ ಒದ್ದೆಯಾಗಿತ್ತು. ಸಂಜಯನಿಗೆ ತನ್ನ ತಪ್ಪಿನ ಅರಿವಾಯಿತು. ತಕ್ಷಣ ತಿದ್ದುಪಡಿ ಮಾಡಿದ: 'ದೇವಿ, ನಾನು ಹೇಳಿದುದು ಮಹಾರಾಜನ ಹದಿನೇಳು ಮಕ್ಕಳನ್ನು ಕೊಂದು ಬಿಸಾಡಿದ್ದಾನೆ ಅಂತ. ಅವರಲ್ಲಿ ನಿನ್ನ ಒಬ್ಬರು ಮಕ್ಕಳೂ ಸೇರಿಲ್ಲ, ಅವರೆಲ್ಲ ಕ್ಷೇಮವಾಗಿದ್ದಾರೆ.'

ಅಷ್ಟರಲ್ಲಿ ದಾಸಿ ಹತ್ತಿರವಿದ್ದ ನೀರಿನ ಮೊಗೆಯಿಂದ ಶಾರೆಗೆ ಬಗ್ಗಿಸಿಕೊಂಡು ಮಹಾ ರಾಣಿಯ ತಲೆಗೆ ತಣ್ಣೀರು ತಟ್ಟುತ್ತಿದ್ದಳು. ಸಂಜಯ ಮತ್ತೊಮ್ಮೆ ಬಿಡಿಸಿ ಹೇಳಿದ ಮೇಲೆ ತಿಳಿಯಿತು. 'ನನ್ನ ಮಕ್ಕಳು ಯಾರೂ ಸತ್ತಿಲ್ಲವೆ? ನಿಜ ಹೇಳು.'

'ಸತ್ಯವಾಗಿಯೂ' ಎಂದ ಮೇಲೆ ಅವಳು ಸುಮ್ಮನಾದಳು. ಸಂಜಯ ಹೇಳತೊಡಗಿದ: 'ಮೊನ್ನೆ ಎಂದರೆ ಎಂಟನೆಯ ದಿನ ಎಂದು ಕಾಣುತ್ತದೆ. ಒಟ್ಟು ಎಂಟು ಜನರನ್ನು ಚಚ್ಚಿ ಬಿಸಾಕಿದ. ಸುನಾಭ, ಆದಿತ್ಯಕೇತು, ಕುಂಡಧಾರ, ಬಹ್ವಾಶಿ, ಮಹೋದರ, ಅಪರಾಜಿತ, ಪಂಡಿತಕ ಒಟ್ಟು ಎಷ್ಟಾಯಿತು,' ಎಂದು ಅವೇ ಹೆಸರುಗಳನ್ನು ಬೆರಳಿನಿಂದ ಎಣಿಸಿಕೊಳ್ಳುತ್ತಾ ಮತ್ತೆ ಹೇಳಿ, 'ಏಳಲ್ಲವೆ? ಇನ್ನೊಂದು ಮರೆತುಹೋಯಿತು. ಆಮೇಲೆ ನೆನ್ನೆಯೋ ಅಥವಾ ಮೊನ್ನೆಯೋ ನನಗೆ ಸರಿಯಾಗಿ ನೆನಪಿಲ್ಲ. ಒಟ್ಟು ಒಂಬತ್ತು ಜನರನ್ನು ಹೀಗೆಯೇ ತರಿದುಹಾಕಿದ. ವ್ಯೂಢೋರಸ್ಯ, ಕುಂಡಲಿನ, ಅನಾಧೃಷ್ಟಿ, ಕುಂಡಭೇರಿ, ದೀರ್ಘಬಾಹು, ಆಮೇಲೆ ಮಹಾರಾಜ, ಹೆಸರುಗಳಲ್ಲಿ ಒಂದನ್ನೂ ಮರೆಯದೆ ಹೇಳಬೇಕೆಂದು ದಾರಿ ಯುದ್ದಕ್ಕೂ ಮನಸ್ಸಿನಲ್ಲಿ ಹೇಳಿಕೊಳ್ಳುತ್ತಲೇ ಬಂದೆ. ಈಗ ನುಸುಳಿಕೊಳ್ಳುತ್ತಿವೆ. ಹೂಂ, ಕನಕಧ್ವಜ, ಆಮೇಲೆ, ಆಮೇಲೆ ಜ್ಞಾಪಕಕ್ಕೆ ಬರುತ್ತಿಲ್ಲ. ಬಂದಾಗ ಓಡಿ ಬಂದು ಹೇಳುತ್ತೇನೆ.'

ಎಂದು ಸಂಜಯ ನೆನಪಿನ ತಂತುವನ್ನು ಹಿಡಿಯಲು ಸಾಹಸ ಪಡುತ್ತಿರುವಾಗ ಧೃತರಾಷ್ಟ್ರ ಮಹಾರಾಜನ ಮನಸ್ಸು ಕೂಡ ನೆನಪನ್ನು ಅಗೆಯುವುದರಲ್ಲಿ ತೊಡಗಿತ್ತು. ಯಾವುದು ಈ ಎಲ್ಲ ಹೆಸರುಗಳು? ಇಟ್ಟವರಾರು? ನನ್ನ ಮಕ್ಕಳುಗಳೇ ಇರಬೇಕು. ಇಲ್ಲ ದಿದ್ದರೆ ಸಂಜಯ ಇಷ್ಟು ಖಚಿತವಾಗಿ ಹೇಳುತ್ತಿರಲಿಲ್ಲ ಎಂಬ ನೆನಪಿನ ಯತ್ನದಲ್ಲಿರುವಾಗ ಇವರ ತಾಯಿಯರು ಯಾರು ಎಂಬ ಕುತೂಹಲವೂ ಹುಟ್ಟಿತು. ಇವನ್ನೆಲ್ಲ ಸಂಜಯ ಒಬ್ಬನೇ ವಿಚಾರಿಸಿ ತಂದು ಹೇಳಬಹುದು. ತನಗೆ ದಾಸಿಯನ್ನು ದಾಸಿ ಎಂದು ಕರೆದ ಅಭ್ಯಾಸವೇ ಹೊರತು, ಹೆಸರು ತಿಳಿದು ನೆನಪಿಟ್ಟುಕೊಳ್ಳುವ ಪ್ರವೃತ್ತಿ ಬಂದದ್ದು ಇತ್ತೀಚೆಗೆ, ಮೊದಲು ಕೂಡ ಕೆಲವರ ಹೆಸರು ಗೊತ್ತಿತ್ತು. ಎಷ್ಟು ವರ್ಷಾಂತರಗಳ ಮಾತೊ? ಹೇಗೆ ನೆನಪಿನಲ್ಲುಳಿಯಬೇಕು ಎಂದು ಯೋಚಿಸುತ್ತಿದ್ದವನು ಇದ್ದಕ್ಕಿದ್ದಂತೆಯೇ, 'ಸಂಜಯ, ಇವರೆಲ್ಲರ ವಯಸ್ಸೆಷ್ಟು?' ಎಂದು ಕೇಳಿದ.

'ಮೊದಲನೆಯ ಎಂಟು ಜನ ಅಂದೆನಲ್ಲ ಹಿರಿಯವನಿಗೆ ಐವತ್ತು. ಉಳಿದವರು ಒಬ್ಬನಿಗಿಂತ ಒಬ್ಬ ಒಂದೂವರೆ ವರ್ಷಕ್ಕೆ ಚಿಕ್ಕವನು. ಎಂಟು ಜನವೂ ಒಂದೇ ತಾಯಿಯ ಮಕ್ಕಳು. ಒಂದೇ ಗುಂಪಿನಲ್ಲಿ ಭೀಮನ ಮೇಲೆ ಎರಗಬಂದರು. ಭೀಮನನ್ನು ಕೊಂದೋ ಸೆರೆ ಹಿಡಿದೋ ತಂದರೆ ಅಣ್ಣ ದುರ್ಯೋಧನ ಬಹುಮಾನ ಕೊಡುತ್ತಾನೆಂಬ ಆಶೆಯಿಂದ. ಅವನು ಅಷ್ಟೂ ಜನಗಳನ್ನು ಹೊಡೆದು ಮಲಗಿಸಿ ಕತ್ತಿಯಿಂದ ತಲೆಗಳನ್ನು ಕತ್ತರಿಸಿ ದಪ್ಪ ಚೆಂಡುಗಳಂತೆ ಒಂದೊಂದಾಗಿ ಬೀಸಿ ಬೀಸಿ ಕೌರವ ಸೇನೆಯ ನಡುವೆ ಬೀಳುವಂತೆ ಎಸೆದ. ಆಗ ತಾನೆ ದ್ರವರಕ್ತ ಹರಿಯುವ ಶಿರಗಳು ಬಂದು ಮೇಲೆ ಬೀಳುತ್ತಿರುವುದನ್ನು ನೋಡಿದ ಸೈನಿಕರು ಚೆಲ್ಲಾಪಿಲ್ಲಿಯಾದರು. ಒಬ್ಬರಮೇಲೊಬ್ಬರು ಬಿದ್ದು ಎಲ್ಲೆಲ್ಲೂ ಭೀತಿ ಹರಡಿತು, ಹೀಗೆಯೇ ಎರಡನೆಯ ಸಲ ಹೇಳಿದ ಒಂಭತ್ತು ಜನರೂ ಸೋದರರು. ದುರ್ಯೋಧನ ಮಹಾರಾಜ ತಮ್ಮಂದಿರನ್ನು ಹುರಿದುಂಬಿಸಿ ಕಳಿಸಿದ್ದನಂತೆ. ಅವರು ಕೂಡ.....'

ಎನ್ನುತ್ತಿರುವಾಗ ಗಾಂಧಾರಿ ಸರಕ್ಕನೆ ರೇಗಿ ಬಾಯಿ ಹಾಕಿದಳು: 'ಯಾರಿಗೆ ತಮ್ಮಂದಿರು? ತಮ್ಮಂದಿರು ಅಂತ ಅವನ ಬಾಯಲ್ಲಿ ಬಂತೋ ಸೂತಜಾತಿಯ ನೀನು ಕಲ್ಪಿಸಿಕೊಂಡು ಆಡುತ್ತಿದ್ದೀಯೊ? ರಾಜಸಾನ್ನಿಧ್ಯದಲ್ಲಿ ಗೌರವದಿಂದ ಮಾತನಾಡಬೇಕು.'

ಗೂಡಿನಲ್ಲಿ ಒಂದೇಸಮನೆ ಉರಿಯುತ್ತಿದ್ದ ಹಣತೆ ಸ್ವಲ್ಪ ಮಂಕಾಯಿತು. ಹೊರಬಾಗಿಲಿನಲ್ಲಿ ನಿಂತಿದ್ದ ದಾಸಿ ಒಳಗೆ ಬಂದು ಹಣತೆಗೆ ಎಣ್ಣೆಹಾಕಿ ಬತ್ತಿಯನ್ನು ಮೀಟಿ ಸರಿ ಮಾಡಿದಳು. ದೀಪವು ಒಳಗೆಲ್ಲ ನಿಶ್ಶಬ್ದವನ್ನು ತುಂಬುವಂತೆ ದೊಡ್ಡದಾಯಿತು. ವಿದುರ ಮಾತನಾಡಿದ: 'ಸಂಜಯನ ಕಲ್ಪನೆಯಲ್ಲ. ಅವರು ಐವರಿರಬಹುದು; ನಾವು ನೂರು ಜನರಿದ್ದೇವೆ, ನನಗೆ ಒಟ್ಟು ತೊಂಬತ್ತೊಂಬತ್ತು ಜನ ತಮ್ಮಂದಿರಿದಾರೆ, ಯುದ್ಧಕ್ಕೆ ಬಂದರೆ ಬಡಿದು ಮಲಗಿಸುತ್ತೇವೆ, ಅಂತ ದುರ್ಯೋಧನ ರಾಜಸಭೆಯಲ್ಲೇ ಅನ್ನುತ್ತಿದ್ದ. ಯುದ್ಧರಂಗದಲ್ಲಿ ಅನ್ನದೆ ಇರುತ್ತಾನೆಯೆ?'

ಗಾಂಧಾರಿ ಮಾತನಾಡಲಿಲ್ಲ. ಮಹಾರಾಜನ ಮನಸ್ಸು ಒಂದು ಕುತೂಹಲದ ಚಿಂತನೆಯಲ್ಲಿ ತೊಡಗಿತ್ತು. ದೇವಿ ಗಾಂಧಾರಿಯ ಹೊಟ್ಟೆಯಲ್ಲಿ ಹುಟ್ಟಿದವರು ಹದಿನಾಲ್ಕು ಗಂಡು, ಒಂದು ಹೆಣ್ಣು ಎಂಬ ಲೆಕ್ಕ ಕರಾರುವಾಕ್ಕಾಗಿದೆ. ಇನ್ನು ಉಳಿದವರು ನೂರರಲ್ಲಿ ಹದಿನಾಲ್ಕು ಕಳೆದರೆ, ಹದಿನಾಲ್ಕು ಕಳೆದರೆ ಎಷ್ಟು, 'ವಿದುರ, ನೂರರಲ್ಲಿ ಹದಿನಾಲ್ಕು ಹೋದರೆ ಎಷ್ಟು?' ಎಂದ.

ಸಂದರ್ಭವು ತಕ್ಷಣ ಹೊಳೆಯದಿದ್ದರೂ ವಿದುರ ಎಂಭತ್ತಾರು ಎಂದ.

ತನ್ನ ಈ ತಮ್ಮಂದಿರು ಒಟ್ಟು ಎಂಭತ್ತಾರು ಮಾತ್ರ, ಹೆಚ್ಚೂ ಇಲ್ಲ ಕಡಮೆಯೂ ಇಲ್ಲ ಎಂಬ ಲೆಕ್ಕ ದುರ್ಯೋಧನನಿಗೆ ಹೇಗೆ ಸಿಕ್ಕಿತು? ಅಥವಾ ಅವನಿಗೆ ಸಿಕ್ಕಿರುವ ಲೆಕ್ಕವೇ ಸರಿ ಇರಬಹುದು. ನನಗಾದರೂ ಯಾವ ನೆನಪು? ಅವನು ಅಗತ್ಯವಿದ್ದುದರಿಂದ ಲೆಕ್ಕ ಹಾಕಿಸಿರಬಹುದು. ನನಗೋ? ಎಂದು ಮಹಾರಾಜ ಆಲೋಚಿಸುತ್ತಿರುವಾಗ ಸಂಜಯ ಹೇಳಿದ: 'ಇಲ್ಲಿಗೆ ಬರುವ ಮೊದಲು ಮನೆಗೆ ಹೋಗಿ ಹೆಂಡತಿಯನ್ನು ಕೂಗಿ ಮುಖ

ತೋರಿಸಿ ಬಂದೆ. ಕುದುರೆಯಿಂದ ಇಳಿಯಲಿಲ್ಲ. ಈಗ ಹೋಗಿ ಮಲಗುತ್ತೇನೆ. ನಾಳೆ ಸುಧಾರಿಸಿಕೊಂಡು ನಾಡದ್ದು, ಇಲ್ಲ ಇಲ್ಲ ನಾಳೆಯೇ ಮತ್ತೆ ರಣರಂಗಕ್ಕೆ ಹೋಗುತ್ತೇನೆ. ಈಗ ಅಪ್ಪಣೆಯಾಗಬೇಕು.'

ನಿದ್ದೆ ಬಂದ ಒಂದು ಘಳಿಗೆಯಲ್ಲಿಯೇ ಇದ್ದಕ್ಕಿದ್ದಂತೆ ಎಚ್ಚರವಾಗಿ ಮಹಾರಾಜ ದಾಸೀ ಎಂದು ಗಟ್ಟಿಯಾಗಿ ಕೂಗಿಕೊಂಡ. ತೂಕಡಿಸುತ್ತಿದ್ದವಳು ಗಾಭರಿಯಿಂದ ಓಡಿ ಬಂದ ಸಪ್ಪಳ ಕೇಳಿಸಿತು. 'ದೀಪ ಯಾಕೆ ಉರಿಯುತ್ತಿಲ್ಲ?'

'ಉರಿಯುತ್ತಿದೆ ಮಹಾರಾಜ.'

'ಸುಳ್ಳು ಹೇಳುತ್ತಿದೀಯ.'

'ಸುಳ್ಳಲ್ಲ ಅಂತ ನಿನಗೆ ಹೇಗೆ ಸಿದ್ಧಮಾಡಿತೋರಿಸಲಿ? ಮಹಾರಾಣಿಯನ್ನು ಎಬ್ಬಿಸಿ ಹೇಳಿಸೋಣ ಅಂದರೆ ಅವಳಿಗೂ ಕಣ್ಣು ಕಾಣಿಸುವುದಿಲ್ಲ. ಈಗ ಬೇರೆ ಯಾವ ದಾಸಿಯೂ ಇಲ್ಲ.'

'ವಾಸನೆ ಬರುತ್ತಿಲ್ಲ.'

'ದೀಪ ಹೊತ್ತುವಾಗ ಸ್ವಲ್ಪ ವಾಸನೆ ಬರುತ್ತೆ. ಆರಿಹೋಗುವಾಗ ಮೂಗು ತುಂಬುವಷ್ಟು ಉಂಟಾಗುತ್ತೆ. ತನ್ನ ಪಾಡಿಗೆ ತಾನು ಉರಿಯುವ ವಾಸನೆಯೂ ಉಂಟೆ?'

ಇವಳ ಕೈಲಿ ಮಾತಿಗೆ ಇಳಿಯಬಾರದೆಂದು ಅವನು ಸುಮ್ಮನಾದ. ಅವಳು ನಡೆದು ಹೋದದ್ದು ತಿಳಿಯಿತು. ತಾನೇನು ಕನವರಿಸಿಕೊಂಡೆನೋ ಅಥವಾ, ಅಥವಾ, ಇದ್ದಕ್ಕಿದ್ದಂತೆ ಯಾಕೆ ನಿದ್ದೆ ಹರಿದುಹೋಯಿತು, ಎಂದು ಮಗ್ಗುಲು ತಿರುಗಿದ. ತುಂಬ ನಿಶ್ಶಬ್ದ. ನಡುರಾತ್ರಿಯಲ್ಲಿ ಇರುವುದೇ ಹೀಗೆ ಎಂದುಕೊಂಡರೂ, ಈಗ ಅರಮನೆಯಲ್ಲಿ ಬೇರೆ ಯಾರೂ ಇಲ್ಲವೆಂಬ ಅರಿವಾಯಿತು: ಮಕ್ಕಳು ಮೊಮ್ಮಕ್ಕಳು ಅವರ ಹೆಂಡಿರು ಮಕ್ಕಳು. ಹಿಂಬದಿಯ ಸೂತಕೇರಿಗಳಲ್ಲಿ ಒಂದು ಗಂಡುಪಿಳ್ಳೆಯೂ ಇಲ್ಲವಂತೆ. ಬಹುಪಾಲು ಹೆಂಗಸರೂ ಹೋಗಿದ್ದಾರಂತೆ. ವಿದುರ ಹೇಳಿದ ನೆನಪು. ಅರಮನೆಗಳ ಇಷ್ಟು ದೊಡ್ಡ ಆವರಣದಲ್ಲಿ ತಾನೊಬ್ಬನೇ. ಪಕ್ಕದಲ್ಲಿ ಮಲಗಿರುವ ಇವಳಿಗೆ, ಇವಳಿಗೆಚ್ಚರವಾಗಿಲ್ಲವೆ ನಾನು ಕೂಗಿಕೊಂಡು ಅಷ್ಟು ಮಾತನಾಡಿದಾಗ ಗಟ್ಟಿಯಾಗಿ? ಗೊರಕೆಯ ಶಬ್ದವಿಲ್ಲ. ನಿದ್ದೆಯ ಉದ್ದುದ್ದನೆಯ ಏರಿಳಿತವಿಲ್ಲ. ಮೌನವಾಗಿ ಅಲ್ಲ ಬಿಮ್ಮನೆ ನನ್ನೊಬ್ಬನನ್ನೇ ಒಂಟಿಯಾಗಿ ಬಿಟ್ಟು, ಎಂಬ ಸಿಟ್ಟು ಬಂದರೂ ತೋರಿಸಿಕೊಂಡು ಮಾತಿಗೆ ಇಳಿಯುವ ಮನಸ್ಸಾಗದೆ, ದಾಸಿಯೇ ಅಷ್ಟೊಂದು ವಾದ ಮಾಡುತ್ತಾಳೆ ಎಂಬ ನೆನಪಿನ ಕಸಿವಿಸಿಯಾಗಿ ನಿದ್ದೆಗಣ್ಣು ಎನ್ನುವ ಸಮಾಧಾನವನ್ನೂ ತಂದುಕೊಂಡ. ಮತ್ತೆ ನಿದ್ದೆ ಬರಿಸಿಕೊಳ್ಳುವ ಪ್ರಯತ್ನ ಸಫಲವಾಗುವುದಿಲ್ಲವೆಂದು ಮನಸ್ಸು ಮೊದಲೇ ಹೇಳಿಬಿಟ್ಟಿತು. ದೊಡ್ಡಪ್ಪ ಭೀಷ್ಮರು, ಬ್ರಹ್ಮಚಾರಿಯು ಶಿಖಂಡಿಗೆ ಸೋತು, ಯುದ್ಧವೇ ಆಗಲಿಲ್ಲ ಅಂದನಲ್ಲ ಸಂಜಯ. ಅದನ್ನು ಇವರೇಕೆ ಅವಮಾನವೆಂದು ತಿಳಿದರು? ಎಂದುಕೊಳ್ಳುವಾಗ ಶಿಖಂಡಿ ಎಂದರೇನು ಎಂಬ ಸ್ಪಷ್ಟಕಲ್ಪನೆಗಾಗಿ ಮನಸ್ಸು

ಚಡಪಡಿಸಲು ಶುರುಮಾಡಿತು. ಹನ್ನೊಂದರಲ್ಲಿ ಆರು ಹೋಗಿ ಐದು ಉಳಿದಿದೆಯಂತೆ. ಅವರ ಕಡೆ ಎರಡು ಮಾತ್ರ ನಷ್ಟವಾಗಿದೆಯಂತೆ, ಎಂಬ ಮಾತಿನ ಜ್ಞಾಪಕ ಬಂದಾಗ ಮೈ ಸಣ್ಣಗೆ ನಡುಗಿತು. ಆ ಭೀಮನ ಗಂಟಲೂ ದೊಡ್ಡದು. ದ್ಯೂತ ಸಭೆಯಲ್ಲಿ ಅದೆಷ್ಟು ಗಟ್ಟಿಯಾಗಿ ಕಿರುಚಿಕೊಂಡ! ಮನುಷ್ಯರ ಗಂಟಲು ಅಷ್ಟು ದೊಡ್ಡದಾಗಿರುತ್ತೆ ಅಂತ ನಾನು ತಿಳಿದಿರಲೇ ಇಲ್ಲ ಎಂಬ ನೆನಪಿನ ಜೊತೆಗೆ ಹೊಟ್ಟೆಯಲ್ಲಿ ಒಂದು ತೆರನಾದ ಸಂಕಟ ಕಾಣಿಸಿಕೊಂಡಿತು. ಸಹಿಸಲಾರದಂಥದಲ್ಲ. ಆದರೆ ಮೂಕ ಯಾತನೆ. ಬೆಳಗ್ಗೆ ಮಧ್ಯಾಹ್ನ ರಾತ್ರಿ ಏನು ಊಟ ಮಾಡಿದ್ದೆ? ಎಂದು ಜ್ಞಾಪಿಸಿಕೊಂಡ. ಗಟ್ಟಿಮಾಂಸ, ಬೇಯಿಸದ ಧಾನ್ಯ ಮೊದಲಾಗಿ ಯಾವುದೂ ಇಲ್ಲ. ಹಲ್ಲೇ ಇಲ್ಲದ ಮೇಲೆ, ಮಾಂಸದ ನೀರಷ್ಟೇ ಏಳೆಂಟು ವರ್ಷದಿಂದ ಎಂದುಕೊಳ್ಳುತ್ತಿರುವಾಗ ಅದು ಹೊಟ್ಟೆನೋವಲ್ಲವೆಂಬ ಸ್ಪಷ್ಟನೆ ಹುಟ್ಟಿತು. ಆದರೂ ಬರೀ ಹೊಟೆಯಲ್ಲಲ್ಲ, ಮೈ ಕೈ ಮುಖ ತಲೆ ಎಲ್ಲೆಲ್ಲೂ, ದಾಸಿಯನ್ನು ಕೂಗಬಾರದು ಸಿಡಿಸಿಡಿಗುಟ್ಟುತ್ತಾಳೆ ಎಂದು ಅಂಗಾತನಾಗಿ ನಿದ್ದೆ ಬರಿಸಿಕೊಳ್ಳುವಂತೆ ಒಳಗೆ ಸರಿಯಲು ಹೆಣಗುತ್ತಿದ್ದ ಸತ್ತ ಹದಿನೇಳು ಮಕ್ಕಳ ನೆನಪು ಬಂತು. ಒಟ್ಟೊಟ್ಟಿಗೆ, ಎಷ್ಟು ಒಂದು ಸಲಕ್ಕೆ ಎಂಟು ಇನ್ನೊಂದು ಸಲಕ್ಕೆ ಒಂಬತ್ತು ಒಟ್ಟೊಟ್ಟಿಗೆ ತರಿದು ಕುತ್ತಿಗೆ ಕತ್ತರಿಸಿ ಬೀಸಿ ನಮ್ಮ ಸೈನಿಕರ ನಡುವೆ ಚಂಡಿನಂತೆ ಒಳಗೆ ಸೂಕ್ಷ್ಮವಾಗಿ ಭಯ ನಡುಗಿಸಿತು. ಜೊತೆಗೆ ಒತ್ತರಿಸಿಕೊಂಡು ಬಂದ ಮೂಕಸಂಕಟ, ಹೌದು ಹೊಟ್ಟೆನೋವಲ್ಲ, ಸಂಕಟ, ನಾಲ್ಕೈದು ಕ್ಷಣ ಏನೂ ತಿಳಿಯದಂತಹ ನಿದ್ದೆ ಕವಿದಂತಾಗಿ ಮತ್ತೆ, ಏನೇನು ಹೆಸರು, ಸಂಜಯ ಹೇಳುತ್ತಿದ್ದಾಗ ಗಮನ ಹರಿಯಲಿಲ್ಲ, ಅವನಿಗೇ ಪೂರ್ತಿ ಜ್ಞಾಪಕವಿಲ್ಲದಿರುವಾಗ ನನಗೆ ಹೇಗಿರಬೇಕು ಎಂಬ ಸಮಾಧಾನ ಹುಟ್ಟಿದ ಜೊತೆಯಲ್ಲೇ ಮರಳಿಬಂದ ಸಂಕಟ. ಪಿತ್ತವಾಗಿದೆಯೇ ಎಂಬ ಅನುಮಾನ ಬಂತು. ಏನಾದರೂ ಪಾನಕ ಅಥವಾ ಲೇಹ್ಯ ತೆಗೆದುಕೊಂಡರೆ, ಈಗ ದಾಸಿಯನ್ನು ಕಳಿಸಿ ಅವಳು ಹೋದರೆ ಇಡೀ ಅರಮನೆ ಖಾಲಿ. ರಾಜವೈದ್ಯನನ್ನು ಎಬ್ಬಿಸಿ ಕರೆಸಿ, ಅವನಾದರೂ ಇದ್ದಾನೆಯೋ ಯುದ್ಧಕ್ಕೆ ಹೋಗಿದ್ದಾನೆಯೋ, ಪಿತ್ತವೆಲ್ಲ ಶಮನವಾಗುತ್ತಿದೆ. ಎಂಟು ಜನರು ಅಣ್ಣ ತಮ್ಮಂದಿರಂತೆ, ಒಂದೇ ತಾಯಿಯ ಮಕ್ಕಳಂತೆ. ಹಿರಿಯನಿಗೆ ಐವತ್ತು, ಯಾರಿರಬಹುದು ಅವರ ತಾಯಿ, ಸುನಾಭಿಯೆ? ದೀರ್ಘಕೇಶಿಯೆ? ಅಥವಾ ಹೆಸರುಗಳೇ ನೆನಪಿಗೆ ಬರುತ್ತಿಲ್ಲ. ಎಷ್ಟು ವರ್ಷವಾಯಿತೊ ಏನೋ ವಯಸ್ಸಾದ ಮೇಲೆ ಖಾಸಾಸೇವೆಯನ್ನು ತಪ್ಪಿಸಿ ಇತರ ಕೆಲಸಗಳಿಗೆ ಹಾಕಿ. ಬದುಕಿದ್ದಾಳೆಯೋ ಅಥವಾ ಹಿರಿಯನಿಗೆ ಐವತ್ತೆಂದರೆ ಅವಳಿಗೆ ಅರವತ್ತಾರು ಅರವತ್ತೇಳಾದರೂ ಯಾರೂ ಸರಿಯಾಗಿ ನೆನಪಿಗೆ ಬರುವುದಿಲ್ಲ ಧ್ವನಿಯಿಂದಲೇ ವ್ಯತ್ಯಾಸ ತಿಳಿಯಬೇಕು ಮೃದುಧ್ವನಿ, ವಿಧೇಯಪೂರ್ಣ ಧ್ವನಿ, ಅಳುವ ಧ್ವನಿ, ಕೆಣಕುವ ಧ್ವನಿ, ಶರೀರದ ವ್ಯತ್ಯಾಸಗಳೂ ಎತ್ತರ ಗಾತ್ರ ಬಿಗಿ ಪ್ರಾಯ ಪ್ರಥಮ ಸಡಿಲ ಒಬ್ಬರ ಮೇಲೊಬ್ಬರು ಮತ್ಸರಪಟ್ಟು ಮೇಲೆ ಬಿದ್ದು ಬಿದ್ದು ಬರುವ ಅವರ ಯಾರ ನೆನಪು ಸ್ಪಷ್ಟವಾಗಿ ಉಳಿಯಬೇಕು ವಿಶಾಖೆಯೊಬ್ಬಳ ನೆನಪು ಮಾತ್ರ ಪ್ರೀತಿಯ ಅರೆ, ಅವಳ ಮಗ ಯುಯುತ್ಸುವೇ ಶತ್ರು ಪಕ್ಷ ಸೇರಿಬಿಟ್ಟನಂತಲ್ಲ ನನ್ನ ಮಗನಾಗಿ ನನ್ನ ರಕ್ತಕ್ಕೆ ಹುಟ್ಟಿ ನನಗೇ ದ್ರೋಹ ಬಗೆದು,

ನೀಚ ಬದುಕುವುದೇ ಸಾಕ್ಷಿ, ಯುದ್ಧದಲ್ಲಿ ಮೊದಲು ಸಾಯಬೇಕಿತ್ತು ಅವನು ಈ ಹದಿನೇಳು ಜನ ನನ್ನ ರಕ್ತಕ್ಕೆ ಎಂದುಕೊಳ್ಳುವಾಗ ಯಾತನೆ ಒತ್ತರಿಸಿಬಂದಂತಾಗಿ ಪಿತ್ಥವೋ ಹೊಟ್ಟೆ ಮರಳಿಸುವ ವಾಂತಿಯ, ಅಲ್ಲ ಎಂಬ ಅನುಮಾನದ ನಡುವೆಯೇ ಒಳಗಿನಿಂದ ಬಿಕ್ಕು ಅಳು ಹರಿದು ಬಂತು. ತಿಳಿಯುವ ಮೊದಲೇ ಉಕ್ಕಿ ಹರಿದು ಇದು ಅಳುವೆಂದು ತಿಳಿದ ನಂತರ ತಾನೇ ಶಮನವಾಗಿ ಸಂಕಟವೂ ಸ್ವಲ್ಪ ಕಡಮೆಯಾದಂತೆ ತೋರಿತು. ಪ್ರಾಣ ಹಿಂಡುವ ನಿಶ್ಶಬ್ದ. ದೀಪ ಉರಿಯುತ್ತಿರಬಹುದು, ಇಲ್ಲದಿದ್ದರೆ ಅವಳು ಅಷ್ಟು ಜೋರಾಗಿ ವಾದಿಸುತ್ತಿದ್ದಳೆ? ಸಂಜಯ ಬರಲಿ ಹೆಸರುಗಳನ್ನೆಲ್ಲ ಕೇಳಿ ಜ್ಞಾಪಕವಿಟ್ಟುಕೊಂಡು ಅವರ ತಾಯಿಯರನ್ನು, ಬದುಕಿದ್ದಾರೆಯೋ ಅಥವಾ ಎಷ್ಟೋ ದಾಸಿಯರು ಬೇಗ ಸಾಯುತ್ತಾರಂತೆ ಮಕ್ಕಳನ್ನು ಹೆತ್ತುಹೆತ್ತು, ದೇವಿ ಗಾಂಧಾರಿ ಹದಿನೈದು ಹೆತ್ತರೂ ಬದುಕಿಲ್ಲವೆ ಗಟ್ಟಿಯಾಗಿ, ಹೇಗಾದರಾಗಲಿ ಸಂಜಯ ಬಂದಮೇಲೆ ಎಂದುಕೊಳ್ಳುತ್ತಿರುವಾಗ ಪಕ್ಕದಲ್ಲಿ ಮಲಗಿದ್ದ ದೇವಿ ಹೆಂಡತಿಯ ಮೇಲೆ ಥಕ್ಕನೆ ಸಿಟ್ಟು ಬಂತು. ನಾನು ಬಿಕ್ಕಿ ಅತ್ತದ್ದು ಕೇಳಿಯೂ, ಹಾಗಾದರೆ ನಿಜವಾಗಿಯೂ ನಿದ್ದೆ ಬಂದಿಲ್ಲವೆ ಇವಳಿಗೆ, ಸಂಜಯ ಹೇಳುತ್ತಿರುವಾಗಲೇ ರೇಗಿ, ಥೂ ಎಂಥವಳು ಎಂದು ಬಲಮಗ್ಗುಲಿಗೆ ಹೊರಳಿದ. ನಿದ್ದೆ ಬರುತ್ತಿಲ್ಲ. ಸ್ವಲ್ಪಹೊತ್ತಿಗೆ ಜಲಬಾಧೆಗೆ ಹೋಗುವ ಅವಸರವಾಯಿತು. ಜೊತೆಗೆ ಮಲಬಾಧೆಯೂ. ದಾಸೀ ಎಂದು ಕೂಗಿದ. ಒಂದು ಸಲ ಕೂಗಿದ್ದಕ್ಕೇ ಹೆಜ್ಜೆಯ ಸಪ್ಪಳ ಕೇಳಿಸಿತು. ನಿದ್ದೆ ಮಾಡುತ್ತಿಲ್ಲ ಹಾಗಾದರೆ.

ತೋಳು ಹಿಡಿದು ಕರೆದೊಯ್ದ ಮೇಲೆ, ಬೂದಿ ಹಾಕಿದ್ದೀಯಾ? ಎಂದು ಕೇಳಿದ. 'ಯಾವಾಗಲೂ ಹಾಕಿ ಸಿದ್ಧವಾಗಿಟ್ಟಿರುತ್ತೇನೆ' ಎಂದಳು.

ಆದರೆ ವಿಸರ್ಜನೆಯಾಗಲಿಲ್ಲ. ಗಾಳಿ ಕಳೆದು ಹಗುರವೆನ್ನಿಸಿತು. ಎದ್ದು ನಾಲ್ಕು ಹೆಜ್ಜೆ ಬಂದನಂತರ ಕೇಳಿದ: 'ಸುಸ್ಮಿತೆ, ಸಂಜಯ ವರದಿ ಮಾಡುತ್ತಿದ್ದಾಗ ನಿನಗೂ ಕೇಳಿತೆ?'

'ಅಲ್ಪಸ್ವಲ್ಪ.'

'ಒಟ್ಟು ಎಂಟು ಜನದ ಹೆಸರು ಹೇಳಿದನಲ್ಲ, ಅಣ್ಣತಮ್ಮಂದಿರು, ಒಟ್ಟಿಗೆ ಭೀಮ ಕೊಂದನಂತಲ್ಲ. ಅವರ ಹೆಸರು ನೆನಪಿನಲ್ಲಿದೆಯೆ?'

'ಸುನಾಭ, ಆದಿತ್ಯಕೇತು, ಬಹ್ವಾಶೀ, ಕುಂಡಧಾರ, ಮಹೋದರ, ಅಪರಾಜಿತ, ಪಂಡಿತಕ, ವಿಶಾಲಾಕ್ಷ.'

'ಆಹ್, ಜಾಣೆ ಅಂದರೆ ಜಾಣೆ ನೀನು. ಎಂಟನ್ನೂ ಸರಿಯಾಗಿ ಹೇಳಿಬಿಟ್ಟೆಯಲ್ಲ, ಸಂಜಯನಿಗೇ ನಡುವೆ ಎಷ್ಟೋ ಮರೆತುಹೋಗಿತ್ತು. ಅವನು ಹೇಳದ ಹೆಸರುಗಳನ್ನೂ ಹೇಳಿದೆಯಲ್ಲ, ನಿನಗೆ ಹೇಗೆ ಗೊತ್ತಾಯಿತು?'

'ನನ್ನ ಮನೆಯ ಹತ್ತಿರವೇ ಅವರ ಮನೆ. ಆಮೇಲೆ ಹೇಳಿದನಲ್ಲ ಒಂಬತ್ತು ಜನ, ಅವರದೂ ನನ್ನದರ ಹಿಂಬದಿಗೆ. ಅವರ ಹೆಸರುಗಳನ್ನು ಬೇಕಾದರೂ ಹೇಳುತ್ತೇನೆ.'

'ಇವರ ತಾಯಿಯರ ಹೆಸರುಗಳೇನು?'

'ಈಗ ಯಾಕೆ ಬೇಕು?'

'ನನ್ನ ಈ ಮಕ್ಕಳುಗಳು ಸತ್ತರಲ್ಲ, ಹೆತ್ತ ಒಡಲನ್ನು ಕರೆಸಿ ಒಂದಿಷ್ಟು ಸಮಾಧಾನವನ್ನಾದರೂ.....' ಎನ್ನುವಾಗ ಅವಳು ಕಿಸಕ್ಕನೆ ನಕ್ಕಳು. ಕಕ್ಕಾವಿಕ್ಕಿಯಾದ ಅವನು ಅವಳ ಕಡೆಗೆ ಮುಖ ತಿರುಗಿಸಿದ. ಅನಂತರ, 'ಯಾಕೆ?' ಎಂದ.

'ಮಹಾರಾಜ, ದೇವಲೆ, ಪಾಟಲಿ, ಅಶ್ವಿನಿಯರ ಹೊಟ್ಟೆಯಲ್ಲಿ ಹುಟ್ಟಿದ ಯಾವುದೇ ಮಗುವನ್ನು ಇದು ನನ್ನದೇ ಎಂದು ಯಾವ ಗಂಡಸು ತಾನೆ ಧೈರ್ಯವಾಗಿ ಹೇಳಬಹುದು? ಅವರ ಕತೆಗಳನ್ನು ನಮ್ಮಮ್ಮ ಬಿಡಿಸಿ ಬಿಡಿಸಿ ಹೇಳುತ್ತಿದ್ದಳು. ಅಲ್ಲದೆ ದಾಸಿಯರು ಬಸಿರಾದಾಗಲೆಲ್ಲ ರಾಜಕುಟುಂಬದ ಗಂಡಸರ ಹೆಸರು ಹೇಳಿ ತನ್ನ, ಹುಟ್ಟುವ ಮಗುವಿನ, ಗೌರವ ಹೆಚ್ಚಿಸಿಕೊಳ್ಳುವುದು ಪದ್ಧತಿ. ಇದರ ಮೇಲೆ ನಿನಗೆ ಕಣ್ಣು ಕಾಣುವುದಿಲ್ಲ. ಎಷ್ಟು ಜನ ನಿನ್ನ ಹೆಸರನ್ನು ಎಷ್ಟು ಸಲ ಬಳಸಿಕೊಂಡಿದ್ದಾರೋ ಯಾರಿಗೆ ಗೊತ್ತು! ಅಲ್ಲದೆ ಗಂಡು ಹುಟ್ಟಿದಾಗ ರಾಜನ ಹೆಸರು ಹೇಳುವುದು ಹೆಣ್ಣು ಹುಟ್ಟಿದಾಗ ಹೇಳದಿರುವುದೂ ಉಂಟು. ಇವಳು ನಮ್ಮಪ್ಪನಿಗೆ ಹುಟ್ಟಿದ ಹುಡುಗಿ ಎಂದು ತಿಳಿದರೆ ರಾಜಕುಮಾರರು ತಮ್ಮ ಸೇವೆಗೆ ಸೇರಿಸಿಕೊಳ್ಳದೆ ಅವರಿಗೆ ಹೊಟ್ಟೆಗಿಲ್ಲದ ಸ್ಥಿತಿ ಬರುತ್ತದಲ್ಲ, ಅದನ್ನು ತಪ್ಪಿಸಬೇಡವೆ? ನಮ್ಮಮ್ಮ ಬದುಕಿದ್ದರೆ ನಿನ್ನ ಹೆಸರಿನ ಮಕ್ಕಳ ಅಂಕಿ ಸಂಖ್ಯೆಗಳನ್ನೆಲ್ಲ ಹೇಳುತ್ತಿದ್ದಳು.'

'ನಿಜವೇ?' ಅನ್ನುವ ಹೊತ್ತಿಗೆ ಅವನ ಕೈಕಾಲು ನಡುಗುತ್ತಿದ್ದವು.

'ಕಂಬಳಿಯನ್ನೂ ಹೊದೆಯದೆ ನಿಂತು ಚಳಿಯಾಗುತ್ತಿದೆ. ಮಲಗು ನಡಿ.' ಎನ್ನುತ್ತಾ ಸುಸ್ಮಿತೆ ಆಕಳಿಸಿದಳು.

ಹಾಸಿಗೆಯು ನಿಶ್ಶಬ್ದದಂತೆ ತಣ್ಣಗಿತ್ತು. ಕಂಬಳಿ ಹೊದೆದು ಮಲಗಿದ ಎಷ್ಟೋ ಹೊತ್ತಿನ ಮೇಲೆ ಬೆಚ್ಚಗೆನ್ನಿಸಿತು. ನಾಳೆಯಿಂದ ಕೋಣೆಯ ಒಂದು ಮೂಲೆಯಲ್ಲಿ ಬೆಂಕಿಯ ಶಾಖ ಹಾಕಿಸಬೇಕೆಂದು ನಿರ್ಧರಿಸುತ್ತಿರುವಾಗ ಇಡೀ ದಾಸೀಕುಲದ ಮೇಲೆ ಸಿಟ್ಟು ಬಂತು. ಏನಂದಳು ಅವರ ಹೆಸರನ್ನು? ದೇವಲೆ, ಪಾಟಲಿ, ಅಶ್ವಿನಿ, ಅಯೋಗ್ಯ ರಂಡೆಯರು ಎಂದು ಹತ್ತು ಬಾರಿ ಬೈದುಕೊಂಡರೂ ತನ್ನಲ್ಲಿ ಹುಟ್ಟಿದ ಅಪಮಾನದ ಭಾವನೆ ಕಡಮೆಯಾಗಲಿಲ್ಲ. ಮದುವೆಯಾಗುವ ತನಕ, ಮದುವೆ ಮಾಡಿದ್ದೂ ತಡವೇ. ಕುರುಡನಿಗೆ ಯಾರು ಹೆಣ್ಣು ಕೊಡುತ್ತಾರೆಂದು, ದೊಡ್ಡಪ್ಪ ಇವಳನ್ನು ತಂದು ಮದುವೆ ಮಾಡುವತನಕ ಹೆಣ್ಣಿನ ರುಚಿ ಕಾಣದ ತಾನು ಅನಂತರ ಭೋಗಿಸಿದ ದಾಸಿಯರ ಸಂಖ್ಯೆ ಎಷ್ಟು? 'ಮಹಾರಾಜ, ಈಗ ನಿನ್ನಿಂದ ಬಸುರಾಗಿದ್ದೇನೆ. ಮುಟ್ಟಿ ನೋಡು ಈ ಹೊಟ್ಟೆಯನ್ನು,' ಎಂದು ಎಷ್ಟು ಜನ ಕೈಹಿಡಿದು ಅಂಗೈಯಿಂದ ಸವರಿಸಿಕೊಂಡಿಲ್ಲ. ಹಾಗೆ ಸವರುವುದೆಂದರೆ ಎಷ್ಟು ಹಿಗ್ಗಾಗುತ್ತಿತ್ತು! ಜೀವನದಲ್ಲಿ ಅದಕ್ಕಿಂತ ಸಂತೋಷವುಂಟೆ? ಸುಸ್ಮಿತೆ ಹೇಳುವುದು ನಿಜವಾದರೂ ನನ್ನಿಂದ ಆಗಿರುವ ಮಕ್ಕಳೇನೂ ಕಡಮೆ ಇಲ್ಲ. ಕೆಲವು ದಾಸಿಯರು ರಾಜಪುರುಷರ ಹೆಸರನ್ನು ಬಳಸಿಕೊಳ್ಳುವುದು ನಿಜವಾದರೂ ನನ್ನ ಅನುಭವದ ಸತ್ಯವನ್ನು ನಿರಾಕರಿಸಿಸುವ ಸಂಶಯವೇಕೆ? ಎಂದುಕೊಂಡನಂತರ ಸ್ವಲ್ಪ ಸಮಾಧಾನ ಕಂಡಿತು. ಅದನ್ನೇ ಬಿಗಿಯಾಗಿ ಹಿಡಿದು ನಿದ್ದೆ ಮಾಡಲು ಯತ್ನಿಸಿದ. ಎಷ್ಟೋ ಹೊತ್ತಿನ ಪ್ರಯತ್ನ,

ಹೆಣಗಾಟದನಂತರ ಜೋಂಪು ಹೊತ್ತಿತು. ಅದೇ ನಿದ್ದೆಯಾಗಿ ತಿರುಗಿತು.

ಬೆಳಗ್ಗೆ ಎದ್ದು ಬಿಸಿನೀರಿನಲ್ಲಿ ಸ್ನಾನ ಮಾಡಿ ದಾಸಿಯ ಕೈಹಿಡಿದು ಹವನಶಾಲೆಗೆ ಹೋದ ಧೃತರಾಷ್ಟ್ರ, ಇನ್ನು ಮುಂದೆ ಬೆಳಗ್ಗೆ ಸಂಜೆ ಹೆಚ್ಚು ಹೆಚ್ಚಾಗಿ ಇಂದ್ರಸೂಕ್ತ ಪಠಿಸಿ ಆಜ್ಯವನ್ನು ಸಮರ್ಪಿಸಬೇಕೆಂದು ಆದೇಶವಿತ್ತ. ಯುದ್ಧದಲ್ಲಿ ತನ್ನ ಪಕ್ಷಕ್ಕೇ ಜಯವಾಗಲೆಂದು ತಾನೂ ಇಂದ್ರನನ್ನು ಪ್ರಾರ್ಥಿಸಿ ಹೊರಗೆ ಬಂದು ತನ್ನ ಕೋಣೆಗೆ ಹೋಗಿ ಬೆಳಗಿನ ಊಟ ಮಾಡುವಾಗಲೂ ಗಾಂಧಾರಿ ಮೌನವಾಗಿ ಕುಳಿತಿದ್ದುದನ್ನು ಗಮನಿಸಿದ. ಏನಾದರೂ ಮಾತನಾಡಬೇಕೆಂದು ಅವನು ಹವಣಿಸುತ್ತಿರುವಾಗ ಅವಳು ದಾಸಿಯನ್ನು ಕೂಗಿದಳು. 'ಒಳಗೆ ಚಳಿ. ನನ್ನನ್ನು ಬಿಸಿಲಿಗೆ ಕರೆದುಕೊಂಡು ಹೋಗು' ಎಂದಳು. ಧೃತರಾಷ್ಟ್ರನಿಗೆ ಅರ್ಥವಾಯಿತು. ಸುಮ್ಮನಿದ್ದು ಅವಳು ಹೋದನಂತರ ತಾನೇ ಕಂಬಳಿ ಎಳೆದುಕೊಂಡು ಪಲ್ಲಂಗದ ಮೇಲೆ ಮಲಗಿದ. ರಾತ್ರಿ ಕೊರೆಯುತ್ತಿದ್ದ ಚಿಂತೆಗಳೇ ಮತ್ತೆ ಮೇಲೆ ಬಂದವು.

ಸ್ವಲ್ಪ ಹೊತ್ತಿಗೆ ಹೆಜ್ಜೆಯ ಸಪ್ಪಳ ಕೇಳಿಸಿತು. 'ಬಾ, ಬಾ, ವಿದುರನಲ್ಲವೆ?'

ಎನ್ನುತ್ತಿರುವಾಗ ವಿದುರ, 'ಹೇಗಿದ್ದೀಯ ನೋಡೋಣ ಅಂತ ಬಂದೆ. ರಾತ್ರಿ ನಿದ್ದೆ ಬಂತೆ ಚನ್ನಾಗಿ?'

'ಇಲ್ಲೇ ಬಾ, ಹತ್ತಿರ, ಪಲ್ಲಂಗದ ಮೇಲೆ. ಅಥವಾ, ಇಲ್ಲಿ ನೋಡು, ಹೊರಗೆ ಬಿಸಿಲಿನಲ್ಲಿ ಸ್ವಲ್ಪ ತಿರುಗಾಡೋಣವೆ?'

'ಬಾ, ನಾನೇ ಕರೆದೊಯ್ಯುತ್ತೇನೆ.'

ಮನಸ್ಸು ಹಗುರವಾಗುವಷ್ಟು ಹಿತವಾಗಿತ್ತು ಬಿಸಿಲು. 'ಸೋದರ, ಈಗ ನನಗೆ ಏನನ್ನಿಸುತ್ತಿದೆ ಗೊತ್ತೆ. ನಾವು ಹುಡುಗರಾಗಿದ್ದಾಗ ನೀನು ನನ್ನ ಕೈಹಿಡಿದು ಊರ ಹೊರಗೆ, ನದಿಯ ಹತ್ತಿರ ಕೂಡ ತಿರುಗಾಡಿಸುತ್ತಿದ್ದೆಯಲ್ಲ, ಆ ನೆನಪು ಬರುತ್ತಿದೆ. ಹೀಗೆಯೇ ಒಂದಿಷ್ಟು ದೂರ ಹೋಗೋಣವೆ?'

ವಿದುರ ಬಲಗೈಯಿಂದ ಅವನ ತೋಳು ಹಿಡಿದು ನಡೆಯುತ್ತಿದ್ದ. ಧೃತರಾಷ್ಟ್ರ ತಡವರಿಸದೆ ನಿರ್ಭಯವಾಗಿ ಹೆಜ್ಜೆಗಳನ್ನಿಡುತ್ತಿದ್ದ. 'ಮಹಾರಾಜ, ಈಗ ಎತ್ತ ಹೋಗೋಣ, ಎಡಕ್ಕೆ ತಿರುಗಿದರೆ ಊರೊಳಗೆ, ನೇರ ಹೋದರೆ ಗಂಗೆಯ ತಟಿಗೆ.'

'ಮಹಾರಾಜ ಅನ್ನಬೇಡ ಅಂತ ಎಷ್ಟು ಸಲ ಹೇಳಬೇಕು ನಿನಗೆ? ಮದುವೆಯಾದ ಮೇಲೆ ನಾನು ಊರೊಳಗೆ ನಡೆದೇ ಇಲ್ಲ. ಅಲ್ಲಿಯೇ ನಡಿ.'

'ರಾಜನು ರಥ ಕುದುರೆ ಛತ್ರಿ ತಳಿರುತೋರಣಗಳಿಲ್ಲದೆ ಬೀದಿಯಲ್ಲಿ ಹೋಗಬಹುದೆ?'

ಧೃತರಾಷ್ಟ್ರ ಒಂದು ನಿಮಿಷ ಅನುಮಾನಿಸಿದ. ಅನಂತರ, 'ನಾನೇನೂ ಸಿಂಹಾಸನದ ಮೇಲೆ ಕೂರುತ್ತಿಲ್ಲ. ಹೋಗೋಣ.'

ರಸ್ತೆಯಲ್ಲಿ ಮೃದುವಾದ ಧೂಳು. ಕಸ ಕಡ್ಡಿಗಳು. ಅಲ್ಲಲ್ಲಿ ಹೇಲು ಉಚ್ಚೆಗಳ ವಾಸನೆ. ನಿಶ್ಶಬ್ದ.

'ವಿದುರ, ಇದೇನು ಇಂಥ ವಾಸನೆ? ಯಾರೂ ಶುಚಿಮಾಡುವವರಿಲ್ಲವೆ?'

'ಮನೆಗಳಲ್ಲಿ ಜನವಿದ್ದರೆ ತಾನೆ ಶುಚಿಮಾಡುವುದು? ಗಂಡಸರೆಲ್ಲ ಯುದ್ಧಕ್ಕೆ ಅಥವಾ ಯುದ್ಧದ ಕೆಲಸಕ್ಕೆ ಹೋಗಿದ್ದಾರೆ. ಈ ಕೇರಿಯ ಹೆಂಗಸರನ್ನು ಕೂಡ ಯುದ್ಧದಲ್ಲಿ ಸೇವೆ ಸಲ್ಲಿಸಲು ಕರೆಸಿದ್ದಾರೆ. ಚಿಕ್ಕಮಕ್ಕಳು, ಕಾಯಿಲೆಯವರು, ಮುದುಕಮೋಟರು ಮಾತ್ರ ಮನೆಗಳಲ್ಲಿದ್ದಾರೆ. ಅದೂ ಅಲ್ಲೊಂದು ಇಲ್ಲೊಂದು ಮನೆಗಳಲ್ಲಿ.'

'ಯಾವ ಕೇರಿ ಇದು?'

'ದಾಸಿಯರು ವಾಸಿಸುವ ಕೇರಿ. ಅವರ ಮಕ್ಕಳು ಸೂತಕೇರಿ ಎಂದು ಕರೆದುಕೊಳ್ಳುತ್ತಾರೆ.' ಎನ್ನುತ್ತಾ ವಿದುರ ಕೈಹಿಡಿದು ನೇರವಾಗಿ ಇನ್ನೂರು ಮುನ್ನೂರು ಹೆಜ್ಜೆಗೂ ಮೀರಿ ಕರೆದೊಯ್ದ. ಅನಂತರ ಬಲಕ್ಕೆ ತಿರುಗಿ ಸ್ವಲ್ಪ ನಡೆದು ಮತ್ತೆ ಬಲಕ್ಕೆ ತಿರುಗಿ ಪುನಃ ಅಷ್ಟೇ ದೂರ ನಡೆಸಿದ.

ಈಗ ಎಡಕ್ಕೆ ತಿರುಗಿ ಸ್ವಲ್ಪ ದೂರದನಂತರ ಮತ್ತೆ ಎಡಕ್ಕೆ ತಿರುಗಿಸಿ, 'ವಿದುರ, ಒಂದೇ ದಿಕ್ಕಿನಲ್ಲಿ ಹಿಂದಕ್ಕೆ ಮುಂದಕ್ಕೆ, ಹಿಂದಕ್ಕೆ ಮುಂದಕ್ಕೆ ತಿರುಗಿಸುತ್ತಿದ್ದೀಯಲ್ಲ.'

'ಸೂತಕೇರಿಯ ಒಟ್ಟು ಐದು ಬೀದಿಗಳಿವೆ. ಎರಡು ಕಡೆಗೂ ಪುಟ್ಟ ಪುಟ್ಟ ಮನೆಗಳು, ಗುಡಿಸಿಲುಗಳು. ಎಲ್ಲ ಬೀದಿಗಳಲ್ಲೂ ಕಾಲಾಡಿಸುತ್ತಿದ್ದೇವೆ, ಕಾಲುನೋವೆ? ಅರಮನೆಗೆ ಹೋಗೋಣವೆ?'

'ವಿದುರ,' ಜ್ಞಾಪಿಸಿಕೊಂಡು ಮಹಾರಾಜ ಕೇಳಿದ: 'ನಾನು ಹುಡುಗನಾಗಿದ್ದಾಗ ಊರಿನಲ್ಲೆಲ್ಲ ತಿರುಗಾಡಿಸುತ್ತಿದ್ದೆಯಲ್ಲ, ಆಗ ಸೂತಗೇರಿ ಇರಲಿಲ್ಲ ಅಲ್ಲವೆ?'

ವಿದುರ ಜ್ಞಾಪಿಸಿಕೊಂಡ. ಅರವತ್ತು, ಅರವತ್ತೈದು ವರ್ಷಗಳ ಹಿಂದಿನ ಹಸ್ತಿನಾವತಿಯ ನೆನಪು ಕ್ರಮೇಣ ತೇಲಿಬಂತು. 'ಆಗಲೂ ಸೂತರು ಅಂತ ಇದ್ದರು. ಅವರಿಗೆ ಪ್ರತ್ಯೇಕ ಕೇರಿ ಇರಲಿಲ್ಲ. ಈ ಜಾಗದಲ್ಲೆಲ್ಲ ಆಗ ಗಿಡಗುಚ್ಚಿಗಳಿದ್ದವು. ನೀನು ವಾಸಿಸುತ್ತಿರುವ ಅರಮನೆ ಕೂಡ ಎಲ್ಲಿತ್ತು? ಭೀಷ್ಮರದೊಂದು ಭವನ. ನಿನ್ನ ತಾಯಿ ಇದ್ದ ಇನ್ನೊಂದು, ಹೌದು, ಅದೇ ಅರಮನೆ. ಇತ್ತೀಚೆಗೆ ತಾನೆ ನಿನ್ನ ಅರಮನೆ ನಿನ್ನ ಮಕ್ಕಳಿಗೆ ಹದಿನಾಲ್ಕು ಅರಮನೆಗಳು. ನಿಮಗೆಲ್ಲ ಇಷ್ಟೊಂದು ದಾಸಿಯರು, ಅವರ ವಾಸಕ್ಕೆ ಅರಮನೆಗಳ ಹಿಂದಿನ ಜಾಗದ ಗಿಡಗುಚ್ಚಿಗಳನ್ನು ಕಡಿದು ಗುಡಿಸಿಲುಗಳನ್ನು ಹಾಕಿ, ಕ್ರಮೇಣ ಅವರಿಗೆಲ್ಲ ಮಕ್ಕಳುಗಳಾಗತೊಡಗಿದ ನಂತರ ಈ ಕೇರಿ. ಇಷ್ಟು ದೊಡ್ಡ ದೊಡ್ಡ ಐದು ಬೀದಿಗಳು ಬೆಳೆದದ್ದು. ಈಗ ಹಸ್ತಿನಾವತಿಯಲ್ಲಿ ಸೂತರೇ ಅಧಿಕಸಂಖ್ಯಾತರು.'

ಇಲ್ಲಿ ಕೂಡ ನಿಶ್ಶಬ್ದ. ರಾತ್ರಿಯಂತೆ ಗಂವ್‌ಗುಡುವ ನಿಶ್ಶಬ್ದ. ಬಿಸಿಲಿನ ಚುರುಕಿಲ್ಲದಿದ್ದರೆ ಧೃತರಾಷ್ಟ್ರನ ಮಟ್ಟಿಗೆ ಹಗಲು ರಾತ್ರಿಗಳ ವ್ಯತ್ಯಾಸವೇ ತಿಳಿಯದ ನಿಶ್ಶಬ್ದ ಅಡರಿತ್ತು. 'ಇಡೀ ಸೂತಕುಲವೇ ಯುದ್ಧಕ್ಕೆ ಹೋಗಿದೆಯೆ?'

'ಹೂಂ. ನನ್ನ ಸಂಸಾರವೊಂದನ್ನು ಬಿಟ್ಟು.'

ಧೃತರಾಷ್ಟ್ರನ ಮನಸ್ಸು ಕುಟುಕಿತು. ಅದನ್ನು ನಿವಾರಿಸಿಕೊಳ್ಳಲೆಂಬಂತೆ ಕೇಳಿದ: 'ಗಂಡಸರು ಹೋಗುವುದು ಸರಿ. ಹೆಂಗಸರನ್ನು ಏಕೆ ಯುದ್ಧರಂಗಕ್ಕೆ ಕರೆದೊಯ್ಯಬೇಕು?

ನಾಲ್ಕು ದಿನ ಹೆಂಗಸರಿಲ್ಲದಿದ್ದರೆ ತಡೆದುಕೊಳ್ಳಲಾಗುವುದಿಲ್ಲವೆ?'

'ಅದನ್ನು ನೀನು ಹೇಳಬೇಕು.' ಎಂದ ವಿದುರನಿಗೆ ತಕ್ಷಣ ಜ್ಞಾಪಕಬಂದಂತಾಗಿ ಮಾತನಾಡಿದ: 'ನೋಡು, ನೆನ್ನೆ ರಾತ್ರಿ ನಾನು ಹೋದೆನಲ್ಲ ಹೊರಗೆ ಸಂಜಯ ಸಿಕ್ಕಿ ಹೇಳಿದ. ಸೈನಿಕರು ಸಾವಿನ ನಡುವೆಯೇ ಇರುತ್ತಾರಂತೆ. ಅಕ್ಕಪಕ್ಕದವರು ಮುಂದಿನವನು ಹಿಂದಿನವನು ಬಾಣದ ಏಟಿಗೋ ಕತ್ತಿ ಈಟಿಗಳಿಗೋ ಆನೆಯ ತುಳಿತಕ್ಕೋ ಹಚ್ಚಿ ಎಸೆಯುವ ಬೆಂಕಿಗೋ ಸಿಕ್ಕಿ ಸಾಯುತ್ತಿರುತ್ತಾನೆ. ಆ ಸಾವು ತನಗೆ ತಗುಲದೆ ಉಳಿಯುವುದು ಆ ದಿನದ ಪುಣ್ಯ. ಆ ಕ್ಷಣದ ಪುಣ್ಯ. ಸಾವು ಮನಸ್ಸಿನ ತುಂಬ ತುಂಬಿಕೊಂಡಾಗ ಎದುರಿಗೆ ಒಬ್ಬ ಹೆಂಗಸು ಸಿಕ್ಕಿದರೆ ಹುಚ್ಚು ಹಿಡಿದಂತೆ ನುಗ್ಗಿ ಅವಳನ್ನು ಸಂಭೋಗಕ್ಕೆ ಕೆಡವಿಕೊಳ್ಳುತ್ತಾರಂತೆ. ಸಾವನ್ನು ಮರೆಯುವ, ನಾಳೆ ಸಾವಿನೊಡನೆ ಸೆಣಸಲು ಬೇಕಾದ ಧೈರ್ಯದ ಪ್ರಬಲ ಸ್ಫೂರ್ತಿಯಂತೆ ಮೈಥುನ ಅಂದರೆ.'

ಧೃತರಾಷ್ಟ್ರ ಅಂತರ್ಮುಖಿಯಾದ. ಅವನಿಗೇ ತಿಳಿಯದಂತೆ ನಾಲಗೆಯು ಹೌದು ಎಂದಿತು.

ವಿದುರ ಮುಂದುವರಿಸಿದ: 'ಯುದ್ಧರಂಗಕ್ಕೆ ಎಷ್ಟು ಹೆಂಗಸರನ್ನು ಸರಬರಾಜು ಮಾಡಿದರೂ ಸಾಲದಾಗಿದೆಯಂತೆ. ಸಾಧಾರಣ ದಿನಗಳಲ್ಲಿ ಕ್ಷತ್ರಿಯರ ಸೇವೆಗೆ ಮೀಸಲಾಗಿದ್ದ ದಾಸಿಯರನ್ನು ಈಗ ಸಾಮಾನ್ಯ ಸೈನಿಕನಿಗೂ ಖುಲ್ಲಾ ಬಿಡಲಾಗಿದೆಯಂತೆ. ಹೆಚ್ಚಿನ ಪ್ರತಾಪವನ್ನು ಮೆರೆದು ಹೆಚ್ಚು ಸಂಖ್ಯೆಯ ಶತ್ರುಗಳನ್ನು ಕೊಲ್ಲುವ ವೀರರಿಗೆ ಆಯಾ ಸಂಜೆ ಆದ್ಯತೆ ನೀಡುತ್ತಾರಂತೆ. ಯುದ್ಧ ಮುಗಿಯುವ ಹೊತ್ತಿಗೆ, ಯಾವ ಪಕ್ಷ ಗೆದ್ದರೂ ಸರಿ, ದಾಸಿಯರಲ್ಲಿ ಪ್ರತಿಯೊಬ್ಬರೂ ಬಸುರಾಗಿ ಬರುತ್ತಾರೆ. ಈ ಗರ್ಭವೇ ಮುಂದಿನ ಪೀಳಿಗೆ. ಕ್ಷತ್ರಿಯರು, ವೀರರೆಲ್ಲ ಸತ್ತುಹೋಗುತ್ತಾರಲ್ಲ.'

ವಿದುರನು ಮಾತನ್ನು ನೀತಿಬೋಧೆಯ ಕಡೆಗೆ ಎಳೆಯುತ್ತಿದ್ದಾನೆಂದು ಭಾವಿಸಿದ ಧೃತರಾಷ್ಟ್ರ ಸಿಡಿಮಿಡಿಗೊಂಡ. ಇವನ ಯೋಗ್ಯತೆಯೇ ಇಂಥದು. ತನ್ನನ್ನು ತಾನು ಮಹಾ ಧರ್ಮಜ್ಞಾನಿ ಎಂದು ಭಾವಿಸಿಕೊಂಡಿದ್ದಾನೆ. ಸಲಿಗೆ ಕೊಟ್ಟ ನಾಯಿ ತೊಡೆಯ ಮೇಲೆ ಏರುವಂತೆ ಎಂದುಕೊಳ್ಳುತ್ತಿರುವಷ್ಟರಲ್ಲೇ ಸಿಟ್ಟು ಉಕ್ಕಿಬಂತು. ಆದರೆ ಈಗ ಇವನು ಮುನಿಸಿಕೊಂಡು ಹೋದರೆ ಕಳೆಯಲಾರದ ಹೊತ್ತು ಮೇಲೆ ಅಡರಿ ಹಿಸುಕುತ್ತದೆಂಬ ನೆನಪಾಗಿ ಬೈಯಲಿಲ್ಲ.

ಮುಂದೆ ಹೆಜ್ಜೆ ಹಾಕುತ್ತಿರುವಾಗ ಎದುರಿನಿಂದ ವೇಗವಾಗಿ ಒಂದು ಕುದುರೆ ಬಂತು. ಎದುರಿಗೆ ಮಹಾರಾಜನೇ ನಡೆದು ಬರುತ್ತಿರುವ, ತಮ್ಮ ಜಾತಿಯ ವಿದುರ ಚಿಕ್ಕಪ್ಪನೇ ಕೈ ಹಿಡಿದುಕೊಂಡು ಹೋಗುತ್ತಿರುವ ದೃಶ್ಯವನ್ನು ಕಂಡ ಸವಾರ ಗಕ್ಕನೆ ಲಗಾಮು ಹಿಡಿದು ನಿಲ್ಲಿಸಿ ಕೆಳಗಿಳಿದು ನಿಂತುಕೊಂಡ. 'ಯಾರು ನೀನು?' ಧೃತರಾಷ್ಟ್ರ ಕೇಳಿದ.

'ಕರ್ಣಮಹಾರಾಜನ ದೂತ.'

'ಕರ್ಣನು ಯಾವಾಗ ಮಹಾರಾಜನಾದ?'

'ನಾವು ಹಾಗೆ ಕರೆಯುತ್ತೇವಷ್ಟೆ. ದುರ್ಯೋಧನ ಮಹಾರಾಜನೇ ಅದಕ್ಕೆ ಸಮ್ಮತಿಸಿದ್ದಾನೆ.'

'ಎಲ್ಲಿಂದ ಬರುತ್ತಿದ್ದೀಯ?'

'ಯುದ್ಧರಂಗದಿಂದ. ಅವರ ಮನೆಗೆ ಸುದ್ದಿ ಹೇಳಲು. ನೆನ್ನೆ ಭೀಷ್ಮರನ್ನು ಸೇನಾನಿಪದದಿಂದ ತೆಗೆದು ಹಾಕಿದ ಮೇಲೆ ದ್ರೋಣರಿಗೆ ಪಟ್ಟಕಟ್ಟಲಾಯಿತು. ಭೀಷ್ಮರ ನಾಯಕತ್ವದಲ್ಲಿ ಸೇವೆ ಮಾಡುವುದಿಲ್ಲವೆಂದು ಕರ್ಣಮಹಾರಾಜರು ಹಟ ಮಾಡಿ ಕೂತಿದ್ದರಲ್ಲ, ನೆನ್ನೆಯಿಂದ ಅವರು ಬಿಲ್ಲು ಹಿಡಿದು ಯುದ್ಧಕ್ಕೆ ನುಗ್ಗಿದ್ದಾರೆ. ಅವರು ಹಟಹಿಡಿದಿದ್ದಾಗ ಹಸ್ತಿನಾವತಿಯ ಒಂದು ಸೂತಪಿಳ್ಳೆಯೂ ಯುದ್ಧಕ್ಕೆ ಹೋಗಿರಲಿಲ್ಲ. ಒಬ್ಬ ದಾಸಿಯೂ ಮನಸ್ಸಿಟ್ಟು ಯಾರಿಗೂ ಉತ್ಸಾಹವರ್ಧನ ಮಾಡಿರಲಿಲ್ಲ. ನೆನ್ನೆಯಿಂದ ನಮ್ಮ ಜಾತಿಯವರು ಅದೆಷ್ಟು ಆವೇಶದಿಂದ ಕಾಯುತ್ತಿದ್ದಾರೆ ಗೊತ್ತೆ? ಎಷ್ಟು ವೇಗವಾಗಿ ಶತ್ರುಸಂಹಾರ ನಡೆಯುತ್ತಿದೆ ಗೊತ್ತೆ? ಸುದ್ದಿಯನ್ನು ಮನೆಗೆ ತಿಳಿಸಲು ಹೋಗುತ್ತಿದ್ದೇನೆ.'

'ಎಲ್ಲಿ ಕರ್ಣನ ಮನೆ?'

'ಅಕೋ ಅಲ್ಲಿ, ಆ ಮುಂದಿನ ಕೇರಿಯಲ್ಲಿ ಎದ್ದುಕಾಣುವ ಎರಡಂತಸ್ತಿನ ಅರಮನೆ.'

ಸೂತರೆಲ್ಲ ಕರ್ಣನನ್ನು ಬೆಂಬಲಿಸಿ ಮುಷ್ಕರ ಹೂಡಿದ್ದ ಸಂಗತಿ ವಿದುರನಿಗೆ ತಿಳಿದಿರಲಿಲ್ಲ. ಸಂಜಯ ಬೇಕೆಂದೇ ಈ ಸಂಗತಿಯನ್ನು ತನ್ನಿಂದ ಮುಚ್ಚಿಟ್ಟಿದ್ದನೊ? ಅವನಿಗೆ ತಿಳಿಯದೆ ಉಳಿಯುವಂತಹ ಸಂಗತಿಯಲ್ಲ ಇದು. ಅವನೂ ಸೂತನೇ. ಕರ್ಣನಿಗೆ ಸೂತಜನರ ಮೇಲಿರುವ ಪ್ರಚಂಡ ಪ್ರಭಾವವನ್ನು ಅರಿತ ವಿದುರನ ಮೈ ಸೂಕ್ಷ್ಮವಾಗಿ ಕಂಪಿಸಿತು. ಇದನ್ನು ಸಂಜಯ ನನ್ನಿಂದ ಏಕೆ ಮುಚ್ಚಿಟ್ಟ? ಹೇಳಿದ್ದರೆ ನಾನು ಮತ್ಸರಪಡುತ್ತಿದ್ದೆನೆಂದು ಕಲ್ಪಿಸಿಕೊಂಡನೆ? ಎಂದುಕೊಳ್ಳುವಾಗ ತಕ್ಷಣ, ಕುಂತಿ ತನ್ನ ಮೇಲೆ ಮಾಡಿದ ಆಪಾದನೆಯ ನೆನಪಾಯಿತು. ನನ್ನ ಜಾತಿಯವರು ನನ್ನನ್ನು ಗೌರವಿಸಬಹುದು, ಆದರೆ ಅವರ ಪ್ರೀತಿಯನ್ನೆಲ್ಲ ಕರ್ಣ ದೋಚಿಕೊಂಡಿದ್ದಾನೆ, ನಾನು ಅವರ ಕೇರಿಯಿಂದ ದೂರವಾಗಿ ನದಿಯ ದಡದಲ್ಲಿ ಒಂಟಿಯಾಗಿ ವಾಸಿಸುತ್ತಿದ್ದೇನೆ, ಎಂಬ ಅರಿವಾಗಿ, ಇನ್ನೊಮ್ಮೆ ಚಳಿ ಹೊಕ್ಕವನಂತೆ ನಡುಗಿದ.

ವಿದುರ ಮಧ್ಯಾಹ್ನ ಮನೆಗೆ ಹೋದ. ಆದರೆ ಕುಂತಿಯ ಮುಖವನ್ನು ನೇರವಾಗಿ ನೋಡಲು ಅಂಜಿಕೆಯಾಯಿತು. ಮನೆಯಲ್ಲಿ ಹೊತ್ತು ಕಳೆಯುವುದೂ ಕಷ್ಟವಾಯಿತು.

ಸರೋವರವನ್ನು ಬಲಕ್ಕೆ ಬಿಟ್ಟು ಸ್ವಲ್ಪ ದೂರದಲ್ಲಿ ರಥವನ್ನು ನಿಲ್ಲಿಸಿದನಂತರ ಸಾರಥಿ ಕೆಳಗಿಳಿದು ಬಂದು, ಬಳಲಿದ್ದ ಭೀಷ್ಮರ ಕೈಹಿಡಿದು ಇಳಿಸಿದ. ನೀರಿಗೆ ಹತ್ತಿರವಾಗಿ ಅವರು ಒಂದು ಮಟ್ಟಸವಾದ ಜಾಗದಲ್ಲಿ ಕುಳಿತರು. ಸಾರಥಿ ಓಡಿಹೋಗಿ ರಥದಲ್ಲಿದ್ದ ಮೆತ್ತೆ ದಿಂಬುಗಳನ್ನು ಹೊತ್ತು ತಂದು ಹಾಕಿಕೊಟ್ಟ. ಅದರ ಮೇಲೆ ಕುಳಿತನಂತರ ತಮಗೆ ಇನ್ನೇನೂ ಬೇಕಿಲ್ಲ, ಸಾರಥಿಯನ್ನು ಹಿಂತಿರುಗಿ ಕಳಿಸಬೇಕೆಂದು ನಿಶ್ಚಯಿಸಿ, 'ನೀನು ಹಿಂತಿರುಗು' ಎಂದರು. ಅವನೇ ಮೂಕನಂತೆ ಸುಮ್ಮನೆ ನಿಂತಿದ್ದ. ಅವರ ಮನಸ್ಸಿನಲ್ಲಿ ಇದ್ದಕ್ಕಿದ್ದಂತೆಯೇ ಒಂದು ಆಲೋಚನೆ ಬಂತು: ಕ್ಷತ್ರಿಯನಾದ ನಾನು

ಹಾಸಿಗೆಯ ಮೇಲೆ ಮಲಗಿ ಸಾಯುವುದೆ? ತಮ್ಮ ಅಂತರಂಗದ ಎದುರಿಗೆ ತಾವೇ ತಲೆ ತಗ್ಗಿಸಿಕೊಳ್ಳುವಂತಾಗಿ, ಇದೇ ರಥವನ್ನು ಹತ್ತಿ ಯುದ್ಧರಂಗಕ್ಕೆ ಹೋಗಿ ಸಾಮಾನ್ಯ ಸೈನಿಕರ ಜೊತೆಯಲ್ಲಿ ಸುಮ್ಮನೆ ನಿಂತು ಯಾವುದಾದರೊಂದು ಬಾಣ ತಗುಲಿದರೆ ಅದೇ ಸರಿ ಎಂಬ ಪರಿಹಾರದ ಹಿಂದೆಯೇ ಕರ್ಣನೇ ಮುಂದಿನ ಸೇನಾಪತಿಯಾಗುತ್ತಾನೆ. ಅವನ ಕೈಕೆಳಗಿನ ಸೈನ್ಯದ ನಡುವೆ ನಾನು, ಥೂ, ಎನ್ನಿಸಿತು. ಸಾರಥಿ ನಿಂತೇ ಇದ್ದಾನೆ. ಒಂದು ಕ್ಷಣದಲ್ಲಿ ಉಪಾಯ ಹೊಳೆಯಿತು.

'ನೋಡು, ರಥದಲ್ಲಿ ಬಾಣಗಳಿವೆಯೆ?'

'ಶಾಸ್ತ್ರಕ್ಕೆ ಮೂರು ಇವೆ, ಬೇರೆ ಬೇರೆ ಅಳತೆಯವು.'

'ರಥ ಓಡಿಸಿಕೊಂಡು ಹೋಗಿ ಭರ್ತಿಬಾಣವನ್ನು ತುಂಬಿ ತಾ. ಯಾವ ಅಳತೆಯ ವಾದರೂ ಸರಿ. ಈಗ ಇರುವ ಬಿಲ್ಲು ಮೂರು ಬಾಣಗಳನ್ನು ಇಲ್ಲಿಟ್ಟು ಈ ಹಾಸಿಗೆ ದಿಂಬುಗಳನ್ನು ತೆಗೆದುಕೊಂಡು ಹೋಗು.'

ನೆಲದ ಮೇಲೆ ಕುಳಿತು ರಥವು ಹೋಗುವ ದಾರಿಯನ್ನು ಗುಳಿಬಿದ್ದ ಕಣ್ಣುಗಳಿಂದ ನೋಡಿದರು. ಎದ್ದು ಹರಡಿಕೊಂಡು ಚಲಿಸುವ ಬರೀ ಧೂಳು, ರಥ ಕಾಣಿಸುವುದಿಲ್ಲ. ಆಕಾಶದಲ್ಲಿ ಓ, ನಾನು ನೋಡಿಯೇ ಇರಲಿಲ್ಲ, ಭೂಮಂಡಲದಲ್ಲಿರುವ ರಣಹದ್ದು ಕಾಗೆಗಳೆಲ್ಲ ಇಲ್ಲಿಯೇ ಬಂದು ಸೇರಿವೆಯೋ ಏನೋ! ಮಳೆಗಾಲದಲ್ಲಿ ಕಾರ್ಮೋಡ ತುಂಬಿಕೊಂಡಂತೆ ಬರೀ ರಣಹದ್ದುಗಳದೇ ನೆರಳು. ವಾಸನೆ ಹಿಡಿದು ಬರುತ್ತವೋ ಅಥವಾ ಅವುಗಳ ಸೂಕ್ಷ್ಮದೃಷ್ಟಿಗೆ ಹೆಣಗಳ, ಆದರೆ ಒಂದಕ್ಕೊಂದು ಹೇಗೆ ಸುದ್ದಿ ಮುಟ್ಟಿಸಿ ಕರೆಯುತ್ತವೆ, ಹಿಂಬದಿಯಲ್ಲಿ ಏನೋ ಸಪ್ಪಳ. ಹಿಂತಿರುಗಿ ನೋಡಿದರೆ ಎರಡು ರಣಹದ್ದು ಗಳು ಒಂದು ನಾಯಿ ಬರೀ ಇಪ್ಪತ್ತು ಹೆಜ್ಜೆ ದೂರದಲ್ಲಿ. ನಾನಾಗಲೇ ಸತ್ತಿದ್ದೇನೆಂದು ನಿಶ್ಚಯಿಸಿಬಿಟ್ಟಿವೆಯೋ ಇವು? ಅಥವಾ ಸಾಯಲು ನಿಶ್ಚಯ ಮಾಡಿರುವುದನ್ನು ತಿಳಿದು, ಪಶುಪಕ್ಷಿಗಳಿಗೆ ಸಾವಿನ ಪೂರ್ವವಾಸನೆಯೇ ತಿಳಿದುಬಿಡುತ್ತದೆಯೋ, ಏಯ್ ಎಂದು ಕಷ್ಟಪಟ್ಟು ಎದ್ದುನಿಂತು ಹೊಡೆಯುವಂತೆ ತೋಳು ಬೀಸಿ, ಬೀಸಿದರೂ ಹೆದರದೆ ಕುಳಿತ ಲ್ಲಿಯೇ ಕುಪ್ಪಳಿಸಿ ಇತ್ತಲೇ ನೋಡುತ್ತಿರುವ ಬೋಳು ಕತ್ತಿನ ಎರಡು ಗೃಧ್ರಗಳು. ನಾಯಿ ತಮ್ಮ ಕಡೆಗೇ ನೋಡುತ್ತಾ ಮಲಗಿ ನಿರೀಕ್ಷೆಯಿಂದ. ನಿಲ್ಲಲಾರದೆ ಕುಳಿತರು, ಬಿಲ್ಲನ್ನು ತೊಡೆಗೆ ತಾಕುವಂತೆ ಎಷ್ಟು ಭಾರ ಲೋಹದ್ದು. ಇದ್ದಕ್ಕಿದ್ದಂತೆಯೇ ತಮ್ಮ ಜೀವನವೂ ಹೀಗೆಯೇ ಭಾರವಾದದ್ದೆನಿಸಿತು. ಭೂಮಿಗೆ ಭಾರವಾಗುವಷ್ಟಾಯಿತು ಎಂದುಕೊಳ್ಳುವಷ್ಟರಲ್ಲಿ ರಣಹದ್ದುಗಳು ಎರಡು ಮೂರು ಬಾರಿ ಇತ್ತಕಡೆಗೆ ಕುಪ್ಪಳಿಸಿದ ರೆಕ್ಕೆಯ ಸಪ್ಪಳ. ತಿರುಗಿ ನೋಡುವ ಅಥವಾ ಓಡಿಸುವ ಮನಸ್ಸಾಗಲಿಲ್ಲ. ಅಕೋ, ಅಲ್ಲಿ ಎದುರುಗಡೆಯ ಸರೋವರದ ಆಚೆಯ ಅಂಚಿನಲ್ಲಿ ಗಾಡಿಗಾಡಿಗಟ್ಟಳೆ ನೀರು ತುಂಬುತ್ತಿದ್ದಾರೆ, ಈಗ ಶಿಬಿರ ಯಾವ ದಿಕ್ಕಿಗಿದೆ? ದಿನದಿನಕ್ಕೆ ಹೆಣ ಬಿದ್ದು ರಕ್ತಮಾಂಸಗಳ ನಾರುವ ವಾಸನೆ ತುಂಬಿಕೊಂಡಂತೆ ಇಡೀ ಜಾಗವನ್ನು ನಾಯಿ ನರಿ ಹದ್ದು ಕಾಗೆಗಳಿಗೆ ಬಿಟ್ಟುಕೊಟ್ಟು ಪಕ್ಕಕ್ಕೆ ತಿರುಗಿ ಶಿಬಿರ ಬದಲಾಯಿಸಿ, ದಿಕ್ಕು ತಿಳಿಯುವುದಿಲ್ಲವೆನ್ನಿಸಿತು. ಮೊದಮೊದಲು ಹೊಗಳಿ ನಮಸ್ಕರಿಸಿ

ಬೇಡಿಕೊಳ್ಳುತ್ತಿದ್ದವನು ಆಚೆ ಮೊನ್ನೆಯಿಂದಲಲ್ಲವೆ ಬಿಗಿಯಾಗುತ್ತ ನಡೆದದ್ದು. 'ತಾತ, ಯುದ್ಧದ ಸೋಲಿನ ಅಪಮಾನವು ಯಾವಾಗಲೂ ಸೇನಾನಿಯನ್ನು ಕುಕ್ಕುತ್ತದೆ' ಎಂದದ್ದು ಮೊನ್ನೆಯಲ್ಲವೆ? 'ನಿನ್ನ ಪ್ರೀತಿ ಎಲ್ಲ ಅವರ ಕಡೆಗಿರುವಾಗ ನಮಗೆ ಜಯ ಹೇಗೆ ತಂದು ಕೊಟ್ಟೀಯ?' ನೆನ್ನೆಯೋ ಮೊನ್ನೆಯೊ? ದಿನಕ್ಕೆ ನಾಲ್ಕು ಬಾರಿ ಬಂದು ಹೊಗಳುವ ಉಬ್ಬಿಸುವ ಕೊಸರುವ, 'ನಿನ್ನ ಪರಾಕ್ರಮವನ್ನು ನೆಚ್ಚಿ ಕರ್ಣನನ್ನು ಹೊರಗುಳಿಯುವಂತೆ ಮಾಡಿಕೊಂಡ ನನ್ನ ಸ್ಥಿತಿಯನ್ನು ಅರ್ಥಮಾಡಿಕೊ.' ಹದ್ದುಗಳು ಇನ್ನೊಂದು ಸಲ ಕುಪ್ಪಳಿಸಿದ ಸಪ್ಪಳ. ಅಲ್ಲಿ ತಮಗೆ ಬೇಕಾದ ಹದದಲ್ಲಿ ಕೊಳೆತು ಹರಡಿರುವ ಸಾವಿರ ಸಾವಿರ ಹೆಣಗಳು, ಮನುಷ್ಯ, ಕುದುರೆ, ಆನೆಯ ಹೆಣಗಳು ಹರಡಿರುವಾಗ ಇನ್ನೂ ಸಾಯದ ನನ್ನನ್ನೇಕೆ ಬಯಸುತ್ತಿವೆ ಇವು? ಇಷ್ಟು ಅಪಾರ ಹೆಣಗಳನ್ನು ಒಂದು ಕಡೆಯಲ್ಲಿ ಈ ಗೃಧ್ರಗಳ ಅಜ್ಜ ಮುತ್ತಜ್ಜ ಯಾವ ಕಾಲದ ಹಿಂದಿನ ತಲೆಯೂ ಇದುವರೆಗೆ ಕಂಡಿರಲಿಲ್ಲ. ಈಗ ಮನುಷ್ಯರೆಲ್ಲ ಸತ್ತರೆಂದು, ಬದುಕಿರುವ ನನ್ನ ದೇಹಕ್ಕೆ ಕೊಕ್ಕು ಹಾಕಲು, ನಾನು ಕಟ್ಟಿ ಉಳಿಸಲು ಹೆಣಗಿದ ಹಸ್ತಿನಾವತಿ, ಕುರುಕುಲ, ಅದರೊಡೆಯನು ನಡುರಾತ್ರಿಯಲ್ಲಿ ಬಂದು ಮಲಗಿದ್ದವನನ್ನು ಎಬ್ಬಿಸಿ, 'ಜಯವನ್ನು ತರದ ಸೇನಾನಿಯನ್ನು ತೆಗೆದುಹಾಕಿ ಸಮರ್ಥನಾದ ಬೇರೊಬ್ಬನನ್ನು ನೇಮಿಸುವ ಅಧಿಕಾರ ರಾಜನಿಗಿದ್ದೇ ಇದೆ. ಇಷ್ಟು ದೀರ್ಘ ಕಾಲ ಭೀಷ್ಮ ಎನ್ನಿಸಿದ್ದ ನಿನ್ನ ಹೆಸರಿಗೆ ಚ್ಯುತಿಮಾಡುವ ಇಷ್ಟ ನನಗಿಲ್ಲ. ಆದರೆ ನಾಳಿನ ನಿನ್ನ ಕಾರ್ಯನಿರ್ವಹಣೆಯನ್ನು ನೋಡಿ ನಿರ್ಧರಿಸಬೇಕಾದ ಹೊಣೆಯನ್ನು ರಾಜನಾದ ನಾನು ನಿರ್ವಹಿಸಬೇಕಾಗಿದೆ.'

'ನನ್ನನ್ನು ಏನು ಮಾಡು ಅಂತೀಯ?'

'ಕರ್ಣ ಹಿಂತಿರುಗುವಂತೆ ಮಾಡು. ಯುದ್ಧಮುಖದಲ್ಲಿ ನಿನ್ನ ರಥವನ್ನೇ ನಿಲ್ಲಿಸಿಕೊ.'

'ಎಂದರೆ ಕರ್ಣನ ಶಿಬಿರಕ್ಕೆ ಹೋಗಿ ತಪ್ಪಾಯಿತು ಅನ್ನಬೇಕೆ ನಾನು?'

ನಾನು ಕಟ್ಟಿ ಉಳಿಸಿದ ಕುರುಕುಲದ ಸಿಂಹಾಸನವು ನನಗೆ ಮಾಡಿದ ಆಜ್ಞೆ! ಯಾರಿಗೆ ಯಾವ ಆಜ್ಞೆಯನ್ನಾದರೂ ಮಾಡಬಲ್ಲದು ರಾಜ್ಯಾಧಿಕಾರ. ರಾಜ್ಯದ ಹೆಸರಿನಲ್ಲಿ ಗುರುಗಳಿಗೆ, ಹಿರಿಯರಿಗೆ ಜೀವದಾತರಿಗೆ. ಚಳಿಗಾಲವೆಂಬ ನೆನಪು ಬಂತು. ಬಿಸಿಲಿಲ್ಲ. ಮೋಡ ಕಟ್ಟಿದೆ. ಜೀವರಕ್ಷಕರಿಗೆ, ವಂಶರಕ್ಷಕರಿಗೆ, ರಾಜ್ಯರಕ್ಷಕರಿಗೆ. ಸುಕ್ಕುಹಿಡಿದ ಮುದಿಚರ್ಮ ಇನ್ನಷ್ಟು ಸೇದಿಕೊಳ್ಳುವ ಚಳಿ. ಸೈನ್ಯದ ಮಧ್ಯೆ ತಿಳಿಯುತ್ತಿರಲಿಲ್ಲ. ಕಪ್ಪುಮೋಡದ ಹಿನ್ನೆಲೆಯಲ್ಲಿ, ಕಪ್ಪು ಮೋಡವೇ ರಣಹದ್ದುಗಳ ರೂಪ ತಾಳಿ ಧರೆಗಿಳಿಯಲು ಹವಣಿಸುತ್ತಿರುವಂತೆ, ಚಳಿಗಾಲದ ಮಳೆ ಬಂದಿಲ್ಲ ಇನ್ನೂ. ಯುದ್ಧ ಪೂರ್ತಿ ಮುಗಿದ ಮೇಲೆ ಬರಲು ತಡೆದುಕೊಂಡಿದೆ ಏನೋ! ನೆಲವನ್ನು ತೊಳೆದು ಶುದ್ಧಿಮಾಡಿ ಚಳಿಯ ಮೇಲೆ ಗಾಳಿ. ಕೊರೆತಕ್ಕಿಂತ ಹೊತ್ತು ತಂದ ದುರ್ನಾತ ಪ್ರಾಣ ಹಿಂಡುವ. ಪ್ರಪಂಚದಲ್ಲಿ ಮನುಷ್ಯರಿಗಿಂತ ರಣಹದ್ದುಗಳ ಸಂಖ್ಯೆಯೇ ಹೆಚ್ಚಾಗಿರಬಹುದೆ? ಹಿಂಬದಿಯಿಂದ ರೆಕ್ಕೆಗಳ ಸಪ್ಪಳ ಹತ್ತಿರವಾಗು ತ್ತಿರುವಂತೆ ಕೇಳಿಸಿತು. ಹಿಂತಿರುಗಿ ಕುಳಿತರು. ಹತ್ತಿರಕ್ಕೆ ಬಂದಿದೆ. ಆದರೆ ಮೇಲೆ ಬಿದ್ದು ಕುಕ್ಕಿ ಸಾಯಿಸಿ ತಿನ್ನುವ ಆತುರವಿಲ್ಲ. ಹೊಟ್ಟೆತುಂಬಿದ ತೃಪ್ತ ಗೃಧ್ರಗಳು. ನಾಯಿ ಕೂಡ

ಇನ್ನಷ್ಟು ಹತ್ತಿರ ಬಂತು. ದಿಟ್ಟಿಸುತ್ತಾ ಮಲಗಿತು. ಭೀಷ್ಮರು ಬಾಯಿ ಬಿಟ್ಟು ಭೇಷ್ ಎಂದರು. ಅದು ಮಲಗಿದಲ್ಲಿಯೇ ಬಾಲ ಆಡಿಸಿತು. ಹಾಗಾದರೆ ಏನದರ ಉದ್ದೇಶ? ತಿಳಿಯಲಿಲ್ಲ. ಜೀವ ಹೋಗುವತನಕ ಇವು ಮೇಲೆ ಬೀಳುವುದಿಲ್ಲವೆಂಬ ನಂಬಿಕೆ ಒಳಗೆ ಗಟ್ಟಿಯಾಗಿದೆ. ಬ್ರಹ್ಮಚರ್ಯದ ಪ್ರತಿಜ್ಞೆ ಮಾಡಿ ಹೊಳೆ ದಾಟಿ ವೇದಾಧ್ಯಯನಕ್ಕೆ ನಿಂತವನು, ಕುಳಿತಲ್ಲೇ ರೆಕ್ಕೆಯಾಡಿಸುತ್ತಿದೆ, ಇನ್ನು ಮುಂದೆ ಬರುತ್ತಿಲ್ಲ, ಮತ್ತೆ ಹೊಳೆ ದಾಟಿ ಹಿಂತಿರುಗಿ ರಾಜ್ಯ ಉಳಿಸಿ. ಮುಪ್ಪಿನ ವೀರ್ಯದ ಮಕ್ಕಳ ಶಕ್ತಿ ಎಷ್ಟಿರಬಹುದು? ಅಂಥವನಿಗೆ ವೀರ್ಯವಂತ ಹುಡುಗಿಯರನ್ನು ಗೆದ್ದು ತಂದು. ಅಂಬೆ, ನಿನಗೆ ಅನ್ಯಾಯವಾಯಿತು. ಭೀಷ್ಮನೇ ನನ್ನನ್ನು ಮದುವೆಯಾದರೆ ನನಗಾಗಿರುವ ಅನ್ಯಾಯ ಸರಿಹೋಗುತ್ತದೆಂಬ ನಿನ್ನ ಹಟಕ್ಕೆ ನಾನು ಸೋಲಬೇಕಾಗಿತ್ತು. ಕುರುಸಂತಾನ ಹೀಗಾಗುತ್ತಿರಲಿಲ್ಲವೇನೋ. ಬರೀ ರಕ್ಷಕನಾಗಿ ಉಳಿದೆ. ಶಿಕ್ಷಿಸುವ ಅಧಿಕಾರವುಳ್ಳ ಅಪ್ಪನಾಗಲಿಲ್ಲ. ಅಗತ್ಯ ಮುಗಿದನಂತರ ಸಿಂಹಾಸನವು ರಕ್ಷಕನನ್ನು ಚ್ಯುತಿಗೊಳಿಸಿ ನಡೆಯಬಲ್ಲದು, ಎಂದುಕೊಳ್ಳುವಾಗ ಬಾಯಿ ತೆರೆದುಕೊಂಡಿತು. ಈಗ ಬಂದದ್ದು ನಗೆಯೆ? ಎಂದು ತಮ್ಮನ್ನು ತಾವು ಕೇಳಿಕೊಂಡು ಅನುಮಾನ ಪರಿಹಾರದಲ್ಲಿ ತೊಡಗಿರುವಾಗ ನಾಯಿ ಇನ್ನೂ ಬಾಲ ಆಡಿಸುತ್ತಿತ್ತು. ಸುಕ್ಕುದೇಹದೊಳಗಿನ ಅಸ್ಥಿರಚನೆಯನ್ನು ಕುಲುಕಿಸುವಂತಹ ಚಳಿ. ಹತ್ತಿರದ ಸರೋವರ. ರಕ್ತಕ್ಕೇನಾದರೂ ನೀರಿನಂತೆ ಉದ್ದಕ್ಕೂ ಹರಿಯುವ ಶಕ್ತಿ ಇದ್ದರೆ ಈ ಸರೋವರ, ಎಂದು ಕುಳಿತಲ್ಲೇ ಕೈಕಾಲುಗಳನ್ನು ನೀಡಿ ನೋವು ಕಳೆದುಕೊಳ್ಳುವಾಗ ರಥ ಬಂದ ಸದ್ದಾಯಿತು. ಎಡಕ್ಕೆ ತಿರುಗಿ ನೋಡಿದರು. ರಾಜರಥ. ಅಲಂಕೃತ ಬಿಳಿಗುದುರೆಗಳು. ದುರ್ಯೋಧನನೇ ಬರುತ್ತಿದ್ದಾನೆ. ಹಿಂದೆ ಮೂರು, ಅಲ್ಲ ನಾಲ್ಕು ರಥಗಳು, ಅಂಗರಕ್ಷಕ ರಥಗಳು. ರಥವಿಳಿದು ನಡೆದು ಬಂದ ಮಹಾರಾಜ ನೆಲ ಮುಟ್ಟಿ ನಮಸ್ಕರಿಸಿ ಹತ್ತಿರ ಕುಳಿತ. ರಥಗಳು ಅಷ್ಟು ದೂರದಲ್ಲಿ ನಿಂತಿದ್ದವು.

'ತಾತ, ಬಾಣಗಳನ್ನೇ ಹಾಸಿಗೆಯಂತೆ ಒಟ್ಟಿಕೊಂಡು ಅದರಮೇಲೆ ಮಲಗುವ ನಿಶ್ಚಯ ಮಾಡಿರುವೆಯಂತೆ. ಕ್ಷತ್ರಿಯ ಕುಲದ ಔಚಿತ್ಯಜ್ಞಾನ ನಿನಗಿರುವಷ್ಟು ಈ ಆರ್ಯಾವರ್ತದಲ್ಲಿ ಬೇರೆ ಯಾರಿಗುಂಟು? ಆದರೆ ನೇರವಾಗಿ ಹಸ್ತಿನಾವತಿಗೆ ಹೋಗು. ಅರಮನೆಯಲ್ಲಿ.....' ಅವರು ಮಾತನಾಡಲಿಲ್ಲ. ರಣಹದ್ದುಗಳನ್ನು ನೋಡುತ್ತಾ ಕುಳಿತರು. ದುರ್ಯೋಧನನ ದೃಷ್ಟಿ ಅತ್ತ ಹೋಯಿತು. ಮೇಲೆ ಎದ್ದು ಎರಡು ಕೈಗಳನ್ನೂ ಜೋರಿನಿಂದ ಚಪ್ಪಾಳೆ ಬಡಿದು ಹ್ಹಾ ಹ್ಹಾ ಎಂದು ಕೂಗಿದ. ಅವು ಗೌರವಿಸಲಿಲ್ಲ. ಹತ್ತಿರ ಮಲಗಿದ್ದ ಬಿಲ್ಲನ್ನು ಕೈಗೆ ತೆಗೆದುಕೊಂಡು ತನ್ನ ಬೆನ್ನಿನಲ್ಲಿದ್ದ ಬತ್ತಳಿಕೆಗೆ ಕೈಹಾಕಿದ.

'ಅವನ್ನು ಹೊಡೆಯಬೇಡ,' ತಾತ ಬಾಯಿಬಿಟ್ಟರು.

'ಯಾಕೆ?'

'ಅವನ್ನು ಸಾಯಿಸಿದರೆ ಅಲ್ಲಿ ನೋಡು ಆಕಾಶದಲ್ಲಿ ಮತ್ತೆ ಎರಡೋ ನಾಲ್ಕೋ ಹತ್ತೋ ಬರುತ್ತವೆ. ರಣಹದ್ದುಗಳ ಇಳಿತವನ್ನು ತಡೆಯುವುದು ಯಾರಿಗೂ ಸಾಧ್ಯವಿಲ್ಲ.'

'ಅದಕ್ಕೇ ನಾನು ಹೇಳುವುದು. ಅರಮನೆಗೆ.'

'ನಾನು ಕಟ್ಟಿದ ಹಸ್ತಿನಾವತಿ ಇನ್ನು ಉಳಿಯುವುದಿಲ್ಲ. ನೀನು ಗೆದ್ದರೂ ಅಷ್ಟೆ,

ಅವರು ಗೆದ್ದರೂ ಅಷ್ಟೆ.'

'ನೀನು ಕಟ್ಟಿದೆ. ನಾನು ಬೆಳೆಸಿದೆ. ಅದು ವಿನಾಶವಾಗಕೂಡದೆಂದಲ್ಲವೆ ನಾನು ಇಷ್ಟೆಲ್ಲ ಹೆಣಗುತ್ತಿರುವುದು.'

'ಹಾಗಿದ್ದಲ್ಲಿ ಇದು ಕೊನೆಯ ಅವಕಾಶ. ನಾನು ಸತ್ತೆನೆಂದರೆ ಪಾಂಡವರಿಗೆ ಹೇಳಬಲ್ಲವರು ಯಾರೂ ಇರುವುದಿಲ್ಲ. ನಿನ್ನ ಮೀಸೆಯೂ ಮಣ್ಣಾಗದಂತೆ ಅವರಿಗೂ ಅನ್ಯಾಯವಾಗದಂತೆ ಹೇಳಿ ಉಳಿಸಬಲ್ಲವನು ಇನ್ನೊಂದು ದಿನ ಬದುಕಿರಬಹುದು. ಅನ್ನ ನೀರಿಲ್ಲದೆ ಹೆಚ್ಚು ಉಳಿಯುವ ಶಕ್ತಿ ಈ ಗಳಿತವಾದ ದೇಹಕ್ಕಿಲ್ಲ.'

'ಈಗ ಹೀಗನ್ನುತ್ತೀಯ ಅಂತ ನನಗೆ ದಾರಿಯಲ್ಲಿ ಅನ್ನಿಸಿತು. ಇನ್ನೂ ಒಂದು ಅನ್ನಿಸಿತು. ಸಿಟ್ಟಾಗುವುದಿಲ್ಲ ತಾನೆ ಹೇಳಿದರೆ?'

'ನಾನು ದುರ್ಯೋಧನನಲ್ಲ.'

'ನನ್ನ ಸೈನ್ಯದ ಅಧಿಕಬಲವನ್ನು ಚನ್ನಾಗಿ ಕುಗ್ಗಿಸಿದ ಮೇಲೆ ಹೇಳಿದರೆ ಇವನು ಸಂಧಿಗೆ ಒಪ್ಪುತ್ತಾನೆಂದು ಒಳಗೆ ಆಲೋಚಿಸಿಯೇ ನೀನು ಸೇನಾಪತಿಯಾಗಲು ಒಪ್ಪಿಕೊಂಡೆ. ನಿನ್ನ ಒಳ ಉದ್ದೇಶಕ್ಕೆ ತಕ್ಕಂತೆ ಹತ್ತು ದಿನದಿಂದ ನನ್ನ ಸೇನೆಯನ್ನು ಅರ್ಧಕ್ಕಿಂತ ಹೆಚ್ಚು ಕುಗ್ಗಿಸಿದೆ. ಅಲ್ಲವೆ?'

ಅವರು ಅವನನ್ನು ದಿಟ್ಟಿಸಿ ನೋಡಿದರು. ಅವನಿಗೆ ಆಕಾಶವನ್ನು ತುಂಬಿರುವ ರಣ ಹದ್ದುಗಳ ಕಣ್ಣಿನ ನೆನಪು ಬಂತು. ಅವನೇನೂ ದೃಷ್ಟಿಯನ್ನು ಅತ್ತಿತ್ತ ಸರಗಿಸಿ ತಪ್ಪಿಸಿಕೊಳ್ಳಲಿಲ್ಲ.

'ನೀನು ಜಾಣ. ಭೀಷ್ಮರೇ ನನ್ನ ಸೇನಾಪತಿಯಾಗುತ್ತಾರೆಂದು ದೇಶದೇಶಗಳಲ್ಲಿ ಪ್ರಚಾರ ಮಾಡಿ ಇಷ್ಟೊಂದು ಸೈನ್ಯವನ್ನು ಕೂಡಿಸಿಕೊಂಡೆ. ನಾನು ಎದುರಿಗಿದ್ದರೆ ಪಾಂಡವರು ಧರ್ಮಸಂಕಟಕ್ಕೆ ಸಿಕ್ಕಿ ಬಾಣಪ್ರಯೋಗ ಮಾಡುವುದಿಲ್ಲ. ಅವರ ಸೈನ್ಯಬಲವೂ ಕಡಮೆ. ನುಗ್ಗಿ ಸದೆ ಬಡಿಯಬಹುದು ಎಂದೆಲ್ಲ ಆಲೋಚಿಸಿ ಬಂದು ಬಂದು ನನ್ನ ಕಾಲಿಗೆ ಬೀಳುತ್ತಿದ್ದೆ ಸೇನಾಪತಿಯಾಗು ಅಂತ. ಅಲ್ಲವೆ?'

ಅವನು ದೃಷ್ಟಿಯನ್ನು ಸರೋವರದ ನೀರಿನ ಕಡೆಗೆ ತಿರುಗಿಸಿದ. ಮಾತೇ ಹೂತು ಹೋಗಿತ್ತು. ತಾನು ಏನಾದರೂ ಆಡದೆ ಮೌನವಾಗಿದ್ದರೆ ತಪ್ಪೊಪ್ಪಿಗೆ ಎಂದು ಅವರು ಅರ್ಥಮಾಡಿಕೊಂಡಾರೆಂದು ತಕ್ಷಣ ಎಂದ: 'ಶಿಖಂಡಿಯಿಂದ ನಿನಗೆ ಈ ದಿನ ದೊಡ್ಡ ಉಪಕಾರವಾಯಿತು.'

'ಇದುವರೆಗೆ ಆಗಿರುವ ಯುದ್ಧದ ವಿವರಣೆಯನ್ನು ಈಗ ಹೇಳುತ್ತೇನೆ ಕೇಳು.' ಅವನ ಮಾತಿಗೆ ಅರ್ಥವೇ ಇಲ್ಲವೆಂಬಂತೆ ಉಪೇಕ್ಷಿಸಿ ಅವರು ಮಾತನಾಡಿದರು: 'ನಿನಗೆ ಸೋಲಾಗುತ್ತಿರುವ ಕಾರಣವನ್ನು ನನ್ನ ಮೇಲೆ ಹಾಕಬೇಡ. ಗೆಲ್ಲದಿದ್ದರೆ ನಮಗೆ ಜೀವನವೇ ಇಲ್ಲವೆಂಬ ಮಗ್ನತೆಯಿಂದ ಕಾಯುವವರು ನಿನ್ನ ಕಡೆ ಯಾರೂ ಇಲ್ಲ, ನಿನ್ನೊಬ್ಬನನ್ನು ಬಿಟ್ಟು. ನಿನಗೆ ಯುದ್ಧ ಮಾಡುವುದಕ್ಕಿಂತ ಯುದ್ಧಾಡಳಿತದಲ್ಲೇ ಹೆಚ್ಚು ವ್ಯವಧಾನವಾಗಿದೆ. ಭೀಮನನ್ನು ನೋಡು: ಅವನಿಗೆ ಸಾವೆಂದರೆ ಏನೆಂಬ ಕಲ್ಪನೆ ಕೂಡ ಇಲ್ಲ. ಆದ್ದರಿಂದ ಜೀವಕ್ಕೆ ಹೆದರುವುದಿಲ್ಲ. ಈಗ ಗೆಲ್ಲದಿದ್ದರೆ ಜೀವನವಿಲ್ಲವೆಂಬುದೇ ಅವನ ಪರಮಶಕ್ತಿಯಾಗಿದೆ.

ಉಳಿದ ನಾಲ್ವರಿಗೂ ಈ ಮಾತು ಅನ್ವಯಿಸುತ್ತದೆ. ಅಂತಹ ಯೋಧನಲ್ಲದ ಧರ್ಮಜ ಕೂಡ ಸೈನಿಕರಿಗೆ ಸ್ಫೂರ್ತಿ ಬರುವಂತೆ ಯುದ್ಧ ಮಾಡುತ್ತಿದ್ದಾನೆ. ಅರ್ಜುನನ ಯುದ್ಧಕೌಶಲ, ಸೋತರೆ ಆಗುವ ಅಗೌರವದ ಭಯವಂತೂ ಎಲ್ಲರಿಗೂ ಗೊತ್ತು. ನಕುಲ ಸಹದೇವರು ಮಾತನಾಡದಿದ್ದರೂ ಈಗಿರುವ ಜೀವನದಿಂದ ರೋಸಿಹೋಗಿದ್ದಾರೆ. ಧೃಷ್ಟದ್ಯುಮ್ನನಿಗೆ ಕುರುಗಳ ಮೇಲಿನ ಹಳೆಯ ರೊಚ್ಚು, ಅಪ್ಪನಿಗೆ ದ್ರೋಣರಿಂದಾದ ಅಪಮಾನ, ತಂಗಿಗಾಗಿರುವ ಅಗೌರವಗಳ ಸೇಡು ತುಂಬಿದೆ. ಇದೇ ಮಾತು ಪಾಂಡವರ ಮಕ್ಕಳು, ಘಟೋತ್ಕಚ, ಮೊದಲಾದವರ ಮಟ್ಟಿಗೂ ನಿಜ. ಇನ್ನು ದ್ವಾರಕೆಯಿಂದ ಬಂದಿರುವ ಯುಯುಧಾನ, ಅವನನ್ನು ಏನನ್ನುತ್ತಾರೆ?, ಸಾತ್ಯಕಿ ಅಂತ ಅಲ್ಲವೆ, ಅವನು ತಮ್ಮ ಸೈನ್ಯವನ್ನು ಶತ್ರುಪಕ್ಷಕ್ಕೆ ಕಳಿಸಿದ ಬಲರಾಮನಿಗೆ ಬುದ್ಧಿ ಕಲಿಸಬೇಕೆಂಬ ಹಟದಲ್ಲಿದ್ದಾನೆ. ನಿನ್ನ ಕಡೆ ಅಂತಹ ರೊಚ್ಚಿರುವ ಒಬ್ಬನೇ ಒಬ್ಬನನ್ನು ತೋರಿಸು.'

ದುರ್ಯೋಧನನ ಕಣ್ಣುಗಳು, ದೂರದಲ್ಲಿ ಕುಳಿತಿದ್ದ ರಣಹದ್ದುಗಳ ಮೇಲಿದ್ದವು. ದೃಷ್ಟಿ ಸ್ವಲ್ಪ ಒಳಸರಿಯಿತು. ಆದರೆ ತಕ್ಷಣ ಹೇಳಿದ: 'ಅದಕ್ಕೆಂದೇ ದ್ರೋಣರನ್ನು ಸೇನಾಪತಿಯಾಗಿ ಮಾಡಿರುವುದು.'

'ದ್ರೋಣರನ್ನು ಮಾಡಿದೆಯ? ಪಾಂಚಾಲರ ಮೇಲೆ ಅವರಿಗೆ ರೊಚ್ಚಿತ್ತು. ಆದರೆ ಅದನ್ನು ತೀರಿಸಿಕೊಂಡಾಯಿತಲ್ಲ, ದ್ರುಪದನನ್ನು ಸೆರೆಹಿಡಿದು ಅವನ ಅರ್ಧ ರಾಜ್ಯವನ್ನು ಕಸಿದುಕೊಳ್ಳುವ ಮೂಲಕ. ದ್ರುಪದ ಧೃಷ್ಟದ್ಯುಮ್ನರಿಗೆ ದ್ರೋಣರ ಮೇಲಿರುವಷ್ಟು ರೊಚ್ಚು ದ್ರೋಣರಿಗೆ ಅವರ ಮೇಲಿಲ್ಲ. ಅಕಸ್ಮಾತ್ ಇದ್ದರೂ ಅದು ಪಾಂಚಾಲರ ಮೇಲಾಯಿತು. ಪಾಂಡವರೂ ಅವರ ಶಿಷ್ಯರೇ. ಅಲ್ಲದೆ ನೀನು ಅವರ ಅನ್ನದ ಋಣವನ್ನು ಎತ್ತಿ ಆಡಿದ್ದೀಯ. ಈಗಿನ ಪರಿಸ್ಥಿತಿಯಲ್ಲಿ ಅವರನ್ನಲ್ಲದೆ ಬೇರಾರನ್ನು ಮಾಡಬಹುದಿತ್ತು ನೀನು? ನಿನ್ನ ಕರ್ಣನನ್ನು ಮಾಡಿದ್ದರೆ ದ್ರೋಣರು ನಿವೃತ್ತರಾಗುತ್ತಿದ್ದರು. ಜೊತೆಗೆ ಮಗ ಅಶ್ವತ್ಥಾಮ. ಅಲ್ಲದೆ ಆತ್ಮಗೌರವವುಳ್ಳ ಹಲವಾರು ಕ್ಷತ್ರಿಯ ರಾಜರುಗಳು. ಸೂತನ ಕೈಕೆಳಗೆ ನಿಂತು ಯಾರು ಯುದ್ಧ ಮಾಡುತ್ತಾರೆ? ಆದ್ದರಿಂದ ದ್ರೋಣರನ್ನು ಮಾಡದೆ ಬೇರೆ ದಾರಿ ಇರಲಿಲ್ಲ ನಿನಗೆ.'

'ನೀನು ಬೆಚ್ಚನೆಯ ಉಡುಪು ತೊಟ್ಟು ಸರಿಯಾಗಿ ಊಟ ಮಾಡು. ನಾನು ಇಲ್ಲೇ ಒಂದು ಗುಡಿಸಲು ಕಟ್ಟಿಸಿಕೊಡುತ್ತೇನೆ. ಕರ್ಣ ಹೇಗೆ ಯುದ್ಧ ಮಾಡುತ್ತಾನೆಂಬುದನ್ನು ಕೇಳಿ ತಿಳಿಯುವುದಕ್ಕಾದರೂ ನಿರಾಹಾರದ ಮಾತನ್ನು ಕೈಬಿಡು.'

'ಮೂರ್ಖನೋ ನಿನ್ನ ಕರ್ಣ. ಅರ್ಧರಥಿ ಎಂದು ನಾನೇನೋ ಹೇಳಿದೆ. ತಪ್ಪಿರಬಹುದು ನನ್ನ ತೂಕ. ಅಂದರೆ ತನ್ನ ಸ್ವಾಮಿಗೆ ಇಷ್ಟೊಂದು ನಷ್ಟವಾಗುತ್ತಿದೆ ಎಂದು ತಿಳಿದೂ ಭೀಷ್ಮನ ಕೈಕೆಳಗೆ ಯುದ್ಧಮಾಡುವುದಿಲ್ಲವೆಂದು ಮುರಿತುಕೊಂಡು ಶಿಬಿರದಲ್ಲಿ ಕೂತನಲ್ಲ ಹತ್ತು ದಿನ, ನಿಜವಾಗಿ ಪಾಂಡವರ ಮೇಲೆ ರೊಚ್ಚಿದ್ದರೆ ಹೀಗೆ ಕೂರುತ್ತಿದ್ದನೆ? ಕೂರಲು ಸಾಧ್ಯವಾಗುತ್ತಿತ್ತೆ? ಯುದ್ಧರಂಗದಿಂದ ತಪ್ಪಿಸಿಕೊಳ್ಳಲು ಅವನಿಗೊಂದು ನೆಪ ಬೇಕಿತ್ತೇನೋ.'

'ಮೊದಲಿನಿಂದ ಅಷ್ಟೆ. ನೀನು ಅವನನ್ನು ಬೇಕೆಂದೇ ರೇಗಿಸುತ್ತಿದ್ದೆ. ಈಗಲೂ ಹಾಗೆ ಮಾಡಿದೆ. ಅವನಿಗೆ ಸ್ವಾಭಿಮಾನವಿರಬಾರದೆ?'

'ದಣಿಯ ಸೋಲಿಗಿಂತ,' ಎಂದವರು ಅರ್ಧಮುಹೂರ್ತ ಸುಮ್ಮನಾದರು. ಅವರಿಗೆ ಏದುಸಿರು ಬಂದುದನ್ನು ದುರ್ಯೋಧನನೂ ನೋಡಿದ. ಸುಧಾರಿಸಿಕೊಂಡನಂತರ ತಗ್ಗಿದ ಧ್ವನಿಯಲ್ಲಿ ಹೇಳಿದರು: 'ನಿನ್ನೊಡನೆ ವಾದ ಮಾಡಿ ನನಗೇನಾಗಬೇಕಾಗಿದೆ? ಮಾತನಾಡುತ್ತಾ ಸಾಯಲು ನನಗಿಷ್ಟವಿಲ್ಲ. ಒಂದು ದಿನದ ತನಕ ನಾನು ಬದುಕಿರಬಹುದು. ಈ ರಾತ್ರಿ ಮೈಮೇಲೆ ಏನೂ ಹೊದೆಯುವುದೂ ಇಲ್ಲ. ಚಳಿ ಹೆಚ್ಚಾದರೆ ಈ ರಾತ್ರಿ ಮುಗಿದರೂ ಮುಗಿದೀತು. ಕೊನೆಯ ಮಾತು ಹೇಳುತ್ತಿದ್ದೇನೆ. ನಾನು ಸಾಯುವ ಮೊದಲು ಅವರನ್ನು ನಿನ್ನ ಅಣ್ಣ ತಮ್ಮಂದಿರೆಂದು ಒಪ್ಪಿದರೆ ನಾನು ಈಗಲೂ ಸಂಧಿ ಮಾಡಿಸಬಲ್ಲೆ. ನಾನು ಸತ್ತನಂತರ ನೀನು ಸಂಧಿ, ಸಂಧಿ, ಎಂದು ಆಕಾಶಕ್ಕೆ ಕೈಚಾಚಿ ಅರಚಿಕೊಂಡರೂ ಸಿಕ್ಕುವುದಿಲ್ಲ' ಎಂದು ದುರ್ಯೋಧನನ ರಥಗಳ ಕಡೆಗೆ ದಿಟ್ಟಿಸಿ ನೋಡಿದರು. ಹೌದು, ಅಲ್ಲಿ ನಿಂತಿದ್ದಾನೆ. ಬೆರಳಿನಿಂದ ಸನ್ನೆ ಮಾಡಿ ಕರೆದರು. ಬಾಣಗಳನ್ನು ತರಲು ಹೋಗಿದ್ದ ಅವರ ಸಾರಥಿ ಹತ್ತಿರ ಬಂದ. 'ತಂದೆಯಾ?'

'ತಂದಿದ್ದೇನೆ.'

'ಇಲ್ಲಿ ಶರಶಯ್ಯೆಯನ್ನು ಸಿದ್ಧಮಾಡು.'

ನಾಲ್ಕು ಜನ ಸೈನಿಕರು ತಬ್ಬಿ ತಬ್ಬಿ ಒತ್ತೋಳುದ್ದ, ಎರಡು ಒತ್ತೋಳುದ್ದದ ಬಾಣಗಳನ್ನು ತಂದು ಗುಡ್ಡೆ ಇಟ್ಟರು. ಸಾರಥಿ ಹಾಸಿಗೆಯಂತೆ ಒಂದು ಹದಕ್ಕೆ ಜೋಡಿಸಿಟ್ಟ. ಭೀಷ್ಮರು ಎದ್ದು ಅದರ ಮೇಲೆ ಕುಳಿತರು. ಮೂಳೆಗಳ ರಾಶಿಯಂತೆ ತಮ್ಮ ಮುದಿಮೂಳೆಗಳಿಗೆ ಒತ್ತುತ್ತಿವೆ. ಹಾಗೆಯೇ ಕಾಲು ನೀಡಿ ತಲೆಯನ್ನು ಉತ್ತರ ದಿಕ್ಕಿಗೆ ಮಾಡಿ ಅಂಗಾತ ಮಲಗಿದರು. ಅವರ ದೃಷ್ಟಿ ಆಕಾಶದ ಕಡೆಗೆ ಹರಡಿತು.

ದುರ್ಯೋಧನ ಹತ್ತಿರ ಬಂದು ನಿಂತ. ಅದು ಅವರ ಅರಿವಿಗೆ ಬಂತು. ಆದರೆ ದೃಷ್ಟಿಯನ್ನು ಅತ್ತ ಹರಿಸಲಿಲ್ಲ. 'ತಾತ' ಎಂದ. ಮಾತನಾಡಲಿಲ್ಲ. 'ನೀನು ಹೀಗೆ ಸಾಯುವುದರಲ್ಲಿ ಯಾವ ಅರ್ಥವಿದೆ? ಈ ಒಂದು ಮಾತಿಗೆ ಉತ್ತರ ಹೇಳು.'

'ಬದುಕುವುದರಲ್ಲಿ ಅರ್ಥವಿಲ್ಲದ ಮೇಲೆ ಸಾವು ಅನರ್ಥವಲ್ಲ. ನಿರಾಹಾರಿಯಾಗುವುದಕ್ಕಿಂತ ಉತ್ತಮ ವಿಧಾನ ನನಗೆ ತಿಳಿದಿಲ್ಲ. ಈ ಬಾಣದ ಹಾಸಿಗೆಗೇ ಬೆಂಕಿ ಹಚ್ಚಿಸಿಕೊಳ್ಳಬಹುದು. ಆ ಸರೋವರಕ್ಕೆ ಬೀಳಬಹುದು. ಆದರೆ ಇದೆಲ್ಲ ಹಿಂಸಾಚಾರವಾಗುತ್ತೆ. ಹೀಗೆ ಘಳಿಗೆ ಘಳಿಗೆಗೂ ಈ ಬದುಕಿನಿಂದ ದೂರವಾಗುತ್ತಾ ಸಾವಿನಲ್ಲಿ ಸೇರುವುದು ನಿನ್ನಂಥವನಿಗೆ ಸಾಧ್ಯವಾಗುವುದಿಲ್ಲ. ಇನ್ನು ಮಾತನಾಡಿ ನನ್ನನ್ನು ಆಯಾಸಪಡಿಸಬೇಡ. ಮನಸ್ಸಿನ ಪ್ರಾಣ ಒಳಗಿಳಿಯುವ ಮೊದಲು ಒಂದಿಷ್ಟು ಆಲೋಚಿಸಬೇಕೆಂಬ ಬಯಕೆಯಾಗುತ್ತಿದೆ.' ಎಂದು ಅವರು ಕಣ್ಣುಗಳನ್ನು ಮುಚ್ಚಿಕೊಂಡರು.

ಸ್ವಲ್ಪ ಹೊತ್ತಿನನಂತರ ಅವನು ಹೋದ ಸಪ್ಪಳ ಕೇಳಿಸಿತು. ರಥಗಳು ಚಲಿಸಿದ ಸದ್ದೂ ಕೇಳಿಸಲು ಶುರುವಾಗಿ ದೂರದೂರದೂರ ಮರೆಯಾಯಿತು. ಅವರು ಕಣ್ಣುಬಿಟ್ಟು

ದೃಷ್ಟಿಯನ್ನು ಬಾನಿನಲ್ಲಿ ಬೆರೆಸಿದರು. ಕಟ್ಟಿರುವ ಕಪ್ಪುಮೋಡದಿಂದ ಬೇಸರವಾಯಿತು. ಆಕಾಶವೆಂದರೆ ಬೆಳ್ಳಗೆ ಸ್ವಚ್ಛವಾಗಿರಬೇಕು. ಅಥವಾ ಹೊಳೆಯುವ ನೀಲಿಯಾಗಬೇಕು ಎಂಬ ಬಯಕೆಯಾಯಿತು. ಕಣ್ಣು ಮುಚ್ಚಿದರು. ನನ್ನದೆಂಬ ಕುರುಕುಲವನ್ನು ಉಳಿಸಲು ಈ ಹತ್ತು ದಿನದಲ್ಲಿ ಇಷ್ಟು ಜನ ಸೈನಿಕರ ಕೊಲೆಗೆ ಕಾರಣನಾದೆನಲ್ಲ ಎಂಬ ದೋಷಪ್ರಜ್ಞೆ ಇದ್ದಕ್ಕಿದ್ದಂತೆಯೇ ಕಾಣಿಸಿಕೊಂಡು ಮೈಯೆಲ್ಲ ಬೆವರಿತು. ಹಲವು ಕ್ಷಣಗಳು ರಕ್ತಸಂಚಾರ ನಿಂತು ತಲೆಯೊಳಗೆಲ್ಲ ಭುಳ್ ಎಂಬ ನಿಶ್ಶಬ್ದ. ಅನಂತರ ಅರಿವು ಬಂದಾಗ ಶುಕನ ನೆನಪು. ಒಮ್ಮೆಯೂ ನೋಡಲಿಲ್ಲವಲ್ಲ ಅವನನ್ನು ಎಂಬ ಖೇದ. ಇದೆಂತಹ ಮೋಹ ಅವನ ಮೇಲೆ ಎಂಬ ಅರಿವಾದಾಗ ಅವನು ವಾವೆಯಲ್ಲಿ ಮಗನಾಗಬೇಕಲ್ಲವೇ ಎನ್ನಿಸಿತು. ಮತ್ತೆ ಕಣ್ಣು ತೆರೆದರು. ಅದೇ ಆಕಾಶ. ಕಪ್ಪು ಮೋಡ. ಈಗ ಆಕಾಶದಲ್ಲಿ ತಮ್ಮ ಮೇಲೆ ಗುರಿ ಇಡುವುದಕ್ಕೋ ಎಂಬಂತೆ ನಾಲ್ಕು ಐದು ರಣಹದ್ದುಗಳು ಸುತ್ತುಹಾಕುತ್ತಿವೆ. ಯಾವು ದಾದರೂ ಒಂದು ಬೀಸಿ ಬಂದು ಮೇಲೆ ಕುಳಿತು ಕೊಕ್ಕು ಹಾಕಿದರೂ ಸರಿ ಈಗಲೇ ಮುಗಿಯುತ್ತದೆ ಎಂಬ ಅರಿವು. ಒಂದು ಕ್ಷಣ ಮೈಕೈಗಳು ಬೆವರಿದಂತಾಯಿತು. ಬಲಬದಿ ಯಿಂದ ರೆಕ್ಕೆಗಳ ಸಪ್ಪಳವಾಯಿತು. ಹಾಗೆಯೇ ಕತ್ತು ತಿರುಗಿಸಿ ನೋಡಿದರು. ಆ ಎರಡು ರಣಹದ್ದುಗಳು ಹತ್ತಿರ ಹತ್ತಿರಕ್ಕೆ ಕುಪ್ಪಳಿಸುತ್ತಿವೆ. ಅವುಗಳ ಹಿಂದೆ ನಾಯಿ. ಕಳೆದ ಹತ್ತು ದಿನದಲ್ಲಿ ಇಡೀ ರಣರಂಗಕ್ಕೆ ಮೇಲಿನಿಂದ ಬಂದಿಳಿದ ಲಕ್ಷಲಕ್ಷ ರಣಹದ್ದುಗಳ ಭಾರವೆಲ್ಲ ನನ್ನ ಈ ತಲೆಯ ಮೇಲೆ ಎಂಬ ವಿಚಾರ ಪೂರ್ತಿ ರೂಪಗೊಳ್ಳುವಷ್ಟರಲ್ಲಿ ಯಾರೋ ಒಂದು ಬಾಣ ಹೊಡೆದಂತಾಯಿತು. ರೆಕ್ಕೆಗಳ ಪಸ್ಸಪಸ್ಸ ಎಂಬ ದೀರ್ಘಚಲನೆಯ ಸದ್ದು. ದೃಷ್ಟಿಯನ್ನು ಸುತ್ತ ಹರಿಸಿದರು. ಒಬ್ಬ ಸೈನಿಕ ಕೈಯಲ್ಲಿ ಬಿಲ್ಲು ಹಿಡಿದು ಅವುಗಳಿಗೆ ಬಾಣ ಬಿಡುತ್ತಿದ್ದಾನೆ. ಕೈಸನ್ನೆ ಮಾಡಿ ಅವನನ್ನು ಹತ್ತಿರ ಕರೆದರು. 'ಯಾರು ನೀನು?'

'ಸೈನಿಕ. ನಿನ್ನನ್ನು ಹದ್ದು ನಾಯಿ ನರಿ ಮುಂತಾಗಿ ಯಾವುದೂ ಕಚ್ಚದಂತೆ ನೋಡಿ ಕೊಳ್ಳಲು ಮಹಾರಾಜನು ನೇಮಿಸಿ ಹೋಗಿದ್ದಾನೆ. ರಾತ್ರಿ ನನ್ನೊಡನಿರಲು ಇನ್ನೊಬ್ಬನನ್ನು ಕಳಿಸುತ್ತಾನಂತೆ. ಅಕಸ್ಮಾತ್ ನೀನು ಸತ್ತರೆ ತಕ್ಷಣ ಸುದ್ದಿ ಕಳಿಸಬೇಕೆಂಬ ಆಜ್ಞೆಯಾಗಿದೆ. ಹೆಣವನ್ನು ಹದ್ದಿಗೆ ಬಿಡದೆ ಅಗ್ನಿಸಂಸ್ಕಾರ ಮಾಡುತ್ತಾನಂತೆ.'

ಅವರು ಒಂದು ಕ್ಷಣ ಮೌನಿಯಾದರು. ಆಕಾಶದಲ್ಲಿ ಸುತ್ತುಹಾಕುತ್ತಿದ್ದ ರಣಹದ್ದುಗಳು ಬಾಣದ ಎಟುಕಿಗಿಂತ ಮೇಲಿದ್ದವು. 'ನನಗೆ ಯಾರ ಕಾವಲೂ ಬೇಡ. ನೀನು ಹೊರಟು ಹೋಗು.'

'ರಾಜಾಜ್ಞೆಯಾಗಿದೆ.'

'ನನ್ನ ಪಾಡಿಗೆ ನಾನು ಸಾಯಬೇಕು. ಹೊರಟುಹೋಗು.'

'ರಾಜಾಜ್ಞೆಯಾಗಿದೆ, ತಾತ. ಇಲ್ಲಿಂದ ಹೋದರೆ ನನಗೆ ಶಿಕ್ಷೆಯಾಗುತ್ತದೆ.'

ಅವರು ಸುಮ್ಮನಾದರು. ಕಣ್ಣುಗಳು ಮತ್ತೆ ಆಕಾಶವನ್ನು ದಿಟ್ಟಿಸುತ್ತಿದ್ದವು. 'ನಿನಗೆ ಬೇಡವಾದರೆ ನಾನು ದೂರ ನಿಂತಿರುತ್ತೇನೆ.' ಎಂದ ಅವನ ಧ್ವನಿ ಮತ್ತು ಹೆಜ್ಜೆಯ ಸಪ್ಪಳಗಳು ಕೇಳಿದವು. ಬಿಳಿದಾದ ಸ್ವಚ್ಛ ಬಾನು, ಹೊಳೆಯುವ ನೀಲಿ, ಕಪ್ಪುಮೋಡದಿಂದ

ಹುಟ್ಟಿ ತಿರುಗುವ ಕರಿಬಣ್ಣದ ಹದ್ದುಗಳು ಒಂದರೊಳಗೊಂದು ಬೆರೆತುಕೊಳ್ಳುತ್ತಿದ್ದವು. ಪಾದದಿಂದ ಮಂಡಿಯತನಕ ಜೋವು ಕಾಣಿಸಲು ಶುರುವಾಯಿತು. ನಿಧಾನವಾಗಿ ಕುಳಿತರು! ಅನಂತರ ಎದ್ದು ಸರೋವರದ ಕಡೆಗೆ ಮುಖ ಮಾಡಿ ನಿಂತರು. ಚಳಿಗಾಲದ ಗಾಳಿ ನೀರಮೇಲಿನಿಂದ ಬೀಸುತ್ತಿತ್ತು. ಅವರು ಮೊದಲು ತಮ್ಮ ತಲೆಯ ಉಷ್ಣೀಷವನ್ನು ತೆಗೆದು ಬಲಗೈಯಿಂದ ಎಸೆದರು: ಅದು ನಾಲ್ಕು ಮಾರು ದೂರ ಹೋಗಿ ಬಿದ್ದಮೇಲೆ ಯುದ್ಧಕವಚ ವನ್ನು ಕಳಚಿ ಎಸೆದರು. ಅನಂತರ ಮೈಯ ಕವಚವನ್ನು ಬಿಚ್ಚಿ ಹಾಕಿದರು. ಸೊಂಟದ ಬಿಗಿಗೆ ಸುತ್ತಿಕಟ್ಟಿದ್ದ ಪಟ್ಟಿಯನ್ನು ಕಳಚಿ ವೀರಗಾಸೆಯಲ್ಲಿ ಉಟ್ಟಿದ್ದ ಧೋತ್ರವನ್ನೂ ತೆಗೆದು ಸುತ್ತಿ ಮೂರು ಮಾರು ದೂರಕ್ಕೆ ಬಿಸಾಕಿದರು. ಬರೀ ಕೌಪೀನ ಒಂದೇ ಉಳಿದ ಗಳಿತವಾದ ಶರೀರವು ಚಳಿಗೆ ನಡುಗಲು ಶುರುವಾಯಿತು. ಕಾವಲು ನಿಂತಿದ್ದ ಸೈನಿಕ ಕಕ್ಕಾವಿಕ್ಕಿಯಾಗಿ ನೋಡುತ್ತಿದ್ದ. ರಣಹದ್ದುಗಳು ತುಂಬಿ ಕಾಯುತ್ತಿರುವ ಈ ಆವರಣದಲ್ಲಿ ಬಿಳಿಗಡ್ಡ ಬಿಳಿ ಗೂದಲು ಬೊಕ್ಕನೆತ್ತಿಯ ಬಾಯಲ್ಲಿ ಹಲ್ಲುಗಳಿರುವ ಈ ಮುದುಕ ಎಷ್ಟು ವರ್ಷವೋ ಈತನಿಗೆ ಯಾರಿಗೂ ಗೊತ್ತಿಲ್ಲವಂತೆ. ಕುರುಕುಲಕ್ಕೇ ಪಿತಾಮಹನಂತೆ. ಯಾಕೆ ಹೀಗೆ ನಿಂತುಬಿಟ್ಟ ಬೆತ್ತಲಾಗಿ? ರಣಹದ್ದುಗಳು ಹತ್ತಿರ ಬಂದು ಕುಕ್ಕಿ ಕುಕ್ಕಿ ತಿನ್ನಲೆಂದೆ? ಹಳದಿ ಮಿಶ್ರಿತ ಕೆಂಪು ಸುಕ್ಕುಮೈ. ಮೈಮೇಲೆ ವಿರಳವಾಗಿ ಅಂಟಿ ಉಳಿದ ಹಳೇ ಬಿಳಿಗೂದಲು. ಸೈನಿಕ ಕಣ್ಣು ಪಿಳಿಕಿಸಿ ನೋಡಿದ: ರಣಹದ್ದೇ ಈ ಮುದುಕನ ಆಕಾರ ತಳೆಯಿತೋ ಅಥವಾ ಮುದುಕನು ರಣಹದ್ದಿನ ರೂಪತಾಳುತ್ತಿದ್ದಾನೆಯೋ ಎಂಬ ಭಾಸವಾಗತೊಡಗಿತು. ಕಣ್ಣುಜ್ಜಿಕೊಂಡ. ಸರಿಯಾಗಿ ವ್ಯತ್ಯಾಸ ತಿಳಿಯುತ್ತಿಲ್ಲ. ಕೆಂಪಗೆ ಹಸಿಮಾಂಸ ಮೆತ್ತಿದಂತಹ ಉದ್ದ ಕತ್ತುಗಳು. ಕುಪ್ಪಳಿಸಿ ಹತ್ತಿರ ಹತ್ತಿರ ಬರುತ್ತಿವೆ. ಈಗ ನಾನು ಬಾಣ ಹೊಡೆದು ಅವುಗಳನ್ನು ದೂರ ಓಡಿಸಬೇಕೋ ಬೇಡವೋ ತಿಳಿಯುತ್ತಿಲ್ಲ. ಹದ್ದುಗಳು ಹತ್ತಿರ ಬಂದವು. ಆಕಾಶದಲ್ಲಿ ಹಾರುತ್ತಿರುವುವೂ ಇಳಿದವು. ಒಂದು. ಅಲ್ಲೊಂದು. ಈ ಕಡೆ. ಇಳಿದಿಳಿದು ಬರುತ್ತಿವೆ. ಆದರೆ ಮೇಲೆಬಿದ್ದು ಕುಕ್ಕುವ ಆತುರವಿಲ್ಲ. ಶಾಂತವಾಗಿ ತಮ್ಮಲ್ಲೇ ಒಂದು ಹದ್ದನ್ನು ಕೂಡಿಕೊಳ್ಳಲೆಂಬಂತೆ ಬಂದು ಸುತ್ತುವರಿಯುತ್ತಿವೆ. ಅವನಲ್ಲಿ ಭಯ ಹುಟ್ಟಿತು. ತಾನು ಒಂದು ಸಲಕ್ಕೆ ಒಂದು ಹದ್ದಿಗೆ ಬಾಣ ಹೊಡೆಯಬಹುದು. ಅದೂ ರೆಕ್ಕೆಯ ಗರಿ ಗಳನ್ನು ಭೇದಿಸಿ ದೇಹವನ್ನು ಚುಚ್ಚದೆ ಇರಬಹುದು. ಬಾಣದಿಂದ ರೇಗಿದ ಅವು ಒಂದೊಂದಾಗಿ ಬಂದು ನನ್ನ ಮೇಲೆ ನುಗ್ಗಿ ಕುಕ್ಕಿ, ಮೈನಡುಕ ಬಂದು ಬಿಲ್ಲನ್ನು ಕೆಳಗಿಳಿ ಸುವಾಗ ಆಹ್ ಪಿತಾಮಹನು ತನ್ನ ಕೌಪೀನವನ್ನೂ ಬಿಚ್ಚಿ ಕೆಳಗೆ ಎಸೆದುಬಿಟ್ಟ. ಹದ್ದುಗಳು ಇನ್ನೊಂದೊಂದು ಹೆಜ್ಜೆ ಹತ್ತಿರಕ್ಕೆ ಕುಪ್ಪಳಿಸಿದವು. ಮುದುಕನಿಗೆ ಬುದ್ಧಿ ಕೆಟ್ಟಿದೆ ಎನ್ನಿಸಿತು. ಬರೀ ಬೆನ್ನು ಕಾಣಿಸುತ್ತಿದೆ. ಮುಖ ನೋಡಿದರೆ ಹುಚ್ಚೇ ಎಂಬುದು ಖಚಿತವಾಗಿ ತಿಳಿ ಯುತ್ತದೆ ಎನ್ನುವಲ್ಲಿ ಅವನ ತಲೆಯ ಮೇಲಿನಿಂದ ಹದ್ದುಗಳು ಇಳಿಯುವ ಸುಂಯ್‌ಗುಡಿತ ಕೇಳಿತು. ಒಂದರ ರೆಕ್ಕೆ ತನ್ನ ತಲೆಗೇ ಬಡಿದು ಜೀವ ಹೋದಂತಾಯಿತು. ಆ ಜಾಗವನ್ನು ಬಿಟ್ಟು ಬಲಕ್ಕೆ ತಿರುಗಿ ದೂರದಿಂದ ನಡೆದು ಸರೋವರದ ನೀರಿನ ಕಡೆಗೆ ಬಂದು ಹಿಂತಿ ರುಗಿ ನೋಡುತ್ತಾನೆ: ನೆನ್ನೆ ಮೊನ್ನೆ ಯುದ್ಧ ನಡೆದಿದ್ದ ಕಡೆಯಿಂದ ಹದ್ದುಗಳು ಬಂದು

ಬಂದು ಇಳಿದು ಇಡೀ ಜಾಗವನ್ನು ಆಕ್ರಮಿಸಿ ಆತುರವಿಲ್ಲದೆ ಶಾಂತವಾಗಿ ಕುಳಿತುಕೊಳ್ಳುತ್ತಿವೆ. ಸುತ್ತಲೂ ಜೀವವನ್ನು ಕುಕ್ಕಿ ಕೊಂಡೊಯ್ಯುವಂತಹ ಕೆಂಪುಮಾಂಸದ ಕೊರಳಿನ ಹದ್ದುಗಳು. ನಡುವೆ ಪಿತಾಮಹ ಮುದುಕ ಕೌಪೀನಕ್ಕೆ ಆಧಾರವಾದ ಮೌಂಜವೂ ಇಲ್ಲದೆ ಸಂಪೂರ್ಣ ಬೆತ್ತಲಾಗಿ ನಿಂತಿದ್ದಾನೆ; ಎರಡು ಕಣ್ಣುಗಳನ್ನೂ ಮುಚ್ಚಿ, ತಪಸ್ಸಿಗೆ ನಿಂತವನಂತೆ. ಈಗ ಎರಡು ತೋಳುಗಳನ್ನೂ ಆಕಾಶದೆಡೆಗೆ ಎತ್ತಿ ಹಿಡಿದಿದ್ದಾನೆ ಏನೋ ಕೂಗಿ ಹೇಳುವಂತೆ, ಅಥವಾ ಎತ್ತಿದ ತೋಳುಗಳನ್ನು ಹಿಡಿದು ಮೇಲೆತ್ತಿಸಿಕೊಳ್ಳಲು ಒಪ್ಪಿಸಿಕೊಂಡವನಂತೆ. ಸೈನಿಕನಿಗೆ ಭಯವನ್ನು ತಡೆಯಲಾಗಲಿಲ್ಲ. ನೀರಿನ ದಡದಲ್ಲೇ ದೂರ ದೂರ ನಡೆಯ ತೊಡಗಿದ. ಹಿಂತಿರುಗಿ ನೋಡಲಿಲ್ಲ.

ರಥದಲ್ಲಿ ಕುಳಿತು ಹಿಂತಿರುಗುವಾಗ ದುರ್ಯೋಧನನಿಗೆ ಯುದ್ಧರಂಗದ ಚೌಕಟ್ಟು ಕರಗಿಹೋದಂತೆ ಆಯಿತು. ಆರಂಭವಾಗುವ ಮೊದಲು ತನ್ನ ಸೇನೆಯ ಬೀಡನ್ನೆಲ್ಲ ಸುತ್ತುಹಾಕಿ, ಒಂದು ದೊಡ್ಡ ಮರವನ್ನೇರಿ ಸುತ್ತ ಕಾಣುವುದನ್ನೆಲ್ಲ ನೋಡಿ ಒಂದು ವ್ಯವಸ್ಥೆಗೆ ತಂದುಕೊಂಡಿದ್ದ ಕಲ್ಪನೆಯು ಈಗ ಕಲಸಿ ಬರೀ ಗೊಂದಲವಾಗಿತ್ತು. ಇಂತಹ ಸಮಸ್ಯೆ ಉದ್ಭವಿಸುತ್ತದೆಂದು ತಾನು ಭಾವಿಸಿರಲೇ ಇಲ್ಲ. ಶತ್ರುಗಳಿಗೂ ಇದೇ ಸಮಸ್ಯೆ ಇದೆಯಲ್ಲವೆ? ಎಂದುಕೊಳ್ಳುವಾಗ ಇದುವರೆಗೆ ಕಂಡು ಕೇಳರಿಯದ ಭಾರೀ ಸೈನ್ಯಸಮೂಹ ವನ್ನು ನಿಯೋಜಿಸಿ ನಿರ್ವಹಿಸುವುದು ತಾತನಿಗೆ ತಿಳಿಯಲಿಲ್ಲವೆ? ಅನುಮಾನ ಹುಟ್ಟಿತು. ಆದರೆ ಎಲ್ಲವನ್ನೂ ಅವನೊಬ್ಬನೇ ಮಾಡಲಿಲ್ಲ. ಆಚಾರ್ಯರು, ನಾನು, ಅಶ್ವತ್ಥಾಮ, ದುಶ್ಶಾಸನ, ಜಯದ್ರಥ ಮೊದಲಾದವರು ಕೂಡಿ ಸಲಹೆ ಕೊಡುತ್ತಿದ್ದೆವು ಎಂಬ ನೆನಪು ಬಂದು, ಹಾಗಾದರೆ ನಮ್ಮಲ್ಲಿ ಯಾರಿಗೂ ತಿಳಿಯಲಿಲ್ಲವೆ? ಎಂಬ ಹೊಸ ಅನುಮಾನ ಬಂತು. ಕಾದಾಟ, ನರಕವನ್ನು ನಿರ್ಮಿಸುವ ಹೆಣಗಳು, ವಾಸನೆ, ರಣಹದ್ದುಗಳು ಶುರು ವಾದದ್ದು ಎರಡನೆಯ ದಿನವಲ್ಲವೆ? ಅಥವಾ ಮೂರನೆಯ ದಿನವೋ, ಇಂದು ಯುದ್ಧ ನಡೆದ ಜಾಗದಿಂದ ಸಾಕಷ್ಟು ದೂರವಾಗಿಯೇ ನಾಳೆ ಆರಂಭಿಸಬೇಕು, ಶತ್ರುಗಳ ಪಾಳಯದ ಹತ್ತಿರವಾದರೆ ಹಿನ್ನೆಲೆಯ ಸರಬರಾಜಿಗೆ ಅವರಿಗೆ ಅನುಕೂಲ, ಅದನ್ನು ತಪ್ಪಿಸಲು ಸಾಧ್ಯವಾದಷ್ಟು ದೂರ ಎಳೆಯುವ ನಮ್ಮ ಹವಣಿಕೆ. ನಮ್ಮನ್ನು ಕೂಡ ನೀರಿನ ನೆಲೆಯಿಂದ ದೂರ ಎಳೆಯುವ ಅವರ ತಂತ್ರ, ಯುದ್ಧರಂಗ ಎತ್ತೆತ್ತಲೋ ಚದುರಿಕೊಂಡುಹೋಗಿದೆ. ಅದನ್ನು ಹತೋಟಿಗೆ ತಂದುಕೊಳ್ಳದಿದ್ದರೆ, ಆದರೆ ಹೇಗೆ ತಂದುಕೊಳ್ಳುವುದು, ಯೋಚಿಸುತ್ತಿರು ವಾಗ ರಥವು ಒಂದು ದಿಣ್ಣೆಯನ್ನು ಏರುತ್ತಿತ್ತು. ಬರುವಾಗ ಗಮನಿಸಲೇ ಇಲ್ಲವಲ್ಲ ದಿಣ್ಣೆ ಇಳಿದುದನ್ನು. ಇಳುವಿನಲ್ಲಿ ತಾನೆ ನೀರಿನ ತಾಣವಿರುವುದು ಎಂಬ ವಿವರಣೆ ಮನಸ್ಸಿಗೆ ಬಂತು. ಹೆಣಗಳ ವಾಸನೆ ಹೆಚ್ಚಾಗುತ್ತಿದೆ. ಹಿಂತಿರುಗಿ ನೋಡಿದರೆ ಅಕೋ ಅಲ್ಲಿ ದೂರದಲ್ಲಿ ನೀರಿನ ಹೊಳಪು. ಅರ್ಧದೂರವೇನೋ. ಎರಡು ಕಡೆಗೆ ಈಗ ಏರುವುದು ಮುಗಿದಂತಾ ಯಿತು. ಮುಂದೆ ಸ್ವಲ್ಪ ಇಳಿವು. ಆಚಿನ ಮೈದಾನವೇ ಯುದ್ಧರಂಗ. ಕುದುರೆಗಳು ಏದು

ಸಿರು ಬಿಟ್ಟದ್ದು ಕೇಳಿಸಿತು. 'ಸ್ವಲ್ಪ ನಿಲ್ಲಿಸು ಸುಧಾರಿಸಿಕೊಳ್ಳಲಿ,' ಏಕೋ ತನಗೂ ಸ್ವಲ್ಪ ಸುಧಾರಿಸಿಕೊಳ್ಳುವ ಅಗತ್ಯ ಕಂಡಿತು. ತಾನೂ ಎರಡು ಸಲ ನಿಡಿದಾದ ಉಸಿರು ಬಿಟ್ಟು ಸುತ್ತ ತಿರುಗಿ, ಬಲಗಡೆಗಿದ್ದ ಅರಳಿಯ ಮರ ಎಷ್ಟು ದೊಡ್ಡದಾಗಿದೆ ಎನ್ನಿಸಿತು. ಯುದ್ಧಸ್ಥಳ ದಿಂದ ಸ್ವಲ್ಪ ದೂರ ಹೋಗಿ ಶುದ್ಧಹವೆಯನ್ನು ಉಸಿರಾಡಿ ಹಿಂತಿರುಗಿದ್ದುದರಿಂದ ಇರಬೇಕು ಈಗ ದುರ್ನಾತವು ಹೆಚ್ಚು ತೀವ್ರವಾಗಿ ಕಾಣುವುದು, ದೀರ್ಘ ಉಸಿರು ಎಳೆದುಕೊಳ್ಳುವಾಗ ಒಂದು ಕುದುರೆ ಗಂಜಳ ಹುಯ್ಯಿತು. ಅದನ್ನು ಕಂಡೆಂಬಂತೆ ಇನ್ನೊಂದೂ ಶುರುಮಾಡಿತು. ಅರೆ, ಹಿಂದಿನ ರಥಗಳ ಕುದುರೆಗಳು ಸಹ, ಒಗ್ಗಟ್ಟೆಂದರೆ ಪ್ರಾಣಿಗಳದು, ಅನ್ನಿಸುತ್ತಲೇ ಒಂದು ಆಲೋಚನೆ ಹೊಳೆಯಿತು. ತಕ್ಷಣ ರಥದಿಂದ ಇಳಿದು ಸಾರಥಿಗೆ ಹೇಳಿದ:

'ನಾನು ಈ ಅರಳೀಮರದ ಆ ಮೇಲಿನ ಕೊಂಬೆ ಇದೆಯಲ್ಲ ಅದನ್ನು ಹತ್ತಿ ಒಂದು ಸಲ ಯುದ್ಧಭೂಮಿಯನ್ನು ನೋಡುತ್ತೀನಿ. ಹತ್ತಿರದಿಂದ ಸರಿಯಾಗಿ ತಿಳಿಯುವುದಿಲ್ಲ. ನೀವು ಇಲ್ಲಿಯೇ ಇರಿ.'

'ಮಹಾರಾಜ, ಸರಿಯಾಗಿ ನೋಡು, ಕೊಂಬೆಗಳ ಮೇಲೆ ರಣಹದ್ದುಗಳಿವೆ. ಕೊಕ್ಕು ಹಾಕಿಯಾವು.'

'ಸೊಂಟದಲ್ಲಿ ಕತ್ತಿ ಇದೆ.'

'ನಾವೂ ನಾಲ್ಕು ಜನ ಹತ್ತುತ್ತೇವೆ ಜೊತೆಗೆ.'

ಎತ್ತರವಾದ ಕಾಂಡವನ್ನು ಎಗರಬೇಕಾದರೆ ಅರ್ಧಗಳಿಗೆಯೇ ಬೇಕಾಯಿತು. ಜೊತೆಗೆ ಏದುಸಿರು. ಮೊದಲು ಸಿಕ್ಕಿದ ಕವೆಗೊಂಬೆಯ ಮೇಲೆ ಕೂತು ಸುಧಾರಿಸಿಕೊಳ್ಳುವಾಗ ಐವತ್ತ ಮೂರು ವರ್ಷವಾದ ಗುರುತೋ ಎನ್ನಿಸಿತು. ಕಾಂಡದ ನಡುಭಾಗದಲ್ಲಿ ಮುಲುಕುತ್ತಿದ್ದ ಸಾರಥಿಗೆ ಕೂಗಿ ಹೇಳಿದ: 'ಯಾರೂ ಹತ್ತಬೇಡಿ. ಹದ್ದುಗಳಿಗೆ ಹೆದರುವಂಥವನು ನಿಮ್ಮ ಮಹಾರಾಜನಾಗಿಲ್ಲ.'

'ಅವು ರಣಹದ್ದುಗಳು, ಮಹಾರಾಜ.'

'ಗೊತ್ತಿದೆ. ನೀವು ಕೆಳಗೇ ಇರಿ' ಎಂದು ಕೈತೋರಿಸಿದ. ಸ್ವಲ್ಪ ಸುಧಾರಿಸಿಕೊಂಡು ನಡುವಣ ಕಾಂಡವನ್ನು ಹತ್ತತೊಡಗಿದ. ಕತ್ತಿ ಸೊಂಟದಲ್ಲಿ ನೇತಾಡುತ್ತಿತ್ತು. ಅದರಿಂದ ಓರೆಯಾಗಿ ತುದಿಯ ತನಕ ಬೆಳೆದ ಕೊಂಬೆಯ ಕವಲುಗಳನ್ನು ಹಿಡಿದು ಮೇಲೆ ಏರುವಾಗ ಚಳಿಗಾಳಿ ಎನ್ನಿಸಿತು. ತುದಿಯಲ್ಲಿ ಕುಳಿತಿದ್ದ ರಣಹದ್ದುಗಳು ಚಡಪಡಿಸಿ ರೆಕ್ಕೆ ಬೀಸಲು ಮೊದಲು ಮಾಡಿದವು. ರಕ್ತ ಅಂಟಿ ಕೆಂದುಗಟ್ಟಿದಂತಹ ಬೋಳು ಕುತ್ತಿಗೆ, ಉದ್ದನೆಯ ಗಟ್ಟಿ ಕೊಕ್ಕುಗಳ ಅವು ಒಟ್ಟಿಗೆ ಮೇಲೆರಗಿದರೆ ಈ ಎತ್ತರದಲ್ಲಿ ಎಂಬ ಭಯ ಕಾಣಿಸಿಕೊಂಡಿ ತಾದರೂ ಎಡಗೈಲಿ ಕೊಂಬೆ ಹಿಡಿದು ಬಲಗೈಲಿ ಕತ್ತಿ ಹಿರಿದು ಸುತ್ತಿಸಲು ಶುರುಮಾಡಿದರೆ ಕತ್ತು ಮುರಿಮುರಿದು ಬೀಳುವ, ಕೆಳಗಿರುವ ಸಾರಥಿ ಸೈನಿಕರಿಗೆ ಹದ್ದಿನ ಮಾಂಸ, ಇನ್ನಷ್ಟು ಮೇಲೆ ಹತ್ತಿದಾಗ ಕೆಳಗಿನ ರಥಗಳು ಎಷ್ಟು ಪುಟ್ಟಾಣಿಯಾಗಿ ಕಾಣುತ್ತವೆ, ಇಷ್ಟು ಎತ್ತರ ಏರುವ ಶಕ್ತಿ ಇದೆ ಇನ್ನೂ ನಡುವೆ ಅಭ್ಯಾಸ ತಪ್ಪಿದ ಎಷ್ಟು ವರ್ಷಗಳು ಕಳೆದವು ಅನ್ನಿಸಿದ ತಕ್ಷಣ ಭೀಮನ ನೆನಪಾಯಿತು; ಇಷ್ಟು ಎತ್ತರದ್ದಲ್ಲ; ಸಣ್ಣ ಆಲದ ಕೊಂಬೆಗಳ

ಮರಕೋತಿ ಆಟ, ತನಗೇ ಮಹಾಶಕ್ತಿ ಇದೆ ಎಂದು ಕೊಂಬೆ ಹಿಡಿದು ಜಗ್ಗಿ ಅಳ್ಳಾಡಿಸಿ ತುಪತುಪನೆ ಬೀಳಿಸಿ ಓಹೋ ಎಂದು ಅವಮಾನವಾಗುವಂತೆ ನಕ್ಕು, ನನ್ನಷ್ಟು ಎತ್ತರದ ಕೊಂಬೆಗೆ ಹತ್ತುವ ಚಬುಕಾಗಲಿ ಧೈರ್ಯವಾಗಲಿ ಇಲ್ಲದ ಹೊಟ್ಟೆಬಾಕ. ರಥದ ಹತ್ತಿರ ಕುಳಿತು ಕಾಲುನೀಡಿರುವ ಸೈನಿಕರು ಎಷ್ಟು ಸಣ್ಣ ತೊಪ್ಪೆಗಳಂತೆ ಕಾಣುತ್ತಾರೆ. ಒಂದು, ಎರಡು, ಮೂರು, ಸರಿಯಾಗಿ ಎಣಿಸಿ ಗುರುತಿಸುವುದಕ್ಕೂ ಕಾಣದಷ್ಟು ಸಣ್ಣಗೆ. ನಮ್ಮ ಹಸ್ತಿನಾವತಿಯ ಹತ್ತಿರದ ಹಳೇ ಅರಳೀಮರ ಇದಕ್ಕಿಂತ ದೊಡ್ಡದೋ ಚಿಕ್ಕದೊ? ತುದಿಗೆ ಮರದ ಹಕ್ಕಿಯನ್ನು ಕಟ್ಟಿಸಿ ಅದರ ಕಣ್ಣಿಗೆ ಗುರಿ ಇಟ್ಟು ನಿಂತು, ಜಂಬದ ಕೋಳಿ ಎಂದರೆ ಅರ್ಜುನ. ಅಂದಿನಿಂದ ತನ್ನಂಥ ಬಿಲ್ಲುಗಾರನೇ ಇಲ್ಲವೆಂಬ ದುರಹಂಕಾರ. ಆಚಾರ್ಯರು ಉಬ್ಬಿಸಿದ್ದು. ಕಂಡ ತಕ್ಷಣ ನೆಲಕ್ಕೆ ಎದೆ ಮುಟ್ಟಿಸಿ ಸಾಷ್ಟಾಂಗ ಹಾಕುವ ಶಿಷ್ಯರಿಗೆ ಮಾತ್ರ ಕೃಪೆ, ಎಲ್ಲ ಆಚಾರ್ಯರೂ ಹೀಗೆಯೊ? ಕಣ್ಣುಗಳು ಯುದ್ಧರಂಗದ ಕಡೆಗೆ ಹಾಯ್ದವು. ನಡುನಡುವೆ ಮರಗಳು. ಕಾಣುವುದಿಲ್ಲ. ಆದರೂ ಜಾಗಗಳು ಖಚಿತವಾಗಿ ಗುರುತು ಹತ್ತುತ್ತವೆ. ನಾವು ಮೊದಲು ಬೀಡುಬಿಟ್ಟಿದ್ದ ಅಲ್ಲಿ ಆ ಮರದ, ಅಲ್ಲ ಅದರಾಚೆ ಒಂದು ಪೊದೆಯಂತೆ ಕಾಣುವ ಮರಗಳ ಗುಂಪಿನ ಆಚೆ. ದೂರದ ಇಂಥದೇ ದಿಣ್ಣೆಯ ಮರೆಯಲ್ಲಿ ಶತ್ರುಗಳ ಶಿಬಿರ. ಅವರು ಜಾಗ ಬದಲಾಯಿಸಿಯೇ ಇಲ್ಲವಂತೆ. ಯುದ್ಧವಾಗು ತ್ತಿರುವುದೆಲ್ಲ ನಮ್ಮ ಶಿಬಿರಗಳ ಸುತ್ತಲೇ. ಹೆಣ ವಾಸನೆ ರಣಹದ್ದು ಭಯ ಆವರಿಸುವುದು ನಮ್ಮ ಪಕ್ಷವನ್ನೇ. ಆ ಕಡೆಯಿಂದ ಈ ದಿಕ್ಕಿಗೆ, ಹೌದು, ಮುಖಕ್ಕೆ ಸರಿಯಾಗಿ ಹೊಡೆಯುತ್ತಿದೆ. ಗಾಳಿ ಬೀಸುವುದರಿಂದ ಅವರಿಗೆ ಕೊಳೆತ ಸಾವಿನ ನಾತ ಬಡಿಯುವುದಿಲ್ಲ; ರಾತ್ರಿ ಸ್ನಾನ ಮಾಡಿ ಮೈ ಹಗುರಮಾಡಿಕೊಳ್ಳಲು ಹರಿಯುವ ನದಿ. ಕಾಳಗವನ್ನು ಅವರ ನೆಲೆಗೇ ಒಯ್ದು ನಮ್ಮಂತೆ ಅವರಲ್ಲೂ ಸರಂಜಾಮು ಸಾಗಿಸುವ ಗೊಂದಲ ಹುಟ್ಟಿಸಬೇಕು. ಇಲ್ಲಿಯ ತನಕ ವ್ಯೂಹಕಟ್ಟಿ ಆಹ್ವಾನಿಸುವವರು ನಾವು, ಮೇಲೆ ಬಂದು ಬಡಿಯುವವರು ಅವರು ಆಗಿರುವ ಪರಿಕ್ರಮವನ್ನು ಬದಲಿಸಬೇಕು ಎಂಬ ನಡುವೆ ಒಂದು ಆಲೋಚನೆ ಫಳ್ ಎಂದು ಹೊಳೆಯಿತು. ಅಕೋ, ಅದೆಷ್ಟು ರಣಹದ್ದುಗಳು ರೆಕ್ಕೆಯನ್ನೇ ಬಡಿಯದೆ ಸುತ್ತುಹಾಕುತ್ತಾ ಕರಿಮೋಡದಲ್ಲಿ ಸೇರಿಕೊಳ್ಳುತ್ತಾ ಕರಿಮೋಡದಿಂದ ಫಳ್ ಎಂದು ಮಿಂಚು ಹೊಡೆಯುವಂತೆ; ಸೇನಾಪತಿ ಇಂತಿಷ್ಟು ಕಾಲಾವಧಿಯಲ್ಲಿ ಇಂತಹ ಗುರಿ ಸಾಧಿಸಿ ತೋರಿಸಬೇಕೆಂಬ ವಿಧಿಯನ್ನು ಬಿಗಿದು, ಇಲ್ಲದೆ ಬರೀ ಅಧಿಕಾರಸ್ಥಾನದಲ್ಲಿ ರಾರಾಜಿಸುವ ಅವಕಾಶ ಬೇಡ, ಆಚಾರ್ಯ, ನೀವು ಹೆಚ್ಚೇನೂ ಸಾಧಿಸಬೇಡಿ. ಧರ್ಮಜನನ್ನು ಜೀವಸಹಿತ ಸೆರೆಹಿಡಿದು ತನ್ನಿ. ಅವನಿಗೆ ಇನ್ನೂ ಜೂಜಿನ ಚಟ ಹೋಗಿಲ್ಲವಂತೆ. ಇಲ್ಲಿಯೇ ಯುದ್ಧರಂಗ ದಲ್ಲಿ ಪಗಡೆಗೆ ಕೂರಿಸಿ ಈ ಸಲ ಹೆಚ್ಚು ಬೇಡ, ಸೋತವರು ಎಂಟು ವರ್ಷ ವನವಾಸಕ್ಕೆ ಹೋಗುವ ಪಣ, ಭೇಷ್ ಎಂದು ಬಲಗೈಯಿಂದ ಚಿಟಿಕೆ ಹೊಡೆದಾಗ ಇತರ ಕೊಂಬೆಗಳ ಮೇಲೆ ಕೂತು ಇತ್ತಲೇ ನೋಡುತ್ತಿದ್ದ ರಣಹದ್ದುಗಳು ಪಟಪಟನೆ ರೆಕ್ಕೆಬಡಿದವು. ಹಾಂ, ಆ ದೂರದ ಎಂಟು ಹತ್ತು ಹದ್ದುಗಳು ಗುಂಪುಗಟ್ಟಿ ಸುತ್ತುತ್ತಿರುವ, ಹೌದು, ಭೀಮನನ್ನು ಹಿಡಿಯಲು ನಮ್ಮವರು ಸುತ್ತುವರಿದು, ಅರ್ಜುನ ಸಹಾಯಕ್ಕೆ ಬರದಿದ್ದರೆ ಹೊಟ್ಟೆಬಾಕ

ಸೆರೆಯಲ್ಲಿರುತ್ತಿದ್ದ. ಆರ್ಷೇಯ ಯುದ್ಧಮರ್ಯಾದೆಯ ನಿಯಮಗಳೇ ಇಲ್ಲದವರು, ಈಗ, ಈ ಕ್ಷಣದಲ್ಲಿ, ಯುದ್ಧ ಕಿಚ್ಚುತ್ತಿರುವ ಜಾಗದ ಗುರುತು ಸಿಕ್ಕಿತು. ಕರ್ಣ ಹೋಗಿದ್ದಾನೆ. ದ್ರೋಣರು ನಿಂತಿದ್ದಾರೆ. ಸಮಸಮ ಸೈನ್ಯ ಶಕ್ತಿ. ಧೈರ್ಯಗುಂದಿರುವ ನಮಗೆ ಕರ್ಣನ ಹೊಸ ಧೈರ್ಯ ಸೇರಿ, ಬರೀ ಎಡಗೈಲಿ ಕೊಂಬೆ ಹಿಡಿದು, ಸರಿಯಲ್ಲ, ಬದಲಿಸಿ ಈ ಕೈಲಿ ಒಂದಿಷ್ಟು ಎಂದು ತಿರುಗಿ ಬಲಗೈಯಿಂದ ಹಿಡಿದು ಕವಲಿನ ಮೇಲೆ ಕುಳಿತಾಗ ಯುದ್ಧರಂಗವು ಬೆನ್ನಿನ ಕಡೆಗಾಯಿತು. ಕತ್ತು ತಿರುಗಿಸಿ ನೋಡಬೇಕು. ಮತ್ತೆ ತಿರುಗಿ ಕೂರುವ ಮುನ್ನ ದೃಷ್ಟಿಯು ಎದುರುಗಡೆಗೆ ಹೋಯಿತು. ಆ ಕೊಂಬೆಯ ಸಂದಿ ಸ್ಪಷ್ಟವಾಗಿ ಕಾಣಿಸುತ್ತಿದೆ. ಸರೋವರ ಸಾಕಷ್ಟು ದೊಡ್ಡದೇ. ಇಷ್ಟು ದಿನ ಇಷ್ಟು ಜನರಿಗೆ ನೀರು ಸಾಗಿಸಿದರೂ ತುಂಬಿಯೇ ಇದೆ ಎಂದುಕೊಳ್ಳುತ್ತಿರುವಾಗ ಕಣ್ಣುಗಳು ತಾತನು ಶರಶಯ್ಯೆಯಲ್ಲಿ ಮಲಗಿರುವ ತಾಣವನ್ನು ಅರಸುತ್ತಿತ್ತು. ಆಕಾಶದಲ್ಲಿ ತೇಲುವ ಹದ್ದುಗಳು. ರಣಹದ್ದುಗಳ ನೇರದಿಂದ ಏನನ್ನೂ ಗುರುತಿಸಲಾಗುವುದಿಲ್ಲ. ಅವು ಎಲ್ಲೆಲ್ಲೂ ಇವೆ, ತಾವು ಬಂದ ದಾರಿಯ ನಿಟ್ಟು ಹಿಡಿದು, ಹೌದು ಆ ಜಾಗವೇ ಇರಬೇಕು ಎಂಬ ನಿಶ್ಚಯವುಂಟಾಯಿತು. ಈ ಬೆಳಗ್ಗೆಯಂತೂ ಊಟ ಮಾಡಿದ್ದ. ರಾತ್ರಿ ಹೆಪ್ಪುಗಟ್ಟಿಸುವಂತಹ ಚಳಿ. ಹೊದ್ದಿಕೆಯೂ ಇಲ್ಲ, ಗುಡಾರವೂ ಇಲ್ಲ, ಒಂದು ದಿನವಷ್ಟೆ ಎಂದು ಅವನೇ ಹೇಳಿದನಲ್ಲ, ನೆನಪಾದಾಗ ವ್ಯಸನವಾಯಿತು. ಬೇಸರಪಟ್ಟುಕೊಂಡಿದ್ದಾನೆ. ಸಿಂಹಾಸನದ ಮೇಲೆ ಕುಳಿತ ನನಗೆ ಕರ್ತವ್ಯವಿದೆ ಎಂಬುದನ್ನು ಮರೆತು ಎನ್ನುವ ವಿವರಣೆಯೊಡನೆಯೇ ನಾನು ಸತ್ತನಂತರ ನೀನು ಸಂಧಿಸಂಧಿ ಎಂದು ಆಕಾಶಕ್ಕೆ ಕೈಚಾಚಿ ಅರಚಿಕೊಂಡರೂ ಅವರನ್ನು ಒಪ್ಪಿಸಿ ಮಾಡಿಸುವವರು ಇರುವುದಿಲ್ಲ, ಸುಸ್ತಾಗಿದ್ದರೂ ಎಷ್ಟು ಖಚಿತವಾದ ಧ್ವನಿ! ಹಾಗೆಯೇ ಕತ್ತೆತ್ತಿ ನೋಡಿದ. ಕಪ್ಪುಮೋಡದ ಆಕಾಶ ತಲೆಯ ಮೇಲಿದೆ. ಒಂದು ಕ್ಷಣ ಕೈಯ ಹಿಡಿತ ತಪ್ಪಿ ನರಗಳೆಲ್ಲ ತತ್ತರಿಸಿದಂತಾಯಿತು. ಬಿದ್ದಿದ್ದರೆ ಅಸ್ಥಿರಚನೆಯ ಆಕಾರವು ಗುರುತಿಸುವ ರೀತಿಯಲ್ಲಿ ಕೂಡ ಉಳಿಯುತ್ತಿರಲಿಲ್ಲ. ಕುದುರೆಗಳನ್ನು ನೊಗದಿಂದ ಬಿಚ್ಚಿ ಹುಲ್ಲು ತಿನ್ನಿಸುತ್ತಿದ್ದಾರೆ. ಸೈನಿಕರು ಅಲ್ಲೇ ನೆಲದ ಮೇಲೆ ಮಲಗಿ, ಕುಳಿತಿಲ್ಲ ಮಲಗಿದ್ದಾರೆ. ಉಪಾಯವಾಗಿ ತಿರುಗಿ ಕುಳಿತ ಮೊದಲಿನಂತೆ ಎಡತೋಳಿನಿಂದ ಕೊಂಬೆಯನ್ನು ತಬ್ಬಿ ಹಿಡಿದುಕೊಂಡು. ಯುದ್ಧರಂಗ ಎದುರಿಗೆ ಕಾಣಲು ಶುರುವಾಯಿತು. ಇನ್ನೇನು ನೋಡುವುದು ಇಳಿಯೋಣ ಎಂದುಕೊಂಡರೂ ಸುತ್ತ ಕೊಂಬೆಗಳ ಮೇಲೆ ಕುಳಿತು ದಿಟ್ಟನೆ ನೋಡುವ ರಣಹದ್ದುಗಳು, ಕಪ್ಪು ಆಕಾಶ, ಬಿಗಿಯಾಗಿ ತಬ್ಬಿ ಕುಳಿತ ತಾನು. ಬಿಟ್ಟು ಇಳಿಯುವ ಮನಸ್ಸಾಗಲಿಲ್ಲ. ತಾತನ ಮಾತು ನಿಜವಿರಬಹುದು. ಅವರಿಗೆಲ್ಲ ಕಾಯುವ ರೊಚ್ಚಿದೆ. ನಮ್ಮಲ್ಲಿ ನನ್ನೊಬ್ಬನನ್ನು ಬಿಟ್ಟು, ಹೀಗೆ ಹತ್ತು ದಿನ ಮುರಿತುಕೂತ ಕರ್ಣ ನಿಜವಾಗಿಯೂ ಮೂರ್ಖನೇ? ಅಥವಾ ರೊಚ್ಚು ಸಾಲದೆ? ಯುದ್ಧ ಹೀಗೆಯೇ ಮುಂದುವರೆದು ನನ್ನ ಸೈನಿಕರೆಲ್ಲ ನೆಲ ಹಿಡಿದು ಸಹಾಯಕ ರಾಜರೆಲ್ಲ ಸತ್ತು ಅಥವಾ ಓಡಿಹೋಗಿ ಅನಂತರ ನಾನೊಬ್ಬನೇ ಆಗ ದೊರೆಯದ ಸಂಧಿಗಿಂತ ಈಗಲೇ ತಾತನನ್ನು ಮುಂದಿಟ್ಟುಕೊಂಡು, ಹತ್ತು ದಿನದಲ್ಲಿ ಹನ್ನೊಂದಿದ್ದುದು ಐದಕ್ಕೆ ಇಳಿದದ್ದರಿಂದ ಸಂಧಿಗೆ ಬಂದ ಸೊಕ್ಕಿನ ಮಗ ಅಂದು ಹಂಗಿಸದೆ ಒಪ್ಪಿಕೊಳ್ಳು

ತ್ತಾರೆಯೆ? ಈಗ ಒಪ್ಪಿದರೂ ನನ್ನ ಸಹಾಯಕ ರಾಜರೆಲ್ಲ ಅವರವರ ಊರಿಗೆ ಹೋದನಂತರ ಖಾಂಡವಪ್ರಸ್ಥದಿಂದ, ಇಂದ್ರಪ್ರಸ್ಥವಂತೆ ಅದು, ದಂಡೆತ್ತಿ ಬಂದು ಹಸ್ತಿನಾವತಿಯನ್ನು ವಶಪಡಿಸಿಕೊಳ್ಳುವುದಿಲ್ಲವೆಂಬ ಖಾತ್ರಿಯೇನು? ಭೀಮನು ಧರ್ಮಜ ಹೇಳಿದಂತೆ ಕೇಳುವುದನ್ನು ಬಿಟ್ಟು, ಜೂಜಿನನಂತರ ಅವನು ಹೇಳಿದಂತೆ ಇವನು ಕೇಳುತ್ತಿದ್ದಾನಂತೆ. ತಾತನಿಗೆ ವಾಂಛಲ್ಯ, ಆದರೆ ಅರ್ಥವಾಗುವುದಿಲ್ಲ, ಕುಳಿತ ಜಾಗ ತನಗೆ ಸಹಜವಾದ ಆಸನವೆಂಬಂತೆ ಹೊಂದಿಕೊಂಡಿತು. ಅದುವರೆಗೆ ನೇತುಬಿಟ್ಟಿದ್ದ ಎರಡು ಕಾಲುಗಳನ್ನೂ ಇಡಲು ಅಲ್ಲೇ ಒಂದು ಸಣ್ಣ ಟಿಸಿಲು ಕೂಡ ಇದೆ. ದೂರದಲ್ಲಿ ಬೆಂಕಿ ಹೊತ್ತಿಸಿದ ಬಾಣಗಳ ಚಲನೆ ಕಾಣುತ್ತಿದೆ. ಯುದ್ಧ ಅಲ್ಲಿಯೇ ನಡೆಯುತ್ತಿದೆ. ಕರ್ಣನವಿರಬಹುದು ಅವು, ಈ ಯುದ್ಧದ ಸಮಸ್ತ ಹೊಣೆಯೂ ತನ್ನದೆಂಬ ಅರಿವು ಇದ್ದಕ್ಕಿದ್ದಂತೆಯೇ ಹುಟ್ಟಿಬಂದಿತು. ಮೊಮ್ಮಗನೇ, ಈ ಯುದ್ಧ ಬೇಡ, ಶಿಷ್ಯ ದುರ್ಯೋಧನ ಮಹಾರಾಜ, ಈ ಯುದ್ಧ ಬೇಡ, ದುರ್ಯೋಧನ, ನನ್ನನ್ನಂತೂ ನೀನು ನಿನ್ನ ಅಜ್ಜಿಯ ದಾಸೀಪುತ್ರನೆಂದು ಭಾವಿಸುತ್ತೀಯ. ಆದರೂ ನನ್ನ ಮಾತು ಕೇಳು ಯುದ್ಧ ಬೇಡ. ಇವರಿಗೆ ಏನು ತಿಳಿಯುತ್ತೆ ರಾಜಕಾರಣ? ಯಾವುದಾದರೂ ರಾಜ್ಯವನ್ನು ಎಂದಾದರೂ ಆಳಿದ್ದಾರೆಯೆ ಇವರು? ತಾತ ಕುರುರಾಜ್ಯವನ್ನು ನಿರ್ವಹಿಸುತ್ತಿದ್ದಾಗ ಸಿಂಹಾಸನಕ್ಕೆ ಸವಾಲು ಹಾಕಲು ಅರಮನೆಯ ಒಳಗೆ ಯಾರೂ ಇರಲಿಲ್ಲ. ಧರ್ಮನಿಗೆ ಯುವರಾಜಪಟ್ಟ ಕಟ್ಟಿದ ಮೇಲೆ, 'ಅಣ್ಣ, ನಮ್ಮ ಸ್ಥಿತಿ ಇನ್ನು ಮುಂದೆ ಸೂತರ ಸಮ,' ಎಂದು ಕೊರಗಿ ಅಂತರಂಗದ ಸಮಾಲೋಚನೆಗೆ ಬರುತ್ತಿದ್ದ ದುಶ್ಶಾಸನ ವಾರಣಾವತದಲ್ಲಿ ಅವರೆಲ್ಲ ಮುಗಿದುಹೋದರೆಂದು ತಿಳಿದ ತಕ್ಷಣ ಹೇಗೆ ಚಿಗುರಿಬಿಟ್ಟ! ಹಿರಿಯನಿಗೇ ಏಕೆ ಯುವರಾಜಪಟ್ಟ? ಇಷ್ಟು ದೊಡ್ಡ ಕುರು ರಾಜ್ಯಕ್ಕೆಲ್ಲ ಒಬ್ಬನೇ ರಾಜ ಏಕಿರಬೇಕು? ಅಹಿಚ್ಛತ್ರ ಭಾಗದ ಪಾಂಚಾಲ ಹೇಗೂ ನಮ್ಮದಾಗಿದೆಯಲ್ಲ, ನನ್ನನ್ನು ಆ ಭಾಗಕ್ಕೆ ರಾಜನನ್ನಾಗಿ ಮಾಡು ಎಂದು ನನ್ನ ಹತ್ತಿರ ಹೇಗೆ ವಾದಿಸಲು ಆರಂಭಿಸಿದ? ಅವನನ್ನು ಕಂಡು ತಾನೂ ಒಂದು ಪ್ರತ್ಯೇಕ ಸಿಂಹಾಸನದ ಮೇಲೆ ಕೂರುವ ಕನಸಿನ ದುಸ್ಸಹ. ಇದಕ್ಕೆ ಮಿತಿ ಎಲ್ಲಿ? ಈ ದುರ್ಯೋಧನನ ಅದೃಷ್ಟ; ಪಾಂಡವರು ಸತ್ತಿರಲಿಲ್ಲ. ದ್ರುಪದನ ಅಳಿಯಂದಿರಾಗಿ ಊರಿಗೆ ಬಂದು ನಮ್ಮದೇ ರಾಜ್ಯದ ಒಂದು ಮೂಲೆಯಲ್ಲಿ ಹೊಸ ಅರಮನೆ ಹೊಸ ರಾಜ್ಯ ಕಟ್ಟಿಕೊಂಡು, ಶತ್ರುವಿರಬೇಕು, ಹೊರಗಿನ ಶತ್ರುವಿರಬೇಕು, ಹೊರಗಿನ ಶತ್ರುವೊಬ್ಬನನ್ನು ಸೃಷ್ಟಿಸಬೇಕು, ಇಲ್ಲದಿದ್ದರೆ ರಾಜ್ಯದೊಳಗೆ ಐಕಮತ್ಯ ಸಾಧಿಸುವುದು ಹೇಗೆ? ಅಧಿಕಾರಸ್ಥಾನ ಭದ್ರಪಡಿಸಿಕೊಳ್ಳುವುದು ಹೇಗೆ? ಹಾಂ, ಬೆಂಕಿ ಹೊತ್ತಿಸಿದ ಬಾಣಗಳು. ಕರ್ಣನದೊ? ಯಾವ ದಿಕ್ಕಿನಿಂದ ಯಾವ ದಿಕ್ಕಿಗೆ ಹೋಗುತ್ತಿವೆ? ಯುದ್ಧದಲ್ಲಿ ಯಾರೂ ಒಂದೇ ದಿಕ್ಕಿಗೆ ನಿಂತಿರುವುದಿಲ್ಲ. ಜಾಗ ಬದಲಾಯಿಸಿದಂತೆ ದಿಕ್ಕೂ ಬದಲಿಸುತ್ತದೆ. ಅಥವಾ ಅರ್ಜುನನದೋ? ಭೀಮನೂ ಇಂಥ ಬಾಣಗಳನ್ನು ಹೊಡೆಯುತ್ತಾನೆ. ಕ್ಯಾಕರಿಸಿ, ಗಂಟಲಿನಲ್ಲಿ ಕಟ್ಟಿಕೊಂಡಿದ್ದ ಒಂದು ತೊಂಡೆಯನ್ನು ಥೂ ಎಂದು ಕೆಳಕ್ಕೆ ಉಗುಳಿದ ನಂತರ ಮನಸ್ಸು ನೆನಪಿನತ್ತ ತಿರುಗಿ ಒಂದು ಕ್ಷಣ ಅಸ್ಪಷ್ಟವಾಯಿತು. ಅನಂತರ ಸರಿಯಾಗಿ ತೋರತೊಡಗಿತು: ಭೀಮ, ಅರ್ಜುನ, ದಡ್ಡ ಧರ್ಮ, ನಿಮ್ಮ ಪಾಡಿಗೆ ನೀವಿದ್ದರೆ, ಕಾಡು

ಕಡಿದು ಹೊಲ ಮಾಡಿ ಊರು ಕಟ್ಟಿಕೊಂಡಿದ್ದರೆ ನಾನು ಸುಮ್ಮನಿರುತ್ತಿದ್ದೆ. ನಮ್ಮನ್ನು ಕಬಳಿಸಲು ಹೊಂಚು ಹಾಕುತ್ತಿರುವಿರೆಂದು ನಿಮ್ಮನ್ನು ಬೈಯುತ್ತಾ ನನ್ನ ತಮ್ಮಂದಿರ ನಿಷ್ಠೆಯು ಸತತವಾಗಿರುವಂತೆ ಭಯ ಹುಟ್ಟಿಸುತ್ತಾ ಆಂತರ್ಯದಲ್ಲಿ ನಾನು ನಿಮಗೆ ಕೃತಜ್ಞನಾಗಿಯೇ ಇರುತ್ತಿದ್ದೆ. ಮೆರೆಯುವ ದುರಹಂಕಾರ ನಿಮಗೇಕೆ ಬಂತು? ರಾಜಸೂಯ, ಜರಾಸಂಧನನ್ನು ಕೊಲ್ಲುವುದು, 'ಅಣ್ಣ, ಶತ್ರುಗಳು ಇಷ್ಟೊಂದು ಬಲಕಾಯಿಸಿ ಮೆರೆಯುತ್ತಿರುವಾಗ ನಾವು ಸುಮ್ಮನಿದ್ದರೆ ನಾಳೆ ನಮ್ಮ ಅಡಿಪಾಯಕ್ಕೇ ಕುತ್ತಲ್ಲವೆ?' ದುಶ್ಶಾಸನ ಬಂದು ಆತಂಕದಿಂದ ಪಿಸುಗುಟ್ಟಿ, ಸಿಂಹಾಸನಕ್ಕೆ ಅವನ ನಿಷ್ಠೆ ತಾನಾಗಿಯೇ ಗಟ್ಟಿಯಾಗಿ, ನೀವು ನಾಲ್ವರು ನಿಮ್ಮಣ್ಣನಿಗೆ ತೋರುವ ವಿಧೇಯತೆಯನ್ನು ರಾಜಸೂಯದಲ್ಲಿ ಕಣ್ಣಾರೆ ಕಂಡುಬಂದ ನನ್ನ ತಮ್ಮಂದಿರೂ ನನಗೆ ಹೆಚ್ಚು ಹೆಚ್ಚು ವಿಧೇಯರಾಗುತ್ತಾ, ಅವರ ಆತಂಕವನ್ನು ಪೂರ್ತಿ ಅಲ್ಲಗಳೆಯುವುದು ಹೇಗೆ, ಅಲ್ಲಗಳೆದರೆ ಅವರ ವಿಧೇಯತೆಯೇ ಕಡಮೆಯಾಗಿ ಬೇರೆ ಸ್ವತಂತ್ರ ಸಿಂಹಾಸನ ಹತ್ತಬೇಕೆಂಬ ಆಶೆ ದುಶ್ಶಾಸನನಲ್ಲಿ ಇಂದಿಗೂ ಪೂರ್ತಿ ಸತ್ತಿಲ್ಲ. 'ಅಣ್ಣ, ಅವರು ಹೇಗೂ ಹದಿಮೂರು ವರ್ಷ ರಾಜ್ಯದಿಂದ ಹೊರಗೆ ಹೋದರು. ಇಂದ್ರಪ್ರಸ್ಥವನ್ನು ಖಾಲಿ ಬಿಟ್ಟರೆ ಆ ಕಡೆಯ ರಕ್ಷಣೆಗೆ ಕಷ್ಟ. ನಾನು ಅಲ್ಲಿ ನೋಡಿಕೊಂಡಿರುತ್ತೇನೆ,' ಎಷ್ಟು ಉಪಾಯವಾಗಿ ಸಮಾಲೋಚಿಸಲು ಬಂದ! ತಮ್ಮ, ಅವರು ಮೆರೆದು ಇಂದ್ರಪ್ರಸ್ಥವೆಂಬ ಜಂಬದ ಹೆಸರಿಟ್ಟ ಆ ಊರನ್ನು ಮತ್ತೆ ಖಾಂಡವವನವಾಗಿ ಪರಿವರ್ತಿಸಿದರೆ ಮಾತ್ರ ಶತ್ರುವಿನ ಮುಖಕ್ಕೆ ಮಸಿಬಳಿದಂತೆ ಅಲ್ಲವೆ? ನೀನೇಕೆ ಕಷ್ಟಪಟ್ಟು ನಮ್ಮಿಂದ ದೂರವಿದ್ದು ಅದರ ಕಸ ಗುಡಿಸಿ ಸ್ವಚ್ಛವಾಗಿಡಬೇಕು? ಎಂದು ಎದೆಗೆ ಎದೆ ಕೊಟ್ಟು ತಬ್ಬಿ ಹೇಳಿದಾಗ ಮುಂದೆ ಮಾತು ತಿಳಿಯದೆ, ಈ ದುರ್ಯೋಧನನನ್ನು ಸೋಲಿಸಬಲ್ಲನೆ ದುಶ್ಶಾಸನ ರಾಜಕಾರಣದಲ್ಲಿ! ಪ್ರೀತಿಯ ತಮ್ಮಂದಿರೆ, ಹದಿಮೂರು ವರ್ಷಗಳನಂತರ ಯುದ್ಧವಾಗಿಯೇ ಆಗುತ್ತದೆ. ಪಾಂಚಾಲರು ಈಗಿನಿಂದಲೇ ಸಿದ್ಧತೆ ಮಾಡಿಕೊಳ್ಳುತ್ತಿದ್ದಾರೆ. ಜೊತೆಗೆ ಯಾದವರ ಕೃಷ್ಣ. ನೀವೆಲ್ಲ ಈಗಿನಿಂದಲೇ ಶಕ್ತಿಸಂಚಯದಲ್ಲಿ ತೊಡಗಿ, ನಮ್ಮ ಸೈನ್ಯಗಳನ್ನೆಲ್ಲ ಹದಿಮೂರು ಭಾಗ ಮಾಡಿ, ಒಬ್ಬೊಬ್ಬನೂ ಒಂದೊಂದು ಭಾಗದ ದಳಪತಿಯಾಗಿ ಈಗಿನಿಂದಲೇ ಸನ್ನದ್ಧರಾಗಿರಿ, ಉಳಿದವರನ್ನೆಲ್ಲ ಎಷ್ಟು ಉಪಾಯವಾಗಿ ರಥ ಕುದುರೆಗಳ ಮೇಲ್ವಿಚಾರಕರ ಸ್ಥಾನಕ್ಕೆ ಇಳಿಸಿ, ಆದರೆ ದುಶ್ಶಾಸನನದೇ ಕಷ್ಟ. ರಾಜರಹಸ್ಯದ ಅಂತರಂಗದ ಸಮಾಲೋಚನೆಯಲ್ಲಿ ಪಾಲುಕೊಡದಿದ್ದರೆ ಅವನ ಹೆಮ್ಮೆಗೆ ಕುಂದು, ಒಳಗಿಟ್ಟುಕೊಂಡೂ ನನ್ನೊಳಗಿನ ಹೊರನಿಲ್ಲಿಸಲು ಮೊದಮೊದಲು ನಾನು ಪಟ್ಟಕಷ್ಟ, ಅಭ್ಯಾಸದಿಂದ ಅನಂತರ ಎಲ್ಲವೂ ಸರಳವಾಗಿ.

ಮೆಲ್ಲಗೆ ಗಾಳಿ ಬೀಸತೊಡಗಿತು. ಶೀತಗಾಳಿ. ದುರ್ಯೋಧನ ಶೂನ್ಯದೃಷ್ಟಿಯಿಂದ ಯುದ್ಧರಂಗದ ಕಡೆಗೆ ನೋಡುತ್ತಾ ಕುಳಿತ ತಾನು ಇಳಿದು ಹೋಗಬೇಕೆಂಬುದನ್ನೇ ಮರೆತವನಂತೆ. ಸ್ವಲ್ಪ ಹೊತ್ತಿಗೆ ಗಾಳಿ ಜೋರಾಯಿತು. ಅವನು ಕುಳಿತಿದ್ದ ಕೊಂಬೆ ತೂಗಲು ಶುರುವಾದುದು ಮಾತ್ರವಲ್ಲ, ಜೋರು ಮಳೆ ಬಂದ ಸದ್ದಿನಂತೆ ಅರಳಿಮರದ ಎಲೆಗಳೆಲ್ಲ ಪಟಪಟ ಬಡಿದುಕೊಳ್ಳತೊಡಗಿದವು. ಬಿರುಗಾಳಿ ಎಂದು ಈಗ ಅರ್ಥವಾಯಿತು.

ಕೆಳಗೆಲ್ಲ ಧೂಳು ಎದ್ದಿದೆ. ಯುದ್ಧರಂಗದ ಕಡೆಯಿಂದ ಸುತ್ತಿಸುತ್ತಿ ಧೂಳು ಕಸ ಕಡ್ಡಿ ತರಗೆಲೆಗಳನ್ನು ಹೊತ್ತು ತರುತ್ತಿದೆ. ಈ ಮರದಿಂದ ಕೂಡ, ಒಣಗಿದ, ಹಣ್ಣಾದ ಎಲೆಗಳು ಮುರಿದು ಬೀಳಲು ಶುರುವಾದವು. ಒಂದು ಕ್ಷಣದಲ್ಲಿ ಎಷ್ಟೊಂದು ನೂರು, ಅಲ್ಲ ಸಾವಿರ ಎಲೆಗಳು ನೆಲ ಮುಟ್ಟುತ್ತಿವೆ! ತನ್ನೆಡೆಗೆ ನೋಡುವಂತೆ ಕುಳಿತಿದ್ದ ಒಂದು ರಣಹದ್ದು ರೆಕ್ಕೆ ಬೀಸಿಕೊಂಡು ಹಾರಿಹೋಯಿತು. ಉಳಿದವೂ ಒಟ್ಟಿಗೆ ಹಾರಿಬಿಟ್ಟವು. ಕೊಂಬೆ ಮುರಿದು ಬೀಳುವ ಭಯವೋ ಅವಕ್ಕೂ?, ಇದ್ದಕ್ಕಿದ್ದಂತೆಯೇ ಭಯವೆನ್ನಿಸಿತು. ಪಿತಾಮಹನು ಹೆಸರಿಗೆ ಮಾತ್ರ ಸೇನಾಪತಿಯಾಗಿದ್ದ. ಎಲ್ಲವನ್ನೂ ಮಾಡುತ್ತಿದ್ದವರು ನಾವೇ. ಆದರೂ ಸೈನ್ಯವು ಉದುರಿ ಉದುರಿ ಅರ್ಧಕ್ಕಿಳಿದಿದೆ, ಅವನು ಸತ್ತರೆ ಸಂಧಿ ಸಾಧ್ಯವೇ ಇಲ್ಲ. ಈಗಲೂ ಕೆಳಗಿಳಿದು ಹಿಂದಕ್ಕೆ ನಡೆದು ಅವನನ್ನೇ ಮುಂದೆ ಬಿಟ್ಟು ಸಂಧಿಮಾಡಿಕೊಂಡರೆ? ಒಳಗೆಲ್ಲ ಹಗುರವೆನ್ನಿಸಿತು. ತನ್ನ ಶರೀರದ ತೂಕವೂ ಹಗುರವೆನ್ನಿಸಿ, ಕುಳಿತಿರುವ ಕೊಂಬೆ ಮುರಿಯುವುದಿಲ್ಲವೆಂಬ ಧೈರ್ಯ ಹುಟ್ಟಿತು. ಹೇಗಾದರೂ ಸರಿ ಎಂದು ತುದಿಕೊಂಬೆಯಿಂದ ಕೆಳಗಿಳಿದು ಒಂದು ಗಟ್ಟಿಯಾದ ಕವೆಗೊಂಬೆಯನ್ನು ಮುಟ್ಟಿದಾಗ ಇನ್ನಷ್ಟು ಹೊತ್ತು ಕೂರುವ ಮನಸ್ಸಾಯಿತು. ಈಗ ಸಂಧಿಯಾದರೂ ನನ್ನ ತೊಡೆ ಮುರಿದು ದುಶ್ಶಾಸನನ ಕರುಳುಬಗೆದು ಸಾಯಿಸುವ ಪ್ರತಿಜ್ಞೆ ಭೀಮ ಮುಂದಾದರೂ ಪೂರೈಸಿಕೊಳ್ಳದೆ ಬಿಡುವುದಿಲ್ಲ ಎನ್ನಿಸಿತು. ಅವನನ್ನು ಕೂಡ ಹಿರಿಯರು ಹೇಳುವ ಧರ್ಮದ ಕಟ್ಟಿಗೆ ಸಿಕ್ಕಿಸಿ ಕೂರಿಸುವುದು ಅಸಾಧ್ಯವೇನಲ್ಲ, ಸಮಾಧಾನ. ಒಂದು ಕ್ಷಣ ಮನಸ್ಸಿಗೆ ನೆಮ್ಮದಿ. ಬಿರುಗಾಳಿ ನಿಂತು ಶಾಂತವಾದಂತಹ ಭಾವ. ಮರುಕ್ಷಣವೇ ಒಳಗೆಲ್ಲ ಭಣಭಣ ಶುರುವಾಯಿತು. ಅರ್ಧಸೈನ್ಯ ಕಳೆದುಕೊಂಡನಂತರ ಊರಿಗೆ ಹೋಗಿ ಇನ್ನು ಮಾಡುವುದೇನು? ಪ್ರಶ್ನೆ ಸರಿಯಾಗಿ ಕಾಣಿಸಿಕೊಳ್ಳುವ ಮೊದಲೇ ಮನಸ್ಸಿನ ತೆರ ಬೇರೊಂದು ರೀತಿಯಲ್ಲಿ ಹೊಡೆಯಿತು: ಹೊರಗಿನ ಶತ್ರುವನ್ನು ಸೃಷ್ಟಿಸುವುದು ಆಡಳಿತದ ಭದ್ರತೆಗೆ ಅನಿವಾರ್ಯವಾಗಿತ್ತು. ಮೊದ ಮೊದಲು ನಿಮಿತ್ತವೆಂದು ಸೃಷ್ಟಿಸಿದ ಶತ್ರು ಕ್ರಮೇಣ ನಿಜವೇ ಆಯಿತು. ಅವರು ನನ್ನ ನಿಜವಾದ ಶತ್ರುಗಳೂ ಆಗಿದ್ದಾರೆ. ನನ್ನಲ್ಲಿ ಅವರ ಬಗೆಗೆ ನಿಜವಾದ ವಿದ್ವೇಷವೂ ಗಟ್ಟಿಕಟ್ಟಿದೆ. ನಾನು, ದುಶ್ಶಾಸನ ಮತ್ತು ಇತರ ತಮ್ಮಂದಿರೆಲ್ಲ ಈ ವಿದ್ವೇಷದ ಮೂಲಕ ಭ್ರಾತೃಪ್ರೇಮವನ್ನು ಸಾಧಿಸಿದ್ದೇವೆ. ಈಗ ಅದನ್ನು ಒಡೆದು, ಓಹ್, ಕರ್ಣನಿಗೆ ಎಷ್ಟು ನಿರಾಶೆಯಾಗಬೇಡ ತನ್ನ ಶತ್ರುವಿನೊಡನೆ ಸೆಣಸುವ ಅವಕಾಶವನ್ನು ಇಲ್ಲವಾಗಿಸಿದರೆ, ಒಳಗಿನ ಭಣಭಣ ಕಡಮೆಯಾಗಿ ಸ್ವಲ್ಪಸ್ವಲ್ಪವಾಗಿ ಸಮಾಧಾನ ಹುಟ್ಟಲು ಶುರುವಾಯಿತು. ನನ್ನ ಭಯವಿಲ್ಲದಿದ್ದರೆ ಆ ಐವರಲ್ಲಿ ಒಗ್ಗಟ್ಟು ಇರುತ್ತಿತ್ತೇನು? ನನ್ನ ಭಯದಿಂದ ತನ್ನ ಮಕ್ಕಳಲ್ಲಿ ಒಗ್ಗಟ್ಟು ಸಾಧಿಸಲು ಕುಂತಿ ಐದು ಜನರಿಗೂ ಒಬ್ಬ ಹೆಂಡತಿಯನ್ನು ಮಾಡಿದಂತಲ್ಲ, ವನವಾಸಕ್ಕೆ ಹೋಗುವಾಗ, ಧರ್ಮನು ತಪ್ಪು ಮಾಡಿದ್ದರೂ ಅವನನ್ನು ಅತಿಯಾಗಿ ನಿಂದಿಸಿ ಅಂತಃ ಕಲಹಕ್ಕೆ ಎಡೆಕೊಡಬೇಡಿ, ಶತ್ರುವನ್ನು ನೆನಪಿನಲ್ಲಿಟ್ಟುಕೊಂಡು ಐಕಮತ್ಯ ಕಾಯ್ದುಕೊಳ್ಳಿ ಅಂತ ಬುದ್ಧಿ ಹೇಳಿದಳಂತೆ, ಸಮಾಧಾನವು ಪೂರ್ತಿಯಾಯಿತು. ಅದೇ ಹೊತ್ತಿಗೆ ಕೆಳಗೆ ತನ್ನ ರಥದವರು ಗಟ್ಟಿಯಾಗಿ ಕೂಗುತ್ತಿದ್ದಾರೆ. ರಥ ಕುದುರೆಗಳೊಡನೆ ಎಲ್ಲರೂ ಮರದಿಂದ

ಆಚೆಗೆ ನಿಂತಿರುವುದು ಧೂಳುಗಾಳಿಯ ಮಬ್ಬಿನಲ್ಲಿ ಕಾಣುತ್ತಿದೆ. ಅವನು ಕವಲುಗೊಂಬೆಯಿಂದ ಕೆಳಗಿಳಿದ. ಅನಂತರ ಮೇಲುಗವಲಿನಿಂದ ಇಳಿಯತೊಡಗಿದ. ಇನ್ನು ಭಯವಿಲ್ಲ, ಗಟ್ಟಿಕಾಂಡ ಹಿಡಿದಂತಾಯಿತು ಎಂದು ಕೆಳಗಿನ ದೊಡ್ಡ ಕಾಂಡದ ಹತ್ತಿರಕ್ಕೆ ಬರುವ ಹೊತ್ತಿಗೆ ಕೈಕಾಲು ನಡುಗುತ್ತಿತ್ತು. ಈ ದೊಡ್ಡಕಾಂಡವನ್ನು ಇಳಿಯುವುದು ಹೇಗೆಂದು ಯೋಚಿಸುತ್ತಾ ಅಲ್ಲಿಯೇ ಕುಳಿತ. ಭಾರಿಮರಗಳೇ ಹಾಗೆ. ಹತ್ತಬಹುದು. ಇಳಿಯುವುದು ಕಠಿಣ ಎಂದು ಅತ್ತಿತ್ತ ನೋಡುತ್ತಿರುವಾಗ ಸಾರಥಿ ಹತ್ತಿರಕ್ಕೆ ಬಂದು ಕೂಗಿ ಹೇಳಿದ:

'ಹಾಗೆ ಇಳಿಯುವುದಕ್ಕಾಗುವುದಿಲ್ಲ. ಎರಡು ರಥಗಳ ನೊಗದ ಹಗ್ಗ ಬಿಚ್ಚಿ ಎಸೆಯುತ್ತೇನೆ. ಆ ಕೊಂಬೆಗೆ ಕಟ್ಟಿ ಹಿಡಿದು ಇಳಿಯಬೇಕು.'

ಅಷ್ಟು ಹೇಳುವ ಹೊತ್ತಿಗೆ ಸಾರಥಿಯ ಬಾಯಿಗೆಲ್ಲ ಧೂಳು ತುಂಬಿಕೊಂಡಿತ್ತು. ದುರ್ಯೋಧನನ ಕಣ್ಣಿಗೂ ತುಂಬಿಕೊಂಡು ರೆಪ್ಪೆ ತೆಗೆಯುವುದು ಕಷ್ಟವಾಯಿತು.

'ನಾನು ಕೆಳಗೆ ಇಳಿದಮೇಲೆ ಗಂಟುಬಿಚ್ಚಿ ಹಗ್ಗ ವಾಪಸು ಪಡೆಯುವುದು ಹೇಗೆ?' ಅವನು ಕೂಗಿ ಕೇಳಿದ.

'ಅದೂ ನಿಜ. ನೊಗಕ್ಕೆ ಹಗ್ಗ ಬೇಕು.'

'ಧುಮಿಕಿಬಿಡುತ್ತೇನೆ. ಹೇಗಾದರೂ ಆಗಲಿ.'

'ಮಹಾರಾಜ, ಬೇಡ ಬೇಡ, ಕೈಕಾಲು ಮುರಿಯುತ್ತದೆ' ಎಂದು ಸಾರಥಿ ಕೂಗಿಕೊಂಡ. ಬಾಯೊಳಗೆ ಇನ್ನಷ್ಟು ಮಣ್ಣಿನ ಗಾಳಿ ನುಗ್ಗಿತು.

'ಧೃಷ್ಟದ್ಯುಮ್ನ, ನಿನ್ನ ಯೋಗ್ಯತೆಗೆ ತಕ್ಕ ಕೆಲಸ ಮಾಡಿದೆ. ನಾಚಿಕೆಯಾಗುವುದಿಲ್ಲವೇನು?' ಅರ್ಜುನ ತನ್ನ ರಥದ ಮೇಲಿಂದಲೇ ಗಟ್ಟಿಯಾಗಿ ಕೂಗಿ ಹೇಳಿದ. ತನ್ನ ರಥದಿಂದಿಳಿದು ಕೈಲಿ ಕತ್ತಿ ಹಿಡಿದು ನುಗ್ಗಿ ಹೋಗಿ ಕೆಳಗೆ ಬಿದ್ದಿದ್ದ ದ್ರೋಣರ ಕತ್ತನ್ನು ಹಿಡಿದು ಶಿರವನ್ನು ಎತ್ತಿ ದುರ್ಯೋಧನನ ಸೇನೆಯ ನಡುಭಾಗಕ್ಕೆ ಎಸೆದು ಹಿಂತಿರುಗಿ ರಥವನ್ನೇರುತ್ತಿದ್ದ ಧೃಷ್ಟದ್ಯುಮ್ನ ಆಶ್ಚರ್ಯದಿಂದ ಇತ್ತ ತಿರುಗಿ ನೋಡಿದ. 'ನೋಡುವುದೇನು, ನೀವು ಪಾಂಚಾಲರು ಅಯೋಗ್ಯರೆಂದು ನನಗೆ ಗೊತ್ತಿತ್ತು. ಆದರೆ ಇಷ್ಟು ನೀಚರೆಂದು ನನಗೆ ತಿಳಿದಿರಲಿಲ್ಲ. ಹತ್ತು ಯಜ್ಞಗಳನ್ನು ಮಾಡಿದರೂ ತೊಳೆಯುವುದಿಲ್ಲ ನಿನ್ನ ಅನಾರ್ಯತ್ವ.' ಎಂಬ ಅರ್ಜುನನ ಮಾತು ಅವನಲ್ಲಿ ಗಡಿಬಿಡಿ ಗೊಂದಲಗಳನ್ನು ಹುಟ್ಟಿಸಿತು. ತನ್ನ ಸಾರಥಿ, ತನ್ನ ರಥದ ಸುತ್ತ ಕುದುರೆಗಳ ಮೇಲೆ ಕೂತು ಕಾಯುತ್ತಿದ್ದ ಬಿಲ್ಲುಗಾರರು ಮಾತ್ರವಲ್ಲ, ಅಷ್ಟು ದೂರದಲ್ಲಿದ್ದ ಮಹಾರಥಿ ಸಾತ್ಯಕಿ ಕೂಡ, ಸಾಧು ಸಾಧು ಧೃಷ್ಟದ್ಯುಮ್ನ ಎಂದು ಕೂಗುತ್ತಿರುವಾಗ, ಪಾಂಡವರ ಸೈನ್ಯವೆಲ್ಲ ಆಕಾಶದ ರಣಹದ್ದುಗಳು ಬೆಚ್ಚುವಂತೆ ಜಯ ಜಯಕಾರ ಮಾಡುತ್ತಿರುವಾಗ, ತಮ್ಮ ಸೇನಾಪತಿಯ ಶಿರವು ನಡುವೆ ಬಿದ್ದುದಕ್ಕೆ ದುರ್ಯೋಧನನ ಸೈನ್ಯವು ಅಯ್ಯೊಯ್ಯೋ ಎಂದು ಧೃತಿಗೆಟ್ಟು ಓಡುತ್ತಿರುವಾಗ ಈ ಭಾವ ಅರ್ಜುನನೇಕೆ ಹೀಗೆ ಬೈಯುತ್ತಿದ್ದಾನೆಂದು ಅವನಿಗೆ ತಿಳಿಯಲಿಲ್ಲ. ಅವನು ಸಿಟ್ಟಿನವನೇ.

ಆದರೆ ತಂಗಿಯನ್ನು ಕೊಟ್ಟು ಮದುವೆ ಮಾಡಿರುವಾಗ ಭಾವನು ಇಂಥ ಮಾತುಗಳನ್ನಾಡಿದರೂ ಸಹಿಸಿಕೊಳ್ಳಬೇಕೆಂಬ ನೆನಪು ಬಂದು ನಾಲಗೆ ಹಿಡಿದುಕೊಂಡ.

ಆದರೆ ಅರ್ಜುನ ನಿಲ್ಲಿಸಲಿಲ್ಲ: 'ನಿಮ್ಮಪ್ಪನ ದ್ವೇಷ ತೀರಿಸಿಕೊಳ್ಳುವುದೊಂದೇ ನಿನಗೆ ಬೇಕಾಗಿತ್ತು. ಜಗದ್ವಂದ್ಯರಾದ ಪೂಜ್ಯಗುರುಗಳ ಬೆಲೆ ನಿಮ್ಮಂಥ ಅನಾಗರಿಕರಿಗೆ ಅರ್ಧ ನಾಗರಿಕರಿಗೆ ಹೇಗೆ ತಿಳಿಯಬೇಕು? ಈ ಗುರುಗಳ ಪಾದ ಮುಟ್ಟುವ ಅವಕಾಶ ನಿನ್ನ ಜನ್ಮದಲ್ಲಿ ಒಮ್ಮೆಯಾದರೂ ಸಿಕ್ಕಿದ್ದರೆ ನಿನ್ನ ವಂಶ ಪುನೀತವಾಗುತ್ತಿತ್ತು. ಅಂಥವರ ಕತ್ತನ್ನು ಕತ್ತರಿಸಿ ಶಿರವನ್ನು ನಾಯಿ ನರಿಗಳಿಗೆ ಎಸೆಯುವಂತೆ ನೀನು,' ಎಂದವನು ಉಮ್ಮಳಿಸಿ ಬಂದವನಂತೆ ಮಾತು ತಿಳಿಯದೆ ಕುರುಚಲು ಬೆಳೆದ ಗಲ್ಲವನ್ನು ಹಿಂಡಿಕೊಂಡ. ಗರಬಡಿದವನಂತೆ ನೋಡುತ್ತಿದ್ದ ಧೃಷ್ಟದ್ಯುಮ್ನನ ಕಡೆಗೆ ಸರಕ್ಕನೆ ಒಂದು ಬಾಣವನ್ನು ಹಿಡಿದು, 'ನಿನ್ನನ್ನು ಯಮಪುರಿಗೆ, ಅಲ್ಲ, ನಿನ್ನ ಶಿರ ಕತ್ತರಿಸಿ ಕೊಳೆತ ಹೆಣಗಳ ನಡುವೆ ಎಸೆಯುತ್ತೇನೆ ನೋಡು.' ಎನ್ನುವಾಗ ಅವನ ಕಣ್ಣುಗಳ ಬಿಳಿಯಂಗಳವೆಲ್ಲ ಕೆಂಪುತಿರುಗಿತ್ತು.

'ಅರ್ಜುನ, ಯಾಕೆ ಹೀಗಾಡುತ್ತಿದ್ದೀ?' ಯುಯುಧಾನ ಕೂಗಿಕೊಂಡ. ಅವನು ತನ್ನ ಕೂಗಿಗೆ ಗಮನಕೊಡದೆ ಇನ್ನೂ ಮುಂದೆ ಮಾತನಾಡಲು ಆರಂಭಿಸಿದ್ದರಿಂದ ಯುಯುಧಾನ ಇನ್ನೂ ಗಟ್ಟಿಯಾಗಿ ಕೂಗಿ ಹೇಳಿದ: 'ನೀನು ಭಾವ ಅಂತ ಧೃಷ್ಟದ್ಯುಮ್ನ ಬಾಯಿ ಮುಚ್ಚಿಕೊಂಡಿದ್ದಾನೆ, ನಮ್ಮ ಸುಭದ್ರೆಯ ಗಂಡ ಅಂತ ನಾನು ಮರ್ಯಾದೆ ಕೊಡುವುದಿಲ್ಲವೇ ಹಾಗೆ. ಹೇಳುತ್ತೀನಿ ಕೇಳು.' ಎಂದವನು ಈ ಸದ್ದಿನಲ್ಲಿ ಕಿರುಚಿಕೊಳ್ಳುವುದರಿಂದ ಗಂಟಲು ನರ ಹರಿಯುವುದರ ಜೊತೆಗೆ ಇಳಿಯುತ್ತಿರುವ ಉಸಿರು ಇನ್ನಷ್ಟುಬೇಗ ಇಳಿಯುತ್ತದೆಂಬ ಅರಿವಾಗಿ ಕೈಲಿ ಹಿಡಿದಿದ್ದ ಬಾಣದ ಸಮೇತ ತನ್ನ ರಥದಿಂದ ಧುಮುಕಿ ಅರ್ಜುನನ ರಥದ ಹತ್ತಿರಕ್ಕೆ ಓಡಿಬಂದ. ಸೊಂಟಕ್ಕೆ ಕಟ್ಟಿದ್ದ ಕತ್ತಿಯ ಭಾರ ಜಗ್ಗುತ್ತಿತ್ತು. ಅರ್ಜುನನ ರಥವನ್ನು ಸುತ್ತುವರಿದಿದ್ದ ಅಶ್ವಾರೋಹಿ ಬಿಲ್ಲುಗಾರರು ಜಾಗ ಬಿಟ್ಟರು. ಕೆಳಗೆ ನಿಂತೇ ಯುಯುಧಾನ ಹೇಳಿದ: 'ಈ ದ್ರೋಣನನ್ನು ಮುಗಿಸಿದರೆ ಸಾಕೆಂದು ನಾವೆಲ್ಲ ಹೆಣಗುತ್ತಿದ್ದೆವು. ನಿನ್ನಣ್ಣ ಧರ್ಮಜನಂತೂ ಸಾತ್ಯಕಿ, ದ್ರೋಣನನ್ನು ಮುಗಿಸಿದೆಯಾ, ಧೃಷ್ಟದ್ಯುಮ್ನ, ದ್ರೋಣನನ್ನು ಮುಗಿಸು. ನೀನೇ ಮಾಡಬೇಕು ಈ ಕೆಲಸ ಅಂತ ಕೈಕೈ ಹಿಡಿದು ಕೇಳುತ್ತಿದ್ದ. ಅಂಥಾದ್ದರಲ್ಲಿ ನೀನು ಇದ್ದಕ್ಕಿದ್ದಂತೆಯೇ ಸನ್ನಿ ಹಿಡಿದವನ ಹಾಗೆ.....' ಎಂಬ ನಡುವೆಯೇ ಅರ್ಜುನ, ಏಯ್ ಯುಯುಧಾನ, ನಿನಗೇನು ತಿಳಿಯುತ್ತೆ ಬಾಯಿ ಮುಚ್ಚು, ಅರಚಿದ್ದರಿಂದ ರೇಗಿ ತಕ್ಷಣ ಮಾತಿನ ಸರಣಿಯನ್ನು ಬದಲಿಸಿ:

'ಅರ್ಜುನ, ನಾಚಿಕೆ ಇರುವ ಕ್ಷತ್ರಿಯನಲ್ಲ ನೀನು. ಒಂದು ನಾಯಿಗಿರುವ ಕೃತಜ್ಞತೆಯೂ ಇಲ್ಲದವನು. ಯಾವ ನಿನ್ನ ಋಣಕ್ಕೆ ಅಂತ ನಾನಿಲ್ಲಿ ಬಂದು ಪ್ರತಿಕ್ಷಣವೂ ಜೀವವನ್ನು ಸಾವಿಗೆ ಒಪ್ಪಿಸಿಕೊಂಡು ಯುದ್ಧ ಮಾಡುತ್ತಿದೀನಿ ಹೇಳು, ಅದೂ ನಮ್ಮ ಯಾದವರ ಸೈನ್ಯದ ವಿರುದ್ಧ? ನನ್ನನ್ನು ಬಾಯಿಮುಚ್ಚು ಅನ್ನುತ್ತಿ ಏನು? ಈ ಧೃಷ್ಟದ್ಯುಮ್ನನಿಲ್ಲದಿದ್ದರೆ ನೀವು ಯುದ್ಧ ಹೂಡುತ್ತಿದ್ದಿರಾ? ಸೈನ್ಯ, ರಥ ಕುದುರೆ ಆನೆ, ಕತ್ತಿ ಬಿಲ್ಲು ಗಾಡಿಗಾಡಿಗಾಡಿಗಟ್ಟಳೆ ಬಾಣಗಳು, ಬಂದ ಸೈನಿಕರಿಗೆಲ್ಲ ಆಹಾರ ಎಲ್ಲವನ್ನೂ ಹೇರಿತಂದು ಸುರಿದು ಒಂದೇಸಮನೆ

ಯುದ್ಧಮಾಡಿ, ಅವನಣ್ಣನಿಲ್ಲದಿದ್ದರೆ ನೀವು ಭೀಷ್ಮನನ್ನು ಸೋಲಿಸುತ್ತಿದ್ದಿರಾ, ಈ ರಾತ್ರಿ ತಾನೆ ಅವನಪ್ಪ ವೃದ್ಧ ದ್ರುಪದ ನಾವು ಬೇಡವೆಂದರೂ ಯುದ್ಧಕ್ಕೆ ಬಂದು ಸತ್ತುಹೋಗಿದಾನೆ, ಅಂಥಾದ್ದರಲ್ಲೂ ಕೆಚ್ಚಿನಿಂದ ಕಾಳಗ ಮಾಡುತ್ತಿರುವ ಧೃಷ್ಟದ್ಯುಮ್ನ, ಸೇನಾಪತಿಯಾದರೂ ಸೊಕ್ಕು ತೋರಿಸದೆ ನಾವೆಲ್ಲ ಹೇಳಿದ ಸಲಹೆ ಸೂಚನೆಗಳನ್ನು ಗೌರವಿಸುತ್ತಾ, ಇಷ್ಟನ್ನೆಲ್ಲ ಒಂದು ನಾಯಿಗೆ ಮಾಡಿದ್ದರೆ ಬಂದು ಕಾಲು ನೆಕ್ಕುತ್ತಿತ್ತು....'

ತಾನು ಹತ್ತಿರ ಬಂದು ನಿಂತಿದ್ದೇನೆಂಬುದನ್ನು ಮರೆತು ಒಂದೇ ಉಸಿರಿಗೆ ಕಿರುಚಿದ ಜೋರಿಗೆ ಗಂಟಲು ಕೂತು ಮುಂದಿನ ಮಾತು ಹೊರಡದಾಗುವ ಹೊತ್ತಿಗೆ ಧೃಷ್ಟದ್ಯುಮ್ನನ ಬುದ್ಧಿ ದಿಕ್ಕುಪಡೆಯತೊಡಗಿ ಕೈಯಲ್ಲಿ ಹಿಡಿದಿದ್ದ ಕತ್ತಿಯೊಡನೆ ತನ್ನ ರಥದಿಂದ ಧುಮುಕಿ ಯುಯುಧಾನನ ಹತ್ತಿರಕ್ಕೆ ಬಂದು ನಿಂತು, 'ಸಾತ್ಯಕಿ, ಇವನೊಬ್ಬ ಸತ್ತರೂ ನನ್ನ ತಂಗಿ ವಿಧವೆಯಾಗುವುದಿಲ್ಲ. ಇನ್ನೂ ನಾಲ್ಕು ಜನರಿದ್ದಾರೆ. ಇವನನ್ನು ಮುಗಿಸಿಬಿಡುತ್ತೇನೆ ತಾಳು. ಎಲೋ ಅರ್ಜುನ, ರಥದಿಂದ ಕೆಳಗಿಳಿದು ಕೈಲಿ ಕತ್ತಿ ಹಿಡಿದು ನಿಲ್ಲು. ಇಕೋ, ನನ್ನ ಕತ್ತಿಗೆ ಮೆತ್ತಿಕೊಂಡು ಇನ್ನೂ ಕಂದು ತಿರುಗದಿರುವ ದ್ರೋಣನ ಕುತ್ತಿಗೆಯ ರಕ್ತಕ್ಕೆ ನಿನ್ನ ಕೊರಳ ರಕ್ತವನ್ನು ಬೆರಸುತ್ತೇನೆ.'

ಎನ್ನುತ್ತಿರುವಾಗ ಹಿಂದಿನಿಂದ ನುಗ್ಗಿಬಂದ ಭೀಮ ಧೃಷ್ಟದ್ಯುಮ್ನನ ಎದುರಿಗೆ ಬಂದು ಅವನ ಎರಡು ಕಂಕುಳುಗಳಿಗೂ ತನ್ನ ತೋಳುಗಳನ್ನು ಹಾಕಿ, 'ತಲೆ ಬಿತ್ತು ತಲೆ ಎಂದು ನನ್ನ ದಳದ ಕೆಲವರು ಕೂಗಿಕೊಂಡರು. ಯಾರದೆಂದು ಕೇಳಿದೆ. ವಿಚಾರಿಸಿಕೊಂಡು ಬಂದು ದ್ರೋಣನದು, ನಮ್ಮ ಸೇನಾನಿ ಕತ್ತರಿಸಿ ಎಸೆದ ಅಂತ ನನ್ನ ರಥದ ಹಿಂಬಾಲಕ ಹೇಳಿದ. ನಿನ್ನ ರಥದ ಬಾವುಟದ ಗುರುತು ಹಿಡಿದು ಓಡಿಬಂದೆ. ಅಪ್ಪನಿಗೆ ಹುಟ್ಟಿದ ಮಗ ನೀನು. ಮಾವನವರಿಗೆ ಬೇರೆ ತರ್ಪಣ ಕೊಡುವ ಅಗತ್ಯವಿಲ್ಲ.' ಎನ್ನುತ್ತಾ ಬಿಗಿಯಾಗಿ ತಬ್ಬಿಕೊಂಡ. ಅವನ ಹಣೆ ಕೆನ್ನೆ ಕುತ್ತಿಗೆಗಳಲ್ಲಿ ಮೆತ್ತಿಕೊಂಡಿದ್ದ ಗಾಯದ ರಕ್ತ ಧೃಷ್ಟದ್ಯುಮ್ನನ ಕಿರೀಟಕ್ಕೆ ಅಂಟಿತು.

ಅಷ್ಟರಲ್ಲಿ ಕೈಲಿ ಕತ್ತಿ ಹಿರಿದು ರಥದಿಂದ ನೆಗೆದ ಅರ್ಜುನನ ಹಿಂದೆಯೇ ಧುಮುಕಿ ಬಂದ ಕೃಷ್ಣ, ಅವನು ಮತ್ತು ಭೀಮನ ತೋಳಿನಲ್ಲಿದ್ದ ಧೃಷ್ಟದ್ಯುಮ್ನರ ನಡುವೆ ನಿಂತು ಹೇಳಿದ: 'ಯುಯುಧಾನ, ಕಳೆದ ಹದಿನಾಲ್ಕು ದಿನದಿಂದ ಯಾರಿಗೂ ನೆಟ್ಟಗೆ ನಿದ್ದೆಯಿಲ್ಲ. ಎರಡು ದಿನಗಳಿಂದಲಂತೂ ನಾವು ಯಾರೂ ಕಣ್ಣುಮುಚ್ಚಿಲ್ಲ. ಎಲ್ಲರಿಗೂ ತಲೆಕೆಟ್ಟಿದೆ. ನೀನು ಈ ತಕ್ಷಣ ಶಿಬಿರಕ್ಕೆ ಹೋಗಿ ಕಣ್ಣುತುಂಬ ಒಂದಿಷ್ಟು ನಿದ್ದೆ ಮಾಡಿ ಬಾ. ಅರ್ಜುನ, ಎಷ್ಟು ದಿನ ಬೇಕಾದರೂ ನಿದ್ದೆ ತಡೆದು ಕೈಕಾಲು ನರ ಬುದ್ಧಿಗಳನ್ನು ಸ್ವಾಧೀನದಲ್ಲಿಟ್ಟುಕೊಳ್ಳಬಲ್ಲೆ ಅನ್ನುತ್ತಿದ್ದೆಯಲ್ಲವೆ ನೀನು? ನಿನಗೂ ನಿದ್ದೆಯ ಅಗತ್ಯವಿದೆ. ಆದರೆ ಇದು ನೀನು ಮಲಗುವ ಕಾಲವಲ್ಲ. ಸೇನಾನಿ ಸತ್ತು ಶತ್ರುಗಳು ಕಂಗೆಟ್ಟಿರುವ ಕ್ಷಣದಲ್ಲೇ ನಾವು ಸುತ್ತಣಿಂದ ಬಡಿತ ಮುಂದುವರಿಸಬೇಕು. ಸಾಯುವವರ ಜೊತೆಗೆ ದಿಕ್ಕುಗೆಟ್ಟು ಓಡಿಹೋಗುವಷ್ಟು ಜನರನ್ನು ಓಡಿಸಲು ಇದೇ ಸಮಯ.'

'ಈಗ ಏನಾಗಿದೆ, ಕೃಷ್ಣ?' ಧೃಷ್ಟದ್ಯುಮ್ನನನ್ನು ಬಿಟ್ಟು ಭೀಮ ಕೇಳಿದ.

'ಏನೂ ಇಲ್ಲ. ಅರ್ಜುನನಿಗೆ ಗುರುಪ್ರೀತಿಯ ಜ್ವರ ಮರುಕಳಿಸಿತ್ತು. ಈಗ ಶಮನ ವಾಯಿತು. ಧೃಷ್ಟದ್ಯುಮ್ನ, ನಡಿ ನೀನು ಆ ಕಡೆ ಬಲಪಕ್ಕದಿಂದ ನುಗ್ಗು, ನಾನು ಅರ್ಜುನ ನೇರವಾಗಿ ಗೊಂದಲದೊಳಕ್ಕೆ ಪ್ರವೇಶಿಸಿ ತರಿಯುತ್ತೇವೆ. ಭೀಮ, ನೀನು ಎಲ್ಲಿದ್ದೆ?'

'ಇದೀಗ ಏಳು ಜನ ಧೃತರಾಷ್ಟ್ರ ಸಂತಾನವನ್ನು ಮುಗಿಸಿದೆ. ಒಂದೇಕ್ಷಣ ಭಾವ ಧೃಷ್ಟದ್ಯುಮ್ನನನ್ನು ತಬ್ಬಿಕೊಂಡು ಹೋಗೋಣವೆಂದು ಓಡಿಬಂದೆ. ನಾನು ನನ್ನ ದಳದೊಡನೆ ಬಳಸಿ ಶತ್ರುಗಳ ಹಿಂಬದಿಯಿಂದ ನುಗ್ಗುತ್ತೀನಿ. ಸರಿಯೇ?'

'ಹಿಂಬದಿಗೆ ಹೋಗಬೇಡ. ತಮ್ಮ ದೇಶಗಳಿಗೆ ಓಡಿಹೋಗಬಯಸುವವರಿಗೆ ದಾರಿ ಬಿಡಬೇಕು. ಸುಮ್ಮಸುಮ್ಮನೆ ಕೊಲ್ಲಬೇಡ. ಉಳಿದಿರುವ ಆನೆಗಳನ್ನು ಮುಗಿಸಿದರೆ ಒಳ್ಳೆಯದು.'

ಭೀಮ ಒಂದು ಮಾತೂ ಆಡದೆ ಓಡಿಹೋದ. ಕೃಷ್ಣ ಯುಯುಧಾನನ ಹತ್ತಿರ ಬಂದು ಹೆಗಲ ಮೇಲೆ ಕೈ ಇಟ್ಟು ಹೇಳಿದ: 'ನೇರವಾಗಿ ಶಿಬಿರಕ್ಕೆ ಹೋಗು. ತಾನಾಗಿಯೇ ಎಚ್ಚರವಾಗುವ ತನಕ ಎಬ್ಬಿಸಕೂಡದೆಂದು ಕಾವಲುಗಾರರಿಗೆ ಹೇಳಿ ಕಣ್ಣುಮುಚ್ಚಿ ಮಲಗಿಬಿಡು. ಎಚ್ಚರವಾದ ನಂತರ ಹಿಂತಿರುಗಿ ಬಂದು ಸೇನಾನಿ ಧೃಷ್ಟದ್ಯುಮ್ನ ಹೇಳಿದ ಕಡೆಯಿಂದ ಯುದ್ಧ ಮಾಡು.'

ತನಗೆ ನಿಜವಾಗಿಯೂ ಬೇಕಾಗಿರುವುದು ನಿದ್ದೆ ಎಂದು ಯುಯುಧಾನನಿಗೂ ಅರ್ಥವಾಯಿತು. ಪ್ರತಿಹೇಳದೆ ಅವನು ಹೋಗಿ ತನ್ನ ರಥದಲ್ಲಿ ಕುಳಿತ. ಎಲ್ಲೋ ದೂರದಲ್ಲಿ ನಕುಲನ ರಥ ಕಾಣಿಸಿತು. ಅಲ್ಲಿಯೇ ಇದ್ದು ಯುದ್ಧಮಾಡುತ್ತಿರುವಂತೆ ತನ್ನ ದಳಕ್ಕೆ ಹೇಳಿ, ರಥವನ್ನು ನಕುಲನ ಹತ್ತಿರಕ್ಕೆ ನಡೆಸುವಂತೆ ಸಾರಥಿಗೆ ಆದೇಶವಿತ್ತ. ನಕುಲನ ದಳವು ಹೊಡೆತ ತಿಂದು ಚದುರಿಹೋಗಿತ್ತು. ಆದರೆ ಅವನು ಕುಂದಿದಂತಿರಲಿಲ್ಲ. ತನ್ನ ದಳವನ್ನು ಬಳಸಿಕೊಳ್ಳುವಂತೆ ಹೇಳಿ ರಥವನ್ನು ನೇರವಾಗಿ ಶಿಬಿರಕ್ಕೆ ನಡೆಸುವಂತೆ ಸೂಚನೆ ಕೊಟ್ಟ. ಅದುವರೆಗೆ ಒಮ್ಮೆಯೂ ಬಾರದಿದ್ದ ಆಕಳಿಕೆ ಈಗ ಬರಲು ಶುರುವಾಯಿತು. ಸಾರಥಿಗೆ ಅರ್ಥವಾಯಿತು. ಸಂತೋಷವೂ ಆಯಿತು. ಕುದುರೆಗಳು ಕೂಡ ಹೊಸ ಶಕ್ತಿ ಬಂದಂತೆ ನಡೆಯತೊಡಗಿದವು. ಯುಯುಧಾನ ಒಂದು ಕ್ಷಣ ಕತ್ತು ತಿರುಗಿಸಿ ಸುತ್ತ ನೋಡಿದ. ಬಿಸಿಲು ಹಳದಿಯಾಗಿದೆ ಏಕೆ ಎನ್ನಿಸಿತು. ಸೂರ್ಯನಿಗೆ ಏನಾದರೂ ರೋಗ ಬಡಿದಿದೆಯೋ ಅಥವಾ ಸೂರ್ಯನ ಬಿಸಿಲಿಗೆ ಸೂಡಿಯ ಜಳ ಬೆರೆತಂತಹ ನಿಷ್ಕ್ರಿಯವರ್ಣ. ರೆಪ್ಪೆ ತೆರೆದು ಎಲ್ಲವನ್ನೂ ನೋಡುತ್ತಿದ್ದರೂ ಯಾವುದೂ ಸರಿಯಾಗಿ ದೃಷ್ಟಿಯನ್ನು ಹಿಡಿಯದ ನೋಟ. 'ಸಾರಥೀ, ಏಕೆ ಇಡೀ ಯುದ್ಧರಂಗ ಹಳದಿಯಾಗಿದೆ?'

'ನಿದ್ದೆ ಇಲ್ಲದ್ದಕ್ಕೆ.' ಎಂದು ಸಾರಥಿ ರಥವನ್ನು ನಿಲ್ಲಿಸಿದ.

ಏಕೆ ನಿಲ್ಲಿಸಿದನೆಂಬುದು ಯುಯುಧಾನನಿಗೆ ತಿಳಿಯಲಿಲ್ಲ. ಮಟ್ಟಸವಾದ ಆ ಗಟ್ಟಿನೆಲದಲ್ಲಿ ಯಾವ ಕಡೆಗೆ ಬೇಕಾದರೂ ರಥ ಹೋಗಬಹುದಿತ್ತು. ಅಲ್ಲಲ್ಲಿ ಬಿದ್ದಿದ್ದ ಮನುಷ್ಯರ ಹೆಣಗಳನ್ನು ಬಿಟ್ಟರೆ ರಥವನ್ನು ತಿರುಗಿಸಿ ಹೊಡೆಯುವ ಅಗತ್ಯವಿರಲಿಲ್ಲ. ಯುದ್ಧರಂಗದ ತಮ್ಮ ಭಾಗವಾದ ಈ ಕಡೆಯಲ್ಲಿ ಸತ್ತುಬಿದ್ದಿದ್ದ ಆನೆ ಕುದುರೆಗಳ ಸಂಖ್ಯೆ ಕಡಮೆ. ಮುರಿದು ಬಿಟ್ಟು ಹೋಗಿದ್ದ ರಥಗಳೂ ಇರಲಿಲ್ಲ. ಯುದ್ಧ ಈ ಕಡೆ ಹೆಚ್ಚಾಗಿ ನಡೆದೇ

ಇಲ್ಲವೆಂಬ ನೆನಪು ಬರುವಾಗ ಸಾರಥಿ ರಥ ನಿಲ್ಲಿಸಿ ತನ್ನ ಜಾಗದಲ್ಲಿ ಎದ್ದುನಿಂತು ಸುತ್ತ ನೋಡತೊಡಗಿದ. ಯುಯುಧಾನನ ದೃಷ್ಟಿಯೂ ಸುತ್ತ ಹರಿಯಿತು. ಚಳಿಗಾಲದ ಹಿತವಾದ ಹಳದಿ ಬಿಸಿಲು, ನಿದ್ರೆ ಇಲ್ಲದ್ದಕ್ಕೆಂದು ಗೊತ್ತಾದರೂ ಹಳದಿಯಾಗಿದೆ. ಮಾಸಲು ಆಕಾಶ, ಬಲಗಡೆಗೆ ದಟ್ಟವಾಗಿ ಕಾಣುವ ರಣಹದ್ದುಗಳು, ಎಡಗಡೆಗೆ ಅಲ್ಲೊಂದು ಇಲ್ಲೊಂದು, ಮುಂದೆ ದೂರದಲ್ಲಿ ಅಲ್ಲೊಂದು ಇಲ್ಲೊಂದರಂತೆ ಐದು ಆರು ರಥಗಳು. 'ಏನು ನೋಡುತ್ತಿದೀಯ?'

'ಶಿಬಿರ ಯಾವ ದಿಕ್ಕಿಗಿದೆ ಅಂತ ಸರಿಯಾಗಿ ತಿಳಿಯುತ್ತಿಲ್ಲ. ನೆನ್ನೆ ಬೆಳಗ್ಗೆ ಹೊತ್ತು ಹುಟ್ಟುವ ಮೊದಲೇ ನಸುಗತ್ತಲಿನಲ್ಲಿ ಹೊರಟದ್ದು, ಆಮೇಲೆ ಯಾವ ಯಾವ ದಿಕ್ಕಿನಲ್ಲಿ ಹೊರಟೆವೋ, ಎಷ್ಟು ಬಾರಿ ಸುತ್ತುಹಾಕಿದೆವೋ ದಿಕ್ಕುಗಳಲ್ಲಿ ಯಾವುದು ಯಾವುದರೊಳಗೆ ಬೆರೆತುಕೊಂಡಿತೋ ತಿಳಿಯುತ್ತಿಲ್ಲ. ಅಲ್ಲಿ ಕಾಣುವ ಯಾವುದಾದರೂ ಒಂದು ರಥ, ಅವೇನು ನಮ್ಮವೋ ಶತ್ರುಗಳವೋ, ಅವುಗಳ ಹತ್ತಿರವಾದರೂ ಹೋಗಿ ಕೇಳುವ ಅಂದರೆ,' ಎಂದವನು ಒಂದು ಕ್ಷಣದನಂತರ, 'ಹಾಂ, ಇದೇ ಸರಿ, ರಣಹದ್ದುಗಳು ಬಲಗಡೆಗೆ ಇವೆಯಲ್ಲವೇ? ರಾತ್ರಿ ಕಾದಾಟ ನಡೆದ ಜಾಗವಿರಬಹುದು ಅದು, ಆದರೆ ಕೊಳೆಯದ ಬಿಸಿ ಹೆಣಗಳೆಂದರೆ ಅವಕ್ಕೆ ರುಚಿ ಹತ್ತುವುದಿಲ್ಲ. ಆದ್ದರಿಂದ.....' ಎಂದು ಮತ್ತೆ ಆಲೋಚಿಸ ತೊಡಗಿದ. ಅನಂತರ, 'ಮಹಾರಾಜ, ಬಿಲ್ಲುಬಾಣಗಳನ್ನು ಸಿದ್ಧವಾಗಿ ಹಿಡಿದುಕೊಂಡಿರು. ಆ ರಥಗಳ ಹತ್ತಿರವೇ ಹೋಗೋಣ. ನಮ್ಮ ಕಡೆಯವಾದರೆ ಸರಿ. ಶತ್ರುಗಳದಾದರೂ ಅವರಾಗಿಯೇ ಮೇಲೆ ಬೀಳುತ್ತಾರೆಂಬ ಖಾತರಿ ಏನು ಇಲ್ಲ. ಕಾಳಗ ಹತ್ತದೆ ಸುಮ್ಮಸುಮ್ಮನೆ ಹೊಡೆಯಲು ಹೊಡೆಸಿಕೊಳ್ಳಲು ಅವರಿಗಾದರೂ ದೆವ್ವ ಹಿಡಿದಿರುತ್ತದೆಯೇ? ಆದರೂ ನೀನು ಹೆದೆ ಏರಿಸಿರು. ಆದರೆ ಕಾಣುವಂತೆ ಕೈಲಿ ಹಿಡಿದಿರಬೇಡ.' ಎಂದು ಮುಂದೆ ನಡೆಸತೊಡಗಿದ.

ನಾಲ್ಕು ಘಳಿಗೆಗಳಿಗೂ ಮಿಕ್ಕು ಸುತ್ತಿದನಂತರ ನದಿಯ ಈಚೆಗೆ ರಥದಿಂದಿಳಿದು ದೋಣಿಯಲ್ಲಿ ದಾಟಿ ಆಚೆ ದಡವನ್ನು ತಲುಪಿದಾಗ ಶಿಬಿರಪಾಲಕರು ಗುರುತಿಸಿ ಬಾಗಿಲು ತೆರೆದರು. ವೃತ್ತಾಕಾರದ ಸಣ್ಣ ಸಣ್ಣ ಗುಡಿಸಿಲುಗಳ ನಡುವಣ ಬಿಸಿಲಿನಲ್ಲಿ ಹೆಂಗಸರು ತುಂಬಿಕೊಂಡಿದ್ದರು. ಸುಭದ್ರೆ, ದ್ರೌಪದಿ, ಅಭಿಮನ್ಯುವಿನ ಬಸರಿ ಹೆಂಡತಿ ಉತ್ತರೆ, ಇತರ ತನಗೆ ಗುರುತಿಲ್ಲದ ದಾಸಿಯರು.

'ಅಣ್ಣ, ಏನು ಸಂಗತಿ?' ಸುಭದ್ರೆ ಎದ್ದುಬಂದು ಕೇಳಿದಳು.

'ದ್ರೋಣ ಬಿದ್ದ. ಐದು ಘಳಿಗೆಯ ಹಿಂದೆ. ಕಾದಾಟ ಜೋರಿನಿಂದ ಮುಂದುವರಿ ಯುತ್ತಿದೆ.'

'ನೀನೇಕೆ ಬಂದೆ?'

'ಒಂದಿಷ್ಟು ಸರಿಯಾಗಿ ನಿದ್ದೆ ಮಾಡಿ ಹೋಗಬೇಕು. ತಲೆಯೊಳಗೆ ಗಂವ್ ಎನ್ನುತ್ತಿದೆ.'

'ಯಾರು ಕೊಂದವರು ದ್ರೋಣನನ್ನ?' ದ್ರೌಪದಿ ಎದ್ದು ಹತ್ತಿರ ಬಂದಳು. ಕಣ್ಣಿನಲ್ಲಿ ನೀರು ಹರಿಯದಿದ್ದರೂ ಅವಳ ಮುಖ ಮಡುಗಟ್ಟಿದ್ದುದು ಯುಯುಧಾನನಿಗೆ ಸ್ಪಷ್ಟವಾಗಿ

ಕಾಣುತ್ತಿತ್ತು. ರಾತ್ರಿ ಯುದ್ಧದಲ್ಲಿ ತನ್ನ ಅಪ್ಪ ಸತ್ತದ್ದು ಅವಳಿಗೆ ಗೊತ್ತಿದೆ ಎಂದು ಅರ್ಥಮಾಡಿಕೊಂಡ ಯುಯುಧಾನ ಎಂದ: 'ನಿನ್ನ ಅಣ್ಣ ಸೇನಾನಿ ಧೃಷ್ಟದ್ಯುಮ್ನ ತನ್ನ ಕತ್ತಿಯಿಂದ ಸ್ವತಃ ಕೊರಳನ್ನು ಕತ್ತರಿಸಿ ಶಿರವನ್ನು ಚೆಂಡಿನಂತೆ ಆಕಾಶಕ್ಕೆ ಎಸೆದ.' ಅವಳ ಕಪ್ಪುಗಟ್ಟಿದ ಮುಖದಲ್ಲಿ ಒಂದು ಕ್ಷಣ ಮಿಂಚಿನಂತೆ ಸಮಾಧಾನ ಮೂಡಿತು. ಆದರೆ ಮಿಂಚಿನಷ್ಟೇ ಕ್ಷಣಿಕವಾಗಿ ಕಪ್ಪು ಮೊದಲಿನಂತೆ ನಿಂತಿತು.

ಯುಯುಧಾನ ತನ್ನ ಗುಡಿಸಿಲಿನೊಳಕ್ಕೆ ಹೋದ. ಹಿಂದಿನಿಂದ ಬಂದ ಸೇವಕ ಒಂದು ಬೋಗುಣಿ ತುಂಬ ಆರಿದ ಅಕ್ಕಿಯ ಅಂಬಲಿಯನ್ನು ತಂದಿಟ್ಟ. ಅದನ್ನು ಗಬಗಬನೆ ಹೊಟ್ಟೆಗೆ ಸುರುವಿಕೊಳ್ಳುತ್ತಿರುವಾಗ ದ್ರೌಪದಿ ಒಳಗೆ ಬಂದು ಕೇಳಿದಳು: 'ನನ್ನ ಮಕ್ಕಳು ಎಲ್ಲಿದ್ದಾರೆ ನೋಡಿದೆಯಾ?'

'ಧೃಷ್ಟದ್ಯುಮ್ನನ ಜೊತೆಗೇ ತಮ್ಮ ತಮ್ಮ ರಥಗಳಲ್ಲಿ ಯುದ್ಧ ಮಾಡುತ್ತಿದ್ದಾರೆ. ಮಾವನ ದಳದಿಂದ ದೂರ ಹೋಗುವುದಿಲ್ಲ.'

'ನೀನು ಹೊರಡುವಾಗ ಐದೂ ಜನರನ್ನು ನೋಡಿದೆಯ?'

'ಸರಿಯಾಗಿ ನೆನಪಿಲ್ಲ. ಆದರೂ ಕ್ಷೇಮವಾಗಿದ್ದಾರೆ. ಇಲ್ಲದಿದ್ದರೆ ನನಗೆ ತಿಳಿಯುತ್ತಿತ್ತು.'

'ಅವರಿಗೆ ನಿದ್ದೆ ಬಂದಿಲ್ಲವೆ?'

ಯುಯುಧಾನನಿಗೆ ಉತ್ತರ ತಿಳಿಯಲಿಲ್ಲ. ತನಗೆ ಕೂಡ ಕೃಷ್ಣ ಹೇಳಿದ ಮೇಲೆಯೇ ನಿದ್ದೆಯ ಅಗತ್ಯವಿದೆ ಎಂದು ಅರ್ಥವಾದುದು. ಅವರಿಗೆ ಯಾರೂ ಹೇಳಿಲ್ಲವೇನೊ, ಅಥವಾ ಹೇಳಿದರೂ ನಿದ್ದೆ ಬರದಿರುವ ಮಟ್ಟಿಗೆ, ಎಷ್ಟಾದರೂ ತಮ್ಮ ರಾಜ್ಯ, ತಮ್ಮ ಯುದ್ಧ, ತಮ್ಮ ತಾಯಿ ತಂದೆಯರ ಅಪಮಾನ ಎಂದುಕೊಳ್ಳುತ್ತಾ ಬೋಗುಣಿಯನ್ನು ಬಾಯಿಗೆ ಇಟ್ಟುಕೊಂಡ. ದ್ರೌಪದಿ ಮೌನವಾಗಿ ಹೊರಗೆ ನಡೆದಳು.

ಯುಯುಧಾನನ ನಿದ್ರೆ ಒಂದೆರಡು ಸಲ ತಿಳಿಯಾಗಿ ತಕ್ಷಣ ಆಳವಾಯಿತೋ, ಅಥವಾ ಮೈಮೇಲೆ ಎಚ್ಚರವಿಲ್ಲದೆ ಮಲಗಿದ್ದನೋ ಅವನಿಗೆ ನೆನಪಿಲ್ಲ. ರಾತ್ರಿ ಅಂಬಲಿಯನ್ನು ತಿಂದು ಹಾಗೆಯೇ ಮಲಗಿದ ಅಸ್ಪಷ್ಟ ನೆನಪಷ್ಟೆ. ರಾತ್ರಿ ಯಾವುದೋ ಹೊತ್ತಿನಲ್ಲಿ ಇದ್ದಕ್ಕಿದ್ದಂತೆ ಗದ್ದಲವಾಗಿ ಎಚ್ಚರವಾಯಿತು. ಏನೆಂದು ತಿಳಿಯುವ ಅಥವಾ ಆಗುತ್ತಿರುವ ಕೂಗಾಟವನ್ನು ಆಲಿಸಿ ಅರ್ಥಮಾಡಿಕೊಳ್ಳುವ ಮೊದಲೇ ಯಾರೋ ತನ್ನ ಗುಡಿಸಿಲಿನ ತಡಿಕೆ ಬಾಗಿಲನ್ನು ನೂಕಿದ ಸದ್ದು. 'ಯುಯುಧಾನ, ಯುಯುಧಾನ, ಅಣ್ಣತಮ್ಮಂದಿರಿಗೆ ಜಗಳವಾಗುತ್ತಿದೆ. ಎದ್ದು ಓಡಿ ಬಾ, ಬಿಡಿಸಬೇಕು' ಎಂಬ ಧ್ವನಿ, ದ್ರೌಪದಿಯದೆಂಬ ಗುರುತು ಹತ್ತಿತು.

ಸರಕ್ಕನೆ ಎದ್ದು ಹೊದೆದಿದ್ದ ದಟ್ಟವನ್ನು ಕವಿಚಿಕೊಂಡು ಹೊರಗೆ ಬಂದಾಗ ಕೂಗಾಡುತ್ತಿದ್ದವನು ಅರ್ಜುನನೆಂದು ತಿಳಿಯಿತು. ತನ್ನದರ ಎದುರಿನ ದೊಡ್ಡ ಗುಡಿಸಿಲಿನಲ್ಲಿ, ಧರ್ಮಜನದಲ್ಲವೇ ಅದು, ಎಂದುಕೊಂಡು ದ್ರೌಪದಿಯ ಜೊತೆಗೆ ಸಣ್ಣ ಬಯಲಿನಲ್ಲಿ ಓಡಿ ಒಳಹೊಕ್ಕು ನೋಡುತ್ತಾನೆ: ಹಣೆ, ಭುಜಗಳ ಮೇಲೆ ಅಲ್ಪಸ್ವಲ್ಪ ಗಾಯಗಳಾದ ಧರ್ಮಜ ನೆಲದ ಮೇಲೆ ಹುಲ್ಲು ಹಾಸಿಗೆಯ ಮೇಲೆ ಮಲಗಿದ್ದಾನೆ. ಹಣತೆ ಉರಿಯುತ್ತಿದೆ. ಅವನನ್ನು ಕೊಲ್ಲುತ್ತೇನೆಂದು ಅರ್ಜುನ ಕತ್ತಿ ಹಿಡಿದು ನಿಂತಿದ್ದಾನೆ. ಯುಯುಧಾನ

ಕನಸೋ, ಮಾಯೆಯೋ, ಭ್ರಮೆಯೋ ಎಂದು ಕಣ್ಣು ಹೊಸಕಿಕೊಂಡ. ಅರ್ಜುನನ ಪಕ್ಕದಲ್ಲಿ ಕೃಷ್ಣ ನಿಂತಿದ್ದಾನೆ ತಾಳ್ಮೆಯಿಂದ. 'ನಾನು ಒಂದು ಘಳಿಗೆಯಲ್ಲಿ ಹೊಡೆಯುವಷ್ಟು ಬಾಣಗಳನ್ನು ನಿನ್ನ ಇಡೀ ಜನ್ಮದಲ್ಲಿ ಹೊಡೆಯಬಲ್ಲೆ ಏನು? ಎರಡು ಗಾಯಗಳಾದದ್ದಕ್ಕೆ ಹೆದರಿ ಓಡಿ ಬಂದು ಮಲಗಿರುವ ಪುಕ್ಕಲ, ನನ್ನನ್ನು ಹೇಡಿ ಅನ್ನುತೀಯ? ಇಡೀ ಯುದ್ಧದಲ್ಲಿ ನೀನು ಎಷ್ಟು ಜನರನ್ನು ಕೊಂದೆ ಬಾಯಿಬಿಟ್ಟು ಬಗುಳು.' ಅರ್ಜುನನ ಧ್ವನಿ ವಾಕ್ಯವಾಕ್ಯಕ್ಕೂ ಏರುತ್ತಿತ್ತು: 'ಕಾಡಿನಲ್ಲಿದ್ದಾಗ ಭೀಮ ಅನ್ನುತ್ತಿದ್ದುದೇ ಸರಿ. ಹಿರಿಯಣ್ಣ ಅಂತ ಯಜಮಾನಿಕೆ ಕೊಟ್ಟು ನಾವೆಲ್ಲ ಬಗ್ಗಿ ವಿಧೇಯತೆ ತೋರಿಸುತ್ತಿದ್ದೆವು. ನಿನಗೆ ಸೊಕ್ಕು ಬಂತು. ನಮ್ಮ ಮಾತು ಕೇಳದೆ ದರ್ಪಮಾಡುತ್ತಿದ್ದೆ. ಜೂಜಾಡಿ ನಮಗೆ ಈ ಗತಿ ತಂದೆ. ಮತ್ಸ್ಯಯಂತ್ರವನ್ನು ಭೇದಿಸಿ ಈ ದ್ರೌಪದಿಯನ್ನು ಗೆದ್ದವನು ನಾನು. ಈಗ ಇದೇ ದ್ರೌಪದಿಯ ಎದುರಿಗೆ ನನ್ನನ್ನ ಹೇಡಿ ಅಂತ ಬೈದು ಅಪಮಾನ ಮಾಡುತೀಯ? ಕರ್ಣ ಅಂದರೆ ಏನಂತ ತಿಳಿದೆ? ಅವನ ಒಂದು ಬಾಣ ತಗುಲಿದ್ದೇ ತಡ, ಓಟ ಹೊಡೆದು ಬಂದು ಮಲಗಿದ್ದೀಯ. ನಾನಲ್ಲದೆ ಅವನನ್ನು ನೀನು ಕೊಲ್ಲುತೀ ಏನು?.....'

ದ್ರೌಪದಿ ತನ್ನನ್ನು ಕೂಗಿದುದು ಜಗಳ ನಿಲ್ಲಿಸಲೆಂದು ಎಂಬುದು ಯುಯುಧಾನನಿಗೆ ನೆನಪಾಯಿತು. ಜಗಳದ ಹಿಂದು ಮುಂದು ಮಾತ್ರ ತನಗೆ ಅರ್ಥವಾಗುತ್ತಿಲ್ಲ. ಮಾತನಾಡಿಸಿ ಗಮನವನ್ನು ತನ್ನ ಕಡೆಗೆ ಎಳೆಯುವುದರಿಂದ ಅರ್ಜುನನ ಸಿಟ್ಟೂ ಇಳಿಯಬಹುದು ತನಗೆ ಅದರ ಕಾರಣವೂ ತಿಳಿಯಬಹುದೆಂದು ಯೋಚಿಸಿದ ಅವನು, ಅರ್ಜುನ, ಯಾಕೆ ರೇಗುತ್ತಿದ್ದೀಯ, ಕಾರಣವೇನು ಹೇಳು ಎಂದು ಕೇಳುವಾಗ ತಾನು ನೆನ್ನೆ ದ್ರೋಣ ಸತ್ತಾಗ ಇವನೊಡನೆ ಜಗಳವಾಡಿದ್ದ ನೆನಪು ಬಂತು.

ಆದರೆ ಅರ್ಜುನನಿಗೆ ಅದರ ನೆನಪು ಇದ್ದಂತಿರಲಿಲ್ಲ. ತಕ್ಷಣ ಇತ್ತ ತಿರುಗಿ ಅವನು ಹೇಳತೊಡಗಿದ: 'ಯುಯುಧಾನ, ನಡೆದ ವಿಷಯ ಹೇಳುತೀನಿ. ನನ್ನ ಮಾತಿನಲ್ಲಿ ಸುಳ್ಳಿದ್ದರೆ ಎಲ್ಲಕ್ಕೂ ಪ್ರತ್ಯಕ್ಷದರ್ಶಿಯಾಗಿರುವ ಕೃಷ್ಣ ಹೇಳಲಿ. ತಪ್ಪಿದ್ದರೆ ನೀನು ಹೇಳಿಬಿಡು. ಈ ಮುಠ್ಠಾಳ ಈ ರಾತ್ರಿ ಕರ್ಣನನ್ನು ಸೆಣೆಸಲು ಹೋದನಂತೆ. ಅವನ ಬಾಣವನ್ನು ಇವನು ತಡೆದುಕೊಳ್ಳುತ್ತಾನೆಯೇ? ಎರಡು ಬಾಣಗಳು ಚುಚ್ಚಿಕೊಂಡವು. ಒಂದಿಷ್ಟು ರಕ್ತ ಹರಿಯಿತು. ಯುದ್ಧದಿಂದ ಹಿಂದೆ ಸರಿದು ಇಲ್ಲಿಗೆ ಓಡಿಬಂದು ಮಲಗಿದ. ಆಮೇಲೆ ನನಗೆ ಭೀಮ ಸಿಕ್ಕಿದ. ನನಗೆ ಯಾವಾಗಲೂ ಇವನದೇ ಚಿಂತೆ. ಇವನನ್ನು ಸೆರೆ ಹಿಡಿಸುತ್ತೀನಿ ಅಂತ ಪೂಜ್ಯ ಆಚಾರ್ಯ ದ್ರೋಣರು ಪ್ರತಿಜ್ಞೆ ಮಾಡಿದ್ದುದು ನಿನಗೂ ಗೊತ್ತಲ್ಲ. ಅದೇ ಪ್ರತಿಜ್ಞೆಯನ್ನು ಕರ್ಣ ಮಾಡಿಲ್ಲ ಅಂತ ಹೇಗೆ ನಂಬುವುದು? ಮಾಡಿದ್ದರೂ ಒಳಗೇ ಇಟ್ಟುಕೊಂಡು ಉದ್ದೇಶವನ್ನು ಸಾಧಿಸಿಬಿಟ್ಟರೆ ನಮ್ಮ ಗತಿ ಏನು ಅಂತ ಯೋಚನೆ ನನಗೆ. ಆದ್ದರಿಂದ ನಾನು ಸದಾ ಇವನ ಹತ್ತಿರವೇ ಇರುತ್ತಿರಲಿಲ್ಲವೆ? ಯುದ್ಧದಲ್ಲಿ ನಾವು ಎಲ್ಲಿರುತ್ತೀವಿ ಅನ್ನುವುದನ್ನು ಪರಿಸ್ಥಿತಿ ನಿರ್ಧರಿಸುತ್ತದೆಯೇ ಹೊರತು ನಾವು ತೀರ್ಮಾನಿಸುವುದು ಸಾಧ್ಯವಿಲ್ಲ ಅಲ್ಲವೆ? ನಾನು ಭೀಮನನ್ನು ಕೇಳಿದೆ. ಮುಖದಲ್ಲಿ ಸ್ವಲ್ಪ ರಕ್ತ ಬರುತ್ತಿತ್ತು, ರಂಗದಿಂದ ನಿವೃತ್ತನಾಗಿ ಶಿಬಿರಕ್ಕೆ ಹೋದ ಅಂತ ಭೀಮ ಹೇಳಿದ. ಗಾಯವಾಗಿ ವಿಶ್ರಾಂತಿಗೆ

ಹೋದ ಅಂದರೆ ಏನರ್ಥ? ಬಹುಗಂಭೀರವಾಗಿದೆ ಅಂತ ಅಲ್ಲವೆ? ಬಹುಗಂಭೀರವಾಗದೆ ಯಾವ ಕ್ಷತ್ರಿಯ ತಾನೆ ಶಿಬಿರಕ್ಕೆ ಹೋಗುತ್ತಾನೆ? ನನಗೆ ಚಿಂತೆ. ಯುದ್ಧ ಮುಂದುವರಿಸುವಂತೆ ನನ್ನ ದಳವನ್ನು ನಕುಲನಿಗೆ ಒಪ್ಪಿಸಿ ಇವನನ್ನು ನೋಡಿಕೊಂಡು ಬರೋಣವೆಂದು ಕೃಷ್ಣನನ್ನು ಹೊರಡಿಸಿಕೊಂಡು ಬಂದೆ. ಕತ್ತಲು. ನಡುವೆ ದಾರಿ ಬೇರೆ ತಪ್ಪಿದೆವು. ಇಲ್ಲಿಗೆ ಬಂದರೆ ಇವನಿಗಾಗಿರುವುದು ದೊಡ್ಡ ಗಾಯವೆ, ನೀನೇ ನೋಡು. ನೋಡು ನೀನೇ.' ಎಂದು ತನ್ನ ಕೈಲಿದ್ದ ಕತ್ತಿಯ ಮೊನೆಯನ್ನು ಮಲಗಿದ್ದ ಧರ್ಮಜನ ಹಣೆ ಭುಜಗಳ ಹತ್ತಿರಕ್ಕೆ ಹಿಡಿದು ತೋರಿಸಿದ. ಕೆಲವರಿಗೆ ತಮ್ಮ ರಕ್ತ ಒಂದು ಹನಿ ಹರಿದುದನ್ನು ಕಂಡರೂ ಜಂಘಾಬಲ ಅಡಗುತ್ತದೆ. ಅದಕ್ಕೆ ಇಷ್ಟೇಕೆ ರೇಗುತ್ತೀ ನೀನು? ನೇರವಾಗಿ ಕೇಳುವಾಗ ಯುಯುಧಾನನಿಗೆ ನಿನ್ನೆ ಬೆಳಗ್ಗೆ ಇದೇ ಅರ್ಜುನನು ಧೃಷ್ಟದ್ಯುಮ್ನನ ಮೇಲೆ ರೇಗುತ್ತಿದ್ದುದು ನೆನಪಿಗೆ ಬಂತು.

"ಬರೀ ಇಷ್ಟಕ್ಕೆ ರೇಗುತ್ತೇನೆಯೆ ನಾನು? ಇಷ್ಟಕ್ಕೂ ನಾನೆಲ್ಲಿ ರೇಗುತ್ತಿದ್ದೀನಿ? ವಾಸ್ತವ ಸಂಗತಿ ಹೇಳುತ್ತೀನಿ ಕೇಳು. ನಾನು ಕೃಷ್ಣ ಗಾಬರಿಯಿಂದ ನದಿ ದಾಟಿಕೊಂಡು ಇಲ್ಲಿಗೆ ಬರುತ್ತೇವೆ. ನಮ್ಮ ಶಿಬಿರದ ನಾಯಿಗಳು ನಮ್ಮನ್ನು ನೋಡಿ ಬೊಗುಳಿದುವು. ಮೇಲೆ ಬೀಳುತ್ತಿದ್ದವು ಈ ರಾತ್ರಿಯಲ್ಲಿ. ಅಂದರೆ ಬಾಣಗಳು ತಗುಲಿ ನಮ್ಮ ಮುಖದಲ್ಲಿ ಎಷ್ಟು ಗಾಯಗಳಾಗಿಲ್ಲ? ನಿನ್ನ ಮುಖದಲ್ಲಿ ಎಷ್ಟು ಆಗಿದೆ ನೋಡಿಕೊಂಡಿದ್ದೀಯ? ಇಲ್ಲಿಗೆ ಬಂದರೆ ದ್ರೌಪದಿಯಿಂದ ಶುಶ್ರೂಷೆ ಮಾಡಿಸಿಕೊಳ್ಳುತ್ತಾ ಪವಡಿಸಿದ್ದ ಈ ಮಹಾರಾಜ, 'ಯಾರು ಬಂದವರು? ಅರ್ಜುನನೇ? ಕರ್ಣನನ್ನು ಕೊಂದಾಯಿತೆ? ಅವನ ಶಿರವನ್ನು ಕತ್ತರಿಸಿ ಎಸೆದಾಯಿತೆ?' ಅಂತ ಒಂದೇ ಉಸಿರಿಗೆ ಕೇಳಿದ. ಇನ್ನೂ ಇಲ್ಲ ಅಂತ ನಾನು ಅಂದದ್ದೇ ತಡ ಮುಂದಿನ ಒಂದು ಮಾತಿಗೂ ಅವಕಾಶ ಕೊಡದೆ, 'ಇನ್ನು ಮಾತು ಬೇಡ, ಬಾಯಿ ಮುಚ್ಚು. ಕರ್ಣನನ್ನು ಎದುರಿಸಲಾರದೆ ಹೆದರಿ ಬಂದಿದ್ದೀಯ ನೀನು, ನಾಚಿಕೆಯಾಗಬೇಕು, ನಿನ್ನ ಜಂಬದ ಗಾಂಡೀವಕ್ಕೆ ನಾಚಿಕೆಯಾಗಬೇಕು. ನಮ್ಮ ತಂದೆ ಪಾಂಡುವಿನ ಕ್ಷಾತ್ರಕೀರ್ತಿಗೆ ನಾಚಿಕೆಯಾಗಬೇಕು. ಇನ್ನು ಮೇಲೆ ನನಗೆ ಮುಖ ತೋರಿಸಬೇಡ. ಇದು ನನ್ನ ಆಜ್ಞೆ.' ಅಂತ ಮನಸ್ಸಿಗೆ ಬಂದ ಹಾಗೆ ಬೈದು ಗದ್ದರಿಸಿಕೊಳ್ಳಬಹುದೇ ನಾಯಿಯನ್ನು ಗದ್ದರಿಸಿಕೊಳ್ಳುವ ಹಾಗೆ? ಮೊದಲು ಈ ಮುತ್ಥಾಳನ ಕುತ್ತಿಗೆ ಕತ್ತರಿಸಿ ಶಿರವನ್ನು ಎಸೆಯಬೇಕೋ ಬೇಡವೋ ನೀನೇ ಹೇಳು. ಭೀಮ ಹೇಳುವುದು ಸರಿ. ಹಿರಿಯಣ್ಣನೆಂಬ ಭಯಭಕ್ತಿಯಿಂದ ಇವನ ಯಜಮಾನಿಕೆ ಬೆಳೆಯಬಿಟ್ಟಿದ್ದೇ ತಪ್ಪು. ಭೀಮ ಹೇಳಿದ್ದಂತೆ ಜಯದ್ರಥನನ್ನು ಆಗಲೇ ಕೊಂದಿದ್ದರೆ ಅವನು ನನ್ನ ಮಗ ಅಭಿಮನ್ಯುವನ್ನು ಕೊಲ್ಲಲಾಗುತ್ತಿರಲಿಲ್ಲ. ಈ ಅಯೋಗ್ಯನ ಧರ್ಮೋಪದೇಶದಿಂದಲೇ ನಾನು ಆಗ ಭೀಮನನ್ನು ತಡೆದು ಮೂರ್ಖ ಕೆಲಸ ಮಾಡಿದೆ. ಅಲ್ಲವೇ, ನೀನೇ ಹೇಳು, ದ್ರೌಪದಿ?" ಎಂದು ನ್ಯಾಯ ಕೇಳುವಂತೆ ಅವಳ ಕಡೆಗೆ ತಿರುಗಿದ.

ಮಾತು ಲಂಬಿತವಾಗುತ್ತಿರುವುದರಿಂದ ಅವನು ಅಣ್ಣನ ಮೇಲೆ ಕತ್ತಿ ಪ್ರಯೋಗಿಸುವುದಿಲ್ಲವೆಂಬ ಧೈರ್ಯ ಇಷ್ಟರಲ್ಲಿ ದ್ರೌಪದಿಗೂ ಬಂದಿತ್ತು. ಯುಯುಧಾನನಿಗೆ ಸ್ವಲ್ಪ ಮೊದಲೇ

ಹುಟ್ಟಿತ್ತು. ಕೃಷ್ಣ ಮಾತ್ರ ಯಾವ ಆತಂಕವೂ ಇಲ್ಲದವನಂತೆ ನೋಡುತ್ತಾ ನಿಂತಿದ್ದ. ಮಲಗಿದ್ದ ಧರ್ಮಜ ತಕ್ಷಣ ಎದ್ದು ಕೂತ. ಇನ್ನೊಂದು ಕ್ಷಣದಲ್ಲಿ ಎರಡು ಕೈಗಳಿಂದಲೂ ತನ್ನ ಎದೆ ಬಡಿದುಕೊಂಡು ಗಟ್ಟಿಯಾಗಿ ಹೇಳತೊಡಗಿದ:

'ಅರ್ಜುನ, ನಾನು ಕ್ಷಮೆಗೂ ಅರ್ಹನಲ್ಲ. ನೀಚ. ಅಯೋಗ್ಯ. ನಿಮ್ಮನ್ನೆಲ್ಲ ಈ ಕಷ್ಟಕ್ಕೆ ಸಿಕ್ಕಿಸಿದ ಪರಮಪಾಪಿ. ನಿನ್ನ ಖಡ್ಗದ ಅಲಗಿನಿಂದ ಪ್ರಾಣ ಹೋದರೇ ನನಗೆ ಸರಿಯಾದ ಪ್ರಾಯಶ್ಚಿತ್ತವಾಗಿ ಮುಂದಿನ ಜನ್ಮಕ್ಕೆ ಒಳ್ಳೆಯ ಬುದ್ಧಿ ಬರುತ್ತದೆ. ಕೊಂದುಬಿಡು, ನನಗೆ ತಕ್ಕ ಶಿಕ್ಷೆಯನ್ನು ಕೊಡು.' ಎನ್ನುತ್ತಾ ಅಷ್ಟೇ ಗಟ್ಟಿಯಾಗಿ ಬಿಕ್ಕುತ್ತಾ ನೆಲಕ್ಕೆ ಬಾಗಿ ತನ್ನ ಎರಡು ಕೈಗಳನ್ನೂ ಅರ್ಜುನನ ಕಾಲುಗಳ ಕಡೆಗೆ ಚಾಚಿ ಸಾಷ್ಟಾಂಗ ಹಾಕಿ ಅರೆಬರೆ ಕೇಳುವಂತೆ ಬಡಬಡಿಸಿದ: 'ನನ್ನ ಕ್ಷೇಮ ವಿಚಾರಿಸಲು ನೀನು ಇಷ್ಟು ಆತಂಕಗೊಂಡು ಬಂದೆ ಎಂದು ನನಗೆ ಗೊತ್ತಿರಲಿಲ್ಲ ತಮ್ಮಾ, ಬೇಕಾದರೆ ದ್ರೌಪದಿಯನ್ನು ಕೇಳು. ಆ ಕರ್ಣನ ಭಯದಿಂದ ನಾನು ರಾತ್ರಿ ಎಲ್ಲ ಬಡಬಡಿಸುತ್ತಿದ್ದೆ. ಅವನೆಲ್ಲಿ ಬಂದು ನನ್ನ ಸೆರೆ ಹಿಡಿದು ದುರ್ಯೋಧನನಿಗೆ ಒಪ್ಪಿಸುತ್ತಾನೋ ಎಂಬ ಅಂಜಿಕೆಯಿಂದ ಕಂಗಾಲಾಗಿದ್ದೆ. ಹೇಗೂ ಈಗ ಯುದ್ಧಾರಂಭದಲ್ಲಿ ಮಾಡಿಕೊಂಡ ನಿಯಮಗಳೆಲ್ಲ ಕೊಚ್ಚಿಹೋಗಿವೆ. ಕರ್ಣ ಸುತ್ತುದಾರಿ ಹಿಡಿದು ನದಿ ದಾಟಿ ಇಲ್ಲಿಗೆ ನುಗ್ಗಿದರೆ ಈ ಶಿಬಿರರಕ್ಷಕರು ರಕ್ಷಿಸಬಲ್ಲರೆ ಅಂತ. ಆ ಆತಂಕದಲ್ಲಿ ನಿನ್ನ ಮೇಲೆ ರೇಗಿದೆ. ಸಾಕ್ಷಾತ್ ಇಂದ್ರನಿಗೆ ಸಮಾನನಾದ ನಿನಗೆ ಅಂಜಿಕೆ ಇರುವುದುಂಟೆ? ನಿನ್ನ ಗಾಂಡೀವದ ಠೇಂಕಾರಕ್ಕೆ ಇಡೀ ಭೂಮಂಡಲವು ನಡುಗುವಾಗ.....'

ಎಂಬುದನ್ನು ತಡೆದು ಕೃಷ್ಣ ಮೊದಲ ಬಾರಿಗೆ ಬಾಯಿಬಿಟ್ಟ: 'ಅಕಸ್ಮಾತ್ ನಿನ್ನನ್ನು ಸೆರೆ ಹಿಡಿದು ದುರ್ಯೋಧನನಿಗೆ ಒಪ್ಪಿಸಿದರೂ ಅವನು ಏನು ಮಾಡಬಲ್ಲ? ನೀನೇಕೆ ಇಷ್ಟು ಹೆದರಬೇಕು? ಚಿತ್ರಹಿಂಸೆ ಕೊಡುತ್ತಾನೆಯೆ?'

'ರಾತ್ರಿ ಕನವರಿಕೆಯಲ್ಲಿ ಅನ್ನಿಸಿತು: ದುರ್ಯೋಧನನ ಕೈಗೆ ಸಿಕ್ಕಿದರೆ ಅವನ ಶಿಬಿರದಲ್ಲಿ ಕೂರಿಸಿಕೊಂಡು ಗಂಡಸಾದರೆ ಮತ್ತೆ ಪಗಡೆ ಜೂಜಾಡು ಬಾ ಅಂತ ಗಹಗಹಿಸಿ ನಗುತ್ತಾ ಸವಾಲು ಹಾಕದೆ ಬಿಡುವುದಿಲ್ಲ. ಆಗ ಏನು ಮಾಡಬೇಕು ನಾನು.'

'ಆಡುವುದಿಲ್ಲ ಅನ್ನಬೇಕು.'

'ಕ್ಷತ್ರಿಯನಾಗಿ ರಾಜಸೂಯ ಮಾಡಿದ ರಾಜನಾಗಿ ಹಾಗನ್ನುವುದಕ್ಕೆ ಆಗುತ್ತೆಯೆ?' ಎನ್ನುವಾಗ, ಕೆಂಪು ತಿರುಗಿದ್ದ ಧರ್ಮಜನ ಕಣ್ಣುಗಳಲ್ಲಿ ಗುಡ್ಡೆಗಳು ಅಸಹಾಯಕವಾಗಿ ತಿರುಗುತ್ತಿದ್ದವು.

'ಅರ್ಜುನ, ಏನು ಹೇಳುತ್ತಿ ನೀನು?' ಕೃಷ್ಣ ಅವನ ಕಡೆಗೆ ತಿರುಗುವಷ್ಟರಲ್ಲಿ ಅರ್ಜುನ ಬಿಕ್ಕಿಬಿಕ್ಕಿ ಅಳತೊಡಗಿದ್ದ.

ಯಾಕೆ? ಏನಾಯಿತು ನಿನಗೆ? ಎನ್ನುವಷ್ಟರಲ್ಲಿ, 'ಕೃಷ್ಣ, ಪಿತೃಸಮಾನನಾದ ಹಿರಿಯಣ್ಣ ನನ್ನು ಇಷ್ಟು ಅಗೌರವದಿಂದ ಬೈದು ನಾನು ಈ ಭೂಮಂಡಲದಲ್ಲಿ ಬದುಕಬಾರದು. ಮರಣವೇ ನನಗೆ ತಕ್ಕ ಶಿಕ್ಷೆ, ಇಕೋ,' ಎನ್ನುತ್ತಾ ತನ್ನ ಕೈಯಲ್ಲಿದ್ದ ಕತ್ತಿಯನ್ನು ತನ್ನ

ಕೊರಳ ಕಡೆಗೆ ಗುರಿ ಮಾಡಿ ಮೇಲೆ ಎತ್ತಿದ. ಬಲಗಡೆಗಿದ್ದ ಸಾತ್ಯಕಿ ತಕ್ಷಣ ಅವನ ರಟ್ಟೆ ಹಿಡಿದು ಕತ್ತಿ ಕಿತ್ತು ದೂರವಿಟ್ಟ ಮೇಲೆ ಅರ್ಜುನ ಇನ್ನಷ್ಟು ಬಿಕ್ಕುತ್ತಾ, 'ನನಗೆ ತಂದೆಯನ್ನು ನೋಡಿದ ನೆನಪೇ ಇಲ್ಲ. ಹಿರಿಯಣ್ಣನನ್ನು ಎಂದೂ ನಾನು ಪಿತೃಸ್ಥಾನದಲ್ಲಿಯೇ ನೋಡಿದ್ದೇನೆ. ಆ ಅಂಥವನು ನನ್ನ ಕಾಲು ಮುಟ್ಟಿದ್ದರಿಂದ ಉಂಟಾಗಿರುವ ಪಾಪವನ್ನು ಹೇಗೆ ತೊಳೆದುಕೊಳ್ಳಲಿ? ಅಲ್ಲದೆ ಅಣ್ಣ ತಮ್ಮಂದಿರಲ್ಲೇ ಹೀಗೆ ಒಮ್ಮತವಿಲ್ಲವೆಂದು ತಿಳಿದರೆ ಶತ್ರುಗಳು ಬೊಬ್ಬೆ ಹಾಕಿಕೊಂಡು ನಗುವುದಿಲ್ಲವೆ? ಯುಯುಧಾನ, ನನ್ನ ಕತ್ತಿ ಕೊಟ್ಟುಬಿಡು.' ಎಂದು ಕೈನೀಡಿ ಇನ್ನಷ್ಟು ಕಣ್ಣೀರು ಸುರಿಸಿದ.

ಸಾತ್ಯಕಿಗೆ ಮುಜುಗರವಾಯಿತು. ಜೊತೆಗೆ ಗಂಡಸರು ಹೀಗೆ ಅಳುತ್ತಾರೆಯೇ ಎಂಬ ಆಶ್ಚರ್ಯ. ಅವನ ದೃಷ್ಟಿ ದ್ರೌಪದಿಯ ಕಡೆಗೆ ಹರಿಯಿತು. ಮ್ಲಾನಳಾಗಿ ತಲೆ ತಗ್ಗಿಸಿ ನಿಂತಿದ್ದ ಅವಳು ಉಸಿರನ್ನು ಗಟ್ಟಿಯಾಗಿ ಆಡುತ್ತಿದ್ದಾಳೆಂಬುದು ಅವಳು ತೊಟ್ಟಿದ್ದ ಪಾವಡ ಮತ್ತು ಮೇಲುಮೈಯನ್ನು ಸುತ್ತಿದ್ದ ಬಿಳಿಯ ಕಂಬಳಿಗಳ ಏರಿಳಿತಗಳಿಂದ ತಿಳಿಯುತ್ತಿತ್ತು. ಸ್ವಲ್ಪ ಹೊತ್ತು ಯಾರೂ ಮಾತನಾಡಲಿಲ್ಲ. ಸುತ್ತ ನಿಶ್ಶಬ್ದದಲ್ಲಿ ದೂರದ ಯುದ್ಧಸ್ಥಲದಿಂದ ಕ್ಷೀಣವಾಗಿ ಕೇಳಿ ಬರುವ ಹೋಹೋಕಾರ, ಅಥವಾ ಆನೆಗಳ ಘೀಳೋ! ನಡುನಡುವೆ ನಿಶ್ಶಬ್ದ. ಯಾವುದೋ ಹಕ್ಕಿಯ ಚಿಲಿಪಿಲಿ.

ಅನಂತರ ಕೃಷ್ಣ ಹೇಳಿದ: 'ಹದಿನೈದು ದಿನವಾಯಿತು ಯುದ್ಧ ಶುರುವಾಗಿ. ಯಾರಿಗೂ ನಿದ್ದೆ ಇಲ್ಲ. ಮೂರು ದಿನದಿಂದಲಂತೂ ಯಾರೂ ಕಣ್ಣುಮುಚ್ಚಿಲ್ಲ. ಬುದ್ಧಿ ಹೇಗೆ ಸ್ತಿಮಿತವಿದ್ದೀತು? ಅರ್ಜುನ, ಸಾತ್ಯಕಿ ನಿನ್ನೆ ಮಧ್ಯಾಹ್ನದಿಂದ ನಿದ್ದೆ ಮಾಡಿ ಬಳಲಿಕೆ ಹೋಗಲಾಡಿಸಿಕೊಂಡಿದ್ದಾನೆ. ಕೊನೆಯ ಪಕ್ಷ ಬುದ್ಧಿಯಾದರೂ ಸಮಸ್ಥಿತಿಯಲ್ಲಿದೆ. ನಾನು ಅವನ ರಥ ನಡೆಸುತೀನಿ. ಅವನು ನಿನ್ನ ದಳವನ್ನು ಮುನ್ನಡೆಸುತ್ತಿರಲಿ. ನೀನು ಒಪ್ಪತ್ತು ನಿದ್ದೆ ಮಾಡಿ ಬಾ.'

'ಏನಂದೆ ಕೃಷ್ಣ?'

'ನಿದ್ದೆ ಇಲ್ಲದೆ ನಿನ್ನ ಬುದ್ಧಿ ದಿಕ್ಕು ತಪ್ಪಿದೆ. ಒಪ್ಪತ್ತು ನಿದ್ದೆ ಮಾಡಿ ಬಾ.'

'ಈ ಅರ್ಜುನನು ನಿದ್ದೆ ಗೆದ್ದವನೆಂಬುದನ್ನು ಯಾಕೆ ಮರೆಯುತ್ತೀಯ? ಇನ್ನು ಹದಿನೈದು ದಿನವಾದರೂ ಹೀಗೆಯೇ ಎಚ್ಚರವಾಗಿರಬಲ್ಲೆ. ಈಗ ನನ್ನ ಪ್ರತಿಜ್ಞೆ ಕೇಳು. ಕರ್ಣನನ್ನು ಕೊಲ್ಲುವತನಕ ಶಿಬಿರಕ್ಕೆ ಹಿಂತಿರುಗಿ ಅಣ್ಣನಿಗೆ ಮುಖ ತೋರಿಸುವುದಿಲ್ಲ. ಅಣ್ಣ, ನಿನ್ನ ಪಾದದಾಣೆ ಇದು.' ಎಂದು ಬಾಗಿ ಧರ್ಮಜನ ಎರಡು ಕಾಲುಗಳನ್ನೂ ಗಟ್ಟಿಯಾಗಿ ತಬ್ಬಿ ಹಿಡಿದ. ಅಣ್ಣನು ತಮ್ಮನ ತಲೆಯನ್ನು ಎದೆಗೆ ಆನಿಸಿ ತಬ್ಬಿ ಹಿಡಿದುಕೊಂಡ.

'ನಿನ್ನ ಪ್ರತಿಜ್ಞೆಗೆ ಕಾಲಮಿತಿ ಹಾಕದಿದ್ದುದು ಒಂದು ಅದೃಷ್ಟ.' ಎಂಬ ಕೃಷ್ಣನ ಮಾತು ಯುಯುಧಾನನಿಗೆ ತಕ್ಷಣ ಅರ್ಥವಾಯಿತು. ಪರಸ್ಪರರ ಅಪ್ಪುಗೆಯಲ್ಲಿ ಮುಳುಗಿದ್ದ ಅಣ್ಣ ತಮ್ಮಂದಿರ ತನಕ ಅದು ಇಳಿಯಲಿಲ್ಲ. ದ್ರೌಪದಿ ಮೊದಲಿನಂತೆ ನೋಡುತ್ತಾ ನಿಂತಿದ್ದಳು.

'ಹಾಗಾದರೆ ನಡಿ. ಶತ್ರುಗಳಿಗೆ ವಿಶ್ರಾಂತಿಗೆ ಅವಕಾಶ ಕೊಡಬಾರದು,' ಅರ್ಜುನನ ಎಡತೋಳು ಹಿಡಿದು ಎಳೆದ ಕೃಷ್ಣ ಇತ್ತ ತಿರುಗಿ ಹೇಳಿದ: 'ಯುಯುಧಾನ, ನಿನ್ನ

ವಿಶ್ರಾಂತಿಯಾಗಿದ್ದರೆ ಪ್ರಾತರ್ವಿಧಿ ಮುಗಿಸಿಕೊಂಡು ಕದನಸ್ಥಳಕ್ಕೆ ಬಾ. ನಮ್ಮಲ್ಲಿ ಎಲ್ಲರಿಗೂ ಸ್ವಲ್ಪ ಸ್ವಲ್ಪ ನಿದ್ದೆ ಬೇಕು. ಧೃಷ್ಟದ್ಯುಮ್ನನು ನಮ್ಮ ಸೈನಿಕರಿಗೇನೋ ಪಾಳಿಯಂತೆ ನಿದ್ದೆ ಮಾಡುವ ವ್ಯವಸ್ಥೆ ಮಾಡಿದ್ದಾನೆ.'

ತಲೆಗೂ ಮುಸುಕು ಬರುವಂತೆ ಬೆಚ್ಚಗೆ ಕಂಬಳಿ ಹೊದೆದು ಯುಯುಧಾನ ಬಯಲ ಕಡೆಗೆ ಹೋದಾಗ ಚಳಿಗಾಲದ ಬೆಳಕು ಹರಿಯುತ್ತಿತ್ತು. ಹಕ್ಕಿಪಕ್ಷಿಗಳ ಚಿಲಿಪಿಲಿಯೂ ಕಡಮೆ. ಅವನ ದೃಷ್ಟಿ ಕಳೆದ ಹದಿನೈದು ದಿನಗಳಿಂದ ಯುದ್ಧ ನಡೆದ ದಿಕ್ಕುಗಳ ಕಡೆಗೆ ತಿರುಗಿತು. ಮಬ್ಬುಗತ್ತಲೆಗೆ ಕಾಣುತ್ತಿಲ್ಲವೋ, ಅಥವಾ ತಿಂದು ತಿಂದು ಕಟ್ಟರೆಯಿಂದ ಮಲಾಮೆ ಬಂದಿದೆಯೋ ರಣಹದ್ದುಗಳಿಗೆ, ಆಕಾಶದಲ್ಲಿ ಕಾಣುತ್ತಿಲ್ಲ ಎಂದುಕೊಳ್ಳುವಾಗ ನದಿಯಿಂದ ಈಚೆಗೆ ಕೊಳೆತ ಹೆಣಗಳ ವಾಸನೆ ತೀರ ಕಡಮೆ ಎನ್ನಿಸಿತು. ತಕ್ಷಣವೇ ದಿನಾ ಬೆಳಗೆದ್ದು ಬಯಲ ಕಡೆಗೆ ಹೋದಾಗ ತನ್ನೂರಿನಲ್ಲಿ ನೋಡುತ್ತಾ ಕೂರುವ ಸಮುದ್ರದ ನೆನಪಾಯಿತು. ಸದಾ ಭೋರ್ಗರೆಯುವ ಹಸಿರು ಅಲೆಗಳನ್ನು ನೋಡಿ ಎಷ್ಟು ಯುಗಗಳಾದುವೋ ಎಂಬ ನೆನವರಿಕೆ. ಹಾಳು ಯುದ್ಧ ಬೇಗ ಮುಗಿಸಿ ಹಿಂತಿರುಗ ಬೇಕು ಎಂದುಕೊಳ್ಳುವಾಗ, ಬದುಕಿ ಉಳಿದರೆ ಎಂಬ ರೇಫ ಎದ್ದು ಸೇರಿಕೊಂಡಿತು. ಬದುಕುವುದೋ ಸಾಯುವುದೋ ಅಂತೂ ಯುದ್ಧ ಬೇಗ ಮುಗಿಯಬೇಕು ಎಂಬ ಇಚ್ಛೆ ಸ್ಪಷ್ಟವಾಗುತ್ತಿರುವಾಗ ಕೃಷ್ಣ ಹೇಳುವುದು ಸರಿ, ಶತ್ರುಗಳಿಗೆ ವಿಶ್ರಾಂತಿಗೆ, ತಿಳಿ ಆಲೋಚನೆಗೆ ಅವಕಾಶ ಕೊಡದೆ ಸುತ್ತಿಣಿಂದ ಒಂದೇಸಮ ಹೊಡೆದರೆ ಮಾತ್ರ ಬೇಗ ಮುಗಿದೀತು, ಭೀಮನ ರೀತಿಯೇ ಸರಿ, ಮುಗಿಸುವುದೊಂದೇ ಅವನ ಗುರಿ, ಬಿಲ್ಲುಬಾಣಗಳ ಕೌಶಲ, ಪ್ರತಾಪ ಮೆರೆಯುವ ವರಸೆಗಳು, ನೋಡಿದವರು ತಲೆತೂಗಬೇಕೆನ್ನಿಸುವ ಚಳಕ, ತನ್ನ ಉಗ್ಗಡಿಕೆಯನ್ನು ತಾನೇ ಕೇಳಬೇಕೆಂಬ ಬಯಕೆ, ಶೂರ ಪ್ರತಿಜ್ಞೆಗಳು, ಯಾವುವೂ ಇಲ್ಲದೆ ಗುಡುಗಿನಂತೆ ನುಗ್ಗಿ ಬಡಿದು, ಎಂಬ ನಡುವೆಯೇ ಆಗ ತಾನೆ ನೋಡಿಬಂದ ಅರ್ಜುನ ಧರ್ಮಜರ ದೃಶ್ಯವು ಮನಸ್ಸಿನಲ್ಲಿ ತಿರುವಿಕೊಳ್ಳಲು ಶುರುವಾಯಿತು. ತಾನು ಕೃಷ್ಣನೊಡನೆ ಉಪಪ್ಲಾವ್ಯಕ್ಕೆ ಬಂದು ಸೇರಿಕೊಂಡಾಗ ಕಾಣುತ್ತಿದ್ದ ಪಾಂಡವಪಂಚರಿಗೂ ಈಗ ಯುದ್ಧ ರೇಗಿದಂತೆ ಸ್ಪಷ್ಟವಾಗುತ್ತಿರುವ ವ್ಯಕ್ತಿಸ್ವರೂಪಗಳಿಗೂ ವ್ಯತ್ಯಾಸವಿರುವುದು ಎದ್ದುಕಂಡಿತು. ಮಾತು ಕಡಮೆಯಾದ ನಕುಲ ಸಹದೇವರು ಅಸಮಶೂರರಲ್ಲದಿದ್ದರೂ ದೃಢಮನಸ್ಕರು. ಪುಕ್ಕಲರಲ್ಲ. ವಿನಾಕಾರಣ ಜೀವ ಕಳೆದುಕೊಳ್ಳುವ ಪರಿಸ್ಥಿತಿ ಇರುವಾಗ ಮಾತ್ರ ಯುದ್ಧರಂಗದಿಂದ ಹಿಂದೆ ಸರಿಯುತ್ತಾರೆ. ಆದರೆ ತುಸು ವಿಶ್ರಮಿಸಿಕೊಂಡು ಬೇರೆ ಆಯಕಟ್ಟು ಹಿಡಿದು ಮತ್ತೆ ನುಗ್ಗುತ್ತಾರೆ. ಸಾವಧಾನಿಗಳಾದರೂ ನೆಚ್ಚಬಹುದಾದ ಯೋಧರು. ವೀರನಾದರೂ ಅರ್ಜುನನ ಭಾವಚಾಂಚಲ್ಯ ಈ ಮಟ್ಟದ್ದೆಂದು ತಾನು ಕಲ್ಪಿಸಿಕೊಳ್ಳುವುದೇ ಸಾಧ್ಯವಿರಲಿಲ್ಲ. ಧರ್ಮಜನು ತಾನು ಬಗೆದಷ್ಟು ದುರ್ಬಲ ಮನಸ್ಕನಲ್ಲ. ಜೂಜಿನ ವ್ಯಸನದಲ್ಲಿ ತನಗಿರುವ ದೌರ್ಬಲ್ಯ ಅವನಿಗೂ ಗೊತ್ತಿದೆ. ಆದರೆ ಅರ್ಜುನನಂತೆ ಅವನಿಗೆ ಅಳತೆ ಮೀರಿದ ಸ್ವಜನಪ್ರೀತಿಯಿಲ್ಲ. ಭೀಷ್ಮನನ್ನು ನಾಳೆ ಕೊಲ್ಲಲೇಬೇಕೆಂದು ಅವನೇ ಧೃಷ್ಟದ್ಯುಮ್ನನಿಗೆ ಸೂಚನೆ ಕೊಟ್ಟ. ದ್ರೋಣನನ್ನು ಮುಗಿಸದೆ ಗತ್ಯಂತರವಿಲ್ಲವೆಂದು

ಸಾರಿದ. ಈಗ ಕರ್ಣನ ಸಾವು ಆಗಲೇಬೇಕೆಂದು ನಿರೀಕ್ಷಿಸುತ್ತಿದ್ದಾನೆ. ಸ್ವತಃ ಸಾಧಿಸುವ ಶಾರೀರಿಕ ಶಕ್ತಿ, ಯುದ್ಧಸಾಮರ್ಥ್ಯ ಇಲ್ಲ, ಎಂದುಕೊಳ್ಳುತ್ತಿರುವಾಗ ಭೀಷ್ಮನು ನಿವೃತ್ತನಾದಾಗಿನಿಂದ ಇದುವರೆಗೆ ನಡೆದ ಘಟನೆಗಳು ಕ್ರಮವನ್ನನುಸರಿಸಿ ಸ್ಥೂಲವಾಗಿ ನೆನಪಿನಲ್ಲಿ ಮರುಕಳಿಸಿದವು. ಧರ್ಮಜನನ್ನು ಸೆರೆಹಿಡಿಯುವುದೇ ತನ್ನ ಸೇನಾಪತಿತ್ವದ ಪ್ರಥಮ ಗುರಿ ಎಂದು ದ್ರೋಣನು ದುರ್ಯೋಧನನಿಗೆ ಆಶ್ವಾಸನೆ ಕೊಟ್ಟು ಅದು ನಮ್ಮ ಗೂಢಚಾರರಿಂದ ತಿಳಿದು ಧರ್ಮಜನು ಎಷ್ಟೊಂದು ಹೆದರಿಬಿಟ್ಟ! 'ಅರ್ಜುನ, ನೀನು ನನ್ನ ಹತ್ತಿರವೇ ಇರಬೇಕು. ಯಾವ ತಂತ್ರದಲ್ಲಿ ಆಚಾರ್ಯನು ನನ್ನನ್ನೂ ನನ್ನ ದಳವನ್ನೂ ಸುತ್ತುವರಿದು ಸೆರೆ ಹಿಡಿದುಬಿಡುತ್ತಾನೋ!' ಅರ್ಜುನನನ್ನು ಇವನಿಂದ ಬೇರೆ ಎಳೆಯಲೆಂದೇ ಸಂಶಕ್ತಕರ ದಳವನ್ನು ಬೇರೆಯಾಗಿ ಕಳಿಸಿ ಅರ್ಜುನನಿಗೆ ಗಂಡಸಾದರೆ ಬಂದು ಕಾಯುವಂತೆ ಸವಾಲು ಹಾಕಿಸಿ ಕೃಷ್ಣ ಬೇಡವೆಂದರೂ ಅವನು ಸವಾಲು ಸ್ವೀಕರಿಸಿ ಪ್ರತ್ಯೇಕವಾಗಿ ಹೊರಳಿ, ಅವನಿಗೆ ಅಣ್ಣನ ರಕ್ಷಣೆಗಿಂತ ತನ್ನ ಗಂಡಸುತನದ ಕೀರ್ತಿಯೇ ಹೆಚ್ಚಾಯಿತು, ಇತ್ತ ದ್ರೋಣನ ಸೆರೆ ಹಿಡಿಯುವ ತಂತ್ರದ ಚಕ್ರವ್ಯೂಹವನ್ನು ಭೇದಿಸುವ ಕುಶಲತೆಯು ನಮ್ಮ ಕಡೆ ಬೇರೆ ಯಾರಿಗೂ ಇಲ್ಲದೆ ಯುವಕ ಅಭಿಮನ್ಯು ಹೋಗಿ ಸತ್ತು, ಅವನನ್ನು ಸಾಯಿಸಲು ಕಾರಣನಾದ ಜಯದ್ರಥನನ್ನು ನಾಳೆ ಸಂಜೆಯೊಳಗೆ ಕೊಲ್ಲುವೆನೆಂದು ಅರ್ಜುನನು ಸಾಧ್ಯಾಸಾಧ್ಯತೆಗಳನ್ನು ಯೋಚಿಸದೆ ಪ್ರತಿಜ್ಞೆ ಮಾಡಿ, ಈ ಅರ್ಜುನನ ಸ್ವಭಾವ ಇಷ್ಟು ವರ್ಷ ನನಗೆ ಗೊತ್ತೇ ಇರಲಿಲ್ಲವಲ್ಲ, ಎಂದು ಯುಯುಧಾನ ಖೇದಪಡುತ್ತಿರುವಾಗ ಆಕಾಶದಲ್ಲಿ ಹದ್ದುಗಳು ಹಾರುವುದು ಕಾಣಿಸಿತು. ಚಳಿಯ ರಾತ್ರಿ ಎಂದು ಎಲ್ಲೋ ವಿಶ್ರಾಂತಿಗೆ ಕೂತಿದ್ದವೋ ಅಥವಾ ರಾತ್ರಿಯನ್ನೆಲ್ಲ ಹೆಣಗಳ ಸುಗ್ಗಿಯಲ್ಲಿ ಕಳೆದು ಬೆಳಗಾದ ಮೇಲೆ ಶರೀರದ ಲವಲವಿಕೆಗೆಂದು ಹಾರಲು ಶುರುಮಾಡಿವೆಯೋ ಎಂಬ ಊಹೆ ಹುಟ್ಟಿತು. ತಾನು ಬೇಗ ಯುದ್ಧಕ್ಕೆ ಹೋಗಬೇಕೆಂದು ಎದ್ದು ಪ್ರಕ್ಷಾಳನಾದಿಗಳನ್ನು ಮುಗಿಸಿ, ಸ್ನಾನ ಮಾಡಲು ಇಳಿದಾಗ ಕಾಲುಕೈ ತೋಳುಮುಖಗಳೆಲ್ಲ ಚುರುಚುರು ಉರಿಯಲು ಶುರುವಾಗಿ ಸರಕ್ಕನೆ ಮೇಲೆ ಬಂದ. ಬಾಣಗಳು ಚುಚ್ಚಿ ಮೈ ಕೈ ಮುಖಗಳಲ್ಲಿ ಆಗಿರುವ ಗಾಯಗಳ ಜೊತೆಗೆ ಹೆದೆಯನ್ನೆಳೆದೆಳೆದು ಬಲಬೆರಳುಗಳು ಮತ್ತು ಎಡಹಸ್ತದ ಚರ್ಮವು ಕಿತ್ತು ಒಣಗಿ ಮತ್ತೆ ಕಿತ್ತಿರುವುದನ್ನು ಮರೆತೇಬಿಟ್ಟಿದ್ದ. ಖೇದವಾಯಿತು. ತಂದಿದ್ದ ಹತ್ತಿಯ ವಸ್ತ್ರದಿಂದ ಉಪಾಯವಾಗಿ ನೀರನ್ನು ಒಣಗಿಸಿಕೊಂಡನಂತರ ತನ್ನ ಗುಡಿಸಿಲಿಗೆ ಹೋಗಿ ಬಿಸಿ ರೊಟ್ಟಿ ತಿಂದು ನದಿಯನ್ನು ದಾಟಿ ರಥ ಹತ್ತಿದಾಗ ಸಾರಥಿ ಎಂದ: 'ಎರಡು ದಿನಕ್ಕೆ ಆಗುವಷ್ಟು ರೊಟ್ಟಿ, ಒಂದು ತಾಮ್ರದ ಬಿಂದಿಗೆ ನೀರು ಇಟ್ಟಿದ್ದೇನೆ. ಸರಿಯಾಗಿ ನೋಡು, ತುಂಬಿಕೊಂಡಿರುವ ಬಾಣಗಳು ಸಾಕೆ?'

'ಮಹಾರಾಜ, ಭೀಷ್ಮರ ಹತ್ತು ದಿನಗಳ ಸೇನಾಪತಿತ್ವದ ಅವಧಿಯಲ್ಲಿ ಯಾವ ಪ್ರಮುಖರೂ ಸಾಯಲಿಲ್ಲ. ಬರೀ ಸೈನಿಕರ ಶಿರಗಳುರುಳಿದವು–ಮಹಾಸಮೂಹಕ್ಕೆ ಅಡುಗೆ

ಮಾಡುವ ಮುನ್ನ ಆಡು ಕುರಿಗಳ ತಲೆಗಳುರುಳುವಂತೆ. ಆದರೆ ದ್ರೋಣರ ನಾಲ್ಕೂವರೆ ದಿನಗಳ ಅವಧಿಯಲ್ಲಿ ಪ್ರಮುಖರ ತಲೆಗಳೂ ಉರುಳಿವೆ. ಸಾಧಾರಣ ಯೋಧರ ಸಂಖ್ಯೆ ಏನೂ ಕಡಮೆ ಇಲ್ಲ.....'

ಸಂಜಯನ ಮಾತಿನ ಆರಂಭವನ್ನು ಗಕ್ಕನೆ ತಡೆದ ಧೃತರಾಷ್ಟ್ರ, 'ಯಾರು ಯಾರು ಆ ಪ್ರಮುಖರು? ಮೊದಲು ಹೇಳು' ಎಂದ.

'ಹೇಳುತ್ತೇನೆ,' ತನ್ನ ಆರಂಭಕ್ಕೆ ತಡೆಬಿದ್ದದ್ದರಿಂದ ಕ್ರಮ ತಪ್ಪಿದ ಸಂಜಯ ಒಂದು ಕ್ಷಣ ಜ್ಞಾಪಿಸಿಕೊಂಡನಂತರ ಹೇಳತೊಡಗಿದ: 'ಅರ್ಜುನನ ಮಗ ಅಭಿಮನ್ಯು, ಭೀಮನ ಮಗ ಘಟೋತ್ಕಚ, ಆಚಾರ್ಯ ದ್ರೋಣ, ಸಿಂಧುರಾಜ ಜಯದ್ರಥ, ಇತರ ಹಲವು ಮಿತ್ರರಾಜರು.....'

ಎಂಬಲ್ಲಿ ಗಾಂಧಾರಿ, 'ನನ್ನ ದುಶ್ಶಳೆಯ ಗಂಡನೆ?' ಎಂದು ಕಿಟ್ಟನೆ ಕಿರುಚಿಕೊಂಡಳು.

'ಹೌದು, ಮಹಾರಾಣಿ,' ಸಂಜಯ ನಿರ್ಭಾವುಕನಾಗಿ ಉತ್ತರವಿತ್ತ. ತನ್ನ ವರದಿಯ ಕ್ರಮಕ್ಕೆ ಧಕ್ಕೆಯುಂಟಾದುದಕ್ಕೆ ಅವನಿಗೆ ಕಸಿವಿಸಿಯಾಯಿತು. ಯಾವನು ಕೊಂದವನು? ಅವಳ ಪ್ರಶ್ನೆಗೆ ಶಾಂತವಾಗಿ, 'ಅರ್ಜುನ, ಕೊಂದು ತನ್ನ ಶಪಥ ಪೂರೈಸಿಕೊಂಡ' ಎಂದು ನಿಲ್ಲಿಸಿದ.

'ನನ್ನ ಮಗಳನ್ನು ವಿಧವೆಯಾಗಿ ಮಾಡಿದ ಅವನ ಹೆಂಡತಿಯೂ.....' ಗಾಂಧಾರಿಯ ಶೋಕವು ಶಾಪಕ್ಕೆ ತಿರುಗಿತು. ಧೃತರಾಷ್ಟ್ರನ ಕರುಳೂ ಕರಗಿತು. ರಾತ್ರಿಯ ಹಣತೆ ಗೂಡಿನಲ್ಲಿ ಮೌನವಾಗಿ ಉರಿಯುತ್ತಿತ್ತು. ವಿದುರ ಕಂಬ ಒರಗಿ ಕುಳಿತಿದ್ದ.

'ವಿದುರ, ನೀನಾದರೂ ಇವಳಿಗೆ ಸಮಾಧಾನ ಹೇಳಬಾರದೆ?' ಧೃತರಾಷ್ಟ್ರ ಕೇಳಿದ.

'ಶಾಪ ಹಾಕುತ್ತಾ ಹಾಕುತ್ತಾ ತಾನೇ ಸಮಸ್ಥಿತಿಗೆ ತಿರುಗುತ್ತದೆ. ಆ ಹುಡುಗ ಅಭಿಮನ್ಯುವಿನ ಹೆಂಡತಿ, ಘಟೋತ್ಕಚನ ಹೆಂಡತಿಯರೂ ವಿಧವೆಯಾದರಲ್ಲ. ಇದುವರೆಗೆ ಸತ್ತಿರುವ ಲೆಕ್ಕವಿಲ್ಲದಷ್ಟು ಸೈನಿಕರ ಹೆಂಡಿರು, ಮಿತ್ರರಾಜರ ಹೆಂಡಿರೂ ಮುಂಡೆಯರಾಗಿದ್ದಾರೆ. ದೇವಿ, ಹಲವಾರು ದೇಶಗಳ ತಮ್ಮ ತಮ್ಮ ಮನೆಗಳಲ್ಲಿ ಕೂತೋ, ಹೊಲ ಗದ್ದೆಗಳಲ್ಲಿ ದುಡಿಯುತ್ತಲೋ ಇರುವ ಈ ಅಸಂಖ್ಯ ಹೆಂಗಸರ ವೈಧವ್ಯವು ಒಂದೇ ಕದನಕ್ಷೇತ್ರದಲ್ಲಿ ಯಾವ ಕ್ರಮದಲ್ಲಿ ಉಂಟಾಯಿತು ಎಂಬುದನ್ನು ಕೇಳೋಣ.'

ವಿದುರನ ಮಾತಿನಿಂದ ಗಾಂಧಾರಿ ಶಾಪವನ್ನು ನಿಲ್ಲಿಸಿದಳು. ಅವಳ ಕೆಂಪು ಮುಖವು ಇನ್ನೂ ಕೆಂಚಗಾದದ್ದು ದೀಪದ ಬೆಳಕಿನಲ್ಲಿ ಅವರಿಬ್ಬರಿಗೂ ಕಾಣುತ್ತಿತ್ತು. 'ಸಂಜಯ, ಮುಂದೆ ಹೇಳು,' ವಿದುರ ಆದೇಶವಿತ್ತ.

"ಸೇನಾಪತಿಪಟ್ಟ ಕಟ್ಟಿಕೊಂಡನಂತರ ದ್ರೋಣರ ಮುಖದಲ್ಲಿ ಕೃತಜ್ಞತೆ ಮತ್ತು ಧನ್ಯತೆಯ ಭಾವ ಮೂಡಿಬಂತು. 'ಮಹಾರಾಜ, ನೀನು ತೋರಿಸಿದ ಈ ಗೌರವಕ್ಕೆ ಪ್ರತಿಯಾಗಿ ನಾನು ಏನನ್ನು ಕೊಡಲಿ?' ಎಂದರು. 'ಹೆಚ್ಚೇನೂ ಬೇಡ. ಧರ್ಮಜನನ್ನು ಸೆರೆಹಿಡಿಸಿ ತರಿಸಿಬಿಡಿ. ಅವನ ಜೀವಕ್ಕೆ ನಾನು ಯಾವ ಕೇಡನ್ನೂ ಮಾಡುವುದಿಲ್ಲ. ಅನಂತರ ಈ ಯುದ್ಧ ನಿಲ್ಲಿಸಿ ಶಾಂತಿಯನ್ನು ಹೇಗೆ ಸಾಧಿಸಬಹುದೆಂಬುದನ್ನು ನಿಶ್ಚಯಿಸುತ್ತೇನೆ.' ಎಂಬ

ಮಹಾರಾಜನ ಕೋರಿಕೆಯನ್ನು ಅವರೂ ಮೆಚ್ಚಿದರು. ಯುದ್ಧದಲ್ಲಿ ಗೆದ್ದು ತರಿಸಿದನಂತರ ಅವನ ಪಾಲಿನ ರಾಜ್ಯ ಕೊಟ್ಟುಕಳಿಸುವ ಕ್ಷತ್ರಿಯೋಚಿತ ಔದಾರ್ಯ ತೋರಿಸುವುದಲ್ಲವೇ ಮಹಾರಾಜನ ಉದ್ದೇಶ? ಸರಿ, 'ಧರ್ಮಜನನ್ನು ಸೆರೆ ಹಿಡಿಯುವುದೇ ನಮ್ಮ ಉದ್ದೇಶ, ಅದಕ್ಕೆ ತಕ್ಕಂತೆ ನಾನೊಂದು ವ್ಯೂಹ ರಚಿಸುತ್ತೇನೆ. ಅದರ ಮರ್ಮವನ್ನು ನೀವೆಲ್ಲ ಸರಿಯಾಗಿ ಅರಿತು ಯುದ್ಧ ಮಾಡತಕ್ಕದ್ದು,' ಆಚಾರ್ಯರು ನಮ್ಮ ಕಡೆಯ ದಳಪತಿಗಳಿಗೆಲ್ಲ ವಿವರಿಸಿದರು. ದಳಪತಿಗಳು ತಮ್ಮ ಅಧೀನಮುಖ್ಯರಿಗೆ ತಂತ್ರದ ಮುಖ್ಯಭಾಗಗಳನ್ನು ಹೇಳಿಕೊಟ್ಟರು. ಚಕ್ರವ್ಯೂಹ ಅಂತಲಂತೆ ಹೆಸರು. ಆದರೆ ಒಂದು ಅಡಚಣೆ ಕಂಡಿತು. ತಾವು ತಿಳಿದಿದ್ದ ವ್ಯೂಹತಂತ್ರಗಳನ್ನೆಲ್ಲ ಅರ್ಜುನನಿಗೆ ಹೇಳಿಕೊಟ್ಟಿದ್ದರಲ್ಲ ಅವನು ಈ ರೀತಿಯನ್ನು ನೋಡಿದ ತಕ್ಷಣ ಅದಕ್ಕೆ ಸಿಕ್ಕದಂತೆ ಆರಂಭದಿಂದಲೇ ರಚನೆಯನ್ನು ಒಡೆದೊಡೆದು ನುಗ್ಗಬಹುದು. ಅಲ್ಲದೆ ಅವನ ರಥ ನಡೆಸುವ ಕೃಷ್ಣನ ಚುರುಕು ಬುದ್ಧಿಗೆ ನಮ್ಮ ತಂತ್ರ ತಿಳಿದು, ಅವನು ನಮ್ಮ ವ್ಯೂಹ ನಮಗೇ ಹಾನಿಯಾಗುವಂತೆ ತಿರುಗಿಸುವ ಪ್ರತಿತಂತ್ರ ಮಾಡಬಹುದು. ಆದ್ದರಿಂದ ಏನಾದರೂ ಮಾಡಿ ಅರ್ಜುನ ಕೃಷ್ಣರನ್ನು ಈ ಯುದ್ಧದಿಂದ ದೂರ ಎಳೆದುಬಿಡಬೇಕು. ಇದಕ್ಕೆ ಏನು ಮಾಡುವುದು? ತ್ರಿಗರ್ತದ ರಾಜ ಸುಶರ್ಮ, ಅವನ ತಮ್ಮಂದಿರಾದ ಸತ್ಯೇಷು, ಸತ್ಯಕರ್ಮ, ಸತ್ಯದೇವ, ಸತ್ಯರಥ ಈ ಐವರೂ ನಮ್ಮ ಮಹಾರಾಜನಿಗೆ ಆಪ್ತರು. ಇನ್ನೇನು ಮರುದಿನ ಬೆಳಗ್ಗೆ ಯುದ್ಧ ಆರಂಭವಾಗಬೇಕು ಅನ್ನುವಾಗ ಇವರಲ್ಲಿ ಹಿರಿಯನಾದ ಸುಶರ್ಮನು, ನೀನು ಗಂಡಸಾದರೆ ಈಗ ನನ್ನೊಡನೆ ಪ್ರತ್ಯೇಕ ಯುದ್ಧ ಮಾಡು ಬಾ ಅಂತ ಸವಾಲು ಹಾಕಬೇಕು. ಇಂತಹ ಸವಾಲನ್ನು ಅಲಕ್ಷ್ಯಿಸುವುದು ಅರ್ಜುನನ ಸ್ವಭಾವಕ್ಕೆ ಸಾಧ್ಯವಿಲ್ಲ. ಆಗ ಅರ್ಜುನ ಕೃಷ್ಣ ಇಬ್ಬರೂ ಕದನದ ಮುಖ್ಯರಂಗದಿಂದ ದೂರವಾಗುತ್ತಾರೆ. ಉಳಿದ ಯಾರಿಗೂ ಈ ವ್ಯೂಹದ ತಂತ್ರ ತಿಳಿಯುವುದಿಲ್ಲ, ಧರ್ಮಜನನ್ನು ಸೆರೆ ಹಿಡಿಯುವುದು ಅನುಮಾನಾತೀತ ಎಂದು ಮುನ್ನಾಲೋಚಿಸಿ ಅದರಂತೆಯೇ ಮಾಡಿದರು."

'ಭೇಷ್, ಭೇಷ್, ಹಾಗೆಯೇ ಆಯಿತೋ? ಸೆರೆಯಲ್ಲಿರುವ ಅವನನ್ನು ನನ್ನ ಮುಂದೆ ತಂದು ನಿಲ್ಲಿಸುವಂತೆ ದುರ್ಯೋಧನನಿಗೆ ಹೇಳು,' ಧೃತರಾಷ್ಟ್ರ ಇದ್ದಕ್ಕಿದ್ದಂತೆಯೆ ಉತ್ಸುಕನಾದ.

"ಸೆರೆ ಹಿಡಿಯಲಾಗಲಿಲ್ಲ. ಬೇರೆ, ಅನಿರೀಕ್ಷಿತ ಘಟನೆಗಳು ನಡೆಯತೊಡಗಿದವು. ಅರ್ಜುನನಂತೂ ತ್ರಿಗರ್ತದ ಬಹಿರಂಗ ಸವಾಲನ್ನು ಕೇಳಿದ ತಕ್ಷಣ ತನ್ನ ದಳದೊಡನೆ ಆ ಕಡೆಗೆ ಹೊರಟುಹೋದ. ಸಾಕಷ್ಟು ದೂರ. ಮುರಿದ ರಥ, ಬಾಣಗಳ ಚೂರುಗಳು, ಹೆಣಗಳ ವಾಸನೆಯ ನಾಲ್ಕು ದಿಣ್ಣೆ ಇಳಿವುಗಳನ್ನು ದಾಟಿ ಅದರಾಚೆ ಇದ್ದ ಖಾಲಿ ಬಯಲಿನಲ್ಲಿ ಬಹಿರಂಗ ಸವಾಲು ಹಾಕಿದವರೊಡನೆ ಪೌರುಷ ಸ್ಥಾಪಿಸಲು. ಇತ್ತ ಇದು ಇಂಥದೇ ಒಂದು ವ್ಯೂಹ, ಎಂಬ ಸುಳಿವು ಪಾಂಡವರಿಗೆ ಹತ್ತಿತು. ತಿಳಿಯದ ನಾವು ಅದನ್ನು ಭೇದಿಸಲು ನುಗ್ಗಬಾರದೆಂದು ಧರ್ಮಜ ತನ್ನ ದಳದೊಡನೆ ಹಿಂದೆ ನಿಂತುಬಿಟ್ಟ. ಆದರೆ ಪ್ರವೇಶಿಸದಿದ್ದರೆ ಕ್ಷತ್ರಿಯಸಮೂಹದಲ್ಲಿ ಅಪಹಾಸ್ಯಕ್ಕೆ ಗುರಿಯಾಗುವ ಚಿಂತೆ. ನಕುಲ ಸಹದೇವ ಯುಯುಧಾನ ಧೃಷ್ಟದ್ಯುಮ್ನ ಮೊದಲಾದವರಿಗೂ ದಿಕ್ಕು ತೋಚಲಿಲ್ಲ.

ಭೀಮ ಮಾತ್ರ, 'ಶತ್ರುಗಳು ಬಯಸುವ ರೀತಿಯಲ್ಲೇ ಭೇದಿಸಬೇಕೆಂಬುದೇನು? ವ್ಯೂಹಭೇದನ ನಮ್ಮ ಗುರಿಯಾಗಬಾರದು. ಸಿಕ್ಕಿದ ಕಡೆಯಿಂದ ಜಜ್ಜೋಣ ನಡೆಯಿರಿ.' ಎಂದು ಯಾವುದೋ ಮಗ್ಗುಲಿನಿಂದ ನುಗ್ಗಿ ಹೊಡೆಯಲು ಪ್ರಾರಂಭಿಸಿದ. ಉಳಿದವರು ಅನುಮಾನಿಸುತ್ತಾ ನಿಂತರು. ಆಗ ಅರ್ಜುನನ ಮಗ ಅಭಿಮನ್ಯು ಮುಂದೆ ಬಂದು, 'ಈ ಚಕ್ರವ್ಯೂಹದ ತಂತ್ರ ನನಗೆ ಗೊತ್ತಿದೆ. ಉಪಪ್ಲಾವ್ಯದಲ್ಲಿ ನಮ್ಮಪ್ಪ ನನಗೆ ಮರಳ ಮೇಲೆ ಗೆರೆ ಹಾಕಿ ಬರೆದು ಅದರ ವಿವರಗಳನ್ನು ಹೇಳಿಕೊಟ್ಟಿದ್ದಾನೆ. ನಾನು ನುಗ್ಗುತ್ತೇನೆ. ನನ್ನನ್ನು ನೀವೆಲ್ಲ ಅನುಸರಿಸಿ' ಎಂದ. ಸಣ್ಣ ಯುವಕನಾದರೂ ಅತಿ ಉತ್ಸಾಹಿ. ಬಿಲ್ಲು ಗೋಲಾಕಾರಕ್ಕೆ ಬರುವಂತೆ ಹೆದೆ ಎಳೆದು ಅವನು ಹೊಡೆಯುತ್ತಿದ್ದ ತತ್‌ಕ್ಷಣತೆ ಅವನಪ್ಪನಿಗೆ ಸಾಧ್ಯ. ಗುರಿಯೂ ಅಷ್ಟೇ ಖಚಿತ. ಸ್ವಲ್ಪ ಹೊತ್ತು ಧರ್ಮಜ ಅನುಮಾನಿಸಿದನಂತೆ. ಆದರೆ ಮಾನದ ಪ್ರಶ್ನೆ. ಅವನನ್ನು ಮುಂದೆ ಬಿಟ್ಟುಕೊಂಡು ಇವರು ಹೊರಟರು. ದಿಕ್ಕು ತಪ್ಪಿಸುವುದೇ ಚಕ್ರವ್ಯೂಹದ ವಿಶೇಷ ಗುಣ. ಅಭಿಮನ್ಯು ಭೇದಿಸಿ ಮುಂದೆ ನಡೆದ, ಭೇದಿಸಿ ಅಂದರೇನು, ಬೇಕೆಂದೇ ಭೇದಿಸಿಕೊಂಡಂತೆ ಮಾಡಿ ಅವನನ್ನು ಒಳಕ್ಕೆ ಸೇರಿಸಿಕೊಂಡರು. ಇತ್ತ ಧರ್ಮ ರಾಜನ ಎರಡು ಬದಿಗಳಿಗೂ ದ್ವಾರಕೆಯ ಯಾದವರ ಯುಯುಧಾನ ಧೃಷ್ಟದ್ಯುಮ್ನರು. ಹಿಂಬದಿಗೆ ನಕುಲ, ಮುಂಬದಿಗೆ ಸಹದೇವರು, ತಮ್ಮ ತಮ್ಮ ದಳಗಳ ಸಮೇತ ಸುತ್ತುವರಿ ದರು. ಹೀಗಾಗಿ ಅವನನ್ನು ಸೆರೆ ಹಿಡಿಯುವುದು ಆಗಲೇ ಇಲ್ಲ. ಒಳಗೆ ಸಿಕ್ಕಿದ ಅಭಿಮನ್ಯು ವನ್ನು ಮಾತ್ರ ಅಪರಾಹ್ಣದ ಹೊತ್ತಿಗೆ ಚಚ್ಚಿ ಉರುಳಿಸಿದರು. ಅಭಿಮನ್ಯುವಾದರೂ ಏನು ಹೊಡೆದುರುಳಿಸಿದ ಅಂತ! ಸಣ್ಣಪ್ರಾಯದ ಯುವಕರನ್ನೇ ಆರಿಸಿ ಆರಿಸಿ ತನ್ನದೇ ಒಂದು ದಳ ರಚಿಸಿಕೊಂಡಿದ್ದನಂತೆ. ಉಪಪ್ಲಾವ್ಯದಲ್ಲಿದ್ದಾಗಲೇ. ಎಲ್ಲ ಇಪ್ಪತ್ತು, ಅದಕ್ಕಿಂತ ಕಡಮೆ ವಯಸ್ಸಿನ ಮರಿಗಳು. ಅಪಾಯ ಸ್ಪಷ್ಟವಾಗಿ ಎದುರಿಗೆ ಕಾಣಿಸುತ್ತಿದ್ದರೂ ಕಣ್ಣುಮುಚ್ಚಿ ನುಗ್ಗುವ ಉತ್ಸಾಹ. ಹಿರಿಯರಂತೆ ಹಿಂದು ಮುಂದು ನೋಡುವ ನಿಧಾನವಿಲ್ಲ. ತಾವು ನುಗ್ಗುತ್ತಿರುವುದು ಚಚ್ಚಿ ಉರುಳಿಸುವುದಕ್ಕೇ ಎಂಬ ಮಿತಿ ಕಾಣದ ಆವೇಶ. ಗೆಲ್ಲುವ ಪಲ್ಲುವ ಕೌಶಲ ಮೆರೆಯುವ ಕ್ಷತ್ರಿಯ ಸಮುದಾಯದಿಂದ ವಾಹ್ ಎನ್ನಿಸಿಕೊಳ್ಳುವ ಘನತೆ ಗಾಂಭೀರ್ಯಗಳ ಭಾರಹೊರುವ ಚಪಲವಿಲ್ಲದ ಆವೇಶ. ಎಲ್ಲರೂ ಅಷ್ಟೆ. ವ್ಯೂಹದ್ವಾರ ದಲ್ಲಿದ್ದ ಜಯದ್ರಥನನ್ನು ಕಂಡೊಡನೆ ಅಭಿಮನ್ಯು, 'ನನ್ನ ದೊಡ್ಡಮ್ಮನನ್ನು ಅಪಮಾನ ಮಾಡಿದ್ದವನು ನೀನೇ ಏನೊ?' ಎಂದು ಒಂದು ಬಾಣ ಬಿಟ್ಟ, ಹುಡುಗರೆಲ್ಲ ಒಂದೇಸಮನೆ ಅತ್ತ ಹೊಡೆದರು. ಜಯದ್ರಥ ಒಂದು ಮುಹೂರ್ತ ಸುಧಾರಿಸಿಕೊಳ್ಳಬೇಕಾಯಿತು. ಇವರು ಮುಂದೆ ನುಗ್ಗಿದರು. ಇಕ್ಷ್ವಾಕುವಂಶದ ರಾಜ, ಹೆಸರೇನೋ ಮರೆತುಹೋಯಿತು. ಅವನನ್ನು ಸಣ್ಣ ತುಕಡಿಯೊಂದಿಗೆ ಕೊಂದುಹಾಕಿದರು. ಅಷ್ಟು ಜೋರಿನಿಂದ ಯುದ್ಧ ಮಾಡದೆ ಅಲಂಕಾರಕ್ಕಾಗಿ ನಿಂತಿದ್ದ ಶಲ್ಯಮಹಾರಾಜ, ಮದ್ರ ದೇಶದವನು, ಅವನಿಗೆ ಒಂದು ಬಾಣ ತಗುಲಿದ್ದೇ ತಡ, ತಲೆತಿರುಗಿ ರಥದಲ್ಲಿಯೇ ಕುಸಿದುಬಿಟ್ಟ. ಮುಂದೆ ನುಗ್ಗಿ ದ್ರೋಣರ ರಥಸೇನೆಯನ್ನೇ ಆಕ್ರಮಿಸಿದರು. ಅದು ಚಲ್ಲಾಪಿಲ್ಲಿಯಾಗಿ ಕುದುರೆಗಳು ದಿಕ್ಕು ತಪ್ಪಿ ಹಿಡಿತ ಕೈಬಿಟ್ಟು ಹೋಯಿತು. ಇವನು ಅರ್ಜುನನ ಮಗನಂತೆ ಎಂದು ಕೇಳಿದ ದ್ರೋಣರೇ

ಒಂದು ಕ್ಷಣ ಅವನನ್ನೇ ದಿಟ್ಟಿಸಿ ನೋಡಿ ಶಹಬ್ಬಾಸ್ ಎಂದರು. ಆಮೇಲೆ ಅವನನ್ನು ನುಗ್ಗಿ ಹೊಡೆಯುವಂತೆ ದುರ್ಯೋಧನನಿಗೆ ಹೇಳಿದರು. ದುಶ್ಶಾಸನ ಸೋತುಹೋದ. ಆಶ್ಚರ್ಯದ ಮಾತೆಂದರೆ ಕರ್ಣಮಹಾರಾಜ ಕೂಡ ಸೋತದ್ದು. ಅದೇಕೋ ಕರ್ಣ ಅಭಿಮನ್ಯುವನ್ನು ನೋಡುವುದರಲ್ಲಿ ಹೆಚ್ಚು ತಲ್ಲೀನನಾಗಿಬಿಟ್ಟ. ಸರಿಯಾಗಿ ಬಿಲ್ಲು ಹೊಡೆಯ ಲಿಲ್ಲ, ಆ ಹುಡುಗನ ರೂಪಿಗೆ ಮನಸೋತನೋ ಅನ್ನುವ ರೀತಿ. ಆ ಹುಡುಗರಿಗೆ ಯಾರಾದರೇನು? ಸಿಕ್ಕಿದವರನ್ನು ಚಚ್ಚಿದ್ದೇ ಚಚ್ಚಿದ್ದು, ಜೊತೆಗೆ ಹೋಽಽಯ್ ಎಂಬ ಉತ್ಸಾಹದ ಕೂಗು. ನಮ್ಮವರು ಎಷ್ಟು ಜನ ಸತ್ತರು ಅಂತ! ಮದ್ರರಾಜ ಶಲ್ಯನ ಒಬ್ಬ ಮಗ ಸತ್ತುಬಿದ್ದ. ಉಳಿದೆಷ್ಟೋ ರಾಜಕುಮಾರರು. ವೃಂದಾರಕ ಅನ್ನುವ ಒಬ್ಬ ರಾಜ. ಆಮೇಲೆ, ಅಶ್ವಕೇತು, ಶತ್ರುಂಜಯ, ಚಂದ್ರಕೇತು, ಮೇಘವೇಗ, ಸುವರ್ಚ, ಸೂರ್ಯಭಾಸ, ಇನ್ನೂ ಯಾರು ಯಾರೋ ಎಷ್ಟು ಹೆಸರು ಅಂತ ನೆನಪಿನಲ್ಲಿಟ್ಟುಕೊಳ್ಳಲಿ? ಹಾಂ, ಮುಖ್ಯವಾದ್ದನ್ನೇ ಮರೆತಿದ್ದೆ. ದುರ್ಯೋಧನ ಮಹಾರಾಜನ ಮಗ ಲಕ್ಷಣ. ಆಮೇಲೆ, ಆಮೇಲೆ....."

'ನನ್ನ ಮೊಮ್ಮಗ ಲಕ್ಷಣನೇ?' ಧೃತರಾಷ್ಟ್ರ ಗಟ್ಟಿಯಾಗಿ ಕೂಗಿಕೊಂಡ.

ತಾನು ಯಾರಿಗೆ ಹೇಳುತ್ತಿದ್ದೇನೆಂಬುದನ್ನು ಮರೆತು ತಲ್ಲೀನನಾಗಿದ್ದ ಸಂಜಯ, 'ಹೌದು. ಆಮೇಲೆ ಈ ಹುಡುಗರ ದಳದ ಹೊಡೆತ ತಾಳಲಾರದೆ ಶಕುನಿ ಒಂದು ಸೂಚನೆ ಕೊಟ್ಟ.....'

'ನಿಲ್ಲಿಸು, ನಿಲ್ಲಿಸು. ಸಂಜಯ ವರದಿಯನ್ನು ನಿಲ್ಲಿಸು,' ಧೃತರಾಷ್ಟ್ರ ಇನ್ನೊಮ್ಮೆ ಕೂಗಿಕೊಳ್ಳುವಾಗ ಗಾಂಧಾರಿ ಎರಡು ತುಟಿಗಳನ್ನೂ ಕೂಡಿಸಿ ಬಿಗಿಹಿಡಿದು ಅಳುತ್ತಿದ್ದಳು.

ಸಂಜಯ ಫಕ್ಕನೆ ನಿಲ್ಲಿಸಿದ. ಧೃತರಾಷ್ಟ್ರ ಮೂಕನಾದ. ಒಳಗೇ ಅಳುತ್ತಿದ್ದ ಗಾಂಧಾರಿ ನಿಶ್ಶಬ್ದಳಾಗಿದ್ದಳು. ಆ ಕೋಣೆ ನಿಶ್ಶಬ್ದವಾಗಿತ್ತು. ಅರಮನೆ ನಿಶ್ಶಬ್ದವಾಗಿತ್ತು. ಹಸ್ತಿನಾವತಿ ನಿಶ್ಶಬ್ದವಾಗಿತ್ತು. ಹಣತೆ ಸಣ್ಣಗೆ ಉರಿಯುತ್ತಿತ್ತು. ದಾಸಿ ಬಾಗಿಲನ್ನು ಒರಗಿ ಕುಳಿತು ತೂಕಡಿಸುತ್ತಿದ್ದಳು. ಸ್ವಲ್ಪ ಹೊತ್ತಾದನಂತರ ಸಂಜಯ ಎಂದ: 'ಈಗ ನಿಲ್ಲಿಸಿಬಿಡುತ್ತೇನೆ. ನಾನು ನಿದ್ದೆ ಮಾಡಿ ಯಾವ ಯುಗವಾಯಿತೋ ಅನ್ನಿಸುತ್ತಿದೆ. ಮನೆಗೆ ಹೋಗಿ, ಆದರೆ ಮತ್ತೆ ಸುದ್ದಿ ಸಂಗ್ರಹಕ್ಕೆ ಓಡುವ ಆತುರದಲ್ಲಿ ನಿದ್ದೆ ಬರುತ್ತದೋ ಇಲ್ಲವೋ! ಒಂದು ದಿನ ಕಳೆದರೆ ಇಷ್ಟೆಲ್ಲ ವಿವರಗಳು ನೆನಪಿನಲ್ಲುಳಿಯದಿರಲೂಬಹುದು.'

ಸ್ವಲ್ಪ ಹೊತ್ತಿನನಂತರ ಧೃತರಾಷ್ಟ್ರ ಹೇಳಿದ: 'ಆ ಅಭಿಮನ್ಯು ಹೇಗೆ ಸತ್ತ ಅನ್ನುವುದನ್ನು ಹೇಳಿ ಮುಗಿಸಿಬಿಡು.'

"ಅವನನ್ನೂ ಅವನ ದಳವನ್ನೂ ನಾವೆಲ್ಲ ಕೂಡಿ ಏಕಕಾಲದಲ್ಲಿ ಸುತ್ತುವರಿದು ಕೊಲ್ಲದಿದ್ದರೆ ಸಾಧ್ಯವಿಲ್ಲವೆಂದು ಶಕುನಿ ಕೊಟ್ಟ ಸಲಹೆಯನ್ನು ದ್ರೋಣರು ತಕ್ಷಣ ಒಪ್ಪಲಿಲ್ಲ. 'ಹಾಗಿದ್ದರೆ ನೀವೊಬ್ಬರೆ ಹೋಗಿ ಮುಗಿಸಿಬನ್ನಿ ಆಚಾರ್ಯ, ನನ್ನ ಸೇನೆಯನ್ನು ಇನ್ನೂ ಕಳೆದುಕೊಳ್ಳಲು ನಾನು ಸಿದ್ಧನಿಲ್ಲ. ಅಲ್ಲದೆ ನನ್ನ ಮಗನನ್ನು ಗುರಿ ಇಟ್ಟು ಕೊಂದ ಅವನು ಸಾಯುವುದನ್ನು ನೋಡುವತನಕ ನಾನು ಸುಮ್ಮನಿರಲಾರೆ.' ಅಂತ ದುರ್ಯೋಧನ

ಹಟ ಮಾಡಿದನಂತರ ಒಪ್ಪಿದರು. ಅದೇ ರೀತಿ ದ್ರೋಣ, ಕರ್ಣ, ಕೋಸಲರಾಜ ಬೃಹದ್ಬಲ, ಕೃಪಾಚಾರ್ಯ, ಅಶ್ವತ್ಥಾಮ ಮತ್ತು ದ್ವಾರಕೆಯಿಂದ ಬಂದಿರುವ ಯಾದವರ ಸೇನಾಪತಿ ಕೃತವರ್ಮ ಈ ಆರು ಜನರೂ ತಮ್ಮ ತಮ್ಮ ದಳಗಳೊಡನೆ ಸುತ್ತುವರಿದು ನುಗ್ಗಿದರು. ಈ ಯುದ್ಧದಲ್ಲೇ ಕೋಸಲರಾಜ ಬೃಹದ್ಬಲ ಸತ್ತದ್ದು. ಅಷ್ಟರಲ್ಲಿ ಅಭಿಮನ್ಯುವಿನ ದಳದ ಹುಡುಗರಲ್ಲಿ ಅನೇಕರು ಸತ್ತುಹೋಗಿದ್ದರು. ಉಳಿದವರು ಬಳಲಿದ್ದರು, ಪ್ರಾಯದ ಉತ್ಸಾಹ ದಲ್ಲಿ ತಮ್ಮ ಶಕ್ತಿಯನ್ನು ಮಿತವಾಗಿ ಖರ್ಚುಮಾಡಿಕೊಳ್ಳಬೇಕೆಂಬ ವಿವೇಕವಾಗಲಿ ಬಾಣ ಗಳನ್ನು ಖರ್ಚು ಮಾಡುವುದರಲ್ಲಿ ಮಿತವ್ಯಯವಾಗಲಿ ಇರಲಿಲ್ಲ. ಅವರ ಬಾಣಗಳು ಕೂಡ ಮುಗಿದುಹೋಗಿದ್ದವು. ಅಭಿಮನ್ಯುವಿನ ರಥದಲ್ಲಿ ಶಾಸ್ತ್ರಕ್ಕೆ ಒಂದು ಬಾಣ ಉಳಿದಿರ ಲಿಲ್ಲ. ಆಗ ಅವನು ಕತ್ತಿ ಹಿಡಿದು ನುಗ್ಗಿದ. ಉಳಿದವರೆಲ್ಲ ಸುತ್ತಲಿಂದ ಅವನಿಗೇ ಗುರಿ ಇಟ್ಟು ಹೊಡೆದರು. ಆದರೆ ಏನು ವಿಶೇಷ ಅಂತ! ಅವರಪ್ಪ ಅರ್ಜುನ ಕಟ್ಟಿಕೊಳ್ಳುತ್ತಾನಲ್ಲ ಕವಚ, ಅದೇ ಒಂದು ವಿಶೇಷವಿದೆ. ಎದೆ ಕುತ್ತಿಗೆ ಕಂಕುಳು ಬೆನ್ನುಗಳಿಗೆ ಕಷ್ಟವಾಗುತ್ತದೆ. ತೋಳಿಗೆ ಕೂಡ. ಆದರೆ ಆ ಭಾಗಗಳಿಗೆ ಬಾಣ ತಗುಲಿದರೆ ನಾಟುವುದೇ ಇಲ್ಲ. ಅಭಿ ಮನ್ಯು ಕೂಡ ಇಂಥದೇ ಕವಚ ಬಿಗಿದಿದ್ದಂತೆ ಕಾಣುತ್ತದೆ. ಒಳಗೆಲ್ಲ ಲೋಹದ ತಗಡು, ಬಾಣ ಬಡಿದಾಗ ಕಣ್ ಕಣ್ ಎಂಬ ಸದ್ದು ಬರುತ್ತಿತ್ತು. ಕೊನೆಗೆ ಬರೀ ಅವನ ಮುಖ ತೊಡೆ ಮೊಣಕಾಲುಗಳಿಗೆ ಗುರಿ ಇಟ್ಟು ಹೊಡೆದು ರಕ್ತನಷ್ಟ ಮಾಡಿ ಸಾಯಿಸಿಬಿಟ್ಟರು. ಉಳಿದ ಹುಡುಗರಲ್ಲಿ ಹಲವರು ಸತ್ತರು. ತಮ್ಮ ನಾಯಕ ಮುರಿದು ಬಿದ್ದನಂತರ ಉಳಿದವರು ದಿಕ್ಕುಗೆಟ್ಟು ಚಲ್ಲಾಪಿಲ್ಲಿಯಾದರು. ಆದರೆ ಚಕ್ರವ್ಯೂಹದೊಳಗೆ ಸಿಕ್ಕಿಕೊಂಡವರು ಓಡುವುದೆಲ್ಲಿಗೆ? ಒಬ್ಬೊಬ್ಬರಾಗಿ ರಕ್ತ ಸುರಿಸಿಕೊಂಡು ಸತ್ತರು. ಕೆಲವರಾದರೂ ಶರಣಾಗುತ್ತಿದ್ದರೇನೋ! ಹಾಗೆ ತಿಳಿಸುವ ಅವಕಾಶವನ್ನೂ ಕೊಡದೆ ಬಾಣಗಳ ಸುರಿಮಳೆಯೇ ಆಗಿಹೋಯಿತು. ಎಷ್ಟು ಸುರಿಮಳೆ ಅಂದರೆ ಅವುಗಳಿಗೆ ಬೆಂಕಿ ಹಾಕಿದ್ದರೆ ಅಲ್ಲಿ ಬಿದ್ದ ಹೆಣಗಳಿಗೆಲ್ಲ ದಹನ ಸಂಸ್ಕಾರವಾಗುತ್ತಿತ್ತೇನೋ."

ಧೃತರಾಷ್ಟ್ರ ನಿಟ್ಟುಸಿರಿಟ್ಟ. ಗಾಂಧಾರಿ ಹಿಡಿದಿದ್ದ ತುಟಿಗಳನ್ನು ಸಡಲಿಸಿದಳು. ಸಂಜಯನ ಧ್ವನಿ ಮುಕ್ತಾಯ ಸೂಚಿಸುತ್ತಿತ್ತು. ಮತ್ತೆ ಮೌನ. ಆದರೆ ಅವನು ವರ್ಣಿಸಿದ ಮೂಕದೃಶ್ಯ ಚಿತ್ರಗಳು ಗಾಳಿಯಲ್ಲಿ ಗೋಚರಿಸಿದಂತಹ ಭಾವ. ಎಷ್ಟೋ ಹೊತ್ತಿನನಂತರ ವಿದುರ ಕೇಳಿದ: 'ಆರಂಭದಲ್ಲಿ ಭೀಮನು ಪ್ರತ್ಯೇಕವಾಗಿ ವ್ಯೂಹದ ಯಾವುದೋ ಪಾರ್ಶ್ವದ ಮೇಲೆ ಬಿದ್ದ ಅಂದೆಯಲ್ಲ. ಏನಾಯಿತು? ಅದರಿಂದ ವ್ಯೂಹದ ರಚನೆ ಅಸ್ತವ್ಯಸ್ತವಾಯಿತೆ?'

'ನನಗೆ ಆ ಭಾಗದ ಯುದ್ಧವಿವರ ಸಂಗ್ರಹಿಸಲಾಗಲಿಲ್ಲ. ಭೀಮನ ಗುರಿ ಈಗ ಸ್ಪಷ್ಟ ವಾಗಿ ತಿಳಿದಿದೆ. ಧೃತರಾಷ್ಟ್ರ ಮಹಾರಾಜನ ಮಕ್ಕಳನ್ನು ಹುಡುಕಿ ಹುಡುಕಿ ಸಾಯಿಸುವುದು. ನಮ್ಮ ಕಡೆಯ ಸೈನಿಕರಿಗೂ ಅದು ಗೊತ್ತಾಗಿದೆ ಎಂದು ತೋರುತ್ತದೆ. ಅವನು, ಅವನ ದಳ ಬಂತೆಂದರೆ ತಾವು ಚದುರಿಬಿಡುತ್ತಾರೆ. ಭೀಮ ನುಗ್ಗಿ ಮಹಾರಾಜನ ಪುತ್ರರುಗಳನ್ನು ಕೊಲ್ಲುತ್ತಾನೆ. ಹೀಗೆ ಇದುವರೆಗೆ ಮೂವತ್ತೊಂದು ಜನರನ್ನು ಚಚ್ಚಿ ಬಿಸಾಕಿದ್ದಾನೆ. ಅದರಲ್ಲಿ ಚಕ್ರವ್ಯೂಹದ ದಿನ ಒಟ್ಟು ಹದಿಮೂರು. ಶತ್ರುಂಜಯ, ಶತ್ರುಸಹ, ಚಿತ್ರಬಾಣ, ಚಿತ್ರಾಯುಧ,

ಹೀಗೆ ಎಂಟು ಜನರ ಒಂದು ಗುಂಪು. ಅಲ್ಲದೆ ದುರ್ಜಯ, ದುರ್ಮುಖ, ದುರ್ಮರ್ಷಣ, ದುಸ್ಸಹ, ದುರ್ಮದ, ಈ ಐವರ ಇನ್ನೊಂದು ಗುಂಪು. ಅಲ್ಲಿಂದ ಮುಂದೆ.....'

'ಓ ಐವರೂ ನನ್ನ ಮಕ್ಕಳು,' ಗಾಂಧಾರಿ ಗಟ್ಟಿಯಾಗಿ ಕಿರುಚಿಕೊಂಡಳು. ಸಂಜಯ ವಿದುರರು ಅತ್ತ ತಿರುಗಿ ನೋಡಿದರು. ಕಿರುಚುವ ಉಸಿರಿನ ಕೊನೆಗೆ ಅವಳು ಪಲ್ಲಂಗದ ಮೇಲೆ ಉರುಟಿಕೊಂಡು ಧೊಪ್ಪನೆ ಬಿದ್ದಳು. ನನ್ನ ಮಕ್ಕಳು..... ಬಾಯಿ ತೆಗೆದಿದ್ದ ಧೃತರಾಷ್ಟ್ರ ತಕ್ಷಣ ಬಾಗಿ ಅವಳನ್ನು ತಬ್ಬಿಕೊಂಡ. ಅವನಿಗೂ ಉಸಿರು ಹಿಡಿದಂತೆ ಕಂಡಿತು.

'ನನ್ನ ಮಗನೇ?' ಎಂದು ಹಿಂತಿರುಗಿ ಕೇಳುವಾಗಲೇ ಅರ್ಜುನನ ಗಂಟಲು ಕಟ್ಟಿ ಬಂದಿತು. ಗುಡಿಸಿಲಿನೊಳಕ್ಕೆ ಕಾಲಿಟ್ಟ ತಕ್ಷಣ ಸುಭದ್ರೆ ನೆಲದ ಮೇಲೆ ಬಿದ್ದು ಬಿಕ್ಕಳಿಸುತ್ತಿರುವ ದೃಶ್ಯದಿಂದ ಬೇರೆ ಇನ್ನಾರೂ ಅಲ್ಲವೆಂಬ ಖಚಿತತೆ ಮೂಡಿತು. ಕುಸಿದಂತೆ ಅವಳ ಪಕ್ಕ ದಲ್ಲಿ ಕುಳಿತು ಬಾಗಿ ತಬ್ಬಿಕೊಂಡ. ಮುಖವೆಲ್ಲ ಕಣ್ಣೀರಿನಿಂದ ಕಲಸಿದ ಮುದ್ದೆಯಾಗಿದ್ದ ಅವಳು ಗಂಡನ ತೊಡೆಗಳನ್ನು ತಬ್ಬಿ ಹಿಡಿದುಕೊಂಡಳು. ದಪ್ಪಗೆ ಉರಿಯುತ್ತಿದ್ದ ಹಣತೆಯ ಉರಿಯು ಗುಡಿಸಿಲಿನ ಬಾಗಿಲು ತೆರೆದದ್ದರಿಂದ ಅಲುಗಲು ಶುರುವಾಯಿತು. ಹಿಂದಿನಿಂದ ಬಂದ ದ್ರೌಪದಿ, ಕೃಷ್ಣ, ಧರ್ಮಜರು ಸುತ್ತ ನಿಂತಿದ್ದರಿಂದ ಗಾಳಿಯ ನುಗ್ಗಾಟ ಕಡಿಮೆಯಾಗಿ ದೀಪದ ಉರಿ ಸ್ಥಿರವಾಯಿತು. ಅವನು ಅವಳ ಭುಜದ ಮೇಲೆ ಅವಳು ಅವನ ತೊಡೆಗಳ ಮೇಲೆ ಉಕ್ಕಿಸುತ್ತಿದ್ದ ಕಣ್ಣೀರು, ಶರೀರಗಳ ಕುಲುಕಾಟದಿಂದ ಧರ್ಮಜ ಕಂಗೆಟ್ಟುಹೋದ. ದ್ರೌಪದಿಯ ಕಣ್ಣುಗಳು ತುಂಬಿಬಂದವು. ಕೃಷ್ಣ ವ್ಯಸನತುಂಬಿದ ಮುಖದಿಂದ ಸುಮ್ಮನೆ ನಿಂತಿದ್ದ.

'ನಿನ್ನ ಪ್ರೇಮಪುತ್ರ ಅಭಿಮನ್ಯು ಬಲಿಯಾದ. ನಿನ್ನಣ್ಣ ಒಪ್ಪಿ ಯುದ್ಧಕ್ಕೆ ಕಳಿಸಿದನಂತೆ. ನೀನಿದ್ದೂ ಅವನು ಸತ್ತ. ನಿನ್ನಣ್ಣನಿಗೆ ಧಿಕ್ಕಾರ. ನಿನ್ನ ಬಾಣಶಕ್ತಿಗೆ ಧಿಕ್ಕಾರ. ಭೀಮನ ಬಾಹುಬಲಕ್ಕೆ ಧಿಕ್ಕಾರ. ಇಡೀ ಪಾಂಡವಕುಲಕ್ಕೆ ಧಿಕ್ಕಾರ.' ಎಂದು ಬಿಕ್ಕಿಬಿಕ್ಕಿ ಹೇಳುತ್ತಿದ್ದ ಸುಭದ್ರೆ ಮತ್ತೆ ಕಣ್ಣೀರಿನ ಉಕ್ಕುವಿಕೆಯಲ್ಲಿ ಮುಳುಗಿಹೋದಳು. ಅವಳನ್ನು ಇನ್ನಷ್ಟು ಬಿಗಿ ಯಾಗಿ ತಬ್ಬಿ ಹಿಡಿಯುವುದನ್ನು ಬಿಟ್ಟು ಅರ್ಜುನನಿಗೆ ಇನ್ನೇನೂ ತೋಚಲಿಲ್ಲ.

ತಾನೂ ಅತ್ತು ಹೆಂಡತಿಗೆ ಸಮಾಧಾನ ಹೇಳಿದನಂತರ ಅವನು ಪಕ್ಕದ ಗುಡಿಸಿಲಿಗೆ ಹೋದ. ಅಲ್ಲಿಯೂ ಉರಿಯುವ ಹಣತೆಯ ಬೆಳಕಿನಲ್ಲಿ ದ್ರೌಪದಿಯು ಉತ್ತರೆಯ ತಲೆ ಯನ್ನು ತನ್ನ ತೊಡೆಯ ಮೇಲೆ ಇರಿಸಿಕೊಂಡು ಹಣೆಯನ್ನು ನೀವುತ್ತಿದ್ದಳು. ಉಬ್ಬಿದ ಬಸಿರುಹೊಟ್ಟೆಯ ಭಾರದೊಡನೆ ಅಂಗಾತ ಮಲಗಿದ್ದ ಉತ್ತರೆಯ ಅಳುವು ಒಳಗೇ ಕಟ್ಟಿ ಹೋಗಿತ್ತು. ಮಾವ ಅರ್ಜುನ ಒಳಗೆ ಬಂದ ತಕ್ಷಣ ಅವಳು ಸರಕ್ಕನೆ ಕಾಲು ಮುದುರಿ ಕೊಂಡಳು. ಅನಂತರ ಎದ್ದು ಕುಳಿತಳು, ತಲೆಬಾಗಿ. ಸ್ವಲ್ಪ ಹೊತ್ತು ನಿಂತಿದ್ದ ಅರ್ಜುನ, 'ದ್ರೌಪದಿ, ನೀನಲ್ಲದೆ ಇವಳನ್ನು ಸಮಾಧಾನ ಮಾಡುವ ಶಕ್ತಿ ಇನ್ಯಾರಿಗೂ ಇಲ್ಲ' ಎಂದ. ಅವಳು ಮೌನವಾಗಿದ್ದಳು. ಬಾಗಿಲು ತೆರೆದು ಒಳಗೆ ಬಂದಿದ್ದುದರಿಂದ ದೀಪ ಅಲುಗಲು

ಶುರುವಾಯಿತು. ಅವನು ಹೊರಗೆ ನಡೆದ.

ಧರ್ಮಜನ ದೊಡ್ಡ ಗುಡಿಸಿಲಿನಲ್ಲಿ ಕುಳಿತು ಎಲ್ಲವನ್ನೂ ವಿಶದವಾಗಿ ತಿಳಿದನಂತರ ಅರ್ಜುನ ಕೇಳಿದ: 'ಅಭಿಮನ್ಯುವಿನ ಮರಣಕ್ಕೆ ಕಾರಣರಾರು?'

'ಜಯದ್ರಥ. ಅವನು ದ್ವಾರದಲ್ಲಿ ನಮ್ಮನ್ನು ತಡೆಯದಿದ್ದರೆ ಅಭಿಮನ್ಯು ಒಳಗೆ ಒಂಟಿಯಾಗುತ್ತಿರಲಿಲ್ಲ.'

'ಪಾಪಿ. ಚಾಂಡಾಲ. ನಮ್ಮಿಂದ ಜೀವಭಿಕ್ಷೆ ಪಡೆದು ಬದುಕಿದ ಅವನು ನನ್ನ ಮಗ ನನ್ನು ಕೊಂದನೆ?' ಅರ್ಜುನ ಗಟ್ಟಿಯಾಗಿ ಕೂಗಿದ, ಆಕಾಶವನ್ನೇ ಕೇಳುವಂತೆ.

ಧರ್ಮಜ ಮತ್ತೆ ಮಾತನಾಡಲಿಲ್ಲ. ಆದರೆ ಭೀಮ ತಕ್ಷಣ ಎಂದ: 'ಅವರು ವ್ಯೂಹ ಕಟ್ಟಿ ಆಹ್ವಾನಿಸಿದ ಮಾತ್ರಕ್ಕೆ ನಾವು ಅದನ್ನು ಭೇದಿಸಿ ನಮ್ಮ ತಂತ್ರಕೌಶಲ ತೋರಿಸಲೇಬೇಕು ಅಂತ ಏನಿದೆ? ಇದು ಕ್ಷತ್ರಿಯರ ಹುಂಬ ಬುದ್ಧಿ. ದ್ರೋಣನಂತಹ ಆಚಾರ್ಯರು ತಮ್ಮ ತಂತ್ರಜ್ಞಾನ ಪ್ರದರ್ಶಿಸಲು ಬೆಳೆಸಿದ ರೀತಿಗಳು. ಯುದ್ಧ ಅಂದರೆ ಸಂಹಾರ. ಯಾವ ಕಡೆಯಿಂದಲಾದರೂ ಸರಿ, ನುಗ್ಗಿ ಬಡಿದರೆ ತೀರಿತು. ಅದರಲ್ಲಿ ವೈಖರಿ ಎಂಥದು?'

ಅರ್ಜುನ ಸುಮ್ಮನೆ ಭೀಮನ ಮುಖ ನೋಡುತ್ತಾ ಕುಳಿತ. ಧರ್ಮಜನಂತೂ ಭೀಮನ ಮುಖವನ್ನು ದಿಟ್ಟಿಸಿ ನೋಡುತ್ತಿರಲಿಲ್ಲ. ಕೃಷ್ಣ ಎಲ್ಲವನ್ನೂ ಮೌನವಾಗಿ ಗ್ರಹಿಸುವಂತೆ ಸುಮ್ಮನಿದ್ದ. ನಕುಲ ಸಹದೇವ ಧೃಷ್ಟದ್ಯುಮ್ನ ಸಾತ್ಯಕಿ ಮೊದಲಾದವರು ತಮ್ಮ ಯುದ್ಧಜ್ಞಾನ ವನ್ನು ಪುನಃ ವಿಮರ್ಶಿಸಿಕೊಳ್ಳತೊಡಗಿದರು. ಗುಜುಗುಜು ಸದ್ದು ಶುರುವಾಯಿತು.

ಭೀಮ ಮತ್ತೆ ಮಾತನಾಡಿದ: 'ಎರಡನೆಯದಾಗಿ: ದ್ರೌಪದಿಯನ್ನು ಹೊತ್ತುಕೊಂಡು ಹೋಗಲು ಬಂದು ಸಿಕ್ಕಿಬಿದ್ದಾಗ ಜಯದ್ರಥನನ್ನು ಮುಗಿಸಿಬಿಡಬೇಕು ಅಂತ ನಾನು ಎಷ್ಟು ಚಚ್ಚಿಕೊಂಡೆ! ಸಹನೆ, ತಾಳ್ಮೆ, ಅಲ್ಲದೆ ಇವನು ನಮ್ಮ ಭಾವ. ನಮ್ಮ ತಂಗಿಯನ್ನು ನಾವೇ ಮುಂಡೆ ಮಾಡುವುದೇ ಅಂತ ನಿನ್ನ ಪೂಜ್ಯ ಅಣ್ಣ ಧರ್ಮಜ ಪ್ರವಚನ ಆರಂಭಿಸಿದ. ಅವನ ಮಾತೇ ವೇದವೆಂದು ನಂಬಿರುವ ನೀನು ಅದೇ ಸರಿ ಅಂತ ತಾಳ ಹಾಕಿದೆ. ಬಿಡಿಸಿಕೊಂಡು ಹೋದ ಅವನು ಮುಂದೆ ಒಂದಲ್ಲೊಂದು ದಿನ ತನಗಾದ ಅವಮಾನ ತೀರಿಸಿಕೊಳ್ಳುವುದಕ್ಕಾಗಿ ಶಕ್ತಿವಂತ ಸೈನಿಕರಿಂದ ಕೂಡಿದ ಹೊಸ ದಳವನ್ನು ಕೂಡಿಸಿ ದಿನಾ ತರಬೇತಿ ಕೊಟ್ಟು ತಾನೂ ಅಭ್ಯಾಸ ಮಾಡಿಕೊಳ್ಳುತ್ತಿದ್ದನಂತೆ. ನಾನು ಹೇಳಿದಂತೆ ಕೇಳಿದ್ದರೆ?'

ಅರ್ಜುನ ತಲೆ ತಗ್ಗಿಸಿ ಆಲೋಚಿಸುತ್ತಿದ್ದ. ಧರ್ಮಜ ನೆಲ ನೋಡುತ್ತಿದ್ದ. ಭೀಮ ಎಂದ: 'ನಾಳಿನ ಯುದ್ಧದಲ್ಲಿ ಏನಾದರೂ ಮಾಡಿ ಜಯದ್ರಥನನ್ನು ಬಲಿಹಾಕಿದರೆ ನಾವು ಮಗನ ಸಾವಿಗೆ ಸೇಡು ತೀರಿಸಿಕೊಂಡಂತೆ ಆಗುತ್ತೆ. ನಾಲ್ಕು ದಿನದ ನಂತರ ಕೊಂದರೆ ಸೇಡು ಅನ್ನಿಸುವುದಿಲ್ಲ. ಸುಮ್ಮನೆ ಇತರರಂತೆ ಅವನೂ ಯುದ್ಧದಲ್ಲಿ ಸತ್ತ ಅಂತ ಆಗುತ್ತೆ. ಅದು ಸೇಡು ತೀರಿಸಿದ ಕೆಲಸವೇ ಆಗಬೇಕು, ಆ ಕೆಲಸ ನೀನು ಮಾಡು ವೆಯೋ ನಾನು ಮಾಡಲೋ ಹೇಳು. ಆಗ ನಾನು ಕೊಲ್ಲಲು ಹಿಡಿದವನನ್ನು ಬಿಡಿಸಿದವನು ನೀನು. ಅಭಿಮನ್ಯುವನ್ನು ಹುಟ್ಟಿಸಿದವನೂ ನೀನೇ.'

ಅರ್ಜುನನಿಗೆ ರೇಗಿತು. ಕತ್ತೆತ್ತಿ ಭೀಮನನ್ನು ದುರುಗುಟ್ಟಿ ನೋಡಿದ. ಭೀಮನ ದೃಷ್ಟಿ ಅಟ್ಟಹಾಸ ಮಾಡುತ್ತಿತ್ತು. ಅರ್ಜುನ ಸರಕ್ಕನೆ ಎದ್ದುನಿಂತ. ತನ್ನ ಬಲಗೈಯನ್ನು ಮುಷ್ಟಿಮಾಡಿ ಗುಡಿಸಿಲಿನ ಮೇಲ್ಛಾವಣಿಯ ಕಡೆಗೆ ಎತ್ತಿ ಹಿಡಿದು ಆಕಾಶಕ್ಕೆಲ್ಲ ಕೇಳುವಂತೆ ಕೂಗಿದ: 'ನಾಳೆ ಸಂಜೆಯೊಳಗಾಗಿ ನಾನು ಆ ಪಾಪಿ ಜಯದ್ರಥನನ್ನು ಕೊಲ್ಲದಿದ್ದರೆ ನಾನು ಪಾಂಡುವಿನ ಮಗನೇ ಅಲ್ಲ, ಪಾಂಡವನಾಗಿ ಉಳಿಯುವುದೂ ಇಲ್ಲ. ಯುದ್ಧರಂಗದಲ್ಲೇ ಅಗ್ನಿಪ್ರವೇಶ ಮಾಡಿಬಿಡುತ್ತೇನೆ.'

ಅರ್ಜುನನ ಗಂಟಲು ಇಷ್ಟು ದೊಡ್ಡದಾಗಿರುತ್ತದೆಂದು ಅವರಲ್ಲಿ ಯಾರೂ ಇದುವರೆಗೆ ಕಲ್ಪಿಸಿಕೊಂಡು ಕೂಡ ಇರಲಿಲ್ಲ. ಅಷ್ಟು ಗಟ್ಟಿಯಾಗಿ ಕೂಗಿದನಂತರ ಅವನು ಎತ್ತಿದ ಕೈಯನ್ನು ಕೆಳಗಿಳಿಸದೆ ಹಾಗೆಯೇ ಕಂಬದಂತೆ ನಿಂತುಬಿಟ್ಟ, ಗುಡಿಸಿಲಿನ ಛಾವಣಿ ಕುಸಿಯುತ್ತಿರುವಂತೆ, ಅದನ್ನು ತಾನು ಎತ್ತಿ ಹಿಡಿದು ನಿಂತಿರುವಂತೆ. ಕೂಗಿದನಂತರ ಉಂಟಾದ ಸ್ತಬ್ಧತೆಯು ಉಸಿರು ಕಟ್ಟಿಸುವಷ್ಟು ಭಾರವಾಯಿತು. ಒಂದು ಕ್ಷಣದ ನಂತರ ಕೃಷ್ಣ ಮಾತನಾಡಿದ: 'ಅರ್ಜುನ, ಇದು ವಿವೇಕದ ಮಾತಲ್ಲ. ನಾಳೆಯೇ ಜಯದ್ರಥನನ್ನು ಕೊಲ್ಲುವುದು ನಮ್ಮ ಗುರಿಯಾಗಬೇಕು. ಪ್ರತಿಜ್ಞೆಯಾಗಬಾರದು. ಪ್ರತಿಜ್ಞೆ ಮಾಡಿದ ಮೇಲೆ ಅದನ್ನು ಸಾಧಿಸಲೇಬೇಕು. ಇಲ್ಲದಿದ್ದರೆ ಜನದಲ್ಲಿ ನಮ್ಮ ಮರ್ಯಾದೆ ಏನಾಗುತ್ತೆ? ಅಲ್ಲದೆ ನಮ್ಮ ಅಂತರಂಗವೇ ನಮ್ಮನ್ನು ಹಗುರ ಮಾಡಿಬಿಡುತ್ತೆ. ನಾಳೆಯ ಪ್ರತಿಜ್ಞೆ ಮುಗಿಯದಿದ್ದರೆ ನೀನು ಪಾಂಡವನೇ ಅಲ್ಲ, ಅಗ್ನಿಪ್ರವೇಶ ಮಾಡುತ್ತೀನಿ ಎಂಬೆಲ್ಲ ಪೌರುಷದ ಷರತ್ತುಗಳ ಅಗತ್ಯವೇನಿತ್ತು? ಇಡೀ ಶಿಬಿರಕ್ಕೆ ಅದರಾಚೆಯ ಹೊಳೆಯ ಆಚೆ ದಡಕ್ಕೆ ಕೂಡ ಕೇಳುವಷ್ಟು ಗಟ್ಟಿಯಾಗಿ ಕಿರುಚಿಕೊಂಡೆ. ಶತ್ರುಗಳೇನು ದಡ್ಡರೆ? ನಮ್ಮ ಶಿಬಿರದಲ್ಲೇ ಅವರ ಗೂಢಚಾರಿಗಳಿರಬಹುದು. ಅಥವಾ ನಮ್ಮ ಶಿಬಿರದ ಕೆಲಸಗಾರರಲ್ಲಿ ಕೆಲವರಾದರೂ ಆ ಗೂಢಚಾರರ ಸಂಪರ್ಕದಲ್ಲಿರಬಹುದು. ಈ ಸುದ್ದಿ ತಿಳಿದು ನಿನ್ನ ಈ ಪ್ರತಿಜ್ಞೆಯನ್ನು ಶತ್ರುಗಳೇ ಇಡೀ ಯುದ್ಧರಂಗದಲ್ಲಿ ಹರಡುತ್ತಾರೆ. ಜೊತೆಗೆ ಜಯದ್ರಥನನ್ನು ನಾಳೆ ಯುದ್ಧಕ್ಕೆ ಬಿಡದೆ ವಿಶೇಷ ರಕ್ಷಣೆಯಿಂದ ಸುತ್ತು ನಿಲ್ಲುತ್ತಾರೆ. ಸಂಜೆಯಾದ ತಕ್ಷಣ, ಏನಾಯಿತೋ ನಿನ್ನ ಪ್ರತಿಜ್ಞೆ? ಅಗ್ನಿಕುಂಡ ಮಾಡಿಕೊಡುತ್ತೇವೆ, ಬೀಳು ಬಾ ಅನ್ನುತ್ತಾರೆ. ಆಗ ಏನು ಮಾಡುತ್ತೀಯ?'

ಕೃಷ್ಣನ ಪ್ರಶ್ನೆಯಿಂದ ಉಂಟಾದ ಸ್ತಬ್ಧತೆಯು ಇನ್ನಷ್ಟು ಗಂಭೀರವಾಯಿತು. ನಾಳಿನ ಯುದ್ಧವನ್ನು ನಿಭಾಯಿಸುವುದು ಹೇಗೆಂದು ಸೇನಾಪತಿ ಧೃಷ್ಟದ್ಯುಮ್ನನ ತಲೆ ಚಿಂತಿಸತೊಡಗಿತು. ಅಕಸ್ಮಾತ್ ಪ್ರತಿಜ್ಞೆ ನೆರವೇರದಿದ್ದರೆ ಮುಂದೆ ಗತಿ ಏನೆಂದು ಧರ್ಮಜ ತಲ್ಲಣಗೊಂಡ. ಒಂದು ತೆರನಾದ ಭಯವು ಇಡೀ ಗುಡಿಸಿಲನ್ನು ಆವರಿಸಿಬಿಟ್ಟಿತು. ಅರ್ಜುನ ನಿಂತ ಭಂಗಿಯಲ್ಲೇ ನಿಂತಿದ್ದ, ಮೇಲೆತ್ತಿದ್ದ ಕೈಯನ್ನು ಕೆಳಗಿಳಿಸುವ ಬಗೆ ತೋಚದವನಂತೆ. ಯುಯುಧಾನ ಏನೋ ಮಾತನಾಡಲು ಬಾಯಿ ತೆಗೆದವನು, ಒಂದು ವರ್ಣವನ್ನು ನುಡಿದು ನುಂಗಿಕೊಂಡ.

'ಸಾತ್ಯಕಿ, ಏನೋ ಹೇಳಹೊರಟಿದ್ದೆ?' ಧೃಷ್ಟದ್ಯುಮ್ನ ಕೇಳಿದ.

'ಏನೂ ಇಲ್ಲ.'

'ನೀನು ಮಾತನಾಡುವುದು ಕಡಮೆ. ಆದರೆ ಈಗ ಯಾರ ಮನಸ್ಸಿನಲ್ಲಿ ಏನು ಉಪಾಯ ಹೊಳೆಯುತ್ತದೋ ಎಲ್ಲವನ್ನೂ ಹೇಳಬೇಕು. ನಾಳೆ ಈಡೇರಿಸಬೇಕಾದ ಪ್ರತಿಜ್ಞೆ ನಮ್ಮೆಲ್ಲರದೂ ಆಗಿದೆ.'

'ಪ್ರತಿಜ್ಞೆಗೆ ಸಂಬಂಧಿಸಿದ ಮಾತಲ್ಲ.'

'ಯಾವುದಾದರೂ ಸರಿ, ಹೇಳು. ಹೇಳು ಹೇಳು,' ಎಲ್ಲರೂ ಒತ್ತಾಯ ಮಾಡಿದರು, ನಕುಲ, ಸಹದೇವ, ದ್ರುಪದ, ವಿರಾಟ, ಸದ್ಯ ಒತ್ತಿ ಹಿಸುಕುತ್ತಿರುವ ಸ್ತಬ್ಧತೆಯಿಂದ ಬಿಡುಗಡೆಯಾದರೆ ಸಾಕು ಎನ್ನುವಂತೆ.

'ಬೇರೆ ಏನೋ ಯೋಚನೆ ನನ್ನನ್ನು ಕಾಡುತ್ತಿತ್ತು. ಉಪಪ್ಲಾವ್ಯಕ್ಕೆ ಬಂದು ಈ ಭಾಗದ ಕ್ಷತ್ರಿಯರೊಡನೆ ಬೆರೆತನಂತರ ತಿಳಿಯಿತು: ಜರಾಸಂಧನಿಗೆ ಹೆದರಿ ಮಥುರೆಯಿಂದ ಓಡಿಹೋದ ಯಾದವರನ್ನು ಈ ಕಡೆಯ ಕ್ಷತ್ರಿಯರು ಸ್ವಲ್ಪ ಹೀನರೀತಿಯಲ್ಲಿ ಭಾವಿಸುತ್ತಾರೆ. ಓಡಿ ವಲಸೆ ಹೋದ ಪೂರ್ಣ ಜವಾಬ್ದಾರಿ ಹೊತ್ತ ಕೃಷ್ಣನ ಬಗೆಗಂತೂ ಹೇಡಿ, ಅಕ್ಷತ್ರಿಯ, ಹುಲಿ ಕಿರುಬಗಳ ಸುಳಿವು ತಿಳಿದರೆ ತನ್ನ ದನಗಳನ್ನು ಹಿಂತಿರುಗಿಸಿಕೊಂಡು ಹೋಗುವ ಗೊಲ್ಲ ಎಂದೆಲ್ಲ ಮಾತನಾಡಿಕೊಳ್ಳುತ್ತಾರಂತೆ. ಕೃಷ್ಣ ಮಾಡಿದುದು ಸರಿಯಲ್ಲವೇನೋ ಎಂಬ ಅನುಮಾನ ಇಪ್ಪತ್ತು ಇಪ್ಪತ್ತೈದರ ಬಿಸಿಪ್ರಾಯದಲ್ಲಿ ನನಗೂ ಹುಟ್ಟುತ್ತಿತ್ತು. ಈ ಬೆಳಗ್ಗೆ ತ್ರಿಗರ್ತರು ಬಂದು ಅರ್ಜುನನಿಗೆ ಪ್ರತ್ಯೇಕ ಯುದ್ಧಕ್ಕೆ ಸವಾಲು ಹಾಕಿ ಅವನು ಅದನ್ನು ಒಪ್ಪಿಕೊಂಡು ಧರ್ಮಜನ ರಕ್ಷಣೆಯನ್ನು ಉಳಿದವರಿಗೆ ಒಪ್ಪಿಸಿ ಹೊರಟುಹೋಗದಿದ್ದರೆ ಈ ದಿನ ನಮಗೆ ಸೋಲಾಗುತ್ತಿರಲಿಲ್ಲವೇನೋ! ಅಭಿಮನ್ಯು ಸಾಯುವ ಪ್ರಸಂಗ ಬರುತ್ತಿರಲಿಲ್ಲವೇನೋ! ಕೃಷ್ಣ, ಈ ಸವಾಲನ್ನು ನೀನು ಗಮನಿಸಲೇಬೇಡ ಅಂತ ನೀನಾದರೂ ಅರ್ಜುನನಿಗೆ ಹೇಳಬಾರದಾಗಿತ್ತೆ?'

'ಕೃಷ್ಣ ಹಾಗೆಂದೇ ಒತ್ತಿ ಒತ್ತಿ ಹೇಳಿದ. ಆದರೆ ಅರ್ಜುನನ ಕ್ಷತ್ರಿಯ ಧರ್ಮ.....' ಎಂದು ಆರಂಭಿಸಿದ ಧರ್ಮಜ ಪೂರ್ತಿ ಮಾಡದೆ ನಿಲ್ಲಿಸಿದ.

ಯುಯುಧಾನ ಮತ್ತೆ ಮಾತನಾಡಲಿಲ್ಲ. ಮೌನ ತುಂಬಿಕೊಂಡಿತು. ಆತಂಕಕಾರಿ ಸ್ತಬ್ಧತೆಯು ಸ್ವಲ್ಪ ಮರೆಯಾಗಿತ್ತು. ಸ್ವಲ್ಪ ಸಮಯದನಂತರ ಸೇನಾಪತಿ ಧೃಷ್ಟದ್ಯುಮ್ನ ಹೇಳಿದ: 'ಇನ್ನು ಮೇಲೆ ನಾವು ಕ್ಷತ್ರಿಯಧರ್ಮ ಎಂಬ ಎಷ್ಟೋ ಪದ್ಧತಿಗಳನ್ನು ಬಿಟ್ಟುಬಿಡಬೇಕು. ಭೀಮ ಹೇಳಿದುದು ಸರಿ. ಶತ್ರುವು ಒಡ್ಡುವ ವ್ಯೂಹವನ್ನು ಭೇದಿಸುವ, ಆ ಮೂಲಕ ಶಕ್ತಿವ್ಯಯ ಮಾಡಿಕೊಳ್ಳುವ ಪ್ರಯತ್ನವನ್ನೇಕೆ ಮಾಡಬೇಕು? ನಮ್ಮ ಅನುಕೂಲಕ್ಕೆ ತಕ್ಕಂತೆ ಯುದ್ಧದ ದಿಕ್ಕನ್ನು ತಿರುಗಿಸಿಕೊಳ್ಳುತ್ತಿರಬೇಕೇ ವಿನಾ ಶತ್ರುವು ರಚಿಸುವ ತಂತ್ರಗಳಿಗೆ ಬಲಿಯಾಗಬಾರದು. ಯುದ್ಧವೆನ್ನುವುದು ಕ್ರೀಡಾಸ್ಪರ್ಧೆಯಲ್ಲ.'

ನಕುಲ ಸಹದೇವರು ಹೌದುಹೌದೆಂದರು. ವಿರಾಟ ತಲೆದೂಗಿದ. ದ್ರುಪದ ತಲೆಯಾಡಿಸಿದ. ಆದರೆ ಮಾತನಾಡಲಿಲ್ಲ. ಅರ್ಜುನನಿಗೆ, ಎತ್ತಿದ ಕೈಯನ್ನು ಇಳಿಸುವುದು ಇನ್ನೂ ಸಾಧ್ಯವಾಗಿರಲಿಲ್ಲ.

ಕೃಷ್ಣ ಹೇಳಿದ: 'ಈಗ ನಾವೆಲ್ಲರೂ ಊಟ ಮಾಡಿ ಬೇಗ ಮಲಗಿ, ಸಾಧ್ಯವಾದಷ್ಟು ನಿದ್ರೆ ಮಾಡೋಣ. ನಾಳೆ ಅತ್ಯಂತ ಭಯಂಕರ ಯುದ್ಧ ಕಾದಿದೆ.'

'ಅದು ಗೊತ್ತಿದ್ದೂ ನಿದ್ದೆ ಬರುವುದು ಹೇಗೆ?' ಧೃಷ್ಟದ್ಯುಮ್ನ ಕೇಳಿದ.

'ಬರಿಸಿಕೊಳ್ಳಬೇಕು. ಇಲ್ಲದಿದ್ದರೆ ಯುದ್ಧ ಮಾಡುವುದು ಸಾಧ್ಯವಿಲ್ಲ. ಭೀಮನನ್ನು ನೋಡು, ಕೂತಲ್ಲಿಯೇ ತೂಕಡಿಸುತ್ತಿದ್ದಾನೆ. ಭೀಮ, ಊಟವಾಯಿತೆ?'

ಭೀಮನಿಗೆ ಅದು ಕೇಳಲಿಲ್ಲ. ಆಗಿಲ್ಲವೆಂದು ನಕುಲ ಉತ್ತರಿಸುವಾಗ, 'ಎಷ್ಟು ದಿನವಾದರೂ ನಾನು ನಿದ್ದೆ ಇಲ್ಲದೆ ಇರಬಲ್ಲೆ.' ಎನ್ನುತ್ತಾ ಅರ್ಜುನ ಮುಷ್ಟಿಗಟ್ಟಿದ ಕೈಯನ್ನು ಕೆಳಗೆ ಇಳಿಸಿದ.

'ಅಕ್ಕಿಯಿಂದ ಮಾಡಿದುದಾದರೂ ಸರಿ, ಒಂದಿಷ್ಟು ಸೋಮ ಸಿಕ್ಕಿದರೆ ಎಲ್ಲರೂ ನಿದ್ದೆ ಮಾಡಬಹುದು,' ಧರ್ಮಜನ ಸೂಚನೆಯನ್ನು ಅರ್ಥಮಾಡಿಕೊಂಡ ಸಹದೇವ ಎದ್ದು ಹೊರಗೆ ಹೋದ.

'ಬಗನೀಮರದಿಂದ ಇಳಿಸಿದುದೇ ಒಂದು ಗಡಿಗೆ ಇರಬಹುದು ಭೀಮನ ಗುಡಿಸಿಲಿನಲ್ಲಿ. ಅವನಿಗಾಗಿ ಬೇಟೆಯಾಡಿ ದಿನಾ ಹೊಸ ಮಾಂಸ ತರುವ ಬೇಡರು ಒದಗಿಸಿದುದು,' ಗುಟ್ಟನ್ನು ನಕುಲ ಹೊರ ಹಾಕಿದಾಗ ಎಲ್ಲರ ಮುಖದಲ್ಲೂ ಗೆಲುವು ಕಾಣಿಸಿತು.

'ಸಂಜಯ, ಈ ಯುದ್ಧವನ್ನು ನಿಲ್ಲಿಸಲು ಸಾಧ್ಯವಿಲ್ಲವೆ?' ಗಾಂಧಾರಿಯ ಗಂಟಲು ಹೂತುಹೋಗಿತ್ತು.

'ಈಗ ಸಾಧ್ಯವೇ ಇಲ್ಲ. ಇದುವರೆಗೆ ಬರೀ ರಾಜ್ಯದ ಪ್ರಶ್ನೆಯಾಗಿತ್ತು. ಈಗ ಅರ್ಜುನನ ಮಗ ಸತ್ತಿದ್ದಾನೆ. ಭೀಮನ ಮಗ ಸತ್ತಿದ್ದಾನೆ. ಇತ್ತ ದುರ್ಯೋಧನ ಮಹಾರಾಜನ ಮಗನೂ ಸತ್ತಿದ್ದಾನೆ. ಅಪ್ಪನನ್ನು ಯಾರಾದರೂ ಕೊಂದಾಗ ಹುಟ್ಟುವ ರೋಷಕ್ಕಿಂತ ಹೊಟ್ಟೆಯಲ್ಲಿ ಹುಟ್ಟಿದ ಮಕ್ಕಳನ್ನು ಕೊಂದಾಗ ಸಿಡಿಯುವ ರೋಷವು ದಮನಿಸಲು ಸಾಧ್ಯವಿಲ್ಲದ್ದು ಅಲ್ಲವೆ? ಅಲ್ಲದೆ ಅವರ ಕಡೆಯ ಸೇನಾಪತಿ ಧೃಷ್ಟದ್ಯುಮ್ನನ ಅಪ್ಪ ದ್ರುಪದನೂ ಸತ್ತಿದ್ದಾನೆ. ಆದ್ದರಿಂದ ಪಾಂಡವರು ಒಪ್ಪಿದರೂ ಅವರ ಸೇನಾಪತಿ ಒಪ್ಪುವುದಿಲ್ಲ. ಆ ಸೇನೆಯ ಪ್ರಧಾನ ಭಾಗ ಅವನದೇ. ಪಾಂಡವರು ಒಪ್ಪುವುದೂ ಸಾಧ್ಯವಿಲ್ಲ. ದುರ್ಯೋಧನ ಮಹಾರಾಜನಂತೂ ಮಗ ಸತ್ತನಂತರ ಸರ್ಪದಂತೆ ಬುಸುಗುಟ್ಟುತ್ತಿದ್ದಾನೆ.'

'ಹಾಗಾದರೆ ನಾವು ಈಗ ಏನು ಮಾಡಬಹುದು?'

'ನಾನು ಸಂಗ್ರಹಿಸಿ ತಂದು ಹೇಳುವ ವರದಿಯನ್ನು ಕೇಳಬಹುದು.'

ಗಾಂಧಾರಿ ಪ್ರತಿ ಮಾತನಾಡಲಿಲ್ಲ. ಸಂಜಯನೂ ಮಾತನಾಡಲಿಲ್ಲ. ಧೃತರಾಷ್ಟ್ರ ಸುಮ್ಮನಿದ್ದ. ವಿದುರ ಕಂಬ ಒರಗಿ ಮೌನವಾಗಿದ್ದ. ಎಣ್ಣೆ ಸಾಲದಾಗಿ ದೀಪ ಮಂಕಾಗುತ್ತಿತ್ತು. ಧೃತರಾಷ್ಟ್ರ ಎಂದ: 'ವಾಸನೆ ಬರುತ್ತಿದೆ. ದೀಪ ಉರಿಯುತ್ತಿದೆಯೆ? ದಾಸೀ.'

ಅವಳೂ ನಿದ್ದೆ ಮಾಡುತ್ತಿದ್ದಳು. ಇನ್ನೊಮ್ಮೆ ಗಟ್ಟಿಯಾಗಿ ಕೂಗಿದ ಮೇಲೆ ಎದ್ದು

ಓಡಿ ಬಂದು ಹೇಳಿದಳು: 'ದೀಪ ಆರುವ ಸ್ಥಿತಿಗೆ ಬಂದಿದೆ. ಆದರೆ ಇಡೀ ಅರಮನೆಯಲ್ಲಿ ಎಣ್ಣೆ ಇಲ್ಲ. ನಾಳೆ ನಮ್ಮ ಕೇರಿಯಲ್ಲಿ ಯಾರ ಮನೆಯಲ್ಲಾದರೂ ಒಂದಿಷ್ಟು ತರುತ್ತೀನಿ.'

'ಅರಮನೆಯಲ್ಲಿ ಎಣ್ಣೆ ಇಲ್ಲ ಅಂದರೆ ಏನರ್ಥ?' ಮಹಾರಾಜ ಸಿಟ್ಟಿನಿಂದ ಕೇಳಿದ.

'ಯುದ್ಧಕ್ಕೆ ಬೇಕು ಅಂತ ಈ ಸಂಜೆ ಬಂದು ಎಲ್ಲವನ್ನೂ ಗಾಡಿಯಲ್ಲಿ ಹೇರಿಕೊಂಡು ಹೋದರು. ಯಾವುದೋ ಹಳೇ ಗಡಿಗೆಯ ತಳಕ್ಕೆ ಕೈಹಾಕಿ ಬಳಿದು, ಸಿಕ್ಕಿದುದನ್ನು ನಾನು ಇವತ್ತು ಹಣತೆಗೆ ಹಾಕಿದೆ.'

'ಹಾಗಾದರೆ ಈ ರಾತ್ರಿಯ ಗತಿ?'

ನಿದ್ದೆ ತಪ್ಪಿದ ದಾಸಿಗೆ ಸಿಟ್ಟು ಬಂದಿತ್ತು. 'ಮಹಾರಾಜ, ಕಣ್ಣು ಕಾಣದ ಮೇಲೆ ದೀಪ ಉರಿದರೇನು, ಉರಿಯದಿದ್ದರೇನು? ನಾನಂತೂ ಇಲ್ಲೇ ಇರುತ್ತೇನೆ. ನನಗೆ ಇಡೀ ಅರಮನೆಯ ನೆನಪಿದೆ. ಕತ್ತಲೆಯಾದರೂ ಕೈಹಿಡಿದು ನಿನ್ನನ್ನು ಜಲಬಾಧೆಗಾಗಲಿ ಮಲಬಾಧೆಗಾಗಲಿ ಕರೆದೊಯ್ಯುತ್ತೇನೆ.'

ಧೃತರಾಷ್ಟ್ರನ ಮುಖ ಕೆಂಪು ತಿರುಗುತ್ತಿತ್ತು. ಅಷ್ಟರಲ್ಲಿ ವಿದುರ ಹೇಳಿದ: 'ನೋಡಮ್ಮ, ನಮ್ಮ ಮನೆಗೆ ಹೋಗಿ ಒಂದು ಮೊಗೆ ಎಣ್ಣೆ ತೆಗೆದುಕೊಂಡು ಬಾ. ಈಗಲೇ ಹೋಗು. ಒಬ್ಬಳೇ ಅಂತ ಭಯವಾದರೆ ನಾನೂ ಜೊತೆಗೆ ಬರುತ್ತೇನೆ. ಅಥವಾ ಹೊರಗೆ ಗಂಡಸು ಕಾವಲುಗಾರನಿದ್ದರೆ ಅವನನ್ನು ಕಳಿಸು.'

'ವಿದುರಾ, ನಿನ್ನ ಮನೆಯಿಂದ ಅರಮನೆಗೆ ಸಾಲವೆ? ಅಥವಾ ದಾನವೆ? ಬೇಡ ಬೇಡ,' ಎಂದ ಧೃತರಾಷ್ಟ್ರ, 'ಸಾಲವೆಂದೇ ತೆಗೆದುಕೊಂಡು ಬಾ. ಕತ್ತಲೆಂದರೆ ನನಗೆ ಆಗುವುದಿಲ್ಲ' ಎಂದ.

ದಾಸಿ ಹೊರಗೆ ನಡೆದ ಸಪ್ಪಳ ಕೇಳಿಸಿತು. ಧೃತರಾಷ್ಟ್ರನ ಮನಸ್ಸೆಲ್ಲ ಎಣ್ಣೆ ತೀರುತ್ತಿರುವ ವಾಸನೆಯತ್ತ ಹರಿದು ನಿಂತುಬಿಟ್ಟಿತು. ಮೊದಲಿನಿಂದಲೂ ಅಷ್ಟೆ, ಆ ವಾಸನೆ ಅವನಿಗೆ ಮುಜುಗರ ಆತಂಕಗಳನ್ನುಂಟುಮಾಡುತ್ತಿತ್ತು. ಅದರಿಂದ ತಪ್ಪಿಸಿಕೊಳ್ಳಲೆಂಬಂತೆ ಕೇಳಿದ: 'ನನ್ನ ಅಳಿಯ ಜಯದ್ರಥನನ್ನು ಕೊಂದೇತೀರುವೆನೆಂದು ಅರ್ಜುನ ಶಪಥ ಮಾಡಿದುದು ಮೊದಲೇ ತಿಳಿಯಿತು ಎಂದು ಕೂಡ ಹೇಳಿದೆ. ಸತ್ತವರ ಪೈಕಿ ಜಯದ್ರಥನ ಹೆಸರನ್ನೂ ಹೇಳಿದೆ. ನಮ್ಮವರು ಮುನ್ನೆಚ್ಚರಿಕೆ ವಹಿಸಲಿಲ್ಲವೆ? ದುರ್ಯೋಧನನಿಗೆ ತಂಗಿ ಎಂದರೆ ತುಂಬ ಅಂತಃಕರಣವಿದೆ.'

'ಇದೆ. ಭಾವ ಭಾವಮೈದುನರಲ್ಲಿ ಕೂಡ ಪರಸ್ಪರ ಪ್ರೀತಿ ಸಲಿಗೆಗಳಿದ್ದುವು. ಜಯದ್ರಥ ಮಹಾರಾಜನು ದ್ರೌಪದಿಯನ್ನು ಹೊತ್ತುಕೊಂಡು ಹೋಗುತ್ತಿದ್ದಾಗಲೇ.....'

ಎಂಬ ವಾಕ್ಯದ ನಡುವೆ ಗಾಂಧಾರಿ ಬಾಯಿ ಹಾಕಿ, 'ಯಾವಾಗ? ಏನದು ಸಂಗತಿ?' ಎಂದಳು.

'ಇನ್ನೂ ಎರಡು ವರ್ಷ ಕೂಡ ಆಗಿಲ್ಲವಂತೆ. ಪಾಂಡವರು ಅಜ್ಞಾತವಾಸಕ್ಕೆ ಹೊರಡುವ ಕೆಲವು ತಿಂಗಳುಗಳ ಮುಂಚೆ ಒಂದು ಸಲ ಜಯದ್ರಥ ಮಹಾರಾಜನು ಆ ಕಾಡಿಗೆ ಹೋಗಿ ಗಂಡಸರಿಲ್ಲದ ಸಮಯ ಸಾಧಿಸಿ ದ್ರೌಪದಿಯನ್ನು ಹೊತ್ತುಕೊಂಡು ಹೋಗುತ್ತಿದ್ದ

ನಂತೆ. ನಡುವೆ ಓಡಿಬಂದ ಪಾಂಡವರು ಮಹಾರಾಜನನ್ನು ಸೆರೆಹಿಡಿದು, ಭೀಮನು ಅವನನ್ನು ಕೊಲ್ಲುತ್ತಿದ್ದನಂತೆ. ಆದರೆ ಮನೆಯ ಅಳಿಯ ಅಂತ ತಲೆಯ ಮೇಲೆ ಬರೀ ಮೂರು ಪಟ್ಟೆ ತೆಗೆಸಿ ಅವಮಾನ ಮಾಡಿ ಕಳಿಸಿದರಂತೆ. ಆ ಸಿಟ್ಟಿಗೆ.....'

ಎನ್ನುತ್ತಿರುವಾಗ, 'ಅದು ಹೇಗೆ ಸಾಧ್ಯ? ಅವಳ ವಯಸ್ಸೇನು? ನನ್ನ ಅಳಿಯನ ವಯಸ್ಸೇನು! ಆಗ ಮೂವತ್ತೈದು ಮೂವತ್ತಾರಲ್ಲವೆ ಇವನಿಗೆ, ಅವಳು ಐವತ್ತರ ಹತ್ತಿರ ಹತ್ತಿರದವಳು' ಎಂದು ಗಾಂಧಾರಿ ತಡೆದಳು.

'ಅದೆಲ್ಲ ನನಗೇನು ಗೊತ್ತು! ನನಗೆ ಕೂಡ ಏನೂ ತಿಳಿದಿರಲಿಲ್ಲ. ಸುದ್ದಿಸಂಗ್ರಾಹಕರು ಹೀಗಿದೆ ಹಿನ್ನೆಲೆ ಎಂದು ಹೇಳಿದ್ದಷ್ಟೆ.'

ಗಾಂಧಾರಿ ಸುಮ್ಮನಾದಳು. ಮಾತಿನ ಸರಣಿ ತಪ್ಪಿದಂತಾಗಿ ಸಂಜಯನೂ ಸುಮ್ಮನಾದ. ಆದರೆ ಧೃತರಾಷ್ಟ್ರ ಕೇಳಿದ: 'ಸಂಜಯ, ನನಗಂತೂ ಕಣ್ಣು ಕಾಣಿಸದು. ನೋಡಿಲ್ಲ. ದ್ರೌಪದಿ ನಿಜವಾಗಿಯೂ ಅಷ್ಟು ಸುಂದರಿಯೆ? ಅಥವಾ ಅವಳ ಆಕರ್ಷಣೆಯ ಮೂಲ ಲಕ್ಷಣವೇನು?'

'ಮಹಾರಾಜ, ನಾನೂ ದ್ರೌಪದಿಯನ್ನು ನೋಡಿಲ್ಲ. ಒಬ್ಬರಿಗಿಂತ ಹೆಚ್ಚು ಗಂಡಸರ ಸಂಗವಿರುವ ಹೆಂಗಸನ್ನು ನೋಡಿದರೆ ಇತರ ಗಂಡಸರಿಗೆ ಬಹು ಬೇಗ ಆಕರ್ಷಣೆ ಹುಟ್ಟಿಬಿಡುತ್ತೆ ಅಂತ ನನ್ನ ಅನುಭವ. ದ್ರೌಪದಿ ಐವರು ಗಂಡಂದಿರನ್ನು ಒಟ್ಟಿಗೆ.....'

ಎಂಬುದನ್ನು ಪೂರ್ಣಗೊಳಿಸುವ ಮುನ್ನವೇ ವಿದುರ, 'ಸಂಜಯ, ನೀನು ಯುದ್ಧದ ವರದಿಗಾರ. ಬೇರೆ ಮಾತುಗಳನ್ನಾಡಬಾರದು' ಎಂದು ತಡೆದ.

'ಚಿಕ್ಕಪ್ಪ, ಯುದ್ಧಕ್ಕೆ ಸಂಬಂಧಿಸಿದಂತೆ ಈ ಮಾತು ಬಂತಷ್ಟೆ. ಅದೂ ಮಹಾರಾಜ ಕೇಳಿದ್ದರಿಂದ. ಇಂತಹ ಮಾತಿನಲ್ಲಿ ನನಗೇನೂ ಚಪಲವಿಲ್ಲ.'

ಧೃತರಾಷ್ಟ್ರ ತಕ್ಷಣ ಕೇಳಿದ: 'ಸಂಜಯ, ನಮ್ಮವರು ಮುನ್ನೆಚ್ಚರಿಕೆ ವಹಿಸಲಿಲ್ಲವೆ? ಆ ಯುದ್ಧದಲ್ಲಿ ದಾಯ ತಪ್ಪಿದ್ದು ಹೇಗೆ? ವಿವರವಾಗಿ ಹೇಳು.'

"ಜಯದ್ರಥನನ್ನು ಉಳಿಸಬೇಕೆಂದು ದುರ್ಯೋಧನ ಮಹಾರಾಜ ಸೇನಾನಿ ದ್ರೋಣರಿಗೆ ಆದೇಶವಿತ್ತ. ಆದುದರಿಂದ ಎರಡು ಬಗೆಯ ಫಲ: ತನ್ನ ಭಾವ ಬದುಕುವುದು, ಅರ್ಜುನ ಬೆಂಕಿಗೆ ಬಿದ್ದು ಸಾಯುವುದು. ಅನಂತರ ಯುದ್ಧದಲ್ಲಿ ಗೆಲ್ಲುವುದು ಸುಲಭವಲ್ಲವೆ? ಗುರುಗಳಿಗೆ ಗೊತ್ತಿರುವ ಯುದ್ಧತಂತ್ರವೆಲ್ಲ ನನಗೆ ಗೊತ್ತಿದೆ. ಅವರನ್ನು ನಾನು ಸುಲಭವಾಗಿ ಸೋಲಿಸಿ ಎಸೆಯುತ್ತೇನೆ ಅಂತ ಅರ್ಜುನ ಬಡಾಯಿ ಕೊಚ್ಚಿಕೊಂಡನಂತೆ. ಅವನಿಗೆ ಹೇಳಿಕೊಡದ ಯಾವ ವ್ಯೂಹವೂ ನಿಮಗೆ ಗೊತ್ತಿಲ್ಲವೋ ಎಂದು ಮಹಾರಾಜ ಕೇಳಿದ. 'ಹಾಗೋ, ಇವತ್ತು ನಾನು ರಚಿಸುವ ವ್ಯೂಹವನ್ನು ನೋಡು. ಅದನ್ನು ಭೇದಿಸಿ ಸಂಜೆಯೊಳಗೆ ಜಯದ್ರಥನನ್ನು ತಲುಪಲು ಸ್ವತಃ ಇಂದ್ರನಿಗೂ ಸಾಧ್ಯವಾಗದು' ಎಂದ ಅವರು, ಚಕ್ರಶಕಟ ವ್ಯೂಹ ಎಂಬ ಹೊಸ ರಚನೆಯನ್ನೇ ಮಾಡಿದರು. ಆನೆ, ಕುದುರೆ, ರಥ, ಸಮಸ್ತ ಸೈನ್ಯವನ್ನೂ ಸುತ್ತ ಒಂದರೊಳಗೊಂದು ನಿಲ್ಲುವ ರೀತಿಯಲ್ಲಿ ಜೋಡಿಸಿ, ನಡುವೆ ಕಮಲಪುಷ್ಪದ ರೀತಿ ಎಸಳುಗಳು ಸುತ್ತುವರಿದ ರೀತಿಯಲ್ಲಿ ಜೋಡಿಸಿ, ಜಯದ್ರಥನ ಸ್ವಂತ ಸೇನೆಯನ್ನು

ರಚಿಸಿದರು, ನಡುವೆ ಜಯದ್ರಥ. ಯಾವ ಕಡೆಯಿಂದ ಹೇಗೆ ನುಗ್ಗಿದರೂ ಸಂಜೆಯೊಳಗೆ ಮುಟ್ಟಲು ಸಾಧ್ಯವಿಲ್ಲ, ಆ ರೀತಿ. ಹೀಗೆ ಏನೋ ಮಾಡಿರುತ್ತಾರೆಂದು ಪಾಂಡವರು ಊಹಿಸಿದೆ ಇರುತ್ತಾರೆಯೆ? ಅವರು ಕೂಡ ತಮ್ಮ ಎಲ್ಲ ಸೈನ್ಯವನ್ನೂ ಒಟ್ಟಿಗೆ ಯುದ್ಧದಲ್ಲಿ ತೊಡಗಿಸಿದರು. ನಡುವೆ ಜಯದ್ರಥ ಓಡಿ ಹೋಗಬಾರದು, ಹಾಗೆ ಸುತ್ತಣಿಂದ ಒಬ್ಬೊಬ್ಬ ರಥಿಕರೂ ತಮ್ಮ ತಮ್ಮ ದಳಗಳೊಡನೆ ಲಗ್ಗೆ ಹಾಕಿದರು. ಭೀಮ, ನಕುಲ ಸಹದೇವ, ಇದೇ ಸಂದರ್ಭದಲ್ಲಿ ಸೆರೆ ಹಿಡಿದಾರೆಂಬ ಭಯದಿಂದ ಧರ್ಮಜ ಮಾತ್ರ ಇಲ್ಲ, ಧೃಷ್ಟದ್ಯುಮ್ನ, ಸಾತ್ಯಕಿ, ಮುದುಕರಾದ ದ್ರುಪದ ವಿರಾಟರು ಕೂಡ. ವಾಸ್ತವವಾಗಿ ಯುದ್ಧವು ಆ ದಿನ ಮಾತ್ರವಲ್ಲ, ಆ ದಿನದಿಂದ ಮುಟ್ಟಿದ ಘೋರತೆಯನ್ನು ಅದುವರೆಗೆ ಮುಟ್ಟಿರಲಿಲ್ಲ. ಅರ್ಜುನನಿಗೆ ಮಗ ಸತ್ತ ರೋಷ, ದುರ್ಯೋಧನ ಮಹಾರಾಜನಿಗೂ ಮಗ ಸತ್ತ ರೋಷ, ಅವರಿಗೆ ಹೊಡೆಯುವ ರೋಷ. ಇವರದು ತಡೆಯುವ, ಶತ್ರುವನ್ನು ಹೊಡೆದು ಹಿಮ್ಮೆಟ್ಟಿಸುವ ಸಂಕಲ್ಪ. ಆ ದಿನ ಮುರಿದು ಬಿದ್ದ ರಥಗಳ ಸಂಖ್ಯೆ ಎಣಿಕೆಗೆ ಸಿಕ್ಕದ್ದು. ಕಾಲು ಮುರಿದುಕೊಂಡು ನಿಷ್ಕ್ರಿಯವಾದ ರಥಾಶ್ವಗಳು ಯುದ್ಧಾಶ್ವಗಳಂತೂ ಲೆಕ್ಕವಿಲ್ಲ. ಯುದ್ಧದಲ್ಲಿ ನಿಷ್ಕ್ರಿಯವಾದ ಕುದುರೆಗಳನ್ನು ಹಿಂಬದಿಗೆ ತರಲೂ ಸಾಧ್ಯವಿರಲಿಲ್ಲ. ಸಾಧ್ಯವಾಗಿದ್ದರೆ ಅವುಗಳ ಮಾಂಸವಾದರೂ ದಕ್ಕುತ್ತಿತ್ತು. ರಕ್ತ ಮಾಂಸಗಳ ಜೋರು ಹೆಚ್ಚಾದ ಮೇಲೆ ಕುದುರೆಗಳು ಕೂಡ ಹಿಡಿತತಪ್ಪಿ ಎತ್ತೆತ್ತಲೋ ನೆಗೆದು ಗೊಂದಲಕ್ಕೆ ಕಾರಣವಾದವು. ಸಾಯುತ್ತಿರುವ ಸೈನಿಕರ ನೋವಿನ ಕಿರುಚಾಟಗಳು ಕಾದಾಟದ ಕಿವಿಗಡಚಿಕ್ಕುವ ಸದ್ದಿನಲ್ಲೂ ಕೊರೆದು ಕೊರೆದು ಕೇಳುತ್ತಿದ್ದವು. ಅರ್ಜುನನ ಹೊಡೆತ ತಡೆಯಲಾರದೆ ದುಶ್ಶಾಸನ ಮಹಾರಾಜ ಹಿಂದೆ ಸರಿದ. ಅವನ ಸ್ಥಾನಕ್ಕೆ ಬಂದ ದ್ರೋಣರ ಮೇಲೆ ಅರ್ಜುನನು ಬಾಣ ಪ್ರಹಾರ ಮಾಡಲಿಲ್ಲ. ಅದರ ಬದಲು ಬರೀ ಸೈನ್ಯವನ್ನು ತಡೆಯುವಂತೆ ತನ್ನ ದಳಕ್ಕೆ ಹೇಳಿದ. ಆಯಾಸದಿಂದ ಬಳಲಿದ ಆಚಾರ್ಯರು ಕೊಳೆಯಾದ ಬಿಳಿ ವಸ್ತ್ರ ಧರಿಸಿ ಕೈಲಿದ್ದ ಬಿಲ್ಲಿನಿಂದ ನಡುವೆ ಒಂದೊಂದು ಬಾಣ ಹೊಡೆಯುತ್ತಿದ್ದರು. ಆದರೆ ಬಿಲ್ಲನ್ನು ಪೂರ್ಣ ಪ್ರಮಾಣದಲ್ಲಿ ಎಳೆಯುವ ಶಕ್ತಿ ಎಲ್ಲಿ ಬರಬೇಕು? ಹೀಗಾಗಿ ಅವರು ಹೊಡೆದ ಬಾಣಗಳು ಗುರಿ ಮುಟ್ಟುವ ಮೊದಲೇ ಯಾರ ಮೇಲೋ ಹಗುರವಾಗಿ ಕೂತುಬಿಡುತ್ತಿದ್ದವು. ಸ್ವಲ್ಪ ಹೊತ್ತಿನನಂತರ ಹಾಗೆ ಹೊಡೆಯುವುದನ್ನೂ ನಿಲ್ಲಿಸಿಬಿಟ್ಟರು. ಅರ್ಜುನನ ಸಾರಥಿ ಕೃಷ್ಣ ಸ್ವಲ್ಪ ಹೊತ್ತಾದ ಮೇಲೆ ಅವರನ್ನು ಕೈಬಿಟ್ಟು ಬೇರೆ ಕಡೆ ತನ್ನ ದಳವನ್ನೂ ತಿರುಗಿಸಿದನಂತೆ. ಅನಂತರ ಅರ್ಜುನನ ದಳವು ಯಾದವರ ಕೃತವರ್ಮನ ದಳವನ್ನು ಎದುರಿಸಿತು. ರಥ ನಡೆಸುತ್ತಿದ್ದ ಕೃಷ್ಣನನ್ನು ಕಂಡೋ ಏನೋ ಯಾದವ ದಳ ಪತಿ ಕೃತವರ್ಮನೇ ತನ್ನ ದಳದೊಡನೆ ಪಕ್ಕಕ್ಕೆ ಹೊರಳಿ ಅರ್ಜುನನ ದಳಕ್ಕೆ ದಾರಿ ಬಿಟ್ಟು ಕೊಟ್ಟ. ಅನಂತರ ಅರ್ಜುನನು ಕಾಂಬೋಜದ ರಾಜ ಸುದಕ್ಷಿಣನನ್ನು ಕೊಂದ. ದಿಕ್ಕು ತಪ್ಪಿದ ಅವನ ದಳಕ್ಕೆ ಹಿಂದಕ್ಕೆ ಓಡಿಹೋಗಲು ಜಾಗ ವಿಲ್ಲದೆ ಶತ್ರುಗಳ ಬಾಣಗಳಿಗೆ ಸಿಕ್ಕಿ ಸತ್ತು ಮಲಗಿದರು. ಅಲ್ಲಿಂದ ಮುಂದೆ ಕಳಿಂಗ ದೇಶದ ಅರಸು ಶ್ರುತಾಯು ಅವನ ತಮ್ಮಂದಿರಾದ ಅಚ್ಯುತಾಯು, ನಿಯುತಾಯು, ದೀರ್ಘಾಯುಗಳೊಡನೆ ಅರ್ಜುನನ

ದಳವನ್ನು ಎದುರಿಸಿದ. ನಾಲ್ವರು ಸೋದರರೂ ಸತ್ತರು. ದಿಕ್ಕೆಟ್ಟ ದಳವು ಅವರಿವರ ದಳದೊಳಗೆ ನುಗ್ಗಿ ಬೆರೆತುಕೊಂಡು ಗೊಂದಲವುಂಟುಮಾಡಿತು. ಅಷ್ಟರಲ್ಲಿ ಧೃಷ್ಟದ್ಯುಮ್ನನು ದ್ರೋಣರ ಮೇಲೆ ಎರಗಿದ, ಅವರನ್ನು ಕೊಲ್ಲುವ ಉದ್ದೇಶ ಅವನಿಗೆ ಮೊದಲಿನಿಂದ ಇತ್ತಷ್ಟೇ. ಇದೇ ಸಮಯದಲ್ಲಿ ನೆರವೇರಿಸಿಕೊಂಡುಬಿಡಬೇಕೆಂದು ಪ್ರಚಂಡ ವೇಗದಿಂದ ನುಗ್ಗಿದ. ಪಾಂಡವರ ಐವರು ಮಕ್ಕಳೂ ಸೋದರಮಾವನ ಜೊತೆಗೇ ಪ್ರತ್ಯೇಕ ರಥಗಳಲ್ಲಿ ಬಂದು ದ್ರೋಣರ ದಳದ ಮೇಲೆ ಬಿದ್ದರು. ಈ ಯುದ್ಧದಲ್ಲಿ ದ್ರೋಣರ ದಳವು ತನ್ನ ಸ್ವಾಮಿಯ ರಕ್ಷಣೆಗಾಗಿ ವೀರಾವೇಶದಿಂದ ಹೋರಾಡಿತು, ದ್ರೋಣರ ಆದೇಶದಂತೆ ದಳವೇ ಎರಡು ಭಾಗವಾಗಿ ಧೃಷ್ಟದ್ಯುಮ್ನನನ್ನು ಒಳಗೆ ನುಗ್ಗಲು ಅವಕಾಶ ಕೊಟ್ಟು ಅವನ ದಳವನ್ನು ಸುತ್ತುವರಿಯಿತು. ಆಗ ಬೇರೆ ಕಡೆ ಇದ್ದ ಸಾತ್ಯಕಿಯು ತನ್ನ ದಳದೊಡನೆ ಇತ್ತ ಧಾವಿಸಿ ಬರದಿದ್ದರೆ ಪಾಂಡವ ಸೇನಾಪತಿಯ ಕತೆ ಮುಗಿಯುತ್ತಿತ್ತು. ಇತ್ತ ಅನೂಪ ದೇಶದ ರಾಜರುಗಳಾದ ವಿಂದ ಅನುವಿಂದರು ಅರ್ಜುನನಿಂದ ಹತರಾದರು. ಅರ್ಜುನನ ವೇಗದ ಮುನ್ನಡೆಯನ್ನು ಕಂಡು ಸ್ವತಃ ದುರ್ಯೋಧನ ಮಹಾರಾಜನೇ ತನ್ನ ದಳದೊಡನೆ ಎದುರಾದ. ಮಹಾರಾಜನನ್ನು ಕಂಡ ಅರ್ಜುನ, ಅದೆಷ್ಟು ಗಟ್ಟಿಯಾಗಿ, ಬಂದೆ ಏನೋ ಷಂಡ ಎಂದ ಗೊತ್ತೆ? ನಮ್ಮ ಮಹಾರಾಜ ಬಿಟ್ಟಾನೆಯೆ? ನೀನು ಪಾಂಡುವಿನ ಬೀಜಕ್ಕೆ ಹುಟ್ಟಿದವನಾದರೆ ನನ್ನನ್ನು ಗೆಲ್ಲುವೆಯಂತೆ ಬಾ ಎಂದ, ಮತ್ತೆ ಮಾತಿಲ್ಲ. ಯುದ್ಧ ರೇಗಿತು. ಅರ್ಜುನನ ದಳಕ್ಕೆ ಅದುವರೆಗೆ ಸಾಧಿಸಿದ ಜಯಗಳಿಸಿದ ಉತ್ಸಾಹ ಏರಿತ್ತು. ಜೊತೆಗೆ ತಮ್ಮ ದಳಪತಿಯ ಬಾಣಶಕ್ತಿಯಲ್ಲಿದ್ದ ನಂಬುಗೆ. ಇಡೀ ಯುದ್ಧರಂಗದಲ್ಲಿ ಅವನಂತಹ ಬಿಲ್ಲುಗಾರನು ಬೇರೆ ಯಾರಿದ್ದಾರೆ? ಬರೀ ಗುರಿಯಲ್ಲ, ವೇಗ ಮಾತ್ರವಲ್ಲ, ರಭಸದಿಂದ ಚುಚ್ಚಿಕೊಳ್ಳುವಂತೆ ಅವನು ಹೊಡೆಯುವ ಬಾಣದ ಮೊದಲ ಆಘಾತಕ್ಕೆ ಬಿದ್ದು ಸಾಯಬೇಕು ಅಷ್ಟು ಶಕ್ತಿಯುತವಾದ ಲೋಹದ ಬಿಲ್ಲಂತೆ. ದುರ್ಯೋಧನ ಮಹಾರಾಜನು ಪಕ್ಕಕ್ಕೆ ಸರಿದು ಅರ್ಜುನನಿಗೆ ಮುಂದೆ ಹೋಗಲು ದಾರಿ ಬಿಡಲೇ ಬೇಕಾಯಿತು. ಇತ್ತ ಪಾಂಡವ ಪುತ್ರರು ಬಾಹ್ಲೀಕ ದೇಶದ ಭೂರಿಯ ತಮ್ಮ ಶಲನನ್ನು ಮುಗಿಸಿದರು. ಅತ್ತ ಅಲಂಬುಷ ಎಂಬ ರಾಕ್ಷಸಮುಖ್ಯನನ್ನು ಭೀಮನ ಮಗ ಘಟೋತ್ಕಚ ಕೊಂದುಹಾಕಿದ....."

'ಯಾರು ಅಲಂಬುಷ ಅಂದರೆ?' ಧೃತರಾಷ್ಟ್ರ ಕೇಳಿದ.

'ನನಗೆ ಗೊತ್ತಿಲ್ಲ.'

'ಅವನು ಬಕನ ತಮ್ಮನ ಮಗ. ಏಕಚಕ್ರನಗರದಲ್ಲಿದ್ದಾಗ ಭೀಮನು ಕೊಂದು ಹಾಕಿದ ಒಬ್ಬ ರಾಕ್ಷಸ. ಅವನ ಅಪ್ಪ ಕಿರ್ಮ್ಮೀರ ಅಂತ. ತನ್ನ ಹಿರಿಯ ಮಗನನ್ನು ಕೊಂದ ಭೀಮನ ಮೇಲೆ ಸೇಡು ತೀರಿಸಿಕೊಳ್ಳಲು ವನವಾಸ ಕಾಲದಲ್ಲಿ ಆ ಕಿರ್ಮ್ಮೀರ ಬಂದು ಪಾಂಡವರ ಮೇಲೆ ಬಿದ್ದನಂತೆ. ಭೀಮ ಅವನನ್ನೂ ಮುಗಿಸಿದ್ದ. ಹೀಗೆ ತನ್ನ ಅಣ್ಣ ಅಪ್ಪರನ್ನು ಕೊಂದ ಭೀಮನನ್ನು ತೀರಿಸಲೆಂದೇ ಅಲಂಬುಷನು ತಾನಾಗಿಯೇ ಬಂದು ದುರ್ಯೋಧನನ ಪಕ್ಷ ಸೇರಿದ್ದ. ಅಲ್ಲವೆ?' ವಿದುರ ವಿವರಿಸಿದ.

'ತನ್ನಪ್ಪನನ್ನು ಕೊಲ್ಲಲು ನುಗ್ಗಿದ ಅವನನ್ನು ಮಗ ಘಟೋತ್ಕಚನು ನುಗ್ಗಿ ಕೊಂದು ಹಾಕಿದ. ಇತ್ತ ಧೃಷ್ಟದ್ಯುಮ್ನನ ರಕಣೆಗೆ ಬಂದ ಸಾತ್ಯಕಿ, ದ್ರೋಣರ ದಳದೊಡನೆ ಸ್ವಲ್ಪ ಕಾದಿದ ನಂತರ, ಅರ್ಜುನನ ದಳವು ಅಕಸ್ಮಾತ್ ಕ್ಷೀಣವಾಗುತ್ತಿದ್ದರೆ ಸಹಾಯಕ್ಕೆ ಇರಲಿ ಎಂದು ತನ್ನ ದಳವನ್ನು ಆ ಕಡೆಗೆ ನಡೆಸಿದ. ವಾಸ್ತವವಾಗಿ ಅರ್ಜುನನ ದಳ ಕ್ಷೀಣಿಸುತ್ತಿತ್ತು. ಅರ್ಜುನನ ಹಣೆ, ಮುಂಗೈ, ಮತ್ತು ತೊಡೆಗಳಲ್ಲಿ ರಕ್ತ ಒಸರುತ್ತಿತ್ತು. ಸಾರಥಿ ಕೃಷ್ಣನಿಗೂ ಬಾಣಗಳು ತಗುಲಿ ಗಾಯಗಳಾಗಿದ್ದವು. ಇದೇ ಸಮಯಕ್ಕೆ ಕೃತವರ್ಮನು ತನ್ನ ಸೈನ್ಯದೊಡನೆ ಸಾತ್ಯಕಿಯನ್ನು ಅಡ್ಡಗಟ್ಟಿದ.'

'ಯಾರು ಕೃತವರ್ಮ ಅಂದರೆ?' ಧೃತರಾಷ್ಟ್ರ ಕೇಳಿದ.

"ಹೇಳಿಲ್ಲವೇ ನಾನು? ಯಾದವರ ಸೇನೆಯ ಮುಖ್ಯ. ಯಾದವರ ಸೈನ್ಯದೊಡನೆ ನಮ್ಮ ಕಡೆಗೆ ಬಂದಿರಲಿಲ್ಲವೆ? ಕೃಷ್ಣ ರಹಸ್ಯವಾಗಿ ಅವನಿಗೆ ಹೇಳಿಕಳಿಸಿ ಭೇಟಿ ಮಾಡಿ, 'ನೀನು ಸೈನ್ಯವನ್ನೇನೋ ತಂದೆ. ನೀನೇ ಅದರ ನಾಯಕತ್ವ ವಹಿಸಿದರೆ ನಾನು ಪಾಂಡವರ ಪಕ್ಷದಲ್ಲಿರುವಾಗ ನಾನು ನೀನೇ ಮುಖಾಮುಖಿಯಾಗಬೇಕಾಗುತ್ತದೆ. ಆಗ ಜನ ಏನಂದಾರು? ನಿನಗೆ ನಾಚಿಕೆಯಾಗುವುದಿಲ್ಲವೆ?' ಅಂತ ಕೇಳಿದನಂತೆ. ನಾಚಿಕೆಯಾಯಿತೊ ಅಥವಾ ತನ್ನೊಳಗೇ ಏನು ಆಲೋಚಿಸಿಕೊಂಡನೋ, ಬಲರಾಮನು ತನ್ನ ಸೈನ್ಯವನ್ನು ಈ ಕೃತ ವರ್ಮನ ಕೈಗೆ ಕೊಟ್ಟು ತಾನು ತೀರ್ಥಯಾತ್ರೆ ಮಾಡುವುದಾಗಿ ಹೇಳಿ ಹೊರಟುಹೋದನಂತೆ. ಈಗ ಯುದ್ಧದಲ್ಲಿ ನನ್ನ ದ್ವಾರಕೆಯ ಸೇನೆಯ ಮೇಲೆಯೇ, ತಾನು ಯಾವ ಸೇನೆಯ ಒಬ್ಬ ದಳಪತಿಯಾಗಿದ್ದನೋ ಅದರ ಮೇಲೆ ಕಾಯುವುದು ಸಾತ್ಯಕಿಗೂ ಕಷ್ಟವಾಯಿತು. ಸೈನಿಕರೂ ಕೈ ಎಳೆದು ಬಿಲ್ಲು ಹೊಡೆಯಲು ಹಿಂಜರಿದರು. ಪರಿಣಾಮವೆಂದರೆ ಸಾತ್ಯಕಿ ಕೃತವರ್ಮನಿಗೆ ಗುರಿ ಇಟ್ಟು ಬಾಣ ಹೊಡೆದ. ಈ ಸೈನಿಕರ ಮೇಲೆ ಹೊಡೆಯಬೇಡಿರೆಂದು ತನ್ನ ದಳಕ್ಕೆ ತಿಳಿಸಿದ. ಸೈನ್ಯ ಸೈನ್ಯವು ಕಾಯಲಿಲ್ಲ. ಸಾತ್ಯಕಿಯ ದಳವು ಅವನು ಹೇಳಿದಂತೆ ಕೇಳಿತು. ಕೃತವರ್ಮನ ದಳ ಅವನು ಹೇಳಿದಂತೆ ಕೇಳಲಿಲ್ಲ. ಕೃತವರ್ಮ ಅವಮಾನಿತನಾಗಿ ಹಿಂದೆ ಸರಿದ. ಇದೇ ಸಂದರ್ಭದಲ್ಲಿ ತನ್ನ ಎದುರಿಗೆ ಬಂದ ಮಗಧ ಪ್ರಾಂತ್ಯದ ಜಲಸಂಧ ನನ್ನು ಕೊಂದನಂತರ ಸಾತ್ಯಕಿ ಮುಂದೆ ನಡೆದ. ಎದುರಿಗೆ ಸಿಕ್ಕಿದ ದ್ರೋಣರು ಸಾತ್ಯಕಿಯನ್ನು ತಡೆಯಹೋದರು. ಆದರೆ ತಡೆಯಲಾರದೆ ಪಕ್ಕಕ್ಕೆ ಸರಿದರು. ಸಾತ್ಯಕಿ ಅತ್ತ ಸರಿದಮೇಲೆ ದ್ರೋಣರ ಅಭಿಮಾನ ಕೆರಳಿತೆಂದು ಕಾಣುತ್ತದೆ. ಬಹಳ ಜೋರಿನಿಂದ ತಮ್ಮ ದಳವನ್ನು ಹುರಿದುಂಬಿಸಿ ನುಗ್ಗಿದರು. ಪಾಂಡವರ ಕಡೆ ಸೇರಿದ್ದ ಶಿಶುಪಾಲನ ಮಗ ಧೃಷ್ಟಕೇತುವನ್ನು ಕೊಂದರು. ಅನಂತರ ಕೇಕಯ ದೇಶದ ಅರಸು ಬೃಹತ್‌ಕ್ಷತ್ರನನ್ನು ಯಮಲೋಕಕ್ಕೆ ಕಳಿಸಿದರು. ಜರಾಸಂಧನ ಮಗ ಸಹದೇವನನ್ನು ಮುಗಿಸಿದರು. ಅದೇ ತಾನೆ ಎದುರಿಗೆ ಬಂದ ಧೃಷ್ಟದ್ಯುಮ್ನನ ಮಗ ಕ್ಷತ್ರಧರ್ಮನನ್ನು ಸಾಯಿಸಿದರು. ಇಷ್ಟೆಲ್ಲವನ್ನೂ ಅವರ ನಿರ್ದೇಶನದಲ್ಲಿ ಕಾದಿದ ಅವರ ದಳವು ಸಾಧಿಸಿತು. ಅಂದರೆ ಯುದ್ಧ ಎಲ್ಲಿಗೆ ಬಂತು? ಅರ್ಜುನನ ಮಗ ಸತ್ತ. ದುರ್ಯೋಧನನ ಮಗ ಸತ್ತ. ಸೇನಾಪತಿ ಧೃಷ್ಟದ್ಯುಮ್ನನ ಮಗ ಸತ್ತ. ಇನ್ನು ಯುದ್ಧ ನಿಂತೀತೆ? ಆಗ ಇದನ್ನು ಧೃಷ್ಟದ್ಯುಮ್ನ ನೋಡಲಿಲ್ಲ. ಅಲ್ಲೇ ಹತ್ತಿರ

ಬೇರೆ ಕಡೆ ಕದನ ಮಾಡುತ್ತಿದ್ದ ಭೀಮ ನೋಡಿದ. ತಕ್ಷಣ ಬಿರುಗಾಳಿಯಂತೆ ಇತ್ತ ನುಗ್ಗಿ, ಮುರಿದು ಬಿದ್ದಿದ್ದ ರಥದ ಒಂದು ಚಕ್ರವನ್ನು ಎತ್ತಿ ಬೀಸಿ ದ್ರೋಣರ ರಥದ ಮೇಲೆ ಒಗೆದ. ಅದು ತಗುಲಿ ದ್ರೋಣರ ಸಾರಥಿ ಅಲ್ಲಿಯೇ ಸತ್ತುಬಿದ್ದ. ರಥವು ಜಜ್ಜಿಹೋಯಿತು. ದ್ರೋಣರು ಬದುಕಿದರು. ಗುರುಗಳನ್ನು ಉಳಿಸಲೆಂದು ನಿನ್ನ ಹನ್ನೊಂದು ಜನ ಮಕ್ಕಳು ಭೀಮನ ಮೇಲೆ ನುಗ್ಗಿದರು. ನಿನ್ನ ಮಕ್ಕಳು. ದೇವಿಯ ಹೊಟ್ಟೆಯಲ್ಲಿ ಹುಟ್ಟಿದವರು ಈ ಪೈಕಿ ಯಾರೂ ಇರಲಿಲ್ಲ. ಭೀಮ ಒಬ್ಬರಾದ ಮೇಲೆ ಒಬ್ಬರಂತೆ ಹನ್ನೊಂದೂ ಜನರ ಮೇಲೆ ಬಿದ್ದು ಗಿಡದಿಂದ ಹಣ್ಣನ್ನು ಮುರಿಯುವಂತೆ ಅವರ ಕುತ್ತಿಗೆ ತಿರುಚಿ ಮುರಿದು ತಲೆಗಳನ್ನು ನಮ್ಮ ಸೈನ್ಯದ ನಡುವೆ ಎಸೆಯಲು ಶುರುಮಾಡಿದ. ಹಾಹಾಕಾರವೆದ್ದಿತು. ಗೊಂದಲವೆದ್ದಿತು. ಅವರ ಕಡೆಯ ಸೈನಿಕರ ಧೈರ್ಯವು ಹೆಚ್ಚಾಗಿ, ಇನ್ನಷ್ಟು ಉತ್ಸಾಹದಿಂದ ನುಗ್ಗಿದರು. ಅನಂತರ ಭೀಮ ಕರ್ಣರು ಒಬ್ಬರ ಮೇಲೊಬ್ಬರು ತೊಡಗಿದರು. ಘೋರ ಯುದ್ಧವಾದನಂತರ ಕರ್ಣ ಪಕ್ಕಕ್ಕೆ ಸರಿದು ಮರೆಯಾದ. ಅದಾದ ನಂತರವೇ ಭೀಮನು ದೇವಿ ಗಾಂಧಾರಿಯ ಮಕ್ಕಳಾದ ದುರ್ಜಯ, ದುರ್ಮುಖ, ಮೊದಲಾಗಿ ಐದು ಜನರನ್ನು ಕೊಂದದ್ದು. ಇದೇ ಸಮಯದಲ್ಲಿ ಚಂದ್ರವಂಶದ ಸೋಮದತ್ತನ ಮಗನಾದ ಭೂರಿಶ್ರವ ಸಾತ್ಯಕಿಯ ಮೇಲೆ ಬಿದ್ದಿದ್ದ. ಸಾತ್ಯಕಿಯೂ ಸುಸ್ತಾಗಿದ್ದ. ಅವನ ತಲೆಯನ್ನು ಕಡಿದು ಶತ್ರು ಸೈನ್ಯದ ನಡುವೆ ಎಸೆದು ತನ್ನ ತಮ್ಮ ಶಲನ ಮರಣದ ಸೇಡು ತೀರಿಸಿಕೊಳ್ಳಬೇಕೆಂದು ಭೂರಿಶ್ರವ ಕತ್ತಿ ಹಿಡಿದುಕೊಂಡಿದ್ದನಂತೆ. ಅಷ್ಟರಲ್ಲಿ ದೂರದಿಂದ ನೋಡಿದ ಕೃಷ್ಣ ತಕ್ಷಣ ಅರ್ಜುನನಿಗೆ ಅದನ್ನು ತೋರಿಸಿ ಭೂರಿಶ್ರವನ ಬಲತೋಳಿಗೆ ಬಾಣ ಹೊಡೆಯುವಂತೆ ಹೇಳಿದನಂತೆ. ಅರ್ಜುನ ತಕ್ಷಣ ವೇಗವಾಗಿ ಬಿಟ್ಟ ಬಾಣ ಬಂದು ಚುಚ್ಚಿಕೊಂಡ ರಭಸಕ್ಕೆ ಭೂರಿಶ್ರವ ಕೆಳಗೆ ಬಿದ್ದ. 'ನಾನು ನಿನ್ನ ಸಂಗಡ ಯುದ್ಧ ಮಾಡುತ್ತಿರಲಿಲ್ಲ. ನೀನು ಹೇಗೆ ನನಗೆ ಹೊಡೆದೆ?' ಅರ್ಜುನನನ್ನು ಕೇಳಲು ಭೂರಿಶ್ರವ ಅತ್ತ ತಿರುಗಿದ, ತೋಳಿಗೆ ಬಾಣ ತಗುಲಿ ಕೆಳಗೆ ಬಿದ್ದ ಅವನ ಕತ್ತಿಯನ್ನೇ ತೆಗೆದುಕೊಂಡು ಸಾತ್ಯಕಿ ಭೂರಿಶ್ರವನ ಕತ್ತನ್ನು ಕಡಿದು ನಮ್ಮ ಸೇನೆಯ ಮಧ್ಯಕ್ಕೆ ಎಸೆದುಬಿಟ್ಟ. ಅಷ್ಟರಲ್ಲಿ ಸಾಯಂಕಾಲ ಹತ್ತಿರವಾಗುತ್ತಿತ್ತು. ರಕ್ತ ಮಾಂಸಗಳಿಂದ ಕೆಂಪು ತಿರುಗಿದ್ದ ಇಡೀ ಯುದ್ಧರಂಗಕ್ಕೆ ಸಂಜೆಯ ಕೆಂಪುಸೂರ್ಯ ನಿಂದ ಇನ್ನಷ್ಟು ಭಯಂಕರ ರೂಪ ಬಂದಿತ್ತು. ಅರ್ಜುನನಿಗೆ ಇನ್ನೂ ಜಯದ್ರಥನ ಹತ್ತಿರ ಬರಲು ಆಗಿರಲಿಲ್ಲ. ಅವನನ್ನು ತಡೆಯುವುದೇ ಅಲ್ಲವೇ ನಮ್ಮವರ ತಂತ್ರ? ಒಬ್ಬ ರಾದ ಮೇಲೆ ಒಬ್ಬರಂತೆ, ಒಮ್ಮೆ ಸೋತವರು ಮತ್ತೆ ಮತ್ತೆ ಬಂದು ಅಡ್ಡಗಟ್ಟುತ್ತಿದ್ದರು. ಜಯದ್ರಥನನ್ನು ಕೊಲ್ಲುವುದು ಸಾಧ್ಯವಾಗಲೇ ಇಲ್ಲ. ಅಷ್ಟರಲ್ಲಿ ಅರ್ಜುನನೇ ಎದ್ದುನಿಂತು 'ಸಂಜೆಯಾಯಿತು. ಈವೊತ್ತಿನ ಕದನವನ್ನು ನಿಲ್ಲಿಸಿ.' ಎಂದು ತನ್ನ ಸೈನಿಕರಿಗೆ ಆದೇಶ ಕೊಟ್ಟನಂತೆ. ಅದು ನಮ್ಮ ಸೈನಿಕರಿಗೂ ಕೇಳಿಸಿತು. ಯುದ್ಧ ನಿಲ್ಲಿಸಿ ಅಂದರೆ ಯಾವ ಸೈನಿಕರಿಗೆ ಸಂತೋಷವಾಗುವುದಿಲ್ಲ? ನಮ್ಮ ಕಡೆಯ ದಳಪತಿಗಳೂ ಹಾಗೆಯೇ ಅಪ್ಪಣೆ ಕೂಗಿದರು. ಸರಿ ಯುದ್ಧ ನಿಂತಿತು. ಇನ್ನು ಅರ್ಜುನನ ಗೌರವವನ್ನು ಕೆಣಕುವುದು ತಾನೆ ಉಳಿದಿದ್ದುದು? ದುರ್ಯೋಧನನೇ ಜಯದ್ರಥನನ್ನು ತನ್ನ ರಥದಲ್ಲಿ ಕೂರಿಸಿಕೊಂಡು

ಒಂದು ದೂರದಲ್ಲಿ ನಿಂತು, 'ಅರ್ಜುನ, ಜಯದ್ರಥ ಇಲ್ಲೇ ಇದ್ದಾನೆ ನೋಡು. ನಿನಗೆ ಅಗ್ನಿಕುಂಡವನ್ನು ನಾವು ಸಿದ್ಧಮಾಡಿಕೊಡಬೇಕೊ? ನೀನೇ ಮಾಡಿಕೊಳ್ಳುವೆಯೊ?' ಎಂದು ಕೂಗಿದನಂತೆ. ಅರ್ಜುನನ ಕೈಚಳಕದ ವೇಗ ಗೊತ್ತಲ್ಲ. ಗುರಿಯೂ ಅಷ್ಟೇ ಖಚಿತ. ಕಣ್ಣು ಮುಚ್ಚಿಬಿಡುವುದರೊಳಗೆ ಅವನು ಬಿಟ್ಟ ಮೊನಚಾದ ಲೋಹದ ಅಲುಗಿನ ಬಾಣವು ಕರಾರುವಾಕ್ಕಾಗಿ ಬಂದು ಜಯದ್ರಥನ ಕುತ್ತಿಗೆಗೆ ಮೂರು ಅಂಗುಲ ಆಳಕ್ಕೆ ಚುಚ್ಚಿಕೊಂಡಿತಂತೆ. ಅದರ ಹಿಂದೆಯೇ ಅಂತಹ ಹತ್ತಾರು ಬಾಣಗಳು, ದುರ್ಯೋಧನನು ತಕ್ಷಣ ಜಯದ್ರಥನಿಗೆ ಯಾವ ಶುಶ್ರೂಷೆಯನ್ನೂ ಮಾಡದಿರಲೆಂದು. ಹೋ ಎನ್ನುತ್ತಾ ಜಯದ್ರಥ ಕುಸಿದು ಬಿದ್ದ. 'ದುರ್ಯೋಧನ, ಸೂರ್ಯ ಇನ್ನೂ ಮುಳುಗಿಲ್ಲ ನೋಡು.' ಎಂದು ಸಾರಥಿ ಕೃಷ್ಣ ಕೂಗಿ ಹೇಳಿದನಂತೆ. ಅಂದರೆ ಇಡೀ ತಂತ್ರವನ್ನು ರೂಪಿಸಿದವನು ಕೃಷ್ಣ ಅನ್ನುವುದು ಸ್ಪಷ್ಟವಲ್ಲವೆ?....."

'ಮೋಸ ಮೋಸ,' ಧೃತರಾಷ್ಟ್ರ ಕೂಗಿಕೊಂಡ.

"ಅವರು ತಂತ್ರ ಅನ್ನುತ್ತಾರೆ. ಬರೀ ಜಯದ್ರಥನನ್ನು ಹೊಡೆದು ನಿಲ್ಲಿಸಲಿಲ್ಲ. ಮತ್ತೆ ಮೇಲೆ ಬೀಳಿರೆಂದು ತಮ್ಮ ಸೈನಿಕರಿಗೆ ಸೂಚನೆ ಕೊಟ್ಟರು. ಇತ್ತ ನಮ್ಮವರು ಬಿಲ್ಲುಗಳಿಂದ ಹೆದೆ ಇಳಿಸಿ ಕೈಕಾಲು ಸಂದುಗಳ ನೋವನ್ನು ಬಿಡಿಸಿಕೊಳ್ಳಲು ನೀಡಿ ನೆಟಿಕೆ ಮುರಿಯು ತ್ತಿದ್ದರು. ಕೆಲವರಂತೂ ಅಲ್ಲಿಯೇ ಕೂತು ಕಾಲು ಚಾಚಿದ್ದರು. ಅನೀರೀಕ್ಷಿತವಾಗಿ ಶತ್ರುಸೈನಿಕರು ಬಾಣ ಬಿಡುತ್ತಾ ನುಗ್ಗಿದ ರೀತಿಗೆ ಗೊಂದಲವೆದ್ದು ಕೆಲವರು ಸತ್ತರು. ಇನ್ನು ಕೆಲವರು ತಮ್ಮ ಕೈಯಲ್ಲೂ ಬಿಲ್ಲುಬಾಣಗಳಿವೆ ಎಂಬುದನ್ನು ಮರೆತವರಂತೆ ಓಡಲು ಶುರುಮಾಡಿದರು. ಅತ್ತ ಪಾಂಡವರ ಪಕ್ಷದ ಇತರ ದಳಗಳೂ ದಳಪತಿಗಳೂ ಜೋರಿನಿಂದ ನುಗ್ಗಿ ಬಂದರು. ಪರಿಣಾಮವಾಗಿ, ರಚಿಸಿದ್ದ ವ್ಯೂಹ ಕಲಸಿಹೋಯಿತು. ನಮ್ಮವರಿಗೆ ಸೋಲಿನಿಂದಾದ ಧೃತಿನಷ್ಟ. ಅವರಿಗೆ ವಿಜಯದಿಂದ ದೊರೆತ ಉತ್ಸಾಹ. ಓಡಿಕೊಂಡು ಮುಂದೆ ನುಗ್ಗಿದ್ದರಿಂದ ವ್ಯೂಹಸ್ಥಲ ಖಾಲಿಯಾಗಿ ಯುದ್ಧವು ಎರಡು ಕೋಸಿಗಿಂತ ಮಿಕ್ಕು ಇತ್ತ ಕಡೆಗೆ ಬಂತು. ಬೆಳಗಿನಿಂದ ನಡೆದ ಜಾಗ ಖಾಲಿಯಾಯಿತು. ಪ್ರತ್ಯಕ್ಷವಾಗಿ ಆ ಸ್ಥಳವನ್ನು ನೋಡಬೇಕೆಂದು ನಾನು ಹೋದೆ. ಹೋಗುವುದು ಹೋದೆ, ಆಮೇಲೆ ಎಷ್ಟು ಭಯವಾಯಿತು ಅಂತ! ಇನ್ನೂ ಜೀವ ಹೋಗದೆ ನರಳುತ್ತಿರುವ ಮನುಷ್ಯರಿಂದ ಮಾತ್ರವಲ್ಲ, ಸತ್ತು ನಾಲ್ಕು ಕಾಲುಗಳನ್ನೂ ನಾಲಿಗೆಯನ್ನೂ ಚಾಚಿ ಬಿದ್ದಿರುವ ಕುದುರೆಗಳಿಂದಲ್ಲ. ಇನ್ನೂ ರಕ್ತಹನಿ ಯುತ್ತಿರುವ ಹೊಸ ಮಾಂಸದ ರುಚಿಯನ್ನರಸಿ ನುಗ್ಗಿ ಬಂದ ನಾಯಿ ತೋಳಗಳನ್ನು ಕಂಡು ಭಯವಾಯಿತು. ಸತ್ತುಬಿದ್ದಿರುವ ಸಾವಿರಾರು ಹೆಣಗಳಿಗೂ ಅವುಗಳ ನಡುವೆ ನಡೆಯುವ ಈ ಒಂಟಿ ಜೀವಂತ ವರದಿಗಾರನಿಗೂ ವ್ಯತ್ಯಾಸವುಂಟೆಂದು ನಾಯಿ ತೋಳಗಳು ಅರ್ಥಮಾಡಿಕೊಳ್ಳುತ್ತವೆಯೆ? ಅವೂ ಕಾಡುನಾಯಿಗಳು. ಸಾವೇ ಸುತ್ತುವರಿದಿರುವಾಗ ನಡುವೆ ಕಾಣುವ ಯಃಕಶ್ಚಿತ್ ಜೀವನನ್ನು ಭಿನ್ನವೆಂದು ಭಾವಿಸುತ್ತವೆಯೆ? ಆದರೂ ಒಂದು ನಿಮಿಷ ನಿಂತು ಸುತ್ತ ನೋಡಿದೆ. ರಕ್ತ, ನೊಣಗಳು, ಕಳಚಿ ಬಿದ್ದ ಕವಚಗಳು, ಕೊರಳಹಾರ, ಕಿವಿಯಲ್ಲಿ ಕುಂಡಲಗಳು ನೇತಾಡುವ ತಲೆಗಳು, ತಲೆಯಿಂದ ಅರ್ಧ

ಕಳಚಿ ಅಸ್ತವ್ಯಸ್ತವಾದ ಉಷ್ಣೀಷಗಳು, ಅಲ್ಲೊಂದು ಇಲ್ಲೊಂದು ಕಿರೀಟ, ಕೊರಳಹಾರ, ಚೂಡಾಮಣಿ, ಹೊಳೆಯುವ ತೋಳುಪಟ್ಟಿಗಳು, ನಿಗಿನಿಗಿ ಪ್ರಕಾಶಿಸುವ ಚಿನ್ನದ ನಿಷ್ಕಗಳು, ರಥದ ಪತಾಕೆಗಳು. ರಥವನ್ನಲಂಕರಿಸಿದ ಬಣ್ಣಬಣ್ಣದ ಬಟ್ಟೆಗಳು, ಬಣ್ಣ ಬಳಿದ ಆಸನಗಳು, ನೊಗಗಳನ್ನು ಬಿಗಿದ ಹಗ್ಗ, ಮುರಿದ ಚಕ್ರಗಳು, ಜೊಲ್ಲಿನಿಂದ ನೆನೆದು ಇನ್ನೂ ಹಸಿ ಆರದಿದ್ದ ಲಗಾಮಿನ ಹಗ್ಗಗಳು, ಅಂಕುಶ, ಶಕ್ತಿ, ಶೂಲ, ಪ್ರಾಸ, ತೋಮರ, ಕತ್ತಿ ಮುಂತಾದ ಆಯುಧಗಳು, ಇನ್ನೂ ಬಾಣಗಳು ತುಂಬಿದ್ದ ರಥಗಳು, ಆನೆಗಳ ಕೊರಳಿಗೆ ಕಟ್ಟಿದ್ದ ಗಂಟೆಗಳು, ನೀರು ಕುಡಿಯಲು ಇಟ್ಟುಕೊಂಡಿದ್ದ ಮರದ ಮೊಗೆಗಳು. ಯಾವಯಾವುದೆಂದು ನೆನಪಿನಲ್ಲಿಟ್ಟುಕೊಳ್ಳಲಿ. ಎಲ್ಲವೂ ಮುರಿದುಹೋದವೇ. ಅಷ್ಟೊಂದು ಸಮೃದ್ಧವಾಗಿ ಮಾಂಸವು ಕೋಸುಗಟ್ಟಳೆ ಚೆಲ್ಲಾಡಿದ್ದರೂ ನಾಯಿಗಳು ತೋಳಗಳು ಒಂದರ ಮೇಲೊಂದು ಬಿದ್ದವು. ಗುರ್ ಎಂದು ಮನುಷ್ಯರು ಯುದ್ಧಕ್ಕೆ ಮುನ್ನ ಮಾಡುವಂತೆ. ಅವುಗಳ ನಡುವೆ ಮೇಲಿನಿಂದ ಹಾರಿಬಂದು ಕುಳಿತುಕೊಳ್ಳುವ ರಣಹದ್ದುಗಳು. ನನಗೆ ಭಯವಾಯಿತು. ಓಡಿ ಬಂದುಬಿಟ್ಟೆ.....'

'ಸಂಜಯ, ಒಂದು ಮುಹೂರ್ತ ನಿಲ್ಲಿಸು. ನನ್ನ ತಲೆ ದಿಮ್ಮೆನ್ನುತ್ತದೆ,' ಧೃತರಾಷ್ಟ್ರ ತಡೆ ಹಾಕಿದ.

ಸಂಜಯ ಸುಮ್ಮನಾದ. ಆಲಿಕಲ್ಲುಗಳ ಸತತ ಮಳೆ ನಿಂತಂತಾಯಿತು. ಯುದ್ಧ ತುಂಬಿದ ಮೌನ. ಸ್ವಲ್ಪ ಹೊತ್ತಿನನಂತರ ಧೃತರಾಷ್ಟ್ರ ಕೇಳಿದ: 'ದೀಪ ಉರಿಯುತ್ತಿದೆಯೆ?'

'ನನ್ನ ಮನೆಯಿಂದ ಎಣ್ಣೆ ತರಿಸಿ ಹಾಕಿದ್ದಾಳೆ.'

'ವಾಸನೆಯೇ ಇಲ್ಲ.'

'ಮಹಾರಾಜ, ಅರಮನೆಯ ಬಳಕೆಗೆಂದು ದೀಪದ ಎಣ್ಣೆಗೆ ಸುವಾಸನೆಯ ಗಂಧದೆಣ್ಣೆ ಮಿಶ್ರಮಾಡಿಸುತ್ತಿದ್ದರು. ನನ್ನ ಮನೆಯದು ಸಾದಾ ಎಣ್ಣೆ. ವಾಸನೆ ಇಲ್ಲದಿದ್ದರೂ ಬೆಳಕು ಅಷ್ಟೇ ಪ್ರಕಾಶಮಾನವಾಗಿರುತ್ತೆ.'

ಧೃತರಾಷ್ಟ್ರ ನಿಧಾನವಾಗಿ ಉಸಿರೆಳೆದುಕೊಂಡ. ಎಲ್ಲವೂ ಸತ್ತಂತಹ ಭಾವ ಒಳಗೆ ತುಂಬಿಕೊಂಡಿತು. ಅವನು ಮತ್ತೆ ಮಾತನಾಡಲಿಲ್ಲ.

'ನಾನು ಮನೆಗಾದರೂ ಹೋಗುತ್ತೇನೆ. ನಾಳೆ ಬೆಳಗ್ಗೆ ಬಂದು ಉಳಿದದ್ದನ್ನು ಹೇಳುತ್ತೇನೆ. ಮಾತಾಡಿ ಆಡಿ ಗಂಟಲುನೋವು ಬಂದಿದೆ.'

'ಬೇಡ ಬೇಡ. ಕೇಡಿನ ವಾರ್ತೆ ಎಂದು ಮನಸ್ಸು ಹೇಳುತ್ತಿದೆ. ಆದರೂ ಕುತೂಹಲ ತಡೆಯಲಾಗುವುದಿಲ್ಲ. ರಾತ್ರಿ ನಿದ್ದೆ ಬರುವುದಿಲ್ಲ ಇಷ್ಟೆಲ್ಲ ಕೇಳಿದ ಮೇಲೆ. ಸ್ವಲ್ಪ ಹೊತ್ತು ತಾಳು ಅಷ್ಟೆ.' ಧೃತರಾಷ್ಟ್ರ ಮತ್ತೆ ಉಸಿರೆಳೆದುಕೊಂಡ.

'ಭಯವಾಯಿತು ಅಂತ ಓಡಿಹೋಗಿಬಿಟ್ಟಿರಾ?' ದುರ್ಯೋಧನ ಕೇಳಿದ. ಶಿಬಿರದಲ್ಲಿ ಮುಂಗೈಗಾತ್ರದ ಉರಿಯ ಕಕ್ಕಡ, ಮಂದವಾದ ವಾಸನೆ, ಹೆಣಗಳ ನಾತದ ಮೇಲೆ ಪೊರೆ ಎಳೆದಂತೆ. ಸೇನಾಪತಿ ದ್ರೋಣ ಮತ್ತು ಕರ್ಣರು ನಿಂತೇ ಇದ್ದರು. ದೊಡ್ಡ

ದಿಂಬನ್ನೊರಗಿ ಕೂತಿದ್ದ ದುರ್ಯೋಧನ ಮಹಾರಾಜ ತಮ್ಮಿಬ್ಬರನ್ನೂ ದಿಟ್ಟಿಸಿ ನೋಡುತ್ತಿರುವುದು, ಕಕ್ಕಡದ ಹೊಗೆ ತುಂಬಿದ ಕೆಂಪು ಬೆಳಕಿನಲ್ಲಿ ಅವರಿಗೆ ಸ್ಪಷ್ಟವಾಗಿ ಕಾಣುತ್ತಿತ್ತು. 'ನೀವು ಯುದ್ಧದಲ್ಲಿ ಏನೇನು ಮಾಡುತ್ತೀರಿ, ಎಷ್ಟು ಧೈರ್ಯದಿಂದ ಕಾಯುತ್ತೀರಿ, ಎಂತೆಂತಹ ಸಂದರ್ಭಗಳಲ್ಲಿ ಪಲಾಯನ ಮಾಡುತ್ತೀರಿ, ಎಂಬುದನ್ನೆಲ್ಲ ನಾನೂ ನೋಡುತ್ತಿದ್ದೇನೆ. ವರದಿಯೂ ಬರುತ್ತಿದೆ.'

ದ್ರೋಣರು ತಲೆ ತಗ್ಗಿಸಿದರು. 'ಆಚಾರ್ಯ, ಧರ್ಮಜ ಸೆರೆಸಿಕ್ಕಲಿಲ್ಲ.'

'ಆದರೆ ಜಯದ್ರಥ ಸತ್ತದ್ದು ನನ್ನ ತಪ್ಪಿನಿಂದಲ್ಲ.' ಆಚಾರ್ಯರು ಬಾಯಿಬಿಟ್ಟರು.

'ಶತ್ರುಗಳು ಮೋಸಮಾಡುತ್ತಾರೆಂದು ನಾನು ಹೇಗೆ ಭಾವಿಸಲಿ? ಅದು ಹೋಗಲಿ. ನೀವು ಮಾಡಿದ ಸಾಧನೆ ಏನು? ಅರ್ಜುನನನ್ನು ನೀವೇಕೆ ಕೊಲ್ಲಲಿಲ್ಲ? ಕರ್ಣನಿಗಿರಲಿ ಅಂತ ಬಿಟ್ಟಿರೊ?'

ಅವರು ಮಾತನಾಡಲಿಲ್ಲ. 'ಹಿರಿಯರೆಂದು ಇಷ್ಟು ದಿನ ವಿನಯದಿಂದ ಪ್ರಾರ್ಥಿಸುತ್ತಿದ್ದೆ. ಭೀಷ್ಮರನ್ನು ಪ್ರಾರ್ಥಿಸಿ ಪ್ರಾರ್ಥಿಸಿ ಹತ್ತು ದಿನದಲ್ಲಿ ಏಳು ಅಕ್ಷೋಹಿಣಿ ಬಲವನ್ನು ಕಳೆದುಕೊಂಡಂತೆ ಆಯಿತು. ನಿಮ್ಮಿಂದ ಈ ಒಂದು ದಿನದಲ್ಲೇ ಎಷ್ಟು ಹೋಗಿದೆಯೋ ಲೆಕ್ಕ ಸಿಕ್ಕಿಲ್ಲ. ಎರಡಾದರೂ ಹೋಗಿರಬಹುದು. ಸಮರಶಾಸ್ತ್ರವು ಹೀಗೆ ಸೈನ್ಯವನ್ನು ಕಳೆದುಕೊಳ್ಳುವ ಸೇನಾನಿಯ ಬಗೆಗೆ ಏನು ಹೇಳುತ್ತದೆ?' ಇಷ್ಟರಲ್ಲಿ ಅವನ ಗಂಟಲು ಮೇಲೆ ಏರಿತ್ತು.

'ಮಹಾರಾಜ, ನಡೆದಿರುವ ಯುದ್ಧವೇ ಅಷ್ಟು ಭಯಂಕರವಾದುದು. ಶತ್ರುಗಳ ಸೈನ್ಯವೂ ನಷ್ಟವಾಗಿದೆ.'

'ಆದರೆ ಅದರಲ್ಲಿ ಯಾವ ಪ್ರಮುಖನೂ ಸತ್ತಿಲ್ಲ,' ಇನ್ನಷ್ಟು ಜೋರಿನಿಂದ ಕೂಗಿದ.

'ಪ್ರಮುಖನ ಸಾವು ಆಕಸ್ಮಿಕದ, ಅದೃಷ್ಟದ ಮಾತು. ಅವರ ಕೆಲವು ದಳಗಳೂ ಸೋತಿವೆ.'

'ಇಲ್ಲಿ ನೋಡಿ. ಸುಮಾರು ನಲವತ್ತು ವರ್ಷಕ್ಕೂ ಹೆಚ್ಚಾಯಿತಲ್ಲವೆ ನೀವು ಹಸ್ತಿನಾವತಿಗೆ ಬಂದು. ಆಗಿನಿಂದ ರಾಜನಿಗೆ ಕಡಮೆ ಇಲ್ಲದ ಭೋಗವನ್ನನುಭವಿಸಿದ್ದೀರಿ ನೀವು. ಪಿತೃ ಋಣ, ದೇವಋಣ, ಋಷಿಋಣಗಳಂತೆ ರಾಜಋಣ ಎಂಬುದೂ ಇರಬೇಕಲ್ಲವೆ?' ದೂರದಲ್ಲಿ ಹೋಯ್ ಎಂಬ ಸದ್ದು ಕೇಳಿಸುತ್ತಿತ್ತು. ಗಾಳಿ ಆ ಕಡೆಯಿಂದ ಬೀಸಿದಾಗ ಝೊಂಯ್ ಎಂಬ ಬಾಣಗಳ ಜಿಗಿತ. ದೊಡ್ಡ ಅನಾಹುತವಾದಂತಹ ಹೊಯ್‌ಕಾರ. ಗುಡಿಸಿಲಿನ ಹೊರಗೆ ಕತ್ತಲು. ಒಳಗೆ ಬಣ್ಣಬಣ್ಣದ ವಸ್ತ್ರಗಳಿಂದ ಅಲಂಕರಿಸಿದ ಮೇಲ್ಚಾವಣಿ. ಗೋಡೆಗಳು. ಕಂಬಕ್ಕೆ ಸುತ್ತಿದ್ದ ಬಿಳೀಬಟ್ಟೆ ಹೊಗೆಯ ಬಣ್ಣಕ್ಕೆ ತಿರುಗಿತ್ತು. 'ನಮ್ಮಲ್ಲಿ ಕಾಯುವ ಯೋಧರಿಗೆ ಕಡಮೆ ಇಲ್ಲ. ನಮಗೆ ಸೋಲಾದರೆ ಅದು ತಂತ್ರದ, ಮಾರ್ಗ ದರ್ಶನದ ಅಭಾವದಿಂದ ಮಾತ್ರ. ನಾಯಕರ ವೈಫಲ್ಯದಿಂದ ಮಾತ್ರ. ನೀವು ಲೋಕವಿಖ್ಯಾತ ಬಿಲ್ಲುಗುರುಗಳು. ಸೋತರೆ ನಿಮ್ಮ ಖ್ಯಾತಿಗೆ ಕುಂದೆಂಬ ಭಯವಾದರೂ ಇರಬೇಕಲ್ಲವೆ?' ಮಹಾರಾಜನ ಧ್ವನಿ ಆರಂಭದಲ್ಲಿದ್ದ ಎತ್ತರಕ್ಕಿಂತ ಈಗ ಐದು ಪಟ್ಟು ಏರಿತ್ತು. ಗಂಟಲು ಹರಿದುಬರುವಷ್ಟು ಗಟ್ಟಿಯಾಗಿ ಒದರತೊಡಗಿದ: 'ಭೀಷ್ಮರಂತೆ ನೀವು ನಿವೃತ್ತಿ ಪಡೆ

ಯುತ್ತೀರೋ ಅಥವಾ ಏನಾದರೂ ಸಾಧಿಸುತ್ತೀರೋ, ಈಗಲೇ ಯೋಚಿಸಿ ಹೇಳಿಬಿಡಿ.'

ದ್ರೋಣರು ಮತ್ತೆ ತಲೆ ತಗ್ಗಿಸಿದರು. ಆ ಕಡೆಯಿಂದ ಬೀಸಿದ ಗಾಳಿ ಮತ್ತೆ ಯುದ್ಧದ ಸದ್ದನ್ನು ತಂದುಹಾಕಿತು. ಕಕ್ಕಡದ ಉರಿಯು ಕೆದರಿ ಹಾರಿಹೋಗುವಂತಾದರೂ, ಹೋಗಲಿಲ್ಲ. ದ್ವಾರದಲ್ಲಿದ್ದ ಸೇವಕ ಓಡಿಬಂದು ಅದಕ್ಕೆ ಎರಡು ಸೌಟು ಎಣ್ಣೆ ಹುಯ್ದು ಕಿಟ್ಟವನ್ನು ಉಜ್ಜಿ ತೆಗೆದ. 'ಸಮರವಿಶಾರದರೂ ಆಚಾರ್ಯರೂ ಆದ ನಿಮಗೂ ಗೊತ್ತಿರಬಹುದು,' ದುರ್ಯೋಧನನ ಧ್ವನಿ ತನಗೆ ತಾನೇ ಮಾತನಾಡಿಕೊಳ್ಳುತ್ತಿದ್ದಾನೆಂಬಷ್ಟು ಮಟ್ಟಿಗೆ ಇಳಿದಿತ್ತು. 'ಯುದ್ಧಮಧ್ಯದಲ್ಲಿ ಆಗಾಗ್ಗೆ ಸೇನಾಪತಿಯನ್ನು ಬದಲಾಯಿಸುವುದು ಸರಿಯಲ್ಲ ಅನ್ನುವುದು ಗೊತ್ತಿರಬಹುದೇನು, ನೀವೇ ಹೇಳಿದ್ದ ಮಾತು. ಸೇನಾಪತಿ ಸತ್ತರೆ ಬೇರೆ ಮಾತು. ಅವರನ್ನು ನೋಡಿ. ಒಬ್ಬನೇ ಸೇನಾಪತಿ ಮುಂದುವರಿಯುತ್ತಲೇ ಇದ್ದಾನೆ.'

'ಮಹಾರಾಜ, ನಾನು ಸಾವಿಗೆ ಹೆದರುತ್ತೀನೆಂದು ತಪ್ಪು ಭಾವಿಸಬೇಡ. ಆ ಸೇನಾಪತಿಯನ್ನೋ ಅವನ ಅಪ್ಪನನ್ನೋ ಈ ರಾತ್ರಿಯೋ ಅಥವಾ ಬೆಳಕು ಹರಿದ ನಂತರವೋ ಕೊಲ್ಲುವ ಭರವಸೆ ನೀಡುತ್ತೇನೆ.'

'ಪಾಂಚಾಲರ ಮೇಲೆ ನಿಮಗಿರುವ ಹಳೇದ್ವೇಷ ತೀರಿಸಿಕೊಳ್ಳುವಿರಿ ಅಂದಹಾಗಾಯಿತು. ರಾಜನಿಗಾಗಿ ನೀವು ಮಾಡಿದ್ದೇನು?'

'ನನ್ನ ವಯಸ್ಸಿಗೆ ಧೃಷ್ಟದ್ಯುಮ್ನನೂ ಚಿಕ್ಕವನೇ. ಪಾಂಡವರಿಗಂತೂ ನೀನೇ ಸಮ. ಈ ಶರೀರವೂ ತನಗೆ ಮೀರಿದ ಭಾರ ಹೊರಲಾರದು.'

ಮಹಾರಾಜನಿಗೆ ಮತ್ತೆ ಮಾತು ಹೊಳೆಯಲಿಲ್ಲವೋ ಅಥವಾ ಹೊಳೆದದ್ದನ್ನು ಆಡುವ ಮನಸ್ಸು ಬರಲಿಲ್ಲವೋ, ಸುಮ್ಮನಾದ. ಅವನಿಗೆ ಒಳಗೆಲ್ಲ ಹಿಸುಕುವಂತಾಯಿತು. ಮೌನವಾಗಿ ಕುಳಿತಿರುವುದು ಕಷ್ಟವಾಯಿತು. 'ಶತ್ರುಗಳು, ಯುದ್ಧಾರಂಭದಲ್ಲಿ ಭೀಷ್ಮರೊಡನೆ ಮಾಡಿಕೊಂಡ ನಿಯಮಗಳನ್ನೆಲ್ಲ ನಾಯಿಗೆ ತೂರಿದರು. ಈ ರಾತ್ರಿಯಲ್ಲಿ ಮುಂದುವರಿಯುತ್ತಿರುವ ಕಾದಾಟವನ್ನು ನೋಡಿದರೆ ತಾನಾಗಿಯೇ ಸಮಾಪ್ತಿಯಾಗುವತನಕ ಹಗಲು ರಾತ್ರಿಯ ಭೇದವಿಲ್ಲದೆ ಯಾರಿಗೂ ಆಹಾರ ನಿದ್ರೆ ವಿಶ್ರಾಂತಿಗಳಿಗೆ ಅವಕಾಶವಿಲ್ಲದಂತೆ ಮುಂದುವರಿಸುತ್ತಾರೆಂದು ತೋರುತ್ತದೆ. ಈಗ ನೀವಿಬ್ಬರೂ ಹೋಗಿ ಸೇರಿಕೊಳ್ಳಿ. ನಾನೂ ಬರುತ್ತೇನೆ.'

ಬಾಗಿ ರಾಜಗೌರವವನ್ನು ತೋರಿಸಿ ದ್ರೋಣರು ಹೊರಗೆ ಬಂದರು. ದಟ್ಟವಾದ ಕತ್ತಲೆ. ಅಲ್ಲಲ್ಲಿ ಗುಡಿಸಿಲುಗಳ ಹತ್ತಿರ ಉರಿಯುವ ಪಂಜುಗಳು ಕತ್ತಲೆಯ ದಟ್ಟತೆಯನ್ನು ತೋರಿಸುತ್ತಿದ್ದವು. ಕರ್ಣ ಒಳಗೇ ಉಳಿದ. ಆಚಾರ್ಯರು ಸ್ವಲ್ಪ ಹೊತ್ತು ಕಾದರು. ಅನಂತರ ಅವನು ಹೊರಗೆ ಬಂದ. ಇಬ್ಬರೂ ಜೊತೆಯಲ್ಲಿ ನಡೆದು ಅಷ್ಟು ದೂರದಲ್ಲಿದ್ದ ತಮ್ಮ ರಥಗಳ ಹತ್ತಿರಕ್ಕೆ ಬಂದಾಗ ಅವರು ಹೇಳಿದರು: 'ಮಹಾರಾಜ ಹೇಳುವಾಗ ನೀನೂ ಇದ್ದೆ. ಅದು ನನ್ನೊಬ್ಬನನ್ನೇ ಕುರಿತದ್ದಲ್ಲ.'

ಕರ್ಣ ಮಾತನಾಡಲಿಲ್ಲ. ಅವನ ಮುಖ ಗಂಭೀರವಾಗಿದ್ದುದು ಸಾರಥಿ ಉರಿಸುತ್ತಿದ್ದ ಪಂಜಿನಲ್ಲಿ ಅವರಿಗೆ ಕಾಣಿಸಿತು.

'ಸಂಜಯ, ನೀನು ಬರುಬರುತ್ತಾ ಹೆಚ್ಚು ಹೆಚ್ಚು ನಿಷ್ಠುರನಾಗುತ್ತಿದ್ದೀಯ, ಯಾಕೆ?'

'ಹಾಗೇಕೆ ಅನ್ನುತ್ತೀ, ಮಹಾರಾಜ?'

'ಕೇಳುತ್ತಿರುವ ನನ್ನ ಮತ್ತು ಈ ದೇವಿಯ ಗತಿ ಏನಾಗುವುದೆಂಬುದನ್ನೂ ಲೆಕ್ಕಿಸದೆ ನಿಷ್ಠುರ ಸಂಗತಿಗಳನ್ನೇ ಹೇಳುತ್ತಿದ್ದೀಯ.'

'ನಾನೊಬ್ಬ ವರದಿಗಾರ. ಘಟನೆಯಲ್ಲಿಲ್ಲದ ಪ್ರಿಯವನ್ನು ವರದಿಯಲ್ಲಿ ಹೇಗೆ ಹುಟ್ಟಿಸಲಿ?'

'ಹೇಗೂ ನನ್ನ ಮಗ ಸೋಲುತ್ತಿದ್ದಾನೆಂದು ನಿನಗೂ ತಾತ್ಸಾರ ಬಂತೋ ಅಂತ.'

'ಹಾಗೆ ತಿಳಿಯಬೇಡ. ನಿನಗೆ ಬೇಡವಾದರೆ ವರದಿಯನ್ನು ನಿಲ್ಲಿಸಿಬಿಡುತ್ತೇನೆ.'

'ಬೇಕು. ಬೇಕು. ಪ್ರತ್ಯಕ್ಷ ನೋಡಲು ಸಾಧ್ಯವಿಲ್ಲದವರಿಗೆ ವರದಿಯೂ ಇಲ್ಲದಿದ್ದರೆ ಗತಿ ಏನು?'

'ಹಾಗಾದರೆ ಮುಂದುವರಿಸಲೆ? ನಾನು ಏನು ಹೇಳುತ್ತಿದ್ದೆ?'

ಧೃತರಾಷ್ಟ್ರನಿಗೆ ನೆನಪು ಬರಲಿಲ್ಲ. ವಿದುರ ಜ್ಞಾಪಿಸಿದ: 'ದುರ್ಯೋಧನನ ತಪ್ಪಿನಿಂದ ಭಾರಿ ಅನಾಹುತವಾಯಿತು.'

'ರಾತ್ರಿ ಕತ್ತಲಿನಲ್ಲಿ ನಡೆಯುವ ಯುದ್ಧದಲ್ಲಿ ಎರಡು ಪಕ್ಷಗಳಿಗೂ ಸಮಗ್ರೈ ಇರುವುದು ಸಾಧ್ಯವಿರಲಿಲ್ಲ. ಪಾಂಡವರೈವರೂ ಹನ್ನೆರಡು ವರ್ಷ ಕಾಡಿನಲ್ಲಿದ್ದವರು. ರಾತ್ರಿಯ ವೇಳೆ ಸೂಡಿಯ ಸಹಾಯವಿಲ್ಲದೆ ಕಾಡಿನಲ್ಲಿ ಸುತ್ತಾಡಿದ ಅಭ್ಯಾಸ. ಧೃಷ್ಟದ್ಯುಮ್ನನ ಸೈನಿಕರಲ್ಲಿ ಅನೇಕರು ಕಾಡು ಪ್ರದೇಶದವರು. ಭೀಮನ ಮಗ ಘಟೋತ್ಕಚ ಮತ್ತು ಅವನ ಸಂಗಡಿಗ ರಂತೂ ಹೇಳಿಕೇಳಿ ರಾಕ್ಷಸರು. ರಾತ್ರಿಯ ಕತ್ತಲಿನಲ್ಲೇ ಚಟುವಟಿಕೆ ಹೆಚ್ಚು. ಹಗಲಿನಲ್ಲಿ ನಿದ್ರೆ ತೆಗೆಯುವ ಜನ. ಹೀಗಾಗಿ ರಾತ್ರಿಯ ಯುದ್ಧದಲ್ಲಿ ಅವರು ಸ್ವಲ್ಪವೂ ತಡವರಿಸದೆ ಗುರಿ ಇಟ್ಟಂತೆ ನುಗ್ಗಿ ಹೊಡೆಯಲು ಶುರುಮಾಡಿದರು. ನಮ್ಮ ದಳಪತಿಗಳಲ್ಲಿ ಯಾರಿಗೂ ಈ ಅಭ್ಯಾಸ ಅನುಕೂಲಗಳಿಲ್ಲ. ಸೈನಿಕರು ಕೂಡ ಊರು ಪಟ್ಟಣಗಳಲ್ಲಿ ಬೆಳೆದವರು. ಜೊತೆಗೆ ಘಟೋತ್ಕಚನ ಸಂಗಡಿಗರು ಮಾಡುತ್ತಿದ್ದ ಹುಲಿಚಿರತೆನಾಯಿಗೂಬೆಆನೆ ಮೊದಲಾದ ಪ್ರಾಣಿಗಳಂತೆ ಗುಟ್ಟರಿಸುವುದು, ಬೊಗಳುವುದು, ಘೀಂಕರಿಸುವುದು, ಸಾಯುವಂತಹ ಪೆಟ್ಟುಬಿದ್ದಂತೆ ಚೀರುವುದು, ದೆವ್ವಗಾಳಿಭೂತಗಳಂತೆ ವಿಚಿತ್ರಧ್ವನಿಯಲ್ಲಿ ಚೀರುವುದು ಅಳು ವುದು ಮೊದಲಾದ ಸದ್ದುಗಳಿಂದ ನಮ್ಮ ಸೈನಿಕರ ಮನಸ್ಸಿನಲ್ಲಿ ಭಯ ಹುಟ್ಟಿತು. ಅವರೇನೂ ಬರೀ ಬಿಲ್ಲು ಹಿಡಿದು ಮುಂದಿನಿಂದ ಹೊಡೆಯುವವರಲ್ಲ. ಹಗಲಿನಲ್ಲಿ ಯುದ್ಧ ನಡೆದ ಜಾಗದಿಂದ ರಥಗಳ ಚಕ್ರ ಮೂಕಿ ಇರಚು ನೊಗ ಮೊದಲಾದ ಭಾಗಗಳನ್ನು ಹೊತ್ತು ತಂದು ಬೀಸಿ ಮೇಲಿನಿಂದ ನಮ್ಮ ಸೈನ್ಯದ ಮಧ್ಯಕ್ಕೆ ಎಸೆದುಬಿಡುತ್ತಿದ್ದರು. ನಮ್ಮವರಲ್ಲಿ ಉಂಟಾಗುತ್ತಿದ್ದ ಭಯ ಗೊಂದಲಗಳನ್ನು ನೀನೇ ಕಲ್ಪಿಸಿಕೊ. ಕೆಲವರಂತೂ ಹಗಲು ಯುದ್ಧ ನಡೆದ ಜಾಗದಲ್ಲಿ ಹೊಸ ಮಾಂಸ ತಿನ್ನಲು ಬಂದಿದ್ದ ನಾಯಿ ನರಿಗಳನ್ನೇ ಹಿಡಿದು ಹೊತ್ತು ಒಯ್ದು ಬೀಸಿ ನಮ್ಮ ಸೈನಿಕರ ನಡುವೆ ಎಸೆದರು. ಗೊಂದಲ ಯಾವ

ಮಟ್ಟಿಗಾಗಿರಬಹುದು? ಅಲ್ಲದೆ ಕತ್ತಲಲ್ಲಿ ಕಂಗೆಟ್ಟ ನಮ್ಮ ಸೈನಿಕರು ತಮ್ಮ ತಮ್ಮಲ್ಲೇ ಒಬ್ಬರ ಮೇಲೊಬ್ಬರು ಕಾದತೊಡಗಿದರು. ಶತ್ರುಗಳೇ ಅಷ್ಟು ಹತ್ತಿರ ಬಂದು ಬಿದ್ದರೆಂಬ ಭ್ರಮೆ. ಈ ಕತ್ತಲಿನಲ್ಲಿ ಯುದ್ಧ ಮಾಡಬೇಕೊ ಬಿಡಬೇಕೋ? ಮಾಡದೆ ಇದ್ದರೆ ಅವರು ನುಗ್ಗಿ ನಮ್ಮ ಶಿಬಿರಗಳನ್ನೆಲ್ಲ ಸುಡಬಹುದು, ರಥಗಳನ್ನೆಲ್ಲ ಸುಟ್ಟು ಕುದುರೆಗಳನ್ನು ಅಪಹರಿಸಿ ಬಿಲ್ಲು ಬಾಣ ಮೊದಲಾದ ಉಗ್ರಾಣಗಳಿಗೆ ಬೆಂಕಿ ಹಾಕಬಹುದು. ಹಸ್ತಿನಾವತಿಯ ಕಡೆಗೆ ನುಗ್ಗಿ ಬಂದು ಆಕ್ರಮಿಸಿಕೊಳ್ಳಬಹುದು. ಶತ್ರುವಿನ ಉದ್ದೇಶ ಇಂಥದೇ ಎಂದು ಹೇಗೆ ಊಹಿಸುವುದು? ಆದ್ದರಿಂದ ದುರ್ಯೋಧನ ಮಹಾರಾಜ ತಕ್ಷಣ ಚನ್ನಾಗಿ ಎಣ್ಣೆ ಹಾಕಿದ ಸಾವಿರಾರು ಪಂಜುಗಳನ್ನು ಹಚ್ಚಿ ತಂದು ನಮ್ಮವರಿಗೆ ಕೊಡುವಂತೆ ಅಪ್ಪಣೆ ಮಾಡಿದ. ನಡುರಾತ್ರಿಯ ಹೊತ್ತಿಗೆ ಪಂಜುಗಳು ಬಂದವು. ನಡುನಡುವೆ ಒಬ್ಬೊಬ್ಬ ಸೈನಿಕರು ಪಂಜು ಹಿಡಿದು ಬೆಳಕು ತೋರಿಸುವಂತೆ ಹೇಳಲಾಯಿತು.....'

ಧೃತರಾಷ್ಟ್ರ 'ಭೇಷ್, ಭೇಷ್' ಎಂದ.

'ಪರಿಣಾಮವೇನಾಯಿತೆಂದರೆ,' ಧೃತರಾಷ್ಟ್ರನ ನಡುಮಾತನ್ನು ಕೇಳಿಸಿಕೊಳ್ಳದವನಂತೆ, ಆದರೆ ಅದರಿಂದ ತನ್ನ ಮಾತಿನ ಓಘಕ್ಕೆ ತೊಂದರೆಯಾಯಿತೆಂಬಂತೆ ಧ್ವನಿಯನ್ನು ಸ್ವಲ್ಪ ಎತ್ತರಿಸಿ ಸಂಜಯ ಮುಂದುವರಿಸಿದ: "ಪಂಜುಗಳ ಬೆಳಕಿನಲ್ಲಿ ಶತ್ರುಗಳಿಗೆ ನಮ್ಮವರ ಸರಿಯಾದ ಗುರಿ ಸಿಕ್ಕಿತು. ಅವರು ಇವರಿಗೆ ಖಚಿತವಾದ ಗುರಿ ಇಟ್ಟು ಬಾಣಗಳನ್ನು ಹೊಡೆಯತೊಡಗಿದರು. ಇವರಿಗೆ ಅವರು ಸರಿಯಾಗಿ ಕಾಣಿಸುತ್ತಿರಲಿಲ್ಲ. ಪಂಜುಗಳ ಬೆಳಕು ಎಷ್ಟು ದೂರ ಹೋಗಬಲ್ಲದು? ಬರೀ ನಮ್ಮ ಕಡೆಯೇ ಸಾವು ಉಂಟಾಗಲು ಶುರುವಾಯಿತು. ಶತ್ರುಗಳಿಗೆ ತಾವೂ ಹೊಡೆಯುತ್ತಿದ್ದೇವೆಂಬ ಭ್ರಮೆ ಇವರಿಗೆ. ಆದರೆ ವಾಸ್ತವವಾಗಿ ಅವೆಲ್ಲ ಕುರುಡುಗುರಿಯ ಬಾಣಗಳು. ನಮ್ಮಲ್ಲಿ ಬಹಳ ಜನ ಸತ್ತರು. ರಕ್ತ ಕಳೆದುಕೊಂಡರು. ನಡುವೆ ಎಣ್ಣೆಯ ಗಡಿಗೆಗಳನ್ನು ಹೊತ್ತು ಪಂಜುಗಳಿಗೆ ಸೌಟುಗಟ್ಟಲೆ ಎಣ್ಣೆ ಹೊಯ್ದು ಬೆಳಕನ್ನು ಏಕರೀತಿ ಇಡುವಂತೆ ಕೂಡ ಮಹಾರಾಜ ಅಪ್ಪಣೆ ಮಾಡಿದ. ಬಾಣ ತಗುಲಿದ ಎಣ್ಣೆಗಡಿಗೆಗಳು ಒಡೆದು ತಲೆಯಿಂದ ಹೊಟ್ಟೆ ಕೈಕಾಲುಗಳತನಕ ಎಣ್ಣೆ ಸುರಿದು ಅಕಸ್ಮಾತ್ ಹತ್ತಿರವೇ ಇದ್ದ ಪಂಜಿನ ಉರಿಗಾಳಿಗೆ ಇತ್ತ ಬೀಸಿ ಸಜೀವ ದಹನ. ಹೇಗೂ ನಮ್ಮವರೆಲ್ಲ ಸರಿಯಾಗಿ ಕಾಣಲು ಶುರುವಾದರಲ್ಲ. ಅದೇ ಗುರುತಿನಲ್ಲಿ ಭೀಮನು ದುರ್ಯೋಧನನ ಮೇಲೆ ಬಿದ್ದನಂತೆ. ನಕುಲನು ಶಕುನಿಯ ಮೇಲೆ, ಶಿಖಂಡಿಯು ಮುದುಕ ಕೃಪಾಚಾರ್ಯರ ಮೇಲೆ. ಘಟೋತ್ಕಚನು ಅಶ್ವತ್ಥಾಮನ ಮೇಲೆ. ದ್ರುಪದನು ಕರ್ಣನ ಮಗ ಸುಷೇಣನ ಮೇಲೆ. ವಿರಾಟನು ಶಲ್ಯರಾಜನ ಮೇಲೆ. ಉಪಪಾಂಡವರಲ್ಲಿ ಒಬ್ಬನಾದ ಶತಾನೀಕನು ನಿನ್ನ ಒಬ್ಬ ಮಗನಾದ ಚಿತ್ರಸೇನನ ಮೇಲೆ. ದ್ರೋಣರ ಮೇಲೆ ಸ್ವಯಂ ಧೃಷ್ಟದ್ಯುಮ್ನ. ಹೀಗೆ ಒಬ್ಬೊಬ್ಬರು ನಮ್ಮ ಕಡೆಯ ಒಂದೊಂದು ದಳಗಳ ಮೇಲೆ ಬಿದ್ದು, ಚಚ್ಚಲು ಶುರುಮಾಡಿದರು. ಅಷ್ಟರಲ್ಲಿ ದ್ರೋಣರಿಗೆ ಪರಿಸ್ಥಿತಿಯ ಅರ್ಥವಾಯಿತು. ಯುದ್ಧದಿಂದ ಹಿಂದೆ ಸರಿದು ಬಂದು, ಯಾವ ಮೂರ್ಖ ಹೀಗೆ ಪಂಜು ಹಚ್ಚಲು ಹೇಳಿದವನು ಎಂದು ಕೇಳಿದರಂತೆ. ಸ್ವಯಂ ಮಹಾರಾಜನೇ ಎಂಬ ಉತ್ತರ ಬಂದಮೇಲೆ

ಅವನನ್ನು ಕರೆ, ತಕ್ಷಣ ಎಲ್ಲ ಪಂಜುಗಳನ್ನೂ ಆರಿಸಿ ಎಂದು ಸೇನಾಪತಿಪದದಿಂದ ಅಪ್ಪಣೆ ಮಾಡಿದರಂತೆ. ಆರಿಸಿ, ಆರಿಸಿ ಎಂಬ ಕೂಗುಗಳು ನಮ್ಮ ಕಡೆಯಲ್ಲೆಲ್ಲ ತುಂಬಿ ಕೊಂಡವು. ಒಂದೊಂದಾಗಿ ಆರಿದುವು. ಆಗ ಇನ್ನೊಂದು ರೀತಿಯ ಕಷ್ಟವಾಯಿತು. ಅಷ್ಟು ಜೋರಿನಿಂದ ಉರಿಯುತ್ತಿದ್ದ ಬೆಳಕು ಇದ್ದಕ್ಕಿದ್ದಂತೆಯೇ ನಿಂತದ್ದರಿಂದ ನಮ್ಮವರಿಗೆ ತಕ್ಷಣ ಕಣ್ಣುಕಟ್ಟಿದಂತಾಯಿತು. ಶತ್ರುಗಳು ಮೇಲೆ ಬಿದ್ದು ಬಡಿಯತೊಡಗಿದರು. ಯುದ್ಧರಂಗ ದಲ್ಲೇ ಸೇನಾಪತಿ ದ್ರೋಣರು ದುರ್ಯೋಧನನನ್ನು ಕರೆಸಿದರಂತೆ. ಭೀಮನ ದಳದೊಡನೆ ಕಾದುತ್ತಿದ್ದ ತನ್ನ ದಿಕ್ಕುಗೆಟ್ಟ ದಳವನ್ನು ದುಶ್ಶಾಸನನಿಗೆ ಕೊಟ್ಟು ಮಹಾರಾಜನು ಸೇನಾಪತಿಯ ಹತ್ತಿರಕ್ಕೆ ಹೋದನಂತೆ. 'ನಿನಗೆ ತಿಳಿಯದ ಕೆಲಸ ಏಕೆ ಮಾಡುತೀಯ? ಸೇನಾಪತಿ ಕೆಲಸವೆಂದರೆ ದಿಂಬು ಒರಗಿ ಕೂತು ಆಜ್ಞೆ ಮಾಡುವಷ್ಟು ಸುಲಭವೆ? ನನ್ನನ್ನು ಕೇಳದೆ ಸೂಡಿ ಹಚ್ಚಿಸುವ ಆಜ್ಞೆ ಏಕೆ ಮಾಡಿದೆ? ನಿನ್ನ ರಾಜತ್ವವೇನಿದ್ದರೂ ಹಸ್ತಿನಾವತಿಯ ಸಿಂಹಾಸನದ ಮೇಲೆ ಕೂತಿದ್ದಾಗ. ಯುದ್ಧರಂಗದಲ್ಲಿ ಸೇನಾಪತಿಯ ಅನುಮತಿ ಇಲ್ಲದೆ ಅಥವಾ ತಿಳಿವಳಿಕೆಗೆ ತಾರದೆ ಯಾವ ಅಪ್ಪಣೆಯೂ ಜಾರಿಯಾಗತಕ್ಕದ್ದಲ್ಲ' ಎಂದು ಮುಂತಾಗಿ ಬಲುಜೋರಿನಿಂದ ಬೈಯತೊಡಗಿದರಂತೆ. ಆ ಮುದುಕರ ಗಂಟಲು ಇಷ್ಟು ಜೋರಾಗಿರುತ್ತದೆಂದು ಯಾರೂ ಕಲ್ಪಿಸಿಕೊಳ್ಳಲು ಸಾಧ್ಯವಿಲ್ಲವೆಂದು, ನನಗೆ ಸುದ್ದಿ ತಿಳಿಸಿ ದವನೇ ಹೇಳಿದ. ಮಧ್ಯೆ ಸ್ವಲ್ಪವೂ ನಿಲ್ಲಿಸದೆ ಮಹಾರಾಜನನ್ನು ದ್ರೋಣರು ಒಂದೇಸಮನೆ ಬೈಯುತ್ತಿದ್ದಾರೆ. ಮಹಾರಾಜನು ಕತ್ತು ತಗ್ಗಿಸಿ ನಿಂತಿದ್ದಾನೆ ಎಂದು ದುರ್ಯೋಧನನ ಅಂಗರಕ್ಷಕ ಓಡಿ ದಿಕ್ಕಾಪಾಲು ಓಡುತ್ತಿದ್ದ ಸೈನಿಕರ ನಡುವೆ ನುಸುಳಿ ಕರ್ಣಮಹಾರಾಜನಿಗೆ ತಿಳಿಸಿದನಂತೆ. ತನ್ನ ದಳವನ್ನು ಇನ್ನೊಬ್ಬನಿಗೆ ಒಪ್ಪಿಸಿ ಓಡಿಬಂದ ಕರ್ಣ ನೋಡುತ್ತಾನೆ: ಸೂಡಿಯ ಬೆಳಕಿನಲ್ಲಿ ಹೊಳೆಯುವ ಆಭರಣದ ಕಿರೀಟಗಳನ್ನು ಧರಿಸಿದ ಮಹಾರಾಜ ಮೂಕನಂತೆ ನಿಂತಿದ್ದಾನೆ. ದ್ರೋಣರು ಹುಚ್ಚು ಹಿಡಿದ ಮುದುಕರಂತೆ ಕಿರಿಚಾಡುತ್ತಿದ್ದಾರೆ. ಸುತ್ತ ಹಲವು ಸೈನಿಕರು ನಿಂತು ನೋಡುತ್ತಿದ್ದಾರೆ. ಒಂದು ನಿಮಿಷದಲ್ಲಿ ಕರ್ಣಮಹಾರಾಜ ಹಿನ್ನೆಲೆಯನ್ನು ಗ್ರಹಿಸಿ ದ್ರೋಣರಿಗೆ ತಗುಲಿಕೊಂಡನಂತೆ: 'ತಪ್ಪಾಗಿರುವುದು ನಿಜ. ಆದರೆ ಅದು ಮಹಾರಾಜನಿಂದ ಆದದ್ದು. ಸಿಂಹಾಸನದಿಂದ ತಪ್ಪಾದರೆ ಕೆಳಗಿನವರು ನಿವೇದಿಸಿಕೊಳ್ಳ ಬಹುದು. ಟೀಕಿಸಕೂಡದು. ನಿನ್ನಂತೆ ಬೈಯಕೂಡದು. ಸೇನಾಪತಿ ಪಟ್ಟ ಸಿಕ್ಕಿತು ಅಂತ ನಿನ್ನ ಸೊಕ್ಕು ತಲೆಗೇರಿದೆ. ವಿನಯ ವಿಧೇಯತೆಯನ್ನು ಮೊದಲು ಕಲಿ.' 'ಏಯ್, ನಿನಗೆ ಸೇನಾಪತಿ ಪಟ್ಟ ಸಿಕ್ಕಲಿಲ್ಲವೆಂಬ ಕರುಬಿಗೆ ಹೀಗನ್ನುತೀಯ, ಸೂತ' ಎಂದು ಅವರು ಇತ್ತ ತಿರುಗಿದರು. 'ಏಯ್, ಮುದುಕ, ನಿನ್ನಂಥ ದೈನ್ಯವೂ ನನಗಿಲ್ಲ, ದುರಾಶೆಯೂ ಇಲ್ಲ. ನಾಲಗೆ ಹಿಡಿದು ರಾಜನಿಗೆ ತಕ್ಕ ಗೌರವ ತೋರಿಸದಿದ್ದರೆ ನಿನ್ನ ನಾಲಗೆಯನ್ನೇ ಸೀಳಿಬಿಡುತ್ತೇನೆ' ಎಂದು ಕರ್ಣಮಹಾರಾಜ ಹಿಡಿದುಕೊಳ್ಳಲು ಹೋದನಂತೆ. ಆಚಾರ್ಯರು ಸುಮ್ಮನಿರುತ್ತಾರೆಯೆ? ಆದರೆ ಅಷ್ಟರಲ್ಲಿ ದುರ್ಯೋಧನ ಮಹಾರಾಜನೇ ಇಬ್ಬರಿಗೂ ಸಮಾಧಾನ ಹೇಳಿ ಒಗ್ಗಟ್ಟಿನಿಂದಲೇ ಬಲ, ಅದನ್ನು ಕಳೆದುಕೊಳ್ಳಬಾರದು ಎಂದು ತಿಳಿಸಿ ಇನ್ನು ಮುಂದೆ ಸೇನಾಪತಿಗೆ ತಿಳಿಸದೆ ಇಂಥದೇನೂ ಮಾಡುವುದಿಲ್ಲವೆಂದು ಆಶ್ವಾಸನೆ

ಕೊಟ್ಟನಂತೆ. ದ್ರೋಣರು ದೂರ ಹೋದ ಮೇಲೆ ಕರ್ಣ ಮಹಾರಾಜನನ್ನು ಬಿಗಿಯಾಗಿ ತಬ್ಬಿಕೊಂಡು ಕಣ್ಣಂಚಿನಲ್ಲಿ ನೀರು ತುಂಬಿಕೊಂಡನಂತೆ....."

'ಕರ್ಣ, ನಾನು ಹೆತ್ತದ್ದು ಹದಿನಾಲ್ಕು ಗಂಡುಮಕ್ಕಳಲ್ಲ, ಹದಿನೈದು,' ಗಾಂಧಾರಿ ಎಷ್ಟೋ ಹೊತ್ತಿನನಂತರ ಬಾಯಿ ತೆರೆದಳು.

'ಹೌದು ದೇವಿ, ಆ ರಾತ್ರಿಯ ಯುದ್ಧವನ್ನು ಗೆದ್ದವನು ಕರ್ಣಮಹಾರಾಜನೇ. ಈಗ ಅದನ್ನೇ ಹೇಳಲು ಹೊರಟಿದ್ದೆ.'

'ಹೇಳು, ಹೇಳು. ಕರ್ಣನ ಪ್ರತಾಪವನ್ನು ಕೇಳಿದರೆ ನನಗೆ ದುರ್ಯೋಧನನ ಪ್ರತಾಪವನ್ನು ಕೇಳಿದಷ್ಟೇ ಸಂತೋಷವಾಗುತ್ತದೆ.' ಎಂದು ಕೂಡಿಸಿದ ಗಾಂಧಾರಿ ಅದುವರೆಗಿನ ಮ್ಲಾನತೆಯನ್ನು ಸ್ವಲ್ಪ ನೀಗಿಕೊಂಡು ಉತ್ಸಾಹ ತೋರಿಸಿದಳು.

'ತನ್ನನ್ನು ಹೀಗೆ ಅವಮಾನವಾಗುವಂತೆ ಬೈದ ಅಂತ ದ್ರೋಣ ಹೋಗಿ ಹೇಳಿರಬೇಕು. ಅಶ್ವತ್ಥಾಮ ಯುದ್ಧರಂಗವನ್ನು ಬಿಟ್ಟು ಬಂದು ಕರ್ಣನನ್ನು ಕೊಲ್ಲಲು ನುಗ್ಗಿದ. ದುರ್ಯೋಧನ ಮಹಾರಾಜ ಅವನಿಗೆ ಶಾಂತಿ ಹೇಳಬೇಕಾಯಿತು. ಅದು ಹೋಗಲಿ. ಒಟ್ಟಿನಲ್ಲಿ ಸಮೀಕ್ಷೆ ಮಾಡಿದ ಮೇಲೆ ಆ ರಾತ್ರಿ ನಡೆಯುತ್ತಿರುವ ಧ್ವಂಸದ ಬಹುಪಾಲು ಭೀಮನ ಮಗ ಘಟೋತ್ಕಚನಿಂದ ಆಗುತ್ತಿದೆ ಎಂಬುದು ವ್ಯಕ್ತವಾಯಿತು. ಅವನನ್ನು ತೀರಿಸುವತನಕ ನಮ್ಮ ಸೈನಿಕರಲ್ಲಿ ಧೈರ್ಯ ಹುಟ್ಟಿಸುವುದು ಸಾಧ್ಯವಿರಲಿಲ್ಲ. ಮೊದಲೇ ರಾಕ್ಷಸದಳ. ರಾತ್ರಿಯ ವೇಳೆ ಬೇರೆ. ಕೈಗೆ ಸಿಕ್ಕಿದ ಪದಾರ್ಥಗಳನ್ನು ಬೀಸಿ ಎಸೆಯುವುದು, ಎಷ್ಟೋ ಸಲ ಸತ್ತ ಸೈನಿಕರ ಹೆಣಗಳನ್ನೇ ಎತ್ತಿ ನಮ್ಮ ಸೈನ್ಯದ ನಡುವೆ ಎಸೆಯುವುದು. ಹೆಣಗಳ ತಲೆಗಳನ್ನು ಕಡಿದು ಚೆಂಡಿನಂತೆ ಎಸೆದುಬಿಡುವುದು. ವಿಚಿತ್ರವಾದ ಕೂಗಾಟ. ಕಿರಿಚಾಟ. ಭಯವು ಆ ಸಂದರ್ಭದಲ್ಲಿ ಸಹಜವಾಗಿ ಇರಬೇಕಾದುದಕ್ಕಿಂತ ನೂರುಪಾಲು ಸಾವಿರಪಾಲು ಹೆಚ್ಚಾಗಿ ಉಕ್ಕಿ ಹರಿಯುತ್ತಿತ್ತು. ಅಲ್ಲದೆ ರಾಕ್ಷಸರಿಗೆ ಅನೇಕ ಮಾಯಾಶಕ್ತಿಗಳುಂಟೆಂಬ ನಂಬಿಕೆ ಬೇರೆ. ಸಾಧಾರಣ ಸೈನಿಕರು ಹೋಗಲಿ, ಕ್ಷತ್ರಿಯರು, ರಾಜಕುಮಾರರು ಕೂಡ ರಾಕ್ಷಸರ ಮಾಯಾಶಕ್ತಿಯನ್ನು ನಂಬಿ ನಡುಗತೊಡಗಿದರು. ನಮ್ಮ ಎಷ್ಟೋ ಸೈನಿಕರು, ಹೇಗೂ ಕತ್ತಲೆಯಲ್ಲವೆ ಹೆದರಿ ಯುದ್ಧರಂಗ ಬಿಟ್ಟು ತಮ್ಮ ಊರು ದೇಶಗಳ ಕಡೆಗೆ ಓಡಿ ಹೋದರು. ಹಲವು ರಾಜರುಗಳೂ ಕದ್ದು ಕಾಲ್ತೆಗೆದು ಸ್ವದೇಶದ ದಾರಿ ಹಿಡಿದರು. ಘಟೋತ್ಕಚನನ್ನು ಮುಗಿಸದಿದ್ದರೆ ಬೆಳಗಾಗುವ ಮೊದಲೇ ತನ್ನ ಸೈನ್ಯವು ಪೂರ್ತಿ ಕರಗಿ ಹೋಗುತ್ತದೆಂದು ದುರ್ಯೋಧನ ಮಹಾರಾಜ ಅರ್ಥಮಾಡಿಕೊಂಡ. ಈ ಕೆಲಸ ತಾನು ಸಾಧಿಸುವುದಾಗಿ ಕರ್ಣಮಹಾರಾಜ ಆಶ್ವಾಸನೆಯಿತ್ತು ನಮ್ಮ ಇದೇ ಸೂತಕೇರಿಯ ವೀರರ ಒಂದು ದಳವನ್ನು ಕೂಡಿಸಿಕೊಂಡು ಹೋದ. ಇತ್ತ ದುರ್ಯೋಧನ ಮಹಾರಾಜ ಇನ್ನೊಂದು ಕೆಲಸ ಮಾಡಿದ. ಭೀಮನು ಕೊಂದಿದ್ದ ಬಕಾಸುರನ ಜ್ಞಾತಿಯೊಬ್ಬನಿದ್ದ, ಅಲಾಯುಧ ಅಂತ ಹೆಸರು. ಭೀಮನ ಮೇಲಿನ ದ್ವೇಷ ತೀರಿಸಿಕೊಳ್ಳಲು ತಾನಾಗಿಯೇ ಬಂದು ನಮ್ಮ ಪಕ್ಷ ಸೇರಿದವರಲ್ಲಿ ಅವನೂ ಒಬ್ಬ. ಅವನು ಸತ್ತಿರಲಿಲ್ಲ. ಆದರೆ ಒಂದು ಶಿಸ್ತಿಗೆ ಒಳಪಟ್ಟು ಸೇನಾಪತಿ ಕರೆದಾಗ ಬಂದು ಅಪ್ಪಣೆ ಪಾಲಿಸುವ ಜನವಲ್ಲ ಅವರು.

ಅವನೂ ಅವನ ಸಂಗಡಿಗರೂ ಎಲ್ಲೋ ಮಲಗಿದ್ದರು. ಅವರನ್ನು ಹುಡುಕಿ ಕರೆಸಿದ ಮಹಾರಾಜ ಘಟೋತ್ಕಚನನ್ನೂ ಅವನ ದಳವನ್ನೂ ಕೊಲ್ಲುವಂತೆ ಆದೇಶವಿತ್ತ. ಅಲಾಯುಧನ ಸಂಗಡಿಗರ ಸಂಖ್ಯೆ ಕಡಮೆ. ಆದರೆ ಜೀವ ಲೆಕ್ಕಿಸದವರು. ರಾಕ್ಷಸರೇ ಹಾಗೆ. ಮೇಲೆ ಬೀಳುವ ಹುಲಿಯು ತನ್ನ ಜೀವವನ್ನು ಹೇಗೆ ಲೆಕ್ಕಿಸುವುದಿಲ್ಲವೋ ಹಾಗೆ. ಅಲ್ಲದೆ ತಮ್ಮ ರಾಕ್ಷಸ ಕುಲಕ್ಕೆ ಅನ್ಯಾಯ ಮಾಡಿದ ಹಿಡಿಂಬೆಯ ಮಗನೆಂಬ ಕ್ರೋಧವೂ ಇತ್ತು ಘಟೋತ್ಕಚನ ಮೇಲೆ. ಅಲಾಯುಧ ತನ್ನ ಸಂಗಡಿಗರೊಡನೆ ಘಟೋತ್ಕಚನ ದಳದ ಮೇಲೆ ಬಿದ್ದ. ಅವರಂತೆ ಇವರೂ ಕಿರುಚಿ ಬೊಗುಳಿ ಗರ್ಜಿಸಿದುದೇ ಅಲ್ಲದೆ ದೆವ್ವಭೂತಗಳಂತೆ ಚಿತ್ರವಿಚಿತ್ರವಾಗಿ ಕೂಗತೊಡಗಿದರು. ಅವರ ಮಾಯಾಬಲಕ್ಕೆ ಇವರ ಮಾಯಾಬಲವು ಸರಿಯಾದ ಅಡ್ಡಗೋಲೆಂದು ನಮ್ಮ ಸೈನಿಕರಿಗೆ ತಿಳಿಯಲೇ ಇಲ್ಲ. ದೆವ್ವಭೂತಗಳು ನಮ್ಮ ನಡುವೆಯೇ ಹುಟ್ಟಿಕೊಂಡವೆಂದು ಅಂಜಿ ಚಲ್ಲಾಪಿಲ್ಲಿಯಾಗತೊಡಗಿದರು. ಕತ್ತಲೆ, ಕತ್ತಲೆಗಿರುವ ಮಾಯಾಶಕ್ತಿ ಮತ್ತೆ ಯಾವುದಕ್ಕಿದೆ? ಭೀಮ ಹತ್ತಿರದಲ್ಲೆಲ್ಲೋ ಯುದ್ಧ ಮಾಡುತ್ತಿದ್ದನಂತೆ. ಮಗನ ತಂತ್ರದಿಂದಲೇ. ಮಗನಿಗೆ ಒತ್ತಾಸೆಯಾಗಿ, ಅದೇ ರೀತಿ ಗರ್ಜಿಸುತ್ತಿದ್ದನಂತೆ. ತನ್ನ ಜ್ಞಾತಿ ಬಕನನ್ನು ಕೊಂದ ಭೀಮ ಇವನೇ ಎಂದು ತಿಳಿದ ಅಲಾಯುಧ ತನ್ನ ಸಂಗಡಿಗರೊಡನೆ ಹೋಗಿ ಭೀಮನ ಮೇಲೆ ಬಿದ್ದ. ಭೀಮನ ದಳದವರಿಗೆ ಭಯವಾಯಿತು. ರಾಕ್ಷಸರ ಮಾಯಾಶಕ್ತಿಯ ಭಯ ಅವರಿಗೂ ಇರುತ್ತದಲ್ಲ. ಜೊತೆಗೆ ಕತ್ತಲೆ. ಆರ್ಯರ ಮೇಲಾದರೆ ಅದ್ಭುತ ಶೌರ್ಯದಿಂದ ಕಾದಿಕೊಲ್ಲುವ ಭೀಮದಳದವರು ರಾಕ್ಷಸರೆಂದು ತಿಳಿದತಕ್ಷಣ ಚದುರಿಬಿಟ್ಟರು. ಅಲಾಯುಧನು ನುಗ್ಗಿ ಭೀಮನನ್ನು ಹಿಡಿದ. ವಿಶ್ರಾಂತಿ ಇಲ್ಲದೆ ಹಿಂದಿನ ಬೆಳಗಿನಿಂದ ಒಂದೇಸಮ ಕಾದಿದ್ದ ಭೀಮ. ಅಲ್ಲದೆ ಯುದ್ಧದ ಆರಂಭದ ದಿನದಿಂದಲೂ ಶಕ್ತಿವ್ಯಯ ಮಾಡಿಕೊಂಡಿದ್ದ. ಅಲಾಯುಧನು ಸುಖವಾಗಿ ಹಸೀಮಾಂಸ ತಿಂದು ನಿದ್ದೆ ತೆಗೆಯುತ್ತಿದ್ದ. ಮೊದಲ ಏಟಿಗೆ ಭೀಮ ತತ್ತರಿಸಿದ. ತಲೆಸುತ್ತು ಬಂದಂತಾಗಿ ಕೆಳಗೆ ಬಿದ್ದ. ಶತ್ರುಗಳ ಕಡೆಯಿಂದ ಬಂದ ಈ ರಾಕ್ಷಸ ಗುಂಪನ್ನು ಕಂಡು ಘಟೋತ್ಕಚನೂ ಆಶ್ಚರ್ಯಪಟ್ಟಿದ್ದ. ಅವರ ಗತಿಯನ್ನು ಅವನೂ ಗಮನಿಸುತ್ತಿದ್ದ. ಈಗ ಅಲಾಯುಧ ತನ್ನಪ್ಪನನ್ನೇ ಕೆಡವಿಕೊಂಡು ಮೇಲೆ ಏರಿ ಕುಳಿತಿರುವುದು ಕಣ್ಣಿಗೆ ಬಿತ್ತು. ಇನ್ನು ಎರಡು ಕ್ಷಣ ತಡಮಾಡಿದರೆ ತನ್ನಪ್ಪನ ಎದೆಯ ರಕ್ತವನ್ನು ಇವನು ಹೀರಿಬಿಡುತ್ತಾನೆ ಎಂಬುದು ಅರಿವಿಗೆ ಬಂದತಕ್ಷಣ ನೇರವಾಗಿ ಇತ್ತ ನುಗ್ಗಿ ಬಂದು ಇವನ ಮೇಲೆ ಬಿದ್ದು ಕುತ್ತಿಗೆ ಹಿಡಿದ. ಇಬ್ಬರ ಭಾರವೂ ಭೀಮನ ಮೇಲೆ ಬಿತ್ತು. ಅಷ್ಟರಲ್ಲಿ ಅಲಾಯುಧ ಹೊರಳಿದ. ಭಾರ ತಪ್ಪಿತು. ಅವರಿಬ್ಬರೂ ಒಬ್ಬರ ಮೇಲೊಬ್ಬರು ಹೊರಳಿಕೊಂಡು ನಾಲ್ಕೈದು ಮಾರು ದೂರ ಹೋದರು. ಮೇಲೆ ಎದ್ದು ಅಲಾಯುಧನ ಮೇಲೆ ಬೀಳುವಷ್ಟು ಶಕ್ತಿ ಸಾಲದೆ ಭೀಮ ಬರಿದೇ ಎದ್ದು ಕುಳಿತು ಏದುಸಿರುಬಿಡುತ್ತಿದ್ದ. ಅಷ್ಟರಲ್ಲಿ ಅತ್ತ ಬಂದ ಕರ್ಣನಿಗೆ ಇದು ಕಂಡಿತು. ಓಡಿಬಂದು ತನ್ನ ಕತ್ತಿಯನ್ನೆಳೆದು ಘಟೋತ್ಕಚನ ಕುತ್ತಿಗೆಗೆ ಒಂದೇಟು ಹಾಕಿ ವಾಪಸು ಹೋಗಿಬಿಟ್ಟ. ಉಸಿರು ಕಟ್ಟಿದ ಅಲಾಯುಧ ಸತ್ತ. ಕುತ್ತಿಗೆಯಿಂದ ರಕ್ತ ಸೋರಲು ಶುರುವಾದ ಘಟೋತ್ಕಚನೂ ವಿಕಾರವಾಗಿ ಕಿರುಚುತ್ತಾ ಅಲಾಯುಧನ

ಹೆಣದ ಮೇಲೆ ಶರೀರವನ್ನು ಮಕಾಡೆ ಚಾಚಿಕೊಂಡು ಸತ್ತ.....'

'ಭೇಷ್ ಕರ್ಣ,' ಧೃತರಾಷ್ಟ್ರ ತಕ್ಷಣ ಎಂದ: 'ಬೇರೆಯವನ ಸಂಗಡ ಕಾಯುತ್ತಿದ್ದ ಭೂರಿಶ್ರವನ ಬಲತೋಳಿಗೆ ಅರ್ಜುನ ಬಾಣ ಹೊಡೆದು ಮೋಸ ಮಾಡಲಿಲ್ಲವೆ?'

'ಕರ್ಣಮಹಾರಾಜನ ಕೆಲಸವನ್ನು ಮೋಸ ಅಂತ ನಾನು ಹೇಳಲಿಲ್ಲ. ಬರಿದೇ ವರದಿ ಮಾಡುತ್ತಿದ್ದೇನೆ. ಘಟೋತ್ಕಚನನ್ನು ಕರ್ಣ ಮಹಾರಾಜನು ಕೊಂದ ಸುದ್ದಿಯನ್ನು ದುರ್ಯೋಧನ, ದುಶ್ಯಾಸನ, ಕೃಪಾಚಾರ್ಯ, ಅಶ್ವತ್ಥಾಮಾಚಾರ್ಯ, ದ್ರೋಣಾಚಾರ್ಯ, ಶಕುನಿ ಮೊದಲಾಗಿ ಎಲ್ಲರೂ ಕೂಗಿ ಹೇಳಿದರು. ಉಳಿದವರೂ ಕೂಗಿಕೊಂಡರು. ನಮ್ಮ ಸೈನಿಕರ ಭಯ ಎಷ್ಟೋ ಪಾಲು ಇಳಿಯಿತು.....'

ಕರ್ಣನು ಕತ್ತಿ ಹಿಡಿದು ನುಗ್ಗಿಬರುತ್ತಿದ್ದಾನೆ. ಘಟೋತ್ಕಚಾ, ಹಿಂತಿರುಗಿ ನೋಡು ಎಂದು ಕೂಗಿಕೊಂಡರೂ ಅವನಿಗೆ ಕೇಳುತ್ತಿಲ್ಲ. ಅಲಾಯುಧನ ಉಸಿರನ್ನು ಒಳಗೇ ಹುಗಿಯುವುದರಲ್ಲಿ ತಾನೇ ಎದ್ದು ಹೋಗಿ ಕರ್ಣನನ್ನು ತಡೆಯುವ, ಕಣ್ಣುಗತ್ತಲೆ ಹತ್ತಿಕೊಂಡು, ಘಟೋತ್ಕಚನದೇ ಧ್ವನಿ, ಆ ಎಂದು ಉಸಿರು ತಡೆದು ಅರಚುವ, ಕರ್ಣ ಹಿಂತಿರುಗಿ ಹೋದ, ಮರೆಯಾದ, ಕತ್ತಲಲ್ಲಿ ಕಪ್ಪಗೆ ಘಟೋತ್ಕಚನ ಕುತ್ತಿಗೆಯಿಂದ, ಹಾಳು ಕಣ್ಣುಗತ್ತಲೆ, ಕೈಕಾಲು ಬಡಿಯುವ ಘಟೋತ್ಕಚ, ಕಳೆದಂತಾಯಿತು ಕಣ್ಣುಗತ್ತಲೆ, ಭೀಮ ದಡಕ್ಕನೆ ಎದ್ದುಹೋಗಿ ಮುಟ್ಟಿ ನೋಡಿದ. ಅರೆಭಾಗ ಕುಯ್ದುಹೋದ ಕುತ್ತಿಗೆಯಿಂದ ಧುಮುಕುವ ರಕ್ತ ಒತ್ತಿ ಹಿಡಿದರೂ ನಿಲ್ಲುವಂತಿಲ್ಲ. ಘಟೋತ್ಕಚನ ಕಿರಿಚಾಟ ನಿಂತಿತು. ಕೈಕಾಲು ಸೆಟೆದವು. ಭೀಮ ಸುಮ್ಮನೆ ನಿಂತುಬಿಟ್ಟ. ಎತ್ತಲಿಂದಲೋ ಒಂದು ಬಾಣ ಬಂದು ತೋಳಿಗೆ ತಾಕಿತು. ಇನ್ನೊಂದು ಪಕ್ಕದಲ್ಲಿ ರೊಂಯ್ ಎಂದು ಹಾರಿಹೋಯಿತು. ತೋಳಿಗೆ ಚುಚ್ಚಿಕೊಂಡ ಬಾಣವನ್ನು ಕಿತ್ತೆಸೆದು ಭೀಮ ತಕ್ಷಣ ಬಾಗಿದ. ಆನೆಯಂತೆ ಕಾಲು ಮಡಿಸಿ ಕುಳಿತು ಘಟೋತ್ಕಚನ ದೇಹವನ್ನು ಎತ್ತಿ ಬೆನ್ನುಮೇಲಕ್ಕೆ ಎಳೆದುಕೊಂಡ. ಅವನ ಎರಡು ಕೈಗಳನ್ನೂ ತನ್ನ ಎದೆಗಳ ಮೇಲೆ ಬರುವಂತೆ ಎಳೆದು ಹಿಡಿದುಕೊಂಡು, ಎದ್ದುನಿಂತ. ಅವನ ಮುಖವು ತನ್ನ ತಲೆಗೆ ತಾಗುತ್ತಿತ್ತು. ಭೀಮ ಹಿಂತಿರುಗಿ ನಡೆಯತೊಡಗಿದ. ಹೇಡಿ, ಹೇಡಿ, ಯಾರೋ ಕೂಗಿದರು. ಷಂಡ, ಪುಕ್ಕಲ, ಓಡಿಹೋಗುತ್ತಿದ್ದಾನೆ. ಯಾರು? ಕರ್ಣನೆ? ಧ್ವನಿ ತಿಳಿಯುತ್ತಿಲ್ಲ. ಭೀಮ ಬೇಗ ಬೇಗ ನಡೆಯತೊಡಗಿದ. ದುಡುದುಡುದುಡು ಓಟ ಹಾಕಲು ಆರಂಭಿಸಿದ. ಕೆಳಗೆ ಬಿದ್ದ ಮನುಷ್ಯರ ಹೆಣಗಳು, ಕುದುರೆಯ ದೇಹಗಳು, ಮುರಿದ ರಥ, ಮೊದಲಾದುವನ್ನು ಬಳಸಿ ಬಳಸಿ ಓಡತೊಡಗಿದ. ಬೆನ್ನ ಮೇಲೆ ಮಲಗಿದವನ ಭಾರಸ್ಥಾನವನ್ನು ಒಂದಂಗುಲವೂ ಅತ್ತಿತ್ತ ಜರುಗಿಸಲಿಲ್ಲ. ಮೈಕೈಗಳಲ್ಲೆಲ್ಲ ಹರಿದು ಬೆವರು ಜಿನುಗಲು ಶುರುವಾಯಿತು. ಅಲ್ಲ, ಕುತ್ತಿಗೆಯಿಂದ ಹರಿಯುವ ರಕ್ತವು ತನ್ನ ಬೆನ್ನು ಎದೆಗಳ ಮೇಲೆಲ್ಲ ಹರಿದು ಅಂಟತೊಡಗಿತು. ಏನು ಗಟ್ಟಿ ಎದೆ, ಬೆನ್ನಿಗೆ ಕಲ್ಲಿನಂತೆ ಒತ್ತುತ್ತಿದೆ. ತೋಳುಗಳು ಲೋಹದಂತೆ. ವೇಗ ಸಾಲದೇನೋ ಎಂಬಂತೆ ಇನ್ನಷ್ಟು ದುಡುದುಡುದುಡು

ಓಡುತ್ತಿರುವಾಗ ಹಿಂದಿನಿಂದ ಬೆಳಕು ಬಂತು. ಯಾರೋ ಸೂಡಿ ಹಿಡಿದು ಓಡಿಬಂದರು. ಬಂದವರು ತನಗಿಂತ ಮುಂದೆ ಓಡತೊಡಗಿದರು. ದಾರಿತೋರಿಸುವಂತೆ. ಭೀಮ ಕತ್ತೆತ್ತಿ ನೋಡಿದ. ತಲೆ ಬುರುಡೆಯ ಹಿಂಬದಿಗೆ ಮುಖ ಒರಗಿದೆ. ಸೂಡಿ ಹಿಡಿದು ಓಡುತ್ತಿರುವವನು ನೀಲ. ಓಡಿ ಓಡಿ ಓಡಿ ಆಯಾಸವಿಲ್ಲ, ಏದುಸಿರಿಲ್ಲ, ಕಣ್ಣುಗತ್ತಲೆ ಇಲ್ಲ, ಬೆವರಿಲ್ಲ, ರಕ್ತ, ಗಾಯಗಳಿಂದ ಹರಿಯುತ್ತಿದ್ದ ತನ್ನ ರಕ್ತದಲ್ಲಿ ಘಟೋತ್ಕಚನ ರಕ್ತ ಬೆರೆತು, ದಿಣ್ಣೆಯನ್ನು ಹತ್ತಿ ಮುಂದಿನ ಬಯಲಿನಲ್ಲಿ ಇಳಿದು ಹೆಗಲು ಎದೆ ಹೊಟ್ಟೆ ಸೊಂಟ ತೊಡೆಗಳ ಮೇಲೆಲ್ಲ ಹರಿದು ಅಂಟುವ ಬೆಚ್ಚನೆಯ ರಕ್ತದ ಮೇಲೆ ಜಾರುವ ದೇಹವನ್ನು ಒಂದು ಕ್ಷಣ ನಿಂತು ಮೇಲಕ್ಕೆ ಎಳೆದುಕೊಂಡು ಬೆನ್ನನ್ನು ಇನ್ನಷ್ಟು ಬಾಗಿಸಿ ದುಡುದುಡು ಹೆಜ್ಜೆ ಹಾಕುತ್ತಾ ಇಳಿವು ಬಂದಾಗ, 'ಮಹಾರಾಜ, ಬಿದಿರುಸೇತುವೆಯ ಮೇಲೆ ಹೊಳೆ ದಾಟಬೇಕು. ನಾನಲ್ಲದೆ ನಿಮ್ಮಿಬ್ಬರ ಭಾರ, ಓಡಬೇಡ. ನಿಧಾನ.' ನೊರನೊರ ಜಗ್ಗುವ ನಿಧಾನ ಕಳೆದು ದುಡುದುಡು ಏರಿ 'ಏಯ್, ನಾವು ಭೀಮಸೇನ ಮಹಾರಾಜ. ಅವನ ಸೇವಕ ನೀಲ. ಒಳಗೆ ಬಿಡು,' ತನ್ನ ಗುಡಿಸಿಲಿನ ಮುಂದೆ ಆನೆಯಂತೆ ಕುಳಿತು ಉಪಾಯವಾಗಿ ಹೆಣವನ್ನು ಇಳಿಸಿ ಏದುಸಿರು 'ನೀಲ, ಅಡುಗೆಯವರನ್ನು ಕೂಗಿ ಮೇಲಿನ ದಿಣ್ಣೆಯಲ್ಲಿ ದೊಡ್ಡ ಚಿತೆ ಮಾಡುವಂತೆ ಹೇಳು ಬೇಗ.' ಗುಡಿಸಿಲಿನ ಮುಂದೆ ಚಾಪೆಯ ಮೇಲೆ ಅಂಗಾತ ಮಲಗಿಸಿದ ಘಟೋತ್ಕಚನ ಎದೆಯ ಮೇಲೆ ಇಟ್ಟ ಮುಖ ಎಷ್ಟು ಬೆಚ್ಚಗೆ, ಎರಡು ತೋಳುಗಳನ್ನು ಚಾಚಿ ಎಡಗೈಯನ್ನು ಬೆನ್ನಿನಡಿ ನುಗಿಸಿ ಬಲಗೈಯನ್ನು ಸೊಂಟದ ಅಡಿ ನುಗಿಸಿ ಹಿಸುಕುವಂತೆ ತಬ್ಬಿ ಮುಖದಿಂದ ಎದೆಯನ್ನು ತೋಡುವಂತೆ ಬಡಿದು ಬಡಿದು 'ಭೀಮ, ನಮ್ಮ ಘಟೋತ್ಕಚ ಸತ್ತನೆ?' ಬೆನ್ನಮೇಲಿನ ತೋಳುಗಳು ಕೃಷ್ಣೆಯವು. ಒಳನುಗ್ಗಿಸುವಂತೆ ಮುಖವನ್ನು ಎದೆಗೆ ಒತ್ತಿ ಎದೆಯ ಹೊಡೆತವಿಲ್ಲ ಎದೆಯ ಬಿಸಿ ಇಲ್ಲ ಹೆಪ್ಪುಗಟ್ಟಿದ ಬರಿ ಗಟ್ಟಿ ಘುಂಯ್‌ಗುಡುವ ನಿಶ್ಶಬ್ದ ಕಣ್ಣುಗತ್ತಲೆಯೋ ಮತ್ತೆ ಪ್ರಜ್ಞೆಭಾರದ ಮೂರ್ಛೆಯೋ ಯಾರೋ ಮಾತನಾಡಿದ ಸದ್ದು ನೆತ್ತಿಕೊರೆಯುವ ಶೀತ 'ಭೀಮ, ಎಚ್ಚರವಾಗಿದ್ದೀಯ. ಇಲ್ಲಿ ನೋಡು. ನಾನು ಕೃಷ್ಣೆ, ನಿನ್ನಣ್ಣನನ್ನು ನೋಡು,' ದೂರದಿಂದ ಓಡಿಬರುವ ಕೊಳ್ಳಿ 'ಹೀಗಾಯಿತು ಅಂತ ಕೇಳಿದೆವು ಚಂದ್ರೋದಯವಾಗುವತನಕ ಸೈನಿಕರಿಗೆ ವಿಶ್ರಾಂತಿ ಎಂದು ಶತ್ರುಗಳನ್ನು ಒಪ್ಪಿಸಿ ದಳವನ್ನು ಸಾತ್ಯಕಿಗೆ ವಹಿಸಿ ಕುದುರೆ ಏರಿ ಓಡಿಸಿಕೊಂಡು ಬಂದೆವು. ಅರ್ಜುನ, ನೀನು ಭೀಮನನ್ನು ಆ ಕಡೆಯಿಂದ ಹಿಡಿದುಕೊ.' ಘುಂಯ್‌ಗುಡುವ ನಿಶ್ಶಬ್ದ ಕಣ್ಣುಗತ್ತಲೆಯಲ್ಲ 'ಮಹಾರಾಜ, ಚಿತೆ ಸಿದ್ಧವಾಗಿ ಉರಿಯುತ್ತಿದೆ' ಸರಕ್ಕನೆ ಮೇಲೆ ಎದ್ದು ಆನೆಯಂತೆ ಮಂಡಿಯೂರಿ ಕೂತು ದೇಹವನ್ನು ಮೊದಲಿನಂತೆ ಬೆನ್ನ ಮೇಲೆ 'ಬೇಡ ಬೇಡ ನಾವೆಲ್ಲ ಹಿಡಿದುಕೊಳ್ಳುತ್ತೇವೆ' ಎತ್ತಿ ಎಸೆದುಕೊಂಡು ದುಡುದುಡು ಕೊಳ್ಳಿಯ ಬೆಳಕಿನಲ್ಲಿ ಎತ್ತರದ ದಿಣ್ಣೆಯ ಮೇಲೆ ಎತ್ತೆತ್ತಲೋ ಉರಿಯನ್ನು ಕೆದರುವ ದೊಡ್ಡ ದೊಡ್ಡ ತುಂಡುಗಳ ಅಗ್ನಿರಾಶಿಯ ಅಗಲವಾದ ಹೊಟ್ಟೆಯೊಳಕ್ಕೆ ನೇರವಾಗಿ ಇಟ್ಟು ಕಂಬದಂತೆ ನಿಂತು ಆ ಪಕ್ಕಕ್ಕೆ ದ್ರೌಪದಿ ಅರ್ಜುನ ಈ ಪಕ್ಕಕ್ಕೆ ಕೃಷ್ಣ ಧರ್ಮಜ ಉರುಳುವ ಬೆಂಕಿಯ ತುಂಡುಗಳನ್ನು ಬಿದಿರಗಣೆಗಳಿಂದ ನೂಕುವ ಆಳುಗಳು ಕೆಂಪು ದೇಹ ಮಸಿಯಾಗಿ

ಕರುಕಾಗಿ ಒಳಗಿನಿಂದ ತೊಟ್ಟಿಕ್ಕಿ ಛುಂಯ್ ಎಂದು ನೆಣ ಹೊತ್ತಿ ಹೊತ್ತಿ ಹೆಣವೇ ಹೊತ್ತಿ ಹೊತ್ತಿ ಬೇಯುವಾಗ ಸರಕ್ಕನೆ ಎಡಪಕ್ಕಕ್ಕೆ ತಿರುಗಿ ಖಂಡಿತದ ಧ್ವನಿಯಲ್ಲಿ:

'ಅರ್ಜುನ, ಕರ್ಣ ನಿನಗೆ ಮೀಸಲೆಂದು ಹೇಳುತ್ತಿದ್ದೆ. ಅದು ನಿಜವೋ ಅಥವಾ ನಾನು ಹೋಗಿ ಕೆಡವಲೊ?'

'ನನ್ನ ಮೀಸಲೇ. ಅಮ್ಮ ಕುಂತಿಯ ಮೇಲಾಣೆ. ನೀನು ಮುಟ್ಟಬೇಡ. ಅವನ ಶಿರ ವನ್ನು ಕತ್ತರಿಸಿ ನಿನ್ನ ಎಡಗಾಲಿಗೆ ತಾಕುವಂತೆ ಎಸೆಯುತ್ತೇನೆ. ಆತುರದಲ್ಲಿ ಗಡುವು ಹಾಕುವುದು ಬೇಡ ಅಷ್ಟೆ. ಅಲ್ಲವೇ ಕೃಷ್ಣ?'

ಹೆಣ ಎಲ್ಲ ಕಡೆಯಿಂದಲೂ ಹೊತ್ತಿಕೊಂಡು ಉರಿಯುವ ಕೊರಡುಗಳೊಡನೆ ಒಂದಾಯಿತು. ಕಾಲುಕೈತಲೆಗಳ ಆಕೃತಿ ಇನ್ನೂ ಕಳಚಿರಲಿಲ್ಲ.

'ನೀಲ, ಇದು ಪೂರ್ತಿ ಉರಿದು ಬೂದಿಯಾಗುವತನಕ ನೀನು ಇಲ್ಲಿಯೇ ಇದ್ದು ಅನಂತರ ಬೂದಿ ಎತ್ತಿ ನದಿಯಲ್ಲಿ ಕದರಿ ಹರಿಯಬಿಡಬೇಕು. ಒಂದು ಮೂಳೆ ಕೂಡ ಉಳಿದು ನಾಯಿನರಿಗಳು ಬಾಯಿ ಹಾಕಬಾರದು.' ಎಂದು ಅಪ್ಪಣೆ ಮಾಡಿ ಸರಕ್ಕನೆ ಹಿಂತಿರುಗಿ ದುಡುದುಡು ನಡೆಯತೊಡಗಿದ.

ಹಿಂದಿನಿಂದ ಓಡಿಬಂದ ಕೃಷ್ಣ, 'ಭೀಮ, ಎಲ್ಲಿಗೆ ಹೋಗುತ್ತಿದ್ದೀಯ?' ಎಂದ.

'ಯುದ್ಧಕ್ಕೆ. ಅಲಾಯುಧನ ಕಡೆಯ ರಾಕ್ಷಸರನ್ನು ಮುಗಿಸಬೇಕು. ಘಟೋತ್ಕಚನ ಸಂಗಡಿಗರಿಗೆ ಮುಂದಾಳು ಇಲ್ಲವಾಗಿದೆ.'

'ಅದನ್ನು ನಾವು ಮಾಡುತ್ತೇವೆ. ನಿನ್ನ ಮುಖ ಹೇಗಿದೆ ಗೊತ್ತೆ? ಹೋಗಿ ಒಂದು ಒಪ್ಪತ್ತಾದರೂ ಮಲಗಿ ನಿದ್ರಿಸು. ಆಮೇಲೆ ಅವರೆಲ್ಲರ ನೆಣ ಎತ್ತುವೆಯಂತೆ. ದ್ರೌಪದಿ, ಭೀಮನ ಕೈಹಿಡಿದು ಗುಡಿಸಿಲಿಗೆ ಕರೆದೊಯ್ದು ಮಲಗಿಸು. ಈಗ ಅವನಿಗೆ ರೋಷವಿದೆಯಷ್ಟೆ ಬರೀ ರೋಷದಿಂದ ಯುದ್ಧವಾಗುವುದಿಲ್ಲ.'

ದ್ರೌಪದಿ ಹತ್ತಿರ ಬಂದು ಅವನ ಕೈಹಿಡಿದು ಶಿಬಿರದ ಕಡೆಗೆ ಎಳೆದುಕೊಂಡು ಹೋದಳು. ಭೀಮ ದೊಡ್ಡ ಕರುವಿನಂತೆ ಹಿಂಬಾಲಿಸಿದ. ಅವನ ಗುಡಿಸಲಿಗೆ ಕರೆದೊಯ್ದು ಹಣತೆ ಹಚ್ಚಿಸಿ ತಂದು ತಾನೇ ಚಾಪೆಕಂಬಳಿಗಳನ್ನು ಹಾಸಿದನಂತರ ಎಂದಳು: 'ನಿನ್ನ ತಲೆ ಮುಖ, ಮೈಕೈಗಳಿಗೆಲ್ಲ ರಕ್ತ ಮೆತ್ತಿಕೊಂಡಿದೆ. ಸ್ನಾನವನ್ನಾದರೂ ಮಾಡುವೆಯ?'

'ಬೇಡ.'

'ಅಡುಗೆಯ ಒಲೆ ಸದಾ ಉರಿಯುತ್ತಿರುತ್ತದೆ. ಬಿಸಿನೀರೂ ಇರಬಹುದು.'

'ತೊಳೆದರೆ ಈ ರಕ್ತದ ವಾಸನೆ ಹೋಗುತ್ತೆಯೆ?' ಎಂದ ಅವನು ಕುಸಿದಂತೆ ಕುಳಿತುಕೊಂಡ.

ದ್ರೌಪದಿ ಹತ್ತಿರ ಕುಳಿತಳು. ತನ್ನ ಎರಡು ಕಾಲುಗಳನ್ನೂ ಜೋಡಿಸಿ ಮಡಿಸಿ, 'ಇಲ್ಲಿ ಮಲಗು ಬಾ.' ಎಂದು ಅವನ ಭುಜ ಹಿಡಿದು ಎಳೆದು ಅವನ ತಲೆಯನ್ನು ತನ್ನ ತೊಡೆ ಗಳ ಮೇಲೆ ಇಟ್ಟು ಮಲಗಿಸಿಕೊಂಡಳು. ಮಲಗಿದವನೇ ಭೀಮ ಕಣ್ಣುಮುಚ್ಚಿದ. ಕತ್ತಲೆ ಯಾದಂತೆ ಆಯಿತು. ಎರಡು ಸಲ ನೀಳವಾಗಿ ಉಸಿರೆಳೆದು ಬಿಟ್ಟ. ಅನಂತರ ತಲೆಯನ್ನು

ಅವಳ ತೊಡೆಗಳ ಮೇಲೆ ಇಟ್ಟುಕೊಂಡೇ ಬಲಮಗ್ಗುಲಾದ. ಬಲತೋಳಿಗೆ ಬಾಣ ಚುಚ್ಚಿ ತಾನು ಕಿತ್ತುಹಾಕಿದ್ದ ಜಾಗದಲ್ಲಿ ನೋವು ಕಾಣಿಸಿತು. ತಕ್ಷಣ ಅಂಗಾತ ಮಲಗಿದ. ಒಂದು ನಿಮಿಷದಲ್ಲಿ ಮತ್ತೆ ಎಡಮಗ್ಗುಲು ಹೊರಳಿದ. ಮರುಕ್ಷಣವೇ ಬಿಕ್ಕಿಬಿಕ್ಕಿ ಅಳತೊಡಗಿದ. ದ್ರೌಪದಿ ಬಾಗಿ ತನ್ನ ಎದೆಯಿಂದ ಅವನ ತಲೆಯನ್ನು ಮುಚ್ಚಿಕೊಂಡಳು. 'ಭೀಮ, ಈ ಯುದ್ಧ ಯಾರುಯಾರನ್ನು ನುಂಗುವುದೋ! ಅಳಬೇಡ. ನೆನ್ನೆ ಅಭಿಮನ್ಯು ಸಾಯಲಿಲ್ಲವೆ?' ಸಂತೈಸುವ ಅವಳ ಗಂಟಲು ಹತ್ತಿಬರುತ್ತಿತ್ತು.

'ಸತ್ತದ್ದಕ್ಕಲ್ಲ.' ಭೀಮ ಬಿಕ್ಕಿದ. 'ಕರ್ಣ ಕತ್ತಿ ಹಿಡಿದು ಬಂದಾಗ ನನಗೆ ಕಾಣುತ್ತಿತ್ತು, ಎದ್ದು ತಡೆಯುವ ಶಕ್ತಿ ಇರಲಿಲ್ಲ. ಸಾವು ಆಕ್ರಮಿಸಿದಂತೆ ತ್ರಾಣ ಸ್ಥಗಿತಗೊಂಡಿತ್ತು. ನನ್ನ ಹತ್ತಿರವೇ ನನ್ನ ಮಗನ ಕೊಲೆಯಾದುದನ್ನು ಕಣ್ಣಾರೆ ಕಾಣುತ್ತಿದ್ದೆ. ನಿಲ್ಲಿಸಲು ಆಗಲಿಲ್ಲ. ಭೀಮ ನಿರ್ವೀರ್ಯ, ಷಂಡ.'

ಅವನು ಗಟ್ಟಿಯಾಗಿ ಉಯ್ಯಲಿಡುವಂತೆ ಅಳತೊಡಗಿದ. ಅವಳು ಇನ್ನಷ್ಟು ಬಾಗಿ ಅವನ ತಲೆಯನ್ನು ತನ್ನ ಎದೆಯಲ್ಲಿ ಹುಗಿದುಕೊಂಡು ಎರಡು ಕೈಗಳಿಂದಲೂ ಸುತ್ತುವರಿದಳು. ಅವನ ಬಿಸಿ ಕಣ್ಣೀರು ಹರಿದು ಅವಳ ಪಾವಡ ನೆನೆದು ತೊಡೆಗಳು ಒದ್ದೆಯಾದವು. ಅವಳಿಗೆ ಸಮಾಧಾನದ ಮಾತು ತೋಚಲಿಲ್ಲ. ರಕ್ತವು ಅವಳ ಕೆನ್ನೆ ಕೈ ಎದೆಗಳಿಗೂ ಹತ್ತಿಕೊಂಡಿತು. ಸ್ವಲ್ಪ ಹೊತ್ತಿನನಂತರ ಭೀಮನ ಅಳು ನಿಂತಿತು. ಅನಂತರ ನೀಳವಾಗಿ ಉಸಿರಾಡತೊಡಗಿದ. ಮತ್ತೆ ಕೆಲವು ಕ್ಷಣಗಳಲ್ಲಿ ಸಣ್ಣದಾಗಿ ಗೊರಕೆ ಎಳೆಯುತ್ತಿದ್ದ.

'ಯಾವ ಕಡೆಗೆ ನಡೆಸಲಿ, ಆಚಾರ್ಯ?' ಹೊಸ ಸಾರಥಿ ಕೇಳುತ್ತಾನೆ.

ಅವರಿಂದ ಉತ್ತರ ಬರುವುದಿಲ್ಲ.

'ಆಚಾರ್ಯ, ಎತ್ತ ನಡೆಸಬೇಕೆಂದು ನೀವು ಹೇಳದಿದ್ದರೆ ನನಗೆ ತಿಳಿಯುವುದಾದರೂ ಹೇಗೆ?'

'ಹೂಂ.'

ಅವರ ಹೂಂ ತನ್ನ ಪ್ರಶ್ನೆಗೆ ಉತ್ತರವಲ್ಲವೆಂಬುದು ಸಾರಥಿಗೆ ತಿಳಿಯುತ್ತದೆ. ರಥವನ್ನು ಅಲ್ಲಿಯೇ ನಿಲ್ಲಿಸಿಬಿಡುತ್ತಾನೆ. ಯುದ್ಧವಾಗುತ್ತಿರುವ ಜಾಗಗಳಿಂದ ಎಷ್ಟೋ ಹಿಂದೆ. ಬರೀ ಹೋಯ್‌ಕಾರ ಸದ್ದುಗಳಿಂದ ಊಹಿಸಬಹುದಾದ ಜಾಗಗಳಿಂದ ಹಿಂದೆ. ಕತ್ತಲು. ಕಾಣುವುದಿಲ್ಲ. ಸೇನಾಪತಿಯಿಂದ ನಿರ್ದೇಶನವಿಲ್ಲ. ಅವನಿಗೆ ಆಕಳಿಕೆ ಎಳೆಯುತ್ತದೆ. ಕಣ್ಣು ಎಳೆದುಕೊಂಡು ಹೋಗುತ್ತದೆ. ಕುಳಿತಲ್ಲಿಯೇ ಒಂದು ಮುಹೂರ್ತ ಕಣ್ಣುಮುಚ್ಚುವ ಅವಕಾಶ ದೊರೆತರೆ ಇಡೀ ಜೀವವನ್ನೇ ದಾನವಾಗಿ ಕೊಟ್ಟೇನು ಎನಿಸುತ್ತದೆ. ಅದರ ಹಿಂದೆಯೇ ಕಣ್ಣುಗಳು ಮುಚ್ಚಿಕೊಳ್ಳುತ್ತವೆ, ಕುದುರೆಗಳನ್ನು ಚಬುಕಿಸುವ ಚಾವಟಿಯನ್ನು ಹೇಗೂ ಮೊಣಕಟ್ಟಿಗೆ ಕಟ್ಟಿಕೊಂಡಿದೆ, ಕೆಳಗೆ ಬೀಳುವುದಿಲ್ಲ, ಎಂಬ ಸಮಾಧಾನ ನೆನಪಿಗೆ ಬರುತ್ತದೆ.

ದ್ರೋಣರು, ಮುಚ್ಚಳವನ್ನು ಎತ್ತಿ ಎಸೆದು ಉಕ್ಕಿದನಂತರ ಶಾಂತವಾಗುವ ಪಾತ್ರೆಯಂತಾ

ಗಿದ್ದಾರೆ. ಈ ಮುಪ್ಪಿನ ಗುರುವನ್ನು ಎದುರಿಗೆ ನಿಲ್ಲಿಸಿ ತಾನು ದಿಂಬು ಒರಗಿ ಕೂತು ಸಿಂಹಾಸನಾಧಿಕಾರದ, ಸೇನಾಪತಿಪದವೆಂದರೆ ಏನು ತಿಳಿದುಕೊಂಡಿದ್ದಾನೆ? ಅದೇ ನಾನು ರಥದ ಮೇಲೆ ಕೂತು ಅವನನ್ನು ಕೆಳಗೆ ನಿಲ್ಲಿಸಿ ತಲೆ ತಗ್ಗಿಸುವಂತೆ, ತಗ್ಗಿಸಿಯೇ ನಿಂತಿದ್ದನಲ್ಲ, ಎಂಬ ಸಮಾಧಾನದಿಂದ ಸುತ್ತ ತಿರುಗಿ ನೋಡುತ್ತಾರೆ. ಅಷ್ಟು ದೂರದಲ್ಲಿ ಕಾಣುವುದು ಮರವೋ ರಥವೋ ತಿಳಿಯುವುದಿಲ್ಲ. ಕತ್ತಲಿರುವುದು ನಿಜ. ನಡುಹಗಲಿನಲ್ಲಿ ಕೂಡ ಸ್ವಲ್ಪ ದೂರದಲ್ಲಿರುವ ವಸ್ತುಗಳ ಸರಿಯಾದ ಜಾಗ ಅಲೆಯಂತೆ ಹತ್ತಿ ಇಳಿಯುತ್ತಿದೆ. ಖಚಿತವಾದ ಗುರಿ ಎಲ್ಲಿ ಬರಬೇಕು. ವಯಸ್ಸಾದಮೇಲೆ ಯುದ್ಧಕ್ಕೆ ಬರಬಾರದು ಎಂದುಕೊಳ್ಳು ತ್ತಾರೆ. ಕುಳಿತಲ್ಲಿಯೇ ಆಕಳಿಕೆ ಬರುತ್ತದೆ. ಗುಡಿಸಿಲಿಗೆ ಹೋಗಿ ಮಲಗಿದರೆ ಸಾಕು ಎಂಬ ಆಶೆ ಬಲವಾದಾಗ ಸೇನಾಪತಿಯಾದ ತಾವು, ಎಂದು ರಥದಲ್ಲೇ ಕಾಲು ಚಾಚಿ, ಭೀಷ್ಮರ ನೆನಪಾಗುತ್ತದೆ. ಒಂದು ದಪ್ಪದಿಂಬು ಇಟ್ಟುಕೊಂಡು, ಪಾಪ, ಸೇನಾಪತಿಪದದಿಂದ ತೆಗೆದು ಹಾಕುವುದಾಗಿ ಎಚ್ಚರಿಕೆ ಕೊಟ್ಟನಂತೆ. ನನ್ನನ್ನು ತೆಗೆದುಹಾಕುವ ಧೈರ್ಯ ಮಾಡಲಿ, ಅಶ್ವತ್ಥಾಮನನ್ನು ಕಳೆದುಕೊಳ್ಳುವಷ್ಟು ಅವಿವೇಕ ಮಾಡಲಾರ, ಎಂದು ಪೀಠದ ಬೆನ್ನುಹಲಗೆ ಯನ್ನೊರಗಿ ಹಾಯಾಗಿ ಕಣ್ಣುಮುಚ್ಚುತ್ತಾರೆ. ಮೂರು ಕಡೆಯಿಂದಲೂ ಕೇಳುವ ಕೋಲಾಹಲ ನೋವು ಕಿರಿಚಾಟಗಳು ಕ್ರಮೇಣ ಮುಳುಗುತ್ತವೆ. ಮುಳುಗಿಹೋಗುತ್ತವೆ. ನಡುವೆ ಇನ್ನಷ್ಟು ಮುಂದೆ ಸರಿದು ಬೆನ್ನುಹಲಗೆಯಿಂದ ಹೊರಳಿ ಸರಿಯಾಗಿ ಮಲಗಿದ ನೆನಪು. ಚಳಿ. ಕೊರೆಯುವ ಚಳಿ. ಆದರೂ ಹಾಯ್ ಎನ್ನುತ್ತಿರುವಾಗ, 'ಸೇನಾಪತಿ ಆಚಾರ್ಯ, ಘಟೋತ್ಕಚ ರಾಕ್ಷಸನ ಮೇಲೆ ಕಾಯಲು ನಮ್ಮ ಕಡೆಯಿಂದ ಅಲಾಯುಧ ರಾಕ್ಷಸನನ್ನು ಬಿಡುವ ಆಲೋಚನೆ ಮಹಾರಾಜನಿಗೆ ಬಂದಿದೆ. ಅದಕ್ಕೆ ತಮ್ಮ ಅನುಮತಿಯುಂಟೇ ಕೇಳಿ ಬಾ ಎಂದು ಕಳಿಸಿದ್ದಾನೆ.'

ಹೂಂ ಎನ್ನುತ್ತಾರೆ. ಅನಂತರ ಎಚ್ಚರವಾಗುತ್ತದೆ ನಿಧಾನವಾಗಿ. ಚಳಿ, ಕೈಕಾಲು ಸೆಳೆತ, ಕಂಬಳಿಯಾದರೂ ಇದ್ದಿದ್ದರೆ. ಸಾರಥಿ ಕುಳಿತೇ ಗೊರಕೆ ಹೊಡೆಯುತ್ತಿದ್ದಾನೆ. ಅಂತೂ ಅನುಮತಿ ಕೇಳದೆ ಏನೂ ಮಾಡಕೂಡದೆಂಬುದನ್ನು ಒಪ್ಪಿಕೊಂಡ. ಈಗ ಬಲ ಭಾಗದಲ್ಲಿ ಸದ್ದು ಬರುತ್ತಿಲ್ಲ. ಮುಂದುಗಡೆಯೂ ಸ್ವಲ್ಪ. ಎಡದ ಮೂಲೆಯಲ್ಲಿ ತುಂಬ ದೂರ ಹೊರಟು ಹೋಗಿದೆ ಕಾದಾಟ. ಕತ್ತಲೆಯಲ್ಲಿ ಎಂಥ ವಿನ್ಯಾಸ, ಎಂಥ ತಂತ್ರ! ಈ ಚಳಿಯಲ್ಲಿ ಹೀಗೆಯೇ ಇದ್ದರೆ ಬೆಳಗಾಗುವುದರಲ್ಲಿ ಗಂಟಲು ಕೆರೆತ ನೆಗಡಿ ಕೈಕಾಲು ಸಂದುಗಳಲ್ಲಿ ನೋವು, 'ಸಾರಥಿ, ಏಯ್ ತಪನ, ಕೇಳಿಸಿತೆ? ಯಾರನ್ನಾದರೂ ಕಳಿಸಿ ಬೇಗ ಒಂದು ಕಂಬಳಿ ತರಿಸು. ಅಷ್ಟರಲ್ಲಿ ಯಾವುದಾದರೂ ಒಂದು ಮುರಿದ ರಥಕ್ಕೆ ಬೆಂಕಿಹಾಕಿ ಉರಿಮಾಡು. ಚಳಿ ತಡೆಯುವುದಕ್ಕಾಗುವುದಿಲ್ಲ.'

ರಥದ ಕಟ್ಟಿಗೆ ಚನ್ನಾಗಿ ಉರಿಯುತ್ತದೆ. ಉತ್ತಮ ರಥ. ಮುರಿದುನಿಂತಿತ್ತು. ಕೊನೆ ಗಾದರೂ ಉಪಯೋಗಕ್ಕೆ ಬಂತು ಎನ್ನುವಾಗ ಕಂಬಳಿ ಬರುತ್ತದೆ. ಕೊರೆಯುವಷ್ಟು ತಣ್ಣಗಿದೆ. 'ಒಂದನ್ನು ಬಿಚ್ಚಿ ಬೆಂಕಿಯ ಹತ್ತಿರ ಹಿಡಿದು ಬೆಚ್ಚಗೆ ಮಾಡಿ ಹೊದೆಸು.' ಹಾಯ್, ಹೀಗಿರಬೇಕು. 'ಯಾವುದಾದರೂ ಒಂದು ಬಟ್ಟೆಯನ್ನು ಹಿಡಿಮಾಡಿ ಕಾಯಿಸಿ

ನನ್ನ ಮಂಡಿಗಳಿಗೆ ಒಂದಿಷ್ಟು ಶಾಖಕೊಡು.' 'ಸರಿ. ಹಾಗೆ. ಒಂದಿಷ್ಟು ಎಳ್ಳೆಣ್ಣೆ ಇಲ್ಲವೇನು? ತಿಕ್ಕಿದರೆ ಮಂಡಿಯ ನೋವು..... ಹೋಗಲಿ ಬಿಡು. ಒಂದೇಸಮನೆ ಬೆಂಕಿ ಕಾಯಿಸಿದರೆ ತಲೆಸುತ್ತು ಹೊಟ್ಟೆತೊಳಸು ಬರುತ್ತದೆ.'

'ಕಂಬಳಿ ಬೆಚ್ಚಗಿದೆ. ರಥವೇ ಸರಿ. ತಪನ, ಇದರಲ್ಲಿರುವ ಬಾಣಗಳನ್ನೆಲ್ಲ ಒಂದು ಕಡೆಗೆ ನೂಕಿ ಸರಿಯಾಗಿ ಮಲಗಲು ಜಾಗ ಮಾಡಿಕೊಡು.'

'ಸೇನಾಪತಿ ಆಚಾರ್ಯ, ಘಟೋತ್ಕಚನನ್ನು ಕರ್ಣಮಹಾರಾಜನು ಕೊಂದನೆಂದು ನಿಮಗೆ ವರದಿ ಮಾಡುವಂತೆ ದುರ್ಯೋಧನ ಮಹಾರಾಜನು ಕಳಿಸಿದ್ದಾನೆ.'

'ಸಂತೋಷ, ಕೀರ್ತಿಯನ್ನು ಕರ್ಣ ದುರ್ಯೋಧನರೇ ಹಂಚಿಕೊಳ್ಳುವಂತೆ ಹೇಳು.'

ಘಟೋತ್ಕಚ ಸತ್ತದ್ದರಿಂದಲೇ ಇರಬಹುದು, ಕೋಲಾಹಲ ಕಡಮೆಯಾಗಿದೆ. ಯುದ್ಧವು ಯಾವುದೋ ದೂರಕ್ಕೆ ಹೋಗಿದೆ ಎಂಬ ನನ್ನ ಕಲ್ಪನೆಯೇ ತಪ್ಪಿರಬಹುದು. ಹಾಸುವುದಕ್ಕೊಂದು ಕಂಬಳಿ ತರಿಸಿದ್ದರೆ, ಯಾಕೋ ಮಲಗುವುದರಿಂದ ಮನಸ್ಸಿಗೆ ಸಮಾಧಾನ ಸಿಕ್ಕುತ್ತಿಲ್ಲ. ಸುಮ್ಮ ಸುಮ್ಮನೆ ಎದ್ದು ಕುಳಿತು ಮಾಡುವುದೇನು? ಎಲ್ಲಿಂದಲೋ ಹೋಯ್ ಎಂಬ ಕೂಗಾಟ, ಬೀಸುವ ಗಾಳಿಯಲ್ಲಿ ಜಾಗ ಸರಿಯಾಗಿ ತಿಳಿಯುವುದಿಲ್ಲ. 'ತಪನ, ಯುದ್ಧ ನಡೆಯುವ ಜಾಗಕ್ಕೆ ನಡೆಸು.' ಅವನು ಚಿಕ್ಕಪ್ರಾಯದವನು. ಮಬ್ಬುಮಬ್ಬಾಗಿಯಾದರೂ ನೋಡಬಲ್ಲ. 'ಕುದುರೆಗಳೇಕೆ ಬೆಚ್ಚಿದಂತೆ ಮುಂದಿನ ಕಾಲುಗಳನ್ನು ಎತ್ತಿ ನಿಂತುಕೊಂಡವು?' 'ಹೋಗುವ ದಾರಿಯಲ್ಲಿ ಮನುಷ್ಯರ ಹೆಣ ಬಿದ್ದಿದೆ, ಒಡೆಯ.' 'ಹೆಣಗಳನ್ನು ಬಳಸಿ ಹೊಡೆ.' 'ಹಾಗೆಯೇ ಮಾಡುತ್ತಿದೀನಿ. ಆದರೂ ನಡುನಡುವೆ.....' ವಾಸನೆ ಹೊಡೆಯುತ್ತಿದೆ. ಹವನದ ನೆನಪಾಗುತ್ತದೆ. 'ಚಳಿಗಾಲದ ಮಳೆ ಯಾಕೆ ಬಂದಿಲ್ಲ ಇನ್ನೂ?'

'ಜ್ಯೋತಿಷ್ಯ ನನಗೇನು ಗೊತ್ತು? ನೀವು ಹೇಳಬೇಕು.'

ಘಟೋತ್ಕಚ ಸತ್ತರೂ ಯುದ್ಧ ನಿಂತಿಲ್ಲ. ಪಾಂಡವರ ಕಡೆ ಯಾರು ಎಲ್ಲೆಲ್ಲಿ ನಿಂತು ಬಾಣಪ್ರಯೋಗ ಮಾಡುತ್ತಿದ್ದಾರೆಂಬುದು ತಿಳಿಯುತ್ತಿಲ್ಲ. ನಮ್ಮವರು ಯಾಕೋ ನುಗ್ಗಿ ಹೋಗಿ ಅವರನ್ನು ಹೊಡೆಯುತ್ತಿಲ್ಲ. ತಡೆಯುವುದೇ ತಮ್ಮ ಕೆಲಸವೆಂದು ಭಾವಿಸಿರುವಂತೆ. 'ತಪನ, ನಾನು ಬಂದಿರುವುದನ್ನು, ಇಲ್ಲಿ ಇರುವ ಜಾಗವನ್ನು ನಮ್ಮವರಿಗೆಲ್ಲ ಪ್ರಚುರಪಡಿಸು.' ಸೈನ್ಯ ತೆಳುವಾದಂತೆ ಕಾಣುತ್ತಿದೆ. ಹೇಗೂ ಕತ್ತಲೆಂದು ಮಲಗಲು ಹೋದರೋ. ಕತ್ತಲಿನ ಯುದ್ಧ ಒಂದು ವಿಧವಾದ ಕ್ರೌರ್ಯ. ಅಲ್ಲ, ಕಾಣದ ಅದೃಷ್ಟದೊಡನೆ ಆಡುವ ಜೂಜು. ಇದಕ್ಕೇಕೆ ಸಿಕ್ಕಿಕೊಂಡೆವು ನಾವು? ಸಿಕ್ಕಿಕೊಳ್ಳಲಿಲ್ಲ. ಅವರು ಸಿಕ್ಕಿಸಿದರು. ಯುದ್ಧ ಇನ್ನೂ ಅಲ್ಲೆಲ್ಲೋ ನಡೆಯುತ್ತಿದೆ. ಇಲ್ಲಿ ಚಳಿ. ಸ್ವಲ್ಪ ಹೊತ್ತಿಗೆ ಗಟ್ಟಿಯಾದ ಕೂಗು. 'ನಮಗೂ ವಿಶ್ರಾಂತಿ ಬೇಕು.' ಯಾರ ಧ್ವನಿ ಅದು, ನಮ್ಮವರದೆ? 'ತಪನ, ರಥವನ್ನು ಇನ್ನಷ್ಟು ಮುಂದೆ ನಡೆಸು. ಯಾರಾದರೂ ದಳಪತಿಯನ್ನು ಕರೆದು ಅದೇನು ಕೂಗು ಎಂದು ವಿಚಾರಿಸು.' ಅಶ್ವತ್ಥಾಮನೇ ಸಿಕ್ಕಿ, 'ಅರ್ಜುನ ಗಟ್ಟಿಯಾಗಿ ಕೂಗಿ ಕೇಳುತ್ತಿದ್ದಾನೆ. ಎರಡು ಕಡೆಯ ಸೈನಿಕರೂ ಬಳಲಿದ್ದಾರೆ. ಬೆಳಗಿನ ಜಾವ ಪೂರ್ವದಲ್ಲಿ ಚಂದ್ರ ಕಾಣಿಸಿಕೊಳ್ಳುವತನಕ ಉಭಯಪಕ್ಷದವರೂ ನಿದ್ದೆ ಮಾಡಲಿ, ನಿಮ್ಮ ಒಪ್ಪಿಗೆಯೇ, ಅಂತ. ನಮ್ಮ ಸೈನಿಕರು

ನಮಗೂ ವಿಶ್ರಾಂತಿ ಬೇಕು ಅನ್ನುತ್ತಿದ್ದಾರೆ. ಆನೆಯ ಮೇಲೆ, ರಥದ ಮೇಲೆ, ಕುದುರೆಗಳ ಮೇಲೆ, ನಿಂತಕಾಲಮೇಲೆಯೆ ತೂಕಡಿಸುತ್ತಿದ್ದಾರೆ. ಹಿಂದಿನ ನಡುರಾತ್ರಿ ಚಕ್ರಶಕಟವ್ಯೂಹ ರಚಿಸುವಾಗ ನಿಲ್ಲಿಸಿದುದು ಅವರನ್ನೆಲ್ಲ, ನಡುವೆ ಮಲಬಾಧೆಗೂ ಹೋಗಿ ಕುಳಿತಿಲ್ಲ.' 'ಯುದ್ಧತಂತ್ರವಲ್ಲ ತಾನೆ ಅರ್ಜುನನ ಮಾತು? ನನ್ನ ಹೆಸರಿನಲ್ಲಿ ಸತ್ಯ ಹೇಳುತ್ತಿದ್ದಾನೆಯೇ ಕೇಳಿ ಬಾ. ಹೋಗು.' ಅಶ್ವತ್ಥಾಮ ಕುದುರೆಯನ್ನು ಎಷ್ಟು ಬೇಗ ಓಡಿಸಿದ ಐವತ್ತೈದಾದರೂ ಚುರುಕು ಕಣ್ಣುಗಳು. ಒಂದು ಮದುವೆಯನ್ನಾದರೂ.....ಎಂದುಕೊಳ್ಳುವಾಗ ಒಳಗೆಲ್ಲ ಗೌಂವ್ ಎಂದಂತೆ ಆಗುತ್ತದೆ. ಸುಮ್ಮನೆ ಎಷ್ಟು ನೋಡಿಕೊಂಡರೂ ಏನೂ ಕಾಣುವುದಿಲ್ಲ. 'ಸೇನಾನಿಗೆ ಶುಭವಾಗಲಿ. ಆಚಾರ್ಯನಿಗೆ ಶುಭವಾಗಲಿ' ಎಂಬ ಕೂಗು ಮತ್ತೆ ಮತ್ತೆ ಬೇರೆ ಬೇರೆ ಗಂಟಲುಗಳಿಂದ ಬರುತ್ತಿವೆ. ಒಳಗೆಲ್ಲ ಗೌಂವ್‌ಗುಟ್ಟುವ ನಿಶ್ಶಬ್ದ. 'ಅಪ್ಪ, ಇದು ತಂತ್ರವಲ್ಲ. ಚಂದ್ರೋದಯವಾದ ತಕ್ಷಣ ಯುದ್ಧ ಆರಂಭವಾಗುತ್ತದೆ. ಗುರುಗಳ ಪಾದದಾಣೆ ಅಂತ ಅರ್ಜುನನೇ ಕೂಗಿ ಹೇಳಿದ. ನನಗೆ ಧ್ವನಿಯ ಗುರುತು ಹತ್ತಿತು.' 'ನೀನು ಒಂದು ರಥದ ಮೇಲೆ ಕುಳಿತು ವಿಶ್ರಮಿಸಿಕೊ. ನಾನು ಶಿಬಿರಕ್ಕೆ ಹೋಗುತ್ತೇನೆ. ಶರೀರ ತಡೆಯುವುದಿಲ್ಲ.'

ಗುಡಿಸಿಲಿನ ಬೇವಿನೆಣ್ಣೆಯ ದೀಪದಲ್ಲಿ ಕಾಲುಗಳನ್ನು ನೋಡಿಕೊಳ್ಳುತ್ತಾರೆ. ಮೂಳೆ ಮೂಳೆಗಳ ಕಡ್ಡಿ ಶರೀರ ನಿಜ. ಚರ್ಮವು ಹೇಗೆ ಒಡೆದು ಮಚ್ಚೆಯಾಗಿದೆ ಹಾವಿನ ಪೊರೆಯ ಮೇಲಿನ ವರ್ಣರಚನೆಯಂತೆ. ಅದರೊಳಗೇ ಕಾಣುವ ಸುಕ್ಕಿನ ಅಲೆಗಳು. ಒಳಗಿನ ಮೂಳೆಗೂ ಮುಪ್ಪು ಬಡಿದು, ಅದಕ್ಕೇ ಸಂದುಗಳಲ್ಲಿ ನೋವು. ಚಾಪೆಯ ಮೇಲೆ ಹುಲ್ಲು. ಮೇಲೆ ಕೃಷ್ಣಾಜಿನ. ಏಕಲವ್ಯ ದೀರ್ಘಾಯುವಾಗಲಿ. ಬೆಚ್ಚಗಿದೆ. ಕೈಕಾಲು ನೀಡಿ ಮೈ ಮುರಿದು ಹಾssssಯ್ ಸದ್ಯ ಸೈನ್ಯಸಂಖ್ಯೆ ಕಡಮೆಯಾದಂತೆ ವಾಸನೆ ಕಡಮೆಯಾಗಿದೆ. ಅಥವಾ ಶಿಬಿರವನ್ನು ಸ್ಥಳಾಂತರಿಸಿದುದರಿಂದಲೋ, ನೆಟಿಕೆಗಳು ಬಂದರೆ ಎಷ್ಟು ಹಿತ ಕುದುರೆಗಳ ಸದ್ದು. 'ಆಚಾರ್ಯ, ಮಹಾಸೇನಾಪತಿ, ಮಲಗಿಬಿಟ್ಟಿರ?' ಇಲ್ಲಿಗೆ ಏಕೆ ಬಂದ ಈಗ? ಗುಡಿಸಿಲಿನ ಬಾಗಿಲು ತೆಗೆದುಕೊಂಡು ಒಳಗೆ ಬರುತ್ತಾನೆ. ಮಂಕು ಹಣತೆಯ ಬೆಳಕಿನಲ್ಲೂ ಪ್ರಕಾಶಿಸುವ ರಾಜಕಿರೀಟ, ಕಂಠೀಹಾರ, ಎದೆಯ ಪದಕ, ತೋಳುಕಟ್ಟು, ಕಾಲುನೀಡಿ ಮಲಗಿಯೇ ಇರುತ್ತೇನೆ. ನಿಂತುಕೊಂಡು ಮಾತನಾಡಲಿ ಸಿಂಹಾಸನಾಧೀಶ್ವರ. 'ನಾವೊಂದು ತಂತ್ರ ಹೂಡಿದ್ದೇವೆ. ನೀವು ಬೆಳಗೆದ್ದು ಬಂದು ಸೇನಾನಿಯನ್ನು ಕೇಳದೆ ಮಾಡಿದೆ ಅಂತ ಕೂಗಾಡಕೂಡದೆಂದು ನಾನೇ ಗುಟ್ಟಿನಲ್ಲಿ ಕೇಳಿ ಹೋಗಲು ಬಂದೆ.' 'ಹೇಳು' ಗಟ್ಟಿಯಾಗಿ ಆಕಳಿಕೆ ಬರುತ್ತದೆ. 'ಶತ್ರು ಸೈನಿಕರೆಲ್ಲ ಹೇಗೂ ಮಲಗಿದ್ದಾರೆ ರಥಗಳ ಮೇಲೆ. ಮಣ್ಣು ಧೂಳು ಹೆಣಗಳ ನೆಲದ ಮೇಲೆ. ಕುದುರೆಗಳೂ ಗಂಜಳ ಹುಯ್ದು ಕಾಲು ಚಾಚಿ ಬಿದ್ದುಕೊಂಡಿವೆ. ಇದೇ ಸಮಯದಲ್ಲಿ ನಾವು ಗಪ್ ಎಂದು ಮೇಲೆ ಬಿದ್ದು ಅವರು ಎಚ್ಚರಗೊಂಡು ಆಯುಧ ಹಿಡಿಯುವುದರೊಳಗೆ ಸಾಕಷ್ಟು ಜನರನ್ನು ಕೊಚ್ಚಿಹಾಕುತ್ತೇವೆ.' ಬಾಗಿಲು ತೆರೆದು ಬಂದದ್ದರಿಂದ ಹಣತೆಯ ದೀಪ ಓಲಾಡುತ್ತದೆ. ಬತ್ತಿಗೆ ಅಂಟಿಕೊಂಡೇ ಕುಣಿಯತೊಡಗುತ್ತದೆ. 'ಮಹಾರಾಜ, ಸ್ವಲ್ಪ ಬಾಗಿಲು

ಹಾಕುವೆಯ?' ಸರಿಯಾಗಿ ಕಾಲು ನೀಡಿಕೊಳ್ಳುತ್ತಾರೆ. 'ನೀವು ಬೇಗ ಹೂಂ ಅನ್ನಿ.' 'ಸಾಧ್ಯವಿಲ್ಲ. ಅರ್ಜುನನು ನನ್ನ ಪಾದಗಳ ಮೇಲೆ ಆಣೆ ಇಟ್ಟು ಘೋಷಿಸಿದನಂತರ ನಾನು ಒಪ್ಪಿದ್ದೇನೆ.' 'ಜಯದ್ರಥನನ್ನು ಕೊಲ್ಲುವಾಗ ಅವರು ಸುಳ್ಳು ಹೇಳಲಿಲ್ಲವೋ?' 'ಪ್ರತಿಜ್ಞೆ ಉಳಿಸಿಕೊಳ್ಳಲು ಹೇಳಿರಬಹುದು.' ಬಾಗಿಲು ಹಾಕಿದ್ದರಿಂದ ದೀಪದ ಉರಿ ಸ್ಥಿರವಾಗುತ್ತದೆ. ಅವರು ಕಣ್ಣುಮುಚ್ಚುತ್ತಾರೆ. ರೆಪ್ಪೆಯ ಒಳವಲಯದಲ್ಲಿ ನಸುಗೆಂಪು. ಒಳಗೆ ಇಳಿಯುತ್ತಾ ಇಳಿಯುತ್ತಾ ಗಾಢ ಕಪ್ಪು. 'ಆಚಾರ್ಯ, ಹೇಳಿಬಿಡಿ.' 'ಸೇನಾಧಿಪತಿಯ ವಚನಗೌರವವನ್ನು ಮೀರಿ ಮಾಡಲು ನಿನಗೆ ಅಧಿಕಾರವಿದ್ದರೆ ಮಾಡುಹೋಗು' ಎಂದು ಮಗ್ಗುಲು ಹೊರಳಿ ಮುಸುಕು ಹಾಕಿಕೊಳ್ಳುತ್ತಾರೆ. ಅವನ ಮುಖದ ದಪ್ಪ, ಮೂಗಿನ ಗಡಸು, ದೃಷ್ಟಿಯ ಬಿರುಸುಗಳು ಕಣ್ಣಿನ ಒಳಗೆ ಕಾಣಿಸಿಕೊಳ್ಳುತ್ತವೆ. ಸ್ರಕ್ಕನೆ ತಿರುಗಿದ. ದಪ್ಪದಪ್ಪದಪ್ಪ ಹೆಜ್ಜೆಯಿಟ್ಟ ಕುದುರೆಗಳನ್ನು ತ್ಚಾತ್ಚಾಕರಿಸಿದ ಅನಂತರ ಗೊರಸುಗಳ ಸದ್ದು ಕೇಳುತ್ತವೆ. ಮುಸುಕು ತೆಗೆಯುತ್ತಾರೆ. ಥಂಡಿಗಾಳಿ ನುಗ್ಗುತ್ತಿದೆ. ಹಾರುಬಿದ್ದ ಬಾಗಿಲು ಅರ್ಧ ಮುರಿದಿದೆ. ದೀಪದ ಉರಿ ಬುಡ ಮುರಿದುಬೀಳುವಂತೆ ಸುತ್ತುಹಾಕುತ್ತಿದೆ. 'ಹವ್ಯಕ, ಹವ್ಯಕ' ಎಂದು ಕೂಗಿ, ಅವನು ಬರುವುದಿಲ್ಲ. ದೀಪ ಆರಿಹೋಗುತ್ತದೆ. ಬೇವಿನೆಣ್ಣೆಯ ಕಂಟುವಾಸನೆ ಗುಡಿಸಲನ್ನೆಲ್ಲ ತುಂಬಿಕೊಳ್ಳುತ್ತದೆ. ಆದರೆ ಅವನು ಬರುವುದಿಲ್ಲ.

ಬೆಳಗ್ಗೆ ಎದ್ದಾಗ ಮೈ ಎಲ್ಲ ಕಡಿಯುತ್ತಿದೆ. ಅಲ್ಲ ಮೈ ಕಡಿತದಿಂದ ಬೆಳಗ್ಗೆ ಎಚ್ಚರವಾಗುತ್ತದೆ. ಪರಪರನೆ ಕೆರೆದು, ಸಹಿಸಿಕೊಳ್ಳಲು ಹಳೆಯದಾಗಿ ನವೆದುಹೋದ ಚರ್ಮಕ್ಕೆ ಶಕ್ತಿ ಇಲ್ಲವೆನ್ನಿಸುತ್ತದೆ. ಸೇನಾಧಿಪತ್ಯ ವಹಿಸಿಕೊಂಡ ದಿನದಿಂದ ಸ್ನಾನ ಮಾಡಿಲ್ಲವೆಂಬ ನೆನಪು ಹುಟ್ಟುತ್ತದೆ. 'ಹವ್ಯಕ, ಬಿಸಿನೀರು ಇದೆ ಏನು ಸ್ನಾನಕ್ಕೆ?' ಅವನ ಸದ್ದಿಲ್ಲ. ಎದ್ದು ಒಳಭಾಗಕ್ಕೆ ಹೋಗಿ ನೋಡುತ್ತಾರೆ. ಅವನಿಲ್ಲ. ತಕ್ಷಣ ಅನ್ನಿಸುತ್ತದೆ: ನೆನ್ನೆಯೇ ಅವನು ಹೇಳದೆ ಕೇಳದೆ, ಹೇಳದೆ ಕೇಳದೆ ಅಲ್ಲ, ಕೇಳಿದ್ದನಲ್ಲ ಹತ್ತು ಹನ್ನೆರಡು ಹದಿನೈದು ದಿನದಲ್ಲಲ್ಲವೆ, ಮೊನ್ನೆ ಕೂಡ ಗೊಣಗಿದ್ದ, ಆದರೂ ಹೀಗೆ ಇಂಥ ಪರಿಸ್ಥಿತಿಯಲ್ಲಿ ನನ್ನನ್ನು ಬಿಟ್ಟು, ಕೃತಘ್ನ ಎನ್ನಿಸಿ ಕೋಪ ಬರುತ್ತದೆ. ಹಿಂಬದಿಯಲ್ಲಿ ಮಲಗಿ ನಿದ್ರಿಸುತ್ತಿದ್ದ ಸಾರಥಿ ತಪನನನ್ನೇ ಎಬ್ಬಿಸಿ ನೀರು ಕಾಯಿಸುವಂತೆ ಹೇಳುತ್ತಾರೆ. ಗುಡಾಣದಲ್ಲಿ ನೀರಿಲ್ಲವೆಂದು ತಪನ ಉತ್ತರಿಸುತ್ತಾನೆ. 'ಎಲ್ಲಿಂದಲಾದರೂ ಸರಿ ತರಿಸಲೇಬೇಕು. ಈ ದಿನ ನಾನು ಸ್ನಾನ ಮಾಡಲೇಬೇಕು,' ಅಪ್ಪಣೆ ಮಾಡುತ್ತಾರೆ. ತಪನ ಕುದುರೆ ಹತ್ತಿ ಓಡು ತ್ತಾನೆ. ಹೊತ್ತು ಹುಟ್ಟಿ ಒಂದುಘಳಿಗೆ ಕಳೆದಾಗ ಹವೆ ಹೊರಡುವಷ್ಟು ಬಿಸಿಬಿಸಿ ನೀರಿನಲ್ಲಿ ಕಡಿಯುವ ಜಾಗದಲ್ಲೆಲ್ಲ ಹಿತವಾದ ಉರಿ ಹತ್ತಿ ಅನಂತರ ಶಮನವಾಗಿ 'ಬೆನ್ನನ್ನು ನಿಧಾನವಾಗಿ ತಿಕ್ಕು. ಅಷ್ಟು ಜೋರು ಬೇಡ.' ಒಗೆದ ವಸ್ತ್ರ ಧರಿಸಿದರೆ ಕಡಿತವಿರುವುದಿಲ್ಲ. 'ಸಾಕು ಬಿಡು, ಹವನಕ್ಕೆ ಸಿದ್ಧ ಮಾಡು ನಡಿ.' 'ತುಪ್ಪವೇ ಇಲ್ಲ.' 'ಹಾಗಂದರೆ ಏನು?'

'ಸರಬರಾಜು ಇರಲಿಕ್ಕಿಲ್ಲ.' 'ನಾನು ಈ ದಿನ ಹವನ ಮಾಡಲೇಬೇಕು,' ತಮ್ಮ ರೇಗಿದ ಧ್ವನಿ ತಮಗೆ ಕೇಳುತ್ತದೆ, 'ಮಹಾರಾಜನ ಪಾಕಶಾಲೆಯಲ್ಲಿ ಮಾತ್ರ ತುಪ್ಪ ಸಿಕ್ಕಬಹುದು. ಓಡಿ ಹೋಗಿ ತಾ.'

ಘೃತವನ್ನು ಸಮರ್ಪಿಸಿ ಹವನ ಮಾಡುವಾಗ ಗಮ್ಮನೆಯ ವಾಸನೆ. ನಡುನಡುವೆ ಮರೆತುಹೋಗುವ ಮಂತ್ರಗಳು. ತೇಲಿಬಂದು ಕಾಣಿಸಿಕೊಳ್ಳುವ ಅರೆನೆನಪುಗಳು. ಮಹಾರಾಜನ ಪಾಕಶಾಲೆಯಲ್ಲಿ ತಿಂದು ಮಿಕ್ಕ ತುಪ್ಪದಿಂದ ಹೋಮ ಮಾಡುವ, ಬೇಸರ, ಅಸಹ್ಯ, ಅಂತೂ ಪ್ರತಿಯೊಂದಕ್ಕೂ ಬಂದು ಕೇಳುತ್ತಿದ್ದಾನೆ. ಭೀಷ್ಮರು ಹೆದರಿಬಿಟ್ಟರು. ಈ ದ್ರೋಣ ಹೆದರುವವನಲ್ಲ, ಹವನ ಮುಗಿದ ಮೇಲೆ ತಪನ ಅಕ್ಕಿಯ ಗಂಜಿ ತಂದುಕೊಡುತ್ತಾನೆ. ಹಾಲಿನ ಸರಬರಾಜು ನಿಂತು ಎಂಟು ಹತ್ತು ದಿನವಾಯಿತು. ಮಹಾರಾಜನ ಪಾಕಶಾಲೆಗೂ ನಿಂತಿದೆಯೆ? ಅರಳೂ ಮುಗಿದಿದೆ. ಏಕಲವ್ಯ ತಂದುಕೊಟ್ಟ ಜೇನು ಮಾತ್ರ ಸಮೃದ್ಧವಾಗಿದೆ ಅಶ್ವತ್ಥಾಮ ಬೊಗೆಬೊಗೆದು ಕುಡಿಯುತ್ತಿದ್ದರೂ. ಜೇನು ಬೆರೆಸಿ ಗಂಜಿ ಕುಡಿದನಂತರ ಹೊರಗೆ ಬರುತ್ತಾರೆ. ಹಿತವಾದ ಎಳೆಬಿಸಿಲು. ಅದರಲ್ಲೇ ಮಲಗಿಬಿಡುವ ಆಶೆ. ತಮ್ಮದೊಂದೇ ಒಂಟಿ ಗುಡಿಸಿಲು. ಉಳಿದವರದ್ದೆಲ್ಲ ದೂರ ದೂರ. ಈಗ ಸೈನಿಕರಿಗೆ ಆನೆ ಕುದುರೆಗಳಿಗೆ ನಿಶ್ಚಿತ ಬೀಡೆಂಬುದಿಲ್ಲ, ಲದ್ದಿ ಗಂಜಲ ಹೇಲು ಉಚ್ಚೆಗಳ ಗಬ್ಬು ಕಡಮೆ. ಇದ್ದಕ್ಕಿದ್ದಂತೆಯೇ ಅನ್ನಿಸುತ್ತದೆ: ಹೊತ್ತು ಹುಟ್ಟಿ ಆರೇಳು ಘಳಿಗೆ ಕಳೆದಿದೆಯಲ್ಲವೆ? ಯುದ್ಧದ ಸಂಗತಿ ಏನೂ ತಿಳಿದಿಲ್ಲ. ಯಾರೂ ಬಂದು ಅನುಮತಿ ಕೇಳಿಲ್ಲ. ವರದಿ ಕಳಿಸಿಲ್ಲ, ಸಮಾಲೋಚನೆ, ನನ್ನನ್ನು ಉಪೇಕ್ಷಿಸಿದ್ದಾನೆ. ಥಟ್ಟನೆ ಹೊಳೆಯುತ್ತದೆ, ಬಾಯಿಬಿಟ್ಟು ಹೇಳದೆಯೇ ಸೇನಾನಿಪದದಿಂದ ನಿವೃತ್ತಿಗೊಳಿಸಿದ್ದಾನೆ. ಅಲ್ಲ ನಾನೇ ನಿವೃತ್ತನಂತೆ ಇಲ್ಲಿ ಉಳಿದುಬಿಟ್ಟೆನೆ? ನಿಧಾನವಾಗಿ ಉಸಿರೆಳೆದುಕೊಳ್ಳುತ್ತಾರೆ. ಲದ್ದಿ ಗಂಜಲಗಳ ವಾಸನೆ ಇಲ್ಲ. ಹಿತವಾದ ಎಳೆಬಿಸಿಲು. ಅವನು ಇನ್ನು ಬರುವುದಿಲ್ಲ. ಯಾರನ್ನೂ ಕಳಿಸುವುದಿಲ್ಲ ಎನ್ನಿಸುತ್ತದೆ. ಮನಸ್ಸಿನೊಳಗೆ ಭಣಭಣ ಶುರುವಾಗುತ್ತದೆ. ಒಳಗೆ ನೋಡಿಕೊಳ್ಳುತ್ತಾರೆ. ಚಟಚಟನೆ ಹೆಜ್ಜೆ ಹಾಕುತ್ತಾರೆ ಎಳೆಬಿಸಿಲಿನಲ್ಲಿ. ಎಲ್ಲೆಲ್ಲೂ ಖಾಲಿ ಖಾಲಿ. ಎಲ್ಲೋ ದೂರದಲ್ಲಿ ಯುದ್ಧದ ಶಬ್ದ. ನಿಜವಾಗಿ ಶಬ್ದ ಕೇಳಿಸುತ್ತಿದೆಯೋ ಅಥವಾ ಭ್ರಮೆಯೊ? ನಾನೇ ದೂರ ಉಳಿದೆ. ಸೇನಾಪತಿ ಪದದಿಂದ ಜಾರಿ ಮಲಗಿದೆ. ಸೈನ್ಯವೆಲ್ಲ ಕಾದುತ್ತಿರುವಾಗ ಮಲಗುವ ಸೇನಾಪತಿ ಜಾರದೆ ಇರುತ್ತಾನೆಯೆ ಎಂದುಕೊಳ್ಳುತ್ತಾರೆ.

ಸರಸರನೆ ಒಳಗೆ ಬರುತ್ತಾರೆ. 'ನನ್ನ ಕವಚ ಕಟ್ಟು ಬಾ.'

'ಅದರ ಭಾರ, ಬಿಗಿ ತಡೆದುಕೊಳ್ಳುವುದು ಕಷ್ಟ, ಬಿಚ್ಚಿ ಇಳಿಸು ಅಂತ ಮೊದಲ ದಿನವೇ ಅಂದಿರಲ್ಲ.'

'ಈಗ ಕಟ್ಟೋ, ಈ ದ್ರೋಣನ ಕ್ಷಾತ್ರವನ್ನು ಪ್ರಪಂಚ ನೋಡಲಿ.'

ಅವನು ದಪ್ಪಬಟ್ಟೆಯ ಎದೆಯ ಭಾಗಕ್ಕೆಲ್ಲ ದಟ್ಟದಂತೆ ಹತ್ತಿ ತುಂಬಿದ ಕವಚವನ್ನು ತೊಡಿಸಿ ಕಂಕುಳು ಬೆನ್ನು ಸೊಂಟಗಳ ಹಿಂಬದಿಗೆ ಎಳೆದು ಕಟ್ಟುತ್ತಾನೆ. ಚಪ್ಪಟೆಯಾದ ತಮ್ಮ ಸೀಕಲು ಮೈಕಟ್ಟನ್ನು ನೋಡಿಕೊಳ್ಳುತ್ತಾರೆ. ತುಂಬಿ ಉಬ್ಬಿಕೊಂಡಿದೆ ವೀರನ ಎದೆಯಂತೆ. 'ಬೇಗ ಹೊರಡು.' ಸರಸರನೆ ತಾನೇ ಮಾಡಿದ ಗಂಜಿ ಕುಡಿದು ಮತ್ತು ನೀರಿನ ಮೊಗೆಗಳನ್ನು ರಥದಲ್ಲಿಟ್ಟುಕೊಂಡು ಕುದುರೆಗಳನ್ನು ಕಟ್ಟುತ್ತಾನೆ. 'ಇನ್ನಷ್ಟು ಬಾಣಗಳನ್ನು ತುಂಬಿಕೊ.'

ಇವತ್ತು ದ್ರೋಣನ ಪೌರುಷವನ್ನು ಜಗತ್ತು ನೋಡುತ್ತದೆ. ಬರೀ ತಂತ್ರವನ್ನಲ್ಲ,

ಎಂಬ ಉತ್ಸಾಹವು ರಥದ ಕುಲುಕುಗಳಲ್ಲಿಯೂ ಕಾಣುತ್ತದೆ. ಇದ್ದಕ್ಕಿದ್ದಂತೆಯೇ ಹವ್ಯಕನ ನೆನಪು ಬರುತ್ತದೆ. ಕೃತಘ್ನ, ಕೃತಘ್ನ. ನಾನು ನಿಮ್ಮ ಸೇವೆ ಮಾಡಿ ಅನ್ನ ತಿನ್ನುತ್ತಿದ್ದೇನೆ, ದುರ್ಯೋಧನ ಮಹಾರಾಜನದೇನೂ ಅಲ್ಲ ಎಂಬ ಅವನ ಮಾತು ನೆನಪಿಗೆ ಬರುತ್ತದೆ. ಮೊನ್ನೆ ಹೇಳಿದನಲ್ಲ, ನಿಮ್ಮ ಸೇವೆಯಲ್ಲಿದ್ದೀನಿ ನಿಜ. ಈಗಲೂ ಮನೆಗೆ ನಡೆಯಿರಿ ಸೇವೆ ಮಾಡುತ್ತೀನಿ, ಎಲ್ಲೆಲ್ಲೋ ಬಂದು ಜೀವ ಕೊಡುವುದು ಯಾವ ವಿವೇಕ? ಜೀವಗಳ್ಳ ಎಂದು ಹೊರಟ ಬೈಗುಳವು ಅರ್ಧಕ್ಕೆ ನಿಂತುಹೋಗುತ್ತದೆ. ಹಾಗಾದರೆ ಅವನೇ ವಿವೇಕಿಯೆ? ಎದ್ದ ಪ್ರಶ್ನೆಯೂ ಅರ್ಧಕ್ಕೆ ಒಳಸರಿದು ಮನಸ್ಸು ಯುದ್ಧದ ಗದ್ದಲದಲ್ಲಿ ಬೆರೆಯುತ್ತದೆ. ಯುದ್ಧ ಒಂದೇಸಮನೆ ನಡೆಯುತ್ತಿದೆ. ಅಶ್ವತ್ಥಾಮ ಸಾತ್ಯಕಿಯ ಮೇಲೆ, ದುಶ್ಯಾಸನ ನಕುಲನ ಮೇಲೆ ಕಾದುತ್ತಾರೆ. ಅಲ್ಲೆಲ್ಲೋ ಭೀಮನ ದಳದ ಪರಿಣಾಮ ಗೋಚರವಾಗುತ್ತದೆ. ತಾವು ಎಲ್ಲಿಗೆ ಹೋಗುವುದು? ತಮ್ಮ ದಳವೆಲ್ಲಿ? ಹಾಂ, ದುರ್ಯೋಧನ ಹತ್ತಿರವೆ ಇದ್ದಾನೆ 'ತಪನ, ರಥವನ್ನು ಮಹಾರಾಜನ ಹತ್ತಿರಕ್ಕೆ ನಡೆಸು.'

'ಮಹಾರಾಜ, ಯುದ್ಧ ಈಗ ಯಾವ ಸ್ಥಿತಿಯಲ್ಲಿದೆ?' ಅವನು ಮಾತನಾಡುವುದಿಲ್ಲ.

'ಕಾದಾಟ ಯಾವ ವಿನ್ಯಾಸದಲ್ಲಿದೆ ಸಂಕ್ಷಿಪ್ತವಾಗಿ ಹೇಳು.'

'ತಾವು ವಿಶ್ರಾಂತಿ ಪಡೆಯಬಹುದು.'

'ಮುಗಿಸಿಯೇ ಬಂದಿದ್ದೇನೆ. ಈ ದಿನ ವೀರಾವೇಶದಿಂದ ಕಾಯಬೇಕು.'

'ಹಾಗಿದ್ದರೆ ತಮ್ಮ ಎದುರಾಳಿಯನ್ನು ಆರಿಸಿಕೊಳ್ಳಬಹುದು.'

ಅವನು ಉಪೇಕ್ಷಿಸುತ್ತಿದ್ದಾನೆ. ವೀರಾವೇಶದಿಂದಲೇ ಕಾದಿ ಅವನ ಉಪೇಕ್ಷೆ ಸಲ್ಲದೆಂದು ಸಿದ್ಧಮಾಡಿ ತೋರಿಸುತ್ತೇನೆ.

'ನನ್ನ ದಳ ಎಲ್ಲಿ?'

'ತಮ್ಮದೆಂಬ ದಳ, ಪ್ರತ್ಯೇಕ ದಳ ಎಲ್ಲಿತ್ತು?'

ತಮಗೇ ಪೆಚ್ಚಾಗುತ್ತದೆ. ತನ್ನದೆಂಬ ಪ್ರತ್ಯೇಕ ದಳವೇ ಇಲ್ಲ. ದಳಪತಿಯೇ ಅಲ್ಲದವನು ಸೇನಾಪತಿ ಹೇಗಾದಾನು? ಯಾಕೋ ನಿಲ್ಲಲು ನೆಲೆಯೇ ಇಲ್ಲದ ಭಾವ ಆಕ್ರಮಿಸಿಬಿಡುತ್ತದೆ. ದುರ್ಯೋಧನ ತನ್ನ ರಥದ ಮೇಲೆ ಕುಳಿತು ಯುದ್ಧಕ್ಷೇತ್ರದ ಮೂರು ಕಡೆಗಳನ್ನೂ ತಿರುಗಿ ನೋಡುತ್ತಿದ್ದಾನೆ ನಿರ್ವಾಹಕನಂತೆ. ಸೇನಾಪತಿಯಂತೆ. ತಮಗೆ ನೆಲೆ ಇಲ್ಲವಾಗಿದೆ. ಒಳಗಿನಿಂದ ಏನೋ ಹಿಸುಕುವಂತಾಗಿದೆ. 'ಮಹಾರಾಜ, ನನಗೊಂದು ಸಣ್ಣದಾದರೂ ದಳವನ್ನು ಕೊಡು. ನನ್ನ ಪ್ರತಾಪವನ್ನು ಮೆರೆಯಲೇಬೇಕು.' ಅವನು ಅತ್ತ ತಿರುಗುತ್ತಾನೆ. ಮುಸಿನಕ್ಕನೆ? ಹುಸಿನಕ್ಕನೆ? ತಿರಸ್ಕಾರದ ನಗು ಮುಚ್ಚಿಕೊಳ್ಳಲು ಅತ್ತ ತಿರುಗಿದನೆ?

ಜೊತೆಗೆ ಸಿಕ್ಕಿದ ಸುಸ್ತಾದ ಸಣ್ಣದಳದೊಡನೆ ಕಾದಾಟದ ಹಿಂಬದಿಯಲ್ಲಿ ಸುತ್ತು ಹಾಕುತ್ತಾರೆ. ಯಾರನ್ನು ಸೆಣೆಸುವುದು? ಭೀಮ, ಬೇಡ. ಅರ್ಜುನ? ನನ್ನ ಮೇಲೆ ಕಾಯುವವನಲ್ಲ. ಮೊದಲೇ ಸುಸ್ತಾದ ಈ ಸೈನಿಕರನ್ನು ಕೊಲ್ಲಬಹುದು. ನಕುಲ? ಸಹದೇವ? ಛೆ. ಈ ದ್ರೋಣ ಅಂಥವರ ಮೇಲೆ ಕಾಯುವುದೆ? ಮಾಡಿದರೆ ಅರ್ಜುನನ ಮೇಲೆ ಮಾಡಬೇಕು ಎಂಬ ಆಶೆ ಹುಟ್ಟುತ್ತದೆ. ಎಲ್ಲೋ ದೂರದಲ್ಲಿ ಧರ್ಮಜನಿರುವಂತೆ ಕಾಣುತ್ತದೆ.

ಹತ್ತಿರವೇ ಬಿಳಿಗುದುರೆಗಳ ರಥ ಅರ್ಜುನನದು. ನಾನು ಅಣ್ಣನನ್ನು ಸೆರೆಹಿಡಿಯುವೆನೆಂಬ ಭಯ ಇನ್ನೂ ಇದೆ. ಸಂತೋಷವಾಗುತ್ತದೆ. ಗುರುಭಕ್ತಿ ಇಟ್ಟವನು ಅವನೊಬ್ಬನೇ ಎನ್ನಿಸುತ್ತದೆ. ಯಾರವನು ಈ ಕಡೆ? ಬಿಳಿ ಗಡ್ಡ, ಹೊಳೆಯುವ ಕಿರೀಟ, ಜೋಲುಬಿದ್ದ ಮುದಿಮುಖ? 'ತಪನ, ಅವನು ಯಾವ ರಾಜ? ನಮ್ಮ ಕಡೆ ಯಾರ ಮೇಲೆ ಕಾಯುತ್ತಿದ್ದಾನೆ?'

'ಪಾಂಚಾಲರ ದ್ರುಪದ ಮಹಾರಾಜನು ಶಕುನಿಯ ಮೇಲೆ.'

'ಹಾಂ. ನನ್ನ ರಥ ದಳಗಳನ್ನು ಅವನ ಮೇಲೆ ನುಗ್ಗಿಸು. ಶತ್ರು ಸಿಕ್ಕಿದ, ಗಟ್ಟಿಯಾಗಿ ಅಬ್ಬರಿಸುವಂತೆ ದಳಕ್ಕೆ ಹೇಳು.'

ದ್ವೇಷ ಹೊತ್ತಿಕೊಳ್ಳುತ್ತದೆ, ಉತ್ಸಾಹ ಹೆಚ್ಚುತ್ತದೆ. ಮೈ ಬೆಚ್ಚಗಾಗುತ್ತದೆ. 'ಇವನನ್ನು ನನಗೆ ಬಿಡುವಂತೆ ಶಕುನಿಗೆ ಹೇಳಿಕಳಿಸು.' ಸೈನಿಕರೇ, ಈಗ ಒಂದು ಪರಾಕ್ರಮ ಮಾಡೋಣ ಬನ್ನಿ, 'ಏಯ್, ಪಾಂಚಾಲ, ಈಗ ನಿನ್ನ ಎದುರು ಬಂದಿರುವವನು ದ್ರೋಣ, ತಿಳಿಯಿತೇನು?' ಬೊಬ್ಬೆ ಹಾಕುತ್ತಾರೆ. ಗಂಟಲಿನ ನರಗಳು ಅರ್ಧಕ್ಕೇ ಬಳಲಿ ಬೀಳುತ್ತವೆ. ಯುದ್ಧ ಕೂಡುತ್ತದೆ. ಸೈನಿಕರಲ್ಲಿ ಉತ್ಸಾಹ ಹುಟ್ಟುತ್ತದೆ. ಬಿಲ್ಲಿಗೆ ಹೆದೆ ಏರಿಸಿ ಠೇಂಕರಿಸಿ ಶಕ್ತಿಯನ್ನೆಲ್ಲ ಬಿಟ್ಟು ಎಳೆದು ಬಿಟ್ಟ ಬಾಣ ಎತ್ತಲೋ ಹೋಗುತ್ತದೆ. ಯಾರಿಗೆ ತಗುಲಿತು? 'ಹತ್ತಿರವೇ ಇದ್ದ ವಿರಾಟರಾಜನಿಗೆ. ಇನ್ನೂ ಬಲಗಡೆಗೆ ಇರುವವನು ದ್ರುಪದ.' ಮತ್ತೆ ಗುರಿ ಇಟ್ಟು, ಅಲೆ ಗಳಂತೆ ಅಲುಗಾಡುತ್ತದೆ ಎದುರಿಗಿರುವ ಸೈನ್ಯದಳ. ಹಾಂ, ದ್ರುಪದನ ರಥ ಕೂಡ, ಇಷ್ಟೊಂದು ಶಕ್ತಿ ಭುಜದಲ್ಲಿದೆ ಎಂದು ನನಗೆ ಗೊತ್ತಿರಲಿಲ್ಲ. ಒಂದು, ಎರಡು, ಮೂರು, ನಾಲ್ಕು, ಹೀಗೆ ಬಾಣಗಳನ್ನು ತೆಗೆ ತೆಗೆದು ಕೊಡುತ್ತಿರು. ಮುಗಿಯುವ ತನಕ ಬಿಡುವುದಿಲ್ಲ. ಉಸಿರು ಹತ್ತಿಕೊಂಡು ಬರುತ್ತಿದೆ.

'ಆಚಾರ್ಯ, ದ್ರುಪದ ಬಿದ್ದ. ನಿಮ್ಮ ಬಾಣದಿಂದಲೇ ಬಿದ್ದ.'

'ನನ್ನ ಬಾಣದಿಂದಲೇ? ಬೇರೆ ಯಾರದ್ದರಿಂದಲೂ ಅಲ್ಲವೆ?'

'ಸಮಾನರು ಮಾತ್ರ ಸಮಾನರ ಮೇಲೆ ಬಾಣ ಹೊಡೆಯಬೇಕೆಂಬ ನಿಯಮವನ್ನು ಈ ದಳದವರು ಪಾಲಿಸುತ್ತಿದ್ದಾರೆ. ದ್ರುಪದನ ಮೇಲೆ ಬೇರೆ ಯಾರೂ ಹೊಡೆಯಲಿಲ್ಲ.'

ಹೌದು. ಅಲೆಯಂತೆ ತೂಗುವ ರಥದಲ್ಲಿ ಕಂಬದಂತೆ ಕೂತ ಕಿರೀಟ ಕಾಣುವುದಿಲ್ಲ. ದ್ರುಪದ ದ್ರೋಣನ ಶಕ್ತಿ ನೋಡಿದೆಯ? ನನ್ನನ್ನು ಅವಮಾನಿಸಿದ ನೀನು, ಒಳಗಿನಿಂದ ಶಖೆ ಹತ್ತುತ್ತದೆ. ಉಬ್ಬಿ ಉಬ್ಬಿ ಬರುತ್ತಿರುವ ಏದುಸಿರು. ತಡೆಯಲಾರದ ಶಖೆ. ಬೆವರು. 'ತಪನ, ಈ ಕವಚವನ್ನು ತಡೆಯಲಾಗುವುದಿಲ್ಲ. ಸ್ವಲ್ಪ ಬಿಚ್ಚು ಬಾ.' 'ಹಿಂಬದಿಗೆ ಹೋಗುವ ತನಕ ಇರಲಿ, ಆಚಾರ್ಯ. ಅಕಸ್ಮಾತ್ ಯಾವುದಾದರೂ ಬಾಣ ಬಂದು ತಗುಲಿದರೆ ಕಷ್ಟ.' ಉಬ್ಬಿಸಿಕೊಂಡು ಬರುತ್ತಿರುವ ಶಖೆ. ನಡುಕಂಬದಂತೆ ಕೂತಿದ್ದ ಕಿರೀಟ ಕಾಣಿಸುವುದಿಲ್ಲ. ನನ್ನನ್ನು ಅವಮಾನಿಸಿದ, ಇದ್ದಕ್ಕಿದ್ದಂತೆಯೇ ಕಣ್ಣು ಸುತ್ತುತ್ತದೆ, ತಲೆಯೊಳಗಿನಿಂದ ಸುತ್ತುತ್ತದೆ. ಮಂಚದ ಕಾಲಿಗೆ ಕಟ್ಟಿಸಿ ಅರ್ಧರಾಜ್ಯ ಪಡೆದ ನಂತರ ಅವಮಾನ ಸಂದಾಯವಾಗಿತ್ತೆಂದು ಒಳಗಿನಿಂದ ಗುದ್ದಿ ಹೇಳುತ್ತದೆ. ಭೀಷ್ಮನನ್ನು ಹೊಡೆಯಬೇಕಾಗಿತ್ತು ಹೀಗೆಯೇ, ಖೇದ ಹುಟ್ಟುತ್ತದೆ. ನನಗೆ ಮೋಸ ಮಾಡಿದ, 'ತಪನ, ನನ್ನ ರಥ, ದಳ ಎರಡನ್ನೂ ದುರ್ಯೋಧನನ

ಮೇಲೆ ನುಗ್ಗಿಸು. ಅವನ ಮೇಲೆ ಕಾದುತ್ತೇನೆ.' ಶಖೆ. ಈ ಕವಚ ಬಿಚ್ಚಿ ಹಾಕುವತನಕ ಕೂರಲು ಸಾಧ್ಯವಿಲ್ಲ. ಯಾವುದಾದರೂ ನದಿಯ ದಡದಲ್ಲಿ ತಣ್ಣನೆಯ ಆಶ್ರಮ ಕಟ್ಟಿಕೊಂಡು, 'ಯಾಕೋ, ಹೇಳಿದ್ದು ಕೇಳಲಿಲ್ಲವೆ?'

'ಮಹಾರಾಜನ ಮೇಲೆ ಪ್ರಜೆಗಳು ಯುದ್ಧ ಮಾಡಬಹುದೆ, ಆಚಾರ್ಯ?'

'ಮಹಾರಾಜನಲ್ಲ. ನನ್ನ ರಾಜ್ಯ ಅವನ ಸ್ವಾಧೀನದಲ್ಲಿದೆ. ಯುದ್ಧ ಮಾಡದೆ ಬಿಡಿಸಿಕೊಳ್ಳಲು ಸಾಧ್ಯವಿಲ್ಲ.'

'ಆಚಾರ್ಯ, ನೀವು ರಾತ್ರಿ ಸರಿಯಾಗಿ ನಿದ್ದೆ ಮಾಡಲಿಲ್ಲವೆಂದು ತೋರುತ್ತದೆ.'

ತಪನನಿಗೆ ಅರ್ಥವಾಗುವುದಿಲ್ಲ. ಯಾರಿಗೂ ಅರ್ಥವಾಗುವುದಿಲ್ಲ. ನನ್ನ ಅಶ್ವತ್ಥಾಮನಿಗಂತೂ ಆಗುವುದೇ ಇಲ್ಲ. ಕೋಪ ಉರಿಯುತ್ತದೆ. ಅಳುವಂತೆ ಆಗುತ್ತದೆ. ತಮ್ಮ ದಳಪತಿ ಸತ್ತದ್ದರಿಂದ ಇರಬೇಕು ಎದುರುಗಡೆಯ ಸೈನಿಕರು ಚದುರುತ್ತಿದ್ದಾರೆ. ಯುದ್ಧವನ್ನು ಗೆದ್ದಿದ್ದೇವೆ. ಒಬ್ಬ ದಳಪತಿಯನ್ನು, ವಿರಾಟನಿಗೂ ತಗುಲಿತಂತೆ, ಅವನು ಸತ್ತರೆ ಇಬ್ಬರು ದಳಪತಿಗಳನ್ನು ಕೊಂದಿದ್ದೇನೆ. ಖೊಂಯ್ ಎಂದು ಬಡಿಯಿತು. ಹಾಂ, ಬಲತೋಳಿಗೆ ಸರಿಯಾಗಿ. ಚುಚ್ಚಿಕೊಂಡಿತು.

'ತಪನ, ಯಾರು ಹೊಡೆದ ಬಾಣ ಇದು?'

'ಯಾರೋ ಒಬ್ಬ ಸಾಮಾನ್ಯ ಸೈನಿಕ. ಚದುರುತ್ತಿರುವ ದ್ರುಪದನ ದಳದವನಿರಬೇಕು.'

'ಅಧರ್ಮ. ಸಮಾನರು ಸಮಾನರನ್ನು ಮಾತ್ರ. ನನ್ನನ್ನು ಸಾಮಾನ್ಯ ಸೈನಿಕನು ಹೊಡೆದನೆ?'

ಬಾಣವನ್ನು ಕಿತ್ತುಹಾಕಿದ ಜಾಗದಲ್ಲಿ ರಕ್ತ ಇಳಿಯುತ್ತಿದೆ. ನೀರುರಕ್ತ. ಈ ಒಣಕಲು ಶರೀರದಲ್ಲಿ ಎಷ್ಟು ಉದ್ಧರಣೆ ಇರಬಹುದು? ಜುಂ ಎನ್ನುತ್ತದೆ. ಏನೋ ವ್ಯಾಪಿಸಿದಂತೆ. ವಿಷಪೂರಿತ ಅಲುಗಿನ ಬಾಣವೆ? ಒಳಗಿನಿಂದ ಅಳು ಒತ್ತರಿಸಿಕೊಂಡು ಬರುತ್ತದೆ. ಓ, ಸಾವು ಬರುತ್ತಿದೆ. ದ್ರೋಣನ ಸಾವು ಸಾಮಾನ್ಯ ಸೈನಿಕನೊಬ್ಬನಿಂದ. ಭೀಷ್ಮರ ನೆನಪಾಗುತ್ತದೆ. ನಾನೂ ನಿವೃತ್ತನಾಗಿ, ದುರ್ಯೋಧನ ನಿವೃತ್ತಿಗೊಳಿಸಿದನೆಂಬ ನೆನಪಾಗಿ, ಒತ್ತರಿಸಿಕೊಂಡು ಬಂದ ಅಳುವು ಗಂಟಲಿನೊಳಗೇ ನಿಂತುಬಿಡುತ್ತದೆ. ಹವ್ಯಕ ವಿವೇಕಿಯೆ? ಎದುರುಗಡೆ ಗದ್ದಲ, ಕೋಲಾಹಲ. ಹೋಯ್‌ಕಾರ. 'ಆಚಾರ್ಯ, ದ್ರುಪದನ ಮಗ ಧೃಷ್ಟದ್ಯುಮ್ನ ಇತ್ತ ನುಗ್ಗಿ ಬರುತ್ತಿದ್ದಾನೆ.'

ನನ್ನ ದಳದವರೆಲ್ಲ ಹೆದರಿ ಚದುರಿ, 'ಧೃಷ್ಟದ್ಯುಮ್ನ ಮಹಾರಾಜ, ಆಚಾರ್ಯರಿಗೆ ಬಾಣ ತಗುಲಿ ರಕ್ತ ಹರಿಯುತ್ತಿದೆ. ಇನ್ನು ಅರ್ಧಘಳಿಗೆಯಲ್ಲಿ ಅವರು ತಾವಾಗಿಯೇ ಸಾಯುತ್ತಾರೆ.' ರಥ ಅಲುಗುತ್ತದೆ. ಕುದುರೆಗಳು ಕೆನೆಯುತ್ತವೆ. ದೊಡ್ಡ ಮೈಕಟ್ಟಿನ ಅವನು, ದ್ರುಪದ ಹೀಗೆಯೇ ಇದ್ದ. ಬಲಗೈಲಿ ಕತ್ತಿ, ಎಡಗೈಯಿಂದ ತಲೆಯ ಉಷ್ಣೀಷವನ್ನು ಕಿತ್ತ. ಉಳಿದಿರುವ ಕುರುಚಲು ಜುಟ್ಟನ್ನು ಹಿಡಿದ. ಉಸಿರುಕಟ್ಟುತ್ತಿದೆ. ಕಣ್ಣುಗತ್ತಲೆಯಾಗುತ್ತಿದೆ. 'ನೀನೇ ಸಾಯುವೆ ಎಂಬುದು ಗೊತ್ತು,' ರೂಕ್ಷಧ್ವನಿ, 'ಆದರೆ ನನಗೆ ನಿನ್ನ ಶಿರವನ್ನು ಕತ್ತರಿಸಿ ಎಸೆಯುವ ಪ್ರತಿಜ್ಞೆಯಿದೆ. ಆಗ ನನ್ನ ತಂದೆಯನ್ನು ಅಪಮಾನಿಸಿದ್ದಲ್ಲದೆ ಈಗ

ಕೊಂದಿದ್ದೀಯ.' ಕತ್ತಿಯನ್ನೆತ್ತಿದ, ಕಣ್ಣು.....

ಮನೆಗೆ ಹೋದಾಗ ಬೆಳಗಿನ ಜಾವ. ಊರೆಲ್ಲ ನಿಶ್ಶಬ್ದವಾಗಿದ್ದುದರಿಂದ ಬೆಳಕು ಹರಿದು ಸೂರ್ಯ ನಾಲ್ಕಾಳುದ್ದ ಏರಿ, ಮನೆಯ ಮಗ್ಗುಲಿನ ಮರದ ಕೊಂಬೆಗಳಿಗೆ ಏರಿ ಅನಂತರ ಮನೆಯ ಮೇಲೇರಿದರೂ ಸಂಜಯನಿಗೆ ಎಚ್ಚರವಾಗಲಿಲ್ಲ. ಹೆಂಡತಿ ಬೇಸರ ತಡೆಯಲಾರದೆ ಎಬ್ಬಿಸಿದಳು. ಆ ದಿನ ಮತ್ತೆ ಯುದ್ಧರಂಗಕ್ಕೆ ಹೋಗಕೂಡದೆಂದು ಅವಳು ತಡೆದರೂ, ಅವನ ಮನಸ್ಸೆಲ್ಲ ಯುದ್ಧದ ಮುಂದಿನ ಭಾಗವನ್ನು ಊಹಿಸುತ್ತಲೇ ಇತ್ತು. ಅಲ್ಲದೆ ಮಧ್ಯಾಹ್ನ ಬಿಸಿಬಿಸಿ ಉಂಡು ಮತ್ತೆ ಮಲಗಿದ. ರಾತ್ರಿಯೇ ಹೆಂಡತಿಯೊಡನೆ ಸ್ವಲ್ಪ ಮಾತುಕತೆಯಾಡಿದ್ದು.

ಬೆಳಗ್ಗೆ ನಸುಕಿನಲ್ಲಿ ಎದ್ದು ರೊಟ್ಟಿ ಕಟ್ಟಿಕೊಂಡು ಬಿರುಸಿನಿಂದ ಕುದುರೆಯನ್ನೋಡಿಸಿದ. ಇದುವರೆಗೆ ದಾರಿಯುದ್ದಕ್ಕೂ ಹಸ್ತಿನಾವತಿಗೆ ಅಥವಾ ಯುದ್ಧರಂಗಕ್ಕೆ ಹೋಗಿಬರುತ್ತಿದ್ದ ಲೆಕ್ಕ ಸಿಕ್ಕದಷ್ಟು ಗಾಡಿಗಳು ತೀರ ವಿರಳವಾಗಿದ್ದವು. ಸಾಗಿಸುವಂಥದೇನೂ ಹಸ್ತಿನಾವತಿಯಲ್ಲಿ ಉಳಿದಿಲ್ಲವೆಂಬ ನೆನಪು ಆಯಿತು. ಸೂರ್ಯ ಹುಟ್ಟಿದ ಏಳು ಎಂಟು ಘಳಿಗೆಯನಂತರ ಅವನು ನಿರೀಕ್ಷಿಸಿದ ನೀರಿನ ಹಳ್ಳ ಸಿಕ್ಕಿತು. ಇಳಿದು ಕುದುರೆಗೆ ನೀರು ಕುಡಿಸಿ ಹಳ್ಳದ ದಂಡೆಯ ಹುಲ್ಲಿನಲ್ಲಿ ಬಾಯಿ ಆಡಿಸಲು ಬಿಟ್ಟು, ತಾನು ಕೈಕಾಲು ತೊಳೆದು ರೊಟ್ಟಿ ತಿನ್ನಲು ಕುಳಿತ. ತಿಂದು ಮುಗಿಸುವುದರಲ್ಲಿ ಎದುರಿನಿಂದ ಒಂದು ರಥ ಬಂತು. ಕುದುರೆಗಳಿಗೆ ನೀರು ಕುಡಿಸಲೆಂಬಂತೆ ನಿಂತಿತು. ರಥದ ಮೇಲೆ ಒಬ್ಬನನ್ನು ಕೈಕಾಲು ಕಟ್ಟಿ ಹಾಕಿದ್ದರು ಕಳ್ಳನನ್ನು ಹಿಡಿದು ಕಟ್ಟುವಂತೆ. ರಥ ಹೊಡೆಯುತ್ತಿದ್ದವನ ಗುರುತು ತನಗಿಲ್ಲ. ಕಳ್ಳನಂತೆ ಕಂಡವನ ಪಕ್ಕದಲ್ಲಿ, ಓ ಕುಡಿದು ಕುಳಿತಿದ್ದಾನೆ ಈ ಬೆಳಗಿನಲ್ಲಿ, ವಜ್ರಧರ ತನಗೆ ಪರಿಚಿತನೇ, ತನ್ನ ಕುಲದವನೇ.

'ವಜ್ರಧರ, ಇದೇನು ಇತ್ತ? ಯಾರಿವನು?'

'ಚೊ ಚೊ ಚೋರ. ರಾಜಭಂಡಾರವನ್ನು ಕದ್ದ ಚೋಚೋರ,' ವಜ್ರಧರ ತೊದಲಿದ.

ಅವನ ದೃಷ್ಟಿ ಇತ್ತ ಹರಿಯಿತು: 'ಆ! ಸಂಜಯ, ಎಷ್ಟೊಂದು ರೊಟ್ಟಿ ಪೇರಿಸಿ ಕಟ್ಟಿ ತಂದಿದೀಯ! ತುಪ್ಪವೂ ಹಾಕಿರಬಹುದು. ನನಗೆ ಎರಡು ಕೊಡುತ್ತೀಯ. ಎರಡೇ ಎರಡು. ನಿನ್ನ ಹೆಂಡತಿಗೆ ಎಂಟು ಗಂಡುಮಕ್ಕಳು ಹುಟ್ಟಲಿ.' ಎಂದವನು ತಾನಾಗಿಯೇ ಇಳಿದು ಬಂದು ಸಂಜಯನ ಮುಂದೆ ಕುಳಿತ. ರಥದ ಸಾರಥಿ ಕುದುರೆಗಳನ್ನು ಬಿಚ್ಚಿ ನೀರು ಕುಡಿಸತೊಡಗಿದ. ಸಂಜಯ ವಜ್ರಧರನಿಗೆ ಎರಡು ರೊಟ್ಟಿ ಕೊಟ್ಟ. ಸಾರಥಿಗೆ ಒಂದಾದರೂ ಕೊಡಬೇಕು, ಸಾಲದಾಗುತ್ತದೆ. ಸುದ್ದಿ ಸಂಗ್ರಾಹಕರಿಗೆ ತಲಾ ಎರಡೆರಡಾದರೂ ಕೊಡುವ ಲೆಕ್ಕ ಇಟ್ಟುಕೊಂಡು ಇಷ್ಟು ದಪ್ಪ ಗಂಟು ಹೊತ್ತು ತಂದಿದ್ದೇನೆಂಬ ನೆನಪಾಯಿತು. ಅರ್ಧರೊಟ್ಟಿ ಹೊಟ್ಟೆಗೆ ಹೋದ ಮೇಲೆ ನಾಲಗೆಯ ತೊದಲು ಸರಿಯಾಯಿತು. ಮುಂದಿನ ಮುರುಕನ್ನು ಅಗಿಯುತ್ತಲೇ ಕೇಳಿದ: 'ಯುದ್ಧರಂಗಕ್ಕೆ ಹೋಗುತ್ತಿದೀಯ? ಏನು ಮಾಡುವು

ದಕ್ಕೆ? ಮಹಾರಾಜನಿಗೆ ಸೋಲಾಗುತ್ತಿದೆ.'

'ಕರ್ಣಮಹಾರಾಜನ ಸೇನಾನಿಪದದಲ್ಲಿ ಏನಾಯಿತು ಗೊತ್ತೆ?'

'ಭೀಮನು ಧೃತರಾಷ್ಟ್ರನ ಇಪ್ಪತ್ತೊಂದು ಮಕ್ಕಳನ್ನು ಕೊಂದನಂತೆ ನೆನ್ನೆ. ಎಲ್ಲ ನಮ್ಮ ಜಾತಿಯವರು. ಬರೀ ಹೊಟ್ಟೆಗೆ ಹೆಂಡ ಕುಡಿಯಬಾರದು ಅನ್ನುವುದು ನಿಜ. ಕರ್ಣಮಹಾರಾಜನ ಮಗ ಸುಷೇಣನನ್ನು ಅರ್ಜುನ ಕೊಂದನಂತೆ. ನಿನ್ನ ರೊಟ್ಟಿ ಬಿದ್ದ ಮೇಲೆ ಹೊಟ್ಟೆ ಮೈಕೈ ಸರಿಯಾಯಿತು. ಅದಕ್ಕೇ ಕರ್ಣಮಹಾರಾಜ ಅರ್ಜುನನನ್ನು ಕೊಂದೇ ತೀರುತ್ತೀನಿ ಅಂತ ಶಪಥ ಮಾಡಿ, ಅವನಿಗೆ ಶಲ್ಯಮಹಾರಾಜ ಸಾರಥಿ,' ಖೊಳ್ ಎಂದು ನಕ್ಕು ಹೇಳಿದ: 'ನೋಡಿದೆಯ ಕರ್ಣಮಹಾರಾಜನ ಪ್ರತಾಪ! ಕ್ಷತ್ರಿಯ ಮಹಾರಾಜ, ಸಿಂಹಾಸನಾಧಿಪತಿ ನಮ್ಮ ಕರ್ಣಮಹಾರಾಜನ ರಥ ಹೊಡೆಯುವ ಸೂತ. ಅಲ್ಲವೆ?'

ಸಂಜಯನಿಗೆ ಕುತೂಹಲ ಹುಟ್ಟಿತು. ಆದರೆ ತನ್ನ ಸಮವಯಸ್ಕ ಸ್ವಲ್ಪ ಮಟ್ಟಿಗೆ ಗೆಳೆಯನೂ ಆದ ಸುಷೇಣ ಸತ್ತದ್ದಕ್ಕೆ ದುಃಖವಾಯಿತು. ಅರ್ಜುನನನ್ನು ಮುಗಿಸಿದ್ದರೂ ಮುಗಿಸಿರಬಹುದು ಎಂದುಕೊಳ್ಳುತ್ತಿರುವಾಗ ವಜ್ರಧರ ಕೇಳಿದ: 'ನಮ್ಮ ಕಡೆ ಯಾಕೆ ಸೋಲಾಗುತ್ತಿದೆ ಗೊತ್ತಾ?'

'ದಳಪತಿಗಳಲ್ಲೇ ಒಮ್ಮತವಿಲ್ಲದುದು. ಭೀಷ್ಮ ದ್ರೋಣರ.....'

ಎಂಬುದನ್ನು ನಡುವೆಯೇ ತಡೆದು 'ವೇದ ಕೇಳಿದೀಯ?'

'ಸ್ವಲ್ಪ ಸ್ವಲ್ಪ. ನಿನ್ನಷ್ಟು ಪಾಠವಾಗಿಲ್ಲ.'

'ನಾನು ಹೇಳುತ್ತೀನಿ ಕೇಳು. ಇಂದ್ರ ಹುಟ್ಟಿದ ಕೂಡಲೇ ತಾಯಿಯ ಹಾಲು ಚೀಪಿಸುವ ಮೊದಲೇ ಸೋಮ ಕುಡಿಸಿದರು. ದೊಡ್ಡವನಾದ ಒಂದೇಸಲಕ್ಕೆ ಮೂವತ್ತು ಮೊಗೆ ಕುಡಿದು ಹಾಕಿದ. ಏಕಯಾ ಪ್ರತಿಧಾಪಿಬತ್ಸಾಕಂ ಸರಾಂಸಿ ತ್ರಿಂಶತಂ। ಇಂದ್ರಃ ಸೋಮಸ್ಯ ಕಾಣುಕಾಃ ಆದ್ದರಿಂದಲೇ ಅವನು ಅಂಥ ಮಹಾವೀರನಾಗಿ ಮಹತ್ಕಾರ್ಯಗಳನ್ನು ಮಾಡಿದ. ಯಸ್ತೀ ಮದೋ ಯುಜ್ಯಶ್ಚಾರುಸ್ತಿ ಯೇನ ವೃತ್ರಾಣಿ ಹರ್ಯಶ್ವ ಹಂಸಿ। ಸತ್ವಾ ಮಿಂದ್ರ ಪ್ರಭೂ ವಸೋ ಮಮತ್ತು॥ ಎಲೈ ಇಂದ್ರನೇ, ಯಾವ ಸೋಮವನ್ನು ಕುಡಿದು ವೃತ್ರಾದಿಗಳನ್ನು ವಧಿಸುವೆಯೋ ಅಂಥ ಮದಕರವೂ ಸಮೀಚೀನವೂ ಆದ ಸೋಮವು ಇಲ್ಲಿದೆ. ಅದು ನಿನಗೆ ಹರ್ಷವನ್ನು ಕೊಡಲಿ. ನೀನೇ ಹೇಳು. ಹರ್ಷವಿಲ್ಲದೆ ಸಾಹಸ ಸಾಧ್ಯವೆ? ಸೋಮವಿಲ್ಲದೆ ಹರ್ಷ ಸಾಧ್ಯವೆ?'

'ಏನು ನೀನು ಹೇಳುತ್ತಿರುವುದು?'

'ನಾನು ಹೇಳುತ್ತಿರುವುದೇನೆಂದರೆ: ನಮ್ಮ ಕಡೆ ಶುರುವಿನಲ್ಲಿ ಮಾತ್ರ ಎರಡು ದಿನ ಸೈನಿಕರಿಗೆಲ್ಲ ಸುರೆಯ ಸರಬರಾಜು ಮಾಡಿದರು. ಆಮೇಲೆ ನಿಲ್ಲಿಸಿಬಿಟ್ಟರು. ಇಷ್ಟೊಂದು ಜನಕ್ಕೆ ಎಲ್ಲಿ ಒದಗಿಸುವುದು ಎಂದರು. ಸುರೆ ಇಲ್ಲದೆ ಭಯವನ್ನು ಕಳಚಿಕೊಂಡು ಯುದ್ಧ ಮಾಡುವುದು ಸಾಧ್ಯವೆ? ಮೊದಲ ದಿನ ತೋರಿದ ಪ್ರತಾಪವನ್ನು ಆಮೇಲೆ ನಮ್ಮವರು ಏಕೆ ತೋರಲಿಲ್ಲ ನೀನೇ ಹೇಳು.'

ಅವನ ಪ್ರಶ್ನೆಗೆ ಸಂಜಯನಿಗೆ ತಕ್ಷಣ ವಿವರಣೆ ಹೊಳೆಯಲಿಲ್ಲ: 'ನೀನೇಕೆ ಯುದ್ಧರಂಗ ಬಿಟ್ಟು ಬರುತ್ತಿದೀಯ?'

'ಅದಕ್ಕೇ. ಸೋಮವಿಲ್ಲದೆ ಯುದ್ಧ ಮಾಡುವವನು ಹೇಗೂ ಸೋಲುತ್ತಾನೆ. ಸಾಯುತ್ತಾನೆ. ಸುಮ್ಮಸುಮ್ಮನೆ ನಾನೇಕೆ ಸಾಯಲಿ? ಇಂದ್ರನ ಶಾಪಕ್ಕೆ, ಸೋಮದೇವನ ಶಾಪಕ್ಕೆ ಒಳಗಾಗಲಿ? ಬಿಟ್ಟುಬಂದೆ.'

'ಈಗ ಎಲ್ಲಿ ಸಿಕ್ಕಿತು?'

'ಬರುವಾಗ ದಾರಿಯಲ್ಲಿ. ದಾರಿಯಲ್ಲಿ ಅಂದರೆ ದಾರಿಗೆ ಕಾಣದಂತೆ ಗಿಡಗುಚ್ಚಿಗಳ ಮರೆಯ ಒಂದು ಬಗನಿ ಗಿಡಕ್ಕೆ ಯಾರೋ ಗಡಿಗೆ ಕಟ್ಟಿದ್ದರು. ಸೂರ್ಯ ಹುಟ್ಟಿರಲಿಲ್ಲ. ಅಕಸ್ಮಾತ್ ನನ್ನ ಕಣ್ಣಿಗೆ ಬಿತ್ತು. ರಥ ನಿಲ್ಲಿಸಿ ಹತ್ತಿ ಇಳುಕಿದೆ. ರಥದ ಕುತುಕಲಿಗೆ ಗಡಿಗೆ ಕುಕ್ಕಿ ಒಡೆಯದ ಹಾಗೆ ಸುತ್ತಲೂ ಸೊಪ್ಪುಕೊಟ್ಟು ಇಟ್ಟಿದೀನಿ. ನಿನಗೆ ಒಂದು ಮೊಗೆ ಕೊಡುತ್ತೇನೆ. ಇನ್ನೊಂದು ರೊಟ್ಟಿ ಕೊಟ್ಟುಬಿಡು. ಕೊಡದಿದ್ದರೆ ನಾನೇ ಅದನ್ನು ಕುಡಿದು ನಿನ್ನ ಮೇಲೆ ಯುದ್ಧ ಮಾಡಿ ರೊಟ್ಟಿಯ ಗಂಟನ್ನು ಪೂರ್ತಿ, ಸೋಮದಿಂದಲ್ಲವೇ ಶಕ್ತಿ ಬರುವುದು?' ನಗಲಿಲ್ಲ, ಗಂಭೀರವಾಗಿ ಹೇಳಿದ.

ಸಂಜಯನಿಗೂ ಆಶೆಯಾಯಿತು. ಅಷ್ಟರಲ್ಲಿ ಕುದುರೆಗಳಿಗೆ ನೀರು ಕುಡಿಸಿ ಹತ್ತಿರ ಬಂದ ಸಾರಥಿಯ ಪರಿಚಯವಾಯಿತು. ಪ್ರವೀರ ವೃಕಪ್ರಸ್ಥದವನಂತೆ. ಅವನೇ ರಥವನ್ನು ಹತ್ತಿ ಗಡಿಗೆಯನ್ನು ತಂದು ಮುಂದಿಟ್ಟ. ತುಳುಕಿದ ತಿಳಿಯಾದ ಕಳ್ಳು ಗಡಿಗೆಯ ಕಂಠವನ್ನೆಲ್ಲ ನೆನೆಸಿತ್ತು. ಒಂದು ಮೊಗೆ ಮುಗಿದನಂತರ ಸಂಜಯನ ಮನಸ್ಸು ಹಗುರವಾಯಿತು. ದೃಷ್ಟಿ ರಥದ ಕಡೆಗೆ ಹೋಯಿತು. 'ಯಾರು ಅವನು?' ಎಂದು ಕೇಳಿದ.

'ಹೇಳಿದೆನಲ್ಲ ರಾಜನ ಆಸ್ತಿಯನ್ನು ಕದ್ದು ಒಯ್ಯುತ್ತಿದ್ದ ಅಂತ. ಈ ಗಾಡಿ, ಕುದುರೆಗಳೂ ಅವನು ಕದ್ದವೇ. ಹಿಡಿದುಕೊಂಡು ಹೋಗುತ್ತಿದೀನಿ. ಧೃತರಾಷ್ಟ್ರ ಮಹಾರಾಜನ ಮುಂದೆ ನಿಲ್ಲಿಸಿದರೆ ಅವನಿಗೆ ಶಿಕ್ಷೆ. ನನಗೆ ಇನಾಮು.'

'ಏನು ಕದಿಯುತ್ತಿದ್ದ?'

'ಬಾ. ತೋರಿಸುತ್ತೀನಿ.'

ಸಂಜಯ ಹೋಗಿ ರಥದಲ್ಲಿ ನೋಡಿದ. ಸುಮಾರು ಮೂವತ್ತು ವರ್ಷದ ಒಬ್ಬನನ್ನು ಕೈಕಾಲು ಕಟ್ಟಿ ಉರುಟುಹಾಕಿದ್ದಾರೆ. ಆ ಯುದ್ಧರಥದ ಒಳಭಾಗದಲ್ಲಿ ಒಂದು ಮಂಕರಿಯಷ್ಟು ಬಾಣಗಳ ಲೋಹದ ಮೂತಿಗಳು, ರಥಚಕ್ರದ ಲೋಹದ ಕಡಾಣಿಗಳು. ಕೀಲುಗಳನ್ನು ಕೂಡಿಸುವ ಲೋಹದ ಪಟ್ಟಿಯ ಚೂರುಗಳಿವೆ. ಮತ್ತೆ ಏನೂ ಇಲ್ಲ.

'ಯುದ್ಧರಂಗದಿಂದ ಇವನ್ನೆಲ್ಲ ಕದ್ದು ಒಯ್ಯುತ್ತಿದ್ದ ಇವನು. ಈ ರಥವೂ ಕುದುರೆಗಳೂ ಯುದ್ಧರಂಗದವೇ. ರಾಜ್ಯದ ಸಂಪತ್ತನ್ನು ಕದ್ದ ಇವನ ಬಲಗೈ ಕತ್ತರಿಸುವುದಿಲ್ಲವೆ, ನೀನೇ ಹೇಳು?' ವಜ್ರಧರ ನ್ಯಾಯ ಒಪ್ಪಿಸಿದ.

'ಅವನ ಕಟ್ಟುಗಳನ್ನು ಬಿಚ್ಚು, ನಾನು ಹೇಳುತ್ತೇನೆ,' ಸಂಜಯ ತಾನೇ ಬಾಗಿ ಕಟ್ಟುಗಳನ್ನು ಬಿಚ್ಚಿ ಅವನನ್ನು ಎಬ್ಬಿಸಿ ಕೂರಿಸಿದನಂತರ ಕೇಳಿದ: 'ಏಯ್ ನಿಜ ಹೇಳು. ನೀನು

ಯಾರು? ಏಕೆ ಕದ್ದೆ?'

ಅವನಿಗೆ ಅಳು ಬಂತು. ಬಿಕ್ಕಿಬಿಕ್ಕಿ ಅಳುತ್ತಾ ಎಂದ: 'ಸತ್ಯ ಹೇಳುತ್ತೀನಿ. ನನ್ನ ಹೆಂಡತಿಯ ಹೊಟ್ಟೆಯಲ್ಲಿರುವ ಮಗುವಿನ ಮೇಲೆ ಆಣೆ ಹಾಕಿ ಹೇಳುತ್ತೀನಿ. ಬಲಗೈ ಕತ್ತರಿಸಿ ಹಾಕಿದರೆ ನನ್ನ ಕಸುಬು ಹೇಗೆ ಮಾಡಲಿ?'

'ಏನು ನಿನ್ನ ಕಸುಬು.'

'ಲೋಹಕಾರ.'

'ಇದನ್ನು ಕದಿಯಲು ಏಕೆ ಹೋಗಿದ್ದೆ?'

'ಕದಿಯಲು ಹೋಗಲಿಲ್ಲ. ಯುದ್ಧವೆಂದರೆ ಹೇಗಿರುತ್ತೆ ನೋಡೋಣವೆಂದು ಹೋಗಿದ್ದೆ. ಸೈನಿಕರ ಕೊಳೆತು ನಾರುವ ಹೆಣಗಳ ನಡುವೆ ಲಕ್ಷಾಂತರ ಬಾಣಗಳು ಬಿದ್ದಿದ್ದವು. ಅವುಗಳ ತುದಿಯ ಲೋಹ ಹಾಳಾಗುತ್ತಿತ್ತು. ಕೈಗೆ ಸಿಕ್ಕಿದಷ್ಟು ಮುರಿದುಕೊಂಡೆ. ಈ ಪಟ್ಟಿಗಳೂ ಮುರಿದ ರಥಗಳವು. ಈ ರಥವೂ ಮುರಿದು ಬಿಟ್ಟುಹೋಗಿದ್ದುದು. ನಾನೇ ದುರಸ್ತು ಮಾಡಿ ಇವುಗಳನ್ನು ತುಂಬಿಕೊಂಡೆ. ಯುದ್ಧಕ್ಕೆ ನಿರುಪಯೋಗಿ ಅಂತ ಬಿಟ್ಟಿದ್ದ ಈ ಕುದುರೆಗಳು ಕುಂಟುತ್ತಿದ್ದವು. ಹಿಡಿದು ಕಟ್ಟಿಕೊಂಡು ಒಯ್ಯುತ್ತಿದ್ದೆ.'

'ಏನು ಮಾಡುತ್ತೀ ಈ ಲೋಹದಿಂದ.'

'ಮಹಾರಾಜ, ಅದಿರು ತೆಗೆದು ಹೊಸದಾಗಿ ಲೋಹ ತಯಾರಿಸುವುದು ಎಷ್ಟು ಕಷ್ಟ! ಇವನ್ನೇ ಕರಗಿಸಿ ಬಾಗಿಲಿಗೆ ಚಿಲಕ, ಕೊಂಡಿ, ನೇಗಿಲಿಗೆ ಗುಳಗಳನ್ನು ಮಾಡಿ ಹಳ್ಳಿಗಳಲ್ಲಿ ಮಾರಿ ಹೊಟ್ಟೆ ಹೊರೆದುಕೊಳ್ಳುತ್ತೀನಿ.'

ಸಂಜಯ ಒಂದು ನಿಮಿಷ ಅವನನ್ನೇ ದಿಟ್ಟಿಸಿದ. ಅನಂತರ, 'ವಜ್ರಧರ, ಇವನನ್ನು ಬಿಟ್ಟುಬಿಡು.'

'ನೀನು ರಾಜಸಂಪತ್ತನ್ನು ಕದ್ದವನ ಪರ ವಹಿಸುವೆಯ?'

'ಧೃತರಾಷ್ಟ್ರ ಮಹಾರಾಜನ ಹತ್ತಿರಕ್ಕೆ ಇವನನ್ನು ಕರೆದೊಯ್ದರೆ ಯುದ್ಧದಲ್ಲಿ ಕಾದದೆ ಏಕೆ ಕದ್ದು ಬಂದೆ ಅಂತ ನಿನಗೆ ಶಿಕ್ಷೆಯಾಗುತ್ತದೆ.'

ವಜ್ರಧರನ ಮುಖ ಬಿಳಿಚಿಕೊಂಡಿತು. ಸಂಜಯ ಲೋಹಕಾರನಿಗೆ ಒಂದು ರೊಟ್ಟಿ ಕೊಟ್ಟ. ಅನಂತರ ಒಂದು ಮೊಗೆಯ ಭರ್ತಿ ಗಡಿಗೆಯಿಂದ ಬಗ್ಗಿಸಿ ಕೊಟ್ಟ.

ಹೊಟ್ಟೆಯೊಳಗಿನಿಂದ ಸಂಕಟ. ವಾಂತಿಯಾದರೆ ಪರಿಹಾರವಾದೀತೆಂಬ ಅಸ್ಪಷ್ಟ ಅರಿವು. ಎರಡು ಸಲ ಹೊರಗೆ ಹೋಗಿ ಕುಳಿತು ಓಕರಿಸಿದರೂ ಬಗ್ಗಿಸಿಕೊಳ್ಳದೆ ಒಳಗೇ ಉಳಿಯುತ್ತದೆ. 'ಯಾಕೆ ಮಹಾರಾಜ?' ಬಾಗಿಲು ಕಾಯುತ್ತಿದ್ದ ಚೈತ್ರ ರಮಿಸಿ ಕೇಳಿದರೂ ಮಾತನಾಡುವ ಮನಸ್ಸಿಲ್ಲದೆ ಒಳಗೆ ಬಂದು ಮಲಗಿದ್ದಾನೆ. ಕಂಬಳಿ ಬೆಚ್ಚಗಿದೆ. ಗುಡಿಸಿಲಂತೂ ಯುದ್ಧದ ಸದ್ದು ಕೇಳದಷ್ಟು ದೂರದಲ್ಲಿದೆ. ನಿಶ್ಶಬ್ದ. ಕತ್ತಲು. ಗುಡಿಸಿಲಿನೊಳಗೆ ಮಾತ್ರ ದಪ್ಪ ಬತ್ತಿಯ ಎಳ್ಳೆಣ್ಣೆಯ ಹಣತೆ. ರಾತ್ರಿ ಚನ್ನಾಗಿ ನಿದ್ರೆಬರಲಿ ಎಂದು ಸ್ವತಃ ಮಹಾರಾಜನೇ

ತರಿಸಿ ಮೂರು ಮೊಗೆ ತುಂಬ ಕುಡಿಸಿದುದು. ತಾನು ಮಾತ್ರ ಕುಡಿಯಲಿಲ್ಲ. 'ನಾಳಿನ ಯುದ್ಧ ನಿನ್ನದು. ಈ ರಾತ್ರಿ ಮಲಗಿ ನಿದ್ರಿಸಿಬಿಡು. ನೀನು ತಗೊ. ನಾನು ರಾತ್ರಿಯ ಯುದ್ಧವನ್ನು ನೋಡಿಕೊಳ್ಳುತ್ತೀನಿ.' ಏನು ಸ್ನೇಹ ಮಹಾರಾಜನದು! ಆದರೆ ವಾಂತಿಯಾಗು ವಂತಹ ಸಂಕಟ. ಮರದಿಂದ ಇಳಿಸಿದ ಶುದ್ಧ ಸುರೆಯಂತೆ. ಹುಳಿಗಟ್ಟಿದುದನ್ನು ಬಿಟ್ಟರೆ ಬೇರೆ ಯಾವ ಅಡ್ಡವಾಸನೆ ರುಚಿಗಳೂ ಇಲ್ಲ. ಆದರೂ, ಬೆಚ್ಚಗೆ ಕಂಬಳಿ ಹೊದೆದು ಮಲಗಿದರೂ ನಿದ್ರೆ ಬರುತ್ತಿಲ್ಲ. ಶತ್ರುಗಳು ಜಯದ್ರಥನನ್ನು ಕೊಂದು ರಾತ್ರಿಯಲ್ಲೂ ಯುದ್ಧವನ್ನು ಮುಂದುವರಿಸಿದಂದಿನಿಂದ ಕಣ್ಣುಮುಚ್ಚಿದರೂ ಬರುತ್ತಿಲ್ಲ. ಕರ್ಣ ಎಡಮಗ್ಗುಲು ತಿರುಗುತ್ತಾನೆ. ಬಲಮಗ್ಗುಲು ಹೊರಳುತ್ತಾನೆ. ಗುಡಿಸಿಲಿನೊಳಗೇ ಇರುವ ನಾಯಿಯು ಒಮ್ಮೊಮ್ಮೆ ಹೊರಳಿದಾಗಲೂ ಎದ್ದು ನಿಂತು ಬಾಲವಾಡಿಸಿ ಕುಂಯ್‌ಗುಡುತ್ತದೆ. ತನ್ನನ್ನು ನೋಡಿಯೇ ಐದು ದಿನವಾಗಿದ್ದುದರಿಂದ ಇಷ್ಟು ಮಮತೆ ಇರಬಹುದು ಎಂದು ಕೈನೀಡಿ ಅದರ ಕುತ್ತಿಗೆ ಕೆರೆದು ನೇವರಿಸುತ್ತಾನೆ. ಅದು ಹತ್ತಿರ ಬಂದು ತನ್ನ ಕಂಬಳಿಯ ಮೇಲೆ ಮುದುರಿ ಮಲಗುತ್ತದೆ. ಸ್ವಲ್ಪ ಹೊತ್ತಿಗೆ ತೆಪ್ಪಗೆ ನಿದ್ದೆಯನ್ನೂ ಮಾಡುತ್ತದೆ. ಆದರೆ ತನಗೆ ಬರುತ್ತಿಲ್ಲ. ತಲೆಯಲ್ಲಿ ಎಲ್ಲೋ ತೇಲಿಕೊಂಡು ಹೋದಂತಹ ಭಾವ. ಹೊಟ್ಟೆಯೊಳಗೆ ಸ್ಪಷ್ಟವಾದ ಸಂಕಟ. ನಾಳಿನದು ಇದುವರೆಗೂ ನಡೆದ ರೀತಿಯ ಅಸಮ ಹೋರಾಟವಾಗು ತ್ತದೋ ಅಥವಾ ಅವನಿಗೆ ನಾನಾರೆಂಬುದು ಗೊತ್ತಿಲ್ಲ. ಒಂದು ಕಡೆ ರೋಷದ ಪ್ರಚಂಡ ಶಕ್ತಿ. ಇನ್ನೊಂದು ಕಡೆ ಕರುಳಿನ ಅರಿವಿನ ನಿಶ್ಶಕ್ತಿ, ಎಂದುಕೊಳ್ಳುವಾಗ ತನ್ನಲ್ಲೂ ರೋಷ ಹುಟ್ಟುತ್ತದೆ. ಕರುಳು ಗಿರುಳುಗಳೆಲ್ಲ ಸುಳ್ಳು. ಕಾನೀನವಾಗಿ ಹೆತ್ತು ತ್ಯಜಿಸಿ ಈಗ ಗೆಲ್ಲುವ ತಂತ್ರವಾಗಿ ಸಂಬಂಧ ಹೇಳಿಕೊಂಡು, ನಾನು ಹುಟ್ಟಿಸಿ ಸಾಕಿ ಸಲಹಿ ತಾಯಿ ಸತ್ತಮೇಲೆ ತಾನೇ ನನ್ನ ತಾಯಿಯಾಗಿ ನನ್ನನ್ನು ಸಲಹುತ್ತಿದ್ದ ಮಗನಿಗಿಂತ ಹೆಚ್ಚಿನ ಸಂಬಂಧವೇ! ಸುಷೇಣನನ್ನು ಬೇಕೆಂದೇ ಗುರಿಯಿಟ್ಟು ಕೊಂದಿದ್ದಾನೆ ಅವನು, ನನ್ನ ಕರುಳನ್ನು ಚುಚ್ಚುವುದ ಕ್ಕೆಂದೇ, ನನ್ನನ್ನು ಕೆಣಕಲೆಂದೇ. ಕಡ್ಡಿಯಿಂದ ತಿವಿದು ಘಟಸರ್ಪವನ್ನು ಕೆಣಕುವ ಹುಡುಗ! ನಾಳೆ ತೋರಿಸುತ್ತೀನಿ. ಮನಸ್ಸು ಇದ್ದಕ್ಕಿದ್ದಂತೆಯೇ ಗಟ್ಟಿಯಾಗುತ್ತದೆ. 'ಎಲೋ ಕರ್ಣನ ಮಗನೆ, ನಿಮ್ಮಪ್ಪ ನನ್ನೆದುರು ಬರಲು ಹೆದರಿ ನಿನ್ನನ್ನು ಕಳಿಸಿದನೊ?' ಎಂದು ಗಟ್ಟಿಯಾಗಿ ಕೂಗಿದ ಮೇಲೆ ಹೊಡೆದನಂತೆ. 'ನಿಮ್ಮಪ್ಪ ನನ್ನ ಮಗ ಅಭಿಮನ್ಯುವನ್ನು ಹೊಡೆದನಂತೆ. ನಮ್ಮ ಘಟೋತ್ಕಚನ ಕುತ್ತಿಗೆಯನ್ನು ಕತ್ತಿಯಿಂದ ಕತ್ತರಿಸಿ ಓಡಿದನಂತೆ. ಈಗ ನಿನ್ನನ್ನು ನಾನು' ಎಂದು ಹೇಳಿ ಅವನು ಬಿಟ್ಟ ಬಾಣ ಸರ್ ಎಂದು ಸುಷೇಣನ ಕುತ್ತಿಗೆಗೆ ನೇರ ವಾಗಿ, ಎಂಬ ನೆನಪು ತೋರಿದಾಗ ಅಳು ಹೊತ್ತಿಕೊಂಡು ಬರುತ್ತದೆ. ನಾನು ಅಳುವುದಿಲ್ಲ. ಹೆಂಗಸಲ್ಲ. ಸುಷೇಣ, ನೀನು ದಿಕ್ಕಿಲ್ಲದ ಮಗನಲ್ಲ. ನಿನ್ನ ಪ್ರೇತವು ಪ್ರತೀಕಾರ ಕಾಣದೆ ಉಪವಾಸವಿರಲು ಬಿಡುವ ಅಪ್ಪನಲ್ಲ ನಾನು. ಜಯದ್ರಥನನ್ನು ಕೊಂದು ಅಭಿಮನ್ಯುವಿನ ಸಾವಿನ ಪ್ರತೀಕಾರ ತೀರಿಸಿಕೊಳ್ಳಲಿಲ್ಲವೇ ಅವನು? ನೀನೇನು ಅನಾಥನಲ್ಲ. ಇಡೀ ಸೈನ್ಯವನ್ನೆಲ್ಲ ತೊಡಗಿಸಿ ನಾಳೆ ಅವನ ಶಿರವನ್ನು ಕತ್ತರಿಸಿ ಆಕಾಶದೆತ್ತರದಿಂದ ಅವನ ಸೈನ್ಯಮಧ್ಯಕ್ಕೆ ಎಸೆಯದಿದ್ದರೆ ನಾನು ನಿನ್ನಪ್ಪನಲ್ಲ ಮಗು ಎಂಬ ನಿಶ್ಚಯ ಮೂಡಿದಾಗ ಮನಸ್ಸಿನ

ಕುದಿತ ಒಂದು ಹದಕ್ಕೆ ಬರುತ್ತದೆ. ಸಂಕಟವೂ ಕಡಮೆಯಾಗಿ ನರಗಳು ಹಗುರಗೊಂಡು ನಿದ್ದೆಹತ್ತುವಂತಾಗುತ್ತದೆ. ಕರ್ಣ ಬಲಮಗ್ಗುಲಾಗಿ ಒಳಗೆ ಇಳಿಯಲು ಪ್ರಯತ್ನಿಸುತ್ತಾನೆ. ಇನ್ನೇನು ನಿದ್ರೆ ಬರುತ್ತದೆ. ಅಷ್ಟರಲ್ಲಿ ಹೊರಗೆ ಅದೇನೋ ಪಿಸುಮಾತು. ಆಲಿಸುತ್ತಾನೆ: 'ಚಿತ್ರಸೇನ ಸುಶರ್ಮರೆ? ಮೆಲ್ಲಗೆ ಮಾತಾಡು. ಮಹಾರಾಜರು ಮಲಗಿದ್ದಾರೆ. ಅತ್ತ ಹೋಗೋಣ ನಡೆ.' ಹೆಜ್ಜೆಯ ಸಪ್ಪಳ. ಕರ್ಣ ಮಲಗಿದ್ದಲ್ಲಿಯೇ ಕಿಟಾರನೆ ಕಿರುಚಿಕೊಳ್ಳುತ್ತಾನೆ:

'ನನ್ನ ಮಕ್ಕಳು ಚಿತ್ರಸೇನ ಸುಶರ್ಮರಿಗೆ ಏನಾಯಿತು?'

ಯಾರೂ ಉತ್ತರ ಹೇಳುವುದಿಲ್ಲ.

'ಚೈತ್ಯ, ಕೇಳಲಿಲ್ಲವೇನು? ಒಳಗೆ ಬಂದು ವರದಿ ಮಾಡು.' ಕಿರಿಚಿಕೊಂಡ ಸದ್ದಿಗೆ ಗಂಟಲು ಹೂತುಕೊಳ್ಳುತ್ತದೆ. ದೀಪಕ್ಕೆ ಗಾಳಿ ಬಡಿಯದಂತೆ ಬಾಗಿಲನ್ನು ಓರೆಮಾಡಿಕೊಂಡು ಚೈತ್ಯ ಒಳಗೆ ಬರುತ್ತಾನೆ.

'ಮಹಾರಾಜ, ದುಃಖದ ಸುದ್ದಿ ನಿನ್ನ ಕಿವಿಗೆ ಬೀಳಬಾರದೆಂದು ಎಚ್ಚರ ವಹಿಸಿದರೂ ಆ ಬುದ್ಧಿ ಇಲ್ಲದ ದೂತ.....'

'ಯಾರಂತೆ ಕೊಂದವರು?'

'ನಿನ್ನ ಶತ್ರು ಅರ್ಜುನ. ಬೇಕೆಂದೇ ನಿನ್ನ ಮಕ್ಕಳನ್ನು ಆರಿಸಿ ಗುರಿ ಇಡುವಂತೆ ಕಾಣುತ್ತಿದೆ.'

ಕರ್ಣ ಮಲಗಿದಲ್ಲಿಯೇ ಮಲಗಿದ್ದಾನೆ. ಸಡಿಲವಾಗಿ ಹಗುರಾಗುತ್ತಿದ್ದ ನರಗಳು ಕಾದು ಕೆಂಪಗಾಗುತ್ತವೆ. ಕರ್ಣ ಮಾತನಾಡುವುದಿಲ್ಲ. ಕರುಳು ಹಿಂಡಿದಂತಹ ಸಂಕಟ ಶುರುವಾಗುತ್ತದೆ. ಸಮಾಧಾನವೂ ತೇಲಿಬರುತ್ತದೆ. ಯುದ್ಧವೆಂದರೆ ಸಾವು. ದುರ್ಯೋಧನ ಮಹಾರಾಜನ, ದುಶ್ಶಾಸನನ ಮಕ್ಕಳೂ ಸತ್ತಿಲ್ಲವೇ, ಎಂಬ ನಡುವೆ ಅಭಿಮನ್ಯುವನ್ನು ಕೊಂದವನು ನಾನೆಂಬ ತಪ್ಪು ಸುದ್ದಿ ಹುಟ್ಟಿದೆ. ಅವನು ಹಾಗೆಂದು ನಂಬಿದ್ದಾನೆ, ಎಂದು ತನ್ನ ನಿರ್ದೋಷವು ಕಾಣಿಸಿಕೊಳ್ಳುತ್ತದೆ. ಅವನಿಗೆ ತಿಳಿಸುವುದು ಹೇಗೆ ಸಾಧ್ಯವೋ?– ಎಂಬ ಕುತೂಹಲದ ಹಿಂದೆಯೇ, ತಿಳಿಸಿದರೆ ತಾನೆ ನನ್ನ ಮಕ್ಕಳನ್ನು ಬಿಡುತ್ತಾನೆಯೇ ಅವನು? ಸೇನಾಪತಿಯಾಗಿದ್ದೀಯಲ್ಲ, ನಿನ್ನ ಮಕ್ಕಳನ್ನು ಒಬ್ಬೊಬ್ಬರಾಗಿ ಕೊಂದು ಉರುಳಿ ಸುತ್ತಿದ್ದೇನೆ, ಏನು ಮಾಡುತ್ತೀ ಮಾಡು ಬಾ ಎಂಬ ಸವಾಲು ಸೂಚಿಸುತ್ತಿದ್ದಾನೆಯೆ? ಹೌದೆನಿಸುತ್ತದೆ. ಅರ್ಜುನ, ನಾಳೆ ಬೆಳಗಾಗುವುದೇ ತಡ ನಿನ್ನ ಮೇಲೆರಗಿ ಬರುತ್ತೇನೆ. ಸಮಗ್ರೈಯುದ್ಧ ಮಾಡುತ್ತೇನೆ. ಉಳಿದ ನಾಲ್ವರು ಕುಂತಿಯ ಮಕ್ಕಳೆಂದು ಭಾವಿಸಿದರೂ ಒಬ್ಬೊಬ್ಬರಾಗಿ ನನ್ನ ಮಕ್ಕಳನ್ನು ಕೊಲ್ಲುತ್ತಿರುವ ನೀನೇ ನನ್ನ ವಾಂಛಲ್ಯವನ್ನು ಕತ್ತರಿಸಿಕೊಂಡಿದ್ದೀಯ. ಸಮಗ್ರೈಯುದ್ಧ ಎಂದು ಹೊರಳುತ್ತಾನೆ. ಇನ್ನು ಇಡೀ ರಾತ್ರಿ ನಿದ್ದೆ ಬರುವುದಿಲ್ಲವೆಂದು ಮನಸ್ಸೇ ಹೇಳುತ್ತದೆ. ಹೇಗೂ ರಾತ್ರಿ ಯುದ್ಧ ನಡೆಯುತ್ತಿದೆ. ಈಗಲೇ ಮೇಲೆದ್ದು ಹೋಗಿ ಅವನ ಮೇಲೆ ಬಿದ್ದು ಚಿತ್ರಸೇನ ಸುಶರ್ಮರ ರಕ್ತ ಹೆಪ್ಪುಗಟ್ಟುವ ಮೊದಲೇ ಎಂಬ ವಿಚಾರ ಬರುತ್ತದೆ. ದಢಕ್ಕನೆ ಎದ್ದು ಕೂರುತ್ತಾನೆ. ನಾಳಿನ ಯುದ್ಧಕ್ಕೆಂದು ವಿಶ್ರಾಂತಿ ಪಡೆಯುತ್ತಿರುವ ದಳವನ್ನು ಈಗ ಹೇಗೆ ಎಬ್ಬಿಸುವುದು? ಎಬ್ಬಿಸಿದರೂ ಅವರು ಕಾಯು

ತ್ತಾರೆಯೇ? ಎನ್ನಿಸಿ ಉತ್ಸಾಹ ಇಳಿಯುತ್ತದೆ. ನಾಳೆ ಸಾರಥಿಯಾಗುವ ಶಲ್ಯ ಕೂಡ ಕಣ್ಣು ತುಂಬ ನಿದ್ದೆ ಮಾಡಲು ಹೋಗಿದ್ದಾನೆ. ಇದೇ ಗಡಿಗೆಯ ಸುರೆಯನ್ನು ಕುಡಿದು, ಅವನು ಏಳುತ್ತಾನೆಯೆ? ಕರ್ಣನೊಬ್ಬನಿಗೆ ನಿದ್ದೆ ತಪ್ಪಿದೆ ಎಂದುಕೊಂಡು ಮತ್ತೆ ಮಲಗುತ್ತಾನೆ. ಹೊಟ್ಟೆಯ ಸಂಕಟ ಕಾಣಿಸಿಕೊಳ್ಳುತ್ತದೆ. ವಾಂತಿಯಾಗಿ ಹೊರಬರಲು ಹವಣಿಸುವ ಸಂಕಟ. ಹೊರಗೆ ಹೋಗಿ ಓಕರಿಸಿದರೂ ಸುರಿದುಹೋಗುವುದಿಲ್ಲವೆಂದು ಗೊತ್ತಿದ್ದರೂ ಎದ್ದು ಗುಡಿಸಿಲಿನಿಂದ ಆಚೆಗೆ ಹೋಗಿ ಕೂರುತ್ತಾನೆ. ಗೌಂವ್ ಎಂಬ ಕತ್ತಲೆ. ಎದುರಿಗೆ ಅಷ್ಟು ದೂರದಲ್ಲಿರುವ ರಾಜಶಿಬಿರದಲ್ಲಿ ಕೂಡ ಸದ್ದಿಲ್ಲ. ಸಂದುಗಳಲ್ಲಿ ದೀಪ ಕಾಣಿಸುತ್ತಿಲ್ಲ. ಎಣ್ಣೆಯ ಸರಬರಾಜು ಸಾಲದೆಂದು ಹೇಳಿದ್ದು ನೆನಪು. ಸುಷೇಣನನ್ನಂತೂ ಹಗಲಿನ ಬೆಳಕಿನಲ್ಲಿ ಕೊಂದ. ಈ ಕತ್ತಲೆಯಲ್ಲಿ ಇವರೇ ಚಿತ್ರಸೇನ ಸುಶರ್ಮರೆಂದು ಅವನಿಗೆ ಹೇಗೆ ತಿಳಿಯಿತು? ಕುರುಡುಗುರಿಯ ಯಾವುದೋ ಬಾಣಗಳು ತಗುಲಿ ಸತ್ತು, ವರದಿ ತಂದವನು ಅರ್ಜುನನೇ ಹೊಡೆದನೆಂದು ಹೇಳಿದನೆ ದಳದ ಕೆಲಸವನ್ನೆಲ್ಲ ದಳಪತಿಯ ಹೆಸರಿನಲ್ಲಿ ಹೇಳುವಂತೆ? ಯಾವುದೂ ಸರಿಯಾಗಿ ತೋಚುವುದಿಲ್ಲ. ಸಂಕಟ ಸ್ವಲ್ಪ ಇಳಿದಂತಾಗುತ್ತದೆ. ಹೊಟ್ಟೆಯಿಂದ ಹೊರಹಾಕಲು ಬಂದು ಕುಳಿತರೆ ಹೀಗೆ ಒಳಸರಿಯುತ್ತದೆ. ಒಳಗೆ ಹೋಗಿ ಮಲಗಿದರೆ ಕಡೆಯಲು ಶುರುವಾಗುತ್ತದೆ ಎನ್ನಿಸಿದರೂ ಎದ್ದು ಹೋಗಿ ಹೊದೆದು ಮಲಗುತ್ತಾನೆ. ನಾಯಿ ಕಣ್ಣುಬಿಟ್ಟು ನೋಡುತ್ತದೆ. ಮತ್ತೆ ಮುಚ್ಚಿಕೊಳ್ಳುತ್ತದೆ. ಎಳ್ಳೆಣ್ಣೆಯ ದೀಪ ಒಂದೇ ಹದಕ್ಕೆ ಉರಿಯುತ್ತಿದೆ. ಚೈತ್ಯ ಎಣ್ಣೆ ಹಾಕಿದನೇನೋ. ತಕ್ಕಡಿಯ ಅಸಮತೆಯನ್ನು ಸರಿಮಾಡುವ ಬಯಕೆ ಹುಟ್ಟುತ್ತದೆ. ಹೇಗೆಂಬುದು ತಿಳಿಯುವುದಿಲ್ಲ. ಅರ್ಜುನ, ನಿನ್ನಮ್ಮ ನನ್ನ ಭಾವದಾರ್ಢ್ಯತೆಯನ್ನು ಇರಿದುಬಿಟ್ಟಳು. ನಿನ್ನದನ್ನು ಗಟ್ಟಿಯಾಗಿಯೇ ಇಟ್ಟಿದ್ದಾಳೆ. ನಿನ್ನ ರಥ ನಡೆಸುತ್ತಿರುವ ಕೃಷ್ಣನನ್ನೇ ಕೇಳು ಎಂದು ಕೂಗಿ ಹೇಳಿ, ಅನಂತರ ಯುದ್ಧವನ್ನಾರಂಭಿಸುವುದೇ? ಒಂದು ಕ್ಷಣ ಅದೇ ಸರಿ ಎನ್ನಿಸುತ್ತದೆ. ಮರುಕ್ಷಣದಲ್ಲಿಯೇ ತಾನೇ ಕುಸಿದುಹೋದಂತಹ ಭಾವ. ಇಡೀ ಕೌರವಸೇನೆಯಲ್ಲಿ, ದುರ್ಯೋಧನಾದಿಗಳ ದೃಷ್ಟಿಯಲ್ಲಿ, ಸಾಧ್ಯವಿಲ್ಲವೆಂದು ಮನಸ್ಸು ಈ ವಿಚಾರವನ್ನು ಚಪ್ಪಡಿ ಹಾಕಿ ಮೆಟ್ಟಿಬಿಡುತ್ತದೆ. ಚೈತ್ಯ ಅಲ್ಲೇ ನಿಂತಿದ್ದಾನೆ.

'ಮಹಾರಾಜ, ನಮ್ಮ ಇಡೀ ಸೂತಕುಲದ ಗೌರವವನ್ನು ಹೆಚ್ಚಿಸಿದೆ ನೀನು. ಇದುವರೆಗೆ ಎಂದೂ ಯಾರೂ ಮಾಡಿರಲಿಲ್ಲ.'

ಕರ್ಣ ಇತ್ತ ಕಡೆಗೆ ಹೊರಳಿ ಮಲಗುತ್ತಾನೆ.

'ಕ್ಷತ್ರಿಯರಿಗೆ ಸಾರಥಿಯಾಗುವುದೇ ನಮ್ಮ ಜಾತಿಯ ಹಣೆಬರಹವಾಗಿತ್ತು. ಕ್ಷತ್ರಿಯನೂ ಸಿಂಹಾಸನಾಧೀಶ್ವರನೂ ಆದ ಶಲ್ಯಮಹಾರಾಜನು ನಾಳೆಯ ಯುದ್ಧಕ್ಕೆ ನಿನ್ನ ಸಾರಥಿಯಾಗುತ್ತಾನಂತೆ. ನಿನ್ನಂಥ ಒಂದು ರತ್ನದಿಂದ ನಮ್ಮ ಜಾತಿಯ ಅಂತಸ್ತು ಏರಿತು.'

ಕರ್ಣನಿಗೆ ಹೆಮ್ಮೆ ಎನ್ನಿಸುತ್ತದೆ. ತಿರಸ್ಕಾರವೆನ್ನಿಸುತ್ತದೆ. ಸೂತನು ಸೇನಾಪತಿಯಾದರೆ ನಾವು ನಮ್ಮನಮ್ಮ ಊರುಗಳಿಗೆ ಹೋಗಿಬಿಡುತ್ತೇವೆಂದು ಹೇಗೆ ಹಟ ಹಿಡಿದರು! ದುರ್ಯೋಧನ ಉಪಾಯವಾಗಿ ಮನವೊಲಿಸದಿದ್ದರೆ ಹೋಗಿಯೇಬಿಡುತ್ತಿದ್ದರೇನೋ? 'ನಾನು ಈ

ಸೂತನಿಗೆ ಸೂತನಾಗಲೇನು? ಮದ್ರರಾಜನೆಂದರೆ ಏನಂತ ತಿಳಿದೆ?' ಎಷ್ಟು ಗಟ್ಟಿಯಾಗಿ ಕೂಗಿದ ಮುದುಕ! ಸೂತನೆಂದರೆ ಕಾಳಗದ ಸೂತ್ರಧಾರ. ಅದು ಕೀಳು ಕೆಲಸ ಎಂದೇಕೆ ಭಾವಿಸುವೆ ಮಾವ? ದುರ್ಯೋಧನ ಮಹಾರಾಜನ ಉಪಾಯವೇ ಉಪಾಯ.

'ಮಹಾರಾಜ, ನೀನು ಈಗ ಮಲಗಿ ನಿದ್ರಿಸು. ನಾಳೆ ನಿನ್ನ ಮೂರೂ ಮಕ್ಕಳ ಸಾವಿನ ಸೇಡು ತೀರಿಸಬೇಕು.'

ಚೈತ್ಯ ಬಾಗಿಲು ಓರೆಮಾಡಿಕೊಂಡು ಹೊರಗೆ ಹೋಗಿ ಬಾಗಿಲು ಮುಚ್ಚುತ್ತಾನೆ. ಬೆಚ್ಚಗಾಗುತ್ತದೆ. ಸುಷೇಣ ಎಷ್ಟು ದುಂಡಗೆ ಲಕ್ಷಣವಾಗಿದ್ದ ಮಗುವಿನಲ್ಲಿ! ಅಮ್ಮ ಅಪ್ಪ ಒಂದು ನಿಮಿಷವೂ ಬಿಡದೆ ಒಬ್ಬರಿಂದೊಬ್ಬರು ಕಿತ್ತುಕೊಂಡು ತಬ್ಬಿ ಮುದ್ದಿಸುತ್ತಿದ್ದರಲ್ಲ. ಬೆಳೆದು ಹಟ ಮಾಡುತ್ತಿದ್ದಾಗ ನಾನು ಚುರುಕಾಗಿ ಏಟು ಕೊಟ್ಟು, ಪ್ರಾಯದ ಕೊಬ್ಬಿನಲ್ಲಿ ಮೊದಲಿನ ಮಕ್ಕಳನ್ನು ಸರಿಯಾಗಿ ರಮಿಸುವ ತಾಳ್ಮೆ ಯಾವ ಅಪ್ಪನಿಗಿರುತ್ತದೆ! ಚಿತ್ರಸೇನ ಸುಶರ್ಮರಂತೆ ಅವನನ್ನು ಮುದ್ದಿಸಲೇ ಇಲ್ಲ ನಾನು. ಆದರೂ ತಂದೆ ಎಂದರೆ ಎಷ್ಟು ಒದ್ದುಕೊಳ್ಳುತ್ತಿದ್ದ. ಅರ್ಜುನ, ನಾಳೆ ಸಮಗ್ರೈಕಾಳಗವನ್ನೇ ಮಾಡುತ್ತೇನೆ. ನಿಮ್ಮಮ್ಮ, ನಿನ್ನ ಸೂತ ಕೃಷ್ಣನು ಹಾಕಿಕೊಟ್ಟಿರುವ ರಕ್ಷೆಯನ್ನು ಇಲ್ಲವಾಗಿಸುತ್ತೇನೆ ಎಂದು ತನ್ನಲ್ಲಿ ತಾನೇ ಹತ್ತು ಬಾರಿ ಹೇಳಿಕೊಳ್ಳುವಾಗ ನಿದ್ದೆ ಎಳೆಯುತ್ತಿರುವುದು ಅರಿವಿಗೆ ಬಂದು ಸಮಾಧಾನ ಕಾಣುತ್ತದೆ. ನಿದ್ದೆಯೂ ಬರುತ್ತದೆ.

ಸ್ವಲ್ಪ ಹೊತ್ತಿನನಂತರ ಒಂದು ಕನಸು. ಸುಷೇಣ, ಚಿತ್ರಸೇನ, ಸುಶರ್ಮರೆಲ್ಲ ಸೂರ್ಯ ಮಂಡಲವನ್ನು ಸೇರಿದ್ದಾರೆ. ಬೆಳಕಿನ ಹಿತವಾದ ಕಿರಣಮಂಡಲ. ಕೆಳಗೆ ಅಗಲವಾದ ನದಿಯ ನೀರು. ದುಂಡನೆಯ ಹರಿಗೋಲು. ಕಿರಣಮಂಡಲದ ಒಂದು ಭಾಗವೇ ಮುದ್ದು ಮಗುವಾಗಿ ರೂಪುಗೊಂಡು ಬಂದು ಹರಿಗೋಲಿನ ಮೇಲೆ ಹಗುರಾಗಿ ಇಳಿಯುತ್ತದೆ. ನದಿಯ ಒಳಗಿನಿಂದ ಪ್ರವಾಹವು ಉಕ್ಕಿ ನೂಕಿದಂತೆ ಎದ್ದು ತಲೆತುಂಬ ಸುಯ್ಯನೆ ತುಂಬಿಕೊಂಡು ದಢಕ್ಕನೆ ಎಚ್ಚರವಾಗುತ್ತದೆ. ತುಟಿಯ ಕೋರೆಗಳಲ್ಲಿ ಅಂಟು ಅಂಟು ಅಸಹ್ಯ. ಗಕ್ಕನೆ ಕಣ್ಣುಬಿಟ್ಟು ನೋಡುತ್ತಾನೆ. ದೀಪ ಆರಿದೆ. ಗಾಳಿಗೋ, ಎಣ್ಣೆ ತೀರಿದ್ದಕ್ಕೋ! ಜೊತೆಗೇ ಹೊಟ್ಟೆಯಲ್ಲಿ ಸಂಕಟ. ನಿದ್ದೆ ಬರಲೆಂದು ಬಹಳ ಪ್ರಯತ್ನಪಟ್ಟು ತರಿಸಿದ ಈ ಸುರೆಯೇ ನಿದ್ರೆಗೆ ಮಾರಕವಾಗಿದೆ ಎನ್ನಿಸುತ್ತದೆ. ಇಲ್ಲದಿದ್ದರೂ ನಿದ್ರೆಬರುತ್ತಿರಲಿಲ್ಲವೆಂದು ಮನಸ್ಸಿನ ಒಂದು ಮೂಲೆಯು ಹೇಳುತ್ತಿರುವಾಗ ಮಲಗಲು ಕಷ್ಟವೆನ್ನಿಸುವಷ್ಟು ಇರಿಸುಮುರಿಸು. ಚೈತ್ಯ ಸುಷೇಣನನ್ನು ಎತ್ತಿ ಆಡಿಸಿದ್ದವನು. ಚಿತ್ರಸೇನ ಸುಶರ್ಮರನ್ನೂ ಲಾಲಿಸಿದ್ದ ಎಂಬ ನೆನಪು ಬರುತ್ತದೆ. ಕರ್ಣ ಎದ್ದು ಹೊರಗೆ ಹೋಗುತ್ತಾನೆ ಜಲಬಾಧೆ ತೀರಿಸಲು. ಕಂಬಳಿ ಹೊದೆದ ಚೈತ್ಯ ಎಚ್ಚರವಾಗಿದ್ದಾನೆ. ಅಂದರೆ ಗುಡಿಸಿಲಿನಲ್ಲಿ ಎಣ್ಣೆ ಇಲ್ಲ. ಕತ್ತಲಿನಲ್ಲೇ ಮಲಗಿ, ನಾಯಿಯನ್ನು ಸ್ವಲ್ಪ ತಳ್ಳಿ ಕಂಬಳಿ ಹೊದೆದು ಮಲಗುತ್ತಾನೆ. ಸಂಕಟ ಮೊದಲಿನಂತೆಯೇ ಇದೆ. ಹೊಟ್ಟೆಯಲ್ಲಿ ಮಾತ್ರವಲ್ಲ, ಎದೆ ತಲೆಬುರುಡೆಗಳಲ್ಲೂ ಸಂಕಟವು ತುಂಬಿ ಮರಳುತ್ತಿದೆ. ನಿದ್ದೆಯಂತೂ ಬರುವುದಿಲ್ಲ. ಇದ್ದಕ್ಕಿದ್ದಂತೆಯೇ ಒಂದು ಯೋಚನೆ ಬರುತ್ತದೆ. ಚೈತ್ಯನನ್ನು ಒಳಗೆ ಕರೆದು ಯಾರ ಕೈಲೂ ಹೇಳುವುದಿಲ್ಲವೆಂದು

ಕೈಮುಟ್ಟಿ ಭಾಷೆ ತೆಗೆದುಕೊಂಡು ಅವನ ಕೈಲಿ ಎಲ್ಲವನ್ನೂ ಹೇಳಿಬಿಟ್ಟರೆ! ತನ್ನ ಹುಟ್ಟು ಹಾಗಲ್ಲ, ಹೀಗೆ, ಕುಂತಿಯೇ ಬಂದು ಹೀಗೆ ಕೇಳಿದಳು. ಈಗ ಆಗುತ್ತಿರುವುದು ಅಸಮಕಾಳಗ. ಅರ್ಜುನನಿಗೆ ಗೊತ್ತಿಲ್ಲ. ತನಗೆ ಗೊತ್ತಿದೆ. ಇದನ್ನು ಅವನಿಗೆ ತಿಳಿಯಪಡಿಸುವುದು ಕುಂತಿಗೆ ಬೇಡವಾಗಿದೆ. ಇಲ್ಲದಿದ್ದರೆ ಅವಳೇ ತಿಳಿಸುತ್ತಿದ್ದಳು. ಆದ್ದರಿಂದ ನಾನು ಹೇಳುವಂತಿಲ್ಲ. ಅವನು ನನ್ನ ಮಕ್ಕಳನ್ನು ಗುರಿ ಇಟ್ಟು ಕೊಲ್ಲುತ್ತಿದ್ದಾನೆ, ನನ್ನನ್ನು ಕೆರಳಿಸಲೆಂದು ಅಥವಾ ಸಭೆಯಲ್ಲಿ ದ್ರೌಪದಿಯ ಬಗೆಗೆ ಅಪಮಾನದ ಮಾತನಾಡಿದೆನೆಂದು. ಅಥವಾ ನಾನು ದುರ್ಯೋಧನನ ಬಲಗೈ ಎಂದು. ನೀನು ಯಾರಿಗೂ ಹೇಳಬೇಡ ಎಂದರೆ? ಎಲ್ಲವನ್ನೂ ಹೇಳಿಕೊಳ್ಳುವ ಪರಿಕ್ರಮದಲ್ಲಿಯೇ ಸಂಕಟವು ಹದಕ್ಕೆ ಬರುವುದೆಂಬ ನಿರೀಕ್ಷೆ. ನಾಳಿನ ಯುದ್ಧದಲ್ಲಿ ಅವನು ಸಾಯುತ್ತಾನೆ ಅಥವಾ ನಾನು ಸಾಯುವೆ, ಅಸಮಯುದ್ಧದಲ್ಲಿ ಅವನು ಸಾಯುವನೆ? ನಾಳೆ ಸಂಜೆಯತನಕ ಚೈತ್ಯನು ಯಾರ ಕೈಲೂ ಹೇಳದಿದ್ದರೆ ಸಾಕು. ಅನಂತರ ಬೇಕಾದರೆ, ತಕ್ಷಣ ಎದೆ ಧಸ್ಸೆನ್ನುತ್ತದೆ. ನಾನು ಸತ್ತನಂತರ ಕರ್ಣನು ಈ ಕಾರಣಕ್ಕಾಗಿಯೇ ಸೋತುಸತ್ತನೆಂದು ದುರ್ಯೋಧನನಿಗೆ ತಿಳಿದರೆ! ಎದೆಯೊಳಗೆ ಧುಸ್ಸಧುಸ್ಸಧುಸ್ಸೆಂದು ಹೊಡೆದುಕೊಳ್ಳುವುದು ತನಗೇ ಕೇಳುತ್ತಿದೆ. ಬೇಡವೆಂದು ಹೊರಳಿ ಮಲಗುತ್ತಾನೆ. ಸ್ವಲ್ಪ ಗಾಳಿ ಬೀಸುತ್ತದೆ. ಗುಡಿಸಿಲಿನ ತಟ್ಟಿಗೋಡೆಯ ಸಂದಿನಿಂದ ತಣ್ಣನೆಯ ಗಾಳಿ ಬರುತ್ತದೆ. ಹೊರಗೆ ಎಷ್ಟು ಚಳಿ! ಚೈತ್ಯನ ನೆನಪು ಬರುತ್ತದೆ. ಅವನು ಹೊರಗೇಕೆ ಕೂತು ಕಾಯಬೇಕು? ಒಳಗೇ ಬಂದು ಮಲಗಲಿ ಎಂದು ಕರೆಯುವ ಮನಸ್ಸಾಗುತ್ತದೆ. ಆದರೆ ಸೇನಾಧಿಪತಿಯು ನಿದ್ರಿಸುವಾಗ ಕಾವಲಿರಬೇಕು. ಅಷ್ಟು ದೂರದಲ್ಲಿ ಗುಡಿಸಿಲಿನ ಸುತ್ತ ಇನ್ನೂ ಹಲವರು, ಇಪ್ಪತ್ತು ಮೂವತ್ತು ಮಂದಿ ಕಾವಲು ಕೂತಿರುತ್ತಾರೆಂಬ ನೆನಪು ಬರುತ್ತದೆ. ಕ್ಷತ್ರಿಯರಾಜನನ್ನು ಸಾರಥಿಯಾಗಿ ಮಾಡಿಕೊಂಡು ನಮ್ಮ ಸೂತಕುಲದ ಗೌರವವನ್ನೇ ಎತ್ತಿ ಹಿಡಿದೆ ನೀನು. ನಾನು ಹುಟ್ಟಿನಿಂದ ಸೂತನಲ್ಲವೆಂದು ಹೇಳಿದರೆ ಚೈತ್ಯನ ತಲೆ ಕೆಳಗೆ ಬಾಗುತ್ತದೆ ಎನ್ನಿಸುತ್ತದೆ. ಕರ್ಣ ಮತ್ತೆ ಮಗ್ಗುಲು ಬದಲಿಸುತ್ತಾನೆ. ಬೆಳಗಾಗಲು ಇನ್ನೂ ಎಷ್ಟು ಹೊತ್ತಿದೆಯೋ ಎಂದು ಶಪಿಸುತ್ತಿರುವಾಗ ಮತ್ತೆ ಸಂಕಟ ಕಾಣುತ್ತದೆ. ವಾಂತಿಯಾದರೆ ಶಮನವಾದೀತೆಂಬ ಆಶೆ. ಆಗುವುದಿಲ್ಲ. ಹೊರಗೆ ಚೈತ್ಯ ಬಾಗಿಲತಡಿಕೆಯನ್ನು ಒರಗಿ ಕುಳಿತ ಮೃದು ಸಪ್ಪಳ. ನನ್ನ ಅಪ್ಪ, ಅಮ್ಮ, ಇಬ್ಬರೂ ನನ್ನ ಹುಟ್ಟನ್ನು ಒಮ್ಮೆಯೂ ಬಾಯಿಬಿಟ್ಟು ಹೇಳಲಿಲ್ಲ. ಕುಂತಿಗೆ ಭಾಷೆ ಕೊಟ್ಟಿದ್ದರಿಂದಲೋ ಏನೋ. ಹೊಟ್ಟೆಯಲ್ಲಿಟ್ಟುಕೊಂಡೇ ಸತ್ತರು. ನಾನು ಕೂಡ ಅವರಂತೆಯೇ ಮಾಡಬೇಕು ಎಂದುಕೊಳ್ಳುವಾಗ ನಾಯಿ ಎದ್ದ ಸಪ್ಪಳವಾಗುತ್ತದೆ. ಎರಡು ಜೋಲು ಕಿವಿಗಳೂ ಕೆನ್ನೆಗೆ ಬಡಿದು ಪಟಪಟಪಟನೆ ಸದ್ದಾಗುವಂತೆ ತಲೆಯನ್ನು ಕೊಡವಿಕೊಳ್ಳುತ್ತದೆ. ಏನನ್ನು ಕೊಡವಿ ಕೊಂಡಿತು ಅದು, ಎಂಬ ಕುತೂಹಲ ಹುಟ್ಟುತ್ತದೆ. ಅದರ ಸ್ವಭಾವವೇ ಹಾಗೆ, ಸುಮ್ಮಸುಮ್ಮನೆ ಕೊಡವಿಕೊಂಡಂತೆ ಮಾಡುತ್ತದೆ. ಏನೂ ಬಿದ್ದುಹೋಗಿರುವುದಿಲ್ಲ. ಬೇಡದ್ದನ್ನು ಕೊಡವಿ ಹಾಕಿರುವೆನೆಂಬ ನೆಮ್ಮದಿಯಿಂದ ಮತ್ತೆ ಕಂಬಳಿಯ ಹತ್ತಿರಕ್ಕೆ ಬಂದು ಮಲಗುತ್ತದೆ ತಲೆ ಯನ್ನು ಕೆಳಹೊಟ್ಟೆಗೆ ಒತ್ತಿಕೊಟ್ಟು.

"…..ಮತ್ತೆ ನಿನ್ನ ಹತ್ತು ಜನ ಮಕ್ಕಳ ಶಿರವನ್ನು ಕತ್ತರಿಸಿ ನಮ್ಮ ಸೇನೆಯ ನಡುವೆ ಬೀಳುವಂತೆ ಎಸೆದನಂತರ, ಇದುವರೆಗೆ ಎಷ್ಟು ತಲೆಗಳಾದುವೋ ನನಗೆ ಸರಿಯಾಗಿ ನೆನಪಿಲ್ಲ. ಅವನು ತನ್ನ ದಳದೊಡನೆ ದುಶ್ಶಾಸನನ ಮೇಲೆ ಬಿದ್ದ. ವಾಸ್ತವವಾಗಿ ಹೀಗೆ ಒಂದಾದಮೇಲೆ ಒಂದರಂತೆ ತಮ್ಮ ಸೇನೆಯ ಮಧ್ಯೆ ತಲೆಗಳು ಬಂದು ಬೀಳುವುದನ್ನು ಕಂಡ ದುಶ್ಶಾಸನನ ಪೌರುಷವು ಕೆರಳಿ ಅವನೇ ತನ್ನ ದಳದೊಡನೆ ಭೀಮನ ದಳದ ಮೇಲೆ ಬಿದ್ದು ಸೆಣೆಸಿದ. ದಳದೊಡನೆ ಬಂದು ದಳವಿಲ್ಲದ ಸಾಮಾನ್ಯ ಸೈನಿಕರಾದ ಈ ನಮ್ಮ ತಮ್ಮಂದಿರನ್ನು ಕೊಂದು ಎಣಿಕೆಯನ್ನು ಹೆಚ್ಚಿಸಿಕೊಳ್ಳಲು ನಾಚಿಕೆಯಾಗುವುದಿಲ್ಲವೇನೋ ದನವೇ ಎಂದು ಕೂಗಿ ಗರ್ಜಿಸಿದ ತಕ್ಷಣ ಭೀಮ ಇತ್ತ ತಿರುಗಿದ. ನಾವು ಕಾಡಿಗೆ ಹೊರಟಾಗ ನೀನು ದನದನ ಎಂದು ಕೂಗುತ್ತಾ ಕುಣಿದದ್ದು ಈಗ ನೆನಪಾಯಿತು ಎಂದು ಉತ್ತರಿಸಿದ ನಂತರ ಭೀಮ ತನ್ನ ದಳದೊಡನೆ ಕಾಯಲು ಮೊದಲುಮಾಡಿದ. ದುಶ್ಶಾಸನ ಕದನತಂತ್ರದಲ್ಲಿ ತಪ್ಪು ಮಾಡಿದನೆಂದು ನನಗೆ ಅನ್ನಿಸುತ್ತದೆ. ಭೀಮ ಮತ್ತು ಅವನ ದಳವೆಂದರೆ ತಲೆ ಕತ್ತರಿಸಿ ಆಕಾಶದೆತ್ತರದಿಂದ ಸೇನಾಮಧ್ಯಕ್ಕೆ ಎಸೆಯುವುದು ಖಂಡಿತವೆಂಬ ಭಾವನೆ ನಮ್ಮ ಸೈನಿಕರಲ್ಲೆಲ್ಲ ಹುಟ್ಟಿ ಭೀತಿ ನೆಲೆಗಟ್ಟಿತ್ತು. ದುಶ್ಶಾಸನನ ದಳಕ್ಕೂ ಹಾಗೆಯೇ ಆಯಿತು. ಭೀಮನು ಅಬ್ಬರಿಸುತ್ತಾ ನುಗ್ಗುವ, ಅವನಂತೆಯೇ ಅಬ್ಬರಿಸಿ ಮುನ್ನುಗ್ಗಿ ಬಳಸುವ ಅವನ ದಳದ ರಭಸಕ್ಕೆ ದುಶ್ಶಾಸನನ ದಳವು ಚದುರಿಹೋಯಿತು. ದುಶ್ಶಾಸನನೊಬ್ಬನೇ ಸಿಕ್ಕಿಬಿದ್ದ. ಸುತ್ತ ಭೀಮದಳ. ನೇರವಾಗಿ ನುಗ್ಗಿಬಂದ ಭೀಮರಭಸ ಮತ್ತು ತಾನು ಒಂಟಿಯಾಗಿ ಸಿಕ್ಕಿಕೊಂಡ ಪರಿಸ್ಥಿತಿಗೆ ದುಶ್ಶಾಸನ ದಿಕ್ಕುಗೆಟ್ಟವನಂತೆ ನಿಂತುಬಿಟ್ಟ. ಹತ್ತಿರ ಬಂದ ಭೀಮ ತನ್ನ ಕತ್ತಿಯಿಂದ ಅವನ ಬಲಗೈಗೆ ಒಂದೇಟು ತಿವಿದು ಅವನ ಕತ್ತಿಯನ್ನು ಕೆಳಕ್ಕೆ ಬೀಳಿಸಿದನಂತರ ಬಾಗಿ ಸೊಂಟಕ್ಕೆ ಕೈಹಾಕಿ ಇಡೀ ಕಾಯವನ್ನು ನದೀದಡದಲ್ಲಿ ಬಟ್ಟೆ ಒಗೆಯುವವರು ಮೇಲೆ ಎತ್ತುವಂತೆ ಎತ್ತಿ ಹತ್ತಿಪ್ಪತ್ತು ಸುತ್ತು ಅಪ್ಪಾಳೆ ತಿರುಗಿದ. ಆ ರಭಸಕ್ಕೇ ಉಸಿರುಕಟ್ಟಿ ಸಾಯಲಿ ಎಂಬಂತೆ. ಭೀಮದಳದವರೆಲ್ಲ ದೂರದೂರ ಹೋಗಿ ಅಲ್ಲಿ ದೊಡ್ಡ ಖಾಲಿ ಬಯಲನ್ನೇ ಮಾಡಿಕೊಟ್ಟರು ಆಟ ನೋಡಲು ಸಹಕರಿಸುವ ಪ್ರೇಕ್ಷಕರಂತೆ. ಅನಂತರ ತಕ್ಷಣ ದುಶ್ಶಾಸನನನ್ನು ಕೆಳಗೆ ಇಳಿಸಿ ಅಂಗಾತ ಮಲಗಿಸಿ, 'ಲೋ ನಿನ್ನ ಎದೆಯ ರಕ್ತ ಕುಡಿದು ಸೇಡುತೀರಿಸಿಕೊಳ್ಳುವೆ ಅಂತ ನಾನು ಶಪಥ ಮಾಡಿದ್ದೆ. ಈಗ ಪೂರೈಸಿಕೊಳ್ಳುತ್ತೀನಿ ನೋಡು.' ಎಂದು ಬಲಗೈ ಮುಷ್ಟಿಮಾಡಿಕೊಂಡು ಅವನ ಎಡ ಎದೆಯ ನಡುಭಾಗದ ಮೇಲೆ ಒಂದೇಟು ಗುದ್ದಿದ ಜೋರಿಗೆ ಮೂಳೆಗಳು ಲಟಲಟಿಗುಟ್ಟಿದ ಸದ್ದಾಯಿತು. ಕವಚ ಒಳಅಂಗಿಗಳನ್ನು ಹರಿದು ಬಿಸುಟು ಇನ್ನೊಂದು ಏಟು ಹಾಕುವ ಮೊದಲೇ ದುಶ್ಶಾಸನನ ಚಲನೆ ನಿಂತುಹೋಗಿತ್ತು. ಒಳಗಿನಿಂದ ರಕ್ತ ಒಸರಿತು. ಉಕ್ಕಿ ಬಂತು. ಉಕ್ಕಿ ಬಂತು ಕೆಂಪುರಕ್ತ. ಸುತ್ತ ನಿಂತ ಭೀಮದಳ. ಇತ್ತ ದೂರದಲ್ಲಿದ್ದ ಕರ್ಣನ ದೃಷ್ಟಿ ಆ ಕಡೆಗೆ ಹರಿಯಿತು. ಅಲ್ಲೆಲ್ಲೋ ಇದ್ದ ದುರ್ಯೋಧನನೂ ಅತ್ತ ತಿರುಗಿ ನೋಡಿದ.

ಸೈನಿಕರೆಲ್ಲ ಅತ್ತ ದೃಷ್ಟಿ ಹರಿಸಿದರು. ನಾನಂತೂ ಒಂದು ರಥದ ತಲೆಯ ಮೇಲೆ ಹತ್ತಿ ನೋಡತೊಡಗಿದೆ. ಎದೆಯಿಂದ ಉಕ್ಕಿ ಹರಿಯುವ ಕೆಂಪುರಕ್ತವನ್ನು ಎರಡೂ ಕೈಗಳಿಂದಲೂ ಬಳಿದುಕೊಂಡು ಭೀಮ ಮೂರು ಬಾರಿ ನೆಕ್ಕಿ ಚೀಪಿದ. ಬಿಸಿರಕ್ತದ ಉಪ್ಪುರುಚಿಗೋ ಏನೋ ಅವನ ಮುಖದಲ್ಲಿ ಅಸಹ್ಯ ಕಂಡಿತು. ಮೀಸೆ ಕೆನ್ನೆ ಗದ್ದ ತುಟಿಗಳೆಲ್ಲ ಕೆಂಪುರಕ್ತ ಬಳಿದುಕೊಂಡು ಕರಾಳ ಭಯಂಕರವಾಯಿತು. ಬಿಡಿಸಿಕೋ ಬಾರೋ ದುರ್ಯೋಧನ, ಬಿಡಿಸಿಕೋ ಬಾರೋ ಕರ್ಣ, ಶಕುನಿ, ಕೃತವರ್ಮ, ಅಶ್ವತ್ಥಾಮ, ಬನ್ನಿ ಬಿಡಿಸಿಕೊಳ್ಳಿ ಎಂದು ರಕ್ತ ಬಳಿದ ಮುಖದಲ್ಲಿ ಅವನು ಕೂಗಿದ ದೃಶ್ಯದಿಂದ ಎಲ್ಲರಲ್ಲೂ ನಡುಕ ಹುಟ್ಟಿತು. ಭೀಮನು ದುಶ್ಶಾಸನನ ತಲೆಯನ್ನು ಕತ್ತರಿಸಿ ಆಕಾಶದಿಂದ ನಮ್ಮ ಸೇನೆಯ ಮಧ್ಯಕ್ಕೆ ಎಸೆಯಲಿಲ್ಲ. ಅದೊಂದೇ ತಲೆ ಎಂದು ಕಾಣುತ್ತದೆ ಅವನು ಹಾಗೆ ಮಾಡದಿದ್ದುದು. ಅನಂತರ ತಕ್ಷಣ ಮೇಲೆ ಎದ್ದು ತನ್ನ ಕತ್ತಿ ಹಿಡಿದು ತನ್ನ ದಳದವರಿಗೆಲ್ಲ ಸನ್ನೆಮಾಡಿದ. ಅವರೆಲ್ಲ ಓಡಿಬಂದು ಅವನ ಎಡಬಲಗಳಲ್ಲಿ ಯುದ್ಧಸ್ಥಿತಿಯಲ್ಲಿ ಸೇರಿಕೊಂಡ ನಂತರ ನೇರವಾಗಿ ದುರ್ಯೋಧನನ ಸೈನ್ಯದ ಮೇಲೆ ನುಗ್ಗಿದ. ಕರ್ಣನ ಮೇಲೆ ಅರ್ಜುನ ಮಾತ್ರವೇ ಕಾಯುವುದೆಂದು ಅವರು ನಿಶ್ಚಯಿಸಿಕೊಂಡಂತೆ ಕಾಣುತ್ತಿತ್ತು. ಭೀಮನು ದುಶ್ಶಾಸನನ ರಕ್ತ ಕುಡಿದುದನ್ನು ನೋಡುತ್ತಾ ನಿಂತಿದ್ದ ದುರ್ಯೋಧನನ ದಳದ ಸೈನಿಕರೆಲ್ಲ ನಡುಗಿಬಿಟ್ಟರು. ಜೊತೆಗೆ ತುಟಿ, ಗಲ್ಲ, ಕೆನ್ನೆಗಳಲ್ಲೆಲ್ಲ ಮೆತ್ತಿಕೊಂಡ ಹುಚ್ಚುಕೆಂಪುರಕ್ತ. ಯಾರೂ ಯುದ್ಧ ಮಾಡಲಿಲ್ಲ. ಅಯ್ಯಯ್ಯೋ ರಾಕ್ಷಸ ಬಂದ, ಅಯ್ಯಯ್ಯೋ ರಾಕ್ಷಸ, ಎಂದು ಕಿರುಚಿಕೊಳ್ಳುತ್ತಾ ಚದುರಿ ಓಡುವ ಗಡಿಬಿಡಿಯಲ್ಲಿ ತೊಡರಿ ಅವರು ಒಬ್ಬರ ಮೇಲೊಬ್ಬರು ಬಿದ್ದರು. ಮನುಷ್ಯರಕ್ತವನ್ನು ಕುಡಿದ ಭೀಮನೆಂದರೆ ಮನುಷ್ಯನಲ್ಲ ರಾಕ್ಷಸನೆಂದು ಎಲ್ಲರೂ ತೀರ್ಮಾನಿಸಿದರು. ಘಟೋತ್ಕಚನು ಆ ರಾತ್ರಿ ಸೃಷ್ಟಿಸಿದ ಕರಾಳತೆಯ ಹತ್ತು ಪಟ್ಟು ನೂರು ಪಟ್ಟು ಉಂಟಾಯಿತು. ದುರ್ಯೋಧನ ಕೂಡ ಬೇರೆ ದಾರಿ ಕಾಣದೆ ಓಡಿ ಹೋದ. ರಥದ ಮೇಲುಮುಚ್ಚಳದ ಮೇಲೆ ಹತ್ತಿ ನಿನಗೆ ವರದಿ ಮಾಡಲೆಂದು ದೃಶ್ಯವನ್ನು ನೋಡುತ್ತಿದ್ದ ನಾನು ಸರಸರನೆ ಇಳಿದು ಧುಮುಕಿ ಓಡಿ ಜೀವ ಉಳಿಸಿಕೊಳ್ಳದಿದ್ದರೆ ಈಗ ನಿನಗೆ ಇದನ್ನು ಹೇಳುವವರು ಯಾರೂ ಇರುತ್ತಿರಲಿಲ್ಲ.” ಎನ್ನುತ್ತಾ ಸಂಜಯ ಅತ್ತ ನೋಡಿದ.

ಹಣತೆಯ ಮಂಕು ಬೆಳಕಿನಲ್ಲಿ ಇದುವರೆಗೂ ಅವನ ದೃಷ್ಟಿ ಗಾಂಧಾರಿಯ ಕಡೆಗೆ ತಿರುಗಿರಲಿಲ್ಲ. ಕೇಳುತ್ತಾ ನಡುವೆ ಅವಳು ಮಲಗಿಬಿಟ್ಟಿದ್ದಳು. ಅವಳಿಗೆ ಪ್ರಜ್ಞೆ ತಪ್ಪಿರಬಹುದೇ ಎಂಬ ಆತಂಕದಿಂದ ಅವನು ಎದ್ದು ಹತ್ತಿರ ಹೋಗಿ ಕೈ ಹಿಡಿದು ಅಲುಗಿಸಿ, ‘ದೇವಿ, ಮಹಾರಾಣೀ, ಎಚ್ಚರವಾಗಿರುವೆಯಾ?’ ಎಂದ. ಕಂಬ ಒರಗಿ ಕುಳಿತಿದ್ದ ವಿದುರ ಕೂಡ ಎದ್ದು ಬಂದ. ಧೃತರಾಷ್ಟ್ರ ಗೂಟದಂತೆ ಕುಳಿತಿದ್ದ.

ಗಾಂಧಾರಿ ತಕ್ಷಣ ಮಾತನಾಡಲಿಲ್ಲ. ಆದರೆ ಕೈ ಕಾಲು ಆಡಿಸಿದಳು. ಉಳಿದವರಿಗೆ ಹಗುರವೆನ್ನಿಸಿತು. ಸ್ವಲ್ಪ ಹೊತ್ತಿನನಂತರ ಕಿರುಚಿಕೊಂಡಳು: ‘ಅಯ್ಯೋ ನನ್ನ ದುರ್ಯೋಧನನ ತೊಡೆ ಮುರಿದು ಹಾಕಿದ ಪಾಪೀ.’

'ದೇವಿ, ಮಹಾರಾಣಿ, ಯಾಕೆ ಹಾಗೆ ಕಿರುಚಿಕೊಂಡೇ? ಕರ್ಣ ಸತ್ತನಂತರ ಏನಾಯಿತೆಂದು ನನಗೂ ಗೊತ್ತಿಲ್ಲ. ನಾನು ಅಲ್ಲಿಂದ ಹೊರಟಾಗ ದುರ್ಯೋಧನ ಮಹಾರಾಜ ಕ್ಷೇಮವಾಗಿಯೇ ಇದ್ದ.'

ಅವಳು ತಕ್ಷಣ ಮಾತನಾಡಲಿಲ್ಲ. ಸಂಜಯ ಮತ್ತೆ ಭುಜ ಹಿಡಿದು ಅಲುಗಿಸಿದನಂತರ ನಿಧಾನವಾಗಿ, 'ಭೀಮ ತೀರಿಸಿಕೊಳ್ಳಬೇಕಾದ ಶಪಥ ಅದೊಂದೇ ಅಲ್ಲವೆ?' ಎಂದು ಕನವರಿಸಿದಳು.

'.....ಯಾಕೆ ಗುರುತು ಸಿಕ್ಕುವುದಿಲ್ಲ? ಅಷ್ಟು ಉದ್ದವಾದ ತೋಳುಗಳು ಈ ಭೂಮಂಡಲದಲ್ಲಿ ಯಾರಿಗಿವೆ? ಅಗಲವಾದ ತುಂಬು ಮುಖ,' ಕುಂತಿ ಭಾರವಾದ ಗಂಟಲಿನಿಂದ ಮಾತನಾಡಿದಳು. ಕೆಳಗೆ ನದಿ ಹರಿಯುವ ಸದ್ದು ಮೇಲಿನ ಮನೆಯ ಕೋಣೆಗೆ ತುಂಬಿಕೊಳ್ಳುತ್ತಿತ್ತು. ಹಣತೆಯ ಬೆಳಕಿನಲ್ಲಿ ವಿದುರ ಕುಂತಿಯ ಮುಖವನ್ನೇ ದಿಟ್ಟಿಸುತ್ತಿದ್ದ. ಕರ್ಣನದು ಕುಂತಿಯ ಪ್ರತಿರೂಪವೆಂದು ಈಗ ಮನಸ್ಸಿನಲ್ಲಿ ಕಟ್ಟಿರುವ ಚಿತ್ರವು ಈ ಹಿಂದೆ ಯಾಕೆ ಒಮ್ಮೆಯೂ ಹೊಳೆಯಲಿಲ್ಲ? ನನಗೆ ಮಾತ್ರವಲ್ಲ ಯಾರಿಗೂ ಎಂಬ ಆಶ್ಚರ್ಯ ವಿಷಾದಗಳು ಅವನ ಅಂತರಂಗವನ್ನು ತುಂಬಿಕೊಂಡಿದ್ದವು. ಊಹಿಸಲೂ ಅಸಾಧ್ಯವಾದುದು ಹೊಳೆಯುವುದಾದರೂ ಹೇಗೆ ಎಂದು ಮನಸ್ಸು ತನಗೆ ತಾನೇ ಪರಿಹಾರ ಹೇಳಿಕೊಳ್ಳುತ್ತಿರುವಾಗ ಕುಂತಿ, 'ತಾಯಿಯಾಗಿ ಜಾತಸಂಸ್ಕಾರವನ್ನಂತೂ ಮಾಡಲಿಲ್ಲ. ಶವಸಂಸ್ಕಾರವನ್ನಾದರೂ.....' ಮಾತನ್ನು ಅರ್ಧಕ್ಕೇ ಕಬಳಿಸಿಕೊಂಡು ಅಳು ಉಕ್ಕಿತು. ಆದರೆ ಅವಳು ಅದನ್ನು ಪೂರ್ತಿಯಾಗಿ ಹೊರಕ್ಕೆ ಬಿಡಲಿಲ್ಲ. ಮೆಟ್ಟಿ ಹಿಡಿದು ಗಂಭೀರಳಾದಳು.

ಆ ರಾತ್ರಿಯ ಉಳಿದ ಭಾಗದಲ್ಲಿ ವಿದುರನೂ ನಿದ್ರಿಸಲಿಲ್ಲ. ಸುದ್ದಿ ತಿಳಿಯದ ಮನೆಯ ಉಳಿದವರೆಲ್ಲ ಬೆಚ್ಚಗೆ ಹೊದೆದು ನಿದ್ರೆಮಾಡುತ್ತಿರುವಾಗ, ಕುಂತಿ, ವಿದುರ, ಇಬ್ಬರೂ ಜಗುಲಿಯ ಅವನ ಕೋಣೆಯಲ್ಲಿ ಮೌನವಾಗಿ ಕುಳಿತಿದ್ದರು. ಕೆಳಗೆ ಹರಿಯುವ ಸುಂಯ್‌ಕಾರ. ಆಗಾಗ್ಗೆ ವಿದುರನೇ ಎಣ್ಣೆ ಹಾಕುತ್ತಿದ್ದ ಹಣತೆಯು ಅವರೊಡನೆ ಎಚ್ಚರದಿಂದಿತ್ತು.

ವಿದುರನ ರಥವನ್ನು ಹೂಡಿಕೊಂಡು ಬೆಳಗ್ಗೆ ಅವರಿಬ್ಬರೂ ಹೊರಟರು. ನೆನ್ನೆ ಕರ್ಣ ಮಡಿದ ಖಚಿತವಾದ ಜಾಗ ತಿಳಿದಿದ್ದ ಸಂಜಯನನ್ನು ಚಾಲಕನಾಗಿ ಕೂರಿಸಿದರು. ಚಳಿಗಾಲದ ಸೂರ್ಯ ಹುಟ್ಟುವ ಮೊದಲೇ ಅವರು ಎರಡು ಘಳಿಗೆಯ ಹಾದಿ ಉರುಳಿಸಿದ್ದರು. ಅತ್ಯಂತ ಆಶ್ಚರ್ಯವಾಗಿದ್ದುದು ವಿದುರನಿಗೆ. ರಥ ನಡೆಸುವ ಸಂಜಯನಿಗೂ. ಯುದ್ಧಾರಂಭದಿಂದ ಸಾಯುವತನಕ ಕರ್ಣನ ವರ್ತನೆಯನ್ನು ಇಬ್ಬರೂ ತಮ್ಮದೇ ಆದ ಬೇರೆ ಬೇರೆ ರೀತಿಗಳಲ್ಲಿ ಅರ್ಥಮಾಡಿಕೊಳ್ಳುತ್ತಿದ್ದರು. ಭೀಷ್ಮರು ಅಪಮಾನಗೊಳಿಸಿದರು ಎಂಬ ಕಾರಣಕ್ಕಾಗಿ ಕರ್ಣನು ಹತ್ತುದಿನ ಬಿಲ್ಲು ಹಿಡಿಯದೆ ಹಿಂದೆ ಹೋಗಿ ಕುಳಿತಿದ್ದನೆ? ಎಂಬ ಪ್ರಶ್ನೆ ವಿದುರನನ್ನು ಕಾಡುತ್ತಿದ್ದರೆ, ಕೊನೆಯ ಯುದ್ಧದಲ್ಲಿ ಕರ್ಣಮಹಾರಾಜನ

ಗುರಿಯು ತಪ್ಪಿತಪ್ಪಿ ಬೀಳುತ್ತಿದ್ದ ಕಾರಣ ಈಗ ತಿಳಿಯಿತೆಂದು ಸಂಜಯ ಭಾವಿಸಿಕೊಳ್ಳುತ್ತಿದ್ದ. ಕುಂತಿಯ ಮಗನ ಭರವಸೆಯಿಂದ ಕುಂತಿಯ ಐದು ಮಕ್ಕಳ ಮೇಲೆ ಹೂಡಿದ ಯುದ್ಧ, ಅರ್ಥವೇ ಆಗದ ವಿಚಿತ್ರವೆಂದು ಇಬ್ಬರೂ ಒಳಗೇ ಮೂಕರಾಗಿದ್ದರು. ದಾರಿಯ ಉದ್ದಕ್ಕೂ ಅಲ್ಲಲ್ಲಿ ಮುರಿದುಬಿದ್ದ ಯುದ್ಧರಥ ಗಳು, ಯುದ್ಧದಿಂದ ಕದ್ದು ಓಡಿ ಬಂದು ಸುಸ್ತಾಗಿ ಮರಗಿಡಗಳ ಬದಿಯಲ್ಲಿ ಮಲಗಿ ನರಳುವ ಸಾದಾ ಸೈನಿಕರು.

'ಕುಂತೀ, ಈ ಗುಟ್ಟನ್ನು ಇಷ್ಟು ದಿನ ನೀನೊಬ್ಬಳೇ ಹೇಗೆ ಹೊಟ್ಟೆಯಲ್ಲಡಗಿಸಿಕೊಂಡಿದ್ದೆ?' ವಿದುರ ಕೇಳಿದ.

ಅವಳು ಉತ್ತರ ಹೇಳಲಿಲ್ಲ. ಕಚ್ಚಾದಾರಿಯಲ್ಲಿ ಹೋಗುತ್ತಿದ್ದ ರಥದ ಚಕ್ರಗಳು ಎದ್ದು ಎದ್ದು ಬೀಳುತ್ತಿದ್ದವು. ಕುಂತಿಗೆ ಹೊಟ್ಟೆ ತೊಳಸುವಂತಾಯಿತು. 'ನಾನು ರಥದ ಮೇಲೆ ಕೂತು ಹದಿಮೂರೂವರೆ ವರ್ಷವಾಯಿತಲ್ಲವೆ ಇಂದ್ರಪ್ರಸ್ಥದಿಂದ ಬಂದು ನಿನ್ನ ಮನೆಯನ್ನು ಸೇರಿಕೊಳ್ಳುವಾಗ,' ಎಂದವಳು ಓಡುವ ರಥದ ಪಕ್ಕಕ್ಕೆ ಬಾಗಿ ಒಂದು ಸಲ ವಾಂತಿಮಾಡಿಕೊಂಡಳು. ಸಂಜಯ ಕಡಿವಾಣಗಳನ್ನು ಎಳೆದು ನಿಲ್ಲಿಸಿದ. ವಿದುರ ಬಗ್ಗಿಸಿ ಕೊಟ್ಟ ನೀರಿನಿಂದ ಬಾಯಿ ಮುಕ್ಕಳಿಸಿದ ನಂತರ ಅವಳು ಮುಂದೆ ನಡೆಸುವಂತೆ ಸೂಚಿಸಿದಳು. ನಿಧಾನವಾಗಿ ನಡೆಸುವಂತೆ ವಿದುರ ಹೇಳಿದ.

'ಬೇಗ ಬೇಗ ಹೊಡಿ. ಹದ್ದು ಕಾಗೆಗಳು ಮುಖವನ್ನು ಕುಕ್ಕಿಯಾವು,' ಕುಂತಿ ಅನಾಹುತವಾದೀತು ಎಂಬಷ್ಟು ಗಾಬರಿಯಿಂದ ಬಾಯಿ ಹಾಕಿದಳು. ಚಕ್ರಗಳು ಮೊದಲಿನಂತೆ ವೇಗವಾಗಿ ಹರಿದು ಕುಕ್ಕಾಟ ಶುರುವಾದನಂತರ ತನಗೆ ತಾನೇ ಹೇಳಿಕೊಳ್ಳುವಂತೆ ಎಂದಳು: 'ಅವನು ಅಂದದ್ದೇ ನಿಜ. ಹೇಲು ಉಚ್ಚೆ ಬಳಿದು ಬಾಚಿ ಹಾಲೂಡಿಸಿ ಹೊಡೆದು ಇವರ ಸಲುವಾಗಿ ಅವನನ್ನು ಕೇಳಿದವಳು ಇವರಿಗೆ ಹೇಳಲಿಲ್ಲ. ತಾಯಿಯಾಗಲಿಲ್ಲ. ಅವನು ಮಾತ್ರ ಮಗನಾಗಿಬಿಟ್ಟ.' ರಚನೆ ಇಲ್ಲದ ಈ ಮಾತಿನ ಭಾವ ವಿದುರನಿಗೆ ಆಯಿತು. ಸಂಜಯನಿಗೆ ಒಗಟಾಗಿ ಉಳಿಯಿತು. ಸ್ವಲ್ಪ ದೂರ ಹೋದನಂತರ ಕುಂತಿ ಕೇಳಿದಳು: 'ಅರ್ಜುನನಿಗಿದ್ದ ನಿಖರ ಗುರಿ ಅವನಿಗಿರಲಿಲ್ಲ, ಕೊನೇ ಯುದ್ಧದಲ್ಲಂತೂ ಅವನು ಬಿಟ್ಟ ಬಾಣ ಎತ್ತೆತ್ತಲೋ ಬೀಳುತ್ತಿತ್ತು ಅಂದೆಯಲ್ಲವೆ?'

'ಹೂಂ,' ವಿದುರ ಸಂಜಯನತ್ತ ನೋಡಿದ.

"ಹೌದು. ನನಗೂ ಆಶ್ಚರ್ಯವಾಗಿತ್ತು. ಇಂಥ ವೀರಾಧಿವೀರ ಕರ್ಣಮಹಾರಾಜನ ಕೈಗಳೇಕೆ ಹೀಗೆ ಕೃಷಿಕನು ಮೊದಲ ಸಲ ಬಿಲ್ಲು ಹಿಡಿದಂತೆ ಗುರಿತಪ್ಪುತ್ತಿವೆ ಅಂತ. ಜೊತೆಗೆ ಯುದ್ಧರಂಗಕ್ಕೆ ಹೋಗುವ ಮೊದಲೇ ಅವನ ಸಾರಥಿ ಶಲ್ಯ ಬೇಕೆಂದೇ ಅಪಮಾನ ಮಾಡುವ ಮಾತುಗಳನ್ನಾಡಿಬಿಟ್ಟ, ರಣಯಾತ್ರೆ ಹೊರಡುವವರು ತಮ್ಮ ದಳದ ವೀರೋತ್ಸಾಹವನ್ನು ಹೆಚ್ಚಿಸಲು ಮಾತನಾಡುವುದಿಲ್ಲವೇ, ಹಾಗೆ ಕರ್ಣಮಹಾರಾಜ ಗಟ್ಟಿಯಾಗಿ ಕೂಗತೊಡಗಿದ. ನಡುವೆ ಬಾಣಗಳು ತುಂಬಿದ ಅವನ ರಥದ ಸುತ್ತ ಅದಕ್ಕೆಂದೇ ಹಿಂದಿನ ರಾತ್ರಿ ವಿಶ್ರಾಂತಿ ಪಡೆದು ಚನ್ನಾಗಿ ಉಂಡು ತಿಂದು ಪುಟವಾದ ಕರ್ಣನ ದಳ. ನಮ್ಮ ಸೂತಕೇರಿಯವರೇ ಹೆಚ್ಚು ಜನ. 'ಆ ಕುನ್ನಿ ಅರ್ಜುನ ಎಲ್ಲಿದ್ದಾನೆ ಅವನನ್ನು ನನಗೆ ತೋರಿಸಿದವರಿಗೆ

ನನ್ನ ಮೈಮೇಲಿರುವ ಬಂಗಾರದ ಆಭರಣಗಳನ್ನೆಲ್ಲ ಬಹುಮಾನವಾಗಿ ಕೊಡುವೆ. ಸಾಲದು ಎಂದರೆ ಒಂದು ಊರನ್ನೇ ದಾನವಾಗಿ ಕೊಡಿಸುವೆ. ಇನ್ನೂ ಸಾಲದೆಂದರೆ ಮೇಲೆ ನೂರು ಕರೆಯುವ ಹಸುಗಳು. ಇನ್ನೂ ಸಾಲದೆಂದರೆ ಆಗತಾನೇ ಹದಿನಾರಕ್ಕೆ ಕಾಲಿಟ್ಟು ಋತುಮತಿಯಾದ ನಾಲ್ವರು ಸುಂದರಿ ಹುಡುಗಿಯರು. ಸೈನಿಕರೇ, ಆ ಅರ್ಜುನನಿರುವ ದಿಕ್ಕನ್ನಾದರೂ ಹೇಳಿ.....' ರಥಿಯು ರಣಯಾತ್ರೆಯ ಘೋಷ ಮಾಡುತ್ತಿದ್ದರೆ ಸಾರಥಿಯಾದವನು ಒಂದೊಂದು ವಾಕ್ಯ ಮುಗಿದಾಗಲೂ ಗಟ್ಟಿಯಾಗಿ ಸಾಧುಸಾಧು ಎಂದು ಕೂಗಬೇಕೋ ಬೇಡವೋ? ಆ ಕಪಿ ಶಲ್ಯ ಉತ್ಸಾಹ ಕಡಿಯುವ ಅಡ್ಡಮಾತನ್ನೇ ಆಡಿದ: 'ಕರ್ಣ, ಹುಲಿಯ ಗುಹೆ ತೋರಿಸಿ ಎಂದು ನಾಯಿ ಬೊಗುಳಿದಂತೆ ಸುಮ್ಮನೆ ಬಡಾಯಿಕೊಚ್ಚಬೇಡ. ಸಮಸ್ತ ಕ್ಷತ್ರಿಯರಲ್ಲೇ ಸರಿಸಾಟಿ ಇಲ್ಲದ ಅರ್ಜುನನ ಬಿಲ್ಲುಗಾರಿಕೆ ಎಲ್ಲಿ, ಸೂತನಾಗಿ ಹುಟ್ಟಿ ರಥ ಹೊಡೆಯಲು ಲಾಯಕ್ಕಾದ ನಿನ್ನ ಚಳಕವೆಲ್ಲಿ? ಹುಲಿಯೇ ನಾಯಿಯನ್ನು ಅಟ್ಟಿಕೊಂಡು ಬರುತ್ತೆ ಸುಮ್ಮನಿರು.' ಕರ್ಣಮಹಾರಾಜನ ಉತ್ಸಾಹ ಕಡಿದುಬಿತ್ತು. ಸೂತಜಾತಿಯನ್ನು ಹೀಗೆ ಹೀನಾಯವಾಗಿ ಆಡಿದ್ದಕ್ಕೆ ದಳದ ನಮ್ಮವರಿಗೆ ರೇಗಿತು. ಇಬ್ಬರಂತೂ ಮೇಲೆ ಹತ್ತಿ ಶಲ್ಯನ ಕೈ ತಿರುಚಿಬಿಟ್ಟರು. ಕರ್ಣಮಹಾರಾಜನೇ ಸಮಾಧಾನ ಮಾಡಿ ಅವರನ್ನು ಕೆಳಗೆ ಇಳಿಸಿದ."

'ಶಲ್ಯನೆಂದರೆ ನಮ್ಮ ಮಾದ್ರಿಯ ಅಣ್ಣ ತಾನೆ?'

'ಹೌದು ಅವನೇ. ತಂಗಿಯ ಮಕ್ಕಳನ್ನು ಬಿಟ್ಟು ದುರ್ಯೋಧನನ ಬಲೆಗೆ ಬಿದ್ದ ಅವಿವೇಕಿ,' ವಿದುರ ಸ್ಪಷ್ಟೀಕರಿಸಿದ.

'ಅವನನ್ನು ಸಾರಥಿಯಾಗಿ ಮಾಡಿಕೊಂಡದ್ದೇ ತಪ್ಪಾಯಿತು,' ಸಂಜಯ ಮುಂದುವರಿಸಿದ: 'ಯುದ್ಧ ನಡೆಯುವಾಗ ಕೂಡ ಅವನು ಸರಿಯಾಗಿ ಸಹಕರಿಸಲಿಲ್ಲ. ಬೇಗ ಬೇಗ ಬಾಣಗಳನ್ನು ಆರಿಸಿ ಕೊಡುತ್ತಿರಲಿಲ್ಲ. ಶತ್ರುವಿನ ವ್ಯೂಹಕ್ಕೆ ಸಿಕ್ಕದ ರೀತಿಯಲ್ಲಿ ರಥವನ್ನು ತಿರುಗಿಸುತ್ತಿರಲಿಲ್ಲ. ಇಂಥಿಂಥ ಕಡೆಗಳಿಂದ ಜೋರು ಹೊಡೆತ ಬರುತ್ತಿದೆ. ಅಲ್ಲಿಗೆ ಸರಿಯಾಗಿ ಬಾಣಪ್ರಯೋಗ ಮಾಡು ಎಂದು ತಿಳಿಯಹೇಳಲಿಲ್ಲ. ಕೊನೆಗೆ ಜಗಳ ಕಾದು ರಥದಿಂದಿಳಿದು ಹೋಗಿಬಿಟ್ಟ. ಅರ್ಜುನನ ಸಾರಥಿ ಕೃಷ್ಣನ ವಿಷಯ ಹೇಳಲೇಬೇಕಿಲ್ಲವಲ್ಲ. ಈಗ ಶತ್ರುವು ಪೇಚಿನಲ್ಲಿದ್ದಾನೆ, ಈಗಲೇ ಹೊಡೆದುಬಿಡು. ಈ ಬಾಣ ತಗೋ, ಅದರ ಹಿಂದೆಯೇ ಇವುಗಳನ್ನು ಒಂದಾದಮೇಲೆ ಒಂದರಂತೆ ಬಿಡು ಎಂದು ಗುರಿತೋರಿಸಿ ಹೊಡೆಸಿದನಂತೆ.'

'ಹೌದು. ಹೊಡೆಸಿದವನು ಕೃಷ್ಣನೇ,' ಕುಂತಿ ತನಗೆ ತಾನೇ ಹೇಳಿಕೊಳ್ಳುವವಳಂತೆ ಎಂದಳು.

ದಾರಿಯಲ್ಲಿ ಸಿಕ್ಕಿದ ಹಳ್ಳದ ಹತ್ತಿರ ರಥವನ್ನು ನಿಲ್ಲಿಸಿದಾಗ ಕುಂತಿ ಹೊಟ್ಟೆಗೆ ಏನೂ ಬೇಡವೆಂದಳು. ಮಗನ ಶವಕ್ಕೆ ಬೆಂಕಿ ಕಾಣಿಸುವ ತನಕವಾದರೂ ತಾನು ಏನೂ ಮುಟ್ಟುವುದಿಲ್ಲವೆಂದು ಹಟಹಿಡಿದಳು. ವಿದುರನೂ ಏನೂ ತಿನ್ನಲಿಲ್ಲ. ಸಂಜಯ ರೊಟ್ಟಿ ಜೇನುಗಳನ್ನು ತಿಂದು ನೀರು ಕುಡಿದ. ರಥ ಮತ್ತೆ ಹೊರಟಿತು. ಮಧ್ಯಾಹ್ನ ಕಳೆದು ಸೂರ್ಯ ಸ್ಪಷ್ಟವಾಗಿ ವಾಲುವ ಹೊತ್ತಿಗೆ ವಾಸನೆ ಬರಲು ಆರಂಭವಾಯಿತು. 'ಗಾಳಿ ಆ ಕಡೆಯಿಂದ ಬೀಸುತ್ತಿರು

ವುದರಿಂದ ವಾಸನೆ ಕಾಣುತ್ತಿದೆ. ಇನ್ನೂ ದೂರ. ಮೂರು ನಾಲ್ಕಾದರೂ ಘಳಿಗೆ ಬೇಕು.' ಸಂಜಯ ಹೇಳಿದ.

ನೆನ್ನೆ ಕರ್ಣಾರ್ಜುನರ ಯುದ್ಧ ನಡೆದ ಜಾಗದಲ್ಲಿ ಮಾತ್ರವಲ್ಲ, ಆ ಸುತ್ತಮುತ್ತಲೆಲ್ಲ ನಿರ್ಜನವಾಗಿತ್ತು. ಯುದ್ಧವು ಒಂದೊಂದು ದಿನವೂ ಬೇರೆ ಬೇರೆ ಜಾಗಕ್ಕೆ ಹರಿಯುವುದು ನಿಜವಾದರೂ ಈ ದಿನ ಎಲ್ಲಿ ನಡೆಯುತ್ತಿರಬಹುದೆಂಬ ಕಲ್ಪನೆ ಸಂಜಯನಿಗೂ ಸಾಧ್ಯವಾಗ ಲಿಲ್ಲ. ನೆನ್ನೆ ನಡೆದ ಬಯಲಿನ ಗುರುತೇನೋ ಹತ್ತಿತು. ಹೆಣಗಳು ಹೆಚ್ಚು ಕೊಳೆತಿರಲಿಲ್ಲ. ನಾಯಿನರಿಗಳಂತೂ ಉಳಿದ ಜಾಗಗಳನ್ನು ಬಿಟ್ಟು ಇಲ್ಲಿಗೇ ಬಂದು ತುಂಬಿಕೊಂಡಂತೆ ಕಾಣುತ್ತಿತ್ತು. ಆಕಾಶದಲ್ಲಿ ಮಾತ್ರವಲ್ಲದೆ ನೆಲದ ಮೇಲೂ ತುಂಬಿರುವ ರಣಹದ್ದುಗಳು ನಾಯಿನರಿಗಳೊಡನೆ ಸ್ನೇಹದಿಂದಿರುವಂತೆ ಕಂಡವು. ಆದರೆ ಸಂಜಯನಿಗೆ ಆಶ್ಚರ್ಯವಾದ ಸಂಗತಿ ಎಂದರೆ ಎಷ್ಟೋ ನಾಯಿಗಳು ಸತ್ತುಬಿದ್ದಿವೆ. ರಣಹದ್ದುಗಳು ಕೂಡ ಸತ್ತಿವೆ. ಕೆಲವು ಸಾಯುತ್ತಿವೆ. ಕೊಳೆತ ಮನುಷ್ಯನ ಮಾಂಸವೇ ವಿಷವಾಗಿದೆಯೆ? ಅಥವಾ ಇಷ್ಟು ದಿನಗಳು ತಿಂದು ತಿಂದು ಕಟ್ಟರೆಯಾಗಿ ಸಾಯುತ್ತಿವೆಯೆ? ಸಂಜಯನು ಕಾರಣವನ್ನು ಮಥಿಸುತ್ತಿರುವಾಗ ವಿದುರ ಅದೇ ಪ್ರಶ್ನೆ ಕೇಳಿದ. ರಥವನ್ನು ಸ್ವಲ್ಪ ಹಿಂದೆ ನಿಲ್ಲಿಸಿ ಮೂವರೂ ನಡೆದು ಬರುತ್ತಿದ್ದರು. ಮುಂದೆ ಸಂಜಯ, ನಡುವೆ ಕುಂತಿ. ಕುಂತಿಯ ಕಣ್ಣುಗಳು ಒಂದೇ ಬೀಸಿನಲ್ಲಿ ಇಡೀ ಬಯಲಿನಲ್ಲಿ ಬಿದ್ದಿದ್ದ ಹೆಣಗಳನ್ನೆಲ್ಲ ಪರೀಕ್ಷಿಸುತ್ತಿತ್ತು. ಸಂಜಯನಿಗೆ ಥಟ್ಟನೆ ಕಾರಣ ಹೊಳೆಯಿತು: 'ನಡೆಯುವಾಗ ಎಚ್ಚರಿಕೆ. ವಿಷಸವರಿದ ಬಾಣದ ಮೊನೆಗಳು ನೆಲದಲ್ಲಿ ಬಿದ್ದಿರುತ್ತವೆ. ಚುಚ್ಚಿಕೊಂಡರೆ ನಾವು ಕೂಡ ಈ ನಾಯಿ ಹದ್ದುಗಳಂತೆ ಕಳಲಿ ಬಿದ್ದು ಸಾಯಬೇಕಾದೀತು' ಎಂದು ತಿರುಗಿ ನೋಡಿದ. ಕುಂತಿ ಬರಿಗಾಲಿನಲ್ಲಿದ್ದಳು. ವಿದುರ ಪಾದರಕ್ಷೆ ಮೆಟ್ಟಿದ್ದ. ಅಲ್ಲಿಯೇ ನಿಂತಿರು ಎಂದು ಕುಂತಿಗೆ ಹೇಳಿದ ಸಂಜಯ ನಾಲ್ಕು ಹೆಜ್ಜೆ ಬಲಕ್ಕೆ ಹೋಗಿ ಒಂದು ಹೆಣದ ಎರಡು ಕಾಲುಗಳಿಗೂ ಬಿಗಿದಿದ್ದ ಪಾದರಕ್ಷೆ ಗಳನ್ನು ಬಿಚ್ಚಿ ತಂದು ಅವಳ ಮುಂದಿಟ್ಟು, 'ಮಹಾರಾಣಿ, ಒಂದೊಂದಾಗಿ ಕಾಲಿಡು. ಕಟ್ಟುತ್ತೀನಿ' ಎಂದ. ಅವಳು ನಿಂತಂತೆಯೇ ನಿಂತಿದ್ದಳು.

ಕುಂತೀ, ಕಾಲು ಕೊಡು. ವಿದುರ ಬಲವಂತ ಮಾಡಿದನಂತರ, 'ಹೀಗೆಯೇ ಸತ್ತರೆ ಪರಿಹಾರವಾಯಿತು. ಸತ್ತ ಹೆಣದ ಪಾದರಕ್ಷೆ ಧರಿಸಿ ಬದುಕುವ ಇಚ್ಛೆ ನನಗಿಲ್ಲ' ಎಂದಳು ಅಲ್ಲಿ ಚೆಲ್ಲಾಡಿದ್ದ ಹೆಣಗಳ ಪ್ರೇತಗಳಿಗೆ ಹೇಳುವವಳಂತೆ.

'ಹಾಗಾದರೆ ನಿಧಾನವಾಗಿ ನೋಡಿ ನೋಡಿ ಹೆಜ್ಜೆ ಇಡು. ನಾನು ಹೇಳಿದ ಕಡೆ' ಎಂದು ಸಂಜಯ ಮುಂದೆ ನಡೆದ.

ನಾಲ್ಕು ಹೆಜ್ಜೆ ಕಳೆದನಂತರ ಇದ್ದಕ್ಕಿದ್ದಂತೆಯೇ ನಿಂತು ವಿದುರನಿಗೆ ಹೇಳಿದ: 'ನೆನ್ನೆ ರಾತ್ರಿ ಹೇಳುವುದು ಮರೆತುಹೋಗಿತ್ತು. ಇಂದ್ರಪ್ರಸ್ಥ ಕಟ್ಟುವಾಗ ಅರ್ಜುನ ನಾಗರನ್ನು ಕೊಂದಿದ್ದನಲ್ಲ, ಅವರಲ್ಲಿ ತಪ್ಪಿಸಿಕೊಂಡು ಹೋದವರು ಇತರ ಕಡೆಯ ನಾಗರಿಗೆಲ್ಲ ಹೇಳಿ ತಮ್ಮದೇ ಒಂದು ದಳವನ್ನು ಕೂಡಿಸಿಕೊಂಡು ತಾವಾಗಿಯೇ ದುರ್ಯೋಧನ ಮಹಾರಾಜನ ಕಡೆಗೆ ಬಂದರು. ನೆನ್ನೆ ಕರ್ಣಮಹಾರಾಜನ ಜೊತೆಗೆ ಮಹಾರಾಜ ಈ

ದಳವನ್ನೂ ಕಳಿಸಿದ. ಅವರೆಲ್ಲ ತಮ್ಮ ಬಾಣಗಳಿಗೆ ವಿಷ ಸವರಿ ಇಟ್ಟಿರುತ್ತಾರೆ. ಬರೀ ವಿಷದ ಸೊಪ್ಪಲ್ಲ. ಸರ್ಪದ ಕುತ್ತಿಗೆ ಹಿಡಿದು ಅದರ ಬಾಯಿಯಿಂದ ವಿಷವನ್ನು ಕಕ್ಕಿಸಿ ಬಾಣದ ತುದಿಯನ್ನು ಅದರಲ್ಲಿ ಅದ್ದಿ ಅದ್ದಿ ಒಣಗಿಸಿರುತ್ತಾರೆ. ನೆನ್ನೆ ಪಾಂಡವರ ಕಡೆಯ ಬಹಳ ಸೈನಿಕರು ಈ ಬಾಣಗಳು ತಗುಲಿ ಸತ್ತರು. ಅರ್ಜುನನಿಗೂ ತಗುಲಬೇಕಾಗಿತ್ತು. ಆದರೆ ಅವನನ್ನು ಕರ್ಣಮಹಾರಾಜ ನೋಡಿಕೊಳ್ಳುತ್ತಾನೆ, ತಾವು ಅವನ ದಳವನ್ನು ಮುಗಿಸಿದರೆ ಸಾಕು ಎಂದು ಯಾರೂ ಅವನ ಮೇಲೆ ಬಾಣ ಬಿಡಲಿಲ್ಲವೆಂದು ಕಾಣುತ್ತದೆ. ಕೊನೆಗಂತೂ ಕರ್ಣನು ತನ್ನ ದಳದಿಂದ ದೂರವಾಗಿಬಿಟ್ಟನಲ್ಲ ಕೆಟ್ಟ ಶಲ್ಯನ ಸಾರಥಿತ್ವದಿಂದ. ಆ ವಿಷದ ಬಾಣಗಳು ಚುಚ್ಚಿ ಸತ್ತ ಹೆಣಗಳನ್ನು ನೋಡಿ. ಹಸುರು ತಿರುಗಿವೆ. ಅವುಗಳನ್ನು ತಿಂದ ನಾಯಿ ನರಿ ಹದ್ದುಗಳೂ ಸಾಯುತ್ತಿವೆ.'

'ಅರ್ಜುನನಿಗೆ ಅಕಸ್ಮಾತ್ತಾದರೂ ಅಂಥ ಬಾಣ ತಗುಲಿಲ್ಲವೆ?' ಕುಂತಿ ಎಚ್ಚೆತ್ತವಳಂತೆ ಕೇಳಿದಳು.

ಅವಳ ಆತಂಕ ಸಂಜಯನಿಗೆ ಅರ್ಥವಾಯಿತು. "ತಗುಲಿದ್ದರೆ ಒಂದು ಗಳಿಗೆಯಲ್ಲಿ ವಿಷವೇರಿ ಕುಸಿದು ಮಲಗಬೇಕಿತ್ತು. ಆದರೆ ಕರ್ಣ ಸತ್ತನಂತರ ಎರಡು ಕೈಗಳನ್ನೂ ಎತ್ತಿ ಹಿಡಿದು, 'ನಮ್ಮ ಹೆಂಡತಿಯನ್ನು ಎಳೆತರಿಸಿ ಅಪಮಾನಪಡಿಸುವ ಸೂಚನೆ ಕೊಟ್ಟ ನಾಯಿ, ಸತ್ತುಬಿದ್ದೆಯಾ?' ಎಂದು ಕೂಗಿದ. ವಿಷ ತಗುಲಿದ್ದವನಿಗೆ ಹಾಗೆ ಕೂಗುವ ಶಕ್ತಿ ಎಲ್ಲಿಂದ ಬರಬೇಕು?"

ಅಷ್ಟರಲ್ಲಿ ಎರಡು ನಾಯಿಗಳು ಇವರ ಕಡೆಗೇ ಬೌಂವ್ ಎಂದು ಬೊಗುಳಿಕೊಂಡು ನುಗ್ಗಿದವು. ತಾವು ಬಂದಿರುವ ಸ್ಥಳ ಅಪಾಯದ್ದೆಂದು ಈಗ ಸಂಜಯನಿಗೆ ಅರ್ಥವಾಯಿತು. ಸುತ್ತಮುತ್ತ ನೋಡಿದ. ದೊಣ್ಣೆಯಂತೆ ಬಳಸುವ ಯಾವ ವಸ್ತುವೂ ಸಿಕ್ಕಲಿಲ್ಲ. ತಕ್ಷಣ ತನ್ನ ಕತ್ತಿಯನ್ನು ಹಿರಿದ. ಕುಂತಿಯ ಮೇಲೆ ಎರಗುತ್ತಿದ್ದ ನಾಯಿಯ ಮೇಲೆ ಬೀಸಿದ ಜೋರಿಗೆ ಅದರ ಬೆನ್ನು ಅರ್ಧಕ್ಕೂ ಮೀರಿ ಸೀಳಿ ರಕ್ತ ಧುಮುಕತೊಡಗಿತು. ಕಿರುಚಿಕೊಳ್ಳಲು ತೆಗೆದ ಬಾಯಿಯನ್ನು ಹಾಗೆಯೇ ಹಿಗ್ಗಲಿಸಿಕೊಂಡು ಅದು ನೆಲಕ್ಕೆ ಬಿತ್ತು. ಇನ್ನೊಂದು ನಾಯಿ ಜೀವ ಹೋದಂತೆ ಅರಚಿಕೊಂಡು ಓಡಿಹೋಯಿತು.

ಅವರು ಹಾಗೆಯೇ ಮುಂದೆ ನಡೆದರು. ಜಿಂಯ್ ಎಂಬ ನೊಣಗಳು ಬೇರೆ ತುಂಬಿಕೊಂಡಿವೆ. ಹೆದರಿ ಓಡಿದ ನಾಯಿಯ ಕೂಗಿಗೆ ಇತರ ಏಳೆಂಟು ನಾಯಿಗಳು ಇವರನ್ನು ಕಂಡು ದೂರ ಓಡಿದವು. ಬೋಳು ಕೆಂಪು ಕುತ್ತಿಗೆ, ಕರಿಬಣ್ಣದ ದೊಡ್ಡದೊಡ್ಡ ಗಾತ್ರದ ರಣಹದ್ದುಗಳು ಮಾತ್ರ ಪೆಗ್ಗೆಯಿಂದ ತಮ್ಮ ಪಾಡಿಗೆ ತಾವು ಕುಳಿತು ಇವರ ಚಲನದ ಕಡೆಗೆ ತಮ್ಮ ಕುತ್ತಿಗೆಗಳನ್ನು ತಿರುಗಿಸುತ್ತಿದ್ದವು. ಕುಂತಿಗೆ ಹೊಟ್ಟೆತೊಳಸು ಬಂತು. ವಾಂತಿಯಾಗುತ್ತದೆಂದು ಅಲ್ಲಿಯೇ ಕುಳಿತಳು. ಆದರೆ ತನ್ನ ಮುಂದೆಯೇ ಒಂದು ಹೆಣ ನಾರುತ್ತಾ ಬಿದ್ದಿದೆ. ಮುಖವು ಅದರ ಹತ್ತಿರ ಬಂದದ್ದರಿಂದ ತೊಳಸು ಹೆಚ್ಚಾಗಿ ಸಂಕಟ ವಾಗುತ್ತಿದೆ. ಆದರೆ ವಾಂತಿ ಬರುತ್ತಿಲ್ಲ. ವಿದುರ ಬಾಗಿ ಅವಳ ಬಲತೋಳನ್ನು ಹಿಡಿದ. ಸಂಜಯ ಸುತ್ತಲೂ ದೃಷ್ಟಿಯಾಡಿಸುತ್ತಾ ನಿಂತ. ನೆನ್ನೆಯ ಯುದ್ಧವಾದದ್ದೇನೋ ಇದೇ

ಬಯಲಿನಲ್ಲಿ. ಆದರೆ ಅರ್ಜುನ ಇದ್ದದ್ದು ಯಾವ ಕಡೆಗೆ, ಕರ್ಣ ಇದ್ದದ್ದು ಯಾವ ಕಡೆಗೆ, ಅವನ ದಳ ಎತ್ತ ಸರಿಯಿತು. ನಾಗರು ಎತ್ತಣಿಂದ, ಹಾಂ ನಾಗರ ಹೆಣಗಳನ್ನು ಗುರುತಿಸಬಹುದು, ಹಕ್ಕಿಯ ರೆಕ್ಕೆಗಳನ್ನು ಕಟ್ಟಿಕೊಂಡ ಕಿರೀಟಗಳು, ಅವರು ಅಲ್ಲಿದ್ದರೆ ಅರ್ಜುನನ ದಳ ಈ ಕಡೆಗಿರಬೇಕು. ಅಂದರೆ ಕರ್ಣನ ರಥ, ರಥ ಮುರಿದು ಬಿತ್ತಲ್ಲ. ಸಾರಥಿಯಿಲ್ಲದ ಕುದುರೆ ದಿಕ್ಕುತಪ್ಪಿ ಎತ್ತೆತ್ತಲೋ ಓಡಿ, ಬಾಣ ತಗುಲಿ ಹುಚ್ಚೆದ್ದು, ಈ ಹಾಳು ರಣಹದ್ದುಗಳು ದಿಕ್ಕು ತಪ್ಪಿಸುತ್ತವೆ. ಆಕಾಶದಲ್ಲಿ ಸುತ್ತುವರಿಯುತ್ತಾ ಆಕಾಶವೇ ಕಲಸಿ ಕಲಸಿ ದಿಕ್ಕು ಒಂದರೊಳಗೊಂದು ಬೆರೆತು, ಥೂ ಏನೂ ತಿಳಿಯುವುದಿಲ್ಲ. ಹಾಗಾದರೆ ಕರ್ಣಮಹಾರಾಜನ ಧ್ವಜದ ಮೇಲಾದರೂ ಕೆಣಕಲೆಂದೇ ಅರ್ಜುನನು ಶತ್ರುವಿನ ರಥದ ಧ್ವಜಕ್ಕೆ ಮೂರು ಬಾಣ ಹೊಡೆದು ಹರಿದುಹಾಕಿದನಲ್ಲ ಯುದ್ಧಾರಂಭದಲ್ಲೇ, ಅದೂ ತಿಳಿಯುವುದಿಲ್ಲ. ಇಷ್ಟಕ್ಕೂ ಕರ್ಣಮಹಾರಾಜ ರಥದಿಂದ ಇಳಿದು ಕೆಳಗಿದ್ದಾಗಲಲ್ಲವೇ ಬಾಣ ತಗುಲಿದ್ದು, 'ಸಂಜಯ, ಈ ಜಾಗದಲ್ಲಿ ಕುಂತಿ ನಿಲ್ಲಲಾರಳು. ಬೇಗ ತೋರಿಸು. ಅಥವಾ ಇವಳನ್ನು ನಮ್ಮ ರಥದ ಹತ್ತಿರಕ್ಕೆ ಕರೆದೊಯ್ಯೋಣ, ನಾನು ನೀನು ಬಂದು ಕರ್ಣನ ಶವವನ್ನು ಹುಡುಕಿ ರಥದ ಹತ್ತಿರಕ್ಕೆ ಒಯ್ಯೋಣ, ನನಗಂತೂ ಎತ್ತುವ ಶಕ್ತಿ ಇಲ್ಲ. ನೀನು ಶರೀರವನ್ನು ಹೊತ್ತರೆ ನಾನು ಕಾಲನ್ನೋ ಕೈಯನ್ನೋ ಹಿಡಿದುಕೊಳ್ಳಬಲ್ಲೆ.'

ಅರೆ, ತಿಳಿಯಲೊಲ್ಲದು, ಸೂರ್ಯನೇನೋ ಆ ಕಡೆ ಮುಳುಗುವ ಹವಣಿಕೆಯಲ್ಲಿದ್ದಾನೆ. ಆದ್ದರಿಂದ ಅದು ಪಶ್ಚಿಮ, ಆದರೆ ನೆನ್ನೆ ನಾನು ದಿಕ್ಕುಗಳನ್ನೂ ಗುರುತಿಟ್ಟುಕೊಳ್ಳಲಿಲ್ಲ. 'ಚಿಕ್ಕಪ್ಪ, ನಾನು ನೀನು ಬಂದು ಹುಡುಕಿದರೂ ಕರ್ಣಮಹಾರಾಜನ ಹೆಣವನ್ನು ಗುರುತಿಸುವುದು ಸಾಧ್ಯವಿಲ್ಲ ಅನ್ನಿಸುತ್ತದೆ. ಈ ಸಹಸ್ರಾರು ಅರೆ ಕೊಳೆತು, ನಾಯಿ ನರಿಹದ್ದುಗಳು ನೋಡಿದಿರಾ ಮುಖ ಮೋರೆಗಳನ್ನೆಲ್ಲ ಕಿತ್ತು, ಹದ್ದುಗಳಂತೂ ಕಣ್ಣುಗಳಿಗೇ ಮೊದಲು ಕೊಕ್ಕು ಹಾಕಿ ಕಿತ್ತುಬಿಡುತ್ತವೆ.....'

'ಉದ್ದನೆಯ ಕೈಗಳು. ಅಗಲ ಮುಖ,' ಸಂಕಟದ ನಡುವೆ ಕುಂತಿ ಉಸುರಿದಳು.

'ನಾನು ನೋಡಿಲ್ಲವೇ? ಆದರೂ.....'

ಕುಂತಿ ಸರಕ್ಕನೆ ಎದ್ದು ನಿಂತಳು. ಒಮ್ಮೆ ಸುತ್ತ ತಿರುಗಿ ನೋಡಿದಳು. 'ಕರ್ಣನ ರಥ ಯಾವ ಕಡೆಗಿತ್ತು ಊಹಿಸಿ ಹೇಳು.'

'ಜ್ಞಾಪಿಸಿಕೊಳ್ಳುತ್ತಿದ್ದೇನೆ. ಯೋಚಿಸುತ್ತಿದ್ದೇನೆ. ತಿಳಿಯುತ್ತಿಲ್ಲ.'

ಅವರು ಸರಸರನೆ ಹೆಜ್ಜೆ ಹಾಕತೊಡಗಿದರು. ಹೆಣಗಳನ್ನು ಬಳಸಿ, ದಾಟಿ, ಮುಖ ತೋಳುಗಳನ್ನೇ ಗಮನಿಸುತ್ತಾ. ಅವಳು ನಡೆಯುವ ವೇಗದಲ್ಲಿ ಎಲ್ಲಾದರೂ ಎಡವಿಯೋ ತಲೆ ತಿರುಗಿಯೋ ಶುದ್ಧ ಹವೆ ಇಲ್ಲದ ವಾಸನೆಯಿಂದಲೋ ಕೆಳಗೆ ಬೀಳುತ್ತಾಳೆಂಬ ಭಯದಿಂದ ವಿದುರ ಹಿಂದೆ ಹಿಂದೆ ಓಡಿದ. ಸಂಜಯ ದಾಪುಗಾಲು ಹಾಕಿದ. ಈ ಕಡೆಯಿಂದ ಒಂದೇ ದಿಕ್ಕಿನಲ್ಲಿ ನಡೆದು ಹೆಚ್ಚುಕಡಮೆ ನಡುಭಾಗಕ್ಕೆ ಬಂದನಂತರ ಅವಳು ಒಮ್ಮೆ ನಿಂತು ಸುತ್ತಲೂ ನೋಡಿದಳು. ಅನಂತರ ಮುರಿದು ಬಿದ್ದ ರಥಗಳನ್ನು ಮಾತ್ರ ಹುಡುಕಿಕೊಂಡು ಹೊರಟಳು. ಕುಂತೀ, ನಿನ್ನ ಕಾಲಿಗೆ ಪಾದರಕ್ಷೆಯಾದರೂ..... ಎಂಬ

ವಿದುರನ ಮಾತು ಅವಳ ಕಿವಿಯೊಳಕ್ಕೆ ಹೊಗಲಿಲ್ಲ. ಯಾವ ರಥದ ಹತ್ತಿರವೂ ತಾನು ಗುರುತಿಸಬಹುದಾದ ಶವ ಕಾಣಲಿಲ್ಲ. ಕೊನೆಗೆ ಕಂಬದಂತೆ ನಿಂತುಬಿಟ್ಟಳು. ಸೂರ್ಯ ಮುಳುಗಿ ನಿಧಾನವಾಗಿ ಕತ್ತಲೆ ಮುಸುಕುತ್ತಿತ್ತು. ಎಲ್ಲ ಹೆಣಗಳ ಬಣ್ಣವೂ ಒಂದೇ ಆಗುತ್ತಿತ್ತು. ಎಲ್ಲ ಹೆಣಗಳ ಮುಖವೂ ಒಂದೇ ಆಗುತ್ತಿತ್ತು. ಅವಳು ಇದ್ದಕ್ಕಿದ್ದಂತೆಯೇ ಗಳಗಳನೆ ಗಟ್ಟಿಯಾಗಿ ಅಳತೊಡಗಿದಳು. ನೆನ್ನೆ ನಡುರಾತ್ರಿ ಕರ್ಣನ ಸಾವಿನ ಸುದ್ದಿ ಹೇಳಿದಾಗಿನಿಂದ ಅವಳು ಅಳುತ್ತಿರಲಿಲ್ಲವೆಂಬುದು ವಿದುರನ ನೆನಪಿಗೆ ಬಂತು. ಅವನು ಅವಳ ಬಲತೋಳನ್ನು ಗಟ್ಟಿಯಾಗಿ ಹಿಡಿದುಕೊಂಡ. ಸಂಜಯ ಎಡತೋಳು ಹಿಡಿದ. ಕುಂತಿ ಎದೆಯು ಎದ್ದು ಎದ್ದು ಬಿಗಿಯುವಂತೆ ಅತ್ತಳು. ಅನಂತರ ಅಲ್ಲೇ ಕುಸಿದಂತೆ ಕುಳಿತಳು. 'ಚಿಕ್ಕಪ್ಪ, ಇನ್ನು ಕತ್ತಲಾಗುತ್ತದೆ. ನಮ್ಮ ರಥವಿರುವ ಜಾಗದ ಗುರುತೂ ಸಿಕ್ಕದಂತಾದರೆ ಕಷ್ಟ,' ಸಂಜಯ ಎಚ್ಚರಿಸಿದ. ಅವರಿಬ್ಬರೂ ಎರಡು ರಟ್ಟೆಗಳನ್ನು ಹಿಡಿದು ಎತ್ತಿ ನಡೆಸಿದರು. ಅವಳು ವಿಧೇಯಳಾಗಿ ನಡೆಯತೊಡಗಿದಳು.

ರಥದಲ್ಲಿ ಕುಳಿತನಂತರ ಸಂಜಯ ಎರಡು ಘಳಿಗೆಯ ದೂರ ಓಡಿಸಿದ. ವಾಸನೆ ಸ್ವಲ್ಪ ಕಡಮೆಯಾಯಿತು. ಒಂದು ಆಲದ ಮರದ ಹತ್ತಿರ ನಿಲ್ಲಿಸಿದ ಮೇಲೆ ಹೇಳಿದ: 'ಅಂದಾಜಿನ ಮೇಲೆ ಇಷ್ಟು ದೂರ ನಡೆಸಿದ್ದೇನೆ. ಹಸ್ತಿನಾವತಿ ಯಾವ ದಿಕ್ಕಿಗಿದೆಯೋ ತಿಳಿಯುತ್ತಿಲ್ಲ. ಬೆಳಗಾದಮೇಲೆ ಮಾತ್ರ ನಾವು ಹೋಗಬಹುದು. ಕತ್ತಲಲ್ಲಿ ಯಾವುದಾದರೂ ಗುಂಡಿಯ ಪಾಲಾದರೂ ಆಗಬಹುದು. ಅಥವಾ ಕುದುರೆಗಳು ಕಾಲು ಮುರಿದು ಬೀಳ ಬಹುದು.'

ವಿದುರ ಬಲವಂತ ಮಾಡಿದ ಮೇಲೆ ಕುಂತಿ ಅರಳು ಜೇನುಗಳನ್ನು ತಿಂದಳು, ವಿದುರನೂ ಅರಳು ತಿಂದ. ಕತ್ತಲಿನಲ್ಲಿ ಒಣರೊಟ್ಟಿಯನ್ನು ಅಗಿಯುತ್ತಿರುವಾಗ ಸಂಜಯನಿಗೆ ಒಂದು ಆಲೋಚನೆ ಹುಟ್ಟಿತು. ಸ್ವಲ್ಪ ಹೊತ್ತಿಗೆ ತಡೆಯಲಾರದಂತೆ ಬೆಳೆಯಿತು. ನೀರು ಬಗ್ಗಿಸಿ ಅವರಿಬ್ಬರಿಗೂ ಕೊಟ್ಟು ತಾನೂ ಕುಡಿದಮೇಲೆ ಕೇಳಿದ: 'ಹಾಗೆಯೇ ಆಲಿಸಿದರೆ ದೂರದಲ್ಲೆಲ್ಲೋ ಜನಗಳ ಸದ್ದು ಕೇಳಿಸುವುದಿಲ್ಲವೆ?'

ವಿದುರ ಕಿವಿಗೊಟ್ಟು ಆಲಿಸಿದ. ಏನೂ ಕೇಳಿಸಲಿಲ್ಲ.

'ಚಿಕ್ಕಪ್ಪ, ನಿನಗೆ ವಯಸ್ಸಾಗಿದೆ. ನನಗೆ ಕೇಳಿಸುತ್ತೆ. ನೀನು, ಮಹಾರಾಣಿ, ರಥದಲ್ಲಿರಿ. ನಾನು ಒಂದು ಕುದುರೆ ಏರಿ ಹೋಗಿ ಇವತ್ತಿನ ಯುದ್ಧ ಏನಾಯಿತೆಂದು ವಿಚಾರಿಸಿಕೊಂಡು ಬರುತ್ತೀನಿ. ಅಕಸ್ಮಾತ್ ನನಗೆ ಸುದ್ದಿ ಸರಬರಾಜು ಮಾಡುವವರೇ ಯಾರಾದರೂ ಸಿಕ್ಕಿದರೆ ವಿವರಗಳನ್ನೂ ತರಬಹುದು.'

ವಿದುರನಿಗೂ ಕುತೂಹಲ ಏರಿತು. ಕುಂತಿ ಮೌನವಾಗಿದ್ದಳು. 'ಮಹಾರಾಣಿ, ನಿನಗೆ ಹೆದರಿಕೆಯೆ?' ಸಂಜಯ ಕೇಳಿದ. ಅವಳು ಬಿಳಿಗೂದಲಿನ ತಲೆಯಾಡಿಸಿದುದು ಅವನಿಗೆ ಕತ್ತಲೆಯಲ್ಲಿ ಸ್ಪಷ್ಟವಾಗಿ ಕಂಡಿತು. ಅಷ್ಟರಲ್ಲಿ ಕುದುರೆಗಳು ಸ್ವಲ್ಪ ಮೇವು ತಿಂದಿದ್ದವು. ಒಂದನ್ನು ಅಲ್ಲೇ ಬಿಟ್ಟು ಇನ್ನೊಂದನ್ನೇರಿ ಸೊಂಟದ ಕತ್ತಿಯನ್ನು ಸರಿಯಾಗಿ ಕಟ್ಟಿಕೊಂಡು ಸಂಜಯ ಹೊರಟುಹೋದ, ಕೆಲವು ಕ್ಷಣಗಳ ನಂತರ ಯಾವ ದಿಕ್ಕಿಗೆಂಬುದೂ ಅವರಿಗೆ ತಿಳಿಯದಂತೆ.

ಅವನು ಹೋದಮೇಲೆ ಕತ್ತಲು ಇನ್ನೂ ಗಾಢವಾದಂತೆ ಆಯಿತು. ಸುತ್ತ ಬಯಲು. ಯಾವುದೋ ದಿಕ್ಕಿನಿಂದ ಗಾಳಿ ಬೀಸಿದರೆ ಕೊಳೆತ ವಾಸನೆ. ಆಕಾಶದಲ್ಲಿ ನಕ್ಷತ್ರಗಳನ್ನು ಮುಚ್ಚಿರುವ ಧೂಳುಕತ್ತಲು. ಆಲದ ಮರದ ಮೇಲೆ ರಣಹದ್ದುಗಳು ಕೂತಿರುವ ಅನ್ನಿಸಿಕೆ ಇಬ್ಬರಿಗೂ ಉಂಟಾಯಿತು. ಆಗಾಗ್ಗೆ ರೆಕ್ಕೆಗಳನ್ನಾಡಿಸುವ ಬೀಸುಸಪ್ಪಳ.

'ಕುಂತೀ, ಭಯವಾಗುತ್ತೆಯೆ?'

'ಯಾಕೆ ಭಯ?'

'ಈ ಕತ್ತಲೆ, ಹತ್ತಿರದಲ್ಲೇ ಇರುವ ಸಹಸ್ರ ಸಹಸ್ರ ಹೆಣಗಳು. ಮರದ ಮೇಲಿನ ರಣ ಹದ್ದುಗಳು.'

ಸ್ವಲ್ಪ ಹೊತ್ತಿನನಂತರ ಕುಂತಿ ಒಮ್ಮೆ ಉದ್ದವಾಗಿ ಆಕಳಿಸಿದಳು.

'ಇಡೀ ನೆನ್ನೆ ರಾತ್ರಿ ನಿದ್ದೆ ಇಲ್ಲ. ಈ ಹಗಲೆಲ್ಲ ಪ್ರಯಾಣದ ಆಯಾಸ. ರಥದ ಮೇಲೆಯೇ ಸ್ವಲ್ಪ ಮಲಗು. ನಾನು ಎಚ್ಚರವಾಗಿರುತ್ತೇನೆ.' ವಿದುರ ಹೇಳಿದಮೇಲೆ ಅವಳು ಕವಿಚಿಕೊಂಡಿದ್ದ ಕಂಬಳಿ ಹೊದೆದು ಮಲಗಿದಳು. ಬೇಗ ನಿದ್ದೆಯನ್ನೂ ಮಾಡಿದಳು. ವಿದುರನೂ ಕುಳಿತಲ್ಲಿಯೇ ತೂಕಡಿಸತೊಡಗಿದ. ತೂಕಡಿಕೆಯ ಅರೆನಿದ್ರೆಯಲ್ಲಿ ಅದೆಷ್ಟೋ ಅರ್ಥವಾಗದ ಅಸ್ಪಷ್ಟ ಅಲೆಗಳು ಹಾದುಹೋದವು.

ನಡುವೆ ಕುಂತಿ ದಢಕ್ಕನೆ ಎದ್ದು ಕುಳಿತಳು. ವಿದುರ ತಲೆ ಕೊಡವಿಕೊಂಡ. 'ನೋಡು, ನಾವು ನೋಡಿದೆವಲ್ಲ ಆ ಇಡೀ ಬಯಲಿನ ಹೆಣಗಳನ್ನೆಲ್ಲ ಒಟ್ಟು ಸೇರಿಸಿ ಕಟ್ಟಿಗೆ ಪೇರಿಸಿ ಉರಿಹಚ್ಚಿ ಸಂಸ್ಕಾರ ಮಾಡಿದರೆ ಆಗುವುದಿಲ್ಲವೆ? ಅನುಮಾನ ಉಳಿಯುವುದಿಲ್ಲ.'

ವಿದುರನಿಗೆ ಇದು ಅಸಾಧ್ಯದ ಯೋಚನೆಯಾಗಿ ಕಂಡಿತು. ಸಹಸ್ರಾರು ಹೆಣಗಳನ್ನು ಎಳೆದು ಒಂದು ರಾಶಿ ಕೂಡಿಸಲು ಆಳುಗಳೆಲ್ಲಿದ್ದಾರೆ? ಅಷ್ಟು ಬೇಯಲು ಬೇಕಾಗುವ ಒಣಗಿದ ಕೊರಡುಗಳನ್ನು ಎಲ್ಲಿಂದ ಒದಗಿಸುವುದು? ಉಭಯ ಪಕ್ಷದವರೂ ಯುದ್ಧದ ಕೊನೆಯ ಹಂತವನ್ನು ಮುಗಿಸಲು ಹಗಲು ರಾತ್ರಿ ಎನ್ನದೆ ಮಸಗುತ್ತಿರುವಾಗ, ಸೈನಿಕರ ಕೊರತೆಯಿಂದ ತೊಳಲುತ್ತಿರುವಾಗ, ಈ ಕೆಲಸಕ್ಕೆ ಯಾರು ಮನಸ್ಸು ಕೊಟ್ಟಾರು? ಎಂಬ ಅವನ ಆಲೋಚನೆಯು ಸರಿಯಾಗಿ ರೂಪತಾಳುವ ಮೊದಲೇ ಕುಂತಿ ಮಲಗಿಬಿಟ್ಟಳು. ನಿದ್ದೆ ಬಂದ ಗತಿಯಲ್ಲಿ ಉಸಿರಾಡತೊಡಗಿದಳು. ಆದರೆ ವಿದುರನ ಮನಸ್ಸು ಆ ಆಲೋಚನೆಯ ಬೆನ್ನು ಹತ್ತಿ ಸಾಗಿತು. ಇಡೀ ಯುದ್ಧದಲ್ಲಿ ಸತ್ತುಕೊಳೆತಿರುವ ಸಮಸ್ತರಿಗೂ ಸಂಸ್ಕಾರ ಮಾಡುವುದು ಗೆದ್ದವರ ಹೊಣೆಯಾಗುತ್ತದೆ. ಯಾರೇ ಗೆಲ್ಲಲಿ. ಇದು ಸಾಧ್ಯವಾಗುವ ಕೆಲಸವಲ್ಲ. ನಾವು ನೋಡಿದ ಒಂದು ಬಯಲಲ್ಲ. ಇದುವರೆಗೆ ಸಂಜಯ ವರ್ಣಿಸಿರುವಂತೆ ನೂರು ಬಯಲುಗಳು ತುಂಬಿರಬಹುದು. ಹಳೆಯ ಹೆಣಗಳ ಮಾಂಸ ಮಜ್ಜೆಗಳೆಲ್ಲ ಕಿತ್ತು ಕೊಳೆತು ಮುರಿದ ಅಸ್ಥಿಗಳು ಮಾತ್ರ ಉಳಿದಿರಬಹುದು ಎಂದುಕೊಳ್ಳುವಾಗ ಅವನಿಗೂ ಮತ್ತೆ ತೂಕಡಿಕೆ ಬಂತು. ಅವಳ ಕಾಲಿನ ಕಡೆಗೆ ರಥದ ಒಂದು ಬದಿಗೆ ಅವನೂ ಉರುಟಿ ಕಂಬಳಿ ಹೊದೆದುಕೊಂಡ.

ಕುಂತಿ ಎಂದಳು: 'ಕರ್ಣ ಇರುವತನಕ ಯುದ್ಧದ ಬಗೆಗೆ ಇದ್ದ ಆತಂಕ ಈಗ

ಇಲ್ಲ. ಕರ್ಣನಿಂದ ನನ್ನ ಉಳಿದ ಮಕ್ಕಳು ಸಾಯುತ್ತಾರೆಂದಲ್ಲ. ನನ್ನವೇ ಮಕ್ಕಳು ನನ್ನ ಇನ್ನೊಬ್ಬ ಮಗನೊಡನೆ ಕಾಯುತ್ತಾರೆ ಅಂತ. ಈಗ ಯುದ್ಧದ ವಿಷಯದಲ್ಲಿ ಆಸ್ಥೆಯೇ ಇಲ್ಲವಾಗಿದೆ.'

'ದುರ್ಯೋಧನ ಗೆದ್ದರೂ ಒಂದೇ, ಧರ್ಮ ಗೆದ್ದರೂ ಒಂದೇ ಅಂತಲೆ?'

'ಇನ್ನು ದುರ್ಯೋಧನ ಗೆಲ್ಲುವುದು ಸಾಧ್ಯವೇ ಇಲ್ಲ. ಏನು ಹೇಳುತ್ತಿದ್ದೆ ಅಂದರೆ.....'

ಅವಳು ಮಾತನಾಡಲಿಲ್ಲ. ವಿದುರ ಅವಳ ಕಡೆಗೇ ನೋಡುತ್ತಿದ್ದ. ಅನಂತರ ಹೇಳಿದ: 'ಹೆದರಬೇಡ, ನಾನು ಯೋಧನಲ್ಲದಿದ್ದರೂ ಸಮಯ ಬಂದರೆ ರಣಹದ್ದು ನಾಯಿ ನರಿಗಳನ್ನು ಹೊಡೆದೋಡಿಸಬಲ್ಲೆ. ಇನ್ನು ಕತ್ತಲಿನ ಭಯವಂತೂ ಮನಸ್ಸಿನದು. ಒಂದು ಸೂಡಿಯನ್ನೋ ಎಣ್ಣೆ ಪಂಜುಗಳನ್ನೋ ತರಲು ಮರೆತೆವು ನೋಡು.'

'ಹಿಡಿಂಬನ ಕಾಡಿನಲ್ಲಿ ಒಂದು ವರ್ಷವಿದ್ದಮೇಲೆ ಕತ್ತಲಿನ ಕರಾಳತೆ ಸತ್ತುಹೋಯಿತು. ನೆನ್ನೆಯಿಂದ ಸಾವಿನ ಅಂಜಿಕೆಯೂ ಇಲ್ಲವಾಗಿದೆ ಅನ್ನಿಸುತ್ತದೆ.'

ವಿದುರ ಸುಮ್ಮನಾದ. ಯಾವಾಗಲಾದರೊಮ್ಮೆ ಮರದ ಮೇಲಿನಿಂದ ಇಳಿಯುತ್ತಿದ್ದ ಬೀಸು ಸಪ್ಪಳವನ್ನು ಬಿಟ್ಟರೆ ಕತ್ತಲೆಯು ನಿಶ್ಶಬ್ದವಾಗಿತ್ತು. ಅವರಿಬ್ಬರೂ ರಥದ ಮೇಲೆ ಎರಡು ಗೂಟಗಳಂತೆ ಕುಳಿತಿದ್ದರು. ಕೆಳಗೆ ನೊಗಕ್ಕೆ ಕಟ್ಟಿದ್ದ ಒಂದು ಕುದುರೆಯೂ ಮಲಗಿತ್ತು. ಕಾಲು ಚಾಚಿತು. ಏನಾದರೂ ಮಾತನಾಡುತ್ತಿದ್ದರೆ ಕತ್ತಲೆಯ ಒತ್ತಡ ಕಡಮೆಯಾಗುತ್ತದೆಂದು ವಿದುರ ಯೋಚಿಸಿದ. ಆದರೆ ಏನೂ ಹೊಳೆಯುತ್ತಿರಲಿಲ್ಲ. ಎಷ್ಟೋ ಹೊತ್ತಿನನಂತರ ಕುಂತಿ ಎಂದಳು: 'ಘಟೋತ್ಕಚನ ಪರಾಕ್ರಮ, ಅವನು ರಕ್ತ ಬಸಿದದ್ದನ್ನು ನೀನೇ ಹೇಳಿದೆಯಲ್ಲ. ನಾನು ಪಾಪಿ ಅನ್ನಿಸುತ್ತೆ.'

'ಯಾಕೆ?'

'ಹುಟ್ಟಿದ ಮಗುವಿನ ಮೇಲೆ ಭೀಮನಿಗೆ ಬಲು ಮಮತೆ. ಇದನ್ನು ಹೀಗೆಯೇ ಬಿಟ್ಟರೆ ಇವನು ಈ ರಾಕ್ಷಸನಾಡಿಗೇ ಅಂಟಿಕೊಂಡುಬಿಡುತ್ತಾನೆ, ನಾವು ಮತ್ತೆ ಆರ್ಯಜೀವನವನ್ನು ಪ್ರವೇಶಿಸುವುದು ಸಾಧ್ಯವಿಲ್ಲವೆಂದು ಯೋಚಿಸಿದ ನಾನು ಹಟ ಮಾಡಿ ಅಲ್ಲಿಂದ ದಬ್ಬಿಕೊಂಡು ಹೊರಟೆ. ಮಗು ಎಷ್ಟು ದೊಡ್ಡದಾಗಿತ್ತು ಅಂತ. ತಬ್ಬಿ ಎತ್ತಿದರೆ ಏದುಸಿರು ಬರುವಷ್ಟು ಭಾರ. ಅದನ್ನು ಸಾಕಲಿಲ್ಲ. ಸಲಹಲಿಲ್ಲ. ಹುಟ್ಟಿಸಿಬಿಟ್ಟು ಹೊರಟುಬಂದೆವು. ಈಗ ಅದು ಅಪ್ಪ ಕೊಟ್ಟ ಜೀವವನ್ನು ಅಪ್ಪನಿಗೇ ಕೊಟ್ಟು ಅಪ್ಪ ಬಿತ್ತಿದ ಹನಿ ರಕ್ತದ ಬದಲು ಬಿಂದಿಗೆ ಬಿಂದಿಗೆ ಬಿಸಿ ರಕ್ತವನ್ನು ಬಸಿದು ಬೆಳೆದ ಮೇಲೆ ನಾನು ಒಮ್ಮೆಯೂ ಅದರ ಮುಖವನ್ನು ಕೂಡ ನೋಡಲಿಲ್ಲ.' ಎನ್ನುವಾಗ ಅವಳ ಗಂಟಲು ತುಂಬಿಬಂತು. ಆದರೆ ಅಳಲಿಲ್ಲ. ಕತ್ತಲಿನ ನಿಶ್ಶಬ್ದವು ಕಲಕಬಾರದೆಂಬಂತೆ ಮೆಟ್ಟಿ ಹಿಡಿದುಕೊಂಡಳು. ವಿದುರನ ಉಸಿರು ಹಗುರವಾಯಿತು. ಮರದ ಮೇಲಿನ ಸಪ್ಪಳ ಕೂಡ ನಿಂತಿತ್ತು. ಗಾಳಿಯಲ್ಲಿ ಬಂದ ವಾಸನೆಯನ್ನು ಬಿಟ್ಟರೆ ಎಲ್ಲವೂ ಸ್ಥಗಿತವಾಗಿದ್ದ ಸ್ಥಿತಿಯಲ್ಲಿ ಕುಂತಿ ಪೂರ್ತಿ ಮೌನಿಯಾದಳು. ಆ ಭಾರದಲ್ಲಿ ಎಷ್ಟೋ ಹೊತ್ತು ಕಳೆದಂತೆ ಆದಮೇಲೆ, 'ಕರ್ಣನನ್ನೂ ಅಷ್ಟೆ. ಹೆತ್ತ ತಕ್ಷಣ ಹೆದರಿ ದಾನ ಮಾಡಿಬಿಟ್ಟಿದ್ದೆಷ್ಟೋ ಅಷ್ಟೆ. ನಾನು ಹೆದರಿದ್ದಲ್ಲ ಅವರು

ಹೆದರಿಸಿದ್ದು. ಹೊಟ್ಟೆಯಲ್ಲಿ ಒಂಬತ್ತು ತಿಂಗಳು ಬೆಳೆಯಲು ಒಂದಿಷ್ಟು ರಕ್ತದ ಪಾಲು ಪಡೆದಿದ್ದನೇನೋ! ಅವನೇನು ಬೇಡಿ ಪಡೆಯಲಿಲ್ಲ. ಈಗ ನನಗಾಗಿ ಬಿಂದಿಗೆ ರಕ್ತ ಸುರಿಸಿ ಜೀವನವನ್ನು ನನಗೇ ಹಿಂತಿರುಗಿ ಒಪ್ಪಿಸಿಬಿಟ್ಟ. ನಾನು ಬೇಡಿದೆ ಅಂತ ವಿದುರ, ನಾಚಿಕೆಯಿಂದ ಮೈಯೆಲ್ಲ ನಡುಕ ಹುಟ್ಟಿದೆ.' ಈಗ ಅವಳ ಗಂಟಲು ಗದ್ಗದವಾಗಲಿಲ್ಲ. ತನಗೆ ತಾನೇ ಹೇಳಿಕೊಳ್ಳುವಂತೆ ಗಾಳಿಯಲ್ಲಿ ತೇಲಿಬಿಡುವಷ್ಟು ಹಗುರವಾದ ಧ್ವನಿಯಲ್ಲಿ ಎಂದುಕೊಂಡಳು. ಮತ್ತೆ ನಿಶ್ಶಬ್ದ. ವಿದುರ ಅವಳ ಬಿಳಿಗೂದಲಿನ ತಲೆಯನ್ನು ದಿಟ್ಟಿಸುತ್ತಾ ಎದುರಿಗೆ ಕುಳಿತಿದ್ದ. 'ವಿಚಿತ್ರ ಅಂದರೆ ನನ್ನ ಘಟೋತ್ಕಚನನ್ನು ನನ್ನ ಕರ್ಣನೇ ಕೊಂದನಂತೆ ಕುತ್ತಿಗೆಗೆ ಕತ್ತಿ ಹಾಕಿ!' ತನ್ನ ಅಂತರಂಗಕ್ಕೆ ಸ್ಪಷ್ಟವಾದ ಮಾತನ್ನು ಹೊಂದಿಸಲು ಹೆಣಗಿದನಂತರ ಎಂದಳು: 'ಸರಿಯಾಗಿ ತಿಳಿಯುತ್ತಿಲ್ಲ, ನನ್ನ ಮಕ್ಕಳು ಗೆಲ್ಲುವುದು ಖಂಡಿತ. ಗೆಲ್ಲಲೆಂದೇ ನನ್ನ ಪ್ರಾರ್ಥನೆ. ಆದರೂ ನನ್ನ ಮಟ್ಟಿಗೆ ನಾನು ಸೋತಂತೆಯೇ. ಗೆಲುವಿನಲ್ಲಿ ನಾನು ಪಾಲುಗೊಳ್ಳಲಾರೆ.'

ಬೆಳಕು ಹರಿದು ಹೊತ್ತು ಹುಟ್ಟುವ ವೇಳೆಯಾದರೂ ಸಂಜಯ ಬರಲಿಲ್ಲ. ತಾವೇ ಹೋಗಲು ಇನ್ನೊಂದು ಕುದುರೆಯೂ ಇಲ್ಲ. ಉಳಿದಿದ್ದ ಕುದುರೆ ಕುಡಿಯುವ ನೀರಿಗಾಗಿ ದಡಪಡಿಸುತ್ತಿತ್ತು. ಯಾವ ದಿಕ್ಕಿಗೆ ಹೋಗಬೇಕು, ನೀರಿನ ನೆಲೆ ಎಲ್ಲಿ ಎಂದು ಮುಂತಾಗಿ ವಿದುರನಿಗೆ ಏನೊಂದೂ ತೋಚುತ್ತಿರಲಿಲ್ಲ. ಬಿಂದಿಗೆಯಲ್ಲಿದ್ದ ಕುಡಿಯುವ ನೀರಿನಲ್ಲಿ ಸ್ವಲ್ಪವನ್ನು ಬಳಸಿ ಅವರು ಮುಖಮಾರ್ಜನ ಮಾಡಿಕೊಂಡರು. ಹಿಂಬದಿಯ ಆಕಾಶದ ಎತ್ತರದಲ್ಲಿ ಸುತ್ತು ಹಾಕುತ್ತಿದ್ದ ಹದ್ದುಗಳನ್ನು ನೋಡುತ್ತಾ ಕುಂತಿ ಕುಳಿತಳು. ವಿದುರನ ಕಣ್ಣುಗಳು ನಿರ್ದಿಷ್ಟವಸ್ತುವಿಲ್ಲದೆ ಎತ್ತಲೋ ಹಂಚಿಹೋಗಿದ್ದವು. ಸ್ವಲ್ಪ ಹೊತ್ತಿಗೆ ಸಂಜಯ ಬಂದ. ಕುದುರೆಯ ನಿಧಾನ ನಡಿಗೆ, ಎದುರಿಗೆ ಬಂದು ಇಳಿದಾಗ ತಿಳಿಯಿತು. ಮುಖದ ಮೇಲೆ ಏಟಿನ ಗುರುತುಗಳು. ಕೈಗಳನ್ನು ಸರಿಯಾಗಿ ಆಡಿಸಲಾರದ ನೋವು. ಸರಿಯಾಗಿ ಕಾಲು ಎತ್ತಿಹಾಕಲಾರದಂತಹ ಕುಂಟು. ನಿದ್ದೆ ಇಲ್ಲದ ಧೂಳು ಮುಖದೊಳಗೆ ಹೂತು ಕಣ್ಣೀರು ಸುರಿಸಿ ಕೆಂಪುಗಟ್ಟಿದ ಎರಡು ಕಣ್ಣುಗಳು. ಹತ್ತಿರ ಬಂದು ನೆಲದ ಮೇಲೆ ಕುಳಿತು ಹೇಳಿದ:

'ಕರ್ಣ ಸತ್ತ ಮೇಲೆ ಶಲ್ಯನನ್ನು ಸೇನಾಪತಿಯಾಗಿ ಮಾಡಿದನಂತೆ. ನೆನ್ನೆಯ ಯುದ್ಧದಲ್ಲಿ ಧರ್ಮಜನು ಶಲ್ಯನನ್ನು ಹೊಡೆದುಹಾಕಿದನಂತೆ. ಸಹದೇವ ಶಕುನಿಯನ್ನು ಮುಗಿಸಿದ. ಅಳಿದುಳಿದ ಸೈನಿಕರು ಕುದುರೆಗಳನ್ನು ಶತ್ರುಗಳು ಅಲ್ಲ ಪಾಂಡವರು ಚಚ್ಚಿ ಎಸೆದರಂತೆ. ದುರ್ಯೋಧನ ಕಾಣೆಯಾಗಿದ್ದಾನೆ. ಎಲ್ಲಾದರೂ ಸತ್ತು ಹೆಣದ ಗುರುತು ಸಿಕ್ಕಿಲ್ಲವೋ, ಅಥವಾ ಜೀವಕ್ಕೆ ಹೆದರಿ ತಲೆಮರೆಸಿಕೊಂಡು ಕೂತಿದ್ದಾನೋ ಯಾರಿಗೂ ತಿಳಿಯದು. ಅವನ ಶೋಧನೆಗಾಗಿ ಇಡೀ ರಾತ್ರಿ ಪಾಂಡವರು ದಿಕ್ಕುದಿಕ್ಕುಗಳಲ್ಲೂ ಸುತ್ತುತ್ತಿದ್ದಾರೆ. ಅವರ ಕಡೆ ಕೂಡ ನೂರಿನ್ನೂರು ಯೋಧರು ಮೂವತ್ತು ನಲವತ್ತು ಕುದುರೆಗಳು ಹತ್ತು ಹದಿನೈದು ರಥಗಳು ಉಳಿದಿರಬಹುದು.'

'ಯುದ್ಧ ಮುಗಿದಂತೆಯೇ,' ವಿದುರ ಎಂದ. 'ರಾತ್ರಿ ನೀನು ಎಲ್ಲಿ ಹೋಗಿದ್ದೆ? ಮೈ

ಮುಖಗಳ ಮೇಲಿನ ಗಾಯ ಯಾತರದು?' ಸಂಜಯ ಉತ್ತರ ಹೇಳಲಿಲ್ಲ. ತಲೆತಗ್ಗಿಸಿ ನೆಲ ನೋಡುತ್ತಾ ಕುಳಿತ. 'ದುರ್ಯೋಧನನ ಪರವಾಗಿ ಯುದ್ಧ ಮಾಡಲು ಹೋಗಿದ್ದೆ ಏನು? ಹೋಗಿದ್ದರೆ ನನಗೇನೂ ಸಿಟ್ಟಿಲ್ಲ. ಅವನ ಅನ್ನ ತಿಂದಿದ್ದೀಯ. ಅವನಪ್ಪನಿಂದ ಬಹುಮಾನ ಪಡೆದಿದ್ದೀಯ. ನಿಜ ಹೇಳು.'

ಸಂಜಯ ಕತ್ತು ಬಗ್ಗಿಸಿಯೇ ಕುಳಿತಿದ್ದ. ನಿಜವು ಅವನೊಳಗೇ ಒತ್ತುತ್ತಿತ್ತು, 'ಹೇಳು ಸಂಜಯ, ಈ ಮಹಾರಾಣಿ ಗಾಂಧಾರಿಯಂತಲ್ಲ.'

ಎಂದು ವಿದುರ ಒತ್ತಾಸೆ ಕೊಟ್ಟಿದ್ದೇ ತಡ, ಭಾವುಕನಾಗಿ ಮಾತನಾಡಿದ: 'ನನ್ನ ತಪ್ಪಿಗೆ ಶಿಕ್ಷೆಯಾಯಿತು ಅಷ್ಟೇ.'

'ಏನಾಯಿತು?'

'ರಾತ್ರಿ ಇಲ್ಲಿಂದ ಹೊರಟೆನಲ್ಲ, ಯುದ್ಧದ ಸುದ್ದಿ ತಿಳಿಯುವುದೂ ಒಂದು ಉದ್ದೇಶವಿತ್ತು. ಏನಾದರೂ ಮಾಡಿ ಕರ್ಣನು ನಿಮ್ಮ ಹಿರಿಯಣ್ಣನೆಂದು ಪಾಂಡವರಿಗೆ ಸುದ್ದಿ ಮುಟ್ಟಿಸುವ ಚಪಲ, ಚಪಲವೇ ಅದು, ಬಾಲವಾಡಿಸತೊಡಗಿತ್ತು. ಅದಕ್ಕಾಗಿ ನಿಮ್ಮನ್ನು ಬಿಟ್ಟು ಓಟ ಹಾಕಿದೆ.'

'ತಿಳಿಸಿದೆ ಏನು?' ಕುಂತಿಯ ಮುಖ ಬಿಳುಪುಗಟ್ಟಿತು.

'ಹೇಗೆ ತಿಳಿಸುವುದು? ಅವರನ್ನು ಸಂಧಿಸುವುದೆಲ್ಲಿ? ದುರ್ಯೋಧನನನ್ನು ಹುಡುಕಿಕೊಂಡು ದಿಕ್ಕು ದಿಕ್ಕುಗಳಲ್ಲಿ ಸುತ್ತುತ್ತಿದ್ದಾರೆಂದು ಹೇಳಲಿಲ್ಲವೆ? ಅವರ ಶಿಬಿರಕ್ಕೆ ಹೋದೆ. ಕಾವಲುಗಾರರು ಯಾರು ನೀನು ಎಂದು ತಡೆದರು. ಧರ್ಮಜನನ್ನು ಕಾಣಬೇಕೆಂದೆ. ಯಾರು ನೀನೆಂದರು. ಮುಖ್ಯ ಸುದ್ದಿ ತಿಳಿಸಬೇಕೆಂದೆ. ಏನದು ಮೊದಲು ಇಲ್ಲಿ ಹೇಳು ಎಂದರು. ಕೆಳಗಿನವರಿಗೆ ಹೇಳುವುದಲ್ಲ ಎಂದೆ. ಯಾರೋ ಶತ್ರುಪಕ್ಷದ ಬೇಹುಗಾರನಿರಬಹುದು ಕಟ್ಟಿಹಾಕಿ ಎಂದರು. ಹಗ್ಗಹಾಕಿ ಕಟ್ಟಿದುದು ಮಾತ್ರವಲ್ಲ ಬಿದಿರುಕೋಲಿನಿಂದ ನೋಡಿಲ್ಲಿ, ಇಲ್ಲಿ, ಇಲ್ಲಿ, ಸಿಕ್ಕಿಸಿಕ್ಕಿದ ಕಡೆ ಬಡಿದುಬಿಟ್ಟರು. ಆಮೇಲೆ ಅದೇನು ಬಾಯಿಬಿಡು ಎಂದರು. ಏಟು ತಡೆಯಲಾರದೆ ಹೇಳಿಬಿಟ್ಟೆ. ಕರ್ಣಮಹಾರಾಜನು ಕುಂತಿ ಮಹಾರಾಣಿಯ ಹಿರಿಯ ಮಗ, ಮದುವೆಯ ಮುನ್ನ ಹುಟ್ಟಿದ್ದವನು, ನನಗೆ ಗುಟ್ಟು ತಿಳಿಯಿತು, ಅಂತ. ಕವಿತೆ ಕಟ್ಟಿ ಹೇಳುತ್ತೀಯ? ಏನಂತ ತಿಳಿದೆ ಕುಂತಿ ಮಹಾರಾಣಿ ಎಂದರೆ? ಎಂದು ಇನ್ನಷ್ಟು ಚಚ್ಚಿ ಚಚ್ಚಿ, ಸದ್ಯ ಜೀವ ಉಳಿಯಿತು. ಹುಚ್ಚನಂತೆ ತೊದಲತೊಡಗಿದೆ. ಏಯ್ ಹುಚ್ಚು ಮಾತನಾಡುತ್ತಾನೆ, ಹುಚ್ಚನೇ ಇರಬಹುದು, ಹೋಗಲಿ ಬಿಡಿ ಎಂದು ಒಬ್ಬ ಹೇಳಿದ. ರಾತ್ರಿ ಎಲ್ಲ ಹಗ್ಗದ ಕಟ್ಟಿನಲ್ಲಿ ಇಟ್ಟಿದ್ದು ಬೆಳಕು ಹರಿಯುವ ಮೊದಲು ಬಿಚ್ಚಿಬಿಟ್ಟರು. ಕುಂಟುತ್ತಾ ಕುದುರೆ ಹತ್ತಿ.....' ಎನ್ನುವಾಗ ಸಂಜಯನ ಕೆಂಪುಗಟ್ಟಿದ್ದ ಕಣ್ಣುಗಳಲ್ಲಿ ಮತ್ತೆ ನೀರು ತುಂಬಿಕೊಂಡಿತು.

ಅವನೇ ಸಮಾಧಾನ ಮಾಡಿಕೊಂಡಾದ ಮೇಲೆ ವಿದುರ ಕೇಳಿದ: 'ಇಷ್ಟು ವರ್ಷ ಕುಂತಿ ಹೊಟ್ಟೆಯಲ್ಲಿಟ್ಟುಕೊಂಡಿದ್ದಳು. ಕರ್ಣನಂತೂ ಹೊಟ್ಟೆಯಲ್ಲಿಟ್ಟುಕೊಂಡೇ ಸತ್ತ. ನಿನ್ನನ್ನು ಕರೆದದ್ದು ಜಾಗ ತೋರಿಸಲೆಂದು. ಇಲ್ಲದಿದ್ದರೆ ರಥ ನಡೆಸಲು ನನ್ನ ಮಗನನ್ನೇ

ಕರೆತರುತ್ತಿದ್ದೆ. ನೀನೇಕೆ ನಿನಗೆ ಮೀರಿದ ವ್ಯವಹಾರಕ್ಕೆ ಹೋದೆ?'

'ದಾರಿಯುದ್ದಕ್ಕೂ ಅದನ್ನೇ ಯೋಚಿಸಿಕೊಂಡು ಬಂದೆ. ಇಷ್ಟು ದಿನ ಮಾಡಿದ ವರದಿಯ ಕಸುಬಿನ ಚಟವೆಂದು ಕಾಣುತ್ತದೆ. ಹೊಟ್ಟೆಯಲ್ಲಿಟ್ಟುಕೊಳ್ಳುವುದು ಸಾಧ್ಯವಾಗಲಿಲ್ಲ. ಪೂರ್ವಾಪರ ವಿವೇಚನೆ ಇಲ್ಲದೆ ಸುದ್ದಿಯನ್ನು ಹರಡುವ ಆತುರ. ಮುಖ್ಯ ಸುದ್ದಿಯನ್ನು ನಾನು ಮೊದಲು ಮುಟ್ಟಿಸಿದೆನೆಂದು ಪಾಂಡವರಿಂದಲೂ ಹೊಗಳಿಸಿಕೊಳ್ಳುವ ಬಯಕೆ ಇರಬಹುದು.' ಎಂದ ಸಂಜಯ ಮತ್ತೆ ಕತ್ತು ಬಗ್ಗಿಸಿ ಕುಳಿತ.

ಸ್ವಲ್ಪ ಹೊತ್ತಿನನಂತರ ತಾನೇ ಮಾತನಾಡಿದ: 'ವರದಿಗಾರನ ಕೆಲಸವನ್ನು ಬಿಟ್ಟುಬಿಡ ಬೇಕೆಂದು ನಿಶ್ಚಯಿಸಿದ್ದೇನೆ. ಕದ್ದು ಕುಳಿತ ನರಿಯನ್ನು ಬೇಟೆಗಾರರು ಸುತ್ತುವರಿದು ಹುಡುಕಿ ಕೊಲ್ಲುವಂತೆ ದುರ್ಯೋಧನನನ್ನು ಪಾಂಡವವೀರರು ಕೊಂದರು ಎಂಬಷ್ಟು ವರದಿ ಧೃತರಾಷ್ಟ್ರನಿಗೆ ಹೇಗೂ ತಿಳಿದೇ ತಿಳಿಯುತ್ತದೆ. ನಾನು ಹೇಳುವ ಅಗತ್ಯವಿಲ್ಲ.' ಎಂದನಂತರ ತನ್ನ ನಾಚಿಕೆ ಕಳೆಯಿತೆಂಬಂತೆ ತಲೆ ಎತ್ತಿ ವಿದುರನ ಮುಖ ನೋಡಿದ.

ಆದರೆ ವಿದುರ ತಕ್ಷಣ ಅವನನ್ನು ಕಟ್ಟಿಹಾಕುವಂತೆ ಎಂದ: 'ಮಗು ಸಂಜಯ, ರಾತ್ರಿ ಎಲ್ಲ ಏಟು ಬಿದ್ದದ್ದರಿಂದ ನಿನ್ನಲ್ಲಿ ಆತ್ಮಜಾಗೃತಿಯಾದಂತೆ ಕಾಣುತ್ತದೆ. ಜೊತೆಗೆ ಇನ್ನೊಂದು ಸಂಗತಿಯಲ್ಲಿ ನಿನ್ನನ್ನು ನೀನು ಪರೀಕ್ಷಿಸಿಕೊ. ಸತ್ಯವನ್ನು ಮಾತ್ರ ಹೇಳು ಪ್ರಿಯದ ಬೆಣ್ಣೆ ಹಚ್ಚಬೇಡ ಎಂದು ನೀನು ವರದಿಯನ್ನು ಆರಂಭಿಸಿದ ದಿನವೇ ನಾನು ನಿನ್ನನ್ನು ಕರೆದು ಹೇಳಿದೆ. ಮಹಾರಾಜನ ಮಕ್ಕಳು ಸೋಲುವುದು ಖಚಿತವೆಂದು ತಿಳಿದಮೇಲೆ ನಿನ್ನ ವರದಿಯ ವೈಖರಿಯಲ್ಲಿ ಅಪ್ರಿಯದ ವಾಸನೆಯನ್ನು ಬೇಕೆಂದೇ ಸೇರಿಸುತ್ತಿರುವಂತೆ ಕಾಣುತ್ತದೆ. ಇದೀಗ ದುರ್ಯೋಧನನನ್ನು ಕದ್ದು ಕೂರುವ ನರಿಗೆ ಹೋಲಿಸಿದೆ. ಮಹಾರಾಜ ನನ್ನು ಗೌರವಸೂಚಕ ಶಬ್ದ ಬಿಟ್ಟು ಬರೀ ಧೃತರಾಷ್ಟ್ರ ಎಂದೆ. ಸತ್ಯದ ವರದಿಗಾರನಲ್ಲಿ ಈ ರೀತಿಯ ಏರಿಳಿತವಿರಬಾರದು. ಅಲ್ಲವೆ?'

ಸಂಜಯನಿಗೆ ಮತ್ತೆ ನಾಚಿಕೆಯಾಯಿತು. ಜೊತೆಗೆ ಬಗೆಹರಿಯದ ಗೊಂದಲ, ಸಿಟ್ಟು. ಕುಂತಿಯನ್ನು ತನ್ನ ಮನೆಯಲ್ಲೇ ಇಟ್ಟುಕೊಂಡಿದ್ದಾನೆ. ಈಗ ಅವಳ ಮಕ್ಕಳು ಸಿಂಹಾಸನ ಏರುವ ಕಾಲದಲ್ಲಿ ಅವಳ ಎದುರಿಗೇ ಧೃತರಾಷ್ಟ್ರನನ್ನು ಗೌರವಿಸುವ ಮಾತನಾಡು ತ್ತಿದ್ದಾನೆ, ಎಂಬ ಕಲಸಿಕೆಯಲ್ಲಿ ಮತ್ತೆ ತಲೆ ತಗ್ಗಿಸಿದ.

ವಿದುರನೇ ಕಡಿವಾಣದ ಹಗ್ಗಗಳನ್ನು ಹಿಡಿದು ಸಾರಥಿಯ ಸ್ಥಾನದಲ್ಲಿ ಕುಳಿತ. ಕೈ ಗಳನ್ನು ಆಡಿಸಲಾಗದ ಸ್ಥಿತಿಯಲ್ಲಿದ್ದ ಸಂಜಯ ಕುಂತಿಯ ಹತ್ತಿರ ಕಾಲು ನೀಡಿ ಕೂತು ದಾರಿಯನ್ನು ನಿರ್ದೇಶಿಸುತ್ತಿದ್ದ. ನೀರಿಗಾಗಿ ಹಾತೊರೆಯುತ್ತಿದ್ದ ಕುದುರೆಗಳು ಅಡ್ಡಾತಿಡ್ಡಿ ಎಳೆಯುತ್ತಿದ್ದವು. ಅವುಗಳನ್ನು ಹತೋಟಿಯಲ್ಲಿಡುವ ಪ್ರಯತ್ನದಲ್ಲಿ ವಿದುರನಿಗೆ ಏದುಸಿರು ಬರುತ್ತಿತ್ತು. ಮೂರು ಘಳಿಗೆಯ ದಾರಿ ಕಳೆದ ಮೇಲೆ ಸಂಜಯ ಜ್ಞಾಪಿಸಿಕೊಂಡವನಂತೆ ಎಡಗಡೆಗೆ ಒಂದು ಹಳ್ಳವಿರುವುದಾಗಿ ಹೇಳಿದ. ಕುದುರೆಗಳಿಗೆ ನೀರು ಕುಡಿಸಿ ಅವರೂ ಬಿಂದಿಗೆಗೆ ತುಂಬಿಕೊಂಡರು. ಸಂಜಯ ಒಣಗಿದ ರೊಟ್ಟಿಯನ್ನು ನೆನೆಸಿ ಅಗಿಯಲು ಶುರುಮಾಡಿದ. ಕುಂತಿ ಅರಳನ್ನು ನೀರಿನಲ್ಲಿ ನೆನೆಸಿ ಜೇನು ಬೆರೆಸಿ ವಿದುರನಿಗೂ ಕೊಟ್ಟು

ತಾನೂ ಅಷ್ಟು ತಿಂದಳು. ಮುಂದೆ ದಾರಿ ತೋರಿಸುವ ಅಗತ್ಯವಿರಲಿಲ್ಲ. ಚಕ್ರಗಳು ಹರಿದು ನೆಲದ ಮೇಲೆ ದಾರಿ ಮೂಡಿತ್ತು. ಹಿಂತಿರುಗುವ ಹಾದಿಯಾದ್ದರಿಂದ ಕುದುರೆಗಳೂ ಅತ್ತಿತ್ತ ತಿರುಗದೆ ಗುರುತು ಹಿಡಿದು ಸಾಗುತ್ತಿದ್ದವು. ಸಂಜಯ ಕುಳಿತೇ ತೂಕಡಿಸುತ್ತಿದ್ದ. ಸ್ವಲ್ಪ ಸರಗಿ ಕುಳಿತು ಕುಂತಿ ಅವನನ್ನು ಮಲಗಲು ಹೇಳಿದಳು. ಬಲವಂತ ಪಡಿಸಿದ ಮೇಲೆ ಅವನು ಸಂಕೋಚ ಬಿಟ್ಟು ಮಲಗಿದ. ಆದರೆ ರಥದ ಕುಕ್ಕಲಿಗೆ ಏಟು ಬಿದ್ದ ಬೆನ್ನಿನ ಜಾಗ ನೋಯುತ್ತದೆಂದು ತಕ್ಷಣ ಎದ್ದು ಕುಳಿತ.

ಮತ್ತೆ ಮೂರು ಘಳಿಗೆ ಕಳೆದು ಹೊತ್ತು ನೆತ್ತಿಯ ವಲಯಕ್ಕೆ ಏರುತ್ತಿರುವಾಗ ತಮ್ಮ ಎದುರಿಗೇ ಹಸ್ತಿನಾವತಿಯ ಕಡೆಗೆ ದೊಡ್ಡದೊಂದು ಗುಂಪು ಹೋಗುತ್ತಿರುವುದು ಕಾಣಿಸಿತು. ಬರೀ ಹೆಂಗಸರು. ತಲೆಗೆ ಸೆರಗು ಹೊದೆದು ಮೊಣಕಾಲು ಪಾದಗಳು ಮುಚ್ಚುವಂತಹ ಪಾವಡ ಉಟ್ಟವರು: ಕ್ಷತ್ರಿಯರ ಒಡತಿಯರು; ಮಂಡಿಯವರೆಗೆ ಮಾತ್ರ ಸುತ್ತಿ ಮೊಣಕಾಲು ತೋಳುಗಳನ್ನು ಕಾಣಲು ಬಿಟ್ಟವರು ದಾಸಿಯರು ಎಂದು ವಿದುರನಿಗೆ ತಕ್ಷಣ ಅನ್ನಿಸಿತು. ಪುಟ್ಟ ಮಕ್ಕಳನ್ನು ಎತ್ತಿಕೊಂಡು ನಡೆಯುವ ಮುದುಕಿ ದಾಸಿಯರು ಬೇರೆ. ಸುಮಾರು, ಎಷ್ಟು ಜನ? ಐವತ್ತು ಅರವತ್ತು, ಅಲ್ಲ ನೂರು, ಅಲ್ಲ ಅದಕ್ಕೂ ಮಿಕ್ಕಿ. ಓಹೋ ಇನ್ನೂ ಮುಂದೆ ಮರದ ಆಚೆಗೆ ಇನ್ನಷ್ಟು ಜನ, ಮೂರು ನಾಲ್ಕರಂತೆ ಗುಂಪು ಗುಂಪು. ಕುದುರೆಯ ಸದ್ದು ಕೇಳಿ ಹಿಂತಿರುಗಿದರು. ಹಾಂ ಗುರುತು ಸಿಕ್ಕಿತು ನಡುವೆ ತಲೆಗೆ ಸೆರಗು ಹೊದೆದು ಎತ್ತರಕ್ಕೆ ದುರ್ಯೋಧನನ ಹೆಂಡತಿ ಭಾನುಮತಿ, ಅವಳ ಹಿಂದೆ ಅಳುತ್ತಾ ವೈಧವ್ಯದ ದುಃಖ ಜಿನುಗಿ ಸುರಿಯುವ ಹೌದು ಅವಳೇ ದುಶ್ಶಾಸನನ.....ವಿದುರನ ಗುರುತು ಹತ್ತಿ ಅವರೆಲ್ಲ ನಿಂತರು. ತಾನು ಗಮನಿಸಲೇ ಇಲ್ಲ. ಬಿಲ್ಲು ಬಾಣ ಹಿಡಿದು, ಒರೆಯಲ್ಲಿ ತೂಗುಬಿಟ್ಟ ಕತ್ತಿಯೊಡನೆ ವೀರಗಾಸೆಯ ಗಂಡಸು ಈಗ ಇತ್ತ ತಿರುಗಿದ, ಅರೇ ಯುಯುತ್ಸು, ಪಾಂಡವರ ಪಕ್ಷ ಹೋಗಿದ್ದವನು ಇಲ್ಲಿಗೆ ಹೇಗೆ ಬಂದ?

'ಚಿಕ್ಕಪ್ಪ, ಎತ್ತ ಹೋಗಿದ್ದೆ?' ಯುಯುತ್ಸುವಿನ ಮುಖದಲ್ಲಿ ವಿಷಾದ ಬಿರಿಯಿತು.

'ನೀನು ಇತ್ತ?'

'ನೆನ್ನೆ ಶಲ್ಯ ಸತ್ತಮೇಲೆ ದುರ್ಯೋಧನನ ಸೈನ್ಯವೆಲ್ಲ ನಾಶವಾಯಿತು. ಶಿಬಿರದ ಪಹರೆ ಕಾಯುವವರನ್ನು ಕೂಡ ನೆನ್ನೆಯ ಯುದ್ಧಕ್ಕೆ ನಿಯೋಜಿಸಿದ್ದರೆಂದು ನಮಗೆ ಸುದ್ದಿ ಬಂತು. ಓಡಿಹೋಗುವ ದುರ್ಯೋಧನನ ಪರ ಬಂದ ಬೇರೆ ದೇಶಗಳ ಸೈನಿಕರಾಗಲಿ ಅಥವಾ ನಮ್ಮ ಕಡೆಯ ಯೋಧರಾಗಲಿ ಈ ಹೆಂಗಸರ ಶಿಬಿರಕ್ಕೆ ನುಗ್ಗಿ ಯುದ್ಧದ ದಣಿವು ಬೇಸರ ರೋಷಗಳನ್ನು ತೀರಿಸಿಕೊಳ್ಳತೊಡಗಿದರೆ ನಮ್ಮ ರಾಜಮನೆತನದ ಗೌರವ ನಷ್ಟವಾಗುತ್ತದೆಂದು ನನಗೆ ಕರುಳು ಕೊರೆಯಿತು. ಓಡಿಹೋಗಿ ಧರ್ಮಜ ಮಹಾರಾಜನಿಗೆ ಹೇಳಿದೆ. ಯುಯುತ್ಸು, ನನ್ನ ಬುದ್ಧಿ ಆ ಕಡೆ ಹರಿದೇ ಇರಲಿಲ್ಲ. ನೀನೇ ಹೋಗು, ಹೇಗೂ ಆ ಸ್ತ್ರೀಯರ ಪರಿಚಯವಿದೆಯಲ್ಲ, ಎಲ್ಲರನ್ನೂ ಕ್ಷೇಮವಾಗಿ ಹಸ್ತಿನಾವತಿ ಮುಟ್ಟಿಸುವ ಹೊಣೆ ನಿನ್ನದು ಎಂದ. ಓಡಿ ಓಡಿ ಬಂದೆ. ಆದರೆ ಶಿಬಿರದಲ್ಲಿ ಒಂದಾದರೂ ರಥವಿಲ್ಲ, ಕುದುರೆಯಿಲ್ಲ. ಅಡುಗೆ ಮಾಡಿ ಎರಡು ದಿನವಾಗಿತ್ತಂತೆ. ಸಾಮಾನುಗಳೆಲ್ಲ ತೀರಿವೆ.

ಅಡಿಗೆಯವರು ಓಡಿಹೋಗಿದ್ದಾರೆ. ನೆನ್ನೆ ಇಳಿಹೊತ್ತಿನಲ್ಲಿ ನಡೆಸಿಕೊಂಡೇ ಹೊರಟೆ. ರಾತ್ರಿ ಇವರನ್ನೆಲ್ಲ ಒಂದು ಮರದ ಕೆಳಗೆ ಮಲಗಿಸಿ ನಾನು ಈ ಬಿಲ್ಲುಬಾಣ ಹಿಡಿದು ನಿಂತಿದ್ದೆ.'

ವಿದುರ ರಥದಿಂದ ಇಳಿದು ದುರ್ಯೋಧನನ ಹೆಂಡತಿಯ ಹತ್ತಿರ ಹೋಗಿ ನಿಂತ, ಅವಳು ತನ್ನ ಸ್ಥಿತಿಯನ್ನು ತೋರಿಸಬಾರದೆಂಬಂತೆ ಮುಖ ತಗ್ಗಿಸಿದಳು. ಅವಳ ಹಿಂದೆಯೇ ಈಗ ವಿದುರನಿಗೆ ಗುರುತು ಹತ್ತಿತು, ತಲೆಗೆ ಸೆರಗಿಲ್ಲದ ದುಶ್ಶಳೆ ಅತ್ತಿಗೆಯ ಬೆನ್ನಿನಲ್ಲಿ ಅವಿತಿರುವಂತೆ ಅವಳಾರು? ದುರ್ಯೋಧನನ ಸೊಸೆ, ಅವಳೂ, ಈ ಕಡೆ, ಓ ತನಗೆ ಗುರುತೇ ಹತ್ತುತ್ತಿಲ್ಲ, ದುಶ್ಶಾಸನನ ಸೊಸೆಯಲ್ಲವೆ? ಯಾವ ಮಾತೂ ತಿಳಿಯದೆ ಅವನು ಸುಮ್ಮನೆ ನಿಂತುಬಿಟ್ಟ.

ಬಂಗಾರದ ಕಿರೀಟ, ಕೇಯೂರ, ಕಂಠಿಹಾರ, ಕಾಲಿಗೆ ಬಳೆಗಳನ್ನು ಧರಿಸಿದ್ದ ಮಹಾರಾಣಿ ಭಾನುಮತಿ ಕೇಳಿದಳು: 'ವಿದುರ, ಯಾರ ಪರವಾಗಿಯೂ ಯುದ್ಧಕ್ಕೆ ಹೋಗುವುದಿಲ್ಲ ಎಂದೆಯಂತೆ. ಇತ್ತಣಿಂದ ಬರುತ್ತಿದ್ದೀಯ. ಶತ್ರುಪಕ್ಷದಲ್ಲಿದ್ದೆಯ?'

'ಇಲ್ಲ. ಯುದ್ಧರಂಗ ನೋಡುವುದಕ್ಕೆಂದು ನೆನ್ನೆ ಹೋದೆ.'

'ರಥದಲ್ಲಿ ಕುಳಿತವರಾರು? ನಿನ್ನ ಹೆಂಡತಿಗೆ ರಥದಲ್ಲಿ ಕೂರುವಷ್ಟು ಆರೋಗ್ಯವಿಲ್ಲವಂತೆ. ಜೊತೆಗೆ ಇವಳು ವಿಧವೆಯಂತೆ ಕಾಣುತ್ತಾಳೆ.'

'ಈಕೆಯೇ?' ವಿದುರನಿಗೆ ಹೇಳುವ ಮನಸ್ಸು ಬರಲಿಲ್ಲ. ಆದರೆ ಹೇಳದಿದ್ದರೆ ಮಹಾರಾಣಿ ಒತ್ತಿ ಪ್ರಶ್ನಿಸುತ್ತಾಳೆಂದು ಯೋಚಿಸಿದ. 'ಈಕೆ ನನ್ನ ಮನೆಯಲ್ಲೇ ಇದ್ದಾಳೆ ಕಳೆದ ಹದಿಮೂರೂವರೆ ವರ್ಷದಿಂದ; ನಿಮ್ಮ ಯಾರ ದೃಷ್ಟಿಗೂ ಬೀಳುವ ಪ್ರಸಂಗ ಬಂದಿರಲಿಲ್ಲ ಅಷ್ಟೆ.'

ಭಾನುಮತಿಗೆ ಪೆಚ್ಚಾಯಿತು. ರಾಜಸೂಯದಲ್ಲಿ ಖಾಂಡವಪ್ರಸ್ಥದಲ್ಲಿ ನೋಡಿದ್ದ ಗುರುತು ಸಿಕ್ಕಿತು. ಆಗ ರಾಜಮಾತೆಯಂತೆ ಇದ್ದವಳು ಈಗ ವಿರಕ್ತೆಯಂತೆ ಒರಟಾದ ಬಿಳೀ ಹತ್ತಿಯ ವಸ್ತ್ರವುಟ್ಟು. ದುರ್ಯೋಧನನ ಹೆಂಡತಿ ತಲೆತಗ್ಗಿಸಿದಳು.

'ರಥದಲ್ಲಿ ಆರೇಳು ಜನರಾದರೂ ಅನುಸರಿಸಿಕೊಂಡು ಕೂರಬಹುದು. ಬಳಲಿರುವವರು ಬನ್ನಿ,' ಕುಂತಿ ಮಾತನಾಡಿದಳು.

ಅವರಾರೂ ತಲೆ ಎತ್ತಲಿಲ್ಲ. ಉತ್ತರ ಕೊಡಲಿಲ್ಲ. 'ಭಾನುಮತಿ, ಬಾ, ದುಶ್ಶಳೆ, ನಿನ್ನ ಹೆಸರೇನು ಭಾನುಮತಿಯ ಪಕ್ಕ? ಬನ್ನಿ ಬನ್ನಿ,' ಕುಂತಿ ಮತ್ತೆ ಕರೆದಳು.

'ನಾವು ನಡೆದೇ ನಮ್ಮೂರು ಸೇರುತ್ತೇವೆ,' ದುಶ್ಶಳೆ ಆತ್ಮಗೌರವವನ್ನು ಸ್ಥಾಪಿಸಿಕೊಳ್ಳುವ ಧ್ವನಿಯಲ್ಲಿ ಹಲ್ಲುಕಚ್ಚಿ ಉತ್ತರಿಸಿದಳು.

ಅವರು ಬರುವುದಿಲ್ಲವೆಂಬುದನ್ನು ವಿದುರ ಅರ್ಥಮಾಡಿಕೊಂಡ. ಹೆಚ್ಚು ಹೊತ್ತು ನಿಂತಷ್ಟೂ ಪರಿಸ್ಥಿತಿಯ ಪೇಚು ಹೆಚ್ಚುವುದೆಂದು ಅರಿತು, 'ಊರಿನಲ್ಲಿ ಕಾಣೋಣ' ಎಂದು ಹೇಳಿ ರಥ ಹತ್ತಿ ಕುದುರೆಗಳನ್ನು ಚಬುಕಿಸಿದ.

'ಮಹಾರಾಜ, ಕರ್ಣ ಸತ್ತುಹೋದನಂತೆ. ಸಾರಥಿ ಇಲ್ಲದೆ ರಥದ ಚಕ್ರ ಹೂತು ಕುದುರೆಗಳು ಕಣ್ಣಿಹಾಕಿಕೊಂಡು ಅವನೇ ಇಳಿದು ಸರಿಮಾಡುತ್ತಿದ್ದಾಗ ಅರ್ಜುನನ ಬಾಣ ತಗುಲಿ ಕೆಳಗೆ ಬಿದ್ದನಂತೆ. ನಮ್ಮ ಸೈನ್ಯ ಹೆದರಿ ಚಲ್ಲಾಪಿಲ್ಲಿಯಾಯಿತಂತೆ.'

ಸೇವಕ ವರದಿ ಮಾಡಿದಾಗ ಶಲ್ಯನಿಗೆ ಕೆಳಗೆ ಬಿದ್ದಂತಾಯಿತು. ತಾನು ಕರ್ಣನ ರಥವನ್ನು ಬಿಟ್ಟು ಯುದ್ಧರಂಗದಿಂದ ಹಿಂತಿರುಗಿ ನಾಲ್ಕೈದು ಘಳಿಗೆಯೂ ಆಗಿಲ್ಲ. ಸತ್ತು ಬಿದ್ದನಂತೆ, ಮದ್ರದೇಶದವರಷ್ಟು ಸದರದ ಹೆಂಗಸರು ಯಾರೂ ಇಲ್ಲ ಅಂದನಲ್ಲ ಸೊಕ್ಕಿನ ಸೂತ ಎಂಬ ನೆನಪಿನೊಡನೆ ಸಮಾಧಾನ ಉಂಟಾಯಿತು. ಅದರ ಹಿಂದೆಯೇ ತನ್ನ ಅಂತರಂಗವೇ ತನ್ನನ್ನು ಕುಕ್ಕಲು ಶುರುವಾಯಿತು. ಯುದ್ಧದ ನಡುವೆ ರಥಿಯನ್ನು ಬಿಟ್ಟು ಸಾರಥಿಯು ಎಂದಿಗೂ ಬರಬಾರದು. ನನ್ನದೇ ತಪ್ಪು ಎಂದು ಅಂತರಂಗವು ಸ್ಪಷ್ಟವಾಗಿ ಹೇಳಿಕೊಳ್ಳತೊಡಗಿತು. ಆದರೆ ಶುದ್ಧ ಕ್ಷತ್ರಿಯನಾಗಿ ಕಿರೀಟಧಾರಿಯಾಗಿ ಅಭಿಷಿಕ್ತನಾದ ನನ್ನನ್ನು ಸೂತನ ಸಾರಥಿಯಾಗೆಂದು ಕೇಳಿದ ದುರ್ಯೋಧನನದು ತಪ್ಪಲ್ಲವೋ ಎಂಬ ಆತ್ಮಸಮರ್ಥನೆಯೊಡನೆ, ಯಾವುದಾದರೂ ವಾದ ಮಾಡಬೇಕಾದರೆ ಅದೆಷ್ಟು ನಯವಾಗಿ ಒಡಂಬಡಿಸುತ್ತಾನೆ ಅವನು ಎಂಬ ನೆನಪು ಬಂತು. ಕಾಗೆಯ ಬಣ್ಣ ಬೆಳ್ಳಗೇ ಇದೆ ಎಂದು ಕಣ್ಣಿಗೂ ಸ್ಪಷ್ಟವಾಗಿ ಕಾಣುವಂತೆ ಮಾತಿನ ಚಪ್ಪರ ಕಟ್ಟಿಬಿಡುತ್ತಾನಲ್ಲ. ತನ್ನನ್ನು ಮೊದಲು ಮಾರ್ಗಮಧ್ಯದಲ್ಲೇ ಸ್ವಾಗತಿಸಿ ಮಾತನಾಡಿದ ದಿನದಿಂದ ದುರ್ಯೋಧನನ ನೆನಪೆಲ್ಲ ಸಾಲುಸಾಲಾಗಿ ಹರಿಯಿತು. ಗುಡಿಸಿಲಿನೊಳಗೆ ಉರಿ ಮಾಡಿದ್ದ ಬೆಂಕಿಯ ಹತ್ತಿರ ಬೆಚ್ಚಗಿತ್ತು. ಆಗಲೇ ಚಳಿಗಾಲ ಶುರು, ಹೊರಗೆ ಯುದ್ಧರಥದಲ್ಲಿ ಕೂತು ಓಡಿಯಾಡುತ್ತಿದ್ದರೆ ಕಾಣುವುದಿಲ್ಲ, ಒಳಗೆ ಬಂದು ಕೂತರೆ ಕೊರೆತ, ಸೂರ್ಯ ಮುಳುಗಿತೋ ಏನೋ ಹೊರಗೆ, ಆದರೂ ನಾನು ತಪ್ಪು ಮಾಡಿದೆ, ಕಾಲುಗಳನ್ನು ಬೆಂಕಿಯ ಕಡೆಗೆ ನೀಡಿ ಕಾಯಿಸಿಕೊಳ್ಳತೊಡಗಿದ. ಹಾಳು ಯುದ್ಧ ಎಷ್ಟು ದಿನಕ್ಕೆ ಮುಗಿಯುತ್ತದೋ, ಹಾಯಾಗಿ ಊರಿನಲ್ಲಾದರೂ ಇರಬೇಕಾಗಿತ್ತು. ನಾನು ಹಾಗೆಯೇ ಅಂದೆ ಕೇಳಬೇಕಲ್ಲ ರುಕ್ಮ, ಈ ಹುಡುಗು ವಜ್ರ ಅಜಯರೂ ಅಷ್ಟೆ, ಸಾವು ಒಳಗಿನಿಂದ ದಬ್ಬಿಕೊಂಡು ಬಂತೇನೋ ತಮಗೆ, ತಮ್ಮ ರಾಜ್ಯಕ್ಕೆ ಸಂಬಂಧವಿಲ್ಲದ ಈ ಯುದ್ಧಕ್ಕೆ. ನಮ್ಮ ಮದ್ರಕ್ಕಿಂತ ಈ ಕುರುನಾಡಿನಲ್ಲಿ ಚಳಿ ಹೆಚ್ಚೆ? ಹಾಳು ದೇಶ ಇದು, ಯಾವುದೂ ಸುಖವಿಲ್ಲದ ಯಾವುದರಲ್ಲೂ ನಿಖರವಿಲ್ಲದ ದೇಶ. ಅಂಗಾಲುಗಳು ಚುರುಗುಟ್ಟಿ ಸರಕ್ಕನೆ ಹಿಂತೆಗೆದುಕೊಂಡ. ತಪ್ಪು ಮಾಡಿದೆ ಎಂದು ಮನಸ್ಸು ಮತ್ತೆ ಕೊರೆಯತೊಡಗಿತು. ನನ್ನಿಬ್ಬರು ಮಕ್ಕಳನ್ನು ಗುರಿಯಿಟ್ಟು ಕೊಂದ ಆ ಚಾಂಡಾಲ ಅರ್ಜುನನನ್ನು ಕೊಲ್ಲಬಲ್ಲವನು ಕರ್ಣನೊಬ್ಬನೇ ಆಗಿದ್ದ. ಅವನನ್ನು ಹಳಿದು ಧೃತಿಗೆಡಿಸದೆ ಸರಿಯಾಗಿ ರಥ ನಡೆಸಿ ಶಹಬ್ಬಾಸ್ ವೀರ, ಹೊಡೆ ಬಾಣಗಳನ್ನು ಅಂತ ಚಪ್ಪರಿಸಿದ್ದರೆ, ಮಕ್ಕಳನ್ನು ಕೊಂದ ವೈರಿಯ ರಕ್ತ ಹರಿಸುವ, ಕ್ಷತ್ರಿಯಮುಯ್ಯಿ ತೆಗೆಯುವ ಶಕ್ತಿ ನನಗಿನ್ನೆಲ್ಲಿ ಬರಬೇಕು? ಇವರು ಶಲ್ಯರಾಜ ಕುಲದವರೆಂದು ಗೊತ್ತಿರಲಿಲ್ಲವೆ ಅವನಿಗೆ? ಗೊತ್ತಿಲ್ಲದಿದ್ದರೂ ಪಿತೃಧರ್ಮವನ್ನು ಪಾಲಿಸ

ಬೇಡವೆ ನಾನು, ಅವಿವೇಕ ಮಾಡಿಕೊಂಡೆ, ಈ ಬೆಂಕಿ ಕಾಯಿಸುವುದೇ ತಪ್ಪು. ಬಲುಬೇಗ ಸುಸ್ತು ಮಾಡಿಬಿಡುತ್ತದೆ ಎನ್ನಿಸಿ ನಾಲ್ಕು ಮೊಳ ದೂರ ಹೋಗಿ ಗುಡಿಸಿಲಿನ ತಡಿಕೆಯ ಹತ್ತಿರ ಕುಳಿತ. ಎಲ್ಲವೂ ಆಯಿತು, ಊರಿಗಾದರೂ ಹೋಗಿ ಮೂರ್ಖ, ನಿನ್ನ ರಾಜಕಾರಣಕ್ಕೆ ಬೆಂಕಿಬೀಳ. ಯಾರದೋ ಯುದ್ಧಕ್ಕೆ ಕಳಿಸಿ ಇಷ್ಟೆಲ್ಲ ಸೈನ್ಯ, ಇಬ್ಬರು ತಮ್ಮಂದಿರು–ಎಂದು ಮಾತು ಸ್ಫುಟಗೊಳ್ಳುತ್ತಿರುವಾಗ ಬೆನ್ನು ಕಡಿಯತೊಡಗಿತು. ಎಷ್ಟು ದಿನವಾಯಿತು ಸ್ನಾನ ಎಂದು ಎಡಗೈಯನ್ನು ತಿರುಚಿ ಬೆನ್ನಿನ ಮೇಲೆ, ಅರೆ, ಕವಚದೊಳಗೆ ನುಗಿಸುವುದೇ, ನಮ್ಮ ಹಿರಣ್ಯವತಿ ಸರಿ, ಅಜ್ಜ, ಈ ಜಾಗವೇ, ಸ್ವಲ್ಪ ಮೇಲಕ್ಕೆ ಮಗು, ಇನ್ನಷ್ಟು ಮೇಲೆ, ತುಸು ಬಲಗಡೆಗೆ, ಎಷ್ಟು ಕರಾರುವಾಕ್ಕಾಗಿ ಕಡಿಯುವ ಜಾಗವನ್ನು ಗುರುತಿಸಿ ತೀರ ತೇಲಿಸಿಯೂ ಅಲ್ಲ, ಉಗುರು ಊರಿ ಚರ್ಮದಲ್ಲಿ ಉರಿಕೀಳುವಂತೆಯೂ ಅಲ್ಲ, ಹದವಾಗಿ ಕೆರೆಯುತ್ತಾಳೆ. ಆಮೇಲೆ ಎಷ್ಟು ಮೃದುವಾಗಿ ಬೆರಳುಗಳಿಂದ ಸವರಿ ಅವಳ ಬೆರಳುಗಳಲ್ಲೇ ಅಂಜನವಿದೆ, ನಾಲ್ಕು ತಿಂಗಳಾಯಿತಲ್ಲ ನೋಡಿ ಹೇಗಿದ್ದಾಳೋ, ಹೇಗಿರುತ್ತಾಳೆ ಅಸ್ ಅಂತ ಇನ್ನೆಷ್ಟು ಋತುಚಕ್ರ ನಷ್ಟವಾಗಿ, ಊರಿಗೆ ಹೋದ ತಕ್ಷಣ ಮೂರ್ಖ ರುಕ್ಮನ ಬೆನ್ನಿನ ಮೇಲೆ ಬಾರಿಸಬೇಕು ನಾಲ್ಕು. ಅವನ ಹೆಂಡತಿಯೂ ಅಷ್ಟೆ, ಗಂಡ ಹೇಳುತ್ತಾನೆ ಇವಳು ಕುಣಿಯುತ್ತಾಳೆ ಎಂದುಕೊಳ್ಳು ವಾಗ ಸೇವಕ, 'ಮಹಾರಾಜ, ನೀನು ಕರ್ಣನನ್ನು ಹೀಯಾಳಿಸಿ ರಥದಿಂದಿಳಿದು ಬಂದದ್ದನ್ನು ಶತ್ರುಪಕ್ಷವು ಭೇಷ್ ಭೇಷ್ ಅಂತ ಹೊಗಳಿತಂತೆ.' ಹೊಗಳದೆ ಏನು ಮಾಡಿಯಾರು, ಹಾಗಾದರೆ ಅರ್ಜುನನಿಗೆ ಗೊತ್ತಿರಲಿಕ್ಕಿಲ್ಲ ಇವರು ನನ್ನ ಮಕ್ಕಳು ಅಂತ, ಆರ್ಯಾವರ್ತಕ್ಕೇ ಚತುರಬಿಲ್ಲುಗಾರ ಅರ್ಜುನನನ್ನೇ ಕೊಂದೆನೆಂಬ ಕೀರ್ತಿಯ ದುರಾಶೆಗೆ ಬಿದ್ದು ಇವರೇ ಮುಂದೆ ನುಗ್ಗಿ ಅವನನ್ನು ಸೆಣೆಸಿ ಬಾಣ ಹೊಡೆದು, ಯಾರದೋ ಯುದ್ಧಕ್ಕೆ ಇವರ್‍ಯಾಕೆ, ಹುಡುಗಮುಂಡೇವು ಎಂದುಕೊಳ್ಳುತ್ತಾ ಒಮ್ಮೆ ಆಕಳಿಸಲು ಹಿಗ್ಗಿಸಿದ ಬೋಡು ದವಡೆಗಳನ್ನು ಕೂಡಿಸುವಾಗ ಹೊರಗೆಲ್ಲ ಕತ್ತಲಾಗಿರುವುದು ಕಾಣಿಸಿತು. ದೀಪ ಹೊತ್ತಿಸೆಂದು ಸೇವಕನಿಗೆ ಹೇಳುವ ಅಗತ್ಯವೂ ಇಲ್ಲ. ಯಾರ ಶಿಬಿರಕ್ಕೂ ಪ್ರತ್ಯೇಕ ದೀಪ ನಿಂತು ಇವತ್ತಿಗೆ ಎಷ್ಟು ನಾಲ್ಕು ದಿನ ಎಣ್ಣೆಯ ಸರಬರಾಜು ನಿಂತು ಇಷ್ಟು ದಿನದ ಯುದ್ಧ ಯಾವ ಸೀಮೆಯಲ್ಲಿ ನಡೆಯುತ್ತೆ? ನೀಪ, ಬೆಂಕಿ ಆರಬಹುದು ಒಂದೆರಡು ತುಂಡು ಹಾಕು. ಇಲ್ಲದಿದ್ದರೆ ಸೊಳ್ಳೆ ಚಿಗಟಗಳು, ಯಾವುದಾದರೂ ಮುರಿದ ರಥವನ್ನು ಚೂರು ಮಾಡಿಕೊಂಡು..... ಎನ್ನುವಾಗ ಆಕಳಿಕೆಯು ಬೋಡು ದವಡೆಗಳನ್ನು ಹಿಗ್ಗಿಸಿ, ಎಷ್ಟೊಂದು ಸಲ ಬರುತ್ತೆ ಹಾಳು, ನೆನ್ನೆ ರಾತ್ರಿ ಎಲ್ಲ ನಿದ್ದೆ ಇಲ್ಲದ ನೆನಪು ಬಂದು, ಸೂತನಿಗೆ ಸಾರಥಿಯಾಗೆಂದು ಅವನೇನೋ ಒಪ್ಪಿಸಿ ಹೋದ, 'ಮಾವ, ನಿನ್ನ ಪುತ್ರಶೋಕದಲ್ಲಿ ಶತ್ರುವಿನ ವಧೆಯನ್ನು ಬಯಸುವೆಯೋ? ಕ್ಷತ್ರಿಯತ್ವದ ಹುಂಬ ಗೌರವಕ್ಕೆ ಜೋತುಬೀಳು ವೆಯೋ?' ಆದರೆ ಇಡೀ ರಾತ್ರಿ ಎಂಬ ನೆನಪಿನೊಡನೆ ಹಿಗ್ಗಿದ ದವಡೆಯು ಮತ್ತೆ ಕೂಡಿ ಕೊಳ್ಳುತ್ತಿರುವಾಗ ರಥದ ಸದ್ದು. 'ದುರ್ಯೋಧನ ಮಹಾರಾಜನಿಗೆ ಜಯವಾಗಲಿ' ಎಂಬ ದೊಡ್ಡ ಗಂಟಲಿನ ಉದ್ಘೋಷ, ಹೊಳೆಯುವ ಕುರು ಸಿಂಹಾಸನದ ಕಿರೀಟ, ಕೊರಳಹಾರ, ಮಣಿಕಟ್ಟಿನ ಬಳೆಗಳು ಅವನೂ ಸ್ನಾನಮಾಡಿ, ಎಷ್ಟು ಬೆವರುವಾಸನೆ, ಎದುರಿನ ಚಾಪೆಯ

ಮೇಲೆ ಕೂತಾಗ ಒಳಗೆ ಉರಿಯುತ್ತಿದ್ದ ಬೆಂಕಿಯ ಕೆಂಪು ಪೊರೆ ಅವನ ಕಣ್ಣ ಅಂಗಳದಲ್ಲಿ ಬೆಳಗುತ್ತಿತ್ತು. ಉರಿಯ ಗೆರೆಗಳು ತನ್ನ ದೃಷ್ಟಿಯನ್ನು ಸಂಧಿಸುತ್ತಿದ್ದವು. ಅದನ್ನು ತಪ್ಪಿಸಿಕೊಳ್ಳು ವಂತಾಗಿ ನೆಲ ನೋಡತೊಡಗಿದಾಗ,

'ಮಾವ, ದೋಷಾರೋಪ ಮಾಡಲು ನಾನು ಬಂದಿಲ್ಲ. ಕರ್ಣ ನನಗೆ ಎಂತಹ ಸ್ನೇಹಿತ ಅನ್ನುವುದು ನಿನಗೂ ಗೊತ್ತಿತ್ತು. ಅವನು ಸತ್ತ ಹೊಣೆ, ಅರ್ಜುನ ಬದುಕಿದ ಹೊಣೆ, ಇಂದಿನ ನಮ್ಮ ಸೋಲಿನ ಹೊಣೆ ಎಲ್ಲವೂ ನಿನ್ನದಾಯಿತು.'

ಮುದುಕ ಶಲ್ಯನ ಮನಸ್ಸು ದಿಕ್ಕುತಪ್ಪಿತು. ಅರಿವನ್ನು ಮೀರಿ ಹೊಣೆಯ ಭಾರ ಹೊತ್ತು ಕುಸಿದು ಕಿವಿಯೊಳಗೆ ಒಂದೇಸಮನೆ ಘುಂಯ್‌ಗುಡತೊಡಗಿತು. ಹೊರಗೆ ನಿಂತಿದ್ದ ರಥದ ಕುದುರೆಯ ಕೆನೆತ, ಗೊರಸಿನ ದಡಬಡ, ಹೋಂಹೋಂ ಎಂದು ಮುಪ್ಪಿರಿಯುವ ಸಾರಥಿಯ ಧ್ವನಿಗಳು ಕಿವಿಯ ಅಸ್ಥಿರಚನೆಯ ಮೇಲೆ ಮಾತ್ರ ಬೀಳುತ್ತಿದ್ದವು. ಅನಂತರ ಆ ಸದ್ದೂ ನಿಂತಿತು. ಘುಂಯ್‌ಗುಡಿತ ಆರಂಭವಾಗಿ ಅದೆಷ್ಟೋ ಹೊತ್ತು ಕಳೆದನಂತರ ದುರ್ಯೋಧನ ಮಾತನಾಡಿ ಅದನ್ನು ನಿವಾರಿಸಿದ.

'ಆರೋಪ ಪ್ರತ್ಯಾರೋಪದಿಂದ ಪ್ರಯೋಜನವಿಲ್ಲ. ನಿನ್ನ ಮಕ್ಕಳನ್ನು ಕೊಂದ ಅರ್ಜುನ ನನ್ನು ಆಹುತಿ ತೆಗೆದುಕೊಳ್ಳುವುದಾಗಿ ನೀನು ಶಪಥ ಮಾಡಿದ್ದೀಯೆ. ಇಂದಿನ ಯುದ್ಧದಲ್ಲಿ ಇನ್ನೂ ಅರ್ಧದಷ್ಟು ನಾಗರು ಉಳಿದಿದ್ದಾರೆ. ನಮ್ಮ ಸೈನ್ಯವೂ ಇದೆ. ನೀನು ಸೇನಾಪತಿಯಾಗಿ ನಾಳೆ ನಿನ್ನ ಶಪಥವನ್ನು ನೆರವೇರಿಸಿಕೊಂಡರೆ ನಿನ್ನ ಮಕ್ಕಳಿಗೆ ಸ್ವರ್ಗಪ್ರಾಪ್ತಿ.' ಕುಸಿದಿದ್ದ ಶಲ್ಯನ ಮನಸ್ಸು ಮೇಲೆ ಏರಿತು. ಅನಂತರ ಅದಕ್ಕೆ ದಿಕ್ಕು ದೊರೆಯಿತು. 'ಕರ್ಣನನ್ನೇನೋ ನೀನು ಸೂತನೆಂದು ಜರೆಯಬಹುದು. ಆದರೆ ಈ ಸೇನಾಪದವನ್ನು ನೀನೇ ನೋಡಿದಂತೆ ಆಚಾರ್ಯ ದ್ರೋಣರು, ಸ್ವಯಂ ಪಿತಾಮಹ ಭೀಷ್ಮರು ಅಲಂಕರಿಸಿದ್ದರು. ಈಗ ನಾನು ನಿನಗೆ ಕೊಡುತ್ತಿದ್ದೇನೆ.'

ಶಲ್ಯ ಕತ್ತೆತ್ತಿ ದುರ್ಯೋಧನನನ್ನು ನೋಡಿದ. ಅವನ ಮುಖದಲ್ಲಿದ್ದ ಭಾವ ತನಗೆ ತಿಳಿಯಲಿಲ್ಲ. ಬೆಂಕಿಯ ಉರಿಯಲ್ಲಿ ಅವನ ಕಿರೀಟದ ನಿಗಿನಿಗಿ ಮಾತ್ರ ಕಾಣುತ್ತಿತ್ತು. ಆದರೆ ತನ್ನೊಳಗೇ ಒಂದು ತೆರನಾದ ಭಾವ ಒಸರುತ್ತಿದೆ. ಕುತ್ತಿಗೆಯ ನರಗಳು ಉಬ್ಬಿ ಗಂಟಲಿನೊಳಗೆ ಏನೋ ತುಂಬಿ ಬಂದು ಹಿಡಿದಂತಾಗಿ, ಯಾಕೆಂಬುದು ತಿಳಿಯದ ಏನೆಂಬ, 'ನಾಳಿನ ಯುದ್ಧತಂತ್ರ ಮೊದಲಾದುವನ್ನೆಲ್ಲ ನಾವೇ ಮಾಡುತ್ತೇವೆ. ಈಗ ಹೋಗಿ ಕಂಗೆಟ್ಟಿರುವ ನಮ್ಮ ಸೈನಿಕರಿಗೂ ನಾಗರಿಗೂ ಧೈರ್ಯ ತುಂಬಿ ನೀನು ಸೇನಾನಿ ಯಾಗಿರುವುದನ್ನು ಕೃಪಾಚಾರ್ಯ, ಅಶ್ವತ್ಥಾಮ ಕೃತವರ್ಮ ಮೊದಲಾದವರಿಗೆ ಹೇಳುತ್ತೇನೆ. ನೀನು ಬೇಕಾದರೆ ವಿಶ್ರಾಂತಿ ತೆಗೆದುಕೊ. ನಾನು ಸೇನಾನಿಯ ಖಡ್ಗ ಮತ್ತು ಮಂತ್ರ ಹೇಳುವ ಪುರೋಹಿತನೊಡನೆ ಬರುತ್ತೇನೆ. ಆಗಬಹುದೆ?' ಗುರುತು ಹತ್ತದ ಭಾವದಿಂದ ತುಂಬಿದ ಕತ್ತನ್ನು ಮದ್ರರಾಜ ಅಲುಗಿಸದೆ ಬಾಯಿಬಿಟ್ಟು ಆಗಲಿ ಎಂದು ಹೇಳದೆ ಕುಳಿತಿರು ವಾಗ ಅದನ್ನು ತಾನು ಮೊದಲು ಗುರುತಿಸಿದವನಂತೆ ನಸುನಕ್ಕ ದುರ್ಯೋಧನ ಮೇಲೆ ಎದ್ದು ಹೊರಗೆ ನಡೆದ.

ರಥವು ಚಲಿಸಿದ ಸದ್ದು ಕೇಳಿ ಅನಂತರ ಸೇವಕ ಒಳಗೆ ಬಂದು, ಮಹಾರಾಜ, ಮದ್ರ ದೇಶಕ್ಕೆ ಸಂದ ಗೌರವ ಇದು. ನಿರಾಕರಿಸಬೇಡ ಎಂದಾಗ ಅದರ ಗುರುತು ತನಗೂ ಸಿಕ್ಕಿದಂತಾಯಿತು: ಹಿಗ್ಗು, ಕುರುನಾಡಿನ ಸೇನಾಪತ್ಯ, ಭೀಷ್ಮನಂತಹ ಹಿರಿಯ ವೀರಾಧಿವೀರ ಅಲಂಕರಿಸಿದ ಪದವು ತನಗೆ ತಾನೇ ಹತ್ತಿರ ಬಂದ ಗೌರವದ ಹಿಗ್ಗು ಎನ್ನಿಸಿ ಬಾಯೊಳಗೆ ಜೊಲ್ಲು ತುಂಬಿಕೊಂಡಿತು.

ಸೇವಕನು ರಾಜರುಗಳಿಗೆಂದೇ ನಡೆಸುತ್ತಿದ್ದ ಪಾಕಶಾಲೆಗೆ ಹೋಗಿ ಹಿಂತಿರುಗಿ ಬಂದು, 'ಮಹಾರಾಜ, ಪಾಕಸಾಮಗ್ರಿ ಎಲ್ಲ ಮುಗಿದುಹೋಗಿದೆ. ಈ ಮಧ್ಯಾಹ್ನದಿಂದ ಒಲೆ ಹೊತ್ತಿಸಿಲ್ಲವಂತೆ. ಈಗ ಯಥೇಚ್ಛವಾಗಿ ಸಿಕ್ಕುವುದು ಒಲೆ ಉರಿಸುವ ಕಟ್ಟಿಗೆ ಮಾತ್ರ, ಅದೂ ಮುರಿದ ಯುದ್ಧರಥಗಳದು ಅಂತ ಬಾಣಸಿಗ ಕೈಆಡಿಸಿ ಹೇಳಿದ.' ಎಂದಾಗ ಶಲ್ಯರಾಜನಿಗೆ ಹಸಿವು ಕಾಣಿಸಿಕೊಂಡಿತು. ಬೇರೆ ದಾರಿ ಇಲ್ಲದೆ ಸೇವಕ ಮಹಾರಾಜನಿಗೆ ಹಾಸಿಗೆ ಹಾಕಿಕೊಟ್ಟ. ಎರಡು ದಿನದ ಹಿಂದೆ ತಾನೇ ಮಕ್ಕಳು ಸತ್ತ ಸೂತಕ, ಅಲ್ಲದೆ ತುಪ್ಪವೂ ಇಲ್ಲದ್ದರಿಂದ ಹೋಮ ಮಾಡುವಂತಿಲ್ಲ. ಬೆಚ್ಚನೆಯ ಹಾಸಿಗೆಯಲ್ಲಿ ಹೊಟ್ಟೆಯೊಳಗೆ ಹಸಿವು ನುಲಿಯತೊಡಗಿದಾಗ ತಾನು ಸೈನ್ಯಸಮೇತ ವೈಭವದ ಹಸ್ತಿನಾವತಿಗೆ ಪಯಣ ಮಾಡುವ ದಾರಿಯಲ್ಲೇ ದುರ್ಯೋಧನನು ಆರಂಭಿಸಿದ ಔತಣದ ನೆನಪಾಯಿತು. ನೆನಪಿನಿಂದ ಹೊಟ್ಟೆ ತುಂಬುವುದಿಲ್ಲವೆಂದು ಅರಿವಾಗಿ ಮಗ್ಗುಲು ತಿರುಗಿ, ಈ ಯುದ್ಧ ಮುಗಿಯುವ ತನಕ ಯಾರಿಗೂ ಯಾವ ಆಹಾರವೂ ಸಿಕ್ಕುವುದಿಲ್ಲವೆಂದು ಮನಸ್ಸು ಖಚಿತ ಮಾಡಿಕೊಂಡಿತು. ಅಥವಾ ಯುದ್ಧದಲ್ಲಿ ಆಗ ತಾನೆ ಸತ್ತ ಕುದುರೆಯನ್ನು ಕತ್ತರಿಸಿ ಮಾಂಸವನ್ನು ಅದೆಲ್ಲ ಅರಗುವ ವಯಸ್ಸು ಹೊಟ್ಟೆನೋವು ಬಂದು ಅಕಸ್ಮಾತ್ ವಿಷ ಸವರಿದ ಬಾಣದಿಂದ ಸತ್ತದ್ದರ ಮಾಂಸ ಜೀವಂತ ಉಳಿದಿರುವ ಕುದುರೆಗಳೂ ಕಮ್ಮಿಯೇ. ಆಕಳಿಕೆ ಬಂದರೂ ನಿದ್ದೆ ಹೊರಟುಹೋದಂತಾಯಿತು. ಅಥವಾ ಭೀಷ್ಮನಂತೆ ನಿರಾಹಾರಿಯಾಗಿ, ಸ್ವಯಂ ಪಿತಾಮಹ ಭೀಷ್ಮರು ಅಲಂಕರಿಸಿದ್ದ ಸೇನಾನಿ ಪದ ಎನ್ನಿಸುವಾಗ ಬೊಚ್ಚುಬಾಯಿಯನ್ನು ಬಿಡಿಸಿಕೊಂಡು ನಗು ಬಂದು ಅಷ್ಟು ವರ್ಷವಾದರೂ ಭೀಷ್ಮನ ಹಲ್ಲು ಗಟ್ಟಿಯಾಗಿಯೇ ಇತ್ತಲ್ಲ ಎನ್ನಿಸಿ ಹೊಟ್ಟೆಯ ಹಸಿವು ಮರೆಯಿತು. ಅರ್ಧಘಳಿಗೆ ಯಾವ ಆಲೋಚನೆಯೂ ಇಲ್ಲದೆ ಅರೆನಿದ್ರೆಯ ರೀತಿಯಲ್ಲಿ ಮನಸ್ಸು ಖಾಲಿಯಾದ ನಂತರ ದಢಕ್ಕನೆ ಒಂದು ವ್ಯತ್ಯಾಸ ಒಂದು ಪ್ರಶ್ನೆ ಜೊತೆಜೊತೆಯಾಗಿ ಅಲ್ಲ ಒಂದೇ ರೂಪದ ಎರಡು ಮುಖಗಳಾಗಿ ಹುಟ್ಟಿ ಕಾಣಿಸಿಕೊಂಡವು. ಸನಾತನ ಆರ್ಯಧರ್ಮವನ್ನು ಅಷ್ಟೊಂದು ಬಲ್ಲ ಭೀಷ್ಮ, ಪಾಂಡವರನ್ನು ವಿರೋಧಿಸಿ ದುರ್ಯೋಧನನ ಪರ ನಿಂತದ್ದೇಕೆ? ಧರ್ಮ ಈ ಕಡೆಗಿದೆ ಎಂದೆ? ನಿಂತು ಕೂಡ ಅವನ ಸೇನಾಪತ್ಯದ ಹತ್ತು ದಿನಗಳ ಅವಧಿಯಲ್ಲಿ ಮಾಡಿದ ಕ್ಷತ್ರಿಯಸಾಧನೆ ಏನು? ದುರ್ಯೋಧನನ ಸೈನ್ಯವನ್ನು ಅರ್ಧಕ್ಕಿಂತ ಕಡಮೆಗೆ ಇಳಿಸಿ, ಅನಂತರ ಇದ್ದಕ್ಕಿದ್ದಂತೆಯೇ ನಿವೃತ್ತನಾಗಿ ಹಿಂದೆ ಸರಿದು ನಿರಾಹಾರಿಯಾಗಿ ಕೊರೆಯುವ ಚಳಿಗೆ ಮೈಬಿಟ್ಟು ಸತ್ತದ್ದು. ಅವನ ಉದ್ದೇಶವನ್ನು ಒಬ್ಬೊಬ್ಬರು ಒಂದೊಂದು ಥರ ಹೇಳುತ್ತಾರೆ. ಅವರ ಮೇಲಿನ ಮನಸ್ಸು ಇವನ ಮೇಲಿನ ಪ್ರೀತಿ, ಅನ್ನಋಣ

ಧರ್ಮಋಣಗಳ ತಾಕಲಾಟ, ಅಥವಾ ಇಷ್ಟೊಂದು ದೊಡ್ಡ ಯುದ್ಧವನ್ನು ನಿಭಾಯಿಸಲು ಅವರಿಗಿರುವ ತಿಳಿವಳಿಕೆ ಇವನಿಗಿರಲಿಲ್ಲವೊ? ಒಟ್ಟಿನಲ್ಲಿ ಊರಿನಿಂದ ಹೊರಡುವ ಮೊದಲು ತನಗೆ ಭೀಷ್ಮನ ಬಗೆಗಿದ್ದ ಶೃಂಗಭಾವ ಈಗ ಇಲ್ಲವಾಗಿದೆ ಎಂಬ ಸ್ಪಷ್ಟ ಅರಿವಾಯಿತು. ದೂರದ ಪರ್ವತ ರಮ್ಯ, ಸ್ವಯಂ ಭೀಷ್ಮರು ಅಲಂಕರಿಸಿದ್ದ ಸೇನಾನಿಪದ ಎಂಬ ಮಾತು ಮತ್ತೆ ನೆನಪಿಗೆ ಬಂದು ಸ್ವಾರಸ್ಯಹೀನವಾಗಿ ಕಾಣಿಸಿಕೊಂಡಿತು. ಇನ್ನೊಮ್ಮೆ ಮಗ್ಗುಲು ಬದಲಿಸುವಾಗ ದೂರದ ರಥ ಕುದುರೆ ಮನುಷ್ಯರ ಅಸ್ಪಷ್ಟ ಸದ್ದುಗಳು ಹೆಚ್ಚು ಸ್ಪಷ್ಟವಾಗಿ ಕೇಳಿ ಇನ್ನೂ ರಾತ್ರಿ ಹೆಚ್ಚು ಹೊತ್ತಾಗಿಲ್ಲ, ಅಲ್ಲ ಸರಿಯಾಗಿ ರಾತ್ರಿಯೇ ಆಗಿಲ್ಲವೆನ್ನಿಸಿ ಹೊಟ್ಟೆಯೊಳಗೆ ಸುತ್ತುಹಾಕುತ್ತಿದ್ದ ಹಸಿವು ಮತ್ತೆ ಅರಿವಿಗೆ ಬಂತು.

ಅದೇ ಹೊತ್ತಿಗೆ ಯಾರೋ ಹುಡುಕಿಕೊಂಡು ಬಂದಂತಾಯಿತು. 'ಮದ್ರ ದೇಶದ ಶಲ್ಯ ಮಹಾರಾಜನ ಬೀಡಾರ ಎತ್ತಲಿದೆ?' ಎಂಬ ಧ್ವನಿ, ಪರಿಚಿತವಾದದ್ದು, ಹಾಂ ನಮ್ಮ ಹೋಮದತ್ತನದು. ನೀಪನಿಗೂ ಗುರುತು ಸಿಕ್ಕಿತು.

ಒಳಗೆ ಬಂದು, ನೀಪ ಬೆಂಕಿಯನ್ನು ಊದಿ ಎರಡು ತುಂಡು ಇಟ್ಟು ಬೆಳಕುಮಾಡಿ, ಬೆಂಕಿ ಉರಿಯ ಮಬ್ಬು ಕೆಂಪು ಬೆಳಕಿನಲ್ಲಿ ಪುರೋಹಿತನ ಗೆಲುವಿಲ್ಲದ ಮುಖ, ಆಲಸ್ಯ ಪ್ರಯಾಣದ್ದೋ ಧೂಳು ಮೆತ್ತಿದ ಗಡ್ಡ ತಲೆಗೂದಲು ಕೊಳೆಯಾದ ವಸ್ತ್ರ, ಮಂಕು, 'ಹೋಮದತ್ತ, ಊರಿನಲ್ಲಿ ರಾಜ್ಯದಲ್ಲಿ ಎಲ್ಲರೂ ಕ್ಷೇಮವೆ?' ಎದ್ದುಕುಳಿತ ಶಲ್ಯರಾಜ ಕೇಳಿದ.

ಮೊದಲು ಆಶೀರ್ವಚನ ಮಾಡಿ ಅನಂತರ ಹತ್ತಿರವೇ ಕುಳಿತು ಪುರೋಹಿತ ಎಂದ: 'ಅದನ್ನು ಹೇಳುವುದಕ್ಕೇ ಬಂದೆ. ಕುದುರೆಯ ಗೊರಸು ಒಡೆದು, ನನ್ನ ಕೂರುವ ಜಾಗದಲ್ಲಿ ಕಿತ್ತು ಗಾಯವಾಗಿ, ಓಹ್, ನಿನ್ನ ಬೀಡಾರವನ್ನು ಹುಡುಕುವ ಹೊತ್ತಿಗೆ, ತಲೆಯ ಮೇಲೆ ಸಹಸ್ರಾರು ಹದ್ದುಗಳು, ಸುತ್ತಮುತ್ತ ನಾಯಿ ನರಿ ತೋಳ ವಾಸನೆ.....'

'ಆಯಿತು. ಊರಿನ ಸಮಾಚಾರವೇನು?'

'ಸೈನ್ಯದೊಡನೆ ನೀವು ಇತ್ತ ಬಂದು ಎಷ್ಟು ದಿನವಾಯಿತು, ಮೂರು ಅಲ್ಲ ಹತ್ತಿರ ನಾಲ್ಕು ತಿಂಗಳಾಯಿತಲ್ಲವೆ? ಅತ್ತ ತ್ರಿಗರ್ತದ ಕಡೆಯವರು ಬಂದೂ ಹೆಚ್ಚು ಕಡಮೆ ಅಷ್ಟೇ ದಿನವಾಯಿತು. ನಮ್ಮ ಉತ್ತರದ ಕಡೆಯ ನಾಗರು ಸಮಯ ಕಾಯುತ್ತಿದ್ದರೆಂದು ಕಾಣುತ್ತೆ. ಈಗ ಹತ್ತು ದಿನದ ಹಿಂದೆ ನುಗ್ಗಿ ತ್ರಿಗರ್ತ ಮತ್ತು ಅದರ ಪಶ್ಚಿಮದ ರಾಜ್ಯಗಳನ್ನು ವಶಪಡಿಸಿಕೊಂಡರು. ತ್ರಿಗರ್ತದ ಸುಶರ್ಮ ಇಲ್ಲಿ ಯುದ್ಧದಲ್ಲಿ ಸತ್ತನಂತಲ್ಲ.....'

ಆತಂಕ ಉಕ್ಕಿಬಂದ ಶಲ್ಯರಾಜ ನಡುವೆಯೇ ಕೇಳಿದ: 'ನಮ್ಮ ರಾಜ್ಯ ಕ್ಷೇಮವೇ?'

'ಕ್ಷೇಮವಾಗಿ ನಮ್ಮ ಕೈಲೇ ಇದೆ. ರುಕ್ಮರಥ ಮಹಾರಾಜ ಎಚ್ಚರವಹಿಸಿ ಕಾಯುತ್ತಿದ್ದಾನೆ. ಸೈನ್ಯದ ಮುಕ್ಕಾಲುಭಾಗವನ್ನು ಇತ್ತ ಕಳಿಸಿದ್ದೇವಲ್ಲ ಇಬ್ಬರು ರಾಜಕುಮಾರರು, ಮತ್ತು ನಿನ್ನ ಜೊತೆಯಲ್ಲಿ, ಎಲ್ಲರನ್ನೂ ಬೇಗ ಹಿಂತಿರುಗಿ ಕರೆತರಲು ನನ್ನನ್ನು ಕಳಿಸಿದ್ದಾನೆ.'

'ಉಳಿದಿರುವುದೇನು ಕರೆತರಲು?'

'ನಮ್ಮ ಸೈನ್ಯ, ವಜ್ರ ಅಜಯ ರಾಜಕುಮಾರರು.'

'ನೀನೇ ಅಂದೆಯಲ್ಲ, ತಲೆಯ ಮೇಲೆ ಸಹಸ್ರ ಸಹಸ್ರ ಹದ್ದುಗಳು, ಸುತ್ತ ನಾಯಿ ನರಿ ತೋಳಗಳು ಅಂತ.'

ಪುರೋಹಿತ ಮತ್ತೆ ಮಾತನಾಡಲಿಲ್ಲ. ಶಲ್ಯರಾಜ ಊರಿನ ಸ್ಥಿತಿಯನ್ನು ಕಲ್ಪಿಸಿಕೊಳ್ಳುತ್ತಾ ಕುಳಿತ. ಕಾಲುಭಾಗವಾದರೂ ಸೈನ್ಯವಿಲ್ಲದಿದ್ದರೆ ಇಷ್ಟರಲ್ಲಿ ನಾಗರ ಪಾಲಾಗುತ್ತಿತ್ತೇನೋ! ಇಲ್ಲಿಗೆ ನಾವೆಲ್ಲ ಬಂದಿರುವ ಪ್ರತಿಯೊಂದು ವಿವರವೂ ನಾಗರಿಗೆ, ಅರ್ಜುನ ಸುತ್ತುವರೆದು ಅವರ ಇಡೀ ಕಾಡಿಗೆ ಸುತ್ತಣಿಂದ ಏಕಕಾಲದಲ್ಲಿ ಬೆಂಕಿ ಇಟ್ಟು ನಮ್ಮ ಉತ್ತರಕ್ಕೂ ಎಂತಹ ದಟ್ಟಕಾಡು, ಭೇಷ್ ಅರ್ಜುನ, ಎಂದುಕೊಳ್ಳುವಾಗ ನಾಲಗೆ ತನಗೆ ತಾನೇ ಕೇಳಿತು: 'ಊರಿನಲ್ಲಿ ಉಳಿದೆಲ್ಲ ಕ್ಷೇಮವೆ? ಅಜಯ ವಜ್ರರ ಸಾವು, ಇನ್ನೂ ಮೊನ್ನೆ ತಾನೆ, ಊರಿಗೆ ತಿಳಿದಿಲ್ಲ.'

'ಮಹಾರಾಜ, ಉಳಿದೆಲ್ಲ ಕ್ಷೇಮ. ನಮ್ಮ ರಾಜ್ಯಕ್ಕೇ ಮದ್ರದೇಶದ ಕ್ಷತ್ರಿಯ ಕುಲಕ್ಕೇ ಅವಮಾನವೆನ್ನಿಸುವ ಒಂದು ಸಂಗತಿ ಜರುಗಿ ರುಕ್ಮರಥರಾಜ ಅನ್ನ ನೀರು ಬಿಟ್ಟು ಕೊರಗುತ್ತಿದ್ದಾನೆ. ಹೇಳಿಬಿಡುತ್ತೇನೆ. ನಮ್ಮ ರಾಜಕುಮಾರಿ ಹಿರಣ್ಯವತಿಯನ್ನು ನಾಗರು ಅಪಹರಿಸಿಕೊಂಡು ಹೋಗಿಬಿಟ್ಟರು.'

'ಅಂದರೆ ನಮ್ಮ ನಗರಿಗೆ, ಅರಮನೆಗೆ ಮುತ್ತಿಗೆ ಹಾಕಿದ್ದರೆ?' ಶಲ್ಯರಾಜನ ಮುಖ ಆತಂಕದಿಂದ ಸುಕ್ಕುಗಟ್ಟಿತು.

'ಇಲ್ಲ. ನಮ್ಮ ರಾಜ್ಯದ ತಂಟೆಗೆ ಬಂದಿಲ್ಲ.'

'ಈ ಹುಡುಗಿ ಒಬ್ಬಳೇ ಹೊರಗೆ ಹೋಗಿದ್ದಳೊ? ಸರಿಯಾದ ಅಂಗರಕ್ಷಕರಿಲ್ಲದೆ ಹೆಂಗಸರೆಲ್ಲ ಊರ ಹೊರಗೆ ವಿಹಾರ.....'

'ಅಂಥದೇನೂ ಇಲ್ಲ. ಇರುವ ವಿಷಯ ಹೇಳಿಬಿಡುತ್ತೇನೆ. ಮೈಕೈಗೆಲ್ಲ ಬಣ್ಣಬಳಿದು ಕೊಂಡು ತಲೆ ಕುತ್ತಿಗೆ ಮೊಣಕೈಗಳಿಗೆ ಹೂವಿನ ಹಾರ ಧರಿಸಿ ತಲೆಗೆ ಬಣ್ಣಬಣ್ಣದ ಎಲೆ ಗಳ ಕಿರೀಟ ಧರಿಸಿದ ನಾಗಗಂಡಸರು ಆಗಾಗ್ಗೆ ಊರೊಳಗೆ ಬಂದು ನೃತ್ಯಮಾಡಿ ರಂಜಿಸಿ ನಮ್ಮ ರುಚಿರುಚಿಯಾದ ಊಟ ತಿಂಡಿಗಳ ಭಿಕ್ಷೆ ಒಯ್ಯುತ್ತಿರಲಿಲ್ಲವೆ? ಹಾಗೆ ಒಬ್ಬ ನಾಗತರುಣ ಹೆಚ್ಚುಕಡಮೆ ದಿನವೂ ಅರಮನೆಗೆ ಬರುತ್ತಿದ್ದ. ಹಿಂಭಾಗದ ಅಂತಃಪುರದ ಬಾಗಿಲಿನ ಹತ್ತಿರ ನೃತ್ಯಮಾಡಿ ಬಿದಿರುಕೊಳಲು ಬಾರಿಸಿ ಎಲ್ಲರನ್ನೂ ಆಕರ್ಷಿಸುತ್ತಿದ್ದ. ನಮ್ಮ ರಾಜಕುಮಾರಿ ದಿನವೂ ಬಿಟ್ಟ ಕಣ್ಣುಗಳಿಂದ ಅವನನ್ನು ನೋಡುತ್ತಿದ್ದಳಂತೆ. ಒಂದು ರಾತ್ರಿ ಅವಳು ಒಳಗೆ ಮಲಗಿದಳು. ಬೆಳಗ್ಗೆ ಎದ್ದಾಗ ಕಾಣೆಯಾಗಿದ್ದಳು. ಎಲ್ಲೆಂದು ಹುಡುಕಬೇಕು? ಇಡೀ ದಿನ ನಾವು ಸುತ್ತಮುತ್ತ ನದಿಯ ದಡ, ಕಾಡುಗಳು, ಹಳ್ಳಿಗಳಲ್ಲೆಲ್ಲ ಹುಡುಕಿದೆವು. ಅವಳ ಸುಳಿವಿಲ್ಲ.'

'ನಾಗರೇ ಅಪಹರಿಸಿಕೊಂಡು ಹೋದರು ಅಂತ ಹೇಗೆ ತಿಳಿಯಿತು?' ಶಲ್ಯರಾಜನ ಕುತೂಹಲ ಕೋಪಕ್ಕೆ ತಿರುಗಿತ್ತು.

'ಎರಡನೆಯ ದಿನ ಒಬ್ಬ ನಾಗಮುದುಕಿ ಬಂದು ಕಣಿ ಹೇಳುವವಳಂತೆ ಅರಮನೆಯ ಮುಂದೆಯೇ ನಿಂತು ಹೇಳಿದಳು: ರಾಜಕುಮಾರಿ ನಾಗತರುಣನಲ್ಲಿ ಮೋಹಗೊಂಡು

ಓಡಿ ನಡೆದು ಕಾಡಿನಲ್ಲಿ ಮದುವೆಯಾಗಿ ಸುಖವಾಗಿದ್ದಾಳೆ, ಅಂತ.'

'ಅವಳನ್ನು ಸೆರೆ ಹಿಡಿಯಲಿಲ್ಲವೆ?' ಎನ್ನುವಾಗ ಕಾಡನ್ನು ಸುತ್ತುಗಟ್ಟಿ ಬೆಂಕಿ ಇಟ್ಟು ಸುಟ್ಟು ಅರ್ಜುನನನ್ನು ಕಂಡು ಕರೆದೊಯ್ಯಬೇಕೆಂಬ ಆಶೆಯು ವಿವರವಾಗಿ ರೂಪ ತಳೆಯುತ್ತಿತ್ತು. ಸುತ್ತಣಿಂದ ಒಂದೇ ಸಲಕ್ಕೆ ಹೊತ್ತಿಸಿದ ಬೆಂಕಿ, ಚಳಿಗಾಲವಾದರೂ ಒಣಹುಲ್ಲು ಎಲೆತರಗುಗಳು, ಸುತ್ತ ಬಿಲ್ಲು ಹಿಡಿದು ನಿಂತ ನಮ್ಮ ಸೈನಿಕರು.

"ನಾಗರು ಬೇಕೆಂದೇ ಈ ಹೆಂಗಸನ್ನು ಕಳಿಸಿದ್ದಾರೆ. ಸೆರೆ ಹಿಡಿದರೆ ಮೇಲೆ ಬೀಳುತ್ತಾರೆ. ಈಗಾಗಲೇ ಸುತ್ತಣ ರಾಜ್ಯಗಳನ್ನು ಆಕ್ರಮಿಸಿರುವ ಅವರನ್ನು ಕೆರಳಿಸಿದಂತಾಗುತ್ತದೆಂದು ನಾನೇ ರುಕ್ಮರಥರಾಜನಿಗೆ ಹೇಳಿದೆ. ಅವನೂ ಒಪ್ಪಿಕೊಂಡ. ನಾನೇ ಆ ಹೆಂಗಸಿನ ಹತ್ತಿರ ಹೋಗಿ, 'ನಿನ್ನ ಕಣಿ ಎಲ್ಲ ಸುಳ್ಳು. ನನ್ನನ್ನು ಕರೆದೊಯ್ದು ನಿಜವಾಗಿಯೂ ತೋರಿಸುವೆಯಾ ನಿನಗೆ ಒಂದು ಗಾಡಿ ಗೋಧಿಯ ಹಿಟ್ಟು ಎರಡು ಬುದ್ದಲಿ ತುಪ್ಪ, ಒಂದು ಬಂಗಾರದ ಸರ ಕೊಡುತ್ತೇನೆ' ಎಂದೆ. ನಾಳೆ ಉತ್ತರ ಹೇಳುವುದಾಗಿ ಹೇಳಿ ಹೋದಳು. ನಾಳೆ ಧೈರ್ಯವಾಗಿ ನನ್ನ ಮನೆಗೇ ಹುಡುಕಿಕೊಂಡು ಬಂದಳು. ಈ ರಾತ್ರಿ ನನ್ನೊಡನೆ ಬರುವೆಯಾ, ತೋರಿಸುತ್ತೇನೆ ಎಂದಳು. ಒಬ್ಬನೇ ಹೋಗಬೇಕು. ಕೊಲೆ ಮಾಡಿದರೆ! ಮಹಾರಾಜನನ್ನು ಕೇಳಿದೆ. ಹೋಗುವಂತೆ ಬಲವಂತ ಮಾಡಿದ. ರಾತ್ರಿ ಅವಳೊಡನೆ ಒಬ್ಬನೇ ನಡೆದೆ. ಕತ್ತಲು. ಊರ ಹೊರಗೆ ಕರೆದೊಯ್ದುಮೇಲೆ ಒಂದು ಬಿಳಲು ಬಟ್ಟೆಯಿಂದ ನನ್ನ ಎರಡು ಕಣ್ಣುಗಳನ್ನೂ ಕಟ್ಟಿಬಿಟ್ಟಳು. ಅನಂತರ ನನ್ನನ್ನು ಅದೆಷ್ಟೋ ಸುತ್ತು ಲೆಕ್ಕವೇ ಸಿಕ್ಕಲಿಲ್ಲ, ನಿಂತ ಜಾಗದಲ್ಲೇ ಪ್ರದಕ್ಷಿಣೆ ತಿರುಗಿಸಿದಮೇಲೆ ನನ್ನ ಕೈಹಿಡಿದು ನಡೆಸಿಕೊಂಡು ಹೊರಟಳು. ರಾತ್ರಿ ಎಲ್ಲ ನಡೆದೆವು. ನಡುರಾತ್ರಿಯ ಹೊತ್ತಿಗೆ ಒಂದು ಕಾಡಿಗೆ ಬಂದೆವು. ಅಲ್ಲಿಂದ ಮುಂದೆ ನನ್ನ ಜೊತೆಗೆ ನಾಲ್ವರು ಗಂಡಸರಿದ್ದ ಮಾತಿನ ಧ್ವನಿ. ಬೆಳಗಾಗುವತನಕ ನಡಿಗೆ, ಬೆಳಕು ಹರಿದ ನಂತರ ನಿದ್ದೆ. ನನಗೆ ಊಟಕ್ಕೆ ಕೊಟ್ಟರು. ಮಲಗಲು ಚಾಪೆ ಕಂಬಳಿ ಕೊಟ್ಟರು. ಚನ್ನಾಗಿ ನೋಡಿಕೊಂಡರು. ಆದರೆ ಕಣ್ಣು ಬಿಚ್ಚಲಿಲ್ಲ. ನಾನಾಗಿಯೇ ಬಿಚ್ಚಿಕೊಂಡರೆ ಕೊಂದುಹಾಕುವ ಬೆದರಿಕೆ. ಹೀಗೆ ಮೂರು ರಾತ್ರಿ ನಡೆದು ಯಾವ ದಿಕ್ಕಿನಲ್ಲಿ ಯಾವ ಕಾಡಿನಲ್ಲಿ ಎಷ್ಟು ದೂರ ಕ್ರಮಿಸಿದೆನೆಂಬ ಊಹೆಯೂ ಸಾಧ್ಯವಿಲ್ಲದ ಸ್ಥಿತಿಯನ್ನು ಮುಟ್ಟಿದಾಗ ಕಣ್ಣಿನ ಕಟ್ಟನ್ನು ಬಿಚ್ಚಿದರು. ಎದುರಿಗೆ ಬಿದಿರ ಗುಡಿಸಿಲುಗಳು. ಬಿದಿರ ಪಾತ್ರೆ, ಬಿದಿರಿನ ಅಟ್ಟಣಿಗೆ, ಕೂರಲು ಬಿದಿರ ಚಾಪೆ. ಶುಭ್ರವಾದ ಜಾಗ, ಅರಮನೆಯ ಮುಂದೆ ಕೊಳಲು ಬಾರಿಸಿ ಕುಣಿಯಲು ಬರುತ್ತಿದ್ದ ಅದೇ ನಾಗತರುಣ. ಜೊತೆಗೆ ನಮ್ಮ ಹಿರಣ್ಯವತಿ. ಅವಳೂ ನಾಗಳಂತೆ ಒಂದು ತುಂಡು ಅರಿವೆ ಉಟ್ಟಿದ್ದಾಳೆ. ಮೈಕೈಗೆಲ್ಲ ಬಣ್ಣ ಲೇಪಿಸಿ ತಲೆ ಕೊರಳು ತೋಳುಗಳಿಗೆಲ್ಲ ಬಣ್ಣಬಣ್ಣದ ಮಾಲೆ ಸುತ್ತಿ ಎಷ್ಟು ಲಕ್ಷಣವಾಗಿ ಕಾಣುತ್ತಿದ್ದಳು ಅಂತ, ನನ್ನ ಹತ್ತಿರ ಬಂದು ಬಾಗಿ ನಮಸ್ಕರಿಸಿ ಆಶೀರ್ವಾದ ಬೇಡಿದಳು. ನಮಸ್ಕರಿಸುವಂತೆ ಆ ಹುಡುಗನಿಗೂ ಹೇಳಿದಳು. 'ಪುರೋಹಿತರೇ, ಆರ್ಯ ಸಂಪ್ರದಾಯದ ಮದುವೆಯ ಮಂತ್ರವನ್ನೂ ಒಂದಿಷ್ಟು ಹೇಳಿಬಿಡಿ' ಎಂದು ನಕ್ಕಳು. ಮುಖದಲ್ಲಿ ದುಃಖವಿಲ್ಲ. ಅವಳು ಮುಡಿದಿದ್ದ ಹೂವಿನಂತೆಯೇ ಕಳೆಕಳೆಯಾಗಿದ್ದಳು."

'ಸಾಕು ಬಿಡು. ಅವಳೇ ಓಡಿಹೋಗಿದ್ದಾಳೆ. ಅವಳನ್ನೂ ಸೇರಿಸಿ ಇಡೀ ಕಾಡಿಗೆ ಬೆಂಕಿ ಹೊತ್ತಿಸಿ, ಯಾವ ಕಾಡೆಂದು ನಿನಗೆ ಗೊತ್ತು ತಾನೆ?' ಮುದುಕ ಕೂಗಿಕೊಂಡ.

'ಹಿಂತಿರುಗುವಾಗ ಕೂಡ ಕಣ್ಣು ಕಟ್ಟಿದವರು ಊರು ಮುಟ್ಟುವತನಕ ಬಿಚ್ಚಲಿಲ್ಲ. ಬರೀ ರಾತ್ರಿ ಹೊತ್ತು ಪ್ರಯಾಣ. ಮಹಾರಾಜ, ಕಣ್ಣುಕಟ್ಟಿಸಿಕೊಂಡರೆ ಸಾಕು, ಮನುಷ್ಯನಿಗೆ ದಿಕ್ಕಿನ ಪರಿವೆಯೇ ಇರುವುದಿಲ್ಲ. ಕಟ್ಟಿದ ಮೇಲೆ ನಿಂತಲ್ಲಿಯೇ ನನ್ನನ್ನು ಇಪ್ಪತ್ತು ಮೂವತ್ತು ಸುತ್ತು ತಿರುಗಿಸಿದನಂತರ ನಡಿಗೆಯನ್ನು ಆರಂಭಿಸಿದರು. ಊರು ಮುಟ್ಟಿದ ಮೇಲೆ ಇಪ್ಪತ್ತು ಸುತ್ತು ತಿರುಗಿಸಿ ಕಟ್ಟನ್ನು ಬಿಚ್ಚಿ ಮುದುಕಿ ಹೊರಟುಹೋದಳು.'

'ನೀನು ಆ ಶನಿಮುಂಡೇದರ ಕೈಲಿ ಏನಾದರೂ ಮಾತನಾಡಿದೆಯಾ?'

'ಒಬ್ಬಳನ್ನೇ ಸಂಧಿಸುವುದಾಗಲಿಲ್ಲ. ಅವಳ ಗಂಡ ಇದ್ದ. ಇತರ ನಾಲ್ವರು ಹೆಂಗಸರಿದ್ದರು. ನಾನು ಇದ್ದದ್ದೇ ಎರಡು ಘಳಿಗೆ. ಅದರಲ್ಲಿ ಮಧುಪರ್ಕ ಕೊಟ್ಟಳು. ಊಟಕ್ಕೆ ಬಡಿಸಿದಳು. ನನ್ನನ್ನ ಹೊರಡಿಸುವ ಮುನ್ನ, ನನ್ನ ಗಂಡನ ಕುಲದವರು ನನ್ನ ತೌರು ರಾಜ್ಯದ ಮೇಲೆ ದಾಳಿ ಮಾಡದಂತೆ ನಾನು ತಡೆಯುತ್ತೇನೆ. ಅವರಿಗೆ ಕೂಡ ನನ್ನ ಗಂಡನ ಕುಲದ ತಂಟೆಗೆ ಬರಬೇಡಿರೆಂದು ಹೇಳಿ ಅಂದಳು.'

ಶಲ್ಯನ ಮನಸ್ಸನ್ನು ಅರ್ಜುನನ ಚಿತ್ರ ತುಂಬಿಕೊಂಡಿತು. ಅದೆಂತಹ ಬಿಲ್ಲುಗಾರಿಕೆ, ಅದೆಷ್ಟು ವೇಗ, ಗುರಿ, ಇಂದಿನ ಯುದ್ಧದಲ್ಲಿ ಕೂಡ ಕರ್ಣನ ಸಂಗಡ ಬಿದಿರುಕಹಳೆ ಊದಿಕೊಂಡು ಬಂದ ನಾಗರ ಗುಂಪಿನ ಮೇಲೆ ಅವನ ಬಾಣಗಳು ಬಂದು ಬೀಳುವ ರಭಸಕ್ಕೆ ಹೇಗೆ ತಲ್ಲಣಿಸಿಬಿಟ್ಟರು ಈ ಕಾಡುಜನರು! ಅವನ ಜೊತೆ ಬರುವ ಸೈನಿಕರಿಗೂ ಎಂತಹ ಹುಮ್ಮಸ್ಸು. ಎಂತಹ ಬಾಣರಭಸ. ಅವರೂ ವಿಷದಲ್ಲಿ ಅದ್ದಿದ ಬಾಣವನ್ನೇ ಬಿಡುತ್ತಿದ್ದರಂತೆ, ಎಂಬ ಮೆಚ್ಚುಗೆಯ ಓಘದಲ್ಲಿ ಇದ್ದಕ್ಕಿದ್ದಂತೆಯೇ ತನ್ನ ನಿಜವಾದ ಶತ್ರು ಯಾರು ಎಂಬ ಬಗೆಗೆ ಸಂಪೂರ್ಣ ಪಲ್ಲಟವಾಯಿತು. ನಾಗರು ಇಂದಲ್ಲ ನಾಳೆ ನಮ್ಮ ರಾಜ್ಯ ಕಬಳಿಸುವುದು ಖಂಡಿತ. ಇಡೀ ನಾಗಕುಲದ ಶತ್ರು ಅರ್ಜುನ. ಅವರೆಲ್ಲ ದುರ್ಯೋಧನನ ಪರವಹಿಸಿ, ನಾನೊಬ್ಬ ಮೂರ್ಖ, ಕಡು ಮೂರ್ಖ, ಈಗಿಂದೀಗ ಹೊರಟು ಪಾಂಡವ ಪಾಳಯ ಸೇರಿ. ಹೋಮದತ್ತ ಕೇಳಿದ: 'ತುಂಬ ಹಸಿವಾಗುತ್ತದೆ.'

ಈ ಮಾತು ಶಲ್ಯನ ಮನಸ್ಸನ್ನು ತಲುಪಲಿಲ್ಲ. ಸ್ವಲ್ಪ ಹೊತ್ತಿನನಂತರ ಅವನೇ ಕೇಳಿದ: 'ಊರಿನಿಂದ ಬಂದವನು, ನೀನೇ ಏನಾದರೂ ತರಲಿಲ್ಲವೆ? ಒಂದಿಷ್ಟು ಅರಳನ್ನೋ ಏನಾದರೂ.'

''ಕುದುರೆಯ ಮೇಲೆ ಹಸಿಬೆಚೀಲ ಹೇರಿಕೊಂಡೇ ಹೊರಟೆ. ಕಾಲುಭಾಗವೂ ಖರ್ಚಾಗಿರಲಿಲ್ಲ. ಯುದ್ಧರಂಗ ಎರಡು ದಿನದ ದಾರಿ ಎನ್ನುವಾಗಲೇ ಸೈನಿಕರು ಎದುರಾದರು. ಯುದ್ಧದಿಂದ ಓಡಿಹೋದ ಗುಂಪುಗಳು, ಆ ಕಡೆಯ ತಮ್ಮ ದೇಶಗಳಿಗೆ ಹೋಗುತ್ತಿದ್ದವರು. ಯಾರೋ ನಾಲ್ವರು ಬಂದು, 'ಪಯಣಿಗನೆ, ನಿನ್ನ ಗಂಟಿನಲ್ಲಿರುವುದನ್ನು ನಮಗೆ ಕೊಡು, ನಿನಗೆ ಧರ್ಮ ಬರುತ್ತೆ' ಅಂದರು. ನಾನು ಉತ್ತರ ಹೇಳುವ ಮೊದಲೇ ಮೇಲೆ ಬಿದ್ದು ಕಿತ್ತುಕೊಂಡರು. ನಾನು ಕೂಗಿಕೊಂಡೆ. ಅದನ್ನು ಕೇಳಿದ ಇನ್ನೊಂದು

ಗುಂಪು ಹತ್ತು ಹನ್ನೆರಡು ಜನರದು ಹತ್ತಿರ ಬಂದು ಇವರ ಮೇಲೆ ಬಿದ್ದು, ನನ್ನ ಗಂಟನ್ನು ನನಗೆ ಬಿಡಿಸಿಕೊಡಿಸುತ್ತಾರೆಂದುಕೊಂಡಿದ್ದೆ, ಹೊಡೆದು ಗಂಟನ್ನು ಕಿತ್ತು ಹೊತ್ತು ಕೊಂಡು ಹೊರಟುಹೋದರು. ಯಾಕೆ ಕಿರುಚಿದೆ ಅಂತ ಇವರು ಮೇಲೆ ಬೀಳುವ ಮೊದಲೇ ನಾನು ಕುದುರೆ ಹತ್ತಿ ಓಡಿ ಬಂದುಬಿಟ್ಟೆ. ಎರಡು ದಿನದಿಂದ ಹೊಟ್ಟೆಗೆ ಏನೂ ಇಲ್ಲ."

ಸೇವಕ ಒಳಗೆ ಬಂದು ಬೆಂಕಿಗೆ ಇನ್ನೆರಡು ತುಂಡುಗಳನ್ನು ಇಟ್ಟು ಹೋದ. ತನ್ನ ನಿಜವಾದ ಶತ್ರು ಯಾರು, ಯಾರ ಮೇಲೆ ತಾನು ವೈರ ಸಾಧಿಸಿಕೊಳ್ಳಬೇಕೆಂಬ ಬಗೆಗೆ ಶಲ್ಯನು ಇನ್ನೊಮ್ಮೆ ಮನಸ್ಸನ್ನು ತೊಡಗಿಸಿಕೊಳ್ಳುತ್ತಿರುವಾಗ ಪುರೋಹಿತ ಎಂದ: 'ಮಹಾ ರಾಜ, ಈ ಯುದ್ಧ ಮುಟ್ಟಿರುವ ಸ್ಥಿತಿಯನ್ನು ನಾನು ದಾರಿಯಲ್ಲಿ ವಿಚಾರಿಸಿಕೊಂಡು ಬಂದೆ. ನಮ್ಮ ರಾಜಕುಮಾರರ ಸಾವು ಮಾತ್ರ ತಿಳಿದಿರಲಿಲ್ಲ. ನೀನು ಇಲ್ಲಿದ್ದು ಏನು ಮಾಡುತ್ತೀಯ? ಸುಮ್ಮನೆ ಊರಿಗೆ ಹೋಗೋಣ. ನೀನು ರಾಜಧಾನಿಯಲ್ಲಿ ಸುಮ್ಮನೆ ಇದ್ದರೂ ಎಷ್ಟೋ ಧೈರ್ಯ. ನಿನ್ನನ್ನು ಬಿಟ್ಟು ರುಕ್ಮರಥರಾಜನು ಹಳ್ಳಿಗಳ ಕಡೆ ಸಂಚರಿಸಿ, ಜನರಲ್ಲಿ ಧೈರ್ಯ ಹುಟ್ಟಿಸಿ ಹೊಸಬರನ್ನು ಕೂಡಿಸಿ ತರಬೇತಿ ಕೊಟ್ಟು ಸೈನ್ಯವನ್ನು ಬಲ ಪಡಿಸಿದರೆ ರಾಜ್ಯಕ್ಕೂ ಕ್ಷೇಮ. ಆಮೇಲೆ ಸಾಧ್ಯವಾದರೆ ನಾಗರ ವಶದಲ್ಲಿರುವ ನೆರೆ ರಾಜ್ಯ ಗಳನ್ನು ಬಿಡಿಸಿಕೊಟ್ಟರೆ ನಮಗೂ ಒತ್ತಾಸೆ.'

ಮುದುಕ ರಾಜನ ಮನಸ್ಸಿಗೆ ಈಗ ಒಂದು ದಾರಿ ತೋಚತೊಡಗಿತು. ತನ್ನ ಊರು ಮನೆ, ಮಗ, ಸೊಸೆಯರು ಮೊಮ್ಮಕ್ಕಳು ಪ್ರಜೆಗಳನ್ನು ನೋಡುವ ಆಶೆ ಹಟಾತ್ತನೆ ಹುಟ್ಟಿ ದೊಡ್ಡದಾಯಿತು. ಅರ್ಜುನ ಎಂತಹ ವೀರನಾದರೂ ಶತ್ರು, ನನ್ನ ಇಬ್ಬರು ಮಕ್ಕಳನ್ನು ಕೊಂದವನು ಎಂಬ ನೆನಪು ಬಂತು. ದುರ್ಯೋಧನನಂತೂ ನಾಗರನ್ನೇ ಅವಲಂಬಿಸಿ ದವನು. ಕುರುನಾಡಿನ ಸಹವಾಸವೇ ಹೇಸಿಗೆ ಎನ್ನಿಸಿತು. 'ಈ ರಾತ್ರಿ ಕಳೆಯಲಿ, ಚಳಿ, ಕತ್ತಲು. ನಿನ್ನ ಕುದುರೆ ಸುಧಾರಿಸಿಕೊಳ್ಳಲಿ. ಬೆಳಗ್ಗೆ ನಾನೊಂದು ರಥ ಒಂದು ಜೋಡಿ ಕುದುರೆಗಳನ್ನು ಹುಡುಕಿಸುತ್ತೇನೆ. ಹೊತ್ತು ಹುಟ್ಟಿದ ತಕ್ಷಣ ನಾನು ನೀನು ನೀಪ, ಮೂವರೂ ಇಲ್ಲಿಂದ ಬಿಡುಗಡೆ ಪಡೆಯೋಣ' ಎನ್ನುವಾಗ ಬೆನ್ನಿನಲ್ಲಿ ಕಡಿತ ಶುರುವಾಯಿತು. ಎಡಗೈಯಿ ಬೆನ್ನಿನ ಕಡೆಗೆ ತಿರುಗುವ ಮೊದಲೇ ಮನಸ್ಸು ಹಾಳುರಂಡೆ ಎಂದುಕೊಳ್ಳುತ್ತಿತ್ತು. ಅಷ್ಟರಲ್ಲಿ ಹೊರಗೆ ರಥಗಳ ಸದ್ದು. ದುರ್ಯೋಧನನದೆ? ನೀಪ ಒಳಗೆ ಬಂದು ಅದನ್ನೇ ವರದಿ ಮಾಡಿದ. ಸೇನಾನಿಖಡ್ಗದೊಡನೆ ಬಂದಿರಬಹುದು. ಇಷ್ಟಕ್ಕೂ ಭೀಷ್ಮ ಯಾವ ದೊಡ್ಡ ಸೇನಾನಿ, ಈ ಯುದ್ಧದಲ್ಲಿ ಅವನು ಮೆರೆದ ಪೌರುಷವಾದರೂ ಏನು ಎಂದು ಮನಸ್ಸಿನಲ್ಲಿ ತನಗೆ ತಾನೇ ಯಾವುದೋ ವಾದವು ಸಿದ್ಧವಾಗುತ್ತಿರುವಾಗ ಮೊದಲು ಒಳಗೆ ಬಂದವನು ದುರ್ಯೋಧನ, ಹಿಂದೆಯೇ ಅಶ್ವತ್ಥಾಮ, ಹಿಂದೆ ಕೃಪಾಚಾರ್ಯ. 'ದುರ್ಯೋಧನ, ಇಲ್ಲಿ ನೋಡು, ನನ್ನ ಅರಮನೆಯ ಪುರೋಹಿತ ಸುದ್ದಿ ತಂದಿದ್ದಾನೆ. ನಮ್ಮ ನೆರೆರಾಜ್ಯಗಳನ್ನೆಲ್ಲ ನಾಗರು ಆಕ್ರಮಿಸಿದ್ದಾರಂತೆ. ರುಕ್ಮರಥನ ಸ್ಥಿತಿ ಸೂಜಿಯ ಮೇಲೆ ನಿಂತಂತಾಗಿದೆ. ಅವರು ಯಾವತ್ತು ನಮ್ಮ ರಾಜ್ಯಕ್ಕೆ ನುಗ್ಗುತ್ತಾರೋ, ನಾಗಕುಲವನ್ನು ಸುತ್ತುಗಟ್ಟಿ ಸುಡಿಸಬೇಕು.

ಅದಕ್ಕೆ ಅರ್ಜುನನೇ ಸರಿ. ನಾನೀಗ ಅವನ ಪಾಳಯಕ್ಕೆ ಹೋಗಿ ಅವನನ್ನೇ ಕರೆದುಕೊಂಡು ನನ್ನೂರಿಗೆ.....' ಮುಂದೆ ಸರಿಯಾಗಿ ಮಾತುಗಳು ರೂಪಗೊಳ್ಳದೆ ತೊದಲಿ ನಿಲ್ಲಿಸಿದ.

'ಮಾವ, ನೆನ್ನೆತಾನೆ ನಿನ್ನಿಬ್ಬರು ಮಕ್ಕಳನ್ನೂ ಕೊಂದ ಅವನ ಸಹಾಯ ಕೇಳಹೋಗುವುದು ಕ್ಷತ್ರಿಯೋಚಿತವೆ?'

ಶಲ್ಯನಿಗೆ ದಢಕ್ಕನೆ ಅಡ್ಡಗಾಲು ಕೊಟ್ಟಂತಾಯಿತು. 'ಹಾಗಾದರೆ ಅವನು ಬೇಡ. ನಾನಾದರೂ ಊರಿಗೆ ಹೋಗುತ್ತೀನಿ. ಇಬ್ಬರು ಮಕ್ಕಳು ಇಷ್ಟು ದೊಡ್ಡ ಸೈನ್ಯವನ್ನು ಬಲಿ ಕೊಟ್ಟಾಯಿತಲ್ಲ,' ನಾಲಗೆಯು ಬಡಬಡಿಸಿತು.

'ನಿನ್ನ ದುಃಖ ನನಗೆ ಅರ್ಥವಾಗುತ್ತೆ, ನಿನ್ನ ಮಕ್ಕಳನ್ನು ಕೊಂದ ಅವನನ್ನು ನಾಳೆ ಮುಗಿಸೋಣ. ಅನಂತರ ನಮ್ಮ ಸೈನ್ಯದೊಡನೆ ಹೋಗಿ ನಿನ್ನ ನೆರೆರಾಜ್ಯಗಳನ್ನು ಬಿಡಿಸಿ ಆ ನಾಗರನ್ನು ಸುಟ್ಟು ಬರೋಣ. ನಾನೇ ಆ ಕೆಲಸ ಮಾಡುತ್ತೇನೆ.'

'ಆದರೆ ನಿನ್ನ ಸೈನ್ಯದಲ್ಲಿ ನಾಗರೇ ಇದ್ದಾರಲ್ಲ.'

'ಅವರು ಅರ್ಜುನನನ್ನು ಕೊಲ್ಲಲು ಮಾತ್ರ ಬಂದವರು. ಅನಂತರ ಅವರನ್ನೂ ಸುತ್ತುವರಿದು ಮುಗಿಸೋಣ. ನಿನ್ನ ಊರಿಗೂ ಹೋಗೋಣ. ಈಗ ಎದ್ದುನಿಲ್ಲು. ಸೇನಾಪತಿ ಪದದ ಖಡ್ಗವನ್ನು ಸ್ವೀಕರಿಸು.'

ಶಲ್ಯ ಏಳಲಿಲ್ಲ, ಎದ್ದು ನಿಲ್ಲಿಸಲು ಸಹಾಯ ಮಾಡುವಂತೆ ದುರ್ಯೋಧನ ಅವನ ಬಲತೋಳು ಹಿಡಿದು ಮೇಲೆ ಎತ್ತಿದ. ಕೃಪಾಚಾರ್ಯರು ಮಾತನಾಡಿದರು: 'ಮದ್ರರಾಜ, ನೀನು ಸೇನಾನಿಯಾದರೂ ವಾಸ್ತವವಾಗಿ ಯುದ್ಧವನ್ನು ಮಹಾರಾಜನೇ ನಿರ್ವಹಿಸುತ್ತಾನೆ. ಪಾಂಡವರ ಕಡೆ ನೋಡು, ಆರಂಭದಲ್ಲಿ ಸೇನಾನಿಯಾದವನು ಇನ್ನೂ ಬದುಕಿದ್ದಾನೆ. ನಮ್ಮ ಅದೃಷ್ಟ ಕೆಟ್ಟದ್ದು. ರಾಜನೇ ಸೇನಾನಿಯೂ ಆಗುವುದು ನಮ್ಮ ಪಕ್ಷದಲ್ಲಿ ಯಾವ ಗಣ್ಯರೂ ಇಲ್ಲವೆಂಬ ಸೂಚನೆಯಾಗುತ್ತದೆ. ನೀನು ನಾಮಮಾತ್ರಕ್ಕಾದರೂ ಒಪ್ಪಿಕೊ. ನಿನ್ನನ್ನು ಬಿಟ್ಟರೆ ಕಿರೀಟಧಾರಿಯಾದ ಬೇರೆ ಯಾರೂ ನಮ್ಮ ಕಡೆ ಉಳಿದಿಲ್ಲ. ಇಷ್ಟು ದಿನ ಹಸ್ತಿನಾವತಿಯ ಆತಿಥ್ಯ ಸ್ವೀಕರಿಸಿದ್ದಕ್ಕೆ ಇಷ್ಟನ್ನೂ ಒಲ್ಲೆನೆಂದರೆ ಆರ್ಯಧರ್ಮ ಉಳಿಯುತ್ತೆಯೆ?'

ಶಲ್ಯನಿಗೆ ತಿವಿದಂತಾಯಿತು. ಮೊಮ್ಮಗಳು, ನಾಗರು, ಅರ್ಜುನ, ಅವನಿಂದ ಸತ್ತ ಇಬ್ಬರು ಮಕ್ಕಳು, ಸುತ್ತುವರಿದು ಬೆಂಕಿ ಹೊತ್ತಿಸಿ ಉರಿಸುವ ಕಾಡು, ಮೊದಲಾಗಿ ಹಲವು ನೆನಪು ಕಲ್ಪನೆಗಳು ಮನಸ್ಸಿನಲ್ಲಿ ಕಲಸಿಕೊಂಡವು. ಇದ್ದಕ್ಕಿದ್ದಂತೆಯೇ ಭೀಷ್ಮನ ಮೇಲೆ ಸಿಟ್ಟು ಬಂತು. ಎಲ್ಲ ಬಿಟ್ಟು ಅವನ ಮೇಲೆಂತಹ ಸಿಟ್ಟು ಎಂಬ ಅರಿವೂ ಆಯಿತು. 'ಹೋಮದತ್ತ, ನಾಳೆ ಒಂದು ದಿನ ನೀನು ಸುಧಾರಿಸಿಕೊ. ನಾಡದ್ದು ಬೆಳಗ್ಗೆ ಮೂವರೂ ಹೊರಟುಬಿಡೋಣ' ಎಂದ.

ಕೃಪಾಚಾರ್ಯರು ಊರಿಗೆ ಬಂದಿದ್ದಾರೆಂದು ಒಬ್ಬ ದಾಸಿ ಹೇಳಿದಳು. 'ಕರಕಂಡು

ಬಾ, ಓಡಿ ಹೋಗು. ಸಂಜಯನ ತಲೆಯೆ ಇಲ್ಲ,' ಧೃತರಾಷ್ಟ್ರ ಓಡಿಸಿದ. ಗಾಂಧಾರಿ ಪಲ್ಲಂಗದ ಮೇಲೆ ಮಲಗಿದ್ದಳು. ಸ್ವಲ್ಪ ಹೊತ್ತಿಗೆ ದಾಸಿ ಹಿಂತಿರುಗಿದಳು. ಬಂದರು ಎಂದಳು. 'ಆಚಾರ್ಯ, ಬಾ, ಬಾ, ಸೀದಾ ಅರಮನೆಗೆ ಬರದೆ ಎಲ್ಲಿದ್ದೆ?' ಧೃತರಾಷ್ಟ್ರ ಕೇಳಿದ.

'ಅಂಗಳದಲ್ಲಿ ಬರುತ್ತಿದ್ದಾರೆ. ಸುಸ್ತಾಗಿದ್ದಾರೆ. ಬೇಗ ನಡೆಯುವ ಶಕ್ತಿ ಇಲ್ಲ,' ದಾಸಿ ಉತ್ತರಿಸಿದಳು.

ಅವರು ಬಂದು, 'ಮಹಾರಾಜ ಚಿರಾಯುವಾಗಲಿ,' ಆಶೀರ್ವಾದದ ಮಾತು ಹೇಳಿದ ತಕ್ಷಣ ಕುಸಿದಂತೆ ಕುಳಿತುಬಿಟ್ಟರು.

'ಆಚಾರ್ಯ, ಯುದ್ಧರಂಗದಿಂದ ಬಂದಿರಬೇಕು ನೀನು. ನಾನು ಸುದ್ದಿಗಾಗಿ ತಪಿಸುತ್ತಿದ್ದೇನೆ. ನಿನಗೆ ತಿಳಿದದ್ದನ್ನೆಲ್ಲ ಬೇಗ ಹೇಳು.'

ಆಚಾರ್ಯರು ಬಳಲಿದ್ದರು. ಇನ್ನೂ ಬರುತ್ತಿದ್ದ ಏದುಸಿರನ್ನು ತಡೆದುಕೊಳ್ಳುತ್ತಾ ಹೇಳಿದರು: 'ಹೇಳುವಂಥ ಮುಖ್ಯ ಸುದ್ದಿಯೇ ಇದೆ. ಆದರೆ ನನಗೆ ಮಾತನಾಡುವ ಶಕ್ತಿ ಇಲ್ಲ, ಮೂರು ದಿನವಾಯಿತು ಹೊಟ್ಟೆಗೆ ಏನಾದರೂ ಬಿದ್ದು. ಯುದ್ಧಶಿಬಿರದಲ್ಲಿ ಒಲೆ ಹಚ್ಚಿ ನಾಲ್ಕು ದಿನವಾಗಿರಬೇಕು.'

'ನನ್ನ ಸೊಸೆಯರು ಹೇಳಿದರು. ಆಚಾರ್ಯ, ಈ ಅರಮನೆಯ ಆಶ್ರಯದಲ್ಲಿ ನೀನು ಎಂದಾದರೂ ಉಪವಾಸವಿದ್ದ ದಿನವುಂಟೆ? ಈಗ ಎಂಥ ದುಃಸ್ಥಿತಿ ಬಂದಿದೆ ಅಂತ.' ಎನ್ನುವಾಗ ಮಹಾರಾಜನ ಧ್ವನಿ ಹತ್ತಿಕೊಂಡು ಬಂತು. "ಅರಮನೆಯಲ್ಲಿ ನೆನ್ನೆಯಿಂದ ಯಾರಿಗೂ ಆಹಾರವಿಲ್ಲ. ಇಡೀ ಹಸ್ತಿನಾವತಿಯಲ್ಲಿ ಒಂದು ಕಾಳು ಧಾನ್ಯವಿಲ್ಲ. ಕೆಲವು ದಾಸಿಯರನ್ನು ಹತ್ತಿರದ ಹಳ್ಳಿಗಳಿಗೆ ಕಳಿಸಿದ್ದೆ. ಹಳ್ಳಿಯ ಜನರು ಎಂಥ ನೀಚರು ಅಂತ, 'ನೀವು ರಾಜಪ್ರತಿನಿಧಿಗಳು. ಬನ್ನಿ ಬನ್ನಿ, ನಮ್ಮ ಮನೆಗಳನ್ನೆಲ್ಲ ಶೋಧಿಸಿ ನೋಡಿ' ಎಂದು ಒಳಗೆಲ್ಲ ಕರೆದೊಯ್ದು ತೋರಿಸಿದರಂತೆ. ಇದ್ದದ್ದನ್ನೆಲ್ಲ ಯುದ್ಧಕ್ಕೆಂದು ನಿಮ್ಮ ಪ್ರತಿನಿಧಿಗಳೇ ದೋಚಿಕೊಂಡು ಹೋದರು. ನಮಗೆ ನಿಟ್ಟುಪವಾಸ. ಈ ಅರಮನೆಯ ಉಗ್ರಾಣದಿಂದಲೇ ಏನಾದರೂ ಕೊಟ್ಟರೆ ನಮ್ಮ, ನಮ್ಮ ಮಕ್ಕಳು ಮರಿಗಳ ಜೀವ ಉಳಿದೀತು ಅಂದರಂತೆ. ಆದರೆ ನಿಟ್ಟುಪವಾಸ ಮಾಡುವವರು ಗಟ್ಟಿಮುಟ್ಟಾಗಿರುತ್ತಾರೆಯೆ? ವಾಸ್ತವವಾಗಿ ಧಾನ್ಯಗಳನ್ನು ಮಡಿಕೆ ಗುಡಾಣಗಳಲ್ಲಿ ತುಂಬಿ ಕಾಡಿನ ಗಿಡಗುಚ್ಚಿಗಳ ಸಂದಿಯಲ್ಲಿ ಹೂತಿಟ್ಟಿದ್ದಾರಂತೆ. ಹಗೇವುಗಳಿರುವ ಜಾಗದ ಮೇಲೆ ಕಲ್ಲು ಮುಳ್ಳು ಹಾಕಿ ಯಾರಿಗೂ ಗುರುತು ಸಿಕ್ಕದಂತೆ ಮಾಡಿ ಮುಚ್ಚಿದ್ದಾರಂತೆ. ಜನಗಳಷ್ಟು ದೇಶದ್ರೋಹಿಗಳು ಯಾರೂ ಇಲ್ಲ. ದೇಶದ ಸಮಸ್ತ ಜನಗಳೂ ದೇಶದ್ರೋಹಿಗಳೇ. ನಮ್ಮ ಪೂರ್ವಜರು ಕಟ್ಟಿ ಬೆಳೆಸಿ ವಿಸ್ತರಿಸಿದ ಕುರುನಾಡಿನ ಸಮಸ್ತ ಪ್ರಜೆಗಳೂ, ಅಲ್ಲವೇ ಆಚಾರ್ಯ?'

ಆಚಾರ್ಯ ಸುಮ್ಮನಿದ್ದರು. ಮಹಾರಾಜ ಎಂದ: 'ಜನಗಳಲ್ಲಿ ದೇಶಪ್ರೇಮವನ್ನು ಬಿತ್ತಿ ಬೆಳೆಸುವುದೇ ಈಗ ನಮ್ಮ ಮುಂದಿರುವ ಸಮಸ್ಯೆ, ಅಲ್ಲವೆ?'

'ಮಹಾರಾಜ, ಈಗ ಒಂದೇ ಒಂದು ತುತ್ತನ್ನು ಹೇಗಾದರೂ ಹೊಂದಿಸಿ ಹೊಟ್ಟೆಗೆ

ಹಾಕುವುದು ನನ್ನ ಸಮಸ್ಯೆ. ದೇಶಪ್ರೇಮದಿಂದ ತಾನೇ ನಾನು ಹದಿನೆಂಟು ದಿನ ಯುದ್ಧರಂಗದಲ್ಲಿ ಪರಿಪಾಟಲು ಪಟ್ಟದ್ದು. ಈ ಬೆಳಗ್ಗೆ ಮನೆಗೆ ಬಂದು ನೋಡುತ್ತೇನೆ. ಹೊರಡುವ ಮುನ್ನ ಒಂದಿಷ್ಟು ಜವೆ, ಒಂದಿಷ್ಟು ಹಿಟ್ಟುಗಳನ್ನು ಇಟ್ಟಿದ್ದೆ. ಹೆಗ್ಗಣಗಳು ಮಡಿಕೆಗಳನ್ನೇ ಒಡೆದುಹಾಕಿವೆ. ಇಪ್ಪತ್ತು ಇಪ್ಪತ್ತೈದು ಮೂವತ್ತುದಿನ ಇಲ್ಲದ್ದಕ್ಕೆ ಇಡೀ ಮನೆಯ ಗೋಡೆಗಳನ್ನೆಲ್ಲ ಬಗೆದು ಡೊಗರು ಮಾಡಿ ಹಾಕಿವೆ. ಒಂದು ಮಳೆ ಬಂದರೆ ಸಾಕು ಮನೆ ಕುಸಿಯುತ್ತೆ. ಇನ್ನು ನನ್ನ ಗತಿ ಏನು ಈ ವಯಸ್ಸಿನಲ್ಲಿ?'

ಹತ್ತಿರ ನಿಂತಿದ್ದ ದಾಸಿ ಆಚಾರ್ಯರಿಗೆ ಕೈಸನ್ನೆ ಮಾಡಿ ಸದ್ದಾಗದಂತೆ ಹೊರಗೆ ನಡೆದಳು. ಅವರು ಎದ್ದು ಅವಳ ಹಿಂದೆ ಹೋದರು. ತನ್ನ ಬಾಯಿಯನ್ನು ಅವರ ಕಿವಿಯ ಹತ್ತಿರಕ್ಕೆ ತಂದು ಪಿಸುಮಾತಿನಲ್ಲಿ ಹೇಳಿದಳು: 'ಮಹಾರಾಜನಿಗೆ ಬೇಗ ಒಂದಿಷ್ಟು ಸುದ್ದಿ ಹೇಳಿಬಿಡಿ. ನನಗೂ ಕೇಳುವ ಆಶೆ ಇದೆ. ಆಮೇಲೆ ನನ್ನ ಮನೆಗೆ ಕರೆದುಕೊಂಡು ಹೋಗಿ ನಿಮಗೆ ಬೇಯಿಸಿದ ಗೆಣಸು ಕೊಡುತ್ತೀನಿ. ನನ್ನ ಸೊಸೆ ಕಾಡಿನಲ್ಲಿ ಹುಡುಕಿ ತಂದಿದ್ದಾಳೆ. ಯಾರಿಗೂ ಹೇಳಬೇಡಿ ಅಷ್ಟೆ.'

ಆಚಾರ್ಯರ ಮುಖ ಕೃತಜ್ಞತೆಯಿಂದ ತುಂಬಿಬಂತು. ನಿನ್ನ ವಂಶ ಬೆಳೆಯಲಿ ಎಂದು ಆಶೀರ್ವದಿಸಿದರು. ಅವರು ಒಳಗೆ ಬಂದು ಮತ್ತೆ ಕುಳಿತಾಗ ಧೃತರಾಷ್ಟ್ರ, 'ಎಲ್ಲಿಗೆ ಹೋಗಿದ್ದೆ?' ಎಂದ.

'ಜಲಬಾಧೆ ತೀರಿಸಬೇಕಿತ್ತು.'

'ಯುದ್ಧದ ವಿಷಯ ಹೇಳು. ದಾಸೀ, ಆಚಾರ್ಯರಿಗೆ ಒಂದು ಮೊಗೆ ನೀರು ತಂದುಕೊಡು. ಅದನ್ನಾದರೂ ಕುಡಿದು ಹೇಳಲಿ.'

'ಮೊದಲಿನಿಂದಲೇ ಹೇಳಬೇಕೆ?'

'ಬೇಡ ಬೇಡ. ದುಶ್ಶಾಸನ ಕರ್ಣರು ಸತ್ತದ್ದು ಗೊತ್ತಾಯಿತು. ಆಮೇಲೆ ಶಕುನಿ ಶಲ್ಯರು ಸತ್ತದ್ದು ತಿಳಿಯಿತು. ಮುಂದೆ ಏನಾಯಿತು?'

'ಶಕುನಿ ಶಲ್ಯರು ಸತ್ತಮೇಲೆ ಯುದ್ಧವೇ ಆಗಲಿಲ್ಲ. ಆಗುವುದಕ್ಕೆ ಏನಾದರೂ ಉಳಿದಿದ್ದರೆ ತಾನೆ? ಸೈನ್ಯ, ರಥ, ಕುದುರೆ, ಆನೆ, ಏನಾದರೂ.'

'ದುರ್ಯೋಧನ ಶತ್ರುಗಳಿಗೆ ಸಿಕ್ಕಿದನೊ?'

'ಅದನ್ನೇ ಹೇಳುತ್ತೀನಿ.'

'ಅವನನ್ನು ಕೊಲ್ಲಲಿಲ್ಲ ತಾನೆ?'

'ಇಲ್ಲ.'

'ಹಾಗಾದರೆ ವಿವರವಾಗಿ ಹೇಳು. ದೇವಿ ಗಾಂಧಾರೀ, ದುರ್ಯೋಧನನನ್ನು ಕೊಲ್ಲಲಿಲ್ಲವಂತೆ. ಉಳಿದಿದ್ದಾನಂತೆ. ಕೇಳು ಕೇಳು. ನಮ್ಮ ವಂಶ ಪೂರ್ತಿ ಹಾಳಾಗಲಿಲ್ಲ.'

ಗಾಂಧಾರಿ ಎದ್ದು ಕುಳಿತಳು. ದಾಸಿ ಒಂದು ಹಿಡಿ ಬೆಲ್ಲದ ಪುಡಿ ಒಂದು ಮೊಗೆ ನೀರು ತಂದುಕೊಟ್ಟಳು. ಆಚಾರ್ಯರಿಗೆ ಮಾತನಾಡುವ ಶಕ್ತಿ ಬಂತು: "ದುರ್ಯೋಧನ ಮಹಾರಾಜ ತಲೆತಪ್ಪಿಸಿಕೊಂಡುಬಿಟ್ಟ. ಪಾಪ ಇನ್ನೇನು ಮಾಡುತ್ತಾನೆ? ಶಲ್ಯ ಶಕುನಿಯರನ್ನು

ಕೊಂದನಂತರ ಒಬ್ಬನೇ ಒಬ್ಬ ಸೈನಿಕನೂ ಉಳಿಯದಂತೆ ಶತ್ರುಗಳು ಸುತ್ತುವರಿದು ಕೊಚ್ಚಿಹಾಕಿದರು. ಒಂದೇ ಒಂದು ಕುದುರೆಯೂ ಉಳಿಯಲಿಲ್ಲ. ನಮ್ಮ ಶಿಬಿರಕ್ಕೆ ಬೆಂಕಿ ಹಾಕಿಬಿಟ್ಟರು. ಉಳಿದಿದ್ದ ಅಲ್ಪಸ್ವಲ್ಪ ಬಾಣಗಳ ಸಂಗ್ರಹ ಅದೆಷ್ಟು ಚಟಪಟಗುಟ್ಟಿಕೊಂಡು ಉರಿದುಹೋಯಿತು ಅಂತ. ಮಹಾರಾಜನ ಖಾಸಾ ಸೇವಕರು, ಅವರೇನೂ ಯುದ್ಧ ಮಾಡುವಂಥವರಲ್ಲ. ನನ್ನಂಥ ಮುದುಕರು ನಾಲ್ಕೈದು ಜನ ಉಳಿದಿರಬಹುದು. ಶತ್ರುಗಳು ಒಂದು ಕಡೆಯಿಂದ ಇಡೀ ಯುದ್ಧರಂಗವನ್ನು ಶೋಧಿಸುತ್ತಾ ನಡೆದರು. ಅವರ ಕಡೆ ಐವರು ಸಹೋದರರು, ಅವರ ಐವರು ಮಕ್ಕಳು, ಕೃಷ್ಣ, ಧೃಷ್ಟದ್ಯುಮ್ನ, ಸಾತ್ಯಕಿ, ಮೇಲೆ ಸುಮಾರು ನೂರು ಜನ ಸೈನಿಕರು ಇಪ್ಪತ್ತು ಮೂವತ್ತು ರಥ, ಅರವತ್ತು ಎಪ್ಪತ್ತು ಕುದುರೆಗಳಿದ್ದವು. ಎಲ್ಲಾ ಕೂಡಿ ಹುಡುಕುತ್ತಾ, ಎಲ್ಲೂ ಸತ್ತು ಬಿದ್ದಿದ್ದಾನೆಂಬ ನಂಬಿಕೆ ಬರಲಿಲ್ಲ. ಕೊನೆಗೆ ನಮ್ಮ ಶಿಬಿರಕ್ಕೆ ಬೆಂಕಿ ಹಾಕಿದರು ಅಂತ ಹೇಳಿದೆನಲ್ಲ, ಅಲ್ಲಿಂದ ಪೂರ್ವದಿಕ್ಕಿಗೆ ನುಗ್ಗಿದರು. ಕುಡಿಯಲು ನೀರು ಕೂಡ ಇಲ್ಲದೆ, ಅಲ್ಲದೆ ಸ್ನಾನವಿಲ್ಲದೆ ಮೈಕೈ ಎಲ್ಲ ಕಡಿತ ಹತ್ತಿ ಚಳಿಯಾದರೂ ಸರಿ ತಣ್ಣೀರಿನಲ್ಲೇ ಸ್ನಾನ ಮಾಡೋಣವೆಂದು ನಾನು ಸರೋವರದ ಕಡೆಗೆ ನಡೆದು ಹೋಗುತ್ತಿದ್ದೆ. ಇನ್ನೇನು ಸರೋವರ ಹತ್ತಿರ ಬಂತು ಎನ್ನುವಾಗ ಅವರೆಲ್ಲ ಬಂದರು. ಒಟ್ಟಿಗೆ ಅಲ್ಲ, ಬೇಟೆಗೆ ಹೋಗುತ್ತಾರಲ್ಲ ಸುತ್ತುವರಿದು, ಹಾಗೆ. ಯಾರೋ ಸೈನಿಕ ನಾನೇ ದುರ್ಯೋಧನ ಮಹಾರಾಜನಿರಬಹುದು ಅಂತ ಓಡಿ ಬಂದು ಹಿಡಿದುಕೊಂಡ. ಅಷ್ಟರಲ್ಲಿ ಕುದುರೆ ಮೇಲೆ ಕೂತು ಧರ್ಮಜ ಹತ್ತಿರ ಬಂದ. ಅವನೇ ಮಾತನಾಡಿಸಿದ. ಆಚಾರ್ಯ, ಒಬ್ಬರೇ ಇಲ್ಲೇನು ಮಾಡುತ್ತಿದೀರಿ ಅಂದ. ನಾನಂತೂ ತಕ್ಷಣ ಅಂಗಲಾಚಿ ಬೇಡಿಕೊಂಡುಬಿಟ್ಟೆ. ಧರ್ಮಜ, ನಿನಗೆ ಜಯವಾಗಲಿ. ನೀನು ರಾಜಸೂಯ ಮಾಡಿದವನು. ನಾನಂತೂ ಉಂಡ ಅನ್ನದ ಋಣ ತೀರಿಸುವುದಕ್ಕೆ ಅಂತ ನಿನ್ನ ಶತ್ರುವಿನ ಕಡೆ ಸೇರಿ ಹೋರಾಡಿದ್ದು ನಿಜ. ಈಗ ಒಂಟಿಯಾಗಿ ಸಿಕ್ಕಿದೀನಿ ಅಂತ ಕೊಲ್ಲಿಸಬೇಡ. ಅದಕ್ಕೆ ಅವನು, 'ಆಚಾರ್ಯ, ನೀವು ಹೋರಾಡಿರಬಹುದು. ಆದರೆ ಇಡೀ ಯುದ್ಧದಲ್ಲಿ ನಮ್ಮ ಒಬ್ಬ ಸೈನಿಕನನ್ನೂ ಕೊಂದಿರಲಿಕ್ಕಿಲ್ಲ. ಒಂದು ಕುದುರೆಯನ್ನೂ ದಿಕ್ಕುಗೆಡಿಸಿರಲಿಕ್ಕಿಲ್ಲ. ಅಲ್ಲದೆ ನಮಗೆಲ್ಲ ಆರಂಭದಲ್ಲಿ ಬಿಲ್ಲು ಹೇಳಿಕೊಟ್ಟ ಗುರುಗಳು ನೀವು. ಈಗ ದುರ್ಯೋಧನ ಎಲ್ಲಿ ಅವಿತಿದ್ದಾನೆ ಹೇಳಿಬಿಡಿ' ಎಂದ. 'ಪವಿತ್ರ ವೇದದ ಮೇಲೆ ಆಣೆ ಇಟ್ಟು ಹೇಳುತ್ತೀನಿ. ನನಗೆ ಗೊತ್ತಿಲ್ಲ' ಎಂದೆ. ಅಷ್ಟರಲ್ಲಿ ಭೀಮ ಕೃಷ್ಣರು ಅಲ್ಲಿಗೆ ಬಂದರು. ಅರ್ಜುನನೂ ಬಂದ. ಅರ್ಜುನನಂತೂ ಅಲ್ಲಿಯೇ ನನ್ನ ಕಾಲುಮುಟ್ಟಿ ನಮಸ್ಕರಿಸಿದ. ಆಮೇಲೆ ಏನಾಯಿತು ಅಂದರೆ: ಎಲ್ಲರೂ ಸರೋವರವನ್ನು ಅರ್ಧವೃತ್ತದಲ್ಲಿ ಬಳಸಿ ನಿಂತರು. ಒಬ್ಬೊಬ್ಬರಾಗಿ ಏರಿದ ಗಂಟಲಿನಲ್ಲಿ ಕಿರುಚಿ ದುರ್ಯೋಧನನನ್ನು ಬೈಯ್ಯತೊಡಗಿದರು: 'ಲೋ, ಹೆದರಿದ ನಾಯಿ, ಯಾಕೆ ಅವಿತು ಕೂತಿದೀಯ ಬಾರೋ' ಹೀಗೆ. ಸೈನಿಕರು ಕೂಡ ಹೀನ ಬೈಗುಳಗಳಿಂದ ಕೂಗಿದರು. ಅಷ್ಟೊಂದು ಬೈಗುಳಗಳಿರುತ್ತವೆ ಅಂತ ನನಗೆ ಗೊತ್ತೇ ಇರಲಿಲ್ಲ. ಆಶ್ಚರ್ಯ ಅಂದರೆ ದುರ್ಯೋಧನ ಮಹಾರಾಜ ಅಲ್ಲೇ ಒಂದು ಕಡೆ ಅವಿತುಕೊಂಡಿದ್ದ. ಸರೋವರದ ನೀರಿನ ನಡುವೆ ಇದ್ದ ಒಂದು ಸಣ್ಣ ದಿಣ್ಣೆಯ ಮರಗಿಡಗಳ

ಸಂದಿಯಲ್ಲಿ. ಈ ಬೈಗುಳ ಕೇಳಲಾರದೆ ಅವನೇ ಎದ್ದು ಬಂದ. ಕೈಯಲ್ಲಿ ಗದೆ ಹಿಡಿದು ನೀರಿನಲ್ಲಿ ಅಷ್ಟು ದೂರ ನಡೆದು ಬಂದ. ಹೊಳೆಯುವ ಕಿರೀಟ. ಬಂಗಾರದ ತೋಳುಗಟ್ಟಿ. ಒದ್ದೆಯಾದ ಎದೆಯ ಕವಚ. ಕೊರೆಯುವ ನೀರಿನಲ್ಲಿ ನೆನೆದು ಬಂದ ಮೈ ನಡುಕ. ಗಡ ಗಡ ನಡುಗುತ್ತಿತ್ತು.

"ಯುಧಿಷ್ಠಿರ ಕೇಳಿದ: 'ಲೋ ಷಂಡ, ಕ್ಷತ್ರಿಯನಾಗಿ ಹುಟ್ಟಿ ಕದ್ದು ಕೂತಿದ್ದೆ ಏನು?' 'ಕದ್ದು ಕೂತಿರಲಿಲ್ಲ. ಕೊನೆಯ ಯುದ್ಧಕ್ಕೆಂದು ವಿಶ್ರಾಂತಿ ಪಡೆಯುತ್ತಿದ್ದೆ. ಈಗ ಯುದ್ಧಕ್ಕೆ ಸಿದ್ಧನಾಗಿದ್ದೀನಿ. ಆದರೆ ನಾನು ಒಬ್ಬ, ನೀವು ಇಷ್ಟು ಜನ ಅಲ್ಲದೆ ಇಷ್ಟು ಜನ ಸೈನಿಕರು ಕುದುರೆ ರಥಗಳಿಂದ ಸುತ್ತುವರಿದಿದ್ದೀರಿ. ಒಬ್ಬನನ್ನು ಇಷ್ಟು ಜನ ಸುತ್ತುವರಿಯಲು ನಾಚಿಕೆ ಯಾಗುವುದಿಲ್ಲವೆ ನಿಮಗೆ!' ಎಂದ. ಒಂದು ನಿಮಿಷ ಧರ್ಮಜ ಆಲೋಚಿಸಿ ಎಂದ: 'ಆಯಿತು. ನಿನಗೆ ಔದಾರ್ಯವನ್ನೇ ತೋರಿಸುತ್ತೀನಿ. ನಮ್ಮಲ್ಲಿ ಯಾರಾದರೂ ಒಬ್ಬನನ್ನು ನೀನು ಆರಿಸು. ಅವನನ್ನು ನೀನು ಒಂಟಿಯುದ್ಧದಲ್ಲಿ ಗೆದ್ದುಬಿಟ್ಟರೆ ನೀನು ವಿಜಯಿಯಾದೆ ಎಂದು ಒಪ್ಪಿಕೊಳ್ಳುತ್ತೀನಿ.' 'ಹಾಗೋ, ಇದೇ ಮಾತೋ?' ಮಹಾರಾಜ ಜೋರಿನಿಂದ ಕೇಳಿದ. ತಕ್ಷಣ ಕೃಷ್ಣ ಅಡ್ಡ ಬಂದು ಧರ್ಮಜನಿಗೆ ತಗುಲಿಕೊಂಡ. 'ಧರ್ಮಜ, ಇನ್ನೂ ಜೂಜಾಡುವ ಬುದ್ಧಿ ನಿನಗೆ ಹೋಗಿಲ್ಲವೆ? ಶತ್ರುವು ಇಷ್ಟು ತನಕ ವಿಶ್ರಾಂತಿ ಪಡೆದಿದ್ದಾನೆ. ನಿನ್ನ ಜೊತೆಯೇ ಒಂಟಿಯುದ್ಧ ಮಾಡುತ್ತೀನಿ ಬಾ ಅಂದರೆ ನೀನು ಅವನಿಗೆ ಸಾಟಿಯಾಗ ಬಲ್ಲೆಯಾ? ಅವನು ವಿಜಯಿ ಅಂತ ಒಪ್ಪಿಕೊಳ್ಳುತ್ತೀನಿ ಅಂದರೆ ಏನರ್ಥ? ಈಗ ನಡೆದಿರುವ ಯುದ್ಧದ ಫಲವನ್ನೆಲ್ಲ ತಲೆಕೆಳಗು ಮಾಡಿ ರಾಜ್ಯವನ್ನೆಲ್ಲ ಅವನಿಗೆ ಒಪ್ಪಿಸಿ ನೀವೆಲ್ಲ ಹೊಟೆಬಟ್ಟೆಗಿಲ್ಲದೆ ಅರಣ್ಯವಾಸಿಗಳಾಗುವುದು ಅಂತಲೆ? ನಿನಗೆ ಬುದ್ಧಿ ನೆಟ್ಟಗಿದೆಯೋ ಹೇಗೆ?' ಧರ್ಮಜ ಕೆಕರುಮಕರಾಗಿ ನೋಡತೊಡಗಿದ. ಅದುವರೆಗೆ ನೆಲದ ಮೇಲೆ ಕಾಲು ಚಾಚಿ ಕೂತಿದ್ದ ಭೀಮ ಎದ್ದುನಿಂತು ಹೇಳಿದ: 'ಕೃಷ್ಣ, ಈಗಲೇ ಹೇಳಿದೀನಿ. ಇವನು ಹಿರಿಯ ಅಂತ ಸಿಂಹಾಸನದ ಮೇಲೆ ಕೂಡಿಸುತೀವಿ ಅಷ್ಟೆ. ರಾಜ್ಯಾಡಳಿತದಲ್ಲಾಗಲಿ ಭಂಡಾರದ ವಿಷಯದಲ್ಲಾಗಲಿ ಇವನದು ಏನೂ ನಡೆಯಲು ನಾನು ಬಿಡುವುದಿಲ್ಲ. ಹಿರಿಯಣ್ಣ ತಂದೆಗೆ ಸಮ ಅಂತ ತಿಳಿದು ಎಲ್ಲವನ್ನೂ ಬಿಟ್ಟದ್ದಕ್ಕೆ ಜೂಜಾಡಿ ನಮ್ಮನ್ನು ಈ ಗತಿಗೆ ತಂದನಲ್ಲ. ಇನ್ನು ಪುಲಾರ ನಡೆಯುವುದಿಲ್ಲ. ಈಗ ಇವನು ಶತ್ರುವಿನೊಡನೆ ಆಡಿದ ಮಾತಿಗೂ ನಾವು ಬದ್ಧರಲ್ಲ.' ಈಗ ದುರ್ಯೋಧನ ಮಹಾರಾಜನ ಮುಖ ಕಪ್ಪಿಟ್ಟಿತು. ಕೃಷ್ಣನೇ ಎಂದ: 'ಇಷ್ಟು ಜನ ಸೇರಿ ಒಂದೊಂದು ಕಲ್ಲು ಎಸೆದರೂ ನೀನು ಹುಚ್ಚು ನಾಯಿಯಂತೆ ಸತ್ತುಬೀಳುತ್ತೀಯ. ಆದರೆ ನಾವು ವೀರರು. ನಮ್ಮಲ್ಲಿ ಒಬ್ಬೊಬ್ಬರನ್ನಾಗಿ ಕರೆದು ಒಂಟಿಯುದ್ಧ ಮಾಡು. ನಿನ್ನ ತೊಡೆ ಮುರಿಯುತ್ತೇನೆಂದು ಭೀಮನ ಪ್ರತಿಜ್ಞೆಯೇ ಇದೆ. ಅವನೊಡನೆ ಹೊಡೆದಾಡುವೆಯಾ? ಹೇಗೂ ಅವನ ಕೈಲೂ ಗದೆ ಇದೆ.' 'ಕೃಷ್ಣ, ನಾನು ಕ್ಷತ್ರಿಯ. ವೀರ. ನನ್ನ ತಮ್ಮಂದಿರನ್ನೆಲ್ಲ ಕೊಂದೆನೆಂಬ ಅಹಂಕಾರದಿಂದ ಈ ನೀಚ ಬೀಗುತ್ತಿದ್ದಾನೆ. ಅವನನ್ನು ಕೊಲ್ಲಲು ನನಗೆ ಒಂದು ಅವಕಾಶ. ನನ್ನನ್ನು ಎದುರಿಸು ವಂತೆ ಅವನಿಗೇ ಹೇಳು' ಎಂದ ಮಹಾರಾಜ, ನೇರವಾಗಿ ಭೀಮನ ಕೈಲಿ ಮಾತನಾಡುವುದು

ತನ್ನ ಗೌರವಕ್ಕೆ ಕುಂದು ಎಂಬಂತೆ.”

‘ಅಲ್ಲವೆ, ಕುರುಕುಲದ ಗಾಂಭೀರ್ಯ ನನ್ನ ಮಗನಾಗಿ ಹುಟ್ಟಿದೆ.’ ಧೃತರಾಷ್ಟ್ರ ಉದ್ಗಾರ ತೆಗೆದ.

“ಭೀಮ ಕೈಗೆ ಗದೆ ತೆಗೆದುಕೊಂಡ. ಒಂದೇ ಏಟಿಗೆ ದುರ್ಯೋಧನ ಮಹಾರಾಜನ ಎದುರಿಗೆ ಕುಪ್ಪಳಿಸಿ ನಿಂತ. ಅನಂತರ ಅವನನ್ನು ನಟ್ಟದೃಷ್ಟಿಯಲ್ಲಿ ಹಿಡಿದು ನಿಲ್ಲಿಸುವಂತೆ ನೋಡಿದ. ಒಂದು ಕ್ಷಣವಲ್ಲ, ಎರಡು ಕ್ಷಣವಲ್ಲ, ಹೆಚ್ಚುಕಡಮೆ ಒಂದು ಮುಹೂರ್ತಕಾಲ. ಎಲ್ಲರೂ ಯುದ್ಧಾರಂಭವನ್ನೇ ನಿರೀಕ್ಷಿಸುತ್ತಾ ಉಸಿರುಕಟ್ಟಿ ನಿಂತಿದ್ದರು. ಭೀಮ ಇದ್ದಕ್ಕಿದ್ದಂತೆಯೇ ತನ್ನ ಗದೆಯನ್ನು ನೆಲಕ್ಕೆ ಎಸೆದುಬಿಟ್ಟ. ಅನಂತರ, ‘ಇವನಾಗಲೇ ಸತ್ತುಹೋಗಿದಾನೆ. ಇವನ ಮುಖ ನೋಡು. ಕೃಷ್ಣ, ಈ ಲೋಕವನ್ನು ಬಿಟ್ಟು ಹೋಗಿ ಎಷ್ಟೋ ದಿನಗಳಾಗಿವೆ. ಕಣ್ಣುಗಳು ಸಾವಿನ ಕತ್ತಲೆಯಿಂದ ತುಂಬಿಹೋಗಿವೆ. ಹೇಗೂ ಅವನೇ ನೀರಿನ ದಡ ಮುಟ್ಟಿದ್ದಾನೆ, ಮಕ್ಕಳು ಮೊಮ್ಮಕ್ಕಳಿಲ್ಲದೆ ಸ್ವಯಂತರ್ಪಣ ಕೊಟ್ಟುಕೊಳ್ಳಲು. ಇಂಥವನ ಮೇಲೆ ನನ್ನಂಥವನು ಯುದ್ಧ ಮಾಡುವುದೆ? ಎಲ್ಲಾ ನಡೆಯಿರಿ ಇಲ್ಲಿಂದ. ಯುದ್ಧವು ನೆನ್ನೆಗೇ ಮುಗಿದುಹೋಯಿತು.’ ಎಂದವನೇ ಹಿಂತಿರುಗಿ ಸರಸರನೆ ನಡೆಯತೊಡಗಿದ. ‘ಭೀಮ, ನಿನ್ನ ಪ್ರತಿಜ್ಞೆ?’ ಎಂದು ಕೃಷ್ಣ ಕೂಗಿದ. ‘ಈಗ ಪ್ರತಿಜ್ಞೆಯ ಅರ್ಥ ಉಳಿದಿಲ್ಲ.’ ಎನ್ನುತ್ತಾ ಭೀಮ ಹೆಜ್ಜೆಯನ್ನು ಬಿರುಸು ಮಾಡಿದ. ಅವನ ಮಾತು ಯಾರಿಗೂ ಅರ್ಥವಾಗಲಿಲ್ಲ. ಎಲ್ಲರೂ ಕಲ್ಲುಕಂಬಗಳಂತೆ ನಿಂತಿದ್ದರು. ಅನಂತರ ಕೃಷ್ಣ ಆ ಜಾಗದಿಂದ ಕದಲಿ ಭೀಮ ಹೋದ ಕಡೆಗೆ ನಡೆದ. ಧರ್ಮಜ ಕೃಷ್ಣನನ್ನು ಸರಿಸಿದ. ಉಳಿದವರೂ ಒಬ್ಬೊಬ್ಬರಾಗಿ ನಡೆದು ಹೋದರು.”

‘ದೇವೀ, ಗಾಂಧಾರಿ, ಕೇಳಿದೆಯ? ಭೀಮ ದುಷ್ಟನಿರಬಹುದು. ಧೀರನಲ್ಲ. ನಿಶ್ಚಯ ಮಾಡಿ ಎದುರು ನಿಂತ ನನ್ನ ಮಗನನ್ನು ಎದುರಿಸುವ ಗುಂಡಿಗೆ ಇಲ್ಲದೆ, ದುರ್ಯೋಧನ, ನೀನು ತಪ್ಪು ಮಾಡಿದೆ. ಅವನನ್ನು ಕೆಣಕಿ ರೇಗಿಸಿ ಯುದ್ಧಕ್ಕೆ ಇಳಿಸಿ ಕೊಂದುಹಾಕಬೇಕಿತ್ತು. ನಿನ್ನ ಇಷ್ಟು ಜನ ತಮ್ಮಂದಿರ ಅನಾಥಶಿರಗಳಿಗೆ ಗೌರವ ತೋರಿಸುವುದಕ್ಕಾದರೂ. ಅಂತೂ ಯುದ್ಧದಲ್ಲಿ ನಾವು ಗೆದ್ದೆವು. ಅಲ್ಲವೆ ಆಚಾರ್ಯ?’

ಆಚಾರ್ಯ ದಾಸಿಗೆ ತನ್ನ ಹೊಟ್ಟೆಯನ್ನು ತೋರಿಸಿ ಸನ್ನೆ ಮಾಡುತ್ತಿದ್ದ. ಅವಳು ಎದ್ದು ಹೊರಗೆ ಬರುವಂತೆ ಬೆರಳು ತೋರಿಸಿದಳು.

‘ಆಚಾರ್ಯ, ಎಲ್ಲಿಗೆ ಹೊರಟೆ? ಮುಗಿದುಹೋಯಿತೆ ಸುದ್ದಿ?’ ಧೃತರಾಷ್ಟ್ರ ಕೇಳಿದ.

‘ತುರ್ತಾಗಿ ಮಲಬಾಧೆ ತೀರಿಸಲು ಹೋಗಬೇಕಾಗಿದೆ. ನದಿಯ ಕಡೆ ಹೋಗಿ ಬಂದು ಹೇಳುತ್ತೇನೆ.’ ಹೊಸ್ತಿಲಿನ ಆಚೆಯಿಂದ ಧ್ವನಿ ಕೇಳಿಸಿತು.

ಸ್ವಲ್ಪ ಹೊತ್ತಿಗೆ ಕವಿದ ಮಬ್ಬುಗತ್ತಲಿನಲ್ಲಿ ದುರ್ಯೋಧನ ಸರೋವರದ ನೀರಿಗೆ ಇಳಿದ. ಮಂಡಿ ಉದ್ದದ ನೀರಿನಲ್ಲಿ ನಿಂತು ಬಾಗಿದಾಗ ನೀರಿನೊಳಗೆ ತನ್ನ ಆಕೃತಿ

ಕಪ್ಪಾಗಿ ಕಾಣಿಸಿತು. ಮುಖ, ಮೂಗು, ಕಿರೀಟಗಳು ಮಾತ್ರವಲ್ಲದೆ ಕಣ್ಣುಗಳ ಹೊಳಪು ಕೂಡ ಕಪ್ಪು ತಿರುಗಿದೆ ಎನ್ನಿಸಿತು. ಸುತ್ತ ತಿರುಗಿ ನೋಡಿದ. ಹೊರಗೆಲ್ಲ ಕತ್ತಲು ಕವಿಯುತ್ತಿರುವಾಗ ನೀರಿನೊಳಗಣ ನೆರಳು ಇನ್ನು ಹೇಗಿರಬಲ್ಲದು ಎಂದುಕೊಂಡು ತನ್ನಲ್ಲಿ ತಾನೇ ನಗುವನ್ನು ತಂದುಕೊಂಡ. ಇಡೀ ಸರೋವರವನ್ನೇ ಕುಡಿದುಬಿಡುವಷ್ಟು ಬಾಯಾರಿಕೆ ಕಾಣಿಸಿತು. ಬಾಗಿ ಬೊಗಸೆ ತುಂಬ ನೀರು ತುಂಬಿಕೊಂಡ. ಎತ್ತಿ ತುಟಿಗಿಟ್ಟು ಕುಡಿಯುವ ಹೊತ್ತಿಗೆ ಇದು ಸ್ವಯಂತರ್ಪಣವೇ ಎಂಬ ಅನುಮಾನ ಬಂತು. ಪಿತಾಮಹ ಸತ್ತ, ದುಶ್ಶಾಸನ ಸತ್ತ. ಉಳಿದ ತಮ್ಮಂದಿರು, ಮಕ್ಕಳು, ಭಾವ ಜಯದ್ರಥ, ಆಚಾರ್ಯ, ಕರ್ಣ ಅವನ ಮಕ್ಕಳು, ಇವರಿಗೆಲ್ಲ ತರ್ಪಣ ಕೊಡುವವರು ಯಾರೂ ಇಲ್ಲ. ಸತ್ತರೆ ನನಗೆ ಕೂಡ ಕೊಡುವವರಿಲ್ಲವೆಂಬ ಅರಿವಾಯಿತು. ಇವರೆಲ್ಲರಿಗೂ ತಾನೇ ಕೊಡುವ ಮನಸ್ಸು ಬಂತು. ಈ ರಾತ್ರಿಯಲ್ಲಲ್ಲ. ಅಲ್ಲದೆ ಅದಕ್ಕೆ ತಕ್ಕ ಮಂತ್ರ ತನಗೆ ಗೊತ್ತಿಲ್ಲವೆಂಬ ಅರಿವೂ ಬಂತು. ತುಟಿಯ ಹತ್ತಿರಕ್ಕೆ ತಂದಿದ್ದ ನೀರು ತನಗೆ ತಾನೇ ಕೆಳಗೆ ಸುರಿದುಹೋಯಿತು. ನೀರಿನಿಂದ ಕಾಲುಗಳನ್ನು ಕಿತ್ತು ದಡಕ್ಕೆ ಬಂದ. ಕತ್ತಲು. ಕಾಲುಹೂಳುವ ಕೆಸರು ನೆಲ. ಇಪ್ಪತ್ತು ಮೂವತ್ತು ಹೆಜ್ಜೆ ಮೇಲೆ ಬಂದಾಗ ಏನನ್ನೋ ಎಡವಿದಂತಾಯಿತು. ನೆನಪು ಬಂತು. ಬಾಗಿ ಕೈಗೆ ತೆಗೆದುಕೊಂಡ, ತನ್ನ ಗದೆ. ಬಾಗಿದಾಗ ಕಾಣಿಸಿತು, ಇನ್ನೊಂದು ಗದೆ. ಅದನ್ನೂ ಕೈಗೆ ಎತ್ತಿಕೊಂಡ, ತನ್ನದಕ್ಕಿಂತ ಹೆಚ್ಚು ಭಾರವಾಗಿದೆ. ವಾಸನೆ, ವಾಂತಿಬರುವಂತಹ ವಾಸನೆ. ಕೈಲಿ ಸವರಿ ಮೂಸಿನೋಡಿದ. ಬರೀ ಮನುಷ್ಯರದ್ದಲ್ಲ, ಆನೆ ಕುದುರೆಗಳ ರಕ್ತವು ಮೆತ್ತಿ ಒಣಗಿ ನಾರುವ ಭಾರದ ವಾಸನೆ. ಲೋಹದ್ದು. ಉದ್ದನೆಯ ಹಿಡಿ. ತನ್ನದನ್ನು ಎಡಹೆಗಲಿಗೆ ಇಟ್ಟುಕೊಂಡು ರಕ್ತ ಮೆತ್ತಿದ ಇನ್ನೊಂದನ್ನು ಹಿಡಿಯ ಜಾಗದಲ್ಲಿ ಹಿಡಿದು ನಾಲ್ಕು ಸಲ ರಭಸದಿಂದ ತಿರುಗಿಸಿದ. ಭಾರವೆನ್ನಿಸಿತು. ತಾನು ಎರಡು ದಿನದಿಂದ ಏನೂ ತಿಂದಿಲ್ಲವೆಂಬ ನೆನಪಾಗಿ, ಆದ್ದರಿಂದಲೇ ಭಾರ ಕಾಣಿಸುತ್ತದೆಂದು ತನಗೆ ತಾನೇ ಹೇಳಿಕೊಂಡ. ಈಗ ಎಲ್ಲಿಗೆ ಹೋಗುವುದೆಂದು ತಿಳಿಯಲಿಲ್ಲ. ಏನು ಮಾಡುವುದೆಂಬುದೂ ತೋಚಲಿಲ್ಲ. ಸಂಜೆಯ ತನಕ ಅವಿತುಕೊಂಡಾದರೂ ಕೂತಿದ್ದೆ. ಈಗ ಬಚ್ಚಿಟ್ಟುಕೊಳ್ಳುವ ಅಗತ್ಯವಿಲ್ಲ. ಆದರೆ ಎಲ್ಲಿಗೂ ಹೋಗುವಂತೆಯೂ ಇಲ್ಲ ಎನ್ನಿಸಿ ಒಳಗೆಲ್ಲ ಭಣಭಣಗುಟ್ಟುವಷ್ಟು ಬೇಸರವಾಯಿತು. ಒಂದು ಮುಹೂರ್ತ ಹಾಗೆಯೇ ನಿಂತಿದ್ದು ಅನಂತರ ಎರಡು ಗದೆಗಳನ್ನೂ ಕೈಗಳಲ್ಲಿ ಹಿಡಿದು ಬಲಕ್ಕೆ ತಿರುಗಿ ನಡೆದ. ಕತ್ತಲಾದರೂ ಮಬ್ಬುಮಬ್ಬಾಗಿ ಗುರುತು ಸಿಕ್ಕಿತು. ಇಲ್ಲಿಂದ ಸ್ವಲ್ಪ ಮೇಲೆ, ಹೂಂ, ಅಲ್ಲಿಯೇ, ತಡಕಿ ತಡಕಿ ಹೆಜ್ಜೆ ಇಟ್ಟು, ಬೂದಿ ಕಾಣುತ್ತದೆ, ಇದೇ ಜಾಗ, ಬಾಣಗಳ ಹಾಸಿಗೆ, ಮೇಲೆ ಅಡುಗೆಯ ಶಿಬಿರದಿಂದ ಸಾಗಿಸಿದ ಒಂದು ಗಾಡಿ ಒಣಗಿದ ಸೌದೆಯನ್ನು ಪೇರಿಸಿ ಸುಟ್ಟೆನೆಂದು ಹೇಳಿದನಲ್ಲ, ಅವನೇಕೆ ಸುಳ್ಳು ಹೇಳಿಯಾನು. ಅದೇ ಜಾಗ, ಎಷ್ಟು ದಿನವಾಯಿತು? ಕಲಸಿ ಕಲಸಿ ಹೋಗುತ್ತಿದೆ. ನಾನು ಸಾಯುವ ಮೊದಲು ಅವರನ್ನು ನಿನ್ನ ಅಣ್ಣತಮ್ಮಂದಿರೆಂದು ಒಪ್ಪಿದರೆ ನಾನು ಈಗಲೂ, ಅನಂತರ ನೀನು ಆಕಾಶಕ್ಕೆ ಕೈಚಾಚಿ ಅರಚಿಕೊಂಡರೂ ಎಂಟು ದಿನವಾಗಿರಬಹುದು, ಎಂಟನೆಯ ದಿನಕ್ಕೆ ಪ್ರೇತ ಯಾವ ಲೋಕ ಮುಟ್ಟಿರುತ್ತೆ? ತರ್ಪಣ

ಬಿಡುವತನಕ ಸತ್ತ ಜಾಗದ ಅಂತರಿಕ್ಷದಲ್ಲೇ, ತಲೆ ಎತ್ತಿ ನೋಡಿದ. ಬರೀ ಕತ್ತಲು, ಏನೂ ಕಾಣಲಿಲ್ಲ. ಸುತ್ತಮುತ್ತ ಎಷ್ಟು ಸೂಕ್ಷ್ಮವಾಗಿ ನಿರುಕಿಸಿದರೂ ಬರೀ ಕತ್ತಲು. ಒಂದು ರಣ ಹದ್ದೂ ಇಲ್ಲ. ನಾಯಿ ಇಲ್ಲ. ಸತ್ತ ಎಷ್ಟು ದಿನ ಇರುತ್ತವೆ ರಣಹದ್ದುಗಳು? ಎಂಬ ಕುತೂಹಲ ಅಲ್ಲ, ಭಯ ಅಲ್ಲ, ಏನೆಂಬುದು ತಿಳಿಯುತ್ತಿಲ್ಲ. ಹೋಗಲಿ ಸತ್ತವರ ಜಾಗದಲ್ಲಿ ನಿಲ್ಲುವುದೇ ಬೇಡವೆಂದು ಸರಸರನೆ ಹೆಜ್ಜೆಹಾಕಿ ನಡೆದ. ದಟ್ಟ ಕತ್ತಲಿನಲ್ಲಿ ಎರಡು ಸಣ್ಣ ಗೆರೆಗಳು. ರಥಗಳು ಓಡಾಡಿದ ಗುರುತು, ಆ ದಿನ ತಾನು ಬಂದು ಹಿಂತಿರುಗಿದುದೆಂಬ ನೆನಪನ್ನು ಹಿಡಿದು ದಾರಿ ಸಿಕ್ಕಿತೆಂಬ ಸಂಭ್ರಮ ಹುಟ್ಟಿ ಎಲ್ಲಿಗೆಂಬುದು ತಿಳಿಯದೆ ಅಡ್ಡಗಟ್ಟಿದಂತಾಗಿ ನಿಲ್ಲುವುದಕ್ಕಿಂತ ನಡೆಯುವುದು ಹಗುರವೆನಿಸಿ ಎರಡು ಗೆರೆಗಳ ನಡುವೆ ಧೀರ ಹೆಜ್ಜೆಗಳನ್ನಿಡುತ್ತಾ ನಡೆದ ಎರಡು ಕೈಲೂ ಒಂದೊಂದು ಗದೆಗಳನ್ನು ಹಿಡಿದು, ಬಲಗೈಯ ವಾಸನೆಯ ಗದೆ ಕತ್ತೆಭಾರವೆಂಬ ತಿರಸ್ಕಾರವನ್ನೂ ಹೊತ್ತು. ನಡೆಯುತ್ತಾ ನಡೆಯುತ್ತಾ ತಕ್ಷಣ ಎದುರಿನ ಅಗಾಧ ಕತ್ತಲೆಯ ಒಂದು ಭಾಗವು ಘನರೂಪ ತಾಳಿ ಆಕಾಶದೆತ್ತರಕ್ಕೂ ಅಡ್ಡ ನಿಂತಂತಾಗಿ ಎದೆ ನಡುಗಿತು. ಕೈಲಿದ್ದ ಗದೆಯನ್ನು ಎತ್ತಿ ಹೊಡೆಯುವವನಂತೆ ನಿಂತ. ತಕ್ಷಣ ಅದು ತನ್ನದಲ್ಲವೆಂಬ ಅರಿವಾಗಿ ಅದನ್ನು ಎಡಹೆಗಲಿಗೆ ಒರಗಿಸಿಟ್ಟು ತನ್ನದನ್ನು ಬಲಗೈಗೆ ತೆಗೆದು ಎತ್ತಿದ. ಇಂಥದನ್ನು ಹೊಡೆಯಲು ಅದೇ ಸರಿ, ರಕ್ತ ಕುಡಿದುಕುಡಿದು ಎದುರಾಳಿಗೆ ಭಯ ಹುಟ್ಟಿಸುವ ಗದೆ ಎನ್ನಿಸಿ ಮತ್ತೆ ಕೈಗಳನ್ನು ಅದಲುಬದಲು ಮಾಡಿದ. ತಕ್ಷಣ ನಾಚಿಕೆ ಎನ್ನಿಸಿತು. ಮತ್ತೆ ಅದಲುಬದಲು ಮಾಡಿಕೊಂಡು ನಿಲ್ಲುವ ಹೊತ್ತಿಗೆ ಎದುರಿಗೆ ನಿಂತದ್ದು ದೊಡ್ಡ ಅರಳಿಯಮರವೆಂಬ ನೆನಪಾಯಿತು. ಕೆಳಗೆ ರಥ ನಿಲ್ಲಿಸಿ ಹತ್ತಿರವಿದ್ದ ಒಂದು ರಥವನ್ನು ಹತ್ತಿ ಯುದ್ಧರಂಗವನ್ನು ಸಮಗ್ರವಾಗಿ ನಿರುಕಿಸಿದ, ಎತ್ತರದ ಮರವೆಂಬ ಗುರುತು ಹತ್ತಿ ಎತ್ತಿದ ಗದೆಯನ್ನು ಹೆಗಲಿಗೆ ಒರಗಿಸಿಕೊಂಡು ನಿಂತ. ಕತ್ತೆತ್ತಿ ನೋಡಿದ. ಒಂದೂ ರಣಹದ್ದು ಕಾಣಿಸಲಿಲ್ಲ. ಅಥವಾ ಕತ್ತಲೆಯಲ್ಲಿ ಸರಿಯಾಗಿ ಕಾಣಿಸುವುದಿಲ್ಲವೋ? ಆ ದಿನ ಕರಿಯ ಮೋಡವೇ ರಣಹದ್ದುಗಳಾಗಿ ರೂಪುಗೊಂಡು, ಅಥವಾ ಕತ್ತಲೆಯೇ ರಣಹದ್ದಿನ ರೂಪ ತಾಳುತ್ತದೆಯೋ, ಮರ ಹತ್ತಿ ನೋಡುವ ಆಶೆಯಾಯಿತು. ಹತ್ತಿದರೆ ಇಳಿಯುವುದು ಕಷ್ಟವೆಂಬ ನೆನಪಾಯಿತು. ಮೇಲಿನ ಕೊಂಬೆಗೆ ಹತ್ತಿದರೂ ಏನೂ ಕಾಣುವುದಿಲ್ಲವೆಂಬ ಅರಿವಾದಾಗ ಏನೋ ಸರ್ರೆಂಬ ಸದ್ದು ಹುಟ್ಟಿತು. ಮೇಲಿನಿಂದ, ಮೇಲಿನ ಕತ್ತಲಿಂದ ಕೆಳಕ್ಕೂ ಇಳಿಯುವ ಸದ್ದು. ತಕ್ಷಣ ಮೈಲೆಲ್ಲ ನಡುಕ ಹುಟ್ಟಿಸುವ ಕಪ್ಪು ಸದ್ದು. ಸಣ್ಣಗೆ ಹುಟ್ಟಿದ್ದು ನಿಧಾನವಾಗಿ ವ್ಯಾಪಿಸಿ ಮೈಮೇಲೆಲ್ಲ ಬೀಳಿಸುತ್ತಾ, ಓಹ್ ಗಾಳಿ ಬೀಸುತ್ತಿದೆ. ದೊಡ್ಡ ಕಪ್ಪು ಅರಳೀಮರದಿಂದ ಎಲೆಗಳು ಉದುರುತ್ತಿವೆ. ಗಾಳಿಯಲ್ಲ, ಬಿರುಗಾಳಿ, ಸುಂಟರಗಾಳಿ. ಅದೆಷ್ಟು ಎಲೆಗಳು ಉದುರಿ ಉದುರಿ ಉದುರಿ ಇಡೀ ಮರದ ಎಲೆಗಳೆಲ್ಲ ಉದುರಿ ಮೈಮೇಲೆ ಸುತ್ತಮುತ್ತ ಬಿದ್ದು ಮರವೂ ಮುರಿದು ಬೀಳುತ್ತದೋ ಎಂಬ ಭಯದಿಂದ ಮುಂದೆ ಹೆಜ್ಜೆ ಹಾಕಿದರೆ ಗೆರೆಗಳ ಗುರುತನ್ನೆಲ್ಲ ಮುಚ್ಚಿಹಾಕಿರುವ ಉದುರಿದ ಎಲೆಗಳು ಸರಸರ ಎಂದು ಕರೆಯುತ್ತವೆ; ಮರ ನಿಂತೇ ಇದೆ. ಎಲೆಗಳಂತೂ ಉದುರಿ ಉದುರಿ ಸರಸರನೆ ಮುಂದೆ ನಡೆದುಬಿಟ್ಟ. ದಾರಿಯನ್ನು ಲೆಕ್ಕಿಸದೆ ಒಂದೇ

ನೀಟಿಗೆ ಕೊನೆ ಇಲ್ಲದಷ್ಟು ಎಲೆಗಳನ್ನು ಉದುರಿಸುವ ದೊಡ್ಡ ಕಪ್ಪು ಮರದಿಂದ ದೂರ ಹೋದರೆ ಸಾಕೆಂಬಂತೆ. ಸುರುಗುಟ್ಟುವ ಸದ್ದು ಹಿಂದೆ ಬಿದ್ದು ಕೊನೆ ಇಲ್ಲದಷ್ಟು ಎಲೆಗಳನ್ನು ಉದುರಿಸುವ ಕಪ್ಪುಮರವು ಕತ್ತಲೆಯಲ್ಲಿ ಕರಗಿಹೋಗುವಷ್ಟು ಹಿಂದೆ ಬಿದ್ದು ಬಿರುಗಾಳಿಯು ಮೇಲೆ ಮಾತ್ರ ಬೀಸುತ್ತಿದೆ. ತುಂಬ ಎಲೆಗಳಿರುವಲ್ಲಿ ಕೆಳಗೆ ಇಲ್ಲವೆಂದು ಮನಸ್ಸನ್ನು ಹಗುರಮಾಡಿಕೊಳ್ಳುತ್ತಿರುವಾಗ ವಾಸನೆ ಶುರುವಾಯಿತು. ಎಷ್ಟನೆಯ ದಿನದ ಯುದ್ಧ ನಡೆದ ಜಾಗವೋ ಇದು ಎಂಬುದು ತಿಳಿಯದೆ ಇಲ್ಲಿಂದ ಓಡಿಹೋಗುವ ಆಶೆಯಾದರೂ ಹೇಗೆ ಓಡಿದರೂ ವಾಸನೆಯ ಜಾಗದಿಂದ ತಪ್ಪಿಸಿಕೊಳ್ಳುವಂತಿಲ್ಲವೆಂಬ ನೆನಪಾಗಿ ಹಿಂತಿರುಗಿ ಓಡಿದರೆ ಕೊನೆ ಇಲ್ಲದಷ್ಟು ಎಲೆಗಳನ್ನು ಉದುರಿಸುವ ಆ ದೊಡ್ಡ ಕಪ್ಪು ಬಿರುಗಾಳಿಯ ಅರಿವಾಗಿ ವಾಸನೆಯ ದಿಕ್ಕಿನಲ್ಲೇ ಮುಂದೆ ಮುಂದೆ ಹೆಜ್ಜೆ ಇಡುವಾಗ ದೂರದಲ್ಲಿ ಕೆಂಪಗೆ ಉರಿಯುವ ಎರಡು ದೊಡ್ಡ ಕಣ್ಣುಗಳ ನಡುವೆಯಿಂದ ಮಹಾರಾಜಾ, ಮಹಾರಾಜಾ ಎಂದು ಗಟ್ಟಿಯಾಗಿ ಕೂಗುವ ಕಪ್ಪು ಸದ್ದು. ಗದೆಗಳನ್ನು ಎಡಗೈಲಿ ಹಿಡಿದು ಬಲಗೈ ಎತ್ತಿ ತಲೆಯನ್ನು ಮುಟ್ಟಿಕೊಂಡರೆ ಹೌದು ಕಿರೀಟ ಇಲ್ಲೇ ಇದೆ ಎನ್ನಿಸಿ ಭಯವಾಗತೊಡಗಿತು. ಯಾರು ಕೂಗುವವರು ಎಂದು ಅಲ್ಲೇ ಆಲಿಸುತ್ತಾ ನಿಂತ. ದೂರದಲ್ಲಿ ಎರಡು ದೊಡ್ಡ ಕಣ್ಣುಗಳು. ಒಂದಕ್ಕೊಂದಕ್ಕೆ ಅಷ್ಟು ದೂರ. ಪ್ರೇತವೋ? ಎಂದು ಸುತ್ತ ತಿರುಗಿ ನೋಡಿದ. ಬಲಮೂಲೆಯಲ್ಲಿ ಒಂದು ದೊಡ್ಡ ಒಂಟಿಕಣ್ಣು ಚಲಿಸುತ್ತಿದೆ. ಆಲಿಸಿದರೆ ಸದ್ದಿಲ್ಲ. ಕೂಗುತ್ತಿಲ್ಲ. ಎಡಮೂಲೆಯಲ್ಲಿ ಬೆಟ್ಟವಾಗಿ ಮೇಲೆ ಉರುಟಿಕೊಳ್ಳುವಂತಹ ಕಪ್ಪು. ಎಲ್ಲಾದರೂ ಹೋಗ ಬೇಕು ಇಲ್ಲಿಂದ ತಪ್ಪಿಸಿಕೊಂಡು, ಎತ್ತ ಹೋದರೂ ಹೆಣಗಳ ನಾಡು. ಹಿಂತಿರುಗಿದರೆ ಕೊನೆ ಇಲ್ಲದಷ್ಟು ಎಲೆಗಳನ್ನು ಉದುರಿಸುವ ದೊಡ್ಡಕಪ್ಪು ಎತ್ತರ. ನಿಂತಲ್ಲಿಯೇ ನಿಂತಿದ್ದರೆ ಮತ್ತೆ ದೂರದ ಎರಡು ದೊಡ್ಡ ಕಣ್ಣುಗಳ ನಡುವಿನಿಂದ ಮಹಾರಾಜಾ ಎಂದು ಕೂಗುವ ಪ್ರೇತಧ್ವನಿ. ಮೈ ನಡುಗಿದಂತಾಗಿ ಎರಡು ಗದೆಗಳೂ ಜಾರಿಬಿದ್ದವು. ಇದ್ದಕ್ಕಿದ್ದಂತೆಯೇ ತಾನೂ ಸತ್ತಿರುವ ಪ್ರೇತವೆಂಬ ಭಾವ ಹುಟ್ಟಿಬಿಟ್ಟಿತು. ಏನೋ ಕಳೆದುಕೊಂಡಂತಹ ದುಃಖವಾಗಿ ಅಳು ಒತ್ತರಿಸಿಬಂತು. ಆದರೆ ಅಷ್ಟರಲ್ಲಿ ಒಂದಕ್ಕೊಂದು ತಗುಲಿದ ಗದೆಗಳ ಸದ್ದು ಕೇಳಿಸಿತು. ಎರಡೂ ಲೋಹದವು. ಅವನು ತಕ್ಷಣ ಬಗ್ಗಿದ. ತನ್ನ ಗದೆಯನ್ನು ಗುರುತಿಸಿ ಕೈಗೆ ತೆಗೆದುಕೊಂಡು ಉದ್ದನೆಯ ಭಾರವಾದ ರಕ್ತ ಕುಡಿದು ಕುಡಿದು ಭಯದ ವಾಸನೆಯಿಂದ ತುಂಬಿದ ಇನ್ನೊಂದು ಗದೆಯ ಮೇಲೆ ಎತ್ತಿ ಎತ್ತಿ ಹೊಡೆಯಲು ಶುರು ಮಾಡಿದ. ಖಣ್ ಖಣ್ ಎಂಬ ಲೋಹಘಾತ ಭಯವನ್ನು ದೂರ ಮಾಡಿತು. 'ನಾನು ಸತ್ತಿಲ್ಲ, ನಿನ್ನನ್ನು ಕೊಲ್ಲದೆ ಸಾಯುವುದಿಲ್ಲ,' ಎಂದು ಹೇಳಿಕೊಂಡು ಮತ್ತೆ ಮತ್ತೆ ಒಂದು ಎರಡು ಮೂರು ಹತ್ತು ಹದಿನೈದು ಖಣ್ ಖಣ್ ಖಣ್ ಎನ್ನುವಂತೆ ಬಡಿಯುತ್ತಿರುವಾಗ ಎದುರಿನಿಂದ ಚಲಿಸಿಕೊಂಡು ಬರುತ್ತಿರುವ ಒಂದು ಪ್ರೇತ, 'ಏಯ್ ಪ್ರೇತ, ಯಾಕೆ ಬಂದೆ? ನೀನು ನನ್ನನ್ನು ಹೆದರಿಸಲಾರೆ. ನಾನು ಸತ್ತಿಲ್ಲ.'

'ನೀನಾರು ಹೀಗೆ ಬಡಿಯುತ್ತಿದ್ದೀಯ?' ಅದು ಕೇಳಿತು.

'ನೀನಾರು ಮೊದಲು ಹೇಳು?' ಅವನು ಗಟ್ಟಿಯಾಗಿ ಕಿರುಚಿಕೊಂಡ.

'ನಿನ್ನದೇ ಕಸಬಿನವನು,' ತನ್ನ ಧ್ವನಿ ಇತರರಿಗೆ ಕೇಳಬಾರದೆಂಬಷ್ಟು ಮೆಲುಧ್ವನಿಯಿಂದ ಹೇಳಿತು.

'ಅಂದರೆ ವೀರನೊ?'

'ಹಾಗಾದರೆ ನೀನು ವೀರಕಸುಬಿನವನೊ?'

'ನಿನ್ನ ಪ್ರೇತವೈಖರಿಯ ಮಾತು ಬೇಡ. ನಿನ್ನ ಕಸುಬನ್ನು ಸ್ಪಷ್ಟವಾಗಿ ಹೇಳಿಬಿಡು. ಪ್ರೇತಗಳಿಗೂ ಬೇರೆ ಬೇರೆ ಕಸುಬಿರುತ್ತದೊ?'

'ಅಯ್ಯ, ನಾನೊಬ್ಬ ಲೋಹಕಾರ. ಯುದ್ಧರಂಗದಲ್ಲಿರುವ ಲೋಹದ ಚೂರುಗಳನ್ನು ಆರಿಸಿಕೊಳ್ಳುತ್ತಿದ್ದೇನೆ.'

'ನಾನು ಸಾವಿಗೆ ಹೆದರುವುದಿಲ್ಲ. ಸಾಯುವುದೂ ಇಲ್ಲ.'

'ನೀನಾರೆಂಬುದನ್ನು ಹೇಳಲಿಲ್ಲವಲ್ಲ. ಹೋಗಲಿಬಿಡು' ಎನ್ನುತ್ತಾ ಅದು ದೂರ ಹೊರಟುಹೋಯಿತು.

ಮಹಾರಾಜ ಮತ್ತೆ ಎತ್ತಿ ಎತ್ತಿ ತನ್ನ ಗದೆಯಿಂದ ಉದ್ದನೆಯ ಭಾರವಾದ ರಕ್ತ ಕುಡಿದು ಕುಡಿದು ಭಯದ ವಾಸನೆಯಿಂದ ತುಂಬಿ ನೆಲದ ಮೇಲೆ ಮಲಗಿದ್ದ ಇನ್ನೊಂದು ಗದೆಯನ್ನು ಹೊಡೆಯತೊಡಗಿದ. ದೂರದ ಎರಡು ಉರಿಯುವ ಕಣ್ಣುಗಳು ದೂರದೂರ ವಾಗಿ ಅವುಗಳ ಮುಖವೇ ಅಗಲಿದಂತೆ ಕಾಣಿಸಿತು. ಚಳಿ ಕಳೆದು ತಕ್ಷಣ ಮೈ ಎಲ್ಲ ಬೆಚ್ಚ ಗಾಯಿತು. ಲೋಹಘಾತದ ಸದ್ದು ತಕ್ಷಣ ನಿಂತಿತು.

ಎಷ್ಟೋ ಹೊತ್ತಿನನಂತರ ಲೋಹಕಾರ ಅಲ್ಲಿಗೆ ಬಂದ. ತೂಕವಾದ ಎರಡು ಲೋಹದ ಗದೆಗಳು, ಒಂದರ ಮೇಲೆ ಇನ್ನೊಂದು. ಎರಡನ್ನೂ ಒಟ್ಟಿಗೆ ಎತ್ತಿಕೊಳ್ಳಲು ಪ್ರಯತ್ನಿಸಿದ. ಸಾಧ್ಯವಾಗಲಿಲ್ಲ. ಮೊದಲು ಮೇಲಿನದನ್ನು ಎತ್ತಿ ಹೆಗಲಮೇಲಿಟ್ಟುಕೊಂಡು ತನ್ನ ದಾರಿ ಸ್ಪಷ್ಟವಾಗಿ ತಿಳಿದಿರುವವನಂತೆ ಕತ್ತಲೆಯಲ್ಲಿ ನಡೆದ. ತುಂಬ ದೂರ ಹೋದನಂತರ ತನ್ನ ಗಾಡಿ ಸಿಕ್ಕಿತು. ಹೆಗಲಮೇಲಿನ ಭಾರವನ್ನು ಅದರೊಳಕ್ಕೆ ಹಾಕಿ ಮತ್ತೆ ಹೆಣಗಳ ನಡುವೆ ನಡೆದು ಬಂದು ಇನ್ನೊಂದು ಗದೆಯನ್ನೂ ಎತ್ತಿ ಹೊತ್ತುಕೊಂಡ. ಇದು ತನ್ನ ಶಕ್ತಿಯನ್ನು ಮೀರಿದ ಭಾರವೆನ್ನಿಸಿತು. ನಡುವೆ ನಾಲ್ಕಾರು ಸಲ ಇಳುಕಿ ಸುಧಾರಿಸಿಕೊಂಡು ಹೋಗಿ ಗಾಡಿಗೆ ಏರಿಸಿದಾಗ ರಾತ್ರಿ ಎಲ್ಲ ಹುಡುಕಿದ್ದರೂ ಸಿಕ್ಕದಷ್ಟು ದೊಡ್ಡ ನಿಧಿ ಸಿಕ್ಕಿದ ಹಿಗ್ಗಾಯಿತು. ಇನ್ನು ಹೊತ್ತಾಗುತ್ತದೆಂದು ಗಾಬರಿಯಿಂದ ಗಾಡಿಯ ಮೂಕಿ ಎತ್ತಿ ಕೊರಳುಕಟ್ಟಿ ಸರಸರನೆ ಹೊಡೆಯಲು ಶುರುಮಾಡಿದ.

ಸ್ವಲ್ಪ ಹೊತ್ತಿನನಂತರ ಬೆಳಕು ಹರಿಯುವ ಚಿಹ್ನೆ ಕಂಡಿತು. ಇನ್ನಷ್ಟು ಹೊತ್ತಿನನಂತರ ಬೆಳಕೇ ಆಯಿತು. ದಾರಿಯಲ್ಲಿ ಜನಸಂಚಾರವಿಲ್ಲ. ಹೇಗಾದರೂ ಎಚ್ಚರದಿಂದಿರಬೇಕೆಂದು ಗಾಡಿಯನ್ನು ನಿಲ್ಲಿಸಿ ಬದಿಯಲ್ಲಿದ್ದ ಮರದಿಂದ ಒಂದು ಹೊರೆ ಸೊಪ್ಪು ಕತ್ತರಿಸಿ ಗಾಡಿ ಯಲ್ಲಿದ್ದ ಲೋಹಗಳನ್ನು ಮುಚ್ಚಿ ಮತ್ತೆ ಹೊರಡುವಾಗ ಆಕಾಶದಲ್ಲಿ ದೊಡ್ಡ ದೊಡ್ಡ ಹದ್ದುಗಳು ಕಾಣಿಸಿದವು. ಯಾವ ದಿಕ್ಕಿನಿಂದ ಯಾವ ದಿಕ್ಕಿಗೆ ಹೋಗುತ್ತಿವೆ ಇವು ಎಂದು ಕುತೂಹಲದಿಂದ ನೋಡುತ್ತಿರುವಾಗ ಕೆಳಭಾಗದಲ್ಲಿಯೇ ಹಾರುತ್ತಿದ್ದ ಒಂದು ದೊಡ್ಡ

ರಣಹದ್ದಿನ ಕೊಕ್ಕಿನಲ್ಲಿ ಥಳಥಳ ಹೊಳೆಯುವ ಒಂದು ವಸ್ತು ಕಾಣಿಸಿತು. ಏನಿರಬಹುದೆಂದು ಅದನ್ನೇ ದಿಟ್ಟಿಸಿದ. ಕಿರೀಟದಂತೆ ಕಂಡಿತು. ರಣಹದ್ದು ಅದನ್ನು ಕಚ್ಚಿಕೊಂಡೇ ಮೇಲೆ ಹಾರಿತು. ಮೇಲೆ ಮೇಲೆ ಕಣ್ಣು ಮಬ್ಬಾಗುವಷ್ಟು ಮೇಲೆ ಏರಿ ಅಲ್ಲಿಯೇ ಸುತ್ತುಹಾಕಲು ಶುರುಮಾಡಿತು. ಅವನು ಗಾಡಿಯನ್ನು ಮುಂದೆ ಹೊಡೆದ.

'ಆಚಾರ್ಯ, ನಿನ್ನ ಗಂಟಲು ಮೊದಲಿಗಿಂತ ಪುಟವಾಗಿದೆ. ಏನಾದರೂ ತಿಂದೆ ಏನು?'

'ಎಲ್ಲಿ ಸಿಕ್ಕಬೇಕು, ಮಹಾರಾಜ? ಗಂಗೆಯ ನೀರು ಕುಡಿದೆ.'

'ಮುಂದೇನಾಯಿತು ಹೇಳು, ನನ್ನ ಮಗನೊಡನೆ ಯುದ್ಧ ಮಾಡಲು ಹೆದರಿ ಭೀಮನು ಪ್ರತಿಜ್ಞೆಯನ್ನು ಕೈಬಿಟ್ಟು ಹೋದ ಅಂದೆಯಲ್ಲ ಆಮೇಲೆ, ಅವರೆಲ್ಲ ಪುಕ್ಕಲ ಭೀಮನನ್ನು ಅನುಸರಿಸಿದರು. ಮುಂದೆ?'

'ನಾನು ಕೂಡ ಅವರ ಜೊತೆಯಲ್ಲೇ ಹೋದೆ.....'

'ಯಾಕೆ, ರಾಜನಿಷ್ಠೆಯನ್ನು ಬದಲಿಸಿಬಿಟ್ಟೆ ಏನು?'

'ಇಲ್ಲ ಇಲ್ಲ, ಅವರು ಯಾವ ಕಡೆಗೆ ಹೋಗುತ್ತಾರೆ, ಏನು ಮಾಡುತ್ತಾರೆ ಅನ್ನುವುದನ್ನು ತಿಳಿದುಕೊಳ್ಳಲು. ಎಲ್ಲರೂ ಸುಸ್ತಾಗಿದ್ದರು. ಎಲ್ಲರ ಕಣ್ಣಿನಲ್ಲೂ ನಿದ್ದೆ ತೂಗುತ್ತಿತ್ತು. ಎಲ್ಲರೂ ನೇರವಾಗಿ ತಮ್ಮ ಶಿಬಿರದ ಕಡೆಗೆ ನಡೆಯಲು ಶುರುಮಾಡಿದರು. ನಾನು ಅಲ್ಲೇ ನಡುವೆ ಒಂದು ಕಡೆ ನುಸುಳಿಕೊಂಡುಬಿಟ್ಟೆ. ನಡೆಯಲು ತ್ರಾಣವಿಲ್ಲದೆ ನಾನು ಸುಮ್ಮನೆ ಕೂತು ಸುಧಾರಿಸಿಕೊಳ್ಳುತ್ತಿದ್ದೆ. ಎಷ್ಟೋ ಹೊತ್ತಿನ ಮೇಲೆ ಅಲ್ಲೇ ಹತ್ತಿರದಲ್ಲಿ ನಮ್ಮ ಅಶ್ವತ್ಥಾಮ, ಯಾದವರ ಕೃತವರ್ಮ, ಇಬ್ಬರೂ ಬರುತ್ತಿದ್ದರು. ಆಗಲೇ ಸಂಜೆಗತ್ತಲು. ನಾನೇ ಗುರುತು ಹಿಡಿದು ಕೂಗಿದೆ. ಮಹಾರಾಜ ಎಲ್ಲಿ ಎಂದರು. ಹೀಗೆ ಹೀಗೆ ಆಯಿತು ಎಂದೆ. ನಮ್ಮ ಅಶ್ವತ್ಥಾಮನಿಗೆ ತಡೆಯಲಿಲ್ಲ. ನಾವೆಲ್ಲ ಬದುಕಿರುವಾಗ ನಮ್ಮ ಮಹಾರಾಜ ಹೇಗೆ ಸತ್ತು ಹೋಗುತ್ತಾನೆ? ಯುದ್ಧ ಹೇಗೆ ಮುಗಿದುಹೋಗಿರುತ್ತದೆ? ನಡೆಯಿರಿ, ಮಹಾರಾಜನನ್ನು ಕಂಡು ಮುಂದಿನ ಉಪಾಯ ಮಾಡೋಣ ಎಂದ. ಮೂವರೂ ಸರೋವರದ ದಂಡೆಗೆ ಹೋದೆವು. ಅಲ್ಲೆಲ್ಲ ಹುಡುಕಿದೆವು. ಮಹಾರಾಜ ಇರಲಿಲ್ಲ. ಮತ್ತೆ ನಮ್ಮ ಶಿಬಿರಕ್ಕೆ ಬಂದು ಗುಡಿಸಿಲಿಗೆ ಹೊದೆಸಿದ್ದ ಬಗುನಿ ಎಲೆ ಬಿದಿರು ಕಡ್ಡಿಗಳ ಮೂರು ಸೂಡಿಗಳನ್ನು ಮಾಡಿ ಹೊತ್ತಿಸಿಕೊಂಡು ಮೂವರೂ ಯುದ್ಧ ನಡೆದಿದ್ದ ಬಯಲುಗಳಲ್ಲೆಲ್ಲ ಹುಡುಕಿದೆವು. ಮಹಾರಾಜ, ಮಹಾರಾಜ, ಎಂದು ಕೂಗಿಕೊಂಡು. ನಾನು ಕೃತವರ್ಮ ಒಂದು ದಿಕ್ಕಿನಲ್ಲಿ. ಅಶ್ವತ್ಥಾಮ ಇನ್ನೊಂದು ದಿಕ್ಕಿನಲ್ಲಿ. ಸಿಕ್ಕಲಿಲ್ಲ.....'

'ಕೊನೆಗೂ ಸಿಕ್ಕಲೇ ಇಲ್ಲವೆ?'

'ಇಲ್ಲ.'

'ಹಾಗಾದರೆ ಎಲ್ಲಿಗೆ ಹೋದ? ಮತ್ತೆ ಯಾರಾದರೂ ಮಿತ್ರರಾಜರುಗಳಿಂದ ಸೈನ್ಯ

ಪಡೆಯಲು ಹೋದನೆ? ನಾಗರಿಂದ? ರಾಕ್ಷಸರಿಂದ? ಪಿಶಾಚರಿಂದ? ಗಂಧರ್ವರಿಂದ? ಕಿನ್ನರರಿಂದ?'

'ನನಗೆ ತಿಳಿಯದು.'

'ಹೌದು, ಅವನು ಅದಕ್ಕೇ ಹೋಗಿದ್ದಾನೆ. ಅಂತಿಮಜಯವು ಧರ್ಮಕ್ಕೆ ತಾನೆ. ಆಯಿತು. ಮುಂದೆ ಹೇಳು.'

"ನಾವು ಕಟ್ಟಿಕೊಂಡು ಹೋಗಿದ್ದ ಸೂಡಿಗಳೆಲ್ಲ ಉರಿದು ಆರಿದವು. ಕತ್ತಲಿನಲ್ಲಿ ಉರಿಯುವ ಸೂಡಿ ಆರಿಬಿಟ್ಟರೆ ಎಂಥ ಗಾಢ ಕತ್ತಲಾಗಿಬಿಡುತ್ತದೆ ಅಂತ. ಅಂಥಾ ಪಾತಾಳಕತ್ತಲನ್ನು ನಾನು ಎಂದೂ ಅನುಭವಿಸಿರಲಿಲ್ಲ. ಕೃತವರ್ಮ, ಇಲ್ಲೇ ಕೂತುಬಿಡೋಣ, ನನಗೆ ಏನೂ ಕಾಣುವುದಿಲ್ಲ ಎಂದೆ. ಅಷ್ಟರಲ್ಲಿ ಅಶ್ವತ್ಥಾಮ ಬಂದು ಸೇರಿಕೊಂಡ. ಧ್ವನಿಯಿಂದಲೇ ಅವನು ಅಶ್ವತ್ಥಾಮ ಎಂದು ನನಗೆ ತಿಳಿದದ್ದು. ಆದರೆ ಸ್ಪಷ್ಟವಾಗಿ, ತಡವರಿಸದೆ ಹೆಜ್ಜೆಹಾಕಿಕೊಂಡು ಬಂದ. ಬಂದವನೇ ಹೇಳಿದ: 'ಮಹಾರಾಜನನ್ನು ಆಮೇಲೆ ಹುಡುಕೋಣ. ಈಗ ನನಗೊಂದು ಯೋಚನೆ ಹೊಳೆದಿದೆ. ಯುದ್ಧ ಮುಗಿಯಿತೆಂದು ಅವರೇ ಹೇಳಿದರು ಅಂದೆಯಲ್ಲ, ಅದರಂತೆ ಅವರೆಲ್ಲ ಹೋಗಿ ಹಾಯಾಗಿ ಮಲಗಿರುತ್ತಾರೆ ಪ್ರಾಯಶಃ ಐದು ಜನವೂ ಒಟ್ಟಿಗೆ. ಕತ್ತಲಲ್ಲಿ ಸದ್ದಿಲ್ಲದೆ ಹೋಗಿ ಐದೂ ಜನದ ತಲೆಯನ್ನು ಕತ್ತರಿಸಿಹಾಕಿಬಿಡೋಣ. ಜೊತೆಗೆ ಧೃಷ್ಟದ್ಯುಮ್ನನ ತಲೆ ಬಹುಮುಖ್ಯ. ನಮ್ಮಪ್ಪನನ್ನು ಕೊಂದ ಚಾಂಡಾಲ ಅವನು.' ಈ ಯೋಜನೆ ನನಗೇಕೋ ಸರಿಕಾಣಲಿಲ್ಲ....."

'ಯಾಕೆ ಸರಿಕಾಣಲಿಲ್ಲ?'

"ಮಲಗಿ ನಿದ್ರಿಸುವವರನ್ನು ಕದ್ದು ಕೊಲ್ಲಬಾರದು. ಅದು ಕ್ಷತ್ರಿಯಧರ್ಮವಲ್ಲ ಅಂದೆ. ಅದಕ್ಕೆ ಅಶ್ವತ್ಥಾಮ ನಾನೇನು ಕ್ಷತ್ರಿಯನಲ್ಲವಲ್ಲ ಎಂದ. ಕೃತವರ್ಮ ಇದ್ದವನು, 'ನೀನು ಬ್ರಾಹ್ಮಣ. ಅದು ಬ್ರಾಹ್ಮಣಧರ್ಮವಾಗುತ್ತದೆಯೋ?' ಎಂದ. 'ಅದೆಲ್ಲ ಜಿಜ್ಞಾಸೆ ಬೇಡ. ಯುದ್ಧದಲ್ಲಿ ಗೆಲ್ಲುವುದು ಮುಖ್ಯ, ನನ್ನ ಜೊತೆ ಸುಮ್ಮನೆ ಬನ್ನಿ.' ಎಂದು ನಮ್ಮಿಬ್ಬರ ತೋಳುಗಳನ್ನೂ ಹಿಡಿದು ಎಳೆದುಕೊಂಡು ಹೊರಟ. ಕಗ್ಗತ್ತಲು. ಅಶ್ವತ್ಥಾಮನೊಬ್ಬನಿಗೇ ಸಂಚಾರಸುಲಭವಾದ ಕತ್ತಲು. ನನಗೆ ಎದೆ ಹೊಡೆದುಕೊಳ್ಳುತ್ತಿತ್ತು. ಕೃತವರ್ಮನ ಹೆಜ್ಜೆ ಹಿಂದೆ ಹಿಂದೆ ಉಳಿಯುತ್ತಿತ್ತು. ನಡೆದು ನಡೆದು ಪಾಂಡವರ ಶಿಬಿರಕ್ಕೆ ಹೋದೆವು. ಸಮಸ್ತರೂ ಮಲಗಿದ್ದರು. ಅದೇನು ಗೊರಕೆಗಳ ಸದ್ದು ಅಂತ! ಹೊಳೆ ದಾಟಿ ಹೋದರೆ ರಾಜರುಗಳ ಶಿಬಿರ. ನಾವು ಹೊಳೆ ದಾಟಿದೆವು. ಆದರೆ ತೆಪ್ಪದ ಮೇಲೆ ಕುಳಿತಿದ್ದೆವು. ಅಶ್ವತ್ಥಾಮ ಶಿಬಿರಕ್ಕೆ ಹೋದ. ಸುಮಾರು ಒಂದು ಘಳಿಗೆಯಾದರೂ ಯಾವ ಸದ್ದೂ ಇಲ್ಲ. ಅನಂತರ ಇದ್ದಕ್ಕಿದ್ದಂತೆಯೇ ಗದ್ದಲ. ಹೋ ಎಂಬ ಕೂಗು. ಗರ್ಜನೆ. ಅಶ್ವತ್ಥಾಮ ಓಡಿಬಂದ ಹಿರಿದ ಕತ್ತಿಯನ್ನು ಹಿಡಿದು, ಅದರ ರಕ್ತ ನನ್ನ ಮೇಲೂ ತೊಟ್ಟಿಕ್ಕಿತು. ನಾವು ತಕ್ಷಣ ತೆಪ್ಪ ನಡೆಸಿದೆವು. ಅತ್ತ ಕಡೆ ಕೂಗಾಟ, ಕಿರಿಚಾಟ, ಹಿಡಿಯಿರಿ, ಓಡಿರಿ ಎಂಬ ಆರ್ಭಟ. ಇಷ್ಟಾದರೂ ಹೊಳೆಯ ಈ ಕಡೆ ಮಲಗಿದ್ದ ಸೈನಿಕರಿಗೆ ಎಚ್ಚರವಿಲ್ಲ. ನಾವು ಸುಲಭವಾಗಿ ಹೊಳೆ ದಾಟಿ ಓಡಿಬಂದೆವು. ಓಡಿ ಓಡಿ ನನ್ನ ಎದೆ, ಈ ವಯಸ್ಸಿನಲ್ಲಿ

ನನಗೆ ಓಡಲು ಶಕ್ಯವೆ?"

'ಅಂತೂ ಆರು ಜನರನ್ನೂ ಮುಗಿಸಿಬಿಟ್ಟನೊ?' ಧೃತರಾಷ್ಟ್ರ ಉತ್ಸುಕತೆಯಿಂದ ಕೇಳಿದ.

"ಹೇಳುತ್ತೀನಿ. ಸ್ವಲ್ಪ ದೂರ ಓಡಿದ ಮೇಲೆ ಅಶ್ವತ್ಥಾಮ ಎತ್ತಲೋ ಓಡಿಬಿಟ್ಟ. ನನಗಾಗಲೀ ಕೃತವರ್ಮನಿಗಾಗಲಿ ಎತ್ತಲೆಂಬುದು ತಿಳಿಯಲಿಲ್ಲ. ನಾನು ಕೃತವರ್ಮ ಓಡತೊಡಗಿದೆವು. ಅವನು ಇದ್ದಕ್ಕಿದ್ದಂತೆಯೇ ನಿಂತು ಏದುಸಿರನ್ನು ಸುಧಾರಿಸಿಕೊಂಡು ಹೇಳಿದ: 'ಆಚಾರ್ಯ, ದೊಡ್ಡ ಸೈನ್ಯದೊಡನೆ ನಾನು ದ್ವಾರಕೆಯಿಂದ ಬಂದೆ. ಎಲ್ಲ ಸತ್ತು ಈಗ ನಾನೊಬ್ಬನೇ ಉಳಿದಿದೀನಿ. ಅಶ್ವತ್ಥಾಮ ಈಗ ಹೀಗೆ ಪಾಂಡವರನ್ನು ಕೊಂದುಬಿಟ್ಟ. ನಮ್ಮ ದ್ವಾರಕೆಯ ಕೃಷ್ಣ ಸಾತ್ಯಕಿಯರು ಉಳಿದಿದ್ದಾರೆ. ಅವರ ಕಡೆ ಒಂದಿಷ್ಟು ಸೈನ್ಯವೂ ಇದೆ. ಈ ಕತ್ತಲೆಯಲ್ಲಿ ನಾವು ಸಿಕ್ಕಿಬೀಳಲಿಕ್ಕಿಲ್ಲ. ಆದರೆ ಬೆಳಗಾದ ತಕ್ಷಣ ಅವರು ಹುಡುಕುತ್ತಾರೆ. ದುರ್ಯೋಧನನ ಕಡೆ ಉಳಿದಿರುವವರು ನಾವು ಮೂವರು ಮಾತ್ರ ಎಂಬುದು ಅವರಿಗೆ ಗೊತ್ತಿಲ್ಲವೆ? ನಾನು ಈಗಿಂದೀಗ ಓಡುತ್ತೇನೆ. ಹೇಗಾದರೂ ದ್ವಾರಕೆ ತಲುಪಿ ಬಲರಾಮನ ಮೊರೆಹೋಗುತ್ತೇನೆ' ಎಂದವನೇ ಓಡಿಬಿಟ್ಟ. ಯಾವ ದಿಕ್ಕಿಗೆ ಎಂಬುದು ನನಗೆ ತಿಳಿಯಲಿಲ್ಲ. ಗಾಢಕತ್ತಲು. ಅಲ್ಲದೆ ನನ್ನ ಮುದಿಕಣ್ಣುಗಳು. ನನ್ನ ವಯಸ್ಸಿನಲ್ಲಿ ಓಡುವುದು ಸಾಧ್ಯವೆ? ಸುಮ್ಮನೆ ಕುಳಿತುಬಿಟ್ಟೆ. ಅಲ್ಲೇ ಮಲಗಬೇಕೆನ್ನಿಸಿತು. ಆದರೆ ಚಳಿಯಲ್ಲಿ ಕೊರೆತ ಹತ್ತಿ ಸತ್ತೇನೆಂಬ ಭಯದಿಂದ ಮಲಗಲಿಲ್ಲ. ಮಲಗಿದ್ದವರನ್ನು ಅವರು ನಮ್ಮ ಶತ್ರುಗಳಾದರೂ ಸರಿ ಕೊಂದ ಅಶ್ವತ್ಥಾಮ, ನನ್ನ ಅಳಿಯ ಎಂಥ ಹೀನ ಎನ್ನಿಸಿತು....."

'ಶತ್ರುಸಂಹಾರವಾದದ್ದಕ್ಕೆ ನಿನಗೆ ಸಂತೋಷವಿಲ್ಲವೆ, ಆಚಾರ್ಯ?' ಉದ್ವಿಗ್ನತೆ ಉತ್ಸಾಹಗಳಿಂದ ಧೃತರಾಷ್ಟ್ರ ಚಟಪಟಿಸಿದ.

"ಹೇಳುತ್ತೀನಿ. ಸಂಹಾರದಲ್ಲಿ ಒಂದು ಕ್ರಮ ಬೇಕು. ಅಲ್ಲೇ ಕುಳಿತಿದ್ದೆ ಪಾಂಡವರ ಶಿಬಿರದ ಕಡೆಗೇ ನೋಡುತ್ತಾ, ಸ್ವಲ್ಪ ಹೊತ್ತಿಗೆ ಸೂಡಿಗಳ ಓಡಾಟ ಕಾಣಿಸಿತು. ಹತ್ತೆಂಟು ಸೂಡಿಗಳು ಹೊರಟವು. ಹತ್ತೆಂಟು ಭಾಗಗಳಾಗಿ ಚದುರಿದವು. ಒಂದು ನನ್ನ ಕಡೆಗೇ ಬಂತು. ನಾನು ಎದ್ದು ನಿಂತೆ. ಸೂಡಿ ಹಿಡಿದು ಬಂದವನು ಭೀಮ! ನನ್ನ ಎದೆ ನಡುಗಿತು. ಭೀಮನಿಗೆ ನಾನು ಹೆದರಬೇಕಾಗಿರಲಿಲ್ಲ. ಏಕೆಂದರೆ ಅವನೇನೂ ನನ್ನ ಶತ್ರುವಲ್ಲ. ಆರಂಭದೆಶೆಯಲ್ಲಿ ನನ್ನಿಂದ ವಿದ್ಯೆ ಕಲಿತ ಶಿಷ್ಯನೇ ತಾನೆ? ಆದರೆ ಈಗತಾನೇ ಕತ್ತು ಕತ್ತರಿಸಿಸಿಕೊಂಡು ಸತ್ತ ಭೀಮ ಇಷ್ಟು ಬೇಗ ಪ್ರೇತವಾಗಿ ನುಗ್ಗಿಬರುತ್ತಿರುವುದನ್ನು ಕಂಡು, ಸದ್ಯ ನಾನು ಭಯದಿಂದ ಸಾಯುವ ಮೊದಲೇ ಅವನು ಗುರುತುಹಿಡಿದ. 'ಆಚಾರ್ಯ, ಯಾರು ನಮ್ಮ ಐದು ಮಕ್ಕಳು, ಧೃಷ್ಟದ್ಯುಮ್ನರನ್ನು ಕೊಂದವರು? ನಿಜ ಹೇಳಿ. ನೀವು ಅಂಥ ಕೆಲಸ ಮಾಡುವವರಲ್ಲವೆಂದು ನನಗೆ ಗೊತ್ತು' ಎಂದ. ಐದು ಮಕ್ಕಳನ್ನೇ? ನೀವು ಐವರೂ ಕ್ಷೇಮವೇ? ಎಂದೆ. 'ದುರ್ಯೋಧನನನ್ನು ಕೊಲ್ಲದೆ ಬಿಟ್ಟ ನನ್ನ ಅವಿವೇಕಕ್ಕೆ ಎದೆ ಬಡಿದುಕೊಳ್ಳಬೇಕಾಗಿದೆ. ಅವನದೇ ಕೆಲಸ. ಎತ್ತ ಹೋದ ಅವನು?' ದುರ್ಯೋಧನ ಎಲ್ಲಿ ಹೋದನೋ ಗೊತ್ತಿಲ್ಲ. ನಿಮ್ಮ ಶಿಬಿರಕ್ಕೆ ಹೋಗಿ ಕೊಲೆ ಮಾಡಿದವನು ಅಶ್ವತ್ಥಾಮ,

ನಾನು ಕೃತವರ್ಮ ಬೇಡ ಎಂದರೂ. ಈ ಕತ್ತಲೆಯಲ್ಲಿ ನನಗೆ ಕಣ್ಣು ಕಾಣುವುದಿಲ್ಲ. ಈಗ ಸ್ವಲ್ಪ ಹೊತ್ತಿನಲ್ಲಿ ತಾನೇ ಇಲ್ಲೇ ಎಲ್ಲೋ ಓಡಿಬಿಟ್ಟ. ಕೃತವರ್ಮ ದ್ವಾರಕೆಗೆ ಹೋಗುತ್ತೀನಿ ಅಂತ ಓಡಿದ. ತಕ್ಷಣ ಭೀಮ ಎಲ್ಲ ದಿಕ್ಕುಗಳಲ್ಲೂ ಓಡಿ ಹುಡುಕುತ್ತಿದ್ದ ಸೂಡಿಯವರಿಗೆ ಕೇಳಿಸುವಂತೆ ಅಶ್ವತ್ಥಾಮ, ಅಶ್ವತ್ಥಾಮನನ್ನು ಹಿಡಿಯಿರಿ ಎಂದು ಕೂಗುತ್ತಾ ಸೂಡಿ ಹಿಡಿದು ಓಡಿದ. ಮುಂದೆ ಏನಾಯಿತೋ ನನಗೆ ಗೊತ್ತಿಲ್ಲ. ನೆನ್ನೆ ಬೆಳಕು ಸರಿಯುವ ತನಕ ಅಲ್ಲೇ ಕೂತಿದ್ದು ಅನಂತರ ಇತ್ತಕಡೆ ಹೊರಟೆ. ದಾರಿಯಲ್ಲಿ ಯಾರೋ ಬೇಟೆಗಾರರು ಒಂದಿಷ್ಟು ಮೊಲದ ಮಾಂಸ ಕೊಟ್ಟರು, ಅದರ ಆಧಾರದ ಮೇಲೆ."

ಧೃತರಾಷ್ಟ್ರ ಮಾತನಾಡಲಿಲ್ಲ.

ಗಾಂಧಾರಿ ಮೌನವಾಗಿ ಮಲಗಿದ್ದಳು.

ಇಡೀ ಶಿಬಿರವನ್ನು ಕಿತ್ತು ಅದರ ಕವೆಬೊಂಬುಗಳನ್ನು ಮೇಲುಭಾಗದ ದಿಣ್ಣೆಯಲ್ಲಿ, ದೊಡ್ಡ ಚಿತೆಯಾಗಿ ಒಟ್ಟಿದರು. ಕತ್ತುಗಳು ಅರ್ಧಕಡಿದು ರಕ್ತಹರಿದು ಹೆಪ್ಪುಗಟ್ಟಿ ಜೋತಾಡುವ ಆರು ಹೆಣಗಳನ್ನೂ ಒಂದರ ಪಕ್ಕದಲ್ಲಿ ಒಂದರಂತೆ ಮಲಗಿಸಿದ್ದರು. ಬೆಳಗ್ಗೆ ಹುಟ್ಟಿದ ಹೊತ್ತು ನಾಲ್ಕಾಳುದ್ದ ಏರಿತ್ತು. ಹೆಣಗಳಿಗೆ ನಾಲ್ಕು ಮಾರು ದೂರದಲ್ಲಿ ಕೈಕಾಲುಗಳನ್ನು ಬಿಗಿದು ಕಟ್ಟಿದ್ದ ಅಶ್ವತ್ಥಾಮನನ್ನು ಕೆಡವಿಹಾಕಿದ್ದರು. ಈಗ ಮಾಡಿರುವ ದೊಡ್ಡ ಚಿತೆ ಈ ಆರು ಹೆಣಗಳಿಗೆ ಮಾತ್ರವಲ್ಲ, ತನಗೆ ಕೂಡ ಎಂದು ಅವನು ನಿಶ್ಚಯಿಸಿಕೊಂಡಿದ್ದ. ಅತ್ತು ಕರೆದು ಜೀವಭಿಕ್ಷೆ ಬೇಡಿ ತಾನು ಗುರುಪುತ್ರನೆಂಬ ವಿಶೇಷ ಪಾತ್ರತೆಯನ್ನು ಹವಣಿಸಿ ಎಲ್ಲವೂ ಮುಗಿದಿದ್ದುದರಿಂದ ಅನಿವಾರ್ಯವಾದ ಸಾವಿಗೆ ಸಿದ್ಧನಾಗಲು ಹೆಣಗುತ್ತಿದ್ದ.

ಆರೂ ಹೆಣಗಳನ್ನು ಒಂದೇ ತಬ್ಬಿನಲ್ಲಿ ಹಿಡಿಯುವಂತೆ ದ್ರೌಪದಿ ಅವುಗಳ ಮೇಲೆ ಕೈ ಚಾಚಿ ಮಕಾಡೆ ಮಲಗಿದ್ದಳು. ಸುತ್ತ ಕುಳಿತ ಐವರು ಪಾಂಡವರು. ಬೆಳಗಿನಿಂದ ಹೆಣಗಳು ಹೀಗೆಯೇ ಇವೆ. ದ್ರೌಪದಿ ಹೀಗೆಯೇ ತಬ್ಬಿ ಮಲಗಿದ್ದಾಳೆ. ಅವರೈವರೂ ಹೀಗೆಯೇ ತಲೆಗಳ ಮೇಲೆ ಕೈಹೊತ್ತು ಕುಕ್ಕುರು ಕುಳಿತಿದ್ದಾರೆ. ಹಿಂಬದಿಯಲ್ಲಿ ಸುಭದ್ರೆ. ನಿಂತಿರುವ ಯುಯುಧಾನ. ಅಲ್ಲಲ್ಲಿಯೇ ಸುತ್ತ ನಿಂತ ಸೈನಿಕರು. ಎಲ್ಲೆಲ್ಲೂ ಸತ್ತ ಹೆಣಗಳ ನಿಶ್ಶಬ್ದ. ಕೆಳಗೆ ಹರಿಯುವ ನದಿಯೂ ಸದ್ದು ಮಾಡುತ್ತಿಲ್ಲ. ನಿಶ್ಶಬ್ದವನ್ನು ಮುರಿಯುವವರೊಬ್ಬರು ಬೇಕಾಗಿತ್ತು. ನಿಂತಿದ್ದ ಕೃಷ್ಣ ಹೇಳಿದ: 'ಸುಭದ್ರೆ, ಕೃಷ್ಣೆಯನ್ನು ಎತ್ತಿ ಕೂರಿಸಿಕೊ. ಕೆಳಗೆ ಕರೆದುಕೊಂಡು ಹೋಗು, ಕೃಷ್ಣೆ, ಆಗಿರುವುದನ್ನು ಸಹಿಸಿಕೊಳ್ಳದೆ ಬೇರೆ ದಾರಿಯುಂಟೆ? ಶವಗಳನ್ನು ಕೊಳೆಯಲು ಬಿಡಬಾರದು. ರಕ್ತ ಹರಿದು ವಾಸನೆ ಶುರುವಾಗಿದೆ.'

ಎದ್ದು ಬಂದು ದ್ರೌಪದಿಯ ಭುಜ ಹಿಡಿದು ಎತ್ತುತ್ತಾ ಸುಭದ್ರೆ ಸಾಂತ್ವನ ಹೇಳಿದಳು: 'ಅಕ್ಕ, ಅಭಿಮನ್ಯು ಸಾಯಲಿಲ್ಲವೆ? ನಾನು ಸಹಿಸಿಕೊಳ್ಳುತ್ತಿಲ್ಲವೆ? ನೀನು ನನಗಿಂತ ಹೆಚ್ಚು ಮಾಗಿದವಳು. ಇತ್ತ ಬಾ.'

ದ್ರೌಪದಿ ತಬ್ಬಿ ಮಲಗಿಯೇ ಇದ್ದಳು. ಕೃಷ್ಣನೇ ಹತ್ತಿರ ಬಂದು ಅವಳ ತೋಳುಗಳನ್ನು

ಹಿಡಿದು ಎತ್ತಿ ಒಂದು ದಡಕ್ಕೆ ಕೂರಿಸಿ ತಾನೂ ಎದುರಿಗೆ ಕುಳಿತ. ಅವಳ ಕಣ್ಣುಗಳಲ್ಲಿ ನೀರು ಇಂಗಿದಂತಿತ್ತು. ಅಂತಃಕರಣ ತುಂಬಿದ ಧ್ವನಿಯಲ್ಲಿ ಕೃಷ್ಣ ಎಂದ: 'ನಡುರಾತ್ರಿಯಿಂದ ಹೀಗೆ ತಬ್ಬಿ ಮಲಗಿದ್ದೀಯ. ಬೆನ್ನಿನಲ್ಲಿ ಬಿದ್ದ ಕರುಳು. ಹೆತ್ತ ಹೊಟ್ಟೆ. ಆದರೂ ಇಷ್ಟು ದಿನದ ಯುದ್ಧವನ್ನು ನೋಡಿದ್ದೀಯಲ್ಲ. ಸಾವು ನಮ್ಮ ಬಾಗಿಲಿಗೆ ಬಂದಾಗ ಸ್ವೀಕರಿಸ ಬೇಕಲ್ಲವೆ? ನೀನಲ್ಲದೆ ಬೇರೆ ಯಾವ ಹೆಂಗಸು ಇದನ್ನು ಅರ್ಥಮಾಡಿಕೊಳ್ಳಬಲ್ಲರು?'

ಅವಳು ಮಾತನಾಡಲಿಲ್ಲ. ಆದರೆ ಸಾವನ್ನು ಸ್ವೀಕರಿಸಿದ ಗಂಭೀರ ಭಾವವು ನೀರೊಣ ಗಿದ ಅವಳ ಕಣ್ಣುಗಳಲ್ಲಿ ಕಾಣುತ್ತಿತ್ತು. ಬೂದುಬಣ್ಣದ ಆಕಾಶ ನಿಶ್ಶಬ್ದವಾಗಿ ಆವರಿಸಿತ್ತು. ಮೇಲೆ ಹಾರಾಡುವ ನಾಲ್ಕಾರು ರಣಹದ್ದುಗಳು ಈ ಹೊಸ ಹೆಣಗಳನ್ನು ಗುರುತಿಸಿ, ಅವಳು ಕತ್ತೆತ್ತಿ ನೋಡಿದಳು. ಕೆಳಗೆ ಇಳಿಯಲು ಹವಣಿಕೆ, ಆದರೆ ಇಷ್ಟು ಜನರಿರುವ ಭಯದಿಂದ ಸುತ್ತು ಹಾಕುತ್ತಿದ್ದ ಹದ್ದುಗಳನ್ನೇ ಸ್ವಲ್ಪ ಹೊತ್ತು ದಿಟ್ಟಿಸಿದನಂತರ ಎಂದಳು: 'ಸ್ವೀಕರಿಸಿದ್ದೇನೆ.'

ಕೃಷ್ಣ ಅವಳ ಮುಖವನ್ನೇ ನೋಡುತ್ತಿದ್ದ. ಉಳಿದ ಐವರೂ ಮೂಕ ಸಂಕಟದಿಂದ ಅವಳ ಮೇಲೆಯೇ ದೃಷ್ಟಿಯನ್ನು ಹರಿಸಿ ನಿಲ್ಲಿಸಿದ್ದರು. ಸುಭದ್ರೆ ಭುಜ ಹಿಡಿದು ಕುಳಿತಿದ್ದಳು. ದ್ರೌಪದಿ ಇದ್ದಕ್ಕಿದ್ದಂತೆಯೇ ಗಟ್ಟಿಯಾಗಿ ಅಳಲು ಆರಂಭಿಸಿದಳು. ಕೊಲೆಯ ಸುದ್ದಿ ಕೇಳಿ ಓಡಿಬಂದಾಗ ರಾತ್ರಿಯ ಕತ್ತಲೆಯೇ ಊಳಿಡುವಂತೆ ಅತ್ತನಂತರ ಅವಳು ಮತ್ತೆ ಅತ್ತಿರಲಿಲ್ಲ. ಬೆಳಗಿನಿಂದ ನಿಶ್ಶಬ್ದವಾಗಿ ಕಣ್ಣೀರನ್ನು ಆವಿಯಾಗಿಸಿ ಕಣ್ಣಂಗಳವನ್ನು ಒಣಗಿಸಿಕೊಂಡಿದ್ದಳು. ಈಗ ಮತ್ತೆ ತುಂಬಿ ಬಂದು ಹರಿಯಿತು. ಕೃಷ್ಣ ಹತ್ತಿರ ಸರಿದು ಅವಳ ಎರಡು ಭುಜಗಳನ್ನೂ ಹಿಡಿದು ಸಮಾಧಾನ ಪಡಿಸುವ ಧ್ವನಿಯಲ್ಲಿ ಕೇಳಿದ: 'ಹಾಗಾದರೆ ಅಳಬೇಡ.'

'ಕೃಷ್ಣ, ನಿನಗೂ ತಿಳಿಯುತ್ತಿಲ್ಲ. ಅಭಿಮನ್ಯು ಸತ್ತಾಗ ಅರ್ಜುನ ಬಂದು ಹೆಂಡತಿ ಸುಭದ್ರೆಯನ್ನು ತಬ್ಬಿಕೊಂಡು ಬಿಕ್ಕಿಬಿಕ್ಕಿ ಕಣ್ಣೀರಿನಿಂದ ನೆನೆಸಿದುದನ್ನು ನೀನು ನೋಡಲಿಲ್ಲವೆ? ಘಟೋತ್ಕಚ ಸತ್ತಾಗ ಭೀಮ ಹೆಣವನ್ನು ಹೊತ್ತು ತಂದು ಕಣ್ಣೀರಿನಿಂದಲೇ ರಕ್ತದ ಕಲೆ ಯನ್ನೆಲ್ಲ ತೊಳೆದುದನ್ನು ನೀನು ನೋಡಲಿಲ್ಲವೆ? ಈಗ ಈ ಐವರ ಮೇಲೆ ನಾನೊಬ್ಬಳೇ ಕಣ್ಣೀರು ಸುರಿಸಿ ಮುಗಿಸಿದೆ. ಸುತ್ತ ಕೂತಿರುವ ಐವರು ಅಪ್ಪಂದಿರಲ್ಲಿ ಯಾರೂ ಮೇಲೆ ಬಿದ್ದು ಹೊರಳಿ ಅಳಲಿಲ್ಲ. ಅರ್ಜುನ ಸುಭದ್ರೆಯನ್ನು ತಬ್ಬಿಕೊಂಡು ಗೋಳಾಡಿದಂತೆ ಯಾರೂ ನನ್ನನ್ನು ತಬ್ಬಿಕೊಳ್ಳಲಿಲ್ಲ. ಎಲ್ಲರೂ ಸಮಾನ ದೂರದಲ್ಲಿ ಕುಳಿತಿದ್ದಾರೆ ಪ್ರೇಕ್ಷಕಭಾವ ದಿಂದ.'

ಮೊದಲಿದ್ದ ನಿಶ್ಶಬ್ದಕ್ಕಿಂತ ಹೆಚ್ಚಿನ ಸ್ತಬ್ಧವಾಯಿತು. ಕೃಷ್ಣ ದೃಷ್ಟಿಯನ್ನು ಐದು ಜನಗಳ ಮೇಲೂ ಹರಿಸಿದ. ತಪ್ಪಿತಸ್ಥರಂತೆ ಅವರೆಲ್ಲರ ಮುಖಗಳೂ ಹಿಂಡಿಕೊಳ್ಳುತ್ತಿದ್ದವು. ಭೀಮ ತಕ್ಷಣ ಮುಂದೆ ಕುಪ್ಪಳಿಸಿ ಬಂದು ಅವಳನ್ನು ತಬ್ಬಿ ಹಿಡಿದು ಕಣ್ಣೀರೊಡೆದುಕೊಂಡ. ಅನಂತರ ಅರ್ಜುನ ಹತ್ತಿರ ಸರಿದ, ಧರ್ಮಜ, ನಕುಲ ಸಹದೇವರು ಸುತ್ತುವರಿದರು. ಆದರೆ ದ್ರೌಪದಿ ಕೊಸರಿಕೊಂಡು ಮೇಲೆ ಎದ್ದು ನಿಂತಳು. ಕೆಳಗೆ ಕುಳಿತ ಐವರೂ ತಲೆ ಎತ್ತಿ ಮೂಕರಾಗಿ ಅವಳ ಮುಖ ನೋಡುತ್ತಿದ್ದರು. ನಿಶ್ಚಯದ ಧ್ವನಿಯಲ್ಲಿ ಅವಳು

ಎಂದಳು: 'ಹೀನ ಅಶ್ವತ್ಥಾಮ ನನಗೆ ಪುತ್ರಶೋಕವನ್ನು ಕೊಟ್ಟ. ದೊಡ್ಡ ಸತ್ಯವನ್ನೂ ತೋರಿಸಿದ. ಕೃಷ್ಣ, ಅವನ ಕಟ್ಟುಗಳನ್ನು ಬಿಚ್ಚಿಬಿಡು. ಎಲ್ಲಾದರೂ ಬದುಕಿಕೊಳ್ಳಲಿ, ಸಾತ್ಯಕಿ, ಹೆಣಗಳನ್ನು ಒಂದೊಂದಾಗಿ ಚಿತೆಯ ಮೇಲೆ ಏರಿಸಿ ಸೌದೆಯಿಂದ ಮುಚ್ಚು. ಈ ನನ್ನ ಮಕ್ಕಳಿಗೆ ಅಗ್ನಿಸಂಸ್ಕಾರ ಮಾಡಬೇಕಾದವಳು ನಾನೇ. ನಿಮ್ಮ ಸೇನಾಧಿಪತಿಗೆ ನೀವು ಬೇಕಾದರೆ ಮಾಡಿ. ಇಲ್ಲದಿದ್ದರೆ ಹೇಗೂ ನನ್ನ ಅಣ್ಣ, ನನ್ನ ಮಕ್ಕಳನ್ನೂ ತನ್ನ ಮಕ್ಕಳ ಜೊತೆಯಲ್ಲಿ ಸಾಕಿದವನು. ಅವುಗಳ ಜೊತೆಯಲ್ಲೇ ಮಲಗಿ ಸತ್ತವನು.'

ಯುಯುಧಾನ ನಟ್ಟದೃಷ್ಟಿಯಿಂದ ನೋಡುತ್ತಿದ್ದ. ನಿಂತಿದ್ದ ದ್ರೌಪದಿಯ ತುಂಬು ತಲೆಗೂದಲು ಕೆದರಿ ಹರಿಯುತ್ತಿತ್ತು. ಕೆಚ್ಚಿನಿಂದ ಉಬ್ಬಿ ನಿಂತ ಎದೆ, ಇಳಿಜಾರು ಭುಜಗಳು. ದೃಢವಾದ ದೃಷ್ಟಿಯ, ಧಿಕ್ಕರಿಸುವ ಕಣ್ಣುಗಳು. ಜೂಜಿನ ನಂತರ ದುಶ್ಶಾಸನನು ಸಭೆಯ ನಡುವೆ ಹಿಡಿದೆಳೆದಾಗ ಅವಳು ನಿಂತಿದ್ದ ಭಂಗಿ ಹೀಗೆಯೇ ಇದ್ದಿರಬಹುದೆಂದು ಅವನ ಮನಸ್ಸು ಕಲ್ಪಿಸಿತು. ಕೆಳಗೆ ನೆಲದ ಮೇಲೆ ಕುಳಿತಿದ್ದ ಐವರು ಗಂಡಂದಿರ ಮುಖದಲ್ಲೂ ಮೃತಭಾವ ತೊಟ್ಟಿಕ್ಕುತ್ತಿತ್ತು. ನೆನ್ನೆ ಸಂಜೆ ದುರ್ಯೋಧನನ ಮೇಲೆ ವಿಜಯ ಸ್ಥಾಪಿಸಿ ನಡೆದು ಬಂದ ಭೀಮ ಈಗ ಸೋತು ಸುಣ್ಣವಾಗಿ ಕುಳಿತಿರುವಂತೆ ಕಾಣಿಸಿತು.

'ಮಹಾರಾಜ, ಈಗ ಕಟುವಚನದಿಂದ ಯಾವ ಪ್ರಯೋಜನವೂ ಇಲ್ಲ. ನೀನು ಅವರನ್ನೂ ನಿನ್ನ ಮಕ್ಕಳಂತೆ ಭಾವಿಸಿದ್ದರೆ ಈ ಯುದ್ಧವಾಗುತ್ತಿರಲಿಲ್ಲ. ಸಂಧಿಗೆ ಬಂದಾಗಲೇ ನಾನು ಈ ಮಾತು ಹೇಳಿದೆ. ಈಗಲಾದರೂ ನೀನು ಅವರಲ್ಲಿ ಪುತ್ರಭಾವ ತಳೆ. ನಿನ್ನ ಮೇಲಿನ ಕ್ರೋಧವನ್ನು ತೊಳೆದುಹಾಕುವಂತೆ ನಾನು ಅವರ ಮನವೊಲಿಸುತ್ತೇನೆ. ಗೆದ್ದವರು ಕಹಿಯನ್ನು ಮರೆಯುವುದು ಸುಲಭ,' ಕೃಷ್ಣ ಹೇಳಿದ.

ಧೃತರಾಷ್ಟ್ರ ಕಲ್ಲಿನಂತೆ ಕುಳಿತಿದ್ದ. ಬೆಳಗಿನ ಸೂರ್ಯಕಿರಣ ಕಿಟಿಕಿಯಿಂದ ಬರುತ್ತಿತ್ತು. ಕೃಷ್ಣ ಮತ್ತೆ ಅದೇ ಮಾತನ್ನು ಒತ್ತಿ ಹೇಳಿದನಂತರ ರಾಜಿಯ ಧ್ವನಿಯಲ್ಲಿ ಹೇಳಿದ: 'ಹಾಗಾದರೆ ಈಗಲೂ ಸಂಧಿಯಾಗೋಣ. ಅವರು ಅವರ ಖಾಂಡವಪ್ರಸ್ಥಕ್ಕೆ ಹೋಗಲಿ.'

'ಹಸ್ತನಾವತಿಯನ್ನು ಆಳುವವರಾರು?'

'ನನ್ನ ಮಗ ಬರುತ್ತಾನೆ. ಸೈನ್ಯ ತರುತ್ತಾನೆ. ಅವರನ್ನು ನಿರ್ನಾಮ ಮಾಡುತ್ತಾನೆ. ನಿನ್ನ ಮಾತಿಗೆ ಬೆಲೆ ಕೊಟ್ಟು ನಾನು ಅವನನ್ನು ಶಾಂತಿಗೆ ಒಪ್ಪಿಸುತ್ತೇನೆ.'

'ಮಹಾರಾಜ, ನಿನ್ನ ಭ್ರಮೆಯ ಶಕ್ತಿ ದೊಡ್ಡದು. ದುರ್ಯೋಧನ ಸತ್ತುಹೋಗಿದ್ದಾನೆ. ಅವನ ಸಾವನ್ನು ಭೀಮ ಮೊದಲು ನೋಡಿದ. ಅನಂತರ ನಾನು ಗುರುತಿಸಿದೆ. ಅದನ್ನು ಗುರುತಿಸುವ ಅನುಭವ ನನಗಿರುವುದರಿಂದ ಹೇಳುತ್ತಿದೀನಿ. ಅವನು ಬದುಕಿಲ್ಲ.'

ಧೃತರಾಷ್ಟ್ರ ಅಳಲಿಲ್ಲ. 'ಕೃಪಾಚಾರ್ಯ ಸುಳ್ಳು ಹೇಳಿದನೆಂದು ನನಗೆ ಗೊತ್ತಿತ್ತು,' ಗಾಂಧಾರಿ ಎಂದಳು.

'ಕೃಪಾಚಾರ್ಯ ಹೇಳಿದತನಕ ನಿಜ. ಮುಂದಿನದನ್ನು ನೀವು ಹತ ಮಾಡಿದವರಂತೆ

ನಿಮ್ಮ ದಾರಿಯಲ್ಲೇ ಅರ್ಥಮಾಡಿಕೊಂಡಿರಿ. ಹೋಗಲಿ, ಅವರನ್ನು ಕರೆತರಲೆ? ಅವರು ಹಸ್ತಿನಾವತಿಯನ್ನು ಪ್ರವೇಶಿಸಿರುವುದನ್ನು ಇಲ್ಲವಾಗಿಸಲು ಯಾರಿಗೂ ಸಾಧ್ಯವಿಲ್ಲ. ದ್ವೇಷ ಸಾಧಿಸಹೊರಟ ನೀವಾದರೂ ಹೇಗೆ ಜೀವನ ನಿರ್ವಹಣೆ ಮಾಡುತ್ತೀರಿ?' ಕೃಷ್ಣ ಗಾಂಧಾರಿಯನ್ನು ಕೈ ಹಿಡಿದು ಹೇಳಿದ.

ಸ್ವಲ್ಪ ಹೊತ್ತಿನನಂತರ ಗಾಂಧಾರಿ ಎಂದಳು: 'ಕೃಷ್ಣ, ಹೋಗಿ ಕರೆದು ತಾ. ನಾನು ಒಬ್ಬೊಬ್ಬರಾಗಿ ಅವರ ತಲೆಯನ್ನು ಸವರಿ ಹಳೆಯದನ್ನು ಮರೆಯಿರೆಂದು ಕೇಳುತ್ತೇನೆ.'

ಕೃಷ್ಣ ಹೋದ. ಧರ್ಮಜ ಬೇಗ ಒಪ್ಪಿದ. ಅರ್ಜುನನೂ ಒಪ್ಪಿದ. ನಕುಲ ಸಹದೇವರು ಅಸಮ್ಮತಿ ಸೂಚಿಸಿದರೂ ಹಠ ಮಾಡಲಿಲ್ಲ. ಭೀಮ ಮಾತ್ರ ತಾನು ಬರುವುದೇ ಇಲ್ಲವೆಂದ. 'ಆ ಕುರುಡನಿಂದಲೇ ಇಷ್ಟೆಲ್ಲ ಆದದ್ದು. ಯುದ್ಧಕ್ಕೆ ಮುಂಚೆಯೇ ನಾನು ಅವನಿಗೆ ನಮಸ್ಕರಿಸಲಿಲ್ಲ. ಗೆದ್ದಮೇಲೆ ಏಕೆ ಕೈಮುಗಿಯಬೇಕು? ಹಿರಿಯನಾದ ತಕ್ಷಣ ಪೂಜ್ಯನಾಗಿಬಿಡುತ್ತಾನೆಯೆ?' ಎಂದು ಕೃಷ್ಣನ ಮೇಲೆ ರೇಗಿದ. ಕೊನೆಗೆ ಕುಂತಿ ಹೇಳಿದಳೆಂದು ಒಪ್ಪಿ ಹೊರಟ. ಕೃಷ್ಣ ಹೇಳಿದಂತೆ ಕುಂತಿ ಹೊರಟಳು. ದ್ರೌಪದಿಯೂ ಮೂಕಿಯಂತೆ ಅನುಸರಿಸಿದಳು. ವಿದುರ ಜೊತೆಗೆ ಬಂದ. ಮೊದಲು ಕೃಷ್ಣ, ಅನಂತರ ಒಬ್ಬೊಬ್ಬರಾಗಿ ಐವರು, ಅನಂತರ ಸಾತ್ಯಕಿ, ಕುಂತಿ, ದ್ರೌಪದಿ, ಕೊನೆಗೆ ವಿದುರ, ಪ್ರವೇಶಿಸಿದರು. ವಿದುರನನ್ನು ಕೈಸನ್ನೆ ಮಾಡಿ ಸ್ವಲ್ಪ ದೂರ ಕರೆದು ದಾಸಿ ಪಿಸುಮಾತಿನಲ್ಲಿ ಎಂದಳು: 'ಚಿಕ್ಕಪ್ಪ, ನಾನು ಹೇಳಿದೆ ಅಂತ ಯಾರಿಗೂ ತಿಳಿಸಕೂಡದು. ಒಂದು ಮಾತಿದೆ.'

'ನನ್ನ ಕಿವಿಗೆ ಬಿದ್ದ ಯಾವ ಮಾತಿಗೂ ನಾಲಗೆಯಿಂದ ಹೊರಬರುವ ಚಟವಿರುವುದಿಲ್ಲ. ಹೇಳು.'

'ಈಗ ತಾನೆ ಬಂದಿದ್ದನಲ್ಲ ಆ ಮುಂದುಗಡೆಯ ಮಹಾರಾಜ ಕೃಷ್ಣ, ಅವನು ಹೋದ ತಕ್ಷಣ ಮಹಾರಾಜ ಒಂದು ಚೂರಿ ತರಿಸಿ ತನ್ನ ಕಂಬಳಿಯ ಒಳಗೆ ಇಟ್ಟುಕೊಂಡ. ಮಕ್ಕಳು ಸತ್ತ ಸಿಟ್ಟಿನಲ್ಲಿ ಕುಂತಿಯ ಮಕ್ಕಳಿಗೆ ಏನಾದರೂ ಮಾಡಿಯಾನು.'

ವಿದುರ ನಿಶ್ಶಬ್ದವಾಗಿ ಹೆಜ್ಜೆಹಾಕುತ್ತಾ ಒಳಗೆ ಹೋಗಿ ಕೃಷ್ಣನಿಗೆ ಕೈಸನ್ನೆ ಮಾಡಿ ಕರೆದು ಕಿವಿಯಲ್ಲಿ ಹೇಳಿದ. ಕೃಷ್ಣ ಹೋಗಿ ಧೃತರಾಷ್ಟ್ರನ ಬಲಭಾಗಕ್ಕೆ ಪಲ್ಲಂಗದ ಮೇಲೆ ಕುಳಿತ. ಎಡಭಾಗದಲ್ಲಿ ಕಣ್ಣು ಕಟ್ಟಿಕೊಂಡ ಗಾಂಧಾರಿ.

ಕೃಷ್ಣ ಹೇಳಿದ: 'ಮಹಾರಾಜ, ನಿನ್ನ ಐವರು ಮಕ್ಕಳೂ ಬಂದಿದ್ದಾರೆ. ಧರ್ಮಜ, ಬಾ ತಂದೆಯ ಕಾಲಿಗೆರಗು.'

ಧರ್ಮಜ ಬಂದು ಭಕ್ತಿಯಿಂದ ಎರಡು ಕಾಲುಗಳನ್ನೂ ಮುಟ್ಟಿದ. ಧೃತರಾಷ್ಟ್ರ ಮುಖವನ್ನು ತಬ್ಬಿ ಹಿಡಿದು ನೆತ್ತಿಯನ್ನು ಸವರಿ ದೀರ್ಘಾಯುವಾಗು ಮಗು ಎಂದನಂತರ ಅವನು ಅತ್ತ ಹೋದ. 'ಭೀಮ, ನೀನು ಬಾ' ಎಂದು ಕೃಷ್ಣ ಕರೆದ. ಆದರೆ ಭೀಮ ತಕ್ಷಣ ಏಳಲಿಲ್ಲ. ಕೃಷ್ಣನೇ ಹೋಗಿ ಅವನ ರಟ್ಟೆ ಹಿಡಿದು ಎಬ್ಬಿಸಿ, 'ಮಹಾರಾಜ, ನೀನು ಕ್ಷಮಿಸುವೆಯೋ ಇಲ್ಲವೋ ಅನ್ನುವ ಸಂಕೋಚದಿಂದ ಭೀಮ ಹಿಂದೆ ನಿಲ್ಲುತ್ತಿದ್ದಾನೆ. ಅವನನ್ನು ನೀನು ಕ್ಷಮಿಸಿ ಆಲಿಂಗಿಸಬೇಕು.' ಎನ್ನುತ್ತಾ ಹತ್ತಿರ ಕರೆತಂದು ಕಾಲಿನ ಹತ್ತಿರ ಬಾಗಿಸಿದ.

ಧೃತರಾಷ್ಟ್ರನ ಎಡಗೈ ಭೀಮನ ಬೆನ್ನನ್ನು ಬಳಸಿತು. ಕಂಬಳಿಯೊಳಕ್ಕೆ ಹೋದ ಬಲಗೈ ವೇಗವಾಗಿ ಹೊರಕ್ಕೆ ಬರುವುದರಲ್ಲಿ ಕೃಷ್ಣ ಕೈಹಾಕಿ ಮಣಿಕಟ್ಟನ್ನು ಹಿಡಿದುಕೊಂಡ.

ತಕ್ಷಣ ಹಿಂದೆ ಸರಿದ ಭೀಮ ಗಟ್ಟಿಯಾಗಿ ಕೂಗಿದ: 'ಕೃಷ್ಣ, ಈ ಮುದಿಹಾವಿನ ಯೋಗ್ಯತೆ ನಿನಗಿಂತ ನನಗೆ ಗೊತ್ತು. ಅದಕ್ಕೇ ನಾನು ಬರುವುದಿಲ್ಲ ಅಂದದ್ದು.'

ಅಷ್ಟರಲ್ಲಿ ಏನು ನಡೆಯಿತೆಂಬುದು ಎಲ್ಲರಿಗೂ ಕಂಡಿತು. ಧರ್ಮ, ಅರ್ಜುನ, ನಕುಲ ಸಹದೇವರು ನಡುಗಿದರು. ಧೃತರಾಷ್ಟ್ರ ಗಟ್ಟಿಯಾಗಿ ಕೂಗಿಕೊಂಡ: 'ಕೃಷ್ಣ, ನೀನು ಕುಟಿಲಗಾರನೆಂದು ನನಗೆ ಗೊತ್ತಿತ್ತು. ನನ್ನ ನೂರು ಜನ ಪುತ್ರರನ್ನು ಕೊಂದವನ ರಕ್ತ ವನ್ನು ಹರಿಸಿ ಸೇಡು ತೀರಿಸಿಕೊಳ್ಳುವ ಅಧಿಕಾರ ನನಗಿದೆ. ಅಡ್ಡ ಬಂದ ನಿನಗೆ ನನ್ನ ಶಾಪವಿರಲಿ. ಮಕ್ಕಳು ಸಾಯುವುದೆಂದರೇನು ಗೊತ್ತಿದೆಯೇ ನಿನಗೆ? ನೂರು ಮಕ್ಕಳು. ನನ್ನ ರಕ್ತದಿಂದ ಹುಟ್ಟಿದ ನೂರು ಮಕ್ಕಳು. ಇವನೊಬ್ಬನೇ ಕೊಂದನಂತೆ. ದುರ್ಯೋಧನನು ಬದುಕದೆ ಸತ್ತಿದ್ದರೆ ಅವನನ್ನೂ ಇವನೇ ಕೊಂದಿದ್ದಾನೆ. ತೇಜೋಭಂಗದಿಂದ ಕೊಂದಿದ್ದಾನೆ. ನನ್ನ ಕೈ ಬಿಡು,' ಎಂದು ಕಿರಿಚುತ್ತಾ, ಕುಳಿತಲ್ಲಿಂದ ಎದ್ದು ಮುಂದೆ ನುಗ್ಗಿದ.

ಕೃಷ್ಣ ಚೂರಿಯನ್ನು ಕಿತ್ತು ಹತ್ತಿರವಿದ್ದ ವಿದುರನ ಕೈಗೆ ಕೊಟ್ಟು ಸಂತಯಿಸುವ ಧ್ವನಿ ಯಲ್ಲಿ ಹೇಳಿದ: 'ಮಹಾರಾಜ, ಭೀಮನನ್ನು ನೋಡಲು ನಿನಗೆ ಕಣ್ಣುಗಳಂತೂ ಇಲ್ಲ, ನಾನು ವರ್ಣಿಸುತ್ತೇನೆ ಕೇಳು. ಅವನ ಹಣೆ, ಕೆನ್ನೆ, ಗಲ್ಲ, ಎದೆ, ಭುಜ, ತೋಳು ತೊಡೆ ಕಾಲು ಎಲ್ಲೆಲ್ಲೂ ಗಾಯವಾಗಿ ಕಿತ್ತು ಮತ್ತೆ ಗಾಯವಾಗಿ ರಕ್ತಹರಿದು ಒಣಗಿ ಮತ್ತೆ ಹರಿದು ಕಲೆಗಟ್ಟಿ ಒರಟೋ ಒರಟಾಗಿದೆ. ಎಂತೆಂತಹ ಏಟು, ಬಾಣಗಳ ಆಘಾತಗಳನ್ನು ಸಹಿಸಿರುವ ಜಡ್ಡು ಮೈ ಅದು. ನಿನ್ನ ದುರ್ಬಲ ಕೈಯಿಯ ಚೂರಿ ತಗುಲಿದ್ದರೂ ಏನೂ ಆಗುತ್ತಿರಲಿಲ್ಲ. ಇನ್ನೊಂದು ಶಾರೆ ರಕ್ತ ಹೋಗುತ್ತಿತ್ತು ಅಷ್ಟೆ. ಆದರೆ ಅದು ಚುರಕ್ ಎಂದ ತಕ್ಷಣ ಅವನು ನಿನ್ನನ್ನು ಅಪ್ಪಳಿಸಿಬಿಡುತ್ತಿದ್ದ. ಅವನ ಸ್ವಭಾವ ಅದು. ನಾನು ಅವನನ್ನು ಉಳಿಸಲಿಲ್ಲ. ನಿನ್ನನ್ನು ಉಳಿಸಿದೆ.'

ಧೃತರಾಷ್ಟ್ರ ಪಲ್ಲಂಗದ ಮೇಲೆ ಕುಕ್ಕರಿಸಿದ. ಅನಂತರ ಇದ್ದಕ್ಕಿದ್ದಂತೆಯೇ ಗಟ್ಟಿಯಾಗಿ ಅಳತೊಡಗಿದ. ಹುಟ್ಟಿನಿಂದಲೇ ಕುರುಡಾಗಿ ಎಳೆದುಕೊಂಡ ವಿಕಾರ ಕಣ್ಣುಗಳಿಂದ ನೀರು ಸುರಿಸುತ್ತಾ ಒಂದೇ ಸಮನೆ ಬಿಕ್ಕಿದ. ಆವೇಗ ಕಳೆದು ಸ್ವಲ್ಪ ಹಿಡಿತ ಬಂದಮೇಲೆ, 'ಕೃಷ್ಣ, ಹಾಗಾದರೂ ಮಾಡಲು ಹೇಳು ಭೀಮನಿಗೆ. ನೂರು ಮಕ್ಕಳನ್ನು ಕಳೆದುಕೊಂಡ ನಾನು.....'

ಎನ್ನುವಾಗ ಕೃಷ್ಣ, 'ಗಾಂಧಾರಿ, ನೂರು ಮಕ್ಕಳನ್ನು ಕಳೆದುಕೊಂಡ ನೀನು ಪಾಂಡವ ರನ್ನು ಕ್ಷಮಿಸಬಲ್ಲೆಯ? ಯುದ್ಧ ಬೇಕೆಂದು ಅವರೇನೂ ಕೇಳಿರಲಿಲ್ಲ. ನಿಜ ಹೇಳು ನಿನ್ನ ನೂರು ಮಕ್ಕಳನ್ನು.....' ಎನ್ನುತ್ತಾ ಪಲ್ಲಂಗದ ಆ ಕಡೆಗೆ ಹೋಗಿ ಅವಳ ಕೈಹಿಡಿದು ಪಕ್ಕ ದಲ್ಲಿ ಕುಳಿತು ಹೇಳಿದ: 'ನೋಡು, ನಾನು ನಿನ್ನ ಹಿರಿಯ ದುರ್ಯೋಧನನಿಗಿಂತ ಎರಡು ವರ್ಷಕ್ಕೆ ಚಿಕ್ಕವನು. ನೀನು ನನ್ನನ್ನೂ ಕ್ಷಮಿಸಬೇಕು.'

ಗಾಂಧಾರಿ ಅಳಲಿಲ್ಲ. ಗಂಭೀರಳಾಗಿ ಕುಳಿತಿದ್ದಳು. ಅನಂತರ ನಿಧಾನವಾಗಿ ಹೇಳಿದಳು: 'ನೂರು ಮಕ್ಕಳು ಅನ್ನುವುದು ಮಹಾರಾಜನದು. ಹಾಗಂತ ಅವನ ಲೆಕ್ಕ. ಈ ಗಾಂಧಾರಿ

ಎನ್ನಿಸಿಕೊಂಡ ದಾಸಿ ಹೆತ್ತದ್ದು ಬರೀ ಹದಿನಾಲ್ಕು. ಜೊತೆಗೆ ಒಬ್ಬ ಅಳಿಯನೂ ಸತ್ತಿದ್ದಾನೆ. ನನ್ನ ದುಃಖ ಸಣ್ಣದು. ಮಹಾರಾಜನದರಷ್ಟು ದೊಡ್ಡದಲ್ಲ.'

'ನನ್ನ ಶಾಪಕ್ಕೆ ಶಕ್ತಿ ಇಲ್ಲದಿರಬಹುದು.' ಧೃತರಾಷ್ಟ್ರ ಎಂದ: 'ಈ ದೇವಿಯ ಒಂದು ನಿಟ್ಟುಸಿರು ಸಾಕು, ಕುಂತಿಯ ಮಕ್ಕಳನ್ನು ಕೊಚ್ಚಿಕೊಂಡು ಹೋಗಲು.'

'ದೇವಿ ಗಾಂಧಾರಿ, ನಿನ್ನ ಕೈಲಿ ಒಂದು ಆಪ್ತವಿಷಯ ಮಾತನಾಡಬೇಕೆಂದು ಬಹು ದಿನಗಳಿಂದ ಆಶೆ ಇದೆ. ನೀನು ನಿಜ ಹೇಳುವೆಯಾದರೆ ಕೇಳುತ್ತೇನೆ. ಏನನ್ನೂ ಮುಚ್ಚಿಡದೆ ನಿಜ ಹೇಳಿಬಿಡುವ ಕಾಲ ಜೀವನದಲ್ಲಿ ಒಮ್ಮೆಯಾದರೂ ಬರಬೇಕು. ನಿನಗೆ ಈಗ ಆ ಮನಃಸ್ಥಿತಿ ಬಂದಿದೆ ಎಂದು ನನಗೆ ಅನ್ನಿಸುತ್ತದೆ. ಹೇಳುವೆಯ?'

'ಏನು ಕೇಳು.'

'ಬೇಕಾದರೆ ನಾನು ನೀನು ಇಬ್ಬರೇ ಒಂದು ಕೋಣೆಗೆ ಹೋಗಿ ಮಾತನಾಡೋಣ.'

'ಏನೆಂಬುದನ್ನು ಮೊದಲು ಹೇಳು.'

'ಮಹಾರಾಜನಂತೂ ಕುರುಡನಾಗಿಯೇ ಹುಟ್ಟಿದ, ನೀನೇಕೆ ಹೀಗೆ ಕಣ್ಣು ಕಟ್ಟಿಕೊಂಡೆ?'

'ಅವಳು ಮಹಾಪತಿವ್ರತೆ. ಗಂಡನಿಗಿಲ್ಲದ ದೃಷ್ಟಿಭಾಗ್ಯ ತನಗೆ ಬೇಡವೆಂದು,' ಧೃತರಾಷ್ಟ್ರ ಉತ್ತರಿಸಿದ.

'ಮಹಾರಾಜ, ಅವಳು ಹೇಳಲಿ. ಅವಳ ಅಂತರಂಗ ನುಡಿಯಲಿ ಸ್ವಲ್ಪ ತಾಳು.'

'ಕೃಷ್ಣ, ನಿಜ ಹೇಳಿದ್ದರಿಂದ ಏನು ಬರುತ್ತೆ?' ಗಾಂಧಾರಿ ಕೇಳಿದಳು.

'ಭ್ರಮೆ ಕಳೆಯುತ್ತೆ. ಅದರಿಂದ ಶಾಂತಿ ಸಿಕ್ಕುತ್ತೆ. ಆದ್ದರಿಂದ ಹೇಳು. ಬೇಕಾದರೆ ನಿನ್ನನ್ನು ನಾನೊಬ್ಬನೇ ಬೇರೆ ಕೋಣೆಗೆ ಕರೆದೊಯ್ಯಲೆ? ಇವರನ್ನೆಲ್ಲ ಹೊರಗೆ ಕಳಿಸಲೆ?'

ಗಾಂಧಾರಿ ಮೌನಿಯಾದಳು. ನೆಲದ ಚಾಪೆಯ ಮೇಲೆ ಕುಳಿತಿದ್ದವರೆಲ್ಲ ನಿಶ್ಶಬ್ದವಾಗಿದ್ದರು. 'ಮದುವೆ ನಿಶ್ಚಯವಾದನಂತರ ನೀನು ಹೀಗೆ ಕಣ್ಣುಕಟ್ಟಿಕೊಂಡೆಯ?'

'ಆ ಮಾತು ಹೋಗಲಿ ಬಿಡು, ಕೃಷ್ಣ,' ಗಾಂಧಾರಿಯ ಧ್ವನಿ ಹತ್ತಿಕೊಂಡು ಬಂತು.

'ಆದರೂ ಹೇಳು, ತಾಯಿ. ಸಮಾಧಾನ ಮಾಡಿಕೊಂಡು ಹೇಳು,' ಕೃಷ್ಣ ಅಂತಃಕರಣ ತಟ್ಟುವ ಧ್ವನಿಯಲ್ಲಿ ಒತ್ತಾಯಿಸಿದ.

'ಮದುವೆ ನಿಶ್ಚಯವಾಯಿತು. ನಾನು ಬೇಡವೆಂದರೂ ನಿಶ್ಚಯವಾಯಿತು. ಮನೆಯನ್ನು ಬಿಟ್ಟು ಕದ್ದು ಓಡಿಹೋಗುವ ಯೋಚನೆಯನ್ನೂ ಮಾಡಿದೆ. ನಾನು ಓಡಿಹೋಗಿದ್ದರೂ ನನ್ನ ತಂದೆ ಬೇಕೆಂದೇ ಮಗಳನ್ನು ಮುಚ್ಚಿದ್ದಾನೆಂದು ಭೀಷ್ಮನ ಸೈನಿಕರು ನಮ್ಮೂರನ್ನು ಸುಟ್ಟುಬಿಡುತ್ತಿದ್ದರು. ಆದ್ದರಿಂದ ಓಡಿಹೋಗಲಿಲ್ಲ. ಕೃಷ್ಣ, ನೀನು ಬಹಳ ದೇಶ ಸುತ್ತಿರುವವನಂತೆ. ನನ್ನ ಗಾಂಧಾರ ದೇಶ ನೋಡಿರುವೆಯಾ?'

'ನೋಡಿದ್ದೀನಿ. ಸುಂದರವಾದ ಬೆಟ್ಟಗಳು. ಸದಾ ಹಸಿರು ಗಿಡಗಳು.'

'ನೀಲ ಆಕಾಶ, ಎಲ್ಲ ಋತುಗಳಲ್ಲೂ ಹೂಬಿಡುವ ಒಂದಲ್ಲೊಂದು ಗಿಡಬಳ್ಳಿಗಳು. ಸಿಹಿಯಾದ ನೀರು. ಕಾಡು ಹಣ್ಣುಗಳು. ಶಖೆಯೇ ಇಲ್ಲದ ಹವೆ. ಅಂತಹ ಸುಂದರ ದೇಶ ಬೇರೊಂದಿದೆಯೆ?'

'ಇಲ್ಲ.'

'ನಾವು ಬಡವರು. ಈ ಕಡೆಯಂತೆ ಮಟ್ಟಸವಾದ ನೆಲವಿಲ್ಲ. ಗಾಡಿಗಾಡಿ ಬೆಳೆಯುವ ಸಾರವಿಲ್ಲ. ಲೋಹ ಬಂಗಾರಗಳ ಸಂಪತ್ತಿಲ್ಲ. ಬೆಟ್ಟಗಳ ನಾಡಿನಲ್ಲಿ ಇವೆಲ್ಲ ಎಲ್ಲಿ ಬರಬೇಕು? ಸಂಪತ್ತಿಲ್ಲದ ಕಡೆ ದೊಡ್ಡ ಸೈನ್ಯ ಏಕಿರಬೇಕು? ಭೀಷ್ಮ ದೊಡ್ಡ ಸೈನ್ಯ ಕಳಿಸಿದ. ಜೊತೆಗೆ ಗಾಡಿಗಟ್ಟಳೆ ದಿನಸಿ ಧಾನ್ಯ, ಲೋಹದ ಪಾತ್ರೆಗಳು, ಬಂಗಾರದ ಆಭರಣಗಳು. ಇವೆಲ್ಲ ಮೈತ್ರಿಸೂಚಕ. ನೀವು ನನ್ನ ಕುರುಡ ಮಗನಿಗೆ ಹೆಣ್ಣುಕೊಡದಿದ್ದರೆ ಸೈನ್ಯವಿದೆ, ಭಯಸೂಚಕ. ನಮ್ಮಪ್ಪನಿಗೆ ಭಯವೂ ಹುಟ್ಟಿತು. ಲೋಭವೂ ಹುಟ್ಟಿತು. ಲೋಭವಿಲ್ಲದಿದ್ದರೆ ಸೈನ್ಯಕ್ಕೆ ಹೆದರಬೇಕಿರಲಿಲ್ಲ. ಬೆಟ್ಟಗಾಡಿನವರು ಅವಿತು ಕೂತು ಕಿರುಕುಳ ಕೊಡತೊಡಗಿದರೆ ಬಯಲು ಸೀಮೆಯ ಸೈನ್ಯ ಎಷ್ಟು ದಿನ ನಿಲ್ಲಬಹುದು, ಅದೂ ಇಷ್ಟು ದೂರದಿಂದ ಬಂದು? ನಿಲ್ಲುತ್ತದೆಯೇ ಹೇಳು.'

'ಖಂಡಿತ ಸಾಧ್ಯವಿಲ್ಲ.'

'ಅಪ್ಪ ಲೋಭಕ್ಕೆ ಪಕ್ಕಾದ. ಅವನ ಎದುರಿಗೇ ನಾನು ಹೊದೆದಿದ್ದ ಮೇಲುವಸ್ತ್ರದ ಒಂದು ಸೆರಗನ್ನು ಸರ್‍ರನೆ ಗೀಳಿ ಕುರುಡನಿಗೇ ಕೊಡುವುದಾದರೆ ನಾನು ಅವನ ಮುಖ ನೋಡುವುದಿಲ್ಲ ಎಂದು ಎರಡು ಕಣ್ಣುಗಳನ್ನೂ ಕಟ್ಟಿಕೊಂಡೆ. ಆಗಲೂ ಅಪ್ಪನ ಅಂತಃಕರಣ ಜಾಗ್ರತವಾಗಲಿಲ್ಲ. ಹುಡುಗಿಯ ಮೊಂಡುತನ ನಾಲ್ಕುದಿನದಲ್ಲಿ ಸರಿಯಾಗುತ್ತದೆಂದು ಭಾವಿಸಿದನೇನೋ! ಹಾಗೆಯೇ ಮೇನೆ ಹತ್ತಿಸಿ ಕಳಿಸಿದ. ಬೆಟ್ಟಗಳ ನಾಡು ಕಳೆದ ಮೇಲೆ ರಥದಲ್ಲಿ ಕೂರಿಸಿದರು. ನನ್ನ ಜನ್ಮದಲ್ಲಿ ರಥವನ್ನು ನೋಡಿರಲಿಲ್ಲ. ಅನಂತರ ಕೂತರೂ ನೋಡಲಿಲ್ಲ. ಕೃಷ್ಣ, ನಾನು ಎಷ್ಟು ಲಕ್ಷಣವಾಗಿದ್ದೆ ಬಲ್ಲೆಯ? ಸ್ವಲ್ಪವೂ ಬಗ್ಗಡವಿಲ್ಲದ ನಮ್ಮ ಬೆಟ್ಟದ ಬುಡದ ತಿಳಿನೀರಿನಲ್ಲಿ ನನ್ನನ್ನು ನಾನು ನೋಡಿಕೊಂಡು ಹಿಗ್ಗುತ್ತಿದ್ದೆ. ಗೆಳತಿಯರು ನನ್ನನ್ನಾಧರಿಸಿ ಕನಸಿನ ಕಥೆ ಹೆಣೆಯುತ್ತಿದ್ದರು. ಅಲ್ಲಿಗೆ ಮುಗಿಯಿತು ನನ್ನ ರೂಪ. ಅನಂತರ ನಾನೂ ನೋಡಿಕೊಳ್ಳಲಿಲ್ಲ. ನೋಡುವಂತಹ ಗಂಡನೂ ಸಿಕ್ಕಲಿಲ್ಲ. ರೂಪ ತಿಳಿಯದ ಗಂಡನಿಗೆ ಸಿಕ್ಕಿದೆ. ಅನಂತರ ಆದದ್ದೇನು? ಬೇಗ ಬಸುರಾಗಲಿಲ್ಲವೆಂದು ಭೀಷ್ಮನ ಚಟಪಟ. ನನಗೆ ತಿಳಿಯದು. ಈ ಗಂಡನಿಗೆ ತಿಳಿಯದು. ಅನಂತರ ಈ ಗಂಡನಿಗೆ ಒಬ್ಬ ದಾಸಿಯು ಹೇಳಿಕೊಟ್ಟಳಂತೆ. ಆಮೇಲೆ ನಾನೂ ಮಕ್ಕಳನ್ನು ಹೆರಲು ಆರಂಭಿಸಿದೆ. ಒಂದಾದ ಮೇಲೆ ಒಂದರಂತೆ. ಅದಾದ ಮೇಲೆ ಮತ್ತೊಂದರಂತೆ. ಅರಮನೆಯ ದಾಸಿಯರೂ ಈಯಲು ಶುರುಮಾಡಿದರು. ನೂರು ಎನ್ನುತ್ತಾರೆ. ಯಾರಿಗೆ ಗೊತ್ತು ಹಂದಿಮರಿಗಳ ಸಂಖ್ಯೆ? ನಾನು ಹೆತ್ತದ್ದು ಮಾತ್ರ ಹದಿನಾಲ್ಕು. ಮೇಲೆ ಒಬ್ಬ ಮಗಳು.'

'ಇಲ್ಲಿಗೆ ಬಂದು ಎಲ್ಲ ನಿಲುಗಡೆಗೆ ಬಂದಮೇಲೆ ನೀನೇಕೆ ಕಣ್ಣುಪಟ್ಟಿಯನ್ನು ಕಿತ್ತುಹಾಕಲಿಲ್ಲ?'

"ಕೃಷ್ಣ, ಇದೇ ನಿಜವಾದ ನಿಜ. ಹೇಳಿಬಿಡುತ್ತೇನೆ ಕೇಳು. ಇಲ್ಲಿಗೆ ಬಂದೆನಲ್ಲ. ಭೀಷ್ಮ ಆದಿಯಾಗಿ ಎಲ್ಲರೂ ನನಗೆ ದೇವಿಯ ಪಟ್ಟ ಕಟ್ಟಿಬಿಟ್ಟರು. ಎಂತಹ ಮಹಾಸಾಧ್ವಿ, ಗಂಡನಿಗಿಲ್ಲದ ದೃಷ್ಟಿಭಾಗ್ಯ ತನಗೂ ಬೇಡವೆಂದು ಕಣ್ಣುಪಟ್ಟಿ ಕಟ್ಟಿಕೊಂಡಿದ್ದಾಳೆ. ಮಹಾಪತಿವ್ರತೆ.

ಅವಳು ಕಾಲಿಟ್ಟ ಜಾಗ ಪಾವನ. ಅವಳು ವಾಸಿಸುವ ನಾಡಿನಲ್ಲಿ ಸಂಪತ್ತು ಉಕ್ಕುತ್ತದೆ. ಒಂದೇ ಎರಡೇ ಹೊಗಳಿಕೆ! ಮೊದಮೊದಲು ರೇಗುತ್ತಿತ್ತು. ಆದರೆ ಹೊಗಳಿಕೆಯ ರುಚಿ ಹೊತ್ತಿತೆಂದು ಕಾಣುತ್ತದೆ. ದೇವಿಯ ಪಟ್ಟ ಕಳೆದುಕೊಳ್ಳಲು ಮನಸ್ಸು ಬರಲಿಲ್ಲ. ನಾನಿರುವ ನಾಡಿನಲ್ಲಿ ಸಂಪತ್ತು ಹರಿಯುತ್ತದೆ, ನಾನಿದ್ದ ಕಡೆ ಜಯ ಉಕ್ಕುತ್ತದೆಂಬ ನಂಬಿಕೆ ಬೆಳೆಯುತ್ತಿತ್ತು. ಬೆಳೆದು ಗಟ್ಟಿಯಾಯಿತು. ಈ ಯುದ್ಧದಲ್ಲಿ ನನ್ನ ಮಕ್ಕಳು ಮೊಮ್ಮಕ್ಕಳು ಅಳಿಯ ಎಲ್ಲರೂ ಸತ್ತು, ಅಷ್ಟು ದೊಡ್ಡ ಸೇನೆ ನಾಶವಾಗಿ, ಈ ಅರಮನೆಯಲ್ಲಿ ತಿನ್ನಲು ದಿಕ್ಕಿಲ್ಲದಂತಾಗಿ, ಕೃಷ್ಣ, ನಿನಗೆ ನಿಜ ಗೊತ್ತಿದೆಯೆ? ಮೊನ್ನೆ ಯುದ್ಧರಂಗದಿಂದ ಹಿಂತಿರುಗಿದ ಸೊಸೆಯರಿಗೆ ಊಟವಿಲ್ಲ. ನಾವು ಉಂಡು ನಾಲ್ಕು ದಿನವಾಯಿತು. ನಾನಿದ್ದ ಜಾಗ ಪಾವನವಾದರೆ ಈ ಬವಣೆ ಬರಬೇಕೆ? ನಾನು ಕಣ್ಣು ಕಟ್ಟಿಕೊಂಡ ನಿಜವಾದ ಕಾರಣವನ್ನು ನಾನೇ ಮರೆತು ಈ ಹಸ್ತಿನಾವತಿಯ ಅರಮನೆಯವರು ಆರೋಪಿಸಿದ ಪಾವನತೆಯಲ್ಲಿ ಮುಳುಗಿಬಿಟ್ಟಿದ್ದೆ. ಈ ಯುದ್ಧದಿಂದ ನಿಜ ಮರುಕಳಿಸಿತು. ಇದೇ ಸಮಯದಲ್ಲಿ ನೀನು ನನ್ನ ಮನಸ್ಸು ತಟ್ಟಿ ಕೇಳಿದೆ. ಇದುವರೆಗೆ ನನ್ನ ಮಕ್ಕಳಲ್ಲಿ ಯಾರೂ ಕೂಡ, 'ಅಮ್ಮ, ನೀನೇಕೆ ಹೀಗೆ ಕುರುಡಿ ಯಾಗಿದ್ದೀಯ? ನಮ್ಮನ್ನು ನೋಡುವುದಕ್ಕಾದರೂ ಕಣ್ಣುಬಿಡು,' ಎಂದು ನೀನು ಕೈ ಹಿಡಿದು ಕೇಳಿದ ರೀತಿಯಲ್ಲಿ ಕೇಳಲಿಲ್ಲ. ಹೆಣ್ಣುಮಗಳು ಕೂಡ. ತಾಯಿಯ ಕುರುಡಿನ ಮೇಲೆಯೇ ಪಾವನತೆಯು ನಿಂತಿದೆ ಎಂದು ಕಾಲು ಮುಟ್ಟಿ ನಮಸ್ಕರಿಸುತ್ತಿದ್ದರು."

ಗಾಂಧಾರಿ ಸುಮ್ಮನಾದಳು. ಕೋಣೆಯಲ್ಲೆಲ್ಲ ನಿಶ್ಶಬ್ದ. ಧೃತರಾಷ್ಟ್ರ ಗೋಡೆಯೊರಗಿ ಕಾಲು ಚಾಚಿ ಕುಳಿತಿದ್ದ. ಸ್ವಲ್ಪ ಹೊತ್ತಿನನಂತರ ಕೃಷ್ಣ ಹೇಳಿದ: 'ತಾಯಿ, ಅಂದರೆ ನೀನು ಗಾಂಧಾರವನ್ನು ಬಿಟ್ಟು ಬೇರೆ ಭೂಮಿಯನ್ನು ನೋಡಿಲ್ಲ. ಬೇರೆ ಜನರನ್ನು ನೋಡಿಲ್ಲ. ನಿನ್ನ ಹೊಟ್ಟೆಯಿಂದ ಮಗು ಹುಟ್ಟಿದಾಗ ಅದನ್ನಾದರೂ ನೋಡುವ ಬಯಕೆಯಾಗಲಿಲ್ಲವೆ?'

'ಮಕ್ಕಳದ್ದೇನಿದ್ದರೂ ಸ್ಪರ್ಶಸುಖ. ನೋಡುವ ಆಶೆಯಾಗದೆ ಇರಲಿಲ್ಲ. ಆದರೆ ಪಾವನತೆಯ ಭ್ರಾಂತಿ. ದೇವಿಯ ಪಟ್ಟದ ಲೋಭ. ಕೃಷ್ಣ, ಭ್ರಮೆಗಿರುವ ಶಕ್ತಿ ನಿಜಕ್ಕಿರುತ್ತದೆಯೆ? ಗಂಡನನ್ನು ನೋಡದಿದ್ದರೆ ಬೇಡ. ಮಕ್ಕಳನ್ನು ಒಮ್ಮೆಯೂ ನೋಡಲಿಲ್ಲ. ಹುಟ್ಟಿದನಂತರ ತಬ್ಬಿಕೊಂಡು ಮೊಲೆ ಕುಡಿಸುತ್ತಿದ್ದೆ. ಇಲ್ಲಿ ನೋಡು, ಪ್ರಾಯದಲ್ಲಿ ನಾನು ಕಣ್ಣುಕಟ್ಟಿಕೊಳ್ಳುವ ಮೊದಲು ಬಲಿತ ಕಾಯಿಯಂತೆ ಗಟ್ಟಿಯಾಗಿ ತುಂಬಿಕೊಂಡಿದ್ದ ಮೊಲೆಗಳು ಅಷ್ಟು ಮಕ್ಕಳಿಗೂ ಕುಡಿಸಿ ಕುಡಿಸಿ ಇಳಿದು ಜೋತುಬಿದ್ದುಹೋಗಿವೆ. ಅಷ್ಟೆ. ಆಮೇಲೆ, ಬೆಳೆಯುವ ವಯಸ್ಸು ಬಂದಮೇಲೆ ಮಕ್ಕಳಿಗೆ ಕುರುಡಿ ತಾಯಿಯ ಜೊತೆ ಯಾಕೆ ಬೇಕು? ಯಾವ ಕಥೆ ಹೇಳಬಲ್ಲೆನಾಗಿದ್ದೆ ನಾನು? ನನ್ನ ಗಾಂಧಾರ ದೇಶದ ಬೆಟ್ಟ ಗುಡ್ಡ ಝರಿ ಹೊಳೆಗಳ ನೆನಪನ್ನು ಬಿಟ್ಟರೆ? ಈ ಹಸ್ತಿನಾವತಿಯ ಸುತ್ತಮುತ್ತಣ ನದಿ ಹೊಲ ಜನಗಳ ವಿಷಯ ಹೇಳಬಲ್ಲೆನಾಗಿದ್ದೆನೆ? ದಾಸಿಯರೇ ಅವರಿಗೆ ಹೆಂಡಿರು ತಾಯಿಯಾದರು. ನನ್ನ ಗಂಡನಿಗೆ ದಾಸಿಯರೇ ಹೆಂಡಿರಾದಂತೆ. ಮಕ್ಕಳು ಬೆಳೆದ ಮೇಲೆ ಅವರಿಗೆ ಹೆಂಡಿರು ಬಂದರು. ದಾಸಿಯರು ಬಂದರು. ರಾಜ್ಯ ಬಂತು. ಅಧಿಕಾರ ಬಂತು. ಮಂತ್ರಾಲೋಚನೆಯ ಕಾರ್ಯ ಭಾರ ಬಂತು. ಈ ಕುರುಡಿ ತಾಯಿ ಕತ್ತಲಲ್ಲಿ ಒಂಟಿಯಾದಳು. ತನ್ನ ಪ್ರಾಯ ಕುಗ್ಗಿದ

ಮೇಲೆ ಗಂಡ ಮಾತನಾಡಿಸಲು ಶುರುಮಾಡಿದ. ಯುದ್ಧ ಆರಂಭವಾಗಿ ಆತಂಕ ಹೆಚ್ಚಿದ ಮೇಲೆ ಸದಾ ನನ್ನ ಜೊತೆಯಲ್ಲೇ ಇದ್ದಾನೆ. ಮಕ್ಕಳಿಂದ ಆಗಾಗ್ಗೆ ಸಿಕ್ಕುತ್ತಿದ್ದುದು ಪೂಜ್ಯತೆಯ ಅಲ್ಲ ಪಾವನತೆಯ ಪಾದಸ್ಪರ್ಶಸೇವೆ ಮಾತ್ರ. ಸೊಸೆಯರಿಂದ, ದಾಸಿಯರಿಂದ ಕೂಡ. ನನ್ನ ಗಂಡನನ್ನು ಕಾಮಕೇಳಿಗೆಳೆಯುತ್ತಿದ್ದ ದಾಸಿಯರೂ ಆಗಾಗ್ಗೆ ನನ್ನ ಕಾಲು ಮುಟ್ಟುತ್ತಿದ್ದರು. ಅದು ಹೋಗಲಿ. ಹೆತ್ತದ್ದಾಯಿತು. ಮೊಲೆ ಕುಡಿಸಿದ್ದಾಯಿತು. ಅವರು ಬೆಳೆದರು. ಅವರು ಹೇಳಿದುದೇ ನ್ಯಾಯವೆಂದು ನಂಬಿದೆ. ಅವರು ಮಾತ್ರವಲ್ಲದೆ ಪ್ರಪಂಚವನ್ನು ಅರಿಯುವ ಬೇರೆ ದಾರಿ ಯಾವುದಿತ್ತು ನನಗೆ? ಬೆಳೆದು ಯುದ್ಧ ಮಾಡಿ ಸತ್ತರು. ಬದುಕಿದ್ದಾಗ ಅವರ ರೂಪವನ್ನು ನೋಡಲಿಲ್ಲ. ನನ್ನ ಮಕ್ಕಳು ನನ್ನಂತೆಯೇ ಅಂದವಾದ ರೂಪಿನವರಂತೆ. ದಾಸಿಯರು ಹೇಳುತ್ತಿದ್ದ ಮಾತು. ನನ್ನನ್ನು ಮೆಚ್ಚಿಸಲೆಂದು ಸುಳ್ಳು ಹೇಳಿರಲಿಕ್ಕೂ ಸಾಕು. ಕೃಷ್ಣ, ನೀನು ನಿಜ ಹೇಳು ದುರ್ಯೋಧನ ದುಶ್ಶಾಸನ ದುರ್ಮರ್ಷಣ ದುರ್ಮುಖಾದಿಗಳು ಲಕ್ಷಣವಾಗಿದ್ದರೆ? ನನ್ನ ಮಗಳು ಸುಂದರಿಯೆ?' ಗಾಂಧಾರಿ ಪ್ರಶ್ನೆಗಳನ್ನು ಕೇಳಿಕೊಂಡು ಹೋಗುತ್ತಿದ್ದಳು. ಉತ್ತರವನ್ನು ನಿರೀಕ್ಷಿಸಿ ನಿಲ್ಲಿಸಲಿಲ್ಲ. 'ಮಕ್ಕಳ ಕಣ್ಣೆದುರಿಗೆ ತಾಯಿ ಸಾಯ ಬೇಕು. ಆದರೆ ನನಗಿಂತ ಮುಂಚೆ ಮಕ್ಕಳೆಲ್ಲ ಸತ್ತರು. ಹೆತ್ತದ್ದು, ಹಾಲು ಕುಡಿಸಿದ್ದು, ಸತ್ತ ಸುದ್ದಿ ಕೇಳಿದುದಷ್ಟೆ. ಒಮ್ಮೆಯೂ ಅವರನ್ನು ನೋಡಲಿಲ್ಲ.'

ಗಾಂಧಾರಿ ಸುಮ್ಮನಾದಳು. ಅವಳ ಒಳಕತೆಯು ಕುಳಿತಿದ್ದವರೆಲ್ಲರ ಚಿತ್ತವನ್ನೂ ಮೌನವಾಗಿ ಹಿಡಿದುನಿಲ್ಲಿಸಿತ್ತು. ಕಿಟಿಕಿಯಿಂದ ಬರುತ್ತಿದ್ದ ದೊಡ್ಡ ಬಿಸಿಲು ಈಗ ಸಣ್ಣದಾಗಿ ಧೂಳಿನ ಕಣಗಳು ಅದರಲ್ಲಿ ನಿಶ್ಶಬ್ದವಾಗಿ ಸುತ್ತುಹಾಕುತ್ತಿದ್ದವು. ಅಷ್ಟರಲ್ಲಿ ಧೃತರಾಷ್ಟ್ರ ಬಿಕ್ಕಿ ಬಿಕ್ಕಿ ಅಳುವಂತೆ ಸದ್ದಾಯಿತು. 'ಯಾಕೆ ಮಹಾರಾಜ?' ಕೃಷ್ಣ ಕೇಳಿದ.

'ಮಕ್ಕಳೆಲ್ಲ ಸತ್ತರು. ರಾಜ್ಯ ಹೋಯಿತು. ಆದ್ದರಿಂದ ಇವಳೂ ನನ್ನ ಕೈಬಿಟ್ಟಳು.'

'ನಾನೆಲ್ಲಿ ಕೈಬಿಟ್ಟಿದ್ದೇನೆ? ನೀನೆಲ್ಲಿ ಕೈಹಿಡಿದಿದ್ದೆ? ಮಹಾರಾಜ, ಇಷ್ಟು ವರ್ಷ ನಿನ್ನೊಡನೆ ಇದ್ದ ಮೇಲೆ ನನಗಾದರೂ ಬೇರೆ ದಿಕ್ಕಿಲ್ಲವೆಂಬುದು ನನಗೆ ಗೊತ್ತಿಲ್ಲವೆ? ನೀನು ಕಾಡಿಗೆ ಹೋದರೂ ನಾನು ಹಿಂದೆ ಹಿಂದೆ ಬರುತ್ತೇನೆ. ನಿನ್ನ ಕಂಬಳಿಯ ಕೊನೆಯನ್ನು ಹಿಡಿದು.' ಗಾಂಧಾರಿ ತಕ್ಷಣ ಎಂದಳು. ಧೃತರಾಷ್ಟ್ರ ಸುಮ್ಮನಾದ.

ಕೃಷ್ಣ ಕೇಳಿದ: 'ತಾಯಿ, ನೀನು ಹುಟ್ಟುಕುರುಡಿಯಂತೂ ಅಲ್ಲ, ಮೇಲೆ ಅರಿವೆಬಳಲು ಕಟ್ಟಿಕೊಂಡರೆ ದೃಷ್ಟಿಶಕ್ತಿ ನಷ್ಟವಾಗುವುದಿಲ್ಲ. ಈಗಲೂ ಏಕೆ ಅದನ್ನು ತೆಗೆದುಹಾಕಿ ಸುತ್ತಮುತ್ತ ನೋಡಬಾರದು?'

'ಇಷ್ಟು ವರ್ಷದ ಅಂಧತ್ವದ ನಂತರ?'

'ಆದರೇನಂತೆ?'

'ಇಷ್ಟು ವರ್ಷದ ಅಂಧತ್ವದ ನಂತರ ಏನನ್ನು ನೋಡುವುದು, ಕೃಷ್ಣ?'

'ನಿನ್ನೆದುರಿಗಿರುವ ನನ್ನನ್ನು, ಪಕ್ಕದಲ್ಲಿರುವ ಮಹಾರಾಜನನ್ನು, ಎದುರಿಗೆ ಕೂತಿರುವವ ರನ್ನು, ಹಸ್ತಿನಾವತಿಯನ್ನು, ಬೇಕೆನಿಸಿದರೆ ಯುದ್ಧರಂಗವನ್ನು, ನೋಡಿ ನೀನೇ ಮಹಾರಾಜ ನಿಗೆ ಪ್ರತ್ಯಕ್ಷವಾಗಿ ಹೇಳಿದರೆ ನಿನ್ನ ಕಣ್ಣುಗಳ ಮೂಲಕ ಅವನ ಅಂಧತ್ವವನ್ನು ನೀಗಬಹುದು.'

'ಅವನಿಗೆ ದಾಸಿಯರ ಸಹಾಯವಿದೆ.'

'ದಾಸಿಯರ ಕಣ್ಣುಗಳ ಮೂಲಕ, ತನ್ನ ಮಕ್ಕಳ ಕಣ್ಣುಗಳ ಮೂಲಕ ಇದುವರೆಗೆ ನೋಡಿಯಾಯಿತಲ್ಲ. ನೀನು ಕೂಡ ಆ ಮಕ್ಕಳ ಕಣ್ಣುಗಳ ಮೂಲಕವೇ ನೋಡಿದುದು. ಈಗ ನಿನ್ನ ಸ್ವಂತ ಕಣ್ಣುಗಳಿಂದ ನೋಡು, ಮಹಾರಾಜನಿಗೂ ತೋರಿಸು.' ಎಂದು ಕೃಷ್ಣ ಅವಳ ಕಣ್ಣುಪಟ್ಟಿಗೆ ಕೈಹಾಕಿದ.

ಅವನ ಬೆರಳುಗಳು ತಗುಲಿದ ತಕ್ಷಣ ಅವಳು ಬೇಡ ಬೇಡವೆಂದು ಗಟ್ಟಿಯಾಗಿ ವಿರೋಧಿಸಿದಳು. ತನ್ನದನ್ನು ಉಳಿಸಿಕೊಳ್ಳುವ ದೈನ್ಯದಿಂದ. ಕೃಷ್ಣ ಗಂಟುಗಳನ್ನು ಬಿಚ್ಚಿ ಅರಿವೆಯನ್ನು ತೆಗೆದುಹಾಕಿದ. ಆದರೂ ಅವಳ ಕಣ್ಣುಗಳು ಮುಚ್ಚಿಕೊಂಡೇ ಇದ್ದವು. 'ಕಣ್ಣು ಬಿಡು, ತಾಯಿ. ನಾನು ಕೇಳಿಕೊಳ್ಳುತ್ತಿದೀನಿ. ಕಣ್ಣುಬಿಡು. ನೀನು ಕುರುಡಿಯಲ್ಲ. ಪಟ್ಟಿ ಕಟ್ಟಿಕೊಳ್ಳುವ ಮೊದಲು ನಿದ್ರೆ ತಿಳಿದನಂತರ ಬಿಡುತ್ತಿರಲಿಲ್ಲವೇ ಹಾಗೆ ಬಿಡು.' ಎಂದು ಅವಳ ಎರಡು ರೆಪ್ಪೆಗಳ ಮೇಲೂ ಬೆರಳಿನಿಂದ ಸವರಿದ. ಅವಳು ನಿಧಾನವಾಗಿ ಕಣ್ಣುಬಿಟ್ಟಳು. ಕಲಸಿಕಲಸಿದಂತಹ ಚಿತ್ರಗಳು. ಬೆಳಕನ್ನು ತಾಳಲಾರದೆ ರೆಪ್ಪೆಗಳು ಮುಚ್ಚಿ ಕೊಂಡವು.

'ಕೃಷ್ಣ ನೋಡುವುದು ಕಷ್ಟವೆನಿಸುತ್ತದೆ. ಬೇಡ, ನನ್ನ ಪಟ್ಟಿಯನ್ನು ಕೊಡು.'

'ಕಾಹಿಲೆ ಮಲಗಿ ಗುಣವಾದವರು ನಡೆಯಲು ಕಷ್ಟವಾಗುವಂತೆ ಆಗಿದೆ ನಿನಗೆ. ಮತ್ತೆ ಪಟ್ಟಿ ಬೇಡ.' ಎಂದು ಮೇಲೆ ಎದ್ದ ಕೃಷ್ಣ ಕಿಟಿಕಿಯ ಬಾಗಿಲನ್ನು ಮುಚ್ಚಿದ. ಬಿಸಿಲು ಕೋಲಿನ ಜಳ ಮುಚ್ಚಿ ಒಳಗೆ ನಸುಬೆಳಕು ನಿಂತಿತು.

ಗಾಂಧಾರಿ ಮತ್ತೆ ಕಣ್ಣುಬಿಟ್ಟಳು. ಸ್ವಲ್ಪ ಹೊತ್ತು ಪಿಳುಕಿಸಿದಳು. ಇಷ್ಟು ವರ್ಷ ಹೊಂದಿಕೊಂಡಿದ್ದ ಕತ್ತಲಿನ ತಂಪು ಹೋಗಿ ಇದ್ದಕ್ಕಿದ್ದಂತೆಯೇ ಬೆಳಕಿನ ಬಿಸಿ ರಾಚಿದಂತಹ ನೋವು. ಒಳಗೆಲ್ಲ ಸಂಕಟ, ತನ್ನ ಊರಿನಲ್ಲಿ ಕಣ್ಣಿಗೆ ಬಟ್ಟೆ ಕಟ್ಟಿಕೊಳ್ಳುವಾಗ ಇದ್ದಂತಹ ತಿರಸ್ಕಾರ ಅಸಹಾಯಕ ರೋಷಗಳು ಮರುಕಳಿಸಿದಂತಾಗಿ ಮಾತು ನಿಂತು ತುಟಿಗಳು ನಡುಗತೊಡಗಿದವು. ಈಗ ಅದೇ ತೆರನಾದ ಸಿಟ್ಟಿನ ನಿಶ್ಚಯದಿಂದಲೆಂಬಂತೆ ಪ್ರಯತ್ನ ಪೂರ್ವಕವಾಗಿ ರೆಪ್ಪೆಗಳನ್ನು ತೆರೆದಿಟ್ಟುಕೊಂಡಳು. ದೃಷ್ಟಿಯು ನಿಧಾನವಾಗಿ ಸ್ತಿಮಿತಕ್ಕೆ ಬಂತು. ಮೂಕಳಾಗಿ ಇಡೀ ಕೋಣೆಯನ್ನು ದಿಟ್ಟಿಸಿದಳು. ಎದುರಿನ ಬಾಗಿಲು, ಆಚೆಗೆ ಕಾಣುವ ದೊಡ್ಡ ಅಂಗಳ, ಹಣತೆ ಇಟ್ಟಿರುವ ಗೂಡು, ಎದುರಿಗೆ ಕುಳಿತಿರುವ ಇಷ್ಟು ಜನ, ಪಕ್ಕದಲ್ಲೇ ನಿಂತು ಅವನ ಕೈಗಳನ್ನು ಇನ್ನೂ ತನ್ನ ಎರಡು ಕಿವಿಗಳ ಹತ್ತಿರ ಇಟ್ಟಿರುವ ಇವನು, ಇವನೇ ಅಲ್ಲವೇ ಕೃಷ್ಣ? ಹತ್ತಾರು ಸಲ ರೆಪ್ಪೆಯನ್ನು ಬಡಿದು ದೃಷ್ಟಿಯು ಇನ್ನಷ್ಟು ಸರಿಯಾಗಿ ಹೊಂದಿಕೊಂಡ ಮೇಲೆ ಮೂಕಳಂತಿರುವುದು ಮುಜುಗರವಾಗಿ ಕೇಳಿದಳು: 'ಕೃಷ್ಣ, ಇವರೆಲ್ಲ ಯಾರು?'

'ಒಬ್ಬೊಬ್ಬರಾಗಿ ಹತ್ತಿರ ಬಂದು ನಮಸ್ಕರಿಸಿ. ಧರ್ಮಜ, ನೀನು ಬಾ.'

ಎದ್ದು ಬಂದು ಎರಡು ಕಾಲುಗಳನ್ನೂ ಗಟ್ಟಿಯಾಗಿ ಹಿಡಿದಾಗ ಅವನ ಮುಖವು ಅವಳ ಕಣ್ಣುಗಳ ಹತ್ತಿರಕ್ಕೆ ಬಂತು. ಅವನ ಮೈಕಟ್ಟನ್ನು ಅವಳು ನೋಡಿದಳು. ಭೀಮನನ್ನು

ಕರೆದಾಗ ಅವನೂ ಬಂದು ತನ್ನ ದಪ್ಪ ದೊಡ್ಡ ಹಸ್ತಗಳಿಂದ ಕಾಲುಗಳನ್ನು ಒತ್ತಿ ಹಿಡಿದ. ಅವಳು ಮೂಕಳಂತೆ ದಿಟ್ಟಿಸಿದಳು. ಅರ್ಜುನ ಬಂದ. ನಕುಲ ಸಹದೇವರು ಬಂದರು. ಅನಂತರ ಕೃಷ್ಣ, 'ಕುಂತಿ, ನೀನು ಬಾ' ಎಂದ.

'ಕುಂತಿಯೂ ಇಲ್ಲಿದ್ದಾಳೆಯೆ?' ಗಾಂಧಾರಿ ಕೇಳಿದಳು.

ಕುಂತಿ ಎದ್ದು ಬಂದು ಅವಳ ಎರಡು ಭುಜಗಳನ್ನೂ ಹಿಡಿದು ಹೇಳಿದಳು: 'ನಾನೇ ಕುಂತಿ. ನಿನ್ನ ತಂಗಿ.' ಗಾಂಧಾರಿ ಮುಖವನ್ನು ದಿಟ್ಟಿಸಿದಳು. ಅನಂತರ ಕುಂತಿ, 'ಮಗು, ಕೃಷ್ಣೆ, ಬಂದು ನಮಸ್ಕರಿಸು. ಗಾಂಧಾರಿ, ಇವಳೇ ದ್ರೌಪದಿ.'

ಗಾಂಧಾರಿ ದ್ರೌಪದಿಯ ತಲೆಯನ್ನು ಸವರಿದಳು. ತನ್ನ ಬೆರಳುಗಳನ್ನು ಅವಳ ತಲೆ ಗೂದಲಿನಲ್ಲಿ ಹೊಗಿಸಿ ತಡಕಿದಳು. ಅವಳ ಕಣ್ಣಿನಲ್ಲಿ ನೀರು ತುಂಬಿಕೊಂಡಿತು.

ಕೃಷ್ಣ ಹೇಳಿದ: 'ತಾಯಿ, ಈ ದಿನ ನೀನು ಬಿಸಿಲಿಗೆ ಹೋಗಬೇಡ. ಕಿಟಿಕಿಗಳನ್ನು ಪೂರ್ತಿ ತೆಗೆಸಬೇಡ. ಮಬ್ಬುಬೆಳಕಿನಲ್ಲಿಯೇ ಇರು. ಕಣ್ಣಿಗೆ ಅಭ್ಯಾಸವಾಗಲಿ.'

ಗಾಂಧಾರಿ ಬಲಗಡೆಗೆ ತಿರುಗಿದಳು. ಗೋಡೆಯೊರಗಿದ್ದ ಗಂಡ ಕಾಲು ಚಾಚಿ ಕುಳಿತಿದ್ದ. ಬಿಳಿಯ ಗಡ್ಡ, ಬೊಕ್ಕತಲೆ, ತುಂಬುಹಲ್ಲುಗಳು. ಸೀದುಹೋದ ಕಣ್ಣುಗಳು. ದಪ್ಪದಪ್ಪಗೆ ಎದ್ದು ಕಾಣುವ ಬಿಳೀನರಗಳ ಮುಂಗೈಗಳು. ಅವಳ ಕಣ್ಣುಗಳು ಅವನ ಮೇಲೆಯೇ ನಟ್ಟವು. ಅನಂತರ ತನ್ನ ಎರಡು ಕೈಗಳನ್ನೂ ಮುಖದ ಹತ್ತಿರಕ್ಕೆ ಎತ್ತಿ ಹಿಡಿದು ಮುಂಗೈ ಅಂಗೈಗಳ ಸುಕ್ಕುಗಳನ್ನು ತಿರುಗಿಸಿತಿರುಗಿಸಿ ನೋಡಿಕೊಳ್ಳತೊಡಗಿದಳು.

ಅಷ್ಟರಲ್ಲಿ ಧೃತರಾಷ್ಟ್ರ ಕೇಳಿದ: 'ಗಾಂಧಾರಿ, ನಿನಗೆ ಕಣ್ಣು ಕಾಣುತ್ತೆಯೆ?'

'ಹೌದು, ಈ ಕೃಷ್ಣ ಪಟ್ಟಿಯನ್ನು ಬಿಚ್ಚಿಹಾಕಿದ. ಇವರೆಲ್ಲ ಕಾಣುತ್ತಾರೆ. ನೀನೂ ಕಾಣುತ್ತಿದೀಯ.'

'ಕೃಷ್ಣ, ಪಾಪಿ ನೀನು,' ಧೃತರಾಷ್ಟ್ರ ಆಕ್ರೋಶದಿಂದ ಕಿರಿಚಿದ: 'ಮಕ್ಕಳನ್ನು ಕಳೆದುಕೊಂಡ ನನ್ನಿಂದ ನನ್ನ ಹೆಂಡತಿಯನ್ನು ದೂರ ಮಾಡುವ ತಂತ್ರ ನಿನ್ನದು. ಗಾಂಧಾರೀ, ದೇವಿ ಎಂದು ಪೂಜ್ಯಸ್ಥಾನ ಗಳಿಸಿದ್ದ ನಿನಗೆ ಇದು ಸಲ್ಲುವುದಿಲ್ಲ. ಸಾಧಾರಣ ಹೆಂಗಸಿನ ಮಟ್ಟಕ್ಕೆ ಕೆಡವುವ ಇವನ ಹಂಚಿಕೆಗೆ ಬಲಿಯಾಗಬೇಡ.' ಎರಡು ಕಣ್ಣುಗಳಲ್ಲೂ ಬಳಬಳನೆ ನೀರು ಸುರಿಸುತ್ತಾ ಬಿಕ್ಕಿಬಿಕ್ಕಿ ಅಳತೊಡಗಿದ.

ಅವಳು ಇಡೀ ದಿನ ಮೌನವಾಗಿದ್ದಳು. ಪಲ್ಲಂಗದ ಮೇಲೆ ಧೃತರಾಷ್ಟ್ರ ಎಂದಿನಂತೆ ಕುಳಿತಿದ್ದ. ಒರಗಿದ್ದ. ಮಲಗಿದ್ದ. ಅವಳೂ ಸ್ವಲ್ಪ ಹೊತ್ತು ಕುಳಿತಿದ್ದಳು. ಅನಂತರ ಎದ್ದು ತಾನೇ ಆ ಅರಮನೆಯ ಎಲ್ಲ ಕೋಣೆಗಳಲ್ಲೂ ತಿರುಗಾಡಿ ಬಂದಳು. ಕಂಬ, ಗೋಡೆ, ಕಿಟಿಕಿ, ನೆಲಗಳನ್ನು ದಿಟ್ಟಿಸಿ ದಿಟ್ಟಿಸಿ ನೋಡಿದಳು. ತನ್ನ ಗಾಂಧಾರದ ಅರಮನೆಗಿಂತ ಇದು, ಅದರ ನೆನಪೂ ಸರಿಯಾಗಿ ಬರುತ್ತಿಲ್ಲ, ಎಷ್ಟು ವರ್ಷಗಳಾದವು ಎಂದುಕೊಂಡು ಅಲ್ಲೇ ನಿಂತಳು. ಅಷ್ಟರಲ್ಲಿ ಕೈಲಿ ಒಂದು ಪಾತ್ರೆ ಹಿಡಿದು ಒಬ್ಬ ಗಂಡಸು ಬಂದು ನಿಂತ.

ಮುದುಕ. ಕಪ್ಪು ಬಣ್ಣ. ಬಿಳೀ ತರಚಲುಗಡ್ಡ, ಬಿಳೀ ವಸ್ತ್ರಗಳು. ಗುರುತು ಸಿಕ್ಕಲಿಲ್ಲ. ಅವನೇ ಕೇಳಿದ:

'ಗುರುತು ಸಿಕ್ಕಲಿಲ್ಲವೆ? ಬೆಳಗ್ಗೆ ನೋಡಿದ್ದೆಯಲ್ಲ.'

'ಓ ವಿದುರ! ನೆನಪು ನಿಂತಿರಲಿಲ್ಲ.'

ತಾನೇ ಎರಡು ಪುಟ್ಟ ಬೋಗುಣಿಗಳಲ್ಲಿ ಅಂಬಲಿಯನ್ನು ಹಂಚಿ ಗಂಡನಿಗೂ ಕೊಟ್ಟು ತಾನೂ ತಿಂದಳು. ದಾಸಿಗಾಗಿ ಕಾಯಲಿಲ್ಲ. ಹೊಟ್ಟೆಗಿಲ್ಲದೆ ಇಬ್ಬರ ಹೊಟ್ಟೆಯೂ ಚಕ್ಕಳ ಕಟ್ಟಿತ್ತು. ಆದರೂ ಅವನು ಅಂಬಲಿಯನ್ನು ತಿನ್ನುವ ಆತುರದ ರೀತಿ ಅವಳಿಗೆ ಪ್ರಿಯವೆನ್ನಿಸಲಿಲ್ಲ. ಆದರೆ ಹಾಗೆಂದು ಬಾಯಿಬಿಟ್ಟು ಹೇಳಲಿಲ್ಲ. ಬೋಗುಣಿಗಳನ್ನು ತೆಗೆದು ಕೋಣೆಯ ಬಾಗಿಲಿನ ಹತ್ತಿರವಿಟ್ಟ ಮೇಲೆ ಅವಳು ಅದೇ ಪಲ್ಲಂಗದ ಮೇಲೆ ಮಲಗಿದಳು. ಆಯಾಸವೆನ್ನಿಸುತ್ತಿತ್ತು. ಎಲ್ಲವನ್ನೂ ಕಳೆದುಕೊಂಡ ಮೇಲೆ ಏನನ್ನೋ ಪಡೆದ ಭಾವ. ನಿದ್ರೆ ಎಳೆಯುತ್ತಿದ್ದರೂ ಕಣ್ಣುಗಳನ್ನು ಹಿಗ್ಗಿಸಿ ಬಿಟ್ಟು ಜಂತೆ, ದೀಪದ ಗೂಡು, ಬಾಗಿಲುಗಳನ್ನು ಮತ್ತೆ ಮತ್ತೆ ನೋಡುತ್ತಿದ್ದಳು. ಸ್ವಲ್ಪ ಹೊತ್ತಿಗೆ ಕಣ್ಣು ತನಗೆ ತಾನೇ ಮುಚ್ಚಿಕೊಂಡಿತು. ನಿದ್ರೆ ಹತ್ತಿತು. ಎಷ್ಟು ಹೊತ್ತು ನಿರ್ಮಳವಾದ ನಿದ್ದೆ ಬಂದಿತೋ ಎಷ್ಟು ಹೊತ್ತು ಕಲಸಿದಂತಹ ಅಸಂಬದ್ಧ ಚಿತ್ರಗಳ ಕನಸು ಬೆರೆಯಿತೋ ತಿಳಿಯಲಿಲ್ಲ. ಎಚ್ಚರವಾಗುವ ಹೊತ್ತಿಗೆ ಪಕ್ಕದಲ್ಲಿ ಧೃತರಾಷ್ಟ್ರ ಮೆದುವಾಗಿ ಗೊರಕೆ ಹೊಡೆಯುತ್ತಿದ್ದ. ಅಥವಾ ಗೊರಕೆಯಿಂದಲೇ ತನಗೆ ಎಚ್ಚರವಾಯಿತೋ. ಎಚ್ಚರವಾದರೂ ಕಣ್ಣು ಮುಚ್ಚಿಕೊಂಡೇ ಇತ್ತು. ಒಳಗೆಲ್ಲ ಅಭ್ಯಾಸವಾದ ಕತ್ತಲು. ಎಷ್ಟೋ ಹೊತ್ತಿನ ಮೇಲೆ ನೆನಪು ಹತ್ತಿ ಕಣ್ಣುಬಿಟ್ಟಳು. ಕೋಣೆ ಕಾಣುತ್ತಿದೆ. ಅದರ ಹೊರಗೆ ಹೋದರೆ ಪ್ರಪಂಚವೂ ಕಾಣುತ್ತದೆ. ಎದ್ದು ಕಿಟಿಕಿಗಳನ್ನು ತೆಗೆದಳು. ಸಂಜೆಯಾಗಿ ಬೆಳಕು ಕಂದಿದ್ದುದರಿಂದಲೋ, ಅಥವಾ ತನ್ನ ಕಣ್ಣುಗಳಿಗೆ ಅಭ್ಯಾಸವಾಗಿರುವುದರಿಂದಲೋ ಬೆಳಕಿನ ಜಳವು ಕಣ್ಣಿಗೆ ಚುಚ್ಚುತ್ತಿಲ್ಲ. ಕಿಟಿಕಿಯ ಆಚೆಗೆ ಒಂದು ಭವನದ ಗೋಪುರ ಕಾಣಿಸುತ್ತಿದೆ. ಅದೇ ಅಲ್ಲವೇ ರಾಜಸಭಾಭವನ? ಸ್ವಲ್ಪ ಹೊತ್ತು ಕಿಟಿಕಿಯಿಂದ ನೋಡುತ್ತಾ ನಿಂತಿದ್ದು ಹೊರಗಿನ ತೊಟ್ಟಿಗೆ ನಡೆದು ಗೋಡೆಯ ಹತ್ತಿರ ಹಾಸಿದ್ದ ಚಾಪೆಯ ಮೇಲೆ ಒಬ್ಬಳೇ ಕುಳಿತಳು. ದೊಡ್ಡ ತೊಟ್ಟಿ. ತಾನೊಬ್ಬಳೇ. ಇದ್ದಕ್ಕಿದ್ದಂತೆಯೇ ಎನ್ನಿಸಿತು. ತಾನು ಈಗ ಬೇರೆಯಾಗಿದ್ದೇನೆ. ಧೃತರಾಷ್ಟ್ರ ಬೇರೆ. ತಾನು ಬೇರೆ. ಇದುವರೆಗೆ ಅವನನ್ನು ನೋಡಿರಲಿಲ್ಲ. ಅವನ ಮಕ್ಕಳನ್ನು ಹೆತ್ತು ಹೆಂಡತಿಯಾಗಿದ್ದೆ. ಈಗ ಆ ಮಕ್ಕಳೆಲ್ಲ ಸತ್ತರು. ನಾನು ನೋಡಲು ಶುರುಮಾಡಿದ್ದೇನೆ. ಸಮಾನ ಅಂಧತ್ವವನ್ನು ಬಿಟ್ಟರೆ ತಮ್ಮಿಬ್ಬರನ್ನೂ ಬಂಧಿಸುವ ಬೇರೆ ಯಾವ ತಂತುವಿತ್ತು? ಎಂದುಕೊಳ್ಳುವಾಗ ತನ್ನ ಗಳಿತವಾದ ಶರೀರಕ್ಕೆ ರೆಕ್ಕೆಬಂದಂತೆ ಆಯಿತು. ತಕ್ಷಣ ಕುಂತಿಯ ನೆನಪು ಬಂತು. ಎಷ್ಟು ಎತ್ತರ, ಎಷ್ಟು ಅಗಲವಾದ ಮೈಕಟ್ಟು, ಈಗಲೂ ಯಾರು ನೋಡಿದರೂ ಮಹಾರಾಣಿ ಎನ್ನಬೇಕು. ಅದಕ್ಕೇ ಅಂತಹ ಶಕ್ತಿವಂತ ಮಕ್ಕಳು ಹುಟ್ಟಿದರೇನೊ! ಎಂಬ ಊಹೆ ಹುಟ್ಟಿತು. ತನ್ನ ಮಕ್ಕಳನ್ನು ಮಾತ್ರ ಕಣ್ಣು ಬಿಟ್ಟು ಒಮ್ಮೆಯೂ ನೋಡಲಿಲ್ಲ. ಹೇಗಿದ್ದರೋ? ಧ್ವನಿಯ ನೆನಪು ಹತ್ತುತ್ತದೆ. ಎತ್ತರ ಗಾತ್ರ ರೂಪ ಬಣ್ಣಗಳ ಚಿತ್ರ ಮೂಡುತ್ತಿಲ್ಲ. ಮೂಡುವುದು ಸಾಧ್ಯವಿಲ್ಲ. ಕಣ್ಣಿನ

ಮುಂದೆ ಭೀಮ ಅರ್ಜುನ ನಕುಲ ಸಹದೇವರ ಚಿತ್ರವೇ ಬರುತ್ತಿದೆ. ಪಾಂಡು ಕುಂತಿಯರಿಗೆ ಧಾನ್ಯ ಸರಬರಾಜು ಮಾಡುತ್ತಿದ್ದವನು ಹೇಳಿದ್ದ ನೆನಪು ಬಂತು, ಎಷ್ಟು ವರ್ಷದ ಹಿಂದೆ? ಐವತ್ತಾದರೂ ಕಳೆದಿರಬಹುದು. 'ಈ ಧರ್ಮಜನದು ಕ್ಷತ್ರಿಯಸಹಜವಾದ ಹುಟ್ಟಲ್ಲ. ವೀರಪ್ರತಾಪಗಳಿಗೆ ಸರಿಯಾದ ಒಬ್ಬ ಮಗ ನಮಗೆ ಬೇಕು. ಅದಕ್ಕೆ ತಕ್ಕ ಬೀಜದ ಶಕ್ತಿವಂತನನ್ನು ಹುಡುಕಿ ತರುತ್ತೇನೆ. ನೀನು ನಿಯೋಗ ಮಾಡಿಸಿಕೊಂಡು ನಾವು ಹೆಮ್ಮೆಪಡುವಂತಹ ಶಕ್ತಿಯ ಒಬ್ಬ ಮಗನನ್ನು ಹೆತ್ತು ಕೊಡಬೇಕು.' ಅಂದನಂತೆ ಪಾಂಡುವೇ. ಅವನೇ ಹುಡುಕಿ ತಂದನಂತೆ ದೇವಲೋಕದ ಸೇನಾಪತಿ ಮರುತ್ತನನ್ನು. ಭೀಮನ ಚಿತ್ರ ಕಣ್ಣಿಗೆ ಕಟ್ಟುತ್ತದೆ. ಮತ್ತೊಮ್ಮೆ ನೋಡುವ ಆಶೆಯಾಗುತ್ತಿದೆ. ಅದೆಷ್ಟು ಎತ್ತರ, ಅದೆಷ್ಟು ವಿಶಾಲವಾದ ಭುಜ, ಎದೆಯ ಅಗಲ, ತೋಳಿನ ಗಾತ್ರ, ಇಡೀ ಯುದ್ಧದಲ್ಲಿ ಮೆರೆದ ಪೌರುಷ, ಅರ್ಜುನನ ರೂಪ, ಈ ವಯಸ್ಸಿನಲ್ಲೂ, ಐವತ್ತು ಕಳೆದಿಲ್ಲವೇ ಅವನಿಗೆ? ದುಶ್ಶಾಸನನ ವಯಸ್ಸು, ಈ ವಯಸ್ಸಿನಲ್ಲೂ ಎಂತಹ ಆಕರ್ಷಕ ಲಕ್ಷಣ, ಪಾಂಡು ಆರಿಸಿದನೋ, ಕುಂತಿಯೇ ಆರಿಸಿಕೊಂಡಳೋ, ದೇವಜನರ ರಾಜನನ್ನು. ಭೀಮ ನಂತಹ ಮಗು ಹುಟ್ಟಿದ ಮೇಲೆ ಮತ್ತೆ ಏಕೆ ನಿಯೋಗ! ನಿಯೋಗದಿಂದ ಮೂರನೆಯ ಮಗುವನ್ನು ಹೆತ್ತ ಕುಂತಿಯ ಶೀಲವನ್ನು ತಾನು ದಾಸಿಯರ ಎದುರಿಗೆಲ್ಲ ಬೈಯುತ್ತಿದ್ದ ನೆನಪಾಗಿ ನಾಚಿಕೆ ಎನ್ನಿಸಲು ಶುರುವಾಯಿತು. ನಕುಲ ಸಹದೇವರ ಮೋಹಕ ರೂಪ! ಇನ್ನೂ ಮೂವತ್ತರೊಳಗಣ ಎಳೆಯರಂತೆಯೇ ಇದ್ದಾರೆ. ಎತ್ತರವಲ್ಲದ ಕುಬ್ಜವಲ್ಲದ ಭಾರಿಯಲ್ಲದ ಪೀಚಲ್ಲದ ಮಧ್ಯಮ ಮಾಟ! ಐವರನ್ನೂ ಮತ್ತೆ ಕರೆಸಿ ನೋಡುವ ಬಯಕೆಯಾಗುತ್ತಿದೆ. ಅದೇ ಸರಿ. ತನಗೆ ಬೇಕಾದ ಬೀಜಗುಣದ ಗಂಡಸನ್ನು ಆಹ್ವಾನಿಸಿ ನಿಯೋಗದಿಂದಲೇ ಮಕ್ಕಳನ್ನು ಪಡೆಯಬೇಕೆನ್ನಿಸಿತು. ಗಂಡನನ್ನು ಕೇಳುವುದೂ ಬೇಡ. ತನ್ನ ಶಿಶುವಿನ ರೂಪ ಆಕಾರ ಬಣ್ಣ ಬುದ್ಧಿ ಸ್ವಭಾವಗಳನ್ನು ಬಯಸಿ ನಿರ್ಧರಿಸುವ, ಅದಕ್ಕೆ ತಕ್ಕ ಗಂಡಸನ್ನು ಹುಡುಕಿ ಆಯ್ದು ಬೀಜವನ್ನು ಬೇಡಿ ಧರಿಸಿ ಮಕ್ಕಳನ್ನು ಹಡೆಯುವಂತಿದ್ದರೆ ಎಷ್ಟು ಚನ್ನ! ಎನ್ನಿಸಿತು. ಇಷ್ಟವಿರಲಿ ಇಲ್ಲದಿರಲಿ, ಕುರುಡಿಯಂತೆ ಕಣ್ಣುಕಟ್ಟಿಕೊಂಡು ಕುರುಡುಗಂಡನ ಹೀನವೀರ್ಯಕ್ಕೆ ಮಾತ್ರ ಕಟ್ಟುಬಿದ್ದು ಹೀನತಳಿಗಳನ್ನು ಸೃಷ್ಟಿಸಿ ಅವುಗಳ ತಿರಸ್ಕಾರವನ್ನು ಸಹಿಸಿಕೊಳ್ಳುವ ಬದಲು, ಕುಂತೀ, ನೀನು ಪುಣ್ಯವಂತೆ ಎಂದು ಮನಸ್ಸು ಒಳಗೇ ಹೇಳಿಕೊಂಡಿತು. ಈ ಥರದ ಅವಕಾಶವಿದ್ದರೆ ಧೃತರಾಷ್ಟ್ರನಿಗೆ ನಾನೂ ವೀರರನ್ನು ವಿವೇಕಿಗಳನ್ನು ಹೆತ್ತು ಕೊಡುತ್ತಿದ್ದೆ, ಈ ಸೋಲು ಹುಟ್ಟದಂತೆ ಎಂದುಕೊಳ್ಳುವಾಗ ಒಳಗಿನಿಂದ ಧೃತರಾಷ್ಟ್ರ, ದಾಸೀ ಎಂದು ಕೂಗಿದ. ದಾಸಿ ಇರಲಿಲ್ಲ. ಹೊಟ್ಟೆಗಿಲ್ಲದೆ ಕೆಲಸ ಮಾಡಲಾಗದೆ ಬರಲಿಲ್ಲವೋ ಅಥವಾ ಈ ವೈಭವನಷ್ಟ ಅರಮನೆಯಲ್ಲಿ ದುಡಿದರೆ ಕೂಲಿ ಕೊಡುವವರಿಲ್ಲವೆಂದು ತಪ್ಪಿಸಿಕೊಂಡಳೋ! ಎನ್ನಿಸುತ್ತಿರುವಾಗ ಅವನು ಕೋಪದಿಂದ ಇಡೀ ಅರಮನೆಯಲ್ಲಿ ಕರ್ಕಶ ತುಂಬುವಂತೆ ಮತ್ತೆ ಕಿರುಚಿದ. ಅವಳೇ ಎದ್ದು ಹೋಗಿ ಕೇಳಿದಳು:

'ಏನು ಬೇಕು?'

'ದಾಸಿ ಎಲ್ಲಿ?'

'ಬಂದಿಲ್ಲ.'

'ದೀಪ ಉರಿಯುತ್ತಿದೆಯೆ?'

'ಇನ್ನೂ ಹೊತ್ತು ಮುಳುಗಿಲ್ಲ.'

'ಸುಳ್ಳು ಹೇಳುತ್ತಿದೀಯ. ಕತ್ತಲಲ್ಲಿ ನನ್ನೊಬ್ಬನನ್ನೇ ಬಿಟ್ಟು ಹೋಗುತ್ತಿದೀಯ.' ಅವನು ಕಿರಿಚಿದ.

ಅವಳು ಮಾತನಾಡಲಿಲ್ಲ. ಸುಮ್ಮನೆ ನಿಂತಳು.

'ನಿನ್ನ ಕಟ್ಟನ್ನು ಈಗಲೂ ತೆಗೆದುಹಾಕಿದ್ದೀಯ?' ಅವನು ಕೇಳಿದ.

'ಬೆಳಗ್ಗೆಯೇ ತೆಗೆದದ್ದಾಯಿತಲ್ಲ.'

'ಕಾಣುತ್ತದೆಯೇ ಕಣ್ಣು?'

'ಹೂಂ.'

ಅವನು ಮಾತನಾಡಲಿಲ್ಲ. ನಿಟ್ಟುಸಿರುಬಿಟ್ಟ. ಅವನ ಸೀಯ್ದ ಕಣ್ಣುಗಳು ಒದ್ದೆಯಾದುದು ಅವಳಿಗೆ ಕಾಣಿಸಿತು. 'ಯಾಕೆ ದುಃಖ?' ಅವಳು ಕೇಳಿದಳು.

'ಮಕ್ಕಳೆಲ್ಲ ಸತ್ತರು. ನೀನು ದೂರವಾದೆ ಅಂತ.' ಎಂದು ಅವನು ಗೋಡೆಯ ಕಡೆಗೆ ಹೊರಳಿ ಕಂಬಳಿಯ ಮುಸುಕು ಹಾಕಿಕೊಂಡ. ಅವಳು ಅಲ್ಲೇ ನಿಂತಿದ್ದಳು. ಅವನಿಗೆ ಏನಾದರೂ ಸಮಾಧಾನ ಹೇಳುವ, ತಾನು ದೂರವಾಗಿಲ್ಲವೆಂದು ಆಶ್ವಾಸನೆ ಕೊಡುವ ಮನಸ್ಸು. ಆದರೆ ಮಾತು ರೂಪಗೊಳ್ಳುತ್ತಿಲ್ಲ. ಸ್ವಲ್ಪ ಹೊತ್ತಿನನಂತರ ಅವನು ಕೂಗಿದ: 'ದಾಸೀ.'

'ಯಾವ ದಾಸಿಯೂ ಇಲ್ಲ. ಏನು ಬೇಕು?'

'ಜಲಬಾಧೆಗೆ ಹೋಗಬೇಕು.'

'ನಾನು ಕರೆದುಕೊಂಡು ಹೋಗುತ್ತೀನಿ ಬಾ,' ಅವಳು ಮುಂದೆ ನಡೆದು ಕೈಹಿಡಿದಳು.

'ಬೇಡ ಬೇಡ,' ಅವನು ಕೊಸರಿದ. 'ದಾಸಿಯೇ ಸರಿ. ನಿನ್ನ ಜೊತೆ ಹೋಗಲು ನಾಚಿಕೆಯಾಗುತ್ತೆ, ನಿನಗೆ ಕಣ್ಣು ಕಾಣುತ್ತದಲ್ಲ ಈಗ.' ಎಂದು ಕೈಯನ್ನು ಕಿತ್ತು ಕಂಬಳಿಯೊಳಕ್ಕೆ ಸೇರಿಸಿ ಮತ್ತೆ ಮುಸುಕು ಹಾಕಿಕೊಂಡ. ಅವಳು ಕಾಯ್ದು ನಿಂತಳು. ಅವನು ಹೊರಳಲಿಲ್ಲ. ಮಿಸುಕಲಿಲ್ಲ. ಒಂದು ನಿಮಿಷವೂ ಜಲಬಾಧೆ ತಡೆಯುವುದು ಅವನಿಗೆ ಕಷ್ಟವೆಂದು ಅವಳಿಗೆ ನೆನಪಾಯಿತು. ಹೊರಗೆ ತೊಟ್ಟಿಗೆ ನಡೆದಳು. ಅಲ್ಲಿಂದ ದೊಡ್ಡ ಅಂಗಳಕ್ಕೆ ಬಂದಳು. ಅದನ್ನು ದಾಟಿ ಪಡಸಾಲೆಯನ್ನು ದಾಟಿದಳು. ಅದರಾಚೆಯ ಹೊರತೊಟ್ಟಿಯಲ್ಲಿ ನಡೆದು ಎಷ್ಟು ದೊಡ್ಡ ಅರಮನೆ ಇದು, ದೊಡ್ಡಬಾಗಿಲನ್ನು ದಾಟಿ ಮುಂದಿನ ಪೌಳಿಯ ಬಯಲಿನಲ್ಲಿ ದಿಟ್ಟಿಸಿ ನೋಡಿದಳು. ಹೊತ್ತು ಮುಳುಗುತ್ತಿತ್ತು. ರಾಜಸಭಾಭವನದ ಹತ್ತಿರ ಯಾರೋ ಒಬ್ಬಳು, ದಾಸಿಯೇ ಇರುವಂತೆ ಕಾಣಿಸುತ್ತದೆ, ಕೈಸನ್ನೆ ಮಾಡಿ, ಬಂದಳು, ಹೌದು, ಮಂಡಿಯ ಕೆಳಗೆ ಬೆತ್ತಲು, ತಲೆಗೆ ಮುಸುಕಿಲ್ಲ, ತೋಳುಗಳು ಬೆತ್ತಲು, ಹತ್ತಿರ ಬಂದು ನಿಂತಳು.

'ನಮ್ಮ ಅರಮನೆಯ ದಾಸಿಯೆ ನೀನು?'

'ಹೌದು ದೇವಿ.'

'ಮಹಾರಾಜ ಕರೆಯುತ್ತಿದ್ದಾನೆ ಹೋಗಿ ಕೇಳಿ ಬಾ.'

ಗಾಂಧಾರಿ ಅಲ್ಲಿಯೇ ನಿಂತಳು. ಸೂರ್ಯ ಮುಳುಗುತ್ತಿದೆ. ಹಳದಿಬಣ್ಣ. ರಾಜಸಭಾ ಭವನ ಅಡ್ಡವಾಗಿದೆ. ಇಲ್ಲದಿದ್ದರೆ ಚೆಂದ ಕಾಣಿಸುತ್ತಿತ್ತು. ತನ್ನ ಊರಿನ ನಡುವೆಯೇ ಇರುವ ಬೆಟ್ಟದ ಶಿಖರವನ್ನು ಹತ್ತಿ ನೋಡುತ್ತಿದ್ದ ಸೂರ್ಯಾಸ್ತ ಸೂರ್ಯೋದಯಗಳ ನೆನಪು ಹತ್ತಿತು. ಮದುವೆಯಾದ ಮೇಲೆ ಹೆಣ್ಣುಮಕ್ಕಳು ವರ್ಷಕ್ಕೊಮ್ಮೆ ಎರಡು ವರ್ಷಕ್ಕೊಮ್ಮೆ ಯಾದರೂ ತೌರಿಗೆ ಹೋಗುತ್ತಾರೆ. ನಾನು ಒಮ್ಮೆಯೂ ಹೋಗಲಿಲ್ಲ. ಏನು ನೋಡಲು ಹೋಗಬೇಕು ಕಟ್ಟಿಕೊಂಡ ಕಣ್ಣಿನಿಂದ? ಜೊತೆಗೆ ಪುಕ್ಕಲ, ಲೋಭಿ ಅಪ್ಪನನ್ನು ನೋಡಕೂಡ ದೆಂಬ ಹಟ, ಈಗ ಹೋದರೂ ಗಾಂಧಾರ ನನ್ನದಲ್ಲ, ಎಲ್ಲ ಕಡಿದುಹೋಗಿದೆ ಎಂಬ ಅರಿವಾಗಿ ಕಣ್ಣು ತುಂಬಿಬಂತು. ಎದುರಿನ ಇಡೀ ದೃಶ್ಯವು ಒದ್ದೆಯಾಯಿತು.

ದಾಸಿ ಹಿಂತಿರುಗಿದಳು.

'ನೋಡು. ವಿದುರನ ಮನೆಗೆ ಹೋಗಿ ಅಲ್ಲಿ ಕೃಷ್ಣ ಅಂತ ಇದ್ದಾನೆ ಪಾಂಡವರ ಜೊತೆ, ನಾನು ಕರೆದೆ ಅಂತ ಹೇಳುತ್ತೀಯ?'

ದಾಸಿ ಬಯಲನ್ನು ದಾಟಿ ಎಡಕ್ಕೆ ತಿರುಗಿ ನಡೆದಳು. ಓ, ವಿದುರನ ಮನೆ ಆ ಕಡೆಗಿದೆ ಎಂದು ಗಾಂಧಾರಿಗೆ ಅರ್ಥವಾಯಿತು. ನದಿಯ ದಂಡೆಯಲ್ಲಿ ಮನೆಕಟ್ಟಿಕೊಂಡು ಹೊರಟುಹೋದ. ಈ ಊರ ನದಿಯನ್ನು ನೋಡಬೇಕು. ತುಂಬ ದೊಡ್ಡದಂತೆ, ನಮ್ಮ ದೇಶದ ಹೊಳೆಗಳಂತಲ್ಲವಂತೆ, ಬಲು ಗಂಭೀರವಂತೆ, ಎಂದುಕೊಳ್ಳುತ್ತಿರುವಾಗ ಸೂರ್ಯ ಪೂರ್ತಿ ಮುಳುಗಿತು. ನಸುಗತ್ತಲು. ಇನ್ನು ಸ್ವಲ್ಪ ಹೊತ್ತಿಗೆ ಪೂರ್ಣ ಕತ್ತಲಾಗುತ್ತದೆ. ದೀಪವಿಲ್ಲದಿದ್ದರೆ ಕಣ್ಣುಕಟ್ಟಿಕೊಂಡಂತೆಯೇ ಎನ್ನಿಸುವಾಗ ಚಳಿಯಾಯಿತು. ಒಳಗೆ ನಡೆದಳು.

ಸ್ವಲ್ಪ ಹೊತ್ತಿಗೆ ಕೃಷ್ಣ ಬಂದ.

'ತಾಯಿ, ಹೇಗಿವೆ ಕಣ್ಣುಗಳು?'

'ಇದೀಗ ಸೂರ್ಯ ಮುಳುಗುವಾಗ ಹೊರಗೆ ಹೋಗಿದ್ದೆ. ಸ್ವಲ್ಪ ನೋವು ಎನ್ನಿಸಿತು.'

'ಎರಡು ದಿನದಲ್ಲಿ ಅಭ್ಯಾಸವಾಗುತ್ತದೆ.'

'ಕೃಷ್ಣ, ನನಗೊಂದು ಆಶೆ ಹುಟ್ಟಿದೆ. ಅದನ್ನು ಈಡೇರಿಸಿಕೊಡಲು ನಮ್ಮಲ್ಲಿ ಯಾರೂ ಗಂಡಸು ಉಳಿದಿಲ್ಲ. ಕುಂತಿಯ ಮಕ್ಕಳನ್ನು ಕೇಳಲು ಮುಜುಗರ. ನೀನಾದರೆ ಸರಿ ಅಂತ ಹೇಳಿಕಳಿಸಿದೆ.'

'ಏನು ಹೇಳು.'

'ಸಾಧ್ಯವಾದರೆ ನನ್ನ ಮಕ್ಕಳ ಹೆಣವನ್ನಾದರೂ ನೋಡಬೇಕು.'

ಕೃಷ್ಣ ಮಾತನಾಡಲಿಲ್ಲ. ತಲೆತಗ್ಗಿಸಿ ನಿಂತ. 'ಯಾಕೆ ಕೃಷ್ಣ?' ಅವಳು ನೆನೆದ ಧ್ವನಿಯಲ್ಲಿ ಕೇಳಿದಳು.

'ಯಾರು ಎಲ್ಲಿ ಸತ್ತರೆಂಬ ಬಯಲಿನ ನೆನಪು ಹುಟ್ಟಬಹುದು. ಆದರೆ ಹದ್ದು ನಾಯಿ ನರಿಗಳು ರಾಜರು ಸಾಮಾನ್ಯರು ಎಂಬ ಭೇದವಿಲ್ಲದೆ ಎಲ್ಲರ ಹೆಣಗಳನ್ನೂ

ಕಿತ್ತು ಗುರುತನ್ನು ಅಳಿಸಿಬಿಟ್ಟಿರುತ್ತವೆ. ಇಲ್ಲದಿದ್ದರೂ ಹೆಣಗಳು ತಾವೇ ಕೊಳೆತಿರುತ್ತವೆ.'

'ಅದು ನನಗೆ ಗೊತ್ತು. ಆದರೂ ಪ್ರಯತ್ನಿಸುವ ಚಪಲ. ಯುದ್ಧರಂಗ ಹೇಗಿರುತ್ತದೆಂದು ಕಣ್ಣಿನಿಂದ ಕಾಣುವ ಆಶೆ.'

ನಾಳೆ ಬೆಳಗ್ಗೆ ಸೂರ್ಯೋದಯಕ್ಕೆ ಮೊದಲೇ ತಾನು ರಥದೊಡನೆ ಬರುವುದಾಗಿ ಕೃಷ್ಣ ಹೇಳಿ ಹೋದ.

ನಸುಕಿನ ಕೊರೆಯುವ ಚಳಿಯಲ್ಲಿ ಕೃಷ್ಣನ ಕೈಹಿಡಿದು ರಥ ಹತ್ತುವಾಗ ಒಬ್ಬ ಹೆಂಗಸು ಕುಳಿತಿದ್ದುದು ಕಾಣಿಸಿತು.

'ಯಾರು ನೀನು?' ಗಾಂಧಾರಿ ಕೇಳಿದಳು.

'ಕಣ್ಣಿನ ನೆನಪು ಸರಿಯಾಗಿ ಕೂರಲು ಸಮಯ ಬೇಕು. ಕುಂತಿಯಲ್ಲವೆ?' ಎಂದು ಕೃಷ್ಣ ಸಾರಥಿಯ ಸ್ಥಾನದಲ್ಲಿ ಕುಳಿತು ಕುದುರೆಗೆ ಸನ್ನೆ ಮಾಡಿದ.

ರಥವು ಹಸ್ತಿನಾವತಿಯನ್ನು ದಾಟಿ ಎಡ ಬಲ ಹೊಲಗಳ ನಡುವಣ ದಾರಿಯಲ್ಲಿ ಹೋಗುವಾಗ ಗಾಂಧಾರಿಗೆ ಬೋಳುಬೋಳಾಗಿ ಕಾಣಿಸಿತು. ಅಲ್ಲದೆ ಮನಸ್ಸಿಗೆ ಮುಜುಗರ. ನನ್ನ ಮಕ್ಕಳ ಹೆಣವನ್ನು ಹುಡುಕಿಕೊಂಡು ನಾನು ಹೋಗುತ್ತಿದ್ದೇನೆ. ತನ್ನ ಮಕ್ಕಳು ಕೊಂದ ಹೆಣಗಳನ್ನು ನೋಡಲು ಇವಳೂ ಬರುತ್ತಿದ್ದಾಳೆ ನನ್ನ ಜೊತೆಯೇ ಎಂಬ ತಿರಸ್ಕಾರ. 'ಕೃಷ್ಣ, ನನಗೆ ಅಲ್ಲಿಗೆ ಹೋಗಿ ನೋಡುವ ಇಚ್ಛೆ ಇಲ್ಲ, ವಾಪಸು ಹೋಗೋಣ' ಎಂದಳು.

ಆದರೆ ಕೃಷ್ಣ ಹೇಳಿದ: 'ಹೊರಟದ್ದಾಗಿದೆ. ಪಯಣಕ್ಕೆ ಬೇಕಾದ ಆಹಾರ ನೀರು ಮೊದಲಾಗಿ ಎಲ್ಲವನ್ನೂ ಕಟ್ಟಿಸಿ ತಂದಾಗಿದೆ. ನೀನು ಕುಂತಿ ಓರೆಗಿತ್ತಿ, ಅಕ್ಕತಂಗಿಯರು, ಜೊತೆಗಿರಲಿ ಎಂದು ಕರೆತಂದೆ. ಹಳೆಯ ವೈಷಮ್ಯ ಅವಳಿಗೂ ಇಲ್ಲ. ನಿನಗೂ ಇಲ್ಲ. ಅಲ್ಲವೆ?'

ಗಾಂಧಾರಿ ಸುಮ್ಮನಾದಳು. ಈ ಕೃಷ್ಣನ ಬುದ್ಧಿ ಬಲು ಚುರುಕು. ಇನ್ನೊಬ್ಬರ ಮನಸ್ಸಿನಲ್ಲಿರುವುದನ್ನು ಗುರಿ ಇಟ್ಟಂತೆ ಗ್ರಹಿಸಿಬಿಡುತ್ತಾನೆ ಎಂದುಕೊಂಡಳು.

ಕುಂತಿ ಮಾತನಾಡಿದಳು: 'ಗಾಂಧಾರಿ, ಕರ್ಣನ ವಿಷಯ ನಿನಗೆ ಗೊತ್ತಿದೆಯೋ ಇಲ್ಲವೋ, ಅವನು ನಿನ್ನನ್ನು ತಾಯಿ ಅಂತ ತಿಳಿದಿದ್ದ.'

'ವಿದುರ ಹೇಳಿದ. ಅವನು ನಿನ್ನನ್ನು ಯುದ್ಧರಂಗಕ್ಕೆ ಕರೆದೊಯ್ದಿದ್ದನಂತೆ.' ಎಂದು ಗಾಂಧಾರಿ ಕುಂತಿಯ ಮುಖವನ್ನು ದಿಟ್ಟಿಸಿ ನೋಡಿದಳು. 'ನಿನ್ನದೇ ಮುಖವಂತೆ. ನಿನ್ನದೇ ಉದ್ದತೋಳು, ದೊಡ್ಡ ಭುಜವಂತೆ. ವಿದುರ ವರ್ಣಿಸಿದ. ನನ್ನ ಮುಂಗಾಲು ಮುಟ್ಟುತ್ತಿದ್ದ ಅವನ ಅಂಗೈಗಳು ಬಲಿಷ್ಠವಾದುವು, ಅಗಲವಾದುವು ಎಂದು ಮಾತ್ರ ನೇರವಾಗಿ ಗೊತ್ತಿತ್ತು. ಉಳಿದದ್ದೆಲ್ಲ ಕೇಳಿ ತಿಳಿದದ್ದು.'

ಕುಂತಿ ಗಾಂಧಾರಿಯ ಕೈಗಳನ್ನು ಹಿಡಿದಳು. ಅವಳ ಕಣ್ಣು ತುಂಬಿಕೊಂಡವು.

ಗಾಂಧಾರಿಯ ಕಣ್ಣುಗಳೂ ತುಂಬಿಬಂದವು. ರಥ ವೇಗವಾಗಿ ಹೋಗುತ್ತಿತ್ತು. ಕೃಷ್ಣ ಮಾತನಾಡದೆ ತನ್ನ ಪಾಡಿಗೆ ತಾನಿದ್ದ. ಏಳೆಂಟು ಘಳಿಗೆ ಕಳೆದು ಒಂದು ಹಳ್ಳದ ಹತ್ತಿರ ರಥ ನಿಲ್ಲಿಸಿ ಅವನು ಕುದುರೆಗಳಿಗೆ ನೀರು ಕುಡಿಸಿದ. ಕುಂತಿ ತಂದಿದ್ದ ಮೆತ್ತನೆಯ ಅನ್ನವನ್ನು ಗಾಂಧಾರಿಗೆ ಕೊಟ್ಟಳು. ಕೃಷ್ಣನಿಗೆ ರೊಟ್ಟಿ ಕೊಟ್ಟು ತಾನು ಅನ್ನ ಹಿಡಿದು ಕುಳಿತಳು.

ಮತ್ತೆ ಪ್ರಯಾಣ ಹೊರಟಾಗ ಗಾಂಧಾರಿ ಎಂದಳು: 'ಕುಂತಿ, ಧೃತರಾಷ್ಟ್ರನಿಗೆ ಮದುವೆ ಮಾಡಿ ನನ್ನನ್ನು ತಂದ ಸುದ್ದಿ ತಿಳಿದಾಗ, ಮೊದಲು ಮಗು ಹೆರದಿದ್ದರೆ ರಾಜ್ಯ ದಕ್ಕುವುದಿಲ್ಲವೆಂದು ನೀನು ಚಡಪಡಿಸಿದೆಯಂತೆ. ಪಾಂಡುವೂ ಚಡಪಡಿಸಿ ನಿನಗೆ ನಿಯೋಗದ ಸಲಹೆ ಮಾಡಿದನಂತೆ. ಅಲ್ಲವೆ? ನನಗೂ ಧೃತರಾಷ್ಟ್ರನಿಗೂ ಸುದ್ದಿ ಬಂತು. ನನ್ನ ವಿಷಯದಲ್ಲಿ ನಿನಗೆ ಮತ್ಸರವಿತ್ತು. ಮೊದಲು ಮಗು ಹೆತ್ತೆ ಎಂದು ನಿನ್ನ ಬಗೆಗೆ ನನಗೂ ಮತ್ಸರವಿತ್ತು. ಅನಂತರ ಅದು ಹಾಗೆಯೇ ಬೆಳೆಯಿತು. ಈಗ ನಿನ್ನ ಮಕ್ಕಳು ಗೆದ್ದರೂ ಅದರಿಂದ ಉಬ್ಬದೆ ದೂರ ಉಳಿದಿದ್ದೀಯಂತೆ. ವಿದುರ ಹೇಳಿದ.'

ಮಧ್ಯಾಹ್ನದ ಹೊತ್ತಿಗೆ ಅವರು ಯುದ್ಧದ ಸ್ಥಳವನ್ನು ತಲುಪಿದರು. ಈಗ ರಣಹದ್ದುಗಳ ಸಂಖ್ಯೆ ಕಡಮೆಯಾಗಿತ್ತು. ನಾಯಿ ನರಿಗಳೂ ಕಡಮೆಯಾಗಿದ್ದವು. ಹಲವು ಕಡೆಗಳಲ್ಲಿ ಹೆಣಗಳ ರಕ್ತಮಾಂಸಗಳು ಕೊಳೆತು ಕರಗಿ ಮೂಳೆಯ ರಚನೆಗಳು ಮಾತ್ರ ಇದ್ದವು. ವಾಸನೆಯೂ ಇಳಿದಿತ್ತು, ಮತ್ತೆ ಕೆಲವು ಕಡೆ ಇನ್ನೂ ದಟ್ಟವಾದ ವಾಸನೆ. ಕೃಷ್ಣ ಒಂದೊಂದು ಬಯಲನ್ನೂ ತೋರಿಸುತ್ತಾ ಮುಖ್ಯ ಮುಖ್ಯವಾದ ಯುದ್ಧಗಳನ್ನು ವಿವರಿಸುತ್ತಿದ್ದ. ಮುಂದೆ ಒಂದು ಕಡೆ ಬಂದಾಗ ಇಡೀ ಬಯಲನ್ನು ನೂರಾರು ಜನರು ಶೋಧಿಸುತ್ತಿದ್ದರು. ಹೆಣಗಳನ್ನು ಉರುಡಿಸಿ ಉರುಡಿಸಿ, ರಥಗಳನ್ನು ನೂಕಿ ಉರುಳಿಸಿ. 'ಕೃಷ್ಣ, ಏನು ಮಾಡುತ್ತಿದಾರೆ ಅವರು?' ಗಾಂಧಾರಿ ಕೇಳಿದಳು.

'ದೊಡ್ಡ ಯುದ್ಧ ನಡೆದ ಜಾಗವಿದು. ದ್ರೋಣ ಸತ್ತ ದಿನವೋ ಏನೊ, ಅಥವಾ ಜಯದ್ರಥ ಸತ್ತ ದಿನವಿರಬೇಕು. ಹಲವು ಮುಖ್ಯರು ಹತರಾದರು. ಅವರ ಒಡವೆ ವಸ್ತ್ರ ಬಿಲ್ಲಿನ ಲೋಹ, ರಥ ಮತ್ತು ಕುದುರೆಗಳ ಅಲಂಕಾರದ ವಸ್ತುಗಳನ್ನು ಆರಿಸಿಕೊಳ್ಳುತ್ತಿರಬೇಕು.'

'ಯಾರು ಅವರು?'

'ಯಾರೋ ಸುತ್ತಮುತ್ತಣ ಜನಗಳು. ನಿಮ್ಮ ಕುರುರಾಜ್ಯದ ಪ್ರಜೆಗಳೇ ಇರಬೇಕು. ಒಂದೊಂದಾಗಿ ಯುದ್ಧದ ಬಯಲುಗಳನ್ನು ಶೋಧಿಸುತ್ತಿದ್ದಾರೆ.'

ಗಾಂಧಾರಿ ದಿಟ್ಟಿಸಿ ನೋಡಿದಳು. ಮಧ್ಯಾಹ್ನದ ಬಿಸಿಲಿನಲ್ಲಿ ಕಣ್ಣುಗಳು ಸ್ವಲ್ಪ ನೋಯುತ್ತಿದ್ದವು. ಆದರೆ ಸ್ಪಷ್ಟವಾಗಿ ಕಾಣುತ್ತಿತ್ತು. ಹೆಣಗಳನ್ನು ಕಾಲಿನಿಂದ ಒದೆದು ಉರುಟಿಸಿ, ಕವಚ ವಸ್ತ್ರ ಮೊದಲಾದುವನ್ನು ಬಿಚ್ಚಿಕೊಳ್ಳುತ್ತಿದ್ದರು. ಕೆಲವರು ಚೂರಿ ಹಾಕಿ ಕಿವಿಗಳನ್ನೇ ಕೊಯ್ದು ಕರ್ಣಕುಂಡಲಗಳನ್ನಿರಬೇಕು ಕಿತ್ತುಕೊಳ್ಳುತ್ತಿದ್ದರು. ಯಾರೋ ಒಬ್ಬ ಕಿರೀಟವನ್ನು ಎತ್ತಿ ಹಿಡಿದು ನೋಡುತ್ತಿದ್ದ. ಇನ್ನೊಬ್ಬ ಸತ್ತ ಕುದುರೆಯ ಮುಖದಿಂದ ಅಲಂಕಾರದ ಮುಖವಾಡವನ್ನು ಕೀಳುತ್ತಿದ್ದ.

'ಕೃಷ್ಣ, ನಾವು ಅರಮನೆಯಲ್ಲಿ ಇಷ್ಟು ಶೋಕ ಅನುಭವಿಸುತ್ತಿರುವಾಗ ನಮ್ಮ ಪ್ರಜೆಗಳು

ತಮಗೂ ದುಃಖಕ್ಕೂ ಸಂಬಂಧವೇ ಇಲ್ಲವೆಂಬಂತೆ ಹೆಣಗಳಿಂದ ಇವುಗಳನ್ನು ಕಿತ್ತುಕೊಳ್ಳಬಹುದೆ?' ಗಾಂಧಾರಿ ಕೇಳಿದಳು.

'ಅವರ ಬಂಧು ಬಾಂಧವರೂ ಈ ಯುದ್ಧದಲ್ಲಿ ಸತ್ತಿದ್ದಾರೆ.'

ಗಾಂಧಾರಿ ಆ ದೃಶ್ಯವನ್ನೇ ನೋಡುತ್ತಾ ರಥದಲ್ಲಿ ಕುಳಿತಳು. ಅನಂತರ ಉದ್ಗರಿಸಿದಳು: 'ನೀನು ಹೇಳಿದುದು ಸರಿ. ಇಲ್ಲಿ ಯಾವ ಹೆಣದ ಗುರುತೂ ಸಿಕ್ಕುವುದಿಲ್ಲ. ನನ್ನ ಮಕ್ಕಳದೂ ಸಿಕ್ಕುವುದಿಲ್ಲ. ಹಿಂತಿರುಗಿ ಹೋಗೋಣ ನಡಿ.'

ಕೃಷ್ಣ ರಥವನ್ನು ತಿರುಗಿಸಿದ.

ಮರುಪ್ರಯಾಣ ಮಾಡುವಾಗ ಗಾಂಧಾರಿ ಬಳಲಿದ್ದಳು. ಕುಂತಿಯೂ ಬಳಲಿದ್ದಳು. ಯಾರೂ ಮಾತನಾಡಲಿಲ್ಲ. ಓಡುವ ರಥದಲ್ಲಿ ಇಬ್ಬರೂ ಒಬ್ಬರ ಮಗ್ಗುಲಲ್ಲಿ ಒಬ್ಬರು ಮಲಗಿದ್ದರು. ಕೃಷ್ಣ ತನ್ನ ಪಾಡಿಗೆ ತಾನು ರಥ ನಡೆಸುತ್ತಿದ್ದ. ಕುದುರೆಗಳೂ ಬಳಲಿದ್ದವು. ನಡುವೆ ಒಮ್ಮೊಮ್ಮೆ ಗಾಂಧಾರಿ ಬೆಚ್ಚಿದಂತೆ ಕೃಷ್ಣನಿಗೆ ಅನ್ನಿಸುತ್ತಿತ್ತು. ಅವನು ಅವಳ ಕಡೆಗೆ ಅರ್ಧಗಮನವಿಟ್ಟು ನೋಡಲು ಶುರುಮಾಡಿದ. ಅವಳು ವಾಸ್ತವವಾಗಿ ಬೆಚ್ಚುತ್ತಿದ್ದಳು. ನಡುವೆ ನೀರು ಸಿಕ್ಕಿದಾಗ ರಥ ನಿಲ್ಲಿಸಿ ನೀರು ಕುಡಿಯಲು ಕುದುರೆಗಳನ್ನು ಬಿಚ್ಚಿದಾಗ ಅವಳಿಗೆ ಎಚ್ಚರವಾಯಿತು. ಮತ್ತೆ ಕುದುರೆಗಳನ್ನು ಕಟ್ಟಿ ಕೃಷ್ಣ ಪಯಣವನ್ನು ಮುಂದುವರಿಸಿದ. ಅವನಿಗೂ ತೂಕಡಿಕೆ ಬಂತು. ಸ್ವಲ್ಪ ದೂರ ಕಳೆದನಂತರ ತೂಕಡಿಕೆ ಹರಿದು ನೀರು ಕುಡಿಯಬೇಕೆನ್ನಿಸಿ ನೀರಿನ ಮೊಗೆಗೆಂದು ಅವನು ತಿರುಗಿದ. ಆಶ್ಚರ್ಯವಾಯಿತು. ಗಾಂಧಾರಿ ಎದ್ದು ಕುಳಿತಿದ್ದಾಳೆ. ಎರಡು ಕಣ್ಣುಗಳನ್ನೂ ತೆರೆದಿದ್ದಾಳೆ. ರೆಪ್ಪೆಗಳು ಆಡುತ್ತಿವೆ. ಆದರೆ ಏನೂ ಕಾಣಿಸುತ್ತಿಲ್ಲವೆಂಬ ಅಂಧಭಾವ ಮುಖದಲ್ಲಿ. ಕೃಷ್ಣ ಅವಳನ್ನೇ ನೋಡತೊಡಗಿದ. ಅವಳು ತನ್ನ ಎರಡು ಕೈಗಳನ್ನೂ ಎತ್ತಿ ಕಣ್ಣುಗಳನ್ನು ಮೃದುವಾಗಿ ಹೊಸಕಿಕೊಂಡು ಮತ್ತೆ ರೆಪ್ಪೆ ತೆಗೆದು ನೋಡಲು ಪ್ರಯತ್ನಿಸುತ್ತಾಳೆ.

'ಯಾಕೆ, ಏನಾಯಿತು?' ಕೃಷ್ಣ ಕೇಳಿದ.

'ಇದ್ದಕ್ಕಿದ್ದಂತೆಯೇ ಎಚ್ಚರವಾಯಿತು. ಎದ್ದು ಕುಳಿತು ಕಣ್ಣುಬಿಟ್ಟೆ. ಏನೂ ಕಾಣಸುತ್ತಿಲ್ಲ. ನಾನು ನಿಜವಾಗಿಯೂ ಕುರುಡಿಯಾದೆ ಎನ್ನಿಸುತ್ತದೆ.'

ಕುಂತಿ ನಿದ್ರಿಸುತ್ತಿದ್ದಳು. ಕೃಷ್ಣ ಮೌನವಾಗಿ ಕುಳಿತಿದ್ದ. ಕುದುರೆಗಳು ತಮ್ಮ ಪಾಡಿಗೆ ತಾವು ಹೋಗುತ್ತಿದ್ದವು. ಎಷ್ಟೋ ಹೊತ್ತಾದ ಮೇಲೆ ಗಾಂಧಾರಿ ಎಂದಳು: 'ಕೃಷ್ಣ, ನನಗೆ ಮತ್ತೆ ದೃಷ್ಟಿ ಬರುವುದಿಲ್ಲವೆಂದು ಮನಸ್ಸು ಖಚಿತವಾಗಿ ಹೇಳುತ್ತಿದೆ. ನಾನು ಹೀಗೆಯೇ ಮೊದಲಿನಂತೆಯೇ ಇರುತ್ತೇನೆ ಧೃತರಾಷ್ಟ್ರನ ಸಂಗಡ. ಅದೂ ಒಂದು ತೆರನಾದ ನೆಮ್ಮದಿ.'

ಕೃಷ್ಣನಿಗೆ ಮಾತು ತಿಳಿಯಲಿಲ್ಲ. ಅವಳನ್ನೇ ದಿಟ್ಟಿಸಿ ನೋಡಿದ. ಯಾವ ಭಾವವೂ ಇಲ್ಲದ ಕೆನ್ನೆ ಮೂಗುಬಾಯಿ ಗದ್ದಗಳ ಮುಖವನ್ನು ಅವಳು ತನ್ನ ಕುತ್ತಿಗೆಯ ಮೇಲೆ ಹೊತ್ತು ಕುಳಿತಿದ್ದಳು.

ಕಪ್ಪುಮೋಡ ಕವಿಚಿಕೊಂಡಿತು. ಎಲ್ಲೆಲ್ಲೂ. ಆಕಾಶವನ್ನು ಕೆಳಕ್ಕೆ ಜಗ್ಗಿ ದೊಡ್ಡ ಮರಗಳಿಗೆ ಮುಟ್ಟಿಸಿದ ಕಪ್ಪುಮೋಡ. ಚಳಿಗಾಲದ ಮಳೆ ಈ ದಿನ ಬೀಳುವುದು ಖಂಡಿತವೆಂದು ಎಲ್ಲರೂ ಕತ್ತೆತ್ತಿ ನೋಡುತ್ತಿರುವಾಗ ವಿದುರನ ಮನೆಯ ಒಳಕೋಣೆಯಲ್ಲಿ ಉತ್ತರೆ ನಡುರಾತ್ರಿಯಿಂದ ಹೆರಿಗೆಯ ನೋವು ತಿನ್ನುತ್ತಿದ್ದಾಳೆ. ಇನ್ನೂ ಬೆಳಗಿನ ಹೊತ್ತು. ಕುಂತಿಗೆ ಸಡಗರ. ಹೆರಿಗೆ ಮಾಡಿಸುವ ಶುಶ್ರೂಷೆಯಲ್ಲಿ ನುರಿತ ಇಬ್ಬರು ದಾಸಿಯರನ್ನು ವಿದುರ ಕರೆಸುತ್ತಾನೆ. ಇನ್ನೂ ವಿಧ್ಯುಕ್ತವಾಗಿ ಸಿಂಹಾಸನವನ್ನೇರದಿದ್ದ ಧರ್ಮಜ ಹಸ್ತಿನಾವತಿಯ ಸಭಾಭವನದ ಒಂದು ಆಸನದಲ್ಲಿ ಕುಳಿತು ಆಗಂತುಕರನ್ನು ಒಳಗೆ ಬರಮಾಡಿಕೊಳ್ಳುತ್ತಾನೆ. ಮೂವರ ಪೈಕಿ ಮುಂದೆ ಬಂದವನು ರಾಜನಿಗೆ ಆಶೀರ್ವದಿಸಿ, ತನ್ನ ಆಸನವನ್ನು ಗ್ರಹಿಸಿದನಂತರ ಹೇಳುತ್ತಾನೆ: 'ನನ್ನ ಹೆಸರು ಪುಲಹ. ಕೃಷ್ಣದ್ವೈಪಾಯನರ ಆಶ್ರಮದ ನಿರ್ವಾಹಕ ನಾನು. ಈ ಇಬ್ಬರೂ ಜಿಜ್ಞಾಸುಗಳು.' ಧರ್ಮಜ ಕುಳಿತಿದ್ದವನು ತಕ್ಷಣ ಎದ್ದು ನಿಂತು ಮಧುಪರ್ಕಾದಿಗಳನ್ನು ತರುವಂತೆ ಹೇಳುತ್ತಾನೆ. 'ಪರಮವೇದಜ್ಞರೂ ನಮ್ಮ ತಾತಂದಿರೂ ಆದ ದ್ವೈಪಾಯನ ಮಹರ್ಷಿಗಳು ಕುಶಲವೆ?' ಸಣ್ಣ ಸಣ್ಣ ಹನಿಗಳಲ್ಲಿ ನೆನೆದುಕೊಂಡೇ ಓಡಿಬಂದ ಹೆರಿಗೆ ಮಾಡಿಸುವ ದಾಸಿಯರು ಕೋಣೆಗೆ ಹೋಗುತ್ತಾರೆ. ಎಷ್ಟು ದಿನದಿಂದ ನಿರೀಕ್ಷೆ ಹುಟ್ಟಿಸಿ ಆಟವಾಡಿಸುತ್ತಿದ್ದ ಮೋಡ, ಬರೀ ಸಣ್ಣ ಹನಿಗಳನ್ನು ಉದುರಿಸಿ ಚದುರಿಹೋಗುತ್ತದೋ ಎಂದು ಹಳ್ಳಿಹಳ್ಳಿಗಳ ಜನರೆಲ್ಲ ಹೊರಬಂದು ಆಕಾಶ ವನ್ನು ದಿಟ್ಟಿಸುತ್ತಾ ನಿಲ್ಲುತ್ತಾರೆ. ಕವಿದ ಮೋಡದಿಂದ ಚಳಿ ಕಡಮೆಯಾಗಿ ಹೊದೆದಿದ್ದ ಕಂಬಳಿಗಳನ್ನು ತೆಗೆದು ತಮ್ಮ ತಮ್ಮ ಗುಡಿಸಿಲು, ಮನೆಗಳ ಒಳಗೆ ಎಸೆದು ಪರ್ಜನ್ಯ, ಪರ್ಜನ್ಯ ಎಂದು ಗಟ್ಟಿಯಾಗಿ ಕೂಗಿಕೊಳ್ಳುತ್ತಾರೆ ಮೋಡದ ಗರ್ಭಕ್ಕೆ ಕೇಳುವಂತೆ. 'ಮಹಾ ರಾಜ, ಆ ಕಡೆಯಿಂದ ಬರುವಾಗ ದೊಡ್ಡ ಬಂಡೆಗಳ ಸಾಲು ಕಂಡಿತು. ರಾಕ್ಷಸನಾಡಿಗೆ ಈ ಕಡೆಯಿಂದ ಗಡಿಯ ಗುರುತೇನು?' ನೀಲ ಕೇಳುತ್ತಾನೆ. ಭೀಮನ ಕಿವಿಗೆ ತಗುಲಿದ ಈ ಮಾತು ಒಳಗಿನ ಮನಸ್ಸನ್ನು ಮುಟ್ಟುವುದಿಲ್ಲ. ನದಿಯನ್ನು ದಾಟಿದ್ದಂತೂ ಇಲ್ಲಿಯೇ. ಗುರುತು ಸಿಕ್ಕುತ್ತದೆ, ಸುಮಾರು ಮೂವತ್ತು ವರ್ಷ ಕಳೆದ ಮಾಸಲು ನೆನಪು, ಭಯ ಆತಂಕಗಳಲ್ಲಿ ಸುತ್ತಮುತ್ತ ನೋಡಿ ಗುರುತಿಟ್ಟುಕೊಳ್ಳುವ ವ್ಯವಧಾನವೆಲ್ಲಿತ್ತು ಎಂದುಕೊಳ್ಳುವಾಗ ಹಿಂದಿನದೆಲ್ಲ ತೇಲಿಬಂದು ಜೊತೆಗೇ, ಆರು ತಿಂಗಳಾಯಿತಲ್ಲವೇ ಆ ಕಡೆಯಿಂದ ಬಂದು, ಎಂಬ ನೆನಪುಕ್ಕಿ ನಾಚಿಕೆಯಾಗುತ್ತದೆ, ಕೇಳುವ ಮುನ್ನವೇ ಮಗನನ್ನು ಕೊಟ್ಟಳು, ತನ್ನ ಇತರ ಅವೂ ನಿನ್ನ ಮಕ್ಕಳೇ ನಾನು ಬೇರೆ ಮದುವೆ ಮಾಡಿಕೊಳ್ಳಲಿಲ್ಲ ಅಂದಳಲ್ಲ, ಈಗ

ಹೋಗಿ ಅವಳ ಎದುರಿಗೆ ನಿಂತು ಮುಖವೆತ್ತಿ, ಕಾಮಕಟಂಕಟಿ ಎದುರಿಗೆ ನಿಂತು ತನ್ನ ಗಂಡನನ್ನು ಏನು ಮಾಡಿದೆ ಅಂದರೆ ಬರೀ ನಾಚಿಕೆಯಲ್ಲ, ಒಳಗಿನಿಂದ ಸಂಕಟ ಒತ್ತರಿಸಿ ಕೊಂಡು ದಾರಿ ತಿಳಿಯುತ್ತಿಲ್ಲ, ಖಚಿತವಾಗಿ ಇಂಥ ದಿಕ್ಕು ಎಂದು ಕೂಡ, ನೇರವಾಗಿ ದಕ್ಷಿಣಕ್ಕಲ್ಲವೆ, ಅಥವಾ ಸ್ವಲ್ಪ ಪೂರ್ವಕ್ಕೆ ಓಲಬೇಕೋ ಎಂದು ಅನುಮಾನಿಸುತ್ತಿರು ವಾಗ ಕುದುರೆಯು ಮುಂದೆ ಹೋಗದೆ ನಿಂತುಬಿಡುತ್ತದೆ. ನೀಲನ ಕುದುರೆ ಕೂಡ. ಯಾವುದಾ ದರೂ ಹುಲಿ ಕಿರುಬದ ಸುಳಿವು ಹತ್ತಿತೋ? 'ನೀಲ, ಬಿಲ್ಲಿನ ಹೆದೆ ಏರಿಸಿಕೊಂಡಿರು. ಕುದುರೆ ಹೆಜ್ಜೆ ಎತ್ತುವುದೇ ಇಲ್ಲ ನೋಡು.' 'ಮಹಾರಾಜ, ಎದುರಿಗೆ ನೋಡು ದೂರದಲ್ಲಿ ಕಾಡು ಹೊತ್ತಿ ಉರಿಯುತ್ತಿದೆ, ಬೆಂಕಿಯ ವಾಸನೆಗೆ, ಎಡಕ್ಕೆ ನೋಡು, ಬಲಕ್ಕೆ ಕೂಡ, ಇಡೀ ಕಾಡು, ಗಾಳಿ ನಮ್ಮ ಕಡೆಯಿಂದ ಆ ಕಡೆಗೆ' ನೀಲ ಸರಸರನೆ ಹೇಳುವಾಗ ಭೀಮನ ಎದೆ ಧಸಕ್ಕೆನ್ನುತ್ತದೆ. 'ಚಳಿಗಾಲದಲ್ಲೆಂಥ ಕಾಡುಕಿಚ್ಚು? ಯಾರೋ ಬೇಕೆಂದೇ ಹೊತ್ತಿಸಿದ್ದಾರೆ, ಮೃಗಗಳನ್ನು ಬೆದರಿಸಲೋ ಅಥವಾ ಜೇನುಗೂಡಿಗೆ ಉರಿತೋರಿಸಹೊರಟು ರಾಚಿ ಹೊತ್ತಿಕೊಂಡು.....' ಭೀಮ ದಿಟ್ಟಿಸಿ ನೋಡುತ್ತಾನೆ. ಬೆಂಕಿಯ ಚಿಟಚಿಟ ಉರಿಯ ಹೊಗೆ ಮಾತ್ರವಲ್ಲ, ಆಕಾಶದ ತುಂಬ ನಿಜವಾದ ಮೋಡ. ಚಳಿಗಾಲದ ಮಳೆ ಬರಬಹುದು ಎನ್ನಿಸಿದರೂ ತನಗೇ ತಿಳಿಯದ ಆತಂಕ. ಕರ್ಣ, ತಮ್ಮನ ಮಗನೆಂದು ಗೊತ್ತಿದ್ದರೂ ಇನ್ನೊಬ್ಬನೊಡನೆ ಹೋರುತ್ತಿದ್ದವನ ಕುತ್ತಿಗೆಯನ್ನು ಹೇಗೆ ಕಡಿದೆ? ಎಂದು ಕೇಳಿಕೊಳ್ಳುವ ಹಿಂದೆಯೇ ಹತ್ತಿರವೇ ಬಿದ್ದು ನೆಲ ಹಿಡಿದಿದ್ದ ನಾನು ಕಾಣಲಿಲ್ಲವೋ ನಿನಗೆ ಅಥವಾ ತಮ್ಮ ಅಂತ ಬಿಟ್ಟೆಯೋ ಎಂದುಕೊಳ್ಳುತ್ತಾ ಹೊಗೆಯ ಅಲೆಗಳನ್ನು ಉಗುಳುತ್ತಾ ಆಕಾಶದೆಡೆಗೆ ಏರುವ ಉರಿಯನ್ನು ನೋಡುವಾಗ ಒಟ್ಟಿ ಉರಿಯುವ ಕೊರಡುಗಳ ಮೇಲೆ ಮಲಗಿ ನೆಣ ಸುರಿಸುತ್ತಾ ತಾನೂ ಹೊತ್ತಿಕೊಂಡ ಘಟೋತ್ಕಚನ, 'ಸಾಲಕಟಂಕಟೀ ನಿನಗೆ ಈಗಾಗಲೇ ಸುದ್ದಿ ಮುಟ್ಟಿದೆಯೋ ಅಥವಾ ನಾನು ಬಾಯಿಬಿಟ್ಟು ಹೇಳಬೇಕೋ' ಎಂದುಕೊಳ್ಳುವಾಗ ತನಗೇ ತಿಳಿಯದಂತೆ ಕುದುರೆಯಿಂದ ಕೆಳಗೆ ಇಳಿಯುತ್ತಾನೆ. 'ನೀಲ, ಇಲ್ಲೇ ನಿಂತು ಎರಡು ಕುದುರೆಗಳನ್ನೂ ಹಿಡಿದುಕೊಂಡಿರು. ಬಿಲ್ಲುಬಾಣಗಳು ಸಿದ್ಧವಾಗಿರಲಿ ಜೋಕೆ. ನಾನು ಆ ಕಡೆಗೆ ನಡೆದೇ,' ನೀಲನ ಉತ್ತರಕ್ಕೂ ಕಾಯದೆ ಮುಂದೆ ನಡೆಯುವಾಗ ಬೆಳಗು ಏರುತ್ತಿದೆಯಲ್ಲವೆ, ಸೂರ್ಯ ಎಷ್ಟೆತ್ತರ ಏರಿದ್ದಾನೆ, ಆಕಾಶವೆಲ್ಲ ಕಪ್ಪು ಮೋಡವಾಗಿದೆ. ಕೃಷಿ ಮಾಡುವ ನಿಶ್ಚಯವಿಲ್ಲದಿರುವಾಗ ಮಳೆ ಯಾಕೆ ಬೇಕೆಂದು ಕೃಷಿಕರಲ್ಲಿ ಕೆಲವರು ಅಡ್ಡಗಟ್ಟಿ ಕೇಳುತ್ತಾರೆ. ಗೆಡ್ಡೆ ಗೆಣಸುಗಳಿಗಾದರೂ ಮಳೆ ಬೇಕಲ್ಲ, ಮತ್ತೆ ಕೆಲವರು ಹೇಳಿದ ನಂತರ ಅಡ್ಡಗಟ್ಟಿದವರೂ ಪರ್ಜನ್ಯ ಘೋಷದಲ್ಲಿ ಕೂಡಿಕೊಳ್ಳುತ್ತಾರೆ. 'ದುರ್ಯೋಧನನು ಇಂಥ ಅನೇಕ ಕೆಲಸಗಳನ್ನು ಮಾಡಿದ್ದಾನೆ. ನನ್ನ ಆಡಳಿತದಲ್ಲಿ ಋಷ್ಯಾಶ್ರಮಗಳಿಗೆ ಆದ್ಯಗೌರವ ಸಲ್ಲುತ್ತದೆ. ಇನ್ನು ಮುಂದೆ ನೀವು ಆಶ್ರಮಕ್ಕೆಂದು ವ್ಯವಸಾಯ ಮಾಡಿಸುವುದು ಬೇಡ. ಪಶುಪಾಲನೆಯ ಹೊರೆ ಹೊರುವುದು ಬೇಡ. ಗುರುಗಳಿಗೆ ಅಧ್ಯಾಪಕರಿಗೆ ಶಿಷ್ಯಸಮಸ್ತರಿಗೆ ಬೇಕಾಗುವ ಧಾನ್ಯ ಬಟ್ಟೆಬರೆ ಮೊದಲಾದ ವಸ್ತುಗಳನ್ನು ರಾಜಭಂಡಾರದಿಂದ ಸರಬರಾಜು ಮಾಡಿಸುತ್ತೇನೆ.' ಪುಲಹನ ಮುಖ ಅರಳುತ್ತದೆ. 'ಸದ್ಯಕ್ಕೆ ಭಂಡಾರ ಖಾಲಿಯಾಗಿದೆ.

ಉಗ್ರಾಣದಲ್ಲಿ ಅರಮನೆಯ ಉಪಯೋಗಕ್ಕೇ ದವಸವಿಲ್ಲ. ಪರಿಸ್ಥಿತಿ ಸರಿಯಾದ ತಕ್ಷಣ ನಾನೇ ಸರಬರಾಜಿನೊಡನೆ ಬಂದು ಮಹರ್ಷಿಗಳ ಸಮ್ಮುಖದಲ್ಲಿ ಕುಳಿತು ವೇದಾಂತಾಂತರಾರ್ಥವನ್ನು ಕೇಳುತ್ತೇನೆಂದು ನಿವೇದಿಸಿ.' ನಾಸ್ತಿಕರಲ್ಲಿ ಒಬ್ಬನಾದ ವೃಷ ಬಾಯಿ ಹಾಕುತ್ತಾನೆ: 'ಮಹಾರಾಜನ ಔದಾರ್ಯ ದೊಡ್ಡದು. ಆದರೆ ಆಶ್ರಮಗಳಿಗೆ ಬೇಕಾದುದು ಭಂಡಾರದಿಂದ ಸರಬರಾಜಲ್ಲ. ಮೊದಲಿನಂತೆ ಆಶ್ರಮಕ್ಕೆ ತನ್ನದೇ ಆದ ಕೃಷಿಕ್ಷೇತ್ರ, ಗೋಮಾಳಗಳಿರಬೇಕು. ರಾಜಾಡಳಿತವು ಆಶ್ರಮಕ್ಷೇತ್ರದಿಂದ ಹೊರಗೇ ಉಳಿಯುತ್ತದೆ, ಎಂಥ ಸಂದರ್ಭದಲ್ಲೂ ಅತಿಕ್ರಮಿಸುವುದಿಲ್ಲ ಎಂಬ ಆಶ್ವಾಸನೆ.' 'ಅಂದರೆ?' ದೊರೆ ಧರ್ಮಜನಿಗೆ ಅರ್ಥವಾಗುವುದಿಲ್ಲ. 'ಆಶ್ರಮಗಳು ಯಾವ ರೀತಿಯಲ್ಲೂ ರಾಜ್ಯದ ಅಧೀನವಾಗಬಾರದು, ರಾಜ ತಪ್ಪು ಮಾಡಿದರೆ ಸ್ವತಂತ್ರವಾಗಿ ನಿಂತು ಬುದ್ಧಿಹೇಳುವ ಸ್ಥಿತಿ. ಆಶ್ರಮಗಳಿಗೆ ಎಲ್ಲೂ ಯಾವ ರಾಜ್ಯದ ಭಾಗವೂ ಆಗಿಲ್ಲದ ಸ್ವತಂತ್ರ ಅಸ್ತಿತ್ವ.' ಮಳೆಯಾದರೆ ಸಾಕು ಊರಿನ ಬೀದಿ ಬೀದಿಗಳಲ್ಲಿ ತುಂಬಿ ನಾರುವ ಕೊಳೆಯೆಲ್ಲ ಕೊಚ್ಚಿ ಶುದ್ಧವಾಗುತ್ತದೆಂದು ಪಟ್ಟಣಗಳವರು ಆಕಾಶವನ್ನು ನೋಡುವಾಗ ಸಣ್ಣಸಣ್ಣ ಹನಿಗಳು ದಪ್ಪನಾಗುತ್ತವೆ. ಎಷ್ಟು ಅಬ್ಬರಿಸಿಕೊಂಡು ಹುಯ್ಯುತ್ತಿದೆ ಚಳಿಗಾಲದ್ದಾದರೂ ಹೋ, ಆಲಿಕಲ್ಲು ಪಟಪಟ ಕವಣೆಕಲ್ಲಿನಂತೆ ಏಟುಗಳು. ಕಾಡುಕಿಚ್ಚು ಪೂರ್ತಿ ಆರಿಯೇ ಆರುತ್ತದೆ, ಪರ್ಜನ್ಯ, ಒಳ್ಳೆ ಸಮಯಕ್ಕೆ ಬಂದೆ ನೀನು, ಇಲ್ಲದಿದ್ದರೆ ಇಂತಹ ದಟ್ಟ ಹಸಿರು ಚಪ್ಪರದ ವನವೆಲ್ಲ ಸುಟ್ಟು, ಜೋರಿನಿಂದ ಸುರಿಯುವ ಮಳೆಯ ವಿರುದ್ಧ ಹೆಣಗುತ್ತಿದೆ ಉರಿ ಎಂದು ಒಂದು ಮರದಡಿಯಲ್ಲಿ ನಿಂತು ನೋಡುವ ಭೀಮನ ಮನಸ್ಸಿನ ಆತಂಕ ತನಗೆ ತಾನೆ ಶಮನವಾಗುತ್ತದೆ. ಪಾಪ ಹೆಚ್ಚಾದುದರಿಂದ ಸಕಾಲದಲ್ಲಿ ಮಳೆ ಬರಲಿಲ್ಲ; ಈ ದಿನವಾದರೂ ಬರುವಂತೆ ಕಾಣುತ್ತಿರುವುದು ಪಿತೃಗಳ ಪುಣ್ಯವಿಶೇಷದಿಂದ ಎಂದು ಹಣ್ಣುಹಣ್ಣು ಮುದುಕರು ಬೊಚ್ಚುಬಾಯಿ ಬಿಡುತ್ತಾರೆ. ಬೆಳಗಾಗುವ ಮೊದಲೇ ಬಿದಿರುಗುಡಿಸಿಲಿನಿಂದ ಹೊರಗೆ ಓಡಿ ಬಂದು ಕೂತು ಎಷ್ಟು ತಡೆದುಕೊಂಡರೂ ಒತ್ತಿ ಬರುವ ಓಕರಿಕೆ, ಹಿಂದೆಯೇ ಎದ್ದುಬಂದ ಅವನು ಬೆನ್ನುನೀವಿ ನಗುತ್ತಾನೆ: ಹಿರಣ್ಯವತಿಗೆ ಸಿಟ್ಟು, ನಡುವೆ ತನಗೂ ನಗು ಬಂದದ್ದಕ್ಕೆ ಇನ್ನಷ್ಟು ಸಿಟ್ಟು, ಅದನ್ನು ತೋರಿಸುವ ಮೊದಲೇ ಮತ್ತೊಮ್ಮೆ ನೂಕಿಕೊಂಡು ಏರುವ, ಇದೆಂಥ ವಾಂತಿಯಪ್ಪ ಸದ್ದು ಕೇಳಿ ಹತ್ತಿರದ ಬಿದಿರುಗುಡಿಸಿಲುಗಳ ಹೆಂಗಸರೆಲ್ಲ ಎದ್ದು ಓಡಿಬಂದು ಅವಳ ಸುತ್ತುವರಿದು ಕುಣಿಯತೊಡಗುತ್ತಾರೆ. 'ಅರ್ಧ ದಿನವೋ, ಒಂದು ದಿನವೋ ಎರಡು ದಿನವೋ ಹಾಕಿ ಹಿಸುಕಿದ ಮೇಲಲ್ಲವೇ ಹೆರಿಗೆ?' ದಾಸಿಯರು ಕುಂತಿಗೆ ಹೇಳುತ್ತಾರೆ. ಬೆಚ್ಚಗಾಗಲು ಒಣಗಿದ ಕಟ್ಟಿಗೆ ಉರಿಸುತ್ತಿದ್ದಾರೆ. ಹುಲ್ಲು ಹಾಸಿಗೆಯ ಮೇಲೆ ಕಂಬಳಿ. ಗಿಡ ಮರ ಕಾಡುಗಳ ಮೇಲೆ ಬೀಳುತ್ತಿದ್ದ ಹನಿಗಳು ದೊಡ್ಡ ಮಳೆಯ ಸುರುಸುರು ಸದ್ದು ಮಾಡುತ್ತವೆ. ನೆಲದಿಂದೇಳುವ ಕಮ್ಮುವಾಸನೆ. 'ಅಂದರೆ ಭೂಮಿಗೆ ಒಬ್ಬ ಆಡಳಿತಗಾರನಿರಬೇಕೊ? ಇಬ್ಬರೋ?' ಧರ್ಮಜ ಕೇಳುತ್ತಾನೆ. ನಾಸ್ತಿಕ ಅನರಣ್ಯ ತಕ್ಷಣ ಉತ್ತರಿಸುತ್ತಾನೆ: 'ಬ್ರಾಹ್ಮಣರಿಗೆ ಬುಧದೇವನೇ ರಾಜ. ಈ ಭೂಮಿಯ ರಾಜನಿಗೆ ತಮ್ಮನ್ನು ಯಾವ ವಿಧದಲ್ಲೂ ನಿಯಂತ್ರಿಸುವ ಅಧಿಕಾರವಿಲ್ಲವೆಂದು ಇವರೆಲ್ಲ ಹೇಳುತ್ತಾರೆ. ಬುಧಗಿಧ ಎಂಬ

ಪುರಾಣಕಲ್ಪನೆಗಳಲ್ಲಿ ನಮಗೆ ನಂಬಿಕೆಯಿಲ್ಲ. ಆದರೆ ಜಿಜ್ಞಾಸುಗಳು ಅನ್ನಕ್ಕಾಗಿ ಕೂಡ ರಾಜನ ಹಂಗಿನಲ್ಲಿ ಬೀಳಬಾರದು.' ಹೊರಗೆ ಮಿಂಚಿದಂತಾಗುತ್ತದೆ. ಮಳೆ ಬರಲೆಂಬ ಆಶೆಯಿಂದ ಧರ್ಮಜ ಕಿಟಿಕಿಯಿಂದ ಹೊರಗೆ ನೋಡುತ್ತಾನೆ. ಪುಲಹ ಪರ್ಜನ್ಯಸ್ತುತಿ ಮಾಡತೊಡಗುತ್ತಾನೆ. ವೃಷ ಅನರಣ್ಯರು ಮುಗುಳ್ನಗುತ್ತಾರೆ. ಅದನ್ನು ಕಂಡು ಪುಲಹನಿಗೆ ಸಿಟ್ಟುಬರುತ್ತದೆ. ಸಮುದ್ರದ ಅಲೆಗಳು ಇದ್ದಕ್ಕಿದ್ದಂತೆಯೇ ಜೋರಾಗಿ ಮರಳದಂಡೆಗೆ ಎದ್ದು ಎದ್ದು ಹೊಡೆಯಲು ಶುರುವಾಗುತ್ತವೆ. ಆಕಾಶದಲ್ಲಿ ಕಪ್ಪುಮೋಡ. ಗಂಗೆಯ ದಡದಲ್ಲಿ ಕುಳಿತ ಅರ್ಜುನ ನೀರಿನಲ್ಲಿ ತನ್ನನ್ನು ತಾನು ನೋಡಿಕೊಳ್ಳುತ್ತಾನೆ. ನಡುನಡುವೆ ಬೀಳುವ ಹನಿಗಳಿಗೆ ನೀರಿನ ಕನ್ನಡಿಯು ಕದಲುತ್ತಿದ್ದರೂ ಗಾಯಗಳೆಲ್ಲ ಮಾಯ್ದರೂ ತುಂಬಿರುವ ಕಲೆಗಳು ಕಾಣುತ್ತವೆ. ನದಿಯ ದಂಡೆಯ ದೊಡ್ಡ ದೊಡ್ಡ ಜೊಂಡುಗಳ ಗುಂಪಿನ ಮೊರೆತ ದಿಣ್ಣೆಯ ಮೇಲಿನ ಮನೆಯಲ್ಲಿದ್ದ ಕುಂತಿಯ ಕಿವಿಯನ್ನು ಹುಡುಕಿಕೊಂಡು ಬಂದು ತುಂಬಿಕೊಳ್ಳುತ್ತದೆ. ಜಗುಲಿಯ ಮೇಲಿನ ಕೋಣೆಯ ಗೋಡೆಗೆ ಒರಗಿಸಿಟ್ಟಿದ್ದ, ತಾನು ತೋಳನ್ನು ನೆತ್ತಿಯ ಮೇಲೆ ಎತ್ತಿ ಹಿಡಿದರೆ ಆಗುವ ಉದ್ದದ ಲೋಹದ ಬಿಲ್ಲು ಹೊಳಪು ಹೋಗಿ ಮಾಸಲಾಗಿರುವುದು ಅರ್ಜುನನಿಗೆ ನೆನಪಾಗುತ್ತದೆ. ಮಳೆಯಲ್ಲಿ ತೊಳೆದರೆ ಕೊಳೆ ಹೋಗಿ ಹೊಳಪು ಬರಬಹುದೆನ್ನಿಸಿ ಅವನು ಮೆಟ್ಟಿಲು ಹತ್ತಿ ಅದನ್ನು ಎತ್ತಿ ತಂದು ಹೊರಗಿನ ಮೆಟ್ಟಿಲ ಮೇಲೆ ಇಡುತ್ತಾನೆ. 'ಮಹಾರಾಜ, ಯುದ್ಧಕ್ಕೆ ಯಾರೂ ದವಸ ಕೊಡಬಾರದೆಂದು ಕೃಷಿಕರಿಗೆ ಹೇಳಿ ಸಂಘಟಿಸುವಲ್ಲಿ, ರಾಜದಳದ ಮೇಲೆ ಬಿದ್ದು ನಮ್ಮ ಆಶ್ರಮದ ದವಸದ ಕೆಲವು ಭಾಗಗಳನ್ನು ದಕ್ಕಿಸಿ ತರುವಲ್ಲಿ ಈ ಇಬ್ಬರು ನಮಗೆ ನೆರವಾಗಿದ್ದಾರೆ ನಿಜ. ಆದರೆ ಇವರಿಗೆ ಯಾವುದರಲ್ಲೂ ಶ್ರದ್ಧೆ ಇಲ್ಲ.' ಪುಲಹ ಹೇಳುತ್ತಾನೆ. 'ನನ್ನ ಧರ್ಮಶ್ರದ್ಧೆಯನ್ನೂ ಇವರು ನಂಬುವುದಿಲ್ಲವೆ?' ಶಾಂತ ಮುಖವನ್ನುಳಿಸಿ ಕೊಂಡರೂ ಧರ್ಮಜನ ಧ್ವನಿಯಲ್ಲಿ ಬಿಸಿ ಏರುತ್ತದೆ. 'ಸಿಟ್ಟಾಗುತ್ತೀಯಲ್ಲ, ಶ್ರದ್ಧೆ ಇಲ್ಲ ಅನ್ನಿಸಿಕೊಳ್ಳುವುದು ಅಂಥ ಅಪಮಾನವೇ ಮಹಾರಾಜ?' ವೃಷ ನೇರವಾಗಿ ಕೇಳುತ್ತಾನೆ. ಹೊರಗೆ ಗುಡುಗುತ್ತದೆ. ಹಾವಿನಂತೆ ಹರಿಯುವ ಮಿಂಚು ಕೂಡ. ಹೊಲಿದ ಚಕ್ಕಳದಿಂದ ಮುಚ್ಚಿದ ಎರಡು ಗಾಡಿಗಳು ಜೋರುಮಳೆ ಬಿದ್ದರೂ ಹಳ್ಳ ಕಟ್ಟದ ದಿಣ್ಣೆಯ ಮೇಲೆ ನಿಂತಿವೆ. ಒಂದು ಗಾಡಿಯ ಒಳಗೆ ಹೆರಿಗೆ ನೋವು ಶುರುವಾದ ಸೊಸೆ. ಅವಳ ಸೊಂಟವನ್ನು ನೀವುತ್ತಾ ಕುಳಿತ ಅತ್ತೆ. ಪಕ್ಕದ ಗಾಡಿಯಲ್ಲಿ ಚಿಕ್ಕ ಮೊಮ್ಮಕ್ಕಳನ್ನು ಕೂರಿಸಿಕೊಂಡ ಅಜ್ಜ. 'ಊರೊಳಗೆ ಕುಲುಮೆ ಕಾಯಿಸುತ್ತಿರಬಹುದು. ಹೋಗಿ ಕರೆದು ಬಾ,' ಮುದುಕಿ ಗಂಡನಿಗೆ ಕೂಗಿ ಹೇಳುತ್ತಾಳೆ. ಮುದುಕ ಓಡುತ್ತಾನೆ ಸಣ್ಣ ಹನಿಮಳೆಯಲ್ಲಿ. ಎಷ್ಟು ದಪ್ಪಕ್ಕೆ ಬೆಟ್ಟಗಳಂತೆ ಏಳತೊಡಗಿವೆ ಅಲೆಗಳು, ಕೃಷ್ಣ ಸಮುದ್ರವನ್ನು ದಿಟ್ಟಿಸುತ್ತಾನೆ. 'ಪ್ರಹರಿ, ಓಡಿಹೋಗಿ ವಿದುರ ಚಿಕ್ಕಪ್ಪನನ್ನು ಕರೆದುಕೊಂಡು ಬಾ. ನಡುವೆ ಜೋರು ಮಳೆ ಶುರುವಾದರೆ ಗೊಂಗಡಿ ಕವಿಚಿಕೊಂಡಾದರೂ ಓಡಿಬರುವಂತೆ ಹೇಳು,' ಧರ್ಮ ಅಪ್ಪಣೆ ಮಾಡುತ್ತಾನೆ. ಒಳಕೋಣೆಯಲ್ಲಿ ನರಳುವ ಸೊಸೆ ಉತ್ತರೆಯ ನೋವನ್ನು ಆಲಿಸುವ ಸುಭದ್ರೆಗೆ ಮಗ ಅಭಿಮನ್ಯುವಿನ ಶಿಶುರೂಪ ನೆನಪಿಗೆ ಬರುತ್ತದೆ. 'ನಮ್ಮ ಕಾಡಿಗೆ ಬೆಂಕಿಬಿದ್ದಿದೆ.' 'ಒಂದೇಸಲಕ್ಕೆ

ಸುತ್ತಲಿಂದ ಹೊತ್ತಿಕೊಳ್ಳುತ್ತಿದೆ, ಈ ಚಳಿಗಾಲದಲ್ಲಿ' ಗಂಡಸರು ಬಿಲ್ಲುಬಾಣ ಹಿಡಿದು ಹೆಂಗಸರು ಮಕ್ಕಳನ್ನು ಬೆನ್ನಿಗೆ ಕಟ್ಟಿಕೊಂಡು 'ಉತ್ತರಕ್ಕೆ ನಡೆಯಿರಿ, ಆ ಕಡೆ ಉರಿ ಹೊಗೆ ಕಾಣಿಸುವುದಿಲ್ಲ' ಹೆಂಗಸರ ಕೈಯಲ್ಲೂ ಬಿಲ್ಲುಬಾಣ. 'ಹಿರಣ್ಯವತೀ, ಬಿಲ್ಲು ಹೊಡೆಯುವುದು ಕಲಿತಿಲ್ಲವೇನು ನೀನು?' 'ನಮ್ಮ ಕಾಡಿಗೆ ಎಂದೂ ಕಿಚ್ಚು ಬಿದ್ದಿರಲಿಲ್ಲ.' ಹೊಗೆಯ ವಾಸನೆ. ಹೆಜ್ಜೆಗೆ ಸಿಕ್ಕುವ ಒಣತರಗುಗಳ ಬುರುಬುರು ಸದ್ದು. ಹನಿಗಳು ಉದುರುತ್ತವೆ. ಪಟಪಟನೆ ಬೀಳುವ ಹನಿಗಳಿಂದ ನದಿಯ ಮೇಲುಮೈ ಒಡೆದು ಛಿದ್ರವಾಗುತ್ತದೆ. ಬಲಭಾಗದ ಅಷ್ಟು ದೂರದಲ್ಲಿ ದ್ರೌಪದಿ ನಿಂತಿದ್ದಾಳೆ. 'ದ್ರೌಪದಿ, ಮಳೆಯಲ್ಲಿ ಯಾಕೆ ನಿಂತಿದ್ದೀ? ಚಳಿ ಗಾಲದ ಮಳೆ, ಮೇಲೆ ನಡೆ,' ಅರ್ಜುನ ಹೇಳಿದುದಕ್ಕೆ ಅವಳು ತಿರುಗಿ ಕೂಡ ನೋಡುವುದಿಲ್ಲ. ಕಪ್ಪುಮೋಡದ ಬಣ್ಣವನ್ನು ತುಂಬಿಕೊಂಡ ನದಿಯನ್ನು ದಿಟ್ಟಿಸುತ್ತಾ ನಿಲ್ಲುತ್ತಾಳೆ. ಮುಖದ ತುಂಬ ಉಪೇಕ್ಷೆ. ಅರ್ಜುನ ಕಸಿವಿಸಿಯಿಂದ ಮೆಟ್ಟಿಲು ಹತ್ತಿ ಜಗುಲಿಯ ಮೇಲೆ ಕೂರುತ್ತಾನೆ. ಏದುಸಿರು ಬರುತ್ತದೆ. ಕೃಷ್ಣನ ಮನಸ್ಸಿನಲ್ಲಿ ಅಲೆಗಳು ವಿರುದ್ಧಗತಿಯಲ್ಲಿ ಎದ್ದು ಎದ್ದು ಬಡಿಯುತ್ತವೆ. ವಿದುರ ಜೊಂಡು ಹುಲ್ಲಿನಿಂದ ಮಾಡಿದ ಗೊಂಗಡಿ ಕವಿಚಿಕೊಂಡು ಹೊರಡುತ್ತಾನೆ. ಅರ್ಜುನನ ಲೋಹದ ಬಿಲ್ಲು ನೆನೆಯುತ್ತದೆ. ಅದನ್ನು ನೋಡುತ್ತಾ ನಿಲ್ಲುವ ಅರ್ಜುನನಿಗೆ ಎದುರು ಜಗುಲಿಯ ಮೇಲೆ ಕುಳಿತಿರುವ ಸುಭದ್ರೆ ಕಾಣುವುದಿಲ್ಲ. ಅರ್ಜುನ ನಿಟ್ಟುಸಿರು ಬಿಡುತ್ತಾನೆ. ಒಳಗಿನಿಂದ ಮಗುವಿನ ಅಳುವಿನ ಸದ್ದು ಬಂದೀತೇ ಎಂದು ಕುಂತಿ ಕಿವಿಗೊಟ್ಟು ಆಲಿಸುತ್ತಾಳೆ. ಮಳೆ ಜೋರಾದ ಭರ್ರೋ ಎಂಬ ಸದ್ದು ಸುತ್ತ ಲಿಂದ ಬಂದು ಮುಚ್ಚಿಕೊಳ್ಳುತ್ತದೆ. ಸುರಿಯುವ ಮಳೆಯಲ್ಲಿ ಲೋಹಕಾರ ಓಡಿ ಓಡಿ ಬರುತ್ತಾನೆ. ಗಾಡಿಯ ಚಕ್ಕಳದ ಹೊದಿಕೆಯ ಸಂದಿನಲ್ಲಿ ತಲೆಹಾಕುತ್ತಾನೆ. 'ನೀನು ಒಳಗೆ ನೋಡಬಾರದು. ಹೆರಿಗೆಯ ನೋವು. ಎಲ್ಲಾದರೂ ಹೋಗಿ ಬೆಚ್ಚಗೆ ಒಂದು ಬುದ್ದಲಿ ಸೆರೆ ಸಂಪಾದಿಸಿ ತಾ,' ತಾಯಿ ಕೂಗುತ್ತಾಳೆ. ಅವನು ದಪದಪ ಓಡುತ್ತಾನೆ. 'ಮಹಾರಾಜ, ಇದು ನಿಲ್ಲುವ ಮಳೆಯಲ್ಲ. ಚಳಿಗಾಲದಲ್ಲಿ ಹೀಗೆ ಧೋಗುಟ್ಟಿ ಸುರಿಯುವುದನ್ನು ನಾನೆಲ್ಲೂ ಕಂಡಿಲ್ಲ. ಈಗ ಎತ್ತ ತಿರುಗುವುದಕ್ಕೂ ಉಪಾಯವಿಲ್ಲ.' ಎರಡು ಕುದುರೆಗಳೂ ನಡುಗುತ್ತವೆ. ಚೆಂಡಿನಷ್ಟು ದಪ್ಪ ಹನಿಗಳು, ಆಲಿಕಲ್ಲುಗಳು. ಇದ್ದಕ್ಕಿದ್ದಂತೆಯೇ ಭೀಮನೊಳಗೆ ಏನೋ ಅನ್ನಿಸಿ ಒತ್ತಿಕೊಂಡುಬರುತ್ತದೆ. 'ನೀಲ, ನನಗೆ ಶೀತಗೀತವಾಗುವುದಿಲ್ಲ. ಈ ಕಂಬಳಿ ಹೊದೆದು ನುಗ್ಗಿ ನಡೆಯುತ್ತೇನೆ. ಈಗ ದಿಕ್ಕು ಹೊಳೆಯುತ್ತಿದೆ. ನೀನಿಲ್ಲೇ ಇರು' ಎಂದು ತಲೆ ಭುಜ ಬೆನ್ನುಗಳಿಗೆ ಕರಿಕಂಬಳಿ ಹೊದೆದು ಚರ್ಮದ ಪಾದರಕ್ಷೆಯ ಹುರಿಯನ್ನು ಬಿಗಿಮಾಡಿಕೊಂಡು ಚಪ್ ಚಪ್ ನೀರಿನಲ್ಲೇ ಮುಂದೆ ನಡೆಯುತ್ತಾನೆ. ಕೃಷ್ಣ ಒಂಟಿಯಾಗಿ ಅಲೆಗಳನ್ನು ದಿಟ್ಟಸುತ್ತಾನೆ. 'ನಿನ್ನ ಅರ್ಜುನ ಭೂರಿಶ್ರವನನ್ನು ಮೋಸದಿಂದ ಕೊಲ್ಲಲಿಲ್ಲ ವೇನೊ? ನೀನು, ಕೃಷ್ಣ ಶತ್ರುಗಳ ಕಡೆ ಸೇರಿ ನಮ್ಮ ಯಾದವ ಸೈನ್ಯವನ್ನೆಲ್ಲ ಕೊಲ್ಲಿಸಲಿಲ್ಲ ವೇನೊ?' ಬೇಡವೆಂದು ತಡೆದರೂ ಯುಯುಧಾನ ಕೃತವರ್ಮನ ಮೇಲೆ ಹಾಯುತ್ತಾನೆ. 'ಕೃಷ್ಣ, ನನ್ನ ಮಗಳು ವತ್ಸಲೆಯನ್ನು ತನಗೆ ಕೊಡಲಿಲ್ಲವೆಂಬ ಸೇಡಿನಿಂದ ಅಭಿಮನ್ಯು ಲಕ್ಷಣನನ್ನು ಕೊಂದು ಅವಳನ್ನು ವಿಧವೆ ಮಾಡಲಿಲ್ಲವೆ? ನನ್ನ ಮನೆಯ ಅನ್ನ ತಿಂದ

ಪಾಪಿಗೆ ತಕ್ಕ ಶಿಕ್ಷೆಯಾಯಿತು.' ಕೃಷ್ಣ ಬಲರಾಮನ ಮುಖ ನೋಡುತ್ತಾನೆ. 'ಮುಖ ಏನು ನೋಡುತ್ತೀಯ, ತಂತ್ರಗಾರ', ಬಲರಾಮನ ಮುಖವು ಸಮುದ್ರದ ಮೇಲಿನಿಂದ ಬಂದ ಮದ್ಯದಿಂದ ಕೆಂಪಗಾಗುತ್ತದೆ. ದ್ರೌಪದಿ ನಿಧಾನವಾಗಿ ಮೆಟ್ಟಿಲುಗಳನ್ನು ಹತ್ತಿ ಬರುತ್ತಾಳೆ. ಅರ್ಧಕೆದರಿದ ಕೂದಲಿನಿಂದ ನೀರು ಹರಿಯುತ್ತದೆ. ನೆನೆದು ಹರಿಯುವ ಮುಖದಲ್ಲಿ ಒಂಟಿತನ ಬೆರೆತಿರುವುದು ಕಾಣುತ್ತದೆ. ಅರ್ಜುನ ನದಿಯ ಕಡೆಗೆ ನೋಡುತ್ತಾನೆ. ಕಪ್ಪುಮೋಡ ದಿಂದ ಸುರಿಯುವ ಬಿಳಿ ಮಳೆಯು ಕಪ್ಪುನದಿಯನ್ನು ಛಿದ್ರವಿಚ್ಛಿದ್ರ ಮಾಡುತ್ತದೆ. ಮಳೆಯ ಮೋಡ ನೋಡಲು ಹೊರಗೆ ಬಂದ ಸೂತಕೇರಿಯ ಹೆಂಗಸರಿಗೆ ನಿಂತಲ್ಲಿಯೇ ಹೊಟ್ಟೆ ತೊಳಸಿ ವಾಂತಿ ಮಾಡಿಕೊಳ್ಳುತ್ತಾ ಕೂರುತ್ತಾರೆ. 'ಒಬ್ಬೊಬ್ಬಳ ಹೊಟ್ಟೆಯಲ್ಲಿ ನೂರು ಮಕ್ಕಳು ಒಟ್ಟೊಟ್ಟಿಗೆ ಹುಟ್ಟುತ್ತವೆ ಈ ಸಲ. ನೀವು ವಾಂತಿ ಮಾಡಿಕೊಳ್ಳುವ ಜೋರಿನಿಂದಲೇ ಹೇಳಬಹುದು,' ಒಬ್ಬ ಮುದುಕಿ ಕೂಗಿ ಹೇಳುತ್ತಾಳೆ. ದ್ರೌಪದಿ ತಲೆಗೂದಲಿನಿಂದ ನೀರು ಹರಿಸಿಕೊಂಡು ಮಳೆಯಲ್ಲೇ ನಿಂತಿದ್ದಾಳೆ. 'ಹೌದು ಇದೇ ಬಂಡೆ, ಹಿಡಿಂಬನನ್ನು ಕೊಂದ, ಸಾಲಕಟಂಕಟಿ ನನ್ನನ್ನು ಮೊಟ್ಟಮೊದಲು ನೋಡಿ,' ಗುರುತು ಸಿಕ್ಕುತ್ತದೆ. ಇಲ್ಲಿ ಕೂಡ ಸುತ್ತಮುತ್ತಣ ಮರಗಿಡಗಳೆಲ್ಲ ಸುಟ್ಟು ಕರಕುಗಟ್ಟಿದ ಕಾಂಡ ನಿಂತಿದೆ. ಮಳೆಯಲ್ಲಿ ನೆನೆಯುತ್ತಾ ನೀರೆಳೆದುಕೊಳ್ಳುವ ಬೇರಿನ ಶಕ್ತಿ ಇಲ್ಲದೆ ಭೀಮ ಇದ್ದಕ್ಕಿದ್ದಂತೆಯೇ ತನ್ನ ಮೈಕೈಗಳನ್ನು ನೋಡಿಕೊಳ್ಳುತ್ತಾನೆ. ಯುದ್ಧದಲ್ಲಿ ಒಡೆದು ಕುಯ್ದು ರಕ್ತ ಸೋರಿ ಮಾಯ್ದು ಗಂಟುಕಟ್ಟಿ ಕಪ್ಪು ತಿರುಗಿ ಮುಖ ಕುತ್ತಿಗೆ ಎದೆ ತೊಡೆ ಭುಜ ತೋಳುಗಳೆಲ್ಲ, ಈಗ ಯಾರಾದರೂ ನೋಡಿದರೆ ಹೆದರಿ ದೂರ ಓಡಬಹುದೆನ್ನಿಸುತ್ತದೆ. ತಕ್ಷಣ ಕೈಚಾಚಿ ಎತ್ತಿಕೊಂಡರೆ ಮೊಮ್ಮಗು ಕಿಟ್ಟನೆ ಕಿರಿಚೀತು ಈ ಮುಖ ನೋಡಿ ಎಂಬ ಭಾವನೆಯೊಡನೆ ದುಗುಡ ಒತ್ತುತ್ತದೆ. ಇಲ್ಲಿಂದ ಮುಂದಿನ ಪ್ರತಿಯೊಂದು ಏರಿಳಿವು ಕಲ್ಲುಬಂಡೆಗಳೆಲ್ಲ ನನಗೆ ಗೊತ್ತಿರುವವೆ. ಸಾಲಕಟಂಕಟಿಯ ಕೈ ಹಿಡಿದು ಓಡಾಡಿ, ಈಗ ಅವಳ ತಲೆಗೂದಲೂ ಬೆಳ್ಳಗಾಗಿ, ಮಕ್ಕಳೆಲ್ಲ ಸತ್ತ ಸುದ್ದಿ ತಿಳಿದಿದೆಯೋ ಅಥವಾ ನಾನೇ ಎದುರು ನಿಂತು ಹೇಳಬೇಕೋ, ಎನ್ನಿಸಿ ನೆನೆದು ಜಾರುವ ನೆಲ ನೋಡಿಕೊಂಡು ನಡೆಯುತ್ತಾನೆ. ಕಾಡಿನಲ್ಲಿ ಸುರಿಯುವ ಮಳೆಯ ಸದ್ದಿಲ್ಲ. ಎಲ್ಲೆಲ್ಲೂ ಸುಟ್ಟುನಿಂತ ಕರಿಕು ಕಾಂಡಗಳ ಮೇಲೆ ಬೀಳುವ ಹನಿಗಳು. ನೆಲದ ಮೇಲೆ ಹರಿಯುವ ಕರಿಬೂದಿ. ಕೆದರಿದ ನೀರು, ಹೆಣ ಸುಟ್ಟ ಜಾಗಕ್ಕೆ ನೀರು ಸುರಿದಾಗ ಆಗುವಂಥದು. ಒಳಗೆ ಹೋಗೆಂದು ಹೇಳುವ ಧೈರ್ಯವಿಲ್ಲದೆ ಅರ್ಜುನ ಕಣ್ಣುಮುಚ್ಚುತ್ತಾನೆ. ಒಳಗೆ ಉತ್ತರೆಯ ಚೀತ್ಕಾರ ಮಳೆಯ ದಪ್ಪ ಸದ್ದನ್ನು ಸೀಳಿಕೊಂಡು ಹೊರಬರುತ್ತದೆ. ಮಳೆ ಬಂತು ಮಳೆ ಬಂತು, ಬರಲಿ ಇನ್ನಷ್ಟು, ಬೆಂಕಿ ಆರಲಿ. 'ಇದಂ ವಚಃ ಪರ್ಜನ್ಯಾಯ ಸ್ವರಾಜೇ ಹೃದೋ ಅಸ್ತ್ವಂತರಂ ತಜ್ಜುಜೋಷತ್,' ಹಿರಣ್ಯವತಿ ಗಟ್ಟಿಯಾಗಿ ಘೋಷಿಸುತ್ತಾಳೆ ಸುರುಗುಟ್ಟಿ ಎಲೆಗಳ ಮೇಲೆ ಬೀಳುವ ಹನಿಗಳ ಸದ್ದನ್ನು ಭೇದಿಸಿಕೊಂಡು ಮೋಡಕ್ಕೆ ಕೇಳಿಸುವಂತೆ ಏರಿ 'ಏಯ್ ಓಡುವುದು ಬಿಟ್ಟು ಇದೇನು ಕೂಗಲು ಶುರುಮಾಡಿದೆ?' 'ಜೋರಾಗಿ ಮಳೆ ಬರಿಸುವ ಮಂತ್ರ. ಇದನ್ನು ಹೇಳಿದರೆ ಆಕಾಶದಿಂದ ದಡದಡ ಸುರಿಯುತ್ತದೆ. ಕಾಡುಕಿಚ್ಚು ಆರುತ್ತದೆ.' ಮಳೆ ಬಂತು. ಜೋರು

ಮಳೆ ದಡದಡ ಬಂತು. ಗಿಡಮರಗಳ ಮೇಲೆಲ್ಲ ಸುಂಯಿಗುಟ್ಟುತ್ತಾ ಹೊಗೆಯ ವಾಸನೆಯಡಗಿ ಮರಗಿಡಗಳ ಮೇಲಿದ್ದ ಬೆಂಕಿ ನೆಲದೊಳಗೆ ಅಡಗಿ ಧಾರೆ ಮಳೆ ಬಂತು. 'ನಿದ್ರೆಯಲ್ಲಿದ್ದ ದ್ರೌಪದಿಯ ಮಕ್ಕಳನ್ನು ಕೊಲ್ಲಲು ಸಹಾಯಕನಾಗಿ ಅನಂತರ ಓಡಿಬಂದ ಹೇಡಿ' ಯುಯುಧಾನ ಕೃತವರ್ಮನ ಮೇಲೇರಿ ಹೋಗಿ ಯುಯುಧಾನನ ಮೇಲೆ ಬಲರಾಮನ ಸಮರ್ಥಕರು ಬಿದ್ದು ಮದ್ಯಪಾತ್ರೆಗಳೇ ಆಯುಧವಾಗಿ ರುಕ್ಮಿಣಿಯ ಮಗ ಪ್ರದ್ಯುಮ್ನ ಯುಯುಧಾನನನ್ನು ಉಳಿಸಲು ನುಗ್ಗಿ ಉಳಿದವರೆಲ್ಲ ಕೈಗೆ ಸಿಕ್ಕಿದ ದೊಣ್ಣೆ ಒನಕೆ ಹಾರೆ, ಕತ್ತಿ ಕುಡುಗೋಲುಗಳಿಂದ ಎದ್ದು ಎದ್ದು ದಡಕ್ಕೆ ಹೊಡೆಯುವ ಸಮುದ್ರಚಾಚೆಯ ದೇಶಗಳ ಸುರೆಯ ಉಳಿದಿದ್ದ ಯಾದವ ಗಂಡಸರೆಲ್ಲ ರಕ್ತ ಸುರಿಸಿ ಬೀಳುವ ತುಂತುರು ಹನಿಗಳ ರಂಗುರಂಗು. ಪ್ರಾಣ ಹೋಗುವ ಹೆರಿಗೆ ನೋವು ತಡೆಯಲಾರದೆ ಹೋ ಎಂಬ ನರಳಾಟ. 'ದ್ರೌಪದಿ, ನೀನಾದರೂ ನೋಡು ಬಾ. ಹುಡುಗಿ ನೋವು ತಡೆಯಲಾರದೆ ಒದ್ದಾಡಿ ಬೆವರುತ್ತಿದ್ದಾಳೆ. ಸೂಚನೆ ಕಾಣುತ್ತಿಲ್ಲ. ಪಳಗಿದ ದಾಸಿಯರು ಏನೂ ತಿಳಿಯದೆ ಕೂತಿದ್ದಾರೆ.' ಕುಂತಿ ಓಡಿಬರುತ್ತಾಳೆ. ಅರ್ಜುನ ತಿರುಗಿ ನೋಡುತ್ತಾನೆ. ಮಳೆ ಧೋಧೋಕಾರವಾಗುತ್ತದೆ. ಹೋ. ಈ ಮರಗಳೂ ಸುಟ್ಟು ನಿಂತಿವೆ. ಸಾಲಕಟಂಕಟಿ, ನಾನು ಒಂದು ವರ್ಷ ವಾಸವಾಗಿದ್ದ ಗೂಡಿನ, ಆರು ತಿಂಗಳ ಹಿಂದೆ ನಾನು ಬಂದಾಗ ಇದ್ದ, ಎದುರಿನ ಮಕ್ಕಳು ಸೊಸೆಯರ ಮರಗಳು, ಎಲ್ಲೆಲ್ಲೂ ಇಡೀ ಕಾಡು ಬರೀ ಕಾಡುಕಿಚ್ಚಲ್ಲ. ಸುತ್ತಣಿಂದ ಹೊತ್ತಿಸಿ. 'ಹೋ, ಸಾಲಕಟಂಕಟಿ, ಸಾಲಕಟಂಕಟೀ ಕೇಳಿಸಿತೇನು, ನಾನು ಭೀಮ ಬಂದಿದೀನಿ.' ವಯಸ್ಸಾಗಿ ಕಿವಿ ಮಂದ ವಾಯಿತೋ, ಮಳೆಯೊಳಗೆ ಹುದುಗಿತೋ, 'ಹೋಯ್ ಕಾಮಕಟಂಕಟೀ, ಕಾಮಕಟಂಕಟೀ' ಯಾರೂ ಉಳಿದಿಲ್ಲ. ಈ ಕಾಡಿನಲ್ಲಿ ಯಾರೂ ಇಲ್ಲವೆನ್ನಿಸಿ ಎದೆ ಹೊಡೆದುಕೊಳ್ಳುತ್ತದೆ. ಮಳೆ ಒಂದೇಸಮನೆ ಸುರಿಯುತ್ತದೆ. ಎತ್ತರವಾದ ಜಾಗವಾದುದರಿಂದ ನೀರು ನಿಂತಿಲ್ಲ. ಸುತ್ತ ಹರಿದು ಹೋಗುತ್ತಿದೆ. ಭೀಮ ತಲೆ ಎತ್ತಿ ನೋಡುತ್ತಾನೆ. ಅಂತರಿಕ್ಷದೆತ್ತರ ಬೆಳೆದ ಹಳೆ ಮರದ ಕೊಂಬೆಗಳೆಲ್ಲ ಕರುಕಾಗಿ ಕವೆಗಳಲ್ಲಿ ಕಟ್ಟಿದ್ದ ಬಿದಿರಗೂಡುಗಳೆಲ್ಲ ಗುರುತೂ ಕಾಣದಂತೆ ಇನ್ನೊಮ್ಮೆ ಗಟ್ಟಿಯಾಗಿ ಸಾಲಕಟಂಕಟೀೀೀ ಎಂದು ಮಳೆಯ ಮೋಡದ ಆಚೆಯ ಆಕಾಶಕ್ಕೆಲ್ಲ ಕೇಳುವಂತೆ ಮುಖವೆತ್ತಿ ಕರೆಯುವಾಗ ಪಟಪಟ ಹನಿಗಳು ಕಣ್ಣು ಮೂಗು ಬಾಯಿಗಳಿಗೆ ಬಿದ್ದು ನೆತ್ತಿ ಹತ್ತಿ, ಗೊಂಗಡಿ ಕವಿಚಿಕೊಂಡ ವಿದುರ ಎಚ್ಚರದಿಂದ ಹೆಜ್ಜೆ ಇಡುತ್ತಾನೆ. ಹೆಜ್ಜೆ ಮುಳುಗುವ ನೀರು ಬೀದಿಯಲ್ಲಿ ತುಂಬಿ ಬಂದಿದೆ. ಒಣಗಿದ್ದ ಕೊಳಚೆ ಎಲ್ಲ ನೆನೆದು ನೀರು ವಾಸನೆಯಾಗಿದೆ. ಹಳೆಯ ಗೊಂಗಡಿ ಸೋರುತ್ತಿದೆ: ಅರ್ಜುನ ನದಿಯನ್ನು ದೃಷ್ಟಿಸುತ್ತಾನೆ. ಕಪ್ಪಗೆ ಶುಭ್ರವಾಗಿದ್ದ ನೀರು ಕೆಂಪುಕಂದು ಕೊಳಚೆ ಇಷ್ಟು ಬೇಗ. ಊರ ಹೊಲಸೆಲ್ಲ ಕೊಚ್ಚಿ ಬರುತ್ತಿದೆ ಏನೋ ಎಂದು ದಿಟ್ಟಿಸುತ್ತಾನೆ. ಕಿವಿ ಕಿವುಡಾಗುವಂತೆ ಭರ್ರೋ ಎಂದು ಸುರಿಯುವ ಮಳೆಯಲ್ಲಿ ಊರು ಉಳಿಯುತ್ತದೆಯೋ ಹೇಗೋ! ಎಂದು ಮೇಲುಚಾವಣಿ ನೋಡುತ್ತಾನೆ. ಇದು ಹೊಸದಾಗಿ ಕಟ್ಟಿದ ಮನೆ ಎಂಬ ನೆನಪಾಗುತ್ತದೆ. 'ನೆನೆಯುವುದು ಬೇಡ. ಎಲ್ಲ ಗುಡಿಸಿಲುಗಳಿಗೆ ವಾಪಸು ಓಡಿ.' 'ಮಕ್ಕಳಿಗೆ ಬಗುನಿಸೋಗೆ ಕವಿಚಿಕೊಳ್ಳಿ.' 'ಹಿರಣ್ಯವತೀ, ಇನ್ನಷ್ಟು ಗಟ್ಟಿಯಾಗಿ ಹೇಳು

ನಿಮ್ಮ ಮಂತ್ರವನ್ನು ಮಳೆದೇವರಿಗೆ ಸರಿಯಾಗಿ ಕೇಳುವ ಹಾಗೆ.' ಚಳಿಮಳೆಯ ಓಟದಲ್ಲಿ ಬೆವರು ಏದುಸಿರು ವಾಂತಿ. ಒಳಗೆ ಹಿಸುಕಿ ನುಲಿಯುವ ನೋವು, ತಡೆಯಲಾರದೆ ಉತ್ತರೆ ಸುಸ್ತಾಗಿ ಅಳಲೂ ಶಕ್ತಿ ಇಲ್ಲದೆ ಕೈಕಾಲುಗಳನ್ನು ಚಾಚಿ ದಾಸಿ ಸವರುವ ಎಣ್ಣೆಯನ್ನು ವಲ್ಲೆವಲ್ಲೆ ಎಂದು ಕಿರುಚುತ್ತಾಳೆ. ನದಿಯ ಪ್ರವಾಹ ಏರುತ್ತದೆ. ಇದ್ದಕ್ಕಿದ್ದಂತೆಯೇ ಎಷ್ಟು ಮೆಟ್ಟಿಲು ಕಸಕಡ್ಡಿ, ಬಿದಿರು, ಮನುಷ್ಯರ ಹೆಣ, ಗಂಡಸಲ್ಲ ಹೆಂಗಸು, ಮತ್ತೆ ಯಾವ ವಿಧವೆ ನದಿಗೆ ಬಿದ್ದಳೋ ಎಂದು ಅರ್ಜುನ ಎದ್ದು ನಿಲ್ಲುತ್ತಾನೆ. ನುಗ್ಗಿ ಈಜು ಬಿದ್ದರೂ ಸತ್ತಿರುತ್ತಾಳೆ, ಸಾಯದಿದ್ದರೂ ಈಜಿ ಹಿಡಿದು ಬದುಕಿಸುವ ಶಕ್ತಿ ಇಲ್ಲವೆನ್ನಿಸುತ್ತದೆ. ಏದುಸಿರು ಆಯಾಸ ಮತ್ತೆ ಕಾಣಿಸಿಕೊಳ್ಳುತ್ತದೆ. 'ಚಿಕ್ಕಪ್ಪ, ಈ ಗ್ರಾಮಮುಖ್ಯರಿಗೆಲ್ಲ ನೀನೇ ಹೇಳಿ ನಂಬಿಕೆ ಹುಟ್ಟಿಸಬೇಕು. ನಾನು ಬೆಳಗಿನಿಂದ ಹೇಳುತ್ತಿದ್ದೇನೆ. ಎಂದೆಂದಿಗೂ ನಾನು ನಿಮ್ಮ ಹಳ್ಳಿಗಳನ್ನು ದೋಚಿಸುವುದಿಲ್ಲ. ಈಗ ಹಳ್ಳಿಗೆ ಒಂದು ಗಾಡಿಯಂತೆ ದಿನಸಿ ಕೊಡಿ. ಈ ದಿನ ಅದೃಷ್ಟಕ್ಕೆ ಮಳೆ ಶುರುವಾಗಿದೆ. ಎಲ್ಲರೂ ಉತ್ತು ಬೀಜ ಚೆಲ್ಲಿ. ಆರನೆಯ ಒಂದು ಭಾಗಕ್ಕಿಂತ ಹೆಚ್ಚಿನ ರಾಜಕರವನ್ನು ಎಂದಿಗೂ ಕೇಳುವುದಿಲ್ಲ ಎಂದು ಹೇಳುತ್ತಿದ್ದೇನೆ. ನೀನೇ ಮಾತಾಡು ಬಾ.' ರಾಜಸಭಾಭವನದ ಹೊರಗೆಲ್ಲ ಕೆಂಪುನೀರು ಕಸಕಡ್ಡಿಗಳನ್ನು ತೇಲಿಸುತ್ತದೆ. ಅಕೋ, ಅಲ್ಲಿ ಎದುರಿನ ಬಂಡೆಯ ಸಂದಿಯ ಸಂದಿನಿಂದ ಓಡಿ ಬರುತ್ತಿರುವ ಮಳೆಗೆ ಹಣೆಯ ಮೇಲೆ ಬಲಗೈಯನ್ನು ಅಡ್ಡಕೊಟ್ಟುಕೊಂಡು ತನ್ನ ಗುರುತು ಹತ್ತಿದವನಂತೆ ಓಡಿ ಹತ್ತಿರ ಬಂದು ಮಂಡಿಯತನಕ ಬಾಗಿ 'ಮಹಾರಾಜ, ನನ್ನ ಗುರುತು ಸಿಕ್ಕಲಿಲ್ಲವೆ? ಘಟೋತ್ಕಚನ ಜೊತೆ ಬಂದು ಯುದ್ಧ ಮಾಡಿದೆನಲ್ಲ ನಾನು. ನಿನಗೆ ಗುರುತಿರಲಿಕ್ಕಿಲ್ಲ.' ಭೀಮ ಶೂನ್ಯವಾಗಿ ನೋಡುತ್ತಾನೆ. 'ನಮ್ಮ ರಾಜ ಸತ್ತು ನಮ್ಮವರೆಲ್ಲ ಸತ್ತು ನಾನೊಬ್ಬನೇ ಏನು ಮಾಡಲಿ? ಅಲ್ಲಿಂದ ಹೊರಟು ರಾತ್ರಿಯ ಹೊತ್ತೇ ಪ್ರಯಾಣ ಮಾಡಿ ಇಲ್ಲಿಗೆ ಬಂದು ನೋಡುತ್ತೇನೆ: ನಮ್ಮ ಕಾಡನ್ನೆಲ್ಲ ಸುಟ್ಟು ಕರಕು ಮಾಡಿ ನಿಲ್ಲಿಸಿದ್ದಾರೆ' ಎಂಬುದನ್ನು ತಡೆದು ಭೀಮ, 'ಯಾರು ಯಾರು?' ಎಂದು ಕೇಳುತ್ತಾನೆ. 'ನನಗೂ ಗೊತ್ತಾಗಲಿಲ್ಲ. ಪಾಂಚಾಲದ ಕಡೆಯ ಹಳ್ಳಿಗಳಲ್ಲಿ ನನಗೆ ಗುರುತಿರುವ ಕೆಲವರಿದ್ದಾರೆ. ಅವರು ದನ ಮೇಯಿಸಲು ಬಯಲಿಗೆ ಬಂದ ವೇಳೆಗೆ ಹೋಗಿ ವಿಚಾರಿಸಿದೆ. ಈ ಕುರುಗಳ ಕಡೆಯ ಜನಗಳಂತೆ. ಅತ್ತ ಖಾಂಡವದ ಕಡೆಯವರೂ ಅಂತೆ. ಈ ನಮ್ಮ ಕಾಡು ತುಂಬ ಫಲ ವತ್ತಿನ ಭೂಮಿಯಂತೆ. ಇದನ್ನು ಸುಟ್ಟು ಕಡಿದು ಉತ್ತು ಹೊಲ ಮಾಡುವ ಕಣ್ಣಿತ್ತು ಅವರಿಗೆಲ್ಲ. ನನಗೂ ಗೊತ್ತಿತ್ತು ಅದು. ನಮ್ಮ ರಾಜ ಘಟೋತ್ಕಚ ಇರುವವರೆಗೆ ಇದರ ಗಡಿಯನ್ನು ಪ್ರವೇಶಿಸುವ ಧೈರ್ಯ ಯಾರಿಗಿತ್ತು? ನಾವೆಲ್ಲ ನಿನ್ನಪರ ಯುದ್ಧಕ್ಕೆ ಹೋದೆವಲ್ಲ. ಗಂಡಸರೆಲ್ಲ: ಪ್ರಾಯದ ಗಂಡಸರೆಲ್ಲ ಹೋಗಿ, ನಮ್ಮ ಕಾಡನ್ನು ನಾವು ನೋಡಿಕೊಳ್ಳುತ್ತೇವೆ ಅಂತ ಸಾಲಕಟಂಕಟಿ ರಾಣಿ ಹೇಳಿಕಳಿಸಿದಳಲ್ಲ; ಇದೇ ಸಮಯ ಅಂತ ಎರಡು ಕಡೆಯಿಂದ ನಿಮ್ಮ ಆರ್ಯಜನ ಸುತ್ತುವರಿದು ಬೆಂಕಿ ಹೊತ್ತಿಸಿ ಚಳಿಗಾಲವಾದರೂ ಒಣತರಗು ಕಡ್ಡಿ ಒಣಗೊಂಬೆ ದಿಮ್ಮಿಗಳಿಗೇನು ಕಡಮೆ ಇತ್ತೇ ಇಲ್ಲಿ ಸುತ್ತ ಹೊತ್ತಿಕೊಂಡು ಮೂರು ರಾತ್ರಿ ಮೂರು ಹಗಲು.....' ಎಂಬ ನಡುವೆ ಭೀಮ, 'ಇಲ್ಲಿದ್ದವರೆಲ್ಲ ಎಲ್ಲಿಗೆ ಹೋದರು,

ಹೆಂಗಸರು, ಮಕ್ಕಳು, ಕೈಯ ಮಗು?' ಕೊನೆಯೇ ಇಲ್ಲದೆ ಹರಡಿರುವ ಕಪ್ಪು ಮೋಡದಿಂದ ಬೀಳುವ ಜೋರುಮಳೆಗೆ ಯುದ್ಧ ನಡೆದ ಬಯಲುಗಳೆಲ್ಲ ತುಂಬಿ ನದಿಯಿದ್ದ ಇಳಿಜಾರಿನ ಕಡೆಗೆ ಹರಿಯುತ್ತದೆ. ಹರಡಿ ಹೋಗಿದ್ದ ಮೂಳೆಗಳು ಒಂದೊಂದು ಕಡೆಗೆ ಕೊಚ್ಚಿ ನಿಲ್ಲುತ್ತವೆ. ಸುರೆಯ ಬುದ್ದಲಿಯನ್ನು ಕೈಲಿ ಹಿಡಿದು ಲೋಹಕಾರ ಮಳೆಯಲ್ಲಿ ಕುಣಿಕುಣಿಯುತ್ತಾ ಬರುತ್ತಾನೆ. ಹೊಲಿದ ಚಕ್ಕಳದ ಮುಸುಕು ಹಾಕಿದ ಗಾಡಿಯೊಳಗೆ 'ನಾ ವಲ್ಲೆ ನಾ ವಲ್ಲೆ' ಎಂದು ಕಿರುಚಿಕೊಳ್ಳುವ ಸೊಸೆಗೆ ಮುದುಕಿ, 'ಮೂರು ಮಕ್ಕಳನ್ನು ಹೆತ್ತ ಅನುಭವವಿದೆ. ವಲ್ಲೆ ಎಂದರೆ ಏನರ್ಥ, ಸ್ವಲ್ಪ ಮುಕ್ಕಿಬಿಡು, ಉಸಿರು ಹಿಡಿದು, ಹೀಗೆ' ಎನ್ನುತ್ತಾಳೆ. 'ಓssಯ್ ಇಲ್ಲಿ ನೋಡು. ಆ ಗಾಡಿಯಲ್ಲಿ ಒಲೆಹೊತ್ತಿಸಿ ಒಂದಿಷ್ಟು ಬಿಸಿನೀರು ಕಾಯಿಸು' ಎಂದು ಗಂಡನಿಗೆ ಕೂಗಿ ಹೇಳುತ್ತಾಳೆ. ಇದುವರೆಗೆ ಸುಮ್ಮನೆ ಬೀಳುತ್ತಿದ್ದ ಮಳೆಯು ಈಗ ಒನಕೆಯ ಏಟಿನಂತೆ ಜಡಿಯಲು ಶುರುವಾಗುತ್ತದೆ. 'ಓಡಿ ಹೋದರು ಅಂತ ನಾನು ತಿಳಿದಿದ್ದೆ. ಆಮೇಲೆ ನಾನೊಬ್ಬನೇ ನಮ್ಮ ಕಾಡಿನಲ್ಲೆಲ್ಲ ಸುತ್ತಿ ಪರೀಕ್ಷಿಸಿದೆ. ಸುಟ್ಟು ಕರುಕಾದ ಎಷ್ಟೋ ಮನುಷ್ಯ ದೇಹಗಳು, ಹುಲಿ ಚಿರತೆ ಹುಲ್ಲೆ ಆನೆಯ ದೇಹಗಳು ಅಲ್ಲಲ್ಲಿ ಮನುಷ್ಯರಲ್ಲಿ ಯಾವುದು ಯಾರದ್ದೆಂಬ ಗುರುತು ಯಾರಿಗೆ ಹತ್ತಬೇಕು, ನನ್ನ ಹೆಂಡತಿ ಚಿಕ್ಕ ಮಕ್ಕಳು, ಮಹಾರಾಜಾ' ಎಂದು ಸುರಿಯುವ ಮಳೆಯೊಳಗಿನಿಂದ ಸೀಳಿ ಕೇಳಿಸುವಂತೆ ಅವನು ಅಳುತ್ತಾನೆ. ಭೀಮ ಗಟ್ಟಿಯಾಗಿ, 'ಸುಳ್ಳಿರಬಹುದು. ಎಲ್ಲರೂ ಸತ್ತಿರಲಿಕ್ಕಿಲ್ಲ. ಈ ಕಾಡಿನಿಂದ ಹೊರಗೆ ಓಡಿ ಬೇರೆ ಯಾವುದಾದರೂ ಕಾಡಿಗೆ' ಎಂದು ತನಗೆ ತಾನೆ ಧೈರ್ಯ ತಂದುಕೊಳ್ಳುತ್ತಾ 'ಸುತ್ತಣಿಂದ ಕಾಡು ಹೊತ್ತಿಕೊಂಡು ಬರುತ್ತಿರುವಾಗ ಹೇಗೆ ಓಡಿಹೋದಾರು. ಮಹಾರಾಜಾ?' ಎಂದು ಅವನು ಬಿಕ್ಕುತ್ತಿರುವಾಗ ಮತ್ತೆ ಗಟ್ಟಿಯಾಗಿ ಸಾಲಕಟಂಕಟೀಽ ಎಂದು ಗುಡುಗು ಹುಟ್ಟುವ ಮೋಡದಾಚೆಗೆಲ್ಲ ಕೇಳುವಂತೆ ಕಿರಿಚಿ ಗಂಟಲಿನ ನರಗಳು ಬಿಗಿದುಕೊಂಡು ಉತ್ತರೆ 'ಹಾಯ್' ಎಂದು ನಿಟ್ಟುಸಿರುಬಿಟ್ಟು ಒದ್ದಾಟವನ್ನು ನಿಲ್ಲಿಸುತ್ತಾಳೆ. ದಾಸಿ ಕುಂತಿಯನ್ನು ಹೊರಕ್ಕೆ ಕರೆದೊಯ್ದು ಕಿವಿಯಲ್ಲಿ ಉಸುರುತ್ತಾಳೆ. ಕುಂತಿಯ ಕಣ್ಣಿನಲ್ಲಿ ನೀರು ತುಂಬಿಕೊಳ್ಳುತ್ತದೆ. ಒದ್ದೆ ಕೂದಲಿನ ದ್ರೌಪದಿಯ ಎದುರಿಗೆ ಬಂದು ಸಪ್ಪನೆ ಕೂರುತ್ತಾಳೆ. 'ಸತ್ತ ಮಗು ಹೊರಗೆ ಬಂತಂತೆ' ಎನ್ನುವಾಗ ಅಳು ಉಕ್ಕುತ್ತದೆ. ಮಳೆಯ ಹೊಡೆತದಲ್ಲಿ ಅಳುವಿನ ಸದ್ದು ಕೇಳುವುದಿಲ್ಲ. 'ಮಹಾರಾಜಾ, ನಮ್ಮವರು ಯಾರಾದರೂ ಹುಡುಕಿಕೊಂಡು ಬಂದರೆ ಸಂಧಿಸೋಣವೆಂತ ನಾನು ಇಲ್ಲೇ ಇದ್ದೇನೆ. ಬೇಟೆಗೆ ಒಂದು ಜಿಂಕೆಯೂ ಇಲ್ಲದಂತೆ ಸುಟ್ಟಿರುವ ಈ ಕಾಡಿನ ನೆಲದ ಗೆಡ್ಡೆ ಗೆಣಸುಗಳನ್ನು ಬಗೆದು ತಿಂದು, ಸರೋವರದ ನೀರು ಕೂಡ ಬೂದಿ ಕರಗಿ, ಇನ್ನೇನು ಮಳೆಯಾಗುತ್ತಿದೆಯಲ್ಲ, ಆಮೇಲೆ ಉಳಲು ಶುರುಮಾಡುತ್ತಾರೆ. ಹೊಂಚುಹಾಕಿ ಕೂತಿದ್ದು ಉಳುವ ಒಬ್ಬೊಬ್ಬನನ್ನೇ ಕೊಂದು ಹೊತ್ತು ತಂದು ರಕ್ತಮಾಂಸಗಳನ್ನು ತಿಂದು.' 'ಮಗು, ನಿನ್ನ ಐದು ಮಕ್ಕಳು ಸತ್ತಮೇಲೆ ಈ ಗರ್ಭವೊಂದೇ ನಮ್ಮ ವಂಶಕ್ಕಿದ್ದ ಆಶೆ' ಎಂದು ಗಟ್ಟಿಯಾಗಿ ಅಳುತ್ತಾಳೆ. ಜಗುಲಿಯ ಮೇಲಿದ್ದ ಅರ್ಜುನ ಮೆಟ್ಟಿಲಿನ ಕಡೆಗೆ ತಿರುಗಿ ನೋಡುತ್ತಾನೆ. ತಾನು ನೆತ್ತಿಯ ಕಡೆಗೆ ಕೈ ಎತ್ತಿದರೆ ಆಗುವ ಎತ್ತರದ ಲೋಹದ ಬಿಲ್ಲು ಇಲ್ಲ. ಮಳೆಯಲ್ಲಿ

ಕೊಚ್ಚಿ ಕೆಳಗೆ ಕಸಕಡ್ಡಿಗಳ ಕೆಂಪು ಪ್ರವಾಹ ಉಕ್ಕಿ ಹರಿಯುತ್ತಿದೆ. ಅವನು ಮೆಟ್ಟಿಲಿನ ಕೆಳಗೆ ದಡಬಡನೆ ಇಳಿಯುತ್ತಾನೆ. ಬಾಣದ ಹೊಡೆತದಂತಹ ಹನಿಗಳನ್ನು ತಾಳಲಾರದೆ, ಮತ್ತೆ ಜಗುಲಿಗೆ ಓಡಿಬಂದು ನಿಲ್ಲುತ್ತಾನೆ. 'ಏಯ್ ನಮಗೂ ಹೇಳಿಕೊಡೇ ಮಳೆ ಕರೆಸುವ ಗಟ್ಟಿ ಹಾಡನ್ನು.' 'ಉತ್ತರೆಗೆ ನಿಯೋಗ ಮಾಡಿಸಿ' ದ್ರೌಪದಿಯು ಕುಂತಿಯ ಭುಜ ಹಿಡಿದು ಸಮಾಧಾನ ಮಾಡುತ್ತಾಳೆ. 'ಬೇಡ ಬೇಡ. ಇನ್ನು ಅದು ಬೇಡ' ಕುಂತಿ ತಲೆಯಾಡಿ ಸುತ್ತಾಳೆ. ಸಮುದ್ರದ ಅಲೆಗಳು ಅತಿ ಎತ್ತರಕ್ಕೆ ಏರಿ ಏರಿ ಬಡಿಯುತ್ತವೆ. ಹೊಸ ನಗರ ದ್ವಾರಕೆ ಕೊಚ್ಚಿಹೋಗುವ ಭಯ ಕಾಣುತ್ತದೆ. 'ಮಗು ಬರ್ಬರಕನಿಗೆ ಈಗ ಒಂದು ವರ್ಷವಲ್ಲವೆ? ಬದುಕಿದೆಯೋ ಅಥವಾ ಬೆಂಕಿಯಲ್ಲಿ?' ಭೀಮ ಉದ್ವೇಗದಿಂದ ಕೇಳುತ್ತಾನೆ. ಗಂಟಲು, ಕಣ್ಣು ತುಂಬಿಕೊಳ್ಳುತ್ತದೆ. 'ಮಗು, ನೀನು ಮುಟ್ಟಾಗುತ್ತಿದ್ದೀಯಾ ಇನ್ನೂ?' ಕುಂತಿ ಕೇಳುತ್ತಾಳೆ. 'ಹೂಂ. ಯಾಕೆ?' 'ಇನ್ನು ನೀನೇ ಬಸುರಿಯಾಗಬೇಕು. ಇಲ್ಲದಿದ್ದರೆ ಈ ವಂಶ ನಿಂತುಹೋಗುತ್ತದೆ.' ದ್ರೌಪದಿ ತಲೆಯಾಡಿಸುತ್ತಾಳೆ. ಅವಳ ಕಣ್ಣುಗಳಲ್ಲಿ ಧಿಕ್ಕಾರ ತುಂಬಿಕೊಳ್ಳುತ್ತದೆ. ಕುಂತಿ ಎದ್ದು ಸುಭದ್ರೆಯ ಹತ್ತಿರಕ್ಕೆ ಹೋಗುತ್ತಾಳೆ. 'ಹೇಳಿದೆನಲ್ಲ ಸುಟ್ಟು ಕರುಕಾದ ಎಷ್ಟೋ ಮನುಷ್ಯದೇಹ ಗಳು, ಮಕ್ಕಳ ದೇಹಗಳು, ಯಾವುದು ಯಾರದ್ದೆಂಬ ಗುರುತು ಹೇಗೆ ಹತ್ತಬೇಕು?' ಗಾಡಿಯನ್ನು ಮುಚ್ಚಿದ ಚಕ್ಕಳದ ಮೇಲೆ ಬಡಿಯುವ ಹನಿಗಳ ಸದ್ದಿನಲ್ಲಿ ಒಳಗೆ ಕೂಗಿದ ಸದ್ದು ಪಕ್ಕದ ಗಾಡಿಗೆ ಕೇಳಿಸುವುದಿಲ್ಲ. ಮುದುಕಿ ತಲೆ ಹಾಕಿ ಕಿರಿಚುತ್ತಾಳೆ. 'ಬಿಸಿ ನೀರು ತಾ ಬಿಸಿ ನೀರು, ಮಗು ಅತ್ತದ್ದು ಕೇಳಿಸಲಿಲ್ಲವೆ?' ಒಲೆಯ ಮೇಲೆ ಮರಳುತ್ತಿದ್ದ ಬಿಸಿ ನೀರಿನ ಪಾತ್ರೆಯನ್ನು ಬರಿಕೈಯಲ್ಲೇ ಎತ್ತಿ ಹಿಡಿದು ಮುದುಕ ಲೋಹಕಾರ ಹೆಂಡತಿಯ ಕೈಗೆ ಕೊಟ್ಟು ತಾನು ನೆನೆಯುತ್ತಾ ತಲೆಯನ್ನು ಚಕ್ಕಳದ ಕೌದಿಯೊಳಗೆ ನೂಕಿ ನೋಡುತ್ತಾನೆ. ಅನಂತರ ಹೊರತೆಗೆದು ಮಳೆಯಲ್ಲಿ ಕುಣಿಯತೊಡಗುತ್ತಾನೆ. ಕುಂತಿ ಮತ್ತೆ ದ್ರೌಪದಿಯ ಹತ್ತಿರಕ್ಕೆ ಬಂದು ಅವಳ ಒದ್ದೆ ತಲೆಯನ್ನು ಸವರುತ್ತಾ ಹೇಳುತ್ತಾಳೆ: 'ಸುಭದ್ರೆ ಬಸುರಾಗುವಂತಿಲ್ಲ. ಅರ್ಜುನನ ಪ್ರಾಯ ಕಳೆದಿದೆಯಂತೆ. ನೀನೇ ದಿಕ್ಕು.' 'ಏಯ್ ಮಳೆಯಲ್ಲಿ ನೆನೆದಿದ್ದೇನೆ. ನನಗೆ ಅರ್ಧ ಮೊಗೆಯಾದರೂ ಸುರೆಯನ್ನು ಕೊಡಬೇಕು' ಎಂದು ಮುದುಕ ಕೌದಿಯ ಹತ್ತಿರದಿಂದ ಕೂಗಿ ಕೇಳುತ್ತಾನೆ. ಸುರಿಯುವ ಮಳೆಯಲ್ಲೇ ಹಿಂಡುಗಟ್ಟಳೆ ಹೆಂಗಸರು ಸಭಾಭವನದೊಳಕ್ಕೆ ನುಗ್ಗುತ್ತಾರೆ. 'ಯಾರಿವರು?' ಧರ್ಮಜನ ಪ್ರಶ್ನೆಗೆ ಒಬ್ಬ ಮುದುಕಿ ಕೂಗಿ ಹೇಳುತ್ತಾಳೆ: 'ಸೈನಿಕರ ರಂಜನೆಗೆಂದು ಯುದ್ಧಕ್ಕೆ ಎಳೆದೊಯ್ದಿದ್ದ ಹಳ್ಳಿಯ ಹೆಂಗಸರು. ಯುದ್ಧದಲ್ಲಿ ಇವರೆಲ್ಲ ಬಸಿರಾಗಿದ್ದಾರೆ. ಗಂಡಂದಿರು ಮನೆಗೆ ಸೇರಿಸುತ್ತಿಲ್ಲ. ಇವರ ದಿಕ್ಕೇನು?' ಧರ್ಮಜ ಮೂಕನಾಗಿ ನೋಡುತ್ತಾನೆ. ಹಿಂಡು ಹಿಂಡುಹಿಂಡುಗಟ್ಟಳೆ ಮಳೆಯಲ್ಲಿ ನಡುಗುತ್ತಾ ಒಳಗೆ ಜಾಗ ಸಾಲದೆ ಹೊರಗೇ ನಿಂತಿರುವ ಓ ಲೆಕ್ಕಸಿಕ್ಕದಷ್ಟು ಜನ. 'ಮಹಾರಾಜಾ, ನಿಮ್ಮ ವಂಶದ ಯುದ್ಧದಲ್ಲಿ ನಾವೆಲ್ಲ ಹಿಂಸೆಯ ಬಸುರಾಗಿದ್ದೇವೆ. ಹುಟ್ಟುವ ಮಕ್ಕಳಿಗೆ ತಂದೆ ಎಂದು ಯಾರ ಹೆಸರು ಹೇಳಬೇಕು?' ಒಬ್ಬ ಹೆಂಗಸು ತಗಾದೆ ಮಾಡುವ ಗಟ್ಟಿ ಧ್ವನಿಯಲ್ಲಿ ಕೂಗುತ್ತಾಳೆ. ಉಳಿದವರೆಲ್ಲ ಯಾರ ಹೆಸರು ಯಾರ ಹೆಸರು ಎನ್ನುವಂತೆ

ಸಭಾಭವನವು ಮೊಳಗುತ್ತದೆ. 'ಈ ವಂಶ ನಿಂತುಹೋದರೇನಂತೆ?' ದ್ರೌಪದಿಯ ಪ್ರಶ್ನೆಗೆ ಕುಂತಿ ಸಿಟ್ಟಾಗುತ್ತಾಳೆ. 'ಅದೆಲ್ಲ ಸಾಧ್ಯವಿಲ್ಲ. ನೀನು ಬಸುರಾಗಲೇಬೇಕು. ಈ ಮನೆಗೆ ಸೊಸೆಯಾಗಿ ಬಂದ ನೀನು ಹೀಗನ್ನಬಹುದೆ?' ಕುಂತಿಯ ಕಣ್ಣುಗಳು ರೇಗುತ್ತವೆ. ತನ್ನ ಉರಿದೃಷ್ಟಿಯನ್ನು ಅತ್ತೆಯ ರೇಗಿದ ಕಣ್ಣಿನ ಆಳಕ್ಕೆ ಹೊಗಿಸಿ, 'ಅಮ್ಮ, ಈ ಮನೆಗೆ ಸೊಸೆಯಾಗಿ ಬಂದ ನೀನು ಹೀಗನ್ನಬಹುದೆ?' ದ್ರೌಪದಿ ಪ್ರತಿಯಾಗಿ ಕೇಳುತ್ತಾಳೆ. ಸಮುದ್ರ ಉಕ್ಕುತ್ತದೆ. ನೀರು ಊರಿನೊಳಕ್ಕೆ ನುಗ್ಗುತ್ತದೆ. ನಾ ಕಟ್ಟಿದ ನಗರ ಎಂದು ಕೃಷ್ಣ ದಿಙ್ಮೂಢನಾಗುತ್ತಾನೆ. ಒಂದು ಕ್ಷಣದಲ್ಲಿ ಊರುತುಂಬ ತುಂಬಿರುವ ಹೆಂಗಸರು ವಿಧವೆಯರ ನೆನಪಾಗುತ್ತದೆ. ಗಾಡಿಯ ಅಡಿಯಲ್ಲಿ ಬೆಂಕಿ ಕಾಯಿಸುತ್ತಿದ್ದ ಮೂರು ಮಕ್ಕಳನ್ನೂ ಎತ್ತಿಕೊಂಡು ಮಗ ಲೋಹಕಾರನೂ ಅಪ್ಪನ ಜೊತೆಗೆ ಸುರಿಯುವ ಮಳೆಗೆ ಬಂದು ಕುಣಿಯತೊಡಗುತ್ತಾನೆ. 'ಚಳಿಗಾಲದ ಮಳೆಯಲ್ಲಿ ಚಿಕ್ಕ ಮಕ್ಕಳನ್ನು ನೆನೆಸುತ್ತೀಯಲ್ಲೋ' ಎಂದು ಅಪ್ಪ ಮಗನ ಬೆನ್ನಿಗೆ ಎತ್ತಿ ಎತ್ತಿ ಹೊಡೆಯುತ್ತಾನೆ. ಬೀದಿಯ ನೀರು ಮೊಣಕಾಲುದ್ದ ಏರುತ್ತದೆ. ಮಂಡಿಯುದ್ದ ಏರುತ್ತದೆ. ಭವನದೊಳಗೆ ತುಂಬಿಕೊಂಡ ಹೆಂಗಸರಿಗೆ ಹೇಳಲು ಉತ್ತರ ತಿಳಿಯದೆ ಧರ್ಮಜ ಹೊರಗಿನ ಮಳೆಯನ್ನು ನೋಡುತ್ತಾ ಕೂರುತ್ತಾನೆ.

ಬರೆದದ್ದು ೧೨-೧೦-೭೫ರಿಂದ ೨೭-೧೨-೭೬
ಮೈಸೂರು

ಭೈರಪ್ಪನವರ ಕೃತಿಗಳು

(ಪ್ರಥಮ ಮುದ್ರಣದ ಕ್ರಮದಂತೆ)

ಕಾದಂಬರಿಗಳು

ಗತಜನ್ಮ – ಮತ್ತೆರಡುಕತೆಗಳು

ಒಂಬತ್ತು ಮುದ್ರಣಗಳು: ೧೯೫೫, ೨೦೧೫, ೨೦೧೬, ೨೦೧೭, ೨೦೧೯, ೨೦೨೦, ೨೦೨೧, ೨೦೨೩, ೨೦೨೪

ಭೀಮಕಾಯ

ಹದಿನಾಲ್ಕು ಮುದ್ರಣಗಳು: ೧೯೫೮, ೨೦೦೫, ೨೦೦೭, ೨೦೧೦, ೨೦೧೨, ೨೦೧೪, ೨೦೧೫, ೨೦೧೭, ೨೦೧೮, ೨೦೧೯, ೨೦೨೧, ೨೦೨೨, ೨೦೨೪, ೨೦೨೫

ಬೆಳಕು ಮೂಡಿತು

ಐದು ಮುದ್ರಣಗಳು: ೧೯೫೯, ೨೦೨೧, ೨೦೨೨, ೨೦೨೩, ೨೦೨೫

ಧರ್ಮಶ್ರೀ

ಇಪ್ಪತ್ತೈದು ಮುದ್ರಣಗಳು: ೧೯೬೧, ೧೯೬೭, ೧೯೬೯, ೧೯೭೧, ೧೯೭೭, ೧೯೮೫, ೧೯೯೨, ೧೯೯೯, ೨೦೦೩, ೨೦೦೭, ೨೦೦೮, ೨೦೧೦, ೨೦೧೨, ೨೦೧೩, ೨೦೧೪, ೨೦೧೫, ೨೦೧೬, ೨೦೧೭, ೨೦೧೯, ೨೦೨೦, ೨೦೨೧, ೨೦೨೨, ೨೦೨೩, ೨೦೨೪, ೨೦೨೫

ದೂರ ಸರಿದರು

ಇಪ್ಪತ್ತಾರು ಮುದ್ರಣಗಳು: ೧೯೬೨, ೧೯೬೮, ೧೯೭೦, ೧೯೭೫, ೧೯೮೩, ೧೯೯೧, ೧೯೯೯, ೨೦೦೩, ೨೦೦೬, ೨೦೦೯, ೨೦೧೦, ೨೦೧೧, ೨೦೧೩, ೨೦೧೪, ೨೦೧೫, ೨೦೧೬, ೨೦೧೭, ೨೦೧೮, ೨೦೧೯, ೨೦೨೦, ೨೦೨೧, ೨೦೨೨, ೨೦೨೩, ೨೦೨೪, ೨೦೨೪, ೨೦೨೫

ಮತದಾನ

ಇಪ್ಪತ್ತೆರಡು ಮುದ್ರಣಗಳು: ೧೯೬೫, ೧೯೬೯, ೧೯೭೫, ೧೯೮೨, ೧೯೮೭, ೧೯೮೭, ೧೯೯೮, ೨೦೦೨, ೨೦೦೭, ೨೦೧೦, ೨೦೧೨, ೨೦೧೪, ೨೦೧೪, ೨೦೧೬, ೨೦೧೭, ೨೦೧೮, ೨೦೧೯, ೨೦೨೧, ೨೦೨೨, ೨೦೨೩, ೨೦೨೪, ೨೦೨೫

ವಂಶವೃಕ್ಷ

ಮೂವತ್ತಾರು ಮುದ್ರಣಗಳು: ೧೯೬೫, ೧೯೬೭, ೧೯೭೦, ೧೯೭೧, ೧೯೮೧, ೧೯೮೮, ೧೯೯೯, ೨೦೦೩, ೨೦೦೬, ೨೦೦೭, ೨೦೦೮, ೨೦೦೯, ೨೦೦೯, ೨೦೧೧, ೨೦೧೧, ೨೦೧೨, ೨೦೧೩, ೨೦೧೪, ೨೦೧೫, ೨೦೧೬, ೨೦೧೬, ೨೦೧೭, ೨೦೧೮, ೨೦೧೮, ೨೦೧೯, ೨೦೨೦, ೨೦೨೦, ೨೦೨೧, ೨೦೨೧, ೨೦೨೨, ೨೦೨೩, ೨೦೨೩, ೨೦೨೪, ೨೦೨೪, ೨೦೨೫, ೨೦೨೫

ಜಲಪಾತ

ಹತ್ತೊಂಬತ್ತು ಮುದ್ರಣಗಳು: ೧೯೬೭, ೧೯೬೮, ೧೯೭೩, ೧೯೮೩, ೧೯೮೭, ೧೯೯೯, ೨೦೦೩, ೨೦೦೭, ೨೦೧೦, ೨೦೧೨, ೨೦೧೪, ೨೦೧೫, ೨೦೧೭, ೨೦೧೮, ೨೦೧೯, ೨೦೨೧, ೨೦೨೨, ೨೦೨೩, ೨೦೨೪

ನಾಯಿ–ನೆರಳು

ಮೂವತ್ಮೂರು ಮುದ್ರಣಗಳು: ೧೯೬೮, ೧೯೭೧, ೧೯೭೫, ೧೯೮೨, ೧೯೮೭, ೧೯೯೯, ೨೦೦೩, ೨೦೦೬, ೨೦೦೭, ೨೦೦೯, ೨೦೧೦, ೨೦೧೨, ೨೦೧೩, ೨೦೧೩, ೨೦೧೪, ೨೦೧೫, ೨೦೧೬, ೨೦೧೭, ೨೦೧೭, ೨೦೧೮, ೨೦೧೯, ೨೦೨೦, ೨೦೨೦, ೨೦೨೧, ೨೦೨೧, ೨೦೨೨, ೨೦೨೨, ೨೦೨೩, ೨೦೨೩, ೨೦೨೪, ೨೦೨೪, ೨೦೨೪, ೨೦೨೫

ತಬ್ಬಲಿಯು ನೀನಾದೆ ಮಗನೆ

ಇಪ್ಪತ್ತೊಂದು ಮುದ್ರಣಗಳು: ೧೯೬೮, ೧೯೭೨, ೧೯೮೧, ೧೯೮೫, ೧೯೯೮, ೨೦೦೩, ೨೦೦೬, ೨೦೦೯, ೨೦೧೧, ೨೦೧೨, ೨೦೧೪, ೨೦೧೫, ೨೦೧೬, ೨೦೧೭, ೨೦೧೮, ೨೦೨೦, ೨೦೨೧, ೨೦೨೨, ೨೦೨೩, ೨೦೨೪, ೨೦೨೫

ಗೃಹಭಂಗ

ಮೂವತ್ತು ಮುದ್ರಣಗಳು: ೧೯೭೦, ೧೯೭೪, ೧೯೮೪, ೧೯೯೯, ೨೦೦೧, ೨೦೦೭, ೨೦೦೮, ೨೦೦೯, ೨೦೧೦, ೨೦೧೧, ೨೦೧೧, ೨೦೧೩, ೨೦೧೪, ೨೦೧೪, ೨೦೧೫, ೨೦೧೬, ೨೦೧೭, ೨೦೧೮, ೨೦೧೮, ೨೦೧೯, ೨೦೨೦, ೨೦೨೦, ೨೦೨೧, ೨೦೨೧, ೨೦೨೨, ೨೦೨೩, ೨೦೨೩, ೨೦೨೪, ೨೦೨೪, ೨೦೨೫

ನಿರಾಕರಣ

ಇಪ್ಪತ್ತೈದು ಮುದ್ರಣಗಳು: ೧೯೭೧, ೧೯೭೫, ೧೯೮೨, ೧೯೮೭, ೧೯೯೯, ೨೦೦೨, ೨೦೦೫, ೨೦೦೭, ೨೦೦೯, ೨೦೧೧, ೨೦೧೩, ೨೦೧೪, ೨೦೧೪, ೨೦೧೫, ೨೦೧೭, ೨೦೧೮, ೨೦೧೯, ೨೦೨೦, ೨೦೨೧, ೨೦೨೨, ೨೦೨೨, ೨೦೨೩, ೨೦೨೪, ೨೦೨೪, ೨೦೨೫

ಗ್ರಹಣ

ಹತ್ತೊಂಬತ್ತು ಮುದ್ರಣಗಳು: ೧೯೭೨, ೧೯೮೨,

೧೯೮೭, ೧೯೯೯, ೨೦೦೨, ೨೦೦೭, ೨೦೦೮, ೨೦೧೧, ೨೦೧೨, ೨೦೧೪, ೨೦೧೫, ೨೦೧೬, ೨೦೧೮, ೨೦೧೯, ೨೦೨೦, ೨೦೨೧, ೨೦೨೨, ೨೦೨೪, ೨೦೨೫

ದಾಟು

ಇಪ್ಪತ್ತೇಳನೇ ಮುದ್ರಣ: ೧೯೭೩, ೧೯೭೮, ೧೯೯೫, ೨೦೦೦, ೨೦೦೪, ೨೦೦೬, ೨೦೦೭, ೨೦೦೯, ೨೦೧೧, ೨೦೧೨, ೨೦೧೩, ೨೦೧೪, ೨೦೧೪, ೨೦೧೫, ೨೦೧೬, ೨೦೧೭, ೨೦೧೮, ೨೦೧೮, ೨೦೧೯, ೨೦೨೦, ೨೦೨೦, ೨೦೨೧, ೨೦೨೨, ೨೦೨೨, **೨೦೨೩,** ೨೦೨೪, ೨೦೨೫

ಅನ್ವೇಷಣ

ಇಪ್ಪತ್ತೆರಡು ಮುದ್ರಣಗಳು: ೧೯೭೬, ೧೯೮೧, ೧೯೮೫, ೧೯೯೭, ೨೦೦೨, ೨೦೦೬, ೨೦೦೭, ೨೦೦೯, ೨೦೧೧, ೨೦೧೩, ೨೦೧೪, ೨೦೧೫, ೨೦೧೬, ೨೦೧೭, ೨೦೧೮, ೨೦೧೯, ೨೦೨೦, ೨೦೨೧, ೨೦೨೨, ೨೦೨೩, ೨೦೨೪, ೨೦೨೫

ಪರ್ವ

ಮೂವತ್ತೇಳು ಮುದ್ರಣ: ೧೯೭೯, ೧೯೮೧, ೧೯೮೯, ೧೯೯೫, ೨೦೦೧, ೨೦೦೪, ೨೦೦೬, ೨೦೦೭, ೨೦೦೮, ೨೦೦೯, ೨೦೧೦, ೨೦೧೧, ೨೦೧೨, ೨೦೧೩, ೨೦೧೪, ೨೦೧೪, ೨೦೧೫, ೨೦೧೬, ೨೦೧೭, ೨೦೧೮, ೨೦೧೯, ೨೦೨೦, ೨೦೨೦, ೨೦೨೧, ೨೦೨೧, ೨೦೨೧, ೨೦೨೧, ೨೦೨೨, ೨೦೨೨, ೨೦೨೨, ೨೦೨೩, ೨೦೨೩, ೨೦೨೩, ೨೦೨೪, ೨೦೨೪, ೨೦೨೫, ೨೦೨೫

ನೆಲೆ

ಮೊದಲನೇ ಮುದ್ರಣ: ೧೯೮೩
ಎರಡನೇ ಮುದ್ರಣ: ೧೯೮೬
ಮೂರನೇ ಮುದ್ರಣ: ೧೯೯೯
ನಾಲ್ಕನೇ ಮುದ್ರಣ: ೨೦೦೧
ಐದನೇ ಮುದ್ರಣ: ೨೦೦೭
ಆರನೇ ಮುದ್ರಣ: ೨೦೦೮
ಏಳನೇ ಮುದ್ರಣ: ೨೦೧೦
ಎಂಟನೇ ಮುದ್ರಣ: ೨೦೧೨
ಒಂಬತ್ತನೇ ಮುದ್ರಣ: ೨೦೧೪
ಹತ್ತನೇ ಮುದ್ರಣ: ೨೦೧೫
ಹನ್ನೊಂದನೇ ಮುದ್ರಣ: ೨೦೧೬
ಹನ್ನೆರಡನೇ ಮುದ್ರಣ: ೨೦೧೭
ಹದಿಮೂರನೇ ಮುದ್ರಣ: ೨೦೧೯
ಹದಿನಾಲ್ಕನೇ ಮುದ್ರಣ: ೨೦೨೦
ಹದಿನೈದನೇ ಮುದ್ರಣ: ೨೦೨೧
ಹದಿನಾರನೇ ಮುದ್ರಣ: ೨೦೨೨
ಹದಿನೇಳನೇ ಮುದ್ರಣ: ೨೦೨೩
ಹದಿನೆಂಟು ಮುದ್ರಣ: ೨೦೨೫

ಸಾಕ್ಷಿ

ಮೊದಲನೇ ಮುದ್ರಣ: ೧೯೮೬
ಎರಡನೇ ಮುದ್ರಣ: ೧೯೯೫
ಮೂರನೇ ಮುದ್ರಣ: ೨೦೦೨
ನಾಲ್ಕನೇ ಮುದ್ರಣ: ೨೦೦೭
ಐದನೇ ಮುದ್ರಣ: ೨೦೦೯
ಆರನೇ ಮುದ್ರಣ: ೨೦೧೧
ಏಳನೇ ಮುದ್ರಣ: ೨೦೧೩
ಎಂಟನೇ ಮುದ್ರಣ: ೨೦೧೪
ಒಂಬತ್ತನೇ ಮುದ್ರಣ: ೨೦೧೫
ಹತ್ತನೇ ಮುದ್ರಣ: ೨೦೧೬
ಹನ್ನೊಂದನೇ ಮುದ್ರಣ: ೨೦೧೮
ಹನ್ನೆರಡನೇ ಮುದ್ರಣ: ೨೦೧೯
ಹದಿಮೂರನೇ ಮುದ್ರಣ: ೨೦೨೦
ಹದಿನಾಲ್ಕನೇ ಮುದ್ರಣ: ೨೦೨೧
ಹದಿನೈದನೇ ಮುದ್ರಣ: ೨೦೨೨
ಹದಿನಾರನೇ ಮುದ್ರಣ: ೨೦೨೩
ಹದಿನೇಳನೇ ಮುದ್ರಣ: ೨೦೨೪

ಅಂಚು

ಮೊದಲನೇ ಮುದ್ರಣ: ೧೯೯೦
ಎರಡನೇ ಮುದ್ರಣ: ೧೯೯೫
ಮೂರನೇ ಮುದ್ರಣ: ೨೦೦೨
ನಾಲ್ಕನೇ ಮುದ್ರಣ: ೨೦೦೬
ಐದನೇ ಮುದ್ರಣ: ೨೦೦೭
ಆರನೇ ಮುದ್ರಣ: ೨೦೧೦
ಏಳನೇ ಮುದ್ರಣ: ೨೦೧೨
ಎಂಟನೇ ಮುದ್ರಣ: ೨೦೧೪
ಒಂಬತ್ತನೇ ಮುದ್ರಣ: ೨೦೧೫
ಹತ್ತನೇ ಮುದ್ರಣ: ೨೦೧೬
ಹನ್ನೊಂದನೇ ಮುದ್ರಣ: ೨೦೧೮
ಹನ್ನೆರಡನೇ ಮುದ್ರಣ: ೨೦೧೯
ಹದಿಮೂರನೇ ಮುದ್ರಣ: ೨೦೨೧
ಹದಿನಾಲ್ಕನೇ ಮುದ್ರಣ: ೨೦೨೨
ಹದಿನೈದನೇ ಮುದ್ರಣ: ೨೦೨೩
ಹದಿನಾರನೇ ಮುದ್ರಣ: ೨೦೨೪

ತಂತು

ಮೊದಲನೇ ಮುದ್ರಣ: ೧೯೯೩
ಎರಡನೇ ಮುದ್ರಣ: ೧೯೯೭
ಮೂರನೇ ಮುದ್ರಣ: ೨೦೦೩
ನಾಲ್ಕನೇ ಮುದ್ರಣ: ೨೦೦೫
ಐದನೇ ಮುದ್ರಣ: ೨೦೦೬
ಆರನೇ ಮುದ್ರಣ: ೨೦೦೯
ಏಳನೇ ಮುದ್ರಣ: ೨೦೧೨
ಎಂಟನೇ ಮುದ್ರಣ: ೨೦೧೩
ಒಂಬತ್ತನೇ ಮುದ್ರಣ: ೨೦೧೬
ಹತ್ತನೇ ಮುದ್ರಣ: ೨೦೧೮

ಹನ್ನೊಂದನೇ ಮುದ್ರಣ: ೨೦೨೦
ಹನ್ನೆರಡನೇ ಮುದ್ರಣ: ೨೦೨೩
ಹದಿಮೂರು ಮುದ್ರಣ: ೨೦೨೪

ಸಾರ್ಥ

ಮೊದಲನೇ ಮುದ್ರಣ: ೧೯೯೮
ಎರಡನೇ ಮುದ್ರಣ: ೧೯೯೮
ಮೂರನೇ ಮುದ್ರಣ: ೨೦೦೦
ನಾಲ್ಕನೇ ಮುದ್ರಣ: ೨೦೦೬
ಐದನೇ ಮುದ್ರಣ: ೨೦೦೭
ಆರನೇ ಮುದ್ರಣ: ೨೦೦೯
ಏಳನೇ ಮುದ್ರಣ: ೨೦೧೦
ಎಂಟನೇ ಮುದ್ರಣ: ೨೦೧೨
ಒಂಬತ್ತನೇ ಮುದ್ರಣ: ೨೦೧೩
ಹತ್ತನೇ ಮುದ್ರಣ: ೨೦೧೪
ಹನ್ನೊಂದನೇ ಮುದ್ರಣ: ೨೦೧೫
ಹನ್ನೆರಡನೇ ಮುದ್ರಣ: ೨೦೧೬
ಹದಿಮೂರನೇ ಮುದ್ರಣ: ೨೦೧೭
ಹದಿನಾಲ್ಕನೇ ಮುದ್ರಣ: ೨೦೧೮
ಹದಿನೈದನೇ ಮುದ್ರಣ: ೨೦೧೮
ಹದಿನಾರನೇ ಮುದ್ರಣ: ೨೦೧೯
ಹದಿನೇಳನೇ ಮುದ್ರಣ: ೨೦೨೦
ಹದಿನೆಂಟನೇ ಮುದ್ರಣ: ೨೦೨೧
ಹತ್ತೊಂಬತ್ತನೇ ಮುದ್ರಣ: ೨೦೨೧
ಇಪ್ಪತ್ತನೇ ಮುದ್ರಣ: ೨೦೨೨
ಇಪ್ಪತ್ತೊಂದನೇ ಮುದ್ರಣ: ೨೦೨೩
ಇಪ್ಪತ್ತೆರಡು ಮುದ್ರಣ: ೨೦೨೪
ಇಪ್ಪತ್ಮೂರು ಮುದ್ರಣ: ೨೦೨೫

ಮಂದ್ರ

ಮೊದಲನೇ ಮುದ್ರಣ: ೨೦೦೨
ಎರಡನೇ ಮುದ್ರಣ: ೨೦೦೨
ಮೂರನೇ ಮುದ್ರಣ: ೨೦೦೩
ನಾಲ್ಕನೇ ಮುದ್ರಣ: ೨೦೦೬
ಐದನೇ ಮುದ್ರಣ: ೨೦೦೮
ಆರನೇ ಮುದ್ರಣ: ೨೦೧೧
ಏಳನೇ ಮುದ್ರಣ: ೨೦೧೧
ಎಂಟನೇ ಮುದ್ರಣ: ೨೦೧೨
ಒಂಬತ್ತನೇ ಮುದ್ರಣ: ೨೦೧೨
ಹತ್ತನೇ ಮುದ್ರಣ: ೨೦೧೩
ಹನ್ನೊಂದನೇ ಮುದ್ರಣ: ೨೦೧೪
ಹನ್ನೆರಡನೇ ಮುದ್ರಣ: ೨೦೧೪
ಹದಿಮೂರನೇ ಮುದ್ರಣ: ೨೦೧೫
ಹದಿನಾಲ್ಕನೇ ಮುದ್ರಣ: ೨೦೧೭
ಹದಿನೈದನೇ ಮುದ್ರಣ: ೨೦೧೮
ಹದಿನಾರನೇ ಮುದ್ರಣ: ೨೦೧೯
ಹದಿನೇಳನೇ ಮುದ್ರಣ: ೨೦೨೦
ಹದಿನೆಂಟನೇ ಮುದ್ರಣ: ೨೦೨೦
ಹತ್ತೊಂಬತ್ತನೇ ಮುದ್ರಣ: ೨೦೨೧
ಇಪ್ಪತ್ತನೇ ಮುದ್ರಣ: ೨೦೨೩
ಇಪ್ಪತ್ತೊಂದನೇ ಮುದ್ರಣ: ೨೦೨೪

ಆವರಣ: ಎಪ್ಪತ್ತೈದು ಮುದ್ರಣಗಳು

ಹದಿನಾಲ್ಕು ಮುದ್ರಣಗಳು: ೨೦೦೭
ಹದಿನೈದನೇ ಮುದ್ರಣ: ೨೦೦೮
ಹದಿನಾರನೇ ಮುದ್ರಣ: ೨೦೦೮
ಹದಿನೇಳನೇ ಮುದ್ರಣ: ೨೦೦೮
ಹದಿನೆಂಟನೇ ಮುದ್ರಣ: ೨೦೦೮
ಹತ್ತೊಂಬತ್ತನೇ ಮುದ್ರಣ: ೨೦೦೯
ಇಪ್ಪತ್ತನೇ ಮುದ್ರಣ: ೨೦೦೯
ಇಪ್ಪತ್ತೊಂದನೇ ಮುದ್ರಣ: ೨೦೦೯
ಇಪ್ಪತ್ತೆರಡನೇ ಮುದ್ರಣ: ೨೦೦೯
ಇಪ್ಪತ್‌ಮೂರನೇ ಮುದ್ರಣ: ೨೦೧೦
ಇಪ್ಪತ್ತನಾಲ್ಕನೇ ಮುದ್ರಣ: ೨೦೧೦
ಇಪ್ಪತ್ತೈದನೇ ಮುದ್ರಣ: ೨೦೧೦
ಇಪ್ಪತ್ತಾರನೇ ಮುದ್ರಣ: ೨೦೧೦
ಇಪ್ಪತ್ತೇಳನೇ ಮುದ್ರಣ: ೨೦೧೧
ಇಪ್ಪತ್ತೆಂಟನೇ ಮುದ್ರಣ:೨೦೧೧
ಇಪ್ಪತ್ತೊಂಬತ್ತನೇ ಮುದ್ರಣ: ೨೦೧೧
ಮೂವತ್ತನೇ ಮುದ್ರಣ: ೨೦೧೧
ಮೂವತ್ತೊಂದನೇ ಮುದ್ರಣ: ೨೦೧೨
ಮೂವತ್ತೆರಡನೇ ಮುದ್ರಣ: ೨೦೧೨
ಮೂವತ್‌ಮೂರನೇ ಮುದ್ರಣ: ೨೦೧೨
ಮೂವತ್‌ನಾಲ್ಕನೇ ಮುದ್ರಣ: ೨೦೧೩
ಮೂವತ್ತೈದನೇ ಮುದ್ರಣ: ೨೦೧೩
ಮೂವತ್ತಾರನೇ ಮುದ್ರಣ: ೨೦೧೩
ಮೂವತ್ತೇಳನೇ ಮುದ್ರಣ: ೨೦೧೪
ಮೂವತ್ತೆಂಟನೇ ಮುದ್ರಣ: ೨೦೧೪
ಮೂವತ್ತೊಂಬತ್ತನೇ ಮುದ್ರಣ: ೨೦೧೪
ನಲವತ್ತನೇ ಮುದ್ರಣ: ೨೦೧೪
ನಲವತ್ತೊಂದನೇ ಮುದ್ರಣ: ೨೦೧೫
ನಲವತ್ತೆರಡನೇ ಮುದ್ರಣ: ೨೦೧೫
ನಲ್ವತ್‌ಮೂರನೇ ಮುದ್ರಣ: ೨೦೧೫
ನಲ್ವತ್‌ನಾಲ್ಕನೇ ಮುದ್ರಣ: ೨೦೧೬
ನಲ್ವತ್ತೈದನೇ ಮುದ್ರಣ: ೨೦೧೬
ನಲವತ್ತಾರನೇ ಮುದ್ರಣ: ೨೦೧೬
ನಲವತ್ತೇಳನೇ ಮುದ್ರಣ: ೨೦೧೭
ನಲವತ್ತೆಂಟನೇ ಮುದ್ರಣ: ೨೦೧೭
ನಲವತ್ತೊಂಬತ್ತನೇ ಮುದ್ರಣ: ೨೦೧೭
ಐವತ್ತನೇ ಮುದ್ರಣ: ೨೦೧೮
ಐವತ್ತೊಂದನೇ ಮುದ್ರಣ: ೨೦೧೮
ಐವತ್ತೆರಡನೇ ಮುದ್ರಣ: ೨೦೧೯
ಐವತ್‌ಮೂರನೇ ಮುದ್ರಣ: ೨೦೧೯
ಐವತ್‌ನಾಲ್ಕನೇ ಮುದ್ರಣ: ೨೦೧೯
ಐವತ್ತೈದನೇ ಮುದ್ರಣ: ೨೦೧೯
ಐವತ್ತಾರನೇ ಮುದ್ರಣ: ೨೦೨೦

ಐವತ್ತೇಳನೇ ಮುದ್ರಣ: ೨೦೨೦
ಐವತ್ತೆಂಟನೇ ಮುದ್ರಣ: ೨೦೨೦
ಐವತ್ತೊಂಬನೇ ಮುದ್ರಣ: ೨೦೨೦
ಅರವತ್ತನೇ ಮುದ್ರಣ: ೨೦೨೧
ಅರವತ್ತೊಂದನೇ ಮುದ್ರಣ: ೨೦೨೧
ಅರವತ್ತೆರಡನೇ ಮುದ್ರಣ: ೨೦೨೧
ಅರವತ್‌ಮೂರನೇ ಮುದ್ರಣ: ೨೦೨೨
ಅರವತ್‌ನಾಲ್ಕನೇ ಮುದ್ರಣ: ೨೦೨೨
ಅರವತ್ತೈದನೇ ಮುದ್ರಣ: ೨೦೨೨
ಅರವತ್ತಾರನೇ ಮುದ್ರಣ: ೨೦೨೩
ಅರವತ್ತೇಳನೇ ಮುದ್ರಣ: ೨೦೨೩
ಅರವತ್ತೆಂಟನೇ ಮುದ್ರಣ: ೨೦೨೩
ಅರವತ್ತೊಂಬತ್ತನೇ ಮುದ್ರಣ: ೨೦೨೩
ಎಪ್ಪತ್ತನೇ ಮುದ್ರಣ: ೨೦೨೩
ಎಪ್ಪತ್ತೊಂದನೇ ಮುದ್ರಣ: ೨೦೨೪
ಎಪ್ಪತ್ತೆರಡನೇ ಮುದ್ರಣ: ೨೦೨೪
ಎಪ್ಪತ್‌ಮೂರನೇ ಮುದ್ರಣ: ೨೦೨೪
ಎಪ್ಪತ್‌ನಾಲ್ಕನೇ ಮುದ್ರಣ: ೨೦೨೫
ಎಪ್ಪತ್ತೈದನೇ ಮುದ್ರಣ: ೨೦೨೫
ಕವಲು
ಹದಿನೈದು ಮುದ್ರಣಗಳು: ೨೦೧೦
ಹದಿನಾರನೇ ಮುದ್ರಣ: ೨೦೧೧
ಹದಿನೇಳನೇ ಮುದ್ರಣ: ೨೦೧೧
ಹದಿನೆಂಟನೇ ಮುದ್ರಣ: ೨೦೧೧
ಹತ್ತೊಂಬತ್ತನೇ ಮುದ್ರಣ: ೨೦೧೧
ಇಪ್ಪತ್ತನೇ ಮುದ್ರಣ: ೨೦೧೧
ಇಪ್ಪತ್ತೊಂದನೇ ಮುದ್ರಣ: ೨೦೧೨
ಇಪ್ಪತ್ತೆರಡನೇ ಮುದ್ರಣ: ೨೦೧೨
ಇಪ್ಪತ್‌ಮೂರನೇ ಮುದ್ರಣ: ೨೦೧೨
ಇಪ್ಪತ್‌ನಾಲ್ಕನೇ ಮುದ್ರಣ: ೨೦೧೩
ಇಪ್ಪತ್ತೈದನೇ ಮುದ್ರಣ: ೨೦೧೩
ಇಪ್ಪತ್ತಾರನೇ ಮುದ್ರಣ: ೨೦೧೪
ಇಪ್ಪತ್ತೇಳನೇ ಮುದ್ರಣ: ೨೦೧೪
ಇಪ್ಪತ್ತೆಂಟನೇ ಮುದ್ರಣ: ೨೦೧೫
ಇಪ್ಪತ್ತೊಂಬತ್ತನೇ ಮುದ್ರಣ: ೨೦೧೫
ಮೂವತ್ತನೇ ಮುದ್ರಣ: ೨೦೧೫
ಮೂವತ್ತೊಂದನೇ ಮುದ್ರಣ: ೨೦೧೬
ಮೂವತ್ತೆರಡನೇ ಮುದ್ರಣ: ೨೦೧೭
ಮೂವತ್‌ಮೂರನೇ ಮುದ್ರಣ: ೨೦೧೮
ಮೂವತ್‌ನಾಲ್ಕನೇ ಮುದ್ರಣ: ೨೦೧೮
ಮೂವತ್ತೈದನೇ ಮುದ್ರಣ: ೨೦೧೯
ಮೂವತ್ತಾರನೇ ಮುದ್ರಣ: ೨೦೨೦
ಮೂವತ್ತೇಳನೇ ಮುದ್ರಣ: ೨೦೨೧
ಮೂವತ್ತೆಂಟನೇ ಮುದ್ರಣ: ೨೦೨೧
ಮೂವತ್ತೊಂಬತ್ತನೇ ಮುದ್ರಣ: ೨೦೨೨
ನಲವತ್ತನೇ ಮುದ್ರಣ: ೨೦೨೩
ನಲವತ್ತೊಂದನೇ ಮುದ್ರಣ: ೨೦೨೩
ನಲವತ್ತೆರಡನೇ ಮುದ್ರಣ: ೨೦೨೪
ನಲವತ್‌ಮೂರನೇ ಮುದ್ರಣ: ೨೦೨೫
ಯಾನ
ಹದಿನೆಂಟು ಮುದ್ರಣಗಳು: ೨೦೧೪
ಹತ್ತೊಂಬತ್ತನೇ ಮುದ್ರಣ: ೨೦೧೫
ಇಪ್ಪತ್ತನೇ ಮುದ್ರಣ: ೨೦೧೫
ಇಪ್ಪತ್ತೊಂದನೇ ಮುದ್ರಣ: ೨೦೧೫
ಇಪ್ಪತ್ತೆರಡನೇ ಮುದ್ರಣ: ೨೦೧೫
ಇಪ್ಪತ್‌ಮೂರನೇ ಮುದ್ರಣ: ೨೦೧೫
ಇಪ್ಪತ್‌ನಾಲ್ಕನೇ ಮುದ್ರಣ: ೨೦೧೫
ಇಪ್ಪತ್ತೈದನೇ ಮುದ್ರಣ: ೨೦೧೫
ಇಪ್ಪತ್ತಾರನೇ ಮುದ್ರಣ: ೨೦೧೫
ಇಪ್ಪತ್ತೇಳನೇ ಮುದ್ರಣ: ೨೦೧೬
ಇಪ್ಪತ್ತೆಂಟನೇ ಮುದ್ರಣ: ೨೦೧೬
ಇಪ್ಪತ್ತೊಂಬತ್ತನೇ ಮುದ್ರಣ: ೨೦೧೬
ಮೂವತ್ತನೇ ಮುದ್ರಣ: ೨೦೧೭
ಮೂವತ್ತೊಂದನೇ ಮುದ್ರಣ: ೨೦೧೭
ಮೂವತ್ತೆರಡನೇ ಮುದ್ರಣ: ೨೦೧೭
ಮೂವತ್‌ಮೂರನೇ ಮುದ್ರಣ: ೨೦೧೮
ಮೂವತ್‌ನಾಲ್ಕನೇ ಮುದ್ರಣ: ೨೦೧೮
ಮೂವತ್ತೈದನೇ ಮುದ್ರಣ: ೨೦೧೯
ಮೂವತ್ತಾರನೇ ಮುದ್ರಣ: ೨೦೧೯
ಮೂವತ್ತೇಳನೇ ಮುದ್ರಣ: ೨೦೨೦
ಮೂವತ್ತೆಂಟನೇ ಮುದ್ರಣ: ೨೦೨೦
ಮೂವತ್ತೊಂಬತ್ತನೇ ಮುದ್ರಣ: ೨೦೨೧
ನಲವತ್ತನೇ ಮುದ್ರಣ: ೨೦೨೧
ನಲವತ್ತೊಂದನೇ ಮುದ್ರಣ: ೨೦೨೨
ನಲವತ್ತೆರಡನೇ ಮುದ್ರಣ: ೨೦೨೨
ನಲವತ್‌ಮೂರನೇ ಮುದ್ರಣ: ೨೦೨೩
ನಲವತ್‌ನಾಲ್ಕನೇ ಮುದ್ರಣ: ೨೦೨೩
ನಲವತ್ತೈದನೇ ಮುದ್ರಣ: ೨೦೨೩
ನಲವತ್ತಾರನೇ ಮುದ್ರಣ: ೨೦೨೪
ನಲವತ್ತೇಳನೇ ಮುದ್ರಣ: ೨೦೨೪
ನಲವತ್ತೆಂಟನೇ ಮುದ್ರಣ: ೨೦೨೫
ನಲವತ್ತೊಂಬನೇ ಮುದ್ರಣ: ೨೦೨೫
ಉತ್ತರ ಕಾಂಡ
ಹದಿಮೂರು ಮುದ್ರಣಗಳು: ೨೦೧೭
ಹದಿನಾಲ್ಕನೇ ಮುದ್ರಣ: ೨೦೧೮
ಹದಿನೈದನೇ ಮುದ್ರಣ: ೨೦೧೮
ಹದಿನಾರನೇ ಮುದ್ರಣ: ೨೦೧೮
ಹದಿನೇಳನೇ ಮುದ್ರಣ: ೨೦೧೯
ಹದಿನೆಂಟನೇ ಮುದ್ರಣ: ೨೦೧೯
ಹತ್ತೊಂಬನೇ ಮುದ್ರಣ: ೨೦೧೯
ಇಪ್ಪತ್ತನೇ ಮುದ್ರಣ: ೨೦೨೦
ಇಪ್ಪತ್ತೊಂದನೇ ಮುದ್ರಣ: ೨೦೨೧
ಇಪ್ಪತ್ತೆರಡನೇ ಮುದ್ರಣ: ೨೦೨೧
ಇಪ್ಪತ್‌ಮೂರನೇ ಮುದ್ರಣ: ೨೦೨೨

ಇಪ್ಪತ್‌ನಾಲ್ಕನೇ ಮುದ್ರಣ: ೨೦೨೨
ಇಪ್ಪತ್ತೈದನೇ ಮುದ್ರಣ: ೨೦೨೩
ಇಪ್ಪತ್ತಾರನೇ ಮುದ್ರಣ: ೨೦೨೩
ಇಪ್ಪತ್ತೇಳನೇ ಮುದ್ರಣ: ೨೦೨೪
ಇಪ್ಪತ್ತೆಂಟನೇ ಮುದ್ರಣ: ೨೦೨೫

ಆತ್ಮವೃತಾಂತ

ಭಿತ್ತಿ
ಮೊದಲನೇ ಮುದ್ರಣ: ೧೯೯೬
ಎರಡನೇ ಮುದ್ರಣ: ೧೯೯೭
ಮೂರನೇ ಮುದ್ರಣ: ೨೦೦೦
ನಾಲ್ಕನೇ ಮುದ್ರಣ: ೨೦೦೬
ಐದನೇ ಮುದ್ರಣ: ೨೦೦೭
ಆರನೇ ಮುದ್ರಣ: ೨೦೦೯
ಏಳನೇ ಮುದ್ರಣ: ೨೦೧೧
ಎಂಟನೇ ಮುದ್ರಣ: ೨೦೧೩
ಒಂಬತ್ತನೇ ಮುದ್ರಣ: ೨೦೧೪
ಹತ್ತನೇ ಮುದ್ರಣ: ೨೦೧೫
ಹನ್ನೊಂದನೇ ಮುದ್ರಣ: ೨೦೧೬
ಹನ್ನೆರಡನೇ ಮುದ್ರಣ: ೨೦೧೭
ಹದಿಮೂರನೇ ಮುದ್ರಣ: ೨೦೧೮
ಹದಿನಾಲ್ಕನೇ ಮುದ್ರಣ: ೨೦೧೯
ಹದಿನೈದನೇ ಮುದ್ರಣ: ೨೦೨೦
ಹದಿನಾರನೇ ಮುದ್ರಣ: ೨೦೨೧
ಹದಿನೇಳನೇ ಮುದ್ರಣ: ೨೦೨೩
ಹದಿನೆಂಟನೇ ಮುದ್ರಣ: ೨೦೨೪
ಹತ್ತೊಂಬತ್ತನೇ ಮುದ್ರಣ: ೨೦೨೫

ಸಾಹಿತ್ಯ ಚಿಂತನ ಗ್ರಂಥಗಳು

ಸತ್ಯ ಮತ್ತು ಸೌಂದರ್ಯ
ಮೊದಲನೇ ಮುದ್ರಣ: ೧೯೬೬
ಎರಡನೇ ಮುದ್ರಣ: ೧೯೭೦
ಮೂರನೇ ಮುದ್ರಣ: ೧೯೮೩
ನಾಲ್ಕನೇ ಮುದ್ರಣ: ೧೯೯೯
ಐದನೇ ಮುದ್ರಣ: ೨೦೦೩
ಆರನೇ ಮುದ್ರಣ: ೨೦೦೭
ಏಳನೇ ಮುದ್ರಣ: ೨೦೧೧
ಎಂಟನೇ ಮುದ್ರಣ: ೨೦೧೪
ಒಂಬತ್ತನೇ ಮುದ್ರಣ: ೨೦೧೮
ಹತ್ತನೇ ಮುದ್ರಣ: ೨೦೨೩

ಸಾಹಿತ್ಯ ಮತ್ತು ಪ್ರತೀಕ
ಮೊದಲನೇ ಮುದ್ರಣ: ೧೯೬೭
ಎರಡನೇ ಮುದ್ರಣ: ೧೯೭೮
ಮೂರನೇ ಮುದ್ರಣ: ೧೯೯೯
ನಾಲ್ಕನೇ ಮುದ್ರಣ: ೨೦೦೫
ಐದನೇ ಮುದ್ರಣ: ೨೦೧೨
ಆರನೇ ಮುದ್ರಣ: ೨೦೧೬
ಏಳನೇ ಮುದ್ರಣ: ೨೦೨೨

ಕಥೆ ಮತ್ತು ಕಥಾವಸ್ತು
ಮೊದಲನೇ ಮುದ್ರಣ: ೧೯೬೯
ಎರಡನೇ ಮುದ್ರಣ: ೧೯೭೮
ಮೂರನೇ ಮುದ್ರಣ: ೨೦೦೩
ನಾಲ್ಕನೇ ಮುದ್ರಣ: ೨೦೧೧
ಐದನೇ ಮುದ್ರಣ: ೨೦೧೪
ಆರನೇ ಮುದ್ರಣ: ೨೦೧೭
ಏಳನೇ ಮುದ್ರಣ: ೨೦೨೨

ನಾನೇಕೆ ಬರೆಯುತ್ತೇನೆ?
ಮೊದಲನೇ ಮುದ್ರಣ: ೧೯೮೦
ಎರಡನೇ ಮುದ್ರಣ: ೧೯೮೯
ಮೂರನೇ ಮುದ್ರಣ: ೨೦೦೩
ನಾಲ್ಕನೇ ಮುದ್ರಣ: ೨೦೦೬
ಐದನೇ ಮುದ್ರಣ: ೨೦೧೨
ಆರನೇ ಮುದ್ರಣ: ೨೦೧೪
ಏಳನೇ ಮುದ್ರಣ: ೨೦೧೬
ಎಂಟನೇ ಮುದ್ರಣ: ೨೦೧೮
ಒಂಬತ್ತನೇ ಮುದ್ರಣ: ೨೦೨೦
ಹತ್ತನೇ ಮುದ್ರಣ: ೨೦೨೨
ಹನ್ನೊಂದನೇ ಮುದ್ರಣ: ೨೦೨೪

ಸಂದರ್ಭ : ಸಂವಾದ
ಮೊದಲನೇ ಮುದ್ರಣ: ೨೦೧೧
ಎರಡನೇ ಮುದ್ರಣ: ೨೦೧೧
ಮೂರನೇ ಮುದ್ರಣ: ೨೦೧೪
ನಾಲ್ಕನೇ ಮುದ್ರಣ: ೨೦೧೯
ಐದನೇ ಮುದ್ರಣ: ೨೦೨೩

ಸಾಕ್ಷಿ ಪರ್ವ
ಮೊದಲನೇ ಮುದ್ರಣ: ೨೦೧೯
ಎರಡನೇ ಮುದ್ರಣ: ೨೦೧೯
ಮೂರನೇ ಮುದ್ರಣ: ೨೦೨೨

ಸಂಪಾದಿತ

ಗಂಗೂಬಾಯಿ ಹಾನಗಲ್: ೧೯೭೮ (ಅಶೋಕ್ ಡಿ. ರಾನಡೆ ಅವರೊಡನೆ)
ಮಾನ: ೧೯೮೨ (ಜೆ.ಆರ್. ಲಕ್ಷ್ಮಣರಾವ್ ಮತ್ತು ಪ್ರಧಾನ ಗುರುದತ್ತರೊಡನೆ)

ಭೈರಪ್ಪ, ಕೃತಿಗಳ ಕುರಿತು

ಭೈರಪ್ಪನವರ ಕಾದಂಬರಿಗಳು: ಲೀಲಾವತಿ ತೋರಣಗಟ್ಟಿ (೧೯೭೭)
ಸಹಸ್ಪಂದನ: ಸಂ॥ ಮ. ಗೋವಿಂದರಾವ್/ಮಾಧವ ಕುಲಕರ್ಣಿ (೧೯೭೮)
'ಪರ್ವ': ಒಂದು ಸಮೀಕ್ಷೆ: ಸಂ॥ ವಿಜಯಾ (೧೯೮೩)
'ಸಾಮಾನ್ಯ ಜ್ಞಾನ' ಭೈರಪ್ಪ ಅಭಿನಂದನಾ ಸಂಚಿಕೆ: ಸಂ॥ ಕೊಂಡಜ್ಜಿ ಕೆ. ವೆಂಕಟೇಶ (೧೯೮೯)
ಭೈರಪ್ಪನವರ ಕಾದಂಬರಿಗಳ ಸ್ವರೂಪ: ಲೀಲಾವತಿ ತೋರಣಗಟ್ಟಿ (೧೯೯೨)
ಭೈರಪ್ಪಾಭಿನಂದನ: ಸಂ॥ ಕೊಂಡಜ್ಜಿ ಕೆ. ವೆಂಕಟೇಶ (೧೯೯೩)
ಎಸ್.ಎಲ್. ಭೈರಪ್ಪ: ಡಾ॥ ವಿಠಲರಾವ್ ಗಾಯಕ್ವಾಡ್ (೧೯೯೫)
ಎಸ್.ಎಲ್. ಭೈರಪ್ಪ: ಬದುಕು ಬರಹ: ನೀರಗುಂದ ನಾಗರಾಜ (೧೯೯೯)
ನಮ್ಮ ಹೆಮ್ಮೆಯ ಸಾಹಿತಿ ಡಾ॥ ಎಸ್.ಎಲ್. ಭೈರಪ್ಪ: ಮಾನಸ (೧೯೯೯)
ಎಸ್.ಎಲ್. ಭೈರಪ್ಪನವರ ಕೃತಿಗಳ ವಿಮರ್ಶೆ: ಸಂ॥ ಸುಮತೀಂದ್ರ ನಾಡಿಗ (೨೦೦೨)
ಮಂದ್ರಾವಲೋಕನ: ಸಂ॥ ಎಂ.ಎಸ್. ವೆಂಕಟರಾಮಯ್ಯ (೨೦೦೩)
ಪರ್ವ: ವಾಸ್ತವಿಕ ಕಲ್ಪನೆಗಳು: ಆರ್.ಎನ್. ದಿಂಡೂರ್ (೨೦೦೪)
'ಮಂದ್ರ': ಮಂಥನ: ಸಂ॥ ವಿಜಯಶ್ರೀ (೨೦೦೫)
ಭೈರಪ್ಪನವರ ಕಾದಂಬರಿಗಳು: ಒಂದು ಅಧ್ಯಯನ: ಸಂ॥ ನರಸಿಂಹಮೂರ್ತಿ/ಪಾರ್ವತಿ ಐತಾಳ (೨೦೦೫)
ಭೈರಪ್ಪಾಭಿನಂದನ: ಸಂ॥ ಕೊಂಡಜ್ಜಿ ಕೆ. ವೆಂಕಟೇಶ (೨೦೦೫ ವಿಸ್ತೃತ ಮುದ್ರಣ)
ಚಿತ್ತ ಭಿತ್ತಿ: ಎಸ್.ವಿ. ಪ್ರಭಾವತಿ (೨೦೦೬)
ಎಸ್.ಎಲ್. ಭೈರಪ್ಪ: ದೇಶಕುಲಕರ್ಣಿ (೨೦೦೬)
ಭೈರಪ್ಪನವರ ಕಾದಂಬರಿಗಳಲ್ಲಿ ಸ್ತ್ರೀ ಪಾತ್ರಗಳು: ಆರ್.ಎನ್. ದಿಂಡೂರ (೨೦೦೬)
ಬುದ್ಧಿಜೀವಿ ವರ್ಸಸ್ ಬೌದ್ಧಿಕ ಸ್ವಾತಂತ್ರ್ಯ: 'ಆವರಣ'ದ ಸಂಕಥನ: ಅಜಕ್ಕಳ ಗಿರೀಶ್‌ಭಟ್ (೨೦೦೭)
'ಆವರಣ'ವೆಂಬ ವಿಕೃತಿ: ಸಂ: ಗೌರಿ ಲಂಕೇಶ್ (೨೦೦೭)
'ಆವರಣ' ಅನಾವರಣ: ಎನ್.ಎಸ್. ಶಂಕರ (೨೦೦೭)
'ಆವರಣ' ಅವಲೋಕನ: ಸಂ: ಎಲ್.ಎಸ್. ಶೇಷಗಿರಿರಾವ್ (೨೦೦೭)
'ಆವರಣ' ಮಾಧ್ಯಮ ಮಂಥನ: ಸಂ: ಬಿ.ಎಸ್. ಚಂದ್ರಶೇಖರ್ (೨೦೦೯)
ಯುಗಸಾಕ್ಷಿ: ಎಲ್.ವಿ. ಶಾಂತಕುಮಾರಿ (೨೦೦೯)
ಭೈರಪ್ಪನವರ ಮಹಾನ್ ಕೃತಿಗಳು: ಸಂ: ಶತಾವಧಾನಿ ಗಣೇಶ್ – ಗೌರಿ ಸುಂದರ್
ಆವರಣ ಒಂದು ವಿಶ್ಲೇಷಣೆ: ಸೋಮಶೇಖರ ಮಾಲಿಪಾಟೀಲ್ (೨೦೧೧)
ಭೈರಪ್ಪನವರ ಕಾದಂಬರಿಗಳಲ್ಲಿ ಧರ್ಮ ಮತ್ತು ಸಂಸ್ಕೃತಿ: ಸಂ: ಎಚ್.ಎಸ್. ವೆಂಕಟೇಶಮೂರ್ತಿ (೨೦೧೧)
ಎಸ್.ಎಲ್. ಭೈರಪ್ಪ – ಕಿರು ಪರಿಚಯ: ಪ್ರಧಾನ್ ಗುರುದತ್ (೨೦೧೨)
ಭೈರಪ್ಪನವರ ಕಾದಂಬರಿಗಳಲ್ಲಿ ಕೌಟುಂಬಿಕ ಸಮಸ್ಯೆಗಳು: ಪ್ರಧಾನ್ ಗುರುದತ್ತ – ಗೌರಿ ಸುಂದರ್ (೨೦೧೩)
ಭೈರಪ್ಪನವರ ಕಾದಂಬರಿಗಳು–ಒಂದು ಸಮಾಲೋಚನೆ: ಎಸ್. ರಾಮಸ್ವಾಮಿ (೨೦೧೪)
ಭೈರಪ್ಪನವರ ಸಾಹಿತ್ಯ ಮರಾಠಿ ವಿಮರ್ಶೆ: ಸಂ: ಉಮಾ ಕುಲಕರ್ಣಿ – ವಿರೂಪಾಕ್ಷ ಕುಲಕರ್ಣಿ (೨೦೧೪)

ಇತರ ಭಾಷೆಗಳಲ್ಲಿ ಭೈರಪ್ಪನವರ ಕೃತಿಗಳು

ಧರ್ಮಶ್ರೀ: ಸಂಸ್ಕೃತ, ಮರಾಠಿ
ವಂಶವೃಕ್ಷ: ತೆಲುಗು, ಮರಾಠಿ, ಹಿಂದಿ, ಉರ್ದು, ಇಂಗ್ಲಿಷ್, ಸಂಸ್ಕೃತ
ನಾಯಿ–ನೆರಳು: ಗುಜರಾತಿ, ಹಿಂದಿ
ತಬ್ಬಲಿಯು ನೀನಾದೆ ಮಗನೆ: ಹಿಂದಿ, ಸಂಸ್ಕೃತ
ಗೃಹಭಂಗ: ಭಾರತದ ಎಲ್ಲಾ ೧೪ ಭಾಷೆಗಳಲ್ಲಿ, ಇಂಗ್ಲಿಷ್
ನಿರಾಕರಣ: ಹಿಂದಿ
ದಾಟು: ಭಾರತದ ಎಲ್ಲಾ ೧೪ ಭಾಷೆಗಳಲ್ಲಿ, ಇಂಗ್ಲಿಷ್
ಅನ್ವೇಷಣ: ಮರಾಠಿ, ಹಿಂದಿ
ಪರ್ವ: ತೆಲುಗು, ಮರಾಠಿ, ಬಂಗಾಳಿ, ಹಿಂದಿ, ತಮಿಳು, ಪಂಜಾಬಿ, ಇಂಗ್ಲಿಷ್, ಮಲೆಯಾಳಂ, ರಷ್ಯಾ, ಚೀನೀ
ನೆಲೆ: ಹಿಂದಿ
ಸಾಕ್ಷಿ: ಹಿಂದಿ, ಇಂಗ್ಲಿಷ್
ಅಂಚು: ಮರಾಠಿ, ಹಿಂದಿ
ತಂತು: ಮರಾಠಿ, ಹಿಂದಿ, ಇಂಗ್ಲಿಷ್
ಸಾರ್ಥ: ಸಂಸ್ಕೃತ, ಮರಾಠಿ, ಹಿಂದಿ, ಇಂಗ್ಲಿಷ್, ಸಂಕೇತಿ
ಮಂದ್ರ: ಮರಾಠಿ, ಹಿಂದಿ, ಇಂಗ್ಲಿಷ್
ಭಿತ್ತಿ: ಮರಾಠಿ, ಹಿಂದಿ, ಇಂಗ್ಲಿಷ್
ನಾನೇಕೆ ಬರೆಯುತ್ತೇನೆ?: ಮರಾಠಿ, ಇಂಗ್ಲಿಷ್
ಸತ್ಯ ಮತ್ತು ಸೌಂದರ್ಯ: ಇಂಗ್ಲಿಷ್
ಆವರಣ: ಸಂಸ್ಕೃತ, ಮರಾಠಿ, ಗುಜರಾತಿ, ಇಂಗ್ಲಿಷ್, ಮಲೆಯಾಳಂ

ನಮ್ಮ ಇತರ ಪ್ರಕಟಣೆಗಳು

ಡಾ॥ ಎಮ್. ಗೋಪಾಲಕೃಷ್ಣರಾವ್

ವಿಮರ್ಶೆ, ಪ್ರಬಂಧ, ಸಂಶೋಧನೆ ಇತ್ಯಾದಿ